A
MALAYALAM
DICTIONARY

A
MALAYALAM DICTIONARY

THE REV. RICHARD COLLINS

THIRD EDITION

REVISED AND ENLARGED BY
K. SHANKARA PILLAI

GYAN

Published by

GYAN

Gyan Publishing House
5, Ansari Road
Daryaganj, New Delhi-110002
Phone: 011-47034999, 9811692060
E-mail: books@gyanbooks.com

Distribution Network
gyanbooks.com
India, USA, Canada, UK, Australia, France

ISBN : 978-81-212-4451-0 (PB)
First Published, 1918

2nd Impression 2020

Printed at: Gyan Press, Delhi.

A Malayalam Dictionary
Author: K. Shankara Pillai

PREFACE TO THE FIRST EDITION

WITH the growth of vernacular learning on the Malabar Coast, it cannot but happen that an increasing number of persons, who are unable to consult a Malayalam-English Dictionary, are feeling the want of one, in which the meanings of words may be found in their native tongue. To meet this want the compiler of the following Dictionary undertook the task, which has proved a more lengthy and laborious one than at first anticipated, several years since: and he trusts that, whatever the imperfections of the work, — and no one can be more conscious of those imperfections than himself — it may, at least in some degree, answer the end in view.

Little need be said, by way of preface, upon a book, the nature and object of which are so self-evident, beyond a few observations on matters that may be peculiar to the book itself: such matters are the following : —

1. As the ഉകാരം has been printed at the end of every word that terminates in the half sound of that letter, in accordance as it seems to the compiler, with very old Malayalam usage, he has omitted giving the possessive case of the nouns, it being well known that the possessive, of all nouns, terminating in the half ഉകാരം, is in ഇന്റെ, and that of nouns ending in അ, ഇ, &c., in ഉടെ. Space has thus been saved.

2. The active, and causative verbs, of the same root, will be found together under the simplest form of the verb. The passive is not given.

3. The root of each verb is given in brackets, since the *characteristic*, or last letter, of the root rules the formation of the past tense, and other parts of the verb. In compounded verbs, the root of the first compound only is usually given: this may seem to many a superfluity, but it will probably be an aid to the vernacular student.

4. Adjectives derived from the Sanscrit will be found in their crude form, and not in the neuter form, as in Mr. Bailey's Dictionary. The masculine, feminine, and neuter terminations of such adjectives, which in this form are used in Malayalam as nouns of quality, are added in brackets.

5. A list of the principle Sanscrit roots are given separately at the end of the Dictionary, with the chief words, derived from them, that are commonly found in Malayalam literature. The root meanings are expressed in English: this is, no doubt, a defect: but so difficult did it appear in many cases to find Malayalim words of sufficient correctness, that the present plan was reluctantly adopted. The table, however, will be of value to those, and they are not few even now, who are acquainted with English.

6. One word seems to be necessary with regard to the Alphabetical arrangement of the Dictionary. After much deliberation it was determined to adopt the arrangement of the Sanscrit Dictionaries; which arrangement was also followed by Mr. Bailey. At first sight this may seem inconsistent in Malayalim; but the plan is believed to be correct. For instance, though അംശ should apparently follow അങ്ഗിക, it is to be found on the first page of the Dictionary; and അംഗ is found after അക: the reason is this, the ം in Malayalim represents not only the Sanscrit *anuswara*, as in അംശ, and the final മ, as in അംബുകം, but also the final ങ, as in അംഗം. In the same way the Malayalam character ങ്ക stands not only for ങ്ങ, but more commonly in Sanscrit derivations for ങ്ക, as in ലങ്ക, അങ്കം, &c. The Sanscrit order has therefore been preserved, and in looking out such words as the above, it must be considered whether the ം or the ന, as the case may be, represents the *anuswara*, final മ, final ന, or final ങ.

With regard to another character, ന്ധ, it may be noticed that it stands correctly for ന്ധ, and not for ന്ത, for which latter however it is often written. അന്ധ is അന്ധ, and is correctly written: but മന്ധ is മന്ത്ര, and ought to be written മന്ത്ര or മൻന്ധ, not മന്ധ. Errors of this kind may, through inadvertence, have crept into the Dictionary occasionally, but they are not the less errors; and the compiler would be obliged to any one using the Dictionary to point out to him any such, and indeed any other mistakes, or omissions, that may have escaped his notice.

With regard to the writing of the ഉകാരം at the end of all words which end in what has been called the '*half vowel sound*', (which is not the 'half അ sound', as it is erroneously called in Mr. Peet's grammar, or '*short* അ', as it is equally erroneously called in my own little grammar but a corruption of ഉ), I have no apology to offer, being fully convinced that it is more correct than to leave the consonant vowelless, which would, by the rules of the language, imply that the inherent vowel is open അ. The writing of the full ഉകാരം, though it is only half pronounced, is warranted by the usage of the native writers: in no native book could we find such expressions as ഇനിക, അതുകൊണ്ട, എന്ന പറഞ്ഞ &c. but ഇനിക്കു, അതുകൊണ്ടു, എന്നു പറഞ്ഞു. &c. Such examples ought surely to set this matter, on which there has been much unnecessary controversy, at rest. In the other Dravidian languages this final ഉകാരം is distinctly pronounced; in Malayalim only it has lost its distinctness. It is however to be observed that when such words form combinations, or receive affixes, even in Malayalim, the full ഉ sound is given; thus for instance no one says അമ്പകൾ, but അമ്പുകൾ, giving the ഉകാരം before the affix the full ഉ sound. Hence, evidently, it is only in exceptional cases, as when the word stands alone, that the final ഉ is not distinctly pronounced. By writing the ഉ in all cases we keep the correct orthography of the word, custom will secure the correct pronounciation.

In the Prospectus of this Dictionary, which was printed several years back, it was said that there would be an introductory statement of the principles of Malayalim grammar. As however a good grammar in the vernacular has since that been published, it would seem to be unnecessary thus to add to the volume. There are, in fact, no less than three vernacular grammars now available.

The works that have been chiefly consulted in the compilation of this Dictionary, are Wilson's Sanscrit Dictionary, Bailey's Malayalim Dictionary, The Amera Kosha, Wilkin's Sanscrit Radicals, and Sanscrit Grammar, &c. Especial pains have been taken to give the correct meanings of the Sanscrit words which have been adopted into the language, and the inflections of the adjectives; and several words have been added, which are not to be found in Mr. Bailey's Dictionary. Still there are, no doubt, words to be found, especially in the North, which are omitted. If those who use the Dictionary, will favour the compiler with notes of such omissions, he can only say that he will return his very best thanks.

In conclusion, it may be well to observe, that the object of the work has been to furnish, not an Encyclopædia for the curious, which would have been incompatible with the size and price of the book, but a cheap Dictionary for literary purposes. Hence lengthy explanations of words connected with the sciences, such as the botanical names, properties, qualities and descriptions, of medicinal plants will not be found. In whatever is necessary, however, for reading Malayalim literature, or for school purposes, the scholar will, it is hoped, not have great reason for complaint.

It is but due to those, on whom, under the compiler's direction, the brunt of the actual pen and ink labour in the compilation of this Dictionary, and indeed something more than mere pen and ink labour, has fallen, that he should mention their names with praise. His own Munshi, രാമൻ വാരിയ്യൻ, and the College Munshi, സുബ്രഹ്മണ്യൻ പോററി, with others who have from time to time rendered assistance, have, he is sure, spared no pains to do their work well. And he trusts that, whatever the imperfections of the present attempt, it may encourage native students in the study of their own tongue, and may add its mite in helping to produce among the sons of Malayala closer students, and better lexicographers and grammarians, than those that have gone before.

R. COLLINS.

മൂന്നാം പതിപ്പിനുള്ള മുഖവുര

റെവറൺഡു റിച്ചേഡ് കോളിൻസ് സായ്പ് അവർകളുടെ ഈ നിഘണ്ടുവിനു മൂന്നാമതു ഒരു പതിപ്പു ആവശ്യപ്പെട്ടിരിക്കുന്ന സംഗതി ഓൎക്കുമ്പോൾ, മലയാളികൾക്കു ഈ ഗ്രന്ഥം എത്ര മാത്രം പ്രയോജനകരമായിരിക്കുന്നു എന്നുള്ള വസ്തുത നിരാക്ഷേപമായും വ്യക്തമാകുന്നുണ്ടല്ലോ. മലയാള സാഹിത്യകൃതികളിൽ കാണാറുള്ള സംസ്കൃതപദങ്ങളെ സവിശേഷം തിരഞ്ഞു ചേൎത്തിട്ടുള്ളതും, ഓരോ പദങ്ങൾക്കും അൎത്ഥം മലയാളഭാഷയിൽതന്നെ വിവരിച്ചിട്ടുള്ളതും ആയ ഈ നിഘണ്ടു, ഭാഷാസാഹിത്യലോകത്തിൽ ഇപ്പോൾ പ്രവൃദ്ധങ്ങളായിത്തീൎന്നിരിക്കുന്ന ആവശ്യങ്ങളെ പരിഹരിക്കുന്നതിൽ മേലാലും ഉപകരിക്കാതിരിക്കയില്ല. പരിതസ്ഥിതികളുടെ പ്രാവണ്യത്താൽ ഊൎജ്ജസ്വലമാംവണ്ണം വളൎന്നുവരുന്ന മലയാളഭാഷയ്ക്കു അഭിലഷണീയരീതിയിൽ എല്ലാംകൊണ്ടും പൎയ്യാപ്തമായ ഒരുത്തമ നിഘണ്ടു, കേരളത്തിലെ സാഹിത്യസമ്പന്നന്മാരുടെ മനോരാജ്യ മണ്ഡലത്തിൽ സ്ഥിതിചെയ്യുന്നതല്ലാതെ ഇതേവരെ സിദ്ധിപഥത്തിലെത്തുവാൻ ഇടയാകാത്ത ഈ ദശയിൽ, നിവൃത്തിയ്ക്കു തക്കവണ്ണം ഈ നിഘണ്ടുവിനെ ഒന്നു പരിഷ്കരിച്ചു അവതരിപ്പിയ്ക്കുന്നതു ഒരിക്കലും അസ്ഥാനത്താകുന്നതല്ല.

ഇപ്പോൾ പ്രചാരത്തിലിരിക്കുന്ന മലയാള പാഠപുസ്തകങ്ങൾ നോക്കി അവയിൽ കണ്ട അനവധി പുതിയ പദങ്ങളെ ഈ പതിപ്പിൽ ചേൎത്തു അൎത്ഥവിവരണം ചെയ്തിട്ടുള്ളതിനും പുറമെ, സംസ്കൃതപദങ്ങൾക്കു അൎത്ഥം കല്പിയ്ക്കുന്ന വിഷയത്തിൽ കൂടുതൽ നിഷ്കൎഷ ചെയ്തിട്ടുമുണ്ടു. 'അ' 'ഇ' 'എ' എന്നുള്ള ചുട്ടെഴുത്തുപദങ്ങളെ അക്ഷരക്രമാനുസരണം അതാതു സ്ഥാനങ്ങളിൽ ചേൎത്തു ഉദാഹരണസഹിതം വിവരിച്ചിട്ടുള്ളതും ഇതിലെ ഒരു പുതിയ സംഗതിയാകുന്നു. പ്രസ്തുതനിഘണ്ടുവിലെ അൎത്ഥവിവരണങ്ങളെ എല്ലാ വിധത്തിലും ഇപ്പോഴത്തെ പുതിയ വ്യാകരണതത്വങ്ങളോടു യോജിപ്പിക്കേണമെന്നുള്ള കരുതലോടു കൂടിയാണു ഈ നിഘണ്ടുവിനെ ആദ്യവസാനം പരിശോധിച്ചു പരിഷ്കരിച്ചിട്ടുള്ളതു്. വിശേഷിച്ചും ഈ നിഘണ്ടുവിൽ ഉപയോഗിച്ചിരിക്കുന്ന സൂചകാക്ഷരങ്ങളുടെ അൎത്ഥം വിവരിച്ചിരിക്കുന്നിടത്തു, പഴയ വ്യാകരണശബ്ദങ്ങളോടടുത്തുതന്നെ അതാതിനുള്ള പുതിയ പേരുകളും കാണിച്ചിട്ടുണ്ടു. ചുരുക്കിപ്പറയുന്നതായാൽ ഭാഷയുടെ താല്ക്കാലിക നിലയ്ക്കനുസരണമായി ഈ നിഘണ്ടുവിന്റെ ഉപയോഗയോഗ്യതയെ വൎദ്ധിപ്പിക്കുവാൻമാത്രം ഇതിനുള്ളിൽ അത്യാവശ്യം ചില നവീകരണങ്ങൾ വരുത്തിയിട്ടുണ്ടെന്നല്ലാതെ, നിഘണ്ടുവിന്റെ ആന്തരീക ബന്ധത്തെയോ രീതിയെയോ യാതൊരു വിധത്തിലും ഭേദപ്പെടുത്തിയിട്ടില്ലാത്തതിനാൽ, ഈ പതിപ്പു, ഈ നിഘണ്ടു നിൎമ്മാതാവിന്റെ പാണ്ഡിത്യവൈദഗ്ദ്ധ്യങ്ങൾക്കു ഒരു ചിര പ്രതിഷ്ഠയായും അദ്ദേഹത്തിന്റെ പേൎക്കു ഭാഷാഭിമാനികൾക്കുള്ള കൃതജ്ഞതാദരങ്ങൾക്കു ഒരഭിനവസ്മാരകമായും ഭവിയ്ക്കാതിരിക്കയില്ലെന്നത്രേ ഞങ്ങളുടെ വിശ്വാസം. ഇപ്പറഞ്ഞ സംഗതികളിലല്ലാതെ നിഘണ്ടുവിന്റെ പഴയ രീതിയ്ക്കു മാററങ്ങളൊന്നും വരുത്തിയിട്ടില്ലാത്തതിനാൽ 'നിറയുന്നു,' 'ചമയ്ക്കുന്നു' എന്നിങ്ങനെയുള്ള പദങ്ങളിലെ താലവ്യ അകാരത്തെ പഴയ വടക്കൻ മലയാളരീതിയ്ക്കു, 'നിറെയുന്നു,' 'ചമെക്കുന്നു' എന്നിങ്ങനെ 'എ' കാരമായുന്നെ അച്ചടിച്ചുകാണുമെന്നറിയേണ്ടതാണു്.

ഈ നിഘണ്ടുവിനെ പരിഷ്കരിയ്ക്കുന്ന സംഗതിയിൽ സദയം വേണ്ട സാരോപദേശം ചെയ്തുതന്ന രാജശ്രീ പ്രൊഫസ്സർ രാജരാജവൎമ്മ തിരുമനസ്സിലേ പേൎക്കുള്ള ഞങ്ങളുടെ കൃതജ്ഞതയെ ഈ അവസരത്തിൽ സവിനയം അറിയിച്ചുകൊള്ളുന്നു. എന്നു

പ്രസാധകൻ

ജോൺ ചാണ്ടി

പരിശോധകൻ

കെ. ശങ്കരപ്പിള്ള, ബി. എ.

കോട്ടയം

൲൯൱൮ ജനുവരി ൧

ൟ പുസ്തകത്തിലുള്ള സംക്ഷേപങ്ങൾ

ന.	നാമം			എന്നൎത്ഥം
ക്രി.	ക്രിയ	അല്ലെങ്കിൽ	കൃതി	,,
സ. ക്രി.	സകൎമ്മക്രിയ	,,	സകൎമ്മകൃതി	,,
അ. ക്രി.	അകൎമ്മക്രിയ	,,	അകൎമ്മകൃതി	,,
കാ. ക്രി.	കാരണക്രിയ	,,	പ്രയോജകപ്രകൃതി	,,
വി.	വിശേഷണം			,,
വി. ന.	വിശേഷണനാമം			,,
അ.	അവ്യയം			,,
ന. പ.	നാമപ്രകരം	,,	സൎവ്വനാമം	,,
ഗു. ന.	ഗുണനാമം			,,
മ.	മലയാണ്മ			,,
സം.	സംസ്കൃതം			,,

മലയാള നിഘണ്ടു

അ. മലയാള ഭാഷയിൽ ആദ്യക്ഷരം.

അ. പദാരംഭത്തിൽ പ്രയോഗിക്കുന്ന ചുട്ടെഴുത്ത്. ഉ-ം. **അക്കര. അപ്രകാരം.** (ഇന്നകര, ഇന്നപ്രകാരം എന്നു ചൂണ്ടിക്കാണിക്കുന്നു).

അ. സംസ്കൃതപദാരംഭത്തിൽ നിഷേധത്തെക്കാണിക്കുന്ന ഉപസൎഗ്ഗം. ഉ-ം. **അഫലം.** ഫലമില്ലാത്തത്. (ചിലപ്പോൾ 'അൻ' എന്നും ആയിക്കാണും. ഉ-ം. **അനൌചിത്യം.**

അംശം. ന. പങ്കു, ഓഹരി, ഭാഗം.

അംശകം. ന. ഒരു ദിവസം.

അംശകൻ. ന. ൧, പങ്കുള്ളവൻ. ൨, അവകാശി.

അംശനം. ന. വിഭാഗിക്കുന്ന പ്രവൃത്തി.

അംശഭാക്; അംശഭാഗി. ന. ഓഹരിക്കാരൻ, അവകാശി.

അംശവടി. ന. മെത്രാന്മാരുടെ മുൻപെ കൊണ്ടുനടക്കുന്ന ഒരു വടി.

അംശി. ന. പങ്കുള്ളവൻ.

അംശിക്കുന്നു. ച്ചു, പ്പാൻ. (അംശി.) സ. ക്രി. വേർതിരിക്കുന്നു, പകുക്കുന്നു.

അംശു. ന. ൧, രശ്മി, വെയിൽ, ശോഭ, വെളിച്ചം, തേജസ്സ്. ൨, വസ്ത്രം.

അംശുകം. ന. വസ്ത്രം, തുണി, വിശേഷവസ്ത്രം, മേലത്തെ വസ്ത്രം, വെളുത്ത വസ്ത്രം.

അംശുമൽ. വി. (മാൻ, മതീ, മൽ.) വി. ന. ൧, ശോഭയുള്ള, പ്രകാശമുള്ള. ൨, ക്രുരത്തം.

അംശുമൽഫലം. ന. വാഴപ്പഴം.

അംശുമതി. ന. ഒരു തൈ, ഓരില.

അംശുമാൻ. ന. ആദിത്യൻ.

അംശുമാലി. ന. ആദിത്യൻ.

അംശുലം. വി. ശോഭയുള്ള.

അംസം. ന. തോൾപ്പലക.

അംസകൂടം. ന. കാളയുടെ ഉപ്പുഞ്ഞി, കാളപ്പൊതി.

അംസള. വി. (ളൻ, ളാ, ളം.) വി. ന. ആരോഗ്യമുള്ള.

അംസ്യം. വി. തോളിനെ സംബന്ധിച്ചതു.

അംഹതി. ന. ൧, സമ്മാനം, ദാനം. ൨, ദീനം, വ്യാധി

അംഹസ്സ്. ന. പാപം.

അകക്കടൽ. ന. ഉൾക്കടൽ.

അകക്കരൾ. ന. ൧, ഹൃദയം. ൨, മനസ്സ്.

അകക്കാമ്പു. ന. ൧, ഹൃദയം. ൨, ബുദ്ധി, മനസ്സ്.

അകക്കരുന്നു. ന. മേല്പറഞ്ഞ അൎത്ഥം.

അകച. വി. (ചൻ, ചാ, ചം.) വി. ന. കചമില്ലാത്ത, തലമുടിയില്ലാത്ത.

അകചം. ന. കേതുവിന്റെ ഒരു പേർ.

അകതളിർ. ന. ൧, ഹൃദയം ൨, മനസ്സ്.

അകതാർ. ന. മേല്പറഞ്ഞ അൎത്ഥം.

അകത്തകം. ന. ഉള്ളറ.

അകത്തഴി. ന. ഭക്ഷണവസ്തുക്കളെ സമ്പാദിക്ക.

അകത്തണ്ടു. ന. ഹൃദയം, മനസ്സ്.

അകത്തി. ന. ഒരു വൃക്ഷം.

അകപ്പു. ന. ഒരു രാഗം.

അകപ്പാട്ടു. ന. ൧, പ്രവേശനം. ൨, കരുക്കിലും മററും വീഴുക. ൩, ലാഭം.

അകപ്പെടുന്നു. ട്ടു, വാൻ. (അകപ്പെട്ടു) അ. ക്രി. ൧, ഉൾപ്പെടുന്നു. ൨, പിടിപെടുന്നു. ൩, കരുക്കിൽ വീഴുന്നു. ൪, ലഭിക്കുന്നു. **അകപ്പെടുത്തുന്നു.** കാ. ക്രി.

അകപ്പൊരുൾ. ന. ൧, സാക്ഷാലുള്ള അൎത്ഥം. ൨, ഉള്ളിലെ ദ്രവ്യം. ൩, ദൈവം.

അക. വി. (കൻ, കാ, കം.) വി. ന. കമില്ലാത്ത. ൧, തലയില്ലാത്ത, ൨, വെള്ളമില്ലാത്ത.

അകം. ന. ൧, ദുഃഖം. ൨, പാപം. (മ) ഉള്ളു, അന്തൎഭാഗം, മനസ്സ്.

അകക്കാൽ. ന. ഉള്ളംകാൽ, കാലിന്റെ അകം.

അകക്കൈ. ന. ഉള്ളംകൈ, കയ്യകം.

അകമ്പന. വി. (നൻ, നാ, നം.) വി. ന. കമ്പനമില്ലാത്ത, ഇളക്കമില്ലാത്ത.

അകമ്പടി. ന. രാജാക്കന്മാരുടെ ദേഹരക്ഷെക്കായിട്ടു ചുററും നടക്കുന്ന ആയുധക്കാരും മററും.

അകന്മഷ. വി. (ഷൻ, ഷാ, ഷം.) വി. ന. കന്മഷമില്ലാത്ത, പാപമില്ലാത്ത.

അകമല. ന. മലയിടുക്കു.

അകമലർ. ന. ൧, ഹൃദയം. ൨, മനസ്സ്.

അകരണി. ന. തെററു, നാശം, മുടിവു. ഇതു ശാപത്തിങ്കൽ മാത്രം കൂട്ടിപ്പറയും.

അകര. വി. (രൻ, രാ, രം.) വി. ന. കരമില്ലാത്ത. ൧, കയ്യില്ലാത്ത. ൨, കരമൊഴിവായുള്ള. ൩, ശോഭയില്ലാത്ത.

അകരർ. ന. പട്ടന്മാരുടെ ഭവനം.

അകരാ. ന. ഒരു തൈ, നെല്ലി.

അകൎക്കശ. വി. (ശൻ, ശാ, ശം.) വി. ന. കൎക്കശമല്ലാത്ത, കടുപ്പമില്ലാത്ത, മയമുള്ള, മൃദുവായുള്ള.

അകൎത്തനം. വി. ൧, വെട്ടാത്ത. ൨, കുറുതായ.

അകല്പിതം. വി. കരകൌശലത്താലുണ്ടാക്കപ്പെടാത്ത.

അകൎമ്മ വി. (മൻ, മാ, മം.) വി. ന. കൎമ്മമില്ലാത്ത, ചളിയില്ലാത്ത.

അകൎമ്മക. വി. (കൻ, കാ, കം.) വി. ന. കൎമ്മമില്ലാത്ത, പ്രവൃത്തിയോടുകൂടാത്ത.

അകൎമ്മക്രിയ. ന. കൎമ്മക്രിയയല്ലാത്തതു, കൎമ്മമില്ലാത്ത ക്രിയ.

അകലം. ന. ൧, ദൂരം. ൨, വിതി.

അകലുന്നു. ന്നു, വാൻ. (അകൽ) അ. ക്രി. ൧, ദൂരത്താകുന്നു. ൨, വേർപെടുന്നു. **അകററുന്നു.** അല്ലെങ്കിൽ, **അകത്തുന്നു.** സ. ക്രി. **അകററിക്കുന്നു.** കാ. ക്രി.

അകലെ. അ. ദൂരെ.

അകല്മ. വി. (ല്മൻ, ല്മാ, ല്മം.) വി. ന. കല്മമില്ലാത്ത. ൧, മട്ടില്ലാത്ത. ൨, പാപമില്ലാത്ത. ൩, തെളിവുള്ള. ൪, വെടിപ്പുള്ള.

അകല്മന. വി. (നൻ, നാ, നം.) വി. ന. വിനയമുള്ള, താഴ്മയുള്ള.

അകല്ച. ന. വിടൎച്ച, വേർപാട, ദൂരത്താക.

അകല്യാണ. വി. (ണൻ, ണി, ണം.) വി. ന. കല്യാണമല്ലാത്ത, നന്മകേടുള്ള.

അകല്യാണി. ന. കല്യാണിയല്ലാത്തവൾ, നന്മയില്ലാത്തവൾ.

അകല്യം. വി. സുഖമില്ലാത്ത.

അകവലിവു. ന. ആററിന്റെയും, മററും അരികിൽ ചിലെടത്തു മേല്പോട്ടു ഒഴുകുന്ന ഒഴുക്ക.

അകവില. ന. നിരക്കിൻപ്രകാരമുള്ള വില.

അകസ്മാൽ. അ, യദൃച്ഛയാ, കാരണംകൂടാതെ.

അകളങ്ക. വി. (ങ്കൻ, ങ്കാ, ങ്കം.) വി. ന. കളങ്കമില്ലാത്ത. ൧, അടയാളമില്ലാത്ത, കറയില്ലാത്ത. ൨, കുററമില്ലാത്ത, അപവാദമില്ലാത്ത.

അകററൽ. ന. ൧, ദൂരത്താക്കുക. ൨, ഇടയുണ്ടാക്കുക.

അകാമ്യ. വി. (മ്യൻ, മ്യാ, മ്യം.) വി. ന. കാമ്യമല്ലാത്ത, ആഗ്രഹിക്കരുതാത്ത.

അകായ. വി. ദേഹമില്ലാത്ത.

അകായൻ. ന. ൧, രാഹു. ൨, പരബ്രഹ്മം.

അകായിൽ. അ. ൧, ഭവനത്തിന്റെ അകത്തു. ൨, ന. അകായിലുള്ളവർ, ബ്രാഹ്മണസ്ത്രീ.

അകാരം. ന. മലയാളഭാഷയിൽ ആദ്യക്ഷരം.

അകാരണ. വി. (ണൻ, ണാ, ണം.) വി. ന. കാരണമില്ലാത്ത, ഹേതുവില്ലാത്ത.

അകാരണം. ന. കാരണമില്ലാത്തതു, യദൃച്ഛ.

അകാരാദി. ന. ൧, അ മുതലായ അൻപത്തൊന്നു അക്ഷരങ്ങൾക്കും കൂടെയുള്ള പേർ. ൨, വാക്കപുസ്തകം.

അകാരുണ്യ. വി. (ണ്യൻ, ണ്യാ, ണ്യം.) വി. ന. കാരുണ്യമില്ലാത്ത, ദയയില്ലാത്ത.

അകാൎയ്യ. വി. (ൎയ്യൻ, ൎയ്യാ, ൎയ്യം.) വി. ന. കാൎയ്യമല്ലാത്ത, ചെയ്യരുതാത്ത.

അകാൎയ്യം. ന. കാൎയ്യക്കേട.

അകാല. വി. (ലൻ, ലാ, ലം.) വി. ന. കാലത്തോടു കൂടാത്ത, അസമയത്തുള്ള.

അകാലം. ന. കാലമല്ലാത്തതു, അസമയം.

അകിഞ്ചന. വി. (നൻ, നാ, നം.) വി. ന. ദരിദ്രനായ, ഒന്നുമില്ലാത്ത. **അകിഞ്ചനത, അകിഞ്ചനത്വം.** ഗു. ന. ദരിദ്രത, ദാരിദ്ര്യം.

അകിഞ്ചിജ്ഞൻ. ന. ഒന്നും അറിയാത്തവൻ, മൂഢൻ.

അകിടു. ന. നാല്ക്കാലിമൃഗങ്ങളുടെ മുലകൾക്കു മേലെ പാൽ ഇരിക്കുന്ന ഒരു സ്ഥലം.

അകിച്ച. ന. മുക്കുറാശബ്ദം.

അകിൽ. ന. ഒരു സുഗന്ധവൃക്ഷം.

അകിറുന്നു. റി, വാൻ. (അകിർ) അ. ക്രി. മുക്കുറായിടുന്നു.

അകീൎത്തി. ന. ദുഷ്കീൎത്തി, കീൎത്തികേട.

അകുടില. വി. (ലൻ, ലാ, ലം.) വി. ന. കുടിലമല്ലാത്ത. ൧, വളവില്ലാത്ത. ൨, ചതിവില്ലാത്ത. **അകുടിലത.** ഗു. ന. ൧, വളവില്ലായ്മ. ൨, ചതിവില്ലായ്മ.

അകുണ്ഠിതം. വി. ൧, മുടക്കംപോകാത്ത. ൨, സകല ശാസ്ത്രങ്ങളെയും അറിയുന്ന. ൩, എല്ലാ വിഘ്നങ്ങളെയും ജയിക്കുന്ന.

അകൂപാരം. ന. സമുദ്രം.

അകൂവാരം. ന. മേല്പറഞ്ഞ അൎത്ഥം.

അകൃത. വി. (തൻ, താ, തം.) വി. ന. കൃതമല്ലാത്ത, ചെയ്യപ്പെടാത്ത.

അകൃത്യം. ന. കൃത്യമല്ലാത്തതു, ചെയ്യരുതാത്തതു.

അകൃശ. വി. (ശൻ, ശാ, ശം.) വി. ന. കൃശമല്ലാത്ത, തടിച്ച.

അകൃഷ്ട. വി. കൃഷി ചെയ്യപ്പെടാത്ത.

അകൃഷ്ണകൎമ്മാവു. വി. (ത്രിലി.) വി. ന. കൃഷ്ണകൎമ്മാവല്ലാത്ത, ദുഷ്പ്രവൃത്തിയില്ലാത്ത.

അകെക്കുന്നു. ച്ചു, പ്പാൻ. (അകെക്ക) അ. ക്രി. ൧, വീണ്ടും വളരുന്നു. ൨, ഒന്നായ്ച്ചേരുന്നു.

അകോടം. ന. കവുങ്ങ.

അകൌതുക. വി. (കൻ, കാ, കം.) വി. ന. കൌതുകമില്ലാത്ത, സന്തോഷമില്ലാത്ത.

അകൌശല. വി. (ലൻ, ലാ, ലം.) വി. ന. കൌശലമില്ലാത്ത, സാമൎത്ഥ്യമില്ലാത്ത. **അകൌശലം.** ഗു. ന. സാമൎത്ഥ്യമില്ലായ്മ.

അക്ത. വി. (ക്തൻ, ക്താ, ക്തം.) വി. ന. പുരട്ടിയ, തേച്ചിട്ടുള്ള.

അക്ലിന്നം. വി. നനയാത്ത.

അക്ലിഷ്ടം. വി. ൧, തളരാത്ത, ഉപദ്രവിക്കപ്പെടാത്ത. ൨, കേട്ടു വരാത്ത.

അക്കക്കെട്ടു. ന. അക്കംകൊണ്ടുള്ള ഒരുമാതിരി സംസാരം.

അക്കനം. ന. ൧, ഒരക്ഷരം. ൨, മാനം.

അക്കം. ന. എണ്ണത്തിന്റെ അടയാളം. ൧, ൨, മുതലായവ.

അക്കരം. ന. വായിലുണ്ടാകുന്ന ഒരു ദീനം.

അക്കരെ. അ. എതിൎക്കരെ.

അക്കപടം. ന. മന്ത്രവാദികൾ ക്ഷുദ്രപ്രയോഗത്തിനായിട്ടു ഉണ്ടാക്കുന്ന ഒരുമാതിരി എഴുത്തു.

അക്കിക്കറുവ. ന. ഒരു അങ്ങാടിമരുന്നു.

അക്കിത്തിരി. ന. യാഗം ചെയ്ത നമ്പൂതിരി.

അക്രമം. ന. ക്രമമല്ലാത്തതു, മുറകേട.

അക്രമി. ന. ക്രമമല്ലാതെ ചെയ്യുന്നവൻ, മുറകേടായി ചെയ്യുന്നവൻ.

അക്രമിക്കുന്നു. ച്ചു, പ്പാൻ. (അക്രമി) അ. ക്രി. ക്രമമല്ലാതെ ചെയ്യുന്നു, മുറകേടു ചെയ്യുന്നു.

അക്രൂര. വി. (രൻ, രാ, രം.) വി. ന. ക്രൂരമല്ലാത്ത, കഠിനസ്വഭാവമില്ലാത്ത.

അക്രൂരൻ. ന. കൃഷ്ണന്റെ ഇഷ്ടനായ ഒരുത്തൻ.

അക്രേയ. വി. (യൻ, യാ, യം.) വി. ന. ക്രേയമല്ലാത്ത, വില്ക്കരുതാത്ത.

അക്രോധ. വി. (ധൻ, ധാ, ധം.) വി. ന. ക്രോധമില്ലാത്ത, കോപമില്ലാത്ത.

അക്രോധം. ന. കോപമില്ലായ്മ.

അഖണ്ഡ. വി. (ണ്ഡൻ, ണ്ഡാ, ണ്ഡം.) വി. ന. ഖണ്ഡമല്ലാത്ത, മുറിയാത്ത, മുഴുവനായുള്ള. **അഖണ്ഡത.** ഗു. ന. മുറിയായ്മ.

അഖണ്ഡിത. വി. (തൻ, താ, തം.) വി. ന. ഖണ്ഡിതമല്ലാത്ത, മുറിക്കപ്പെടാത്ത, അവസാനമില്ലാത്ത.

അഖണ്ഡ്യ. വി. (ണ്ഡ്യൻ, ണ്ഡ്യാ, ണ്ഡ്യം.) വി. ന. ഖണ്ഡ്യമല്ലാത്ത, മുറിക്കപ്പെടുവാൻ വഹിയാത്ത. **അഖണ്ഡ്യത.** ഗു. ന. മുറിക്കപ്പെടുവാൻ വഹിയായ്മ.

അഖാതം. ന. താനേയുണ്ടായ കുളം.

അഖില. വി. (ലൻ, ലാ, ലം.) വി. ന. മുഴുവനായ, എല്ലാം.

അഖിലാണ്ഡം. ന. ലോകം മുഴുവനും.

അഖിലേശൻ. ന. എല്ലാററിനുമുടയവൻ, ദൈവം.

അഗജ. വി. (ജൻ, ജാ, ജം.) വി. ന. മലയിൽ എങ്കിലും വൃക്ഷത്തിൽ എങ്കിലും ഉണ്ടാകുന്ന.

അഗണിത. വി. (തൻ, താ, തം.) വി. ന. ഗണിതമല്ലാത്ത. ഫ, എണ്ണപ്പെടാത്ത. ൨, അറിയപ്പെടാത്ത.

അഗണ്യ. വി. (ണ്യൻ, ണ്യാ, ണ്യം.) വി. ന. ഗണ്യമല്ലാത്ത, എണ്ണപ്പെടുവാൻ വഹിയാത്ത. **അഗണ്യത.** ഗു. ന. എണ്ണപ്പെടുവാൻ വഹിയായ്മ.

അഗതി. വി. (ത്രിഷു) വി. ന. ഗതിയില്ലാത്ത. ഫ, സഞ്ചാരമില്ലാത്ത. ൨, ദ്രവ്യമില്ലാത്ത. **അഗതിത്വം.** ഗു. ന. ഫ, ദരിദ്രത, ദാരിദ്ര്യം. ൨, സഞ്ചാരമില്ലായ്മ.

അഗദ. വി. (ദൻ, ദാ, ദം.) വി. ന. ഗദമില്ലാത്ത, രോഗമില്ലാത്ത.

അഗദം. ന. ഒരു മരുന്നു.

അഗദംകാരൻ. ന. വൈദ്യൻ.

അഗം. ന. ഫ, പൎവ്വതം. ൨, വൃക്ഷം. ൩, ആദിത്യൻ. ൪, പാമ്പു.

അഗമം. ന. ഫ, പൎവ്വതം. ൨, വൃക്ഷം.

അഗമ്യ. വി. (മ്യൻ, മ്യാ, മ്യം.) വി. ന. ഗമ്യമല്ലാത്ത, പ്രാപിക്കപ്പെടുവാൻ വഹിയാത്ത, ചെന്നുകൂടാത്ത, അടുത്തുകൂടാത്ത.

അഗരു. ന. ഒരു സുഗന്ധ വൃക്ഷം, അകിൽ.

അഗസ്ത്യൻ. ന. ഒരു മഹൎഷി.

അഗാധ. വി. (ധൻ, ധാ, ധം.) വി. ന. ഏററവും താഴ്ചയുള്ള, അടിയിലെ സ്ഥലം കാണ്മാനും തൊടുവാനും വഹിയാത്ത. **അഗാധത.** ഗു. ന. താഴ്ച.

അഗാധം. ന. ആഴം, കുഴി.

അഗാരം. ന. വീടു, ഭവനം.

അഗിരം. ന. ഫ, അഗ്നി. ൨, ആദിത്യൻ. ൩, ഋക്ഷവത.

അഗീൎണ്ണ. വി. (ൎണ്ണൻ, ൎണ്ണാ, ൎണ്ണം.) വി. ന. ഗീൎണ്ണമല്ലാത്ത. ഫ, വിഴുങ്ങപ്പെടാത്ത. ൨, സ്തുതിക്കപ്പെടാത്ത.

അഗുണ. വി. (ണൻ, ണാ, ണം.) വി. ന. ഗുണമില്ലാത്ത, നന്മയില്ലാത്ത.

അഗുണം. ന. ദോഷം, കുററം.

അഗുപ്ത. വി. (പ്തൻ, പ്താ, പ്തം.) വി. ന. ഗുപ്തമല്ലാത്ത. ഫ, മറെക്കപ്പെടാത്ത. ൨, രക്ഷിക്കപ്പെടാത്ത.

അഗുരു. വി. (രു, ൎവ്വീ, രു.) വി. ന. ഗുരുവല്ലാത്ത, ഭാരമില്ലാത്ത, ലഘുവായുള്ള.

അഗുരു. ന. ഫ, ഒരു സുഗന്ധ വൃക്ഷം, അകിൽ. ൨, ഇരുപൂൾമരം.

അഗോചര. വി. (രൻ, രാ, രം.) വി. ന. ഗോചരമല്ലാത്ത, കണ്ണു ചെവി മനസ്സു മുതലായ ഇന്ദ്രിയങ്ങളെകൊണ്ടു കണ്ടും കേട്ടും വിചാരിച്ചും അറിവാൻ വഹിയാത്ത. **അഗോചരത്വം.** ഗു. ന. കണ്ണു മുതലായവയെക്കൊണ്ടു അറിവാൻ വഹിയായ്മ.

അഗോപന. വി. (നൻ, നാ, നം.) വി. ന. ഗോപനമില്ലാത്ത. ഫ, രക്ഷണമില്ലാത്ത. ൨, മറവില്ലാത്ത, ഒളിവില്ലാത്ത.

അഗോപനീയ. വി. (യൻ, യാ, യം.) വി. ന. ഗോപനീയമല്ലാത്ത, രക്ഷിക്കപ്പെടുവാൻ യോഗ്യമല്ലാത്ത, മറെക്കപ്പെടേണ്ടുന്നതല്ലാത്ത.

അഗൌകസ്സ. ന. ഫ, പക്ഷി. ൨, സിംഹം. ൩, കുരങ്ങു, വ്യാഘ്രം മുതലായവ.

അഗൌര. വി. (രൻ, രാ, രം.) വി. ന. ഗൌരമല്ലാത്ത, വെളുപ്പും ചുവപ്പും മഞ്ഞയുമല്ലാത്ത.

അഗൌരവ. വി. (വൻ, വാ, വം.) വി. ന. ഗൌരവമില്ലാത്ത. ഫ, ഭാരമില്ലാത്ത, കട്ടിയില്ലാത്ത. ൨, കീൎത്തിയില്ലാത്ത, മാനമില്ലാത്ത. ൩, ലഘുവായുള്ള. **അഗൌരവം.** ഗു. ന. ഗൌരവമില്ലായ്മ.

അഗ്നി. ന. ഫ, തീ. ൨, തെക്കുകിഴക്കെ കോണിലെ ദിക്പാലൻ. ൩, കൊടുവേലി. ൪, ചേരുമരം. ൫, ഭക്ഷിക്കുന്നവയെ ദഹിപ്പിക്കുന്നതിനു വയററിലുള്ള ഒരു വസ്തു.

അഗ്നികണം. ന. തീപ്പൊരി.

അഗ്നികാൎയ്യം. ന. ബ്രാഹ്മണർ അഗ്നിയിൽ കഴിക്കുന്ന ഒരു കൎമ്മം, ഹോമം.

അഗ്നികുണ്ഡം. ന. ഫ, തീച്ചൂള. ൨, ഹോമത്തിനു തീയിടുന്ന കുഴി.

അഗ്നികോണം. ന. തെക്കുകിഴക്കെ മൂല.

അഗ്നിഗൎഭം. ന. ഫ, സൂൎയ്യകാന്തം, സ്ഫടികം. ൨, ഉള്ളുവീൎത്തുമുള്ള ഒരു തൈ.

അഗ്നിചയനം. ന. ഹോമാഗ്നിയെ സമ്പാദിച്ചു സൂക്ഷിക്കുക.

അഗ്നിചിൽ. അല്ലെങ്കിൽ, **അഗ്നിചിത്തു.** ന. ഹോമാഗ്നിയെ സമ്പാദിച്ചു സൂക്ഷിക്കുന്നവൻ, അഗ്നിവന്ദനക്കാരൻ.

അഗ്നിചിത്യ. ന. ഹോമാഗ്നിയെ സൂക്ഷിക്ക.

അഗ്നിജ്വാല. ന. ഫ, തീനാക്കു. ൨, താതിരിവൃക്ഷം. ൩, നിൎത്തിപ്പലി.

അഗ്നിത്രയം. ന. ഓരോ ഹോമങ്ങളുടെ തീക്കു പ്രത്യേകം പേരു പറഞ്ഞുവരുന്ന മൂന്നു തീകൾ. ഫ, ദക്ഷിണാഗ്നി. ൨, ഗാൎഹപത്യം. ൩, ആഹവനീയം.

അഗ്നിപ്രവേശനം. ന. തീയിൽ ചാടുക.

അഗ്നിബലം. ന. ഫ, തീയുടെ ശക്തി. ൨, വയററിലെ ദഹനശക്തി.

അഗ്നിബാധ. ന. തീകൊണ്ടുള്ള ഉപദ്രവം.

അഗ്നിബീജം. ന. പൊന്നു.

അഗ്നിഭയം. ന. തീയിൽ നിന്നുള്ള പേടി.

അഗ്നിഭൂ. ന. സുബ്രഹ്മണ്യൻ.

അഗ്നിമണി. ന. സ്ഫടികം, സൂൎയ്യകാന്തകല്ലു.

അഗ്നിമണ്ഡലം. ന. പഞ്ചഭൂതങ്ങളിൽ ഒന്നു, തീ.

അഗ്നിമഥനം. ന. കടഞ്ഞു തീയെടുക്കുക.

അഗ്നിമഥം. ന. ഒരു വൃക്ഷം, മുഞ്ഞ.

അഗ്നിമൽ. വി. (മാൻ, മതീ, മൽ.) വി. ന. തീയുള്ള.

അഗ്നിമാന്ദ്യം. ന. ഫ, തീയുടെ ന്യൂനാവധാനത. ൨, വയററിലെ ദഹനക്കുറവു.

അഗ്നിമുഖീ. ന. ൧, ഒരു വൃക്ഷം, ചേർമരം. ൨, ഒരു തൈ, കൊട്ടവേലി.

അഗ്നിമൂല. തെക്കുകിഴക്കെ കോണു.

അഗ്നിലിംഗം. ന. തീയുടെ അടയാളം, പുക.

അഗ്നിവല്ലഭം. ന. ഒരു പശ.

അഗ്നിവാസരം. ന. ചൊവ്വാഴ്ച.

അഗ്നിവാഹം. ന. പുക.

അഗ്നിവീൎയ്യം. ന. ൧, തീയുടെ ശക്തി. ൨, പൊന്നു.

അഗ്നിശിഖ. ന. ൧, തിനാക്കു. ൨, കുങ്കുമപ്പൂവു. ൩, ഒരു ചീര. ൪, മേന്തോന്നി.

അഗ്നിഷ്ടോമം. ന. ഒരു യാഗകൎമ്മം.

അഗ്നിസ്ഫുലിംഗം. ന. തീപ്പൊരി.

അഗ്നിഹോത്രം. ന. നിത്യവുമുള്ള ഹോമകൎമ്മം.

അഗ്നിഹോത്രി. ന. മുടങ്ങാതെ അഗ്നിഹോത്രം ചെയ്യുന്ന ബ്രാഹ്മണൻ.

അഗ്നീധ്രൻ. ന. ൧, അഗ്നിയെ സൂക്ഷിക്കുന്ന ബ്രാഹ്മണൻ. ൨, പണ്ടുള്ള ഒരു രാജാവിന്റെ പേർ.

അഗ്ന്യുല്പാതം. ന. ധൂമകേതു, വാൽനക്ഷത്രം.

അഗ്രകരം. ന. ഉള്ളംകൈ.

അഗ്രഗണ്യ. വി. (ണ്യൻ, ണ്യാ, ണ്യം.) വി. ന. ഒന്നാമതു കണക്കു കൂട്ടേണ്ടുന്ന, പ്രധാനമായ.

അഗ്രഗാമി. ന. (പു, മിനി, സ്ത്രീ.) ൧, മുമ്പെ പോകുന്നവൻ, ഒരു കൂട്ടത്തിൽ ആദ്യമായി പോകുകയൊ, ഒരു കൃത്യത്തിനായിട്ടാദ്യം ആരംഭിക്കയൊ ചെയ്യുന്നവൻ. ൨, നിപുണൻ. ൩, പ്രധാനി.

അഗ്രജ. വി. (ജൻ, ജാ, ജം.) വി. ന. മുൻപേ ജനിച്ച.

അഗ്രജൻ. ന. ൧, ജ്യേഷ്ഠൻ. ൨, ബ്രാഹ്മണൻ.

അഗ്രജന്മാവു. ന. മേല്പറഞ്ഞ അൎത്ഥം.

അഗ്രണീ. വി. (ത്രിപു.) വി. ന. ഒന്നാമത്തെ, പ്രധാനമായ.

അഗ്രത. അ. മുൻഭാഗത്തു, മുൻപിൽ.

അഗ്രതസ്സര. വി. (രൻ, രാ, രി, രം.) വി. ന. മുൻനടക്കുന്ന.

അഗ്രതസ്സരൻ. ന. തലവൻ, പ്രമാണി.

അഗ്രപൂജ. ന. പ്രധാനിയെ ഉദ്ദേശിച്ചു ചെയ്യുന്ന പൂജ അല്ലെങ്കിൽ സല്ക്കാരം.

അഗ്രഭാഗം. ന. ൧, മുൻവശം. ൨, മുകളിലത്തെ ഭാഗം. ൩, പ്രധാനമായ സ്ഥലം.

അഗ്രഭോജനം. ന. ൧, എല്ലാവരെക്കാൾ മുൻപേയുള്ള ഭക്ഷണം. ൨, ഒന്നാമത്തെ ഊണു.

അഗ്രഭോജി. വി. (ജീ, ജിനി, ജി.) വി. ന. എല്ലാവരെക്കാൾ മുൻപേ ഭക്ഷിക്കുന്ന.

അഗ്ര. വി. (ഗ്രൻ, ഗ്രാ, ഗ്രം.) വി. ന. ൧, ആദ്യമുള്ള, ഒന്നാമത്തെ. ൨, പ്രധാനമായ, ശ്രേഷ്ഠതയുള്ള.

അഗ്രം. ന. ൧, മുൻഭാഗം. ൨, അറ്റം, അവസാനം. ൩, മുകൾ. ൪, മുന.

അഗ്രമാംസം. ന. ദേഹത്തിലെ മുഖ്യമായ ഒരു മാംസം, ഹൃദയം.

അഗ്രയാനം. ന. യുദ്ധത്തിന്നായിട്ടു പുറപ്പെട്ടു മുൻപിൽ നടക്കുക.

അഗ്രയായി. വി. (യീ, യിനീ, യി.) വി. ന. മുൻനടക്കുന്ന.

അഗ്രയായ. ന. ൧, മുൻനടക്കുന്നവൻ. ൨, പ്രമാണി.

അഗ്രശാല. ന. ഊട്ടുപുര.

അഗ്രശാലപ്പറ. ന. മുറ്റത്തു പത്തിടങ്ങഴികൊള്ളുന്ന പറ, മുറ്റപ്പറ.

അഗ്രസര. വി. (രൻ, രാ, രീ, രം.) വി. ന. മുൻനടക്കുന്ന.

അഗ്രസരൻ. ന. ൧, മുൻനടക്കുന്നവൻ. ൨, പ്രമാണി.

അഗ്രഹൻ. ന. ഗ്രഹമില്ലാത്തവൻ, വനവാസി, സന്ന്യാസി.

അഗ്രഹാരം. ന. ബ്രാഹ്മണരുടെ ഗ്രാമം.

അഗ്രാശനം. ന. മുൻ ഭക്ഷണം.

അഗ്രാശി. വി. (ശീ, ശിനീ, ശി.) വി. ന. മുൻ ഭക്ഷിക്കുന്ന.

അഗ്രാസനം. ന. മുഖ്യമായ പീഠം, സിംഹാസനം.

അഗ്രാസനാധിപതി. ന. അദ്ധ്യക്ഷൻ.

അഗ്രാഹ്യ. വി. (ഹ്യൻ, ഹ്യാ, ഹ്യം.) വി. ന. ഗ്രാഹ്യമല്ലാത്ത. ൧, കയ്ക്കൊള്ളപ്പെടുവാൻ വഹിയാത്ത. ൨, അറിയപ്പെടുവാൻ വഹിയാത്ത.

അഗ്രിമ. വി. (മൻ, മാ, മം.) വി. ന. ൧, മുൻപേയുള്ള, ഒന്നാമത്തെ. ൨, പ്രധാനമായ, ശ്രേഷ്ഠതയുള്ള, വിശേഷമായ.

അഗ്രിമ. ന. ഒരു മാതിരി ആത്തക്കായ്.

അഗ്രിയ. വി. (യൻ, യാ, യം.) വി. ന. പ്രധാനമായ, ശ്രേഷ്ഠമായ.

അഗ്രിയൻ. ന. ജ്യേഷ്ഠൻ.

അഗ്രീയ. വി. (യൻ, യാ, യം.) വി. ന. പ്രധാനമായ, ശ്രേഷ്ഠമായ.

അഗ്രീയൻ. ന. ജ്യേഷ്ഠൻ.

അഗ്രേ. അ. മുൻപേ, മുൻപിൽ.

അഗ്രേദിധിഷു. ന. രണ്ടു വട്ടം വിവാഹം ചെയ്യപ്പെട്ട സ്ത്രീയുടെ മുൻപെത്തെ ഭൎത്താവുതന്നെ അവളെ വെച്ചു കൊണ്ടിരുന്നാൽ അവന്റെ പേർ.

അഗ്രേയം. ന. ഉലക്ക.

അഗ്രേസര. വി. (രൻ, രാ, രം.) വി. ന. മുൻ നടക്കുന്ന.

അഗ്രേസരൻ. ന. ൧, മുൻ നടക്കുന്നവൻ. ൨, പ്രമാണി.

അഗ്ര്യജന്മാവു. ന. ൧, ജ്യേഷ്ഠൻ. ൨, ബ്രാഹ്മണൻ.

അഗ്ര്യപൂജ. ന. പ്രധാനമായ ആരാധന.

അഗ്ര്യ. വി. (ഗ്ര്യൻ, ഗ്ര്യാ, ഗ്ര്യം.) വി. ന. ശ്രേഷ്ഠതയുള്ള.

അഗ്ര്യൻ. ന. ജ്യേഷ്ഠൻ.

അഘം. ന. ൧, പാപം. ൨, ദുഃഖം. ൩, വേദന.

അഘൻ. ന. ഒരു അസുരൻ.

അഘമൎഷണം. ന. പാപത്തിന്റെ പ്രതിശാന്തി വരുത്തുന്നതായ ഒരു പ്രാൎത്ഥന.

അഘമോചനം. ന. പാപത്തെയുമററും കളക.

അഘൃണ. വി. (ണൻ, ണാ, ണം.) വി. ന. ഘൃണയില്ലാത്ത, കരുണയില്ലാത്ത.

അഘോര. വി. (രൻ, രാ, രം.) വി. ന. ഏററവും ഭയങ്കരമായുള്ള.

അഘോരൻ. ന. ൧, ശിവന്റെ ഒരു പേർ. ൨, അഘോരവന്ദനക്കാരൻ.

അഘോര. ന. കന്നിമാസത്തിൽ കറുത്ത പതിന്നാലു.

അഘോരമൂൎത്തി. ന. ശിവന്റെ ഒരു പേർ.

അഘോരി. ന. വിഷത്തിന്നുള്ള ഒരു പച്ച മരുന്നു.

അഘൌഘപടലം. ന. പാപത്തിന്റെയും മറ്റും കൂട്ടം.

അങ്കണം. ന. മുറ്റം.

അങ്കവടി. ന. കുതിരപ്പുറത്തു ചവിട്ടി കേറുന്ന ഇരിമ്പുവളയം.

അങ്കപാലിക. ന. ആലിംഗനം.

അങ്കം. ന. ൧, കുറി, അടയാളം. ൨, മടി, ഇരിക്കുന്നവന്റെ മുഴുട. ൩, എണ്ണത്തിന്റെ അടയാളം, അക്കം. ൪, സമീപം. ൫, നാടകത്തിലെ ഓരോ ഭാഗം. ൬, കളിയിലെ യുദ്ധം. ൭, പാൎക്കുന്ന സ്ഥലം. ൮, ശരീരം.

അങ്കഗണിതം. ന. കണക്കുശാസ്ത്രം.

അങ്കലാപ്പു. ന. ദുഃഖം, വ്യസനം.

അങ്കവാൽ. ന. പൂവൻകോഴിയുടെ വളഞ്ഞ വാൽ.

അങ്കി. വി. (ങ്കീ, ങ്കിനീ, ങ്കി.) വി. ന. അവയവമുള്ള, അടയാളമുള്ള.

അങ്കി. ന. ഉദ്യോഗസ്ഥന്മാരും മറ്റും ഇടുന്ന നീളക്കുപ്പായം.

അങ്കിത. വി. (തൻ, താ, തം.) വി. ന. ൧, അടയാളം ഇടപ്പെട്ട. ൨, എണ്ണപ്പെട്ട.

അങ്കുരം. ന. മുള, കൂമ്പു, നാമ്പു, തളിർ, കിളുന്നു.

അങ്കുരിക്കുന്നു. ച്ചു, പ്പാൻ. (അങ്കുരി.) അ. ക്രി. മുളെക്കുന്നു, കൂമ്പുന്നു. **അങ്കുരിപ്പിക്കുന്നു.** സ. ക്രി.

അങ്കുരിത. വി. (തൻ, താ, തം.) വി. ന. മുളെച്ച.

അങ്കുരോല്പത്തി. ന. മുളയുണ്ടാക, കിളുക്ക.

അങ്കുശം. ന. തോട്ടി.

അങ്കൂരം. മുള, കൂമ്പു.

അങ്കൂഷം. ന. തോട്ടി.

അങ്കോഠം. ന. ഒരു മരം, അഴിഞ്ഞിൽ.

അങ്കോലം. ന. മേല്പറഞ്ഞ അൎത്ഥം.

അങ്കോലിക. ന. ആലിംഗനം.

അങ്ക്യം. ന. മടിയിൽവെച്ചു കൊട്ടുന്ന വാദ്യം.

അംഗ. അ. ഹേ, അല്ലയോ.

അംഗകം. ന. അംഗം, ദേഹം.

അംഗജ. വി. (ജൻ, ജാ, ജം.) വി. ന. ശരീരത്തിൽനിന്നു ജനിച്ച.

അംഗജൻ. ന. ൧, കാമദേവൻ. ൨, പുത്രൻ.

അംഗജാരി. ന. ശിവന്റെ ഒരു പേർ.

അംഗദൻ. ന. ബാലിയുടെ പുത്രൻ, ഒരു വാനരൻ.

അംഗദം. കയ്യുടെ മുട്ടിന്നു മേൽ കെട്ടുന്ന ഒരാഭരണം, തോൾവള.

അംഗന. ന. ൧, സ്ത്രീ. ൨, സുന്ദരി. ൩, വടക്കെ ദിക്പാലകന്റെ ആനയുടെ പിടി.

അംഗനം, അംഗണം. ന. മുറ്റം.

അംഗഭംഗം. ന. ൧, അവയവങ്ങളുടെ നാശം. ൨, കാലിന്റെയും മറ്റും മുടക്കം.

അംഗഭംഗി. ന, സൌന്ദൎയ്യം.

അംഗഭൂ. ന. കാമദേവൻ.

അംഗരക. ന. ചെറിയ കുപ്പായം.

അംഗരണം. ന. മിറ്റം.

അംഗം. ന. ൧, ശരീരം. ൨. അവയവം. ൩, വേദത്തിന്റെയൊ സേനയുടെയൊ മറ്റൊ പങ്കു. ൪, ഒരു രാജ്യം.

അംഗമൎദ്ദകൻ. ന. മേൽ തിരുമ്മുന്നവൻ.

അംഗമൎദ്ദനം. ന. മേൽ തിരുമ്മുക, മെയ്യുഴിക.

അംഗരക്ഷ. ന. ൧, ശരീരത്തെ രക്ഷിക്ക. ൨, കുപ്പായം, അങ്കരക്ക.

അംഗരക്ഷണം. ന. മേല്പറഞ്ഞ അൎത്ഥം.

അംഗരക്ഷിണി. ന. ൧, ചട്ട, കുപ്പായം. ൨, ശരീരത്തെ രക്ഷിക്കുന്നവൾ.

അംഗരാഗം. ന. കുറിക്കൂട്ടു, ശരീരത്തിൽ പൂശുന്ന സുഗന്ധവൎഗ്ഗം.

അംഗവസ്ത്രം. ന. ഉത്തരീയം, മേൽപുടവ.

അംഗവികൃതി. ന. കൈകാൽ മുതലായവയെക്കൊണ്ടു കാട്ടുന്ന ഗോഷ്ഠി.

അംഗവിക്ഷേപം. ന. ആട്ടക്കാരും മറ്റും ശരീരംകൊണ്ടു കാണിക്കുന്ന പ്രവൃത്തിഭേദം.

അംഗവൈകല്യം. ന. കൈകാൽ മുതലായ അവയവങ്ങളുടെ മുടക്കം.

അംഗവൈരൂപ്യം. ന. ശരീരത്തിന്റെ ഭംഗികേടു.

അംഗസത്വം. ന. ശരീരബലം.

അംഗസംജ്ഞം. ന. ആംഗ്യം.

അംഗസംസ്കാരം. ന. ശരീരത്തെ വെടിപ്പാക്കുക.

അംഗഹാനി. ന. അവയവങ്ങളുടെ നാശം, കാലിന്റെയുംമറ്റും മുടക്കം.

അംഗഹാരം. ന. ആട്ടക്കാരും മറ്റും ശരീരംകൊണ്ടു കാണിക്കുന്ന പ്രവൃത്തിഭേദം.

അംഗഹീന. വി. (നൻ, നാ, നം.) വി. ന. കൈകാൽ മുതലായ അവയവങ്ങൾക്കു മുടക്കം വന്ന. **അംഗഹീനത.** ദ്ര. ന. അവയവങ്ങളുടെ കുറച്ചിൽ.

അംഗാരം. ന. ൧, തീക്കനൽ. ൨, കരി.

അംഗാരൻ അല്ലെങ്കിൽ **അംഗാരകൻ.** ന. ചൊവ്വാ എന്ന ഗ്രഹം.

അംഗാരകമണി. ന. പവിഴം.

അംഗാരകാരൻ; അംഗാരകാരകൻ. ന. വൃക്ഷത്തെ സമൂലം ചുട്ടെരിച്ചു് അതിന്റെ കരിയെടുക്കുന്നവൻ.

അംഗാരധാനിക. ന. നെരിപ്പോടു, തിച്ചട്ടി.

അംഗാരനേത്രൻ. ന. കണ്ണിൽ തിയുള്ളവൻ, ശിവൻ.

അംഗാരവട്ടക. ന. തിച്ചട്ടി, നെരിപ്പോടു.

അംഗാരവല്ലരീ. ന. ൧, ചെറുതേക്കു. ൨, പുങ്കുമരം.

അംഗാരവല്ലീ. ന. മേല്പറഞ്ഞ അൎത്ഥം.

അംഗാരശകടി. ന. നെരിപ്പോടു, തീച്ചട്ടി.

അംഗാരികാ. ന. ൧, തീച്ചട്ടി. ൨, കരിമ്പിൻതണ്ടു്.

അംഗികാ. ന. ചട്ട.

അംഗിരസ്സു. ന. ഒരു മഹൎഷിയുടെ പേർ.

അംഗീകരണം. ന. ൧, സ്വീകാരം, കൈക്കൊള്ളുക. ൨, സമ്മതം, ഉടമ്പടി.

അംഗീകരിക്കുന്നു. ച്ചു, പ്പാൻ. (അംഗീകരി.) സ. ക്രി. ൧, കൈക്കൊള്ളുന്നു. ൨, സമ്മതിക്കുന്നു, ഉടമ്പടിചെയ്യുന്നു.

അംഗീകാരം. ന. ൧, കൈക്കൊൾക. ൨, സമ്മതം ഉടമ്പടി.

അംഗീകൃത. വി. (തൻ, താ, തം.) വി. ന. ൧, അംഗീകരിക്കപ്പെട്ട, കൈക്കൊള്ളപ്പെട്ട. ൨, സമ്മതിക്കപ്പെട്ട.

അംഗുലം. ന. ൧, വിരൽ. ൨, പെരുവിരൽ. ൩, എട്ടു യവത്തിന്റെ നീളം.

അംഗുലി. ന. ൧, കൈകാലുകളുടെ

വിരൽ. ൨, ആനത്തുമ്പിക്കയ്യുടെ അററം.

അംഗുലിത്രാണം. ന. വില്ലന്മാർ വിരലിന്മേൽ ഇടുന്ന തുകലുകൊണ്ടൊ ഇരിമ്പുകൊണ്ടൊ ഉള്ള ഉറ.

അംഗുലിമാനം. ന. വിരൽകൊണ്ടു അളക്കു.

അംഗുലിമുദ്ര. ന. മുദ്രമോതിരം.

അംഗുലിമോടനം. ന. ൧, ഞൊട്ടയൊടിക്ക. ൨, ഞൊടിക്ക.

അംഗുലീ. ന. വിരൽ.

അംഗുലീയം. അല്ലെങ്കിൽ **അംഗുലീയകം.** ന. മോതിരം.

അംഗുഷ്ഠം. ന. പെരുവിരൽ.

അംഘ്രി. ന. ൧, കാൽചുവടു. ൨, മരത്തിന്റെ ചുവടു.

അംഘ്രിനാമകം. ന. മരത്തിന്റെ ചുവടു.

അംഘ്രിപൎണ്ണി. ന. ഒരു തൈ, ഓരില.

അംഘ്രിവല്ലിക. ന. മേല്പറഞ്ഞ അൎത്ഥം.

അങ്ങു. ന. ൧, അവിടെ. ൨, ദൂരെ. ൩, മാനമുള്ളവരെ നീയെന്നു പറയുന്നതിനു പകരമുള്ള വാക്കു. **അങ്ങെ.** വി. ൧, നിന്റെ. ൨, അവിടത്തെ.

അങ്ങത്തെ. ൧, ഉദ്യോഗസ്ഥന്മാരോടു നിന്റെ എന്നു പറയുന്ന ഒരു ബഹുമാനവാക്കു. ൨, അവിടത്തെ.

അങ്ങാടി. ന. ൧, മാപ്പിളമാരുടെ ഭവനങ്ങളുടെ കൂട്ടം. ൨, കൊങ്ങിണി, മാപ്പിള മുതലായവർ കച്ചവടം ചെയ്യുന്ന സ്ഥലം, തെരുവു.

അങ്ങാടിമരുന്നു. ന. കൊണ്ടുവന്നു വെച്ചു വില്ക്കുന്ന ഉണക്കമരുന്നു.

അങ്ങിനെ. അ. അപ്രകാരം, അതിന്മണ്ണം.

അങ്ങിനത്ത. വി. അപ്രകാരമുള്ള, അതുപോലെയുള്ള.

അങ്ങുന്നു. ന. വലിയ ഉദ്യോഗസ്ഥന്മാരെ നീ എന്നു പറയുന്നതിനു പകരം പറയുന്ന വാക്കു.

അങ്ങേക്കൂററു. ന. അടുത്ത വീടു, അയൽപക്കം.

അങ്ങേതു. ന. ൧, മറേറതു. ൨, അവിടത്തേതു.

അങ്ങേപ്പുറം. ന. മറെറവശം, മറുഭാഗം, മറുവശം.

അങ്ങോട്ടു. അവിടേക്കു.

അങ്ങോൻ. അല്ലെങ്കിൽ **അങ്ങേൻ.** ന. അവൻ എന്നു പറയുന്നതിനു പകരം മാനിച്ചു പറയുന്ന ഒരു വാക്കു.

അങ്ങോരു. അല്ലെങ്കിൽ **അങ്ങേരു.** ന. അദ്ദേഹം.

അചഞ്ചല. വി. (ലൻ, ലാ, ലം.) വി. ന. ചഞ്ചലമില്ലാത്ത, ഇളക്കമില്ലാത്ത.

അചപല. വി. (ലൻ, ലാ. ലം.) വി. ന. ചപലമല്ലാത്ത, ഇളക്കമില്ലാത്ത.

അചര. വി. (രൻ, രാ, രം.) വി. ന. ചരമല്ലാത്ത, സഞ്ചരിക്കാത്ത.

അചല. വി. (ലൻ, ലാ, ലം.) ചലമല്ലാത്ത, ഇളക്കമില്ലാത്ത.

അചലാ. ന. ഭൂമി.

അചലം. ന. പൎവ്വതം.

അചാഞ്ചല്യം. ന. ചാഞ്ചല്യമില്ലായ്മ, ഇളക്കമില്ലായ്മ.

അചാതുൎയ്യം. ന. ചാതുൎയ്യമില്ലായ്മ, സാമൎത്ഥ്യമില്ലായ്മ.

അചാപല്യം. ന. ചാപല്യമില്ലായ്മ, ഇളക്കമില്ലായ്മ, ഉറപ്പു.

അചിന്ത്യ. വി. (ന്ത്യൻ, ന്ത്യാ, ന്ത്യം.) വി. ന. ചിന്ത്യമല്ലാത്ത, വിചാരിക്കപ്പെടുവാൻ വഹിയാത്ത.

അചിര. വി. (രൻ, രാ, രം.) വി. ന. ചിരമല്ലാത്ത, ഏറെക്കാലം നില്ക്കാത്ത.

അചിരദ്യുതി. ന. മിന്നൽ, കൊള്ളിയാൻ, ഇടിവാൾ.

അചിരരോചിസ്സ്. ന. മിന്നൽ.

അചിരാൽ. അ. താമസംകൂടാതെ, വേഗം.

അചിരാഭ. ന. മിന്നൽ.

അചേതന. വി. (നൻ, നാ, നം.) വി. ന. ചേതനമില്ലാത്ത. ൧, ബോധമില്ലാത്ത. ൨, അറിവില്ലാത്ത.

അചൈതന്യം. ന. ചൈതന്യമില്ലായ്മ. ൧, ബോധമില്ലായ്മ. ൨, ബുദ്ധിമാന്ദ്യത.

അച്ചൻ. ന. ചില ജാതിക്കാർ സ്ഥാനമാനമുള്ളവരുടെയും ജാതിവലിപ്പമുള്ളവരുടെയും സ്ഥാനപ്പേരിന്റെയും ജാതിപ്പേരിന്റെയും ചിലരുടെ പേരിന്റെയും ഒടുക്കം ചേൎത്തുപറയുന്ന വാക്കു. ചിലർ അമ്മയുടെ ആങ്ങളയെ പറയുന്ന വാക്കു. ചിലർ ജ്യേഷ്ഠനെയും പറയും, ചില ജാതികൾ പിതാവിനെയും പറയും.

അച്ച. ന. (സം.) അ മുതൽ പതിനാറു അക്ഷരങ്ങൾക്കും കൂടെയുള്ള പേരു.

അച്ചു. ന. (മ.) ൧, കടച്ചിൽപണിക്കുള്ള ഒരു യന്ത്രം. ൨, തേരു മുതലായ വാഹനങ്ങളുടെ വണ്ടിയിൽ കോക്കുന്ന നീളമുള്ള ഒരു തടി, അച്ചുതണ്ടു, ൩, ആധാരം മുതലായവ എഴുതുന്ന ഓലയിൽ അടിക്കുന്ന രാജമുദ്ര. ൪, ഈയം മുതലായ ലോഹങ്ങൾകൊണ്ടു വാൎത്തുണ്ടാക്കുന്ന അക്ഷരങ്ങളുടെ രൂപം. ൫, അച്ചടിക്കുന്ന യന്ത്രം. ൬, രൂപങ്ങൾ അടിച്ചെടുക്കുന്നതിനുള്ള ഒരു മാതൃക. ൭, പതിനാറു രാശി, ആയിരത്തു നൂററുപത്തു ചക്രം. ൮, കൊമ്പും തെററലുമുള്ളതായി ഇഴയുന്ന ഒരു വക പുഴു.

അച്ചടക്കം. ന. ൧, ഉൾഭയം. ൨, ബഹുമാനം.

അച്ചടി. ന. ൧, ഒരുമാതിരി ശീല. ൨, വാൎത്തുണ്ടാക്കിയ രൂപങ്ങൾകൊണ്ടു കടലാസിലും മററും പതിച്ച അക്ഷരവും മററും എടുക്കു.

അച്ചടിക്കുന്നു. ച്ചു, പ്പാൻ. (അച്ചടി.) സ. ക്രി. അക്ഷരങ്ങളെയും രൂപങ്ങളെയും യന്ത്രത്തിൽ പതിച്ചെടുക്കുന്നു. **അച്ചടിപ്പിക്കുന്നു.** കാ. ക്രി.

അച്ചടിപ്പു. ന. അക്ഷരങ്ങളെയും രൂപങ്ങളെയും യന്ത്രത്തിൽ പതിച്ചെടുക്കു.

അച്ചടിയന്ത്രം. ന. അക്ഷരങ്ങളും രൂപങ്ങളും മററും പതിച്ചെടുക്കുന്ന സൂത്രപ്പണിയായുള്ള ഒരു സാധനം.

അച്ചടിയോല. ന. രാജമുദ്ര പതിച്ച കരിമ്പനയോല.

അച്ചടിശ്ശീല. ന. രൂപങ്ങൾ പതിച്ചെടുക്കുന്ന വസ്ത്രം.

അച്ചട്ടു. അ. നിശ്ചയം, തികവു.

അച്ചാരം. ന. വല്ല വസ്തുവും വാങ്ങിക്കുന്നതിനു പറഞ്ഞുബോധിച്ചു അതിന്റെ നിശ്ചയത്തിനായിട്ടു മുൻപെ കൊടുക്കുന്ന അല്പം ദ്രവ്യം.

അച്ചാറു. ന. ഉപ്പിലിട്ടതു്.

അച്ചി. ന. ൧, ശൂദ്രസ്ത്രീ. ൨, സുമാത്രായിൽ ഉള്ള ഒരു വലിയ നഗരം.

അച്ചിക്കുറി. ന. രാജധാനികളിൽ അടിച്ചുതളിക്കുന്ന സ്ത്രീകളുടെ മേൽവിചാരക്കാരൻ.

അച്ചിങ്ങ. ന. പയററിന്റെ മൂക്കാത്ത കായ്.

അച്ചിമട്ടം. ന. സുമാത്രായിൽ ഒരു മിക്കിലെ കുതിര.

അച്ചിരി. ന. ലജ്ജയോടു കൂടെയുള്ള ചിരി.

അച്ചുകുത്തു. ന. ൧, വസൂരി കുത്തി വെക്ക. ൨, അക്ഷരം കൊത്തുക. ൩, മുദ്രപതിക്ക.

അച്ചുക്കൂടം. ന. അച്ചടിവേല നടത്തുന്ന കെട്ടിടം.

അച്ചുതണ്ടു; അച്ചുത്തണ്ടു; അച്ചുതടി; അച്ചിത്തടി. ന. ചക്രത്തെ താങ്ങിനിറുത്തിക്കറക്കുന്ന നടുവിലത്തെ കുററി അല്ലെങ്കിൽ തടി.

അച്ചോ. അ. അത്ഭുതം തോന്നുമ്പോൾ പറയുന്ന ഒരു വാക്ക.

അച്ഛം. ന. ഭയം.

അച്യുത. വി. (തൻ, താ, തം.) വി. ന. ച്യുതമല്ലാത്ത, നാശമില്ലാത്ത, എന്നും നില്ക്കുന്ന.

അച്യുതൻ. ന. വിഷ്ണുവിന്റെ ഒരു പേർ.

അച്ഛ. വി. (ച്ഛൻ, ച്ഛാ, ച്ഛം.) വി. ന. തെളിവുള്ള, നിർമ്മലമായ.

അച്ഛൻ. ന. പിതാവു. (സം.) ൧, കരടി. ൨, സ്ഫടികം.

അച്ഛഭല്ലം. ന. കരടിക്കരടി.

അച്ഛിദ്ര. വി. (ദ്രൻ, ദ്രാ, ദ്രം.) വി. ന. ൧, ഛിദ്രമില്ലാത്ത, തുളയില്ലാത്ത. ൨, അററകുററമില്ലാത്ത.

അച്ഛിന്ന. വി. (ന്നൻ, ന്നാ, ന്നം.) വി. ന. ഛിന്നമല്ലാത്ത, മുറിക്കപ്പെടാത്ത.

അജ. വി. (ജൻ, ജാ, ജം.) വി. ന. ജനിക്കാത്ത, ഉണ്ടാകാത്ത.

അജഗജാന്തരം. ന. ആടും ആനയും തമ്മിലുള്ളതുപോലെയുള്ള വലിയ ഭേദം. വലിയ വ്യത്യാസം.

അജൻ. ന. ൧, ബ്രഹ്മാവു. ൨, വിഷ്ണു. ൩, ശിവൻ. ൪, കാമദേവൻ. ൫, രഘുരാജാവിന്റെ പുത്രൻ. ൬, ആണാടു. ൭, ദൈവം.

അജാ. ന. ൧, പെണ്ണാടു. ൨, മായാദേവി.

അജഗരം. ന. പെരുമ്പാമ്പു.

അജഗന്ധം. ന. നീർക്കോലി.

അജഗവം. ന. ശിവന്റെ വില്ലു, പിനാകം.

അജന്യ. വി. (ന്യൻ, ന്യാ, ന്യം.) വി. ന. ജന്യമല്ലാത്ത, ജനിക്കപ്പെടുവാൻ വഹിയാത്ത, ഉണ്ടാകുവാൻ കഴിയാത്ത.

അജന്യം. ന. ഉല്പക്ഷണം ഭൂകമ്പം ധൂമകേതു മുതലായവ.

അജപാലൻ. അല്ലെങ്കിൽ, **അജപാലകൻ.** ന. ആട്ടിടയൻ.

അജപാലികാ. അല്ലെങ്കിൽ, **അജപാലിനീ.** ന. ആടിനെ രക്ഷിക്കുന്നവർ, ഇടയത്തി.

അജം. ന. ൧, ആടു. ൨, മേടംരാശി.

അജമേധം. ന. ആടിനെക്കൊണ്ടു ചെയ്യുന്ന ഒരു യാഗം.

അജമോജം. ന. ഒരു മരുന്നു, അയമോതകം.

അജമോദ. ന. മേല്പറഞ്ഞ അൎത്ഥം.

അജയ്യ. നി. (യ്യൻ, യ്യാ, യ്യം.) വി. ന. ജയ്യമല്ലാത്ത, ജയിക്കപ്പെടുവാൻ കഴിയാത്ത.

അജലംബനം. ന. അഞ്ജനം.

അജശൃംഗി. ന. ഒരു ചെടി, ആടുതൊടാപ്പാല.

അജസ്രം. അ. എല്ലായ്പോഴും.

അജഹ. വി. (ഹൻ, ഹാ, ഹം.) വി. ന. ത്യജിക്കാത്ത, ഉപേക്ഷിക്കാത്ത, വിടാത്ത.

അജഹാ. ന. ഒരു ചെടി, നായ്ക്കുരണ.

അജാഗരണം. ന. ജാഗരണമില്ലായ്ക, ഉണൎച്ചയില്ലായ്ക, ശ്രദ്ധയില്ലായ്ക.

അജാഗര. വി. (രൻ, രാ, രം.) വി. ന. ജാഗരമില്ലാത്ത, ഉണൎച്ചയില്ലാത്ത, ശ്രദ്ധയില്ലാത്ത.

അജാഗരം. ന. ഒരു തൈ.

അജാഗ്രത. ന. ജാഗ്രതയില്ലായ്ക, ശ്രദ്ധയില്ലായ്ക.

അജാജീ. ന. ജീരകം.

അജാജീവൻ. ന. ആടിനെക്കൊണ്ടു ഉപജീവനം കഴിക്കുന്നവൻ, ആട്ടിടയൻ.

അജാത. വി. (തൻ, താ, തം.) വി. ന. ജാതമല്ലാത്ത, ജനിക്കാത്ത.

അജാതശത്രു. ന. ൧, ശത്രുവില്ലാത്തവൻ. ൨, ധൎമ്മപുത്രരുടെ പേർ.

അജിത. വി. (തൻ, താ, തം.) വി. ന. ജിതമല്ലാത്ത, ജയിക്കപ്പെടാത്ത.

അജിതൻ. ന. ൧, വിഷ്ണു. ൨, ശിവൻ. ൩, ബുദ്ധമുനി.

അജിനം. ന. മാൻ മുതലായ മൃഗങ്ങളുടെ തോൽ.

അജിനപത്രം. ന. നരിച്ചിൽ, വാവൽ.

അജിനയോനി. ന. മാൻ.

അജിരം. ന. ൧, മിററം, നടുമിററം. ൨, കാററു. ൩, ശരീരം. ൪, ഇന്ദ്രിയങ്ങളെക്കൊണ്ടു അറിയാകുന്നതു. രൂപം ശബ്ദം ഗന്ധം രസം സ്പൎശം ഇവ അഞ്ചും.

അജിഹ്മ. വി. (ഹ്മൻ, ഹ്മാ, ഹ്മം.) വി. ന. ജിഹ്മമല്ലാത്ത, വളവില്ലാത്ത.

അജിഹ്മഗ. വി. (ഗൻ, ഗാ, ഗം.) വി. ന. ജിഹ്മഗമല്ലാത്ത, വളഞ്ഞുപോകാത്ത.

അജിഹ്മഗം. ന. അമ്പു.

അജീൎണ്ണ. വി. (ൎണ്ണൻ, ൎണ്ണാ, ൎണ്ണം.) വി. ന. ജീൎണ്ണമല്ലാത്ത. ൧, ദഹിക്കാത്ത. ൨, കേടുവരാത്ത, വയസ്സുചെല്ലാത്ത. **അജീൎണ്ണത.** ഗു. ന. ദഹനമില്ലായ്ക.

അജീൎണ്ണം. ന. ദഹനക്കേടു.

അജീവ. വി. (വൻ, വാ, വം.) വി. ന. ജീവനില്ലാത്ത, ചത്തുപോയ.

അജീവം. ന. മരണം.

അജീവനി. ന. അകരണി, നാശം, മുടിവു. (ദൃഷ്ടാന്തം.) നിനക്കു അജീവനി ഭവിക്കട്ടെ.

അജേയ. വി. (യൻ, യാ, യം.) വി. ന. ജേയമല്ലാത്ത, ജയിക്കപ്പെടുവാൻ വഹിയാത്ത.

അജൈത്ര. വി. (ത്രൻ, ത്രാ, ത്രം.) വി. ന. ജൈത്രമല്ലാത്ത, ജയിപ്പാൻ ശക്തിയില്ലാത്ത.

അജ്ജുക. ന. വേശ്യാസ്ത്രീക്കു നാട്യത്തിൽ പറയുന്ന പേർ.

അജ്ഝടാ. ന. ഒരു തൈ, കിഴകാനെല്ലി.

അജ്ഞ. വി. (ജ്ഞൻ, ജ്ഞാ, ജ്ഞം.) വി. ന. ജ്ഞമല്ലാത്ത, അറിവില്ലാത്ത.

അജ്ഞാത. വി. (തൻ, താ, തം.) വി. ന. ജ്ഞാതമല്ലാത്ത, അറിയപ്പെടാത്ത.

അജ്ഞാതവാസം. അറിയപ്പെടാതെയുള്ള പാൎപ്പു.

അജ്ഞാന. വി. (നൻ, നാ, നം.) വി. ന. ജ്ഞാനമില്ലാത്ത, അറിവില്ലാത്ത.

അജ്ഞാനത. ഗു. ന. അറിവില്ലായ്മ.

അജ്ഞാനം. ന. ജ്ഞാനമില്ലായ്മ, അറിവില്ലായ്മ.

അജ്ഞാനി. വി. (നീ, നിനീ, നി.) വി. ന. ജ്ഞാനിയല്ലാത്ത, അറിവും പഠിത്തവും ഇല്ലാത്ത.

അഞ്ച്യ. വി. പത്തിൽ പാതി.

അഞ്ചമ്പൻ. ന. കാമദേവൻ.

അഞ്ചൽ. ന. സക്കാരവകയും മറ്റും ഉള്ള എഴുത്തുകൾ ഒരു സ്ഥലത്തുനിന്നും മറ്റൊരു സ്ഥലത്തു ഏൾപ്പിക്കുന്നതിന്ന കൊണ്ടുപോകുക.

അഞ്ചൽവടി. ന. അഞ്ചൽക്കാരൻ കൊണ്ടുനടക്കുന്ന വടി, മണിത്തടി.

അഞ്ചലം. ന. അറ്റം, വക്ക്.

അഞ്ചാംപനി. ന. വസൂരിയിൽ ഇഉന്തരമായി തടിച്ചു മേൽ പൊങ്ങുന്ന ഒരു മാതിരി പനി.

അഞ്ചാംപുര. ന. ബ്രാഹ്മണസ്ത്രീക്കു വ്യഭിചാരദോഷം ഉണ്ടെന്നു സംശയം തോന്നിയാൽ അതിന്റെ നിശ്ചയം വരുന്നതുവരെയും പാൎപ്പിക്കുന്ന ഭവനം.

അഞ്ചിത. വി. (തൻ, താ, തം.) വി. ന. ൧, പൂജിക്കപ്പെട്ട. ൨, ശോഭിച്ച, ഭംഗിയുള്ള. ൩, പോയ.

അഞ്ചുന്നു. ഞ്ചി. വാൻ. (അഞ്ച്യ.) സ. ക്രി. ഭയപ്പെടുന്നു. (സം.) ൧, പൂജിക്കുന്നു. ൨, ശോഭിക്കുന്നു. ൩, പാൎക്കുന്നു. ൪, യാചിക്കുന്നു.

അഞ്ജനൻ. ന. പടിഞ്ഞാറെ ദിക്പാലകന്റെ ആന.

അഞ്ജനം. ന. മഷി. ൧, കടലാസിൽ എഴുതുന്ന മഷി, കണ്ണിൽ തേക്കുന്ന മഷി. ൨, നിധി കാണ്മാൻ കയ്യിലും മറ്റും തേച്ചുനോക്കുന്ന മഷി. ൩, ഒരുവക കറുത്ത ഔഷധകല്ല്, സൌവീരാഞ്ജനം. ൪, രസാഞ്ജനം. ൫, തുത്ഥാഞ്ജനം. ൬, കാപോതാഞ്ജനം.

അഞ്ജനകേശി. ന. ൧, കറുത്ത തലമുടിയുള്ളവൾ. ൨, പവഴക്കൊടി.

അഞ്ജനക്കല്ല്. ന. ഒരു വക കറുത്ത ഔഷധകല്ല്, സൌവീരാഞ്ജനം.

അഞ്ജനാ. ന. ഹനുമാന്റെ അമ്മ.

അഞ്ജനാവതി. ന. വടക്കു കിഴക്കെ ദിക്പാലകന്റെ ആനയുടെ പിടി.

അഞ്ജനിക. ന. ഒരു മാതിരി പല്ലി.

അഞ്ജലി. ന. ൧, രണ്ടു കയ്യും കൂട്ടി തൊഴുതു പിടിച്ചതു. ൨, രണ്ടു കയ്യും കൂട്ടി വെള്ളം കൊള്ളുവാൻ തക്കവണ്ണം പിടിച്ചതു.

അഞ്ജലിബന്ധം. ന. രണ്ടു കയ്യും കൂട്ടി തൊഴുതു പിടിക്കുക.

അഞ്ജസാ. അ. ൧, ഉടനെ, വേഗം. ൨, സത്യമായി.

അഞ്ഞാഴി. ന. അഞ്ചുനാഴി.

അഞ്ഞൂറു. വി. ആയിരത്തിൽ പാതി.

അട. ന. ൧, ഒരു വക പലഹാരം. ൨, പൊരുന്നൽ.

അടകല്ല്. ന. ൧. ലോഹങ്ങൾ വെച്ചു അടിച്ചു പണിയുന്ന ഉരുക്കുകട്ടി. ൨, അടെക്കുന്ന കല്ല്.

അടകൊതിയൻ. ന. ഒരു പച്ചമരുന്നു.

അടക്കം. ന. ൧, വിനയം. ൨, ആചാരം. ൩, വണക്കം. ൪, ഒതുക്കം. ൫, കുറവു. ൬, സംസ്കാരം. ൭, രഹസ്യം.

അടക്കുന്നു. ക്കി. വാൻ. (അടക്കു.) സ. ക്രി. ൧, അമൎത്തുന്നു. ൨, വിനയമാക്കുന്നു. ൩, കീഴാക്കുന്നു. ൪, കുറെക്കുന്നു. ൫, മറെക്കുന്നു. ൬, അപഹരിക്കുന്നു. ൭, ശവം കുഴിച്ചിടുന്നു. **അടക്കിക്കുന്നു.** കാ. ക്രി.

അടങ്കൽ. ന. ൧, പണിവകെക്കു മുൻപെ നോക്കി ഏകദേശം നിശ്ചയിക്കുന്ന ചിലവു. ൨, ആസകലം, മുഴുവനും.

അടങ്ങുന്നു. ങ്ങി. വാൻ. (അടങ്ങു.) അ. ക്രി. ൧, ഒതുങ്ങുന്നു, അമരുന്നു. ൨, താഴുന്നു. ൩, ശാന്തമാകുന്നു. ൪, വണങ്ങുന്നു. **അടക്കുന്നു.** സ. ക്രി.

അടച്ചുവാറ്റി. ന. അടപലക.

അടച്ചൂറ്റി. ന. മേൽ പറഞ്ഞ അൎത്ഥം.

അടനം. ന. സഞ്ചാരം, നടക്കുക.

അടനി. ന. വില്ലിന്റെ അറ്റത്തു ഞാണു കെട്ടുന്ന കൊത.

അടന്ത. ന. ഒരു താളം.

അടപലക. ന. ൧, ചോറും കഞ്ഞിയും വേൎതിരിപ്പാൻ പാത്രത്തിന്റെ വക്കത്തു വെക്കുന്ന പലക. ൨, അടെക്കുന്ന പലക.

അടമ്പു. ന. ഒരുവക വള്ളി.

അടപ്പൻ. ന. ചുണ്ണാമ്പിടുന്ന ഒരോട്ടുപാത്രം, കരണ്ടകം.

അടപ്രഥമൻ. ന. മധുരക്കറികളിൽ ഒന്നു.

അടമഴ. ന. ഇടവിടാതെ വൎഷിക്കം.

അടമാങ്ങ. ന. പൂളി ഉപ്പുപുരട്ടി ഉണങ്ങിയ മാങ്ങ.

അടമാനം. ന. ൧, അടെക്കുന്ന വസ്തു, അടപ്പു. ൨, പണയം. ൩, ജാമ്യം.

അടയാളം. ന. ലക്ഷണം, ഭേദത്തെ അറിയിക്കുന്നതിനുള്ള ലക്ഷണം.

അടർ. ന. യുദ്ധം.

അടരു. ന. തേങ്ങാ ചുരകുമ്പോൾ വലുതായിട്ടു വീഴുന്ന കഷണം, നുറുക്കു.

അടരുന്നു. ൎന്നു, വാൻ. (അടർ.) അ. ക്രി. പൊട്ടി വീഴാറാകുന്നു, പൊട്ടി വീഴുന്നു, ഇടിഞ്ഞുവീഴുന്നു. **അടൎക്കുന്നു. അടൎത്തുന്നു.** സ. ക്രി.

അടരൂഷം. ന. ഒരു പച്ചമരുന്നു, ആടലോടകം.

അടൎച്ച. ന. അടരുക, ഇടിച്ചിൽ.

അടൎപ്പു. ന. ൧, അടൎത്തെടുത്ത കഷണം, അടൎക്കുക.

അടൽ. ന. യുദ്ധം.

അടൽക്കളം. ന. യുദ്ധഭൂമി, പടനിലം.

അടലോശ്ശ. ന. ആടലോടകം.

അടവു. ന. ൧, മൎയ്യാദ. ൨, മിടുക്കു. ൩, കണക്കു കുറിക്കം. ൪, ആയുധാഭ്യാസങ്ങളിൽ ഓരോ വകഭേദം. ൫, ചതിവു. ൬, അടയുക.

അടവി. ന. വനം, കാടു.

അടവികൻ. ന. വനവിചാരിപ്പുകാരൻ.

അടാട്ട്യാ. ന. ദേശങ്ങളിൽ ചുറ്റി സഞ്ചരിക്കുക.

അടാപിടി. ന. വയ്യാവേലി, കാരണം കൂടാത്ത വഴക്കു, അക്രമം.

അടാംപിടി. അ. ക്രമേണ.

അടി. ന. ൧, തല്ലു. ൨, കാൽച്ചുവടു. ൩, കാൽച്ചുവടുകൊണ്ടുള്ള അളവു. ൪, താഴത്തെ ഭാഗം, കീഴ്പുറം, ചുവടു.

അടിക്കടി. അ. കൂടക്കൂടെ, പിന്നെയും പിന്നെയും.

അടിക്കുന്നു. ച്ചു, പ്പാൻ. (അടി.) സ. ക്രി. തല്ലുന്നു, കൊട്ടുന്നു, വീക്കുന്നു. **അടിപ്പിക്കുന്നു.** കാ. ക്രി.

അടിച്ചിൽ. ന. ൧, വീണ നിലത്തോടു ചേരുക. ൨, എലിയെ പിടിക്കുന്ന ഒരു സൂത്രം.

അടിതിരി. ന. ആധാനം എന്ന കൎമ്മം കഴിച്ച ബ്രാഹ്മണൻ.

അടിതോൽ. ന. കമ്മാളർ മുതലായവർ മേൽജാതിക്കാരോടു വന്ദനത്തിനു പകരം പറയുന്ന ഒരു വാക്കു.

അടിത്തട്ടു. ന. ൧, താഴത്തെ തട്ടുപലക. ൨, പെട്ടിയുടെയും മറ്റും ചുവട്ടിലെ ഭാഗം.

അടിത്തളിർ. ന. കാൎച്ചുവട, മാന്യരുടെ കാലിനെ ബഹുമാനിച്ചു പറയുന്ന ഒരു വാക്ക.

അടിത്താർ. ന. മേൽപറഞ്ഞ അൎത്ഥം.

അടിപ്പ്. ന. തകിടും പുസ്തകവും മററും അടിച്ചുണ്ടാക്കുക, അടിച്ചുണ്ടാക്കിയ വസ്തു.

അടിപ്പടവ്. ന. പുരത്തറെക്കും മററും ചുവട്ടിൽ ചെയ്യുന്ന കല്പണി.

അടിപ്പാട. ന. ൧, താഴത്തെ വശം. ൨, അടികൊണ്ടുണ്ടായ അടയാളം, വടവ്.

അടിമ. ന. ഊഴിയം, ദാസ്യം, കീഴടങ്ങപ്പെട്ടവൻെറ അവസ്ഥ.

അടിമപ്പണി. ന. കീഴടങ്ങപ്പെട്ടവൻ ചെയ്യേണ്ടുന്ന വേല.

അടിമപ്പെടുന്നു. ട്ടു. വാൻ. (അടിമ.) അ. ക്രി. ചൊല്പടിയിൽ ഉൾപ്പെടുന്നു. **അടിമപ്പെടുത്തുന്നു.** സ. ക്രി.

അടിമയാവന. ന. കരം ഒഴിവായിട്ട അടിമക്കാൎക്ക കൊടുത്തിരിക്കുന്ന നിലം പുരയിടം മുതലായവ.

അടിമലർ. ന. കാൎച്ചുവടിന്ന പറയുന്ന ബഹുമാനവാക്ക.

അടിമരം. ന. തായ്മരം.

അടിമവേല. ന. കീഴടങ്ങപ്പെട്ടവൻ ചെയ്യേണ്ടുന്ന വേല.

അടിമസ്ഥാനം. ന. കീഴടങ്ങപ്പെട്ടവൻെറ അവസ്ഥ.

അടിമുണ്ട. ന. അകമെ ഉടുക്കുന്ന വസ്ത്രം.

അടിയൻ. ന. അടിമക്കാർ മുതലായ താണ ജാതികൾ വലിയ ജാതികളോട ഞാൻ എന്ന പറയുന്നതിന്ന പകരം പറയുന്ന ഒരു വാക്ക.

അടിയന്തരം; അടിയന്ത്രം. ന. ൧, ആവശ്യം, അത്യാവശ്യം. ൨, മുടക്കുവാൻ പാടിയാത്ത കൎമ്മവും മററും.

അടിയളവ്. ന. കാൎച്ചുവടുകൊണ്ട അളക്കുക, സമയം അറിവാൻ വെയിലത്തു നിഴൽ അളക്കുക.

അടിയറ. ന. ബഹുമാനലക്ഷ്യമായി വെയ്ക്കുന്ന കാഴ്ച.

അടിയറവ്. ന. ൧, നിവൃത്തിയില്ലാത്ത തോൽവി. ൨, തോററു എന്ന താനേ സമ്മതിച്ചുകൊടുക്കുക.

അടിയാത്തി. ന. അടിമക്കാരത്തി, പുലക്കള്ളിയും മററും.

അടിയാൻ. ന. അടിമക്കാരൻ, പുലയനും മററും.

അടിയായ്മ. ന. അടിമക്കാരൻെറ അവസ്ഥ, ദാസ്യം.

അടിയിടുന്നു. ട്ടു. വാൻ. (അടിയിട.) അ. ക്രി. ൧, തുടങ്ങുന്നു. ൨, തല്ലുകൂടുന്നു.

അടിയിരുത്തുന്നു. ത്തി. വാൻ. (അടിയിരുത്തു.) അ. ക്രി. നടക്കുന്നു പോകുന്നു വരുന്നു എന്നതിന്ന പകരം താണ ജാതികൾ ഉയൎന്ന ജാതികളോട പറയുന്ന ഒരു വാക്ക.

അടിയില. ന. രാജാക്കന്മാൎക്കും മററും ഭക്ഷണസാധനം വിളമ്പുന്ന പാത്രമൊ ഇലയൊ.

അടിയുന്നു. ഞ്ഞു. വാൻ. (അടി.) അ. ക്രി. വെള്ളത്തിൽ കിടക്കുന്ന വസ്തു കാററുകൊണ്ട കരെക്ക വന്ന ചേരുന്നു, നിലം പററി താഴുന്നു.

അടിവയറ. ന. പൊക്കിളിന്ന താഴത്തെ ഭാഗം.

അടിവഴുക്കൽ. ന. കാൽ തെററി വിഴുവാൻ തുടങ്ങുക.

അടിവഴുക്കുന്നു. ക്കി. വാൻ. (അടിവഴുക്ക.) അ. ക്രി. കാൽ തെററുന്നു.

അടിവഴുതൽ. ന. കാൽ തെററുക.

അടിവഴുതുന്നു. തി. വാൻ. (അടിവഴുത.) അ. ക്രി. കാൽ തെററുന്നു.

അടിവാരം. ന. ൧, മലയുടെ താഴ്വര. ൨, വൃക്ഷത്തിൻെറ ചുവട.

അടിവെക്കുന്നു. ച്ചു. പ്പാൻ. (അടിവെക്ക.) അ. ക്രി. പതുക്കെ നടക്കുന്നു.

അടിസ്ഥലം. ന. താഴത്തെ പ്രദേശം, ഉറവക്കണ്ണു.

അടിസ്ഥാനം. ന. പുരപണിയുന്നതിന്നും മററും ചുവട്ടിൽ ചെയ്യുന്ന കല്പണി.

അടുക്ക. ന. ൧, ക്രമം, നിര, ക്രമത്തിൽ ചേൎന്നുള്ള ഇരിപ്പ. ൨, തുല്യമററും.

അടുക്കൽ. അ: സമീപത്തു, അരികെ.

അടുക്കള. ന. അരിയും കറികളും മററും പാകം ചെയ്യുന്ന പുര.

അടുക്കളക്കാരൻ. ന. ചോറും കറികളും വെച്ചുണ്ടാക്കുന്നവൻ.

അടുക്കളക്കുരികിൽ. ന. ഒരു വക ചെറിയ കുരികിൽ പക്ഷി.

അടുക്കളപ്പുര. ന. ചോറും കറികളും പാകം ചെയ്യുന്ന പുര.

അടുക്കളപ്രവൃത്തി. ന. അരിവെപ്പ മുതലായ ഗേഹണ്ഡം.

അടുക്കളവെപ്പ്. ന. അടുക്കളപ്രവൃത്തി.

അടുക്കളവേല. ന. മേല്പറഞ്ഞ അൎത്ഥം.

അടുക്കുന്നു. ത്തു. പ്പാൻ. (അടുക്ക.) അ. ക്രി. സമീപിക്കുന്നു, യോഗ്യമാകുന്നു, വസ്തുവും മററും കരെക്ക ചെന്ന ചേരുന്നു. **അടുപ്പിക്കുന്നു.** സ. ക്രി.

അടുക്കുന്നു. ക്കി. വാൻ. (അടു.) സ. ക്രി. ക്രമത്തിൽ ചേൎത്ത വെക്കുന്നു. **അടുക്കിക്കുന്നു.** കാ. ക്രി.

അടുക്കുവതു. ന. കൊഴവൻ മുതലാളന്ന കൊടുക്കുന്ന അവകാശങ്ങളിൽ ഒന്നു.

അടുത്ത. വി. ൧, അരികെയുള്ള. ൨, പിന്നത്തെ. ൩, ചേരുന്ന. ൪, സംബന്ധിച്ച.

അടുപ്പ്. ന. വല്ലതും വെക്കുന്നതിന്ന തീ കത്തിച്ച മുകളിൽ പാത്രം വെപ്പാൻ തക്കവണ്ണം ഉണ്ടാക്കിയ സ്ഥലം.

അടുപ്പം. ന. ൧, സമീപം. ൨, സംബന്ധം. ൩, അറിമുഖം. ൪, സ്നേഹം.

അടെക്കാ. ന. കവുങ്ങിൻെറ കായ്, പാക്ക.

അടെക്കാക്കത്തി. ന. അടെക്കാ വെട്ടുന്നതിന്നുള്ള ഒരായുധം, പാക്കവെട്ടി.

അടെക്കാക്കുരുവി. ന. ചെറിയ കുരുവിപ്പക്ഷി.

അടെക്കാമണിയൻ. ന. ഒരു തൈ.

അടെക്കാമരം. ന. കവുങ്ങു.

അടെച്ചിൽ. ന. പാത്രം വഴി വാതിൽ മുതലായവ അടെക്കുക.

അടെപ്പ്. അല്ലെങ്കിൽ, **അടപ്പ്.** ന. ൧, പെട്ടി ചെപ്പ ഭരണി മുതലായവ അടെപ്പാനുള്ള വസ്തു. ൨, പലവിധത്തിലും അടെയുക.

അടയുന്നു. ഞ്ഞു. വാൻ. (അട.) അ. ക്രി. പാത്രം വഴി വാതിൽ മുതലായവ ഓരോ പ്രകാരം മൂടപ്പെട്ടതായും, തടുക്കപ്പെട്ടതായും, അടെക്കപ്പെട്ടതായും മററും തീരുന്നു. **അടെക്കുന്നു.** സ. ക്രി. **അടെപ്പിക്കുന്നു.** കാ. ക്രി.

അട്ട. ന. ൧, വളരെക്കാലുള്ള ഒരു ജന്തു. ഇതു കറുപ്പ ചുവപ്പ മുതലായ പല നിറത്തിൽ ഒരു നെല്ലിട നീളമുള്ളതു തുടങ്ങി ഒന്നര ചാൺ വരെയും നീളമുള്ളതായിട്ട പല മാതിരി ഉണ്ടു. ൨, വെള്ളത്തിലെ അട്ട.

അട്ടക്കരി. ന. പുകയറ.

അട്ടം. ന. ൧, വീട്ടിന്റെ മേൽഭാഗത്തു കാററുകൊള്ളുവാൻ തക്കവണ്ണം ഉണ്ടാക്കിയ സ്ഥലം. ൨, അല്പനാളേക്കായിട്ടു മാളികപോലെ കെട്ടിയുണ്ടാക്കുന്ന സ്ഥലവും മററും. ൩, പരണ.

അട്ടഹാസം. ന. ൧, ഉറക്കെ ചിരിക്കുക. ൨, അലറുക.

അട്ടഹാസിക്കുന്നു. അല്ലെങ്കിൽ, **അട്ടാസിക്കുന്നു.** ച്ചു. പ്പാൻ. (അട്ടഹാസി.) അ. ക്രി. ൧, ഉറക്കെ ചിരിക്കുന്നു. ൨, അലറുന്നു.

അട്ടാലം. ന. ൧, രാജധാനി. ൨, ഗോപുരം. ൩, മാളിക. ൪, കോട്ടയുടെ മുകളിലുള്ള ഒരു പുര.

അട്ടാലിക. ന. മേല്പറഞ്ഞ അൎത്ഥം.

അട്ടി. ന. ൧, നിര, ക്രമം. ൨, കൂട്ടം.

അട്ടിപ്പേറു. ന. മുതലാളിനോടു നിലം പുരയിടങ്ങൾ വില തീൎപ്പായി എഴുതി വാങ്ങിക്കുന്നതിനു ചില ദിക്കിൽ പറഞ്ഞുവരുന്ന പേരു.

അട്ടിപ്പേറോല. ന. മേല്പറഞ്ഞപ്രകാരം വില തീൎപ്പായി എഴുതി വാങ്ങിക്കുന്നതിനുള്ള അച്ചാടിയോല.

അട്ടിപ്പേറോലക്കരണം. ന. മേൽപറഞ്ഞപ്രകാരം എഴുതിവാങ്ങിച്ച ഓല.

അണ. ന. ൧, വെള്ളം തടുക്കുന്ന ചിറ. ൨, വായുടെ അകത്തു ഇടത്തും വലത്തുമുള്ള രണ്ടു ഭാഗം. ൩, വാഴക്കൈ.

അണക. വി. (കൻ, കാ, കം.) വി. ന. അല്പമായ, താണതായ.

അണക്കടപ്പല്ല്. ന. അണപ്പല്ലു, വായുടെ രണ്ടു കോണിലുമുള്ള പല്ലു.

അണച്ചിൽ. ന. ൧, സമീപിക്ക. ൨, ആലിംഗനം ചെയ്ക.

അണപ്പല്ല്. ന. അണയിലുള്ള പല്ലു.

അണയത്തു. അ. അരികെ.

അണയം. ന. സമീപം.

അണയുന്നു. ഞ്ഞു. വാൻ. (അണ.) അ. ക്രി. ൧, ചേരുന്നു. ൨, അടുക്കൽ ചെല്ലുന്നു. **അണെക്കുന്നു.** സ. ക്രി.

അണലി. ന. ഒരു വക വിഷമുള്ള പാമ്പു.

അണവു. ന. ൧, അടുത്തുചെല്ലുക. ൨, ആലിംഗനം.

അണവീനം. ന. ചെറുനെല്ലു വിളയുന്ന സ്ഥലം.

അണവ്യം. ന. മേല്പറഞ്ഞ അൎത്ഥം.

അണി. ന. ൧, വണ്ടിയുടെ അച്ചുതണ്ടിന്റെ അററത്തു വെക്കുന്ന ആപ്പു. ൨, അതിരു. ൩, മൂൎച്ചയുള്ള ആയുധത്തിന്റെ മുന. (൫) സൈന്യങ്ങളുടെ നില.

അണിച്ചിൽ. ന. നല്ലവസ്ത്രം ആഭരണം മുതലായവകൊണ്ടു ശരീരത്തെ അലങ്കരിക്ക, പുഷ്പം മുതലായവകൊണ്ടു ഭവനവും മററും അലങ്കരിക്കുക.

അണിമാവു. ന. അഷ്ടൈശ്വൎയ്യങ്ങളിൽ ഒന്നാമത്തെ ഐശ്വൎയ്യം, ഏററവും ചെറുതാകൽ.

അണിയം. ന. കപ്പലിന്റെയും വഞ്ചിത്തിന്റെയും തല.

അണിയക്കാറൻ. ന. അണിയത്തു തുഴയുന്നവൻ.

അണിയറ. ന. ആട്ടക്കാർ മുതലായവർ വേഷം ചമയുന്ന സ്ഥലം.

അണിയുന്നു. ഞ്ഞു. വാൻ. (അണി.) സ. ക്രി. ആഭരണം മുതലായവകൊണ്ടു അലങ്കരിക്കുന്നു. **അണിയിക്കുന്നു.** കാ. ക്രി.

അണിവിരൽ. ന. മോതിരവിരൽ, ചെറുവിരലിനോടടുത്ത വിരൽ.

അണിയസ്സ്. വി. (യാൻ, യസി, യസ്സ.) വി. ന. ഏററവും ചെറിയ.

അണു. വി. (ണുഃ, ണ്വീ, ണു.) വി. ന. ചെറിയ.

അണു. ന. ൧, ഒരു നെല്ലിന്റെ പേർ. ൨, ഏററവും ചെറിയ പൊടി.

അണുക. വി. (കൻ, കാ, കം.) വി. ന. ൧, ചെറുതായ. ൨, മിടുക്കുള്ള.

അണെക്കുന്നു. ച്ചു. പ്പാൻ. (അണ.) അ. ക്രി. ൧, കതെക്കുന്നു. ൨, സ. ക്രി. മൂൎച്ചകൂട്ടുന്നു. ൩, ആലിംഗനം ചെയ്യുന്നു.

അണെപ്പു. ന. ൧, കതെക്കുക. ൨, മൂൎച്ചകൂട്ടുക.

അണ്ടം. ന. കഷണം, ഇരണ്ടം.

അണ്ടർ. ന. ദേവകൾ.

അണ്ടർകോൻ. ന. ഇന്ദ്രന്റെ പേർ.

അണ്ടി. ന. ൧, മാങ്ങായുടെ അകത്തെ കുരു. ൨, പഴങ്ങളുടെ അകത്തെക്കുരു. ൩, കപ്പൽമാങ്ങയുടെ പുറത്തെ അണ്ടി. ൪, ശൂദ്രരിൽ ഒരു താണ ജാതി. ൫, വൃഷണം.

അണ്ഡം. അല്ലെങ്കിൽ, **അണ്ഡകം.** ന. ൧, മൊട്ട. ൨, ഗോളം. ൩, വൃഷണം. ൪, ആകാശം ഭൂമി സമുദ്രം ആ സകലം അടങ്ങിയ ലോകം.

അണ്ഡകടാഹം. ന. ലോകം മുഴുവൻ.

അണ്ഡകോശം. ന. വൃഷണം.

അണ്ഡകോഷം. ന. ൧, വൃഷണം. ൨, ഭൂഗോളം.

അണ്ഡജ. വി. (ജൻ, ജാ, ജം.) വി. ന. മൊട്ടയിൽനിന്നുണ്ടായ.

അണ്ഡജം. ന. ൧, പക്ഷി. ൨, സൎപ്പം. ൩, മത്സ്യം. ൪, ഗൌളി.

അണ്ഡജ്ജാ. ന. കസ്തൂരി.

അണ്ഡാകൃതി. ന. മുട്ടയുടെ രൂപം.

അണ്ഡാശയം. ന. ജന്തുക്കളുടെ ഉള്ളിൽ മുട്ടകൾ ഉല്പവിച്ചു വളരുന്ന ഭാഗം.

അണ്ണൻ. ന. ജ്യേഷ്ഠൻ.

അണ്ണാക്കു. ന. നാക്കിന്റെ ചുവടു, തൊണ്ട.

അണ്ണാക്കണ്ണൻ. ന. ഒരു ചെറിയ ജന്തു, അണ്ണാൻ.

അണ്ണാക്കൊട്ടൽ ; അണ്ണീ. ന. ഓരോവക അണ്ണാന്റെ ജാതിപ്പേരുകൾ.

അണ്ണാൻ. ന. മേല്പറഞ്ഞ ജന്തു. ഇതു രണ്ടുമാതിരിയുണ്ടു : അണ്ണാൻ, മലയണ്ണാൻ.

അണ്ണാവി. ന. ആൎയ്യബ്രാഹ്മണരിൽ ശ്രേഷ്ഠതയുള്ള ഒരു വൎഗ്ഗം.

അതു. ന. പ. ൧, അകലെയിരിക്കുന്ന വസ്തു. ൨, മുൻപറഞ്ഞ കാൎയ്യം.

അതടം. ന. ചരിവു.

അതന്ത്രൻ. ന. ദൈവം.

അതന്ദ്ര. വി. (ന്ദ്രൻ, ന്ദ്രാ, ന്ദ്രം.) വി. ന. മടിയില്ലാത്ത, ഉത്സാഹമുള്ള.

അതലം. ന. ഭൂമിക്കു താഴെയുള്ള ഒരു ലോകം, പാതാളം.

അതലസ്പൎശ. വി. (ശൻ, ശാ, ശം.) വി. ന. തലസ്പൎശമില്ലാത്ത, ഏററവും താഴ്ചയുള്ള, അടിയിലെ സ്ഥലം കാണ്മാനും തൊടുവാനും വഹിയാത്ത.

അതസി. ന. ഒരു ചെടി, ചണം.

അതാ. അ. അകലെയുള്ള വസ്തുവിനെ കാണിച്ചു പറയുന്ന ഒരവ്യയം.

അതി. അ. അധികം, ഏററവും. ഇതു സംസ്കൃതപദങ്ങൾക്കു മുൻപേ വെക്കപ്പെടുമ്പോൾ, കവിയുന്ന, ശ്രേഷ്ഠതയുള്ള, എന്നിവകളുടെ അൎത്ഥം വരും.

അതികൃതം. ന. വേണ്ടതിലധികം ചെയ്യപ്പെട്ടതു.

അതിക്രമം. ന. ൧, അപ്പുറം കടക്കുക. ൨, കല്പനയും മററും ലംഘിക്ക. ൩, കവിച്ചിൽ. ൪, കയ്യേററം.

അതിക്രമി. വി. (മീ, മിണി, മി.) വി. ന. അതിക്രമിക്കുന്ന, അപ്പുറം കടക്കുന്ന, കവിഞ്ഞുനില്ക്കുന്ന.

അതിക്രമിക്കുന്നു. ച്ചു. പ്പാൻ. (അതിക്രമി.) സ. ക്രി. ൧, അപ്പുറം കടക്കുന്നു. ൨, കല്പനയും മററും ലംഘിക്കുന്നു. ൩, കവിഞ്ഞുനില്ക്കുന്നു. ൪, കയ്യേററം ചെയ്യുന്നു.

അതിഗന്ധ. വി. (ന്ധൻ, ന്ധാ, ന്ധം.) വി. ന. ഏററവും മണമുള്ള.

അതിഗന്ധം. ന. എരുവപ്പുല്ലു.

അതിഗൎജ്ജനം. ന. ൧, അഹങ്കാരശബ്ദം, അലച്ചു. ൨, അധികമായ കോപം. ൩, വലിയ ഇടിമുഴക്കം. ൪, ഉറച്ചു ശകാരിക്കുക. ൫, മഹായുദ്ധം.

അതിഗൎജ്ജിത. വി. (തൻ, താ, തം.) വി. ന. അഹങ്കാരമുള്ള.

അതിഗുണം. വി. ൧, വിശേഷഗുണത്തോടുകൂടിയ. ൨, യോഗ്യതയില്ലാത്ത.

അതിചര. വി. (രൻ, രാ, രീ, രം.) വി. ന. അപ്പുറം പോകുന്ന.

അതിചരം. ന. ഓരിലത്താമര.

അതിച്ഛത്രം. അല്ലെങ്കിൽ, **അതിച്ഛത്രകം.** ന. കൂൺ.

അതിച്ഛത്ര. ന. ൧, ചതകുപ്പ. ൨, ഒരു തൈ.

അതിജവ. വി. (വൻ, വാ, വം.) വി. ന. ഏററവും വേഗമുള്ള.

അതിതരാം. അ. ഏററവും, വളരെ അധികം.

അതിഥി. ന. വഴിപോക്കൻ.

അതിഥിസല്ക്കാരം. ന. വഴിപോക്കർക്കു ഭക്ഷണവും മററും കൊടുക്കുക.

അതിദാനം. ന. ഔദാൎയ്യം.

അതിദേവൻ. ന. ൧, ഏററവും ശ്രേഷ്ഠനായ ദേവൻ. ൨, ശിവൻ.

അതിൻവണ്ണം. അ. അപ്രകാരം.

അതിനിഹാരി. ന. അധികമുള്ള മണം.

അതിപന്ഥാവു. ന. നല്ലവഴി.

അതിപാതം. ന. ൧, വിഘ്നം. ൨, ലംഘനം. ൩, വിരോധം.

അതിപാതകം. ന. ഏററവും ഹീനമായ പാപം.

അതിപ്രസംഗം. ന. കൂടക്കൂടെ പറക, അധികം പറക.

അതിബല. വി. (ലൻ, ലാ, ലം.) വി. ന. അധികം ശക്തിയുള്ള.

അതിബലൻ. ന. സാമൎത്ഥ്യമുള്ള പടയാളി.

അതിബലാ. ന. ൧, ഊപ്പം. ൨, ഒരു മരുന്നു.

അതിബാലാ. ന. രണ്ടു വയസ്സായ പശുക്കുട്ടി.

അതിമധുര. വി. (രൻ, രാ, രം.) വി. ന. ൧, ഏററവും മധുരമുള്ള. ൨, ഏററവും ഇഷ്ടമുള്ള.

അതിമധുരം. ന. ഇരട്ടിമധുരം, അധികമായ മധുരം.

അതിമൎയ്യാദ. വി. (ദൻ, ദാ, ദം.) വി. ന. ചട്ടത്തെ അതിക്രമിച്ച, മുറയെ കവിഞ്ഞ.

അതിമാത്ര. വി. (ത്രൻ, ത്രാ, ത്രം.) വി. ന. അധികമായുള്ള.

അതിമാന്ദ്യം. ഏററവും സാവധാനത.

അതിമാനുഷ. വി. (ഷൻ, ഷി, ഷം.) വി. ന. മനുഷ്യരെക്കവിഞ്ഞ, സാമാന്യത്തിലധികം വിശേഷമുള്ള.

അതിമായ. വി. (യൻ, യാ, യം.) അല്ലെങ്കിൽ, **അതിമായിക.** (കൻ, കീ, കം.) വി. ന. മായയിൽ ഉൾപ്പെടാത്ത, മായയെ ജയിച്ച.

അതിമുക്ത. വി. (ക്തൻ, ക്താ, ക്തം.) വി. ന. ൧, സന്തതിയില്ലാത്ത, വിത്തില്ലാത്ത, മച്ചിയായുള്ള, തരിശായുള്ള. ൨, ഏററവും തള്ളപ്പെട്ട, വിടപ്പെട്ട.

അതിമുക്തം. ന. ൧, കുരുക്കത്തിമുല്ല. ൨, പനച്ചി.

അതിമുക്തകം. ന. ൧, തൊട്ടുകാര. ൨, പനച്ചി. ൩, കുരുക്കത്തിമുല്ല.

അതിരു. ന. പറമ്പിന്റെയും മററും അവസാനം, അറുതി, എല്ക.

അതിരഥൻ. ന. തേർതെളിക്കുന്നവൻ മരിച്ചുപോയാലും താൻ തന്നേ തേർ തെളിച്ചുംകൊണ്ടു യുദ്ധംചെയ്തു ശത്രുവിനെ ജയിക്കുന്ന വില്ലാളി.

അതിരസ. വി. (സൻ, സാ, സം.) വി. ന. ഏററവും രസമുള്ള, മധുരമുള്ള.

അതിരസാ. ന. ൧, ഒരു വള്ളി. ൨, ഇന്ദ്രിയങ്ങൾക്കും മനസ്സിന്നും പ്രീതികരമായ.

അതിരിക്ത. വി. (ക്തൻ, ക്താ, ക്തം.) വി. ന. ഏറിയ, വൎദ്ധിച്ച, അധികമായ. **അതിരിക്തത.** ഗു. ന. ആധിക്യം, അധികത.

അതിരേക. വി. (കൻ, കാ, കം.) വി. ന. അധികമായ, കവിയുന്ന.

അതിരോഗം. ന. വലിയ ദീനം, രാജയക്ഷ്മാവു.

അതിവാദം. ന. നീരസംപറക.

അതിവാദി. ന. ൧, അധികം സംസാരിക്കുന്നവൻ. ൨, വാചാലൻ.

അതിവാസന. ന. ൧, നല്ല സൌരഭ്യം. ൨, ഗ്രഹിക്കുന്നതിനുള്ള സാമൎത്ഥ്യം. ൩, പ്രവൃത്തികളുടെ വശത.

അതിവിടയം. ന. ഒരങ്ങാടിമരുന്നു.

അതിവിഷ. ന. അതിവിടയം.

അതിവൃഷ്ടി. ന. അധികമായിട്ടുള്ള മഴ.

അതിവേല. വി. (ലൻ, ലാ, ലം.) വി. ന. ൧, കാലത്തെയൊ, മൎയ്യാദയെയൊ അതിക്രമിച്ച. ൨, പെരുകിയ.

അതിവ്യഥ. ന. വലിയ വേദന.

അതിവ്യാപ്തി. ന. ൧, ഒന്നിന്റെ ലക്ഷണത്തെ പറയുമ്പോൾ ആ ലക്ഷണം ആയതിനു മാത്രമല്ലാതെ മററൊന്നിന്നുകൂടെ ഉണ്ടായിരിക്കുക. ൨, അധികമായി വ്യാപിക്ക. ൩, ലാക്കിനു അപ്പുറം പോക.

അതിശക്ത. വി. (ക്തൻ, ക്താ, ക്തം.) വി. ന. അധികം ബലമുള്ള. **അതിശക്തിത.** ഗു. ന. വിക്രമം.

അതിശക്തി. ന. അധികമായ ബലം.

അതിശക്തിഭാൿ. ന. ഏററവും ബലമുള്ളവൻ.

അതിശയ. വി. (യൻ, യാ, യം.) വി. ന. ൧, അധികമായുള്ള, പെരുകിയ. ൨, വിശേഷമായുള്ള.

അതിശയം. അ. അധികം, പെരികെ.

അതിശയം. ന. ആശ്ചൎയ്യം, അത്ഭുതം.

അതിശയിക്കുന്നു. ച്ചു. പ്പാൻ. (അതിശയി.) അ. ക്രി. പെരുകുന്നു, ഏറുന്നു. (മ) വിസ്മയിക്കുന്നു. **അതിശയിപ്പിക്കുന്നു.** കാ. ക്രി.

അതിശയോക്തി. ന. ൧, ഗുണദോഷങ്ങളെ ഉള്ളതിൽ അധികമായി പറക. ൨, അലങ്കാരശാസ്ത്രത്തിൽ ഒരു അലങ്കാരത്തിന്റെ പേർ.

അതിസക്തി. വി. ൧, ഏററവും അടുപ്പം. ൨, വളരെ സ്നേഹം. ൩, അധികം താല്പൎയ്യം.

അതിസന്ധാനം. ന. ചതിവു.

അതിസന്ധ്യ. ന. ഉഷസ്സിന്നു മുമ്പും സന്ധ്യയ്ക്കു പിമ്പുമുള്ള അല്പസമയങ്ങൾ.

അതിസജ്ജനം. ന. ദാനം.

അതിസപ്പ്ണം. ന. ഗർഭത്തിലുള്ള ശിശുവിന്റെ അതിയായ ഇളക്കം.

അതിസവ്വം. ന. എല്ലാററിലും വിശേഷമായ.

അതിസവ്വൻ. ന. ദൈവം.

അതിസഗ്ഗി. ക്രി. ൧, ആഗ്രഹപ്രകാരം മനുവദിക്ക. ൨, ഇഷ്ടപ്രകാരം ചെയ്യുന്നതിനനുവദിക്ക. ൩, ജോലിയിൽനിന്നു പിരിച്ചുവിടുക. ൪, കൊടുക്ക.

അതിസാന്തപനം. ന. ഉഗ്രമായ ഒരുവക തപസ്സ്.

അതിസാംവത്സരം. വി. ഒരു വഷത്തിലധികമായ.

അതിസാർകി. വി. (കി, കിനീ, കി.) വി. ന. അതിസാരമുള്ള.

അതിസാര. വി. (രൻ, രാ, രം.) വി. ന. ഏററവും ബലവും മറവുമുള്ള.

അതിസാരം. ന. ഒരു ദീനം, വയറൊഴിവു.

അതിസൌരഭം. ന. ൧, വളരെ സുഗന്ധം. ൨, മാവു.

അതീത. വി. (തൻ, താ, തം.) വി. ന. കഴിഞ്ഞുപോയ.

അതീതനൌക. വി. (കൻ, കാ, കം.) വി. ന. തോണിയിൽനിന്നു കരെക്കിറങ്ങിയ.

അതീതേദ്യു. അ. തലേദിവസം, കഴിഞ്ഞദിവസം.

അതീതേഹനി. അ. മേല്പറഞ്ഞ അത്ഥം.

അതീന്ദ്രിയ. വി. (യൻ, യാ, യം.) വി. ന. ഇന്ദ്രിയങ്ങളെക്കൊണ്ടറിവാൻ വഹിയാത്ത.

അതീവ. അ. ഏററവും, വളരെ.

അതീസാരം. ന. ഒരു ദീനം, അതിസാരം.

അതു. സ. ന. ൧, ആ സാധനം. ൨, ആ. ഉ—ം. അതു കാലം (ആ കാലം.)

അതുരണ്ട്യം. വി. വേഗമില്ലാതെ, മന്ദമായി.

അതുല. വി. (ലൻ, ലാ, ലം.) വി. ന. തുല്യമില്ലാത്ത.

അതുലം. ന. എള്ളിന്റെ തൈ.

അതുലിത. വി. (തൻ, താ, തം.) വി. ന. തുലിതമല്ലാത്ത, തുല്യമാക്കപ്പെടാത്ത, സമമല്ലാത്ത.

അതൃത്തി. ന. അതിരു, എല്ലുക.

അതൃത്തിത്തല. ന. അതിരു.

അതെ. അ. അനുസരണവാക്കു, ഉവ്വ.

അത്തം. ന. ഇരുപത്തേഴ നാളിൽ പതിമ്മൂന്നാമത്തെ നാളിന്റെ പേർ.

അത്തൽ. ന. ൧, ദുഃഖം. ൨, ഭയം. ൩, ഒരു സുഗന്ധവെള്ളം.

അത്തൽപ്പെടുന്നു. ട്ടു. വാൻ. (അത്തൽ.) അ. ക്രി. ദുഃഖിക്കുന്നു. **അത്തൽപ്പെടുത്തുന്നു**. സ. ക്രി.

അത്താണി. ന. ചുമടുതാങ്ങി.

അത്താഴം. ന. രാത്രിഭക്ഷണം.

അത്തി. ന. ഒരു വൃക്ഷം.

അത്തികാ. ന. (നാടകത്തിൽ) മൂത്ത സഹോദരിക്കു പറയുന്ന ഒരു പേർ.

അത്തിത്തിപ്പലി. ന. ഒരങ്ങാടിമരുന്നു.

അത്തിയാൽ. ന. അത്തിവൃക്ഷം.

അത്ഭുതം. ന. ആശ്ചര്യം, അതിശയം.

അത്ഭുതപ്പെടുന്നു. ട്ടു. വാൻ. (അത്ഭുതം.) അ. ക്രി. വിസ്മയിക്കുന്നു.

അത്ഭുതവിക്രമ. വി. (മൻ, മാ, മം.) വി. ന. ആശ്ചര്യം തോന്നത്തക്ക പരാക്രമമുള്ള.

അത്യഗ്നി. ന. ൧, അഗ്നിയെക്കാൾ അധികരിച്ചതു. ൨, കഠിനമായ ദഹനം.

അത്യന്ത. വി. (ന്തൻ, ന്താ, ന്തം.) വി. ന. പെരുകിയ, അധികമായുള്ള. അ. ഏററവും പെരികെ, അധികം.

അത്യന്തഗാമി. (മീ, മിനീ, മി.) വി. ന. വേഗമായി അധികം കടക്കുന്ന.

അത്യന്തകോപന. വി. (നൻ, നാ, നീ, നം.) വി. ന. അധികം കോപമുള്ള.

അത്യന്തിക. വി. (കൻ, കീ, കം.) വി. ന. അധികമായ, പെരുകിയ.

അത്യന്തികൻ. ന. വലിയ നടപ്പുകാരൻ.

അത്യന്തീനൻ. ന. വേഗത്തിൽ നടക്കുന്നവൻ.

അത്യമ്ലം. വി. വളരെ പുളിയുള്ള.

അത്യമ്ലാ. ന. ഒരുവക നാരകം.

അത്യയം. ന. ൧, മരണം. ൨, മനസ്സുമുട്ടു. ൩, ലംഘനം. ൪, ഉപദ്രവം. ൫, ശിക്ഷ. ൬, നാശം.

അത്യത്ഥ. വി. (ത്ഥൻ, ത്ഥാ, ത്ഥം.) വി. ന. അധികമായുള്ള. അ. പെരികെ, ഏററവും.

അത്യാകാരം. ന. ൧, കുററം പറക, ആക്ഷേപം. ൨, നിന്ദ.

അത്യാക്രമിക്ക. ക്രി. സ. ൧, സമീപിത്തു വരിക. ൨, എതിൎക്കുക.

അത്യാഗ്രഹം. ന. അധികമായ ആഗ്രഹം, ദുരാഗ്രഹം.

അത്യാചാരം. ന. പൂൎവ്വിക മൎയ്യാദെക്കു വിരോധമായ പ്രവൃത്തി.

അത്യാദിത്യം. വി. ആദിത്യനേക്കാൾ ശോഭയുള്ള.

അത്യാനന്ദാ. ന. രതിയിൽ ആസക്തിയില്ലായ്മ.

അത്യാപത്തു. ന. വലിയ അരിഷ്ടത, അപകടം, അനൎത്ഥം.

അത്യായത. വി. (തൻ, താ, തം.) വി. ന. അധികം നീണ്ട, വിസ്താരമായ.

അത്യായു. ന. യാഗത്തിനുള്ള ഒരു വക പാത്രം.

അത്യാരൂഢൻ. ന. ൧, അധികം വളൎന്നവൻ. ൨, ഉയൎന്ന സ്ഥിതിയിലുള്ളവൻ.

അത്യാവശ്യം. ന. തിട്ടുതി, കൂടിയേ കഴിവു എന്നുള്ളതു.

അത്യാശ. ന. ദുരാഗ്രഹം, വലിയ ആഗ്രഹം.

അത്യാസക്തി. ന. അധികമായ ജാഗ്രത, താല്പൎയ്യം.

അത്യാസന്ന. വി. (ന്നൻ, ന്നാ, ന്നം.) വി. ന. അധികം അടുത്ത.

അത്യാഹിതം. ന. ൧, മഹാഭയം. ൨, ആഗ്രഹം കൂടാതെയുള്ള പ്രവൃത്തി.

അത്യുക്തി. ന. യഥാൎത്ഥത്തെ അധികരിച്ചു പറക.

അത്യുഗ്രം. വി. ൧, വളരെ ഭയങ്കരമായ. ൨, വളരെ ഉച്ചത്തിൽ. ൩, ന. കായം.

അത്യുച്ച. വി. (ച്ചൻ, ച്ചാ, ച്ചം.) വി. ന. വളരെ പൊക്കമുള്ള, ഉറക്കെയുള്ള.

അത്യുന്നതം. വി. വളരെ പൊക്കമുള്ള.

അത്യൂഹം. ന. അന്യവിചാരത്തോടു കൂടാത്ത ധ്യാനം, ചിന്ത.

അത്ര. അ. ഇവിടെ.

അത്രടം; അത്രേടം; അത്രോടം. ദി. ആ സ്ഥലംവരെ.

അത്ര. ദി. പെരികെ.

അത്രമാത്രം. അ. ൧, ആ സംഗതിയിൽ തന്നേ. ൨, ഒട്ടധികം.

അത്രയും. അ. മുഴുവനെ.

അത്രാന്തരെ. അ. ആ ഇടയ്ക്ക്, അപ്പോൾ.

അത്രി. ന. ൧, ഒരു മഹൎഷിയുടെ പേർ. ൨, ഒരു നക്ഷത്രത്തിന്റെ പേർ.

അത്രേ. അ. ൧, തനിയേ. ൨, മാത്രം.

അത്രോളം; അത്രത്തോളം. വി. ൧, അവിടം വരെ. ൨, ഒട്ടധികമായി.

അഥ. അ. ഇതു ഓരോ സംഗതികളുടെ ആരംഭത്തിൽ പ്രയോഗിച്ചുവരുന്ന ഒരവ്യയപദം. ഇതിന്നു അനന്തരം, അതിന്റെ ശേഷം, ഒക്കയും, എന്നാൽ, ഇങ്ങനെ അൎത്ഥം വരും. ചോദ്യത്തിലും വരും.

അഥൎവ്വം. ന. ബ്രാഹ്മണവേദങ്ങളിൽ നാലാമത്തെ വേദം.

അഥവാ. അല്ലെങ്കിൽ, **അന്യഥാ.** അ. മറെറാരു പ്രകാരം.

അഥൊ. അ. അഥ എന്ന പദത്തിന്റെ അൎത്ഥം തന്നെ.

അദഗ്ധം. ന. ദഹിപ്പിക്കപ്പെടാത്തതു.

അദനം. ന. ൧, ഭക്ഷണം. ൨, ഭക്ഷിക്കുക.

അദണ്ഡ്യൻ. ന. ശിക്ഷിക്കപ്പെടുവാൻ യോഗ്യനല്ലാത്തവൻ.

അദന്ത. വി. (ന്തൻ, ന്താ, ന്തം.) വി. ന. ദന്തമില്ലാത്ത, പല്ലില്ലാത്ത.

അദഭ്ര. വി. (ഭ്രൻ, ഭ്രാ, ഭ്രം.) വി. ന. അധികമുള്ള, വളരെ, വലിയ.

അദയം. വി. ദയവില്ലാതെ.

അദലം. വി. ൧, ഇലയില്ലാത്ത. ൨, ഇതളില്ലാത്ത.

അദൎശനം. ന. ദൎശനമല്ലായ്ക, കാണായ്ക.

അദാന്യൻ. ന. കൊടുക്കാത്തവൻ.

അദാന്തൻ. ന. അടക്കമില്ലാത്തവൻ.

അദാലത്തു. ന. ദ്രവ്യകാൎയ്യങ്ങൾ ഇടപെട്ട വ്യവഹാരം.

അദിക്കുന്നു. ച്ചു. പ്പാൻ. (അദി.) സ. ക്രി. ഭക്ഷിക്കുന്നു. **അദിപ്പിക്കുന്നു.** കാ. ക്രി.

അദിതി. ന. കാശ്യപന്റെ ഭാൎയ്യമാരിൽ ഒരുത്തി.

അദിതിനന്ദനന്മാർ. ന. ദേവകൾ.

അദ്യം. ന. ഭക്ഷണം.

അദൂര. വി. (രൻ, രാ, രം.) വി. ന. ദൂരമല്ലാത്ത, അരികെയുള്ള.

അദൂരവൎത്തി. വി. (ൎത്തി, ൎത്തിനി, ൎത്തി.) വി. ന. ദൂരവൎത്തിയല്ലാത്ത, അരികെ സഞ്ചരിക്കുന്ന.

അദൃക്. വി. (ത്രിഷു.) വി. ന. ദൃക്കില്ലാത്ത, കണ്ണില്ലാത്ത, കണ്ണുകാണാത്ത, അറിവില്ലാത്ത.

അദൃശ്യ. വി. (ശ്യൻ, ശ്യാ, ശ്യം.) വി. ന. ദൃശ്യമല്ലാത്ത, കാണ്മാൻ വഹിയാത്ത, കാണരുതാത്ത, **അദൃശ്യത.** സ്ത്രീ. ന. കാണ്മാൻ വഹിയായ്ക.

അദൃഷ്ട. വി. (ഷ്ടൻ, ഷ്ടാ, ഷ്ടം.) വി. ന. ദൃഷ്ടമല്ലാത്ത, കാണപ്പെടാത്ത.

അദൃഷ്ടം. ന. സുഖത്തിനൊ ദുഃഖത്തിനൊ കാരണമായിട്ടു മുമ്പിൽ ചെയ്തിട്ടുള്ള പുണ്യമൊ പാപമൊ, അകാരണമായിട്ടൊ വിചാരിക്കാതെയൊ ഉണ്ടാകുന്ന തീ, വെള്ളം മുതലായതിൽ നിന്നുണ്ടാകുന്ന ഭയം.

അദൃഷ്ടി. അല്ലെങ്കിൽ, **അദൃഷ്ടിക.** ന. ക്രൂരമായുള്ള നോട്ടം.

അദ്ദേഹം. ആയാൾ എന്നു പറയുന്നതിനു പകരം മാനിച്ചു പറയുന്ന ഒരു വാക്കു.

അദ്ധാ. അ. ൧, സത്യമായിട്ടു. ൨, ഉടനെ.

അദ്മര. വി. (രൻ, രാ, രം.) വി. ന. വളരെ ഭക്ഷിക്കുന്ന.

അദ്യ. അ. ഇന്നു, ഇപ്പോൾ.

അദ്യതന. വി. (നൻ, നാ, നം.) വി. ന. ഇപ്പോഴത്തേതിനെ സംബന്ധിച്ചുള്ള, വൎത്തമാനകാലസംബന്ധമായ.

അദ്യം. ന. ഭക്ഷണം.

അദ്യാപി. അ. ൧, ഇന്നുതന്നെ, ഇപ്പോൾ തന്നെ. ൨, ഇന്നും, ഇപ്പോഴും.

അദ്യൈവ. അ. ൧, ഇന്നു തന്നെ. ൨, ഇപ്പോൾ തന്നെ.

അദ്രി. ന. ൧, പൎവ്വതം. ൨, വൃക്ഷം. ൩, ആദിത്യൻ. ൪, കല്ലു. ൫, ഇടിവാൾ. ൬, ഒരളവു. ൭, ഏഴ്.

അദ്രിജ. വി. (ജൻ, ജാ, ജം.) വി. ന. പൎവ്വതത്തിൽനിന്നു ജനിച്ച.

അദ്രിജാ. ന. പാൎവ്വതി.

അദ്രിജം. ന. കാവിമണ്ണു.

അദ്രരാജൻ. ന. പൎവ്വത രാജാവു, ഹിമവാൻ പൎവ്വതം.

അദ്രിശൃംഗം. ന. മലമുകൾ, കൊടുമുടി.

അദ്രുതം. വി. വേഗമില്ലാതെ, സാവധാനത്തിൽ.

അദ്വയ. വി. (യൻ, യാ, യം.) വി. ന. ദ്വയമല്ലാത്ത, രണ്ടില്ലാത്ത, ഒന്നായ.

അദ്വയൻ. ന. ബുദ്ധന്മാരിൽ ഒരുത്തൻ, ബുദ്ധമഹൎഷി.

അദ്വയവാദി. ന. ൧, ബുദ്ധമഹൎഷി, ബുദ്ധന്മാരിൽ ഒരുത്തൻ. ൨, ഒരു ദൈവമെ ഉള്ളു എന്നു പറയുന്ന മാൎഗ്ഗക്കാരൻ.

അദ്വിതീയ. വി. (യൻ, യാ, യം.) വി. ന. ദ്വിതീയമല്ലാത്ത, ഒന്നാമതായ, മുഖ്യമായ.

അദ്വൈതം. ന. ൧, ദ്വൈതമല്ലാത്തതു, ഏകത്വം. ൨, വേദാന്തശാസ്ത്രം.

അധമ. വി. (മൻ, മാ, മം.) വി. ന. കീഴ്ത്തരമായ; നിന്ദ്യമായ.

അധമഭൃതക. വി. (കൻ, കാ, കം.) വി. ന. ചുമടു ചുമക്കുന്ന.

അധമൎണ്ണ. വി. (ൎണ്ണൻ, ൎണ്ണാ, ൎണ്ണം.) വി. ന. കടം കൊള്ളുന്ന.

അധര. വി. (രൻ, രാ, രം.) വി. ന. താഴെയുള്ള, കീഴ്ത്തരമായുള്ള.

അധരം. ന. ചുണ്ടു, താഴത്തെച്ചൊടി.

അധരീണ. വി. (ണൻ, ണാ, ണം.) വി. ന. ൧, നിന്ദിക്കപ്പെട്ട. ൨, താഴ്ത്തി പറയപ്പെട്ട.

അധൎമ്മം. ന. ധൎമ്മമല്ലാത്തതു. ൧, അന്യായം. ൨, അനാചാരം. ൩, പാപം. ൪, ഒന്നാപ്പു.

അധൎമ്മ. ന. ൧, അന്യായക്കാരൻ. ൨, മറവിട്ടു നടക്കുന്നവൻ. ൩, ധൎമ്മത്തിനു വിരോധമായിട്ടു ചെയ്യുന്നവൻ.

അധൎമ്മിഷ്ഠൻ. ന. മേല്പറഞ്ഞ അൎത്ഥം.

അധവാ. ന. ധവനില്ലാത്തവൾ, ഭൎത്താവില്ലാത്തവൾ, വിധവസ്ത്രീ.

അധസ്ഥലം. ന. താഴത്തെ പ്രദേശം.

അധസ്താൽ. അ. താഴെ.

അധഃകരിക്കുന്നു, ച്ചു. പ്പാൻ. (അധഃകരി.) സ. ക്രി. താഴെയാക്കുന്നു. തോല്പിക്കുന്നു. **അധഃകരണം.** ന.

അധഃപതനം. ന. ൧, താഴെ വീഴുക. ൨, തോൽവി. ൩, പൂൎവ്വസ്ഥിതിയിൽ വരാത്തതായ തോൽവി. ൪, സ്ഥാനത്തുനിന്നു താഴുക.

അധാൎമ്മിക. വി. (കൻ, കാ, കം.)

വി. ന. ധൎമ്മമില്ലാത്ത, അന്യായമുള്ള.

അധി. അ. ഇതു സംസ്കൃതപദത്തിന്റെ ആദിയിൽ വരുമ്പോൾ അധികം ശ്രേഷ്ഠം. ഇങ്ങനെ പിന്നെയും പല അൎത്ഥങ്ങൾ വരും.

അധിക. വി. (കൻ, കാ, കം.) വി. ന. ൧, പെരുകിയ, വളരെ. ൨, വിശേഷമുള്ള. ൩, ശ്രേഷ്ഠതയുള്ള. ൪, വലിപ്പമുള്ള. **അധികത്വ, അധികതാ.** ഗു. ന. അധികാവസ്ഥ.

അധികപ്പെടുന്നു. ട്ടു. വാൻ. (അധിക.) അ. ക്രി. ഏറുന്നു, കവിയുന്നു.

അധികരണം. ന. ൧, വിഭക്തികളിൽ സപ്തമി. ൨, ഏതെങ്കിലും ഇരിക്കുന്നതിനും വെക്കുന്നതിനുമുള്ള പാത്രവും മററും.

അധികരിക്കുന്നു. ച്ചു. പ്പാൻ. (അധികരി.) സ. ക്രി. അതിക്രമിക്കുന്നു, കവിയുന്നു.

അധികൎദ്ധി. വി. (ദ്ധിഷു.) വി. ന. ൧, അതിഭാഗ്യമുള്ള. ൨, വൎദ്ധിച്ച.

അധികാംഗ. വി. (ഗൻ, ഗാ, ഗം.) വി. ന. സാമാന്യത്തിലധികം അവയവങ്ങളുള്ള.

അധികാംഗം. ന. പടച്ചട്ടയുടെ മീതെ കെട്ടുന്ന കച്ച.

അധികാരം. ന. ൧, ആധിപത്യം. ൨, പ്രാധാന്യത. ൩, അവകാശം. ൪, സ്ഥാനമാനം. ൫, ഉദ്യോഗം. ൬, അദ്ധ്യായം.

അധികാരി. ന. ൧, മേൽവിചാരക്കാരൻ, ഭരിക്കുന്നവൻ, ഉദ്യോഗസ്ഥൻ. ൨, അവകാശി.

അധികൃത. വി. (തൻ, താ, തം.) വി. ന. മേൽവിചാരം ചെയ്യപ്പെട്ട.

അധികൃതൻ. ന. അധികാരി.

അധിക്രമം. ന. അതിക്രമിച്ചു കടക്കുക, അക്രമം.

അധിഗമനം. ന. ൧, ശ്രേഷ്ഠത. ൨, ഉയൎച്ച.

അധിത്യക. ന. മലയുടെ മുകൾപരപ്പു.

അധിപൻ. ന. ൧, രാജാവു. ൨, മേലധികാരി. ൩, ഉടയക്കാരൻ. ൪, ഉദ്യോഗസ്ഥൻ.

അധിപഥം. അ. വഴിമേൽ, വഴിയിൽവെച്ചു.

അധിഭൂ. ന. ൧, രാജാവു. ൨, മേലധികാരി. ൩, ഉടയക്കാരൻ.

അധിരഥൻ. ന. ജയിക്കുന്നവൻ.

അധിരൂഢ. വി. (ഢൻ, ഢാ, ഢം.) വി. ന. കരേറിയ, കരേറപ്പെട്ട.

അധിരോഹണം. ന. കരേററം.

അധിരോഹിണി. ന. കോണി, കല്പട.

അധിവസിക്കുന്നു. ച്ചു. പ്പാൻ. (അധിവസി.) സ. ക്രി. പാൎക്കുന്നു. **അധിവസിപ്പിക്കുന്നു.** കാ. ക്രി.

അധിവാസം. ന. ൧, വീടു. ൨, പാൎക്കുക. ൩, സുഗന്ധിപ്പിക്കുക.

അധിവിന്ന. ന. മൂത്ത ഭാൎയ്യ.

അധിശ്രയണി. ന. തീച്ചൂള, അടുപ്പു.

അധിഷ്ഠാതാവു. ന. വ്യവസ്ഥ നിശ്ചയിച്ചു ക്രമപ്രകാരം നടത്തുന്നവൻ.

അധിഷ്ഠാത്രി. ന. മേൽപ്രകാരം നടത്തുന്നവൾ.

അധിഷ്ഠാനം. ന. ൧, പ്രഭുത്വം, ഇരിപ്പു. ൨, ഭവനം. ൩, പട്ടണം. ൪, സ്ഥാനം. ൫, ചക്രം, വണ്ടി.

അധിഷ്ഠാപിത. വി. (തൻ, താ, തം.) വി. ന. അധിവസിക്കപ്പെട്ട, സ്ഥാപിക്കപ്പെട്ട.

അധിഷ്ഠിത. വി. (തൻ, താ, തം.) വി. ന. ൧, ഇരിക്കപ്പെട്ട. ൨, ഉറപ്പിക്കപ്പെട്ട. ൩, നിശ്ചയിക്കപ്പെട്ട.

അധിക്ഷിപ്ത. വി. (പ്തൻ, പ്താ, പ്തം.) വി. ന. ൧, ശകാരിക്കപ്പെട്ട. ൨, നിന്ദിക്കപ്പെട്ട. ൩, അയയ്ക്കപ്പെട്ട. ൪, എറിയപ്പെട്ട.

അധിക്ഷേപം. ന. ൧, ശകാരം, നിന്ദവാക്കു. ൨, അയെക്കുക.

അധിക്ഷേപിക്കുന്നു. ച്ചു. പ്പാൻ. (അധിക്ഷേപി.) സ. ക്രി. ൧, അയെക്കുന്നു. ൨, ശകാരിക്കുന്നു.

അധീത. വി. (തൻ, താ, തം.) വി. ന. പഠിക്കപ്പെട്ട.

അധീതി. ന. പഠിതം.

അധീതി. വി. (തി, തിനി, തി.) വി. ന. പഠിതമുള്ള.

അധീന. വി. (നൻ, നാ, നം.) വി. ന. ചൊൽക്കീഴിൽ നില്ക്കുന്ന, അനുകൂലതയുള്ള, പഠിക്കുന്ന. **അധീനത.** ഗു. ന. അനുകൂലത, ചൊൽക്കീഴിൽ നില്ക്കുന്നവന്റെ അവസ്ഥ.

അധീനം. (മ) ന. ൧, കൈവശം. ൨, അധികാരം.

അധീര. വി. (രൻ, രാ, രം.) വി. ന. ധീരമല്ലാത്ത. ൧, ധൈൎയ്യമില്ലാത്ത. ൨, ഇളക്കമുള്ള.

അധീശൻ. ന. ൧, നാഥൻ. ൨, രാജാവു.

അധീശ്വരൻ. ന. ചക്രവൎത്തി, മഹാരാജാവു.

അധുനാ. അ. ഇപ്പോൾ.

അധൃഷ്ട. വി. (ഷ്ടൻ, ഷ്ടാ, ഷ്ടം.) വി. ന. ധൃഷ്ടമല്ലാത്ത. ൧, ധൈൎയ്യമില്ലാത്ത. ൨, ലജ്ജയുള്ള, അടക്കമുള്ള.

അധൃഷ്യ. വി. (ഷ്യൻ, ഷ്യാ, ഷ്യം.) വി. ന. ധൃഷ്യമല്ലാത്ത. ൧, അടുത്തുകൂടാത്തവണ്ണം ശക്തിയുള്ള. ൨, ഡംഭമുള്ള.

അധൃഷ്യ. ന. ഒരാറു.

അധൈൎയ്യ. വി. (ൎയ്യൻ, ൎയ്യാ, ൎയ്യം.) വി. ന. ധൈൎയ്യമില്ലാത്ത, ഉറപ്പില്ലാത്ത.

അധോഗതി. ന. താഴത്തോട്ടുള്ള പോക്ക.

അധോഘണ്ട. ന. ഒരു തൈ, വലിയ കടലാടി.

അധോജിഹ്വിക. ന. അടിനാക്കു.

അധോംശുകം. ന. ഉടുക്കുന്ന വസ്ത്രം.

അധോഭാഗം. ന. ചുവടു, താഴത്തെ പ്രദേശം.

അധോഭുവനം. ന. പാതാളലോകം.

അധോമുഖ. വി. (ഖൻ, ഖാ, ഖീ, ഖം.) വി. ന. ൧, കീഴ്പോട്ടു മുഖമായ, കവിഴ്ന്ന. ൨, കിഴക്കാന്തൂക്കമായ.

അധോലോകം. ന. താഴത്തെ ലോകം, പാതാളം.

അധോവായു. ന. കീഴശ്വാസം.

അധോക്ഷജൻ. ന. വിഷ്ണു.

അധഃ. അ. താഴെ.

അധഃപതനം. ന. താഴെ വീഴുക.

അധ്യണ്ഡ. ന. നായ്ക്കുരണ.

അധ്യയനം. ന. പഠിക്ക, വേദം പഠിക്ക.

അധ്യവസായം. ന. ഉത്സാഹം.

അധ്യക്ഷ. വി. (ക്ഷൻ, ക്ഷാ, ക്ഷം.) വി. ന. ൧, പ്രത്യക്ഷമായ. ൨, മേലധികാരമുള്ള. **അധ്യക്ഷത.** ഗു. ന. മേലധികാരം

അധ്യക്ഷം. ന. പാഴമുന്നാല.

അധ്യാത്മാവു. ന. ജീവാത്മാവു.

അധ്യാത്മജ്ഞാനം. ന. ആത്മസംബന്ധമായ അറിവു.

അധ്യാപകൻ. ന. വേദം പഠിപ്പിക്കുന്ന ഗുരു.

അധ്യാപനം. ന. വേദം ശാസ്ത്രം മുതലായവയെ പഠിപ്പിക്ക.

അധ്യായം. പുരാണങ്ങൾക്കും മററു ചില ഗ്രന്ഥങ്ങൾക്കും ഇടെക്കിടെക്കുള്ള ഓരോ നിൎത്തുകൾ, പകുപ്പ.

അധ്യായി. വി. (യീ, യിനീ, യി.) വി. ന. പഠിക്കുന്ന, ചൊല്ലുന്ന.

അധ്യാരൂഢ. വി. (ഢൻ, ഢാ, ഢം.) വി. ന. ൧, കേറിയ. ൨, ഏററവും അധികമായുള്ള.

അധ്യാരോപം. ന. ൧, ചുമത്തൽ, ഒന്നിന്റെ ദോഷമോ ഗുണമോ മ ററൊന്നിന്റെ മേലിൽ ആക്കി തീ ൎക്കുക. ഒരു വസ്തുവിങ്കൽ ഇല്ലാത്ത ഗു ണത്തിനെ ഉണ്ടെന്നു മററും ഊഹി ക്കു. ൨, തെററായി ഊഹിക്കു.

അധ്യാരോഹം. ന. കരേററം.

അധ്യാരോഹണം. ന. മേല്പറഞ്ഞ അൎത്ഥം.

അധ്യാഹരിക്കുന്നു. ച്ചു. പ്പാൻ. (അ ധ്യാഹരി.) സ. ക്രി. സ്പഷ്ടമായി പറ ഞ്ഞിട്ടില്ലാത്തതിനെ ഊഹിച്ചറിയുന്നു.

അധ്യാഹാരം; അധ്യാഹരണം. ന. ൧, ഊഹിക്കു. ൨, പറയാത്ത വാ ക്കിനെ നികത്തിച്ചേൎക്കു.

അധ്യൂഢ. വി. (ഢൻ, ഢാ, ഢം.) വി. ന. ൧, ഏററവും വളൎച്ച. ൨, അധി കമായ.

അധ്യൂഢ. ന. മൂത്തഭാൎയ്യ, രണ്ടു ഭാൎയ്യ മാരുള്ളതിൽ മുൻപിലത്തവൾ.

അധ്യേത. വി. (താവു്, ത്രി, തൃ.) വി. ന. അധ്യയനംചെയ്യുന്ന, പഠിയ്ക്കുന്ന, വേദപാരായണത്തിൽ ഏൎപ്പെട്ടിരി ക്കുന്ന.

അധ്യേഷണ. ന. ൧, ക്ഷണിക്കു. ൨, അപേക്ഷിക്കു.

അധ്രുവ. വി. (വൻ, വാ, വം.) വി. ന. നിശ്ചയമില്ലാത്ത, സ്ഥിരമില്ലാത്ത.

അദ്ധ്വാവു. ന. വഴി.

അദ്ധ്വഗൻ. ന. വഴിനടക്കുന്നവൻ, വഴിപോക്കൻ.

അദ്ധ്വഗം. ന. ഒട്ടകം.

അദ്ധ്വഗ. ന. ൧, ഗംഗനദി. ൨, വ ഴിപോക്കൻ.

അദ്ധ്വനീനൻ. ന. വഴിപോക്കൻ.

അദ്ധ്വന്യൻ. ന. വഴിപോക്കൻ.

അദ്ധ്വരം. ന. യാഗം.

അദ്ധ്വരഥം. ന. വഴിപോകുന്നതി നുള്ള തേരു.

അദ്ധ്വൎയ്യു. ന. യജുൎവ്വേദം പഠിച്ച ബ്രാഹ്മണൻ.

അദ്ധ്വംസ്ത. വി. (സ്തൻ, സ്താ, സ്തം.) വി. ന. നശിപ്പിക്കപ്പെടാത്ത.

അദ്ധ്വാനം. ന. വേല, പ്രയത്നം.

അദ്ധ്വാനപ്പെടുന്നു. ട്ടു. വാൻ. (അ ദ്ധ്വാനം). അ. ക്രി. വേലയെടുക്കുന്നു, പ്രയത്നം ചെയ്യുന്നു.

അദ്ധ്വാനിക്കുന്നു. ച്ചു. പ്പാൻ. (അ ദ്ധ്വാനി.) അ. ക്രി. മേല്പറഞ്ഞ അ ൎത്ഥം. **അദ്ധ്വാനിപ്പിക്കുന്നു.** കാ. ക്രി.

അദ്ധ്വാവു. ന. വഴി.

അൻ. ന. വിഷ്ണു.

അനക്കം. ന. ഇളക്കം.

അനഗാരൻ. ന. അഗാരമില്ലാത്ത വൻ, വീടില്ലാത്തവൻ, സന്യാസി, വ നവാസി.

അനഘ. വി. (ഘൻ, ഘാ, ഘം.) വി. ന. അഘമില്ലാത്ത. ൧, പാപമില്ലാ ത്ത. ൨, ദുഃഖമില്ലാത്ത, വ്യസനമി ല്ലാത്ത.

അനംഗ. വി. (ഗൻ, ഗാ, ഗം.) വി. ന. അംഗമില്ലാത്ത, ശരീരമില്ലാത്ത.

അനംഗൻ. ന. കാമദേവൻ.

അനംഗം. ന. ആകാശം.

അനംഗാരി. ന. ശിവൻ.

അനങ്ങുന്നു. ങ്ങി. വാൻ. (അനങ്ങ.) അ. ക്രി. ഇളകുന്നു. **അനക്കുന്നു.** സ. ക്രി.

അനച്ച. ന. ചൂടു. വി. ചൂടുള്ള.

അനച്ഛ. വി. (ച്ഛൻ, ച്ഛാ, ച്ഛം.) വി. ന. അച്ഛമല്ലാത്ത, കലങ്ങിയ.

അനഞ്ജനം. ന. ആകാശം.

അനദ്ധ്വാൻ. ന. കാള.

അനഡ്വാഹി. അല്ലെങ്കിൽ, **അന ഡ്വാഹി.** ന. പശു.

അനതീത. വി. (തൻ, താ, തം.) വി. ന. അതീതമല്ലാത്ത, കഴിഞ്ഞു പോകാത്ത, കടക്കാത്ത.

അനത്തുന്നു. ത്തി. വാൻ. (അനത്ത.) സ. ക്രി. ചൂടുപിടിപ്പിക്കുന്നു.

അനധീനം. വി. അധീനമല്ലാത്ത.

അനദ്ധ്യക്ഷ. വി. (ക്ഷൻ, ക്ഷാ, ക്ഷം.) വി. ന. അദ്ധ്യക്ഷമല്ലാത്ത. ൧, പ്രത്യക്ഷമല്ലാത്ത. ൨, മേലധികാ രമില്ലാത്ത.

അനദ്ധ്യായം; അനദ്ധ്യയനം. ന. പഠിത്തമില്ലാത്ത ഒഴിവുസമയം.

അനന്യം. ന. തുല്യമില്ലാത്തതു.

അനന്വയം. വി. സംബന്ധമില്ലാ ത്ത.

അനന്ത. വി. (ന്തൻ, ന്താ, ന്തം.) വി. ന. അന്തമില്ലാത്ത, അവസാനമില്ലാ ത്ത, നാശമില്ലാത്ത.

അനന്തൻ. ന. ൧, പ്രധാനന്മാരായ എട്ടു സൎപ്പങ്ങളിൽ ഒന്നു. ൨, വിഷ്ണു

അനന്തം. ന. ആകാശം.

അനന്തര. വി. (രൻ, രാ, രം.) വി. ന. അന്തരമില്ലാത്ത, പിന്നത്തെ, ഉ ള്ളോം അടുത്ത.

അനന്തരം. അ. അതിന്റെ ശേഷം.

അനന്തരവൻ. ന. തന്റെ ശേഷമാ യ മുതലവകാശി. ൧, അനുജൻ. ൨, മകൻ. ൩, മരുമകൻ, പിൻവാഴ്ച ക്കാരൻ.

അനന്തരപ്പാടു. ന. പിൻവാഴ്ചക്കാര ൻ, അവകാശി.

അനന്തരസ്ഥാനം. ന. അനന്തര വനുള്ള അവകാശം, പിൻവാഴ്ച.

അനന്തശയനം. ന. തിരുവനന്ത പുരം.

അനന്താ. ന. ൧, ഭൂമി. ൨, കറുക മു തലായ ചില മരുന്നുകൾ. ൩, പാ ൎവ്വതി.

അനന്യജൻ. ന. കാമദേവൻ.

അനന്യബന്ധു. വി. (ത്രിലി.) വി. ന. അന്യബന്ധുവില്ലാത്ത, മററു ബ ന്ധുവില്ലാത്ത.

അനന്യബുദ്ധി. വി. (ത്രിലി.) വി. ന. അന്യബുദ്ധിയില്ലാത്ത, ഒന്നിൽ തന്നെ ബുദ്ധിയുറപ്പിച്ച.

അനന്യഭാക്. ന. വേറൊരു ഓഹരി അല്ലെങ്കിൽ പങ്കു ഇല്ലാത്ത ആൾ.

അനന്യവൃത്തി. വി. (ത്തി, ത്തിനീ, ത്തി.) വി. ന. അന്യവൃത്തിയോടു കൂ ടാത്ത, ഒന്നിങ്കൽ തന്നെ മനസ്സുറച്ച.

അനന്യശാസന. വി. (നൻ, നാ, നം.) വി. ന. അന്യശാസനയോടുകൂ ടാത്ത, മററു കല്പനയോടുകൂടാത്ത, ഏകശാസനയുള്ള.

അനപത്യ. വി. (ത്യൻ, ത്യാ, ത്യം.) വി. ന. അപത്യമില്ലാത്ത, സന്തതി യില്ലാത്ത, പുത്രനില്ലാത്ത. **അനപ ത്യത്വം; അനപത്യത.** ഗു. ന. സന്തതിയില്ലായ്മ.

അനപരാദ്ധ്യ. വി. (ദ്ധ്യൻ, ദ്ധ്യാ.

ഷ്ഠ്യം.) വി. ന. ശ്രേഷ്ഠമായ, പ്രധാനമായ.

അനപായ. വി. (യൻ, യാ, യം.) വി. ന. അപായമില്ലാത്ത, നാശമില്ലാത്ത.

അനപേക്ഷ. വി. (ക്ഷൻ, ക്ഷാ, ക്ഷം.) വി. ന. അപേക്ഷയില്ലാത്ത, ആഗ്രഹമില്ലാത്ത.

അനപേക്ഷ. ന. ആഗ്രഹിക്കായ്ക, ഉപേക്ഷ.

അനപ്പ്. ന. ചൂട, ഉഷ്ണം.

അനന്ത്യത. (ത്വം) വി. തുല്യത.

അനന്യാദൃശം. വി. മററുള്ളവരെപോലല്ലാത്ത, വിശേഷമായ.

അനഭിജ്ഞൻ. ന. അറിവില്ലാത്തവൻ.

അനഭ്രംശം. ന. ഭേദിക്കപ്പെടാത്ത വാക്ക.

അനഭ്രം. വി. മേഘമില്ലാത്ത.

അനമൻ. ന ബ്രാഹ്മണൻ.

അനമ്ര. വി. നിഗളമുള്ള, വണക്കമില്ലാത്ത.

അനയം. ന. ൧, നയമല്ലാത്തതു, നീതികേട, മുറകേട. ൨, ആപത്തു.

അനരുന്നു. സ. വാൻ. (അനർ.) അ. ക്രി. ചൂടപിടിക്കുന്നു, കായുന്നു. **അനത്തുന്നു.** സ. ക്രി.

അനൎഗ്ഗള. വി. (ളൻ, ളാ, ളം.) വി. ന. അൎഗ്ഗളമില്ലാത്ത. ൧, സാക്ഷായില്ലാത്ത, തടവില്ലാത്ത. ൨, തന്നിഷ്ടമുള്ള.

അനൎഘം. ൧, വി. വിലമതിപ്പാൻ പാടില്ലാത്ത. ൨, ന. ശരിയല്ലാത്ത വില.

അനൎത്ഥ. വി. (ൎത്ഥൻ, ൎത്ഥാ, ൎത്ഥം.) വി. ന. അൎത്ഥമില്ലാത്ത. ൧, സമ്പത്തില്ലാത്ത. ൨, പ്രയോജനമില്ലാത്ത.

അനൎത്ഥം. ന. ഉപദ്രവം.

അനൎത്ഥക. വി. (കൻ, കാ, കം.) വി. ന. മെല്ലറഞ്ഞ അൎത്ഥം.

അനൎത്ഥകം. ന. അൎത്ഥമില്ലാത്ത വാക്ക.

അനൎഹ. വി. (ൎഹൻ, ൎഹാ, ൎഹം.) വി. ന. യോഗ്യതയില്ലാത്ത.

അനൽ. ന. ൧, ചൂട. ൨, തീ.

അനലൻ. ന. ൧, തീ. ൨, അഗ്നിദേവൻ. ൩, പിത്തം. ൪, വെളുത്ത വെണ്ടകം. ൫, കൊടുവേലി. ൬, അഷ്ടവസുക്കളിൽ ഒരുത്തൻ.

അനലംകൃത. വി. (തൻ, താ, തം.) വി. ന. അലംകൃതമല്ലാത്ത, അലംകരിക്കപ്പെടാത്ത.

അനല്പ. ന. ചൂട.

അനല്പ. വി. (ല്പൻ, ല്പാ, ല്പം.) വി. ന. അല്പമല്ലാത്ത, അനവധിയായ.

അനവദ്യം. ന. കുററമില്ലാത്തതു.

അനവച്ഛിന്നം. വി. അവച്ഛിന്നമല്ലാത്തതു, മുറിക്കപ്പെടാത്തത. ഒന്നിച്ചിരിക്കുന്നതു.

അനവധാന. വി. (നൻ, നാ, നം.) വി. ന. അവധാനമില്ലാത്ത, ശ്രദ്ധയില്ലാത്ത, ഓൎമ്മക്കുറവുള്ള. **അനവധാനത.** സ്ത്രീ. ന. ശ്രദ്ധയില്ലായ്ക.

അനവധി. വി. (ത്രിഷു) വി. ന. അവധിയില്ലാത്ത, അറുതിയില്ലാത്ത, വളരെ.

അനവമ. വി. (മൻ, മാ, മം.) വി. ന. ശ്രേഷ്ഠതയുള്ള, നല്ല.

അനവരത. വി. (തൻ, താ, തം.) വി ന. എന്നേക്കുമുള്ള, എപ്പോഴുമുള്ള.

അനവസരം. വി. ജോലിയുള്ള.

അനവസ്കര. വി. (രൻ, രാ, രം.) വി. ന. അവസ്കരമില്ലാത്ത, വെടിപ്പുള്ള.

അനവസ്ഥിത. വി. (തൻ, താ, തം.) വി. ന. അവസ്ഥിതമല്ലാത്ത, സ്ഥിരതയില്ലാത്ത, വ്യവസ്ഥയില്ലാത്ത.

അനവസ്ഥിതി. ന. അവസ്ഥിതിയില്ലായ്ക, സ്ഥിരതയില്ലായ്ക, വ്യവസ്ഥയില്ലായ്ക.

അനവാപ്ത. വി. (പ്തൻ, പ്താ, പ്തം.) വി. ന. അവാപ്തമല്ലാത്ത, ലഭിക്കാത്ത, ലഭിക്കപ്പെടാത്ത.

അനവ്രതൻ. ന. ൧, അല്പം സന്ന്യാസവൃത്തിയുള്ളവൻ. ൨, മേൽപ്രകാരമുള്ള ഒരു ജയിനൻ.

അനശന. വി. (നൻ, നാ, നം.) വി. ന. അശനമില്ലാത്ത, ഭക്ഷിക്കാത്ത, ഉപവസിക്കുന്ന.

അനശ്വര. വി. (രൻ, രാ, രം.) വി. ന. നശ്വരമല്ലാത്ത, നാശമില്ലാത്ത, എന്നേക്കുമുള്ള.

അനസൂയ. ന. അസൂയ ഇല്ലാഴിക.

അനസ്സ. ന. ൧, ചാട. ൨, ചോറു. ന. അമ്മ. ൪, ജനനം. ൫, ജീവൻ, ശ്വാസം.

അനഹങ്കാരം. അല്ലെങ്കിൽ, **അനഹങ്കൃതി.** ന. അഹങ്കാരമില്ലായ്ക, സാധുസ്വഭാവം, അടക്കം.

അനഹങ്കാരത്വം. ന. അഹങ്കാരമില്ലായ്ക.

അനക്ഷരം. ന. ഉചിതമല്ലാത്ത വാക്ക.

അനാകാര. വി. (രൻ, രാ, രം.) വി. ന. ആകാരമില്ലാത്ത, രൂപമില്ലാത്ത, വിരൂപമായ.

അനാകുല. വി. (ലൻ, ലാ, ലം.) വി. ന. ആകുലമില്ലാത്ത, ദുഃഖമില്ലാത്ത, കുഴച്ചിലില്ലാത്ത, സമ്മിശ്രമല്ലാത്ത.

അനാകൃഷ്ട. വി. (ഷ്ടൻ, ഷ്ടാ, ഷ്ടം.) വി. ന. ആകൃഷ്ടമല്ലാത്ത, ആകൎഷിക്കപ്പെടാത്ത, വലിക്കപ്പെടാത്ത.

അനാകൃതം. വി. വിരോധിക്കപ്പെടാത്ത.

അനാക്രാന്ത. വി. എതിൎക്കപ്പെടാത്ത.

അനാഗത. വി. (തൻ, താ, തം.) വി. ന. ആഗതമല്ലാത്ത. ൧, വരാത്ത. ൨, വരാനിരിക്കുന്ന, (ഇതു കാലത്തോട ചേരും.) ൩, അറിയാത്ത. ൪, പഠിക്കാത്ത, പഠിക്കാത്ത.

അനാഗതാൎത്തവ. ന. കന്യക, തെരണ്ടാത്ത പെണ്ണു.

അനാഗമം. വി. ൧, അഗമമല്ലാത്ത, വരാത്ത. ൨, (വ്യവഹാരത്തിൽ) ആധാരമില്ലാത്ത.

അനാഗമ്യൻ. ന. അടുത്തുകൂടാത്തവൻ.

അനാചാര. വി. (രൻ, രാ, രം.) വി. ന. ആചാരമില്ലാത്ത, മൎയ്യാദയില്ലാത്ത.

അനാചാരം. ന. ആചാരമില്ലായ്മ. ൧, മൎയ്യാദകേട. ൨, സന്മാൎഗ്ഗമില്ലായ്മ.

അനാജ്ഞപ്ത. വി. (പ്തൻ, പ്താ, പ്തം.) വി. ന. ആജ്ഞപ്തമല്ലാത്ത, കല്പിക്കപ്പെടാത്ത.

അനാജ്ഞാതൻ. ന. ൧, അറിയപ്പെടാത്തവൻ. ൨, അറിയപ്പെട്ട എല്ലാററിനെക്കാൾ ശ്രേഷ്ഠൻ.

അനാതുര. വി. (രൻ, രാ, രം.) വി. ന. ആതുരമല്ലാത്ത. ൧, ദുഃഖമില്ലാത്ത. ൨, രോഗമില്ലാത്ത.

അനാഥ. വി. (ഥൻ, ഥാ, ഥം.) വി. ന. നാഥനില്ലാത്ത, രാജാവില്ലാത്ത, രക്ഷിതാവില്ലാത്ത, ഭൎത്താവില്ലാത്ത.

അനാദരം. ന. ആദരമില്ലായ്മ, പരിഭവം.

അനാദി. വി. (ത്രിഷു.) വി. ന. ആദിയില്ലാത്ത.

അനാദിതരിശു. ന. ഏറിയകാലമായിട്ടു തരിശു കിടക്കുന്ന നിലം.

അനാദിബന്ധം. ന. ഇടവിടാതുള്ള മായാസംബന്ധം.

അനാദൃത. വി. (തൻ, താ, തം.) വി.

ന. ആദൃതമല്ലാത്ത, ആദരിക്കപ്പെടാത്ത, നിന്ദിക്കപ്പെട്ട.

അനാദ്യ. വി. (ദ്യൻ, ദ്യാ, ദ്യം.) വി. ന. ഫ, ആദ്യമില്ലാത്ത, എല്ലാററിലും മുൻപേയുള്ള. വ, തിന്നരുതാത്ത.

അനാദ്യൻ. ന. ആദിയില്ലാത്തവൻ, എല്ലാവരിലും മുൻപെ ഉള്ളവൻ, ദൈവം.

അനാദ്യവിദ്യ. ന. ഠംശ്വരന്റെ ശക്തി, മായ.

അനാധാര. വി. (രൻ, രാ, രം.) വി. ന. ആധാരമില്ലാത്ത, സഹായമില്ലാത്ത, ആശ്രയമില്ലാത്ത.

അനാധി. വി. ആധിയില്ലാത്ത, വ്യാകുലമില്ലാത്ത.

അനാധൃഷ്ടം. വി. ഫ, തടുക്കപ്പെട്ടുവാൻ വഹിയാത്ത. വ, കുററമില്ലാത്ത. ന, അഹങ്കാരമില്ലാത്ത.

അനാപ്തി. ന. ലഭിക്കാതിരിക്കുക, പ്രാപിക്കാതിരിക്കുക.

അനാമക. വി. (കൻ, കാ, കം.) വി. ന. നാമമില്ലാത്ത, പേരില്ലാത്ത.

അനാമകം. ന. അർശ്ശസ്സ, മൂലരോഗം.

അനാമയം. ന. ആമയമില്ലായ്മ, ദീനമില്ലായ്മ, ശരീരസൌഖ്യം.

അനാമിക. ന. മോതിര വിരൽ.

അനായാസം. വി. ന. ആയാസമില്ലാത്ത, പ്രയാസമില്ലാത്ത.

അനായാസകൃതം. വി. ന. പ്രയാസംകൂടാതെ ഉണ്ടാക്കപ്പെട്ട. (ഇതു കഷായത്തോട ചേരും.)

അനാരത. വി. (തൻ, താ, തം.) വി. ന. എപ്പോഴുമുള്ള, നിത്യമായ. അ. നിത്യമായിട്ട.

അനാൎയ്യം. വി. യോഗ്യമല്ലാത്ത. ആൎയ്യവൎഗ്ഗത്തിൽ പെടാത്ത.

അനാൎയ്യതിക്തം. ന. വേപ്പുമരം.

അനാലസ്യ. വി. (സ്യൻ, സ്യാ, സ്യം). വി. ന. ഫ, ആലസ്യമില്ലാത്ത, ക്ഷീണമില്ലാത്ത. വ, ചൊടിപ്പുള്ള.

അനാലസ്യം. ന. ഫ, ആലസ്യമില്ലായ്മ, ക്ഷീണമില്ലായ്മ. വ, ചൊടിപ്പ.

അനാവശ്യം. ന. ഫ, ആവശ്യമില്ലായ്മ. വ, പ്രയോജനമില്ലായ്മ. ന, അസംബന്ധം.

അനാവില. വി. (ലൻ, ലാ, ലം.) വി. ന. ആവിലമല്ലാത്ത, കലങ്ങാത്ത, തെളിഞ്ഞ.

അനാവൃത. വി. (തൻ, താ, തം.) വി. ന. ആവൃതമല്ലാത്ത. ഫ, ചുററപ്പെടാത്ത. വ, മറെക്കപ്പെടാത്ത. ന, ഉടുക്കപ്പെടാത്ത.

അനാവൃഷ്ടി. ന. വൃഷ്ടിയില്ലായ്മ, മഴയില്ലായ്മ.

അനാശ. വി. ഫ, ആശയില്ലാത്ത. വ, നാശമില്ലാത്ത.

അനാശ്രയ. വി. (യൻ, യാ, യം.) വി. ന. ആശ്രയമില്ലാത്ത, രക്ഷയില്ലാത്ത.

അനാശ്രയം. ന. ആശ്രയമില്ലായ്മ, രക്ഷയില്ലായ്മ.

അനാസ്തികൻ. ന. ആസ്തികനല്ലാത്തവൻ, നിരീശ്വരമതക്കാരൻ.

അനാസ്ഥ. വി. ഫ, വിചാരമില്ലാത്ത. വ, വിശ്വാസമില്ലാത്ത. ന, ആദരവില്ലാത്ത.

അനാസ്ഥാനം. വി. ഫ, നിജമായ ഇരിപ്പിടമൊ സ്ഥലമൊ ഇല്ലാത്ത. വ, നിജമായ ഇരിപ്പിടത്തിനുതകാത്ത.

അനാഹത. വി. (തൻ, താ, തം.) വി. ന. ഫ, ആഹതമല്ലാത്ത, അടിക്കപ്പെടാത്ത. വ, മുറിക്കപ്പെടാത്ത.

അനാഹതം. ന. ഫ, ധ്യാനമറിയിൽ പറയുന്ന ആറു സ്ഥാനങ്ങളിൽ ഹൃദയത്തിലെ ഒരു ഭാഗം. വ, കോടിവസ്ത്രം.

അനാഹാൎയ്യം. വി. ഫ, കരകൌശലത്താലുണ്ടാക്കപ്പെടാത്ത, സ്വാഭാവികമായ. വ, ഭക്ഷണത്തിനു യോഗ്യമല്ലാത്ത.

അനിച്ഛ. ന. ആഗ്രഹമില്ലായ്മ.

അനിച്ഛു. ന. ആഗ്രഹമില്ലാത്ത ആൾ.

അനിത്യ. വി. (ത്യൻ, ത്യാ, ത്യം.) വി. ന. നിത്യമല്ലാത്ത, ഏറെക്കാലം നില്ക്കാത്ത. **അനിത്യത.** ഗു. ന. ഏറെക്കാലം നില്ലായ്ക.

അനിന്ദിത. വി. (തൻ, താ, തം.) വി. ന. നിന്ദിതമല്ലാത്ത, നിന്ദിക്കപ്പെടാത്ത.

അനിന്ദ്രിയം. വി. ഫ, ഇന്ദ്രിയമല്ലാത്ത. വ, വിവേകമുള്ള.

അനിമിഷം. അല്ലെങ്കിൽ, **അനിമേഷം.** ന. ഫ, മത്സ്യം. വ, കണ്ണടയ്ക്കാത്തതു. ന, ദേവജാതി.

അനിരുദ്ധ. വി. (ദ്ധൻ, ദ്ധാ, ദ്ധം.) വി. ന. ഫ, ശുദ്ധമായിട്ട സഞ്ചരിക്കുന്ന. വ, തടയപ്പെടാത്ത, തന്നിഷ്ടമുള്ള.

അനിരുദ്ധൻ. ന. പ്രദ്യുമ്നന്റെ പുത്രൻ.

അനിൎദ്ധാരിതം. വി. ക്ലിപ്തപ്പെടുത്താത്ത.

അനിൎവ്വചനീയം. വി. ഫ, പറയപ്പെടുവാൻ വഹിയാത്ത, വൎണ്ണിപ്പാൻ വഹിയാത്ത. വ, (വേദാന്തം.) ഫ, മായ. വ, ലോകം.

അനിൎവ്വചനീയൻ. ന. ദൈവം.

അനിൎവ്വാണം. വി. കഴുകാത്ത, കുളിക്കാത്ത.

അനിൎവ്വാച്യം. വി. (അനിൎവ്വചനീയം നോക്കുക.)

അനിൎവ്വേദം. വി. നിരാശയില്ലാത്ത, ധൈൎയ്യമുള്ള.

അനിൎവ്വേശം. വി. പ്രവൃത്തിയില്ലാത്ത. വ, നികൃഷ്ടമായ.

അനിലൻ. ന. വായു, കാററു.

അനിവാൎയ്യ. വി. (ൎയ്യൻ, ൎയ്യാ, ൎയ്യം.) വി. ന. നിവാൎയ്യമല്ലാത്ത, തട്ടത്തുകൂടാത്ത.

അനിശം. അ. എപ്പോഴും, നിത്യമായിട്ട.

അനിശ്ചിതം. വി. നിശ്ചയിച്ചിട്ടില്ലാത്ത, വിചാരിച്ചിരിക്കാതെയുള്ള, സംശയാസ്പദമായ.

അനിഷ്ട. വി. (ഷ്ടൻ, ഷ്ടാ, ഷ്ടം.) വി. ന. ഇഷ്ടമല്ലാത്ത, പ്രിയമല്ലാത്ത, ആഗ്രഹിക്കപ്പെടാത്ത.

അനിഷ്ടം. ന. ഇഷ്ടക്കേട.

അനിഴം. ന. ഇരുപത്തേഴിൽ പതിനേഴാം നക്ഷത്രം.

അനീകം. ന. ഫ, സൈന്യം. വ, യുദ്ധം.

അനീകസ്ഥൻ. ന. ഫ, ആയുധത്തോട കൂടെയുള്ള അകമ്പടിക്കാരൻ. വ, സൈന്യപാലൻ. ന, ചെണ്ടപയുദ്ധം ചെയ്യുന്നവൻ.

അനീകിനി. ന. സൈന്യം, വഹവ്വ ആനകളും വഹവ്വ തേരുകളും നൂറ്റെഴുപതു കുതിരകളും എൺമ്പത കാലാൾപടകളും കൂടിയതു.

അനീതി. ന. ഫ, നീതിയില്ലാത്തതു, മൎയ്യാദകേട. വ, ദുൎന്നടപ്പ.

അനീശ്വര. വി. (രൻ, രാ, രം.) വി. ന. ഫ, ഈശ്വരനില്ലാത്ത, ദൈവമില്ലാത്ത. വ, രക്ഷിതാവില്ലാത്ത.

അനീശ്വരവാദി. ന. ഈശ്വരവാദി അല്ലാത്തവൻ, ദൈവമില്ലെന്നു പറയുന്നവൻ, നാസ്തികൻ.

അനീഹൻ. ന. ആഗ്രഹമില്ലാത്തവൻ.

അനു. ഇതു സംസ്കൃതപദങ്ങൾക്കു മുൻപേ വെക്കുന്ന ഒരവ്യയപദം. ൧, പിന്നാലെ. ൨, പോലെ. ൩, കീഴെ. ൪, കൂടെ. ൫, ഒരുമിച്ചു. ൬, അംശമായിട്ടു. ൭, ഓരോന്നായിട്ടു. ൮, അടുക്കൽ. ൯, കുറിച്ച്. ൧൦, യഥാക്രമമായി, തോറും ഇങ്ങനെ അൎത്ഥങ്ങൾ വരും.

അനുക. വി. (കൻ, കാ, കം.) വി. ന. ദുൎമ്മോഹമുള്ള, കാമശീലമുള്ള.

അനുകഥനം. ന. കൂടെ പറക, പിന്നാലെ പറക.

അനുകമ്പ. ന. ദയ, കൃപ.

അനുകമ്പിത. വി. (തൻ, താ, തം.) വി. ന. ദയചെയ്യപ്പെട്ട.

അനുകമ്പ്യ. വി. (മ്പ്യൻ, മ്പ്യാ, മ്പ്യം.) വി. ന. ദയ ചെയ്യപ്പെടുവാൻ തക്ക.

അനുകരണം. ന. തുല്യമായി തീരുക, മറെറാരുത്തനെപോലെ ചെയ്ക.

അനുകരിക്കുന്നു. ച്ചു. പ്പാൻ. (അനുകരി.) സ. ക്രി. കണ്ടുചെയ്യുന്നു, മറെറാരുത്തനെ പോലെ ചെയ്യുന്നു, തുല്യമായി തീരുന്നു.

അനുകല്പ. വി. (ല്പൻ, ല്പാ, ല്പം.) വി. ന. ഏകദേശം തുല്യമായ.

അനുകൎഷം. ന. ൧, വണ്ടിയുടെ ചുവട്. ൨, മന്ത്രംകൊണ്ടു വിളിക്ക.

അനുകൎഷണം. ന. ൧, മന്ത്രംകൊണ്ടു വിളിക്ക. ൨, ആകൎഷിക്ക.

അനുകാമം. ൧, അ. കാമാനുസരണം, ഇഷ്ടംപോലെ. ൨, ന. ആഗ്രഹം.

അനുകാമീനൻ. ന. ഇഷ്ടംപോലെ നടക്കുന്നവൻ, ഇഷ്ടംപോലെ പ്രവൃത്തിക്കുന്നവൻ.

അനുകാരം. ന. മറെറാരുത്തനെ പോലെ ചെയ്ക.

അനുകാരി. വി. (രീ, രിണി, രി.) വി. ന. മറെറാരുത്തനെപ്പോലെ ചെയ്യുന്ന, തുല്യമായി തീരുന്ന.

അനുകാലം. അവ്യ. കാലത്തിനു തക്കപോലെ.

അനുകൂല. വി. (ലൻ, ലാ, ലം.) വി. ന. തന്റെ ഇഷ്ടത്തിനു സഹായിക്കുന്ന, സ്നേഹമുള്ള. **അനുകൂലത.** സ്ത്രീ. ന. അനുസരിപ്പു, സഹായത, വിരോധമില്ലായ്മ.

അനുകൂലപ്പെടുന്നു. ട്ടു. വാൻ. (അനുകൂല.) അ. ക്രി. സഹായമാകുന്നു. **അനുകൂലപ്പെടുത്തുന്നു.** സ. ക്രി.

അനുക്തം.

അനുക്രമം. ന. ക്രമത്തിന്നു തക്കവണ്ണം, ക്രമത്തെ അനുസരിച്ചുള്ള മുറ.

അനുക്രമണികാ. ന. ഒരു പുസ്തകത്തിലെ സംഗതി വിവരം.

അനുക്രോശം. ന. കരുണ, ദയ.

അനുഗ. വി. (ഗൻ, ഗാ, ഗം.) വി. ന. പിന്നാലെ ചെന്ന.

അനുഗൻ. ന. ഭൎത്താവു.

അനുഗത. വി. (തൻ, താ, തം.) വി. ന. ൧, പിന്നാലെ ചെന്ന. ൨, ലഭിക്കപ്പെട്ട, പിന്നാലെ ചെല്ലപ്പെട്ട.

അനുഗതി. ന. പിന്നാലെ ചെല്ലുക.

അനുഗമം. അല്ലെങ്കിൽ, **അനുഗമനം.** ന. ൧, പിന്നാലെ ചെല്ലുക. ൨, കൂടെ മരിക്ക.

അനുഗമിക്കുന്നു. ച്ചു. പ്പാൻ. (അനുഗമി.) സ. ക്രി. പിന്നാലെ ചെല്ലുന്നു, കൂടെ പോകുന്നു.

അനുഗമ്യ. വി. (മ്യൻ, മ്യാ, മ്യം.) വി. ന. പിന്നാലെ ചെല്ലുവാൻ തക്ക.

അനുഗാമി. ന. കൂടെ പോകുന്നവൻ, പിന്നാലെ പോകുന്നവൻ.

അനുഗുണ. വി. (ണൻ, ണാ, ണം.) വി. ന. യോജ്യതയുള്ള, ഗുണംകൊണ്ടു തുല്യമായ.

അനുഗുപ്തം. വി. മറയ്ക്കപ്പെട്ട.

അനുഗൃഹീത. വി. (തൻ, താ, തം.) വി. ന. അനുഗ്രഹിക്കപ്പെട്ട.

അനുഗ്രഹം. ന. ൧, ആശീൎവ്വാദം. ൨, നന്മ വരുവാൻ തക്കവണ്ണമുള്ള പ്രവൃത്തി.

അനുഗ്രഹിക്കുന്നു. ച്ചു. പ്പാൻ. (അനുഗ്രഹി.) സ. ക്രി. ആശീൎവ്വാദം ചെയ്യുന്നു, നന്മ വരുവാൻ തക്കവണ്ണം എന്തെങ്കിലും ചെയ്യുന്നു.

അനുചരൻ. ന. പിന്നാലെ കൂടെ പോകുന്നവൻ, ഭൃത്യൻ.

അനുചരിക്കുന്നു. ച്ചു. പ്പാൻ. (അനുചരി.) സ. ക്രി. പിന്നാലെ കൂടെ പോകുന്നു.

അനുചരീ. ന. പിന്നാലെ നടക്കുന്നവൾ, ദാസി.

അനുചാരി. വി. (രീ, രിണി, രി.) വി. ന. പിന്നാലെ കൂടെനടക്കുന്ന.

അനുചിത. വി. (തൻ, താ, തം.) വി. ന. ഉചിതമല്ലാത്ത, കൊള്ളരുതാത്ത.

അനുചിന്തനം. ന. ൧, കൂടിവിചാരം. ൨, വീണ്ടും വിചാരം.

അനുജ. വി. (ജൻ, ജാ, ജം.) വി. ന. പിന്നാലെ ഉണ്ടായ.

അനുജൻ. ന. ഇളയ സഹോദരൻ.

അനുജത്തി. ന. ഇളയ സഹോദരി.

അനുജന്മ. വി. (ന്മാ, ന്മാ, ന്മ.) വി. ന. പിന്നീടുണ്ടായ.

അനുജന്മാവു. ന. ഇളയ സഹോദരൻ, അനുജൻ.

അനുജാ. ന. ഇളയ സഹോദരി.

അനുജാത. വി. (തൻ, താ, തം.) വി. ന. പിന്നാലെ ജനിച്ച, പിന്നീടുണ്ടായ.

അനുജാതൻ. ന. അനുജൻ.

അനുജീവി. വി. (വീ, വിനീ, വി.) വി. ന. സേവിച്ചുപാൎക്കുന്ന, ആശ്രയിച്ചു പാൎക്കുന്ന.

അനുജ്ഞ. ന. ൧, അനുവാദം. ൨, കല്പന.

അനുജ്ഞാത. വി. (തൻ, താ, തം.) വി. ന. അനുവദിക്കപ്പെട്ട, കല്പിക്കപ്പെട്ട.

അനുതപിക്കുന്നു. ച്ചു. പ്പാൻ. (അനുതപി.) അ. ക്രി. ചെയ്തതിനെക്കുറിച്ചു പിന്നീടു ദുഃഖിക്കുന്നു.

അനുതൎഷം. ന. ൧, ദാഹം. ൨, ആഗ്രഹം. ൩, ഒരു പാനപാത്രം.

അനുതൎഷണം. ന. ൧, ചാരായംകുടിക്കുന്ന ഒരു പാത്രം. ൨, ചാരായം പകൎന്നുകൊടുക്ക.

അനുതാപം. ന. ചെയ്തതിനെ കുറിച്ചു പിന്നെയുള്ള ദുഃഖം.

അനുത്തമ. വി. (മൻ, മാ, മം.) വി. ന. അതിശ്രേഷ്ഠതയുള്ള, വിശേഷമുള്ള.

അനുത്തര. വി. (രൻ, രാ, രം.) വി. ന. ൧, അതിശ്രേഷ്ഠതയുള്ള. ൨, ഉത്തരം പറയാത്ത. ൩, സ്ഥിരമായ. ൪, തെക്കുള്ള. ൫, താണ.

അനുത്ഥാനം. ന. പ്രയത്നമില്ലായ്മ.

അനുദാത്തം. ന. ഉയൎച്ചയോ താഴ്ചയോ കൂടാത്ത ശബ്ദം.

അനുദിനം. അ. ദിവസംപ്രതി.

അനുദ്യമ. വി. (മൻ, മാ, മം.) വി. ന. ഉത്സാഹമില്ലാത്ത, മടിയുള്ള.

അനുദ്ധത. വി. നിഗളമില്ലാത്ത, താഴ്മയുള്ള.

അനുനന്ദിക്കുന്നു. ച്ചു. പ്പാൻ. (അനുനന്ദി.) സ. ക്രി. ൧, പ്രശംസിക്കുന്നു. ൨, സന്തോഷിക്കുന്നു.

അരക്കഴൽ. ന. വെള്ളികൊണ്ടൊ ചെമ്പുകൊണ്ടൊ ഉണ്ടാക്കി അരയിൽ ഇടുന്ന ഒരു ആഭരണം.

അരഘട്ട. ന. തുലായന്ത്രം, ഏത്തം.

അരങ്ങു. ന. ൧, സഭ. ൨, ആട്ടം ക്രുത്തു മുതലായ കളികൾക്കുള്ള സ്ഥലം, രംഗസ്ഥലം, ആയുധാഭ്യാസം പഠിക്കുന്ന സ്ഥലം, കളരി. ൩, പോർക്കളം.

അരങ്ങഴിച്ചിൽ. ന. പലരും കേൾക്കത്തക്കവണ്ണം നിന്ദിക്ക, ലോകാപവാദം.

അരങ്ങഴിയുന്നു. ഞ്ഞു. വാൻ. (അരങ്ങഴി.) അ. ക്രി. മാനക്കേടു ഭവിച്ചു നടക്കുന്നു, നാണംകെട്ടു നടക്കുന്നു. **അരങ്ങഴിക്കുന്നു.** സ. ക്രി.

അരങ്ങഴിവു. ന. ലോകാപവാദം.

അരങ്ങിടുന്നു. ട്ടു. വാൻ. (അരങ്ങിട.) അ. ക്രി. ആരംഭിക്കുന്നു, തുടങ്ങുന്നു.

അരങ്ങുന്നു. ങ്ങി. വാൻ. (അരങ്ങ.) സ. ക്രി. നെല്ലുകുത്തിത്തോലിക്കുന്നു, അരങ്ങുന്നു.

അരങ്ങേറുന്നു. റി. വാൻ. (അരങ്ങേറ.) അ. ക്രി. അഭ്യാസം കഴിഞ്ഞിട്ടു ഒന്നാമതു സഭയിൽ പ്രയോഗിക്കുന്നു.

അരങ്ങേററം. ന. അഭ്യാസം കഴിഞ്ഞാൽ ഒന്നാമതു സമക്ഷത്തു കാണിക്ക.

അരചു. ന. ൧, രാജത്വം. ൨, മയ്യാമ.

അരചൻ; അരശൻ. ന. രാജാവു, പ്രഭു.

അരചുവാഴ്ച. ന. രാജവാഴ്ച.

അരച്ചട്ട. ന. കൊച്ചു കുപ്പായം, അരവരെയും എത്തുന്ന കുപ്പായം.

അരച്ചല്ലടം. ന. അരമുതൽ മുട്ടുവരെയുള്ള കൊച്ചു ചട്ട.

അരച്ചുരിക. ന. പൈതങ്ങളുടെ അരയിൽ ഇരിമ്പുകൊണ്ടുണ്ടാക്കിയിടുന്ന ഒരാഭരണം.

അരഞ്ഞാൺ. അപ്ലെയിൽ, **അരഞ്ഞാണം.** ന. അരയിൽ ഇടുന്നതിനു വെള്ളിയൊ പൊന്നൊകൊണ്ടുണ്ടാക്കുന്ന ഒരാഭരണം.

അരണ. ന. ഒരു ചെറിയ ഇഴജന്തു.

അരൺ. ന. കോട്ട.

അരണിയ്ക്കുന്നു. അ. ക്രി. ശരിക്കുന്നു.

അരണി. ന. തീ കടഞ്ഞെടുക്കുന്ന മരം.

അരണ്യം. ന. വനം, കാട്ടുപ്രദേശം.

അരണ്യമക്ഷിക. ന. കാട്ടീച്ച.

അരണ്യശ്വാവു. ന. ചെന്നായ്.

അരണ്യാനി. ന. കൊടുംകാടു.

അരതി. വി. (ത്രിം.) വി. ന. രതിയില്ലാത്ത, സന്തോഷമില്ലാത്ത, കോപമുള്ള.

അരതി. ന. കോപം, ഇഷ്ടക്കേടു.

അരത്ത. ന. ഒരുഞ്ഞാടിമരുന്നു.

അരത്തം. ന. മഞ്ഞളും ചുണ്ണാമ്പും കൂട്ടി കലക്കിയ വെള്ളം, കുരുതി.

അരത്താലി. ന. പൈതങ്ങളുടെ അരയിൽ ഇടുന്ന ഒരാഭരണം.

അരത്നി. ന. ഒരു മുഴം, ഒരുമുഴു.

അരപ്പ. ന. അരെക്കുക, അരവു.

അരമ. ന. ഒന്നു നാലുതായിട്ടു അംശിച്ചതിൽ ഒരു പങ്കു.

അരമണി. ന. പൈതങ്ങളുടെ അരയിൽ കെട്ടുന്ന ഒരു മാതിരി ആഭരണം.

അരമന. ന. രാജധാനി, ന്യായസ്ഥലം.

അരയന്നം. ന. ഒരു വക പക്ഷി.

അരയൻ. ന. മരക്കാന്മാരുടെ പ്രമാണി.

അരയാൽ. ന. ഒരു വക വൃക്ഷം, ആല്.

അരരം. ന. ൧, കതക, വാതിൽ. ൨, മറവു.

അരവു. ന. അരപ്പ.

അരവ. വി. (വൻ, വാ, വം.) വി. ന. രവമില്ലാത്ത, ഒച്ചയില്ലാത്ത.

അരവാശി. ന. പാതി.

അരവിന്ദം. ന. താമര, താമരപ്പൂ.

അരവിന്ദാക്ഷൻ. ന. വിഷ്ണു.

അരക്ഷണം. ന. ഒന്നു ഞൊടിക്കുന്നതിനു വേണ്ട നേരത്തിന്റെ പകുതി സമയം, ശീഘ്രം.

അരളി. ന. ഒരു വക വൃക്ഷം.

അരളു. ന. ഒരു വൃക്ഷം, പലകപ്പയ്യാനി.

അരളുന്നു. ണ്ടു. വാൻ. (അരൾ.) അ. ക്രി. ഭയപ്പെടുന്നു.

അരൾച. ന. ഭയം, പേടി.

അരാജക. വി. (കൻ, കാ, കം.) വി. ന. രാജാവില്ലാത്ത.

അരാതി. ന. ശത്രു.

അരാള. വി. (ളൻ, ളാ, ളം.) വി. ന. വളഞ്ഞ.

അരാളം. ന. ൧, ചെഞ്ചല്യം. ൨, മദം പിടിച്ച ആന.

അരാള. ന. പാതിവ്രത്യമുള്ള സ്ത്രീ.

അരി. ന. ൧, ശത്രു. ൨, ചക്രം എന്ന ആയുധം. ൩, വണ്ടിയുടെ ഉരുൾ. (മ.) ൧, നെല്ലിന്റെ അകത്തെകുരു. ൨, ചീരയുടെയും മററും കുരു.

അരികു. ന. വക്കു, സമീപം.

അരികത്തു. അപ്ലെയിൽ, **അരികിൽ; അരികെ.** അ. അടുക്കൽ.

അരിക്കമണി. ന. ഒരുമാതിരി പൊന്മാല.

അരികുവഴി. അരികെയുള്ള വഴി, വക്കത്തുള്ള വഴി.

അരിക്കൻ. ന. ആദിത്യൻ.

അരിക്കുന്നു. ച്ചു. പ്പാൻ. (അരി.) സ. ക്രി. ൧, അരിയിലെക്കല്ലും എണ്ണക്കല്ലും മററും ഓരോരോപ്രകാരം വേർപെടുത്തുന്നു. ൨, ഉറുമ്പു മുതലായ ചില ചെറിയ പ്രാണികൾ നടക്കയൊ കരണ്ടുതന്നുകയൊ ചെയ്യുന്നു.

അരിക്കൊട്ട. ന. അരികഴുകുന്നതിനു ഒട്ടൽകൊണ്ടു മടഞ്ഞുണ്ടാക്കിയ ഒരു പാത്രം, അരിവട്ടി.

അരിഘ്ന. വി. (ഘ്നൻ, ഘ്നാ, ഘ്നം.) വി. ന. ശത്രുക്കളെ ഹനിക്കുന്ന.

അരിച്ചിൽ. ന. ൧, അരിക്കുക. ൨, കൊയിത്തു. ൩, ചെറിയ പ്രാണികളുടെ സഞ്ചാരം.

അരിതാരം. ന. ഒരുഞ്ഞാടിമരുന്നു.

അരിത്രം. ന. ചുക്കാൻ.

അരിന്തപൻ. ന. ജയിക്കുന്നവൻ.

അരിന്ദമ. വി. (മൻ, മാ, മം.) വി. ന. ജയിക്കുന്ന.

അരിന്ദമൻ. ന. ൧, വിഷ്ണു. ൨, ശത്രുക്കളെ അടക്കുന്നവൻ.

അരിപ്പ. ന. ൧, അരിക്കുക. ൨, അരിക്കുന്ന വസ്തുവൊ പാത്രമൊ.

അരിപ്പുണ്ണ. ന. വ്രണത്തിൽ അരിപോലെ പൊങ്ങിവരുന്ന മാംസം.

അരിപ്പവല. ന. മത്സ്യംപിടിക്കുന്ന ഒരുമാതിരി വല.

അരിപ്പൊടി. ന. മാവുപൊടി.

അരിപ്പം; അരിമ; അരുമ. വി. ൧, പ്രിയമുള്ള. ൨, ശ്രേഷ്ഠതയുള്ള. ൩, അപൂർവ്വമായുള്ള. ൪, സാമാന്യമല്ലാത്ത.

അരിമാവു. ന. അരിപൊടിച്ചതു.

അരിമേദം. ന. കറുത്തകരിങ്ങാലി, പൌവേലം.

അരിമ്പു. ന. ആഭരണങ്ങളുടെ വക്കത്തു ചുററും ഉറപ്പിന്നും ശോഭിക്കും ആയിട്ടു പൊന്നുകൊണ്ടു ഉണ്ടാക്കിവെക്കുന്നതു.

അരിമ്പാറ. ന. കറുത്തു വേദനകൂടാതെ കുരുക്കൾപോലെ ശരീരത്തിൽ മുഉച്ചുണ്ടാകുന്ന ഒരു ദീനം.

അരിമ്പുമണി. ന. പല അരിമ്പുകൾ കൂട്ടിവിളക്കി ഉണ്ടാക്കുന്ന ഒരാഭരണം.

അരിമ്പൊരുൾ. ന. സാക്ഷാലുള്ള അൎത്ഥം.

അരിമ്മണി. ന. മൎത്തകരത്നം.

അരിയ. വി. അപൂൎവ്വമായ, നല്ല, വിശേഷപ്പെട്ട.

അരിയാറു. ന. ൧, കൊത്തമ്പാലയരി, കൊടകപ്പാലയരി, വിഴാലരി, കാപ്പൊകിലരി, ചെറുപുന്നയരി, ചതകുപ്പ. ൨, ദേഹത്തിനകത്തുള്ള ശത്രുകൾ ആറും: കാമം, ക്രോധം, മോഹം, ലോഭം, മദം, മാത്സൎയ്യം.

അരിയിട്ടുവാഴ്ച. ന. രാജാക്കന്മാൎക്കു കിരീടം വെക്കുമ്പോൾ അല്പം അരിയും പൂവും കൂടെ എടുത്തു അവരുടെ തലയിൽ ഇടുക, കിരീടധാരണം.

അരിയുന്നു. ഞ്ഞു. വാൻ. (അരി.) സ. ക്രി. നുറുക്കുന്നു, കൊയ്യുന്നു, കണ്ടിക്കുന്നു.

അരിവട്ടി. ന. അരി കഴുകുന്നതിന്നും മററും ഓട്ടൽകൊണ്ടു മടഞ്ഞുണ്ടാക്കിയ ഒരു പാത്രം.

അരിവാൾ. ന. കൊയ്യുന്നതിനുള്ള ഒരായുധം, വളഞ്ഞ കത്തി.

അരിശം. ന. കോപം.

അരിഷം. ന. ൧, നിൎത്തൽകൂടാതെ വളരെനേരം പെയ്യുന്ന മഴ. ൨, മൂലത്തിൽ ഉണ്ടാകുന്ന ഒരുവക രോഗം.

അരിഷ്ടകം. ന. പുളിഞ്ഞിമരം.

അരിഷ്ടത. ന. ദുഃഖം, ഭാഗ്യമില്ലായ്മ.

അരിഷ്ടതാതി. വി. (ത്രിവു.) വി. ന. മംഗലമായ, ഗുണമുള്ള.

അരിഷ്ടദുഷ്ടധീ. വി. (ത്രിവു.) വി. ന. മരണമടുക്കയാൽ ബുദ്ധിഭ്രമം വന്ന.

അരിഷ്ടൻ. ന. ഒരസുരൻ.

അരിഷ്ടം. ന. ൧, ഭാഗ്യം. ൨, നിൎഭാഗ്യം. ൩, ആപത്തിനുള്ള ഒരടയാളം. ൪, മരണലക്ഷണം. ൫, മോരു. ൬, ഒരുവക മദ്യം. ൭, വെള്ളവെങ്കായം. ൮, കാകൻ. ൯, ഞാറപ്പക്ഷി. ൧൦, പുളിഞ്ഞി. ൧൧, വേപ്പുമരം. ൧൨, പെററുകിടക്കുന്ന പുര.

അരിഷ്ടിക്കുന്നു. ച്ചു. പ്പാൻ. (അരിഷ്ടി.) അ. ക്രി. ദുഃഖിക്കുന്നു.

അരു. വി. അപൂൎവ്വമായ, പ്രയാസമുള്ള, വിലയേറിയ. ഉ—ം. അരുമറകൾ (പ്രയാസമേറിയ വേദങ്ങൾ.)

അരുക്ക. വി. (ത്രിവു.) വി. ന. രുക്കില്ലാത്ത, രോഗമില്ലാത്ത.

അരുചി. ന. ൧, രുചിയില്ലായ്മ, ഇഷ്ടക്കേടു. ൨, ദുസ്സ്വാദു.

അരുജ. വി. (ജൻ, ജാ, ജം.) വി. ന. രുജയില്ലാത്ത, രോഗമില്ലാത്ത.

അരുണ. വി. (ണൻ, ണാ, ണം.) വി. ന. ചുവപ്പുള്ള.

അരുണം. ന. ചുവപ്പു.

അരുണൻ. ന. ൧, ആദിത്യൻ. ൨, ആദിത്യന്റെ തേരാളി.

അരുണ. ന. ൧, അതിവിടയം. ൨, മഞ്ചട്ടി. ൩, ത്രികോല്പകൊന്ന. ൪, നാല്പൊപ്പകൊന്ന. ൫, കന്നി.

അരുണാവരജൻ. ന. ഗരുഡൻ.

അരുണിമ. ന. ൧, കരാൽനിറം. ൨, ചുവപ്പു.

അരുണോദയം. ന. ആദിത്യനുദിപ്പാറായ സമയം, പ്രഭാതം, ഉഷസ്സു.

അരുതു. അ. നിഷേധവാക്കു.

അരുതാത്ത. വി. ദോഷമുള്ള, വിലക്കപ്പെട്ട.

അരുതായ്മ. ന. പ്രാപ്തികേടു, ക്ഷീണത.

അരുന്തുദ. വി. (ദൻ, ദാ, ദം.) വി. ന. വേദനപ്പെടുത്തുന്ന.

അരുന്ധതി. ന. വസിഷ്ഠന്റെ ഭാൎയ്യ.

അരുവയർ. ന. സ്ത്രീകൾ.

അരുവലർ. ന. ശത്രുക്കൾ.

അരുവു; അരു. ന. വക്കു, അരുത്തി.

അരുവി; അരിവി. ന. വെള്ളം മലയിൽനിന്നു ഒഴുകുന്ന വഴി.

അരുവിയാറു. ന. വെള്ളം മലയിൽനിന്നു ആറുപോലെ ഒലിച്ചിറങ്ങുന്നതു.

അരുഷ്കര. വി. (രൻ, രി, രം.) വി. ന. വ്രണത്തെ ഉണ്ടാക്കുന്ന.

അരുഷ്കരം. ന. ൧, ചേരുമരം. ൨, ചേരുമരം.

അരുസ്സു. ന. വ്രണം, പുണ്ണു.

അരുളപ്പാടു. ന. ഗുരുക്കന്മാരുടെയും മററും കല്പനെക്കു പകരം പറയുന്ന ഒരു വാക്കു.

അരുളുന്നു. ളി. വാൻ. (അരുൾ.) സ. ക്രി. ഗുരുക്കന്മാരൊ ദൈവമൊ കല്പിക്കുന്നു.

അരുൾ. ന. കല്പന.

അരുളിച്ചെയ്യുന്നു. യ്തു. വാൻ. സ. ക്രി. കല്പിക്കുന്നു.

അരൂപ. വി॰ (പൻ, പാ, പീ, പം.) വി. ന. രൂപമില്ലാത്ത, ശരീരമില്ലാത്ത, ആകൃതിയില്ലാത്ത, സൌന്ദൎയ്യമില്ലാത്ത. (മ.) ചുരുക്കമായ.

അരൂപി. ന. രൂപമില്ലാത്തവൻ, ദൈവം.

അരെക്കുന്നു. ച്ചു. പ്പാൻ. (അരെ.) സ. ക്രി. അമ്മിക്കല്ലിൽ വല്ലതും വെച്ചു പിള്ളക്കല്ലുകൊണ്ടു അങ്ങോട്ടും ഇങ്ങോട്ടും ഉരുട്ടി നേൎപ്പിക്കുന്നു.

അരേണുകം. ന. ഒരങ്ങാടിമരുന്നു.

അരോക. വി. (കൻ, കാ, കം.) വി. ന. തെളിവില്ലാത്ത, പ്രകാശമില്ലാത്ത, ഇരുണ്ട.

അരോചകം. ന. ഭക്ഷണം വേണ്ടാതെയാകുന്ന ഒരു ദീനം, അരുചി.

അൎക്കജൻ. ന. ആദിത്യന്റെ പുത്രൻ. ൧, ശനി. ൨, അന്തകൻ. ൩, സുഗ്രീവൻ. ൪, കൎണ്ണൻ. ൫, വൈവസ്വതമനു.

അൎക്കൻ. ന. ആദിത്യൻ.

അൎക്കം. ന. ൧, സൂൎയ്യകാന്തം, സ്ഫടികം. ൨, എരിക്കു.

അൎക്കപത്രം. ന. എരിക്കു.

അൎക്കവൎണ്ണം. ന. എരിക്കു.

അൎക്കബന്ധു. ന. ബുദ്ധമുനി

അൎക്കരാഗം. ന. സൂൎയ്യകാന്തം.

അൎക്കവാരം. അല്ലെങ്കിൽ, **അൎക്കവാസരം.** ന. ഞായറാഴ്ച.

അൎക്കാന്വയം. ന. സൂൎയ്യവംശം.

അൎക്കാഹ്വം. ന. എരിക്കു.

അൎഗ്ഗളം. ന. ൧, സാക്ഷാ. ൨, തടവു.

അൎഘം. ന. ൧, വില. ൨, പൂജ.

അൎഘ്യ. വി. (ഘ്യൻ, ഘ്യാ, ഘ്യം.) വി. ന. പൂജിക്കപ്പെടുവാൻ തക്ക.

അൎഘ്യം. ന. നല്ലജാതിപ്പുല്ലു.

അൎഘ്യം. ന. പൂജയ്ക്കുള്ള വെള്ളം.

അൎച്ചകൻ. ന. പൂജക്കാരൻ.

അൎച്ചനം. ന. പൂജ.

അർച്ച. ന. ൧, പൂജ. ൨, പ്രതിശരീരം.

അർച്ചിക്കുന്നു. ച്ചു. പ്പാൻ. (അർച്ചി.) സ. ക്രി. പൂജിക്കുന്നു.

അർച്ചിത. വി. (തൻ, താ, തം.) വി. ന. പൂജിക്കപ്പെട്ട.

അർച്ചിഷ്ണണം. ന. തീപ്പൊരി.

അർച്ചിസ്സ്. ന. ൧, ജ്വാല. ൨, രശ്മി. ൩, ശോഭ.

അർജ്ജക. വി. (കൻ, കാ, കം.) വി. ന. സംപാദിക്കുന്ന.

അർജ്ജകം. ന. നല്ലീളത്താവു.

അർജ്ജനം. ന. സംപാദ്യം.

അർജ്ജിത. വി. (തൻ, താ, തം.) വി. ന. സംപാദിക്കപ്പെട്ട.

അർജ്ജുനക്കൊടി. ന. ഒരു പച്ചമരുന്നു.

അർജ്ജുന. വി. (നൻ, നി, നം.) വി. ന. വെണ്മയുള്ള.

അർജ്ജുനം. ന. ൧, ധവളം. ൨, പുല്ലുമരുതു, നീർമരുതു.

അർജ്ജുനൻ. ന. ൧, പാണ്ഡുവിന്റെ മൂന്നാമത്തെ പുത്രൻ. ൨, കാർത്തവീര്യൻ.

അർജ്ജുനി. ന. ൧, നല്ലപശു. ൨, അർജ്ജുനന്റെ പുത്രൻ.

അർണ്ണം. ന. തേക്കുമരം.

അർണ്ണവം. ന. സമുദ്രം.

അർണ്ണസ്സ്. ന. വെള്ളം.

അർണ്ണോജം. ന. താമര.

അർണ്ണോരുഹം. ന. താമര.

അർണ്ണോരുഹാക്ഷൻ. ന. വിഷ്ണു.

അർത്തഗളം. ന. നീലക്കുറിഞ്ഞി.

അർത്തനം. ന. ആക്ഷേപം, നിന്ദ.

അർത്ഥഗർഭം. ന. അർത്ഥംകൊണ്ടു നിറഞ്ഞു, സാരവത്തായ സംഗതിയെ ഉൾക്കൊള്ളുന്നതു.

അർത്ഥന. ന. യാചന.

അർത്ഥനിർദ്ദേശം. ന. പൊരുൾതിരിപ്പു.

അർത്ഥപതി. ന. ൧, വൈശ്രവണൻ. ൨, മഹാരാജാവു.

അർത്ഥപലിശ. ന. ഉദയം.

അർത്ഥം. ന. ൧, പൊരുൾ. ൨, ദ്രവ്യം. ൩, കാര്യം, കാരണം.

അർത്ഥലോലുപ. വി. (പൻ, പാ, പം.) വി. ന. ദ്രവ്യാഗ്രഹമുള്ള.

അർത്ഥവൽ. അല്ലെങ്കിൽ, **അർത്ഥവത്തു.** വി. (വാൻ, വതി, വൽ.) വി. ന. ൧, സാരമുള്ള. ൨, ദ്രവ്യമുള്ള.

അർത്ഥവിചാരം. ന. പൊരുളിനെ എങ്കിലും ദ്രവ്യത്തെ എങ്കിലും കുറിച്ചുള്ള ഓർമ.

അർത്ഥവിജ്ഞാനം. ന. പൊരുളറിക.

അർത്ഥാഗമം. ന. ദ്രവ്യലാഭം.

അർത്ഥാഗ്രഹം. ന. ദ്രവ്യത്തിലുള്ള ഇച്ഛ.

അർത്ഥാഗ്രഹി. ന. ദ്രവ്യത്തിൽ ഇച്ഛയുള്ളവൻ.

അർത്ഥാതുരൻ. ന. ദ്രവ്യത്തിലുള്ള ആഗ്രഹംകൊണ്ടു പരവശൻ.

അർത്ഥാന്തരം. ന. മറെറാരർത്ഥം.

അർത്ഥാർത്ഥി. വി. (ർത്ഥി, ർത്ഥിനി, ർത്ഥി.) വി. ന. യാചിക്കുന്ന.

അർത്ഥി. ന. ൧, യാചകൻ. ൨, ദ്രവ്യമുള്ളവൻ.

അർത്ഥികൻ. ന. ൧, വിളിച്ചുപറയുന്നവൻ, കാവല്ക്കാരൻ. ൨, പാട്ടുപാടി ഊണുസമയം ഉറക്കസമയം മുതലായവയെ അറിയിക്കുന്ന ഭൃത്യൻ.

അർത്ഥിക്കുന്നു. ച്ചു. പ്പാൻ. (അർത്ഥി.) സ. ക്രി. യാചിക്കുന്നു.

അർത്ഥിത. വി. (തൻ, താ, തം.) വി. ന. യാചിക്കപ്പെട്ട.

അർത്ഥ്യ. വി. (ർത്ഥ്യൻ, ർത്ഥ്യാ, ർത്ഥ്യം.) വി. ന. ൧, അർത്ഥത്തോടുകൂടിയ. ൨, ദ്രവ്യമുള്ള. ൩, ശരിയായുള്ള. ൪, ചോദിക്കപ്പെടുവാൻ യോഗ്യമായ.

അർത്ഥ്യം. ന. കല്മദം.

അർദ്ദനം. ന. ൧, ദുഃഖം, ഉപദ്രവം. ൨, കൊല.

അർദ്ദിക്കുന്നു. ച്ചു. പ്പാൻ. (അർദ്ദി.) അ. ക്രി. ൧, ദുഃഖിക്കുന്നു, ഉപദ്രവപ്പെടുന്നു. ൨, കൊല്ലുന്നു. **അർദ്ദിപ്പിക്കുന്നു.** സ. ക്രി.

അർദ്ദിത. വി. (തൻ, താ, തം.) വി. ന. ൧, ദുഃഖിക്കപ്പെട്ട. ൨, കൊല്ലപ്പെട്ട.

അർദ്ദിതം. ന. മുഖത്തും കഴുത്തിലും ഉണ്ടാകുന്ന ഒരു വക വാതരോഗം. ൨, കോട്ടുവാതം.

അർദ്ധഗ്രാസം. ന. തികയാത്ത ഭക്ഷണം.

അർദ്ധചന്ദ്ര. ന. നാല്പ്പോപ്പുക്കൊന്ന.

അർദ്ധചന്ദ്രൻ. ന. പാതിച്ചന്ദ്രൻ.

അർദ്ധചന്ദ്രാകാര. വി. (രൻ, രാ, രം.) വി. ന. അർദ്ധചന്ദ്രനെപ്പോലെയുള്ള.

അർദ്ധനാരീശ്വരൻ. ന. ശിവൻ.

അർദ്ധനാവം. ന. മുറിത്തോണി.

അർദ്ധം. ന. പാതി.

അർദ്ധരഥൻ. ന. യുദ്ധത്തിൽ ധൈര്യമില്ലാത്തവൻ.

അർദ്ധരാത്രം. ന. പാതിരാത്രി.

അർദ്ധരാത്രി. ന. മേല്പറഞ്ഞ അർത്ഥം.

അർദ്ധർച്ചം. ന. വേദത്തിൽ ഒരു വാക്യത്തിന്റെ പാതി.

അർദ്ധവൃദ്ധ. ന. അൻപതിനുമേൽ വയസ്സുചെന്നു ഭർത്താവു മരിച്ചു കാഷായവസ്ത്രവും ധരിച്ചിരിക്കുന്നവൾ.

അർദ്ധഹാരം. ന. അറുപത്തുനാലു മുത്തു കോർത്ത മാല.

അർദ്ധക്ഷൌരം. ന. തലയൊഴിച്ചുള്ള ക്ഷൌരം.

അർദ്ധാർദ്ധം. ന. പാതിയിൽ പാതി.

അർദ്ധാസനം. ന. മാനിച്ചു കൂടെ ഇരുത്തുക.

അർദ്ധിക്കുന്നു. ച്ചു. പ്പാൻ. (അർദ്ധി.) സ. ക്രി. പാതിയാക്കുന്നു.

അർദ്ധോക്തി. ന. പകുതിയായുള്ള പറച്ചിൽ, പറയാനുള്ളതു മുഴുവനാക്കുവാൻ ശേഷിയില്ലാത്ത സ്ഥിതി.

അർദ്ധോദയം. ന. ഒരു പുണ്യദിവസം.

അർദ്ധോരുഹം. ന. പട്ടുപുടവ.

അർപ്പണം. ന. കൊടുക്ക.

അർപ്പിക്കുന്നു. ച്ചു. പ്പാൻ. (അർപ്പി.) സ. ക്രി. കൊടുക്കുന്നു.

അർപ്പിത. വി. (തൻ, താ, തം.) വി. ന. കൊടുക്കപ്പെട്ട.

അർബ്ബുദം. ന. ൧, ഒരു വലിയ കണക്ക. ൨, ഒരു ദീനം.

അർഭകൻ. ന. ൧, പൈതൽ. ൨, മൂഢൻ.

അർമ്മം. ന. ൧, കണ്ണിലെ ഒരു ദീനം. ൨, ശ്മശാനസ്ഥലം. ൩, ഒരുവൻ പോകേണ്ടിയതായ ദേശം.

അർയ്യ. വി. (ര്യൻ, ര്യാ, ര്യം.) വി. ന. ശ്രേഷ്ഠമായുള്ള.

അർയ്യൻ. ന. ൧, ശ്രേഷ്ഠൻ. ൨, വൈശ്യൻ.

അർയ്യമാവു. ന. ൧, ആദിത്യൻ. ൨, പിതൃക്കളിൽ പ്രമാണി.

അർയ്യാ. ന. വൈശ്യസ്ത്രീ.

അയ്യാണി. ന. വൈശ്യസ്ത്രീ.

അവ്വൻ. വി. (വ്വാ, വ്വതി, വ്വൽ.) വി. ന. ഹീനമായുള്ള.

അവ്വാ. ന. ൧, കുതിര. ൨, ഇന്ദ്രൻ. ൩, ചൊട്ടച്ചാൺ.

അവ്വതി. ന. ൧, പെണ്കുതിര. ൨, ഭൂതി.

അവ്വാക്. വി. (വ്വാങ്, വ്വാചീ, വ്വാക്.) വി. ന. പിന്നാലെ വരുന്ന.

അവ്വാക്. അ. പിന്നാലെ, പിന്നെ.

അവാചീനം. വി. ഇക്കാലത്തുള്ള.

അൎശസൻ. ന. അൎശസ്സുള്ളവൻ, മൂലരോഗമുള്ളവൻ.

അൎശസ്സ. ന. ഒരു ദീനം, മൂലരോഗം.

അൎശോഘ്ന. വി. (ഘ്നൻ, ഘ്നാ, ഘ്നം.) വി. ന. അൎശസ്സിനെ കൊല്ലുന്ന.

അൎശോഘ്നം. ന. ചേന, കാട്ടുചേന.

അൎഹ. വി. (ഹൻ, ഹാ, ഹം.) വി. ന. യോഗ്യമായ. **അൎഹത.** ഗു. ന. യോഗ്യത.

അൎഹൻ. ന. ഇന്ദ്രൻ.

അൎഹ. ന. പൂജ.

അൎഹണ. ന. പൂജ.

അൎഹവണ്ണൻ. ന. ഒററുകാരൻ.

അൎഹിത. വി. (തൻ, താ, തം.) വി. ന. പൂജിക്കപ്പെട്ട.

അല. ന. സമുദ്രത്തിലെ തിര.

അലകു. ന. ൧, വാരി. ൨, പിച്ചാത്തിയും വാളും പിടിക്കുന്നതിൻെറ മേൽഭാഗം.

അലകടൽ. ന. സമുദ്രം.

അലക്ക. ന. ൧, വസ്ത്രം കഴുകി വെളുപ്പിക്ക. ൨, അടിക്ക.

അലക്കുന്നു. ക്കി. വാൻ. (അലക്ക.) സ. ക്രി. ൧, വസ്ത്രം കഴുകി വെളുപ്പിക്കുന്നു. ൨, അടിക്കുന്നു. **അലക്കിക്കുന്നു.** കാ. ക്രി.

അലക്തം. ന. കോലരക്ക.

അലങ്കരണം. ന. ആഭരണം.

അലങ്കരിക്കുന്നു. ച്ചു. പ്പാൻ. (അലങ്കരി.) സ. ക്രി. ആഭരണങ്ങളും മററും അണിയുന്നു, വിതാനിക്കുന്നു. **അലങ്കരിപ്പിക്കുന്നു.** കാ. ക്രി.

അലങ്കരിഷ്ണു. വി. (ഷ്ണു.) വി. ന. അലങ്കാരപ്രിയമുള്ള.

അലങ്കൎത്ഥ. വി. (ൎത്താ, ൎത്രി, ൎത്തൃ.) വി. ന. അലങ്കരിക്കുന്ന.

അലങ്കൎമ്മീണൻ. ന. സമൎത്ഥൻ.

അലങ്കാരം. ന. ആഭരണം.

അലങ്കാരശാസ്ത്രം. ന. ഒരു സംസ്കൃതഗ്രന്ഥം.

അലങ്കൃത. വി. (തൻ, താ, തം.) വി. ന. അലങ്കരിക്കപ്പെട്ട.

അലങ്കൃതി. ന. അലങ്കാരം, അലങ്കരിക്ക.

അലങ്ക്രിയ. ന. അലങ്കരിക്ക.

അലങ്കോലം. ന. കുഴച്ചിൽ, വൃത്തികേട.

അലച്ചിൽ. ന. ൧, ദുഃഖം, ക്ഷീണം. ൨, ഇളക്കം.

അലജി. ന. പ്രമേഹക്കുരുക്കളിൽ ഒന്നു.

അലജ്ജ. ന. ലജ്ജയില്ലായ്ക, നാണമില്ലായ്ക.

അലഞ്ജരം. ന. മംഗലി, ഒരു പാത്രം.

അലട്ട. ന. ഉപദ്രവം, പ്രയാസം.

അലട്ടുന്നു. ട്ടി. വാൻ. (അലട്ട.) സ. ക്രി. ഉപദ്രവിക്കുന്നു.

അലപ്പറ. ന. പ്രയാസം.

അലബ്ധ. വി. (ബ്ധൻ, ബ്ധാ, ബ്ധം.) വി. ന. ലബ്ധമല്ലാത്ത, കിട്ടാത്ത.

അലബ്ധി. ന. കിട്ടായ്ക.

അലഭ്യ. വി. (ഭ്യൻ, ഭ്യാ, ഭ്യം.) വി. ന. ലഭ്യമല്ലാത്ത, കിട്ടുവാൻ കഴിയാത്ത.

അലം. അ. ൧, മതി. ൨, ആഭരണം. ൩, ശക്തി. ൪, വിരോധം.

അലംഘ്യം. വി. ലംഘിക്കാൻ പാടില്ലാത്ത, കാക്കവാനരുതാത്ത.

അലമ്പൽ. ന. ൧, മനസ്സിൻെറ വ്യാകുലം, കുഴച്ചിൽ. ൨, കീറൽ.

അലമ്പുന്നു. മ്പി. വാൻ. (അലമ്പ.) അ. ക്രി. വ്യാകുലപ്പെടുന്നു.

അലംബുദ്ധി. ന. തൃപ്തി.

അലംഭാവം. ന. തൃപ്തി.

അലയുന്നു. ഞ്ഞു. വാൻ. (അല.) അ. ക്രി. ൧, ക്ഷീണിക്കുന്നു, തളരുന്നു. ൨, ഇളകുന്നു, ചുഴലുന്നു. ൩, തിരയടിക്കുന്നു. **അലയിക്കുന്നു.** സ. ക്രി.

അലർ. ന. വിടരുന്ന പുഷ്പം.

അലരി. ന. ൧, ഒരു പൂച്ചെടി. ൨, ഒരു പൂമരം.

അലൎച്ച. ന. അട്ടഹാസം, നിലവിളി.

അലശരൻ. ന. കാമദേവൻ.

അലസ. വി. (സൻ, സാ, സം.) വി. ന. ൧, മടിയുള്ള. ൨, ഇളക്കമുള്ള. **അലസത.** ഗു. ന. മടി.

അലസം. ന. ൧, പെരുക്കാൽ, മന്ത്. ൨, കാൽവിരലുകളുടെ ഇടയിലുണ്ടാകുന്ന വിള്ളൽ. ൩, ഒരു വൃക്ഷം.

അലസാ. ന. ഒരു വള്ളി.

അലസൽ. ന. ൧, ക്ഷീണം. ൨, കലക്കം. ൩, മടക്കം. ൪, വേർപാട.

അലസുന്നു. സി. വാൻ. (അലസ.) അ. ക്രി. പിള്ളയഴിയുന്നു. **അലസിക്കുന്നു.** സ. ക്രി.

അലക്ഷ്മി. ന. ൧, നിൎഭാഗ്യം. ൨, വൃത്തികേട. ൩, ഒരു പിശാച, മൂശേട്ട.

അലക്ഷ്മീക. വി. (കൻ, കാ, കം.) വി. ന. ൧, നിൎഭാഗ്യമുള്ള. ൨, വൃത്തികേടുള്ള.

അലക്ഷണം. വി. ൧, ലക്ഷണമില്ലാത്ത, അടയാളമില്ലാത്ത. ൨, അഭംഗിയായ.

അലക്ഷ്യ. വി. (ക്ഷ്യൻ, ക്ഷ്യാ, ക്ഷ്യം.) വി. ന. ലക്ഷ്യമല്ലാത്ത, കാണപ്പെടുവാൻ തക്കതല്ലാത്ത, വിവരപ്പെടുത്തുവാൻ തക്കതല്ലാത്ത. **അലക്ഷ്യം.** ഗു. ന. കാണപ്പെടായ്ക.

അലറുന്നു. റി. വാൻ. (അലർ.) അ. ക്രി. അട്ടഹാസിക്കുന്നു.

അലംഘ്യം. വി. ൧, ലംഘിക്കപ്പെടുവാൻ വഹിയാത്ത. ൨, ചെയ്യപ്പെടുവാൻ വഹിയാത്ത. ൩, സാധിപ്പാൻ പ്രയാസമുള്ള, സാധിയ്ക്കാത്ത.

അലാതം. ന. തീക്കൊള്ളി.

അലാബു. ന. ഒരു വള്ളി, ചുരം.

അലിച്ചിൽ. ന. ഉരുകൽ.

അലിയുന്നു. ഞ്ഞു. വാൻ. (അലി.) അ. ക്രി. ൧, ഉരുകുന്നു. ൨, ദയതോന്നുന്നു. **അലിക്കുന്നു.** സ. ക്രി.

അലിവു. ന. ആൎദ്രത, ദയ.

അലിംഗം. വി. ൧, വിശേഷയടയാളമില്ലാത്ത. ൨, (വ്യാകരണത്തിൽ) ലിംഗമില്ലാത്ത.

അലിംഗൻ. ന. ദൈവം.

അലുക്ക. ന. തൊങ്ങൽ.

അലുക്കുന്നു. ക്കി. വാൻ. (അലുക്ക.) സ. ക്രി. ക്ഷീണിക്കുന്നു.

അലുപ്ത. വി. (പ്തൻ, പ്താ, പ്തം.) വി. ന. ലുപ്തമല്ലാത്ത. ൧, നശിക്കപ്പെടാത്ത. ൨, അപഹരിക്കപ്പെടാത്ത.

അലുവാ. ന. ഒരുവക പലഹാരം.

അലെക്കുന്നു. ച്ചു. പ്പാൻ. (അലെ.) അ. ക്രി. ൧, തിരയടിക്കുന്നു. ൨, ഉഴ

ഖംകൊണ്ടു നെഞ്ഞിനിട്ടു രണ്ടു കയ്യും കൂട്ടിതല്ലുന്നു.

അർലേഖം. ന. എഴുതാത്ത ഗ്രന്ഥം.

അലേപഗൻ. ന. ദൈവം.

അലോക്യം. ന. ഉപദ്രവം.

അലോഹ്യം. വി. ലോഹസംബന്ധമില്ലാത്ത.

അലൌകികം. ന. ലൌകികമില്ലായ്മ, ആചാരമില്ലായ്മ.

അല്പതനു. വി. (ത്രിഷു.) വി. ന. ൧, കൃശമായ, മെലിഞ്ഞ. ൨, നീളം കുറഞ്ഞ.

അല്പ. വി. (ല്പൻ, ല്പാ, ല്പം.) വി. ന. ഹീനമായ, കുറഞ്ഞ, ചെറിയ. **അല്പത.** സ്ത്രീ. ന. ചെറുപ്പം, ഹീനത.

അല്പപ്രജ്ഞ. വി. (ജ്ഞൻ, ജ്ഞാ, ജ്ഞം.) വി. ന. ബുദ്ധികുറഞ്ഞ.

അല്പബുദ്ധി. വി. (ത്രിഷു.) വി. ന. മേല്പറഞ്ഞ അർത്ഥം.

അല്പമാരിഷം. ന. ചെറുചിരം.

അല്പരസം. ന. അല്പസന്തോഷം.

അല്പവൃത്തി. ന. കുറെ.

അല്പസരസ്സ്. ന. ചിറക്കുഴി, വേനൽകാലത്തിൽ വെള്ളം വററിപ്പോകുന്ന് ചെറിയ കുളം.

അല്പസാര. വി. (രൻ, രാ, രം.) വി. ന. ൧, ശക്തികുറവുള്ള. ൨, ബുദ്ധികുറവുള്ള.

അല്പസാരജ്ഞ. വി. (ജ്ഞൻ, ജ്ഞാ, ജ്ഞം.) വി. ന. ബുദ്ധികുറവുള്ള.

അല്പാ. ന. ൧, ദ്രവിച്ച. ൨, തൊട്ടാരൊട്ടി.

അല്പാല്പം. അ. കുറച്ചു കുറച്ചായിട്ട്, വളരെ കുറച്ചുമാത്രം.

അല്പായുസ്സ. വി. (ത്രിഷു.) വി. ന. ആയുസ്സു കുറച്ചുള്ള.

അല്പാർത്ഥവാചി. ന. അർത്ഥം കുറഞ്ഞ വാക്ക.

അല്പിഷ്ഠ. വി. (ഷ്ഠൻ, ഷ്ഠാ, ഷ്ഠം.) വി. ന. നന്നാക്കുറഞ്ഞ.

അല്പീയസ്സ. വി. (ത്രിഷു.) വി. ന. മേല്പറഞ്ഞ അർത്ഥം.

അല്പേതര. വി. (രൻ, രാ, രം.) വി. ന. വളരെ പെരുകിയ.

അല്ല. ന. രാത്രി.

അല്ല. അ. ക്രി. നിഷേധവാക്ക.

അല്ല. ന. നാടകത്തിൽ അമ്മയ്ക്കു പറയുന്ന ഒരു പേർ.

അല്ലൽ. ന. ൧, ദുഃഖം, സങ്കടം. ൨, ഭയം.

അല്ലൽപെടുന്നു. ട്ടു. വാൻ. (അല്ലൽ.) അ. ക്രി. ൧, ദുഃഖിക്കുന്നു. ൨, ഭയപ്പെടുന്നു. **അല്ലൽപെടുത്തുന്നു.** സ. ക്രി.

അല്ലി, അല്ലല്ലി. അ. ചോദ്യത്തിങ്കൽ പറയുന്ന ഒരു വാക്ക.

അല്ലി. ന. ൧, പൂക്കളുടെ അകത്തുള്ള കേസരം. ൨, വെള്ളത്തിലുള്ള ഒരു തൈ.

അല്ലിത്താർ. ന. അല്ലിപ്പൂ.

അല്ലിത്താർബാണൻ. ന. കാമദേവൻ.

അല്ലെ. അ. ൧, വിളിക്കുന്നതിനു ഉപയോഗിക്കുന്ന ഒരു വാക്ക. ൨, 'അങ്ങുന്നില്ലയോ' എന്ന അർത്ഥം വരത്തക്ക ഒരു ചോദ്യരൂപം.

അല്ലോ; അല്ലയോ. അ. വാക്കുകളുടെ ഒടുക്കം നിശ്ചയത്തിനു വേണ്ടി പറയുന്ന ഒരു വാക്ക.

അവ. അ. ഇതു സംസ്കൃതപദങ്ങൾക്കു മുൻപേ വെക്കപ്പെടുന്ന ഒരവ്യയപദം. ൧, കിഴ്ത്തരം. ൨, കുറച്ചിൽ. ൩, പരപ്പു. ൪, രക്ഷണം. ൫, കല്പന. ൬, അറിവു. ൭, അനാചാരം. ൮, വേർപാടു. ൯, നാശം. ൧൦, മുൻപു. ഇത്യാദി.

അവ. ന. ബ. 'അതു' എന്നതിന്റെ ബഹുവചനം. ആ വസ്തുക്കൾ.

അവകടം. ന. ൧, ഉല്ക്കടം. ൨, ആപത്തു. ൩, കലഹം.

അവകരം. ന. അടിച്ചുകൂട്ടുന്നതു, അടിക്കാട്ടു.

അവകലിത. വി. (തൻ, താ, തം.) വി. ന. കാണപ്പെട്ട.

അവകാശപ്പെടുന്നു. ട്ടു. വാൻ. അ. ക്രി. അനുഭവമായി തിരുന്നു. **അവകാശപ്പെടുത്തുന്നു.** സ. ക്രി.

അവകാശം. ന. ൧, സമയം. ൨, ഇടം. ൩, സ്ഥലം. (മ.) ൧, അനുഭവം. ൨, സംഗതി. ൩, അധികാരം.

അവകാശി. ന. ഉടയക്കാരൻ, അവകാശമുള്ളവൻ.

അവകീർണ്ണ. വി. (ർണ്ണൻ, ർണ്ണാ, ർണ്ണം.) വി. ന. ൧, പൊടിക്കപ്പെട്ട. ൨, വിതറപ്പെട്ട. ൩, ഉപേക്ഷിക്കപ്പെട്ട.

അവകീർണ്ണി. വി. ന. ബ്രഹ്മചാരിവ്രതം അഴിഞ്ഞവൻ.

അവകീർത്തി. ന. ദുഷ്കീർത്തി.

അവകൃഷ്ട. വി. (ഷ്ടൻ, ഷ്ടാ, ഷ്ടം.) വി. ന. ൧, പുറത്തു തള്ളപ്പെട്ട. ൨, ആട്ടിക്കളയപ്പെട്ട. ൩, നീചമായ.

അവകൃഷ്ടൻ. ന. അടിച്ചുതളി മുതലായ താണവേല ചെയ്യുന്നവൻ.

അവകേശ. വി. താഴത്തോട്ടു നീണ്ടു കിടക്കുന്ന തലമുടിയുള്ള.

അവകേശി. (ശീ, ശിനി, ശി.) വി. ന. ൧, കായ്ക്കാത്ത. ൨, ചെറിയ തലമുടിയുള്ള, അല്പം തലമുടിയുള്ള.

അവക്രമം, ന. ൧, പിന്മാറുക. ൨, ക്രമക്കേടു.

അവക്രയം. ന. വില.

അവക്രോശം. ന. ൧, ചേർച്ചയില്ലാത്ത ശബ്ദം. ൨, ശാപം. ൩, പരിഹാസം.

അവഖണ്ഡിക്ക. ക്രി. സ. ൧, വിഭാഗിക്ക. ൨, നശിപ്പിക്ക.

അവഗണിത. വി. (തൻ, താ, തം.) വി. ന. നിന്ദിക്കപ്പെട്ട, പ്രമാണിക്കപ്പെടാത്ത.

അവഗത. വി. (തൻ, താ, തം.) വി. ന. ൧, അറിയപ്പെട്ട. ൨, പോയ.

അവഗതി. ന. ൧, അറിവു. ൨, പോക്ക.

അവഗമം. ന. ൧, അറിവു. ൨, പോക്ക.

അവഗമിക്കുന്നു. ച്ചു. പ്പാൻ. (അവഗമി.) സ. ക്രി. അറിയുന്നു. അ. ക്രി. പോകുന്നു.

അവഗാഹനം. അല്ലെങ്കിൽ, **അവഗാഹം.** ന. കുളി, മുങ്ങൽ.

അവഗാഹി. (ഹി, ഹിനി, ഹി.) വി. ന. മുഴുകിയിരിക്കുന്ന, മുങ്ങിക്കുളിക്കുന്ന.

അവഗീത. വി. (തൻ, താ, തം.) വി. ന. ൧, നിന്ദിക്കപ്പെട്ട. ൨, ദുഷ്ടതയുള്ള. ൩, നിന്ദിച്ചു പാടപ്പെട്ട.

അവഗീതം. ന. ൧, നിന്ദ. ൨, കുത്തുപാട്ടു.

അവഗുണം. ന. ൧, ദുർഗ്ഗുണം. ൨, കുറവു.

അവഗുണ്ഠനം. ന. സ്ത്രീകളുടെ മൂടപടം.

അവഗുണ്ഠികാ. ന. തിരശ്ശില.

അവഗ്രഹം. ന. ൧, കൈകൊള്ളുക. ൨, അപഹരിക്ക. ൩, വിരോധം. ൪, ഉണക്ക. ൫, ആനയുടെ നെററി. ൬, ശാപവാക്ക.

അവചിതം. വി. ശേഖരിക്കപ്പെട്ട, പറിച്ചു കൂട്ടപ്പെട്ട.

അവചൂൎണ്ണനം. ന. മുറിവിന്മേൽ ഔഷധപ്പൊടി വിതറുക.

അവചൂൎണ്ണിത. വി. (തൻ, താ, തം.) വി. ന. പൊടിക്കപ്പെട്ട.

അവഛിന്ന. വി. (ന്നൻ, ന്നാ, ന്നം.) വി. ന. ൧, മുറിക്കപ്പെട്ട, കണ്ടിക്കപ്പെട്ട. ൨, അതിരാക്കപ്പെട്ട.

അവഛേദക. വി. (കൻ, കാ, കം.) വി. ന. ൧, പ്രത്യേകമുള്ള. ൨, വേർതിരിക്കുന്ന. ൩, അതിരാക്കുന്ന.

അവഛേദകം. ന. ൧, ലക്ഷണം. ൨, ഗുണം. ൩, അതൃത്തി.

അവ(പ)ജയം. ന. തോല്മി.

അവജിതം. വി. ൧, ജയിക്കപ്പെട്ട. ൨, നിന്ദിക്കപ്പെട്ട.

അവജ്ഞ. ന. അനാദരം, അവമാനം.

അവജ്ഞാത. വി. (തൻ, താ, തം.) വി. ന. അനാദരിക്കപ്പെട്ട, നീക്കപ്പെട്ട.

അവജ്ഞേയം. വി. നിന്ദ്യമായ.

അവടം. ന. ൧, പോതു്. ൨, കുഴി.

അവടീട. വി. (ടൻ, ടാ, ടം.) വി. ന. പതിമൂക്കുള്ള.

അവടു. ന. ൧, പിടലി. ൨, പോതു്. ൩, കിണറു്. ൪, ഒരു വൃക്ഷം.

അവതൎപ്പണം. ന. വേദന പോക്കുന്ന ഔഷധം.

അവതംസം. ന. ൧, ശിരോരത്നം. ൨, കുണ്ഡലം.

അവതംസിതം. വി. അലങ്കരിക്കപ്പെട്ട.

അവതമസം. ന. മങ്ങൽ, ഇരുൾ.

അവതരിക്കുന്നു. ച്ച. പ്പാൻ. (അവതരി.) അ. ക്രി. ൧, ജനിക്കുന്നു. ൨, ഇറങ്ങുന്നു.

അവതാരം. ന. ൧, ജനനം. ൨, ഇറക്കം. ൩, ദേവകളുടെ ജനനം. ൪, വിഷ്ണുവിന്റെ ജനനം. ൫, അക്കരകടവ്.

അവതാരിക. ന. മുഖവുര, തലക്കെട്ടു.

അവതാളം. ന. ൧, താളപ്പിഴ. ൨, കഷ്ടം. ൩, തെററു. ൪, ക്ഷോഭം.

അവതീൎണ്ണ. വി. (ൎണ്ണൻ, ൎണ്ണാ, ൎണ്ണം.) വി. ന. അവതരിക്കപ്പെട്ട.

അവതോക. ന. ഇടകിടാവിട്ട പശു.

അവദംശം. വരുത്തുപ്പേരി.

അവദാത. വി. (തൻ, താ, തം.) വി. ന. ൧, വെളുത്ത. ൨, വെടിപ്പുള്ള.

അവദാതം. ന. വെണ്മ.

അവദാനം. ന. ൧, നന്നായിട്ടു ചെയ്ത വേല. ൨, രാമച്ചം.

അവദാരണം. ന. ൧, പാര. ൨, ഇമ്പാ. ൩, കീറൽ.

അവദാഹം. ന. രാമച്ചം.

അവദീൎണ്ണ. വി. (ൎണ്ണൻ, ൎണ്ണാ, ൎണ്ണം.) വി. ന. ൧, ഉരുക്കപ്പെട്ട. ൨, പിളൎക്കപ്പെട്ട.

അവദ്ധം. ന. അബദ്ധം, തെററു, അപകടം.

അവദ്യ. വി. (ദ്യൻ, ദ്യാ, ദ്യം.) വി. ന. പാപമുള്ള, ഹീനമായ.

അവദ്യം. ന. പാപം.

അവധാനം. ന. ജാഗ്രത, സൂക്ഷ്മം.

അവധാരണം. ന. നിശ്ചയം, നിശ്ചയിക്ക.

അവധി. ന. ൧, നിശ്ചയിച്ച സമയം. ൨, അതിര. ൩, അവസാനം.

അവധീരണം. ന. അപമാനം.

അവധൂപിതം. വി. സുഗന്ധദ്രവ്യങ്ങൾ ഉാൽ പുകയ്ക്കപ്പെട്ട.

അവധൂത. വി. (തൻ, താ, തം.) വി. ന. നിൎബ്ബന്ധിക്കപ്പെട്ട. ൨, ഉപേക്ഷിക്കപ്പെട്ട. ൩, കുലുക്കപ്പെട്ട, ഇളക്കപ്പെട്ട. ൪, ലോകകാൎയ്യങ്ങളിൽനിന്നു വേർപെട്ട.

അവധൃത. വി. (തൻ, താ, തം.) വി. ന. കേട്ടറിയപ്പെട്ട.

അവധ്യ. വി. (ധ്യൻ, ധ്യാ, ധ്യം.) വി. ന. വധ്യമല്ലാത്ത. കൊല്ലപ്പെടരുതാത്ത.

അവധ്യോക്തി. ന. കൊല്ലരുതെന്നുള്ള വാക്ക.

അവധ്വംസം. ന. ൧, അപവാദം. ൨, ഉപേക്ഷിക്കൽ. ൩, അരെപ്പു.

അവധ്വസ്ത. വി. (സ്തൻ, സ്താ, സ്തം). വി. ന. ൧, പൊടിക്കപ്പെട്ട. ൨, ഉപേക്ഷിക്കപ്പെട്ട.

അവൻ. ന. പ. മുമ്പു ഏവനെക്കുറിച്ചു പറഞ്ഞുവൊ ആ പുരുഷനെ ചൂണ്ടി കാണിക്കുന്ന വാക്ക.

അവർ. ന. പ. 'അവൻ' എന്നതിന്റെ ബഹുവചനം.

അവൾ. ന. പ. മുമ്പു ഏതു സ്ത്രീയേപ്പററി പറഞ്ഞുവോ ആ സ്ത്രീയെ ചൂണ്ടി കാണിക്കുന്ന വാക്കു്.

അവനത. വി. (തൻ, താ, തം.) വി. ന. വണങ്ങ, കുനിഞ്ഞ.

അവനതാനത. വി. (തൻ, താ, തം.) വി. ന. കീഴ്ക്കാമ്പാടുള്ള.

അവനം. ന. ൧, രക്ഷ. ൨, സന്തോഷം. ൩, തൃപ്തി. ൪, ഭയ. ൫, പോക. ൬, പ്രാപിക്ക. ൭, യാചിക്ക. ൮, കൊല്ലുക. ൯, പിടിച്ചുപറിക്ക. ൧൦, ആലിംഗനം.

അവനാട. വി. (ടൻ, ടാ, ടം.) വി. ന. പതിമൂക്കുള്ള.

അവനാൎത്ഥം. അ. രക്ഷയ്ക്കായിട്ടു്.

അവനായം. ന. കീഴ്ക്കാമ്പാടു താഴ്ക.

അവനീ. ന. ഭൂമി.

അവനീതലം. ന. ഭൂമി.

അവനീദേവൻ. ന. ബ്രാഹ്മണൻ.

അവനീപതി. ന. രാജാവു.

അവനീശൻ. ന. രാജാവു.

അവനേജനം. ന. കഴുകുക.

അവന്തി. ന. ഉജ്ജയനിയെന്ന നഗരം.

അവപാകം. വി. ചീത്തയായി പചിക്കപ്പെട്ട.

അവന്തിസോമം. ന. കാടി.

അവന്ധ്യ. വി. (ന്ധ്യൻ, ന്ധ്യാ, ന്ധ്യം.) വി. ന. കാച്ചുന്ന, ഫലവത്തായുള്ള.

അവപഥ്യം. ന. അപഥ്യം.

അവബോധം. ന. ൧, ഉണൎച്ച. ൨, അറിവു.

അവഭൃഥം. ന. ൧, യാഗസമാപ്തി. ൨, യാഗം കഴിഞ്ഞാലുള്ള കുളി.

അവഭൃഥസ്നാനം. ന. യാഗം കഴിഞ്ഞാലുള്ള കുളി.

അവഭ്രട. വി. (ടൻ, ടാ, ടം.) വി. ന. പതിമൂക്കുള്ള.

അവമത. വി. (തൻ, താ, തം.) വി. ന. അവമാനിക്കപ്പെട്ട, ധിക്കരിക്കപ്പെട്ട.

അവമതി. ന. അവമാനം, അനിഷ്ടം.

അവമ. വി. (മൻ, മാ, മം.) വി. ന. ഹീനമായ, താണ.

അവമന്തവ്യ. വി. (വ്യൻ, വ്യാ, വ്യം.) വി. ന. അവമാനിക്കപ്പെടേണ്ടുന്ന.

അവമൎദ്ദം. ന. പീഡനം, നാശം.

അവമൎയ്യാദ. ന. മൎയ്യാദകേടു.

അവമൎഷം. ന. ൧, തിരക്കം. ൨, നാടകത്തിന്റെ അഞ്ചു സന്ധികളിലൊന്നു.

അവമാനനി. ന. അവമാനം.

അവമാനം. ന. മാനക്കേടു, നിന്ദ.

അവമാനിക്കുന്നു. ച്ചു. ച്ചാൻ. (അവമാനി.) സ. ക്രി. നിന്ദിക്കുന്നു, മാനക്കേടു വരുത്തുന്നു.

അവമാനിത. വി. (തൻ, താ, തം.) വി. ന. നിന്ദിക്കപ്പെട്ട.

അവയവം. ന. ൧, ശരീരം. ൨, ശരീരത്തിന്റെ ഓരോരോ ഭാഗം.

അവയവി. വി. (വീ, വിനി, വി.) വി. ന. അവയവമുള്ള.

അവയോഗം. ന. ദുശ്ശകുനം.

അവരജ. വി. (ജൻ, ജാ, ജം.) വി. ന. പിന്നാലെ ജനിച്ച.

അവരജൻ. ന. അനുജൻ.

അവരജാ. ന. അനുജത്തി.

അവരതി. ന. നിൎത്തൽ, അവസാനം.

അവര. വി. (രൻ, രാ, രം.) വി. ന. പിൻവരുന്ന, പിൻപുറത്തുള്ള, ഒടുക്കമുള്ള.

അവരം. ന. ൧, പിൻപുറം. ൨, ആനയുടെ പിൻകാൽ.

അവരവൎണ്ണൻ. ന. ശൂദ്രൻ.

അവരവൎണ്ണാ. ന. ശൂദ്രസ്ത്രീ.

അവരാ. ന. ൧, ദുൎഗ്ഗ. ൨, ഒരു തൈ.

അവരി. ന. അമരി.

അവരീണ. വി. (ണൻ, ണാ, ണം.) വി. ന. നിന്ദിക്കപ്പെട്ട.

അവരുദ്ധം. വി. ൧, തടുക്കപ്പെട്ട. ൨, ചുററും വളയപ്പെട്ട. ൩, വേഷച്ഛന്നമായ. ൪, കാരാഗൃഹത്തിലാക്കപ്പെട്ട.

അവരോധനം. ന. ൧, രാജസ്ത്രീകളുടെ ഭവനം. ൨, വിരോധം, തടങ്ങൽ.

അവരോധം. ന. ൧, രാജഭാൎയ്യ. ൨, രാജസ്ത്രീകളുടെ ഭവനം. ൩, വിരോധം, തടവു.

അവരോധിക്കുന്നു. ച്ചു. ച്ചാൻ. (അവരോധി.) സ. ക്രി. വിരോധിക്കുന്നു, തടുക്കുന്നു.

അവരോഹം. ന. ൧, കരേററം. ൨, ഇറക്കം. ൩, വള്ളിയുടെ വളൎച്ച, ൪, വിട്ടുവേരിറങ്ങുക.

അവൎണ്ണ. വി. (ൎണ്ണൻ, ൎണ്ണാ, ൎണ്ണീ. ൎണ്ണം.) വി. ന. വൎണ്ണമില്ലാത്ത. ൧, നിറമില്ലാത്ത. ൨, ഹീനമായ.

അവൎണ്ണം. ന. ൧, വെറുപ്പു. ൨, അആ എന്ന രണ്ടക്ഷരങ്ങൾക്കും കൂടെയുള്ള പേർ.

അവലഗ്ന. വി. (ഗ്നൻ, ഗ്നാ, ഗ്നം.) വി. ന. തൊടുവിച്ചുവെച്ച, ചേൎന്ന, പതിഞ്ഞ.

അവലഗ്നം. ന. ശരീരത്തിന്റെ നടുവു, അര.

അവലംബനം. അല്ലെങ്കിൽ, അവലംബം. ന. ൧, ആശ്രയം. ൨, തൂങ്ങിക്കിടക്കു. ൩, ഊന്നു.

അവലംബിക്കുന്നു. ച്ചു. ച്ചാൻ. (അവലംബി.) സ. ക്രി. ൧, ആശ്രയിക്കുന്നു. ൨, ആലിംഗനം ചെയ്യുന്നു.

അവലക്ഷണ. വി. (ണൻ, ണാ, ണം.) വി. ന. ലക്ഷണമില്ലാത്ത.

അവലക്ഷണം. ന. ദുശ്ശകുനം.

അവലക്ഷ. വി. (ക്ഷൻ, ക്ഷാ, ക്ഷം.) വി. ന. വെളുത്ത.

അവലക്ഷം. ന. വെളുത്ത നിറം.

അവലിപ്ത. വി. (പ്തൻ, പ്താ, പ്തം.) വി. ന. ൧, പൂശപ്പെട്ട, പുരട്ടപ്പെട്ട. ൨, അഹംഭാവമുള്ള. **അവലിപ്തത.** ഗു. ന. ൧, സ്നിഗ്ദ്ധത. ൨, അഹംഭാവം.

അവലീല. ന. കളി, ഉല്ലാസം.

അവലീഢം. വി. ഭക്ഷിക്കപ്പെട്ട, ചവയ്ക്കപ്പെട്ട.

അവലേപം. ന. ൧, ഡംഭം. ൨, പൂശൽ, തേപ്പു. ൩, ആഭരണം. ൪, ചേൎച്ച.

അവലോകനം. ന. കാഴ്ച.

അവലോജ്ജാ. അല്ലെങ്കിൽ, അവല്ഗുജാ. നാ. കാൎക്കോകിലരി.

അവശകുനം. ന. ദുശ്ശകുനം.

അവശ. വി. (ശൻ, ശാ, ശം.) വി. ന. വശമല്ലാത്ത, സ്വാധീനമില്ലാത്ത, കീഴ്പ്പെടാത്ത.

അവശത. ന. സ്വാധീനമില്ലായ്മ, ക്ഷീണം, നിൎവ്വൃത്തിയില്ലാഴികയാലുള്ള ദീനാവസ്ഥ.

അവശിഷ്ട. വി. (ഷ്ടൻ, ഷ്ടാ, ഷ്ടം.) വി. ന. ശേഷിക്കപ്പെട്ട.

അവശീകൃത. വി. (തൻ, താ, തം.) വി. ന. വശീകൃതമല്ലാത്ത, സ്വാധീനപ്പെടാത്ത.

അവശേഷം. ന. ശേഷിച്ചുള്ളതു, ബാക്കി വന്നതു്.

അവശ്യ. വി. (ശ്യൻ, ശ്യാ, ശ്യം.) വി. ന. വശ്യമല്ലാത്ത, സ്വാധീനമല്ലാത്ത.

അവശ്യം. അ. നിശ്ചയമായിട്ടു.

അവശ്യായം. ന. മഞ്ഞു.

അവസഥം. ന. ൧, ഭവനം. ൨, ഗ്രാമം.

അവസരം. ന. സമയം.

അവസാദം. ന. ആലസ്യം.

അവസാനം. ന. ൧, അന്ത്യം, ഒടുക്കം. ൨, മരണം.

അവസാനിക്കുന്നു. ച്ചു. ച്ചാൻ. (അവസാനി.) അ. ക്രി. കഴിയുന്നു, തീരുന്നു. **അവസാനിപ്പിക്കുന്നു.** സ. ക്രി.

അവസായം. ന. അവസാനം, സമാപ്തി. അ. നിശ്ചയം.

അവസിത. വി. (തൻ, താ, തം.) വി. ന. ൧, നിവൎത്തിക്കപ്പെട്ട. ൨, സംഗ്രഹിക്കപ്പെട്ട. ൩, അറിയപ്പെട്ട.

അവസിതൻ. ന. നിൎദ്ധനൻ.

അവസ്കരം. ന. ൧, മലം. ൨, രഹസ്യസ്ഥലം. ൩, അഴുക്കു. ൪, കുപ്പ.

അവസ്ഥ. ന. ൧, നില. ൨, ഇരിപ്പു.

അവസ്ഥാന്തരം. ന. ൧, മറെറാരവസ്ഥ. ൨, ഇടയിൽ വരുന്ന സമയം.

അവസ്ഥാനം. ന. ഇരിപ്പു.

അവസ്ഥിത. വി. (തൻ, താ, തം.) വി. ന. സ്ഥിരപ്പെട്ട.

അവസ്ഥിതി. ന. ഇരിപ്പു.

അവസ്നസ. ന. പെരുങ്കുരമ്പു.

അവഹാരം. ന. ൧, ഒരു മത്സ്യം, സ്രാകു. ൨, മുതല. ൩, കടലാന. ൪, കള്ളൻ.

അവഹിത. വി. (തൻ, താ, തം.) വി. ന. അറിയപ്പെട്ട.

അവഹിത്ഥം. ന. വ്യാപ്തി.

അവഹേളനം. ന. നിന്ദ.

അവക്ഷേപം. ന. ൧, കുററം പറയുക, പരിഹാസം. ൨, വിരോധം.

അവക്ഷേപണം. ന. ൧, അഞ്ചു വിധമുള്ള കൎമ്മങ്ങളിലൊന്നു. ൨, നിന്ദ. ൩, ശകാരം, ൪, ജയം.

അവക്ഷേപണി. ന. കടിഞ്ഞാൺ.

അവാക്. വി. (ത്രിഷു.) വി. ന. അധോമുഖമായ. ന. തെക്കേദിക്കു.

അവാകരം. ന. നാണയങ്ങളുടിക്കപ്പെടുന്ന സ്ഥലം, കമ്മട്ടം.

അവാക്കണ്ടൻ. ന. പൊട്ടൻ.

അവാക്പുഷ്പി. ന. ശതകുപ്പ.

അവാഗ്ര. വി. (ഗ്രൻ, ഗ്രാ, ഗ്രം.) വി. ന. കുനിഞ്ഞ.

അവാഗ്രത. ന. കുനിഞ്ഞുള്ള നില, വണക്കം.

അവാങ്മുഖ. വി. (ഖൻ, ഖി, ഖം.) വി. ന. തലകുനിഞ്ഞ.

അവാചീ. ന. തെക്ക.

അവാച്യ. വി. (ച്യൻ, ച്യാ, ച്യം.) വി. ന. പറയരുതാത്ത.

അവാതം. വി. കാററില്ലാത്ത, കാററു കൊള്ളിക്കാത്ത.

അവാന്തര. വി. (രൻ, രാ, രം.) വി. ന. അടങ്ങിയ, ഉൾപ്പെട്ട.

അവാന്തരം. ന. ആക്രമണം. ൨. ഇട.

അവാപ്തി. ന. ലാഭം, പ്രാപണം.

അവാരം. ന. വരമ്പു, പുറവേലി.

അവി. ന. ൧, പൎവ്വതം. ൨, ആട്. ൩, സൂൎയ്യൻ. ൪, തീണ്ടായിരുന്നവൾ, രജസ്വല. ൫, യജമാനൻ. ൬, കരിമ്പടം. ൭, എലി. ൮, മതിൽ. ൯, വായു.

അവികല. വി. (ലൻ, ലാ, ലം.) വി. ന. തികഞ്ഞ, പൂൎണ്ണമായ.

അവികല്പം. ന. വികല്പമില്ലായ്മ, സംശയമില്ലായ്മ.

അവിക്കയറു. ന. നുകക്കയറു.

അവിക്കുന്നു. ച്ചു. പ്പാൻ. (അവി.) സ. ക്രി. ൧, വേവിക്കുന്നു. ൨, നുകം വെച്ചുകെട്ടുന്നു.

അവിഖ്യാതി. ന. അപവാദം, ദുഷ്കീൎത്തി.

അവിഘ്നം. ന. ക്ലാക്കാവൃക്ഷം.

അവിഘ്ന. വി. (ഘ്നൻ, ഘ്നാ, ഘ്നം.) വി. ന. വിഘ്നമില്ലാത്ത, തടവില്ലാത്ത.

അവിച്ഛിന്ന. വി. (ന്നൻ, ന്നാ, ന്നം.) വി. ന. വേറാക്കപ്പെടാത്ത, മുറിക്കപ്പെടാത്ത, വിഭാഗിക്കപ്പെടാത്ത.

അവിജ്ഞ. വി. (ജ്ഞൻ, ജ്ഞാ, ജ്ഞം.) വി. ന. വിജ്ഞമല്ലാത്ത, അറിവില്ലാത്ത. **അവിജ്ഞത.** ദ്ര. ന. അറിവില്ലായ്മ.

അവിജ്ഞാത. വി. (തൻ, താ, തം.) വി. ന. വിജ്ഞാതമല്ലാത്ത, അറിയപ്പെടാത്ത.

അവിജ്ഞേയ. വി. (യൻ, യാ, യം.) വി. ന. വിജ്ഞേയമല്ലാത്ത, അറിയുന്നുകൂടാത്ത.

അവിടം. ന. ആ സ്ഥലം.

അവിട്ടം. ന. ഇരുപത്തുമൂന്നാം നക്ഷത്രം.

അവിത. വി. (തൻ, താ, തം.) വി. ന. രക്ഷിക്കപ്പെട്ട.

അവിതഥം. ന. കളവല്ലാത്തതു, സത്യം.

അവിദ്യ. വി. (ദ്യൻ, ദ്യാ, ദ്യം.) വി. ന. വിദ്യമല്ലാത്ത, ബുദ്ധിയില്ലാത്ത, മോഹതയുള്ള.

അവിദ്യാ. ന. ൧, അറിവില്ലായ്മ, അജ്ഞാനം. ൨, മായ.

അവിദ്ധകൎണ്ണി. ന. പാടവള്ളി.

അവിധാ. ന. ഒഴികഴിവു, ആവലാധി.

അവിധാനം. ന. നിശ്ചയിക്കപ്പെട്ട പ്രമാണത്തിന്നനുസരിക്കായ്ക.

അവിധി. വി. (ത്രിഷു.) വി. ന. വിധിയില്ലാത്ത, വിധിക്കു വിരോധമായ, പ്രമാണമില്ലാത്ത.

അവിധി. ന. വിധിയില്ലായ്മ, ന്യായക്കേടു.

അവിധൃത. വി. (തൻ, താ, തം.) വി. ന. ൧, ധരിക്കപ്പെടാത്ത. ൨, വിടപ്പെട്ട.

അവിനദ്ധ. വി. (ദ്ധൻ, ദ്ധാ, ദ്ധം.) വി. ന. ചട്ടയിടപ്പെട്ട.

അവിനയം. ന. വിനയമില്ലായ്മ, വണക്കമില്ലായ്മ.

അവിനാശി. ന. നാശമില്ലായ്മ.

അവിനീത. വി. (തൻ, താ, തം.) വി. ന. വിനീതമല്ലാത്ത, അടക്കമില്ലാത്ത.

അവിനീതാ. ന. പാതിവ്രത്യമില്ലാത്ത സ്ത്രീ.

അവിപത്തി. ന. ൧, ആപത്തില്ലായ്മ. ൨, പിത്തത്തിനുള്ള ഒരു പൊടി.

അവിമുക്ത. വി. (ക്തൻ, ക്താ, ക്തം.) വി. ന. അഴിക്കപ്പെടാത്ത, വിടപ്പെടാത്ത.

അവിമുക്തം ന. കാശി.

അവിയൽ. ന. ഒരു കറി.

അവിയുന്നു. ഞ്ഞു. വാൻ. (അവി.) അ. ക്രി. ചുരുങ്ങുന്നു, കറയുന്നു, വെന്തുകറയുന്നു, ചീഞ്ഞുകുറയുന്നു. **അവിക്കുന്നു.** സ. ക്രി.

അവിരത. വി. (തൻ, താ, തം.) വി. ന. നിത്യമായ.

അവിരളം. വി. ൧, ഏറിയ. ൨, അടുത്തുള്ള.

അവിൽ; അവൽ. ന. ഒരുമാതിരി പലഹാരം.

അവിലംഘിത. വി. (തൻ, താ, തം.) വി. ന. കടക്കപ്പെടാത്ത.

അവിവേകം. ന. വിവേകമില്ലായ്മ, വിചാരമില്ലായ്മ.

അവിവേകി. വി. (കി, കിനി, കി.) വി. ന. വിചാരമില്ലാത്ത, വിവേകമില്ലാത്ത.

അവിശ്വാസ. വി. (സൻ, സാ, സം.) വി. ന. വിശ്വാസമില്ലാത്ത.

അവിശ്വാസി. വി. (സി, സിനി, സി.) വി. ന. വിശ്വാസമില്ലാത്ത.

അവിശേഷ. വി. (ഷൻ, ഷാ, ഷം.) വി. ന. സമതയുള്ള, ഒരുപോലെയുള്ള.

അവിസ്പഷ്ട. വി. (ഷ്ടൻ, ഷ്ടാ, ഷ്ടം.) വി. ന. തെളിവില്ലാത്ത, മറഞ്ഞ.

അവിസ്പഷ്ടം. ന. കൊഞ്ഞവാക്കു.

അവിഹിതം. വി. ന്യായരഹിതം, വിധിയ്ക്കനുസരണമല്ലാത്ത.

അവിളംബ. വി. (ബൻ, ബാ, ബം.) വി. ന. താമസം കൂടാത്ത, വേഗമുള്ള.

അവിളംബിത. വി. (തൻ, താ, തം.) വി. ന. താമസിക്കപ്പെടാത്ത.

അവിക്ഷത. വി. കേടില്ലാത്ത, നിൎബ്ബാധമായ.

അവീചി. ന. നരകഭേദം.

അവീർ. ന. മുഖത്തു പൂശുവാനുള്ള ഒരുതരം സുഗന്ധപ്പൊടി.

അവീര. വി. (രൻ, രാ, രം.) വി. ന. ബലഹീനമുള്ള.

അവീരാ. ന. ഭൎത്താവും പുത്രനുമില്ലാത്തവൾ.

അവൃദ്ധാ. ന. നരയ്ക്കാത്തവൾ.

അവെക്കുന്നു. ച്ചു. ക്കവാൻ. (അവയ്ക്കു.) അരി മുതലായ ധാന്യങ്ങളുടെ തവിടു ഇളക്കുവാനായി ൧൦ം ധാന്യങ്ങളെ ഉരലിലിട്ടു കുത്തുന്ന അല്ലെങ്കിൽ മട്ടിക്കുന്നു. **അവെയ്പിക്കുന്നു.** കാ. ക്രി. **അവ, അവയ്ക്കൽ.** ന.

അവേദ്യ. വി. (ദ്യൻ, ദ്യാ, ദ്യം.) വി. ന. അറിയപ്പെടുവാൻ കഴിയാത്ത.

അവേദ്യം. ന. കിടാവു.

അവേല്ലജം. ന. നല്ലമുളകു.

അവേക്ഷ. ന. ൧, ശ്രദ്ധ, സൂക്ഷണം. ൨, കാണുക, നോക്കുക. ൩, ഉടമ്പടി.

അവ്യക്ത. വി. (ക്തൻ, ക്താ, ക്തം.) വി. ന. വ്യക്തമല്ലാത്ത, സ്പഷ്ടമല്ലാത്ത. **അവ്യക്തത.** ദ്ര. ന. സ്പഷ്ടമില്ലായ്മ.

അവ്യക്തൻ. ന. ൧, വിഷ്ണു. ൨, ശിവൻ. ൩, കാമദേവൻ.

അവ്യക്തരാഗം. ന. കുറഞ്ഞ ചുവപ്പു.

അവ്യക്തരൂപി. കാണപ്പെടാത്തവൻ, ദൈവം.

അവ്യക്തവചനം. ന. കൊഞ്ഞവാക്കു.

അവ്യഗ്ര. വി. ൧, ഇളകാത്ത, അധൈര്യപ്പെടാത്ത. ൨, പ്രവൃത്തിയിൽ പ്രവേശിക്കാത്ത. ൩, സൂക്ഷിക്കുന്ന, ശ്രദ്ധയുള്ള.

അവ്യഗ്രം. (അ.) സാവധാനത്തിൽ.

അവ്യണ്ഡ. ന. ഒരു തൈ, നാട്ടുരണ.

അവ്യഥ. വി. (ഥൻ, ഥാ, ഥം.) വി. ന. വ്യഥയില്ലാത്ത, വേദനയില്ലാത്ത.

അവ്യഥ. ന. ൧, ഒരു പാമ്പു. ൨, കടുക്ക. ൩, ഓരിലത്താമര.

അവ്യഭിചരിതം. വി. ൧, അനുകൂലമായ. ൨, വിശ്വാസയോഗ്യം. ൩, പിരിയാത്ത.

അവ്യഭിചാരം. ന. ൧, അനുകൂല്യം. ൨, വിശ്വാസയോഗ്യത. ൩, യോജിപ്പ്.

അവ്യയ. വി. (യൻ, യാ, യം.) വി. ന. വ്യയമില്ലാത്ത. ൧, നാശമില്ലാത്ത. ൨, ചെലവില്ലാത്ത.

അവ്യയം. ന. വിഭക്തിരൂപമില്ലാത്ത വാക്കു.

അവ്യവസായി. വി. (യീ, യിനീ, യി.) വി. ന. ജാഗ്രതയില്ലാത്ത.

അവ്യവസിത. വി. (തൻ, താ, തം.) വി. ന. വ്യവസിതമില്ലാത്ത, നിശ്ചയമില്ലാത്ത.

അവ്യവസ്ഥം. വി. വ്യവസ്ഥയില്ലാതെ.

അവ്യവഹിത. വി. (തൻ, താ, തം.) വി. ന. ഇടയിൽ മറെറാന്നില്ലാത്ത, ചേൎന്ന.

അവ്യാകൃതം. വി. അറിയാൻ പാടില്ലാത്ത, അഗോചരം.

അവ്യാജം. ന. നിൎവ്യാജം, പരമാൎത്ഥം.

അവ്വണ്ണം. വി. അതുപോലെ.

അവ്വഴി. ന. ആ വഴി.

അവ്വിടം. ന. ആ സ്ഥലം.

അവ്യാപ്ത. വി. (പ്തൻ, പ്താ, പ്തം.) വി. ന. ചെല്ലുവാൻ വഹിയാത്ത.

അവ്യാപ്തി. സ്ത്രീ. ന. ൧, ചെല്ലുവാൻ വഹിയായ്ക. ൨, ഒന്നിനു പ്രത്യേകമുള്ള ലക്ഷണം.

അവ്യാഹത. വി. (തൻ, താ, തം.) വി. ന. ൧, തടവില്ലാത്ത. ൨, വിരോധമില്ലാത്ത.

അവ്യാഹൃതം. ന. മൌനം.

അശക്ത. വി. (ക്തൻ, ക്താ, ക്തം.) വി. ന. ശക്തമല്ലാത്ത, ബലമില്ലാത്ത.

അശക്തി. ന. ശക്തിയില്ലായ്മ, ബലമില്ലായ്മ.

അശക്യ. വി. (ക്യൻ, ക്യാ, ക്യം.) വി. ന. ശക്യമല്ലാത്ത, കഴിയാത്ത.

അശങ്ക. വി. (ങ്കൻ, ങ്കാ, ങ്കം.) വി. ന. ൧, ശങ്കകൂടാത്ത, സംശയംകൂടാത്ത. ൨, ഉറപ്പുള്ള.

അശങ്ങുന്നു. ങ്ങി. വാൻ. (അശങ്ങ്.) അ. ക്രി. ഇളകുന്നു, അല്പമായിട്ടെങ്കിലും ഭ്രമിക്കുന്നു. **അശങ്ങൽ.** ന.

അശട്ടു. ന. ൧, ഭയം. ൨, സംശയം. ൩, സൂക്ഷക്കുറവു.

അശനം. ന. ഭക്ഷണം.

അശനായ. ന. വിശപ്പു.

അശനായിത. വി. (തൻ, താ, തം.) വി. ന. വിശപ്പുള്ള.

അശനി. ന. ഇടിത്തീ.

അശനേച്ഛു. വി. (ത്രിഷു.) വി. ന. ഭക്ഷണത്തിങ്കൽ ആഗ്രഹമുള്ള.

അശനൈ. അ. വേഗം.

അശരീരി. വി. (രീ, രിണി, രി.) വി. ന. ശരീരമില്ലാത്ത.

അശരീരിവാക്കു. ന. ദേവവാക്കു, ദിവ്യവാക്കു.

അശാന്ത. വി. (ന്തൻ, ന്താ, ന്തം.) വി. ന. ശാന്തമില്ലാത്ത, അടക്കമില്ലാത്ത.

അശിക്കുന്നു. ച്ചു. പ്പാൻ. (അശി.) സ. ക്രി. ഭക്ഷിക്കുന്നു. **അശിപ്പിക്കുന്നു.** കാ. ക്രി.

അശിത. വി. (തൻ, താ, തം.) വി. ന. ഭക്ഷിക്കപ്പെട്ട.

അശിരൻ. ന. ൧, സൂൎയ്യൻ. ൨, അഗ്നി.

അശിരം. ന. ഒരു രത്നം, വൈരക്കല്ലു.

അശിവ. വി. (വൻ, വാ, വം.) വി. ന. ശിവമല്ലാത്ത, നിൎഭാഗ്യമുള്ള.

അശിശ്വീ. ന. പുത്രനില്ലാത്തവൾ.

അശിഷ്ട. വി. അധികം ഭക്ഷിക്കുന്ന.

അശിക്ഷിത. വി. (തൻ, താ, തം.) വി. ന. ശിക്ഷിക്കപ്പെടാത്ത, അഭ്യസിക്കപ്പെടാത്ത.

അശീത. വി (തൻ, താ, തം.) വി. ന. ശീതമല്ലാത്ത, തണുപ്പില്ലാത്ത.

അശീതി. വി. എണ്പതു.

അശീലം. ന. മൎയ്യാദകേടു, മൂഢത.

അശീൎഷകൻ. ന. തലയില്ലാത്തവൻ.

അശു. വി. (ത്രിഷു.) വി. ന. ഏററവും ചെറുതായിട്ടുള്ള.

അശുചി. ന. ൧, അശുദ്ധി. ൨, അവമാനം.

അശുദ്ധ. വി. (ദ്ധൻ, ദ്ധാ, ദ്ധം.) വി. ന. ശുദ്ധമല്ലാത്ത.

അശുദ്ധി. വി. (ത്രിഷു.) വി. ന. ശുദ്ധിയില്ലാത്ത.

അശുഭ. വി. (ഭൻ, ഭാ, ഭം.) വി. ന. ശുഭമല്ലാത്ത, നന്മകേടുള്ള.

അശുഭം. ന. അമംഗലം, നന്മകേടു.

അശൃതം. വി. ൧, പാകം ചെയ്യപ്പെടാത്ത. ൨, മൂക്കാത്ത.

അശേഷ. വി. (ഷൻ, ഷാ, ഷം.) വി. ന. മുഴുവനായുള്ള.

അശോക. വി. (കൻ, കാ, കം.) വി. ന. ശോകമില്ലാത്ത, ദുഃഖമില്ലാത്ത.

അശോകം. ന. ൧, ഒരു വൃക്ഷം. ൨, ഒരു മരുന്നു, രസം.

അശോക. ന. ൧, കടുകുരോഹിണി. ൨, കല്ലുമം.

അശോഭന. വി. (നൻ, നാ, നം.) വി. ന. ശോഭനമല്ലാത്ത, പ്രകാശമില്ലാത്ത.

അശൌചം. ന. അശുദ്ധി.

അശ്മകം. ന. കല്ലുമം.

അശ്മഗൎഭം. ന. മരതക രത്നം.

അശ്മജം. ന. കല്ലുമം.

അശ്മദാരണം. ന. കല്ലുളി, മഴു.

അശ്മന്ത. വി. (ന്തൻ, ന്താ, ന്തം.) വി. ന. ൧, അതിരില്ലാത്ത. ൨, ദുശ്ശകുനമുള്ള.

അശ്മന്തം. ന. ൧, അടുപ്പു. ൨, മരണം.

അശ്മപുഷ്പം. ന. ചേലേയം, സാംപ്രാണി.

അശ്മം. ന. ൧, കല്ലു. ൨, പാറ. ൩, മല.

അശ്മയോനി. ന. കല്ലുമം.

അശ്മരി. ന. ഒരു ദീനം, മൂത്രമടപ്പു.

അശ്മസാരം. ന. ഇരിമ്പു.

അശ്മാവു. ന. കല്ലു.

അശ്രദ്ധ. വി. (ദ്ധൻ, ദ്ധാ, ദ്ധം.)

വി. ന. ശ്രദ്ധയില്ലാത്ത, വിശ്വാസമില്ലാത്ത.

അശ്രദ്ധ. ന. അവിശ്വാസം.

അശ്രം. ന. കണ്ണുനീർ.

അശ്രമം. ന. ശ്രമക്കേടു, അനാലസ്യം.

അശ്രാന്ത. വി. (ന്തൻ, ന്താ, ന്തം.) വി. ന. ൧, ആലസ്യമില്ലാത്ത; ൨, എല്ലായ്പോഴുമുള്ള, എന്നേക്കുമുള്ള.

അശ്രാന്തം. അ. എല്ലായ്പോഴും.

അശ്രാവ്യ. വി. (വ്യൻ, വ്യാ, വ്യം.) വി. ന. ശ്രാവ്യമല്ലാത്ത, കേൾക്കപ്പെടരുതാത്ത.

അശ്രി. ന. ൧, കുന്തത്തിന്റെ വിളുമ്പു. ൨, കോൺ.

അശ്രീകരം. ന. ൧, ദാരിദ്ര്യം. ൨, വൃത്തികേടു.

അശ്രു. ന. കണ്ണുനീർ.

അശ്രുകണം. ന. കണ്ണുനീർതുള്ളി.

അശ്രുജലം. ന. കണ്ണുനീർ.

അശ്രുത. വി. (തൻ, താ, തം.) വി. ന. ശ്രുതമല്ലാത്ത, കേട്ടിട്ടില്ലാത്ത.

അശ്ലീല. വി. (ലൻ, ലാ, ലം.) വി. ന. അസഭ്യത്തെ സൂചിപ്പിക്കുന്ന.

അശ്ലീലം. ന. അസഭ്യസൂചകവാക്ക.

അശ്വകൎണ്ണകം. ന. മുളന്പൂമരുതു.

അശ്വഗന്ധ. ന. അമുക്കുരം.

അശ്വതി. ന. ഒന്നാമത്തെ നക്ഷത്രം.

അശ്വത്ഥം. ന. അരയാൽ.

അശ്വപാലൻ. ന. കുതിരക്കാരൻ.

അശ്വം. ന. കുതിര.

അശ്വമേധം. ന. ഒരു യാഗം.

അശ്വയുക്ക. ന. ൧, അശ്വതി നക്ഷത്രം. ൨, തുലാമാസം.

അശ്വയുജം. ന. തുലാമാസം.

അശ്വരത്നം. ന. നല്ല കുതിര.

അശ്വലക്ഷണം. ന. കുതിരയുടെ ലക്ഷണം.

അശ്വശാല. ന. കുതിരപ്പുര.

അശ്വസാദി. ന. കുതിരച്ചേവുകൻ.

അശ്വാ. ന. പെൺകുതിര.

അശ്വാരൂഢ. വി. (ഢൻ, ഢാ, ഢം.) വി. ന. കുതിരമേൽ കരേറിയ.

അശ്വാരോഹണം. ന. കുതിരമേൽ കരേറുക.

അശ്വാരോഹ. വി. (ഹൻ, ഹാ, ഹം.) വി. ന. കുതിരമേൽ കരേറിയ.

അശ്വാരോഹൻ. ന. കുതിരമേൽ കരേറുന്നവൻ, കുതിരച്ചേവുകൻ.

അശ്വാരോഹാ. ന. ഒരു തൈ, അമുക്കുരം.

അശ്വി. ന. അശ്വതിനക്ഷത്രം.

അശ്വികൾ. ന. ദേവവൈദ്യന്മാർ.

അശ്വിനീ. ന. ൧, അശ്വതിനക്ഷത്രം. ൨, അശ്വികളുടെ അമ്മ.

അശ്വിനീസുതന്മാർ. ന. അശ്വികൾ, ദേവവൈദ്യന്മാർ.

അശ്വീയ. വി. (യൻ, യാ, യം.) വി. ന. കുതിരയെ സംബന്ധിച്ച.

അശ്വീയം. ന. കുതിരക്കൂട്ടം.

അഷ്ട. വി. എട്ടു.

അഷ്ടകം. വി. ൧, എട്ടു. ൨, എട്ടാമത്തെ.

അഷ്ടകോണം. ന. എട്ടുകോണു.

അഷ്ടഗന്ധം. ന. ഒരുമാതിരി സുഗന്ധവൎഗ്ഗം.

അഷ്ടഗ്രാസി. ന. എട്ടുരുള മാത്രം ഭക്ഷിക്കുന്നവൻ, സന്യാസി.

അഷ്ടചൂൎണ്ണം. ന. എട്ടുകൂട്ടം മരുന്നുകൾ കൂട്ടി ഉണ്ടാക്കുന്ന ഒരു പൊടി.

അഷ്ടധാ. അ. എട്ടുപ്രകാരം.

അഷ്ടപദി. ന. ഒരു സംഗീതഗ്രന്ഥം.

അഷ്ടപാത്തു. ന. ൧, എട്ടുകാലി. ൨, എട്ടടിമാൻ.

അഷ്ടബന്ധം. ന. ബിംബം ഉറപ്പിക്കുന്നതിനു ചില മരുന്നുകൾ ഒക്കെക്കൂടെ ഇടിച്ചു നേൎപ്പിച്ചുണ്ടാക്കുന്ന ഒരു വസ്തു.

അഷ്ടമ. വി. (മൻ, മീ, മം.) വി. ന. എട്ടാമത്തെ.

അഷ്ടമംഗല്യം. ന. ശാസ്ത്രവിധിപ്രകാരം എട്ടു സാധനങ്ങളെ ഒരുക്കിവെച്ചിട്ടുള്ള ഒരു പാത്രം.

അഷ്ടമി. ന. എട്ടാമത്തെ പക്കം.

അഷ്ടമിരോഹിണി. ന. ഒരു വിശേഷദിവസം.

അഷ്ടമൂൎത്തി. ന. ശിവൻ.

അഷ്ടരാഗം. ന. കാമം, ക്രോധം, ലോഭം, മോഹം, മദം, മാത്സൎയ്യം, ഡംഭം, അസൂയ ഇവ എട്ടിന്നും കൂടെയുള്ള പേർ.

അഷ്ടശൈലം. ന. പ്രധാനമായ എട്ടു പൎവ്വതങ്ങൾക്കു കൂടെയുള്ള പേർ.

അഷ്ടസിദ്ധി. ന. അണിമാവു, മഹിമാവു, മുതലായ എട്ടു ദിവ്യശക്തികളെ ലഭിക്കുക.

അഷ്ടാംഗം. ന. ശരീരത്തിലെ എട്ടു പ്രധാനമായ അവയവങ്ങൾ.

അഷ്ടാംഗഹൃദയം. ന. ഒരു വൈദ്യശാസ്ത്രഗ്രന്ഥം.

അഷ്ടാദശപുരാണം. ന. പാത്മം മുതലായ പതിനെട്ടു പുരാണം.

അഷ്ടാദശ. വി. പതിനെട്ടു.

അഷ്ടാപദം. ന. ൧, ചൂതുപലക. ൨, പൊന്നു. ൩, എട്ടുകാലി. ൪, എട്ടടിമാൻ. ൫, കൈലാസ പൎവ്വതം. ൬, ഒരു പുഴ.

അഷ്ടാപദി. ന. കാട്ടുമുല്ല.

അഷ്ടാശി. വി. എണ്പതു.

അഷ്ടാശീതി. വി. എണ്പത്തെട്ടു.

അഷ്ടാക്ഷരം. ന. എട്ടു ദിവ്യാക്ഷരങ്ങളുടെ യോഗം. "ഓംനമോനാരായണായ" എന്ന മന്ത്രം.

അഷ്ടി. ന. ൧, ഭക്ഷണം, ഊണു. ൨, അന്നം.

അഷ്ടൈശ്വൎയ്യം. ന. അണിമാവു, മഹിമാവു, ലഘിമാവു, ഗരിമാവു, ഈശിത്വം, വശിത്വം, പ്രാപ്തി, പ്രാകാമ്യം ഇവ എട്ടിന്നും കൂടെയുള്ള പേർ.

അഷ്ഠീവൽ. ന. മുഴങ്കാൽ.

അസകൃൽ. അ. പലപ്പോഴും, കൂടെക്കൂടെ.

അസക്ത. വി. (ക്തൻ, ക്താ, ക്തം.) വി. ന. സക്തനല്ലാത്ത, ഒന്നിങ്കലും താല്പൎയ്യമില്ലാത്ത, ഇഹലോക കാൎയ്യങ്ങളിൽനിന്നു ഒഴിഞ്ഞിരിക്കുന്ന.

അസക്തി. ന. സക്തിയില്ലായ്ക, താല്പൎയ്യമില്ലായ്ക.

അസതീ. ന. സതിയല്ലാത്തവൾ, വ്യഭിചാരം ചെയ്യുന്നവൾ.

അസതീസുതൻ. ന. വേശ്യാപുത്രൻ.

അസൽ. വി. (സൻ, സതീ, സത്. വി. ന. ൧, ഇല്ലാത്ത, ഉണ്ടാകാത്ത. ൨, നേരല്ലാത്ത. ൩, ചീത്ത, സത്തല്ലാത്ത.

അസൽകരിക്കുന്നു. സ. ക്രി. നിന്ദിക്കുന്നു, പ്രിയക്കേടായി സ്വീകരിക്കുന്നു.

അസൽക്കാരം; അസൽക്രിയ. ന.

അസത്ത. വി. (ത്രിക്കു.) വി. ന. ചീത്ത.

അസത്യ. വി. (ത്യൻ, ത്യാ, ത്യം.) വി. ന. സത്യമല്ലാത്ത, വ്യാജമായ.

അസത്യം. ന. സത്യമല്ലായ്ക, വ്യാജം.

അസത്യവാദി. വി. (ദീ, ദിനീ, ദി.) വി. ന. വ്യാജം പറയുന്ന.

അസത്വം. ന. സത്വഗുണമില്ലായ്മ.

അസനം. ന. ഒരു വൃക്ഷം, വേങ്ങ.

അസന്തുഷ്ട. വി. (ഷ്ടൻ, ഷ്ടാ, ഷ്ടം.) വി. ന. സന്തോഷമില്ലാത്ത.

അസന്തുഷ്ടി. ന. സന്തോഷമില്ലായ്മ.

അസന്ദിഗ്ദ്ധ. വി. (ഗ്ദ്ധൻ, ഗ്ദ്ധാ, ഗ്ദ്ധം.) വി. ന. സന്ദിഗ്ദ്ധമല്ലാത്ത, സംശയമില്ലാത്ത, നിശ്ചയമുള്ള.

അസന്ദിഷ്ട. വി. (ഷ്ടൻ, ഷ്ടാ, ഷ്ടം.) വി. ന. അറിയിക്കപ്പെടാത്ത.

അസഭ്യ. വി. (ഭ്യൻ, ഭ്യാ, ഭ്യം.) വി. ന. സഭ്യമല്ലാത്ത, സഭയിൽ കൊള്ളരുതാത്ത, ഹീനമായ.

അസഭ്യവാക്ക. ന. ചീത്തവാക്ക.

അസമീക്ഷ്യകാരി. വി. (രീ, രിണി, രി.) വി. ന. വിചാരിക്കാതെ ചെയ്യുന്ന.

അസംഖ്യ. വി. (ഖ്യൻ, ഖ്യാ, ഖ്യം.) വി. ന. സംഖ്യയില്ലാത്ത, എണ്ണമില്ലാത്ത.

അസംഗ. വി. (ഗൻ, ഗാ, ഗം.) വി. ന. സംഗമില്ലാത്ത, ചേർച്ചയില്ലാത്ത.

അസംഗതം. വി. ചേർച്ചയില്ലാതെ, അസംബന്ധം.

അസംഗതി. ന. അകാരണം.

അസംപ്രേക്ഷണം. ന. അവിവേകം, സാഹസപ്രവൃത്തി.

അസംബന്ധ. വി. (ന്ധൻ, ന്ധാ, ന്ധം.) വി. ന. സംബന്ധമില്ലാത്ത, ചേർച്ചയില്ലാത്ത.

അസംബാധ. വി. (ധൻ, ധാ, ധം.) വി. ന. സംബാധമില്ലാത്ത, തിക്കില്ലാത്ത, ഉറപ്പായുള്ള.

അസംഭവ. വി. (വൻ, വാ, വം.) വി. ന. സംഭവമല്ലാത്ത, ഉണ്ടാകാത്ത.

അസംഭവ്യം; അസംഭാവ്യം. വി. സംഭവിപ്പാനിടയില്ലാത്ത, മനസ്സിലാകാത്ത.

അസംഭിന്ന. വി. (ന്നൻ, ന്നാ, ന്നം.) വി. ന. സംഭിന്നമല്ലാത്ത. ൧, ഇളക്കപ്പെടാത്ത. ൨, വേർപെടാത്ത.

അസംഭൃത. വി. (തൻ, താ, തം.) വി. ന. സംഭൃതമല്ലാത്ത, ഉണ്ടായിട്ടില്ലാത്ത.

അസമർത്ഥം. വി. സാമർത്ഥ്യമില്ലാത്ത.

അസമ്മത. വി. (തൻ, താ, തം.) വി. ന. സമ്മതമല്ലാത്ത, വിരോധമുള്ള.

അസംശയ. വി. (യൻ, യാ, യം.) വി. ന. സംശയമില്ലാത്ത, നിശ്ചയമായുള്ള.

അസംശയം. അ. നിശ്ചയമായിട്ട.

അസംസ്കൃത. വി. (തൻ, താ, തം.) വി. ന. സംസ്കൃതമല്ലാത്ത. ൧, ഉണ്ടാക്കപ്പെടാത്ത. ൨, അലങ്കരിക്കപ്പെടാത്ത. ൩, ശുദ്ധീകരിക്കപ്പെടാത്ത.

അസഹന. വി. (നൻ, നാ, നം.) വി. ന. സഹിച്ചുകൂടാത്ത.

അസഹനൻ. ന. ശത്രു.

അസഹായ. വി. (യൻ, യാ, യം.) വി. ന. സഹായമില്ലാത്ത, കൂട്ടില്ലാത്ത.

അസഹിഷ്ണു. വി. (ത്രിലി.) വി. ന. സഹിഷ്ണുവല്ലാത്ത, സഹിക്ക ശീലമില്ലാത്ത.

അസഹ്യപ്പെടുന്നു. ഭൂ. വാൻ. (അസഹ്യം.) അ. ക്രി. ഉപദ്രവപ്പെടുന്നു.

അസഹ്യപ്പെടുത്തുന്നു. സ. ക്രി.

അസഹ്യ. വി. (ഹ്യൻ, ഹ്യാ, ഹ്യം.) വി. ന. സഹ്യമല്ലാത്ത, സഹിപ്പാൻ വഹിയാത്ത.

അസാകല്യം. ന. സാകല്യമല്ലാത്തത, ഏതാനും.

അസാദ്ധ്യ. വി. (ദ്ധ്യൻ, ദ്ധ്യാ, ദ്ധ്യം.) വി. ന. സാദ്ധ്യമല്ലാത്ത. ൧, സാധിക്കപ്പെടുവാൻ വഹിയാത്ത. ൨, പൊറുക്കാത്ത.

അസാധക. വി. (കൻ, കാ, കം.) വി. ന. സാധകമല്ലാത്ത, സാധിക്കാത്ത.

അസാധാരണ. വി. (ണൻ, ണാ, ണം.) വി. ന. സാധാരണമല്ലാത്ത, പരമ്പരയില്ലാത്ത, വിശേഷമായുള്ള.

അസാധു. വി. (ധുഃ, ധ്വീ, ധു.) വി. ന. സാധുവല്ലാത്ത, ചീത്ത, നല്ലതല്ലാത്ത.

അസാധ്വീ. ന. പാതിവ്രത്യമില്ലാത്തവൾ.

അസാമാന്യ. വി. (ന്യൻ, ന്യാ, ന്യം.) വി. ന. സാമാന്യമല്ലാത്ത. ൧, പ്രത്യേകമുള്ള. ൨, അധികമായ. ൩, തുല്യമല്ലാത്ത. ൪, ശ്രേഷ്ഠതയുള്ള.

അസാര. വി. (രൻ, രാ, രം.) വി. ന. സാരമില്ലാത്ത. ൧, കാതലില്ലാത്ത. ൨, ബലമില്ലാത്ത. ൩, ചാറില്ലാത്ത.

അസാരം. ന. ആവണക്ക. (മ) അല്പം.

അസാരസ്യ. വി. (സ്യൻ, സ്യാ, സ്യം.) വി. ന. സാരസ്യമില്ലാത്ത. ൧, രസികതയില്ലാത്ത. ൨, രുചിയില്ലാത്ത.

അസി. ന. വാൾ.

അസിക്നി. ന. ൧, മാസി. ൨, ഒരാറ.

അസിത. വി. (തൻ, താ, തം.) വി. ന. സിതമല്ലാത്ത, കറുത്ത.

അസിതൻ. ന. ശനി.

അസിത. ന. ൧, കറുപ്പ. ൨, കറുത്ത പക്ഷം.

അസിതാ. ന. അമരി.

അസിധാര. ന. വാളിന്റെ വായ്ത്തല.

അസിധാവകൻ. ന. കടച്ചിൽ കൊല്ലൻ.

അസിധേനുക. ന. ഒരായുധം, ചുരിക.

അസിപത്രം. ന. ൧, കരിമ്പ. ൨, നരകഭേദം. ൩, വാളുറ.

അസിപത്രവനം. ന. ഒരു നരകം.

അസിപുത്രി. ന. ഒരായുധം, ചുരിക.

അസിലത. ന. നല്ല വാൾ.

അസിഹേതി. ന. വാളെടുത്തവൻ.

അസു. ന. ജീവൻ.

അസുഖം. ന. സുഖക്കേട, ദുഃഖം, വേദന.

അസുധാരണം. ന. ജീവിച്ചിരിപ്പ.

അസുനാശം. ന. മരണം.

അസുപ്ത. വി. (പ്തൻ, പ്താ, പ്തം.) വി. ന. സുപ്തമല്ലാത്ത, ഉറങ്ങാത്ത.

അസുരഗണം. ന. രാക്ഷസക്കൂട്ടം.

അസുരൻ. ന. സുരനല്ലാത്തവൻ, രാക്ഷസൻ, ദേവശത്രു.

അസുര. ന. ൧, രാത്രി. ൨, ഒരു രാശി.

അസുരി. ന. ൧, കറുത്ത കടുക. ൨, അസുരസ്ത്രീ.

അസൂയ. ന. മറ്റൊരുത്തന്റെ ഗുണത്തിങ്കൽ ദോഷത്തെ ഉണ്ടാക്കുക.

അസൂക്ഷണം ന. നിന്ദ.

അസൃക്. ന. ചോര.

അസൃക്കര. ന. രസധാതു.

അസൃക്പൻ. ന. ചോരകുടിക്കുന്നവൻ, രാക്ഷസൻ.

അസൃഗ്ധര. ന. തൊലി.

അസൌഖ്യം. ന. സൌഖ്യമില്ലായ്മ.

അസൌമ്യസ്വര. വി. (രൻ, രാ, രം.) വി. ന. ക്രൂരസ്വരമുള്ള.

അസൌമ്യാക്ഷം. ന. ഭയങ്കരനോട്ടം.

അസ്ഖലിത. വി. (തൻ, താ, തം.) വി. ന. ഇളക്കമില്ലാത്ത, ഇടർച്ചയില്ലാത്ത,

അസ്തകം. ന. മോക്ഷാനന്ദം.

അസ്ത. വി. (സ്തൻ, സ്താ, സ്തം.) വി. ന. ഉപേക്ഷിക്കപ്പെട്ട.

അസ്തം. ന. ൧, അസ്തമനാപസ്തുതം. ൨, നാശം.

അസ്തദിൎമ്മുഖം. ന. പടിഞ്ഞാറുഭാഗം.

അസ്തമനം. ന. പകലിന്റെ അവസാനത്തിൽ ആദിത്യൻ മറയുക.

അസ്തമയം. ന. മേല്പറഞ്ഞ അൎത്ഥം.

അസ്തമാനം. ന. അസ്തമനം.

അസ്തമിക്കുന്നു. ച്ചു. പ്പാൻ. (അസ്തമി.) അ. ക്രി. പകലിന്റെ അവസാനത്തിൽ ആദിത്യൻ മറയുന്നു.

അസ്തശങ്ക. വി. (ങ്കൻ, ങ്കാ, ങ്കം.) വി. ന. ശങ്കകൂടാത്ത. ൧, സംശയംകൂടാത്ത. ൨, ഭയംകൂടാത്ത.

അസ്തിവാരം; അസ്ഥിവാരം. ന. അടിസ്ഥാനം കെട്ടുന്ന സ്ഥലം, അടിസ്ഥാനം.

അസ്തുവാകുന്നു. യി. വാൻ. (അസ്തുവാക.) അ. ക്രി. ഇല്ലാതാകുന്നു.

അസ്തേയം. ന. സ്തേയമല്ലാത്തതു, മോഷ്ടിക്കാത്തതു.

അസ്ത്രജീവൻ. ന. ഭടൻ, പട്ടാളക്കാരൻ.

അസ്ത്രജ്ഞ. വി. (ജ്ഞൻ, ജ്ഞാ, ജ്ഞം.) വി. ന. അസ്ത്രവിദ്യയെ അറിയുന്ന.

അസ്ത്രം. ന. അമ്പു.

അസ്ത്രമാൎജ്ജകൻ. ന. കടച്ചിൽകൊല്ലൻ.

അസ്ത്രശാല. ന. ആയുധം വെക്കുന്ന ഭവനം.

അസ്ത്രാഭ്യാസം. ന. ആയുധവിദ്യ പഠിക്ക.

അസ്ത്രീ. ന. ൧, അസ്ത്രമുള്ളവൻ, ആയുധാഭ്യാസമുള്ളവൻ. ൨, സ്ത്രീ അല്ലാത്തതു.

അസ്ത്രീകൻ. ന. സ്ത്രീയില്ലാത്തവൻ, ഭാൎയ്യയില്ലാത്തവൻ.

അസ്ഥി. ന. എല്ലു.

അസ്ഥിയുരുക്കം. ന. ഒരു ദീനം.

അസ്ഥികൂടം. ന. എല്ലു തന്നെ ആയിട്ടുള്ള ശരീരം.

അസ്ഥിഭൂഷണൻ. ന. ശിവൻ.

അസ്ഥിര. വി. (രൻ, രാ, രം.) വി. ന. സ്ഥിരമില്ലാത്ത, ഉറപ്പില്ലാത്ത, ഇളക്കമുള്ള. **അസ്ഥിരത.** ഗു. ന. ഉറപ്പില്ലായ്മ.

അസ്ഥിസ്രാവം. ന. ഒരു ദീനം.

അസ്പഷ്ട. വി. (ഷ്ടൻ, ഷ്ടാ, ഷ്ടം.) വി. ന. സ്പഷ്ടമല്ലാത്ത, വ്യക്തമല്ലാത്ത.

അസ്പൎശി. ന. ഒരു തൈ, കണ്ടകാരി.

അസ്ഫുടവാക്കു. ന. കൊഞ്ഞവാക്കു.

അസ്മാദി. ന. ഒരു ജാതിയായുള്ളവൻ.

അസ്രപൻ. ന. രാക്ഷസൻ.

അസ്രപ. ന. അട്ട.

അസ്രം. ന. ൧, രക്തം. ൨, കണ്ണുനീർ. ൩, കോൺ. ൪, രോമം.

അസ്രു. ന. കണ്ണുനീർ.

അസ്വച്ഛന്ദ. വി. (ന്ദൻ, ന്ദാ, ന്ദം.) വി. ന. പരാശ്രയമുള്ള.

അസ്വപ്നന്മാർ. ന. ദേവകൾ.

അസ്വര. വി. (രൻ, രാ, രം.) വി. ന. ക്രൂരശബ്ദമുള്ള.

അസ്പൃഷ്ടം. വി. സ്പൎശിക്കപ്പെടാത്ത, തൊടപ്പെടാത്ത.

അസ്മൽ. (പദങ്ങളുടെ മുമ്പിൽ ചേൎന്നു വരുമ്പോൾ) വി. ഞങ്ങളുടേതായ ഉ-ം. അസ്മദ്ധനം (ഞങ്ങളുടെ ധനം.)

അസ്മാതി; അസ്മാദി. ന. (അസ്മൽ ജാതി.) സ്വജനം.

അസ്വതം. വി. തട്ടുവാൻ വഹിയാത്ത, ജയിപ്പാൻ വഹിയാത്ത.

അസ്വാദ്ധ്യായൻ ന. വേദം പഠിക്കാത്ത ബ്രാഹ്മണൻ.

അസ്വാധീന. വി. (നൻ, നാ, നം.) വി. ന. സ്വാധീനമല്ലാത്ത, വശത്തിൽ നില്ക്കാത്ത. **അസ്വാധീനത.** ഗു. ന. സ്വാധീനമില്ലായ്മ.

അസ്വാസ്ഥ്യ. വി. (സ്ഥ്യൻ, സ്ഥ്യാ, സ്ഥ്യം.) വി. ന. സ്വാസ്ഥ്യമല്ലാത്ത, സൌഖ്യമില്ലാത്ത.

അസ്സൽ. ന. ൧, നല്ലതു. ൨, ആദ്യമായുള്ളതു. ൩, മായമില്ലാത്തതു.

അഹം. ന. പ. ഞാൻ.

അഹമഹമിക. ന. ഞാൻ ഞാൻ മിടുക്കനെന്നുള്ള ഭാവം.

അഹങ്കരിക്കുന്നു. ച്ചു. പ്പാൻ. (അഹങ്കരി.) അ. ക്രി. മദിക്കുന്നു, നിഗളിക്കുന്നു. **അഹംകരിപ്പിക്കുന്നു.** സ. ക്രി.

അഹംകാരം. ന. നിഗളം, ഡംഭം.

അഹംകാരശീല. വി. (ലൻ, ലാ, ലം.) വി. ന. നിഗളമുള്ള.

അഹംകാരി. വി. (രീ, രിണി, രി.) വി. ന. നിഗളമുള്ള.

അഹംകൃതി. ന. അഹംകാരം, നിഗളം.

അഹന്ത. ന. ഡംഭ, തൻകാൎയ്യം.

അഹംപൂൎവ്വം. ഞാൻ മുമ്പിലെന്നുള്ള സ്പൎദ്ധ.

അഹംപൂൎവ്വിക. ന. മേല്പറഞ്ഞ അൎത്ഥം.

അഹംബുദ്ധി. ന. അഹമ്മതി.

അഹംഭാവം. ന. അഹമ്മതി.

അഹംഭാവി. വി. (ത്രിഷു.) വി. ന. ഗൎവ്വമുള്ള, ഡംഭമുള്ള.

അഹമ്മതി. ന. ഗൎവ്വം, തന്നോടൊപ്പമുള്ളവരില്ല എന്നുള്ള നിനവു.

അഹംയു. വി. (ത്രിഷു.) വി. ന. ഗൎവ്വമുള്ള, ഡംഭമുള്ള.

അഹംയുഃ. ന. പട്ടാളക്കാരൻ.

അഹരഹഃ. അ. ദിവസന്തോറും.

അഹല്ലിക. ന. ശവം.

അഹല്യാ. ന. ഗൌതമന്റെ ഭാൎയ്യയുടെ പേർ.

അഹല്യം. വി. ഉഴപ്പെടാത്ത.

അഹൎഗ്ഗണം. ന. മാസം.

അഹൎന്നിശം. അ. പകലും രാത്രിയും.

അഹൎപ്പതി. ന. ആദിത്യൻ.

അഹൎമ്മുഖം. ന. ഉഷസ്സു, പ്രഭാതകാലം.

അഹസ്സു. ന. പകൽ.

അഹസ്കരൻ. ന. ആദിത്യൻ.

അഹസ്പതി. ന. ആദിത്യൻ.

അഹഹ. അ. ൧, ആശ്ചൎയ്യം. ൨, ക്ഷീണം. ൩, വ്യസനം. ൪, ഇഷ്ടം. ൫, വിളി.

അഹാന്തം. ന. വൈകുന്നേരം.

അഹാൎയ്യ. വി. (ൎയ്യൻ, ൎയ്യാ, ൎയ്യം.) വി. ന. ഹാൎയ്യമല്ലാത്ത, ഹരിക്കപ്പെടുവാൻ തക്കതല്ലാത്ത.

അഹാൎയ്യം. ന. പൎവ്വതം.

അഹി. ന. ൧, സൎപ്പം. ൨, ആദിത്യൻ. ൩, വഴിപോക്കൻ. ൪, രാഹു.

അഹിത. വി. (തൻ, താ, തം.) വി. ന. ഹിതമല്ലാത്ത, ഇഷ്ടമല്ലാത്ത.

അഹിതൻ. ന. ശത്രു.

അഹിതുണ്ഡികൻ. ന. പാമ്പുപിടിക്കുന്നവൻ.

അഹിപതി. ന. സൎപ്പരാജാവു, അനന്തൻ, വാസുകി, തക്ഷകൻ.

അഹിഭയം. ന. സ്വജനങ്ങളിൽനിന്നുള്ള ഭയം.

അഹിഭുക്ക. ന. ൧, ഗരുഡൻ. ൨, മയിൽ.

അഹിഭൂഷണൻ. ന. ശിവൻ.

അഹിമരശ്മി. ന. സൂൎയ്യൻ.

അഹിംസ. ന. കൊല്ലായ്ക.

അഹിംസ്യ. വി. (സ്യൻ, സ്യാ, സ്യം.) വി. ന. കൊല്ലപ്പെട്ടുകൂടാത്ത.

അഹിംസ്ര. വി. ഉപദ്രവമില്ലാത്ത.

അഹേതു. ന. ഹേതുവില്ലായ്ക, കാരണമില്ലായ്ക.

അഹേതുക. വി. (കൻ, കാ, കം.) വി. ന. കാരണമില്ലാത്ത.

അഹേരു. ന. ശതാവരി.

അഹോ. അ. ൧, നിന്ദ, അവമാനം. ൨, ഭയ. ൩, ഖേദം. ൪, വിളി. ൫, പ്രശംസ. ൬, ക്ഷീണം. ൭, ആശ്ചൎയ്യം. ൮, സംശയം. ൯, പരിഹാസം. ൧൦, ഗ്രന്ഥപൂരണം.

അഹോബലം. ന. ഒരു പുണ്യസ്ഥലം.

അഹോരാത്രം. അ. പകലുംരാത്രിയും.

അഹോവൃത്തി. ന. നിത്യച്ചിലവു.

അഹ്നാന്തം. ന. വൈകുന്നേരം.

അഹ്നായ. അ. വേഗം.

അള. ന. പോതു.

അളകം. ന. ൧, കുറുനിര. ൨, പേപ്പട്ടി. ൩, തലമുടി.

അളകാ. ന. ൧, വൈശ്രവണന്റെ രാജധാനി. ൨, എട്ടുമുതൽ പത്തു വയസ്സുവരെ പ്രായം ചെന്ന പെണ്ണ.

അളകാപുരി. ന. വൈശ്രവണന്റെ രാജധാനി.

അളക്കുന്നു. ന്നു. ന്നാൻ. (അളു.) സംക്രി. നെല്ലു മുതലായ ധാന്യങ്ങൾ ഇത്രയെന്നറിവാൻ പറയിലുംമററും വാരിയിട്ടു നിറച്ചു എണ്ണിമറിക്കുന്നു. എണ്ണനൈ മുതലായ സ്നേഹങ്ങൾ ഇടങ്ങഴി മുതലായ പാത്രങ്ങളിൽ നിറച്ചു എണ്ണി ഒഴിക്കുന്നു. തൈരു മോരു മുതലായ ദ്രവ്യങ്ങൾ ചങ്ങഴി മുതലായ പാത്രങ്ങൾകൊണ്ടു അപ്രകാരം ചെയ്യുന്നു. നീളവും വീതിയും ഇത്ര എന്നറിയുന്നതിന്നു വിരൽ, ചാൺ, മുഴം, മുഴക്കോൽ മുതലായവ വെച്ചു ഓരോന്നോരോന്നായിട്ടു എണ്ണുന്നു. **അളപ്പിക്കുന്നു.** കാ. ക്രി.

അളക്ക്ം. ന. ൧, വെള്ളരിക്ക. ൨, പേപ്പട്ടി.

അളവു. ന. ൧, അളക്കുന്ന വേല. ൨, തോതു. ൩, സന്ദൎഭം.

അളവു. (ക്രിതികളുടെ പിന്നാലെ ചേൎന്നുവരുമ്പോൾ) വി. സമയത്തു. ഉ-ം. ഉറങ്ങുമളവു (ഉറങ്ങുന്ന സമയത്തു.)

അളവററ. വി. അളവില്ലാത്ത, എണ്ണമില്ലാത്ത.

അളവററവൻ. ന. ദൈവം.

അളവുകോൽ. ന. അളക്കുന്ന കോൽ, മുഴക്കോൽ.

അളവുവാശി. ന. അളക്കുന്നതിൽ അധികം വരുന്നതു.

അളവെ. അ. മുഴുവനും.

അളി. ന. ൧, വണ്ടു. ൨, തേളു. ൩, വൃശ്ചികംരാശി. ൪, മദ്യം.

അളികണ്ണു. ന. ചീത്തക്കണ്ണു.

അളികം. ന. നെററി.

അളികളഭം. ന. ചെറുവണ്ടു.

അളിക്കുന്നു. ച്ചു, പ്പാൻ. (അളി.) സ. ക്രി. കൈകൊണ്ടു പിശക്കുന്നു.

അളിച്ചിൽ. ന. ചീച്ചിൽ.

അളിന്ദം. ന. പുറന്തിണ്ണ.

അളിപ്പു. ന. അളിച്ചിൽ.

അളിയൻ. ന. ൧, സഹോദരിയുടെ ഭൎത്താവു. ൨, ഭാൎയ്യയുടെ ആങ്ങള.

അളിയുന്നു. ഞ്ഞു. വാൻ. (അളി.) അ. ക്രി. ചീയുന്നു. **അളിയിക്കുന്നു.** സ. ക്രി

അളീക. വി. (കൻ, കാ, കം.) വി. ന. ൧, വ്യാജമായുള്ള. ൨, അപ്രിയമായുള്ള. ൩, ചെറുതായ.

അളീകം. ന. ൧, അസത്യം. ൨, അപ്രിയം. ൩, നെററി. ൪, സ്വൎഗ്ഗം.

അളുക്ക. ന. ചിമിഴ.

അള്ളാവു്. ന. ദൈവത്തെ നിൎദ്ദേശിച്ചു മഹമ്മദീയർ ഉച്ചരിക്കുന്ന വാക്ക.

അള്ളുന്നു. ള്ളി. വാൻ. (അള്ളു.) സ. ക്രി. മാന്തുന്നു.

അക്ഷകീലം. ന. അച്ചുതണ്ടിന്റെ ആണി.

അക്ഷക്രിയ. ന. ചൂതാട്ടം.

അക്ഷണം. അ. വേഗം, ഉടനെ.

അക്ഷത. വി. (തൻ, താ, തം.) വി. ന. മുറിയപ്പെടാത്ത,

അക്ഷതം. ന. ൧, പൂജ മുതലായ കൎമ്മങ്ങൾക്കു ബ്രാഹ്മണൻ കുറെ നെല്ലും അരിയും കൂടെ നനെച്ചു വെക്കുന്നതിന്നു പറയുന്ന പേർ. ൨, ഉണക്കലരി.

അക്ഷദൎശകൻ. ന. ന്യായാധിപതി.

അക്ഷദൃക്ക. ന. മേല്പറഞ്ഞ അൎത്ഥം.

അക്ഷദേവി. ചൂതാളി.

അക്ഷധൂൎത്തൻ. ന. കള്ളച്ചൂതാളി, ചൂതാളി.

അക്ഷധൂൎത്തിലം. ന. കാള.

അക്ഷമ. വി. (മൻ, മാ, മം.) വി. ന. ൧, ക്ഷമയില്ലാത്ത. ൨, ശക്തിയില്ലാത്ത.

അക്ഷമ. ന. ൧, ക്ഷമയില്ലായ്മ. ൨, ശക്തിയില്ലായ്മ.

അക്ഷമണി. ന. രുദ്രാക്ഷക്കായ്.

അക്ഷമാല. ന. രുദ്രാക്ഷമാല.

അക്ഷം. ന. ൧, ചൂതു. ൨, കണ്ണു. ൩, അച്ചുതണ്ടു. ൪, താന്നിമരം. ൫, മുപ്പത്തേഴരപ്പണത്തൂക്കം. ൬, വ്യവഹാരം. ൭, രുദ്രാക്ഷം.

അക്ഷയ. വി. (യൻ, യാ, യം.) വി. ന. ക്ഷയമില്ലാത്ത, നാശമില്ലാത്ത. **അക്ഷയത. അക്ഷയത്വം.** ഗു. ന. നാശമില്ലായ്മ.

അക്ഷരചണൻ. ന. എഴുത്തുകാരൻ.

അക്ഷരചുഞ്ചു. ന. മേല്പറഞ്ഞ അൎത്ഥം.

അക്ഷരപരിജ്ഞാനം. ന. എഴുത്തറിവു.

അക്ഷരപരിജ്ഞാനി. വി. (നി, നി നി, നി.) വി. ന. എഴുത്തറിയുന്ന.

അക്ഷര. വി. (രൻ, രാ, രം.) വി. ന. ൧, മാററമില്ലാത്ത. ൨, അക്ഷയമായുള്ള.

അക്ഷരൻ. ന. ൧, ശിവൻ. ൨, വിഷ്ണു.

അക്ഷരം. ന. ൧, ബ്രഹ്മം. ൨, സായുജ്യം. ൩, തപസ്സു. ൪, ആകാശം. ൫, ഒരക്ഷരം, എഴുത്തു.

അക്ഷരമാല. ന. ഭാഷയിലുള്ള എല്ലാ അക്ഷരങ്ങൾക്കുംകൂടി പറയുന്ന പേർ.

അക്ഷവൽ. വി. (വാൻ, വതി, വൽ.) വി. ന. ചൂതുള്ള.

അക്ഷവതി. ന. ചൂതുകളി.

അക്ഷാഗ്രകീലകം. ന. അച്ചുതണ്ടിന്റെ ആണി.

അക്ഷാന്തി. ന. ക്ഷാന്തിയില്ലായ്ക, ക്ഷമയില്ലായ്ക, അസൂയ.

അക്ഷാന്തിമൽ. വി. (മാൻ, മതി,

മസ്.) വി. ന. ക്ഷമയില്ലാത്ത, അസൂയയുള്ള.

അക്ഷി. ന. കണ്ണു.

അക്ഷികൂണ്ണം. ന. പാമ്പു.

അക്ഷികൂടകം. ന. കണ്ണുകുഴി.

അക്ഷിഗത. വി. (തൻ, താ, തം.) വി. ന. ൧, കണ്ണിനു നേരെ വന്ന, കാണാകുന്ന. ൨, വെറുപ്പുള്ള, പകയുള്ള.

അക്ഷിഗോചര. വി. (രൻ, രാ, രം.) വി. ന. കാണാകുന്ന.

അക്ഷിലോമം. ന. കണ്ണിന്റെ രോമം.

അക്ഷിവിലാസം. ന. കണ്ണിന്റെ ഭംഗി.

അക്ഷീണ. വി. (ണൻ, ണാ, ണം.) വി. ന. ക്ഷീണമില്ലാത്ത, തളൎച്ചയില്ലാത്ത. **അക്ഷീണത.** ഗു. ന. ക്ഷീണമില്ലായ്മ.

അക്ഷീബം. ന. ൧, കടലുപ്പു. ൨, മുരിങ്ങമരം.

അക്ഷുണ്ണം. വി. അഭിന്നം, ഇടരെ നിവിൎന്നുകിടക്കുന്ന.

അക്ഷോടം. ന. ഒരു വൃക്ഷം, മലമ്പൂക.

അക്ഷോഭ്യ. വി. (ഭ്യൻ, ഭ്യാ, ഭ്യം.) വി. ന. ഇളക്കപ്പെടുവാൻ വഹിയാത്ത.

അക്ഷൌഹിണി. ന. ൨൧൮൭൦ ആനയും, ൨൧൮൭൦ തേരും, ൬൫൬൧൦ കുതിരയും, ൧൦൯൩൫൦ കാലാളും കൂടിയ സൈന്യം.

അഴക. ന. ഭംഗി.

അഴൽ. ന. ൧, ദുഃഖം, സങ്കടം. ൨, ചൂടു. ൩, ചെറിയ ചൊറി.

അഴലുന്നു. ന്നു. വാൻ. (അഴൽ.) അ. ക്രി. ൧, ദുഃഖിക്കുന്നു. ൨, ഉഷ്ണിക്കുന്നു. **അഴലിക്കുന്നു.** സ. ക്രി.

അഴല്ച. ന. നിററൽ, ചൂടു.

അഴി. ന. ൧, ഇരുമ്പു ചെലുത്തുന്ന മരം. ൨, കപ്പൽ അടുക്കുന്ന സ്ഥലം.

അഴിച്ചിൽ. ന. ൧, നാശം. ൨, ചിലവു. ൩, ജനസമ്മതം.

അഴിഞ്ഞിൽ. ന. ഒരു വൃക്ഷം, അങ്കോലം.

അഴിനില ന. ൧, നാശം. ൨, തടവു.

അഴിപ്പുര. ന. കാരാഗൃഹം, പാറാവു.

അഴിമതി. ന. ൧, നാശം. ൨, അക്ര

അഴിമുഖം. ന. കപ്പൽ അടുക്കുന്ന ഇടം.

അഴിയം. ന. ൧, തോട്ടം. ൨, കുടിയിരിക്കുന്ന സ്ഥലം.

അഴിയുന്നു. ഞ്ഞു. വാൻ. (അഴി.) അ. ക്രി. ൧, കെട്ടുവിടുന്നു. ൨, നശിക്കുന്നു. ൩, ചിലവാകുന്നു. **അഴിക്കുന്നു.** സ. ക്രി.

അഴിവു. ന. ൧, നാശം. ൨, ചിലവു.

അഴുകൽ. ന. ചീച്ചിൽ.

അഴുകുന്നു. കി. വാൻ. (അഴുക.) അ. ക്രി. ചീയുന്നു. **അഴുക്കുന്നു.** സ. ക്രി.

അഴുക്കു. ന. ൧, ചളി. ൨, അശുദ്ധം.

അറ. ന. ൧, ഭവനത്തിന്റെ നടുവിൽ മരംകൊണ്ടുണ്ടാക്കി നെല്ലും പണവും മററും വെച്ചുസൂക്ഷിക്കുന്ന മുറി. ൨, കിടക്കുന്ന മുറി.

അറക്കുന്നു. ത്തു. പ്പാൻ. (അറ.) സ. ക്രി. ൧, ഒരംച്ചുവാൾകൊണ്ടു മരം അറുത്തു പിളൎക്കുന്നു. ൨, മുറിക്കുന്നു. ൩, കൊയ്യുന്നു.

അറപ്പു. ന. ൧, മുറിവു. ൨, കൊയ്ത്തു.

അറപ്പുര. ന. നെല്പുര.

അറപ്പുവാൾ. ന. ഒരംച്ചുവാൾ.

അറം. ന. നാശം.

അറയുന്നു. ഞ്ഞു. വാൻ. (അറ.) സ. ക്രി. നുറുക്കുന്നു. ൨, കത്തികൊണ്ടും മററും തടിമേൽവെച്ചു കൊച്ചുകൊച്ചായിട്ടു വെട്ടിനുറുക്കുന്നു. **അറയിക്കുന്നു.** കാ. ക്രി.

അറവാതിൽ. ന. അറയുടെ മുൻവശത്തുള്ള കതകു.

അറവി. ന. ഒരു രാജ്യം.

അറാം. വി. ന്യായവിരുദ്ധമായ, നീചമായ.

അറിമുഖം. ന. പരിചയം.

അറിയുന്നു. ഞ്ഞു. വാൻ. (അറി.) സ. ക്രി. ഗ്രഹിക്കുന്നു, പരിചയിക്കുന്നു. **അറിയിക്കുന്നു.** സ. ക്രി.

അറിവു. ന. ജ്ഞാനം.

അറിയിപ്പു. ന. അറിവു.

അറു. (പ്രഥമങ്ങളുടെ മുമ്പിൽ ചേൎന്നുവരുമ്പോൾ) വി. ൧, 'ആറു' എന്ന തുകയെകാണിക്കുന്നു. ഉ—ം. **അറുപത്തു.** (ആറു പത്തു). ൨, ഭയങ്കരമായ, വലിയ. ഉ—ം. **അറുകല. അറുമട.**

അറുന്നു. റു. വാൻ. (അറു.) അ. ക്രി. മുറിയുന്നു, അവസാനിക്കുന്നു. **അറുക്കുന്നു.** സ. ക്രി.

അറുപ്പു. ന. ൧, മുറിവു. ൨, പിളൎപ്പു.

അറുപ്പുകാരൻ. ന. വാളൻ.

അറുപ്പുവാൾ. ന. ഒരംച്ചുവാൾ.

അറെക്കുന്നു. ച്ചു. പ്പാൻ. (അറെ.) അ. ക്രി. ദുൎഗ്ഗന്ധം മുതലായവകൊണ്ടു തൊടുവാൻ മടിതോന്നുന്നു.

അറെപ്പു. ന. വെറുപ്പു.

അററം. ന. അവസാനം.

അററകുററം. ന. കേടുമതി.

അഃ. ന. ആശ്ചൎയ്യത്തിങ്കൽ പറയുന്ന ഒരു വാക്കു.

———: O :———

ആ. മലയാള അക്ഷരങ്ങളിൽ രണ്ടാം അക്ഷരം.

ആ. 'അ' എന്ന അൎത്ഥത്തിലുള്ള ചുട്ടെഴുത്തു. ഉ—ം. ആ മനുഷ്യൻ.

ആ. അ. ഓൎമ്മയിലും, സംശയത്തിലും, ദയയിങ്കലും ഉപകരിക്കുന്ന ഒരവ്യയപദം.

ആം. അ. അനുസരണത്തിങ്കൽ ഉപകരിക്കുന്ന ഒരവ്യയപദം.

ആക; ആകെ. വി. എല്ലാം, മുഴുവനും.

ആകണ്ഠം. അ. കഴുത്തോളം.

ആകത്ഥനം. ന. വമ്പുപറക.

ആകത്ഥം. ന. അശുദ്ധമാക്കുക.

ആകനിഷ്ഠം. അ. ചെറുവിരൽ വരെ

ആകപ്പാടെ. അ. മുഴുവനും.

ആകമാനം. വി. മുഴുവനും, എല്ലാം, പൊതുവെ.

ആകമ്പനം. ന. ഇളക്കം.

ആകമ്പിത. വി. (തൻ, താ, തം.) വി. ന. ഇളക്കപ്പെട്ട.

ആകയാൽ. അ. ആയതുകൊണ്ടു.

ആകരം. ന. ൧, നവരത്നങ്ങൾ വിളയുന്ന സ്ഥലം. ൨, പുരുഷാരം.

ആകൎണ്ണനം. ന. കേൾക്കുക.

ആകൎണ്ണം. അ. ചെവിയിലോളം.

ആകൎഷക. വി. (കൻ, കി, കം.) വി. ന. വലിക്കുന്ന.

ആകൎഷകം. ന. കാന്തക്കല്ലു.

ആകൎഷണം. ന. വലിക്കുക.

ആകൎഷം. ന. ൧, വലിക്കുക. ൨, ചൂതുകളി. ൩, ചതു. ൪, കാന്തക്കല്ലു.

ആകൎഷിക്കുന്നു. ച്ചു. പ്പാൻ. (ആകൎഷി.) സ. ക്രി. വലിക്കുന്നു. **ആകൎഷിപ്പിക്കുന്നു.** കാ. ക്രി.

ആകലനം. ന. ൧, പിടിക്കുക. ൨, എണ്ണുക, കണക്കുകൂട്ടുക. ൩, ആഗ്രഹം. ൪, അന്വേഷണം. ൫, മനസ്സിലാക്കുക.

ആകല്യം. ന. രോഗം.

ആകല്പം. ന. ൧, അലങ്കാരം. ൨, വൎദ്ധനം. ൩, ഖിന്നം. ൪. ലോകനാശത്തോളം.

ആകവെ. അ. എല്ലാംകൂടെ.

ആകഷം. ന. ഉരകല്ലു.

ആകസ്മിക. വി. (കൻ, കാ, കം.) വി. ന. പെട്ടെന്നുള്ള, അഹേതുവായുള്ള.

ആകാ. കൊള്ളരുതു, ഇല്ല.

ആകാത്ത. അല്ലെങ്കിൽ, **ആകാത.** വി. ചീത്ത, വഷളായ.

ആകാംക്ഷ. ന. ആഗ്രഹം.

ആകാംക്ഷിക്കുന്നു. ച്ചു. പ്പാൻ. (ആകാംക്ഷി.) സ. ക്രി. ആഗ്രഹിക്കുന്നു.) **ആകാംക്ഷിപ്പിക്കുന്നു.** കാ. ക്രി.

ആകാംക്ഷിത. വി. (തൻ, താ, തം.) വി. ന. ആഗ്രഹിക്കപ്പെട്ട.

ആകാൎയ്യ. ന. കൊള്ളരുതായ്ക.

ആകായം. ന. ൧, ചിതയിൽ കത്തുന്ന തീയ്. ൨, ചിത. ൩, പാൎപ്പിടം.

ആകാരം. ന. ൧, ആ എന്ന അക്ഷരം. ൨, ശരീരം. ൩, രൂപം. ൪, അടയാളം. (മ) ലക്ഷണം.

ആകാരണ. ന. വിളിക്കുക, വിളി.

ആകാരാന്തം. വി. ന. ആ കൊണ്ടു അവസാനിക്കുന്ന.

ആകാലിക. വി. ൧, അല്പസമയത്തേക്കു മാത്രമുള്ള. ൨, സമയത്തിനു തക്കതല്ലാത്ത, സമയത്തിനു മുമ്പുള്ള.

ആകാശഗംഗ. ന. സ്വൎഗ്ഗത്തിലെ നദി.

ആകാശഗമനം. ന. ആകാശത്തിൽ നടക്കുക.

ആകാശഗരുഡൻ. ന. ഒരു മരുന്നു, ഗരുഡക്കൊടി.

ആകാശചാരി. വി. (രീ, രിണീ, രി.) വി. ന. ആകാശത്തിൽ സഞ്ചരിക്കുന്ന.

ആകാശമണ്ഡലം. ന. നക്ഷത്രങ്ങൾ കാണപ്പെടുന്ന ഗോളം, ആകാശം.

ആകാശമാൎഗ്ഗം. ന. ആകാശത്തിലെ വഴി.

ആകാശം. ന. ൧, അഞ്ചാമത്തെ ഭൂതം, ഭൂമിക്കും നക്ഷത്രങ്ങൾക്കും മദ്ധ്യേയുള്ള ഭാഗം, അന്തരീക്ഷം. ൨, സ്വൎഗ്ഗം.

ആകാശവഴുതിന. ന. ഒരു തൈ.

ആകാശവാണി. ന. അശരീരിവാക്ക, ദിവ്യവാക്ക.

ആകാശവീഥി. ന. ആകാശമാൎഗ്ഗം.

ആകീൎണ്ണ. വി. (ൎണ്ണൻ, ൎണ്ണാ, ൎണ്ണം.) വി. ന. ൧, നിറയപ്പെട്ട. ൨, പരന്ന. ൩, നാനാവസ്തു കൂടിയ. ൪, ചിതറപ്പെട്ട. **ആകീൎണ്ണത.** ഗു. ന. നിറവു.

ആകുഞ്ചനം. ന. കനിവ്, തലകുനിച്ചുള്ള ഇരിപ്പു, അല്ലെങ്കിൽ, നില.

ആകുഞ്ചിത. വി. (തൻ, താ, തം.) വി. ന. ൧, വളെക്കപ്പെട്ട, വളഞ്ഞ. ൨, ചുരുക്കപ്പെട്ട, ചുരുങ്ങിയ.

ആകുന്നു. യി. വാൻ. (ആക.) അ. ക്രി. ഉണ്ടാകുന്നു, ഭവിക്കുന്നു, തീരുന്നു. **ആക്കുന്നു.** സ. ക്രി.

ആകുല. വി. (ലൻ, ല, ലം.) വി. ന. ൧, ദുഃഖമുള്ള, പരവശമുള്ള. ൨, ക്രമത്തെറ്റായുള്ള, കുഴഞ്ഞ. **ആകുലത. ആകുലത്വം.** ഗു. ന. ൧, പരവശത, ദുഃഖം. ൨, ക്രമക്കേടു.

ആകുലപ്പെടുന്നു. ട്ടു. വാൻ. (ആകുല.) അ. ക്രി. വ്യസനപ്പെടുന്നു, ദുഃഖിക്കുന്നു. **ആകുലപ്പെടുത്തുന്നു.** സ. ക്രി.

ആകുലി. ന. ഒരു വൃക്ഷം, ആപീരം.

ആകൂതം. ന. അഭിപ്രായം.

ആകൃതി. ന. ൧, രൂപം. ൨, ശരീരം. ൩, മാതൃക.

ആകൃതിപ്പെടുന്നു. ട്ടു. വാൻ. (ആകൃതി.) അ. ക്രി. രൂപമുണ്ടാകുന്നു. **ആകൃതിപ്പെടുത്തുന്നു.** സ. ക്രി.

ആകൃഷ്ട. വി. (ഷ്ടൻ, ഷ്ടാ, ഷ്ടം.) വി. ന. ആകൎഷിക്കപ്പെട്ട, വലിക്കപ്പെട്ട.

ആകൌകേരം. ന. മകരരാശി.

ആക്കം. ന. ബലം, ശക്തി.

ആക്രന്ദനം. ന. വിലാപം, കരച്ചിൽ, നിലവിളി.

ആക്രന്ദ. വി. (ന്ദൻ, ന്ദാ, ന്ദം.) വി. ന. ൧, തടുക്കുന്ന. ൨, നിലവിളിക്കുന്ന.

ആക്രന്ദം. ന. നിലവിളി.

ആക്രന്ദിത. വി. (തൻ, താ, തം.) വി. ന. നില വിളിക്കപ്പെട്ട.

ആക്രമണം. ന. ൧, അപ്പുറംപോക. ൨, ജയിക്ക. ൩, യുദ്ധത്തിനായിട്ടു സൈന്യത്തോടുകൂടെച്ചെന്നു ശത്രുരാജ്യത്തിൽ വളെക്കുക.

ആക്രമം. ന. മേല്പറഞ്ഞ അൎത്ഥം.

ആക്രമി. ന. ആക്രമിക്കുന്നവൻ, ബലത്തോടെ കേറുന്നവൻ.

ആക്രമിക്കുന്നു. ച്ചു. പ്പാൻ. (ആക്രമി.) സ. ക്രി. ൧, അപ്പുറംപോകുന്നു. ൨, ജയിക്കുന്നു. ൩, ബലത്തോടെ കേറുന്നു. **ആക്രമിപ്പിക്കുന്നു.** കാ. ക്രി.

ആക്രാന്ത. വി. (ന്തൻ, ന്താ, ന്തം.) വി. ന. ൧, ആക്രമിക്കപ്പെട്ട. ൨, ജയിക്കപ്പെട്ട. ൩, ബലത്തോടെ കേറപ്പെട്ട.

ആക്രീഡം. ന. ൧, ഉദ്യാനം, പൂങ്കാവു. ൨, ഉല്ലാസം.

ആക്രോശനം. ന. ശാപം.

ആക്രോശം. ൧, ശാപം, ആണ. ൨, നിന്ദ. ൩, നിലവിളി.

ആക്രോശിക്കുന്നു. ച്ചു. പ്പാൻ. (ആക്രോശി.) അ. ക്രി. ൧, ശപിക്കുന്നു. ൨, നിലവിളിക്കുന്നു. ൩, നിന്ദിക്കുന്നു. **ആക്രോശിപ്പിക്കുന്നു.** സ. ക്രി.

ആഖണ്ഡലൻ. ന. ദേവേന്ദ്രൻ.

ആഖനം. ന. തുമ്പാ.

ആഖനികം. ന. ൧, എലി. ൨, പന്നി. ൩, തുമ്പാ.

ആഖനികൻ. ന. ൧, തുരന്നു മോഷ്ടിക്കുന്നവൻ. ൨, നിലം വെട്ടിക്കുഴിക്കുന്നവൻ.

ആഖു. ന. ൧, എലി. ൨, പന്നി. ൩, കള്ളൻ. ൪, ഒരു വൃക്ഷം.

ആഖുഭുൿ. ന. പൂച്ച.

ആഖേടം. ന. നായാട്ടു.

ആഖ്യ. ന. നാമം, പേരു.

ആഖ്യാത. വി. (തൻ, താ, തം.) വി. ന. ചൊല്ലപ്പെട്ട, പറയപ്പെട്ട, വിളിക്കപ്പെട്ട.

ആഖ്യാനം. ന. ൧, വാക്ക. ൨, പേരു. ൩, കഥ.

ആഖ്യാനിക്കുന്നു. ച്ചു. പ്പാൻ. (ആഖ്യാനി.) സ. ക്രി. പറയുന്നു. **ആഖ്യാനിപ്പിക്കുന്നു.** കാ. ക്രി.

ആഖ്യായകൻ. ന. ദൂതൻ, ചാരൻ.

ആഖ്യായികാ. ന. കഥ.

ആഗത. വി. (തൻ, താ, തം.) വി. ന. ൧, വന്ന. ൨, ലഭിക്കപ്പെട്ട.

ആഗതി. ന. ൧, വരവു. ൨, ലാഭം.

ആഗന്തു. വി. (ക്രിയ.) വി. ന. താനേവരുന്ന, പ്രാപിക്കുന്ന.

ആഗന്തു. ന. വിരുന്നുകാരൻ, വഴിപോക്കൻ.

ആഗന്തുക. വി. (കൻ, കാ, കി, കം.) വി. ന. താനേവരുന്ന, പ്രാപിക്കുന്ന.

ആഗന്തുകൻ. ന. വിരുന്നുകാരൻ, വഴിപോക്കൻ.

ആഗമനം. ന. വരവു.

ആഗമനനാൾ. ന. ക്രിസ്തുവിന്റെ വരവുനാൾ, ഇംഗ്ലീഷുസഭയിൽ ഒന്നാം ഞായറാഴ്ച.

ആഗമം. ന. ൧, വരവു. ൨, ശാസ്ത്രം. ൩, വേദം.

ആഗസ്സ്. ന. പാപം, കുററം.

ആഗാമി. വി. (മീ, മിനീ, മി.) വി. ന. വരുവാനുള്ള.

ആഗാമിക, വി. (കൻ, കാ, കം.) വി. ന. വരുവാനുള്ള.

ആഗാരം. ന. ഭവനം.

ആഗ്രു. ന. പ്രതിജ്ഞ.

ആഗോഷ്ഠം. അ. പശുക്കൂട്ടംവരെയോളം.

ആഗ്നീധ്രം. ന. ഹോമകുണ്ഡം.

ആഗ്നേയ. വി. (യൻ, യാ, യം.) വി. ന. അഗ്നിയെ സംബന്ധിച്ച.

ആഗ്നേയം. ന. ൧, കാർത്തികനക്ഷത്രം. ൨, പതിനെട്ടു പുരാണങ്ങളിൽ ഒന്നു.

ആഗ്നേയൻ. ന. അഗസ്ത്യൻ.

ആഗ്നേയി. ന. ൧, അഗ്നിയുടെ ഭാര്യ. ൨, തെക്കുകിഴക്കെ ദിക്കു.

ആഗ്രയണം. അല്ലെങ്കിൽ, **ആഗ്രായണം.** ന. പുത്തരിയൂണു, ബ്രാഹ്മണരുടെ ഒരു കർമ്മം.

ആഗ്രഹം. ന. ഇച്ശ, മോഹം.

ആഗ്രഹായണി. ന. അഞ്ചാം നക്ഷത്രം.

ആഗ്രഹായണികം. ന. ധനുമാസം.

ആഗ്രഹി. ന. ആഗ്രഹമുള്ളവൻ, ആശവശക്കാരൻ.

ആഗ്രഹിക്കുന്നു. ച്ചു. പ്പാൻ. (ആഗ്രഹി.) സ. ക്രി. മോഹിക്കുന്നു. **ആഗ്രഹിപ്പിക്കുന്നു.** കാ. ക്രി.

ആഗ്രഹിത. വി. (താൻ, താ, തം.) വി. ന. മോഹിക്കപ്പെട്ട.

ആഘട്ടനം. ന. ൧, കുത്തു, അടി, മുട്ട. ൨, ഉരസൽ. ൩, തേപ്പു.

ആഘർഷണം. ന. ഉരയുക, കൂട്ടിമുട്ടുക.

ആഘാതം. ന. ൧, കുത്തു, മുറിവു. ൨, കൊല്ലുക, ൩, കൊലസ്ഥലം.

ആഘൂർണ്ണിത. വി. (തൻ, താ, തം.) വി. ന. ൧, ചുറിച്ചുമിഴിക്കപ്പെട്ട. ൨, ഉരുളുന്ന, ഉരുട്ടപ്പെട്ട. ൩, ചുററിക്കപ്പെട്ട.

ആഘോഷം. ന. ആർപ്പുവിളിക്കുക.

ആഘോഷിക്കുന്നു. ച്ചു. പ്പാൻ. (ആഘോഷി.) സ. ക്രി. ആർപ്പുവിളിക്കുന്നു.

ആഘ്രാണം. ന. മണക്കുക.

ആഘ്രാണിക്കുന്നു. ച്ചു. പ്പാൻ. (ആഘ്രാണി.) സ. ക്രി. മണക്കുന്നു.

ആഘ്രാത. വി. (തൻ, താ, തം.) വി. ന. ൧, മണക്കപ്പെട്ട. ൨, കവിയപ്പെട്ട.

ആങ്. അല്ലെങ്കിൽ, **ആ.** അ. ൧, കുറെച്ചു, കുറെ. ൨, അതിരു. ൩, തുടങ്ങി. ൪, വരെ, ഓളം.

ആംഗിക. വി. (കൻ, കീ, കം.) വി. ന. ൧, ശരീരസംബന്ധമായുള്ള. ൨, കണ്ണുകൊണ്ടുമററും നവരസങ്ങളെ നടിക്കുന്ന.

ആംഗികൻ. ന. മിഴാവടിക്കുന്നവൻ.

ആംഗീരസൻ. ന. ദേവകളുടെ ആചാര്യൻ, വ്യാഴം.

ആംഗ്യം. ന. ൧, കൈക്രിയ. ൨, നവരസങ്ങളെ നടിക്കുക.

ആങ്ങള. ന. സോദരൻ.

ആചണ്ഡാലം. അ. ബ്രാഹ്മണൻ മുതൽ പറയൻ വരെ.

ആചന്ദ്രതാരകം. അ. ചന്ദ്രനും നക്ഷത്രങ്ങളും ഉള്ള കാലത്തോളം.

ആചന്ദ്രാർക്കം. അ. ചന്ദ്രനും ആദിത്യനും ഉള്ള കാലത്തോളം.

ആചമനം. ന. ബ്രാഹ്മണർ ശരീരശുദ്ധി വരുത്തുവാൻ വെള്ളംകൊണ്ടു ചെയ്യുന്ന ഒരു കർമ്മം.

ആചമനീയം. ന. ആചമിപ്പാനുള്ള വെള്ളം.

ആചമിക്കുന്നു. ച്ചു. പ്പാൻ. (ആചമി.) അ. ക്രി. വെള്ളംകൊണ്ടു ശരീരശുദ്ധി ചെയ്യുന്നു. **ആചമിപ്പിക്കുന്നു.** സ. ക്രി.

ആചരണം. ന. ആചാരം.

ആചരിക്കുന്നു. ച്ചു. പ്പാൻ. (ആചരി.) സ. ക്രി. ശീലിക്കുന്നു, ചെയ്യുന്നു, പ്രവർത്തിക്കുന്നു. **ആചരിപ്പിക്കുന്നു.** കാ. ക്രി.

ആചാമം. ന. ൧, ആചമനം. ൨, വാർത്ത കഞ്ഞി.

ആചാരം. ന. ൧, ചട്ടം. ൨, മര്യാദ. ൩, നടപ്പു. ൪, അനുഷ്ഠാനം, മുറ.

ആചാര്യത. അല്ലെങ്കിൽ, **ആചാര്യത്വം.** ന. ആചാര്യന്റെ അവസ്ഥ.

ആചാര്യൻ. ന. ൧, ഗുരു, ആശാൻ, വാദ്ധ്യാൻ. ൨, മാതികോൻ. ൩, പട്ടക്കാരൻ.

ആചാര്യാ. ന. ആചാര്യന്റെ ഭാര്യ, ഗുരുഭാര്യ.

ആചാര്യാനീ. ന. ഗുരുഭാര്യ.

ആചിത. വി. (തൻ, താ, തം.) വി. ന. ൧, കൂട്ടപ്പെട്ട. ൨, മൂടപ്പെട്ട. ൩, പരത്തപ്പെട്ട. ൪, കോർക്കപ്പെട്ട.

ആചിതം. ന. പത്തുഭാരം.

ആചിന. വി. (നൻ, നാ, നം.) വി. ന. പത്തുഭാരം തൂക്കുന്ന.

ആചൂഷണം. ന. വായ്കൊണ്ടു വലിക്കുക.

ആച്ചുന്നു. ച്ചി. വാൻ. (ആച്ചു.) സ. ക്രി. ൧, കനംനോക്കുന്നു. ൨, അടിപ്പാൻ ഓങ്ങുന്നു.

ആഛാദനം. ന. ൧, വസ്ത്രം. ൨, മൂടി. ൩, കുപ്പായം. ൪, മറ.

ആഛാദനീ. ന. ൧, മറ. ൨, വസ്ത്രം.

ആഛാദിക്കുന്നു. ച്ചു. പ്പാൻ. (ആഛാദി.) സ. ക്രി. മറെക്കുന്നു, മൂടുന്നു, ഉടുക്കുന്നു.

ആഛാദിത. വി. (തൻ, താ, തം.) വി. ന. മറെക്കപ്പെട്ട, മൂടപ്പെട്ട, ഉടക്കപ്പെട്ട.

ആഛുരിതകം. അല്ലെങ്കിൽ, **ആഛുരിതം.** ന. ഉറക്കെ ചിരിക്കുക.

ആഛോദനം. ന. നായാട്ടു.

ആഛോടനം. ന. ഞൊട്ടയൊടിയ്ക്ക.

ആജകം. ന. ആട്ടിൻകൂട്ടം.

ആജകാരൻ. ന. ശിവന്റെ കാള.

ആജനനം. ന. ൧, ഉന്നതമായ ജനനം അല്ലെങ്കിൽ ഉത്ഭവം. ൨, അ. ജനനംമുതൽ.

ആജന്മം. അ. ജനിച്ച നാൾതുടങ്ങി.

ആജം. ന. ഉരുക്കനെ.

ആജാനുബാഹു. വി. (ത്രിപു.) വി. ന. കാലിന്റെ മുട്ടുവരെ കൈകൾ നീളമുള്ള.

ആജാനേയം. ന. നല്ല കുതിര.

ആജി. ന. ൧, യുദ്ധം. ൨, സമഭൂമി.

ആജിശൂരൻ. ന. യുദ്ധസാമർത്ഥ്യമുള്ളവൻ.

ആജീവനാന്തം. അ. ജനനം മുതൽ മരണംവരെ.

ആജ്ജീവം. ന. ഉപജീവനം.

ആജ്ജീവകൻ. ന. ഭിക്ഷക്കാരൻ.

ആജ്ജീവനം. ന. ൧, ഉപജീവനം. ൨, ഉപജീവനത്തിനുള്ള പ്രവൃത്തി.

ആജ്ജ്യ. ന. ശുദ്ധിയില്ലാത്ത വേദ.

ആജ്ഞ. ന. കല്പന.

ആജ്ഞാകരൻ. ന. ഭൃത്യൻ.

ആജ്ഞാപക. വി, (കൻ, കാ, കം.) വി. ന. കല്പനകൊടുക്കുന്ന, കല്പിക്കുന്ന.

ആജ്ഞാപനം. ന. കല്പിക്കുക.

ആജ്ഞാപിക്കുന്നു. ച്യു. പ്പാൻ. (ആജ്ഞാപി.) സ. ക്രി. കല്പിക്കുന്നു.

ആജ്ഞാപിത. വി. (തൻ, താ, തം.) വി. ന. കല്പിക്കപ്പെട്ട.

ആജ്യം. ന. ഉരുക്കനെയ്യ.

ആജ്യാഹുതി. ന. ഹോമം.

ആഞ്ചുന്നു. ഞ്ചി. വാൻ. (ആഞ്ച.) അ. ക്രി. മുൻപോട്ടു ചാടുന്നു.

ആഞ്ഞിലി. ന. ഒരു വൃക്ഷം.

ആട. ന. വസ്ത്രം.

ആട്ട. ന. ഒരു നാല്ക്കാലിമൃഗം.

ആടലോടകം. ന. ഒരു പച്ചമരുന്നു.

ആടൽ. ന. ൧, ദുഃഖം. ൨, അനക്കം, ഇളക്കം. ൩, ചാഞ്ചാട്ടം, ഊഞ്ഞാലാട്ടം.

ആടരൂഷം. ന. ആടലോടകം.

ആടി. ന. ഒരു പക്ഷി, പൊന്മാൻ, കർക്കടകമാസം.

ആട്ടതൊടാപ്പാല. ന. ഒരു തൈ.

ആടുന്നു. ടി. വാൻ. (ആട.) അ. ക്രി. ൧, ഇളകുന്നു, ചാഞ്ചാടുന്നു, ഊഞ്ഞാലാടുന്നു. ൨, പണ്ടുള്ള രാജാക്കന്മാർ മുതലായവരുടെ വേഷംധരിച്ചു കളിക്കുന്നു, ആട്ടമാടുന്നു, നൃത്തമാടുന്നു. ൩, അഭിഷേകം ചെയ്യുന്നു, എണ്ണയാടുന്നു, നീരാടുന്നു. **ആടിക്കുന്നു.** സ. ക്രി.

ആടോപം. ന. ൧, നിഗ്രഹം, അഹംഭാവം. ൨, കോപം. ൩, വയററിൽ ഗഹനക്കുറവുകൊണ്ടു പൊടുപൊടുന്നനെ ഉണ്ടാകുന്ന ശബ്ദം.

ആട്ടക്കന്നി. ന. ആണ്ടുതോറും പ്രസവിക്കുന്ന പശു.

ആട്ടം. ന. ൧, കഥകളി. ൨, ഇളക്കം. ൩, അഭിഷേകം.

ആട്ടകം. ന. പീരപ്പെട്ടി.

ആട്ടപ്പിറന്നാൾ. ആണ്ടുതോറും വരുന്ന പിറന്നാൾ.

ആട്ടവിശേഷം. ന. ആണ്ടുതോറും വരുന്ന വിശേഷദിവസം, പെരുന്നാൾ.

ആട്ടിടയൻ. ന. ആടിനെ മേയിക്കുന്നവൻ.

ആട്ടിൻപെട്ടി. ന. ആട്ടിന്റെ തൊഴുത്തു.

ആട്ടുകട്ടിൽ. ന. ഊഞ്ഞാൽകട്ടിൽ, തൊട്ടി.

ആട്ടുകല്ലു. ന. കഴിയുള്ള ഒരു മാതിരി അരകല്ലു.

ആട്ടുകൊററൻ. ന. ആണാട.

ആട്ടുന്നു. ട്ടി. വാൻ. (ആട്ട.) സ. ക്രി. ൧, എള്ളു തേങ്ങാ മുതലായവ ചക്കിലിട്ടു തൊലി എണ്ണ എടുക്കുന്നു. ൨, ഇളക്കുന്നു. ൩, പുറത്തുപോ എന്നു പറയുന്നു. **ആട്ടിക്കുന്നു.** സ. ക്രി.

ആഡംബരം. ന. ൧, നിഗ്രഹം. ൨, വേഷമാലങ്കാരം, ൩, വാദ്യഘോഷം. ൪, തമ്പേർ. ൫, ആനയുടെ അലർച്ച. ൬, ആരംഭം.

ആഢകം. ന. ൧, നാഴിടങ്ങഴി. ൨, നാലിടങ്ങഴി കൊള്ളുന്ന ഒരളവുസാധനം, മരക്കാൽ.

ആഢകിക. വി. (കൻ, കി, കം.) വി. ന. നാലിടങ്ങഴി വിതെക്കുന്ന.

ആഢകി. ന. ൧, ഒരു പയറു, തുവര. ൨, കാട്ടുപയറു. ൩, പാറ്റ. ൪, സൌരഷ്ട്രമുള്ള മണ്ണ.

ആഢ്യ. വി. (ഢ്യൻ, ഢ്യാ, ഢ്യം.) വി. ന. ൧, സമ്പത്തുള്ള. ൨, ശ്രേഷ്ഠമായ.

ആൺ. അല്ലെങ്കിൽ, **ആണ.** ന. പുരുഷൻ.

ആണ. ന. ശപഥം, സത്യം.

ആണം. ന. ചാറുപോലെ വെയ്ക്കുന്ന ഒരു കൂട്ടാൻ.

ആണത്വം. ന. പുരുഷന്റെ അവസ്ഥ, ധീരത.

ആണി. ന. ൧, തറെപ്പാനായിട്ടു ഇരിമ്പു മുതലായവകൊണ്ടോ അലക്കുമരം മുതലായവകൊണ്ടൊ ഒരററം കൂർപ്പിച്ചുണ്ടാക്കുന്ന വസ്തു. ൨, പൊന്നിന്റെ മാറററിവാനായിട്ടു ഉരെച്ചു നോക്കുന്നതിന്നു മാററു നിശ്ചയമുള്ള പൊന്നുകൊണ്ടുണ്ടാക്കിയതു.

ആണിക്കൂട്ടം. ന. മാററു നിശ്ചയമുള്ളതായ പൊന്നുകൊണ്ടു പലതരത്തിൽ ഉണ്ടാക്കിയ പൊൻശകലങ്ങൾ.

ആണിപ്പൊന്നു. ന. നല്ല പൊന്നു.

ആണ്ട. ന. സംവത്സരം.

ആണ്ടാൽ. ന. മുള്ളിക്കുമ്പ.

ആണ്ടി. മോക്ഷണത്തിന്നായിട്ടു ഇരന്നുനടക്കുന്നവൻ.

ആതങ്കം. ന. ൧, രോഗം. ൨, ദുഃഖം. ൩, ഭയം.

ആതഞ്ചനം. ന. ൧, ഉറവിഴുത്തുക. ൨, ഭോഗാമികൾ നീററുക. ൩, ഭോഗാമികൾ നീററുന്നതിന്നു ഒരുമാതിരി പൊടിയിടുക. ൪, ഭോഗാമികൾ നീററുന്ന പൊടി. ൫, വേഗം. ൬, തൃപ്തിയാക്കുക.

ആതത. വി. (തൻ, താ, തം.) വി. ന. വിസ്താരമുള്ള, പരന്ന.

ആതതായി. ന, ൧, കൊല്ലുവാൻ വരുന്നവൻ. ൨, കള്ളൻ. ൩, പിടിച്ചുപറിക്കുന്നവൻ.

ആതതായിനീ. ന. ൧, കൊല്ലുവാൻ വരുന്നവൾ. ൨, കള്ളി. ൩, പിടിച്ചുപറിക്കുന്നവൾ.

ആതപത്രം. ന. കുട.

ആതപം. ന. വെയിൽ.

ആതപവാരണം. ന. കുട.

ആതരം. ന. വള്ളം കടത്തുന്നതിന്നുള്ള കൂലി.

ആതാപി. ന. ഒരു പക്ഷി, മലംകുരികിൽ.

ആതാമ്ര. വി. (മ്രൻ, മ്രാ, മ്രം.) വി. ന. കുറേച്ചുവന്ന.

ആതായി. ന. ഒരു പക്ഷി, മലംകുരികിൽ.

ആതി. ന. ഒരു പക്ഷി, പൊന്മാൻ.

ആതിഥേയ. വി. (യൻ, യാ, യം.) വി. ന. വഴിപോക്കരെ സല്ക്കരിക്കുന്നതിന്നു യോഗ്യമായ.

ആതിഥ്യ. വി. (ഥ്യൻ, ഥ്യാ, ഥ്യം.) വി. ന. മേല്പറഞ്ഞ അർത്ഥം.

ആതിഥ്യം. ന. വഴിപോക്കരുടെ സല്ക്കാരം.

ആതിര. ന. ആറാമത്തെ നക്ഷത്രം, തിരുവാതിര.

ആതുര. വി. (രൻ, രാ, രം.) വി. ന. രോഗമുള്ള. **ആതുരത.** ഗു. ന. രോഗിയുടെ അവസ്ഥ.

ആതോദ്യം. ന. നാലുവക വാദ്യം.

ആത്ത. വി. (ത്തൻ, ത്താ, ത്തം.) വി. ന. ൧, എടുക്കപ്പെട്ട. ൨, പ്രാപിച്ച.

ആത്ത. ന. ഒരു വൃക്ഷം.

ആത്തഗന്ധ. വി. (ന്ധൻ, ന്ധാ, ന്ധം.) വി. ന. ൧, താഴ്ത്തപ്പെട്ട. ൨, സുഗന്ധമുള്ള.

ആത്തഗൎവ്വ. വി. (ൎവ്വൻ, ൎവ്വാ, ൎവ്വം.) വി. ന. അഹംഭാവമുള്ള.

ആത്തമോദ. വി. (ദൻ, ദാ, ദം.) വി. ന. സന്തോഷമുള്ള.

ആത്മകം. വി. അതുതന്നെയായുള്ള, നിറഞ്ഞ.

ആത്മകൎമ്മം. ന. തന്റെ പ്രവൃത്തി.

ആത്മഗതം. ന. ൧, സ്വാഭിപ്രായം. ൨, പുറത്തുപറയാത്ത വിചാരം.

ആത്മഗുപ്ത. ന. ഒരു തൈ, നായ്കുരണ.

ആത്മഗുപ്തി. ന. അടകം.

ആത്മഘാതകൻ. ന. തന്നെത്താൻ കൊല്ലുന്നവൻ.

ആത്മഘാതി. വി. (തീ, തിനീ, തി.) വി. ന. തന്നെത്താൻ കൊല്ലുന്ന.

ആത്മശ്ലാഘം. ന. ൧, കാക്ക. ൨, പൂവൻകോഴി.

ആത്മജൻ. ന. പുത്രൻ.

ആത്മജാ. ന. പുത്രി.

ആത്മജ്ഞൻ. ന. തന്നെത്താൻ അറിയുന്നവൻ, ജ്ഞാനി.

ആത്മജ്ഞാനം. ന. തന്നെത്താൻ അറിവു, ജ്ഞാനം.

ആത്മതത്വം. ന. തന്റെ പരമാൎത്ഥം.

ആത്മപ്രശംസ. ന. തന്നെത്താൻ പുകഴ്ത്തുക.

ആത്മബോധം. ന. തന്നെത്താനറിവു.

ആത്മഭൂഃ. വി. (ത്രിഷു.) വി. ന. താനേ ഉണ്ടായ.

ആത്മഭൂ. ന. ൧, ബ്രഹ്മാവു. ൨, കാമദേവൻ. ൩, വിഷ്ണു. ൪, ശിവൻ.

ആത്മംഭരി. വി. (ത്രിഷു.) വി. ന. തന്നെത്താൻ പോററുന്ന.

ആത്മയോനി. ന. ൧, ബ്രഹ്മാവു. ൨, കാമദേവൻ, ൩, വിഷ്ണു. ൪, ശിവൻ.

ആത്മവൽ. വി. (വാൻ, വതീ, വൽ.) വി. ന. ൧, ബുദ്ധിയുള്ള. ൨, അടക്കമുള്ള.

ആത്മവിചാരം. ന. തന്നെത്താനറിവു.

ആത്മവിൽ. അല്ലെങ്കിൽ, ആത്മവിത്തു. ന. തന്നെത്താനറിയുന്നവൻ, ജ്ഞാനി.

ആത്മവിഭുത്വം. ന. തന്റെ സാമൎത്ഥ്യം.

ആത്മഹത്യ. ന. തന്നെത്താൻ കൊല്ലുക.

ആത്മാൎത്ഥ. വി. (ൎത്ഥൻ, ൎത്ഥാ, ൎത്ഥം.) വി. ന. തനിക്കുവേണ്ടിയുള്ള.

ആത്മാ. അല്ലെങ്കിൽ, ആത്മാവു. ന. ൧, ജീവാത്മാവു. ൨, പരമാത്മാവു. ൩, ബ്രഹ്മം. ൪, അറിവു. ൫, മനസ്സു. ൬, ബോധം. ൭, ശരീരം. ൮, ധൈൎയ്യം. ൯, താൻ. ൧൦, ബുദ്ധി. ൧൧, ആദിത്യൻ. ൧൨, അഗ്നി. ൧൩, വായു. ൧൪, പുത്രൻ.

ആത്മാന്വയം. ന. തന്റെ വംശം.

ആത്മാൎത്ഥം. ന. ഉററ സ്നേഹം.

ആത്മ്യം; ആത്മീയം. വി. തനിക്കുള്ള, തന്നെപ്പററുംബന്ധിച്ച.

ആത്രേയൻ. ന. അത്രിയുടെ പുത്രൻ. ൧, ദുൎവ്വാസാവു. ൨, ദത്തൻ. ൩, ചന്ദ്രൻ.

ആത്രേയി. ന. ൧, അത്രിയുടെ ഭാൎയ്യ. ൨, ഋതുവായ സ്ത്രീ.

ആഥൎവ്വണൻ. ന. അഥൎവ്വവേദം പഠിച്ച ബ്രാഹ്മണൻ.

ആഥൎവ്വണം. ന. അഥൎവ്വമുനി കൊടുത്ത പ്രാൎത്ഥനകളുംമററും.

ആദരം. അല്ലെങ്കിൽ, ആദരവു. ന. ൧, വണക്കം. ൨, ബഹുമാനം.

ആദരിക്കുന്നു. ച്ചു. പ്പാൻ. (ആദരി.) സ. ക്രി. ബഹുമാനിക്കുന്നു.

ആദൎശം. ന. കണ്ണാടി.

ആദാനം. ന. എടുക്ക, കൈക്കൊള്ളുക.

ആദായപ്പെടുന്നു. ട്ടു. വാൻ. (ആദായ.) അ. ക്രി. ൧, നേടുന്നു. ൨, ലഭിക്കുന്നു. ആദായപ്പെടുത്തുന്നു. സ. ക്രി.

ആദായം. ന. ലാഭം, വരവു.

ആദി. ന. മുൻപു, തുടക്കം, ആരംഭം.

ആദികാരണം. ന. ഒന്നാമത്തെ ഹേതു.

ആദികാലം. ന. മുൻപുള്ള സമയം.

ആദിതേയന്മാർ. ന. ദേവകൾ.

ആദിത്യൻ. ന. സൂൎയ്യൻ.

ആദിഭൂത. വി. (തൻ, താ, തം.) വി. ന. ഒന്നാമതുണ്ടായ.

ആദിഭൂതൻ. ന. ദൈവം, ബ്രഹ്മാവു.

ആദിമ. വി. (മൻ, മാ, മം.) വി. ന. ആദ്യമുള്ള.

ആദിശേഷൻ. ന. അനന്തൻ.

ആദീനവം. ന. ക്ലേശം.

ആദ്ഗഃ. അ. സ്പഷ്ടം.

ആദൃത. വി. (തൻ, താ, തം.) വി. ന. ആദരിക്കപ്പെട്ട, മാനിക്കപ്പെട്ട.

ആദേശം. ന. കല്പന.

ആദേഷ്ടാവു. ന. ൧, കല്പിക്കുന്നവൻ. ൨, യാഗം ചെയ്യിക്കുന്നവൻ.

ആദ്യ. വി. (ദ്യൻ, ദ്യാ, ദ്യം.) വി. ന. ൧, മുൻപേയുള്ള, ആദിയിലുള്ള. ൨, തിന്നാകുന്ന.

ആദ്യം. ന. ൧, അന്നം. ൨, ധാന്യം.

ആദ്യൻ. ന. ദൈവം.

ആദ്യന്ത. വി. (ന്തൻ, ന്താ, ന്തം.) വി. ന. ആദിയും അവസാനവുമുള്ള.

ആദ്യന്തഹീന. വി. (നൻ, നാ, നം.) വി. ന. ആദിയും അവസാനവും ഇല്ലാത്ത.

ആദ്യന്തഹീനൻ. ന. ദൈവം.

ആദ്യവസാനം. വി. ൧, എപ്പോഴുമുള്ള. ൨, പ്രധാനം.

ആദ്യാ. ന. ദുൎഗ്ഗ.

ആദ്യൂന. വി. (നൻ, നാ, നം.) വി. ന. ൧, അധികം കൊതിയുള്ള. ൨, ആദിയില്ലാത്ത.

ആദ്യൂനൻ. ന. ക്ഷണത്തിലെ കൊതികൊണ്ടു യുദ്ധഭയം മറന്നവൻ.

ആധാനം. ന. ൧, ബ്രാഹ്മണർ ചെയ്യുന്ന ഒരു വലിയ കൎമ്മം. ൨, ഗൎഭം ധരിക്കുന്നതിനു മുൻപേ ചെയ്യുന്ന ഒരു കൎമ്മം. ൩, എടുക്ക. ൪, പണയം, ജാമ്യം.

ആധാരം. ന. ൧, അടിസ്ഥാനം. ൨, താങ്ങു, ഊന്നു. ൩, സഹായം. ൪, ദ്രവ്യം കൊടുത്തു നിലമൊ പുരയിടമൊ എഴുതിവാങ്ങിക്കുന്ന എഴുത്തു.

ആധി. ന. ൧, മനോദുഃഖം. ൨, ആപത്തു. ൩, പണയം.

ആധിക്യം. ന. അധികത്വം.

ആധിദൈവിക. വി. (കൻ, കാ, കം.) വി. ന. ദൈവത്തിൽനിന്നുണ്ടായ.

ആധിപത്യം. ന. അധികാരം.

ആധിഭൌതിക. വി. (കൻ, കാ, കം.) വി. ന. ഭൂതങ്ങളിൽനിന്നുണ്ടായ.

ആധീന. വി. (നൻ, നാ, നം.) വി. ന. അധികാരത്തിനു കീഴുള്ള. ആധീനത. ഗു. ന. അധീനത്വം.

ആധുനിക. വി. (കൻ, കാ, കം.) വി. ന. ഇപ്പോളുണ്ടായ, പ്രത്യക്ഷമായ.

ആധൂത. വി. (തൻ, താ, തം.) വി. ന. ഇളക്കപ്പെട്ട, ഇളകുന്ന.

ആധേയ. വി. (യൻ, യാ, യം.) വി. ന. ൧, വെക്കപ്പെട്ട. ൨, പണയം വെക്കപ്പെടുവാൻതക്ക.

ആധോരണൻ. ന. ആനക്കാരൻ.

ആധൌത. വി. (തൻ, താ, തം.) വി. ന. ൧, കഴുകപ്പെട്ട. ൨, വെളുപ്പിക്കപ്പെട്ട.

ആധ്മാത. വി. (തൻ, താ, തം.) വി. ന. ൧, ഊതി വീക്കപ്പെട്ട, ഊതി വീപ്പിക്കപ്പെട്ട.

ആധ്മാതം. ന. വയറു വീക്ക.

ആധ്മാനം. ന. ൧, വീക്ക. ൨, വയറു വീക്ക. ൩, തിരുത്തി.

ആധ്യാത്മിക. വി. (കൻ, കി, കം.) വി. ന. പരമാത്മാവിനെ സംബന്ധിച്ച, ശുദ്ധമുള്ള.

ആധ്യാനം. ന. ദുഃഖത്തോടുകൂടെയുള്ള വിചാരം.

ആന. ന. ഒരു വലിയ മൃഗം.

ആനകദുന്ദുഭി. ന. ശ്രീകൃഷ്ണന്റെ അച്ഛൻ, വസുദേവൻ.

ആനകം. ന. ഒരു വാദ്യം, പടഹം.

ആനക്കുറുന്തോട്ടി. ന. ഒരു തൈ.

ആനക്കുഴി. ന. ആനയെ പിടിക്കുന്ന കുഴി.

ആനക്കൊട്ടിൽ. ന. ആനപ്പുര.

ആനക്കൊമ്പ. ന. ആനയുടെ കൊമ്പ, ദന്തം.

ആനച്ചുണ്ട. ന. ഒരു തൈ.

ആനച്ചുവടി. ന. ഒരു തൈ.

ആനച്ചൊറി. ന. പെരുഞ്ചൊറി.

ആനച്ചൊറിയൻ. ന. വലിയ ചൊറിയുള്ളവൻ.

ആനത. വി. (തൻ, താ, തം.) വി. ന. ൧, വളഞ്ഞ. ൨, കുനിഞ്ഞ. ൩, താണ.

ആനത്തോട്ടി. ന. ആനയെ നടത്തുന്ന തോട്ടി.

ആനദ്ധ. വി. (ദ്ധൻ, ദ്ധാ, ദ്ധം.) വി. ന. കെട്ടപ്പെട്ട.

ആനദ്ധം. ന. മിഴാവു തുടങ്ങിയുള്ള വാദ്യം.

ആനനം. ന. മുഖം.

ആനന്ദഥു. വി. (ത്രിപു.) വി. ന. സന്തോഷമുള്ള.

ആനന്ദഥു. ന. ൧, സന്തോഷം. ൨, ഭാഗ്യം.

ആനന്ദനം. ന. വിരുന്നുകാരൻ വരുമ്പോൾ ചെയ്യുന്ന ആചാരം.

ആനന്ദം. ന. സന്തോഷം.

ആനന്ദഭൈരവി. ന. ഒരു രാഗം.

ആനന്ദി. ന. ഭാഗ്യം, സന്തോഷം.

ആനന്ദിക്കുന്നു. ച്ചു. പ്പാൻ. (ആനന്ദി.) അ. ക്രി. സന്തോഷിക്കുന്നു. **ആനന്ദിപ്പിക്കുന്നു.** സ. ക്രി.

ആനപ്പന്തി. ന. ആനപ്പുര.

ആനപ്പരുവ. ന. ഒരു തൈ.

ആനപ്പാവു. ന. ആനയെ ഇണക്കുന്ന ഒരു സമ്പ്രദായം.

ആനപ്പാവാൻ. ന. ആനക്കാരൻ.

ആനപ്പിണ്ടി. ന. ആനയുടെ മലം.

ആനമനം. ന. വണക്കം, നമസ്കാരം.

ആനമിക്കുന്നു. ച്ചു. പ്പാൻ. (ആനമി.) അ. ക്രി. വണങ്ങുന്നു, താഴുന്നു, നമസ്കരിക്കുന്നു. **ആനമിപ്പിക്കുന്നു.** സ. ക്രി.

ആനമുള്ളു. ന. ഒരു തൈ.

ആനമ്ര. വി. (മ്രൻ, മ്രാ, മ്രം.) വി. ന. ൧, വളഞ്ഞ. ൨, കുനിഞ്ഞ.

ആനയനം. ന. കൊണ്ടുവരിക.

ആനയിക്കുന്നു. ച്ചു. പ്പാൻ. (ആനയി.) സ. ക്രി. കൊണ്ടുവരുന്നു. **ആനയിപ്പിക്കുന്നു.** കാ. ക്രി.

ആനർത്തം. ന. ൧, ഒരു രാജ്യം. ൨, അരങ്ങ. ൩, വെള്ളം.

ആനവതി. അ. തൊണ്ണൂറോടും.

ആനവാളർ. ന. ആനയെ അടിക്കുന്ന കോൽ.

ആനവാൾ. ന. ക്ഷേത്രത്തിലെ ഒരു ഉദ്യോഗസ്ഥൻ, ക്ഷേത്രാധികാരി.

ആനറായപ്പക്ഷി; ആനറാഞ്ചിപ്പക്ഷി. ന. കഴുകനിൽ താന്ന ഒരുതരം വലിയ പരുന്തു.

ആനാകം. അ. ആകാശത്തോളം, സ്വൎഗ്ഗത്തിലോളം.

ആനായൻ. ന. പശുവടിക്കുന്നവൻ.

ആനായം. ന. വല.

ആനായ്യ. വി. (യ്യൻ, യ്യാ, യ്യം.) വി. ന. കൊണ്ടുവരപ്പെടുവാൻ തക്ക.

ആനാവു. ന. പശുക്കിടാവു, നാക.

ആനാഹം. ന. ൧, നീളം. ൨, വസ്ത്രത്തിന്റെ നീളം. ൩, മലമൂത്രങ്ങളുടെ തടവു.

ആനി. ന. മിഥുനമാസം.

ആനീത. വി. (തൻ, താ, തം.) വി. ന. കൊണ്ടുവരപ്പെട്ട.

ആനുകൂല്യം. ന. അനുകൂലഭാവം.

ആനുപൂൎവ്വീ. ന. ക്രമം.

ആനുലോമ്യം. ന. ക്രമം.

ആനൃശംസ്യം. ന. ൧, സൌമ്യത. ൨, ദയ. ൩, ക്രൂരത.

ആന്ത. വി. (ന്തൻ, ന്തി, ന്തം.) വി. ന. അവസാനത്തെ സംബന്ധിച്ച.

ആന്ത. ന. ഓന്ത.

ആന്തം. ന. ൧, ആന്തക്കോൽ. ൨, കൊതകത്തി.

ആന്തര. വി. (രൻ, രാ, രം.) വി. ന. ൧, രഹസ്യമായുള്ള. ൨, അകത്തുള്ള. ൩, ഇടയിലുള്ള. ൪, നടുവിലുള്ള.

ആന്തരം. ന. രഹസ്യം.

ആന്തരാളികം. വി. ന. അകത്തു അല്ലെങ്കിൽ ഇടയ്ക്കുള്ളതിനെ സംബന്ധിച്ച.

ആന്തൎയ്യം. ന. അഭിപ്രായം.

ആന്ത്രം. ന. ൧, കുടൽ. ൨, വൃഷണം.

ആന്ത്രവായു. ന. ഒരു ദീനം.

ആന്ത്രവീക്കം. ന. വൃഷണത്തിൽ ഉണ്ടാകുന്ന നീരു.

ആന്ത്രവൃദ്ധി. ന. മേല്പറഞ്ഞ അൎത്ഥം.

ആന്ദോളിക. ന. അന്തോളം.

ആന്ദോളിത. വി. (തൻ, താ, തം.) വി. ന. ഇളക്കപ്പെട്ട, ഇളകുന്ന.

ആന്ധസികൻ. ന. അടുക്കളക്കാരൻ.

ആന്ധ്യം. ന. അന്ധത, കണ്ണുകാണ്മാൻ പാടില്ലാത്ത സ്ഥിതി.

ആന്ധ്രം. ന. തെലുങ്കപ്രദേശം.

ആന്യ. വി. (ന്യൻ, ന്യാ, ന്യം.) വി. ന. മറെറാരുത്തനുള്ള.

ആന്യം. ന. ആശാരിക്കമ്മററും കൊടുക്കുന്ന കൂലി.

ആന്വീക്ഷികീ. ന. തൎക്കശാസ്ത്രം.

ആപക്വ. വി. (ക്വൻ, ക്വാ, ക്വം.) വി. ന. ൧, പാതിവേവിച്ച. ൨, ഒട്ടൊട്ടു പഴുത്ത.

ആപഗാ. ന. നദി, ആറു.

ആപണം. ന. കച്ചവടസ്ഥലം.

ആപണവീഥി. ന. കച്ചവടസ്ഥലങ്ങൾ ധാരാളമായുള്ള തെരുവു.

ആപണിക. വി. (കൻ, കി, കം.) വി. ന. കച്ചവടസംബന്ധമായുള്ള.

ആപണികൻ. ന. കച്ചവടക്കാരൻ.

ആപതിക്കുന്നു. ച്ചു. ക്കുവാൻ. അ. ക്രി. വന്നു വീഴുന്നു, സംഭവിക്കുന്നു. **ആപതനം.** ന.

ആപതിത. വി. (തൻ, താ, തം.) വി. ന. ൧, വീഴപ്പെട്ട, വീണുപോയ. ൨, സംഭവിച്ച.

ആപത്തി. ന. ആപത്തു.

ആപൽ; ആപദ, അല്ലെങ്കിൽ, **ആപത്തു.** ന. അനൎത്ഥം, അപകടം.

ആപൽക്കര. വി. (രൻ, രാ, രം.) വി. ന. ആപത്തുണ്ടാക്കുന്ന.

ആപൽസരണി. ന. ആപത്തിലേക്കുള്ള വഴി.

ആപദ. ന. ആപത്തു.

ആപന്ന. വി. (ന്നൻ, ന്നാ, ന്നം.) വി. ന. ൧, ആപത്തിൽ അകപ്പെട്ട. ൨, ലഭിച്ച.

ആപന്നസത്വാ. ന. ഗൎഭമുള്ളവൾ.

ആപന്മയം. ന. ആപത്തുകൊണ്ടു നിറഞ്ഞതു.

ആപമിത്യകം. ന. കൈമാററംകൊണ്ടുണ്ടാകുന്ന ദ്രവ്യം.

ആപാതം. ന. വീഴ്ച.

ആപാതുക. വി. (കൻ, കാ, കം.) വി. ന. വീഴുക. ശീലമായുള്ള.

ആപാദം. അ. കാലുവരെ.

ആപാദചൂഡം. അ. കാലുമുതൽ തലവരെ.

ആപാദമസ്തകം. അ. മേല്പറഞ്ഞ അൎത്ഥം.

ആപാനം. ന. ൧, മദ്യപാനം ചെയ്യുന്ന സ്ഥലം, മദ്യം വില്ക്കുന്ന സ്ഥലം.

ആപാലി. ന. പേൻ.

ആപീഡം. ന. തലയിലെ ആഭരണം.

ആപീത. വി. (തൻ, താ, തം.) വി. ന. ൧, പാനംചെയ്യപ്പെട്ട, കുടിക്കപ്പെട്ട. ൨, മഞ്ഞൾനിറമുള്ള.

ആപീന. വി. (നൻ, നാ, നം.) വി. ന, തടിച്ച.

ആപീനം. ന. ൧, അകിടു. ൨, കിണറു.

ആപൂവികൻ. ന. അപ്പക്കാരൻ.

ആപൃച്ഛനം. ന. സംഭാഷണം.

ആപോക്ലിമം. ന. ന., ന്നു, ൻ, ൧൨, രാശികൾ.

ആപ്ത. വി. (പ്തൻ, പ്താ, പ്തം.) വി. ന. ൧, ലഭിക്കപ്പെട്ട. ൨, വിശ്വസിക്കപ്പെട്ട. ൩, വന്ന, ചെന്ന, ചെല്ലപ്പെട്ട.

ആപ്തൻ. ന. ൧, സ്നേഹിതൻ. ൨, വന്നവൻ.

ആപ്താ. ന. പിരിച്ച തലമുടി.

ആപ്തസ്നേഹം. ന. ഉററസ്നേഹം.

ആപ്തി. ന. ൧, ലാഭം. ൨, ബന്ധനം, കെട്ടു.

ആപ്തോക്തി. ന. ൧, ഗുണദോഷവാക്കു. ൨, ഉപദേശം.

ആപ്പു. ന. മരപ്പൂളു.

ആപ്യ. വി. (പ്യൻ, പ്യാ, പ്യം.) വി. ന. വെള്ളത്തിലുണ്ടായ.

ആപ്യായനം. ന. ൧, തൃപ്തി. ൨, തടിപ്പു.

ആപ്യായിത. വി. (തൻ, താ, തം.) വി. ന. ൧, തൃപ്തിപ്പെട്ട. ൨, തടിച്ച.

ആപ്രപദം. അ. പുറവടിയോളം.

ആപ്രപദീനം. ന. നിലയങ്കി.

ആപ്ലവനം. ന. കുളി, വെള്ളംതളിക്ക.

ആപ്ലവം. ന. മേല്പറഞ്ഞ അൎത്ഥം.

ആപ്ലവവ്രതി. ന. ഗൃഹസ്ഥൻ, വിവാഹം കഴിച്ച ബ്രാഹ്മണൻ.

ആപ്ലാവം. ന. കുളി.

ആപ്ലുത. വി. (തൻ, താ, തം.) വി. ന. കുളിച്ച.

ആപ്ലുതൻ. ന. ഗൃഹസ്ഥൻ.

ആപ്ലുതം. ന. കുളി.

ആഫലോദയം. അ. ഫലം ലഭിക്കുന്നതുവരെ.

ആബദ്ധഗുണൻ. ന. അമ്പുറയിട്ടവൻ.

ആബദ്ധ. വി. (ദ്ധൻ, ദ്ധാ, ദ്ധം.) വി. ന. കെട്ടപ്പെട്ട.

ആബദ്ധം. ന. ൧, കെട്ടു. ൨, അലങ്കാരം.

ആബന്ധ. വി. (ന്ധൻ, ന്ധാ, ന്ധം.) വി. ന. കെട്ടപ്പെട്ട.

ആബന്ധം. ന. കെട്ടു.

ആബന്ധനം. ന. കെട്ടുക.

ആബാലവൃദ്ധം. അ. പൈതങ്ങൾ തുടങ്ങി വയസ്സന്മാർ വരെ.

ആബ്ദികം. വി. ആണ്ടുതോറുമുള്ള.

ആഭ. ന. ശോഭ.

ആഭരണം. ന. അലങ്കാരം.

ആഭാഷണം. ന. സംസാരം, സംഭാഷണം.

ആഭാസ. വി. (സൻ, സാ, സം.) വി. ന. ശോഭയുള്ള. (മ.) വഷളായുള്ള. **ആഭാസത്വം.** ഗു. ന. പ്രകാശത. (മ.) വഷളത്വം.

ആഭാസം. ന. ൧, വെളിച്ചം. ൨, പ്രതിബിംബം.

ആഭാസ്വരന്മാർ. ന. ദേവകളിൽ ഒരു ജാതിക്കാർ.

ആഭിചാരം. ന. ക്ഷുദ്രം, കൂടപാത്രം

ആഭിജാത്യം. ന. ജാതി അല്ലെങ്കിൽ ജനനംകൊണ്ടുള്ള മഹാത്മ്യം.

ആഭിമുഖ്യം. ന. ൧, സന്നിധി. ൨, മുഖത്തോടു മുഖം.

ആഭീപ്സിതം. ന. ആഗ്രഹം.

ആഭീരൻ. ന. ഇടയൻ.

ആഭീരവല്ലി. ന. ഇടയന്മാരുടെ വാസസ്ഥലം.

ആഭീരി. ന. ഇടച്ചി.

ആഭീല. വി. (ലൻ, ലാ, ലം.) വി. ന. ഭയങ്കരമായുള്ള.

ആഭീലം. ന. അതിവേദന.

ആഭൂതസ്പ്ലവം. ന. പിശാചുക്കളാലുള്ള ബാധ. അ. ലോകനാശത്തോളം.

ആഭോഗം. ന. ൧, പൂൎണ്ണത. ൨, അനുഭവം.

ആഭോഗാനന്ദം. ന. പൂൎണ്ണസന്തോഷം.

ആഭ്യന്തരം. വി. അകത്തുള്ള.

ആമ. വി. (മൻ, മാ, മം.) വി. ന. പച്ചയായുള്ള, ചുടാത്ത.

ആമ. ന. ഒരു ജന്തു.

ആമം. ന. ൧, ഭക്ഷിച്ചാൽ ദഹിക്കാതെ വയററിൽ കിടക്കുന്ന അന്നം. ൨, അജീൎണ്ണം. ന., രോഗം. (മ.) തടിവിലങ്ങു.

ആമകുംഭം. ന. പച്ചക്കുടം.

ആമകോശം. ന. ദഹിക്കാത്ത ഭക്ഷണങ്ങൾ കിടക്കുന്ന വയററിനുള്ളിലെ സ്ഥലം.

ആമഗന്ധി. ന. ദഹിക്കാതെ പോകുന്ന മലത്തിന്റെ നാററം.

ആമജ്ജനം. ന. മുങ്ങൽ, മുഴുകുക.

ആമണ്ഡം. ന. ഒരു തൈ, ആവണക്ക.

ആമനസ്യം. ന. പ്രസവവേദന.

ആമന്ത്രണം. ന. ക്ഷണിക്കുക, ക്ഷണത്തിന്നു വിളിക്കുക.

ആമന്ത്രാണം. ന. ഊട്ടു.

ആമന്ത്രിത. വി. (തൻ, താ, തം.) വി. ന. വിളിക്കപ്പെട്ട, ക്ഷണിക്കപ്പെട്ട.

ആമന്ദം. വി. സാവധാനമായി.

ആമയം. ന. ൧, രോഗം. ൨, ഒരു മരുന്നു, കൊട്ടം.

ആമയാവി. വി. (വി, വിനി, വി.) വി. ന. രോഗമുള്ള.

ആമലകം. ന. ൧, നെല്ലിക്ക. ൨, നെല്ലിവൃക്ഷം.

ആമലകീ. ന. മേല്പറഞ്ഞ അൎത്ഥം.

ആമൎശനം. ന. ൧, തൊടുക. ൨, ഉരയുക. ൩, ആലോചന.

ആമാത്യൻ. ന. മന്ത്രി, ഭൃത്യൻ.

ആമാശയം. ന. മേൽവയറു.

ആമിഷം. ന. മാംസം.

ആമിഷാശി. വി. (ശീ, ശിനി, ശി.) വി. ന. മാംസം തിന്നുന്ന.

ആമിഷി. ന. ഒരു മരുന്നു, മാഞ്ചി.

ആമിക്ഷ. ന. കാച്ചിയ പാലിൽ തൈർ കൂടിയതു.

ആമുക്ത. വി. (ക്തൻ, ക്താ, ക്തം.) വി. ന. ൧, അഴിച്ചുവിടപ്പെട്ട. ൨, ധരിക്കപ്പെട്ട.

ആമുഗ്ദ്ധ. വി. (ഗ്ദ്ധൻ, ഗ്ദ്ധാ, ഗ്ദ്ധം.) വി. ന. സൌന്ദൎയ്യമുള്ള.

ആമുഷ്മികം. വി. (കൻ, കി, കം.) വി. ന. പരലോകം സംബന്ധിച്ച.

ആമൂലം. അ. ചുവട്ടിലോളം.

ആമോചനം. ന. അഴിച്ചുവിടുക, സ്വാതന്ത്ര്യമാക്കുക.

ആമോദം. ന. ൧, സന്തോഷം. ൨, സുഗന്ധം.

ആമോദി. വി. (ദി, ദിനി, ദി.) വി. ന. ൧, മുഖസംസ്കാരത്തിലുള്ള, സൌരഭ്യമുള്ള. ൨, സന്തോഷമുള്ള.

ആമ്നായം. ന. വേദം.

ആമ്നായമൂൎത്തി. ന. ൧, വിഷ്ണു. ൨, ശിവൻ.

ആമ്പൽ. ന. കുളത്തിലുള്ള ഒരു ചെടി.

ആമ്രഫലം. ന. മാങ്ങ.

ആമ്രം. ന. ഒരു വൃക്ഷം, മാവു.

ആമ്രാതകം. ന. ഒരു വൃക്ഷം, അമ്പഴം.

ആമ്രേഡിക്കുന്നു. ച്ചു. ക്കുവാൻ. സ. ക്രി. ആവൎത്തിക്കുന്നു. ആമ്രേഡനം. ന.

ആമ്രേഡിത. വി. (തൻ, താ, തം.) വി. ന. രണ്ടുമൂന്നു പ്രാവശ്യം പറയപ്പെട്ട.

ആമ്ലം. ന. ൧, പുളിരസം. ൨, പുളിമരം.

ആമ്ലിക. ന. പുളിമരം, പുളിപ്പു.

ആയക്കെട്ടു. ന. കരം പതിഞ്ഞ നിലത്തിന്റെ കണക്കു.

ആയതനം. ന. ദേവാലയം.

ആയത. വി. (തൻ, താ, തം.) വി. ന. ൧, നീളമുള്ള, നീണ്ട. ൨, പരന്ന.

ആയതി. ന. വരുവാനുള്ള കാലം.

ആയത്ത. വി. (ത്തൻ, ത്താ, ത്തം.) വി. ന. അധീനമായ. **ആയത്തത.** ഗു. ന. അധീനത.

ആയൻ. ന. ൧, ആട്ടിടയൻ. ൨, പശുവടിക്കുന്നവൻ.

ആയം. ന. ൧, ലാഭം, വരവു. ൨, ശരീരംകൊണ്ടുള്ള പ്രവൃത്തിയുടെ സ്വാധീനത.

ആയൎക്കോൻ. ന. ൧, ആട്ടിടയന്മാരിൽ പ്രമാണി. ൨, പശുവടിക്കുന്നവരിൽ പ്രമാണി.

ആയവണ്ണം; ആയോണം. അ. കഴിയുന്നപോലെ.

ആയസ. വി. (സൻ, സി, സം.) വി. ന. ൧, ഇരിമ്പുകൊണ്ടുള്ള. ൨, ഇരിമ്പുകൊണ്ടുള്ള ആയുധം ധരിച്ച.

ആയസം. ന. ഇരിമ്പു.

ആയസി. ന. പടച്ചട്ട.

ആയാത. വി. (തൻ, താ, തം.) വി. ന. വന്ന.

ആയാമം. ന. നീളം.

ആയാസം. ന. ൧, പ്രയാസം. ൨, തളൎച്ച.

ആയിനി. ന. ഒരു വൃക്ഷം, ആഞ്ഞിലി.

ആയിരക്കണ്ണി. ന. ഒരു മീനം, വിഗ്രഹിക്കുക.

ആയിരം. വി. നൂറിനെ പത്തിൽ പെരുക്കിയ തുക.

ആയില്യം. ന. ഒമ്പതാം നക്ഷത്രം.

ആയുധപാണി. ന. ആയുധം ധരിച്ചവൻ.

ആയുധം. ന. വാൾ വില്ലു അമ്പു ശൂലം കുന്തം തോക്കു മുതലായവ.

ആയുധവിദ്യ. ന. ആയുധശാസ്ത്രം, ആയുധാഭ്യാസം.

ആയുധശാല. ന. ആയുധങ്ങൾ സൂക്ഷിക്കുന്ന മുറി.

ആയുധാഭ്യാസം. ന. ആയുധപ്രയോഗം ശീലിക്കു.

ആയുധികൻ. ന. ആയുധക്കാരൻ.

ആയുധീയൻ. ന. മേല്പറഞ്ഞ അൎത്ഥം.

ആയുന്നു. അ. ക്രി. ൧, തെരയുന്നു. ൨, പെറുക്കുന്നു. ൩, ചിതറുന്നു. ൪, മുൻപോട്ടു ചാടുന്നു.

ആയുൎദ്ദായം. ന. ജീവനകാലം.

ആയുൎബ്ബലം. ന. ആയുസ്സിന്റെ ശക്തി.

ആയുൎഭാവം. ന. എട്ടാമത്തെ രാശി.

ആയുഷ്കര. വി. (രൻ, രാ, രി, രം.) വി. ന. ആയുസ്സിനെ ഉണ്ടാക്കുന്ന.

ആയുഷ്കൎമ്മം. ന. ആയുസ്സുണ്ടാവാൻ ചെയ്യുന്ന പ്രവൃത്തി.

ആയുഷ്മൽ. വി. (ഷ്മാൻ, ഷ്മതി, ഷ്മൽ.) വി. ന. വളരെക്കാലം ജീവിച്ചിരിക്കുന്ന.

ആയുസ്സു. ന. ജീവനകാലം.

ആയുക്ഷീണം. ന. ആയുസ്സിന്റെ ബലക്കുറവു.

ആയോധനം. ന. യുദ്ധം.

ആരു. ന. തെങ്ങു കവുങ്ങു മുതലായവയുടെ വാരിയിൽനിന്നു മുള്ളുപോലെ എഴുന്നു വരുന്ന വസ്തു.

ആരു. ന. അറിയാത്തവനെ കാണുമ്പോൾ ചോദിക്കുന്ന വാക്കു. (നീ ആരു.)

ആര. ന. തോലുളി.

ആരക്കൂടം. ന. പിച്ചള.

ആരഗ്വധം. ന. കൊന്നവൃക്ഷം.

ആരഘട്ടം. ന. കിണറു.

ആരണൻ. ന. ബ്രാഹ്മണൻ.

ആരണി. ന. നീൎച്ചുഴി.

ആരണ്യം. വി. കാട്ടുസംബന്ധിച്ച.

ആരതി. ന. നിവൃത്തി.

ആരൻ. ന. ചൊവ്വ എന്ന ഗ്രഹം.

ആരനാളകം. അല്ലെങ്കിൽ, **ആരനാളം.** ന. കാടി.

ആരമ്പുളി. ന. ഒരുവക പുളിമരം.

ആരബ്ധം. ന. ആരംഭിച്ചതു.

ആരഭടി. ന. നൃത്തം.

ആരഭി. ന. ഒരു രാഗം.

ആരംഭം. ന. ൧, തുടക്കം. ൨, ഒരുക്കം. ൩, മുഖവുര. ൪, അവതാരിക.

ആരംഭിക്കുന്നു. ച്ചു. പ്പാൻ. (ആരംഭി). സ. ക്രി. തുടങ്ങുന്നു.

ആരബ്ധ്യം. ന. തുടങ്ങത്തക്കതു.

ആരവം. ന. ശബ്ദം.

ആരവാരം. ന. കൊതി.

ആരാധക. വി. (ധകൻ, ധികാ, ധകം.) വി. ന. ആരാധിക്കുന്ന.

ആരാധനം. ന. പൂജ.

ആരാൽ. അ. ൧. അടുക്കൽ. ൨, ദൂരെ.

ആരാധിക്കുന്നു. ച്ചു. പ്പാൻ. (ആരാധി.) സ. ക്രി. പൂജിക്കുന്നു.

ആരാധിത. വി. (തൻ, താ, തം.) വി. ന. പൂജിക്കപ്പെട്ട.

ആരാനും. വി. വല്ലവനും.

ആരാമം. ന. പൂങ്കാവു.

ആരായുന്നു. ഞ്ഞു. വാൻ. (ആരായ.) സ. ക്രി. തെരയുന്നു, അന്വേഷിക്കുന്നു.

ആരാവം. ന. ശബ്ദം.

ആരാളികൻ. ന. അടുക്കളക്കാരൻ.

ആരിഷം. ന. ഋഷിപ്രോക്തം, ഋഷികളുടെ വാക്ക.

ആരുന്നു; ആന്റ. സ. ക്രി. കൈക്കൊള്ളുന്നു. അ. ക്രി. ധാരാളം ഉണ്ടാകുന്നു.

ആരുണ്യം. ന. ചുവപ്പു.

ആരുയിർ. ന. വിലയുള്ള ജീവൻ, മഹത്വമുള്ളവന്റെ ജീവൻ.

ആരൂഢ. വി. (ഢൻ, ഢാ, ഢം.) വി. ന. ൧, കരേറിയ. ൨, വളൎന്ന.

ആരൂഢം. ന. മോന്തായത്തിനു താഴെയുള്ള ഒരുത്തരം.

ആരൂഢമോദം. അ. മഹാസന്തോഷത്തോടെ.

ആരേവതം. ന. കൊന്നവൃക്ഷം.

ആരോഗ്യം. ന. ൧, രോഗമില്ലായ്മ. ൨, ശക്തി. ൩, ശരീരസൌഖ്യം.

ആരോൻ. ന. നീളമുള്ള ഒരു മത്സ്യം.

ആരോപകൻ. ന. ചുമത്തുന്നവൻ.

ആരോപണം. അല്ലെങ്കിൽ, **ആരോപം.** ന. ൧, ചുമത്തുക. ൨, ഏല്പിക്ക. ൩, കരേറുക.

ആരോപിക്കുന്നു. ച്ചു. പ്പാൻ. (ആരോപി.) സ. ക്രി. ചുമത്തുന്നു.

ആരോമൽ. ന. ഓമന.

ആരോഹണം. ന. ൧, കരേററം. ൨, മുളച്ചുണ്ടാക. ൩, കോവണി. ൪, കഴുമരം.

ആരോഹം. ന. ൧, നീളം. ൨, ഉയരം. ൩, കരേററം. ൪, വാഹനമേററം. ൫, പൃഷ്ഠം. ൬, സ്ത്രീകളുടെ അര. ൭, വൃക്ഷങ്ങളുടെ മുള.

ആൎക്കുന്നു. ത്തു. പ്പാൻ. (ആൎക്ക.) അ. ക്രി. ആൎപ്പുവിളിക്കുന്നു, ഉറക്കെശബ്ദിക്കുന്നു.

ആൎജ്ജനം. ന. സമ്പാദ്യം.

ആൎജ്ജവം. ന. ൧, നേരു. ൨, വണക്കം.

ആൎജ്ജിക്കുന്നു. ച്ചു. പ്പാൻ. (ആൎജ്ജി.) സ. ക്രി. സമ്പാദിക്കുന്നു.

ആൎജ്ജിത. വി. (തൻ, താ, തം.) വി. ന. സമ്പാദിക്കപ്പെട്ട.

ആൎത്തഗള. ന. ഒരു തൈ, നീലച്ചെറുകുറിഞ്ഞി.

ആൎത്തനാദം. ന. കരച്ചിൽ.

ആൎത്ത. വി (ൎത്തൻ, ൎത്താ, ൎത്തം.) വി. ന. ൧, ദുഃഖമുള്ള. ൨, രോഗമുള്ള.

ആൎത്തപരായണ. വി. (ണൻ, ണാ, ണം.) വി. ന. ദുഃഖിതന്മാരെക്കുറിച്ചു കൃപയുള്ള.

ആൎത്തവ. വി. (വൻ, വാ, വീ, വം.) വി. ന. ഋതുക്കളെസ്സംബന്ധിച്ച.

ആൎത്തവം. ന. ൧, പൂവു. ൨, സ്ത്രീകൾ മാസന്തോറും ഋതുവാകുമ്പോൾ പ്രവൎത്തിക്കുന്ന രക്തം.

ആൎത്തി. ന. ൧, ദുഃഖം. ൨, വേദന. ൩, വില്ക്കുഴന്ന.

ആൎത്വിജം. ന. യാഗത്തിന്റെ ക്രിയയ്ക്കു കൂടുന്ന ബ്രാഹ്മണരുടെ കൂട്ടം.

ആൎദ്ര. വി. (ൎദ്രൻ, ൎദ്രാ, ൎദ്രം.) വി. ന. ൧, നനഞ്ഞ. ൨, അലിവുള്ള. ൩, പാകംവന്ന. **ആൎദ്രത.** ഗു. ന. ൧, നനവു. ൨, അലിവു.

ആൎദ്ര. ന. തിരുവാതിര നക്ഷത്രം.

ആൎദ്രകം. ന. ഒരു മരുന്നു, ഇഞ്ചി.

ആൎദ്രപക്വം. ന. നന്നാപ്പഴുത്ത പഴം.

ആൎദ്രബുദ്ധി. ന. അലിവു, കൃപ.

ആൎദ്രഭാവം. ന. മനസ്സലിവു.

ആൎദ്രാലുബ്ധകം. ന. തിരുവാതിരയ്ക്കു തെക്കുകാണുന്ന നക്ഷത്രം.

ആൎപ്പു. ന. ഉറെച്ചുള്ള ശബ്ദം, നിലവിളി.

ആൎഭടി. ന. നൃത്തം.

ആൎയ്യകൻ. ന. മുത്തച്ഛൻ.

ആൎയ്യകം. ന. പിതൃകൎമ്മത്തിനുള്ള ഒരു പാത്രം.

ആൎയ്യ. വി. (ൎയ്യൻ, ൎയ്യാ, ൎയ്യം.) വി. ന. ശ്രേഷ്ഠമായ.

ആൎയ്യൻ. ന. ൧, ശ്രേഷ്ഠൻ. ൨, ജ്യേഷ്ഠൻ. ൩, ഗുരു.

ആൎയ്യപുത്രൻ. ന. ൧, നാടകത്തിൽ ഭൎത്താവിനെപ്പറയുന്ന ഒരു പേർ. ൨, ഗുരുപുത്രൻ.

ആൎയ്യാ. ന. ൧, പാൎവ്വതി. ൨, ഒരു വൃത്തം.

ആൎയ്യാണി. ന. ശ്രേഷ്ഠ.

ആൎയ്യാവൃത്തം. ന. ൧, ഒരു പുണ്യദേശം. ൨, ഒരു ദേശവിശേഷം.

ആൎഷ. വി. (ൎഷൻ, ൎഷി, ൎഷം.) വി. ന. ഋഷിയെസ്സംബന്ധിച്ച.

ആൎഷഭ്യൻ. ന. ഉടെക്കമാറായ കാള.

ആൎഷം. ന. ൧, ഋഷിപ്രോക്തം. ൨, രണ്ടൊ മൂന്നൊ പശുക്കളെ വിലയായിട്ടു വാങ്ങിച്ചുകൊണ്ടു കന്യകയെ കൊടുത്തു വിവാഹം ചെയ്യിക്ക.

ആൎഹതൻ. ന. ൧, ബുധമുനിയുടെ അച്ഛൻ. ൨, ശുദ്ധോദനൻ.

ആൽ. ന. ഒരു വലിയ വൃക്ഷം.

ആല. വി. (ലൻ, ലാ, ലം.) വി. ന. വിസ്താരമുള്ള.

ആല. ന. ൧, കൊല്ലന്റെയുംമററും പണിപ്പുര. ൨, ചക്കപ്പുര.

ആലക്ഷ്യം. വി. ൧, കാണപ്പെടുന്ന. ൨, അല്പമായിക്കാണപ്പെടുന്ന.

ആലബ്ധം. വി. ൧, തൊടപ്പെട്ട, കൂട്ടിച്ചേൎക്കപ്പെട്ട. ൨, കൊല്ലപ്പെട്ട.

ആലം. ന. അരിതാരം.

ആലങ്കാരികൻ. ന. അലങ്കാരശാസ്ത്രം പഠിച്ചവൻ.

ആലംബനം. ന. രക്ഷ, ആശ്രയം.

ആലംബം. ന. മേല്പറഞ്ഞ അൎത്ഥം.

ആലംബിക്കുന്നു. ച്ചു. പ്പാൻ. (ആലംബി.) സ. ക്രി. ആശ്രയിക്കുന്നു.

ആലംബിത. വി. (തൻ, താ, തം.) വി. ന. ആശ്രയിക്കപ്പെട്ട.

ആലംഭം. ന. വധം.

ആലംഭനം. ന. ൧, പിടിച്ചെടുക്ക, തൊടുക. ൨, ചീന്തുക, വേരോടെ പ

റിയ്ക്ക. ന, യാഗത്തിന്നു മൃഗങ്ങളെ കൊല്ലുക.

ആലയം. ന. ഭവനം.

ആലവട്ടം. ന. മയിൽപീലികൊണ്ടു കെട്ടിയുണ്ടാക്കുന്ന ഒരു മാതിരി വിശറി.

ആലവാലം. ന. വൃക്ഷങ്ങളുടെ ചുവട്ടിൽ വെള്ളം നില്പാനായിട്ടുണ്ടാക്കുന്ന തടം.

ആലശീല്യ. ന. വ്യസനം, അസഹ്യത.

ആലസം. വി. മടിയുള്ള.

ആലസ്യം. ന. മടി, ക്ഷീണം.

ആലാപം. ന. സംഭാഷണം.

ആലാപിക്കുന്നു. ച്യ. പ്പാൻ. (ആലാപി.) സ. ക്രി. സംസാരിക്കുന്നു.

ആലാവത്തം. ന. ആലവട്ടം.

ആലാസ്സ; ആലാത്തു. ന. നീളവും വണ്ണവും ഉള്ള ഒരു തരം വലിയ വടം.

ആലാസ്യം. ന. മുതല.

ആലിംഗനം. ന. കെട്ടിപ്പിടിച്ചു തഴുകുക.

ആലിംഗി. ന. തഴുകികൊട്ടുന്ന വാദ്യം.

ആലിംഗ്യം. ന. മേല്പറഞ്ഞ അത്ഥം.

ആലിപ്പഴം. മഴപെയ്യുമ്പോൾ കൂടെ ചിലപ്പോൾ വീഴുന്ന ഉറെച്ച വെള്ളം.

ആലീഢ. വി. (ഢൻ, ഢാ, ഢം.) വി. ന. നക്കപ്പെട്ട.

ആലീഢം. ന. ഏവുകാരന്റെ നില.

ആലു. ന. ഒരുമാതിരിക്കുടം, കരകം, കരകക്കുടം.

ആലേഖനം. ന. എഴുത്തു.

ആലേഖ്യം. ന. ചിത്രമെഴുത്തു.

ആലേപനം. ന. പൂശുക.

ആലോകനം. ന. കാഴ്ച, നോട്ടം.

ആലോകം. ന. ൧, നോട്ടം. ൨, പ്രകാശം.

ആലോചന. ന. ൧, കൂടിവിചാരം. ൨, ഗുണദോഷം. ൩, ഭാവം. ൪, ശോധന.

ആലോചനകത്താവു. ന. ആലോചനക്കാരിൽ പ്രമാണി.

ആലോചിക്കുന്നു. ച്യ. പ്പാൻ. (ആലോചി.) സ. ക്രി. കൂടിവിചാരിക്കുന്നു.

ആലോല. വി. (ലൻ, ലാ, ലം.) വി. ന. ഇളകമുള്ള.

ആൽതറ. ന. ആലിന്റെ ചുററും കല്ലുകൊണ്ടു പണിതുണ്ടാക്കിയ തറ.

ആവണക്കു. ന. ഒരു തൈ.

ആവണക്കെണ്ണ. ന. ആവണക്കിൻ കുരുവിൽനിന്നെടുക്കുന്ന എണ്ണ.

ആവണി. ന. ശ്രാവണം, ചിങ്ങമാസം.

ആവതു. അ. കഴിയുന്നതു.

ആവനാഴി. ന. അമ്പറ.

ആവപനം. ന. പാത്രം.

ആവരണം. ന. മറവു, തടവു.

ആവജ്ജിക്കുന്നു. ച്യ. ക്കുവാൻ. സ. ക്രി. (ആവജ്ജി, ആവജ്ജനംചെയ്തു.) ആകർഷിക്കുന്നു, ശേഖരമായി നല്കുന്നു, തിരഞ്ഞെടുക്കുന്നു. **ആവജ്ജിപ്പിക്കുന്നു.** കാ. ക്രി. **ആവജ്ജനം.** ന.

ആവജ്ജിത. വി. (തൻ, താ, തം.) വി. ന. ദാനം ചെയ്യപ്പെട്ട.

ആവത്തനം. ന. ൧, പിന്നെയും ചെയ്ക. ൨, ചുററിത്തിരിക. ൩, കടയുക.

ആവത്തം. ന. ൧, നീൎച്ചുഴി. ൨, ചുരുണ്ട തലമുടി. ൩, വിചാരം. ൪, ഉരുൾച്ച.

ആവത്തിക്കുന്നു. ച്യ. പ്പാൻ. (ആവത്തി.) സ. ക്രി. ൧, പിന്നെയും ചെയ്യുന്നു. ൨, ചുററിത്തിരിയുന്നു.

ആവലാധി. ന. സങ്കടം.

ആവലി. ന. ൧, കൂട്ടം. ൨, നിര.

ആവശ്യം. ന. ൧, കൂടിയേകഴിവൂ എന്നുള്ളതു. ൨, മുട്ടു.

ആവസതി. ന. രാത്രി, പാതിരാത്രി.

ആവസഥം. ന. ഭവനം.

ആവസിക്കുന്നു. ച്യ. പ്പാൻ. (ആവസി.) അ. ക്രി. പാക്കുന്നു. **ആവസിപ്പിക്കുന്നു.** സ. ക്രി.

ആവസിത. വി. (തൻ, താ, തം.) വി. ന. ൧, പാക്കപ്പെട്ട. ൨, ശേഖരിക്കപ്പെട്ട. ൩, പതിരുപിടിക്കപ്പെട്ട. ൪, പാകം വന്ന.

ആവസിതം. ന. പൊലി.

ആവഹ. വി. (ഹൻ, ഹാ, ഹം.) വി. ന. (സംസ്കൃതപദാന്ത്യത്തിൽ) വഹിക്കുന്ന.

ആവാപകം. ന. കൈവള.

ആവാപം. ന. ൧, തടം. ൨, വിത. ൩, കൈവള. ൪, എറിക. ൫, കല്ലുചേക്.

ആവാര. ന. ഒരു തൈ.

ആവാരി. ന. പീടിക.

ആവാലം. ന. വൃക്ഷത്തിന്റെ ചുവട്ടിലെ തടം.

ആവാസം. ന. ൧, ഭവനം. ൨, പാപ്പു.

ആവാസശാല. ന. പടക്കുടി.

ആവാഹം. ന. വിവാഹം.

ആവാഹനം. ന. മന്ത്രംചൊല്ലി ദൈവത്തെ വിളിക്ക.

ആവാഹിക്കുന്നു. ച്യ. പ്പാൻ. (ആവാഹി.) സ. ക്രി. മന്ത്രംചൊല്ലി വിളിക്കുന്നു. **ആവാഹിപ്പിക്കുന്നു.** കാ. ക്രി.

ആവി. ന. ൧, പുക. ൨, ഉഷ്ണവായു. ൩, ചൂട്ടു. ൪, ഒരു വൃക്ഷം.

ആവികം. ന. കമ്പിളി.

ആവിക്കലം. ന. വെള്ളത്തോടൻ ഉണ്ണിപുഴുങ്ങുന്ന കലം.

ആവിഗ്നം. ന. ഞാക്കാ.

ആവിൽ. ന. ഒരു വൃക്ഷം.

ആവിദ്ധ. വി. (ദ്ധൻ, ദ്ധാ, ദ്ധം.) വി. ന. ൧, വളഞ്ഞ. ൨, ഇടപ്പെട്ട. ൩, മുറിപെട്ട.

ആവിദ്രാവം. ന. ഭയത്തോടുകൂടിയ ഓട്ടം.

ആവിധം. ന. ൧, തുരപ്പനുളി. ൨, കൊട്ടുന്ന കോൽ.

ആവിൎഭാവം. ന. ജനനം, വരവു, പ്രത്യക്ഷീകരണം.

ആവിൎഭവിക്കുന്നു. ച്യ. പ്പാൻ. (ആവിൎഭവി.) അ. ക്രി. ൧, ജനിക്കുന്നു. ൨, പ്രത്യക്ഷമാകുന്നു.

ആവിൎഭൂത. വി. (തൻ, താ, തം.) വി. ന. ൧, ജനിക്കപ്പെട്ട. ൨, പ്രത്യക്ഷമായ.

ആവിൎമ്മോദം. ന. സന്തോഷം.

ആവില. വി. (ലൻ, ലാ, ലം.) വി. ന. കലങ്ങിയ.

ആവിഷ്കരിക്കുന്നു. ച്യ. ക്കുവാൻ. (ആവിഷ്കരി.) സ. ക്രി. പ്രത്യക്ഷപ്പെടുത്തുന്നു, തെളിയിക്കുന്നു, വെളിപ്പെടുത്തുന്നു. **ആവിഷ്കരണം; ആവിഷ്കാരം.** ന.

ആവിഷ്കൃതം. ന. ആവിഷ്കരിക്കപ്പെട്ടതു.

ആവിഷ്ടം. വി. ൧, പ്രവേശിച്ച. ൨, ബാധിക്കപ്പെട്ട.

ആവിസ്. അ. സ്പഷ്ടം.

ആവീരം. ന. ഒരുവക പച്ചമരുന്നു.

ആവു. അ. ക്ഷീണത്തിങ്കലും രോഗത്തിങ്കലും വേദനയിങ്കലും പറയുന്ന ഒരു വാക്കു.

ആവുകൻ. ന. നാടകത്തിൽ അച്ഛൻ എന്നു പറയുന്ന ഒരു വാക്കു.

ആവുത്തൻ. ന. നാടകത്തിൽ അളിയൻ എന്നു പറയുന്ന ഒരു വാക്കു.

ആവൃത. വി. (തൻ, താ, തം.) വി. ന. ക, മറെക്കപ്പെട്ട. വ, ചുററപ്പെട്ട.

ആവൃതി. ന. വേലി, കയ്യാല.

ആവൃത്ത. വി. (ത്തൻ, ത്താ, ത്തം.) വി. ന. ക, ചുററിത്തിരിയപ്പെട്ട. വ, പിന്തിരിയപ്പെട്ട.

ആവൃത്തി. ന. ക, പ്രാവശ്യം. വ, പിന്തിരിക. മ, ചുററിത്തിരിക.

ആവേഗം. ന. ക, തിടുക്കം. വ, കോപം.

ആവേഗി. ന. ഒരു വള്ളി, കുന്നി.

ആവേദനം. ന. അറിയിക്ക.

ആവേശനം. ന. ക, പണിപ്പുര. വ, പ്രവേശം. മ, പിശാചുബാധ.

ആവേശം. ന. ക, പ്രവേശനം. വ, പിശാചുബാധ. മ, ഡംഭ. ര, മോഹാലസ്യം. (മ.) ഒരാഗ്രഹം.

ആവേശികൻ. ന. വഴിപോക്കൻ.

ആവേശികം. വി. സ്വന്തമുള്ള, പ്രത്യേകമുള്ള.

ആവേശിക്കുന്നു. ച്ചു. പ്പാൻ. (ആവേശി.) സ. ക്രി. പ്രവേശിക്കുന്നു.

ആവേഷ്ടകം. ന. വേലി, കയ്യാല, മതില.

ആവേഷ്ടനം. ന. ക, ചുവേഷ്ടിക്കെട്ടു. വ, തലപ്പാവു.

ആവോ. അ. അറിയുന്നില്ല.

ആവോലി. ന. ഒരുവക മത്സ്യം.

ആവോളം. അ. കഴിയുന്നിടത്തോളം.

ആശ. ന. ക, ആഗ്രഹം. വ, ദിക്കു.

ആശങ്ക. ന. ക, ഭയം. വ, സംശയം.

ആശങ്കിത. വി. (തൻ, താ, തം.) വി. ന. ക, ഭയപ്പെട്ട. വ, സംശയിക്കപ്പെട്ട.

ആശപ്പെടുന്നു. ട്ടു. വാൻ. അ. ക്രി. ആഗ്രഹിക്കുന്നു. **ആശപ്പെടുത്തുന്നു.** സ. ക്രി.

ആശംസ. അല്ലെങ്കിൽ, **ആശംസനം.** ന. ക, ഇച്ഛ, ആഗ്രഹം. വ, പറക.

ആശംസിതൃ. വി. (താ, ത്രീ, തൃ.) വി. ന. ക, ആഗ്രഹിക്കുന്ന. വ, പറയുന്ന.

ആശംസു. വി. (ത്രിലു.) വി. ന. ആഗ്രഹശീലമുള്ള.

ആശയം. ന. ക, ഭാവം. വ, മനസ്സു. മ, ഇരിപ്പിടം. ര, വയറു.

ആശരൻ. ന. ക, രാക്ഷസൻ. വ, അഗ്നി.

ആശാൻ. ന. ഗുരു.

ആശാപാശം. ന. മോഹബന്ധം, ആഗ്രഹം.

ആശാബന്ധം. ന. ക, മേല്പറഞ്ഞ അൎത്ഥം. വ, ചിലന്തിവല.

ആശാഭംഗം. ന. ആഗ്രഹനാശം.

ആശാരി. ന. തച്ചൻ.

ആശാളി. ന. ഒരു മരുന്നു.

ആശാസ്യ. വി. (സ്യൻ, സ്യാ, സ്യം.) വി. ന. ആശംസിക്കുവാൻ യോഗ്യമായ, സ്തുത്യൎഹമായ.

ആശിസ്സു. ന. ക, അനുഗ്രഹം. വ, വിഷപ്പല്ലു. മ, വിഷം.

ആശിത. വി. (തൻ, താ, തം.) വി. ന. ഭക്ഷിക്കപ്പെട്ട.

ആശിതംഗവീനം. ന. പശുക്കൾ മേഞ്ഞ സ്ഥലം.

ആശിരം. ന. ക, അഗ്നി. വ, പിശാചു, ഭൂതം.

ആശീൎവ്വചനം. ന. അനുഗ്രഹവാക്കു.

ആശീൎവ്വദിക്കുന്നു. ച്ചു. പ്പാൻ. (ആശീൎവ്വദി.) അ. ക്രി. അനുഗ്രഹിക്കുന്നു.

ആശീൎവ്വാദം. ന. അനുഗ്രഹവാക്കു.

ആശീവിഷം. ന. സൎപ്പം.

ആശീ. ന. ക, അനുഗ്രഹം. വ, വിഷപ്പല്ലു.

ആശു. ന. ചെന്നെല്ലു. അ. വേഗം.

ആശുഗ. വി. (ഗൻ, ഗാ, ഗം.) വി. ന. വേഗം നടക്കുന്ന.

ആശുഗൻ. ന. കാററു, വായു.

ആശുഗം. ന. അമ്പു.

ആശുശുക്ഷണി. ന. അഗ്നി.

ആശോത്തരം. ന. അധികമുള്ള ഇച്ഛ.

ആശൌചം. ന. പുല, അശുദ്ധി.

ആശ്ചൎയ്യപ്പെടുന്നു. ട്ടു. വാൻ. അ. ക്രി. അത്ഭുതപ്പെടുന്നു. **ആശ്ചൎയ്യപ്പെടുത്തുന്നു.** സ. ക്രി.

ആശ്ചൎയ്യം. ന. അത്ഭുതം, വിസ്മയം.

ആശ്ച്യോതനം. ന. നനെക്ക, കഴുകുക.

ആശ്രമധൎമ്മം. ന. ബ്രഹ്മചാരി മുതലായ നാലാശ്രമികൾ ചെയ്യേണ്ടുന്ന മുറ.

ആശ്രമപദം. ന. പൎണ്ണശാല.

ആശ്രമം. ന. ക, ബ്രഹ്മചൎയ്യം മുതലായ നാലാശ്രമങ്ങൾക്കും പറയുന്ന ഒരു പേർ. വ, പൎണ്ണശാല.

ആശ്രമി. വി. (മീ, മിണി, മി.) വി. ന. ആശ്രമങ്ങൾ നാലുള്ളതിൽ ഒന്നിനോടു ചേരുന്ന.

ആശ്രയഭൃത. വി. (തൻ, താ, തം.) വി. ന. രക്ഷിതാവായുള്ള.

ആശ്രയം. ന. ക, രക്ഷാസ്ഥലം. വ, രക്ഷ.

ആശ്രയാശൻ. ന. ക, അഗ്നി. വ, രക്ഷാസ്ഥലത്തെ നശിപ്പിച്ചവൻ.

ആശ്രയിക്കുന്നു. ച്ചു. പ്പാൻ. (ആശ്രയി.) സ. ക്രി. സേവിക്കുന്നു, ശരണം പ്രാപിക്കുന്നു.

ആശ്രവ. വി. (വൻ, വാ, വം.) വി. ന. അനുസരണമുള്ള.

ആശ്രവം. ന. ക, ഉടമ്പടി. വ, ആലസ്യം.

ആശ്രിതപരായണ. വി. (ണൻ, ണാ, ണം.) വി. ന. ആശ്രയിക്കുന്നവരെക്കുറിച്ചു താല്പൎയ്യമുള്ള.

ആശ്രിത. വി. (തൻ, താ, തം.) വി. ന. ക, ശരണം പ്രാപിച്ച. വ, പാൎക്കുന്ന.

ആശ്രിതരക്ഷണം. ന. ശരണം പ്രാപിച്ചവരെ രക്ഷിക്ക.

ആശ്രിതവത്സല. വി. (ലൻ, ലാ, ലം.) വി. ന. ശരണം പ്രാപിച്ചവരിൽ സ്നേഹമുള്ള.

ആശ്രുത. വി. (തൻ, താ, തം.) വി. ന. ക, വാഗ്ദത്തം ചെയ്യപ്പെട്ട. വ, കേൾക്കപ്പെട്ട.

ആശ്ലിഷ്ട. വി. (ഷ്ടൻ, ഷ്ടാ, ഷ്ടം.) വി. ന. ആലിംഗനം ചെയ്യപ്പെട്ട, കെട്ടിപ്പിടിക്കപ്പെട്ട.

ആശ്ലേഷം. ന. ആലിംഗനം, ചേൎച്ച.

ആശ്ലേഷിക്കുന്നു. ച്ചു. പ്പാൻ. (ആശ്ലേഷി.) സ. ക്രി. ആലിംഗനം ചെയ്യുന്നു, കെട്ടിപ്പിടിക്കുന്നു.

ആശ്വത്ഥം. ന. അരയാൽക്കുരു.

ആശ്വ. വി. (ശ്വൻ, ശ്വീ, ശ്വം.) വി. ന. ക, കുതിരയെ സംബന്ധിച്ച. വ, കുതിരകളാൽ വലിക്കപ്പെട്ട.

ആശ്വം. ന. കുതിരക്കൂട്ടം.

ആശ്വയുജ. വി. (ജൻ, ജി, ജം.) വി. ന. തുലാമാസത്തോടു ചേരുന്ന.

ആശ്വയുജം. ന. തുലാമാസം.

അനുനയം. ന. ൧, സാവധാനമായ വാക്കും മററുംകൊണ്ടു ആശ്വസിപ്പിക്കയും സന്തോഷിപ്പിക്കയും മററും. ൨, വന്ദനം.

അനുനയിക്കുന്നു. ച്ചു. പ്പാൻ. (അനുയി.) സ. ക്രി. ആശ്വസിപ്പിക്കയും മററും ചെയ്യുന്നു, സൽക്കരിക്കുന്നു.

അനുനാസിക. ന. മൂക്കിനെ സംബന്ധിച്ചതു, മൂക്കും വായും കൊണ്ടു ശബ്ദിക്കുന്ന അക്ഷരം.

അനുപദം. അ. പിന്നാലെ, കൂടക്കൂടെ.

അനുപദി. ന. അന്വേഷണക്കാരൻ.

അനുപദീന. ന. മുട്ടുചെരിപ്പു.

അനുപപത്തി. ന. പറഞ്ഞതിനെ യുക്തികൊണ്ടു സാധിപ്പിക്കായ്ക, പൂൎത്തി വരുത്തായ്ക.

അനുപമ. വി. (മൻ, മാ, മം.) വി. ന. തുല്യമില്ലാത്ത, ശ്രേഷ്ഠതയുള്ള.

അനുപമാ. ന. തെക്കുപടിഞ്ഞാറെ കോണിലെ ദിക്പാലകന്റെ ആനയുടെ പിടി.

അനുപസ്ഥിതി. ന. കൂടെയില്ലായ്മ, അസ്ഥിരത, അടക്കമില്ലായ്മ.

അനുപാതം. ന. ക്രമപ്രകാരമുള്ള ചേൎച്ച, ഒരുമിച്ചു ഭവിക്കുക.

അനുപാനം. ന. ഔഷധം സേവിപ്പാറാകുമ്പോൾ മേമ്പൊടിയെന്നുപേരുപറയുന്നതായി ചേൎക്കുന്ന തേനും പഞ്ചസാരയും മററും. ചില ഔഷധം സേവിച്ചാലുടനെ കുടിക്കുന്ന പാലും മററും. ചില ഔഷധങ്ങൾ കലക്കുന്നതിനുള്ള പാലു മോരു മുതലായവ.

അനുപാലനം. സൂക്ഷ്മം, അനുസരണം.

അനുപ്ലവൻ. ന. സഹായക്കാരനായി പിന്നാലെ നടക്കുന്നവൻ.

അനുപേക്ഷ; അനുപേക്ഷണം. ന. ഉപേക്ഷയില്ലായ്മ.

അനുബന്ധം. ന. ൧, ചേൎച്ച, സംബന്ധം. ൨, രോഗത്തിന്റെ ഒരു ലക്ഷണം. ൩, പലരോടു ചേൎന്നു പിന്നിട്ടു പോകുന്നതായ ചില പ്രത്യയങ്ങളും മററും. ൪, മുഖ്യനെ അനുസരിക്കുന്ന ശിഷ്യൻ, അല്ലെങ്കിൽ പൈതൽ. ൫, തുടസ്സത്തിന്റെ അനുസരണം. ൬, ബന്ധിക്ക.

അനുബന്ധിത്വം. ന. അനുബന്ധമുള്ളതിന്റെ അവസ്ഥ.

അനുബിംബം. ന. കണ്ണാടി വെയിൽ വെള്ളം മുതലായതിലെ പ്രതിഛായ, നിഴൽ.

അനുബിംബിക്കുന്നു. ച്ചു. പ്പാൻ. (അനുബിംബ.) അ. ക്രി. പ്രതിബിംബിക്കുന്നു, നിഴലിക്കുന്നു.

അനുബോധം. ന. ചന്ദനവും മററും പൂശുക, കുറിയിടുക.

അനുഭവം. ന. ൧, ഉപഭോഗം. ൨, സുഖത്തെയൊ ദുഃഖത്തെയൊ ഏല്ക്കുക. ൩, സഹിക്ക. ൪, പരിചയിച്ചറിക. ൫, (മ.) രാജാവു കുടിയാനവന്മാൎക്കു കരംകൂടാതെ കൊടുക്കുന്ന നിലമോ പുരയിടമോ.

അനുഭവിക്കുന്നു. ച്ചു. പ്പാൻ. (അനുഭവി.) സ. ക്രി. ൧, ഉപഭോഗിക്കുന്നു. ൨, സഹിക്കുന്നു. ൩, ശീലിച്ചറിയുന്നു. **അനുഭവിപ്പിക്കുന്നു.** കാ. ക്രി.

അനുഭാവം. ന. ൧, മഹത്വം, പ്രഭാവം. ൨, ആംഗ്യംകൊണ്ടു തന്റെ അഭിപ്രായത്തെ അറിയിക്ക. ൩, സ്ഥിരമായ അഭിപ്രായം, നിശ്ചയം.

അനുഭാവന. ന. അനുസരിച്ചു ഭാവം കാണിക്ക.

അനുഭാഷണം. ന. ൧, പറഞ്ഞ ഒരു വാചകത്തെ വാദത്തിനായി പിന്നെയും പറയുന്നതു. ൨, സംഭാഷണം.

അനുഭൂതം. ന. അനുഭവിക്കപ്പെട്ടതു. പരീക്ഷിച്ചറിഞ്ഞതു്.

അനുഭൂതി. ന. അനുഭവം.

അനുഭോക്താവു. ന. അനുഭവിക്കുന്നവൻ.

അനുഭോഗം. ന. അനുഭവം, സഹിക്കയും മററും.

അനുമത. വി. (തൻ, താ, തം.) വി. ന. അനുവദിക്കപ്പെട്ട, സമ്മതിക്കപ്പെട്ട.

അനുമതി. ന. ൧, സമ്മതം. ൨, അനുവാദം. ൩, കല്പന. ൪, പതിന്നാലു കൂടിയ വെളുത്തവാവു.

അനുമതിക്കുന്നു. ച്ചു. പ്പാൻ. (അനുമതി.) സ. ക്രി. സമ്മതിക്കുന്നു.

അനുമരണം. ന. ഭൎത്താവു മരിച്ചു ശവം ദഹിപ്പിക്കുമ്പോൾ കൂടെ ഭാൎയ്യ മനസ്സോടെ തീയിൽ ചാടി മരിക്ക, കൂടെ മരിക്ക.

അനുമാനം. ന. ൧, തൎക്കശാസ്ത്രത്തിലെ ഒരു ലക്ഷണം. ൨, സംശയം, ഊഹം.

അനുമാനിക്കുന്നു. ച്ചു. പ്പാൻ. (അനുമാനി.) സ. ക്രി. സംശയിക്കുന്നു, ഊഹിക്കുന്നു.

അനുമിക്കുന്നു. മേൽപറഞ്ഞ അൎത്ഥം.

അനുമിത. വി. (തൻ, താ, തം.) വി. ന. ഊഹിക്കപ്പെട്ട, ഒരു കാരണംകൊണ്ടു സംശയം തോന്നപ്പെട്ട.

അനുമേയ. വി. (യൻ, യാ, യം. വി. ന. ഊഹിക്കത്തക്ക.

അനുമോദം; അനുമോദനം. ന. സന്തോഷം, കൂടെയുള്ള സന്തോഷം.

അനുമോദിക്കുന്നു. ച്ചു. പ്പാൻ. (അനുമോദി.) അ. ക്രി. സന്തോഷിക്കുന്നു, കൂടെ സന്തോഷിക്കുന്നു.

അനുയാത്ര. ന. മാനമുള്ളവരും മററും പോകുമ്പോൾ ആചാരമായിട്ടു അല്പം വഴി കൂടെപ്പോക.

അനുയാനം. ന. നടക്കുന്നവന്റെ പുറകെ പോക.

അനുയായി. വി. (യീ, യിനീ, യി.) വി. ന. പിന്നാലെ പോകുന്ന, ആശ്രയിച്ചു പാൎക്കുന്ന.

അനുയോഗം. അല്ലെങ്കിൽ, **അനുയോജനം.** ന. ചോദ്യം, വൎത്തമാനവും മററും ചോദിക്ക.

അനുയോജിക്കുന്നു. ച്ചു. പ്പാൻ. (അനുയോജി.) സ. ക്രി. ൧, ചോദിക്കുന്നു. ൨, ഇണങ്ങുന്നു, ചേരുന്നു. **അനുയോജിപ്പിക്കുന്നു.** കാ. ക്രി.

അനുരക്ത. വി. (ക്തൻ, ക്താ, ക്തം.) വി. ന. ൧, സ്നേഹമുള്ള. ൨, ആഗ്രഹമുള്ള.

അനുരഞ്ജന. ന. സ്നേഹം, വാത്സല്യം.

അനുരതി. ന. സ്നേഹം, ആഗ്രഹം.

അനുരാഗം. ന. സ്നേഹം, ആഗ്രഹം.

അനുരാത്രം. (അവ്യ) എല്ലാരാത്രിയിലും.

അനുരാധ. ന. പതിനേഴാം നക്ഷത്രം, അനിഴം.

അനുരൂപ. വി. (പൻ, പാ, പം.) വി. ന. തുല്യരൂപമുള്ള, സദൃശമായുള്ള, തക്കതായുള്ള.

അനുരൂപം. ന. സദൃശം, തുല്യം.

അനുരോദനം. ന. സഹതാപം.

അനുരോധം. ന. അനുകൂലം, അനുസരിച്ചു പ്രവൎത്തിക്ക.

അനുരോധക. വി. (കൻ, കാ, കം.) വി. ന. അനുകൂലമുള്ള, അനുസരണമുള്ള.

അനുലപിക്കുന്നു. ച്ചു. പ്പാൻ. (അനുലപി.) സ. ക്രി. കൂടക്കൂടെ പറയുന്നു, പറഞ്ഞതുതന്നെ പറയുന്നു.

അനുലാപം. ന. ആവൎത്തിച്ചു പറക, കൂടക്കൂടെപ്പറക.

അനുലേപനം. ന. ൧, ദേഹത്തിൽ

പൂശുവാനുള്ള ചന്ദനം മുതലായ കുറി ക്കൂട്ടു, സുഗന്ധദ്രവ്യം. ൨, ചന്ദനം പൂശുക.

അനുലേപം. ന. മേല്പറഞ്ഞ അർത്ഥം.

അനുലോമ. വി. (മൻ, മാ, മം.) വി. ന. ക്രമമായുള്ള, മുറയെ അനുസരിച്ച, അനുകൂലമായ.

അനുല്പത്തി. ന. ജനിക്കായ്ക.

അനുവദിക്കുന്നു. ച്ചു. പ്പാൻ. (അനുവദി.) സ. ക്രി. സമ്മതിക്കുന്നു, അനുസരിച്ചു പറയുന്നു.

അനുവർത്തകൻ. ന. ഇഷ്ടത്തെ അനുസരിച്ചു പ്രവർത്തിക്കയും മററും ചെയ്യുന്നവൻ.

അനുവർത്തനം. ന. അനുസരിച്ചു പ്രവർത്തിക്കയും മററും.

അനുവർത്തി. വി. (ർത്തീ, ർത്തിനീ, ർത്തി.) വി. ന. അനുസരിച്ചു പ്രവർത്തിക്കുന്ന.

അനുവർത്തിക്കുന്നു. ച്ചു. പ്പാൻ. (അനുവർത്തി.) സ. ക്രി. അനുസരിച്ചു പ്രവർത്തിക്കുന്നു.

അനുവാകം. ന. വേദത്തിലെ ഓരോ ഭാഗത്തിന്റെ പേരു.

അനുവാതം. ന. ൧, കാററുവശം. ൨, ശിഷ്യനിൽനിന്നു ഗുരുവിന്റെ മേൽ അടിയ്ക്കുന്ന കാററു.

അനുവാദം. ന. സമ്മതം, അനുസരിച്ചു പറക.

അനുവാദി. വി. (ദീ, ദിനീ, ദി.) വി. ന. അനുസരിച്ചു പറയുന്ന, സമ്മതിക്കുന്ന.

അനുവാസം. ന. സുഗന്ധമുണ്ടാക്കുക.

അനുവാസനം. ന. ൧, സ്നേഹം, ൨, വസ്ത്രത്തിന്നും മററും സുഗന്ധമുണ്ടാക്കുക.

അനുവാസരം. അ. ദിവസംപ്രതി.

അനുവിദ്ധ. വി. (ദ്ധൻ, ദ്ധാ, ദ്ധം.) വി. ന. ൧, ചേൎക്കപ്പെട്ട. ൨, മുറിക്കപ്പെട്ട.

അനുവൃത്തി. ന. അനുസരിച്ചു പ്രവർത്തിക്കയും മററും, ഒരുത്തൻ ചെയ്യുതിനെ കണ്ടു ചെയ്ക.

അനുവേലം. അ. കൂടക്കൂടെ.

അനുശയം. ന. ൧, പശ്ചാത്താപം. ൨, പണ്ടേയുള്ള വൈരം.

അനുശാസനം. ന. ൧, കല്പന, വരുതി. ൨, ശാസ്ത്രം, ചട്ടം.

അനുശാസിക്കുന്നു. ച്ചു. പ്പാൻ. (അനുശാസി.) സ. ക്രി. ൧, കല്പിക്കുന്നു. ൨, നടത്തുന്നു.

അനുശോകം. ന. ൧, ദുഃഖം. ൨, പശ്ചാത്താപം.

അനുശോചനം. ന. മേല്പറഞ്ഞ അർത്ഥം.

അനുഷക്തി. ന. സ്നേഹം.

അനുഷംഗം. ന. ൧, സംബന്ധം. ൨, മനസ്സലിവു.

അനുഷ്ഠാനം. ന. ആചരിക്ക, ചെയ്ക.

അനുഷ്ഠിക്കുന്നു. ച്ചു. പ്പാൻ. (അനുഷ്ഠി.) സ. ക്രി. ആചരിക്കുന്നു, ചെയ്യുന്നു.

അനുഷ്ഠിത. വി. (തൻ, താ, തം.) വി. ന. ആചരിക്കപ്പെട്ട, ചെയ്യപ്പെട്ട.

അനുഷ്ഠേയം. വി. അനുഷ്ഠിക്കത്തക്ക.

അനുസന്ധാനം. ന. വിചാരിച്ചു ശോധന ചെയ്ക.

അനുസന്ധിക്കുന്നു. ച്ചു. പ്പാൻ. (അനുസന്ധി.) സ. ക്രി. വിചാരിച്ചു ശോധന ചെയ്യുന്നു.

അനുസരണം; അനുസരം. ന. ൧, സമ്മതം. ൨, പിന്നാലെ ചെല്ലുക.

അനുസരണീയം. വി. അനുസരിക്കത്തക്ക, മാതൃകയായി സ്വീകരിക്കത്തക്ക.

അനുസരിക്കുന്നു. ച്ചു. പ്പാൻ. (അനുസരി.) സ. ക്രി. ൧, സമ്മതിക്കുന്നു. ൨, പിന്നാലെ നടക്കുന്നു. **അനുസരിപ്പിക്കുന്നു.** കാ. ക്രി.

അനുസാരം. വി. (പദങ്ങളോടു ചേർന്നുവരുമ്പോൾ) അനുസരിച്ചുള്ള. ഉ-ം. വാക്യാനുസാരം (വാക്കിനെ അനുസരിച്ചുള്ള).

അനുസാരി. വി. (രീ, രിണീ, രി.) വി. ന. അനുസരണമുള്ള, സമ്മതമുള്ള, പിന്നാലെ ചെല്ലുന്ന.

അനുസ്യൂതം. വി. ഒരുമിച്ചു നെയ്തു ചേർക്കപ്പെട്ട, ചേർന്നിരിക്കുന്ന.

അനുസ്വാരം. ന. അക്ഷരങ്ങൾ എഴുതുമ്പോൾ ചില അവസാനത്തിങ്കൽ മകാരത്തിനു പകരം എഴുതുന്ന വിന്ദു.

അനുഹാരം. ന. ഒന്നിനോടു തുല്യമായി താനാചരിക്ക.

അനുക്ഷണം. അ. കൂടക്കൂടെ.

അനൂകം. ന. ൧, ശീലം. ൨, വംശം. ൩, ജീവന്റെ മുൻപിലത്തെ അവസ്ഥ.

അനൂചാന. വി. (നൻ, നാ, നം.) വി. ന. നല്ലശീലമുള്ള.

അനൂചാനൻ. ന. വേദങ്ങളും വേദാംഗങ്ങളും പഠിച്ച ബ്രാഹ്മണൻ.

അനൂന. വി. (നൻ, നാ, നം.) വി. ന. ഊനമില്ലാത്ത, കുററമില്ലാത്ത, മുഴുവനായ.

അനൂനക. വി. (കൻ, കാ, കം.) വി. ന. മേല്പറഞ്ഞ അർത്ഥം.

അനൂപ. വി. (പൻ, പാ, പം.) വി. ന. വെള്ളത്തിനോടടുത്ത, ഈററമുള്ള.

അനൂപം. ന. ൧, കന്നു. ൨, താന്ന പ്രദേശം, കുളൻകായലുകളോടടുത്തദിക്കു.

അനൂരു. വി. (ത്രിഷു.) വി. ന. ഊരുവില്ലാത്ത, തുടയില്ലാത്ത.

അനൂരു. ന. സൂര്യന്റെ തേരു നടത്തുന്നവൻ, അരുണൻ.

അനൃജു. വി. (ത്രിഷു.) വി. ന. ഋജുവല്ലാത്ത, വളഞ്ഞ, ചൊവ്വില്ലാത്ത, നേരില്ലാത്ത, വ്യാജമുള്ള.

അനൃണ. വി. (ണൻ, ണാ, ണം.) വി. ന. ഋണമില്ലാത്ത, കടമില്ലാത്ത.

അനൃതം. ന. ൧, വ്യാജം. ൨, കൃഷി.

അനേക. വി. (കൻ, കാ, കം.) വി. ന. ഏകമല്ലാത്ത, ഒന്നല്ലാത്ത, വളരെ, പല.

അനേകധാ. അ. പലപ്രകാരം.

അനേകപം. ന. ആന.

അനേകപാ. ന. പിടിയാന.

അനേഡമൂക. വി. (കൻ, കാ, കം.) വി. ന. ൧, പറകയും കേൾക്കയും ഇല്ലാത്ത. ൨, ദുഷ്ടതയും വഞ്ചനയും ഉള്ള.

അനേഹസ്സു. ന. കാലം.

അനോകഹം. ന. വൃക്ഷം.

അനൌചിതി; അനൌചിത്യം. ന. ഔചിത്യമില്ലായ്മ.

അന്ത. വി. (ന്തൻ, ന്താ, ന്തം.) വി. ന. ഒടുക്കമുള്ള.

അന്തകൻ. ന. യമധർമ്മരാജാവു, കാലൻ.

അന്തകരിപു. ന. ശിവൻ.

അന്തകാന്തകൻ. ന. ശിവൻ.

അന്തണൻ. ന. ബ്രാഹ്മണൻ.

അന്തം. ന. ൧, അവസാനം. ൨, മരണം; നാശം. ൩, അരുത്തി.

അന്തരം. ന. ൧, മദ്ധ്യപ്രദേശം, ഇട. ൨, ഭേദം. ൩, സ്ഥാനം. ൪, കാലം. ൫, വസ്ത്രംധരിക്ക, മൂടുക. ൬, നിമിത്തം. ൭, ദ്വാരം. ൮, സ്വന്തം. ൯, കൂടാതെ.

൧൦, പുറത്തു. ൧൧, തല്ക്കാലസമയം. ൧൨, നടുവു. ൧൩, പരമാത്മാവു. ൧൪, മററതു.

അന്തരംഗ. വി. (ഗൻ, ഗാ, ഗം.) വി. ന. ൧, സ്വന്തമായ. ൨, അകത്തുള്ള.

അന്തരംഗം. ന. ൧, ഹൃദയം. ൨, മനസ്സു.

അന്തരാ. അ. ൧, കൂടാതെ. ൨, നടുവിൽ. ൩, ഇടയിൽ, സമീപെ.

അന്തരാന്തര. അ. ഇടയ്ക്കിടയ്ക്കു, അവിടവിടെ.

അന്തരായം. ന. വിഘ്നം, തടവു.

അന്തരാത്മാവു. ന. ൧, ജീവാത്മാവു. ൨, മനസ്സു.

അന്തരാളം. ന. നടുവു, ഇടയിലുള്ള സ്ഥലം.

അന്തരാളികം. ന. ഇടയ്ക്കുള്ള സ്ഥലം അല്ലെങ്കിൽ സമയം.

അന്തരിക്കുന്നു. ച്ചു. ച്ചാൻ. (അന്തരി.) അ. ക്രി. ൧, ഇടയിൽ വരുന്നു. ൨, ഭേദിക്കുന്നു. ൩, മരിക്കുന്നു.

അന്തരിതം. വി. ൧, മദ്ധ്യത്തിലുള്ള. ൨, ഒളിക്കപ്പെട്ട.

അന്തരിക്ഷം. അല്ലെങ്കിൽ, **അന്തരീക്ഷം.** ന. ആകാശം.

അന്തരീപം. ന. ദ്വീപു്, തുരുത്തു്.

അന്തരീയം. ന. ഉടുക്കുന്ന വസ്ത്രം.

അന്തരെ. അ. നടുവിൽ, ഇടയിൽ.

അന്തരേണ. അ. ൧, കൂടാതെ, ഒഴികെ. ൨, ഇടയിൽ, നടുവിൽ.

അന്തൎഗ്ഗത. വി. (തൻ, താ, തം.) വി. ന. ൧, മറന്നുപോയ. ൨, നടുവിലിരിക്കുന്ന. ൩, അകത്തുള്ള.

അന്തൎഗ്ഗൃഹം. ന. അകത്തെപ്പുരമുറി.

അന്തൎജ്ജനം. ന. ബ്രാഹ്മണസ്ത്രീ.

അന്തൎദ്ധാ. ന. മറവു, മറയുക.

അന്തൎദ്ധാനം. ന. മേല്പറഞ്ഞ അൎത്ഥം.

അന്തൎദ്ധാര. ന. പെരുമഴ.

അന്തൎദ്ധി. ന. മറവു.

അന്തൎദ്വാരം. ന. പുരയ്ക്കകത്തെ വാതിൽ.

അന്തൎബ്ബലം. ന. അകത്തെ ശക്തി, ഉള്ളുറപ്പു.

അന്തൎഭയം. ന. ഉൾപ്പേടി.

അന്തൎഭവിക്കുന്നു. ച്ചു. ച്ചാൻ. (അന്തൎഭവി.) അ. ക്രി. ഉൾപ്പെടുന്നു, അകത്തുണ്ടാകുന്നു.

അന്തൎഭാഗം. ന. ഉള്ളു, അകം.

അന്തൎഭൂത. വി. (തൻ, താ, തം.) വി. ന. അകത്തുണ്ടായ.

അന്തൎമ്മദം. ന. അഹങ്കാരം.

അന്തൎമ്മനസ്സ. വി. (സ്സു.) വി. ന. ദുഃഖമുള്ള, വ്യാകുലമുള്ള.

അന്തൎമ്മോദം. ന. സന്തോഷം.

അന്തൎയ്യാമി. വി. (മി, മിനി, മി.) വി. ന. എല്ലാററിന്റെയും ഉള്ളിൽ സഞ്ചരിക്കുന്ന, മനുഷ്യരുടെ ഹൃദയങ്ങളെയും മററും അടക്കി ക്രമപ്പെടുത്തുന്ന.

അന്തൎയ്യാമി. ന. ആത്മാവു, പരമാത്മാവു.

അന്തൎല്ലീനം. വി. ഉള്ളിൽ ചേൎന്നിരിക്കുന്ന.

അന്തൎവ്വത്നീ. ന. ഗൎഭമുള്ള സ്ത്രീ.

അന്തൎവ്വമി. ന. ദഹനക്കേടുകൊണ്ടും മററും ഉണ്ടാകുന്ന ഒരു ദീനം.

അന്തൎവ്വംശികൻ. ന. സ്ത്രീകളുടെ ഭവനത്തിനു വിചാരക്കാരൻ.

അന്തൎവ്വാണി. വി. (ണി, ണിനി, ണി.) വി. ന. വ്യാകരണം മുതലായ ശാസ്ത്രങ്ങളെ അഭ്യസിച്ച.

അന്തൎവ്വാഹി. വി. (ഹി, ഹിനി, ഹി.) വി. ന. ഉള്ളിൽക്കൂടി ഒഴുകുന്ന.

അന്തൎവ്വിഗാഹനം. ന. പ്രവേശനം, അകത്തു കേറുക.

അന്തൎഹാസ. വി. (സൻ, സാ, സം.) വി. ന. അകമെ ചിരിക്കുന്ന.

അന്തൎഹാസം. ന. സന്തോഷം, ഉള്ളിലെ ചിരി.

അന്തസ്താപം. ന. മനോദുഃഖം.

അന്തസ്ഥ. വി. (സ്ഥൻ, സ്ഥാ, സ്ഥം.) വി. ന. അകത്തിരിക്കുന്ന.

അന്തസ്ഥിത. വി. (തൻ, താ, തം.) വി. ന. അകത്തിരിക്കുന്ന, അകത്തുള്ള.

അന്തസ്സു. ന. അവസ്ഥ, ബാഹ്യാഡംബരം.

അന്തസ്സാരം. ന. ൧, അകത്തെക്കാതൽ. ൨, മനസ്സിന്റെ ഉറപ്പു. ൩, എന്തിന്റെ എങ്കിലും മുഖ്യഭാഗം.

അന്താവസായി. ന. ൧, ക്ഷൌരക്കാരൻ, ഒരു നീചജാതി.

അന്തി. ന. ൧, വൈകുന്നേരത്തെ സന്ധ്യ. ൨, അവസാനം. (സം.) അ. ൧, അരികെ. ൨, മൂത്തപെങ്ങൾ.

അന്തിക. വി. (കൻ, കാ, കം.) വി. ന. സമീപത്തുള്ള.

അന്തികം. ന. ൧, അടുപ്പം. ൨, ഒരു തൈലം, ചെറുപിച്ചകം. (നാടകത്തിൽ) മൂത്ത പെങ്ങൾ.

അന്തികതമ. വി. (മൻ, മാ, മം.) വി. ന. ഏററവും അടുത്തുള്ള.

അന്തികം. ന. അടുപ്പം, സമീപം.

അന്തികാശ്രയം. ന. കൊടിയും മററും കേറുന്ന മരമൊ കാലൊ.

അന്തിത്തിരി. ന. സന്ധ്യാവിളക്കു്.

അന്തിമ. വി. (മൻ, മാ, മം.) വി. ന. ൧, ഒടുക്കത്തെ. ൨, ഏററവും അടുത്ത.

അന്തിമലരി. ന. സന്ധ്യയ്ക്കു വിടരുന്ന പൂവുള്ള ഒരു ചെടി.

അന്തേവസായി. ന. നീചൻ, പറയൻ.

അന്തേവാസി. വി. (സി, സിനി, സി.) വി. ന. ൧, ഗുരുവിന്റെ അടുക്കൽ പാൎക്കുന്ന. ൨, ഒടുക്കമുള്ള. ൩, അരികെയുള്ള.

അന്തേവാസി. ന. ൧, ശിഷ്യൻ. ൨, പറയൻ.

അന്തോളം. ന. മഞ്ചൽ.

അന്തഃകരണം. ന. ൧, ഹൃദയം. ൨, മനസ്സു.

അന്തഃപുരം. ന. ഭാൎയ്യമാരെ പാൎപ്പിക്കുന്ന സ്ഥലം, രാജഭാൎയ്യമാർ പാൎക്കുന്ന സ്ഥലം, രാജധാനി.

അന്തഃപുരചാരി. ന. രാജസ്ത്രീകളുടെ ഭവനത്തിനകത്തു സഞ്ചരിക്കുന്നവൻ.

അന്തഃപുരചാരിണി. ന. രാജസ്ത്രീകളുടെ ഭവനത്തിനകത്തു സഞ്ചരിക്കുന്നവൾ.

അന്ത്യകാലം. ന. അവസാനസമയം.

അന്ത്യജ. വി. (ജൻ, ജാ, ജം.) വി. ന. ഒടുക്കം ജനിച്ച.

അന്ത്യജൻ. ന. ൧, ശൂദ്രൻ. ൨, പറയൻ.

അന്ത്യഭം. ന. ഒടുക്കത്തെ നക്ഷത്രം, രേവതി.

അന്ത്യ. വി. (ന്ത്യൻ, ന്ത്യാ, ന്ത്യം.) വി. ന. ൧, ഒടുക്കത്തെ. ൨, നീചമായ.

അന്ത്യൻ. ന. നീചൻ.

അന്ത്യാവസായി. ന. പു. (സ്ത്രീ, യിനീ.) ചണ്ഡാലനു കാട്ടാളസ്ത്രീയിൽ ജനിച്ച പുത്രൻ.

അന്ദ്രം. ന. കടൽ.

അന്ദുകം. ന. ൧, ആനച്ചങ്ങല. ൨, കാൽതള. ൩, ചങ്ങല.

അന്ദോളം. ന. അന്തോളം, മഞ്ചൽ.

അന്ദോളിത. വി. (തൻ, താ, തം.) വി. ന. ഇളക്കപ്പെട്ട.

അന്ധകരിപു. ന. ശിവൻ.

അന്ധകൻ. ന. ൧, കുരുടൻ. ൨, ഒ രസുരൻെറ പേർ.

അന്ധകാരം. ന. ഇരുട്ടു.

അന്തകൂപം. ന. ഇരുട്ടുകുഴി, പൊട്ട ക്കിണറു.

അന്ധതമസം. ന. കൂരിരുട്ടു.

അന്ധതമസ്സു. ന. കൂരിരുട്ടു.

അന്ധതാമിസ്രം. ന. ഒരു നരക ത്തിൻെറ പേർ.

അന്ധ. വി. (ന്ധൻ, ന്ധാ, ന്ധം.) വി. ന. കണ്ണുകാണാത്ത, കാഴ്ചയില്ലാത്ത. **അന്ധത.** ഗു. ന. കണ്ണുകാണായ്ക, കാഴ്ചയില്ലായ്ക.

അന്ധം. ന. ൧, ഇരുട്ടു. ൨, വെള്ളം.

അന്ധസ്സു. ന. ചോറു, അന്നം.

അന്ധാളിക്കുന്നു. ച്ചു. പ്പാൻ. (അ ന്ധാളി.) സ. ക്രി. മറവു വിചാരം കൊണ്ടൊ പരിഭ്രമംകൊണ്ടൊ ത ല്ക്കാലമായിട്ടു മറക്കുന്നു.

അന്ധാളിതപം. ന. സമയത്തുണ്ടാ കുന്ന മറവി, ഭ്രമം.

അന്ധാളിപ്പു. ന. മേല്പറഞ്ഞ അൎത്ഥം.

അന്ധു. ന. കിണറു.

അന്നു. അ. ആ ദിവസം, അപ്പോൾ.

അന്നഗന്ധി. ന. അതിസാരം.

അന്നദാതാവു. വി. (ത്രിമു.) വി. ന. ചോറു കൊടുക്കുന്ന.

അന്നദാനം. ന. ചോറു കൊടുക്ക.

അന്നന്നു. അ. അതാതുദിവസം.

അന്നപൂൎണ്ണ. ന. ഒരു ദേവി, ദുൎഗ്ഗ.

അന്നപ്രാശനം. ന. പൈതലിനു ആദ്യം ചോറു കൊടുക്കുന്ന കൎമ്മം.

അന്നബലം. ന. ഭക്ഷണവസ്തുക്കളിൽ നിന്നുണ്ടായ ബലം.

അന്നഭേദി. ന. ഒരു മരുന്നു.

അന്ന. വി. (ന്നൻ, ന്നാ, ന്നം.) വി. ന. ഭക്ഷിക്കപ്പെട്ട.

അന്നം. ന. ചോറു, ഭക്ഷണവസ്തു. (മ.) അരയന്നപ്പക്ഷി.

അന്നമയ. വി. (യൻ, യി, യം.) വി. ന. ചോറു മുതലായ ഭക്ഷണവസ്തുക്കൾകൊണ്ടുണ്ടായ.

അന്നമയം. ന. ശരീരം.

അന്നരസം. ന. ഭക്ഷണവസ്തുക്കളു ടെ വീൎയ്യം, സത്തു.

അന്നസത്രം. ന. ധൎമ്മമായി ചോറു കൊടുക്കുന്ന സ്ഥലം.

അന്നിനൻ. ന. ഭക്ഷിക്കുന്നവൻ.

അന്നേരം. അ. ആസമയം, അപ്പോൾ.

അമ്പട്ടൻ. ന. ക്ഷൌരക്കാരൻ.

അമ്പരക്കുന്നു. ന്നു. ക്കുവാൻ. (അമ്പ ര.) അ. ക്രി. ഭ്രമിക്കുന്നു, പരുങ്ങുന്നു. **അമ്പരപ്പു.** ന.

അൻപു. ന. സ്നേഹം, പ്രീതി.

അൻപൻ. ന. സ്നേഹമുള്ളവൻ.

അൻപുന്നു. ൻപി. വാൻ. (അൻപു.) അ. ക്രി. സ്നേഹിക്കുന്നു.

അന്യചിന്ത. ന. മറവു വിചാരം.

അന്യതര. വി. (രൻ, രാ, രം.) വി. ന. വേറെയുള്ള, മറവു.

അന്യതരേദ്യു. അ. രണ്ടിൽ ഒരു നാൾ.

അന്യത്ര. അ. ൧, മറെറാരെടത്തു, മ റെറങ്ങാനും. ൨, കൂടാതെ, ഒഴികെ.

അന്യഥാ. അ. മറെറാരുപ്രകാരം, അ ല്ലെന്നുവരികിൽ.

അന്യഥാതപം. ന. മറെറാരുപ്രകാര ത്തിലുള്ള ഭാവം.

അന്യ. വി. (ന്യൻ, ന്യാ, ന്യൽ.) വി. ന. വേറെയുള്ള, മറവു.

അന്യദാ. അവ്യ. ൧, വേറൊരു സമ യം. ൨, ഒരിക്കൽ, ഒരു ദിവസം. ൩, ചിലപ്പോൾ.

അന്വം. ന. വംശം, സന്തതി. വി. മറവു.

അന്വംനില്ക്കുന്നു. അ. ക്രി. സന്ത തിയില്ലാതെ വംശം നശിക്കുന്നു. **അ ന്വംനില്പു.** ന.

അന്യരൂപ. ന. മറെറാരുത്തൻ വരു ത്തിയിരിക്കുന്ന ലജ്ജയൊ, അവമാ നമൊ.

അന്യവാദി. വി. (ദി, ദിനി, ദി.) വി. ന. മറവുവല്ലതും പറയുന്ന, സ്ഥിരമി ല്ലാതെ പറയുന്ന, വാക്കമാറി പറ യുന്ന.

അന്യശാഖകൻ. ന. മറെറാരു പാ രമ്പൎയ്യത്തിലൊ മതത്തിലൊ ഉള്ളവ ൻ, മതത്യാഗി, മതത്തെ ഉപേക്ഷിക്കു ന്നവൻ.

അന്യസംഗമം. ന. ൧, വ്യഭിചാരം. ൨, മറെറാന്നിനോടുള്ള ചേൎച്ച.

അന്യാദൃശം. വി. ൧, വേറൊരു വി ധം. ൨, ഭാവഭേദം വന്ന, അപൂൎവ്വ മായ.

അന്യാപേക്ഷ. ന. പരാശ്രയം.

അന്യായക്കാരൻ. ന. ൧, അന്യായം ചെയ്യുന്നവൻ, ന്യായംവിട്ടു നടക്കുന്ന വൻ. ൨, സങ്കടക്കാരൻ, വാദി.

അന്യായം. ന. ന്യായമല്ലാത്തതു, അ ധൎമ്മം, അപമൎയ്യാദ. (മ.) കോട്ടിലും മററും എഴുതിവെക്കുന്ന ആവലാധി.

അന്യൂന. വി. (നൻ, നാ, നം.) വി. ന. ന്യൂനമില്ലാത്ത, കുറവില്ലാത്ത, മുഴു വനായ. **അന്യൂനത.** ഗു. ന. കുറ വില്ലായ്ക.

അന്യേ ; എന്നിയേ. അ. ഒഴിച്ചു, കൂടാതെ.

അന്യേദ്യു. അ. പിറേറന്നാൾ, മറവു ദിവസം.

അന്യോന്യ. വി. (ന്യൻ, ന്യാ, ന്യം.) വി. ന. പരസ്പരമായുള്ള, തമ്മിൽ ത മ്മിലുള്ള.

അന്യോന്യം. ന. അങ്ങോട്ടും ഇങ്ങോ ട്ടുമുള്ള സ്നേഹം.

അന്യോന്യഭാവം. ന. പരസ്പരമുള്ള അവസ്ഥ.

അനപഗ. വി. (നപഗ, ഗചി, നപ ഗ.) വി. ന. പിന്നാലെ ചെല്ലുന്ന.

അനപായം. ന. ൧, വംശം. ൨, പദങ്ങ ളുടെ ചേൎച്ച, പദങ്ങളെ വാചകമുറ യിൽ വെക്കുക.

അനപായിക്കുന്നു. ച്ചു. പ്പാൻ. (അനപാ യി.) സ. ക്രി. അങ്ങുമിങ്ങുമിരിക്കുന്ന പദങ്ങളെ ചേൎച്ചക്കു തക്കവണ്ണം യോജിപ്പിക്കുന്നു. **അനപായിപ്പിക്കു ന്നു.** കാ. ക്രി.

അനപാൎത്ഥ. വി. (ൎത്ഥൻ, ൎത്ഥാ, ൎത്ഥം.) വി. ന. അൎത്ഥത്തോടുഅനുസരിച്ചുള്ള.

അനപാൎത്ഥം. ന. ഏവുകാരുടെ നില.

അനപാവായം. ന. വംശം.

അനപാവേദങ്ങൾ. ന. യജ്ഞം, ദാ നം, അദ്ധ്യയനം, തപോനുഷ്ഠാനം, എന്നവ നാലും.

അനപാഹം. അ. ദിവസംപ്രതി.

അനപാക്ഷ. വി. (ക്ഷൻ, ക്ഷാ, ക്ഷം.) വി. ന. പിന്നാലെ ചെല്ലുന്ന.

അനപാഖ്യാനം. ന. മുറ തെറാതെ യുള്ള പറച്ചിൽ.

അനപാധി. ന. ജാമ്യം, സൂക്ഷിക്കുന്ന തിനായിട്ടു മറെറാരുത്തനെ ഏല്പിച്ചി രിക്കുന്ന വസ്തു, പണയം.

അനപാസനം. ന. ൧, സ്നേഹവസ്തി. ൨, ശുശ്രൂഷ. ൩, ദുഃഖം. ൪, വേല സ്ഥലം.

അനപാഹാൎയ്യം. ന. മരിച്ചവൎക്കുവേണ്ടി മാസംതോറും ചെയ്യുന്ന ഒരു കൎമ്മം.

അനപിത. വി. (തൻ, താ, തം.) വി. ന. ക്രൂടിയ.

അനപിഷ്ട. വി. (ഷ്ടൻ, ഷ്ടാ, ഷ്ടം.) വി. ന. അന്വേഷിക്കപ്പെട്ട.

അനവീക്ഷ. ന. തത്വജ്ഞാനം.

അന്വേഷണ. ന. അന്വേഷിക്ക, തിരക്കുക, ശോധനചെയ്യു, തേടുക.

അന്വേഷണം. ന. മേല്പറഞ്ഞ അൎത്ഥം.

അന്വേഷിക്കുന്നു. ച്ചു. പ്പാൻ. (അന്വേഷി.) സ. ക്രി. ശോധന ചെയ്യുന്നു, തേടുന്നു, തിരക്കുന്നു. **അന്വേഷിപ്പിക്കുന്നു.** കാ. ക്രി.

അന്വേഷിത. വി. (തൻ, താ, തം.) വി. ന. തിരക്കപ്പെട്ട, തേടപ്പെട്ട.

അന്വേഷ്ടൃ. വി. (ഷ്ടാ, ഷ്ട്രീ, ഷ്ടൃ.) വി. ന. അന്വേഷിക്കുന്ന, തിരക്കുന്ന.

അപ. അ. ഇതു സംസ്കൃതപദങ്ങൾക്കു മുൻപേ വെക്കപ്പെടുന്ന ഒരവ്യയ പദം. ൧, കീഴ്ക്കാരം, നീചം. ൨, ഇല്ലാതാക്കുക. ൩, വേൎപാടു. ൪, വിപരീതം. ൫, വ്യത്യാസം. ൬, നേരുകേടു. ൭, അതിസന്തോഷം ഇങ്ങനെ അൎത്ഥം വരുന്നു.

അപകടം. ന. ൧, അനൎത്ഥം, ആപത്തു. ൨, ഉപദ്രവം, വികടം. ൩, മോഷം. ൪, ക്രമക്കേടു. ൫, അഴിമതി. വി. ൧, ആപത്തുള്ള. ൨, മോഷമുള്ള.

അപകൎഷം. ന. താഴ്ച.

അപകൎഷിക്കുന്നു. ച്ചു. വാൻ. സ. ക്രി. നിന്ദിക്കുന്ന, താഴോട്ടുവലിക്കുന്ന.

അപകരുണം. വി. ദയവില്ലാതെ.

അപകാരഗീരു. ന. ഭീഷണിവാക്കു, കഠിനമായിട്ടുള്ള ശകാരം.

അപകാരം. ന. ഉപകാരക്കേടു, ഉപദ്രവം, പക.

അപകാരി. വി. (രി, രിണി, രി.) വി. ന. ഉപകാരിയല്ലാത്ത, ഉപദ്രവിക്കുന്ന, പകയുള്ള.

അപകീൎത്തി. ന. ദുൎയ്യശസ്സു, ദുഷ്കീൎത്തി.

അപക്രമം. ന. മടങ്ങിപ്പോക, പുറകോട്ടു പോക.

അപക്രിയ. ന. ൧, ഉപദ്രവം. ൨, ദുഷ്പ്രവൃത്തി. ൩, ശുദ്ധിയില്ലാത്ത കൎമ്മം.

അപക്രോശം. ന. നിന്ദ, ശകാരം.

അപക്വ. വി. (ക്വൻ, ക്വാ, ക്വം.) വി. ന. പക്വമല്ലാത്ത. ൧, പാകംവരാത്ത, പച്ചയായ. ൨, മുഹിക്കാത്ത.

അപഖ്യാതി. ന. ദുഷ്കീൎത്തി.

അപഗ. ന. നദി, ആറു.

അപഗതം. വി. പൊയ്പോയ, നശിച്ച.

അപഗമിക്കുന്നു. ച്ചു. ക്കുവാൻ. (അപഗമി.) അ. ക്രി. ഇല്ലാതെയാകുന്നു, നശിക്കുന്നു. **അപഗമം; അപഗമനം.** ന.

അപഘനം. ന. അവയവം.

അപചയം. ന. ൧, നാശം. ൨, വന്ദനം. ൩, കുറച്ചിൽ.

അപചരിക്കുന്നു. ച്ചു. പ്പാൻ. (അപചരി.) അ. ക്രി. ൧, ആചാരം കൂടാതെ നടക്കുന്നു. ൨, അപഥ്യമായിട്ടുള്ള ഭക്ഷണവും മററും ശീലിക്കുന്നു.

അപചായിത. വി. (തൻ, താ, തം.) വി. ന. പൂജിക്കപ്പെട്ട, മാനിക്കപ്പെട്ട.

അപചാരം. ന. ൧, കൊള്ളരുതായ്ക. ൨, അപഥ്യം ശീലിക്ക.

അപചിത. വി. (തൻ, താ, തം.) വി. ന. ൧, വന്ദിക്കപ്പെട്ട. ൨, കുറെക്കപ്പെട്ട. ൩, അപഹരിക്കപ്പെട്ട.

അപചിതി. ന. ൧, നാശം, ഛേതം. ൨, ചിലവു. ൩, വന്ദനം, പൂജ.

അപച്ഛേദനം. ന. ൧, മുറിക്കുക. ൨, നഷ്ടം. ൩, തടസ്സം.

അപജയം. ന. തോലി, മടക്കം.

അപജാതൻ. ന. ൧, ദുഷ്പുത്രൻ. ൨, മാതാപിതാക്കന്മാരെക്കാൾ ഗുണം കുറഞ്ഞ പുത്രൻ.

അപടാന്തര. വി. (രൻ, രാ, രം.) വി. ന. ഏററവും അടുക്കലുള്ള.

അപടു. വി. (ടു, ടവി, ടു.) വി. ന. പടുവല്ലാത്ത. ൧, സാമൎത്ഥ്യമില്ലാത്ത. ൨, വാക്കുസാമൎത്ഥ്യമില്ലാത്ത. ൩, രോഗമുള്ള.

അപതോക. ന. ഗൎഭമലസിയ സ്ത്രീയൊ പശുവൊ.

അപത്യം. ന. സന്തതി, പുത്രൻ; പുത്രി.

അപത്രപ. വി. (പൻ, പാ, പം.) വി. ന. ൧, ലജ്ജയുള്ള. ൨, ലജ്ജയില്ലാത്ത.

അപത്രപ. ന. ൧, ലജ്ജ. ൨, ലജ്ജകേടു.

അപത്രവിഷ്ണു. വി. (ഷ്ണു.) വി. ന. ലജ്ജയുള്ള.

അപഥം. ന. വഴിയില്ലായ്ക.

അപഥ്യം. ന. രോഗങ്ങൾക്കു വിരോധമായ ഭക്ഷണവും മററും, പത്ഥ്യക്കേടു. വി. ഭക്ഷണത്തിങ്കലും മററും ശീലിക്കരുതാത്ത, ഇഷ്ടമില്ലാത്ത.

അപദാനം. ന. ൧, അത്ഭുതപരാക്രമം. ൨, നന്നായിട്ടു ചെയ്തു വേല.

അപദിശം. ന. കോണിലെ ദിക്കു.

അപദേശം. ന. ൧, നിക്കപോക്കു. ൨, വേഷം മാററം. ൩, സ്ഥാനം. ൪, ലാക്കു, അടയാളം. ൫, കാരണം. ൬, കീൎത്തി. ൭, വ്യാജം, നടിപ്പു, ചതിവു.

അപദേശിക്കുന്നു. ച്ചു. പ്പാൻ. (അപദേശി.) അ. ക്രി. നടിക്കുന്നു, വേഷം മാറുന്നു, വ്യാജസംബന്ധമായി പ്രവൎത്തിക്കുന്നു.

അപദ്വാരം. ന. ൧, ഒരു വശത്തുള്ള വാതിൽ. ൨, വാതിലല്ലാത്ത പ്രവേശനദ്വാരം.

അപധ്വസ്ത. വി. (സ്തൻ, സ്താ, സ്തം.) വി. ന. ൧, നിന്ദിക്കപ്പെട്ട. ൨, ഉപേക്ഷിക്കപ്പെട്ട. ൩, ശപിക്കപ്പെട്ട. ൪, പൊക്കപ്പെട്ട.

അപനയം. ന. നയമില്ലായ്ക. ൧, നിതികേടു, മൎയ്യാദകേടു. ൨, മോഷം, ആപത്തു.

അപന്യായം. ന. ന്യായക്കേട്.

അപപ്രഥ. ന. ദുഷ്കീൎത്തി.

അപന്ഥാവു. ന. വഴിയില്ലായ്ക.

അപഭ്രംശം. ന. വ്യാകരണത്തോടു ചേരാത്ത പിഴവാക്കു, ശബ്ദപ്പിഴ, വീഴ്ച.

അപമൎയ്യാദ. ന. മൎയ്യാദകേടു, ആചാരവിരോധം.

അപമാനം. ന. മാനക്കേടു, ഇളപ്പം.

അപമിത. വി. (തൻ, താ, തം.) വി. ന. ൧, അലങ്കരിക്കപ്പെടാത്ത. ൨, നിന്ദിക്കപ്പെട്ട.

അപമിത്യകം. ന. കടം.

അപമൃത്യു. ന. ദുൎമ്മരണം, വെട്ടുകുത്തു മുതലായവകൊണ്ടു മരിക്ക.

അപയാനം. ന. പിന്മാററം, തോററോടുക.

അപരക്രിയ. ന. പിന്നെയുള്ള കൎമ്മം, ശവസംസ്കാരം.

അപര. വി. (രൻ, രാ, രം.) വി. ന.

൧, മറെറാരു. ൨, പടിഞ്ഞാറുള്ള. ൩, പിന്നെയുള്ള. ൪, ഒടുക്കമുള്ള. ൫, വിപരീതമായുള്ള.

അപരം. ന. ൧, ആനയുടെ പിൻകാലു. ൨, പിൻപുറം.

അപരതാപം. ന. വിപരീതം.

അപരപക്ഷം. ന. കറുത്തപക്ഷം.

അപരസ്പര. വി. (രൻ, രാ, രം.) വി. ന. നിരന്തരമായിട്ടുള്ള, ഇടവിടാത്ത. അ. ഇടവിടാതെ.

അപരാ. ന. ൧, ഗൎഭപാത്രം. ൨, പടിഞ്ഞാറു.

അപരാജിത. വി. (തൻ, താ, തം.) വി. ന. പരാജിതമല്ലാത്ത, ജയിക്കപ്പെടാത്ത.

അപരാജിതൻ. ന. ൧, ശിവൻ. ൨, വിഷ്ണു.

അപരാജിതാ. ന. ഒരു തൈ, വിഷ്ണുക്രാന്തി.

അപരാദ്ധവൃഷല്കൻ. ന. ലാക്കിൽ കൊള്ളാതെ അമ്പുപിഴെച്ച എയ്ത്തുകാരൻ.

അപരാധം. ന. കുററം, കാൎയ്യക്കുറവു.

അപരാധി. വി. (ധീ, ധിനീ, ധി.) വി. ന. കുററമുള്ള.

അപരാധിക്കുന്നു. ച്ചു. പ്പാൻ. (അപരാധി.) സ. ക്രി. കുററം ചെയ്യുന്നു. പിഴെക്കുന്നു. (മ.) വ്യഭിചാരം ചെയ്യുന്നു.

അപരാൎദ്ധം, ന. രണ്ടാമത്തെ പാതി.

അപരാഹ്നം. ന. ഉച്ചതിരിഞ്ഞ സമയം, പകലിന്റെ മൂന്നാമത്തെ പങ്കു.

അപരിഗ്രഹം. ന. പരിഗ്രഹിക്കായ്ക, എടുക്കായ്ക.

അപരിചിത. വി. (തൻ, താ, തം.) വി. ന. പരിചയിക്കപ്പെടാത്ത, ശീലിക്കപ്പെടാത്ത.

അപരിഛിന്നം. വി. അതിരില്ലാത്ത. അളവററ.

അപരിഛേദ്യം. വി. ഖണ്ഡിക്കാൻ പാടില്ലാത്ത, എന്നും ഒന്നായി നില്ക്കുന്ന.

അപരിത്യാജ്യം. വി. ഉപേക്ഷിക്കാൻ പാടില്ലാത്ത.

അപരിമിതം; അപരിമേയം. വി. (തൻ, താ, തം.) വി. ന. പരിമിതമല്ലാത്ത, അളവില്ലാത്ത, അവധിയില്ലാത്ത.

അപരിഷ്കൃതം. വി. പരിഷ്കാരമില്ലാത്ത.

അപരിഹാൎയ്യം. വി. പരിഹാരമില്ലാത്ത.

അപരീക്ഷിതം. വി. പരീക്ഷിച്ചറിയാത്തതു്.

അപരൂപ. വി. (വൻ; വാ, വം.) വി. ന. വിരൂപമായുള്ള, ഭംഗിയില്ലാത്ത.

അപരൂപം. ന. അഭംഗി, വിരൂപം.

അപരേദ്യു. അ. മറെറന്നാൾ.

അപരോക്ഷം. വി. പ്രത്യക്ഷം.

അപൎണ്ണ. വി (ൎണ്ണൻ, ൎണ്ണാ, ൎണ്ണം.) വി. ന. പൎണ്ണമില്ലാത്ത, ഇലയില്ലാത്ത.

അപൎണ്ണ. ന. പാൎവ്വതി.

അപൎയ്യാപ്തം. വി. മതിയാകാതിരിക്കുന്ന, ശേഷിക്കുറവോടുകൂടിയ.

അപലപനം; അപലാപം. ന. ൧, നേരിനെ മറെച്ചുപറക. ൨, നിഷേധിച്ചുപറക.

അപലാപിക്കുന്നു. ച്ചു. പ്പാൻ. (അപലാപി.) അ. ക്രി. ൧, നേരിനെ മറെച്ചു മറെറാരുപ്രകാരം പറയുന്നു. ൨, നിഷേധിച്ചുപറയുന്നു.

അപവൎഗ്ഗം. ന. ഒടുക്കമുള്ള പരമാനന്ദം, മോക്ഷം, നിവൎത്തിച്ചതിന്റെ ഫലം, അവസാനം.

അപവൎജ്ജനം. ന. ൧, സമ്മാനം, മാനം. ൨, പരമാനന്ദം. ൩, മോചനം.

അപവാദം, ന. ൧, ദൂഷണം. ൨, നിന്ദിച്ചുപറക, അപഖ്യാതി. ൩, കല്പന. ൪, വിരോധവാക്കു,

അപവാദി. വി. (ദീ, ദിനി, ദി.) വി. ന. ദൂഷണം പറയുന്ന, കുററം പറയുന്ന, വിരോധം പറയുന്ന.

അപവാരണം. ന. ൧, മറവു. ൨, മറെക്കുന്ന വസ്തു.

അപവിത്ര. വി. (ത്രൻ, ത്രാ, ത്രം.) വി. ന. പവിത്രമല്ലാത്ത, ശുദ്ധമല്ലാത്ത.

അപവിദ്ധം. വി. (ൻ, ന.) ൧, ത്യജിക്കപ്പെട്ട, ഉപേക്ഷിക്കപ്പെട്ട, തള്ളപ്പെട്ട. ൨, ഹീനമായ, നികൃഷ്ടമായ.

അപശദൻ. ന. നീചൻ.

അപശബ്ദം. ന. ൧, വ്യാകരണമുറയോടു ചേരാത്ത വാക്കു. ൨, ശബ്ദപ്പിഴ.

അപഷ്ഠു. വി. (ത്രിപു.) വി. ന. ൧, വിരോധമുള്ള. ൨, ഇടത്തെ. ൩, എതിരായുള്ള.

അപഷ്ഠു. ന. കാലം, സമയം. അ. ൧, നല്ലവണ്ണം. ൨, വിരോധമായി.

അപഷ്ഠുര. വി. (രൻ, രാ, രം.) വി. ന. ൧, വിരോധമുള്ള. ൨, എതിരായുള്ള.

അപസദൻ. ന. നീചൻ.

അപസൎപ്പൻ. ന. ചാരൻ, ഒററാളി.

അപസവ്യ. വി. (വ്യൻ, വ്യാ, വ്യം.) വി. ന. ൧, വലത്തെ. ൨, വിരോധമുള്ള, എതൃത്ത, എതിരായുള്ള.

അപസവ്യം. ന. പെരുവിരലിനും ചുണ്ടോന്നിവിരലിനും ഇടയിലുള്ള സ്ഥലം.

അപസ്തംഭം. ന. നെഞ്ചിന്റെ ഒരു ഭാഗത്തുള്ളതും ജീവശ്വാസംകൊണ്ടു നിറഞ്ഞിരിക്കുന്നതുമായ ഒരു പാത്രം.

അപസ്നാത. വി. (തൻ, താ, തം.) വി. ന. മരണശേഷമായി കുളിച്ച.

അപസ്നാനം. ന. മരണശേഷമായ കുളി, സംബന്ധക്കാരു മരിച്ചതിന്റെ ശേഷമുള്ള കുളി.

അപസ്മാരം. ന. മനസ്സിന്നു ഓൎമ്മകേടുണ്ടാക്കുന്ന ഒരു ദീനം, ബോധംകെട്ടുവീഴുന്ന ഒരു ദീനം.

അപസ്വരം. ന. സംഗീതത്തിലെ തെററായുള്ള ശബ്ദം, സ്ഥാനം പിഴെച്ചു പുറപ്പെടുവിക്കുന്ന വീണവായനയും മററും.

അപഹം. (സമാസപദങ്ങളുടെ അന്ത്യത്തിൽ) വി. തീരെ ഇല്ലാതെയാക്കുന്ന, നശിപ്പിക്കുന്ന. ഉ-ം. താപാപഹം (താപങ്ങളെ ഇല്ലാതെയാക്കുന്ന).

അപഹരിക്കുന്നു. ച്ചു. പ്പാൻ. (അപഹര.) സ. ക്രി. ൧, പിടിച്ചുപറിക്കുന്നു. ൨, ബലാല്ക്കാരമായെടുക്കുന്നു, കൈക്കലാക്കുന്നു. ൩, ഇല്ലായ്മ ചെയ്യുന്നു, കളയുന്നു.

അപഹസിക്കുന്നു. ച്ചു. പ്പാൻ. (അപഹസി.) സ. ക്രി. ൧, പരിഹസിക്കുന്നു. ൨, അകാരണമായി ചിരിക്കുന്നു.

അപഹാരം; അപഹരണം. ന. പിടിച്ചുപറി, കൊള്ള, കൈക്കലാക്കുക, നഷ്ടംവരുത്തുക.

അപഹാരി. വി. (രീ, രിണി, രി.) വി. ന. പിടിച്ചുപറിക്കയും മററും ചെയ്യുന്ന.

അപഹാസം. ന. ൧, പരിഹാസം. ൨, അകാരണമായുള്ള ചിരി.

അപഹാസി. വി. (സീ, സിനീ, സി.) വി. ന. പരിഹസിക്കുന്ന, ചിരിക്കുന്ന.

അപഹാസ്യ. വി. (സ്യൻ, സ്യാ, സ്യം.) വി. ന. പരിഹസിപ്പാൻ തക്ക.

അപഹാസ്യം. ന. ൧, പരിഹാസം. ൨, അകാരണമായ ചിരി.

അപഹൃത. വി. (തൻ, താ. തം.) വി.

ന. അപഹരിക്കപ്പെട്ട, മോഷ്ടിക്കപ്പെട്ട, പിടിച്ചുപറിക്കപ്പെട്ട.

അപഹ്നവം. ന. ൧, ഉള്ളതിനെ മറെച്ചു പറകയൊ ഭാവിക്കയൊ. ൨, സ്നേഹം.

അപാക. വി. (കൻ, ക, കം.) വി. ന. ൧, പാകംവരാത്ത. ൨, ദഹിക്കാത്ത. ൩, മൂക്കാത്ത. ൪, പഴുക്കാത്ത. ൫, വേകാത്ത.

അപാകം. ന. ൧, പാകം വരായ്ക. ൨, ദഹിക്കായ്ക.

അപാകരിക്കുന്നു. സ. ക്രി. നീക്കുന്നു, വേണ്ടാത്തവിധം മാററങ്ങൾ വരുത്തുന്നു, നശിപ്പിക്കുന്നു. **അപാകരണം.** ന.

അപാകൃതം. വി. ൧, നീക്കപ്പെട്ട, നശിപ്പിക്കപ്പെട്ട. ൨, ഇല്ലായ്മയായ.

അപാംഗക. വി. (കൻ, കാ, കം.) വി. ന. അംഗഹീനം വന്ന.

അപാംഗകം. ന. ൧, ഒരു തൈ, കടലാടി. ൨, കണ്ണിന്റെ പുറത്തെ കോണു, കടക്കണ്ണു.

അപാംഗ. വി. (ഗൻ, ഗീ, ഗം.) വി. ന. അംഗഹീനം വന്ന.

അപാംഗം. ന. ൧, കടക്കണ്ണു. ൨, ഒരു ജാതിക്കാർ നെററിമേൽ ഇടുന്ന കുറി.

അപാംഗദശനം. ന. ചരിച്ചുനോക്കുക, കടാക്ഷം.

അപാടവം. ന. പാടവമില്ലായ്മ. ൧, സാമൎത്ഥ്യമില്ലായ്മ. ൨, ദീനം.

അപാത്രം. ന. ദുഷ്പാത്രം, അയോഗ്യം.

അപാദാനം. ന. ൧, ഒന്നിൽനിന്നു എടുക്കുക. ൨, അഞ്ചാമത്തെ വിഭക്തിയെ സംബന്ധിച്ച ഒരൎത്ഥം. ൩, എടുക്കുക.

അപാനൻ. ന. പഞ്ചവായുക്കളിൽ ഒന്നു, അധോവായു.

അപാനം. ന. ൧, മലദ്വാരം. ൨, അധോവായു.

അപാനവായു. ന. പഞ്ചവായുക്കളിൽ ഒന്നു, അപാനൻ.

അപാമാൎഗ്ഗം. ന. ഒരു തൈ, വലിയ കടലാടി.

അപാമ്പതി. ന. ൧, സമുദ്രം. ൨, വരുണൻ.

അപായം. ന. ൧, നാശം, മരണം. ൨, വേർപിരിവു. ൩, ഛേദം. ൪, പുറപ്പാടു. ൫, മടങ്ങി പുറകോട്ടു പോക.

അപാര. വി. (രൻ, രാ, രം.) വി. ന. പാരമില്ലാത്ത. ൧, മറുകരയില്ലാത്ത. ൨, അതിരില്ലാത്ത.

അപാരാശ. ന. അത്യാഗ്രഹം.

അപാരം. ന. ആററിന്റെയും മററും മറുകര.

അപാൎത്ഥ. വി. (ൎത്ഥൻ, ൎത്ഥാ, ൎത്ഥം.) വി. ന. അൎത്ഥമില്ലാത്ത. ൧, പൊരുളില്ലാത്ത. ൨, പ്രയോജനമില്ലാത്ത.

അപാവൎത്തനം. ന. ൧, നിലത്തുരുളുക. ൨, പിന്മാററം. ൩, തിരിച്ചിൽ.

അപാവൃത. വി. (തൻ, താ, തം.) വി. ന. ൧, മൂടപ്പെട്ട. ൨, തന്നിഷ്ടമുള്ള. ൩, ചുററപ്പെട്ട. ൪, തുറക്കപ്പെട്ട.

അപാസനം. ന. ൧, വിടുതൽ, ഉപേക്ഷിക്കുക. ൨, കൊല്ലുക.

അപാസ്ത. വി. (സ്തൻ, സ്താ, സ്തം.) വി. ന. ൧, ഉപേക്ഷിക്കപ്പെട്ട. ൨, കൊല്ലപ്പെട്ട. ൩, എറിയപ്പെട്ട. ൪, നിന്ദിക്കപ്പെട്ട.

അപി. അ. ഈ അവ്യയത്തിനു ചോദ്യം, നിന്ദ, ശങ്ക ഇങ്ങിനെയുള്ള അൎത്ഥങ്ങളോടു സംബന്ധിച്ചും, എങ്കിലും എന്നുള്ള അൎത്ഥത്തിലും, ചകാരത്തിന്റെ അൎത്ഥത്തിലും മററും വരും.

അപിഗീൎണ്ണ. വി. (ൎണ്ണൻ, ൎണ്ണാ, ൎണ്ണം.) വി. ന. സ്തുതിക്കപ്പെട്ട.

അപിച. അ. വിശേഷിച്ചു, എങ്കിലും, അതു തന്നേയല്ല.

അപിതു. അ. എങ്കിൽ, എങ്കിലും; എന്നാലും.

അപിധാനം. ന. മറവു, മറയ്ക.

അപിനദ്ധ. വി. (ദ്ധൻ, ദ്ധാ, ദ്ധം.) വി. ന. ൧, വസ്ത്രം ധരിക്കപ്പെട്ട. ൨, ബന്ധിക്കപ്പെട്ട.

അപൂപം. ന. അപ്പം.

അപൂൎവ്വ. വി. (ൎവ്വൻ, ൎവ്വാ, ൎവ്വം.) വി. ന. ൧, മുൻപേയില്ലാത്ത. ൨, അസാമാന്യമായുള്ള. ൩, വിശേഷമായുള്ള, പുത്തനായുള്ള. ൪, കിഴക്കേതല്ലാത്ത.

അപൂൎവ്വം. ന. ഏതു കാൎയ്യത്തിനെങ്കിലും ഇലോം പണ്ടേയുള്ള കാരണം.

അപേത. വി. (തൻ, താ, തം.) വി. ന. ൧, കൂടാത്ത. ൨, പോയ, ഇല്ലാതായ.

അപേയ. വി. (യൻ, യാ, യം.) വി. ന. പേയമല്ലാത്ത, കുടിക്കരുതാത്ത.

അപേക്ഷണീയ. വി. (യൻ, യാ, യം.) വി. ന. ൧, വിചാരിക്കപ്പെടുവാൻ തക്ക. ൨, ആഗ്രഹിക്കപ്പെടത്തക്ക. ൩, യാചിക്കപ്പെടുവാന്തക്ക.

അപേക്ഷ. ന. ൧, ആഗ്രഹം. ൨, യാചന, കാത്തിരിപ്പ. ൩, സഹായം. ൪, ആവശ്യം. ൫, വിചാരം.

അപേക്ഷിക്കുന്നു. ച്ചു. പ്പാൻ. (അപേക്ഷി.) സ. ക്രി. ൧, ആഗ്രഹിക്കുന്നു, ഇച്ഛിക്കുന്നു. ൨, യാചിക്കുന്നു. ൩, കാത്തിരിക്കുന്നു. ൪, വിചാരിക്കുന്നു.

അപേക്ഷിത. വി. (തൻ, താ, തം.) വി. ന. ൧, ആഗ്രഹിക്കപ്പെട്ട, ഇച്ഛിക്കപ്പെട്ട. ൨, യാചിക്കപ്പെട്ട. ൩, വിചാരിക്കപ്പെട്ട.

അപേക്ഷ്യ. വി. (ക്ഷ്യൻ, ക്ഷ്യാ, ക്ഷ്യം.) വി. ന. ൧, അപേക്ഷിക്കപ്പെടത്തക്ക, ആഗ്രഹിക്കപ്പെടത്തക്ക. ൨, വിചാരിക്കപ്പെടത്തക്ക.

അപോദിക. ന. ഒരു ചീര.

അപോഹം. അല്ലെങ്കിൽ, **അപോഹനം.** ന. ഒരു പ്രകാരം ഊഹിച്ചതിനെ വിചാരിച്ചു തള്ളുക.

അപൌരുഷം. ന. പുരുഷത്വമില്ലായ്ക, ആണത്വമില്ലായ്ക, ധൈൎയ്യക്കുറവു.

അപ്പ്. ന. വെള്ളം.

അപ്പക്കാരിക. ന. അപ്പം വാൎക്കുന്ന കുഴിയുള്ള ഒരോട്ടുപാത്രം.

അപ്പക്കാരോൽ. ന. മേല്പറഞ്ഞ അൎത്ഥം.

അപ്പതി. ന. വരുണൻ.

അപ്പൻ. ന. ൧, പിതാവു. ൨, പിതാവിന്റെ അനുജൻ.

അപ്പം. ന. അരി പൊടിച്ചു ശൎക്കര കൂട്ടിക്കുഴച്ചു നെയ്യിലൊ വെളിച്ചെണ്ണയിലൊ വാൎത്തുണ്ടാക്കുന്ന ഒരു പലഹാരം. ൨, കോതമ്പുപൊടിയും മററും കൊണ്ടുണ്ടാക്കുന്ന പലഹാരം.

അപ്പാ. അ. ൧, സാമാന്യമല്ലാതെ വരുന്ന ദുഃഖത്തിലും സന്തോഷത്തിലും മററും പറയുന്ന ഒരു വാക്കു. ൨, അയ്യൊ.

അപ്പി. ന. മലം.

അപ്പിത്തം. ന. അഗ്നി, തീയ്.

അപ്പൂപ്പൻ; അപ്പൂപ്പൻ. ന. അപ്പന്റെയൊ അമ്മയുടെയൊ അപ്പൻ.

അപ്പുറം. ന. മറെറപ്പുറം, മറുവശം, അതിന്റെ അങ്ങേതു.

അപ്പോൽ; അപ്പോലെ. വി. അതുപോലെ, അച്ചണ്ണം.

അപ്പോൾ; അപ്പൊഴുതു. അ. ൧, ആ സമയത്തു. ൨, എന്നാൽ.

അപ്രകാണ്ഡം. ന. തായിത്തടിയില്ലാത്ത കാട്ട, കുറുമ്പുവൻ, കുറുങ്കാട്ട.

അപ്രകാരം. അ. അതിൻവണ്ണം.

അപ്രകാശ. വി. (ശൻ, ശാ, ശം.) വി. ന. ൧, പ്രകാശമില്ലാത്ത, തെളിവില്ലാത്ത. ൨, രഹസ്യമായുള്ള, പ്രസിദ്ധമില്ലാത്ത, മറെഞ്ഞ. **അപ്രകാശത്വം.** ദ്ര. ന. പ്രകാശമില്ലായ്മ.

അപ്രകാശനം. ന. ഇരുളാക്കുക, തെളിവില്ലാതാക്കുക.

അപ്രകൃഷ്ട. വി. (ഷ്ടൻ, ഷ്ടാ, ഷ്ടം.) വി. ന. ഹീനമായ, നിന്ദ്യമായ, ചീത്തയായ.

അപ്രകൃഷ്ടം. ന. കാക്ക, കാകൻ.

അപ്രഗത്ഭ. വി. (ത്ഭൻ, ത്ഭാ, ത്ഭം.) വി. ന. ൧, സാമൎത്ഥ്യവും ധൈൎയ്യവും ഇല്ലാത്ത. ൨, പ്രസിദ്ധമില്ലാത്ത, ശ്രുസലില്ലാത്ത. ൩, ഹീനമായ. ൪, നാണമുള്ള.

അപ്രഗുണ. വി. (ണൻ, ണാ, ണം.) വി. ന. സമ്മിശ്രമാക്കപ്പെട്ട, ചിതറിയ.

അപ്രതാപം. ന. പ്രതാപമില്ലായ്മ. ൧, പ്രഭാവമില്ലായ്മ. ൨, തേജസ്സില്ലായ്മ, ചൂടില്ലായ്മ.

അപ്രതിപത്തി. ന. പ്രതിപത്തിയില്ലായ്മ. ൧, ചെയ്യേണ്ടതിങ്കലെ നിശ്ചയമില്ലായ്മ. ൨, ശ്രദ്ധയില്ലായ്മ.

അപ്രതിഭ. വി. (ഭൻ, ഭാ, ഭം.) വി. ന. പ്രതിഭയില്ലാത്ത. ൧, ബുദ്ധിക്കു പ്രകാശമില്ലാത്ത. ൨, തിരിച്ചറിവിനു ബുദ്ധിശക്തിയില്ലാത്ത. ൩, പ്രതിബിംബിക്കാത്ത.

അപ്രതിമ. വി. (മൻ, മാ, മം.) വി. ന. തുല്യമില്ലാത്ത, മറെറാന്നിനോട്ട സദൃശമായിട്ട പറഞ്ഞുകൂടാത്ത.

അപ്രതിരഥൻ. ന. ൧, എതിരില്ലാത്ത യോദ്ധാവു. ൨, ഒരു ഋഷിയുടെ പേർ.

അപ്രതിഷ്ഠ. വി. (ഷ്ഠൻ, ഷ്ഠാ, ഷ്ഠം.) വി. ന. പ്രതിഷ്ഠയില്ലാത്ത. ൧, കീൎത്തിയില്ലാത്ത. ൨, പ്രയോജനമില്ലാത്ത. ൩, ഉറപ്പില്ലാത്ത.

അപ്രതീക്ഷിതം. വി. വിചാരിച്ചിരിക്കാതെയുള്ള.

അപ്രതിഹരം. ന. ൧, തോല്പിക്കാൻ പാടില്ലാത്തതു. ൨, ഉപേക്ഷിക്കാൻ പാടില്ലാത്തതു.

അപ്രത്യക്ഷ. വി. (ക്ഷൻ, ക്ഷാ, ക്ഷം.) വി. ന. പ്രത്യക്ഷമല്ലാത്ത. ൧, കാണാത്ത. ൨, ഇല്ലാത്ത.

അപ്രദക്ഷിണം. അ. ഇടത്തുവശത്തുനിന്നു വലത്തുവശത്തോട്ട.

അപ്രധാനം. വി. (ത്രിഷു.) വി. ന. പ്രധാനമല്ലാത്ത, കീഴ്ത്തരമായുള്ള.

അപ്രമാണം. വി. (ത്രിഷു.) വി. ന. പ്രമാണമല്ലാത്ത. ൧, കാരണമില്ലാത്ത, വേദശാസ്ത്രങ്ങൾകൊണ്ടു സാക്ഷിപ്പെടുത്തുവാൻ വഹിയാത്ത, തെററായുള്ള. ൨, അതിരില്ലാത്ത. ൩, പരിച്ഛേദമില്ലാത്ത.

അപ്രമേയ. വി. (യൻ, യാ, യം.) വി. ന. പ്രമാണിച്ചുകൂടാത്ത, പരിച്ഛേദിച്ചുകൂടാത്ത, ഗ്രഹിച്ചുകൂടാത്ത, അളപ്പാൻ വഹിയാത്ത.

അപ്രയത. വി. (തൻ, താ, തം.) വി. ന. പ്രയതമില്ലാത്ത, ഉത്സാഹമില്ലാത്ത, ജാഗ്രതയില്ലാത്ത.

അപ്രയത്നം. ന. ഉദാസീനത, മടി.

അപ്രയാസം. അ. പ്രയാസമില്ലാതെ, എളുപ്പത്തിൽ.

അപ്രയോജനം. വി. ന. പ്രയോജനമില്ലാത്ത, ഉപകാരമില്ലാത്ത.

അപ്രശസ്ത. വി. (സ്തൻ, സ്താ, സ്തം.) വി. ന. പ്രശസ്തമല്ലാത്ത, ശ്രേഷ്ഠതയില്ലാത്ത, സാരമില്ലാത്ത, ചീത്ത.

അപ്രശ്രയം. ന. ൧, വിനയമില്ലായ്മ. ൨, സ്നേഹശൂന്യത.

അപ്രസന്ന. വി. (ന്നൻ, ന്നാ, ന്നം.) വി. ന. പ്രസന്നമല്ലാത്ത. ൧, പ്രസാദമില്ലാത്ത. ൨, തെളിവില്ലാത്ത, കലങ്ങിയ.

അപ്രസാദം. ന. പ്രസാദമില്ലായ്മ. ൧, സന്തോഷമില്ലായ്മ. ൨, തെളിവില്ലായ്മ.

അപ്രസിദ്ധ. വി. (ദ്ധൻ, ദ്ധാ, ദ്ധം.) വി. ന. പ്രസിദ്ധമല്ലാത്ത, കേൾവിപ്പെടാത്ത, അപൂൎവ്വമായുള്ള.

അപ്രഹത. വി. (തൻ, താ, തം.) വി. ന. ൧, ഉപദ്രവിക്കപ്പെടാത്ത, അടിക്കപ്പെടാത്ത. ൨, കൃഷിചെയ്യപ്പെടാത്ത.

അപ്രഹതം. ന. കൃഷിചെയ്യാത്ത നിലം, ഊഷരഭൂമി, തരിശു.

അപ്രാഗ്ര്യ. വി. (ഗ്ര്യൻ, ഗ്ര്യാ, ഗ്ര്യം.) വി. ന. പ്രാഗ്ര്യമല്ലാത്ത, കീഴ്ത്തരമായ, ശ്രേഷ്ഠതയില്ലാത്ത.

അപ്രാണി. വി. ശക്തിയില്ലാത്ത.

അപ്രാപ്തം. ന. ലഭിക്കപ്പെടാത്തതു.

അപ്രാമാണ്യം. ന. വിശ്വസിപ്പാൻ തക്ക കാരണമില്ലായ്മ.

അപ്രിയ. വി. (യൻ, യാ, യം.) വി. ന. പ്രിയമല്ലാത്ത, ഇഷ്ടമല്ലാത്ത.

അപ്രിയൻ. ന. ശത്രു.

അപ്രിയവാദി. വി. (ദി, ദിനി, ദി.) വി. ന. പ്രിയവാദിയല്ലാത്ത, ഇഷ്ടമില്ലാത്തതിനെ പറയുന്ന.

അപ്രിയാ. ന. ഒരു മത്സ്യം.

അപ്രീതി. ന. പ്രീതിയില്ലായ്മ. ൧, സന്തോഷമില്ലായ്മ. ൨, ശത്രുത.

അപ്സരസ്സുകൾ. ന. സ്വൎഗ്ഗസ്ത്രീകൾ, ഉൎവ്വശി തുടങ്ങിയുള്ള സ്ത്രീകൾ.

അഫല. വി. (ലൻ, ലാ, ലം.) വി. ന. ഫലമില്ലാത്ത. ൧, കായില്ലാത്ത. ൨, കാൎയ്യമില്ലാത്ത. ൩, പ്രയോജനമില്ലാത്ത.

അഫലം. ന. ഒരു തൈ.

അബദ്ധ. വി. (ദ്ധൻ, ദ്ധാ, ദ്ധം.) വി. ന. കെട്ടപ്പെടാത്ത, സ്വാതന്ത്ര്യമുള്ള.

അബദ്ധം. ന. ൧, അൎത്ഥമില്ലാത്ത വാക്കു. ൨, തെററു. ൩, ഭോഷത്വം പറക.

അബദ്ധമുഖ. വി. (ഖൻ, ഖാ, ഖം.) വി. ന. ൧, ദുൎമ്മുഖമായുള്ള. ൨, ചീത്തവാക്കു പറയുന്ന.

അബല. വി. (ലൻ, ലാ, ലം.) വി. ന. ബലമില്ലാത്ത, ശക്തിയില്ലാത്ത.

അബലാ. ന. സ്ത്രീ.

അബലം. ന. നീൎമാതളം.

അബാധ. വി. (ധൻ, ധാ, ധം.) വി. ന. ൧, തടവില്ലാത്ത. ൨, വ്യസനമില്ലാത്ത.

അബാധിത. വി. (തൻ, താ, തം.) വി. ന. ബാധിതമല്ലാത്ത, വിരോധിക്കപ്പെടാത്ത, തടുക്കപ്പെടാത്ത.

അബ്ജൻ. ന. ൧, ചന്ദ്രൻ. ൨, ദേവവൈദ്യൻ, ധന്വന്തരി.

അബ്ജം. ന. ൧, ശംഖു. ൨, താമര. ൩, ഒരു വലിയ തുക. ൪, ഒരു വൃക്ഷം.

അബ്ജയോനി. ന. ബ്രഹ്മാവു.

അബ്ജസംഭവൻ. ന. ബ്രഹ്മാവു.

അബ്ദം. ന. ൧, മേഘം. ൨, സംവത്സരം. ൩, ഒരു സംഖ്യ. ൪, മുത്തെങ്ങാ.

അബ്ധി. ന. സമുദ്രം, കടൽ.

അബ്ധികഫം. ന. കടൽനുര.

അബ്ധിജ. ന. ൧, ലക്ഷ്മിദേവി. ൨, ഒരു മദ്യം.

അബ്ധിജന്മാർ. ന. അശ്വിനിയുടെ പുത്രന്മാർ, ദേവവൈദ്യന്മാർ.

അബ്ധിനവനീതം. ന. ചന്ദ്രൻ.

അബ്ധിഭവ. വി. (വൻ, വാ, വം.) വി. ന. സമുദ്രത്തിൽനിന്നുണ്ടായ.

അബ്രാഹ്മണ്യം. ന. ക, ദിവ്യമായുള്ളതു, കൊല്ലപ്പെടരുതാത്തതു. (ഇതു നാടകമുറയിൽ പറയുന്നതു.) ൨, ബ്രാഹ്മണനോടു ചേരാത്തതു, അതായതു കൊല, മരണം.

അഭയ. വി. (യൻ, യാ, യം.) വി. ന. ഭയമില്ലാത്ത, പേടിയില്ലാത്ത.

അഭയാ. ന. കടുക്ക.

അഭയം. ന. ഭയമില്ലായ്മ. ക, ധൈൎയ്യം. ൨, രക്ഷാസ്ഥലം. ൩, രാമച്ചം.

അഭാഗ്യ. വി. (ഗ്യൻ, ഗ്യാ, ഗ്യം.) വി. ന. ഭാഗ്യമില്ലാത്ത, ദൈവാനുകൂലമില്ലാത്ത.

അഭാഗ്യം. ന. ഭാഗ്യമില്ലായ്മ, നിൎഭാഗ്യം.

അഭാവം. ന. ക, ഇല്ലായ്മ. ൨, മരണം. ൩, തൎക്കശാസ്ത്രം പറയുന്ന മുറയിൽ രണ്ടുമാതിരി ഭാവം, സംസൎഗ്ഗാഭാവം, അന്യോന്യാഭാവം. ൪, ശ്ലോകങ്ങളുടെ അൎത്ഥത്തിന്നു അലങ്കാരശാസ്ത്രപ്രകാരം പറയുന്ന സാരമായ ഭാഗമില്ലായ്മ.

അഭാഷണം. ന. മൌനം, ഉരിയാടായ്മ.

അഭി. അ. ഇതു സംസ്കൃതപദങ്ങളുടെ മുൻ വെക്കപ്പെടുന്ന ഒരവ്യയപദം. ക, മീതെ. ൨, നേരെ. ൩, അരികെ, വേറെ, ഇങ്ങനെയുള്ള അൎത്ഥത്തിനോടു സംബന്ധിച്ചു വരും.

അഭിക. വി. (കൻ, കാ, കം.) വി. ന. സ്ത്രീകളിലും മററും മോഹമുള്ള.

അഭിക്രമം. ന. ക, യുദ്ധത്തിൽ ഭയം കൂടാതെ ശത്രുക്കളോടു എതുക്കുക. ൨, കേറുക.

അഭിക്രമിക്കുന്നു. ച്ചു. പ്പാൻ. (അഭിക്രമി.) സ. ക്രി. ക, ശത്രുക്കളോടു എതുക്കുന്നു. ൨, കേറുന്നു.

അഭിഖ്യ. ന. ക, ശോഭ. ൨, മഹത്വം, കീൎത്തി. ൩, പേർ.

അഭിഖ്യാനം. ന. ക, കാരണംകൂടാതുള്ള വഴക്കോ ചോദ്യമോ.

അഭിഗമനം. ന. നേരെ ചെല്ലുക, നേരെ വരിക, സമീപിക്ക.

അഭിഗമിക്കുന്നു. ച്ചു. പ്പാൻ. (അഭിഗമി.) സ. ക്രി. നേരെ ചെല്ലുന്നു, നേരെ വരുന്നു, സമീപത്തു ചെല്ലുന്നു.

അഭിഗമ്യ. വി. (മ്യൻ, മ്യാ, മ്യം.) വി. ന. അടുത്തുചെല്ലപ്പെടുവാൻ തക്ക.

അഭിഗ്രസ്ത. വി. (സ്തൻ, സ്താ, സ്തം.) വി. ന. ക, പിടിക്കപ്പെട്ട. ൨, കീഴിലൊതുക്കപ്പെട്ട. ൩, വിഴുങ്ങപ്പെട്ട.

അഭിഗ്രഹം. ന. ക, എതിൎപ്പ്. ൨, യുദ്ധത്തിന്നു നേരിടുക. ൩, ബലാല്ക്കാരമായിട്ടെടുക്കുക.

അഭിഗ്രഹണം. ന. ക, അപഹാരം. ൨, പിടിച്ചുപറി.

അഭിഘാതി. വി. (തി, തിനീ, തി.) വി. ന. ക, ഉപദ്രവിക്കുന്ന. ൨, കൊല്ലുന്ന.

അഭിഘാതി. ന. ക, ശത്രു. ൨, കൊല്ലുന്നവൻ.

അഭിഘാരം. ന. ഉരുക്കിയ പശുവിൻ നെയ്യ്.

അഭിചരൻ. ന. ഭൃത്യൻ, പിന്നാലെ നടക്കുന്നവൻ.

അഭിചാരം. ന. ക്ഷുദ്രം, കൂടപത്രം.

അഭിജനം. ന. ക, വംശം. ൨, സ്വദേശം. ൩, കീൎത്തി.

അഭിചാരി. വി. (രീ, രിണി, രി.) വി. ന. ക്ഷുദ്രം ചെയ്യുന്ന.

അഭിജാത. വി. (തൻ, താ, തം.) വി. ന. ക, നല്ലവംശത്തിൽ ജനിച്ച. ൨, അറിവുള്ള, വിദ്യയുള്ള. ൩, കൊള്ളാകുന്നതായ. ൪, ഭംഗിയുള്ള, യോഗ്യമായുള്ള.

അഭിജിൽ. അല്ലെങ്കിൽ, അഭിജിത്തു. ന. ഉത്രാടത്തിന്റെയും തിരുവോണത്തിന്റെയും ഇടയിലുള്ള ഒരു നക്ഷത്രം.

അഭിജ്ഞ. വി. (ജ്ഞൻ, ജ്ഞാ, ജ്ഞം.) വി. ന. ക, സാമൎത്ഥ്യമുള്ള. ൨, അറിവുള്ള.

അഭിജ്ഞാനം. ന. ക, അടയാളം. ൨, അറിവ്.

അഭിതഃ. അ. ക, അരികെ. ൨, ഇരുപുറവും. ൩, വേഗത്തിൽ. ൪, മുഴുവനും. ൫, നേരെ.

അഭിധ. ന. പേർ.

അഭിധൎമ്മം. ന. ബുദ്ധിമതസിദ്ധാന്തപ്രകാരം അപ്പുറമില്ലാത്ത പരമസത്യം.

അഭിധാനം. ന. ക, പേർ. ൨, പറക. ൩, നാമരൂപങ്ങളെ കുറിച്ചു പറയുന്ന ശബ്ദശാസ്ത്രം.

അഭിധേയ. വി. (യൻ, യാ, യം.) വി. ന. പറയപ്പെടുവാൻ തക്ക.

അഭിധേയം. ന. ക, പേർ. ൨, അൎത്ഥമുള്ള വാക്ക.

അഭിധ്യ. ന. പരദ്രവ്യാഗ്രഹം.

അഭിനന്ദനം. ന. സന്തോഷം.

അഭിനന്ദിക്കുന്നു. ച്ചു. പ്പാൻ. (അഭിനന്ദി.) അ. ക്രി. സന്തോഷിക്കുന്നു.

അഭിനമിക്ക. ക്രി. സ. തലകുനിച്ചു വന്ദിയ്ക്ക.

അഭിനയം. ന. ക, നോട്ടംകൊണ്ടോ ആംഗ്യംകൊണ്ടോ മനോഭാവം അറിയിക്കുക. ൨, നാട്യം ആടുക.

അഭിനവ. വി. (വൻ, വാ, വം.) വി. ന. പുതുതായ.

അഭിനവോൽഭിത്തു. ന. അങ്കുരം, മുള, കൂമ്പു.

അഭിനിൎമ്മുക്ത. വി. (ക്തൻ, ക്താ, ക്തം.) വി. ന. വിടപ്പെട്ട, ഉപേക്ഷിക്കപ്പെട്ട.

അഭിനിൎമ്മുക്തൻ. ന. ആദിത്യനസ്തമിക്കുന്ന, സന്ധ്യയ്ക്കുറങ്ങുന്നവൻ.

അഭിനിയുക്തൻ. ന. ജോലിയുള്ളവൻ.

അഭിനിൎയ്യാണം. ന. യുദ്ധത്തിന്നുള്ള പുറപ്പാടു, നേരിട്ടുചെല്ലുക.

അഭിനിവേശനം. അല്ലെങ്കിൽ, അഭിനിവേശം. ന. ശുഷ്കാന്തി, കാൎയ്യസാദ്ധ്യത്തിന്നുള്ള താല്പൎയ്യം.

അഭിനിവേശിക്കുന്നു. ച്ചു. പ്പാൻ. (അഭിനിവേശി.) അ. ക്രി. ജാഗ്രത ചെയ്യുന്നു, ശുഷ്കാന്തിപ്പെടുന്നു.

അഭിനീത. വി. (തൻ, താ, തം.) വി. ന. ക, ഉചിതമായ. ൨, അലങ്കരിക്കപ്പെട്ട, നന്നാക്കപ്പെട്ട. ൩, ക്ഷമയുള്ള.

അഭിനുത. വി. (തൻ, താ, തം.) വി. ന. സ്തുതിക്കപ്പെട്ട.

അഭിന്യാസം. ന. ഒരു വക ജ്വരം.

അഭിന്നം. ന. ക, മുറിയപ്പെടാത്തതു്, കണ്ടിക്കപ്പെടാത്തതു്. ൨, വ്യത്യാസം വന്നിട്ടില്ലാത്തതു്.

അഭിപന്ന. വി. (ന്നൻ, ന്നാ, ന്നം.) വി. ന. ക, കുററമുള്ള. ൨, ഭാഗ്യമില്ലാത്ത, ആപത്തുള്ള. ൩, കീഴാക്കപ്പെട്ട.

അഭിപൂജ. ന. ബഹുമാനം.

അഭിപൂൎവ്വം. അ. തുടരെ.

അഭിപ്രായം. ന. ക, വിചാരിച്ചിരിക്കുന്ന ഭാവം. ൨, അൎത്ഥം, സാരം.

അഭിപ്രേത. വി. (തൻ, താ, തം.) വി. ന. ആഗ്രഹിക്കപ്പെട്ട, വിചാരിക്കപ്പെട്ട.

അഭിഭവം. ന. ൧, മടക്കം, തോല്വി. ൨, അവമാനം.

അഭിഭംഗം. ന. ഹാനി.

അഭിഭൂത. വി. (തൻ, താ, തം.) വി. ന. തോല്പിക്കപ്പെട്ട, കീഴാക്കപ്പെട്ട.

അഭിഭൂതി. ന. നിന്ദ, അവമാനം.

അഭിമത. വി. (തൻ, താ, തം.) വി. ന. സമ്മതിക്കപ്പെട്ട, ഇച്ശിക്കപ്പെട്ട.

അഭിമന്ത്രണം. ന. ൧, വിളിക്ക, ക്ഷണിക്ക. ൨, മന്ത്രിക്കുക.

അഭിമന്ത്രിക്കുന്നു. ച്ചു. പ്പാൻ. (അഭിമന്ത്രി.) അ. ക്രി. ൧, വിളിക്കുന്നു. ൨, മന്ത്രംചൊല്ലുന്നു.

അഭിമന്ത്രിത. വി. (തൻ, താ, തം.) വി. ന. ൧, വിളിക്കപ്പെട്ട. ൨, ജപിക്കപ്പെട്ട.

അഭിമരം. ന. ൧, യുദ്ധം. ൨, കൊല.

അഭിമൎദ്ദനം. ന. ഞെരുക്കം.

അഭിമൎശനം, അഭിമൎഷണം. ന. ൧, സ്പൎശനം. ൨, ശണ്ഠ. ൩, സംയോഗം.

അഭിമാതി. ന. ശത്രു, വൈരി.

അഭിമാനം. ന. ൧, അഹങ്കാരം. ൨, സ്നേഹം. ൩, ബഹുമാനം.

അഭിമാനി. വി. (നി, നിനി, നി.) വി. ന. അഹങ്കാരവും മററുമുള്ള.

അഭിമാനിക്കുന്നു. ച്ചു. പ്പാൻ. (അഭിമാനി.) സ. ക്രി. അഹങ്കരിക്കയും മററും ചെയ്യുന്നു, ബഹുമാനിക്കുന്നു.

അഭിമുഖ. വി. (ഖൻ, ഖാ, ഖീ, ഖം.) വി. ന. നേരിട്ടുചെല്ലുന്ന, മുഖത്തിനു നേരെ ആയുള്ള.

അഭിമുഖീകരിക്കുന്നു. ച്ചു. പ്പാൻ. (അഭിമുഖീകരി.) അ. ക്രി. മുൻപെ, നേരെ ചെല്ലുന്നു.

അഭിമോദം. ന. സന്തോഷം.

അഭിയുക്ത. വി. (ക്തൻ, ക്താ, ക്തം.) വി. ന. ൧, ശത്രുവിനാൽ വളയപ്പെട്ട. ൨, താല്പൎയ്യമുള്ള. ൩, പറയപ്പെട്ട.

അഭിയോക്താവു. ന. ൧, ആക്രമിക്കുന്നവൻ, ശത്രു. ൨, (നിയമശാസ്ത്രത്തിൽ) വാദി.

അഭിയോഗം. ന. ൧, യുദ്ധത്തിനു നേരിടുക. ൨, യുദ്ധം. ൩, ഉത്സാഹം.

അഭിരതം. വി. സന്തോഷത്തോടുകൂടിയ, ശ്രദ്ധയുള്ള.

അഭിരതി. ന. ൧, താല്പൎയ്യം, പ്രീതി. ൨, തൊഴിൽ.

അഭിരാമ. വി. (മൻ, മാ, മം.) വി. ന. സൌന്ദൎയ്യമുള്ള, ഭംഗിയുള്ള. **അഭിരാമത.** സ്ത്രീ. ന. മനോഹരത്വം.

അഭിരുചി. ന. ആഗ്രഹം, അന്നശ്രദ്ധ.

അഭിരുതം. ന. ശബ്ദം, കരച്ചിൽ.

അഭിലഷിത. വി. (തൻ, താ, തം.) വി. ന. ആഗ്രഹിക്കപ്പെട്ട.

അഭിലാപം. ന. വാക്കു.

അഭിലാവം. ന. ഛേദനം.

അഭിലാഷം. ന. ഇച്ശ.

അഭിലാഷുക. വി. (കൻ, കാ, കി, കം.) വി. ന. അത്യാഗ്രഹമുള്ള.

അഭിവന്ദനം. ന. നമസ്കാരം, തൊഴുക.

അഭിവന്ദിക്കുന്നു. ച്ചു. പ്പാൻ. (അഭിവന്ദി.) സ. ക്രി. നമസ്കരിക്കുന്നു, തൊഴുന്നു.

അഭിവന്ദിത. വി. (തൻ, താ, തം.) വി. ന. നമസ്കരിക്കപ്പെട്ട.

അഭിവന്ദ്യ. വി. (ന്ദ്യൻ, ന്ദ്യാ, ന്ദ്യം.) വി. ന. നമസ്കരിക്കേണ്ടുന്ന.

അഭിവാഞ്ഛ. ന. ആഗ്രഹം, മോഹം.

അഭിവാഞ്ഛിത. വി. (തൻ, താ, തം.) വി. ന. ആഗ്രഹിക്കപ്പെട്ട.

അഭിവാദക. വി. (കൻ, കാ, കം.) വി. ന. വന്ദനശീലമുള്ള.

അഭിവാദനം. ന. വന്ദനം.

അഭിവാദം. ന. ൧, വന്ദനം. ൨, അനിഷ്ടവാക്കു.

അഭിവാദ്യ. വി. (ദ്യൻ, ദ്യാ, ദ്യം.) വി. ന. വന്ദിക്കപ്പെടുവാൻ തക്ക.

അഭിവാദ്യം. ന. വന്ദനം.

അഭിവൃദ്ധി. ന. വൎദ്ധന.

അഭിവ്യാപ്ത. വി. (പ്തൻ, പ്താ, പ്തം.) വി. ന. വ്യാപിക്കപ്പെട്ട, പരക്കപ്പെട്ട.

അഭിവ്യാപ്തി. ന. എല്ലാടത്തും പരക്കുക.

അഭിശംസനം. ന. അപവാദം.

അഭിശസ്ത. വി. (സ്തൻ, സ്താ, സ്തം.) വി. ന. അപവാദം പറയപ്പെട്ട.

അഭിശസ്തി. ന. ൧, നിൎബ്ബന്ധയാചന. ൨, അപവാദം.

അഭിശാപം. ന. അപവാദം.

അഭിഷംഗം. ന. ൧, ശാപം. ൨, അപവാദം. ൩, മടക്കം. ൪, പിശാചും മററും ബാധിക്കുക.

അഭിഷവം. ന. ൧, സ്നാനം. ൨, മന്ത്രസ്നാനം. ൩, സോമപാനം. ൪, പുളിയുള്ള വസ്തു, മദ്യവും മററും.

അഭിഷിക്ത. വി. (ക്തൻ, ക്താ, ക്തം.) വി. ന. അഭിഷേകം ചെയ്യപ്പെട്ട, നനെക്കപ്പെട്ട.

അഭിഷേകം. ന. ൧, എണ്ണ മുതലായവ തലയിൽ ഒഴിക്ക. ൨, രാജാവായിട്ടാക്കുന്നതിനു ചെയ്യുന്ന ഒരു കൎമ്മം.

അഭിഷേകിക്കുന്നു. സ. ക്രി. അഭിഷേകം ചെയ്യുന്നു. തല വഴിയേ പ്രവഹിപ്പിക്കുന്നു.

അഭിഷേചനം. ന. അഭിഷേകം.

അഭിഷേണനം. ന. സൈന്യത്തോടു കൂടെ നേരിടുക.

അഭിഷ്ടുത. വി. (തൻ, താ, തം.) വി. ന. സ്തുതിക്കപ്പെട്ട.

അഭിഷ്യന്ദി. വി. പ്രവഹിപ്പിക്കുന്ന. ഇററിറു വീഴിക്കുന്ന.

അഭിസജ്ജനം. ന. ൧, ദാനം. ൨, കൊല.

അഭിസന്താപം. ന. ൧, യുദ്ധം. ൨, ക്ലേശം. ൩, ചൂടു.

അഭിസന്ധാനം. ന. ൧, വഞ്ചന. ൨, ചേൎച്ച.

അഭിസംപാതം. ന. യുദ്ധം.

അഭിസരൻ. ന. കൂടെ നടക്കുന്നവൻ.

അഭിസാരിക. ന. ജാരനെക്കുറിച്ചു കുറിസ്ഥലത്തു ചെല്ലുന്നവൾ.

അഭിഹത. വി. (തൻ, താ, തം.) വി. ന. ൧, കിഴടക്കപ്പെട്ട. ൨, കൊല്ലപ്പെട്ട.

അഭിഹനനം. ന. ൧, ഇടിച്ചുതകൎക്ക. ൨, കൊല്ലുക.

അഭിഹാരം. ന. ൧, മോഷണം, പിടിച്ചുപറി. ൨, ആയുധത്തോടും സൈന്യത്തോടും കൂടെ ചെല്ലുക. ൩, ആയുധം ധരിക്ക.

അഭിഹാസം. ന. നേരംപോക്കു്.

അഭിഹിത. വി. (തൻ, താ, തം.) വി. ന. ചൊല്ലപ്പെട്ട, പറയപ്പെട്ട.

അഭീക. വി. (കൻ, കാ, കം.) വി. ന. കാമശീലമുള്ള.

അഭീകൻ. ന. ൧, കവിതക്കാരൻ. ൨, ഭൎത്താവു.

അഭീത. വി. (തൻ, താ, തം.) വി. ന. ഭീതമല്ലാത്ത, ഭയമില്ലാത്ത.

അഭീതി. ന. ഭീതിയില്ലായ്മ, ഭയമില്ലായ്മ.

അഭീപ്സിത. വി. (തൻ, താ, തം.) വി. ന. ആഗ്രഹിക്കപ്പെട്ട.

അഭീരു. വി. (ത്രിഷു.) വി. ന. ഭീരുവല്ലാത്ത, ഭയമില്ലാത്ത.

അഭീരു. ന. ശതാവരി.

അഭീരുപത്രി. ന. മേല്പറഞ്ഞ അൎത്ഥം.

അഭീശു. ന. ൧, രശ്മി, ൨, കയറു, കടിഞ്ഞാൺ.

അഭീഷംഗം. ന. ശാപം.

അഭീഷ്ട. വി. (ഷ്ടൻ, ഷ്ടാ, ഷ്ടം.) വി. ന. ആഗ്രഹിക്കപ്പെട്ട.

അഭീഷ്ടാ. ന. ഒരു മരുന്നു, അരേണുകം.

അഭീക്ഷ്ണം. അ. ഇടവിടാതെ.

അഭൂതപൂൎവം. വി. ഇതിനു മുമ്പു ഉണ്ടായിട്ടില്ലാത്തവണ്ണം, ആദ്യമായി.

അഭേദ. വി. (ദൻ, ദാ, ദം.) വി. ന. ഭേദമില്ലാത്ത, തുല്യമായ.

അഭേദം. ന. ഭേദമില്ലായ്മ, വ്യത്യാസമില്ലായ്മ.

അഭേദ്യ. വി. (ദ്യൻ, ദ്യാ, ദ്യം) വി. ന. ഭേദ്യമല്ലാത്ത, പൊടിച്ചുകൂടാത്ത, മുറിച്ചുകൂടാത്ത.

അഭേദ്യം. ന. ഒരു രത്നം, വൈരം.

അഭോജനം. ന. ഭോജനമില്ലായ്മ, ഭക്ഷണമില്ലായ്മ, ഉപവാസം.

അഭോജ്യ. വി. (ജ്യൻ, ജ്യാ, ജ്യം.) വി. ന. ഭോജ്യമല്ലാത്ത, ഭക്ഷിക്കരുതാത്ത.

അഭ്യഗ്ര. വി. (ഗ്രൻ, ഗ്രാ, ഗ്രം.) വി. ന. സമീപത്തുള്ള.

അഭ്യംഗം. ന. എണ്ണതേപ്പു.

അഭ്യന്തരം. ന. ഇട, നടവു.

അഭ്യനുജ്ഞ. ന. കല്പന.

അഭ്യമിത. വി. (തൻ, താ, തം.) വി. ന. രോഗമുള്ള.

അഭ്യമിത്ര്യൻ. അല്ലെങ്കിൽ, **അഭ്യമിത്രീണൻ.** ന. ശത്രുവിനോടു നേരിട്ടു ചെല്ലുന്നവൻ.

അഭ്യമിത്രീയൻ. ന. മേല്പറഞ്ഞ അൎത്ഥം.

അഭ്യൎച്ചനം. ന. പൂജ.

അഭ്യൎച്ചിത വി. (തൻ, താ, തം.) വി. ന. പൂജിക്കപ്പെട്ട.

അഭ്യൎണ്ണ. വി. (ൎണ്ണൻ, ൎണ്ണാ, ൎണ്ണം.) വി. ന. സമീപത്തുള്ള.

അഭ്യൎത്ഥിത. വി. (തൻ, താ, തം.) വി. ന. യാചിക്കപ്പെട്ട.

അഭ്യവകൎഷണം. ന. പുറത്തെടുത്തു കളക.

അഭ്യവസ്കന്ദനം. ന. ശത്രു വീഴത്തക്കവണ്ണം അടിക്ക, നേരിടുക.

അഭ്യവഹാരം. ന. ഭക്ഷിക്ക.

അഭ്യവഹൃത. വി. (തൻ, താ, തം.) വി. ന. ഭക്ഷിക്കപ്പെട്ട.

അഭ്യസിക്കുന്നു. ച്ചു. പ്പാൻ. (അഭ്യസി.) സ. ക്രി. ശീലിക്കുന്നു. പഠിക്കുന്നു.

അഭ്യസിപ്പിക്കുന്നു. കാ. ക്രി.

അഭ്യസൂയ. വി. (യൻ, യാ, യം.) വി. ന. ൧, മനസ്സിൽ കോപമുള്ള. ൨, പൈശുന്യമുള്ള.

അഭ്യസൂയാ. ന. ൧, പൈശുന്യം. ൨, കോപം.

അഭ്യസ്ത. വി. (സ്തൻ, സ്താ, സ്തം.) വി. ന. അഭ്യസിക്കപ്പെട്ട.

അഭ്യാഗത. വി. (തൻ, താ, തം.) വി. ന. നേരേ വന്ന.

അഭ്യാഗതൻ. ന. വിരുന്നുകാരൻ.

അഭ്യാഗമം. ന. ൧, യുദ്ധം. ൨, എഴുന്നേല്പു. ൩, നേരേ വരിക. ൪, സമീപം.

അഭ്യാഗാരിക. വി. (കൻ, കാ, കം.) വി. ന. കുഡുംബത്തെ രക്ഷിക്കുന്ന.

അഭ്യാദാനം. ന. ആരംഭം.

അഭ്യാന്ത. വി. (ന്തൻ, ന്താ, ന്തം.) വി. ന. രോഗമുള്ള.

അഭ്യാമൎദ്ദം. ന. യുദ്ധം.

അഭ്യാശ. വി. (ശൻ, ശാ, ശം.) വി. ന. സമീപത്തുള്ള.

അഭ്യാസ. വി. (സൻ, സാ, സം.) വി. ന. സമീപത്തുള്ള.

അഭ്യാസം. ന. ൧, പിന്നെയും പിന്നെയും ശീലിക്ക, പഠിക്ക. ൨, പഠിപ്പാനുള്ള മാതൃകകൾ. ൩, കച്ചകെട്ടി പഠിച്ചുനടത്തുന്ന ചാട്ടം, മറിച്ചിൽ മുതലായവ.

അഭ്യാസശാല. ന. അഭ്യസിക്കുന്ന സ്ഥലം, പാഠകശാല.

അഭ്യാസാദനം. ന. ശത്രു വീഴത്തക്കവണ്ണം അടിക്ക, നേരിടുക.

അഭ്യാസി. വി. (സീ, സിനി, സി.) വി. ന. അഭ്യസിക്കുന്ന, പഠിക്കുന്ന.

അഭ്യാസി. ന. അഭ്യാസമുള്ളവൻ, പഠിക്കുന്നവൻ.

അഭ്യുചിതം. വി. പതിവായ, നടപ്പായ.

അഭ്യുത്ഥാനം. ന. ൧, എഴുന്നെടുത്തു നിന്നെഴുന്നേല്പു. ൨, ഉയൎച്ച.

അഭ്യുത്ഥിത. വി. (തൻ, താ, തം.) വി. ന. എഴുന്നേറ്റ, ഉയൎത്തപ്പെട്ട.

അഭ്യുദയം. ന. ശുഭവൃത്തി.

അഭ്യുദിത. വി. (തൻ, താ, തം.) വി. ന. ൧, ആദിത്യനുദിക്കുമ്പോൾ ഉറങ്ങുന്ന. ൨, ഉദിക്കപ്പെട്ട. ൩, ഉയൎത്തപ്പെട്ട. ൪, യദൃഛയായി സംഭവിച്ച.

അഭ്യുദ്യത. വി. (തൻ, താ, തം.) വി. ന. ഉത്സാഹമുള്ള.

അഭ്യുന്നതി. ന. ഉയൎച്ച.

അഭ്യുപഗമം. ന. ൧, പ്രതിജ്ഞ. ൨, സമീപത്തു ചെല്ലുക.

അഭ്യുപപത്തി. ന. ൧, അനുഗ്രഹം. ൨, വാക്കിന്റെ യുക്തി.

അഭ്യുപാഗമം. ന. ൧, പ്രതിജ്ഞ. ൨, സമീപത്തു ചെല്ലുക.

അഭ്യുപായം. ന. ൧, ഉപായം. ൨, പ്രതിജ്ഞ.

അഭ്യുപായനം. ന. കൈക്കൂലി.

അഭ്യൂഷം. ന. ൧, പാതിവേവിച്ച ധാന്യം. ൨, മധുരമുള്ള അപ്പം.

അഭ്രകം. ന. കാക്കപ്പൊന്നു, പഴമാനം.

അഭ്രപുഷ്പം. ന. ൧, ഒരു വൃക്ഷം, ആറുവഞ്ചി. ൨, വെള്ളം.

അഭ്രം. ന. ൧, ആകാശം. ൨, മേഘം.

അഭ്രമാതംഗം. ന. കിഴക്കേ ദിക്പാലകന്റെ ആന.

അഭ്രമു. ന. കിഴക്കേ ദിക്പാലകന്റെ ആനയുടെ പിടി.

അഭ്രമുവല്ലഭൻ. ന. കിഴക്കേ ദിക്പാലകന്റെ ആന.

അഭ്രിയ. വി. (യൻ, യാ, യം.) വി. ന. മേഘത്തിൽനിന്നുണ്ടായ.

അഭ്രി. ന. ഒരു മാതിരി മരത്തുമ്പാ, വള്ളത്തിൽനിന്നു വെള്ളം കൂഞ്ഞു നന്നാക്കുന്നതിനുള്ള ഒരു വസ്തു.

അഭ്രംകഷം. വി. ൧, ആകാശത്തിൽ മുട്ടിയ, വളരെ ഉയൎന്ന. ൨, ന. വായു, കാററു. ൩, ന. പൎവ്വതം.

അഭ്രേഷം. ന. യോഗ്യത.

അമട്ടു. ന. ഭീഷണിവാക്ക.

അമട്ടുന്നു. ട്ടി. വാൻ. (അമട്ടു.) സ. ക്രി. ഭീഷണി പറയുന്നു.

അമണ്ഡം. ന. ആവണക്ക.

അമത്രം. ന. പാത്രം.

അമംഗല. വി. (ലൻ, ലാ, ലം.) വി. ന. മംഗലമല്ലാത്ത, ശുഭമല്ലാത്ത.

അമംഗലം. ന. ൧, അശുഭം. ൨, ആവണക്ക.

അമർ. ന. യുദ്ധം.

അമര. വി. (രൻ, രാ, രം.) വി. ന. മരണമില്ലാത്ത, ചാകാത്ത.

അമരക്കാരൻ. ന. അമരംപിടിക്കുന്നവൻ, നേതാവ്, നായകൻ.

അമരൻ. ന. ദേവൻ.

അമര. ന. ഒരു പയറു.

അമരു. ന. കവിയും രാജാവുമായിരുന്ന ഒരുവന്റെ പേർ, അമരുകശതകമെന്ന നൂറു ശ്ലോകങ്ങൾ ഈ ആളാലുണ്ടാക്കപ്പെട്ടു.

അമരം. ന. ൧, അമരസിംഹം എന്ന ഒരു അഭിധാനഗ്രന്ഥം. ൨, വള്ളത്തിന്റെ പിൻഭാഗം. ൩, ആനയുടെ പിൻപുറം.

അമരകോൻ. ന. ഇന്ദ്രൻ.

അമരാദ്രി. ന. ഒരു പൎവ്വതം.

അമരാരി. ന. ദേവകളുടെ ശത്രു, അസുരൻ.

അമരാവതി. ന. ഇന്ദ്രന്റെ രാജധാനി.

അമരീ. ന. മരിക്കാത്തവൾ, ദേവസ്ത്രീ. (മ.) ഒരു ചെടി.

അമരുന്നു. ൻ. വാൻ. (അമർ.) അ. ക്രി. താഴുന്നു, അടങ്ങുന്നു, ശാന്തമാകുന്നു. **അമൎക്കുന്നു; അമൎത്തുന്നു.** സ. ക്രി.

അമരേന്ദ്രൻ. ന. ദേവേന്ദ്രൻ.

അമരൌഘം. ന. ദേവകളുടെ കൂട്ടം.

അമൎച്ച. ന. ഒതുക്കം, അടക്കം, ശാന്തം.

അമൎത്തൽ. ന. അമൎച്ചവരുത്തുകയെന്നതു്, അമൎത്തുക.

അമൎത്ത്യ. വി. (ത്ത്യൻ, ത്ത്യാ, ത്ത്യം.) വി. ന. മൎത്ത്യമല്ലാത്ത, ചാകാത്ത. **അമൎത്ത്യത്വം.** ൟ. ന. മൎത്ത്യത്വമല്ലായ്ക, മരണമില്ലായ്ക, ദേവത്വം.

അമൎത്ത്യൻ. ന. മരിക്കാത്തവൻ, ദേവൻ.

അമൎത്ത്യവൈരി. ന. ദേവശത്രു, അസുരൻ.

അമൎപ്പ്. ന. അമൎച്ച.

അമൎയ്യാദ. വി. (ദൻ, ദാ, ദം.) വി. ന. മൎയ്യാദയില്ലാത്ത. ൧, ക്രമകേടുള്ള. ൨, അതിരില്ലാത്ത.

അമൎയ്യാദ. ന. മൎയ്യാദകേടു, ന്യായകേടു.

അമൎഷണ. വി. (ണൻ, ണാ, ണം.) വി. ന. കോപമുള്ള.

അമൎഷം. ന. കോപം.

അമല. വി. (ലൻ, ലാ, ലം.) വി. ന. മലമില്ലാത്ത, വെടിപ്പുള്ള, തെളിഞ്ഞ.

അമല. ന. ൧, ലക്ഷ്മി. ൨, ഒരു ചെടി, കിഴകാനെല്ലി.

അമലം. ന. പദ്മമാനം.

അമൽ. ന. ലഹരി.

അമളി. ന. ൧, പരിഭ്രമം, തിടുക്കം. ൨, വ്യസനം, വലച്ചിൽ.

അമളിക്കുന്നു. ച്ചു. പ്പാൻ. (അമളി.) അ. ക്രി. തിടുക്കപ്പെടുന്നു, വ്യസനിക്കുന്നു. **അമളിപ്പിക്കുന്നു.** സ. ക്രി.

അമറുന്നു. റി. വാൻ. (അമർ.) അ. ക്രി. കാളയുമ്മറവും ശബ്ദിക്കുന്നു.

അമറിച്ച. ന. കാളയുടെയും മററും ശബ്ദം.

അമാ. അ. കൂടെ, അരികെ.

അമാ. ന. കറുത്തവാവു.

അമാത്യൻ. ന. മന്ത്രി.

അമാനനം. ന. നിന്ദ.

അമാനം. ന. പണയം.

അമാനുഷ. വി. (ഷൻ, ഷി, ഷം.) വി. ന. മാനുഷമല്ലാത്ത, ദൈവികമായുള്ള.

അമാന്തം. ന. ൧, കഴച്ചിൽ. ൨, നാനാവിധം. ൩, ഉദാസീനത.

അമാംസ. വി. (സൻ, സാ, സം.) വി. ന. മാംസമില്ലാത്ത, മെലിഞ്ഞ, ബലമില്ലാത്ത.

അമാൎഗ്ഗ. വി. (ൎഗ്ഗൻ, ൎഗ്ഗാ, ൎഗ്ഗം.) വി. ന. മാൎഗ്ഗമില്ലാത്ത, വഴിയില്ലാത്ത.

അമാൎഗ്ഗം. ന. വഴിയില്ലായ്ക.

അമാനവ. വി. ൧, മനുഷ്യനല്ലാത്ത. ൨, മനുഷ്യനിൽ ഉപരിയായ. ൩, ദേവൻ.

അമാനസ്യം. ന. വേദന.

അമാവാസി; അമാവസ്യ. ന. കറുത്തവാവു.

അമിക്കയറു. ന. നുകം വെച്ചുകെട്ടുന്ന കയറു.

അമിക്കുന്നു. ച്ചു. പ്പാൻ. (അമി.) സ. ക്രി. നുകം വെച്ചുകെട്ടുന്നു.

അമിത. വി. (തൻ, താ, തം.) വി. ന. മിതമല്ലാത്ത, കണക്കില്ലാത്ത, അവസാനമില്ലാത്ത, അനവധിയായ.

അമിത്ര. വി. (ത്രൻ, ത്രാ, ത്രം.) വി. ന. മിത്രമല്ലാത്ത, ശത്രുവായുള്ള.

അമിത്രൻ. ന. ശത്രു.

അമിഷം. ന. ൧, മാംസം. ൨, അമിതമായ സുഖാനുഭവം. ൩, വഞ്ചനയില്ലായ്മ.

അമുക്കൽ. ന. ഞെരുക്കുക.

അമുക്കുന്നു. ക്കി. വാൻ. (അമുക്ക.) സം. ക്രി. ഞെരുക്കുന്നു.

അമുക്കുരം. ന. ഒരുജാതിമരുന്നു.

അമുത്ര. അ. പരലോകത്തിൽ.

അമൂൎത്ത. വി. (ൎത്തൻ, ൎത്താ, ൎത്തം.) വി. ന. മൂൎത്തമല്ലാത്ത, ശരീരമല്ലാത്ത, ആകൃതിയില്ലാത്ത.

അമൂല്യ. വി. (ല്യൻ, ല്യാ, ല്യം.) വി. ന. മൂല്യമില്ലാത്ത, വിലമതിച്ചുകൂടാത്ത.

അമൃണാളം. ന. രാമച്ചം.

അമൃത. വി. (തൻ, താ, തം.) വി. ന. മൃതമല്ലാത്ത, മരണമില്ലാത്ത.

അമൃതൻ. ന. ൧, മരണമില്ലാത്തവൻ, ദേവൻ. ൨, ധന്വന്തരി.

അമൃതു. ന. ൧, ദേവകളുടെ ഭക്ഷണം. ൨, യാഗത്തിൽ ശേഷിച്ചതു. ൩, വെള്ളം. ൪, ഉരുക്കനെയ്. ൫, യാചിക്കാത്ത ധൎമ്മം. ൬, ചോറു, അന്നം. ൭, സമ്പത്തു. ൮, പൊന്നു. ൯, മോരു. ൧൦, മധുരദ്രവ്യം. ൧൧, പാൽ. ൧൨, വിഷം. ൧൩, ഒരു മരുന്നു. ൧൪, രസം. ൧൫, മോക്ഷം.

അമൃതകിരണൻ. ന. ചന്ദ്രൻ.

അമൃതം. ന. ൧, കിഴകാനെല്ലി. ൨, ഒരു മരുന്നുവള്ളി. ൩, കടുക്ക.

അമൃതാംശു. ന. ചന്ദ്രൻ.

അമൃതാന്ധസ്സുകൾ. ന. ദേവകൾ.

അമൃതാശനന്മാർ. ന. ദേവകൾ.

അമൃതേത്തു. അല്ലെങ്കിൽ, **അമീത്തു.** ന. രാജാക്കന്മാരുമ്മററും ഭക്ഷിക്കുന്നതിനു പറയുന്ന പേർ.

അമൃത്യു. ന. മരണമില്ലായ്മ.

അമേദ്ധ്യ. വി. (ദ്ധ്യൻ, ദ്ധ്യാ, ദ്ധ്യം.) വി. ന. മേദ്ധ്യമല്ലാത്ത. ൧, ഭക്ഷിച്ചാൽ ബുദ്ധിക്കു നന്നല്ലാത്ത. ൨, വെടിപ്പില്ലാത്ത.

അമേദ്ധ്യം. ന. മലം, അശുദ്ധി.

അമേയ. വി. (യൻ, യാ, യം.) വി. ന. പരിച്ഛേദിച്ചുകൂടാത്ത, അളവററ.

അമോഘ. വി. (ഘൻ, ഘാ, ഘം.) വി. ന. മോഘമല്ലാത്ത, ഫലമുള്ള.

അമോഘ. ന. ൧, പാതിരിവൃക്ഷം. ൨, വിഴാൽ വൃക്ഷം.

അമ്പു. ന. അസ്ത്രം.

അമ്പുകുട്ടി. ന. ആവനാഴിക, അമ്പിടുന്ന ഒരു പാത്രം.

അമ്പരക്കുന്നു. ന്നു. ന്നാൻ. (അമ്പര.) അ. ക്രി. വിഷമിക്കുന്നു, വ്യാകലപ്പെടുന്നു, അമളിക്കുന്നു.

അമ്പരപ്പു. ന. വൈഷമ്യം, അമളി.

അമ്പലം. ന. ക്ഷേത്രം.

അമ്പലവാസി. ന. ക്ഷേത്രത്തിൽ പാൎക്കുന്നവൻ, ക്ഷേത്രത്തിലെ വേലക്കാരൻ.

അമ്പഴം. ന. ഒരു വൃക്ഷം.

അമ്പറ. അല്ലെങ്കിൽ, **അമ്പുറ.** ന. ആവനാഴിക.

അമ്പാരം. ന. ക്രമ്പൽ.

അമ്പാരി. ന. ആനപ്പുറത്തു ഇരിപ്പാനായിട്ടു കെട്ടിയുണ്ടാക്കുന്നതു.

അമ്പിട്ടൻ. ന. ക്ഷൌരക്കാരൻ.

അമ്പിളി. ന. ചന്ദ്രൻ.

അമ്പിളിക്കല. ന. ചന്ദ്രകല.

അമ്പിളിത്തെല്ലു. ന. മേല്പറഞ്ഞ അൎത്ഥം.

അമ്പിളിയമ്മാമൻ. ന. ചന്ദ്രൻ.

അമ്പെ. അല്ലെങ്കിൽ, **അമ്പൈ.** അ. അതിശയമൊ സന്തോഷമൊ തോന്നുമ്പോൾ പറയുന്ന ഒരു വാക്ക.

അംബകം. ന. കണ്ണു.

അംബരം. ന. ൧, ആകാശം. ൨, വസ്ത്രം.

അംബരചാരി. വി. (രി, രിണി, രി.) വി. ന. ആകാശത്തിൽ സഞ്ചരിക്കുന്ന.

അംബരമാൎഗ്ഗം. ന. ആകാശം.

അംബരാന്തം. ന. ൧, ആകാശത്തിന്റെ അററം. ൨, വസ്ത്രത്തിന്റെ അററം.

അംബരീഷൻ. ന. ൧, പണ്ടുള്ള ഒരു രാജാവിന്റെ പേർ, ൨, വിഷ്ണു. ൩, ശിവൻ. ൪, ആദിത്യൻ.

അംബരീഷം. ന. ൧, അപ്പക്കാരിക. ൨, ഒരു വൃക്ഷം.

അംബഷ്ഠ. ന. ൧, കറുമഴി. ൨, പാടവള്ളി. ൩, പുളിയാരൽ.

അംബഷ്ഠൻ. ന. ൧, വൈശ്യസ്ത്രീയിൽ ബ്രാഹ്മണന്റെ പുത്രൻ. ൨, വൈദ്യൻ. ൩, ക്ഷൌരക്കാരൻ. ൪, ആനക്കാരൻ.

അംബ. ന. ൧, അമ്മ. ൨, പാൎവ്വതി.

അംബിക. ന. ൧, അമ്മ. ൨, പാൎവ്വതി. ൩, ധൃതരാഷ്ട്രൻ എന്ന രാജാവിന്റെ അമ്മ.

അംബു. ന. ൧, വെള്ളം. ൨, ഇരുവേലി.

അംബുകം. ന. വെളുത്ത എരിക്ക.

അംബുകണം. ന. ൧, വെളുത്തുള്ളി. ൨, നീൎത്തുള്ളി.

അംബുജ. വി. (ജൻ, ജാ, ജം.) വി. ന. വെള്ളത്തിൽനിന്നുണ്ടായ.

അംബുജം. ന. ൧, താമര. ൨, ഒരു തൈ, നീർകടമ്പു.

അംബുജാക്ഷ. വി. (ക്ഷൻ, ക്ഷി, ക്ഷം.) വി. ന. താമരപ്പൂപോലെ കണ്ണുള്ള, സൌന്ദൎയ്യമുള്ള.

അംബുജാക്ഷൻ. ന. വിഷ്ണു.

അംബുദ. വി. (ദൻ, ദാ, ദം.) വി. ന. വെള്ളത്തെ കൊടുക്കുന്ന.

അംബുദം. ന. ൧, മേഘം. ൨, മുത്തെങ്ങാ.

അംബുധി. ന. സമുദ്രം.

അംബുപ്രസാദനം. ന. തേററാമ്പരൽ.

അംബുഭൃത്തു. ന. ൧, മേഘം. ൨, സമുദ്രം.

അംബുരാശി. ന. സമുദ്രം.

അംബുവാഹം. ന. ൧, മേഘം, ൨, വെള്ളത്തെ ചുമക്കുന്നതു.

അംബുവേതസം. ന. ആററുവഞ്ചിമരം.

അംബുസരണം. ന. വെള്ളത്തിന്റെ ഒഴുക്ക.

അംബുകൃതം. ന. തുപ്പൽ തെറിക്കുമാറു പറക.

അംഭസ്സു. ന. വെള്ളം.

അംഭോജ. വി. (ജൻ, ജാ, ജം.) വി. ന. വെള്ളത്തിൽനിന്നുണ്ടായ.

അംഭോജം. ന. ൧, താമര. ൨, ചന്ദ്രൻ.

അംഭോദം. ന. ൧, മേഘം. ൨, മുത്തെങ്ങാ.

അംഭോധി. ന. സമുദ്രം.

അംഭോനിധി. ന. സമുദ്രം.

അംഭോരാശി. ന. സമുദ്രം.

അംഭോരുഹം. ന. താമര.

അമ്മ. ന. ൧, മാതാവു. ൨, സ്ത്രീകളെ ബഹുമാനിച്ചു പറയുന്ന ഒരു വാക്ക.

അമ്മയ. വി. (യൻ, യീ, യം.) വി. ന. വെള്ളമുള്ള, വെള്ളമയമായി പതപോലെയും മററുമുള്ള.

അമ്മരം. ന. ചിത്തവാക്ക, ശകാരം.

അമ്മയാർ. ന. പാണ്ടിബ്രാഹ്മണരുടെ സ്ത്രീ, ആയമ്മ.

അമ്മശാസ്ത്രം. ന. പഴഞ്ചൊല്ലു.

അമ്മാണിയമ്മാണി. അ. അങ്ങനെ, ഇങ്ങനെ, അല്പവൃത്തി.

അമ്മാത്തു. ന. അമ്മയുടെ സഹോദരന്റെ ഭവനം.

അമ്മാത്തമുത്തച്ഛൻ. ന. അമ്മയുടെ അച്ഛൻ.

അമ്മാത്തമുത്തശ്ശി. ന. അമ്മയുടെ അമ്മ, അമ്മമ്മ.

അമ്മാനം. ന. ഒരുമാതിരി കളി, അമ്മാനാട്ടം.

അമ്മാനക്കാ. ന. അമ്മാനം എറിഞ്ഞു കളിക്കുന്നതിനു ഓട്ടുകൊണ്ടോ മരംകൊണ്ടോ ഉണ്ടാക്കിയ ഉരുണ്ട വസ്തു.

അമ്മാനാട്ടം. ന. അമ്മാനക്കാ എറിഞ്ഞുപിടിക്കുന്ന കളി.

അമ്മാമൻ. അല്ലെങ്കിൽ, **അമ്മാവൻ.** ന. അമ്മയുടെ സഹോദരൻ.

അമ്മായി. അല്ലെങ്കിൽ, **അമ്മാവി.** ന. അമ്മാവന്റെ ഭാൎയ്യ.

അമ്മി. ന. അരകല്ലു.

അമ്മിക്കല്ലു. ന. മേല്പറഞ്ഞ അൎത്ഥം.

അമ്മിക്കുഴവി. ന. അരകല്ലിന്മേൽ വെച്ചു അരെക്കുന്ന കല്ലു, അമ്മിപ്പിള്ള.

അമ്മിഞ്ഞി. ന. മുലകുടിക്കുന്ന പൈതങ്ങൾ മുലെക്കു പറയുന്ന ഒരു പേർ.

അമ്മിണി. ന. വാത്സല്യംകൊണ്ടു അമ്മ പൈതങ്ങളെ എങ്കിലും പൈതങ്ങൾ അമ്മയെ എങ്കിലും ചിലപ്പോൾ വിളിക്കുന്ന ഒരു വാക്ക.

അമ്മിപ്പിള്ള. ന. അരകല്ലിന്റെ പിള്ളക്കല്ലു.

അമ്മു. അ. ഇതു ദുഃഖത്തിലും മററും പറയുന്ന ഒരു വാക്ക.

അമ്മുമ്മ. ന. ൧, അമ്മയുടെ അമ്മ. ൨, വൃദ്ധസ്ത്രീയെ ബഹുമാനിച്ചു പറയുന്ന ഒരു വാക്ക.

അമ്മെ. അ. ദുഃഖം ഭയം ആശ്ചൎയ്യം മുതലായവ ഉണ്ടാകുമ്പോൾ ചിലർ പറയുന്ന ഒരു വാക്ക.

അമ്ലകം. ന. ൧, ഒരു വൃക്ഷം, അയനിമരം. ൨, പുളിച്ചുതികട്ടൽ.

അമ്ല. വി. (ളൻ, ളാ, ളം.) വി. ന. പുളിയുള്ള.

അമ്ലം. ന. ൧, പുളിരസം. ൨, പുളി വൃക്ഷം.

അമ്ലലോണിക. ന. പുളിയാരൽ.

അമ്ലവേതസം. ന. മെല്ലറഞ്ഞ അമ്ലം.

അമ്ലാന. വി. (നൻ, നാ, നം.) വി. ന. മ്ലാനമല്ലാത്ത, തെളിവുള്ള, പ്രകാശമുള്ള.

അമ്ലാനം. ന. വാടാംകുറിഞ്ഞി.

അമ്ലിക. ന. ൧, വാളൻപുളിമരം. ൨, പുളിയാരൽ. ൩, പുളിച്ചുതികട്ടൽ.

അയ. ന. വല്ലതും വെപ്പാനായിട്ട കെട്ടുന്ന കയറു.

അയക്കോൽ. ന. വസ്ത്രവും മററും ഇടുവാൻ കെട്ടിയ വടി.

അയക്കുന്നു. ച്ചു. പ്പാൻ. (അയ.) സ. ക്രി. ൧, വിടുന്നു. ൨, കട്ടപ്പം കുറെക്കുന്നു, അയൽമാക്കുന്നു, മുറുക്കമില്ലാതാക്കുന്നു.

അയച്ചിൽ. ന. ൧, അയവു. ൨, അയപ്പു.

അയനചലനം. ന. തെക്കോട്ടും വടക്കോട്ടുമുള്ള ആദിത്യന്റെ സഞ്ചാരം.

അയനം. ന. ൧, വഴി. ൨, മൂന്നുമാസം കൂടിയ കാലം. (അയനങ്ങൾ രണ്ടുണ്ടു: ഉത്തരായനവും ദക്ഷിണായനവും.)

അയനി. ന. വിവാഹം നിശ്ചയിച്ചതിനായിട്ട പുറപ്പെടുമ്പോൾ കഴിക്കുന്ന ഒരു ഭക്ഷണം, അയനി ഊണു.

അയപ്പു. ന. ൧, അയവു. ൨, വിടുതൽ.

അയമം. ന. അനുകൂലദൈവം, ഭാഗ്യം.

അയം. ന. പ. ഇവൻ.

അയതം. വി. തടുക്കപ്പെടാത്ത.

അയമോതകം. ന. ഒരൌഷധിമരുന്നു.

അയയുന്നു. ഞ്ഞു. വാൻ. (അയ.) അ. ക്രി. അയൽമാകുന്നു, കട്ടപ്പം കുറയുന്നു, മുറുക്കമില്ലാതാകുന്നു, വിടുതലും വിടുന്നു. **അയക്കുന്നു.** സ. ക്രി.

അയക്കുന്നു. ത്തു. പ്പാൻ. (അയർ.) സ. ക്രി. മറക്കുന്നു.

അയർതി. ന. ൧, മറവി. ൨, മോഹാലസ്യം.

അയപ്പു. ന. ൧, മറവി. ൨, അജാഗ്രത.

അയൽ. വി. സമീപത്തുള്ള. ന. സമീപം.

അയൽക്കാർ. ന. അടുത്തു താമസിക്കുന്നവർ.

അയൽപക്കം. ന. സമീപത്തുള്ള വീടു.

അയവു. ന. ൧, മുറുക്കമില്ലായ്മ. ൨, അലക്കുകാരൻ.

അയവിറക്കുന്നു. ക്കി. വാൻ. (അയവിറ.) അ. ക്രി. അയറുന്നു.

അയശസ്സു. ന. ദുഷ്കീർത്തി.

അയസ്കാന്തം. ന. കാന്തക്കല്ലു.

അയസ്സു. ന. ഇരിമ്പു.

അയി. ഹെ, അല്ലയൊ.

അയിരു. ന. ഇരിമ്പുണ്ടാക്കുന്നതിനുള്ള ഒരു വക കല്ലു.

അയിരുരുക്കു. ന. ന. അയിരുരുക്കി ഇരിമ്പാക്കുക.

അയുക്ത. വി. (ക്തൻ, ക്താ, ക്തം.) വി. ന. യുക്തമല്ലാത്ത. ൧, യോഗ്യമല്ലാത്ത. ൨, ചേരാത്ത.

അയുക്തി. ന. യുക്തികേടു, ചേർച്ചകേടു.

അയുഗ. വി. (ഗൻ, ഗാ, ഗം.) വി. ന. ഒററയായുള്ള.

അയുഗശരൻ. ന. കാമൻ.

അയുത. വി. (തൻ, താ, തം.) വി. ന. യുതമല്ലാത്ത, ചേരാത്ത.

അയുതം. ന. പതിനായിരം.

അയേ. ഹേ, അല്ലയൊ.

അയോഗ്യ. വി. (ഗ്യൻ, ഗ്യാ, ഗ്യം.) വി. ന. യോഗ്യമല്ലാത്ത. **അയോഗ്യത.** ഗു. ന. യോഗ്യതയില്ലായ്മ.

അയോഗ്രം. ന. ഉലക്ക.

അയോഘനം. ന. ഇരിമ്പടിക്കുന്ന കൂടം.

അയോജ്യത. ന. ചേർച്ചകേടു.

അയോനിജ. വി. (ജൻ, ജാ, ജം.) വി. ന. യോനിജമല്ലാത്ത, പ്രസവിച്ചുണ്ടാകാത്ത.

അയോദ്ധ്യ. വി. (ധ്യൻ, ധ്യാ, ധ്യം.) വി. ന. യോദ്ധ്യമല്ലാത്ത, യുദ്ധം ചെയ്യപ്പെടുവാൻ തക്കതല്ലാത്ത.

അയോദ്ധ്യ. ന. ഒരു രാജധാനി, അയോദ്ധ്യാപട്ടണം.

അയോമയ. വി. (യൻ, യി, യം.) വി. ന. ഇരിമ്പുകൊണ്ടുള്ള.

അയോമലം. ന. ഇരിമ്പുകിട്ടം.

അയോമുഖ. വി. (ഖൻ, ഖീ, ഖം.) വി. ന. മുഖത്തു ഇരിമ്പോടുകൂടിയ. ഇരിമ്പുചുണ്ടു ഉള്ള.

അയോമുഖം. ന. അമ്പു്.

അയഃപിണ്ഡം. ന. ഇരിമ്പുരുള.

അയ്യൻ. ന. ചില പരദേശബ്രാഹ്മണരെ വിളിച്ചുവരുന്ന ഒരു പേരു.

അയ്യം. വി. ചിത്ത, കൊച്ചുരുതാത്ത.

അയ്യം. ന. ൧, ധർമ്മം. ൨, യാചന. ൩, നിലവിളിക്കു.

അയ്യംവിളി. ന. ൧, ഏലാവിളി. ൨, നിലവിളി.

അയ്യംവിളിക്കുന്നു. ച്ചു. പ്പാൻ. (അയ്യംവിളി.) അ. ക്രി. ഭയംകൊണ്ടും മററും നിലവിളിക്കുന്നു.

അയ്യപ്പൻ. ന. ശിവന്റെ ഒരു പുത്രൻ.

അയ്യയ്യെ. അ. പരിഹാസം നാണം ഇവയെ അറിയിക്കുക.

അയ്യയ്യൊ. അ. സങ്കടം വ്യസനം അലിവു ഇവയെ അറിയിക്കുക.

അയ്യൊ. അ. ദുഃഖം ഖിന്നം അത്ഭുതം ഇവയെ അറിയിക്കുക.

അര. വി. (രൻ, രാ, രം.) വി. ന. വേഗമുള്ള. അ. വേഗമായിട്ടു.

അര. ന. ൧, ഒന്നിൽ പാതി. ൨, കടിപ്രദേശം, മദ്ധ്യം, നടുവു.

അരം. ന. ൧, രാകുന്നതിനുള്ള ഒരായുധം. ൨, കിലം, ഏഴുക.

അരകല്ലു. ന. അരെക്കുന്ന കല്ലു.

അരക്കു. ന. ൧, മുദ്രത്തിരി. ൨, കോലരക്കു. ൩, കറ, പശ. ൪, ചക്കമുളഞ്ഞു.

അരക്കച്ച. ന. അരയിൽ കെട്ടുന്ന ഒരു മാതിരി ശീലകൊണ്ടുള്ള വാറു.

അരക്കൻ. ന. ൧, രാക്ഷസൻ. ൨, ലുബ്ധൻ, പിശുക്കൻ. ൩, ചുവന്ന മൃഗം.

അരക്കാടുന്നു. ടി. വാൻ. (അരക്കാട.) സ. ക്രി. ചായംതേച്ചു വെട്ടിക്കും മററും മിന്നൽ വരുവാൻ കോലരക്കുരുക്കി പുരട്ടുന്നു.

അരക്കാണി. ന. ഒരു കിഴ്ണക്കു, ഒന്നു നൂററരുപതായി അംശിച്ചതിൽ ഒരു പങ്കു.

അരക്കാൽ. ന. ഒന്നു എട്ടായിട്ടു അംശിച്ചതിൽ ഒരു പങ്കു.

അരക്കിടുന്നു. ട്ടു. വാൻ. (അരക്കിട.) സ. ക്രി. ആഭരണങ്ങളും മററും ചട്ടങ്ങൾതിരിപ്പാൻ അകത്തു അരക്കുരുക്കി നിറയ്ക്കുന്നു.

അരക്കുതിരി. ന. മുദ്രയിടുവാനുള്ള മെഴുകുതിരി.

അരക്കുപതം. ന. അരക്കിന്റെ പാകം.

അരക്കപ്പായം. ന. അരച്ചട്ട.

ആശ്വയുജീ. ന. തുലാമാസത്തിലെ വെളുത്ത വാവു.

ആശ്വലായനൻ. ന. ഒരു മഹൎഷി.

ആശ്വസിക്കുന്നു. ച്ചു. പ്പാൻ. (ആശ്വസി.) അ. ക്രി. സുഖിക്കുന്നു. **ആശ്വസിപ്പിക്കുന്നു.** സ. ക്രി.

ആശ്വസ്ത. വി. (സ്തൻ, സ്താ, സ്തം.) വി. ന. ആശ്വസിക്കപ്പെട്ട.

ആശ്വാസപ്രദ. വി. (ദൻ, ദാ, ദം.) വി. ന. ആശ്വാസത്തെ കൊടുക്കുന്ന.

ആശ്വാസം. ന. ൧, സുഖം. ൨, വൃത്തി. ൩, അദ്ധ്യായം. ൪, വിശ്വാസം.

ആശ്വിനം. ന. തുലാമാസം.

ആശ്വിനേയന്മാർ. ന. അശ്വിനി ദേവകൾ.

ആശ്വീനം. ന. ഒരു കുതിര ഒരു ദിവസം ഓടുന്ന വഴി.

ആഷാഢം. ന. ൧, കൎക്കടകമാസം. ൨, പ്ലാശുമരംകൊണ്ടുണ്ടാക്കിയ ദണ്ഡു. ൩, മലയപൎവ്വതം.

ആഷാഢാ. ന. ഇരുപതാം നക്ഷത്രം, പൂരാടം.

ആഷാഢി. ന. ൧, പ്ലാശുദണ്ഡു കയ്യിലുള്ളവൻ. ൨, കൎക്കടകമാസത്തിലെ വെളുത്തവാവു.

ആസകലം. വി. എല്ലാം.

ആസു. ആഃ അ. കോപത്തിങ്കലും, വ്യസനത്തിങ്കലും, ഭിക്ഷണിയിങ്കലും മററും പറയുന്ന ഒരു വാക്കു.

ആസക്ത. വി. (ക്തൻ, ക്താ, ക്തം.) വി. ന. ൧, ശുഷ്കാന്തിയുള്ള. ൨, ആഗ്രഹമുള്ള.

ആസക്തി. ന. ൧, ശുഷ്കാന്തി. ൨, ആഗ്രഹം.

ആസംഗ. വി. (ഗൻ, ഗാ, ഗം.) വി. ന. എന്നുമുള്ള.

ആസംഗം. ന. ൧, സംബന്ധം. ൨, ചേൎച്ച. ൩, ആഗ്രഹം. ൪, എന്നും.

ആസംഗനി. ചുഴലിക്കാററു.

ആസത്തി. ന. ൧, സമീപം. ൨, ചേൎച്ച. ൩, ലാഭം.

ആസനം. ന. ൧, ഇരിപ്പാനുള്ള വസ്തു. ൨, ചന്തി. ൩, ആറു നയത്തിൽ ഒന്നു. ൪, ആനയുടെ കഴുത്തു. ൫, ഒരു വൃക്ഷം.

ആസന. ന. ഇരിപ്പു.

ആസനി. ന. ൧, പീടിക. ൨, പീഠം.

ആസന്ദി. ന. സന്ന്യാസികൾ ഇരിക്കുന്ന ആസനം.

ആസന്ന. വി. (ന്നൻ, ന്നാ, ന്നം.) വി. ന. അടുത്ത.

ആസന്നവൎത്തി. വി. (ൎത്തി, ൎത്തിനി, ൎത്തി.) വി. ന. അടുക്കൽസഞ്ചരിക്കുന്ന.

ആസവം. ന. മദ്യം.

ആസാദിത. വി. (തൻ, താ, തം.) വി. ന. ൧, സംപാദിക്കപ്പെട്ട, ലഭിക്കപ്പെട്ട. ൨, മറെക്കപ്പെട്ട. ൩, ക്ഷീണിക്കപ്പെട്ട.

ആസാരം. ന. പെരുമഴ.

ആസിക്ത. വി. (ക്തൻ, ക്താ, ക്തം.) വി. ന. നനെക്കപ്പെട്ട.

ആസീന. വി. (നൻ, നാ, നം.) വി. ന. ഇരുന്ന.

ആസുര. വി. (രൻ, രീ, രം.) വി. ന. അസുരനെ സംബന്ധിച്ച.

ആസുരം. ന. ദുഷ്ടത, കടുപ്പം.

ആസുരി. ന. ൧, കരിങ്കടുക. ൨, കടുപ്പമുള്ള ശസ്ത്രപ്രയോഗം.

ആസേകം. ന. തളിക്ക, നനെക്ക.

ആസേചനക. വി. (കൻ, കാ, കം.) വി. ന. തളിക്കുന്ന.

ആസേചനം. ന. തളിക്ക.

ആസേദിവാൻ. ന. ഇരുന്നവൻ, പ്രാപിച്ചവൻ.

ആസേദുഷീ. ന. ഇരുന്നവൾ.

ആസേവനം. ന. ൧, വൈരാഗ്യത്തോടുകൂടിയ പ്രവൃത്തി. ൨, തുടൎച്ച. ൩, സംസൎഗ്ഗം.

ആസേവിത. വി. ൧, പ്രവൎത്തിക്കപ്പെട്ട, ചെയ്യപ്പെട്ട. ൨, പിന്നെയും പറയപ്പെട്ട.

ആസേവിതം. ന. പ്രവൃത്തി.

ആസ്കന്ദനം. ന. ൧, ആക്ഷേപം. ൨, യുദ്ധം.

ആസ്കന്ദിതം. ന. കുതിരയുടെ ഗതിഭേദം.

ആസ്ഖലിത. വി. (തൻ, താ, തം.) വി. ന. ഇടറിവീഴപ്പെട്ട.

ആസ്തരണം. ന. ൧, മേൽവിരിപ്പു. ൨, ആനക്കോപ്പു.

ആസ്തരണം. ന. ൧, വിരിക്കുക, ചിതറുക. ൨, കിടക്ക. ൩, കിടക്കമേൽ വിരിക്കുന്ന വസ്ത്രം. ൪, ആനപ്പുറത്തിടുന്ന ചായമിട്ട വസ്ത്രം.

ആസ്തി. ന. സമ്പത്തു.

ആസ്തിക. വി. (കൻ, കി, കം.) വി. ന. ദൈവവിശ്വാസമുള്ള.

ആസ്തിക്യം. ന. ഒരു ദൈവം ഉണ്ടെന്നുള്ള വിശ്വാസം.

ആസ്തൃത. വി. (തൻ, താ, തം.) വി. ന. ൧, മറെഞ്ഞ. ൨, മൂടപ്പെട്ട. ൩, വിരിക്കപ്പെട്ട.

ആസ്ഥാ. ന. ൧, രാജസഭ. ൨, ഇരിപ്പിടം. ൩, പ്രയത്നം. ൪, ആദരവു.

ആസ്ഥാനദേശം. ന. സഭകൂടുന്ന സ്ഥലം.

ആസ്ഥാനമണ്ഡപം. ന. രാജസഭ.

ആസ്ഥാനം. ന. രാജസഭ.

ആസ്ഥാനീ. ന. രാജസഭ.

ആസ്ഥിത. വി. (തൻ, താ, തം.) വി. ന. ഇരിക്കപ്പെട്ട, ഇരുന്ന.

ആസ്പദം. ന. ഇരിപ്പിടം.

ആസ്പന്ദനം. ന. ഇളക്കം.

ആസ്ഫാലനം. ന. ൧, അടി. ൨, ആന ചെവിയാട്ടുക.

ആസ്ഫാലിത. വി. (തൻ, താ, തം.) വി. ന. അടിക്കപ്പെട്ട.

ആസ്ഫുരിത. വി. (തൻ, താ, തം.) വി. ന. ശോഭിക്കപ്പെട്ട.

ആസ്ഫോടനം. ന. വിടൎച്ച, പിളൎപ്പു.

ആസ്ഫോടനീ. ന. ൧, വിരുമ. ൨, കത്രിക.

ആസ്ഫോടാ. ന. ൧, വിഷ്ണുക്രാന്തി. ൨, വെള്ളെരിക്ക്. ൩, കാട്ടുപിച്ചകം. ൪, മുല്ല.

ആസ്യം. ന. ൧, മുഖം. ൨, വായ്.

ആസ്യലാംഗലം. ന. പന്നി.

ആസ്യലോമ. ന. ൧, മീശ. ൨, കരടി.

ആസ്യാ. ന. ഇരിപ്പു.

ആസ്യാസവം. ന. വായിലെ വെള്ളം, ഉമിനീർ.

ആസ്രം. ന. ൧, രക്തം. ൨, കണ്ണുനീർ.

ആസ്രവം. ന. സങ്കടം.

ആസ്രാവം. ന. ഒഴുക്ക.

ആസ്വദിക്കുന്നു. ച്ചു. പ്പാൻ. (ആസ്വദി.) സ. ക്രി. രുചിനോക്കുന്നു.

ആസ്വദനം; ആസ്വാദനം. ന. രുചിനോക്കുക.

ആസ്വാദിത. വി. (തൻ, താ, തം.) വി. ന. രുചിനോക്കപ്പെട്ട.

ആസ്വാദ്യത. ന. രുചി.

ആഹത. വി. (തൻ, താ, തം.) വി. ന. ൧, അടിക്കപ്പെട്ട. ൨, അറിയപ്പെട്ട. ൩, പെരുകിയ.

ആഹതം. ന. കഴിയാത്തതു പറക.

ആഹതി. ന. ൧, അടി. ൨, കൊല്ലുക.

ആഹനനം. ന. കലസ്ഥലം.

ആഹനിക്കുന്നു. ച്ചു. പ്പാൻ. (ആഹനി.) സ. ക്രി. ൧, അടിക്കുന്നു. ൨, കൊല്ലുന്നു.

ആഹന്ത. അ. കഷ്ടം.

ആഹരണം. ന. കൈക്കലാക്കുക.

ആഹരം. ന. ധൈൎയ്യം.

ആഹരി. ന. ഒരു രാഗം.

ആഹരിക്കുന്നു. ച്ചു. പ്പാൻ. (ആഹരി.) സ. ക്രി. കൈക്കലാക്കുന്നു.

ആഹവം. ന. യുദ്ധം.

ആഹവനീയം. ന. ഹോമാഗ്നികൾ മൂന്നുള്ളതിൽ ഒന്നിന്റെ പേർ.

ആഹാ. അ. അതിശയത്തിങ്കലും ദുഃഖത്തിങ്കലും സന്തോഷത്തിങ്കലും പ്രയോഗിക്കുന്ന ഒരു വാക്കു.

ആഹാരം. ന. ൧, ഭക്ഷണം. ൨, എടുക്കുക.

ആഹാൎയ്യ. വി. (ൎയ്യൻ, ൎയ്യാ, ൎയ്യം.) വി. ന. എടുക്കപ്പെടേണ്ടുന്ന.

ആഹാവം. ന. കൽത്തൊട്ടി.

ആഹികജ്വരം. ന. ഇടവിട്ടുള്ള പനി.

ആഹികൻ. ന. കേതു.

ആഹിത. വി. (തൻ, താ, തം.) വി. ന. വെക്കപ്പെട്ട.

ആഹിതലക്ഷണ. വി. (ണൻ, ണാ, ണം.) വി. ന. ഗുണങ്ങളെക്കൊണ്ടു പ്രസിദ്ധമായ.

ആഹിതാഗ്നി. ന. അഗ്നിഹോത്രി.

ആഹിതുണ്ഡികൻ. ന. പാമ്പുപിടിക്കുന്നവൻ.

ആഹുത. വി. (തൻ, താ, തം.) വി. ന. ഹോമിക്കപ്പെട്ട.

ആഹുതി. ന. ഹോമം.

ആഹൂത. (തൻ, താ, തം.) വി. ന. വിളിക്കപ്പെട്ട.

ആഹൃത. വി. (തൻ, താ, തം.) വി. ന. എടുക്കപ്പെട്ട.

ആഹേയ. വി. (യൻ, യീ, യം.) വി. ന. സൎപ്പത്തെ സംബന്ധിച്ച.

ആഹേളനം. ന. നിന്ദ.

ആഹോ. അ. സംശയത്തിങ്കലും, ചോദ്യത്തിങ്കലും പ്രയോഗിക്കുന്ന ഒരവ്യയവാക്കു.

ആഹോപുരുഷിക. ന. അഹംഭാവം.

ആഹോസ്വിൽ. അ. ആഹോ എന്നതിന്റെ അൎത്ഥം.

ആഹ്നിക. വി. (കൻ, കി, കം.) വി. ന. പകലിനെസ്സംബന്ധിച്ച.

ആഹ്നികക്രിയ. ന. പകലത്തെകൎമ്മം.

ആഹ്ലാദനീയ. വി. (യൻ, യാ, യം.) വി. ന. സന്തോഷിപ്പിക്കേണ്ടുന്ന.

ആഹ്ലാദം. ന. സന്തോഷം.

ആഹ്ലാദിക്കുന്നു. ച്ചു. പ്പാൻ. (ആഹ്ലാദി.) അ. ക്രി. സന്തോഷിക്കുന്നു. **ആഹ്ലാദിപ്പിക്കുന്നു.** സ. ക്രി.

ആഹ്ലാദിത. വി. (തൻ, താ, തം.) വി. ന. സന്തോഷിപ്പിക്കപ്പെട്ട.

ആഹ്വയം. ന. പേർ.

ആഹ്വാ. ന. പേർ.

ആഹ്വാനം. ന. വിളി.

ആളു. അല്ലെങ്കിൽ, **ആൾ.** ന. മനുഷ്യൻ.

ആളന്തരം. ന. പുരുഷാന്തരം, മരണം.

ആളാനം. ന. ആനയെ കെട്ടുന്നതറി, കെട്ടുകയറു.

ആളായ്മ. ന. കാൎയ്യപ്രാപ്തി, തനിക്കുതാൻ പോരിക.

ആളി. ന. ൧, സഖി, തോഴി. ൨, കൂട്ടം. ൩, വര. ൪, വരമ്പു.

ആളി. (മ.) ൧, ധരിക്കുന്നവൻ. ൨, നായകൻ എന്ന അൎത്ഥങ്ങൾ വരുത്തുന്നതിലേക്കു നാമപദങ്ങളോടു ചേൎക്കുന്ന ഒരു പ്രത്യയം. ഉ-ം. വില്ലാളി. (വില്ലു ധരിക്കുന്നവൻ) പടയാളി. (പടയിൽ നായകൻ; പടയിൽ ചേൎന്നിരിക്കുന്നവൻ).

ആളുന്നു. ണ്ടു. വാൻ. (ആളു.) സ. ക്രി. ഭരിക്കുന്നു, കൈക്കൊള്ളുന്നു.

ആളോടി. ന. വെടിപ്പഴുതു.

ആൾക്കാർ. ന. ഭൃത്യവൎഗ്ഗക്കാർ, പരിവാരങ്ങൾ.

ആൾവാർ. ന. (ആഴ്വാർ.) വൈഷ്ണവാചാൎയ്യന്മാരുടെ ഒരു സ്ഥാനപ്പേരു.

ആൾപാട്ടം. ന. തന്റെ അടിമക്കാരനാകുന്ന പുലയനെ മറ്റൊരുത്തന്റെ പേൎക്കു എഴുതിക്കൊടുത്തു ആണ്ടുതോറും വാങ്ങിക്കുന്ന ദ്രവ്യം.

ആക്ഷപണം. ന. ൧, ഉപവാസം. ൨, ഉപവാസംകൊണ്ടു ശുദ്ധിവരുത്തുക.

ആക്ഷാരണ. ന. അപവാദം.

ആക്ഷാരിത. വി. (തൻ, താ, തം.) വി. ന. അപവാദിക്കപ്പെട്ട.

ആക്ഷിക. ന. ൧, പകിട കളിക്കുന്നവൻ. ൨, ചൂതു കളിയ്ക്കുന്നവൻ, ൩, ചൂതുകൊണ്ടു ജയിയ്ക്കുന്നവൻ.

ആക്ഷിപ്ത. വി. (പ്തൻ, പ്താ, പ്തം.) വി. ന. നിന്ദിക്കപ്പെട്ട, പരിഹസിക്കപ്പെട്ട.

ആക്ഷേപം. അല്ലെങ്കിൽ, **ആക്ഷേപണം.** ന. ൧, നിന്ദ. ൨, കുററം. ൩, ശോധന. ൪, വിരോധം. ൫, ചോദ്യം.

ആക്ഷേപിക്കുന്നു. ച്ചു. പ്പാൻ. (ആക്ഷേപി.) സ. ക്രി. നിന്ദിക്കുന്നു, പരിഹസിക്കുന്നു.

ആഴം. ന. കുഴി.

ആഴക്കു. ന. നാഴിയിൽ എട്ടിൽ ഒരു പങ്കു.

ആഴാതി. ന. അമ്പലവാസികൾക്കുള്ള ഒരു സ്ഥാനപ്പേർ.

ആഴാന്തൽ. ന. ഒരു വൃക്ഷം, പലകപ്പയ്യാനി.

ആഴി. ന. ൧, എരിയുന്ന തീ. ൨, സമുദ്രം.

ആഴിമാതാവു. ന. വിഷ്ണുവിന്റെ ഭാൎയ്യ, ലക്ഷ്മി.

ആഴിവണ്ണൻ. ന. വിഷ്ണു.

ആഴുന്നു. ണ്ടു. വാൻ. (ആഴു.) അ. ക്രി. താഴുന്നു. **ആഴ്ത്തുന്നു.** സ. ക്രി.

ആഴെ. അ. അഗാധമായി.

ആഴ്ച. ന. ഗ്രഹങ്ങളുടെ ദിവസങ്ങൾ ഏഴിനോടും കൂട്ടിപ്പറയുന്ന ഒരു പേർ.

ആഴ്ചവട്ടം. ന. ഏഴാഴ്ചയ്ക്കും കൂടെ പറയുന്ന ഒരു പേർ.

ആറു. ന. നദി. വി. മൂന്നിരട്ടിച്ചാൽ വരുന്ന തുക.

ആറാടുന്നു. ടി. വാൻ. (ആറാടു.) അ. ക്രി. കുളിക്കുന്നു. **ആറാടിക്കുന്നു.** സ. ക്രി.

ആറാട്ടു. ന. കുളി, ബിംബത്തെകുളിപ്പിക്കൽ.

ആറാംവാരി. ന. വാരിയെല്ലു, വാരിപ്പുറം.

ആറായിരം. വി. ആറു ആയിരം കൂടിയ തുക.

ആറാറു. വി. ൧, ആറു ആറു കൂടിയ തുക. ൨, ആറുവീതമായ.

ആറുകാലു. ന. ൧, ഒരു തൈ, കയ്യന്യം. ൨, വണ്ട.

ആറുന്നു. റി. വാൻ (ആറു.) അ. ക്രി. ചൂടില്ലാതാകുന്നു. **ആറിക്കുന്നു.** സ. ക്രി. **ആറൽ.** ന.

ആറുമുഖൻ. ന. സുബ്രഹ്മണ്യൻ, ശിവന്റെ ഒരു പുത്രൻ.

ആറേ. അ. ആററിൽകൂടെ.

ആററൽ. ന. ൧, തണുപ്പിക്ക. ൨, ശമിപ്പിക്ക. ൩, ആശ്വാസിപ്പിക്ക.

ആററുകാൽ. ന. ആററിൽനിന്നുണ്ടാക്കിയ തോട.

ആററുദർഭ. ന. ഒരു മാതിരിപ്പുല്ലു.

ആററുന്നു. ററി. വാൻ. (ആററു.) സ. ക്രി. ൧, തണുപ്പിക്കുന്നു. ൨, ശമിപ്പിക്കുന്നു. ൩, ആശ്വാസിപ്പിക്കുന്നു.

ആററുവഞ്ഞി. ന. ഒരു വൃക്ഷം.

ആററുവട്ടു. ന. ൧, ഒരു തൈ. ൨, ആററുവക്ക.

ആററുവെപ്പു. ന. ആററരികിൽ എക്കൽ കേറിയുണ്ടാകുന്ന സ്ഥലം.

ഇ. മലയാള അക്ഷരങ്ങളിൽ മൂന്നാം അക്ഷരം.

ഇ. (പദാരംഭത്തിൽ) ചുട്ടെഴുത്തു. ഉ—ം. **ഇവൻ; ഇതു; ഇക്കാലം.**

ഇകൽ. ന. യുദ്ധം.

ഇകാരം. ന. ഇ. എന്ന അക്ഷരം.

ഇക്കണക്കെ. അല്ലെങ്കിൽ, **ഇക്കണക്കു.** അ. ഇതുപോലെ, ഇപ്രകാരം.

ഇക്കിളിക്കുന്നു. ച്ചു. പ്പാൻ. (ഇക്കിളി.) സ. ക്രി. ശ്വാസം മേല്പോട്ടാക്കി വയറൊട്ടിക്കുന്നു.

ഇക്കിൾ. എക്കിട്ട, ഒരു ദിനം.

ഇക്കിളി; കിക്കിളി. ന. ചിരിപ്പിക്കത്തക്കവണ്ണം ദേഹത്തു സ്പർശിക്കുക.

ഇംഗ. വി. (ഗൻ, ഗാ, ഗം.) വി. ന. ൧, ഇളക്കമുള്ള, അനക്കമുള്ള. ൨, ആശ്ചര്യമുള്ള.

ഇംഗം. ന. ൧, അടയാളം. ൨, അഭിപ്രായത്തെക്കാണിക്ക.

ഇംഗാലം. ന. കരി.

ഇംഗിതജ്ഞ. വി. (ജ്ഞൻ, ജ്ഞാ, ജ്ഞം.) വി. ന. അഭിപ്രായത്തെ അറിയുന്ന.

ഇംഗിതം. ന. ൧, അഭിപ്രായം. ൨, സൂചകം. ൩, അനക്കം.

ഇംഗുദീ. ന. ഓടവക്കി.

ഇങ്ങു. അ. ൧, ഇവിടെ. ൨, നീയെന്നു പറയുന്നതിനു പകരം മാനിച്ചു പറയുന്ന ഒരു വാക്കു.

ഇങ്ങിനെ. അ. ഇപ്രകാരം.

ഇങ്ങുന്നു. അ. ഇവിടെനിന്നു.

ഇങ്ങേ. അ. ഒരം വശത്തേ.

ഇങ്ങേൻ. അല്ലെങ്കിൽ, **ഇങ്ങേരു.** ഇദ്ദേഹം, ഒരംയാൻ.

ഇങ്ങോട്ടു. അ. ഇവിടേക്കു.

ഇങ്ങോൻ. അല്ലെങ്കിൽ, **ഇങ്ങോരു.** ഇദ്ദേഹം, ഒരംയാൻ.

ഇച്ചിരി; ഇത്തിരി. വി. വളരെക്കുറച്ചു.

ഇച്ഛാ. ന. ആഗ്രഹം, ഇഷ്ടം.

ഇച്ഛാനുകൂല. വി. (ലൻ, ലാ, ലം.) വി. ന. ആഗ്രഹത്തിനു തക്കവണ്ണമുള്ള.

ഇച്ഛാനുരൂപ. വി. (പൻ, പാ, പം.) വി. ന. മേല്പറഞ്ഞ അർത്ഥം.

ഇച്ഛാവൽ. വി. (വാൻ, വതി, വൽ.) വി. ന. ആഗ്രഹമുള്ള.

ഇച്ഛിക്കുന്നു. ച്ചു. പ്പാൻ. (ഇച്ഛി.) സ. ക്രി. ആഗ്രഹിക്കുന്നു.

ഇച്ഛിത. വി. (തൻ, താ, തം.) വി. ന. ആഗ്രഹിക്കപ്പെട്ട.

ഇച്ഛു. ന. ആഗ്രഹമുള്ള ആൾ.

ഇജ്ജലം. ന. നീർകടമ്പുവൃക്ഷം.

ഇജ്യാ. ന. ൧, ദാനം. ൨, യാഗം.

ഇജ്യാശീലൻ. യാഗംചെയ്യു ശീലമായുള്ളവൻ.

ഇഞ്ച. ന. മുള്ളുള്ള ഒരു ചെടി.

ഇഞ്ചി. ന. ൧, എരിവുള്ള ഒരുമാതിരി കിഴങ്ങു. ൨, കോപം.

ഇഞ്ചിത്തൈരു. ന. ഒരു കറി.

ഇഞ്ചിപ്പച്ചടി. ന. ഒരു കറി.

ഇട. ന. ൧, സ്ഥലം. ൨, നടുവു. ൩, അകലം. ൪, സമയം. ൫, കാരണം. ൬, ഭാഗം. ൭, ഭേദം.

ഇടകലരുന്നു. ന്നു. വാൻ. (ഇടകലർ.) അ. ക്രി. കൂടിമേളിക്കുന്നു. **ഇടകലത്തുന്നു.** സ. ക്രി.

ഇടകലച്ചു. ന. കൂടിമേളിപ്പു.

ഇടക്കുറച്ചിൽ. ന. സ്ഥലക്കുറവു.

ഇടക്കുടി. അല്ലെങ്കിൽ, **ഇടക്കുടിയാൻ.** ന. കൊഴവന്റെ കൊഴവൻ.

ഇടക്കെട്ടു. ന. ൧, അരയിൽ കെട്ടുന്ന കച്ച. ൨, ഇടനാഴി.

ഇടക്കൊഴവൻ. ന. കൊഴവനോടു നിലംപുരയിടങ്ങൾ എഴുതിവാങ്ങിച്ചവൻ.

ഇടക്കോഴ. ന. കൈക്കൂലി.

ഇടക്കേടു. ന. ൧, വിരോധം. ൨, ഉപദ്രവം.

ഇടക്കൈ. ന. ഇടത്തുകൈ.

ഇടങ്ങഴി. ന. നാലു നാഴി കൊള്ളുന്ന ഒരു അളവുപാത്രം, ചങ്ങഴി. ൨, നാലുനാഴി കൂടിയ ഒരു അളവു, നാനാഴി.

ഇടച്ചുരുക്കു. ന. ആരണങ്ങളുടെ ഇടയിൽ കോർക്കുന്ന പൂഴിങ്ങ.

ഇടചേരുന്നു. ന്നു. വാൻ. (ഇടചേർ.) അ. ക്രി. യോജിക്കുന്നു. **ഇടചേർക്കുന്നു.** സ. ക്രി.

ഇടചേർച്ച. ന. യോജിപ്പു.

ഇടച്ചി. ന. ഇടയന്റെ സ്ത്രീ.

ഇടച്ചിൽ. ന. ൧, കലഹം. ൨, വഴക്കു. ൩, യോജ്യതകേടു. ൪, കൂട്ടിമുട്ടുക.

ഇടതുരുന്നു. ന്നു. വാൻ. (ഇടതുർ.) അ. ക്രി. നിറയുന്നു. **ഇടതൂർക്കുന്നു.** സ. ക്രി.

ഇടതൂർമ്മ. ന. നിറെപ്പു.

ഇടത്തു. അല്ലെങ്കിൽ, **ഇടത്തേ.** വി. ഇടത്തുഭാഗത്തുള്ള.

ഇടത്തട്ടു. ന. മോക്ഷണം.

ഇടത്തരം. വി. ഇടയിലുള്ള.

ഇടത്തൂട്ടു. ന. ൧, വിരോധം. ൨, വിപരീതം.

ഇടനാഴി. ന. രണ്ടു മുറികൾക്കു നടുവേയുള്ള ഒരു വഴി.

ഇടനിര. ന. മുറിതിരിച്ചു പണിത നിര.

ഇടനേരം. ന. ഉച്ചകഴിഞ്ഞ സമയം.

ഇടനെഞ്ചു. ന. ഹൃദയം.

ഇടപഴകുന്നു. കി. വാൻ. (ഇടപഴക.) അ. ക്രി. പരിചയിക്കുന്നു.

ഇടപഴക്കം. ന. പരിചയം.

ഇടപാടു. ന. ൧, ജോലി, കാര്യാദി. ൨, തക്കം, വഴക്കു. ൩, ഏർപ്പാടു.

ഇടപെടുന്നു. ട്ടു. വാൻ. (ഇടപെട്ടു.) അ. ക്രി. ഏല്പെടുന്നു.

ഇടപ്പോക്കു. ന. അറിവു, ശീലം.

ഇടപ്രഭുക്കം. ന. രാജാവിന്റെ ഭൃത്യന്മാർ പാൎക്കുന്ന സ്ഥലം.

ഇടപ്രഭു. ന. നാടുവാഴി.

ഇടമിടർ. ന. സന്തോഷമൊ, ദുഃഖമൊ കൊണ്ടു സംസാരത്തിനുണ്ടാകുന്ന തടവു.

ഇടം. ന. ഀ, സ്ഥലം. വ, രാജധാനി.

ഇടമ്പൽ. ന. ഀ, വിരോധം. വ, അഹങ്കാരം. ന, അനുസരണക്കേടു.

ഇടമ്പിരി. ന. ഒരു മരുന്നു, ഇടവകം.

ഇടമ്പുന്നു. മ്പി. വാൻ. (ഇടമ്പു.) സ. ക്രി. ഀ, വിരോധിക്കുന്നു. വ, നിന്ദിക്കുന്നു.

ഇടംവലം. അ. ഇടവും വലവും.

ഇടയൻ. ന. പശുക്കളെ മേയിക്കുന്ന ഒരു ജാതിക്കാരൻ.

ഇടയാട്ടം. ന. സംശയം.

ഇടയിടെ. അ. കൂടക്കൂടെ, ഇടയിടയിൽ.

ഇടയിളക്കം. ന. സംശയം.

ഇടയുന്നു. ഞ്ഞു. വാൻ. (ഇട.) അ. ക്രി. ഀ, കലഹിക്കുന്നു. വ, കൂട്ടിമുട്ടുന്നു. **ഇടയിക്കുന്നു.** സ. ക്രി.

ഇടയുമ്മരം. ന. ഇടവാതിൽ.

ഇടർ. ന. ഀ, ഉതെപ്പു. വ, തെററു. ന, ദുഃഖം.

ഇടരുന്നു. റി. വാൻ. (ഇടർ.) അ. ക്രി. ഀ, ഉതെക്കുന്നു. വ, തെററുന്നു. ന, സംശയിക്കുന്നു.

ഇടച്ചു. ന. ഀ, ഉതെപ്പു. വ, സംശയം.

ഇടവക. ന. ഀ, കീഴിടു. വ, ചെറിയ രാജാക്കന്മാരുടെ രാജ്യം.

ഇടവകം. ന. ഒരു മരുന്നു.

ഇടവലം. വി. ഇടത്തും വലത്തും, ചുററും, സമീപത്തു.

ഇടവം. ന. ഀ, ഒരു മാസം. വ, ഒരു രാശി.

ഇടവഴി. ന. വിസ്താരം കുറെഞ്ഞ വഴി.

ഇടവിടാതെ. അ. തുടരത്തുടരെ, തൊട്ടുതൊട്ടു, എല്ലായ്പോഴും.

ഇടവിടുന്നു. ട്ടു. വാൻ. (ഇടവിട്ടു.) അ. ക്രി. വേർപെടുന്നു, മുറിയുന്നു.

ഇടസാരി. ന. ഇടച്ചുരുക്ക, വൃഴിങ്ങ.

ഇടറുന്നു. റി. വാൻ. (ഇടർ.) അ. ക്രി. ഉതെക്കുന്നു, വഴുതുന്നു.

ഇടി. ന. ഀ, മേഘത്തിന്റെ ശബ്ദം. വ, ചതെപ്പാനൊ പൊടിപ്പാനൊ ചെയ്യുന്ന പ്രവൃത്തി. ന, കുത്തു.

ഇടികല്ലു. ന. വെററില ചതെക്കുന്ന കല്ലു.

ഇടികുഴൽ. ന. വെററില ചതെക്കുന്ന ഉരൽ.

ഇടിക്കുന്നു. ച്ചു. പ്പാൻ. (ഇടി.) സ. ക്രി. ഀ, നശിപ്പിക്കുന്നു. വ, പൊടിക്കുന്നു. ന, ചതെക്കുന്നു. ര, കുത്തുന്നു.

ഇടിച്ചക്ക. ന. മൂക്കാത്ത ചക്ക.

ഇടിച്ചിൽ. ന. ഀ, നാശം. വ, ദണ്ഡം. ന, താഴ്ച.

ഇടിഞ്ഞിൽ. ന. മണ്ണുകൊണ്ടുണ്ടാക്കുന്ന വിളക്കു, ചരാവം.

ഇടിത്തീ. ന. മിന്നൽ, കൊള്ളിയാൻ.

ഇടിനികരം. വി. ഇടിയോടു തുല്യമായ.

ഇടിപൊടി. ന. ഀ, നേരിയ പൊടി. വ, കോലാഹലം.

ഇടിമിന്നൽ. ന. കൊള്ളിയാൻ.

ഇടിമുഴക്കം. ന. മേഘത്തിന്റെ ശബ്ദം.

ഇടിയൻ. ന. ഀ, ഒരു ജാതിക്കാരൻ. വ, വെററിലയിടിക്കുന്ന ഉരൽ.

ഇടിയുന്നു. ഞ്ഞു. വാൻ. (ഇടി.) അ. ക്രി. ഀ, വീഴുന്നു. വ, തകരുന്നു. ന, വിടവിക്കുന്നു. ര, കുഴിഞ്ഞുപോകുന്നു. ഉ, താഴുന്നു. ൬, കുറയുന്നു. **ഇടിക്കുന്നു.** സ. ക്രി. **ഇടിപ്പിക്കുന്നു.** കാ. ക്രി.

ഇടിയുരൽ. ന. വെററില ഇടിക്കുന്ന ഉരൽ.

ഇടിവു. ന. ഀ, ഇടിച്ചിൽ. വ, കുഴിതം. ന, താഴ്ച.

ഇടിവാൾ. ന. മിന്നൽ, കൊള്ളിയാൻ.

ഇടിവെട്ടു. ന. ഇടിമുഴക്കം, ഇടികൊണ്ടുണ്ടാകുന്ന ഉപദ്രവം.

ഇടുക്കു. ന. ഀ, വിസ്താരം കുറെഞ്ഞ സ്ഥലം. വ, കൊഞ്ചുകാലു.

ഇടുകുഴി. ന. ഀ, നിലവറക്കുഴിയിൽ ഇറങ്ങുന്ന വാതിൽ. വ, മാളികയിൽ കേറുന്ന വാതിൽ.

ഇടുക്കം. ന. ഀ, വിസ്താരക്കുറവു. വ, വിഷമം.

ഇടുക്കുകോൽ. ന. ഞെക്കുന്ന കോൽ, കട്ടി.

ഇടുക്കുവഴി. ന. വിസ്താരം കുറെഞ്ഞ വഴി.

ഇടുങ്ങുന്നു. ങ്ങി. വാൻ. (ഇടുങ്ങു.) അ. ക്രി. ചുരുങ്ങുന്നു, ഇറങ്ങുന്നു. **ഇടുക്കുന്നു.** സ. ക്രി.

ഇടുന്നു. ട്ടു. വാൻ. (ഇടു.) സ. ക്രി. താഴെ കളയുന്നു. **ഇടുവിക്കുന്നു** കാ. ക്രി.

ഇടുപടി. ന. പടിവാതിൽ.

ഇടുപലക. ന. മാളികയിൽ കേറുന്ന വാതിൽ.

ഇടുപൊടുന്നനെ. അ. വേഗം, പെട്ടെന്നു.

ഇടുപ്പു. ന. എളി.

ഇടെക്ക. ന. ഒരു വാദ്യം.

ഇട്ടലി. ന. ഒരു പലഹാരം.

ഇട്ടി. ന. വിവാഹം കഴിയാത്ത പെണ്ണു.

ഇട്ടിക. ന. കുമ്മായംകൊണ്ടുണ്ടാക്കുന്ന ഒരു മാതിരി കല്ലു.

ഇട്ടുകെട്ടു. ന. ശേഖരിപ്പു.

ഇട്ടുരം. ന. സ്വാതന്ത്ര്യമായിട്ടു വിട്ടിരിക്കുന്ന കാള.

ഇഡ. ന. ഀ, ഭൂമി. വ, പശു. ന, വാക്കു. ര, നാഡി.

ഇഡ്ഡലി. ന. ഇട്ടലി എന്ന പലഹാരം.

ഇണ. ന. ഇരട്ട, കൂടെയുള്ളതു.

ഇണക്കം. വി. ഀ, ചേൎച്ചയുള്ള. വ, സാധുവായുള്ള.

ഇണക്കം. ന. ഀ, സ്നേഹം. വ, ചേൎച്ച. ന, സഖിത്വം. ര, അനുസരണം.

ഇണങ്ങു. ന. സ്വന്തജാതി.

ഇണങ്ങത്തി. ന. സ്വന്തജാതിക്കാരത്തി.

ഇണങ്ങൻ. ന. സ്വന്തജാതിക്കാരൻ.

ഇണങ്ങുന്നു. ങ്ങി. വാൻ. (ഇണങ്ങു.) അ. ക്രി. ഀ, സ്നേഹിക്കുന്നു. വ, ചേരുന്നു. ന, അനുസരിക്കുന്നു. **ഇണക്കുന്നു.** സ. ക്രി.

ഇണയുന്നു. ഞ്ഞു. വാൻ. (ഇണ.) അ. ക്രി. ചേരുന്നു. **ഇണെക്കുന്നു.** സ. ക്രി.

ഇണ്ടൽ. ന. ദുഃഖം.

ഇത. വി. (തൻ, താ, തം.) വി. ന. പ്രാപിച്ച.

ഇതു. ന. അടുത്തുള്ളതിനെ പറയുന്ന വാക്കു.

ഇതര. വി. (രൻ, രാ, രം.) വി. ന. ൧, മററു. ൨, നീചമായ.

ഇതരേതരം. വി. അന്യോന്യം.

ഇതരേദ്യുഃ. അ. മററു ദിവസം.

ഇതവിത. വി. ൧, ഇഷ്ടമുള്ള. ൨, ചേർച്ചയുള്ള.

ഇതൾ. ന. പൂവിന്റെ ദളം.

ഇതാ. ന. കാണിച്ചു പറയുന്ന ഒരു വാക്ക.

ഇതി. അ. ൧, കാരണം. ൨, പ്രസിദ്ധം. ൩, ഇപ്രകാരം. ൪, സമാപ്തി. ൫, സംബന്ധം. ൬, എന്നിങ്ങനെ. ൭, ക്രമം. ഇപ്രകാരമുള്ള അൎത്ഥങ്ങൾ വരും.

ഇതികഥ. ന. സാരമില്ലാത്ത വാക്ക.

ഇതിൻവണ്ണം. അ. ഇപ്രകാരം.

ഇതിഹ. അ. പാരമ്പൎയ്യമായ ഉപദേശം.

ഇതിഹാസം. ന. പുരാണം, കഥ.

ഇതഃ. അ. ൧, ഇവിടെനിന്നു. ൨, ഇതു ഹേതുവായിട്ടു.

ഇത്തരം. വി. ഇതുപോലെയുള്ള.

ഇത്തി. ന. ഒരു വൃക്ഷം.

ഇത്തിക്കണ്ണി. ന. മരത്തിന്മേൽ കിളുത്തുണ്ടാകുന്ന ഒരു തൈ.

ഇത്തിരി. വി. കുറെ.

ഇത്തിൾ. ന. ൧, ഇത്തിക്കണ്ണി. ൨, ഞെമഞ്ഞി.

ഇത്തിൾക്കുടം. ന. ഇത്തിക്കണ്ണി.

ഇത്തുട്ടു. അ. ഒന്നായാണ്ടു.

ഇത്ഥം. അ. ഇപ്രകാരം.

ഇത്ഥസി. ന. മീനംരാശി.

ഇത്യാദി. അ. ഇപ്രകാരം തുടങ്ങി.

ഇത്ര. അ. ൧, ഇതുപോലെ. ൨, ഇതിനോളം.

ഇത്രത്തോളം. അ. ഇതുവരെയും.

ഇത്രപ്പോഴം. അ. ഒരു സമയംവരെയും.

ഇത്രമാത്രം. അ. ഇത്രതന്നെ.

ഇത്വരീ. ന. തേവിടിച്ചി.

ഇദം. ന. പ. ഇതു.

ഇദാനീം. അ. ഇപ്പോൾ.

ഇദാനീന്തനൻ. ന. ഇക്കാലത്തുള്ളവൻ.

ഇദ്ധ. വി. (ദ്ധൻ, ദ്ധാ, ദ്ധം.) വി. ന. ൧, വഴിക്കപ്പെട്ട. ൨, വെടിപ്പുള്ള.

ഇദ്ധം. ന. വെയിൽ, പ്രകാശം, ചൂടു.

ഇധ്മം. ന. വിറക.

ഇനൻ. ന. ൧, ആദിത്യൻ. ൨, പ്രഭു.

ഇനം. ന. വൎഗ്ഗം, കൂട്ടം.

ഇനാം. ന. സമ്മാനം.

ഇനി; ഇന്നി. അ. വീണ്ടും, വരുങ്കാലം.

ഇനിമേലാൽ; ഇനിമേലിൽ; ഇനിമേൽ. അ. വരുങ്കാലത്തു.

ഇനിയ. വി. മധുരമുള്ള. **ഇനിപ്പു.** ന.

ഇനിയും. അ. വീണ്ടും, പിന്നെയും.

ഇന്തുപ്പു. ന. ഒരുമാതിരി ഉപ്പു.

ഇന്ദിന്ദിരം. ന. വണ്ടു.

ഇന്ദിരാ. ന. ലക്ഷ്മി.

ഇന്ദിരാപതി. ന. വിഷ്ണു.

ഇന്ദീവരം. ന. കരിങ്കുവളം.

ഇന്ദീവരാക്ഷൻ. ന. വിഷ്ണു.

ഇന്ദീവരി. ന. ശതാവരി.

ഇന്ദു. ന. ൧, ചന്ദ്രൻ. ൨, കൎപ്പൂരം.

ഇന്ദുകല. ന. ചന്ദ്രകല.

ഇന്ദുകാന്തം. ന. ഒരുമാതിരി സ്ഫടികം.

ഇന്ദുചൂഡൻ. ന. ശിവൻ.

ഇന്ദുജ. വി. (ജൻ, ജാ, ജം.) വി. ന. ചന്ദ്രനിൽനിന്നുണ്ടായ.

ഇന്ദുജാ. ന. ഒരു നദി, നൎമ്മദാ.

ഇന്ദുബിംബം. ന. ചന്ദ്രമണ്ഡലം.

ഇന്ദുഭം. ന. രോഹിണി നക്ഷത്രം.

ഇന്ദുമണ്ഡലം. ന. ചന്ദ്രബിംബം.

ഇന്ദുമതി. ന. വെളുത്തവാവുദിവസം.

ഇന്ദുമൌലി. ന. ശിവൻ.

ഇന്ദുവാരം. ന. തിങ്കളാഴ്ച.

ഇന്ദുശകലം. ന. ചന്ദ്രകല.

ഇന്ദുശേഖരൻ. ന. ശിവൻ.

ഇന്ദ്രഗോപം. ന. മിന്നാമ്മിനുങ്ങു.

ഇന്ദ്രദിക്ക. ന. കിഴക്കേദിക്ക.

ഇന്ദ്രചാപം. ന. മേഘവില്ലു.

ഇന്ദ്രജാലം. ന. ൧, വഞ്ചന. ൨, ക്ഷുദ്രം.

ഇന്ദ്രജാലികൻ. ന. ൧, വഞ്ചനക്കാരൻ. ൨, ക്ഷുദ്രക്കാരൻ.

ഇന്ദ്രദൈവം. ന. ബ്രഹ്മാവു.

ഇന്ദ്രദ്രു. ന. ഒരു വൃക്ഷം, നീർമരുതു.

ഇന്ദ്രധനുസ്സ. ന. മേഘവില്ലു.

ഇന്ദ്രനീലം. അല്ലെങ്കിൽ, **ഇന്ദ്രനീലകം.** ന. ഒരു രത്നം.

ഇന്ദ്രൻ. ന. സ്വൎഗ്ഗത്തിന്റെ രാജാവു.

ഇന്ദ്രഭം. ന. തൃക്കേട്ടനക്ഷത്രം.

ഇന്ദ്രഭോഗകൃമി. ന. ഒരു ചെറിയ ജന്തു.

ഇന്ദ്രയവം. ന. ഒരു മരുന്നു, കൊടകപ്പാലയരി.

ഇന്ദ്രലുപ്തകം. ന. കഷണ്ടി.

ഇന്ദ്രവാരുണി. ന. കുമ്മട്ടിക്കാ.

ഇന്ദ്രസുരസം. ന. ഒരു തൈ, കരിനൊച്ചി.

ഇന്ദ്രാണിക. ന. ഒരു തൈ, കരിനൊച്ചി.

ഇന്ദ്രാണീ. ന. ൧, ഇന്ദ്രന്റെ ഭാൎയ്യ. ൨, കരിനൊച്ചി.

ഇന്ദ്രായുധം. ന. മേഘവില്ലു.

ഇന്ദ്രാരി. ന. അസുരൻ.

ഇന്ദ്രാവരജൻ. ന. വിഷ്ണു.

ഇന്ദ്രിയഗ്രാമം. ന. പഞ്ചേന്ദ്രിയങ്ങൾ.

ഇന്ദ്രിയനിഗ്രഹം. ന. പഞ്ചേന്ദ്രിയങ്ങളെ അടക്കുക.

ഇന്ദ്രിയബലം. ന. പഞ്ചേന്ദ്രിയങ്ങളുടെ ശക്തി.

ഇന്ദ്രിയം. ന. ൧, കണ്ണു, മൂക്ക, നാവു, ചെവി, തൊലി ഇവ അഞ്ചും ജ്ഞാനേന്ദ്രിയം. ൨, വാക്ക, കൈ, കാൽ, ഗുദം, യോനി ഇവ അഞ്ചും കൎമ്മേന്ദ്രിയം. ൩, മനസ്സു, ബുദ്ധി, അഹങ്കാരം, ചിത്തം ഇവ നാലും അന്തരിന്ദ്രിയം. ൪, പുരുഷബീജം.

ഇന്ദ്രിയവിഷയ. വി. (യൻ, യാ, യം.) വി. ന. ഇന്ദ്രിയങ്ങളെ സംബന്ധിച്ച.

ഇന്ദ്രിയവിഷയം. ന. ഇന്ദ്രിയങ്ങളെ സംബന്ധിച്ചുവരുന്ന സാദ്ധ്യം.

ഇന്ദ്രിയസ്ഖലനം. ന. ബീജം പുറത്തേക്ക പോക.

ഇന്ദ്രിയാൎത്ഥം. ന. ഇന്ദ്രിയങ്ങളെ കൊണ്ടുള്ള അറിവു.

ഇന്ധനം. ന. വിറക.

ഇന്നു. അ. ഈ ദിവസം.

ഇന്നാ. അ. കൊടുപ്പാൻനേരം പറയുന്ന ഒരു വാക്ക.

ഇന്ന. വി. (ത്രിഷു.) വി. ന. ഏതെന്നുള്ള.

ഇന്നത്തെ. വി. ഈ ദിവസത്തെ.

ഇന്നലെ. അ. കഴിഞ്ഞ ദിവസം.

ഇന്നാക്കം. ന. [illegible]

ഇന്നാൾ. അ. ൧, ഈ ദിവസം. ൨, കഴിഞ്ഞ ഒരു ദിവസം.

ഇന്നാരു. ന. ഇന്നവൻ.

ഇന്നിശാ. ന. ഒരു രാഗം.

ഇന്നേ. അ. ഇന്നുതന്നേ.

ഇന്നേടം. അ. ഈ ദിവസം, ഇന്നേടം. അ. ഇന്ന സ്ഥലം.

ഇമ്പം. വി. ഇഷ്ടമുള്ള, ഭംഗിയുള്ള, ചേൎച്ചയുള്ള.

ഇമ്പം. ന. ഇഷ്ടം, സന്തോഷം.

ഇമ്പപ്പെടുന്നു. ട്ടു. വാൻ. അ. ക്രി. ഇഷ്ടപ്പെടുന്നു. **ഇമ്പപ്പെടുത്തുന്നു.** സ. ക്രി.

ഇൻവകകൾ. ന. മകയിരത്തിന്നു മീതെ വട്ടമായി നില്ക്കുന്ന നക്ഷത്രങ്ങൾ.

ഇപ്പടി. വി. ഇപ്രകാരം. (**ഇവ്വണ്ണം; ഇപ്പോലെ** എന്നുള്ള വാക്കുകളും ഈ അൎത്ഥത്തിൽ ഉപയോഗിക്കപ്പെടുന്നു.)

ഇപ്പാർ. ന. ഈ ലോകം.

ഇപ്പിപ്പട്ടിൽ. ന. മുത്തുച്ചിപ്പി.

ഇപ്പുറം. ന. ൧, ഇങ്ങേപ്പുറം. ൨, ഇതിൽ പിന്നീടു.

ഇപ്പോൾ. അ. ഈ സമയത്തു.

ഇപ്പോഴം. അല്ലെങ്കിൽ, **ഇപ്പോഴേ.** അ. ഇപ്പോൾ തന്നേ.

ഇപ്രകാരം. അ. ഇങ്ങനെ.

ഇപ്രദേശം. ന. ഈ ദിക്കു.

ഇഭനിമീലിക. ന. കൌശലം.

ഇഭം. ന. ആന.

ഇഭ. വി. (ത്രിഷു.) വി. ന. ൧, ധനമുള്ള. ൨, പുഷ്ടിയുള്ള.

ഇഭ്യ. വി. (ഭ്യൻ, ഭ്യാ, ഭ്യം.) വി. ന. മേല്പറഞ്ഞ അൎത്ഥം.

ഇഭ്യം. ന. ൧, ധനം. ൨, പുഷ്ടി.

ഇമ. ന. കണ്ണിമ.

ഇമയവർ. ന. ദേവന്മാർ.

ഇമയുന്നു. ഞ്ഞു. വാൻ. (ഇമ.) അ. ക്രി. കണ്ണടയുന്നു. **ഇമെക്കുന്നു.** സ. ക്രി.

ഇമ്മി. ന. ഒരു കീഴ്ക്കണക്കു.

ഇയത്താ. അ. ഇത്രമാത്രം.

ഇയങ്ങുന്നു. ങ്ങി. ങ്ങുവാൻ. (ഇയ.) അ. ക്രി. പോകുന്നു.

ഇയം. ന. പ. ഇവൾ.

ഇയലുന്നു. ന്നു. വാൻ. (ഇയൽ.) അ. ക്രി. ഉണ്ടാകുന്നു.

ഇര. ന. ൧, വാക്കു. ൨, മത്സ്യം. ൩, ഭൂമി. ൪, വെള്ളം. (മ.) മൃഗങ്ങൾക്കു കിട്ടുന്ന ഭക്ഷണം.

ഇരക്കുന്നു. ന്നു. പ്പാൻ. (ഇര.) സ. ക്രി. യാചിക്കുന്നു. **ഇരപ്പിക്കുന്നു.** കാ. ക്രി.

ഇരച്ചിൽ. ന. ശബ്ദം.

ഇരട്ട. വി. (ത്രിഷു.) വി. ന. രണ്ടുകൂടിയ.

ഇരട്ടി. വി. (ത്രിഷു.) വി. ന. രണ്ടുമടങ്ങു കൂടിയ.

ഇരട്ടിക്കുന്നു. ച്ചു. പ്പാൻ. (ഇരട്ടി.) സ. ക്രി. രണ്ടുമടങ്ങു കൂട്ടുന്നു, വൎദ്ധിക്കുന്നു.

ഇരട്ടിപ്പു. ന. രണ്ടുമടങ്ങു, വൎദ്ധനവു.

ഇരട്ടിപ്പടി. ന. ഇരട്ടിച്ചപ്രകാരം.

ഇരട്ടിമധുരം. ന. ഒരു മരുന്നു.

ഇരണം. ന. ൧, ഉവർനിലം. ൨, വനം.

ഇരണ്ട. ന. ഒരു പക്ഷി.

ഇരണ്ടം. ന. ആനയുടെ മലം.

ഇരപ്പു. ന. ൧, യാചന. ൨, ശബ്ദം.

ഇരപ്പൻ. ന. യാചിക്കുന്നവൻ.

ഇരപ്പാളി. ന. യാചിക്കുന്നവൻ, ദരിദ്രൻ.

ഇരപ്പാളിത്വം. ന. ദാരിദ്ര്യം.

ഇരമ്മദം. ന. ഇടിത്തീ.

ഇരവതി. ന. ഇരുപത്തേഴാം നക്ഷത്രം.

ഇരവുപകൽ. അ. രാവും പകലും.

ഇരാചര. വി. (രൻ, രാ, രീ, രം.) വി. ന. ൧, ഭൂമിയിലുള്ള, ഭൂമിയിൽ നടക്കുന്ന. ൨, വെള്ളത്തിലുള്ള.

ഇരാചരം. ന. ആലിപ്പഴം.

ഇരിക്കക്കട്ടിൽ. ഇരിപ്പാനുള്ള ഒരു മാതിരി കട്ടിൽ.

ഇരിക്കുന്നു. ന്നു. പ്പാൻ. (ഇരി.) അ. ക്രി. ൧, പാൎക്കുന്നു. ൨, ജീവിച്ചിരിക്കുന്നു. **ഇരുത്തുന്നു.** സ. ക്രി.

ഇരിച്ചിൽ. ന. അടച്ചു.

ഇരിണം. ന. ൧, നിൎജ്ജനദേശം. ൨, ഉവർനിലം.

ഇരിപ്പ. ന. ഒരു വൃക്ഷം.

ഇരിപ്പു. ന. ൧, അവസ്ഥ. ൨, വെപ്പു. ൩, വാസം. ൪, ശേഷിപ്പു.

ഇരിപ്പിടം. ന. ൧, പാൎക്കുന്ന സ്ഥലം. ൨, ഭവനം. ൩, ആസനം.

ഇരിമ്പു. ന. ഒരു ലോഹം.

ഇരിമ്പുലക്ക. ന. ഒരായുധം.

ഇരിയുന്നു. ഞ്ഞു. വാൻ. (ഇരി.) അ. ക്രി. അടരുന്നു. സ. ക്രി. പറിക്കുന്നു.

ഇരിൾ. ന. ഇരുട്ടു.

ഇരിവിള്ളു. ന. ഒരു വൃക്ഷം.

ഇരു. വി. രണ്ടു.

ഇരുകര. ന. രണ്ടുകര.

ഇരുക്കൂറു. ന. രണ്ടു പക്ഷം.

ഇരുചാൽ. ന. രണ്ടുപ്രാവശ്യം ഉഴുക.

ഇരുട്ടു. ന. അന്ധകാരം.

ഇരുട്ടുന്നു. ട്ടി. ട്ടുവാൻ. (ഇരു.) അ. ക്രി. ഇരുട്ടാകുന്നു, രാത്രിയാകുന്നു.

ഇരുതലമൂരി. ന. ഒരു പാമ്പു.

ഇരുത്തു. അല്ലെങ്കിൽ, **ഇരുത്തം.** ന. ൧, ഇരിപ്പു. ൨, താഴ്ച.

ഇരുത്തി. ന. ൧, ഒരു മരുന്നു. ൨, വൎദ്ധന.

ഇരുന്നൽ. ന. കരിക്കട്ട.

ഇരുപക്ഷം. ന. രണ്ടുപക്ഷം.

ഇരുപാടു. ന. രണ്ടുവശം.

ഇരുപുറം. ന. മേല്പറഞ്ഞ അൎത്ഥം.

ഇരുമ. ന. ഒരു കീഴ്ക്കണക്കു.

ഇരുമണി. ന. പെരുകിയ നെല്ലു.

ഇരുമുടി. ന. ഇരട്ടച്ചുമടു.

ഇരുമുന. ന. ൧, ഇരട്ടമുന. ൨, ഇരട്ടനാക്കു.

ഇരുമുനനാരായം. ന. രണ്ടുതലയും മൂൎച്ചയുള്ള നാരായം.

ഇരുമുനവാൾ. ന. രണ്ടുവശവും മൂൎച്ചയുള്ള വാൾ.

ഇരുവാൽചാത്തൻ. ന. ഒരു പക്ഷി.

ഇരുവേലി; ഇരുവേരി. ന. ഒരു മരുന്നു.

ഇരുളുന്നു. ണ്ടു. വാൻ. (ഇരുൾ.) അ. ക്രി. ൧, ഇരുട്ടാകുന്നു. ൨, കറുക്കുന്നു.

ഇരുൾ. ന. ൧, ഇരുട്ടു. ൨, കറുപ്പു.

ഇരുൾമയക്കം. ന. മൂടൽ.

ഇരെക്കുന്നു. ച്ചു. പ്പാൻ. (ഇരെ.) അ. ക്രി. ശബ്ദിക്കുന്നു.

ഇരെപ്പു. ന. ശബ്ദം.

ഇല. ന. ൧, പത്രം. ൨, കടലാസു. ൩, ചക്രപ്പലക.

ഇലക്കണം. ന. നല്ല തമിഴ്.

ഇലക്കള്ളി. ന. ഒരു തൈ.

ഇലക്കറി. ന. ചീരക്കറി.

ഇലക്കുടി. ന. ഇലകളെക്കൊണ്ടുണ്ടാക്കിയ വീടു.

ഇലച്ചന. ന. മുദ്രമോതിരം.

ഇലച്ചിൽ. ന. വൃക്ഷത്തിൽ ഇലയോടു കൂടെ നില്ക്കുന്ന ചുള്ളിക്കൊമ്പു.

ഇലഞ്ഞി. ന. ഒരു വൃക്ഷം.

ഇലത്താളം. ന. ഒരു വാദ്യം, കൈമണി.

ഇലന്ത. ന. ഒരു തൈ.

ഇലവു. ന. ഒരു വൃക്ഷം.

ഇലവംഗം. ന. കറുവാമരം.

ഇലവാണിച്ചി. ന. ഇലവാണിയന്റെ സ്ത്രീ.

ഇലവാണിയൻ. ന. സസ്യങ്ങൾ വില്ക്കുന്നവൻ.

ഇലി. ന. വിനാഴിക.

ഇൽ. അധികരണാൎത്ഥത്തിലുള്ള ഒരു പ്രത്യയം. ഉ-ം. മെത്തയിൽ.

ഇല്ല; ഈല. അ. നാസ്തി.

ഇല്ലം. ന. നമ്പൂതിരിയുടെ ഭവനം.

ഇല്ലയോ; ഈലയോ; ഇല്ലേ. അ. നിഷേധാൎത്ഥത്തിലുള്ള ചോദ്യരൂപം.

ഇല്ലല്ലി. അ. അല്ലയോ.

ഇല്ലറക്കരി. ന. പുകയറ.

ഇല്ലാച്ചൊല്ലു. ന. ദൂഷണവാക്കു.

ഇല്ലാതെ. അ. കൂടാതെ.

ഇല്ലായ്മ. ന. ഇല്ലായ്ക.

ഇല്ലി. ന. മുളവൃക്ഷം.

ഇല്വലകൾ. ന. മകയിരത്തിന്നു മീതെ വട്ടത്തിൽ നില്ക്കുന്ന നക്ഷത്രങ്ങൾ.

ഇവ. ന. ഈ വസ്തുക്കൾ.

ഇവണ്ണം. അ. ഇപ്രകാരം.

ഇവൻ. ന. പ. ഈ മനുഷ്യൻ.

ഇവർ. ന. പ. ഈ മനുഷ്യർ.

ഇവൾ. ന. പ. ഈ സ്ത്രീ.

ഇവററ. ന. പ. ഈ ജന്തുക്കൾ.

ഇവ്വാറു. അ. ഇങ്ങിനെ.

ഇവിടം. ന. ഈ സ്ഥലം.

ഇവിടെ. അ. ഈ സ്ഥലത്തു.

ഇശ്ശി. അ. (ഇച്ചിരി.) ൧, ഒട്ടുസമയം. ൨, വളരെ.

ഇഷം. ന. തുലാമാസം.

ഇഷീക. ന. ആനയുടെ കണ്മിഴി.

ഇഷീകം. ന. ൧, തൂലിക. ൨, പുല്ലൊട്ടി. ൩, മഷിത്തുവലു. ൪, ഒരു വിധം ദിവ്യാസ്ത്രം.

ഇഷു. ന. അമ്പു.

ഇഷുധി. ന. അമ്പുറ.

ഇഷ്ടക. ന. ഇഷ്ടിക.

ഇഷ്ടകാപഥം. ന. രാമച്ചം.

ഇഷ്ടഗന്ധ. വി. (ന്ധൻ, ന്ധ, ന്ധം.) വി. ന. സുഗന്ധമുള്ള, നല്ലമണമുള്ള.

ഇഷ്ടഗന്ധം. ന. നല്ലമണം.

ഇഷ്ടഗന്ധാ. ന. ഒരു തൈ, വെണ്ണുതക്ക.

ഇഷ്ട. വി. (ഷ്ടൻ, ഷ്ടാ, ഷ്ടം.) വി. ന. സ്നേഹമുള്ള, സന്തോഷമുള്ള.

ഇഷ്ടപ്പെടുന്നു. ടു. വാൻ. (ഇഷ്ട.) അ. ക്രി. സന്തോഷിക്കുന്നു. **ഇഷ്ടപ്പെടുത്തുന്നു.** സ. ക്രി.

ഇഷ്ടം. ന. ൧, ആഗ്രഹം. ൨, പ്രിയം. ൩, സ്നേഹം.

ഇഷ്ടമാടുന്നു. ടി. വാൻ. (ഇഷ്ടമാട.) അ. ക്രി. ഇഷ്ടംപോലെ ചെയ്യുന്നു.

ഇഷ്ടലാഭം. ന. ആഗ്രഹമുള്ളതിനെ ലഭിക്ക.

ഇഷ്ടവാക്കു. ന. പ്രിയവാക്കു.

ഇഷ്ടവൽ. വി. (വാൻ, വതീ, വൽ.) വി. ന. പ്രിയമുള്ള.

ഇഷ്ടാപൂൎത്തം. ന. ൧, യാഗം. ൨, കിണറു കുളം മുതലായവയെ കുഴിക്കയും വൃക്ഷാദികൾ നട്ടുണ്ടാക്കുകയും ചെയ്ക.

ഇഷ്ടാപൂൎത്തി. ന. മേല്പറഞ്ഞ അൎത്ഥം.

ഇഷ്ടാൎത്ഥം. ന. പ്രിയമുള്ള കാൎയ്യം. അ. താല്പൎയ്യമായിട്ടു.

ഇഷ്ടാൎത്ഥോദ്യുക്ത. വി. (ക്തൻ, ക്താ, ക്തം.) വി. ന. തന്റെ സിദ്ധാന്തത്തിന്നൊരുമ്പെട്ട.

ഇഷ്ടി. ന. ൧, യാഗം. ൨, ഇച്ഛ.

ഇസ്ത്രി. ന. അലക്കിയ വസ്ത്രം മേനിപ്പെടുത്തുന്ന യന്ത്രം.

ഇസ്ലാം. ന. മഹമ്മദീയ വൎഗ്ഗം.

ഇഷ്വാസം. ന. വില്ലു.

ഇഹ. അ. ഇവിടെ.

ഇഹം. ന. ഈ ലോകം.

ഇള. ന. ൧, പശു. ൨, ഭൂമി. ൩, ശബ്ദം.

ഇളകുന്നു. കി. വാൻ. (ഇള.) അ. ക്രി. അനങ്ങുന്നു. **ഇളക്കുന്നു.** സ. ക്രി.

ഇളക്കം. ന. ൧, അനക്കം. ൨, സംശയം.

ഇളക്കുതാലി. ന. സ്ത്രീകൾ കഴുത്തിൽ കെട്ടുന്ന ഒരാഭരണം.

ഇളങ്കൂറു. ന. ഇളയരാജാവിന്റെ സ്ഥാനം.

ഇളങ്കൂറുവാഴ്ച. ന. ഇളയരാജാവായിട്ടു വാഴുക.

ഇളതരം. വി. ൧, ഇളയ. ൨, കഠിനമുള്ള. ൩, മൂക്കാത്ത. ൪, താണ.

ഇളന്തിണ്ണ. ന. താഴത്തെ ഇറയം.

ഇളനീലം. ന. നീലനിറം.

ഇളനീരു. ന. കരിക്കു.

ഇളപ്പം. വി. ഇളപ്പമുള്ള. ന. ൧, താഴ്ച. ൨, ഇടിച്ചിൽ. ൩, ചീത്തത്വം. ൪, പതുപ്പു. ൫, അവമാനം. ൬, മൂപ്പുകുറവു.

ഇളപ്പെടുന്നു. ടു. വാൻ. (ഇള.) അ. ക്രി. ൧, താഴുന്നു. ൨, കുറയുന്നു. **ഇളപ്പെടുത്തുന്നു.** സ. ക്രി.

ഇളമ. വി. ഇളയ. ന. ഇളപ്പം.

ഇളമനസ്സു. ന. ഉറപ്പില്ലായ്മ.

ഇളമപ്പട്ടം. ന. ഇളയരാജാവിന്റെ സ്ഥാനം.

ഇളമസ്ഥാനം. ന. മേല്പറഞ്ഞ അൎത്ഥം.

ഇളമുറ. ന. ഇളയരാജാവിന്റെ മുറ.

ഇളം. വി. ൧, ഇളയ. ൨, ആൎദ്രതയുള്ള. ൩, മൂക്കാത്ത.

ഇളംപ്രായം. ന. ചെറുപ്രായം.

ഇളംബുദ്ധി. ന. ബുദ്ധിക്കുറവു.

ഇളയ; ഇള. വി. ൧, ചെറിയ. ൨, ആൎദ്രതയുള്ള. ൩, മെലിഞ്ഞ. ൪, മൂക്കാത്ത. ൫, പതുപ്പുള്ള.

ഇളയതു. വി. മേല്പറഞ്ഞ അൎത്ഥം. ന. അമ്പലവാസിയിൽ ഒരു ജാതിക്കാരൻ, ശൂദ്രന്റെ പുരോഹിതൻ.

ഇളയപ്പൻ. ന. ചിററപ്പൻ.

ഇളയമ്മ. ന. ചിററമ്മ.

ഇളയവൻ. ന. ൧, അനുജൻ. ൨, തന്നിൽ താണവൻ. ൩, വയസ്സുകുറഞ്ഞവൻ.

ഇളവു. ന. ൧, അവധി. ൨, മാപ്പു, ൩, മിനക്കേടു. ൪, ആശ്വാസം.

ഇളവൻ. ന. ൧, കുമ്പളങ്ങ. ൨, മൂക്കാത്ത കായ്.

ഇളവൻകായ്. ന. മേല്പറഞ്ഞ അൎത്ഥം.

ഇളാവൃതം. ന. ഭൂമിയുടെ ഒൻപതു ഖണ്ഡങ്ങളിൽ നടുവിലത്തെ ഖണ്ഡം.

ഇളാവൃതവൎഷം. അല്ലെങ്കിൽ, **ഇളാവൃതഖണ്ഡം.** ന. മേല്പറഞ്ഞ അൎത്ഥം.

ഇളി. ന, ൧, പൊന്തി. ൨, വടി. ൩, ചെറുവാൾ. ൪, പല്ലുകാട്ടിച്ചിരി. ൫, കുതിരയുടെ കരച്ചിൽ. ൬, എളിക്കൂട.

ഇളിക്കുന്നു. ച്ചു. പ്പാൻ. (ഇളി.) അ. ക്രി. ൧, പല്ലുകാട്ടിച്ചിരിക്കുന്നു. ൨, കുതിര കരയുന്നു. ൩, ലജ്ജിക്കുന്നു. **ഇളിപ്പിക്കുന്നു.** സ. ക്രി.

ഇളിപ്പു. ന. പല്ലുകാട്ടിച്ചിരിക്ക.

ഇളിഭ്യൻ. ന. ഭോഷൻ.

ഇളിയൻ; ഇളിയച്ചാർ. ന. നാണിച്ചുനില്ക്കുന്നവൻ, ലജ്ജിച്ചവൻ.

ഇളുമ്പു. ന. ഇട.

ഇളെക്കുന്നു. ച്ചു. പ്പാൻ. (ഇളെ.) അ. ക്രി. ൧, ക്ഷമിക്കുന്നു. ൨, വിശ്രമിക്കുന്നു. **ഇളച്ചൽ; ഇളെച്ചൽ.** ന.

ഇക്ഷു. കരിമ്പു.

ഇക്ഷുഗന്ധ. ന. ൧, ആററുമൽ. ൨, വയല്ചുള്ളി. ൩, ഞെരിഞ്ഞിൽ. ൪, പാൽമുതക്ക.

ഇക്ഷുദണ്ഡം. ന. കരിമ്പിൻതണ്ടു.

ഇക്ഷുരം. ന. ൧, വയല്ചുള്ളി. ൨, കരിമ്പു.

ഇക്ഷുരസം. ന. കരിമ്പിൻനീരു.

ഇക്ഷുദം. ന. മേല്പറഞ്ഞ അൎത്ഥം.

ഇക്ഷ്വാകു. ന. ൧, സൂൎയ്യവംശത്തിന്റെ ആദിരാജാവു. ൨, പേച്ചുരം.

ഇഴ. ന. നൂൽപ്പിണി.

ഇഴച്ചിൽ. ന. ൧, വഴുക്കൽ. ൨, ഇഴഞ്ഞുനടക്ക. ൩, വലിച്ചിൽ.

ഇഴജാതി. ന. പാമ്പു മുതലായ ഇഴഞ്ഞുനടക്കുന്ന ജന്തുക്കൾ.

ഇഴയുന്നു. ഞ്ഞു. വാൻ. (ഇഴ.) അ. ക്രി. ൧, ഇഴഞ്ഞുനടക്കുന്നു. ൨, വഴുക്കുന്നു. ൩, വലിയുന്നു. **ഇഴെക്കുന്നു.** സ. ക്രി.

ഇഴിയുന്നു. ഞ്ഞു. വാൻ. (ഇഴി.) അ. ക്രി. താഴുന്നു, ഇറങ്ങുന്നു. **ഇഴിക്കുന്നു.** സ. ക്രി.

ഇഴുകൽ. ന. ൧, തേപ്പു. ൨, വഴുക്കൽ.

ഇഴുകുന്നു. കി. വാൻ. (ഇഴുക.) അ. ക്രി. ൧, തേയുന്നു. ൨, വഴുകുന്നു. ൩, പററുന്നു. **ഇഴുക്കുന്നു.** സ. ക്രി.

ഇഴുക്കം. ന. ൧, തേപ്പു. ൨, വഴുക്കം. ൩, മിനുസം. ൪, നിരപ്പു.

ഇഴെക്കുന്നു. ച്ചു. പ്പാൻ. (ഇഴെ.) സ. ക്രി. നൂല്ക്കുന്നു.

ഇറ. ന. ൧, ഇറമ്പു. ൨, ഇറക്കാരാണ്മ എഴുതി വാങ്ങിച്ച നിവൎത്തിന്റെ മിച്ചവാരം.

ഇറകു. ന. ചിറകു.

ഇറക്കം. ന. ൧, താഴ്ച, കീഴ്പ്പോട്ടുള്ള പോക്ക. ൨, ക്ഷയം. ൩, സമുദ്രത്തിലേക്ക വെള്ളത്തിന്റെ വലിവു. ൪, ചന്ദ്രന്റെ ക്ഷയം.

ഇറക്കാരാണ്മ. ന. മുതലാളനോടു പാട്ടത്തിന്നേററ നിലം.

ഇറക്കാരാണ്മയോല. ന. ഇറക്കാരാണ്മ എഴുതിവാങ്ങിച്ച ഓല.

ഇറങ്ങുന്നു. ങ്ങി. വാൻ. (ഇറങ്ങ.) അ. ക്രി. ൧, താഴത്തുപോകുന്നു. ൨, വയററിലേക്ക ചെല്ലുന്നു. ൩, വിഷം വേർപെടുന്നു. **ഇറക്കുന്നു.** സ. ക്രി.

ഇറച്ചി. ന. മാംസം.

ഇറപ്പുറം. ന. ഇറയുടെ മേൽഭാഗം.

ഇറമ്പു. ന. ൧, ഇറ. ൨, മലയുടെ അരികു. ൩, വൃക്ഷത്തിന്റെ ചുവട്ടിലുള്ള സ്ഥലം.

ഇറയം; ഇറയകം. ന. തിണ്ണ.

ഇറയലി. ന. ൧, മാനിച്ചു കൊടുക്കുന്ന സമ്മാനം. ൨, വിരുത്തിനിലം.

ഇറവരി. ന. രാജഭോഗം.

ഇറവാരം. ന. ൧, വിട്ടിന്റെ ഇറമ്പു. ൨, വീതിയുള്ള തിണ്ണ.

ഇറാൻ. അ. സന്യാസി ബ്രാഹ്മണൻ രാജാവു ഗുരു മുതലായവർ വിളിക്കയോ പറകയോ ചെയ്യുമ്പോൾ ശിഷ്യൻ ഭൃത്യൻ ശൂദ്രൻ മുതലായവർ വിളികേൾക്കയോ അനുസരിക്കയോ ചെയ്യുന്ന ഒരാചാര വാക്ക.

ഇറുക്ക. ന. ൧, ഞെക്ക. ൨, ഞണ്ടുമററും കൊമ്പുകൊണ്ടു കുത്തുക. ൩, മുറുക്കം.

ഇറുക്കം. ന. മേല്പറഞ്ഞ അൎത്ഥം.

ഇറുക്കുന്നു. കി. വാൻ. (ഇറുക്ക.) സ. ക്രി. ൧, ഞെക്കുന്നു. ൨, ഞണ്ടുമററും കൊമ്പുകൊണ്ടു കുത്തുന്നു. ൩, മുറുക്കെ കെട്ടുന്നു. ൪, മുറുക്കെപ്പിടിക്കുന്നു.

ഇറുങ്ങ. ന. ൧, ഒരു തൈ. ൨, അതിന്റെ അരി.

ഇറുങ്ങുന്നു. ങ്ങി. വാൻ. (ഇറുങ്ങ.) അ. ക്രി. ഞെരുങ്ങുന്നു.

ഇറുന്നു. വി. ജിൎണ്ണിച്ചു.

ഇറുമ്പു. ന. ഭൂമിയിൽ അരിച്ചു നടക്കുന്ന പല പ്രാണികൾക്കുംകൂടെ പറയുന്ന ഒരു പേർ.

ഇറുമ്മുന്നു. മ്മി. വാൻ. (ഇറുമ്മ.) സ. ക്രി. വാപിളൎക്കാതെ പല്ലുകടിക്കുന്നു.

ഇറെക്കുന്നു. ച്ചു. ക്കുവാൻ. (ഇറെ.) സ. ക്രി. വെള്ളം തേകിക്കളയുന്നു. **ഇറെപ്പിക്ക.** കാ. ക്രി.

ഇററു. ന. തുള്ളി, തവണ. (പതിററുപത്തു ൱: പത്തുതവണ പത്തു എന്നൎത്ഥം.)

ഇററിററു. അ. തുള്ളിതുള്ളിയായി.

ഇററുന്നു. ററി. വാൻ. (ഇററ.) സ. ക്രി. തുള്ളിയായി വീഴുന്നു. **ഇററിക്കുന്നു.** കാ. ക്രി.

ഈ. മലയാള അക്ഷരങ്ങളിൽ നാലാം അക്ഷരം.

ഈ. ൧, (പദാരംഭത്തിൽ) ചുട്ടെഴുത്തു. ഉ—ം. **ഈയാൾ; ഈയിടെ.** ൨, വെറുപ്പോ ലജ്ജയോ കാണിക്കുന്ന ഒരു വ്യാക്ഷേപക ശബ്ദം.

ഈകാരം. ന. ഈ എന്ന അക്ഷരം.

ഈക്കിൽ. ന. തെങ്ങു പന മുതലായ വൃക്ഷങ്ങളുടെ ഓലക്കാലിന്റെ നടുവിൽ വണ്ണംകുറെഞ്ഞു നിളവും കടുപ്പവുമുള്ള ഒരു വസ്തു, ഈൎക്കിലി.

ഈങ്ങ. ന. ഇഞ്ച.

ഈച്ച. ന. പറക്കുന്ന ഒരുവക ചെറിയ ജന്തു.

ഈഞ്ച. ന. ഇഞ്ച.

ഈട. ന. ൧, കനം. ൨, പണയം. ൩, നിഗളം. ൪, ഉറെപ്പു. ൫, തുല്യം. ൬, പഴക്കം. ൭, വയസ്സു. ൮, കയ്യാല.

ഈടുമാടു. ന. കയ്യാല.

ഈടുമുട്ടു. ന. വിരോധം, തടവു.

ഈടുവെയ്പു. ന. ധനം സൂക്ഷിപ്പു, ഖജനാവു.

ഈടേറുന്നു. റി. വാൻ. (ഈടേറ.) അ. ക്രി. കനക്കുന്നു. **ഈടേററുന്നു.** സ. ക്രി.

ഈട്ടം. ന. കൂട്ടതൽ.

ഈട്ടി. ന. ൧, ഒരു വൃക്ഷം. ൨, ഒരായുധം, കുന്തം.

ഈഡ. ന. സ്തുതി.

ഈഡിത. റി. (തൻ, താ, തം.) വി. ന. സ്തുതിക്കപ്പെട്ട.

ഈണക്കം. ന. മൂഢൻ.

ഈണം. ന. ൧, സ്വരം. ൨, ക്രമം.

ഈതി. ന. ൧, ദൈവികമായിരിക്കുന്ന ആപത്തു. ൨, അന്യദേശങ്ങളിലെ സഞ്ചാരം. ൩, ശണ്ഠ.

ഈതിബാധ. ന. ദൈവികമായിരിക്കുന്ന ആപത്തു.

ഈതു. വീതം എന്നൎത്ഥമുള്ള ഒരു പ്രത്യയം. ഉ-ം. ആറീതു് (ആറുവീതം എന്നൎത്ഥം.)

ഈത്തപ്പഴം. ന. അറബിയിൽ ഉണ്ടാകുന്ന ഒരുമാതിരിപ്പഴം.

ഈത്താ. ന. വായിലെ വെള്ളം.

ഈദൃശ. വി. (ശൻ, ശാ, ശം.) വി. ന. ഇപ്രകാരമുള്ള.

ഈനാംചാത്തി. അല്ലെങ്കിൽ, **ഈനാംപേച്ചി.** ന. ഒരു പിശാചു.

ഈന്ത. അല്ലെങ്കിൽ, **ഈന്തപ്പന.** ന. ഒരു വൃക്ഷം.

ഈമ്പുന്നു. മ്പി. മ്പുവാൻ. (ഈമ്പു്.) സ. ക്രി. ഉറുഞ്ചുന്നു.

ഈപ്സ. ന. ആഗ്രഹം.

ഈപ്സിത. വി. (തൻ, താ, തം.) വി. ന. ഇച്ഛിക്കപ്പെട്ട.

ഈയക്കട്ടി. ന. ഈയംകൊണ്ടുള്ള ഉണ്ട.

ഈയക്കോൽ. ന. കടലാസിൽ വരെക്കുന്നതിന്നു ഈയംകൊണ്ടുണ്ടാക്കിയ കോൽ, പെൻസൽ.

ഈയം. ന. ഒരു ലോഹം.

ഈയാംപാററ; ഈയൽ. ന. ഒരു വക ശലഭം.

ഈർ. ന. പേനിന്റെ മൊട്ട, ഈരു. ൨, രണ്ടു്. ഉ-ം. ഈരഞ്ചുപത്തു. (രണ്ടു അഞ്ചു എന്നൎത്ഥം.)

ഈര. ന. കോഞ്ഞാട്ട.

ഈരണം. ന. വാക്ക.

ഈരണ്ടു. വി. രണ്ടുവീതം.

ഈരൽ. ന. കുടർ.

ഈരം. ന. നാല്പാലിമൃഗങ്ങളുടെ മൂത്രദ്വാരം.

ഈരപ്പാടു. ന. മേല്പറഞ്ഞ അൎത്ഥം.

ഈരവെങ്കായം. ന. ചുവന്നുള്ളി.

ഈരിണ. വി. (ണൻ, ണാ, ണം.) വി. ന. ൧, വനമായുള്ള. ൨, ഊഷരമിയായുള്ള.

ഈരിത. വി. (തൻ, താ, തം.) വി. ന. ൧, പറഞ്ഞയക്കപ്പെട്ട. ൨, ശബ്ദിക്കപ്പെട്ട.

ഈരുന്നു. ൎന്നു. ൎവാൻ. (ഈർ.) സ. ക്രി. ൧, കണ്ടിക്കുന്നു. ൨, അറുക്കുന്നു. ൩, മുറിക്കുന്നു.

ഈരുള്ളി. ന. ചുവന്നുള്ളി.

ഈർക്കൊല്ലി. ന. ഒരു മാതിരി ചീപ്പു.

ഈർക്കിൽ. ന. ഓലക്കിൽ.

ഈർക്കിൽകരയൻ. ന. കരെക്കു വിതി കുറഞ്ഞ വസ്ത്രം.

ഈർച്ച. ന. ൧, അറുപ്പു. ൨, കണ്ടിക്ക. ൩, സുഖക്കേടു.

ഈർച്ചവാൾ. ന. അറുപ്പുവാൾ.

ഈർമ്മം. ന. വ്രണം.

ഈൎഷ്യ. ന. തീൎത്ഥയാത്ര.

ഈഷ്യ. അല്ലെങ്കിൽ, **ഈൎഷ്യ.** ന. അസൂയ.

ഈൎഷ്യപ്പെടുന്നു. ട്ടു. വാൻ. (ഈൎഷ്യ.) അ. ക്രി. അസൂയപ്പെടുന്നു. **ഈൎഷ്യപ്പെടുത്തുന്നു.** സ. ക്രി.

ഈർവണ്ണം. അ. ഇപ്രകാരം.

ഈശൻ. ന. ൧, ശിവൻ. ൨, നാഥൻ.

ഈശാനൻ. ന. ശിവൻ.

ഈശാനമൂല. ന. വടക്കുകിഴക്കേ കോണു.

ഈശിത. ന. ഈശന്റെ ഭാവം, ശ്രേഷ്ഠത.

ഈശിതാവം. മേല്പറഞ്ഞ അൎത്ഥം.

ഈശ്വര. ന. അറുപതിൽ പതിനൊന്നാമത്തെ വൎഷം.

ഈശ്വരതാവം. ന. ദൈവത്വം.

ഈശ്വരൻ. ന. ൧, ദൈവം. ൨, ശിവൻ. ൩, നാഥൻ.

ഈശ്വരമൂലി. ന. ഒരു മരുന്നു.

ഈശ്വരസാന്നിദ്ധ്യം. ന. ദൈവത്തിന്റെ ഇരിപ്പു, ദൈവത്തിന്റെ അടുപ്പു.

ഈശ്വരസേവ. ന. ദൈവത്തെ പൂജിക്കയുമററും.

ഈശ്വരാധീന. വി. (നൻ, നാ, നം.) വി. ന. ദൈവാധീനമുള്ള, ദൈവത്തിന്റെ കീഴിലുള്ള.

ഈശ്വരാനുഗ്രഹം. ന. ദൈവാനുഗ്രഹം.

ഈശ്വരീ. ന. ൧, പാൎവ്വതി. ൨, ഒന്നലിവേഗം.

ഈശ്വരേച്ഛ. ന. ദൈവത്തിന്റെ ഇഷ്ടം.

ഈഷൽ. അ. ൧, അല്പമായി. ൨, സംശയം.

ഈഷ. ന. കരിവിക്കോൽ.

ഈഷിക. ന. ൧, ആനയുടെ പുരികത്തിന്നു താഴെയുള്ള സ്ഥലം. ൨, ഇലിക്കപ്പുല്ലു.

ഈഹ. ന. ൧, ഇച്ഛ. ൨, പ്രയത്നം.

ഈഹാമൃഗം. ന. ചെന്നാ.

ഈഹിത. വി. (തൻ, താ, തം.) വി. ന. ഇച്ഛിക്കപ്പെട്ട.

ഈള. ന. സ്തുതി. (മ.) കഫം, വാനീർ.

ഈളിത. വി. (തൻ, താ, തം.) വി. ന. സ്തുതിക്കപ്പെട്ട.

ഈളി. ന. ചെറുവാൾ.

ഈളുന്നു; ഈഴുന്നു. ഈന്നു. ഈളി ച്ചു; ഈഴുവാൻ, ഈലുവാൻ. അ. ക്രി. ൧, നീണ്ടു വളരുന്നു. ൨, മെലിഞ്ഞു നില്ക്കുന്നു.

ഈക്ഷകൻ. ന. കാഴ്ചക്കാരൻ.

ഈക്ഷണം. ന. ൧, കണ്ണു. ൨, കാഴ്ച.

ഈക്ഷണിക. ന. ലക്ഷണം പറയുന്നവൾ.

ഈക്ഷിത. വി. (തൻ, താ, തം.) വി. ന. കാണപ്പെട്ട.

ഈഴം. ന. ലങ്കയ്ക്കടുത്ത ഒരു ദിക്കു.

ഈഴച്ചെമ്പു. ന. ഒരുമാതിരിച്ചെമ്പു.

ഈഴപ്പനമ്പു. ന. ഈഴദേശത്തെ ചൂരൽ.

ഈഴത്തി. ന. ചോകോത്തി.

ഈഴവാത്തി. ന. ചോകോനെ ക്ഷൌരം ചെയ്യുന്നവൻ, കോമരം.

ഈഴവൻ. ന. ചോകോൻ.

ഈഴ്ത്തുന്നു. ഴ്ത്തി, ഴ്ത്തുവാൻ. സ. ക്രി. ഇഴക്കുന്നു, പിടിച്ചുവലിക്കുന്നു.

ഈറ. ന. കോപം.

ഈറൻ. വി. നനഞ്ഞ.

ഈറം. ന. നനവു.

ഈറമ്പന. ന. ഒരു വൃക്ഷം.

ഈറെക്കുന്നു. ച്ചു. പ്പാൻ. (ഈറെ.) അ. ക്രി. കോപിക്കുന്നു.

ഈററു. ന. പ്രസവം.

ഈററ. ന. ഒരു ചെടി.

ഈററക്കുഴൽ. ന. ഒരുമാതിരിക്കുഴൽ.

ഈററപ്പുര. ന. പ്രസവിച്ചുകിടക്കുന്ന മുറി.

ഒരംററപ്പുല. ന. പ്രസവിച്ചാൽ പത്തു ദിവസം ശേഷക്കാൎക്കുള്ള അശുദ്ധി.

ഒരംററം. ന. മൃഗങ്ങളുടെ യോനി.

ഒരംററില്ലം. ന. പ്രസവിച്ചു കിടക്കുന്ന വീട.

ഒരംററുനോവു. ന. പ്രസവവേദന.

ഒരംററുപട്ടി. ന. പ്രസവിച്ച പട്ടി.

ഒരംററുപാമ്പു. ന. മുട്ടയിട്ട പാമ്പു.

ഒരംററുപുര. ന. പ്രസവിച്ചു കിടക്കുന്ന മുറി.

ഒരംറെറടുക്കുന്നു. ത്തു. പ്പാൻ. (ഒരംറെറടു.) അ. ക്രി. പ്രസവവേദനപ്പെടുന്നു.

———:0:———

ഉ. മലയാള അക്ഷരങ്ങളിൽ അഞ്ചാം അക്ഷരം.

ഉ. ആയിക്കൊണ്ടു. വേണ്ടി എന്നൎത്ഥം വരുത്തുന്ന ഒരു പ്രത്യയം. ഉ-ം. രാമനു (രാമൻ എന്നവനാൎക്കുവേണ്ടി.)

ഉക. ന. ഒരു വൃക്ഷം.

ഉകാരം. ന. ഉ എന്ന അക്ഷരം.

ഉക്കഴുത്തു. ന. ശൂദ്രസ്ത്രീകളുടെ വിവാഹത്തിങ്കൽ കഴുത്തിൽ കെട്ടുന്ന ഒരാഭരണം.

ഉക്കാ. ന. പുക വലിപ്പാനുള്ള ഒരു സൂത്രം.

ഉക്കെട്ടു. ന. ഉക്കഴുത്തു.

ഉക്ത. വി. (ക്തൻ, ക്താ, ക്തം.) വി. ന. പറയപ്പെട്ട.

ഉക്തി. ന. വാക്കു.

ഉക്രാണം. ന. അഹങ്കാരശബ്ദം.

ഉക്ഥം. ന. സാമവേദം.

ഉഖ. ന. ഫ, കലം. വ, സൂൎയ്യരശ്മി.

ഉഖ്യം. വി. കലത്തിൽ വേവിച്ച.

ഉഗ്ര. വി. (ഗ്രൻ, ഗ്രാ, ഗ്രം.) വി. ന. ഫ, കോപമുള്ള. വ, ഭയങ്കരമായ. **ഉഗ്രത.** അല്ലെങ്കിൽ, **ഉഗ്രത്വം.** ഗു. ന. ഭയങ്കരത്വം.

ഉഗ്ര. ന. ഒരു മരുന്നു, വയമ്പു.

ഉഗ്രൻ. ന. ഫ, ശിവൻ. വ, ശൂദ്രസ്ത്രീയിൽ ക്ഷത്രിയനുണ്ടായ പുത്രൻ.

ഉഗ്രം. ന. കോപം.

ഉഗ്രഗന്ധ. ന. ഫ, വയമ്പു. വ, അയമോതകം.

ഉഗ്രാണം. ന. ഫ, കലവറ. വ, ഭണ്ഡാരം.

ഉങ്കു. ന. ബലം.

ഉങ്കൻ. ന. ബലമുള്ളവൻ.

ഉങ്കണം. ന. ഫ, പേൻ. വ, ചെള്ളു.

ഉങ്ങു. ന. ഒരു വൃക്ഷം.

ഉചിത. വി. (തൻ, താ, തം.) വി. ന. ഫ, യോഗ്യമായ. വ, ചേൎച്ചയുള്ള. ,ഡ, കൈക്കൊള്ളുത്തക്ക.

ഉച്ച. വി. (ച്ചൻ, ച്ചാ, ച്ചം.) വി. ന. ഉയൎന്ന.

ഉച്ച. ന. മദ്ധ്യാഹ്നം, പകലിന്റെ നടുവു.

ഉച്ചട. ന. ഫ, പെരുങ്കോരപ്പുല്ലു. വ, കരുവിഴക്കി.

ഉച്ചണ്ഡ. വി. (ണ്ഡൻ, ണ്ഡാ, ണ്ഡം.) വി. ന. വേഗമുള്ള.

ഉച്ചം. വി. ഉയരമുള്ള. ന. ഉയരം. അ. ഉറക്കെ.

ഉച്ചയം. ന. കണക്കുത്തു.

ഉച്ചരണം. ന. ഫ, വാക്കു. വ, ചൊല്ലുക.

ഉച്ചരിക്കുന്നു. ച്ചു. പ്പാൻ. (ഉച്ചരി.) സ. ക്രി. ഫ, ശബ്ദിക്കുന്നു. വ, പറയുന്നു. ഡ, ചൊല്ലുന്നു. **ഉച്ചരിപ്പിക്കുന്നു.** കാ. ക്രി.

ഉച്ചരിത. വി. (തൻ, താ, തം.) വി. ന. ഫ, ശബ്ദിക്കപ്പെട്ട. വ, പറയപ്പെട്ട. ഡ, ചൊല്ലപ്പെട്ട.

ഉച്ചലിത. വി. (തൻ, താ, തം.) വി. ന. ഫ, പുറപ്പെട്ട, ഓടിച്ച. വ, പുറത്തായ. ഡ, പേററിക്കൊഴിച്ച.

ഉച്ചസ്ഥ. വി. (സ്ഥൻ, സ്ഥാ, സ്ഥം.) വി. ന. ഉച്ചത്തിൽ നില്ക്കുന്ന.

ഉച്ചാടനം. ന. അയെക്കു, ആട്ടിക്കളക.

ഉച്ചാരം. ന. ഫ, വാക്കു. വ, വയററിൽനിന്നൊഴിയുന്നതു.

ഉച്ചാരണം. ന. വാക്കു.

ഉച്ചാരൽ. ന. മകരമാസം ഇരുപത്തെട്ടാം തിയതിയുള്ള ഒരു വിശേഷദിവസം.

ഉച്ചാവച. വി. (ചൻ, ചാ, ചം.) വി. ന. ഫ, ഏററക്കുറച്ചിലുള്ള. വ, പലവിധമായ.

ഉച്ചി. ന. നിറുക.

ഉച്ചൈശ്ശബ്ദം. ന. ഉണൎച്ചപറക, നിലവിളി.

ഉച്ചൈശ്രവസ്സു. ന. ഇന്ദ്രന്റെ കുതിര.

ഉച്ചൈസ്സ്വര. വി. (രൻ, രാ, രം.) വി. ന. ഫ, ഉയൎന്ന. വ, ഏററവും ഉറക്കെ.

ഉച്ചൈ. വി. ഫ, ഉയൎന്ന. വ, ഉറക്കെ.

ഉച്ഛന്നം. വി. ഫ, നശിപ്പിക്കപ്പെട്ട. വ, ഇല്ലാതായായ.

ഉച്ഛലനം. ന. മേല്പോട്ടു പോക.

ഉച്ഛാദനം. ഫ, മൂടുക. വ, ദേഹത്തിൽ സുഗന്ധദ്രവ്യം തേക്കുക.

ഉച്ഛിഷ്ടം. വി. ഭക്ഷിച്ചതിന്റെ ശേഷിപ്പുള്ള.

ഉച്ഛീൎഷകം. ന. തലയിണ.

ഉച്ഛേദനം. ന. നാശം, തടസ്ഥം.

ഉച്ഛൃംഖല. വി. (ലൻ, ലാ, ലം.) വി. ന. അടക്കമില്ലാത്ത.

ഉച്ഛ്രയം. ന. ഉയരം, ഉന്നതി.

ഉച്ഛ്രായം. ന. മേല്പറഞ്ഞ അൎത്ഥം.

ഉച്ഛ്രിത. വി. (തൻ, താ, തം.) വി. ന. ഫ, ഉയൎന്ന. വ, ജനിച്ച. ഡ, വളൎന്ന. ര, വൃദ്ധിക്കപ്പെട്ട.

ഉച്ഛ്വസനം. ന. നെടുവീൎപ്പു, ദീൎഘശ്വാസം.

ഉച്ഛ്വസിത. വി. (തൻ, താ, തം.) വി. ഫ, ശ്വാസം വലിക്കപ്പെട്ട. വ, വിടരപ്പെട്ട. ഡ, ഊതപ്പെട്ട.

ഉച്ഛ്വാസം. ന. നെടുവീൎപ്പു, ദീൎഘശ്വാസം.

ഉജ്ജാസനം. ന. വധം.

ഉജ്ജയിനി. ന. ഒരു രാജ്യം.

ഉജ്ജൃംഭിത. വി. (തൻ, താ, തം.) വി. ന. വിരിഞ്ഞ.

ഉജ്വലനം. ന. ശോഭ.

ഉജ്വല. വി. (ലൻ, ലാ, ലം.) വി. ന. ഫ, പ്രകാശിച്ച. വ, ഭംഗിയുള്ള.

ഉജ്വലം. ന. ഫ, സ്നേഹം. വ, പൊൻ.

ഉജ്വലിക്കുന്നു. ച്ചു. പ്പാൻ. (ഉജ്വലി.) അ. ക്രി. ശോഭിക്കുന്നു. **ഉജ്വലിപ്പിക്കുന്നു.** സ. ക്രി.

ഉജ്വലിത. വി. (തൻ, താ, തം.) വി. ന. ശോഭിക്കപ്പെട്ട.

ഉജ്ഝിത. വി. (തൻ, താ, തം.) വി. ന. ഉപേക്ഷിക്കപ്പെട്ട.

ഉഞ്ഛവൃത്തി. ന. ഇരിമണികൊണ്ടുള്ള ജീവനം.

ഉഞ്ഛശസിലം. ന. ഇരിമണി പെറുക്കുക.

ഉട. ന. ൧, ഉടുക്കുന്ന വസ്ത്രം. ൨, ഉടക്കുക.

ഉടക്കു. ന. ൧, പിടിത്തം. ൨, തടവു. ൩, തക്കം. ൪, വില്പുകലെക്ക.

ഉടക്കുന്നു. ക്രി. വാൻ. (ഉടകം) സ. ക്രി. ൧, പിടിക്കുന്നു. ൨, തടയുന്നു. ൩, തക്കിക്കുന്നു. ൪, വില്പുകലെക്കുന്നു.

ഉടക്കുളി. ന. ചാട്ടുളി.

ഉടജം. ന. പൎണ്ണശാല.

ഉടഞ്ചാവു. ന. ഭാൎയ്യ ഭൎത്താവിനോടു കൂടെ മരിക്ക.

ഉടഞ്ഞാണ. ന. അരഞ്ഞാണം.

ഉടൻ. അ. അപ്പോൾ തന്നെ.

ഉടനടി. അ. മേല്പറഞ്ഞ അൎത്ഥം.

ഉടനീളം. ന. ശരീരത്തിന്റെ നീളം.

ഉടനുടൻ. അ. തെരുതെരെ, കൂടെ കൂടെ.

ഉടന്തടി. ന. ഉടഞ്ചാവു.

ഉടപ്പം. ന. സംബന്ധം, ചാൎച്ച.

ഉടപ്പിറന്നവൻ. ന. സഹോദരൻ.

ഉടപ്പിറന്നവൾ. ന. സഹോദരി.

ഉടപ്പിറപ്പു. ന. കൂടെപ്പിറപ്പു.

ഉടപ്പിറവി. ന. ൧, ജനിക്കുമ്പോൾ കൂടെയുള്ളതു. ൨, കൂടെപ്പിറപ്പു.

ഉടമ. ന. ൧, ശമ്പളം, ൨, കൊട്ടകൾ. ൩, ആഭരണം. ൪, പൂൎണ്ണാവകാശം.

ഉടമസ്ഥൻ. ന. ഉടയക്കാരൻ, പൂൎണ്ണാവകാശം ഉള്ളവൻ.

ഉടമ്പു. ന. ഉടൽ, ദേഹം.

ഉടമ്പടി. ന. ൧, കരാറു. ൨, ഉഭയസമ്മതം.

ഉടമ്പറ. ന. ഉദുരം.

ഉടയതു. ന. നാഥൻ, യജമാനൻ.

ഉടയതമ്പുരാൻ. ന. ദൈവം.

ഉടയവൻ; ഉടയാൻ; ഉടയക്കാരൻ. ന. പൂൎണ്ണമായ അവകാശം ഉള്ളവൻ, യജമാനൻ. ഉടയത്തം. ക്ര. ന.

ഉടയവൾ. ന. ഉടയക്കാരത്തി, യജമാനത്തി.

ഉടയാട. ന. മാനുഷ്യർ ഉടുക്കുന്ന വസ്ത്രത്തിന്നു പറയുന്ന ഒരു പേർ.

ഉടയുന്നു. ഞ്ഞു. വാൻ. (ഉട.) അ. ക്രി. പൊട്ടുന്നു, തകരുന്നു. ഉടെക്കുന്നു. സ. ക്രി.

ഉടൽ. ന. ശരീരം.

ഉടൽക്കൂറു. ന. ശരീരാവസ്ഥ.

ഉടൽക്കെട്ടു. ന. മേല്പറഞ്ഞ അൎത്ഥം.

ഉടവു. ന. ൧, പൊട്ടു, തകൎച്ച. ൨, മെലിച്ചിൽ.

ഉടവാൾ. ന. രാജാവിന്റെ വാൾ.

ഉടുക്കു. ന. ഒരു വാദ്യം, തവിട്ടം.

ഉടുക്കുന്നു. ത്തു. പ്പാൻ. (ഉടു.) സ. ക്രി. വസ്ത്രം ധരിക്കുന്നു. ഉടുപ്പിക്കുന്നു. ക. ക്രി.

ഉടുതുണി. ന. ഉടുക്കുന്ന വസ്ത്രം.

ഉടുപ്പുടവ. ന. സ്ത്രീകൾ ഉടുക്കുന്ന വസ്ത്രം.

ഉടുപ്പു. ന. വസ്ത്രം, കുപ്പായം.

ഉടുമ്പു. ന. ഒരു ജന്തു.

ഉടുരുട്ടു. ന. വീട്ടിൽ ദിവസംപ്രതിയുള്ള പെരുമാററത്തിന്നു അത്യാവശ്യമായ സാധനങ്ങൾക്കു എല്ലാം ഉൾപ്പെടുത്തിപ്പറയുന്ന വാക്കു.

ഉടെ. ഉടമയെകാണിക്കുന്ന ഒരു പ്രത്യയം. ഉ-ം. ജാനകിയുടെ (ജാനകിയ്ക്കുള്ള എന്നൎത്ഥം.) (ചിലപ്പോൾ ന്റെ എന്നും മാറിക്കാണും.)

ഉഡു. ന. നക്ഷത്രം.

ഉഡുപതി. ന. ചന്ദ്രൻ.

ഉഡുപഥം. ന. നക്ഷത്രമാൎഗ്ഗം.

ഉഡുപൻ. ന. ചന്ദ്രൻ.

ഉഡുപം. ന. പൊങ്ങുതടി.

ഉഡ്ഡാമര. വി. (രൻ, രാ, രം.) വി. ന. വിശേഷമായുള്ള, ശ്രേഷ്ഠതയുള്ള.

ഉഡ്ഡീനം. ന. മേല്പോട്ടു പോക.

ഉണക്കു. ന. ശോഷണം, വരൾച്ച.

ഉണക്കം. ന. ശോഷിപ്പു, വരൾച്ച.

ഉണക്കലരി. അല്ലെങ്കിൽ, ഉണങ്ങലരി. ന. പച്ചരി, പുഴുങ്ങാത്ത നെല്ലിന്റെ അരി.

ഉണക്കൽ. അല്ലെങ്കിൽ, ഉണങ്ങൽ. ന. ൧, ഉണക്കലരി. ൨, ഉണങ്ങുക.

ഉണങ്ങുന്നു. ങ്ങി. വാൻ. (ഉണങ്ങ.) അ. ക്രി. ശോഷിക്കുന്നു, വരളുന്നു. ഉണക്കുന്നു. സ. ക്രി.

ഉണരുന്നു. ൎന്നു. വാൻ. (ഉണർ.) അ. ക്രി. ഉറക്കത്തിൽനിന്നു വേർപെടുന്നു. ഉണൎത്തുന്നു. സ. ക്രി.

ഉണൎത്തിക്കുന്നു. ച്ചു. ക്കുവാൻ. സ. ക്രി. മേലാവിലുള്ളവരോടു വിനയപൂൎവ്വം അറിയിക്കുന്നു. ഉണൎത്തിപ്പു. ന.

ഉണൎച്ച. ന. ൧, ഉറക്കത്തിൽനിന്നു വേർപെടുക. ൨, ജാഗ്രത.

ഉണൎവ്വു. ന. മേല്പറഞ്ഞ അൎത്ഥം.

ഉണിൽ. അല്ലെങ്കിൽ, ഉണ്ണിൽ. ന. ചെറിയ ചൊറി.

ഉണിത്തിരി. ന. അമ്പലവാസികളിൽ ഒരു വൎഗ്ഗം.

ഉണ്ടു. അ. ഭവിക്കുന്നു.

ഉണ്ട. ന. ൧, ഉരുള. ൨, കട്ട. ൩, ഗുളിക. ൪, ഒരു പലഹാരം. ൫, വെള്ളത്തിൽ മുങ്ങിക്കളിക്കുന്ന ഒരു കളി.

ഉണ്ടക്കോൽ. ന. വെടി കൊണ്ട വ്രണം.

ഉണ്ടപ്പാച്ചിൽ. ന. ഉണ്ട പോകുന്ന അകലം.

ഉണ്ടപ്പായൽ. ന. വെള്ളത്തിലുണ്ടാകുന്ന ഒരു പുല്ലു.

ഉണ്ടപ്പെട്ടി. ന. വെടിയുണ്ട സൂക്ഷിക്കുന്ന പാത്രം.

ഉണ്ടവല. ന. മീൻപിടിക്കുന്ന ചെറിയ വല.

ഉണ്ടവില്ലു. ന. കല്ലുവെച്ചു തെറരുന്ന വില്ലു.

ഉണ്ടാകുന്നു. യി. വാൻ. (ഉണ്ടാക.) അ. ക്രി. ൧, ജനിക്കുന്നു. ൨, കിളുക്കുന്നു. ൩, ഭവിക്കുന്നു. ഉണ്ടാക്കുന്നു. സ. ക്രി.

ഉണ്ടിക. ന. ഒരു മാതിരി മുദ്ര.

ഉണ്ടികക്കലശം. ന. തിരുവപ്പണം സൂക്ഷിക്കുന്ന ഒരു പെട്ടി.

ഉണ്ടികപ്പണം. ന. തിരുവപ്പണം.

ഉണ്ണാക്കു. ന. അണ്ണാക്കു.

ഉണ്ണി. ന. ൧, ചെറിയ പൈതൽ. ൨, ഒരു ജാതിക്കാരൻ. ൩, പശുവിന്മേലെ വട്ടൻ.

ഉണ്ണിത്തണ്ടു. ന. വാഴപ്പിണ്ടി.

ഉണ്ണിമാങ്ങ. ന. ചെറിയ മാങ്ങ.

ഉണ്ണിയപ്പം. ന. ചെറിയ അപ്പം.

ഉണ്ണുന്നു. ണ്ടു. വാൻ. (ഊൺ.) സ. ക്രി. ൧, ഭക്ഷിക്കുന്നു. ൨, മുല കുടിക്കുന്നു.

ഉത. അ. ൧, സംശയം. ൨, ചോദ്യം. ൩, ചേൎച്ച. ൪, പക്ഷാന്തരം.

ഉത. ന. ൧, ഊന്നു. ൨, തോക്കിന്റെ ഇടിപ്പു. ൩, കാലുകൊണ്ടുള്ള കുതിപ്പു.

ഉതകുന്നു. കി. വാൻ. (ഉതക.) അ. ക്രി. ഉപകരിക്കുന്നു.

ഉതച. അ. ക, സംശയം. വ, ചോദ്യം. ന, ചേച്ച്. ര, പക്ഷാന്തരം.

ഉതം. വി. നെയ്യപ്പെട്ട.

ഉതവി. ന. സഹായം.

ഉതളം. ന. ഒരു വൃക്ഷം.

ഉതളി. ന. ക, ഒരു തോല്പാത്രം. വ, മൂത്രാശയം.

ഉതളിക്കുന്നു. ച്ച. പ്പാൻ. (ഉതളി.) അ. ക്രി. കാററുകൊണ്ടു ചീക്കുന്നു.

ഉതറൽ. ന. കുലുക്കി വിടിക്കൽ.

ഉതറുന്നു. റി. വാൻ. (ഉതർ.) അ. ക്രി. കുലുക്കി വിടീക്കുന്നു.

ഉതാഹൊ. അ. ക, സംശയം. വ, ചോദ്യം. ന, ചേച്ച്. ര, പക്ഷാന്തരം.

ഉതി. ന. ഒരു വൃക്ഷം.

ഉതിക്കുന്നു. ച്ച. പ്പാൻ. (ഉതി.) അ. ക്രി. ചീററുന്നു.

ഉതിപ്പ. ന. ചീററൽ.

ഉതിരു. ന. ക, കുലയിൽനിന്നു പൊഴികെ. വ, ഉതിർമ്മണി.

ഉതിരുന്നു. ന്നു. വാൻ. (ഉതിർ.) അ. ക്രി. കുലയിൽനിന്നു പൊഴിയുന്നു. **ഉതിക്കുന്നു; ഉതിൎത്തുന്നു.** സ. ക്രി.

ഉതിച്ച. ന. പൊഴിച്ചിൽ.

ഉതിപ്പ. ന. പൊഴിച്ചിൽ.

ഉതിമണി. ന. പൊഴിഞ്ഞ ധാന്യം.

ഉതിമ്മ. ന. പൊഴിച്ചിൽ.

ഉതെക്കുന്നു. ച്ച. പ്പാൻ. (ഉതെ.) സ. ക്രി. ക, കാൽകൊണ്ടു ചവിട്ടി അമക്കുന്നു. വ, കാൽ ഇടറുന്നു.

ഉതെപ്പ. ന. ക, ചവിട്ടു. വ, ഇടച്ച.

ഉൽക. വി. (കൻ, കാ, കം.) വി. ന. ക, ദുഃഖമുള്ള. വ, ഒഴിഞ്ഞ. ന, ആഗ്രഹമുള്ള.

ഉൽകം. ന. അവസരം.

ഉൽക്കട. വി. (ടൻ, ടാ, ടം.) വി. ന. ക, അധികമായ. വ, മദ്യപാനം ചെയ്ത. ന, ഭ്രാന്തുള്ള. ര, ഒപ്പനിരപ്പില്ലാത്ത.

ഉൽക്കടം. ന. ക, ഒരു വൃക്ഷം, ഇലവങ്ങം. വ, മദ്യപാനം. ന, മദം.

ഉൽക്കണ. ന. ആധി.

ഉൽക്ക. വി. (ക്കൻ, ക്കാ, ക്കം.) വി. ന. ക, ദുഃഖമുള്ള. വ, ആഗ്രഹമുള്ള.

ഉൽക്ക. ന. ക, തീക്കൊള്ളി. വ, കൊള്ളിമീൻ.

ഉൽക്കമ്പം; ഉൽക്കമ്പനം. ന. വിറയ്ക്കുക.

ഉൽക്കര. വി. (രൻ, രാ, രം.) വി. ന. ക, ഉയൎത്തുന്ന. വ, കൂമ്പൽ കൂട്ടുന്ന.

ഉൽക്കരം. ന. ക, ധാന്യങ്ങളുടെ കൂമ്പാരം. വ, കൂമ്പൽ.

ഉൽക്കലം. വി. ക, അധികമായ. വ, ഭയ തോന്നത്തക്ക.

ഉൽക്കൎഷ. വി. (ഷൻ, ഷാ, ഷം.) വി. ന. ക, ശ്രേഷ്ഠമായ. വ, അധികമായ. ന, വലിക്കുന്ന.

ഉൽക്കൎഷം. ന. ക, ശ്രേഷ്ഠത. വ, അധികത്വം. ന, വൎദ്ധനവു. ര, വലിക്ക.

ഉൽക്കൎഷിക്കുന്നു. ച്ചു. പ്പാൻ. (ഉൽക്കൎഷി.) അ. ക്രി. അതിക്രമിക്കുന്നു.

ഉൽക്കലിക. ന. ആധി.

ഉൽക്കാരം. ന. ക. പതിരു പിടിക്ക. വ, കൂട കൂട്ടുക:

ഉൽക്കാസം; ഉൽക്കാസനം; ഉൽക്കാസികം. ന. കാക്കിക്കൽ, തുപ്പൽ.

ഉൽക്കീൎണ്ണനം. ന. ക, വിതറുക. വ, വിതെക്ക.

ഉൽകൃഷ്ട. വി. (ഷ്ടൻ, ഷ്ടാ, ഷ്ടം.) വി. ന. ക, ശ്രേഷ്ഠമായ. വ, അധികമായ. ന, ആകൎഷിക്കപ്പെട്ട.

ഉൽക്കോചം. ന. കൈക്കൂലി.

ഉൽക്രോശം. ന. ക, ഞാറപ്പക്ഷി. വ, വൈരം. ന, നിലവിളി.

ഉൽഖാത. വി. (തൻ, താ, തം.) വി. ന. ക, വേരോടെ പറിക്കപ്പെട്ട. വ, നശിപ്പിക്കപ്പെട്ട.

ഉൽപാടനം. ന. വേരോടെ പറിക്ക.

ഉൽക്ഷേപണം. ന. ക, മേല്പോട്ടെറിക. വ, ഛൎദ്ദി. ന, പറഞ്ഞയയ്ക്ക. ര, വിശറി.

ഉത്തപിക്കുന്നു. അ. ക്രി. ക, പ്രകാശിക്കുന്നു. വ, ചൂട പിടിക്കുന്നു.

ഉത്തപ്ത. വി. (പ്തൻ, പ്താ, പ്തം.) വി. ന. ക, ചുട്ട. വ, കഴുകിയ.

ഉത്തപ്തം. ന. ഉണങ്ങിയ ഇറച്ചി.

ഉത്ത. വി. (ത്തൻ, ത്താ, ത്തം.) വി. ന. നനെഞ്ഞ.

ഉത്തമ. വി. (മൻ, മാ, മം.) വി. ന. നല്ല, ശ്രേഷ്ഠമായ, പ്രധാനമായ,

ഉത്തമൻ. ന. പതിന്നാലു മനുക്കളിൽ മൂന്നാമത്തെ മനു.

ഉത്തമപുരുഷൻ. ന. ക, നല്ല മനുഷ്യൻ. വ, വിഷ്ണു. ന, മൂന്നാമത്തെ ക്രിയാപദം.

ഉത്തമൎണ്ണ. വി. (ൎണ്ണൻ, ൎണ്ണാ, ൎണ്ണം.) വി. ന. കടം കൊടുത്ത.

ഉത്തമാംഗം. ന. തല.

ഉത്തംസം. ന. ക, കാതിലിടുന്ന ആഭരണം. വ, തലയിൽ കെട്ടുന്ന ആഭരണം.

ഉത്തരകാൎയ്യം. ന. ശേഷക്രിയ.

ഉത്തരക്രിയകൾ. ന. ശേഷക്രിയകൾ.

ഉത്തരണം. ന. കടക്കുക.

ഉത്തരപദം. ന. പിന്നത്തെ പദം.

ഉത്തരപ്രത്യുത്തരം. ന. ഉത്തരത്തിനുത്തരം.

ഉത്തരഫൽഗുനി. ന. ഉത്രം, പന്ത്രണ്ടാം നക്ഷത്രം.

ഉത്തര. വി. (രൻ, രാ, രം.) വി. ന. ക, പിന്നത്തെ. വ, ശ്രേഷ്ഠമായ. ന, വടക്കുള്ള.

ഉത്തരം. ന. ക, ഉത്രംനാൾ. വ, പ്രതിവാക്യം. ന, വീടുപണിയുമ്പോൾ ഭിത്തിക്കമീതെ പണിതു വെക്കുന്ന ഒരു മരം. ര, ഉത്തരവു. ൫, വടക്ക.

ഉത്തരംഗ. വി. (ഗൻ, ഗാ, ഗം.) വി. ന. വെള്ളംകൊണ്ടു മൂടപ്പെട്ട.

ഉത്തരംഗം. ന. വാതിലിനുമീതെ വച്ചു പണിതു വെക്കുന്ന ഒരു തടി.

ഉത്തരവു. ന. ക, ഉത്തരം. വ, കല്പന. ന, അനുവാദം.

ഉത്തരവാദം. ന. ക, ചുമതല, വ, ജാമ്യം.

ഉത്തരവാദി. ന. ക, ചുമതലക്കാരൻ, പ്രതിവാദി. ന, ജാമ്യക്കാരൻ.

ഉത്തരസാക്ഷി. ന. പ്രതിസാക്ഷി.

ഉത്തരാ. ന. ക, വടക്ക. വ, ഉത്രം. ന, ഉത്രാടം. ര, ഉത്രട്ടാതി.

ഉത്തരദിക്കു. ന. വടക്കെ ദിക്ക.

ഉത്തരഭദ്ര. ന. ഉത്രട്ടാതി നക്ഷത്രം.

ഉത്തരാഭാസം. ന. സാരമില്ലാത്ത ഉത്തരം.

ഉത്തരായണം. ന. ആദിത്യന്റെ വടക്കോട്ടുള്ള ഗതി.

ഉത്തരാൎദ്ധം. ന. രണ്ടാമത്തെ പാതി.

ഉത്തരാഷാഢ. ന. ഉത്രാടംനക്ഷത്രം.

ഉത്തരാസംഗം. ന. മേല്പുടവ.

ഉത്തരീയം. ന. മേല്പുടവ.

ഉത്തരേദ്യുസ്സ. അ. മേലെമിവസം.

ഉത്തരോത്തരം. അ. മേല്ക്കുമേൽ.

ഉത്താന. വി. (നൻ, നാ, നം.) വി. ന. ൧, മലൎന്ന. ൨, ആഴമില്ലാത്ത.

ഉത്താനശയ. വി. (യൻ, യാ, യം.) വി. ന. മലൎന്നു കിടക്കുന്ന.

ഉത്താനശയൻ. ന. ൧, കൊച്ചു പൈതൽ. ൨, മലൎന്നുകിടക്കുന്നവൻ.

ഉത്താനശയാ. ന. ൧, കൊച്ചു പെൺപൈതൽ. ൨, മലൎന്നു കിടക്കുന്നവൾ.

ഉത്താനശായി. വി. (യീ, യിനി, യി.) വി. ന. മലൎന്നു കിടക്കുന്ന.

ഉത്താല. വി. (ലൻ, ലാ, ലം.) വി. ന. ൧, വേഗമുള്ള. ൨, ശ്രേഷ്ഠമായ. ൩, പ്രയാസമുള്ള. ൪, ഭയങ്കരമായ.

ഉത്താലം. ന. കുരങ്ങു.

ഉത്തീൎണ്ണ. വി. (ൎണ്ണൻ, ൎണ്ണാ, ൎണ്ണം.) വി. ന. കടക്കപ്പെട്ട.

ഉത്തുംഗ. വി. (ഗൻ, ഗാ, ഗം.) വി. ന. ഉന്നതമായ, ഉയൎന്ന.

ഉത്തേജനം. ന. പ്രോത്സാഹനം, മുൾക്കൂട്ടുക.

ഉത്ഥാനം. ന. ൧, പൌരുഷം. ൨, എഴുന്നേല്പു. ൩, സേന. ൪, ശാസ്ത്രം. ൫, സന്തോഷം. ൬, മുററം. ൭, രോഗത്തിന്റെ ആദികാരണം.

ഉത്ഥാപനം. ന. ഉയൎത്തുക, വീണ്ടുമുള്ള സ്ഥാപനം.

ഉത്ഥിത. വി. (തൻ, താ, തം.) വി. ന. ൧, എഴുന്നേററ. ൨, പുറപ്പെട്ട. ൩, ഉയൎന്ന. ൪, ജനിച്ച.

ഉല്പതനം. ന. ൧, ജനനം, ഉത്ഭവം. ൨, മേല്പോട്ടുള്ള ചാട്ടം.

ഉല്പതിക്കുന്നു. ച്ച. പ്പാൻ. (ഉല്പതി.) അ. ക്രി. മേല്പോട്ടു ചാടുന്നു. **ഉല്പതിപ്പിക്കുന്നു.** സ. ക്രി.

ഉല്പതിഷ്ണു. വി. (ഷ്ണു, ഷ്ണു, ഷ്ണു.) വി. ന. മേല്പോട്ടു ചാടുന്ന.

ഉല്പതിഷ്ണു. വി. (ത്രിഷു.) വി. ന. മേല്പോട്ടു ചാടുക ശീലമുള്ള.

ഉല്പത്തി. ന. ൧, ഉത്ഭവം, ജനനം. ൨, ആരംഭം. ൩, ദ്രവ്യം കൊടുത്തു തേടിയ നിലവും പുരയിടവും.

ഉല്പന്ന. വി. (ന്നൻ, ന്നാ, ന്നം.) വി. ന. ൧, ഉത്ഭവിച്ച, ജനിച്ച. ൨, ലഭിച്ച.

ഉല്പല. വി. (ലൻ, ലാ, ലം.) വി. ന. ശോഭിച്ച, നേൎത്ത.

ഉല്പലം. ന. ൧, കരിംകൂവളം. ൨, താമര.

ഉല്പലശാരിബ. ന. ഒരു പച്ചമരുന്നു, പാൽവള്ളി.

ഉല്പലാക്ഷ. വി. (ക്ഷൻ, ക്ഷി, ക്ഷം.) വി. ന. കരിംകൂവളപ്പൂപോലെ കണ്ണുള്ള.

ഉല്പലാക്ഷി. ന. സുന്ദരി.

ഉല്പാടനം. ന. ൧, പിഴുപ്പു. ൨, വേരോടെ പറിക്ക.

ഉല്പാടിത. വി. (തൻ, താ, തം.) വി. ന. വേരോടെ പറിക്കപ്പെട്ട.

ഉല്പാതം. ന. ഭൂകമ്പം, ധൂമകേതു, വാൽനക്ഷത്രം. ഇത്യാദി.

ഉല്പാദക. വി. (കൻ, കാ, കം.) വി. ന. ജനിപ്പിക്കുന്ന.

ഉല്പാദകൻ. ന. ൧, ജനിപ്പിക്കുന്നവൻ. ൨, എട്ടുകാലി.

ഉല്പാദനം; ഉല്പാദം. ന. ജനനം.

ഉല്പാദിക. ന. വെളുത്ത ഉറുമ്പു.

ഉല്പാദിക്കുന്നു. ച്ച. പ്പാൻ. (ഉല്പാദി.) അ. ക്രി. ജനിക്കുന്നു; ഉണ്ടാകുന്നു. **ഉല്പാദിപ്പിക്കുന്നു.** സ. ക്രി.

ഉല്പാദി. ന. ധനം, ദ്രവ്യം.

ഉല്പാസം. ന. കുററടിവാക്ക.

ഉല്പീഡനം. ന. ൧, ഞെക്കിപ്പിഴിയുക. ൨, ഞെരുക്കുക, തട്ടുക.

ഉല്പുച്ഛം. വി. വാലുയൎത്തിയ.

ഉല്പ്രസവം. ന. ഗൎഭലസിപ്പോക.

ഉല്പ്രേക്ഷ. ന. ൧, ഉദാസിനത. ൨, ഒരലങ്കാരം.

ഉൽപ്ലുതം. ന. കവിഞ്ഞൊഴുകുന്നതു്.

ഉല്ഫുല്ലം. ന. അതിവിശേഷമായ കായ്.

ഉല്ഫുല്ലം. വി. വിടൎന്ന.

ഉത്രട്ടാതി. ന. ഇരുപത്താറാം നക്ഷത്രം.

ഉത്രം. ന. പന്ത്രണ്ടാം നക്ഷത്രം.

ഉത്രാടം. ന. ഇരുപത്തൊന്നാം നക്ഷത്രം.

ഉത്സം. ന. അരുവിയാറു.

ഉത്സംഗം. ന. ൧, മടി. ൨, ആലിംഗനം, ചേൎച്ച. ൩, ഉൾഭാഗം, സമീപം. ൪, ഉപരിഭാഗം, ചെരിവ്. ൫, പച്ചതരിശിരം.

ഉത്സൎഗ്ഗം. ന. ൧, വിട്ടുതൽ. ൨, കൊടുക്കൽ.

ഉത്സജ്ജനം. ന. മേല്പറഞ്ഞ അൎത്ഥം.

ഉത്സജ്ജിക്കുന്നു. ച്ച. പ്പാൻ. (ഉത്സജ്ജി.) സ. ക്രി. ഉപേക്ഷിക്കുന്നു, അയെക്കുന്നു.

ഉത്സവം. ന. ൧, കൊടിയേററു, ൨, മോഹം. ൩, മദം. ൪, ഇഛ.

ഉത്സാദനം. ന. ൧, സുഗന്ധം പൂചുക. ൨, കരേറുക. ൩, പൊങ്ങുക. ൪, നശിപ്പിക്ക. ൫, അവയവങ്ങൾ തിരുമ്മുക.

ഉത്സാദിത. വി. (തൻ, താ, തം.) വി. ന. ൧, സുഗന്ധം പൂചപ്പെട്ട. ൨, കരേററപ്പെട്ട. ൩, നശിപ്പിക്കപ്പെട്ട.

ഉത്സാരകൻ. ന. ൧, വാതിൽ കാക്കുന്നവൻ. ൨, പോലിസുകാരൻ. ൩, കാവല്ക്കാരൻ.

ഉത്സാരിതം. ന. ഓടിക്കപ്പെട്ടതു, വജ്ജിച്ചതു്.

ഉത്സാഹം. ന. ഉദ്യോഗം, സന്തോഷം.

ഉത്സാഹവൎദ്ധനം. ന. ശൌൎയ്യം.

ഉത്സാഹി. വി. (ഹി, ഹിനി, ഹി.) വി. ന. ഉത്സാഹമുള്ള.

ഉത്സാഹിക്കുന്നു. ച്ചു. പ്പാൻ. (ഉത്സാഹി.) സ. ക്രി. ഉദ്യോഗിക്കുന്നു. **ഉത്സാഹിപ്പിക്കുന്നു.** കാ. ക്രി.

ഉത്സുക. വി. (കൻ, കാ, കം.) വി. ന. ആഗ്രഹയോടുകൂടിയ.

ഉത്സൂരം. ന. വൈകുന്നേരം.

ഉത്സൃഷ്ട. വി. (ഷ്ടൻ, ഷ്ടാ, ഷ്ടം.) വി. ന. ത്യജിക്കപ്പെട്ട.

ഉത്സേകം. ന. മദം, അഹങ്കാരം.

ഉത്സേധം. ന. ൧, ഉയൎച്ച. ൨, ശരീരം. ൩, വധം.

ഉദ. അല്ലെങ്കിൽ, **ഉൽ.** അ. ഇതു സംസ്കൃതപദങ്ങൾക്കു മുമ്പെ വെക്കപ്പെടുന്ന ഒരവ്യയപദം. ൧, വലിപ്പം. ൨, മീതെ. ൩, അഹങ്കാരം. ൪, പ്രസിദ്ധം. ൫, ശക്തി. ൬, വേൎപാടു. ൭, ബന്ധനം. ൮, സഹായമില്ലായ്മ.

ഉദൿ. ന. ൧, വടക്കു. ൨, പിന്നെ.

ഉദകക്രിയ. ന. മരിച്ചവൎക്കുവേണ്ടി ചെയ്യുന്ന ഒരു കൎമ്മം.

ഉദകം. ന. വെള്ളം.

ഉദക്യാ. ന. തീണ്ടായിരുന്നവൾ.

ഉദഗയനം. ന. ഉത്തരായണം.

ഉദഗ്ര. വി. (ഗ്രൻ, ഗ്രാ, ഗ്രം.) വി. ന. ഉൽകൃഷ്ടമായ, ഉന്നതമായ.

ഉദജം. ന. ൧, പശുവടിക്ക. ൨, താമരപ്പൂവു.

ഉദഞ്ചനം. ന. ൧, മൂടി, അടപ്പു. ൨, മേല്പോട്ടെറിക.

ഉദഞ്ചിത. വി. (തൻ, താ, തം.) വി. ന. മേല്പോട്ടിടപ്പെട്ട, ഉയൎത്തപ്പെട്ട.

ഉദധി. ന. സമുദ്രം.

ഉദന്തം. അല്ലെങ്കിൽ, **ഉദന്തകം.** ന. വൎത്തമാനം, കഥ.

ഉദന്തിക. ന. തൃപ്തി.

ഉദന്യ. ന. ദാഹം, വെള്ളം കുടിപ്പാനുള്ള ആഗ്രഹം.

ഉദമ്പാൻ. ന. സമുദ്രം.

ഉദപാനം. ന. കിണറ.

ഉദയകാലം. ന. ഉഷസ്സു.

ഉദയപൎവ്വതം. ന. കിഴക്കുള്ള ഒരു പൎവ്വതം.

ഉദയം. ന. ൧, ഉത്ഭവം, ജനനം. ൨, ഉഷസ്സു. ൩, ഉദയപൎവ്വതം. ൪, വെളിച്ചം. ൫, സൌഭാഗ്യം.

ഉദയരാഗം. ന. ഒരു രാഗം.

ഉദരഗ്രന്ഥി. ന. ഒരു ദീനം.

ഉദരത്രാണം. ന. ചട്ട.

ഉദരപിശാചൻ. ന. വളരെ ഭക്ഷിക്കുന്നവൻ.

ഉദരപൂരണം. ന. വയറുനിറെക്ക.

ഉദരപൂൎത്തി. ന. വയറുനിറെക്ക.

ഉദരപോഷണം. ന. മേല്പറഞ്ഞ അൎത്ഥം.

ഉദരം. ന. ൧, വയറു. ൨, ഒരു വസ്തുവിന്റെ ഉൾഭാഗം.

ഉദരംഭരി. വി. (ത്രിലി.) വി. ന. ൧, തന്നെത്താൻ പോററുന്ന. ൨, അതിഭക്ഷണക്കാരൻ. ൩, തന്നിഷ്ടക്കാരൻ.

ഉദരരോഗം. ന. (താഴെ വരുന്ന അൎത്ഥം).

ഉദരവ്യഥ. ന. വയററിലുണ്ടാകുന്ന ഒരു ദീനം.

ഉദരവ്യാധി ന. മേല്പറഞ്ഞ അൎത്ഥം.

ഉദരാമയം. ന. ഉദരവ്യാധി.

ഉദരാവൎത്തം. ന. നാഭി, പൊക്കിൾ.

ഉദരില. വി. (ലൻ, ലാ, ലം.) വി. ന. തടിച്ച, വണ്ണമുള്ള.

ഉദൎക്കം. ന. വരുംഫലം.

ഉദവസിതം. ന. ഭവനം.

ഉദശ്വിത്തു. ന. മോര.

ഉദാത്ത. വി. (ത്തൻ, ത്താ, ത്തം.) വി. ന. ൧, ഔദാൎയ്യമുള്ള. ൨, ശ്രേഷ്ഠതയുള്ള. **ഉദാത്തത.** ഗു. ന.

ഉദാത്തം. ന. ൧, സ്വരഭേദം. ൨, ദാനം.

ഉദാനൻ. ന. പഞ്ചവായുക്കളിൽ ഒന്നു.

ഉദാര. വി. (രൻ, രാ, രി, രം.) വി. ന. ൧, ഔദാൎയ്യമുള്ള. ൨, ശ്രേഷ്ഠതയുള്ള. **ഉദാരത.** ഗു. ന. ഔദാൎയ്യം.

ഉദാരശീല. വി. (ലൻ, ലാ, ലം.) വി. ന. ഔദാൎയ്യശീലമുള്ള.

ഉദാവൎത്തം. ന. ഒരു രോഗത്തിന്റെ പേര.

ഉദാസീന. വി. (നൻ, നാ, നം.) വി. ന. ൧, ബന്ധുവും ശത്രുവുമല്ലാത്ത. ൨, ജാഗ്രതയില്ലാത്ത. **ഉദാസീനത.** ഗു. ന. ൧, ഉപേക്ഷ. ൨, ജാഗ്രതയില്ലായ്മ. ൩, മടി.

ഉദാസ്ഥിതൻ. ന. ൧, ഒററുകാരൻ. ൨, വാതില്കാവല്ക്കാരൻ. ൩, പ്രമാണി.

ഉദാഹരണം. ന. ൧, ദൃഷ്ടാന്തം. ൨, വൎണ്ണനം. ൩, തൎക്കശാസ്ത്രത്തിലുള്ള ഒരു ലക്ഷണം. ൪, പറയുക.

ഉദാഹാരം. ന. ൧, വാക്യാരംഭം. ൨, മേല്പറഞ്ഞ അൎത്ഥങ്ങൾ.

ഉദാഹൃത. വി. (തൻ, താ, തം.) വി. ന. പറയപ്പെട്ട.

ഉദിക്കുന്നു. ച്ചു. പ്പാൻ. (ഉദി.) അ. ക്രി. ഉത്ഭവിക്കുന്നു, ജനിക്കുന്നു. **ഉദിപ്പിക്കുന്നു.** സ. ക്രി.

ഉദിത. വി. (തൻ, താ, തം.) വി. ന. ൧, പറയപ്പെട്ട. ൨, ഉദിച്ച, ൩, ഉണ്ടായ.

ഉദിപ്പു. ന. ഉദിക്ക.

ഉദീചി. ന. വടക്കു.

ഉദീചീന. വി. (നൻ, നാ, നം.) വി. ന. വടക്കുള്ള.

ഉദീച്യം. ന. ൧, ശരാവതി നദിയുടെ വടക്കുപടിഞ്ഞാറുള്ള ഭൂമി. ൨, രാമച്ചം.

ഉദീരണം. ന. പറക.

ഉദീരിത. വി. (തൻ, താ, തം.) വി. ന. പറയപ്പെട്ട.

ഉദീൎണ്ണ. വി. (ൎണ്ണൻ, ൎണ്ണാ, ൎണ്ണം.) വി. ന. ൧, ഔദാൎയ്യമുള്ള. ൨, ശ്രേഷ്ഠതയുള്ള. ൩, കട്ടപ്പുമുള്ള.

ഉദുംബരപൎണ്ണി. ന. ഒരു ചെടി, നാകദന്തി.

ഉദുംബരം. ന. ൧, അത്തിവൃക്ഷം. ൨, ചെമ്പു. ൩, ഉമ്മരം.

ഉദൂഖലം. ന. ൧, ഉരൽ. ൨, ഗുൾഗ്ഗുലു.

ഉദൂഢ. വി. (ഢൻ, ഢാ, ഢം.) വി. ന. ൧, പരുപരുപ്പുള്ള. ൨, വിവാഹം ചെയ്യപ്പെട്ട. ൩, വളൎന്ന.

ഉദൂഢരാഗം ന. അതിസ്നേഹം.

ഉദ്ഗമം. ന. ഉദയം.

ഉദ്ഗതജാനു. വി. (ത്രിലി.) വി. ന. കാൽനീളമുള്ള.

ഉദ്ഗത. വി. (തൻ, താ, തം.) വി. ന. ൧, ഉയൎന്ന, ൨, ഛൎദ്ദിച്ച.

ഉദ്ഗമനീയ. വി. (യൻ, യാ, യം.) വി. ന. ൧, പോകത്തക്ക. ൨, കരേററത്തക്ക.

ഉദ്ഗമനീയം. ന. വസ്ത്രവും ഉത്തരിയവും.

ഉദ്ഗളിത. വി. (തൻ, താ, തം.) വി. ന. വീണ, പൊഴിഞ്ഞ.

ഉദ്ഗാഢ. വി. (ഢൻ, ഢാ, ഢം.) വി. ന. ഏററമുള്ള, അധികമായ. അ. ഏററവും.

ഉദ്ഗാതാവു. ന. സാമവേദം പഠിച്ചവൻ, സാമവേദക്കാരൻ.

ഉദ്ഗാരം. ന. ൧, ഏമ്പക്കം. ൨, ഛൎദ്ദി.

ഉദ്ഗിരണം. ന. ഛൎദ്ദി.

ഉദ്ഗീഥം. ന. സാമവേദത്തിൽ ഒരു ഭാഗം.

ഉദ്ഗൂൎണ്ണ. വി. (ൎണ്ണൻ, ൎണ്ണാ, ൎണ്ണം.) വി. ന. ഉയൎത്തിയ, ഉയൎത്തപ്പെട്ട.

ഉദ്ഗ്രാഹം. ന. മേല്പോട്ടെടുക്ക.

ഉദ്ഘനം. ന. ചെത്തുന്നതിനു താഴെ വെക്കുന്ന തടി.

ഉദ്ഘം. ന. ശ്രേഷ്ഠം.

ഉദ്ഘസം. ന. ഇറച്ചി.

ഉദ്ഘാടനം. ന. ൧, വെള്ളംകോരുന്ന യന്ത്രം. ൨, തുറക്കുന്ന യന്ത്രം.

ഉദ്ഘാടിതജ്ഞ. വി. (ജ്ഞൻ, ജ്ഞാ, ജ്ഞം.) വി. ന. ബുദ്ധിയുള്ള.

ഉദ്ഘാടിത. വി. (തൻ, താ, തം.) വി. ന. ൧, പ്രയത്നം ചെയ്യപ്പെട്ട. ൨, തുറക്കപ്പെട്ട. ൩, ഉയൎത്തപ്പെട്ട.

ഉദ്ഘാതം. ന. ൧, ആരംഭം. ൨, ആയുധം. ൩, അടിക്ക, മുറിക്ക. ൪, മുറിവു.

ഉദ്ഘോഷം. ന. പ്രസ്താവനം, പരസ്യപ്പെടുത്തിപ്പറയുക.

ഉദ്ദണ്ഡത. ന. ൧, ബലം. ൨, ഘൊര ഹങ്കാരം. ൩, ക്രൂരത.

ഉദ്ദണ്ഡൻ. ന. ൧, ബലമുള്ളവൻ. ൨, ഘൊരഹങ്കാരമുള്ളവൻ. ൩, ക്രൂരൻ.

ഉദ്ദന്തുര. വി. (രൻ, രാ, രം.) വി. ന. ൧, ഉയൎന്ന. ൨, ഭയങ്കരമുള്ള. ൩, വലിയ പല്ലുള്ള.

ഉദ്ദംശം. ന. മൂട്ട.

ഉദ്ദാനം. ന. ബന്ധനം.

ഉദ്ദാമം. ന. ൧, വിടപ്പെട്ട. ൨, അ യെക്കപ്പെട്ട.

ഉദ്ദാലം. ന. നച്ചുരിവൃക്ഷം.

ഉദ്ദിത. വി. (തൻ, താ, തം.) വി. ന. ബന്ധിക്കപ്പെട്ട.

ഉദ്ദിഷ്ട. വി. (ഷ്ടൻ, ഷ്ടാ, ഷ്ടം.) വി. ന. ഉദ്ദേശിക്കപ്പെട്ട, നിശ്ചയിക്കപ്പെട്ട.

ഉദ്ദീപക. വി. (കൻ, കാ, കം.) വി. ന. ജ്വലിപ്പിക്കുന്ന.

ഉദ്ദീപകം. ന. ചുട്ടുറുമ്പു.

ഉദ്ദീപനം. ന. ജ്വലിക്ക, പ്രകാശിക്ക.

ഉദ്ദീപ്ത. വി. (പ്തൻ, പ്താ, പ്തം.) വി. ന. പ്രകാശിക്കപ്പെട്ട, ജ്വലിക്കപ്പെട്ട, ജ്വലിച്ച.

ഉദ്ദേശകം. ന. ൧, ഉദാഹരണം. ൨, (കണക്കശാസ്ത്രത്തിൽ) ചോദ്യം.

ഉദ്ദേശം. ന. ൧, ഊഹിച്ചിട്ടുള്ള നിശ്ച യം. ൨, സംശയം.

ഉദ്ദേശിക്കുന്നു. ച്ചു. പ്പാൻ. (ഉദ്ദേശി.) സ. ക്രി. ൧, സംശയിക്കുന്നു. ൨, ഊ ഹിച്ചു നിശ്ചയിക്കുന്നു.

ഉദ്ധത. വി. (തൻ, താ, തം.) വി. ന. അഹങ്കാരമുള്ള.

ഉദ്ധതി. ന. ൧, ഉയരം. ൨, ഡംഭം, മൂൎഖസ്വഭാവം, ഇളക്കം. ൩, പ്രഹരം.

ഉദ്ധരണം. ന. ൧, പൊക്കുക. ൨, വേ രോടെ പറിക്ക.

ഉദ്ധരണി. ന. ചെറിയ തവി.

ഉദ്ധരിക്കുന്നു. ച്ചു. പ്പാൻ. (ഉദ്ധരി.) സ. ക്രി. ൧, പൊക്കുന്നു. ൨, രക്ഷിക്കു ന്നു. ൩, പറിക്കുന്നു. ൪, താങ്ങുന്നു. **ഉദ്ധരിപ്പിക്കുന്നു.** കാ. ക്രി.

ഉദ്ധൎഷം ന. ഉത്സവം.

ഉദ്ധവം. ന ഉത്സവം.

ഉദ്ധാന. വി. (നൻ, നാ, നം.) വി. ന. ൧, കരേറിയ. ൨, ഛൎദ്ദിച്ച.

ഉദ്ധാനം. ന. അടുപ്പു.

ഉദ്ധാരക. വി. (കൻ, കാ, കം.) വി. ന. പൊക്കുന്ന.

ഉദ്ധാരണം. ന. ൧, പൊക്കുക. ൨, ര ക്ഷണം.

ഉദ്ധാരം. ന. ൧, കടം. ൨, പൊക്കു ക. ൩, രക്ഷ. ൪, അടുപ്പു.

ഉദ്ധാരാ. ന. ഒരു മരുന്നു, അമൃതു വള്ളി.

ഉദ്ധുത. അല്ലെങ്കിൽ, **ഉദ്ധൂത.** വി. (തൻ, താ, തം.) വി. ന. ഇളക്കപ്പെട്ട.

ഉദ്ധൂനനം. ന. ഇളക്കം.

ഉദ്ധൂളനം. ന. ൧, പൂശുക. ൨, വി തറുക.

ഉദ്ധൂളിത. വി. (തൻ, താ, തം.) വി. ന. ൧, പൂശപ്പെട്ട. ൨, വിതറപ്പെട്ട.

ഉദ്ധൃത. വി. (തൻ, താ, തം.) വി. ന. ൧, എടുക്കപ്പെട്ട. ൨, ഉയൎത്തപ്പെട്ട. ൩, രക്ഷിക്കപ്പെട്ട. ൪, വേരോടെ പ റിക്കപ്പെട്ട.

ഉൽബ്ബണ. വി. (ണൻ, ണാ, ണം.) വി. ന. ൧, ശ്രേഷ്ഠമായ. ൨, വൎദ്ധിച്ച.

ഉൽബ്ബം. ന. മറുപിള്ള.

ഉൽബുദ്ധം. വി. ഉണൎത്തപ്പെട്ട.

ഉൽഭട. വി. (ടൻ, ടാ, ടം.) വി. ന. ൧, ശ്രേഷ്ഠമായ. ൨, മഹിമയുള്ള.

ഉൽഭടൻ. ന. ആദിത്യൻ.

ഉൽഭടം. ന. ആമ.

ഉൽഭവം. ന. ജനനം.

ഉൽഭവിക്കുന്നു. ച്ചു. പ്പാൻ. (ഉൽഭവി.) അ. ക്രി. ജനിക്കുന്നു. **ഉൽഭവിപ്പിക്കു ന്നു.** സ. ക്രി.

ഉൽഭിജ്ജം. ന. ചെടി.

ഉൽഭിജ്ജ. വി. (ജ്ജൻ, ജ്ജാ, ജ്ജം.) വി. ന. കിളുക്കുന്ന.

ഉൽഭിജ്ജം. ന. മുള, ക്രുമ്പു.

ഉൽഭിദ. വി. (ദൻ, ദാ, ദം.) വി. ന. മുളെക്കുന്ന.

ഉൽഭിദം. ന. ൧, ഒരു മാതിരി ഉപ്പു. ൨, മുള, ക്രുമ്പു.

ഉൽഭൂത. വി. (തൻ, താ, തം.) വി. ന. ൧, ജനിച്ച. ൨, ഉയൎന്ന.

ഉൽഭേദം. ന. ൧, കുണ്ണിതം. ൨, മേല്പോ ട്ടു ചാടുക. ൩, ചുററൽ.

ഉദ്യതനം. ന. ൧, ഉയൎത്തുക. ൨, പ്ര യത്നം. ൩, ഉത്സാഹം.

ഉദ്യത. വി. (തൻ, താ, തം.) വി. ന. ൧, ഉയൎത്തപ്പെട്ട. ൨, ഉത്സാഹമുള്ള.

ഉദ്യതം. ന. അദ്ധ്യായം.

ഉദ്യമം. അല്ലെങ്കിൽ, **ഉദ്യമനം.** ന. ഉത്സാഹം.

ഉദ്യാനം. ന. ൧, പൂങ്കാവു. ൨, പുറ പ്പാട്ടു. ൩, പ്രയോജനം.

ഉദ്യാപനം. ന. പൂജാവസാനം.

ഉദ്യുക്ത. വി. (ക്തൻ, ക്താ, ക്തം.) വി. ന. ഉത്സാഹമുള്ള.

ഉദ്യോഗം. ന. ൧, ഉത്സാഹം. ൨, പ്ര യത്നം. ൩, അധികാരം.

ഉദ്യോഗസ്ഥൻ. ന. അധികാരി.

ഉദ്യോഗി. വി. (ഗീ, ഗിനീ, ഗി.) വി. ന. ഉത്സാഹമുള്ള.

ഉദ്യോഗിക്കുന്നു. ച്ചു. പ്പാൻ. (ഉദ്യോ ഗി.) അ. ക്രി. ഉത്സാഹിക്കുന്നു, ശ്രമി ക്കുന്നു. **ഉദ്യോഗിപ്പിക്കുന്നു.** സ. ക്രി.

ഉദ്യോത. വി. (തൻ, താ, തം.) വി. ന. പ്രകാശിച്ച.

ഉദ്യോതമാന. വി. (നൻ, നാ, നം.) വി. ന. പ്രകാശിച്ചിരിക്കുന്ന.

ഉദ്രവം. അല്ലെങ്കിൽ, **ഉദ്രാവം.** ന. ൧, ഓട്ടം. ൨, ഒഴുക്ക.

ഉദ്രം. ന. കഴുനാ.

ഉദ്രിക്ത. വി. (ക്തൻ, ക്താ, ക്തം.) വി. ന. ൧, വേൎതിരിഞ്ഞ. ൨, തെളി വുള്ള. ൩, വൎദ്ധിച്ച.

ഉദ്രേകം. ന. ൧, ആരംഭം. ൨, വൎദ്ധ നം. ൩, അധികത്വം.

ഉദ്വൎത്തനം. ന. ൧, മെയ്പ്പിടിക്ക. ൨, കരേറുക. ൩, സുഗന്ധം തേക്ക.

ഉദ്വൃത്ത. വി. (ത്തൻ, ത്താ, ത്തം.) വി. ന. ൧, അധികമായ. ൨, ശേഷിച്ച.

ഉദ്വൎത്തം. ന. ശേഷിപ്പു.

ഉദ്വമിക്കുന്നു. സ. ക്രി. ൧, ഛൎദ്ദിക്കു ന്നു, കവിട്ടുന്നു. ൨, വെളിക്ക വിടുന്നു. **ഉദ്വമിപ്പിക്കുന്നു.** കാ. ക്രി. **ഉദ്വ മനം.** ന.

ഉദ്വസിക്കുന്നു. ച്ചു. പ്പാൻ. (ഉദ്വസി.) സ. ക്രി. ൧, കൊല്ലുന്നു. ൨, അയെക്കു ന്നു. **ഉദ്വസിപ്പിക്കുന്നു.** കാ. ക്രി.

ഉദ്വഹനം. ന. ൧, എടുക്ക. ൨, വി വാഹം.

ഉദ്വഹിക്കുന്നു. ച്ചു. പ്പാൻ. (ഉദ്വഹി.) സ. ക്രി. ൧, വിവാഹം ചെയ്യുന്നു. ൨, എടുക്കുന്നു.

ഉദ്വാന്ത. വി. (ന്തൻ, ന്താ, ന്തം.) വി. ന. ഛൎദ്ദിച്ച.

ഉദ്വാന്തൻ. ന. മദം അടങ്ങിയ ആന.

ഉദ്വാസനം. ന. ൧, വധം, കുല. ൨, അയെക്കുക.

ഉദ്വാഹനം. ന. ൧, വിവാഹം. ൨, നിലമുഴുക.

ഉദ്വാഹം. ന. വിവാഹം.

ഉദ്വാഹിക. വി. (കൻ, കാ, കം.) വി. ന. വിവാഹത്തെ സംബന്ധിച്ച.

ഉദ്വാഹിത. വി. (തൻ, താ, തം.) വി. ന. ൧, ഉയൎത്തപ്പെട്ട, മേല്പോട്ടു നോക്കിയ. ൨, വേരോടെ പറിക്കപ്പെട്ട.

ഉദ്വിഗ്ന. വി. (ഗ്നൻ, ഗ്നാ, ഗ്നം.) വി. ന. ൧, ദുഃഖമുള്ള. ൨, വിരഹദുഃഖമുള്ള.

ഉദ്വൃത്ത. വി. (ത്തൻ, ത്താ, ത്തം.) വി. ന. ൧, ചുട്ടിക്കപ്പെട്ട. ൨, ഉയൎത്തപ്പെട്ട. ൩, അടക്കമില്ലാത്ത.

ഉദ്വേഗ. വി. (ഗൻ, ഗാ, ഗം.) വി. ന. വേഗം പോകുന്ന.

ഉദ്വേഗം. ന. ൧, ഭയം. ൨, കരേററം. ൩, അടെക്കാ.

ഉദ്വേഗൻ. ന. വേഗം ഓടുന്നവൻ.

ഉന്തിപ്പു. ന. ൧, തള്ളൽ. ൨, ഞൊണ്ടി നടപ്പു.

ഉന്തു. ന. ൧, തള്ള. ൨, ക്രന്ദു. ൩, വെള്ളത്തിലെ അഴുക്ക.

ഉന്തുന്നു. ന്തി. വാൻ. (ഉന്തു.) സ. ക്രി. തള്ളുന്നു. **ഉന്തിക്കുന്നു.** കാ. ക്രി.

ഉന്ദുരു. ന. എലി.

ഉന്നത. വി. (തൻ, താ, തം.) വി. ന. ഉയൎന്ന, പൊക്കമുള്ള.

ഉന്നതാനത. വി. (തൻ, താ, തം.) വി. ന. ഉയൎന്നും താണുമുള്ള.

ഉന്നതി. ന. ൧, വൎദ്ധന. ൨, ഉയരം.

ഉന്നം. ന. ലാക്ക.

ഉന്നമനം. ന. ഉയൎത്തുക.

ഉന്നമിക്കുന്നു. ച്ചു. പ്പാൻ. (ഉന്നമി.) സ. ക്രി. ഉയൎത്തുന്നു. **ഉന്നമിപ്പിക്കുന്നു.** കാ. ക്രി.

ഉന്നമിത. വി. (തൻ, താ, തം.) വി. ന. ഉയൎത്തപ്പെട്ട.

ഉന്നമ്ര. വി. (മ്രൻ, മ്രാ, മ്രം.) വി. ന. ഉയൎത്തപ്പെട്ട.

ഉന്നയനം. ന. ൧, വിചാരം. ൨, ഊഹം. ൩, ഉയൎത്തുക.

ഉന്നയം. ന. ഉയൎത്തുക, പൊക്കുക.

ഉന്നാമം. ന. ഉയൎത്തുക.

ഉന്നായം. ന. ഉയൎത്തുക.

ഉന്നിക്കുന്നു. ച്ചു. പ്പാൻ. (ഉന്നി.) അ. ക്രി. ൧, നിശ്ചയിക്കുന്നു. ൨, സംശയിക്കുന്നു.

ഉന്നിദ്ര. വി. (ദ്രൻ, ദ്രാ, ദ്രം.) വി. ന. ഉറക്കമില്ലാത്ത, ജാഗ്രതയോടുകൂടിയ, വികസിച്ച.

ഉന്നുന്നു. ന്നി. വാൻ. (ഉന്നു.) സ. ക്രി. ൧, ലാക്കുനോക്കുന്നു. ൨, ഒരു കാൎയ്യത്തിന്മേൽ തന്നെ മനസ്സുറപ്പിക്കുന്നു.

ഉന്നേയ. വി. (യൻ, യാ, യം.) വി. ന. ഊഹിക്കത്തക്ക.

ഉന്നേയം. ന. ലാക്ക, കുറി.

ഉന്മജ്ജനം. ന. വെള്ളത്തിൽനിന്നു പൊങ്ങുക.

ഉന്മത്ത. വി. (ത്തൻ, ത്താ, ത്തം.) വി. ന. ൧, ഭ്രാന്തുള്ള. ൨, ലഹരിപിടിച്ച.

ഉന്മത്തം. ന. ഒരു തൈ, ഉമ്മം.

ഉന്മഥിത. വി. (തൻ, താ, തം.) വി. ന. കൊല്ലപ്പെട്ട.

ഉന്മദ. വി. (ദൻ, ദാ, ദം.) വി. ന. ൧, ഭ്രാന്തുള്ള. ൨, ലഹരിപിടിച്ച.

ഉന്മദം; ഉന്മാദം. ന. ഭ്രാന്തു.

ഉന്മദിഷ്ണു. വി. (ഷ്ണു, ഷ്ണു, ഷ്ണു.) വി. ന. ൧, ഭ്രാന്തുള്ള. ൨, ലഹരിപിടിച്ച.

ഉന്മനസ്സു. വി. (ത്രിക്കു.) വി. ന. ൧, ശ്രദ്ധയോടുകൂടിയ. ൨, മനസ്സാപമുള്ള.

ഉന്മാഥം. ന. ൧, കണി. ൨, വധം.

ഉന്മാദ. വി. (ദൻ, ദാ, ദം.) വി. ന. ഭ്രാന്തുള്ള.

ഉന്മാദവൽ. വി. (വാൻ, വതി, വൽ.) വി. ന. ഭ്രാന്തുള്ള.

ഉന്മീലനം. ന. ൧, കണ്ണുമിഴിക്ക. ൨, വിടരുക.

ഉന്മീലിത. വി. (തൻ, താ, തം.) വി. ന. ൧, മിഴിക്കപ്പെട്ട. ൨, വിടൎത്തപ്പെട്ട, വിടൎന്ന.

ഉന്മുകം. ന. തീക്കൊള്ളി.

ഉന്മുക്ത. വി. (ക്തൻ, ക്താ, ക്തം.) വി. ന. ൧, ഉപേക്ഷിക്കപ്പെട്ട. ൨, ഊരപ്പെട്ട.

ഉന്മുഖ. വി. (ഖൻ, ഖാ, ഖം.) വി. ന. മേല്പോട്ടു നോക്കുന്ന.

ഉന്മുഖരം. വി. ശബ്ദിച്ചുകൊണ്ടിരിക്കുന്ന.

ഉന്മുഖീകരിക്കുന്നു. സ. ക്രി. മേല്പോട്ടു നോക്കുന്നു.

ഉന്മൂലനം. ന. ൧, നാശം. ൨, വേരോടെ പറിക്ക.

ഉന്മൂലിത. വി. (തൻ, താ, തം.) വി. ന. വേരോടെ പറിക്കപ്പെട്ട.

ഉന്മേദസ്സു. ന. പുഷ്ടി.

ഉന്മേഷം. ന. ൧, കണ്ണുമിഴിക്ക. ൨, പ്രസാദം. ൩, ജാഗ്രത.

ഉന്മേഷിപ്പിക്കുന്നു. ച്ചു. പ്പാൻ. (ഉന്മേഷിപ്പി.) സ. ക്രി. സന്തോഷിപ്പിക്കുന്നു.

ഉപ. സംസ്കൃതപദങ്ങൾക്കു മുൻപെ വെക്കപ്പെടുന്ന ഒരു അവ്യയപദം. ൧, അധികതൎം. ൨, സമീപം, അരികെ. ൩, ഒന്നിച്ചു. ൪, താണ, കുറഞ്ഞ. ൫, സദൃശം, തുല്യം. ൬, അലങ്കാരം. ൭, കല്പന. ൮, കൊടുക്ക. ൯, പരപ്പു. ൧൦, ഇച്ഛ. ഇങ്ങനെയുള്ള അൎത്ഥങ്ങൾ വരും.

ഉപകണ്ഠ. വി. (ണ്ഠൻ, ണ്ഠാ, ണ്ഠം.) വി. ന. സമീപത്തുള്ള.

ഉപകണ്ഠം. ന. ൧, സമീപം. ൨, ഗ്രാമത്തിന്നടുത്ത സ്ഥലം. ൩, കഴുത്തിന്നടുക്കൽ.

ഉപകഥ. ന. കുട്ടുകഥ.

ഉപകരണം. ന. സാമാനം.

ഉപകരി. ന. പങ്കം.

ഉപകരിക്കുന്നു. ച്ചു. പ്പാൻ. (ഉപകരി.) സ. ക്രി. ആവശ്യത്തിന്നു ലഭിക്കുന്നു. **ഉപകരിപ്പിക്കുന്നു.** കാ. ക്രി.

ഉപകാൎയ്യ. ന. രാജഭവനം.

ഉപകാരക. വി. (കൻ, കാ, കം.) വി. ന. പ്രയോജനമുള്ള.

ഉപകാരം. ന. പ്രയോജനം.

ഉപകാരി. വി. (രീ, രിണി, രി.) വി. ന. ഉപകാരം ചെയ്യുന്ന.

ഉപകാരികാ. ന. ൧, രാജഭവനം. ൨, ഉപകാരം ചെയ്യുന്നവൾ.

ഉപകുഞ്ചിക. ന. ൧, ചിററേലം. ൨, കരിഞ്ചീരകം. ൩, ഒരു പുഷ്പം.

ഉപകുല്യ. ന. ൧, തിപ്പലി. ൨, കൈത്തോടു.

ഉപകുശം. ന. മോണയേലുണ്ടാകുന്ന കുരു.

ഉപകുംഭജലാശയം. ന. കൈത്തൊട്ടി.

ഉപകൃതി. ന. ഉപകാരം.

ഉപക്രമം. ന. ൧, ആരംഭം. ൨, ഉപായം. ൩, ചികിത്സ.

ഉപക്രമിക്കുന്നു. ച്ചു. പ്പാൻ. (ഉപക്രമി.) സ. ക്രി. ആരംഭിക്കുന്നു.

ഉപക്രോശം. ന. നിന്ദ.

ഉപഗത. വി. (തൻ, താ, തം.) വി. ന. ൧, സമീപത്തു വന്ന. ൨, വഴിച്ച. ൩, പ്രതിജ്ഞ ചെയ്യപ്പെട്ട.

ഉപഗമനം. ന. ൧, സമീപത്തു വരിക. ൨, പ്രതിജ്ഞ.

ഉപഗമം. ന. മെല്പറഞ്ഞ അർത്ഥം.

ഉപഗമിക്കുന്നു. ച്യ. പ്പാൻ. (ഉപഗമി.) സ. ക്രി. സമീപിക്കുന്നു.

ഉപഗമ്യ. വി. (മ്യൻ, മ്യാ, മ്യം.) വി. ന. സമീപിക്കത്തക്ക.

ഉപഗീത. വി. (തൻ, താ, തം.) വി. ന. ൧, പാടപ്പെട്ട. ൨, സ്തുതിക്കപ്പെട്ട.

ഉപഗൂഢ. വി. (ഢൻ, ഢാ, ഢം.) വി. ന. ഒളിക്കപ്പെട്ട.

ഉപഗൂഹനം. ന. ആലിംഗനം.

ഉപഗ്രഹൻ. ന. പിടിച്ചുകെട്ടിയിടപ്പെട്ടവൻ.

ഉപഗ്രഹം. ന. ൧, കൃപ. ൨, ധൈര്യം. ൩, സഹായം.

ഉപഗ്രാമം. ന. ഗ്രാമത്തിന്നടുത്ത സ്ഥലം, അടുത്ത ഗ്രാമം.

ഉപഗ്രാഹ്യം. ന. കാഴ്ചദ്രവ്യം.

ഉപഘ്നം. ന. അടുത്ത ആശ്രയം.

ഉപചയം. ന. ൧, ക്രമ്പാരം. ൨, ഉയച്ച.

ഉപചരണം. ന. ൧, മര്യാദ, ആചാരം. ൨, നല്ലനടപ്പു. ൩, തൊഴിൽ.

ഉപചരിക്കുന്നു. ച്യ. പ്പാൻ. (ഉപചരി.) സ. ക്രി. ആചാരം ചെയ്യുന്നു, ബഹുമാനിക്കുന്നു.

ഉപചരിത. വി. (തൻ, താ, തം.) വി. ന. സല്ക്കരിക്കപ്പെട്ട.

ഉപചര്യ. വി. (ര്യൻ, ര്യാ, ര്യം.) വി. ന. ശുശ്രൂഷിക്കപ്പെടത്തക്ക.

ഉപചര്യാ. ന. ചികിത്സ.

ഉപചാരം. ന. ൧, മര്യാദ, ആചാരം. ൨, നല്ലനടപ്പു. ൩, തൊഴിൽ.

ഉപചാരി. വി. (രീ, രിണീ, രി.) വി. ന. മര്യാദയുള്ള.

ഉപചിത. വി. (തൻ, താ, തം.) വി. ന. ൧, വൎദ്ധിക്കപ്പെട്ട. ൨, പൂചപ്പെട്ട.

ഉപചിത്ര. ന. ഒരു മരുന്നു, എലിച്ചെവിയൻ.

ഉപജാത. വി. (തൻ, താ, തം.) വി. ന. കൂടെ ജനിച്ച.

ഉപജാപം. ന. ൧, ദുരാലോചന, രാജദ്രോഹമുദ്ദേശിച്ചുള്ള രഹസ്യാലോചന. ൨, വേർപാട്, ഭിന്നിപ്പു.

ഉപജിഹ്വാ. ന. ൧, ചെറുനാക്ക. ൨, ഒരു പുഴ.

ഉപജീവനം. ന. ഉപജീവനവൃത്തി.

ഉപജീവിക്കുന്നു. ച്യ. പ്പാൻ. (ഉപജീവി.) അ. ക്രി. ഉപജീവനവൃത്തി കഴിക്കുന്നു.

ഉപജീവിത. വി. (തൻ, താ, തം.) വി. ന. ഉപജീവനവൃത്തി കഴിക്കപ്പെട്ട.

ഉപജീവി. ന. വേലക്കാരൻ, ഭൃത്യൻ.

ഉപജോഷം. അ. സന്തോഷവചനം.

ഉപജ്ഞാ. ന. അഭ്യസിക്കാത്ത ജ്ഞാനം.

ഉപതപ്ത. വി. (പ്തൻ, പ്താ, പ്തം.) വി. ന. ൧, ദുഃഖമുള്ള. ൨, ചൂടുപിടിക്കപ്പെട്ട.

ഉപതപ്ത. വി. (പ്തൻ, പ്താ, പ്തം.) വി. ന. ചൂടുപിടിപ്പിക്കുന്ന.

ഉപതാപം. ന. ൧, വ്യാധി. ൨, ഉഷ്ണം. ൩, ദുഃഖം. ൪, ഉഴററു.

ഉപത്യകാ. ന. പൎവ്വതത്തോടടുത്ത ഭൂമി.

ഉപദംശം. ന. കറി.

ഉപദൎശകൻ. ന. വാതിൽ കാക്കുന്നവൻ.

ഉപദാ. ന. ൧, കാഴ്ചദ്രവ്യം. ൨, സമ്മാനം.

ഉപദാനകം. ന. മെല്പറഞ്ഞ അർത്ഥം.

ഉപദിഷ്ട. വി. (ഷ്ടൻ, ഷ്ടാ, ഷ്ടം.) വി. ന. ഉപദേശിക്കപ്പെട്ട.

ഉപദേവത. ന. ദേവയോനി.

ഉപദേശം. ന. ൧, ഗുരുശാസനം. ൨, ഗുണദോഷം. ൩, പഠിത്വം.

ഉപദേശവാക്ക. ന. ഗുണദോഷവാക്ക.

ഉപദേശി. ന. പഠിപ്പിക്കുന്നവൻ, ഗുരു.

ഉപദേശിക്കുന്നു. ച്യ. പ്പാൻ. (ഉപദേശി.) സ. ക്രി. പഠിപ്പിക്കുന്നു.

ഉപദേഷ്ടാവു. ന. ഗുരു.

ഉപദോഹം. ന. ൧, പശുവിന്റെ മുലക്കണ്ണ. ൨, പാലു കറക്കുവാനുള്ള പാത്രം.

ഉപദ്രവം. ന. ൧, പീഡ, വേദന. ൨, ആപത്തു. ൩, ദുഃഖം. ൪, അസഹ്യത. ൫, ദീനം.

ഉപദ്രവി. വി. (വീ, വിനീ, വി.) വി. ന. പീഡിപ്പിക്കുന്ന, ദുഃഖിപ്പിക്കുന്ന.

ഉപദ്രവിക്കുന്നു ച്യ. പ്പാൻ. (ഉപദ്രവി.) സ. ക്രി. പീഡിപ്പിക്കുന്നു, ദുഃഖിപ്പിക്കുന്നു.

ഉപധാ. ന. ധൎമ്മാദികളെക്കൊണ്ടുള്ള പരീക്ഷ.

ഉപധാനം. ന. ൧, തലയിണ. ൨, സ്നേഹം.

ഉപധി. ന. ൧, വ്യാജം. ൨, ഭയം.

ഉപധ്വനി. ന. മാറെറാലി.

ഉപനഖം. ന. വിരൽചുറെറന്ന രോഗം.

ഉപനഗരം. ന. അടുത്ത ഗ്രാമം.

ഉപനത. വി. (തൻ, താ, തം.) വി. ന. ൧, കുനിഞ്ഞ. വളഞ്ഞ, ൨, നമസ്കരിച്ച, താണ.

ഉപനയനം. ന. ൧, പൂണുനൂൽകല്യാണം. ൨, സമീപത്തു വരുത്തുക.

ഉപനയം. ന. മെല്പറഞ്ഞ അർത്ഥം.

ഉപനയിക്കുന്നു; ഉപനിക്കുന്നു. ച്യ. പ്പാൻ. (ഉപനയി.) സ. ക്രി. പൂണുനൂൽകല്യാണം കഴിക്കുന്നു. ൨, സമീപത്തു വരുത്തുന്നു.

ഉപനാഹം. ന. ൧, വീണയുടെ കമ്പി കെട്ടുന്ന സ്ഥലം. ൨, പ്ലാസ്തിരി. ൩, ഒരു ദീനം.

ഉപനിധി. ന. നിക്ഷേപം.

ഉപനിവേശം; ഉപനിവേശനം. ന. ൧, കൂടെയുള്ള പ്രവേശം, ഒരുമിച്ചുള്ള വരവു്. ൨, ഒരുമിച്ചു താമസിക്കുന്ന സ്ഥലം.

ഉപനിഷത്തു. ന. ൧, ദൈവവചനം, ഗീത. ൨, സൽകൃതം.

ഉപനിഷ്കരം. ന. തെരുവീഥി, രാജധാനിയിലേക്ക പോകുംവഴി.

ഉപനീത. വി. (തൻ, താ, തം.) വി. ന. അടുക്കൽ കൊണ്ടുവരപ്പെട്ട.

ഉപനീതൻ. ന. പൂണുനൂൽകല്യാണം കഴിക്കപ്പെട്ടവൻ.

ഉപനീതി. ന. പൂണുനൂൽകല്യാണം.

ഉപനുത. വി. (തൻ, താ, തം.) വി. ന. സ്തുതിക്കപ്പെട്ട.

ഉപനേതാവു. ന. പൂണുനൂൽകല്യാണം കഴിപ്പിക്കുന്നവൻ.

ഉപന്യസ്ത. വി. (സ്തൻ, സ്താ, സ്തം.) വി. ന. ൧, പണയംവെക്കപ്പെട്ട. ൨, കൊടുക്കപ്പെട്ട. ൩, ഉദാഹരണമായി പറഞ്ഞു തുടങ്ങപ്പെട്ട.

ഉപന്യാസം. ന. ൧, വാക്കിന്റെ ആരംഭം. ൨, പണയം.

ഉപപതി. ന. ഒളിശയനക്കാരൻ, ജാരൻ.

ഉപപത്തനം. ന. അയൽപക്കം, അടുത്ത നഗരം.

ഉപപത്തി. ന. ൧, യുക്തം. ൨, സിദ്ധി. ൩, സഹായം. ൪, അറിവു.

ഉപപദം. ന. സമാസപദം, ചെറിയ പദം.

ഉപപന്ന. വി. (ന്നൻ, ന്നാ, ന്നം.) വി. ന. ൧, പ്രാപിക്കപ്പെട്ട. ൨, യോഗ്യമായ.

ഉപപാതകം. ന. മഹാപാപം.

ഉപപാപം. ന. മഹാപാപം.

ഉപപുരം. ന. അയൽപട്ടണം, അടുത്ത നഗരം.

ഉപപൃഷ്ഠിക. ന. കോട്ടവാ.

ഉപപ്രദാനം. ന. കയ്ക്കൂലി, സമ്മാനം.

ഉപപ്ലവം. ന. ൧, രാഹു. ൨, ഗ്രഹണം. ൩, നാശം.

ഉപബർഹം. ന. തലയിണ.

ഉപഭാഷ. ന. ഒരു ഭാഷയിൽനിന്നു ജനിച്ച മറെറാരു ഭാഷ.

ഉപഭുക്തം. വി. അനുഭവിച്ച, ഉപയോഗിച്ച.

ഉപഭൃത്തു. ന. യാഗത്തിന്നു പ്ലാശുവൃക്ഷംകൊണ്ടുണ്ടാക്കിയ ഒരു പാത്രം, ജുഹു.

ഉപഭോഗം. സുഖാനുഭവം.

ഉപമ. വി. (മൻ, മാ, മം.) വി. ന. തുല്യമായ.

ഉപമാ. ന. തുല്യത.

ഉപമർദ്ദം. ന. ശകാരം.

ഉപമാതാവു. ന. വളൎത്തമ്മ.

ഉപമാനം. ന. തുല്യത.

ഉപമിക്കുന്നു. ച്ചു. പ്പാൻ. (ഉപമി.) സ. ക്രി. തുല്യമാക്കിപ്പറയുന്നു.

ഉപമിത. വി. (തൻ, താ, തം.) വി. ന. ഉപമിക്കപ്പെട്ട.

ഉപമിതി. ന. തുല്യത.

ഉപമേത. വി. (തൻ, താ, തം.) വി. ന. ഉപമിക്കപ്പെട്ട.

ഉപമേതം. ന. ഒരു വൃക്ഷം, പെരുമരം.

ഉപമേയ. വി. (യൻ, യാ, യം.) വി. ന. ഉപമിക്കത്തക്ക.

ഉപയന്താവു. ന. ഭൎത്താവു.

ഉപയമം. ന. വിവാഹം.

ഉപയമിക്കുന്നു. സ. ക്രി. ൧, വിവാഹം ചെയ്യുന്നു. ൨, അപഹരിക്കുന്നു. ൩, നിയന്ത്രണം ചെയ്യുന്നു.

ഉപയാനം. ന. കൂടെപ്പോക.

ഉപയാമം. ന. വിവാഹം.

ഉപയുക്ത. വി. (ക്തൻ, ക്താ, ക്തം.) വി. ന. കൊള്ളാകുന്ന, യോഗ്യമായ.

ഉപയുക്തം. ന. അവകാശം.

ഉപയുക്തി. ന. യോഗ്യത, ഉപയോഗം, ഉചിതം.

ഉപയോഗം. ന. ൧, ഉപകാരം, പ്രയോജനം, ഉചിതം. ൨, ചികിത്സ.

ഉപയോജ്യ. വി. (ജ്യൻ, ജ്യാ, ജ്യം). വി. ന. ൧, യോഗ്യമായ. ൨, കൊള്ളാകുന്ന. ൩, പ്രയോജനമുള്ള.

ഉപരക്ത. വി. (ക്തൻ, ക്താ, ക്തം.) വി. ന. വ്യസനപ്പെട്ട.

ഉപരക്തൻ. ന. ൧, രാഹുവിനാൽ വിഴുങ്ങപ്പെട്ട ആദിത്യനൊ ചന്ദ്രനൊ. ൨, രാഹു.

ഉപരതി. ന. ൧, മഹാസന്തോഷം. ൨, നിവൃത്തി.

ഉപരതം. വി. ൧, നിൎത്തപ്പെട്ട. ൨, മരിച്ച. ൩, ലോകകാൎയ്യങ്ങളിൽനിന്നു പിന്മാറിയ.

ഉപരത്നം. ന. വിലകുറഞ്ഞ രത്നക്കല്ലു.

ഉപരക്ഷണം. ന. കാവൽസ്ഥലം.

ഉപരാഗം. ന. ൧, ഗ്രഹണം. ൨, രാഹു. ൩, അനൎത്ഥം. ൪, ഉന്നടപ്പു.

ഉപരാമം. ന. നിവൃത്തി.

ഉപരി. അ. മേൽ, ഉയരെ.

ഉപരിഷ്ടാൽ. അ. ൧, കൂടാതെയും. ൨, പിന്നിട്ടു.

ഉപരുദ്ധം. വി. ൧, വശയപ്പെട്ട, തടവിലാക്കപ്പെട്ട. ൨, മൂടപ്പെട്ട.

ഉപരോധം. ന. തടങ്ങൽ.

ഉപരോധിക്കുന്നു. ച്ചു. പ്പാൻ. (ഉപരോധി.) സ. ക്രി. തടുക്കുന്നു.

ഉപൎയ്യുപരി. അ. മേൽക്കുമേൽ.

ഉപലബ്ധ. വി. (ബ്ധൻ, ബ്ധാ, ബ്ധം.) വി. ന. ൧, അറിയപ്പെട്ട, ൨, ലഭിക്കപ്പെട്ട.

ഉപലബ്ധാൎത്ഥ. ന. കഥ.

ഉപലബ്ധി. ന. ൧, ബുദ്ധി. ൨, ജ്ഞാനം. ൩, ലാഭം.

ഉപലം. ന. ൧, കല്ലു. ൨, രത്നം. ൩, കല്ക്കണ്ടം.

ഉപലംഭം. ന. ബോധം.

ഉപലക്ഷണം. ന. സംക്ഷേപണം.

ഉപലക്ഷിതം. വി. ൧, നോക്കി മനസ്സിലാക്കിയ. ൨, ലാക്കാക്കിയ. ൩, സൂചിപ്പിച്ച. ൪, മനസ്സിലായ.

ഉപലാ. ന. ൧, കല്ലു. ൨, കല്ക്കണ്ടം.

ഉപലാളനം. ന. വാത്സല്യം.

ഉപലാളിത. വി. (തൻ, താ, തം.) വി. ന. വാത്സല്യക്കപ്പെട്ട.

ഉപലിംഗം. ന. ദുശ്ശകുനം.

ഉപലീഢ. വി. (ഢൻ, ഢാ, ഢം.) വി. ന. നക്കപ്പെട്ട.

ഉപലുപ്ത. വി. (പ്തൻ, പ്താ, പ്തം.) വി. ന. ൧, നശിപ്പിക്കപ്പെട്ട ൨, കുറെക്കപ്പെട്ട.

ഉപലേപനം. ന. പൂച്ചു.

ഉപവനം. ന. പൂന്താവു.

ഉപവൎത്തനം. ന. രാജ്യത്തിന്റെ ഒരംശം, കര.

ഉപവൎഹം. ന. തലയിണ.

ഉപവസഥം. ന. ഗ്രാമം.

ഉപവസിക്കുന്നു. ച്ചു. പ്പാൻ. (ഉപവസി.) അ. ക്രി. ഭക്ഷിക്കാതെ ഇരിക്കുന്നു, നോമ്പു നോല്ക്കുന്നു.

ഉപവസ്തം. ന. ഉപവാസം, നോമ്പു.

ഉപവസ്ത്രം. ന. ഉത്തരീയം.

ഉപവാസം. ന. ഭക്ഷിക്കാതെയിരിക്ക, നോമ്പു.

ഉപവാസി. വി. (സി, സിനി, സി.) വി. ന. ഭക്ഷിക്കാതെയിരിക്കുന്ന.

ഉപവാഹ്യം. ന. രാജാവിന്റെ ആന, രാജാവിന്റെ വാഹനം.

ഉപവിദ്യ. ന. ൧, അധൎമ്മമായ ശാസ്ത്രം. ൨, താണ വിദ്യ.

ഉപവിഷ. ന. ഒരു മരുന്നു, അതിവിടയം.

ഉപവിഷ്ട. വി. (ഷ്ടൻ, ഷ്ടാ, ഷ്ടം.) വി. ന. ഇരുന്ന.

ഉപവീതം. ന. വലത്തൂടിട്ട പൂണുനൂൽ.

ഉപവേശനം. ന. ഇരിപ്പു.

ഉപവേശിക്കുന്നു. ച്ചു. പ്പാൻ. (ഉപവേശി.) അ. ക്രി. ഇരിക്കുന്നു.

ഉപവേഷ്ടനം. ന. ഇടക്കെട്ടു.

ഉപവേഷ്ടിത. വി. (തൻ, താ, തം.) വി. ന. ഇടക്കെട്ടു കെട്ടപ്പെട്ട.

ഉപശമനം. ന. അടക്കം.

ഉപശമം. ന. അടക്കം, ക്ഷമ, ശാന്തത.

ഉപശമിക്കുന്നു. ച്ചു. പ്പാൻ. (ഉപശമി.) അ. ക്രി. അടങ്ങുന്നു. ഉപശമിപ്പിക്കുന്നു. സ. ക്രി.

ഉപശല്യം. ന. ഫ, ഗ്രാമത്തോടു ചേൎന്ന സ്ഥലം. വ, വേദന.

ഉപശാഖ. ന. ചെറിയ കൊമ്പു.

ഉപശാന്ത. വി. ശമിച്ച, സമാധാനപ്പെട്ട.

ഉപശാന്തി. ന. ഫ, അടക്കം. വ, കഴിവു. ന, മോചനം.

ഉപശായം. ന. ക്രമത്താലുള്ള ഉറക്കം.

ഉപശോഭിത. വി. (തൻ, താ, തം.) വി. ന. പ്രകാശിച്ച, പ്രകാശിക്കപ്പെട്ട.

ഉപശ്രുത. വി. (തൻ, താ, തം.) വി. ന. പ്രതിജ്ഞ ചെയ്യപ്പെട്ട.

ഉപശ്രുതി. ന. ഫ, വരുംഫലം പറക. വ, പുരാണം.

ഉപസക്തി. ന. ഫ, യോജ്യത. വ, ശുശ്രൂഷ. ന, മാനം.

ഉപസംഖ്യാനം. ന. കണക്കു കൂട്ടുക.

ഉപസംഗ്രഹം. ന. വണക്കം.

ഉപസംഗ്രാഹ്യ. വി. (ഹ്യൻ, ഹ്യാ, ഹ്യം.) വി. ന. വണങ്ങേണ്ടുന്ന.

ഉപസദനം. ന. അയൽപക്കം.

ഉപസന്ധാനം. ന. ചേൎച്ച.

ഉപസമ്പന്നം. ന. യാഗത്തിന്നു കൊന്ന ആടു.

ഉപസംവാദം. ന. കരാറു.

ഉപസംവ്യാനം. ന. അടിമുണ്ടു.

ഉപസംഹാരം. ന. ഫ, ജപിച്ചു പ്രയോഗിച്ച അമ്പു തിരികെ കൈക്കൊൾക. വ, അവസാനം.

ഉപസംഹിത. വി. (തൻ, താ, തം.) വി. ന. ചേൎക്കപ്പെട്ട.

ഉപസംഹൃത. വി. (തൻ, താ, തം.) വി. ന. അവസാനിക്കപ്പെട്ട.

ഉപസരം. ന. മൃഗങ്ങളുടെ ജനനം.

ഉപസൎഗ്ഗം. ന. ഫ, ഉപദ്രവം. വ, ക്രിയാപദങ്ങൾക്കു മുൻപെ വെക്കപ്പെടുന്ന പ്ര, പര, അപ, ഉപ ഇങ്ങനെയുള്ള ചില വാക്കുകൾ. ന, ബാധ. ര, രോഗം.

ഉപസൎജ്ജനം. ന. ഫ, അപ്രധാനം, കീഴ്ത്തരം, രണ്ടാന്തരം. റ, ഉന്നിമിത്തം.

ഉപസൎപ്പണം. ന. സമീപത്തു ചെല്ലുക.

ഉപസൎയ്യ. ന. ചനപിടിക്കുമാറായ പശു.

ഉപസൂതിക. ന. വയററാട്ടി.

ഉപസൂരണം. ന. കിഴങ്ങു.

ഉപസൂൎയ്യകം. ന. പരിവേഷം.

ഉപസൃഷ്ട. വി. (ഷ്ടൻ, ഷ്ടാ, ഷ്ടം.) വി. ന. ചേൎക്കപ്പെട്ട, ചേരപ്പെട്ട.

ഉപസൃഷ്ടം. ന. ചേൎച്ച.

ഉപസേവനം. (സേവ.) ന. ഫ, വന്ദനം. വ, സേവ. ന, വിനയാസക്തി. ര, സുഖമനുഭവിക്കുക.

ഉപസ്കരം. ന. കഴമ്പാക്കിച്ചമെച്ച സാധനം, കറി.

ഉപസ്കരണം. ന. ഉരുക്കനൈ.

ഉപസ്കരിക്കുന്നു. ച്ചു. പ്പാൻ. (ഉപസ്കരി.) അ. ക്രി. നൈ വിളമ്പുന്നു.

ഉപസ്ത്രീ. ന. വെപ്പാട്ടി.

ഉപസ്ഥം. ന. ഗുഹ്യം.

ഉപസ്ഥനിഗ്രഹം. ന. അടക്കം.

ഉപസ്ഥാനം. ന. ബ്രാഹ്മണർ ഉച്ചെക്കു ചെയ്യുന്ന ഒരു കൎമ്മം.

ഉപസ്ഥാപനം. ന. മനസ്സിൽ ഉറപ്പിക്ക.

ഉപസ്ഥിത. വി. അടുത്തിരിക്കുന്ന.

ഉപസ്ഥിതി. ന. ഓൎമ്മ.

ഉപസ്പൎശനം. അല്ലെങ്കിൽ, ഉപസ്പൎശം. ന. ഫ, കുളിത്തൊടുക. വ. കുളി, ആചമനം.

ഉപസ്മരണം. ന. ഓൎമ്മ.

ഉപസ്മൃതി. ന. ഓൎമ്മ.

ഉപഹസിതം. ന. ചിരി.

ഉപഹാരം. ന. കാഴ്ചദ്രവ്യം.

ഉപഹൃത. വി. (തൻ, താ, തം.) വി. ന. അപഹരിക്കപ്പെട്ട.

ഉപഹ്വരം. ന. ഫ, നിൎജ്ജനദേശം. വ, സമീപം. ന, വണ്ടി.

ഉപാംശു. ന. നിൎജ്ജനദേശം, രഹസ്യസ്ഥലം.

ഉപാകരണം. ന. ഫ, വേദം പഠിക്കുന്നതിന്നു മുൻപെ ചെയ്യുന്ന ഒരു കൎമ്മം. വ, വേദം പഠിപ്പാൻ തുടങ്ങുക. ന, യാഗത്തിന്നു കൊന്ന ആടു.

ഉപാകൎമ്മം. ന. മേല്പറഞ്ഞ അൎത്ഥം.

ഉപാകൃത. വി. (തൻ, താ, തം.) വി. ന. ദുൎന്നിമിത്തങ്ങളോടുകൂടിയ.

ഉപാകൃതം. ന. ഫ, യാഗത്തിന്നു കൊന്ന ആടു. വ, ദുൎന്നിമിത്തം.

ഉപാഖ്യാനം. ന. ഫ, കഥ. വ, പറക.

ഉപാഗമം. ന. ഫ, അടുക്കൽ വരിക. റ, പ്രതിജ്ഞ.

ഉപാംഗം. ന. ഫ, ചന്ദനക്കുറി. വ, ശരീരത്തിന്നടുക്കൽ.

ഉപാത്ത. വി. (ത്തൻ, ത്താ, ത്തം.) വി. ന. ലഭിക്കപ്പെട്ട.

ഉപാത്യയം. ന. ഫ, ഉദാസീനം. റ, ക്രമക്കേടു.

ഉപാദാനം. ന. ഫ, വാങ്ങിക്ക, എടുക്ക. റ, ഭിക്ഷ.

ഉപാധി. ന. ഫ, ധൎമ്മവിചാരം. വ, മായ. ന, കുടുംബഭരണം ചെയ്യുന്നവൻ. ര, ആധി. ഒ, തടങ്ങൽ.

ഉപാധ്യായൻ. ന. ഗുരു.

ഉപാധ്യായാ. ന. പഠിപ്പിക്കുന്നവൾ.

ഉപാധ്യായീ. അല്ലെങ്കിൽ, ഉപാധ്യായിനി. ന. ഗുരുഭാൎയ്യ.

ഉപാനൽ. ന. ചെരിപ്പു.

ഉപാന്ത. വി. (ന്തൻ, ന്താ, ന്തം.) വി. ന. സമീപത്തുള്ള.

ഉപാന്തം. ന. കടക്കണ്ണു, കണ്ണിന്റെ അററം.

ഉപാന്തിക. വി. (കൻ, കാ, കം.) വി. ന. സമീപത്തുള്ള, അടുക്കലുള്ള.

ഉപാന്ത്യം. ന. സമീപത.

ഉപായനം. ന. ഫ, കാഴ്ചദ്രവ്യം. വ, അടുത്തുവരിക.

ഉപായം. ന. ഫ, കൌശലം. വ, നീക്കുപോക്കു. ന, വഞ്ചന. ര, സാമദാനാദി.

ഉപായി. ന. ഫ, കൌശലക്കാരൻ. വ. ചതിയൻ. ന, സൂത്രക്കാരൻ.

ഉപായേന. അ. കൌശലത്താൽ.

ഉപാലംഭം. ന. ഫ, നിന്ദാവാക്കു. റ, താമസിപ്പിക്ക.

ഉപാവൎത്തനം. ന. ഉരുളുക, ചുററുക.

ഉപാവൃത. വി. തിരിച്ചുവന്ന, അടുത്തുവന്ന.

ഉപാവൃത്ത. വി. (ത്തൻ, ത്താ, ത്തം.) വി. ന. ഫ, നിലത്തു കിടന്നുരുളുന്ന. റ, നിന്നുപോയ.

ഉപാവൃത്തം. ന. നിലത്തു കിടന്നുരുളുന്ന കുതിര.

ഉപാൎജ്ജിക്കുന്നു. സ. ക്രി. സമ്പാദിക്കുന്നു.

ഉപാശ്രമം. അ. ആശ്രമത്തിന്നടുക്കൽ.

ഉപാസനം. ന. ൧, ശുശ്രൂഷ. ൨, ഭ ജനം. ൩, അസ്ത്രവിദ്യ.

ഉപാസന. ന. ൧, സേവ. ൨, ഭജനം.

ഉപാസംഗം. ന. ആവനാഴിക.

ഉപാസിക്കുന്നു. ച്ചു. പ്പാൻ. (ഉപാ സി.) സ. ക്രി., ൧, സേവിക്കുന്നു. ൨, ശുശ്രൂഷിക്കുന്നു.

ഉപാസിത. വി. (തൻ, താ, തം.) വി. ന. സേവിക്കപ്പെട്ട, വന്ദിക്കപ്പെട്ട.

ഉപാസീന. വി. (നൻ, നാ, നം.) വി. ന. ഇരുന്ന.

ഉപാസ്തി. ന. സേവ.

ഉപാസ്യൻ. ന. സേവിക്കത്തക്കവൻ.

ഉപാഹിത. വി. (തൻ, താ, തം.) വി. ന. ൧, കൂട്ടപ്പെട്ട. ൨, വെക്കപ്പെട്ട.

ഉപാഹിതം. ന. ധൂമകേതു.

ഉപാഹൃത. വി. (തൻ, താ, തം.) വി. ന. ൧, പിടിക്കപ്പെട്ട. ൨, എടുക്കപ്പെട്ട. ൩, കൊണ്ടുവരപ്പെട്ട. ൪, കൂടിയ.

ഉപേത. വി. (തൻ, താ, തം.) വി. ന. കൂടിയ.

ഉപേന്ദ്രൻ. ന. വിഷ്ണു.

ഉപേക്ഷണീയ. വി. (യൻ, യാ, യം.) വി. ന. ഉപേക്ഷിക്കത്തക്ക.

ഉപേക്ഷ. ന. ൧, കളക. ൨, നിന്ദ. ൩, ഉദാസീനത. ൪, മടി.

ഉപേക്ഷിക്കുന്നു. ച്ചു. പ്പാൻ. (ഉപേ ക്ഷി.) സ. ക്രി. ൧, കളയുന്നു. ൨, നി ന്ദിക്കുന്നു.

ഉപേക്ഷിത. വി. (തൻ, താ, തം.) വി. ന. ൧, കളയപ്പെട്ട. ൨, നിന്ദിക്ക പ്പെട്ട. ൩, ഉദാസീനതപ്പെട്ട.

ഉപേക്ഷ്യ. വി. (ക്ഷ്യൻ, ക്ഷ്യാ, ക്ഷ്യം.) വി. ന. ൧, കളയത്തക്ക. ൨, നിന്ദിക്ക പ്പെടത്തക്ക.

ഉപോഢ. വി. (ഢൻ, ഢാ, ഢം.) വി. ന. ൧, വിവാഹം ചെയ്യപ്പെട്ട. ൨, അടുത്ത.

ഉപോതി. അല്ലെങ്കിൽ, **ഉപോതിക.** ന. ഒരു ചീര.

ഉപോൽഘാതം. ന. ൧, ഉദാഹരണം. ൨, ആരംഭം.

ഉപോഷണം. ന. ഉപവാസം.

ഉപോഷിക്കുന്നു. ച്ചു. പ്പാൻ. (ഉപോ ഷി.) സ. ക്രി. ഉപവസിക്കുന്നു.

ഉപോഷിത. വി. (തൻ, താ, തം.) വി. ന. ഉപവസിക്കപ്പെട്ട.

ഉപ്തകൃത. വി. (തൻ, താ, തം.) വി. ന. വിതെച്ചടിച്ച.

ഉപ്തകൃഷ്ട. വി. (ഷ്ടൻ, ഷ്ടാ, ഷ്ടം.) വി. ന. മെല്ലറഞ്ഞ അൎത്ഥം.

ഉപ്ത. വി. (പ്തൻ, പ്താ, പ്തം.) വി. ന. വിതെക്കപ്പെട്ട.

ഉപ്പ്. ന. ൧, ലവണം. ൨, കാളയുടെ പൃഷ്ഠകുററി.

ഉപ്പുദ്രാവകം. ന. ഉപ്പുനീര.

ഉപ്പൻ. ന. ഒരു പക്ഷി, ചകോരം.

ഉപ്പളം. ന. ഉപ്പുവിളയുന്ന സ്ഥലം, ഉപ്പുപടന.

ഉപ്പിപ്പ്. ന. ഉപ്പുരസം.

ഉപ്പിലിട്ടതു. ന. ൧, നാരെങ്ങാക്കറി മാങ്ങാക്കറി മുതലായവ. ൨, ഉപ്പിലി ട്ടുസൂക്ഷിക്കുന്ന വസ്തു.

ഉപ്പില്ലാപ്പത്ഥ്യം. ന. ഉപ്പുകൂടാത്ത പത്ഥ്യം.

ഉപ്പിറച്ചി. ന. ഉപ്പിലിട്ടുണങ്ങിയ മാംസം.

ഉപ്പുകടൽ. ന. ലവണസമുദ്രം.

ഉപ്പുകുററി. ന. ഉപ്പുകളക്കുന്ന പാറ.

ഉപ്പുതന്ത. ന. ഉപ്പിനകത്തുണ്ടു കിട ക്കുന്ന ചളി.

ഉപ്പുതെളി. ന. ഉപ്പുകലക്കിതെളിക്കു ന്ന ഒരു പച്ചമരുന്നു.

ഉപ്പുപടന. ന. ഉപ്പുവിളയുന്നസ്ഥലം.

ഉപ്പുപാണ്ടകശാല. ന. ഉപ്പു ശേഖ രിച്ചിടുന്ന ഒരു ഭവനം.

ഉപ്പുമത്തി. ന. ഉപ്പിലിട്ടുണങ്ങിയ ഒ രുവക മത്സ്യം.

ഉപ്പുമാങ്ങാ. ന. ഉപ്പിലിട്ടു സൂക്ഷിക്കു ന്ന മാങ്ങാ.

ഉപ്പുമീൻ. ന. ഉപ്പിട്ടുണങ്ങിയ മത്സ്യം.

ഉപ്പുസമുദ്രം. ന. ഉപ്പുകടൽ.

ഉപ്പൂററി. ന. കാലടിയുടെ പിൻപുറം.

ഉപ്പേരി. ന. ഉപ്പു ചേൎത്തു എണ്ണയിൽ വറുത്തുണ്ടാക്കുന്ന ഭക്ഷണസാധനം.

ഉഭയം. വി. രണ്ടുകൂടിയ.

ഉഭയം. ന. ൧, പലിശ. ൨, നിലം. ൩, മരഫലം.

ഉഭയതഃ. അ. രണ്ടുപ്രകാരം.

ഉഭയത്ര. അ. രണ്ടു സ്ഥലത്തു, രണ്ടു വശത്തു.

ഉഭയദ്യുസ. അ. തലനാളും, പിററ ന്നാളും.

ഉഭയരാശി. ന. മിഥുനം കന്നി ധനു മീനം എന്നു നാലു രാശിക്കുംകൂടെയുള്ള ഒരു പേർ.

ഉഭയസമ്മതം. ന. വാദിപ്രതികൾ തമ്മിലുള്ള അന്യോന്യസമ്മതം, ഉട മ്പടി.

ഉമാ. ന. ൧, ശ്രീപാൎവ്വതി. ൨, അഗ സ്തിവൃക്ഷം.

ഉമാപതി. ന. ശിവൻ.

ഉമി. ന. ധാന്യങ്ങളുടെ തൊലി.

ഉമിക്കരി. ന. ഉമി കരിച്ചതു.

ഉമിത്തീ. ഉമിയിൽ പിടിച്ച തീ.

ഉമിനീര. ന. വായിലെ വെള്ളം, തു പ്പൽ.

ഉമിയുന്നു. അല്ലെങ്കിൽ, **ഉമിഴുന്നു.** ണു. വാൻ. (ഉമി.) അ. ക്രി. ൧, തുപ്പു ന്നു. ൨, തുപ്പലിറക്കുന്നു.

ഉമ്മ. ന. ചുംബനം.

ഉമ്മത്തു. ന. ഒരു പൂച്ചെടി.

ഉമ്മം. ന. മെല്ലറഞ്ഞ അൎത്ഥം.

ഉമ്മരപ്പടി ന. വാതിൽപ്പടി.

ഉമ്മരപ്പല്ലു. ന. നേരെത്തെ പല്ലു.

ഉമ്മരപ്പൂങ്കാവു. ന. ഉദ്യാനം.

ഉമ്മരം. ന. ൧, മുൻഭാഗം. ൨, വാതി ൽപ്പടി.

ഉമ്മാ. അല്ലെങ്കിൽ, **ഉമ്മാച്ചി.** ന. ജോനകത്തി.

ഉമ്മിണി. അ. കുറെ.

ഉമ്യം. ന. അഗസ്തി വിളയുന്ന സ്ഥലം.

ഉം. അ. ൧, കോപത്തിങ്കൽ പ്രയോ ഗിക്കുന്ന ഒരവ്യയം. ൨, വാക്കുകളെ തമ്മിൽ ചേൎക്കുന്ന ഒരവ്യയം.

ഉമ്പർ. ന. ദേവകൾ.

ഉമ്പർകോൻ. ന. ഇന്ദ്രൻ.

ഉയരം. ന. പൊക്കം.

ഉയരുന്നു. ൎന്നു. വാൻ. (ഉയർ.) അ. ക്രി. പൊങ്ങുന്നു, വൎദ്ധിക്കുന്നു. **ഉയ ൎത്തുന്നു.** സ. ക്രി. **ഉയൎത്തിക്കുന്നു** കാ. ക്രി.

ഉയരെ. അല്ലെങ്കിൽ, **ഉയരവെ.** അ. പൊക്കത്തിൽ, മുകളിൽ.

ഉയൎച്ച. ന. പൊക്കം.

ഉയിർ. ന. ൧, ജീവൻ. ൨, ശ്വാസം.

ഉയിക്കുന്നു. ത്തു. പ്പാൻ. (ഉയിർ.) അ. ക്രി. ജീവിക്കുന്നു, ജീവനുണ്ടാകുന്നു. **ഉയിപ്പിക്കുന്നു.** സ. ക്രി.

ഉയിപ്പ്. ന. ജീവിപ്പു.

ഉര. ന. ൧, ഉരസൽ. ൨, തേപ്പു. ൩, വാക്ക. ൪, കീൎത്തി.

ഉരകല്ലു. ന. പൊന്നുരെച്ചു മാററു നോക്കുന്ന കല്ലു.

ഉരക്കുന്നു. ത്തു. പ്പാൻ. (ഉര.) അ. ക്രി. ൧, ബലപ്പെടുന്നു. ൨, കട്ടപ്പമാകുന്നു.

ഉരഗം. ന. പാമ്പു.

ഉരചെയ്യുന്നു. സ. ക്രി. പറയുന്നു.

ഉരഛദം. ന. പടച്ചട്ട.

ഉരണം. ന. ൧, ആട്ടുകൊററൻ. ൨, മേഘം.

ഉരണാഖ്യം. ന. ഒരു തൈ, തകര.

ഉരണാക്ഷം. ന. മേല്പറഞ്ഞ അൎത്ഥം.

ഉരത്തൻ; ഉരത്തവൻ. ന. തടിച്ചവൻ.

ഉരപ്പൻ. ന. ഇരിമ്പുചിപ്പു.

ഉരഭ്രം. ന. ആട്ടുകൊററൻ.

ഉരമരുന്നു. ന. ചെറിയ പൈതങ്ങൾക്ക അരെച്ചുകൊടുക്കുന്ന മരുന്നു.

ഉരം. ന. ൧, ശക്തി. ൨, നെഞ്ചം. ൩, തോൾ.

ഉരമ്പൽ. ന. ൧, വലിയ ശബ്ദം. ൨, മുരമുരപ്പു.

ഉരമ്പുന്നു. മ്പി. വാൻ. (ഉരമ്പു.) അ. ക്രി. ൧, ഉറക്കെ ശബ്ദിക്കുന്നു. ൨, മുരമുരക്കുന്നു.

ഉരയുന്നു. ഞ്ഞു. വാൻ. (ഉര.) അ. ക്രി. ൧, തേയുന്നു. ൨, കുറയുന്നു.

ഉരരീ. അ. ൧, അംഗീകാരം. ൨, വിസ്താരം.

ഉരരീകൃത. വി. (തൻ, താ, തം.) വി. ന. ൧, അംഗീകരിക്കപ്പെട്ട. ൨, വിടൎക്കപ്പെട്ട. ൩, പ്രതിജ്ഞ ചെയ്യപ്പെട്ട.

ഉരൽ. ന. അരി അവെക്കയൊ വല്ലതും പൊടിക്കയൊ ചെയ്യുന്നതിന്നു കല്ലു കൊണ്ടെങ്കിലും മരംകൊണ്ടെങ്കിലും ഒരു വശം കുഴിച്ചുണ്ടാക്കുന്ന ഒരു വസ്തു.

ഉരൽപുര; ഒരപ്പുര. ന. നെല്ലുകുത്തുന്ന പുര.

ഉരവു. ന. തേപ്പു.

ഉരസൽ. ന. ൧, ഉരപ്പു. ൨, വാഗ്വാദം.

ഉരസില. വി. (ലൻ, ലാ, ലം.) വി. ന. നെഞ്ചുറപ്പുള്ള.

ഉരസുന്നു. സി. വാൻ. (ഉരസ.) അ. ക്രി. തേയുന്നു, ഉരയുന്നു. സ. ക്രി. തേക്കുന്നു.

ഉരസ്ത്രാണം. ന. പടച്ചട്ട, മാൎക്കവചം.

ഉരസ്വാൽ. വി. (സ്വാൻ, സ്വതി, സ്വൽ.) വി. ന. നെഞ്ചുറപ്പുള്ള, ബലമുള്ള.

ഉരസ്സു. ന. മാൎവിടം.

ഉരസ്സരം. ന. പാമ്പു.

ഉരസ്സൂത്രിക. ന. മുത്തുമാല.

ഉരി. ന. നാഴിയിൽ പാതിയുള്ള ഒരളവു.

ഉരിച്ചിൽ. ന. ൧, തൊലിക്ക. ൨, വസ്ത്രം അഴിച്ചുകളക.

ഉരിപ്പു. ന. മേല്പറഞ്ഞ അൎത്ഥം.

ഉരിയാടുന്നു. ടി. വാൻ. (ഉരിയാട.) അ. ക്രി. ശബ്ദിക്കുന്നു, മിണ്ടുന്നു, പറയുന്നു.

ഉരിയാട്ടം. ന. ശബ്ദം, സംസാരം.

ഉരിയുന്നു. ഞ്ഞു. വാൻ. (ഉരി.) അ. ക്രി. തൊലിയുന്നു. സ. ക്രി. വസ്ത്രം അഴിച്ചുകളയുന്നു. **ഉരിക്കുന്നു; ഉരിയിക്കുന്നു.** കാ. ക്രി.

ഉരിവു. ന. ഉരിച്ചിൽ.

ഉരീ. അ. ൧, അംഗീകാരം. ൨, വിസ്താരം. ൩, പ്രതിജ്ഞ.

ഉരീകൃത. വി. (തൻ, താ, തം.) വി. ന. ൧, അംഗീകരിക്കപ്പെട്ട. ൨, വിടൎക്കപ്പെട്ട. ൩, പ്രതിജ്ഞ ചെയ്യപ്പെട്ട.

ഉരു. വി. ൧, വലിയ. ൨, അധികമായ.

ഉരു. ന. ൧, രൂപം. ൨, ആവൎത്തിക. ൩, കപ്പൽ. ൪, ഒരു തുക.

ഉരുകുന്നു. കി. വാൻ. (ഉരുക.) അ. ക്രി. അലിയുന്നു, ദ്രവിക്കുന്നു. **ഉരുക്കുന്നു.** സ. ക്രി.

ഉരുക്കു. ന. ൧, ഉരുക്കിയ ഇരിമ്പു. ൨, അലിച്ചിൽ.

ഉരുക്കം. ന. ൧, അലിച്ചിൽ. ൨, വ്യസനം.

ഉരുക്കഴിക്കുന്നു. ച്ചു. പ്പാൻ. (ഉരുക്കഴി.) സ. ക്രി. വളരെ പ്രാവശ്യം ചൊല്ലിത്തോന്നിക്കുന്നു.

ഉരുക്കുനെയ്യ. ന. ഉരുക്കിയ നെയ്യ.

ഉരുക്കുപൊന്നു. ന. പൊൻകട്ടി.

ഉരുക്കുമണി. ന. ഒരാഭരണം.

ഉരുക്കുമണിക്കാതില. ന. കാതിലിടുന്ന ഒരാഭരണം.

ഉരുക്കുവെള്ളി. ന. വെള്ളിക്കട്ടി.

ഉരുക്കൂട്ടുന്നു. ട്ടി. ട്ടുവാൻ. (ഉരുക്കൂട്ട.) സ. ക്രി. ശേഖരിക്കുന്നു.

ഉരുട്ടു. വി. ഉരുണ്ട, വൃത്തമുള്ള.

ഉരുട്ടു. ന. ചതിവു.

ഉരുട്ടൻ. ന. ചതിയൻ.

ഉരുട്ടുന്നു. ട്ടി. വാൻ. (ഉരുട്ട.) സ. ക്രി. ൧, ഉരുളയാക്കുന്നു. ൨, തിരിക്കുന്നു. ൩, ചതിക്കുന്നു.

ഉരുണ്ട. വി. ഉരുണ്ടിരിക്കുന്ന, ഉണ്ടയായ.

ഉരുതമ. വി. (മൻ, മാ, മം.) വി. ന. ഏററവും വലിയ.

ഉരുതര. വി. (രൻ, രാ, രം.) വി. ന. ഏററവും വലിയ.

ഉരുത്തരം. ന. ഓരോ തരത്തിലുള്ള വസ്തു.

ഉരുത്തിരിയുന്നു. ഞ്ഞു. വാൻ. (ഉരുത്തിരി.) അ. ക്രി. ൧, ആകൃതിപ്പെടുന്നു. ൨, വേൎപെടുന്നു. **ഉരുത്തിരിക്കുന്നു.** സ. ക്രി.

ഉരുത്തിരിവു. ന. ൧, ആകൃതിപ്പെടുക. ൨, വേൎപാടു.

ഉരുപ്പടി. ന. ഓരോ തരത്തിലുള്ള വസ്തു.

ഉരുമ്മൽ. ന. മിനുസംവരുത്തുക.

ഉരുമ്മുന്നു. മ്മി. വാൻ. (ഉരുമ്മ.) സ. ക്രി. തേക്കുന്നു, മിനുസംവരുത്തുന്നു.

ഉരുവിടുന്നു. ട്ടു. വാൻ. (ഉരുവിട.) സ. ക്രി. വളരെ പ്രാവശ്യം ചൊല്ലിത്തോന്നിക്കുന്നു.

ഉരുവൃകം. ന. ഒരു തൈ, ആവണക്ക.

ഉരുവോട്ടം. ന. കപ്പലോട്ടം.

ഉരുസൽ. ന. ൧, വീഴ്ച. ൨, കുറവ. ൩, മുടക്കം.

ഉരുസുന്നു. സി. വാൻ. (ഉരുസ.) അ. ക്രി. ൧, വീഴുന്നു. ൨, കുറയുന്നു. ൩, മുടങ്ങുന്നു.

ഉരുള. ന. പിണ്ഡം, ഉണ്ട.

ഉരുളൻ. വി. ഉരുണ്ടിരിക്കുന്ന.

ഉരുളി. ന. ഒരുമാതിരി ഓട്ടുപാത്രം.

ഉരുളുന്നു. ണ്ടു. വാൻ. (ഉരു) അ. ക്രി. ൧, ഉണ്ടയാകുന്നു. ൨, മറിഞ്ഞുതിരിഞ്ഞു പോകുന്നു. **ഉരുളിക്കുന്നു.** സ. ക്രി.

ഉരുൾ. ന. വണ്ടി, ചക്രം.

ഉരുൾച്ച. ന. ൧, ഉണ്ടപ്പു. ൨, ഉരുണ്ടു നടപ്പു.

ഉരുൾതടി. ന. വെട്ടിയെറിച്ച മരം.

ഉരെക്കുന്നു. ച്ചു. പ്പാൻ. (ഉരെ.) സ. ക്രി. ൧, ഉരസുന്നു. ൨, മത്സരിക്കുന്നു. ൩, പറയുന്നു. ൪, പൊന്നുമ്മററും ഉരെച്ചു മാററു നോക്കുന്നു.

ഉരെപ്പു. ന. ൧, ഉരസൽ. ൨, മത്സരം. ൩, സംസാരം. ൪, പൊന്നുമ്മററും ഉരെച്ചു മാററു നോക്കുക.

ഉരോജം. ന. മുല.

ഉൎവ്വരാ. ന. ഭൂമി.

ഉൎവ്വശി. ന. ദേവസ്ത്രീകളിൽ ഒരുത്തി.

ഉൎവ്വാരു. ന. വെള്ളരി.

ഉൎവ്വി. ന. ഭൂമി.

ഉൎവ്വീതലം. ന. ഭൂലോകം.

ഉൎവ്വീധരം. ന. പൎവ്വതം.

ഉൎവ്വീപതി. ന. രാജാവു.

ഉൎവ്വീരുഹം. ന. വൃക്ഷം.

ഉൎവ്വീശൻ. ന. രാജാവു.

ഉൎവ്വീസുരൻ. ന. ബ്രാഹ്മണൻ.

ഉല. ന. ലോഹാദികൾ ഉരുക്കുന്ന തിക്കുഴി.

ഉലകം. ന. ലോകം.

ഉലക്കൊടിൽ. ന. കൊടിൽ.

ഉലച്ചിൽ; ഉലശൽ. ന. ൧, ഇളക്കം, കലുക്കം. ൨, വ്യാകുലം. ൩, ക്ഷയം.

ഉലപം. ന. വള്ളി.

ഉലയുന്നു. ഞ്ഞു. വാൻ. (ഉല.) അ. ക്രി. ൧, ഇളകുന്നു, ആടുന്നു. ൨, ക്ഷീണിക്കുന്നു. ഉലെക്കുന്നു. സ. ക്രി.

ഉലരുന്നു. ന്നു. വാൻ. (ഉലർ.) അ. ക്രി. ൧, ഉണങ്ങുന്നു, പൊരിയുന്നു, നീരു വലിയുന്നു. ഉലൎക്കുന്നു; ഉലത്തുന്നു. സ. ക്രി.

ഉലൎച്ച. ന. ഉണക്ക.

ഉലൎപ്പു. ന. ഉണക്ക.

ഉലവു. ന. ൧, ഉണക്ക. ൨, കലുക്കം.

ഉലാവുന്നു. വി. (ത്തുവാൻ.) അ. ക്രി. മന്ദമായി നടക്കുന്നു. അലയുന്നു. ഉലാത്തുന്നു. കാ. ക്രി. ആയും അ. ക്രി. ആയും പ്രയോഗിക്കാറുണ്ടു.

ഉലുവ. ന. ഒരങ്ങാടിമരുന്നു.

ഉലൂകൻ. ന. ഇന്ദ്രൻ.

ഉലൂകം. ന. ൧, മൂങ്ങാ. ൨, ആനയുടെ വാലുകടത്തിന്നു താഴത്തേടം.

ഉലൂഖലം. ന. ഉരൽ.

ഉലൂപി. ന. കൊഴമീൻ.

ഉലെക്ക. ന. നെല്ലുകുത്തുന്ന ഒരായുധം.

ഉലെപ്പു. ന. ൧, കലുക്കം. ൨, ക്ഷീണത.

ഉൽക. ന. ൧, തികൊള്ളി. ൨, കൊള്ളിമീൻ. ൩, ഇരിന്നൽ.

ഉല്ലംഘനം. ന. ൧, കടക്കുക. ൨, നിന്ദ.

ഉല്ലംഘിത. വി. (തൻ, താ, തം.) വി. ന. കടക്കപ്പെട്ട.

ഉല്ലല. വി. (ലൻ, ലാ, ലം.) വി. ന. ഇളകുന്ന, വിറെക്കുന്ന.

ഉല്ലസിക്കുന്നു. ച്ചു. പ്പാൻ. (ഉല്ലസി.) അ. ക്രി. ൧, സന്തോഷിക്കുന്നു. ൨, വിടരുന്നു.

ഉല്ലസിത. വി. (തൻ, താ, തം.) വി. ന. ൧, സന്തോഷിച്ച. ൨, വിടരപ്പെട്ട.

ഉല്ലാഘ. വി. (ഘൻ, ഘാ, ഘം.) വി. ന. രോഗം മാറിയ.

ഉല്ലാപം. ന. ൧, കൊഞ്ചിപ്പറക. ൨, കണ്ണരോധസ്വരം.

ഉല്ലാസം. ന. ൧, സന്തോഷം. ൨, കാന്തം. ൩, വിടൎച്ച.

ഉല്ലീഢം. ന. തേയ്ക്കപ്പെട്ടതു, ഉരയ്ക്കപ്പെട്ടതു.

ഉല്ലേഖനം. ന. ൧, എഴുത്തു. ൨, കിളെ. ൩, പൊക്കുക. ൪, ഛൎദ്ദിക്ക.

ഉല്ലോചം. ന. മേല്പെട്ടി.

ഉല്ലോലം. ന. വലിയ തിരമാല.

ഉൽക്ഷിപ്ത. വി. (പ്തൻ, പ്താ, പ്തം.) വി. ന. ൧, മേല്പോട്ടെറിയപ്പെട്ട. ൨, ഉയൎത്തപ്പെട്ട.

ഉൽക്ഷിപ്തം. ന. ഉമ്മം.

ഉൽക്ഷേപണം. ന. ൧, മേല്പോട്ടെറിക. ൨, ഉയൎത്തുക. ൩, മുറം.

ഉവക്കുന്നു. ച്ചു. പ്പാൻ. (ഉവ.) സ. ക്രി. സ്നേഹിക്കുന്നു.

ഉവപ്പു. ന. സ്നേഹം.

ഉവരു; ഓരു. ന. സമുദ്രത്തിലെ വെള്ളത്തിന്റെ ഉപ്പുരസം.

ഉവർനിലം. ന. ഉവർവെള്ളം കേറുന്ന സ്ഥലം.

ഉവർമണ്ണു. ന. ഉവർനിലത്തെ മണ്ണു.

ഉവർവെള്ളം. ന. സമുദ്രത്തിലെ വെള്ളം.

ഉവ്വു. അ. അനുസരിക്കുന്ന ഒരു വാക്ക.

ഉശനസ്സു. ന. ശുക്രമഹൎഷി.

ഉശാനി. ന. ഒരു രാഗം.

ഉശിർ. ന. ഉയിർ. ഉശിപ്പു; ഉയിപ്പു. ഌ. ന.

ഉശീരം. ന. ഒരു മരുന്നു, രാമച്ചം.

ഉഷ. ന. ൧, പുലർകാലം. ൨, അനിരുദ്ധന്റെ ഭാൎയ്യ.

ഉഷണ. ന. തിപ്പലി.

ഉഷണം. ന. മുളകു.

ഉഷൎബ്ബുധൻ. ന. അഗ്നി.

ഉഷസ്സു. ന. പുലർകാലം.

ഉഷാപതി. ന. അനിരുദ്ധൻ.

ഉഷിത. വി. (തൻ, താ, തം.) വി. ന. ൧, വസിക്കപ്പെട്ട. ൨, പഴകിയ. ൩, ചുട്ട.

ഉഷെക്കുന്നു. ച്ചു. പ്പാൻ. (ഉഷെ.) അ. ക്രി. വെളിച്ചമാകുന്നു.

ഉഷ്ട്രം. ന. ഒട്ടകം.

ഉഷ്ണക. വി. (കൻ, കാ, കം.) വി. ന. ൧, ചൂടുള്ള. ൨, മിടുക്കുള്ള.

ഉഷ്ണകിരണൻ. ന. ആദിത്യൻ.

ഉഷ്ണപ്പുണ്ണു. ന. ഗുഹ്യരോഗം, പിത്തപ്പുണ്ണു.

ഉഷ്ണ. വി. (ഷ്ണൻ, ഷ്ണാ, ഷ്ണം.) വി. ന. ചൂടുള്ള.

ഉഷ്ണം. ന. ൧, ചൂടു. ൨, എരിവു.

ഉഷ്ണരശ്മി. ന. ആദിത്യൻ.

ഉഷ്ണവാരണം. ന. കുട.

ഉഷ്ണാംശു. ന. ആദിത്യൻ.

ഉഷ്ണാഗമം. ന. വേനൽക്കാലം.

ഉഷ്ണിക. ന. ചുക്കുകഞ്ഞി.

ഉഷ്ണിക്കുന്നു. ച്ചു. പ്പാൻ. (ഉഷ്ണി.) അ. ക്രി. ചൂടുവരുന്നു. ഉഷ്ണിപ്പിക്കുന്നു. സ. ക്രി.

ഉഷ്ണീഷം. ന. ൧, തലപ്പാവു. ൨, നെററിപ്പട്ടം.

ഉഷ്ണേതര. വി. (രൻ, രാ, രം.) വി. ന. തണുത്ത.

ഉഷ്ണോദകം. ന. ചൂടുവെള്ളം.

ഉഷ്ണോപഗമം. ന. വേനൽക്കാലം.

ഉസ്രം. ന. ൧, രശ്മി. ൨, കാള.

ഉസ്രാ. ന. ൧, നല്ല ജാതിപ്പശു. ൨, ഒരു തൈ.

ഉളവു. ന. ഉത്ഭവം.

ഉളവാകുന്നു. ഉളാകുന്നു. വായി; ഉളായി; വാകുവാൻ; ഉകുവാൻ. അ.

ക്രി. ഉത്ഭവിക്കുന്നു. ഉളവാക്കുന്നു; ഉളാക്കുന്നു. കാ. ക്രി.

ഉളി. ന. മരം പണിയുന്ന ആയുധം.

ഉളുക്കു. ന. ഇടച്ചു.

ഉളുക്കുന്നു. ക്കി. വാൻ. (ഉളുക്കു.) അ. ക്രി. ഇടരുന്നു.

ഉള്ളു. ന. ൧, അകം. ൨, ഹൃദയം.

ഉള്ള. വി. ന. ൧, ഭവിക്കുന്ന. ൨, നേരായ.

ഉള്ളകം. ന. ൧, അകത്തെ മുറി. ൨, ഹൃദയം.

ഉള്ളം. ന. മനസ്സു, ഹൃദയം.

ഉള്ളങ്കാൽ. ന. കാലിന്റെ അകം.

ഉള്ളങ്കൈ. ന. കയ്യുടെ അകം.

ഉള്ളവണ്ണം. അ. പരമാൎത്ഥമായിട്ടു.

ഉള്ളഴിയുന്നു. ഞ്ഞു. വാൻ. (ഉള്ളഴി.) അ. ക്രി. ഭയ തോന്നുന്നു, മനസ്സലിയുന്നു.

ഉള്ളഴിവു. ന. ഭയ, മനസ്സലിവു.

ഉള്ളറ. ന. അകത്തകം.

ഉള്ളറിവു. ന. മനസ്സറിവു.

ഉള്ളാടൻ. ന. കാട്ടുമനുഷ്യൻ, വേടൻ.

ഉള്ളി. ന. ഒരങ്ങാടി മരുന്നു, വെങ്കായം.

ഉള്ളുണൎച്ച. ന. അറിവു, ബോധം.

ഉള്ളുരി. ന. അകത്തെത്തൊലി, കനം കുറഞ്ഞ തോൽ.

ഉൾ. അ. അകം.

ഉൾക്കടൽ. ന. അകക്കടൽ.

ഉൾക്കനം. ന. ധൈൎയ്യം.

ഉൾക്കപടം. ന. മായം, വഞ്ചന.

ഉൾക്കമലം. ന. ഹൃദയം, മനസ്സു.

ഉൾക്കരുത്തു. ന. ധൈൎയ്യം, ഉറെപ്പു.

ഉൾക്കാമ്പു. ന. മനസ്സു, ബുദ്ധി.

ഉൾക്കാഴ്ച. ന. മനസ്സുകൊണ്ടു കാണുന്ന കാഴ്ച.

ഉൾക്കുരുന്നു. ന. മനസ്സു.

ഉൾക്കേടു. ന. ൧, അകത്തെ മോഷം. ൨, ദുൎമ്മനസ്സു.

ഉൾക്കോപം. ന. വൈരം.

ഉൾക്കോഴ. ന. കൈക്കൂലി.

ഉൾച്ചൂടു. ന. അകക്കപ്പായം.

ഉൾച്ചേൎച്ച. ന. സ്നേഹം.

ഉൾത്തളിർ. ന. മനസ്സു, ബുദ്ധി.

ഉൾത്താർ. ന. മേല്പറഞ്ഞ അൎത്ഥം.

ഉൾത്താപം. ന. മനോദുഃഖം.

ഉൾത്തിരക്കു. ന. ൧, അസൂയ. ൨, വൈരം. ൩, മത്സരം.

ഉൾപ്പൂ. ന. മനസ്സു, ബുദ്ധി.

ഉൾപ്പെടുന്നു. ട്ടു. വാൻ. (ഉൾ.) അ. ക്രി. ൧, പ്രവേശിക്കുന്നു. ൨, ഏൎപ്പെടുന്നു. ഉൾപ്പെടുത്തുന്നു. സ. ക്രി.

ഉൾപ്പേടി. ന. ഭയം.

ഉൾപ്പോരു. ന. മത്സരം, അസൂയ.

ഉൾപ്രേമം. ന. സ്നേഹം.

ഉൾബോധം. ന. അറിവു.

ഉൾഭയം. ന. പേടി.

ഉൾവെട്ടു. ന. ൧, അറുത്ത തടിയുടെ അകത്തെ ഭാഗം. ൨, വഞ്ചിച്ചെടുക്കുന്ന ലാഭം.

ഉക്ഷാ. ന. കാള.

ഉക്ഷിത. വി. (തൻ, താ, തം.) വി. ന. ൧, കഴുകപ്പെട്ട. ൨, നനെക്കപ്പെട്ട. ൩, തളിക്കപ്പെട്ട.

ഉഴകലം. ന. ൧, പരിജനം. ൨, രാജചിഹ്നം.

ഉഴക്കു. ന. നാഴിയിൽ നാലിലൊരു ഭാഗം.

ഉഴങ്ങു. ന. ചെറിയ കുടുക്ക.

ഉഴപ്പു. ന. ധൃതി, തിടുക്കം.

ഉഴപ്പുന്നു. പ്പി. വാൻ. (ഉഴപ്പു.) അ. ക്രി. ധൃതിപ്പെടുന്നു, തിടുക്കപ്പെടുന്നു.

ഉഴം. ന. കൃഷിചെയ്യുന്ന മല.

ഉഴമാൻ. ന. ഒരു മൃഗം.

ഉഴയുന്നു. ഞ്ഞു. പ്പാൻ. (ഉഴെ.) അ. ക്രി. ൧, അദ്ധ്വാനപ്പെടുന്നു. ൨, നിലത്തുകിടന്നുരുളുന്നു. ഉഴെക്കുന്നു. കാ. ക്രി. ആയും അ. ക്രി. ആയും പ്രയോഗിക്കാറുണ്ടു.

ഉഴല. ന. മരത്തിന്റെ കേടു.

ഉഴലുന്നു. ന്നു. വാൻ. (ഉഴൽ.) അ. ക്രി. ൧, ക്ഷീണിക്കുന്നു. ൨, അദ്ധ്വാനപ്പെടുന്നു. ൩, ചുററിനടക്കുന്നു.

ഉഴൽ. ന. ൧, ക്ഷീണം. ൨, അദ്ധ്വാനം. ൩, ചുററിനടപ്പു.

ഉഴല്ച. ന. മേല്പറഞ്ഞ അൎത്ഥം.

ഉഴവു. ന. ൧, ഉഴുക. ൨, കൃഷിചെയ്തു.

ഉഴവാതിൽ. ന. പടിവാതിൽ.

ഉഴവുചാൽ. ന. ഉഴപ്പൊളി.

ഉഴറൽ. ന. ൧, തിടുക്കം. ൨, ബദ്ധപ്പാടു.

ഉഴറുന്നു. റി. വാൻ. (ഉഴർ.) അ. ക്രി. ൧, തിടുക്കപ്പെടുന്നു. ൨, ബദ്ധപ്പെടുന്നു.

ഉഴററുന്നു. ററി. വാൻ. (ഉഴററ.) അ. ക്രി. മേല്പറഞ്ഞ അൎത്ഥം.

ഉഴറേറാടെ. അ. വേഗത്തിൽ.

ഉഴി. ന. ഒരു വൃക്ഷം.

ഉഴിച്ചിൽ. ന. ൧, തിരുമ്മുക. ൨, ഒരു കൎമ്മം.

ഉഴിഞ്ഞ. ന. ഒരു തൈ.

ഉഴിഞ്ഞാൽ. ന. ആട്ടുകട്ടിൽ.

ഉഴിയുന്നു. ഞ്ഞു. വാൻ. (ഉഴി.) അ. ക്രി. ൧, തിരുമ്മുന്നു. ൨, ഉഴിഞ്ഞുമാററുന്നു. ഉഴിയിക്കുന്നു. സ. ക്രി.

ഉഴിവു. ന. ഉഴിച്ചിൽ.

ഉഴുന്നു. തു. വാൻ. (ഉഴ.) അ. ക്രി. കാളപൂട്ടുന്നു. ഉഴവിക്ക; ഉഴീക്ക. കാ. ക്രി.

ഉഴുന്നു. ന. ഒരു ധാന്യം.

ഉഴെപ്പു. ന. ൧, അദ്ധ്വാനം. ൨, താല്പൎയ്യം. ൩, ഉരുളിച്ച.

ഉറ. ന. ൧, ആയുധം ഇടുന്ന സഞ്ചി. ൨, പാലിൽ ചേൎക്കുന്ന മോരു. ൩, വീൎയ്യം. ൪, മൂടി. ൫, കുതിരെക്കു തീൻ കൊടുക്കുന്ന സഞ്ചി. ൬, ഇരുപതു പറ കൂടിയ അളവു.

ഉറകൂടുന്നു. ടി. വാൻ. (ഉറകൂട.) അ. ക്രി. മോരു ചേൎന്നു തൈരാകുന്നു. ഉറകൂട്ടുന്നു. സ. ക്രി.

ഉറക്കം. ന. മയക്കം, നിദ്ര.

ഉറക്കറ. ന. കിടക്കപ്പുര.

ഉറക്കുന്നു. ന്നു. വാൻ. (ഉറക്കു.) അ. ക്രി. ൧, ഒലിക്കുന്നു. ൨, പുറപ്പെടുന്നു.

ഉറക്കെ. അല്ലെങ്കിൽ ഉറക്കവെ. അ. ൧, ഉച്ചത്തിൽ. ൨, മുറുകെ.

ഉറക്കൊഴിവു. ന. ഉറക്കമിളെപ്പു.

ഉറങ്ങുന്നു. ങ്ങി. വാൻ. (ഉറങ്ങ.) അ. ക്രി. മയങ്ങുന്നു, നിദ്രയാകുന്നു. ഉറക്കുന്നു. സ. ക്രി.

ഉറച്ചിൽ. ന. ൧, പാലിൽ മോരു ചേൎന്നു തൈരാക. ൨, തുള്ളൽ, വിറയൽ.

ഉറതൈരു. ന. കട്ടത്തൈരു.

ഉറയുന്നു. ഞ്ഞു. വാൻ. (ഉറ.) അ. ക്രി. തുള്ളുന്നു, വിറെക്കുന്നു, അധിവസിക്കുന്നു.

ഉറപ്പു. ന. ൧, ശക്തി. ൨, സ്ഥിരത. ൩, വീൎയ്യം. ൪, കട്ടപ്പം.

ഉറപ്പുഴ. ന. ഒരു കൃമി.

ഉറവ. ന. ഭൂമിയിൽനിന്നു ചില ദ്വാരങ്ങളിൽ കൂടെ വെള്ളം വരുന്നതിൻെറ പേർ.

ഉറവക്കണ്ണ. ന. ഭൂമിയിൽനിന്നും വെള്ളം വരുന്ന ദ്വാരം.

ഉറവൻ. ന. ൧, ചെള്ള. ൨, ഒരു പുഴ.

ഉറി. ന. പാത്രങ്ങൾ വെക്കുന്നതിന്നു കയറു കെട്ടിയുണ്ടാക്കി തൂക്കുന്ന ഒരു വസ്തു.

ഉറിഞ്ചുന്നു. ഞ്ചി. വാൻ. (ഉറിഞ്ച.) അ. ക്രി. ൧, ഈമ്പുന്നു. ൨, കൈ കുടിക്കുന്നു.

ഉറിയപ്പം. ന. ഒരു പലഹാരം.

ഉറിവല. ന. മീൻ പിടിക്കുന്ന ഒരു മാതിരി ചെറിയ വല.

ഉറുക്ക. ന. കൈവള.

ഉറുതി. ന. ഭംഗി, വൃത്തി.

ഉറുത്തുന്നു. ത്തി. വാൻ. (ഉറുത്ത.) സ. ക്രി. ൧, ക്രൂരതയോടെ നോക്കുന്നു. ൨, പരുപരുക്കുന്ന ൩, നടത്തുന്നു.

ഉറുപ്പ. ന. നെഞ്ചും തോളും കയ്യും കൂടിയ ശരീരത്തിൻെറ ഭാഗം.

ഉറുപ്പ. ന. വലിയ സഞ്ചി.

ഉറുപ്പടക്കം. ന. നെഞ്ചടക്കം.

ഉറുപ്പിക. ന. ഒരു നാണയം, രൂപാ.

ഉറുമാൽ. ന. തലയിൽ കെട്ടുന്ന ലേസ്സ.

ഉറുമാപ്പുലി. ന. വിഷമുള്ള ഒരുമാതിരി ചെറിയ ജന്തു.

ഉറുമി. ന. ഒരു പട്ടണത്തിൻെറ പേർ.

ഉറെക്കുന്നു. ച്ചു. പ്പാൻ. (ഉറെ.) അ. ക്രി. ൧, സ്ഥിരപ്പെടുന്നു. ൨, നിശ്ചയിക്കുന്നു. ൩, സാവധാനത്തിൽ ഒഴിച്ചു ഉറപ്പു വരുത്തുന്നു. ൪, കട്ടയാകുന്നു. **ഉറപ്പിക്കുന്നു.** സ. ക്രി.

ഉററ. വി. അടുത്ത.

ഉററബ . ന. അടുത്ത ചാർച്ചക്കാരൻ.

ഉററവൻ. ന. ൧, അടുത്തവൻ. ൨, സ്നേഹിതൻ.

ഊ. മലയാള അക്ഷരങ്ങളിൽ ആറാം അക്ഷരം.

ഊകാരം. ന. ഊ എന്ന അക്ഷരം.

ഊക്ക. ന. ശക്തി.

ഊക്കൻ. ന. ശക്തിയുള്ളവൻ.

ഊക്കുന്നു. ത്തു. പ്പാൻ. (ഊക്ക.) അ. ക്രി. ബ്രാഹ്മണൻ നിത്യകൎമ്മം കഴിക്കുന്നു.

ഊട്ട. ന. ൧, നെയ്ത്തുകാരൻെറ വിലങ്ങുനൂൽ. ൨, പരിചയം, ശീലം. ൩, രഹസ്യം. ൪, പരമാൎത്ഥം.

ഊടറിവു. ന. ൧, പരിചയം, ശീലം. ൨, പരമാൎത്ഥജ്ഞാനം.

ഊടാടുന്നു. ടി. വാൻ. (ഊടാട.) അ. ക്രി. അയഞ്ഞുകിടക്കുന്നു, ഇളകുന്നു.

ഊടാട്ടം. ന. അയച്ചിൽ.

ഊടാണി. ന. ഊരാണി.

ഊട്ടുപാട്ട. ന. അറിവു, ശീലം.

ഊട്ടുപോക്ക. ന. മേല്പറഞ്ഞ അൎത്ഥം.

ഊട്ടുവഴി. ന. രഹസ്യവഴി.

ഊടെ. അ. കൂടെ.

ഊട്ട. ഭക്ഷണം, സദ്യ.

ഊട്ടുന്നു. ട്ടി. വാൻ. (ഊട്ട.) സ. ക്രി. ഭക്ഷിപ്പിക്കുന്നു.

ഊട്ടുപുര. ന. ഭക്ഷിക്കുന്ന വെനം.

ഊഢകങ്കട. വി. (ടൻ, ടാ, ടം.) വി. ന. പടച്ചട്ട ധരിച്ച.

ഊഢ. വി. (ഢൻ, ഢാ, ഢം.) വി. ന. ൧, വിവാഹം ചെയ്യപ്പെട്ട. ൨, വഹിക്കപ്പെട്ട. ൩, വളൎച്ച.

ഊഢാ. ന. ൧, വിവാഹംചെയ്യപ്പെട്ടവൾ. ൨, രണ്ടുടെ വേട്ടവൾ.

ഊണ. ന. ൧, ഭക്ഷണം. ൨, ചോറു.

ഊണരി. ന. ഉണ്ണുന്നതിന്നുള്ള അരി.

ഊണ്ക്കാരൻ. ന. ൧, വിരുന്നുകാരൻ. ൨, അധികം ഭക്ഷിക്കുന്നവൻ.

ഊണി. ന. അധികം ഭക്ഷിക്കുന്നവൻ.

ഊത. വി. (തൻ, താ, തം.) വി. ന. നെയ്യപ്പെട്ട.

ഊതം. ന. പാകിയ നൂൽ.

ഊതി. ന. ൧, പാലനം. ൨, നെയ്ത്തു. ൩, വാററുക. ൪, വേഗം.

ഊതിക്കഴിക്കുന്നു. ച്ചു. പ്പാൻ. (ഊതിക്കഴി.) സ. ക്രി. തീകൊണ്ടു സ്വൎണ്ണം മുതലായവ ചൂടാക്കി കറ കളയുന്നു.

ഊതുന്നു. തി. വാൻ. (ഊത.) സ. ക്രി. ൧, പ്രവൃത്തികൊണ്ടുകാററുണ്ടാക്കുന്നു. ൨, കാററടിക്കുന്നു. ൩, കുഴലൂത്തുമററും വിളിക്കുന്നു. **ഊതിക്കുന്നു.** കാ. ക്രി.

ഊത്തു. ന. ൧, കാററുണ്ടാകുവാന്തക്കവണ്ണമുള്ള പ്രവൃത്തി. ൨, കാററടിപ്പു. ൩, കുഴലൂത്തുമററും വിളിക്കു.

ഊത്ത. ന. ൧, മീൻ പിടിക്കുന്നതിന്നുള്ള ഒരു കാലം. ൨, കേട.

ഊത്തവയറു. വി. (റൻ, റി, റം.) വി. ന. വയറുചാടിയ.

ഊധസ്സ. ന. അകിട.

ഊധസ്യം. ന. പാൽ.

ഊനച്ചുട്ട. ന. ചീത്തവാക്ക.

ഊന. വി. (നൻ, നാ, നം.) വി. ന. ൧, കുറവുള്ള. ൨, അംഗഹാനി വന്ന, **ഊനത.** ഗു. ന. കുറവു.

ഊനഛന്ദസ്സ. ന. ലക്ഷണപ്രകാരമുള്ള മാത്രയിൽ കുറവുള്ള വൃത്തഭേദം.

ഊനമാനം. ന. കുറച്ചിൽ.

ഊനാതിരേകം. അ. ഏററക്കുറവു.

ഊനിക്കുന്നു. ച്ചു. പ്പാൻ. (ഊനി.) അ. ക്രി. ൧, കിളൎക്കുന്നു, മുളെക്കുന്നു. ൨, പ്രത്യക്ഷമാകുന്നു.

ഊന്നു. ന. ൧, താങ്ങ. ൨, ശക്തി. ൩, കഴക്കോൽ കുത്തുക. ൪, അടയാളം.

ഊന്നുന്നു. ന്നി. വാൻ. (ഊന്ന.) അ. ക്രി. ൧, ഉറപ്പിക്കുന്നു. ൨, ചാരുന്നു. ൩, കഴക്കോൽ കുത്തുന്നു. ൪, കണക്കിൽ അടയാളമിടുന്നു. ൫, വൃക്ഷത്തിന്നു വേരു പിടിക്കുന്നു. **ഊന്നിക്കുന്നു.** കാ. ക്രി.

ഊൻ. ന. ൧, നഖത്തിൻെറ ചുവട. ൨, പല്ലിൻെറ മോണ. ൩, വ്രണത്തിലുണ്ടാകുന്ന അരിപ്പുണ്ണു.

ഊൻകത്തു. ന. പല്ലുകുത്തു.

ഊപ്പ. ന. ചെറിയ മത്സ്യം.

ഊപ്പത്തരി. ന. ഏററവും ചെറുതായുള്ള വസ്തു.

ഊപ്പിടി. ന. ഭീഷണിവാക്ക.

ഊമ. ന. സംസാരിപ്പാൻ വഹിയാത്തവൻ.

ഊമൻ. ന. ൧, മേല്പറഞ്ഞ അൎത്ഥം. ൨, മൂങ്ങ.

ഊമന്മലർ. ന. മലരിന്നായിട്ടു നെല്ലു വറക്കുമ്പോൾ നല്ലവണ്ണം മലരാതെ കിടക്കുന്നതു.

ഊമരികാരം. ന. ഒരു ഭസ്മം.

ഊരു. ന. ൧, ജീവൻ. ൨, ഗ്രാമം.

ഊര. ന. ചന്തി.

ഊരവ്യൻ. ന. വൈശ്യൻ.

ഊരഴി. ന. ഊരി എടുക്കാകുന്ന അഴി.

ഊരാണി. ന. എടുക്കാന്തക്കവണ്ണം വെക്കുന്ന ആണി, അയവു.

ഊരാണ്മ. ന. ക്ഷേത്രങ്ങളിൽ ബ്രാഹ്മണൎക്കുള്ള ഒരധികാരം.

ഊരാളൻ. ന. ഊരാണ്മക്കാരൻ.

ഊരാളി. ന. ൧, ശൂദ്രരിൽ താണ ഒരു ജാതി. ൨, കാട്ടിൽ പാൎക്കുന്ന ഒരു ജാതി.

ഊരി. അ. ൧, സമ്മതം. ൨, വിസ്താരം.

ഊരീകൃത. വി. (തൻ, താ, തം.) വി. ന. ൧, വാഗ്ദത്തം ചെയ്യപ്പെട്ട. ൨, വിസ്താരമാക്കപ്പെട്ട.

ഊരു. ന. തുട.

ഊരുകാണ്ഡം. ന. തുട.

ഊരുജ്ജൻ. ന. വൈശ്യൻ.

ഊരുദണ്ഡം. ന. തുട.

ഊരുന്നു. രി. വാൻ. (ഊര.) സ. ക്രി. ൧, വലിച്ചെടുക്കുന്നു. ൨, അരിച്ചുനടക്കുന്നു. അ. ക്രി. ഇഴഞ്ഞുനടക്കുന്നു. **ഊരൽ.** ന.

ഊരുപൎവ്വം. ന. മുഴങ്കാൽ.

ഊരുപൂകം. ന. ആവണക്ക.

ഊൎക്കുരികിൽ. ന. ഒരു ചെറിയ പക്ഷി.

ഊച്ച. ന. ൧, ഞൌരി. ൨, ഉറക്കം.

ഊച്ചാംവഴി. ന. കാട്ടിൽക്കൂടെയുള്ള ഇടക്കവഴി.

ഊൎജ്ജം. ന. ൧, വൃശ്ചികമാസം. ൨, ശക്തി. ൩, പ്രയത്നം.

ഊൎജ്ജസ്വല. വി. (ലൻ, ലാ, ലം.) വി. ന. ശക്തിയുള്ള.

ഊൎജ്ജസ്വി. വി. (സ്വീ, സ്വിനീ, സ്വി.) വി. ന. ശക്തിയുള്ള.

ഊൎജ്ജിത. വി. (തൻ, താ, തം.) വി. ന. ൧, വൎദ്ധിച്ച. ൨, ബലമുള്ള.

ഊൎണ്ണനാഭം. ന. ചിലന്നി.

ഊൎണ്ണം. ന. ആട്ടിൻരോമം.

ഊൎണ്ണ. ന. ൧, ആട്ട മുതലായവയുടെ രോമം. ൨, പുരികക്കൂട്ടിലെ ചുഴിവു.

ഊൎണ്ണായു. ന. ൧, കംബിളി. ൨, ചുവന്ന ആട്ട. ൩, ചിലന്നി.

ഊൎദ്ധ്വകം. ന. ഉയരത്തിൽവെച്ചു കൊട്ടുന്ന വാദ്യം.

ഊൎദ്ധ്വഗതം. ന. മേല്പോട്ടു പോയതു.

ഊൎദ്ധ്വഗതി. ന. ൧, കരേറ്റം. ൨, വൎദ്ധന.

ഊൎദ്ധ്വഗമനം. ന. മേല്പറഞ്ഞ അൎത്ഥം.

ഊൎദ്ധ്വജാനു. വി. (ത്രിഷു.) വി. ന. കാലിനു നീളമുള്ള.

ഊൎദ്ധ്വജ്ഞു. വി. (ത്രിഷു.) വി. ന. മേല്പറഞ്ഞ അൎത്ഥം.

ഊൎദ്ധ്വദൈഹികം. ന. ശേഷക്രിയ.

ഊൎദ്ധ്വപുണ്ഡ്രം. ന. ഗോപിക്കുറി.

ഊൎദ്ധ്വപ്രാപ്തി. ന. ൧, സ്വൎഗ്ഗത്തിലേക്കുള്ള കരേറ്റം. ൨, മരണം. ൩, വൎദ്ധന.

ഊൎദ്ധ്വബാഹു. വി. (ത്രിഷു.) വി. ന. കൈ ഉയൎത്തിയ.

ഊൎദ്ധ്വബാഹു. ന. കൈ ഉയൎത്തിപ്പിടിച്ചു തപസ്സു ചെയ്യുന്ന ഋഷി.

ഊൎദ്ധ്വഭാഗം. ന. മുകൾപ്രദേശം.

ഊൎദ്ധ്വമാകുന്നു. യി. വാൻ. (ഊൎദ്ധ്വ.) അ. ക്രി. ഇല്ലാതാകുന്നു. **ഊൎദ്ധ്വമാക്കുന്നു.** സ. ക്രി.

ഊൎദ്ധ്വമുഖ. വി. (ഖൻ, ഖീ, ഖം.) വി. ന. മേല്പോട്ടു മുഖമായുള്ള.

ഊൎദ്ധ്വമുഖി. ന. ആദിത്യൻ നില്ക്കുന്ന രാശിയുടെ മുൻപിലത്തെ രാശിക്കു പറയുന്ന ഒരു പേർ.

ഊൎദ്ധ്വ. വി. (ൎദ്ധ്വൻ, ൎദ്ധ്വാ, ൎദ്ധ്വം.) വി. ന. ൧, ഉയൎന്ന. ൨, ഒട്ടക്കുള്ള.

ഊൎദ്ധ്വൻ. ന. ഒടുക്കത്തെ ശ്വാസം, മരണവായു.

ഊൎദ്ധ്വം. അ. മേൽ, മേലെ.

ഊൎദ്ധ്വരോമം. ന. മേല്പോട്ടു നില്ക്കുന്ന രോമം.

ഊൎദ്ധ്വലോകം. ന. സ്വൎഗ്ഗം, മേൽഭാഗം.

ഊൎദ്ധ്വവായു. ന. ഒടുക്കത്തെ ശ്വാസം.

ഊൎദ്ധ്വശ്വാസം. ന. മേല്പറഞ്ഞ അൎത്ഥം.

ഊൎപ്പന്നി. ന. പോൎക്ക.

ഊൎപ്പം. ന. ഒരു തൈ.

ഊൎപ്രദക്ഷിണം. ന. ചുറ്റും ചുററി സഞ്ചരിക്ക.

ഊൎമ്മി. ന. ൧, തിര. ൨, ഒഴുക്ക. ൩, ഞൊറിവു.

ഊൎമ്മിക. ന. ൧, മോതിരം. ൨, തിര. ൩, ഞൊറിവു.

ഊൎമ്മിമൽ. വി. (മാൻ, മതി, മൽ.) വി. ന. ൧, തിരമാലയുള്ള. ൨, വളഞ്ഞ.

ഊൎശാൻ. ന. ൧, രോമൻ. ൨, മീശ കറഞ്ഞവൻ.

ഊൎശാന്താടി. ന. കറഞ്ഞ മീശ.

ഊഷകം. ന. ഉഷസ്സു.

ഊഷണം. ന. ൧, നല്ലമുളക. ൨, തിപ്പലി.

ഊഷണാ. ന. തിപ്പലി.

ഊഷം. അല്ലെങ്കിൽ, **ഊഷരം.** ന. ഉവർനിലം.

ഊഷൽ. വി. വല്ലായ്മപ്പെട്ട, സുഖക്കേടുള്ള.

ഊഷവൽ. വി. (വാൻ, വതി, വൽ.) വി. ന. ഉവരുള്ള.

ഊഷ്മ. ന. ചൂട, വെയിൽ.

ഊഷ്മകം. ന. വേനൽക്കാലം.

ഊഷ്മാവു. ന. ചൂട, ജ്വാല.

ഊഹനി. ന. ചൂൽ.

ഊഹനീയ. വി. (യൻ, യാ, യം.) വി. ന. ൧, ഊഹിക്കത്തക്ക, വിചാരിക്കത്തക്ക. ൨, തൎക്കിക്കത്തക്ക. ൩, ഉദ്ദേശിക്കത്തക്ക.

ഊഹം. ന. ൧, തൎക്കം. ൨, വിചാരം. ൩, ഉദ്ദേശം.

ഊഹിക്കുന്നു. ച്ചു. പ്പാൻ. (ഊഹി.) സ. ക്രി. ൧, വിചാരിക്കുന്നു. ൨, തൎക്കിക്കുന്നു. ൩, ഉദ്ദേശിക്കുന്നു.

ഊഹിത. വി. (തൻ, താ, തം.) വി. ന. ൧, വിചാരിക്കപ്പെട്ട. ൨, തൎക്കിക്കപ്പെട്ട. ൩, ഉദ്ദേശിക്കപ്പെട്ട.

ഊഹ്യമാന. വി. (നൻ, നാ, നം.) വി. ന. ൧, വിചാരിക്കുന്ന. ൨, തൎക്കിക്കുന്ന. ൩, ഉദ്ദേശിക്കുന്ന.

ഊഹ്യ. വി. (ഹ്യൻ, ഹ്യാ, ഹ്യം.) വി. ന. ൧, വിചാരിക്കത്തക്ക. ൨, തൎക്കിക്കപ്പെടത്തക്ക. ൩, ഉദ്ദേശിക്കത്തക്ക. ൪, ഏടുക്കപ്പെടുവാനുള്ള. ൫, ചുമക്കപ്പെടുവാനുള്ള.

ഊള. ന. ൧, ഒരു തൈ. ൨, അഴുകൻ.

ഊളൻ. ന. നരി.

ഊഴം. ന. മുറ, സമയം.

ഊഴി. ന. ഭൂമി.

ഊഴിമണ്ഡലം. ന. ഭൂമി.

ഊഴിയം. ന. ശുശ്രൂഷ, സേവ.

ഊഴിയവേല. ന. ചൊല്ലുവേല, അടിമപ്പണി.

ഊറ. അല്ലെങ്കിൽ, **ഊറൽ.** ന. മട്ട.

ഊറയിടുന്നു. ട്ടു. വാൻ. (ഊറ.) സ. ക്രി. മയം വരുത്തുന്നു.

ഊറാംപുലി. ന. ഒരു വിഷമുള്ള ജന്തു.

ഊറുന്നു. റി. വാൻ. (ഊറ.) ൧, മട്ടാകുന്നു. ൨, വെള്ളം പനെച്ചുവരുന്നു.

ഊറെക്കിടുന്നു. ട്ടു. വാൻ. (ഊറെക്കിട്ടു.) സ. ക്രി. മയംവരുത്തുന്നു.

ഊററ. ന. ൧, മട്ടു. ൨, അരിപ്പു. ൩, വാററുക. ൪, ഒഴിക്ക. ൫, അഴുക്ക.

ഊററം; ഊററത്തം. ന. ൧, ബലം. ൨, ശക്തി. ൩, വലിപ്പം. ൪, പ്രശംസ.

ഊററവാക്ക. ന. ൧, വലിപ്പം പറക. ൨, ഷീഞണിവാക്ക. ൩, മുഖസ്തുതി.

ഊററവെള്ളം. ന. ൧, കഞ്ഞി. ൨, കാടി.

ഊററു. ന. വെള്ളം ഉണ്ടാകുന്ന സ്ഥലം, ഉല്പത്തിസ്ഥാനം, ഉറവ.

ഊററുന്നു. ററി. വാൻ. (ഊററ.) സ. ക്രി. ൧, വാററുന്നു. ൨, അരിക്കുന്നു. ൩, ഒഴിക്കുന്നു.

ഋ. മലയാള അക്ഷരങ്ങളിൽ എഴാം അക്ഷരം.

ഋകാരം. ന. ഋ-എന്ന അക്ഷരം.

ഋക്ക. ന. ബ്രാഹ്മണരുടെ വേദങ്ങളിൽ ഒന്നു.

ഋക്ഥം. ന. ൧, ദ്രവ്യം, സംപത്തു. ൨, പൊൻ.

ഋഗ്വേദം. ന. നാലു വേദങ്ങളിൽ ഒന്നു.

ഋഗ്വേദി. ന. ഋഗ്വേദം പഠിച്ച ബ്രാഹ്മണൻ.

ഋചീകം. ന. അട വറക്കുന്ന കലം.

ഋജു. വി. (ത്രിലി.) വി. ന. ൧, ചൊവ്വുള്ള. ൨, സത്യമുള്ള. **ഋജുത; ഋജുത്വം.** ഗു. ന. ൧, ചൊവ്വു. ൨, സത്യം.

ഋജുലംബി. ന. തോൽമാല.

ഋണപ്പെടുന്നു. ട്ടു. വാൻ. (ഋണ.) അ. ക്രി. കടം പെടുന്നു. **ഋണപ്പെടുത്തുന്നു.** സ. ക്രി.

ഋണം. ന. ൧, കടം. ൨, കോട്ടു.

ഋണമുക്തി. ന. കടം വീട്ടുക.

ഋണമോചനം. ന. മേല്പറഞ്ഞ അൎത്ഥം.

ഋണവൽ. വി. (വാൻ, വതീ, വൽ.) വി. ന. കടംപെട്ടു.

ഋണാനുബന്ധം. ന. കടംകൊണ്ടുള്ള സംബന്ധം.

ഋത. വി. (തൻ, താ, തം.) വി. ന. ൧, പോയ. ൨, പ്രകാശമുള്ള. ൩, വന്ദിക്കപ്പെട്ട.

ഋതം. ന. ൧, ഇരുമണി പെറുക്കുക. ൨, വെള്ളം. ൩, സത്യം.

ഋതി. ന. ൧, ഭാഗ്യം. ൨, വഴി. ൩, ഗമനം.

ഋതീയ. ന. ൧, ആക്ഷേപം. ൨, ലജ്ജ.

ഋതു. ന. ൧, വസന്തം ഗ്രീഷ്മം വൎഷം ശരത്തു ഹേമന്തം ശിശിരം. ഇങ്ങിനെ ആറു ഋതുക്കൾക്കും കൂടെ പറയുന്ന ഒരു പേർ. ൨, തീണ്ടായിരി.

ഋതുകാലം. ന. ൧, മേടമാസം മുതൽ ഈരണ്ടു മാസം കൂടുന്ന സമയം. ൨, തീണ്ടായിരിക്കുന്ന സമയം.

ഋതുപ്രാപ്തം. വി. (പ്തൻ, പ്താ, പ്തം.) വി. ന. ഫലം തരുന്ന, ഫലമുള്ള.

ഋതുമതി. ന. തീണ്ടായിരുന്നവൾ.

ഋതെ. അ. കൂടാതെ, ഒഴികെ.

ഋത്വിൿ. ന. കൎമ്മം കഴിക്കുന്ന ആചാൎയ്യൻ, കുടുംബത്തിലെ ആചാൎയ്യൻ.

ഋദ്ധ. വി. (ദ്ധൻ, ദ്ധാ, ദ്ധം.) വി. ന. വൎദ്ധിച്ച.

ഋദ്ധം. ന. പൊലി.

ഋദ്ധി. ന. ൧, വൎദ്ധന. ൨, ഒരു പച്ച മരുന്നു, കാട്ടുമുതിര. ൩, പാൎവ്വതി. ൪, സംപത്തു.

ഋഭുക്കൾ. ന. ദേവകൾ.

ഋഭുക്ഷാ. ന. ഇന്ദ്രൻ.

ഋശ്യകേതു. ന. അനിരുദ്ധൻ.

ഋശ്യപ്രോക്ത. ന. ൧, ശതാവരി. ൨, നായ്ക്കുരണ.

ഋശ്യം. മരമാൻ.

ഋഷഭം. ന. ൧, കാള. ൨, ഇടവംരാശി. ൩, സപ്തസ്വരങ്ങളിൽ രണ്ടാമത്തെ സ്വരം.

ഋഷി. ന. ൧, മഹൎഷി. ൨, വേദം.

ഋഷിപത്നി. ന. മഹൎഷിയുടെ ഭാൎയ്യ.

ഋഷിപ്രോക്തം. വി. മഹൎഷിമാരാൽ പറയപ്പെട്ട.

ഋഷിവാടം. ന. മഹൎഷിമാരുടെ കുടിയിരിപ്പു.

ഋഷ്ടി. ന. വാൾ.

ഋഷ്യപ്രോക്ത. ന. ൧, ശതാവരി. ൨, നായ്ക്കുരണ.

ഋക്ഷഗന്ധ. ന. ഒരു മരുന്നു, മറികുന്നി.

ഋക്ഷഗന്ധിക. ന. വെൺമുതക്ക.

ഋക്ഷം. ന. ൧, നക്ഷത്രം. ൨, കരടി. ൩, ഒരു മരം, പലകപ്പയ്യാനി.

ഋക്ഷരം. ന. ഒഴുക്ക.

ഋക്ഷേശൻ. ന. ചന്ദ്രൻ.

ൠ. മലയാള അക്ഷരങ്ങളിൽ എട്ടാം അക്ഷരം.

ഌ. മലയാള അക്ഷരങ്ങളിൽ ഒൻപതാം അക്ഷരം.

ൡ. മലയാള അക്ഷരങ്ങളിൽ പത്താം അക്ഷരം.

എ. മലയാള അക്ഷരങ്ങളിൽ പതിനൊന്നാം അക്ഷരം.

എ. ൧, പദാരംഭത്തിൽ ചോദ്യത്തെ കാണിക്കുന്ന ചുട്ടെഴുത്തു. ഉ-ം. എക്കാലം. (ഏതുകാലം എന്നൎത്ഥം.) ൨, കൎമ്മത്തെ കുറിക്കുന്ന പ്രത്യയം. ഉ-ം. രാമനെ അടിച്ചു.

എകിറു. ന. ൧, ദംഷ്ട്രം. ൨, തേററ.

എക്കച്ചക്കം. ന. വഴക്ക.

എക്കൽ. ന. ൧, ഒഴുക്കുകൊണ്ടുണ്ടാകുന്ന വളം. ൨, എത്തിവലിക. ൩, വയറൊട്ടിക്ക.

എക്കം. ന. തക്കം.

എക്കച്ചക്കം. ന. കുഴപ്പം.

എക്കിട്ട. അല്ലെങ്കിൽ, **എക്കിൾ.** ന. ഒരു ശ്വാസ വികൃതി.

എക്കിളിക്കുന്നു. ച്ചു. ക്കുവാൻ. (എക്കിളി.) അ. ക്രി. ൧, കാലിന്റെ പെരുവിരൽ ഊന്നിനിന്നു ഉയരുന്നു. ൨, എക്കിൾ വിടുന്നു.

എക്കുന്നു. ക്കി. വാൻ. (എക്ക.) അ. ക്രി. ൧, എക്കിളിക്കുന്നു. ൨, എത്തിവലിയുന്നു.

എങ്കിൽ. അ. സംശയത്തിങ്കൽ പ്രയോഗിക്കുന്ന ഒരവ്യയപദം.

എങ്കിലും. അ. മേല്പറഞ്ഞ അൎത്ഥം.

എങ്ങെ. അ. എവിടെ.

എങ്ങാണ്ടു. അ. എവിടയൊ.

എങ്ങാനും. അ. വല്ലെടത്തും.

എങ്ങിനത്തെ. വി. ഏതുപ്രകാരമുള്ള.

എങ്ങിനെ. അ. ഏതുപ്രകാരം.

എങ്ങിനെയും. അ. ഏതുപ്രകാരവും.

എങ്ങിനെയുള്ള. വി. ഏതുപ്രകാരമുള്ള.

എങ്ങിനെയെങ്കിലും. അ. വല്ലപ്രകാരവും.

എങ്ങു. അ. എവിടെ.

എങ്ങുനിന്നു. അ. എവിടെനിന്നു.

എങ്ങും. അ. ഒരെടത്തും.

എങ്ങോട്ടു. അ. എവിടേക്കു.

എങ്ങോൻ. അ. അവനെവിടെ.

എച്ചം. ന. ൧, ജന്തുക്കൂടെ മലം. ൨, ഒരംച്ചയുടെ മലം.

എച്ചിൽ. ന. ൧, അശുദ്ധി. ൨, കടച്ച വസ്തു. ൩, ഭക്ഷിച്ചശേഷം.

എച്ചിൽകുപ്പ. ന. അശുദ്ധിയായ വസ്തുക്കൾ കളയുന്ന സ്ഥലം.

എച്ചിൽക്കുഴി. ന. മേല്പറഞ്ഞ അർത്ഥം.

എച്ചിൽനക്കി. ന. എച്ചിൽ തിന്നുന്നവൻ, ഇരപ്പാളി.

എച്ചിൽപുണ്ണ. ന. ഒരു ദീനം.

എടാ. ന. പ. തന്നെക്കാൾ താണവനെ വിളിക്കുന്ന ഒരു വാക്കു.

എടി. ന. പ. തന്നെക്കാൾ താണവളെ വിളിക്കുന്ന ഒരു വാക്കു.

എടുക്കുന്നു. ത്തു. പ്പാൻ. (എടു.) സ. ക്രി. ൧, കൈക്കൊള്ളുന്നു. ൨, ചെയ്യുന്നു. **എടുപ്പിക്കുന്നു.** കാ. ക്രി.

എടുപ്പ. ന. ൧, എടുക്കുക. ൨, പൊക്കുക. ൩, ഒരു ദീനം.

എടോ. അ. സമത്തിലുള്ളവനെ വിളിക്കുന്ന ഒരു വാക്കു.

എട്ടു. വി. നാലിരട്ടിച്ച തുക.

എട്ടാം. വി. എട്ടാമത്തെ.

എട്ടാമതു. വി. ഏഴു കഴിഞ്ഞാലുള്ളതു.

എട്ടാമത്തെ. വി. മേല്പറഞ്ഞ അർത്ഥം.

എട്ടാമൻ. ന. എട്ടാമത്തവൻ.

എട്ടാലൊന്നു. ന. എട്ടിലൊരു പങ്കു, അരെക്കാൽ.

എട്ടാശ. ന. എട്ടു ദിക്കു.

എട്ടിലൊന്നു. ന. എട്ടിലൊരു പങ്കു, അരെക്കാൽ.

എട്ടെട്ടു. വി. ൧, അറുപത്തുനാലു. ൨, എട്ടുവീതമുള്ള.

എണ്ണ. ന. ൧, എള്ളിൽനിന്നുണ്ടാകുന്ന തൈലം. ൨, വല്ലതിന്റെയും തൈലം.

എണ്ണച്ചട്ടി. ന. തൈലപ്പാത്രം.

എണ്ണച്ചായൽ. വി. വിളർച്ചയുള്ള.

എണ്ണത്തഴകി. ന. ഒരു മരുന്നു.

എണ്ണപ്പാത്തി. ന. തൈലത്തോണി.

എണ്ണപ്പായൽ. ന. വെള്ളത്തിലുള്ള ഒരു തൈ.

എണ്ണപ്പെട്ട. വി. ന. മാനിക്കപ്പെട്ട.

എണ്ണവണ്ണം. വി. എണ്ണവാറാതക്കപോലെ.

എണ്ണം. ന. സംഖ്യ, കണക്കു, തുക.

എണ്ണാങ്കൊടി. ന. ഒരു മരുന്നു.

എണ്ണായിരം. വി. എട്ടു ആയിരം കൂടിയ.

എണ്ണാഴി. വി. രണ്ടിടങ്ങഴി.

എണ്ണുന്നു. ണ്ണി. വാൻ. (എണ്ണ.) സ. ക്രി. ൧, കണക്കു കൂട്ടുന്നു. ൨, വിചാരിക്കുന്നു. **എണ്ണിക്കുന്നു.** കാ. ക്രി.

എണ്ണൂറു. വി. എട്ടു നൂറു കൂടിയ.

എൺ. വി. എട്ടു.

എൺകോൺ. വി. എട്ടു കോണുള്ള.

എണ്പതു. വി. എട്ടു പത്തുകൂടിയ.

എണ്പതിനായിരം. വി. എണ്പതു ആയിരം കൂടിയ.

എണ്മണി. ന. എള്ളിന്റെ മണി.

എണ്മർ. ന. എട്ടുപേർ.

എണ്മൂന്നു. വി. ഇരുപത്തുനാലു.

എത. ന. അതിരു.

എതിരു. വി. ൧, വിരോധമായുള്ള. ൨, മുൻപെയുള്ള.

എതിരു. ന. ൧, വിരോധം. ൨, മുൻഭാഗം. ൩, തുല്യം. ൪, ഉപമ. ൫, മാതൃക.

എതിരാളി. ന. ശത്രു, നേരെ വരുന്നവൻ.

എതിരിട. ന. മാതൃക, പേച്ചു.

എതിരിടുന്നു. ട്ടു. വാൻ. (എതിർ.) സ. ക്രി. ൧, നേരിടുന്നു. ൨, തടുക്കുന്നു.

എതിരെ. അ. ൧, കാലത്തു. ൨, നേരെ.

എതിരേല്ക്കുന്നു. റ്റു. ല്പാൻ. (എതിരേൽ.) സ. ക്രി. ൧, നേരെ ചെന്നു കൂട്ടിക്കൊണ്ടു പോരുന്നു. ൨, നേരിടുന്നു.

എതിരേല്പു. ന. ൧, നേരെ ചെന്നു കൂട്ടിക്കൊണ്ടു പോരിക. ൨, നേരിടുക.

എതിർ. വി. നേരെയുള്ള.

എതിൎക്കുന്നു. ത്തു. പ്പാൻ. (എതിർ.) സ. ക്രി. നേരിടുന്നു.

എതിർകോൽ. ന. നടക്കുന്നവരുടെ കാലിൽ കൊള്ളത്തക്കവണ്ണം വഴിയിൽ കിടക്കുന്ന കോൽ.

എതിർപെടുന്നു. ട്ടു. വാൻ. (എതിർ.) അ. ക്രി. നേരിടുന്നു.

എതിർപ്പു. ന. ൧, നേരിടുക. ൨, വിരോധം.

എതിർവീടു. ന. നേരെയുള്ള വീടു.

എത്തം. ന. എത്തുക, തൊടുവാന്തക്കവണ്ണമാക.

എത്തൽ; എത്തു. ന. മേല്പറഞ്ഞ അർത്ഥം.

എത്തിവലിയുന്നു. ഞ്ഞു. വാൻ. (എത്തിവലി.) അ. ക്രി. കാലിന്റെ വിരൽ കുത്തി പൊങ്ങുന്നു.

എത്തുന്നു. ത്തി. വാൻ. (എത്ത.) അ. ക്രി. ൧, ചെല്ലുന്നു. ൨, തികയുന്നു, ഉള്ളതാകുന്നു. ൩, തൊടുവാന്തക്കവണ്ണമാകുന്നു. **എത്തിക്കുന്നു; എത്തിപ്പിക്കുന്നു.** സ. ക്രി.

എത്ര. അ. ൧, ഇത്രയെന്നു നിശ്ചയമില്ലാത്തതിനെക്കുറിച്ചു ചോദിക്കുന്ന ഒരു വാക്കു. ൨, വളരെ. ൩, ഏറ്റവും.

എത്രയും. അ. തുലോം അധികം.

എൻ. ന. പ. ൧, ഉത്തമസൎവനാമം. വി. എന്നെ സംബന്ധിച്ച.

എന്തു. അ. അറിയാത്തതിനെക്കുറിച്ചു ചോദിക്കുന്ന ഒരു വാക്കു.

എന്ത്യാ. അല്ലെങ്കിൽ, എന്തെ. അ. കാരണമറിയാത്തതിനെക്കുറിച്ചു ചോദിക്കുന്ന ഒരു വാക്കു.

എന്നു. അ. ൧, ഇങ്ങിനെ.

എന്നു. വി. ഏതുദിവസം, എപ്പോൾ.

എന്നവാറെ. അ. അപ്പോൾ, അതിന്റെ ശേഷം.

എന്നാകിൽ. അ. എങ്കിൽ.

എന്നാൽ. അ. എങ്കിൽ.

എന്നാറെ. അ. അതിന്റെ ശേഷം.

എന്നി; എന്നിയേ; എന്ന്യേ. അ. ൧, കൂടാതെ. ൨, അല്ലാതെ.

എന്നിങ്ങിനെ. അ. ഇപ്രകാരം.

എന്നിട്ടു. അ. പിന്നെ, അതിന്റെ ശേഷം.

എന്നിട്ടും. അ. എങ്കിലും, പിന്നെയും.

എന്നിരിക്കെ. അ. അപ്പോൾ.

എന്നി. അ. അല്ലാതെ, കൂടാതെ.

എന്നീവണ്ണം. അ. ഇപ്രകാരം.

എന്നുമെ. അ. എപ്പോഴും.

എന്നും. അ. എല്ലാപ്പോഴും.

എന്നുവെച്ചു. അ. ഇങ്ങിനെ വിചാരിച്ചു.

എമ്പെരുമാൻ. അല്ലെങ്കിൽ, **എമ്പ്രാൻ.** ന. തുളുനാട്ടിലുള്ള ബ്രാഹ്മണൻ.

എന്നേ. അ. ദുഃഖത്തിങ്കലും സന്തോഷത്തിങ്കലും ആശ്ചൎയ്യത്തിങ്കലും പറയുന്ന ഒരു വാക്ക.

എന്നേക്കും. അല്ലെങ്കിൽ, **എന്നന്നേക്കും.** അ. എല്ലാ നാളേക്കും.

എപ്പേരും. അ. മുഴുവനും.

എപ്പേൎപ്പെട്ടതും. അ. എല്ലാം, മുഴുവനും.

എപ്പൊഴുതു. അ. എല്ലാ നേരവും.

എപ്പോൾ. അ. ഏതു സമയത്തു.

എപ്പോളും. അല്ലെങ്കിൽ, **എപ്പോഴും.** അ. എല്ലാ നേരവും.

എമ്മാൻ. അ. എന്നതുകൊണ്ടു.

എയിത്തു. ന. അമ്പുകൊണ്ടുള്ള പ്രയോഗം, തെറ്റുക.

എയ്യൻ. ന. ഒരു മൃഗം, മുള്ളൻ.

എയ്യൻപന്നി. ന. മേല്പറഞ്ഞ അൎത്ഥം.

എയ്യുന്നു. യ്തു. വാൻ. (എയ്യ.) സ. ക്രി. അമ്പുകൊണ്ടു പ്രയോഗിക്കുന്നു, തെറുന്നു.

എരവു. ന. വായിപ്പുവാങ്ങിക്കുന്ന ആഭരണവുമററും.

എരി. അല്ലെങ്കിൽ, **എരിവു.** ന. ൧, മുളകിന്റെ രസം. ൨, ഉഷ്ണം. ൩, കോപം.

എരീകനൽ. ന. കത്തുന്ന തീ, തീക്കനൽ.

എരിക്കു. ന. ഒരു പൂച്ചെടി.

എരിക്കിഴങ്ങു. ന. ഇഞ്ചി.

എരിക്കുന്നു. ച്ചു. പ്പാൻ. (എരി.) അ. ക്രി. നിറുന്നു. സ. ക്രി. തീകത്തിക്കുന്നു.

എരിച്ചിൽ. ന. ൧, എരിവു. ൨, തീകത്തുക.

എരിതി. ന. കത്തുന്ന തീ.

എരിതേങ്ങാ. ന. ചില കുഴികൾക്കു മടലോടെ തീ കത്തിച്ചുഴിയുന്ന തേങ്ങാ.

എരിപൊരിസഞ്ചാരം. ന. ഉഷ്ണം കൊണ്ടു അധികമായ വ്യസനം, എരിച്ചിൽ.

എരിപ്പു. ന. ൧, എരിവു. ൨, തീകത്തിക്ക.

എരിമക്കള്ളി. ന. ഒരു ചെടി.

എരിമത്താളി. ന. ഒരു വള്ളി.

എരിമപ്പാവൽ. ന. ഒരു ചീര.

എരിമരം. ന. രാത്രിയിൽ പ്രകാശിക്കുന്ന ഒരു മരം.

എരിയുന്നു. ഞ്ഞു. വാൻ. (എരി.) അ. ക്രി. ൧, തീ കത്തുന്നു. ൨, നിറുന്നു.

എരിശ്ശേരി. ന. തേങ്ങാ അരച്ചുചേൎത്തുണ്ടാക്കുന്ന ഒരു കറി.

എരുതു. ന. കാള.

എരുത്തിൽ. ന. കാളക്കൂടു.

എരുപുളി. ന. മോരു ചേൎത്തുണ്ടാക്കുന്ന ഒരു കറി.

എരുമ. ന. പെൺകന്നു.

എലി. ന. ഒരു ജന്തു.

എലിക്കണി. ന. എലിയെപ്പിടിക്കുന്ന ഒരു യന്ത്രം.

എലിച്ചെവി. ന. ഒരു പച്ചമരുന്നു.

എലിത്തടി. ന. ഒരു പച്ചമരുന്നു.

എലിനാഴി. ന. എലിയെപ്പിടിക്കുന്ന ഒരു യന്ത്രം.

എലിപ്പാതാളം. ന. എലിമട.

എലിപ്പാഷാണം. ന. എലിയെക്കൊല്ലുന്ന ഒരു മരുന്നു.

എലിപ്പുനം. ന. എലിമട.

എലിമട. എലിയുടെ ദ്വാരം.

എലിമഞ്ചി. ന. എലിയെപ്പിടിക്കുന്ന ഒരു യന്ത്രം.

എലിമുള്ളു. ന. ഒരു മുൾച്ചെടി.

എലിവഞ്ചിക. ന. എലിയെപ്പിടിക്കുന്ന ഒരു യന്ത്രം.

എലുമ്പു; എലുമ്പൽ. ന. എല്ലിന്റെ കഷണം, എല്ലിന്റെ അംശമായ കുറ്റു.

എല്ക; എലുക. ന. അതിരു.

എല്ക്കല്ലു. ന. അതിരറിവാൻ ഇടുന്ന കല്ലു.

എല്ലു. ന. അസ്ഥി.

എല്ല. ന. അതിരു.

എല്ലത്തല. ന. അതിരു.

എല്ലാടവും. അ. എല്ലാ സ്ഥലത്തും.

എല്ലാടത്തും. അ. മേല്പറഞ്ഞ അൎത്ഥം.

എല്ലാനാളും. അ. എല്ലാ ദിവസവും.

എല്ലാനേരവും. അ. എല്ലാപ്പോഴും.

എല്ലാം. അ. ഒക്കെ, മുഴുവനും.

എല്ലാപ്പോഴും. അ. എല്ലാസമയത്തും.

എല്ലാരും. അല്ലെങ്കിൽ, **എല്ലാവരും.** ന. സകല മനുഷ്യരും.

എല്ലൊ; അല്ലൊ. പദാന്ത്യത്തിൽ നിശ്ചയാൎത്ഥത്തെ കാണിക്കുന്ന ഒരു അനുപ്രയോഗം. ഉ-ം, അവനെല്ലൊ അതു ചെയ്തതു.

എവിടത്തോൻ. അ. അവനെവിടെ.

എവിടത്തു. അ. എവിടെ.

എവിടെ. അ. ഏതു ദിക്കിൽ.

എവിടെയും. അ. ഒരു ദിക്കിലും.

എളി. ന. അരക്കൂടു.

എളിമ. ന. ൧, താഴ്മ. ൨, അടക്കം. ൩, ലജ്ജ. ൪, ദരിദ്രത.

എളിയ. വി. ന. ൧, താണ. ൨, അഗതിയായ.

എളുതു. വി. എളുപ്പമുള്ള, കഴിയുന്ന.

എളുപ്പം. അ. പ്രയാസം കൂടാതെ, വേഗം.

എള്ളു. ന. എണ്ണയുള്ള ഒരു ധാന്യം.

എഴ. ന. ൧, നിളമുള്ള കോൽ. ൨, നീളമുള്ള നൂൽ. ൩, പായുടെ അളി.

എഴിമല. ന. ഒരു പൎവ്വതം.

എഴ. ന. ൧, മുതലെടുപ്പു. ൨, ഉയരം.

എഴുക. ന. കട്ടിലിന്റെ കാൽ തുളെച്ചു ചെലുത്തുന്ന മരം.

എഴുതുന്നു. തി. വാൻ. (എഴു.) അ. ക്രി. ൧, അക്ഷരം വരെക്കുന്നു. ൨, ചിത്രം വരെക്കുന്നു. ൩, കണ്ണിൽ മഷിതേക്കുന്നു. **എഴുതിക്കുന്നു.** സ. ക്രി.

എഴുത്തു. ന. ൧, എഴുതുക, അക്ഷരം. ൨, വിദ്യ. ൩, ചിത്രം. ൪, ചിട്ടു കറി മുതലായവ.

എഴുതുൻ. വി. ചിത്രമെഴുതിയ, ചായം പിടിച്ച.

എഴുത്തച്ചൻ. ന. ആശാൻ, ഗുരു.

എഴുത്താണി. ന. എഴുതുന്ന നാരായം.

എഴുത്താചാൻ. ന. ഗുരു.

എഴുത്തുപള്ളി. ന. പാഠശാല.

എഴുത്തോല. ന. കരിമ്പനയോല.

എഴുനിലമാടം. ന. ഏഴു നിലയുള്ള മാളിക.

എഴന്തി. ന. കാട്ടതി.

എഴന്നു. ഴിച്ചു. ഴവാൻ. അ. ക്രി. ഉയരുന്നു, വളരുന്നു. **എഴിക്കുന്നു.** സ. ക്രി. ആയും അ. ക്രി. ആയും പ്രയോഗം ഉണ്ടു.

എഴുന്നരുളത്തു. ന. ബ്രാഹ്മണർ രാജാക്കന്മാർ മുതലായവർ പോകയൊ വരികയൊ ചെയ്യുന്നതിനു പറയുന്ന വാക്കു.

എഴുന്നരുളുന്നു. ളി. വാൻ. (എഴുന്നരുൾ.) അ. ക്രി. ബ്രാഹ്മണർ രാജാക്കന്മാർ മുതലായവർ പോകയൊ വരികയൊ ചെയ്യുന്നു.

എഴുന്നേല്ക്കുന്നു. റ്റു. ല്പാൻ. (എഴുന്നേ.) അ. ക്രി. ഉയരുന്നു. **എഴുന്നേല്പിക്കുന്നു.** സ. ക്രി.

എഴുന്നേല്പു. ന. ഉയരുക.

എഴുമ്പല്ലു. ന. ഒരു മാതിരി വലിയ പല്ലു.

എഴുവർ. ന. ഏഴുപേർ.

എറികണ്ണു. വി. ന. ചുളിച്ചു നോക്കുന്നു.

എറിക്കുന്നു. ച്ചു. പ്പാൻ. (എറി.) സ. ക്രി. തടിയുടെ വെള്ള കളഞ്ഞുരുട്ടുന്നു. **എറിപ്പിക്കുന്നു.** കാ. ക്രി.

എറിച്ചിൽ. ന. തടിയുടെ വെള്ള കളഞ്ഞുരുട്ടുക.

എറിപ്പു. ന. എറിച്ചിൽ.

എറിയുന്നു. ഞ്ഞു. വാൻ. (എറി.) സ. ക്രി. കളയുന്നു, ചാട്ടുന്നു.

എററു. ന. ൧, അലക്കു. ൨, അടി.

എററുന്നു. റ്റി. വാൻ. (എററ.) അ. ക്രി. ൧, അലക്കുന്നു. ൨, അടിക്കുന്നു.

ഏ. മലയാള അക്ഷരങ്ങളിൽ പന്ത്രണ്ടാം അക്ഷരം.

ഏ. ഇതു ഓൎമ്മെക്കും ആക്ഷേപത്തിനും മനസ്സലിവിനും അനുസരണത്തിനും വിളിക്കുന്നതിനും ഉപയോഗിക്കുന്ന ഒരു വാക്കു.

ഏകക. വി. (കൻ, കാ, കം.) വി. ന. താനേയുള്ള, ഒന്നുമാത്രമായിട്ടുള്ള.

ഏകഗുരു. ന. ഒരു ഗുരുവിന്റെ അടുക്കൽ പാൎത്തു ഒരുമിച്ചു പഠിച്ച ശിഷ്യന്മാർ തമ്മിൽ തമ്മിൽ വിളിക്കുന്ന പേർ.

ഏകചക്ര. ന. ഒരു ഗ്രാമം.

ഏകചരം. ന. ഒരു കാട്ടുമൃഗം.

ഏകതമ. വി. (മൻ, മാ, മം.) വി. ന. പലതിൽ ഒന്നു.

ഏകതര. വി. (രൻ, രാ, രം.) വി. ന. ൧, രണ്ടിൽ ഒന്നു. ൨, വേറെ.

ഏകതാന. വി. (നൻ, നാ, നം.) വി. ന. ഒരു കാൎയ്യത്തിൽ തന്നേ ബുദ്ധി ചെന്നിരിക്കുന്ന.

ഏകതാളം. ന. ഒരു താളം.

ഏകത്വം. ന. ഒന്നെന്നുള്ള ഭാവം, ഐക്യം.

ഏകദന്തൻ. ന. ഒററക്കൊമ്പൻ, ഗണപതി.

ഏകദാ. അ. ഒരിക്കൽ.

ഏകദേശം. അ. മിക്കവാറും.

ഏകധുര. വി. (രൻ, രാ, രം.) വി. ന. ഒരു വേല തന്നേ എടുക്കുന്ന.

ഏകധുരാവഹ. വി. (ഹൻ, ഹാ, ഹം.) വി. ന. ഒരു വേല തന്നേ എടുക്കുന്ന.

ഏകധുരീണ. വി. (ണൻ, ണാ, ണം.) വി. ന. മേല്പറഞ്ഞ അൎത്ഥം.

ഏകനായക. വി. (കൻ, കാ, കം.) വി. ന. ഒരുത്തനത്തന്നേ പ്രമാണിയായ.

ഏകനായകം. ന. പൊങ്കരണ്ടി.

ഏകനിഷ്ഠ. വി. (ഷ്ഠൻ, ഷ്ഠാ, ഷ്ഠം.) വി. ന. ഒരു കാൎയ്യത്തിൽ തന്നേ ബുദ്ധി ചെന്നിരിക്കുന്ന.

ഏക. വി. (കൻ, കാ, കം.) വി. ന. ൧, ഒന്നായ. ൨, തനിച്ചുള്ള. ൩, വേറേയുള്ള. ൪, പ്രധാനമായ.

ഏകപദം. അ. ൧, അപ്പോൾ. ൨, ഒരിക്കൽ. ന. ഒരു വചനം.

ഏകപദീ. ന. ഒരു ചെറിയ വഴി.

ഏകപാൽ. അല്ലെങ്കിൽ, **ഏകപാത്തു.** ന. ൧, ഒററക്കാലൻ. ൨, ശിവൻ.

ഏകപിംഗൻ. ന. വൈശ്രവണൻ.

ഏകഭവം. ന. ഒന്നായുള്ള സ്ഥിതി, സമഭാവന.

ഏകമനസ്സ. വി. (ത്രിഷു.) വി. ന. ഒരുപോലെ മനസ്സായുള്ള.

ഏകയഷ്ടിക. ന. ഒരു ചുററുള്ള മുത്തുമാല.

ഏകരീതി. ന. ഒരുമ്പാടു, തുല്യത.

ഏകൽ. ന. ൧, ഉച്ചാരണം. ൨, കല്പന. ൩, പ്രതിജ്ഞ. ൪, ശാസന.

ഏകവചനം. ന. ഒരു വാക്കു.

ഏകല. വി. (ലൻ, ലാ, ലം.) വി. ന. തനിച്ചുള്ള.

ഏകവിംശതി. വി. ഇരുപത്തൊന്നു.

ഏകശാസന. വി. (നൻ, നാ, നം.) വി. ന. ഒരുത്തന്റെ കല്പന തന്നേയുള്ള.

ഏകസപ്തതി. വി. എഴുപത്തൊന്നു.

ഏകസൎഗ്ഗ. വി. (ൎഗ്ഗൻ, ൎഗ്ഗാ, ൎഗ്ഗം.) വി. ന. ഒരു കാൎയ്യത്തിൽ തന്നേ ബുദ്ധി ചെന്നിരിക്കുന്ന.

ഏകഹായനീ. ന. ഒരു വയസ്സു ചെന്ന പശു.

ഏകാകി. വി. (കി, കിനി, കി.) വി. ന. താനേയുള്ള. **ഏകാകിത്വം.** ഗു. ന. താനേയുള്ള എന്ന അവസ്ഥ.

ഏകാഗാരികൻ. ന. കള്ളൻ.

ഏകാഗ്രചിത്ത. വി. (ത്തൻ, ത്താ, ത്തം.) വി. ന. ഒരു കാൎയ്യത്തിൽ തന്നേ ബുദ്ധിചെന്നിരിക്കുന്ന.

ഏകാഗ്ര. വി. (ഗ്രൻ, ഗ്രാ, ഗ്രം.) വി. ന. ൧, ഒരു കാൎയ്യത്തിൽ തന്നേ ബുദ്ധി ചെന്നിരിക്കുന്ന. ൨, കലക്കപ്പെടാത്ത.

ഏകാഗ്ര്യ. വി. (ഗ്ര്യൻ, ഗ്ര്യാ, ഗ്ര്യം.) വി. ന. ൧, വളരെ താല്പൎയ്യമുള്ള. ൨, ഒരു കാൎയ്യത്തിൽ തന്നേ ബുദ്ധി ചെന്നിരിക്കുന്ന.

ഏകാദശം. വി. പതിനൊന്നു.

ഏകാദശി. ന. പതിനഞ്ചു പക്കങ്ങളിൽ പതിനൊന്നാം പക്കം.

ഏകാന്ത. വി. (ന്തൻ, ന്താ, ന്തം.) വി. ന. ൧, അധികമായ. ൨, തനിച്ചുള്ള. ൩, വേറെ.

ഏകാന്തം. ന. ൧, അധികത്വം. ൨, രഹസ്യസ്ഥലം. ൩, ഏകത്വം.

ഏകാബ്ദാ. ന. ഒരു വയസ്സു ചെന്ന പശു.

ഏകായനഗത. വി. (തൻ, താ, തം.) വി. ന. ഒരു കാൎയ്യത്തിൽ തന്നേ ബുദ്ധിചെന്നിരിക്കുന്ന.

ഏകായന. വി. (നൻ, നാ, നം.) വി. ന. മേല്പറഞ്ഞ അൎത്ഥം.

ഏകാരം. ന. ഏ എന്ന അക്ഷരം.

ഏകാവലി. ന. ഒരു ചുററുള്ള മുത്തുമാല.

ഏകാശ്രയ. വി. (യൻ, യാ, യം. വി. ന. ഒരാശ്രയം തന്നെയുള്ള.

ഏകാഷ്ഠീലം. ന. വെള്ളെരിക്ക.

ഏകാക്ഷീലാ. ന. ഒരു വല്ലി, പാട.

ഏകീകരണം. ന. ഒന്നാക്കുക.

ഏകീകരിക്കുന്നു. ച്ചു. പ്പാൻ. (ഏകീകരി.) സ. ക്രി. ഒന്നാക്കുന്നു.

ഏകീകൃത. വി. (തൻ, താ, തം.) വി. ന. ഒന്നാക്കപ്പെട്ട.

ഏകീഭവിക്കുന്നു. അ. ക്രി. ഒന്നായ്തീരുന്നു.

ഏകുന്നു. കി. വാൻ. (ഏക.) സ. ക്രി. ൧, ഉച്ചരിക്കുന്നു. ൨, കല്പിക്കുന്നു. ൩, ശാസിക്കുന്നു. ൪, പ്രതിജ്ഞചെയ്യുന്നു.

ഏകൈകം. വി. ഓരോന്നു.

ഏകോൽഭവം. ന. യോജിപ്പ.

ഏകോനവിംശതി. വി. പത്തൊൻപതു.

ഏക്കം. ന. അധികമായിട്ട ശ്വാസം വലിക്ക, നെടുവീപ്പു.

ഏക്കുന്നു. ച്ചു. പ്പാൻ. (ഏക്ക.) സ. ക്രി. കൂട്ടിക്കെട്ടുന്നു, കൂട്ടിത്തുന്നുന്നു, ഒന്നിച്ചുകൂട്ടുന്നു.

ഏക്കോണിക്കുന്നു. ച്ചു. ക്കുവാൻ. (ഏക്കോണി.) അ. ക്രി. പല കോണുകൾ ഉണ്ടാകത്തക്കവണ്ണമുള്ള ആകൃതി കൈക്കൊള്ളുന്നു, ചരിഞ്ഞുപോകുന്നു, സ്ഥാനം തെറ്റുന്നു.

ഏങ്ങൽ. ന. ശ്വാസം വലിക്ക, നെടുവീപ്പിടുക.

ഏങ്ങുന്നു. ങ്ങി. വാൻ. (ഏങ്ങ.) അ. ക്രി. ശ്വാസം വലിക്കുന്നു, നെടുവീപ്പിടുന്നു.

ഏട. ന. എഴുതുവാനായിട്ട വാൻമുറിച്ച ഓല, അലേഖ.

ഏടാകൂടം. ന. ൧, അപകടം. ൨, വിരോധം. ൩, വിരോധവാക്ക. ൪, തടവു. ൫, പ്രയാസം. ൬, ദോഷതരം. ൭, ഉപദ്രവം. ൮, തെററു.

ഏടം. ന. (ഇടം.) സ്ഥലം, ജീവിതം.

ഏട്ട. ന. ൧, ഒരു മത്സ്യം. ൨, മൂതേവി.

ഏട്ടുകമ്പു. ന. ഗ്രന്ഥപ്പടി.

ഏട്ടുപടി. ന. മേല്പറഞ്ഞ അൎത്ഥം.

ഏഡകം. ന. ആട്ടുകൊററൻ.

ഏഡഗജം. ന. ഒരു ചീര, തകര.

ഏഡ. വി. (ഡൻ, ഡാ, ഡം.) വി. ന. ചെവികേൾക്കാത്ത.

ഏഡമൂക. വി. (കൻ, കാ, കം.) വി. ന. പറവാൻ വഹിയാത്ത.

ഏഡൂകം. ന. മണ്ണിന്റെ അകമെ അലക വെച്ചു ചമച്ച ചുവര.

ഏണം. ന. ഒരു മൃഗം, മാൻ.

ഏണാങ്കചൂഡൻ. ന. ശിവൻ.

ഏണാങ്കൻ. ന. ചന്ദ്രൻ.

ഏണാങ്കബിംബം. ന. ചന്ദ്രമണ്ഡലം.

ഏണാക്ഷി. ന. മാൻകണ്ണി, സുന്ദരി.

ഏണി. ന. കോവിണി.

ഏണീ. ന. മാൻപെട.

ഏതു. ന. അറിയാഞ്ഞു ചോദിക്കുന്ന ഒരു വാക്ക.

ഏതും. വി. ഒട്ടുപോലും.

ഏതനം. ന. ൧, നശിക്ക. ൨, ശ്വാസം വലിക്ക.

ഏത. വി. (തൻ, താ, തി, തം.) വി. ന. ൧, പലനിറമുള്ള. ൨, ചെന്നുചേൎന്ന.

ഏതം. ന. ൧, മാൻ. ൨, നാനാവൎണ്ണം.

ഏതൎഹി. അ. ഇപ്പോൾ.

ഏതൽ. ന. പ. ഇതു്, ൦രം.

ഏതാണ്ട. ന. അറിയാത്ത വസ്തു.

ഏതാദൃശ. വി. (ശൻ, ശാ, ശം.) വി. ന. ഇപ്രകാരമുള്ള.

ഏതാനും. അ. അല്പം, കുറെ.

ഏതേതു. അ. ഏതു ഏതു.

ഏത്തക്കായ്. ന. നേന്ത്രവാഴക്കായ്.

ഏത്തമിടുന്നു. ട്ടു. വാൻ. (ഏത്തം.) അ. ക്രി. വലത്തുകൈ ഇടത്തുചെവിയിലും ഇടത്തുകൈ വലത്തുചെവിയിലും പിടിച്ചു കാലു രണ്ടും പിണെച്ചു നിന്നു കയ്യുടെ മുട്ടു രണ്ടും നിലത്തു മുട്ടിച്ചു വന്ദിക്കുന്നു.

ഏത്തം. ന. ൧, ഒരു വന്ദനം. ൨, വെള്ളം കോരുന്ന ഒരു യന്ത്രം, തുലാം.

ഏത്തവാഴ. ന. ഒരു വാഴ.

ഏത്താക്കൾ. ന. പാട്ടുകാർ.

ഏത്താപ്പു. ന. സ്ത്രീകൾ മാൎവ്വത്തിടുന്ന വസ്ത്രം.

ഏധസ്സു. ന. വിറക.

ഏധാ. ന. ൧, ഉദയം. ൨, വൎദ്ധന.

ഏധിത. വി. (തൻ, താ, തം.) വി. ന. വൎദ്ധിക്കപ്പെട്ട, വൎദ്ധിച്ച.

ഏനപ്പാത്തി. ന. മദ്യം വാററുന്ന പാത്രം.

ഏനപ്പെടുന്നു. ട്ടു. വാൻ. (ഏന.) അ. ക്രി. ഒരുങ്ങുന്നു. ഏനപ്പെടുത്തുന്നു. സ. ക്രി.

ഏനസ്സു. ന. ൧, പാപം. ൨, കുററം.

ഏനം. ന. ൧, അവസരം, തരം. ൨, ഒരുക്കം. ൩, ഭംഗി. വി. ൧, യോഗ്യമുള്ള. ൨, ഭംഗിയുള്ള.

ഏനീ. ന. നാനാവൎണ്ണം.

ഏന്തൽ. ന. ൧, മുടന്തു. ൨, കയ്യിൽ എടുത്തു പിടിക്ക.

ഏന്തുകാൽ. ന. മുടന്തുകാൽ.

ഏന്തുന്നു. ന്തി. വാൻ. (ഏന്തു.) അ. ക്രി. ൧, മുടന്തി നടക്കുന്നു. ൨, കയ്യിൽ എടുത്തു പിടിക്കുന്നു.

ഏന്ത്രം. ന. ൧, യന്ത്രം. ൨, ചതിവു്. ൩, കോട്ട. ൪, രക്ഷ ഉണ്ടാക്കും ചെയ്തിട്ട ദേഹത്തു ധരിക്കത്തക്ക ചെറിയ കുഴലാഭരണം.

ഏമ്പക്കം. ന. മേല്പോട്ടുള്ള ഒരു ശ്വാസഭേദം.

ഏമ്പലം. ന. ഏമ്പക്കം.

ഏമ്പൽ. ന. ഏമ്പക്കം.

ഏപ്പു. ന. ചേൎപ്പു, സന്ധി.

ഏഭ്യൻ. ന. ഭോഷൻ.

ഏമാളി. ന. ഇരപ്പാളി.

ഏരു. ന. ഇണ.

ഏരകപ്പുല്ലു. ന. കടൽപുല്ലു.

ഏരണ്ഡം. ന. ഒരു ചെടി, ആവണക്ക.

ഏരി. ന. വരമ്പിന്റെ രക്ഷെക്കായിട്ടു നാട്ടുന്ന കോൽ.

ഏരിക്കാൽ. ന. മേല്പറഞ്ഞ അൎത്ഥം.

ഏൎക്കരു. ന. കൃഷിക്കുള്ള ഉപകരണം.

ഏൎമ്മ. ന. ആൎദ്രമുള്ള ഉഴവു.

ഏലക്കായ്. ന. ഏലപ്പട്ടിൽ.

ഏലത്തരി. ന. ഒരങ്ങാടിമരുന്നു.

ഏലപ്പട്ടിൽ. ന. ഏലത്തരി ഉണ്ടാകുന്ന ചുള.

ഏലമല. ന. ഏലത്തരി ഉണ്ടാകുന്ന പൎവ്വതം.

ഏലം. ന. ഒരു മരുന്നു, ഏലത്തരി.

ഏലം. അല്ലെങ്കിൽ **ലേലം.** ന. വില്പാനുള്ള വസ്തുവിനെ പ്രസിദ്ധപ്പെടുത്തുക.

ഏലംവിളി. അല്ലെങ്കിൽ, **ലേലംവിളി.** ന. വില്പാനുണ്ടെന്നു വിളിച്ചുപറക.

ഏലവിലൻ. ന. വൈശ്രവണൻ.

ഏലസ്സു. ന. അരയിൽ കെട്ടുന്ന ഒരാഭരണം.

ഏലാ. ന. ൧, ഏലത്തൈ. ൨, തടിയുമ്മററം പിടിക്കുമ്പോൾ പാടുന്ന പാട്ടു.

ഏലാപൎണ്ണി. ന. ഒരു മരുന്നു, അരത്ത.

ഏലാവാലുകം. ന. ഒരു മരുന്നു.

ഏലുന്നു. അ. ക്രി. ചേരുന്നു.

ഏല്ക്കുന്നു. ററു. പ്പാൻ. (ഏല്റ്റു.) അ. ക്രി. ൧, കൈക്കൊള്ളുന്നു. ൨, ചുമതലപ്പെടുന്നു. ൩, കൊള്ളുന്നു. ൪, സമ്മതിക്കുന്നു. ൫, യോജിക്കുന്നു. ൬, സഹിക്കുന്നു. **ഏല്പിക്കുന്നു.** സ. ക്രി.

ഏല്പ. ന. സ്വീകാരം.

ഏല്പാടു. അല്ലെങ്കിൽ, **ഏൎപ്പാടു.** ന. ൧, ആരംഭം. ൨, ഉത്തരവാദം. ൩, തടസ്ഥം. ൪, ചുമതലപ്പെടുക.

ഏല്പെടുന്നു. അല്ലെങ്കിൽ, **ഏൎപ്പെടുന്നു.** ടു. വാൻ. (ഏല്പെട്ടു.) ൧, ഉൾപ്പെടുന്നു. ൨, ചേരുന്നു. ൩, ഉത്തരവാദിയാകുന്നു. ൪, ഒരുങ്ങുന്നു. **ഏല്പെടുത്തുന്നു.** സ. ക്രി.

ഏവ. അ. തന്നെ.

ഏവൻ. ന. ഏതൊരുത്തൻ.

ഏവം. അ. ൧, ഇപ്രകാരം, ഇതിൻമണ്ണം. ൨, തുല്യത. ൩, സമ്മതം. ൪, നിശ്ചയം. ൫, കല്പന. ൬, ഗ്രന്ഥപൂരണം.

ഏവു. ന. അമ്പുകൊണ്ടുള്ള പ്രയോഗം.

ഏവരും. അ. എല്ലാവരും.

ഏവൾ. ന. ഏതൊരുത്തി.

ഏശൽ; ഏച്ചു. ന. ൧, തൊടുക. ൨, ഒരുമിക്ക. ൩, സാധിക്ക.

ഏശുന്നു; ഏചുന്നു. ശി. വാൻ. (ഏശം.) അ. ക്രി. ൧, തൊടുന്നു. ൨, കൊള്ളുന്നു. ൩, ഒരുമിക്കുന്നു. ൪, സാധിക്കുന്നു.

ഏഷഃ. ന. പ. ഇവൻ. ഒരം.

ഏഷണി. ന. കുരള, നുണ.

ഏഷണിക. ന. നാരായക്കോൽ.

ഏഷാ. ന. പ. ഇവൾ. ഒരം.

ഏളകജം. ന. ഒരു ചീര, തകര.

ഏളകം. ന. ചുവന്ന ആട്ടുകൊററൻ.

ഏള. വി. (ഉൻ, ഉാ, ഉം.) വി. ന. ചെവികേൾക്കാത്ത.

ഏളിതം. ന. പരിഹാസം.

ഏഴ. ന. പാവപ്പെട്ടവൻ.

ഏഴകോഴ. ന. സമ്മാനം, കപ്പം.

ഏഴാമത്ത. ന. ഒരു കളി.

ഏഴാമെടം. ന. ൧, ഏഴാമത്തെ രാശി. ൨, ഭാൎയ്യ.

ഏഴിലമ്പാല. ന. ഒരു വൃക്ഷം.

ഏറു. ന. എറിക, ചാട്ടുക.

ഏറക്കുറവു. ന. വ്യത്യാസം.

ഏറക്കുറെ. വി. ഏകദേശം, സാമാന്യമായി.

ഏറടവു. ന. കണക്കു കൂട്ടുക.

ഏററിടുന്നു. ട്ടു. വാൻ. (ഏററിട്ടു.) സ. ക്രി. കണക്കു കൂട്ടുന്നു.

ഏറിയകൂറു. വി. ഒട്ടധികവും, സാമാന്യത്തിലധികം.

ഏറുന്നു. റി. വാൻ. (ഏറി.) അ. ക്രി. ൧, കേറുന്നു. ൨, വൎദ്ധിക്കുന്നു.

ഏറുമാടം. ന. മരത്തിൻെറ മുകളിൽ ഉണ്ടാക്കുന്ന കാവൽപുര.

ഏറെ. അ. അധികം.

ഏററത്താഴ്ച. ന. കേററവും ഇറക്കവും, പൊക്കവും താഴ്ചയും.

ഏററം. ന. ൧, കരേററം, ഉയച്ച. ൨, വൎദ്ധന. ൩, കാച്ചിലുമ്മററും കേറുന്നതിനായിട്ടു നാട്ടുന്ന കോൽ. ൪, ക്രൂരത. ൫, വേലിയേററം. അ. അധികം, വളരെ.

ഏററക്കുറച്ചിൽ. ന. ഭേദം, വ്യത്യാസം.

ഏററവും. അ. അധികം.

ഏററാളി. ന. ൧, പ്രതിയോഗി. ൨, പരവൻ.

ഏററിറക്കം. ന. കേററവും ഇറക്കവും.

ഏററുന്നു. ററി. വാൻ. (ഏററി.) സ. ക്രി. ഉയൎത്തുന്നു.

ഏററുപാടുന്നു. ടി. വാൻ. (ഏററുപാടി.) സ. ക്രി. കൂടെ പാടുന്നു.

ഏററുവാണിഭം. ന. ചില്ലറക്കച്ചവടം.

ഐ. മലയാള അക്ഷരങ്ങളിൽ പതിമ്മൂന്നാം അക്ഷരം.

ഐ. വി. ഓൎമ്മയും വിളിക്കുന്നതിനും പ്രയോഗിക്കുന്ന ഒരു വാക്കു.

ഐ. (പമാസത്തിൽ) വി. അഞ്ചു. ഉ—ം. **ഐങ്കാതം.** (അഞ്ചുകാതം.) **ഐങ്കോൺ; ഐന്തല** (അഞ്ചുതല); **ഐമ്പൊന്നു** (അഞ്ചു ലോഹങ്ങൾ ചേൎന്നിട്ടുള്ള പൊന്നു); **ഐയ്യാണ്ടു**; **ഐയ്യായിരം; ഐവർ** (അഞ്ചുപേർ). **ഐയ്യമ്പൻ.** (അഞ്ചു ബാണങ്ങളുള്ളവൻ, കാമദേവൻ).

ഐകകണ്ഠ്യം. വി. ഒരേവിധത്തിൽ ഉച്ചരിക്കപ്പെട്ട, എവരുടെയും സമ്മതിയോടു കൂടിയ.

ഐകമത്യം. ന. യോജ്യത, ചേൎച്ച.

ഐകാഗാരിക. വി. (കൻ, കീ, കം.) വി. ന. മോഷ്ടിക്കുന്ന.

ഐകാഗ്ര്യം. ന. ഒന്നിങ്കൽ തന്നെയുള്ള ശ്രദ്ധ.

ഐക്യത. ന. യോജ്യത.

ഐക്യപ്രാപ്തി. ന. ചേൎച്ച.

ഐക്യം. ന. യോജ്യത, ചേൎച്ച.

ഐംഗുദം. ന. ഓടക്കുരു.

ഐഛികം. വി. ഇഷ്ടംപോലെയാകാവുന്ന, അഭിപ്രായപ്രകാരമുള്ള.

ഐണം. വി. മാനിനെ സംബന്ധിച്ച. ന. മാൻകൂട്ടം.

ഐണേയം. വി. മാനിനെ സംബന്ധിച്ച. ന. മാൻകൂട്ടം.

ഐതിഹ്യം. ന. പഴഞ്ചൊല്ലു.

ഐദംപൎയ്യം. ന. ൧, ഇതേ അൎത്ഥം അല്ലെങ്കിൽ ഇതേ ആശയം തന്നെ ഉള്ളതു, ഒരം കാൎയ്യം. ൨, സാരാംശം.

ഐന്ദ്രജാലിക. വി. (കൻ, കാ, കം.) വി. ന. വഞ്ചിക്കുന്ന, മായയുള്ള.

ഐന്ദ്രജാലികൻ. ന. ക്ഷുദ്രക്കാരൻ, ചെപ്പിടിക്കാരൻ.

ഐന്ദ്ര. വി. (ന്ദ്രൻ, ന്ദ്രീ, ന്ദ്രം.) വി. ന. ഇന്ദ്രനെ സംബന്ധിച്ച.

ഐന്ദ്രലുപ്തികൻ. ന. കഷണ്ടിക്കാരൻ.

ഐന്ദ്രിക. വി. (കൻ, കാ, കം.) വി. ന. ഇന്ദ്രിയങ്ങളെ സംബന്ധിച്ച, ഗ്രഹിക്കത്തക്ക.

ഐന്ദ്രീ. ന. ൧, ഇന്ദ്രൻെറ ഭാൎയ്യ. ൨, ഒറ്റ. ൩, ജ്യേഷ്ഠാഭഗവതി. ൪, ഒരു വല്ലി. ൫, തൃക്കേട്ട. ൬, കിഴക്കേ ദിക്കു

ഐരു. ന. ഇരുമ്പുണ്ടാക്കുന്ന കല്ലു.

ഐരാവണം. ന. ഇന്ദ്രൻെറ ആന.

ഐരാവതം. ന. ൧, ഇന്ദ്രൻെറ ആന. ൨, നിലഞ്ഞാവൽ. ൩, മധുരനാരങ്ങ. ൪, മേഘവില്ലു.

ഐരാവതി. ന. ൧, മിന്നൽ. ൨, ഐരാവതം എന്ന ആനയുടെ പിടി. ൩, പഞ്ചാബിലെ ഒരാറു.

ഐല. ന. ഒരു മീൻ.

ഐലേയം. ന. ഒരങ്ങാടിമരുന്നു.

ഐശ. വി. (ശൻ, ശാ, ശം.) വി. ന. ഈശനെ സംബന്ധിച്ച, ശിവനെ സംബന്ധിച്ച.

ഐശാന. വി. വടക്കു പടിഞ്ഞാറു സംബന്ധിച്ച.

ഐശ്വര. വി. (രൻ, രാ, രം.) വി. ന. ഈശ്വരനെ സംബന്ധിച്ച, ശിവനെ സംബന്ധിച്ച.

ഐശ്വൎയ്യം. ന. ൧, സംപത്തു. ൨, ശ്രേഷ്ഠം. ൩, അണിമാദി എട്ടിനും കൂടെ പറയുന്ന ഒരു പേർ.

ഐശ്വൎയ്യവൽ. വി. (വാൻ, വതീ, വൽ.) വി. ന. സംപത്തുള്ള.

ഐഷണിക. ന. തുലാസു.

ഐഷമസ്സു. ന. ഈയാണ്ടു.

ഐഷികം; ഐശീകം. ന. ഒരു ദിവ്യാസ്ത്രത്തിന്റെ പേരു.

ഐഹിക. വി. (കൻ, കാ, കം.) വി. ന. ഇഹലോകത്തിന്നടുത്ത.

ഐഹികാനന്ദം. ന. ഇഹലോക സന്തോഷം.

ഐളിബിളി. ന. വൈശ്രവണൻ.

ഐക്ഷവം. വി. കരിമ്പിനെ സംബന്ധിച്ച, കരിമ്പിൽനിന്നുണ്ടായ.

ഒ. മലയാള അക്ഷരങ്ങളിൽ പതിനാലാം അക്ഷരം.

ഒ. അ. അനുസരണത്തിലും വിളിക്കുന്നതിലും ഓൎമ്മയിലും ദയയിലും പ്രയോഗിക്കുന്ന ഒരു വാക്കു.

ഒക്കു. ന. എളി, അര.

ഒക്ക. അ. എല്ലാം.

ഒക്കപ്പാടെ. അ. എല്ലാംകൂടെ.

ഒക്കവെ. അ. മുഴുവനും.

ഒക്കുന്നു. ത്തു. പ്പാൻ. (ഒക്കു.) അ. ക്രി. ൧, യോജിക്കുന്നു. ൨, നന്നാകുന്നു. ൩, പിഴ തീരുന്നു. ൪, തുല്യമാകുന്നു. ൫, സാധിക്കുന്നു. ൬, ഉണ്ടാകുന്നു. ഒപ്പിക്കുന്നു. സ. ക്രി.

ഒക്കെ. അ. എല്ലാം.

ഒക്കെയും. അ. മുഴുവനും.

ഒച്ച. ന. ശബ്ദം.

ഒച്ചപ്പാടു. ന. ശബ്ദം.

ഒച്ചപ്പെടുന്നു. ട്ടു. വാൻ. (ഒച്ച.) അ. ക്രി. ശബ്ദമുണ്ടാകുന്നു. **ഒച്ചപ്പെടുത്തുന്നു.** സ. ക്രി.

ഒച്ചയടെപ്പു. ന. ശബ്ദം പുറപ്പെടുന്നതിനുള്ള തടവു.

ഒടി. ന. ൧, നിലത്തിന്റെ ഒരു ഭാഗം. ൨, വളെച്ചുമറിക്ക. ൩, ക്ഷുദ്രം. ൪, ഒടുകനീരു. ൫, മറപ്പുര.

ഒടിക്കുന്നു. ച്ചു. പ്പാൻ. (ഒടി.) സ. ക്രി. ൧, വളെച്ചുമറിക്കുന്നു. ൨, ക്ഷുദ്രം ചെയ്യുന്നു. **ഒടിപ്പിക്കുന്നു.** കാ. ക്രി.

ഒടിക്കുരു. ന. ഒരു ദീനം, ഒടുകനീരു.

ഒടിക്കുഴി. ന. മറപ്പുര.

ഒടിച്ചിൽ. ന. ഒടിവു.

ഒടിമാടം. ന. ചീത്ത വീടു.

ഒടിയൻ. ന. ക്ഷുദ്രക്കാരൻ.

ഒടിയുന്നു. ഞ്ഞു. വാൻ. (ഒടി.) അ. ക്രി. മുറിഞ്ഞു വേർപെടുന്നു.

ഒടിവു. ന. വളെച്ചുമറിക്ക.

ഒടു; ഓടു. കൂടെയുള്ള എന്നു അൎത്ഥം വരുത്തുവാൻ പ്രയോഗിക്കുന്ന ഒരു പ്രത്യയം. ഉ-ം. **ശക്തിയൊടു; ശക്തിയോടു.**

ഒടുകു. ന. ൧, കഴല. ൨, നീരു. ൩, ഒരു വൃക്ഷം.

ഒടുക്കത്തു. അ. അവസാനത്തിൽ.

ഒടുക്കം. അ. അവസാനം.

ഒടുക്കുന്നു. ക്കി. വാൻ. (ഒടുക്കു.) സ. ക്രി. ൧, അവസാനിപ്പിക്കുന്നു. ൨, ചിലവിടുന്നു. ൩, കരം കൊടുക്കുന്നു. **ഒടുക്കിക്കുന്നു.** കാ. ക്രി.

ഒടുങ്ങൽ. ന. ൧, അവസാനം, നാശം. ൨, ചിലവാക. ൩, വസൂരികൊണ്ടു മരിക്ക.

ഒടുങ്ങുന്നു. ങ്ങി. വാൻ. (ഒടുങ്ങ.) അ. ക്രി. ൧, അവസാനിക്കുന്നു, നശിക്കുന്നു. ൨, ചിലവാകുന്നു. ൩, വസൂരി കൊണ്ടു മരിക്കുന്നു.

ഒട്ടർ; ഒട്ടലർ. ഒട്ടികൾ; ഒട്ടിയർ. ന. തോണ്ടൽ വേലകൊണ്ടു ഉപജീവനം കഴിച്ചു സഞ്ചരിക്കുന്ന ഒരുകൂട്ടം ആളുകൾ.

ഒട്ടു. വി. ൧, കുറെ, അല്പം. ൨, അധികം.

ഒട്ടകം. ന. ഒരു മൃഗം.

ഒട്ടം. ന. ൧, രണ്ടു പലക തമ്മിൽ ചേൎക്കുന്നതിന്നു കൂട്ടിത്തറെക്കുന്ന മരക്കഷണം. ൨, വിവാദം.

ഒട്ടൽ. ന. ൧, ഒരു തൈ, അമ. ൨, പററൽ.

ഒട്ടലാമ്പൽ. ന. ഒരുവകത്താമര.

ഒട്ടുക്കു. അ. എല്ലാംകൂടെ.

ഒട്ടുകോൽ. ന. പേരാൽപശ പുരട്ടി പക്ഷി പിടിക്കുന്നതിന്നു വെക്കുന്ന ഒരു കോൽ.

ഒട്ടിയാൺ; ഒട്ടുഞാൺ. ന. അരയിൽ ഉണ്ടാകുന്ന ചൊറി.

ഒട്ടുത്തുക. ന. ആകത്തുക.

ഒട്ടുന്നു. ട്ടി. വാൻ. (ഒട്ടു.) അ. ക്രി. പററുന്നു, ചേരുന്നു. **ഒട്ടിക്കുന്നു.** സ. ക്രി.

ഒട്ടും. അ. അല്പവും.

ഒട്ടേടം. അ. കുറേ ദിക്കു.

ഒട്ടേറെ. അ. അധികം.

ഒട്ടോട്ടു. അ. കുറേശ്ശ.

ഒട്ടൊഴിയാതെ. വി. വകുഭേദംയുള്ള, സംഖ്യയില്ലാത്ത.

ഒതുക്കു. ന. കല്പടു.

ഒതുക്കം. ന. ൧, അടക്കം. ൨, വണക്കം. ൩, ശാന്തത. ൪, ഇറുക്കം. ൫, കയ്യടക്കം. ൬, രഹസ്യം. ൭, മറവു. ൮, ശ്രദ്ധാന്തലം. ൯, ഞെരുക്കം. ൧൦, അമൎത്തു.

ഒതുങ്ങുന്നു. ങ്ങി. വാൻ. (ഒതുങ്ങ.) അ. ക്രി. ൧, അടങ്ങുന്നു. ൨, വണങ്ങുന്നു. ൩, ശാന്തമാകുന്നു. ൪, ഇറങ്ങുന്നു. ൫, കയ്യിലാകുന്നു. ൬, ഒളിക്കുന്നു. ൭, മറയുന്നു. ൮, ഞെരുങ്ങുന്നു. ൯, അമരുന്നു. **ഒതുക്കുന്നു.** സ. ക്രി.

ഒത്ത. വി. ൧, ചേൎച്ചയുള്ള. ൨, ശരിയായ. ൩, ഇഷ്ടമായ.

ഒത്തപോലെ. അല്ലെങ്കിൽ, **ഒത്തവണ്ണം.** അ. ഇഷ്ടംപോലെ.

ഒത്താശ. ന. ൧, ഒരേ അഭിപ്രായം. ൨, സഹായം.

ഒത്തുന്നു. ത്തി. വാൻ. (ഒത്തു.) അ. ക്രി. ചാടുന്നു.

ഒത്തൊരുമ. ന. സ്നേഹം.

ഒന്നാകെ. അ. എല്ലാംകൂടെ.

ഒന്നാന്തരം. വി. മുന്തിയ, മേത്തരം.

ഒന്നിക്കുന്നു. ച്ചു. പ്പാൻ. (ഒന്നി.) സ. ക്രി. ചേൎക്കുന്നു, കൂട്ടുന്നു. അ. ക്രി. ചേരുന്നു.

ഒന്നിച്ചു. അ. ഒരുമിച്ചു, കൂടെ.

ഒന്നുകിൽ. വി. ഒരുപക്ഷത്തിൽ, പക്ഷേ.

ഒൻപതീതു. വി. ഒൻപതൊൻപതായിട്ടുള്ള.

ഒപ്പു. ന. എഴുത്തിൽ വെക്കുന്ന അടയാളം.

ഒപ്പമിടുന്നു. ട്ടു. വാൻ. (ഒപ്പം.) സ. ക്രി. നിരപ്പാക്കുന്നു.

ഒപ്പം. വി. ൧, തുല്യമായ. ൨, നിരപ്പായ. ന. ൧, തുല്യം. ൨, നിരപ്പു.

ഒപ്പൽ. ന. തുടെക്കം.

ഒപ്പാരി; ഒപ്പാരു. ന. ൧, യോജിച്ചുള്ള ഭാവം. ൨, മരണം സംബന്ധിച്ചുള്ള കൂട്ടവിളി.

ഒപ്പിക്കുന്നു. ച്ചു. പ്പാൻ. (ഒപ്പി.) സ. ക്രി. ശരിയാക്കുന്നു, തുല്യമാക്കുന്നു.

ഒപ്പിടുന്നു. ട്ടു. വാൻ. (ഒപ്പു.) അ. ക്രി. എഴുത്തിൽ അടയാളം വെക്കുന്നു.

ഒപ്പുകാണം. ന. ഒപ്പിട്ടു കൊടുക്കുന്നതിനുള്ള അനുഭവം.

ഒപ്പുനിരപ്പു. ന. സമം.

ഒപ്പുന്നു. പ്പി. വാൻ. (ഒപ്പു.) സ. ക്രി. തുടെക്കുന്നു.

ഒപ്പൊപ്പം. വി. തുല്യമായ.

ഒരിക്കലും. അ. ഒരു സമയത്തും.

ഒരിക്കൽ. അല്ലെങ്കിൽ, **ഒരിക്കാൽ.** അ. ഒരു സമയത്തു.

ഒരീട്ടു. അ. ഒരു പ്രാവശ്യം.

ഒരു. വി. ൧, ഒന്നു. ൨, ഏതെങ്കിലും ഒന്നിനെക്കുറിക്കുന്ന ചുട്ടെഴുത്തു. ഉ-ം **ഒരുവൻ.** (ഏതെങ്കിലും ഒരു മനുഷ്യൻ.)

ഒരുകൈ. വി. ൧, ഏകമനസ്സുള്ള. ൨ ഒരു കൈ നിറഞ്ഞ.

ഒരുക്കം. ന. ൧, തുടസ്സം. ൨, പ്രയത്നം. ൩, അവസാനം. ൪, വട്ടംകൂട്ടുക.

ഒരുക്കു; ഒരുക്കുമാനം. ന. വട്ടംകൂട്ടു സാമാനങ്ങൾ.

ഒരുങ്ങുന്നു. ങ്ങി. വാൻ. (ഒരുങ്ങ.) അ. ക്രി. ൧, തുടങ്ങുന്നു. ൨, പ്രയത്നം ചെയ്യുന്നു. ൩, അവസാനിക്കുന്നു, തീരുന്നു. ൪, വട്ടംകൂട്ടുന്നു. **ഒരുക്കുന്നു.** സ. ക്രി.

ഒരുച്ചെവിയൻ. . ഒരു തൈ.

ഒരുത്തൻ ന. ഒരു മനുഷ്യൻ.

ഒരുത്തി. ന. ഒരു സ്ത്രീ.

ഒരുനാളും. അ. ഒരിക്കലും.

ഒരുനില. വി. ഏകമനസ്സായുള്ള.

ഒരുപാടു. വി. ഒരു പക്ഷത്തിലുള്ള. ന. ഒരു വശം. അ. ൧, ഒരിക്കൽ. ൨, അധികം.

ഒരുപോലെ. വി. ഒരേ വിധത്തിൽ.

ഒരുമ. ന. സ്നേഹം, ഐക്യം. വി. ഒരു കീഴ്ഷണക്ക.

ഒരുമാവു. വി. ഒരു കീഴ്ഷണക്ക, ഒരുമ.

ഒരുമിക്കുന്നു. ച്ചു. പ്പാൻ. (ഒരുമി.) അ. ക്രി. ഒന്നാകുന്നു, ചേരുന്നു. സ. ക്രി. ഒന്നാക്കുന്നു, ചേർക്കുന്നു.

ഒരുമിച്ചു. അ. ൧, കൂടെ, ഒന്നിച്ചു. ൨, ഏകമനസ്സായിട്ടു.

ഒരുമ്പാടു. ന. ഐക്യം.

ഒരുമ്പെടുന്നു. ട്ടു. വാൻ. (ഒരുമ്പെട.) അ. ക്രി. ൧, ഒരുമിക്കുന്നു. ൨, ശ്രമിക്കുന്നു. ൩, ഒരുങ്ങുന്നു.

ഒരുവൻ. അല്ലെങ്കിൽ, **ഒരുവർ.** ന. ഒരുത്തൻ.

ഒരുവേരൻ. ന. ഒരു തൈ, പെരുക.

ഒരുഴം. അ. ൧, ഒരു സമയം. ൨, ഒരാണ്ടു. ൩, ഒരു പ്രാവശ്യം.

ഒരേടത്തു. അ. ഒരു ദിക്കിൽ.

ഒരേടം. അ. ഒരു ദിക്കു.

ഒരേടവും. അ. ഒരു ദിക്കിലും.

ഒലി. ന. ശബ്ദം.

ഒലിക്കുന്നു; ഒലിയുന്നു. ച്ചു. പ്പാൻ. (ഒലി.) അ. ക്രി. ഒഴുകുന്നു. **ഒലിപ്പിക്കുന്നു.** സ. ക്രി.

ഒലിപ്പു. ന. ഒഴുക്കു.

ഒലിവു. ന. ഒഴുക്കു.

ഒലുമ്പുന്നു. മ്പി. മ്പുവാൻ. (ഒലുമ്പു.) സ. ക്രി. ഇളക്കികഴുകുന്നു. **ഒലുമ്പൽ.** ന.

ഒല്ല. അ. അരുത.

ഒല്ലാത്ത. അ. അരുതാത്ത.

ഒല്ലായ്മ. ന. ൧, മോക്ഷം. ൨, ചീത്തതരം. ൩, പ്രാപ്തികേടു.

ഒവ്വാ. അ. വഹിയ, ഇല്ല.

ഒവ്വായ്മ. ന. ൧, ഭിന്നിപ്പു. ൨, അസാദ്ധ്യസ്ഥിതി.

ഒസ്യത്തു. ന. മരണപത്രിക.

ഒളി. ന. ൧, പ്രകാശം ൨, ഒളിക്കുന്ന സ്ഥലം. ൩, മറവു.

ഒളിക്കുന്നു. ച്ചു, പ്പാൻ. (ഒളി.) അ. ക്രി. മറയുന്നു. **ഒളിപ്പിക്കുന്നു.** സ. ക്രി.

ഒളിപ്പു. ന. മറവു.

ഒളിപ്പിടം. ന. ഒളിക്കുന്ന സ്ഥലം.

ഒളിമ. ന. പ്രകാശം, ശോഭ.

ഒളിമരം. ന. രാത്രിയിൽ പ്രകാശിക്കുന്ന ഒരു മരം.

ഒളിമറ. ന. ഒളിക്കുന്ന സ്ഥലം.

ഒളിമിന്നൽ. ന. ശോഭ.

ഒളിയമ്പു. ന. ഒളിച്ചു പ്രയോഗിക്കുന്ന അമ്പു.

ഒളിവു. അ. ൧, പ്രകാശം. ൨, മറവു.

ഒഴികഴിവു. ന. ൧, ഉപായം. ൨, കാര്യവഴി. ൩, നിവൃത്തി. ൪, മാററം.

ഒഴികെ. അ. കൂടാതെ.

ഒഴിച്ചിൽ. ന. ൧, ഉപായം. ൨, നിർവ്വാഹം. ൩, നിവൃത്തി. ൪, വേർപാടു. ൫, മാററം. ൬, അവസരം. ൭, അതിസാരം.

ഒഴിമുറി. ന. തിരിയെ കൊടുക്കുന്നതിനു ലക്ഷ്യമായുള്ള ആധാരം.

ഒഴിയുന്നു. ഞ്ഞു. വാൻ. (ഒഴി.) അ. ക്രി. ൧, മാറുന്നു. ൨, വിട്ടുപോകുന്നു. ൩, ഒഴുകുന്നു. ൪, അതിസരിക്കുന്നു. **ഒഴിക്കുന്നു.** സ. ക്രി. **ഒഴിപ്പിക്കുന്നു.** കാ. ക്രി.

ഒഴിവു. ന. ൧, ഉപായം. ൨, നിർവ്വാഹം. ൩, നിവൃത്തി. ൪, വേർപാടു. ൫, മാററം. ൬, അവസരം. ൭, അതിസാരം.

ഒഴുകു. ന. ൧, നിലംപുരയിടങ്ങളുടെ അതിരു വിവരം എഴുതിയ കണക്കു. ൨, ഭിത്തിയുടെ ഒരു വശം.

ഒഴുകൽ. ന. ഒഴിവു.

ഒഴുകുന്നു. കി. വാൻ. (ഒഴുക.) അ. ക്രി. ഒലിക്കുന്നു. **ഒഴുക്കുന്നു.** സ. ക്രി.

ഒഴുക്കു. ന. ഒലിവു.

ഒഴുക്കൻ. വി. മിനുസമുള്ള.

ഒഴുക്കം. ന. ൧, മിനുസം. ൨, ഭംഗി. ൩, ക്രമം. ൪, ഒലിപ്പു.

ഒഴുക്കറ. ന. ഉരുക്കിയ ഇരുമ്പു.

ഒഴുക്കുനീരു. ന. ഒഴുകുന്ന വെള്ളം.

ഒഴുവാരം. ന. അറയുടെ പിൻവശത്തുള്ള ഒരു മുറി.

ഒററു. ന. വ്യാജമെന്ന അറിഞ്ഞു ശ്രദ്ധമായിപ്പറക.

ഒററ. ന. ഒന്നായുള്ള, യുദ്ധം ചെയ്യുമ്പോഴത്തെ ഒരു നില.

ഒററൻ. ന. ഒററുന്നവൻ, ചാരൻ.

ഒററൽ. ന. ൧, മീൻപിടിത്തം. ൨, മീൻ പിടിക്കുന്ന പാത്രം.

ഒററാൽ. ന. മീൻപിടിക്കുന്ന പാത്രം.

ഒററി. ന. നിലം പുരയിടങ്ങൾ അനുഭവിക്കുന്നതിനുള്ള ഒരു മുറ.

ഒററിതേട്ടം. ന. മേല്പറഞ്ഞ മുറപ്രകാരം നിലം പുരയിടങ്ങൾ എഴുതി വാങ്ങിക്ക.

ഒററിയാൻ. ന. ൧, ആണ്ടന്നി. ൨, കൊമ്പനാന.

ഒററുകാണം. ന. ഒററിക്കൊടുക്കുന്നതിന്നുള്ള കൂലി.

ഒററുകാരൻ. ന. ൧, ചാരൻ. ൨, ചതിയൻ. ൩, മീൻപിടിക്കുന്നവൻ.

ഒററുന്നു. ററി. വാൻ. (ഒററ.) സ. ക്രി. ൧, വൃത്തത്തെ അറിഞ്ഞു പറയുന്നു. ൨, മീൻപിടിക്കുന്നു.

ഓ. മലയാള അക്ഷരങ്ങളിൽ പതിനഞ്ചാം അക്ഷരം.

ഓ. അ. അനുസരണത്തിലും, വിളി കേൾക്കുന്നതിലും, അത്ഭുതത്തിലും, ഉദാസീനത്തിലും, സംശയത്തിലും, വിപരീതത്തിലും, ചോദ്യത്തിലും പ്രയോഗിക്കുന്ന ഒരവ്യയപദം.

ഓക. ന. ൧, വെള്ളം പുറത്തു പോകുവാനുണ്ടാക്കുന്ന ഒരു ദ്വാരം. ൨, നെല്ലിൻെറ മീശ.

ഓകൻ. ന. മീശയുള്ള നെല്ലു.

ഓകസ്സു. ന. ൧, ഭവനം. ൨, ആശ്രയസ്ഥാനം.

ഓകാരം. ന. ഓ എന്ന അക്ഷരം.

ഓക്കാനം. ന. ഛർദ്ദിപ്പാനുള്ള ഭാവം.

ഓക്കാനിക്കുന്നു. ച്ചു. പ്പാൻ. (ഓക്കാനി.) ഛർദ്ദിപ്പാൻ ഭാവിക്കുന്നു.

ഓഘം. ന. ൧, ഒഴുക്ക. ൨, കൂട്ടം. ൩, താളഭേദം. ൪, പാരമ്പൎയ്യോപദേശം.

ഓങ്കാരം. ന. ൧, പ്രണവം. ൨, അനുവാദം.

ഓങ്ങൽ. ന. അടിപ്പാൻ ഭാവിക്ക.

ഓങ്ങുന്നു. ങ്ങി. വാൻ. (ഓങ്ങ.) സ. ക്രി. അടിപ്പാൻ ഭാവിക്കുന്നു.

ഓച്ചാനിക്കുന്നു. ച്ചു. ക്കുവാൻ. അ. ക്രി. വാപൊത്തുക മുതലായ ഭാവങ്ങളാൽ വണക്കം കാണിക്കുന്നു.

ഓജരാശി. ന. പന്ത്രണ്ടു രാശികളിൽ ഒററയായിട്ടു വരുന്ന രാശി.

ഓജസ്സു. ന. ൧, പ്രകാശം. ൨, ബലം.

ഓജസ്സി (സ്വിനി). ന. ഓജസ്സുള്ളവൻ (വൾ).

ഓടക്കുഴൽ. ന. ൧, സംഗീതം ഊതുന്ന കുഴൽ. ൨, തിയ്യൂതുന്ന കുഴൽ.

ഓടു. ന. ൧, ചെമ്പും വെളുത്തീയവും കൂട്ടിയുരുക്കിയുണ്ടാക്കിയ ഒരു ലോഹം. ൨, പുരമേയുന്നതിന്നു കുശവൻ മണ്ണുകൊണ്ടുണ്ടാക്കുന്ന ഒരു വസ്തു. ൩, ഫലങ്ങളുടെ പുറമെ കട്ടിപ്പമായിട്ടിരിക്കുന്ന തോടു. ൪, ആമ മുതലായ ജന്തുക്കളുടെ പുറമെ കട്ടിപ്പമായിരിക്കുന്ന ഒരു വസ്തു.

ഓട. ന. ൧, ഒരു തൈ. ൨, ഓററ.

ഓടം. ന. സമുദ്രത്തിൽ സഞ്ചരിക്കുന്നതിന്നുള്ള ഒരു മാതിരി തോണി.

ഓടൽ. ന. ഒരു വള്ളി.

ഓടാമ്പൽ. ന. വാതലടെച്ചു പൂട്ടുന്നതിന്നു ഇരിമ്പുകൊണ്ടുണ്ടാക്കി തറെക്കുന്ന ഓടുതണ്ടു.

ഓടി. ന. വേഗവും ഭംഗിയുമുള്ളതായ ഒരു മാതിരി വള്ളം.

ഓടുന്നു. ടി. വാൻ. (ഓട.) അ. ക്രി. ൧, പായുന്നു. ൨, കപ്പൽ പോകുന്നു. **ഓടിക്കുന്നു; ഓട്ടുന്നു.** സ. ക്രി.

ഓട്ട. ന. ചെറിയ ദ്വാരം.

ഓട്ടക്കുഴയൻ. ന. അല്പബുദ്ധിക്കാരൻ.

ഓട്ടക്കൈ. വി. കയ്യിൽ ദ്രവ്യം ഇരിക്കാത്ത.

ഓട്ടൻതുള്ളൽ. ന. ഒരു കളി.

ഓട്ടപ്പം. ന. ഒരു പലഹാരം.

ഓട്ടം. ന. പാച്ചിൽ.

ഓട്ടാളൻ; ഓട്ടൻ. ന. ൧, ദൂതൻ, ചാരൻ. ൨, ഓടുന്നവൻ.

ഓട്ടുകലം. ന. ൧, വറകലം. ൨, ഓടുകൊണ്ടുണ്ടാക്കിയ ഒരു പാത്രം.

ഓട്ടുപാത്രം. ന. ഓടുകൊണ്ടുള്ള പാത്രം.

ഓട്ടുമേനി. വി. ഓടിൻെറ നിറമുള്ള.

ഓട്ടുവള. ന. ഓടുകൊണ്ടുള്ള കയ്യാഭരണം.

ഓണപ്പ. ന. ഒരു വള്ളിയിലുണ്ടാകുന്ന പുഷ്പം.

ഓണം. ന. ൧, ഇരുപത്തുരണ്ടാം നക്ഷത്രം. ൨, ഒരു വിശേഷദിവസം.

ഓണാട്ടു. ന. മാവേലിക്കരെക്കടുത്ത പ്രദേശം.

ഓതം. ന. ൧, മഴക്കാലത്തിൽ വീട്ടിൻെറ തറയിലുള്ള ഈറം. ൨, പൊട്ടൽ. ൩, വൃദ്ധിയെന്ന രോഗം.

ഓതിക്കവൻ; ഓതിക്കോൻ. ന. ബ്രാഹ്മണരിൽ വേദം പഠിപ്പിക്കുന്ന ഗുരു.

ഓതിരം. ന. ൧, ഒരു മാതിരി കരണം മറിച്ചിൽ. ൨, തലെക്കിട്ടുള്ള അടി.

ഓതു. ന. പൂച്ച.

ഓതുന്നു. തി. വാൻ. (ഓത.) അ. ക്രി. ൧, വേദം ചൊല്ലുന്നു. ൨, മന്ത്രം ചൊല്ലുന്നു. ൩, പറയുന്നു. **ഓതിക്കുന്നു.** സ. ക്രി.

ഓത്തു. ന. ൧, വേദം. ൨, വേദം ചൊല്ലുക. ൩, പറയുക.

ഓത്തൻ. ന. വേദം പഠിച്ച ബ്രാഹ്മണൻ.

ഓദനം. ന. ചോറു.

ഓന്തു. ന. ഒരു ചെറിയ ജന്തു.

ഓപ്പമിടുന്നു. ട്ടു. വാൻ. (ഓപ്പം.) അ. ക്രി. ൧, മിനുക്കുന്നു. ൨, നിരപ്പാക്കുന്നു.

ഓപ്പം. ന. ൧, മിനുസം. ൨, നിരപ്പു.

ഓമ. ന. തുണിയിൻെറ അടിയിൽ കടഞ്ഞു തീൎത്തുവെക്കുന്ന മരക്കഷണം.

ഓമപ്പൊടി. ന. ഒരു പലഹാരം.

ഓമന. വി. ഭംഗിയുള്ള, ഇഷ്ടമുള്ള.

ഓമം. ന. ഒരു മരുന്നു.

ഓമൽ. വി. ഭംഗിയുള്ള, ഇഷ്ടമുള്ള.

ഓരു. ന. സമുദ്രത്തിലെ വെള്ളത്തിൻെറ രസം, ഉപ്പുരസം. ൨, ഒന്നു.

ഓര. ന. ഒരു വൃക്ഷം.

ഓരം. ന. ൧, ഉയരം. ൨, വശം. ൩, അററം. ൪, അതിരു. ൫, വിളമ്പു.

ഓരി. ന. ൧, നരി. ൨, പകു, അംശം. ൩, ശബ്ദം.

ഓരില. ന. ഒരു തൈ.

ഓരിലത്താമര. ന. ഒരു പച്ചമരുന്നു.

ഓരിലമുതക്ക. ന. ഒരു പച്ചമരുന്നു.

ഓരോ. അല്ലെങ്കിൽ, **ഓരോരോ.** അ. ഓരോന്നു.

ഓൎക്കുന്നു; ഓരുന്നു. ൎത്തു. പ്പാൻ. (ഓർ.) സ. ക്രി. വിചാരിക്കുന്നു, നിനെക്കുന്നു. **ഓൎമ്മിപ്പിക്കുന്നു; ഓൎപ്പിക്കുന്നു.**

ഓൎച്ച; ഉയൎച്ച. ന. പൊക്കമുള്ള സ്ഥലം.

ഓർമിന്നൽ. ന. ഉപ്പുവെള്ളത്തിൻെറ പ്രകാശം.

ഓൎമ്മ. ന. സ്മരണം, വിചാരം.

ഓൎമ്മകേടു. ന. മറവി.

ഓല. ന. ൧, തെങ്ങു പന മുതലായ വൃക്ഷങ്ങളുടെ ഇല. ൨, കാതിലിടുന്ന ഒരാഭരണം.

ഓലപ്പണം. ന. രാജമുദ്ര പതിച്ച എഴുത്തോലയുടെ വില.

ഓലപ്പുര. ന. ഓലകെട്ടിയ പുര.

ഓലപ്പെട്ടി. ന. ആധാരപ്പെട്ടി.

ഓലമടൽ. ന. ഓലയുടെ തണ്ടു.

ഓലി. ന. ക, വട്ടം കുറെഞ്ഞ കുളം. ഖ, ആററുമണലിൽ മാന്തിയുണ്ടാക്കുന്ന കുഴി. ഗ, ഒരു മൃഗം.

ഓലുന്നു. ലി. വാൻ. (ഓൽ.) അ. ക്രി. ഒഴുകുന്നു, കാലുന്നു.

ഓലോല. അ. തുള്ളിതുള്ളിയായിട്ടു.

ഓലോലൻ. ന. ഒരു കറി.

ഓശ; ഓച. ന. ശബ്ദം, ഒച്ച.

ഓശപ്പെടുന്നു. ട്ടു. വാൻ. (ഓശ.) അ. ക്രി. ശബ്ദമുണ്ടാകുന്നു. **ഓശപ്പെടുത്തുന്നു.** സ. ക്രി.

ഓഷണം. ന. എരിവു.

ഓഷം. ന. ദഹനം, ചൂടു.

ഓഷധി. ന. ക, മരുന്നു. ഖ, ആണ്ടുതോറും ഉണ്ടാകുന്ന ഒരു ചെടി. ഗ, ഒരു നക്ഷത്രം.

ഓഷധീശൻ. ന. ചന്ദ്രൻ.

ഓഷ്ഠം. ന. ചൊടി.

ഓഹരി. ന. പങ്കു.

ഓഹോ. അ. അനുവാദത്തിങ്കലും, ആശ്ചൎയ്യത്തിങ്കലും, ഉദാസീനതയിങ്കലും, ഖേദത്തിങ്കലും, ഭയയിങ്കലും, വ്യസനത്തിങ്കലും പ്രയോഗിക്കുന്ന ഒരവ്യയപദം.

ഓളം. ന. ക, തിരമാല. ഖ, സന്തോഷം. ഗ, അഹങ്കാരം. ഘ, വരെയും, അത്രയും.

ഓളാങ്കം. ന. അഹങ്കാരം, ഉല്ലാസം.

ഓളി. ന. ക, കൂകൽ. ഖ, ബഹുമാനത്തുങ്കൽ നീ എന്നതിനു പകരം പറയുന്ന ഒരു വാക്കു.

ഔ. മലയാള അക്ഷരങ്ങളിൽ പതിനാറാം അക്ഷരം.

ഔകാരം. ന. ഔ എന്ന അക്ഷരം.

ഔചിത്യം. ന. ക, യോഗ്യത. ഖ, ചേച്ച.

ഔത്താനപാദി. ന. ധ്രുവൻ എന്ന രാജാവു.

ഔത്സുക്യം. ന. അധികമുള്ള യത്നം.

ഔദകം. ന. വെള്ളത്തെ സംബന്ധിച്ചതു.

ഔദനികൻ. ന. ചോററുകാരൻ.

ഔദരിക. വി. (കൻ, കീ, കം.) വി. ന. തന്നെത്താൻ പോററുന്ന.

ഔദാസീന്യം. ന. ഉദാസീനപ്രകൃതി.

ഔദാൎയ്യം. ന. ക, വലരെ കൊടുക്കുന്ന സ്വഭാവം. ഖ, മഹത്വം.

ഔദുംബരം. ന. ക, അത്തിക്കാടു. ഖ, ചെമ്പു. വി. ക, അത്തിയെ സംബന്ധിച്ച. ഖ, ചെമ്പിനെ സംബന്ധിച്ച.

ഔദ്ധത്യം. ന. ഡംഭം.

ഔന്നത്യം. ന. ക, ഉയരം. ഖ, മഹത്വം.

ഔന്ന്യം. ന. ഊനത, ദുരവസ്ഥ.

ഔപഗവകം. ന. ഉപഗുവിന്റെ സന്തതിയുടെ കൂട്ടം.

ഔപചാരിക. വി. ഉപചാരത്തെ സംബന്ധിച്ച, മുഖപ്രകാരമുള്ള.

ഔപനിധികം. ന. പണയം.

ഔപമ്യം. ന. ഉപമാനം, സാദൃശ്യം.

ഔപയികം. വി. ഉചിതമായ.

ഔപവസ്തം. ന. ഉപവാസം.

ഔപവസ്ത്രം. ന. ഉത്തരീയം.

ഔപാസനം. ന. ഉപാസന, സേവ.

ഔമീനം. ന. ചണംവിളയുന്ന സ്ഥലം.

ഔരഗം. ന. ആയില്യം നക്ഷത്രം.

ഔരഭ്രകം. ന. ആട്ടിൻകൂട്ടം.

ഔരസൻ. അല്ലെങ്കിൽ, **ഔരസ്യൻ.** അല്ലെങ്കിൽ, **ഉരസ്യൻ.** ന. സ്വന്തപുത്രൻ.

ഔൎദ്ധ്വദേഹികം. ന. ശേഷക്രിയ, പിതൃക്രിയ.

ഔൎവ്വം. ന. സമുദ്രാഗ്നി.

ഔൎവ്വാഗ്നി. ന. മേല്പറഞ്ഞ അൎത്ഥം.

ഔശീരം. ന. ക, ചാമരം. ഖ, ചാമരത്തിന്റെ പിടി. ഗ, മെത്ത. ഘ, ആസനം. ങ, രാമച്ചം.

ഔഷണം. ന. എരിവു.

ഔഷധം. ന. മരുന്നു.

ഔഷധി. ന. മരുന്നു.

ഔഷ്ട്രകം. ന. ഒട്ടകക്കൂട്ടം.

ഔഷ്ണ്യം. ന. ഉഷ്ണത.

ഔക്ഷകം. ന. കാളക്കൂട്ടം.

ക. ഹല്ലുകളിൽ ഒന്നാം അക്ഷരം.

കകാരം. ന. ക എന്ന അക്ഷരം.

കകുൽ. അല്ലെങ്കിൽ, **കകുത്തു.** കാളയുടെ പൂഞ്ഞകുററി.

കകുദ്മതി. ന. കറക.

കകുദ്മാൻ. ന. കാള.

കകുദം. ന. ക, കാളയുടെ പൂഞ്ഞകുററി. ഖ, പ്രധാനമായ രാജചിഹ്നം.

കകുപ്പ്. ന. ദിക്കു.

കകുഭം. ന. ക, ഒരു വൃക്ഷം, നീർമരുതു. ഖ, വീണയുടെ പുര.

കക്ക. ന. ക, ചുട്ടി. ഖ, ഒരു തൈ. ഗ, പക്ഷികളുടെ അകത്തിരിക്കുന്ന ഒരു സാധനം.

കക്കട. ന. ഒരായുധം, ചൊട്ട.

കക്കരി. ന. ഒരുവക വെള്ളരി.

കക്കാ. ന. ചില ജലജന്തുക്കളുടെ പുറത്തെ ഓടു.

കക്കുന്നു. ട്ടു. ട്ടാൻ. (കൽ.) സ. ക്രി. മോഷ്ടിക്കുന്നു.

കക്കുന്നു. ക്കി. വാൻ. (കക്ക.) സ. ക്രി. ഛൎദ്ദിക്കുന്നു, അകത്തേക്കു ചെല്ലുന്ന വസ്തു അവിടെക്കൊള്ളാതെ അതിലേ കൂടത്തന്നേ പുറത്തേക്കു വരുന്നു.

കക്കൂസു. ന. മലമൂത്രവിസൎജ്ജനത്തിനായി കെട്ടപ്പെട്ടിട്ടുള്ള സ്ഥലം.

കക്കോലം. ന. ഒരു സൌരഭ്യമുള്ള തൈ.

കക്കടി. വി. (ടൻ, ടി, ടം.) വി. ന. കട്ടിയുള്ള.

കക്കടി. ന. കല്യാണമ്പു.

കങ്കടകം. അല്ലെങ്കിൽ, **കങ്കടം.** പടച്ചട്ട.

കങ്കണം. ന. ക, കൈവള. ഖ, വെള്ളത്തിന്റെ ഒരു തുള്ളി.

കങ്കണി. ന. ചെറിയ മണി.

കങ്കതം. അല്ലെങ്കിൽ, **കങ്കതിക.** ന. ചിപ്പു.

കങ്കൻ. ന. ക, യമൻ. ഖ, വ്യാജമായിട്ടു ബ്രാഹ്മണവേഷം ധരിച്ചവൻ. ഗ, യുധിഷ്ഠിരൻ വ്യാജമായിട്ടു സന്യാസിവേഷം ധരിച്ചപ്പോൾ ഉണ്ടായ പേർ.

കങ്കപത്രം. ന. ക, അമ്പു. ഖ, കഴുകൻ പക്ഷിയുടെ തൂവൽ.

കങ്കം. ന. ഒരു പക്ഷി, കഴുകൻ.

കങ്കര. വി. (രൻ, രാ, രം.) വി. ന. ചിത്തയായ, മുഷിഞ്ഞ.

കങ്കരം. ന. വെള്ളം അധികം കൂട്ടിയ മോരു.

കങ്കാളം. ന. ശരീരത്തിലെ അസ്ഥിക്കൂടം. (മ.) ഒരുമാതിരി കിണ്ണം.

കങ്കേളി. ന. അശോകവൃക്ഷം.

കംഖം. ന. അനുഭവം.

കംഗു. ന. ഒരു ധാന്യം, തിന.

കങ്ങൽ. ന. കരിച്ചിൽ.

കങ്ങാണി. ന. ൧, കൂലിക്കാരിൽ പ്രധാനി. ൨, സമ്മാനം.

കങ്ങാണിക്കുന്നു. ച്ചു. പ്പാൻ. (കങ്ങാണി.) അ. ക്രി. തകിക്കുന്നു, വഴക്കു പറയുന്നു.

കങ്ങാണിപ്പു. ന. തകിക്കം, വഴക്കു പറക.

കങ്ങുന്നു. ങ്ങി. വാൻ. (കങ്ങ.) അ. ക്രി. കരിയുന്നു.

കചൻ. ന. ബൃഹസ്പതിയുടെ പുത്രൻ.

കചപക്ഷം. ന. നല്ല തലമുടി.

കചഭരം. അല്ലെങ്കിൽ, **കചഭാരം.** ന. മേല്പറഞ്ഞ അൎത്ഥം.

കചം. ന. തലമുടി.

കച്ച. ന. ൧, ഒരുമാതിരികട്ടിയുള്ള വസ്ത്രം. ൨, ആയുധവിദ്യ, ആട്ടം മുതലായവ പഠിക്കുമ്പോഴും പഠിച്ചിട്ടു പ്രവൎത്തിക്കുമ്പോഴും അംഗങ്ങൾക്കൊതുക്കവും മുറുക്കവും വരുന്നതിന്നായിട്ടു അരയിൽ കെട്ടുന്ന വീതികുറഞ്ഞു നീളമുള്ള ഒരു ശീല.

കച്ചകെട്ടു. ന. ആയുധവിദ്യ, ആട്ടം മുതലായവറ്റിനുള്ള അഭ്യാസം.

കച്ചകെട്ടുന്നു. ട്ടി. വാൻ. (കച്ചകെട്ടു.) അ. ക്രി. മെയ്യായം വരുത്തുന്നു.

കച്ചത്തരം. ന. കട്ടിയുള്ള വസ്ത്രം.

കച്ചപ്പുറം. ന. ഒരാഭരണം, പടിയരഞ്ഞാണം.

കച്ചര. വി. (രൻ, രാ, രം.) വി. ന. ചളി പററി മുഷിഞ്ഞ.

കച്ചവടം. ന. വില്ക്കയും കൊള്ളുകയും, വ്യാപാരം.

കച്ചി; കച്ചില്ലു. ന. വയ്ക്കോൽ.

കച്ചിക്കുഴൽ. ന. സ്ത്രീകൾ കഴുത്തിൽ കെട്ടുന്ന ഒരാഭരണം.

കച്ചിൽ. അ. ചോദ്യത്തിലും അനുനയത്തിലും ഉപകരിക്കുന്ന ഒരവ്യയം.

കച്ചീട്ടു. ന. ലക്ഷ്യമായി എഴുതിക്കൊടുക്കുന്ന ആധാരം.

കച്ചേരി. ന. സൎക്കാരുദ്യോഗസ്ഥന്മാർ ഇരുന്നു ന്യായവിസ്താരം ചെയ്യുന്ന സ്ഥലം.

കച്ചോലം. വി. ഭംഗിയുള്ള.

കച്ചോലം. ന. സൌരഭ്യമുള്ള ഒരു തൈ.

കച്ഛപം. ന. ൧, ആമ. ൨, വൈശ്രവണന്റെ നവനിധികളിൽ ഒന്നു.

കച്ഛപി. ന. ൧, ആമപ്പെട. ൨, ഒരുമാതിരി വീണ. ൩, സരസ്വതിയുടെ വീണ.

കച്ഛപിക. ന. പ്രമേഹക്കുരുക്കളിൽ ഒന്നു.

കച്ഛം. ന. ൧, ജലത്തോടടുത്ത പ്രദേശം. ൨, പൂവരശ്ശു വൃക്ഷം. ൩, വസ്ത്രത്തിന്റെ ചുളുക്കു.

കച്ഛുര. വി. (രൻ, രാ, രം.) വി. ന. ൧, ചിരങ്ങുള്ള. ൨, കാമമുള്ള.

കച്ഛുര. ന. ൧, കൊടിത്തൂവ. ൨, നായ്ക്കുരണ.

കച്ഛു. ന. ചിരങ്ങ, ചൊറി.

കച്ഛുരകം. ന. കച്ചോലം.

കജ്ജളം. ന. ൧, വിളക്കിലുണ്ടാകുന്ന മഷി. ൨, കണ്ണെഴുതുന്ന മഷി, അഞ്ജനം. ൩, മേഘം.

കജ്ജലം. ന. വിളക്കിലുണ്ടാകുന്ന മഷി.

കജ്ജലധ്വജം. ന. വിളക്കു.

കഞ്ചാവു. ന. ലഹരിയുള്ള ഒരുമാതിരി തൈ.

കഞ്ചുകാലു. ന. പാമ്പു.

കഞ്ചുകം. ന. ൧, പാമ്പിന്റെ പടം. ൨, പടച്ചട്ട. ൩, കുപ്പായം.

കഞ്ചുകി. ന. ൧, രാജസ്ത്രീകളുടെ ഭവനത്തിലെ വിചാരക്കാരൻ. ൨, കുപ്പായമിട്ടവൻ. ൩, പാമ്പു.

കഞ്ചുലിക. ന. ൧, ചട്ട. ൨, അരച്ചട്ട.

കഞ്ജകം. ന. ഒരു പക്ഷി, മൈന.

കഞ്ജ. വി. (ഞ്ജൻ, ഞ്ജാ, ഞ്ജം.) വി. ന. വെള്ളത്തിലുണ്ടായ.

കഞ്ജൻ. ന. ബ്രഹ്മാവു.

കഞ്ജം. ന. ൧, താമരപ്പൂ. ൨, അമൃതം, പീയൂഷം.

കഞ്ഞി. ന. അരിയിട്ടു വേവിച്ച വെള്ളം. ൧, കായക്കഞ്ഞി. ൨, കൂഴക്കഞ്ഞി. ൩, വാൎത്തകഞ്ഞി. ൪, പാല്ക്കഞ്ഞി. ൫, കഷായക്കഞ്ഞി. ൬, പുടവക്കഞ്ഞി.

കഞ്ഞുണ്ണി. ന. ഒരു പച്ചമരുന്നു.

കട. ന. ൧, അങ്ങാടി. ൨, ചുവട്ടു.

കടകം. ന. ൧, പൊൻവള. ൨, പൎവ്വതത്തിന്റെ മദ്ധ്യപ്രദേശം. ൩, അരെക്കു താഴെ അടിക്കുന്ന അടി. ൪, നഗരം, രാജ്യം.

കടകം. വി. ൧, കൎക്കടം. ൨, മരുന്നു.

കടകെട്ടവൻ. ന. കൊള്ളരുതാത്തവൻ, അയോഗ്യൻ.

കടകോൽ. ന. തൈരു കലക്കുന്നതിനുള്ള ഒരു വസ്തു, മന്ഥദണ്ഡം.

കടക്കണ്ണു. ന. കണ്ണിന്റെ പുറത്തെ കോണു.

കടക്കാരൻ. അല്ലെങ്കിൽ, **കടങ്കാരൻ.** ന. ൧, കടം വാങ്ങിച്ചവൻ. ൨, കടം കൊടുത്തവൻ. ൩, പീടികയിലിരുന്നു കച്ചവടം ചെയ്യുന്നവൻ.

കടക്കുന്നു. ന്നു. പ്പാൻ. (കട.) സ. ക്രി. ൧, പോകുന്നു. ൨, അതിക്രമിക്കുന്നു. ൩, അകത്തേക്കു പ്രവേശിക്കുന്നു.

കടക്കോടി ന. കടപ്പുറത്തു താമസിക്കുന്ന ഒരു ജാതിക്കാരൻ, മരക്കാൻ.

കടഖാദക. വി. (കൻ, കാ, കം.) വി. ന. അധികം ഭക്ഷിക്കുന്ന.

കടഖാദകം. ന. ൧, സ്ഫടികപാത്രം. ൨, കാക്ക. ൩, കുറുക്കൻ.

കടങ്കഥേരി. ന. മഞ്ഞൾ.

കടച്ചിനാരു. ന. കൈതനാരു.

കടച്ചൽ; കടച്ചിൽ, ന. ൧, മൂൎച്ചവരുത്തുന്നതിന്നും മിനുസം വരുത്തുന്നതിന്നും മററും അച്ചിലും കടച്ചില്ചാണയിലും വെച്ചു ചെയ്യുന്ന പ്രവൃത്തി. ൨, കഴപ്പു.

കടച്ചില്ക്കൊല്ലൻ. ന. കടച്ചില്പണി ചെയ്യുന്ന ഒരു ജാതിക്കാരൻ.

കടച്ചില്ച്ചാണ. ന. ആയുധങ്ങൾ മൂൎച്ച വരുത്തുന്നതിനുള്ള ചാണ.

കടച്ചില്പണി. ന. അച്ചിലുംമററും വെച്ചു ചെയ്യുന്ന വേല.

കടതല. ന. ചുവടും തലയും.

കടത്തു. ന. ൧, തോണിയിലുംമററും കരേററി മറെറാരു സ്ഥലത്താക്കുക. ൨, ദൂരത്താക്കുക. ൩, കൊണ്ടുപോക. ൪, അകത്തേക്കു പ്രവേശിപ്പിക്ക.

കടത്തൽ. ന. മേല്പറഞ്ഞ അൎത്ഥം.

കടത്തിയൂട്ടു. ന. മറെറാരുത്തന്റെ ഭവനത്തിൽ വെച്ചു സദ്യ കഴിക്ക.

കടത്തുകടവു. ന. വള്ളത്തിൽ കേററുകയും ഇറക്കുകയും ചെയ്യുന്ന സ്ഥലം.

കടത്തുകാരൻ. ന. വഞ്ചത്തിൽ കേററി അക്കരെയും ഇക്കരെയും വിടുന്നവൻ.

കടത്തുതോണി. ന. വഴിക്കാരെ അക്കരെയും ഇക്കരെയും വിടുന്നതിന്നുള്ള തോണി.

കടത്തുന്നു. ത്തി. വാൻ. (കടത്ത.) സ. ക്രി. ൧, തോണിയിൽ കേററി അക്കരെ കൊണ്ടുപോയിറക്കുന്നു. ൨, വസ്തുക്കളെ മറെറാരു ദിക്കിൽ കൊണ്ടുപോകുന്നു. ൩, ദൂരത്താക്കുന്നു. ൪, അകത്തേക്ക ചെലുത്തുന്നു.

കടൻപുല്ലു. ന. ഒരു മാതിരി പുല്ലു.

കടപ്പു. ന. ചിത്തവാക്ക, ശകാരം.

കടപ്പിലാവു. ന. ഒരു വൃക്ഷം.

കടപ്പുവാക്ക. ന. ശകാരവാക്ക.

കടഭി. ന. ഒരു തൈ, പാലുഴവം.

കടമാൻ. ന. ഒരു വലിയ കാട്ടുമൃഗം.

കടം. ന. ൧, പായ. ൨, ആനയുടെ കവിൾ. ൩, ശരീരത്തിൻെറ മദ്ധ്യം, അരം. (മ.) ൧, വായിപ്പ വാങ്ങിച്ച മുതൽ. ൨, വായിപ്പ വാങ്ങിക.

കടമ്പു. ന. ഒരു വൃക്ഷം.

കടമ്പ. ന. വേലി കടപ്പാനുള്ള ഒരു സൂത്രം.

കടംബര. ന. ഒരു വൃക്ഷം, നീർകടമ്പു.

കടംഭര. ന. ഒരു പച്ചമരുന്നു, പ്രസാരണി.

കടംവായ്പു. ന. പിന്നെ കൊടുക്കാമെന്നു പറഞ്ഞു വാങ്ങിക്കുന്ന മുതൽ.

കടയുന്നു. ഞ്ഞു. വാൻ. (കട.) സ. ക്രി. ൧, കലക്കുന്നു. ൨, കടച്ചിൽപണി ചെയ്യുന്നു. ൩, കഴെക്കുന്നു.

കടൽ. ന. സമുദ്രം.

കടല. ന. ഒരു മാതിരിപ്പയററു തൈ.

കടലയ്ക്കാ. ന. ഒരു മാതിരി പയറു.

കടലാടി. ന. ഒരു പച്ചമരുന്നു.

കടലാന. ന. ഒരു മാതിരി വലിയ ജലജന്തു.

കടലാവണക്ക. ന. ഒരു ചെടി, അപ്പയാവണക്ക.

കടലാസു. ന. എഴുതുന്നതിന്നായിട്ടു പഞ്ഞികൊണ്ടും മററുമുണ്ടാക്കുന്ന സാധനം.

കടലിവേഗം. ന. ഒരു പച്ചമരുന്നു.

കടലോരം. ന. സമുദ്രതീരം.

കടല്ക്കര. ന. സമുദ്രതീരം.

കടല്ക്കാക്ക. ന. സമുദ്രത്തിൽ സഞ്ചരിക്കുന്ന ഒരു പക്ഷി.

കടല്ക്കുതിര. ന. ഒരു മാതിരി വലിയ ജലജന്തു.

കടല്ക്കുരി. ന. സമുദ്രത്തിലുള്ള ഒരുവക മത്സ്യം.

കടല്ക്കോലാ. ന. ഒരു മാതിരി മത്സ്യം.

കടല്ക്കോൾ. ന. കടലിൽ തിരമാല വൎദ്ധിക്ക.

കടല്ചിറാവു. ന. സമുദ്രത്തിലുള്ള ഒരു മാതിരി വലിയ മത്സ്യം.

കടല്തിര. ന. സമുദ്രത്തിലെ ഓളം.

കടല്തുറ. ന. സമുദ്രത്തിൽ കപ്പൽ വന്നടുക്കുന്ന സ്ഥലം, തുറമുഖം, അഴിമുഖം.

കടല്തെങ്ങു. ന. ചില ദ്വീപുകളിലുള്ള തെങ്ങുമരം.

കടല്തേങ്ങ. ക. മേല്പറഞ്ഞ തെങ്ങിൻെറ കായ്.

കടല്നാക്ക. അല്ലെങ്കിൽ, കടല്നുര. ന. ൧, കടല്പുറത്തുനിന്നും കിട്ടുന്ന ഒരു മരുന്നു. ൨, ഒരു മാതിരി മത്സ്യത്തിൻെറ അസ്ഥി.

കടല്പന്നി. ന. ഒരു ജലജന്തു.

കടല്പായൽ. ന. കടലിലെ പായൽ, നിരൊപ്പി.

കടല്പുറം. ന. സമുദ്രതീരം.

കടല്വൎണ്ണൻ. ന. വിഷ്ണു, കൃഷ്ണൻ.

കടവു. ന. ൧, ആററിലും കുളത്തിലും മററു ജലസ്ഥലങ്ങളിലും കുളിപ്പാനിറങ്ങുന്ന സ്ഥലം. ൨, വഞ്ചം അടുക്കുന്ന സ്ഥലം. ൩, അവസരം, സമയം.

കടവുകൂട്ടുന്നു. ട്ടി. വാൻ. (കടവുകൂട്ട.) സ. ക്രി. തടികൾ വലിച്ചു വെള്ളത്തിലാക്കുന്നു.

കടവുവഞ്ചി. ന. ആററിലുംമററും അക്കരയിക്കര കടത്തുന്നതിന്നുള്ള വഞ്ചം.

കടവയറു. ന. അടിവയറു.

കടവാ. ന. ചൊടികൾ രണ്ടും കൂടി അവസാനിക്കുന്ന സ്ഥലം.

കടവാതിൽ. ന. ജഷീരു എന്ന പക്ഷി.

കടവിരിക്കുന്നു. ച്ചു. പ്പാൻ. (കടവിരി.) സ. ക്രി. കച്ചവടസ്ഥലങ്ങളിൽ ചരക്കുകൾ നിരത്തിവെക്കുന്നു.

കടാരൻ. ന. മോഹമുള്ളവൻ.

കടാഹം. ന. ൧, വലിയ കുടം. ൨, ഒരു മാതിരി ചെമ്പുപാത്രം, കിടാരം.

കടാക്ഷം. ന. ൧, കടക്കണ്ണുകൊണ്ടുള്ള നോട്ടം. ൨, ദയയോടുകൂടിയുള്ള നോട്ടം.

കടാക്ഷിക്കുന്നു. ച്ചു. പ്പാൻ. (കടാക്ഷി.) സ. ക്രി. ൧, കടക്കണ്ണുകൊണ്ടു നോക്കുന്നു. ൨, ദയയോടുകൂടി നോക്കുന്നു. ൩, ദയ ചെയ്യുന്നു.

കടി. ന. ശരീരത്തിൻെറ നടുവു, അരം. ൨, ആനയുടെ കവിൾ. (മ.) ൧, പല്ലുകൊണ്ടുള്ള പ്രവൃത്തി, കടിക്ക. ൨, ചതി.

കടിക. ന. വെള്ളം കോരുമ്പോൾ കയററൽ കെട്ടി ചെപ്പുകുടത്തിൽ ഇടുന്ന മരക്കഷണം.

കടികോൽ. ന. കടിക്കുന്നതിന്നു ചില മൃഗങ്ങളുടെ വായിലിടുന്ന കോൽ.

കടിക്കുന്നു. ച്ചു. പ്പാൻ. (കടി.) സ. ക്രി. പല്ലുകൊണ്ടു മുറിക്കുന്നു. കടിപ്പിക്കുന്നു. കാ. ക്രി.

കടിച്ചി. ന. കടിയൻെറ സ്ത്രീ.

കടിഞ്ഞാൺ. ന. കുതിരയുടെ വായിലിടുന്ന കടിയിരിമ്പിന്മേൽ കെട്ടുന്ന വാറു.

കടിഞ്ഞൂൽ. വി. ഒന്നാമതു പ്രസവിക്കപ്പെട്ട. ന. ഒന്നാമത്തെ പ്രസവം.

കടിതടം. ന. ശരീരത്തിൻെറ നടുവു, അരം.

കടിപ്പു. ന. പല്ലുകൊണ്ടു മുറിക്ക.

കടിപ്രദേശം. ന. ശരീരത്തിൻെറ നടുവു, അരം.

കടിപ്രോഥം. ന. അരയുടെ പിൻഭാഗം.

കടിയൻ. ന. കടുമ്മിക്കാരൻ, ഇടിയൻ.

കടിയവൻ. ന. കടുപ്പക്കാരൻ.

കടിയാണം. ന. കടിഞാൺ.

കടിയുന്നു. ഞ്ഞു. വാൻ. (കടി.) സ. ക്രി. തെരിഞ്ഞെടുക്കുന്നു, വേർതിരിക്കുന്നു, പ്രയാസപ്പെട്ടു കഴിയുന്നു.

കടില്ലകം. ന. പാവൽ വള്ളി.

കടിവായ്. ന. പാമ്പു കടിച്ച മുറിപാടു, കോൽവായ്.

കടിവാളം. ന. കടിഞാൺ.

കടിസൂത്രം. ന. അരയിൽ കെട്ടുന്ന ചാടു, അരഞ്ഞാണം.

കടീ. ന. ശരീരത്തിൻെറ നടുവു, അരം.

കടീകതരുണം. ന. അരയിലുള്ള ഒരു മൎമ്മം.

കടീതലം. ന. ഒരുമാതിരി വാൾ.

കടീരം. അല്ലെങ്കിൽ, **കടീരകം.** ന. പിൻഭാഗം.

കടു. വി. (ടുർ, ടീ, ടു.) വി. ന. ൧, എരിവുള്ള. ൨, മത്സരമുള്ള. ൩, ക്രൂരതയുള്ള. ൪, ദുർഗ്ഗന്ധമുള്ള. ൫, അനിഷ്ടമായ. ൬, അസഹ്യമായ.

കടു. ന. ൧, എരിവു. ൨, കപ്പൂരം. ൩, അകാൎയ്യമായ പ്രവൃത്തി. ൪, കടുക.

കടുകു. ന. ഒരു ധാന്യം.

കടുരോഹിണി. അല്ലെങ്കിൽ, **കടുകരോഹിണി.** ന. ഒരങ്ങാടിമരുന്നു.

കടുകലാബു. ന. ഒരു വള്ളി, പേച്ചുര.

കടുകീ. ന. ഒരു വൃക്ഷം, ഞാഴൽ.

കടുകീടകം. ന. കൊതുക.

കടുക്കൻ. ന. പുരുഷന്മാർ കാതിലിടുന്ന ഒരാഭരണം.

കടുകെ; കടുക്കനെ; കടുകെന്നു. അ. വേഗത്തിൽ.

കടുക്കാ. ന. ഒരങ്ങാടിമരുന്നു.

കടുക്കുന്നു. ത്തു. പ്പാൻ. (കടു.) അ. ക്രി. ൧, കോപിക്കുന്നു. ൨, വൎദ്ധിക്കുന്നു. ൩, കടുപ്പമുണ്ടാകുന്നു.

കടുതുംബി. ന. പേച്ചുര.

കടുത്രയം. ന. ചുക്കു മുളകു തിപ്പലി ഇവ മൂന്നിനും കൂട്ടിപ്പറയുന്ന ഒരു പേർ.

കടുത്തില. ന. ഒരു മാതിരി വാൾ.

കടുന്തുടി. ന. ൧, ഒരു വാദ്യം. ൨, ഒരുമാതിരി കളിസ്സാധനം.

കടുന്തൂക്കം. ന. കിഴുക്കാന്തൂക്കമായ സ്ഥലം.

കടുന്നൽ. ന. കുത്തുന്നതായ ഒരു മാതിരി തേനീച്ച, കുളവി.

കടുപ്പട്ടൻ. ന. ശൂദ്രരിൽ താണ ഒരു ജാതി.

കടുപ്പം. ന. ൧, ഉറപ്പു. ൨, ദയയില്ലായ്മ. ൩, പ്രയാസം.

കടുഫലം. ന. കൂവളത്തിൻ കായ്.

കടുമാൻ. ന. ഒരു മൃഗം.

കടുമീൻ. ന. ഒരു മത്സ്യം.

കടുംഭര. ന. ഒരങ്ങാടിമരുന്നു, കടുകരോഹിണി.

കടുകരോഹിണി. ന. മേല്പറഞ്ഞ അൎത്ഥം.

കടുവറുപ്പു. ന. കടുകും കറിവേപ്പിലയും കൂടെ നെയ്യിൽ വറുത്തു കറിയിലിടുക.

കടുവാ. ന. കാട്ടിലുള്ള ഒരു ദുഷ്ടജന്തു.

കടുവാക്കു. ന. ചീത്തവാക്കു, ശകാരം.

കടെക്കൽ. അ. ചുവട്ടിൽ.

കട്ടു. ന. ചില ഭക്ഷണവസ്തുക്കളിലുള്ള ദോഷം.

കട്ട. ന. ൧, ഉണ്ടകെട്ടിയുറച്ചതു. ൨, ചില ആഭരണങ്ങളിൽ വെക്കുന്ന പൊന്നിൻ ശകലം.

കട്ടക്കാര. ന. ഒരുവക മുൾച്ചെടി.

കട്ടക്കിടാവു. ന. നന്നാച്ചെറിയ പൈതൽ.

കട്ടക്കുരികിൽ. ന. ഒരുവക ചെറിയ പക്ഷി.

കട്ടങ്ങം. ന. കാളയുടെ കഴുത്തിലിടുന്ന വള്ളി, വളയൽ.

കട്ടപ്പാര. ന. കട്ട കുത്തിയെടുക്കുന്ന അലകുപാര.

കട്ടായം; കട്ടായ്മ. ന. കണിശം, സത്യം.

കട്ടാരം; കട്ടാരി; കഠാരി. ന. ഒരു മാതിരി ആയുധം, ചൊട്ട.

കട്ടാരി. ന. ൧, ചൊട്ട. ൨, ഒരു മാതിരി മരപ്പാത്രം.

കട്ടി. ന. ൧, തുലാസിൽ ഇട്ടു തൂക്കുന്നതിന്നു ഇരുമ്പുമുതലായവകൊണ്ടുണ്ടാക്കുന്ന വസ്തു. ൨, ഉറപ്പു. ൩, കാഠിന്യം. ൪, കനം.

കട്ടിക്കാരൻ. ന. ൧, സമൎത്ഥൻ. ൨, വിളംബകൻ.

കട്ടിൽ. ന. കിടക്കുന്നതിന്നുള്ള വസ്തു, പലകക്കട്ടിൽ കയറുകട്ടിൽ മുതലായവ.

കട്ടിള. ന. കതകു തൊടുപ്പാൻ മരം കൊണ്ടുണ്ടാക്കി ചുവരിൽ ഉറപ്പിക്കുന്ന വസ്തു.

കട്ടിളക്കാൽ. ന. കട്ടിളയിൽ ഇടത്തും വലത്തും നീളത്തിൽ നിൎത്തിപ്പണിയുന്ന കാൽ.

കട്ടുമുള്ളു. ന. കോഴിയുടെ കാലിലെ മുള്ളു.

കട്ടെക്കുന്നു. ച്ചു. പ്പാൻ. (കട്ടെ.) അ. ക്രി. ഉറച്ചു കട്ടയാകുന്നു.

കട്ടെപ്പു. ന. ഉറച്ചു കട്ടയാക.

കട്ടോടം. ന. പ്രസവിച്ചു കിടക്കുന്ന സ്ത്രീകൾക്കും ദീനക്കാൎക്കും ഉപകരിക്കുന്ന ഒരു മരപ്പാത്രം.

കട്ടോടഞ്ചാത്തൻ. ന. ഒരു വക പക്ഷി.

കടലം. ന. കുമ്പിൾ വൃക്ഷം.

കട്ട്യാവു. ന. ഒരു വക ചുവന്ന ശില.

കടപംഗം. ന. പലകപ്പയ്യാനിവൃക്ഷം.

കടപരം. ന. ൧, പാകംചെയ്ത ചോറു. ൨, മോരു.

കടപി. ന. പലകപ്പയ്യാനിവൃക്ഷം.

കഠിഞ്ജരം. ന. തുളസി.

കഠിനകോഷ്ഠം. ന. മരുന്നു കുടിച്ചാലും ഇളകാത്ത വയറു.

കഠിന. വി. (നൻ, നാ, നം.) വി. ന. ൧, ഇളകാത്ത. ൨, ഉറപ്പുള്ള. ൩, കടുപ്പമായ.

കഠിനം. ന. ൧, ഒരുമാതിരി മൺപാത്രം. ൨, ഒരു പലഹാരം.

കഠിനീ. ന. കല്ലുണ്ണാമ്പു.

കഠോര. വി. (രൻ, രാ, രം.) വി. ന. ൧, കടുപ്പമായ, കട്ടിയുള്ള. ൨, ക്രൂരതയുള്ള, ഭയങ്കരമായ.

കഡങ്കരം. ന. ൧, പതിര. ൨, വയ്ക്കോൽ.

കഡംബരം. ന. ചീരത്തണ്ടു.

കഡാര. വി. (രൻ, രാ, രം.) വി. ന. കുരാൽനിറമുള്ള, തവിട്ടുനിറമുള്ള.

കഡാരം. ന. കുരാൽനിറം, തവിട്ടുനിറം.

കണക്കു. വി. കൊള്ളാകുന്ന, ഉചിതമായ.

കണക്കു. ന. ൧, എണ്ണം, സംഖ്യ. ൨, സംഖ്യ നിശ്ചയിച്ചെഴുതിയ ഓലയുമ്മറവും. ൩, കണക്കധികാരപ്പുസ്തകം. ൪, വരവിനും ചെലവിനും വിവരം എഴുതിയ എഴുത്തു. ൫, കണക്കെഴുത്തുകാരന്റെ ഉദ്യോഗം.

കണക്കധികാരം. ന. കണക്കു പഠിക്കുന്നതിന്നുള്ള ഒരു പുസ്തകം.

കണക്കൻ. ന. ൧, കണക്കു പഠിച്ചവൻ. ൨, കണക്കെഴുത്തുകാരൻ, പിള്ള. ൩, ഒരു താണജാതിക്കാരൻ.

കണക്കാകുന്നു. യി. വാൻ. (കണക്കു.) അ. ക്രി. വേണ്ടുംപ്രകാരമായിത്തീരുന്നു.

കണക്കിലാക്കുന്നു. ക്കി. വാൻ. (കണക്കിൽ.) സ. ക്രി. ൧, വേണ്ടുംപ്രകാരമാക്കുന്നു, നല്ലവണ്ണമാക്കുന്നു. ൨, സാധിപ്പിക്കുന്നു.

കണക്കത്തു; കണങ്കത്തു. ന. വസ്ത്രമുടുക്കുമ്പോൾ അരയിൽ ഉറപ്പിച്ചിരിക്കുന്ന ഭാഗം.

കണക്കസാരം. ന. കണക്ക പഠിക്കുന്നതിന്നുള്ള ഒരു പുസ്തകം.

കണക്കെ; കണക്കനെ. വി. പോലെ, വിധത്തിൽ.

കണങ്കാൽ. ന. കാലിൻെറ മുട്ടിന്നു താഴെ പാദത്തിന്നു മുകളിലുള്ള ഭാഗം.

കണങ്കൈ. ന. കയ്യുടെ പത്തിക്കുമേൽ മുട്ടിന്നു താഴെയുള്ള ഭാഗം.

കണജീരകം. ന. ഒരങ്ങാടിമരുന്നു, ചെറുജീരകം.

കണപ്പു. ന. ചതുരശ്രത്തിൻെറ കോണു.

കണപ്പമട്ടം. ന. ചതുരിശ്രം.

കണം. ന. ൧, ഏററവും ചെറുതായ അംശം. ൨, തുള്ളി. ൩, ധാന്യങ്ങളുടെ കണ്ണു. ൪, അഗ്നിരത്നം മുതലായ വകകളിൽനിന്നു പുറപ്പെടുന്ന ചെറുതായ ശകലം.

കണമ്പു. ന. ഒരുവക മത്സ്യം.

കണയം. ന. ഒരായുധം, കുന്തം.

കണലാഭം. ന. വെള്ളത്തിലുണ്ടാകുന്ന ചുഴി, നീർച്ചുഴി.

കണവൻ. ന. ഭൎത്താവു.

കണവില്ലു. ന. ഒരുമാതിരി വില്ലു.

കണവീരം. ന. ഒരു മൎച്ചമരുന്നു, കരവീരം.

കണ. ന. ൧, തിപ്പലി. ൨, ജീരകം. (മ.) ൧, അമ്പു. ൨, ഇല്ലിയുടെ ശിഖരം, ഇല്ലിക്കണ. ൩, ചക്കകണ. ൪, വാളിൻെറയുംമററും പിടി.

കണാമൂലം. ന. കാട്ടുതിപ്പലിയുടെ വേർ.

കണി. ന. ൧, പക്ഷികളെയുംമററും പിടിപ്പാൻ വെക്കുന്ന ഒരു സൂത്രം, കുരുക്ക. ൨, ഉണൎന്നാലുടനെ കാണുന്ന കാഴ്ച. ൩, വിഷുക്കണി.

കണികാ. ന. ൧, ജീരകം. ൨, തിപ്പലി. ൩, ഒരു മരം, മുഞ്ഞ.

കണികം. ന. ൧, അല്പമായ വസ്തു. ൨, തുള്ളി. ൩, ധാന്യങ്ങളുടെ കണ്ണു. ൪, അഗ്നിരത്നം മുതലായതിൽനിന്നു പുറപ്പെടുന്ന ശകലം.

കണിക്കുന്നു. ച്ചു. പ്പാൻ. (കണി.) അ. ക്രി. കണിവെക്കുന്നു.

കണിയട്ട. ന. ഒരുമാതിരി ചെറിയ കറുത്ത അട്ട.

കണിയാട്ടി. ന. കണിയാൻെറ സ്ത്രീ.

കണിയാൻ. ന. കമ്മാളന്മാരിൽ ജ്യോതിശ്ശാസ്ത്രം പഠിക്കുന്നതായ ഒരുജാതി.

കണിയാരക്കുറിപ്പു. ന. കണിയാന്മാരിൽ ഒരു ജാതി.

കണിയാരം. ന. മുള, ഇല്ലി.

കണിശൻ. ന. കണിയാൻ.

കണിശം. ന. നെല്ലിൻെറയും മററും കതിര.

കണീക. വി. (കൻ, കാ, കം.) വി. ന. ൧, ഏററവും ചെറുതായ. ൨, ഇളയ.

കണീയസ്സു. വി. (യാൻ, യസീ, യസ്സു.) വി. ന. ഏററം ചെറുതായ.

കണ്കുരു. ന. കണ്ണിലുണ്ടാകുന്ന പരു.

കണ്കുഴി. ന. കണ്ണിൻെറ കുഴി.

കണ്കുഴിയൻ. ന. ഒരുവക വസൂരി.

കണ്കെട്ടു. ന. ഇന്ദ്രജാലം, ചെപ്പടിവിദ്യ.

കണ്കൊച്ചുന്നു. ച്ചി. വാൻ (കണ്കൊച്ചു.) അ. ക്രി. കണ്ണിരുട്ടുന്നു.

കണ്ക്കൊത്തി. ന. ഒരുവക പാമ്പു.

കണ്ടകൻ. ന. ൧, കള്ളൻ. ൨, ക്രൂരൻ. ൩, നിന്ദ്യൻ. ൪, ശത്രു.

കണ്ടകം. ന. ൧, രോമാഞ്ചം. ൨, മുള്ളു. ൩, സൂചിയുടെ മുന, സൂചിമുനപോലെ കൂൎത്തതു.

കണ്ടകാരി. അല്ലെങ്കിൽ, **കണ്ടകാരിക.** ന. ഒരുവക മുള്ളുള്ള തൈ, ഒരുവക ചുണ്ട.

കണ്ടകാശനം. ന. ഒട്ടകം.

കണ്ടകിഫലം. ന. പ്ലാവുവൃക്ഷം.

കണ്ടം. ന. ൧, വയൽ. ൨, കഷണം. ഖണ്ഡം.

കണ്ടശക്കര. ന. കല്ക്കണ്ടം.

കണ്ടശല്മലി. ന. ഒരു വൃക്ഷം, മുള്ളിലവു.

കണ്ടകി. ന. ൧, ഒരുവക മത്സ്യം. ൨, ഒരുവക വൃക്ഷം.

കണ്ടങ്കാര. ന. കട്ടുകാര.

കണ്ടങ്കി. ന. പാണ്ടിയിലും മററു ചില ദേശത്തുമുള്ള സ്ത്രീകൾ ഉടുക്കുന്ന വസ്ത്രം.

കണ്ടൽ. ന. കായലിൻെറ വക്കത്തു നില്ക്കുന്ന ഒരുമാതിരി വൃക്ഷം.

കണ്ടലം. ന. ൧, കൺതലം. ൨, ഒരു ചെടി.

കണ്ടാലും. അ. അതിശയം തോന്നുമ്പോൾ ചിലർ പറയുന്ന ഒരു വാക്ക.

കണ്ടി. ന. ൧, ഇരുപത്തെട്ടു തുലാം ക്രടിയതു. ൨, നാലു ഇമരമുള്ള തടി. ൩, കട്ടിയായതു.

കണ്ടിക്കാർ. ന. കട്ടയായുള്ള മേഘം.

കണ്ടിക്കാർകുഴൽ. ന. കറുത്തു നിണ്ടുള്ള തലമുടി.

കണ്ടിക്കാർകുന്തൽ. ന. മേല്പറഞ്ഞ അൎത്ഥം.

കണ്ടിക്കുന്നു. ച്ചു. പ്പാൻ. (കണ്ടി.) സ. ക്രി. മുറിച്ചു വേർതിരിക്കുന്നു.

കണ്ടിവാർകുഴലി. ന. കറുത്ത തലമുടിയുള്ള സ്ത്രീ, സുന്ദരി.

കണ്ടിവെണ്ണ. ന. ഒരങ്ങാടിമരുന്നു.

കണ്ടുകാഴ്ച. ന. കാഴ്ചവച്ചു കാണുക.

കണ്ടുകൃഷി. ന. രാജാവിൻെറ വകയായിട്ടുള്ള ഒരു കൃഷി.

കണ്ടുകെട്ടു. ന. സൎക്കാരിൽനിന്നു ഒരുത്തൻെറ വസ്തു വില്ക്കുന്നതിന്നായിട്ടു നിശ്ചയിച്ചാൽ ആ വസ്തു കണ്ടെഴുതി സൂക്ഷിപ്പിക്കുക.

കണ്ടെഴുതുന്നു. തി. വാൻ. (കണ്ടെഴുത.) സ. ക്രി. നിലം അളന്നും വൃക്ഷങ്ങൾ എണ്ണി തരംവെച്ചും കണക്കിൽ പതിക്കുന്നു.

കണ്ടെഴുത്തു. ന. നിലവും പറമ്പും കണ്ടുനിശ്ചയിച്ചു കണക്കെഴുതുക.

കണ്ടേടം. അ. എല്ലാടവും, എവിടെ എങ്കിലും.

കണ്ഠകാണ്ഡം. ന. കഴുത്തു.

കണ്ഠധ്വനി. ന. കഴുത്തിനകത്തുനിന്നു പുറപ്പെടുന്ന ശബ്ദം.

കണ്ഠനീഡകം. ന. പരുന്തു.

കണ്ഠഭൂഷാ. ന. കഴുത്തിൽ കെട്ടുന്ന ആഭരണം.

കണ്ഠമാല. ന. കഴുത്തിലുണ്ടാകുന്ന ഒരുമാതിരി പരുക്കൾ.

കണ്ഠം. ന. കഴുത്തു.

കണ്ഠരോഗം. ന. കഴുത്തിലുണ്ടാകുന്ന ദീനം.

കണ്ഠസൂത്രം. ന. കഴുത്തിൽ കെട്ടുന്ന ചരട.

കണ്ഠാരം. ന. ഒരു രാഗം.

കണ്ഠാഭരണം. ന. കഴുത്തിൽ കെട്ടുന്ന ആഭരണം.

കണ്ഠീരവം. ന. സിംഹം.

കണ്ഡം. ന. ചിരങ്ങു.

കണ്ഡനം. ന. ധാന്യം അടിക്കുക.

കണ്ഡൂ. ന. ചൊറി.

കണ്ഡകരി. ന. നായ്ക്കുരണ.

കണ്ഡൂതി. ന. ചൊറി, ചിരങ്ങു.

കണ്ഡൂയനം. ന. ചൊറിയുക.

കണ്ഡൂരാ. ന. നായ്ക്കുരണ.

കണ്ഡോഡായം. ന. കമ്പിളിപ്പുഴു.

കണ്ഡോലകം. ന. പത്തായം.

കണ്ഡോലം. ന. ഒരു മാതിരി കൊട്ട, കുടകൊട്ട.

കണ്ഡോലവീണ. ന. വായിക്കുന്നതായ ഒരു വാദ്യം, ഒരു മാതിരി വീണ.

കണ്ണു. ന. ൧, കാണുന്നതിനുള്ള ഇന്ദ്രിയം, നേത്രം. ൨, വലയിലുള്ള ഇടകൾ, വലക്കണ്ണു. ൩, തേങ്ങാക്കണ്ണു. ൪, മുലയുടെ ഞെട്ടു, മുലക്കണ്ണു.

കണ്ണട. ന. മൂക്കേൽ വയ്ക്കുന്ന കണ്ണാടി.

കണ്ണടപ്പുള്ളി. ന. ചില കാളയുടെ കണ്ണിന്റെ മുകളിലുണ്ടായിരിക്കുന്ന വെളുത്ത രേഖ.

കണ്ണൻ. ന. ൧, കൃഷ്ണൻ. ൨, ഒരു വക മത്സ്യം. ൩, ഒരു വക വാഴ.

കണ്ണൻവാഴ. ന. ഒരു മാതിരി വാഴ.

കണ്ണാടി. ന. കാഴ്ചയുടെ ഉപകാരത്തിന്നായിട്ടു സ്ഫടികംകൊണ്ടും വെള്ളോട്ടുകൊണ്ടും വാർത്തുണ്ടാക്കുന്ന സാധനം. ൧, മുഖക്കണ്ണാടി. ൨, മൂക്കുകണ്ണാടി. ൩, കുഴൽക്കണ്ണാടി. ൪, വാൽക്കണ്ണാടി.

കണ്ണാടിക്കൂട്ടു. ന. കണ്ണാടികൾ ഉറപ്പിച്ചു വെക്കുന്നതിന്നും സൂക്ഷിക്കുന്നതിന്നും മരംകൊണ്ടും മററുമുണ്ടാക്കുന്ന സാധനം.

കണ്ണാടിത്തടം. ന. എളിക്കു താഴത്തുള്ള സ്ഥലം.

കണ്ണാടിത്തിണ്ണ. ന. ഇറയത്തിന്നു താഴെയുണ്ടാക്കുന്ന കോലിറയം, ഇളന്തിണ്ണ.

കണ്ണാടിവാതിൽ. ന. കണ്ണാടിവെച്ച വാതിൽ.

കണ്ണായം. ന. നേൎമ്മയുള്ളതു, കട്ടിയില്ലാത്തതു്.

കണ്ണാരം. ന. ഒരു വക വെളുത്ത പക്ഷി, വെളിർ.

കണ്ണി. ന. ൧, ചങ്ങലവളയം. ൨, വലക്കണ്ണി. ൩, ഒരു വക മത്സ്യം. ൪, വെററിലക്കൊടിയിലുണ്ടാകുന്ന ചിനെപ്പു. ൫, പയറുകളുടെ പൂക്കുല.

കണ്ണികഴിയുന്നു. ഞ്ഞു. വാൻ. (കണ്ണികഴി.) അ. ക്രി. ചില ദിക്കിൽ ചാകുന്നതിന്നു പകരം പറയുന്ന വാക്കു.

കണ്ണികുത്തുന്നു. ത്തി. വാൻ. (കണ്ണികുത്തു.) അ. ക്രി. ൧, കൊടിമേൽ വെററിലയുണ്ടാകുന്നതിന്നുള്ള ചിനെപ്പുണ്ടാകുന്നു. ൨, പയററിന്നു പൂക്കുലയുണ്ടാകുന്നു.

കണ്ണിണ. ന. രണ്ടുകണ്ണുകൾക്കും കൂടെ പറയുന്ന പേർ.

കണ്ണിമ. ന. ൧, കണ്ണടെക്കു, നിമേഷം. ൨, കണ്ണിന്റെ പോളയിലെ രോമം.

കണ്ണിമയ്ക്കുന്നു. ച്ചു. പ്പാൻ. വാൻ. (കണ്ണിമ.) അ. ക്രി. കണ്ണടെക്കുന്നു.

കണ്ണിമാങ്ങ. ന. ചെറിയ ഇളയ മാങ്ങാ.

കണ്ണിവെററില. ന. കണ്ണികുത്തിയുണ്ടാകുന്ന വെററില, നല്ല വെററില.

കണ്ണീർ. ന. കണ്ണിലെ വെള്ളം.

കണ്ണുകടി. ന. അസൂയ.

കണ്ണുകാട്ടുന്നു. ട്ടി. വാൻ. (കണ്ണുകാട്ടു.) സ. ക്രി. മനസ്സിലിരിക്കുന്ന ചില ഭാവത്തെ കണ്ണുകൊണ്ടറിവിക്കുന്നു.

കണ്ണുചികിത്സ. ന. കണ്ണുവൈദ്യം.

കണ്ണുചിമ്പുന്നു. മ്പി. വാൻ. (കണ്ണുചിമ്പു.) അ. ക്രി. ൧, കണ്ണു ചിത്തയാകുന്നു, ചിമ്പക്കണ്ണെന്നുള്ള ഒരു മാതിരി ദീനം കണ്ണിന്നുണ്ടാകുന്നു. ൨, കണ്ണടെക്കുന്നു.

കണ്ണുതുറിക്കുന്നു. ച്ചു. പ്പാൻ. (കണ്ണുതുറി.) അ. ക്രി. കോപിച്ചോ മറേറാ കണ്ണു മുഴുവൻ തുറന്നുനോക്കുന്നു.

കണ്ണുണ്ണി; കണ്ണിലുണ്ണി. ന. ൧, കണ്ണിനകത്തെ കൃഷ്ണമണി. ൨, വളരെ വാത്സല്യത്തിനു വിഷയമായുള്ള സാധനം.

കണ്ണൂർ. ന. ഒരു ദേശം.

കണ്ണുനീർ. ന. കണ്ണിലേ വെള്ളം.

കണ്ണുരുട്ടു. ന. കണ്ണു മുഴുവൻ തുറന്നു കോപിച്ചു നോക്കുക.

കണ്ണുവൈദ്യൻ. ന. കണ്ണിലേ ദീനത്തിന്നു ചികിത്സിക്കുന്നവൻ.

കണ്ണൂക്കു്; കണ്ണോക്കു്. ന. മരിച്ചവരുടെ ശേഷക്കാരെ ചെന്നു കാണുക.

കണ്ണെഴുത്തു. ന. കണ്ണിൽ മഷിയൊ മരുന്നൊ തേക്കുക.

കണ്ണേറു. ന. നോക്കിക്കൊതിക്കുക.

കണ്ണോട്ടം. ന. ൧, കടാക്ഷം. ൨, വേഗമുള്ള നോട്ടം.

കണ്ണീള. ന. കണ്ണിലെ മലം.

കൺപൊലിയുന്നു. അ. ക്രി. ഉറങ്ങുന്നു.

കൺപോള. ന. കണ്ണിന്റെ താഴെയും മുകളിലുമുള്ള തൊലിയും രോമവും കൂടിയതു.

കണ്മട്ടം. ന. കണ്ടിട്ടുള്ള നിശ്ചയം.

കണ്മണി. ന. കണ്ണിന്റെ കൃഷ്ണമണി.

കണ്മയക്കം. ന. ഉറക്കം തൂക്കുക, അല്പമായുറങ്ങുക.

കണ്മയങ്ങുന്നു. ങ്ങി. വാൻ. (കണ്മയങ്ങ.) അ. ക്രി. ഉറക്കം വന്നു കണ്ണടയുന്നു.

കണ്മയററം. ന. നോക്കി സ്വാധീനമാക്കുക.

കണ്മായം. ന. ൧, ഒരു മാതിരി ചെപ്പടിവിദ്യ. ൨, നോക്കുന്നതിലുള്ള വ്യാജം.

കണ്മിഴി. ന. ൧, കണ്ണു തുറക്കുക. ൨, കണ്ണിന്റെ അകത്തു വട്ടത്തിലുള്ളതു.

കണ്മുന. ന. കണ്ണിന്റെ അററം, കടക്കണ്ണു.

കണ്മുനത്തെല്ലു. ന. കടക്കണ്ണുകൊണ്ടു അല്പമായിട്ടു നോക്കുക, മയമയോടുകൂടിയ നോട്ടം.

കതകു. ന. വാതിൽ അടെപ്പാനായിട്ടു പണിതു കട്ടളയിൽ തൊടുക്കുന്ന പലക.

കതകം. ന. തേററാമ്പരൽ.

കതമ. വി. (മൻ, മാ, മം.) വി. ന. ആരു, ഏതു.

കതറുന്നു. റി. വാൻ. (കതർ.) അ. ക്രി. ഭയംകൊണ്ടൊ ദുഃഖംകൊണ്ടൊ തൊണ്ട പൊട്ടി കരയുന്നു.

കതി. അ. എത്ര.

കതിചിൽ. അ. ചില.

കതിന. ന. വെടിവെക്കുന്നതിനുള്ള ഒരു മാതിരി ഇരിമ്പുകുററി, കതിനാക്കുററി.

കതിനാവെടി. ന. കതിനാക്കുററിയിൽ മരുന്നിട്ടിടിച്ചു വെക്കുന്ന വെടി.

കതിപയ. അ. ചില.

കതിരു. അല്ലെങ്കിൽ, **കതിർ.** ന. ൧, നെല്ലു മുതലായ ചില ധാന്യങ്ങളുടെ കുല. ൨, ആദിത്യന്റെ രശ്മി. ൩, നൂലുണ്ടാക്കുന്നതിനുള്ള ഒരു മാതിരി ചെറിയ യന്ത്രം.

കതിരവൻ. ന. ആദിത്യൻ.

കതിരുക്കു. ന. ൧, കതിരിന്റെ വലിപ്പം. ൨, രശ്മിയുടെ ശക്തി.

കതിരോൻ. ന. ആദിത്യൻ.

കതിക്കുന്നു. ത്തു. പ്പാൻ. (കതിർ.) അ. ക്രി. കതിരുള്ളതായിത്തീരുന്നു.

കതിക്കല. ന. കതിരു.

കതിപ്പു. ന. ൧, മത്സ്യം മുതലായവയെ ഉപ്പിലിടുവാൻ കീറിയതു. ൨, അടെക്കാക്കല മുതലായതിൽ ഉള്ള ചെറിയ കലകൾ.

കതിമ്മ. ന. ആദിത്യൻ ഉദിച്ചാലുടനെയുള്ള രശ്മിയുടെ വരവു.

കതെക്കുന്നു. ച്ചു. പ്പാൻ. (കതെ.) അ. ക്രി. അണയ്ക്കുന്നു. **കതെപ്പു.** ന.

കത്തനാരു. ന. സുറിയാനിപ്പട്ടക്കാരൻ.

കത്തു. ന. ൧, ചില ഉദ്യോഗസ്ഥന്മാരും മററും എഴുതിയ എഴുത്തു. ൨, അധികാരം, കല്പന.

കത്തൽ. ന. കത്തുക, എരിച്ചിൽ.

കത്തി. ന. ൧, പിച്ചാങ്കത്തി. ൨, ക്ഷൌരക്കത്തി. ൩, മുതിരയുടെ കായ്. ൪, കള്ളെടുപ്പാൻ പനങ്കുലയുമ്മററും ചെത്തുന്ന ഒരു മാതിരി കത്തി.

കത്തിക്കാരൻ. ന. കള്ളെടുപ്പാൻ പനങ്കുലയുമ്മററും ചെത്തുന്നവൻ, ഒരം ഴവനുമ്മററും.

കത്തിക്കൂട്. ന. കത്തികൾ സൂക്ഷിക്കുന്നതിനുള്ള ഉറ.

കത്തിപ്പണം. ന. കള്ളെടുക്കുന്നവൻ സൎക്കാരിലേക്കു കൊടുക്കേണ്ടുന്ന പണം, കലാൽ പണം.

കത്തിയമ്പു. ന. കത്തിയുടെ ഭാഷയിലുള്ള ഒരു മാതിരി അമ്പു.

കത്തിയെഴുത്താണി. ന. പിടി കൂടാതെ പിച്ചാങ്കത്തിയോടു കൂടിയുള്ള ഒരു വക നാരായം.

കത്തുന്നു. ത്തി. വാൻ. (കത്തു.) അ. ക്രി. ൧, ജ്വലിക്കുന്നു, എരിയുന്നു, ഒടിഞ്ഞ അസ്ഥി തമ്മിൽ ചേരുന്നു. **കത്തിക്കുന്നു.** സ. ക്രി.

കത്തിവാൾ; കത്തുവാൾ. ന. ഒരു മാതിരി വലിയ പിച്ചാങ്കത്തി.

കത്തൂണം. ന. സുഗന്ധമുള്ള ഒരു വക പുല്ലു.

കത്ഥനം. ന. ഊററവാക്കു പറക.

കത്രിക. അല്ലെങ്കിൽ, കത്തിരി. ന. ശീല മീശ മുതലായവയെ വെട്ടുവാനുള്ള ഒരായുധം.

കത്രികപ്പൂട്ടു. ന. ൧, കത്രികയുടെ ഭാഷയിൽ രണ്ടു മുളയൊ മറേറാ കൂട്ടികെട്ടിയതു. ൨, നേരുമുണ്ടും മററും തലയിൽ കെട്ടുന്നതിന്റെ ഒരു മാതിരി ഭേദം.

കത്രിക്കുന്നു. ച്ചു. പ്പാൻ. (കത്രി.) അ. ക്രി. കത്രികകൊണ്ടു മുറിക്കുന്നു.

കഥ. ന. എന്തിനെ എങ്കിലും കുറിച്ചു വിസ്തരിച്ചു എഴുതുകയൊ പറകയൊ ചെയ്യുന്നതു.

കഥക. വി. (കൻ, കാ, കം.) വി. ന. കഥ പറയുന്ന.

കഥകളി. ന. ഒരു വക കളി, വേഷം കെട്ടി കഥകൾ ചൊല്ലി കളിക്കുക, ആട്ടം.

കഥങ്കഥിക. വി. (കൻ, കാ, കം.) വി. ന. ചോദിക്കുന്ന. **കഥങ്കഥികത.** ഗു. ന. ചോദ്യം.

കഥഞ്ചിൽ. അ. പ്രയാസത്തോടുകൂടെ, ഞെരുങ്ങിട്ടു.

കഥന. വി. (നൻ, നാ, നം.) വി. ന. പറയുന്ന.

കഥനീയം. ന. പറയത്തക്കതു.

കഥനം. ന. പറക.

കഥം. അ. എങ്ങനെ, എന്തു.

കഥാചന; കഥാചിൽ. അ. വല്ല തരത്തിലും.

കഥാപാത്രം. ന. ഒരു കഥയിലെ സംഭവങ്ങളിൽ പങ്കുകൊള്ളുന്ന ആൾ.

കഥാപുരുഷൻ. ന. കഥാസംഭവങ്ങളിൽ ഏൎപ്പെടുന്ന പ്രധാന പുരുഷൻ.

കഥാപ്രസംഗം. ന. ഒരു കഥ പറയുന്നതിനിടയിൽ അതിനെ സംബന്ധിച്ചു മറെറാരു വൎത്തമാനം പറക.

കഥാപ്രാണൻ. ന. ആട്ടക്കാരൻ.

കഥാരസം. ന. കഥയിലുള്ള താല്പൎയ്യം.

കഥാവിശേഷം. ന. കഥകളിലുള്ള ഭേദം, ഒരു കഥ.

കഥാസാരം. ന. കഥയുടെ പ്രധാനമായുള്ള അൎത്ഥം.

കഥിക. വി. (കൻ, കാ, കം.) വി. ന. പറയുന്ന.

കഥിക്കുന്നു. ച്ചു. പ്പാൻ. (കഥി.) സ. ക്രി. പറയുന്നു.

കഥിത. വി. (തൻ, താ, തം.) വി. ന. പറയപ്പെട്ട.

കദകം. ന. മേൽക്കെട്ടി, വിതാനം.

കദദ്ധ്വാ. ന. ചീത്തവഴി.

കദനം. ന. ൧, പാപം. ൨, ഹിംസ. ൩, യുദ്ധം.

കദം. ന. മേഘം.

കദംബകം. ന. ൧, കൂട്ടം. ൨, കടുക.

കദംബം. ന. ൧, നിക്കടമ്പു. ൨, കടുക്. ൩, കൂട്ടം. ൪, അമ്പു. ൫, മേഘം.

കദരം. ന. വെളുത്ത കരിങ്ങാലി.

കദൎയ്യ. വി. (യ്യൻ, യ്യാ, യ്യം.) വി. ന. ദ്രവ്യം ചിലവിടാത്ത, അനുഭവിക്കയും കൊടുക്കയും ചെയ്യാത്ത.

കദളി. ന. ൧, വാഴ. ൨, ഒരുവക മാൻ. ൩, കൊടിക്കൂറ. ൪, ഒരുവക പൂച്ചെടി.

കദളിവാഴ. ന. ഒരുവക വാഴ.

കദാ. അ. എപ്പോൾ.

കദാചന. അ. ൧, ചിലപ്പോൾ. ൨, ഒരിക്കൽ.

കദാചിൽ. അ. ചിലപ്പോൾ, ഒരിക്കൽ.

കദാചിൽക്കം. ന. വല്ലപ്പോഴും കൂടി ഉണ്ടാകുന്നതു്.

കദുഷ്ണ. വി. (ഷ്ണൻ, ഷ്ണാ, ഷ്ണം.) വി. ന. അല്പ ചൂടുള്ള.

കദുഷ്ണം. ന. അല്പമായ ചൂടു.

കദ്രു. വി. (ദ്രുഷു.) വി. ന. ചുവപ്പോടുകൂടിയ മഞ്ഞൾ നിറമുള്ള.

കദ്രു. ന. ചുവപ്പോടു കൂടിയ മഞ്ഞൾ നിറം, പൊൻനിറം.

കദ്രു. ന. സൎപ്പങ്ങളുടെ മാതാവു.

കധമ. വി. (മൻ, മാ, മം.) വി. ന. ചീത്തവാക്കു പറയുന്ന.

കനകക്കസ്തൂരി. ന. ഒരുവക കസ്തൂരി.

കനകദണ്ഡം. ന. പൊന്നുകൊണ്ടു കാലുള്ള കുട.

കനകപലം. ന. ഒരുപലം സ്വൎണ്ണം.

കനകപ്പല്ലക്കു. ന. പൊന്നു പൊതിഞ്ഞ പല്ലക്കു.

കനകപ്പൊടി. ന. പൊൻപൊടി.

കനകം. ന. ൧, പൊന്നു, സ്വൎണ്ണം. ൨, പ്ലാശു. ൩, ഉന്മത്തം.

കനകവാഴ. ന. ഒരു മാതിരി ചീര, കാനകവാഴ.

കനകാദ്ധ്യക്ഷൻ. ന. രാജഭണ്ഡാരത്തിലുള്ള പൊന്നിന്റെ അധിപതി.

കനകാലുക. ന. ഒരു മാതിരി പൊൻകിണ്ടി.

കനകാഹ്വയം. ന. ഉന്മത്തം.

കനക്കെ; കനക്കവെ. അ. വളരെ, ഏററവും.

കനക്കുന്നു. ത്തു. വാൻ. (കന.) അ. ക്രി. ൧, തടിക്കുന്നു. ൨, ഭാരം തോന്നുന്നു.

കനക്കുറവു. ന. ൧, കനമില്ലായ്മ, ലഘുത്വം. ൨, മെലിച്ചിൽ, വണ്ണക്കുറവു. ൩, ഭാരക്കുറവു.

കനക്കേടു. ന. കനക്കുറവു.

കനം. വി. ൧, വണ്ണമുള്ള. ൨, കനമുള്ള. ൩, കട്ടിയുള്ള.

കനം. ന. ൧, ഭാരം, ൨, തടിപ്പു. ൩, കട്ടി.

കനൽ. ന. ൧, തീക്കട്ട. ൨, കൊടുവേലി. ൩, ചൊവ്വാ എന്ന ഗ്രഹം. ൪, കാൎത്തിക നക്ഷത്രം.

കനി. ന. വൃക്ഷം മുതലായവയുടെ കായ്, ഫലം.

കനിച്ചിൽ. ന. അല്പമായിട്ടു വെള്ളം പുറപ്പെടുക, വാലുക.

കനിയുന്നു. ഞ്ഞു. വാൻ. (കനി.) അ. ക്രി. ൧, മനസ്സലിയുന്നു. ൨, അല്പമായിട്ടു വെള്ളം പുറപ്പെടുന്നു.

കനിവു. ന. മനസ്സിന്റെ അലിവു, ദയ.

കനിഷ്ഠ. വി. (ഷ്ഠൻ, ഷ്ഠാ, ഷ്ഠം.) വി. ന. ഏററവും ചെറിയ.

കനിഷ്ഠൻ. ന. അനുജൻ.

കനിഷ്ഠാ. ന. ൧, ചെറുവിരൽ. ൨, അനുജത്തി.

കനിഷ്ഠിക. ന. ൧; കണ്മണി. ൨, ചെറുവിരൽ.

കനീ. ന. കന്യക.

കനീനിക. ന. ൧, കണ്മണി. ൨, ചെറുവിരൽ.

കനീയസ്സു. വി. (യാൻ, യസീ, യസ്സു.) വി. ന. കുറെക്കൂടി ചെറിയ.

കനീയാൻ. ന. അനുജൻ. വി. ചെറിയ.

കനീയസി. ന. അനുജത്തി.

കനെക്കുന്നു. ച്ചു. പ്പാൻ. (കനെ.) അ. ക്രി. വെളിച്ചെണ്ണയിലുണ്ടാക്കിയ പലഹാരം മുതലായവ പഴകിച്ചുവെക്കുന്നു.

കനെപ്പു. ന. കനെക്കുക.

കന്ഥാ. ന. ൧, ശീലയുടെ ശകലങ്ങൾ കൂട്ടിവെച്ചു തച്ചിരിക്കുന്ന പഴന്തുണി. ൨, നിഗളം. ൩, ഭിത്തി. ൪, കാളിലെ നഖം.

കന്ദകം. ന. പല്ലക്കു.

കന്ദം. ന. ൧, കിഴങ്ങു. ൨, ചേന.

കന്ദരം. ന. മലയുടെയുമ്മറവും ഗുഹാ.

കന്ദരാളം. ന. ൧, പൂവരശു. ൨, കല്ലാൽ. ൩, മലയുക.

കന്ദൎപ്പൻ. ന. കാമദേവൻ.

കന്ദലം; കന്ദളം. ന. ൧, യുദ്ധം. ൨, അങ്കുരം, മുള. ൩, വാഴ. ൪, ഒരു വക പൂവു.

കന്ദലീകുസുമം. ന. കൂൺ.

കന്ദളിത. വി. (തൻ, താ, തം.) വി. ന. അങ്കുരിച്ചു, മുളെച്ചു.

കന്ദളി. ന. ഒരു വക മാൻ.

കന്ദായം. ന. നാലു മാസത്തിന്റെ ഇട.

കന്ദാരം. ന. ൧, പേരാൽ വൃക്ഷത്തിന്റെ വേർ. ൨, താമരക്കിഴങ്ങു.

കന്ദു. ന. ഒരുവക ഇരിമ്പു പാത്രം.

കന്ദുകം. ന. ഒരു മാതിരി കളിസ്സാധനം, പന്തു.

കന്ദുളം. ന. ചെരിച്ചാഴി.

കന്ധര. ന. കഴുത്തു.

കന്ധരം. ന. ൧, കഴുത്തു. ൨, മേഘം.

കന്നു. ന. പോത്തിനും എരുമെക്കും പറയുന്ന പേർ.

കന്നക്കുഴൽ. ന. കന്നടിത്തോക്കു.

കന്നക്കോൽ. ന. കള്ളന്മാർ ചുവരു തുരക്കുന്ന ആയുധം.

കന്നടം. ന. ൧, ഒരു ദേശം. ൨, കന്നടി ദേശത്തെ വാക്കു.

കന്നടിക്കാരൻ. ന. കന്നിനെ രക്ഷിക്കുന്നവൻ.

കന്നടിയൻ. ന. കന്നടി ദേശക്കാരൻ.

കന്നട്ട. ന. വെള്ളത്തിലുണ്ടാകുന്ന വലിയ അട്ട.

കന്നട്ടം. അല്ലെങ്കിൽ, **കന്നട്ട.** ന. കൊപ്പിറാ ഉണക്കുന്ന സ്ഥലം.

കന്നത്തം; കന്നത്തരം. ന. നീചമായ കൌശലം, വെടിപ്പുകേടു, കസാമൎത്ഥ്യം.

കന്നൽ. ന. കരിമ്പു. **കന്നൽകണ്ണി** സുന്ദരി. (കാമദേവന്റെ ബാണമായ കരിമ്പിന്റെ സ്ഥാനം വഹിക്കുന്ന കണ്ണോടുകൂടിയവൾ എന്നൎത്ഥം.)

കന്നൽക്കൂത്തു. ന. ഒരുവക പാട്ടും കളിയും.

കന്നൻ. ന. വൃത്തിയില്ലാത്തവൻ, വെടിപ്പില്ലാതെ കാട്ടുകയും പറകയും ചെയ്യുന്നവൻ.

കന്നപ്പു. ന. ചെവിയുടെ മുകളിൽ അലങ്കരിക്കുന്ന ഒരാഭരണം.

കന്നമോടി. ന. വൃത്തിഹീനനായുള്ളവന്റെ പ്രവൃത്തിയും ഭാവവും വാക്കും.

കന്നമോടിക്കാരൻ. ന. വൃത്തിയില്ലാത്തവൻ.

കന്നം. ന. ൧, കൎണ്ണം, ചെവി. ൨, ചെകിടു.

കന്നവാക്കു. ന. വൃത്തികെട്ട വാക്കു, പരിത്വമില്ലാത്തവന്റെ വാക്കു.

കന്നാൻ. ന. ഓടും പിച്ചളയും കൊണ്ടു വാൎക്കുന്ന ഒരു ജാതിക്കാരൻ.

കന്നാത്തി. ന. കന്നാന്റെ സ്ത്രീ.

കന്നാരം. ന. ഒരങ്ങാടിമരുന്നു.

കന്നി. ന. ൧, ആറാമത്തെ മാസം, കന്നിമാസം. ൨, കന്യക.

കന്നികായിക്കുന്നു. ച്ചു. പ്പാൻ. (കന്നി.) അ. ക്രി. പിലാവു മുതലായ ചില വൃക്ഷങ്ങൾ ഒന്നാമതു കായിക്കുന്നു.

കന്നിക്കൂറു. ന. മേടക്കൂറു മുതൽ പന്ത്രണ്ടു കൂറുകളിൽ ആറാമത്തെ കൂറു.

കന്നിപ്പേറു. ന. ഒന്നാമത്തെ പ്രസവം കടിഞ്ഞൂൽ.

കന്നിമാസം. ന. ആറാമത്തെ മാസം.

കന്നിരാശി. ന. ആറാമത്തെ രാശി.

കന്നുകാലി. ന. കന്നു കാള പശു ഇവെക്കുള്ള പേർ.

കന്മദം. ന. പാറ പൊട്ടിപ്പുറപ്പെടുന്ന ഒരൌഷധം.

കന്മാടം. ന. കരിങ്കല്ലുകൊണ്ടുള്ള ഭവനം.

കന്യ. ന. ഒൻപതു വയസ്സുള്ള പെണ്ണെന്തൽ.

കന്യക. ന. ൧, ചെറിയ പെണ്ണെന്തൽ. ൨, പുത്രി. ൩, കല്യാണം കഴിയാത്തവൾ.

കന്യകാജാതൻ. ന. വിവാഹം കഴിയാത്തവൾ പ്രസവിച്ചുണ്ടായ പുത്രൻ.

കന്യാകുമാരി. മലയാളത്തിന്റെ തെക്കെ അററത്തുള്ള ക്ഷേത്രം.

കന്യാകുബ്ജം. ന. കന്യാകുമാരി.

കന്യാത്വം; കന്യകാത്വം. ന. കന്യകയുടെ സ്ഥിതി.

കന്യാദാനം. ന. കന്യകയെയും സ്ത്രീധനവും കൂടെ ഒരുത്തനു കൊടുക്കുക.

കന്യാപ്പെണ്ണു. ന. വിവാഹം കഴിയാത്ത സ്ത്രീ.

കന്യാവ്രതം. ന. വിവാഹത്തിനു മുൻപേയുള്ള അവസ്ഥ.

കന്യാസ്ത്രീ. ന. കന്യാപ്പെണ്ണു.

കപടം. ന. വ്യാജം.

കപടസൂത്രം. ന. കള്ളക്കൌശലം, ചതിക്കുന്നതിനുള്ള ഉപായം.

കപടി. വി. (ടി, ടിനി, ടി.) വി. ന. വ്യാജമുള്ള.

കപർദ്ദം. ന. ശിവന്റെ ജട.

കപർദ്ദീ. ന. ശിവൻ.

കപാടം. ന. കതക.

കപാലഭൃൽ. ന. ശിവൻ.

കപാലം. ന. ൧, തലയിലെ എല്ലു, തലയോടു. ൨, പരന്ന അസ്ഥി. ൩, ഭിക്ഷക്കാരന്റെ ഒരു മാതിരി പാത്രം. ൪, ഒരു കുടത്തിന്റെ പാതി.

കപാലി. ന. ശിവൻ.

കപി. ന. കുരങ്ങു.

കപികം. ന. കടിഞ്ഞാണ്.

കപിക. ന. നാട്ടുരുണ.

കപിഞ്ജലം. ന. ഒരു വക പക്ഷി.

കപിത്ഥം. ന. വിളാമരം.

കപില. വി. (ലൻ, ലാ, ലം.) വി. ന. കുരാൽനിറമുള്ള.

കപിലൻ. ന. ഒരു മഹർഷി.

കപിലാ. ന. ൧, അഗ്നികോണിലെ ഗജത്തിന്റെ ഭാൎയ്യ. ൨, ശിംശിപാവൃക്ഷം. ൩, അരേണുകം.

കപിലം. ന. കുരാൽനിറം.

കപിലോഹം. ന. പിച്ചള.

കപിവല്ലീ. ന. അത്തിത്തിപ്പലി.

കപിശ. വി. (ശൻ, ശാ, ശം.) വി. ന. കറുപ്പോടുകൂടിയ ചുവപ്പുനിറമുള്ള.

കപിശം. ന. ൧, കറുപ്പോടുകൂടിയ ചുവപ്പു നിറം, തവിട്ടു നിറം. ൨, സാമ്പ്രാണി. ൩, ഒരു വക മദ്യം.

കപിശീൎഷകം. ന. ചായില്യം.

കപീതനം. ന. ൧, അമ്പഴം. ൨, പൂവരശു. ൩, കല്ലാൽ. ൪, നെന്മേനി വാക.

കപോണി. ന. കയ്യുടെ മുട്ടു.

കപോതകം. ന. പുരയുടെ ഉത്തരത്തിന്റെ താഴത്തു വെക്കുന്ന മരം.

കപോതപാലിക. ന. പ്രാക്കൂടു.

കപോതം. ന. മാടപ്രാവു.

കപോതാംഘ്രി. ന. ൧, പവിഴക്കൊടി. ൨, മണമുള്ള ഒരു വക ചെടി.

കപോതാരി. ന. പെരുമ്പരുന്തു.

കപോതി. അല്ലെങ്കിൽ, **കപോതിക.** ന. പെടപ്രാവു.

കപോലം. ന. കവിൾ.

കപ്പ. ന. കൈ കൂട്ടാതെ വാകൊണ്ടു കമ്മുക, പട്ടിയെപ്പോലെ തിന്നുക.

കപ്പക്കിഴങ്ങു. ന. ഒരു മാതിരി നട്ടുണ്ടാകുന്ന കിഴങ്ങു.

കപ്പം. ന. രാജാക്കന്മാർ വലിയ രാജാക്കന്മാൎക്കു കൊടുക്കുന്ന കരം.

കപ്പലണ്ടി. ന. കപ്പൽമാങ്ങയിൽ ചേൎന്നിരിക്കുന്ന വിത്തു.

കപ്പലോട്ടം. ന. കപ്പലിന്റെ സഞ്ചാരം.

കപ്പൽ. ന. സമുദ്രത്തിൽ സഞ്ചരിക്കുന്ന വാഹനങ്ങളിൽവെച്ചു വലുതായുള്ളതു, ഉരു.

കപ്പൽചക്ക. ന. ഒരു മാതിരി കൈതയിലുണ്ടാകുന്ന കായ്, കൈതച്ചക്ക.

കപ്പൽചരക്കു. ന. കപ്പലിൽ കൊണ്ടുവരുന്ന കച്ചവടവസ്തു.

കപ്പൽചാൽ. ന. കപ്പലോടുന്നതിനുള്ള വഴി.

കപ്പൽച്ചേതം. ന. കപ്പലിന്റെ നാശം.

കപ്പൽപായ്. ന. കപ്പലിന്റെ പാമരത്തിൽ കെട്ടുന്ന ഒരുമാതിരി പായ്.

കപ്പൽമാങ്ങ. ന. കപ്പൽമാവിന്റെ കായ്.

കപ്പൽമാവു. ന. ഒരു വൃക്ഷം, പറങ്കിമാവു.

കപ്പൽമുളകു. ന. ഒരു മാതിരി വലിയ മുളകു, ചീനമുളകു.

കപ്പളം. ന. ഉറപ്പില്ലാത്ത ഒരുമാതിരി ചെറിയ വൃക്ഷം.

കപ്പി. ന. തടി മുതലായവ മുകളിൽ കേററുവാൻ കയററിലിടുന്ന ഒരു യന്ത്രം.

കപ്പിത്താൻ. ന. കപ്പലിലുള്ള കാൎയ്യങ്ങൾക്കു പ്രമാണി.

കപ്പിയാരു. ന. പള്ളിയിലെ ഒരു വേലക്കാരൻ.

കപ്പുന്നു. ുി. വാൻ. (കപ്പ്.) സ. ക്രി. കയ്യുടെ സഹായം കൂടാതെ കമ്മിത്തിന്നുന്നു, കപ്പിക്കുന്നു.

കഫകാരകം. ന. കഫത്തെ ഉണ്ടാക്കുന്നതു.

കഫകാലം. ന. കഫം വൎദ്ധിക്കുന്ന സമയം.

കഫക്കുർച്ചിക. ന. ഉമിനീർ.

കഫണി. ന. മുഴങ്കൈ.

കഫം. ന. ത്രിദോഷങ്ങളിൽ ഒന്നു, ശ്ലേഷ്മം.

കഫി. വി. (ഫീ, ഫിനി, ഫി.) വി. ന. ൧, ശ്ലേഷ്മമുള്ള. ൨, കഫമുള്ള. ൩, കഫരോഗമുള്ള.

കഫേലു. വി. (ത്രിഷു.) വി. ന. ൧, ശ്ലേഷ്മമുള്ള. ൨, കഫമുള്ള.

കഫോണി. ന. മുഴങ്കൈ.

കബന്ധൻ. ന. ൧, ഒരു രാക്ഷസൻ. ൨, രാഹു.

കബന്ധം. ന. ൧, വെള്ളം. ൨, തലയില്ലാത്ത ശവം.

കബരി. ന. ൧, കെട്ടിയ തലമുടി. ൨, നായർവെണ്ണ. ൩, പെരുങ്കായമരം.

കബളം. ന. ഉരുള. (൨.) വ്യാജം.

കബളാൎത്ഥകം. ന. ഉരുള.

കബളിക്കുന്നു. ച്ചു. പ്പാൻ. (കബളി.) സ. ക്രി. ൧, ഉരുട്ടുന്നു. ൨, വിഴുങ്ങുന്നു. ൩, ചതിക്കുന്നു.

കബളിത. വി. (തൻ, താ, തം.) വി. ന. വിഴുങ്ങപ്പെട്ട.

കബളീകൃത. വി. (തൻ, താ, തം.) വി. ന. വിഴുങ്ങപ്പെട്ട.

കമഠം. ന. ആമ.

കമഠീ. ന. ആമപ്പെട.

കമണ്ഡലു. ന. കിണ്ടി.

കമലുന്നു. കമിയുന്നു. അ. ക്രി. മറിയുന്നു. **കമത്തുന്നു; കമുത്തുന്നു.** കാ. ക്രി.

കമന. വി. (നൻ, നാ, നം.) വി. ന. കാമശീലമുള്ള.

കമനൻ. ന. ബ്രഹ്മാവു.

കമനീ. ന. സൌന്ദൎയ്യമുള്ള സ്ത്രീ.

കമനീയ. വി. (യൻ, യാ, യം.) വി. ന. ആഗ്രഹിക്കപ്പെടുവാൻ തക്ക, ശോഭയുള്ള. **കമനീയത.** ഗു. ന. സൌന്ദൎയ്യം, ഭംഗി.

കമര. വി. (രൻ, രാ, രം.) വി. ന. ആഗ്രഹമുള്ള.

കമൎക്കുന്നു. ൎത്തു. പ്പാൻ. (കമർ.) അ. ക്രി. ചവൎക്കുന്നു.

കമൎപ്പ. ന. ചവൎപ്പ.

കമലബന്ധു. ന. ആദിത്യൻ.

കമലഭൂ. ന. താമരപ്പൂവിൽനിന്നുണ്ടായവൻ, ബ്രഹ്മാവു.

കമലം. ന. ൧, താമരപ്പൂവു. ൨, വെള്ളം. ൩, മാൻ.

കമലയോനി. ന. ബ്രഹ്മാവു.

കമലസംഭവൻ. ന. ബ്രഹ്മാവു.

കമല. ന. ലക്ഷ്മി.

കമലാഗ്നി. ന. ചില പടക്രിയകളിൽ താമരപ്പൂവിന്റെ വലിപ്പത്തിൽ കത്തിക്കുന്ന തീ.

കമലാപതി. ന. വിഷ്ണു.

കമലാസനൻ. ന. ബ്രഹ്മാവു.

കമലാക്ഷൻ. ന. വിഷ്ണു.

കമലിനീ. ന. താമരപ്പൊയ്ക.

കമലേക്ഷണൻ. ന. വിഷ്ണു.

കമലോത്തരം. ന. കുസുംഭത്തിന്റെ പൂവു.

കമലോത്ഭവൻ. ന. ബ്രഹ്മാവു.

കമാൻ; കമാനം. ന. വളച്ചുവാതൽ.

കമിതൃ. വി. (താ, ത്രി, തൃ.) വി. ന. കാമശീലമുള്ള.

കമിതാവു. ന. ഭർത്താവു.

കമീസു; കമ്മീസു. ന. അടിയിൽ ധരിക്കുന്ന ഒരുതരം ഉടുപ്പു.

കമുകു. ന. അടെക്കാമരം.

കം. ന. ൧, തല. ൨, വെള്ളം. ൩, സുഖം.

കമ്പു. ന. ൧, വടി. ൨, വൃക്ഷത്തിന്റെ കൊമ്പു. ൩, മുള മുതലായവയുടെ മുട്ടു. ൪, ഗ്രന്ഥത്തിന്റെ പടി, ഏട്ടുകമ്പു.

കമ്പക്കളി. അല്ലെങ്കിൽ, **കമ്പക്കൂത്തു.** ന. കയററുമ്മേൽ കേറിയുള്ള കളി.

കമ്പക്കാൽ. ന. പടക്കങ്ങൾ വെച്ചുകെട്ടി വെടി വെക്കുന്നതിന്നായിട്ടു നാട്ടുന്ന തൂണ.

കമ്പക്കൂത്താടി. ന. കമ്പകളിക്കാരൻ.

കമ്പന. വി. (നൻ, നാ, നം.) വി. ന. ഇളക്കമുള്ള.

കമ്പനം. ന. ഇളക്കം, വിറയൽ. (മ.) അടിവയറു വീക്കം.

കമ്പംകെട്ടു. ന. ൧, വെടിക്കെട്ടു. ൨, ഒരു മാതിരി യുദ്ധം. ൩, പട്ടിയെപോലെ ഒരുത്തന്റെ നേരെ ചെല്ലുക.

കമ്പം. ന. ഇളക്കം, വിറയൽ. (മ.) ൪, കമ്പക്കളിക്കാർ നാട്ടുന്ന മുള. ൫, കമ്പക്കാർ. ൬, കമ്പവെടി.

കമ്പവെടി. ന. കമ്പക്കാൽ നാട്ടിയതിൽ പടക്കം വെച്ചുകെട്ടി തീ കൊളുത്തിയുണ്ടാക്കുന്ന വെടി.

കമ്പാവു. ന. ൧, വലിയ കയറു. ൨, തടി പൊക്കുന്നതിന്നുള്ള കാമ്പാവു.

കമ്പി. ന. ൧, ലോഹങ്ങൾ കൊണ്ടുള്ള നൂൽ. ൨, വീണയുടെ കമ്പി. ൩, പോഴംകളി. ൪, കമ്പിത്തായം കളിക്കുമ്പോൾ രണ്ടു ചുക്കിണിയും ഒററയായിട്ടു വീണാൽ പറയുന്ന പേർ.

കമ്പിക്കുന്നു. ച്ചു. പ്പാൻ. (കമ്പി.) അം. ക്രി. ൧, ഇളകുന്നു. ൨, വയറു വീങ്ങുന്നു.

കമ്പിത. വി. (തൻ, താ, തം.) വി. ന. ഇളക്കപ്പെട്ട, ഇളകുന്ന.

കമ്പിതം. ന. ഇളക്കം.

കമ്പിത്തായം. ന. ചുക്കിണിയും ചൂതും കൊണ്ടുള്ള ഒരു മാതിരി കളി.

കമ്പിപ്പാല. ന. ഒരു വക പാലുള്ള ചെറിയ മരം.

കമ്പിയച്ചു. ന. കമ്പി വലിച്ചു നീട്ടുന്നതിന്നു തുളച്ചിട്ടുള്ള ഇരിമ്പു സാധനം.

കമ്പിളി. ന. ആട്ടിന്റെ രോമങ്ങൾ കൊണ്ടുണ്ടാക്കുന്ന വസ്ത്രം.

കമ്പിളിപ്പുഴു. ന. ഒരു മാതിരി രോമമുള്ള പുഴു.

കമ്പിളിയാട്ടു. ന. അധികം രോമത്തിന്നു നിളമുള്ള ഒരു മാതിരി ആട്ടു.

കമ്പോളം. ന. പലവക കച്ചവടമുള്ള സ്ഥലം.

കമ്പ്ര. വി. (മ്പ്രൻ, മ്പ്രാ, മ്പ്രം.) വി. ന. ഇളക്കമുള്ള.

കംബളം. ന. കമ്പിളി.

കംബി. ന. ൧, തവി. ൨, മുളയുടെ കമ്പു.

കംബു. വി. (ത്രിഷു.) വി. ന. പല നിറമുള്ള.

കംബു. ന. ൧, ശംഖു. ൨, കൈവള. ൩, ആന.

കംബുകണ്ഠി. ന. സുന്ദരി.

കംബുഗ്രീവം. ന. മൂന്നു വരയുള്ള കഴുത്തു.

കംബു. ന. ൧, കൈവള. ൨, കൊള്ളക്കാരൻ.

കമ്മട്ടി. ന. കടലാവണക്കു.

കമ്മട്ടിവള്ളി. ന. ഒരു മാതിരി വള്ളി.

കമ്മത്തി. ന. കൊങ്കണബ്രാഹ്മണരുടെ ഒരു സ്ഥാനപ്പേരു.

കമ്മാട്ടി. ന. കമ്മാളസ്ത്രീ.

കമ്മാളൻ. ന. ആശാരി, മൂശാരി, കൊല്ലൻ, തട്ടാൻ.

കമ്മട്ടം; കമ്മിട്ടം. ന. നാണയം, രൂപായും ചക്രവും മററും.

കമ്മട്ടമടി; കമ്മിട്ടമടി. ന. നാണയമുണ്ടാക്കുക.

കമ്ര. വി. (മ്രൻ, മ്രാ, മ്രം.) വി. ന. ൧, ഭംഗിയുള്ള. ൨, കാമമുള്ള. ൩, ആഗ്രഹമുള്ള. **കമ്രത.** ഗു. ന.

കംശം. ന. ഓട്ടുപാത്രം.

കംസകാരൻ. ന. ഓട്ടുപാത്രപ്പണിക്കാരൻ.

കംസൻ. ന. മധുരയിൽ പണ്ടുണ്ടായിരുന്ന ഒരു ദുഷ്ട രാജാവു.

കംസം. ന. ഓട്ടുപാത്രം.

കംസാരാതി. ന. കൃഷ്ണൻ.

കംസാസ്ഥി. ന. വെള്ളോട്ടു.

കൻ. ന. ൧, ബ്രഹ്മാവു. ൨, വിഷ്ണു. ൩, അഗ്നി. ൪, കാററു. ൫, യമൻ. ൬, സൂൎയ്യൻ. ൭, ആത്മാവു. ൮, മനസ്സു. ൯, ദേഹം. ൧൦, കാലം. ൧൧, സമ്പത്തു. ൧൨, ശബ്ദം. ൧൩, മയിൽ. ൧൪, പ്രകാശം.

കയം. ന. വളരെ വെള്ളമുള്ള സ്ഥലം, വെള്ളക്കുഴി.

കയമ്പം. ന. വിവാദം, തൎക്കം.

കയയ്ക്കുന്നു. ച്ചു. പ്പാൻ. (കയ.) സം. ക്രി. തൎക്കിക്കുന്നു.

കയക്കുന്നു. ത്തു. പ്പാൻ. (കയർ.) അ. ക്രി. കോപിക്കുന്നു.

കയപ്പു. ന. കോപം.

കയൽ. ന. ഒരു മാതിരി മത്സ്യം.

കയൽക്കണ്ണി. ന. സുന്ദരി.

കയറു. ന. ചകിരി മുതലായവകൊണ്ടു പിരിച്ചുണ്ടാക്കിയതു.

കയറുന്നു. റി. വാൻ. (കയർ.) സം. ക്രി. കേറുന്നു.

കയററം. ന. മീതെ കേറുക, മുകളിൽ കരേറുക.

കയററുകട്ടിൽ. ന. കയറുകൊണ്ടു കെട്ടിയ കട്ടിൽ.

കയററുകൊടി. കയററുമ്മേൽ കേററുന്ന വെററിലക്കൊടി.

കയററുന്നു. ററി. വാൻ. (കയററ.) സ. ക്രി. കേററുന്നു.

കയററുവാണം. ന. കയററുമ്മേൽ കോൎത്തു തി കൊളുത്തുന്ന വാണം.

കയ്യിടി. ന. വാളു മുതലായ ആയുധങ്ങളുടെ പിടി.

കയ്യുകലം. ന. മൂരം.

കയ്യടക്കം. ന. ൧, ചെപ്പടിവിദ്യ. ൨, സ്വാധിനത്തിൽ സൂക്ഷിച്ചിരിക്കുന്ന ധനം.

കയ്യടി. ന. ൧, ഉടമ്പടി. ൨, ചില പക്ഷിക്കൂട്ടങ്ങളിൽ ആശാന്മാർ പൈതങ്ങളുടെ കയ്യിൽ ക്രമത്തിന്നടിക്കുന്ന അടി.

കയ്യടിക്കുന്നു. ച്ചു. പ്പാൻ. (കയ്യടി.) അ. ക്രി. ൧, നിശ്ചയമായിട്ടു പറഞ്ഞു കൈപിടിക്കുന്നു, ഉടമ്പടി ചെയ്യുന്നു. ൨, കയ്യിലടിക്കുന്നു.

കയ്യടിപ്പു. ന. ൧, കൈ പിടിച്ചുംകൊണ്ടു സത്യമായിപ്പറക, ഉടമ്പടി. ൨, കയ്യിലടിക്ക.

കയ്യൻ. ന. ൧, ഭോഷൻ. ൨, ഒരു താണ ജാതിക്കാരൻ.

കയ്യന്ന്യം. അല്ലെങ്കിൽ, **കയ്യേണ്ണ്യം, കയ്യോന്നി; കയ്യോന്ന്യം.** ന. ഒരു പച്ചമരുന്നു.

കയ്യയെക്കുന്നു. ച്ചു. പ്പാൻ. (കയ്യയെ.) സ. ക്രി. വിട്ടുകളയുന്നു, ഉപേക്ഷിക്കുന്നു.

കയ്യലക. ന. ചില ആയുധങ്ങളുടെ പിടി.

കയ്യക്ഷരം. ന. ൧, അക്ഷരം. ൨, മററൊരുത്തനെക്കൊണ്ടല്ലാതെ താൻ തന്നേ എഴുതിയതു.

കയ്യാക്കം. ന. ൧, കയ്യുടെ ശക്തി. ൨, കയ്യുടെ നിളം.

കയ്യാങ്കളി. ന. കൈകൊണ്ടു മാത്രം തമ്മിൽ തട്ടുത്തടിക്കുന്ന ഒരു മാതിരി കളി.

കയ്യാണ്ടവൻ. ന. ചോകോന്മാർ നായന്മാരെ വിളിക്കുന്ന ഒരു ബഹുമാന പ്പേർ.

കയ്യാമം. ന. കററക്കാരുടെ കയ്യേലിടുന്ന വിലങ്ങു, കൈവിലങ്ങു.

കയ്യായം. ന. ൧, കയ്യുടെ സ്വാധീനം. ൨, കയ്യുടെ നിളം.

കയ്യാറു. ന. ആററിൽനിന്നു പുറപ്പെടുന്ന ചെറിയ കൈവഴി, തോടു.

കയ്യാല. ന. ൧, മണ്ണു കുഴെച്ചു പുരെക്കു ചുററിലും വെക്കുന്ന ചുവരു. ൨, മണ്ണു കോരിമറിച്ചു പറമ്പിന്നു ചുററു മുണ്ടാക്കുന്നതു, ഒരംട്ടു, മാട്ടു.

കയ്യാലപ്പുര. ന. മണ്ണു കുഴെച്ചുവെച്ചുണ്ടാക്കിയ കയ്യാല നനയാതിരിപ്പാനുണ്ടാക്കുന്ന പുര.

കയ്യാളിക്കുന്നു. ച്ചു. പ്പാൻ. (കയ്യാളി.) സ. ക്രി. എന്തെങ്കിലും വാങ്ങിക്കുന്നതിന്നു മുൻകൂട്ടി പണം കൊടുത്തേൽപ്പിക്കുന്നു.

കയ്യാൾ. ന. വേലക്കാരൻ.

കയ്യിണ. ന. രണ്ടു കയ്യും.

കയ്യിരി. അല്ലെങ്കിൽ, **കയ്യൂരി.** ന. ൧, തുലാക്കോലിന്റെ തണ്ടു. ൨, പാലത്തേൽ നടക്കുമ്പോൾ പിടിപ്പാനായിട്ടു കെട്ടിയുണ്ടാക്കിയതു.

കയ്യിരിപ്പു. ന. കയ്യിലുള്ള ദ്രവ്യം, കൈമുതൽ.

കയ്യില്പ. ന. തവി. ൧, ചിരട്ടത്തവി. ൨, മരത്തവി.

കയ്യിൽ. ന. തവി.

കയ്യുപ്പു. ന. ഭക്ഷിക്കുമ്പോൾ വിളമ്പുന്ന ഉപ്പു.

കയ്യുറ. കൈയ്യു പൊതിവാനുള്ള ഒരു തുന്നൽപണി.

കയ്യൂക്കു. ന. കയ്യുടെ ശക്തി.

കയ്യൂററം. ന. ൧, കയ്യുടെ മിടുക്കു. ൨, ശക്തി.

കയ്യെട്ടുക്കുന്നു. ത്തു. പ്പാൻ. (കയ്യെട്ടു.) സ. ക്രി. വന്ദിക്കുന്നു.

കയ്യെഴുത്തു. ന. ൧, കയ്യക്ഷരം. ൨, ഒപ്പു.

കയ്യേല്ക്കുന്നു. ററു. ല്പാൻ. (കയ്യേൽ.) സ. ക്രി. കൈക്കൊള്ളുന്നു.

കയ്യേററം. ന. അതിക്രമം, അടിക്കയും മററും.

കയ്യൊപ്പു. ന. ഒപ്പു, എഴുത്തിൽ വെക്കുന്ന അടയാളം.

കയ്യൊഴിച്ചിൽ. ന. ൧, അവസരം. ൨, കയ്യിലൊന്നുമില്ലാതിരിക്കുക.

കയ്യൊഴിയുന്നു. ഞ്ഞു. വാൻ. (കയ്യൊഴി.) അ. ക്രി. അവസരമുണ്ടാകുന്നു. സ. ക്രി. ൧, വിട്ടൊഴിയുന്നു. ൨, ചിലവാക്കുന്നു.

കയ്യൊഴിവു. ന. കയ്യൊഴിച്ചിൽ.

കയ്യോങ്ങുന്നു. ങ്ങി. വാൻ. (കയ്യോങ്ങ.) സ. ക്രി. അടിക്കുന്നതിന്നും മററും കൈപൊക്കുന്നു.

കര. ന. ൧, സമുദ്രം ആറു മുതലായവയുടെ സമീപത്തുള്ള സ്ഥലം. ൨, ചെറിയ ദേശം. ൩, ചില വസ്ത്രങ്ങളിൽ ചുവന്ന നൂലുകൊണ്ടും മററും നിളത്തിൽ നെയ്തുണ്ടാക്കുന്നതു. ൪, ഉതി.

കരകക്കിണ്ടി. ന. മങ്കിണ്ടി.

കരകങ്കണം. ന. കൈവള.

കരകമലം. ന. താമരപ്പൂ പോലെ ശോഭയുള്ള കൈ.

കരകം. ന. ൧, കിണ്ടി. ൨, ആലിപ്പഴം. ൩, തലമണ്ട. ൪, താളിമാതളം.

കരകാ. ന. ആകാശത്തുനിന്നു അലിയാതെ വീഴുന്ന വെള്ളക്കട്ട, ആലിപ്പഴം.

കരകൌശലം. ന. കൈവേലയിലുള്ള സാമൎത്ഥ്യം.

കരക്കാഞ്ഞിരം. ന. കിച്ചിൽത്തു.

കരക്കാർ. ന. ദേശത്തുള്ള ജനങ്ങൾ.

കരക്കാററു. ന. ഉച്ചെക്കു മുമ്പിലുണ്ടാകുന്ന ഒരുമാതിരി കിഴക്കൻകാററു.

കരക്കുന്നു. ന്നു. പ്പാൻ. (കര.) അ. ക്രി. ൧, ഉണങ്ങിപ്പോകുന്നു. ൨, അലിഞ്ഞോ ദ്രവിച്ചോ പോകുന്നു.

കരഗ്രഹണം. ന. ൧, കപ്പം വാങ്ങിക്ക. ൨, കൈപിടിക്കുക. ൩, വിവാഹം.

കരഗ്രഹം. ന. ൧, വിവാഹം. ൨, കപ്പം വാങ്ങിക്ക. ൩, കൈപിടിക്ക.

കരഗ്രാഹി. വി. (ഹി, ഹിണി, ഹി.) വി. ന. ൧, കപ്പം വാങ്ങിക്കുന്ന. ൨, കൈപിടിക്കുന്ന.

കരച്ചിൽ. ന. ഒഴിച്ചു കണ്ണുനീർ വിഴിക്കുക.

കരച്ചീര. ന. ഒരു മാതിരി ചീര.

കരച്ചുങ്കം. ന. കരവഴി കൊണ്ടുപോകുന്ന വസ്തുക്കൾക്കുള്ള തീരുവ.

കരച്ചുള്ളി. ന. ഒരു ചെടി, മലങ്കാര.

കരജ. വി. (ജൻ, ജാ, ജം.) വി. ന. ൧, കയ്യിൽനിന്നുണ്ടായ. ൨, രശ്മിയിൽനിന്നുണ്ടായ.

കരജം. ന. ൧, കയ്യുടെ നഖം. ൨, ആവിൽ വൃക്ഷം. ൩, ഒരു പച്ചമരുന്നു.

കരഞ്ഞെണ്ടു. ന. കരപ്രദേശത്തുള്ള ഒരുവക ഞണ്ടു.

കരഞ്ജകം. ന. ആവിൽമരം, ആവി.

കരട്ടു. ന. തരി, ചകരിയുടെ പൊടിയും മററും, ചീത്തയായതു.

കരടകൻ. ന. ൧, കാക്ക. ൨, ഉന്നയക്കാരൻ.

കരടം. ന. ൧, കാക്ക. ൨, ആനയുടെ കവിൾ.

കരടി. ന. ഒരുവക കാട്ടുമൃഗം.

കരടിക്കരങ്ങു. ന. ഒരുമാതിരി കരങ്ങു.

കരണത്രാണം. ന. തല.

കരണൻ. ന. ശൂദ്രസ്ത്രീയിൽ വൈശ്യ ന്നു ജനിച്ച പുത്രൻ.

കരണപ്പിഴ. ന. അച്ചടിയോലയി ലല്ലാതെ ആധാരമെഴുതി വാങ്ങിച്ച തിന്നു ചെയ്യുന്ന പിഴ.

കരണം. ന. ൧, മനസ്സു മുതലായ ഇന്ദ്രി യങ്ങൾ. ൨, കാരണം. ൩, ശരീരം. ൪, പ്രവൃത്തി. ൫, സ്ഥാനം. ൬, നി ലം. ൭, ആധാരം.

കരണമ്മറിച്ചിൽ. ന. മുൻപോട്ടോ പുറകോട്ടോ ദേഹത്തെ മറിച്ചു ചാടുക.

കരണീയ. വി. (യൻ, യാ, യം.) വി. ന. ചെയ്യേണ്ടുന്ന.

കരണ്ടകം. ന. ചുണ്ണാമ്പു വെക്കുന്ന തിന്നുള്ള ഓട്ടുപാത്രം, അടപ്പൻ.

കരണ്ടി. ന. വാലുള്ള ഒരു മാതിരി ചെറിയ ഇരിമ്പു പാത്രം.

കരണ്ഡകം. ന. ഇരണ്ടപ്പക്ഷി.

കരണ്ഡം. ന. ചൂരലൊ മുളയൊ കൊ ണ്ടുണ്ടാക്കുന്ന ഒരുമാതിരി പെട്ടി.

കരതലം. ന. കയ്യുടെ അകം.

കരതളിർ. ന. തളിരുപോലെ മൃദുവാ യുള്ള കൈ.

കരതാർ. ന. താമരപ്പൂപോലെ ഭം ഗിയുള്ള കൈ.

കരതോയാ. ന. നമ്മദനദി.

കരദീപിക. ന. കൈവിളക്കു.

കരപത്രം. ന. മരമറുക്കുന്നതിന്നുള്ള വാൾ, ഈർച്ചവാൾ.

കരപല്ലവം. ന. തളിരുപോലെ മൃദു വായുള്ള കൈ.

കരപാലം. ന. വാൾ.

കരപാലിക. ന. ൧, ഒരു മാതിരി വാൾ. ൨, ഒരു മാതിരി വടി.

കരപ്പൻ. ന. പൈതങ്ങൾക്കുണ്ടാകു ന്ന ഒരു വക മീനം.

കരപ്പോക്കു. ന. രത്നങ്ങളിൽ ഏററ വും വില കുറയുന്നതായുള്ള ഒരു മാ തിരി ചായക്കല്ലു.

കരഭം. ന. ൧, കയ്യുടെ പത്തി. ൨, ഒ ട്ടകക്കിടാവു.

കരഭകം. ന. ഒട്ടകം.

കരഭൂഷണം. ന. കയ്യേലിടുന്ന ആഭ രണം. ൧, കൈവള. ൨, വീരചങ്ങല.

കരമരി. ന. പിടിച്ചുകെട്ടി കാരാഗൃ ഹത്തിലാക്കപ്പെട്ടവൻ.

കരമർദ്ദകം. ന. ഒരു വൃക്ഷം, പെരുങ്കി ളാവു.

കരമാല്യവു. ന. പുക.

കരമുക്തം. ന. വേൽ.

കരമൊഴിവു. വി. ന. സക്കാരിൽനി ന്നു കരംകൂടാതെ അനുഭവിപ്പാൻ കൊ ടുത്തിരിക്കുന്ന നിലമോ പറമ്പോ.

കരം. ന. ൧, കൈ. ൨, രാജാവിന്നു കൊടുക്കേണ്ടുന്ന നീതി, കപ്പം. ൩, രശ്മി.

കരംബ. വി. (ബൻ, ബാ, ബം.) വി. ന. വ്യാപിക്കുന്ന.

കരംബം. ന. തൈരു കൂട്ടിയ അരി മാവു.

കരംബിത. വി. (തൻ, താ, തം.) വി. ന. വ്യാപിക്കപ്പെട്ട.

കരംഭം. ന. തൈരുകൂട്ടിയ അരിമാവു.

കരയൻ. വി. ന. കരയുള്ള വസ്ത്രം.

കരയാമ്പൂ. ന. ഒരങ്ങാടിമരുന്നു.

കരയുന്നു. ഞ്ഞു. വാൻ. (കര.) അ. ക്രി. ദുഃഖിച്ചു കണ്ണുനീരൊലിപ്പിക്കുന്നു. **കരയിക്കുന്നു.** സ. ക്രി.

കരയേറുന്നു. റി. വാൻ. (കരയേറ.) സ. ക്രി. കേറുന്നു. അ. ക്രി. വദ്ധി ക്കുന്നു. **കരയേററുന്നു.** സ. ക്രി.

കരയേററം. ന. ൧, കേററം, കേറു ക. ൨, വദ്ധന.

കരയോരം. ന. ആററിന്റെയുമ്മ റവും അടുത്ത പ്രദേശം, കര.

കരരുഹം. ന. കൈനഖം.

കരവല്ലഭം. ന. കൈകൊണ്ടുള്ള ഒരു സംസാരം.

കരവഴി. ന. തോണിയിലുമ്മററവും ക യറാതെ ഭൂമിയിൽക്കൂടിയുള്ള വഴി.

കരവാളം. ന. വാൾ.

കരവാളിക. ന. ഒരുമാതിരി ചെറിയ വാൾ.

കരവീരകം. ന. ൧, ഒരുമാതിരി വാ ൾ. ൨, ഒരു വിഷം.

കരവീരം. ന. ഒരു പൂച്ചെടി, കണ വീരം.

കരശാഖാ. ന. കയ്യുടെ വിരൽ.

കരശീകരം. ന. ആനയുടെ തുമ്പിക്ക യ്യിൽനിന്നു വരുന്ന വെള്ളം.

കരസ്ഥമാക്കുന്നു. ക്കി. വാൻ. (കര സ്ഥം.) സ. ക്രി. കൈക്കലാക്കുന്നു.

കരസ്ഥ. വി. (സ്ഥൻ, സ്ഥാ, സ്ഥം.) വി. ന. കയ്യിലിരിക്കുന്ന.

കരസ്ഥാനം. ന. അതാതു ദേശത്തു പാക്കുന്നവന്റെ അവസ്ഥ.

കരസ്ഥിത. വി. (തൻ, താ, തം.) വി. ന. കയ്യിലിരിക്കുന്ന.

കരഹാടം. അല്ലെങ്കിൽ, **കരഹാട കം.** ന. ൧, മലയാരം. ൨, താമരക്കി ഴങ്ങു.

കരളു. ന. ൧, മനസ്സു. ൨, ചങ്കു.

കരളുന്നു. ണ്ടു. വാൻ. (കരൾ.) സ. ക്രി. ൧, കടിച്ചു തുരക്കുന്നു. ൨, എലി യെപ്പോലെ കടിച്ചു തിന്നുന്നു.

കരൾച്ച. ന. ൧, കടിച്ചു തുരക്കുക. ൨, അല്പമല്പമായി കരണ്ടു തിന്നുക.

കരാർ. ന. ഇന്നപ്രകാരം ചെയ്തുകൊ ള്ളാമെന്നു സമ്മതിച്ചു എഴുതിമാറുക യും മററും, ഉടമ്പടി, തിട്ടം.

കരാളകം. ന. കരിമ്പല്ലു.

കരാള. വി. (ളൻ, ളാ, ളം.) വി. ന. ൧, ഉയരമുള്ള. ൨, ഭയങ്കരമായ. ൩, കൊന്ത്രമ്പല്ലുള്ള.

കരാളി. ന. അഗ്നിയുടെ നാക്കുകളിൽ ഒന്നു.

കരി. ന. ആന. (മ.) ൧, കരിക്കട്ട. ൨, കൃഷിചെയ്യാത്ത വയൽ. ൩, ഒരുമാതി രി പുല്ലു. ൪, കലപ്പ. ൫, കറുത്ത നിലം.

കരികിലാഞ്ചി. ന. ഒരുവക പക്ഷി.

കരികോലപ്പുര. ന. തിരുവിതാംകൂ ർ രാജാവിന്റെ ഭണ്ഡാരപ്പുര.

കരികോലം. ന. തിരുവിതാംകൂർരാ ജാവിന്റെ ഭണ്ഡാരം.

കരിക്കു. ന. ഇളയ തേങ്ങാ, ഇളനീർ.

കരിക്കട്ട. ന. തീക്കനലിൽനിന്നു തീ പോയാലുള്ള വസ്തു, ഇരിന്നൽ.

കരിക്കൽ. ന. ആദിത്യനസ്തമിക്കുന്ന സമയം, ഇരിട്ടുക.

കരിക്കാടി. ന. ചോറു മുതലായ ഭക്ഷ ണവസ്തുക്കളെക്കുറിച്ചു താണ ജാതിക ൾ ഉയൎന്ന ജാതിക്കാരോടു പറയുന്ന ആചാരവാക്കു.

കരിക്കുന്നു. ച്ചു. പ്പാൻ. (കരി.) സ. ക്രി. വേവിച്ചു കരിയാക്കുന്നു.

കരിക്കെന്നു. അ. വേഗത്തിൽ.

കരിഗജ്ജിതം. ന. ആനയുടെ അ ലച്ച.

കരിങ്കടൽ. ന. ൧, കറുത്തകടൽ. ൨, ബ്ലാക്കസീ എന്ന കടൽ.

കരിങ്കടുക. ന. കറുത്ത കടുകു.

കരിങ്കണ്ണ്. ന. ൧, കാഴ്ചയില്ലാത്ത കണ്ണ്. ൨, നോക്കിയാൽ ദോഷം വരുത്തുന്ന കണ്ണ്.

കരിങ്കണ്ണൻ. വി. ന. ൧, നോക്കിയാൽ ദോഷം വരുത്തുവാൻ തക്ക കണ്ണുള്ളവൻ. ൨, കണ്ണു കാണാത്തവൻ.

കരിങ്കദളി. ന. ഒരുമാതിരി വാഴ.

കരിങ്കന്നു. ന. കറുത്ത കന്നു.

കരിങ്കര. ന. ഒരു വൃക്ഷം.

കരിങ്കല്ലു. ന. കറുത്ത കല്ലു, പാറ.

കരിങ്കള്ളൻ. ന. വലിയ മോഷണക്കാരൻ, മഹാ കള്ളൻ.

കരിങ്കാളൻ. ന. ഒരു കറി.

കരിങ്കുട്ടിച്ചാത്തൻ. ന. കുട്ടിച്ചാത്തന്മാരിൽ ഒന്നു.

കരിങ്കുന്നി. ന. ഒരു വള്ളി.

കരിങ്കുരങ്ങു. ന. ഒരുമാതിരി കറുത്ത കുരങ്ങു.

കരിങ്കുരികിൽ. ന. കറുത്ത കുരികിൽ പക്ഷി.

കരിങ്കുറിഞ്ഞി. ന. ഒരു പച്ചമരുന്നു.

കരിങ്കുരുന്തോട്ടി. ന. കറുത്ത കുറുന്തോട്ടി.

കരിങ്കുറുക. ന. കറുത്ത നീളംകുറഞ്ഞ ഒരുമാതിരി നെല്ലു.

കരിങ്കുരാൻ. ന. ഒരു പക്ഷി.

കരിങ്കുവളം. ന. കറുത്ത താമര, നീലത്താമര.

കരിങ്കോഴി. ന. കറുത്ത കോഴി.

കരിങ്ങാലി. ന. ഒരു വൃക്ഷം.

കരിങ്ങോട്ട. ന. ഒരു വൃക്ഷം.

കരിഞ്ചക്കര. ന. പനയിൻചാറു കുറുക്കിയുണ്ടാക്കുന്ന ഒരുമാതിരി ചക്കര.

കരിഞ്ചണ്ടി. ന. കറുത്ത പായൽ, കരിമ്പായൽ.

കരിഞ്ചപ്പട്ട. ന. ഒരു കട്ടപ്പമായ വസൂരി.

കരിഞ്ചീരകം. ന. ഒരങ്ങാടിമരുന്നു.

കരിഞ്ചെള്ളു. ന. പറക്കുന്ന ഒരുമാതിരി ചെറിയ ജന്തു.

കരിഞ്ചേമ്പു. ന. വെട്ടുചേമ്പു.

കരിഞ്ചേര. ന. കറുത്ത ചേരപ്പാമ്പു.

കരിഞ്ചേരട്ട. ന. വലിയ മാതിരി അട്ട.

കരിണി. ന. പിടിയാന.

കരിദാരകം. ന. സിംഹം.

കരിനാക്കൻ. വി. ന. നോക്കിക്കൊണ്ടു പറഞ്ഞാൽ ദോഷം വരുത്തുവാൻതക്ക നാക്കുള്ളവൻ.

കരിനൊച്ചി. ന. ഒരു ചെടി.

കരിന്തകര. ന. ഒരു വൃക്ഷം.

കരിന്തകാളി. അല്ലെങ്കിൽ, **കരിന്താളി.** ന. ഒരു പച്ചമരുന്നു.

കരിന്തുമ്പ. ന. ഒരു പച്ചമരുന്നു.

കരിന്തുളസി. ന. കൃഷ്ണതുളസി.

കരിന്തേൾ. ന. കറുത്ത തേൾ.

കരിപാട്ടം. ന. കൃഷിചെയ്യാത്ത നിലത്തിന്നു കൊടുക്കേണ്ടിവരുന്ന കരം.

കരിപിപ്പലി. ന. ആനത്തിപ്പലി.

കരിപോതകം. ന. ആനക്കുട്ടി.

കരിപ്പട്ടി. ന. കരിമ്പനയുടെ കള്ളുകൊണ്ടുണ്ടാക്കിയ ചക്കര.

കരിപ്പാലി. ന. ഒരുവക നെല്ലു.

കരിമരം. ന. ഒരു വൃക്ഷം.

കരിമരുതു. ന. ഒരു മരം.

കരിമരുന്നു. ന. കരിയും വെടിയുപ്പും മററും കൂട്ടിയരച്ചുണ്ടാക്കിയതു, വെടിമരുന്നു.

കരിമാനം. ന. കാർമേഘം.

കരിമാൻ. ന. ഒരു വക മൃഗം.

കരിമീൻ. ന. ഒരു വക മത്സ്യം.

കരിമുഖൻ. ന. ഗണപതി.

കരിമുണ്ടകൻ. ന. ഒരു വക നെല്ലു.

കരിമുള്ളു. ന. ചക്കയുടെ മുള്ളു.

കരിമ്പു. ന. ഒരു തൈ. ഇതിന്റെ നീരെടുത്തു കുറുക്കി ശർക്കരയുണ്ടാക്കും.

കരിമ്പടം. ന. ആട്ടിന്റെ രോമംകൊണ്ടുണ്ടാക്കുന്ന ഒരുമാതിരി പുതപ്പു.

കരിമ്പൻ. ന. വസ്തുക്കൾ നനഞ്ഞിട്ടു ഉണങ്ങാതെ കുറേനാൾ ഇരുന്നാൽ അതിന്മേലുണ്ടാകുന്ന കറുത്ത നിറം.

കരിമ്പന. ന. എഴുതോലയുണ്ടാകുന്ന പന.

കരിമ്പയറു. ന. കറുത്ത പയറു.

കരിമ്പാട്ടു. ന. കരിമ്പിൻ നീരെടുപ്പാൻ ചക്കിൽവച്ചു ഞെക്കുക.

കരിമ്പാറ. ന. കരിങ്കല്ലു.

കരിമ്പായൽ. ന. നനയുന്ന ഭിത്തിയിലുംമററുമുണ്ടാകുന്ന ഒരു മാതിരി പായൽ.

കരിമ്പിത്തം. ന. ഒരു ദീനം.

കരിമ്പിൻനീർ. ന. കരിമ്പിൽനിന്നു പുറപ്പെടുന്ന വെള്ളം.

കരിമ്പുമാലി. ന. കരിമ്പു കൃഷിചെയ്യുന്നതിന്നുള്ള വയൽ.

കരിമ്പുലി. ന. കറുത്ത പുലി.

കരിമ്പുറം. ന. പോത്തു.

കരിമ്പൂച്ച. ന. ഒരു മാതിരി കറുത്ത പൂച്ച.

കരിമ്പോള. ന. ഒരു പച്ചമരുന്നു.

കരിയറ. ന. കലപ്പയിൽ കൊഴുവുവെച്ചുറപ്പിക്കുന്ന ഭാഗം.

കരിയാത്തൻ. ന. കരിങ്കുട്ടിച്ചാത്തൻ.

കരിയില. ന. ഉണങ്ങിയ ഇല.

കരിയിറങ്ങുന്നു. ങി. വാൻ. (കരിയിറ.) അ. ക്രി. നിലം പണയമായിട്ടെഴുതി വാങ്ങിച്ചവൻ ആ നിലത്തു കൃഷി തുടങ്ങുന്നു. **കരിയിറക്കുന്നു.** കാ. ക്രി.

കരിയുന്നു ഞ്ഞു. വാൻ. (കരി.) അ. ക്രി. ൧, വെന്തു കരിയാകുന്നു. ൨, ഉണങ്ങി പച്ച കെട്ടുപോകുന്നു, ഉണങ്ങിക്കറുത്തുപോകുന്നു.

കരിവു. ന. ൧, വെന്തു കരിയാക്കുക. ൨, ഉണങ്ങിപ്പോകുക.

കരിവഴല. ന. ഒരു വക പാമ്പു.

കരിവാകമീൻ. ന. ഒരുമാതിരി മത്സ്യം

കരിവിലാത്തി. ന. ഒരു മരുന്നു.

കരിവിവള്ളി. ന. ഒരു പച്ചമരുന്നുവള്ളി.

കരിവെക്കുന്നു. ച്ചു. പ്പാൻ. (കരി.) സ. ക്രി. പണയമെഴുതിയ നിലം ഒഴിഞ്ഞുകൊടുക്കുന്നു.

കരിവെട്ടി. ന. ഒരു മരം.

കരിവേലകം. ന. ഒരു വൃക്ഷം.

കരിവേഴ. ന. ഒരുവക നെല്ലു.

കരീരം. ന. ൧, അഗസ്തിവൃക്ഷം. ൨, ഇല്ലിയുടെ കൂമ്പു. ൩, കുവളം. ൪, കുടം.

കരീഷം. ന. വരട്ടു ചാണകം.

കരു. അല്ലെങ്കിൽ, **കരുവു.** ന. ൧, ഓട്ടുപാത്രങ്ങളുംമററും വാർക്കുന്നതിന്നു അവയുടെ ഭാഷയിൽ മണ്ണുകൊണ്ടുണ്ടാക്കിയതു. ൨, ഗർഭത്തിലിരിക്കുന്ന പ്രജ. ൩, ക്ഷൌരകത്തി മുതലായ ചില ചെറിയ ആയുധം. ൪, ചതുരംഗത്തിന്റെ ദേവനുംമററും. ൫, മൊട്ടയുടെ അകത്തെ വസ്തു. ൬, ഹൃദയം.

കരുകരുക്കുന്നു. ത്തു. പ്പാൻ. (കരുകരു.) അ. ക്രി. കരുകരുപ്പുണ്ടാകുന്നു.

കരുകരുപ്പു. ന. കണ്ണിൽ മണലൊ മററൊ വിണാൽ ഉണ്ടാകുന്ന വേദന.

കരുക്ക. ന. ൧, അറുപ്പവാളിന്റെ പല്ലു. ൨, അരം. ൩, പനമടലിന്റെ യുമ്മററും മുള്ളു.

കരുക്കൽ. ന. ൧, ആദിത്യന്റെ അസ്തമനസമയം. ൨, എപ്പെകളിലെ വേദന.

കരുക്കുന്നു. കി. വാൻ. (കരു.) അ. ക്രി. ൧, ആദിത്യൻ അസ്തമിക്കുന്നു. ൨, വേദനയുണ്ടാക്കുന്നു.

കരുണ. ന. സാധുക്കളോടുമ്മററും തോന്നുന്ന ഒരു ഭാവം, ദയ, അലിവു.

കരുണാകരൻ. ന. കൃപക്കിരിപ്പിടമായുള്ളവൻ. വളരെ കൃപയുള്ളവൻ.

കരുണാപരാ. വി. (രൻ, രാ, രം.) വി. ന. അധികം കൃപയുള്ള.

കരുതൽ. ന. ൧, വിചാരം, നിനവു. ൨, സൂക്ഷിച്ചു വെച്ചിട്ടുള്ള മുതൽ, സമ്പാദ്യം.

കരുതുന്നു. തി. വാൻ. (കരു.) സ. ക്രി. ൧, മുൻകൂട്ടി വിചാരിക്കുന്നു. ൨, മുതൽ സമ്പാദിക്കുന്നു.

കരുത്തു. ന. ശരിരത്തിന്റെയുമ്മററും ബലം, ശക്തി.

കരുത്തൻ. വി. ന. ശക്തിയുള്ളവൻ, ശക്തൻ.

കരുനൊച്ചി. ന. ഒരു പച്ചമരുന്നു.

കരുമണൽ. അല്ലെങ്കിൽ, **കരിമണൽ.** ന. ഒരു മാതിരി കറുത്ത മണൽ.

കരുമന. ന. ൧, ഉപദ്രവം. ൨, ഉപദ്രവം. ൩, അപകടം. ൪, നാശം.

കരുമാലി. ന. മേല്പറഞ്ഞ അൎത്ഥം.

കരുമിഴി. ന. കണ്ണിന്റെ നടുവിലുള്ള കറുപ്പു.

കരുമുകിൽ. അല്ലെങ്കിൽ, **കരിമുകിൽ.** ന. കറുത്ത മേഘം.

കരുമുതക്ക. അല്ലെങ്കിൽ, **കരിമുതക്ക.** ന. ഒരു വള്ളി, കറുത്ത മുതക്ക.

കരും. വി. കറുത്ത.

കരുവാൻ. ന. കൊല്ലൻ.

കരുവാത്തി. ന. കൊല്ലത്തി.

കരുവാളിക്കുന്നു. ച്ചു. പ്പാൻ. (കരുവാളി.) അ. ക്രി. വെയിലുകൊണ്ടോ മററൊ ശരീരത്തിൽ കറുത്ത നിറമുണ്ടാകുന്നു.

കരുവാളിപ്പു. അല്ലെങ്കിൽ, **കരിവാളിപ്പു.** ന. ശരീരത്തിലുണ്ടാകുന്ന കരിനിറം.

കരുവി. ന. ൧, ക്ഷൌരക്കത്തി. ൨, പണിക്കോപ്പു. ൩, കൊഴുവു. ൪, ഒരു വക വള്ളി.

കരുവേപ്പു. ന. ഒരു വൃക്ഷം.

കരുവേലം. അല്ലെങ്കിൽ, **കരുവേലകം.** ന. ഒരു വൃക്ഷം.

കരേട്ടു. ന. ഇരണ്ടപ്പക്ഷി.

കരേണു. ന. ആന.

കരേറുന്നു. റി. വാൻ. (കരേറ.) സ. ക്രി. കേറുന്നു. അ. ക്രി. ൧, അകത്തോട്ടോ മേൽപ്പോട്ടോ ചെല്ലുന്നു. ൨, വൎദ്ധിക്കുന്നു. **കരേററുന്നു.** സ. ക്രി.

കരേററം. ന. ൧, കേററം. ൨, വൎദ്ധന.

കരോടി. ന. തലയിലേ അസ്ഥി, തലയോടു.

കരോട്ടു. അ. മുകളിൽ.

കരോട്ടേക്കു. അ. മുകളിലേക്കു.

കൎക്കടം. അല്ലെങ്കിൽ, **കൎക്കടകം.** ന. ൧, ഞണ്ടു. ൨, കൎക്കടകരാശി. ൩, കൎക്കടകമാസം.

കൎക്കടി. ന. വെള്ളരി.

കൎക്കന്ധു. ന. പെരുന്തുടരി.

കൎക്ക. വി. (ൎക്കൻ, ൎക്കാ, ൎക്കം.) വി. ന. വെളുത്ത.

കൎക്കം. ന. ൧, വെളുത്ത കുതിര. ൨, മുഖക്കണ്ണാടി. ൩, കുടം. ൪, ഞണ്ടു.

കൎക്കര. വി. (രൻ, രാ, രം.) വി. ന. കട്ടപ്പമുള്ള.

കൎക്കരം. ന. ൧, കല്ലു. ൨, കണ്ണാടി. ൩, കുടം.

കൎക്കരാട്ടു. ന. വേഗത്തിൽ ചെല്ലുന്ന നോട്ടം.

കൎക്കരാലം. ന. കടിഞ്ഞാണിന്റെ വളയം.

കൎക്കരാക്ഷൻ. ന. വാലാട്ടിപ്പക്ഷി.

കൎക്കരീ. ന. ൧, വെള്ളരി. ൨, കുടം.

കൎക്കരേട്ടു. ന. ഇരണ്ടപ്പക്ഷി.

കൎക്കശ. വി. (ശൻ, ശാ, ശം.) വി. ന. ൧, കഠിനമായ. ൨, ദയയില്ലാത്ത, ക്രൂരമായ.

കൎക്കശം. ന. കന്ധിപ്പാലമരം.

കൎക്കാരു. ന. കുമ്പളം.

കൎക്കാരുകം. ന. ൧, ഒരു തൈ.

കൎക്കി. ന. ൧, ഞണ്ടു. ൨, കൎക്കടകരാശി. ൩, കൎക്കടകമാസം.

കൎക്കോടകൻ. ന. ഒരു പ്രധാന സൎപ്പം.

കൎക്കോടകം. ന. ൧, ക്രൂവളം. ൨, കരിമ്പു.

കച്ചൂരം. ന. കച്ചോലം.

കണ്ണജളുകാ. ന. വളരെക്കാലുള്ള ഒരു മാതിരി പ്രാണി.

കണ്ണദൎപ്പണം. ന. കാതിലിടുന്ന ഒരു മാതിരി ആഭരണം.

കണ്ണൻ. ന. അംഗരാജ്യത്തുണ്ടായിരുന്ന ഒരു രാജാവു.

കണ്ണപത്രം. ന. കാതിലിടുന്ന ഓല, കാതിലോല.

കണ്ണഭൂഷണം. ന. കാതിലിടുന്ന ആഭരണം.

കണ്ണം. ന. ൧, ചെവി. ൨, ചുക്കാൻ.

കണ്ണമലം. ന. ചെവിപ്പീ.

കണ്ണമൂലം. ന. ചെവിയുടെ ചുവടു.

കണ്ണമോടി. ന. ചാമുണ്ഡി.

കണ്ണവേധം. ന. കാതു തുളെക്കുക.

കണ്ണവേഷ്ടകം. ന. കാതിലിടുന്ന ആഭരണം, കുണ്ഡലം.

കണ്ണവേഷ്ടനം. ന. മേല്പറഞ്ഞ അൎത്ഥം.

കണ്ണശൂല. ന. കേട്ടാൽ ചെവിക്കു സുഖക്കേടുണ്ടാക്കുന്ന വാക്കുമ്മററും.

കണ്ണശൂലം. ന. ചെവിക്കുത്തു.

കണ്ണാകണ്ണി; കണ്ണാകണ്ണിക. ന. ചെവിക്കു ചെവി പറഞ്ഞറിയിക്കുക.

കണ്ണാടൻ. അല്ലെങ്കിൽ, **കണ്ണാടകൻ.** ന. കണ്ണാടദേശത്തുള്ളവൻ.

കണ്ണാടം. അല്ലെങ്കിൽ, **കണ്ണാടകം.** ന. ൧, കണ്ണാടദേശം. ൨, ഒരു രാഗം.

കണ്ണാടപ്പരിഷ. ന. കണ്ണാടന്മാരുടെ കൂട്ടം.

കണ്ണാമൃതം. വി. ചെവിക്കു രസമുള്ള.

കണ്ണാലങ്കാരം. ന. കുണ്ഡലം.

കണ്ണാവതംസം. ന. ചെവിയിൽ അലങ്കരിക്കുന്ന ആഭരണമൊ പുഷ്പമൊ.

കണ്ണിക. ന. ൧, കുണ്ഡലം. ൨, പൂവിന്റെ നടുവിലുള്ള മൊട്ടു. ൩, തുമ്പിക്കയ്യുടെ പൂച്ചം.

കണ്ണികാരം. ന. സ്വൎണ്ണനിറമുള്ള പൂവുണ്ടാകുന്ന ഒരു വൃക്ഷം, കൊന്ന.

കണ്ണീരഥം. ന. സ്ത്രീകൾക്കു കേറുന്ന തിന്നുള്ള തേരു.

കണ്ണേജപ. വി. (പൻ, പാ, പം.) വി. ന. മററൊരുത്തനെകൊണ്ടു ദോഷം പറയുന്ന.

കൎത്തവ്യ. വി. (വ്യൻ, വ്യാ, വ്യം.) വി. ന. ചെയ്യപ്പെടുവാൻ തക്ക. **കൎത്തവ്യത.** ഗു. ന. 'ചെയ്യേണ്ടുന്നതിന്റെ അവസ്ഥ.

കൎത്തൃ. വി. (ൎത്താ, ൎത്രി, ൎതൃ.) വി. ന. ചെയ്യുന്ന. **കൎത്തൃത്വം.** ഗു. ന. അധികാരം.

കൎത്താവു. ന. ൧, പ്രഭു, നാഥൻ. ൨, ജഡപ്രഭു, ൩, ഉണ്ടാക്കുന്നവൻ. ൪, അവകാശി.

കൎദ്ദമം. ന. ചെളി.

കൎദ്വീ. ന. ഏലത്തരി.

കൎപ്പടധാരി. ന. പഴന്തുണിയുടുത്തു നടക്കുന്ന ഒരു മാതിരി പിച്ചക്കാരൻ.

കൎപ്പടം. ന. പഴന്തുണി.

കൎപ്പരം. ന. ൧, തലയോടു. ൨, ഒരു വക ജലമ്പുപാത്രം. ൩, ഒരായുധം.

കൎപ്പരാശം. ന. വലിയ മണൽ, ചരൽ.

കൎപ്പരാളം. ന. മലയുക.

കൎപ്പരീ. ന. ഒരു മാതിരി അഞ്ജനം.

കൎപ്പാസം. ന. പഞ്ഞി.

കൎപ്പാസി. ന. പഞ്ഞിമരം.

കൎപ്പൂരപ്പുല്ലു. ന. ഒരു തൈ.

കൎപ്പൂരത്തുളസി. ന. കൎപ്പൂരത്തിന്റെ മണമുള്ള ഒരു തൈ.

കൎപ്പൂരം. ന. ചിനത്തുണ്ടാകുന്ന ഒരു മാതിരി സുഗന്ധമുള്ള പശ.

കൎപ്പൂരവള്ളി. ന. ഒരു പച്ചമരുന്നു.

കൎപ്പൂരവൃക്ഷം. ന. കൎപ്പൂരമുണ്ടാകുന്ന വൃക്ഷം.

കൎബ്ബുര. വി. (രൻ, രാ, രം.) വി. ന. പലനിറമുള്ള.

കൎബ്ബുരൻ. ന. രാക്ഷസൻ.

കൎബ്ബുരം. ന. ൧, സ്വൎണ്ണം. ൨, പല നിറം. ൩, വെള്ളം. ൪, പാപം.

കൎബ്ബൂരം. ന. ൧, സ്വൎണ്ണം. ൨, ഒരു മാതിരി മഞ്ഞപ്പാഷാണം.

കൎമ്മകര. അല്ലെങ്കിൽ, **കൎമ്മകാര.** വി. (രൻ, രീ, രം.) വി. ന. ൧, വേല ചെയ്യുന്ന. ൨, ശുശ്രൂഷചെയ്യുന്ന.

കൎമ്മകാണ്ഡം. ന. വേദത്തിൽ ഒരു ഭാഗം.

കൎമ്മകാരൻ. ന. കൊല്ലൻ.

കൎമ്മകീലകൻ. ന. വെളുത്തേടൻ.

കൎമ്മകുശല. വി. (ലൻ, ലാ, ലം.) വി. ന. താഴെ വരുന്ന അൎത്ഥം.

കൎമ്മഠ. വി. (ഠൻ, ഠാ, ഠം.) വി. ന. വേലയിൽ സാമൎത്ഥ്യമുള്ള.

കൎമ്മണ്യം. വി. (ണ്യൻ, ണ്യാ, ണ്യം.) വി. ന. മേല്പറഞ്ഞ അൎത്ഥം.

കൎമ്മണ്യം. ന. കൂലി, ശമ്പളം.

കൎമ്മണ്യഭുക്കു. ന. കൂലിക്കു വേല ചെയ്യുന്നവൻ.

കൎമ്മദോഷം. ന. പ്രവൃത്തിദോഷം, പാപം.

കൎമ്മന്ദീ. ന. സന്ന്യാസി.

കൎമ്മപാപം. ന. പ്രവൃത്തികാരണമായുണ്ടാകുന്ന പാപം.

കൎമ്മഫലം. ന. പ്രവൃത്തികൊണ്ടുള്ള അനുഭവം.

കൎമ്മബന്ധന. വി. (നൻ, നാ, നം.) വി. ന. പ്രവൃത്തികൊണ്ടു കെട്ടിയ.

കൎമ്മബന്ധനം. അല്ലെങ്കിൽ, **കൎമ്മബന്ധം.** ന. പ്രവൃത്തികൊണ്ടുള്ള കെട്ടു.

കൎമ്മഭൂ. അല്ലെങ്കിൽ, **കൎമ്മഭൂവു.** ന. ൧, ഭാരതഖണ്ഡം. ൨, കൃഷിചെയ്യുന്ന സ്ഥലം.

കൎമ്മഭുൽ. അല്ലെങ്കിൽ, **കൎമ്മഭുത്തു** ന. കൂലിക്കാരൻ, വേലക്കാരൻ.

കൎമ്മം. ന. ൧, പ്രവൃത്തി. ൨, വിധി. ൩, യാഗം. ൪, ശേഷക്രിയ. ൫, വ്യാകരണമുറയിൽ ചില ക്രിയകൾക്കു മുൻപേ ചേൎത്തു പറയുന്ന ഒരു പദം.

കൎമ്മവശം. ന. കൎമ്മത്തിന്നധീനം.

കൎമ്മവിപാകം. ന. ൧, മുൻപിൽ ചെയ്തിട്ടുള്ള പ്രവൃത്തികാരണത്താൽ പിന്നീടുണ്ടാകുന്ന സുഖമെങ്കിലും ദുഃഖമെങ്കിലും. ൨, പാപത്തിന്റെ പ്രതിവിധികൾ അടങ്ങിയിരിക്കുന്ന ഒരു ഗ്രന്ഥം.

കൎമ്മവിരോധം. അല്ലെങ്കിൽ, **കൎമ്മവിഘ്നം.** ന. കൎമ്മങ്ങൾ ചെയ്യുന്നതിന്നുണ്ടാകുന്ന മുടക്കം.

കൎമ്മവൃത്തം. ന. പരാക്രമം.

കൎമ്മവൈകല്യം. ന. കൎമ്മപ്പിഴ.

കൎമ്മശാല. ന. ൧, യാഗശാല. ൨, പണിപ്പുര.

കൎമ്മശീല. വി. (ലൻ, ലാ, ലം.) വി. ന. കൎമ്മങ്ങൾ ചെയ്ക ശീലമായുള്ള.

കൎമ്മശുദ്ധി. ന. കൎമ്മങ്ങൾക്കുള്ള വെടിപ്പു.

കൎമ്മശൂര. വി. (രൻ, രാ, രം.) വി. ന. വേല ചെയ്വാൻ മിടുക്കുള്ള.

കൎമ്മസചിവൻ. ന. കൂടി പ്രവൎത്തിക്കുന്ന മന്ത്രി.

കൎമ്മസാക്ഷി. ന. ആദിത്യൻ.

കൎമ്മസിദ്ധി. ന. വേലയുടെ നിവൃത്തി.

കൎമ്മക്ഷമ. വി. (മൻ, മാ, മം.) വി. ന. പ്രവൃത്തിക്കു ശക്തിയുള്ള.

കൎമ്മാന്തരം. ന. പ്രതിക്രിയ, പ്രായശ്ചിത്തം.

കൎമ്മാധിപൻ. ന. പ്രവൃത്തികൾ ചെയ്യിപ്പിക്കുന്നവൻ.

കൎമ്മാരൻ. ന. മൂശാരി.

കൎമ്മാരം. ന. ഇല്ലി, മുള.

കൎമ്മാൎഹ. വി. (ൎഹൻ, ൎഹാ, ൎഹം.) വി. ന. കൎമ്മത്തിന്നു യോഗ്യമുള്ള.

കൎമ്മി. വി. (ൎമ്മീ, ൎമ്മിണി, ൎമ്മി.) വി. ന. കൎമ്മമുള്ള.

കൎമ്മിക്കുന്നു. സ. ക്രി. കൎമ്മാനുസരണം അൎഹിക്കുന്നു.

കൎമ്മിഷ്ഠ. വി. (ഷ്ഠൻ, ഷ്ഠാ, ഷ്ഠം.) വി. ന. കൎമ്മത്തിൽ ശീലമുള്ള.

കൎമ്മേന്ദ്രിയം. ന. വാക്കു കൈ കാൽ ഗുദം ഉപസ്ഥം ഇവ അഞ്ചും.

കൎവ്വടം. ന. പ്രധാന നഗരം.

കൎവ്വം. ന. സ്നേഹം.

കൎവ്വുരൻ. ന. പിശാചു.

കൎശന. വി. (നൻ, നി, നം.) വി. ന. മെലിപ്പിക്കുന്ന. (മ.) ഭയങ്കരമായ.

കൎശിത. വി. (തൻ, താ. തം.) വി. ന. മെലിപ്പിക്കപ്പെട്ട, മെലിഞ്ഞ.

കൎഷക. വി. (കൻ, കാ, കം.) വി. ന. കൃഷിചെയ്യുന്ന.

കൎഷണം. ന, ൧, വലിക്ക. ൨, ഉഴവു.

കൎഷപണം. ന. താമ്രരൂപാ.

കൎഷഫലം. ന. ൧, താന്നിമരം. ൨, താന്നിക്കായ്.

കൎഷം. ന. ൧, ഉഴവു. ൨, മൂന്നു കഴഞ്ചു കൂടിയ തൂക്കം. ൩, ഉരക്കല്ലു.

കൎഷിക്കുന്നു. ച്ചു. പ്പാൻ. (കൎഷി.) സ. ക്രി. ൧, വലിക്കുന്നു. ൨, ഉരെക്കുന്നു. ൩, ഉഴവു ചെയ്യുന്നു.

കൎഷിത. വി. (തൻ, താ, തം.) വി. ന. ൧, വലിക്കപ്പെട്ട. ൨, ഉരെക്കപ്പെട്ട. ൩, ഉഴപ്പെട്ട.

കൎഷൂ. ന. ൧, ഉണങ്ങിയ ചാണകത്തിൽ കത്തിച്ച തീ. ൨, ചെറിയ നദി. ൩, കൃഷി.

കൎഹിചിൽ. അ. ചിലപ്പോൾ.

കൽ. അധികരണത്തെ കാണിക്കുന്ന ഒരു പ്രത്യയം. ഉ-ം. പടികൽ. അ വങ്കൽ.

കല. ന. ൧, ചന്ദ്രന്റെ പതിനാറി ലൊരു പങ്കു. ൨, മൂപ്പതു കാഷ്ഠ കൂടി യ കാലം. ൩, ശില്പപ്പണി. ൪, അം ശം. ൫, അറുപത്തുനാലു വിദ്യകൾ. (മ.) ൧, മാനിൽ ആണ്. ൨, തഴമ്പു.

കലക്കം. ന. ൧, തെളിവില്ലായ്മ. ൨, കലശൽ.

കലക്കൽ. ന. ൧, കലക്കുക. ൨, കല ങ്ങിയതു.

കലക്കുന്നു. കി. വാൻ. (കലക്ക.) സ. ക്രി. ൧, വെള്ളത്തിലിട്ടു അലിക്കുന്നു. ൨, കടകോൽകൊണ്ടു തൈരുമുറവും മഥിക്കുന്നു. ൩, കലങ്ങലാക്കുന്നു.

കലങ്കുരം. ന. നീച്ചുഴിവു.

കലങ്കൊമ്പു. ന. കലയെന്നു മൃഗത്തി ന്റെ കൊമ്പു.

കലടം. ന. പുരമേയുന്ന വയ്ക്കോൽ.

കലങ്ങൽ. ന. തെളിവില്ലായ്മ.

കലങ്ങുന്നു. ങി. വാൻ. (കലങ്ങ.) അ. ക്രി. ൧, തെളിവില്ലാതാകുന്നു. ൨, അ ലിഞ്ഞു വെള്ളത്തിൽ ചേരുന്നു. ൩, സ മ്മിശ്രമാകുന്നു.

കലതി. ന. ചില ശൂദ്രർ കല്യാണത്തി ന്റെ നാലാം ദിവസം ചെയ്യുന്ന ഒ രു കർമ്മം.

കലത്രലികാ. ന. വേശ്യാസ്ത്രീ.

കലത്തപ്പം. ന. ഒരു പലഹാരം.

കലനം. ന. കുററം.

കലന്തിക. ന. അറിവു.

കലപിങ്കം. ന. ഊർക്കുരികിൽ.

കലപ്പ. ന. നിലം ഉഴുന്നതിനുള്ള സാ ധനം.

കലപ്പെട്ടു. ന. കലം ചുമക്കുന്നതിനു കയറുകൊണ്ടു കെട്ടിയുണ്ടാക്കിയ പാത്രം.

കലം. ന. ൧, ഒരു മാതിരി മണ്പാത്രം. ൨, ഒരളവു.

കലമ്പൽ. ന. ൧, കോപഭാവം, നി ന്ദസം, ശകാരിക്ക.

കലമ്പുന്നു. മ്പി. വാൻ. (കലമ്പ.) സ. ക്രി. ൧, കോപിക്കുന്നു. ൨, ശകാ രിക്കുന്നു.

കലയം. ന. ഉതിമരം.

കലരുന്നു. ന്നു. വാൻ. (കലർ.) അ. ക്രി. ൧, കൂടിയോജിക്കുന്നു. ൨, ഇടയി ൽ ചേരുന്നു. **കലൎത്തുന്നു.** സ. ക്രി.

കലൎച്ച. ന. കൂടിയോജിപ്പു.

കലൎപ്പു. ന. മേല്പറഞ്ഞ അൎത്ഥം.

കലലം. ന. ഗൎഭപിണ്ഡം.

കലവറ. ന. ഭക്ഷണ വസ്തുക്കൾ വെച്ചു സൂക്ഷിക്കുന്ന മുറി.

കലശക്കുടം. ന. ചെറിയ മണ്കുടം.

കലശക്കിണ്ടി. ന. മണ്കിണ്ടി.

കലശപ്പാനി. ന. ചെറിയ മണ്കുടം.

കലശഭവൻ. ന. അഗസ്ത്യമുനി.

കലശമാട്ടുന്നു. ടി. വാൻ. (കലശം.) സ. ക്രി. കലശക്കുടത്തിൽ വെള്ളം പ കൎന്നു പൂജിച്ചു ബിംബത്തിന്നഭിഷേ കം ചെയ്യുന്നു.

കലശം. ന. ൧, കുടം. ൨, ധൂപക്കുററി. ൩, ബിംബം ശുദ്ധിവരുത്തുന്ന ഒരു കൎമ്മം.

കലശംകഴിക്കുന്നു. ച്ചു. പ്പാൻ. (കല ശംകഴി.) അ. ക്രി. ബിംബശുദ്ധിക്കു ള്ള കൎമ്മം ചെയ്യുന്നു.

കലശലാകുന്നു. യി. വാൻ. (കലശ ൽ.) അ. ക്രി. കാററു മഴ ദീനം മുത ലായവ വൎദ്ധിക്കുന്നു.

കലശലാക്കുന്നു. ക്കി. വാൻ. (കല ശൽ.) സ. ക്രി. ൧, കലഹമുണ്ടാക്കു ന്നു. ൨, സമ്മിശ്രമാക്കുന്നു.

കലശൽ. ന. ൧, കലഹം. ൨, യുദ്ധം. ൩, കാററു മഴ ദീനം മുതലായവയു ടെ വൎദ്ധന.

കലശൽകൂട്ടുന്നു. ടി. വാൻ. (കല ശൽ.) സ. ക്രി. ശകാരിക്കുന്നു.

കലശി. ന. ൧, ഒരു മരുന്നു, ഓരില. ൨, കുടം.

കലശോദധി. അല്ലെങ്കിൽ, **കലശാ ബ്ധി.** ന. സമുദ്രം.

കലഹപ്രിയ. വി. (യൻ, യാ, യം.) വി. ന. കലഹത്തിൽ ഇഷ്ടമുള്ള.

കലഹപ്രിയൻ. ന. നാരദമഹൎഷി.

കലഹപ്രിയം. ന. മൈനാപ്പക്ഷി.

കലഹം. ന. ൧, യുദ്ധം. ൨, ശകാരം.

കലഹാന്തരിത. ന. കോപിച്ചിട്ടു പിന്നെ ദുഃഖിക്കുന്ന ഭാൎയ്യ.

കലഹിക്കുന്നു. ച്ചു. പ്പാൻ. (കലഹി.) അ. ക്രി. ൧, യുദ്ധം ചെയ്യുന്നു. ൨, കോപിക്കുന്നു. **കലഹിപ്പിക്കു ന്നു.** സ. ക്രി.

കലാചി. അല്ലെങ്കിൽ, **കലാചിക.** ന. കൈത്തണ്ടു.

കലാദൻ. ന. പൊൻപണിക്കാരൻ, ൨, തട്ടാൻ.

കലാനിധി. ന. ചന്ദ്രൻ.

കലാപൻ. ന. ചന്ദ്രൻ.

കലാപം. ന. ൧, ആഭരണം. ൨, അ രമണി. ൩, മയിൽപ്പീലി. ൪, സമൂഹം. ൫, ആവനാഴി. ൬, കലഹം. ൭, ഒരു വ്യാകരണം.

കലാപി. ന. ൧, മയിൽ. ൨, കുയിൽ.

കലാംബിക. ന. കൊടുത്ത കടം.

കലായനൻ. ന. കണ്ടിപ്പുകാരൻ.

കലായം. ന. ഒരുമാതിരിപ്പയർ.

കലായ്ക്കാരൻ. ന. പാത്രങ്ങൾക്കു ഈ യം പൂശുന്നവൻ.

കലാൽ. ന. ചാരായക്കച്ചവടം.

കലാവികം. ന. പൂവൻകോഴി.

കലാവികലം. ന. ഊൎക്കുരികിൽ.

കലാവിദ്യ. ന. തൊഴിലുകൾ ഉദ്ദേശി ച്ചുള്ള വിദ്യ.

കലാശം. ന. നൃത്തവും കൊട്ടും ഒരു മിച്ചവസാനിക്ക.

കലാശിക്കുന്നു. ച്ചു. പ്പാൻ. (കലാ ശി.) അ. ക്രി. അവസാനിക്കുന്നു. സ. ക്രി. നൃത്തവും കൊട്ടും ഒരുമിച്ചു നി റുത്തുന്നു. **കലാശിപ്പിക്കുന്നു.** കാ. ക്രി.

കലി. ന. ൧, കലിയുഗം. ൨, യുദ്ധം. (മ.) മനുഷ്യദേഹത്തിൽ പിശാചു ബാധിച്ചാലുണ്ടാകുന്ന വിറയൽ.

കലികൻ. ന. നീർകോഴി.

കലിക. ന. പൂമൊട്ടു.

കലിക്കുന്നു. ച്ചു. പ്പാൻ. (കലി.) അ. ക്രി. ൧, മധുരത്തിന്റെ അധികതകൊണ്ടു വായിക്കു അരുചിയുണ്ടാക ന്നു. ൨, കണ്ണിൽ വേദനയുണ്ടാകുന്നു.

കലിംഗം. ന. ൧, കുടകപ്പാല. ൨, ഊ ൎക്കുരികിൽ. ൩, ഗോദാവരി മുതൽ ഗംഗാവരെയുള്ള രാജ്യം, കലിംഗ ദേശം.

കലിഞ്ജം. ന. പായ്.

കലിത. വി. (തൻ, താ, തം.) വി. ന. ൧, അറിയപ്പെട്ടു. ൨, കെട്ടപ്പെട്ടു. ൩, സമ്പാദിക്കപ്പെട്ടു. ൪, എണ്ണപ്പെ ട്ടു. ൫, കൂടപ്പെട്ടു.

കലിദ്രുമം. ന. താന്നിവൃക്ഷം.

കലിധൎമ്മം. ന. ക്രൂരത.

കലിപ്പണം. ന. തിരുവിതാംകൂറിൽ പ്രചരിച്ചിരുന്ന ഒരുതരം വെള്ളിനാ ണയം.

കലിപ്പ്. ന. ൧, അരുചി വരുത്തുന്ന ചുവ. ൨, കണ്ണാലുണ്ടാകുന്ന ഒരു മഞ്ഞ തിരി നിറവ്.

കലിപ്രിയ. വി. (യൻ, യാ, യം.) വി. ന. ശണ്ഠയിൽ പ്രിയമുള്ള.

കലിപ്രിയൻ. ന. ൧, കുരങ്ങ. ൨, നാരദൻ.

കലിമാരകം. ന. ശുവിമരം.

കലിയൻ. ന. ൧, കലിപ്പണം. ൨, കാഉം, തിര.

കലിയുഗം. ന. നാലാമത്തെ യുഗം.

കലില. വി. (ലൻ, ലാ, ലം.) വി. ന. പ്രവേശിക്കപ്പെടുവാൻ പ്രയാസമുള്ള.

കലുഷ. വി. (ഷൻ, ഷാ, ഷം.) വി. ന. തെളിവില്ലാത്ത, കലങ്ങിയ. കലുഷത്വം. ഗു. ന. കലുഷത.

കലുഷം. ന. പാപം.

കലുഷിത. വി. (തൻ, താ, തം.) വി. ന. കലക്കപ്പെട്ട.

കല്ക്കണ്ടം. ന. ൧, പനങ്കല്ക്കണ്ടം. ചീനക്കല്ക്കണ്ടം.

കല്കം. ന. ൧, പാപം. ൨, വഞ്ചന. ൩, എണ്ണ വെളിച്ചെണ്ണ മുതലായതിന്റെ മട്ട. ൪, മരുന്നരച്ചുരുട്ടിയതു. (മ.) ഒരു വക കോഴി.

കല്കരി. ന. ഭൂമിയിൽനിന്നും കുഴിച്ചെടുക്കുന്നതും തീ കത്തിക്കുവാനുപയോഗമുള്ളതും ആയ സാധനം.

കല്കി. ന. വിഷ്ണുവിന്റെ പത്താമത്തെ അവതാരം.

കല്ലൊടി. ന. ഒരുമാതിരി ചീര.

കല്ചുണ്ണാമ്പു. ന. കല്ലുപോലെയുള്ള ഒരുമാതിരി ചുണ്ണാമ്പു, കഠിനി.

കല്തളം. ന. കല്ലുകൊണ്ടു നിലനിരപ്പായിപ്പണിതതു.

കല്താമര. ന. ഓരിലത്താമര, കല്ലിലുണ്ടാകുന്ന താമര.

കല്തൊട്ടി. ന. കല്ലിൽ കുഴിച്ചുണ്ടാക്കുന്ന പാത്രം.

കല്പകൻ. ന. ക്ഷൌരക്കാരൻ.

കല്പകം. ന. സ്വർഗ്ഗത്തിലെ വൃക്ഷങ്ങളിൽ ഒന്നു, കല്പവൃക്ഷം.

കല്പകവാടിക. അല്ലെങ്കിൽ, **കല്പവാടിക.** ന. കല്പവൃക്ഷങ്ങൾ നില്ക്കുന്ന തോട്ടം.

കല്പകവൃക്ഷം. ന. കല്പവൃക്ഷം.

കല്പകാലം. ന. പ്രളയസമയം.

കല്പടവു. ന. കല്ലുകൊണ്ടു പണിതതു, കല്പട.

കല്പട. ന. കേറുന്നതിന്നും മറ്റും ക്രമേണ പൊക്കി കല്ലുകൊണ്ടു പണിത നട.

കല്പണി. ന. കരിങ്കല്ലും വെട്ടുകല്ലും കൊണ്ടുള്ള വേല.

കല്പന. ന. ൧, വരുതി. ൨, ഉപദേശം. ൩, കവിത. ൪, ആനയുടെ അലങ്കാരം.

കല്പ. വി. (ല്പൻ, ല്പാ, ല്പം.) വി. ന. ഏകദേശം സാദൃശ്യമുള്ള, ഒട്ടു തുല്യമായ.

കല്പം. ന. ൧, ബ്രഹ്മാവിന്റെ ഒരു ദിവസം. ൨, പ്രളയം, ലോകനാശം. ൩, വേദത്തിന്റെ അംഗങ്ങളായ ശാസ്ത്രങ്ങൾ ആറുള്ളതിൽ ഒന്നു. ൪, ഉപദേശം. ൫, വളരെക്കാലം ജീവിക്കുന്നതിന്നും മറ്റുമുള്ള ചില ഔഷധയോഗങ്ങൾ. ൬, കല്പവൃക്ഷം.

കല്പലക. ന. എഴുതുവാനുള്ള ഒരുമാതിരി കല്ലു.

കല്പവല്ലി. ന. കല്പവൃക്ഷത്തോടു ചേൎന്നുണ്ടാകുന്ന വല്ലി.

കല്പവൃക്ഷം. ന. സ്വർഗ്ഗത്തിലെ ഒരു വൃക്ഷം.

കല്പക്ഷയം. ന. ഒരു കല്പകാലത്തിന്റെ അവസാനം, പ്രളയം.

കല്പാന്തം. ന. കല്പത്തിന്റെ അവസാനം, പ്രളയം, ലോകനാശം.

കല്പാന്തവഹ്നി. ന. ലോകത്തെ നശിപ്പിക്കുന്ന തീ.

കല്പിക്കുന്നു. ച്ചു. പ്പാൻ. (കല്പി.) സ. ക്രി. ൧, രാജാക്കന്മാർ മുതലായവർ പറയുന്നു, വരുതികൊടുക്കുന്നു. ൨, ഉപദേശിക്കുന്നു. ൩, വിചാരിച്ചു നിശ്ചയിക്കുന്നു.

കല്പിത. വി. (തൻ, താ, തം.) വി. ന. ൧, കല്പിക്കപ്പെട്ട. ൨, നിശ്ചയിക്കപ്പെട്ട. ൩, വിചാരിക്കപ്പെട്ട. ൪, ഉപദേശിക്കപ്പെട്ട.

കല്പിതം. ന. യുദ്ധത്തിന്നു കോപ്പിട്ടുവിക്കപ്പെട്ട ആന.

കല്പൂഴി. ന. വെട്ടുകല്ലിന്റെ പൊടി ചുണ്ണു.

കല്മദം. ന. പാറ പൊട്ടിയുണ്ടാകുന്ന [illegible].

കല്മഷ. വി. (ഷൻ, ഷാ, ഷം.) വി. ന. മലിനതയുള്ള, മുഷിഞ്ഞ.

കല്മഷം. ന. ൧, പാപം. ൨, മലിനത.

കല്മാഷ. വി. (ഷൻ, ഷാ, ഷം.) വി. ന. നാനാനിറമുള്ള, പലനിറമുള്ള.

കല്യ. വി. (ല്യൻ, ല്യാ, ല്യം.) വി. ന. ൧, ശക്തിയുള്ള. ൨, രോഗമില്ലാത്ത. കല്യത്വം. അല്ലെങ്കിൽ, കല്യത. ഗു. ന. ൧, രോഗമില്ലായ്മ. ൨, ശക്തി. ൩, സാമൎത്ഥ്യം.

കല്യം. ന. ൧, ഉഷസ്സ. ൨, ഇന്നലെ. ൩, നാളെ.

കല്യവൎത്തം. ന. പ്രാതൽ.

കല്യാ. ന. ൧, നല്ലവാക്ക. ൨, കടുകാ. ൩, മദ്യം.

കല്യാണ. വി. (ണൻ, ണി, ണം.) വി. ന. ശുഭമായ, നന്മയുള്ള.

കല്യാണം. ന. ൧, ശുഭം. ൨, വിവാഹം.

കല്യാണരൂപ. വി. (പൻ, പാ, പം.) വി. ന. സൌന്ദൎയ്യമുള്ള.

കല്യാണരൂപി. വി. (പി, പിണി, പി.) വി. ന. മേല്പറഞ്ഞ അൎത്ഥം.

കല്യാണശീല. വി. (ലൻ, ലാ, ലം.) വി. ന. നല്ല സ്വഭാവമുള്ള.

കല്യാണാംഗ. വി. (ഗൻ, ഗീ, ഗം.) വി. ന. സൌന്ദൎയ്യമുള്ള.

കല്യാണി. വി. (ണി, ണിനി, ണി.) വി. ന. ശുഭമായ, നന്മയുള്ള.

കല്യാണി. ന. ഒരു രാഗം.

കല്യാപാലൻ. ന. മദ്യം കാച്ചുന്നവൻ.

കല്ല്. ന. ൧, വെട്ടുകല്ല. ൨, കരിങ്കല്ല മറ്റും. ൩, രത്നം. ൪, മൂത്രമടെപ്പുണ്ടാക്കുന്ന ഒരു ദീനം.

കല്ലം. ന. സ്ഫടികംകൊണ്ടുള്ള കൊന്ത.

കല്ലടെപ്പ്. ന. കല്ലുപോലെ ഒരു വ്യാധിയുണ്ടായിട്ടു മൂത്രത്തിന്നു തടവു വരിക, അശ്മരി.

കല്ലൻ. ന. ൧, കരിങ്കൽപ്പണിക്കാരൻ. ൨, ഉറപ്പുള്ളവൻ.

കല്ലൻമുള. ന. കട്ടിയുള്ള ഒരുമാതിരി മുള.

കല്ലരി. ന. 'അരി'യെന്നുള്ളതിന്നു പകരം ബഹുമാനസൂചകമായി താണ്മനിലയിലുള്ളവർ ഉപയോഗിക്കുന്ന വാക്ക്.

കല്ലള. ന. ൧, കല്ലിലുണ്ടാകുന്ന ചില ഗുഹ. ൨, മണ്ണാഴത്തിൽ അധ്യമായുള്ള ദ്വാരം.

കല്ലറ. ന. ൧, കല്ലുകൊണ്ടുണ്ടാക്കിയ പുരമുറി. ൨, പ്രേതക്കുഴി. ൩, പാറയിലുണ്ടാക്കിയ ഗുഹ.

കല്ലാൽ. ന. ഒരു വൃക്ഷം.

കല്ലാശാരി. ന. വെട്ടുകല്ലു പണിയുന്ന ഒരു ജാതി.

കല്ലിക്കുന്നു. ച്ചു. ച്ചാൻ. (കല്ലി.) അ. ക്രി. കല്ലുപോലെ ഉറയ്ക്കുന്നു. കല്ലിപ്പു. ന.

കല്ലിടാന്തി. ന. കല്ലിലുണ്ടായ ഗ്രഹം, കല്ലിടുക്കു.

കല്ലിടുക്കു. ന. പാറകളിലുണ്ടാകുന്ന ചില വിസ്താരംകുറഞ്ഞ ഇടം.

കല്ലിരിമ്പു. ന. കല്ലിൽനിന്നെടുക്കുന്ന ഇരിമ്പു, കട്ടയിരിമ്പു.

കല്ലുപ്പു. ന. കട്ടയായുള്ള ഒരുമാതിരി ഉപ്പു.

കല്ലുപുളപ്പൻ. ന. ഒരുമാതിരി ചെടി.

കല്ലുമട; കല്മട; കല്പണ. ന. കല്ലു വെട്ടിയുണ്ടാക്കിയ വലിയ കുഴി.

കല്ലുളി. ന. കരിങ്കല്ലു പണിയുന്നതിനുള്ള ഉളി.

കലക്കാടൻ. ന. ധാന്യമളക്കുന്നതിനുപയോഗിക്കുന്ന ഒരു താപ്പു.

കല്ലുവഞ്ചി. ന. ഒരു പച്ചമരുന്നു

കല്ലെടമുട്ടി. ന. ഒരുവക മത്സ്യം.

കല്ലേർ. ന. കല്ലുകൊണ്ടെറിക.

കല്ലോട്ടി. ന. ഒരുവക മത്സ്യം.

കല്ലോല. വി. (ലൻ, ലാ, ലം.) വി. ന. വിരോധമുള്ള, ശത്രുതയുള്ള.

കല്ലോലം. ന. ൧, വലിയ തിരമാല. ൨, സന്തോഷം.

കഹ്ലാരം. ന. ചെങ്കഴിനീർപ്പൂവു.

കവ. ന. ൧, വൃക്ഷത്തിന്റെ രണ്ടുകൊമ്പുകൾ കൂടിയ ഇടം. ൨, കാലുകളുടെ ഇടം.

കവകം. ന. ൧, കബളം. ൨, കൂൺ.

കവകാലൻ. വി. ന. കവകാലുള്ളവൻ.

കവകാലി. വി. ന. കവകാലുള്ളവൾ.

കവകാൽ. ന. ഇടത്തോട്ടും വലത്തോട്ടും അകന്നിരിക്കുന്ന കാൽ.

കവചം. ന. ചട്ട, ഉടുപ്പു.

കവചി. ന. ചട്ടയിട്ടവൻ.

കവട. ന. ഒരുമാതിരിപ്പുല്ലു.

കവടി. ന. ഗണിക്കുന്നതിനും മററുമുള്ള ഒരുമാതിരി ക്ഷുദ്രം.

കവട്ടപ്പുല്ലു. ന. ഒരു മണമുള്ള പുല്ലു.

കവണി. ന. കരയുള്ള ഒരുമാതിരി വെളുത്ത നേരിയ വസ്ത്രം.

കവനം. ന. കവിത.

കവയിത്രി. ന. വിദുഷി.

കവരക്കി. ന. ബദ്ധൻ, ബലാൽക്കാരമായിപ്പിടിക്കപ്പെട്ടവൻ.

കവരപ്പുല്ലു. ന. ഒരുവക പുല്ലു.

കവരം. വി. മിശ്രമായുള്ള, കൂടികലന്ന.

കവരം. ന. ൧, ഉപ്പുരസം. ൨, പുളിരസം, പുളിപ്പു. ൩, പിന്നിയ തലമുടി. (മ.) ൧, മരത്തിന്റെ കൊമ്പുകളുടെ ചുവടു. ൨, തുണിന്റെ കപ്പു.

കവരി. ന. ൧, പിന്നിയ തലമുടി. ൨, ഒരു മരുന്നു, നായർവെണ്ണ.

കവരുന്നു. ന്നു. വാൻ. (കവർ.) സ. ക്രി. മോഷ്ടിക്കുന്നു, കൊള്ളയിടുന്നു.

കവൎച്ച. ന. ബലാല്ക്കാരമായുള്ള മോഷണം, കൊള്ള.

കവർ. ന. ചിലരുടെ ശരീരത്തിലുണ്ടാകുന്ന ഒരു ചീത്ത മണം.

കവർനാററം. ന. മേല്പറഞ്ഞ അൎത്ഥം.

കവല. ന. ൧, വഴികൾ തമ്മിൽ യോജിക്കുന്ന സ്ഥലം. ൨, സാരം. ൩, ഉദ്ഗതം. ൪, വിചാരം.

കവളം. ന. ഉരുള.

കവളപ്പാറ. ന. ഒരു ദിക്കു.

കവളി. ന. മരക്കൊമ്പിന്റെ ചുവടു.

കവറ. ന. പരമ്പു കൊട്ട മുതലായവ ഉണ്ടാക്കുന്ന ഒരു നീച ജാതി.

കവറു. ന. ഒരു മാതിരി കളിസാധനം, പകിട.

കവററുകണ്ണു. ന. പകിട.

കവാടം. ന. കതകു.

കവാത്തു. ന. യുദ്ധത്തിനു അണി നിരക്കുന്നതിനു പരിചയിക്കുക.

കവി. ന. ൧, വിദ്വാൻ. ൨, ശുക്രൻ. (മ.) ചേനയും മററും നട്ടാൽ മൂടുന്ന ഇല.

കവിക. ന. കടിഞ്ഞാണം.

കവിച്ചിൽ. ന. ൧, വെള്ളവും മററും കുംഭം പാത്രം മുതലായവയിൽനിന്നു കവിഞ്ഞൊഴുകുക. ൨, അധികത്വം.

കവിഞ്ചി. ന. കൊരടാവു.

കവിട്ടുന്നു; കമട്ടുന്നു. ട്ടി. ട്ടുവാൻ. (കവി, കമ.) സ. ക്രി. വെളിയിലേക്കു ഒഴുക്കുന്നു, ചരിക്കുന്നു. കവിട്ടിക്ക; കവിട്ടിപ്പിക്ക; കമട്ടിപ്പിക്ക.

കവിണ. ന. കല്ലുവെച്ചെറിവാൻ കെട്ടിയുണ്ടാക്കുന്ന കയറു.

കവിത. ന. വിദ്വാന്മാരുണ്ടാക്കുന്ന കാവ്യം പാട്ടു മുതലായവ. (മ.) കള്ളം പറക.

കവിതകെട്ടു. ന. കാവ്യം മുതലായ കൃതികളുണ്ടാക്കുക.

കവിത്വം. ന. കവിത.

കവിയൻ. ന. തലയിണയുമ്മററും മൂഷിയാതിരിപ്പാനിടുന്ന ഉറ.

കവിയിടുന്നു. ട്ടു. വാൻ. (കവി.) അ. ക്രി. ചേനയുമ്മററും നട്ടതിനെ ഇലകൊണ്ടു മൂടുന്നു.

കവിയുന്നു. ഞ്ഞു. വാൻ. (കവി.) സ. ക്രി. ൧, നിറഞ്ഞു അധികമുണ്ടായാൽ ഒഴുകുന്നു. ൨, സാമാന്യത്തിൽ അധികമായിട്ടുള്ള അഹംഭാവവും മററും കാണിക്കുന്നു.

കവിൾ. ന. കണ്ണും വായും ചെവിയും കൂടിയതിനിടയിലുള്ള ഭാഗം, ചെകിടു.

കവിൾകൊള്ളുന്നു. ണ്ടു. വാൻ. (കവിൾ.) സ. ക്രി. ൧, വായിലുണ്ടാകുന്ന ചില ദീനങ്ങൾക്കു മരുന്നുവെള്ളം വായിലൊഴിക്കുന്നു. ൨, കുലുക്കുഴിയുന്നു.

കവിൾത്തടം. ന. കവിൾ.

കവിൾവാപ്പു. ന. കവളിലുണ്ടാകുന്ന ഒരു ദീനം.

കവിഴുന്നു. ന്നു. വാൻ. (കവിൾ.) അ. ക്രി. ൧, മലൎന്നിരിക്കുന്ന വസ്തുവിന്റെ മേൽഭാഗം അടിയിലായിത്തീരുന്നു. ൨, പാത്രവുമ്മററും മറിയുന്നു. ൩, മുഖം താഴ്ത്തുന്നു. കവിഴ്ത്തുന്നു. സ. ക്രി.

കവിഴ്ച. ന. മുഖം താഴ്ത്തുകയും മററും.

കവിഴ്ത്തു; കമത്തു. ന. ചുവരിന്റെയുമ്മററും മുകളിൽ പണിയുന്ന കല്ലു.

കവിഴ്ത്തൽ. ന. കവിഴ്ത്തുക.

കവുങ്ങു. ന. അടെക്കാമരം.

കവെക്കുന്നു. ച്ചു. ച്ചാൻ. (കവ.) സ. ക്രി. ൧, കാലു രണ്ടും അകററുന്നു. ൨, ചവിട്ടാതെ കവെച്ചു കടക്കുന്നു.

കവെപ്പു. ന. കാലുകൾ അകററുക, കവെക്കുക.

കവേരകന്യാ. ന. ഒരാറു, കാളിന്ദി.

കവേരം. ന. ഒരു മല.

കവോഷ്ണ. വി. (ഷ്ണൻ, ഷ്ണാ, ഷ്ണം.) വി. ന. അല്പമായിട്ടു ചൂടുള്ള.

കവോഷ്ണം. ന. അല്പമായ ചൂടു.

കവ്യം. ന. പിതൃകൎമ്മത്തിനുള്ള ചോറു.

കശ. ന. കുതിരയെ അടിക്കുന്നതിനുള്ള വടി, ചമ്മട്ടി. (മ.) കലശൽ.

കശകശ. ന. കറപ്പ തയ്യുടെ കായിൽ അരിയിരിക്കുന്ന പട്ടിൽ.

കശക്കുന്നു. ക്കി. വാൻ. (കശാ.) സ. ക്രി. ഞെക്കിത്തിരുമ്മുന്നു. മട്ടിക്കുന്നു.

കശാപ്പു. ന. കൊല്ലുക.

കശാൎഹ. വി. (ൎഹൻ, ൎഹാ, ൎഹം.) വി. ന. ചമ്മട്ടികൊണ്ടടിക്കപ്പെടുവാൻ തക്ക.

കശിപു. ന. ൧, അന്നം, ചോറു. ൨, വസ്ത്രം.

കശീശാ. ന. സുറിയാനി പട്ടക്കാരൻ.

കശ്രുമാങ്ങ. ന. കപ്പൽമാങ്ങ.

കശ്രുമാവു. ന. ഒരു വൃക്ഷം, കപ്പൽമാവു.

കശേരുക. ന. തണ്ടെല്ലു.

കശേരുകം. ന. കഴിമുത്തങ്ങ.

കശ്യപൻ. ന. പേരറിയപ്പെടാത്തതിൽ ഒരുത്തൻ.

കശ്ചിൽ. ന. മേല്പറഞ്ഞ അൎത്ഥം.

കശ്മല. വി. (ലൻ, ലാ, ലം.) വി. ന. മലിനമായ, മുഷിഞ്ഞ.

കശ്മലം. ന. ൧, മോഹാലസ്യം, ബോധക്കേടു. ൨, പാപം.

കശ്മീരജന്മാവു. ന. കുങ്കുമപ്പൂവു, കുങ്കുമം.

കശ്മീർ. അല്ലെങ്കിൽ, **കശ്മീരം.** ന. ഒരു രാജ്യം.

കശ്യ. വി. (ശ്യൻ, ശ്യാ, ശ്യം.) വി. ന. ചമ്മട്ടികൊണ്ടടിപ്പാൻ തക്ക.

കശ്യം. ന. ൧, ഒരു മാതിരി മദ്യം. ൨, കുതിരയുടെ നടവു.

കഷണം. ന. ഖണ്ഡം, നുറുക്കു.

കഷണിക്കുന്നു. ച്ചു. പ്പാൻ. (കഷണി.) സ. ക്രി. കഷണമാക്കുന്നു, നുറുക്കുന്നു. അ. ക്രി. വിഷമിക്കുന്നു.

കഷം. ന. ഒരു മാതിരി ചാണ, ഉരകല്ലു.

കഷായക്കഞ്ഞി. ന. മരുന്നുകൊണ്ടു കഷായമുണ്ടാക്കിയതിൽ വെക്കുന്ന കഞ്ഞി.

കഷായക്കല്ലു. ന. ഒരു മാതിരി കല്ലു, കാവിമണ്ണിൻ കട്ട, കാവിമണ്ണു.

കഷായ. വി. (യൻ, യാ, യം.) വി. ന. ൧, ചവൎപ്പുള്ള. ൨, തവിട്ടുനിറമുള്ള.

കഷായം. ന. ൧, മരുന്നിട്ടു വേവിച്ച വെള്ളം. ൨, വൃക്ഷാദികളുടെ പശ. ൩, തവിട്ടുനിറം.

കഷി. വി. (ത്രിപു.) വി. ന. അനൎത്ഥമുള്ള, ഉപദ്രവിക്കുന്ന.

കഷ്ടകൎമ്മം. ന. ചെയ്യരുതാത്ത പ്രവൃത്തി, ദുഷ്കൎമ്മം.

കഷ്ടകാരക. വി. (കൻ, കാ, കം.) വി. ന. ദുഃഖമുണ്ടാക്കുന്ന.

കഷ്ടകാരകം. ന. ലോകം.

കഷ്ടകാലം. ന. ദുഃഖമുള്ള സമയം, ചീത്തക്കാലം.

കഷ്ടപ്പാടു. ന. ൧, ദുഃഖിക്കുക. ൨, പ്രയാസപ്പെടുക, ബുദ്ധിമുട്ടുക.

കഷ്ടപ്പെടുന്നു. ട്ടു. വാൻ. (കഷ്ട.) അ. ക്രി. ൧, ദുഃഖിക്കുന്നു. ൨, അദ്ധ്വാനം ചെയ്യുന്നു.

കഷ്ട. വി. (ഷ്ടൻ, ഷ്ടാ, ഷ്ടം.) വി. ന. ൧, ദുഃഖത്തോടുകൂടെ സാധിപ്പാൻ തക്ക. ൨, ഞെരുങ്ങിയിട്ടുള്ള, പ്രയാസമുള്ള. **കഷ്ടത.** ഗു. ന. ൧, ആപത്തു. ൨, ദുഃഖം, അദ്ധ്വാനം.

കഷ്ടം. ന. ദേഹത്തിലുണ്ടാകുന്ന ദുഃഖം.

കഷ്ടം. അ. ആരുടെ എങ്കിലും ആപത്തിനെക്കാണുമ്പോൾ ദുഃഖത്തോടെ പറയുന്ന ഒരു വാക്കു.

കഷ്ടാനുഭവം. ന. ദുഃഖത്തെ അനുഭവിക്കുക.

കഷ്ടിക്കുന്നു. ച്ചു. പ്പാൻ. (കഷ്ടി.) അ. ക്രി. തികയുന്നതിന്നു മാത്രമില്ലായ്കയാൽ ഞെരുങ്ങിയൊ ചുരുക്കമായിട്ടൊ സാധിക്കുന്നു.

കഷ്ടിച്ചു. അ. ൧, ചുരുക്കത്തിൽ. ൨, പ്രയാസത്തോടെ.

കഷ്ടിപിഷ്ടി. അ. വേണ്ടുംപ്രകാരം ചെയ്വാൻ വശമില്ലാഞ്ഞും ദ്രവ്യമില്ലാഞ്ഞുമറ്റും പ്രയാസത്തോടെ.

കഷ്ടിപ്പു. ന. വേണ്ടതിന്നും മാത്രമില്ലായ്ക.

കഷ്യം. ന. കറിയുടെയുമറ്റും കഷണം.

കസം. ന. ഉരകല്ലു.

കസവു. ന. ൧, പൊന്നോ വെള്ളിയോ കൊണ്ടുണ്ടാക്കിയ ചെറിയ നൂൽ. ൨, പൊന്നിൻനൂലോ വെള്ളിനൂലോ പഞ്ഞിനൂലോടുമറ്റും ചേൎത്തു പിരിച്ചതു. ൩, ഈ വക നൂലുകൾ കൊണ്ടു വസ്ത്രത്തിലുണ്ടാക്കുന്ന കരയും കുറിയുംമറ്റും.

കസവുകര. കസവുനൂലുകൊണ്ടു വസ്ത്രത്തിലുണ്ടാക്കുന്ന കര.

കസവുകുറി. ന. കസവുകൊണ്ടു വസ്ത്രത്തിലുണ്ടാക്കുന്ന ഒരു കുറി.

കസേര; കസേല. ന. ഇരിക്കുവാനുള്ള ഉയൎന്ന പീഠം.

കസ്ബ; കസബ്. ന. ൧, പ്രധാന പട്ടണം. ൨. പോല്ലീസ് സ്റ്റേഷ്യൻ.

കസ്തുരിക. അല്ലെങ്കിൽ, **കസ്തൂരി.** ന. ൧, ഒരുവക മൃഗത്തിൽനിന്നെടുക്കുന്ന സുഗന്ധവസ്തു. ൨, മുതലക്കസ്തൂരി.

കസ്തൂരിമഞ്ഞൾ. ന. ഒരുവക ചെടി.

കസ്തൂരിമൃഗം. ന. കസ്തൂരിയുള്ള ഒരു വക മൃഗം.

കഹപം. ന. വെളിർ, കൊക്കു.

കള. ന. ധാന്യങ്ങളോടുകൂടെ മുളെച്ചുണ്ടാകുന്ന പുല്ലുംമറ്റും.

കളകണ്ഠം. ന. കുയിൽ.

കളകം. ന. ഒരു വക മത്സ്യം.

കളകളം. ന. പല മനുഷ്യരോ ജന്തുക്കളോ മറ്റൊ കൂടികലൎന്നുണ്ടാകുന്ന വലിയ ശബ്ദം, കോലാഹലം.

കളങ്കം. ന. ൧, അടയാളം. ൨, അപവാദം. ൩, കറുപ്പു, കറ. ൪, കുറ്റം.

കളങ്കി. വി. (ങ്കി, ങ്കിനി, ങ്കി.) വി. ന. ൧, അടയാളമുള്ള. ൨, അപവാദമുള്ള, കുറ്റമുള്ള.

കളഞ്ജം. ന. വിഷം തേച്ചിരിക്കുന്ന അസ്ത്രമേറ്റ മൃഗം.

കളത്രം. ന. ൧, ഭാൎയ്യ. ൨, കടിപ്രദേശം.

കളത്രവാൻ. ന. ഭാൎയ്യയുള്ളവൻ.

കളധൌതം. ന. ൧, വെള്ളി. ൨, പൊന്നു. ൩, മധുരമായ ശബ്ദം.

കളധ്വനി. ന. ൧, പ്രാവു. ൨, കുയിൽ. ൩, മധുരമായ ശബ്ദം.

കളവിങ്കം. ന. ഊൎക്കുരികിൽപ്പക്ഷി.

കളപ്പറ. ന. നെല്ലു മെതിക്കുന്ന സ്ഥലത്തു അളക്കുന്ന പറ.

കളപ്പാടു. ന. കളപ്പുര.

കളപ്പിച്ച. ന. നെല്ലു മെതിക്കുന്ന സ്ഥലത്തു കൊടുക്കുന്ന ധൎമ്മം.

കളപ്പുര. ന. കൃഷിസ്ഥലത്തിന്നടുത്തുള്ള നെല്പുര.

കളഭക്കൂട്ടു. ന. ജവാദി രാമച്ചം മുതലായിട്ടുള്ള സുഗന്ധദ്രവ്യം എട്ടും.

കളഭം. ന. ൧, ആനക്കിടാവു. ൨, സുഗന്ധദ്രവ്യം എട്ടും.

കളമം. ന. ഒരുമാതിരി വെളുത്ത നെല്ലു.

കളമാറുന്നു. റി. വാൻ. (കളമാറ.) അ. ക്രി. നെല്ലു വിതെച്ചശേഷം ഉഴുന്നു.

കളമാറ്റം. ന. നെല്ലു വിതെച്ചതിൻ പിന്നെ ചെയ്യുന്ന ഉഴവു.

കളമൊഴി. ന. ൧, മാധുൎയ്യമുള്ള വാക്കു. ൨, മധുരവാക്കുള്ള സ്ത്രീ.

കളം. വി. മധുരശബ്ദത്തോടു കൂടിയിരിക്കുന്ന.

കളം. ന. ൧, നെല്ലു മെതിക്കുന്നതിന്നുള്ള സ്ഥലം. ൨, യുദ്ധത്തിന്നുള്ള സ്ഥലം. ൩, പല നിറത്തിലുള്ള പൊടികൾകൊണ്ടുണ്ടാക്കുന്ന രൂപം.

കളമ്പൊലി. ന. കളത്തിൽനിന്നു നെല്ലുംകൊണ്ടു ഉടയക്കാരനുമററും പോകുക.

കളംബകൻ. ന. പറകയും കേൾക്കയുമില്ലാത്തവൻ, പൊട്ടൻ.

കളംബം. ന. ൧, അമ്പു. ൨, ഇലകറിക്കു കൊള്ളുന്ന ചില ചെടികളുടെ തിളിര.

കളംബി. ന. പശുഉച്ചീര.

കളയുന്നു. ഞ്ഞു. വാൻ. (കള.) സ. ക്രി. ൧, ഉപേക്ഷിക്കുന്നു. ൨, ദൂരത്താക്കുന്നു. ൩, നശിപ്പിക്കുന്നു. **കളയിക്കുന്നു.** കാ. ക്രി.

കളരവം. ന. ൧, മാടപ്രാവു. ൨, കുയിൽ. ൩, മധുരധ്വനി.

കളരി. ന. ആയുധാഭ്യാസത്തിന്നുമററുമുള്ള അഭ്യാസശാല.

കളവു. ന. ൧, കള്ളം. ൨, മോഷണം, വ്യാജം.

കളവാണി. ന. ൧, മാധുൎയ്യമുള്ള വാക്കു. ൨, മധുരവാക്കുള്ള സ്ത്രീ.

കളഹംസം. ന. ൧, ഒരു മാതിരി അരയന്നം, ഇരണ്ട. ൨, പാത്ത.

കളാക്കാ. ന. ഒരു മാതിരി കായ്.

കളാചികാ. ന. വെററിലത്തട്ടം.

കളാദൻ. ന. തട്ടാൻ.

കളായം. ന. ഒരു വക വിശേഷമുള്ള പയർ.

കളാവു. ന. കളാക്കാ.

കളി. ന. ൧, വിനോദം, നേരമ്പോക്കു. ൨, ആട്ടം, കഥകളി. ൩, ശാസ്ത്രകളി. ൪, ഒരു മാതിരി പലഹാരം. ൫, മാങ്ങാ പിഴിഞ്ഞ ചാറു. ൬, അടെക്കാകളി.

കളിക്കാരൻ. ന. ൧, ആട്ടക്കാരൻ. ൨, വിനോദക്കാരൻ.

കളിക്കുന്നു. ച്ചു. പ്പാൻ. (കളി.) അ. ക്രി. ൧, വിനോദിക്കുന്നു. ൨, ആട്ടം ആടുന്നു, ആടുന്നു.

കളിക്കൊട്ടിൽ. ന. ആട്ടം മുതലായ ചില കളികൾക്കായിട്ടു കെട്ടിയുണ്ടാക്കിയ സ്ഥലം.

കളിക്കൊട്ടു. ന. ആട്ടത്തിൻെറ കൊട്ടു.

കളിക്കോപ്പു. ന. ൧, ആട്ടക്കാരുടെ കിരീടവുമററും. ൨, കളിക്കുന്നതിന്നുള്ള സാധനം.

കളിച്ചൽ; കളിച്ചിൽ. ന. മത്സ്യത്തിനെ പിടിക്കുന്നതിന്നുള്ള ഒരു സൂത്രം.

കളിത്തട്ടു. ന. ചില ക്ഷേത്രത്തിന്നടുത്തു ഭിത്തികൂടാതെയും ചുവട്ടിൽ തട്ടുള്ളതായുമുണ്ടാക്കുന്ന പുര.

കളിന്ദം. ന. ഒരു പൎവ്വതം.

കളിന്ദനന്ദിനി. ന. കാളിന്ദിനദി.

കളിപ്പന്തൽ. ന. കളിക്കൊട്ടിൽ.

കളിപ്പാക്കു. ന. കളി പുരട്ടിയുണങ്ങിയ പാക്കു.

കളിപ്പാവ. ന. കളിക്കുന്നതിന്നായിട്ടു മരംകൊണ്ടോ മറെറാ ഉണ്ടാക്കിയ രൂപം.

കളിപ്പു. ന. കളി, മണ്ടത്തം.

കളിമണ്ണു. ന. ഒരു മാതിരി ചേറു, കശമണ്ണു.

കളിമ്പു. ന. ഓട്ടുപാത്രത്തിലുമററും ഉണ്ടാകുന്ന ക്ലാവു.

കളിമ്പം. ന. കളി, പൈതങ്ങളുടെയുമററും നേരംപോക്കു, വിനോദം.

കളിയടെക്കാ. ന. കളി പുരട്ടിയുണങ്ങിയ പാക്കു.

കളിയാടുന്നു. ടി. വാൻ. (കളി.) അ. ക്രി. കളിക്കുന്നു.

കളിയാട്ടു. ന. ചില ദിക്കിൽ ചില ദൈവങ്ങൾക്കായിട്ടു ചെയ്യുന്ന ഒരു കൎമ്മം.

കളിയാട്ടം. ന. കളിക്കുക, വിനോദിക്കുക.

കളിവട്ടം. ന. കളിയുടെ മാതിരി.

കളിവള്ളം. ന. കളിക്കുന്നതിന്നായിട്ടുള്ള ഒരു മാതിരി വലിയ വഞ്ചി.

കളിവാക്കു. ന. നേരംപോക്കു പറക.

കളുക്കു. ന. ഉളുക്കു.

കളുക്കുന്നു. ക്കി. വാൻ. (കളു.) അ. ക്രി. ഉളുക്കുന്നു.

കളേബരം. ന. ശരീരം.

കൾക്കുടിയൻ. ന. മദ്യപാനി.

കൾക്കുന്നു. ട്ടു. പ്പാൻ. (കൾ.) സ. ക്രി. മോഷ്ടിക്കുന്നു.

കൾഫലം. ന. കമ്പിൾമരം.

കള്ളു. ന. തെങ്ങു പന മുതലായവയുടെ കുല ചെത്തിയെടുക്കുന്ന വെള്ളം, മദ്യം.

കള്ള. വി. ൧, മോഷ്ടിക്കുന്ന. ൨, വ്യാജം പറയുന്ന.

കള്ളക്കമ്മിട്ടം. ന. വ്യാജമുള്ള നാണയം.

കള്ളക്കരണം. ന. വ്യാജമായിട്ടുണ്ടാക്കിയ ആധാരം.

കള്ളക്കുററി. ന. കടം വാങ്ങിച്ചാൽ കൊടുക്കാത്തവൻ.

കള്ളക്കേടു. ന. കള്ളന്മാരിൽനിന്നും ഉണ്ടാകുന്ന ഉപദ്രവം.

കള്ളക്കോൽ. ന. വ്യാജമുള്ള വെള്ളിക്കോൽ.

കള്ളച്ചക്രം. ന. വ്യാജച്ചക്രം.

കള്ളച്ചരക്കു. ന. സൎക്കാരിന്നു തീരുവ കൊടുക്കാതെ കൊണ്ടുവന്നു വില്ക്കുന്ന ചരക്കു.

കള്ളച്ചൂതു. ന. വ്യാജമായി പ്രയോഗിച്ച ചൂതു.

കള്ളത്തരം. ന. വ്യാജമുള്ള സ്വഭാവം, വഞ്ചന.

കള്ളത്താക്കോൽ. ന. മറുതാക്കോൽ.

കള്ളത്താലി. ന. ഒരുത്തൻ ഒരു കന്യകയെ വിവാഹം ചെയ്വാൻ ആഗ്രഹിക്കയും അവളും അവളുടെ ശേഷക്കാരും സമ്മതിക്കാതെ ഇരിക്കയും ചെയ്താൽ ശേഷക്കാരറിയാതെ അവൻ അവളെ പിടിച്ചു ബലാല്ക്കാരമായിട്ടു കെട്ടുന്ന താലി.

കള്ളത്തി; കള്ളി. ന. കക്കുന്നവൾ, മോഷ്ടിക്കുന്നവൾ.

കള്ളന്തിരിവു. ന. ഉപായം കണ്ടുപിടിക്ക.

കള്ളന്ത്രാണം. ന. ൧, കള്ളക്കൌശലം. ൨, മടി.

കള്ളൻ. ന. കക്കുന്നവൻ, മോഷ്ടിക്കുന്നവൻ, നേരില്ലാത്തവൻ.

കള്ളപ്പം. ന. ഒരു പലഹാരം.

കള്ളപ്പൂട്ടു. ന. തുറക്കുന്നതിന്നു പ്രയാസമുള്ള പൂട്ടു.

കള്ളം. ന. ൧, വ്യാജം. ൨, മോഷണം. ൩, മടി.

കള്ളാടി. ന. അടിമക്കാരുടെ ഒരു വംശം.

കള്ളി. ന. ൧, കക്കുന്നവൾ. ൨, മടിയുള്ളവൾ. ൩, ഇലക്കള്ളിമരം. ൪, വളത്തിൻെറ മണിക്കാവുകൾക്കിടയിലുള്ള സ്ഥലം.

കള്ളിപ്പാല. ന. കൊമ്പു പൊട്ടിച്ചാൽ കറയുള്ള ഒരു വൃക്ഷം.

കള്ളിമുള്ളൻ. ന. ൧, ഒരുവക മുള്ളൻ പന്നി. ൨, ഒരുവക വസൂരിദീനം.

കള്ളുകട. ന. മദ്യം വില്ക്കുന്ന സ്ഥലം.

കക്ഷം. ന. ൧, കയ്യുകളുടെ ചുവട്ടിലെ ഭാഗം. ൨, വള്ളിക്കാട്. ൩, ഉണക്ക പുല്ല. ൪, പുല്ല. ൫, ആററരിക.

കക്ഷി. ന. ൧, ഒരു പക്ഷക്കാരൻ. ൨, അപകടം. ൩, വിരോധം.

കക്ഷ്യ. ന. ൧, ആനയുടെ കച്ചകയറു. ൨, ഉടഞാൺ. ൩, ഇടമുററം. ൪, വിരോധം. ൫, ഉത്തരീയം.

കഴ. ന. വണ്ണം കുറെഞ്ഞു നീളമുള്ള ഒരു മാതിരി തടി, മുഴ.

കഴകക്കാരൻ. ന. ക്ഷേത്രത്തിൽ പരിചാരക പ്രവൃത്തി ചെയ്യുന്നവൻ.

കഴകം. ന. ക്ഷേത്രത്തിലെ പരിചാരക പ്രവൃത്തി.

കഴകത്തു. ന. ൧, നന്മ. ൨, പുഷ്ടി.

കഴകത്താകുന്നു. യി. വാൻ. (കഴകത്ത.) അ. ക്രി. നല്ലതായിത്തീരുന്നു.

കഴഞ്ചു. സ്ത്രീ. പത്തു പണമിട കൂടിയ ഒരു തൂക്കം.

കഴഞ്ചി. ന. ഒരു പച്ചമരുന്നു.

കഴഞ്ചുകോൽ. അല്ലെങ്കിൽ, **കഴഞ്ചിക്കോൽ.** ന. കഴഞ്ചറിവാൻ തൂക്കുന്ന കോൽ.

കഴഞ്ചുപടി. ന. കഴഞ്ചിക്കോൽ.

കഴണ്ടി; കഷണ്ടി. ന. തലയിലെ രോമം പൊഴിഞ്ഞുള്ള സ്ഥിതി.

കഴനി. ന. വയൽ, കണ്ടം.

കഴമ. ന. ഒരു മാതിരി നെല്ലു.

കഴമ്പു. ന. ൧, പഴങ്ങളുടെ അകത്തുള്ള ദശ. ൨, ചില സസ്യങ്ങളുടെ തണ്ടു. ൩, സാരമായ ഭാഗം.

കഴനെററി. ന. വലിയ നെററി.

കഴല. ന. നാഴിയുടെ രണ്ടുവശവുമുള്ള സ്ഥലം, ഒട്ടക.

കഴലപ്പാട്ടു. ന. മേല്പറഞ്ഞ അർത്ഥം.

കഴലിണ. ന. കാൽച്ചുവടു രണ്ടും.

കഴലുന്നു. ന്നു. വാൻ. (കഴൽ.) അ. ക്രി. അടരുന്നു. **കഴററുന്നു.** സ. ക്രി.

കഴൽ. ന. ൧, കാൽച്ചുവടു. ൨, അഴിവാതിൽ.

കഴർ. ന. കയറു.

കഴററുപാര. ന. കുത്തിയടക്കുന്ന പാര.

കഴാ. ന. ൧, കണ്ടത്തിൽ വെള്ളം കടത്തുന്ന തുമ്പു. ൨, വേലിപ്പഴു.

കഴി. ന. ൧, ചെളി. ൨, ഉപ്പിന്റെ അഴുക്ക. ൩, ആല്യരുട്ടിയതു, താര. ൪, തുമ്പാക്കെ. ൫, നുകക്കഴി. ൬, മച്ചുപലകയുടെ അടിയിൽ തുലാത്തിന്മേൽ പണിതു വെക്കുന്ന മരം.

കഴിക്കുന്നു. ച്ചു. പ്പാൻ (കഴി.) സ. ക്രി. ൧, നിവൎത്തിക്കുന്നു. ൨, ചെയ്യുന്നു. ൩, കണക്കിൽ കുറെക്കുന്നു. ൪, അവസാനിപ്പിക്കുന്നു. ൫, തിന്നുന്നു. ൬, കൊല്ലുന്നു. ൭, ലോഹങ്ങളുടെ കറ കളയുന്നു. ൮, മിവസവൃത്തി ചെയ്യുന്നു. **കഴിപ്പിക്കുന്നു.** കാ. ക്രി.

കഴിച്ചിൽ. ന. മിവസവൃത്തി, ഉപജീവനം.

കഴിഞ്ഞ. വി. പോയ, തീൎന്ന.

കഴിനാ. ന. ഒരു ജലജന്തു.

കഴിപ്പു. വി. ചിത്ത തിരിഞ്ഞു തള്ളപ്പെട്ട.

കഴിമുത്തെങ്ങാ. ന. ഒരു പച്ച മരുന്നു.

കഴിയുന്നു. ഞ്ഞു. വാൻ. (കഴി.) അ. ക്രി. ൧, അവസാനിക്കുന്നു. ൨, ചാകുന്നു.

കഴിവു. ന. ൧, നിൎവ്വാഹം. ൨, പ്രാപ്തി. ൩, നിവൃത്തി.

കഴു. ന. കഴുവേററുന്ന മരം.

കഴുകൻ. അല്ലെങ്കിൽ, **കഴുകു.** ന. ഒരു വലിയ പക്ഷി.

കഴുകൽ. ന. വെള്ളംകൊണ്ടു ശുദ്ധിചെയ്യു.

കഴുകുന്നു. കി. വാൻ. (കഴു.) സ. ക്രി. വെള്ളംകൊണ്ടു ശുദ്ധിചെയ്യുന്നു.

കഴുക്കളം. ന. കഴുവേററുന്ന സ്ഥലം.

കഴുക്കോൽ. ന. ൧, മോന്തായത്തിലും ഉത്തരത്തിലും കൂട്ടിച്ചേൎത്തു പണിയുന്ന മരം. ൨, വള്ളം ഊന്നുന്നതിന്നുള്ള മുളക്കോൽ.

കഴുങ്ങു; കവുങ്ങു. ന. അടെക്കാമരം.

കഴുത. ന. ഏകദേശം കുതിരയെപോലെയുള്ള ഒരു മൃഗം.

കഴുതാക്കോൽ. ന. താഴിനകത്തിട്ടപ്പോൾ എടുപ്പാൻ വഹിയാതെ വരുന്ന താക്കോൽ.

കഴുത്തു. ന. ൧, ഉടലും തലയും കൂടുന്ന സ്ഥലം. ൨, വള്ളിയുടെയുംമററും തല.

കഴുത്തില. ന. സ്ത്രീകൾ കഴുത്തിൽ കെട്ടുന്ന ഒരാഭരണം.

കഴുനാ. ന. ഒരു ജലജന്തു, കഴിനാ, നീർനാ.

കഴുന്നു. ന. ൧, അമ്പു. ൨, വില്ലിൽ ഞാണകെട്ടുന്ന സ്ഥലം.

കഴുവൻ. ന. കഴുകൻപക്ഷി.

കഴുവിരൽ. ന. നടുവിലുള്ള വിരൽ.

കഴുവേറി. ന. ഒരു ശകാര വാക്ക.

കഴുവേറുന്നു. റി. വാൻ. (കഴുവേറ.) അ. ക്രി. കഴുവിൽ കേറുന്നു. **കഴുവേററുന്നു.** സ. ക്രി.

കഴെക്കുന്നു. ച്ചു. പ്പാൻ. (കഴെ.) അ. ക്രി. സാമാന്യമല്ലാതെ വേദനയുണ്ടാകുന്നു.

കഴെപ്പു. ന. ൧, അധികം വേല ചെയ്താൽ കൈക്കുംമററുമുണ്ടാകുന്ന ഒരു മാതിരി വേദന. ൨, പാമ്പു കടിച്ചാലുംമററുമുണ്ടാകുന്ന വേദന.

കറ. ന. ൧, വൃക്ഷങ്ങളുടെ പശ. ൨, വാഴക്കായുടെയുംമററും വെള്ളം. ൩, ചെളി, അഴുക്ക. ൪, സ്ത്രീകൾക്ക ഋതുകാലത്തുണ്ടാകുന്ന രക്തം. ൫, കറുപ്പുനിറം.

കറക്കണ്ഠൻ. ന. ശിവൻ.

കറക്കണ്ഠം. ന. മൂൎഖപ്പാമ്പിന്റെ കഴുത്തിലും തലയിലുമുള്ള കറുത്ത അടയാളം.

കറക്കുന്നു. ന്നു. പ്പാൻ. (കറ.) സ. ക്രി. പശുവിന്റെയുംമററും മുലയിൽനിന്നു പാലു പിഴിഞ്ഞെടുക്കുന്നു. **കറപ്പിക്കുന്നു.** കാ. ക്രി.

കറങ്ങൽ. ന. ൧, തലതിരിച്ചിൽ. ൨, ചുററിക്കൽ.

കറങ്ങുന്നു. ങ്ങി. വാൻ. (കറ.) അ. ക്രി. ൧, വട്ടത്തിൽ തിരിയുന്നു. ൨, തലതിരിയുന്നു, ചില ദീനംകൊണ്ടുംമററും തലെക്ക ദുഖക്കേടുണ്ടായിട്ടു ചുററുമുള്ള പ്രദേശങ്ങൾ തിരിയുന്ന പ്രകാരം തോന്നുന്നു.

കറപിരിക്കുന്നു. ച്ചു. പ്പാൻ. (കറപിരി.) അ. ക്രി. മോരൊഴിച്ചു വാഴെക്കായുടെ കറ കളയുന്നു.

കറവ. ന. പശുവിനെയുംമററും കറക്കുക.

കറവാച്ചു. ന. ൧. വൃക്ഷങ്ങളിൽനിന്നു കറ ഒഴുകുക. ൨, സ്ത്രീകൾക്കുണ്ടാകുന്ന ഒരു ദീനം, രക്തമൊഴിവു.

കറവാലുന്നു. ന്നു. വാൻ. (കറ.) അ. ക്രി. കറയൊഴുകുന്നു.

കറവുകാണം. അല്ലെങ്കിൽ, **കറവക്കാണം.** ന. കറപ്പാനായിട്ടു വാങ്ങിക്കുന്ന പശുവിന്റെയുംമററും ഉടയക്കാരന്നു കൊടുക്കുന്ന ദ്രവ്യം.

കറാടി. ന. ബ്രാഹ്മണരിൽ ഒരു ജാതിക്കാരൻ.

കറാൽ. ന. കണിശം.

കറി. ന. ചോറിൻെറ കൂടെ കൂട്ടി ഭക്ഷിക്കുന്നതിന്നുള്ള സാധനങ്ങൾ, കൂട്ടാൻ.

കറിക്കത്തി. ന. കറിസാധനങ്ങൾ നുറുക്കുന്നതിന്നുള്ള ഒരു മാതിരി പിച്ചാത്തി.

കറിക്കാ. ന. ൧, കറിയുണ്ടാക്കുന്നതിന്നുള്ള വാഴക്കാ. ൨, സാമാന്യം മൂത്ത വാഴക്കാ.

കറിക്കാൽ. ന. മൂന്നു കാലുള്ള ഒരു മാതിരി ചെറിയ മേശ.

കറിക്കൊടി. ന. ഒരു വക വള്ളി.

കറിക്കൊഴുപ്പ. ന. ഒരു മാതിരി ചീര.

കറിക്കോപ്പ്. ന. കറിക്കുള്ള സാധനം.

കറിച്ചുണ്ട. ന. ഒരു വക ചുണ്ട.

കറിമുഞ്ഞ. ന. ഒരു മരം.

കറിയുപ്പ്. ന. കറിയിലുമററും ചേക്കുന്ന ഉപ്പ്.

കറിവേപ്പ്. ന. കറിക്കുപകരിപ്പാൻ തക്കതായ ഇലയുണ്ടാകുന്ന ഒരു വൃക്ഷം, കരിവേപ്പ്.

കറിവേപ്പില. ന. കരിവേപ്പിൻെറ ഇല, കറിയിൽ ഇടുന്നതിന്നുള്ള ഇല.

കറുക. ന. ഒരു വക ചെറിയ പുല്ല്.

കറുകറെ. അ. ൧, ഏററവും കറുത്തു, ഇരുണ്ടു. ൨, ക്രൂരമായിട്ടു.

കറുക്കനെ. അ. ഏററവും കറുത്തു.

കറുക്കൻവെള്ളി. ന. കറയുള്ള വെള്ളി, ചീത്ത വെള്ളി.

കറുക്കുന്നു. ത്തു. പ്പാൻ. (കറു.) അ. ക്രി. കറുത്തതായി തീരുന്നു, ഇരുളുന്നു. **കറുപ്പിക്കുന്നു.** കാ. ക്രി.

കറുത്ത. വി. കരിക്കട്ടപോലെ നിറമായ, ഇരുണ്ടതായ.

കറുത്തചാര. ന. ഒരു മാതിരി കറുത്ത നെല്ല്.

കറുത്തീയം. ന. ഈയം രണ്ടു തരമുള്ളതിൽ കറുത്തതു, കാരീയം.

കറുത്തുപ്പ്. ന. ഉപ്പു പല തരമുള്ളതിൽ കറുത്തതു, കാരുപ്പ്.

കറുന്നനെ. അ. ഏററവും കറുത്തു.

കറുപ്പു; കറുപ്പ്. ന. ൧, ലഹരിയുള്ള ഔഷധം. ൨, കറുത്ത നിറം.

കറുപ്പൻ. ന. ൧, കറുത്തവൻ, കറുമ്പൻ. ൨, ഒരു പിശാചു.

കറുപ്പുരുമാൽ. ന. തലയിൽ കെട്ടുന്നതിന്നുള്ള ഒരു മാതിരി കറുത്ത ശീല.

കറുമുറെ. അ. വറുത്ത വസ്തുക്കൾ കടിച്ചു തിന്നുമ്പോഴുണ്ടാകുന്ന ശബ്ദം പോലെ.

കറുമ്പൻ. ന. കറുത്തവൻ.

കറുമ്പി. ന. കറുത്ത നിറമുള്ളവൾ.

കറുമ്പുന്നു. മ്പി. വാൻ. (കറു.) സ. ക്രി. പശു എങ്കിലും പശുവിനെപ്പോലെ എങ്കിലും താഴത്തെപ്പല്ലുകൊണ്ടു ചവെച്ചു തിന്നുന്നു.

കറുവാ. ന. ഒരു വൃക്ഷം.

കറുവാത്തൈലം. ന. കറുവായിൽ നിന്നെടുക്കുന്ന എണ്ണ.

കറുവാത്തൊലി. ന. കറുവാമരത്തിൻെറ തൊലി, കറുവാപ്പട്ട.

കറുവാപ്പട്ട. ന. മേല്പറഞ്ഞ അർത്ഥം.

കററ. ന. ൧, നെല്ലു മുതലായ ചില ധാന്യങ്ങൾ കൊയ്തു കെട്ടിയ കെട്ടു. ൨, പുല്ലുകെട്ടു.

കററൻപുലി. ന. ഒരു മാതിരി ചെറിയ പുലി.

കററക്കളം. ന. നെല്ലു കൊയ്തു കെട്ടിയ കെട്ടുകൾ വയ്ക്കുന്ന സ്ഥലം.

കററടവു. ന. ചതിവു, നേരുകേടു.

കററരി. ന. അരി അവെക്കുമ്പോൾ ഉരലിനടിയിൽ വെളുക്കാതെ കിടക്കുന്ന അരി.

കററവാർകുഴലി. ന. അധികം കറുത്ത തലമുടിയുള്ള സ്ത്രീ.

കററവാർകുഴൽ. അല്ലെങ്കിൽ, **കററക്കുഴൽ.** ന. അധികം കറുത്തു നീണ്ട തലമുടി.

കററാണി. ന. ഉരലിൻെറ ചുവട്ടിൽ ഭാരത്തെ അടെച്ചു പണിത മരം.

കററാർവാഴ. ന. ഒരു മാതിരി പോളയായുള്ള പച്ചമരുന്നു.

കററു. ന. കൌശലം, തക്കത്തരം പറയുന്ന ശീലം.

കററുക്കിടാവു. ന. കാളക്കിടാവു.

കററുകൂലി. ന. ൧, ഉഴവു ചെയ്യുന്നവന്നു കൊടുക്കുന്ന ശമ്പളം. ൨, കാളക്കിടാക്കളെ രക്ഷിക്കുന്നവന്നു കൊടുക്കുന്ന കൂലി.

കററുനട. ന. ചതിവു, കററടവു.

കററുവാണിഭം. ന. കാളക്കിടാക്കളെ കച്ചവടം ചെയ്യു.

കററുവാഴ. ന. കററാർവാഴ.

കററുവിദ്യ. ന. ചതിവു, കററുനട, തരവഴി.

കാ

കാകചിഞ്ചാ. ന. ഒരു വള്ളി, കുന്നി.

കാകണ്ടം. ന. കാവടി.

കാകതാലീയം. ന. യദൃച്ഛാ സംഭവമെന്ന അർത്ഥം വരത്തക്ക ഒരു ന്യായത്തിൻെറ പേരു.

കാകതിന്ദുകം. ന. കാക്കപ്പനിച്ചം.

കാകനാസിക. ന. മേന്തോന്നി.

കാകൻ. ന. ഒരു കറുത്ത പക്ഷി, കാക്ക.

കാകനീ. ന. ൧, നാലിലൊന്നു. ൨, മഞ്ചാടി. ൩, കവടി.

കാകപർണ്ണി. ന. കാട്ടുപയറു.

കാകപക്ഷം. ന. ൧, ക്ഷൌരം ചെയ്യുമ്പോൾ തലമുടി മുഴുവനും കളയാതെ ഏതാനും നിർത്തിയിരിക്കുന്നതു, കുടുമ. ൨, ജനിക്കുമ്പോൾ തന്നേ തലയിലുള്ള മുടി. ൩, കാക്കയുടെ ചിറകു.

കാകപീലുക. ന. കാക്കപ്പനിച്ചം.

കാകഭീരു. ന. ഒരു പക്ഷി, മൂങ്ങ.

കാകമാചീ. ന. കരിന്തകാളി.

കാകമുല്ഗ. ന. കാട്ടുപയറു.

കാകം. ന. ൧, കാക്കക്കൂട്ടം. ൨, ഒരു തൈ. ൩, ദ്വീപുകളിൽ ഒന്നു.

കാകരുകം. വി. (കൻ, കാ, കം.) വി. ന. ൧, നഗ്നമായ. ൨, ഭയമുള്ള.

കാകരുകൻ. ന. സ്ത്രീയുടെ ചൊല്പടിയിൽ നില്ക്കുന്ന ഭർത്താവു.

കാകളീ. ന. മാധുര്യമുള്ള ചെറിയ ശബ്ദം.

കാകാംഗീ. ന. മേന്തോന്നി.

കാകാരി. ന. മൂങ്ങ.

കാകാലൻ. ന. കാവതിക്കാക്ക.

കാകാക്ഷിന്യായം. ന. ഒരു വശം മാത്രം നോക്കുക.

കാകീ. ന. ൧, ഉവര. ൨, കാക്കപ്പിട.

കാകു. ന. ഭയംകൊണ്ടെങ്കിലും സന്തോഷംകൊണ്ടെങ്കിലും പറയുമ്പോഴുണ്ടാകുന്ന ഒച്ചയുടെ മാററം.

കാകുത്സ്ഥൻ. ന. ഒരു രാജാവു, ശ്രീരാമൻ.

കാകുദം. ന. അണ്ണാക്കു.

കാകുളകം. ന. ഒരു വൃക്ഷം.

കാകേന്ദു. ന. ഒരു വൃക്ഷം, കാക്കപ്പനിച്ചം.

കാകോദരം. ന. സൎപ്പം.

കാകോദുംബരിക. ന. ഒരു വൃക്ഷം, പേയത്തി, കാട്ടത്തിമരം.

കാകോളം. ന. ൧, ഒരു മാതിരി വിഷം. ൨, കാവതിക്കാക്ക.

കാകോളി. ന. ഒരു പച്ചമരുന്നു.

കാക്ക. ന. ഒരു കറുത്ത പക്ഷി.

കാക്കക്കണ്ണു. ന. കോങ്കണ്ണു.

കാക്കക്കണ്ണൻ. ന. ചരിച്ചുനോക്കുന്നവൻ, കോങ്കണ്ണൻ.

കാക്കക്കണ്ണി. കോങ്കണ്ണി.

കാക്കക്കുറത്തി. ന. കാക്കാലത്തി.

കാക്കക്കുറവൻ. ന. കാക്കയെ തിന്നുന്ന ഒരു ജാതി, കാക്കാലൻ.

കാക്കജ്ജംബു. അല്ലെങ്കിൽ, **കാകജംബു.** ന. ഒരു വൃക്ഷം, നിലഞാവൽ.

കാക്കത്തമ്പുരാട്ടി. ന. ഒരു പക്ഷി.

കാക്കത്തുടലി. ന. മുള്ളുള്ള ഒരു മാതിരി ചെടി.

കാക്കത്തൊണ്ടി. ന. ഒരു വള്ളി.

കാക്കപ്പനിച്ചം. ന. ഒരു കാട്ടുമരം.

കാക്കപ്പൂവു. ന. കറുത്ത പൂവുണ്ടാകുന്ന ഒരു തൈ.

കാക്കപ്പൊന്നു. ന ഭൂമിയുടെ ധാതുക്കളിൽ ഒന്നു, അഭ്രം, പഴമാനം

കാക്കമുല്ല. ന. ഒരു ചെടി.

കാക്കവള. ന. കണ്ണാടികൊണ്ടുള്ള ഒരുമാതിരി വള.

കാക്കവള്ളി. ന. ഒരു വള്ളി.

കാക്കാത്തി. ന. കാക്കാലന്റെ സ്ത്രീ.

കാക്കാലൻ. ന. കാക്കയെത്തിന്നുന്ന ജാതിക്കാരൻ, കാക്കക്കുറവൻ.

കാക്കുന്നു. ത്തു. പ്പാൻ. (കാക്ക.) സ. ക്രി. ൧,മോഷ്ടിച്ചുകൊണ്ടുപോകാതെയുമ്മററും സൂക്ഷിക്കുന്നു, നോക്കിയിരിക്കുന്നു. ൨, രക്ഷിക്കുന്നു.

കാങ്കി. ന. ൧, ഒരു വക നീലവസ്ത്രം. ൨, ഒരു വക നീലച്ചായം.

കാചക്കുപ്പി. ന. ൧, പുടം വെക്കുന്നതിന്നുള്ള ഒരു മാതിരി കുപ്പി. ൨, സ്ഫടികക്കുപ്പി.

കാചനം. ന. ൧, കടലാസുമ്മററും ഭാണ്ഡമായി ചുററികെട്ടുന്നതിന്നുള്ള കയറു. ൨, ചരടുകൊണ്ടു ചുററുക.

കാചഭാജനം. ന. സ്ഫടികപ്പാത്രം.

കാചം. ന. ൧, സ്ഫടികമുണ്ടാക്കുന്നതിന്നുള്ള മണൽ, കരുട്ടുകല്ലു. ൨, ഉറി. ൩, കണ്ണിന്റെ ഒരു ദീനം.

കാചസ്ഥാലി. ന. ഒരു വൃക്ഷം, പാതിരി.

കാച്ചാവു. ന. ഒരു കാട്ടുചെടി, കായാവു.

കാചിത. വി. (തൻ, താ, തം) വി. ന. ഉറിയിൽ തൂക്കപ്പെട്ടതു.

കാചിൽ. അ. ഒരുത്തി.

കാച്ചു. ന. ൧, വസ്ത്രത്തിൽ ചായം പിടിപ്പിക്കുക. ൨, പാലും മററും വേവിക്കുക. ൩, തല്ലുക. ൪, കൊല്ലുക. ൫, തിന്നുക.

കാച്ചാങ്കണ്ണു. ന. കാലേലുണ്ടാകുന്ന ഒരു മാതിരി വ്രണം.

കാച്ചി. ന. ഒരു വക നെല്ലു.

കാച്ചിക്കാ. ന. കാച്ചിലുവള്ളിയിന്മേൽ ഉണ്ടാകുന്ന കായ്.

കാച്ചിൽ. ന. ൧, വലിയ കിഴങ്ങുണ്ടാകുന്ന ഒരു വള്ളി. ൨, അതിന്റെ കിഴങ്ങു, കാവത്തു. ൩, ദേഹത്തേലുണ്ടാകുന്ന ചൂടു, പനി.

കാച്ചുന്നു. ച്ചി. വാൻ. (കാച്ചു.) സ. ക്രി. ൧, എണ്ണ പാൽ മുതലായതു വേവിക്കുന്നു. ൨, അനത്തുന്നു. ൩, ചൂടുവെക്കുന്നു. ൪, വസ്ത്രത്തിന്റെ വിളുമ്പുകളിൽ ചായം പിടിപ്പിക്കുന്നു. ൫, തല്ലുന്നു. ൬, കൊല്ലുന്നു. ൭, തിന്നുന്നു. ൮, നിറംകാച്ചുന്നു. **കാച്ചിക്കുന്നു.** കാ. ക്രി.

കാച്ചുപുടവ. ന. വിളുമ്പുകളിൽ ചായം കേററിയ വെള്ളവസ്ത്രം.

കാച്ചുപ്പു. ന. വിളയിച്ച ഉപ്പു.

കാച്ചുമുണ്ടു. ന. വിളുമ്പിൽ ചായം കേററിയ വെള്ളമുണ്ടു.

കാച്ചുമുറി. ന. കാച്ചുപുടവ.

കാച്ചുരുളി. ന. മരുന്നുമ്മററും വാററുന്നതിന്നുള്ള ഉരുളി.

കാഞ്ചനപ്പൂവു. ന. മലമന്താരപ്പൂവു.

കാഞ്ചനം. ന. ൧, സ്വൎണ്ണം. ൨, മലയിൽ ഉണ്ടാകുന്ന മന്താരം. ൩, മല്ലിക. ൪, ഉമ്മം.

കാഞ്ചനാഹ്വയം. ന. ഉമ്മം, ഉന്മത്തം.

കാഞ്ചിനി. ന. മഞ്ഞൾ.

കാഞ്ചി. ന. ൧, ഉടഞാണം. ൨, കാഞ്ചിപുരം. (മ.) ൧, തോക്കിന്റെ കാഞ്ചി. ൨, ഒരു തൈ.

കാഞ്ചികം. ന. അരി കഴുകിയ വെള്ളം, കാടി.

കാഞ്ചീപുരം. ന. ഒരു പട്ടണം.

കാഞ്ചുകീയൻ. ന. കോല്ക്കാരൻ, ശിപായി.

കാഞ്ഞിരം. ന. കയ്പുള്ള ഒരു വൃക്ഷം.

കാഞ്ഞിരോട്ടു. ന. ഒരു നദി.

കാഞ്ഞുപ്പോളു. ന. ഒരു മാതിരി ജലജന്തു.

കാടു. ന. ൧, മരം വള്ളി മുതലായവ വളരെയുള്ള സ്ഥലം. ൨, പുസ്തകത്തിലെ പിഴ.

കാട. ന. ഒരു പക്ഷി.

കാടകം. ന. കാട്ടിന്റെ അകം, കാടിനുള്ളിലെ പ്രദേശം.

കാടൻ. ന. ൧, കാട്ടുപന്നി. ൨, കാട്ടുപൂച്ച. ൩, കറുക്കൻ.

കാടൻപുല്ലു. ന. ഒരു വക പുല്ലു.

കാടൻപൂച്ച. ന. കാട്ടുപൂച്ച.

കാടി. ന. ൧, അരി കഴുകിയാലുള്ള വെള്ളം. ൨, വെപ്പുകാടി, ധാന്യാമ്ലം.

കാടുതേടുന്നു. ടി. വാൻ. (കാടു.) അ. ക്രി. മൃഗങ്ങളെ അന്വേഷിക്കുന്നു, നായാടുന്നു, വേട്ടയാടുന്നു.

കാടോടി. ന. പഠിക്കാത്തവൻ, മൂഢൻ.

കാട്ടത്തി. ന. ൧, ഒരു മരം, പേയത്തി. ൨, കാട്ടന്റെ സ്ത്രീ.

കാട്ടൻ. ന. കാട്ടിൽ പാൎക്കുന്ന ഒരു ജാതിക്കാരൻ.

കാട്ടപ്പ. ന. ഒരു ചെടി.

കാട്ടാടു. ന. ഒരുവക മാൻ.

കാട്ടാന. ന. കാട്ടിലുള്ള ആന.

കാട്ടാവണക്കു. ന. ഒരു ചെടി, കടലാവണക്കു.

കാട്ടാളത്തി. ന. കാട്ടാളന്റെ സ്ത്രീ.

കാട്ടാളൻ. ന. കാട്ടിൽ പാൎക്കുന്ന ഒരു ജാതിക്കാരൻ, വേടൻ.

കാട്ടി. ന. കടമാൻ, കാണിക്കുന്ന.

കാട്ടിക്കണ്ട. ന. ഒരു സൌരഭ്യമുള്ള പുല്ലു.

കാട്ടിഞ്ചിക്കുവ. ന. ഒരു ചെടി.

കാൾ; കാട്ടിലും; കാട്ടിൽ; കായിലും. ഏററക്കുറച്ചിലുകളിൽ ചേൎത്തു പറയുന്ന ഒരവ്യയപദം.

കാട്ടീച്ച. ന. ഒരുമാതിരി ഈച്ച.

കാട്ടുകടുക. ന. ഒരുമാതിരി ചെടി.

കാട്ടുകദളി. ന. ഒരു ചെടി.

കാട്ടുകന്ന. ന. കടമാൻ.

കാട്ടുകരയാമ്പൂ. ന. ഒരു വൃക്ഷം.

കാട്ടുകലശം. ന. ഒരുമാതി ഉതിമരം.

കാട്ടുകസ്തൂരി. ന. ഒരു ചെടി, കസ്തൂരി പോലെ മണമുള്ള ഒരു ചെടി.

കാട്ടുകവ്വ്. ന. ഒരു വൃക്ഷം.

കാട്ടുകാച്ചിൽ. ന. ഒരുവക കിഴങ്ങ.

കാട്ടുകിഴങ്ങ. ന. ഒരുമാതിരി കിഴങ്ങ.

കാട്ടുകോഴി. ന. കാട്ടിലുണ്ടാകുന്ന ഒരുവക കോഴി.

കാട്ടുചേന. ന. കാട്ടിലുണ്ടാകുന്ന ചേന.

കാട്ടുജന്തു. ന. കാട്ടിലുള്ള മൃഗം.

കാട്ടുജാതി. ന. പന്നി.

കാട്ടുജീരകം. ന. ഒരു ചെടി.

കാട്ടുതിപ്പലി. ന. ഒരു പച്ചമരുന്ന.

കാട്ടുതീ. ന. മുളകൾ തമ്മിൽ കൂടിയുരഞ്ഞും മററും കാടുകളിൽ ഉണ്ടാകുന്ന തി, എഴുന്തീ.

കാട്ടുതുത്തി. ന. ഒരു തൈ.

കാട്ടുതുമ്പ. ന. ഒരുവക തുമ്പ.

കാട്ടുതുളസി. ന. ഒരു തൈ, കാട്ടുതുത്താവ്.

കാട്ടുതുത്താവ്. ന. മേല്പറഞ്ഞ അൎത്ഥം.

കാട്ടുതേക്ക. ന. ഒരു വൃക്ഷം.

കാട്ടുനാരകം. അല്ലെങ്കിൽ, കാട്ടുചെറുനാരകം. ന. കാട്ടിലുണ്ടാകുന്ന നാരക മരം.

കാട്ടുനൂറോൻ. ന. ഒരുമാതിരി കിഴങ്ങ.

കാട്ടുന്നു. ട്ടി. വാൻ. (കാട്ടു.) സ. ക്രി. ൧, കാണിക്കുന്നു. ൨, ചെയ്യുന്നു.

കാട്ടുപന്നി. ന. പന്നി.

കാട്ടുപയറ. ന. ഒരു പച്ചമരുന്ന.

കാട്ടുപരുത്തി. ന. ഒരു മരം.

കാട്ടുപാവൽ. ന. കാട്ടിലുണ്ടാകുന്ന പാവൽ.

കാട്ടുപിച്ചകം. ന. ഒരുമാതിരി പൂവുണ്ടാകുന്ന വള്ളി.

കാട്ടുപോത്ത. ന. കാട്ടിലുള്ള ഒരുമാതിരി മൃഗം.

കാട്ടുപ്രാവ്. ന. ഒരു പക്ഷി.

കാട്ടുമരം. ന. നട്ടുണ്ടാകാതെ കാട്ടിൽ താനേ മുളയ്ക്കുന്ന വൃക്ഷം.

കാട്ടുമല്ലിക. ന. ഒരു വള്ളി.

കാട്ടുമാക്കാൻ. ന. കാട്ടുപൂച്ച.

കാട്ടുമാവ്. ന. ഒരു ചെടി, കാട്ടുമന്തിരി.

കാട്ടുമുതിര. ന. ഒരു പച്ചമരുന്ന.

കാട്ടുമുരിങ്ങ. ന. ഒരു വൃക്ഷം.

കാട്ടുമുല്ല. ന. മുല്ലപ്പൂപോലെ പൂവുണ്ടാകുന്ന ഒരുമാതിരി വള്ളി.

കാട്ടുമുളക. ന. ഒരു പച്ചമരുന്ന.

കാട്ടുമൂക്കൻ. ന. ഒരുവക പാമ്പ.

കാട്ടുമൃഗം. ന. കാട്ടിലുള്ള മൃഗം.

കാട്ടുമൈലോചന. ന. ഒരു പച്ചമരുന്ന.

കാട്ടുവാക. ന. ഒരു മരം.

കാട്ടുവാഴ. ന. മലവാഴ.

കാട്ടുവിഷ്ണുക്രാന്തി. ന. ഒരു പച്ചമരുന്ന.

കാട്ടുവെങ്കായം. ന. ചെറിയ പോളയുള്ള ഒരു തൈ, കാട്ടുള്ളി.

കാട്ടുവെള്ളരി. ന. ഒരു പച്ചമരുന്ന.

കാട്ടുവെള്ളരൻ. ന. വെളുത്ത ഊഷ്പം.

കാട്ടുള്ളി. ന. ഒരു പച്ചമരുന്ന, കാട്ടുവെങ്കായം.

കാട്ടുള്ളിപ്പോള. ന. ൧, കാട്ടുവെങ്കായത്തിൻെറ പോള. ൨, ഒരു തൈ.

കാട്ടുഴുന്ന. ന. ഒരു പച്ചമരുന്ന.

കാട്ടുറുമ്പ. ന. ഒരുവക കറുത്തയുറുമ്പ.

കാട്ടുരൻ. ന. ഒരു ചെടി.

കാട്ടെരുമ. ന. പെണ്ണുകടമാൻ.

കാഠിന്യം. ന. ൧, ഉറെപ്പ. ൨, ക്രൂരത.

കാണക്കാരൻ. ന. മുതലാളുന്ന ദ്രവ്യം വായിപ്പ കൊടുത്തു നിലം പാട്ടത്തിന്നു വാങ്ങിച്ചവൻ.

കാണക്കൊട. ന. ൧, നിലം പാട്ടത്തിന്നു എഴുതി വാങ്ങിക്കുന്നവൻ മുതലാളുന്ന ദ്രവ്യം കൊടുക്കുക. ൨, കാണം കൊടുത്തു വാങ്ങിച്ചിരിക്കുന്ന നിലമൊ പറമ്പൊ.

കാണ. വി. (ണൻ, ണാ, ണം.) വി. ന. ഒററക്കണ്ണുള്ള.

കാണപ്പാട്ടം. ന. ൧, കാണമായിട്ട ദ്രവ്യം വായിപ്പ കൊടുത്തെഴുതി വാങ്ങിച്ചിരിക്കുന്ന കണ്ടമൊ പറമ്പൊ. ൨, കാണത്തിൻെറ പലിശനീക്കി ശേഷം മുതലാളുന്ന കൊടുക്കേണ്ടുന്ന പാട്ടം, മിച്ചവാരം.

കാണം. ന. ൧, നിലവും മററും പാട്ടത്തിന്നേല്ക്കുമ്പോൾ അതിൻെറ ഉടയക്കാരന്നു വായിപ്പയായിട്ടു കൊടുക്കുന്ന ദ്രവ്യം. ൨, മുതിര.

കാണശിഷ്ടം. ന. കാണത്തിൻെറ ഉഭയം നീക്കി ശേഷം ഉടയക്കാരന്നു കൊടുക്കേണ്ടുന്ന പാട്ടം, മിച്ചവാരം.

കാണാകുന്നു. യി. വാൻ. (കാണ.) സ. ക്രി. കാണ്മാറാകുന്നു, കാണ്മാൻ തക്കവണ്ണമാകുന്നു.

കാണാക്കോൽ. ന. വഞ്ചന, ചതിവ.

കാണാതെ. അ. ൧, കണ്ടറിയാതെ. ൨, അറിയാതെ. ൩, മറെഞ്ഞു. ൪, കളഞ്ഞു.

കാണാപ്പാഠം. ന. പുസ്തകത്തിൽ നോക്കാതെ ചൊല്ലുക.

കാണി. ന. ൧, ഒന്നിൻെറ എണ്പതിൽ ഒരു പങ്ക. ൨, ഒരു മാതിരി തയ്യൽ. ൩, അല്പം.

കാണികൾ. ന. കാണുന്നവർ.

കാണിക്ക. ന. ൧, രാജാക്കന്മാരെയും മററും കാണ്മാൻ ചെല്ലുമ്പോൾ കാഴ്ചയായിട്ടു വെക്കുന്ന ദ്രവ്യം. ൨, ക്ഷേത്രങ്ങളിൽ വഴിപാടായിട്ടു നടയിൽ വെക്കുന്ന ദ്രവ്യം.

കാണിക്കുത്ത. ന. മടിശ്ശീലെക്കും മററും പുറമെ ഭംഗിയിൽ തയ്ക്കുന്ന തയ്യൽ.

കാണിക്കുന്നു. ച്ചു. പ്പാൻ. (കാണി.) സ. ക്രി. ൧, കാട്ടുന്നു. ൨, ചെയ്യുന്നു. ൩, കാണമാറാക്കുന്നു.

കാണുന്നു. ണ്ടു. ്വാൻ. (കാൺ.) സ. ക്രി. ൧, കണ്ണുകൊണ്ടറിയുന്നു. ൨, വിചാരിച്ചറിയുന്നു.

കാണ്ഡകൻ. ന. കാക്ക.

കാണ്ഡാമരം. ന. മണ്ണിൻെറയൊ വെള്ളത്തിൻെറയൊ അടിയിൽ കിടക്കുന്ന ഒരു മാതിരി മരം.

കാണ്ഡാമൃഗം. ന. ഒററക്കൊമ്പുള്ള ഒരുവക മൃഗം.

കാണ്ഡപൃഷ്ഠ. വി. (ഷ്ഠൻ, ഷ്ഠാ, ഷ്ഠം.) വി. ന. യുദ്ധത്തിന്നായിട്ടു ആയുധമെടുത്ത.

കാണ്ഡം. ന. ൧, പൂക്കളുടെയും മററും തണ്ട. ൨, വടി. ൩, അമ്പ. ൪, കുതിര. ൫, സമയം. ൬, വെള്ളം. ൭, കൂട്ടം. ൮, അധ്യായം, വൎഗ്ഗം. ൯, അവസാനം.

കാണ്ഡപടം. ന. കൂടാരമറ.

കാണ്ഡവൽ. വി. (വാൻ, വതി, വൽ.) വി. ന. അമ്പുള്ള.

കാണ്ഡസ്പൃഷ്ട. വി. (ഷ്ടൻ, ഷ്ടാ, ഷ്ടം.) വി. ന. ആയുധമെടുത്ത.

കാണ്ഡീര. വി. (രൻ, രാ, രം.) വി. ന. അമ്പുമുള്ള, അമ്പുമെടുത്ത.

കാണ്ഡേക്ഷു. ന. ഒരു മാതിരി വലിയ പുല്ല്, ആററുമള.

കാതു. ന. ഺ, മനുഷ്യരുടെ ചെവി. ൨, ചില പാത്രത്തിന്റെ കഴ.

കാതം. ന. നാലു നാഴിക വഴി.

കാതര. വി. (രൻ, രാ, രം.) വി. ന. ഭയമുള്ള. **കാതരത; കാതരത്വം; കാതര്യം.** ഗു. ന. ഭയം, പേടി.

കാതൽ. ന. ഺ, മരത്തിന്റെ അകത്തെ ഉറപ്പുള്ള ഭാഗം. ൨, ശക്തി, സാരം.

കാതില. ന. ചില സ്ത്രീകൾ കാതിലിടുന്ന ഒരുമാതിരി ആഭരണം.

കാതിലോല. ന. ചില സ്ത്രീകൾ കാതിലിടുന്നതിന്ന തെറുത്തയോല.

കാതുകുത്തു. ന. മനുഷ്യരുടെ ചെവി തുളെക്കുക.

കാതോല. ന. ഺ, കാതിലോല. ൨, പനയോലമടലിൽ രണ്ടുഭാഗത്തു മുള്ളതിൽ നിളം കുറഞ്ഞയോല.

കാത്തു. ന. ഒരുജാതിമരുന്നു, ഒരു പശ.

കാത്തിരിക്കുന്നു. ന്നു. പ്പാൻ. (കാത്ത.) സ. ക്രി. ഺ, ആരും കൊണ്ടുപോകാതെയുമ്മററും സൂക്ഷിച്ചുംകൊണ്ടു നോക്കിയിരിക്കുന്നു. ൨, വരവിനെയുമ്മററും നോക്കിയിരിക്കുന്നു.

കാത്തിരിപ്പു. ന. ഺ, കാവലായിട്ടു നോക്കിയിരിക്കുക. ൨, സമയത്തെ നോക്കിപ്പാർക്കുക.

കാത്തുകളി ന. കോലുകൊണ്ടുള്ള ഒരുമാതിരി കളി.

കാത്തുനില്ക്കുന്നു. ന്നു. പ്പാൻ. (കാത്ത.) സ. ക്രി. ഺ, വസ്തുക്കളെ ആരും കൊണ്ടുപോകാതെയുമ്മററും നോക്കികൊണ്ടു നില്ക്കുന്നു. ൨, അകത്തേക്കു ആരെയും വിടാതെ വാതുക്കൽ കാവലായിട്ടു നില്ക്കുന്നു. ൩, കാണുന്നതിന്നുമ്മററും എപ്പോൾ സമയമുണ്ടാകുമൊ എന്നു വിചാരിച്ചുകൊണ്ടു ശ്രദ്ധയോടെ നില്ക്കുന്നു.

കാത്യായനീ. ന. ഺ, മദ്ധ്യവയസ്സുള്ള വിധവ. ൨, ദുൎഗ്ഗാദേവി.

കാത്യായനൻ. ന. ഒരു മഹൎഷി.

കാദംബം. ന. ഺ, ഒരു മാതിരി അരയന്നം. ൨, കടമ്പിൻ പൂവു.

കാദംബരീ. ന. ഒരു മാതിരി മദ്യം.

കാദംബരം. ന. ഺ, കാച്ചിയ പാലിന്റെ പാട. ൨, ഒരു മദ്യം.

കാദംബിനീ. ന. മേഘക്കൂട്ടം.

കാദളം. ന. വാഴയുടെ കായ്, വാഴക്കാ.

കാദ്രവേയൻ. ന. സൎപ്പം.

കാനകനാറി. ന. സുഗന്ധമുള്ള ഒരു പൂച്ചെടി.

കാനകവാഴ. ന. ഒരു ചെടി.

കാനക്കുറിഞ്ഞി. ന. ഒരു രാഗം.

കാനക്കൈത. ന. ഒരു വൃക്ഷം.

കാനനം. ന. കാടു.

കാനനമല്ലിക. ന. കാട്ടുമുല്ല.

കാനം. ന. വനം, കാടു.

കാനൽ. ന. ഺ, ൟടകാവു. ൨, മരക്കൂട്ടം.

കാനീനൻ. ന. വിവാഹം കഴിയാത്തവൾ പ്രസവിച്ചുണ്ടായ പുത്രൻ.

കാനീനി. ന. വിവാഹം കഴിയാത്തവൾ പെററ പുത്രി.

കാനേഷുമാരി. ന. ഒരു രാജ്യത്തുള്ള ജനങ്ങളുടെ ആകെത്തുക എടുക്കുക.

കാന്തകാരി. ന. ഺ, ഒരു വക ചെറിയ മുളകുണ്ടാകുന്ന തൈ. ൨, കാന്തകാരിയുടെ കായ്, കാന്താരിമുളക.

കാന്തക്കല്ലു. ന. ഺ, അയസ്കാന്തം. ൨, ചന്ദ്രകാന്തം. ൩, സൂൎയ്യകാന്തം.

കാന്ത. വി. (ന്തൻ, ന്താ, ന്തം.) വി. ന. സുന്ദരമായ, ഭംഗിയുള്ള. **കാന്തത.** ഗു. ന. സൌന്ദൎയ്യം.

കാന്തൻ. ന. ഭൎത്താവു.

കാന്താ. ന. ഺ, ഭാൎയ്യ. ൨, ഞാഴൽ.

കാന്തം. ന. ഺ, സൂൎയ്യകാന്തം. ൨, ചന്ദ്രകാന്തം. ൩, അയസ്കാന്തം.

കാന്തമല. ന. കാന്തക്കല്ലുകൊണ്ടുണ്ടായിരിക്കുന്ന കുന്നു.

കാന്തൽ. ന. ഉഷ്ണംകൊണ്ടൊ എരിവുകൊണ്ടൊ ഉണ്ടാകുന്ന വേദന, നീററൽ.

കാന്തസിന്ദൂരം. ന. അയസ്കാന്തവുമററും നീററിയുണ്ടാക്കിയ ചൂൎണ്ണം.

കാന്താരകം. ന. ശൎക്കരക്കരിമ്പു.

കാന്താരം. ന. ഺ, നടപ്പാൻ പ്രയാസമുള്ള വഴി. ൨, കാടു. ൩, ശൎക്കരക്കരിമ്പു.

കാന്താരി. ന. ഺ, മുളകുണ്ടാകുന്ന ഒരു വക തൈ. ൨, അതിന്റെ കായ്, കാന്താരിമുളക.

കാന്താരിമുളക. ന. കാന്താരിയുടെ കായ്.

കാന്തി. ന. ഺ, ശോഭ. ൨, സൌന്ദൎയ്യം. ൩, ഇച്ഛ. ൪, ചൂടു.

കാന്തുന്നു. ന്തി. വാൻ. (കാന്ത.) അ. ക്രി. എരിവോ ചൂടോ കൊണ്ടു നീററലുണ്ടാകുന്നു.

കാന്ദവം. ന. ഒരു മാതിരി അപ്പം, കന്ദുവിൽ ഉണ്ടാക്കുന്ന പലഹാരം.

കാന്ദവികൻ. ന. പാത്രത്തിൽ അപ്പമുണ്ടാക്കുന്നവൻ.

കാന്ദിശീക. വി. (കൻ, കാ, കം.) വി. ന. പേടിച്ചോടിയ.

കാപടിക. വി. (കൻ, കി, കം.) വി. ന. വ്യാജമുള്ള, ചതിത്ത സ്വഭാവമുള്ള.

കാപടികൻ. ന. ശിഷ്യൻ.

കാപട്യം. ന. കപടസ്വഭാവം, ദുൎബുദ്ധി, വ്യാജം.

കാപഥം. ദുൎമ്മാൎഗ്ഗം, ചീത്ത വഴി.

കാപാലിക. വി. (കൻ, കി, കം.) വി. ന. തലയോടിനോടു സംബന്ധിച്ച.

കാപാലികൻ. ന. ഒരുവക ശിവമതക്കാരൻ, ദുഷ്ടകൎമ്മങ്ങൾ ചെയ്യുന്ന ഒരു ജാതിക്കാരൻ.

കാപി. അ. അറിയപ്പെടാത്തതിൽ ഒരുത്തി.

കാപില. വി. (ലൻ, ലി, ലം.) വി. ന. കപിലനിറമായ.

കാപിലൻ. ന. സാംഖ്യശാസ്ത്രം പഠിച്ചവൻ.

കാപിശം. ന. ഒരുമാതിരി മദ്യം.

കാപിശായനം. ന. മേല്തരമായ അൎത്ഥം.

കാപുരുഷൻ. ന. നിന്ദ്യനായ മനുഷ്യൻ.

കാപേയം. ന. കുരങ്ങിനെ സംബന്ധിച്ചതു.

കാപോതം. ന. ഺ, പ്രാക്കളുടെ കൂട്ടം. ൨, ഒരുവക അഞ്ജനം.

കാപോതാഞ്ജനം. ന. ഒരുവക അഞ്ജനം.

കാപ്പു. ന. ഺ, വാതിൽ. ൨, കല്യാണത്തിന്നു മുൻപിൽ മണവാളന്റെ കയ്യിൽ കെട്ടുന്ന ചരടു, കൈവള.

കാപ്പു. ന. സുറിയാനിപ്പട്ടക്കാരന്റെ പുറങ്കുപ്പായം.

കാപ്പക്കുഴൽ. ന. തോക്കിന്റെ അകത്തെക്കുഴൽ, വെടിമരുന്നിടുന്ന പിന്നുക്കുഴൽ.

കാപ്പട. ന. രക്ഷിക്കുന്നതിന്നായിട്ടു പശുക്കിടാവിനെയും മററു ചിലതിനെയും കൊടുക്ക.

കാപ്പി. ന. ഛ, ഒരുമാതിരി ചെറിയ വൃക്ഷം. വ, കാപ്പിമരത്തിന്റെ കുരു.

കാപ്പിരി. ന. അഫ്രിക്കാദേശത്തിലുള്ള ഒരു ജാതിക്കാരൻ.

കാഫലം. ന. കായുണ്ടാക.

കാപ്യകരൻ. അല്ലെങ്കിൽ, കാപ്യകാരൻ. ന. അനുതപിക്കുന്നവൻ.

കാപ്യകരം. അല്ലെങ്കിൽ, കാപ്യകാരം. ന. അനുതാപം.

കാമകേളി. ന. സംയോഗം.

കാമഗാമി. അല്ലെങ്കിൽ, കാമംഗാമി. വി. (മി, മിനി, മി.) വി. ന. തന്റെ ഇഷ്ടത്തിന്നു തക്കവണ്ണം നടക്കുന്ന.

കാമഗുണം. ന. ആഗ്രഹത്തോടുകൂടിയ സ്നേഹം.

കാമചാരി. വി. (രി, രിണി, രി.) വി. ന. ഛ, ഇഷ്ടംപോലെ സഞ്ചരിക്കുന്ന. വ, ഇഷ്ടംപോലെ പ്രവൎത്തിക്കുന്ന, ആഗ്രഹിക്ക ശീലമുള്ള.

കാമദ. വി. (ദൻ, ദാ, ദം.) വി. ന. ഇഷ്ടമുള്ളതിനെ കൊടുക്കുന്ന.

കാമദാനം. ന. ആഗ്രഹിച്ചതിനെ കൊടുക്കുക.

കാമധേനു. ന. സ്വൎഗ്ഗത്തിലെപ്പശു.

കാമന. വി. (നൻ, നാ, നം.) വി. ന. ആഗ്രഹമുള്ള, അനുരാഗമുള്ള.

കാമനാശനൻ. ന. ശിവൻ.

കാമനീയം. ന. സൌന്ദൎയ്യം.

കാമൻ. ന. കാമദേവൻ.

കാമന്ധമി. ന. ഓട്ടുകൊണ്ടുള്ളമററും വാൎക്കുന്ന ജാതിക്കാരൻ. ഛ, മൂശാരി. വ, കന്നാൻ.

കാമപാലൻ. ന. ബലഭദ്രൻ.

കാമബാണം. ന. ഛ, കാമദേവന്റെ അസ്ത്രം. വ, സ്ത്രീക്കു പുരുഷനിലോ പുരുഷന്നു സ്ത്രീയിലോ അധികം ആഗ്രഹം തോന്നുകയും തമ്മിൽ അകന്നിരിക്കയും ചെയ്യുമ്പോൾ ഉണ്ടാകുന്ന സൌഖ്യക്കേടിന്നു പറയുന്ന ഒരു പേർ.

കാമം. ന. ഛ, ആഗ്രഹം. വ, മനസ്സിലുണ്ടാകുന്ന ഒരു ഭാവഭേദം.

കാമം. അ. ഛ, സമ്മതംകൂടാതെയുള്ള അനുസരണം. വ, അസൂയയോടു കൂടിയുള്ള ഒരു സമ്മതം. ന, നിന്ദയോടോ കോപത്തോടോ കൂടിയുള്ള ഒരു അനുസരണം.

കാമയിതൃ. വി. (താ, ത്രി, തൃ.) വി. ന. കാമിക്കുക ശീലമുള്ള, ആഗ്രഹിക്കുന്ന.

കാമരം. ന. തടിയറുപ്പാൻ തക്കവണ്ണം പൊക്കിവെക്കുന്നതു.

കാമരൂപി. വി. (പീ, പിണി, പി.) വി. ന. മനസ്സിൽ തോന്നുന്നപ്രകാരമുള്ള രൂപത്തെ എടുക്കാകുന്ന, ഇഷ്ടംപോലെ ശരീരം മാറാകുന്ന.

കാമരേഖാ. ന. വേശ്യാസ്ത്രീ.

കാമലം. ന. ഒരുമാതിരി പിത്തരോഗം.

കാമലേഖം. ന. അനുരാഗത്തെ വിവരിക്കുന്ന എഴുത്തു.

കാമവികാരം. ന. കാമനാൽ മനസ്സിന്നുണ്ടാകുന്ന ഒരവസ്ഥ.

കാമശരം. ന. കാമബാണം.

കാമശാസ്ത്രം. ന. സ്ത്രീപുരുഷലക്ഷണങ്ങൾ അറിയുന്നതിന്നുമററുമുള്ള രഹസ്യപുസ്തകങ്ങൾ.

കാമശീല. വി. (ലൻ, ലാ, ലം.) വി. ന. കാമിക്കുക ശീലമുള്ള.

കാമസുരഭി. ന. കാമധേനു.

കാമാതുര. വി. (രൻ, രാ, രം.) വി. ന. സ്ത്രീയിലോ പുരുഷനിലോ അധികം ആഗ്രഹം തോന്നുകയാൽ അതുകൊണ്ടു ദുഃഖമുള്ള.

കാമാന്തം. വി. തൃപ്തിയാകുംവണ്ണം.

കാമാരി. ന. ഛ, ശിവൻ. വ, ഒരു മരുന്നു.

കാമാല. ന. സന്ധടം.

കാമി. വി. (മീ, മിനി, മി.) വി. ന. കാമമുള്ള, സ്ത്രീയിലുംമററും ആഗ്രഹമുള്ള.

കാമിനി. ന. ഛ, കാമമുള്ള സ്ത്രീ. വ, ഒരു വള്ളി.

കാമിക്കുന്നു. ച്ചു. പ്പാൻ. (കാമി.) സ. ക്രി. ആഗ്രഹിക്കുന്നു.

കാമിത. വി. (തൻ, താ, തം.) വി. ന. ആഗ്രഹിക്കപ്പെട്ട.

കാമില. ന. ഒരു രോഗം.

കാമുക. വി. (കൻ, കാ, കി, കം.) വി. ന. ആഗ്രഹമുള്ള.

കാമുകൻ. ന. കാമശീലമുള്ളവൻ.

കാമുകി. ന. അധികം കാമമുള്ള സ്ത്രീ.

കാമ്പു. ന. ഏതു വസ്തുവിന്റെ എങ്കിലും ഉള്ളിലിരിക്കുന്ന സാരാംശം.

കാമ്പില്യം. ന. ഒരു മരം, കമ്പിപ്പാല.

കാംബലം. ന. കമ്പിളികൊണ്ടു മൂടിയ തേരു.

കാംബവികൻ. ന. ശംഖുകൊണ്ടു പണികയും ശംഖു വില്ക്കുകയും ചെയ്യുന്നവൻ.

കാംബോജം. ന. ഛ, കാംബോജദേശത്തെ കുതിര. വ, കാംബോജദേശം.

കാംബോജി. ന. ഛ, ഒരു വള്ളി, പെരുങ്കാണ. വ, കന്നി.

കാംസ്യകാരൻ. ന. ഓട്ടുകൊണ്ടു പണിയുന്നവൻ. ഛ, മൂശാരി. വ, കന്നാൻ.

കാംസ്യം. ന. ഛ, ഓട്ടുപാത്രം. വ, ഓടു. ന, ചേങ്ങില.

കാംക്ഷ. ന. ആഗ്രഹം.

കാംക്ഷിക്കുന്നു. ച്ചു. പ്പാൻ. (കാംക്ഷി.) സ. ക്രി. ആഗ്രഹിക്കുന്നു.

കാംക്ഷിത. വി. (തൻ, താ, തം.) വി. ന. ആഗ്രഹിക്കപ്പെട്ട.

കാമ്യ. വി. (മ്യൻ, മ്യാ, മ്യം.) വി. ന. ആഗ്രഹിക്കേണ്ടുന്ന.

കാമ്യം. വി. ആഗ്രഹിപ്പാൻതക്ക.

കാമ്യദാനം. ന. ആഗ്രഹമുള്ളതിനെ കൊടുക്കുക.

കാമ്ലം. വി. അല്പം പുളിയുള്ള.

കായ. അല്ലെങ്കിൽ, കാ. ന. ഛ, വൃക്ഷങ്ങളിലുംമററും പൂവിന്റെ ശേഷമായിട്ടുണ്ടാകുന്ന വസ്തു, ഫലം, സസ്യം. വ, പഴുക്കാത്ത വൃക്ഷത്തിന്റെയുംമററും ഫലം. ന, ദേഹത്തേലുണ്ടാകുന്ന ചില മുഴ, തഴമ്പു. ര, ചൂതുകളിയിൽ നിരത്തുന്ന വസ്തു.

കായക്കഞ്ഞി. ന. ചൂടുള്ള കഞ്ഞി.

കായൽകിഴങ്ങു. ന. കായലിലുണ്ടാകുന്ന ഒരുമാതിരി കിഴങ്ങു.

കായപ്പുളി. ന. നല്ലമുളകും വാളൻപുളിയും ഉപ്പും ജീരകവും കായവും കൂട്ടിയുണ്ടാക്കിയ ചമ്മന്തി.

കായബന്ധനം. ന. പടച്ചട്ട.

കായബലം. ന. ശരീരശക്തി.

കായം. ന. ഛ, ശരീരം. വ, ചെറുവിരലിന്റെ ചുവടു. ന, വീണയുടെ കമ്പികെട്ടുന്ന ഭാഗം. (മ.) ഒരങ്ങാടിമരുന്നു, ഒരു പശ.

കായൽ. ന. ഛ, ആറും കടലുമല്ലാതെ വെള്ളം പരന്നു കിടക്കുന്ന വലുതായ

സ്ഥലം. ൨, കറുപ്പുനിറം. ൩, മുള, മുല്ലി.

കായസ്ഥ. ന. ൧, കടുക്കാ. ൨, കാകോളി.

കായസ്ഥൻ. ന. ചില ദിക്കിൽ ഒരു ഉദ്യോഗസ്ഥനു പറയുന്ന പേർ, മേനവൻ.

കായാമ്പൂ. ന. കായാവിന്റെ പൂവു.

കായാവു. ന. കറുത്ത പൂവുണ്ടാകുന്ന ഒരു ചെടി.

കായിക. വി. (കൻ, കാ, കീ, കം.) വി. ന. ശരീരസംബന്ധമുള്ള.

കായികാവൃദ്ധി. ന. കറവുകാണം.

കായിക്കുന്നു. ച്ചു. പ്പാൻ. (കായി.) അ. ക്രി. കായുള്ളതായിത്തീരുന്നു. **കായ്പിക്കുന്നു.** കാ. ക്രി.

കായിതം ന. എഴുത്തു.

കായുന്നു. ഞ്ഞു. വാൻ. (കാ.) അ. ക്രി. ൧, ചൂടുള്ളതായിത്തീരുന്നു, അനരുന്നു. ൨, വല്ലതും വെയിലത്തോ തീയത്തോ വെച്ചാൽ അല്പമായിട്ടുണങ്ങുന്നു.

കായ്കനി. ന. പച്ചയും പഴുത്തതുമായുള്ള ഫലങ്ങൾ.

കായ്കറി. ന. കറിസാധനങ്ങളായിട്ടുള്ള കാകളും ചീരയുമ്മററും.

കായ്പു. ന. കായിക്കുക.

കാഴ്പു. ന. ൧, കായുക, ചൂടു. ൨, അല്പമായുണങ്ങുക. ൩, വേനൽ. ൪, പനി.

കാര. ന. കാരാഗൃഹം, പാറാവു. (മ.) ൧, മുള്ളുള്ള ഒരു ചെടി. ൨, മനുഷ്യരുടെ മേൽ തൊലിയുടെ പുറമെ പരുപരെയുണ്ടാകുന്ന ഒരു ദീനം.

കാരക. വി. (കൻ, രികാ, കം.) വി. ന. ചെയ്യുന്ന.

കാരകിൽ. ന. ഒരു സുഗന്ധ വൃക്ഷം.

കാരകൊട്ടു. ന. ഒരു വക കളി.

കാരണ. വി. (ണൻ, ണാ, ണം.) വി. ന. താഴെ വരുന്ന അർത്ഥം.

കാരണഭൂത. വി. (തൻ, താ, തം.) വി. ന. എന്തിനെങ്കിലും കാരണമായി ഭവിച്ച.

കാരണം. ന. ഹേതു.

കാരണവൻ. ന. അപ്പൻ, അമ്മാമൻ, ജ്യേഷ്ഠൻ.

കാരണവസ്ഥാനം. ന. കാരണവന്റെ മുറ, അപ്പന്റെയുമ്മററും അവസ്ഥ.

കാരണ. ന. അതിവേദന.

കാരണിക. വി. (കൻ, കീ, കം.) വി. ന. പരീക്ഷിച്ചു ഗുണദോഷമറിയുന്ന.

കാരണോപാധി. ന. കാരണ കർത്താവു.

കാരണ്ഡം. ന. ഒരു പക്ഷി, താമരക്കോഴി.

കാരണ്ഡവം. ന. ഒരു പക്ഷി, നീർക്കാക്ക.

കാര. (രൻ, രീ, രം.) വി. ന. ചെയ്യുന്ന.

കാരന്നം. ന. ഒരു വക പക്ഷി.

കാരസ്ഥമി. ന. കന്നാൻ, മൂശാരി.

കാരമുള്ളു. ന. കട്ടക്കാരയുടെ മുള്ളു.

കാരം. ന. ൧, പൊൻകാരം. ൨, തുവർച്ചിലക്കാരം. ൩, പപ്പടക്കാരം. ൪, പടിക്കാരം. ൫, ഒററയായുള്ള അക്ഷരത്തെപ്പറയുമ്പോൾ അതിന്റെ പിന്നാലെ ചേർത്തു പറയുന്ന ഒരു വാക്കു.

കാരംഭ. ന. ഞാഴൽമരം.

കാരൽ. ന. കാന്നു തിന്നുക.

കാരവല്ലി. ന. പാവൽ.

കാരവീ. ന. ൧, കാട്ടുപാവൽ. ൨, ചതകുപ്പ. ൩, കരിഞ്ജീരകം. ൪, പെരുങ്കായമരം.

കാരവേല്ലം. ന. പാവൽ.

കാരവേശ്മം. ന. കാരാഗൃഹം.

കാരസ്കരം. ന. കാഞ്ഞിരം.

കാരാഗാരം. ന. കാരാഗൃഹം, പാറാവു.

കാരാഗൃഹസ്ഥ. വി. (സ്ഥൻ, സ്ഥാ, സ്ഥം.) വി. നാ. കാരാഗൃഹത്തിൽ പാപ്പിക്കപ്പെട്ട.

കാരാഗൃഹം. ന. തടവുകാരെ പാപ്പിക്കുന്നതിന്നുള്ള ഭവനം, പാറാവു.

കാരാമ. ന. ആമ രണ്ടുതരമുള്ളതിൽ കറുത്ത വക.

കാരാമ്പശു. ന. ഏററവും കറുത്ത പശു.

കാരായ്മ. ന. ൧, എന്നേക്കുമനുഭവിക്കുന്നതിന്നായിട്ടു നിശ്ചയിച്ചു കൊടുക്കുന്നതായുള്ള ചില ക്ഷേത്രത്തിലേ പ്രവൃത്തി. ൨, മുതലാളന്മാർ നിലമോ പറമ്പോ വിലതീർത്തു വില്ക്കുക.

കാരായ്മക്കാരൻ. ന. കാരായ്മയായിട്ടു നിലവുമ്മററും വാങ്ങിച്ചവൻ.

കാരായ്മതേട്ടം. വി. കാരാണ്മയായിട്ടു എഴുതി വാങ്ങിച്ച.

കാരാളൻ. ന. എന്നും മാററം കൂടാതെയുള്ള ക്ഷേത്രവേലക്കാരൻ.

കാരി; കാരിണി. (പദാവസാനത്തിൽ ചേർന്നു വരുമ്പോൾ) ചെയ്യുന്നവൻ, ചെയ്യുന്നവൾ. ഉ-ം. ഉപദ്രവകാരി, (കാരിണി.) ഉപദ്രവം ചെയ്യുന്നവൻ, (ചെയ്യുന്നവൾ.)

കാരി. (മ.) ഒരുവക മത്സ്യം.

കാരിക. ന. ൧, അധികമായ വേദന. ൨, ചില ശാസ്ത്രങ്ങളുടെ ചുരുക്കമായിട്ടുള്ള വ്യാഖ്യാന പുസ്തകം, വൃത്തി.

കാരിരിമ്പു. ന. കട്ടയായുള്ള ഇരിമ്പു.

കാരിയം. ന. കാര്യം, പ്രയോജനം.

കാരിൽ. ന. ഒരു മരം.

കാരീയം. ന. രംയം രണ്ടുമാതിരിയുള്ളതിൽ കറുത്തതു.

കാരു. ന. ൧, ചിത്രവേലക്കാരൻ. ൨, വെളുത്തേടൻ.

കാരുജം. ന. ൧, ചിത്രപ്പണിക്കാരനാൽ ഉണ്ടാക്കപ്പെട്ട വസ്തു. ൨, കുന്നു. ൩, നുര.

കാരുണിക. വി. (കൻ, കി, കം.) വി. ന. കരുണയുള്ള.

കാരുണ്യം. ന. കരുണ, കൃപ.

കാരുന്നു. ന്നു. വാൻ. (കാർ.) സ. ക്രി. പല്ലുകൊണ്ടു ചിരണ്ടിത്തിന്നുന്നു, കരളുന്നു.

കാരുപ്പു. ന. കറുത്ത ഉപ്പു.

കാരുമ്മത്തു. ന. കറുത്ത ഉമ്മത്തു.

കാരെക്ക. ന. ഈന്തപ്പഴം ഉണങ്ങിയതു.

കാരെലി. ന. കറുത്ത എലി.

കാരെള്ളു. ന. മലയിൽ വിതെക്കുന്ന ഒരു മാതിരി കറുത്ത എള്ളു.

കാരോട്ടു. ന. ചെമ്പിൽ കറുത്തീയം ചേർത്തുണ്ടാക്കിയ ഓട്ടു.

കാരോത്തമം. ന. കഞ്ഞിന്റെ തെളി.

കാരോത്തരം. ന. മേല്പറഞ്ഞ അർത്ഥം.

കാരോല. ന. ചെളിയിലിടാത്ത കരിമ്പനയോല, വെള്ളോല.

കാരോൽ. ന. കുടം കലം മുതലായ ചില മണ്പാത്രം.

കാർ. ന. ൧, മേഘം, മഴക്കാർ. ൨, ചില ബഹുവചനത്തിങ്കൽ ചേർത്തു പറയുന്ന വാക്കു.

കാർകുഴൽ. ന. കറുത്ത തലമുടി.

കാർകുന്തൽ. ന. മേല്പറഞ്ഞ അർത്ഥം.

കാർകോലരി. ന. ഒരങ്ങാടി മരുന്നു.

കാക്കിക്കുന്നു; കാക്കരിക്കുന്നു; കാക്കലിക്കുന്നു; കാപ്പിക്കുന്നു. ച്ചു.

ച്ചാൻ. (കാൎക്കി, കാൎക്കരി, കാൎക്കലി.) അ. ക്രി. തുപ്പുന്നതിന്നായിട്ടു തൊണ്ടയിൽനിന്നു കഫത്തിനെയോ തുപ്പലിനെയോ വായിലേക്കു വരുത്തുന്നു.

കാൎക്കശ്യം. ന. ൧, ദയയില്ലായ്മ. ൨, ഉറപ്പു, കഠിനത.

കാൎക്കോടകൻ. ന. അഷ്ടനാഗങ്ങളിൽ ഒന്നു.

കാൎത്തവീൎയ്യൻ. ന. കൃതവീൎയ്യന്റെ പുത്രനായിട്ടുണ്ടായിരുന്ന ഒരു രാജാവു.

കാൎത്തസ്വരം. ന. സ്വൎണ്ണം.

കാൎത്താന്തികൻ. ന. ജ്യോതിശ്ശാസ്ത്രം പഠിച്ചവൻ.

കാൎത്തിക. ന. ഇരുപത്തേഴു നക്ഷത്രത്തിൽ മൂന്നാമത്തെ നക്ഷത്രം.

കാൎത്തികം. ന. വൃശ്ചികമാസം, കാൎത്തികമാസം.

കാൎത്തികികം. ന. മേല്പറഞ്ഞ അൎത്ഥം.

കാൎത്തികേയൻ. ന. സുബ്രഹ്മണ്യൻ.

കാൎത്തോട്ടി. ന. ഒരു പച്ചമരുന്നു.

കാൎത്ത്യായിനീ. ന. ദുൎഗ്ഗാ.

കാൎത്സ്ന്യം. അ. മുഴുവനും.

കാൎപ്പടൻ. ന. സങ്കടമുള്ളവൻ.

കാൎപ്പണ്യം. ന. ൧, ദാരിദ്ര്യം. ൨, ദുരാഗ്രഹം, ലോഭം.

കാൎപ്പാസം. ന. നൂൽപരിത്തി, നൂൽപഞ്ഞി.

കാൎപ്പാസാസ്ഥി. ന. പഞ്ഞിക്കുരു.

കാൎപ്പാസി. ന. നൂൽപ്പഞ്ഞിയുണ്ടാകുന്ന മരം.

കാൎമ്മേഘം. ന. കറുത്ത മേഘം.

കാൎമ്മണം. ന. വശീകര പ്രവൃത്തി, സ്വാധീനമാകുന്നതിന്നുള്ള പ്രയോഗം.

കാൎമ്മ. വി. (മ്മൻ, മ്മി, മ്മം.) വി. ന. പ്രവൎത്തിക്കു ശീലമായുള്ള.

കാൎമ്മുകം. ന. വില്ലു.

കാൎമ്മുകിൽ. ന. കാൎമ്മേഘം.

കാൎമ്മുകി. ന. ൧, വില്ലുള്ളവൻ, വില്ലാളി. ൨, പ്രവൃത്തി തികെക്കുന്നവൻ.

കാൎയ്യകൎത്താവു. ന. ചെയ്യേണ്ടതിനെ ചെയ്യുന്നവൻ.

കാൎയ്യകുശല. വി. (ലൻ, ലാ, ലം.) വി. ന. ചെയ്യേണ്ടുന്നതിൽ സാമൎത്ഥ്യമുള്ള.

കാൎയ്യക്കാരൻ. ന. കാൎയ്യം വിചാരിക്കുന്ന ഒരുദ്യോഗസ്ഥൻ.

കാൎയ്യക്കുറവു. ന. വിചാരക്കുറവുകൊണ്ടുള്ള കുററം.

കാൎയ്യപുടൻ. ന. ൧, നാണമില്ലാത്തവൻ. ൨, മടിയൻ. ൩, ഭ്രാന്തൻ.

കാൎയ്യപുരുഷൻ. ന. ൧, മന്ത്രി. ൨, പ്രധാനി.

കാൎയ്യബോധം. ന. വേണ്ടതിന്റെ അറിവു.

കാൎയ്യ. വി. (ൎയ്യൻ, ൎയ്യാ, ൎയ്യം.) വി. ന. ചെയ്യേണ്ടുന്ന.

കാൎയ്യം. ന. ൧, സംഗതി. ൨, പ്രവൃത്തി. ൩, വസ്തുത. ൪, പ്രയോജനം. (സം.) കാരണത്തിൽനിന്നുണ്ടായതെന്തെങ്കിലും.

കാൎയ്യലാഭം. ന. ഉപകാരം, വല്ലതെങ്കിലും കിട്ടുക.

കാൎയ്യവിചാരം. ന. അതാതു സ്ഥലങ്ങളിൽ വേണ്ടുന്നതിനെ വിചാരിച്ചു നടത്തുക.

കാൎയ്യവിഘ്നം. ന. ൧, വിചാരക്കുറവുകൊണ്ടു മററുമുണ്ടാകുന്ന ചേതം. ൨, വേണ്ടുംപ്രകാരം ചെയ്യാത്തതിനാലുള്ള കുററം, കാൎയ്യക്കുറവു.

കാൎയ്യസാദ്ധ്യം. ന. ൧, ആവശ്യമുള്ളതു വല്ലതും സാധിക്കുക. ൨, ലഭിക്കുകയുംമററും.

കാൎയ്യസിദ്ധി. ന. ആവശ്യമുള്ളതിനെ സാധിക്കുക, കാൎയ്യലാഭം.

കാൎയ്യസ്ഥൻ. ന. ൧, ചെയ്യേണ്ടുന്നതിൽ തന്നെ ശ്രദ്ധയോടെ നില്ക്കുന്നവൻ, പ്രമാണി. ൨, കാൎയ്യവിചാരക്കാരൻ.

കാൎയ്യാകാൎയ്യം. ന. ചെയ്യേണ്ടതും ചെയ്യേണ്ടാത്തതും, കാൎയ്യവും അകാൎയ്യവും.

കാൎയ്യാവു. ന. രണ്ടു മൂലയോ മററോ കൂട്ടി കത്രികപോലെ കെട്ടിയതു.

കാൎവ്വണ്ടു. ന. അധികം കറുത്ത വണ്ടു.

കാൎവ്വൎണ്ണൻ. ന. ശ്രീകൃഷ്ണൻ.

കാൎവ്വേണി. ന. കറുത്ത തലമുടി.

കാൎശ്യം. ന. ൧, മുൾപ്പുമരുതു. ൨, മെലിച്ചിൽ.

കാൎഷാപണം. ന. കഴഞ്ചു.

കാൎഷികൻ. ന. കൃഷിക്കാരൻ.

കാൎഷികം. ന. കഴഞ്ചു.

കാൎഷ്ണ്യം. ന. പെരുങ്കിഴ.

കാലകാലൻ. ന. ശിവൻ.

കാലകൃത്തു. ന. ആദിത്യൻ.

കാലകേക്ഷു. ന. നല്ല കാട്ടുകരിമ്പു.

കാലക്കേടു. ന. ആപത്തു.

കാലക്രമം. ന. ക്രമേണയുള്ള കാലം.

കാലക്രമേണ. അ. കുറേനാൾ കഴിയുമ്പോൾ.

കാലഗതി. ന. സമയം പോകുക.

കാലഗ്രന്ഥി. ന. സംവത്സരം.

കാലചക്രം. ന. കാലത്തിന്റെ ചുററു, ഗ്രഹങ്ങളുടെ ചുററിയുള്ള സഞ്ചാരം.

കാലജ്ഞ. വി. (ജ്ഞൻ, ജ്ഞാ, ജ്ഞം.) വി. ന. സമയത്തെ അറിയുന്ന.

കാലജ്ഞൻ. ന. ൧, ജ്യോതിശ്ശാസ്ത്രക്കാരൻ. ൨, പൂവൻകോഴി.

കാലടി. ന. കാലിന്റെ ചുവടു.

കാലതാമസം. ന. നേരം താമസിക്കുക.

കാലത്തു. അ. ൧, പകലിന്റെ ആദിയിൽ. ൨, സമയത്തു.

കാലദണ്ഡു. ന. അന്തകന്റെ ആയുധമാകുന്ന ഒരു വടി.

കാലദാനം. ന. ദീനക്കാരന്നു വേണ്ടി ചെയ്യുന്ന ഒരു ദാനം.

കാലദോഷം. ന. ചീത്തക്കാലം, ആപത്തു.

കാലധൎമ്മം. ന. മരണം.

കാലൻ. ന. അന്തകൻ.

കാലൻകോഴി. ന. ഒരു പക്ഷി.

കാലനൂർ; കാലനൂരു. ന. കാലന്റെ ഊരു, യമന്റെ ദിക്കു, മരണപുരി.

കാലപാശം. ന. അന്തകന്റെ കയറു.

കാലപ്പഴക്കം. ന. വളരെക്കാലം കഴിക.

കാലഭേദം. ന. സമയഭേദം.

കാലമൃത്യു. ന. അധികം വയസ്സുചെന്നിട്ടുള്ള മരണം.

കാലം. ന. ൧, സമയം. ൨, അവസരം.

കാലം ചെയ്യുന്നു. അ. ക്രി. മരിക്കുന്നു. (ബഹുമാനസൂചകമായി പറയുമ്പോൾ ഉപയോഗിക്കുന്ന വാക്കു.)

കാലംകണ്ടവൻ. ന. സമയം അറിഞ്ഞിരിക്കുന്നവൻ.

കാലയാപനം. ന. കാലം കഴിക്കൽ. കാലക്ഷേപം.

കാലയുക്തി. ന. അറുപതു വൎഷത്തിൽ അൻപത്തുരണ്ടാമത്തേതു.

കാലവൎഷം. ന. ഇടവപ്പാതി മുതൽ ഉള്ള മഴ.

കാലവിചാരം. ന. ബ്രാഹ്മണസ്ത്രീകൾ വ്യഭിചാരം ചെയ്യാൽ അതിന്നുള്ള ഒരു വിചാരണ.

കാലവിരോധം. ന. സമയത്തിനെ വിരോധിക്കുക.

കാലവിളംബം. അല്ലെങ്കിൽ, **കാലവിളംബനം.** ന. സമയത്തിന്റെ താമസം.

കാലവേല. ന. കാലത്തിൽ ചെയ്യുന്ന വേല.

കാലവൈഭവം. ന. സമയത്തിന്റെ ശക്തി.

കാലശേയം. ന. മോരു.

കാലസംഖ്യ. ന. മുൻകൂട്ടി നിശ്ചയിച്ചിട്ടുള്ള കാലം.

കാലസൂത്രം. ന. വലിയ കട്ടപ്പമായ ഒരു നരകം.

കാലസ്വരൂപൻ. ന. ദൈവം.

കാലഹരണം. ന. ന്യായവിരുദ്ധമായ താമസംകൊണ്ടുണ്ടാകുന്ന കാൎയ്യനാശം.

കാലക്ഷേപം. ന. കാലം കഴിക്ക.

കാലാകാലങ്ങൾ. ന. സമയവും അസമയവും.

കാലാഗ്നി. ന. ഃ, ലോകനാശത്തിന്നായിട്ടുണ്ടാകുന്ന ഒരു തീ, സംഹാരാഗ്നി. ൨, ഉപനിഷത്തു, ഒരു മന്ത്രം.

കാലാനുസാരി. ന. ഃ, സാംമ്പ്രാണി. ൨, ശിംശപാവൃക്ഷം.

കാലാന്തകൻ. ന. ശിവൻ.

കാലാന്തരം. ന. ഃ, മറെറാരു കാലം. ൨, കാലഭേദം.

കാലായ. ന. കൊയ്യ നിലം.

കാലായം. ന. ഃ, നീളമുള്ള കാല്. ൨, കാലിന്റെ വേഗം.

കാലാൾ. ന. നിലത്തു നിന്നു യുദ്ധം ചെയ്യുന്നവർ.

കാലാഴി. ന. കാലിൽ ഇടുന്ന ആഭരണം, തള.

കാലി. ന. ഃ, പശു. ൨, എരുമ, പോത്തു.

കാലിക. വി. (കൻ, കീ, കം.) വി. ന. സമയത്തുണ്ടായ.

കാലികം. ന. ഃ, മരമഞ്ഞൾ. ൨, ചന്ദനം.

കാലിംഗ. വി. (ഗൻ, ഗീ, ഗം.) വി. ന. കലിംഗദേശത്തുണ്ടായ.

കാലിംഗം. ന. ഃ, കലിംഗദേശത്തേതു. ൨, കൊടകപ്പാലയരി.

കാലിണ. ന. രണ്ടുകാലും.

കാലീയകം. ന. ഃ, മരമഞ്ഞൾ. ൨, ചന്ദനം.

കാലുന്നു. നു. വാൻ. (കാൽ.) അ. ക്രി. ഃ, ചോരുന്നു. ൨, ഛൎദ്ദിക്കുന്നു.

കാലുഷ്യം. ന. ഃ, കലക്കം. ൨, ക്രോധം.

കാലേ. അ. സമയത്തു.

കാലേയകം. ന. മരമഞ്ഞൾ.

കാലേയം. ന. ഃ, മരമഞ്ഞൾ. ൨, ചൊൽപുൽക്കൊടി.

കാലോചിത. വി. (തൻ, താ, തം.) വി. ന. സമയത്തിന്നു തക്ക.

കാലോശ. ന. നടക്കുമ്പോൾ കാലിന്റെ ശബ്ദം.

കാല്യ. വി. (ല്യൻ, ല്യാ, ല്യം.) വി. ന. സമയത്തുണ്ടാകുവാൻ തക്ക.

കാല്യകം. ന. കച്ചോലം.

കാല്യം. ന. ഉഷസ്സു.

കാൽ. ന. ഃ, കാല്. ൨, പാദം. ൩, നാലിൽ ഒരു പങ്കു. ൪, തൂണ. ൫, ധാന്യങ്ങളുടെ മൂട. ൬, ആററിൽനിന്നു വെളിയിലേക്കു വെള്ളം പോവാൻ വെട്ടിയുണ്ടാക്കിയതു. ൭, കതിരു. ൮, മരത്തിന്റെ പേട്ട. ൯, ഊന്നു. ൧൦, പാവുനൂൽ.

കാല്ക്കുപ്പായം. ന. കാൽചട്ട.

കാല്ക്കെട്ടു. ന. ഃ, കാളയെ കാലു കെട്ടിയിട്ടുംകൊണ്ടു വരിയുടെക്കുക. ൨, നാല്ക്കാലി മൃഗങ്ങൾക്കു വരുന്ന ഒരു ദീനം, കുളമ്പുപനി.

കാല്ക്കോളാമ്പി. ന. തുപ്പുന്നതിന്നുള്ള ഒരോട്ടുപാത്രം.

കാല്ച്ച. ന. പാത്രത്തിന്റെ ചോച്ച്.

കാല്ച്ചട്ട. ന. അരെക്കു താഴെയിടുന്ന കുപ്പായം.

കാല്ച്ചിലമ്പു. ന. കാലേൽ ഇടുന്ന ഒരു വക കിലുങ്ങുന്ന ആഭരണം.

കാല്ച്ചുവട്ടു. ന. കാലടി, പാദം.

കാല്ത്തള. ന. കാലേൽ ഇടുന്ന ഒരു മാതിരി ആഭരണം.

കാല്ത്തളിർ. ന. പാദം, കാൽച്ചുവടിനെ മാനിച്ചു പറയുന്ന വാക്കു.

കാല്ത്താർ. ന. പൂ പോലെ ഭംഗിയുള്ള കാൽച്ചുവടു.

കാല്നഖം. ന. കാലിലെ നഖം.

കാല്നട. ന. വാഹനത്തിൽ കേറാതെ നടക്കുക, പോകുക.

കാല്പടം. ന. ഉള്ളങ്കാൽ.

കാല്പററു. ന. കാലിന്റെ ചേച്ച്.

കാല്പിടിക്കുന്നു. ച്ചു. ച്ചാൻ. (കാല്പിടി.) അ. ക്രി. ഃ, കാലിനെ പതുക്കെ തിരുമ്മുന്നു. ൨, വളരെ വിനയത്തോടെ ആശ്രയിച്ചു പറകയുമ്മററും ചെയ്യുന്നു.

കാല്പൂഴി. ന. കാൽപ്പൊടി, കാലിലെ മണ്ണു.

കാല്പെരുമാററം. ന. ഃ, കാൽപ്രയോഗം, കാലുകൊണ്ടുള്ള വേല. ൨, നടക്കുമ്പോൾ ഉണ്ടാകുന്ന ശബ്ദം.

കാല്പ്രയോഗം. ന. ആട്ടക്കാരുംമററും കൂത്തുകാൽ മുറുക്കുക.

കാല്മടക്കു. ന. കാലിന്റെ മുട്ടിന്റെ പുറകിലത്തെ ഭാഗം.

കാല്മേസ. ന. കാലേൽ ഇടുന്ന ഉറ.

കാൽവണ്ണ. ന. മുട്ടിനു താഴെ പാദത്തിനു മുകളിലുള്ള സ്ഥലം.

കാൽവിരൽ. ന. കാലിന്റെ വിരൽ.

കാൽവിലങ്ങു. ന. കുററക്കാരുടെ കാലു രണ്ടുംകൂടെ കൂട്ടി ബന്ധിക്കുന്ന ഇരിമ്പുചങ്ങല.

കാവു. ന. ഃ, മരക്കൂട്ടം. ൨, ഭദ്രകാളിയുടെ ക്ഷേത്രം. ൩, വാളിന്റെ പിടി. ൪, കാവടി. ൫, ബ്രാഹ്മണകന്യക.

കാവചികം. ന. കവചമിട്ടവരുടെ കൂട്ടം.

കാവടി. ന. ഃ, തോളിൽ വെച്ചു ചുമക്കുന്നതിന്നുപകരിപ്പാൻ മരംകൊണ്ടുണ്ടാക്കിയ സാധനം. ൨, ചില ധൎമ്മക്കാർ കൊണ്ടുനടക്കുന്ന ഒരു മാതിരി കാവടി.

കാവടിക്കാരൻ. ന. കാവടി കൊണ്ടുനടക്കുന്നവൻ.

കാവട്ടുപ്പുല്ലു. ന. ഒരു മാതിരിപ്പുല്ലു.

കാവണ്ടം. ന. കാവടി.

കാവതി. ന. ഃ, ക്ഷൌരക്കാരിൽ ഒരു ജാതിക്കാരൻ. ൨, ശൂദ്രരിൽ ഒരു ജാതി.

കാവതിക്കാക്ക. ന. മലങ്കാക്ക.

കാവത്തു. ന. കാച്ചില്.

കാവലാളി. ന. കാവല്ക്കാരൻ.

കാവൽ. ന. ഃ, മോഷ്ടിച്ചുകൊണ്ടുപോകാതെയും മററും സൂക്ഷിക്കുക. ൨, കാക്കുന്നവൻ. ൩, പാറാവു.

കാവല്ക്കാരൻ. ന. മറെറാരുത്തരും കൊണ്ടുപോകാതെയും മററും രക്ഷിക്കുന്നവൻ.

കാവല്പുര. ന. കാവല്ക്കാരൻ ഇരിക്കുന്ന പുരം.

കാവല്പുലം. ന. കാവല്ക്കലി.

കാവല്വിളി. ന. കാവല്ക്കാരുടെ വിളി.

കാവൽസ്ഥലം. ന. കാക്കുന്ന സ്ഥലം.

കാവളം. ന. ഒരു വക വൃക്ഷം.

കവളംകാളി; കാവളംകാളി. ന. ഒരു വക പക്ഷി.

കാവി. ന. ഒരു മാതിരി ചുവന്ന മണ്ണു, കാവിമണ്ണു.

കാവിമണ്ണു. ന. ഒരു മാതിരി ചുവന്ന മണ്ണു.

കാവിവസ്ത്രം. ന. കാവിമണ്ണു കലക്കിയതിൽ മുക്കിയ വസ്ത്രം.

കാവുന്നു. വി. വാൻ. (കാവ.) സ. ക്രി. കാവടി കെട്ടി ചുമക്കുന്നു.

കാവൂട്ടു. ന. കാവിൽ കുടിവെച്ചിരിക്കുന്ന ദേവതകൾക്കായി കഴിക്കുന്ന പൂജ.

കാവേരം. ന. കുങ്കുമപ്പൂ.

കാവേരി. ന. ഇന്ത്യയിലെ പ്രധാന നദികളിൽ ഒന്നു.

കാവ്യൻ. ന. ശുക്രൻ.

കാവ്യം. ന. കവിത.

കാവ്യലിംഗം. ന. സാഹിത്യശാസ്ത്രത്തിൽ ഒരലങ്കാരത്തിന്റെ പേരു.

കാശു. ന. ൧, തങ്കക്കാശു. ൨, അറമ്പിക്കാശു. ൩, ചെമ്പുകാശു.

കാശം. ന. ൧, ആററുദർഭ. ൨, കുശം.

കാശി. ന. ൧, കാശിരാജ്യം. ൨, അവിടത്തെ തീർത്ഥസ്ഥലം. ൩, അവിടത്തെ ക്ഷേത്രം.

കാശിത്തുമ്പ. ന. ഒരു വക മരുന്നു.

കാശിരട്ടു. ന. ഒരു മാതിരി കട്ടിയുള്ള തുണി.

കാശുതാലി. ന. പൊൻകാശു കഴവെച്ച ചില സ്ത്രീകൾ കഴുത്തിൽ കെട്ടുന്ന ആഭരണം, കാശുമാല.

കാശ്മൎയ്യം. അല്ലെങ്കിൽ, **കാശ്മരീ.** ന. പെരുങ്കുമിഴമരം.

കാശ്മല്യം; കശ്മലത. ന. കശ്മലന്റെ സ്ഥിതി, ദുഷ്ടത.

കാശ്മീരജന്മം. ന. കുങ്കുമപ്പൂവു.

കാശ്മീരജം. ന. കുങ്കുമപ്പൂവു.

കാശ്മീരം. ന. ൧, പുഷ്കരമൂലം. ൨, കാശ്മീര രാജ്യം.

കാശ്യപൻ. ന. ഒരു മഹർഷി.

കാശ്യപി. ന. ൧, അരുണൻ. ൨, ഗരുഡൻ.

കാശ്യപി. ന. ഭൂമി.

കാശ്യപേയൻ. ന. ആദിത്യൻ.

കാഷായ. വി. (യൻ, യീ, യം.) വി. ന. ചുവപ്പുനിറമുള്ള, ചുവന്ന.

കാഷായവസന. ന. വിധവ.

കാഷ്ഠുകം. ന. ചെന്നിനായകമരം.

കാഷ്ഠകദ്ദാലം. ന. വള്ളം കെട്ടുന്ന കററി.

കാഷ്ഠതൾ. ന. ആശാരി.

കാഷ്ഠതക്ഷകൻ. ന. ആശാരി.

കാഷ്ഠമല്ലം. ന. ശവകട്ടിൽ.

കാഷ്ഠം. ന. വിറകു, മരം. (മ.) മലം.

കാഷ്ഠലോഹി. ന. വളഞ്ഞ വടി.

കാഷ്ഠാ. ന. ൧, ദിക്കു. ൨, സ്ഥലം. ൩, പതിനെട്ടു ഇമെച്ച മിഴി കൂടിയ കാലം. ൪, ശ്രേഷ്ഠത. ൫, ഭാഗ്യം.

കാഷ്ഠാംബുവാഹിനീ. ന. മരവി.

കാഷ്ഠിക്കുന്നു. ച്ചു. പ്പാൻ. (കാഷ്ഠി.) അ. ക്രി. മലശോധന ചെയ്യുന്നു.

കാഷ്ഠീല. ന. വാഴ.

കാസം. ന. ചുമ.

കാസമൎദ്ദം. ന. പൊന്നാരവീരൻ.

കാസരം. ന. പോത്തു.

കാസാരം. ന. പൊയ്ക.

കാസീസം. ന. ൧, കുറുത്തിയം. ൨, മയിൽതുത്ഥം.

കാസൂ. ന. ൧, കൊഞ്ചവാക്കു. ൨, വേലായുധം.

കാഹളം. ന. ഒരു വാദ്യം, കാഹളം.

കാള. ന. പശുവിന്റെ ആൺ, എരുതു.

കാളകണ്ടകം. ന. ഒരു മാതിരി പക്ഷി.

കാളകണ്ഠൻ. ന. ൧, ശിവൻ. ൨, കരികിൽ. ൩, മയിൽ. ൪, വാലാട്ടിപ്പക്ഷി.

കാളകം. ന. കറുത്ത മറുവു.

കാളകണ്ണിക. ന. നിർഭാഗ്യം.

കാളകളി. ന. വേല ചെയ്യാതെ കളിച്ചു നടക്കു.

കാളകളിക്കാരൻ. ന. വേലചെയ്യാതെ കളിച്ചു നടക്കുന്നവൻ.

കാളകൂടം. ന. പാമ്പിൽനിന്നുണ്ടാകുന്ന വിഷം.

കാളക്കിടാവു. ന. പശുവിന്റെ ആൺകുട്ടി, മൂരി.

കാളഖണ്ഡം. ന. ഹൃദയത്തിന്നടുത്തിരിക്കുന്ന ഒരു മാംസം.

കാള. വി. (ളൻ, ളാ, ളം.) വി. ന. കറുത്ത.

കാളൻ. ന. മോരൊഴിച്ചുണ്ടാക്കുന്ന ഒരു മാതിരി കറി.

കാളപൃഷ്ഠം. ന. കൎണ്ണന്റെ വില്ലു.

കാളമേഷിക. ന. ൧, മഞ്ചട്ടി. ൨, കരിഞ്ചീരകം. ൩, നാഗ്യോല്പക്കൊന്ന.

കാളമേഷീ. ന. ൧, കാട്ടുജീരകം. ൨, കാക്കോകിലരി.

കാളം. ന. ൧, കറുപ്പു. ൨, കാറളം. ൩, മുതലയെപ്പിടിക്കുന്നതിന്നുള്ള ചൂണ്ട.

കാളരാത്രി. ന. ൧, ഇരുട്ടുള്ള രാത്രി. ൨, മരണദിവസത്തിന്റെ മുൻപേ വരുന്ന രാത്രി. ൩, പാമ്പിന്റെ മൂന്നാമത്തെ വിഷപ്പല്ലു.

കാളൽ. ന. ൧, ചൂടു. ൨, എരിച്ചിൽ.

കാളവാ. ന. തീയുള്ള സ്ഥലം.

കാളസൎപ്പം. ന. കറുത്ത സൎപ്പം.

കാളസ്കന്ധം. ന. ൧, പനിച്ചി. ൨, പച്ചിലവൃക്ഷം.

കാളസ്ഥാലി. ന. പൂപ്പാതിരിമരം.

കാളഹസ്തി. ന. കൎണ്ണാടകദേശത്തുള്ള ഒരു മലയും ഒരു നഗരവും.

കാളാ. ന. ൧, കരിഞ്ചീരകം. ൨, നാഗ്യോല്പക്കൊന്ന.

കാളാഗുരു. ന. കാരകിൽ.

കാളാഞ്ചി. ന. പൊടിപ്പു, തൊങ്ങൽ.

കാളാനുസാരി. ന. ൧, സാംപ്രാണി. ൨, ചേലേയകം.

കാളാനുസാൎയ്യം. ന. ൧, സാംപ്രാണി. ൨, ചേലേയകം. ൩, ശിംശപവൃക്ഷം.

കാളാമുണ്ടം. ന. വാഴയ്ക്കാ ഏട്ടത്തതിന്റെ ശേഷമുള്ളതു, തണ്ടു.

കാളായസം. ന. ഇരിമ്പു, കാരിരിമ്പു.

കാളാരിമേദം. ന. കറുത്ത കരിവേലകം.

കാളി. ന. ൧, ഒരുവക വാഴ. ൨, ഭദ്രകാളി.

കാളിക. വി. (കൻ, കീ, കം.) വി. ന. കറുത്ത.

കാളിക. ന. ൧, മേഘക്കൂട്ടം. ൨, അണ്ണാൻ. ൩, പാൎവ്വതി. ൪, കാകോളി.

കാളികം. ന. ൧, കാരകീൽ. ൨, മരമഞ്ഞൾ.

കാളിന്ദീ ന. ൧, യമുനാനദി. ൨, കൃഷ്ണന്റെ പ്രധാന ഭാൎയ്യമാരിൽ ഒരുത്തി.

കാളിന്ദീഭേദനൻ. ന. ബലഭദ്രൻ.

കാളിമ. ന. കറുപ്പ.

കാളിയ. വി. (യൻ, യാ, യം.) വി. ന. കറുത്ത.

കാളിയൻ. ന. ഒരു സൎപ്പരാജാവു.

കാളീ. ന. ൧, പാൎവ്വതി. ൨, ഭദ്രകാളി. ൩, പാമ്പിന്റെ രണ്ടാമത്തെ വിഷപ്പല്ലു. ൪, അമരി.

കാളുന്നു. ളി. വാൻ. (കാള.) അ. ക്രി. ൧, എരിയുന്നു. ൨, ദഹിക്കുന്നു.

കാക്ഷി. ന. തുവര.

കാക്ഷീവം. ന. മുരിങ്ങ.

കാഴ്ച. ന. ൧, കണ്ണിന്റെ അനുഭവം, നോട്ടം. ൨, ആലോചന. ൩, രാജാക്കന്മാരുടെയുമറ്റും മുൻപിൽ വെച്ചു കാണുന്ന വസ്തു.

കാഴ്ചക്കാരൻ. ന. ൧, കാണുന്നവൻ. ൨, വല്ലതും കാഴ്ചയായിട്ടു വെക്കുന്നവൻ.

കാഴ്ചപ്പട. ന. ആയുധാഭ്യാസത്തിന്റെ അരങ്ങേററം.

കാറു. ന. മേഘം, മഴക്കാറു.

കാറ. ന. ൧, കഴുത്തിൽ കെട്ടുന്ന ഒരാഭരണം. ൨, ഉരൽ.

കാറൽ. ന. ൧, വെളിച്ചെണ്ണയുമററും പഴകിയാലുണ്ടാകുന്ന ചുവ, കനപ്പു. ൨, നിലവിളി.

കാറുകൊള്ളുന്നു. ണ്ടു. വാൻ. (കാറു.) അ. ക്രി. മഴ പെയ്യുന്നതിനുള്ള മേഘം വന്നു നിറക്കുന്നു.

കാറുന്നു. റി. വാൻ. (കാറ.) അ. ക്രി. ൧, നിലവിളിക്കുന്നു. ൨, കലിക്കുന്നു.

കാറുവാൻ. ന. ഒരുവക പക്ഷി.

കാറുവാർ. ന. ൧, അധികാരം. ൨, വേല.

കാറെക്കാ. ന. കപ്പലുമാവിന്റെ പഴക്കാത്ത കായ്.

കാററു. ന. പഞ്ചഭൂതങ്ങളിൽ ഒന്നു, വിശറികൊണ്ടു വിശുമ്പോഴുമററുമുണ്ടാകുന്നതു.

കാററാടി. ന. കാററത്തു പറപ്പിക്കുന്ന ഒരു കളിക്കോപ്പു.

കാററുകൊള്ളുന്നു. ണ്ടു. വാൻ. (കാററു.) അ. ക്രി. കാറേറല്ക്കുന്നു, കാററിനെ മേത്തുകൊള്ളിക്കുന്നു.

കാററുപാങ്ങു. ന. കാററുതക്കം, കാററിന്റെ അനുകൂലം.

കാററുമറവു. ന. കാററു കേറാതെയിരിക്കുന്നതിനുള്ള മറ.

കാററുവാ. ന. അധികം കാററു വരുന്ന സ്ഥലം.

കാറേറാട്ടം. ന. കാററിന്റെ സഞ്ചാരം.

കാറെറാഴിവു. ന. കാററു മാറിപ്പോക.

കി

കികി. ന. ഒരു പക്ഷി, കാട്ടുകാക്ക.

കികീദിവി. ന. കാട്ടുകാക്ക.

കിക്കിളി; കിക്കിലി. ന. ചിരിപ്പിക്കത്തക്കവണ്ണം ദേഹത്തു സ്പൎശിക്കുക.

കിങ്കണൻ. ന. അല്പദ്രവ്യത്തെ പ്രമാണിക്കാത്തവൻ.

കിങ്കര. വി. (രൻ, രാ, രി, രം.) വി. ന. ഭൃത്യതയുള്ള, പറയുന്നതിനെ കേട്ടു വേല ചെയ്യുന്ന.

കിങ്കിണി. ന. ഒരുമാതിരി ചെറിയ മണി.

കിങ്ങിണി. ന. പൈതങ്ങളുടെ അരയിൽ കെട്ടുന്ന ഒരുവക ആഭരണം.

കിച്ചടി. ന. ഒരുവകക്കറി.

കിഞ്ച. അ. അതുയുമല്ല, അതുതന്നെയുമല്ല.

കിഞ്ചന. അ. അല്പം.

കിഞ്ചനൻ. ന. അല്പൻ.

കിഞ്ചിൽ. ന. യാചന.

കിഞ്ചിൽ. അ. കുറഞ്ഞൊന്നു, അല്പം.

കിഞ്ചുന്നു. ഞ്ചി. വാൻ. (കിഞ്ച.) അ. ക്രി. യാചിക്കുന്നു.

കിഞ്ചുലകം. ന. ഞാഞ്ഞൂൾ.

കിഞ്ജല്കം. ന. താമരയല്ലി.

കിട. ന. ൧, ചിറ. ൨, സമം. ൩, വട്ടം. ൪, ബാക്കിവന്നതു.

കിടക്ക. ന. മെത്ത, കിടക്കുന്നതിന്നായിട്ടു ശീലകൊണ്ടുണ്ടാക്കി പഞ്ഞി നിറച്ചതു.

കിടക്കപ്പുര. ന. കിടക്കുന്ന മുറി.

കിടക്കുന്നു. ന്നു. പ്പാൻ. (കിട.) അ. ക്രി. ൧, കട്ടിലിന്റെ മീതെയുമററും ശരീരത്തിനെ നിരത്തിൽ വെക്കുന്നു. ൨, ചില വസ്തുക്കൾ ഇരിക്കുന്നു.

കിടങ്ങു. ന. കോട്ടകൾക്കു ചുററുമുണ്ടാക്കുന്ന ഒരുമാതിരി വെള്ളക്കുഴി.

കിടച്ചിൽ. ന. ൧, ശണ്ഠ. ൨, ചേർപാടു. ൩, വല്ലതും തമ്മിൽ കൂട്ടിത്തൊടുക.

കിടെച്ചുതൊടുന്നു. ട്ടു. വാൻ. (കിടച്ചു.) സ. ക്രി. കൂട്ടിത്തൊടുന്നു.

കിടത്തുന്നു. ത്തി. വാൻ. (കിടത്ത.) സ. ക്രി. ശയിപ്പിക്കുന്നു.

കിടപ്പു. ന. ൧, കിടക്കുക, ശയനം. ൨, അവസ്ഥ.

കിടയുന്നു. ഞ്ഞു. വാൻ. (കിട.) സ. ക്രി. ൧, ശണ്ഠകൂടുന്നു. ൨, തൊടുന്നു. ൩, മുട്ടുന്നു.

കിടാകുന്നു. യി. വാൻ. (കിടാ.) അ. ക്രി. ൧, കല്ലെറിയുന്നു. ൨, ആണി തറെക്കുന്നു.

കിടാത്തൻ. ന. കമ്മാളരുടെയുമററും ആണ്പൈതൽ.

കിടാത്തി. ന. മേല്പറഞ്ഞവരുടെ പെണ്പൈതൽ.

കിടാരം. ന. ചെമ്പുകൊണ്ടുള്ള ഒരു മാതിരി വലിയ പാത്രം.

കിടാവു. ന. ൧, പൈതൽ. ൨, മൃഗക്കുട്ടി.

കിടി. ന. പന്നി.

കിടിഞ്ഞൻ. ന. വളരെക്കുഴിയുള്ള ഒരുതരം കൊട്ട.

കിടിലം. ന. വിറയൽ.

കിടുകു. ന. ഓലകൊണ്ടുണ്ടാക്കിയ മറ.

കിടുകിടുക്കുന്നു. ത്തു. പ്പാൻ. (കിടുകിടു.) അ. ക്രി. ൧, ഭയംകൊണ്ടോ കുളിരുകൊണ്ടോ വിറെക്കുന്നു. ൨, കിടുകിടെ ശബ്ദിക്കുന്നു. ൩, ഞെട്ടുന്നു.

കിടുകിടുപ്പു. ന. ൧, വിറയൽ. ൨, ഒരു മാതിരി ശബ്ദം. ൩, ഞെട്ടൽ.

കിടുക്കം. ന. ൧, ഓട്ടുപാത്രങ്ങളുടെയുമററും ശബ്ദം. ൨, ഒരു മാതിരിക്കിലുക്കം.

കിടുക്കനെ. അ. വേഗത്തിൽ.

കിടുക്കുന്നു. ക്കി. വാൻ. (കിടു.) സ

ക്രി. ഫ, കിലുക്കുന്നു. വ, കമ്മത്തിൽ ഏട്ടുക്കുന്നു.

കിട്ടങ്ങുന്നു. ങ്കി. വാൻ. (കിട്ട.) അ. ക്രി. ഫ, പാത്രങ്ങളൊ മറെറാ തമ്മിൽ ക്രുട്ടിമുട്ടി ശബ്ദമുണ്ടാകുന്നു. വ, വിറെക്കുന്നു. ൩, മരിക്കുന്നു.

കിട്ടുപിടി. ന. ഒരുവക വാദ്യം.

കിട്ടമ്മൻ. ന. മുടക്കൻ.

കിടെക്കുന്നു. ച്ചു. ട്ടാൻ. (കിടെ.) സ. ക്രി. ഫ, വഴിക്കുന്നു, കിട്ടുന്നു. വ, ക്രുട്ടി സമ്പാദിച്ചു തൊട്ടുന്നു.

കിടെപ്പു. ന. ഫ, വാദം. വ, ക്രുട്ടിത്തൊടുക.

കിടേശ്രു. ന. ഒരുവക ചെടി.

കിട്ടം. ന. ഫ, ഇരിമ്പുകീടൻ. വ, മലം.

കിട്ടാക്കുററി. ന. കടം വീട്ടുവാൻ മുതലില്ലാത്തവൻ.

കിട്ടി. ന. മുട്ടുക്കോൽ.

കിട്ടിക്കോൽ. ന. മേല്പറഞ്ഞ അത്ഥം.

കിട്ടുന്നു. ട്ടി. വാൻ. (കിട്ട.) സ. ക്രി. വഴിക്കുന്നു, തനിക്കുള്ളതായി തീരുന്നു.

കിണം. ന. ഫ, വ്രണവുമ്മറവും ഉണങ്ങിയാലുണ്ടാകുന്ന തഴമ്പു. വ, മുഴ.

കിണച്ചിൽ. ന. ഫ, ശബ്ദം. വ, വേർപാട്ടു. ൩, ക്രുട്ടിമുട്ടുക.

കിണയുന്നു. ഞ്ഞു. വാൻ. (കിണ.) അ. ക്രി. ഫ, ശബ്ദംക്രുട്ടുന്നു. വ, വേർപെട്ടുന്നു. ൩, ക്രുട്ടിമുട്ടുന്നു.

കിണർ. ന. വെള്ളം കോരുന്നതിന്നു മുററത്തു വട്ടത്തിൽ കുഴിച്ചുണ്ടാക്കുന്ന ജലസ്ഥലം.

കിണിഹീ. ന. വലിയ കടലാടി.

കിണകിണെ. അ. പലുക്കെപ്പുളുകെ.

കിണക്കം. ന. ഫ, വണ്ണം. വ, മണിയുടെ നാദം, കിലുക്കം.

കിണക്കുന്നു. ക്കി. വാൻ. (കിണക്ക.) സ. ക്രി. കിലുക്കുന്നു.

കിണക്കുന്നു. ത്തു. ട്ടാൻ. (കിണ.) അ. ക്രി. ഫ, തടിക്കുന്നു. വ, ബലമുണ്ടാകുന്നു.

കിണങ്ങുന്നു. ങ്ങി. വാൻ. (കിണങ്ങ). അ. ക്രി. ഫ, കിലുങ്ങുന്നു. വ, മൂക്കകൊണ്ടു സ്വരം വരുത്തിപ്പറയുന്നു.

കിണപ്പു. ന. തടിപ്പു.

കിണ്ടത്തരം. ന. കിണ്ടാട്ടം.

കിണ്ടൻ. ന. ഒരുമാതിരി പുതെപ്പു.

കിണ്ടപ്പൻ. ന. വണ്ണമുള്ളവൻ, പലമുള്ളവൻ.

കിണ്ടം. ന. ഫ, ജൂച്ചാളംശം. വ. മോഷം. ൩, മോന്തപം.

കിണ്ടൽ. ന. ഫ, കുഴക്കുക. വ, മററം.

കിണ്ടാട്ടം. ന. ഫ, മററം. വ, വഞ്ചന.

കിണ്ടി. ന. വെള്ളം കുടിപ്പാനുള്ള വാലുള്ള ഒരു ഓട്ടുപാത്രം.

കിണ്ടുന്നു. ണ്ടി. വാൻ. (കിണ്ട.) സ. ക്രി. കുഴക്കുന്നു.

കിണ്ണൻ. അല്ലെങ്കിൽ, **കിണ്ണം.** ന. ഒഞ്ഞി കുടിപ്പാനുമററുമുള്ള ഓട്ടുപാത്രം.

കിണ്ണംമുട്ടുന്നു. ട്ടി. വാൻ. (കിണ്ണംമുട്ട.) സ. ക്രി. പ്രസിദ്ധപ്പെടുത്തുന്നു.

കിണ്ണാണം. ന. പിന്നെയും പിന്നെയും ചോദിക്കുക, കിണ്ടാട്ടം.

കിതവ. വി. (വൻ, വാ, വം.) വി. ന. ഫ, ചതിവുള്ള. വ, ഉപദ്രവിക്കുന്ന.

കിതവൻ. ന. ഫ, ചൂതാളി. വ, ഉന്മത്തൻ.

കിനാവു. ന. സ്വപ്നം.

കിന്തമാം. അല്ലെങ്കിൽ, **കിന്തരാം.** അ. എന്തു. കിം. ഉത്തു സംശയത്തിലും വരും.

കിന്തു. അ. ഫ, എന്നാൽ. വ, പിന്നെയും, ഇനിയും, എന്തു.

കിന്ദേവ. വി. (വൻ, വാ, വം) വി. ന. നിന്ദിതമായുള്ള.

കിന്നരൻ. ന. ഉപദേവകളിൽ ഒരു ജാതിക്കാരൻ.

കിന്നരം. ന. ഒരുവക വാദ്യം.

കിന്നരി. ന. കിന്നരസ്ത്രീ.

കിന്നരേശൻ. ന. വൈശ്രവണൻ.

കിന്നു. അ. ഫ, എന്തു. വ, എങ്ങനെ. ൩, ഇപ്രകാരം. ൪, പോലെ. ൫, പിന്നെയും.

കിമപി. അ. അല്പം.

കിമു. അ. എന്തു.

കിമുത. അ. ഫ, എന്തു. വ, സംശയം. ൩, അധികം. ൪, എന്തു. ൫, ആമൊ, അല്ലയൊ.

കിം. അ. ഫ, എന്തു. വ, സംശയത്തുങ്കൽ ചേത്തുപറയുന്നതു.

കിംപച. വി. (ചൻ, ചാ, ചം.) വി. ന. മുതൽ ചിലവിടാത്ത, ലുബ്ധുള്ള.

കിംപചാന. വി. (നൻ, നാ, നം.) വി. ന. ലോഭമുള്ള.

കിംപൊക. വി. (കൻ, കാ, കം.) വി. ന. മോശതയുള്ള.

കിംപാകം. ന. കാഞ്ഞിരത്തൊണ്ടി.

കിമ്പുരുഷൻ. ന. ഉപദേവകളിൽ ഒരു ജാതിക്കാരൻ.

കിംവദന്തി. ന. ജനങ്ങൾ പല വിധമായി പറയുന്ന വത്തമാനം.

കിംവാ. അ. അല്ലെങ്കിൽ.

കിംശാരു. ന. നെല്ലിന്റെ ഓക.

കിംശുകം. ന. പ്ലാശു.

കിംക്ഷണ. വി. (ണൻ, ണാ, ണം.) വി. ന. അല്പകാലത്തെ സാരമില്ലെന്നു വിചാരിക്കുന്ന.

കിയതീ. അ. എത്ര.

കിയൽ. അ. എത്ര.

കിയന്മാത്രം. വി. വളരെക്കുറച്ചുമാത്രം.

കിരണമാലി. ന. ആദിത്യൻ.

കിരണം. ന. രശ്മി.

കിരാതതിക്തം. ന. പുത്തരിച്ചുണ്ട.

കിരാതൻ. ന. കാട്ടാളൻ.

കിരാതം. ന. പുത്തരിച്ചുണ്ട, നിലവേപ്പു.

കിരാതി. ന. ഫ, ഗംഗാദേവി. വ, കാട്ടാളസ്ത്രീ. (മ.) വെടിപ്പുഴു.

കിരി. ന. പന്നി.

കിരിയം. ന. ഫ, കുടുംബം. വ, നായന്മാരിൽ ഉൾപ്പെട്ട ഒരു പ്രധാന ജാതിക്കാർ. ൩, ഉപായത്തിലുള്ള ചിത്തമം.

കിരിയാത്തു. ന. ഒരുവക മരുന്നു.

കിരീടപതി. ന. കിരീടം ധരിച്ച രാജാവു.

കിരീടം. ന. രാജാവിന്റെ തലയിൽ ധരിക്കുന്ന ആഭരണം, മകുടം.

കിരീടി. ന. അജ്ജുനൻ.

കിരുകിരെ. അ. കരികിലയുടെ ശബ്ദംപോലെ.

കിരുകിരുക്കുന്നു. ത്തു. ട്ടാൻ. (കിരുകിരു.) അ. ക്രി. കരികിലയിൽകൂടെ പോലെ ശബ്ദമുണ്ടാകുന്നു.

കിരുകിരുപ്പു. ന. കരികിലയിൽകൂടെ പ്രാണികൾ സഞ്ചരിച്ചാലുള്ള ശബ്ദം.

കിമ്മീര. വി. പലനിറമുള്ള.

കിമ്മീരിതം. ന. പല നിറങ്ങളോടു ക്രുടിയതു, പല നിറത്തിലുള്ള പുള്ളികളോടു ക്രുടിയതു.

കില. അ. ഫ, പോൽ. വ, നിശ്ചയമില്ലായ്മയെ പറയേണ്ടുന്ന വാക്യങ്ങളിൽ ചേക്കുന്നതു.

കിലാസം. ന. ചുണങ്ങു.

കിലാസി. വി. (സി, സിനി, സി.) വി. ന. ചുണങ്ങുള്ള.

കിലിഞ്ജകം. ന. ൧, പലക. ൨, മറ, തിര.

കിലുകില. അ. ൧, പാത്രങ്ങളൊ മറെറാ കൂട്ടിമുട്ടുന്ന ശബ്ദംപോലെ. ൨, ചിരി.

കിലുകിലുക്കുന്നു. ത്തു. പ്പാൻ. (കിലുകിലു.) സ. ക്രി. ചെറിയ മണികളുടെ ശബ്ദംപോലെ ശബ്ദമുണ്ടാക്കുന്നു.

കിലുകിലുപ്പു. ന. കിലുക്കുന്ന ശബ്ദം.

കിലുക്ക. ന. ൧, പൈതങ്ങളുടെ ഒരു മാതിരി കളിക്കോപ്പു. ൨, കിലുക്കൽ, കിലുക്കുക.

കിലുക്കം. ന. കിലുങ്ങുക.

കിലുക്കാമ്പെട്ടിൽ. ന. ഒരുമാതിരി ചെടി.

കിലുക്കുവടി. ന. കിലുങ്ങുന്ന വടി.

കിലുങ്ങുന്നു. ങ്ങി. വാൻ. (കിലുങ്ങ.) അ. ക്രി. ൧, മണിയിൽനിന്നു ശബ്ദമുണ്ടാകുന്നു. ൨, ഏകദേശം മണിയുടെ ശബ്ദംപോലെ ശബ്ദമുണ്ടാകുന്നു. **കിലുക്കുന്നു.** സ. ക്രി.

കില്ബിഷം. ന. ൧, പാപം. ൨, കുററം.

കില്ല. ന. സംശയം.

കിശോര. വി. (രൻ, രാ, രം.) വി. ന. ബാല്യമുള്ള, ബാലതയുള്ള.

കിഷ്കിന്ധ. ന. രാമായണത്തിൽ പറയുന്ന വാനരന്മാരുടെ രാജധാനി, ഒരു മല.

കിഷ്കു. ന. ൧, ഒരു മുഴം. ൨, ഒരു ചാൺ. ൩, കൈ.

കിസലയം. ന. തളിര.

കിസ്തു. ന. ഗഡു, കണിശപ്രകാരമുള്ള തവണ.

കിള. ന. ൧, കിളെക്കുക. ൨, കുളത്തോളികളുടെ ഒരു കണക്കു.

കിളമ്പൽ. ന. കരേററം, വഞ്ചന.

കിളമ്പുന്നു. മ്പി. വാൻ. (കിളമ്പ.) അ. ക്രി. കരേറുന്നു, മേല്പോട്ടു വലിക്കുന്നു.

കിളർ. ന. ഐശ്വൎയ്യം.

കിളരം. ന. ഉയരം, പൊക്കം.

കിളരുന്നു. ന്നു. വാൻ. (കിളർ.) അ. ക്രി. ൧, വളരുന്നു. ൨, പൊങ്ങുന്നു.

കിളൎക്കുന്നു. ത്തു. പ്പാൻ. (കിളർ.) അ. ക്രി. ൧, കിളൎപ്പുപിടിക്കുന്നു. ൨, കിളൎപ്പു ചുവെക്കുന്നു.

കിളൎച്ച. ന. ഉയൎച്ച, പൊക്കം.

കിളൎത്തുന്നു. ത്തി. വാൻ. (കിളൎത്ത.) സ. ക്രി. പൊക്കുന്നു, ഉയൎത്തുന്നു.

കിളൎപ്പ. ന. കിളൎവ.

കിളറുന്നു. റി. വാൻ. (കിളറ.) അ. ക്രി. ൧, ഇളകുന്നു. ൨, പൊടി പൊങ്ങുന്നു.

കിളാവു; കിളാച്ചൽ. ന. കിളർ, ചെമ്പിനും മററുമുണ്ടാകുന്ന ഒരു മാതിരി കറ.

കിളാവിക്കുന്നു. ച്ചു. പ്പാൻ. (കിളാവി.) അ. ക്രി. കിളൎക്കുന്നു, ഓട്ടു ചെമ്പു ഇങ്ങിനെയുള്ളതിൽ ഒരുമാതിരി കറയുണ്ടാകുന്നു.

കിളി. ന. ഒരുവക പച്ചനിറമുള്ള പക്ഷി.

കിളിക്കത്തി. ന. അടയ്ക്കാക്കത്തി.

കിളിച്ചൽ; കിളിച്ചിൽ. ന. തളിര.

കിളിഞ്ഞിൽ. ന. ഒരു വക വൃക്ഷം.

കിളിപ്പാട്ടു. ന. എഴുത്തച്ചൻ പാട്ടു.

കിളിപ്പെട. ന. പെൺകിളി.

കിളിമൂക്ക. ന. എട്ടുചാരടേൽ കെട്ടുന്നതിനു ഓലകൊണ്ടൊ മറെറാ ഉണ്ടാക്കുന്നതു.

കിളിമൊഴി. ന. ൧, കിളിപോലെ പറയുന്നവൾ. ൨, കിളിയുടെ വാക്കു.

കിളിവാക്കെട്ടു. ന. മരത്തിന്റെ രണ്ടു കവരം കൂടെ കൂടിനില്ക്കുന്നതു.

കിളിവാതിൽ. ന. ഭവനത്തിന്റെ ഭിത്തിയിൽ പൊക്കത്തിൽ വെക്കുന്ന കൊച്ചു വാതിൽ.

കിളുക്കുന്നു; കിളുക്കുന്നു. ത്തു. പ്പാൻ. (കിളു.) അ. ക്രി. മുളെക്കുന്നു. **കിളുപ്പിക്കുന്നു; കിളുപ്പിക്കുന്നു.** കാ. ക്രി.

കിളുന്നു. ന. തളിര.

കിളുപ്പു. ന. വിത്തിൽനിന്നു പുറപ്പെടുന്ന മുള.

കിളെക്കുന്നു. ച്ചു. പ്പാൻ. (കിളെ.) സ. ക്രി. തൂമ്പാകൊണ്ടു മണ്ണു വെട്ടി മാററുന്നു. **കിളെപ്പിക്കുന്നു.** കാ. ക്രി.

കിള്ളൽ. ന. നുള്ളിപ്പറിക്കുക.

കിള്ളുന്നു. ള്ളി. വാൻ. (കിള്ളു.) സ. ക്രി. നുള്ളിപ്പറിക്കുന്നു.

കിഴക്കു. ന. സൂൎയ്യൻ ഉദിക്കുന്ന ദിക്കു.

കിഴക്കൻ. വി. കിഴക്കെ ദിക്കിലുള്ള, കിഴക്കെദിക്കിൽ നിന്നു വരുന്ന.

കിഴക്കിനു; കിഴക്കിനി. ന. നാലുകെട്ടായുള്ള ഭവനത്തിന്റെ കിഴക്കെ കെട്ടു.

കിഴങ്ങു. ന. ചില വല്ലികളുടെയും മററും ചുവട്ടിൽനിന്നു മണ്ണിന്റെ അടിയിലോട്ടുണ്ടാകുന്ന സാധനം, കന്ദം.

കിഴങ്ങൻ. ന. വിഡ്ഢി, മോഴൻ.

കിഴട്ടു; കിഴട്ടു. ന. കൊള്ളരുതാത്തതു, കേടുപററിയതു.

കിഴിപ്പു. ന. അധികമോട്ടുകയൊ മറെറാ ചെയ്യുമ്പോൾ നെഞ്ചിലുണ്ടാകുന്ന ഇളക്കവും അധിക ശ്വാസവും.

കിഴവൻ. ന. അധികം വയസ്സുചെന്നവൻ, വൃദ്ധൻ, മൂപ്പൻ.

കിഴവി. ന. അധികം വയസ്സുചെന്നവൾ, വൃദ്ധ.

കിഴി. ന. ൧, മണലൊ അരിയൊ പണമൊ വല്ലതും തുണിയിൽ ഇട്ടുകെട്ടിയതു. ൨, സമൂഹബ്രാഹ്മണരുടെ മുതലിടപെട്ട അധികാരം. ൩, വൈദ്യന്മാർ ചെയ്യുന്ന ഒരു ചികിത്സ.

കിഴിക്കാരൻ. ന. പരദേശികളായ സമൂഹബ്രാഹ്മണരുടെ അധികാരി.

കിഴിക്കുന്നു. ച്ചു. പ്പാൻ. (കിഴി.) സ. ക്രി. ൧, ചിലതിന്റെ തോലുരിക്കുന്നു. ൨, കണക്കിൽ തള്ളിയെഴുതുന്നു. ൩, തുളെക്കുന്നു.

കിഴിക്കെട്ടു. ന. തുണിയിൽ ഉരുട്ടിക്കെട്ടിയതു.

കിഴിച്ചിൽ. ന. അധികം ആശ്രയിച്ചു പറകയും മററും.

കിഴിപ്പു. ന. ൧, തോലുരിപ്പു. ൨, കണക്കിൽ തള്ളിയെഴുതുക. ൩, തുളെക്ക.

കിഴിയുന്നു. ഞ്ഞു. വാൻ. (കിഴി.) അ. ക്രി. തുളെയുന്നു. സ. ക്രി. ൧, ഉരിയുന്നു. ൨, ആശ്രയിക്കുന്നു.

കിഴിവു. ന. കിഴിപ്പു.

കിഴിശ്ശീല. ന. കിഴികെട്ടുന്നതിനുള്ള ശീല, ഒരുമാതിരി മടിശ്ശീല.

കിഴുകാനെല്ലി. ന. ഒരു പച്ചമരുന്നു.

കിഴുക്കു. ന. കൈ ചുരുട്ടി വിരലിന്റെ മുട്ടുകൊണ്ടു തലയിൽ ഇടിക്കുക.

കിഴുക്കാന്തൂക്ക. ന. ൧, തല കിഴായിട്ടു. ൨, മലയുടെ ചരിവു.

കിഴുക്കാമ്പാട്ടു. അ. തല കിഴായിട്ടു.

കിഴക്കില. ന. കറി വിളമ്പുന്ന ഇല.

കിഴക്കുന്നു. ക്കി. വാൻ. (കിഴക്ക.) സ. ക്രി. കൈ ചുരുട്ടി മുട്ടുകൊണ്ടു തലയിൽ ഇടിക്കുന്നു.

കിഴത്ത. ന. പാത്രത്തിന്റെയും മറ്റും ചെറിയ ഭാരം, ഓട്ട.

കിഴെക്കാ. ന. ഒരു മാതിരി വള്ളിക്കിഴങ്ങ, ഒരു മാതിരി കാച്ചിൽ.

കിഴെക്കുന്നു. ച്ചു. പ്പാൻ. (കിഴെ.) അ. ക്രി. അധികം ഓടുകയാൽ മാച്ചുത്തു ഇളക്കവും ശ്വാസവലിനവുമുണ്ടാകുന്നു. **കിഴെപ്പു.** ന.

കിറച്ചിൽ. ന. ഇടച്ചിൽ.

കിറയുന്നു. ഞ്ഞു. വാൻ. (കിറ.) അ. ക്രി. ൧, പൊരുതുന്നു. ൨, പുറകോട്ടു വലിക്കുന്നു.

കിറിണി. ന. കിക്കിളി.

കിറുകിണ്ണിപ്പാല. ന. ഒരുവക മരം.

കിറുകിറുക്കുന്നു. ത്തു. പ്പാൻ. (കിറുകിറു.) അ. ക്രി. ഒരുമാതിരി ശബ്ദമുണ്ടാകുന്നു.

കിറുകിറുപ്പു. ന. കതകം കട്ടിളയും കൂട്ടിയുരെഞ്ഞുണ്ടാകുന്ന ശബ്ദം.

കിറുക്കുന്നു. ക്കി. വാൻ. (കിറു.) സ. ക്രി. ൧, എഴുത്തിനെ വിലക്കുന്നു. ൨, ലക്ഷ്യമില്ലാതെ എഴുതുന്നു.

കിറുതു; കിറുവു; കിറുക്ക. ന. നിഗളം, ബുദ്ധിഭ്രമം.

കീ

കീ. അ. പക്ഷികളുടെ ശബ്ദംപോലെ.

കീകസം. ന. ൧, അസ്ഥി. ൨, അലക.

കീകസാത്മജൻ. ന. രാക്ഷസൻ.

കീചകൻ. ന. ഭാരതത്തിൽ പറയപ്പെടുന്ന ഒരു മല്ലൻ.

കീചകം. ന. തുമ്പി തുളെച്ച മുള.

കീടക. വി. (കൻ, കാ, കം.) വി. ന. ൧, കടുപ്പമുള്ള. ൨, സ്നേഹമില്ലാത്ത.

കീടകം. ന. ൧, പുഴവു. ൨, വൈശ്യസ്ത്രീയിൽ ജനിച്ച രാജപുത്രൻ.

കീടഘ്നം. ന. ഗന്ധകം.

കീടജം. ന. ൧, പട്ടുനൂൽ, പട്ടു. ൨, കോലരക്ക.

കീടം. ന. ൧, പുഴവു. ൨, വണ്ട. ൩, വൃശ്ചികരാശി. (മ.) ഇരിമ്പുകീടം.

കീടോൻ. ന. ഒരുവക കാട്ടുകിഴങ്ങു.

കീദൃൿ; കീദൃശം. അ. ഏതുവിധം.

കീനാശ. വി. (ശൻ, ശാ, ശം.) വി. ന. ൧, കൃഷി ചെയ്യുന്ന. ൨, ഒരാഗ്രഹാരമുള്ള.

കീനാശൻ. ന. യമൻ.

കീന്തൽ. ന. കീററു.

കിമ്പിളി. ന. നീളത്തിന്നൊത്ത വണ്ണമില്ലാത്ത ഭാഗം.

കീര. ന. ചീര.

കീരം. ന. കിളി.

കീരി. ന. ഒരുവക ചെറിയ കാട്ടുജന്തു.

കീരിക്കിഴങ്ങു. ന. വിഷത്തിന്നുള്ള ഒരുവക മരുന്നു.

കീൎണ്ണ. വി. ചിതറപ്പെട്ട, നിറഞ്ഞ, ബാധിക്കപ്പെട്ട.

കീൎത്തനം. ന. ൧, വാക്ക. ൨, സങ്കീൎത്തനം, പാട്ടു.

കീൎത്തി. ന. യശസ്സു, നന്മകൊണ്ടുള്ള പ്രസിദ്ധി.

കീൎത്തികേട്ട. ന. ദുഷ്കീൎത്തി.

കീൎത്തിക്കുന്നു. ച്ചു. പ്പാൻ. (കീൎത്തി.) സ. ക്രി. ൧, പറയുന്നു. ൨, സ്തുതിക്കുന്നു.

കീൎത്തിത. വി. (തൻ, താ, തം.) വി. ന. ൧, കീൎത്തിക്കപ്പെട്ട. ൨, ചൊല്ലപ്പെട്ട, സ്തുതിക്കപ്പെട്ട.

കീൎത്തിപ്പെടുന്നു. ട്ടു. വാൻ. (കീൎത്തി.) അ. ക്രി. പ്രസിദ്ധപ്പെടുന്നു.

കീൎത്തിമൽ. വി. (മാൻ, മതി, മൽ.) വി. ന. കീൎത്തിയുള്ള.

കീൽ; കീലു. ന. ചെഞ്ചല്യവും അരക്കും കൂടെ കൂട്ടി ഉരുക്കിയതു.

കീലകം. ന. പശുവിനെ കെട്ടുന്ന കുററി.

കീലം. ന. ൧, ജ്വാല. ൨, അല്പം. ൩, കുററി. ൪, ആപ്പു. ൫, ആണി. ൬, മരക്കുന്തം.

കീലരന്ധ്രം. ന. ആണിത്തുള.

കീലാലം. ന. ൧, വെള്ളം. ൨, രക്തം.

കീലിത. വി. (തൻ, താ, തം.) വി. ന. ബന്ധിക്കപ്പെട്ട.

കീശ. ന. കുപ്പായത്തിലുള്ള ഉറ, പോക്കററു്.

കീശപൎണ്ണി. ന. വലിയകടലാടി.

കീശം. ന. കുരങ്ങു.

കീശജാതി. ന. കുരങ്ങുവൎഗ്ഗം.

കീഴ. അ. ൧, താഴെ. ൨, പണ്ടു.

കീഴടങ്ങുന്നു. ങ്ങി. വാൻ. (കീഴ.) അ. ക്രി. തന്റെ ശാസനയെ അനുസരിച്ചു നടക്കുന്നു. **കീഴടക്കുന്നു.** സ. ക്രി.

കീഴധികാരം. ന. പ്രധാന ഉദ്യോഗസ്ഥന്മാരുടെ താഴെയുള്ള ഉദ്യോഗം.

കീഴര. ന. മുന്തിരിയിൽ പാതി.

കീഴരയ്ക്കാണി. ന. അരക്കാണിയുടെ മുന്നൂററിരുപതിൽ ഒരംശം.

കീഴരമ. ന. മുന്തിരികൊണ്ടു നാല്പതു പങ്ക വച്ചതിൽ ഒരു പങ്ക, അരമയുടെ മുന്നൂററിരുപതിൽ ഒരു പങ്ക.

കീഴാകുന്നു. യി. വാൻ. (കീഴ.) അ. ക്രി. കീഴടങ്ങുന്നു. **കീഴാക്കുന്നു.** സ. ക്രി.

കീഴാണ്ടു. ന. കഴിഞ്ഞ സംവത്സരം, കഴിഞ്ഞയാണ്ടിൽ.

കീഴാൾ. ന. പ്രമാണിയുടെ വരുതി കേട്ടു നടക്കുന്നവൻ.

കീഴിട്ടു. ന. താഴെ.

കീഴിലെ. അ. ൧, കഴിഞ്ഞ. ൨, താഴത്തെ. ൩, പണ്ടത്തെ.

കീഴിൽ. അ. ൧, പണ്ടു. ൨, താഴെ.

കീഴ്ച്ചവടക്കാരൻ. ന. വലിയ കച്ചവടക്കാരന്റെ ആളായിട്ടു കച്ചവടം ചെയ്യുന്നവൻ.

കീഴ്ച്ചവടം. ന. വലിയ മുതലാളിയോടു കടം വാങ്ങിച്ചും അവന്റെ ആളായിട്ടും ചെയ്യുന്ന കച്ചവടം.

കീഴ്ക്കട; കിഴ്ക്കട. വി. പണ്ടത്തെ. ന. കുടിശ്ശിക.

കീഴ്ക്കണക്ക. ന. ഒന്നിൽ കുറഞ്ഞ കണക്ക.

കീഴ്ക്കാണം. ന. ഒററിക്കാരനോടു അതേവസ്തു തന്നേ വീണ്ടും ഒററി പിടിക്കുന്നതു.

കീഴ്ക്കാണി. ന. മുന്തിരിയുടെ എണ്പതിൽ ഒരു പങ്ക, കാണിയുടെ മുന്നൂററിരുപതിലൊരംശം.

കീഴ്ക്കാന്തൂക്ക. അ. കീഴ്ക്കാമ്പാട്ട.

കീഴ്ക്കാമ്പാട്ടു. അ. മേല്പറഞ്ഞ അൎത്ഥം.

കീഴ്ക്കാൽ. ന. ൧, ഒരു കീഴ്ക്കണക്ക. ൨, തോക്കിന്റെ ചാപ്പു.

കീഴ്ക്കൂട്ടം. ന. സമ്പ്രതിപ്പിള്ളയുടെ താഴെയുള്ള കണക്കെഴുത്തുകാരൻ, കീഴ്ക്കൂട്ടംപിള്ള.

കീഴ്ക്കൂറു. ന. താഴെയുള്ള രാജാവു.

കീഴ്ജാതി. ന. നീചജാതി, തീണ്ടലുള്ള ജാതിക്കാരൻ.

കീഴ്ത്തരം. ചി. രണ്ടാംതരം, വില കുറയുന്നു.

കീഴ്ത്തെ. ന. ൧, കൊച്ചുതൈ. ൨, ചെറിയ തെങ്ങിൻതൈ.

കീഴ്നാളിൽ. അ. കഴിഞ്ഞകാലത്തിൽ.

കീഴ്പെടുന്നു. ടു. വാൻ. (കിഴ്പെട്ടു.) അ. ക്രി. കീഴാകുന്നു. **കീഴ്പെടുത്തുന്നു.** സ. ക്രി.

കിഴ്പോട്ടു. അല്ലെങ്കിൽ, **കിഴ്പോട്ടു.** അ. താഴയോട്ടു.

കീഴ്മര്യാദ. ന. മുൻപിന്നാലേയുള്ള മുറ, പണ്ടത്തെ ചട്ടം.

കീഴ്ശാടമ്പു. വി. ഇടപ്രഭുക്കന്മാരുടെ താഴെയുള്ള പ്രഭുത്വം.

കീഴ്ശാടമ്പി. ന. ഇടപ്രഭുക്കന്മാരുടെ വരുതി അനുസരിക്കേണ്ടുന്ന ഒരു ചെറിയ പ്രഭു.

കീഴ്മാറി. ന. മാററുകുറഞ്ഞ പൊന്നു.

കീഴ്ക്കാൽ. ന. മുന്തിരിയുടെ മുക്കാൽ ഭാഗം.

കീഴ്മുന്തിരി. ന. മുന്തിരികൊണ്ടു മുന്നൂററിരുപതു പങ്കുവെച്ചതിൽ ഒരു പങ്കു, ഒന്നുകൊണ്ടു ലക്ഷത്തിരായിരത്തി നാനൂറു പങ്കു വെച്ചതിൽ ഒരു പങ്കു.

കീഴ്മേൽ. അ. കിഴെയും മേലെയും.

കീഴ്ലോകം. ന. പാതാളലോകം.

കീഴ്വയർ. ന. വയററിന്റെ പാതിക്കു താഴെയുള്ള ഭാഗം, അടിവയർ.

കീഴ്വാക്കു. ന. ൧, താണജാതിക്കാരുടെ വാക്കു. ൨, ശകാരം.

കീഴ്വിചാരം. ന. കിഴധികാരം, രണ്ടാമന്റെയും മററും അധികാരം.

കീഴ്ശാന്തി. ന. മേൽശാന്തിക്കാരന്റെ താഴെയുള്ള ശാന്തിക്കാരന്റെ വേല.

കീഴ്ശാന്തിക്കാരൻ. ന. മേൽശാന്തിക്കാരന്റെ താഴത്തെ ശാന്തിക്കാരൻ.

കീറൽ. വി. കീറിയ.

കീറൽ. ന. ൧, ചീന്തൽ. ൨, വെട്ടിനിരത്തിലെടുക്കുക. ൩, കീറി വേർതിരിക്കുക.

കീറാമുട്ടി. ന. ൧, പ്രയാസമുള്ള വ്യവഹാരം. ൨, കീറുവാൻ പ്രയാസമുള്ള വിറകു.

കീറുന്നു. റി. വാൻ. (കീറി.) സ. ക്രി. ൧, ചീന്തുന്നു. ൨, പിളക്കുന്നു. ൩, പോറുന്നു. **കീറിക്കുന്നു.** കാ. ക്രി.

കീററില. ന. ഇലത്തുണ്ടു.

കീററു. ന. പിളപ്പു, കീറി വേർതിരിച്ചെടുത്ത പങ്കു.

കീററുനാമം. ന. നെററിക്കു മേലോട്ടിടുന്ന ഗോപിക്കുറി.

കു

കു. ന. ഭൂമി.

കു. അ. ഇതു ചില സംസ്കൃതവാക്കുകളുടെ ആദിയിൽ വരുമ്പോൾ ഇങ്ങനെ അൎത്ഥങ്ങൾ വരും. ൧, പാപം. ൨, നിന്ദ്യം. ൩, അല്പം. ൪, വിരോധം.

കുകര. വി. (രൻ, രാ, രം.) വി. ന. ചൊങ്കക്കയ്യുള്ള.

കുകൎമ്മ. വി. (ൎമ്മൻ, ൎമ്മാ, ൎമ്മം.) വി. ന. ദുഷ്കൎമ്മം ചെയ്യുന്ന.

കുകുന്ദരം. ന. ഓമൽക്കുഴി.

കുകുരം. ന. ൧, നായു. ൨, തുണിയാകം.

കുകുത്സിത. വി. വളരെ ചിത്തയായി നിന്ദിക്കപ്പെട്ട.

കുകൂലം. ന. ൧, കുററികൊണ്ടു നിറെഞ്ഞിരിക്കുന്ന കുഴി. ൨, ഉമിത്തി. ൩, കവചം.

കുക്കുടപുടം. ന. ലോഹാദികളെ സിന്ദൂരിക്കുന്നതിന്നു തിയിടുന്നതിന്റെ ഒരു കണക്കു.

കുക്കുടം. ന. ൧, പൂവങ്കോഴി, കോഴി. ൨, മയില്ക്കോഴി.

കുക്കുടശിഖ. ന. ൧, കയമ്പപ്പൂവു. ൨, കോഴിപ്പൂവു.

കുക്കുടി. ന. ൧, പിടക്കോഴി. ൨, പല്ലി.

കുക്കുഭം. ന. കാട്ടുകോഴി.

കുക്കുരം. ന. ൧, നായ്. ൨, തുണിയാകം.

കുക്കുരീ. ന. പെണ്ണാട്ടി.

കുഗ്മളം. അല്ലെങ്കിൽ, **കുട്മളം.** ന. പൂവുണ്ടാകുന്നതിന്നുള്ള മൊട്ടു.

കുഗ്രാമം. ന. പരിഷ്കാരമില്ലാത്ത (നാട്ടുമ്പുറത്തുള്ള) ഗ്രാമം.

കുങ്കുമപ്പട്ടു. ന. ഒരുജാതിമരുന്നു.

കുങ്കുമപ്പൂ. ന. കാശ്മീർദേശത്തുള്ള ഒരു മാതിരി ചുവന്ന പൂവു.

കുങ്കുമപ്പൊടി. ന. കുങ്കുമപ്പൂവിൽനിന്നെടുക്കുന്ന പൊടി, കുങ്കുമം.

കുങ്കുമം. ന. ൧, കാശ്മീർദേശത്തുള്ള ഒരുമാതിരിപ്പൂവിൽനിന്നു എടുക്കുന്ന ചുവന്ന പൊടി. ൨, ഒരുമാതിരി ചുവന്നുള്ള കുറിക്കൂട്ടു.

കുങ്കുമവൎണ്ണം. ന. ചുവപ്പു.

കുചന്ദനം. ന. ൧, രക്തചന്ദനം. ൨, ചപ്പങ്ങം.

കുചം. ന. മുല.

കുചര. വി. (രൻ, രാ, രീ, രം.) വി. ന. ൧, ദുന്നടപ്പുള്ള. ൨, ചിത്തവാക്കു പറയുന്ന.

കുചാഗ്രം. ന. മുലക്കണ്ണു.

കുചുകുചുക്കുന്നു; കുശുകുശുക്കുന്നു. സ. ക്രി. ചെറിയ ശബ്ദം പുറപ്പെടുവിക്കത്തക്കവണ്ണം ആളുകൾ തമ്മിൽ രഹസ്യം പറയുന്നു.

കുചേല. വി. (ലൻ, ലാ, ലം.) വി. ന. മുഷിഞ്ഞ വസ്ത്രമുള്ള.

കുചേലം. ന. പാടക്കിഴങ്ങു.

കുചേലി. ന. പാടക്കിഴങ്ങു.

കുജൻ. ന. ചൊവ്വാ.

കുജം. ന. വൃക്ഷം.

കുജംഭില. വി. (ലൻ, ലാ, ലം.) വി. ന. വ്യാജം ചെയ്യുന്ന, കള്ളമുള്ള.

കുഞ്ചം. ന. പട്ടുതൊങ്ങൽ.

കുഞ്ചി. വി. ചെറിയ.

കുഞ്ചി. ന. ൧, പിൻകഴുത്തു. ൨, ചെറുപ്പം.

കുഞ്ചിത. വി. (തൻ, താ, തം.) വി. ന. വളെക്കപ്പെട്ട, വളെഞ്ഞ.

കുഞ്ചിക്കുഴി. ന. പിൻകഴുത്തിന്റെ മുകളിലുള്ള തടം.

കുഞ്ചുകുട്ടക്കാരൻ; കുഞ്ചൂട്ടക്കാരൻ. ന. തിരുവിതാംകൂറു രാജാവിന്റെ പട്ടാളത്തിൽ ശിപായി.

കുഞ്ചുകുട്ടം; കുഞ്ചൂട്ടം. ന. തിരുവിതാംകൂറു രാജാവിന്റെ പട്ടാളം.

കുഞ്ചുന്നു. ഞ്ചി. വാൻ. (കുഞ്ചി.) അ. ക്രി. കുനിയുന്നു.

കുഞ്ജം. ന. ൧, വള്ളിക്കെട്ടു. ൨, ആനക്കൊമ്പു. ൩, താടിയെല്ലു.

കുഞ്ജരം. ന. ആന.

കുഞ്ജരാശനം. ന. അരയാൽ.

കുഞ്ജലം. ന. കാടി.

കുഞ്ഞു. ന. ൧, പൈതൽ, കുട്ടി. ൨, ചെറുതു.

കുഞ്ഞാക്കുഞ്ഞിരുട്ടു. ന. കൂരിരുട്ടു.

കുഞ്ഞമ്മ. ന. ൧, മാടമ്പികളുടെ സ്ത്രീ. ൨, കൊച്ചമ്മ.

കുട. ന. വെയിലും മഴയും തടുപ്പാനായി ഓല ശീല കടലാസു ഇവകൾ കൊണ്ടുണ്ടാക്കുന്ന സാധനം.

കുടകൻ. ന. ൧, ഒരു പച്ച മരുന്നു. ൨, കുടകമലയിൽ പണ്ടുണ്ടായിരുന്ന രാജാവു.

കുടകപ്പാല. ന. ഒരു വക വൃക്ഷം.

കുടകരാജ്യം. ന. കുടകന്റെ രാജ്യമായിരുന്ന പൎവ്വതം.

കുടക്കാരൻ. ന. ൧, കുട എടുത്തു നടക്കുന്നവൻ. ൨, കുടപിടിക്കുന്ന ശിഷ്യൻ. ൩, കുടംകൊണ്ടു നടക്കുന്നവൻ.

കുടക്കാൽ. ന. കുടയിൽ പിടിക്കുന്നതിനുള്ള തണ്ടു.

കുടക്കൂലി. ന. ൧, കുടയൊ കുടമൊ മറെറാരുത്തനോടു വാങ്ങിച്ചാൽ കൊടുക്കുന്ന കൂലി. ൨, മറെറാരുത്തന്റെ വീട്ടിന്നു കൊടുക്കുന്ന കൂലി.

കുടങ്കം. ന. മേല്പുര.

കുടങ്ങൽ. ന. ഒരു പച്ചമരുന്നു, കുടകൻ.

കുടച്ചിൽ. ന. കുലുക്കൽ.

കുടചം. അല്ലെങ്കിൽ, **കുടജം.** ന. കുടകപ്പാല.

കുടന്നടം. ന. ൧, പലകപ്പയ്യാനി. ൨, കഴിമുത്തെങ്ങ.

കുടപ്പന. ന. കുട കെട്ടുവാൻ ഓല ഉപകരിക്കുന്ന ഒരു മാതിരി പന.

കുടപ്പായൽ. ന. വെള്ളത്തിലെ ഒരു മാതിരി പായൽ.

കുടമ്പുളി. ന. ൧, ഒരു വൃക്ഷം. ൨, അതിന്റെ കായ്.

കുടം. ന. ൧, വെള്ളം കോരുന്നതിന്നുമററുമുള്ള ഒരു മാതിരി പാത്രം, മങ്കുടം, ൨, ചെപ്പുകുടം. ൩, കലശക്കുടമുതലായതും. ൪, വാഴ പന മുതലായിട്ടു ചിലതിന്നുണ്ടാകുന്ന പൂക്കുല.

കുടമുല്ല. ന. ഒരു വക മുല്ല.

കുടയാണി. ന. മുകൾ പരന്ന ആണി.

കുടയുന്നു. ഞ്ഞു. വാൻ. (കുട.) സ. ക്രി. കുലുക്കുന്നു. **കുടയിക്കുന്നു.** കാ. ക്രി.

കുടരം. ന. കടകോൽ തണ്ടു.

കുടർ. ന. മനുഷ്യരുടെയും മററും വയററിലിരിക്കുന്ന ഒരു മാതിരി മാംസം, കുടൽ.

കുടർമാല. ന. കുടൽ.

കുടവ്വാതം. ന. കുടലിലുണ്ടാകുന്ന ഒരു ദീനം.

കുടലേററം. ന. കുടൽ ഇരിക്കുന്ന സ്ഥലത്തുനിന്നു മേല്പോട്ടു കേറുക.

കുടൽ. ന. കുടർ.

കുടൽചുരുക്കി. ന. ഒരു വക മരുന്നു.

കുടവയറൻ. വി. ന. കുടംപോലെ വയറുള്ളവൻ.

കുടവയർ. ന. കുടംപോലെയുള്ള വയറു.

കുടി. ന. ൧, വെള്ളവുംമററും കുടിക്കുക. ൨, മദ്യപാനം. ൩, പ്രജ. ൪, വീടു, പാൎക്ക. ൫, കൊഴുവൻ. ൬, കുടുംബം. ൭, ഭാൎയ്യ. (സം.) ൧, ഭവനം. ൨, ശരീരം.

കുടിഒഴിക്കുന്നു. ച്ചു. പ്പാൻ. (കുടി.) സ. ക്രി. ൧, പാൎക്കുന്ന സ്ഥലം ഒഴിവാക്കുന്നു. ൨, ചിലർ ഭാൎയ്യയെ ഉപേക്ഷിക്കുന്നു.

കുടികൾ. ന. ൧, പ്രജകൾ. ൨, ഭവനങ്ങൾ.

കുടികല്യാണം. ന. കല്യാണം കഴിഞ്ഞിട്ടു മണവാളന്റെ വീട്ടിലേക്കുള്ള യാത്ര.

കുടികൂട്ടുന്നു. ട്ടി വാൻ. (കുടി.) സ. ക്രി. അടിമക്കാർ കല്യാണം കഴിക്കുന്നു.

കുടികെടുക്കുന്നു. ത്തു. പ്പാൻ. (കുടി.) സ. ക്രി. പ്രജകളെയോ വീടുകളെയോ നശിപ്പിക്കുന്നു.

കുടികെട്ടു. ന. അടിമക്കാരുടെ കല്യാണം.

കുടികെട്ടുന്നു. ട്ടി. വാൻ. (കുടി.) സ. ക്രി. അടിമക്കാർ കല്യാണംകഴിക്കുന്നു.

കുടികേടു. ന. പ്രജകൾക്കുപദ്രവം, കുടിനാശം.

കുടികൊള്ളുന്നു. ണ്ടു. വാൻ. (കുടി.) അ. ക്രി. ഭവനത്തിൽ പാൎക്കുന്നു.

കുടിക്കുന്നു. ച്ചു. പ്പാൻ. (കുടി.) സ. ക്രി. വെള്ളമായിരിക്കുന്ന വസ്തുക്കൾ വായിലൊഴിച്ചിറക്കുന്നു, പാനം ചെയ്യുന്നു. **കുടിപ്പിക്കുന്നു.** കാ. ക്രി.

കുടിചരം. ന. കടൽപ്പന്നി.

കുടിഞ്ഞ. ന. കാളക്കിടാക്കളെ സൂക്ഷിക്കുന്ന സ്ഥലം.

കുടിഞ്ഞിൽ. ന. ൧, കുടിഞ്ഞ. ൨, കുടിൽ, ചെറിയ വീടു.

കുടിത. വി. (തൻ, താ, തം.) വി. ന. വളഞ്ഞ.

കുടിദ്രോഹം. ന. രാജാവോ മന്ത്രിയോ പ്രജകളെ ഉപദ്രവിക്ക.

കുടിപതി. ന. വീട്ടെജമാനൻ.

കുടിപാടു. ന. കുടിപാൎപ്പുള്ള സ്ഥലം.

കുടിപാൎക്കുന്നു. അ. ക്രി. അധിവസിക്കുന്നു, താമസിക്കുന്നു. **കുടിപാൎപ്പു.** ന.

കുടിപ്പുറപ്പെടുന്നു. ട്ടു. വാൻ. (കുടി.) അ. ക്രി. വീടു വിട്ടുപോകുന്നു. **കുടിപ്പുറപ്പെടുവിക്കുന്നു.** സ. ക്രി.

കുടിപൂകൽ. ന. വിവാഹം കഴിഞ്ഞാൽ ഭൎത്താവിന്റെ ഭവനത്തിലേക്കു പോകുക.

കുടിപ്പക. ന. കുടുംബത്തോടുകൂടെയുള്ള ശണ്ഠ.

കുടിപ്പഴി. ന. കുടിപ്പക.

കുടിപ്പററു. ന. പണ്ടാരവകെക്കു ചെല്ലുവാനുള്ള കരം വകയിൽനിന്നും കണക്കെഴുതാതെ ഉദ്യോഗസ്ഥന്മാർ കുടികളിൽനിന്നു പററുന്ന ദ്രവ്യം.

കുടിമ. ന. പാൎക്ക, മറെറാരുത്തന്റെ വസ്തുകൊണ്ടു ജിവിക്ക.

കുടിമരുക്കം. ന. കുടികളുമായിട്ടുള്ള ഇണക്കം.

കുടിമരുങ്ങു. ന. കുടിമരുക്കം.

കുടിമരുങ്ങുന്നു. ങ്ങി. വാൻ. (കുടി.) അ. ക്രി. ഇണങ്ങിപ്പാൎക്കുന്നു.

കുടിമാറുന്നു. റി. വാൻ. (കുടി.) അ. ക്രി. ൧, പശുക്കിടാക്കൾക്കു മററും മുലകുടി മാറുന്നു. ൨, ഭവനം മറെറാരു ദിക്കിലാക്കിപ്പാൎക്കുന്നു.

കുടിമാററം. ന. കുടിമാറുക.

കുടിയൻ ന. മദ്യപാനി.

കുടിയാൻ. അല്ലെങ്കിൽ, **കുടിയാനവൻ.** ന. ൧, വീട്ടുകാരൻ. ൨, പാട്ടം കൊടുക്കുന്നവൻ.

കുടിയായ്മ. ന. ൧, പാൎക്കുന്ന സ്ഥലം. ൨, കുടിയാന്റെ അവസ്ഥ.

കുടിയിരിക്കുന്നു. ന്നു. പ്പാൻ. (കുടി.) അ. ക്രി. പുര വെച്ചു പാൎക്കുന്നു.

കുടിയിരിപ്പു. ന. ൧, പുര വെച്ചു പാൎക്കുക. ൨, കുടിപ്പിളിക.

കുടില. വി. (ലൻ, ലാ, ലം.) വി. ന. ൧, വളവുള്ള. ൨, ചതിവുള്ള. **കുടിലത.** ഗു. ന. ൧, വളവു. ൨, ചതിവു.

കുടിൽ. ന. കച്ചവടത്തിന്നായിട്ടും മററും ചെറുതായിട്ടു കെട്ടിയുണ്ടാക്കിയ പുര, മാടപ്പുര.

കുടിവരവു. ന. ൧, കുടിയാനവന്മാരിൽനിന്നുള്ള വരവു. ൨, കല്യാണം കഴിഞ്ഞിട്ടുള്ള ഭാൎയ്യാഭൎത്താക്കന്മാരുടെ വരവു.

കുടിവഴക്കു. ന. ൧, കുട്ടികൾ തമ്മിലുള്ള വഴക്കു. ൨, പുലയരുടെ ഇടയിൽ സ്ത്രീകളെ കുറിച്ചുണ്ടാകുന്ന തൎക്കം.

കുടിവററുന്നു. ററി. വാൻ. (കുടി.) അ. ക്രി. നാല്ക്കാലികളുടെ കറവ മാറുന്നു.

കുടിവാങ്ങുന്നു. ങ്ങി. വാൻ. (കുടി.) അ. ക്രി. മാറിപ്പാൎക്കുന്നു.

കുടിവില. ന. കുടികളിൽ നടപ്പായി വില്ക്കുന്ന വില.

കുടിവെക്കുന്നു. ച്ചു. പ്പാൻ. (കുടി.) സ. ക്രി. കല്യാണംകഴിച്ച ഭാൎയ്യയെ തന്റെ ഭവനത്തിലേക്കു കൊണ്ടുവരുന്നു.

കുടിശോധന. ന. സൎക്കാരിൽനിന്നും കുടികളിൽ ശോധന ചെയ്യിപ്പിക്കുക.

കുടിശ്ശിക. ന. കരം വകയിൽനിന്നും കൊടുക്കാതെ കുടിയാന്റെ പററിൽ നില്ക്കുന്ന ദ്രവ്യം.

കുടീ. ന. ൧, ഭാൎയ്യ. ൨, ഭവനം, ഇരിപ്പിടം.

കുടീരം. ന. കുടിൽ.

കുടുകുടുക്കുന്നു. ത്തു. പ്പാൻ. (കുടുകുടു.) അ. ക്രി. കുടുകുടെ ശബ്ദിക്കുന്നു.

കുടുകുടുപ്പു. ന. കുടുക്കയിൽ കല്ലോ മറേറാ ഇട്ടു കുലുക്കിയാലുള്ള ശബ്ദം.

കുടുകുടെ. അ. വാ ചുരുങ്ങിയ പാത്രത്തിൽകൂടെ വെള്ളം ഒഴുകുന്ന ശബ്ദം.

കുടുക്കു. ന. ൧, കുരുക്കു. ൨, കുടുക്കിടുക. ൩, ഇടുക്കു.

കുടുക്ക. ന. ൧, കൊച്ചുവായുള്ള പാത്രം. ചുരക്കുടുക്കയും മററും. ൨, തലയോടു.

കുടുക്കം. ന. ൧, അകപ്പെടുക. ൨, കുടുങ്ങുക.

കുടുക്കുന്നു. ക്കി. വാൻ. (കുടുക്കു.) സ. ക്രി. ൧, കുടുക്കിലാക്കുന്നു, കുരുക്കിലകപ്പെടുവിക്കുന്നു. ൨, കഠിനമുള്ള വസ്തു പാത്രത്തിലിട്ടു കലുക്കുന്നു.

കുടുങ്ഗകം. ന. വല്ലിക്കുടിൽ.

കുടുങ്ങുന്നു. ങ്ങി. വാൻ (കുടുങ്ങ.) അ. ക്രി. ൧, കുരുക്കിൽ അകപ്പെടുന്നു. ൨, അകപ്പെടുന്നു. ൩, കുലുങ്ങുന്നു. ൪, കുടുക്കയിൽ കല്ലോ മറേറാ ഇട്ടു കുലുക്കുമ്പോൾ ഉള്ള ശബ്ദംപോലെ ശബ്ദം ഉണ്ടാകുന്നു.

കുടുമ. ന, ൧, കുതകിന്റെ താഴെയും മുകളിലുമുള്ള പല്ലം. ൨, ഹിന്തുക്കളിൽ പുരുഷന്മാർ ക്ഷൌരം ചെയ്യിക്കുമ്പോൾ മിച്ചമായിട്ടു നിറുത്തുന്ന തലമുടി.

കുടുമത്തുള. ന. കുടുമ ചെലുത്തുന്ന തുള.

കുടുമി; കുടുമ്പി. ന. ഹിന്തുക്കളുടെ കുടുമ.

കുടുമ്മിക്കാരൻ. ന. ഇടിയൻ.

കുടുമ്മിച്ചാത്തൻ. ന. ഒരു മാതിരി പക്ഷി.

കുടുമ്മിച്ചെട്ടി. ന. കുടുമ്മിക്കാരൻ.

കുടുമ്മിയവിൽ. ന. ഇടിയനുണ്ടാക്കുന്ന അവിൽ.

കുടുവൻ. വി. അകം പൊള്ളയായുള്ള.

കുടുസ്സു. വി. ഇടകുറഞ്ഞ, സ്ഥലവിസ്താരം കുറഞ്ഞ.

കുട്ടു. ന. ൧, വിരൽകൊണ്ടു മറെറാരുത്തന്റെ തലയിൽ ഇടിക്കുക. ൨, കൈ ചുരുട്ടി മറെറാരുത്തനെ ഇടിക്കുക.

കുട്ട. ന. ൧, പെണ്ണന്നി. ൨, കുറുക്കൻ. ൩, കൊട്ട.

കുട്ടകം. ന. ചെമ്പുകൊണ്ടുള്ള ഒരു മാതിരി പാത്രം.

കുട്ടനം. ന. ചതെക്കുക.

കുട്ടനാടു. ന. അമ്പലപ്പുഴ മുതലായ പ്രദേശം.

കുട്ടൻ. ന. ൧, ഒരു മത്സ്യം. ൨, ചെറുകൻ. ൩, കുറുക്കൻ.

കുട്ടാകം. ന. ചതവു, ഇടി.

കുട്ടാടൻ. ന. മകരത്തിൽ കൊയ്യുന്ന ഒരു വക നെല്ലു.

കുട്ടി. ന. ൧, മൃഗങ്ങളുടെയും മററും കുഞ്ഞു. ൨, പട്ടക്കുട്ടി.

കുട്ടിക്കരണം. ന. തല നിലത്തു കുത്തി ശരീരം മറിക്കുക.

കുട്ടിച്ചാത്തൻ. ന. ഒരുമാതിരി സേവാമൂൎത്തി.

കുട്ടിച്ചുവരു. ന. ൧, ഇടിഞ്ഞ മതിൽ. ൨, നാശം.

കുട്ടിനീ. ന. വേശ്യയിൽ പ്രാധാന്യമുള്ളവൾ.

കുട്ടിമം. ന. ൧, പടുക്കപ്പെട്ട സ്ഥലം. ൨, കുടിൽ.

കുട്ടിയിടുന്നു. ട്ടു. വാൻ. (കുട്ടി.) അ. ക്രി. മൃഗങ്ങൾ പ്രസവിക്കുന്നു.

കുട്ടിസ്സഞ്ചി. ന. മടിശ്ശീല.

കുട്ടീശപരം. ന. നാശം.

കുട്ടുന്നു. ട്ടി. വാൻ. (കുട്ടു.) സ. ക്രി. ഇടിക്കുന്നു, വിരൽകൊണ്ടു തലയിൽ ഇടിക്കുന്നു, കിഴുക്കുന്നു.

കുട്ടുപ്പായൽ. ന. കുടപ്പായൽ.

കുട്ടുപ്പാള. ന. പാള കുത്തിയുണ്ടാക്കുന്ന ഒരു മാതിരി പാത്രം.

കുട്മളം. ന. പൂവിന്നു കാരണമായ മൊട്ടു.

കുഠം. ന. വൃക്ഷം.

കുഠരം. ന. കടകോൽതാങ്ങു.

കുഠാരം. ന. മഴു, കോടാലി, വെണ്മഴു.

കുഠാരി. ന. കോടാലി.

കുഠാരു. ന. കുരങ്ങു.

കുഠേരകം. ന. തുളസി.

കുഡുംബം. ന. നാഴി, ഇടങ്ങഴിയിൽ നാലിട്ടൊരു ഭാഗം.

കുഡുംഗകം. ന. വല്ലിക്കുടിൽ.

കുഡുംബക്കാരൻ. ന. കുഡുംബമുള്ളവൻ, ഭാൎയ്യയും പുത്രനും ഭവനവുമുള്ളവൻ.

കുഡുംബം. അല്ലെങ്കിൽ, കുടുംബം. ന. വീടു, ഭവനം, സന്തതി.

കുഡുംബപ്രതിഷ്ഠ. ന. വിവാഹം.

കുഡുംബിനി. ന. ഭാൎയ്യ.

കുഡുംബി. വി. (ബീ, ബിനീ, ബി.) വി. ന. കുഡുംബമുള്ള.

കുഡുംബി. ന. കുഡുംബമുള്ളവൻ, ഗൃഹസ്ഥൻ.

കുഡ്യച്ഛേദി. ന. തുരന്നു മോഷ്ടിക്കുന്നവൻ.

കുഡ്യം. ന. ചുവരു.

കുണപം. ന. ശവം.

കുണി. ന. ൧, ചൊട്ടുകയ്യൻ. ൨, പൂവരശു.

കുണുക്കം. ന. ഇളക്കം.

കുണുക്കു. ന. മാൎഗ്ഗക്കാരിൽ ചില ജാതിക്കാരുടെ സ്ത്രീകൾ കാതിൽ ഇടുന്ന ആഭരണം.

കുണുങ്ങുന്നു. ങ്ങി. വാൻ. (കുണുങ്ങ.) അ. ക്രി. തലയോ ശരീരമോ ഇളകുന്നു. **കുണുക്കുന്നു.** സ. ക്രി.

കുണ്ടു. ന. ൧, കുഴി, ആഴം. ൨, കയം, വെള്ളം അധികമുള്ള കുഴി.

കുണ്ട. ന. ൧, മീൻകൊട്ട. ൨, തുറു. ൩, വൃത്തിയില്ലാത്ത സ്ത്രീ. ൪, മാസി.

കുണ്ടക്കംമണ്ടക്കം. അ. അങ്ങോട്ടുമിങ്ങോട്ടും വെറുതെ ഓടിനടക്ക.

കുണ്ടണി. ന. ഇല്ലാത്ത ദോഷം മറെറാരുത്തനോടു പറക, ഏഷണി.

കുണ്ടണിക്കാരൻ. ന. ഇവന്റെ ദൂഷ്യം അവനോടും അവന്റെ ദൂഷ്യം ഇവനോടും പറഞ്ഞു അവരെ തമ്മിൽ ഭിന്നിപ്പിക്കുന്നവൻ.

കുണ്ടൻ. വി. ആഴമുള്ള.

കുണ്ടപ്പുല്ലു. ന. ഒരു വക മണമുള്ള പുല്ലു.

കണ്ഠപ്രവൃത്തി. ന. അടിമവേല.

കണ്ഠളപ്പാല. ന. ഒരു മാതിരി തൈ.

കണ്ഠളപ്പുഴ. ന. ഒരുവക പുഴ.

കണ്ഠാമണ്ടി. ന. കണ്ഠമണി, നുണ, ചില്ലറ ഉപദ്രവം.

കുണ്ടി. ന. ൧, ചന്തി. ൨, ഒരു വക കൊച്ചു പാത്രം. ൩, കരിമ്പിൻ കമ്പണം. ൪, അണ്ടി എടുത്ത കപ്പൽ മാങ്ങാ.

കുണ്ടിലവു. ന. ഒരു മാതിരി ഇലവു മരം.

കണ്ടുകണ്ണു. ന. കഴിഞ്ഞ കണ്ണു.

കുണ്ഠ. വി. (ണ്ഠൻ, ണ്ഠാ, ണ്ഠം.) വി. ന. ൧, മടിയുള്ള. ൨, ഭോഷത്വമുള്ള, പ്രവൃത്തികൾക്ക സാമർത്ഥ്യമില്ലാത്ത. ൩, മടങ്ങിയ. **കുണ്ഠത; കുണ്ഠത്വം.** ഗു. ന. ൧, മടക്കം. ൨, മടി.

കുണ്ഠഭാവം. ന. ൧, സങ്കടം. ൨, മടക്കം.

കുണ്ഠികാ. ന. ൧, കുടം. ൨, ശിഷ്യന്റെ ജലപാത്രം.

കുണ്ഠിത. വി. (തൻ, താ, തം.) വി. ന. മടക്കപ്പെട്ട.

കുണ്ഠിതം. ന. വിഷാദം, ദുഃഖം.

കുണ്ഠേതരം. അ. ൧, മടി കൂടാതെ. ൨, ഉത്സാഹത്തോടെ.

കുണ്ഡൻ. ന. ഭർത്താവിരിക്കുമ്പോൾ വ്യഭിചാരത്തിൽ ഉണ്ടായ പുത്രൻ.

കുണ്ഡം. ന. ൧, കുഴി. ൨, ഹോമകുണ്ഡം. ൩, കുടം. ൪, പൊയ്ക.

കുണ്ഡലം. ന. ൧, കാതില. ൨, പുസ്തകത്തിൽ ചില അവസാനങ്ങളിൽ ഇടുന്ന ഒരടയാളം.

കുണ്ഡലി. വി. (ലീ, ലിനീ, ലി.) വി. ന. കുണ്ഡലമുള്ള.

കുണ്ഡലീ. ന. ൧, പാമ്പു. ൨, കാഞ്ചപ്പനിച്ചം.

കുണ്ഡലീശ്വരൻ ന. സർപ്പരാജാവു.

കുണ്ഡീ. ന. ജലപാത്രം, കിണ്ടി.

കുന്മണി. ന. ഏററവും ചെറിയ ധാന്യം.

കുത; കൊത. ന. മരത്തേലുമററും ചവിട്ടിക്കേറുവാൻ വെട്ടിയുണ്ടാക്കുന്ന പഴുതു.

കുതപൻ. ന. പെണ്ണുങ്ങളുടെ മകൻ.

കുതപം. ന. പകൽകൊണ്ട പതിനഞ്ചായിട്ടു അംശിച്ചതിൽ എട്ടാമത്തെ അംശം, ഉച്ച.

കുതപ്പു. ന. കുത.

കുതം. ന. കുതിപ്പു, ചാടുന്നതിന്നായിട്ടു പൊങ്ങുക.

കുത. അ. എവിടെനിന്നു, എന്തിങ്കൽനിന്നു.

കുതരുന്നു; കുതക്കുന്നു. റി. ത്തു. രാൻ. ക്കാൻ. (കുത.) സ. ക്രി. കുത്തുന്നു, തമ്മിൽ ഇടയുന്നു.

കുതറൽ. ന. ഉതറൽ, ഒരുത്തൻ പിടിച്ചാൽ തന്റെ ബലംകൊണ്ടു പിടിയിൽനിന്നു മാറുക, ഉതറുക.

കുതറുന്നു. റി. വാൻ. (കുതറ.) അ. ക്രി. ഉതറുന്നു.

കുതർക്കം. ന. ഔദ്ധത്യത്തോടു കൂടിയ തർക്കം.

കുതി. ന. ൧, കുതികാൽ. ൨, കുതിപ്പു.

കുതികാൽ. ന. കാല്പാദത്തിന്റെ പുറകിലെ ഭാഗം.

കുതികാൽവെട്ടി. ന. ൧, ചതിയൻ. ൨, ആശ്രയിക്കപ്പെടുന്നവന്റെ കുതികാൽ വെട്ടുന്നവൻ.

കുതിക്കുന്നു. ച്ചു. പ്പാൻ. (കുതി.) അ. ക്രി. ചാടുന്നതിന്നായിട്ടു മേല്പോട്ടു പൊങ്ങുന്നു.

കുതിഞരമ്പു. ന. കുതികാലിന്മേലുള്ള ഞരമ്പു.

കുതിപ്പു. ന. ൧, ചാടുന്നതിന്നായിട്ടു കാൽ പൊക്കുക. ൨, വെള്ളം തിളെക്കുക.

കുതിര. ന. പുറത്തു കേറി ഓട്ടിക്കുന്നതിന്നും യുദ്ധത്തിന്നും മററും ഉപകാരമുള്ള ഒരു മൃഗം.

കുതിരകെട്ടു. ന. മുളയും വയ്ക്കോലും കൊണ്ടു കുതിരയുടെ രൂപം കെട്ടിയുണ്ടാക്കുക.

കുതിരക്കാരൻ. ന. കുതിരയെ മേയിക്കുന്നവൻ.

കുതിരക്കാണം. ന. മുതിര വേവിച്ചതു.

കുതിരക്കാൽ. ന. ൧, കുതിരയുടെ കാൽ. ൨, ചതുരംഗക്കളിയിൽ കുതിരയെ വെക്കുന്നതിന്നുള്ള ക്രമം.

കുതിരച്ചമയം. ന. കുതിരെക്കു വേണ്ടുന്ന അലങ്കാരം.

കുതിരച്ചമ്മട്ടി. ന. കുതിരയെ അടിക്കുന്ന വാറു.

കുതിരച്ചാണി. ന. കുതിരയെ ഓടിക്കുന്നതിന്നു അഭ്യസിക്കുന്നവൻ.

കുതിരച്ചിറാലിപ്പു. ന. കുതിരയുടെ കരച്ചിൽ.

കുതിരച്ചേവകൻ. ന. കുതിരക്കാരൻ.

കുതിരച്ചേണം. ന. കുതിരക്കോപ്പു, ജീനിയും മററും.

കുതിരപ്പട. ന. ൧, കുതിരപ്പട്ടാളം. ൨, കുതിരകളെയും കൂട്ടിയുള്ള യുദ്ധം.

കുതിരപ്പന്തി. ന. കുതിരയുടെ നിര.

കുതിരപ്പൽപ്പാഷാണം. ന. ഒരു വക പാഷാണം, ഒരു വിഷമുള്ള മരുന്നു.

കുതിരപ്പാവാൻ. ന. കുതിരക്കാരൻ.

കുതിരപ്പുറം. ന. ൧, ഞാണിന്മേൽ കളിക്കാരുടെ ഒരു മാതിരി ചാട്ടം. ൨, കുതിരയുടെ പുറം.

കുതിരമുഖം. ന. ൧, മുഴങ്കാലിന്റെ എല്ലു. ൨, കുതിരയുടെ മുഖം.

കുതിരമുടി. ന. കുതിരയുടെ കഞ്ഞിയിലുള്ള രോമം.

കുതിരയങ്കവടി. അല്ലെങ്കിൽ, **അങ്കവടി.** ന. കുതിരപ്പുറത്തു കേറുമ്പോൾ ചവിട്ടിക്കേറുന്നതിന്നുള്ള ഒരു സാധനം.

കുതിരയിടുന്നു. ട്ടു. വാൻ. (കുതിർ.) സ. ക്രി. കുതിക്കുന്നു, കുതിക്കുന്നതിന്നായിട്ടു വെള്ളത്തിൽ ഇടുന്നു.

കുതിരലാടം. ന. കുതിരയുടെ കാലിൽ തറെക്കുന്ന ഇരിമ്പു.

കുതിരലായം. ന. കുതിരപ്പുര.

കുതിരവലി. ന. മൃഗങ്ങളുടെ ഇടയിൽ ഉണ്ടാകുന്ന ഒരു വക ദീനം.

കുതിരവാലിപ്പുല്ലു. ന. ഒരു മാതിരി പുല്ലു.

കുതിരുന്നു. ന്നു. വാൻ. (കുതിർ.) അ. ക്രി. നനെഞ്ഞു വീക്കുന്നു, നനെഞ്ഞു മൃദുത്വമുള്ളതാകുന്നു. **കുതിക്കുന്നു.** സ. ക്രി.

കുതിച്ചു. ന. നനവു, ഈറം.

കുതിപ്പു. ന. കുതിക്കുക.

കുതിമ്മ. ന. കുതിച്ചു.

കുതുകം. ന. ൧, ഉത്സാഹം. ൨, ആഗ്രഹം. ൩, സന്തോഷം.

കുതുകി (കിനി). ന. സന്തോഷമുള്ളവൻ (വൾ).

കുതുകുതെ. അ തിളെക്കുന്ന ശബ്ദം.

കുതുപം. ന. ചെറിയ തോൽക്കുടം.

കുതു. ന. തോൽക്കുടം.

കുതൂഹലം. ന. കുതുകം.

കുത്ത. ന. ൧, കുന്തം മുതലായ ഉളഗങ്ങളുടെ കൊമ്പു മുതലായവയെ കൊണ്ടു വല്ലതിന്മേലും പ്രയോഗിക്കുക. ൨, ചില വാക്കുകളുടെ ഇടയിലിടുന്ന ഒരടയാളം. ൩, നൃത്യകൊണ്ടുള്ള തള്ളൽ.

കുത്തക. അല്ലെങ്കിൽ, **കുത്തത.** ന. ൧, ചില കച്ചവടത്തിനും മററുമുള്ള ഉടമ്പടി. ൨, ഉടമ്പടിയായിട്ടു എററു വാങ്ങിച്ചു കച്ചവടം ചെയ്യുന്ന സ്ഥലം.

കുത്തകക്കാരൻ. ന. കുത്തതയിലിരുന്നു വേല നോക്കുന്നവൻ. കുത്തതയായിട്ടു ഏററവൻ.

കുത്തിയൊലിക്കുന്നു. ച്ചു. പ്പാൻ. (കുത്തി.) അ. ക്രി. പാഞ്ഞൊഴുകുന്നു.

കുത്തിക്കവരുന്നു. ന്നു. വാൻ. (കുത്തി.) സ. ക്രി. ബലത്തോടെ മോഷ്ടിക്കുന്നു, കൊള്ളയിടുന്നു.

കുത്തിക്കവച്ച. ന. കൊള്ളയിടുക.

കുത്തിക്കല. ന. ആയുധംകൊണ്ടു കുത്തിക്കൊല്ലുക.

കുത്തിക്കുട്ടുന്നു. ട്ടി. വാൻ. (കുത്തി.) സ. ക്രി. കൊച്ചു വീടുണ്ടാക്കുന്നു.

കുത്തിക്കെട്ടുന്നു. ട്ടി. വാൻ. (കുത്തി.) സ. ക്രി. കുത്തിത്തയ്ക്കുന്നു.

കുത്തിക്കൊല്ലി. ന. ൧, കുലപാതകൻ. ൨, വഞ്ചകൻ. ൩, കള്ളൻ.

കുത്തിക്കൊല്ലുന്നു. ന്നു. വാൻ. (കുത്തി.) സ. ക്രി. ൧, കുത്തു ആയുധം കൊണ്ടു കൊല്ലുന്നു. ൨, ചതിക്കുന്നു.

കുത്തിച്ചാകുന്നു. ത്തു. വാൻ. (കുത്തി.) അ. ക്രി. തന്നെത്താൻ കൊല്ലുന്നു.

കുത്തിപ്പറയുന്നു. ഞ്ഞു. വാൻ. (കുത്തി.) അ. ക്രി. കേട്ടാൽ വേദന തോന്നത്തക്കവണ്ണം പറയുന്നു, ചൂണ്ടിക്കാണിച്ചു ശകാരിക്കുന്നു.

കുത്തിപ്പിടിത്തം. ന. ൧, അമർത്തിപ്പിടിക്കുക. ൨, അതിതാല്പൎയ്യമായിട്ടു വേലചെയ്ക.

കുത്തിപ്പിടിക്കുന്നു. ച്ചു. പ്പാൻ. (കുത്തി.) സ. ക്രി. ൧, അമർത്തിപ്പിടിക്കുന്നു. ൨, അതിജാഗ്രതയോടെ ചെയ്യുന്നു.

കുത്തിപ്പിരിക്കുന്നു. ച്ചു. പ്പാൻ. (കുത്തി.) സ. ക്രി. കോൎത്തുവലിച്ചു പിരിക്കുന്നു.

കുത്തിമറെക്കുന്നു. ച്ചു. പ്പാൻ. (കുത്തി.) സ. ക്രി. ഓലകൊണ്ടു മറെക്കുന്നു.

കുത്തിയടെക്കുന്നു. ച്ചു. പ്പാൻ. (കുത്തി.) സ. ക്രി. കുഴ്യോല കുത്തി പററമ്പു അടവാക്കുന്നു.

കുത്തിയിടുന്നു. ട്ടു. വാൻ. (കുത്തി.) സ. ക്രി. ചില ധാന്യങ്ങൾ കുഴിച്ചിടുന്നു.

കുത്തിയിരിക്കുന്നു. ന്നു. പ്പാൻ. (കുത്തി.) അ. ക്രി. കാലുകുത്തിയിരിക്കുന്നു.

കുത്തിയുടുക്കുന്നു. ത്തു. പ്പാൻ. (കുത്തി.) അ. ക്രി. ഞൊറിഞ്ഞുടുക്കുന്നു.

കുത്തിയുടുപ്പു. ന. ഒരു മാതിരി ഞൊറിഞ്ഞുടുപ്പു.

കുത്തിയെടുക്കുന്നു. ത്തു. പ്പാൻ. (കുത്തി.) സ. ക്രി. ചിലതു പറിച്ചെടുക്കുന്നു, വേരോടെ എടുക്കുന്നു.

കുത്തിയോട്ടം. ന. രണ്ടു പക്ഷക്കാരും ചൂരല്‌ കുത്തികോൎത്തു കളിക്കുന്ന ഒരു കളി.

കുത്തില. ന. വാഴയിലകൊണ്ടും മററും കുത്തിയുണ്ടാക്കിയ പാത്രം.

കുത്തിവാരുന്നു. ന്നു. വാൻ. (കുത്തി.) സ. ക്രി. കൊള്ളയിടുന്നു.

കുത്തിവെക്കുന്നു. ച്ചു. പ്പാൻ. (കുത്തി.) സ. ക്രി. വസൂരിയുടെ ചലമൊ മററൊ കുത്തിവെക്കുന്നു.

കുത്തുകട്ടിൽ. ന. കുത്തിത്തുളെച്ചു കയറൊ ചൂരലൊകൊണ്ടു കെട്ടിയ കട്ടിൽ.

കുത്തുകര. ന. ൧, വസ്ത്രത്തിലുണ്ടാക്കുന്ന ഒരു മാതിരി കര. ൨, കുത്തുകരയുള്ള വസ്ത്രം.

കുത്തുകല്ലു. ന. വിതികുറഞ്ഞുള്ള കല്ലുട.

കുത്തുകാരൻ. ന. ൧, കുത്തുന്നവൻ, വള്ളക്കാരൻ. ൨, തയ്യക്കാരനും മററും.

കുത്തുകാല്‌. ന. ആട്ടക്കാരുടെ ഒരു മാതിരി കാൽപ്രയോഗം.

കുത്തുകുലി. ന. ഉന്നക്കൂലിയുംമററും.

കുത്തുചട്ടകം. ന. വലിയ പാത്രത്തിൽ അരിയിളക്കുന്ന ഇരുമ്പു ചട്ടകം.

കുത്തുചരടു. ന. കുത്തിപ്പിരിച്ച ചരടു.

കുത്തുണി. ന. വരയുള്ള ഒരുവക ശീല.

കുത്തുന്നു. ത്തി. വാൻ. (കുത്ത.) സ. ക്രി. ൧, കുന്തം മുതലായ ഉളഗങ്ങളുടെ കൊമ്പു മുതലായവകൊണ്ടു വല്ലതിന്മേലും പ്രയോഗിക്കുന്നു. ൨, നൃത്യകൊണ്ടു തൈക്കുന്നു. ൩, അചഞ്ചലമായിട്ടു എഴുതിയ അക്ഷരത്തിനെ വിലക്കുന്നു. ൪, വേദനപ്പെടുന്നു.

കുത്തുപണി. ന. തയ്യല്പണി.

കുത്തുപണിക്കാരൻ. ന. തയ്യല്ക്കാരൻ.

കുത്തുപനി. ന. തലക്കുത്തുള്ള ഒരുവക പനി.

കുത്തുപരിച. ന. പടപ്പരിച.

കുത്തുപാള. ന. പാളകൊണ്ടു കുത്തിയുണ്ടാക്കിയ പാത്രം.

കുത്തുപുര. ന. ൧, നെല്ലും മററും കുത്തുന്നതിനുള്ള പുര, ഉരല്പുര. ൨, തയ്യല്പുര. ൩, പുസ്തകം കുത്തിക്കെട്ടുന്ന പുര.

കുത്തുമുല. ന. സ്ത്രീകളുടെ ചായാത്ത മുല.

കുത്തുമൊഴി. ന. മനോദുഃഖം തോന്നത്തക്ക വാക്കു.

കുത്തുവാക്കു. ന. കുത്തുമൊഴി, മനോദുഃഖം തോന്നത്തക്കവണ്ണം സാവധാനത്തിൽ പറയുന്ന വാക്കു.

കുത്തുവിളക്കു. ന. കോൽവിളക്കു.

കുത്തനെ. വി. കീഴ്പോട്ടുള്ളതായിട്ടു.

കുത്ര. അ. എവിടെ.

കുത്രചിൽ. അ. ൧, ഒരെടത്തു. ൨, ചിലെടത്തു.

കുത്രാപി. അ. ഒരെടത്തു.

കുത്സനം. ന. നിന്ദ.

കുത്സ. ന. നിന്ദ.

കുത്സിക്കുന്നു. ച്ചു. പ്പാൻ. (കുത്സി.) സ. ക്രി. നിന്ദിക്കുന്നു.

കുത്സിത. വി. (തൻ, താ, തം.) വി. ന. നിന്ദിക്കപ്പെട്ട, നിന്ദ്യമായുള്ള.

കുഥം. ന. ൧, ചെമ്പാരിപ്പടം. ൨, കുശം.

കുദ്ദാലം. ന. ൧, തുമ്പാ. ൨, കാഞ്ചന മരം.

കുദ്ദാലകം. ന. ചെമ്പുകുടം.

കുദ്യം. ന. ചുവരു, കുഡ്യം.

കുദ്ദാലൻ. ന. ദ്വേഷിക്കുന്നവൻ.

കുധ്രം. ന. പൎവ്വതം.

കുധ്രചൂൎണ്ണം ന. കൽച്ചുണ്ണാമ്പു.

കുനഖം. ന. കഴിനഖം.

കുനഖി. വി. (ഖി, ഖിനി, ഖി.) വി. ന. കുഴിനഖമുള്ള.

കുനടി. ന. മനയോല.

കുനയം. ന. ചീത്തയായ രീതി, ദു ൎന്നയം.

കുനാഭി. ന. ചുഴലിക്കാററു.

കുനാശകം. ന. കൊടിത്തൂവ.

കുനി. ന. ൧, കുനിയുക. ൨, വളവു.

കുനിക്കമ്പുററു. ന. കരിക്കമണ്ണു.

കുനിക്കുന്നു. ച്ചു. പ്പാൻ. (കുനി.) സ. ക്രി. ൧, കുനിപ്പിടുന്നു. ൨, കുനിച്ചു നിറുത്തുന്നു. ൩, വളെക്കുന്നു.

കുനിച്ചിൽ. ന. കുനിവു, അല്പമായ വളവു.

കുനിപ്പു. ന. ൧, കുനിക്കുക, വളെക്കുക. ൨, അക്ഷരത്തിൽ കുനിപ്പിടുക.

കുനിയുന്നു. ഞ്ഞു. വാൻ. (കുനി.) അ. ക്രി. കുമ്പിടുന്നു, തല കീഴ്പ്പോട്ടു വളയുന്നു. **കുനിക്കുന്നു.** സ. ക്രി. **കുനിപ്പിക്കുന്നു.** കാ. ക്രി.

കുനിയൻ. ന. ഒരു മാതിരി ഉറുമ്പു.

കുനിവു. ന. കുനിച്ചിൽ.

കുനിഷ്ടു; കൊനഷ്ടു. ന. കുശുമ്പു, മോഷമുള്ള സ്വഭാവം.

കുനിഷ്ടൻ; കൊനഷ്ടൻ. ന. കുനിഷ്ടുള്ളവൻ.

കുനുകുനെ. അ. കൊച്ചുകൊച്ചായിട്ടു വളരെ.

കുന്തക്കാൽ. ന. ൧, മോന്തായം വെക്കുന്നതിന്നു ഉത്തരത്തേൽനിന്നു കൊടുക്കുന്ന തൂണു. ൨, കുന്തത്തിൽ ഉറപ്പിക്കുന്ന മരം.

കുന്തക്കോൽ. ന. മരക്കുന്തം.

കുന്തപ്പയിററു. ന. കുന്തംകൊണ്ടുള്ള ഒരഭ്യാസം.

കുന്തപ്പുണ്ണു. ന. കാച്ചാങ്കണ്ണു.

കുന്തം. ന. കുത്തുവാനുള്ള ഒരായുധം.

കുന്തൽ; കുന്തലിപ്പു. ന. ൧, വിരൽ കുത്തിനടക്ക. ൨, നിഗളം.

കുന്തളദേശം. ന. ഇന്ത്യയുടെ വടക്കുപടിഞ്ഞാറുള്ള ഒരു രാജ്യം.

കുന്തളം. ന. ൧, തലമുടി. ൨, പാനപാത്രം. ൩, യവം. ൪, കുന്തളരാജ്യം.

കുന്തളിക. ന. നെയ്യുരുവി.

കുന്താണി. ന. ഉരലു.

കുന്താലി. ന. കുഴിപ്രദേശം കുഴിക്കുവാനുള്ള ആയുധം.

കുന്തിക്കുന്നു. ച്ചു. പ്പാൻ. (കുന്തി.) സ. ക്രി. ൧, നാട്ടി നിറുത്തുന്നു. ൨, വിരലെക്കുത്തി നില്ക്കുന്നു. ൩, നിഗളിക്കുന്നു.

കുന്തി. നാ. പാണ്ഡു എന്ന രാജാവിന്റെ ഒരു ഭാൎയ്യ.

കുന്തുകാൽ. ന. കാൽവിരലുകളുടെ അററം.

കുന്തുന്നു. ന്തി. വാൻ. (കുന്തു.) അ. ക്രി. ൧, വിരലെക്കുത്തി നടക്കുന്നു. ൨, എത്തി നോക്കുന്നു. ൩, നിഗളിക്കുന്നു.

കുന്തുരുക്കം. ന. സുഗന്ധമുള്ള ഒരു പശ.

കുന്തേറു. ന. കുന്തംകൊണ്ടുള്ള പ്രയോഗം.

കുന്ദം. ന. ൧, കുരുണപ്പൂ. ൨, നവനിധികളിൽ ഒന്നു.

കുന്ദമം. ന. പൂച്ച.

കുന്ദിനി. ന. താമരകളുടെ കൂട്ടം.

കുന്ദു. അല്ലെങ്കിൽ, **കുന്ദുരു.** ന. കുന്തുരുക്കം.

കുന്ദുരുകീ. ന. മലയിന്ത.

കുന്ദുരുഷ്കം. ന. കുന്തുരുക്കം.

കുന്നു. ന. മല, പൎവ്വതം.

കുന്നൻ. ന. ൧, ഒരു വക വാഴ. ൨, ഭോഷൻ.

കുന്നൻവാഴ. ന. കണ്ണൻവാഴ.

കുന്നമുക്കി. ന. ഒരു വൃക്ഷം.

കുന്നലക്കോനാതിരി. ന. കോഴിക്കോട്ടു രാജാവു, താമൂരി.

കുന്നലക്കോൽ. ന. മേല്പറഞ്ഞ അൎത്ഥം.

കുന്നി. ന. ഒരു വള്ളി.

കുന്നിക്കുന്നു. ച്ചു. പ്പാൻ. (കുന്നി.) സ. ക്രി. കുന്നുപോലെ കൂട്ടുന്നു, കുമ്പാരം കൂട്ടുന്നു.

കുന്നിക്കുരു. ന. കുന്നിയുടെ കുരു.

കുന്നിത്തൂക്കം. ന. കുന്നിക്കുരുവോളം കനമുള്ളതു.

കുന്നിപ്പശ. ന. കുന്നിക്കുരു അരെച്ചുണ്ടാക്കിയ പശ.

കുന്നിന്മാനിനി. ന. പാൎവ്വതി.

കുന്നിയിട. ന. കുന്നിത്തൂക്കം.

കുന്മൻ; ഗുന്മൻ. ന. സ്ത്രീകൾക്കു ഗൎഭപാത്രസംബന്ധമായുണ്ടാകുന്ന ഒരുതരം രോഗം.

കുപിത. വി. (തൻ, താ, തം.) വി. ന. കോപിച്ച.

കുപിനി. ന. ൧, മീൻ പിടിക്കുന്നവൻ. ൨, മീൻകൂട.

കുപിന്ദൻ. ന. ചാലിയൻ.

കുപൂയ. വി. (യൻ, യാ, യം.) വി. ന. നിന്ദ്യമായുള്ള.

കുപ്പ. ന. അടിച്ചുകൂട്ടിയ ചവറു.

കുപ്പക്കുഴി. ന. അടിച്ചുകൂട്ടുന്ന ചപ്പും എച്ചിലിലയും മററും ഇടുന്ന കുഴി.

കുപ്പച്ചീര. ന. ഒരുമാതിരി ചീര.

കുപ്പമഞ്ഞൾ. ന. ഒരു പച്ചമരുന്നു.

കുപ്പമാടം. ന. വീടു. (എളിമയെക്കാണിക്കുന്ന വാക്കു).

കുപ്പമേനി. ന. ഒരു തൈ.

കുപ്പവെള. ന. ഒരുമാതിരി കക്കാ.

കുപ്പായം. ന. കഴുത്തിന്നു താഴെ ദേഹം മൂടിയിടുന്നതിന്നു കുത്തിയുണ്ടാക്കിയതു.

കുപ്പാൽവള്ളി. ന. ഒരുവക വള്ളി.

കുപ്പി. ന. ൧, ചില ദിക്കിലെ മണ്ണുകൊണ്ടും സ്ഫടികംകൊണ്ടും മററുമുണ്ടാക്കുന്ന പല മാതിരി പാത്രങ്ങൾ, മഷിക്കുപ്പി, കാചക്കുപ്പിയും മററും. ൨, ഒരുമാതിരി തൈ.

കുപ്പിക്കിണ്ണം. ന. ഒരുമാതിരി പരപ്പുള്ള കുപ്പിപ്പാത്രം, പിഞ്ഞാണം.

കുപ്പിണി. ന. നൂറു ശിപ്പായികൾക്കു കൂടിയുള്ള ഒരു പേർ.

കുപ്പിപ്പരണി. ന. കുപ്പിയുണ്ടാക്കുന്ന സാധനം കൊണ്ടുണ്ടാക്കുന്ന പരണി.

കുപ്പിപ്പിഞ്ഞാണം. ന. കുപ്പിക്കിണ്ണം.

കുപ്പിയോടു. ന. കുപ്പി പൊട്ടിയ ശകലം.

കുപ്പിവിളക്കു. ന. കണ്ണാടി ചേൎത്തുണ്ടാക്കുന്ന ഒരുമാതിരി വിളക്കു.

കുപ്യശാല. ന. ലോഹങ്ങൾ ഉരുക്കി പണിയുന്ന പണിപ്പുര.

കുപ്യം. ന. ഉരുക്കിയ ലോഹം.

കുപ്രിയ. വി. (യൻ, യാ, യം.) വി. ന. നികൃഷ്ടമായ, കിഴ്തരമായ

കുബേരകം. ന. പൂവരശു.

കുബേരൻ. ന. വൈശ്രവണൻ.

കുബേരാക്ഷി. ന. കൊടിക്കഴല, കഴഞ്ചി.

കുബ്ജക. വി. (കൻ, കാ, കം.) വി. ന. കൂനനുള്ള.

കുബ്ജകം. ന. വെളുത്തിലുള്ള ഒരു വക തൈ.

കുബ്ജ. വി. (ജ്ജൻ, ജ്ജാ, ജ്ജം.) വി. ന. കൂനനുള്ള.

കുബ്ജ. ന. ഒരു തൈ.

കുബ്ജികാ. ന. വിവാഹം ചെയ്യപ്പെടാത്ത എട്ടുവയസ്സുള്ള പെൺകുട്ടി.

കുമ. ന. ൧, അടി, തല്ലു, ൨, ധാന്യങ്ങൾ മറ്റും കന്നുപോലെ കൂട്ടുക.

കുമതി. വി. (ത്രിഷു.) വി. ന. ദുർബുദ്ധിയുള്ള.

കുമതി. ന. ദുർബുദ്ധി.

കുമയ്ക്കുന്നു. ച്ചു. പ്പാൻ. (കുമ.) സ. ക്രി. ൧, അടിക്കുന്നു. ൨, കൂട്ടുന്നു.

കുമള; കുമിള. ന. വെള്ളത്തിലും മറ്റും അവകൊണ്ടു തന്നെയുണ്ടാകുന്ന ഒരു വസ്തു, പോളം.

കുമളെക്കുന്നു. ച്ചു. പ്പാൻ. (കുമള.) അ. ക്രി. കുമളയുള്ളതായിത്തീരുന്നു, പൊള്ളുക്കുന്നു.

കുമാരകൻ. ന. ൧, ചെറിയ ആണ്ണെതാൽ, ബാലൻ, ൨, യൌവ്വനമുള്ളവൻ. ൩, പുത്രൻ.

കുമാരകം. ന. നിർമാതളം.

കുമാരൻ. ന. ൧, പുത്രൻ. ൨, ബാലൻ, പൈതൽ. ൩, യൌവ്വനമുള്ളവൻ. ൪, സുബ്രഹ്മണ്യൻ.

കുമാരയു. ന. രാജപുത്രൻ.

കുമാരവാഹി. ന. മയിൽക്കോഴി.

കുമാരിക. ന. ൧, കന്യക. ൨, കററാർവാഴ. ൩, ചെറുകറിഞ്ഞി.

കുമാരീ. ന. മേല്പറഞ്ഞ അൎത്ഥം.

കുമിപ്പു. ന. കൂമ്പലായിട്ടു കൂട്ടുക.

കുമിയുന്നു. ഞ്ഞു. വാൻ. (കുമി.) അ. ക്രി. കൂമ്പൽ കൂടുന്നു, ധാന്യങ്ങളും മറ്റും പൊക്കത്തിൽ കൂമ്പാരമായിട്ടു കൂടുന്നു. **കുമിക്കുന്നു.** സ. ക്രി.

കുമിൾ; കുമിഴ. ന. ൧, കുമ്പിൾമരം. ൨, ഉരുണ്ട വസ്തു.

കുമിഴ. ന. തുലായന്ത്രത്തിന്റെ പിന്നിൽ വെക്കുന്ന കല്ലു, പീഞ്ഞാലി.

കുമുദൻ. ന. ൧, ലോകത്തിന്റെ തെക്കുപടിഞ്ഞാറു കോണിലെ ആന. ൨, രാമായണത്തിൽ പറയുന്ന ഒരു കുരങ്ങു.

കുമുദബന്ധു. ന. ചന്ദ്രൻ.

കുമുദബാന്ധവൻ. ന. ചന്ദ്രൻ.

കുമുദം. ന. വെളുത്ത ആമ്പൽ.

കുമുദവനം. ന. ആമ്പൽക്കൂട്ടം.

കുമുദിക. ന. കുമ്പിൾമരം.

കുമുദിനീ. ന. ആമ്പൽ പൊയ്ക.

കുമുദിനീപതി. ന. ചന്ദ്രൻ.

കുമുദേശൻ. ന. ചന്ദ്രൻ.

കുമുദപതി. ന. ആമ്പൽ പൊയ്ക.

കുമുദവൽ. വി. (ദ്വാൻ, ദ്വതി, ദ്വൽ.) വി. ന. ആമ്പൽകൊണ്ടു നിറഞ്ഞിരിക്കുന്ന.

കുമോദകൻ. ന. വിഷ്ണു.

കുമ്പ. ന. വയറു.

കുമ്പസ്സാരം. ന. ക്രിസ്ത്യാനികളിൽ ഒരു വൎഗ്ഗക്കാരുടെ ദൈവത്തോടായുള്ള ക്ഷമായാചനം.

കുമ്പസാരിക്കുന്നു; കൊംഭസാരിക്കുന്നു. ച്ചു. ക്കുവാൻ. (കുമ്പസാരി.) സ. ക്രി. മേൽപറഞ്ഞ വിധം കുററം സമ്മതിച്ചു പറയുന്നു.

കുമ്പളങ്ങാ. ന. കുമ്പളത്തിന്റെ കായ്.

കുമ്പളത്താലി. ന. സുറിയാനിസ്ത്രീകളുടെ മംഗല്യസൂത്രത്തിൽ കോൎക്കുന്ന ഒരാഭരണം.

കുമ്പളം. ന. ഒരുവക കറിയ്ക്കുപയോഗമുള്ള വള്ളി.

കുമ്പി. ന. ൧, ചൂടു. ൨, ആററുമണലിലുംമററും വെയിലുള്ളപ്പോൾ വെള്ളംപോലെ കാണുന്ന ആവി.

കുമ്പിടുന്നു. ട്ടു. വാൻ. (കുമ്പിട.) സ. ക്രി. നമസ്കരിക്കുന്നു. അ. ക്രി. കുനിയുന്നു.

കുമ്പിരി. ന. കുമ്പി.

കുമ്പിൾ. ന. ൧, ഇല കോട്ടിയുണ്ടാക്കുന്ന പാത്രം. ൨, ഒരു വൃക്ഷം.

കുംബാ. ന. യാഗശാലയുടെ ചുററുമുള്ള മറ.

കുംഭകം. ന. ൧, നാഗദന്തി. ൨, യോഗാഭ്യാസക്കാരുടെ ശ്വാസമടക്കുന്നതിനുള്ള ഒരു പ്രയോഗം.

കുംഭ. ന. കുടവയർ.

കുംഭകാമില. ന. ഒരു പിത്തരോഗം.

കുംഭകാരൻ. ന. കുശവൻ.

കുംഭക്കൂറു. ന. അവിട്ടത്തിൽ പാതിയും ചതയവും പൂരുരുട്ടാതിയിൽ മുക്കാലും കൂടിയ സമയം.

കുംഭമാസം. ന. പതിനൊന്നാമത്തെ മാസം.

കുംഭയോനി. ന. ൧, അഗസ്ത്യൻ. ൨, വസിഷ്ഠൻ. ൩, ദ്രോണർ.

കുംഭം. ന. ൧, കുടം. ൨, ആനത്തലയിലെ മുഴ. ൩, കുംഭമാസം. ൪, കുംഭരാശി. ൫, ഒരു വാസനയുള്ള പഴം. ൬, ത്രികോല്പക്കൊന്ന.

കുംഭരാശി. ന. പതിനൊന്നാമത്തെ രാശി.

കുംഭലഗ്നം. ന. കുംഭരാശി.

കുംഭസംഭവൻ. ന. ൧, അഗസ്ത്യൻ. ൨, വസിഷ്ഠൻ. ൩, ദ്രോണർ.

കുംഭീ. വി. (ഭീ, ഭിനി, ഭി.) വി. ന. കുംഭമുള്ള.

കുംഭി. ന. ൧, ആന. ൨, കുടം. ൩, കുമ്പിൾമരം. ൪, ഒരു നരകം.

കുംഭിക. ന. നിൎച്ചിര.

കുംഭികുംഭം. ന. ആനത്തലയിലെ മുഴ.

കുംഭിനീ. ന. ൧, പിടിയാന. ൨, ഭൂമി.

കുംഭിലൻ. ന. ൧, വീടു കവൎച്ചചെയ്യുന്ന കള്ളൻ. ൨, ഭാൎയ്യയുടെ ആങ്ങള, അസമയത്തു ജനിച്ച കുട്ടി.

കുംഭീകം. ന. ഒരു മാതിരി തൈ.

കുംഭീപാകം. ന. ഒരു നരകം.

കുംഭീരൻ. ന. സ്രാവു.

കുംഭീരം. ന. മുതല.

കുംഭോലൂഖലകം. ന. ഗുല്ഗുലു.

കുമ്മട്ടി. ന. ഒരു മാതിരി വള്ളി.

കുമ്മാട്ടു. ന. ൧, കച്ചീട്ടിലും മററും ഒപ്പിടുന്നതിന്റെ അടുക്കൽ മുതലിന്റെ സംഖ്യ എഴുതുക, ലക്കം.

കുമ്മായം. ന. കക്കാ ചുട്ട പൊടി.

കുമ്മി. ന. സ്ത്രീകളുടെ ഒരുമാതിരിക്കളി.

കുമ്മിണി. അ. അല്പം.

കുയിൽ. ന. ൧, ഒരുവക കറുത്ത പക്ഷി. ൨, ഒരു വക മീൻ. ൩, തോക്കിന്റെ തിക്കല്ലു ചെന്നുകൊള്ളുന്ന സ്ഥലം.

കുയ്യൽ. ന. ചെറിയ തവി.

കുയുമ്പപ്പൂ. ന. കസുംഭപ്പൂ.

കുര. ന. ൧, ചുമെക്കുക. ൨, പട്ടിയുടെ ശബ്ദം.

കുരക്കൻ. ന. കുരങ്ങു.

കുരംഗകം. ന. മാൻ.

കുരംഗമം. ന. മാൻ.

കുരംഗം. ന. മാൻ.

കുരംഗാക്ഷി. ന. മാൻകണ്ണി, സുന്ദരി.

കുരംഗിക. ന. പിടമാൻ.

കുരങ്ങു. ന. മരത്തിൽ ചാടി സഞ്ചരിക്കുന്ന ഒരുവക ജന്തു, മരഞ്ചാടി. ൧, കരിങ്കുരങ്ങു. ൨, വെളുത്ത കുരങ്ങു. ൩, കരടിക്കുരങ്ങു. ൪, ശിങ്കളം.

കരച്ചൽ; കരച്ചിൽ. ന. മൂക്കാതെ പഴുക്കുന്ന പഴുപ്പു.

കരടൻ. ന. ചെരിപ്പുണ്ടാക്കുന്നവൻ.

കരടാവു. ന. ചാട്ട, വണ്ടിക്കുതിരയെയോ, വണ്ടിക്കാളയെയോ ഓടിക്കുന്നതിനുപയോഗിക്കാറുള്ളതുപോലെയുള്ള ഒരായുധം.

കരട്ട. ന. സ്ത്രീകളുടെ കാതിൽ മരം കൊണ്ടുണ്ടാക്കിയിടുന്നതു. ൨, അണ, വായ്.

കരണ്ടി. ന. ൧, ഇരിക്കുന്നതിനുള്ള പലക. ൨, ഒരു വക തൈ. ൩, കരിമ്പനയുടെ കായ്.

കരണ്ഡകം. ന. പൊൻനിറത്തിൽ പൂവുള്ള ഒരു തൈ, പൊൻനിറം കുറിഞ്ഞി.

കരണ്ഡം. ന. ഒരു മീനം, ആന്ത്രവീക്കം.

കരപ്പൻ. ന. ഇരിമ്പുചിപ്പ.

കരമ്പ. ന. പന്നി പ്രസവിപ്പാൻ ഉണ്ടാക്കുന്ന സ്ഥലം.

കരരം. ന. ഞാറപ്പക്ഷി.

കരരീ. ന. ൧, ഞാറപ്പക്ഷി. ൨, പെണ്ണാട.

കരലം. ന. ൧, ഞാറപ്പക്ഷി. ൨, കറുനിര.

കരൽ. ന. ൧, ശബ്ദം. ൨, തൊണ്ട.

കരൽനാഴി. ന. കഴുത്തിന്റെ അകത്തെ ഭാഗം, വല്ലതും ഭക്ഷിച്ചാൽ അതു അകത്തേക്കു ഇറങ്ങുന്ന വഴി.

കരൽവള്ളി. ന. കരൽനാഴി.

കരവ. ന. കല്യാണത്തിനുംമററും സ്ത്രീകൾ ഉണ്ടാക്കുന്ന ഒരു ശബ്ദം.

കരവകം. ന. ചെമ്പറിഞ്ഞി.

കരള. ന. നുണ, ഭോഷ്ക്ക.

കരളം. ന. ൧, ഞാറപ്പക്ഷി. ൨, കറുനിര.

കരാൽ. ന. തവിട്ടുനിറം.

കരാലിക്കുന്നു. ച്ചു. പ്പാൻ. (കരാലി.) അ. ക്രി. കണ്ണിൽ കരട വീണ വേദന ഉണ്ടാകുന്നു.

കരാലിപ്പ. ന. കണ്ണിൽ കരട വീണാലുണ്ടാകുന്ന വേദന.

കരാശാണി. ന. ഒരു മരുന്നുതൈ.

കരികിൽ. ന. ൧, ഒരുവക ചെറിയ പക്ഷി. ൨, ഒരു കാട്ടുചെടി.

കരികിൽതാളി. ന. ഒരു കാട്ടുചെടി.

കരിക്കകത്തുന്നു. ത്തി. വാൻ. (കരിക്കു.) അ. ക്രി. ഞാഞ്ഞൂൽ മണ്ണുപൊക്കുന്നു.

കരിക്കൻ. ന. ൧, ഒരു ജാതിക്കാരൻ. ൨, നായന്മാരിൽ ഒരു കൂട്ടക്കാരൻ.

കരിക്കപ്പൂഴി. ന. ഞാഞ്ഞൂൽ നിലത്തുനിന്നു പൊക്കുന്ന മണ്ണു.

കരിയൻ. ന. കണ്ടത്തിൽ ഇരിക്കുന്ന ഒരുമാതിരി പക്ഷി.

കരിശു; ക്രൂശ. ന. ൧, ഒന്നിന്നുമേൽ ഒന്നായി വിലങ്ങനെ ഉണ്ടാക്കിയിട്ടുള്ള ഒരുതരം കഴ. ൨, ക്രിസ്തുവിനെ കൊല്ലുന്നതിന്നു ഉപയോഗിച്ച കഴ. ൩, ഒരം ആകൃതിയിൽ നിൎമ്മിച്ചിട്ടുള്ള സാധനം. ൪, കഷ്ടത. ൫, ക്രിസ്ത്യാനികളുടെ മതചിഹ്നം.

കരിശുമാല. ന. കുരിശു കോൎത്തിടുന്ന തുടൽ.

കുരു. ന. ൧, സോമവംശത്തിൽ ഉള്ള ഒരു രാജാവിന്റെ പേർ. ൨, കുരുരാജ്യം. ൩, ഭൂമിയുടെ വടക്കെ അററത്തുള്ള ഒരു ഖണ്ഡം, ഉത്തരകുരു. ൪, ഫലങ്ങളുടെ അകത്തുള്ള ബീജം. ൫, പരു. ൬, വസൂരി.

കുരുക്ക. ന. ചില പക്ഷികളെയുംമററും പിടിപ്പാനുള്ള ഒരു സൂത്രം.

കുരുക്കുത്തി. ന. ൧, ഒരു ചെടി. ൨, ഒരുമാതിരി മുല്ല.

കുരുക്കുത്തിമുല്ല. ന. സുഗന്ധപുഷ്പമുള്ള ഒരു വള്ളി.

കുരുക്കുന്നു. ത്തു. പ്പാൻ. (കുരു.) അ. ക്രി. മുളെക്കുന്നു, കിളൎക്കുന്നു. **കുരുപ്പിക്കുന്നു.** സ. ക്രി.

കുരുങ്ങുന്നു. ങ്ങി. വാൻ. (കുരുങ്ങ.) അ. ക്രി. കുരുക്കിൽ അകപ്പെടുന്നു. കുരുക്കുന്നു. സ. ക്രി.

കുരുട്ട. വി. ൧, കണ്ണുകാണാത്ത. ൨, കൊച്ച.

കുരുടൻ. ന. ൧, കണ്ണുകാണാത്തവൻ. ൨; മണ്ടൻ.

കുരുടി. ന. ൧, കണ്ണുകാണാത്തവൾ. ൨, പൊക്കം കുറഞ്ഞവൾ, മണ്ടി.

കുരുട്ടുകണ്ണു. ന. കാഴ്ചയില്ലാത്ത കണ്ണു.

കുരുട്ടുകണ്ണൻ. ന. കണ്ണുകാണാത്തവൻ.

കുരുട്ടുകല്ലു; കരിട്ടുകല്ലു. ന. സ്ഫടികമുണ്ടാക്കുന്നതിനുള്ള കല്ലോ മണ്ണോ.

കുരുണ. ന. ഒരുമാതിരി മുല്ല.

കുരുതി; കുരുസി. ന. ൧, മഞ്ഞളും ചുണ്ണാമ്പും കൂട്ടിക്കലക്കിയതു. ൨, ഒരുമാതിരി ബലി.

കുരുത്തി. ന. മീൻകൂട.

കുരുത്തോല. ന. തെങ്ങിന്റെ കുരുന്തോല.

കുരുദേശം. ന. കുരുരാജ്യം.

കുരുന്നു. ന. ചെറിയ തിളിര.

കുരുന്നുകല്ലു. ന. ഇരിമ്പു വെണ്ണവരുത്തുന്നതിനുള്ള ഒരുമാതിരി കല്ലു.

കുരുന്നെരി. ന. പരിഭ്രമം, തിടുക്കം, ഞെരുക്കം.

കുരുപ്പ. വി. മുളെച്ച.

കുരുപ്പ. ന. മുളെപ്പ, കിളൎക്കുക.

കുരുപ്പൂപ്പൂഴി. ന. കുരിക്കപ്പൂഴി.

കുരുപ്പുരുത്തി. ന. പഞ്ഞിയുണ്ടാകുന്ന ഒരുമാതിരി തൈ.

കുരുപ്പുവിത്തു. ന. വിതെപ്പാൻ കിളൎപ്പിച്ച വിത്തു.

കുരുപ്പുകാല്യ. ന. നാട്ടിയാൽ കിളൎക്കുന്ന പത്താൾ.

കുരുമുളക. ന. നല്ലുമുളക, കൊടിമുളക.

കുരുമൂലി. ന. ഒരുമാതിരി മുള്ളുള്ള മരം.

കുരുമ്പ. ന. ൧, ഇളനീർ. ൨, മധുരക്കൂട്ട.

കുരുംബം. ന. ഒരുതരം നാരങ്ങാ.

കുരുവി. ന. കണ്ടത്തിൽ ഇരിക്കുന്ന ഒരുവക പക്ഷി.

കുരുവിന്ദം. ന. മുത്തെങ്ങാ.

കുരുവില്ലം. ന. ഒരുവക ചുവന്ന രത്നം.

കുരുവില്ലാക്കട്ടക്കാ. ന. ഒരു മരുന്നു.

കുരുവിസ്തം. ന. ഒരു പലം.

കുരുക്ഷേത്രം. ന. ഇന്ദ്രപ്രസ്ഥത്തിന്നരികെയുള്ള ഒരു ദിക്ക.

കുരൂപ. വി. (പൻ, പാ, പം.) വി. ന. സൌന്ദൎയ്യമില്ലാത്ത, ഭംഗികേടുള്ള.

കുരെക്കുന്നു. ച്ചു. പ്പാൻ. (കുരെ.) അ. ക്രി. ൧, ചുമെക്കുന്നു. ൨, പട്ടി ശബ്ദിക്കുന്നു.

കുൎക്കുരം. ന. പട്ടി, നായ്.

കുൎക്കുരി. ന. പെണ്പട്ടി.

കുൎദ്ദനം. ന. കണ്ണാമ്പൊത്തുകളി മുതലായ ചില കളി.

കുൎപ്പരം. ന. ൧, മുഴങ്കൈ. ൨, മുഴങ്കാൽ.

കുൎപ്പാസം. ന. കുപ്പായം.

കുല. ന. ൧, കൊല്ലുക. ൨, പൂക്കുല മുതലായതു. ൩, വില്ലുവളെച്ചു കെട്ടുക.

കുലക. വി. (കൻ, കാ, കം.) വി. ന. ശ്രേഷ്ഠതയുള്ള വംശത്തിൽ ജനിച്ച.

കുലകൻ. ന. ൧, കുലശ്രേഷ്ഠതയുള്ള സൂത്രപ്പണിക്കാരൻ. ൨, കാക്കപ്പനിച്ചം.

കുലക്കളം. ന. കൊല്ലുന്ന സ്ഥലം.

കുലഗുരു. ന. വംശത്തിന്നു പ്രത്യേകമായിട്ടു ഉപദേശിക്കുന്ന ആചാൎയ്യൻ.

കുലചേരു. ന. കുമ്മായം തേപ്പാൻ ഇരിമ്പുകൊണ്ടുണ്ടാക്കിയതു.

കുലച്ചോറു. ന. കൊല്ലുവാൻ കൊണ്ടുപോകുമ്പോൾ കുററക്കാരന്നു കൊടുക്കുന്ന ചോറു.

കുലജ. വി. (ജൻ, ജാ, ജം.) വി. ന. നല്ല വംശത്തിൽ ജനിച്ച.

കുലട. ന. വേശ്യാസ്ത്രീ.

കുലടൻ. ന. തന്നിൽനിന്നു ജനിക്കാതെ വിലെക്കു വാങ്ങിച്ചൊ മററൊ ലഭിച്ച പുത്രൻ.

കുലടീ. ന. മനയോല.

കുലതന്തു. ന. സന്തതി.

കുലത്തീൎപ്പു. ന. കൊല്ലുന്നതിന്നായിട്ടു കോട്ടിൽനിന്നു വിധിക്കുക.

കുലത്ഥം. ന. കുതിര.

കുലദൈവം. ന. പരദേവത.

കുലധൎമ്മം. ന. അതാതു വംശത്തിൽ ജനിച്ചാൽ ചെയ്യേണ്ടുന്ന മൎയ്യാദ, വംശാചാരം.

കുലധാരകൻ. ന. പുത്രൻ.

കുലനാശം. ന. ഒട്ടകം.

കുലനാശനൻ. ന. ജാതിയിൽനിന്നു തള്ളപ്പെട്ടവൻ.

കുലനിലം. ന. കൊല്ലുന്ന സ്ഥലം.

കുലപതി. ന. വംശത്തിൽ പ്രമാണി.

കുലപൎവ്വതം. ന. ഹിമവാൻ മുതലായ ഏഴു പൎവ്വതങ്ങളിൽ ഏതെങ്കിലും ഒന്നു.

കുലപാതകൻ. ന. കുല ചെയ്യുവൻ.

കുലപാതകം. ന. കുല ചെയ്യുമ്പോലുള്ള പാപം.

കുലപാലിക. ന. ൧, പാതിവ്രത്യമുള്ളവൾ, കുലസ്ത്രീ. ൨, കുലത്തെ രക്ഷിക്കുന്നവൾ.

കുലപ്പല്ലു. ന. വ്യാഘ്രത്തിന്റെയും മററും വലിയ പല്ലു, ദംഷ്ട്രം.

കുലപ്പാമ്പു. ന. വയററിലുള്ള വെര.

കുലഭൃത്യാ. ന. ൧, വംശത്തിലേക്കു പ്രത്യേകമായിട്ടു വേല ചെയ്യേണ്ടുന്ന വിട്ടുകാരി, പറ്റപ്പെട്ടവൾ. ൨, പൈതങ്ങളെ രക്ഷിക്കുന്നവൾ.

കുലമറിയൻപയറു. ന. ഒരുവക പയറു.

കുലം. ന. ൧, വംശം. ൨, വാസസ്ഥലം, ഭവനം. ൩, കൂട്ടം.

കുലമ്പുന്നു. മ്പി. മ്പുവാൻ. (കുല.) സ. ക്രി. ക്രൂപ്പിക്കുന്നു.

കുലയാന. ന. കൊല്ലുന്ന ആന.

കുലവൻ. ന. ശ്രേഷ്ഠൻ.

കുലവാഴ. ന. കുലയോടുകൂടെയുള്ള വാഴ.

കുലവിദ്യ. ന. തന്റെ വംശക്കാർ മുൻപിനാലെ പഠിച്ചുവരുന്ന വിദ്യ.

കുലവിപ്രൻ. ന. കുലഗുരു.

കുലവില്ലു. ന. ൧, വളെച്ചു ഞാണകൊണ്ടു കെട്ടിയ വില്ലു. ൨, കുല ചെയ്യാനുള്ള വില്ലു.

കുലവിളി. ന. കൊല്ലുമ്പോഴത്തെ കരുനിലവിളി.

കുലശത്രു. ന. ജനനാൽ തന്നെ ശത്രുതയുള്ള ആൾ.

കുലശില. ന. ഗോലിക്കല്ലു.

കുലശേഖരൻ ന. വംശത്തിൽ പ്രധാനൻ.

കുലശേഖരപ്പെരുമാൾ. ന. തിരുവിതാംകൂറു മഹാരാജാവിന്റെ പേർ.

കുലശ്രേഷ്ഠി. വി. (ഷ്ഠീ, ഷ്ഠിനീ, ഷ്ഠി.) വി. ന. വംശത്തിൽ പ്രധാനമായ.

കുലസംഭവ. വി. (വൻ, വാ, വം.) വി. ന. നല്ല കുലത്തിൽ ജനിച്ച.

കുലസ്ത്രീ. ന. ൧, ബ്രാഹ്മണസ്ത്രീ. ൨, പതിവ്രത.

കുലഹണ്ഡകം. ന. നീൎച്ചുഴലി.

കുലഹാതക. വി. (കൻ, കീ, കം.) വി. ന. വംശത്തെ ഭേദിക്കുന്ന.

കുലഹീന. വി. (നൻ, നാ, നം.) വി. ന. ഭ്രഷ്ടമായുള്ള.

കുലക്ഷയം. ന. വംശനാശം.

കുലാചാരം. ന. ജാതിമൎയ്യാദ.

കുലാഞ്ഞിൽ. ന. തേങ്ങായുണ്ടാകുന്ന കുല.

കുലായം. ന. പക്ഷിക്കൂടു.

കുലായിക. ന. പക്ഷികളെ വളൎത്തുന്ന സ്ഥലം.

കുലാൽവണ്ടി. ന. കുതിരകെട്ടിയ വണ്ടി.

കുലാലൻ. ന. ൧, കുശവൻ. ൨, കാട്ടുകോഴി.

കുലാലി. ന. ൧, നീലാഞ്ജനം. ൨, കുശവന്റെ സ്ത്രീ.

കുലി. ന. കൈ.

കുലിക. വി. (കൻ, കാ, കം.) വി. ന. വംശത്തിൽ പ്രധാനമായ.

കുലികൻ. ന. ൧, കുലശ്രേഷ്ഠൻ. ൨, വംശത്തിൽ പ്രമാണി. ൩, ഇരിപ്പവൃക്ഷം.

കുലിംഗകം. ന. ഉൾക്കുരികിൽ.

കുലിരം. ന. ഞണ്ടു.

കുലിശം. ന. ഇന്ദ്രന്റെ ആയുധം, വജ്രം.

കുലീ. ന. ൧, കണ്ടകാരി. ൨, ഭാൎയ്യയുടെ ജ്യേഷ്ഠത്തി.

കുലീന. വി. (നൻ, നാ, നം.) വി. ന. നല്ല വംശത്തിൽ ജനിച്ച.

കുലീനത. ഗു. ന. ജാതിശ്രേഷ്ഠത.

കുലീനസം. ന. വെള്ളം.

കുലീരം. ന. ഞണ്ടു.

കുലുക്ക. ന. വൃക്ഷത്തിന്റെ കൊമ്പൊ മററൊ വിറെപ്പിക്കുക.

കുലുക്കം. ന. ഇളക്കം.

കുലുക്കത്തി. ന. ഒരു വക തൈ.

കുലുക്കുഴിയുന്നു. ഞ്ഞു. വാൻ. (കുലുക്കുഴി.) അ. ക്രി. വെള്ളം വായിലൊഴിച്ചു കുലുക്കി തുപ്പുന്നു.

കുലുങ്ങുന്നു. ങ്ങി. വാൻ. (കുലുങ്ങ.) അ. ക്രി. വിറെക്കുന്നു. **കുലുക്കുന്നു.** സ. ക്രി. കുലുക്കിക്കുന്നു. കാ. ക്രി.

കുലെക്കുന്നു. ച്ചു. പ്പാൻ. (കുലെ.) സ. ക്രി. ൧, വില്ലു വളെച്ചു ഞാണകെട്ടുന്നു. ൨, വാഴെക്കും മററു ചിലതിന്നും കുല വരുന്നു.

കുലേശ്വരൻ. ന. ശിവൻ.

കുല്ലം. അല്ലെങ്കിൽ, **ഉല്ലം.** ന. നരിയാണി.

കുല്മാഷം. ന. ൧, കാടി. ൨, പാതിവിളെഞ്ഞ യവം. ൩, വറുത്ത നെല്ലു. ൪, പെരുമ്പയറു. ൫, ഉഴുന്നു ഇത്യാദി. ൬, ഭക്ഷ്യവിശേഷം.

കുല്യ. വി. (ല്യൻ, ല്യാ, ല്യം.) വി. ന. നല്ല വംശത്തിലുണ്ടായ.

കുല്യ. ന. കൈത്തോടു.

കുല്യൻ. ന. ആലോചനക്കാരൻ.

കുല്യം. ന. അസ്ഥി.

കുല്ലാത്തൊപ്പി. ന. കുമ്പൽതൊപ്പി.

കുവ. ന. കൂശ.

കുവം. ന. ശകാരം.

കുവലം. ന. ൧, ലന്തവൃക്ഷം. ൨, കരിംകൂവളം.

കുവലയം. ന. ൧, താമര. ൨, ഒരു വക ആമ്പൽ, കരിംകൂവളം.

കുവാദ. വി. (ദൻ, ദാ, ദം.) വി. ന. ചീത്തവാക്ക പറയുന്ന.

കുവിന്ദൻ. ന. ചാലിയൻ.

കുവേണി. ന. മീൻകൂട.

കുവേരകം. ന. പൂവരശു.

കുവേരൻ. ന. വൈശ്രവണൻ.

കുവേരാക്ഷി. ന. കഴഞ്ചി.

കുശ. ന. ഒരു മാതിരി പുല്ല.

കുശക്കലം. ന. കുശവൻ ഉണ്ടാക്കുന്ന കലം.

കുശക്കുഴി. ന. ഒരു മാതിരി ചെളിമണ്ണ, കുശമണ്ണ.

കുശദ്വീപു. ന. സപ്തദ്വീപുകളിൽ ഒന്ന.

കുശപ്പാത്രം. ന. കുശവനുണ്ടാക്കിയ പാത്ര

കുശപുഷ്പം. ന. ഒരു സുഗന്ധപുഷ്പം.

കുശമണ്ണ. ന. കുശവൻ കലം ഉണ്ടാക്കുന്ന മണ്ണ, കുശക്കുഴി.

കുശം. ന. ൧, വെള്ളം. ൨, ദൎഭ.

കുശയം. ന. ൧, പാനപാത്രം. ൨, കവിളം.

കുശല്യ. ന. ഏഷണി.

കുശലപ്രശ്നം. ന. സൌഖ്യത്തെക്കുറിച്ച ചോദിക്ക.

കുശല. വി. (ലൻ, ലാ, ലി, ലം.) വി. ന. സാമൎത്ഥ്യമുള്ള. **കുശലത; കുശലത്വം.** ഗു. ന. സാമൎത്ഥ്യം, മിടുക്ക.

കുശലം. ന. ൧, സൌഖ്യം. ൨, സുകൃതം.

കുശലി. വി. (ലീ, ലിനീ, ലി.) വി. ന. കുശലമുള്ള.

കുശൽ. ന. ഏഷണി, നുണ.

കുശവൻ. ന. മണ്പാത്രം ഉണ്ടാക്കുന്ന ഒരു ജാതിക്കാരൻ.

കുശത്തി. ന. കുശവന്റെ സ്ത്രീ.

കുശാഗ്രബുദ്ധി. വി. (ത്രിപു.) വി. ന. ബുദ്ധിക്ക കൂൎപ്പുള്ള, അതിബുദ്ധിയുള്ള.

കുശാണ്ടം. ന. ൧, കുശൽ, ഏഷണി. ൨, പറയുമ്പോൾ ഉണ്ടാകുന്ന ഒരു തടസ്സം, വിക്ക.

കുശാച്ഛ. അ. നല്ലവണ്ണം.

കുശാസനം. ന. ഇരിപ്പാനായിട്ട ദൎഭകൊണ്ട നെയ്തുണ്ടാക്കിയത.

കുശാസ്തരണം. ന. ദൎഭകൊണ്ടുണ്ടാക്കിയ മെത്ത.

കുശി. ന. ൧, ഒരു മാതിരി ഇരിമ്പ, ഉരുക്ക. ൨, കാച്ചികൊട്ടിയ ഇരിമ്പ. ൩, കൊഴു.

കുശിനി. ന. അരിവെപ്പുസ്ഥലം.

കുശീല. വി. (ലൻ, ലാ, ലം.) വി. ന. ദുശ്ശീലമുള്ള.

കുശീലവൻ. ന. ൧, ചാക്കിയാര. ൨, ആട്ടക്കാരനും മറ്റും.

കുശുകുശുക്കുന്നു. ത്തു. പ്പാൻ. (കുശു.) അ. ക്രി. തമ്മിൽ പതുക്കെപ്പതുക്കെ പറയുന്നു.

കുശുകുശുപ്പു. ന. തമ്മിൽ പതുക്കെ പറക.

കുശുമ്പു. ന. മറ്റൊരുത്തന്റെ ഭാഗ്യവും മറ്റും കാണുമ്പോൾ തോന്നുന്ന സൌഖ്യക്കേട.

കുശുമ്പൻ. ന. കുശുമ്പുള്ളവൻ.

കുശുമ്പൽ. ന. പഴകിയൊ നനഞ്ഞൊ കേട വരിക.

കുശുമ്പിക്കുന്നു. ച്ചു. പ്പാൻ. (കുശുമ്പി.) അ. ക്രി. പഴകിപ്പൊളിഞ്ഞുമറ്റും കേട വരുന്നു.

കുശേശയം. ന. താമരപ്പൂവു.

കുഷ്ഠച്ചൊറി. ന. ഒരു മാതിരി ചെറിയ ചിരങ്ങിൻ കൂട്ടം.

കുഷ്ഠം. ന. ൧, ഒരു ദീനം, ത്വഗ്ദോഷം. ൨, കൊട്ടം.

കുഷ്ഠരോഗം. ന. ത്വഗ്ദോഷം.

കുഷ്ഠരോഗി. വി. (ഗീ, ഗിണീ, ഗി.) വി. ന. കുഷ്ഠരോഗമുള്ള.

കുഷ്ഠലം. ന. ചീത്ത സ്ഥലം.

കുഷ്ഠഹന്താവു. ന. ഒരു മരുന്ന, പാവു.

കുഷ്ഠി. വി. (ഷ്ഠി, ഷ്ഠിനീ, ഷ്ഠി.) വി. ന. കുഷ്ഠരോഗമുള്ള.

കുഷ്മാണ്ഡം. അല്ലെങ്കിൽ, **കുഷ്മാണ്ഡകം.** ന. ൧, കുമ്പളം. ൨, കുമ്പളങ്ങ.

കുസീദം. ന. പലിശ, വട്ടി.

കുസീദിക. വി. (കൻ, കി, കം.) വി. ന. പലിശെക്ക കൊടുക്കുന്ന.

കുസുമം. ന. പുഷ്പം.

കുസുമാഞ്ജനം. ന. പുഷ്പാഞ്ജനം.

കുസുമിത. വി. (തൻ, താ, തം.) വി. ന. പൂവുണ്ടായ, പൂത്ത.

കുസുമേഷു. ന. കാമദേവൻ.

കുസുംഭം. ന. കുയുമ്പപ്പൂവു.

കുസ്തലം. ന. ൧, നെല്ലര. ൨, വല്ലം.

കുസൃതി. ന. ൧, ദുൎമ്മാൎഗ്ഗം. ൨, ശാഠ്യം.

കുസ്തുംബുരു. ന. കൊത്തമ്പാലയരി.

കുഹക. വി. (കൻ, കാ, കം.) വി. ന. ഇന്ദ്രജാലമുള്ള, ചെപ്പടിവിദ്യയുള്ള.

കുഹകം. ന. ൧, ചെപ്പടിവിദ്യ. ൨, വഞ്ചന.

കുഹചന; കുഹചിൽ. അ. വല്ലെടത്തും, ഒരെടത്തും.

കുഹന. വി. (നൻ, നാ, നം.) വി. ന. ൧, കള്ളമുള്ള, ചതിവുള്ള. ൨, കപടഭക്തിയുള്ള.

കുഹന. ന. ൧, വ്യാജം. ൨, കപടഭക്തി.

കുഹനിക. ന. കപടഭക്തി.

കുഹരം. ന. സുഷിരം, പോത.

കുഹളി. ന. തെങ്ങിൻ പൂക്കുല.

കുഹു. ന. ൧, കറുത്തവാവു. ൨, കുയിലിന്റെ ശബ്ദം.

കുഹേഡി. ന. മഞ്ഞു.

കുഹേഡിക. ന. മേല്പറഞ്ഞ അൎത്ഥം.

കുഹേലിക. ന. മഞ്ഞു.

കുളകം. ന. ൧, കാക്കപ്പനിച്ചം. ൨, പടോലം. ൩, ഒരുമിച്ച അന്വയിക്കേണ്ട പല ശ്ലോകങ്ങൾ ചേൎന്നുള്ളത.

കുളക്കടവു. ന. കുളത്തിലേക്ക ഇറങ്ങി കുളിക്കുന്ന സ്ഥലം.

കുളക്കോഴി. ന. കുളത്തിലുംമറ്റും വെള്ളത്തോടടുത്ത പാൎക്കുന്ന ഒരു പക്ഷി.

കുളച്ചീര. ന. വെള്ളത്തിലൊ വെള്ളത്തോടടുത്തൊ ഉണ്ടാകുന്ന ഒരു തൈ.

കുളപ്പുര. ന. കുളത്തിന്റെ വക്കിനോട ചേൎത്തുണ്ടാക്കുന്ന പുര.

കുളമാവു. ന. ഒരു വൃക്ഷം.

കുളം. ന. കുളിപ്പാൻ ഉണ്ടാക്കുന്ന ജലസ്ഥലം.

കുളങ്ങര. ന. കുളത്തിന്റെ കര.

കുളമ്പു. ന. മൃഗങ്ങളുടെ കാൽച്ചുവട.

കുളച്ച. ന. വിക്ക, കൊഞ്ഞവാക്ക.

കുളവക്ക. ന. ൧, പൊന്നാനിയിൽ ഒരു പട്ടണം. ൨, കുളത്തിന്റെ വക്ക.

കുളവി. ന. കടന്നൽ.

കുളറുന്നു. റി. വാൻ. (കുളർ.) സ. ക്രി. വിക്കിപ്പറയുന്നു, കൊഞ്ഞ പറയുന്നു.

കുളർനാക്കു. ന. പറയുമ്പോൾ തട വുണ്ടാകുന്ന നാക്കു.

കുളി. ന. ൧, വെള്ളത്തിൽ മുങ്ങിക്കുളി ക്കുക. ൨, വെള്ളംകൊണ്ടു ശരീരം ക ഴുകുക.

കുളിക്കുന്നു. ച്ചു. പ്പാൻ. (കുളി.) അ. ക്രി. വെള്ളത്തിൽ മുങ്ങുന്നു, വെള്ളം കൊണ്ടു ശരീരം കഴുകുന്നു. **കുളിപ്പി ക്കുന്നു.** സ. ക്രി.

കുളിപ്പുര. ന. കുളിക്കുന്നതിന്നുള്ള പുര.

കുളിരുന്നു. ന്നു. വാൻ. (കുളിർ.) അ. ക്രി. തണുപ്പുകാരണം സുഖക്കേടുണ്ടാ കുന്നു.

കുളിർ; കുളുർ. ന. മഴയൊ മഞ്ഞൊ ഉണ്ടാകുമ്പോൾ തോന്നുന്ന ഒരവസ്ഥ.

കുളിക്കുന്നു; കുളുക്കുന്നു. ത്തു. പ്പാൻ. (കുളിർ.) അ. ക്രി. തണുക്കുന്നു. **കുളി പ്പിക്കുന്നു; കുളുപ്പിക്കുന്നു.** കാ. ക്രി.

കുളിന്ന. വി. തണുത്ത, കുളിരുള്ള.

കുളിപ്പു. ന. കുളിമ്മ, തണുപ്പു.

കുളിമ്മ. ന. കുളിപ്പു.

കുളീരം. ന. ഞണ്ടു.

കുളുത്ത. ന. തണുത്ത കഞ്ഞി, പഴ ങ്കഞ്ഞി.

കുളുക്കല്ലു. ന. ൧, സുഖവാസത്തിനായു ള്ള കല്ലെടുപ്പു. ൨, ഗോലിക്കല്ലു.

കുള്ളൻ. ന. കൊച്ചുമനുഷ്യൻ, മുണ്ടൻ.

കുള്ളി. ന. പൊക്കം കുറെഞ്ഞ സ്ത്രീ, മുണ്ടി.

കുക്ഷി. ന. വയറു.

കുക്ഷിപൂരണം. ന. വയറുനിറെക്ക.

കുക്ഷിംഭരി. വി. (ത്രിഷു.) വി. ന. തന്റെ വയററിനെ മാത്രം രക്ഷി ക്കുന്ന.

കുഴ. ന. ൧, ചില പാത്രങ്ങളിലും സൂ ചി മുതലായവയിലും ചരടും മററും കോൎക്കുന്നതിന്നുള്ള ദ്വാരം. ൨, പാൻ കറക്കുന്നതിന്നു മുളകൊണ്ടുണ്ടാക്കിയ ഒരുമാതിരി പാത്രം. ൩, ചെവി, ചേപ്പു.

കുഴക്കു. ന. ൧, വിഘ്നം. ൨, പ്രയാസം. ൩, തൎക്കം. ൪, കലഹം.

കുഴക്കട്ട. അല്ലെങ്കിൽ, **കൊഴുക്കട്ട.** ന. അരിമാവുകൊണ്ടുരുട്ടിയുണ്ടാക്കി യ ഒരു പലഹാരം.

കുഴങ്ങുന്നു. ങ്ങി. വാൻ. (കുഴങ്ങ.) അ. ക്രി. ൧, വിഘ്നമാകുന്നു. ൨, കലങ്ങു ന്നു. ൩, ക്ഷീണിക്കുന്നു. **കുഴക്കുന്നു.** സ. ക്രി.

കുഴച്ചട്ടകം. ന. മരംകൊണ്ടു പിടി യിട്ട ഒരുമാതിരി വലിയ ചട്ടകം.

കുഴച്ചാട്ടം. ന. കുഴയു, കാൎയ്യങ്ങളിലെ വെടിപ്പില്ലായ്മ.

കുഴച്ചിൽ. ന. ൧, കലക്കം. ൨, കുഴയുക.

കുഴച്ചുമറിക്കുന്നു. ച്ചു. പ്പാൻ. (കുഴ ച്ചു.) സ. ക്രി. ൧, വല്ലതും വെള്ളം കൂ ട്ടി ഇളക്കി യോജിപ്പിക്കുന്നു. ൨, കൂട്ടി കലൎത്തുന്നു.

കുഴപ്പം. ന. ൧, തിട്ടക്കം. ൨, കുഴച്ചിൽ.

കുഴപ്പുന്നു. പ്പി. വാൻ. (കുഴപ്പ.) അ. ക്രി. തിട്ടക്കപ്പെടുന്നു.

കുഴമറിച്ചിൽ. ന. ൧, കുഴയുടെ മാ ററം. ൨, ക്രമക്കേടായിട്ടൊ തിരിച്ചറിയി ല്ലാതെയൊ ആകുക.

കുഴമറിയുന്നു. ഞ്ഞു. വാൻ. (കുഴ.) അ. ക്രി. മുൻപെ ഇരുന്ന അവസ്ഥയിൽ നിന്നിളകി ക്രമക്കേടായിത്തീരുന്നു.

കുഴമറിവു. ന. കുഴമറിച്ചിൽ.

കുഴമ്പു. ന. ൧, എണ്ണയുംമററും കൂട്ടി ചേൎത്തു കുഴെച്ചുണ്ടാക്കിയ മരുന്നു. ൨, ചില മരുന്നുകൾ കൂട്ടി കാച്ചി അ രിച്ച ഒരുമാതിരി എണ്ണ.

കുഴമ്പിക്കുന്നു. ച്ചു. പ്പാൻ. (കുഴമ്പി.) അ. ക്രി. കൊഴുക്കുന്നു.

കുഴയുന്നു. ഞ്ഞു. വാൻ. (കുഴ.) അ. ക്രി. ൧, കൂടിക്കലരുന്നു. ൨, അലിയുന്നു. **കുഴെക്കുന്നു.** സ. ക്രി. **കുഴെപ്പി ക്കുന്നു.** കാ. ക്രി.

കുഴലപ്പം. ന. കുഴലിലുണ്ടാക്കിയ ഒരു പലഹാരം.

കുഴലൂതുന്നു. തി. വാൻ. (കുഴൽ.) അ. ക്രി. കുഴൽ വിളിക്കുന്നു.

കുഴലൂത്തു. ന. കുഴലിൽ ഊതി ശബ്ദം പുറപ്പെടുവിക്കുക.

കുഴൽ. ന. ഊതുവാനുള്ള ഒരുവക വാ ദ്യം. ൧, കറുങ്കുഴൽ. ൨, ചീങ്കുഴൽ. ൩, ഓടക്കുഴൽ. ൪, സ്ത്രീകളുടെ തലമുടി. ൫, ഒരാഭരണം. ൬, മുളകുഴലുംമററും.

കുഴൽക്കണ്ണാടി. ന. കുഴലിന്റെ ഛാ യയിലുള്ള കണ്ണാടി, ചീനക്കണ്ണാടി.

കുഴൽക്കാരൻ. ന. കുഴൽ വിളിക്കുന്ന വൻ.

കുഴൽപ്പന്തം. ന. ഒരുമാതിരി പന്തം.

കുഴൽവിളി. ന. കുഴലൂത്തു.

കുഴവി. ന. അരകല്ലിൻ പിള്ള, അമ്മി പ്പിള്ള.

കുഴി. ന. ൧, കുഴിച്ചുണ്ടാക്കിയ സ്ഥലം. ൨, ശവക്കുഴി.

കുഴിക്കണ്ണൻ. ന. കണ്ണു താണവൻ.

കുഴികലം. ന. കുഴിയുള്ള ഒരുമാതിരി പാത്രം.

കുഴികല്ലു. ന. മറപ്പുറ.

കുഴികിണ്ണം. ന. വട്ടം കുറഞ്ഞ ഒരു മാതിരി ഓട്ടുകിണ്ണം.

കുഴികുത്തു. ന. കുഴിയുണ്ടാക്കുക.

കുഴികുത്തി. ന. പാര.

കുഴിക്കാണം. ന. ൧, ശവം അടക്കുന്ന കുഴിക്കു കൊടുക്കുന്ന ദ്രവ്യം. ൨, ചെ റിയ തെങ്ങിൻ തൈക്കു കൊടുക്കുന്ന വില.

കുഴിക്കാരായ്മ. ന. വൃക്ഷങ്ങൾക്കു പി ടിപ്പുള്ള ദ്രവ്യം കൊടുത്തു പുരയിടം എ ഴുതി വാങ്ങിക്കുന്നതിന്നു പറയുന്ന ഒ രു പേർ.

കുഴിക്കുന്നു. ച്ചു. പ്പാൻ. (കുഴി.) സ. ക്രി. കുഴിയുണ്ടാക്കുന്നു.

കുഴിക്കേടു. ന. തെങ്ങിന്തൈ നട്ടാൽ വളരുന്നതിന്നു മുൻപെ ഉണ്ടാകുന്ന കേടു.

കുഴിച്ചിടുന്നു. ട്ടു. വാൻ. (കുഴിച്ചു.) സ. ക്രി. ൧, ചില വിത്തുകൾ നടുന്നു. ൨, കുഴിയിൽവെച്ചു മൂടുന്നു. ൩, ശവം അടക്കുന്നു.

കുഴിതവി. ന. ഓട്ടുകൊണ്ടുള്ള ഒരു മാ തിരി തവി, കുഴിയുള്ള തവി.

കുഴിതാളച്ചുണ്ടി. ന. ഒരു മാതിരി പായൽ.

കുഴിതാളം. ന. ഒരു വാദ്യം.

കുഴിതൈ. ന. കൊച്ചു തെങ്ങിൻ തൈ.

കുഴിനഖം. ന. നഖത്തിലുണ്ടാകുന്ന ഒരു ദീനം.

കുഴിനരി. ന. ഒരുവക കുറുക്കൻ.

കുഴിനാട്ടു. ന. കമ്പുകാലൊ തൂണൊ നാട്ടുവാൻ ഉണ്ടാക്കിയ കുഴി.

കുഴിപ്പലക. ന. പണപ്പലക.

കുഴിപ്പൂവു. ന. വെടിമരുന്നുകൊണ്ടുള്ള ഒരു പ്രയോഗം.

കുഴിപ്പുത്തു. ന. ശവം അടക്കിയ കുഴി.

കുഴിമടി. ന. വലിയ മടി.

കുഴിമടിയൻ. വി. ന. വലിയ മടിയു ള്ളവൻ.

കുഴിമാടം. ന. ശവക്കുഴി.

കുഴിയടി. ന. രണ്ടു മേല്പുര ഒന്നിച്ചു കൂടുന്ന തടമുള്ള ഭാഗം.

കുഴിയൻ. ന. പുലയന്റെയൊ പറയന്റെയൊ ആൺകുട്ടി.

കുഴിയമ്മി. ന. മരുന്നരെക്കുന്നതിന്നുള്ള ഒരു മാതിരി അരകല്ല.

കുഴിയൽ. ന. ൧, എണ്ണത്തുടം. ൨, ലോഹംകൊണ്ടുണ്ടാക്കിയ ഒരു തരം കുഴിഞ്ഞ പാത്രം.

കുഴിയാന. ന. പൊടിയിൽ ഇരിക്കുന്ന ഒരു വക കൊച്ചു പ്രാണി.

കുഴിയുന്നു. ഞ്ഞു. വാൻ. (കുഴി.) അ. ക്രി. കുഴി ഉണ്ടാകുന്നു. **കുഴിക്കുന്നു.** സ. ക്രി. **കുഴിപ്പിക്കുന്നു.** കാ. ക്രി.

കുഴിയെടുക്കുന്നു. ത്തു. പ്പാൻ. (കുഴി.) അ. ക്രി. കുഴിയുണ്ടാക്കുന്നു.

കുഴിവു. ന. കുഴി, താഴ്ച.

കുഴിവിത്തു. ന. കുഴി കുത്തി നടേണ്ടുന്ന ചില വിത്തുകൾ.

കുഴിവില. ന. തെങ്ങിൻ തയ്യുടെയൊ പ്ലാവിൻ തയ്യുടെയൊ വില.

കുറ. ന. ൧, പോരായ്മ. ൨, കുററം. ൩, അററകുററം, കുറവു, അവമാനം.

കുറകു. ന. ൧, അരെക്കു താഴെയുള്ള ഭാഗം മുഴുവൻ. ൨, കൈ. ൩, പന്നിത്തുട.

കുറക്കൊള്ളി. ന. വാൽനക്ഷത്രം.

കുറച്ചിൽ. ന. പോരായ്മ, കുറവു.

കുറഞ്ഞ. വി. അല്പമായ.

കുറഞ്ഞൊന്നു. അ. അല്പം.

കുറതീക്കുന്നു. ത്തു. പ്പാൻ. (കുറ.) അ. ക്രി. ൧, നന്നാക്കുന്നു, കുററം തീക്കുന്നു. ൨, അവമാനം കളയുന്നു. **കുറതീപ്പിക്കുന്നു.** കാ. ക്രി.

കുറത്തലപ്പിണം. ന. തലയില്ലാത്ത ഉടൽ, കബന്ധം.

കുറത്തി. ന. കുറവന്റെ സ്ത്രീ.

കുറനാഴി. ന. സാമാന്യമായുള്ളതിൽ അല്പം ചെറിയ നാഴി, മറെറാരു നാഴികൊണ്ടളന്നാൽ കുറവു വരുത്തുന്ന നാഴി.

കുറപടി. ന. കാവു.

കുറപറ. ന. മറെറാരു പറകൊണ്ടളന്നാൽ കുറവു വരുത്തുന്ന പറ, കള്ളപ്പറ.

കുറമാനം. ന. കുറവു, കുറഞ്ഞതു.

കുറയ. അ. അല്പമായി.

കുറയുന്നു. ഞ്ഞു. വാൻ. (കുറ.) അ. ക്രി. ൧, അല്പമാകുന്നു. ൨, താഴുന്നു. ൩, ഹീനമാകുന്നു. **കുറെക്കുന്നു.** സ. ക്രി. **കുറെപ്പിക്കുന്നു.** കാ. ക്രി.

കുറവു. ന. ൧, കുറച്ചിൽ, ചുരുക്കം. ൨, അവമാനം.

കുറവൻ. ന. ഒരു താണജാതിക്കാരൻ.

കുറവന്താളി. ന. ഒരു വക താളി.

കുറവാകുന്നു. യി. വാൻ. (കുറവു.) അ. ക്രി. ൧, കുറയുന്നു. ൨, അവമാനമാകുന്നു. **കുറവാക്കുന്നു.** സ. ക്രി.

കുറൾമാൻ. ന. ഒരു വക മാൻ.

കുറി. ന. ൧, ഹിന്തുക്കൾ നെററിയേൽ ഇടുന്ന അടയാളം. ൨, ലാക്കു. ൩, ചിട്ടി. ൪, എഴുത്തു. ൫, സമയം. ൬, ഒരളവു. ൭, ചില വസ്തുക്കളുള്ള ചുവന്ന അടയാളം. ൮, നിശ്ചയം.

കുറികോൽ. ന. വെള്ളം വററുന്നതിനെ അറിവാൻ വെക്കുന്ന ഒരടയാളമുള്ള കോൽ.

കുറിക്കുന്നു. ച്ചു. പ്പാൻ. (കുറി.) സ. ക്രി. ൧, അടയാളം വെക്കുന്നു. ൨, എഴുത്തെഴുതുന്നു. ൩, ലാക്കു നോക്കുന്നു. ൪, നിശ്ചയിക്കുന്നു. **കുറിപ്പിക്കുന്നു.** കാ. ക്രി.

കുറിക്കൂട്ടു. ന. ഒരു മാതിരി സുഗന്ധവസ്തു, ചന്ദനവുമററും.

കുറിക്കൊള്ളുന്നു. ണ്ടു. വാൻ. (കുറി.) അ. ക്രി. വിചാരിക്കുന്നു, മനസ്സിൽ വെക്കുന്നു.

കുറിച്ചു. അ. ൧, പററി, സംബന്ധിച്ചു. ൨, ഹേതുവായിട്ടു.

കുറിച്ചി. ന. ൧, ഒരു വക മത്സ്യം. ൨, ഒരു വക വള്ളി.

കുറിഞ്ഞി. ന. ൧, തോക്കിന്റെ കാഞ്ചി കൊത്തിക്കുമ്പോൾ തീ വീഴുന്ന സ്ഥലം. ൨, അവിടെ ഇടുന്ന മരുന്നു. ൩, ചക്കിപ്പൂച്ച.

കുറിഞ്ഞിത്തുള. ന. കുറിഞ്ഞിയിൽനിന്നുള്ള തുള.

കുറിപ്പു. ന. ൧, കുറിക്കുക. ൨, കണക്കുകൂട്ടി എഴുതുന്ന ഒരു മാതിരി എഴുത്തു. ൩, ചില വത്തമാനയെഴുത്തു.

കുറിപ്പടി. ന. ചുരുക്കമായിട്ടെഴുതിയ ചില എഴുത്തുകൾ.

കുറിമാനം. ന. ചുരുക്കമായിട്ടെഴുതി കൊടുത്തയെക്കുന്ന എഴുത്തു.

കുറിയ. വി. ചെറിയ, നിളം കുറഞ്ഞ.

കുറിയതു. ന. ൧, കൊച്ചുണ്ടു. ൨, ചെറിയതു. ൩, കട്ടളയുടെ കുറുമ്പടി.

കുറിയമുണ്ടു. ന. ചെറിയ മുണ്ടു.

കുറിയിടുന്നു. ട്ടു. വാൻ. (കുറി.) അ. ക്രി. ൧, കുറി തൊടുന്നു. ൨, മുണ്ടിന്നു ഒരു മാതിരി അടയാളമിടുന്നു. ൩, ചിട്ടിയിടുന്നു.

കുറിവെക്കുന്നു. ച്ചു. പ്പാൻ. (കുറി.) സ. ക്രി. ൧, സമയം നിശ്ചയിക്കുന്നു. ൨, മുണ്ടിന്നു അടയാളമിടുന്നു. ൩, ലാക്കു നോക്കുന്നു. ൪, ചിട്ടി കൂടുന്നു.

കുറു. വി. നീളമില്ലാത്ത.

കുറുകെ. അ. ൧, കൊച്ചായി. ൨, വേഗമായി. ൩, വിലങ്ങെ.

കുറുകു അല്ലെങ്കിൽ, **കുറുകക്കഴമ.** ന. ഒരു വക ചെറിയ നെല്ലു.

കുറുകുന്നു. കി. വാൻ. (കുറുക.) അ. ക്രി. ൧, പാലും മററും വെച്ചു കുറെഞ്ഞു കൊഴക്കുന്നു. ൨, കുറയുന്നു. ൩, കൊച്ചാകുന്നു. ൪, താഴുന്നു. ൫, പ്രാവു മൂളുന്നു. **കുറുക്കുന്നു.** സ. ക്രി. **കുറുക്കിക്കുന്നു.** കാ. ക്രി.

കുറുകുറുക്കുന്നു. ത്തു. പ്പാൻ. (കുറുകുറു.) അ. ക്രി. ശ്വാസം തടെഞ്ഞു തൊണ്ടയിൽനിന്നു ഒരു മാതിരി ശബ്ദം പുറപ്പെടുന്നു.

കുറുകുറുപ്പു. ന. ശ്വാസത്തിന്റെ തടവുകൊണ്ടുണ്ടാകുന്ന ഒരു ശബ്ദം.

കുറുക്കു. വി. ൧, വിലങ്ങെയുള്ള. ൨, കൊച്ചായ.

കുറുക്കു. ന. ൧, മൂലാതണ്ടു. ൨, വിലങ്ങൽ.

കുറുക്കൽ. ന. ൧, ചുരുക്കം. ൨, അട്ടപ്പത്തു വെച്ചു കുറുക്കുക.

കുറുക്കൻ. ന. ക്രുവുന്നതായ ഒരു വക കാട്ടുജന്തു, കുറുനരി.

കുറുക്കുന്നു. ക്കി. വാൻ. (കുറുക.) സ. ക്രി. ൧, കൊച്ചാക്കുന്നു. ൨, ചുരുക്കുന്നു. ൩, പററിക്കുന്നു. ൪, മരം വെട്ടി വിഴിക്കുന്നു.

കുറുക്കുമരുന്നു. ന. പ്രസവിച്ചു കിടക്കുന്ന ചില സ്ത്രീകൾ കുടിക്കുന്ന ഒരു മുക്കുടി.

കുറുക്കുവഴി. ന. എളുപ്പത്തിൽ പോകാകുന്ന വഴി.

കുറുക്കെ. അ. ൧, വേഗത്തിൽ. ൨, വിലങ്ങെ.

കുറും. വി. കൊച്ചായുള്ള.

കുറുക്കണക്ക. ന. വേഗത്തിൽ കൂട്ടാകുന്ന കണക്കു.

കുറുക്കാട്ട. ന. കൊച്ചു കാട്ട.

കുറുങ്കുഴൽ. ന. ഊതുന്നതിന്നുള്ള ഒരു മാതിരി വാദ്യം.

കുറുച്ചിയൻ. ന. മലയാളത്തിന്റെ വടക്ക വൈനാട്ടിലുള്ള മലകളിൽ പാൎക്കുന്ന ഒരു ജാതിക്കാരൻ.

കുറിച്ചൂലി. ന. ഒരു വക വള്ളി.

കുറുഞ്ചുഴിക. ന. പുരയുടെ ഇടയുത്തരം.

കുറുനരി. ന. കുറുക്കൻ

കുറുനാക്ക. ന. നാക്കിന്നടിയിൽ വരുന്ന ഒരുവക ദീനം.

കുറുനാൾ. ന. മററന്നാൾ.

കുറുൾനിര; കുറുനിര. ന. ചില സ്ത്രീകളുടെ നെററിയിൽ വരിയായിട്ടുണ്ടാകുന്ന കൊച്ചു തലമുടി.

കുറുന്തിരട്ടു. ന. വിവരമായിട്ടു ചുരുക്കത്തിലെഴുതിയ കണക്കോല.

കുറുന്തുവൽ. ന. ഒരുമാതിരിപൂച്ചെടി.

കുറുന്തോട്ടി. ന. ഒരുവക മരുന്ന.

കുറുപ്പു. ന. ൧, നായന്മാരുടെ ഇടയിലുള്ള ഒരു സ്ഥാനപ്പേർ. ൨, ഒരു ജാതിക്കാർ. ൩, ചായമിടുന്ന ഒരു ജാതിക്കാരൻ.

കുറുമൻ. ന. കുറിച്ചി.

കുറുമുഴി. ന. സുഗന്ധമുള്ളുണ്ടാകുന്ന ഒരു വള്ളി.

കുറുമ്പു. ന. ൧, കുരട്ട. ൨, അഹംഭാവം. ൩, വിരോധം.

കുറുമ്പടി. ന. കട്ടിളയുടെ താഴെയും മുകളിലും പണിയുന്ന മരം.

കുറുമ്പൻ. ന. ദുഷ്ടൻ.

കുറുമ്പാട്ടു. ന. ഒരുവക മത്സ്യം.

കുറുമ്പുല്ലു. ന. ചാമ തിന മുതലായ കൃഷി.

കുറുമ്പൽ; കുറുമ്മൻ. ന. ചപ്പും പൊടിയും.

കുറുമ്മൽ. ന. വാ നിറെച്ചു തിന്നുക.

കുറുമ്മുന്നു. മ്മി. വാൻ. (കുറുമ്മ.) സ. ക്രി. വാ നിറെച്ചിട്ടു കടിക്കുന്നു.

കുറുവടി. ന. മുണ്ടൻവടി.

കുറുവാ. ന. ഒരുവക മത്സ്യം.

കുറുബാന. ന. യേശുക്രിസ്തുവിന്റെ മരണത്തിന്റെ സ്മാരകമായി യേശുക്രിസ്തുവിനാൽ തന്നെ സഭയിൽ എൎപ്പെടുത്തപ്പെട്ടിരിക്കുന്ന ഒരു കൎമ്മം; സത്യകൎമ്മം, സല്ക്രമമുള്ള, തിരുവത്താഴം.

കുറെ. അ. അല്പം.

കുറെച്ചു. അ. അല്പം.

കുററക്കാരൻ. ന. കുററമുള്ളവൻ.

കുററടി. ന. നിന്ദവാക്ക.

കുററപ്പാട്ടു. ന. കുററം.

കുററപ്പെടുത്തുന്നു. ത്തി. വാൻ. (കുററ.) സ. ക്രി. കുററക്കാരനാക്കുന്നു, കുററം പറയുന്നു.

കുററവാളി. ന. കുററം ചെയ്ത ആൾ.

കുററം. ന. പിഴ, അപരാധം.

കുററംപിഴെക്കുന്നു. അ. ക്രി. മരിക്കുന്നു. (എളിമയെക്കാണിക്കുന്ന വാക്ക.)

കുററവിധി. ന. കുററമുള്ളവനു നിശ്ചയിക്കുന്ന ശിക്ഷ.

കുററാക്കുററു. വി. ഒട്ടും കാണ്മാൻ പാടില്ലാത്ത, വളരെ ഇരുട്ടുള്ള.

കുററി. ന. ൧, വൃക്ഷം വെട്ടിയശേഷം നില്ക്കുന്ന മുറി. ൨, പാൽ കറക്കുന്നതിന്നുള്ള ഒരു പാത്രം. ൩, എണ്ണയൊ നെയ്യൊ സൂക്ഷിക്കുന്ന പാത്രം. ൪, മാങ്ങാ ഉപ്പിലിടുന്ന മരപ്പാത്രം. ൫, കുടിയാൻ. ൬, കള്ളം തെളിവു. ൭, ഒരു മാതിരി പറ. ൮, നിലത്തു തറെക്കുന്ന കമ്പു.

കുററിക്കാട്ടു. ന. കുറുങ്കാട്ട.

കുററിക്കാണം. ന. പണ്ടാരവകയ്ക്കൊ മുതലാളിക്കൊ കൊടുക്കുന്ന തടിവില.

കുററിക്കാൽ. ന. തൂണ.

കുററിക്കോട്ട. ന. ഒരുമാതിരി ചെറിയ കോട്ട.

കുററിച്ചൂൽ. ന. തേഞ്ഞു നീളം കുറഞ്ഞ ചൂൽ.

കുററിനാട്ടിബലി. ന. ബ്രാഹ്മണർ മുതലായവർ മരിച്ചാൽ പത്തു ദിവസം ചെയ്യുന്ന കൎമ്മം.

കുററിപിടി. ന. ൧, പൊളികടം. ൨, ചെറിയ കച്ചവടം.

കുററിപിടിക്കാരൻ. ന. ൧, പൊലികടക്കാരൻ. ൨, കടം വാങ്ങിച്ചു കച്ചവടം ചെയ്യുന്നവൻ.

കുററിപൂജ. ന. പുരവാസ്തുബലി.

കുററിയറുന്നു. ററു. വാൻ. (കുററി.) അ. ക്രി. സന്തതി നശിക്കുന്നു.

കൂ

കൂകൽ; കൂവൽ. ന. ൧, ദൂരത്തുള്ളവരെ വിളിക്കുന്നതിനോടു ചേൎത്തു ഒരു മാതിരി ശബ്ദം പുറപ്പെടുവിക്കുക. ൨, കുറുക്കൻ കോഴി മുതലായ ചില ജന്തുക്കളുടെ ശബ്ദം. ൩, ഉറച്ചു വിളിക്കയും മററും ചെയ്ക.

കൂകദ. വി. (ദൻ, ദാ, ദം.) വി. ന. അലങ്കരിച്ചുള്ള കന്യകയെ ദാനം ചെയ്യുന്ന.

കൂകുന്നു; കൂവുന്നു. കി. വാൻ. (കൂക.) അ. ക്രി. ൧, വിളിയോടു കൂട്ടി നീട്ടി ഒരു ശബ്ദം പുറപ്പെടുവിക്കുന്നു. ൨, കുറുക്കനും മററും കൂകുന്നു, കോഴിയും മററും ശബ്ദിക്കുന്നു.

കൂക്ക. ന. കൂകൽ.

കൂചൽ; കൂച്ചം. ന. ൧, ഭയം. ൨, ലജ്ജ.

കൂചം. ന. മുല.

കൂചികാ; കൂചി. ന. ൧, ഒരു ചെറിയ ചായക്കോൽ, എഴുത്തുകോൽ. ൨, താക്കോൽ.

കൂചുന്നു. ചി. വാൻ. (കൂച.) അ. ക്രി. ൧, പേടിക്കുന്നു. ൨, ലജ്ജിക്കുന്നു.

കൂച്ചു. ന. ൧, കയ്യും കാലും വലിക്ക. ൨, ഒരുമാതിരി വിലങ്ങ.

കൂച്ചുതുടൽ. ന. ആനയുടെ കാലിലിടുന്ന ചങ്ങല.

കൂച്ചുന്നു. ച്ചി. വാൻ. (കൂച്ച.) സ. ക്രി. ൧, കയ്യും കാലും തമ്മിൽ അടുപ്പിച്ചു ചേൎത്തു വെക്കുന്നു. ൨, കയ്യും കാലും തമ്മിൽ അടുപ്പിച്ചു ചേൎത്തു കെട്ടുന്നു.

കൂച്ചുവിലങ്ങു. ന. ആനയുടെ കാലേൽ ഇടുന്ന ചങ്ങല.

കൂജനം. ന. പക്ഷികളുടെ ശബ്ദം.

കൂജിതം. ന. മേൽപ്പറഞ്ഞ അൎത്ഥം.

കൂഞ്ഞാൽ. ന. ഊഞ്ഞാൽ.

കൂഞ്ഞു. ന. ചക്കയുടെ നടുവിൽ ഇരിക്കുന്ന വസ്തു.

കൂഞ്ഞിരിക്ക. ന. ഒരു പച്ചമരുന്നു, ആനച്ചുവടി.

കൂട്ടു. ന. ൧, പശു പക്ഷി മൃഗങ്ങൾക്ക പാൎക്കുന്നതിന്നുള്ള സ്ഥലം. ൨, ഉറ. ൩, കലപ്പുര. ൪, ശരീരം.

കൂട. ന. ൧, മീൻകൊട്ട. ൨, വിത്തുകൊട്ട.

കൂട. അ. ഒരുമിച്ചു.

കൂടകം. ന. ൧, കൊഴ. ൨, വഞ്ചന.

കൂടക്കൂടെ. അ. പിന്നെയും പിന്നെയും.

കൂടപ്പിറപ്പു. ന. ഒരു ഗൎഭത്തിൽനിന്നു ജനിച്ചതു; ഒരു തള്ള പെററതു.

കൂടം. ന. ൧, പൎവ്വതശിഖരം. ൨, പാൎക്കുന്ന സ്ഥലം. ൩, ശരീരം. ൪, കൊ

ള്ളതിന്റെ മുട്ടിക. ൫, കൂമ്പാരം. ൬, വഞ്ചന. ൭, സമൂഹം. ൮, കൊഴു. ൯, ഇന്ദ്രജാലം. ൧൦, കണി. ൧൧, അസത്യം. ൧൨, ചൂതു. ൧൩, ഒരുപോലെയുള്ള വസ്തു. ൧൪, കഴക്കോൽ പിടിപ്പിക്കുന്ന കൂടം.

കൂടയന്ത്രം. ന. കരുക്ക.

കൂടലർ. ന. ശത്രു.

കൂടലർകാലൻ. ന. ശത്രുക്കളെ സംഹരിക്കുന്നവൻ.

കൂടശഃ. അ. കൂമ്പാരമായിട്ടു, സംഘമായിട്ടു.

കൂടശന്മലി. ന. ഒരു വൃക്ഷം.

കൂടസാക്ഷി. ന. കള്ളസ്സാക്ഷി.

കൂടസ്ഥ. വി. (സ്ഥൻ, സ്ഥാ, സ്ഥം.) വി. ന. എല്ലാ മിക്കിലും ഒരുപോലെ വ്യാപിച്ചിരിക്കുന്ന.

കൂടസ്ഥം. ന. ആത്മാവു.

കൂടാ. അ. ഒരു നിഷേധ വാക്ക.

കൂടാഗാരം. ന. മാളിക മുറി.

കൂടാതെ. അ. വേറെ.

കൂടാത്ഥഭാഷിതം. ന. കെട്ടിയുണ്ടാക്കിയ കള്ളക്കഥ.

കൂടാരം. ന. വസ്ത്രംകൊണ്ടുള്ള പുര.

കൂടാരരട്ടു. ന. കൂടാരമുണ്ടാക്കുന്നതിനുള്ള ശില.

കൂടി. അ. ൧, ഒരുമിച്ചു. ൨, അധികമായി.

കൂടിക്കാഴ്ച. ന. സന്ദർശനം, രാജസഭ കൂടുക.

കൂടിയാട്ടം. ന. ചാക്യാരുടെയും മററും ഒരുമാതിരി നൃത്തം.

കൂടിവിചാരം. ന. ആലോചന.

കൂട്ടതൽ. ന. വൎദ്ധന, അധികമാകുക.

കൂടുന്നു. ടി. വാൻ. (കൂട.) അ. ക്രി. ൧, ഒരുമിക്കുന്നു. ൨, ചേരുന്നു. ൩, യോജിക്കുന്നു. ൪, ഏപ്പെടുന്നു, ൫, വൎദ്ധിക്കുന്നു, ൬, സംഭവിക്കുന്നു, തീരുന്നു. ൭, സമയമുണ്ടാകുന്നു. ൮, കഴിയുന്നു. **കൂട്ടുന്നു.** സ. ക്രി.

കൂടെ; കൂടവെ. അ. ഒരുമിച്ചു.

കൂടോപദ്രം; കൂടോത്രം. ന. ആഭിചാരവൃത്തി, ക്ഷുദ്രപ്രവൃത്തി.

കൂട്ടു. ന. ൧, സമൂഹം. ൨, അന്യോന്യം. ൩, കൂട്ടിക്കലച്ചു. ൪, യോജിപ്പു. ൫, സമ്മതം. ൬, കറിക്കുമ്മററും ചേൎക്കേണ്ടുന്ന വസ്തു. ൭, ഇണ. ൮, മാതിരി. ൯, ഉത്തരവും കഴുക്കോലും മോന്തായവും കൂടിയതു.

കൂട്ടക്കാരൻ. ന. സഹായക്കാരൻ. കൂടെയുള്ളവൻ.

കൂട്ടുകെട്ടു. ന. സമൂഹം, യോഗം, സ്നേഹംകൊണ്ടുള്ള ചേൎച്ച.

കൂട്ടക്കൊട്ടു. ന. പലരും കൂടെ കൂടി കൊട്ടുക, യുദ്ധം തുടങ്ങുമ്പോൾ പലരും കൂടി കൊട്ടുന്ന ഒരു മാതിരി കൊട്ടു.

കൂട്ടൻ. ന. കൂട്ടക്കാരൻ, ചെങ്ങാതി.

കൂട്ടപ്പട. ന. കൂട്ടത്തോടുള്ള യുദ്ധം.

കൂട്ടം. ന. ൧, സമൂഹം. ൨, ചിട്ടി. ൩, യോജിപ്പു. ൪, വഴക്ക. ൫, കൂമ്പാരം. ൬, ഒരു പങ്കു. ൭, ഒരു ജാതി. ൮, സംഭാഷണം. ൯, വിവാദം.

കൂട്ടംകലമ്പി. ന. കൂട്ടത്തിൽ കലക്കം ഉണ്ടാക്കുന്നവൻ.

കൂട്ടവിളി. ന. പലരും കൂടിവിളിക്കുക.

കൂട്ടക്ഷരം. ന. കൂട്ടിച്ചേൎത്ത അക്ഷരം.

കൂട്ടാക്കുന്നു. ക്കി. വാൻ. (കൂട്ടാക്ക.) സ. ക്രി. ൧, അനുസരിക്കുന്നു. ൨, കൂട്ടാക്കിത്തീൎക്കുന്നു.

കൂട്ടാൻ. ന. കറി.

കൂട്ടായ്മ. ന. യോജിപ്പു.

കൂട്ടായ്മക്കാരൻ. ന. നടത്തിക്കുന്നവൻ, പ്രമാണി.

കൂട്ടാല. ന. ചില ക്ഷേത്രത്തിലെ വകയായുള്ള മുതലുകൾ വച്ചു സൂക്ഷിക്കയും അവിടത്തെ കാൎയ്യം വിചാരിക്കയും ചെയ്യുന്നതിനുള്ള സ്ഥലം.

കൂട്ടാളൻ. ന. കൂടെയുള്ളവൻ.

കൂട്ടാളി. ന. കൂട്ടാളൻ.

കൂട്ടാഴി. ന. ജനങ്ങൾ ക്ഷേത്രം വകയ്ക്കു വരിയിട്ടു എടുത്തു കൊടുക്കുന്ന ദ്രവ്യം.

കൂട്ടിക്കടിപ്പിക്കുന്നു. ച്ചു. പ്പാൻ. (കൂട്ടി) സ. ക്രി. കൂട്ടിച്ചേൎക്കുന്നു, യോജിപ്പിക്കുന്നു.

കൂട്ടിക്കലൎച്ച. ന. കൂടിയോജിപ്പു.

കൂട്ടിക്കലരുന്നു. ന്നു. വാൻ. (കൂട്ടി.) സ. ക്രി. യോജിക്കുന്നു. **കൂട്ടിക്കലൎത്തുന്നു.** സ. ക്രി.

കൂട്ടിക്കെട്ടു. ന. ചേൎത്തു കെട്ടുക, ചേൎച്ച.

കൂട്ടിക്കൊടുക്കുന്നു. ത്തു. പ്പാൻ. (കൂട്ടി.) സ. ക്രി. പതിവുള്ളതിൽ അധികം കൊടുക്കുന്നു.

കൂട്ടിക്കൊണ്ടുപോകുന്നു. യി. വാൻ. (കൂട്ടി.) സ. ക്രി. വല്ലവരെയും കൂടെ കൊണ്ടുപോകുന്നു.

കൂട്ടിക്കൊണ്ടുവരുന്നു. ന്നു. വാൻ. (കൂട്ടി.) സ. ക്രി. കൂടെ കൊണ്ടുവരുന്നു.

കൂട്ടിച്ചൊല്ലുന്നു. ല്ലി. വാൻ. (കൂട്ടി.) സ. ക്രി. വാക്കുകളെ ചേൎത്തു ചൊല്ലുന്നു.

കൂട്ടിപ്പറയുന്നു. ഞ്ഞു. വാൻ. (കൂട്ടി.) സ. ക്രി. ൧, വ്യാജം പറയുന്നു. ൨, അധികം പറയുന്നു. ൩, ചേൎത്തു പറയുന്നു.

കൂട്ടിമുട്ടുന്നു. ട്ടി. വാൻ. (കൂട്ടി) സ. ക്രി. ൧, തമ്മിൽ മുട്ടുന്നു. ൨, യുദ്ധത്തിന്നൊ മററൊ എതിൎക്കുന്നു.

കൂട്ടിമൂട്ടുന്നു. ട്ടി. വാൻ. (കൂട്ടി.) സ ക്രി. കൂട്ടിത്തയ്ക്കുന്നു.

കൂട്ടിയടി. ന. തമ്മിൽ കലഹം.

കൂട്ടിയാട്ടു. ന. രാജാക്കന്മാർ മുതലായ ചില ആളുകൾ വഴിക്കു പുറപ്പെടുമ്പോൾ അവരുടെ മുൻപിൽ നടന്നു ഉറക്കെ ശബ്ദിക്ക.

കൂട്ടിരിക്കുന്നു. ന്നു. പ്പാൻ. (കൂട്ടു.) സ. ക്രി. ൧, ചില രാജസ്ത്രീകൾക്കുമററും ഭത്താവായിട്ടിരിക്കുന്നു. ൨, കൂട്ടായിട്ടിരിക്കുന്നു. ൩, ഒരുപോലെ ഇരിക്കുന്നു.

കൂട്ടിരിപ്പു. ന. കൂട്ടായിട്ടിരിക്കുക.

കൂട്ടിവായിക്കുന്നു. ച്ചു. പ്പാൻ. (കൂട്ടി.) സ. ക്രി. വാക്കുകൾ നോക്കി ചേൎത്തു ചൊല്ലുന്നു.

കൂട്ടിവെക്കുന്നു. ച്ചു. പ്പാൻ. (കൂട്ടി.) സ. ക്രി. ൧, വൎദ്ധിപ്പിക്കുന്നു. ൨, ചേൎത്തു വെക്കുന്നു, അധികം വെക്കുന്നു.

കൂട്ടുകച്ചവടം. ന. മററാളുകളോടും കൂടെ പങ്കായിട്ടു കച്ചവടം ചെയ്ക.

കൂട്ടുകറി. ന. ഒരു മാതിരി കറി.

കൂട്ടുകാരൻ. ന. ൧, കൂട്ടക്കാരൻ. ൨, ചെങ്ങാതി. ൩, പങ്കുകാരൻ.

കൂട്ടുകൂടുന്നു. ടി. വാൻ. (കൂട്ടു.) അ. ക്രി. ൧, കൂട്ടത്തിൽ കൂടുന്നു. ൨, പങ്കു കൂടുന്നു. **കൂട്ടുകൂട്ടുന്നു.** സ. ക്രി.

കൂട്ടുകൃഷി. ന. പങ്കു കൃഷി.

കൂട്ടുന്നു. ട്ടി. വാൻ. (കൂട്ടു.) സ. ക്രി. ൧, ചേൎക്കുന്നു. ൨, ഇതു മററു ചില തിനോടു ചേരുമ്പോൾ തിന്നുന്നു പണിയുന്നു അധികമാക്കുന്നു ഇങ്ങനെ പല അൎത്ഥം വരും.

കൂട്ടുപടി. ന. ൧, കൂട്ടുന്ന കറി. ൨, കൂട്ടുന്നതിനുള്ള സാധനം.

കൂട്ടപോകുന്നു. യി. വാൻ. (കൂട്ട.) അ. ക്രി. സഹായത്തിന്നായിട്ട കൂടെ പോകുന്നു.

കൂട്ടവിത്തു. ന. കറുത്തചാര പൊകാളി മുതലായതിൽ പലതും കൂടികലൎന്നുള്ള വിത്തു.

കൂണു. അല്ലെങ്കിൽ, **കൂൺ.** ന. ൧, കുടയുടെ ഛായയിൽ ഭൂമിയിൽനിന്നു എഴുന്നുണ്ടാകുന്ന ഒരു സാധനം. ൨, ചില മരങ്ങളിൽ എഴുന്നുണ്ടാകുന്നതു.

കൂത്തു. ന. ൧, ചാക്യാരൊ നങ്ങ്യാരൊ ചെയ്യുന്ന നൃത്തം, താണ്ഡവം. ൨, അത്ഭുതം.

കൂത്തൻ. ന. കൂത്താടി, വെരുകിനെ പോലെ ഒരു വക കൊച്ചു പ്രാണി.

കൂത്തമ്പലം. ന. കൂത്താടുന്നതിന്നുള്ള അമ്പലം.

കൂത്തരങ്ങു. ന. ൧, കൂത്തിന്നുള്ള സ്ഥലം. ൨, കൂത്തു കാണുന്നവർ ഇരിക്കുന്ന സ്ഥലം.

കൂത്താടി. ന. ൧, ആട്ടക്കാരൻ, അല്ലെങ്കിൽ ആട്ടക്കാരത്തി. ൨, വെരുകിനെ പോലെ ഒരു വക പ്രാണി.

കൂത്താടിച്ചി. ന. ഒരു വക ആട്ടക്കാരത്തി, തേവിടിച്ചി.

കൂത്താടുന്നു. ടി. വാൻ. (കൂത്ത.) അ. ക്രി. ൧, നൃത്തം ചെയ്യുന്നു. ൨, ഓടി കളിക്കുന്നു.

കൂത്താട്ടം. ന. ൧, കൂത്തു. ൨, ഓടി കളി.

കൂത്താങ്കുരി. ന. ഒരു മാതിരി പക്ഷി.

കൂത്തി. ന. പെൺപട്ടി.

കൂത്തിച്ചി. ന. തേവിടിച്ചി.

കൂനൻ. ന. ൧, വളഞ്ഞവൻ. ൨, ഒരു മാതിരി ഉറുമ്പു.

കൂനാപ്പുര. ന. കൊച്ചു ചീത്തപ്പുര.

കൂനി. ന. കൂനുള്ളവൾ.

കൂനുന്നു. നി. വാൻ. (കൂൻ.) അ. ക്രി. ൧, കുനിയുന്നു. ൨, കൂനുണ്ടാകുന്നു.

കൂൻ. ന. ൧, കൂൺ. ൨, കൂൻ, വളവു. ൩, കൂമ്പാരം.

കൂന്തങ്ങാ. ന. ആമ്പൽകിഴങ്ങു.

കൂന്തൽ. ന. തലമുടി.

കൂന്താണി. ന. ൧, ഉരൽ. ൨, കല്ലിൽ വെട്ടുന്ന ഒരു മാതിരി കുമ്പാ.

കൂന്താലി. ന. കുന്താലി.

കൂപകം. ന. ൧, വലിയ കിണറു. ൨, പാമരം. ൩, ഓല, കേണി.

കൂപം. ന. കിണർ.

കൂപരാജ്യം. ന. ൧, മലയാളത്തിന്റെ തെക്കും വടക്കുമുള്ള ഭാഗത്തിന്നു രണ്ടിന്നും കൂടെയുള്ള പേർ.

കൂപാരം. ന. സമുദ്രം.

കൂപ്പു. ന. ൧, കൈ രണ്ടും കൂട്ടി തൊഴുക. ൨, വൃവും മററും കൂമ്പുക. ൩, കുളത്തിൽ ഇറങ്ങുവാൻ കെട്ടുന്ന ഒഴുകു നട.

കൂപ്പുകടവു. ന. കുളത്തിൽ കെട്ടുന്ന ഒഴുക നട.

കൂപ്പുന്നു. പ്പി. വാൻ. (കൂപ്പ.) അ. ക്രി. തൊഴുന്നു. **കൂപ്പൽ; കൂപ്പു.** ന.

കൂബരം. ന. രഥത്തിലും തേരിലും കൂടെ വെച്ചുറപ്പിക്കുന്ന ഒരു തടി.

കൂബരി. ന. തേരു, തേർ.

കൂമം. ന. ഒഴുക്കില്ലാത്ത വെള്ളം, ചെറിയ കുളം.

കൂമൻ. ന. മൂങ്ങ.

കൂമ്പു. ന. ൧, പന തെങ്ങു മുതലായതിന്റെ നാമ്പു. ൨, മലയുടെയും മററും കൂൎത്ത ഭാഗം. ൩, ചിലതിന്റെ നാമ്പു.

കൂമ്പൻതൊപ്പി. ന. കൂൎത്ത തൊപ്പി.

കൂമ്പൽ. ന. കൂമ്പാരം, മേലോട്ട കൂമ്പിയിരിക്കുന്ന സാധനം.

കൂമ്പാരം. ന. മണ്ണു നെല്ലു മുതലായതു മേലോട്ട കൂമ്പിച്ചു കൂട്ടിയതു, കൂമ്പൽ.

കൂമ്പാള. ന. കവുങ്ങിൻ പാളയുടെ അകത്തെ പാള, ചില ചെറിയ പൈതങ്ങൾ ഉടുക്കുന്ന വസ്തു.

കൂമ്പുന്നു. മ്പി. വാൻ. (കൂമ്പ.) അ. ക്രി. ൧, കൂമ്പുവരുന്നു. ൨, മേലോട്ട കൂൎത്തു വരുന്നു. **കൂമ്പിക്കുന്നു.** കാ. ക്രി.

കൂരു. ന. ൧, അമ്പിന്റെ കൂൎത്ത മുന. ൨, അമ്പു. ൩, നാരായത്തിന്റെ മുന. ൪, മൂൎച്ച.

കൂര. ന. ൧, കൊച്ചുവീടു. ൨, ഒരു വക നെല്ലു.

കൂരൻ. ന. ൧, ഒരു മാതിരി കാട്ടുജന്തു. ൨, ഒരുവക പന്നി. ൩, മുണ്ടൻ.

കൂരമ്പു. ന. ൧, മൂൎച്ചയുള്ള അമ്പു. ൨, കട്ടളെക്കു മീതെ മേല്പുരെക്കു താഴെ ഓട്ട അടെക്കുന്ന ഒരു പലക.

കൂരാണി. ന. മൂൎച്ചയുള്ള ആണി.

കൂരാപ്പു. ന. വലിയ ഇരുട്ടു.

കൂരാപ്പോത്തു. ന. ചുവരിന്മേൽ ഉണ്ടാകിയ ഭാരം.

കൂരി. ന. ൧, ഒരുവക മത്സ്യം. ൨, കുരികിൽ. ൩, മുഴക്കാത്ത കായ്.

കൂരിക്കൂട്ട. ന. ഒരുമാതിരി പക്ഷിക്കൂട.

കൂരിരുൾ. ന. വലിയ ഇരുട്ടു.

കൂൎക്ക. ന. ൧, ഒരു മാതിരി കിഴങ്ങു. ൨, കൂൎക്കം വലിക്കം. ൩, പടവിളി.

കൂൎക്കം. ന. ചിലരുറങ്ങുമ്പോൾ ഉണ്ടാകുന്ന ശബ്ദം.

കൂൎക്കുന്നു. ൎത്തു. ൎപ്പാൻ. (കൂർ.) അ. ക്രി. മുനയുണ്ടാകുന്നു, കൂൎത്തതായിത്തീരുന്നു. **കൂൎപ്പിക്കുന്നു.** സ. ക്രി.

കൂൎച്ചൻപല്ലു. ന. കൂൎത്ത പല്ലു.

കൂൎച്ച. വി. മുനയുള്ള, മൂൎച്ചയുള്ള.

കൂൎച്ചം. ന. ൧, മൂൎച്ച. ൨, മുന. ൩, മയിൽപ്പീലി കെട്ടിയുണ്ടാക്കുന്ന ഒരു വസ്തു. ൪, തള്ളവിരലിന്റെ സന്ധി. ൫, മൂക്കിന്റെ മുകൾഭാഗം. ൬, മീശ. ൭, പൊടിപ്പു.

കൂൎച്ചശിരസ്സു. ന. നരിയാണി.

കൂൎച്ചശീൎഷം. ന. തിരുനാമപ്പാല.

കൂൎച്ചിക. ന. ൧, തൈർ, മോർ. ൨, തൂലിക. ൩, താക്കോൽ. ൪, സൂചി.

കൂൎത്ത. വി. കൂൎപ്പുള്ള.

കൂൎത്തിരിക്കുന്നു. ന്നു. ൎപ്പാൻ. (കൂൎത്ത.) അ. ക്രി. കൂൎപ്പുള്ളതായിരിക്കുന്നു.

കൂൎത്തുമൂൎത്ത. വി. കൂൎപ്പും മൂൎച്ചയുമുള്ള.

കൂൎദ്ദനം. ന. കളി, നേരംപോക്കു.

കൂൎപ്പു. ന. ൧, അററം ഏററവും ചെറുതായി കൂൎക്കുക. ൨, മൂൎച്ചയുള്ള അഗ്രത്തിന്റെ അവസ്ഥ.

കൂൎപ്പം. ന. ൧, കൂൎപ്പു. ൨, പുരികങ്ങളുടെ മദ്ധ്യത്തിലുള്ള സ്ഥലം.

കൂൎപ്പരം. ന. ൧, മുഴങ്കൈ. ൨, മുഴങ്കാൽ.

കൂൎപ്പാസകം. അല്ലെങ്കിൽ, **കൂൎപ്പാസം.** ന. കുപ്പായം.

കൂൎമ്മ. ന. ൧, കൂൎപ്പു. ൨, മിനുസം.

കൂൎമ്മത. ന. ൧, മുന. ൨, കൂൎപ്പു.

കൂൎമ്മബുദ്ധി. ന. ബുദ്ധികൂൎമ്മത.

കൂൎമ്മം. ന. ആമ.

കൂൎമ്മി. ന. ആമപ്പിട.

കൂൎവാഴ്ച. ന. രാജ്യാധികാരത്തിന്റെ ഒരു മുറ.

കൂലകം. ന. ൧, തീരം. ൨, നാഗദന്തി.

കൂലഭ്രു. ന. സമുദ്രതീരം.

കൂലം. ന. ൧, സമുദ്രം ആറു മുതലായ ജലാശയത്തിന്നടുത്ത പ്രദേശം. ൨, കുന്നു. ൩, പൊയ്ക.

കൂലങ്കഷം. ന. സമുദ്രം.

കൂലങ്കഷം. വി. സമുദ്രപ്രായം ഇരുകര മറിയുന്ന, സവിസ്തരം.

കൂലഹണ്ഡകം. ന. നീർച്ചുഴി.

കൂലി. ന. വേലക്കാൎക്ക കൊടുക്കുന്ന ദിവസശമ്പളം.

കൂലിക്കാരൻ. ന. പതിവായിട്ടു മാസശമ്പളമില്ലാത്ത വേലക്കാരൻ.

കൂലിച്ചം. ന. വിളിക്കുമ്പോൾ വേഗം വരുന്നതിന്നു വേണ്ടി കൊടുക്കുന്ന നിലം, വിരുത്തി.

കൂലിച്ചേവകൻ. ന. അന്നന്നത്തെ ശമ്പളത്തിന്നു വേല ചെയ്യുന്നവൻ, കൂലിക്കാരൻ.

കൂലിച്ചേവകം. ന. കൂലിച്ചം.

കൂലിപ്പണി. ന. അന്നന്നത്തെ ശമ്പളത്തിന്നുള്ള വേല.

കൂലിവേല. ന. കൂലിക്കായിട്ടു ചെയ്യുന്ന വേല.

കൂലിവേലക്കാരൻ. ന. കൂലിക്കു വേല ചെയ്യുന്നവൻ.

കൂല്യം. ന. കരയെ സംബന്ധിച്ചതു.

കൂവ. ന. ൧, ഒരു മാതിരി തൈ. ൨, അതിന്റെ കിഴങ്ങു. ൩, ചിലർ വിളിക്കുമ്പോൾ കൂട്ടിച്ചേൎക്കുന്ന ഒരു ശബ്ദം.

കൂവനൂറു. ന. കൂവയിൽനിന്നെടുക്കുന്ന നൂറു, കൂവപ്പൊടി.

കൂവപ്പൊടി. ന. മേല്പറഞ്ഞ അൎത്ഥം.

കൂവര. വി. (രൻ, രി, രം.) വി. ന. സൌന്ദൎയ്യമുള്ള, ഭംഗിയുള്ള.

കൂവരൻ. ന. കൂനൻ.

കൂവരം. അല്ലെങ്കിൽ, **കൂബരം.** ന. വണ്ടിയിൽ കെട്ടുന്ന കുതിരകളുടെയും മററും നുകത്തിന്റെ നടുവിൽ വെച്ചുകെട്ടുന്ന തണ്ടു.

കൂവളക്കുടുക്ക. ന. കൂവളത്തിന്റെ കായ് തുളെച്ചുണ്ടാക്കുന്ന കുടുക്ക.

കൂവളം. ന. ഒരു വൃക്ഷം.

കൂവാരം. ന. സമുദ്രം.

കൂവിടു. ന. ൧, വിളി. ൨, ആയിരം കോൽ അകലം.

കൂവീച്ച. ന. ഏററവും ചെറുതായ ഒരു മാതിരി ഈച്ച.

കൂശുന്നു. ശി. വാൻ. (കൂശാ.) അ. ക്രി. ൧, ലജ്ജിക്കുന്നു. ൨, ഭയപ്പെടുന്നു.

കൂഷ്മാണ്ഡകം. അല്ലെങ്കിൽ, **കൂഷ്മാണ്ഡം.** ന. കുമ്പളം.

കൂസൽ. ന. ൧, ലജ്ജ. ൨, ഭയം.

കൂസുന്നു. സി. വാൻ. (കൂസ.) അ. ക്രി. കൂശുന്നു.

കൂഹ. ന. മഞ്ഞു.

കൂഹക. വി. (കൻ, കാ, കം.) വി. ന. വഞ്ചനയുള്ള.

കൂഹനം. ന. ൧, കപടചേഷ്ടി. ൨, കപടം, വഞ്ചന.

കൂളൻ. ന. ൧, മുണ്ടൻ. ൨, പോളു കിടാവു.

കൂളം. ന. പതിര, ചണ്ണം.

കൂളി. ന. ൧, ദേവത. ൨, എരുമക്കിടാവു. ൩, നീൎക്കോഴി.

കൂളിപ്പട. ന. പിശാചുകളുടെ കൂട്ടം.

കൂളിയാമ. ന. വെള്ളത്തിലുള്ള ഒരുവക ആമ.

കൂഴ. ന. ൧, പഴുങ്ങിയ പലഹാരം. ൨, ചോറു.

കൂഴ. ന. ഒരുമാതിരി പ്ലാവു, പ്രയോജനമില്ലാത്തതു്.

കൂഴച്ചക്ക. ന. പഴുത്താൽ മധുരക്കുറവും വഴുവഴുപ്പുമുള്ള ചക്ക.

കൂഴത്തരി. ന. കൊട്ടണത്തരി.

കൂഴപ്പാളയം. ന. കൂടാരത്തോടുകൂടെയുള്ള പട്ടാളം.

കൂഴം. ന. കൂഴത്തരി.

കൂറു. ന. ൧, സ്നേഹം. ൨, അതിസ്നേഹം ൩, താല്പൎയ്യം. ൪, ദയ. ൫, പക്ഷം. ൬, അവകാശം. ൭, രണ്ടേകാൽ ദിവസം കൂടിയതു. ൮, വില. ൯, സമൂഹം.

കൂറ. ന. ൧, വസ്ത്രം. ൨, ഉടുപ്പു. ൩, ഒരു മാതിരി പേൻ. ൪, കൊടിക്കൂറ.

കൂറക്കുടിഞ്ഞിൽ. ന. കൂടാരം.

കൂറപ്പേൻ. ന. ഒരുമാതിരി പേൻ.

കൂറയിടുന്നു. ട്ടു. വാൻ. (കൂറ.) അ. ക്രി. കൊടിക്കൂറ തൂക്കുന്നു.

കൂറവലിക്കുന്നു. ച്ചു. പ്പാൻ. (കൂറ.) അ. ക്രി. കൊടിക്കൂറ താഴെയിറക്കുന്നു.

കൂറിടുന്നു. ട്ടു. വാൻ. (കൂർ.) സ. ക്രി. പങ്കിടുന്നു.

കൂറുന്നു. റി. വാൻ. (കൂർ.) സ. ക്രി. ൧, സംസാരിക്കുന്നു. ൨, പ്രസിദ്ധപ്പെടുത്തുന്നു. ൩, വിളിക്കുന്നു. ൪, ഘോഷം വിളിക്കുന്നു.

കൂറുവെക്കുന്നു. ച്ചു. പ്പാൻ. (കൂർ.) സ. ക്രി. പങ്കിടുന്നു.

കൂററൻകുത്തുന്നു. ത്തി. വാൻ. (കൂററൻ.) അ. ക്രി. ൧, അഹങ്കരിക്കുന്നു. ൨, കാള കുത്തുന്നു.

കൂററൻ. ന. ൧, നുകം വെക്കാത്ത കാള. ൨, ശക്തിയുള്ള മനുഷ്യൻ.

കൂററു; കൂററതപം. ന. ഒരു വസ്ത്രത്തിലുള്ള നില; കൂട്ടുകെട്ടു; ശോഭി.

കൂററരി. ന. അരിവെക്കുന്നതിന്നു കൂലിയായിട്ടു എടുക്കുന്ന അരി.

കൂററുപ്പു. ന. ൧, സ്നേഹക്കുറവു. ൨, നിന്ദ.

കൂററം; കൂററാരം. സഹായത്തിനായുള്ള നിലവിളി.

കൂററാൻ. ന. ൧, സ്നേഹിതൻ. ൨, പക്ഷക്കാരൻ.

കൂററായ്മ. ന. ൧, സ്നേഹം, സ്നേഹമുള്ളവന്റെ അവസ്ഥ. ൨, പക്ഷം.

കൂററുകാരൻ. ന. ൧, സ്നേഹിതൻ. ൨, പക്ഷക്കാരൻ, ഗോത്രത്തിലുള്ളവൻ.

കൂററുകൃഷി. ന. പങ്കുകൃഷി.

കൂററുവഴി. ന. അകന്ന ശാഖ.

കൃ

കൃകണം. ന. ഇരുവാൽ ചാത്തൻ.

കൃകണു. ന. ചായമിടുന്നവൻ.

കൃകലം. ന. ജീവവായുക്കളിൽ ഒന്നു.

കൃകലാ. ന. തിപ്പലി.

കൃകലാസം. ന. ൧, പല്ലി. ൨, ഓന്തു.

കൃകവാകു. ന. ൧, പൂവൻ കോഴി. ൨, മയിൽ. ൩, ഓന്തു. ൪, പല്ലി, ഗൌളി.

കൃകം. ന. തൊണ്ട, കഴുത്തിന്റെ അകം.

കൃകാടിക. ന. പിൻകഴുത്തു.

കൃച്ഛ്ര. വി. (ച്ഛ്രൻ, ച്ഛ്രാ, ച്ഛ്രം.) വി. ന. പ്രയാസമുള്ള.

കൃച്ഛ്രം. ന. ൧, ശരീരദുഃഖം. ൨, പാപം. ൩, കളയുന്നതിന്നുള്ള ഒരു പ്രായശ്ചിത്തം. ൪, പ്രയാസം.

കൃച്ഛ്രിക്കുന്നു. ച്ചു. പ്പാൻ. (കൃച്ഛ്രി.) അ. ക്രി. ൧, ദുഃഖിക്കുന്നു. ൨, അദ്ധ്വാനപ്പെടുന്നു.

കൃണു. ന. ചായമിടുന്നവൻ.

കൃതകൎമ്മ. വി. (ൎമ്മൻ, ൎമ്മാ, ൎമ്മം.) വി. ന. മിടുക്കുള്ള, ത്രാണിയുള്ള.

കൃതക. വി. (കൻ, കാ, കം.) വി. ന. ഉണ്ടാക്കപ്പെട്ട.

കൃതകം. ന. ഉണ്ടാക്കിയ ഉപ്പ.

കൃതകൃത്യ. വി. (ത്യൻ, ത്യാ, ത്യം.) വി. ന. ചെയ്യാനുള്ളതിനെ ചെയ്ത. **കൃതകൃത്യത.** ഗു. ന. ചെയ്യേണ്ടതു ചെയ്തിട്ടുള്ള സുഖം.

കൃതഘ്ന. വി. (ഘ്നൻ, ഘ്നി, ഘ്നം.) വി. ന. ഉപകാരം ചെയ്തവരെ മറക്കുന്ന. **കൃതഘ്നത.** ഗു. ന. ഉപകാരത്തെ മറക്കുന്നവന്റെ സ്വഭാവം.

കൃതജ്ഞ. വി. (ജ്ഞൻ, ജ്ഞാ, ജ്ഞം.) വി. ന. ഉപകാരസ്മരണയുള്ള. **കൃതജ്ഞത.** ഗു. ന. ഉപകാരം ചെയ്തവരെക്കുറിച്ചു വിചാരിക്കുന്ന സ്വഭാവം.

കൃതപുംഖ. വി. (ഖൻ, ഖാ, ഖം.) വി. ന. ശരപ്രയോഗത്തിങ്കൽ സാമൎത്ഥ്യമുള്ള.

കൃതമാലം. ന. ഒരു വൃക്ഷം, കൊന്ന.

കൃതമുഖ. വി. (ഖൻ, ഖാ, ഖം.) വി. ന. സാമൎത്ഥ്യമുള്ള.

കൃത. വി. (തൻ, താ, തം.) വി. ന. ൧, ചെയ്യപ്പെട്ട. ൨, സാധിക്കപ്പെട്ട, നിവൎത്തിക്കപ്പെട്ട.

കൃതം. ന. ൧, കൃതയുഗം. ൨, ഫലം, സാദ്ധ്യം.

കൃതം. അ. മതി, വേണ്ട.

കൃതയുഗം. ന. നാലു യുഗങ്ങളിൽ ഒന്നാമത്തെ യുഗം.

കൃതലക്ഷണ. വി. (ണൻ, ണാ, ണം). വി. ന. ഗുണങ്ങൾകൊണ്ടു പ്രസിദ്ധിയുള്ള.

കൃതവേതന. വി. (നൻ, നാ, നം.) വി. ന. കൂലിക്കു വേല ചെയ്യുന്ന, കൂലിയുള്ള.

കൃതവേധനം. ന. വെളുത്ത പൂവുള്ള ഒരു തൈ.

കൃതസാപത്നിക. ന. ഒന്നാമതു വിവാഹം ചെയ്ത ഭാൎയ്യ.

കൃതഹസ്ത. വി. (സ്തൻ, സ്താ, സ്തം.) വി. ന. ശരപ്രയോഗത്തിങ്കൽ സാമൎത്ഥ്യമുള്ള.

കൃതാന്താ. ന. അരേണകം.

കൃതാന്തൻ. ന. യമൻ.

കൃതാന്തം. ന. ൧, നിശ്ചയമായിട്ടു സ്ഥാപിക്കപ്പെട്ടിരിക്കുന്ന അവസാനം. ൨, ദുഷ്ടപ്രവൃത്തി.

കൃതാഭിഷേക. വി. (കൻ, കാ, കം.) വി. ന. ൧, അഭിഷേകം ചെയ്യപ്പെട്ട. ൨, രാജ്യാധിപത്യം നിശ്ചയിച്ചഭിഷേകം ചെയ്യപ്പെട്ട.

കൃതാൎത്ഥ. വി. (ൎത്ഥൻ, ൎത്ഥാ, ൎത്ഥം.) വി. ന. ൧, വേണ്ടുന്ന കാൎയ്യത്തെ സാധിച്ച. ൨, ഭാഗ്യമുള്ള. **കൃതാൎത്ഥത.** ഗു. ന. സാധിക്കേണ്ടതു സാധിച്ചിട്ടുള്ള സുഖം, ഭാഗ്യം.

കൃതാലയം. ന. തവള.

കൃതി. വി. (തി, തിനി, തി.) വി. ന. ൧, അറിവുള്ള, വിദ്യയുള്ള. ൨, സാമൎത്ഥ്യമുള്ള.

കൃതി. ന. ൧, പ്രവൃത്തി. ൨, വേല. ൩, പ്രതിഷ്ഠ. ൪, കഥ.

കൃത്ത. വി. (ത്തൻ, ത്താ, ത്തം.) വി. ന. മുറിക്കപ്പെട്ട.

കൃത്തി. ന. ൧, മാനിന്റെയും മററും തോൽ. ൨, ഒരുമാതിരി മരത്തിന്റെ തോൽ.

കൃത്തിക. ന. ൧. കാൎത്തിക. ൨, വണ്ടി.

കൃത്തിക്കുന്നു. ച്ചു. ക്കുവാൻ. (കൃത്തി.) അ. ക്രി. പ്രത്യേകിച്ചു അല്ലെങ്കിൽ വീണ്ടും വീണ്ടും അന്വേഷിക്കുന്നു. **കൃത്തിപ്പു.** ന.

കൃത്തിവാസസ്സ. ന. ശിവൻ.

കൃത്യ. വി. (ത്യൻ, ത്യാ. ത്യം.) വി. ന. ചെയ്യേണ്ടുന്ന.

കൃത്യ. ന. ൧, പ്രവൃത്തി. ൨, മാരണദേവത. ൩, പകരുന്ന വ്യാധി.

കൃത്യം. ന. ൧, പ്രവൃത്തി. ൨, നിയമം. ൩, നടപ്പു.

കൃത്യകാ. ന. ക്ഷുദ്രക്കാരത്തി.

കൃത്യാന്തരം. ന. മററു കൃത്യം.

കൃത്രിമധൂപകം. ന. ഒരു സുഗന്ധവസ്തു, കുന്തുരുക്കം.

കൃത്രിമപുത്രകം. ന. മരംകൊണ്ടും മററുമുണ്ടാക്കുന്ന കളിപ്പാവ.

കൃത്രിമ. വി. (മൻ, മാ, മം.) വി. ന. ഉണ്ടാക്കിയ, ഉണ്ടാക്കപ്പെട്ട. (മം.) ഉപായം, കള്ളക്കൌശലം.

കൃത്സ്ന. വി. (ത്സ്നൻ, ത്സ്നാ, ത്സ്നം.) വി. ന. മുഴുവനായ.

കൃത്സ്നം. ന. ൧, വെള്ളം. ൨, മുഴുവൻ.

കൃത്രം. ന. കലപ്പ.

കൃന്തനം. ന. ഛേദനം, മുറിക്കുക.

കൃദരം. ന. പത്തായപ്പുര.

കൃപ. ന. ദയ.

കൃപണ. വി. (ണൻ, ണാ, ണം.) വി. ന. ൧, ലോഭമുള്ള. ൨, ദാരിദ്ര്യമുള്ള. ൩, ചതിവുള്ള.

കൃപാകടാക്ഷം. ന. ദയയോടു കൂടിയുള്ള നോട്ടം.

കൃപാണകം. അല്ലെങ്കിൽ, **കൃപാണം.** ന. ഖഡ്ഗായുധം, വാൾ.

കൃപാണികാ. അല്ലെങ്കിൽ, **കൃപാണീ.** ന. ൧, വാൾ. ൨, കത്രിക.

കൃപാനിധി. ന. വളരെ കൃപയുള്ളവൻ.

കൃപാപാത്ര. വി. കൃപയ്ക്കു യോഗ്യമായ.

കൃപാൎദ്ര. വി. കൃപ നിമിത്തം മനസ്സലിഞ്ഞ, വളരെ ദയവു തോന്നിയ.

കൃപാവാൻ. (വതി.) ന. ദയയുള്ളവൻ (ൾ).

കൃപാലു. വി. (ത്രിലിം.) വി. ന. വളരെ ദയയുള്ള.

കൃപീടപാലം. ന. ൧, സമുദ്രം. ൨, ചുക്കാൻ, തുഴ.

കൃപീടയോനി. ന. അഗ്നി.

കൃപീടം. ന. വെള്ളം.

കൃമി. ന. പുഴ.

കൃമികോശം. ന. പട്ടുനൂലുണ്ടാക്കുന്ന പുഴക്കൂട.

കൃമികോശോത്ഥ. വി. (ത്ഥൻ, ത്ഥാ, ത്ഥം.) വി. ന. പുഴക്കൂട്ടിൽനിന്നുണ്ടായ.

കൃമിക്കുന്നു. ച്ചു. പ്പാൻ. (കൃമി.) അ. ക്രി. പുഴക്കുന്നു.

കൃമിഘ്ന. വി. (ഘ്നൻ, ഘ്നി, ഘ്നം.) വി. ന. പുഴവിനെ നശിപ്പിക്കുന്ന.

കൃമിഘ്നം. ന. വിഴാലരി.

കൃമിജം. ന. അകിൽ.

കൃമിജ. ന. ലാക്ഷാ, കോലരക്ക.

കൃമിശത്രു. ന. പൂവരശിൻ കുരു.

കൃൎമ്മീര. വി. (രൻ, രാ, രം.) വി. ന. പലനിറമുള്ള.

കൃശ. വി. (ശൻ, ശാ, ശം.) വി. ന. ൧, ചെറുതായ. ൨, മെലിഞ്ഞ. **കൃശത.** ഗു. ന. മെലിച്ചിൽ.

കൃശാംഗി. ന. സുന്ദരി.

കൃശാനു. ന. അഗ്നി.

കൃശാനുരേതസ്സ. ന. ശിവൻ.

കൃശാശ്വി. ന. നാട്യക്കാരൻ.

കൃശേതരം. അ. കൃശമല്ലാതെ, ധാരാളമായിട്ടു, വലുതായി.

കൃശോദര. വി. (രൻ, രീ, രം.) വി. ന. ൧, ചെറിയ വയറുള്ള. ൨, സൌന്ദൎയ്യമുള്ള.

കൃഷക. വി. (കൻ, കാ, കം,) വി. ന. ഉഴവു ചെയ്യുന്ന.

കൃഷകം. ന. കൊഴു.

കൃഷി. ന. ധാന്യങ്ങളും മററും വിതെച്ചുണ്ടാക്കുക.

കൃഷികൻ. ന. കൃഷി ചെയ്യുന്നവൻ, വേലക്കാരൻ.

കൃഷിക്കാരൻ. ന. കൃഷിയുള്ളവൻ.

കൃഷിത്തരം. ന. കൃഷി ചെയ്യുന്നതിന്നു തക്കതായ സമയം.

കൃഷിപ്പുഞ്ച. ന. കൃഷിസ്ഥലം.

കൃഷിപ്പണി. ന. കൃഷി.

കൃഷീവല. വി. (ലൻ, ലാ, ലം.) വി. ന. കൃഷിചെയ്യുന്ന.

കൃഷ്ട. വി. (ഷ്ടൻ, ഷ്ടാ, ഷ്ടം.) വി. ന. ഉഴവു ചെയ്യപ്പെട്ട, കൃഷി ചെയ്യപ്പെട്ട.

കൃഷ്ടി. ന. അറിവുള്ളവൻ.

കൃഷ്ണകൎമ്മ. വി. (ൎമ്മൻ, ൎമ്മാ, ൎമ്മം.) വി. ന. ചിത്തപ്രവൃത്തി ചെയ്യുന്ന.

കൃഷ്ണകാകൻ. ന. അധികം കറുത്ത കാക്ക, മലങ്കാക്ക.

കൃഷ്ണകാംബോജി. ന. കന്നി.

കൃഷ്ണഗതി. ന. അഗ്നി.

കൃഷ്ണജീരകം. ന. കരിഞ്ചീരകം.

കൃഷ്ണതുളസി. ന. കറുത്ത തുളസി.

കൃഷ്ണ. വി. (ഷ്ണൻ, ഷ്ണാ, ഷ്ണം.) വി. ന. കറുത്ത നിറമുള്ള. **കൃഷ്ണത; കൃഷ്ണത്വം.** ദ്ര. ന. കറുപ്പു.

കൃഷ്ണൻ. ന. ൧, വിഷ്ണു, വിഷ്ണുവിന്റെ അവതാരങ്ങളിൽ ഒൻപതാമത്തെ അവതാരമൂൎത്തി. ൨, അൎജ്ജുനൻ. ൩, വേദവ്യാസൻ.

കൃഷ്ണപക്ഷം. ന. കറുത്ത പക്ഷം.

കൃഷ്ണപാകഫലം. ന. പെരിങ്ങിളാവു വൃക്ഷം.

കൃഷ്ണപ്പരുന്തു. ന. ഒരുവക പ്പരുന്തു.

കൃഷ്ണഫല. ന. കാൎപ്പോകിലരി.

കൃഷ്ണഭേദി. ന. കടുകരോഹിണി.

കൃഷ്ണമണി. ന. കണ്ണിനകത്തുള്ള കറുത്ത ദൃഷ്ടി.

കൃഷ്ണമൃഗം. ന. ഒരുവക മാൻ, കരിമാൻ.

കൃഷ്ണം. ന. ൧, കറുപ്പു. ൨, കുരുമുളകു.

കൃഷ്ണല. ന. കന്നിവള്ളി.

കൃഷ്ണലോഹിത. വി. (തൻ, താ, തം.) വി. ന. കറുപ്പും ചുവപ്പും കൂടിയ നിറമുള്ള.

കൃഷ്ണവൎത്മാവു. ന. അഗ്നി.

കൃഷ്ണവൃന്ത. ന. കൊടിക്കുഴല.

കൃഷ്ണശ. വി. ഏററവും കറുത്ത.

കൃഷ്ണശൃംഗം. ന. പോത്തു.

കൃഷ്ണസൎപ്പം. ന. കറുത്തനിറമുള്ള ഒരുവക സൎപ്പം.

കൃഷ്ണസാരം. ന. ൧, കരിമാൻ. ൨, മുള്ളുള്ള ഒരു വൃക്ഷം.

കൃഷ്ണസാരംഗം. ന. കരിമാൻ.

കൃഷ്ണാ. ന. ൧, പാഞ്ചാലി. ൨, തിപ്പലി. ൩, കൃഷ്ണാനദി.

കൃഷ്ണാജിനം. ന. കൃഷ്ണമൃഗത്തിന്റെ തോൽ.

കൃഷ്ണിക. ന. കരിങ്കടുകു.

കൃസരം. ന. എള്ളും അരിയും കൂട്ടിവെച്ചുണ്ടാക്കിയ ചോറു.

കൢ

കൢപ്ത. വി. (പ്തൻ, പ്താ, പ്തം.) വി. ന. ൧, നിൎമ്മിക്കപ്പെട്ട. ൨, നിശ്ചയിക്കപ്പെട്ട.

കെ

കെച്ച. ന. കളിക്കാരുടെ കാലിൽ കെട്ടുന്ന ഒരുമാതിരി മണി, കെച്ചമണി.

കെച്ചച്ചിലന്തി. ന. കാലിന്റെ മട്ടിന്നു താഴെയുണ്ടാകുന്ന ഒരുമാതിരി ദീനം.

കെച്ചപ്പദം. ന. ഒരുമാതിരി ആട്ടം.

കെഞ്ചൽ. ന. അധികം അപേക്ഷിക്ക, ഇരക്കുക.

കെഞ്ചുന്നു. ഞ്ചി. വാൻ. (കെഞ്ചു.) സ. ക്രി. അധികം അപേക്ഷിക്കുന്നു.

കെട്ടവു. ന. സമയം.

കെട്ടകാൎയ്യം. ന. നഷ്ടം, ഛേതം.

കെടുതി. ന. ൧, ദീനം. ൨, നാശം.

കെടുന്നു. ട്ടു. വാൻ. (കെട.) അ. ക്രി. ൧, നശിക്കുന്നു. ൨, ചിഞ്ഞുപോകുന്നു. ൩, തീ ഇല്ലാതെയാകുന്നു. **കെടുക്കുന്നു; കെടുപ്പിക്കുന്നു; കെടുത്തുന്നു.** കാ. ക്രി.

കെടുമതി. ന. നാശം.

കെടുമ്പു. ന. ൧, അസൂയ. ൨, ചീത്ത നാററമോ ചുവയോ.

കെടുമ്പൻ. ന. ൧, അസൂയക്കാരൻ. ൨, ദുഷ്ടമനുഷ്യൻ.

കെടുമ്പിക്കുന്നു. ച്ചു. പ്പാൻ. (കെടുമ്പി.) അ. ക്രി. ചീത്തയാകുന്നു.

കെടുവളം. ന. വളമില്ലാത്ത കണ്ടവും മററും.

കെട്ടു. ന. ൧, ചരടുകൊണ്ടും മററും ചുററിമുറുക്കുക. ൨, ഒരു ക്രമം, മുറ. ൩, ഒരു ചട്ടം. ൪, വല്ലതും സംബന്ധിപ്പിക്കുന്നതിന്നു ഇരിമ്പുകൊണ്ടുമ്മററുമുള്ള ചില പണികൾ. ൫, ക്ഷുദ്രം. ൬, വിവാഹം. ൭, ചിറ.

കെട്ട. വി. ൧, നശിച്ച. ൨, ദുഷ്ടതായ. ൩, കേടു വന്ന.

കെട്ടറുപ്പു. ന. ൧, കെട്ടു മുറിക്ക. ൨, കെട്ടിപ്പലച്ച.

കെട്ടിഒഴിക്കുന്നു. ച്ചു. പ്പാൻ. (കെട്ടി.) സ. ക്രി. വീടിനെ ഉപേക്ഷിച്ചുപോകുന്നു.

കെട്ടിക്കേറുന്നു. റി. വാൻ. (കെട്ടി.) അ. ക്രി. വിവാഹം കഴിഞ്ഞു കുടികേറുന്നു.

കെട്ടിക്കൊടുക്കുന്നു. ത്തു. പ്പാൻ. (കെട്ടി.) അ. ക്രി. ൧, വിവാഹത്തിന്നായി കൊടുക്കുന്നു. ൨, കൊടുക്കേണ്ടുന്ന ദ്രവ്യം കൊടുക്കുന്നു.

കെട്ടിക്കൊള്ളുന്നു. ണ്ടു. വാൻ. (കെട്ടി.) സ. ക്രി. ൧, വിവാഹംചെയ്യുന്നു. ൨, സൂക്ഷിക്കുന്നു.

കെട്ടിഞാലുന്നു. ന്നു. വാൻ. (കെട്ടി.) അ. ക്രി. കെട്ടിതൂങ്ങുന്നു, തൂങ്ങിച്ചാകുന്നു.

കെട്ടിത്തൂക്കുന്നു. ക്കി. വാൻ. (കെട്ടി.) സ. ക്രി. എന്തൊരു വസ്തു എങ്കിലും മുകളിൽ കെട്ടി കീഴ്പ്പോട്ടു തൂക്കുന്നു.

കെട്ടിത്തൂങ്ങുന്നു. ങ്ങി. വാൻ. (കെട്ടി.) അ. ക്രി. കെട്ടിഞാലുന്നു.

കെട്ടിപ്പിടിക്കുന്നു. ച്ചു. പ്പാൻ. (കെട്ടി.) സ. ക്രി. രണ്ടുകൈകൊണ്ടും പിടിച്ചു തന്റെ മെയ്യോടു ചേൎക്കുന്നു.

കെട്ടിപ്പിടിത്തം. ന. കെട്ടിപ്പിടിക്കുക.

കെട്ടിപ്പിണെച്ചിൽ. ന. തമ്മിൽ ചുററിപ്പിടിക്കുക, ചുററിപ്പിണയുക.

കെട്ടിപ്പെറുക്കുന്നു. ക്കി. വാൻ. (കെട്ടി.) സ. ക്രി. ഭവനത്തിലുള്ള കോപ്പുകൾ മുഴുവനും കൊണ്ടുപോകുന്നതിന്നായിട്ടു എടുക്കുന്നു.

കെട്ടിമറിച്ചിൽ. ന. കെട്ടുകീഴാക്കുക.

കെട്ടിമേച്ചിൽ. ന. പുരയുടെ മുകളിൽ ഓല കെട്ടി നനയാതെ ആക്കുക.

കെട്ടിമേടിക്കുന്നു. ച്ചു. പ്പാൻ. (കെട്ടി.) സ. ക്രി. തരുവാനുള്ള മുതലിനെ ശരിവരെ വാങ്ങിക്കുന്നു.

കെട്ടിയടിക്കുന്നു. ച്ചു. പ്പാൻ. (കെട്ടി.) സ. ക്രി. മുക്കാലിയിൽ കെട്ടിത്തല്ലുന്നു.

കെട്ടിയവൻ ന. ഭൎത്താവു.

കെട്ടിയവൾ. ന. ഭാൎയ്യ.

കെട്ടിയിടുന്നു. ട്ടു. വാൻ. (കെട്ടി.) സ. ക്രി. കെട്ടാക്കി സൂക്ഷിക്കുന്നു.

കെട്ടിയിരിപ്പു. ന. സൂക്ഷിച്ചു വച്ചിരിക്കുന്ന ധനം.

കെട്ടിലമ്മ. ന. കോട്ടയത്തു രാജാവിന്റെ ഭാൎയ്യയ്ക്കു പറയുന്ന ഒരു പേർ.

കെട്ടിവരവു. ന. സൎക്കാരിൽനിന്നും മററും വരുന്ന ദ്രവ്യം.

കെട്ടിവെപ്പു. ന. ൧, ദ്രവ്യം സൂക്ഷിക്കുക. ൨, കയറുകൊണ്ടൊ മററൊ വല്ലതും ചുററിമുറുക്കി വെക്ക.

കെട്ടുകഥ. ന. കവിതയാക്കിയ കഥ.

കെട്ടുകററി. ന. പശുവിനെയും മററും കെട്ടുന്നതിനുള്ള കററി.

കെട്ടുകെട്ടു. ന. കലവറവിചാരം.

കെട്ടുകെട്ടുകാരൻ. ന. കലവറയിലെ വിചാരിപ്പുകാരൻ.

കെട്ടുതോണി. ന. ഒരുമാതിരി വലിയ വള്ളം.

കെട്ടുന്നു. ട്ടി. വാൻ. (കെട്ട.) സ. ക്രി. ൧, കയറുകൊണ്ടും മററും ചുററിമുറുക്കുന്നു. ൨, വിവാഹംചെയ്യുന്നു. ൩, ഇതു മററു ചില വസ്തുക്കളോടു ചേൎത്തു പറയുമ്പോൾ ഉണ്ടാക്കുന്നു പണിയുന്നു എന്നും മററും ചില അൎത്ഥങ്ങൾ വരും. കെട്ടിക്കുന്നു. കാ. ക്രി.

കെട്ടുപാടു. ന. കൂട്ടുകെട്ടു, കൂററായ്മ, സ്നേഹം.

കെട്ടുപെടുന്നു. ട്ടു. വാൻ. (കെട്ടു.) അ. ക്രി. കെട്ടിൽ അകപ്പെടുന്നു.

കെട്ടുമരം. ന. തടിച്ചങ്ങാടം.

കെട്ടുവഞ്ചി. ന. കെട്ടുവള്ളം.

കെട്ടുവരമ്പു. ന. കണ്ടത്തിലുള്ള വലിയ വരമ്പു.

കെണ്ട. ന. ൧, ഒരുവക മീനം. ൨, താടി.

കെല്പു. ന. ശക്തി, ആരോഗ്യം.

കെല്പുകേടു. ന. ശക്തിക്കുറവു, ക്ഷീണം.

കെല്ലാരി. വി. ന. മെലിഞ്ഞവൻ.

കെറുവു. ന. ഡംഭം, നിരസം.

കേ

കേകയം. ന. ഒരു രാജ്യം.

കേകയൻ. ന. കേകയരാജ്യത്തെ രാജാവു.

കേകയി. ന. കേകയ രാജാവിന്റെ പുത്രി.

കേകര. വി. (രൻ, രാ, രം.) വി. ന. കോങ്കണ്ണുള്ള.

കേകാ. ന. മയിലിന്റെ ശബ്ദം.

കേകിപിഞ്ഛം. ന. മയിൽ പീലി.

കേകീ. ന. മയിൽ.

കേചിൽ. അല്ലെങ്കിൽ, **കേചന;** **കേചി.** അ. ചിലർ.

കേടു. ന. ൧, അററകററം. ൨, അപകടം. ൩, നാശം. ൪, രോഗം.

കേടുപാടു. ന. അററകററം.

കേടുപോക്കുന്നു. ക്കി. വാൻ. (കേടു.) അ. ക്രി. അററകററം തീൎക്കുന്നു.

കേട്ട. ന. പതിനെട്ടാമത്തെ നാൾ, തൃക്കേട്ട.

കേട്ടുകേളി. അല്ലെങ്കിൽ, **കേട്ടുകേൾവി.** ന. പണ്ടുള്ളവർ പറഞ്ഞു കേട്ടിട്ടുള്ള വൎത്തമാനം

കേണി. ന. ആററുമണലിൽ കുഴിക്കുന്ന ഒരുമാതിരി കുഴി, ഓലി.

കേണികാ. ന. കൂടാരം.

കേതകി. ന. കൈത.

കേതനം. ന. ൧, കൊടിമരത്തിന്റെ മുകളിൽ വെക്കുന്ന ഒരടയാളം. ൨, കൊടിമരം. ൩, അടയാളം. ൪, കാൎയ്യം.

കേതു. ന. ൧, ഗ്രഹങ്ങളിൽ ഒന്നു, വാൽനക്ഷത്രം. ൨, കൊടിമരം.

കേതുമാല. ന. ഭൂമിയെ ഒൻപതു ഖണ്ഡമായിട്ടു പറയുന്നതിൽ പടിഞ്ഞാറെ ഖണ്ഡം.

കേദരം. ന. കണ്ണിന്റെ രോഗം.

കേദാരകം. ന. വിളഭൂമി.

കേദാരഗൌഡം. ന. ഒരു രാഗം.

കേദാരൻ ന. ശിവന്റെ ഒരു പേർ.

കേദാരം. ന. ൧, വിളഭൂമി, വയൽ. ൨, ഹിമവാന്റെ ഒരു ഭാഗം.

കേനിപാതകം. ന. ചുക്കാൻ, തുഴ.

കേന്ദ്രം. ന. രാശികൾ പന്ത്രണ്ടുള്ളതിൽ ൧, ൪, ൭, ൧൦ ഇവെക്കു പറയുന്ന പേർ. (മ.) വിരോധം.

കേന്ദ്രിക്കുന്നു. ച്ചു. പ്പാൻ. (കേന്ദ്രി.) അ. ക്രി. ൧, നാലു മുതലായ രാശികളിൽ സൂൎയ്യൻ മുതലായ ഗ്രഹങ്ങൾ ചെല്ലുന്നു. ൨, തമ്മിൽ വിരോധമായി തീരുന്നു.

കേമദ്രമം. ന. ദാരിദ്ര്യം.

കേമദ്രുമി. ദ്രുമയോഗം പിറന്നവൻ, ദരിദ്രൻ.

കേമ. വി. (മൻ, മി, മം.) വി. ന. ശരിരപുഷ്ടികൊണ്ടൊ ബുദ്ധികൊണ്ടൊ മററൊ വലിപ്പമുള്ള.

കേമിക്കുന്നു. ച്ചു. പ്പാൻ. (കേമി.) അ. ക്രി. ഏതുപ്രകാരമെങ്കിലും വലുതാകുന്നു.

കേമ്പിരി. ന. ഒരുതരം തുണി.

കേയൂരം. ന. തോൾവള.

കേരം. ന. ൧, തെങ്ങു. ൨, തേങ്ങാ.

കേരളൻ. മലയാളത്തിലേക്കു പണ്ടുണ്ടായിരുന്ന രാജാവു.

കേരളം. ന. മലയാളം.

കേരളീയ. വി. കേരളത്തെ സംബന്ധിച്ചുള്ള.

കേലകൻ. ന. ഞാണിന്മേൽകളിക്കാരൻ.

കേലികിലൻ. ന. നേരംപോക്കു പറകയൊ കാട്ടുകയൊ ചെയ്യുന്നവൻ.

കേലികീൎണ്ണം. ന. ഒട്ടകം.

കേലിപ്രോത്സാഹകൻ. ന. നേരംപോക്കുകാരൻ.

കേലിനാഗരൻ. ന. ശരീരസുഖത്തിൽ തന്നെ ആഗ്രഹമുള്ളവൻ.

കേവു. ന. വള്ളത്തിൽ കേററിക്കൊണ്ടുപോയി വല്ലതിന്റെയും ഇറക്കുക.

കേവല. വി. (വൻ, ലാ, ലം.) വി. ന. ഒററയായ, തനിച്ച.

കേവലൻ. വി. ന. അസൂയയും തന്നിഷ്ടവുമുള്ളവൻ.

കേവലം. അ. ൧, മുററ, മികവാറും. ൨, മാത്രം, ഒന്നുമാത്രം, താനെ. ൩, മുഴുവനും.

കേവലജ്ഞാനം. ന. ബ്രഹ്മജ്ഞാനം.

കേവലജ്ഞാനി. ന. പണ്ടുണ്ടായിരുന്ന ഒരു പുണ്യവാൻ.

കേവലസ്വരൂപം. ന. ഏക സ്വരൂപം.

കേവലാത്മാവു. ന. ദൈവം.

കേവിറക്കുന്നു. ക്കി. വാൻ. (കേവ.) സ. ക്രി. ആളുകളെയും മററും ഒരു സ്ഥലത്തുനിന്നു വസ്തുത്തിൽ കേററി മററൊരു ദിക്കിലിറക്കുന്നു.

കേവുകപ്പൽ. ന. കേവിറക്കുന്നതിന്നുള്ള കപ്പൽ.

കേവുകാരൻ. ന. കേവുവള്ളത്തിലും കേവുകപ്പലിലും കേററിക്കൊണ്ടുപോയി ഇറക്കുന്നവൻ.

കേവുതോണി. ന. കൂലിക്കായിട്ടു വഴിപോക്കരെ കേററി മറുദിക്കിൽ ഇറക്കുന്നതിന്നുള്ള വള്ളം.

കേവുവള്ളം. ന. കേവുതോണി.

കേശം. ന. ൧, തലമുടി. ൨, ഖര വേലി.

കേശകൻ. ന. തലമുടി കെട്ടുന്നതിന്നു നിപുണൻ.

കേശഘ്നം. ന. കന്നണ്ടി.

കേശപക്ഷം. ന. നല്ല തലമുടി.

കേശപാശം. ന. നല്ല തലമുടി.

കേശപാശി. ന. കുടുമ്മ.

കേശബന്ധം. ന. തലമുടിയുടെ കെട്ടു.

കേശഭാരം. ന. ആട്ടക്കാരുടെ ഒരു മാതിരി കിരീടം.

കേശമാൎജ്ജനം. ന. തലമുടി നന്നാക്കുന്നതിന്നുള്ള ചീപ്പു.

കേശരം. ന. ൧, പൂവിൻെറ അല്ലി. ൨, സിംഹം കുതിര മുതലായ ചില മൃഗങ്ങളുടെ കഞ്ചിരോമം. ൩, ഇലഞ്ഞിവൃക്ഷം. ൪, പുന്നാഗ വൃക്ഷം.

കേശരി. ന. സിംഹം.

കേശവ. വി. (വൻ, വാ, വം.) വി. ന. തലമുടിയുള്ള.

കേശവൻ. ന. വിഷ്ണു.

കേശവേശം. ന. കെട്ടിയ തലമുടി.

കേശഹസ്തം. ന. നല്ല തലമുടി.

കേശാകേശി. അ. പരസ്പരം തലമുടിക്കു പിടിച്ചുകൊണ്ടു ശണ്ഠയിടുക.

കേശാദിപാദം. അ. തലമുടി തുടങ്ങി കാൽചുവടുവരെ.

കേശികൻ. ന. വളരെ തലമുടിയുള്ളവൻ, കോമളമായ തലമുടിയുള്ളവൻ.

കേശിനി. ന. ഒരു ഔതെ, ചടയ.

കേശിനീ. ന. ഭംഗിയുള്ള തലമുടിയുള്ളവൾ.

കേശിമഥനൻ. ന. വിഷ്ണു.

കേശി. വി. (ശീ, ശിനി, ശി.) വി. ന. തലമുടിയുള്ള.

കേശി. ന. ഒരസുരൻ.

കേസരം. ന. ൧, പൂവിൻെറ അകത്തെ അല്ലി. ൨, സിംഹം കുതിര മുതലായ ചില മൃഗങ്ങളുടെ കഞ്ചിരോമം. ൩, ഇലഞ്ഞി. ൪, പുന്നാഗ വൃക്ഷം.

കേസരി. ന. ൧, സിംഹം ൨, കുതിര.

കേളി. ന. ൧, ക്രീഡ. ൨, ആട്ടം മുതലായ ചില കളികൾക്കു മുൻപേ കൊട്ടുന്ന കൊട്ടു.

കേളിക. ന. ആട്ടകളി.

കേളികൈ. ന. സ്ത്രീകളുടെ ഒരു മാതിരി ആട്ടം.

കേളിമുഖം. ന. നേരംപോക്കു.

കേളിയാടുന്നു. ടി. വാൻ. (കേളി.) അ. ക്രി. കളിക്കുന്നു.

കേളിയാട്ടം. ന. കളിക്കുക.

കേളീഗൃഹം. ന. സ്ത്രീകളുമായിക്കളിക്കുന്നതിന്നുള്ള ഭവനം.

കേൾക്കുന്നു. ട്ടു. പ്പാൻ. (കേൾ.) സ. ക്രി. ചെവികൊണ്ടറിയുന്നു. **കേൾപ്പിക്കുന്നു.** സ. ക്രി.

കേൾവി. ന. ൧, കേൾക്കുക. ൨, പ്രസിദ്ധമായ വൎത്തമാനം.

കേഴ. ന. ഒരുവക മാൻ.

കേഴമാൻ. ന. കേഴ.

കേഴുന്നു. ണു. വാൻ. (കേഴു.) അ. ക്രി. കരയുന്നു. **കേഴിക്കുന്നു.** സ. ക്രി.

കേഴ്ച. ന. കരച്ചിൽ.

കേറുന്നു; കയറുന്നു. റി. വാൻ. (കേറു.) അ. ക്രി. വല്ലതിൻെറയും അകത്തേക്കോ മുകളിലേക്കോ ചെല്ലുന്നു. സ. ക്രി. കരേറുന്നു. **കേററുന്നു; കയററുന്നു.** സ. ക്രി.

കേററം; കയററം. ന. കരേററം.

കൈ

കൈ. ന. ൧, മനുഷ്യനും മററും കഴുത്തിനു താഴെ ഇടത്തും വലത്തുമുള്ള അവയവങ്ങൾ, ഇടത്തുകൈ, വലത്തുകൈ. ൨, ആനയുടെ ഒരു അവയവം, തുമ്പിക്കൈ. ൩, കോടാലിക്കും മററും പിടിക്കുന്നതിന്നായിട്ടു അലകു കൊണ്ടോ മററൊ ഉണ്ടാക്കിയിടുന്നതു. ൪, പന മുതലായവയിൽ ചിലതിൻെറ തണ്ടു. ൫, അധികാരം. ൬, അധികാരം നടത്തുന്നതിന്നും മററും തക്കതായുള്ള എഴുത്തു. ൭, മനസ്സിലിരിക്കുന്നതിനെ അറിവിക്കുന്നതിന്നായിട്ടു കൈകൊണ്ടു കാണിക്കുന്ന ഒരടയാളം. വി. ഒരു കയ്യിൽ കൊള്ളുവാൻ മാത്രമുള്ള.

കൈകടപ്പു. ന. അതിക്രമം, അക്രമം.

കൈകണ്ടവിദ്യ. ന. പരിക്ഷിച്ചു ഫലമറിഞ്ഞിട്ടുള്ള മരുന്നും മററും.

കൈകളിക്കുന്നു. ച്ചു. പ്പാൻ. (കൈ.) സ. ക്രി. മോഷ്ടിക്കുന്നു.

കൈകളി. ന. മോഷണം.

കൈകാട്ടുന്നു. ട്ടി. വാൻ. (കൈ.) സ. ക്രി. മനസ്സിലിരിക്കുന്നതിനെ അറിയിക്കുന്നതിന്നായിട്ടു കൈകൊണ്ടു യുക്തംപോലെ കാണിക്കുന്നു.

കൈകാണുന്നു. ണ്ടു. വാൻ. (കൈ.) അ. ക്രി. പരിചയിക്കുന്നു.

കൈകാൎയ്യം. ന. ൧, പെരുമാറുക. ൨, ഉപകാരം, പ്രയോജനം.

കൈകൂടുന്നു. ടി. വാൻ. (കൈ.) അ. ക്രി. ൧, തീരുന്നു. ൨, കൈ തമ്മിൽ ചേരുന്നു. ൩, കലഹിക്കുന്നു.

കൈകൂപ്പു. ന. ൧, വന്ദിക്കുക, തൊഴുക. ൨, രണ്ടും കയ്യും കൂട്ടിയ പൊക്കം.

കൈകൂപ്പുന്നു. പ്പി. വാൻ. (കൈ.) സ. ക്രി. ൧, തൊഴുന്നു. ൨, തലെക്കുമീതെ കൈ രണ്ടും പൊക്കി ചേൎത്തു പിടിക്കുന്നു.

കൈകെയി. ന. കേകയ രാജാവിൻെറ പുത്രി.

കൈകൊട്ടുക്കുന്നു. ത്തു. പ്പാൻ. (കൈ) അ. ക്രി. ൧, വിശപ്പിപ്പാൻ തക്കതായ എഴുത്തു കൊടുക്കുന്നു. ൨, മററൊരുത്തൻെറ കയ്യിൽ പിടിക്കുന്നു.

കൈകൊട്ടു. ന. രണ്ടു കയ്യുടേയും അകങ്ങൾ തമ്മിൽ കൂട്ടിയടിച്ചുണ്ടാക്കുന്ന ശബ്ദം.

കൈകോൎക്കുന്നു. ത്തു. പ്പാൻ. (കൈ.) അ. ക്രി. രണ്ടു കൈകളുടെ വിരലുകൾ ഇടകലൎത്തി പിടിക്കുന്നു.

കൈക്കടം. ന. തല്ക്കാലമായുള്ള ആവശ്യത്തിനായി വാങ്ങിക്കുന്ന കടം.

കൈക്കണക്കു. ന. ൧, കാശകൊടുത്തു വന്ന സങ്കടത്തിൽനിന്നു കിട്ടുന്ന ഒരെഴുത്തു. ൨, കടം വാങ്ങിച്ചവൻ എഴുതി കൊടുക്കുന്ന ഒരാധാരം, കച്ചീട്ടു. ൩, ദ്രവ്യം വാങ്ങിപ്പാനൊ കൊടുപ്പാനൊ ഉള്ളവരെക്കൊണ്ടു ഓൎമ്മെക്കായിട്ടു തന്നെത്താൻ എഴുതിവെക്കുന്ന കണക്കു.

കൈക്കരുത്തു. ന. കയ്യുടെ ശക്തി, മിടുക്കു.

കൈക്കൽ. അ. കയ്യിൽ.

കൈക്കലാക്കുന്നു. ക്കി. വാൻ. (കൈ.) സ. ക്രി. ഏതു പ്രകാരത്തിലെങ്കിലും തന്റേതാക്കിത്തീൎക്കുന്നു, പിടിച്ചു പറിക്കുന്നു.

കൈക്കാണം. ന. ൧, കയ്യിലുള്ള ധനം. ൨, കൈക്കൂലി, കോഴ.

കൈക്കാരൻ. ന. ൧, നല്ല വേലക്കാരൻ. ൨, ശക്തിയുള്ളവൻ. ൩, സ്ഥാനക്കാരൻ. ൪, ധനമുള്ളവൻ. ൫, ചതിയൻ.

കൈക്കിതം. വി. സ്വാധീനമായുള്ള.

കൈക്കിര. വി. കയ്യിവെട്ടുക്കുന്നതിന്നു ചേൎച്ചയുള്ള.

കൈക്കില. ന. ചൂടുള്ള പാത്രം എടുക്കുന്നതിന്നു കൂട്ടിപ്പിടിക്കുന്ന ഇല.

കൈക്കീഴ. ന. അധികാരത്തിനു താഴെ.

കൈക്കുത്തു. ന. കൈകൊണ്ടുള്ള ഇടി.

കൈക്കുന്നു. ച്ചു. പ്പാൻ. (കൈ.) അ. ക്രി. കൈപ്പുരസം ഉണ്ടാകുന്നു.

കൈക്കുററപ്പാടു. ന. കൈവേല.

കൈക്കുററം. ന. കൈമോശം.

കൈക്കൂട്ടു. ന. കയ്യുടെ ചുവട്ടിൽ അടിയിലേ ഭാഗം, കക്ഷം.

കൈക്കൂലി. ന. കൈക്കോഴ.

കൈക്കെട്ടു. ന. കയ്യിൽ കെട്ടുന്ന ഒരാഭരണം.

കൈക്കൊട്ടു. ന. വ്യഭിചാരം ചെയ്തവരെ പുറത്തു തള്ളിക്കളയുമ്പോൾ ബ്രാഹ്മണർ കഴിക്കുന്ന ഒരു കൎമ്മം.

കൈക്കൊട്ടുന്നു. ട്ടി. വാൻ. (കൈ കൊട്ടു.) സ. ക്രി. ൧, വ്യഭിചാരം ചെയ്തും മററും ജാതിക്കുറവു വന്നവരെ തങ്ങളുടെ ജാതിയിൽനിന്നു കളയുന്നു. ൨, കൈ തമ്മിലടിക്കുന്നു.

കൈക്കൊള്ളുന്നു. ണ്ടു. വാൻ. (കൈ കൊൾ.) സ. ക്രി. ൧, എടുക്കുന്നു. ൨, സമ്മതിക്കുന്നു.

കൈക്കോടാലി. ന. ഒരു മാതിരി ചെറിയ കോടാലി.

കൈക്കോട്ടു. ന. ഇമ്പാ.

കൈക്കോൽ. ന. ൧, മുളകൊണ്ടുള്ള വലിയ കോൽ, കഴക്കോൽ. ൨, ഒരു മാതിരി വടി.

കൈക്കോളൻ. ന. വസ്ത്രം നെയ്യുന്നവരിൽ ഒരു ജാതിക്കാരൻ.

കൈക്കോളാമ്പി. ന. ഒരു മാതിരി ചെറിയ കോളാമ്പി.

കൈക്കോഴ. ന. കൈക്കൂലി.

കൈങ്കൎയ്യം. ന. കിങ്കരന്റെ സ്വഭാവം, ഭൃത്യന്റെ അവസ്ഥ.

കൈഞ്ഞോട്ടു; കൈക്കോട്ടു. ന. രണ്ടു കൈത്തണ്ടുകളുടേയും മടക്കുകൾ കൂട്ടിച്ചേൎക്കുന്ന പേർ.

കൈച്ചരടു. ന. ഏവുകാരുടെ കയ്യിൽ കെട്ടുന്ന ഒരു ചരടു.

കൈച്ചാത്തു. ന. തങ്ങളുടെ ദ്രവ്യത്തിന്നു താൻ തന്നേ എഴുതി വച്ചിരിക്കുന്ന കണക്കു.

കൈച്ചിത്രം. ന. കൈകൊണ്ടുണ്ടാക്കുന്ന ചിത്രം, കൈവേലയുടെ ഭംഗി.

കൈച്ചീട്ടു. ന. ൧, കടം വാങ്ങിക്കുന്നവൻ എഴുതിക്കൊടുക്കുന്ന എഴുത്തു. ൨, കുററക്കാരനെക്കൊണ്ടും മററും സൎക്കാരിൽനിന്നു എഴുതി വെപ്പിക്കുന്ന എഴുത്തു.

കൈച്ചുറുക്കു. ന. കൈകൊണ്ടുള്ള വേലകളിലെ വേഗം.

കൈച്ചോദ്യം. ന. ഏതൊരു വസ്തു എങ്കിലും തന്റെ പക്കലിരിക്കുമ്പോൾ അതിന്നുണ്ടാകുന്ന നാശം, കൈമോശം.

കൈച്ചേതം. ന. മേല്പറഞ്ഞ അൎത്ഥം.

കൈടഭജിത്തു. ന. വിഷ്ണു.

കൈഡൎയ്യം. ന. ൧, കുമ്പിൾ മരം. ൨, കറിവേപ്പു.

കൈത. ന. ൧, പൂക്കൈത. ൨, വിടകൈത. ൩, തഴക്കൈത. ൪, തിന്മാൻ കൊള്ളുന്നതായ ചക്കയുണ്ടാകുന്ന ഒരു മാതിരി കൈത.

കൈതകം. ന. കേതകീപുഷ്പം, കൈതപ്പൂവു.

കൈതച്ചക്ക. ന. കൈതയുടെ കായ്.

കൈതമുല. ന. കൈതയുടെ തണ്ടിൽ നിന്നിറങ്ങുന്ന ഒരു മാതിരി വേരു.

കൈതമൂക്കൻ. ന. ഒരു മാതിരി പാമ്പു.

കൈതവം. ന. വ്യാജം.

കൈതവകം. ന. ചൂതു.

കൈതവേട്ടു. ന. കൈതമുല.

കൈതൊഴുന്നു. തു. വാൻ. (കൈ.) സ. ക്രി. കൈകൊണ്ടു വന്ദിക്കുന്നു.

കൈത്തണ്ടു. ന. കയ്യുടെ തണ്ടു.

കൈത്തരിപ്പു. ന. ൧, കയ്യിലുണ്ടാകുന്ന ഒരു സുഖക്കേടു. ൨, കയ്യുക്കു.

കൈത്തലം. ന. കയ്യുടെ അകം, ഉള്ളൻകൈ.

കൈത്തളിർ. ന. ഉള്ളൻകൈ.

കൈത്താർ. ന. താമരപ്പൂ പോലെ ഭംഗിയുള്ള കൈ.

കൈത്താളം. ന. ൧, ഒരു വാദ്യം, കൈമണി. ൨, കൈകൊണ്ടു തന്നേ താളം പിടിക്കുക.

കൈത്തിരി. ന. കൊളുത്തി കയ്യിൽ കൊണ്ടുപോകുന്ന തിരി.

കൈത്തുഴ. ന. വള്ളത്തിൽ കേറിയാൽ മറെറാരു സാധനം കൂടാതെ കൈ കൊണ്ടു തന്നേ തുഴയുക.

കൈത്തോക്കു. ന. ഒരു മാതിരി ചെറിയ തോക്കു.

കൈത്തോട്ടു. ന. ആററിൽനിന്നും മററും വെള്ളം കൊണ്ടുപോകുന്നതിന്നുണ്ടാക്കിയ ചെറിയ തോടു.

കൈത്തോൽ. ന. വില്ലന്മാർ എയ്യുമ്പോൾ ഇടത്തുകയ്യിൽ കെട്ടുന്ന ഒരു തോൽ.

കൈദാരകം. അല്ലെങ്കിൽ, **കൈദാരികം.** ന. വിളഭൂമിയുടെ കൂട്ടം, വലുതായുള്ള കൃഷിസ്ഥലം, വയൽ.

കൈദാൎയ്യം. ന. മേല്പറഞ്ഞ അൎത്ഥം.

കൈനഖം. ന. കയ്യുടെ വിരലുകളുടെ അററത്തു നില്ക്കുന്ന അസ്ഥി.

കൈനാട്ടു. ന. പരിശയുടെ അകത്തു പിടിക്കുന്നതിന്നുള്ള ഒരു പണി.

കൈനാറി. ന. മണമുള്ള ഒരുമാതിരി പൂച്ചെടി.

കൈനിദാനം. ന. കൈകൊണ്ടു കനം നോക്കുക.

കൈനില. ന. സൈന്യങ്ങൾ യുദ്ധത്തിന്നു പുറപ്പെട്ടു ചെന്നു പാൎക്കുന്ന സ്ഥലം, പടവീടു.

കൈനിറെ. അ. കയ്യിൽ നിറെച്ചു.

കൈനീട്ടം. ന. ൧, കയ്യുടെ നീളം. ൨, ഒന്നാമതു കൊടുക്കയൊ വാങ്ങിക്കയൊ ചെയ്തു.

കൈനീട്ടുന്നു. ട്ടി. വാൻ. (കൈ.) അ. ക്രി. കൈ നിവൎക്കുന്നു.

കൈനേട്ടം. ന. താൻ സമ്പാദിച്ചിട്ടുള്ള ധനം.

കൈനൊടിക്കുന്നു. ച്ചു. പ്പാൻ. (കൈ.) അ. ക്രി. കഴവിരലും പെരുവിരലും കൂട്ടിത്തള്ളിപ്പിക്കുന്നു.

കൈനൊടിപ്പു. ന. മേൽ പറഞ്ഞ വിരലുകൾകൊണ്ടുണ്ടാക്കുന്ന ശബ്ദം.

കൈനോക്കുന്നു. ക്രി. വാൻ. (കൈ.) അ. ക്രി. കയ്യിലെ വരകളെ നോക്കി ഗുണത്തിന്റെയൊ ദോഷത്തിന്റെയൊ ലക്ഷണം അറിയുന്നു.

കൈനോട്ടം. ന. ൧, കൈ നോക്കി ലക്ഷണം അറിക. ൨, നാഡിപിടിത്തം.

കൈനോട്ടക്കാരൻ. ന. കൈനോട്ടം പഠിച്ചിട്ടുള്ളവൻ.

കൈപഴക്കം. ന. ൧, കൈകൊണ്ടു പ്രവൃത്തിച്ചിട്ടുണ്ടായ ഒരു വശത. ൨, പെരുമാററംകൊണ്ടുണ്ടായ പഴക്കം.

കൈപാട്ടു. ന. ൧, കൈവേല. ൨, മറെറാരുത്തന്റെ അധികാരത്തിൻ കീഴ. ൩, കൈകൊണ്ടു ചെയ്യുന്നതിന്നു സ്വാധീനം.

കൈപിടി. ന. ആയുധങ്ങളുടെയും മററും പിടിക്കുന്നതിന്നുള്ള ഭാഗം.

കൈപിടിക്കുന്നു. ച്ചു. പ്പാൻ. (കൈ.) അ. ക്രി. കയ്യേൽ പിടിക്കുന്നു. സ. ക്രി. കൈകൊണ്ടു പിടിക്കുന്നു.

കൈപിടിത്തം. ന. ൧, കൈകൊണ്ടു പിടിക്ക. ൨, കയ്യേൽപിടിക്ക. ൩, വിവാഹം.

കൈപ്പു. ന. ആറു രസങ്ങളുള്ളതിൽ ഒന്നു.

കൈപ്പു. ന. ൧, പാവൽ. ൨, ഒരു മത്സ്യം.

കൈപ്പക്കാ. ന. പാവല്ക്കായ്.

കൈപ്പച്ചീര. ന. കൈപ്പുള്ള ചീര.

കൈപ്പച്ചോർ. ന. ഒരു വള്ളി.

കൈപ്പട. ന. ൧, താൻ തന്നേ എഴുതിയതു, കയ്യക്ഷരം. ൨, കൈവേല.

കൈപ്പടം. ന. കയ്യുടെ പത്തി.

കൈപ്പണം. ന. ൧, ഉടനെ കൊടുക്കുന്ന വില, രൊക്കവില. ൨, കയ്യിലുള്ള ധനം.

കൈപ്പത്തി. ന. കയ്യുടെ കഴെക്കു താഴത്തേ ഭാഗം.

കൈപ്പത്തില. ന. കൈപ്പച്ചീര.

കൈപ്പലക. ന. ൧, തോൾപലക. ൨, ചക്രം എണ്ണുന്നതിന്നുള്ള പലക.

കൈപ്പററുന്നു. സ. ക്രി. ഏററുവാങ്ങുന്നു.

കൈപ്പഴുതു. ന. കൈ കടക്കുന്നതിന്ന മാത്രമുള്ള ദ്വാരം.

കൈപ്പാണി. ന. കുമ്മായം തേക്കുമ്പോൾ നിരപ്പവരുത്തുന്ന പലക.

കൈപ്പാര. ന. ഒരു മാതിരി ചെറിയ പാര.

കൈപ്പിടി. ന. കൈകൊണ്ടു പിടിക്കുക.

കൈപ്പിഴ. ന. തന്റെ കയ്യിൽനിന്നുണ്ടായ കുററം, കൈമോശം.

കൈപ്പുണ്യം. ന. ചിലരുടെ കൈകൊണ്ടു പ്രവൃത്തിച്ചാൽ ഉണ്ടാകുന്ന ഒരു വിശേഷ ഗുണം.

കൈപ്പൂണി. ന. ഒരു മാതിരി തൈ.

കൈപ്പെട്ടകം. ന. ചെറിയ പെട്ടി.

കൈപ്പൊരുത്തം. ന. കൈപ്പുണ്യം.

കൈപ്പൊരുൾ. ന. കൈമുതൽ.

കൈമ. ന. ൧, അധികാരം. ൨, ശക്തി.

കൈമടക്കം. ന. ൧, മാരിദ്ര്യം. ൨, ചുരുട്ടിപ്പിടിച്ച കൈ. ൩, കൈക്കൂലി.

കൈമണി. ന. ഓടുകൊണ്ടുള്ള ഒരു വാദ്യം.

കൈമതിൽ. ന. ചെറിയ മതിൽ.

കൈമരം. ന. പിച്ചാത്തിയുടെയുമ്മററും പിടി, മരപ്പിടി, പിടി.

കൈമൾ; കയ്മൾ; കൈമ്മൾ. ന. ൧, നായന്മാരുടെ ഇടയിൽ ഒരു സ്ഥാനപ്പേര. ൨, കമ്മാളന്മാർ നായന്മാരെ എല്ലാവരെയും പറയുന്ന ബഹുമാനപ്പേര.

കൈമറിച്ചിൽ. ന. ൧, ഒരുത്തന്റെ ദ്രവ്യം മറെറാരുത്തന്റേതാകിത്തിക്ക. ൨, ഒരുത്തന്റെ മുതൽ എടുത്തു മറെറാരു വകെക്കു ചെലവിടുകയൊ മറെറാ ചെയ്ക, കൈമാററം.

കൈമാട്ടു. ന. പിച്ചാത്തിപ്പിടിയുമ്മററും.

കൈമാറാപ്പു. ന. ചെറിയ ഭാണ്ഡം, കൊച്ചു തുണിക്കെട്ടു.

കൈമാറുന്നു. റി. വാൻ. (കൈ.) അ. ക്രി. ഒരു കയ്യിലിരിക്കുന്നതിനെ മറെറകയ്യിൽ പിടിക്കുന്നു. ൨, വല്ലതും ഒരുത്തന്റെ കയ്യിൽനിന്നു വാങ്ങിച്ചു മറെറാരുത്തനു കൊടുക്കയൊ മറെറാ ചെയ്യുന്നു. കൈമാററുന്നു. സ. ക്രി.

കൈമാററം. ന. കൈമറിച്ചിൽ.

കൈമിടുക്കു. ന. സാമർത്ഥ്യം, കയ്യുററം.

കൈമുട്ടു. ന. കൈത്തണ്ടിന്റെ നടുവിലെ മടക്കിന്റെ പിൻ ഭാഗത്തു മുഴുപ്പായുമററുമില്ലാഞ്ഞിട്ടുള്ള സുഖക്കേടു.

കൈമുതൽ. ന. കയ്യിലിരിക്കുന്ന ധനം, തനതു ധനം.

കൈമുത്തു. ന. കൈ പിടിച്ചു മുഖത്തു ചേർക്ക.

കൈമുത്തുപണം. ന. കൈമുത്തുന്നവൻ മെത്രാന്നും മററും കൊടുക്കുന്ന കാഴ്ചപ്പണം.

കൈമെത്ത. ന. ഒരു മാതിരി തലയിണ.

കൈമോതിരം. ന. കയ്യുടെ വിരലിലിടുന്ന പൊന്മോതിരവും മററും.

കൈമോശം. ന. വല്ല വസ്തുവിന്നും തന്റെ പക്കൽ ഇരിക്കുമ്പോൾ ഉണ്ടായ നാശം, കൈക്കുററം.

കൈയമ്പു. അല്ലെങ്കിൽ, കയ്യമ്പു. ന. ഒരു മാതിരി ചെറിയ ആയുധം.

കൈരവം. ന. വെളുത്ത ആമ്പൽ.

കൈരവൻ. ന. ൧, ചൂതുകളിക്കാരൻ, ചതിവൻ. ൨, ശത്രു.

കൈരവിണീ. ന. ആമ്പൽ പൊയ്ക, ആമ്പൽക്കൂട്ടം.

കൈരവി. ന. നിലാവു.

കൈരളി. ന. മലയാള ഭാഷ.

കൈരൊക്കം. വി. ഉടനെ കൊടുത്ത.

കൈലാസം. ന. ഒരു പർവ്വതം.

കൈലേസു. ന. മുഖം തുടെപ്പാനു പ്രയോഗിക്കുന്ന ചെറിയ തുണിക്കഷണം.

കൈവട്ടക. ന. ഓടുകൊണ്ടുള്ള ഒരു ചെറിയ പാത്രം.

കൈവണക്കം. ന. കൈകൊണ്ടു വന്ദിക്കുക, തൊഴുക.

കൈവക്കത്തു. ന. കൈവേലയിലെ ഗുണം, കൈപ്പുണ്യം.

കൈവൎത്തൻ. ന. മുക്കുവൻ.

കൈവൎത്തി. ന. ഫഴിമുത്തെങ്ങാ.

കൈവൎത്തിമുസ്തകം. ന. മേല്പറഞ്ഞ അൎത്ഥം.

കൈവലച്ചിൽ. ന. ധനമില്ലാഞ്ഞിട്ടുള്ള ഞെരുക്കം.

കൈവല്യം. ന. ലോകകാൎയ്യത്തിൽനിന്നൊഴിക, മോക്ഷം, മുക്തി.

കൈവശം. വി. സ്വാധീനമായുള്ള.

കൈവള.

കൈവഴി. ന. ആററിൻെറയും മററും ശിഖരം, ആററുകാൽ.

കൈവഴിച്ചെല്ലും. ന. തിരുവിതാംകൂർ രാജാവിൻെറ ഭണ്ഡാരം.

കൈവാക്ക. ന. ൧, നിഗ്രഹിക്കാകുന്ന കാൎയ്യം. ൨, കയ്യേൽ. ൩, അവസരം.

കൈവായ്പ. ന. മുട്ടുവായ്പ, കടം.

കൈവാശി. ന. ചെലവു നീക്കി ശേഷിച്ച മുതൽ.

കൈവാളസ്സഞ്ചി. ന. ശീലകൊണ്ടുള്ള ഒരു മാതിരി സഞ്ചി.

കൈവാൾ. ന. ചെറിയ അറുപ്പുവാൾ.

കൈവാഴ്ച. ന. രാജ്യം ഭരിക്കുക.

കൈവിടുന്നു. ട്ടു. വാൻ. (കൈ.) സ. ക്രി. ൧, ഉപേക്ഷിക്കുന്നു. ൨, പിടിച്ചതിൽനിന്നു കൈ എടുക്കുന്നു.

കൈവിധേയം. ന. കൈവശം.

കൈവിരൽ. ന. കയ്യുടെ വിരൽ.

കൈവില. ന. ഉടനെ കൊടുക്കുന്ന വില, രൊക്കവില.

കൈവിലങ്ങു. ന. കുററക്കാരും ഭ്രാന്തന്മാരും കയ്യിലിടുന്ന വിലങ്ങു.

കൈവിഷം. ന. ഭക്ഷണത്തോടു കൂട്ടികൊടുക്കുന്ന വിഷം.

കൈവിളക്ക. ന. കയ്യിൽ കൊണ്ടുനടക്കുന്ന ഒരു വിളക്ക, കോൽവിളക്ക.

കൈവീചുന്നു; കൈവീശുന്നു. ചി. വാൻ. (കൈ.) അ. ക്രി. കൈ ആട്ടുന്നു.

കൈവീച്ച. ന. നടക്കുമ്പോൾ ഉണ്ടാകുന്ന ഒരു കയ്യുടെ ഇളക്കം.

കൈവെടിയുന്നു. ഞ്ഞു. വാൻ. (കൈ) സ. ക്രി. ഉപേക്ഷിക്കുന്നു.

കൈവേഗം. ന. കൈവേലകളിലെ ചുറുക്ക.

കൈവേല. ന. കൈകൊണ്ടുള്ള പ്രവൃത്തി.

കൈശമ്പളം. ന. തനതുവേലക്കാൎക്കു കൊടുക്കുന്ന ശമ്പളം.

കൈശികം. ന. പിന്നിയ തലമുടി.

കൈശികീ. ന. ശൃംഗാരം.

കൈശോരം. ന. ബാല്യം.

കൈശ്യം. ന. പിന്നിയ തലമുടി.

കൊ

കൊക്ക. ന. ൧, കണ്ടത്തിലിരിക്കുന്ന ഒരു മാതിരി പക്ഷി. ൨, പക്ഷിയുടെ ചുണ്ടു. ൩, പെടക്കോഴിയുടെ കരച്ചിൽ. ൪, മാനിൻെറ നിലവിളി.

കൊക്കര. ന. കൈകൊണ്ടു കാട്ടുന്ന ഒരു നിന്ദ.

കൊക്കരണി. ന. ഒരു മാതിരി പൊയ്ക, പുഷ്കരിണി.

കൊക്കി. ന. ഒരാഭരണം.

കൊക്കുന്നു. ക്കി. വാൻ. (കൊക്ക.) അ. ക്രി. കോഴിയൊ മാനോ ശബ്ദിക്കുന്നു.

കൊങ്ക. ന. സ്ത്രീകളുടെ മുല.

കൊങ്കണൻ. അല്ലെങ്കിൽ, **കൊങ്കണി.** ന. കൊങ്കണദേശക്കാരൻ.

കൊങ്കണം. ന. കൊങ്കണദേശം.

കൊങ്ങു. ന. പാലക്കാട്ടുശേരിക്കു കിഴക്കുള്ള ഒരു ദേശം.

കൊങ്ങൻ. ന. ൧, കൊങ്ങുദേശക്കാരൻ. ൨, കൊങ്ങിലെ രാജാവു.

കൊങ്ങാ. ന. കഴുത്തു.

കൊച്ച. വി. ചെറിയ.

കൊച്ചൻ. വി. ന. ചെറിയവൻ.

കൊച്ചങ്ങ. ന. നാളികേരം മുററുംമുമ്പു അതിൻെറ ചൊട്ടപ്രായത്തിലുള്ള പേരു, വെള്ളയ്ക്കാ.

കൊച്ചമ്മ. ന. ൧, അമ്മയുടെ അനുജത്തി. ൨, യജമാനത്തി.

കൊച്ചി. ന. ഒരു നഗരം.

കൊച്ചിലത്തിപ്പുല്ലു. ന. ഒരു പുല്ലു.

കൊച്ചുവാക്ക. ന. ചുരുങ്ങിയ വാക്ക.

കൊച്ചുള്ളവാക്ക. ന. ചീത്തവാക്ക.

കൊഞ്ചു. ന. ഒരു വക മത്സ്യം.

കൊഞ്ചൽ. ന. ചെറിയ പൈതങ്ങളെ കളിപ്പിക്കുക, പൈതങ്ങളോടു കളിക്ക.

കൊഞ്ചുന്നു. ഞ്ചി. വാൻ. (കൊഞ്ച.) അ. ക്രി. കൊച്ചുപൈതങ്ങളെ കളിപ്പിപ്പാൻ അവരോടു കളിവാക്ക പറകയുംമററും ചെയ്യുന്നു.

കൊഞ്ഞ. ന. അക്ഷരം നല്ലവണ്ണം തെളിയാതെയുള്ള വാക്ക.

കൊഞ്ഞനം. ന. ചൊടികൊണ്ടു കാണിക്കുന്ന ഒരു ഗോഷ്ഠി, കോക്കിറി.

കൊഞ്ഞൻ. വി. ന. കൊഞ്ഞക്കാരൻ.

കൊഞ്ഞുന്നു. ഞ്ഞി. വാൻ. (കൊഞ്ഞ.) അ. ക്രി. കൊഞ്ഞ പറയുന്നു.

കൊടന്ന. ന. ഒന്നൊ രണ്ടൊ കൈ നിറെച്ചുള്ള അളവു.

കൊടപ്പിലാവു. ന. ഒരു വൃക്ഷം.

കൊടി. ന. ൧, കൊടിക്കൂറ. ൨, വെററിലക്കൊടി. ൩, മുളകുകൊടി. ൪, ചില മൃഗങ്ങളുടെ വാലുമ്മേലുണ്ടാരിക്കുന്ന വെളുത്ത അടയാളം. ൫, പൊക്കിൾക്കൊടി.

കൊടിക്കാരൻ. ന. കൊടിക്കൂറ എടുത്തു നടക്കുന്നവൻ.

കൊടിക്കൂറ. ന. കൊടിമരത്തിൻെറ മുകളിൽ തൂക്കുന്നതിനുംമററും ശീലകൊണ്ടുണ്ടാക്കുന്ന സാധനം.

കൊടിക്കോൽ. ന. കൊടിക്കൂറയുടെ കോൽ.

കൊടിക്കൊഴിഞ്ഞിൽ. ന. ഒരു മാതിരി കാട്ടുതൈ.

കൊടിച്ചി. ന. ൧, പശു. ൨, പെണ്ണട്ടി. ൩, [illegible] ചില സ്ത്രീകളെ പറയുന്ന ഒരു ശകാരപ്പേർ.

കൊടിഞാലി. ന. വെററിലക്കൊടിയിൽനിന്നു തൂങ്ങിവരുന്ന വള്ളി.

കൊടിഞ്ഞ. ന. ഒരു മാതിരി തലക്കുത്തു.

കൊടിഞ്ഞക്കുത്തു. ന. മേല്പറഞ്ഞ അൎത്ഥം.

കൊടിത്തൂവ. ന. തൊട്ടാൽ ചൊറിയുന്ന ഒരു പച്ചമരുന്നു.

കൊടിനട്ടുവു. ന. മനുഷ്യരുടെ അര.

കൊടിപ്പാല. ന. ഒരു മരുന്നുതൈ.

കൊടിമരം. ന. കൊടിക്കൂറ തൂക്കുന്നതിന്നായിട്ടു നാട്ടുന്ന മരം.

കൊടിയ. വി. ഭയങ്കരമായ, വലിയ.

കൊടിയാവണക്ക. ന. ഒരു മരുന്നുചെടി.

കൊടിയിടുന്നു. ട്ടു. വാൻ. (കൊടി.) അ. ക്രി. വെററിലക്കൊടിയൊ മുളകുകൊടിയൊ നടുന്നു.

കൊടിയിറക്കുന്നു. ക്കി. വാൻ. (കൊടി.) അ. ക്രി. കൊടിമരത്തിൽനിന്നു കൊടിക്കൂറ താഴെയിറക്കുന്നു.

കൊടിയേറുന്നു. റി. വാൻ. (കൊടി.) അ. ക്രി. ൧, കൊടിക്കൂറ കൊടിമരത്തിൻെറ മുകളിലേക്കു കയറുവഴി കേറുന്നു. ൨, ഉത്സവം തുടങ്ങുന്നു.

കൊടിയേററു. ന. ഉത്സവം.

കൊടിൽ. ന. തീയിൽനിന്നെടുക്കുന്നതിന്നുംമററുമുള്ള ഒരിരുമ്പുസാധനം.

കൊട്ട. അല്ലെങ്കിൽ, **കൊട്ടം.** വി. ൧, ക്രൂരതയുള്ള. ൨, വലുതായ. ൩, ഭയങ്കരമായ.

കൊട്ടക്രൂരം. ന. വലിയ കോപം.

കൊട്ടക്കൽ. ന. കൊട്ടുക്കുക.

കൊട്ടക്കവാങ്ങൽ. ന. പലിശെക്കു കൊടുക്കയും വാങ്ങിക്കയും.

കൊട്ടക്കാപ്പുളി. ന. ഒരു മരം, കുടമ്പുളി.

കൊട്ടക്കുന്നു. ത്തു. പ്പാൻ. (കൊട്ട.) സ. ക്രി. വല്ലതും സമ്മാനമായിട്ടും വിലെക്കായിട്ടും മറെറാരുത്തൻെറ കയ്യിൽ വെക്കയും മററും ചെയ്യുന്നു, നല്കുന്നു. **കൊട്ടപ്പിക്കുന്നു.** കാ. ക്രി.

കൊട്ടങ്കാട്ട. ന. വലിയ മൃഗങ്ങളുള്ള കാട്ട.

കൊട്ടങ്കാററു. ന. അതിശക്തിയുള്ള കാററു.

കൊട്ടക്കൈ. ന. ൧, കിടക്കുമ്പോഴൊ മറെറാ തലയിൽ ചേരുന്നതിന്നായിട്ടു മുട്ടുകുത്തി വളച്ച കൈ. ൨, കഠിനമായ പ്രവൃത്തി.

കൊട്ടങ്ങ. ന. വാങ്ങിയത്തിൽനിന്നു അരത്തിലേക്കു കൊടുക്കുന്ന മരം.

കൊട്ടതാകുന്നു. യി. വാൻ. (കൊട്ടത.) അ. ക്രി. ൧, വലുതാകുന്നു. ൨, ഭയങ്കരമാകുന്നു.

കൊട്ടന്തൊഴുത്തു. ന. ഇടുകുറഞ്ഞ തൊഴുത്തു, ഇട്ടക്കൂട.

കൊട്ടപ്പം. ന. കട്ടപ്പം, ഭയങ്കരത്വം.

കൊട്ടമ. ന. മേല്പറഞ്ഞ അർത്ഥം.

കൊട്ടമ്പാപി. വി. ന. അധികം പാപം ചെയ്യുന്നവൻ.

കൊട്ടമ്പിരി. ന. ക്രമക്കേടായി അധികമായുള്ള പിരി.

കൊട്ടമ്പുളി. വി. അധികം പുളിയുള്ള.

കൊട്ടമ്പുളി. ന. അധികമായുള്ള പുളിപ്പു.

കൊട്ടമുടി. ന. മലയുടെ ശിഖരം.

കൊട്ടവാൾ. ന. ഒരുമാതിരി വെട്ടുകത്തി.

കൊട്ടവെയിൽ. ന. അധികം ചൂടുള്ള വെയിൽ.

കൊട്ടവേലി. ന. ഒരുവക പച്ചമരുന്നു. ൧, ചെത്തിക്കൊട്ടവേലി. ൨, തുമ്പക്കൊട്ടവേലി. ൩, നിലക്കൊട്ടവേലി.

കൊട്ടവൈരം. ന. മഹാമത്സരം.

കൊട്ട്. ന. ൧, വാദ്യങ്ങളെ കോലുകൊണ്ടു ശബ്ദിപ്പിക്ക. ൨, വടികൊണ്ടു തല്ലുക. ൩, കിഴുക്കുക.

കൊട്ട. വി. ഉണങ്ങിയ. ഇതു തേങ്ങാ പാക്കു മുതലായിട്ടു ചിലതിനോടു ചേരും.

കൊട്ട. ന. ഓട്ടലും മററും കൊണ്ടുണ്ടാക്കുന്ന ഒരുമാതിരി പാത്രം.

കൊട്ടക്കോരിക. ന. വെള്ളം കോരുന്നതിന്നായിട്ടു മരംകൊണ്ടൊ ചെമ്പുകൊണ്ടൊ ഉണ്ടാക്കിയ ഒരുമാതിരി പാത്രം.

കൊട്ടടെക്കാ. ന. ഉണങ്ങിയ പാക്കു.

കൊട്ടണത്തരി. ന. ഉണക്കില്ലാത്ത മുഴുത്തയരി, അവെക്കാത്ത അരി.

കൊട്ടണം. ന. കൊട്ടണത്തരി.

കൊട്ടത്തളം. ന. കരിങ്കല്ലുകൊണ്ടു കിണററിൻെറ അടുക്കൽ ഉണ്ടാക്കുന്ന കൽത്തളിരം.

കൊട്ടത്തേങ്ങാ. ന. ഉണങ്ങിയ തേങ്ങാ.

കൊട്ടപ്പാട്ട. ന. പറമ്പിൻെറ അതിരായുള്ള കയ്യാലയുടെ അരികു.

കൊട്ടമണ്ണു. ന. ഒരു കൊട്ടയിൽ കൊള്ളുന്ന മണ്ണു.

കൊട്ടപ്പാലം. ന. ഓലകൊണ്ടുണ്ടാക്കുന്ന ഒരുമാതിരി വസ്തം.

കൊട്ടം. ന. ഒരങ്ങാടിമരുന്നു.

കൊട്ടയാട്ടുന്നു. ടി. വാൻ. (കൊട്ട.) അ. ക്രി. ൧, കുടുങ്ങുന്നു, കലുങ്ങുന്നു. ൨, ഞെരുങ്ങുന്നു, പ്രയാസപ്പെടുന്നു. **കൊട്ടയാട്ടുന്നു.** സ. ക്രി.

കൊട്ടയാട്ടം. ന. ൧, കുടുക്കം. ൨, ഞെരുക്കം, ബുദ്ധിമുട്ട.

കൊട്ടാരം. ന. ൧, ചില രാജാക്കന്മാരുടെ രാജധാനി. ൨, ക്ഷേത്രത്തിലെ വകയായ ഭവനം.

കൊട്ടി. ന. ൧, വെള്ളത്തിലുള്ള ഒരു തൈ. ൨, ചില സ്ത്രീകളുടെ കഴുത്തിൽ കെട്ടുന്ന ആഭരണം. ൩, കാളയുടെ കഴുത്തിൽ കെട്ടുന്ന ഒരു വസ്തു.

കൊട്ടിക്കിഴങ്ങ. ന. വെള്ളത്തിലുണ്ടാകുന്ന ഒരുമാതിരി തൈയുടെ കിഴങ്ങു.

കൊട്ടിച്ചിരിക്കുന്നു. ച്ചു. പ്പാൻ. (കൊട്ടി.) സ. ക്രി. കൈ കൊട്ടിച്ചിരിക്കുന്നു.

കൊട്ടിച്ചൊരിയുന്നു. ഞ്ഞു. വാൻ. (കൊട്ടി.) സ. ക്രി. കുടഞ്ഞിടുന്നു.

കൊട്ടിത്തരിക്കുന്നു. ച്ചു. പ്പാൻ. (കൊട്ടി.) അ. ക്രി. രോമാഞ്ചമുണ്ടാകുന്നു.

കൊട്ടിത്തരിപ്പു. ന. രോമാഞ്ചം.

കൊട്ടിപ്പാട്ട. ന. കൊട്ടുമ്പോൾ കൂടെയുള്ള പാട്ട.

കൊട്ടിയറിയിക്കുന്നു. ച്ചു. പ്പാൻ. (കൊട്ടി.) സ. ക്രി. വിളംബരം അറിയിക്കുന്നു.

കൊട്ടിൽ. ന. ൧, കമ്മാളന്മാരുടെയും മററും വീട. ൨, കുടിൽ. ൩, നെടുമ്പുര.

കൊട്ടുകാൽ. ന. നടക്കുമ്പോൾ തമ്മിൽ കൂട്ടിമുട്ടുന്ന കാൽ.

കൊട്ടുകോൽ. ന. വാദ്യങ്ങളിൽ കൊട്ടുവാനുള്ള കോൽ.

കൊട്ടുതടി. അല്ലെങ്കിൽ, **കൊട്ടുപിടി.** ന. ആശാരിയുടെ പണിക്കോപ്പുകളിൽ ഒന്നു.

കൊട്ടുന്നു. ട്ടി. വാൻ. (കൊട്ട.) സ. ക്രി. ൧, വാദ്യങ്ങളിൽ അടിച്ചു ശബ്ദിക്കുകയും തല്ലുകയും മററും ചെയ്യുന്നു. ൨, മുട്ടിക്കുടയുന്നു. **കൊട്ടിക്കുന്നു.** കാ. ക്രി.

കൊട്ടുപണി, ന. പിച്ചളയുംമററും കൊണ്ടുള്ള പണി.

കൊട്ടുമുഴക്കം. ന. വാദ്യശബ്ദത്തിൻെറ പെരുപ്പം.

കൊട്ടുവടി. ന. കൊട്ടുകോൽ.

കൊട്ടോട്ട. ന. വെള്ളോട്ട.

കൊണ്ട. ന. സ്ത്രീകൾക്കു ഒരുവശത്തേക്കു കെട്ടിവെച്ച തലമുടി.

കൊണ്ടു. അ. ഉദ്ദേശികാവിഭക്തിയുടെ അർത്ഥത്തിനായിട്ടു ചേരുന്ന പ്രത്യയം. ഉ-ം. അവനായിക്കൊണ്ടു.

കൊണ്ടൽ ന. ൧, മേഘം. ൨, കുറുപ്പു കൃമി.

കൊണ്ടൽവണ്ണൻ. ന. ശ്രീകൃഷ്ണൻ.

കൊണ്ടൽവേണി. ന. ഏററം കറുത്ത തലമുടിയുള്ള സ്ത്രീ.

കൊണ്ടവാറു. അ. വാങ്ങിച്ചപ്രകാരം.

കൊണ്ടാടുന്നു. ടി. വാൻ. (കൊണ്ടാട.) സ. ക്രി. ൧, പ്രശംസിക്കുന്നു, സ്തുതിക്കുന്നു. ൨, സന്തോഷിച്ചു തലകുലുക്കുന്നു.

കൊണ്ടാട്ടം. ന. ൧, സ്തുതിച്ചുപറക. ൨, ആദരിച്ചും സന്തോഷിച്ചും തലകുലുക്കുക. ൩, ഉപ്പേരി വറുക്കുന്നതിന്നായിട്ടു കുമ്പളങ്ങായും മററും നുറുക്കി ഉപ്പിലിട്ടുണക്കിയതു, വത്തൽ.

കൊണ്ടി. വി. ഇണക്കമില്ലാത്ത, അനുസരണമില്ലാത്ത.

കൊണ്ടി. ന. പശു കറപ്പിക്കാതെ ഇരിക്കുന്നതിന്നുവേണ്ടി ചെയ്യുന്ന ഒരു ക്ഷുദ്രം.

കൊണ്ടിയിടുന്നു. ട്ടു. വാൻ. (കൊണ്ടി.) സ. ക്രി. പശു കറപ്പിക്കാതിരിപ്പാൻ ക്ഷുദ്രം ചെയ്യുന്നു.

കൊണ്ടിരിക്കുന്നു. ന്നു. പ്പാൻ. (കൊണ്ടു.) അ. ക്രി. ൧, ചേൎന്നിരിക്കുന്നു. ൨, കൈവശത്തിലിരിക്കുന്നു.

കൊണ്ടിളെക്കുന്നു. ച്ചു. പ്പാൻ. (കൊണ്ടു.) സ. ക്രി. ആയുധങ്ങളൊ മറ്റൊ കൊണ്ടുകേറി മറുവശത്തു കടക്കുന്നു.

കൊണ്ടുചാടുന്നു. ടി. വാൻ. (കൊണ്ടു.) സ. ക്രി. വേഗത്തിൽ എടുത്തുകൊണ്ടുപോകുന്നു.

കൊണ്ടുനടക്കുന്നു. ന്നു. പ്പാൻ. (കൊണ്ടു.) സ. ക്രി. ൧, കൊണ്ടുപോകുന്നു. ൨, എടുത്തുംകൊണ്ടു സഞ്ചരിക്കുന്നു, ചുമക്കുന്നു. ൩, പ്രസിദ്ധമാക്കുന്നു. ൪, മോഷ്ടിച്ചുകൊണ്ടുപോകുന്നു.

കൊണ്ടുപിടിക്കുന്നു. ച്ചു. പ്പാൻ. (കൊണ്ടു.) അ. ക്രി. ൧, തമ്മിൽ ചേൎന്നിരിക്കുന്നു, കൂടിപ്പററുന്നു. ൨, നല്ല വണ്ണം ഉത്സാഹിക്കുന്നു.

കൊണ്ടുപിടിത്തം. ന. ൧, തമ്മിൽ കൂടിയുറെക്കുക. ൨, നല്ലവണ്ണമുള്ള ഉത്സാഹം.

കൊണ്ടുപോകുന്നു. യി. വാൻ. (കൊണ്ടു.) സ. ക്രി. കൂട്ടിച്ചുകൊണ്ടും എടുത്തുകൊണ്ടും മററും പോകുന്നു.

കൊണ്ടുരസിക്കുന്നു. ച്ചു. പ്പാൻ. (കൊണ്ടു.) അ. ക്രി. നല്ലവണ്ണം മനസ്സിലേക്കു കൊള്ളുകയാൽ അധികം സന്തോഷിക്കുന്നു.

കൊണ്ടുവരുന്നു. ന്നു. വാൻ. (കൊണ്ടു.) സ. ക്രി. ദൂരത്തിരിക്കുന്നതിനെ സമീപത്താക്കുന്നു.

കൊണ്ടൂരുന്നു. രി. വാൻ. (കൊണ്ടു.) അ. ക്രി. അമ്പൊ മറെറാ കൊണ്ടുകേറിയതു തിരികെ ഇറങ്ങുന്നു.

കൊണ്ടൊഴിയുന്നു. ഞ്ഞു. വാൻ. (കൊണ്ടു.) സ. ക്രി. എടുത്തുകൊണ്ടു മാറിപോകുന്നു,

കൊണ്ടോടി. ന. സൂചി.

കൊതി. ന. ൧, ആഗ്രഹം. ൨, ഭക്ഷിച്ചതു ദഹിക്കാഞ്ഞാലുണ്ടാകുന്ന ഒരു ദീനം,

കൊതിക്കുന്നു. ച്ചു. പ്പാൻ. (കൊതി.) സ. ക്രി. ആഗ്രഹിക്കുന്നു.

കൊതിത്തരം.

ൻെറ ശീലം, കൊതിയൻെറ ഒരു സ്വഭാവം.

കൊതിനം. ന. ൧, ഇഞ്ചയുടെയും മററും പുറത്തെത്തൊലി. ൨, നുറുക്ക, ശകലം.

കൊതിപ്പുല്ലു. ന. ഒരുമാതിരി പുല്ലു.

കൊതിപ്പേട്ടു. ന. ഭക്ഷിച്ചവസ്തു ദഹിക്കായ്കയാലുണ്ടാകുന്ന ഏമ്പക്കം.

കൊതിമണം. ന. അജീൎണ്ണത്തിനാലുണ്ടാകുന്ന ഏമ്പക്കത്തിൻെറ ചിത്തമണം.

കൊതിയൻ. വി. ന. കൊതിയുള്ളവൻ.

കൊതിദയല്ക്കുന്നു. റു. പ്പാൻ. (കൊതി.) അ. ക്രി. ഒരുത്തൻ കണ്ടു കൊതിച്ച വസ്തു ഭക്ഷിക്കയാൽ ദീനം വരുന്നു.

കൊതുകു. ന. പറക്കുന്ന ഒരുമാതിരി ചെറിയ പ്രാണി.

കൊതുമ്പു. ന. ൧, തെങ്ങിൻപൂക്കൊലയുടെ പുറമെയുള്ള പോള. ൨, നെൽക്കതിരിൻെറ പുറമെയുള്ളതു.

കൊത്തു. ന. ൧, പക്ഷികളുടെ ചുണ്ടുകൊണ്ടുള്ള പ്രവൃത്തി. ൨, പതുക്കെക്കിളെക്കുക. ൩, അരുവാളിൻെറ ചുണ്ടുകൊണ്ടു കുത്തുക. ൪, വെട്ടുക. ൫, പാമ്പിൻെറ കടി. ൬, തേങ്ങാപ്പൂളു മുതലായ ചില കഷണം. ൭. മരത്തിലൊ കല്ലിലൊ മറെറാ പണിതുണ്ടാക്കിയ ചിത്രം. ൮, കൊത്തിപ്പണിക.

കൊത്തു. ന. ൧, ബന്ധുക്കളുടെയോ തൊഴിലാളികളുടെയോ കൂട്ടം അല്ലെങ്കിൽ കുല. ൨, പിഴിഞ്ഞരിക്കുമ്പോൾ ഉണ്ടാകുന്ന പിരട്ടു.

കൊത്ത. വി. മൂക്കാത്ത.

കൊത്തച്ചക്ക. ന. മൂക്കാത്ത ചക്ക.

കൊത്തമരം. ന. ഒരു മാതിരി വള്ളിപ്പയറു.

കൊത്തമ്പാലരി. ന. ഒരങ്ങാടി മരുന്നു.

കൊത്തൽ. ന. കൊത്തുക.

കൊത്തളം. ന. കോട്ടയുടെ മുകളിലുള്ള വെടിപ്പഴുതു.

കൊത്തി. ന. തോക്കിൻെറ കൊത്തിക്കുന്ന സാധനം.

കൊത്തിനിരത്തുന്നു. ത്തി. വാൻ. (കൊത്തി.) സ. ക്രി. അല്പമായിട്ടു കിളെച്ചു നിലനിരപ്പാക്കുന്നു.

കൊത്തിപ്പിരിക്കുന്നു.

പ്രായം ചെന്ന കുഞ്ഞുങ്ങളെ വേർതിരിക്കുന്നു.

കൊത്തിയെടുക്കുന്നു. ത്തു. പ്പാൻ. (കൊത്തി.) സ. ക്രി. പക്ഷിയൊ മറെറാ ചുണ്ടുകൊണ്ടെടുക്കുന്നു.

കൊത്തിവലിക്കുന്നു. ച്ചു. പ്പാൻ. (കൊത്തി.) സ. ക്രി. ചുണ്ടുകൊണ്ടു പിടിച്ചിഴെക്കുന്നു.

കൊത്തിവിരിക്കുന്നു. ച്ചു. പ്പാൻ. (കൊത്തി.) സ. ക്രി. പക്ഷികൾ മൊട്ടകളിൽനിന്നു കുട്ടികളെ വേർതിരിക്കുന്നു.

കൊത്തിവിളിക്കുന്നു. ച്ചു. പ്പാൻ. (കൊത്തി.) സ. ക്രി. പിടക്കോഴി കുഞ്ഞിനെ വിളിക്കുന്നു.

കൊത്തിൾ. ന. ഒരു വക പക്ഷി.

കൊത്തുകരുവു. ന. കൊത്തിപ്പണിയുന്നതിന്നുള്ള ഉളി.

കൊത്തുന്നു. ത്തി. വാൻ. (കൊത്ത.) സ. ക്രി. ൧, പക്ഷി ചുണ്ടുകൊണ്ടു പ്രവൎത്തിക്കുന്നു. ൨, പതുക്കെക്കിളെക്കുന്നു. ൩, അരുവാച്ചുണ്ടുകൊണ്ടും മററും കുത്തുന്നു. ൪, കരിങ്കല്ലിലും മററും ചില പണി ചെയ്യുന്നു. ൫, ചക്കയൊ പിണ്ടിയൊ മറെറാ ഏററം ചെറുതാക്കി നുറുക്കുന്നു. **കൊത്തിക്കുന്നു.** കാ. ക്രി.

കൊത്തുപണി. ന. കരിങ്കല്ലിലും ആനക്കൊമ്പിലും മററും കുത്തിയുണ്ടാക്കുന്ന ചിത്രം.

കൊത്തുവാൽ. ന. ചില ചന്തകളിലെ ഒരു വിചാരക്കാരൻ.

കൊന്ത. ന. ൧, ഒരു വൃക്ഷം, കൊന്തക്കുരുകൊണ്ടുള്ള മാല.

കൊന്തൻപല്ലു. ന. ഭംഗികേടായിട്ടു ചെരിഞ്ഞൊ പൊങ്ങിയൊ ഇരിക്കുന്ന പല്ലു.

കൊന്തൻപുല്ലു. ന. ഒരു മാതിരി പുല്ലു.

കൊന്തമണി. ന. കൊന്തയുടെ കുരു.

കൊനഷ്ടു; കുനിഷ്ടം; കുനഷ്ടം. ന. വൈഷമ്യം, പ്രയാസം.

കൊന്ന വി. അധികം വലുതായിക്കായിക്കുന്ന സമയം കഴിഞ്ഞു നില്ക്കുന്ന.

കൊന്ന. ന. ഒരു വൃക്ഷം.

കൊന്നത്തെങ്ങു. ന. കായിക്കാതെ വലുതായി നില്ക്കുന്ന തെങ്ങു.

കൊന്നി. ന. കവിൾ.

കൊപ്പു. ന. ൧, ചില ജാതിയിലുള്ള സ്ത്രീകൾ മേകാതിലിടുന്നതിൽ ഒരാഭരണം.

കൊപ്പം. ന. കാട്ടാനയെ പിടിക്കുവാൻ തയാറാക്കുന്ന കുഴി, അപകടം.

കൊപ്പര. അല്ലെങ്കിൽ, കൊപ്ര. ന. ഉണങ്ങിയ തേങ്ങാ.

കൊപ്പിളിക്കുന്നു. ച്ചു. പ്പാൻ. (കൊപ്പിളി.) സ. ക്രി. കവിൾകൊള്ളുന്നു, കുലുക്കുഴിയുന്നു.

കൊമ്പു. ന. ൧, കാള മുതലായവയുടെ തലയിലെ കൊമ്പു. ൨, ആനയുടെ വായിലെ കൊമ്പു. ൩, മരത്തിന്റെ ശിഖരം. ൪, ഊതുന്നതിൽ ഒരു വളഞ്ഞ വാദ്യം. ൫, പല്ലക്കിന്റെ തണ്ടു.

കൊമ്പനാന. ന. ആനയിൽ ആണു, കൊമ്പുള്ളയാന.

കൊമ്പൻ. ന. ൧, കൊമ്പനാന. ൨, ഒരു മത്സ്യം. ൩, നടപ്പുദീനം. ൪, ഊററക്കാരൻ.

കൊമ്പൻചിറാകു. ന. ഒരു വക മത്സ്യം.

കൊമ്പൻനൈ. ന. എരുമപ്പാലിൽ നിന്നുണ്ടാകുന്ന നൈ.

കൊമ്പി. ന. ൧, പശു എരുമ പെണ്ണാടു മുതലായ കൊമ്പുള്ള മൃഗസ്ത്രീകൾ. ൨, ഒരു മത്സ്യം.

കൊമ്പുകാരൻ. ന. കൊമ്പെന്നുള്ള വാദ്യത്തെ ഊതുന്നവൻ.

കൊമ്പേറിമൂക്കൻ. ന. മരത്തിന്റെ കൊമ്പുവഴി സഞ്ചരിക്കുന്ന ഒരു വക പാമ്പു.

കൊയിത്തു. ന. നെല്ലും മററും വിളഞ്ഞാൽ ചെത്തി എടുക്കുക.

കൊയിത്തരുവാൾ. ന. നെല്ലു ചാമ മുതലായവ കൊയ്യുന്നതിന്നുള്ള അരിവാൾ.

കൊയിത്താൾ. ന. കൊയ്യുന്നവർ.

കൊയിത്തുകാരൻ. ന. കൊയ്യുന്നവൻ.

കൊയിത്തുകാലം. ന. കൊയ്യേണ്ടുന്ന സമയം.

കൊയിത്തുകൂട്ടുന്നു. ടി. വാൻ. (കൊയിത്തു.) അ. ക്രി. കൊയിതുകഴിയുന്നു.

കൊയിത്തുപിടിക്കുന്നു. ച്ചു. പ്പാൻ. (കൊയിത്തു.) കൊയ്തുതുടങ്ങുന്നു.

കൊയ്യുന്നു. യ്തു. വാൻ. (കൊയ്തു.) സ. ക്രി. നെല്ലു മുതലായ ധാന്യങ്ങൾ ചെത്തി എടുക്കുന്നു. **കൊയ്യിക്കുന്നു.** കാ. ക്രി.

കൊലവിളി. ന. മരണത്തിന്നു മുമ്പു പുറപ്പെടുവിക്കുന്ന വലിയ ശബ്ദം.

കൊലുവു. ന. ഭാഗ്യം.

കൊലുസ്സു. ന. കാലിലിടുന്ന ഒരാഭരണം.

കൊല്ലക്കുടി. ന. കൊല്ലന്മാരുടെ വീടുകളുടെ കൂട്ടം.

കൊല്ലക്കുറിപ്പു. ന. തോൽകൊണ്ടു വേല ചെയ്യുന്ന ഒരു ജാതിക്കാരൻ.

കൊല്ലത്തി. ന. കൊല്ലന്റെ സ്ത്രീ.

കൊല്ലൻ. ന. ഇരിമ്പു പണിയുന്ന ഒരു ജാതിക്കാരൻ.

കൊല്ലമുളകു. ന. ഒരു മാതിരി വലിയ മുളകു, കപ്പമുളകു.

കൊല്ലം. ന. ൧, സംവത്സരം, ആണ്ടു. ൨, ഒരു ദേശം.

കൊല്ലി. ന. ചിറ, മട, ചെറിയ തോടു.

കൊല്ലാക്കുല. ന. അധികം വേദനപ്പെടുത്തുക.

കൊല്ലി. ന. ൧, കൊല്ലുന്നവൻ. ൨, ഒരു മാതിരി തുമ്പാ, കുന്താണി.

കൊല്ലുന്നു. ന്നു. വാൻ. (കൊന്നു.) സ. ക്രി. ൧, ശരീരത്തിൽനിന്നു ജീവനെ കളയുന്നു. ൨, പഴയതായ പാപരമ്പു മുതലായവയെ നന്നാക്കുന്നു. **കൊല്ലിക്കുന്നു.** കാ. ക്രി.

കൊശി. ന. രുചി, സ്വാദു.

കൊശുവു. ന. കൊശി.

കൊസ്രാക്കൊള്ളി. ന. ഉപദ്രവം, തടസ്സം, വിഘ്നം.

കൊളുത്തു. ന. ൧, തുടലുകളിലും മററും കോക്കുന്നതിന്നു ഇരിമ്പു മുതലായവ കൊണ്ടുണ്ടാക്കിയ ഒരു മാതിരി വളഞ്ഞ സാധനം. ൨, ശരീരത്തിന്നുള്ളിലുണ്ടാകുന്ന ഒരു ദീനം, വിലക്കു. ൩, തീ കൊണ്ടുചെന്നു വല്ലതിലും പിടിപ്പിക്കുക.

കൊളുത്തുന്നു. ത്തി. വാൻ. (കൊളുത്തു.) സ. ക്രി. ഇരിമ്പുകൊണ്ടും മററുമുള്ള കൊളുത്തുകൊണ്ടു സംബന്ധം വരുത്തിയുറപ്പിക്കുന്നു. ൨, തിരിമേലും മററും തീ പിടിപ്പിക്കുന്നു. അ. ക്രി. ശരീരത്തിൽ ഒരു ദീനമുണ്ടാകുന്നു.

കൊൾ. ന. ൧, മുതിര. ൨, കോണു.

കൊള്ള. ന. ൧, വലിയ മോഷണം, കവർച്ച. ൨, പെരുപ്പം.

കൊള്ളകൊട്ടുക്കുന്നു. ത്തു. പ്പാൻ. (കൊള്ള.) സ. ക്രി. ബലമായിട്ടു മോഷ്ടിക്കുന്നു.

കൊള്ളക്കൊട്ടുക്ക. ന. കൊടുക്കയും വാങ്ങിക്കയും ചെയ്ക.

കൊള്ളപ്പട. ന. കവർച്ചയുള്ള യുദ്ധം.

കൊള്ളയിടുന്നു. ട്ടു. വാൻ. (കൊള്ള.) സ. ക്രി. ബലാല്ക്കാരമായിട്ടു മോഷ്ടിക്കുന്നു.

കൊള്ളരുതാത്ത. വി. ചീത്തയായ, ഉപകാരമില്ലാത്ത.

കൊള്ളാകുന്ന. വി. നല്ലതായ, ഉപകാരമുള്ള.

കൊള്ളാകുന്നവൻ. വി. ന. നല്ലവൻ.

കൊള്ളാകുന്നവൾ. വി. ന. നല്ലവൾ.

കൊള്ളാകുന്നു. യി. വാൻ. (കൊള്ള.) അ. ക്രി. നല്ലതായിത്തിരുന്നു.

കൊള്ളാത്ത. വി. ൧, കൊള്ളരുതാത്ത. ൨, പാത്രത്തിലൊ മററൊ ഒതുങ്ങാത്ത.

കൊള്ളായ്ക. ന. ൧, ചീത്തത്വം, നന്മകേടു. ൨, ഒതുങ്ങായ്ക.

കൊള്ളായ്മ. ന. ആകായ്മ, ചീത്തത്വം.

കൊള്ളാം. വി. നല്ല.

കൊള്ളാം. അ. ഇതു സമ്മതിച്ചു പറയുന്ന ഒരു വാക്കു.

കൊള്ളി. ന. തീക്കുനാലോടുകൂടിയിരിക്കുന്ന വിറകു.

കൊള്ളിമിന്നൽ. ന. ൧, തീക്കൊള്ളി വീശുക. ൨, ഇടിവാൾ.

കൊള്ളിമീൻ. ന. ചാടുന്ന ഒരുമാതിരി നക്ഷത്രം.

കൊള്ളിയാൻ. ന. ഇടിവാൾ.

കൊള്ളിയുന്തു. ന. ശരി വേവിക്ക മുതലായി അടുപ്പിൽ സംബന്ധിച്ചുള്ള വേല.

കൊള്ളിയൂട്ടു. ന. ശവം ദഹിപ്പിപ്പാൻ വിറകുണ്ടാക്കിയവൾക്കു കൊടുക്കുന്ന സദ്യ.

കൊള്ളിവാക്കു. ന. കേട്ടാൽ മനസ്സിൽ ചൂടു തോന്നത്തക്കവണ്ണമുള്ള വാക്കു, ചുടുവാക്കു.

കൊള്ളുന്നു. ണ്ടു. വാൻ. (കൊൾ.) സ. ക്രി. വിലെക്കൊ മററൊ വാങ്ങിക്കുന്നു. അ. ക്രി. ൧, പാത്രങ്ങളിലും മററും ഒതുങ്ങുന്നു. ൨, എറികയും മററും ചെയ്താൽ ആയതു വല്ലതിന്മേലും മുട്ടുകയോ കൊണ്ടുകേറുകയോ ചെയ്യുന്നു. ൩, തല്ലിനെ ഏല്ക്കുന്നു, അടികൊള്ളുന്നു. ൪, കൊള്ളാകുന്നതായിത്തിരുന്നു. **കൊള്ളിക്കുന്നു.** കാ. ക്രി.

കൊഴി. ന. ൧, നിലം കുറഞ്ഞ ഒരുമാതിരി ചിത്ത വടി. ൨, കൊഴിക്കുക.

കൊഴിക്കുന്നു. ച്ചു. പ്പാൻ. (കൊഴി.) സ. ക്രി. അരിയും മററും മുറത്തിലിട്ടു കല്ലുകി തരംതിരിച്ചു താഴെ വീഴിക്കുന്നു.

കൊഴിച്ചിൽ, ന. പൂക്കളും മററും താഴത്തു വീഴുക, പൊഴിക.

കൊഴിഞ്ഞിൽ. ന. ഒരു പച്ചമരുന്നു.

കൊഴിയുന്നു, ഞ്ഞു. വാൻ, (കൊഴി.) അ. ക്രി. കാററുകൊണ്ടും മററും പൂ മുതലായവ താഴത്തു വീഴുന്നു, പൊഴിയുന്നു.

കൊഴിവാൽ. ന. വാളേറുകാർ പലപ്പോഴും നേരെ എറിയുന്ന വാളിനെ കൊഴിപോലെ ചെരിച്ചെറിയുമ്പോൾ പറയുന്ന പേര.

കൊഴു. ന. കലപ്പയുടെ അററത്തു വെച്ചുറപ്പിക്കുന്ന ഇരിമ്പു.

കൊഴുക്കട്ട. ന. ഒരുവക പലഹാരം.

കൊഴുക്കുന്നു. ത്തു. പ്പാൻ. (കൊഴു.) അ. ക്രി, ൧, വെള്ളമായ വസ്തു കുറുകിത്തടിക്കുന്നു. ൨, തടിക്കുന്നു. കൊഴുപ്പിക്കുന്നു. സ. ക്രി.

കൊഴുന്നു. ന. സുഗന്ധമുള്ള ഒരു തൈ.

കൊഴുപ്പു. ന. കൊഴുത്തതിന്റെ അവസ്ഥ.

കൊഴുപ്പു. ന. ഒരു ചീര.

കൊഴുമുതലാണ്മ. ന. കൊഴുവനും മുതലാളനും തമ്മിൽ ഇടപെടുന്നതിന്റെ മുറ.

കൊഴുമുള. ന. കൊഴുവുണ്ടാക്കുന്നതിന്നായിട്ടു അടിച്ചു പരത്തിയ ഇരിമ്പു.

കൊഴുമോരു. ന. ചില മരുന്നുകൾ ചതച്ചിട്ടു വച്ചിരുന്ന മോര.

കൊഴുലാഭം. ന. കൃഷിയിലുണ്ടാകുന്ന ലാഭം.

കൊഴുവൻ. ന. മുതലാളനോടു നിലമൊ പുരയിടമൊ എഴുതി വാങ്ങിച്ചനുഭവിക്കുന്നവൻ, കുടിയാൻ.

കൊഴുവ. ന. ൧, ഒരുവക മത്സ്യം. ൨, ഒരു പച്ചമരുന്നു.

കൊഴുവിറങ്ങുന്നു. ങ്ങി. വാൻ. (കൊഴുവ.) അ. ക്രി. കണ്ടത്തിൽ കൃഷി ഇടങ്ങുന്നു. കൊഴുവിറക്കുന്നു. സ. ക്രി.

കൊഴുവേക്കുന്നു. ച്ചു. പ്പാൻ. (കൊഴുവ.) അ. ക്രി. ൧, കൃഷിയിറക്കുന്നു. ൨, കലപ്പയിൽ കൊഴു ചെലുത്തുന്നു.

കൊറി. ന. അരി പയറു മുതലായവയെ ഓരോന്നായിട്ടു പെറുക്കിത്തിന്നുക.

കൊറിക്കുന്നു. ച്ചു. പ്പാൻ. (കൊറി.) സ. ക്രി. അരിയൊ മറെറാ ഓരോന്നായിട്ടു തിന്നുന്നു.

കൊററു. ന. ഭക്ഷണം.

കൊററുകാരൻ; കൊററുള്ളവൻ. ന. കാലക്ഷേപത്തിന്നു മുട്ടു ഇല്ലാത്തവൻ, സ്വത്തുള്ളവൻ.

കൊററക്കുട. ന. രാജപ്രൌഢിയെ സൂചിപ്പിക്കുന്ന കുട.

കൊററൻ. ന. ൧, വലിയ ആണാടു. ൨, ഒററിയാൻ പന്നി. ൩, എണ്ണക്കീടൻ.

കൊററവൻ. ന. തലവൻ.

കൊററി. ന. ഒരു പക്ഷി, മുണ്ടി.

കോ

കോകനദച്ഛവി. വി. (ത്രിക്കു.) വി. ന. ചുവന്ന.

കോകനദച്ഛവി. വി. ന. ചുവപ്പു നിറം.

കോകനദം. ന. ൧, ചുവന്ന താമര. ൨, ചുവന്ന ആമ്പൽ.

കോകം. ന. ൧, ഒരു പക്ഷി, ചക്രവാകം. ൨, ചെന്നായ്.

കോകിലം. ന. കുയിൽ.

കോകിലാക്ഷം. ന. വയല്ചുള്ളി.

കോക്കട്ടിൽ. ന. കയറുകൊണ്ടു കെട്ടിയ കട്ടിൽ.

കോക്കരണി. ന. കല്ലുകൊവു കെട്ടിയിറങ്ങിയിട്ടുള്ള കുഴിക്കിണറു.

കോക്കാൻ. ന. കാട്ടുകേറിയ പൂച്ച.

കോക്കിറി. ന. ചൊടികൊണ്ടു കാട്ടുന്ന ഒരു ഗോഷ്ഠി, കൊഞ്ഞനം.

കോക്കോട്ടു. ന. ഒരുമാതിരി കൊച്ചുപാരം.

കോങ്കണ്ണു. ന. ചെരിച്ചു നോക്കുന്ന കണ്ണു.

കോങ്കണ്ണൻ. വി. ന. ചെരിച്ചുനോക്കുന്നവൻ.

കോങ്കണ്ണി. വി. ന. ചെരിച്ചുനോക്കുന്നവൾ.

കോങ്കാൽ. അല്ലെങ്കിൽ, **കോണക്കാൽ.** വി. ന. നിര പണിയുന്നതിന്റെ കോണുകളിൽ പണിയുന്ന മരം.

കോചം. വി. ഉണങ്ങുന്ന.

കോച്ചൽ. ന. ശരീരത്തിന്നകത്തു ഞരമ്പിനെ സംബന്ധിച്ചുണ്ടാകുന്ന ഒരു ദീനം, കൊച്ചുത്തു.

കോച്ചിൽ. ന. മുതിരയുടെയും മററും അരിയെടുത്തു ശേഷമുള്ള ഇലയും തണ്ടും.

കോച്ചുന്നു. ച്ചി. വാൻ. (കോച്ചു.) അ. ക്രി. ഞരമ്പിൽ ദീനമുണ്ടാകുന്നു, കൊച്ചുത്തുന്നു.

കോഞ്ഞാട്ട; കോച്ചാട്ട. ന. തെങ്ങിന്റെ മുകളിലുണ്ടാകുന്ന ഒരുമാതിരി ചൂട്ടു, അരിയാട.

കോട്ട. ന. ൧, അവസാനം. ൨, കോണു.

കോട. ന. ൧, പടിഞ്ഞാറു. ൨, പടിഞ്ഞാറുനിന്നു വരുന്ന കാററു.

കോടം. ന. ൧, കോട്ടം. ൨, കുടിൽ. ൩, വളവ്. ൪, മീശ.

കോടക്കാററു. ന. തണുപ്പധികമുള്ള പടിഞ്ഞാറൻ കാററു.

കോടങ്കി. വി. ന. ഗോഷ്ഠി കാട്ടുന്നവൻ.

കോടപ്പുറം. ന. പടിഞ്ഞാറെ വശം.

കോടമഴ. ന. പടിഞ്ഞാറുതുടങ്ങി വരുന്ന മഴ.

കോടരി. ന. ൧, നഗ്നയായ സ്ത്രീ. ൨, ദുർഗ്ഗ.

കോടരം. ന. മരത്തിന്റെ പൊത്തു.

കോടൽ. ന. ൧, വളവു. ൨, ചെരിവു, കോട്ടം.

കോടവി. ന. നഗ്നയായുള്ള സ്ത്രീ.

കോടാണി. ന. കോടിക്കഴുക്കോലേൽ ചേക്കുന്ന കഴുക്കോൽ.

കോടാലി. ന. മരം വെട്ടുകയും വിറകു കീറുകയും ചെയ്യുന്ന ആയുധം.

കോടാശാരി. ന. ഒരു പച്ചമരുന്നു.

കോടി. വി. പുത്തനായ.

കോടി. ന. ൧, നൂറു ലക്ഷം. ൨, മുനം. ൩, വില്ലിന്റെ അററം. ൪, കൂട്ടം. ൫, ഒരു തൈ. ൬, ശ്രേഷ്ഠത. (മ.) ൧, കോണു. ൨, മേൽപുരയുടെ കോണു, ചുഴികോടി.

കോടികായ്ക്കുന്നു. ച്ചു. പ്പാൻ. (കോടി.) അ. ക്രി. കന്നികായ്ക്കുന്നു, ഒന്നാമതു കായ്ക്കുന്നു.

കോടിക്കല്ലു. ന. ഭിത്തിക്കും മററും മൂലയിൽ പണിയുന്ന കല്ലു.

കോടിക്കഴുക്കോൽ. ന. പുരയുടെ കോടിയിൽ പണിതു ചേക്കുന്ന കഴുക്കോൽ.

കോടിപ്പുടവ. ന. അലക്കാത്ത പുടവ.

കോടിവർഷാ. ന. ഒരു മരുന്നു, ചോനകപ്പുല്ലു.

കോടീശം. ന. മങ്കുട്ടയുടെക്കുന്ന ഒരുമാതിരി തടി.

കോടീരം. ന. ൧, പിരിച്ച തലമുടി, ജട. ൨, തലയിൽ കെട്ടിയതു.

കോട്ടുന്നു. ടി. വാൻ. (കോട.) അ. ക്രി. ൧, കോട്ടമുണ്ടാകുന്നു. ൨, വളയുന്നു. ൩, ചെരിയുന്നു. **കോട്ടുന്നു.** സ. ക്രി.

കോട്ടു. ന. ഒഴിഞ്ഞ കോണ, പ്രദേശം.

കോട്ട. ന. ൧, രാജധാനിയുടെ ചുററിലും മററും പണിയുന്ന വലിയ മതിൽ. ൨, ഒരളവു.

കോട്ടപ്പടി. ന. കോട്ടയുടെ വാതിൽ.

കോട്ടമൂപ്പൻ. ചില കോട്ടകളിലെ പ്രമാണിക്കു പറയുന്ന ഒരു പേർ.

കോട്ടം; കോട്ടൽ. ന. ൧, ചെരിവു. ൨, കുററം. ൩, ദുഃഖം. ൪, നഷ്ടം.

കോട്ടവീ. ന. വസ്ത്രമില്ലാതെയുള്ള സ്ത്രീ.

കോട്ടാരം. ന. രാജധാനി.

കോട്ടുന്നു. ട്ടി. വാൻ.(കോട്ടു.)സ. ക്രി. മടക്കുന്നു, ചരിവൊപ്പിച്ചുണ്ടാക്കുന്നു.

കോട്ടുവാ. ന. മനുഷ്യർ പതിന്നാലു വേഗങ്ങളുള്ളതിൽ ഒന്നു, വാ പൊളിച്ചു ശ്വാസം വിടുക.

കോട്ടെരുമ. ന. ഒരു മാതിരി പേൻ.

കോഠം. ന. വട്ടത്തിലുള്ള ഒരു മാതിരി വ്രണം.

കോണകച്ചെട്ടി. ന. കോണകം നെയ്യുന്ന ഒരു ജാതിക്കാരൻ, നൂൽചെട്ടി.

കോണകം. ന. മുണ്ടുടുക്കുന്നതിനകമെ ഉടുക്കുന്ന ഒരു ശീല.

കോണക്കുണം. ന. ഒരു മാതിരി മൂട്ട.

കോണൻ. ന. ശനി എന്നുള്ള ഗ്രഹം.

കോണാകോണി. അ. ഒരു കോണ തുടങ്ങി മററെ കോണ വരെ, ഏങ്കോണിച്ചു.

കോണ. ന. ൧, ചതുരത്തിലുള്ള വസ്തുക്കളുടെയും മററും മൂല. ൨, വാളിന്റെയും മററും മൂർച്ച.

കോണി; കോവണി; കോവേണി. ന. ൧, ചവിട്ടി മുകളിൽ കേറുന്നതിന്നായിട്ടു മരംകൊണ്ടുണ്ടാക്കുന്ന സാധനം. ൨, ശവക്കട്ടിൽ. ൩, കട്ടിയുള്ള തുണികൊണ്ടുണ്ടാക്കിയ ഒരുമാതിരി ഉറപ്പ.

കോണിപ്പടി. ന. കോവണിയിൽ ചവിട്ടിക്കേറുന്ന പടി.

കോണിറയം. ന. ഭവനത്തിന്റെ കോണിലെ തിണ്ണ.

കോണുന്നു. ണി. വാൻ. (കോണ.) അ. ക്രി. കോട്ടുന്നു, അല്പം വളയുന്നു.

കോൺകല്ലു. ന. പുരയുടെയും മററും മൂലയിൽ പണിയുന്ന കല്ലു.

കോൺകഴക്കോൽ. ന. കോടിക്കഴക്കോൽ.

കോതു. ന. ൧, തലമുടിയുടെ ഉടക്കു കളഞ്ഞു നന്നാക്കുക. ൨, നെററിയോടടുത്തുള്ള തലമുടി വടിച്ചുവെട്ടി ഭംഗിവരുത്തുക. ൩, മരത്തിന്റെ കൊമ്പു, പനയോല മുതലായതു വെട്ടിയിട്ടാൽ അവയെ വെട്ടി ചെറുതാക്കുക. ൪, വസ്ത്രത്തിന്റെ രണ്ടററത്തുമുള്ള അകത്തെ ഭാഗങ്ങൾ.

കോതമ്പു. ന. ഒരു ധാന്യം.

കോതമ്പപ്പം. ന. കോതമ്പുകൊണ്ടുള്ള പലഹാരം.

കോതാണ്ടം. ന. ചില ദിക്കിൽ പള്ളിക്കൂടത്തിൽ പഠിപ്പാൻ ചെല്ലാത്ത പിള്ളേരെ ശിക്ഷിക്കുന്നതിന്നു തൂക്കുന്ന ഒരു കയറു.

കോതാളി. ന. മൂങ്ങ.

കോതുകാൽ. ന. ആട്ടക്കാർ ചവിട്ടുന്ന ഒരു മാതിരി ചുവടു.

കോതുന്നു. തി. വാൻ. (കോത.) സ. ക്രി. ൧, തലമുടി വിടുർത്തു നന്നാക്കുന്നു. ൨, മരത്തിന്റെ കൊമ്പു വെട്ടിയിട്ടതിനെ ചെറുതാക്കി മുറിക്കുന്നു. ൩, പനയോല വെട്ടിയിട്ടതിനെ കീറുന്നു.

കോദണ്ഡം. ന. വില്ലു.

കോദണ്ഡീ. വി. ന. വില്ലുള്ളവൻ.

കോദ്രവം. ന. ഒരു ധാന്യം, വരക.

കോദ്രവീണം. ന. വരക വിളയുന്ന സ്ഥലം.

കോന്തലു. ന. തലമുടി, മരക്കൊമ്പു പനയോല മുതലായതു കൊതുക.

കോന്തളം. ന. പുരയുടെ മൂലയിൽ ഉണ്ടാക്കുന്ന ഒരു മാതിരി [illegible].

കോന്ത്രാളം. ന. കോതാണ്ടം.

കോൻ. ന. രാജാവു.

കോപന. വി. (നൻ, നാ, നം.) വി. ന. കോപിക്കുന്ന സ്വഭാവമുള്ള.

കോപനാ. ന. കോപസ്വഭാവമുള്ള സ്ത്രീ.

കോപം. ന. ക്രോധം, നീരസം.

കോപാഗ്നി. ന. കോപമാകുന്ന അഗ്നി, തീപോലെ ഭയം തോന്നിക്കുന്ന കോപം.

കോപി. വി. (പീ, പിനീ, പി.) വി. ന. കോപമുള്ള.

കോപിക്കുന്നു. ച്ചു. പ്പാൻ. (കോപി.) അ. ക്രി. നീരസത്തോടുകൂടെ നോക്കുകയും മററും ചെയ്യുന്നു.

കോപിഷ്ഠ. വി. (ഷ്ഠൻ, ഷ്ഠാ, ഷ്ഠം.) വി. ന. അധികം കോപമുള്ള.

കോപ്പ. ന. എന്തെങ്കിലും ഒഴിച്ചു കുടിക്കുവാൻ ഉപയോഗിക്കുന്നതു ഒരു പാത്രം.

കോപ്പു. ന. ൧, സാമാനം, ഉപകരണം. ൨, ആട്ടക്കാരുടെ കിരീടവും മററും. ൩, ചതുരംഗക്കരു.

കോപ്പാള. ന. വെള്ളം കോരുവാനായിട്ടു കുടം കുത്തിയ ഒരുമാതിരി പാള.

കോപ്പിടുന്നു. ട്ടു. വാൻ. (കോപ്പ.) അ. ക്രി. ൧, അലങ്കരിക്കുന്നു. ൨, കുതിരെക്കു ജീനിയും മററും കെട്ടുന്നു. ൩, യുദ്ധത്തിന്നായിട്ടു ചട്ടയും ആയുധങ്ങളും ധരിക്കുന്നു.

കോപ്പുകൂട്ടുന്നു. ട്ടി. വാൻ. (കോപ്പു). അ. ക്രി. അതാതു കാര്യങ്ങളെ സാധിക്കുന്നതിന്നു വേണ്ടുന്ന ഉപകരണങ്ങളെ ശേഖരിക്കുന്നു, വട്ടംകൂട്ടുന്നു.

കോപ്രാട്ടി. ന. ചിരിപ്പിക്കുന്നതിന്നുള്ള ഒരു മാതിരി കളി, ഗോഷ്ഠി.

കോമട്ടി. ന. കച്ചവടക്കാരിൽ ഒരു ജാതിക്കാരൻ.

കോമൻ. ന. കന്നുകാലികൾക്കുണ്ടാകുന്ന ഒരു ദീനം.

കോമൻപാച്ചിൽ. ന. കോമൻ എന്നുള്ള ദീനത്തിന്റെ വരവു.

കോമരൻ. ന. ചോകന്മാരുടെ ക്ഷേത്രക്കാരൻ.

കോമരം. ന. മൂർത്തി, അവതാരം.

കോമള. വി. (ളൻ, ളാ, ളം.) വി. ന. ൧, മാർദ്ദവമുള്ള. ൨, സൌന്ദര്യമുള്ള. **കോമളത്വം.** ഗു. ന. ൧, മാർദ്ദവം. ൨, സൌന്ദര്യം.

കോമളാംഗം. ന. ൧, സൌന്ദര്യമുള്ള ശരീരം. ൨, മാർദ്ദവമുള്ള ശരീരം.

കോമ്പൽ. അല്ലെങ്കിൽ, **കോമ്പൽ.** ന. ൧, കുഴ വച്ചു ചരടിൽ കോർത്തിട്ടുള്ള പൊൻനാണയക്കൂട്ടം. ൨, ചില

പലഹാരങ്ങളും മത്സ്യങ്ങളും മററും ഒരംക്കിലിയിൽ കോൎത്തതു.

കോമ്പുര. ന. ഭവനത്തിന്റെ കോണിലുള്ള പുരമുറി.

കോയഷ്ഠി. അല്ലെങ്കിൽ, **കോയഷ്ഠിക.** ന. ഒരു പക്ഷി, കുളക്കോഴി.

കോയിമ്മ; കോയ്മ. ന. ക, സൎക്കാരു. വ, അധികാരം. ന, അധികാരികൾ ഇരുന്നു കാൎയ്യങ്ങൾ നടത്തുന്ന സ്ഥലം.

കോയിമ്മക്കൂർ ന. പണ്ടാരവകെക്കു ചെല്ലേണ്ടുന്ന അവകാശം

കോയിമ്മസ്ഥാനം. ന. സൎക്കാരിലെ ഒരു അധികാരം.

കോയിക്കൽ. ന. ക, ചില രാജാക്കന്മാരുടെ ഭവനത്തിന്നു പറയുന്ന ഒരു പേർ. വ, ചില ദിക്കിൽ സൎക്കാരു വകെക്കു കരം പിരിക്കുന്ന സ്ഥലം. ന, ക്ഷത്രിയരിൽ ചിലരുടെ ഭവനത്തിന്നു പറയുന്ന ഒരു പേർ.

കോര. ന. ഒരുമാതിരി പുല്ലു.

കോരകം. ന. പൂവുണ്ടാകുവാനുള്ള മൊട്ടു.

കോരണ്ഡം. ന. കരിങ്കുറിഞ്ഞി.

കോരംഗി. ന. ഏലത്തരി.

കോരദൂഷം. ന. വരകു.

കോരൽ. ന. വെള്ളവും മററും കോരുക.

കോരിക. ന. ഓട്ടുകൊണ്ടെങ്കിലും ചെമ്പുകൊണ്ടെങ്കിലും ചോറെടുത്തു വിളമ്പുന്നതിന്നുണ്ടാക്കിയ ഒരുമാതിരി പാത്രം. വ, ചോറു പടെക്കുന്നതിന്നുള്ള ഒരുമാതിരി ഓട്ടുപാത്രം.

കോരുന്നു. രി. വാൻ. (കോര.) സ. ക്രി. ചെറിയ പാത്രം, പ്ലാവില മുതലായതുകൊണ്ടു വെള്ളവും മററും എടുക്കുന്നു.

കോരുവല. ന. മത്സ്യങ്ങളെ പിടിക്കുന്ന ഒരുമാതിരി ചെറിയ വല.

കോക്കുന്നു; കോൎക്കുന്നു. ത്തു. പ്പാൻ. (കോർ.) സ. ക്രി. ചരടിലും മററും ചാട്ട മുതലായതു കടത്തി മറുവശത്തു വരുത്തുന്നു.

കോൎപ്പു. ന. ക, ചരടും മററും കോൎക്കുക. വ, ചരടിലും ഒരംക്കിലിയിലും മററും കോൎക്കപ്പെട്ട വസ്തു.

കോമ്പൽ. ന. രത്നങ്ങളും മററും കോൎത്ത മാല.

കോലകം. ന. നല്ലമുളകു.

കോലക്കുഴൽ. ന. ഊതി ശബ്ദം പുറപ്പെടുവിക്കുന്ന ഒരുമാതിരി കുഴൽ.

കോലടി. ന. വടികൊണ്ടു തട്ടുത്തടിക്കുന്ന ഒരുമാതിരി കളി.

കോലടികളി. ന. കൊച്ചു വടികൾ കൊണ്ടു ഒരംരണ്ടുപേർ കൂടി തമ്മിൽ തമ്മിൽ തട്ടത്തടിച്ചു കളിക്കുന്ന ഒരു മാതിരി കളി; കോലടി.

കോലത്തുനാട്ടു. ന. തലശ്ശേരി മുതൽ നീലെശ്വരം വരെയുള്ള ദിക്കു.

കോലത്തുരാജാവു. ന. കോലത്തുനാട്ടിലെ രാജാവു.

കോലത്തിരി. ന. കോലത്തുരാജാവിന്റെ ഒരു വിശേഷപ്പേരു.

കോലദലം, ന. ഒരു മരുന്നു, മുറൾ.

കോലപുച്ഛം. ന. ഞാറപ്പക്ഷി.

കോലം. ന. ക, പന്നി. വ, പൊണ്ണത്തടി. ന, ഇലന്തമരം. (മ.) ക, മററൊന്നിനെപ്പോലെയുണ്ടാക്കുന്ന രൂപം. വ, ശരീരം. ന, കോലത്തുനാടു.

കോലന്തുള്ളൽ. ന. പിശാചും മററും ബാധിച്ചാൽ അവരെ കളയുന്നതിന്നായിട്ടുള്ള കണിയാന്മാരുടെ ഒരു മാതിരി തുള്ളൽ, പാളയിൽ കരിയും മററും അരച്ചുതേച്ചു ശരീരത്തിൽ വെച്ചുകെട്ടി തുള്ളുക.

കോലംബകം. ന. വീണയുടെ തണ്ടു.

കോലരക്കു. ന. ചില മരത്തിന്റെ കൊമ്പുകളിലുണ്ടായിരിക്കുന്ന ഒരുമാതിരി ചുവന്നയരക്കു.

കോലവല്ലീ. ന. ഒരങ്ങാടിമരുന്നു, അത്തിത്തിപ്പലി.

കോലസ്വരൂപം. ന. ക, കോലത്തുനാടു. വ, കോലത്തുനാട്ടിലെ രാജാവു.

കോലാ. ന. ക, ഇലന്തമരം. വ, തിപ്പലി.

കോലാട്ടു. ന. ഒരുമാതിരി ആടു.

കോലാൻ. അല്ലെങ്കിൽ, **കോലാ.** ന. ഒരുമാതിരി മത്സ്യം.

കോലായ. ന. ഇറയം.

കോലാർവണ്ടി. ന. ഒരുമാതിരി ചാടു, ഒരുമാതിരി തേരു.

കോലാഹലം. ന. ക, ജനങ്ങളൊ വസ്തുക്കളൊ കൂടികുന്നതിനാൽ ഉണ്ടാക്കുന്ന വലിയ ശബ്ദം. വ, വലിയ ഘോഷം.

കോലിട്ടുന്നു. ട്ടു. വാൻ.(കോൽ). അ. ക്രി. കലഹത്തിന്നു കാരണമുണ്ടാക്കുന്നു, കലഹത്തിന്നു വഴി കാണിച്ചുകൊടുക്കുന്നു.

കോലിറയം. കോലായി ന. കോലായ, തിണ്ണ.

കോലുന്നു. ലി. വാൻ. (കോല). അ. ക്രി. ക, പ്രകാശിക്കുന്നു. വ, ചെയ്യുന്നു.

കോലുഴിഞ്ഞ. ന. ഒരുമാതിരി തൈ.

കോൽ. അല്ലെങ്കിൽ, **കോലു.** ന. ക, ചെറിയ വടി. വ, മരത്തിന്റെ ചെറിയ കൊമ്പു. ന, ശൎക്കരയും മററും തൂക്കുന്നതിന്നുള്ള കോൽ, വെള്ളിക്കോൽ. ര, രാജാവിന്റെ അധികാരം, ചെങ്കോൽ.

കോൽക്കുറുപ്പു. അല്ലെങ്കിൽ, **തോൽക്കുറുപ്പു.** ന. തോൽകൊണ്ടു പണിചെയ്യുന്ന ഒരു ജാതിക്കാരൻ, തോല്പൊല്ലൻ.

കോൽക്കൂറു. ന. രാജാവിന്നുള്ള ഒരധികാരമൊ, അവകാശമൊ.

കോൽക്കള്ളി. ന. പാലുള്ള ഒരുമാതിരി ചെടി.

കോൽക്കാരൻ. ന. വടി കൊണ്ടുനടക്കുന്ന ശിപ്പായി.

കോൽച്ചൂട്ടു. ന. ഒരുമാതിരി ഇരിമ്പുസൂചി.

കോൽതള. ന. കുറവക്കാരും മററും ഇടുന്ന ഒരുമാതിരി വിലങ്ങു.

കോൽതളം. ന. ക, നിലത്തിലുള്ള ഇറയം, കോലിറയം. വ, രംഗസ്ഥലം.

കോൽതാഴ. ന. നിലത്തിലുള്ള ഒരു മാതിരി താഴ.

കോൽപുല്ലു. ന. ഒരുമാതിരി പുല്ലു.

കോൽവിലങ്ങു. ന. കോൽതള.

കോൽവിളക്കു. ന. ഇരിമ്പുകൊണ്ടു കോലുള്ള വിളക്കു.

കോവർകഴുത. ന. പെൺകുതിരയിൽ കഴുതെക്കു ജനിച്ചുണ്ടായ കുതിര.

കോവൽ. അല്ലെങ്കിൽ, **കോവലു.** ന. ഒരുമാതിരി വള്ളി.

കോവിദ. വി. (ൻ, ാ, ം). വി. ന. ക, അറിവുള്ള, മിടുക്കുള്ള. വ, വിദ്യയുള്ള.

കോവിദാരം. ന. ഒരുവക വൃക്ഷം, മന്താരം.

കോവിലകം; കോയിലകം. ന. ക, ചില രാജാക്കന്മാരുടെ രാജധാനിക്കു പറയുന്ന ഒരു പേർ. വ, ക്ഷത്രിയരുടെ ഭവനം.

കോവിൽ; കോയിൽ. ന. ക, ക്ഷേ

ത്രും, അമ്പലം. ൨, ക്ഷത്രിയ ജാതി. ൩, സാമന്തരിൽ ചിലൎക്ക് പറയുന്ന ഒരു പേർ.

കോവിൽപണ്ടാല; കോയിൽപണ്ടാല. ന. ക്ഷത്രിയന്മാരിൽ ചിലൎക്ക് പറയുന്ന ഒരു ബഹുമാനാപ്പേർ.

കോവിൽപാട്ടു; കോയിൽപാട്ടു. ന. ക്ഷത്രിയന്മാരിൽ ചിലൎക്ക് ചില ദിക്കിൽ പറയുന്ന ഒരു പേർ.

കോരകം. ന. മൊട്ടു.

കോശഫലം. ന. ഒരഞ്ഞാടിമരുന്നു, തക്കോലപ്പുട്ടിൽ.

കോശലികം. ന. കൈക്കൂലി.

കോശം. ന. ൧, ഭണ്ഡാരം. ൨, പൂവുണ്ടാകുവാനുള്ള മൊട്ടു, കുഡ്മളം. ൩, വാളിന്റെ ഉറ. ൪, സത്യം ചെയ്യു. ൫, പൊന്നും വെള്ളിയും രത്നങ്ങളും. ൬, വൃഷണം. ൭, കുട്ടികൾ ജനിക്കുമ്പോൾ അവരെ പൊതിഞ്ഞിരിക്കുന്ന വസ്തു.

കോശാതകം. ന. തലമുടി.

കോശാതകി. ന. ൧, കച്ചവടം. ൨, കച്ചവടക്കാരൻ. ൩, പിച്ചകം.

കോശി. ന. ചെരിപ്പു.

കോശികാ. ന. പാനപാത്രം.

കോഷകം. ന. വൃഷണം, മൊട്ടു.

കോഷശായിക. ന. പിച്ചാങ്കത്തി.

കോഷ്ഠം. ന. ൧, നെല്ലിടുന്നതിനുള്ള പുര. ൨, പുരെക്കകത്തെ പുരമുറി. ൩, വയററിനകം.

കോഷ്ണ. വി. (ഷ്ണൻ, ഷ്ണാ, ഷ്ണം). വി. ന. കുറഞ്ഞ ചൂടുള്ള, അല്പം ചൂടുള്ള.

കോഷ്ണം. ന. കുറച്ചുള്ള ചൂടു.

കോസടി. ന. വിരിച്ചു കിടക്കുന്നതിനു ശീലകൊണ്ടു കുത്തി പഞ്ഞിയിട്ടുള്ള സാധനം, ഒരു മാതിരി ചെറിയ കിടക്ക.

കോസലം. ന. ഒരു രാജ്യം.

കോളംബകം. ന. വീണയുടെ തണ്ടു.

കോളാമ്പി. ന. തുപ്പുന്നതിന്നുള്ള ഒരു മാതിരി ഓട്ടുപാത്രം.

കോളാൾ. ന. വിലെക്കു വാങ്ങിക്കപ്പെട്ട മനുഷ്യൻ.

കോളി. ന. ഇലന്ത മരം.

കോളുകാരൻ. വി. ന. കൊള്ളുന്നവൻ, വാങ്ങിക്കുന്നവൻ.

കോളെടുക്കുന്നു. ജ്ഞ. ത്തു. (കോൾ.) അ. ക്രി. കടലിൽ കാററു പെരുകുന്നു.

കോൾ; കോളു. ന. ൧, കൊള്ളുക, വാങ്ങിക്കുക. ൨, കടലിലെ കാററു. ൩, വിവേകം. ൪, തനതു. ൫, കച്ചവടം. ൬, അപമാനം. ൭, ആപത്തു. ൮, അടി ഏറു മുതലായവയെ അനുഭവിക്കുക.

കോൾമയിർ. ന. അധികമായ സന്തോഷമൊ ഭയമൊ ഉണ്ടാകുമ്പോൾ ദേഹത്തിലെ രോമങ്ങൾ എഴുന്നു നില്ക്കുക.

കോൾമുതൽ. ന. വാങ്ങിച്ചപ്പോൾ കൊടുത്ത വില.

കോൾമുതല. ന. ഒരു മാതിരി വലിയ മുതല.

കോൾവാ. ന. ശരീരത്തിൽ മുറിവൊ വ്രണമൊ കൊണ്ടുണ്ടായ കുഴി.

കോൾവില. ന. കോൾ മുതൽ.

കോഴ. ന. ൧, കാൎയ്യസാദ്ധ്യത്തിന്നു വേണ്ടി ഉദ്യോഗസ്ഥന്മാൎക്കും മററും കൊടുക്കുന്ന ദ്രവ്യം, കൈക്കൂലി. ൨, കരം, കപ്പം. ൩, ഭയം, ശങ്ക.

കോഴി. ന. ഒരു വക പക്ഷി. ൧, പൂവൻകോഴി, പിടക്കോഴി. ൨, കാട്ടുകോഴി. ൩, മയിൽ കോഴി. ൪, കുളക്കോഴി. ൫, വറകോഴി.

കോഴിക്കുഷി. ന. കോഴിയെ ധാരാളമായുല്പത്തി ആമായമെടുക്കുന്ന തൊഴിൽ.

കോഴിക്കോട്ടു. ന. മലയാളത്തിൽ ഒരു രാജ്യം.

കോഴിപ്പോരു. ന. കോഴികൾ തമ്മിൽ കൊത്തുക.

കോഴിയങ്കം. ന. കോഴിപ്പോരു.

കോഴിയവര. ന. ഒരു തൈ.

കോറ. വി. ഉണങ്ങിയ.

കോറുവാ. ന. സാവധാനത്തിലുള്ള ഒരുമാതിരി ശകാരം.

കൌ

കൌകൃത്യം. ന. ചിത്ത പ്രവൃത്തി, പാപകൎമ്മം.

കൌക്കുടികൻ. ന. ൧, കപടഭക്തിക്കാരൻ. ൨, ഒരുമാതിരി സന്യാസി.

കൌടകികൻ. ന. മാംസം വില്ക്കുന്നവൻ.

കൌടതക്ഷൻ. ന. തന്നിഷ്ടമായിട്ടു വേലചെയ്യുന്ന ആശാരി.

കൌടസാക്ഷി. ന. കള്ളസ്സാക്ഷി പറയുന്നവൻ.

കൌടികം. വി. (കൻ, കി, കം.) വി. ന. പക്ഷികളെ പിടിക്കുന്ന.

കൌടിലികം. വി. (കൻ, കി, കം.) വി. ന. മേല്പറഞ്ഞ അൎത്ഥം.

കൌടില്യം. ന. കുടിലത. ൧, വളവു. ൨, വ്യാജം, ചതിവു.

കൌണപൻ. ന. രാക്ഷസൻ.

കൌണപത്വം. ന്. രാക്ഷസവൃത്തി, ക്രൂരത്വം.

കൌതുകം. ന. ൧, സന്തോഷം. ൨, താല്പൎയ്യം. ൩, ഉല്ലാസം. ൪, ഉത്സവം. ൫, ആഗ്രഹം. ൬, മംഗല്യസൂത്രം. ൭, വിനോദം, നേരംപോക്ക്. ൮, കാഴ്ച. ൯, പാട്ടു. ൧൦, തുള്ളൽ. ൧൧, പ്രദക്ഷിണം.

കൌതുകി. വി. ആഡംബരമുള്ള, വേഷപ്രൌഢിയുള്ള.

കൌതൂഹലം. ന. ൧, ഉത്സാഹം. ൨, ആഗ്രഹം. ൩, സന്തോഷം.

കൌദ്രവീണം. ന. വരകുകൃഷി ചെയ്യുന്ന സ്ഥലം.

കൌന്തികൻ. ന. കുന്തക്കാരൻ.

കൌന്തീ. ന. അരേണുകം.

കൌപീനം. ന. ൧, കൊള്ളരുതാത്ത പ്രവൃത്തി. ൨, ഗുഹ്യം. ൩, കോണകം.

കൌബേര. വി. (രൻ, രീ, രം.) വി. ന. കുബേരനെ സംബന്ധിച്ച.

കൌമാര. വി. (രൻ, രീ, രം.) വി. ന. കുമാരനെ സംബന്ധിച്ച.

കൌമാരം. ന. കുമാരന്റെ അവസ്ഥ, ബാല്യം, ശിശുത്വം.

കൌമാരി. ന. മാതൃക്കൾ ഏഴുപേരിൽ ഒരുത്തി, ഒരു ദേവി.

കൌമുദി. ന. ൧, ചന്ദ്രന്റെ ശോഭ, നിലാവു. ൨, വ്യാകരണപ്പുസ്തകങ്ങളിൽ ഒന്നു. ൩, സിദ്ധാന്തകൌമുദി.

കൌമോദകി. ന. വിഷ്ണുവിന്റെ ഗദ.

കൌരവൻ. ന. കുരു എന്ന രാജാവിന്റെ പുത്രൻ, ആ രാജാവിന്റെ വംശത്തിൽ ജനിച്ചവൻ.

കൌലടിനേയൻ. അ ട്ടേ ജി ൽ, **കൌലടേയൻ.** ന. വേശ്യയുടെ പുത്രൻ.

കൌലടേരൻ. ന. വ്യഭിചാരിണിയുടെ പുത്രൻ.

കൌല. വി. (ലൻ, ലീ, ലം.) വി. ന. കുലത്തിൽ ജനിച്ച.

കൌലീനം. ന. ൧, നല്ല കുലത്തിലെ ജനനം. ൨, ലോകാപവാദം. ൩, പശു പക്ഷി സൎപ്പം മുതലായ ജന്തുക്കളുടെ യുദ്ധം.

കൌലേയക. വി. (കൻ, കാ, കം.) വി. ന. നല്ല കുലത്തിൽ ജനിച്ച.

കൌലേകം. ന. പട്ടി.

കൌശലക്കാരൻ. ന. കൌശലമുള്ളവൻ.

കൌശലം. ന. ൧, സാമൎത്ഥ്യം. ൨, സൂത്രം. ൩, സൂത്രപ്പണികളിലും മററും മുള്ള വശത. ൪, ഉപായം.

കൌശലവിദ്യ. ന. കൌശലമുള്ളവന്റെ ചില സൂത്രപ്പണിയും മററും.

കൌശലിക. ന. സമ്മാനം.

കൌശല്യം. ന. സാമൎത്ഥ്യം, കുശലത.

കൌശികൻ. ന. ൧, ഇന്ദ്രൻ. ൨, മൂങ്ങാ. ൩, പാമ്പിനെ പിടിക്കുന്നവൻ. ൪, വിശ്വാമിത്രൻ. ൫, കീരി.

കൌശികം. ന. ൧, ഗുല്ഗുലു. ൨, മൂങ്ങ.

കൌശികായുധം. ന. മേഘത്തിൽ കാണുന്ന വില്ലു.

കൌശികീ. ന. ൧, ഒരാറു. ൨, രാഗം.

കൌശേയം. ന. പട്ടുനൂൽകൊണ്ടുള്ള വസ്ത്രം.

കൌസല്യ. ന. കോസല രാജാവിന്റെ ഒരു പുത്രി.

കൌസിദ്യം. ന. മടി, മടിക്കുക.

കൌസുംഭ. വി. (ൻ, ഭീ, ഭം.) വി. ന. കുയുമ്പപ്പൂ നിറമായ, ചുവന്ന.

കൌസൃതിക. വി. (കൻ, കി, കം.) വി. ന. ൧, ഇന്ദ്രജാല വിദ്യയുള്ള. ൨, ചതിവുള്ള.

കൌസ്തുഭം. ന. ൧, വിഷ്ണുവിന്റെ ആഭരണമായ ഒരു മണി. ൨, ഒരു വ്യാകരണപ്പുസ്തകം.

കൌക്ഷേയകം. ന. വാൾ.

ക്ര

ക്രകചം. ന. മരം അറുക്കുന്നതിനുള്ള വാൾ.

ക്രകണം. ന. ൧, ഒരു വക ചെടി. ൨, ഇരുവാൽചാത്തൻ.

ക്രകരം. ന. മേല്പറഞ്ഞ അൎത്ഥം.

ക്രതു. ന. ൧, യാഗം. ൨, സപ്തൎഷികളിൽ ഒരു മഹൎഷി.

ക്രതുകൎമ്മം. ന. യാഗം എന്നുള്ള ക്രിയ.

ക്രതുധ്വംസി. ന. ശിവന്റെ ഒരു പേർ.

ക്രതുഭുക്. ന. ദേവൻ.

ക്രഥനം. ന. കൊല്ലുക.

ക്രന്ദനം. ന. ൧, കരച്ചിൽ. ൨, നിലവിളി. ൩, പോൎവിളി.

ക്രന്ദിതം. ന. കരച്ചിൽ; നിലവിളി.

ക്രമക്കേടു. ന. മുറയല്ലായ്ക.

ക്രമണം. ന. സഞ്ചരിക്കുക.

ക്രമപ്പെടുന്നു. ട്ടു. വാൻ. (ക്രമ.) അ. ക്രി. ക്രമത്തിൽ ആകുന്നു. **ക്രമപ്പെടുത്തുന്നു.** സ. ക്രി.

ക്രമം. ന. ൧, മുറ, ചട്ടം. ൨, മൎയ്യാദ. ൩, നടപ്പു. ൪, ഭംഗിയില്ലാത്ത ആവസ്ഥ.

ക്രമാൽ. അ. ൧, ക്രമേണ. ൨, കുറെ ദിവസം കഴിയുമ്പോൾ.

ക്രമുകം. ന. കവുങ്ങു.

ക്രമേണ. അ. ൧, ക്രമത്തിന്നു. ൨, ക്രമംകൊണ്ടു, കുറെ നേരമൊ ദിവസമൊ കഴിയുമ്പോൾ.

ക്രമേളകം. ന. ഒട്ടകം.

ക്രമോൽക്കൎഷം. ന. ക്രമത്തിന്നുള്ള വൎദ്ധനം.

ക്രയം. ന. വിലെക്കു വാങ്ങിക്കുക.

ക്രയവിക്രയം. ന. കച്ചവടം.

ക്രയവിക്രയികൻ. ന. കച്ചവടക്കാരൻ.

ക്രയാരോഹൻ. ന. കച്ചവടം ചെയ്യുന്നവൻ.

ക്രയികൻ. ന. കച്ചവടക്കാരൻ.

ക്രയ്യ. വി. (യ്യൻ, യ്യാ, യ്യം.) വി. ന. വില കൊടുത്തു വാങ്ങിപ്പാൻ തക്ക.

ക്രവ്യം. ന. മാംസം.

ക്രവ്യാത്തു. ന. രാക്ഷസൻ.

ക്രവ്യാദ. വി. (ദൻ, ദാ, ദം.) വി. ന. മാംസത്തെ ഭക്ഷിക്കുന്ന.

ക്രവ്യാദൻ. ന. രാക്ഷസൻ.

ക്രാന്തി. ന. ക്രമിക്കുക, കരേററം.

ക്രായക. വി. (കൻ, കാ, കം.) വി. ന. കച്ചവടം ചെയ്യുന്ന.

ക്രാസി. ന. ഒരു മാതിരി ചെറിയ അരിക്കാൽ.

ക്രിമി; കൃമി. ന. ഓരോ മാതിരി ചെറിയ പ്രാണികൾ, പുഴു.

ക്രിയ. ന. ൧, പ്രവൃത്തി. ൨, ഉപായത്തിലുള്ള ചില പ്രവൃത്തി. ൩, ആരംഭം. ൪, വാക്യങ്ങളുടെ അവസാനത്തിൽ വെക്കുന്ന പദം, അകൎമ്മക്രിയ, സകൎമ്മക്രിയ.

ക്രിയാകാര. വി. (രൻ, രാ, രം.) വി. ന. വേല ചെയ്യുന്ന.

ക്രിയാപദം. ന. ൧, കൎത്താവിനെയും കൎമ്മത്തിനെയും കൂട്ടി യോജിപ്പിക്കുന്ന പദം. ൨, കൎത്താവിന്റെ പ്രവൃത്തിയെ അറിയിക്കുന്ന പദം.

ക്രിയാബന്ധം. ന. ക്രിയയോടുള്ള സംബന്ധം.

ക്രിയാവൽ. വി. (വാൻ, വതി, വൽ.) വി. ന. ക്രിയയുള്ള.

ക്രിസ്തവൻ. അല്ലെങ്കിൽ, **ക്രിസ്തിയൻ.** ന. ക്രിസ്ത്യാനി.

ക്രിസ്തു. ന. ക്രിസ്ത്യാനി മതസ്ഥാപകനായ അവതാരപുരുഷൻ.

ക്രിസ്ത്യാനി. ന. ക്രിസ്തുമതാനുസാരി.

ക്രീഡനം. ന. കളി, ക്രീഡിക്കുക, കളിക്കുക.

ക്രീഡാ. ന. കളി.

ക്രീഡാരഥം. ന. കളിക്കുന്നതിന്നുള്ള ഒരു മാതിരി ചെറിയ തേരു.

ക്രീണിക്കുന്നു. ച്ചു. പ്പാൻ. (ക്രീണി.) സ. ക്രി. വിലെക്കു വാങ്ങിക്കുന്നു. **ക്രീണനം.** ന.

ക്രീത. വി. (തൻ, താ, തം.) വി. ന. വിലെക്കു വാങ്ങിക്കപ്പെട്ട.

ക്രീതകൻ. ന. മാതാപിതാക്കന്മാരിൽനിന്നു വിലെക്കു വാങ്ങിച്ചു വളൎത്തപ്പെടുന്ന പുത്രൻ.

ക്രീതാനുശയം. ന. വിലെക്കു വാങ്ങിച്ച വസ്തുവിനെ തിരിച്ചു കൊടുക്ക.

ക്രുങ. ന. അന്നിൽപക്ഷി.

ക്രുധാ. ന. കോപം.

ക്രുദ്ധ. വി. (ദ്ധൻ, ദ്ധാ, ദ്ധം.) വി. ന. കോപിച്ച.

ക്രുദ്ധിക്കുന്നു. ച്ചു. പ്പാൻ. (ക്രുദ്ധി.) അ. ക്രി. കോപിക്കുന്നു.

ക്രുഷ്ട. വി. (ഷ്ടൻ, ഷ്ടാ, ഷ്ടം.) വി. ന. ക്രോശിക്കപ്പെട്ട, വിളിക്കപ്പെട്ട.

ക്രുഷ്ടം. ന. കരച്ചിൽ.

ക്രൂശു. ന. കുരിശു.

ക്രൂര. വി. (രൻ, രാ, രം.) വി. ന.

ഫ, കഠിനമുള്ള. വ, ദയയില്ലാത്ത.

ക്രൂരത. സ്ത്രീ. ന. ഫ, കാഠിന്യം. വ, ദയയില്ലായ്മ.

ക്രേതവ്യ. വി. (വ്യൻ, വ്യാ, വ്യം.) വി. ന. വില്ക്കേണ്ടുന്ന, വില്ക്കപ്പെടുവാൻ തക്ക.

ക്രേതാവു. ന. വിലകൊടുത്തു വാങ്ങിക്കുന്നവൻ.

ക്രേയ. വി. (യൻ, യാ, യം.) വി. ന. വില്ക്കേണ്ടുന്ന.

ക്രൈസ്തവ. വി. ക്രിസ്തുവിനെ സംബന്ധിച്ചുള്ള.

ക്രോഡപാദം. ന. ആമ.

ക്രോഡം. ന. ഫ, പന്നി. വ, നെഞ്ചു.

ക്രോധന. വി. (നൻ, നാ, നം.) വി. ന. കോപിച്ച, കോപമുള്ള.

ക്രോധം. ന. കോപം.

ക്രോധിക്കുന്നു. ച്ചു. പ്പാൻ. (ക്രോധി.) അ. ക്രി. കോപിക്കുന്നു.

ക്രോധി. വി. (ധി, ധിനി, ധി.) വി. ന. കോപമുള്ള.

ക്രോശം. ന. ഒരു വിളിപ്പാടു ദൂരം.

ക്രോശനം. ന. കരച്ചിൽ.

ക്രോശയുഗം. ന. രണ്ടു വിളിപ്പാടു ദൂരം, ഒരു നാഴിക ദൂരം.

ക്രോശിക്കുന്നു. ച്ചു. പ്പാൻ. (ക്രോശി.) അ. ക്രി. ഫ, വിളിക്കുന്നു. വ, നിലവിളിക്കുന്നു.

ക്രോഷ്ടാവു. ന. കുറുക്കൻ.

ക്രോഷ്ടുവിന്ന. ന. ഓരില.

ക്രോഷ്ടീ. ന. കരിമുതക്ക.

ക്രൌഞ്ചദാരണൻ. ന. സുബ്രഹ്മണ്യൻ.

ക്രൌഞ്ചം. ന. ഫ, അന്നിൽപക്ഷി. വ, ഒരു പൎവ്വതം. ന, ഒരു ദ്വീപു.

ക്രൌഡം. ന. ക്രോഡം, പന്നിയെ സംബന്ധിച്ചതു.

ക്രൌൎയ്യം. ന. ക്രൂരത.

ക്ല

ക്ലപിതം; **ക്ലിപ്തം.** വി. ക്ലപ്ത, മൻക്രട്ടി നിയമിക്കപ്പെട്ടിട്ടുള്ളതു.

ക്ലമഥം. ന. വാട്ടം, തളൎച്ച, ക്ഷീണം.

ക്ലമം. ന. മേല്പറഞ്ഞ അൎത്ഥം.

ക്ലാന്ത. വി. (ന്തൻ, ന്താ, ന്തം.) വി. ന. വാടിയ, തളൎന്ന.

ക്ലിന്ന. വി. (ന്നൻ, ന്നാ, ന്നം.) വി. ന. നനഞ്ഞ.

ക്ലിന്നാക്ഷ. വി. (ക്ഷൻ, ക്ഷാ, ക്ഷം.) വി. ന. വെള്ളമൊഴുകുന്നതായ കണ്ണുള്ള, ചീമ്പകണ്ണുള്ള.

ക്ലിശിത. വി. (തൻ, താ, തം.) വി. ന. ഫ, ക്ലേശിപ്പിക്കപ്പെട്ട. വ, നിത്യയമില്ലാത്ത. ന, പ്രയാസമുള്ള.

ക്ലിഷ്ട. വി. (ഷ്ടൻ, ഷ്ടാ, ഷ്ടം.) വി. ന. പ്രയാസപ്പെട്ട, ഞെരുങ്ങിയിട്ടുള്ള.

ക്ലിഷ്ടി. ന. ഫ, ക്ലേശം, ആപത്തു. വ, പ്രയാസം.

ക്ലീതകം. ന. എരട്ടിമധുരം.

ക്ലീതകിക. ന. അവരി.

ക്ലീബ. വി. (ബൻ, ബാ, ബം.) വി. ന. ആണും പെണ്ണുമല്ലാത്ത, നപുംസകമായ.

ക്ലേദനം. ന. ഫ, പഴപ്പു. വ, നനവു. ന, കഫം.

ക്ലേദം. ന. ഫ, പഴുത്ത. വ, നനവു.

ക്ലേദകം. ന. ഫ, കഫം. വ, കായാഗ്നികളിലൊന്നു.

ക്ലേശം. ന. ഫ, വേദന. വ, ദുഃഖം. ന, പ്രയത്നം.

ക്ലേശിക്കുന്നു. ച്ചു. പ്പാൻ. (ക്ലേശി.) അ. ക്രി. ഫ, ദുഃഖിക്കുന്നു. വ, പ്രയാസപ്പെടുന്നു.

ക്ലേശിത. വി. (തൻ, താ, തം.) വി. ന. ഫ, ക്ലേശിപ്പിക്കപ്പെട്ട, ദുഃഖിപ്പിക്കപ്പെട്ട. വ, ഞെരുക്കപ്പെട്ട.

ക്ലൈതകികം. ന. ഒരു മദ്യം.

ക്ലൈബ്യം. ന. നപുംസകത്തിന്റെ അവസ്ഥ.

ക്ലോമം. ന. ഫ, മൂത്രാശയം. വ, കരൾ.

ക്വ

ക്വ. അ. എവിടെ.

ക്വചന. അ. ഫ, ചിലെടത്തു. വ, ഒരെടത്തു.

ക്വചിൽ. അ. മേല്പറഞ്ഞ അൎത്ഥം.

ക്വണനം. ന. ചെറുതായുള്ള വാദ്യങ്ങളുടെ ശബ്ദം, വീണയുടെയും മറ്റും ശബ്ദം.

ക്വണം. അല്ലെങ്കിൽ, **ക്വണിതം.** ന. മേല്പറഞ്ഞ അൎത്ഥം.

ക്വഥിത. വി. (തൻ, താ, തം.) വി. ന. കുറുക്കപ്പെട്ട.

ക്വണം. ന. ചെറുതായുള്ള വാദ്യങ്ങളുടെ ശബ്ദം.

ക്വാഥം. ന. ഫ, കഷായം. വ, സങ്കടം, വ്യസനം.

ക്വാഥോത്ഭവം. ന. ഒരുമാതിരി തുത്ത, രസാഞ്ജനം.

ഖ. ഹല്ലുകളിൽ രണ്ടാം അക്ഷരം.

ഖങ്കരം. ന. കുറുനരി.

ഖഗം. ന. ഫ, പക്ഷി. വ, സൂൎയ്യൻ. ന, അമ്പു. ര, ഗ്രഹം, ഛ, കാററു.

ഖഗേശ്വരൻ. ന. പക്ഷികളുടെ രാജാവു, ഗരുഡൻ.

ഖചര. വി. (രൻ, രാ, രം.) വി. ന. ആകാശത്തിൽ സഞ്ചരിക്കുന്ന.

ഖചരം. ന. ഫ, പക്ഷി. വ, മേഘം.

ഖചിത. വി. (തൻ, താ, തം.) വി. ന. ചേൎക്കപ്പെട്ട, പതിക്കപ്പെട്ട.

ഖജം. ന. തവി.

ഖജനാവു. ന. പണം വെച്ചുസൂക്ഷിക്കുന്ന സ്ഥലം.

ഖജപം. ന. നെയ്യ്.

ഖജലം. ന. മഞ്ഞു.

ഖജാക. ന. തവി.

ഖഞ്ജ. വി. (ഞ്ജൻ, ഞ്ജാ, ഞ്ജം.) വി. ന. മുടന്തുള്ള.

ഖഞ്ജാ. ന. ശ്ലോകത്തിന്നുള്ള ഒരുമാതിരി വൃത്തം.

ഖഞ്ജുക. വി. (കൻ, കാ, കം.) വി. ന. മേല്പറഞ്ഞ അൎത്ഥം.

ഖഞ്ജഖേടം. ന. വാലാട്ടിപ്പക്ഷി.

ഖഞ്ജഖേലം. ന. വാലാട്ടിപ്പക്ഷി.

ഖഞ്ജനം. ന. വാലാട്ടിപ്പക്ഷി.

ഖഞ്ജരീടം. ന. വാലാട്ടിപ്പക്ഷി, കരിങ്കുരികിൽ.

ഖടം. ന. ഫ, കഫം. വ, പുല്ലു. ന, പൊട്ടക്കിണർ.

ഖടിനി. ന. കമ്മായം, ചുണ്ണാമ്പു.

ഖടി. ന. മേല്പറഞ്ഞ അൎത്ഥം.

ഖട്ടാശീ. ന. മെരുക.

ഖട്ടാസം. ന. പച്ചപ്പുഴ.

ഖട്ടി. ന. ശവകട്ടിൽ.

ഖട്ടിക. വി. (കൻ, കാ, കം.) വി. ന. വേട്ട ചെയ്യുന്ന.

ഖട്ടിക. ന. ശവകട്ടിൽ.

ഖട്ടികൻ. ന. വേടൻ.

ഖട്ടേരക. വി. (കൻ, കാ, കം.) വി. ന. ഹ്രസ്വകായമുള്ള, ശരീരത്തിന്നു നീളം കുറെഞ്ഞ.

ഖടു. ന. കട്ടിൽ.

ഖട്വാംഗം. ന. ൧, ശൂലം. ൨, കരുവടി.

ഖഡിക. ന. കഷായം, ചുണ്ണാമ്പു.

ഖഡ്ഗകോശം. അല്ലെങ്കിൽ, **ഖഡ്ഗകോഷം.** ന. വാളുറ.

ഖഡ്ഗം. ന. ൧, വാൾ. ൨, കാണ്ടാമൃഗം.

ഖഡ്ഗരാടം. ന. പരിച.

ഖഡ്ഗവിധാനം. ന. വാളുറ.

ഖഡ്ഗി. ന. ൧, കാണ്ടാമൃഗം. ൨, വാൾക്കാരൻ. ൩, വിഷ്ണുവിന്റെ പത്താമത്തെ അവതാരം. ൪, വാൾപ്പുലി.

ഖഡ്ഗികം. ന. അരുവാൾ.

ഖണ്ഡധാര. ന. കത്രിക.

ഖണ്ഡനം. ന. ൧, മുറിക്ക. ൨, വിരോധിച്ചു നശിപ്പിക്കയുമെന്നരു.

ഖണ്ഡപരശു. ന. ശിവൻ.

ഖണ്ഡപാലൻ. ന. പലഹാരം വില്ക്കുന്നവൻ.

ഖണ്ഡം. ന. ൧, കഷണം. ൨, അംശം. ൩, കരിമ്പു. ൪, കല്ക്കണ്ടം.

ഖണ്ഡശക്കര. ന. കല്ക്കണ്ടം.

ഖണ്ഡിക. ന. ഒരു വക പയർ, അമര.

ഖണ്ഡികം. ന. പയർ.

ഖണ്ഡിക്കുന്നു. ച്ചു. പ്പാൻ. (ഖണ്ഡി.) സ. ക്രി. ൧, മുറിക്കുന്നു. ൨, ഒടിക്കുന്നു. ൩, അംശിക്കുന്നു. ൪, പരിച്ഛേദിക്കുന്നു. ൫, വേർതിരിക്കുന്നു.

ഖണ്ഡിത. വി. (തൻ, താ, തം.) വി. ന. ൧, മുറിക്കപ്പെട്ട. ൨, ഒടിക്കപ്പെട്ട. ൩, അംശിക്കപ്പെട്ട. ൪, പരിച്ഛേദിക്കപ്പെട്ട. ൫, വേർതിരിക്കപ്പെട്ട.

ഖണ്ഡിതം. ന. നിശ്ചയം.

ഖണ്ഡേക്ഷു. ന. കെണ്ടക്കരിമ്പു.

ഖതമാലം. ന. ൧, പുക. ൨, മേഘം.

ഖദിര. അല്ലെങ്കിൽ, **ഖദിരം.** ന. ഒരു വൃക്ഷം, കരിങ്ങാലി.

ഖദിരി. ന. മെല്ലറഞ്ഞ അർത്ഥം.

ഖദ്യോതനൻ. ന. ആദിത്യൻ.

ഖദ്യോതം. ന. മിന്നാമിനുങ്ങു.

ഖനക. വി. (കൻ, കാ, കം.) വി. ന. ൧, തുരക്കുന്ന. ൨, തുരന്നു മോഷ്ടിക്കുന്ന.

ഖനകൻ. ന. എലി.

ഖനനം. ന. തുരക്കുക, കുഴിക്കുക.

ഖനി. ന. രത്നങ്ങൾ വിളയുന്ന സ്ഥലം.

ഖനിതൃ. വി. (താ, ത്രീ, തൃ.) വി. ന. തുരന്നു മോഷ്ടിക്കുന്ന.

ഖനിതാവു. ന. ൧, കവുങ്ങു പിടിച്ചുഴുന്നവൻ. ൨, കുഴിക്കുന്നവൻ.

ഖനിത്രം. ന. ൧, പാരക്കോൽ. ൨, തുമ്പാ.

ഖപുരം. ന. ൧, അടെക്കാമരം, കമുക്, കവുങ്ങു. ൨, കുടം. ൩, വെറ്റില.

ഖമണി. ന. ആദിത്യൻ.

ഖം. ന. ൧, ആകാശം. ൨, സ്വൎഗ്ഗം. ൩, നവദ്വാരങ്ങൾക്കു പറയുന്ന ഒരു പേർ.

ഖര. വി. (രൻ, രാ, രം.) വി. ന. ൧, ഉഷ്ണമുള്ള. ൨, കഠിനമായ. ൩, എരിവുള്ള.

ഖര. ന. ൧, ഒരു മാതിരി പല്ലു. ൨, അറുപതിൽ ഇരുപത്തഞ്ചാമത്തെ സംവത്സരം.

ഖരം. ന. ൧, ഉഷ്ണം. ൨, കഴുത. ൩, ക, ച, ട, ത, പ. ഠരം അക്ഷരങ്ങൾക്കു ഒക്കെ കൂടിയുള്ള ഒരു പേർ.

ഖരകിരണൻ. ന. ആദിത്യൻ.

ഖരചിക്കണം. ന. അരക്കപതം.

ഖരണസ. വി. (സൻ, സാ, സം.) വി. ന. കൂൎത്ത മൂക്കുള്ള.

ഖരദിനം. ന. ചൊവ്വാഴ്ച.

ഖരപുഷ്പ. ന. നായർവെള്ള.

ഖരപ്രിയം. ന. പ്രാവു.

ഖരമഞ്ജരി. ന. വലിയ കടലാടി.

ഖര. വി. (രൻ, രാ, രം.) വി. ന. ൧, എരിവുള്ള. ൨, ക്രൂരമായുള്ള.

ഖരാശ്വം. ന. കരിഞ്ചീരകം.

ഖരാംശു. ന. സൂൎയ്യൻ.

ഖൎജ്ജിക. ന. രുചി, സ്വാദു.

ഖൎജ്ജു. ന. ചൊറി.

ഖൎജ്ജൂരം. ന. ൧, വെള്ളി. ൨, ഠരംന്താൾ. ൩, ഠരന്ത.

ഖൎജ്ജൂരി. ന. ചിററീന്തൽ.

ഖൎജ്ജൂരകം. ന. തേൾ.

ഖൎപ്പരൻ. ന. ൧, കള്ളൻ. ൨, ചതിയൻ.

ഖൎമ്മം. ന. ൧, പൌരുഷം. ൨, പാട്ടു.

ഖൎവ്വടം. ന. നാനൂറു കുടിയുള്ള നഗരി.

ഖൎവ്വ. വി. (ൎവ്വൻ, ൎവ്വാ, ൎവ്വം.) വി. ന. ചെറിയ, നീളം കുറെഞ്ഞ.

ഖൎവ്വൻ ന. മുണ്ടൻ

ഖൎവ്വം. ന. ആയിരംകോടി.

ഖൎവ്വരം. ന. കാവു.

ഖലകം. ന. കുടം.

ഖലതി. ന. കഷണ്ടി.

ഖലൻ. ന. ൧, ദുഷ്ടൻ, ക്രൂരൻ. ൨, സൂചകൻ.

ഖലപൂ. ന. ൧, പലവേലക്കാരൻ. ൨, അടിച്ചുതളി.

ഖലമൂൎത്തി. ന. പാരതം, രസം.

ഖല. വി. (ലൻ, ലാ, ലം.) വി. ന. ൧, നികൃഷ്ടമായുള്ള. ൨, ക്രൂരമായുള്ള.

ഖലം. ന. ൧, കല്ക്കം. ൨, കളം. ൩, കല്പൂര.

ഖലിനീ. ന. കളങ്ങളുടെ കൂട്ടം.

ഖലീകാരം. ന. ദോഷം, അനൎത്ഥം.

ഖലീനം. ന. കടിഞ്ഞാണം.

ഖലു. അ. വിരോധത്തിലും വാക്യച്ചേച്ചയിലും അനുസരണത്തിലും പ്രയോഗിക്കുന്ന ഒരവ്യയ പദം.

ഖലൂരിക. ന. ആയുധാഭ്യാസശാല.

ഖല്യ. ന. കളങ്ങളുടെ കൂട്ടം.

ഖല്ലിടം. ന. കഷണ്ടിത്തല.

ഖല്വം. ന. ൧, അമ്മിക്കല്ലു. ൨, മുതിര.

ഖവാരി. ന. മഞ്ഞുവെള്ളം.

ഖവാഷ്പം. ന. മഞ്ഞുവെള്ളം.

ഖഷ്പം. ന. ൧, കോപം. ൨, ക്രൂരത.

ഖസം. ന. ചിരങ്ങു.

ഖസ്ഫടികം. ന. ൧, പളുങ്കു. ൨, സൂൎയ്യകാന്തം. ൩, ചന്ദ്രകാന്തം.

ഖാ

ഖാടം. ന. ശവകട്ടിൽ.

ഖാടി. ന. ൧, ശവകട്ടിൽ. ൨, മൂഢത.

ഖാഡിക. ന. ശവകട്ടിൽ.

ഖാണ്ഡവം. ന. ഒരു വനം.

ഖാണ്ഡികൻ. ന. പലഹാരം വില്ക്കുന്നവൻ.

ഖാതകം. ന. കിഴങ്ങു.

ഖാതകൻ. ന. ൧, കുഴി കുഴിക്കുന്നവൻ. ൨, കടപ്പെട്ടവൻ.

ഖാതഭ്രൂവു. ന. കിഴങ്ങു.

ഖാതം. ന. കൊക്കരണി.

ഖാത്രം. ന. മൺവെട്ടി.

ഖാദകൻ. ന. ൧, ഭക്ഷിക്കുന്നവൻ. ൨, വാസ്യ വാങ്ങിക്കുന്നവൻ.

ഖാദനം. ന. ഭക്ഷണം.

ഖാദി. ന. ഭക്ഷിക്കുന്നവൻ.

ഖാദിക്കുന്നു. ച്ചു. പ്പാൻ. (ഖാദി.) സ. ക്രി. ൧, ഭക്ഷിക്കുന്നു. ൨, കടിക്കുന്നു.

ഖാദിത. വി. (തൻ, താ, തം.) വി. ന. ൧, ഭക്ഷിക്കപ്പെട്ട. ൨, കടിക്കപ്പെട്ട.

ഖാദുക. വി. (കൻ, കീ. കം.) വി. ന. ആപത്തുണ്ടാക്കുന്ന.

ഖാദ്യ. വി. (ദ്യൻ, ദ്യാ, ദ്യം.) വി. ന. ൧, ഭക്ഷിപ്പാൻ യോഗ്യമായ. ൨, കടിക്കത്തക്ക.

ഖാനി. ന. ലോഹാദി വിളയുന്ന സ്ഥലം.

ഖാനികം. ന. ഇടച്ചുഴുതു.

ഖാനിലൻ. ന. തുരന്നു മോഷ്ടിക്കുന്നവൻ.

ഖാനോദകം. ന. തെങ്ങുവൃക്ഷം.

ഖാരി. ന. പതിനാറു ദ്രോണം.

ഖാരികം. ന. പതിനാറു ദ്രോണം വിതെക്കുന്ന നിലം.

ഖാവ്വാടൻ. ന. കഷണ്ടിത്തലയൻ.

ഖി

ഖിഖി. ന. കുറുക്കൻ.

ഖിംഖിരൻ. ന. കുറുക്കൻ.

ഖിദ്ര. വി. (ദ്രൻ, ദ്രാ, ദ്രം.) വി. ന. ൧, ദാരിദ്ര്യമുള്ള. ൨, രോഗമുള്ള.

ഖിദ്രം. ന. ൧, ദാരിദ്ര്യം. ൨, രോഗം.

ഖിന്ന. വി. (ന്നൻ, ന്നാ, ന്നം.) വി. ന. സങ്കടമുള്ള. **ഖിന്നത** ശ്ര. ന. സങ്കടം.

ഖിലം. വി. തരിശായുള്ള.

ഖു

ഖുരണസ. വി. (സൻ, സാ, സം.) വി. ന. പതിമൂക്കുള്ള.

ഖുരണാസു. വി. (ത്രിഷു.) വി. ന. മേല്പരന്ന മൂക്കുള്ള.

ഖുരൻ. ന. ൧, ക്ഷൌരക്കത്തി. ൨, നാൽക്കാലികളുടെ കുളമ്പു. ൩, ഒരു മരുന്നു.

ഖുരാളകം. ന. ഇരിമ്പുകൊണ്ടുള്ള അസ്ത്രം.

ഖേ

ഖേചര. വി. (രൻ, രി, രം.) വി. ന. ആകാശത്തിൽ സഞ്ചരിക്കുന്ന.

ഖേചരം. ന. ൧, പക്ഷി. ൨, മേഘം.

ഖേടകം. അല്ലെങ്കിൽ, **ഖേടം.** വി. നികൃഷ്ടമായ. ന. ൧, പരിച. ൨, ഉപഗ്രാമം. ൩, കഫം.

ഖേദനം. അല്ലെങ്കിൽ, **ഖേദം.** ന. ദുഃഖം, സങ്കടം.

ഖേദിക്കുന്നു. ച്ചു. പ്പാൻ. (ഖേദി.) അ. ക്രി. ദുഃഖിക്കുന്നു.

ഖേയം. ന. കിടങ്ങു.

ഖേല. ന. കളി.

ഖേലനം. ന. കളി, ഉല്ലാസം.

ഖേലി. ന. പാട്ടു.

ഖേസരം. ന. കോവർകഴുത.

ഖോ

ഖോഡ. വി. (ഡൻ, ഡാ, ഡം.) വി. ന. മുടന്തുള്ള.

ഖോലകം. ന. ൧, കറിച്ചട്ടി. ൨, തലപ്പാവു.

ഖോലി. ന. അമ്പറ.

ഖ്യാ

ഖ്യാതഗർഹണ. വി. (ണൻ, ണാ, ണം.) വി. ന. നിന്ദിക്കപ്പെട്ട.

ഖ്യാത. വി. (തൻ, താ, തം.) വി. ന. കീൎത്തിയുള്ള.

ഖ്യാതി. ന. കീൎത്തി.

ഖ്യാതിമൽ. വി. (മാൻ, മതി, മൽ.) വി. ന. കീൎത്തിയുള്ള.

ഖ്യാപനം. ന. ൧, അറിയിപ്പു, രഹസ്യത്തെ വെളിയിലാക്കുക. ൨, ഏററു പറക. ൩, കീൎത്തിയുണ്ടാക്കുക.

ഗ. ഹല്ലുകളിൽ മൂന്നാം അക്ഷരം.

ഗഗനചര. വി. (രൻ, രാ, രം.) വി. ന. ആകാശത്തിൽ സഞ്ചരിക്കുന്ന.

ഗഗനചരം. ന. ൧, പക്ഷി. ൨, മേഘം.

ഗഗനചാരി. വി. (രീ, രിണി, രി.) വി. ന. ആകാശത്തിൽ സഞ്ചരിക്കുന്ന.

ഗഗനചാരി. ന. ൧, പക്ഷി. ൨, മേഘം.

ഗഗനതലം. ന. ആകാശം.

ഗഗനധ്വജം. ന. ൧, മേഘം. ൨, സൂൎയ്യൻ.

ഗഗനം. ന. ആകാശം.

ഗംഗാ. ന. ൧, ഒരാറു. ൨, ഗംഗാദേവി.

ഗംഗാടേയം. ന. ഒരു മത്സ്യം.

ഗംഗാധരൻ. ന. ശിവൻ.

ഗഞ്ജന. വി. ൧, പരിഹസിക്കുന്ന, അധികരിക്കുന്ന. ൨, തോല്പിക്കുന്ന, ജയിക്കുന്ന.

ഗജത. ന. ആനക്കൂട്ടം.

ഗജദന്തം. ന. ആനക്കൊമ്പു.

ഗജപിപ്പലി. ന. അത്തിത്തിപ്പലി.

ഗജപുടം. ന. ലോഹാദികൾ ഭസ്മമാക്കുന്നതിന്റെ ഒരു അഗ്നിപ്രയോഗം.

ഗജബന്ധിനി. ന. ആനയെ കെട്ടുവാനുള്ള കററി.

ഗജഭക്ഷ്യ. ന. ഒരംന്തരവൃക്ഷം.

ഗജം. ന. ൧, ആന. ൨, ഒരളവു.

ഗജമുഖൻ. ന. ഗണപതി.

ഗജാനനൻ. ന. ഗണപതി.

ഗജാഹ്വാ. ന. അത്തിത്തിപ്പലി.

ഗഞ്ജാ. ന. ൧, മദ്യം വില്ക്കുന്ന സ്ഥലം. ൨, രത്നങ്ങൾ വെട്ടിയെടുക്കുന്ന സ്ഥലം.

ഗഞ്ജിക. ന. മദ്യം വില്ക്കുന്ന സ്ഥലം.

ഗഡം. ന. ൧, തടവു. ൨, മറവു.

ഗഡിയാൾ; ഗഡികാരം. ന. സമയം അറിയിക്കാനുണ്ടാക്കിവെച്ചിട്ടുള്ള ഒരു യന്ത്രം, മണി.

ഗഡു. വി. (ത്രിഷു.) വി. ന. കൂനുള്ള.

ഗഡു; ഗഡുവു; ഗട്ടു. ന. തവണ, പണമോ ധാന്യമോ ഏല്പിക്കേണ്ട മുറ, കണിശം.

ഗഡുക. ന. ൧, കുടം. ൨, മോതിരം.

ഗഡുര. വി. (രൻ, രാ, രം.) വി. ന. കൂനുള്ള.

ഗഡുല. വി. (ലൻ, ലാ, ലം.) വി. ന. കൂനുള്ള.

ഗണകൻ. ന. ൧, ജ്യോതിഷക്കാരൻ. ൨, കണക്കെഴുത്തുകാരൻ.

ഗണദേവത. ന. ദേവികളിൽ ഓരോ കൂട്ടം.

ഗണനം. അല്ലെങ്കിൽ, **ഗണന.** ന. ൧, കണക്കു. ൨, എണ്ണുക. ൩, ഗണിക്ക.

ഗണനീയ. വി. (യൻ, യാ, യം.) വി. ന. എണ്ണപ്പെടത്തക്ക.

ഗണപതി. ന. ശിവന്റെ പുത്രനായ ഒരു ദൈവം.

ഗണപീഠകം. ന. മാറിടം.

ഗണം. ൧, കൂട്ടം. ൨, ജാതി. ൩, ശിവന്റെ ഭൂതങ്ങൾ. ൪, സേനാമുഖം, ൨൭ തേരും ൨൭ കുതിരയും ൮൧ ആനയും ൧൩൫ ആളും കൂടിയതു.

ഗണരാത്രം. ന. വളരെ രാത്രി.

ഗണരൂപം. ന. ഒരു പൂച്ചെടി, എരിക്കു.

ഗണരൂപകം. ന. മേല്പറഞ്ഞ അർത്ഥം.

ഗണഹാസകം. ന. കാട്ടുകച്ചോലം.

ഗണാധിപൻ. ന. ഗണപതി.

ഗണിക. ന. ൧, വേശ്യാസ്ത്രീ. ൨, ഒരു പൂച്ചെടി, കുരുമുഴി.

ഗണികാരികം. ന. മുഞ്ഞവൃക്ഷം.

ഗണിക്കുന്നു. ച്ചു. പ്പാൻ. (ഗണി.) സ. ക്രി. എണ്ണുന്നു, കണക്കുകൂട്ടുന്നു.

ഗണിത. വി. (തൻ, താ, തം.) വി. ന. ൧, എണ്ണപ്പെട്ട. ൨, മാനിക്കപ്പെട്ട. ൩, അറിയപ്പെട്ട.

ഗണിതം. ന. ജ്യോതിഷം.

ഗണിതശാസ്ത്രം. ന. ജ്യോതിശ്ശാസ്ത്രം.

ഗണിതസാരം. ന. ഒരു ജ്യോതിഷഗ്രന്ഥം.

ഗണേയ. വി. (യൻ, യാ, യം.) വി. ന. എണ്ണപ്പെടേണ്ടുന്ന.

ഗണേരുകാ. ന. വേശ്യാസ്ത്രീകളുടെ താങ്ങിഴവി.

ഗണേശൻ. ന. ഗണപതി.

ഗണ്ഡകം. ന. ൧, വാൾപ്പുലി. ൨, ചെറിയ മത്സ്യം. ൩, നിലവിളക്കു.

ഗണ്ഡകാശില. ന. സാളഗ്രാമം.

ഗണ്ഡമാല. ന. ഒരു ദീനം, കവിളുവാപ്പു.

ഗണ്ഡം. ന. കവിൾ.

ഗണ്ഡശൈലം. ന. ഉരുഉൽപാറ.

ഗണ്ഡാന്തം; കെണ്ണാന്തം. ന. ഒരു പഥ്യരമായ സന്ധി, കമ്പുതയുടെ ഇരിപ്പിടം.

ഗണ്ഡാലി. ന. ഒരു മരുന്നു, അമ്മാമൻമുത്തങ്ങ.

ഗണ്ഡി. ന. ൧, താടിയിലുണ്ടാകുന്ന ഒരു ദീനം. ൨, തായ്മരം.

ഗണ്ഡിനി.. ന. ദുർഗ്ഗ.

ഗണ്ഡീരം. ന. ഒരു മരുന്നു, വാതക്കൊടി.

ഗണ്ഡു. ന. ൧, തലയിണ. ൨, സന്ധി.

ഗണ്ഡുകം. ന. നിലവിളക്കു.

ഗണ്ഡൂപദം. ന. ഞാഞ്ഞൂൽ, ഭൂനാഗം.

ഗണ്ഡൂപദി. ന. ഞാഞ്ഞൂൽപെട.

ഗണ്ഡൂലം. വി. വളഞ്ഞ.

ഗണ്ഡൂഷം. ന. കലുക്കുഴിക, കവിൾക്കൊള്ളുക.

ഗണ്ഡൂഷ. ന. മേല്പറഞ്ഞ അർത്ഥം.

ഗണ്യ. വി. (ണ്യൻ, ണ്യാ, ണ്യം.) വി. ന. ൧, കണക്കു കൂട്ടപ്പെടേണ്ടുന്ന. ൨, പ്രമാണിക്കപ്പെടത്തക്ക.

ഗതനാസിക. വി. (കൻ, കാ, കം.) വി. ന. ൧, മൂക്കില്ലാത്ത. ൨, മൂക്കപോയ.

ഗത. വി. (തൻ, താ, തം.) വി. ന. ൧, പോയ. ൨, നശിച്ച.

ഗതം. ന. നടപ്പു.

ഗതാഗതം. ന. പോകയും വരികയും.

ഗതാക്ഷൻ. ന. അന്ധൻ.

ഗതി. ന. ൧, നടപ്പു. ൨, രക്ഷ. ൩, മോക്ഷം. ൪, ഉപായം. ൫, അവസ്ഥ. ൬, സഹായം. ൭, സമ്പത്തു.

ഗതിഭേദം. ന. പലവിധത്തിലുള്ള പോക്കു, വേറൊരു പ്രകാരഭേദം.

ഗദ. ന. ഒരായുധം.

ഗദൻ. ന. ഒരു യാദവൻ.

ഗദം. ന. രോഗം.

ഗദാഗ്രജൻ. ന. വിഷ്ണു.

ഗദാധരൻ. ന. ഗദയെ ധരിച്ചവൻ, വിഷ്ണു.

ഗദിക്കുന്നു. ച്ചു. പ്പാൻ. (ഗദി.) സ. ക്രി. പറയുന്നു.

ഗദിത. വി. (തൻ, താ, തം.) വി. ന. പറയപ്പെട്ട.

ഗദ്യ. വി. (ദ്യൻ, ദ്യാ, ദ്യം.) വി. ന. പറയപ്പെടുവാൻ തക്ക.

ഗദ്യം. ന. സംസ്കൃതശ്ലോകങ്ങളിൽ ഒരു വകഭേദം.

ഗദ്ഗദം. വി. വിക്കിപറയപ്പെട്ട.

ഗന്തവ്യ. വി. (വ്യൻ, വ്യാ, വ്യം.) വി. ന. ഗമിപ്പാൻ തക്ക.

ഗന്തു. ന. വഴിപോക്കൻ.

ഗന്തുകാമ. വി. (മൻ, മാ, മം.) വി. ന. പോകുവാനാഗ്രഹമുള്ള.

ഗന്ത്രികം. ന. ചാട്ട, വണ്ടി.

ഗന്ധകം. ന. ഒരു മരുന്നു. ൧, നെല്ലിക്കാഗന്ധകം. ൨, പാറഗന്ധകം.

ഗന്ധകരസായനം. ന. പുടം വെച്ച ഗന്ധകം.

ഗന്ധകാളി. ന. ൧, പടച്ചുണ്ട. ൨, കരിങ്ങാലി.

ഗന്ധകുടീ. ന. ൧, ചിററീന്തൽ. ൨, മുരം.

ഗന്ധചേലിക. ന. കസ്തൂരി.

ഗന്ധദീപം. ന. മദയാന.

ഗന്ധധൂളി. ന. കസ്തൂരി.

ഗന്ധനം. ന. ൧, ഉത്സാഹം. ൨, ഹിംസാവിചാരം. ൩, അറിയിക്ക. ൪, പ്രകാശനം.

ഗന്ധനാകുലി. ന. ചിററരത്ത.

ഗന്ധപാഷാണം. ന. ഗന്ധകം.

ഗന്ധഫലം. ന. കപിത്ഥവൃക്ഷം.

ഗന്ധഫലി. ന. ൧, ചെമ്പകമൊട്ടു. ൨, ഞാഴൽ.

ഗന്ധം. ന. ൧, സൌരഭ്യം, മണം. ൨, ചന്ദനം.

ഗന്ധമാദനം. ന. ഒരു പർവ്വതം.

ഗന്ധമാർജ്ജാരൻ. ന. ഒരു മൃഗം, മെരുകു.

ഗന്ധമൂലി. ന. കച്ചോലം, ചെറുകച്ചോലം.

ഗന്ധമൂഷികൻ. ന. നച്ചെലി.

ഗന്ധമൃഗം. ന. ഒരു മൃഗം, മെരുകു.

ഗന്ധമൈഥുനൻ. ന. കാള.

ഗന്ധരസം. ന. നറുമ്പശ.

ഗന്ധരാജം. ന. ചന്ദനം.

ഗന്ധലോലുപ. ന. ൧, ഒരച്ചു. ൨, കൊതുകു.

ഗന്ധവഹൻ. ന. കാററു.

ഗന്ധവഹം. ന. മൂക്കു.

ഗന്ധവാഹൻ. ന. കാററു.

ഗന്ധവാഹം. ന. മൂക്കു.

ഗന്ധവിഹ്വലം. ന. കോതമ്പു.

ഗന്ധവ്യാകുലം. ന. തക്കോലപ്പുട്ടിൽ.

ഗന്ധൎവ്വൻ. ന. ൧, സംഗീതത്തിലെ പാട്ടുകാരൻ. ൨, കുതിര. ൩, ഒരു വക മാൻ. ൪, മരിച്ചവരുടെ ആത്മാവു

ഗന്ധൎവ്വം. ന. ൧, കുതിര. ൨, ഒരുവക മാൻ.

ഗന്ധൎവ്വനഗരം. ന. ഉണ്ടെന്നു മനസ്സിൽ തോന്നിപ്പിക്കുന്നതും എന്നാൽ വാസ്തവമായില്ലാത്തതും ആയ നഗരം, വെറും തോന്നൽ.

ഗന്ധൎവ്വഹസ്തകം. ന. ഒരു മരുന്നു, ആവണക്കു.

ഗന്ധശേഖരം. ന. കസ്തൂരി.

ഗന്ധസാരം. ന. ചന്ദനം.

ഗന്ധാഖു. ന. നച്ചെലി.

ഗന്ധാശ്മം. ന. ഗന്ധകം.

ഗന്ധി. വി. (ന്ധീ, ന്ധിനി, ന്ധി.) വി. ന. മണമുള്ള.

ഗന്ധികം. ന. ഗന്ധകം.

ഗന്ധിക്കുന്നു. ച്ചു. പ്പാൻ. (ഗന്ധി.) സ. ക്രി. മണക്കുന്നു.

ഗന്ധിനീ. ന. ചിററീന്തൽ.

ഗന്ധോത്തമ. ന. ഒരു മദ്യം.

ഗന്ധോലി. ന. കടുന്നൽ.

ഗഭസ്തി. ന. രശ്മി.

ഗഭസ്തിമാൻ. ന. ആദിത്യൻ.

ഗഭീര. വി. (രൻ, രാ, രം.) വി. ന. ആഴമുള്ള.

ഗമനം. ന. നടപ്പു.

ഗമം. ന. നടപ്പു.

ഗമഥം. ന. വഴി.

ഗമഥൻ. ന. വഴിപോക്കൻ.

ഗമനീയം. വി. ൧, പ്രാപിപ്പാൻ തക്ക. ൨, മനസ്സിലാകുന്ന. ൩, ആചരിപ്പാൻ യോഗ്യമായ.

ഗമിക്കുന്നു. ച്ചു. പ്പാൻ, (ഗമി.) അ. ക്രി. നടക്കുന്നു.

ഗമി. ന. വഴിപോക്കൻ.

ഗമ്യ. വി. (മ്യൻ, മ്യാ, മ്യം.) വി. ന. ഗമിപ്പാൻ തക്ക.

ഗംഭാരി. ന. ഒരു വൃക്ഷം, പെരുംകമിൾ.

ഗംഭീര. വി. (രൻ, രാ, രം.) വി. ന. ബുദ്ധിക്കു ആഴമുള്ള. **ഗംഭീരത.** ഗു. ന. ഗാംഭീൎയ്യം.

ഗയാ. ന. നഗരം.

ഗരം. ന. വിഷം.

ഗരളം. ന. വിഷം.

ഗരളവേഗം. ന. വിഷത്തിന്നുള്ള ഒരു മരുന്നു, കരളേകം.

ഗരാഗരീ. ന. ഒരു മരുന്നു, ദേവതാലീ.

ഗരിമാവു. ന. കനം, ഗുരുത്വം.

ഗരിഷ്ഠ. വി. (ഷ്ഠൻ, ഷ്ഠാ, ഷ്ഠം.) വി. ന. ഏററവും കനമുള്ള, ഉറപ്പുള്ള.

ഗരീയസ്സ. വി. (യാൻ, യസീ, യസ്സ.) വി. ന. മേല്പറഞ്ഞ അൎത്ഥം.

ഗരുഡക്കരുത്തു. ന. വിഷം ഇറക്കുന്നതിന്നുള്ള ഒരു മന്ത്രം.

ഗരുഡധ്വജൻ. ന. വിഷ്ണു.

ഗരുഡൻ. ന. വിഷ്ണുവിന്റെ വാഹനം, പക്ഷികളുടെ രാജാവു.

ഗരുഡപ്പച്ച. ന. വിഷമിറക്കുന്നതിന്നുള്ള ഒരു കല്ലു.

ഗരുഡാഗ്രജൻ. ന. അരുണൻ.

ഗരുത്തു. ന. ചിറകു.

ഗരുത്മൽ. വി. (ത്മാൻ, ത്മതി, ത്മൽ.) വി. ന. ചിറകുള്ള.

ഗരുത്മാൻ. ന. ൧, ഗരുഡൻ. ൨, പക്ഷി.

ഗൎഗ്ഗരം. ന. ൧, വെള്ളത്തിലെ ചുഴി. ൨, ഒരുവക മത്സ്യം. ൩, ഒരുവക സംഗീതയന്ത്രം.

ഗൎഗ്ഗരി. ന. തൈർ കലക്കുന്ന പാത്രം.

ഗൎജ്ജനം. ന. ൧, ശബ്ദം. ൨, അലൎച്ച. ൩, ഇടിമുഴക്കം. ൪, കോപം.

ഗൎജ്ജിക്കുന്നു. ച്ചു. പ്പാൻ. (ഗൎജ്ജി.) അ. ക്രി. ൧, ശബ്ദിക്കുന്നു. ൨, അലറുന്നു. ൩, ഇടിമുഴങ്ങുന്നു.

ഗൎജ്ജിത. വി. (തൻ, താ, തം.) വി. ന. ശബ്ദിച്ച.

ഗൎജ്ജിതൻ. ന. മദയാന.

ഗൎത്തം. ന. ൧, പോതു. ൨, കുഴി. ൩, ഓമൽ ചുഴി.

ഗൎത്തിക. ന. നെയിത്തുശാല.

ഗൎദ്ദഭം. ന. കഴുത.

ഗൎദ്ദഭാണ്ഡം. ന. ൧, വരശു വൃക്ഷം. ൨, കല്ലാൽ വൃക്ഷം.

ഗൎദ്ധന. വി. (നൻ, നാ, നം.) വി. ന. അത്യാഗ്രഹമുള്ള.

ഗൎദ്ധം. ന. അത്യാഗ്രഹം.

ഗൎഭകം. ന. തലമുടിയുടെ അകത്തു വെച്ചു കെട്ടിയ മാല.

ഗൎഭചിഹ്നം. ന. ഗൎഭമുണ്ടായാലുള്ള അടയാളം.

ഗൎഭദീക്ഷ. ന. ഭാൎയ്യക്കു ഗൎഭമുണ്ടായാൽ പ്രസവിക്കുന്നതുവരെയും ഭൎത്താവു ക്ഷൌരം ചെയ്യാതെ ഇരിക്ക.

ഗൎഭധാരണം. ന. ഗൎഭം ധരിക്ക.

ഗൎഭപാത്രം. ന. സ്ത്രീകളുടെ വയററിൽ ഗൎഭം ഉല്പാദിക്കുന്ന സ്ഥലം.

ഗൎഭപിണ്ഡം. ന. ൧, ഗൎഭം ഉല്പാദിച്ചതിന്റെശേഷം ശുക്ലരക്തങ്ങൾ ഒരുമിച്ചു പിണ്ഡാകാരമായിരിക്കുന്ന ഒരു വസ്തു.

ഗൎഭം. ന. ൧, പുരുഷന്റെ ശുക്ലം സ്ത്രീയുടെ യോനിയിൽ പതിച്ചു രക്തത്തോടുകൂടെ ചേൎന്നു വളരുന്ന വസ്തു, വയററിലിരിക്കുന്ന കുട്ടി. ൨, അന്തൎഗ്ഗതം, അകം.

ഗൎഭവതി. ന. ഗൎഭമുള്ളവൾ.

ഗൎഭസ്രാവം. ന. പിള്ളയഴിക.

ഗൎഭാഗാരം. ന. അകത്തെ മുറി.

ഗൎഭാധാനം. ന. ഗൎഭം ഉണ്ടാകുന്നതിന്നു മുൻപെ ചെയ്യുന്ന ഒരു കൎമ്മം.

ഗൎഭാശയം. ന. ഗൎഭപാത്രം.

ഗൎഭിണീ. ന. ഗൎഭമുള്ളവൾ.

ഗൎഭിണ്യവേക്ഷണം. ന. പ്രസവസംബന്ധമായ കൎമ്മം.

ഗൎഭീകരിക്കുന്നു. സ. ക്രി. ഉൾകൊള്ളുന്നു, ഉള്ളിൽ നിറയ്ക്കുന്നു.

ഗൎഭോപഘാതിനീ. ന. ഗൎഭം അലസിയ പശു.

ഗൎഭോല്പാദം. ന. ഗൎഭത്തെ ഉണ്ടാക്കുക.

ഗൎമ്മുത്തു. ന. ഒരു പുല്ലു.

ഗൎവ്വം. ന. അഹങ്കാരം.

ഗൎവ്വാടൻ. ന. ൧, വാതിൽ കാവല്ക്കാരൻ. ൨, കാവല്ക്കാരൻ. ൩, ഗ്രാമത്തിലെ പ്രമാണി.

ഗൎവ്വിക്കുന്നു. ച്ചു. പ്പാൻ. (ഗൎവ്വി.) അ. ക്രി. അഹങ്കരിക്കുന്നു.

ഗൎവ്വിത. വി. (തൻ, താ, തം.) വി. ന. അഹങ്കാരമുള്ള.

ഗൎവ്വിഷ്ഠ. വി. (ഷ്ഠൻ, ഷ്ഠാ, ഷ്ഠം.) വി. ന. അഹങ്കാരമുള്ള.

ഗൎഹണം. ന. നിന്ദ.

ഗൎഹാ. ന. നിന്ദ.

ഗൎഹിക്കുന്നു. ച്ചു. പ്പാൻ. (ഗൎഹി.) അ. ക്രി. നിന്ദിക്കുന്നു.

ഗൎഹിത. വി. (തൻ, താ, തം.) വി. ന. നിന്ദിക്കപ്പെട്ട.

ഗഹ്യ. വി. (ഹ്യൻ, ഹ്യാ, ഹ്യം.) വി.ന. നിന്ദിക്കപ്പെടേണ്ടുന്ന, നിന്ദിക്കേണ്ടുന്ന.

ഗഹ്യവാദി. വി. (ദി, ദിനി, ദി.) വി. ന. നിന്ദ്യവാക്ക പറയുന്ന.

ഗല്ഗദം. ന. സന്തോഷംകൊണ്ടൊ ദുഃഖം കൊണ്ടൊ ഇടനെഞ്ചു പൊട്ടി പുറപ്പെടുന്ന വാക്ക.

ഗല്ഭം. ന. ൧, ധൈൎയ്യം. ൨, നിഗളം.

ഗല്ലം. ന. കവിൾ.

ഗല്ലുകം. ന. വീഞ്ഞു കടിക്കുന്നതിന്നുള്ള ചെറിയ കണ്ണാടിപ്പാത്രം.

ഗവയം. ന. ഒരു വക മാൻ.

ഗവരാജൻ. ന. കാള.

ഗവലൻ. ന. കാട്ടുപോത്തു.

ഗവലം. ന. കാട്ടുപോത്തിന്റെ കൊമ്പു.

ഗവാക്ഷം. ന. കിളിവാതിൽ.

ഗവാക്ഷി. ന. ൧, ചെറുകുമ്മട്ടി. ൨, ശംഖുപുഷ്പം.

ഗവീശപരൻ. ന. പശുക്കളുടെ ഉടയവൻ.

ഗവേന്ധു. ന. ഒരുവക ധാന്യം.

ഗവേധു. ന. മേല്പറഞ്ഞ അൎത്ഥം.

ഗവേഷണം. ന. അന്വേഷണം.

ഗവേഷണ. ന. മേല്പറഞ്ഞ അൎത്ഥം.

ഗവേഷിത. വി. (തൻ, താ, തം.) വി. ന. അന്വേഷിക്കപ്പെട്ട.

ഗവ്യ. വി. (വ്യൻ, വ്യാ, വ്യം.) വി. ന. പശുവിനെ സംബന്ധിച്ച.

ഗവ്യം. ന. പാൽ വെണ്ണ മുതലായവ.

ഗവ്യാ. ന. ൧, പശുക്കൂട്ടം. ൨, രണ്ടു നാഴിക ദൂരം.

ഗവ്യൂതി. ന. രണ്ടു നാഴിക ദൂരം.

ഗഹനം. വി. പ്രവേശിപ്പാൻ കഴിയാത്ത.

ഗഹനം. ന. കാട.

ഗഹ്വരം. ന. ൧, ഗുഹ. ൨, കാട. ൩, വള്ളിക്കുടിലിൽ. ൪, ഗൎത്തം.

ഗഹ്വരി. ന. ൧, ഗുഹ. ൨, ഭൂമി.

ഗളകംബളം. ന. പശുക്കളുടെയു കഴുത്തിലെ തൂങ്ങുന്ന തൊലി. [ill. അവസാനം]

ഗളഗണ്ഡം. ന. ഒരു ദീനം, കണ്ഠമാല.

ഗളഗ്രഹം. ന. ഒരുമാതിരി ചാറു.

ഗളം. ന. കഴുത്തു.

ഗളതലം. ന. കഴുത്തു.

ഗളനാളം. ന. കഴുത്തു.

ഗളന്തിക. ന. മഞ്ചിരട്ടി.

ഗളവ്രതം. ന. മയിൽക്കോഴി.

ഗളാവിലം. ന. ഒരു മത്സ്യം, കൊഞ്ചു.

ഗളിക്കുന്നു. ച്ചു. പ്പാൻ. (ഗളി.) അ. ക്രി. ഒഴുകുന്നു, വീഴുന്നു.

ഗളിത. വി. (തൻ, താ, തം.) വി. ന. ൧, ഒഴുകിയ, വീണ. ൨, ജീൎണ്ണം ഭവിച്ച, കേടു ഭവിച്ച. ൩, കുറഞ്ഞുപോയ. ൪, ഇല്ലാതായ.

ഗളിതകുഷ്ഠം. ന. വിരലുകൾ നശിച്ചുപോയ സുഖമാകാത്ത കുഷ്ഠരോഗം.

ഗളിതദന്തൻ. ന. പല്ലുപോയവൻ.

ഗളോദ്ദേശം. ന. മൃഗങ്ങളുടെ കഴുത്തിന്റെ താഴെയുള്ള ഒരു ഭാഗം.

ഗാ

ഗാംഗടം. ന. ഒരു മത്സ്യം, കൊഞ്ചു.

ഗാംഗടേയം. ന. ഒരു മത്സ്യം, ചെമ്മീൻ.

ഗാംഗേയൻ. ന. ൧, ഭീഷ്മൻ. ൨, സുബ്രഹ്മണ്യൻ.

ഗാംഗേയം. ന. നീർക്കിഴങ്ങു.

ഗാംഗേരുകി. ന. ഒരു പച്ച മരുന്നു, ആനക്കുറുന്തോട്ടി.

ഗാഡി. ന. വണ്ടി.

ഗാഢ. വി. (ഢൻ, ഢാ, ഢം.) വി. ന. ൧, കെട്ടുറപ്പുള്ള. ൨, അധികമായ. ൩, മുറുകിയ.

ഗാഢം. അ. ഏറവും, അധികം, മുറുക്കം.

ഗാഢമുഷ്ടി. വി. (ത്രിഷു.) വി. ന. ൧, കൈ ചുരുട്ടിപ്പിടിച്ച. ൨, ലുബ്ധുള്ള.

ഗാഢമുഷ്ടി. ന. വാൾ.

ഗാഢാശ്ലേഷം. ന. മുറുകെത്തഴുകൽ.

ഗാണപത. വി. (തൻ, താ, തം.) വി. ന. (താഴെവരുന്ന അൎത്ഥം.)

ഗാണപത്യ. വി. (ത്യൻ, ത്യാ, ത്യം.) വി. ന. ഗണപതിയെ സംബന്ധിച്ച.

ഗാണപത്യം. ന. ൧, ഒരു മതം. ൨, കൂട്ടത്തിലെ പ്രധാനിയുടെ അവസ്ഥ.

ഗാണിക്യം. ന. വേശ്യമാരുടെ കൂട്ടം.

ഗാണ്ഡിവം. അല്ലെങ്കിൽ, ഗാണ്ഡീവം. ന. അൎജ്ജുനന്റെ വില്ലു.

ഗാണ്ഡീവി. ന. അൎജ്ജുനൻ.

ഗാത്തു. ന. ൧, പാട്ടു. ൨, രാത്രിയിൽ പാടുന്ന ഒരു പക്ഷി.

ഗാത്രം. ന. ൧, ശരീരം. ൨, അവയവം. ൩, ആനയുടെ മുൻകാൽ.

ഗാത്രസംകോചി. ന. മരപ്പട്ടി.

ഗാത്രാനുലേപനി. ന. കറിക്കൂട്ടു.

ഗാഥകൻ. ന. പാട്ടുകാരൻ.

ഗാഥ. ന. ൧, പാട്ടു. ൨, ശ്ലോകം. ൩, രാഗം.

ഗാനം. ന. ൧, പാട്ടു. ൨, വാദ്യം.

ഗാനി. ന. പാട്ടുകാരൻ.

ഗാന്തു. വി. (ത്രിഷു.) വി. ന. പോകുന്ന.

ഗാന്ധൎവ്വ. വി. (ൎവ്വൻ, ൎവ്വീ, ൎവ്വം.) വി. ന. ഗന്ധൎവ്വനെ സംബന്ധിച്ച.

ഗാന്ധൎവ്വം. ന. സ്ത്രീപുരുഷന്മാർ തമ്മിലുള്ള അനുരാഗം നിമിത്തം ബന്ധുക്കളുടെ അറിവുകൂടാതെയും വിധിപ്രകാരമുള്ള ആചാരങ്ങൾ കൂടാതെയും കഴിക്കുന്ന വിവാഹം

ഗാന്ധൎവ്വകൻ. ന. പാട്ടുകാരൻ.

ഗാന്ധാരം. ന. ൧, സപ്തസ്വരങ്ങളിൽ മൂന്നാമത്തെ സ്വരം. ൨, ഒരു രാജ്യം.

ഗാന്ധാരൻ. ന. ഗന്ധാരരാജ്യത്തെ രാജാവു.

ഗാന്ധാരി. ന. ദുൎയ്യോധനന്റെ അമ്മ.

ഗാന്ധികൻ. ന. ൧, എഴുത്തുകാരൻ. ൨, സുഗന്ധവൎഗ്ഗം വില്ക്കുന്നവൻ.

ഗാമി. വി. (മീ, മിനീ, മി.) വി. ന. നടക്കുന്ന.

ഗാമുക. (കൻ, കാ, കി, കം.) വി. ന. പോകുന്ന.

ഗാംഭീൎയ്യം. ന. ൧, ആഴം. ൨, മഹത്വം.

ഗായക. വി. (കൻ, കി, കം.) വി. ന. പാടുന്ന.

ഗായൽ. വി. (യൻ, യന്തി, യൽ.) വി. ന. പാടുന്ന.

ഗായത്രി. ന. ൧, കരിങ്ങാലി വൃക്ഷം. ൨, ഋഗ്വേദത്തിലെ മുഖ്യമായ ഒരു മന്ത്രം.
(തൽ സവിതുൎവ്വരേണ്യം ഭൎഗ്ഗോദേവസ്യധീമഹി ധിയോ യോനഃ പ്രചോദയാൽ.)

ഗാരിത്രം. ന. ഒരു ധാന്യം.

ഗാരുഡ. വി. (ഡൻ, ഡാ, ഡം.) വി. ന. ഗരുഡനെ സംബന്ധിച്ച.

ഗാരുഡം. ന. ൧, ഗരുഡമന്ത്രം. ൨, പതിനെട്ടു പുരാണങ്ങളിൽ ഒന്നു. ൩, മുപ്പത്തിരണ്ടു ഉപനിഷത്തുകളിൽ ഒന്നു.

ഗാരുഡികൻ. ന. ൧, വശീകരണക്കാരൻ. ൨, വിഷവൈദ്യൻ.

ഗാരുഡവിദ്യ. ന. വിഷവൈദ്യം.

ഗാരുത്മതം. ന. മരതകക്കല്ലു.

ഗാൎദ്ധ. വി. (ൎദ്ധൻ, ൎദ്ധി, ൎദ്ധം.) വി. ന. അത്യാഗ്രഹമുള്ള, കൊതിയുള്ള.

ഗാൎദ്ധം. ന. ൧, അത്യാഗ്രഹം. ൨, അമ്പു.

ഗാൎഭിണം. ന. ഗൎഭിണികളുടെ കൂട്ടം.

ഗാൎഹപത്യം. ഹോമാഗ്നികളിൽ ഒന്നു.

ഗാൎഹസ്ഥ്യം. വി. ഗൃഹസ്ഥാശ്രമത്തെ സംബന്ധിച്ച.

ഗാലവം. ന. ഒരു മരുന്നു, പാച്ചോററി.

ഗാലി. ന. പ്രാക്കു.

ഗാഹനം. ന. ൧, കുഴി. ൨, പ്രവേശനം.

ഗാളനം. ന. ൧, ജലമയമായ വസ്തുക്കളെ അരിക്കുക. ൨, ഉരുക്കുക.

ഗി

ഗിരം. ന. വാക്കു.

ഗിരണം. ന. വിഴുങ്ങുക.

ഗിരി. വി. (ത്രിഷു.) വി. ന. വണക്കമുള്ള.

ഗിരി. ന. പൎവ്വതം.

ഗിരിക. ന. ചുണ്ടെലി.

ഗിരികൎണ്ണിക. ന. ഭൂമി.

ഗിരികൎണ്ണി. ന. വിഷ്ണുക്രാന്തി.

ഗിരിജാ. ന. ൧, പാൎവ്വതി. ൨, അരത്ത.

ഗിരിജം. ന. ൧, അഭ്രം. ൨, കല്മദം. ൩, ഇരിമ്പു.

ഗിരിജാമലം. ന. അഭ്രം.

ഗിരിജ്വരം. ന. ഇടിവാൾ.

ഗിരിതടം. ന. താഴ്വര.

ഗിരിപക്ഷാരി. ന. ദേവേന്ദ്രൻ.

ഗിരിമല്ലിക. ന. ഒരു വൃക്ഷം, കുടകപ്പാല.

ഗിരിശൻ. ന. ശിവൻ.

ഗിരിശൃംഗം. ന. പൎവ്വതത്തിന്റെ കൊടുമുടി.

ഗിരീശൻ. ന. ശിവൻ.

ഗില. വി. (ലൻ, ലാ, ലം.) വി. ന. വിഴുങ്ങുന്ന.

ഗിലം. ന. ഒരു മാതിരി നാരകം.

ഗിലനം. ന. വിഴുങ്ങുക.

ഗിലി. ന. വിഴുങ്ങുക.

ഗിലിത. വി. (തൻ, താ, തം.) വി. ന. വിഴുങ്ങപ്പെട്ട.

ഗീ

ഗീത. വി. (തൻ, താ, തം.) വി. ന. പാടപ്പെട്ട.

ഗീതം. ന. പാട്ടു.

ഗീതാ. ന. കൃഷ്ണൻ അൎജ്ജുനനു ഉപദേശിച്ചുകൊടുത്ത തത്വങ്ങൾ അടങ്ങിയിട്ടുള്ള ഭഗവൽഗീതയെന്ന കൃതി.

ഗീതി. ന. പാട്ടു.

ഗീഥാ. ന. ൧, പാട്ടു. ൨, പ്രസംഗം.

ഗീരു. ന. വാക്കു.

ഗീൎണ്ണ. വി. (ൎണ്ണൻ, ൎണ്ണാ, ൎണ്ണം.) വി. ന. വിഴുങ്ങപ്പെട്ട.

ഗീൎണ്ണി. ന. വിഴുങ്ങുക.

ഗീൎവ്വാണൻ. ന. ദേവൻ.

ഗീൎവ്വാണ. വി. (ണൻ, ണാ, ണം.) .വി. ന. ദേവസംബന്ധമായ.

ഗീൎവ്വാണം. ന. സംസ്കൃതഭാഷ.

ഗീഷ്പതി. ന. വ്യാഴം.

ഗു

ഗുച്ഛകം. ന. ൧, പൂങ്കുല. ൨, മാല.

ഗുച്ഛപത്രം. ന. പന.

ഗുച്ഛഫല. ന. മുന്തിരിങ്ങാവള്ളി.

ഗുച്ഛം. ന. ൧, പൂങ്കുല. ൨, മാല.

ഗുച്ഛാൎദ്ധം. ന. ഒരുവക മാല.

ഗുഞ്ജ. ന. ൧, കുന്നി. ൨, മദ്യം വില്ക്കുന്ന സ്ഥലം. ൩, ഉപ്പപടനം.

ഗുഡ. ന. ചതുരക്കള്ളി.

ഗുഡപുഷ്പം. ന. ഇരിപ്പവൃക്ഷം.

ഗുഡഫലം. ന. ഉകവൃക്ഷം.

ഗുഡം. ന. ൧, ശൎക്കര. ൨, ഗുളിക.

ഗുഡശൎക്കര. ന. പഞ്ചസാര.

ഗുണകാര. വി. (രൻ, രി, രം.) വി. ന. പെരുക്കുന്നതിനുള്ള.

ഗുണകാരം. ന. പെരുക്കുക.

ഗുണജ്ഞ. വി. (ജ്ഞൻ, ജ്ഞാ, ജ്ഞം.) വി. ന. ഗുണത്തെ അറിയുന്ന.

ഗുണതാ_ത്വം. ന. ൧, ആശ്രയം. ൨, സുകൃതം, വിശേഷത. ൩, പെരുക്കം.

ഗുണദോഷക്കാരൻ. ന. ൧, ഗുണത്തെയും ദോഷത്തെയും അറിയുന്നവൻ. ൨, ശുദ്ധസ്ത്രീയുടെ ഭൎത്താവു.

ഗുണദോഷജ്ഞ. വി. (ജ്ഞൻ, ജ്ഞാ, ജ്ഞം.) വി. ന. ഗുണത്തെയും ദോഷത്തെയും അറിയുന്ന.

ഗുണദോഷം. ന. ൧, നന്മയും തിന്മയും. ൨, ബോദ്ധ്യത്വം.

ഗുണദോഷവിചാരം. ന. നന്മതിന്മകളെക്കുറിച്ചുള്ള വിചാരം.

ഗുണനിക. ന. ആട്ടം.

ഗുണനിധി. വി. (ത്രിഷു.) വി. ന. ഗുണത്തിന്റെ ഇരിപ്പിടമായ.

ഗുണനീയ. വി. (യൻ, യാ, യം.) വി. ന. കണക്കുകൊണ്ടു പെരുക്കേണ്ടുന്ന.

ഗുണനീയൻ. ന. അഭ്യസിക്കുന്നവൻ.

ഗുണനീയം. ന. അഭ്യാസം.

ഗുണനം. ന. ൧, പെരുക്കം. ൨, ഓരോന്നായി പറയുക.

ഗുണപാഠം. ന. വൈദ്യശാസ്ത്രത്തിൽ ഒരു ഭാഗം.

ഗുണബന്ധന. വി. (നൻ, നാ, നം.) വി. ന. ഗുണത്തോടു ചേൎന്ന.

ഗുണം. ന. ൧, നന്മ. ൨, സ്വഭാവം. ൩, രസം. ൪, തൎക്കശാസ്ത്രപ്രകാരമുള്ള ൨൪ ഗുണങ്ങൾ. ൫, നീതിശാസ്ത്രപ്രകാരമുള്ള സന്ധിവിഗ്രഹംമുതലായ ൬ ഗുണങ്ങൾ. ൬, വൈദ്യശാസ്ത്രപ്രകാരമുള്ള സ്നിഗ്ദ്ധാദിയായ ൨൦ ഗുണങ്ങൾ. ൭, ജ്യോതിശ്ശാസ്ത്രപ്രകാരം കണക്കിന്റെ പെരുക്കം. ൮, സത്വരജസ്തമസ്സുകൾ ആകുന്ന ൩ ഗുണങ്ങൾ. ൯, ഐശ്വൎയ്യാദികളായ ഗുണങ്ങൾ. ൧൦, വില്ലിന്റെ ഞാണു.

ഗുണലയിക. ന. കൂടാരം.

ഗുണവൽ. വി. (വാൻ, വതി, വൽ.) വി. ന. ഗുണമുള്ള.

ഗുണവൃക്ഷകം. ന. പാമരം.

ഗുണശാലി. വി. (ലി, ലിനി, ലി.) വി. ന. നന്മയുള്ള.

ഗുണാധികാരം. ന. അധിക ഗുണം.

ഗുണാധിക്യം. ന. അധിക ഗുണം.

ഗുണാംബുരാശി. ന. ഗുണത്തിന്റെ ഇരിപ്പിടം, വളരെ ഗുണമുള്ളവൻ.

ഗുണി. വി. (ണി, ണിനി, ണി.) വി. ന. നന്മയുള്ള.

ഗുണികാ.

ഗുണിക്കുന്നു. ച്ചു. പ്പാൻ. (ഗുണി.) സ. ക്രി. പെരുക്കുന്നു.

ഗുണിത. വി. (തൻ, താ, തം.) വി. ന. പെരുക്കപ്പെട്ട.

ഗുണോല്കൃഷ്ട. വി. (ഷ്ടൻ, ഷ്ടാ, ഷ്ടം.) വി. ന. ഗുണാധിക്യമുള്ള.

ഗുണോലക്ഷ്യ. വി. (ക്ഷ്യൻ, ക്ഷ്യാ, ക്ഷ്യം.) വി. ന. മേല്പറഞ്ഞ അൎത്ഥം.

ഗുണ്ഠനം. ന. ൧, മൂടുക. ൨, പൊരട്ടുക, തേക്കുക.

ഗുണ്ഡകം. ന. ചൊട്ടി.

ഗുണ്ഡനം. ന. ഒളിക്ക, മൂടുക.

ഗുണ്ഡിത. വി. (തൻ, താ, തം.) വി. ന. പൊടിക്കപ്പെട്ട.

ഗുത്സാൎദ്ധം. ന. ഇരുപത്തുനാലിഴ കൂടിയ മുത്തുമാല.

ഗുദകീലം. ന. ഒരു ദീനം. അൎശസ്സ.

ഗുദഗ്രഹം. ന. മലത്തിന്റെ തടവു.

ഗുദഭ്രംശം. ന. ഒരു ദീനം.

ഗുദം. ന. മലദ്വാരം.

ഗുദാങ്കുരം. ന. ഒരു ദീനം, അൎശസ്സ.

ഗുധേര. വി. (രൻ, രാ, രം.) വി. ന. രക്ഷിക്കുന്ന.

ഗുന്ദ്ര. ന. ൧, കഴിമുത്തെങ്ങാ. ൨, ഞാഴൽവൃക്ഷം.

ഗുന്ദ്രം. ന. അമ.

ഗുന്മം. അല്ലെങ്കിൽ, ഗുല്മം. ന. ൧, കുന്മൻ എന്ന ഒരു ദീനം. ൨, കുറുമ്പുവൽ. ൩, സേനാമുഖം. ൪, പുല്ലൂട്ടം.

ഗുന്മി. വി. (ന്മി, ന്മിനി, ന്മി.) വി. ന. ഗുന്മമുള്ള.

ഗുന്മിനീ. ന. വള്ളിക്കുടിൽ.

ഗുപ്ത. വി. (പ്തൻ, പ്താ, പ്തം.) വി. ന. ൧, ഒളിക്കപ്പെട്ട. ൨, രക്ഷിക്കപ്പെട്ട.

ഗുപ്തകൻ. ന. സൂക്ഷിക്കുന്നവൻ.

ഗുപ്തി. ന. ൧, മറവു. ൨, രക്ഷണം. ൩, ഒളിപ്പിടം.

ഗുംജനം. ന. മുളക.

ഗുമസ്തൻ; ഗുമസ്താവു; ഗുമസ്താ. ന. എഴുത്തുജോലിയോടു കൂടിയ കാൎയ്യസ്ഥൻ.

ഗുംഫനം. ന. ഉള്ളടക്കം, കോൎപ്പു കഥാബന്ധം.

ഗുംഫിത. വി. (തൻ, താ, തം.) വി. ന. കോൎക്കപ്പെട്ട.

ഗുരണം. ന. ൧, ഒരിമ്പാട. ൨, ജാഗ്രത.

ഗുരു. വി. (രു, ൎവ്വീ, രു.) വി. ന. ൧, കനമുള്ള. ൨, മഹിക്കാത്ത. **ഗുരുത്വം.** ഗു. ന. ഗുരുവെന്നുള്ള ഭാവം.

ഗുരു. ന. ൧, ആചാൎയ്യൻ. ൨, പിതാവു. ൩, വ്യാഴം. ൪, ഗൎഭം. ൫, ദീൎഘാക്ഷരങ്ങളും കൂട്ടക്ഷരങ്ങളും.

ഗുരുകാൎയ്യം. ന. സാരമുള്ള കാൎയ്യം.

ഗുരുകം. വി. ൧, അത്യന്തം കനമുള്ള. ൨, (മാത്രയിൽ) ദീൎഘമുള്ള.

ഗുരുജനം. ന. ൧, ബഹുമാനപൂൎവ്വം ഗുരുവിനെ നിൎദ്ദേശിച്ചു പറയുന്ന വാക്ക. ൨, ഗുരുക്കന്മാരുടെ കൂട്ടം.

ഗുരുതമ. വി. ഏററവും മുഖ്യമായ.

ഗുരുതമൻ. ന. ൧, വിശിഷ്ടഗുരു. ൨, വിഷ്ണു.

ഗുരുതാ_ത്വം. ന. ൧, കനം. ൨, ഭാരം, പ്രയാസം. ൩, പ്രാബല്യം, വലിപ്പം. ൪, ബഹുമാനം, ആദരവു. ൫, ഗുരുസ്ഥാനം. ൬, പ്രാധാന്യത.

ഗുരുനാഥൻ. ന. ആശാൻ.

ഗുരുപത്നി. ന. ഗുരുവിന്റെ ഭാൎയ്യ.

ഗുരുപാരമ്പൎയ്യം. ന. ഗുരുക്കന്മാർ പണ്ടപണ്ടെ ചെയ്തുവന്ന മുറ.

ഗുരുഭാൎയ്യ. ന. ഗുരുവിന്റെ ഭാൎയ്യ.

ഗുരുഭൃതൻ. ന. ആശാൻ.

ഗുരുലാഘവത്വം. ന. വലിപ്പച്ചെറുപ്പം.

ഗുരുവാരം. ന. വ്യാഴാഴ്ച.

ഗുരുശുശ്രൂഷ. ന. ഗുരുവിന്റെ ഇഷ്ടംപോലെ ചെയ്ക.

ഗുരുഹാ. ന. ഗുരുവിനെ കൊന്നവൻ.

ഗുൎജ്ജരം. ന. ഗുജരാത്തു ദേശം.

ഗുൎവ്വിണി. ന. ഗൎഭമുള്ളവൾ.

ഗുൎവ്വീ. ന. ൧, ഗൎഭമുള്ളവൾ. ൨, ഗുരുത്വമുള്ളവൾ. ൩, കനമുള്ളതു.

ഗുല്ഗുലു. ന. ഒരു മരുന്നു.

ഗുല്ഫം. ന. കാലിന്റെ നരിയാണി.

ഗുവാകം. ന. കവുങ്ങുമരം.

ഗുഹ. ന. ൧, പൎവ്വതത്തിന്റെ ദ്വാരം. ൨, ഒരു മരുന്നു, മുവില.

ഗുഹൻ. ന. ൧, സുബ്രഹ്മണ്യൻ. ൨, രാമായണത്തിൽ പറയുന്ന ഒരു മുക്കോൻ.

ഗുഹാശയം. ന. ൧, സിംഹം. ൨, വരിയൻപുലി. ൩, കാട്ടി.

ഗുഹ്യകൻ. ന. ദേവകളിൽ ഒരു ജാതി.

ഗുഹ്യകേശ്വരൻ. ന. വൈശ്രവണൻ.

ഗുഹ്യപ്രദേശം. ന. രഹസ്യസ്ഥലം.

ഗുഹ്യം. വി. രഹസ്യമായ.

ഗുഹ്യോപദേശം. ന. രഹസ്യമായിട്ടുള്ള ഉപദേശം.

ഗുളം. ന. ശൎക്കര.

ഗുളാന്നം. ന. ശൎക്കരപ്പായസം.

ഗുളാബം. ന. പനിനീർച്ചെടി.

ഗുളാബപുഷ്പം. ന. പനിനീർപൂവു.

ഗുളിക. ന. അരെച്ചുരുട്ടി ഉണങ്ങിയ മരുന്നു.

ഗുളികൻ. ന. നവഗ്രഹങ്ങളുടെ കൂട്ടത്തിൽ ഉള്ള ഒരു സൎപ്പം.

ഗുളുഗുളു. ന. വെള്ളത്തിൽ വീഴുന്ന ശബ്ദം.

ഗുളുഞ്ചരം. ന. പൃക്കൊട്ട.

ഗുളൂചി. ന. ഒരു മരുന്നു, അമൃതു.

ഗൂ

ഗൂഢകൎമ്മം. ന. രഹസ്യമായുള്ള പ്രവൃത്തി.

ഗൂഢപാത്തു. ന. പാമ്പു.

ഗൂഢപുരുഷൻ. ന. ഒററുകാരൻ.

ഗൂഢ. വി. (ഢൻ, ഢാ, ഢം.) വി. ന. ഒളിക്കപ്പെട്ട, മറെക്കപ്പെട്ട, രഹസ്യമായുള്ള.

ഗൂഢമന്ത്രം. ന. ൧, രഹസ്യമായ കൂടിവിചാരം. ൨, വശീകരണം.

ഗൂഢമാൎഗ്ഗം. ന. ഊടുവഴി.

ഗൂഢവച്ചസ്സ. ന. തവള.

ഗൂഢസ്ഥൻ. ന. ആത്മാവു.

ഗൂഥം. ന. മലം

ഗൂന വി. (നൻ, നാ, നം.) വി. ന. ഒഴിയപ്പെട്ട.

ഗൂഹനം. ന. ഒളിപ്പു.

ഗൂഹിക്കുന്നു. ച്ചു. പ്പാൻ. (ഗൂഹി.) സ. ക്രി. ഒളിക്കുന്നു, മറെക്കുന്നു.

ഗൂഹിത. വി. (തൻ, താ, തം.) വി. ന. ഒളിക്കപ്പെട്ട.

ഗൃ

ഗൃഞ്ജനം. ന. ഒരു മരുന്നു, വെള്ളുള്ളി.

ഗൃധ്നു. വി. (ത്രിഷു.) വി. ന. ആഗ്രഹമുള്ള. **ഗൃധ്നുത.** ഗു. ന. ആഗ്രഹം.

ഗൃദ്ധ്ര. വി. (ധ്രൻ, ധ്രാ, ധ്രം.) വി. ന. ആഗ്രഹമുള്ള.

ഗൃദ്ധ്രം. ന. ഒരു പക്ഷി, കഴുകു.

ഗൃദ്ധ്രസീ. ന. ഒരു വാതരോഗം.

ഗൃഷ്ടി. ന. ഒന്നു പെററ പശു.

ഗൃഹകപോതം. ന. വളൎക്കുന്ന പ്രാവു.

ഗൃഹകൃത്യം. ന. വിട്ടുവേല.

ഗൃഹഗോധിക. ന. ഗൌളി, പല്ലി.

ഗൃഹഗോലിക. ന. പല്ലി.

ഗൃഹനീഡം. ന. ഒരു പക്ഷി, ഊൎക്കുരികിൽ.

ഗൃഹപതി. ന. ഫ, ഭവനത്തിന്റെ ഉടയവൻ. ൨, ആദിത്യൻ. ൩, ഗൃഹസ്ഥൻ. ൪, യാഗം ചെയ്യുവൻ.

ഗൃഹപ്രവേശം. ന. ഫ, കുടിവെക്കുക. ൨, പുതിയ വീട്ടുണ്ടാക്കി അതിലേക്കു ഒന്നാമതുള്ള കരേററം.

ഗൃഹമണി. ന. വിളക്കു.

ഗൃഹമാചിക. ന. നരിച്ചീർ.

ഗൃഹമേധീ. ന. ഗൃഹസ്ഥൻ, വിവാഹം ചെയ്യുവൻ.

ഗൃഹം. ന. ഭവനം.

ഗൃഹസ്ഥൻ. ന. ഫ, ഭവനത്തിലിരിക്കുന്നവൻ. ൨, വിവാഹം ചെയ്യുവൻ.

ഗൃഹസ്ഥൂണം. ന. ഭവനത്തിന്റെ തൂണു.

ഗൃഹാധിപൻ. ന. ഭവനത്തിൽ പ്രമാണി.

ഗൃഹായണി. ന. ഗൃഹസ്ഥൻ.

ഗൃഹാരാമം. ന. അടുക്കളപ്പൂങ്കാവു.

ഗൃഹാവഗ്രഹണീ. ന. ചേററുപടി.

ഗൃഹാശയ. ന. വെററിലക്കൊടി.

ഗൃഹാക്ഷം. ന. കിളിവാതിൽ.

ഗൃഹിണി. ന. ഭാൎയ്യ.

ഗൃഹീ. ന. ഗൃഹസ്ഥൻ.

ഗൃഹ്യ. വി. (ഹ്യൻ, ഹ്യാ, ഹ്യം.) വി. ന. ഗ്രഹിപ്പാൻ തക്ക, വീട്ടിനുള്ളിലുള്ള.

ഗൃഹ്യക. വി. (കൻ, കാ, കം.) വി. ന. സ്വാതന്ത്ര്യമില്ലാത്ത.

ഗൃഹ്യകം. ന. ഭവനത്തിൽ വളൎക്കുന്ന പക്ഷിമൃഗാദി.

ഗൃഹ്യാചാരം. ന. ഗൃഹസ്ഥമൎയ്യാദ, വീട്ടാചാരം.

ഗേ

ഗേണ്ഡുകം. ന. പന്തു.

ഗേഹം. ന. ഭവനം.

ഗേഹി. വി. (ഹീ, ഹിനീ, ഹി.) വി. ന. ഭവനമുള്ള.

ഗേഹിനി. ന. ഭാൎയ്യ.

ഗേഹേശൂരൻ. ന. വിട്ടിൽ മാത്രം ശൌൎയ്യം കാണിക്കുന്നവൻ, സാമൎത്ഥ്യമില്ലാത്ത വെറും നാട്യക്കാരൻ.

ഗൈ

ഗൈരികം. ന. ഫ, മനോശില. ൨, കാവിമണ്ണു. ൩, പൊന്നു.

ഗൈരേയ. വി. (യൻ, യാ, യം.) വി. ന. മലയിലുണ്ടായ.

ഗൈരേയം. ന. കല്മതം.

ഗൈൎവ്വാണി. ന. സംസ്കൃത ഭാഷ.

ഗോ

ഗോ. ന. ഫ, പശു. ൨, കാള. ൩, സ്വൎഗ്ഗം. ൪, രശ്മി. ൫, ദിക്കു. ൬, ഇടിവാൾ. ൭, അമ്പു. ൮, വാക്കു. ൯, കണ്ണു. ൰, ഭൂമി. ൰ഫ, വെള്ളം. ൰൨, ആദിത്യൻ. ൰൩, ചന്ദ്രൻ. ൰൪, പശുമേധയാഗം. ൰൫, അമ്മ.

ഗോകണ്ടകം. ന. ഒരു മരുന്നു, ഞെരിഞ്ഞിൽ.

ഗോകൎണ്ണം. ന. ഫ, ഒരുവക മാൻ. ൨, ഒരു ചാൺ നീളം. ൩, മലയാളത്തിന്റെ വടക്കെ അതിർ. ൪, ഒരു പുണ്യക്ഷേത്രം. ൫, പശുവിന്റെ ചെവി.

ഗോകൎണ്ണി. ന. ഒരു മരുന്നു, പെരുങ്കുരുമ്പ.

ഗോകിലം. ന. ഫ, കലപ്പ. ൨, ഉലക്ക.

ഗോകീലം. ന. മേല്പറഞ്ഞ അൎത്ഥം.

ഗോകുലം. ന. ഫ, പശുക്കൂട്ടം. ൨, തൊഴുത്തു.

ഗോകുലാഷ്ടമി. ന. തുലാമാസത്തിൽ വെളുത്ത അഷ്ടമി.

ഗോകൃതം. ന. ചാണകം.

ഗോക്ഷുരം. ന. ഒരു മരുന്നു, ഞെരിഞ്ഞിൽ.

ഗോഘ്നൻ. ന. പശുവിനെ കൊല്ലുന്നവൻ.

ഗോചരം. ന. ഇന്ദ്രിയങ്ങളെക്കൊണ്ടുള്ള അറിവു.

ഗോജിഹ്വ. ന. ഒരു മരുന്നു, കൊഴുപ്പ.

ഗോണ്ഡം. ന. മുഴെച്ച പൊക്കിൾ.

ഗോത. ന. പശുക്കൂട്ടം.

ഗോതുംബ. ന. ചെറുകുമ്മട്ടി.

ഗോത്രജ. വി. (ജൻ, ജാ, ജം.) വി. ന. വംശത്തിൽ ജനിച്ച.

ഗോത്രഭിത്തു. ന. ദേവേന്ദ്രൻ.

ഗോത്രം. ന. ഫ, വംശം. ൨, പേർ. ൩, പൎവ്വതം.

ഗോത്രാ. ന. ഫ, ഭൂമി. ൨, പശുക്കൂട്ടം.

ഗോത്രാരി. ന. ദേവേന്ദ്രൻ.

ഗോദ. വി. (ദൻ, ദാ, ദം.) വി. ന. പശുവിനെ കൊടുക്കുന്ന.

ഗോദാ. ന. ഗോദാവരിയെന്ന ആറു.

ഗോദം. ന. തലച്ചോർ.

ഗോദാരണം. ന. ഫ, കലപ്പ. ൨, തൂമ്പ.

ഗോദാവരി. ന. ഒരാറു.

ഗോദോഹനി. ന. പാൽക്കുഴ.

ഗോധ. ന. ഫ, ഉടുമ്പു. ൨, കൈവാൾ.

ഗോധനം. ന. പശുക്കൂട്ടം.

ഗോധാപദി. ന. ഉഴിഞ്ഞവള്ളി.

ഗോധി. ന. ഫ, നെററി. ൨, ഉടുമ്പു.

ഗോധിക. ന. ഉടുമ്പു.

ഗോധുൿ. ന. ഫ, പശു കറക്കുന്നവൻ. ൨, ഇടയൻ.

ഗോധൂമം. ന. കോതമ്പു.

ഗോനൎദ്ദം. ന. കഴിമുത്തെങ്ങ.

ഗോനസം. ന. പെരുമ്പാമ്പു.

ഗോപ. വി. (പൻ, പാ, പം.) വി. ന. പശുവിനെ രക്ഷിക്കുന്ന.

ഗോപക. വി. (കൻ, കാ, കം.) വി. ന. മേല്പറഞ്ഞ അൎത്ഥം.

ഗോപകം. ന. നറുമ്പശ.

ഗോപതി. ന. ഫ, ശിവൻ. ൨, ആദിത്യൻ. ൩, രാജാവു. ൪, കാള.

ഗോപനം. ന. ഫ, രക്ഷണം. ൨, ഒളിപ്പു.

ഗോപനീയ. വി. (യൻ, യാ, യം.) വി. ന. ഫ, രക്ഷിക്കപ്പെടുവാന്തക്ക. ൨, ഒളിക്കപ്പെടുവാന്തക്ക.

ഗോപൻ. ന. ഫ, അധികാരി. ൨, ഇടയൻ. ൩, രാജാവു. ൪, രക്ഷിതാവു.

ഗോപരസം. ന. നറുമ്പശ.
ഗോപശരം. ന. മേല്പറഞ്ഞ അൎത്ഥം.
ഗോപസുത. ന. ൧, നറുനീണ്ടി. ൨, ഇടച്ചി.
ഗോപാനസി. ന. മുകപ്പലക.
ഗോപാംഗന. ന. ൧, നറുനിണ്ടി. ൨, ഇടച്ചി.
ഗോപായിത. വി. (തൻ, താ, തം.) വി. ന. രക്ഷിക്കപ്പെട്ട.
ഗോപാലൻ. ന. ൧, ഇടയൻ. ൨, ശ്രീകൃഷ്ണൻ. ൩, രാജാവു.
ഗോപാലിക. ന. ഇടച്ചി.
ഗോപി. ന. ൧, ഇടച്ചി. ൨, നറുനിണ്ടി. ൩, ഒരുമാതിരി മണ്ണു.
ഗോപിക. ന. ൧, ഇടച്ചി. ൨, നറുനിണ്ടി.
ഗോപിക്കുന്നു. ച്ചു. പ്പാൻ. (ഗോപി.) സ. ക്രി. ൧, രക്ഷിക്കുന്നു. ൨, മറെക്കുന്നു.
ഗോപിചന്ദനം. ന. കുറിയിടുന്ന മണ്ണു, ഗോപി.
ഗോപുരം. ന. ൧, കഴിമുഖത്തെ. ൨, രാജധാനിയുടെയും ക്ഷേത്രത്തിന്റെയും ചുററുമുള്ള മതിലിൻ നാലു വശത്തും നേരെയുള്ള മാളിക.
ഗോപ്താ. വി. (പ്താ, പ്ത്രീ, പ്തൃ.) വി. ന. രക്ഷിക്കുന്ന.
ഗോപ്യകൻ. ന. ദാസൻ.
ഗോപ്യ. വി. (പ്യൻ, പ്യാ, പ്യം.) വി. ന. ൧, രക്ഷിക്കപ്പെടേണ്ടുന്ന. ൨, രഹസ്യമായുള്ള.
ഗോപ്യൻ. ന. ദാസൻ.
ഗോപ്യാധി. ന. പണയം.
ഗോഭണ്ഡീരം. ന. നിക്കോഴി.
ഗോമയച്ഛത്രം. ന. കുപ്പക്കൂൺ.
ഗോമയം. ന. ചാണകം.
ഗോമൽ. വി. (മാൻ, മതി, മൽ.) വി. ന. പശുവുള്ള.
ഗോമക്ഷിക. ന. കാട്ടീച്ച.
ഗോമാങ്ങ. ന. കോട്ടുമാങ്ങ.
ഗോമായു. ന. കുറുക്കൻ.
ഗോമാവു. ന. കോട്ടുമാവു.
ഗോമി. വി. (മീ, മിനി, മി.) വി. ന. പശുവുള്ള.
ഗോമുഖം. ന. ഒരു വാദ്യം.
ഗോമേദകം. അല്ലെങ്കിൽ, **ഗോമേദം.** ന. ഒരു രത്നം.
ഗോമേധം. ന. പശുയാഗം.
ഗോരസം. ന. തൈരു നൈ മുതലായവ.
ഗോരക്ഷകൻ. ന. ൧, ഇടയൻ. ൨, രാജാവു.
ഗോരാജൻ. ന. കാള.
ഗോരോചന. ന. ഒരു സുഗന്ധവസ്തു.
ഗോൎദ്ദം. ന. കിട്ടം.
ഗോലാസം. ന. കൂൺ.
ഗോലി. ന. മിനുസമുള്ള ഒരുതരം കല്ലിന്റെ പേരു.
ഗോലീഢം. ന. ഒരു വൃക്ഷം, വെണ്ണാതിരി.
ഗോലോമീ. ന. ൧, വയമ്പു. ൨, കറുക.
ഗോവന്ദനി. ന. ഞാഴൽ.
ഗോവിന്ദൻ. ന. ശ്രീകൃഷ്ണൻ.
ഗോവിൾ. ന. ചാണകം.
ഗോശാല. ന. ൧, പശുക്കൂട്ടം. ൨, തിരുവരത്തിക്കുററൻ.
ഗോശീൎഷം. ന. ഒരുവക ചന്ദനം.
ഗോഷ്ഠം. ന. അമ്പാടി.
ഗോഷ്ഠാഷ്ടമി. ന. തുലാമാസത്തിൽ വെളുത്ത അഷ്ടമി.
ഗോഷ്ഠി. ന. ൧, ഭംഗിയില്ലാത്ത പ്രവൃത്തി. ൨, വാക്കു. (സം.) സഭ.
ഗോഷ്പദം. ന. ൧, പശുക്കൾ കൂടുന്ന സ്ഥലം. ൨, പശുക്കൾ ഉമ്പോൾ ഉള്ള അളവു. ൩, പശുക്കുളമ്പു.
ഗോസംഖ്യൻ. ന. ഇടയൻ.
ഗോസായി. ന. ഭിക്ഷ യാചിച്ചു നടക്കുന്ന ഒരുവക തപസ്വികൾ.
ഗോസ്തനം. ന. ഒരുമാതിരി മുത്തുമാല.
ഗോസ്തനി. ന. മുന്തിരിങ്ങാപ്പഴം.
ഗോസ്ഥാനം. അല്ലെങ്കിൽ, **ഗോസ്ഥാനകം.** ന. അമ്പാടി.
ഗോഹത്യ. ന. പശുവധം.
ഗോഹനം. ന. മൂടക, ഒളിക്കു.
ഗോളം; ഗോളകം. ന. ൧, മണ്ഡലം. ൨, പന്തു. ൩, മഞ്ഞലി. ൪, മഷി. ൫, മൻയോല.
ഗോളകൻ. ന. വിധവയുടെ പുത്രൻ.
ഗോളം. ന. ൧, ഉണ്ട. ൨, മണ്ഡലം.
ഗോക്ഷീരം. ന. പശുവിൻ പാൽ.
ഗോക്ഷുരം. അല്ലെങ്കിൽ, **ഗോക്ഷുരകം.** ന. ഒരു മരുന്നു, ഞെരിഞ്ഞിൽ.

ഗൌ

ഗൌ. ന. പശു.
ഗൌഡൻ. ന. ഗൌഡദേശക്കാരൻ.
ഗൌഡം. ന. ൧, ഗൌഡം എന്ന ദേശം. ൨, ഗൌഡരാഗം.
ഗൌതമൻ. ന. ഒരു മഹൎഷി.
ഗൌതമി. ന. ൧, ദുൎഗ്ഗ. ൨, ഗോദാവരി നദി. ൩, ഗോരോചന.
ഗൌധാരം. ന. ഉടുമ്പു.
ഗൌധേയം. ന. ഉടുമ്പു.
ഗൌധേരം. ന. ഉടുമ്പു.
ഗൌര. വി. (രൻ, രാ, രി, രം.) വി. ന. ൧, വെളുത്ത. ൨, മഞ്ഞനിറമുള്ള. ൩, ചുവന്ന.
ഗൌരം. ന. ൧, വെളുപ്പു. ൨, മഞ്ഞനിറം. ൩, ചുവപ്പു.
ഗൌരവം. ന. ൧, യശസ്സു. ൨, ശ്രേഷ്ഠത. ൩, ഗുരുത്വം, കനം. ൪, എറിവു.
ഗൌരിപ്പാഷാണം. ന. വിഷമുള്ള ഒരു വക കല്ലു.
ഗൌരി. ന. ൧, പാൎവ്വതി. ൨, കന്യക.
ഗൌരികാ. ന. കന്യക.
ഗൌഷ്ഠീനം. ന. മുൻചിൽ ഗോപന്മാരും പശുക്കളും പാൎത്തിരുന്ന സ്ഥലം.
ഗൌളി. ന. പല്ലി.
ഗൌളിപന്തു. ന. ഒരു രാഗം.
ഗൌളിശാസ്ത്രം. ന. പല്ലി ശബ്ദിക്കുന്നതിനെ കേട്ടു ലക്ഷണം പറവാനുള്ള ഒരു പ്രമാണം.

ഗ്ര

ഗ്രഥനം. ന. കെട്ടു, ബന്ധനം.
ഗ്രഥിത. വി. (തൻ, താ, തം.) വി. ന. ൧, കോൎക്കപ്പെട്ട. ൨, കെട്ടപ്പെട്ട.
ഗ്രന്ഥകൎത്താവു. ന. പുസ്തകത്തെ ഉണ്ടാക്കുന്നവൻ.
ഗ്രന്ഥകുടീ. ന. പുസ്തകശാല.
ഗ്രന്ഥനം. ന. ബന്ധനം, കെട്ടു.
ഗ്രന്ഥകാരൻ. ന. ഗ്രന്ഥമെഴുതുകാരൻ.
ഗ്രന്ഥസമുച്ചയം. ന. ഗ്രന്ഥങ്ങളുടെ കൂട്ടം.

ഗ്രന്ഥം. ന. ൧, പുസ്തകം. ൨, മുപ്പത്തിരണ്ടക്ഷരം.

ഗ്രന്ഥി. വി. (ന്ഥീ, ന്ഥിനി, ന്ഥി.) വി. ന. പുസ്തകമുള്ള.

ഗ്രന്ഥി. ന. ൧, മുട്ടു. ൨, സന്ധി. ൩, മുഴ. ൪, ഗ്രന്ഥകൎത്താവു.

ഗ്രന്ഥികൻ. ന. ഗണിതക്കാരൻ.

ഗ്രന്ഥികം. ന. ൧, കാട്ടുതിപ്പലി. ൨, ഗുഗ്ഗുലു.

ഗ്രന്ഥിപൎണ്ണം. ന. ഒരു മരുന്നു, തുണിയാറം.

ഗ്രന്ഥിലം. ന. ൧, വയ്യങ്കത. ൨, ത്രുതുവഴ.

ഗ്രസനം. ന. വിഴുങ്ങുക.

ഗ്രസിക്കുന്നു. ച്ചു. പ്പാൻ. (ഗ്രസി.) സ. ക്രി. ൧, വിഴുങ്ങുന്നു. ൨, ഭക്ഷിക്കുന്നു.

ഗ്രസ്ത. വി. (സ്തൻ, സ്താ, സ്തം.) വി. ന. ൧, വിഴുങ്ങപ്പെട്ട. ൨, ഭക്ഷിക്കപ്പെട്ട. ൩, സ്പഷ്ടമല്ലാതെ പറയുന്ന.

ഗ്രഹചാരം. ന. ഗ്രഹങ്ങളുടെ സഞ്ചാരം.

ഗ്രഹണം. ന. ൧, എടുക്കുക, കൈക്കൊൾക. ൨, അറിവു. ൩, സൂൎയ്യഗ്രഹണം, ചന്ദ്രഗ്രഹണം.

ഗ്രഹണി. ന. ഒരു ദീനം.

ഗ്രഹണീഹരം. ന. ൧, കരയാമ്പൂവു. ൨, ഗ്രഹണിയെ ശമിപ്പിക്കുന്ന ഒരു മരുന്നു.

ഗ്രഹപതി. ന. ആദിത്യൻ.

ഗ്രഹപ്പിഴ. ന. ദുരദൃഷ്ടം, ദൈവികമായ കഷ്ടത.

ഗ്രഹം ന. നവഗ്രഹങ്ങൾക്കു പ്രത്യേകം പറയുന്ന ഒരു പേർ.

ഗ്രഹയാലു. വി. (ത്രിഷു.) വി. ന. ഗ്രഹിക്കുന്ന, അറിയുന്ന.

ഗ്രഹസ്ഥിതി. ന. നവഗ്രഹങ്ങളുടെ ഇരിപ്പു.

ഗ്രഹിക്കുന്നു. ച്ചു. പ്പാൻ. (ഗ്രഹി.) സ. ക്രി. ൧, പിടിക്കുന്നു. ൨, വാങ്ങിക്കുന്നു. ൩, അറിയുന്നു. ൪, പഠിക്കുന്നു. **ഗ്രഹിപ്പിക്കുന്നു.** കാ. ക്രി.

ഗ്രഹിത; ഗ്രഹീത. വി. (തൻ, താ, തം.) വി. ന. പിടിക്കപ്പെട്ട, അറിയപ്പെട്ട.

ഗ്രഹീതൃ. വി. (താ, ത്രി, തൃ.) വി. ന. അറിയുന്ന, എടുക്കുന്ന.

ഗ്രാമകൻ. ന. ഗ്രാമക്കാരൻ.

ഗ്രാമടികാ. ന. നിന്ദ്യമായ ഗ്രാമം.

ഗ്രാമണി. ന. ൧, ക്ഷൌരക്കാരൻ. ൨, ഗ്രാമത്തിൽ പ്രമാണി.

ഗ്രാമത. ന. ഗ്രാമങ്ങളുടെ കൂട്ടം.

ഗ്രാമതക്ഷൻ. ന. ഊൎത്തച്ചൻ.

ഗ്രാമം. ന. ദേശം, കര.

ഗ്രാമമുഖം. ന. ൧, ദേശത്തിന്റെ മുൻപു. ൨, ചന്തസ്ഥലം.

ഗ്രാമസൂകരം. ന. പോക്ക്.

ഗ്രാമാധിപൻ. ന. ഗ്രാമത്തിൽ പ്രമാണി.

ഗ്രാമാന്തം. ന. ദേശത്തിന്റെ അവസാനം.

ഗ്രാമീണ. ന. ഒരു മരുന്നു, അമരി.

ഗ്രാമേയം. വി. ഗ്രാമത്തിലുണ്ടായ, പരിഷ്കാരമില്ലാത്ത.

ഗ്രാമേയി. ന. വേശ്യാസ്ത്രീ.

ഗ്രാമ്യധൎമ്മം. ന. സ്ത്രീസംഗം.

ഗ്രാമ്യ. വി. (മ്യൻ, മ്യാ, മ്യം.) വി. ന. ഗ്രാമത്തിങ്കൽ ഭവിച്ച, ഗ്രാമസംബന്ധമായുള്ള.

ഗ്രാമ്യാശപം. ന. കഴുത.

ഗ്രാവാ. ന. ൧, പൎവ്വതം. ൨, കല്ലു.

ഗ്രാവം. ന. മേല്പറഞ്ഞ അൎത്ഥം.

ഗ്രാസം. ന. ഉരുള.

ഗ്രാഹക. വി. (കൻ, കാ, കം.) വി. ന. വാങ്ങിക്കുന്ന.

ഗ്രാഹകൻ. ന. ഒരു പക്ഷി, പരുന്തു.

ഗ്രാഹം. ന. ൧, കോൾമുതലു. ൨, വാങ്ങിക്കുക.

ഗ്രാഹി. വി. (ഹി, ഹിണി, ഹി.) വി. ന. വാങ്ങിക്കുന്ന.

ഗ്രാഹി. ന. വിളാവൃക്ഷം.

ഗ്രാഹ്യ. വി. (ഹ്യൻ, ഹ്യാ, ഹ്യം.) വി. ന. ഗ്രഹിക്കപ്പെടുവാന്തക്ക.

ഗ്രീവ. അല്ലെങ്കിൽ, **ഗ്രീവം.** ന. ൧, കഴുത്തു. ൨, പിടലി.

ഗ്രീഷ്മകാലം. ന. വേനൽകാലം.

ഗ്രീഷ്മജ. ന. കല്ലുച്ചിര.

ഗ്രീഷ്മം. ന. വേനൽകാലം.

ഗ്രൈവേയം. അല്ലെങ്കിൽ, **ഗ്രൈവേയകം.** ന. കഴുത്തിൽ കെട്ടുന്ന ആഭരണം.

ഗ്ല

ഗ്ലപിത. വി. ക്ഷീണിച്ച.

ഗ്ലസ്ത. വി. (സ്തൻ, സ്താ, സ്തം.) വി. ന. വിഴുങ്ങപ്പെട്ട.

ഗ്ലഹം. ന. ചൂതു.

ഗ്ലാന. വി. (നൻ, നാ, നം.) വി. ന. തളൎന്ന.

ഗ്ലാനി. ന. തളൎച്ച, ക്ഷീണം.

ഗ്ലാസ്നു. വി. (ത്രിഷു.) വി. ന. തളൎന്ന.

ഗ്ലൌ. ന. ചന്ദ്രൻ.

ഘ. ഹല്ലുകളിൽ നാലാം അക്ഷരം.

ഘട. ന. ചേൎച്ച.

ഘടകൻ. ന. ൧, ചേൎക്കുന്നവൻ. ൨, പൊരുത്തം നോക്കുന്നവൻ.

ഘടന. അല്ലെങ്കിൽ, **ഘടനം.** ന. ചേൎക്കുക.

ഘടം. ന. ൧, കുടം. ൨, ആനത്തലയിലെ മുഴ. ൩, കുംഭരാശി. ൪, പതിനാറിടങ്ങഴി.

ഘടിക. ന. നാഴിക.

ഘടികം. ന. മൂലാധാരം.

ഘടികാരം. ന. ഛായകൊണ്ടു നാഴിക അറിവാനുള്ള യന്ത്രം.

ഘടിക്കുന്നു. ച്ചു. പ്പാൻ. (ഘടി.) അ. ക്രി. ൧, ചേരുന്നു. ൨, ലഭിക്കുന്നു. **ഘടിപ്പിക്കുന്നു.** സ. ക്രി.

ഘടിത. വി. (തൻ, താ, തം.) വി. ന. ൧, ചേൎക്കപ്പെട്ട. ൨, ലഭിക്കപ്പെട്ട.

ഘടി. ന. ൧, നാഴിക. ൨, നാഴികവട്ടക. ൩, ചേങ്ങില.

ഘടീയന്ത്രം. ന. കിണററിൽനിന്നു വെള്ളം കോരുന്ന യന്ത്രം.

ഘടോൽക്കചൻ. ന. ഹിഡിംബയെന്ന പൈശാചക സ്ത്രീയിൽ ഭീമനുണ്ടായ പുത്രൻ.

ഘട്ടദേയം. ന. ൧, ചുങ്കം. ൨, കടവുകൂലി.

ഘട്ടന. ന. ൧, നടപ്പു. ൨, മുടി. ൩, അടി. ൪, ക്രൂട്ടിമുട്ടുക. ൫, ഉരയുക.

ഘട്ടനം. ന. അടി.

ഘട്ടം. ന. ൧, കടവു. ൨, ചുങ്കസ്ഥലം.

ഘട്ടി. ന. ൧, ചെറിയ കടവു. ൨, കനം. ൩, സാമൎത്ഥ്യം.

ഘട്ട്യക്കാരൻ. ന. മംഗലസ്തുതി ചെയ്യുന്നവൻ.

ഘട്ട്യം. ന. മംഗലസ്തുതി.

ഘണഘണ. അ. മണിയുടെ ശബ്ദം.

ഘണ്ട. ന. ൧, വെണ്പാതിരിവൃക്ഷം. ൨, നാക്കമണി. ൩, ചേങ്ങില.

ഘണ്ടാകൎണ്ണൻ. ന. ചെവിയിൽ മണികെട്ടിയ ഒരു ദൈവതം.

ഘണ്ടാപഥം. ന. രാജവഴി.

ഘണ്ടാപാടലി. ന. വെണ്പാതിരിവൃക്ഷം.

ഘണ്ടാരവാ. ന. ഒരു ചെടി, കിലുകാമ്പുട്ടിൽ, തന്തലകൊട്ടി.

ഘണ്ടാരവം. ന. മണിനാദം.

ഘനകഫം. ന. ആലിപ്പഴം.

ഘനജംബാളം. ന. വളരെ ചേറുള്ള സ്ഥലം.

ഘനജ്വാല. ന. മിന്നൽ.

ഘനപാഷണ്ഡം. ന. മയിൽ.

ഘന. വി. (നൻ, നാ, നം.) വി. ന. ൧, മാനമുള്ള. ൨, ശ്രേഷ്ഠതയുള്ള. ൩, കനമുള്ള. **ഘനത.** സ്ത്രീ. ന. ൧, മഹത്വം. ൨, തിങ്ങൽ.

ഘനം. ന. ൧, മേഘം. ൨, ബഹുമാനം. ൩, മണി, ചേങ്ങില. ൪, നാട്യത്തിലെ ഒരുവക ഭേദം. ൫, മൂൎത്തടി. ൬, മുത്തെങ്ങാ.

ഘനരസം. ന. ൧, വെള്ളം. ൨, പച്ചക്കൎപ്പൂരം. ൩, കഷായം.

ഘനരുചി. ന. മിന്നൽ.

ഘനസാരം. ന. ൧, കൎപ്പൂരം. ൨, വെള്ളം.

ഘനാഘന. വി. (നൻ, നാ, നം.) വി. ന. ൧, കട്ടപ്പമുള്ള. ൨, ക്രൂരമായ.

ഘനാഘനൻ. ന. ഇന്ദ്രൻ.

ഘനാഘനം. ന. ൧, കാർമേഘം. ൨, മദയാന.

ഘനാശ്രയം. ന. ആകാശം.

ഘനിക്കുന്നു. ച്ച. പ്പാൻ. (ഘനി.) സ. ക്രി. പെരുക്കുന്നു.

ഘനീകരിക്കുന്നു; ഘനീഭവിക്കുന്നു. ക്രി. കട്ടിപിടിക്കുന്നു, ഘനമായി ഭവിക്കുന്നു.

ഘനോപലം. ന. ആലിപ്പഴം.

ഘൎമ്മം. ന. ൧, ഉഷ്ണം. ൨, ഉഷ്ണകാലം. ൩, വിയൎപ്പു. ൪, വെയിൽ.

ഘൎമ്മാതപം. ന. ഉഷ്ണമധികമുള്ള വെയിൽ.

ഘൎഷണം. ന. ഉരെക്കു, അരെക്കു.

ഘസി. ന. ആഹാരം.

ഘസ്മര. വി. (രൻ, രാ, രം.) വി. ന. അധികം ഭക്ഷിക്കുന്ന.

ഘസ്രം. ന. പകൽ.

ഘാ

ഘാട. ന. പിടലി.

ഘാടിക. ന. പിടലി.

ഘാണ്ടികൻ. ന. മണിയടിക്കുന്നവൻ.

ഘാണ്ടികാൎത്ഥകൻ. ന. മേല്പറഞ്ഞ അൎത്ഥം.

ഘാതകൻ. ന. കൊല്ലുന്നവൻ, ഉപദ്രവിക്കുന്നവൻ.

ഘാതനം. ന. കുലപാതകം.

ഘാതം. ന. ൧, കുലപാതകം. ൨, അടി. ൩, ആയുധം.

ഘാതി. വി. (തീ, തിനി, തി.) വി. ന. ൧, കൊന്ന, കൊല്ലുന്ന. ൨, ഉപദ്രവിക്കുന്ന.

ഘാതുക. വി. (കൻ, കീ, കം.) വി. ന. ക്രൂരമായുള്ള.

ഘാസം. ന. ൧, പൈപ്പുല്ലു. ൨, പയറു.

ഘാസി. ന. അഗ്നി.

ഘു

ഘുടം. ന. നരിയാണി.

ഘുടി. ന. നരിയാണി.

ഘുടിക. ന. ൧, നരിയാണി. ൨, ജപമാല. ൩, ഗുളിക.

ഘുണം. ന. മരം തുളെക്കുന്ന വണ്ടു.

ഘുണാക്ഷരന്യായം. ന. പുഴ ഇഴഞ്ഞുണ്ടാകുന്ന പാടു ചിലപ്പോൾ അക്ഷരാകൃതിയിൽ കാണപ്പെടുന്നതു, യാദൃഛികമായുള്ളതു.

ഘുണ്ഡം. ന. കണയാൽ.

ഘുരണം. ന. ശബ്ദം.

ഘുഷ്ട. വി. (ഷ്ടൻ, ഷ്ടാ, ഷ്ടം.) വി. ന. ഉറെച്ചു ശബ്ദിക്കപ്പെട്ട.

ഘുഷ്ടം. ന. ഉറെച്ചുള്ള ശബ്ദം.

ഘുസൃണം. ന. കുങ്കമം.

ഘൂ

ഘൂകം. ന. മൂങ്ങ.

ഘൂൎണ്ണനം. അപ്പ്രയോഗം, **ഘൂൎണ്ണം.** ന. ചുഴല്ച.

ഘൂൎണ്ണിത. വി. (തൻ, താ, തം.) വി. ന. ൧, ചുഴലപ്പെട്ട. ൨, തിരിയുന്ന.

ഘൃ

ഘൃണ. ന. ൧, കൃപ, ദയ. ൨, നിന്ദ.

ഘൃണാകര. വി. (രൻ, രാ, രം.) വി. ന. ൧, കൃപയുള്ള. ൨, നിന്ദയുള്ള.

ഘൃണി. വി. (ണീ, ണിനി, ണി.) വി. ന. ൧, കൃപയുള്ള. ൨, നിന്ദയുള്ള.

ഘൃണി. ന. രശ്മി.

ഘൃതകുമാരി. ന. കററുവാഴ.

ഘൃതാചി. ന. ൧, രാത്രി. ൨, ഒരു അപ്സരസ്ത്രീയുടെ പേരു. ൩, സരസ്വതി.

ഘൃതാൎച്ചിസ്സ്. ന. അഗ്നി.

ഘൃതം. ന. നെയ്.

ഘൃതോദം. ന. നെയ്സ്സമുദ്രം.

ഘൃഷ്ടി. ന. ൧, ബ്രാഹ്മി. ൨, രശ്മി. ൩, പന്നി. ൪, ഉരെക്കു, പൊടിക്കു.

ഘോ

ഘോടകം. ന. കുതിര.

ഘോടം. ന. കുതിര.

ഘോണാ. ന. മൂക്കു.

ഘോണി. ന. പന്നി.

ഘോണ്ട. ന. ൧, കുങ്കുമമരം. ൨, ഇലന്ത.

ഘോരദൎശന. വി. (നൻ, നാ, നം.) വി. ന. ഭയങ്കരനോട്ടമുള്ള.

ഘോരദൎശനം. ന. ൧, മൂങ്ങാ. ൨, ഭയങ്കരനോട്ടം.

ഘോര. വി. (രൻ, രാ, രം.) വി. ന. ഭയം വരുത്തുന്ന.

ഘോരൻ. ന. ൧, ശിവൻ, ൨, ഭയങ്കരൻ.

ഘോഷകം. ന. പീരം.

ഘോഷണം. ന. ഉച്ചത്തിൽ ശബ്ദിക്കു.

ഘോഷണാ. ന. മേല്പറഞ്ഞ അൎത്ഥം.

ഘോഷം. ന. ൧, ഇടയന്മാരുടെ കുടി. ൨, ഉരത്ത ശബ്ദം.

ഘോഷയാത്ര. ന. രാജാക്കന്മാരുടെ പ്രൌഢിയോടുകൂടിയ പുറപ്പാടു.

ഘോഷവതി. ന. വീണ.

ഘോഷാരവം. ന. ഘോഷശബ്ദം.

ഘോഷാക്ഷരം. ന. ഘ, ഝ, ഢ, ധ, ഭ എന്ന അക്ഷരങ്ങളുടെ പേർ.

ഘോഷിക്കുന്നു. ച്ചു. പ്പാൻ. (ഘോഷി.) സ. ക്രി. ൧, ശബ്ദിക്കുന്നു. ൨, കോലാഹലമുണ്ടാക്കുന്നു.

ഘോഷിതം. ന. ഘോഷിക്കപ്പെട്ടതു്.

ഘോഷിപ്പു. ന. കോലാഹലം.

ഘ്ര

ഘ്രാണതപ്പണം. ന. സുഗന്ധം.

ഘ്രാണനം. ന. ൧, മണക്കുക. ൨, മണം.

ഘ്രാണം. ന. ൧, മണക്കുക. ൨, മണം. ൩, മൂക്കു.

ഘ്രാണിക്കുന്നു. ച്ചു. പ്പാൻ. (ഘ്രാണി.) സ. ക്രി. മണക്കുന്നു. **ഘ്രാണിപ്പിക്കുന്നു.** കാ. ക്രി.

ഘ്രാണേന്ദ്രിയം. ന. മൂക്കു.

ഘ്രാത. വി. (തൻ, താ, തം.) വി. ന. മണക്കപ്പെട്ട.

ങ. ഹല്ലുകളിൽ അഞ്ചാം അക്ഷരം.

ച. ഹല്ലുകളിൽ ആറാം അക്ഷരം.

ച. അ. ൧, ഉം. ൨, കൂടെ. ൩, വിശേഷിച്ചും. ൪, അന്യോന്യമായി. ൫, തുല്യമായി. ൬, അല്ലെന്നു വരികിൽ. ൭, അതു ഹേതുവായി. ൮, എന്നാൽ. ൯, എന്നിലും. ൰, ഗ്രന്ഥപൂരണം.

ചകലം. വി. ഉരുണ്ട, വൃത്തമായ.

ചകലാസ്സു. ന. ഒരുവക ചുവന്ന രോപ്പുകമ്പിളി.

ചകാരം. ന. ച എന്ന അക്ഷരം.

ചകിണി; ചവിണി; ചേണി. ന. ചക്കയുടെ അകത്തു ചുളെക്കു ചുററും പററിയിരിക്കുന്ന വസ്തു.

ചകിത. വി. (തൻ, താ, തം.) വി. ന. ഭയപ്പെട്ട, ഭയമുള്ള.

ചകിരി. ന. തേങ്ങായുടെ തൊണ്ടിനകത്തുള്ള ഞരമ്പു.

ചകിരിക്കണ്ണി. ന. കുശവന്റെ ചക്രം.

ചകിരിക്കയറു. ന. തേങ്ങായുടെ മടൽ ചതെച്ചു പിരിച്ച വസ്തു.

ചകുതി. ന. ചതിവു, വഞ്ചന.

ചകോരം. അല്ലെങ്കിൽ, **ചകോരകം.** ന. ഒരു പക്ഷി, ഉപ്പൻ.

ചക്കു. ന. ൧, എള്ളു തേങ്ങ മുതലായവ ആട്ടുന്ന യന്ത്രം. ൨, കരിമ്പാട്ടുന്ന യന്ത്രം.

ചക്ക. ന. ൧, പ്ലാക്കാ. ൨, കൈതയുടെ കായ്. ൩, തഴയുടെ കായ്. ൪, ആഞ്ഞിലിക്കായ്. ൫, ഒരു നിന്ദാപ്രവൃത്തി.

ചക്കപ്രഥമൻ. ന. ചക്കപ്പഴംകൊണ്ടുണ്ടാക്കുന്ന ഒരു മധുരക്കറി.

ചക്കമുല്ല. ന. ഒരു പൂച്ചെടി, കുറുമൊഴി.

ചക്കമുള്ളു. ന. ചക്കയുടെ മുള്ളു.

ചക്കമുള്ളൻ. ന. ഒരുവക കൈവള.

ചക്കര. ന. മധുരക്കള്ളു കുറുക്കിയുണ്ടാക്കുന്ന ഒരു വസ്തു.

ചക്കരക്കള്ളു. ന. മധുരമുള്ള കള്ളു.

ചക്കരക്കള്ളൻ. ന. ഒരുമാതിരി ചുവന്ന ഉറുമ്പു.

ചക്കരക്കുമ്മട്ടി. ന. ഒരുമാതിരി കക്കരിക്കാ.

ചക്കരപ്പാവു. ന. ഉരുക്കിയ ചക്കര.

ചക്കരപ്പുകയില. ന. ചക്കരവെള്ളം തളിച്ച പുകയില.

ചക്കാൻ. ന. ചക്കുകാരൻ.

ചക്കാല. ന. ൧, ചക്കുപുര. ൨, ശൂദ്രരിൽ ഒരു താണ ജാതി.

ചക്കി. ന. ൧, ചില ജാതിക്കാരുടെ സ്ത്രീകൾക്കുള്ള ഒരു പേർ. ൨, പെണ്പൂച്ച.

ചക്കിപ്പൂച്ച. ന. പെണ്പൂച്ച.

ചക്കിലിയൻ. ന. ചെരിപ്പുണ്ടാക്കുന്ന ജാതിക്കാരൻ.

ചക്കുകൊക്കു. ന. ചക്കുകണയുടെ മുകളിൽ കൊള്ളിച്ചു വെക്കുന്ന ഒരു മരക്കഷണം.

ചക്കുതോക്കു. ന. ഒരുവക വലിയ തോക്കു.

ചക്കുപാര. ന. ചക്കിൽനിന്നു പിണ്ണാക്കു കുത്തി യെടുക്കുന്ന കോൽ.

ചക്കുപുര. ന. ചക്കാല.

ചക്കുമുക്കി. ന. തിക്കല്ലിൽനിന്നു തിപ്പറപ്പെടുവിക്കുന്ന ഒരു വസ്തു.

ചക്കുമൂട്ട. ന. ചക്കുപുര.

ചക്കുരൽ. ന. ചക്കിന്റെ ഉരൽ.

ചക്കുവരി. ന. ചക്കിനുള്ള കരം.

ചക്കുവെടി. ന. ഒരുവക വലിയ വെടി.

ചക്കുഴക്കു. ന. ചക്കുരുളി എടുക്കുന്ന എണ്ണ.

ചക്രകം. വി. വണ്ടിപോലുള്ള, വൃത്തമായ.

ചക്രകൻ. ന. (തക്കശാസ്ത്രത്തിൽ) യുക്തികൂടാതെ വാദിക്കുന്നവൻ.

ചക്രകാരകം. ന. ഒരു തൈ, പുലിച്ചുവടി.

ചക്രജീവകൻ. ന. കുശവൻ.

ചക്രദീപട്ടി. ന. ഒരുമാതിരി വലിയ ദീപട്ടി.

ചക്രധരൻ. ന. വിഷ്ണു.

ചക്രപാണി. ന. വിഷ്ണു.

ചക്രപാദം. ന. വണ്ടി.

ചക്രപ്പത്തായം. ന. വെള്ളം വററിക്കുന്ന ചക്രം ഇട്ടുതിരിക്കുന്നതിനുള്ള ഒരു പണി.

ചക്രഭേദിനി. ന. രാത്രി.

ചക്രമട്ടകം. ന. തകര.

ചക്രം. ന. ൧, ഒരുമാതിരി ആയുധം. ൨, വണ്ടി. ൩, ചക്കു. ൪, ചകിരിക്കണ്ണി. ൫, വെള്ളം വററിക്കുന്നതിനുള്ള ഒരു യന്ത്രം. ൬, ചുഴിവു. ൭, നിച്ചുഴിവു. ൮, തിരുവിതാംകൂർ രാജ്യത്തിൽ പഴയകാലത്തു നടപ്പിലിരുന്ന ഒരു ചെറിയ വെള്ളിനാണയം. ൯, രാജ്യം. ൰, കൂട്ടം. ൰൧, ദേശം. ൰൨, അണിഭേദം. ൰൩, വൃത്തം. ൰൪, കാലചക്രം. ൰൫, ഭൂമി. ൰൬, മണ്ഡലം. ൰൭, രാശികളുടെ ഗതി. ൰൮, പാമ്പിന്റെ തലയിലെ ഒരടയാളം. ൰൯, ദിക്കു. ൨൰, പിടപ്പാത്ത.

ചക്രംതിരിപ്പു. ന. വട്ടത്തിൽ ചുററിക്കു.

ചക്രംതിരിയുന്നു. ഞ്ഞു. വാൻ. (ചക്രം.) അ. ക്രി. വട്ടത്തിൽ ചുററുന്നു. **ചക്രംതിരിക്കുന്നു.** സ. ക്രി.

ചക്രയാനം. ന. വണ്ടി.

ചക്രരേഖ. ന. ചിലരുടെ കയ്യിലുള്ള ഒരടയാളം.

ചക്രല. ന. പെരുഞ്ചോരപ്പുല്ലു.

ചക്രവണ്ടി. ന. ചക്രപ്പലകകൾ കൂട്ടിഇണക്കുന്ന വണ്ടി.

ചക്രവത്തി. ന. രാജരാജൻ.

ചക്രവത്തിനി. ന. പെരുഞ്ചോലം.

ചക്രവലയം. ന. വൃത്താകാരം.

ചക്രവാകം. ന. ഒരു പക്ഷി.

ചക്രവാതം. ന. ചുഴലിക്കാററു.

ചക്രവാളം. ന. ൧, കൂട്ടം. ൨, കണ്ണിന്നെത്തുന്ന ദൂരം.

ചക്രശ്വാസം. ന. മരണസമയത്തു ചുററിത്തിരിഞ്ഞു വലിക്കുന്ന വായു.

ചക്രസംജ്ഞം. ന. വെളുത്തീയം.

ചക്രാകാര. വി. (രൻ, രാ, രം.) വി. ന. ചക്രത്തിന്റെ മാതിരിയിലുള്ള.

ചക്രാകാരം. ന. ൧, ചക്രസ്വരൂപം. ൨, വട്ടംതിരിച്ചിൽ.

ചക്രാംഗം. ന. ൧, അരയന്നം. ൨, തേര.

ചക്രാംഗീ. ന. ൧, പിടപ്പാത്ത. ൨, അരയന്നപ്പിട.

ചക്രീ. ന. ൧, വിഷ്ണു. ൨, കുശവൻ. ൩, അന്നം. ൪, സൎപ്പം. ൫, ശ്രദ്ധപുരുഷൻ. ൬, ചക്കാൻ. ൭, മഹാരാജാവു.

ചക്രീവാൻ. ന. ൧, കഴുത. ൨, ഒരു രാജാവിന്റെ പേർ.

ചങ്കൻ. ന. ഒരു മത്സ്യം.

ചങ്കിടി. ന. ഏററുപാടുക, കൂടെപ്പാടുക.

ചങ്കിടിക്കാരൻ. ന. പാട്ടുകാരനെ സഹായിച്ചു പാടുന്നവൻ, സഹായി.

ചങ്കുരം. ന. വണ്ടി, ചാടു.

ചങ്ക്രമണം. ന. നടപ്പു.

ചംഗം. വി. ൧, ചന്തമുള്ള. ൨, സാമൎത്ഥ്യമുള്ള.

ചങ്ങല. ന. തുടർ.

ചങ്ങലംപിരണ്ട. ന. ഒരു വള്ളി.

ചങ്ങലവട്ടക. ന. ചങ്ങലവിളക്ക.

ചങ്ങലവിളക്ക. ന. കൊണ്ടുനടക്കുന്ന ഒരുമാതിരി ഓട്ടുവിളക്ക.

ചങ്ങാടം. ന. വെള്ളത്തിനുമീതെ കൂടെ വല്ലതും കൊണ്ടുപോകുന്നതിന്നായിട്ടു വള്ളമോ തടിയോ കൂട്ടിക്കെട്ടിയുണ്ടാക്കുന്നതു.

ചങ്ങാതം. ന. വിരുത്തി.

ചങ്ങാതി. ന. സ്നേഹിതൻ, കൂട്ടൻ.

ചങ്ങാതിത്വം; ചങ്ങാത്തം; ചെങ്ങാത്തം. ന. സഖിത്വം.

ചങ്ങാളൻ. ന. ചങ്ങാതി.

ചഞ്ചരീകം. ന. വണ്ടു.

ചഞ്ചല. വി. (ലൻ, ലാ, ലം.) വി. ന. ഇളകുന്ന. **ചഞ്ചലത.** ഗു. ന. ഇളക്കം.

ചഞ്ചല. ന. മിന്നൽ.

ചഞ്ചലബുദ്ധി. വി. (ത്രിഷു.) വി. ന. ബുദ്ധിക്കിളക്കമുള്ള.

ചഞ്ചലാക്ഷി. ന. കണ്ണിന്നു സൌന്ദൎയ്യമുള്ളവൾ, സുന്ദരി.

ചഞ്ചലിക്കുന്നു. ച്ചു. പ്പാൻ. (ചഞ്ചലി.) അ. ക്രി. ഇളകുന്നു.

ചഞ്ചളീകം. ന. വണ്ടു.

ചഞ്ചു. ന. ൧, പക്ഷിയുടെ കൊക്ക. ൨, ആവണക്ക. ൩, കീൎത്തിപ്പെട്ടവൻ, സാമൎത്ഥ്യമുള്ള.

ചഞ്ചുപുടം. ന. കൊക്കിനകം.

ചഞ്ചുസൂചി. ന. ഒരു പക്ഷി.

ചഞ്ചൂ. ന. പക്ഷിയുടെ കൊക്ക.

ചടക. ന. ൧, ഊൎക്കുരികിൽപ്പിട. ൨, തിപ്പലിവേര.

ചടകം. ന. ൧, ഊൎക്കുരികിൽ. ൨, പടകം.

ചടകാശിരം. തിപ്പലിവേര.

ചടക്കം. ന. ൧, വിരോധം. ൨, ശാഠ്യം.

ചടങ്ങ. ന. സമ്പ്രദായം, രീതി.

ചടന്തു. ന. മുടന്തു.

ചടന്തുകാൽ. ന. മുടന്തുള്ള കാൽ.

ചടന്തുകാലൻ. ന. മുടന്തുകാലുള്ളവൻ.

ചടന്തൻ. ന. മുടന്തൻ.

ചടന്തുന്നു. ന്തി. വാൻ. (ചടന്ത.) അ. ക്രി. മുടന്തുന്നു.

ചടപട. ന. ഉച്ചത്തിൽ കേൾക്കുന്ന ശബ്ദം, വെടിവെക്കുമ്പോഴത്തേ ശബ്ദം.

ചടപ്പു. ന. മെലിച്ചിൽ, ക്ഷീണം.

ചടവു. ന. മെലിച്ചിൽ.

ചടു. ന. ൧, വയറു. ൨, ഇഷ്ടവാക്ക.

ചടുപിടെ. അ. സാവധാനം കൂടാതെ.

ചടുല. വി. (ലൻ, ലാ, ലം.) വി. ന. ൧, ഇളകുന്ന. ൨, സൌന്ദൎയ്യമുള്ള.

ചടുലം. ന. സുന്ദരം.

ചടുല. ന. മിന്നൽ.

ചടുലാക്ഷ. വി. (ക്ഷൻ, ക്ഷി, ക്ഷം.) വി. ന. നല്ലകണ്ണുള്ള.

ചടുലാക്ഷി. ന. സുന്ദരി.

ചടെക്കുന്നു. ച്ചു. പ്പാൻ. (ചടെ.) അ. ക്രി. ൧, മെലിയുന്നു. ൨, ക്ഷീണിക്കുന്നു.

ചട്ട. ന. ൧, മുടന്തു. ൨, കുറവു.

ചട്ട ന. ൧, കുപ്പായം. ൨, തോക്കിന്റെ മരം.

ചട്ടക്കട്ടിൽ. ന. ഉഴിഞ്ഞാക്കട്ടിൽ.

ചട്ടക്കാരൻ. ന. ഒരു ജാതിക്കാരൻ.

ചട്ടൻ. ന. മുടന്തൻ, ഞൊണ്ടി.

ചട്ടപ്പാത്തി. ന. തോക്കിന്റെ മരം.

ചട്ടമഴിക്കുന്നു. ച്ചു. പ്പാൻ. (ചട്ടം.) അ. ക്രി. മൎയ്യാദലംഘനം ചെയ്യുന്നു.

ചട്ടമറിച്ചുകെട്ടുന്നു. ട്ടി. വാൻ. (ചട്ട.) സ. ക്രി. പുറകോട്ടു കൈ പിടിച്ചു കെട്ടുന്നു.

ചട്ടമാകുന്നു. യി. വാൻ. (ചട്ടം.) അ ക്രി. ഒരുങ്ങുന്നു. **ചട്ടമാക്കുന്നു** സ. ക്രി.

ചട്ടമായിട്ടു. അ. ൧, പതിവായിട്ടു. ൨, ക്രമമായിട്ടു.

ചട്ടമിടുന്നു. ട്ടു. വാൻ. (ചട്ടം.) അ. ക്രി. അടിയിൽ കണ്ടു എഴുതുന്നതിന്നായിട്ടു മേൽ എഴുതിക്കൊടുന്നു. ൨, വരുതി കൊടുക്കുന്നു.

ചട്ടം. ന. ൧, ക്രമം, ന്യായം. ൨, മാതിരി, രീതി. ൩, ഓല. ൪, മരംകൊണ്ടു അരികിടുക. ൫, തിട്ടം. ൬, കല്പന. ൭, വൃത്തി. ൮, മെഴുകിന്റെ ആമാശയം. ൯, സമയം. ൧൦, ഒരുമാതിരി വരകോൽ.

ചട്ടംകെട്ടുന്നു. ട്ടി. വാൻ. (ചട്ടം.) സ. ക്രി. ൧, ക്രമപ്പെടുത്തുന്നു. ൨, പ്രമാണിക്കുന്നു. ൩, ന്യായം സ്ഥിരപ്പെടുത്തുന്നു.

ചട്ടവട്ടം. ന. ൧, ക്രമം. ൨, അവസ്ഥ.

ചട്ടററ. വി. കുറവില്ലാത്ത.

ചട്ടവാൾ. ന. അറപ്പവാൾ.

ചട്ടി. ന. ഒരുമാതിരി മണ്പാത്രം.

ചട്ടിക്കലം. ന. ഒരുമാതിരി മണ്പാത്രം.

ചട്ടിണി. ന. ചമ്മന്തിക്കറി.

ചട്ടിത്തല. ന. ചട്ടിപോലെയുള്ള തല.

ചട്ടിത്തലയൻ. ന. ചട്ടിപോലെ തലയുള്ളവൻ.

ചട്ടിപ്പണം. ന. കല്ലാൽപ്പണം, ചായത്തിന്നുള്ള കരം.

ചട്ടുകപ്രായം. അ. സ്ഥിരമില്ലാത്ത അവസ്ഥ.

ചട്ടുകം. ന. അടുപ്പത്തു വെക്കുന്ന വസ്തുക്കൾ ഇളക്കുന്നതിന്നു ഓടോ ഇരിമ്പോ കൊണ്ടുള്ള ഒരു സാധനം.

ചട്ടുകാലൻ. ന. കാലിൽ ഞൊണ്ടുള്ളവൻ.

ചണ. വി. (ണൻ, ണാ, ണം.) വി. ന. സാമൎത്ഥ്യമുള്ള.

ചണം. ന. ഒരു ചെടി, വക്ക.

ചണക. ന. ചെറുചണം.

ചണകം. ന. ഒരു പയറു, കടല.

ചണനാരു. അല്ലെങ്കിൽ, **ചണനൂൽ.** ന. ചണം ചതെച്ചുണ്ടാക്കുന്ന നാരു.

ചണ്ടി. ന. ൧, വിലക്ഷണം. ൨, പായൽ. ൩, കരിമ്പിൻ ചുട്ടു. ൪, പതിരു, വയ്ക്കോൽ.

ചണ്ടിത്തരം. ന. ൧, വിലക്ഷണം. ൨, വൃത്തികേടു.

ചണ്ടിതപം; ചണ്ടിത്തം. ന. മേല്പറഞ്ഞ അൎത്ഥം.

ചണ്ഡ. വി. (ണ്ഡൻ, ണ്ഡാ, ണ്ഡം.) വി. ന. ഏററവും കോപമുള്ള. **ചണ്ഡത.** ഗു. ന. ഏററവും കോപം.

ചണ്ഡം. ന. ൧, കാട്ടുകച്ചോലം. ൨, ഒരു പുല്ലു. ൩, കാട്ടുകിഴങ്ങു. ൪, ദുൎഗ്ഗാഭഗവതി.

ചണ്ഡൻ. ന. ൧, യമൻ. ൨, അസുരൻ.

ചണ്ഡം. ന. ൧, കോപം. ൨, ക്രൂരത. ൩, എളിക്കു താഴെയുള്ള പ്രദേശം.

ചണ്ഡാതകം. ന. പട്ടുട.

ചണ്ഡാതം. ന. കണവീരം.

ചണ്ഡാംശു. ന. ആദിത്യൻ.

ചണ്ഡാലൻ. ന. പറയൻ, ബ്രാഹ്മണസ്ത്രീയിൽ ശൂദ്രനു ജനിച്ചുണ്ടായ പുത്രൻ.

ചണ്ഡാലവല്ലകി. ന. കിന്നരം.

ചണ്ഡാലി. ന. പറച്ചി.

ചണ്ഡാലിക. ന. ൧, കിന്നരം. ൨, പറച്ചി.

ചണ്ഡിക. ന. ൧, ദുൎഗ്ഗ. ൨, കാളി. ൩, പാൎവ്വതി.

ചണ്ഡീ. ന. മേല്പറഞ്ഞ അൎത്ഥം.

ചണ്ഡീശൻ. ന. ശിവൻ.

ചണ്ണ. ന. ഒരു തൈ.

ചണ്ണക്കുവ. ന. ഒരു തൈ.

ചണ്ണപ്പായിൽ. ന. വെള്ളത്തിലുണ്ടാകുന്ന ഒരു തൈ.

ചണ്ണുന്നു. ണ്ണി. വാൻ. (ചണ്ണ.) സ. ക്രി. അധികം ആഗ്രഹത്തോടെ ഭക്ഷിക്കുന്നു.

ചത. ന. മട്ടന, ഇടി.

ചതകത്തി. ന. വെററില പാക്കു ചതെക്കുന്ന ഒരായുധം.

ചതകുപ്പ. ന. ഒരങ്ങാടി മരുന്നു.

ചതച്ചിൽ. ന. ചതവു.

ചതപ്പു. ന. ചതെക്കുക.

ചതയം. ന. ഇരുപത്തുനാലാം നക്ഷത്രം.

ചതയുന്നു. ഞ്ഞു. വാൻ. (ചത.) അ. ക്രി. ചതുക്കുന്നു.

ചതവു. ന. ഇടിക്കുമ്പോൾ പരക്കുന്ന അവസ്ഥ.

ചതസ്ര. ന. നാലു.

ചതി. ന. വഞ്ചന, കപടം.

ചതിക്കുന്നു. ച്ചു. പ്പാൻ. (ചതി.) സ. ക്രി. വഞ്ചിക്കുന്നു.

ചതിവൻ. ന. വഞ്ചകൻ.

ചതിര. വി. വിലസഹായമുള്ള.

ചതിവു. ന. വഞ്ചന.

ചതുക്കു; ചതെപ്പു. ന. ൧, ചതവു. ൨, കാഴ്ചയ്ക്കു മനോഹരമാംവണ്ണം ആഭരണങ്ങളിൽ പണിഞ്ഞു വരുത്തുന്ന ഉടിവും പരപ്പും. ൩, താഴ്ന്ന നിലം.

ചതുക്കുന്നു. ക്കി. വാൻ. (ചതുക്ക.) സ. ക്രി. ചതെക്കുന്നു.

ചതുർ. വി. (ത്വാരഃ, തസ്രഃ, ത്വാരി.) വി. ന. നാലു.

ചതുരക്കള്ളി. ന. ഒരു പച്ചമരുന്നു.

ചതുരംഗക്കരു. ന. ചതുരംഗം കളിക്കുന്ന ചൂതു.

ചതുരംഗഖണ്ഡം. ചതുരംഗം കളിക്കുന്ന വര.

ചതുരംഗപ്പട. ന. ആന കുതിര തേർ കാലാൾ ഇവ നാലും കൂടിയുള്ള സൈന്യം.

ചതുരംഗപ്പടം. ന. ചതുരംഗഖണ്ഡം വരെച്ച കടലാസു.

ചതുരംഗപ്പലക. ന. ചതുരംഗഖണ്ഡം വരെച്ച പലക.

ചതുരംഗപ്പോരു. ന. ചതുരംഗക്കളി.

ചതുരംഗബലം. ന. ചതുരംഗസേന.

ചതുരംഗം. ന. ൧, യുദ്ധത്തിനുള്ള നാലവയവം, ആന തേർ കുതിര കാലാൾ. ൨, ഒരു കളി.

ചതുരംഗസേന. ന. ആനയും തേരും കുതിരയും കാലാളും കൂടിയ ഒരു സൈന്യം.

ചതുരംഗീ. വി. (ഗി, ഗിണി, ഗി.) വി. ന. ആന മുതലായ നാലംഗമുള്ള.

ചതുരംഗുലം. ന. ൧, കൊന്നവൃക്ഷം. ൨, നാലു വിരൽ നീളം.

ചതുര. വി. (രൻ, രാ, രം.) വി. ന. സാമൎത്ഥ്യമുള്ള. **ചതുരത.** ഗു. ന. സാമൎത്ഥ്യം.

ചതുരന്തം. ന. പല്ലക്കു.

ചതുരന്തയാനം. ന. പല്ലക്കു.

ചതുരബ്ദ. ന. നാലു വയസ്സുചെന്ന പശു.

ചതുരം. വി. നാലു വശവും ഒരുപോലെയുള്ള.

ചതുരശ്രം. വി. നാലു കോണുള്ള.

ചതുരാനനൻ. ന. ബ്രഹ്മാവു.

ചതുരാശ്രമം. ന. ബ്രഹ്മചാരി ഗൃഹസ്ഥൻ വാനപ്രസ്ഥൻ ഭിക്ഷു ഇവ നാലിന്നും കൂടെയുള്ള ഒരു പേർ.

ചതുരുപായം. ന. സാമം ദാനം ഭേദം ദണ്ഡം ഇവ നാലിന്നും കൂടിയുള്ള ഒരു പേർ.

ചതുൎഗ്ഗുണം. ന. നാലിനെ നാലിൽ പെരുക്കിയതു.

ചതുൎത്ഥ. വി. (ൎത്ഥൻ, ൎത്ഥാ, ൎത്ഥീ, ൎത്ഥം.) വി. ന. നാലാമത്തെ.

ചതുൎത്ഥി. ന. ൧, നാലാമത്തെ പക്കം. ൨, നാലാമത്തെ വിഭക്തി.

ചതുൎദ്ദന്തം. ന. ഇന്ദ്രന്റെ ആന.

ചതുൎദ്ദശ. വി. പതിനാലു.

ചതുൎദ്ദശി. ന. പതിന്നാലാമത്തെ പക്കം.

ചതുൎഭദ്രം. ന. സുകൃതം സ്നേഹം സമ്പത്തു മോക്ഷം ഇവ നാലിന്നും കൂടിയുള്ള ഒരു പേർ.

ചതുൎഭുജൻ. ന. വിഷ്ണു.

ചതുൎമ്മുഖൻ. ന. ബ്രഹ്മാവു.

ചതുൎയ്യുഗം. ന. നാലു യുഗങ്ങൾ. (കൃതയുഗം, ത്രേതായുഗം, ദ്വാപരയുഗം, കലിയുഗം എന്നവയാണ് നാലു യുഗങ്ങൾ.)

ചതുൎവ്വൎഗ്ഗം. ന. സുകൃതം സ്നേഹം സമ്പത്തു മോക്ഷം ഇവ നാലിന്നും കൂടിയുള്ള ഒരു പേർ.

ചതുൎവ്വൎണ്ണം. ന. ബ്രാഹ്മണൻ ക്ഷത്രിയൻ വൈശ്യൻ ശൂദ്രൻ ഈ നാലു ജാതിക്കും കൂടിയുള്ള ഒരു പേർ.

ചതുൎവ്വിധം. വി. നാലുപ്രകാരമുള്ള.

ചതുൎവ്വേദം. ന. ഋക് യജുസ്സ സാമം അഥൎവ്വണം ഈ നാലു വേദങ്ങൾക്കും കൂടിയുള്ള ഒരു പേർ.

ചതുൎഹായണി. ന. നാലു വയസ്സുചെന്ന പശു.

ചതുശ്ശ്രുതം. വി. നാന്തരം.

ചതുശ്ശാലം. ന. നാലുകെട്ടുള്ള ഭവനം.

ചതുഷ്കം. അല്ലെങ്കിൽ, **ചതുഷ്ടയം.** വി. നാലായുള്ള.

ചതുഷ്കോണം. ന. നാലുകോണം.

ചതുഷ്പഥം. ഫ, നാല്കാലിമൃഗം. വ, ശ്ലോകം.

ചതുഷ്പദി. ന. ശ്ലോകം.

ചതുഷ്പാത്ത. ന. നാല്കാലിമൃഗം.

ചതുഷ്ടയം. വി. ഫ, നാലിരട്ടി, നാലു കൂടിയ. വ, ചതുരം. ന്ന, വൃത്തത്തിന്റെ നട്ടവു. ര, ഒന്നും നാലും ഏഴും പത്തും രാശികൾ.

ചതുഷ്ഷഷ്ടി. ന. അറുപത്തുനാലു.

ചതുഷ്ഷഷ്ടികല. ന. അറുപത്തുനാലു കലാവിദ്യകൾ.

ചതുസ്സമം. ന. ഫ, നാലു ചതുരം. വ, ചന്ദനം മുതലായവകൊണ്ടുള്ള കറിക്കൂട്ടു.

ചതെക്കുന്നു. ച്ചു. പ്പാൻ. (ചതെ.) സ. ക്രി. തല്ലുന്നു, തല്ലിപ്പരത്തുന്നു, മട്ടിക്കുന്നു.

ചത്വരം. ന. ഫ, നടുമുറ്റം. വ, മെഴുകിയ നിലം.

ചത്വാരിംശൽ. അല്ലെങ്കിൽ, **ചത്വാരിംശം.** ന. നാല്പതു.

ചന. അ. ഇതു കിം ശബ്ദത്തിന്റെ മുകളിൽ ചേരുമ്പോൾ ഒരുത്തൻ ഒരുത്തി ഒരിക്കൽ ഇങ്ങനെ അൎത്ഥം വരും.

ചന. ന. ഫ, കന്നുകാലികൾകൂടെ ശക്ടോല്ലാമനം. വ, പഴക്കാറായ സമയം.

ചനച്ചം. ന. ശിഖരം പൊട്ടുന്നതിന്റെ പേർ.

ചനപ്പു. ന. ഫ, പഴക്കാറാകുക. വ, ശിഖരംപൊട്ടുക.

ചനചനെ. അ. ചാറലായിട്ടു.

ചനെക്കുന്നു. ച്ചു. പ്പാൻ. (ചനെ.) അ. ക്രി. ഫ, പഴക്കാറാകുന്നു. വ, ശിഖരംപൊട്ടുന്നു.

ചന്ത. ന. ഫ, കച്ചവടസ്ഥലം. വ, വില്ക്കുന്നതിന്നും കൊള്ളുന്നതിന്നും ജനങ്ങൾ കൂടുന്ന ദിവസം.

ചന്തക്കാരൻ. ന. ഫ, അഴകുള്ളവൻ. വ, ചന്തയിൽ ഇരുന്നു കച്ചവടം ചെയ്യുന്നവൻ.

ചന്തനഗരം. ന. കച്ചവടത്തെരുവു.

ചന്തം. ന. ഭംഗി, അഴകു.

ചന്തി. ന. ഫ, ആസനം. വ, പിൻപുറം.

ചന്ത്രക്കാരൻ. ന. മുതൽ പിടിച്ചു ചെലവിടുന്ന ഒരു ഉദ്യോഗസ്ഥൻ.

ചന്ത്രപ്പുര. ന. ചന്ത്രക്കാരൻ ഇരുന്നു പണംപിരിച്ചു സൂക്ഷിക്കുന്ന സ്ഥലം.

ചന്ത്രം. ന. ചന്ത്രക്കാരന്റെ വേല.

ചന്ദനക്കൂട്ടു. ന. കറിക്കൂട്ടു, അഷ്ടഗന്ധം.

ചന്ദനത്തൈലം. ന. ചന്ദനത്തിന്റെ എണ്ണ.

ചന്ദനമുഷ്ടി; ചന്ദനമുട്ടി. ന. പിടിച്ചുരച്ചുവാൻ കൈക്കുള്ളിലൊതുങ്ങത്തക്ക ചന്ദനത്തടിക്കഷണം.

ചന്ദനം. ന. ഒരു സുഗന്ധവൃക്ഷം.

ചന്ദനാചലം. ന. മലയംപൎവ്വതം.

ചന്ദനാദ്രി. ന. മലയംപൎവ്വതം.

ചന്ദ്രകം. ന. ഫ, മയിൽപീലിയുടെ കണ്ണു. വ, പൊൻവണ്ടു.

ചന്ദ്രകാന്തം. ന. ഒരു രത്നം.

ചന്ദ്രകാവി. ന. ചുവന്ന ഉറുമാൽ.

ചന്ദ്രകി. ന. മയിൽക്കോഴി.

ചന്ദ്രകിരണം. ന. നിലാവു.

ചന്ദ്രക്കല. ന. ചന്ദ്രന്റെ പതിനാറിൽ ഒരംശം.

ചന്ദ്രക്കലാധരൻ. ന. ശിവൻ.

ചന്ദ്രഗോലിക. ന. നിലാവു.

ചന്ദ്രഗ്രഹണം. ന. ചന്ദ്രനുണ്ടാകുന്ന ഒരു മറവു.

ചന്ദ്രചൂഡൻ. ന. ശിവൻ.

ചന്ദ്രൻ. ന. ഫ, അമ്പിളിയമ്മാമൻ. വ, കൎപ്പൂരം. ന്ന, സ്വൎണ്ണം. ര, വെള്ളം.

ചന്ദ്രകലിക. ന. ചന്ദ്രക്കല.

ചന്ദ്രബാല. ന. ഏലം.

ചന്ദ്രഭാഗം. ന. ഒരു നദി.

ചന്ദ്രമസ്സു. ന. ചന്ദ്രൻ.

ചന്ദ്രമാസം; ചാന്ദ്രമാസം. ന. ചന്ദ്രന്റെ ഗതിയെ അടിസ്ഥാനപ്പെടുത്തിയുള്ള മാസം.

ചന്ദ്രമൌലി. ന. ശിവൻ.

ചന്ദ്രരശ്മി. ന. നിലാവു.

ചന്ദ്രലേഖ. ന. ഒരു മരുന്നു.

ചന്ദ്രവംശം. ന. സോമകുലം.

ചന്ദ്രവല്ലരി. ന. സോമലത.

ചന്ദ്രശാല. ഫ, നിലാമുറ്റം. വ, നിലാവു.

ചന്ദ്രശില. ന. ചന്ദ്രകാന്തക്കല്ലു.

ചന്ദ്രശേഖരൻ. ന. ശിവൻ.

ചന്ദ്രസംജ്ഞം. ന. പച്ചക്കൎപ്പൂരം.

ചന്ദ്രഹാസം. ന. ഫ, വാൾ. വ, രാവണന്റെ വാൾ.

ചന്ദ്രാലോകം. ന. ഒരലങ്കാരഗ്രന്ഥം.

ചന്ദ്രിക. ന. ഫ, നിലാവു. വ, ഏലം.

ചന്ദ്രികാങ്കണം. ന. നിലാമുറ്റം.

ചന്ദ്രോപലം. ന. ചന്ദ്രകാന്തക്കല്ലു.

ചന്നം. ന. ഒരു പൊൻകഷണം.

ചപല. വി. (ലൻ, ലാ, ലം.) ഷി. ന. ഫ, ഇളക്കമുള്ള. വ, വിറെക്കുന്ന. ന്ന, വേഗമുള്ള. ര, അല്പനേരത്തേക്കുള്ള.

ചപലത. ഗു. ന. ഫ, ഇളക്കം. വ, ഭയം.

ചപലം. ന. ഫ, രസം. വ, വ്യാകുലം.

ചപല. ന. ഫ, ലക്ഷ്മി. വ, മിന്നൽ. ന്ന, തിപ്പലി. ര, വേശ്യ. ൫, നാവു.

ചപേടം. ന. ഫ, ഉള്ളങ്കൈ. വ, അടി.

ചപ്പു. വി. ഫ, കൊള്ളരുതാത്ത, ചിത്ത. വ, സ്വാദില്ലാത്ത.

ചപ്പു. ന. ഫ, കരിയില. വ, അടിച്ചുകൂട്ടു. ന്ന, ചവെക്കുക.

ചപ്പങ്ങം. ന. ചുവന്ന ചായം എടുക്കുന്ന ഒരു വൃക്ഷം.

ചപ്പട്ട. വി. ഫ, ചിത്ത. വ, സ്വാദില്ലാത്ത. ന്ന, മടിയുള്ള.

ചപ്പൻ. ന. ഫ, അയോഗ്യൻ. വ, മടിയൻ.

ചപ്പൽ. ന. ചവെക്കൽ.

ചപ്പാണി. ന. പൊങ്ങമ്പനി.

ചപ്പിടാച്ചി; ചൊപ്പിടാച്ചി. ന. ഫ, നേരംപോക്കു. വ, ഭയവാക്കു.

ചപ്പില. ന. ഉണക്കില.

ചപ്പുന്നു. പ്പി. വാൻ. (ചപ്പു.) സ. ക്രി. ചവെക്കുന്നു.

ചപ്രത്തലയൻ. ന. ചപ്രത്തലയൻ, ഭംഗിയില്ലാത്ത തലമുടിയുള്ളവൻ.

ചപ്രമഞ്ചം. ന. ചായം പിടിപ്പിച്ച കട്ടിൽ.

ചമത. ന. ഒരു വൃക്ഷം, ഉപ്പാശു.

ചമത്തു. ന. ഫ, ശക്തി. വ, പ്രാപ്തി.

ചമത്തൻ. ന. ഫ, ശക്തൻ. വ, പ്രാപ്തൻ.

ചമയം. ന. ഫ, ഉടുപ്പു. വ, ആഭരണം.

ചമയൽ. ന. ഫ, അണിയിപ്പു. വ, ആഭരണം. ന്ന, അരിവെപ്പു.

ചമയുന്നു. ഞ്ഞു. വാൻ. (ചമ.) അ. ക്രി. ൧, അലങ്കരിക്കുന്നു. ൨, ഉട്കക്കുന്നു. ൩, ആയിത്തീരുന്നു. ൪, ഒരുങ്ങുന്നു. **ചമയിക്കുന്നു.** സ. ക്രി.

ചമരം. ന. ഒരുവക മാൻ.

ചമരികം. ന. ഒരുവക പൂമരം, മന്താരം.

ചമരിക. ന. ഒരുവക മാൻ.

ചമരിമാൻ. ന. മേല്പറഞ്ഞ അൎത്ഥം.

ചമരീ. ന. ഒരുവക മാൻ.

ചമല്ക്കാരം. ന. ൧, അത്ഭുതം. ൨, സാമൎത്ഥ്യം.

ചമല്കൃതി. ന. മേല്പറഞ്ഞ അൎത്ഥം.

ചമസി. ന. ൧, ഒരുവക പൃജാപാത്രം, തവി. ൨, എള്ളുണ്ട. ൩, ദോശ.

ചമൂ. ന. സേന.

ചമൂരു. ന. ഒരുവക മാൻ.

ചമെക്കുന്നു. ച്ചു. പ്പാൻ. (ചമെ.) സ. ക്രി. ൧, ഉണ്ടാക്കുന്നു. ൨, പാകം ചെയ്യുന്നു.

ചമ്പ. ന. ഇറച്ചി.

ചമ്പ. ന. ൧, ഉണക്കമീൻ. ൨, ഒരു താഉം. ൩, മിന്നൽ. ൪, ഒരു പ്രധാന ദിക്ക. ൫, വെള്ളത്തിലുണ്ടാകുന്ന ഒരു തൈ.

ചമ്പകം. ന. ൧, ചെമ്പകവൃക്ഷം. ൨, ക്രുഞ്ഞു.

ചമ്പൻ. ന. മൂക്കാത്ത പാക്ക.

ചമ്പാരിപ്പടം. ന. ആനയുടെ ചമയക്കോപ്പ.

ചമ്പാവു. അല്ലെങ്കിൽ, **ചെമ്പാൻ.** ന. ഒരു വക വെളുത്ത നെല്ല.

ചമ്പ്രംപടിഞ്ഞിരിക്കുന്നു. ന്നു. പ്പാൻ. (ചമ്പ്രം.) അ. ക്രി. കാലു മടക്കിയിരിക്കുന്നു.

ചമ്പ്രാവള്ളി. ന. ഒരു വള്ളി.

ചമ്പൂ; ചംബു. ന. ഗദ്യപദ്യങ്ങളൊയും കൎണ്ണാനന്ദകരമായും ഉണ്ടാക്കപ്പട്ട ഒരു കഥാഗ്രന്ഥം.

ചമ്മട്ടി. ന. കൊരടാവു.

ചമ്മന്തി. ന. ചുട്ടരെച്ചുണ്ടാക്കുന്ന ഒരു കറി.

ചമ്മല. ന. പ്രയാസം, വൈമനസ്യമുള്ള സംഗതി.

ചയനം. ന. ഒരുമിച്ചു കൂട്ടുക.

ചയം. ന. ൧, കൂട്ടം. ൨, മതിൽപടി. ൩, വാട. ൪, വേനം. ൫, മുടി.

ചരകം. ന. വൈദ്യശാസ്ത്രം വകയിൽ ഒരു ഗ്രന്ഥത്തിന്റെ പേർ.

ചരക്ക. ന. ൧, കച്ചവടത്തിന്നായിട്ടു കൊണ്ടുവന്നു വെച്ചിരിക്കുന്ന പല വിധ പദാൎത്ഥങ്ങളും വസ്തുങ്ങളും. ൨, ചാപ്പു.

ചരക്കമേനി. ന. വൻതരം വസ്ത്രം.

ചരട്ട. ന. നൂലു നാര് ഇവ പിരിച്ചുണ്ടാക്കുന്നതു.

ചരട്ടപമ്പരം. ന. ഏറുപമ്പരം.

ചരട്ടുളി. ന. കയറു കെട്ടിട്ടുള്ള ചാട്ടുളി.

ചരണതളിർ. ന. കാല്പവട്ട.

ചരണതാർ. ന. കാലിന്റെ പാദം.

ചരണം. ന. ൧, കാല്പാദം. ൨, ചുവട്ട. ൩, സഞ്ചാരം. ൪, മൎയ്യാദ. ൫, ശ്ലോകത്തിന്റെ ഒരു പാദം.

ചരണായുധം. ന. പൂവൻകോഴി.

ചരതം. ന. ൧, സൂക്ഷ്മം. ൨, സൂക്ഷിച്ചു വെക്കുക.

ചരതിക്കുന്നു. ച്ചു. പ്പാൻ. (ചരതി.) സ. ക്രി. സൂക്ഷിക്കുന്നു, സൂക്ഷിച്ചുവെക്കുന്നു.

ചരൻ. ന. ഒറ്റുകാരൻ.

ചരമകാലം. ന. ൧, അവസാനകാലം. ൨, സന്ധ്യ.

ചരമഗിരി. ന. അസ്തമനപൎവ്വതം.

ചരമ. വി. (മൻ, മാ, മം.) വി. ന. ൧, പിമ്പുള്ള, ഒടുക്കമുള്ള. ൨, പടിഞ്ഞാറുള്ള.

ചരമം. ന. അസ്തമനാശാ, മരണം.

ചരമഗതി. ന. മരണം, നാശം.

ചരമക്ഷ്മാഭൃത്തു. ന. അസ്തമനപൎവ്വതം.

ചര. വി. (രൻ, രാ, രി, രം.) വി. ന. ൧, നടക്കുന്ന. ൨, ഇളകുന്ന.

ചരം. ന. മൃഗം.

ചരയുന്നു. ഞ്ഞു. വാൻ. (ചര.) അ. ക്രി. ൧, അയയുന്നു. ൨, കുറയുന്നു.

ചരരാശി. ന. മേടം കൎക്കടകം തുലാം മകരം ഈ നാലു രാശികൾക്കും കൂടെയുള്ള ഒരു പേർ.

ചരൽ. ന. ഉരുണ്ട ചെറിയ കല്ല.

ചരവു. ന. ൧, അയച്ചിൽ, അയവു. ൨, ഒഴിവു. ൩, കറവു.

ചരളം. ന. ഒരു വൃക്ഷം.

ചരാകം. ന. ചട്ടി.

ചരാചരങ്ങൾ. ന. മനുഷ്യാദികളും വൃക്ഷാദികളും.

ചരാത. ന. താഴെപ്പറയുന്ന അൎത്ഥം.

ചരാവം. ന. ൧, ചട്ടി. ൨, ഇടിഞ്ഞിൽ, വിളക്ക.

ചരിക്കുന്നു. ച്ചു. പ്പാൻ. (ചരി.) അ. ക്രി. ഇളകുന്നു, നടക്കുന്നു. സ. ക്രി. ൧, ഒരു വശം പൊക്കുകയും മറെറ വശം താക്കുകയും ചെയ്യുന്നു, ചരിച്ചുവെക്കുന്നു. ൨, വെള്ളമായവസ്തുക്കൾ ഒന്നിൽനിന്നു മറെറാന്നിലേക്ക ആക്കുന്നു.

ചരിച്ചിൽ. ന. ഒരു വശം പൊക്കി മറെറ വശം താത്തുവെക്കുക.

ചരിത. (പദാന്ത്യത്തിൽ) വി. (തൻ, താ, തം.) വി. ന. ചരിതത്തോടുകൂടിയവൻ, സ്വഭാവമുള്ളവൻ. ഉ-ം. പാവനചരിതൻ (ശുദ്ധമായ ജീവിതത്തോടു കൂടിയവൻ), സച്ചരിതൻ (നല്ല സ്വഭാവമുള്ളവൻ).

ചരിതം. ന. ൧, നിശ്ചയിച്ച ചട്ടം. ൨, നല്ലനടപ്പു. ൩, കഥ, കെട്ടുകഥ.

ചരിത്രം. ന. ൧, കഥ. ൨, കല്പനച്ചട്ടം. ൩, നല്ലനടപ്പു. ൪, നന്നായിട്ടൊ ചീത്തയായിട്ടൊ ഉള്ള ലക്ഷണം.

ചരിയുന്നു. ഞ്ഞു. വാൻ. (ചരി.) അ. ക്രി. ൧, ഒരു വശത്തേക്ക ആകുന്നു. ൨, കിടക്കുന്നു. ൩, ഒരു വശത്തു കിടക്കുന്നു. ൪, ആന ചാകുന്നതിന്നും പറയും.

ചരിവു. ന. ൧, ഉറക്കം. ൨, ചരിച്ചിൽ, ചൊവ്വില്ലായ്മ. ൩, കിടക്കുക. ൪, ഒരു വശത്തു കിടക്കുക.

ചരു. ന. ഹോമത്തിന്നായിട്ടു വെക്കുന്ന ചോറു.

ചൎച്ച. ന. ൧, വിചാരം. ൨, സുഗന്ധലേപനം. ൩, വിവാദം.

ചൎച്ചരി. ന. ൧, ഉത്സവം. ൨, ഒരു വക പാട്ടു. ൩, കൈത്താളം. ൪, ചുരുണ്ട തല. ൫, ഘോഷശബ്ദം.

ചൎച്ചിക. ന. ദുൎഗ്ഗ.

ചൎച്ചിക്യം. ന. സുഗന്ധലേപനം.

ചൎച്ചിത. വി. (തൻ, താ, തം.) വി. ന. ചന്ദനം, പൂശപ്പെട്ട.

ചൎമ്മകഷ. ന. ഒരു തൈ.

ചൎമ്മദണ്ഡം. ന. ചമ്മട്ടി.

ചൎമ്മപത്രം. ന. നരിച്ചീർ.

ചൎമ്മപ്രഭേദിക. ന. തോലുളി.

ചൎമ്മപ്രസേവിക. ന. ഉലത്തുരുത്തി.

ചൎമ്മഭേദിക. ന. തോലുളി.

ചമ്മം. ന. തോൽ.

ചമ്മയഷ്ടി. ന. ചമ്മട്ടി.

ചമ്മലന്ത. ന. ഒരു തൈ.

ചമ്മസംഭവ. ന. ഏലം.

ചമ്മി. വി. (മ്മീ, മ്മിണി, മ്മി.) വി. ന. തൊലിയുള്ള.

ചമ്മി ന. ൧, പരിചക്കാരൻ. ൨, പൂതണക്കം. ൩, എഴുതുന്നതിന്നു ഉപകരിക്കുന്ന ഒരു മരത്തിന്റെ തൊലി.

ചൎയ്യ. വി. (ൎയ്യൻ, ൎയ്യാ, ൎയ്യം.) വി. ന. ചരിക്കേണ്ടുന്ന.

ചൎയ്യ. ന. ൧, നടപ്പു. ൨, ആചരിക്കം.

ചൎവ്വണം. ന. ചവെപ്പു.

ചൎവ്വിക്കുന്നു. ച്ചു. പ്പാൻ. (ചൎവ്വി.) സ. ക്രി. ചവെക്കുന്നു, തിന്നുന്നു.

ചൎവ്വിത. വി. (തൻ, താ, തം.) വി. ന. ചവെക്കപ്പെട്ട.

ചൎവ്വിതചൎവ്വണം. ന. ചവച്ചതിനെ പിന്നെയും ചവയ്ക്കുക, പറഞ്ഞു കഴിഞ്ഞതിനെപ്പററി വീണ്ടും പറയുക.

ചലട. ന. ഒരു വലിയ മുറം, അരിപ്പു.

ചലത്ത. വി. ഇളക്കമുള്ള.

ചലൽ. വി. (ലൻ, ലന്തി, ലൽ.) വി. ന. ഇളക്കമുള്ള.

ചലദന്തം. ന. ഇളകുന്ന പല്ലു.

ചലദലം. ന. അരയാൽ വൃക്ഷം.

ചലനം. ന. ൧, ഇളക്കം. ൨, ഉഴച്ചു. ൩, വിറയൽ. ൪, കാൽ.

ചല. വി. (ലൻ, ലാ, ലം.) വി. ന. ഇളക്കമുള്ള.

ചലം. ന. ൧, ഊന്നു, ഒഴിച്ച രക്തം. ൨, ഇളക്കം.

ചലവിക്കുന്നു. ച്ചു. പ്പാൻ. (ചലവി.) അ. ക്രി. പഴുക്കുന്നു, ചലംവെക്കുന്നു.

ചലചല. ന. മണി അടിക്കുന്ന ശബ്ദം.

ചലാചല. വി. (ലൻ, ലാ, ലം.) വി. ന. ഇളക്കമുള്ള.

ചലിക്കുന്നു. ച്ചു. പ്പാൻ. (ചലി.) അ. ക്രി. ൧, ഇളകുന്നു. ൨, സഞ്ചരിക്കുന്നു.

ചലിത. വി. (തൻ, താ, തം.) വി. ന. ൧, ഇളക്കപ്പെട്ട, ഇളകിയ. ൨, സഞ്ചരിച്ച.

ചലിപ്പു. ന. ൧, ക്ഷീണത. ൨, അവട്ടു. ൩, അരുചി. ൪, ഇളക്കം.

ചലിപ്പൻ. ന. പല്ലക്കു ചുമക്കുന്നവൻ. ചോണ്ടൻ.

ചലിപ്പിക്കുന്നു. ച്ചു. പ്പാൻ. (ചലിപ്പി.) സ. ക്രി. ൧, അരിപ്പിക്കുന്നു. ൨, അലട്ടുന്നു. ൩, ക്ഷീണിപ്പിക്കുന്നു. ൪, അരുചിപ്പെടുത്തുന്നു. ൫, ഇളക്കുന്നു.

ചല്ല. വി. ചിന്ത, ഉപകാരമില്ലാത്ത.

ചല്ലട. ന. മുറം, അരിപ്പു.

ചല്ലടം. ന. ഒരു മാതിരി അരച്ചട്ട.

ചല്ലരിപ്പറ. ന. ഒരു മാതിരി വാദ്യം, ഒരു വക ചെണ്ട.

ചല്ലാവു. ന. നേരിയ ശില.

ചല്ലി. ന. ൧, വെള്ളത്തിൽ ഉണ്ടാകുന്ന ഒരു മാതിരി പുല്ലു. ൨, ചെമ്പുകാശു. ൩, മോഷ്ടിക്കുന്നവൻ. ൪, അല്പൻ.

ചവട്ട. ന. ഒരു കിഴങ്ങു.

ചവടി. ന. കഴുത്തേൽ ഇടുന്ന ഒരു മാതിരി ആഭരണം.

ചവണ. ന. കൊടിൽ, ഇറുക്കുകോൽ.

ചവതി. ന. ക്ഷയരോഗം.

ചവക്കുന്നു. ത്തു. പ്പാൻ. (ചവർ.) അ. ക്രി. കമക്കുന്നു.

ചവപ്പു. ന. കമപ്പു.

ചവല. ന. ൧, വെറുംധാന്യം. ൨, പൊള്ളു. ൩, ലോഹാദികളിൽ വരുന്ന പൊട്ടു. ൪, നേമ്മ, മെലിച്ചിൽ.

ചവല്ക്കാരം. ന. കാരം വകയിൽ ഒന്നു.

ചവളക്കാരൻ. ന. ൧, വേല്പാരൻ. ൨, നായരിൽ ഒരു താണ ജാതിക്കാരൻ. ൩, മുക്കോൻ.

ചവളം. ന. ൧, ഒരുമാതിരി കുന്തം. ൨, ക്ഷൌരം.

ചവളിച്ചരക്കു. ന. ശില കച്ച ചേല മുതലായ സാധനങ്ങൾ.

ചവളുന്നു. ണ്ടു. വാൻ. (ചവൾ.) അ. ക്രി. അഴുക്കാകുന്നു.

ചവൾച്ച. ന. അഴുക്കാകുക.

ചവറു. ന. ൧, വളം. ൨, കുപ്പ.

ചവറൻ. ന. ഹീനൻ, അയോഗ്യൻ, ഭോഷൻ.

ചവററില. ന. ഉണങ്ങിയ ഇല.

ചവിക. ന. ൧, കാട്ടുമുളകുകൊടി. ൨, കാട്ടുതിപ്പലി.

ചവികം. ന. ൧, കാട്ടുമുളകുകൊടി. ൨, കാട്ടുതിപ്പലി.

ചവിട്ടു. അല്ലെങ്കിൽ, ചവുട്ടു. ന. ൧, കാൽവെക്കുക. ൨, തൊഴി. ൩, ഉതെപ്പു. ൪, ചവിട്ടുചിരട്ട. ൫, നൃത്തം ചെയ്യു. ൬, ചവിട്ടിത്തിരുമ്മുക. ൭, കന്നുകാലി പക്ഷികൾ ഇവയുടെ സംയോഗം. ൮, ചവടിന്റെ പതിച്ചിൽ. ൯, കിഴ്പ്പെടുക്കം. ൧൦, ചക്രത്തിരിക്കം. ൧൧, ധാന്യംമെതിക്കുക. ൧൨, മണ്ണോ ചെളിയൊ ചവിട്ടി മയം വരുത്തുക. ൧൩, നിന്ദ.

ചവിട്ടി. ന. കണ്ടത്തിൽ മണ്ണു നിരത്തുന്നതിന്നു മരംകൊണ്ടുണ്ടാക്കിയ ഒരു കര.

ചവിട്ടുകല്ലു. ന. നടക്കല്ലു.

ചവിട്ടുന്നു. ട്ടി. വാൻ. (ചവിട്ടു.) അ. ക്രി. അടിവെക്കുന്നു, നടക്കുന്നു. സ. ക്രി. ൧, ചവിട്ടിക്കുഴയുന്നു. ൨, തൊഴിക്കുന്നു. ൩, മയം വരുത്തുന്നു. ൪, നശിപ്പിക്കുന്നു. ൫, മറെക്കുന്നു.

ചവിട്ടുപടി. ന. വസ്തുത്തിന്റെ അററത്തുനിന്നു ഊന്നുന്ന പടി, കാൽ വെക്കുന്ന മരക്കഷണം, ചവിട്ടികേറുന്ന പടി.

ചവിണ. ന. ൧, ഇറുക്കുകോൽ. ൨, ചെറുകൊടിൽ. ൩, തിരി തെളിക്കുന്ന കത്രിക.

ചവുക്കു. ന. ചമ്മട്ടി.

ചവുക്ക. ന. ചുങ്കസ്ഥലം.

ചവുക്കാളം. ന. ഒരു മാതിരി വരയുള്ള പുതപ്പു.

ചവുക്കിളി. ന. കാതിൽ ഇടുന്ന ഒരു മാതിരി ആഭരണം.

ചവുക്കദാരൻ. ന. ചവുക്ക ഉദ്യോഗസ്ഥന്മാരിൽ പ്രമാണി.

ചവെക്കുന്നു. ച്ചു. പ്പാൻ. (ചവെ.) സ. ക്രി. ചപ്പുന്നു, വായിലിട്ടു കടിക്കുന്നു.

ചവ; ചവെച്ചൽ; ചവെപ്പു. ന. ചപ്പുക, വായിലിട്ടു നുറുങ്ങെച്ചവെക്കുക.

ചവ്യം. ന. ൧, കാട്ടുതിപ്പലി. ൨, കാട്ടുമുളകു.

ചവ്വു. ന. നൈവല.

ചഷകം. ന. പാനപാത്രം, ഒഴിച്ചു കുടിക്കുന്നതിന്നുള്ള പാത്രം.

ചഷാലം. ന. ൧, യൂപത്തിന്മേലെ വള. ൨, യൂപത്തിൻചുവട്ടിലെ ഇരിമ്പുവള.

ചളി. ന. ചേർ.

ചളിക്കുന്നു. ച്ചു. പ്പാൻ. (ചളി.) അ. ക്രി. ബുദ്ധിമടിക്കുന്നു, ലജ്ജിക്കുന്നു, കുണ്ഠിതം ഭാവിക്കുന്നു.

ചളിപ്പു. ന. ബുദ്ധിമടിപ്പു.

ചളിപ്പത്തം. വി. ചളിപോലെയുള്ള.

ചളുക്കം. ന. ചതുക്കം.

ചളുങ്ങുന്നു. ങ്ങി. വാൻ. (ചളുങ്ങ.) അ. ക്രി. ചതുങ്ങുന്നു. ചളുക്കുന്നു. സ. ക്രി.

ചളുപിളെ. അ. ചളിയിൽ നടന്നാലത്തെ അവസ്ഥ.

ചളുമ്പു. വി. മൂക്കാത്ത അടെക്കാ, ചമ്പൻ.

ചള്ള. ന. ചളി.

ചള്ളു. വി. ൧, പ്രയാസമുള്ള. ൨, വെറപ്പുള്ള. ൩, ചിത്ത. ൪, മൂക്കാത്ത.

ചക്ഷുശ്രവണം. ന. കണ്ണും ചെവിയും.

ചക്ഷുശ്രവസ്സ. ന. പാമ്പു.

ചക്ഷുഷ്യ. വി. (ഷ്യൻ, ഷ്യാ, ഷ്യം.) വി. ന. ൧, കണ്ണിന്നു കൊള്ളാകുന്ന. ൨, കാഴ്ചയ്ക്കു ഭംഗിയുള്ള. ൩, കണ്ണിൽനിന്നുണ്ടായ.

ചക്ഷുഷ്യം. ന. നിലക്കല്ലു, അഞ്ജനക്കല്ലു.

ചക്ഷുസ്സ. ന. കണ്ണു.

ചറചറെ. അ. ഇററിററു.

ചാ

ചാകുന്നു. ത്തു. വാൻ. (ചാക.) അ. ക്രി. മരിക്കുന്നു.

ചാക്കു. ന. ൧, മരണം. ൨, ഒരുമാതിരി ശീല. ൩, ചേളാക.

ചാക്കരി. ന. ചാക്കിൽ കെട്ടിവരുന്ന അരി.

ചാക്കാല. ന. ചാവുപുല.

ചാക്കിയാരു. ന. ബ്രാഹ്മണൎക്ക അല്ലമായിട്ടുള്ള ജാതിക്കുറവു വന്നാൽ തള്ളപ്പെടുന്ന ഒരു ജാതിക്കാരൻ, നാട്യക്കാരൻ.

ചാക്കുശീല. ന. ഒരു വക കട്ടിയുള്ള ശീല.

ചാക്രി; ചാക്കിരി. ന. തൊഴിൽ.

ചാക്രിക. വി. (കൻ, കി, കം.) വി. ന. ചക്രസംബന്ധമുള്ള.

ചാക്രികൻ. ന. ൧, ചക്കകാരൻ. ൨, മണിയടിക്കുന്നവൻ.

ചാംഗേരി. ന. പുളിയാറില.

ചാച്ചിൽ. ന. ചെരിച്ചിൽ, ചായ്പ്പ.

ചാഞ്ചല്യം. ന. ൧, ഇളക്കം, വേഗമായ ഗതി, ഉരുളുക. ൨, സ്ഥിരമില്ലാത്ത വ്യാപാരം. ൩, അനിത്യത.

ചാഞ്ചാടുന്നു. ടി. വാൻ. (ചാഞ്ചാട.) അ. ക്രി. തെന്നിത്തെറിച്ചു നടക്കുന്നു.

ചാഞ്ചാട്ടം. ന. തെന്നൽ.

ചാടു. ന. ചുമട്ടുവണ്ടി.

ചാടകേരം. ന. ഊൎക്കുരികിൽപക്ഷി.

ചാടൻ. ന. വഞ്ചകൻ, കള്ളന്മാരുള്ളവൻ.

ചാടി. ന. കട്ടിയുള്ള വലിയ കലം.

ചാടു. ന. ഇഷ്ടവാക്ക.

ചാടുകാര. വി. (രൻ, രി, രം.) വി. ന. ഇഷ്ടമായിട്ടു നല്ലവാക്ക പറയുന്ന.

ചാടുകാരം. ന. പൊന്മണിയും മുത്തും കൂട്ടികോൎത്ത മാല.

ചാടുന്നു. ടി. വാൻ. (ചാട.) അ. ക്രി. ൧, കുതിക്കുന്നു, ഉഴക്കുന്നു, ആടുന്നു. ൨, പായുന്നു. ൩, ഒഴിഞ്ഞുപോകുന്നു. ൪, അകപ്പെടുന്നു, വിഴുന്നു.

ചാട്ടുപട്ടു. ന. ഫലിതക്കാരൻ, പുറാട്ടുകാരൻ, കളിപറയുന്നവൻ.

ചാട്ടു. ന. ൧, ധൃഷ്ടത. ൨, എറിക. ൩, ചാട്ടം.

ചാട്ട. ന. ചമ്മട്ടി.

ചാട്ടം. ന. ൧, കുതിപ്പു, ഉഴലൽ. ൨, പാച്ചിൽ. ൩, ഒഴിച്ചിൽ. ൪, തെററിപ്പോക. ൫, കോപം.

ചാട്ടുകുന്തം. ന. വേൽ, കുന്തം.

ചാട്ടുന്നു. ട്ടി. വാൻ. (ചാട്ട.) സ. ക്രി. കുന്തം എറിയുന്നു.

ചാട്ടുമാട്ടു. ന. വഞ്ചന, തൎക്കം.

ചാട്ടുവില്ലു. ന. കുന്തം ചാണ്ടുന്നതിനുള്ള വില്ലു.

ചാട്ടുളി. ന. ചാണ്ടുന്ന ഉളി.

ചാണ. ന. ൧, മൂൎച്ചകൂട്ടുന്ന കല്ലു. ൨, തേപ്പുകല്ലു. ൩, ചന്ദനവും മററും അരെക്കുന്നതിനുള്ള കല്ലു.

ചാണകം. ന. കന്നുകാലികളുടെ മലം.

ചാണകവരളി. ന. ചാണകം പരത്തി ഉണങ്ങിയതു, ഉണക്കചാണകം.

ചാണക്കല്ലു. ന. ൧, ചന്ദനവും മററും അരെക്കുന്ന കല്ലു. ൨, മൂൎച്ചകൂട്ടുന്ന കല്ലു.

ചാണക്കൊല്ലൻ. ന. കടച്ചില്ക്കൊല്ലൻ.

ചാണക്യൻ. ന. ൧, വാത്സ്യായനന്റെ ഒരു പേർ. ൨, മഹാബുദ്ധിമാനായിരുന്ന ഒരു ബ്രാഹ്മണൻ, വിഷ്ണുഗുപ്തൻ.

ചാണക്യസൂത്രം. ന. ചാണക്യൻ ഉണ്ടാക്കിയ ഒരു പുസ്തകം.

ചാൺ. ന. പെരുവിരലും ചുണ്ടോന്നിവിരലും കൂട്ടിഅളക്കുന്ന ഒരളവു.

ചാണി. ന. ചാണകം.

ചാണ്ടുന്നു. ണ്ടി. ണ്ടുവാൻ. (ചാണ്ട.) സ. ക്രി. നീട്ടി എറിയുന്നു. ചാണ്ടു; ചാണ്ടൽ. ന.

ചാണ്ഡാലിക. ന. ൧, കിന്നരം. ൨, ഒച്ച, ൩, ചണ്ഡാലസ്ത്രീ.

ചാതകം. ന. ഒരു പക്ഷി, വേഴാമ്പൽ.

ചാതിക്കാരം. ന. തടസ്ഥം, യോജിപ്പിപ്പാനായിട്ടുള്ള വേല.

ചാതുരി. ന. നിപുണത, സാമൎത്ഥ്യം.

ചാതുരികൻ. ന. തേരാളി.

ചാതുൎജ്ജാതം. ന. ഏലത്തരി ഇലവങ്ങത്തൊലി പച്ചില നാഗപ്പൂ ഇവ നാലിന്നും കൂടെയുള്ള ഒരു പേർ.

ചാതുൎത്ഥികം. അല്ലെങ്കിൽ, ചാതുൎത്ഥ്യം. ന. ഒരുമാതിരി പനി.

ചാതുൎമ്മാസ്യം. ന. മലയാളസന്യാസിമാർ ആണ്ടുതോറും നാലുമാസം ആചരിക്കുന്ന ഒരു കൎമ്മം.

ചാതുൎയ്യ. വി. (ൎയ്യൻ, ൎയ്യാ, ൎയ്യം.) വി. ന. വാക്സാമൎത്ഥ്യമുള്ള.

ചാതുൎയ്യം. ന. ൧, സാമൎത്ഥ്യം, വാചാലത. ൨, വിദഗ്ദ്ധത.

ചാതുൎവ്വൎണ്ണ്യ. വി. (ൎണ്ണ്യൻ, ൎണ്ണ്യാ, ൎണ്ണ്യം.) വി. ന. ബ്രഹ്മ ക്ഷത്ര്യ വൈശ്യ ശൂദ്രരം നാലു ജാതിക്കാരെയും സംബന്ധിച്ചുള്ള.

ചാത്തൻ. ന. ഒരു സേവാമൂൎത്തി, കുട്ടിച്ചാത്തൻ.

ചാത്തം. ന. മരിച്ചവൎക്കുവേണ്ടി കഴിക്കുന്ന ഒരു കൎമ്മം.

ചാന്തു. ന. ൧, ചുണ്ണാമ്പു. ൨, ചില മരത്തിന്റെ എണ്ണ.

ചാന്താട്ടം. ന. ചാന്തു തേക്കുക, ചുണ്ണാമ്പു പുരട്ടുക.

ചാന്ദ്രകം. ന. തേൻ.

ചാന്ദ്രമാനം. ന. ചന്ദ്രന്റെ ഗതി കൊണ്ടുള്ള ഒരു കണക്ക.

ചാന്ദ്രമാസം. ന. ചന്ദ്രഗതികൊണ്ടു വരുന്ന മാസം.

ചാന്ദ്ര. വി. (ന്ദ്രൻ, ന്ദ്രി, ന്ദ്രം.) വി. ന. ചന്ദ്രനെ സംബന്ധിച്ച.

ചാന്ദ്രം. ന. ചന്ദ്രസംബന്ധമായ മാസം.

ചാന്ദ്രായണം. ന. ചന്ദ്രന്റെ ക്ഷയവൃദ്ധിപോലെ ഓരോ ദിവസം ഓരോ ഉരുള കുറച്ചും കൂട്ടിയും ഉണ്ണുന്ന ഒരു വ്രതം.

ചാന്ദ്രി. ന. ബുധൻ.

ചാന്നാട്ടി. ന. ചാന്നാന്റെ സ്ത്രീ.

ചാന്നാൻ. ന. കരിമ്പന ചെത്തുന്ന ഒരു താണ ജാതിക്കാരൻ.

ചാപം. ന. ൧, വില്ലു. ൨, ധനുരാശി.

ചാപലം. അല്ലെങ്കിൽ, **ചാപല്യം,** ന. ഇളക്കം.

ചാപി. ന. വില്ലാളി.

ചാപ്പ. ന. ൧, തോക്കിന്റെ കൊത്തി. ൨, അടയാളം.

ചാമ. ന. ഒരുവക ധാന്യം.

ചാമരം. ന. ൧, ചമരിമൃഗത്തിന്റെ വാൽ. ൨, വെഞ്ചാമരം.

ചാമത്തം. ന. സമാവൎത്തനം എന്നുള്ള കൎമ്മം.

ചാമീകരം. ന. പൊൻ.

ചാമുണ്ഡ. ന. കാളി, ദുൎഗ്ഗ.

ചാമുണ്ഡി. ന. ദുൎഗ്ഗ, കാളി.

ചാമ്പ. ന. ഒരുവക വൃക്ഷം.

ചാമ്പൽ. ന. ൧, ചാരം, ഭസ്മം. ൨, കണ്ണിന്റെ അടെപ്പു, പൂക്കൾ കൂമ്പുക.

ചാമ്പുന്നു. മ്പി. വാൻ. (ചാമ്പ.) അ. ക്രി. ൧, കണ്ണു അല്പം അടയുന്നു, മയങ്ങുന്നു. ൨, കൂമ്പുന്നു.

ചാമ്പേയം. ന. ൧, ചെമ്പകം. ൨, നാഗപ്പൂമരം.

ചായ. ന. തേയില.

ചായക്കാരൻ. ന. ൧, ചായംപിടിപ്പിക്കുന്നവൻ. ൨, അലക്കുകാരൻ.

ചായപ്പുടവ. ന. ചായം കേററിയ വസ്ത്രം.

ചായം. ന. നിറം, വൎണ്ണം.

ചായ്മാനം. ന. ഊൻ, ഉത.

ചായൽ. ന. ൧, നിറം. ൨, സാദൃശ്യം. ൩, നിഴൽ, ഛായ. ൪, പക്ഷ, പാതം.

ചായിക്കുന്നു. ച്ചു. പ്പാൻ. (ചായി.) സ. ക്രി. ൧, വഴക്കുന്നു, വളെക്കുന്നു. ൨, ഒരു പക്ഷത്തിൽ ചേരുന്നു.

ചായിപ്പ. ന. പുരയോടുകൂടി ചായിച്ചു കെട്ടിയുണ്ടാക്കുന്ന മുറി, ഒരു ഭാഗത്തോടുള്ള ചരിവു.

ചായില്യം. ന. ഒരുജാതി മരുന്നു, ഒരുമാതിരി ചുവപ്പുചായം.

ചായ്വ്. ന. ൧, വളവു, കുനിച്ചിൽ. ൨, ഇറക്കം. ൩, ചെരിച്ചിൽ.

ചായുന്നു. ഞ്ഞു. വാൻ. (ചായ.) അ. ക്രി. ൧, ചെരിയുന്നു. ൨, വൃക്ഷവുമററും വീഴുവാൻ തുടങ്ങുന്നു.

ചാരകൻ. ന. ൧, കതിരക്കാരൻ. ൨, കൂട്ടുകാരൻ.

ചാരചക്ഷുസ്സ്. ന. ഗൂഢപുരുഷന്മാരെകൊണ്ടു ദൂരത്തുള്ള വൎത്തമാനങ്ങളെ കാണുന്നവൻ.

ചാരടി. ന. ഓരിലത്താമര.

ചാരണ. ന. തഴുതാമ.

ചാരണൻ. ന. ൧, നാട്യക്കാരൻ. ൨, ദേവഗായകൻ.

ചാരത്തു. അ. സമീപത്തു.

ചാരൻ. ന. ദൂതൻ, വേഷംമാറി നടന്നു വൎത്തമാനങ്ങൾ അറിയുന്നവൻ.

ചാരം. ന. ഗമനം, സഞ്ചാരം. (മ.) ഭസ്മം.

ചാരൽ. ന. ൧, മറെറാന്നേൽ തൊട്ടു ഇരിക്കയൊ, വെക്കയൊ. ൨, ചായിവു. ൩, ആശ്രയം.

ചാരവായു. ന. പടിഞ്ഞാറൻകാററു.

ചാരവെ. അ. അടുത്തു.

ചാരഴി. ന. ചാരി ഇരിപ്പാനുള്ള അഴി.

ചാരായക്കട. ന. ചാരായം വില്ക്കുന്ന സ്ഥലം.

ചാരായക്കുത്തുമതി. ന. ചാരായക്കുത്തത.

ചാരായം. ന. കള്ളുവാററി എടുത്തതു, താകരം.

ചാരിതാൎത്ഥ്യം. ന. അഭിലാഷനിവൃത്തി.

ചാരിത്രദൂഷണം. ന. മൎയ്യാദഭംഗം, പാതിവ്രത്യഹാനി.

ചാരിത്രഭംഗം. ന. മേല്പറഞ്ഞ അൎത്ഥം.

ചാരിത്രശീല. ന. മൎയ്യാദക്കാരി.

ചാരിത്രശുദ്ധി. ന. ശുദ്ധമുള്ള ആചാരം.

ചാരിത്രം; ചാരിത്ര്യം. ന. പാതിവ്രത്യം, മൎയ്യാദ, ആചാരം.

ചാരിയാവു. ന. ചുവന്ന രോമംകൊണ്ടുള്ള പുതെപ്പു.

ചാരു. വി. (രു, ൎവ്വി, രു.) വി. ന. ഭംഗിയുള്ള. **ചാരുതം; ചാരുതൃം.** ന. ഭംഗി.

ചാരുന്നു. രി. വാൻ. (ചാര.) അ. ക്രി. ൧, ചാരി ഇരിക്കുന്നു. ൨, ഒരു വസ്തു മറെറാന്നിന്മേൽ ചേൎത്തു നിറുത്തുന്നു. ൩, ആശ്രയിക്കുന്നു. ൪, ഒരു പക്ഷത്തിൽ കൂടുന്നു. ൫, കതകടയുന്നു. സ. ക്രി. ൧, കതകടെക്കുന്നു. ൨, എല്പിക്കുന്നു.

ചാരുപടി. ന. ചാരിഇരിക്കുന്ന പലക.

ചാരഫല. ന. മുന്തിരിങ്ങാ.

ചാരുമരം. ന. ഊന്നു, താങ്ങു.

ചാരുമാനം. ന. മറെറാരുത്തന്റെ പേരുവെച്ചു എഴുതിവാങ്ങിക്കുന്ന എഴുത്തു.

ചാരുശില. ന. രത്നം.

ചാരുശീല. വി. (ലൻ, ലാ, ലം.) വി. ന. നല്ലശീലമുള്ള.

ചാരുസ്മിതം. ന. പുഞ്ചിരി.

ചാൎത്ത്. ന. ൧, നായന്മാരുടെ പേരുകൾക്കു പിൻപു വെക്കുന്ന ഒരു വാക്കു. ൨, മരുന്നുകളും മററും പിഴിഞ്ഞെടുക്കുന്ന വെള്ളം.

ചാൎച്ച. ന. സംബന്ധം, ഉടപ്പം.

ചാൎത്തു. ന. ൧, എഴുത്തു. ൨, ആധാരം. ൩, വട്ടോല. ൪, പട്ടോല. ൫, ബിംബങ്ങളിൽ ചന്ദനം വസ്ത്രം ആഭരണം ഇവകൊണ്ടു അലങ്കരിക്ക. ൬, നാല്ക്കാലികളുടെ നെററിമേലുള്ള ചാൎത്തു. ൭, മരക്കഷണങ്ങൾ തമ്മിലുള്ള ചേൎപ്പു.

ചാൎത്തൽ. ന. മേല്പറഞ്ഞ അൎത്ഥം.

ചാൎത്തുന്നു. ത്തി. വാൻ. (ചാൎത്ത.) സ. ക്രി. ൧, എഴുതുന്നു. ൨, അലങ്കരിക്കുന്നു. ൩, ചേൎക്കുന്നു.

ചാൎത്തുപടി. ന. പേർവഴി എഴുതിയ കണക്കു.

ചാൎത്തുമുറി. ന. നിലംപുരയിടങ്ങളുടെ ആധാരം.

ചാൎന്ന. വി. സംബന്ധമുള്ള, ഉടപ്പമുള്ള.

ചാൎമ്മണം. ന. പരിചക്കൂട്ടം.

ചാൎമ്മിണം. ന. പരിചക്കാരുടെ കൂട്ടം.

ചാൎവ്വാകൻ. ന. ദൈവമില്ലെന്നും മററും തൎക്കിക്കുന്ന ഒരു മതക്കാരൻ.

ചാൎവ്വാകം. ന. ചാൎവ്വാകമതം, വേദവിരുദ്ധമായ മതങ്ങളിൽ ഒന്നു.

ചാലകം. ന. ജനൽ, വായു പ്രവേശിക്കത്തക്കവണ്ണം ഉണ്ടാക്കിട്ടുള്ള ദ്വാരം.

ചാലനം. ന. ചല്ലട.

ചാലനീ. ന. ചല്ലട.

ചാലവെ. അ. നല്ലവണ്ണം.

ചാലിക്കുന്നു. ച്ചു. പ്പാൻ. (ചാലി.) സ. ക്രി. അലിക്കുന്നു, യോജിപ്പിക്കുന്നു.

ചാലിടുന്നു. ട്ടു. വാൻ. (ചാൽ.) സ. ക്രി. ൧, ഉഴവുചാൽ ചെയ്യുന്നു. ൨, വയലുകളിൽ ചെറിയ തോടുകൾ ഉണ്ടാക്കുന്നു.

ചാലിയത്തി. ന. ചാലിയന്റെ സ്ത്രീ.

ചാലിയൻ. ന. നൂൽചെട്ടി, നെയ്ത്തുകാരൻ.

ചാലിയപ്പരിച. ന. ചുവന്ന പരിച.

ചാലിയപ്പരിഷ. ന. നൂൽചെട്ടിയുടെ വംശം.

ചാലിയം. ന. ചായില്യം, ചുവന്ന ചായം.

ചാലെ. അ. നല്ലവണ്ണം.

ചാലേകവാതിൽ. ന. കിളിവാതിൽ.

ചാലു. ന. ൧, ഉഴപ്പൊളി. ൨, തോടു. ൩, തുറമുഖം. ൪, തവണ, സമയം.

ചാല്പണി. ന. ൧, കണ്ടത്തിൽ ഉഴവുചാൽ ചെയ്യുക. ൨, വെള്ളം ഒഴുകുവാൻ തക്കവണ്ണം തോടുണ്ടാക്കുക.

ചാല്യം. ന. ചായില്യം.

ചാവു. ന. മരണം.

ചാവടി. ന. ൧, കാററുകൊണ്ടിരിക്കുന്നതിന്നും മററുമായിട്ടുള്ള ചെറിയ ഭവനം, ചവുക്ക. ൨, ഒരു കച്ചേരി. ൩, ചുങ്കസ്ഥലം. ൪, കതിരലായം.

ചാവട്ട. ന. ചാരുതലയിണ.

ചാവൽ. ന. ൧, പൂവൻകോഴി. ൨, പക്ഷികളിൽ ആൺ.

ചാവുകുട്ടി. ന. ശൂന്യം വന്നിരിക്കുന്ന വംശം.

ചാവുപിള്ള; ചാവിള്ള. ന. ൧, പ്രസവിക്കുമ്പോൾ ജീവനില്ലാത്ത കുഞ്ഞു. ൨, കഥയില്ലാത്തവൻ.

ചാവുപുല. ന. സംബന്ധക്കാരൻ മരിച്ചാലുള്ള അശുദ്ധി.

ചാവുററ. വി. മരണത്തിന്നു ഭയം കൂടാതെ യുദ്ധത്തിന്നു ചെല്ലുന്ന.

ചാവുററവൻ. ന. മരണത്തിന്നു ഭയം കൂടാതെ യുദ്ധത്തിന്നു ചെല്ലുന്നവൻ.

ചാവേറു. അ. മരണത്തിന്നു ഭയംകൂടാതെ യുദ്ധത്തിന്നു ചെല്ലുക.

ചാവേറുന്നു. റി. വാൻ. (ചാവേറ.) സ. ക്രി. മരണത്തിന്നു ഭയംകൂടാതെ യുദ്ധത്തിന്നു ചെല്ലുന്നു.

ചാവേററുവിരുത്തി. ന. യുദ്ധത്തിൽ മരിച്ചവന്റെ വീട്ടുകാൎക്കവേണ്ടി സൎക്കാരിൽനിന്നു കൊടുത്തിരിക്കുന്ന നിലമൊ പുരയിടമൊ.

ചാവോല. ന. ചത്തവിവരം എഴുതിയ ഓല.

ചാഷം. ന. ഒരു പക്ഷി.

ചാള. ന. ൧, കുടൽമീൻ. ൨, കുടിൽ. ൩, കാവൽപുര.

ചാക്ഷുഷ. വി. (ഷൻ, ഷാ, ഷം.) വി. ന. പ്രത്യക്ഷമായുള്ള.

ചാക്ഷുഷിക. വി. (കൻ, കാ, കം.) വി. ന. മേല്പറഞ്ഞ അൎത്ഥം.

ചാഴി. ന. നെല്ലു നശിപ്പിക്കുന്ന ഒരു വക പറക്കുന്ന പ്രാണി.

ചാഴിക്കോൽ. ന. ചാഴിയെ ഓടിക്കുന്നതിന്നു ഔഷധം തേച്ച ഒരു മരത്തിന്റെ കൊമ്പു.

ചാറു. ന. ൧, പച്ചമരുന്നുകളുംമററും ഇടിച്ചുപിഴിഞ്ഞെടുക്കുന്ന നീര. ൨, നല്ലമുളകും പുളിയും കലക്കി കായവും കൂട്ടി തിളപ്പിച്ചുണ്ടാക്കുന്ന വസ്തു.

ചാറ. ന. ഒരുമാതിരി വലിയ മണ്പാത്രം.

ചാറൽ; ചാററൽ. ന. ചനുചനെ പെയ്യുന്ന മഴ.

ചാറുന്നു. റി. വാൻ, (ചാറ.) അ. ക്രി. ചനുചനെ മഴ പെയ്യുന്നു.

ചാററു. ന. ൧, ഉച്ചത്തിൽ പറക. ൨, കണിയാൻ മുതലായ ചില മന്ത്രവാദികൾ തങ്ങളുടെ മൂൎത്തികളെ വിളിച്ചു പാടുക.

ചാററുന്നു. ററി. വാൻ. (ചാററ.) സ. ക്രി. ൧, ഉച്ചത്തിൽ പറയുന്നു. ൨, മൂൎത്തികളെ വിളിച്ചു പാടുന്നു. ചാററൽ; ചാററു. ന.

ചി

ചികയുന്നു. ഞ്ഞു. വാൻ. (ചിക.) സ. ക്രി. അല്പമായിട്ടു മണ്ണു മാന്തുന്നു.

ചികിത്സ. ന. രോഗത്തെ മാററുവാനുള്ള പ്രവൃത്തി, വൈദ്യം.

ചികിത്സകൻ. ന. വൈദ്യക്കാരൻ.

ചികിത്സാക്രമം. ന. ൧, വൈദ്യം ചെയ്യുന്നതിന്നുള്ള മുറ. ൨, ഒരു വൈദ്യഗ്രന്ഥം.

ചികിത്സിക്കുന്നു. ച്ചു. പ്പാൻ. (ചികിത്സ.) സ. ക്രി. വൈദ്യം ചെയ്യുന്നു.

ചികീൎഷ. ന. ചെയ്വാനുള്ള ആഗ്രഹം.

ചികുരം. ന. തലമുടി.

ചിക്രോഡം. ന. അണ്ണാൻ.

ചിക്ക. ന. ൧, ധാന്യം ഉണങ്ങുന്നതിന്നുവേണ്ടി വെയിലത്തു നിരത്തുക. ൨, തലമുടികെട്ടിനുള്ളിൽ ഉണ്ടാകുന്ന അഴുക്ക.

ചിക്കണം. വി. മെഴുകുപതമായ.

ചിക്കസം. ന. യവം പൊടിച്ചതു.

ചിക്കനെ. അ. വേഗത്തിൽ.

ചിക്കുന്നു. ക്കി. വാൻ (ചിക്ക.) സ. ക്രി. ൧, ഉണങ്ങുന്നതിന്നായിട്ടു ധാന്യം വെയിലത്തു നിരത്തുന്നു. ൨, തലമുടി ചികുന്നു.

ചിക്കുപരമ്പു. ന. ധാന്യം നിരത്തുവാനുള്ള പരമ്പു.

ചിക്കെന്നു. അ. വേഗത്തിൽ, ഉടനെ.

ചിങ്കളക്കുരങ്ങു. ന. ഒരുമാതിരി കറുത്ത വലിയ കുരങ്ങു.

ചിങ്കളം; ചിങ്കലം; ചിങ്ങളം. ന. ൧, ഒരുമാതിരി കറുത്ത വലിയ കുരങ്ങു. ൨, ചിങ്കളദ്വീപം. ൩, ലങ്ക.

ചിങ്കളൻ. ന. സിലോൻകാരൻ.

ചിങ്കാരം. ന. ആഭരണം, ഭംഗി.

ചിങ്കാരിക്കുന്നു. ച്ചു. പ്പാൻ. (ചിങ്കാരി.) സ. ക്രി. അലങ്കരിക്കുന്നു.

ചിങ്കി. ന. കാക്കാലന്മാരുടെ ഒരുമാതിരി കളി.

ചിങ്കിക്കളി; ചിങ്കുകളി. ന. മേല്പറഞ്ഞ അൎത്ഥം.

ചിങ്കിണി. ന. വിഷംകൂട്ടിയ ഭക്ഷണ വസ്തു.

ചിങ്ങക്കൂറു. ന. ചന്ദ്രൻ ചിങ്ങരാശിയിൽ ഇരിക്കുന്ന സമയം.

ചിങ്ങൻപഴം. ന. ഒരുമാതിരി വാഴപ്പഴം.

ചിങ്ങമാസം. ന. ഒരു മാസത്തിന്റെ പേർ.

ചിങ്ങം. ന. ൧, ചിങ്ങമാസം. ൨, ചിങ്ങരാശി.

ചിങ്ങംപുഴ. ന. ഒരുമാതിരി പുഴ.

ചിങ്ങംരാശി. ന. അഞ്ചാമത്തെ രാശി.

ചിങ്ങംവാഴ. ന. ഒരുമാതിരി വാഴ.

ചിച്ചീ. അ. നിഷേധിച്ചു പറയുന്ന ഒരു വാക്ക.

ചിഞ്ച. ന. വാളൻപുളി.

ചിഞ്ചോടകം. ന. ഒരുമാതിരി പുല്ലു.

ചിട. ന. പേരാലിന്റെ പാലും ഭസ്മവും കൂട്ടിപ്പിരിക്കുന്ന തലമുടി, ജട.

ചിടയൻ. ന. ൧, ജടയുള്ളവൻ. ൨, ഒരു ലഹരിയുള്ള തൈ, കഞ്ചാവു.

ചിട്ടി. ന. ൧, കുടിയാനവന്മാൎക്കു സൎക്കാരിൽനിന്നു കൊടുക്കുന്ന ആധാരങ്ങളിൽ ഒന്നു. ൨, ഭാഗ്യക്കുറി.

ചിട്ടിക്കാരൻ. ന. ഭാഗ്യക്കുറിയിൽ കൂടിയവൻ.

ചിട്ടിക്കുറി. ന. ചിട്ടി എടുക്കുന്നതിന്നു എഴുതിയിടുന്ന കുറി, ഭാഗ്യക്കുറി.

ചിട്ടിപ്പതിവു. ന. നിലം പുരയിടങ്ങൾക്കു ഉണ്ടാവുകയിൽനിന്നും കുടിയാനവന്മാൎക്കു കൊടുക്കുന്ന ഒരാധാരം.

ചിണെക്കുന്നു; ചിണെയ്ക്കുന്നു. ത്തു. ച്ചു. ക്കുവാൻ. ക്കുവാൻ. (ചിണെർ; ചിണെ.) അ. ക്രി. തടിയ്ക്കുന്നു, വിക്കുന്നു.

ചിത. വി. (തൻ, താ, തം.) വി. ന. കൂട്ടപ്പെട്ട്. (മ.) യോഗ്യമായ.

ചിത. ന. പട്ടട.

ചിതക്കേടു. ന. ൧, അയോഗ്യത. ൨, ചേൎച്ചക്കേടു. ൩, രോഗം, ക്ഷീണം.

ചിതം. ന. ൧, യോഗ്യത. ൨, ചേൎച്ച. ൩, സുഖം.

ചിതൽ. ന. മരവും മററും തിന്നുന്ന ഒരുവക ചെറിയ പ്രാണി.

ചിതൽപ്പുററു. ന. ചിതൽ മണ്ണു കൊണ്ടുണ്ടാക്കുന്ന കൂടു.

ചിതറൽ. ന. പൊട്ടി പല നുറുക്കുകളായി വീഴുക.

ചിതറുന്നു. റി. വാൻ. (ചിതർ.) അ. ക്രി. ൧, നുറുങ്ങി പലതായി തെറിക്കുന്നു. ൨, ഉടയുന്നു, ചിന്നുന്നു. ൩, തകരുന്നു. **ചിതറിക്കുന്നു.** സ. ക്രി.

ചിതൎന്നൈ. ന. ഉരുക്കുനൈ.

ചിതാഗ്നി. ന. പട്ടടയിലെ അഗ്നി, ശവം ദഹിപ്പിക്കുന്ന അഗ്നി.

ചിതി. ന. ൧, പട്ടട. ൨, കൂമ്പാരം.

ചിൽ. അ. ഇതു കിം ശബ്ദത്തിന്റെ മുകളിൽ വരുമ്പോൾ ഒരുത്തൻ, ഒരുത്തന്റെ എന്നൎത്ഥം വരും.

ചിൽക്കാതൽ. ന. ബോധം തന്നെ ആയുള്ളതു, രാശപരചൈതന്യം.

ചിത്തു. ന. ബോധം.

ചിത്തചാഞ്ചല്യം. ന. ൧, ഭയം. ൨, സംശയം, മനസ്സിന്റെ ഇളക്കം.

ചിത്തജന്മാവു. ന. കാമദേവൻ.

ചിത്തനിരോധനം. ന. മനസ്സിനെ തടുക്കുക.

ചിത്തപത്മം. ന. മനസ്സ, ചിത്തം.

ചിത്തപ്രസന്നത. ന. മനസ്സിന്റെ തെളിവു.

ചിത്തഭ്രമം. ന. മനസ്സിന്റെ ഇളക്കം, ഭ്രാന്തു.

ചിത്തം. ന. ൧, മനസ്സു. ൨, ഹൃദയം.

ചിത്തരംഗം. ന. മനസ്സു.

ചിത്തവിപ്ലവം. ന. ഭ്രാന്തു.

ചിത്തവിഭ്രമം. ന. ഭ്രാന്തു, മനസ്സിന്റെ ഇളക്കം.

ചിത്തവൃത്തി. ന. മനസ്സിന്റെ പ്രവൃത്തി.

ചിത്തശാന്തി. ന. മനസ്സടക്കം.

ചിത്തശുദ്ധി. ന. മനശ്ശുദ്ധി.

ചിത്തസമുന്നതി. ന. അഹങ്കാരം.

ചിത്താനന്ദം. ന. സന്തോഷം, ആനന്ദം.

ചിത്താനുവൎത്തനം. ന. ഇഷ്ടം അനുസരിക്കുക.

ചിത്താഭിലാഷം. ന. മനസ്സിലെ ആഗ്രഹം.

ചിത്താഭോഗം. ന. മനോവൃത്തി, കേട്ടതിനെ മനസ്സിൽ ഉറപ്പിക്കുക.

ചിത്യ. ന. പട്ടട.

ചിത്ര. ന. ൧, പതിന്നാലാം നക്ഷത്രം, ചിത്തിര. ൨, എലിച്ചെവിയൻ. ൩, ചെറുകുമ്മട്ടി.

ചിത്രകണ്ഠം. ന. പ്രാവു.

ചിത്രകം. ന. ൧, തൊട്ടുകറി. ൨, പുലി. ൩, ആവണക്കു. ൪, കൊടുവേലി.

ചിത്രകംബളം. ന. പാവിതാനി.

ചിത്രകരൻ. ന. ചിത്രം എഴുതുന്നവൻ.

ചിത്രകൎമ്മം. ന. ൧, ചിത്രമെഴുത്തു. ൨, തൊട്ടുകാരം.

ചിത്രകായം. ന. കടുവാ.

ചിത്രക്കൂടം. ന. ൧, ചിത്രങ്ങൾകൊണ്ടു അലങ്കരിക്കപ്പെട്ടിരിക്കുന്ന ഭവനം. ൨, ഒരു പൎവ്വതം. ൩, സപ്പത്തിനെ പ്രതിഷ്ഠിപ്പാനായിട്ടു കല്ലുകൊണ്ടുണ്ടാക്കുന്ന ഒരു പണി.

ചിത്രക്കുത്തു. ന. ൧, ചിത്രകാറൻ. ൨, തൊട്ടുകാരം.

ചിത്രക്കാരൻ; ചിത്രകാരൻ; ചിത്രകാരകൻ. ന. ചിത്രമെഴുത്തുകാരൻ, ചിത്രവേലക്കാരൻ.

ചിത്രഗുപ്തൻ. ന. അന്തകന്റെ എഴുത്തുകാരൻ.

ചിത്രഗ്രീവം. ന. പ്രാവു.

ചിത്രതണ്ഡുല. ന. ൧, വിഴാൽ. ൨, ആവണക്കു.

ചിത്രത്തയ്യൽ. ന. ചിത്രവേലയായി തൈക്കുന്നതു.

ചിത്രപടം. ന. ൧, ചിത്രം. ൨, അച്ചടിശീല.

ചിത്രപൎണ്ണി. ന. ഓരില.

ചിത്രപ്പണി. ന. ചിത്രവേല, രൂപം കൊത്തിയുണ്ടാക്കുകയും മററും.

ചിത്രപ്പുല്ലു. ന. ചായമിടുന്ന പുല്ലു, തൂലിക.

ചിത്രഭാനു. ന. ൧, അഗ്നി. ൨, ആദിത്യൻ.

ചിത്രമെഴുതുന്നു. തി. വാൻ. (ചിത്രം.) സ. ക്രി. ചായംകൊണ്ടു വല്ലതിന്റെയും രൂപം വരെക്കുന്നു.

ചിത്രമെഴുത്തു. ന. ചായം ഇടുക, രൂപം വരെക്കുക.

ചിത്ര. വി. (ത്രൻ, ത്രാ, ത്രം.) വി. ന. ൧, ഭംഗിയുള്ള. ൨, പലനിറമുള്ള.

ചിത്രം. ന. ൧, അത്ഭുതം. ൨, ചായം തേക്ക, രൂപം വരെക്ക. ൩, രൂപം. ൪, ചിത്രംകൊത്തുക. ൫, പലനിറം.

ചിത്രരഥൻ. ന. ഗന്ധൎവ്വന്മാരിൽ ഒരുത്തൻ.

ചിത്രലേഖനം. ന. ചിത്രമെഴുത്തു.

ചിത്രവാലം. ന. ഒരു പക്ഷി.

ചിത്രശിഖണ്ഡികൾ. ന. മരീചി മുതലായ മഹൎഷിമാർ ഏഴും. ഏഴു നക്ഷത്രങ്ങൾ.

ചിത്രശിഖണ്ഡിജൻ. ന. വ്യാഴം.

ചിത്രാന്നം. ന. പലനിറമുള്ള ചോറു.

ചിത്രാപൂൎണ്ണിമ. ന. മേടമാസത്തിൽ വെളുത്തവാവു.

ചിത്രാംബരം. ന. ചിത്രമുള്ള വസ്ത്രം.

ചിത്രാസനം. ന. സിംഹാസനം.

ചിത്രിക. ന. പുസ്തകത്തിൽ ഇടുന്ന അടയാളം.

ചിത്രിണി. ന. നാലുവക സ്ത്രീകളിൽ രണ്ടാമത്തവൾ.

ചിത്രിതം. വി. ൧, പുള്ളിയുള്ള. ൨, ചായമിട്ട.

ചിത്രീകൃത. വി. ൧, ചിത്രത്തിലെഴുതപ്പെട്ടപോലെ സ്തബ്ധമായിത്തീൎന്ന. ൨, ചിത്രത്തിലാക്കിയ.

ചിൽസ്വരൂപം. ന. പരമാത്മാവു.

ചിദംബരൻ. ന. ശിവൻ.

ചിദംബരം. ന. ഒരു ക്ഷേത്രം.

ചിദാത്മാവു. ന. പരമാത്മാവു.

ചിദാനന്ദം. ന. സന്തോഷം.

ചിദാഭാസൻ. ന. ജീവാത്മാവു.

ചിദ്രൂപ. വി. (പൻ, പാ, പം.) വി. ന. ൧, ജ്ഞാനമായുള്ള. ൨, ഗുണാധി കാരമുള്ള. ൩, ബുദ്ധിയുള്ള.

ചിദ്രൂപൻ. ന. പരമാത്മാവു.

ചിന. ന. ൧, നാല്ക്കാലികൾക്കു ഗൎഭം ഒരു്ക്കുക. ൨, മരത്തിന്റെയൊ ക വാഴുടെയൊ കൊമ്പു. ൩, ഒട്ടു പഴ ത്ത കായ്.

ചിനക്കു. ന. ൧, നുറുക്കു, ഒരംശം. ൨, കീറൽ, കിന്തൽ.

ചിനങ്ങുന്നു. ങ്ങി. വാൻ. (ചിനങ്ങ.) അ. ക്രി. നുറുങ്ങുന്നു. **ചിനക്കുന്നു.** സ. ക്രി.

ചിനമ്പു. വി. അല്പമായുള്ള.

ചിനം. ന. ൧, കോപം. ൨, മദം.

ചിനെക്കുന്നു. ച്ചു. പ്പാൻ. (ചിനെ.) അ. ക്രി. ൧, മുളെക്കുന്നു, കിളുക്കുന്നു. ൨, ഗൎഭമുണ്ടാകുന്നു. ൩, പഴുക്കുന്നു.

ചിനെപ്പു. ന. ൧, മുളെപ്പു, കൂമ്പു. ൨, ഇളംകൊമ്പു. ൩, പഴുക്കുക.

ചിന്തു. ന. മൂളിപ്പാട്ടു.

ചിന്ത. ന. വിചാരം.

ചിന്തനം. ന. വിചാരം.

ചിന്തനീയ. വി. (യൻ, യാ, യം.) വി. ന. വിചാരിക്കേണ്ടുന്ന.

ചിന്താമണി. ന. ൧, ഒരുവക വൈ ഡൂൎയ്യരത്നം. ൨, വിചാരിക്കുന്നതിനെ കൊടുക്കുന്ന ഒരു രത്നം.

ചിന്താരത്നം. ന. ൧, ജ്ഞാനം വക യിൽ ഒരു പുസ്തകം. ൨, ചിന്താമണി.

ചിന്താവശ. വി. (ശൻ, ശാ, ശം.) വി. ന. വിഷാദമുള്ള.

ചിന്തിക്കുന്നു. ച്ചു. പ്പാൻ. (ചിന്തി.) സ. ക്രി. വിചാരിക്കുന്നു, നിരൂപിക്കു ന്നു, ധ്യാനിക്കുന്നു.

ചിന്തിത. വി. (തൻ, താ, തം.) വി. ന. വിചാരിക്കപ്പെട്ട.

ചിന്നുന്നു. ന്നി. വാൻ. (ചിന്ത.) അ. ക്രി. ചിതറുന്നു, ചിന്നുന്നു, തൂകുന്നു.

ചിന്തൂരം; സിന്ദൂരം. ന. ൧, കുറി യിടുവാനുള്ള ഒരുമാതിരി ചുവന്ന വസ്തു. ൨, ഔഷധത്തിന്നായിട്ടു രസം സ്വൎണ്ണം മുതലായവ പുടം വെച്ച ഭസ്മം.

ചിന്തൂരിക്കുന്നു. ച്ചു. പ്പാൻ. (ചിന്തൂ രി.) സ. ക്രി. സിന്ദൂരത്തിന്നായിട്ടു ര സവും മററും പുടംവെക്കുന്നു, ഔഷ ധം നീററുന്നു.

ചിന്തേരു. ന. മിനുസം വരുത്തുന്ന ഒരുമാതിരി ഉളി.

ചിന്തേരിടുന്നു. ട്ടു. വാൻ. (ചിന്തേ ർ.) സ. ക്രി. ചിന്തേരുളികൊണ്ടു ചി കി മിനുക്കുന്നു.

ചിന്ത്യ. വി. (ന്ത്യൻ, ന്ത്യാ, ന്ത്യം.) വി. ന. ൧, വിചാരിപ്പാനുള്ള. ൨, ഗ്രഹി ക്കത്തക്ക.

ചിന്ന. വി. ചെറിയ.

ചിന്നൽ. ന. ൧, ചിതറൽ. ൨, പൊ ട്ടിക്കുക. ൩, ചൊരിച്ചിൽ.

ചിന്നി. ന. ഒരു ചെറിയ അളവു, മു ത്തിന്റെ നാഴിലൊന്നു.

ചിന്നുന്നു. ന്നി. വാൻ. (ചിന്നു.) സ. ക്രി. ചിതറുന്നു, പൊട്ടുന്നു, തകരുന്നു.

ചിന്മയ. വി. (യൻ, യാ, യം.) വി. ന. ആനന്ദസ്വരൂപമായ.

ചിന്മയി. ന. മഹാമായ.

ചിപിടികം. ന. ഒരുമാതിരി പല ഹാരം, അവിൽ.

ചിപ്പം. ന. ഉരുട്ടികെട്ടിയ ചുമടു.

ചിപ്പി. ന. ൧, മുത്തു വിളയുന്ന കക്കാ. ൨, ഒരു ചെറിയ ജലജന്തു.

ചിബുകം. ന. താടി.

ചിമിട്ടു. ന. ൧, ചുരുക്കു. ൨, മിടുക്കു.

ചിമിട്ടുന്നു. ട്ടി. വാൻ. (ചിമുട്ടു.) അ. ക്രി. ൧, ചുരുക്കുണ്ടാകുന്നു. ൨, മിടു ക്കോടെ ചെയ്യുന്നു.

ചിമിഴ. ന. അരക്കു, ആനക്കൊമ്പുകൊ ണ്ടും മററും കടഞ്ഞു തീൎക്കുന്ന ഒരു മാ തിരി ചെറിയ പാത്രം.

ചിമിക്കുന്നു. ക്കി. വാൻ. (ചിമിക്ക.) അ. ക്രി. ൧, കൈ ചുരുട്ടിക്കൊണ്ടു ഇ ടിക്കുന്നു. ൨, അനങ്ങുന്നു. ൩, സംസാ രിക്കുന്നു.

ചിമ്മുന്നു. മ്മി. വാൻ. (ചിമ്മ.) അ. ക്രി. കണ്ണടെക്കുന്നു, കണ്ണിമെക്കുന്നു.

ചിമ്മൽ. ന. കണ്ണിമെക്കുക.

ചിയ്യാൻ. ന. പല്ലക്കു ചുമക്കുന്ന ഒരു കൂട്ടക്കാരൻ.

ചിര. ന. ക്ഷൌരം ചെയ്ക.

ചിരകാലം. ന. വളരെക്കാലം.

ചിരക്രിയ. വി. (യൻ, യാ, യം.) വി. ന. മടിയുള്ള.

ചിരങ്ങു. ന. ശരീരത്തിൽ തൊലിമേ ലുണ്ടാകുന്ന ഒരുവക മിനം, ചൊറി.

ചിരങ്ങൻ. ന. ചൊറിയുള്ളവൻ.

ചിരഞ്ജീവി. വി. (വി, വിനി, വി.) വി. ന. വളരെക്കാലം ജീവിക്കുന്ന. **ചിരഞ്ജീവിത്വം.** ന.

ചിരട്ട. ന. തേങ്ങായുടെ പുറത്തെ ഓടു.

ചിരണ്ടി. ന. യൌവനം തുടങ്ങിയ സ്ത്രീ.

ചിരന്തന. വി. (നൻ, നാ, നം.) വി. ന. പണ്ടേയുള്ള.

ചിരന്തനൻ. ന. ദൈവം.

ചിരം. അ. വളരെക്കാലം.

ചിരരാത്രം. ന. വളരെ രാത്രി കൂടി യതു.

ചിരരാത്രായ. അ. വളരെക്കാലം.

ചിരവ. ന. തേങ്ങാ ചെരണ്ടുന്നതിന്നു ള്ള ഒരു സാധനം.

ചിരവത്തടി. ന. ചിരവയുടെ തടി.

ചിരവനാക്കു. ന. ചിരവത്തടിയിൽ ഇട്ടുറപ്പിക്കുന്ന ഇരിമ്പുസാധനം.

ചിരസ്യ. അ. വളരെക്കാലം.

ചിരാതീതം. ന. വളരെക്കാലം മുമ്പു കഴിഞ്ഞതു.

ചിരായ. അ. വളരെക്കാലം.

ചിരായുസ്സ. വി. (സ്സ്രിഷു.) വി. ന. വളരെക്കാലം ജീവിച്ചിരിക്കുന്ന.

ചിരാൽ. അ. വളരെക്കാലം.

ചിരി. ന. ൧, സന്തോഷമുണ്ടാകുമ്പോ ൾ മുഖത്തുണ്ടാകുന്ന ഒരു ഭാവം. ൨, സ ന്തോഷംകൊണ്ടു പല്ലു കാണിച്ചു ശ ബ്ദിക്കുക.

ചിരിക്കുന്നു. ച്ചു. പ്പാൻ. (ചിരി.) അ. ക്രി. ൧, സന്തോഷംകൊണ്ടു പല്ലു കാ ട്ടി ശബ്ദിക്കുന്നു. ൨, ഉള്ളിലുള്ള പ്രസാ ദത്തെ മുഖത്തു കാണിക്കുന്നു, സന്തോ ഷംകൊണ്ടു ശബ്ദിക്കുന്നു. ൩, പരിഹ സിക്കുന്നു. **ചിരിപ്പിക്കുന്നു.** സ. ക്രി.

ചിരിവിലാപം. ന. ആവിവ്വക്ഷം.

ചിരെക്കുന്നു. ച്ചു. പ്പാൻ. (ചിരെ.) സ. ക്രി. ക്ഷൌരം ചെയ്യുന്നു.

ചിരേണ. അ. വളരെക്കാലം.

ചില. വി. ഏതാനും, കുറെ.

ചിലചില. വി. ഏതാനും, ഏറക്കുറെ.

ചിലതു. ന. വല്ലതും, ഒക്കെ.

ചിലന്നി; ചിലന്തി. ന. ൧, എട്ടുകാ

ലി. ൨, പൈതങ്ങളുടെ കാലേൽ വരുന്ന ചൊറി.

ചിലപ്പോൾ. അ. ചില സമയത്തു.

ചിലമ്പു. ന. കിലുങ്ങുന്നതിന്നായിട്ടു പൊന്നും മററും കൊണ്ടുണ്ടാക്കി കാലേൽ ഇടുന്ന ഒരുമാതിരി തള.

ചിലമ്പൽ. ന. കിലുക്കം.

ചിലമ്പാണ്ടി. ന. ബ്രാഹ്മണരിൽ താണ ഒരു ജാതി.

ചിലമ്പുന്നു. ന്പി. വാൻ, (ചിലമ്പം) അ. ക്രി. കിലുങ്ങുന്നു.

ചിലമ്പൊലി. ന. കിലുകിലുക്കമായുള്ള ശബ്ദം, ചിലമ്പിന്റെ ശബ്ദം.

ചിലർ. ന. ഏതാനുംപേർ.

ചിലവു. ന. ൧, തനിക്കു ആവശ്യമുള്ള കാൎയ്യാദികൾക്കായിട്ടു കൊടുക്കുന്ന മുതൽ, ചിലവഴ്പു. ൨, ചിലവിന്നായിട്ടു നിശ്ചയിച്ചു വെച്ചിരിക്കുന്ന മുതൽ. ൩, വില.

ചിലവഴിക്കുന്നു. ച്ചു. പ്പാൻ. (ചിലവ.) സ. ക്രി. ൧, ചിലവിടുന്നു. ൨, നശിപ്പിക്കുന്നു.

ചിലവറുക്കുന്നു. ത്തു. പ്പാൻ. (ചിലവർ.) സ. ക്രി. മേല്പറഞ്ഞ അൎത്ഥം.

ചിലവറുപ്പിക്കുന്നു. കാ. ക്രി.

ചിലവറുപ്പു. ന. ചിലവാക്കുക.

ചിലവിടുന്നു. ട്ടു. വാൻ. (ചിലവ.) സ. ക്രി. ചിലവാക്കുന്നു.

ചിലിമ്പി. ന. ഹുക്കാ വലിക്കുമ്പോൾ തിയിടുന്ന സ്ഥലം.

ചില്ലുക. ന. ലോഹം, ഉപദ്രവം.

ചില്ലുകൻ. ന. ഉപദ്രവി, വക്കാണക്കാരൻ.

ചില്ലുക്കു. ന. നിലത്തു തറച്ച ആണി.

ചില്ലചിലെ. അ. കിലുകിലെ.

ചിലെപ്പു. ന. ൧, അരവം. ൨, പക്ഷികളുടെ ശബ്ദം. ൩, കിലുക്കം.

ചിലെക്കുന്നു. ച്ചു. പ്പാൻ. (ചിലെ.) അ. ക്രി. ൧, പക്ഷികൾ ശബ്ദിക്കുന്നു. ൨, പക്ഷികളെ പോലെ ശബ്ദിക്കുന്നു. ൩, കിലുങ്ങുന്നു.

ചിലെടത്തു. അ. ചില ദിക്കിൽ.

ചില്പുരുഷൻ. ന. പരമാത്മസ്വരൂപൻ, പരംപുരുഷൻ.

ചില്ലു. ന. ൧, വട്ടത്തിലുള്ള സ്ഫടികം. ൨, സ്ഫടികം. ൩, വെടിവെക്കുമ്പോൾ തോക്കിലിടുന്നതിന്നായിട്ടു ഈയം കൊണ്ടു വാൎത്തുണ്ടാക്കുന്ന ഒരു ഉരുണ്ട വസ്തു.

ചില്ലു. റി. (ല്ലുൻ, ല്ലൂ, ല്ലും.) വി. ന. ചീഞ്ഞ കണ്ണുള്ള.

ചില്ലം. ന. ൧, ചീഞ്ഞ കണ്ണു. ൨, ഒരു വക പരുന്തു.

ചില്ലറ. വി. ൧, ചുരുക്കമായ, കുറെ ഞ്ഞ. ൨, സാരമില്ലാത്ത. ൩, ചില.

ചില്ലറക്കച്ചവടം. ന. ചുരുങ്ങിയ കച്ചവടം.

ചിപ്പാങ്കുരി. ന. ഒരുവക മീൻ.

ചില്ലി. ന. ൧, കലം കുടം മുതലായതിലുള്ള ചെറിയ ഓട്ടാരം. ൨, മരത്തിന്റെ ചെറിയ കൊമ്പു. ൩, പുരികം. (സം.) ഒരു ചെറിയ പ്രാണി, ചീവീടു.

ചില്ലിക്കത്തു. ന. പാത്രങ്ങൾക്കുണ്ടാകുന്ന ചെറിയ ഓട്ടാരം.

ചില്ലിക്കൊടി. ന. പുരികം.

ചില്ലീലത. ന. പുരികം.

ചില്പാനം. വി. ഒരു തുക തികഞ്ഞിട്ടു കുറെ കുറവുള്ള, ശിഷ്ടമുള്ള.

ചിവുകം. ന. താടി.

ചിഹ്നം. ന. ൧, മറുക. ൨, അടയാളം.

ചിളിചിമം. ന. ഒരുവക മീൻ, ചെമ്മീൻ.

ചിളുക്കു. ന. വെട്ടിയുണങ്ങിയ പാക്കു, വെട്ടുപാക്കു.

ചിറ. ന. ൧, വെള്ളത്തെ തടുക്കുന്നതിന്നു കല്ലും മണ്ണുംകൊണ്ടുണ്ടാക്കിയതു, അണ. ൨, വലിയ കുളം.

ചിറകു. ന. പക്ഷികൾ പറക്കുന്ന ഒരവയവം.

ചിറക്കുഴി. ന. പൊട്ടു.

ചിറപ്പു. ന. ക്ഷേത്രങ്ങളിലും മററും കെട്ടി വിതാനിച്ചു കഴിക്കുന്ന ഒരു വഴിപാടു.

ചിറാക്കു. ഒരു വലിയ കടൽമീൻ.

ചിറാലിക്കുന്നു. ച്ചു. പ്പാൻ. (ചിറാലി.) അ. ക്രി. കുതിര കരയുന്നു.

ചിറാലിപ്പു. ന. കുതിരകരച്ചിൽ.

ചിറി. ന. ൧, ചൊടി. ൨, ചിരിക്കുക.

ചിററ. വി. ചെറിയ.

ചിററ. ന. അമ്മയുടെ അനുജത്തി.

ചിററപ്പൻ. ന. ൧, അച്ഛന്റെ അനുജൻ. ൨, അമ്മയുടെ അനുജത്തിയുടെ ഭൎത്താവു.

ചിററമൃതു. ന. ഒരു മരുന്നുവള്ളി.

ചിററമ്മ. ന. അമ്മയുടെ അനുജത്തി.

ചിററരത്ത. ന. ഒരുഔഷധിമരുന്നു.

ചിററാട. ന. ചെറിയ വസ്ത്രം.

ചിററാണി. ന. മരയാണി.

ചിററാമ്പൽ. ന. വെള്ളത്തിലെ ഒരു വക തൈ.

ചിററായ്മ. ന. ശുശ്രൂഷ.

ചിററാവണക്കു. ന. ചെറിയ ആവണക്കു.

ചിററാറു. ന. ചെറിയ പുഴ.

ചിററിമ്പം. ന. തന്റെ ശരീരത്തിലേ അധിക സ്നേഹം.

ചിററീന്ത. ന. ഒരുവക ഒരംന്തൽ മരം, മുരാ.

ചിററുളി. ന. വീതി കുറഞ്ഞതായ ഒരുമാതിരി ഉളി.

ചിററെള്ളു. ന. ഒരുവക എള്ളു, കറുപ്പു കുറഞ്ഞതായ ഒരുമാതിരി എള്ളു.

ചിറേറാന്തു. ന. ചെറിയ ഓന്തു.

ചീ

ചീ. അ. വെറുപ്പിങ്കലൊ ലജ്ജയിങ്കലൊ പ്രയോഗിക്കുന്ന ഒരു വാക്കു.

ചീക. ന. ഒരു വക മീൻ.

ചീകൽ. ന. ൧, മിനുസം വരുത്തുക. ൨, തലമുടി വിടുക്കുക.

ചീകുന്നു. കി. വാൻ. (ചീക.) സ. ക്രി. ൧, തലമുടി വിടുക്കുന്നു. ൨, മിനുസം വരുത്തുന്നു.

ചീകുളി. ന. മിനുസം വരുത്തുന്ന ഉളി.

ചീക്ക. വി. ചീത്ത.

ചീക്ക. ന. ചിരങ്ങു.

ചീക്കണ്ണു. ന. പഴുത്തു വെള്ളം ഒഴുകുന്നതായ ഒരുവക കണ്ണിലെ ദീനം.

ചീക്കണ്ണൻ. ന. ചീക്കണ്ണുള്ളവൻ.

ചീക്കാതു. ന. പഴപ്പോടുകൂടിയ, ഒരു ദീനം ചെവിയ്ക്കുള്ളിലുണ്ടാകുന്നതു.

ചീങ്കണ്ണി. ന. ഒരുവക വലിയ ജലജന്തു.

ചീങ്കണ്ണിപ്പാറ. ന. ഒരുമാതിരി കല്ലു.

ചീങ്കല്ലു. ന. കട്ടപ്പം കുറഞ്ഞ കല്ലു.

ചീങ്കുഴൽ. ന. ഒരുമാതിരി ഊത്തുകുഴൽ, ഓടക്കുഴൽ.

ചീച്ചിൻ. ന. അഴുക്കൾ.

ചീട. ന. ഒരുമാതിരി പലഹാരം.

ചീട്ടു. ന. ൧, കുറിമാനം. ൨, തമ്പുരാക്കന്മാർ പാൎവ്വത്യാരന്മാൎക്കു കൊടുത്തയ

ക്കുന്ന എഴുത്തു. ന., ഒരുമാതിരി അച്ചടിശില, ചിട്ടി. ൩, കളിക്കുന്നതിനുള്ള ഒരുതരം ചിത്രം പതിച്ച കട്ടികടലാസുകൾ.

ചിട്ടി. ന. ഒരുമാതിരി ശില.

ചിണ്ടുന്നു. ണ്ടി. ണ്ടുവാൻ. (ചിണ്ടു.) അ. ക്രി. തമ്മിൽ കലഹിക്കുന്നു.

ചിത്ത. വി. ഹീനമായ, ദുഷ്ടതയുള്ള.

ചിത്തത്തരം. വി. കൊള്ളരുതാത്ത. ചിത്തതപം. ഗു. ന. കൊള്ളരുതാത്തു.

ചിത്തത്തരം. ന. കൊള്ളരുതാത്ത പ്രവൃത്തി, വഷളത്തം.

ചിത്തം. ന. ൧, ശക്തി. ൨, മിടുക്കു.

ചീനക്കണ്ണാടി. ന. കുഴൽക്കണ്ണാടി.

ചീനക്കാരം. ന. ചീനത്തുണ്ടാകുന്ന കാരം.

ചീനക്കിഴങ്ങു. ന. മധുരമുള്ള ഒരുമാതിരി കിഴങ്ങു.

ചീനക്കുട ന. ഒരുമാതിരി വിശേഷമുള്ള കുട.

ചീനക്കുഴൽ. ന. ൧, കുഴൽക്കണ്ണാടി. ൨, ചീങ്കുഴൽ.

ചീനച്ചട്ടി. ന. ൧, വാർത്തെടുത്ത ഇരിമ്പു. ൨, ഒരുമാതിരി ഇരിമ്പുപാത്രം.

ചീനപ്പാവു. ന. ഒരുജാതിമരുന്നു.

ചീനമുളകു. ന. ഒരുവക മുളകു, കപ്പൽമുളകു.

ചീനം. ന. ൧, ഒരു ദിക്കിന്റെ പേർ. ൨, ഒരുവക മീൻ.

ചീനവെടി. ന. ഒരുവക വെടിക്കെട്ടു.

ചീനവേലി. ന. ഒരു വക അഴികൊണ്ടുള്ള വേലി.

ചീനാകം. ന. ഒരു വക കർപ്പൂരം.

ചീനാംശുകം. ന. ചീനപ്പട്ടു.

ചീനി. ന. ൧, നാങ്കുരം. ൨, വാൽമുളകു. ൩, കതിരജീനി. ൪, മുള്ളുള്ള തൈ. ൫, ഒരു മരം. ൬, മധുരമുള്ള കിഴങ്ങു. ൭, മുളകുണ്ടാകുന്ന ഒരു തൈ.

ചീനിക്കാ. ന. പുളിഞ്ചിക്കാ.

ചീനിക്കിഴങ്ങു. ന. മധുരക്കിഴങ്ങു.

ചീനിപ്പടൽ. ന. ചീനിക്കിഴങ്ങിൻ വള്ളി.

ചീനോഷണം. ന. വാൽമുളകു.

ചീന്തു. ന. കീററു, പിളപ്പു.

ചീന്തൽ. ന. കീററൽ.

ചീന്തുന്നു. ന്തി. വാൻ. (ചീന്തു.) സ. ക്രി. ൧, കീറുന്നു. ൨, പിളക്കുന്നു.

ചീപ്പു. ന. ൧, തലമുടി ചീകുന്ന വസ്തു, ഓൾക്കൊള്ളി. ൨, വെള്ളം കേററുന്നതിനും ഇറക്കുന്നതിനുമുള്ള വാതിൽ. ൩, സാക്ഷാ.

ചീമ്പ. വി. ചീത്ത, അഴിഞ്ഞ.

ചീമ്പക്കണ്ണൻ. ന. കണ്ണഴിഞ്ഞിരിക്കുന്നവൻ.

ചീമ്പക്കണ്ണി. ന. കണ്ണഴിഞ്ഞിരിക്കുന്നവൾ.

ചീമ്പൽ. ന. കണ്ണടെക്കുക.

ചീമ്പുന്നു. മ്പി. വാൻ. (ചീമ്പ.) അ. ക്രി. ൧, കണ്ണടെക്കുന്നു. ൨, കണ്ണഴിയുന്നു.

ചിമ്പ്ര. വി. ചീത്ത.

ചിമ്പ്രക്കണ്ണു. ന. ചിമ്പക്കണ്ണു.

ചീയക്കാ. അല്ലെങ്കിൽ, ചീനിക്കാ. ന. പുളിഞ്ചിക്കാ.

ചീയുന്നു. ഞ്ഞു. വാൻ. (ചീയു.) അ. ക്രി. ൧, അഴുകുന്നു. ൨, അധികം വേകുന്നു. ചീയിക്കുന്നു. സ. ക്രി.

ചീരു. ന. ൧, വഷ്ന. ൨, വണ്ണം.

ചീര. ന. ഒരു വക ഇലക്കറി സാധനം.

ചീരകമുല്ല. ന. ഒരുവക മുല്ല.

ചീരകം. ന. ഒരുജാതിമരുന്നു.

ചീരച്ചമ്പാവു. ന. ഒരു വക വെളുത്ത നെല്ലു.

ചീരം. ന. ൧, മരത്തൊലികൊണ്ടുള്ള വസ്ത്രം, മരവിരി. ൨, ഒരംശം.

ചീരാപ്പു. ന. ഒരു വക ദീനം, ജലദോഷം.

ചീരാംബരം. ന. മരവിരി.

ചീരി. ന. ചീവിടു.

ചീരിക. ന. ചീവീടു.

ചീക്കുന്നു. ത്തു. പ്പാൻ. (ചീർ.) അ. ക്രി. ൧, വീങ്ങുന്നു. ൨, തടിക്കുന്നു, വണ്ണിക്കുന്നു.

ചീപ്പു. ന. ൧, തടിപ്പു. ൨, സാക്ഷാ, തടവു. ൩, തലമുടി ചീകുന്ന വസ്തു ൪, ഓൾക്കൊള്ളി. ൫, വെള്ളം കേററുന്നതിനും ഇറക്കുന്നതിനുമുള്ള വാതിൽ.

ചിലാന്തി. ന. ൧, പുരയുടെ ഒരു മാതിരി ഉലാം. ൨, ഒരു വൃക്ഷം.

ചീവ. ന. ഒരുമാതിരി കിഴങ്ങുണ്ടാകുന്ന തൈ, കൂക്ക.

ചീവരം. ന. ഭിച്ചക്കാരന്റെ കീററുതുണി.

ചീവാടി. ന. ഒരു വക ചെറിയ കപ്പൽ.

ചീവത. ന. ക്ഷേത്രങ്ങളിൽ ബിംബങ്ങളെ തണ്ടിന്മേൽ വെച്ചു എഴുന്നെള്ളിക്കുവാനുള്ള ഒരുതരം വാഹനം.

ചീവീടു; ചിൽവിടു. ന. ഇടവിടാതെ രാത്രിയിൽ ശബ്ദിക്കുന്ന ഒരുവക ചെറിയ ജന്തു.

ചീളു. ന. ആപ്പു, പൂളു.

ചീള. ന. പഴന്തുണി.

ചീളെന്നു. അ. വെട്ടെന്നു, ഉടനെ.

ചീളി. ന. ൧, കീററുതുണി. ൨, കിളിവാതിലിൽ പതിയുന്ന ഒരു പണി.

ചീറൽ. ന. ൧, കോപം. ൨, മുരുമുരക്കുക.

ചീറുന്നു. റി. വാൻ. (ചീറ.) അ. ക്രി. ൧, കോപിക്കുന്നു. ൨, മുരുമുരുക്കുന്നു.

ചീററ. ന. ൧, പാമ്പിന്റെ ഊത്തു. ൨, ശ്വാസം ശക്തിയോടെ മൂക്കിൽ കൂടെ കളക.

ചീററം. ന. ൧, കോപം. ൨, പാമ്പിന്റെ ഊത്തു.

ചീററൽ. ന. ൧, പാമ്പിന്റെ ഊത്തു. ൨, കോപം.

ചീററുന്നു. ററി. വാൻ. (ചീററ.) അ. ക്രി. പാമ്പു ഊതുന്നു. സ. ക്രി. ൧, കോപിക്കുന്നു. ൨, ഭയപ്പെടുത്തുന്നു, ശാസിക്കുന്നു. ൩, ശ്വാസത്തെ ശക്തിയോടെ മൂക്കിൽകൂടെ കളയുന്നു.

ചു

ചുക്കു. ന. ഉണങ്ങിയ ഇഞ്ചി.

ചുക്ക. ന. കാടി, ചെടം.

ചുക്കാൻ. അല്ലെങ്കിൽ, ചുക്കാണം. ന. ബോട്ടിന്റെ തല തിരിക്കുന്നതിന്നു അതിന്റെ അമരത്തു പണിതു വെക്കുന്ന ഒരു യന്ത്രം.

ചുക്കാങ്കാരൻ. ന. ചുക്കാൻ പിടിക്കുന്നവൻ.

ചുക്കിണി. ന. ആറു പട്ടമുള്ള ഒരു മാതിരി പകിട.

ചുക്കിരി. ന. കുടിക്കുന്ന പാത്രം.

ചുക്കിലി. ന. ചിലന്നിവല.

ചുക്കിലിവല. ന. ചിലന്നിവല.

ചുക്കുനാറിപ്പുല്ലു. ന. എരുമപ്പുല്ലു.

ചുക്കുന്നു. ക്കി. വാൻ. (ചുക്കു.) അ. ക്രി. ൧, ഉണങ്ങുന്നു. ൨, ചുരുങ്ങുന്നു. ൩, ചുരുങ്ങുന്നു.

ചുക്രിക. ന. പുളിയാരൽ.

ചുങ്കക്കടവു. ന. തിരുവസ്ഥലത്തിന്നരികെ വള്ളം അടുക്കുന്ന സ്ഥലം.

ചുങ്കക്കാരൻ. ന. തീരുവ പിരിക്കുന്ന ഉദ്യോഗസ്ഥൻ.

ചുങ്കച്ചാവടി. ന. തീരുവ പിരിക്കുന്നവരുടെ കച്ചേരി, ചവുക്ക.

ചുങ്കം. ന. തീരുവ, ചരക്കുകൾക്കുള്ള കരം.

ചുങ്കസ്ഥലം. ന. തീരുവസ്ഥലം, ചുങ്കച്ചവുക്ക.

ചുങ്കിക്കുന്നു. ച്ചു. പ്പാൻ. (ചുങ്കി.) സ. ക്രി. ചിലവിൽ കുറെച്ചു സൂക്ഷിക്കുന്നു.

ചുങ്കിപ്പു. ന. ചിലവിൽ കുറെച്ചു സൂക്ഷിക്കുക.

ചുങ്ങുന്നു. ങ്ങി. വാൻ. (ചുങ്ങ.) അ. ക്രി. ൧, ഉണങ്ങിയും മറ്റും ചുരുങ്ങുന്നു, മെലിയുന്നു, ശോഷിക്കുന്നു. ൨, ഉണങ്ങുന്നു. ൩, ചുരുങ്ങുന്നു.

ചുച്ചു. വി. ൧, (ചില സമാസങ്ങളുടെ അവസാനത്തിൽ) കീർത്തിപ്പെട്ടു, സാമർത്ഥ്യമുള്ള. ൨, ചുണ്ടെലി. ൩, ഒരു കൂട്ടുകൂടിയ ജാതി.

ചുടർ. ന. പ്രകാശം, അഗ്നി.

ചുടല. ന. ശവം ചുടുന്ന സ്ഥലം, പട്ടട.

ചുടലക്കളം. ന. മേല്പറഞ്ഞ അർത്ഥം.

ചുടലക്കുഴി. ന. ശവം ചുടുന്ന സ്ഥലം.

ചുടുകൊള്ളി. ന. ഖേദം തോന്നത്തക്ക വണ്ണമുള്ള വാക്ക.

ചുടുചുടെ. അ. അനച്ചയോടെ.

ചുടുന്നു. ട്ടു. വാൻ. (ചുട.) സ. ക്രി. ൧, വേവിക്കുന്നതിന്നായിട്ടു തീയിൽ ഇടുന്നു. ൨, ദഹിക്കുന്നു. ൩, ചൂടു തോന്നുന്നു, വേദന തോന്നുന്നു.

ചുടുമുളക. വി. നല്ലമുളക വേകാത്ത ചുവരയോടു കൂടിയ.

ചുടുവാക്ക. ന. ഖേദം തോന്നത്തക്ക വാക്ക.

ചുടുവാതം. ന. കാലിന്റെ അകത്തുള്ള ഒരു ദീനം.

ചുട്ടി. ന. ൧, ആട്ടക്കാരുടെ മുഖത്തു അരിമാവുകൊണ്ടുണ്ടാക്കുന്നതു. ൨, നാല്ക്കാലികളുടെ നെററിക്കുള്ള ചാത്തു. ൩, വസ്ത്രത്തിന്റെ അററത്തു ചുവപ്പുനൂൽകൊണ്ടുണ്ടാക്കുന്ന ഒരടയാളം.

ചുട്ടിത്തുണി. ന. ആട്ടക്കാരന്റെ നെററിമേൽ വെച്ചു മുറുക്കുന്ന ചുട്ടിയുള്ള തുണി.

ചുട്ടിത്തേരവാങ്കം. ന. ഒരു വക ജന്തു.

ചുട്ടിറുമ്പു. ന. ഒരുവക കറുത്ത ഉറുമ്പു.

ചുണ. ന. ചൊടിപ്പു, മിടുക്ക.

ചുണകെട്ടവൻ. ന. ചൊടിപ്പും മിടുക്കുമില്ലാത്തവൻ.

ചുണകേടു. ന. ചൊടിപ്പും മിടുക്കുമില്ലായ്മ.

ചുണങ്ങു. ന. ചെറിയ മാതിരി കുഷ്ഠരോഗം.

ചുണെക്കുന്നു. ച്ചു. പ്പാൻ. (ചുണെ.) അ. ക്രി. ചൊടിക്കുന്നു.

ചുണെപ്പു. ന. ചൊടിപ്പു.

ചുണ്ടു. ന. ൧, അധരം. ൨, പക്ഷിയുടെ കൊക്ക. ൩, വസ്ത്രത്തിന്റെ തല. ൪, അരുവാ മുതലായ ആയുധങ്ങളുടെ മുന. ൫, വാഴക്കുലയുടെ അററത്തുള്ള മൊട്ടു.

ചുണ്ട. ന. മുള്ളുള്ള ചെടി. ഇതു പല മാതിരിയുണ്ടു. ൧, കറുത്ത ചുണ്ട. ൨, വെളുത്ത ചുണ്ട. ൩, പുത്തരിച്ചുണ്ട. ൪, പടച്ചുണ്ട. ൫, കണ്ടകാരിച്ചുണ്ട. ൬, പാണ്ടിച്ചുണ്ട. ൭, ആനച്ചുണ്ട.

ചുണ്ടങ്ങാ. ന. ചുണ്ടയുടെ കായ്.

ചുണ്ടൻ. ന. ൧, ഒരുമാതിരി ചുമ്പാ. ൨, ക്രന്താലി. ൩, ചുണ്ടൻവള്ളം.

ചുണ്ടൻ. വി. ചുണ്ടുള്ള, കൂർത്ത മുനയുള്ള.

ചുണ്ടപ്പുല്ലു. ന. ഒരു സുഗന്ധമുള്ള പുല്ലു.

ചുണ്ടവഴുതിന. ന. ഒരു വക ചെറിയ മാതിരി വഴുതിന.

ചുണ്ടി. ന. ഒരുവക ചെറിയ പക്ഷി.

ചുണ്ടെലി. ന. ചെറിയ എലി.

ചുണ്ണാമ്പു. ന. കക്കായൊ കല്ലൊ നീററിയ ചാരം കഴച്ചതു.

ചുണ്ണാമ്പുകല്ലു. ന. ചുണ്ണാമ്പു നീററുന്നതിനു കൊള്ളുകുന്ന ഒരു മാതിരി കല്ലു.

ചുണ്ണാമ്പുകാരൻ. ന. ചുണ്ണാമ്പു നീററിയുണ്ടാക്കുന്നവൻ.

ചുണ്ണാമ്പുവള്ളി. ന. ഒരുവക വള്ളി.

ചുന. ന. മാങ്ങയുടെയും മററും ഞെട്ടിൽ ഉണ്ടാകുന്ന നീർ.

ചുനിക്കുന്നു. ച്ചു. ക്കുവാൻ. (ചുനി.) സ. ക്രി. വരുത്തുന്നു, കനിക്കുന്നു. ചുനിപ്പു; ചുനിവു. ന.

ചുനെക്കുന്നു. ച്ചു. പ്പാൻ. (ചുനെ.) അ. ക്രി. ചുന ചുവെക്കുന്നു.

ചുനെപ്പു. ന. ചുന.

ചുമ. ന. ഒരു ദീനം, കാ.

ചുമക്കുന്നു. ന്നു. പ്പാൻ. (ചുമ.) സ. ക്രി. ൧, ചുമടു എടുക്കുന്നു. ൨, സഹിക്കുന്നു. ൩, അനുസരിക്കുന്നു.

ചുമക്കൂർക്ക. ന. ഒരു പച്ചമരുന്നു.

ചുമടു. ന. ഭാരം.

ചുമടുതാങ്ങി. ന. ചുമടു ഇറക്കുന്നതിന്നായിട്ടു വഴിയിൽ കല്ലൊ മരമൊ കൊണ്ടുണ്ടാക്കിയതു.

ചുമട്ടാൾ. ന. ചുമട്ടുകാരൻ.

ചുമട്ടുകാള. ന. ചുമടു എടുക്കുന്ന കാള.

ചുമതല. ന. ൧, ഉത്തരവാദം, കാര്യങ്ങൾ നടത്തുന്നതിന്നും മററും പ്രത്യേകമായിട്ടുള്ള അധികാരം. ൨, പണ്ടാരവക പണവും മററും ചിലവു നീക്കി അധികം കയ്യിൽ ഇരിക്കുന്നതു.

ചുമത്തുന്നു. ത്തി. വാൻ. (ചുമത്ത.) സ. ക്രി. ൧, എടുപ്പിക്കുന്നു. ൨, ഒരുത്തന്റെമേൽ ഒരു ചുമടു വെക്കുന്നു. ൩, കാര്യവിചാരമെങ്കിലും കുററമെങ്കിലും ഒരുത്തന്റെ പേരിലുള്ളതു മറെറാരുത്തന്റെ പേരിലാക്കുന്നു.

ചുമൽ. ന. തോൾ.

ചുമെക്കുന്നു. ച്ചു. പ്പാൻ. (ചുമെ.) അ. ക്രി. കുരെക്കുന്നു, ദീനംകൊണ്ടു തൊണ്ടയിൽനിന്നു ശബ്ദം പുറപ്പെടുന്നു.

ചുംബനം. ന. ഉമ്മ.

ചുംബിക്കുന്നു. ച്ചു. പ്പാൻ. (ചുംബി.) സ. ക്രി. ഉമ്മ കൊടുക്കുന്നു.

ചുംബിത. വി. (തൻ, താ, തം.) വി. ന. ഉമ്മ കൊടുക്കപ്പെട്ട.

ചുമ്മ. അ. ൧, ഒരു അനക്കവും കൂടാതെ. ൨, മടിയായി. ൩, സംഗതികൂടാതെ. ൪, വെറുതെ. ൫, നേരംപോക്കായിട്ടു.

ചുമ്മൽ. ന. ചുമക്കുക.

ചുമ്മാടു. ന. ചുമടിന്റെ അടിയിൽ തല നോകാതെയിരിപ്പാൻ വെക്കുന്നതു.

ചുമ്മുന്നു. മ്മി. വാൻ. (ചുമ്മ.) സ. ക്രി. ചുമക്കുന്നു.

ചുര. ന. ൧, ഒരു വക കറിസാധനമുണ്ടാകുന്ന വള്ളി. ൨, പശുവിനെ കുനിത്തു കറക്കുന്നതിന്റെ പേർ. ൩, പിരിയാണിയുടെ പഴുതു. ൪, പിച്ചാത്തിയുടെ തരാവു.

ചുരകെട്ടുന്നു. ട്ടി. വാൻ. (ചുര.) സ. ക്രി. പശുവിന്നു കൊഞ്ഞിയിടുന്നു.

ചുരെക്കാ. ന. ചുരവള്ളിയുടെ കായ്.

ചുരക്കുട്ടക്ക. ന. ഉണങ്ങിയ ചുരെക്കതുരച്ചുണ്ടാക്കുന്ന പാത്രം.

ചുരക്കുന്നു. ന്നു. വാൻ. (ചുര.) അ. ക്രി. മുലയിൽ പാലു വന്നു തിങ്ങുന്നു.

ചുരണ്ടൽ. ന. ചികൽ.

ചുരണ്ടുന്നു. ണ്ടി. വാൻ. (ചുരണ്ട.) സ. ക്രി. ചികുന്നു.

ചുരത്തുന്നു. ത്തി. വാൻ. (ചുരത്ത.) സ. ക്രി. മുലയിൽ പാലു വന്നു തിങ്ങുന്നു.

ചുരപ്പാത്രം. ന. ചുരക്കുടുക്ക.

ചുരമാന്തൽ. ന. കാളു ഗൎവ്വോടെ കൈകൊണ്ടു മണ്ണു മാന്തുക.

ചുരമാന്തുന്നു. ന്തി. വാൻ. (ചുര.) സ. ക്രി. കാളു ഗൎവ്വോടെ കൈകൊണ്ടു മണ്ണു മാന്തുന്നു.

ചുരം. ന. ൧, മലയിലുള്ള വലിയ കേററം. ൨, ഉയൎന്ന നിലം.

ചുരവ. ന. ചിരവ.

ചുരവലിക്കുന്നു. ച്ചു. പ്പാൻ. (ചുര.) അ. ക്രി. പശുവും മററും ചുരത്തിയ പാൽ അകത്തേക്കു വലിക്കുന്നു.

ചുരി. ന. ഓല തുളെക്കുന്നതിന്നുള്ള ഒരു ഇരിമ്പു സാധനം.

ചുരിക. ന. ഒരുമാതിരി ഇരുമുനവാൾ.

ചുരികക്കോൽ. ന. വേലതുള്ളുന്നവൎക്കു ചുരികപോലെ മരംകൊണ്ടുള്ള ആയുധം.

ചുരിനാരായം. ന. ഓല തുളെക്കുന്നതിന്നുള്ള ചുരി.

ചുരുക്കു. ന. ൧, സഞ്ചിയുടെ വായ് അടപ്പിച്ചു കെട്ടുന്നതിന്നുള്ള നൂൽക്കുഴ. ൨, സഞ്ചിയുടെ കുഴയിൽ കോൎക്കുന്ന ചരടു. ൩, ചുളുക്കു. ൪, കുരുക്കു.

ചുരുക്കം. വി. ഏറെയില്ലാത്ത.

ചുരുക്കം. ന. ൧, ഏറെയില്ലായ്മ, കുറവു. ൨, സംക്ഷേപം. ൩, ചുളുക്കം.

ചുരുക്കൽ ന. ചുരുക്കു, സഞ്ചിക്കുഴ.

ചുരുക്കുകാൽ. ന. വലയുടെ ചുരുക്കുചരടു.

ചുരുക്കുമൗനം. ന. ചുരുക്കം.

ചുരുക്കുവട്ടി. ന. ചരടു കോൎത്തുവലിച്ചു മുറുക്കികെട്ടുന്ന പുല്ലുവട്ടി.

ചുരുക്കുസഞ്ചി ന. ചുരുക്കികെട്ടുന്ന സഞ്ചി.

ചുരുങ്ങുന്നു. ങ്ങി. വാൻ. (ചുരുങ്ങ.) അ. ക്രി. ൧, കുറുതാകുന്നു, കുറയുന്നു. ൨, ചുളുങ്ങുന്നു. ൩, മടങ്ങുന്നു. ൪, ഒതുങ്ങുന്നു. **ചുരുക്കുന്നു.** സ. ക്രി.

ചുരുട്ടു. ന. ൧, എഴുത്തുചുരുൾ. ൨, ഉരുട്ടു. ൩, ചുരുട്ടിയതു. ൪, പുകയില തെറുത്തതു. ൫, ഒരു പലഹാരം.

ചുരുട്ടുപാമ്പു. ന. ചുരുണ്ടിരിക്കുന്ന ഒരു മാതിരി ചെറിയ പാമ്പു.

ചുരുട്ടപ്പം. ന. ഒരു മാതിരി പലഹാരം.

ചുരുട്ടൽ. ന. ൧, ഉരുട്ടുക. ൨, കൈ ചുരുട്ടിപ്പിടിക്ക.

ചുരുട്ടുന്നു. ട്ടി. വാൻ. (ചുരുട്ട.) സ. ക്രി. ൧, ചുരുളാക്കുന്നു, ഉരുട്ടുന്നു. തെറുക്കുന്നു. ൨, കൈ ചുരുട്ടിപ്പിടിക്കുന്നു.

ചുരുണ. ന. ൧, ചരട്ടുരുള. ൨, ചുരുട്ടിയ ഒരു പാക്കെട്ടു. ൩, കണക്കു കെട്ടു. ൪, കയററിൻ കെട്ടു.

ചുരുളുന്നു. ണ്ടു. വാൻ. (ചുരുൾ.) അ. ക്രി. ഉരുളുന്നു, ചുരുണ്ടുപോകുന്നു.

ചുരുൾ. ന. ൧, എഴുത്തുചുരുൾ. ൨, വെററില തെറുത്തതു, പട്ടു മുതലായതു തെറുക്കുന്നതു. ൩, വസ്ത്രത്തിൻെറ ചുരുണ്ടുള്ള അററം. ൪, പുകയില തെറുത്തതു. ൫, തിരമാല.

ചുരുൾച. ന. ൧, ഉരുൾച. ൨, ചുരുണ്ടിയിരിക്ക.

ചുല്ലകീ. ന. ൧, കടൽപന്നി. ൨, കുടം.

ചുല്ല. വി. (ല്ലൻ, ല്ലാ, ല്ലം.) വി. ന. ചീക്കണ്ണുള്ള.

ചുല്ലം. ന. ചീക്കണ്ണു.

ചുല്ലി. അല്ലെങ്കിൽ, **ചുല്ലിക.** ന. അടുപ്പു.

ചുവ. ന. ഉത്സാഹം.

ചുവക്കുന്നു. ന്നു. പ്പാൻ. (ചുവ.) സ. ക്രി. ചുവപ്പു നിറമാകുന്നു. **ചുവപ്പിക്കുന്നു.** സ. ക്രി.

ചുവടു. ന. ൧, വല്ലതിൻെറയും അടി. ൨, കാലടി. ൩, പാദംകൊണ്ടുള്ള അളവു. ൪, അടിസ്ഥാനം, മൂലാധാരം. ൫, മൂലം. ൬, ഉത്ഭവം, കാരണം. ൭, ആരംഭം. ൮, മരത്തിൻെറ നിഴൽ. ൯, യോഗ്യത. ൰, ആട്ടക്കാരുടെ കാലുവെപ്പു.

ചുവട്ടടി. ന. കാലടി.

ചുവത്ര. വി. പശുക്കളിൽ ചുവപ്പുനിറമുള്ള.

ചുവന്ന; ചുമല; ചുവല. വി. ചുവപ്പുനിറമുള്ള.

ചുവപ്പു; ചോപ്പു. ന. ഒരു നിറം.

ചുവപ്പുചായം. ന. ചുവന്ന ചായം.

ചുവരു. ന. ഭിത്തി.

ചുവരുത്തരം. ന. ഭിത്തിമേൽ വെക്കുന്ന ഉത്തരം.

ചുവെക്കുന്നു. ച്ചു. പ്പാൻ. (ചുവെ.) സ. ക്രി. ൧, ഉത്സാഹം തോന്നുന്നു. ൨, ഇഷ്ടക്കേടു തോന്നുന്നു.

ചുള. ന. ചക്ക ഉള്ളി മുതലായവയുടെ അകത്തു അടുക്കടുക്കായിരിക്കുന്ന ചെറിയ പങ്കുകൾ.

ചുളിക്കുന്നു. ച്ചു. പ്പാൻ. (ചുളി.) അ. ക്രി. ൧, ചുരുങ്ങുന്നു ഞൊറിയുന്നു; മടങ്ങുന്നു. ൨, നീരസഭാവം കാട്ടുന്നു.

ചുളിപ്പു. ന. ൧, നീരസഭാവം കാട്ടുക. ൨, വസ്ത്രത്തിൻെറയോ സഞ്ചിയുടെയൊ ഞൊറിവു, ചുളുക്കു. ൩, മടക്കു.

ചുളിവു. ന. മേല്പറഞ്ഞ അൎത്ഥം.

ചുളുകം. ന. ൧, ചെളി. ൨, ചെറിയ പാത്രം. ൩, ഉള്ളംകൈയുടെ കുഴി.

ചുളുക്കു. ന. ൧, ചുളിവു, ഞൊറിവു. ൨, നീരസഭാവം കാട്ടുക.

ചുളുക്കം. ന. ഞൊറിവു.

ചുളുക്കുന്നു. ക്കി. വാൻ. (ചുളുക്ക.) സ. ക്രി. ചുളിവുണ്ടാക്കുന്നു, ഞൊറിവുണ്ടാക്കുന്നു.

ചുളുങ്ങുന്നു. ങ്ങി. വാൻ. (ചുളുങ്ങ.) അ. ക്രി. ൧, ചുരുങ്ങുന്നു, ഞൊറിയുന്നു. ൨, ഭയപ്പെടുന്നു.

ചുളുചുളുക്കുന്നു. ത്തു. പ്പാൻ. (ചുളുചുളു.) അ. ക്രി. വേദന തോന്നുന്നു, വിങ്ങുന്നു.

ചുളുചുളുപ്പു. ന. വിങ്ങൽ, വേദന തോന്നുക.

ചുളുചുളെ. ന. അധികവേദനയോടെ.

ചുള്ളി. ന. ൧, ഉണങ്ങിയ ചെറിയ കൊമ്പു. ൨, ഒരു വക ചെടി.

ചുള്ളിക്കാടു. ന. ൧, കുറുങ്കാടു. ൨, ചുള്ളിയുള്ള സ്ഥലം.

ചുള്ളിക്കോൽ. ന. ചെറിയ കോൽ.

ചുള്ളിവിറകു. ന. വണ്ണംകുറെഞ്ഞ വിറകു.

ചുഴക്കോൽ. ന. കൊല്ലൻ തീയിൽ പെരുമാറുന്ന ഇരിമ്പുകോൽ.

ചുഴനീർ. ന. തട്ടാന്മാർ അടപ്പിൽ തീ പടൎന്നു കത്താതിരിപ്പാൻ തളിക്കുന്ന വെള്ളം.

ചുഴച്ചു. ന. പ്രതിജ്ഞ, ആണ.

ചുഴലം. അ. ചുററും, നാലുപുറത്തും, വട്ടത്തിൽ.

ചുഴലവും. അ. ചുററും, വട്ടമായി.

ചുഴലവെ. അ. ചുററും.

ചുഴലി. ന. ൧, നീർച്ചുഴിവു. ൨, ചുഴലിക്കാററു. ൩, ചുഴല്ച, ചുററൽ. ൪, ചുഴലിദിനം.

ചുഴലിദീനം. ന. അപസ്മാരം.

ചുഴലുന്നു. ന്നു. വാൻ. (ചുഴൽ.) അ. ക്രി. ൧, ചുററുന്നു, ചക്രംതിരിയുന്നു. ൨, തലതിരിയുന്നു. ൩, കണ്ണു ചുന്നെടുക്കുന്നു.

ചുഴൽ. ന. ൧, ചുററൽ, ചുഴി. ൨, നിർച്ചുഴി.

ചുഴൽക്കാററു. ന. ചുററിയടിക്കുന്ന കാററു.

ചുഴല്ച. ന. ചുററൽ, വട്ടംതിരിച്ചിൽ.

ചുഴവു. ന. മേല്പറഞ്ഞ അർത്ഥം.

ചുഴവുകോൽ. ന. ഇരിമ്പുപാര.

ചുഴറുന്നു. റി. വാൻ. (ചുഴർ.) അ. ക്രി. ആണയിടുന്നു.

ചുഴററി. ന. ൧, വിശറി. ൨, നൂൽ നൂല്ക്കുന്ന ചക്രത്തിൻെറ അച്ചുതണ്ടു. ൩, കയറു ചുററുന്നതിന്നുള്ള യന്ത്രം.

ചുഴററുന്നു. ററി. വാൻ. (ചുഴററ.) സ. ക്രി. ൧, ചുററിക്കുന്നു. ൨, തലതിരിയുന്നു.

ചുഴി. ന. ൧, രോമത്തിൻെറ ഒരുമാതിരി വട്ടത്തിലുള്ള അടയാളം. ൨, ചെറിയ വൃത്തം. ൩, വൃത്തം. ൪, ചുഴല്ച. ൫, നീർച്ചുഴി. ൬, ചുഴിമണൽ. ൭, തലമുടി വട്ടത്തിൽ നില്ക്കുന്നതു. ൮, വളച്ചിൽ.

ചുഴികോടി. ന. തെക്കുവടക്കു നീളത്തിലും കിഴക്കുപടിഞ്ഞാറു നിളത്തിലുമുള്ള പുര തമ്മിൽ കൂടുന്നെടം.

ചുഴിക്കുന്നു. ച്ചു. പ്പാൻ. (ചുഴി.) സ. ക്രി. ചുററിക്കുന്നു.

ചുഴിക്കുററി. ന. കട്ടിളയിൽ കതകു ഇടുന്നതിന്നു കുഴിച്ചിട്ടുള്ളതു.

ചുഴിച്ചിൽ. ന. ൧, വെള്ളത്തിൻെറ ചുററൽ. ൨, അധികം മനസ്സിരത്തിയുള്ള വിചാരം. ൩, ചുററൽ.

ചുഴിപ്പു. ന. ചുഴിച്ചിൽ.

ചുഴിയുന്നു. ഞ്ഞു. വാൻ. (ചുഴി.) അ. ക്രി. ചുററുന്നു, വട്ടം ചുററുന്നു.

ചുഴിവു. ന. ൧, നീർച്ചുഴിവു. ൨, വട്ടത്തിൽ തിരിക.

ചുറ. ന. ൧, കയറു ചുററിയതു. ൨, വൃത്തം, വട്ടം.

ചുറുക്കു. ന. വേഗം, ചൊടിപ്പു.

ചുറുക്കെ. അ. വേഗത്തിൽ.

ചുറുചുറുപ്പു. ന. വേഗത, ചുണ.

ചുറെക്കുന്നു. ച്ചു. പ്പാൻ. (ചുറെ.) സ. ക്രി. ചുററിക്കെട്ടുന്നു.

ചുററു. വി. ൧, ഉരുണ്ടതായ. ൨, ചുററുമുള്ള. ൩, വളവുള്ള.

ചുററു. ന. ൧, ചുററളവു, മണ്ഡലം. ൨, സ്ത്രീകൾ കാലിൽ ഇടുന്ന ഒരു മോതിരം. ൩, വളയം, ഇരിമ്പുചുററു. ൪, വസ്ത്രം ധരിക്ക. ൫, കുഴിനഖം. ൬, വൈഷമ്യം. ൭, ബ്രാഹ്മണസ്ത്രീകൾ കാതിൽ ഇടുന്ന ഒരാഭരണം.

ചുററക്കാരൻ. ന. സ്നേഹിതൻ.

ചുററടവു. ന. ചതിവു, വക്രിമ.

ചുററം. ന. സ്നേഹം, ചങ്ങാതിത്വം.

ചുററംകൂട്ടുന്നു. ട്ടി. വാൻ. (ചുററം.) അ. ക്രി. ചങ്ങാതിത്വം കൂട്ടുന്നു, സ്നേഹിക്കുന്നു.

ചുററമ്പലം. ന. നാലമ്പലം, ശ്രീകോവിലിന്നു ചുററുമുള്ള അമ്പലം.

ചുററൽ. ന. ൧, വസ്ത്രം ധരിക്ക. ൨, ചുററിസ്സഞ്ചരിക്ക, ചുററുക. ൩, വളവു. ൪, ചുററളവു. ൫, വിരോധം, തടവു.

ചുററിക; ചുത്തിക. ന. ഇരിമ്പു കൊട്ടുപിടി.

ചുററിക്കുന്നു. ച്ചു. പ്പാൻ. (ചുററി.) സ. ക്രി. ൧, വട്ടത്തിൽ തിരിക്കുന്നു. ൨, നൂലും മററും വല്ലതിലും ചുററിക്കുന്നു. ൩, ഉടപ്പിക്കുന്നു. ൪, ചതിക്കുന്നു.

ചുററിക്കൂടുന്നു. ടി. വാൻ. (ചുററി.) അ. ക്രി. വിടാതെ കൂടെ നടക്കുന്നു, വല്ലതും സാദ്ധ്യത്തിന്നു വേണ്ടി പരിചരിക്കുന്നു.

ചുററികെട്ടുന്നു. ട്ടി. വാൻ. (ചുററി.) സ. ക്രി. വളച്ചുകെട്ടുന്നു.

ചുററിപ്പു. ന. ൧, ചുററിക്കുക. ൨, നൂലുമ്മററും മുതലായവ ചുററുക. ൩, ഉപദ്രവിക്ക.

ചുററുത്തരം. ന. ഉത്തരത്തിൻെറ മുകളിൽ കഴുക്കോൽ പിടിപ്പിക്കുന്നതിന്നു പതിക്കുന്ന ഉത്തരം.

ചുററുനിര. ന. പുരെക്കു ഉത്തരത്തിൻെറ കീഴെ പലകകൊണ്ടു പണിതതു.

ചുററുന്നു. ററി. വാൻ. (ചുററ.) സ. ക്രി. ൧, ചുററികെട്ടുന്നു. ൨, ചുററി സഞ്ചരിക്കുന്നു. ൩, ചുററിവളയുന്നു.

ചുററുപാടു. അ. നാലുപുറത്തും. ന. അയൽപക്കം.

ചുററും. അ. ൧, ചുഴലവും. ൨, നാലുപുറത്തും.

ചുററുവിളക്കു. ന. നാലുവശത്തുമുള്ള വിളക്കു.

ചൂ

ചൂചുകം. ന. മുലക്കണ്ണു.

ചൂട്ടു. വി. അനച്ചയുള്ള.

ചൂടു. ന. ൧, ഉഷ്ണം. ൨, എരിച്ചിൽ, കത്തൽ. ൩, വൈരാഗ്യം.

ചൂടൻ. ന. ഒരു വക കൎപ്പൂരം.

ചൂടൻകൎപ്പൂരം. ന. ഒരു വക മരുന്നു.

ചൂടൽ. ന. ൧, തലയിൽ അലങ്കരിക്കുക. ൨, കുട പിടിക്ക. ൩, വൃക്ഷങ്ങളുടെ തണലുള്ള പ്രദേശം.

ചൂടി. ന. ചകരി പിരിച്ചുണ്ടാക്കിയ കയറു.

ചൂടുകോൽ. ന. ചൂടുവെക്കുന്ന ഇരിമ്പു.

ചൂടുന്നു. ടി. വാൻ. (ചൂട.) സ. ക്രി. ൧, തലയിൽ അലങ്കരിക്കുന്നു. ൨, കുട പിടിക്കുന്നു. ചൂടിക്കുന്നു. കാ. ക്രി.

ചൂട്ടുപാള. ന. കുടെക്കു പകരം തലയിൽ വെക്കുന്ന പാള.

ചൂട്ടുപുട്ടിൽ. ന. കുടെക്കു പകരം തലയിൽ ഇടുന്ന ഒരു മാതിരി പായ്.

ചൂടുവെക്കുന്നു. ച്ചു. പ്പാൻ. (ചൂട.) സ. ക്രി. ചില ദീനങ്ങൾക്കു നാഡികളിൽ ഇരിമ്പും മററും പഴുപ്പിച്ചു വെക്കുന്നു, കാച്ചിവെക്കുന്നു.

ചൂടെടുക്കുന്നു. ത്തു. പ്പാൻ. (ചൂട.) അ. ക്രി. ഉഷ്ണംകൊണ്ടു വ്യസനിക്കുന്നു.

ചൂടോടെ. അ. അനച്ചയോടെ.

ചൂട്ടു. ന. തെങ്ങിൻെറ ഓലയൊ കോഞ്ഞാട്ടയൊ കരിമ്പിൻ ചണ്ടിയൊ കൊതുമ്പൊ അലകൊ ഓരോ പിടിയായിട്ടു കെട്ടി തീ കൊളുത്തി വഴി നടക്കുമ്പോൾ വെളിച്ചം കാണ്മാനായിട്ടു രാത്രിയിൽ കൊണ്ടുനടക്കുന്ന വസ്തു. ൨, അഹംഭാവം. ൩, ചില നാല്ക്കാലി മൃഗങ്ങളുടെ നെററിയിൽ ഉള്ള ചാത്തു.

ചൂട്ടുപ്പു. ന. തീച്ചട്ടി.

ചൂട്ടൻ. വി. നെററിമേൽ ചാത്തുള്ള.

ചൂട്ടങ്കറി. ന. ഗോപിക്കുറി.

ചൂട്ടുകാട്ടുന്നു. ട്ടി. വാൻ. (ചൂട്ടു.) സ. ക്രി. ൧, വെളിച്ചം കാണ്മാൻ ചൂട്ടു കൊളുത്തിക്കാട്ടുന്നു. ൨, വാഴെക്കാ പഴുപ്പിക്കുന്നതിന്നു പത്താഴത്തിൽ വെ

ച്ച ചൂട്ടുകത്തിച്ചു പുകെക്കുന്നു. ൩, ഏ ഷണി പറഞ്ഞുകൊടുക്കുന്നു.

ചൂട്ടുകോൽ. ന. ൧, ചൂട്ടുവെക്കുന്ന ഇ രിമ്പു. ൨, ഇറച്ചി ചുടുന്ന ഇരിമ്പു.

ചൂട്ടുനിര. ന. ഭിത്തിയുടെ മീതെ കി ല മൂലകളിലും മററും മരംകൊണ്ടു അടച്ചു പണിയുന്നതു.

ചൂട്ടുവെക്കുന്നു. ച്ചു. പ്പാൻ. (ചൂട്ടു.) സ. ക്രി. ചൂട്ടു കത്തിച്ചു വല്ലതിനും തി വെ ക്കുന്നു.

ചൂട്ടുവെളിച്ചം. ന. ചൂട്ടു കത്തിച്ചിട്ടുള്ള പ്രകാശം.

ചൂഡ. ന. ൧, കുടുമ്മ. ൨, മയിലിന്റെ തലയിലെ ശിഖ. ൩, കിരീടം.

ചൂഡാകൎമ്മം. ന. കുടുമ്മ വെക്കുന്ന ക്ര കൎമ്മം.

ചൂഡാമണി. ന. തലയിൽ അലങ്കരി ക്കുന്ന രത്നം, ശിരോരത്നം.

ചൂഡാരത്നം. ന. ചൂഡാമണി.

ചൂഡാർമണി. ന. വിഷം ഇറക്കുന്ന തിന്നു ഉപകരിക്കുന്ന ഒരു പച്ചമരുന്നു.

ചൂഡാല. ന. ഒരുവക പുല്ലു.

ചൂണ്ട. ന. ൧, മീൻപിടിക്കുന്ന കൊളു ത്തു. ൨, ചില ക്ഷേത്രങ്ങളിൽ നേൎച്ച കഴിക്കുന്നതിന്നു ഇക്കക്കാരന്റെ പുറ ത്തു കുത്തുന്ന ഇരിമ്പുകൊളുത്തു.

ചൂണ്ടകുത്തുന്നു. ത്തി. വാൻ. (ചൂണ്ട.) സ. ക്രി. ഇക്കക്കാരന്റെ പുറത്തു ഇരി മ്പുകൊളുത്തുകൊണ്ടു കുത്തുന്നു.

ചൂണ്ടക്കാരൻ. ന. ചൂണ്ടകൊണ്ടു മീ ൻ പിടിക്കുന്നവൻ.

ചൂണ്ടക്കോൽ. ന. ചൂണ്ടച്ചരടു കെട്ടു ന്ന കോൽ.

ചൂണ്ടച്ചരടു. ന. ചൂണ്ടകെട്ടുന്ന ചരടു.

ചൂണ്ടപ്പന. ന. കള്ളുചെത്തി എടുക്കു ന്ന ഒരു വക പന.

ചൂണ്ടൽ. ന. ൧, മീൻ പിടിക്കുന്ന ഇരി മ്പുകൊളുത്തു. ൨, ചൂണ്ടികാണിക്കുക. ൩, ഉണ്ടവില്ലുകൊണ്ടു തെററുക. ൪, ഒരു കളി.

ചൂണ്ടാണി. ന. ചെറിയ വിരലിന്റെ നാലാം വിരൽ.

ചൂണ്ടാണിവിരൽ. ന. മേല്പറഞ്ഞ അൎത്ഥം.

ചൂണ്ടുകോൽ. ന. വിളക്കിലെ തിരി നീട്ടുന്നതിന്നുള്ള കോൽ.

ചൂണ്ടുന്നു. ണ്ടി. വാൻ. (ചൂണ്ട.) സ. ക്രി. ൧, ചൂണ്ടികാട്ടുന്നു. ൨, തെററ വില്ലിൽ കല്ലുവെച്ചു തെററുന്നു. ൩, വിളക്കിലെ തിരി നീട്ടുന്നു. ൪, മോഷ്ടി ക്കുന്നു.

ചൂണ്ടോന്നി. ന. ചെറിയ വിരലി ന്റെ നാലാംവിരൽ.

ചൂണ്ടോന്നിവിരൽ. ന. മേല്പറഞ്ഞ അൎത്ഥം.

ചൂതു. ന. ൧, പകിട മുതലായ കളി. ൨, പകിടയും മററും കളിക്കുമ്പോൾ എണ്ണിവെക്കുന്ന കരു. ൩, ചതുരംഗ കരു.

ചൂതപുഷ്പം. ന. മാവിന്റെ പൂ.

ചൂതഫലം. ന. മാങ്ങാ.

ചൂതം. ന. ൧, മാവുവൃക്ഷം. ൨, മാവി ൻ പൂ. ൩, മാങ്ങാ.

ചൂതാടുന്നു. ടി. വാൻ. (ചൂതാട.) സ. ക്രി. ചൂതു കളിക്കുന്നു.

ചൂതാട്ടം. ന. ചൂതു കളിക്ക.

ചൂതായുധൻ. ന. കാമദേവൻ.

ചൂതാളി. ന. ൧, ചൂതുകളിക്കാരൻ. ൨, ധൂൎത്തൻ.

ചൂതുകളി. ന. പകിട മുതലായ കളി.

ചൂതുകളിക്കുന്നു. ച്ചു. പ്പാൻ. (ചൂതു.) സ. ക്രി. പകിട കമ്പിത്തായം മുതലാ യവ കളിക്കുന്നു.

ചൂതുപടം. ന. ചൂതു കളിപ്പാൻ വര ച്ചിട്ടുള്ള ശിലയൊ കടലാസൊ.

ചൂതുപൊരുതുന്നു. തി. വാൻ. (ചൂ തു.) സ. ക്രി. ചൂതു കളിക്കുന്നു.

ചൂതുപോരു. ന. ചൂതു കളി.

ചൂരു. ന. മണം.

ചൂരടിക്കുന്നു. ച്ചു. പ്പാൻ. (ചൂര.) അ. ക്രി. മണക്കുന്നു.

ചൂരൽ. ന. മുള്ളുള്ള ഒരുമാതിരി ചെടി, പുരമ്പു.

ചൂരിവാൾ. ന. ഒരുമാതിരി വാൾ.

ചൂൎണ്ണകന്തളം. ന. കറുനിര, നെററി ക്കു നേരെയുള്ള ചെറുതായി ചുരുണ്ട തലമുടി.

ചൂൎണ്ണനം. ന. പൊടിക്കുക.

ചൂൎണ്ണം. ന. ൧, പൊടി. ൨, ചുണ്ണാമ്പു.

ചൂൎണ്ണി. ന. ൧, നൂറു കവടി കൂടിയതു. ൨, ഭാഷ്യം. ൩, ജട.

ചൂൎണ്ണിക. ന. നാടകങ്ങളിൽ പറയു ന്ന ഒരുമാതിരി സംസ്കൃതവാക്യം, ഭാഷ്യം.

ചൂൎണ്ണിക്കുന്നു. ച്ചു. പ്പാൻ. (ചൂൎണ്ണി.) സ. ക്രി. പൊടിക്കുന്നു.

ചൂൎണ്ണിത. വി. (തൻ, താ, തം.) വി. ന. പൊടിക്കപ്പെട്ടു.

ചൂൎണ്ണികൃത്തു. ന. ഭാഷ്യകാരൻ.

ചൂലിക. ന. ൧, കോഴിയുടെ പൂവു്. ൨, ആനയുടെ ചെവിക്കുററി.

ചൂലു. അല്ലെങ്കിൽ, ചൂൽ. ന. അടിച്ചു വാരുന്നതിന്നു ഓലകളിലും മററുംകൊ ണ്ടു കെട്ടിയുണ്ടാക്കുന്ന വസ്തു.

ചൂള. ന. ൧, വായിൽനിന്നു പുറപ്പെട വിക്കുന്ന ഒരുമാതിരി ശബ്ദം, ചൂളക ത്തു. ൨, കക്കായും മററും നീററുന്നതി ന്നുള്ള ഒരുമാതിരി അടുപ്പു. ൩, ഒരു വക വൃക്ഷം.

ചൂളക്കാരൻ. ന. കക്കായും മററും നീ ററുന്നവൻ.

ചൂളക്കുഴി. ന. ചൂളയടുപ്പിന്റെ കുഴി.

ചൂളപാടുന്നു. ടി. വാൻ. (ചൂള.) അ. ക്രി. ൧, വാകൊണ്ടു ഒരുമാതിരി ശ ബ്ദം പുറപ്പെടുവിക്കുന്നു, ചൂളകുത്തുന്നു. ൨, നശിക്കുന്നു.

ചൂളപാട്ടു. ന. ൧, വാകൊണ്ടു ഒരു മാതിരി ശബ്ദം പുറപ്പെടുവിക്ക, ചൂള കുത്തുക. ൨, നാശം.

ചൂളപ്രാവു. ന. ഒരുമാതിരി പക്ഷി.

ചൂളയിടുന്നു. ട്ടു. വാൻ. (ചൂള.) സ. ക്രി. ൧, ചൂളകുത്തുന്നു. ൨, ചൂളയടുപ്പി ൽ തീയിടുന്നു.

ചൂളവെക്കുന്നു. ച്ചു. പ്പാൻ. (ചൂള.) സ. ക്രി. ൧, ചൂളയടുപ്പുണ്ടാക്കുന്നു. ൨, ചൂളയടുപ്പിൽ കക്കായും മററും നിരത്തിവെക്കുന്നു.

ചൂളൽ. ന. ചുളുക്ക.

ചൂളി. ന. തലമുടി.

ചൂളിക. ന. ആനച്ചെവിയുടെ ചുവടു.

ചൂളുന്നു. ളി. വാൻ. (ചൂള.) സ. ക്രി. ചുളുങ്ങുന്നു.

ചൂഴ. അ. ചുററും.

ചൂഴവും. അല്ലെങ്കിൽ, ചൂഴലവും. അ. ചുററിലും.

ചൂഴവെ. അ. ചുററിലും.

ചൂഴിക. ന. ഭിത്തിപ്പുറത്തു വെക്കുന്ന ഉത്തരം.

ചൂഴുന്നു. ന്നു. വാൻ. (ചൂഴ.) സ. ക്രി. ൧, ചുററുന്നു. ൨, വട്ടത്തിൽ തുളച്ചെ ടുക്കുന്നു.

ചെ

ചെകിട്ടു. ന. ൧, ചെവി. ൨, ചെള്ള.

ചെകിടടയുന്നു. ഞ്ഞു. വാൻ. (ചെകിട.) അ. ക്രി. ഫ, ചെവികേൾക്കാതാകുന്നു, വ, ചെവി അടയുന്നു.

ചെകിടടെക്കുന്നു. ച്ചു. പ്പാൻ. (ചെകിട.) അ. ക്രി. ചെവികേൾക്കാതാകുന്നു. സ. ക്രി. ചെവി പൊത്തുന്നു.

ചെകിടടെപ്പു. ന. ചെവികേൾക്കാതാക.

ചെകിടൻ; ചെവിടൻ. ന. ചെവികേൾക്കാത്തവൻ.

ചെകിടി. ന. ചെവികേൾക്കാത്തവൻ.

ചെകിടിക്കുന്നു. ച്ചു. പ്പാൻ. (ചെകിടി.) അ. ക്രി. അമൎച്ചിടിക്കുന്നു.

ചെകിടിപ്പു. ന. അമൎച്ചിടിക്ക.

ചെകിട്ടിലാകുന്നു. യി. വാൻ. (ചെകിട്ടിൽ.) അ. ക്രി. കേൾക്കുന്നു. **ചെകിട്ടിലാക്കുന്നു.** സ. ക്രി.

ചെകിള. ന. ഫ, മീനിന്റെ തെകിള. വ, ഒരു മത്സ്യം.

ചെക്കൻ. ന. ചെറുക്കൻ.

ചെക്കലെ. അ. രാവിലെ.

ചെക്കൽ. ന. പുലർകാലം.

ചെക്കിടി. ന. ഇടിമുഴക്കം.

ചെക്കിടിമിന്നൽ. ന. മിന്നൽ, കൊള്ളിയാൻ.

ചെക്കിലിപ്പട്ടി. ന. എല്ലാപ്പോഴും കുരെക്കുന്ന പട്ടി.

ചെങ്കടൽ. ന. സമുദ്രത്തിന്റെ ഒരു ഭാഗം.

ചെങ്കടലാടി. ന. ഒരുവക മരുന്നു.

ചെങ്കണ്ണ. ന. ഫ, ചുവന്ന കണ്ണ. വ, ഒരു മീനം, ചിമ്പക്കണ്ണ.

ചെങ്കതിരോൻ. ന. ആദിത്യൻ.

ചെങ്കനൽ. ന. തിക്കട്ട.

ചെങ്കമലം. ന. ചെന്താമര.

ചെങ്കരപ്പൻ. ന. പൈതങ്ങൾക്കുണ്ടാകുന്ന ഒരു മീനം.

ചെങ്കലശം. ന. ഒരുവക വൃക്ഷം.

ചെങ്കല്ലു. ന. വെട്ടുകല്ലു, ചുവന്ന കല്ലു.

ചെങ്കളത്തി. ന. ഒരു പച്ചമരുന്നു.

ചെങ്കാററു. ന. കിഴക്കൻകാററു.

ചെങ്കുത്തു. ന. കിഴക്കാൻതൂക്കു.

ചെങ്കുന്നി. ന. ഒരുവക വള്ളി.

ചെങ്കുമട്ടി. ന. ഒരുവക കറിസാധനമുണ്ടാകുന്ന വള്ളി.

ചെങ്കുരമ്പ. ന. ചുവന്നനിറമുള്ള കരിമ്പു, നല്ല കരുമ്പ.

ചെങ്കുറിഞ്ഞി. ന. ഒരുവക പൂച്ചെടി.

ചെങ്കൊടി. ന. ചുവന്ന ശിലകൊണ്ടുണ്ടാക്കിയ കൊടിക്കൂറ.

ചെങ്കൊട്ടവേലി. ന. ചെത്തിക്കൊട്ടവേലി.

ചെങ്കൊമ്പു. ന. മററു മൃഗത്തെ കൊല്ലുന്ന കൊമ്പുള്ള മൃഗത്തിന്റെ പേരു.

ചെങ്കോൽ. ന. ഫ, രാജചിഹ്നം. വ, രാജശക്തി.

ചെങ്ങഴിനീക്കിഴങ്ങു. ന. ഫ, ഒരുവക ചെടി. വ, ഒരുവക താമരക്കിഴങ്ങു.

ചെങ്ങഴിനീപ്പൂ. ന. ഒരുവക താമരപ്പൂ.

ചെങ്ങാലി. ന. ഒരുവക പക്ഷി.

ചെങ്ങുന്നു. ങ്ങി. വാൻ. (ചെങ്ങ.) അ. ക്രി. ചുവക്കുന്നു.

ചെങ്ങുമ്മിഴി. ന. ചുവന്ന കണ്ണ.

ചെഞ്ചമ്മെ. അ. നേരെ, ചൊവ്വെ.

ചെഞ്ചല്യം. ന. പയിനുംപശ.

ചെഞ്ചാന്തു. ന. ചുവന്ന സുഗന്ധവസ്തുക്കൾ അരെച്ചുണ്ടാക്കിയതു.

ചെഞ്ചായം. ന. ചുവന്ന ചായം.

ചെഞ്ചാറു. ന. ചായല്യം.

ചെഞ്ചിട. ന. ചുവന്ന ജട.

ചെഞ്ചിര. ന. ചുവന്ന ചിര.

ചെഞ്ചൊടി. ന. ചുവന്ന നിറമുള്ള ചുണ്ടു.

ചെഞ്ചാരി. ന. ഒരുവക തൈ.

ചെഞ്ചോളം. ന. ഒരുവക ധാന്യം.

ചെടി. ന. ഫ, ചെറിയ മരം. വ, വളം.

ചെടിക്കുന്നു. ച്ചു. പ്പാൻ. (ചെടി.) അ. ക്രി. ഫ, അരോചകപ്പെടുന്നു. വ, മതി എന്നു തോന്നുന്നു.

ചെടിപ്പു. ന. ഫ, അരോചകം. വ, മതിയെന്നു തോന്നുക.

ചെട്ടി. ന. ഫ, ശൂദ്രരിൽ താണ ഒരു ജാതി. വ, കച്ചവടക്കാരൻ.

ചെട്ടിച്ചി. ന. ചെട്ടിയുടെ സ്ത്രീ.

ചെട്ടിപ്പുല്ലു. ന. ഒരുവക ധാന്യം.

ചെട്ടിയാർ. ന. ചെട്ടി.

ചെണ്ട. ന. ഒരുവക കൊട്ടുന്ന വാദ്യം.

ചെണ്ടകൊട്ടു. ന. ചെണ്ട അടിച്ച ശബ്ദം.

ചെണ്ടകൊട്ടിക്കുന്നു. ച്ചു. പ്പാൻ. (ചെണ്ട.) സ. ക്രി. ഫ, ചെണ്ട അടിപ്പിക്കുന്നു. വ, ചതിക്കുന്നു.

ചെണ്ടകൊട്ടുന്നു. ട്ടി. വാൻ. (ചെണ്ട.) സ. ക്രി. ഫ, ചെണ്ട അടിക്കുന്നു, വാദ്യം മുട്ടുന്നു. വ, വഞ്ചിക്കപ്പെടുന്നു.

ചെണ്ടക്കാരൻ. ന. ഫ, ചെണ്ടകൊട്ടുന്നവൻ. വ, ചതിക്കുന്നവൻ.

ചെണ്ടക്കോൽ. ന. ചെണ്ടകൊട്ടുന്ന കോൽ.

ചെണ്ടപിണച്ചിൽ. ന. ഫ, മോഷത്തിൽ അകപ്പെടുക. വ, വഞ്ചിക്കപ്പെടുക.

ചെണ്ടപിണയുന്നു. ഞ്ഞു. വാൻ. (ചെണ്ട.) അ. ക്രി. ഫ, മോഷത്തിൽ അകപ്പെടുന്നു. വ, വഞ്ചിക്കപ്പെടുന്നു.

ചെണ്ടമുറിയൻ. ന. നേന്ത്രപ്പഴം മുറിച്ചു വേവിച്ചതു, പഴംനുറുക്കു.

ചെണ്ടുമല്ലിക. ന. ഒരുവക മഞ്ഞപ്പൂവ്വം.

ചെതുക്ക. വി. ഫ, കേടുള്ള, ചീത്തയായ. വ, നിന്ദ്യമായ.

ചെതുക്ക. ന. കേടു, ചീത്തത്വം.

ചെതുമ്പൽ. ന. മത്സ്യത്തിന്റെ പുറത്തു വട്ടത്തിൽ ഇരിക്കുന്ന വസ്തു.

ചെത്ത. വി. ഉപയോഗമില്ലാത്ത.

ചെത്തു. ന. മുറിക്കുക, കണ്ടിക്കുക.

ചെത്തുപാടു. ന. ഫ, ചെത്തിയ പാടു. വ, ശബ്ദം.

ചെത്തം. ന. ശബ്ദം.

ചെതൽ. ന. ഫ, ചെത്തുക. വ, മത്സ്യത്തിന്റെ ചെതുമ്പൽ. ന, പല്ലിൽ ഇരിക്കുന്ന അഴുക്കു.

ചെത്തി. ന. ഒരുവക ചുവന്ന പൂവുള്ള ചെടി.

ചെത്തിക്കൊട്ടവേലി. ന. ചുവന്ന കൊട്ടവേലി.

ചെത്തുകാരൻ. ന. ഫ, ചെത്തുന്നവൻ, തെങ്ങു മുതലായതു ചെത്തി കള്ളു എടുക്കുന്നവൻ. വ, മുറിക്കുന്നവൻ.

ചെത്തുന്നു. ത്തി. വാൻ. (ചെത്തു.) സ. ക്രി. ഫ, സമമാക്കുന്നു, കനം കുറെക്കുന്നു. വ, മുറിക്കുന്നു. ന, ചെത്തിപ്പറിക്കുന്നു. ഭ, കൊയ്യുന്നു. ഇ, കള്ളു ചെത്തി എടുക്കുന്നു.

ചെത്തുപന. ന. കള്ളെടുക്കുന്ന പന.

ചെത്തുപാട്ടം. ന. ചെത്തി കള്ളെടുക്കുന്ന വകയ്ക്കു മുതലാളിക്കു കൊടുക്കുന്ന ദ്രവ്യം.

ചെത്തുപൂള്. ന. ഃ, മരം ചെത്തുമ്പോ ഴുണ്ടാകുന്ന കനംകുറെഞ്ഞ കഷണം.

ചെൻ. വി. ഃ, ചുവപ്പുനിറമുള്ള. ൨, നന്മയുള്ള.

ചെന്തളിർ. ന. ചുവന്ന തളിർ.

ചെന്തഴ. ന. ചുവന്ന തഴ.

ചെന്തെന്നി. ന. ഒരു തൈ.

ചെന്താമര. ന. ചുവന്ന താമര.

ചെന്താമരാക്ഷ. വി. (ക്ഷൻ, ക്ഷീ, ക്ഷം.) വി. ന. ചെന്താമരപ്പൂപോലെ കണ്ണുള്ള.

ചെന്താമരാക്ഷൻ. ന. ഃ, ചെന്താമ രപ്പൂപോലെ കണ്ണുള്ളവൻ. ൨, വിഷ്ണു.

ചെന്താരടി. ന. ചുവന്ന കടലാടി.

ചെന്താർ. ന. ചുവന്ന താമരപ്പൂ.

ചെന്താർബ്ബാണൻ. ന. കാമദേവൻ.

ചെന്താർമ്മങ്കനിനി. ന. ലക്ഷ്മിദേവി.

ചെന്താർശരൻ. ന. കാമദേവൻ.

ചെന്തിന. ന. ചുവന്ന തിന.

ചെന്തീ. ന. ജ്വലിക്കുന്ന തീ.

ചെന്തുമ്പ. ന. ഒരു ചെടി.

ചെന്തൂരകം. ന. ചീത്തയായിട്ടുള്ള കുങ്കുമം.

ചെന്തെങ്ങു. ന. ചുവന്ന തേങ്ങായു ണ്ടാകുന്ന തെങ്ങു.

ചെന്ത്രം. ന. സ്ത്രീകൾ കഴുത്തിൽ ഇടു ന്ന ഒരാഭരണം.

ചെന്നപട്ടണം. ന. മദിരാശ്ശു.

ചെന്നം, ന. ചെകിടു.

ചെന്നാ. ന. കാട്ടുനായ്.

ചെന്നി. ന. ചെവിക്കു മേൽഭാഗം, നെററിയുടെ അവസാനം.

ചെന്നികുത്തു. ന. തലക്കുത്തു.

ചെന്നികുത്തുന്നു. ത്തി. വാൻ. (ചെ ന്നി.) അ. ക്രി. തലകുത്തുന്നു.

ചെന്നിനായകം. ന. ഒരൌഷധിമ രുന്നു.

ചെന്നീർ. ന. വ്രണങ്ങളിൽനിന്നു പു റപ്പെടുന്ന അല്പം ചുവന്ന വെള്ളം.

ചെന്നെല്ലു. ന. ചുവന്ന നെല്ലു.

ചെപ്പു. ന. ഃ, അടപ്പുള്ളതായ ഒരുമാ തിരി ചെറിയ മരപ്പാത്രം, ചിമിഴ. ൨, നിക്ഷേപപാത്രം ൩, ചെമ്പു.

ചെപ്പടി. ന. ഃ, ചെപ്പും പന്തും കൊ ണ്ടുള്ള കളി. ൨, ഉപായം.

ചെപ്പടികളി. ന. മേല്പറഞ്ഞ അർത്ഥം

ചെപ്പടിക്കാരൻ. ന. ചെപ്പടിവിദ്യ യുള്ളവൻ.

ചെപ്പടിവിദ്യ. ന. ഃ, ചെപ്പും പന്തും കൊണ്ടു കളിക്കുന്ന ഒരു സമ്പ്രദായം. ൨, വഞ്ചന, ഉപായം.

ചെപ്പി. ന. ഃ, ചെവി. ൨, ചെകിടു.

ചെപ്പിക്കാട്ടം. ന. ചെവിയിലെ മലം.

ചെപ്പിത്തോണ്ടി. ന. ചെവിത്തോ ണ്ടി.

ചെപ്പുകുടം. ന. ചെമ്പുകൊണ്ടുള്ള കുടം.

ചെപ്പേട്ടു. ന. ആധാരം ചെയ്യുന്ന ചെമ്പു തകിടു.

ചെമ. വി. ചുവന്ന, ചെമ്പുനിറമുള്ള.

ചെമ്പു. ന. ഃ, ലോഹങ്ങളിൽ ഒരുവ ക. ൨, ഒരു വലിയ ചെമ്പുപാത്രം. ൩, ചെമ്പുകൊണ്ടുള്ള വസ്തു ഏതെങ്കി ലും. ൪, വഞ്ചന.

ചെമ്പകപ്പൂ. ന. ചെമ്പകവൃക്ഷത്തി ന്റെ പൂവു.

ചെമ്പകം. ന. ഒരു സൌരഭ്യമുള്ള പൂ വുണ്ടാകുന്ന മരം.

ചെമ്പകരാമൻ. ന. തിരുവിതാംകൂ ർ മഹാരാജാവു കൊടുത്തിട്ടുള്ള ഒരു സ്ഥാനപ്പേർ.

ചെമ്പകരാമപ്പട്ടം. ന. മേല്പറഞ്ഞ സ്ഥാനം.

ചെമ്പഞ്ഞി. ന. ചുവപ്പുചായം എടു ക്കുന്നതിനുള്ള ഒരുമാതിരി പഞ്ഞി.

ചെമ്പഞ്ഞിച്ചാറു. ന. ചെമ്പഞ്ഞി തിരുമ്മി പിഴിഞ്ഞെടുക്കുന്ന ചുവന്ന ചായവെള്ളം.

ചെമ്പട. ന. ഒരു താളം.

ചെമ്പട്ടപ്പു. ന. വലിയ ചെമ്പുപാ ത്രം വെക്കുന്ന അടുപ്പു.

ചെമ്പൻ. വി. ചെമ്പുനിറമുള്ള.

ചെമ്പന്തല. ന. ചെമ്പുനിറമുള്ള ത ലമുടി.

ചെമ്പന്മീശ. ന. ചെമ്പുനിറമുള്ള മീശ.

ചെമ്പരത്തി. ന. ഒരുമാതിരി ചുവ ന്ന പൂവുള്ള പൂച്ചെടി.

ചെമ്പരുന്തു. ന. ചുവന്ന പരുന്തു.

ചെമ്പലക. ന. കനം കുറഞ്ഞ മരപ്പ ലക.

ചെമ്പല്ലി. ന. ഃ, ഒരുവക ചുവന്ന മീൻ. ൨, ഒരുമാതിരി ചുവന്ന നെല്ലു.

ചെമ്പഴുക്കാ. ന. ഃ, പഴുത്ത അടെ ക്കാ. ൨, പഴുത്തു തുടങ്ങിയ കായ്.

ചെമ്പറക്കണ്ണൻ. ന. കണ്ണു ചുവ ന്നിട്ടുള്ളവൻ.

ചെമ്പറം. ന. ഃ, ചുവപ്പുനിറം. ൨, പഴുത്തു തുടങ്ങിയ കായ്.

ചെമ്പാതി. ന. നേരേ പാതി.

ചെമ്പാരിപ്പട്ടം; ചെമ്പാലിപ്പട്ടം. ന. ഃ, ചുവപ്പുവസ്ത്രം. ൨, ആനയുടെ ചമയക്കോപ്പുകളിൽ ഒന്നു.

ചെമ്പിക്കുന്നു. ച്ചു. പ്പാൻ. (ചെമ്പി.) അ. ക്രി. ചുവപ്പുനിറമായി തീരുന്നു.

ചെമ്പിച്ച. വ. ചെമ്പുനിറമായ.

ചെമ്പിടുന്നു. ട്ടു. വാൻ. (ചെമ്പ.) സ. ക്രി. ചെമ്പുപലക തറെക്കുന്നു.

ചെമ്പിപ്പു. ന. ചുവപ്പു നിറമാകുക.

ചെമ്പുകപ്പൽ. ന. ചെമ്പിട്ട കപ്പൽ.

ചെമ്പുകൊട്ടി. ന. ചെമ്പുപണിക്കാ രൻ.

ചെമ്പുതെളിയുന്നു. ഞ്ഞു. വാൻ. (ചെ മ്പു.) അ. ക്രി. വഞ്ചന തെളിയുന്നു. ചെമ്പുതെളിയിക്കുന്നു. സ. ക്രി.

ചെമ്പുതൊട്ടി. ന. വെള്ളം കോരി നിറെക്കുന്നതിനുള്ള ഒരു മാതിരി ചെമ്പുപാത്രം.

ചെമ്പുപട്ടയം. ന. ചെമ്പുതകിടു.

ചെമ്പുപലക. ന. ചെമ്പുകൊണ്ടു പലകപോലെ ഉണ്ടാക്കിയതു.

ചെമ്പുലി. ന. പഴക്കാപ്പുലി.

ചെമ്പേട്ടു. ന. ചെമ്പുപട്ടയം.

ചെമ്പൊൽത്തളിർ. ന. ചുവന്ന ത ളിര.

ചെമ്പൊൽത്താർ. ന. ചെന്താമര പ്പൂവു.

ചെമ്പൊല്പദം. ന. ചെന്താമരപ്പൂ പോലെ ഭംഗിയുള്ള കാൽച്ചുവടു.

ചെമ്പൊന്നു. ന. നല്ലനിറമുള്ള പൊ ന്നു, ഒന്നാംതരം സ്വർണ്ണം.

ചെമ്പോത്തു. ഒരു ചുവന്ന പക്ഷി.

ചെമ്പ്രാക്കൊടി. ന. ഃ, തകരം. ൨, വെട്ടുത്തിയം.

ചെമ്പ്രാവള്ളി. ന. ഒരുവക വള്ളി.

ചെമ്മണ്ണു. ന. ചുവന്ന മണ്ണു.

ചെമ്മരം. ന. ഒരു വൃക്ഷം.

ചെമ്മരിയാട്ടു. ന. ഒരു വക നല്ല ആടു.

ചെമ്മാത്തു. ന. പൊത്തു, റിമ്പിച്ചു കാട്ടുന്ന ഒരു കൈക്രിയ.

ചെമ്മാനം. ന. ചുവന്ന ആകാശം.

ചെമ്മാൻ. ന. ൧, ചെരിപ്പുകുത്തി. ൨, ഒരുവക ചുവന്ന മാൻ.

ചെമ്മാശ്ശു. ന. കത്തനാരാക്കുന്നതിന്നു മുൻപുള്ള ഒരു സ്ഥാനം.

ചെമ്മീൻ. ന. ഒരുവക മീൻ.

ചെമ്മു. ന. അനുഗ്രഹം, നന്മ.

ചെമ്മുരിങ്ങ. ന. ഒരുവക മുരിങ്ങ മരം.

ചെമ്മുള്ളി. ന. ഒരുവക മുള്ളുള്ള തൈ.

ചെമ്മൂക്കൻ. വ. ന. മൂക്കു ചുവന്നവൻ.

ചെമ്മെ. അ. ൧, നല്ലവണ്ണം, ചൊവ്വെ. ൨, വിശേഷാൽ.

ചെമ്മോത്ത. ന. അനുഗ്രഹവാക്ക.

ചെയ്തി. ന. പ്രവൃത്തി, ചെയ്ത കാൎയ്യം.

ചെയ്യരുതാത്ത. വി. പ്രവൎത്തിച്ചുകൂടാത്ത.

ചെയ്യുന്നു. യ്തു. വാൻ. (ചെയ്യ.) സ. ക്രി. പ്രവൎത്തിക്കുന്നു, നടത്തുന്നു.

ചെരിപ്പു. ന. ൧, കാലിന്നു രക്ഷയ്ക്കായിട്ടു തോലുകൊണ്ടുണ്ടാക്കുന്ന സാധനം, പാദരക്ഷ. ൨, അടിസ്ഥാനം, പുരത്തറയ്ക്കും മററും ആമിയിൽ പണിയുന്ന കല്പണി.

ചെരിപ്പുകുത്തി. ന. ചെരിപ്പുണ്ടാക്കുന്ന ഒരു ജാതി.

ചെരിപ്പുവാറു. ന. ചെരിപ്പു കൂട്ടിക്കെട്ടുന്ന വാറു.

ചെക്കു. ന. കാടി.

ചെലുചെലുക്കുന്നു. ത്തു. പ്പാൻ. (ചെലുചെലു.) അ. ക്രി. എണ്ണയിൽ വല്ലതും കിടന്നു വെന്തു ശബ്ദിക്കുന്നു.

ചെലുചെലുപ്പു. ന. എണ്ണയിൽ വല്ലതും കിടന്നു പൊരിയുമ്പോഴുള്ളത്തെ ശബ്ദം.

ചെലുചെലെ. അ. ക്രമമില്ലാത്ത ശബ്ദത്തോടെ.

ചെലുത്തുന്നു. ത്തി. വാൻ. (ചെലുത്ത.) സ. ക്രി. ൧, കടത്തുന്നു. ൨, അടിച്ചു കേററുന്നു. ൩, നടത്തുന്നു. ൪, നടപ്പാക്കുന്നു. ൫, തീൎത്തുകൊടുക്കുന്നു. ൬, നിവൎത്തിക്കുന്നു. ൭, വളരെ തിന്നുന്നു. **ചെലുത്തു; ചെലുത്തൽ.** ന.

ചെല്ലപ്പിള്ള. ന. വാത്സല്യമുള്ള പൈതൽ.

ചെല്ലം. ന. ൧, രാജഭണ്ഡാരം. ൨, ചെറിയ പിച്ചളപ്പെട്ടി. ൩, നിക്ഷേപം, ൪, വാത്സല്യം.

ചെല്ലംവിചാരിപ്പു. ന. തിരുവിതാംകൂർരാജാവിന്റെ ഭണ്ഡാരവിചാരം.

ചെല്ലി. ന. ൧, കണ്ഠത്തിൽ ഉണ്ടാകുന്ന ഒരുമാതിരി പുല്ലു. ൨, കൂട്ടത്തിൽനിന്നു തെററിപ്പോയ മൃഗം. ൩, തെങ്ങു നശിപ്പിക്കുന്ന ചെല്ലു. ൪, ഒരുമാതിരി പുഴു.

ചെല്ലുന്നു. ന്നു. വാൻ. (ചെല്ല.) അ. ക്രി. ൧, പോകുന്നു. ൨, എത്തുന്നു. ൩, പ്രവേശിക്കുന്നു. ൪, കഴിയുന്നു, കടന്നുപോകുന്നു. ൫, സംഭവിക്കുന്നു. ൬, മതിയാകുന്നു. **ചെല്ലൽ; ചെലവു.** ന.

ചെവി. ന. ശബ്ദത്തെ അറിയുന്ന അവയവം, കാതു.

ചെവികടി. ന. ൧, ചെവിച്ചൊറിച്ചിൽ. ൨, ചെവിയിൽ പറക.

ചെവികൊടുക്കുന്നു. ത്തു. പ്പാൻ. (ചെവി.) സ. ക്രി. കേൾക്കുന്നു.

ചെവിക്കല്ലു. ന. ചെവിയുടെ അകത്തു ശബ്ദം തട്ടുന്ന ഒരു ഭാഗം.

ചെവിക്കായം. ന. ചെവിയിലെ മലം.

ചെവിക്കുട. ന. ചെവിയുടെ മേൽഭാഗം.

ചെവിക്കുത്തു. ന. ചെവിവേദന.

ചെവിക്കുന്നി. ന. ചെവിയുടെ ഒരു ഭാഗം.

ചെവിക്കൊള്ളുന്നു. ണ്ടു. വാൻ. (ചെവി.) സ. ക്രി. കേൾക്കുന്നു.

ചെവിട്ടു. ന. ൧, ചെവി. ൨, ചെവികേൾക്കായ്ക.

ചെവിത്തട്ടു. ന. ചെവിയുടെ കീഴ്ഭാഗം.

ചെവിത്തോണ്ടി. ന. ചെവിപ്പീ എടുക്കുന്ന വസ്തു.

ചെവിപാൎക്കുന്നു. ൎത്തു. പ്പാൻ. (ചെവി.) സ. ക്രി. കേൾക്കുന്നതിന്നു വേണ്ടി ഓൎമ്മയോടെ ചെവികൊടുക്കുന്നു.

ചെവിപ്പാമ്പു. ന. ചെവിയിൽ കേറുന്ന ഒരു ചെറിയ പ്രാണി.

ചെവിപ്പീ. ന. ചെവിയിലെ മലം.

ചെവിപ്പൂ. ന. ചില സ്ത്രീകൾക്ക കാതിൽ ഇടുന്നതിന്നുള്ള ആഭരണം.

ചെവിയൻ. ന. മുയൽ.

ചെവിയോൎമ്മ. ന. കേൾക്കുന്നതിലെ ജാഗ്രത, ചെവിയുടെ സൂക്ഷ്മം.

ചെളി. ന. ചേറു, അഴുക്ക.

ചെളുക്ക. ന. മത്സ്യത്തിന്റെ ചെതുമ്പൽ.

ചെള്ളു. ന. ൧, ഒരുവക ഒരഞ്ചു. ൨, തെങ്ങുമ്മേൽ ഉപദ്രവിക്കുന്ന ഒരുവക ചെറിയ പറക്കുന്ന പ്രാണി.

ചെള്ള. ന. ൧, ചെകിട്ട. ൨, ചെളി.

ചെള്ളക്കുഴി. ന. ചെളിക്കുഴി.

ചെള്ളി. ന. ചെമ്മീൻ.

ചെറുചക്കി. ന. മുഖം വെളുത്ത കുരങ്ങു.

ചെറിയ. വി. ൧, ചെറുതായുള്ള, അല്പമായുള്ള, സാരമില്ലാത്ത. ൨, ഇളയപ്രായമുള്ള.

ചെറിയതു. ന. ചെറുതായുള്ളതു, താന്നതു.

ചെറിയവൻ. ന. ൧, ഇളയപ്രായമുള്ള ആൾ. ൨, താന്ന ആൾ.

ചെറു. വി. ൧, ചെറിയ. ൨, ഇളയപ്രായമുള്ള.

ചെറുകച്ച. ന. കോണകം.

ചെറുകച്ചോലം. ന. ഒരു സൌരഭ്യമുള്ള മരുന്നു.

ചെറുകടലാടി. ന. ഒരുവക പച്ചമരുന്നു.

ചെറുകടുക. ന. കടുക രണ്ടു തരമുള്ളതിൽ ഒന്നു.

ചെറുകത്തി. ന. ഒരുമാതിരി പിച്ചാത്തി.

ചെറുകദളി. ന. ഒരുവക തൈ.

ചെറുകമുക. ന. ഒരുവക കമുകുമരം.

ചെറുകഴക്കോൽ. ന. പുരയുടെ കഴക്കോലിന്റെ ഇടയിൽ കോൎക്കുന്ന വാരി.

ചെറുകറിക്കോപ്പു. ന. ചുണ്ടെങ്ങ, അച്ചിങ്ങ, അമരക്ക, വഴതിനങ്ങ ഇത്യാദി.

ചെറുകാഞ്ഞിരം. ന. ഒരുവക കൈപ്പുള്ള മരം.

ചെറുനാരകം. ന. ജോനകനാരകവൃക്ഷം.

ചെറുകാര. ന. ചെറിയ മുള്ളുകാട.

ചെറുകിട. വി. ഇളയപ്രായമുള്ള, കൊച്ചായുള്ള.

ചെറുകിഴങ്ങു. ന. ഒരുമാതിരി ചെറിയ കിഴങ്ങു.

ചെറുകിഴകാനെല്ലി. ന. ഒരുവക തൈ.

ചെറുകടൽ. ന. ചെറിയ കടൽ,

ചെറുകുന്നു. കി. വാൻ. (ചെറുക.) അ. ക്രി. കുറയുന്നു, കൊച്ചാകുന്നു, ചുരുങ്ങുന്നു.

ചെറുകുമ്മട്ടി. ന. കുമ്മട്ടി വകയിൽ ഒന്നു.

ചെറുകുറുഞ്ഞി. ന. ഒരുവക ചെടി.

ചെറുകെ. അ. ചെറുതായിട്ടു, അല്പമായിട്ടു.

ചെറുകൈത. ന. വിരകൈത.

ചെറുകൈപ്പു. വി. കുറേശ്ശ കൈപ്പുള്ള.

ചെറുകോൽപനച്ചി. ന. ഒരു ചെടി.

ചെറുക്കൻ. ന. ക, ബാലകൻ. വ, ശിഷ്യൻ.

ചെറുക്കുന്നു. ത്തു. പ്പാൻ. (ചെറു.) സ. ക്രി. നിറുത്തുന്നു, വിരോധിക്കുന്നു.

ചെറുചണം. ന. ചണം രണ്ടുള്ളതിൽ ചെറിയ മാതിരി.

ചെറുചാര. ന. ഒരുവക നെല്ലു.

ചെറുചീര. ന. ഒരുവക ചീര.

ചെറുചുണ്ട. ന. ഒരുവക ചെടി, പുത്തരിച്ചുണ്ട.

ചെറുചൂട്. ന. അല്പചൂടു, മന്ദോഷ്ണം.

ചെറുചൂരൽ. ന. ഒരുവക ചൂരൽ.

ചെറുഞാണൊലി. ന. ഞാണിന്റെ ഒച്ച.

ചെറുതു. വി. കൊച്ചായിട്ടുള്ള, ഇളയ. ന. കൊച്ചു.

ചെറുതണ്ടി. വി. ചെറിയ തരത്തിലുള്ള.

ചെറുതരം. വി. ചെറിയ ശ്രുഷ്ടത്തിലുള്ള.

ചെറുതാളി. ന. ഒരുവക താളി.

ചെറുതുടലി. ന. ഒരുവക മുൾക്കാടു.

ചെറുതുളസി. ന. ഒരുവക തുളസി.

ചെറുതേക്കു. ന. ഒരുവക പച്ചമരുന്നു.

ചെറുതേൻ. ന. ചെറിയ ഠംച്ചയിൽനിന്നു ഉണ്ടാകുന്ന തേൻ.

ചെറുനാരകം. ന. ജോനകനാരകം.

ചെറുനാരെങ്ങാ. ന. ക, ജോനകനാരെങ്ങാ. വ, മധുരനാരെങ്ങാ.

ചെറുനാവു. അല്ലെങ്കിൽ, ചെറുനാക്കു. ന. കുറുനാക്കു.

ചെറുനാഴി. ന. ഇടങ്ങഴിയിൽ നാലിലൊരംശം.

ചെറുനീരു. ന. മൂത്രം.

ചെറുപഞ്ചമൂലം. ന. ഓരില മുതലായ അഞ്ചുവേരുമരുന്നിന്നും കൂടെ പേർ.

ചെറുപയറു. ന. ഒരു പച്ചനിറമായ പയറു.

ചെറുപിടക്കോൽ. ന. ഒരു ഔഷധച്ചെടി.

ചെറുപിന്നേററുതടി. ന. ചെറിയ കുന്തം.

ചെറുപുളി. ന. അല്പമായിട്ടുള്ള പുളി.

ചെറുപുള്ളി. ന. അദ്ധ്യവൃത്തി മുതലുള്ള കുടിയാൻ.

ചെറുപൂള. ന. ഒരു പച്ചമരുന്നു.

ചെറുപ്പകാലം. ന. ബാല്യകാലം, വയസ്സു കുറഞ്ഞിരിക്കുന്ന സമയം.

ചെറുപ്പക്കാരി. ന. ബാല്യക്കാരത്തി, വയസ്സു കുറഞ്ഞവൾ.

ചെറുപ്പക്കാരൻ. ന. ബാല്യക്കാരൻ, വയസ്സു കുറഞ്ഞവൻ.

ചെറുപ്പം. വി. ഇളവയസ്സുള്ള, ചെറിയ.

ചെറുപ്പം. ന. ബാല്യം.

ചെറുപ്പുന്ന. ന. ഒരുമാതിരി വൃക്ഷം.

ചെറുപ്പുന്നയരി. ന. മേല്പറഞ്ഞ വൃക്ഷത്തിന്റെ അരി, ഒരങ്ങാടിമരുന്നു.

ചെറുപ്പുള്ളടി. ന. ഒരു പച്ചമരുന്നു.

ചെറുമ. ന. ചെറുപ്പം.

ചെറുമപ്പാട്ടു. ന. പുലയന്റെ തിണ്ടാവഴി അകലം.

ചെറുമണലി. ന. ഒരു മൈ.

ചെറുമൻ. ന. പുലയൻ.

ചെറുമന്തി. ന. മുഖം വെളുത്ത കുരങ്ങു.

ചെറുമരവറ. ന. ഒരുവക വൃക്ഷം.

ചെറുമി. ന. പുലയന്റെ സ്ത്രീ, പുലക്കള്ളി.

ചെറുമുല്ല. ന. ഒരുവക പൂവുള്ള മൈ.

ചെറുവന്നി. ന. ചെറിയ ഇലയുള്ള ഒരു വൃക്ഷം.

ചെറുവഴുതിന. ന. ഒരു പച്ചമരുന്നു, കറുത്ത ചുണ്ട.

ചെറുവാൾ. ന. ഒരുമാതിരി ചെറിയ വാൾ.

ചെറുവിത്തു. ന. മൂപ്പുകുറഞ്ഞ വിത്തു, വേഗത്തിൽ വിളയുന്ന ഒരുമാതിരി നെല്ലു.

ചെറുവിരൽ. ന. അഞ്ചുവിരലുള്ളതിൽ കൊച്ചു വിരൽ.

ചെറുവേള. ന. ഒരു മൈ.

ചെറൂരൻ. ന. ഒരുവക മൈ.

ചെററ. വി. അല്പം, കുറെ.

ചെററ. ന. ക, വള്ളികൊണ്ടൊ ഓലകൊണ്ടൊ മിടഞ്ഞുണ്ടാക്കുന്ന വസ്തു. വ, പാവപ്പെട്ടവന്റെ വീടു, കുടിൽ.

ചെററക്കുടി. ന. ചെററകൊണ്ടുണ്ടാക്കിയ വീടു.

ചെററത്തരം. ന. ഹീനത, ആഭാസത്വം.

ചെററും. അ. അല്പമെങ്കിലും.

ചേ

ചേകവത്തി; ചോവത്തി. ന. ഠംഴത്തി.

ചേകവൻ; ചേകോൻ; ചോവൻ. ന. ഠംഴവൻ, കള്ളുചെത്തുന്നവൻ.

ചേക്കു. ന. പണം വച്ചു കളിക്കുന്ന ഒരുമാതിരി കളി.

ചേക്ക. ന. പക്ഷികൾ കൂടി രാത്രിയിൽ ഒരു വൃക്ഷത്തിൽ ഇരിക്കുക.

ചേക്കയിരിക്കുന്നു. ന്നു. പ്പാൻ. (ചേക്ക.) അ. ക്രി. പക്ഷികൾ രാത്രിയിൽ വൃക്ഷത്തിൽ കൂടിയിരിക്കുന്നു.

ചേക്കയിരിപ്പു. ന. പക്ഷികൾ രാത്രിയിൽ വൃക്ഷത്തിൽ കൂടിയിരിക്ക.

ചേക്കയേറുന്നു; ചേക്കേറുന്നു. റി. വാൻ. (ചേക്ക.) അ. ക്രി. പക്ഷികൾ രാത്രിയിൽ ഉറങ്ങുവാൻ കരേറുന്നു.

ചേക്കില; ചേങ്ങില. ന. ഓട്ടുകൊണ്ടുള്ള ഒരു വാദ്യം.

ചേടകൻ. ന. ഭൃത്യൻ, വേലക്കാരൻ.

ചേടൻ. ന. മേല്പറഞ്ഞ അർത്ഥം.

ചേടി. ന. ദാസി.

ചേടിമണ്ണു. ന. വെളുത്ത മണ്ണു.

ചേട്ട. ന. ക, വൃത്തികേടിന്നുള്ള ഒരു മൂർത്തി. വ, ഒരുമാതിരി പാമ്പു. ന, ഭാഗ്യഹീനയുള്ളവൻ.

ചേട്ടത്തി. ന. ക, മൂത്ത സഹോദരി. വ, ജ്യേഷ്ഠന്റെ ഭാര്യ.

ചേട്ടൻ. ന. മൂത്തസഹോദരൻ, ജ്യേഷ്ഠൻ.

ചേട്ടവക. ന. ഒരുവക പാമ്പു.

ചേണ. ന. ൧, ശക്തി, ബലം. ൨, സ്ഥിരത.

ചേണം. ന. നാട്ടുകാരുടെ ഒരുമാതിരി ജിനി.

ചേണാന്ന. വി. ബലമുള്ള, ഉറപ്പുള്ള.

ചേണററ. വി. ശക്തിയുള്ള.

ചേതന. വി. (ൻ, നാ, നം.) വി. ന. ജീവനുള്ള.

ചേതന. ന. ൧, ജീവൻ. ൨, ജ്ഞാനം.

ചേതനം. ന. ജീവജന്തു.

ചേതപാതം. ന. നഷ്ടം, നാശം.

ചേതം. ന. ൧, നഷ്ടം, കുറച്ചിൽ. ൨, ഉപദ്രവം, നാശം. ൩, ആപത്തു.

ചേതസ്സു. ന. മനസ്സു.

ചേതി; ചെയ്തി. ന. വൎത്തമാനം.

ചേതിരിവു. ന. കോടിക്കഴുക്കോലേൽനിന്നു ഇരുപുറത്തോട്ടും ഇറക്കുന്ന കഴുക്കോൽ.

ചേതോരംഗം. ന. മനസ്സു.

ചേതോഹരം. വി. ൧, ആഗ്രഹിക്കത്തക്ക. ൨, ഇഷ്ടമുള്ള.

ചേദിരാജൻ. ന. ചേദിരാജ്യത്തെ രാജാവു.

ചേദിരാജ്യം. ന. ഭാരതഖണ്ഡത്തിൽ പ്രസിദ്ധമായിട്ടു പറയുന്ന ൫൬ രാജ്യങ്ങളിൽ ഒന്നു.

ചേന. ന. ഒരുമാതിരി വട്ടത്തിലുള്ള കിഴങ്ങു.

ചേനത്തണ്ടൻ. ന. ഒരുമാതിരി പാമ്പു.

ചേനത്തലയൻ. ന. കഷണ്ടിയുള്ളവൻ.

ചേന്തൽ. ന. ചെരിച്ചു ചെത്തുക.

ചേന്തുന്നു. ന്തി. വാൻ. (ചേന്തു.) സ. ക്രി. ചെരിച്ചുചെത്തുന്നു.

ചേമന്തി. ന. ഒരുമാതിരി പൂച്ചെടി.

ചേമ്പു. ന. ചൊറിയുന്ന ഒരുമാതിരി ചെറിയ കിഴങ്ങു.

ചേര. ന. ഒരുവക വിഷമില്ലാത്ത പാമ്പു.

ചേരട്ട. ന. ചുവന്ന അട്ട.

ചേരട്ടപ്പാമ്പു. ന. ഒരുതരം പാമ്പു.

ചേരൻ. ന. കേരളരാജ്യത്തിലെ പണ്ടത്തെ രാജാക്കന്മാരിൽ ഒരുത്തന്റെ പേരു.

ചേരരാജ്യം. ന. കേരളരാജ്യം, മലയാളം.

ചേരമ്പതിവു. അല്ലെങ്കിൽ, **ചേരമാമ്പതിവു.** ന. ചേരമാൻ പെരുമാൾ മലയാളത്തിൽ പണ്ടു കല്പിച്ചിരുന്ന ചട്ടം.

ചേരായ്ക. ന. യോജിപ്പില്ലായ്ക.

ചേരാത്ത. വി. ചേൎച്ചയില്ലാത്ത, യോജ്യതയില്ലാത്ത.

ചേരായ്മ. ന. ചേൎച്ചകേടു, അയോജ്യത.

ചേരി. ന. ൧, പട്ടണം. ൨, ചെറിയ ഗ്രാമം. ൩, അയൽപക്കം. ൪, ജനക്കൂട്ടം. ൫, പട്ടാളത്തിൽ ഒരു ഭാഗം.

ചേരിക്കൽ. ന. ൧, കൃഷിചെയ്യുന്ന മല. ൨, മെതിക്കുന്ന സ്ഥലം.

ചേരിക്കാർ. ന. കരക്കാർ.

ചേരു. ന. ൧, ഒരുവക വൃക്ഷം. ൨, ഒരുവു. ൩, അട്ടപ്പിനു മീതെ വല്ലതും വെക്കുന്നതിന്നായിട്ടു കെട്ടിയുണ്ടാക്കുന്നതു.

ചേരുന്നു. ൎന്നു. വാൻ. (ചേർ.) അ. ക്രി. ൧, സമീപിക്കുന്നു. ൨, കിട്ടുന്നു. ൩, സംബന്ധിക്കുന്നു. ൪, കൂടുന്നു. ൫, ഒന്നിക്കുന്നു. ൬, ഉൾപ്പെടുന്നു. **ചേൎക്കുന്നു.** **ചേൎപ്പിക്കുന്നു.** സ. ക്രി.

ചേരുമാനക്കാരൻ. ന. ൧, ഒരു താന്ന സൎക്കാരുദ്യോഗസ്ഥൻ. ൨, ഒരു ഗ്രാമത്തിലെ പ്രമാണി.

ചേരുമാനം. ന. ൧, ശേഖരം. ൨, സൎക്കാരിൽ ഒരു താന്ന ഉദ്യോഗം. ൩, സംബന്ധം. ൪, കലൎച്ച, മിശ്രം.

ചേരുംവണ്ണം. അ. ചേരുന്നപ്രകാരം, യുക്തംപോലെ.

ചേരുവ. ന. ചേൎച്ച, കലൎച്ച.

ചേൎക്കുരു. ന. ചേരുമരത്തിന്റെകായ്.

ചേൎച്ച. ന. ൧, യോജ്യത, സംബന്ധം. ൨, യോഗ്യത. ൩, അടുക്കുക. ൪, സ്നേഹം.

ചേൎച്ചകേടു. ന. യോജിപ്പില്ലായ്ക, യോജ്യതകേടു.

ചേൎച്ചക്കാരൻ. ന. ചേൎച്ചയുള്ളവൻ.

ചേൎത്ത. വി. അരികെയുള്ള, മുറിച്ച.

ചേൎന്ന. വി. ൧, അരികെയുള്ള. ൨, യോജിച്ച, സംബന്ധിച്ച.

ചേൎന്നവൻ. ന. സ്നേഹിതൻ, ഉടപ്പകാരൻ.

ചേൎന്നുകൂടുന്നു. ടി. വാൻ. (ചേൎന്നു.) അ. ക്രി. ൧, എത്തുന്നു. ൨, ഒന്നിച്ചു കൂടുന്നു. ൩, വല്ലതും സാധിക്കുന്നതിന്നു വേണ്ടി സ്നേഹം ഭാവിക്കുന്നു.

ചേൎപ്പടം. ന. മുഴിഞ്ഞ മുണ്ടു.

ചേൎപ്പു. ന. ൧, ഒന്നിപ്പു. ൨, ഐക്യത, ചേൎക്കുക.

ചേൎപ്പാദം. ന. കൊഴലാഭം, പങ്കുവഴിയിലുള്ള ലാഭം.

ചേല. വി. ൧, നിരപ്പുള്ള. ൨, യോഗ്യമായുള്ള. ൩, സ്നേഹമുള്ള. ൪, ആശ്വാസമുള്ള. ൫, തരമുള്ള, തക്ക.

ചേല. ന. ൧, സ്ത്രീകൾ ഉടുക്കുന്ന കട്ടിയുള്ള വസ്ത്രം. ൨, ചേലാകൎമ്മം. ൩, ഒരു മാതിരി വൃക്ഷം. ൪, ഒരം വൃക്ഷത്തിന്റെ തൊലി.

ചേല. വി. (ലൻ, ലി, ലം.) വി. ന. നിന്ദ്യമായ.

ചേലകം. ന. ഒരു സുഗന്ധമുള്ള വള്ളിയുടെ പേർ.

ചേലമരം. ന. ഒരുമാതിരി വൃക്ഷം.

ചേലം. ന. ൧, വസ്ത്രം. ൨, ഒരു പട്ടണം.

ചേലാകൎമ്മം. ന. മാൎഗ്ഗക്കല്യാണം.

ചേലാകുന്നു. യി. വാൻ. (ചേൽ.) അ. ക്രി. ൧, നിരപ്പാകുന്നു. ൨, യോഗ്യമാകുന്നു. ൩, അനുകൂലമാകുന്നു. ൪, സുഖംവരുന്നു. **ചേലാക്കുന്നു.** സ. ക്രി.

ചേലാലം. ന. വെള്ളരിക്ക.

ചേലോയകം. അല്ലെങ്കിൽ, **ചേലേയം.** ന. ൧, ഒരുജാതി മരുന്നു. ൨, ചായില്യം.

ചേൽ. അ. എങ്കിൽ.

ചേൽക്കണ്ണി. ന. നല്ലകണ്ണുള്ളവൾ.

ചേവകക്കാരൻ. ന. ൧, ഭൃത്യൻ. ൨, ഭടൻ.

ചേവകൻ. ന. ൧, സേവകൻ. ൨, ഭൃത്യൻ. ൩, ഭടൻ. ൪, ശിപായി.

ചേവകം. ന. ൧, സേവ. ൨, ഉദ്യോഗം.

ചേവകമോടി. ന. സേവകന്മാരുടെ ചമയം.

ചേവടി. ന. പാദം, കാൽചുവട്ടു.

ചേവടിത്തളിർ. ന. ഭംഗിയുള്ള കാൽചുവടു.

ചേവടിത്താർ. ന. മേല്പറഞ്ഞ അൎത്ഥം.

ചേവൽ. ന. പൂവൻകോഴി.

ചേഷ്ട. ന. ൧, ഗോഷ്ഠി. ൨, വ്യാപാരം. ൩, പ്രവൃത്തി.

ചേഷ്ടിക്കുന്നു. ച്ചു. പ്പാൻ. (ചേഷ്ടി.) സ. ക്രി. പ്രവർത്തിക്കുന്നു.

ചേഷ്ടിതം. ന. പ്രവൃത്തി.

ചേളാകം. ന. കച്ചവടച്ചരക്കു ഇട്ടു തോളത്തു വഹിച്ചുംകൊണ്ടു നടക്കുന്ന ഒരുമാതിരി സഞ്ചി, ചാക്കു.

ചേറു. ന. ചെളി.

ചേറൽ. ന. അരിയും മററും മുറത്തിലിട്ടു തിരിക്കുന്നു, പേററുന്നു.

ചേറുമീൻ. ന. ഒരു വക മത്സ്യം.

ചേറുമുറം. ന. പേററുന്ന മുറം.

ചേററുകത്തി. ന. ചോകോന്മാരു കൊണ്ടുനടക്കുന്ന ഒരു മാതിരി വീതിയുള്ള കത്തി.

ചേററുപടി. ന. ൧, നിരയിലുള്ള അടിപ്പടി. ൨, പിച്ചാത്തി മുതലായതു തേക്കുന്ന മരക്കഷണം.

ചേററുവിത. ന. കണ്ടത്തിൽ വിതെക്കുക.

ചൈ

ചൈതന്യം. ന. ൧, ആത്മാവിന്റെ അവസ്ഥ. ൨, ശക്തി. ൩, വീര്യം.

ചൈത്താൻ; ചെകിത്താൻ. ന. പിശാചു.

ചൈത്യം. ന. ൧, ബലിക്കുള്ള സ്ഥലം, ബലിപീഠം. ൨, ദേവാലയം. ൩, ഓൎമ്മയ്ക്കു തക്ക അടയാളം.

ചൈത്രമാസം. ന. മേടമാസം.

ചൈത്രം. ന. മേടമാസം.

ചൈത്രരഥം. ന. വൈശ്രവണന്റെ പൂങ്കാവു.

ചൈത്രികം. ന. മേടമാസം.

ചൈദ്യൻ. ന. ചേദിരാജ്യത്തെ രാജാവു.

ചൊ

ചൊക്കട്ടാൻ. ന. ഒരു മാതിരി ചൂതുകളി.

ചൊക്കട്ടാമണ്ഡപം. ന. ൧, ഒരു മാതിരി ആസ്ഥാനമണ്ഡപം. ൨, ഒരു മാതിരി കളിസ്ഥലം.

ചൊക്കൻ. ന. ൧, കുരങ്ങ്. ൨, പട്ടി.

ചൊക്കി. ന. പെൺകുരങ്ങ്, പെൺപട്ടി.

ചൊങ്കൻ. ന. കൈ ശോഷിച്ചിട്ടുള്ളവൻ.

ചൊങ്കുകയ്യൻ. ന. കൈ ശോഷിച്ചിട്ടുള്ളവൻ.

ചൊങ്കുകയ്യ. ന. ശോഷിച്ച കൈ.

ചൊടി. ന. ൧, മനുഷ്യരുടെ ചുണ്ടു. ൨, വേഗം. ൩, ചൂടു. ൪, കോപം, കട്ട്യം.

ചൊടിക്കുന്നു. ച്ചു. പ്പാൻ. (ചൊടി.) അ. ക്രി. ൧, ചുറുക്കുണ്ടാകുന്നു. ൨, കോപിക്കുന്നു. ൩, വേഗത്തിൽ പറകയൊ പ്രവൎത്തിക്കയൊ ചെയ്യുന്നു.

ചൊടിപ്പു. ന. ൧, വേഗം. ൨, ചൂടു. ൩, കോപം.

ചൊടിയൻ. ന. ഒരു വക മത്സ്യം.

ചൊട്ട. ന. ൧, നഷ്ടം. ൨, ചൂടു. ൩, തൊഴി, ഇററിററു. ൪, മുഷ്ടികൊണ്ടു തലെക്കിട്ടു ഇടിക്കു.

ചൊട്ട. ന. ൧, ഒരു വക ചെറുവാൾ. ൨, തെങ്ങു മുതലായവയുടെ കുല വരുന്നതു. ൩, പൈതങ്ങളുടെ ഒരു വക കളി.

ചൊട്ടക. ന. ഒരു മാതിരി ചെറിയ വാൾ.

ചൊട്ടച്ചാൺ. ന. കൈയുടെ പെരുവിരലും ചൂണ്ടാണിയും കൊണ്ടുള്ള ഒരളവു.

ചൊട്ടി. ന. കഷണ്ടി.

ചൊട്ടിത്തല. ന. കഷണ്ടിത്തല.

ചൊട്ടിപ്പു. ന. ൧, വഞ്ചന. ൨, ഇച്ഛാഭംഗം. ൩, നഷ്ടം.

ചൊട്ടുന്നു. ട്ടി. വാൻ. (ചൊട്ടു.) അ. ക്രി. ൧, ഇററിററു വീഴുന്നു. ൨, കൈ ചുരുട്ടിപ്പിടിച്ചുംകൊണ്ടു തലെക്കിട്ടിടിക്കുന്നു. ൩, വഞ്ചിക്കപ്പെടുന്നു. ൪, ഭംഗം വരുന്നു. ചൊട്ടിക്കുന്നു. സ. ക്രി.

ചൊത്തു. ന. ചെത്തുകപിടിച്ച വസ്തുവിലുള്ള മാറം.

ചൊത്തി. വി. കുറച്ചിലുള്ള, ശോഷിച്ച.

ചൊത്തി. ന. ൧, അവയവത്തിലെ കുറ, കുറച്ചിൽ. ൨, ശോഷിച്ച കൈ.

ചൊത്തിക്കയ്യൻ. ന. കൈ വളഞ്ഞൊ ശോഷിച്ചൊ ഉള്ളവൻ.

ചൊത്തിക്കൈ. ന. വളഞ്ഞൊ ശോഷിച്ചൊ ഉള്ള കൈ.

ചൊന്നാൻ. ന. പൊൻപണിക്കാൎക്കു ചില ദിക്കിൽ കൊടുക്കുന്ന ബഹുമാനപ്പേർ.

ചൊരകുത്തു. ന. ചോച്ച അടെക്കുക.

ചൊരികലമൂണി. ന. പിശുക്കൻ.

ചൊരിച്ചിൽ. ന. ൧, ഒഴിക്കുക, ഒഴുകുക. ൨, അധികമായി പെയ്യുക, വൎഷിക്കുക.

ചൊരിമഴ. ന. പെരുമഴ.

ചൊരിയുന്നു. ഞ്ഞു. വാൻ. (ചൊരി.) സ. ക്രി. ൧, ഒഴുക്കുന്നു, പൊഴിക്കുന്നു. ൨, ചിന്നുന്നു. ചൊരിയിക്കുന്നു. കാ. ക്രി.

ചൊരിവു. ന. ഒഴുക്കുക, പൊഴിച്ചിൽ.

ചൊരുകുന്നു. കി. വാൻ. (ചൊരുക.) സ. ക്രി. തിരുകുന്നു.

ചൊരുക്കു. ന. ൧, അമേല്യമുള്ള വസ്തുക്കൾ ഭക്ഷിച്ചാലുണ്ടാകുന്ന ഉപദ്രവം. ൨, പക. ൩, ലഹരി.

ചൊരുക്കൻ. വി. ചൊരുക്കുണ്ടാക്കുന്ന, ലഹരി പിടിപ്പിക്കുന്ന.

ചൊരുക്കൽ. ന. ൧, അമേല്യമുള്ള വസ്തുക്കൾ ഭക്ഷിച്ചാലുണ്ടാകുന്ന ഉപദ്രവം. ൨, പക. ൩, ലഹരി.

ചൊരുക്കുന്നു. ക്കി. വാൻ. (ചൊരുക്കു.) അ. ക്രി. ലഹരി പിടിക്കുന്നു.

ചൊല്ക്കണ്ണി. ന. സുന്ദരി.

ചൊല്ക്കീഴ. വി. അനുസരണമുള്ള.

ചൊല്ക്കൊണ്ട. വി. കേൾവിപ്പെട്ട, പ്രസിദ്ധമായ.

ചൊല്ക്കൊള്ളുന്നു. ണ്ടു. വാൻ. (ചൊൽ). അ. ക്രി. കേൾക്കപ്പെടുന്നു, പ്രസിദ്ധമുണ്ടാകുന്നു.

ചൊലുത്തു; ചൊല്ത്തു. ന. ൧, വായിക്കുക. ൨, പാടുക.

ചൊല്പടി. വി. അനുസരണമുള്ള, കീഴ്പ്പെട്ടമുള്ള.

ചൊല്പൊങ്ങുന്ന. വി. കേൾവിയുള്ള.

ചൊല്ലു. ന. ൧, വാക്കു, വാചകം. ൨, കേൾവി.

ചൊല്ലപ്പെട്ട. വി. ൧, കേൾവിപ്പെട്ട. ൨, പറയപ്പെട്ട.

ചൊല്ലാൎന്ന; ചൊല്ലേററ. വി. കീൎത്തിയുള്ള, കേൾവിപ്പെട്ട.

ചൊല്ലി. അ. ൧, കുറിച്ച്. ൨, വിചാരിച്ച്.

ചൊല്ലിക്കൊടുക്കുന്നു. ത്തു. പ്പാൻ. (ചൊല്ലി.) സ. ക്രി. പഠിപ്പിക്കുന്നു, പറഞ്ഞു കേൾപ്പിക്കുന്നു.

ചൊല്ലിത്തെളിയുന്നു. ഞ്ഞു. വാൻ. (ചൊല്ലി.) അ. ക്രി. പറഞ്ഞു നന്നാകുന്നു.

ചൊല്ലിയന്ന. വി. കേൾവിപ്പെട്ട.

ചൊല്ലിയാട്ടുന്നു. ടി. വാൻ. (ചൊല്ലി.) അ. ക്രി. പാട്ടു ചൊല്ലുന്നതിനെ അനുസരിച്ചു കൈ കാണിച്ചു ആടുന്നു.

ചൊല്ലിയാട്ടം. ന. പാട്ടു ചൊല്ലുന്നതിനെ അനുസരിച്ചു കൈ കാണിച്ചു ആടുക.

ചൊല്ലിവിടുന്നു. ട്ടു. വാൻ. (ചൊല്ലി.) സ. ക്രി പറഞ്ഞയക്കുന്നു.

ചൊല്ലിവിലക്കുന്നു. ക്കി. വാൻ. (ചൊല്ലി. സ. ക്രി. പറഞ്ഞു വിരോധിക്കുന്നു.

ചൊല്ലുന്നു. ല്ലി. വാൻ. (ചൊല്ലു.) സ. ക്രി. ൧, പറയുന്നു, സംസാരിക്കുന്നു. ൨, ഉരുക്കഴിക്കുന്നു, പാടുന്നു. **ചൊല്ലിക്കുന്നു.** കാ. ക്രി. **ചൊല്ലൽ.** ന.

ചൊല്ലുവിളി. ന. കീഴ്വഴക്കം, അനുസരണം.

ചൊല്ലുവേല. ന. പറയുന്ന പ്രവൃത്തി.

ചൊല്ലുള്ള. വി. കീൎത്തിയുള്ള.

ചൊല്ലെഴുന്ന. വി. കീൎത്തിയുള്ള.

ചൊല്ലേറുന്ന. വി. കീൎത്തിയുള്ള.

ചൊവ്വ. വി. നേരെയുള്ള, ന്യായമുള്ള.

ചൊവ്വ. ന. ൧, വളവില്ലായ്മ, നേരേ. ൨, നിക്കപോക്ക. ൩, നിരപ്പു. ൪, നിശ്ചയം.

ചൊവ്വള്ളിക്കൊടി. ന. ഒരു വൃക്ഷം.

ചൊവ്വാ. ന. ൧, ചൊവ്വാ എന്ന ഗ്രഹം. ൨, ചൊവ്വാഴ്ച.

ചൊവ്വാഴ്ച. ന. ആഴ്ചവട്ടത്തിൽ മൂന്നാം ദിവസം.

ചൊവ്വിടുന്നു. ട്ടു. വാൻ. (ചൊവ്വു.) സ. ക്രി. ൧, നേരെയാക്കുന്നു. ൨, നിരപ്പുവരുത്തുന്നു. ൩, വഴിയുണ്ടാക്കുന്നു.

ചൊവ്വുള്ള. വി. ൧, നേരെയുള്ള. ൨, സമമായുള്ള.

ചൊവ്വെ. അ. നേരെ, ശരിയായിട്ടു.

ചൊവ്വോടെ. അ. മേല്പറഞ്ഞ അൎത്ഥം.

ചൊള്ള. ന. പുഴക്കേടുള്ള ധാന്യം മുതലായതു.

ചൊള്ള. ന. ൧, മെലിച്ചിൽ. ൨, വളൎച്ച മുഴുവനും വരുന്നതിന്നു മുൻപേ ഉണങ്ങിപ്പോകുന്ന ഫലം.

ചൊറി. ന. ചിരങ്ങു.

ചൊറിച്ചിൽ. ന. ൧, ചൊറിയുക. ൨, മാന്തൽ.

ചൊറിമധുരം. വി. അല്പമധുരമുള്ള.

ചൊറിപ്പുഴ. ന. തൊട്ടാൽ ചൊറിയുന്ന ഒരു വക പുഴു.

ചൊറിയണങ്ങ. ന. തൊട്ടാൽ മേൽ ചൊറിയുന്ന ഒരു വല്ലി.

ചൊറിയണം. ന. മേല്പറഞ്ഞ അൎത്ഥം.

ചൊറിയൻ. ന. ചിരങ്ങുള്ളവൻ, ചൊറിയുള്ളവൻ.

ചൊറിയുന്നു. ഞ്ഞു. വാൻ. (ചൊറി.) അ. ക്രി. മാന്തുന്നു, നഖംകൊണ്ടു ഉരസുന്നു.

ചൊറുകൽ. ന. ൧, മാന്തൽ. ൨, ഉരസുക.

ചൊറുകുന്നു. കി. വാൻ. (ചൊറുക.) സ. ക്രി. ചൊറിയുന്നു.

ചൊറുചൊറെ. അ. ധാരയായിട്ടു.

ചോ

ചോചകം. ന. ഇലവങ്ങത്തൊലി.

ചോചം. ന. മേല്പറഞ്ഞ അൎത്ഥം.

ചോടി. ന. ചെറിയ ഉടുപ്പു.

ചോട്ടാക്കാരൻ. ന. വളഞ്ഞ വടി കൊണ്ടുനടക്കുന്നവൻ, അകമ്പടിക്കാരൻ.

ചോട്ടാവടി. ന. വളഞ്ഞ വടി.

ചോണൽ; ജ്ഞോനൽ. ന. ഉപദ്രവിക്കാത്ത ഒരു മാതിരി ചുവന്ന ഉറുമ്പു.

ചോതന. ന. ൧, വെളിച്ചെണ്ണ മുതലായതു അളക്കുന്ന ഒരു അളവുപാത്രം. ൨, പരീക്ഷ, ശോധന. ൩, കറവം തിക്കുക. ൪, ലോഹാദികൾക്കു ശുദ്ധി വരുത്തുക. ൫, വെടിപ്പാക്കുക.

ചോതനക്കാരൻ. ന. കച്ചവടത്തിന്നായിട്ടു കൊണ്ടുനടക്കുന്ന ചരക്കുകൾക്കു തീരുവ തീൎന്നിട്ടുണ്ടോ എന്നു നോക്കുന്നതിന്നു സൎക്കാരിൽനിന്നു നിശ്ചയിച്ചിരിക്കുന്ന ഒരു ഉദ്യോഗസ്ഥൻ.

ചോതി. ന. പതിനഞ്ചാം നക്ഷത്രം.

ചോത്രം. ന. പശുക്കളിൽ ചുവന്ന.

ചോദന. ന. ൧, കല്പന. ൨, കല്പിച്ചയക്കുക.

ചോദിക്കുന്നു. ച്ചു. പ്പാൻ. (ചോദി.) സ. ക്രി. ൧, പറഞ്ഞയക്കുന്നു. ൨, തരേണമെന്നു പറയുന്നു. **ചോദിപ്പിക്കുന്നു.** കാ. ക്രി.

ചോദിത. വി. ൧, അയയ്ക്കപ്പെട്ട. ൨, പ്രേരിപ്പിയ്ക്കപ്പെട്ട.

ചോദ്യപ്പെടുന്നു. ട്ടു. വാൻ. (ചോദ്യ.) അ. ക്രി. ൧, വിസ്താരിക്കപ്പെടുന്നു. ൨, അറിയപ്പെടുന്നു.

ചോദ്യ. വി. (ദ്യൻ, ദ്യാ, ദ്യം.) വി. ന. അയക്കപ്പെടുവാനുള്ള.

ചോദ്യം. ന. ൧, യാചന, അന്വേഷണം. ൨, ശിക്ഷ. ൩, ശൈവശിക്ഷ. ൪, ന്യായസ്ഥലത്തു വാദിപ്രതികളെയും സാക്ഷിക്കാരെയും കൂട്ടി വിസ്തരിക്കുക.

ചോദ്യോത്തരം. ന. ചോദ്യവും ഉത്തരവും.

ചോനകനാരകം. ന. ഒരുമാതിരി നാരെങ്ങാ ഉണ്ടാകുന്ന വൃക്ഷം.

ചോനകനാരെങ്ങാ. ന. ജോനക നാരകത്തിന്റെ കായ്.

ചോനകപ്പുല്ലു. ന. ഒരുവക സൌരഭ്യമുള്ള പുല്ലു.

ചോമാതിരി. ന. യാഗം ചെയ്ത ബ്രാഹ്മണൻ.

ചോര. ന. ൧, രക്തം. ൨, ഒരുമാതിരി പുല്ലു.

ചോരക്കുഞ്ഞു. ന. പ്രസവിച്ചു പത്തു ദിവസം കഴിയുന്നതിന്നു മുൻപേയുള്ള കുഞ്ഞു.

ചോരക്കുരു. ന. ഒരു മാതിരി ചുവന്ന പരു.

ചോരചൊരിച്ചിൽ. ന. രക്തം ഒലിക്കുക.

ചോരച്ചാൎച്ച. ന. ൧, രക്തംകൊണ്ടുള്ള ഉടപ്പം. ൨, കള്ളന്മാരോടുള്ള ചേൎച്ച.

ചോരണം. ന. മോഷണം.

ചോരത്തല. ന. കൊടിയുടെ പുതിയ നാമ്പു.

ചോരത്തിളപ്പു. ന. യൌവനത്തിലുണ്ടാകുന്ന അഹമ്മതി.

ചോരത്തുള്ളി. ന. ചോരയുടെ തുള്ളി.

ചോരധൎമ്മം. ന. ൧, കള്ളന്റെ മുറ, മോഷണം. ൨, ചതിവു.

ചോരൻ. ന. കള്ളൻ.

ചോരപുഷ്പി. ന. ഒരു പച്ചമരുന്നു, ചണ്ണ.

ചോരപ്പാട്ടകളം. ന. കുരുതിക്കളം.

ചോരപ്പാച്ചിൽ. 'ന.' കള്ളന്മാരുടെ ഓട്ടം, ചോരയൊഴുക്ക.

ചോരപ്പുഴ. ന. രക്തനദി.

ചോരവാൎച്ച. ന. ചോര ഒലിപ്പ, ഒരു ദീനം.

ചോരവൃത്തി. ന. മോഷണം.

ചോരസംബന്ധം. ന. ൧, രക്തവഴിക്കുള്ള ഉടപ്പം. ൨, കള്ളന്മാരോടുള്ള ചേൎച്ച.

ചോരി. ന. ചോര.

ചോരിക. ന. മോഷണം.

ചോരിവാ. ന. ചുവന്ന ചുണ്ട, മനുഷ്യരുടെ ചൊടി.

ചോരുന്നു. ന്തു. വാൻ. (ചോർ.) അ. ക്രി. ൧, പാത്രങ്ങളുടെ സുഷിരത്തിൽകൂടെ ഒഴുകിപ്പോകുന്നു, മുകളിൽനിന്നു മഴവെള്ളം പുരയ്ക്കകത്തു വീഴുന്നു. ൨, മാറിക്കളയുന്നു. ൩, കൈവിടുന്നു. **ചോൎക്കുന്നു; ചോൎത്തുന്നു.** സ. ക്രി.

ചോൎച്ച. ന. ഓട്ടയിൽകൂടെ വെള്ളം ഒലിക്കുക.

ചോല. ന. ൧, മലയിൽനിന്നു വരുന്ന ഉറവു, മലയുറവ. ൨, തണൽപ്രദേശം.

ചോലകം. ന. ൧, മാൎച്ചട്ട. ൨, ഒരു മാതിരി പുല്ല.

ചോലവെള്ളം. ന. മലയുറവവെള്ളം.

ചോളകം. ന. ൧, മാൎച്ചട്ട. ൨, ഒരു മാതിരി പുല്ല.

ചോളൻ. ന. ൧, ചോളദേശത്തെ രാജാവു. ൨, ചോളദേശത്തെ കുടിയാനവൻ.

ചോളം. ന. ൧, മുലപ്പടം. ൨, ഒരു വക ധാന്യം. ൩, ചോളദേശം.

ചോഴൻ. ന. ചോളൻ.

ചോഴമണ്ഡലം. ന. ഇന്ത്യായുടെ കിഴക്കെ സമുദ്രതീരത്തിന്റെ ഒരു ഭാഗം.

ചോഴിയൻ. ന. ചോഴദേശത്തെ ബ്രാഹ്മണൻ.

ചോറു. ന. അരി വെള്ളത്തിലിട്ടു വെന്തു ഊററി എടുത്തതു.

ചോറപ്പുല്ല. ന. ഒരു മാതിരി ചുവന്ന പുല്ല.

ചോറൂൺ. ന. ൧, ഭക്ഷണം കഴിക്കുക. ൨, കുട്ടികൾക്ക നല്ലപ്പോൾ ചോറു കൊടുക്കുക.

ചോററുകഞ്ഞി. ന. വാൎത്ത കഞ്ഞി.

ചോററുപാളയം. വി. ന. ഭക്ഷണത്തിന്നായിട്ടു കാത്തിരിക്കുന്നവൻ.

ചൌ

ചൌക്കു. ന. കൊരടാവു, ചമ്മട്ടി.

ചൌക്ക. ന. ൧, ഒരു തീരുവസ്ഥലം. ൨, കാവൽസ്ഥലം.

ചൌക്കദാരൻ. ന. ചൌക്കയിൽ പ്രമാണി.

ചൌക്കാളം. ന. ഒരു വക കട്ടിയുള്ള തുണി.

ചൌക്കിളി. ന. ആണുങ്ങൾ കാതിൽ ഇടുന്ന ഒരു പൊന്നാഭരണം.

ചൌരൻ. ന. കള്ളൻ.

ചൌരി. ന. മോഷണം.

ചൌരികൻ. ന. കള്ളൻ.

ചൌരികം. ന. മോഷണം.

ചൌൎയ്യം. ന. മോഷണം.

ചൌളം. ന. മൂന്നു വയസ്സിൽ കുടുമ്മി നിറുത്തി പൈതലിന്റെ തല ചിരയ്ക്കുന്ന കൎമ്മം.

ച്യു

ച്യുത. വി. (തൻ, താ, തം.) വി. ന. ൧, വീണുപോയ. ൨, ഇളകിയ.

ച്യുതസംസ്കാരം. ന. നന്മ പൊരുളോയ, വ്യാകരണശുദ്ധിയില്ലായ്മ.

ച്യുതസായകൻ. വി. ന. ലാക്ക പിഴച്ചവൻ.

ച്യുതി. ന. ൧, വിഴ്ച. ൨, അപാനദ്വാരം.

ച്യൂതം. ന. മാവു.

ഛ. ഹല്ലുകളിൽ ഏഴാം അക്ഷരം.

ഛഗണം. ന. ഉണങ്ങിയ ചാണകം.

ഛഗലം. ന. ൧, കോലാടു. ൨, നീലവസ്ത്രം.

ഛഗലകം. ന. വെള്ളാടു.

ഛഗലൻ. ന. അത്രിമഹൎഷി.

ഛഗലാണ്ഡി. ന. മറിക്കുന്നി.

ഛട. ന. ൧, കൂട്ടം. ൨, ശോഭ, രശ്മി.

ഛത്മം. അല്ലെങ്കിൽ, **ഛദ്മം.** ന. വ്യാജം.

ഛത്രാ. ന. കൂണ്.

ഛത്രകം. ന. ൧, പൊന്മാൻ. ൨, വില്ലുപോലെ വളച്ചു പണിതിട്ടുള്ള അമ്പലം. ൩, കൂൺ.

ഛത്രഭംഗം. ന. ൧, പതിത്വം. ൨, വൈധവ്യം.

ഛത്രം. ന. കുട.

ഛത്രാ. ന. ൧, കൊത്തമ്പാലരി. ൨, ചതകുപ്പ. ൩, പക്കോലപ്പുട്ടിൽ. ൪, കുണ്ടപ്പുല്ല.

ഛത്രാകം. ന. കൂൺ.

ഛത്രാകീ. ന. ഒരങ്ങാടിമരുന്നു, അരത്ത.

ഛത്രാതിഛത്രം. ന. ൧, ഒരു സൌരഭ്യമുള്ള പുല്ല. ൨, ചതകുപ്പ.

ഛത്രി. വി. (ത്രീ, ത്രിണി, ത്രി.) വി. ന. കുടയുള്ള.

ഛത്രികൻ. ന. കുട പിടിക്കുന്നവൻ.

ഛത്രീ. ന. ക്ഷൌരകൻ.

ഛദനം. ന. ൧, ഇല. ൨, ചിറകു. ൩, ഉറ.

ഛദം. ന. ൧, ഇല. ൨, ചിറകു.

ഛദിസ്സു. ന. പുര മേയുന്നതിനുള്ള സാധനം.

ഛന്ദകൻ. ന. ൧, വാസുദേവൻ. ൨, രക്ഷിക്കുന്നവൻ.

ഛന്ദനം. ന. ൧, മൂടി. ൨, ചിറകു. ൩, ഇല. ൪, ഉറ.

ഛന്ദസ്സു. ന. ൧, ആറു ശാസ്ത്രങ്ങളിൽ ഒന്നു. ൨, ശ്ലോകങ്ങളുടെ വൃത്തം. ൩, വേദത്തിന്റെ വൃത്തം. ൪, വേദം. ൫, ഇഛ. ൬, താന്തോന്നിത്വം.

ഛന്ദോഭംഗം. ന. ശ്ലോകത്തിൽ അക്ഷരക്കുറവു.

ഛന്നത. ന. മറവു.

ഛന്നനാമം. ന. മറെക്കപ്പെട്ട പേർ.

ഛന്നപാപ. വി. (പൻ, പാ, പം.) വി. ന. പാപത്തെ മറെച്ച.

ഛന്നവേഷ. വി. (ഷൻ, ഷാ, ഷം.) വി. ന. വേഷത്തെ മറെച്ച.

ഛന്ന. വി. (ന്നൻ, ന്നാ, ന്നം.) വി. ന. മറെക്കപ്പെട്ട, നിൎജ്ജനമായുള്ള.

ഛൎദ്ദി. ന. ഭക്ഷിച്ച വസ്തു വായിൽകൂടെ പുറത്തേക്ക പോക, കക്കൽ.

ഛൎദ്ദിക്കുന്നു. ച്ചു. പ്പാൻ. (ഛൎദ്ദി.) അ. ക്രി. ഭക്ഷിച്ച വസ്തു വായിൽകൂടെ

പുറത്തേക്കു പോകുന്നു, കക്കുന്നു. ഛർദ്ദിപ്പിക്കുന്നു. സ. ക്രി.

ഛലനം. അല്ലെങ്കിൽ, **ഛലം.** ന. ൧, വ്യാജം. ൨, വഞ്ചന.

ഛല്ലി. ന. തോൽ, തൊലി.

ഛവി. ന. ൧, ശോഭ, രശ്മി.

ഛാ

ഛാഗം. ന. കോലാട്.

ഛാഗലം. ന. കോലാട്.

ഛാഗിക. ന. പെണ്ണാട്.

ഛാഗീ. ന. പെണ്ണാട്.

ഛാത. വി. (തൻ, താ, തം.) വി. ന. ൧, മുറിക്കപ്പെട്ട. ൨, മെലിഞ്ഞ, ക്ഷീണിച്ച.

ഛാത്രൻ. ന. ശിഷ്യൻ.

ഛാദനം. ന. മറവു.

ഛാദം. ന. പുര മേയുന്നതിന്നുള്ള സാധനം.

ഛാദിക്കുന്നു. ച്ചു. പ്പാൻ. (ഛാദി.) സ. ക്രി. ൧, കണ്ടിക്കുന്നു. ൨, മറെക്കുന്നു.

ഛാദിത. വി. (തൻ, താ, തം.) വി. ന. ൧, മറെക്കപ്പെട്ട, ൨, മുറിക്കപ്പെട്ട.

ഛാദ്യ. വി. (ദ്യൻ, ദ്യാ, ദ്യം.) വി. ന. ൧, മറെക്കപ്പെടത്തക്ക. ൨, മുറിക്കപ്പെടത്തക്ക.

ഛാന്ദസ്യ. വി. വേദത്തെ സംബന്ധിച്ച.

ഛാന്ദസൻ. ന. വാദ്ധ്യാൻ.

ഛാന്ദോഗ്യം. ന. ൧, വേദോപദേശം. ൨, വേദം.

ഛായ. ന. ൧, നിഴൽ. ൨, പ്രതിബിംബം. ൩, രൂപം, ഭാഗ്യം. ൪, ആദിത്യഭാര്യ. ൫, ശോഭ. ൬, പോഷണം. ൭, മണവാളസ്ത്രീ.

ഛായാതരു. ന. പടച്ചയുള്ള വൃക്ഷം.

ഛായാദേവി. ന. ആദിത്യന്റെ ഭാര്യ.

ഛായാപതി. ന. ആദിത്യൻ.

ഛായാപഥം. ന. ആകാശം.

ഛായാപുത്രൻ. ന. ശനി.

ഛായാമൃഗധരൻ. ന. ചന്ദ്രൻ.

ഛി

ഛി. അ. വെറുപ്പിങ്കലൊ വിരോധത്തിങ്കലൊ പ്രയോഗിക്കപ്പെടുന്ന ഒരു അവ്യയം.

ഛിക്ക. ന. തുമ്മൽ.

ഛിത. വി. (തൻ, താ, തം.) വി. ന. മുറിക്കപ്പെട്ട.

ഛിത്വര. വി. (രൻ, രാ, രം.) വി. ന. ൧, കൂട്ടുമ്പ്രാണമുള്ള. ൨, ശ്രുതിയുള്ള. ൩, മൂർച്ചയുള്ള.

ഛിദ. ന. ഖണ്ഡനം.

ഛിദകം. ന. ഇന്ദ്രന്റെ വാൾ.

ഛിദി. ന. കോടാലി.

ഛിദ്രക്കാരൻ. ന. കലഹക്കാരൻ.

ഛിദ്രം. ന. ൧, ദ്വാരം. ൨, കുററം. ൩, കലഹം. ൪, അവസരം.

ഛിദ്രിക്കുന്നു. ച്ചു. പ്പാൻ. (ഛിദ്രി.) സ. ക്രി. ൧, തുളെക്കുന്നു. ൨, കലഹിക്കുന്നു, പിരിയുന്നു. ൩, ഭംഗംവരുന്നു. ഛിദ്രിപ്പിക്കുന്നു. കാ. ക്രി.

ഛിദ്രിതം. വി. തുളെക്കപ്പെട്ട.

ഛിന്ന. വി. (ന്നൻ, ന്നാ, ന്നം.) വി. ന. മുറിക്കപ്പെട്ട.

ഛിന്നഭിന്നം. ന. ശിഥിലമാക്കിയതു.

ഛിന്നരുഹ. ന. അമൃതുവള്ളി.

ഛിന്നിക്കുന്നു. ച്ചു. പ്പാൻ. (ഛിന്നി.) സ. ക്രി. പലതായി പിരിക്കുന്നു. ഛിന്നിപ്പിക്കുന്നു. കാ. ക്രി.

ഛിന്നോത്ഭവ. ന. അമൃതുവള്ളി.

ഛു

ഛുദ്രം. ന. ൧, പകരം വീട്ടുക, പ്രതിക്രിയ. ൨, രശ്മി (വെളിച്ചത്തിന്റെ).

ഛുരിക. ന. കത്തി, ചുരിക.

ഛുരിതം. വി. പതിക്കപ്പെട്ട.

ഛുരി. ന. കത്തി.

ഛേ

ഛേക. വി. (കൻ, കാ, കം.) വി. ന. ഇണക്കമുള്ള.

ഛേകൊക്തി. ന. സൂചകവാക്കു.

ഛേദനം. അല്ലെങ്കിൽ, **ഛേദം.** ന. ൧, ഖണ്ഡനം, കണ്ടിക്കുക. ൨, ഖണ്ഡം.

ഛേദിക്കുന്നു. ച്ചു. പ്പാൻ. (ഛേദി.) സ. ക്രി. കണ്ടിക്കുന്നു.

ഛേദ്യ. വി. (ദ്യൻ, ദ്യാ, ദ്യം.) വി. ന. ഛേദിക്കപ്പെടുവാൻ തക്ക.

ഛേലകം. ന. കോലാടു.

ഛോ

ഛോടി. ന. മുക്കുവൻ.

ഛോലംഗം. ന. ചെറുനാരെങ്ങ.

ജ. ഹല്ലുകളിൽ എട്ടാം അക്ഷരം.

ജഗച്ചക്ഷുസ്സ. ന. ആദിത്യൻ, ലോകത്തിന്റെ കണ്ണു.

ജഗതി. ന. ൧, ലോകം. ൨, ഭൂമി. ൩, ജനം. ൪, ഒരു മാതിരി വൃത്തം.

ജഗൽ. അല്ലെങ്കിൽ, **ജഗത്തു.** ന. ൧, ലോകം. ൨, ജനം.

ജഗത്രയം. ന. മൂന്നു ലോകം.

ജഗൽകാരണം. ന. ദൈവം.

ജഗൽപതി. ന. ലോകനാഥൻ, ദൈവം.

ജഗത്പിതാ. ന. ൧, ബ്രഹ്മാവു. ൨, ദൈവം.

ജഗത്പ്രാണൻ. ന. വായു, കാററു.

ജഗൽസ്ഥിതി. ന. ൧, ലോകത്തിന്റെ ഇരിപ്പു. ൨, ലോകരക്ഷ.

ജഗദാശ്രയൻ. ന. ലോകത്തെ താങ്ങുന്നവൻ, ദൈവം.

ജഗദീശൻ. ന. ൧, ദൈവം. ൨, വിഷ്ണു.

ജഗദീശാ. ന. ൧, പാർവ്വതി. ൨, ലക്ഷ്മി.

ജഗദീശ്വരൻ. ന. ദൈവം.

ജഗദീശ്വരി. ന. പാർവ്വതി.

ജഗദുദ്ഭവം. ന. ലോകത്തിന്റെ ഉത്ഭവം

ജഗദ്ഗുരു. ന. ദൈവം.

ജഗദ്വാസി. വി. ന. ലോകവാസി.

ജഗദ്ദ്വേഷി. വി. (ഷീ, ഷിണി, ഷി.) വി. ന. ൧, ലോകത്തെ ഉപേക്ഷിക്കുന്ന. ൨, ലോകത്തെ ഉപദ്രവിക്കുന്ന.

ജഗന്നാഥൻ. ന. ൧, ലോകനാഥൻ, ദൈവം. ൨, വിഷ്ണു.

ജഗന്നാഥം. ന. ബങ്കാള ഉൾക്കടലിന്നരികെ ഒരു കേൾവിപ്പെട്ട സ്ഥലം.

ജഗന്നായകൻ. ന. ദൈവം.

ജഗന്നാശം. ന. ലോകനാശം.

ജഗന്നിവാസൻ. ന. ദൈവം.

ജഗന്മംഗലൻ. ന. ദൈവം.

ജഗന്മംഗലാ. ന. ൧, ലക്ഷ്മി. ൨, പാർവ്വതി.

ജഗന്മയൻ. ന. ദൈവം.

25

ജഗന്മയീ. ന. പാൎവ്വതി.

ജഗന്മാതാ. ന. മായാദേവി.

ജഗന്മോഹന. വി. (നൻ, നാ, നം.) വി. ന. സൌന്ദൎയ്യമുള്ള.

ജഗരം. ന. കവചം.

ജഗളം. ന. കൊഴുത്ത മദ്യം.

ജഗ്ദ്ധ. വി. (ദ്ധൻ, ദ്ധാ, ദ്ധം.) വി. ന. ഭക്ഷിക്കപ്പെട്ട.

ജഗ്ദ്ധി. ന. ൧, ഭക്ഷണകൎമ്മം. ൨, സഹഭോജനം. ൩, ഭക്ഷണം.

ജഘനം. ന. അരയുടെ മുൻഭാഗം.

ജഘന്യജൻ. ന. ൧, അനുജൻ. ൨, ശൂദ്രൻ.

ജഘന്യ. വി. (ന്യൻ, ന്യാ, ന്യം.) വി. ന. ൧, ഒടുക്കത്തെ. ൨, നിന്ദ്യമായുള്ള.

ജ. (ജൻ, ജാ, ജം); **ജന്മാവ്.** ജനിച്ച എന്നൎത്ഥം വരുത്തുവാൻ പദ്യാന്ത്യത്തിൽ ചേൎക്കുന്നതു. ഉ-ം. പങ്കജം. (ചെളിയിൽ ജനിക്കുന്നതു = താമര.) കുംഭജന്മാവ്. (കുടത്തിൽനിന്നും ജനിച്ച ആൾ = അഗസ്ത്യമുനി.)

ജംഗമ. വി. (മൻ, മാ, മം.) വി. ന. ഇളകുന്ന, സഞ്ചരിക്കുന്ന.

ജംഗമം. ന. സഞ്ചരിക്കുന്ന വസ്തു.

ജംഗലം. വി. വിജനമായുള്ള.

ജംഗാലം. ന. അതിരു, വരമ്പു.

ജംഗുലം. ന. വിഷം.

ജംഘ. ന. ൧, കാൽ. ൨, കണംകാൽ.

ജംഘിലാ. ന. ഒരു രാഗം.

ജംഘാകാരികൻ. ന. ഓട്ടാൾ, അഞ്ചൽക്കാരൻ.

ജംഘാത്രാണം. ന. കാൽകുപ്പായം.

ജംഘാലൻ. ന. വേഗം നടക്കുന്നവൻ.

ജട. ന. ൧, പേരാലിന്റെ പാല്യം ഭസ്മവും കൂട്ടിപ്പിരിച്ച തലമുടി. ൨, വിടുവേരു.

ജടാജൂടം. ന. ൧, ജട. ൨, ശിവന്റെ ജട.

ജടാധാരി. വി. (രീ, രിണി, രി.) വി. ന. ജടയുള്ള.

ജടാമാംസി. ന. ഒരങ്ങാടിമരുന്നു, മാഞ്ചി.

ജടായുസ്സ്. ന. അരുണന്റെ പുത്രനായിരിക്കുന്ന ഒരു പക്ഷി.

ജടില. വി. (ലൻ, ലാ, ലം.) വി. ന. ജടയുള്ള.

ജടിലൻ. ന. ൧, സിംഹം. ൨, തിപ്പലി. ൩, ജടയുള്ളവൻ.

ജടില. ന. ഒരങ്ങാടിമരുന്നു, മാഞ്ചി.

ജടി. ന. ചിററാൽ.

ജഠര. വി. (രൻ, രാ, രം.) വി. ന. ൧, കട്ടപ്പമുള്ള. ൨, ബന്ധിക്കപ്പെട്ട.

ജഠരം. ന. വയറു.

ജഠരാഗ്നി. ന. വയററിലെ അഗ്നി.

ജഠരാമം. ന. നീരോഴിവു.

ജഠരാമയം. ന. വയററിലെ ദീനം.

ജഡക്രിയ. വി. (യൻ, യാ, യം.) വി. ന. താമസിച്ചു ചെയ്യുന്ന.

ജഡത; ജഡത്വം. ന. ൧, തണുപ്പു. ൨, മൂഢത.

ജഡ. വി. (ഡൻ, ഡാ, ഡം.) വി. ന. ൧, തണുപ്പുള്ള. ൨, മൂഢതയുള്ള. ൩, ജീവനില്ലാത്ത.

ജഡം. ന. ൧, ദേഹം. ൨, മാംസം.

ജഡൻ. ന. മൂഢൻ.

ജഡിമാ. ന. തണുപ്പു.

ജഡീകൃതം. വി. ജഡമാക്കിത്തീൎത്തതു.

ജഡീഭൂത. വി. ജഡമായി ഭവിച്ചതു.

ജഡുലം. ന. മറുക.

ജതു. ന. കോലരക്കു.

ജതുക. ന. വാവൽ.

ജതുകം. ന. പെരുങ്കായം.

ജതുനി. ന. വാവൽ.

ജതുക. ന. ൧, വാവൽ. ൨, വെങ്കച്ചോലം.

ജത്രു. ന. വൂണെല്ലു, വളയെല്ലു.

ജനകൻ. ന. ൧, പിതാവു. ൨, മിഥിലാ രാജാവു.

ജനത. ന. ജനക്കൂട്ടം.

ജനനദിവസം. ന. ജനിച്ചദിവസം.

ജനനഭൂമി. ന. ൧, ജനിച്ച ദിക്കു. ൨, അട്ടിപ്പേർ.

ജനനമരണങ്ങൾ. ന. ജനനവും മരണവും.

ജനനം. ന. ൧, ഉത്ഭവം, പിറവി. ൨, വംശപാരമ്പൎയ്യം.

ജനനി. ന. മാതാവു, അമ്മ.

ജനപദം. ന. നാട്ടിൻപുറം.

ജനപുഷ്ടി. ന. ജനങ്ങൾ വൎദ്ധിക്കുക, ആൾപ്പെരുപ്പം.

ജനപുഷ്ടികര. വി. (രൻ, രാ, രം.) വി. ന. ജനങ്ങൾക്കു പുഷ്ടിവരുത്തുന്ന.

ജനപ്രവാദം. ന. കേൾവി.

ജനബാധ. ന. അസഹ്യത, അലട്ടു.

ജനമേജയൻ. ന. ഹസ്തിനപുരത്തിലെ കീൎത്തിപ്പെട്ട ഒരു രാജാവു.

ജനം. ന. ജനക്കൂട്ടം.

ജനംഗമൻ. ന. ചണ്ഡാലൻ.

ജനയൽ; ജന്നൽ; ജനൽ; ജനവാതൽ. ന. കാററു വരുവാനുള്ള ചെറിയ വാതൽ, വാതായനം.

ജനയിതാ. ന. പിതാവു.

ജനയിത്രീ. ന. മാതാവു.

ജനരഞ്ജന. ന. മനുഷ്യസ്നേഹം, സൽഗ്ഗുണശീലം.

ജനലോകം. ന. ലോകങ്ങൾ പതിനാലുള്ളതിൽ ഒന്നു.

ജനവാദം. ന. വൎത്തമാനം.

ജനശ്രുതി. ന. വൎത്തമാനം.

ജനസാമാന്യം. ന. ജനങ്ങളിൽ ഭൂരിപക്ഷക്കാർ, ജനക്കൂട്ടം.

ജനസ്ഥാനം. ന. ദണ്ഡക വനത്തിൽ ഒരു ദിക്കു.

ജനാൎദ്ദനൻ. ന. വിഷ്ണു.

ജനാശ്രയം. ന. വഴിയമ്പലം.

ജനി. ന. ൧, ജനനം. ൨, സ്ത്രീ.

ജനിക്കുന്നു. ച്ചു. പ്പാൻ. (ജനി.) അ. ക്രി. ൧, പിറക്കുന്നു. ൨, ഉത്ഭവിക്കുന്നു. ജനിപ്പിക്കുന്നു. സ. ക്രി.

ജനിതാവു. ന. പിതാവു.

ജനിത്രീ. ന. മാതാവ്.

ജനിത്വാ. ന. മാതാവ്.

ജനിത്വൻ. ന. പിതാവ്.

ജനിമാ. ന. ജനനം, ഉൽപാദനം.

ജനിമൃതികൾ. ന. ജനനവും മരണവും.

ജനീ. ന. ൧, ജനനം. ൨, സ്ത്രീ. ൩, മാതാവു. ൪, മകന്റെ ഭാൎയ്യ. ൫, വെങ്കച്ചോലം.

ജനു. ന. ജനനം.

ജനുസ്സ്. ന. ജനനം.

ജനോദാഹരണം. ന. ൧, മഹത്വം. ൨, ശ്രേഷ്ഠത.

ജനോപകാരം. ന. ജനങ്ങളുടെ പ്രയോജനം.

ജനോപദ്രവം. ന. ജനപീഡ.

ജനോഘം. ന. ജനസമൂഹം.

ജന്തു. ന. പ്രാണി, മൃഗം.

ജന്തുകാ. ന. കോലരക്ക്.

ജന്തുക്കൾ. ന. പ്രാണികൾ.

ജന്തുത്വം. ന. മൃഗസ്വഭാവം.

ജന്തുധമ്മം. ന. ജന്തുക്കളുടെ സ്വഭാവഗുണം.

ജന്തുപ്രായ. വി. (യൻ, യ്യാ, യം.) വി. ന. മൃഗസ്വഭാവമുള്ള.

ജന്തുഫലം. ന. അത്തി.

ജന്തുമതി. ന. ഭൂമി.

ജന്തുവൃത്തം. ന. മൃഗങ്ങളുടെ ശീലം.

ജന്തുവൃത്തി. ന. മൃഗങ്ങളുടെ സ്വഭാവം.

ജന്തുഹിംസ. ന. പ്രാണിവധം.

ജന്മതാരം. ന. ക, ജനനദിവസം. വ, ജനിക്കുമ്പോഴത്തെ നക്ഷത്രം.

ജന്മദേശം. ന. ജനിച്ച ദിക്കു.

ജന്മനക്ഷത്രം. ന. ക, ജനിച്ച ദിവസം. വ, ജനിക്കുമ്പോഴത്തെ നക്ഷത്രം.

ജന്മപകം. ന. ജാതിവൈരം.

ജന്മപത്രിക. ന. ജാതകം.

ജന്മപാപം. ന. മൂലപാപം.

ജന്മപ്രകൃതി. ന. സ്വഭാവം, ജനിച്ചപ്പോളെയുള്ള ശീലം.

ജന്മപ്രഭൃതി. അ. ജനിച്ച നാൾ തുടങ്ങി.

ജന്മഭം. ന. ക, ജനനദിവസം. വ, ജനിച്ച ദിവസത്തെ നാൾ, പുറന്നാൾ.

ജന്മം. ന. ക, ജനനം. വ, മുതലാളന്റെ വസ്തു, അട്ടിപ്പേർ.

ജന്മസാഫല്യം. ന. ജന്മോദ്ദേശ്യം ഫലിക്കയെന്നുള്ളതു.

ജന്മസിദ്ധി. ന. ക, ജന്മസാഫല്യം. വ, ജന്മം കിട്ടുകയെന്നുള്ളതു.

ജന്മവാദം. ന. മുതലാളന്റെ വസ്തു സംബന്ധിച്ചുള്ള തക്കം.

ജന്മക്ഷം. ന. പുറന്നാൾ.

ജന്മാധികാരം. ന. ജന്മത്തിന്റെ അധികാരം.

ജന്മാധികാരി. വി. (രി, രിണി, രി.) വി. ന. ജന്മത്തിന്നധികാരമുള്ള.

ജന്മാന്തരകൃതം. വി. മുജ്ജന്മത്തിൽ ചെയ്ത.

ജന്മാന്തരം. ന. ക, മറുജന്മം, മുൻപിലത്തെയൊ ഇനിയത്തെയൊ ജന്മം. വ, സൽഗുണശീലം. മ, നന്മ.

ജന്മാന്തരവാസന. ന. പൂർവ്വജന്മവാസന.

ജന്മി. ന. ക, ഭൂമിയുടെ ഉടയവൻ, മുതലാളൻ. വ, പ്രാണി.

ജന്മിഭോഗം. ന. ജന്മിക്കുള്ള അവകാശം.

ജന്മിമാറാട്ടം. ന. മുതലാളന്റെ വസ്തുവിനെക്കുറിച്ചുള്ള തക്കം.

ജന്യ. വി. (ന്യൻ, ന്യാ, ന്യം.) വി. ന. ജനിക്കത്തക്ക.

ജന്യ. ന. ക, മാതാവു. വ, മാതാവിന്റെ സഖി. മ, തോഴി. ര, ഇഷ്ടം സന്തോഷം.

ജന്യൻ. ന. ക, പിതാവു. വ, തോഴൻ.

ജന്യം. ന. ക, യുദ്ധം. വ, ശ്രുതി. മ, ചന്തപ്പട്ടം. ര, ഉല്പ്ക്ഷണം.

ജന്യു. ന. പ്രാണി.

ജപമാല. അല്ലെങ്കിൽ, **ജപമാലിക.** ന. ജപിക്കുന്ന മാല, രുദ്രാക്ഷമാല.

ജപം. അല്ലെങ്കിൽ, **ജപനം.** ന. പ്രാത്ഥനയൊ വേദത്തിലെ ചില വാക്യങ്ങളൊ മന്ത്രമൊ നാമങ്ങളൊ ചൊല്ലുക.

ജപപരായണ. വി. (ണൻ, ണാ, ണം.) വി. ന. ജപത്തിങ്കൽ താല്പൎയ്യമുള്ള.

ജപാ. ന. ചെമ്പരത്തി.

ജപാകുസുമം. ന. ചെമ്പരത്തിപ്പൂവു.

ജപിക്കുന്നു. ച്ച. പ്പാൻ. (ജപി.) സ. ക്രി. പ്രാത്ഥനയും മററും ചൊല്ലുന്നു.

ജപ്ത. വി. (പ്തൻ, പ്താ, പ്തം.) വി. ന. ജപിക്കപ്പെട്ട.

ജപ്തി. ന. കണ്ടുകെട്ടു.

ജപ്യ. വി. (പ്യൻ, പ്യാ, പ്യം.) വി. ന. ജപിക്കേണ്ടുന്ന.

ജമ. ന. ശേഖരിപ്പു, കരംപിരിവു.

ജമക്കാളം; ചമുക്കാളം; ചവുക്കാളം. ന. വിരിച്ചു കിടക്കാനുപയോഗിക്കുന്ന മനോഹരമായ വിരിപ്പുതുണി.

ജമഖച്ച്. ന. വരവിന്നും ചിലവിന്നുമുള്ള കണക്കു.

ജമദഗ്നി. ന. പരശുരാമന്റെ പിതാവു.

ജമാബന്തി; ജമാവന്തി. ന. കരംപിരിവു വകെക്കുള്ള ഒരു മേലധികാരവും അവിടത്തെ അധികാരികളുടെ കൂട്ടവും.

ജമാവസൂൽബാക്കി. ന. പിരിവും കുടിശ്ശികയും.

ജമീദാർ; ജമേദാർ. ന. പട്ടാളത്തിലെ ഒരു ഉദ്യോഗസ്ഥൻ.

ജംപതികൾ. ന. ഭാൎയ്യാഭത്താക്കന്മാർ.

ജംപാ. ന. ചെമ്പരത്തി.

ജംബാളം. ന. ക, ചിറ. വ, നീർവാളം. മ, കടലാവണക്കു.

ജംബീരഫലം. ന. ചോനകനാരെങ്ങ.

ജംബീരം. ന. ചോനകനാരകം.

ജംബു. ന. ക, ചാമ്പ, ചാമ്പെക്കാ. വ, ഞാവൽ. മ, കുറുക്കൻ.

ജംബുകൻ. ന. ക, കുറുക്കൻ. വ, വരുണൻ.

ജംബുദ്വീപം. ന. ലവണസമുദ്രത്തിന്നകത്തുള്ള ഭൂമി.

ജംബുനദി. ന. മേരുവിങ്കൽനിന്നു ഒഴുകുന്ന ഒരു നദി.

ജംബൂ. ന. ക, ചാമ്പ, ചാമ്പെക്കാ. വ, ഞാവൽ. മ, കുറുക്കൻ.

ജംബൂഫലം. ന. ക, ചാമ്പെക്കാ. വ, ഞാവൽക്കാ.

ജംബൂളം. ന. കൈത.

ജംഭഭേദി. ന. ഇന്ദ്രൻ.

ജംഭം. ന. നാരകം.

ജംഭരിപു. ന. ഇന്ദ്രൻ.

ജംഭലം. ന. നാരകം.

ജംഭാരി. ന. ക, ഇടിവാൾ. വ, ഇന്ദ്രൻ.

ജംഭീരം. ന. ക, ചോനകനാരകം. വ, ഒരുവക തുളസി.

ജയഢക്ക. ന. ചേങ്ങില.

ജയതാളം. ന. ഒരുവക താളം.

ജയനം. ന. ക, ആന കുതിരകൾക്കുള്ള കവചം. വ, ജയിക്കുക.

ജയൻ. ന. വിഷ്ണുവിന്റെ ഒരു കാവല്ക്കാരൻ.

ജയന്തൻ. ന. ഇന്ദ്രന്റെ പുത്രൻ.

ജയന്തി. ന. ക, ഒരുവക വൃക്ഷം. വ, കൊടി.

ജയപത്രം. ന. ജയവത്തമാനം.

ജയഭേരി. ന. ജയത്തിങ്കൽ കൊട്ടുന്ന ഒരുവക വാദ്യം.

ജയം. ന. വെല്ലുക.

ജയശംഖ്യ. ന. ജയിച്ചിട്ടുള്ള ശംഖ നാദം.

ജയശബ്ദം. ന. ജയിച്ചിട്ടുള്ള ശബ്ദം.

ജയശ്രീ. ന. ജയംകൊണ്ടുള്ള ഐശ്വൎയ്യം.

ജയസന്തോഷം. ന. ജയിച്ചിട്ടുള്ള സന്തോഷം.

ജയാ. ന. ൧, പാൎവ്വതി. ൨, പാൎവ്വതിയുടെ ഒരു തോഴി. ൩, തൃതീയ, അഷ്ടമി, ത്രയോദശി. ൪, കടുക്ക. ൫, മുഞ്ഞ. ൬, കഞ്ചാവു. ൭, അറുപതിൽ ഇരുപത്തെട്ടാം വൎഷം.

ജയാജയം. ന. ജയവും തോൽവിയും.

ജയി. വി. (യി, യിനീ, യി.) വി. ന. ജയിക്കുന്ന.

ജയ്യ. വി. (യ്യൻ, യ്യാ, യ്യം.) വി. ന. ജയിപ്പാൻ കഴിയുന്ന.

ജര. ന. വാൎദ്ധക്യം.

ജരഠ. വി. (ഠൻ, ഠാ, ഠം.) വി. ന. വാൎദ്ധക്യമുള്ള, പഴയ.

ജരണം. ന. ൧, ജീരകം. ൨, ഒരുവക തൈ. ൩, വാൎദ്ധക്യം. ൪, കായം.

ജരദ്ഗവം. ന. മുതുകാള.

ജരദ്ഗവീ. ന. മുതുപശു.

ജരജ്ജ്ഞാനി. ന. വൃദ്ധനായ ഭൎത്താവു.

ജരന്തം. ന. പോത്തു.

ജരൽ. വി. (രൻ, രതീ, രൽ.) വി. ന. ൧, വാൎദ്ധക്യമായ. ൨, പഴക്കമായ.

ജരസ്സ. ന. വൃദ്ധത.

ജരാതുര. വി. (രൻ, രാ, രം.) വി. ന. വാൎദ്ധക്യംകൊണ്ടു ക്ഷീണിച്ച.

ജരാനരകൾ. ന. ജരയും നരയും, വാൎദ്ധക്യം.

ജരായു. ന. ൧, ഗൎഭപാത്രത്തിൽ കിടക്കുന്ന പ്രജയെ പൊതിഞ്ഞിരിക്കുന്ന ഒരു തൊലി. ൨, പാമ്പിന്റെ പടം.

ജരായുജ. വി. (ജൻ, ജാ, ജം.) വി. ന. ജരായുവിൽ ജനിച്ച.

ജരിക്കുന്നു. ച്ചു. പ്പാൻ. (ജരി.) അ. ക്രി. ൧, ജരപിടിക്കുന്നു, തൊലിചുളിയുന്നു. ൨, ദഹിക്കുന്നു.

ജരുഥം. ന. ൧, മാംസം. ൨, വാൎദ്ധക്യംകൊണ്ടു തൊലി ഞൊറിഞ്ഞതു.

ജരെക്കുന്നു. ച്ചു. പ്പാൻ. (ജരെ.) അ. ക്രി. നരെക്കുന്നു, വയസ്സുചെല്ലുന്നു.

ജൎജ്ജര. വി. (രൻ, രാ, രം.) വി. ന. ൧, പഴയ, കീറിയ. ൨, തകൎന്ന, പൊടിഞ്ഞ.

ജൎജ്ജരം. ന. ഇന്ദ്രന്റെ കൊടി.

ജലകം. ന. ശംഖു.

ജലകണം. ന. വെള്ളത്തിന്റെ തുള്ളി.

ജലകന്ദകം. ന. നിലക്കിഴങ്ങു.

ജലകല്ക്കം. ന. ചെളി, വെള്ളത്തിലെ അടിമട്ടു.

ജലക്രീഡ. ന. വെള്ളത്തിൽ കിടന്നുള്ള കളി.

ജലചര. വി. (രൻ, രീ, രം.) വി. ന. വെള്ളത്തിൽ സഞ്ചരിക്കുന്ന.

ജലജന്തു. ന. മത്സ്യാദി.

ജലജന്തുക. ന. അട്ട.

ജലജ. വി. (ജൻ, ജാ, ജം.) വി. ന. വെള്ളത്തിലുണ്ടാകുന്ന.

ജലജം. ന. ൧, മത്സ്യം. ൨, താമര. ൩, കക്കാ, ശംഖു.

ജലദ. വി. (ദൻ, ദാ, ദം.) വി. ന. വെള്ളത്തെ കൊടുക്കുന്ന.

ജലദം. ന. ൧, മേഘം. ൨, മുത്തെങ്ങാ.

ജലദാനം. ന. വെള്ളം കൊടുക്കുക.

ജലദോഷം. ന. ഒരു ദീനം.

ജലദ്രോണി. ന. വെള്ളം വെക്കുന്ന ഒരു വലിയ പാത്രം.

ജലദ്വാരം. ന. ഓക.

ജലധര. വി. (രൻ, രാ, രം.) വി. ന. വെള്ളത്തെ ധരിക്കുന്ന.

ജലധരം. ന. ൧, മേഘം. ൨, സമുദ്രം.

ജലധാര. ന. വെള്ളംകൊണ്ടുള്ള ധാര.

ജലധാരണം. ന. വെള്ളംകൊണ്ടു കഴുകുക, ശിക്ഷവരുത്തുക.

ജലധി. ന. ൧, സമുദ്രം. ൨, സംഖ്യാവിശേഷം.

ജലനകലം. ന. കഴുനാ.

ജലനിധി. ന. സമുദ്രം.

ജലനിൎഗ്ഗമം. ന. തൂമ്പു, ഓക.

ജലനീലി. ന. കരിമ്പായൽ.

ജലപതി. ന. വരുണൻ.

ജലപക്ഷി. ന. വെള്ളത്തിൽ സഞ്ചരിക്കുന്ന പക്ഷി.

ജലപാത്രം. ന. കിണ്ടി മുതലായതു.

ജലപാനം. ന. വെള്ളംകുടി.

ജലപിശാച. ന. ഒക്കെയും അശുദ്ധം എന്നു വിചാരിക്കുക.

ജലപുഷ്പം. ന. താമര ആമ്പൽ ഇത്യാദി.

ജലപ്രവാഹം. ന. ഒഴുക്കു.

ജലപ്രളയം. ന. വെള്ളപ്പൊക്കം, ലോകനാശം.

ജലപ്രായം. ന. ഏറവും വെള്ളമുള്ള സ്ഥലം.

ജലപ്ലവം. ന. കഴുനാ.

ജലബന്ധകം. ന. കെട്ടിയ ചിറ.

ജലബാധ. ന. മലമൂത്രങ്ങൾ ഒഴിക്കുന്നതിനു പറയുന്ന ഒരു വാക്കു.

ജലബ്രാഹ്മി. ന. ഒരു വക പച്ചമരുന്നു.

ജലമാൎജ്ജാരൻ. ന. കഴുനാ.

ജലമുക്. ന. മേഘം.

ജലമൃത്തിക. ന. ൧, ആലിപ്പഴം. ൨, മേഘം.

ജലം. ന. വെള്ളം.

ജലയന്ത്രം. ന. വെള്ളം കേററികൊണ്ടുപോകുന്നതിനുള്ള ഒരു സൂത്രപ്പണി.

ജലരാശി. ന. സമുദ്രം.

ജലരേഖ. ന. വെള്ളത്തിലെ വര.

ജലലത. ന. ഓളം, തിരമാല.

ജലവിഷുവം. ന. തുലാസംക്രമം, ആദിത്യൻ തുലാരാശിയിൽ ചെല്ലുന്ന സമയം.

ജലവൃശ്ചികം. ന. ചെമ്മീൻ.

ജലവേണി. ന. ഒഴുക്കു.

ജലവ്യാളം. ന. നീൎക്കോലി.

ജലശുക്തി. ന. ഞമഞ്ഞി.

ജലസൂചി. ന. അട്ട.

ജലസൂത്രം ന. വെള്ളം കൊണ്ടുപോകുന്ന വിദ്യ.

ജലസ്തംഭനം. അല്ലെങ്കിൽ, **ജലസ്തംഭം.** ന. വെള്ളത്തിന്മേൽ ചെയ്യുന്ന ഒരു മാതിരി കണ്കെട്ടുവിദ്യ.

ജലഹസ്തി. ന. കടലാന.

ജലാഖു. ന. കഴുനാ.

ജലാടനം. ന. കൊററിപ്പക്ഷി.

ജലാണ്ഡകം. ന. ചിറാകമീൻ.

ജലാധാരം. ന. ൧, പൊയ്ക. ൨, കുടം.

ജലാവൎത്തം. ന. നീൎച്ചുഴി.

ജലാശയം. ന. ൧, പൊയ്ക. ൨, രാമച്ചം.

ജലേശൻ. ന. വരുണൻ.

ജലേശയൻ. ന. മീൻ.

ജലോചരപാസം. ന. വാച്ചാൽ.
ജലൌകസ്സ്. ന. അട്ട.
ജലൌകാ. ന. അട്ട.
ജല്പി; ജൽത്തി. വി. വേഗത്തിൽ.
ജല്പക. വി. (കൻ, കാ, കം.) വി. ന. ഉമ്പില്ലാതെ പറയുന്ന.
ജല്പനം. ന. താഴെപ്പറയുന്ന അത്ഥം.
ജല്പം. ന. ൧, ഉമ്പില്ലാത്ത സംസാരം. ൨, പിണക്കം.
ജല്പാക. വി. (കം, കി, കം.) വി. ന. ഉമ്പില്ലാതെ പറയുന്ന.
ജല്പിക്കുന്നു. ച്ചു. പ്പാൻ. (ജല്പി.) സ. ക്രി. ചിലെക്കുന്നു.
ജല്പിത. വി. (തൻ, താ, തം.) വി. ന. പറയപ്പെട്ട.
ജല്പിതം. ന. വാക്ക.
ജവന. വി. (നൻ, നാ, നി, നം.) വി. ന. അധിക വേഗമുള്ള.
ജവനൻ. ന. വേഗം ഓടുന്ന കുതിര.
ജവനിക. ന. തിരശ്ശീല, കൂടാരമറ.
ജവന്തിപുഷ്പം. ന. ചേമന്തി.
ജവ. വി. (വൻ, വാ, വം.) വി. ന. വേഗമുള്ള.
ജവം. ന. വേഗം.
ജവളി; ജൌളി; ചവളി. ന. തുണി, കച്ച, ചേല മുതലായ ചരക്കുകൾ.
ജവാദ. ന. ൧, ഒരു വക കസ്തൂരി. ൨, കസ്തൂരിമൃഗം.
ജവാധിക. വി. (കൻ, കാ, കം.) വി. ന. അധികവേഗമുള്ള.
ജവാധികൻ. ന. വേഗം ഓടുന്ന കുതിര.
ജവാപുഷ്പം. ന. ചെമ്പരത്തി, ചെമ്പരത്തിപ്പൂവു.
ജവാബ്. ന. മറുപടി.
ജവി. വി. (വി, വിനി, വി.) വി. ന. വേഗമുള്ള.
ജവീ. ന. ൧, കുതിര. ൨, ഒട്ടകം.
ജഹക. വി. (കൻ, കാ, കം.) വി. ന. ഉപേക്ഷിക്കുന്ന.
ജഹകം. ന. ൧, പൈതൽ. ൨, സമയം. ൩, പാമ്പിന്റെ പടം.
ജഹ്നു. ന. ൧, ഒരു മുനിയുടെ പേർ. ൨, വിഷ്ണു.
ജഹ്നുതനയാ: ന. ഗംഗാനദി.

ജളത. ന. ൧, മന്ദത, ബുദ്ധിമാന്ദ്യം. ൨, അറിവില്ലായ്മ. ൩, അപമാനം.
ജളതാ. ന. മേല്പറഞ്ഞ അത്ഥം.
ജളൻ. ന. ൧, മന്ദബുദ്ധിയുള്ളവൻ. ൨, ഭോഷൻ.
ജളമതി. ന. മന്ദബുദ്ധി, ബുദ്ധിയില്ലായ്മ.
ജളൂക. ന. അട്ട.
ജക്ഷ്യം. ന. ഒരു ദിനം, രാജയക്ഷ്മാവു.
ജക്ഷ്മാവു. ന. മേല്പറഞ്ഞ അത്ഥം.

ജാ

ജാഗരണം. ന. ഉണച്ച.
ജാഗര. വി. (രൻ, രാ, രം.) വി. ന. ഉണച്ചയുള്ള.
ജാഗരി. വി. (രി, രിണി, രി.) വി. ന. ഉണച്ചയുള്ള.
ജാഗരിക്കുന്നു. ച്ചു. പ്പാൻ. (ജാഗരി.) അ. ക്രി. ഉണച്ചയുണ്ടാകുന്നു.
ജാഗരിത. വി. (താ, ത്രീ, തൃ.) വി. ന. ഉണച്ചയുള്ള.
ജാഗരൂക. വി. (കൻ, കാ, കം.) വി. ന. ഉണച്ചയുള്ള.
ജാഗയ്യ. ന. ഉണച്ച.
ജാഗ്രത. ന. ൧, ഉറക്കംഒഴിച്ചിൽ. ൨, സൂക്ഷം, താല്പയ്യം.
ജാഗ്രതപ്പെടുന്നു. ട്ടു. വാൻ. (ജാഗ്രത.) അ. ക്രി. ൧, സൂക്ഷ്മം ഉണ്ടാകുന്നു. ൨, താല്പയ്യപ്പെടുന്നു. ജാഗ്രതപ്പെടുത്തുന്നു. സ. ക്രി.
ജാഗ്രൽ. വി. (ഗ്രൻ, ഗ്രതി, ഗ്രൽ.) വി. ന. ഉണന്നിരിക്കുന്ന, ജാഗ്രതയുള്ള.
ജാഗ്രബുദ്ധി. ന. ജാഗ്രത്യുള്ള മനസ്സ.
ജാംഗലം. ന. ൧, മാംസം. ൨, ഭംഗിയുള്ള ദേശം. ൩, മരുഭൂമി.
ജാംഗലി. ന. പാമ്പു പിടിക്കുന്നവൻ.
ജാംഗുലികൻ. ന. പാമ്പുപിടിക്കുന്നവൻ, വിഷവൈദ്യൻ.
ജാംഘനീ. ന. തുട.
ജാംഘികൻ. ന. ഓട്ടാളൻ, ഓടുന്നവൻ.
ജാജ്വല്യമാന. വി. വീണ്ടും വീണ്ടും ശോഭിക്കുന്ന.
ജാംബവം. ന. ൧, സ്വർണ്ണം. ൨, ഞാവൽപ്പഴം.

ജാടലി. ന. പാതിരിവൃക്ഷം.
ജാഠര. വി. വയററിനെ സംബന്ധിച്ച.
ജാഠരാഗ്നി. ന. വയററിലെ അഗ്നി.
ജാഡ്യം. ന. ൧, തണുപ്പ. ൨, മടി, മന്ദത. ൩, ആലസ്യം.
ജാതകപദ്ധതി. ന. ഒരു ജ്യോതിഷഗ്രന്ഥം.
ജാതകം. ന. ജന്മപത്രിക, ജനനഫലം അറിയുന്നതിന്നു എഴുതുന്നതു.
ജാതകമ്മം. ന. ഒരു പൈതൽ ജനിക്കുമ്പോൾ ബ്രാഹ്മണർ കഴിക്കുന്ന ഒരു കമ്മം.
ജാതകസാരം. ന. ഒരു ജ്യോതിഷഗ്രന്ഥം.
ജാതഖേദം. അ. സങ്കടത്തോടെ.
ജാത. വി. (തൻ, താ, തം.) വി. ന. ജനിച്ച.
ജാതമാകുന്നു. യി. വാൻ. (ജാതം.) അ. ക്രി. ജനിക്കുന്നു.
ജാതമോദം. അ. സന്തോഷത്തോടെ.
ജാതം. ന. ൧, ശിശു. ൨, തരം. ൩, കൂട്ടം. ൪, ജനനം.
ജാതരൂപ. വി. (പൻ, പി, പം.) വി. ന. സൌന്ദയ്യമുള്ള.
ജാതരൂപം. ന. സ്വർണ്ണം.
ജാതരോഷം. അ. കോപത്തോടെ.
ജാതവേദസ്സ. ന. അഗ്നി.
ജാതാപത്യ. ന. മാതാവു, പ്രസവിച്ചവൾ.
ജാതാഭിഷംഗം. അ. അതികോപത്തോടെ.
ജാതാലസ്യ. വി. ആലസ്യത്തോടുകൂടിയ.
ജാതി. ന. ൧, തരം, മാതിരി, വക. ൨, വംശം. ൩, ജനനം. ൪, ജാതിക്കാമരം. ൫, പിച്ചകം. (മ.) ഒട്ടും കുറയില്ലാത്തതു.
ജാതികത്തവ്യം. ന. ഒരു ജാതിക്കാരെ ശരിക്കുക.
ജാതികത്താവു. ന. ഒരു ജാതിക്കാരിൽ പ്രമാണി, പ്രഭു.
ജാതികോശം. ന. ൧, ജാതിക്കായ്. ൨, ജാതിപത്രി.
ജാതിക്കാ. ന. ഒരങ്ങാടിമരുന്നു.
ജാതിക്കൂട്ടം. ന. വംശക്കൂട്ടം.
ജാതിക്കെട്ടു. ന. ൧, ജാതിബന്ധനം. ൨, ജാതിമയ്യാദ.
ജാതിധമ്മം. ന. ജാതിമയ്യാദ.

ജാതിപത്രി. ന. ഒരു മരുന്നു.

ജാതിപുഷ്പം. ന. പിച്ചകപ്പൂവു.

ജാതിഫലം. ന. ജാതിക്കാ.

ജാതിഭ്രംശം. ന. ജാതിഭ്രഷ്ട, പുറത്തു തള്ളുക.

ജാതിഭ്രഷ്ട. വി. (ഷ്ടൻ, ഷ്ടാ, ഷ്ടം.) വി. ന. ജാതിയിൽനിന്നു പുറത്തു തള്ളപ്പെട്ട.

ജാതിഭ്രഷ്ടം. ന. ജാതിക്കു പുറത്തു കളക.

ജാതിമൎയ്യാദ. ന. ജാതിയുടെയൊ വംശത്തിൻെറയൊ മൎയ്യാദ.

ജാതിമാത്രം. വി. ജാതിമൎയ്യാദയില്ലാത്ത.

ജാതിമാനം. ന. സ്വജാതിയെക്കുറിച്ചുള്ള ഒരു മാനം.

ജാതിലിംഗം. ന. ചായില്യം.

ജാതിവഴക്കു. ന. വംശവഴക്കു.

ജാതിവൈരം. ന. ൧, സ്വഭാവേനയുള്ള വൈരം. ൨, അടുത്ത ചാൎച്ചക്കാർ തമ്മിലുള്ള പക.

ജാതിവ്യവഹാരം. ന. ജാതിവഴക്കു.

ജാതിശ്രേഷ്ഠ. വി. (ഷ്ഠൻ, ഷ്ഠാ, ഷ്ഠം.) വി. ന. ജാതിയിൽ പ്രമാണിയായ.

ജാതിഹീന. വി. (നൻ, നാ, നം.) വി. ന. ൧, താണജാതിയിലുള്ള. ൨, ജാതിയിൽ മററില്ലാത്ത.

ജാതു. അ. ചിലപ്പോൾ, ഒരിക്കൽ.

ജാതുകം. ന. പെരുങ്കായം.

ജാതുധാനൻ. ന. പിശാചു്.

ജാതുഷം. വി. അരക്കുകൊണ്ടു തീൎത്ത, അരക്കിനെ സംബന്ധിച്ച.

ജാതോക്ഷം. ന. കാള, കാളക്കുട്ടി.

ജാത്യന്ധ. വി. (ന്ധൻ, ന്ധാ, ന്ധം.) വി. ന. കുരുടനായി ജനിച്ച.

ജാത്യം. വി. ൧, സഹജമായുള്ള, സ്വാഭാവികമായുള്ള. ൨, നല്ലവംശത്തിൽ ജനിച്ച. ൩, ഉത്തമമായ. ൪, ഇമ്പമുള്ള, ഭംഗിയുള്ള.

ജാത്യവൈരം. ന. സ്വഭാവേനയുള്ള വൈരം.

ജാത്യാചാരം. ന. ജാതിക്കടുത്ത ആചാരം.

ജാത്യാ; ജാത്യാൽ. വി. ജനനാൽ തന്നെ, സ്വാഭാവികമായി.

ജാത്യാദി. ന. പിച്ചകത്തില മുതലായവകൊണ്ടുള്ള ഒരൌഷധയോഗം.

ജാത്യാഭിമാനം. ന. ജാതികൊണ്ടുള്ള അഭിമാനം.

ജാനകി. ന. സീത.

ജാന. വി. (നൻ, നന്തി, നൽ.) വി. ന. അറിഞ്ഞ.

ജാനപദം. ന. ൧, ജനം. ൨, നാടു.

ജാനി. (സമാസപദാന്ത്യത്തിൽ) ഭാൎയ്യ. ഉ-ം. ഭൂജാനി. (ഭൂമി ഭാൎയ്യയായിട്ടുള്ളവൻ = രാജാവു.)

ജാനു. ന. മുട്ടു.

ജാനുദഘ്നം. അ. മുട്ടോളം.

ജാപകൻ. ന. ജപിക്കുന്നവൻ, മന്ത്രിക്കുന്നവൻ, ഗൂഢാലോചനക്കാരൻ.

ജാപനം. ന. ൧, ഭ്രഷ്ട, തള്ളുക. ൨, നിവൃത്തി.

ജാബാലൻ. ന. ൧, ആടു മേയിക്കുന്നവൻ. ൨, ഒരു മുനി.

ജാമദഗ്ന്യൻ. ന. പരശുരാമൻ.

ജാമാതാവു. ന. മകളുടെ ഭൎത്താവു.

ജാമി. ന. ൧, കുലസ്ത്രീ. ൨, ഉടപ്പിറന്നവൾ.

ജാമിത്രം. ന. ഏഴാമിടം.

ജാമ്യം; ജാമീൻ. ന. ൧, മൂന്നാമൻ. ൨, ഉറപ്പു, രക്ഷ.

ജാമ്യമേല്ക്കുന്നു. റ്റു. പ്പാൻ. (ജാമ്യം.) അ. ക്രി. മൂന്നാമനായി തീരുന്നു. ജാമ്യമേല്പിക്കുന്നു. സ. ക്രി.

ജാംബവം. ന. ചാമ്പക്കായ്.

ജാംബൂനദം. ന. പൊന്നു.

ജായ. ന. വിവാഹം കഴിച്ച ഭാൎയ്യ.

ജായാജീവൻ. ന. നാട്യക്കാരൻ.

ജായാപതികൾ. ന. ഭാൎയ്യാഭൎത്താക്കന്മാർ.

ജായു. ന. ഔഷധം, മരുന്നു.

ജാരജാ. ന. വ്യഭിചാരിപുത്രി.

ജാരജൻ. ന. വ്യഭിചാരി പുത്രൻ.

ജാരത്വം. ന. വ്യഭിചാരം.

ജാരൻ. ന. ഒളിശയനക്കാരൻ, കൂട്ടുഭൎത്താവു.

ജാരവൃത്തി. ന. ജാരൻെറ പ്രവൃത്തി, വ്യഭിചാരം.

ജാരിണി. ന. വ്യഭിചാരിണി.

ജാല. ന. കഴുക്കോലിൻെറ താഴത്തെ വഴുവു.

ജാലകം. ന. ൧, മൊട്ടു. ൨, കിളിവാതിൽ. ൩, കൂട്ടം. ൪, വല. ൫, പൂമൊട്ടു. ൬, അഹങ്കാരം.

ജാലകാരകൻ. ന. ചിലന്നി.

ജാലകിനി. ന. പെണ്ണാടു.

ജാലക്കാരൻ. ന. ജാലമുള്ളവൻ.

ജാലപാത്തു. ന. അരയന്നം, പാത്തയുമ്മററും.

ജാലം. ന. ൧, ക്ഷുദ്രം, മായ. ൨, മൊട്ടു. ൩, കിളിവാതിൽ. ൪, കൂട്ടം. ൫, വല. ൬, പൂമൊട്ടു. ൭, അഹമ്മതി.

ജാലയക്കട്ടിള. ന. കട്ടിളച്ചട്ടം.

ജാലക. വി. (കൻ, കി, കം.) വി. ന. ൧, വഞ്ചനയുള്ള. ൨, ചെപ്പിടിവിദ്യയുള്ള. ൩, വലയുള്ള.

ജാലികൻ. ന. ൧, മുക്കുവൻ. ൨, വലക്കാരൻ. ൩, ചതിയൻ, ചെപ്പിടിവിദ്യക്കാരൻ.

ജാലിനി. ന. ചായമിടുന്നതിനുള്ള മുറി.

ജാലി. ന. പടവലം.

ജാല്മ. വി. (ല്മൻ, ല്മാ, ല്മം.) വി. ന. ൧, അവിവേകമുള്ള. ൨, ഹീനതയുള്ള.

ജാല്മൻ. ന. ൧, ഹീനൻ. ൨, അവിവേകി.

ജാവകം. ന. ചൊവ്വള്ളിക്കൊടി.

ജാഹകൻ. ന. ൧, പൂച്ച. ൨, മരപ്പട്ടി.

ജാഹ്നവി. ന. ഗംഗാനദി.

ജാളിക; ചാളിക. ന. പണസ്സഞ്ചി.

ജാള്യം. ന. ജളത, ഭോഷത്വം.

ജാള്യത. ന. മേല്പറഞ്ഞ അൎത്ഥം.

ജി

ജിഗത്നു. ന. ശ്വാസം, പ്രാണൻ.

ജിഗീഷാ. ന. ജയിപ്പാനുള്ള ആഗ്രഹം.

ജിഘത്സു. വി. (ത്രിഷു.) വി. ന. വിശപ്പുള്ള.

ജിഘാംസ. ന. കൊല്ലുവാനുള്ള ആഗ്രഹം.

ജിഘാംസു. വി. (ത്രിഷു.) വി. ന. കൊല്ലുന്ന.

ജിഘാംസു. ന. ശത്രു.

ജിഘൃക്ഷ. ന. ക്ഷേമണേച്ഛ.

ജിംഗീ. ന. മഞ്ചട്ടി.

ജിത. വി. (തൻ, താ, തം.) വി. ന. ജയിക്കപ്പെട്ട.

ജിതശ്രമം. അ. പ്രയാസം കൂടാതെ.

ജിതാത്മാവു. ന. ആത്മാവിനെ നിയന്ത്രണം ചെയ്യുവൻ, ഉൾക്കടക്കമുള്ളവൻ.

ജിതേന്ദ്രിയ. വി. (യൻ, യാ, യം.) വി. ന. ഇന്ദ്രിയങ്ങളെ ജയിച്ച, അടക്കമുള്ള.

ജിതേന്ദ്രിയൻ. ന. അടക്കമുള്ളവൻ, മുനി.

ജിത്തു. വി. (ത്രിക്കു.) വി. ന. ജയിച്ച.

ജിത്യ. വി. (ത്യൻ, ത്യാ, ത്യം.) വി. ന. ജയിക്കപ്പെടുവാൻ തക്ക.

ജിത്യ. ന. കൊഴു.

ജിത്വര. വി. (രൻ, രാ, രം.) വി. ന. ജയിക്കുന്ന.

ജിനൻ. ന. ബുദ്ധൻ.

ജിനിസ്സു; ദനുസ്സു. ന. ൧, ജാതി, തരം. ൨, സാധനം.

ജിജ്ഞാസ. ന. ൧, അറിവാനുള്ള ആഗ്രഹം. ൨, അന്വേഷണം.

ജിജ്ഞാസു. വി. ൧, അറിവാനാഗ്രഹമുള്ള. ൨, മോചനം ലഭിപ്പാനാഗ്രഹമുള്ള.

ജിഷ്ണു. വി. (ത്രിക്കു.) വി. ന. ജയമുള്ള.

ജിഷ്ണു. ന. ൧, വിഷ്ണു, കൃഷ്ണൻ. ൨, ഇന്ദ്രൻ. ൩, അർജ്ജുനൻ.

ജില്ല. സിവിൽ വ്യവഹാരങ്ങൾ കേട്ടു തീർച്ചയാക്കുന്നതിലേക്കായി തിരിക്കപ്പെട്ടിട്ടുള്ള രാജ്യത്തിന്റെ പിരിവുകൾ.

ജിഹ്മഗ. വി. (ഗൻ, ഗാ, ഗം.) വി. ന. വളഞ്ഞു നടക്കുന്ന.

ജിഹ്മഗം. ന. പാമ്പു.

ജിഹ്മ. വി. (ഹ്മൻ, ഹ്മാ, ഹ്മം.) വി. ന. വളഞ്ഞ.

ജിഹ്മം. ന. ഒരു മരം.

ജിഹ്വ. ന. നാക്കു.

ജിഹ്വാലം. വി. കൊതിയുള്ള, ഭക്ഷിപ്പാൻ വളരെ ആഗ്രഹമുള്ള.

ജിഹ്വാഗ്രം. ന. നാക്കിന്റെ അററം.

ജിഹ്വിക. ന. നാക്കു.

ജീ

ജീന. വി. (നൻ, നാ, നം.) വി. ന. പഴയ, വയസ്സുചെന്ന.

ജീനി; ജീൻ. ന. കുതിരപ്പുറത്തു ഇരുന്നു ഓടിക്കുവാനുള്ള തോൽപീഠം.

ജീമൂതം. ന. ൧, മേഘം. ൨, പർവ്വതം. ൩, ദേവതാളി.

ജീമൂതവാഹി. ന. പുക.

ജീരകം. ന. ചീരകം.

ജീർണ്ണജ്വരം. ന. പഴകിയ പനി.

ജീർണ്ണപർണ്ണം. ന. പഴുത്ത ഇല.

ജീർണ്ണ. വി. (ർണ്ണൻ, ർണ്ണാ, ർണ്ണം.) വി. ന. ൧, വൃദ്ധതയുള്ള, പഴതായ. ൨, ദഹിക്കപ്പെട്ട. **ജീർണ്ണത.** ഗു. ന.

ജീർണ്ണാവശേഷം. ന. നശിച്ചുകിടക്കുന്ന ശേഷിപ്പു.

ജീർണ്ണിക്കുന്നു. ച്ചു. ക്കുവാൻ. (ജീർണ്ണി.) അ. ക്രി. ക്രമേണ നശിക്കുന്നു. പൊടിഞ്ഞു പൊടിഞ്ഞു കാലക്രമംകൊണ്ടു ഇല്ലാതെയാകുന്നു.

ജീർണ്ണി. ന. ൧, വാൎദ്ധക്യം, പഴക്കം. ൨, ദഹനം.

ജീർണ്ണോദ്ധാരണം. അല്ലെങ്കിൽ, ജീർണ്ണോദ്ധാരം. ന. കേടുപോക്കു.

ജീവ്രി. ന. കോടാലി.

ജീവക. വി. (കൻ, കാ, കം.) വി. ന. വേല ചെയ്തു ഉപജീവനം കഴിക്കുന്ന.

ജീവകൻ. ന. ൧, ഭൃത്യൻ. ൨, പാമ്പുപിടിക്കുന്നവൻ.

ജീവകം. ന. ൧, വേങ്ങ. ൨, അഷ്ടൌഷധങ്ങളിൽ ഒന്നു. ൩, പ്രാണി.

ജീവച്ഛവം. ന. ചൈതന്യമില്ലാതെ ജീവൻ മാത്രമുള്ള ഭാവം.

ജീവരന്ധ്രം. ന. പ്രധാന രന്ധ്രം.

ജീവത്തത്വം. ന. പ്രധാനഗുണം.

ജീവഞ്ജീവം. ന. ഒരു പക്ഷി, ചകോരം.

ജീവധാരണം. ന. ജീവനെ ധരിക്ക, ഭക്ഷണം.

ജീവനകം. ന. ആഹാരം.

ജീവനാഘാതം. ന. വിഷം.

ജീവനപഞ്ചമൂലം. ന. ഔഷധഭേദം.

ജീവനം. ന. ൧, ജീവൻ. ൨, വൃത്തി, തൊഴിൽ. ൩, വെള്ളം.

ജീവനാഥൻ. ന. ഭൎത്താവു.

ജീവനീ. ന. ഒരു വക തൈ.

ജീവനീയ. ന. ൧, വെള്ളം. ൨, അടകൊതിയൻ.

ജീവനൌഷധം. ന. മൃതസഞ്ജീവനി, ജീവനെ കൊടുക്കുന്ന ഔഷധം.

ജീവന്തിക. ന. ൧, ഇത്തിക്കണ്ണി. ൨, അമൃതു.

ജീവന്തികൻ. ന. പക്ഷികളെ പിടിക്കുന്നവൻ.

ജീവന്തീ. ന. ൧, അടകൊതിയൻ. ൨, അമൃതു.

ജീവൻ. ന. ൧, പ്രാണൻ. ൨, ജീവാത്മാവു. ൩, വ്യാഴം.

ജീവന്മുക്തൻ. ന. ആത്മജ്ഞാനമുള്ളവൻ.

ജീവന്മുക്തി. ന. ആത്മജ്ഞാനം.

ജീവസ്ഥാനം. ന. മൎമ്മം.

ജീവാ. ന. ഒരു പച്ചമരുന്നു, അടകൊതിയൻ.

ജീവാതു. ന. ൧, മൃതസഞ്ജീവനി. ൨, ചോറു. ൩, ജീവൻ.

ജീവാത്മാവു. ന. ൧, സുഖദുഃഖങ്ങളെ അറിയുന്ന ആത്മാവു. ൨, ജീവനുള്ള ആത്മാവു.

ജീവാന്തകൻ. ന. പക്ഷിപിടിക്കുന്നവൻ.

ജീവാവസാനം. ന. മരണം.

ജീവാക്ഷരം. ന. ൧, സ്വരാക്ഷരം. ൨, മന്ത്രങ്ങളിലും മററും പ്രാധാന്യമുള്ള അക്ഷരം.

ജീവിക. ന. വൃത്തി, ജീവനം.

ജീവിക്കുന്നു. ച്ചു. പ്പാൻ. (ജീവി.) അ. ക്രി. ൧, ജീവനോടിരിക്കുന്നു. ൨, ഉപജീവിക്കുന്നു, വൃത്തികഴിക്കുന്നു. ജീവിപ്പിക്കുന്നു. സ. ക്രി.

ജീവിച്ചെഴുന്നേല്പു. ന. ഉയിൎത്തെഴുന്നേല്പു.

ജീവിതകാലം. ന. ആയുസ്സു.

ജീവിത. വി. (തൻ, താ, തം.) വി. ന. ജീവിച്ച.

ജീവിതം. ന. ജീവൻ, (മ.) ശമ്പളം.

ജീവിതവ്യം. ന. ജീവിക്കുവാനുള്ള കാലം.

ജീവിതാവധി. ന. മരണംവരെയുള്ള കാലം.

ജീവിതാശ. ന. ജീവിക്കേണമെന്നുള്ള ആഗ്രഹം.

ജീവിതേശൻ. ന. ൧, ഭൎത്താവു. ൨, കാലൻ.

ജു

ജുഗുപ്സ. ന. നിന്ദ.

ജുഗുപ്സനം. ന. ആക്ഷേപം, നിന്ദ.

ജുഗുപ്സിത. വി. (തൻ, താ, തം.) വി. ന. നിന്ദിക്കപ്പെട്ട.

ജൂംഗം. ന. മറികന്നി.

ജൂത്ഥമം. ന. മിഥുനംരാശി.

ജൂഷ്ട. വി. (ഷ്ടൻ, ഷ്ടാ, ഷ്ടം.) വി. ന. സേവിക്കപ്പെട്ട.

ജൂഷ്ടം. ന. ഉച്ഛിഷ്ടം.

ജൂഹു. ന. ഹോമപാത്രങ്ങളിൽ ഒന്നു.

ജ്രൂ

ജ്രൂകം. ന. തുലാംരാശി.

ജ്രൂടം. ന. ജട, കൂടിപ്പിടിച്ച തലമുടി.

ജ്രൂതി. ന. വേഗം.

ജ്രൂഞ്ഞി. ന. വേഗം.

ജ്രൂത്തി. ന. പനി.

ജ്രൂഷം. ന. പരിപ്പുവെള്ളം.

ജൃ

ജൃംഭണം. ന. ക, മൂരിനിവിരുക. വ, വളച്ച.

ജൃംഭം. ന. ക, കോട്ടുവാ. വ, വിടച്ച. മ, മൂരിനിവിരുക.

ജൃംഭിക. ന. കോട്ടുവായിടുക.

ജൃംഭിക്കുന്നു. ച്ച. പ്പാൻ. (ജൃംഭി.) അ. ക്രി. ക, കോട്ടുവായിടുന്നു. വ, വിടരുന്നു. മ, മൂരിനിവിരുന്നു.

ജൃംഭിത. വി. (തൻ, താ, തം.) വി. ന. വിടൎന്ന.

ജൃംഭിതം. ന. ക, കോട്ടുവാ. വ, വികസം. മ, വിടച്ച.

ജേ

ജേതവ്യ. വി. (വ്യൻ, വ്യാ, വ്യം.) വി. ന. ജയിക്കപ്പെടുവാൻ തക്ക.

ജേതൃ. വി. (താ, ത്രി, തൃ.) വി. ന. ജയിക്കുന്ന.

ജേതാ. ന. ജയിപ്പവൻ, ജയിക്കുന്നവൻ.

ജേമനം. ന. ഭക്ഷണം.

ജൈ

ജൈത്ര. വി. (ത്രൻ, ത്രീ, ത്രം.) വി. ന. ജയമുള്ള.

ജൈത്രൻ. ന. ജയിക്കുന്നവൻ.

ജൈത്രരഥൻ. ന. ജയശീലൻ.

ജൈനൻ. ന. ജിനമുനി സ്ഥാപിച്ച മതത്തെ അനുസരിക്കുന്നവൻ.

ജൈമിനി. ന. ഒരു മുനിയുടെ പേർ.

ജൈവാതൃക. വി. (കൻ, കാ, കം.) വി. ന. ക, ആയുസ്സുള്ള. റ, മെലിഞ്ഞ.

ജൈവാതൃകൻ. ന. ക, ചന്ദ്രൻ. വ, ഔഷധം.

ജോ

ജോംഗകം. ന. അകിൽവൃക്ഷം.

ജോടു. ന. ക, ഇണ. ജോടു. വ, വലിപ്പത്തിൽ ഒരുപോലെയുള്ളതു. മ, ചെരിപ്പു.

ജോനകനാരകം. ന. ഒരു വക നാരകം.

ജോനകൻ. ന. തുലുക്കൻ.

ജോനകപ്പുല്ലു. ന. ഒരു വക പുല്ലു.

ജോലന. ന. സന്ധി.

ജോലാമാലി. ന. പ്രയാസമുള്ള കാൎയ്യങ്ങൾ.

ജോലി. ന. ക, വേല, കാൎയ്യം. വ, പ്രയാസമുള്ള കാൎയ്യങ്ങൾ. മ, വിട്ടുകഴിച്ചിൽകൊണ്ടുള്ള അസഹ്യങ്ങൾ.

ജോഷം. ന. ക, ഭാഗ്യം. വ, സുഖം. അ. മൌനമായി.

ജോഷിതാ. ന. സ്ത്രീ.

ജോഷിത്തു. ന. സ്ത്രീ.

ജ്ഞ

ജ്ഞ. (പദാന്ത്യത്തിൽ) വി. (ജ്ഞൻ, ജ്ഞാ, ജ്ഞം.) വി. ന. അറിവുള്ള. ഉ—ം. ശാസ്ത്രജ്ഞൻ. (ശാസ്ത്രം അറിയുന്നവൻ.)

ജ്ഞൻ. ന. ബുധൻ എന്ന ഗ്രഹം.

ജ്ഞപിത. വി. (തൻ, താ, തം.) വി. ന. ക, അഭ്യസിപ്പിക്കപ്പെട്ട. വ, അറിയിക്കപ്പെട്ട.

ജ്ഞപ്ത. വി. (പ്തൻ, പ്താ, പ്തം.) വി. ന. അറിയപ്പെട്ട.

ജ്ഞപ്തി. ന. ക, അറിക, ഗ്രഹണം. വ, ഓൎമ്മ.

ജ്ഞാത. വി. (തൻ, താ, തം.) വി. ന. അറിയപ്പെട്ട.

ജ്ഞാതസിദ്ധാന്തൻ. ന. ക, ശാസ്ത്രസാരം അറിഞ്ഞവൻ. വ, മന്ത്രവാദി.

ജ്ഞാതൃ. വി. (താ, ത്രി, തൃ.) വി. ന. അറിയുന്ന, അറിവുള്ളവൻ.

ജ്ഞാതി. ന. ക, ബന്ധു. വ, ക്രൂട്ടവകാശി.

ജ്ഞാതിക്കാരൻ. ന. ബന്ധു, അകന്ന ചാൎച്ചക്കാരൻ.

ജ്ഞാതിഭാവം. ന. ബന്ധുത്വം.

ജ്ഞാതേയം. ന. ബന്ധുത്വം.

ജ്ഞാനദൎപ്പണൻ. ന. ജിനൻ.

ജ്ഞാനദൃഷ്ടി. ന. ക, ആത്മസംബന്ധമുള്ള കണ്ണു, ഉള്ളിലെകണ്ണു. വ, ഉള്ളിലെ അറിവു. മ, കാലത്രയത്തെ അറിയുന്നതു.

ജ്ഞാനപിതാവു. ന. ഒരു പൈതൽ ജ്ഞാനസ്നാനം ചെയ്യപ്പെട്ടപ്പോൾ അവന്റെ ഉത്തരവാദിയായിട്ടു നില്ക്കുന്നവൻ, തലതൊട്ടന്ന ആൾ.

ജ്ഞാനപൂൎവ്വം. വി. (ൎവ്വൻ, ൎവ്വി, ൎവ്വം.) വി. ന. അറിവിൽ മുൻപുള്ള, അധിക അറിവുള്ള.

ജ്ഞാനബോധം. ന. തിരിച്ചറിവു.

ജ്ഞാനമാതാവു ന. ജ്ഞാനസ്നാനത്തിങ്കൽ ഉത്തരവാദിയായി നില്ക്കുന്ന സ്ത്രീ, തല തൊട്ടന്ന സ്ത്രീ.

ജ്ഞാനമാൎഗ്ഗം. ന. അറിവിന്നുള്ള വഴി.

ജ്ഞാനമൂൎത്തി. ന. ക, ദൈവം. വ, ശിവൻ.

ജ്ഞാനം. ന. ക, അറിവു. വ, ദൈവകാൎയ്യങ്ങളിലുള്ള അറിവു, ആത്മകാൎയ്യം.

ജ്ഞാനവൽ. വി. (വാൻ, വതി, വൽ.) വി. ന. ജ്ഞാനമുള്ള, അറിവുള്ള.

ജ്ഞാനവിചാരം ന. അറിവിന്നുള്ള വിചാരം.

ജ്ഞാനശാസ്ത്രം. ന. അറിവിന്നുള്ള പുസ്തകം.

ജ്ഞാനസ്നാനകൻ. ന. ജ്ഞാനസ്നാനം ചെയ്യുന്നവൻ.

ജ്ഞാനസ്നാനം. ന. സത്യകൎമ്മത്തിൽ ഒന്നു, ശുദ്ധമുള്ള കുളി, വെള്ളത്തിൽ മുക്കുക.

ജ്ഞാനഹീന. വി. (നൻ, നാ, നം.) വി. ന. അറിവില്ലാത്ത, മൂഢതയുള്ള.

ജ്ഞാനാൎത്ഥം. അ. ജ്ഞാനത്തിന്നായിട്ടു.

ജ്ഞാനി. വി. (നി, നിനി, നി.) വി. ന. ജ്ഞാനമുള്ള, അറിവുള്ള.

ജ്ഞാനി ന. പ, അറിവുള്ളവൻ. വ, ജ്യോതിഷക്കാരൻ.

ജ്ഞാനേന്ദ്രിയം. ന. ചെവി, തൊലി, കണ്ണു, നാവു, മൂക്ക.

ജ്ഞാനോപദേശം. ന. ആത്മോപദേശം.

ജ്ഞാപകപ്പെടുന്നു. ട്ടു. വാൻ. (ജ്ഞാപക.) അ. ക്രി. ഓൎക്കുന്നു. **ജ്ഞാപകപ്പെടുത്തുന്നു.** സ. ക്രി.

ജ്ഞാപക. വി. (കൻ, കാ, കം.) വി. ന. അറിയിക്കുന്ന, പഠിപ്പിക്കുന്ന.

ജ്ഞാപകം. ന. പ, ഓൎമ്മ. വ, കുറിപ്പടി. ന, കുറിമാനം. ര, ബുദ്ധി.

ജ്ഞാപകലേഖനം. ന. അറിവു എഴുതുന്നതു.

ജ്ഞാപനം. ന. പ, ഓൎമ്മ. വ, അറിവു.

ജ്ഞാപിത. വി. (തൻ, താ, തം.) വി. ന. പ, ബോധിപ്പിക്കപ്പെട്ട. വ, ഓൎപ്പിക്കപ്പെട്ട. ന, തോന്നിക്കപ്പെട്ട.

ജ്ഞേയം. വി. (യൻ, യാ, യം.) വി. ന. അറിയപ്പെടുവാൻ തക്ക.

ജ്യ

ജ്യാ. ന. പ, ഭൂമി. വ, ഞാൺ.

ജ്യാഘോഷം. ന. ഞാണൊലി.

ജ്യാനി. ന. വാൎദ്ധക്യം, ബലക്ഷയം.

ജ്യായസു. വി. (യാൻ, യസീ, യസു.) വി. ന. പ, അധികം വയസ്സുചെന്ന. വ, അതിശ്രേഷ്ഠതയുള്ള.

ജ്യാവരൻ. ന. രാജാവു.

ജ്യേഷ്ഠത്തി. ന. പ, മൂത്ത സഹോദരി. വ, ജ്യേഷ്ഠന്റെ ഭാൎയ്യ.

ജ്യേഷ്ഠ. വി. (ഷ്ഠൻ, ഷ്ഠാ, ഷ്ഠം.) വി. ന. പ, അതിശ്രേഷ്ഠമായ. വ, അധികം വയസ്സുചെന്ന. ന, മുൻപിറന്ന. **ജ്യേഷ്ഠത; ജ്യൈഷ്ഠ്യം.** ന.

ജ്യേഷ്ഠൻ. ന. പ, മൂത്ത സഹോദരൻ. വ, മൂത്ത സഹോദരിയുടെ ഭൎത്താവു. ന, ശ്രേഷ്ഠൻ. ര, അതിവൃദ്ധൻ.

ജ്യേഷ്ഠാ. ന. പ, ജ്യേഷ്ഠത്തി. വ, നിൎഭാഗ്യദേവത. ന, നിൎഭാഗ്യം. ര, പതിനെട്ടാമത്തെ നക്ഷത്രം.

ജ്യേഷ്ഠാംബു. ന. കഞ്ഞിയുടെ എങ്കിലും കാടിയുടെ എങ്കിലും പാട.

ജ്യേഷ്ഠാശ്രമി. ന. ഗൃഹസ്ഥൻ, രണ്ടാമത്തെ ആശ്രമം.

ജ്യൈഷ്ഠം. ന. മിഥുനമാസം.

ജ്യോതിൎമ്മയ. വി. (യൻ, യി, യം.) വി. ന. തേജോരൂപമായ.

ജ്യോതിരിംഗണം. ന. മിന്നാമിനുങ്ങു.

ജ്യോതിശ്ചക്രം. ന. ഗ്രഹങ്ങളുടെ മാൎഗ്ഗം.

ജ്യോതിശ്ശാസ്ത്രം. ന. ഗണിതം, ഗ്രഹശാസ്ത്രം.

ജ്യോതിഷക്കാരൻ. ന. ഗണിതക്കാരൻ, ലക്ഷണം പറയുന്നവൻ.

ജ്യോതിഷം. ന. ഗണിതശാസ്ത്രം, ഗ്രഹശാസ്ത്രം.

ജ്യോതിഷ്കം. ന. ആദിത്യൻ മുതലായ ഗ്രഹങ്ങൾ.

ജ്യോതിഷ്ടോമം. ന. യജ്ഞഭേദം.

ജ്യോതിഷ്മതീ. ന. പ, പാലുഴവം. വ, ഒരു രാജ്യം.

ജ്യോതിഷ്മാൻ. ന. ആദിത്യൻ.

ജ്യോതിസ്സു. ന. പ, പ്രകാശം. വ, നക്ഷത്രം. ന, കൃഷ്ണമണി. ര, സൂൎയ്യൻ. ഒ, അഗ്നി.

ജ്യോതീരഥൻ. ന. ധ്രുവൻ.

ജ്യോത്സ്നാ. ന. നിലാവു.

ജ്യോത്സ്നാപ്രിയം. ന. ചകോരം.

ജ്യോത്സ്നിക. ന. നിലാവുള്ള രാത്രി.

ജ്യോത്സ്നി. ന. പ, നിലാവുള്ള രാത്രി. വ, പടവലവള്ളി.

ജ്യോത്സ്യൻ. ന. ജ്യോതിഷക്കാരൻ.

ജ്യോത്സ്യം. ന. ജ്യോതിഷം.

ജ്യൌതിഷികൻ. ന. ജ്യോതിഷക്കാരൻ.

ജ്യൌത്സ്നീ. ന. പ, നിലാവുള്ള രാത്രി. വ, ചെറുപീരം.

ജ്വ

ജ്വരം. ന. പനി.

ജ്വരിക്കുന്നു. അ. ക്രി. പനിക്കുന്നു, കോപം ഉണ്ടാകുന്നു.

ജ്വരിത. വി. (തൻ, താ, തം.) വി. ന. പനിയുള്ള.

ജ്വലനൻ. ന. പ, അഗ്നി. വ, കൊടുവേലി.

ജ്വലനം. ന. ജ്വലിക്കുക.

ജ്വലിക്കുന്നു. ച്ചു. പ്പാൻ. (ജ്വലി.) അ. ക്രി. പ, കത്തുന്നു, ശോഭിക്കുന്നു. വ, കോപം ഉണ്ടാകുന്നു. **ജ്വലിപ്പിക്കുന്നു.** സ. ക്രി.

ജ്വലിത. വി. (തൻ, താ, തം.) വി. ന. പ, കത്തിയ. വ, ജ്വലിപ്പിക്കപ്പെട്ട.

ജ്വാല. ന. തീനാമ്പു.

ജ്വാലാമുഖി. ന. ഭൂമിക്ക കീഴെനിന്നു തീ പുറപ്പെടുന്നതായ ഒരു പുണ്യസ്ഥലം.

ഝ. ഹല്ലുകളിൽ ഒൻപതാം അക്ഷരം.

ഝടം. ന. കിഴകാനെല്ലി.

ഝങ്കാരം. ന. മൂളൽ, ഇരെപ്പു.

ഝംഝ. ന. കൊടുങ്കാറ്റു.

ഝടിതി. അ. വേഗം.

ഝരം. ന. അരുവിയാറു.

ഝരീ. ന. പ, അരുവിയാറു. വ, നദി.

ഝൎജ്ഝരം. ന. ഒരു വാദ്യം, ചല്ലരിപ്പറ.

ഝൎജ്ഝരീ. ന. ഒരു വാദ്യം.

ഝല്ലകം. ന. ഒരു വാദ്യം, കൈമണി.

ഝല്ലരി. ന. ഒരു വാദ്യം. വ, കരനിര.

ഝല്ലിക. ന. പ്രകാശം.

ഝഷധ്വജൻ. ന. കാമദേവൻ.

ഝഷം. ന. പ, മത്സ്യം. വ, മീനംരാശി.

ഝഷാ. ന. ആനക്കുറുന്തോട്ടി.

ഝാ

ഝാടം. ന. പ, വള്ളിക്കുടിൽ. വ, കാടു.

ഝാടലം. ന. വെണ്പാതിരി മരം.

ഝാബരി. ന. കുഴിതാളം.

ഝാവുകം. ന. കാഞ്ഞിമരം.

ഝി

ഝിണ്ടി. ന. നീലക്കുറിഞ്ഞി.

ഝില്ലിക. ന. പ, ചീവീടു. വ, ചീവീടു അലെക്കുക.

ഝില്ലീ. ന. പ, കൈമണി. വ, ചീവീടു.

ഝിരീ. ന. ചീവീടു.

ഝീരുക. ന. ചീവീടു.

ഞ. ഹല്ലുകളിൽ പത്താം അക്ഷരം.

ഞങ്ങൾ. ന. പ. ഫ, ഞാനും എന്റെ കൂടെയുള്ളവനും. വ, ഞാൻ മുതലായവർ. ന്ന, ഞാനും എന്റെ ശേഷക്കാരും. ര, നമ്മൾ. ഞാൻ.

ഞണം. ന. നാരെടുക്കുന്നതിന്നുള്ള ഒരു തൈ, ചണം.

ഞണുക്ക. ന. ഫ, വിള്ളൽ, വ, ചതവു, മുറിവു.

ഞണുക്കം. ന. ഫ, വീങ്ങുക. വ, ചതവു. ന്ന, മടി. ര, സംശയം.

ഞണുങ്ങുന്നു. ങി. വാൻ. (ഞണുങ്ങ.) അ. ക്രി. ഫ, ചളുങ്ങുന്നു. വ, ചതയുന്നു. ന്ന, മടിയായിട്ടു ഇരിക്കുന്നു. ര, സംശയിക്കുന്നു. **ഞണുക്കുന്നു.** സ. ക്രി.

ഞണുഞ്ഞണുക്കുന്നു. ത്തു. പ്പാൻ. (ഞണുഞ്ഞണു.) അ. ക്രി. ഒട്ടിപ്പിടിക്കുന്നു.

ഞണുഞ്ഞണുപ്പു. ന. ഒട്ടുക, പററിപ്പിടിക്കുക.

ഞണുഞ്ഞണെ. അ. പററുന്ന, ഒട്ടുന്ന.

ഞണ്ടു. ന. ഫ, ഒരുവക ജലജന്തു.

ഞമഞ്ഞി. ന. ഫ, കക്ക. വ, ഒരുവക ജലജന്തു, മുരിങ്ങ.

ഞമഞ്ഞിക്കാ. ന. മേല്പറഞ്ഞ അൎത്ഥം.

ഞരക്കം. ന. ക്ഷീണത്തിങ്കൽ പുറപ്പെടുവിക്കുന്ന ഒരു നേരിയ ശബ്ദം.

ഞരങ്ങുന്നു. ങി. വാൻ. (ഞരങ്ങ.) അ. ക്രി. മേല്പറഞ്ഞപ്രകാരമുള്ള ശബ്ദം പുറപ്പെടുവിക്കുന്നു.

ഞരടു. ന. ഫ, നൂലിന്റെ കെട്ടു, ചരടിന്റെ എഴുപ്പു. വ. ഉണ്ണി നെയ്യുമ്പോൾ അതിന്റെ നൂലുകളിൽ ഉണ്ടാകുന്ന എഴുപ്പു. ന്ന, ഞരടുള്ള ഉണ്ണി. ര, വിരൽകൊണ്ടു തിരുമ്മുക.

ഞരടുന്നു. ടി. വാൻ. (ഞരട.) അ. ക്രി. ഫ, നൂലുകൾ എഴുക്കുന്നു. വ, വിരൽകൊണ്ടു തിരുമ്മുന്നു. ന്ന, എച്ചപിരിക്കുന്നു.

ഞരമ്പു. ന. ഫ, നരമ്പു. വ, നാഡി.

ഞരമ്പുവലി. ന. ഞരമ്പുകോച്ചു.

ഞരമ്പുവികാരം. ന. ഞരമ്പുപിടിത്തം, ഞരമ്പുനിമിത്തം വരുന്ന ദീനം.

ഞരമ്പുവേദന. ന. ഞരമ്പിന്റെ വലിവുകൊണ്ടു വരുന്ന വേദന.

ഞവ. ന. ഒരുവക വൃക്ഷം.

ഞവരി. ന. വിതെക്കുമ്പോൾ ഉഴുത്തേക്കനിലം നിരപ്പു വരുത്തുന്നതിന്നുള്ള ഒരു പലക.

ഞവക്കുന്നു. ത്തി. ക്ഷ്വാൻ. (ഞവ.) സ. ക്രി. നിരപ്പാക്കുന്നു.

ഞവിര. ന. ഒരുവക നെല്ലു.

ഞറുമ്പാണൽ. ന. ഒരുവക തൈ.

ഞാ

ഞാങ്ങണ. ന. ആററരികെ നില്ക്കുന്ന ഒരുവക വൻപുല്ലു, നാലുരിമ്പു.

ഞാഞ്ഞൽ; ഞാഞ്ഞൂൾ. ന. നൂലുപോലിരിക്കുന്നതായി മണ്ണിലുള്ള ഒരുവക പ്രാണി.

ഞാണ. ന. ഫ, വില്ലിന്റെ ചരടു. വ, കയറു, ചരടു.

ഞാണൊലി. ന. വില്ലിന്റെ ചരടിന്നുള്ള ശബ്ദം.

ഞാത്തു; ഞേത്തു. ന. ഫ, തൂക്കൽ. വ, മൂക്കിൽ ഇടുന്ന ഒരു ആഭരണം.

ഞാത്തുന്നു. ത്തി. വാൻ. (ഞാത്ത.) സ. ക്രി. ഫ, തൂക്കിയിടുന്നു. വ, ഞാത്തി ഉടുക്കുന്നു.

ഞാൻ. ന. പ. ഉത്തമപുരുഷസൎവ്വനാമം. അവനവനെ ഉദ്ദേശിച്ചു അവനവൻ തന്നെ പറയുമ്പോൾ ഉപയോഗിക്കേണ്ട സൎവ്വനാമം.

ഞായം. ന. മുറ.

ഞായറാഴ്ച. ന. ഒന്നാം ആഴ്ച.

ഞായർ. ന. ഫ, ഞായറാഴ്ച. വ, ആദിത്യൻ. ന്ന, മാസം.

ഞാലി. ന. ഫ, തൂക്കൽ, ഞാത്തു. വ, വാഴിന്റെയും മററും പിടിക്കുള്ള ആഭരണം. ന്ന, കൊമ്പുകളിൽനിന്നു ഞാന്നു കിടക്കുന്ന വൃക്ഷങ്ങളുടെ വേരു.

ഞാലിപ്പൂട്ടു. ന. ഏത്തം വച്ചു വെള്ളംകോരുമ്പോൾ കല്ലു കോൎത്തു തൂക്കുന്ന മുള.

ഞാലുന്നു; ഞേലുന്നു. ന്നു. വാൻ. (ഞാൽ.) അ. ക്രി. തൂങ്ങുന്നു, തൂങ്ങിക്കിടക്കുന്നു.

ഞാല്ച; ഞാലിച്ചം. ന. തൂങ്ങൽ.

ഞാവൽ. ന. ഫ, ഒരുവക കായുള്ള വൃക്ഷം. വ, നിലഞാവൽ. ന്ന, ഒരുവക തൈ.

ഞാഴൽ. ന. ഒരുവക ഔഷധതൈ.

ഞാറു. ന. ഫ, നെല്ലിന്റെ തൈ, പറിച്ചുനടാറായ നെല്ലു.

ഞാറ. ന. ഫ, ഒരുവക വൃക്ഷം. വ, വയലിലെ ഒരു പക്ഷി, ഞാറപ്പക്ഷി.

ഞാററുകാല. ന. നെൽ ഞാറുപറിച്ചെടുത്ത സ്ഥലം.

ഞാററുതല. ന. ഞാറു നടുന്നതിനുള്ള കാലം.

ഞാററുനില. ന. യാതൊരു നക്ഷത്രത്തിലെങ്കിലും ആദിത്യന്റെ നില.

ഞാററുപട്ടി. ന. പാകുന്ന സ്ഥലം.

ഞാററുമുടി. ന. ഒരുപിടി ഞാറു കെട്ടിയതു.

ഞാററുവട്ടം. ന. യാതൊരു നക്ഷത്രത്തിലും ആദിത്യൻ നില്ക്കുന്ന സമയം.

ഞാററുഴം. ന. പാകുന്ന സ്ഥലം.

ഞെ

ഞെക്കു. ന. ഫ, ഞെരുക്കം. വ, അമുക്കൽ.

ഞെക്കൽ. ന. അമൎത്തൽ.

ഞെങ്ങുന്നു. ങി. വാൻ. (ഞെങ്ങ.) അ. ക്രി. ഫ, വീൎപ്പുമുട്ടുന്നു. വ, അമരുന്നു, പിഴിയുന്നു. ന്ന, ചതയുന്നു. ര, കൈക്കോലുകൊണ്ടു പൊങ്ങുന്നു. **ഞെക്കുന്നു.** സ. ക്രി.

ഞെടുക്കം. ന. നടുക്കം, ഞെട്ടൽ.

ഞെടുങ്ങുന്നു. ങി. വാൻ. (ഞെടുങ്ങ.) അ. ക്രി. ഫ, നടുങ്ങുന്നു. വ, ഇളകുന്നു.

ഞെടുഞ്ഞെടെ. അ. ഫ, തകച്ചയായിട്ടു. വ, പെട്ടെന്നു.

ഞെട്ടപ്പു. ന. ഞെട്ടു, കാകളുടെ തണ്ടു.

ഞെട്ടു. ന. ഞെട്ടപ്പു, തണ്ടു.

ഞെട്ടൽ. ന. ഫ, നടുക്കം. വ, ഇളക്കം.

ഞെട്ടാഞെട്ടുങ്ങ. ന. ഒരു ഔഷധതൈ.

ഞെട്ടി. ന. ഒരു കായുടെയൊ ഇലയുടെയൊ തണ്ടു, ഞെട്ടു.

ഞെട്ടുന്നു. ട്ടി. വാൻ. (ഞെട്ട.) അ. ക്രി. ഫ, നടുങ്ങുന്നു. വ, ഇളകുന്നു.

ഞെണുക്കം. ന. ഞണുക്കം.

ഞെരിക്ക. ന. ചെറുകഴക്കോൽ കേററുന്നതിന്നു കഴക്കോലേൽ വെച്ചു കെട്ടുന്ന ഒരു വാരി.

ഞെരിച്ചിൽ. ന. തകൎക്കുക, ചതെക്കുക.

ഞെരിഞ്ഞൻപുളി. ന. ഒരു വള്ളി, ചുണ്ണാമ്പുവള്ളി.

ഞെരിഞ്ഞിൽ. ന. ഒരെഞ്ഞാടിമരുന്നു.

ഞെരിയൻപുളി. ന. ഞെരിഞ്ഞൻ പുളി.

ഞെരിയുന്നു. ഞ്ഞു. വാൻ. (ഞെരി.) അ. ക്രി. ൧, തകരുന്നു, ഉടയുന്നു, വിമ്മുന്നു. ൨, ചതെയുന്നു. ൩, ഞെരുങ്ങുന്നു. **ഞെരിക്കുന്നു.** സ. ക്രി.

ഞെരിവു. ന. ഉടവു, ചതവു.

ഞെരുക്കം. ന. ൧, അമുക്കൽ. ൨, ഉപദ്രവം. ൩, ബലബന്ധം. ൪, ആവശ്യം. ൫, മുറുക്കം, ഇറുക്കം.

ഞെരുങ്ങുന്നു. ങ്ങി. വാൻ. (ഞെരുങ്ങ.) അ. ക്രി. ൧, നിർബ്ബന്ധിക്കുന്നു. ൨, തിങ്ങുന്നു. ൩, വിഷമിക്കുന്നു. ൪, ഞെരുക്കം സഹിക്കുന്നു. **ഞെരുക്കുന്നു.** സ. ക്രി.

ഞെരുഞെരെ. അ. കട്ടപ്പുമുള്ളു-ഉ-വസ്തുളും പൊടിക്കുമ്പോൾ ഉണ്ടാകുന്നതുപോലെയുള്ള ശബ്ദം.

ഞെവിടുന്നു; ഞെവിണ്ടുന്നു; ഞെമുണ്ടുന്നു. ണ്ടി. വാൻ. (ഞെവിണ്ട.) സ. ക്രി. വിരകിപ്പിഴിയുന്നു.

ഞെളിച്ചിൽ. ന. ൧, ശരീരം പിറകോട്ടു വളെക്കുക. ൨, മോടിഭാവം. ൩, അഹങ്കാരം.

ഞെളിയുന്നു. ഞ്ഞു. വാൻ. (ഞെളി.) അ. ക്രി. ൧, പിറകോട്ടു ശരീരം വളെക്കുന്നു. ൨, അഹങ്കാരത്തോടുകൂടെ നടക്കുന്നു. **ഞെളിക്കുന്നു.** സ. ക്രി.

ഞെളിവു. ന. ൧, പിറകോട്ടു ശരീരം വളെക്കുക. ൨, മോടിഭാവം. ൩, അഹങ്കാരം.

ഞെഴുക. ന. ഒരുവക കാട്ടു.

ഞെറി. ന. വസ്ത്ര മടക്കു, പിന്നൽ.

ഞെറിച്ചിൽ. ന. വസ്ത്രം മടക്കുക, ചുരുൾ.

ഞെറിയുന്നു. ഞ്ഞു. വാൻ. (ഞെറി.) സ. ക്രി. ൧, വസ്ത്രം ചുളുക്കുന്നു, ഞെറിവുണ്ടാകുന്നു.

ഞെറിവു. ന. ൧, മടക്കു. ൨, വസ്ത്രത്തിലും മററും ഉണ്ടാകുന്ന ചുളുക്കം.

ഞെറുകൽ. ന. ദീനം വരാറാകുമ്പോൾ ദേഹത്തിൽ ഉണ്ടാകുന്ന ഒരു വല്ലായ്മ.

ഞെറുകുന്നു. കി. വാൻ. (ഞെറുക.) അ. ക്രി. ദീനം വരാറാകുമ്പോൾ ദേഹത്തിൽ ഒരു വല്ലായ്മ തോന്നുന്നു.

ഞെറുമ്പൽ. ന. പല്ലുകടി.

ഞെറുമ്പിക്കുന്നു. ച്ചു. പ്പാൻ. (ഞെറുമ്പി.) സ. ക്രി. ൧, പല്ലുകടിക്കുന്നു. ൨, മീശ പിരിക്കുന്നു, നിവിരുന്നു.

ഞെട്ടു. ന. മുഷ്ടികൊണ്ടു തലെക്കിട്ടു ഇടിക്കുക, കുത്തു.

ഞെടുന്നു. ടി. വാൻ. (ഞെട.) സ. ക്രി. കൈ ചുരുട്ടിപ്പിടിച്ചുകൊണ്ടു തലെക്കിട്ടു ഇടിക്കുന്നു.

ഞൊ

ഞൊട്ടു. ന. ശരീരത്തിൻെറ സന്ധികളിൽനിന്നു വരുന്ന ശബ്ദം.

ഞൊട്ടയൊടിക്കുന്നു. ച്ചു. പ്പാൻ. (ഞൊട്ട.) സ. ക്രി. ഞൊട്ടയിടുന്നു, ഞൊട്ട കളയുന്നു.

ഞൊട്ടാഞൊടിയൻ. ന. ഒരു പച്ചമരുന്നു.

ഞൊങ്ക. ന. കയ്യുടെ ശോഷിപ്പു.

ഞൊങ്കുന്നു. ങ്കി. വാൻ. (ഞൊങ്ക.) സ. ക്രി. കൈ ശോഷിച്ചുപോകുന്നു.

ഞൊങ്കൻ. വി. ന. കൈ ശോഷിച്ചിട്ടുള്ളവൻ.

ഞൊടിക്കുന്നു. ച്ചു. ക്കുവാൻ. (ഞൊടി.) അ. ക്രി. കൈവിരലുകൾ തമ്മിൽ തെറിച്ചിട്ടു ഒരുവക ശബ്ദം പുറപ്പെടുവിക്കുന്നു. **ഞൊടിപ്പു.** ന.

ഞൊടി; നൊടി. ന. ൧, ഞൊടിക്കുമ്പോൾ ഉണ്ടാകുന്ന ശബ്ദം. ൨, ഒന്നു ഞൊടിക്കുവാൻ വേണ്ട സമയം, ക്ഷണനേരം.

ഞൊരയ്ക്കുന്നു; ഞുരയ്ക്കുന്നു. ച്ചു. ക്കുവാൻ. (ഞൊര, ഞുര.) അ. ക്രി. ൧, പെരുകുന്നു. ൨, കുമിയ്ക്കുന്നു.

ഞൊറി. ന. വസ്ത്രത്തിലുണ്ടാകുന്ന ഒരു മാതിരി ചുളിപ്പു.

ഞൊറിച്ചിൽ. ന. ചുളിച്ചിൽ.

ഞൊറിവു. ന. വസ്ത്രത്തിലുംമററുമുണ്ടാകുന്ന ചുളിവു.

ട. ഹല്ലുകളിൽ പതിനൊന്നാം അക്ഷരം.

ടങ്കണം. ന. പൊങ്കാരം.

ടങ്കം. ന. ൧, വെണ്മഴു, കല്ലുളി. ൨, പൊങ്കാരം. ൩, ഡംഭം.

ടങ്കപതി. ന. കമ്മട്ടവിചാരിപ്പുകാരൻ.

ടങ്കശാല. ന. കമ്മട്ടപ്പുര.

ടങ്കാനകം. ന. മുചുക്കോട്ടമരം.

ടങ്കാരം. ന. ൧, ഞാണിൻെറ ശബ്ദം. ൨, ആശ്ചര്യം.

ടാങ്കരൻ. ന. കാമുകൻ.

ടാപ്പു; ഡാപ്പു. ന. കുറിപ്പടി, ഉപകരണങ്ങളെല്ലാം കുറിച്ചിട്ടുള്ള ലിസ്റ്റ്.

ടി

ടിട്ടിഭകം. ന. കുളക്കോഴി.

ടിട്ടിഭം. ന. കുളക്കോഴി.

ടിപ്പണി. ന. വ്യാഖ്യാനം.

ടീക. ന. വ്യാഖ്യാനഗ്രന്ഥം.

ടു

ടുണ്ടുക. വി. (കൻ, കാ, കം.) വി. ന. ൧, ചെറിയ. ൨, കട്ടപ്പുള്ള.

ടുണ്ടുകം. ന. ഒരു വൃക്ഷം, പലകപ്പയ്യാനി.

ടുക. ന. ഒരു തൈ, കാട്ടുമുല്ല.

ഠ. ഹല്ലുകളിൽ പന്ത്രണ്ടാം അക്ഷരം.

ഠക്കുരം. ന. ൧, വിഗ്രഹം, ദേവത. ൨, പേരുകളോടു ബഹുമാനത്തിന്നായി ചേരുന്ന ഒരു പദം.

ഠായം. ന. ഒരുവക പാട്ടും കളിയും.

ഠാണാവു; ഠാണ. ന. ൧, ഇരിപ്പുസ്ഥലം, സ്ഥാനം. ൨, വിചാരണ കഴിയുന്നതുവരെ കുററക്കാരെ താമസിപ്പിക്കുന്ന സൂക്ഷിപ്പുമുറി.

ഡ. ഹല്ലുകളിൽ പതിമ്മൂന്നാം അക്ഷരം.

ഡമരം. ന. ൧, കലഹം. ൨, ആപ്പുകൊണ്ടും ഭാവംകൊണ്ടും ശത്രുവിനെ ഭയപ്പെടുത്തുക. ൩, അമളി. ൪, നാശം.

ഡമരു. ന. ഒരു വാദ്യം, തുടി.

ഡംബരം. ന. കലഹം, അഹംഭാവം.

ഡംഭു. ന. അഹംഭാവം.

ഡംഭം. ന. അഹംഭാവം.

ഡയനം. ന. പല്ലക്കു, അന്തോളം.

ഡലായിത്തു. ന. ശിപായി.

ഡഹ്ലു. ന. ഒരു വൃക്ഷം; ആഞ്ഞലി.

ഡാഡിമപുഷ്പകം. ന. ചെമ്പരം.

ഡാഡിമം. ന. താളിമാതളം.

ഡി

ഡിണ്ഡിമം. ന. പെരുമ്പറ, ഒരു വാദ്യം.

ഡിണ്ഡീരം. ന. കടൽനാക്ക.

ഡിംബം. ന. ൧, കലഹം. ൨, അനൎത്ഥം. ൩, ഉപദ്രവം.

ഡിംഭൻ. ന. കൊച്ചുപൈതൽ.

ഡിംഭാനിലൻ. ന. ഇളങ്കാററു.

ഡു

ഡുണ്ഡുകം. ന. ഒരു വൃക്ഷം, പലകപ്പയ്യാനി.

ഡുണ്ഡുഭം. ന. ഒരുവക പാമ്പു, ചേര.

ഡോ

ഡോലി. ന. പല്ലക്ക.

ഡോള. ന. ൧, ഊഞ്ഞാൽ. ൨, പല്ലക്ക. ൩, മനയോല.

ഡോളായന്ത്രം. ന. മരുന്നു ശുദ്ധി ചെയ്യേണ്ടുന്നതിന്നുള്ള ഒരു സമ്പ്രദായം.

ഡോളായമാന വി. (നൻ, നാ, നം.) വി. ന. ഇളകുന്ന.

ഡോളായമാനം. ന. ഇളക്കം.

ഢ. ഹല്ലുകളിൽ പതിന്നാലാം അക്ഷരം.

ഢക്ക. ന. ഒരു വാദ്യം, ഭേരി.

ഢങ്കാരം. ന. ഒരു ശബ്ദം.

ഢമാനം. ന. ഒരുവക വാദ്യം.

ഢാലം. ന. പരിശ.

ഢീക്കു; ഢീക്കം; ഢീക്ക. ൧, ഗൎവ്വം. ൨, പൊങ്ങച്ചം.

ഢീക്കൻ; ഢീക്കൻ. ന. ൧, അഹങ്കാരി. ൨, വെറും പൊങ്ങച്ചം പറയുന്നവൻ, ആത്മപ്രശംസചെയ്യുന്നവൻ.

ണ. ഹല്ലുകളിൽ പതിനഞ്ചാം അക്ഷരം.

ണത്താർമാനിനി. ന. നത്താർമാനിനി, ലക്ഷ്മിദേവി.

ത. ഹല്ലുകളിൽ പതിനാറാം അക്ഷരം.

തകപ്പൻ. ന. തന്ത.

തകര. ന. ഒരു തൈ.

തകരൻ. വി. ന. നിണ്ടുതടിച്ചവൻ.

തകരം. ന. ൧, വെരുത്തിയം. ൨, ഒരങ്ങാടിമരുന്നു.

തകരാറു. ന. ൧, സമ്മിശ്രം. ൨, പ്രയാസം. ൩, വിരോധം. ൪, കലഹം.

തകരുന്നു. ന്നു. വാൻ. (തകർ.) അ. ക്രി. ഉടയുന്നു, പൊടിയുന്നു, നശിക്കുന്നു. **തകൎക്കുന്നു.** സ. ക്രി.

തകൎക്കുന്നു ത്തു. പ്പാൻ. (തകർ.) അ. ക്രി. പൈതങ്ങൾ അഹങ്കരിക്കുന്നു.

തകൎച്ച. ന. ൧, പൊടിക, നുറുങ്ങുക. ൨, നശിപ്പിക്കുക. ൩, പൊട്ടു.

തകൎപ്പു. ന. ൧, പൊട്ടൽ. ൨, നശിപ്പിക്ക. ൩, പൈതങ്ങളുടെ അഹങ്കാരം.

തകഴി. ന. ൧, മുറിവിന്നുള്ള ഒരു മരുന്നു. ൨, ചെറുതായുള്ള തരി.

തകട്ടു; തകിട്ടു. ന. ലോഹങ്ങൾ അടിച്ചുപരത്തിയതു.

തകിടംമറിയുന്നു; തകിടംമാറുന്നു. റി. വാൻ. (തകിടം.) സ. ക്രി. വകമാററം ചെയ്യുന്നു, വശം മാറുന്നു.

തകിടി. ന. ൧, കാടില്ലാത്ത കുന്നിൻപുറം. ൨, മാങ്ങാക്കണ്ണിത്തോട്ടം.

തകിടിപ്പുറം. ന. കാടില്ലാത്ത കുന്നിൻപുറം.

തകിട്ടുവൈരം. ന. പരപ്പുള്ള വൈരക്കല്ലു.

തകിൽ. ന. ഒരുവക വാദ്യം.

തകുന്ന; തകുന്ത; തകും. വി. ചേരുന്ന, യോഗ്യമായ, തക്കതായ.

തക്കൂതി. വി. ൧, ഘോരമായുള്ള, ഭംഗിയുള്ള, നല്ല. ൨, ശോഭയുള്ള.

തക്കൂതി. ന. ൧, അധികതരം. ൨, സംപൂൎണ്ണത. ൩, ശോഭ.

തക്ക. അല്ലെങ്കിൽ, **തക്കതു.** വി. ൧, യോഗ്യമായുള്ള. ൨, അവസരമുള്ള. ൩, മതിയായുള്ള. ൪, ചേൎച്ചയുള്ള.

തക്ക. ന. സ്ത്രീകൾ കാതിലിടുന്ന ഒരാഭരണം.

തക്കതിന്മണ്ണം; തക്കവണ്ണം; തക്കവാർ. വി. ൧, യുക്തംപോലെ. ൨, അതിനുവേണ്ടി.

തക്കം. ന. ൧, തരം. ൨, സമയം. ൩, യോഗ്യത. ൪, സൌകൎയ്യം. ൫, സാമൎത്ഥ്യം.

തക്കപോലെ. അ. യുക്തംപോലെ.

തക്കയോഗ്യം. വി. സമയത്തു വേണ്ടുന്ന.

തക്കവൻ. വി. ന. യോഗ്യൻ.

തക്കാരം. ന. കുശലം ചോദിക്ക, സല്ക്കാരം.

തക്കാരി. ന. മുഞ്ഞവൃക്ഷം.

തക്കാളി. ന. ഒരു തരം ചെടി.

തക്കിടി. ന. വ്യാജം, വഞ്ചന.

തക്കിടിമുണ്ടൻ. വി. ന. നിളം കുറെഞ്ഞു വണ്ണം കൂടിയവൻ.

തക്കോരകം. ന. താഴെപ്പറയുന്ന അൎത്ഥം.

തക്കോലപ്പുട്ടിൽ. ന. ഒരങ്ങാടിമരുന്നു.

തക്കോലം. ന. മേല്പറഞ്ഞ അൎത്ഥം.

തക്രധാര. ന. മോരുകൊണ്ടുള്ള ധാര, ഒരു ചികിത്സ.

തക്രം. ന. മോരു.

തങ്കക്കട്ടി. ന. പൊൻകട്ടി.

തങ്കക്കാശു. ന. പൊന്നുകൊണ്ടുള്ള ഒരുവക നാണയം.

തങ്കച്ചി. ന. തിരുവിതാംകൂർരാജാവിന്റെ പെണ്മക്കളെ വിളിക്കുന്ന ഒരു പേർ.

തങ്കത്തകിട്ടു. ന. പൊന്തകിട്ടു.

തങ്കപ്പൂച്ചു. ന. പൊന്നുരുക്കിതേക്കുക.

തങ്കഭസ്മം. ന. സ്വൎണ്ണം പുടംവെച്ചതു.

തങ്കമിടുന്നു. ട്ടു. വാൻ. (തങ്കം.) സ. ക്രി. പൊന്നുരുക്കിത്തേക്കുന്നു, പൊന്നുപൊതിയുന്നു.

തങ്കം. ന. മാറേററിയ പൊന്നു.

തങ്കരേഖ. ന. പൊൻനിറമുള്ള വര.

തങ്ങൽ. ന. ൧, മരത്തിന്റെ കൊമ്പിൽ തടഞ്ഞിരിക്ക, തടവു. ൨, താമസം, പാൎപ്പു.

തങ്ങൾ. ന. ൧, താൻ. ൨, മഹമ്മദ പട്ടക്കാരൻ.

തങ്ങുന്നു. ങ്ങി. വാൻ. (തങ്ങ.) അ. ക്രി. ൧, തടയുന്നു. ൨, താമസിക്കുന്നു. പാൎക്കുന്നു. **തങ്ങിക്കുന്നു.** സ. ക്രി.

തച്ചു. ന. ൧, ആശാരിവേല. ൨, ആശാരി കല്ലാശാരി വാളൻ ഇവരുടെ ഒരു ദിവസത്തെ വേല. ൩, അവരുടെ ഒരു ദിവസത്തെ കൂലി.

തച്ചൻ. ന. ആശാരി.

തച്ചുവാടി. ന. ആശാരിയുടെ പുര.

തച്ചാന്ത്യം. ന. ആശാരിയുടെ ശുദ്ധി.

തച്ചുകൂലി. ന. ആശാരിയുടെ ദിവസ ശമ്പളം.

തച്ചുപണി. ന. ആശാരിയുടെ വേല.

തച്ചുവേല. ന. മേല്പറഞ്ഞ അൎത്ഥം.

തച്ചുശാസ്ത്രം. ന. മരപ്പണിക്കുള്ള ഒരു പ്രമാണം.

തച്ചുളി. ന. ആശാരിയുടെ ഉളി.

തച്ചേല്ക്കുന്നു. ററു. പ്പാൻ. (തച്ച.) അ. ക്രി. പുര പണിതിട്ടുള്ള തടിയി ന്മേലുള്ള പിശാചുകളെ വാസ്തുബലി നാൽ ഒരുത്തൻ കയ്യേല്ക്കുന്നു. **തച്ചേല്പിക്കുന്നു.** സ. ക്രി.

തച്ചേല്പു. ന. മേല്പറഞ്ഞപ്രകാരം ക യ്യേല്ക്കുക.

തച്ചോളിപ്പാട്ടു; തച്ചോള്ളിപ്പാട്ടു. ന. പഴയ കാലത്തെ വീരപ്രവൃത്തി കളെ ആടിസ്ഥാനപ്പെടുത്തിയുള്ള പ ഴയ പാട്ടുകൾ.

തഞ്ഞുപോകുന്നു. യി. വാൻ. (ത ഞ്ഞു.) അ. ക്രി. ചതയുന്നു.

തഞ്ചം. ന. ആയുധവിദ്യക്കാരുടെ ഒ രു നില.

തഞ്ചംതാഴ്ച. ന. ആയുധവിദ്യക്കാരു ടെ ഒരു പ്രത്യേക നില.

തഞ്ചൽ. ന. തങ്ങൽ.

തഞ്ചാവൂർ. ന. ഇന്ത്യായിൽ ഒരു രാ ജ്യം, ഒരു നഗരം.

തഞ്ചുന്നു. ഞ്ചി. വാൻ. (തഞ്ച.) അ. ക്രി. തങ്ങുന്നു.

തട. ന. ൧, വിരോധം. ൨, തടവു. ൩, മറുത്തുനില്പു. ൪, രക്ഷ. ൫, പിടി ത്തം. ൬, കുഴി. ൭, തടവിൽ പാൎപ്പി ക്ക. ൮, ഉതെപ്പു. ൯, ചെമ്പിന്റെ ത ട. ൧൦, വാഴമാണം. ൧൧, വരമ്പു. ൧൨, കഞ്ഞി കുടിപ്പാനായിട്ടു വാഴ പ്പോളകൊണ്ടു വട്ടത്തിലൊ ചതുര ത്തിലൊ കെട്ടിയുണ്ടാക്കുന്ന വസ്തു.

തടക്കുട്ടുന്നു. ടി. വാൻ. (തട.) അ. ക്രി. ൧, തുറ്റിപ്പെടുന്നു. ൨, വിരോ ധിക്കുന്നു.

തടങ്ങൽ. ന. ൧, വിരോധം. ൨, മുട ക്കം. ൩, മറിപ്പിലാക്കുക. ൪, പിടി ത്തം.

തടച്ചിൽ. ന. ൧, തടവു, വിരോധം, മുടക്കം. ൨, ഉതെപ്പു.

തടന്തല്ല. ന. കഴപ്പം, കയമറിച്ചിൽ.

തടന്തല്ലുന്നു. ല്ലി. വാൻ. (തടം.) സ. ക്രി. കഴെക്കുന്നു.

തടമുല. ന. സ്ത്രീകളുടെ മുല.

തടം. ന. ൧, ചെറിട്ട. ൨, മാറു. ൩, കടിപ്രദേശം. ൪, തോട്ടത്തിൽ ഉണ്ടാ ക്കുന്ന തടം. ൫, മലയിടുക്ക. ൬, സമു ദ്രത്തിന്റെയും മററും തീരം. ൭, സമ ഭൂമി. ൮, വൃക്ഷത്തിന്റെ ചുവട്ടിൽ ഉ ണ്ടാക്കുന്ന തടം.

തടം. (പദങ്ങളുടെ മുമ്പിൽ ചേൎന്നുവ രുന്നു.) വി. വലുതു. ഉ-ം. **തടങ്കൈ; തടങ്കണ്ണു; തടങ്കൊങ്ക.** (ഇവിടെ യെല്ലാം 'വലിയ' എന്ന അൎത്ഥം.)

തടയം. ന. പാത്രത്തിൽവെച്ചു വല്ല തും ഉരുക്കുമ്പോൾ പാത്രത്തിന്റെ ക നമറിയുന്നതിന്നു ഇടുന്നതു.

തടയുന്നു. ഞ്ഞു. വാൻ. (തട.) അ. ക്രി. ൧, മുടങ്ങുന്നു. ൨, വിരോധിക്കുന്നു. ൩, രക്ഷിക്കുന്നു. ൪, പിടിക്കുന്നു.

തടവു. ന. ൧, വിരോധം. ൨, നിറു ത്തു. ൩, പാറാവു. ൪, ഉതെപ്പു. ൫, മു ടക്കം. ൬, താമസം.

തടവയറൻ. വി. ന. അധികം ഭക്ഷി ക്കുന്നവൻ.

തടവൽ. ന. ദേഹത്തോൾ പതുക്കെ തി രുമ്മുക, തലോടൽ.

തടവല. ന. ഒരുവക വലിയ വല.

തടവുകാരൻ. ന. പാറാപ്പുള്ളി, തട വിലാക്കപ്പെട്ടവൻ.

തടവുന്നു. വി. വാൻ. (തടവ.) സ. ക്രി. പതുക്കെ തിരുമ്മുന്നു, തലോടുന്നു. **തടവിക്കുന്നു.** കാ. ക്രി.

തടവെക്കുന്നു. ച്ചു. പ്പാൻ. (തട.) സ. ക്രി. ൧, വീഴാതെയിരിപ്പാൻ വല്ലതും തടവായിട്ടു വെക്കുന്നു. ൨, കഞ്ഞി കു ടിപ്പാൻ തടവെക്കുന്നു.

തടസ്ഥ. വി. (സ്ഥൻ, സ്ഥാ, സ്ഥം.) വി. ന. ൧, ബന്ധുവും ശത്രുവുമല്ലാത്ത. ൨, തീരത്തിങ്കലിരിക്കുന്ന.

തടസ്ഥൻ. ന. ൧, ബന്ധുവും ശത്രുവും അല്ലാത്തവൻ, മദ്ധ്യസ്ഥൻ. ൨, വിധി കൎത്താവു. **തടസ്ഥത; തടസ്ഥ ത്വം.** ന.

തടസ്സം. ന. തടസ്ഥത.

തടാകം. ന. പൊയ്ക, കുളം.

തടി. ന. ൧, മരം. ൨, ശരീരം. ൩, വണ്ണം. ൪, കണ്ടത്തിന്റെ ഒരു തുക. (സം.) ആററുമട്ട.

തടിക്കറ. ന. വെള്ളിനാണയത്തിൽ പററിയിരിക്കുന്ന ഒരുമാതിരികറുപ്പു.

തടിക്കുന്നു. ച്ചു. പ്പാൻ. (തടി.) അ. ക്രി. വണ്ണം വെക്കുന്നു, പുഷ്ടിയുണ്ടാ കുന്നു. **തടിപ്പിക്കുന്നു.** സ. ക്രി.

തടിച്ച. വി. വണ്ണമുള്ള.

തടിച്ചാൽപോകുന്നു. കി. വാൻ. (തടി.) സ. ക്രി. തടിവസ്ത്രത്തിന്റെ ദോഷമായിട്ടു പൊട്ടിയുണ്ടാകുന്നു.

തടിച്ചി. വി. ന. വണ്ണമുള്ളവൾ.

തടിനീ. ന. നദി, ആറു.

തടിപ്പു. ന. ൧, പുഷ്ടി, വണ്ണം. ൨, കൊഴുപ്പു. ൩, വീക്കം. ൪, തഴമ്പു.

തടിപ്പത്താക്ക. ന. ഒരു നാണയം.

തടിമാടൻ. വി. ന. ൧, അധികം ത ടിച്ചവൻ. ൨, ഭോഷൻ.

തടിമിടുക്ക. ന. ശരീര സാമൎത്ഥ്യം, ബലം.

തടിമുറങ്ങു. ന. ഉല്ലാസ്യം, ഉത്സവം.

തടിയൻ. വി. ന. ൧, വണ്ണമുള്ളവൻ. ൨, ഭോഷൻ.

തടിവിലങ്ങു. ന. മരവിലങ്ങു.

തടുക്ക. ന. ചെറിയ പായ്.

തടുക്കുന്നു. ത്തു. പ്പാൻ. (തടു.) സ. ക്രി. ൧, വിരോധിക്കുന്നു, നിറുത്തുന്നു. ൨, മുടക്കുന്നു. **തടിപ്പിക്കുന്നു.** കാ. ക്രി.

തട്ടു. ന. ൧, മച്ചുപലക, തുലാമിരുത്തി മിതെ നിരത്തുന്ന പലക. ൨, വണ്ടി ത്തിലൊ തേരിലൊ ഇരിക്കുന്നതിന്നു ള്ള സ്ഥലം. ൩, ചെമ്പു മരം മുതലാ യവകൊണ്ടുള്ള ഒരുമാതിരി പരന്ന പാത്രം, തുലാസിന്റെ തട്ടും മററും. ൪, ഉതെപ്പു. ൫, വഞ്ചന. ൬, മരണം. ൭, തലോടൽ. ൮, കൊട്ടുക. ൯, ഉ പദ്രവം. ൧൦, കല്ലുകൊണ്ടു അടിക്ക. ൧൧, തൊടുക.

തട്ട. ന. പക്ഷികളെ വിരട്ടുന്നതിന്നു ള്ള ഒരു സാധനം, കിടുകിടുപ്പൻ.

തട്ടം. ന. ൧, പരപ്പുള്ള പാത്രം. ൨, ഒ രുമാതിരി കതിര.

തട്ടൽ. ന. ൧, മുട്ടുക. ൨, തൊടുക.

തട്ടാക്കുടി. ന. ൧, തട്ടാന്മാരുടെ വീടു കൾ. ൨, തട്ടാന്മാരുടെ തെരുവു.

തട്ടാത്തി. ന. തട്ടാന്റെ സ്ത്രീ.

തട്ടാൻ. ന. പൊൻപണിക്കാരൻ.

തട്ടാമുട്ടി. ന. തരുതല, ഉത്സുകം.

തട്ടി. ന. ൧, മറ. ൨, കുടിലിന്റെ വാതിൽ.

തട്ടിക്കളയുന്നു. ഞ്ഞു. വാൻ. (തട്ടി.) സ. ക്രി. ൧, നശിപ്പിക്കുന്നു. ൨, കൊല്ലുന്നു. ൩, നിരസിക്കുന്നു. ൪, കടഞ്ഞുകളയുന്നു. ൫, മുട്ടിക്കളയുന്നു. ൬, വഞ്ചിക്കുന്നു.

തട്ടിക്കുന്നു. ച്ചു. പ്പാൻ. (തട്ടി.) സ.ക്രി. ൧, വഞ്ചിക്കുന്നു. ൨, നിഷ്ഫലമാക്കുന്നു. ൩, അടിപ്പിക്കുന്നു, മുട്ടിക്കുന്നു. ൪, കൈകൊട്ടിക്കുന്നു. ൫, തൊടീക്കുന്നു. ൬, കടയിക്കുന്നു.

തട്ടിക്കേറുന്നു. റി. വാൻ. (തട്ടി.) അ. ക്രി. ശൌര്യത്തോടെ ചെല്ലുന്നു.

തട്ടിക്കേററം. ന. ശൌര്യത്തോടെ ചെല്ലുക.

തട്ടിടുന്നു. ട്ടു. വാൻ. (തട്ടു.) അ. ക്രി. മച്ചിടുന്നു.

തട്ടിത്തൂക്കുന്നു. ത്തു. പ്പാൻ. (തട്ടി.) സ. ക്രി. കുഴിയുമ്മറവും നികത്തുന്നു.

തട്ടിപ്പു. ന. ൧, വ്യാജം, വഞ്ചന. ൨, അടിക്കുക.

തട്ടിപ്പറയുന്നു. ഞ്ഞു. വാൻ. (തട്ടി.) സ. ക്രി. തള്ളിപ്പറയുന്നു.

തട്ടിപ്പറിക്കുന്നു. ച്ചു. പ്പാൻ. (തട്ടി.) സ. ക്രി. പിടിച്ചുപറിക്കുന്നു.

തട്ടിമൂടുന്നു. ടി. വാൻ. (തട്ടി.) സ. ക്രി. നികത്തുന്നു, കുഴി നികത്തുന്നു.

തട്ടിമുളിക്കുന്നു. ച്ചു. ക്കവാൻ. (തട്ടിമുളി.) സ. ക്രി. തടസ്ഥമില്ലാതെ പ്രവൎത്തിക്കുന്നു.

തട്ടിയടപ്പു. ന. പശുക്കൂടിന്റെ ബലമുള്ള അഴി.

തട്ടിയൽ. ന. തട്ടി.

തട്ടിയെടുക്കുന്നു. ത്തു. പ്പാൻ. (തട്ടി.) സ. ക്രി. വഞ്ചിച്ചെടുക്കുന്നു.

തട്ടിവിടുന്നു. ട്ടു. ടുവാൻ. (തട്ടിവിടു.) സ. ക്രി. അടിച്ചു നീക്കുന്നു, സംകോചമില്ലാതെ തുറന്നു പറയുന്നു.

തട്ടിവിളിക്കുന്നു. ച്ചു. പ്പാൻ. (തട്ടി.) സ. ക്രി. വെല്ലുവിളിക്കുന്നു.

തട്ടുകെടുന്നു. ട്ടു. വാൻ (തട്ടു.) അ. ക്രി. ൧, അമളിപിണയുന്നു. ൨, ക്ഷീണിക്കുന്നു. ൩, അവജയപ്പെടുന്നു. ൪, ഞെരുങ്ങുന്നു.

തട്ടുകേടു. ന. ൧, ക്ഷീണം. ൨, അമളി. ൩, അപജയം. ൪, ഞെരുക്കം.

തട്ടുന്നു. ട്ടി. വാൻ. (തട്ടു.) സ. ക്രി. ൧, കൈകൊണ്ടു പതുക്കെ തല്ലുന്നു. ൨, മുട്ടുന്നു. ൩, തകിടടിക്കുന്നു. ൪, മുട്ടുന്നു. ൫, കൈകൊട്ടുന്നു. ൬, ഉപേക്ഷിക്കുന്നു. ൭, ഉതെക്കുന്നു. ൮, കൊല്ലുന്നു. ൯, ഉപായംകൊണ്ടോ ബലംകൊണ്ടോ കൈക്കലാക്കുന്നു. **തട്ടിക്കുന്നു.** കാ. ക്രി.

തട്ടുപടി. ന. ൧, ഇരിക്കുന്നതിന്നായിട്ടു പുരയുടെ നിരയോടു ചേൎത്തു കട്ടിലിന്റെ മാതിരിയിൽ പണിതു ഇണക്കിയ പലക. ൨, വക്രത്തിന്റെ അററത്തു നിന്നു ഉൗന്നുവാനായിട്ടു ഇണക്കി വെച്ചിരിക്കുന്ന പലക.

തട്ടുപലക. ന. പുരമുറിയുടെ അടിയിലും മീതെയും നിരത്തിയിടുന്ന പലക.

തട്ടുപുര. ന. മച്ചിട്ട ഭവനം.

തട്ടുപുഴവു. ന. വെരികിൻ പുഴവു.

തട്ടുമുട്ടു. ന. വീട്ടുസാമാനം.

തട്ടുവാണിഭം. ന. രത്നങ്ങളുടെ വ്യാപാരം.

തടിൽ; തഡിൽ; തടിത്തു; തഡിത്തു. ന. മിന്നൽ.

തഡിത്വാൻ. ന. മേഘം.

തണങ്ങു. ന. അടയ്ക്കാമരത്തിന്റെ ഓല.

തണലാറുന്നു. റി. വാൻ. (തണൽ.) അ. ക്രി. തണലത്തിരുന്നു ക്ഷീണം മാററുന്നു.

തണലിളെക്കുന്നു. ച്ചു. പ്പാൻ. (തണൽ.) അ. ക്രി. തണലിൽ ഇരിക്കുന്നു, തണലാറുന്നു.

തണലിളെപ്പു. ന. തണലിൽ ഇരിക്ക.

തണൽ. ന. നിഴൽ, ഛായ.

തണിച്ചിൽ. ന. തല്ലി മിനുസം വരുത്തുക.

തണിയുന്നു. ഞ്ഞു. വാൻ. (തണി.) സ. ക്രി. തല്ലി മിനുസം വരുത്തുന്നു.

തണിവു. ന. ൧, മിനുസം, നിരപ്പു. ൨, മിനുസം വരുത്തുക.

തണുക്കുന്നു. ത്തു. പ്പാൻ. (തണു.) അ. ക്രി. ൧, കുളിരുന്നു. ൨, ആറുന്നു. ൩, തണുത്തതായി തീരുന്നു. ൪, അടങ്ങുന്നു. **തണുപ്പിക്കുന്നു.** സ. ക്രി.

തണുതണെ. അ. തണുപ്പായി.

തണുപ്പു. ന. ൧, കുളിർ. ൨, ശൈത്യം. ൩, ശാന്തത. ൪, ആശ്വാസം. ൫, ഉഷ്ണത്തിന്റെ വിപരീത ഗുണം.

തണുപ്പുകൊടുക്കുന്നു. ത്തു. പ്പാൻ. (തണുപ്പു.) സ. ക്രി. കാരുളുക്ക ബലം വരുത്തുക ഔഷധം കൊടുക്കുന്നു.

തണുവു. വി. തണുപ്പുള്ള. **തണുവു.** ന. തണുപ്പു.

തണ്ടു. ന. ൧, കോൽ. ൨, അഹംഭാവം. ൩, വള്ളം നടത്തുന്നതിന്നു വലിക്കുന്ന ഒരു സാധനം. ൪, ചുമടെടുക്കുന്നതിന്നുള്ള കഴ. ൫, പല്ലക്ക. ൬, പല്ലക്കിന്റെ തണ്ടു. ൭, ഓടാമ്പൽ.

തണ്ട. ന. ൧, കാലിൽ ഇടുന്ന ഒരാഭരണം. ൨, മുൻകൈ, മുഴങ്കൈ. ൩, പല്ലക്കുളികൾ ഉടുക്കുന്ന ഒരുമാതിരി തുണി.

തണ്ടഞ്ചീര. ന. ഒരുവക ഭക്ഷ്യകറി സാധനം.

തണ്ടൻ. വി. ന. അഹംഭാവമുള്ളവൻ.

തണ്ടൻപയറു. ന. ഒരുവക പയറു.

തണ്ടപ്പേരു. ന. പേരുവഴി എഴുതിയ കണക്ക.

തണ്ടരെഞ്ഞാണം. ന. അരയിലിടുന്ന ഒരുമാതിരി ആഭരണം.

തണ്ടലർ. ന. താമരപ്പൂവു.

തണ്ടലർശരൻ. ന. കാമദേവൻ.

തണ്ടൽ. ന. കരം പിരിക്കുക.

തണ്ടാടി. ന. മീൻപിടിക്കുന്ന ഒരുമാതിരി വല.

തണ്ടാത്തി. ന. തണ്ടാന്റെ സ്ത്രീ.

തണ്ടാൻ. ന. ചോകോന്മാൎക്കു കല്പിച്ചു കൊടുക്കുന്ന ഒരു സ്ഥാനപ്പേർ.

തണ്ടായം. ന. ൧, ചുമടെടുക്കുന്നതിന്നു നീളമുള്ള കഴ. ൨, തണ്ടു നീട്ടി വലിക്കുക.

തണ്ടായ്മ. ന. തണ്ടാന്റെ സ്ഥാനം.

തണ്ടാരിൽമാതു. ന. ലക്ഷ്മിദേവി.

തണ്ടാർ. ന. താമരപ്പൂവു.

തണ്ടാർശരൻ. ന. കാമദേവൻ.

തണ്ടി. വി. സമവയസ്സുള്ള, സമശക്തിയുള്ള, തുല്യമായ.

തണ്ടികക്കല. ന. ഒരു തണ്ടിന്റെ രണ്ടററത്തും കെട്ടിത്തൂക്കി എടുക്കുന്ന വാഴക്കുല.

തണ്ടുകുററി. ന. തണ്ടു വെച്ചുകെട്ടി വള്ളത്തിൽ ഉറപ്പിക്കുന്ന ഒരു മരഖണ്ഡം.

തണ്ടുതപ്പി. വി. (ത്രിക്കു.) വി. ന. അഹമ്മതിയുള്ള. **തണ്ടുതപ്പിത്വം.** ഗു. ന. അഹമ്മതി.

തണ്ടുപത്തി. ന. തണ്ടിന്റെ അററത്തു മരംകൊണ്ടു വട്ടത്തിൽ ഉണ്ടാക്കി വെച്ചു കെട്ടുന്ന സാധനം.

തണ്ടുവലി. ന. തണ്ടു വലിച്ചു വള്ളം നടത്തുക, തണ്ടുപിടിത്തം.

തണ്ടെല്ലു. ന. മുതുകിലെ അസ്ഥി.

തണ്ടേറുന്നു. റി. വാൻ. (തണ്ട.) അ. ക്രി. പല്ലക്കിൽ കേറുന്നു.

തണ്ടേററം. ന. പല്ലക്കിൽ കേറുക.

തണ്ഡകം. ന. ൧, ഒഴുമ്പാട്ട. ൨, നരം. ൩, താസ്സരം. ൪, ജ്ഞൻ.

തണ്ഡുലം. ന. ൧, അരി. ൨, വിഴാലരി.

തണ്ഡുലീയം. ന. ചെറുചീര.

തണ്ണീർ. ന. വെള്ളം.

തണ്ണീരാകാരം. ന. വെള്ളം കുടിക്കുക. (എഴുമയെ കാണിക്കുന്നതിനുള്ള ഒരു ആചാരവാക്ക.)

തണ്ണീർകുടി. ന. ൧, വെള്ളംകുടി. ൨, ദേവതമാൎക്ക കഴിക്കുന്ന ഒരു ബലി.

തണ്ണീർദ്ദാഹം. ന. വെള്ളം കുടിപ്പാനുള്ള ആഗ്രഹം.

തണ്ണീൎപ്പന്തൽ. ന. വെള്ളം കൊടുക്കുന്നതിനുള്ള സ്ഥലം, വഴിയമ്പലം.

തൽ. ന. പ. അതു. അ. അതുഹേതുവായിട്ടു.

തത. വി. (തൻ, താ, തം.) വി. ന. പരപ്പുള്ള, വിസ്താരമുള്ള.

തതം. ന. ൧, പരപ്പ. ൨, വിസ്താരം. ൩, കമ്പിമേൽ വായിക്കുന്ന വാദ്യം.

തതഃ. അ. ൧, അതുകൊണ്ടു. ൨, അതിൽനിന്നു. ൩, അപ്പോൾ. ൪, എങ്ങിനെ. ൫, പിന്നെയും. ൬, അതിന്റെ ശേഷം. ൭, പിന്നത്തേതിൽ. ൮, അവിടെനിന്നു.

തതി. ന. സമൂഹം.

തൽ. ന. പ. ൧, അതു. ൨, പദങ്ങളുടെ മുമ്പിൽ ചേൎന്നുവരുമ്പോൾ ചുട്ടെഴുത്തിന്റെ അൎത്ഥം കാട്ടുന്നു. ഉ—ം. തൽസമയം (ആ സമയം.)

തൽതൽ. ന. പ. അതാതു.

തൽക്കാലബുദ്ധി. അല്ലെങ്കിൽ, **തൽക്കാലധി.** ന. അതാതു സമയത്തു വേണ്ടുന്ന അറിവു.

തൽക്കാലം. ന. ആ സമയം. (മ.) ഉടനടി.

തൽക്കാലസദൃശം. വി. അതാതു കാലത്തിന്നു തക്ക.

തൽക്കുറി. ന. ജനനപത്രിക.

തൽക്രിയ. വി. (യൻ, യാ, യം.) വി. ന. ശമ്പളം കൂടാതെ വേലചെയ്യുന്ന.

തത്ത. ന. പൈങ്കിളി.

തത്തൽ. ന. ൧, ചാട്ടം. ൨, ഉഴുൽ. ൩, മോടി.

തത്തായം. ന. കണ്ണുകൾ ഓടിക്കളിക്കുന്നതു.

തത്തുന്നു. ത്തി. വാൻ. (തത്ത.) അ. ക്രി. ൧, ചാടുന്നു. ൨, ഉഴുലുന്നു. ൩, മോടിക്കൂട്ടി നടക്കുന്നു. **തത്തിക്കുന്നു.** സ. ക്രി.

തല്പര. വി. (രൻ, രാ, രം.) വി. ന. ൧, താല്പൎയ്യമുള്ള. ൨, ഉത്സാഹമുള്ള. **തല്പരത; താല്പൎയ്യം.**

തല്പരം. അ. അതിന്റെ ശേഷം.

തത്ര. അ. അവിടെ, അതിങ്കൽ.

തത്രൈവ. അ. അവിടെത്തന്നേ.

തത്വജ്ഞ. വി. (ജ്ഞൻ, ജ്ഞാ, ജ്ഞം.) വി. ന. പരമാൎത്ഥബോധമുള്ള.

തത്വജ്ഞാനം. ന. പരമാൎത്ഥബോധം.

തത്വബോധം. ന. നേരറിവു.

തത്വബോധി. വി. (ധീ, ധിനി, ധി.) വി. ന. പരമാൎത്ഥത്തെ അറിയുന്ന.

തത്വമാൎഗ്ഗം. ന. നല്ലവഴി, നേരവഴി.

തത്വം. ന. ൧, പരമാൎത്ഥം. ൨, പരമാത്മാവു. ൩, സത്യം. ൪, മനസ്സ. ൫, സാവധാനം. ൬, താളം.

തത്വവാൻ (വതി.) ന. തത്വമുള്ളവൻ (വൾ).

തത്വവാദി. വി. (ദീ, ദിനി, ദി.) വി. ന. പരമാൎത്ഥത്തെ പറയുന്ന.

തത്വാൎത്ഥം. ന. സാക്ഷാലുള്ള അൎത്ഥം.

തത്സമയം. ന. അന്നേരം, ആ സമയം.

തൽക്ഷണം. അ. അപ്പോൾ, ഉടനെ.

തഥാ. അ. അപ്രകാരം, അങ്ങനെ.

തഥാഗതൻ. ന. ബുദ്ധമുനി.

തഥാവിധ. വി. (ധൻ, ധാ, ധം.) വി. ന. അപ്രകാരമുള്ള.

തഥ്യ. വി. (ഥ്യൻ, ഥ്യാ, ഥ്യം) വി. ന. സത്യമുള്ള.

തദനു. അ. അതിന്റെ ശേഷം.

തദനന്തരം. അ. അതിന്റെ ശേഷം.

തദാ. അ. അപ്പോൾ.

തദാത്വം. ന. തൽകാലം.

തദാനീം. അ. അപ്പോൾ.

തദാനീന്തനൻ. ന. അക്കാലത്തുള്ളവൻ.

തദ്ദിനം. അ. ആ ദിവസം.

തദീയ. വി. (യൻ, യാ, യം.) വി. ന. അവനെ, അവളെ, അതിനെ സംബന്ധിച്ച.

തദ്വൽ. വി. (ദ്വാൻ, ദ്വതി, ദ്വൽ.) വി. ന. അതുള്ള.

തദ്വൽ. അ. അതുപോലെ.

തദ്വിധം. ന. അപ്രകാരം.

തനതു. വി. സ്വന്തമായുള്ള.

തനയൻ. ന. പുത്രൻ.

തനയാ. ന. പുത്രി.

തനി. വി. തനിച്ചു.

തനിക്കുതാൻപോന്ന. വി. സകലത്തിന്നും പ്രാപ്തിയുള്ള.

തനിക്കുതാൻപോരിമ. അല്ലെങ്കിൽ, **തനിക്കുതാൻപോരിക.** ന. പ്രാപ്തി, മഹത്വം.

തനിച്ചു. വി. വലിയ. അ. ഏകമായി, വേറെ.

തനിയെ. അ. തനിച്ചു.

തനീയസ്സ. വി. (യാൻ, യസീ, യസ്സ.) വി. ന. ഏററവും ചെറിയ.

തനു. വി. (നുഃ, നുഃ, നവി, നുഃ, നു.) വി. ന. ൧, അല്പമായ. ൨, മെലിഞ്ഞ, നേൎത്ത.

തനു. ന. ൧, ശരീരം. ൨, തൊലി. ൩, അല്പം.

തനൂജൻ. ന. പുത്രൻ.

തനുജാ. ന. പുത്രി.

തനുത്രം. ന. ചട്ട.

തനുരസം. ന. വിയൎപ്പ.

തനുവ്രണം. ന. മുഖക്കുരു.

തനൂ. ന. ശരീരം.

തനൂകൃത. വി. (തൻ, താ, തം.) വി. ന. ചെറുതാക്കപ്പെട്ട.

തനൂജൻ. ന. പുത്രൻ.

തനൂജാ. ന. പുത്രി.

തനൂനപാത്തു, ന. അഗ്നി.

തനൂരുഹം. ന. ൧, രോമം. ൨, ചിറക.

തനൂഹ്രദം. ന. മലദ്വാരം.

തന്ത. ന. ൧, താണജാതികൾ പിതാവിനെ പറയുന്ന ഒരു വാക്ക. ൨, കരുത്തുപ്പിൽ കിടക്കുന്ന ഉരുണ്ട ചുഴി.

തന്തക്കുറ. ന. പിതാവിന്റെ അവകാശം.

തന്തലകൊട്ടി. ന. ഒരു തൈ.

തന്തവഴി. ന. പിതൃപാരമ്പൎയ്യം.

തന്തി. ന. ചാലിയൻ.

തന്തിരുവടി. ന. അദ്ദേഹം.

തന്തുണം. ന. ഒരുവക മീൻ, ചിറാക.

തന്തുനാഗം. ന. മേല്പറഞ്ഞ അൎത്ഥം.

തന്തുവായൻ. ന. ചാലിയൻ. ൨, ചിലന്നി.

തന്തുശാല. ന. ചാലിയന്റെ വീടു.

തന്തുസന്തതം. ന. പാകിയ നൂൽ.

തന്തു. ന. ൧, നൂൽ. ൨, മത്സ്യം. ൩, സന്തതി.

തന്ത്രകം. ന. പുതിയവസ്ത്രം, കോടിവസ്ത്രം.

തന്ത്ര. വി. (ന്ത്രൻ, ന്ത്രാ, ന്ത്രം.) വി. ന. അധീനതയുള്ള.

തന്ത്രം. ന. ൧, കൌശലം. ൨, വഞ്ചന. ൩, ഉപായം. ൪, കൂട്ടുകെട്ടു. ൫, പൂജാക്രമം. ൬, മന്ത്രത്തിലെ ഓരോ ഭാഗം. ൭, വസ്ത്രം. ൮, സാമൎത്ഥ്യം. ൯, അധീനത. ൧൦, സേന. ൧൧, പ്രധാനകൎമ്മം. ൧൨, പ്രധാനം. ൧൩, ആനന്ദം. ൧൪, ഭാഗ്യം. ൧൫, രാജ്യഭാരം. ൧൬, സിദ്ധാന്തം. ൧൭, പാക്കനൂൽ.

തന്ത്രിക. ന. ചിററമൃതു.

തന്ത്രി. വി. (ന്ത്രീ, ന്ത്രിണി, ന്ത്രി.) വി. ന. തന്ത്രമുള്ള.

തന്ത്രീ. ന. ൧, വീണയുടെ കമ്പി. ൨, ക്ഷേത്രങ്ങളിൽ തന്ത്രം കഴിക്കുന്ന ബ്രാഹ്മണൻ. ൩, ചരടു. ൪, ഉപായക്കാരൻ.

തന്ദു. ന. തവി.

തന്ദ്രാ. ന. ൧, ആലസ്യം. ൨, മടി.

തന്ദ്രാലു. വി. (ത്രിക്ഷു.) വി. ന. മടിയുള്ള.

തന്ദ്രി. ന. മടി.

തന്ദ്രിക. ന. മടി.

തന്നിമിത്തം. അ. അക്കാരണംകൊണ്ടു.

തന്നില ന. തന്റെ അവസ്ഥ.

തന്നിഷ്ടം. ന. സ്വാതന്ത്ര്യം, തന്റെ ഇഷ്ടം.

തന്നെ. അ. ൧, തനിച്ചു. ൨, അതെ. ൩, സ്. പ. താൻ എന്ന സൎവനാമശബ്ദത്തിന്റെ പ്രതിഗ്രാഹികാരൂപം.

തന്നെപ്പോററി. വി. ന. തന്നെത്താൻ പോററുന്നവൻ.

തന്മയം. ന. അതു തന്നെയെന്നുള്ള സ്ഥിതി, അനുഭവരസം.

തന്മാത്രം. അ. അവന്മാത്രം, അതുമാത്രം.

തന്നാംഗി. ന. സുന്ദരി.

തന്നീ. ന. സുന്ദരി.

തൻ. വി. തന്റെ. ഉ-ം. തൻകാൎയ്യം. (തന്റെ കാൎയ്യം, സ്വാൎത്ഥത.)

തന്റെ. ന. പ. താൻ എന്ന സൎവനാമപദത്തിന്റെ സംബന്ധികാരൂപം.

തന്റേടക്കാരൻ. വി. ന. ഊററക്കാരൻ.

തന്റേടം. ന. ഊററം, സ്വാതേയ്യപ്രജ്ഞ.

തപനൻ. ന. ആദിത്യൻ.

തപനീ. ന. ഒരാറു, ഗോദാവരി.

തപനീയ. വി. (യൻ, യാ, യം.) വി. ന. ചൂടുപിടിപ്പിപ്പാന്തക്ക, ചൂടുള്ള, അന്തസ്താപമുള്ള.

തപനീയം. ന. പൊൻ, സ്വൎണ്ണം.

തപം. അല്ലെങ്കിൽ, **തപസ്സ്**. ന. ൧, തപിക്കൽ. ൨, മാഘമാസം. ൩, വേനൽ. ൪, ഉഷ്ണം. ൫, നിയമോപവാസാദികൊണ്ടുള്ള ദൈവസേവ.

തപസ്യം. ന. ൧, മീനമാസം. ൨, മുല്ലപ്പൂ.

തപസ്വിനീ. ന. ൧, തപസ്സുചെയ്യുന്നവൾ. ൨, ഒരു മരുന്നു, മാഞ്ചി.

തപസ്വീ. ന. തപസ്സുചെയ്യുന്നവൻ.

തപാൽക്കാരൻ. ന. അഞ്ചൽക്കാരൻ.

തപാൽച്ചാവടി. ന. അഞ്ചൽപ്പുര.

തപിക്കുന്നു. ച്ചു. പ്പാൻ. (തപി.) അ. ക്രി. ൧, ഉഷ്ണിക്കുന്നു. ൨, ചുടുന്നു. ൩, ഉരുകിക്കുന്നു. ൪, തപസ്സുചെയ്യുന്നു. തപിപ്പിക്കുന്നു. സ. ക്രി.

തപോധനൻ. ന. മഹൎഷി.

തപോനിധി. ന. മഹൎഷി.

തപോബലം. ന. തപശ്ശക്തി.

തപോമയാഗ്നി. ന. തപസ്സുകൊണ്ടുണ്ടാകുന്ന അഗ്നി.

തപോലോകം. ന. പതിന്നാലു ലോകങ്ങളിൽ ഒന്നു.

തപോവനം. ന. തപസ്സുചെയ്യുന്നതിനുള്ള കാടു.

തപ്ത. വി. (പ്തൻ, പ്താ, പ്തം.) വി. ന. തപിച്ച.

തപ്പു. ന. ൧, ഒരുവക വാദ്യം. ൨, തപ്പുക. ൩, തെററു.

തപ്പൽ. ന. കൈകൊണ്ടുള്ളമറവും തപ്പുക.

തപ്പാൽ; **തപാൽ**; **ടപ്പാൽ**. ന. അന്യസ്ഥലങ്ങളിൽ എഴുത്തുകൾ എത്തിച്ചുകൊടുക്കുവാനുള്ള ഏൎപ്പാടു.

തപ്പിട്ട. ന. തപ്പു.

തപ്പിതം. ന. തെററു.

തപ്പുകാരൻ. ന. ൧, തപ്പുന്നവൻ. ൨, തപ്പുകൊട്ടുന്നവൻ.

തപ്പുതൽ. ന. തെററു.

തപ്പുന്നു. പ്പി. വാൻ. (തപ്പ.) സ. ക്രി. ൧, തപ്പിനോക്കുന്നു. ൨, സംശയിക്കുന്നു. ൩, തെററുന്നു.

തമം. ഏററവും കൂടുതൽ എന്ന അൎത്ഥം വരുത്തുന്ന ഒരു സംസ്കൃതപ്രത്യയം. ഉ-ം. ഉഗ്രതമം (ഏററവും ഉഗ്രമായ.)

തമകൻ. ന. മരണവായുക്കൾ അഞ്ചുകൂതിൽ ഒന്നു.

തമപ്പാലച്ചു. ന. ഒരു സസ്യം.

തമയൻ. ന. മൂത്ത സഹോദരൻ.

തമരു. ന. മരം തുളെക്കുന്ന ഒരുമാതിരി ഉളി, വിരമ.

തമരത്ത. ന. ഒരുവക വൃക്ഷം.

തമരം. ന. ഒരാഭം.

തമൎക്കുറു. ന. ഉടയസ്ഥാനം.

തമല. ന. ഓട്ടുമൊന്ത.

തമസ്വി. വി. (സ്വീ, സ്വിനീ, സ്വി.) വി. ന. ഇരുട്ടുള്ള.

തമസ്വിനീ. ന. രാത്രി.

തമസ്സ്. ന. ൧, ഇരുട്ടു, അന്ധത. ൨, അജ്ഞാനം, മൂഢത. ൩, രാഹു. ൪, പാപം.

തമാ. ന. രാത്രി.

തമാൻ. ന. നീളമുള്ള കാൽക്കുപ്പായം.

തമാലപത്രം. ന. ൧, തൊടുകുറി. ൨, പച്ചിലമരത്തിന്റെ ഇല.

തമാലം. ന. ൧, പച്ചിലമരം. ൨, തൊടുകുറി.

തമാശ്. ന. വിനോദം.

തമിസ്രം. ന. ഇരുട്ടു.

തമിസ്രാ. ന. ഇരുട്ടുള്ള രാത്രി.

തമിഴ്. ന. തമിഴ്ഭാഷ.

തമിഴൻ. ന. പാണ്ടിക്കാരൻ.

തമിഴ്ക്കത്തു. ന. അമരകോശത്തിൻെറ ഒരു വ്യാഖ്യാനം.

തമിഴ്ക്കറു. ന. തമിഴഭാഷയിൽ എഴുതിയതു.

തമിഴടി. ന. മേല്പറഞ്ഞ അൎത്ഥം.

തമിഴാദം. ന. ശൂദ്രരിൽ ഒരു ജാതി.

തമിഴാമ. ന. ഒരു പച്ചമരുന്നു.

തമി. ന. രാത്രി.

തമുക്കു. ന. വല്ലതും പ്രസിദ്ധിപ്പെടുത്തുമ്പോൾ അടിക്കുന്ന ഒരു വാദ്യം.

തമുക്കുകാരൻ. ന. തമുക്കടിക്കുന്നവൻ.

തമോഗുണം. ന. ഗുണങ്ങൾ മൂന്നുള്ളതിൽ ഒന്നു.

തമോഭരം. ന. കൂരിരുട്ടു.

തമ്പു. ന. കൂടാരം.

തമ്പകം. ന. ഒരു വൃക്ഷം.

തമ്പലം. ന. വെററിലയും പാക്കും ചുണ്ണാമ്പും കൂടെ കടിച്ചു ചവച്ചു തുപ്പുന്നതിൻെറ പിശിട്ടു.

തമ്പാക്കു. ന. പൊന്നും ചെമ്പും കൂട്ടിയുരുക്കിയ ഒരു ലോഹം.

തമ്പാട്ടി. ന. ക്ഷത്രിയരിൽ ഒരു കൂട്ടക്കാരുടെ സ്ത്രീകൾക്കു പറയുന്ന ഒരു പേർ.

തമ്പാൻ. ന. ക്ഷത്രിയരിൽ ഒരുജാതി.

തമ്പി. ന. ൧, അനുജൻ. ൨, തിരുവിതാംകൂർരാജാവിൻെറ മകൻ.

തമ്പുരാക്കൾ; തമ്പ്രാക്കൾ. ന. ആഴവാഞ്ചേരി തമ്പുരാൻ.

തമ്പുരാട്ടി. ന. ൧, രാജസ്ത്രീ. ൨, യജമാനത്തി.

തമ്പുരാൻ. ന. ൧, ദൈവം. ൨, രാജാവു. ൩, യജമാനൻ, കൎത്താവു.

തമ്പേർ; തമ്പർ. ന. പട്ടാളക്കാരുടെ ഒരുവക വാദ്യം.

തമ്പേറുകാരൻ. ന. തമ്പേറടിക്കുന്നവൻ.

തംബുരു. ന. നാലു കമ്പിയുള്ള ഒരുവക വീണ.

തംബുരുവായന. ന. തംബുരു എന്നുള്ള വാദ്യത്തെ ശബ്ദിപ്പിക്ക.

തമ്മിട്ടം. ന. തമ്പേർ.

തമ്മിൽ. അ. അങ്ങോട്ടുമിങ്ങോട്ടും.

തമ്മിൽത്തമ്മിൽ. അ. അന്യോന്യം.

തമ്മിത്തല്ലു. ന. അങ്ങോട്ടുമിങ്ങോട്ടും അടിക്കു.

തയ്യലാൾ. വി. ന. സൌന്ദൎയ്യമുള്ള സ്ത്രീ.

തയ്യൽ. ന. സൂചിയും നൂലുംകൊണ്ടുള്ള പ്രയോഗം.

തയ്യൽക്കാരൻ. ന. തയ്ക്കുന്നവൻ.

തയ്യൽപണി. ന. തയ്യൽവേല.

തയ്യാറു. അ. ഒരുക്കം, വട്ടംകൂട്ടുക.

തരക്. ന. ൧, കമിശൻപണം. ൨, തുലാസു. ൩, ഒരുമാതിരി ചങ്ങഴി.

തരകൻ. ന. ൧, കമിശൻ. ൨, സൂറിനിക്കാൎക്കുമററും രാജാവു കല്പിച്ചു കൊടുക്കുന്ന ഒരു സ്ഥാനപ്പേർ.

തരക്കേടു. വി. ൧, തരക്കേടുള്ള. ൨, വിപരീതമായ.

തരക്കേടു. ന. ൧, തരക്കേടു, അവസരക്കേടു, പാങ്ങുകേടു. ൨, വിപരീതം. ൩, ആപത്തു. ൪, മടക്കം. ൫, നഷ്ടം. ൬, കുറവു.

തരഗതി. ന. ൧, ക്രമം. ൨, തരംതിരിച്ചിൽ.

തരംഗം. ന. ഓളം.

തരംഗംപാടി. ന. ഒരു ദിക്കിൻെറ പേർ.

തരംഗിണി. ന. നദി.

തരങ്ങൽ. ന. ഉരലിലിട്ടുകുത്തി ധാന്യങ്ങളുടെ തൊലി കളക.

തരങ്ങഴി. ന. അരിയവെക്കയും മററും ചെയ്യുമ്പോൾ ഉരലിൻെറ ചുവട്ടിൽ വീഴുന്നതു.

തരങ്ങുന്നു. ങ്ങി. വാൻ. (തരങ്ങ.) സ. ക്രി. കുത്തിത്തൊലിക്കുന്നു.

തരണം. ന. ൧, കടക്കുക. ൨, പൊങ്ങുതടി.

തരണി. ന. ൧, തോണി. ൨, ആദിത്യൻ. ൩, കററാഴ. ൪, കറിഞ്ഞി.

തരന്തു. ന. ആയുധങ്ങളിൽ പിടിയിപ്പോട്ടു കേററുന്നതിനുള്ള മുറ.

തരപണ്യം. ന. കേവുകൂലി.

തരപ്പടി. വി. തുല്യതയുള്ള.

തരമാകുന്നു. യി. വാൻ. (തരം.) അ. ക്രി. നല്ല തരത്തിലായിത്തീരുന്നു. **തരമാക്കുന്നു.** സ. ക്രി.

തരന്തിരിച്ചിൽ. ന. വേർതിരിച്ചിൽ.

തരന്തിരിപ്പു. ന. ഓരോ തരത്തിലുള്ളവയെ വെവ്വേറെ തിരിച്ചു വെക്കുക.

തരന്തിരിയുന്നു. ഞ്ഞു. വാൻ. (തരം.) അ. ക്രി. വേർതിരിയുന്നു. **തരന്തിരിക്കുന്നു.** സ. ക്രി.

തരന്തിരിവു. ന. വേർതിരിവു.

തര. സാധാരണയിൽ കുറച്ചു കൂടുതൽ എന്ന അൎത്ഥം വരുത്തുന്ന ഒരു സംസ്കൃതപ്രത്യയം. ഉ-ം. **ഉഗ്രതരം.** (ഉഗ്രമെന്നു പറയുന്നതിനേക്കാൾ കുറച്ചു കൂടുതലായും എന്നാൽ ഉഗ്രതമമെന്നതിനൊക്കാൾ കുറവായും ഉള്ള ക്രൂരതയോടുകൂടിയ എന്നൎത്ഥം.)

തരം. ന. ൧, മാതിരി. ൨, സമം. ൩, അനുകൂലം. ൪, അവസരം, സമയം ൫, മാററം. ൬, ഗുണം.

തരമ്മാററം. ന. തരംമാറുക.

തരമ്മാറുന്നു. റി. വാൻ. (തരം.) അ. ക്രി. തരം വെവ്വേറെ തിരിയുന്നു. **തരമ്മാററുന്നു.** സ. ക്രി.

തരവഴി. ന. ൧, നിന്ദ. ൨, അവമാനം. ൩, താന്തോന്നിതരം.

തരവഴിത്തരം. ന. മേല്പറഞ്ഞ അൎത്ഥം.

തരസം. ന. ഇറച്ചി, മാംസം.

തരസാ. അ. വേഗം.

തരസ്ഥാനം. ന. വള്ളക്കടവു.

തരസ്വി. വി. (സ്വീ, സ്വിനി, സ്വി.) വി. ന. വേഗമുള്ള.

തരസ്വീ. ന. ൧, ഓട്ടാളൻ. ൨, ശൂരൻ.

തരസ്സു. ന. ൧, വേഗം. ൨, ശക്തി.

തരള. വി. (ളൻ, ളാ, ളം.) വി. ന. ൧, വിറയലുള്ള. ൨, പ്രകാശമുള്ള. **തരളതരം.** ന.

തരളം. ന. മുത്തുമാലയുടെയും മററും നടുനായകക്കല്ലു.

തരളാ. ന. കഞ്ഞി.

തരളാക്ഷ. വി. (ക്ഷൻ, ക്ഷി, ക്ഷം.) വി. ന. കണ്ണിന്നിളക്കമുള്ള, സൌന്ദൎയ്യമുള്ള. **തരളത.** ഗു. ന. കണ്ണിൻെറ ഇളക്കം.

തരളിത. വി. (തൻ, താ, തം.) വി. ന. ഇളകപ്പെട്ട.

തരക്ഷു. ന. ഒരു മാതിരി പുലി.

തരാതരം. ന. പലമാതിരി.

തരി. ന. ൧, ചെറുതായ തരുക്കു. ൨, മണൽപ്പൊടി. ൩, വള തള മുതലായ ആഭരണങ്ങളുടെ അകത്തു കിലുങ്ങുന്നതിന്നായിട്ടിടുന്ന ലോഹശകലം. ൪, വെള്ളത്തിലെ ചെറിയ കമ്പം. ൫, (സം.) വള്ളം, തോണി.

തരികം. ന. പൊങ്ങുതടി.

തരിക്കുന്നു. ച്ചു. പ്പാൻ. (തരി.) അ. ക്രി. ക, ദേഹത്തിൽ മരെപ്പുണ്ടാകുന്നു. വ, രോമാഞ്ചമുണ്ടാകുന്നു. **തരിപ്പിക്കുന്നു.** സ. ക്രി. **തരിപ്പു.** ന.

തരിത. വി. (തൻ, താ, തം.) വി. ന. അക്കര കടത്തപ്പെട്ട.

തരിപ്പു. ന. ക, മരപ്പു, പെരുപ്പു. വ, രോമാഞ്ചം.

തരിപ്പണം. ന. വറുത്തു പൊടിച്ച അരി.

തരിപ്പുവാതം. ന. ഒരുമാതിരി വാതരോഗം.

തരിപ്പെടുന്നു. ട്ടു. വാൻ. (തരി.) അ. ക്രി. തരിയായിത്തീരുന്നു.

തരിമണൽ. ന. പൊടിമണൽ.

തരിമ്പു. വി. അല്പം, കുറെ.

തരിവള. ന. തരിയിട്ട കൈവള.

തരിശു. വി. പാഴായ, വാഴാത്ത.

തരിശുനിലം. ന. വാഴാത്ത നിലം.

തരീഷം. ന. ക, സമുദ്രം. വ, ആകാശം. ന, അലങ്കരണം.

തരു. ന. വൃക്ഷം.

തരുണ. വി. (ണൻ, ണാ, ണം.) വി. ന. ക, യൌവ്വനമുള്ള. വ, ചെറിയ. ന, പുതിയ.

തരുണൻ. ന. യൌവ്വനക്കാരൻ.

തരുണി. ന. ക, യൌവ്വനമുള്ളവൾ. വ, സുന്ദരി.

തരുതടം. ന. വൃക്ഷത്തിന്റെ ചുവട്.

തരുതരെ. അ. മണൽപോലെ.

തരുതലം. ന, വൃക്ഷത്തിന്റെ ചുവട്.

തരുന്നു. ന്നു. വാൻ. (ത.) സ. ക്രി. നൽകുന്നു. **തരുവിക്കുന്നു.** കാ. ക്രി.

തരുമൂലം. ന. വൃക്ഷത്തിന്റെ ചുവട്.

തൎക്കം. ന. ക, വിവാദം. വ, തൎക്കശാസ്ത്രം. ന, സംശയം. ര, വിരോധം. ഉ, ഊഹം.

തൎക്കവിദ്യ. ന. തൎക്കശാസ്ത്രം.

തൎക്കശാസ്ത്രം. ന. ശാസ്ത്രങ്ങളിൽ ഒന്നു.

തൎക്കാരി. ന. ക, മുഞ്ഞവൃക്ഷം. വ, താറുതാവൾ.

തൎക്കി. ന. തൎക്കശാസ്ത്രമുള്ളവൻ.

തൎക്കിക്കുന്നു. ച്ചു. പ്പാൻ. (തൎക്കി.) സ. ക്രി. ക, വാദിക്കുന്നു. വ, സംശയിക്കുന്നു. ന. വിവാദിക്കുന്നു. ര, വിരോധിക്കുന്നു. ഉ, ഊഹിക്കുന്നു.

തൎക്കിത. വി. (തൻ, താ, തം.) വി. ന. ക, തൎക്കിക്കപ്പെട്ട. വ, ഊഹിക്കപ്പെട്ട.

തൎജ്ജനം. ന. ക, കോപം. വ, നിന്ദ.

തൎജ്ജമ; തൎജ്ജിമ. ന. ഭാഷാന്തരം ചെയ്യുക, പൊരുൾ തിരിച്ചുക.

തൎജ്ജനീ. ന. ചൂണ്ടോന്നിവിരൽ.

തൎജ്ജിക്കുന്നു. ച്ചു. പ്പാൻ. (തൎജ്ജി.) സ, ക്രി. ക, നിന്ദിക്കുന്നു. വ, ഭയപ്പെടുത്തുന്നു.

തൎജ്ജിത. വി. (തൻ, താ, തം.) വി. ന. നിന്ദിക്കപ്പെട്ട.

തൎണ്ണകം. അല്ലെങ്കിൽ, **തൎണ്ണം.** ന. പശുക്കിടാവു.

തൎണ്ണി. ന. പൊങ്ങുതടി.

തൎത്തരീക. വി. (കൻ, കാ, കം.) വി. ന. തോണിയിൽ കടത്തുന്ന.

തൎത്തരീകം. ന. തോണി, പൊങ്ങുതടി.

തൎപ്പണം. ന. ക, തൃപ്തി. വ, പുഷ്ടി. ന, പിതൃദേവന്മാരുടെ തൃപ്തിക്കായി ട്ടു രണ്ടു കയ്യും കൂട്ടി വെള്ളം കോരി കഴിക്കുന്ന ഒരു കൎമ്മം.

തൎപ്പിക്കുന്നു. ച്ചു. പ്പാൻ. (തൎപ്പി.) സ. ക്രി. മേല്പറഞ്ഞ കൎമ്മം കഴിക്കുന്നു.

തൎമ്മം. ന. യാഗശാലയിലെ തൂണിന്റെ മേലേയററം.

തൎഷം. ന. ക, ദാഹം. വ, ഇച്ഛ.

തൎഷിത. വി. (തൻ, താ, തം.) വി. ന. ക, ദാഹമുള്ള. വ, ഇച്ഛയുള്ള.

തൎഹി. അ. എങ്കിൽ, എന്നാൽ.

തല. ന. ക, ശിരസ്സു. വ, മേലത്തേ അററം. ന, വൃക്ഷത്തിന്റെ മുകൾ. ര, തുടസ്സം. ഉ, മുൻപു. ന്ത, അതിര. ഉ, തലമുടി.

തലകഴപ്പു. ന. തലക്കുത്തു.

തലക്കം. ന. മേലത്തേ അററം.

തലക്കാച്ചിൽ. ന. ജ്വരം.

തലക്കാവൽ. ന. പ്രധാന കാവൽ.

തലക്കീഴായി. അ. കീഴ്മേലായി.

തലക്കുഞ്ഞു. ന. കടിഞ്ഞൂൽ കുട്ടി.

തലക്കുത്തു. ന. തലനോവു.

തലക്കെട്ടു. ന. തലവാചകം, മുഖവുര.

തലക്കേട്ടു. ന. തലക്കുത്തു.

തലക്കോരിക. ന. യുദ്ധത്തിന്നു പോകുമ്പോൾ തലയിൽ ഇടുന്ന ഒരു മാതിരി തൊപ്പി.

തലചുററു. ന. ഒരു ദീനം, തലതിരിച്ചിൽ.

തലചുററൽ. ന. തലതിരിച്ചിൽ.

തലച്ചാൽ. ന. ഒന്നാമത്തെ ഉഴവു.

തലച്ചുമടു. ന. തലയിൽ വെച്ചു ചുമക്കുന്ന ചുമടു.

തലച്ചെന്നവർ. ന. ഒരുദ്യോഗസ്ഥൻ.

തലച്ചേരി. ന. ഒരു ദിക്കിന്റെ പേർ.

തലച്ചോറു. ന. തലമണ്ടെക്കകത്തിരിക്കുന്ന ഒരു വസ്തു.

തലതരിക്കുന്നു. ച്ചു. പ്പാൻ. (തല.) അ. ക്രി. തല മരെക്കുന്നു.

തലതരിപ്പു. ന. തലെക്കുണ്ടാകുന്ന ഒരു സൌഖ്യക്കേടു, അല്പമായ ഒരു ജ്വരം.

തലതാഴ്ച. ന. കുനിച്ചിൽ.

തലതാഴുന്നു. ണു. വാൻ. (തല.) അ. ക്രി. കുനിയുന്നു.

തലതിരിച്ചിൽ. ന. തലചുററൽ.

തലതിരിയുന്നു. ഞ്ഞു. വാൻ. (തല.) അ. ക്രി. തലചുററുന്നു. **തലതിരിക്കുന്നു.** സ. ക്രി.

തലതിരിവു. ന. തലചുററു.

തലതൊടുന്നു. ട്ടു. വാൻ. (തല.) സ. ക്രി. ക, അനുഗ്രഹിക്കുന്നു. വ, ജ്ഞാനസ്നാനത്തിങ്കൽ പൈതലിന്റെ ചേക്കായിട്ടു ഒരുമേററു പറയുന്നു.

തലതൊട്ടവൻ. ന. ക, അനുഗ്രഹിച്ചവൻ. വ, മേല്പറഞ്ഞപ്രകാരം ഒരു മേററവൻ.

തലത്തട്ടു; തലേത്തട്ടി. ന. വിഷൂചികയെപ്പോലെ പെട്ടെന്നു മരണം വരുത്തുന്ന സാംക്രമികരോഗം.

തലനാടു. ന. കരിമ്പിൻ തല, തലാടു.

തലനാരു. ന. തലമുടി.

തലനാൾ. ന. കഴിഞ്ഞ ദിവസം, ഇന്നലെ.

തലനീരു. ന. തലയിൽനിന്നിറങ്ങുന്ന ഒരു മാതിരി നീരു, ഒരു ദീനം.

തലനീളം. ന. മുഖപ്പു, പൂമുഖം.

തലനീളി. ന. ഒരു പച്ചമരുന്നു, പ്രസാരിണി.

തലനോവു. ന. തലക്കുത്തു.

തലപുരാണം. ന. സ്ഥലത്തെക്കുറിച്ചു പറയുന്ന ഒരു പുരാണം.

തലപ്പു. ന. തലക്കം.

തലപ്പണം. ന. ആളൊന്നുക്കു ഒരു

പണം വിതം സൎക്കാരിലേക്കു കൊടുക്കുന്ന കരം, തലപ്പാട്ടം ഉള്ള മുതൽ.

തലപ്പണിക്കാരൻ. ന. പ്രധാനവേലക്കാരൻ.

തലപ്പത്താക്കു. ന. ഒരുവക നാണയം.

തലപ്പന്തി. ന. സദ്യകളിൽ ആദ്യം ഇല വെക്കുന്ന പന്തി.

തലപ്പന്തു. ന. പന്തുകൊണ്ടുള്ള കളിയിൽ ഒന്നാമത്തെ കളി.

തലപ്പാട്ടം. ന. തലപ്പണം.

തലപ്പാവു. ന. ഒരുമാതിരി തലയിൽ കെട്ടു.

തലപ്പുററു. ന. തലയിൽ ഉണ്ടാകുന്ന ഒരു ദീനം.

തലഭാഗം. ന. തല വെക്കുന്ന സ്ഥലം.

തലം. ന. ൧, കൈക്കകം. ൨, കാലിന്നകം. ൩, ചുവടു. ൪, സ്ഥലം. ൫, വില്ലാളികൾ കയ്യിൽ ഞാണു കൊള്ളാതെയിരിപ്പാൻ കെട്ടുന്ന ഒരു തോൽ. ൬, മൂലം. ൭, ഒരു ചാണളവു.

തലമണ്ട. ന. തലയോടു.

തലമല. ന. മലയുടെ മുകൾപ്പരപ്പു.

തലമുടി. ന. തലരോമം.

തലമുതിൎച്ച. ന. പൊക്കം.

തലമുറ. ന. പുരുഷാന്തരം.

തലമുറിയൻ. ന. ൧, മാൎഗ്ഗക്കല്യാണം ചെയ്യുവൻ. ൨, തല മുറിഞ്ഞവൻ.

തലയാളി. ന. തലവൻ, പ്രധാനി.

തലയിണ. ന. തല പൊക്കിവെക്കുന്ന ഒരു മെത്ത.

തലയിൽക്കെട്ടു. ന. ൧, മുണ്ടുകൊണ്ടും മററും തലയിൽ കെട്ടുക. ൨, തലപ്പാവു.

തലയിൽവിധി. ന. ദൈവകല്പിതം.

തലയിലെഴുത്തു. ന. മേല്പറഞ്ഞ അൎത്ഥം.

തലയിററു. ന. ഒന്നാമത്തെ കിടാവു.

തലവൻ. ന. തലയാളി.

തലവരി. ന. തലപ്പണം.

തലവഴി. ന. വൃക്ഷത്തിന്റെ മുകൾഭാഗം. അ. തലയിൽക്കൂടെ.

തലവാരി. ന. വലിയ ചീപ്പു.

തലവില. ന. ആദിയിലെ വില.

തലവിറയൽ. ന. തല വിറെക്കു.

തലശ്ശേരി. ന. ഒരു ദിക്കു.

തലഹൃദയം. ന. ൧, കൈക്കകം. ൨, കാലിന്നകം.

തലാട്ടു. ന. കരിമ്പിൻ തല.

തലാതലം. ന. പാതാളലോകങ്ങൾ ഏഴുള്ളതിൽ ഒന്നു.

തലിനം. വി. ൧, ഇടയിട്ട. ൨, വെടിപ്പുള്ള. ൩, അല്പമായ. ൪, മൃദുവായ.

തലിനം. ന. കട്ടിൽ.

തല്യവം. അല്ലെങ്കിൽ, **ചല്യവം.** ന. സ്ത്രീകൾ കഴുത്തിൽ കെട്ടുന്ന ഒരാഭരണം.

തലേക്കാലം. ന. കഴിഞ്ഞ കാലം.

തലേക്കൊല്ലം. ന. കഴിഞ്ഞ സംവത്സരം.

തലേനാൾ. ന. കഴിഞ്ഞ ദിവസം.

തലോടൽ. ന. ശരീരത്തിൽ പതുക്കെ തിരുമ്മുക.

തലോടുന്നു. ടി. വാൻ. (തലോട.) സ. ക്രി. ശരീരത്തെ പതുക്കെത്തിരുമ്മുന്നു.

തലോദരി. ന. ഭാൎയ്യ, സ്ത്രീ.

തല്പം. ന. ൧, മെത്ത. ൨, മാളിക. ൩, ഭാൎയ്യ.

തല്ലു. ന. അടി.

തല്ലം. ന. ൧, ചിറ, കുളം. ൨, കുഴി.

തല്ലജം. ന. ൧, ശ്രേഷ്ഠം. ൨, ഭാഗ്യം.

തല്ലുന്നു. ല്ലി. വാൻ. (തല്ലു.) സ. ക്രി. വടികൊണ്ടും മററും അടിക്കുന്നു. തല്ലിക്കുന്നു. കാ. ക്രി.

തല്ലുകൊള്ളി. വി. ന. തല്ലുകൊള്ളുന്നവൻ, ദുസ്സാമൎത്ഥ്യമുള്ളവൻ.

തല്ലുകൊള്ളിത്തരം. ന. ദുസ്സാമൎത്ഥ്യം.

തവ. ന. പ. നിന്റെ.

തവണ. ന. ൧, അവധി. ൨, സമയം. ൩, മുറ.

തവണക്കച്ചീട്ടു. ന. തവണ വെച്ചു കൊടുക്കുന്നതിന്നു സമ്മതിച്ചു എഴുതിയ ചീട്ടു.

തവണക്കാരൻ. ന. ൧, തവണയ്ക്കു കൊടുക്കുന്നവൻ. ൨, തവണയ്ക്കു കാക്കുന്നവൻ.

തവണപ്പണം. ന. തവണയ്ക്കു കൊടുക്കുന്ന പണം.

തവണമുടക്കം. ന. തവണയ്ക്കു വിരോധം വരുത്തുക.

തവല; തമല. ന. ഒരുമാതിരി ഓട്ടുപാത്രം, മൊന്ത.

തവള; തമള. ന. ഒരു ജന്തു, മാക്രി.

തവളമുടിൽ. ന. തവളക്കഞ്ഞു.

തവി. ന. ൧, ചിരട്ടക്കയിൽ. ൨, വെള്ളികൊണ്ടുണ്ടാക്കുന്ന ഒരുമാതിരി തവി. ൩, എണ്ണത്തുടം.

തവിടു. ന. ൧, അരിയുടെ പുറമെയുള്ള ചുവന്ന പൊടി. ൨, അരിപ്പൊടി.

തവിട്ടു. ന. ഒരു പാമ്പു.

തവിട്ടുണ്ട. ന. ഒരു പലഹാരം.

തവിഴാമ. ന. ഒരു പച്ചമരുന്നു.

തവ്വു. ന. ൧, സമയം. ൨, അവസരം. ൩, ഉത്തരം.

തവ്വടക്കിപ്പറയുന്നു. ഞ്ഞു. വാൻ. (തവ്വു.) സ. ക്രി. പറഞ്ഞു മടക്കം വരുത്തുന്നു.

തഷ്ടു. വി. (ഷ്ടൻ, ഷ്ടാ, ഷ്ടം.) വി. ന. ചെത്തി കൊച്ചാക്കപ്പെട്ടു.

തസ്കരത. ന. മോഷണം.

തസ്കരൻ. ന. കള്ളൻ.

തസ്കരിക്കുന്നു. ച്ചു. പ്പാൻ. (തസ്കരി.) സ. ക്രി. മോഷ്ടിക്കുന്നു.

തഹസിൽദാർ. ന. ഒരുദ്യോഗസ്ഥൻ.

തള. ന. ൧, കാലിൽ ഇടുന്ന ഒരാഭരണം. ൨, വിലങ്ങു. ൩, ചില മൃഗങ്ങളുടെ കാലു തമ്മിൽ കെട്ടുക, ചില മൃഗങ്ങളെ കെട്ടിനിറുത്തുക.

തളക്കല്ലു. ന. ചവുട്ടി നടപ്പാന്തക്കവണ്ണം നിരത്തിയിടുന്ന കല്ലു, തളിരക്കല്ലു.

തളം. ന. ൧, ഭവനത്തോടു കൂടെ പണിതുണ്ടാക്കുന്ന ഒരു സ്ഥലം. ൨, തളിരം. ൩, തലയിലിടുന്ന മരുന്നു.

തളരുന്നു. ന്നു. വാൻ. (തളർ.) അ. ക്രി. ക്ഷീണിക്കുന്നു, ആലസ്യപ്പെടുന്നു, വാടുന്നു.

തളൎച്ച. ന. ക്ഷീണം, ആലസ്യം.

തളൎവ്വാതം. ന. ഒരുമാതിരി വാതരോഗം.

തളവാടം. ന. പണിക്കോപ്പു.

തളാപ്പു; ത്ലായിപ്പു. ന. മരത്തിൽ കേറുന്നതിന്നു വട്ടത്തിൽ കെട്ടുന്ന വള്ളി.

തളി. ന. ൧, കയ്യിൽ വെള്ളം എടുത്തു നിലത്തു തുള്ളി തുള്ളിയായി വിഴിക്കു. ൨, മലയാളത്തിൽ പ്രധാനമായ പതിനെട്ടു ക്ഷേത്രങ്ങളുടെ പേർ.

തളിക; തളക. ന. ഭക്ഷിപ്പാനുള്ള ഒരു ഓട്ടുപാത്രം.

തളിക്കുന്നു. ച്ചു. പ്പാൻ. (തളി.) സ. ക്രി. വെള്ളം കയ്യിലെടുത്തു നിലത്തു തുള്ളി തുള്ളിയായി വീഴ്ത്തുന്നു.

തളിച്ചുകളി. ന. പുല കഴിഞ്ഞിട്ടുള്ള കുളി.

തളിമം. ന. ൧, നന്നാക്കിയ സ്ഥലം. ൨, കട്ടിൽ. ൩, മെത്ത.

തളിരം. ന. ൧, കനത്തിൽ അറുത്ത പലക. ൨, തളക്കല്ലു.

തളിർ. ന. കിളുന്നു.

തളിർക്കാര. ന. ഒരുവക മുള്ളുള്ള വൃക്ഷം.

തളിർക്കുന്നു. ത്തു. പ്പാൻ. (തളിർ.) അ. ക്രി. തളിരുണ്ടാകുന്നു.

തളിക്കുല. ന. കിളുന്നു കുല.

തളിപ്പു. ന. തളിക്കുക.

തളിമ്മ. ന. തളിക്കുക.

തളുതം. ന. തളിരം.

തളെക്കുന്നു. ച്ചു. പ്പാൻ. (തളെ.) സ. ക്രി. ചങ്ങലകൊണ്ടൊ കയറുകൊണ്ടൊ കെട്ടുന്നു.

തളെപ്പു. ന. ൧, ചങ്ങലകൊണ്ടു കെട്ടുക. ൨, മരത്തിൽ കേറുമ്പോൾ കാലിൽ ഇടുവാൻ വട്ടത്തിൽ കെട്ടിയ വള്ളി.

തള്ളു. ന. ഉന്തു.

തള്ള. ന. അമ്മ.

തള്ളക്കൂറു. ന. അമ്മയുടെ അവകാശം.

തള്ളൽ. ന. ഉന്തൽ.

തള്ളവഴി. ന. അമ്മയുടെ പാരമ്പൎയ്യം.

തള്ളവിരൽ. ന. പെരുവിരൽ.

തള്ളാക്കൊട്ട. ന. മീൻ പിടിക്കുന്ന കൊട്ട.

തള്ളുന്നു. ള്ളി. വാൻ. (തള്ളു.) സ. ക്രി. ൧, ഉന്തുന്നു. ൨, പുറത്തു കളയുന്നു.

തള്ളുപടി. ന. തള്ളിക്കളഞ്ഞതു.

തക്ഷകൻ. ന. ൧, പ്രധാനപ്പെട്ട എട്ടു സൎപ്പങ്ങളിൽ ഒന്നു. ൨, ആശാരി.

തക്ഷാവു. ന. ആശാരി.

തഴ. ന. ൧, ഒരുമാതിരി കൈത. ൨, ഒരു മാതിരി കൊടിക്കൂറ. ൩, തളിർ.

തഴക്കം. ന. ശീലം, പരിചയം.

തഴക്കുന്നു. ക്കി. വാൻ. (തഴകം.) സ. ക്രി. പരിചയിക്കുന്നു.

തഴപ്പാ. ന. തഴകൊണ്ടുണ്ടാക്കിയ പായ്.

തഴമ്പു. ന. ആയുധങ്ങൾ മുതലായവയുടെ പെരുമാററംകൊണ്ടും മററും ശരീരത്തിൽ ഉണ്ടാകുന്ന തൊലിക്കട്ടി.

തഴപ്പു. ന. ൧, തടിപ്പു. ൨, വൎദ്ധന.

തഴി. ന. എണ്ണയിൽ മുക്കി വ്രണത്തിലിടുന്ന തുണി.

തഴുകുന്നു. കി. വാൻ. (തഴുക.) സ. ക്രി. ആലിംഗനം ചെയ്യുന്നു, കെട്ടിപ്പിടിക്കുന്നു.

തഴുകൽ. ന. ആലിംഗനം.

തഴുതു. ന. ൧, സാക്ഷാ. ൨, ഓടാമ്പൽ.

തഴുതണ്ണം. ന. ഒരുവക മീനം.

തഴുതാമ. ന. ഒരു പച്ചമരുന്നു.

തഴുതാവൽ. ന. ഒരു പച്ചമരുന്നു.

തഴെക്കുന്നു. ച്ചു. പ്പാൻ. (തഴെ.) അ. ക്രി. വൎദ്ധിക്കുന്നു. **തഴെപ്പിക്കുന്നു.** സ. ക്രി.

തറ. ന. ൧, പട്ടത്തുണ്ടാക്കിയ സ്ഥലം. ൨, ആണി തറെപ്പു.

തറച്ചിൽ. ന. ൧, ആണിയും മററും തറെക്കുക. ൨, പററി ഉറെക്കുക.

തറയുന്നു. ഞ്ഞു. വാൻ. (തറ.) അ. ക്രി. ഉറെക്കുന്നു. **തറെക്കുന്നു.** സ. ക്രി. **തറെപ്പിക്കുന്നു.** കാ. ക്രി.

തറവാടു. ന. കുടുംബം, ഭവനം.

തറവാടി. ന. തറവാട്ടുകാരൻ.

തറവാട്ടുമുതൽ. ന. വീട്ടുമുതൽ.

തറി. ന. ൧, നെയ്യുന്ന തറിമരം. ൨, തൂണു. ൩, കാൽ. ൪, തരം, ജാതി.

തറിക്കുന്നു. ച്ചു. പ്പാൻ. (തറി.) സ. ക്രി. മുറിച്ചുകളയുന്നു.

തറിപ്പു. ന. മുറിച്ചുകളക.

തറിയിടുന്നു. ട്ടു. വാൻ. (തറി.) സ. ക്രി. ൧, തറിമരം നാട്ടുന്നു. ൨, പന്തൽ നാട്ടുന്നു.

തറുതല. ന. ധിക്കാരി.

തറുന്നു. ററു. വാൻ. (തറു.) അ. ക്രി. താറുടുക്കുന്നു.

തറെക്കുന്നു. ച്ചു. പ്പാൻ. (തറെ.) സ. ക്രി. ൧, ആണിയും മററും അടിച്ചു കേററുന്നു. ൨, ഉറപ്പിക്കുന്നു. **തറെപ്പിക്കുന്നു.** കാ. ക്രി.

തറെപ്പു. ന. ആണി അടിച്ചു കേററുക.

തററുടുക്കുന്നു. ത്തു. പ്പാൻ. (തററ.) സ. ക്രി. ഞൊറിഞ്ഞു താറുവെച്ചുടുക്കുന്നു.

തററുടുപ്പു. ന. ഞൊറിഞ്ഞുടുപ്പു, തററുടുക്കുക.

താ

താകരം. ന. ചാരായം.

താക്കീതു. ന. ശാസന, മാപ്പു്.

താക്കു. ന. അടിക്കുക, മുട്ടുക.

താക്കുഴ. ന. സാക്ഷാ.

താക്കോൽ. ന. താഴു തുറപ്പാൻ ഇരിമ്പുകൊണ്ടുണ്ടാക്കുന്ന ഒരു വസ്തു.

താങ്കൾ. ന. പ. താൻ എന്ന സൎവ്വനാമപദത്തിന്റെ പൂജകബഹുവചനം.

താങ്ങു. ന. ൧, ഊന്നു. ൨, സഹായം. ൩, അടി.

താങ്ങിടുന്നു. ട്ടു. വാൻ. (താങ്ങ.) സ. ക്രി. ൧, തടയായിട്ടു വല്ലതുമിടുന്നു. ൨, ഊന്നുകൊടുക്കുന്നു.

താങ്ങൽ. ന. സഹായം.

താങ്ങുന്നു. ങ്ങി. വാൻ. (താങ്ങ.) സ. ക്രി. സഹായിക്കുന്നു, വഹിക്കുന്നു, രക്ഷിക്കുന്നു.

താങ്ങുന്നു. ങ്ങി. വാൻ. (താങ്ങ.) അ. ക്രി. വ്രണങ്ങളിലൊ മററൊ മുട്ടി വേദനപ്പെടുന്നു. **താക്കുന്നു.** സ. ക്രി.

താച്ചി. ന. മുല കൊടുക്കുന്ന അമ്മ.

താട. ന. പശുക്കളുടെയും മററും കഴുത്തിന്നു താഴത്തെ ഭാഗം.

താടക. ന. ഒരു രാക്ഷസി.

താടങ്കം. ന. സ്ത്രീകളുടെ കാതിലിടുന്ന ഒരാഭരണം.

താടി. ന. ൧, വായുടെ താഴത്തെ ഭാഗം. ൨, മീശ.

താഡം; താഡനം. ന. അടി.

താഡങ്കം. ന. സ്ത്രീകളുടെ കാതിലിടുന്ന ഒരാഭരണം.

താഡനി. ന. ചമ്മട്ടി.

താഡിക്കുന്നു. ച്ചു. പ്പാൻ. (താഡി.) സ. ക്രി. അടിക്കുന്നു. **താഡിപ്പിക്കുന്നു.** കാ. ക്രി.

താഡിത. വി. (തൻ, താ, തം.) വി. ന. അടിക്കപ്പെട്ട.

താണ. വി. താഴ്ചയുള്ള, കീഴ്ത്തരമായ, താണയുള്ള.

താണജാതി. ന. ഹീനജാതി.

താണ്ടുന്നു; താട്ടുന്നു. സ. ക്രി. ൧, ചാടിക്കടക്കുന്നു. ൨, വെയ്ക്കുന്നു.

താണ്ഡവക്കാരൻ. ന. നാട്യക്കാരൻ.

താണ്ഡവം. ന. നാട്യം, നൃത്തം.

താണ്മ. ന. വിനയം.

താണ്മപ്പെടുന്നു. ട്ടു. വാൻ. (താഴെ.) അ. ക്രി. വിനയപ്പെടുന്നു. **താണ്മപ്പെടുത്തുന്നു.** സ. ക്രി.

താതജനയിത്രികൾ. ന. അഛനും അമ്മയും.

താത. വി. (തൻ, താ, തം.) വി. ന. വന്ദിക്കപ്പെടത്തക്ക, ബഹുമാനമുള്ള.

താതൻ. ന. അഛൻ.

താതിരി. ന. ഒരു വൃക്ഷം, അതിന്റെ പൂവും.

താല്ക്കാലിക. വി. (കൻ, കാ, കം.) വി. ന. അപ്പോഴുണ്ടായ.

താത്തുന്നു. ത്തി. വാൻ. (താത്ത.) സ. ക്രി. ൧, താഴെയാക്കുന്നു. ൨, അമത്തുന്നു.

താല്പര്യപ്പെടുന്നു. ട്ടു. വാൻ. (താല്പര്യ.) അ. ക്രി. ശ്രദ്ധിക്കപ്പെടുന്നു. **താല്പര്യപ്പെടുത്തുന്നു.** സ. ക്രി.

താല്പര്യം. ന. ൧, ശ്രദ്ധ. ൨, ഉത്സാഹം. ൩, സാരം.

താദൃശ. വി. (ശൻ, ശി, ശം.) വി. ന. അപ്രകാരമുള്ള.

താൻ. ന. പ. ൧, ആരെക്കുറിച്ചു പറയുന്നുവോ ആയാളെ നിർദ്ദേശിക്കുന്ന സർവനാമം. ൨, അ. തനിച്ചു, അത്രെ.

താനെ. അ. തനിച്ചു, താൻതന്നേ.

താനെതന്നെ. അ. തന്നത്താനെ, താൻ തന്നേ.

താനം. ന. രാഗം.

താനക്കിഴി. ന. രാജാവു ബ്രാഹ്മണക്കു കൊടുക്കുന്ന ഒരു പണക്കിഴി.

താന്ത. വി ക്ഷീണിച്ച.

താന്താൻ. ന. പ. അവനവൻ.

താന്താങ്ങൾ. ന. പ. അവരവർ.

താന്തോന്നി. വി. ന. മനംപോലെ ചെയ്യുന്നവൻ.

താന്തോന്നിത്വം. ന. സ്വാതന്ത്ര്യം.

താന്ത്രിക. വി. (കൻ, കാ, കം.) വി. ന. തന്ത്രത്തെ സംബന്ധിച്ച.

താന്ത്രികൻ. ന. ൧, വിദ്വാൻ. ൨, തന്ത്രം പഠിച്ചവൻ. ൩, സൂത്രക്കാരൻ.

താന്ദ്രികം. ന. ഒരു ദീനം, സന്നി.

താന്നി. ന. ഒരു വലിയ വൃക്ഷം.

താന്നിക്ക. ന. താന്നിവൃക്ഷത്തിന്റെ കായ്.

താപജ്വരം. ന. ഉഷ്ണജ്വരം.

താപത്രയം. ന. ൧, ആത്മാവിനെ സംബന്ധിച്ചുള്ള ദുഃഖം. ൨, പഞ്ചഭൂതങ്ങളെ സംബന്ധിച്ചുള്ള ദുഃഖം. ൩, ദൈവികമായ ദുഃഖം, ദൈവത്തിങ്കൽ നിന്നുണ്ടാകുന്ന ദുഃഖം.

താപം. ന. ൧, ഉഷ്ണം, ചൂട്. ൨, ദുഃഖം.

താപസതരു. ന. ഓടവള്ളി.

താപസൻ. ന. മഹർഷി.

താപസീ. ന. തപസ്സുചെയ്യുന്ന സ്ത്രീ.

താപിഞ്ഛം. ന. പച്ചിലമരം.

താപ്പ. ന. ൧, ലാഭം. ൨, ഭാഗ്യം.

താപ്പാകുന്നു. യി. വാൻ. (താപ്പ.) അ. ക്രി. ലഭിക്കുന്നു. **താപ്പാക്കുന്നു.** സ. ക്രി.

താപ്പാക്കുന്നു. കി. വാൻ. (താപ്പ.) സ. ക്രി. കാട്ടാനയെ ഇണക്കുന്നതിന്നു നാട്ടാനയെ കൂടെ കെട്ടുന്നു.

താപ്പാന. ന. കാട്ടാനയെ കുഴിയിൽനിന്നു കേററുന്ന നാട്ടാന.

താപ്പുകാണുന്നു. ണ്ടു. വാൻ. (താപ്പു.) സ. ക്രി. അളവു പരീക്ഷിക്കുന്നു.

താപ്പുകൂടുന്നു. ടി. വാൻ. (താപ്പു.) അ. ക്രി. ലഭിക്കുന്നു. **താപ്പുകൂട്ടുന്നു.** സ. ക്രി.

താപ്പുനോക്കുന്നു. ക്കി. വാൻ. (താപ്പു.) സ. ക്രി. അളവു പരീക്ഷിക്കുന്നു.

താപ്പൂട്ടൽ. ന. ക്രമുക.

താപ്പൂട്ടുന്നു. ട്ടി. വാൻ. (താപ്പൂട്ട.) അ. ക്രി. ക്രമുന്നു, കൂടുന്നു.

താമര. ന. വെള്ളത്തിൽ ഉണ്ടാകുന്ന ഒരുമാതിരി തൈ.

താമരക്കുളം. ന. താമരയുള്ള പൊയ്ക.

താമരക്കോഴി. ന. വെള്ളത്തിൽ സഞ്ചരിക്കുന്ന ഒരു പക്ഷി.

താമരനൂൽ. ന. താമരത്തണ്ടിന്നകത്തുള്ള നൂല്.

താമരപ്പൂവു. ന. വെള്ളത്തിലുണ്ടാകുന്ന ഒരുമാതിരി പൂവു.

താമരവളയം. ന. താമരയുടെ തണ്ടു.

താമരസം. ന. താമര.

താമരസാക്ഷ. വി. (ക്ഷൻ, ക്ഷി, ക്ഷം.) വി. ന. താമരപ്പൂപോലെ കണ്ണുള്ള.

താമരസാക്ഷൻ. ന. വിഷ്ണു.

താമലകി. ന. ഒരു പച്ചമരുന്നു, കിഴകാനെല്ലി.

താമസശീല. വി. (ലൻ, ലാ, ലം.) വി. ന. മൂഢസ്വഭാവമുള്ള.

താമസ. വി. (സൻ, സാ, സം.) വി. ന. മൂഢതയുള്ള.

താമസം. ന. ൧, മൂഢത. ൨, മടി. ൩, കോപം. ൪, ഉറക്കം. (മ.) താമസിക്ക.

താമസിക്കുന്നു. ച്ചു. പ്പാൻ. (താമസി.) അ. ക്രി. പാക്കുന്നു, ചെയ്വാൻ മടിച്ചിരിക്കുന്നു, സമയം തെററിക്കുന്നു. **താമസിപ്പിക്കുന്നു.** സ. ക്രി.

താമസി. ന. ൧, ഇരുട്ടുള്ള രാത്രി. ൨, ദുർഗ്ഗ.

താമിസ്രം. ന. ഇരുട്ടുള്ള നരകം.

താംബൂലം. ന. വെററില.

താംബൂലവല്ലി. ന. വെററിലക്കൊടി.

താംബൂലി. ന. വെററിലക്കൊടി.

താമ്ര. വി. (മ്രൻ, മ്രീ, മ്രം.) വി. ന. ചെമ്പുനിറമായ, ചെമ്പിച്ച, അല്പം ചുവന്ന.

താമ്രം. ന. ൧, ചെമ്പു. ൨, ചെമ്പുനിറം, ചുവപ്പു.

താമ്രകം. ന. ചെമ്പു.

താമ്രകർണ്ണി. ന. വരുണന്റെ ആനയുടെ പിടി.

താമ്രകുട്ടകൻ. ന. ചെമ്പുകൊട്ടി.

താമ്രകേശ. വി. (ശൻ, ശി, ശം.) വി. ന. ചെമ്പിച്ച തലമുടിയുള്ള.

താമ്രകേശം. ന. ചെമ്പിച്ച തലമുടി.

താമ്രചൂഡം. ന. പൂവൻകോഴി.

താമ്രപത്രം. ന. ചെമ്പുതകിടു.

താമ്രഭസ്മം. ന. ചെമ്പു പുടംവെച്ചെടുത്ത പൊടി.

താമ്രസിന്ദൂരം. ന. ചെമ്പു നീററിയ ഭസ്മം, താമ്രഭസ്മം.

താമ്രാധര. വി. (രൻ, രി, രം.) വി. ന. ചുവന്ന ചൊടിയുള്ള, സൌന്ദര്യമുള്ള.

താമ്രാക്ഷ. വി. (ക്ഷൻ, ക്ഷി, ക്ഷം.) വി. ന. കണ്ണു ചുവന്ന.

താമ്രിക. വി. (കൻ, കി, കം.) വി. ന. ചെമ്പുകൊണ്ടുള്ള.

താമ്രികൻ. ന. ചെമ്പുകൊണ്ടു പണി യുന്ന ഒരു ജാതിക്കാരൻ.

തായ. ന. അമ്മ.

തായം. ന. ഒരുമാതിരി ചൂതുകളി.

തായ്പുര. ന. ഭവനത്തിന്റെ അറക്കെട്ടു.

തായ്മരം. ന. നില്ക്കുന്ന മരത്തിന്റെ ചുവട്ടുമുതൽ കൊമ്പുവരെയുള്ള തടി.

തായ്വഴി; താവഴി. ന. അമ്മവഴിക്കു ള്ള കുടുംബശാഖ.

തായാടുന്നു. ടി. വാൻ. (തായാട.) അ. ക്രി. കളിക്കുന്നു. സ. ക്രി. കൊച്ചു യിടുന്നു.

തായാട്ടം. ന. ൧, കളി. ൨, കൊച്ചു.

താരു. ന. ൧, നൂലുണ്ട. ൨, പുഷ്പം.

താര. ന. ൧, ബാലിയെന്ന കുരങ്ങി ന്റെ ഭാര്യ. ൨, നക്ഷത്രം. ൩, മുക്ക ന്ന പടി. ൪, കാലു ചവുട്ടിയ പാടു. ൫, വാളിന്റെ മൂർച്ച. ൬, ചവുട്ടിയ വഴി.

താരക. ന. ൧, നക്ഷത്രം. ൨, കണ്ണി ന്റെ കൃഷ്ണമണി.

താരകജിത്തു. ന. സുബ്രഹ്മണ്യൻ.

താരക. വി. (കൻ, കാ, കം.) വി. ന. ൧, രക്ഷിക്കുന്ന. ൨, അക്കരെ കട ത്തുന്ന.

താരകൻ. ന. ൧, ഒരസുരൻ. ൨, ര ക്ഷിക്കുന്നവൻ. ൩, ചുക്കാൻ പിടിക്കു ന്നവൻ.

താരകാരി. ന. സുബ്രഹ്മണ്യൻ.

താരകാ. ന. നക്ഷത്രം.

താരകബ്രഹ്മം. ന. ശൈവം.

താരകം. ന. ൧, കണ്ണു. ൨, മന്ത്രം.

താരകിത. വി. (തൻ, താ, തം.) വി. ന. നക്ഷത്രമുള്ള.

താര. വി. (രൻ, രാ, രം.) വി. ന. ൧, അത്യുച്ചമായ. ൨, ഭംഗിയുള്ള.

താരം. ന. ൧, അത്യുച്ചസ്വരം. ൨, ന ല്ലമുത്തു. ൩, അക്കരെ കടക്കുക. ൪, വെള്ളി. ൫, നക്ഷത്രം. ൬, ഒരു നാ ണയം.

താരണം. ന. ചങ്ങാടം.

താരതമ്യം. ന. വലിപ്പച്ചെറുപ്പം, അവസ്ഥ.

താരൽ. ന. ചങ്ങാടം.

താരമ്പൻ. ന. കാമദേവൻ.

താരാഗണം. ന. നക്ഷത്രക്കൂട്ടം.

താരാട്ടം. ന. ലാളനം.

താരാട്ടുന്നു. ട്ടി. വാൻ. (താരാട്ടു.) സ. ക്രി. ലാളിക്കുന്നു.

താരാപഥം. ന. നക്ഷത്രമാർഗ്ഗം.

താരാർമകൾ. ന. ലക്ഷ്മിദേവി.

താരി. ന. ൧, ഒരു താളം. ൨, സഹാ യം. ൩, അനുസരണം. ൪, സഖിത്വം.

താരിപ്പു. ന. ചരക്കുകളുടെ നിരക്കു.

താരുണ്യം. ന. യൌവ്വനം.

താരേയൻ. ന. ബാലിയുടെ പുത്ര നായ ഒരു കുരങ്ങു.

താൎക്കാണി. ന. സാക്ഷി.

താൎക്കികൻ. ന. തൎക്കശാസ്ത്രക്കാരൻ.

താൎണ്ണ്യം. ന. തൃണംകൊണ്ടുണ്ടാക്കിയ സൎപ്പം.

താത്താവലരി. ന. ഒരങ്ങാടിമരുന്നു.

താത്താവൽ. ന. ഒരു പച്ചമരുന്നു.

താൎത്തീയിക. വി. (കൻ, കാ, കം.) വി. ന. മൂന്നാമത്തെ.

താമ്മകൾ. ന. ദേവി, ലക്ഷ്മി.

താൎക്ഷ്യൻ. ന. ഗരുഡൻ.

താൎക്ഷ്യം. ന. ഒരങ്ങാടിമരുന്നു, മാക്കീ രക്കല്ലു.

താൎക്ഷ്യശൈലം. ന. മാക്കീരക്കല്ലു.

താർ. ന. ൧, നൂലുണ്ട. ൨, പുഷ്പം.

താലകം. ന. താഴ.

താലപത്രം. ന. ൧, കാതോല. ൨, കരിമ്പനയോല.

താലപൎണ്ണി. ന. ൧, ചിററിന്തൽ. ൨, മുരം.

താലപ്പൊലി. ന. വളരെ സ്ത്രീകൾ കൂടി ആഭരണങ്ങൾ ഒക്കെയും അലങ്ക രിച്ചു ഓരോരോ പാത്രത്തിൽ അരി യും പൂവും പൂക്കുലയും ഇട്ടു വിളക്കും കത്തിച്ചുവെച്ചു എല്ലാവരും ഓരോ ന്നു കയ്യിൽ പിടിച്ചു കുരവയും ഇട്ടു കൊണ്ടു വാദ്യഘോഷത്തോടുംകൂടെ ആൎപ്പുംവിളിച്ചു ക്ഷേത്രത്തിന്നു ചുററി സഞ്ചരിക്കുന്ന ഒരു കാഴ്ച.

താലമൂലിക. ന. ഒരു പച്ചമരുന്നു, നിലപ്പന.

താലം. ന. ൧, വിളക്കാണം മുതലായ ചില പരന്ന പാത്രം. ൨, കരിമ്പന. ൩, കുടപ്പന. ൪, അരിതാരം.

താലാങ്കൻ. ന. ബലഭദ്രൻ.

താലാവചരൻ; താളാവചരൻ. ന. ഒരുമാതിരി കളിക്കാരൻ, ആട്ട ക്കാരൻ.

താലവൃന്തം; താലവൃന്തകം. ന. വിശുന്ന സാധനം, ആലവട്ടം.

താലരേചനകൻ. ന. കളിക്കാരൻ.

താലവ്യം. ന. ച ഛ ജ ഝ ഞ ശ ഇ ഈ എ ഏ ഐ ഈ അക്ഷരങ്ങൾക്കും കൂടെയുള്ള ഒ രു പേർ.

താലി. ന. വിവാഹത്തിൽ സ്ത്രീയുടെ കഴുത്തിൽ കെട്ടുന്ന ഒരാഭരണം.

താലികം. ന. ൧, ഉള്ളംകൈയ്യ്. ൨, കൈകൊട്ടു. ൩, മുദ്രാബന്ധനം.

താലീഭവം. ന. ഒരങ്ങാടിമരുന്നു, മാ ക്കിരക്കല്ലു.

താലീശപത്രം. ന. ഒരങ്ങാടിമരുന്നു.

താലീശപത്രി. ന. ഒരങ്ങാടിമരുന്നു.

താലീശം. ന. താലീസവൃക്ഷം.

താലു. ന. അണ്ണാക്കു, തൊണ്ട.

താലൂക്കു. ന. മണ്ഡപത്തുംവാതിൽ.

താലൂരം. ന. നീർച്ചുഴി.

താലൂഷം. ന. അണ്ണാക്കു.

താലോലം. ന. ലാളനം.

താലോലിക്കുന്നു. ച്ചു. പ്പാൻ. (താ ലോലി.) സ. ക്രി. ലാളിക്കുന്നു.

താവക. വി. (കൻ, കാ, കം.) വി. ന. നിന്നെസ്സംബന്ധിച്ച.

താവകീന. വി. (നൻ, നാ, നം.) വി. ന. മേല്പറഞ്ഞ അൎത്ഥം.

താവടം. ന. കഴുത്തിലിടുന്ന ഒരാഭ രണം.

താവലരി. ന. നറുക്കരി.

താവൽ. വി. (വാൻ, വതി, വൽ.) വി. ന. അത്രമാത്രമുള്ള.

താവൽ. അ. അത്രയും, അപ്പോൾ. (മ.) ന. നറുക്കരി.

താവളം. ന. വഴിക്കാൎക്കു ഇടയിൽ പാ ൎപ്പാനുള്ള സ്ഥലം.

താവുന്നു. വി. വാൻ. (താവ്.) സ ക്രി. ൧, വ്യാപിക്കുന്നു. ൨, താഴുന്നു.

താവുരു. ന. ഇടവം രാശി.

താളു. ന. ൧, ചേമ്പിന്റെ തണ്ടു. ൨, ക ടലാസു.

താളകം. ന. ഒരങ്ങാടിമരുന്നു, അരി താരം.

താളക്കാരൻ. ന. ൧, താളമുള്ളവൻ. ൨, കൈമണി കൊട്ടുന്നവൻ.

താളക്കൂട്ടം. ന. കൈമണി.

താളക്കേട്ട. ന. ൧, താളപ്പിഴ. ൨, ത രത്തെററു.

താളം. ന. ൧, നൃത്തഗീതവാദ്യങ്ങളുടെ മാത്രാനിയമം. ൨, കൈമണി. ൩, തള്ളവിരലും നടുവിരലും കൂട്ടിയുള്ള അളവു. ൪, കൊട്ടുക. ൫, കരിമ്പന. ൬, അരിതാരം.

താളി. ന. ൧, കരിമ്പന. ൨, തലയിലെ എണ്ണ കളയുന്നതിന്നുള്ള സാധനം.

താളിക്കുന്നു. ച്ചു. പ്പാൻ. (താളി.) സ. ക്രി. കടുക വറക്കുന്നു.

താളിപ്പു. ന. കടുകു വറക്കൽ.

താളിപ്പന. ന. കുടപ്പന.

താളിപ്പുല്ലു. ന. ഒരുവക പുല്ലു.

താളിമാതളം. ന. മാതളനാരകം.

താളിയോല. ന. ഗ്രന്ഥം എഴുതുവാനുള്ള കുടപ്പനയോല.

താൾ. ന. താളു.

താഴ. ന. പൂട്ടുവാനായിട്ടു ഇരിമ്പുകൊണ്ടുണ്ടാക്കുന്ന വസ്തു.

താഴത്തെ. വി. താഴെയുള്ള.

താഴത്തോട്ടു. അല്ലെങ്കിൽ, **താഴോട്ടു.** അ. കീഴ്പോട്ടു.

താഴമ്പൂ; താഴാമ്പൂ. ന. കേതകിപുഷ്പം, സൌരഭ്യമുള്ള കൈതപ്പൂവു്.

താഴി. ന. കൈ കഴുകുന്നതിന്നു മണ്ണുകൊണ്ടുണ്ടാക്കിയ ജലപാത്രം.

താഴിക. ന. താഴികക്കുടം.

താഴികക്കുടം. ന. ക്ഷേത്രത്തിന്റെ മുകളിൽ പണിതു വെക്കുന്ന കുടം.

താഴുന്നു. ണു. വാൻ. (താഴ.) അ. ക്രി. ൧, താഴത്താകുന്നു. ൨, കുറയുന്നു. ൩, കുനിയുന്നു. **താഴ്ത്തുന്നു. താക്കുന്നു.** സ. ക്രി.

താഴ്ച. വി. ൧, ആഴമുള്ള. ൨, ഹീനതയുള്ള. ൩, താന്ന.

താഴ്ച. ന. ൧, ആഴം. ൨, ഇടിവു. ൩, വിനയം. ൪, ഹീനത. ൫, കുറവു. ൬, താണ നിലം.

താഴ്ത്തൽ. ന. താഴ്ത്തുക.

താഴ്മ. ന. വിനയം.

താഴ്വര. ന. അടിവാരം.

താഴ്വാരം. ന. അടിവാരം.

താഴ്വീതി. ന. താണ പ്രദേശം.

താഴെ. അ. ചുവട്ടിൽ.

താക്ഷ്യം. ന. സാക്ഷാ.

താറു. ന. വസ്ത്രം ഉടുക്കുമ്പോൾ മുൻപിൽനിന്നു വലിച്ചു പുറകിൽ കുത്തുന്ന അററം.

താറുട്ടുക്കുന്നു. ത്തു. പ്പാൻ. (താറ.) അ. ക്രി. തററുടുക്കുന്നു.

താറാവു. ന. ഒരുവക പക്ഷി.

താറുന്നു. റി. വാൻ. (താറു.) അ. ക്രി. ൧, നിന്നുപോകുന്നു. ൨, അയയുന്നു. ൩, വീഴ്ചവരുന്നു. ൪, ശമിക്കുന്നു.

താറുമാറു. ന. ൧, കലച്ചു. ൨, ക്രമക്കേടു. ൩, കലഹം. ൪, ആപത്തു.

താറുമാറാകുന്നു. യി. വാൻ. (താറുമാർ.) അ. ക്രി. ൧, ക്രമക്കേടാകുന്നു. ൨, അമാന്തമാകുന്നു. **താറുമാറാക്കുന്നു.** സ. ക്രി.

താററുന്നു. ററി. ററുവാൻ. (താററു്.) നിന്ദിച്ചു അകററുന്നു. സ. ക്രി.

തി

തികക്കുന്നു. ന്നു. പ്പാൻ. (തിക.) അ. ക്രി. തിളെക്കുന്നു, തീയുടെ ശക്തികൊണ്ടു പതഞ്ഞു പൊങ്ങുന്നു. **തികത്തുന്നു.** സ. ക്രി.

തികച്ചിൽ. ന. പൂർണ്ണത.

തികട്ടുന്നു. ട്ടി. വാൻ. (തികട്ടു.) അ. ക്രി. ഭക്ഷിച്ചതു ദഹിക്കാതെ വയററിൽനിന്നു അല്പമായിട്ടു വായിലേക്കു വരുന്നു.

തികയുന്നു. ഞ്ഞു. വാൻ. (തിക.) അ. ക്രി. ൧, പൂർണ്ണമാകുന്നു. ൨, മതിയാകുന്നു. ൩, അവസാനിക്കുന്നു. **തികെക്കുന്നു.** സ. ക്രി.

തികവു. ന. ൧, പൂർണ്ണത. ൨, അവസാനം. ൩, നിശ്ചയം.

തികെപ്പു. ന. തീച്ച, നിവൃത്തി.

തിക്ക. ന. ൧, ഞെക്ക. ൨, മത്സരം.

തിക്കൽ. ന. മേല്പറഞ്ഞ അർത്ഥം.

തിക്കടെക്കുന്നു. ച്ചു. പ്പാൻ. (തിക്കടെ.) അ. ക്രി പരുങ്ങുന്നു, വിരളുന്നു.

തിക്കിത്തിരക്കുന്നു. ക്കി. വാൻ. (തിക്കി.) സ. ക്രി. തള്ളിത്തിരക്കുന്നു.

തിക്കുന്നു. ക്കി. വാൻ. (തിക്ക.) സ. ക്രി. ൧, ഞെക്കുന്നു. ൨, മത്സരിക്കുന്നു.

തിക്കുമുട്ടുന്നു. ട്ടി. വാൻ. (തിക്ക.) അ. ക്രി. ൧, പരുങ്ങുന്നു. ൨, വിരളുന്നു. ൩, വിഷ്പുമുട്ടുന്നു. **തിക്കുമുട്ടിക്കുന്നു.** സ. ക്രി.

തിക്ത. വി. (ക്തൻ, ക്താ, ക്തം.) വി. ന. കൈപ്പുള്ള.

തിക്തം. ന. കൈപ്പുരസം.

തിക്തകം. ന. ൧, പടവലം. ൨, നിലവേപ്പു.

തിക്തശാകം. ന. ൧, കൈപ്പച്ചീര. ൨, നീർമാതളം.

തിഗ്മ. വി. (ഗ്മൻ, ഗ്മാ, ഗ്മം.) വി. ന. ൧, ചൂടുള്ള. ൨, എരിവുള്ള.

തിഗ്മം. ന. അത്യുഷ്ണം, കടുപ്പം.

തിങന്തം. ന. സംസ്കൃതത്തിൽ ക്രിയാപദങ്ങൾക്കുള്ള പേരു്.

തിങ്കളാഴ്ച. ന. ഏഴ ആഴ്ചകളിൽ രണ്ടാം ആഴ്ച.

തിങ്കൾ. ന. ൧, ചന്ദ്രൻ. ൨, തിങ്കളാഴ്ച.

തിങ്ങൽ. ന. തിക്കൽ.

തിങ്ങൾ. ന. മാസം.

തിങ്ങൾഭജനം. ന. മാസന്തോറും ചെയ്യുന്ന ഭജനം.

തിങ്ങുന്നു. ങ്ങി. വാൻ. (തിങ്ങ.) അ. ക്രി. ഞെങ്ങുന്നു. **തിക്കുന്നു.** സ. ക്രി.

തിടപ്പള്ളി. ന. ക്ഷേത്രത്തിലെ അടുക്കളപ്പുര.

തിടം. ന. ൧, ബലം. ൨, ധീരത, ഉറപ്പു, തിറം. ൩, പുഷ്ടി.

തിടമ്പു. ന. ൧, ദേഹം. ൨, ക്ഷേത്രങ്ങളിൽ എഴുന്നെള്ളിപ്പിനു ഉപയോഗിക്കുന്ന ദേവവിഗ്രഹം, ബിംബം.

തിടുക്കപ്പെടുന്നു. ട്ടു. വാൻ. (തിടുക്കം.) അ. ക്രി. പരിഭ്രമിക്കുന്നു, സംഭ്രമിക്കുന്നു, കുഴപ്പുന്നു.

തിടുക്കം. ന. ധൃതി, കുഴപ്പം.

തിടുതിടുക്കം. ന. വലിയ കുഴപ്പം, പരിഭ്രമം.

തിടുതിടെ. അ. ധൃതിയായിട്ടു.

തിട്ട. ന. ഉയർത്തികെട്ടിയ സ്ഥലം.

തിട്ടു. ന. തുരുത്തു.

തിട്ടുതി. ന. മുട്ടു.

തിട്ടം. ന. ൧, നിശ്ചയം. ൨, നേരു. ൩, ഉറപ്പു.

തിട്ടംവരുത്തുന്നു. ത്തി. വാൻ. (തിട്ടം.) സ. ക്രി. നിശ്ചയം വരുത്തുന്നു.

തിണക്കുന്നു. ത്തു. പ്പാൻ. (തിണർ.) അ. ക്രി. അടികൊണ്ടും മററും തടിച്ചു പൊങ്ങുന്നു, വീങ്ങുന്നു.

തിണപ്പു. ന. തടിച്ചുപൊങ്ങുക.

തിണ്ണ. ന. ഇറയം, കോലായ.

തിണ്ണനിരങ്ങുന്നു. ങ്ങി. വാൻ. (തിണ്ണ.) അ. ക്രി. മടികൊണ്ടു വിടുതോറും നടക്കുന്നു.

തിണ്ണനിരക്കം. ന. വേലയില്ലാതെ വീടുതോറും നടക്ക.

തിണ്ണമിടുക്ക. ന. വീട്ടുമിടുക്ക.

തിണ്ണം. അ. വേഗം.

തിണ്ടു. ന. ചരക്കകെട്ടു.

തിതിക്ഷ. ന. ക്ഷമ.

തിതിക്ഷു. വി. (ത്രിക്ഷു.) വി. ന. ക്ഷമയുള്ള.

തിതീഷു. വി. (ത്രിഷു.) വി. ന. കടപ്പാൻ ആഗ്രഹമുള്ള.

തിത്തി. ന. ഒരുമാതിരി ഊതുന്ന കൊച്ചു കുഴൽ.

തിത്തിരി. ന. ഒരുവക പക്ഷി.

തിത്തിലം. ന. ൧, കഴിയുള്ള പാത്രം. ൨, തുലാക്കൊട്ട.

തിഥി. ന. ചന്ദ്രന്റെ പതിനഞ്ചു ദിവസങ്ങൾ, പക്കം.

തിന. ന. ഒരു വക ധാന്യം.

തിനിശം. ന. തൊടുകാര.

തിന്ത്രിണി. ന. ൧, പുളിവൃക്ഷം. ൨, പുളിരസം.

തിന്ത്രിണീകം. ന. വാളമ്പുളി.

തിന്ദുകം. ന. പനച്ചി.

തിന്നാമ്പാല. ന. ഒരു മരുന്നുചെടി.

തിന്നി. വി. ന. നന്നാ ഭക്ഷിക്കുന്നവൻ.

തിന്നുന്നു. ന്നു. വാൻ. (തിന്ന.) സ. ക്രി. ഭക്ഷിക്കുന്നു.

തിന്മ. വി. ചീത്തയായുള്ള.

തിന്മ. ന. ൧, ദോഷം. ൨, ചീത്തതരം.

തിപ്പു. വി. ചീത്തയായ.

തിപ്പലി. ന. ഒരു വക അങ്ങാടിമരുന്നു.

തിമി. ന. ഒരു വക വലിയ മത്സ്യം.

തിമിംഗിലം. ന. തിമിയെ വിഴുങ്ങുന്നതായ ഒരുവക മത്സ്യം.

തിമിംഗിലഗിലം. ന. തിമിംഗിലത്തെ വിഴുങ്ങുന്ന മത്സ്യം, എല്ലാത്തിലും വലിയ ഒരുവക മത്സ്യം.

തിമിത. വി. (തൻ, താ, തം.) വി. ന. ഇളക്കമില്ലാത്ത, സ്ഥിരമുള്ള.

തിമിരം. ന. ൧, ഇരുട്ടു. ൨, കണ്ണിലുണ്ടാകുന്ന ഒരു ദീനം.

തിമിർക്കുന്നു. ത്തു. പ്പാൻ. (തിമിർ.) അ. ക്രി. സന്തോഷംകൊണ്ടു ചാടി കളിക്കുന്നു.

തിമിർപ്പു. ന. സന്തോഷംകൊണ്ടു ചാടികളിക്ക.

തിമില. ന. ഒരു വാദ്യം.

തിമിശം. ന. തണ്ണിമത്തെങ്ങ.

തിയ്യ. അല്ലെങ്കിൽ, **തീയതു.** വി. ചീത്ത.

തിയ്യതി. ന. ദിവസം.

തിയ്യത്തി. ന. ചോകോത്തി.

തിയ്യൻ. ന. ചോകോൻ.

തിയ്യാടി. ന. അമ്പലവാസികളിൽ ഒരു ജാതിക്കാരൻ.

തിയ്യാട്ടു. ന. തിയ്യാട്ടുണ്ണിവേഷം കെട്ടി ഭദ്രകാളിക്ക വഴിപാടായിട്ടു ചെയ്യുന്ന ഒരു നൃത്തം.

തിയ്യാട്ടുണ്ണി. ന. തിയ്യാടി.

തിയ്യാട്ടുപറ. ന. തിയ്യാട്ടിന്നു കൊട്ടുന്ന ഒരു വാദ്യം.

തിര. ൧, സമുദ്രത്തിലെ ഓളം. ൨, മറ. ൩, മാങ്ങാക്കളികൊണ്ടുണ്ടാക്കുന്ന ഒരു ഭക്ഷണവസ്തു.

തിരക്ക. ന. ൧, അന്വേഷണം. ൨, തിക്ക.

തിരക്കുന്നു. ക്കി. വാൻ. (തിരക്ക.) സ. ക്രി. ൧, അന്വേഷിക്കുന്നു. ൨, തിക്കുന്നു. **തിരക്കിക്കുന്നു.** കാ. ക്രി.

തിരച്ചിൽ. ന. അന്വേഷണം.

തിരട്ടു. ന. ഒരു വക കണക്ക.

തിരട്ടുന്നു. ട്ടി. വാൻ. (തിരട്ട.) സ. ക്രി. ഉരുട്ടുന്നു, കുറുക്കുന്നു.

തിരണ്ട. വി. ൧, വലിയ. ൨, ഋതുവായ.

തിരണ്ടകല്യാണം. ന. ഋതുകല്യാണം.

തിരണ്ടി. ന. ഒരു വക മത്സ്യം.

തിരപിടിക്കുന്നു. ച്ചു. പ്പാൻ. (തിര.) അ. ക്രി. ആട്ടത്തിന്നുമററും വേഷം കെട്ടിയവൻ അരങ്ങത്തു വരാറാകുമ്പോൾ ഒരു ശീല നിവൃത്തു മറെച്ചു പിടിക്കുന്നു.

തിരമാല. ന. സമുദ്രത്തിലെ ഓളം.

തിരയുന്നു. ഞ്ഞു. വാൻ. (തിര.) സ. ക്രി. അന്വേഷിക്കുന്നു.

തിരശ്ചീന. വി. (നൻ, നാ, നം.) വി. ന. വിലങ്ങത്തിലുള്ള.

തിരശ്ശീല. ന. ആട്ടത്തിന്നും മററും മറെക്കുന്ന വസ്ത്രം.

തിരസ്സ്. അ. ൧, രഹസ്യമായി. ൨, വളവായി.

തിരസ്കരണം. ന. ൧, നിന്ദ. ൨, മറ.

തിരസ്കരണി. ന. ൧, ക്രൂടാരത്തിന്നു ചുററുമുള്ള മറ. ൨, മറ.

തിരസ്കരിക്കുന്നു. ച്ചു. പ്പാൻ. (തിരസ്കരി.) സ. ക്രി. ൧, നിന്ദിക്കുന്നു. ൨, മറെക്കുന്നു.

തിരസ്കാരം. ന. ൧, നിന്ദ. ൨, മറ.

തിരസ്കൃത. വി. (തൻ, താ, തം.) വി. ന. ൧, നിന്ദിക്കപ്പെട്ട. ൨, മറെക്കപ്പെട്ട.

തിരസ്കൃതി. ന. ൧, നിന്ദ. ൨, മറ.

തിരസ്ക്രിയ. ന. ൧, നിന്ദ. ൨, മറക.

തിരളുന്നു. ണ്ടു. വാൻ. (തിരൾ.) അ. ക്രി. ൧, വളിക്കുന്നു. ൨, സ്ത്രീകൾ ആദ്യം ഋതുവാകുന്നു.

തിരൾച്ച. ന. ൧, വളവ. ൨, സ്ത്രീകൾ ആദ്യം ഋതുവാകൽ.

തിരി. ന. വിളക്കുകത്തിപ്പാൻ തെറുത്തുണ്ടാക്കുന്ന തുണി.

തിരികണി. ന. കുശവൻ കലം മനയുന്ന യന്ത്രം.

തിരികല്ലു. ന. ഉഴുന്നുമററും പൊടിക്കുന്നതിന്നുള്ള ഒരു യന്ത്രക്കല്ലു.

തിരിക്കുന്നു. ച്ചു. പ്പാൻ (തിരി.) സ. ക്രി. ൧, ചുററിക്കുന്നു, വട്ടത്തിലാക്കുന്നു. ൨, പിരിക്കുന്നു. ൩, വേർപെടുക്കുന്നു. ൪, തിരികല്ലിലിട്ടു പൊടിക്കുന്നു. ൫, തെറുക്കുന്നു. ൬, അറിയിക്കുന്നു. അ. ക്രി. യാത്ര പുറപ്പെടുന്നു.

തിരിച്ചിൽ. ന. ൧, ചുററുക. ൨, തിരിക.

തിരിനീട്ടുന്നു. ട്ടി. വാൻ. (തിരി.) സ. ക്രി. ൧, വിളക്കിലെ ദീപം തെളിക്കുന്നു. ൨, ഉത്സാഹിപ്പിക്കുന്നു.

തിരിപ്പു. ന. ചുററിപ്പു.

തിരിപ്പൻ. ന. മറുമുടി.

തിരിപ്പടി. ന. വഞ്ചന, ഉപായം.

തിരിപ്പന്ന. ന. ഒരു പച്ചമരുന്നു.

തിരിമാലി. ന. വഞ്ചന, ഉപായം.

തിരിമാലിത്തരം. ന. ഉപായശീലം, വഞ്ചിക്കുന്ന സ്വഭാവം.

തിരിയുന്നു. ഞ്ഞു. വാൻ. (തിരി.) അ. ക്രി. ൧, ചുററുന്നു. ൨, മറിയുന്നു. ൩, ഇരുന്നു നടക്കുന്നു, തെണ്ടുന്നു. ൪, അറിയുന്നു. **തിരിക്കുന്നു.** സ. ക്രി.

തിരിയുന്നു. ഞ്ഞു. വാൻ. (തിരി.) സ. ക്രി. നല്ലതും ചീത്തയും വേർപെടുത്തുന്നു.

തിരിയുഴിച്ചിൽ. ന. തിരി കൊളുത്തി ഉഴിക.

തിരിയെ. അല്ലെങ്കിൽ, **തിരികെ.** അ. വിണ്ടും.

തിരിവു. ന. ൧, ചുററൽ. ൨, അറിവു. ൩, കള്ളനാണയം.

തിരിശ്രുമാനം. ന. വഞ്ചന, ഉപായം.

തിരിടം. ന. ഒരു പച്ചമരുന്നു, പാച്ചോററി.

തിരു. വി. പുണ്യമുള്ള, ശുദ്ധമുള്ള, മാനമുള്ള.

തിരുകണി. കക്ഷായുടെയുമ്മററും വിരിഞ്ഞിരിക്കുന്ന ഉപാരം.

തിരുകൽ. ന. ഇടയിൽ തള്ളിക്കേററുക, തുറുത്തുകേററുക.

തിരുകുന്നു. കി. വാൻ. (തിരുക.) സ. ക്രി. ഇടയിൽ തള്ളിക്കേററുന്നു, തുറുത്തു കേററുന്നു.

തിരുകുററി. ന. ചുഴിക്കുററി.

തിരുടൻ. ന. കള്ളൻ.

തിരുതാളി. ന. ഒരു വള്ളി.

തിരുത്തു. അല്ലെങ്കിൽ, **തിരുത്തൽ.** ന. ഗ്രന്ഥങ്ങളിലുമ്മററും പിഴയുള്ളതു വിലക്കി വേറെ എഴുതുക.

തിരുത്തുന്നു. ത്തി. വാൻ. (തിരുത്ത.) സ. ക്രി. ഗ്രന്ഥങ്ങളിലുമ്മററും പിഴയുള്ളതു വിലക്കി വേറെ എഴുതുന്നു.

തിരുനാമപ്പാല. ന. ഒരു മരുന്നു.

തിരുനാമം. ന. പുണ്യനാമം, ശുദ്ധമുള്ള നാമം.

തിരുനാവ. ന. ബ്രാഹ്മണർ വേദം അഭ്യസിക്കുന്ന ഒരു പ്രധാനസ്ഥലം.

തിരുനാൾ. ന. രാജാവിന്റെയുമ്മററും പുറന്നാൾ.

തിരുനീറു. ന. ചാണകം ചുട്ടുണ്ടാക്കിയ ഭസ്മം.

തിരുനെവേലി. ന. ഒരു ദിക്കു.

തിരുനെററി. ന. ൧, രാജാക്കന്മാരുടെയുമ്മററും നെററി. ൨, രണ്ടു പുരികങ്ങളുടെയും നടുവിലുള്ള സ്ഥലം.

തിരുമനസ്സു. ന. ൧, രാജാക്കന്മാരുടെയുമ്മററും മനസ്സു. ൨, രാജാക്കന്മാരെയുമ്മററും പറയുന്ന ഒരു ബഹുമാന വാക്കു.

തിരുമാടമ്പു. ന. രാജാക്കന്മാർ പൂണുനൂലിടുന്ന കൎമ്മം.

തിരുമുഖം. ന. ൧, രാജാക്കന്മാരുടെയുമ്മററും മുഖം. ൨, കേരളത്തിൽ ചില രാജാക്കന്മാർ അവരുടെ പ്രജകളിൽ ചിലൎക്ക കൊടുക്കുന്ന ഒരു സ്ഥാനം.

തിരുമുടി. ന. രാജാക്കന്മാരുടെയുമ്മററും തലമുടി.

തിരുമുത്തു. ന. രാജാക്കന്മാരുടെയുമ്മററും പല്ലു.

തിരുമുമ്പു. ന. രാജാക്കന്മാരുടെയുമ്മററും മുൻഭാഗം.

തിരുമുമ്പിൽ. അല്ലെങ്കിൽ, **തിരുമുമ്പാകെ.** അ. രാജാക്കന്മാരുടെയുമ്മററും മുൻഭാഗത്തിൽ.

തിരുമുൽക്കാഴ്ച. ന. രാജാക്കന്മാൎക്കുമ്മററും വെച്ചു കാണുന്ന കാഴ്ച.

തിരുമുൽപ്പാടു; തിരുമുൾപ്പാടു. ന. കേരളത്തിലുള്ള ഒരു ക്ഷത്രിയവൎഗ്ഗം.

തിരുമുററം. ന. ക്ഷേത്രത്തിന്റെ മുററം.

തിരുമൂപ്പു. ന. രാജവാഴ്ച.

തിരുമേനി. ന. രാജാക്കന്മാരുടെയുമ്മററും ശരീരം.

തിരുമ്മൽ. ന. തലോടൽ, ഉഴിക.

തിരുമ്പുന്നു; തിരുമ്മുന്നു. മ്മി. വാൻ. (തിരുമ്മ.) സ. ക്രി. തലോടുന്നു, ഉഴിയുന്നു.

തിരുവചനം. ന. ൧, ദൈവത്തിന്റെ വാക്കു. ൨, രാജാവിന്റെ വാക്കു.

തിരുവടയാളം. ന. സന്ന്യാസിയുടെ എഴുത്തു.

തിരുവടി. ന. ൧, രാജാക്കന്മാരെയുമ്മററും മാനിച്ചു പറയുന്ന ഒരു വാക്കു. ൨, രാജാക്കന്മാരുടെയുമ്മററും കാൽ.

തിരുവട്ടപ്പയൻ. ന. ഒരുജാതി മരുന്നു.

തിരുവനന്തപുരം. ന. തിരുവാംകൂർരാജ്യത്തിന്റെ തലസ്ഥാനം.

തിരുവത്താഴം. ന. സത്യകൎമ്മം, കുറുബാന.

തിരുവരത്തിക്കുററൻ. ന. ഗോശാല, ദേവന്റെ കാള.

തിരുവല. ന. ഇരപ്പാളി.

തിരുവാണ. ന. രാജാവിനെയുമ്മററും കുറിച്ചുള്ള ആണ.

തിരുവാതിര. ന. ആറാമത്തെ നക്ഷത്രം.

തിരുവാഭരണം. ന. രാജാക്കന്മാരുടെയുമ്മററും ആഭരണം.

തിരുവാലത്തിരി. ന. തുലാമാസം പത്തൊൻപതാം തിയ്യതി രാജാക്കന്മാരുമ്മററും യുദ്ധസംബന്ധമായിക്കഴിക്കുന്ന ഒരു കൎമ്മം.

തിരുവാളി. ന. ഇരപ്പാളി.

തിരുവാഴി. ന. രാജാക്കന്മാരുടെയുമ്മററും മോതിരം.

തിരുവാഴിത്താൻ. ന. രാജസേവയുള്ളവൻ.

തിരുവാററ. ന. രണ്ടു കൈവഴിയായി ഒഴുകുന്ന ആറു.

തിരുവിതാങ്കോടു. ന. തിരുവാംകൂർ രാജ്യം.

തിരുവില്ലുവ. ന. ഒരു ദിക്കു.

തിരുവുടയാട. ന. രാജാക്കന്മാരുടെയുമ്മററും വസ്ത്രം.

തിരുവുളി. ന. മരം തുളെക്കുന്നതിനുള്ള ഒരു മാതിരി ഉളി.

തിരുവുള്ളക്കേടു. ന. രാജാക്കന്മാരുടെയുമ്മററും കോപം.

തിരുവുള്ളം. ന. രാജാക്കന്മാരുടെയുമ്മററും മനസ്സു.

തിരുവെഴുത്തു. ന. രാജാക്കന്മാരുടെയുമ്മററും എഴുത്തു.

തിരുവോണം. ന. ഇരുപത്തുരണ്ടാം നക്ഷത്രം.

തിരോധാനം. ന. ൧, മറവു, മൂടി, തിരശ്ശീല, ഉടുപ്പു. ൨, മറവു.

തിരോഹിത. വി. (തൻ, താ, തം.) വി. ന. മറയപ്പെട്ട.

തിൎയ്യക്ക. അല്ലെങ്കിൽ, **തിൎയ്യങ്ങ്.** അ. വിലങ്ങത്തിൽ.

തിൎയ്യഗ്യോനി. ന. പക്ഷിമൃഗാദികളുകൾക്ക പറയുന്ന ഒരു പേർ.

തിലകല്കം. ന. എള്ളിൻ പിണ്ണാക്കു.

തിലകം. ന. ൧, തൊടുകുറി. ൨, മരം. ൩, മഞ്ചാടിമരം. ൪, മൈലെള്ളു. ൫, മൂത്രാശയം. ൬, ശ്രേഷ്ഠത.

തിലകാളകം. ന. ശരീരത്തിന്മേലുള്ള ഒരു കറുത്ത അടയാളം, മറുക.

തിലപൎണ്ണി. ന. രക്തചന്ദനം.

തിലപിഞ്ജം. ന. കായിക്കാത്തയെള്ളു.

തിലപുഷ്പം. ന. എൾപ്പൂവു.

തിലപേജം. ന. കായിക്കാത്തയെള്ളു.

തിലം. ന. എള്ളു.

തിലിത്സം. ന. പെരുമ്പാമ്പു.

തില്യ. ന. ഒരു തൈ.

തില്യങ്കം. ന. ൧, ഒരു ദേശം. ൨, അവിടത്തെ ഭാഷ.

തിലുങ്കച്ചെട്ടി. ന. തിലുങ്ക ദേശത്തു ള്ള ശൂദ്രൻ.

തിലുങ്കൻ. ന. തിലുങ്കദേശത്തുള്ളവൻ.

തിലോത്തമ. ന. സ്വൎഗ്ഗത്തിലെ ദേവിടിച്ചികളിൽ ഒരുത്തി.

തിലോദകം. ന. ഉദകക്രിയ.

തില്ലു. ഗ്ര. ന. ചിത്തഭ്രമം, നന്മയില്ലായ്ക.

തില്യം. ന. എള്ളു വിളയുന്നേടം.

തില്പം. ന. ഒരു പച്ചമരുന്നു, പാച്ചോററി.

തിഷ്യഫലാ. ന. നെല്ലിവൃക്ഷം.

തിഷ്യം. ന. എട്ടാം നക്ഷത്രം, പൂയം.

തിള. ന. ആൎദ്രവസ്തുക്കൾ ഒരു പാത്രത്തിൽ അടുപ്പത്തു വെച്ചു തീ കത്തിച്ചാൽ തീയുടെ ശക്തികൊണ്ടു മേല്പോട്ടു പൊങ്ങിവരുന്നതിന്നു പറയുന്ന പേർ.

തിളെക്കുന്നു. ച്ചു. പ്പാൻ. (തിളെ.) അ. ക്രി. തികക്കുന്നു. **തിളെപ്പിക്കുന്നു.** സ. ക്രി.

തിളെപ്പു. ന. തികക്കുക.

തിറ. ന. കരം, കപ്പം.

തിറക്കേടു. ന. മിടുക്കില്ലായ്മ, സാമൎത്ഥ്യമില്ലായ്മ.

തിറം. ന. ൧, മിടുക്കു. ൨, സാമൎത്ഥ്യം.

തീ

തീ. ന. പഞ്ചഭൂതങ്ങളിൽ ഒന്നു, അഗ്നി.

തീക്കട്ട. ന. തീക്കനൽ.

തീക്കനൽ. ന. എരികനൽ, ജ്വലിക്കാത്ത തീ, തീക്കട്ട.

തീക്കരി. ന. തീ പിടിച്ച കരി.

തീക്കല. ന. പൊള്ളിയ വടുക.

തീക്കലം. ന. നെരുപ്പോടു.

തീക്കല്ലു. ന. തീയുണ്ടാകുന്ന കല്ലു.

തീക്കാൽ. ന. തീപ്പൊരി.

തീക്കുടുക്ക. ന. തീ, ഉരച്ചു തീയെടുക്കുന്നതിന്നുള്ള സാധനം വെക്കുന്ന പാത്രം, തീപ്പെട്ടി.

തീക്കുഴി. ന. അടുപ്പു.

തീക്കൊള്ളി. ന. എരികൊള്ളി, തീയുള്ള വിറകുകോൽ.

തീച്ചട്ടി. ന. നെരുപ്പോടു.

തീട്ടു. ന. ചില രാജാക്കന്മാരുടെ എഴുത്തിന്നു പറയുന്ന പേർ.

തീട്ടം. ന. മലം.

തീട്ടുവരം; തീട്ടൂരം. ന. കൊച്ചിയിൽ രാജാവിന്റെ എഴുത്തു.

തീണ്ടൽ. ന. അശുദ്ധി.

തീണ്ടാൎമാഴി; തീണ്ടാനാഴി. ന. ഒരു ചെടി, മുക്കുററി.

തീണ്ടാപ്പാടു. ന. തീണ്ടാതെ ഇരിക്കുന്നേടത്തോളമുള്ള അകലം.

തീണ്ടാമതി. ന. തീണ്ടാപ്പാടു.

തീണ്ടാരി ന. സ്ത്രീകൾക്കു മാസന്തോറും ഉണ്ടാകുന്ന ഋതുകാലം.

തീണ്ടാരിക്കുന്നു. ച്ചു. പ്പാൻ. (തീണ്ട.) അ. ക്രി. ഋതുവാകുന്നു,

തീണ്ടിക്കുളി. ന. നീചന്മാരോടടുത്തു അശുദ്ധിയായാലുള്ള കുളി.

തീണ്ടുന്നു. ണ്ടി. വാൻ. (തീണ്ട.) അ. ക്രി. അശുദ്ധിയാക്കുന്നു.

തീത്തഴമ്പു. ന. പൊള്ളിയ വടുക.

തീത്താങ്ങി. ന. തീയുടെ ചൂടേല്ക്കാതെ യിരിപ്പാനുള്ള ഒരു മറ.

തീൻ. ന. ഭക്ഷണം.

തീൻകഥ. ന. കടം പറക.

തീൻപണ്ടം. ന. ൧, ഭക്ഷണസാധനം. ൨, വയറു.

തീൻപണ്ടി. ന. വയററിൽ ഭക്ഷിച്ച വസ്തു കിടക്കുന്ന ഒരു സ്ഥലം.

തീൻപതി. ന. മേച്ചിൽസ്ഥലം.

തീൻപുലം. ന. മേച്ചിൽസ്ഥലം.

തീനി. വി. ന. വളരെത്തിന്നുന്നവൻ.

തീപ്പന്ന. ന. ഒരു പച്ചമരുന്നു.

തീപ്പാതി. വി. (ത്രിപു.) വി. ന. തീകൊണ്ടു പാതി വെന്ത.

തീപ്പുണ്ണു. ന. തീകൊണ്ടു പൊള്ളിയ വ്രണം.

തീപ്പെടുന്നു. ട്ടു. ടാൻ. (തീപ്പെട.) അ. ക്രി. ൧, തീപ്പൊള്ളലേല്ക്കുന്നു. ൨, മരിക്കുന്നു എന്ന അൎത്ഥമുള്ള ഒരാചാരവാക്ക്.

തീപ്പെട്ടി. ന. ഉരസ്സുമ്പോൾ തീപിടിക്കുവാൻ മരുന്നു അററത്തു പുരട്ടിയിട്ടുള്ള ചെറിയ കോലുകൾ അടങ്ങിയ പെട്ടി.

തീപ്പെട്ടിത്തിരി; തീക്കുററി. ന. ഉരസ്സുമ്പോൾ തീപിടിക്കത്തക്ക മരുന്നു അററത്തു പുരട്ടിയിട്ടുള്ള ചെറിയ കോൽ.

തീപ്പൊരി. ന. തീത്തരി.

തീപ്പൊലിക്കുന്നു. ച്ചു. പ്പാൻ. (തീപ്പൊലി.) അ. ക്രി. തീ കെടുക്കുന്നു.

തീപ്പൊള്ളു. അപ്പൊണ്ണിക്ക്, **തീപ്പൊള്ളൽ.** ന. തീകൊണ്ടു പൊള്ളുക.

തീപ്പൊള്ളം. ന. മേല്പറഞ്ഞ അൎത്ഥം.

തീപ്പൊള്ളുന്നു. ള്ളി. വാൻ. (തീപ്പൊള്ളു.) അ. ക്രി. തീകൊണ്ടു പൊള്ളുന്നു.

തീഭയം. ന. തീയിൽനിന്നുള്ള ഭയം.

തീമറ. ന. തീത്താങ്ങി.

തീയത്തു. ന. ചിന്തയായുള്ളതു.

തീവെട്ടി. ന. തിരി ചുററി തീ കൊളുത്തുവാന്തക്കവണ്ണം ഒരു നീളമുള്ള വടിയുടെ അററത്തു നാലൊ അഞ്ചൊ ഇരിമ്പുകോലുള്ള ഒരു സാധനം, മീവട്ടി.

തീരു. ന. പററുചീട്ടു, സമ്മതച്ചീട്ടു.

തീരം. ന. കടലിന്റെയുമററും സമീപത്തുള്ള സ്ഥലം.

തീരാക്കൊണ്ടി. ന. പ്രയാസമുള്ള കാൎയ്യം, തീരാത്ത വഴക്കു.

തീരാത്ത. വി. അവസാനിക്കാത്ത, തീൎച്ചയില്ലാത്ത.

തീരുന്നു. ൎന്നു. വാൻ. (തീർ.) അ. ക്രി. നിവൃത്തിയാകുന്നു, അവസാനിക്കുന്നു. **തീൎക്കുന്നു.** സ. ക്രി.

തീരുമാനം. അ. മുഴുവനെ.

തീരെ. അ. മുഴുവനെ.

തീൎക്കുന്നു. ൎത്തു. പ്പാൻ. (തിർ.) സ. ക്രി. ൧, നിവൃത്തിക്കുന്നു, അവസാനിപ്പിക്കുന്നു. ൨, പണിയുന്നു. **തീൎപ്പിക്കുന്നു.** കാ. ക്രി.

തീൎച്ച. ന. നിവൃത്തി, അവസാനം, നിശ്ചയം. അ. ഒടുക്കം.

തീൎച്ചമൂൎച്ച. ന. നിവൃത്തി.

തീൎന്ന. വി. (ൎന്നൻ, ൎന്നാ, ൎന്നം.) വി. ന. ൧, കടക്കപ്പെട്ട. ൨, പരക്കപ്പെട്ട.

തീൎത്തുപറയുന്നു. ഞ്ഞു. വാൻ. (തീൎത്ത.) അ. ക്രി. നിശ്ചയം പറയുന്നു.

തീൎത്ഥകൻ; തീൎത്ഥികൻ. ന. സന്യാസി, തീൎത്ഥാടനംചെയ്തു നടക്കുന്നവൻ.

തീൎത്ഥകരൻ. ന. ൧, യവനന്മാരിൽ ഒരു പ്രമാണി. ൨, ആശാൻ.

തീൎത്ഥൻ. ന. ഗുരു.

തീൎത്ഥപാദൻ. ന. ൧, ശിവൻ. ൨, വിഷ്ണു.

തീൎത്ഥമാടുന്നു. ടി. വാൻ. (തീൎത്ഥം.) അ. ക്രി. പുണ്യതീൎത്ഥത്തിൽ കുളിക്കുന്നു.

തീൎത്ഥം. ന. ൧, ശുദ്ധജലം. ൨, വെള്ളം. ൩, പുണ്യസ്ഥലം.

തീൎത്ഥയാത്ര, തീൎത്ഥാടനം. ന. തീൎത്ഥസ്നാനത്തിന്നായിട്ടു നടക്ക.

തീൎത്ഥവാസി. ന. തീൎത്ഥമാടി നടക്കുന്നവൻ.

തീൎത്ഥസ്നാനം. ന. തീൎത്ഥമാടുക.

തിന്ന. വി. തികെഞ്ഞ.

തീൎപ്പു. ന ൧, വിധി. ൨, ന്യായവിധി. ൩, തികവു.

തീൎമ്മ. ന. നിവൃത്തി.

തീൎമ്മുറി. ന. തീൎച്ചചിട്ടു.

തീവ്വ്. ന. തീരുവ, ചുങ്കം.

തീവ്വില. ന. തീൎച്ചവില, കോൾവില.

തീവ്വിലയോല. ന. വിലച്ചിട്ടു.

തീവെട്ടം. ന. തീയുടെ വെളിച്ചം.

തീവ്ര. വി. (്രൻ, ്രാ, ്രം) വി. ന ൧, ഉഷ്ണമുള്ള. ൨, വേഗമുള്ള. ൩, അധികതയുള്ള.

തീവ്രൻ. ന. ശിവൻ.

തീവ്രം. ന. ൧, ഉഷ്ണം. ൨, കഠിനം.

തീവ്രവേദന. ന. കഠിനമായ നൊമ്പരം.

തീക്ഷ്ണകണ്ടകം. ന. മുള്ളുള്ള ഒരു വൃക്ഷം, കാര.

തീക്ഷ്ണകന്ദകം. ന. വെളുത്തുള്ളി.

തീക്ഷ്ണകരം. ന. ആമിതൃമശ്ശി.

തീക്ഷ്ണകൎമ്മാവു. വി. (ൎമ്മം) വി. ന. കഠിന പ്രവൃത്തിയുള്ള.

തീക്ഷ്ണഗന്ധ. ന. ഒരു വൃക്ഷം, മുരിങ്ങ.

തീക്ഷ്ണത. ന. കഠിനത.

തീക്ഷ്ണതണ്ഡുലം. ന. രെണ്ടാമിമരന്നു, തിപ്പലി.

തീക്ഷ്ണതൈലം. ന. ഒരുമാതിരി ഉഷ്ണവീൎയ്യമുള്ള എണ്ണ.

തീക്ഷ്ണപത്രം. ന. ഒരു വൃക്ഷം, കൊത്തമ്പാലം.

തീക്ഷ്ണപുഷ്പം. ന. കരയാമ്പൂ.

തീക്ഷ്ണഫലം. ന. കൊത്തമ്പാലയരി.

തീക്ഷ്ണം. ന. ൧, ഉഷ്ണം. ൨, എരിവു. ൩, വിഷം. ൪, ഉഷ്ണിമ്പു. ൫, യുദ്ധം. ൬, തിക്ഷ്ണം.

തീക്ഷ്ണരസം. ന. വെടിയുപ്പു.

തീക്ഷ്ണവ്രണം. ന. കഠിനമായ വ്രണം.

തീക്ഷ്ണശൂകം. ന. ഒരു ധാന്യം, യവം.

തീക്ഷ്ണാംശു. ന. ആദിത്യൻ.

തീക്ഷ്ണാതപരാഗം. ന. [illegible] ചെമ്പി.

തീക്ഷ്ണോത്ഥം. ന. ൧, ചുക്കു. ൨, മുളകു. ൩, തിപ്പലി.

തീററൽ. ന. മേയിക്ക.

തീററി. ന. ക്ഷോണം.

തീററിക്കഥ. ന. കടംകഥ.

തീററികേറുന്നു. റി. വാൻ. (തീററി). അ. ക്രി. ധൈൎയ്യത്തോടെ ശത്രുവിനെ എതൃക്കുന്നു.

തീററിയടുക്കുന്നു. ത്തു. പ്പാൻ. (തീററി.) അ. ക്രി. ധൈൎയ്യത്തോടെ ശത്രുവിനോടു അടുക്കുന്നു.

തീററുന്നു. ററി. വാൻ. (തീററി.) സ. ക്രി. ൧, ഭക്ഷിപ്പിക്കുന്നു. ൨, കന്നുകാലികളെ മേയിക്കുന്നു.

തു

തു. അ. ൧, ഭേദം. ൨, ആകട്ടെ. ൩, തന്നെ. ൪, പാദപൂരണം.

തുകം. ന. ൧, സാദൃശ്യം. ൨, ക്രവ.

തുകമോശം. ന. സംഖ്യയുടെ തെററു.

തുകയൽ. ന. ഒരുമാതിരി കറി.

തുകാക്ഷീരി. ന. കൂവനൂറ.

തുകിൽ. ന. വസ്ത്രം.

തുക്കിടി. ന. ദേശത്തിന്റെ ഭാഗം.

തുഗ. ന. മുളവെണ്ണ.

തുംഗ. വി. (ഗൻ, ഗാ, ഗം.) വി. ന. ഉയരമുള്ള, ശ്രേഷ്ഠതയുള്ള. തുംഗതചം. ഗു. ന.

തുംഗം. ന. ൧, ഉയരം, ശ്രേഷ്ഠത. ൨, ഒരു വൃക്ഷം, പുന്നാംഗം.

തുംഗഭദ്ര. ന. ഒരു നദി.

തുംഗി. ന. ഒരു മരുന്നു, നായൎവെണ്ണ.

തുഛ. വി. (ഛൻ, ഛാ, ഛം) വി. ന. ൧, ഹീനമായുള്ള. ൨, ഉപേക്ഷിക്കപ്പെട്ട.

തുഛരം. ന. ൧, അല്പം. ൨, ഉമി, പതിര.

തുഞ്ചൽ. ന. ൧, ഉറക്കം. ൨, തെററു. ൩, മരണം.

തുഞ്ചം. ന. അററം.

തുഞ്ചുന്നു. ഞ്ചി. വാൻ. (തുഞ്ച.) അ. ക്രി. ൧, ഉറങ്ങുന്നു. ൨, തെററുന്നു. ൩, മരിക്കുന്നു.

തുട. ന. മുഴങ്കാലിന്നും [illegible] മീതെയുള്ള സ്ഥലം.

തുടക്കം. ന. ആരംഭം.

തുടക്കാമ്പു. ന. തുട.

തുടങ്ങൻകത്തി. ന. വീതിയുള്ള പിച്ചാത്തി.

തുടങ്ങി. അ. നിന്ന, മുതൽ.

തുടങ്ങുന്നു. ങ്ങി. വാൻ. (തുടങ്ങ.) സ. ക്രി. ആരംഭിക്കുന്നു.

തുടം. ന. ൧, എണ്ണയും മററും അളക്കുന്ന ഒരു പാത്രം. ൨, പുള്ളി.

തുടസ്സാരം. ന. കുട്ടിച്ചേപ്പു.

തുടരി. അല്ലെങ്കിൽ, **തുടലി.** ന. ഒരു മാതിരി മുള്ളുള്ള കാടു.

തുടരുന്നു. ൎന്നു. വാൻ. (തുടർ.) അ. ക്രി. പിന്നാലെ ചെല്ലുന്നു. സ. ക്രി. തുടങ്ങുന്നു.

തുടരെ. അ. പിന്നാലെ.

തുടരെത്തുടരെ. അ. പിന്നാലെ പിന്നാലെ.

തുടർ. ന. ൧, ചങ്ങല. ൨, ഒരുമാതിരി ആഭരണം.

തുടൎച്ച. ന. ൧, പിൻചെല്ലുക. ൨, ആരംഭം.

തുടമാല. ന. കഴുത്തിൽ ഇടുന്ന ഒരാഭരണം.

തുടൽ. ന. ൧, ചങ്ങല. ൨, തുടലരെഞ്ഞാണം. ൩, വിലങ്ങു.

തുടലരെഞ്ഞാണം. ന. അരയിൽ കെട്ടുന്ന ഒരാഭരണം.

തുടവാപ്പു. ന. തുടയിലുണ്ടാകുന്ന ഒരു ദീനം.

തുടവാളു. ന. മേപ്പറഞ്ഞ അൎത്ഥം.

തുടസ്സം. ന. ആരംഭം.

തുടി. ന. ൧, ഒരു വാദ്യം. ൨, നെഞ്ചിടിപ്പു. ൩, കിണററിൽനിന്നു വെള്ളം കോരുന്ന ഒരു യന്ത്രം. (സം.) ഏലത്തരി.

തുടിക്കുന്നു. ച്ചു. പ്പാൻ. (തുടി.) അ. ക്രി. ൧, പിടെക്കുന്നു. ൨, നെഞ്ചിടിക്കുന്നു. ൩, വെള്ളത്തിൽ കൈയിട്ടു ശബ്ദിക്കുന്നു.

തുടിപ്പു. ന. ൧, പിടച്ചിൽ. ൨, നെഞ്ചിടിപ്പു.

തുടിയടിക്കുന്നു. ച്ചു. പ്പാൻ. (തുടി.) സ. ക്രി. ൧, വാദ്യം കൊട്ടുന്നു. ൨, വിളംബരം പ്രസിദ്ധപ്പെടുത്തുന്നു.

തുടുക്കുന്നു. ത്തു. പ്പാൻ. (തുടു.) അ. ക്രി. ചുവക്കുന്നു.

തുടുതുടെ. വി. അധികം ചുവന്ന.

തുടുപ്പു. ന. ൧, [illegible] ൨, വാഴക്കൈ. ൩, ചുവപ്പു.

തുടെക്കുന്നു. ച്ചു. പ്പാൻ. (തുടെ.) സ. ക്രി. മുക്കുന്നു, വെടിപ്പാക്കുന്നു.

തുടെപ്പു. ന. വെടിപ്പാക്കുക.

തുട്ടു. ന. ചെമ്പുകൊണ്ടുള്ള ഒരുവക നാണയം.

തുട്ടി. ന. വേലക്കാരുടെ ആജരില്ലാത്ത ദിവസത്തെ ശമ്പളം പിടിത്തം.

തുണ. ന. സഹായം, കൂട്ടു, രക്ഷ.

തുണി. ന. വസ്ത്രം.

തുണെക്കുന്നു. ച്ചു. പ്പാൻ. (തുണെ.) സ. ക്രി. സഹായിക്കുന്നു.

തുണ്ടു. ന. ൧, കഷണം. ൨, കുറിമാനം. ൩, നഷ്ടം.

തുണ്ടം. ന. ൧, കഷണം, നുറുക്ക. ൨, പങ്കു.

തുണ്ടിക്കുന്നു. ച്ചു. പ്പാൻ. (തുണ്ടി.) സ. ക്രി. നുറുക്കുന്നു.

തുണ്ടിപ്പു. ന. നുറുക്ക.

തുണ്ഡം. ന. ൧, മുഖം. ൨, വായ്. ൩, പക്ഷികളുടെ കൊക്കു.

തുണ്ഡി. ന. ൧, മുഖം. ൨, കൊക്കു.

തുണ്ഡിക. ന. നാഭി.

തുണ്ഡികേരി. ന. ൧, നല്ലരുത്തി. ൨, കോവൽവള്ളി.

തുണ്ഡിഭ. വി. (ഭൻ, ഭാ, ഭം.) വി. ന. വലിയ പൊക്കിളുള്ള.

തുണ്ഡില. വി. (ലൻ, ലാ, ലം.) വി. ന. മേല്പറഞ്ഞ അൎത്ഥം.

തുത്തം. അല്ലെങ്കിൽ, **തുത്തു.** ന. ഒരു ഞാട്ടിമരുന്നു.

തുത്തനാകം. ന. ഒരു ലോഹം, നാകം.

തുത്തി. ന. ഒരു ചെടി.

തുത്തിപ്പീര. ന. ഒരു വൃക്ഷം.

തുത്ഥ. ന. ൧, ഏലം. ൨, അമരി.

തുത്ഥകം. ന. നിലത്തുരിശു.

തുത്ഥം. ന. ൧, അഞ്ജനം. ൨, നിലത്തുരിശു.

തുത്ഥാഞ്ജനം. ന. നിലത്തുരിശു.

തുനി. ന. ൧, നാല്കാലിമൃഗങ്ങൾക്കും മററും പക്വാശയത്തോടടുത്തുള്ള ഒരു മാംസം, കണ്ഡികാ. ൨, ഒരു മീനം.

തുനിച്ചിൽ. ന. ഒരു കാൎയ്യത്തിൽ തന്നെയുള്ള ഉത്സാഹം.

തുനിയുന്നു. ഞ്ഞു. വാൻ. (തുനി.) അ. ക്രി. ഒരു കാൎയ്യത്തിൽ തന്നെ ഓൎമ്മ വെച്ചു ഉത്സാഹിക്കുന്നു.

തുനിവു. ന. തുനിച്ചിൽ.

തുന്ദുഭം. ന. കടുകു.

തുന്ദപരിമൃജൻ. ന. മടിയൻ.

തുന്ദം. ന. വയറു.

തുന്ദിഭ. വി. (ഭൻ, ഭാ, ഭം.) വി. ന. ൧, വലിയ പൊക്കിളുള്ള. ൨, കുടവയറുള്ള.

തുന്ദില. വി. (ലൻ, ലാ, ലം.) വി. ന. മേല്പറഞ്ഞ അൎത്ഥം.

തുന്ദി. വി. (ന്ദീ, ന്ദിനീ, ന്ദി.) വി. ന. ൧, വലിയ പൊക്കിളുള്ള. ൨, കുടവയറുള്ള.

തുന്ദീ. ന. ൧, നാഭി. ൨, വയറു.

തുന്നം. ന. ഒരു മരം.

തുന്നൽ. ന. തയ്യൽ.

തുന്നല്പണി. ന. തയ്യല്പണി.

തുന്നവായൻ. ന. തയ്യല്ക്കാരൻ.

തുന്നിക്കുത്തുന്നു. ത്തി. വാൻ. (തുന്നി.) സ. ക്രി. തയ്ക്കുന്നു.

തുന്നിക്കുന്നു. ച്ചു. പ്പാൻ. (തുന്നി.) സ. ക്രി. ചക്കയിലൊ മററൊ വട്ടത്തിൽ തുളെക്കുന്നു.

തുന്നിപ്പു. ന. വട്ടത്തിൽ തുളെക്ക.

തുന്നുന്നു. ന്നി. വാൻ. (തുന്ന.) സ. ക്രി. തയ്ക്കുന്നു. **തുന്നിക്കുന്നു.** കാ. ക്രി.

തുൻപു. ന. ൧, തെളിവു. ൨, അററം. ൩, ബുദ്ധി, അറിവു.

തുമ്പില്ലായ്മ. ന. അറിവില്ലായ്മ.

തുമ്പുകേടു. ന. അറിവില്ലായ്മ.

തുൻപം. ന. ദുഃഖം.

തുപ്പു. ന. തുപ്പൽ.

തുപ്പട്ടു. ന. ഒരുമാതിരി കട്ടിയും ചരട്ടുകരയും ഉള്ള വെള്ളവസ്ത്രം.

തുപ്പട്ടാവു. ന. നിലയങ്കി, വിശേഷവസ്ത്രം.

തുപ്പട്ടി. ന. ൧, തുപ്പട്ടു. ൨, മേശയിന്മേലും മററും വിരിക്കുന്ന വസ്ത്രം.

തുപ്പൽ. ന. വായിലെ വെള്ളം, ഠരംത്താ.

തുപ്പായി. ന. ൧, ദ്വിഭാഷി, പൊരുൾ തിരിച്ചു പറയുന്നവൻ. ൨, പറങ്കികളിൽ ഒരു ജാതി.

തുപ്പുനീരു. ന. തുപ്പൽ.

തുപ്പുന്നു. പ്പി. വാൻ. (തുപ്പ.) സ. ക്രി. വായിൽനിന്നു തുപ്പൽ പുറത്തു കളയുന്നു.

തുഭ്യം ന. പ. നിനക്കായിക്കൊണ്ടു.

തുമുലം. ന. ഇടകലൎന്ന യുദ്ധം, യുദ്ധകോലാഹലം.

തുമുലം. വി. ൧, കൂട്ടമായി ശബ്ദിക്കുന്ന ശബ്ദമുണ്ടാക്കുന്ന. ൨, ഭയങ്കരമായ. ന. കലഹം.

തുമ്പ. ന. ഒരു തൈ.

തുമ്പക്കൊട്ടവേലി. ന. ഒരു പച്ചമരുന്നു.

തുമ്പി. ന. ൧, പൂക്കൾതോറും പറന്നു നടക്കുന്ന പ്രാണി. ൨, വണ്ടു.

തുമ്പിക്കരം. ന. ആനയുടെ തുമ്പിക്കൈ.

തുമ്പിക്കൈ. ന. മേല്പറഞ്ഞ അൎത്ഥം.

തുമ്പിത്താൻ. ന. നീളമുള്ള ഒരുമാതിരി കുഴൽ.

തുമ്പിത്താരം. ന. ഒരുമാതിരി വലിയ കുഴൽ.

തുമ്പിത്തുള. ന. വണ്ടു തുരന്ന തുള.

തുമ്പിൾ. ന. ഒരു വൃക്ഷം.

തുംബം. ന. ചുരെക്കാ.

തുംബി. ന. ചുരവള്ളി.

തുംബുരു. ന. ൧, കൊത്തമ്പാലയരി. ൨, ഒരു ഗന്ധൎവ്വൻ. ൩, ഒരു വാദ്യവിശേഷം.

തുമ്മൽ. ന. ചിലപ്പോൾ മൂക്കിൽനിന്നു വെള്ളത്തോടുകൂടെ പുറപ്പെടുന്ന ഒരു മാതിരി ശബ്ദം.

തുമ്മുന്നു. മ്മി. വാൻ. (തുമ്മ.) അ. ക്രി. മൂക്കിൽനിന്നു ഒരുമാതിരി ശബ്ദം പുറപ്പെടുന്നു.

തുയരം. ന. ൧, ദുഃഖം. ൨, കരുണ.

തുയിൽ. ന. ൧, ഉറക്കം. ൨, ദുഃഖം.

തുയിർ. ന. ൧, ദുഃഖം. ൨, ആപത്തു.

തുയിർപെടുന്നു. ട്ടു. വാൻ. (തുയിർ.) അ. ക്രി. ദുഃഖിക്കുന്നു.

തുയ്യം. ന. ൧, അററം, മുനം. ൨, വെടിപ്പു.

തുയ്യവെള്ള. വി. അധികം വെളുത്ത.

തുരക്കാരൻ. ന. കാൎയ്യവിചാരക്കാരൻ.

തുരക്കുന്നു. ന്നു. പ്പാൻ. (തുര.) സ. ക്രി. തുളെക്കുന്നു, ദ്വാരമുണ്ടാക്കുന്നു.

തുരഗം. ന. കുതിര.

തുരഗി. വി. (ഗീ, ഗിനി, ഗി.) വി. ന. കുതിരപ്പുറത്തു കേറുന്ന, കുതിരയുള്ള.

തുരഗീ. ന. ൧, കുതിരക്കാരൻ. ൨, ഒരു തൈ.

തുരക്കം. ന. ൧, ചുവരിലുംമററും തുരന്നുണ്ടാക്കിയ ദ്വാരം. ൨, തുരങ്കുഴി.

തുരങ്കക്കാരൻ. ന. ൧, കത്തികൊണ്ടുവച്ചുക്കാരൻ. ൨, ദ്വാരമുണ്ടാക്കുന്നവൻ. ൩, ഭിത്തിതുരക്കുന്നവൻ.

തുര. വി. (രൻ, രാ, രം.) വി. ന. വേഗമുള്ള, നിമിഷമുള്ള.

തുരം. ന. കാൎയ്യവിചാരം, ചുമതല.

തുരംഗമം. ന. കുതിര.

തുരംഗം. ന. കുതിര.

തുരത്തുന്നു. ത്തി. വാൻ. (തുരത്ത.) സ. ക്രി. ൧, ഇളക്കുന്നു. ൨, ഓടിക്കുന്നു. ൩, പിന്തുടരുന്നു.

തുരപ്പണം. ന. തുരക്കുന്ന ഉളി, തമര.

തുരപ്പൻ. ന. ൧, തമരുളി. ൨, വലിയ എലി.

തുരവു. ന. ൧, വലിയ കിണറ. ൨, കുഴി.

തുരവൻ. ന. വലിയ എലി.

തുരായണ്. വി. (ണൻ, ണാ, ണം.) വി. ന. താല്പൎയ്യമുള്ള.

തുരായണം. ന. ഒരു പ്രത്യേകം ബലി.

തുരാഷാട്ടു. ന. ഇന്ദ്രൻ.

തുരിശ്രു. ന. ഒരങ്ങാടിമരുന്നു.

തുരിശക്കാരൻ. ന. ലുബ്ധൻ, പിശുക്കൻ.

തുരിശക്കേടു. ന. സൂക്ഷക്കുറവു.

തുരിശപ്പെടുന്നു. ട്ടു. വാൻ. (തുരിശം.) അ. ക്രി. ജാഗ്രതപ്പെടുന്നു.

തുരിശം. ന. ൧, ജാഗ്രത. ൨, ലുബ്ധു.

തുരി. ന. നൂലു നിരത്തുന്നതിന്നു രോമംകൊണ്ടുണ്ടാക്കിയ ഒരു വസ്തു, നിരപ്പൻ.

തുരിയ; തുൎയ്യ. വി. (യൻ, യാ, യം.) വി. ന. നാലാമത്തെ.

തുരുത്തു. ന. ദ്വീപു.

തുരുത്തി. ന. ൧, ഉല. ൨, വെള്ളം കൊണ്ടുപോകുന്നതിന്നു തോൽകൊണ്ടുണ്ടാക്കിയ ഒരു വസ്തു.

തുരുമ്പു. ന. ൧, ഇരിമ്പിന്റെ കറ. ൨, ചവറിത്തുരുമ്പും മററും. ൩, ചോകോന്മാരും മററും പുലെക്കു പകരം പറയുന്ന ഒരു പേർ.

തുരുമ്പിക്കുന്നു. ച്ചു. പ്പാൻ. (തുരുമ്പി.) അ. ക്രി. ഇരിമ്പിന്നു കറപിടിക്കുന്നു.

തുരുഷ്കൻ. ന. തുലുക്കൻ.

തുരുഷ്കം. ന. ഒരങ്ങാടിമരുന്നു, കുന്തുരുക്കം.

തുലച്ചിൽ. ന. ൧, അവസാനം. ൨, പ്രയാസം.

തുലനം. ന. തുല്യം.

തുലയുന്നു. ഞ്ഞു. വാൻ. (തുല.) അ. ക്രി. അവസാനിക്കുന്നു. **തുലവു.** ന.

തുലാ. ന. വെള്ളം കോരുന്നതിന്നുള്ള ഒരു യന്ത്രം, തുലായന്ത്രം.

തുലാകോടി. ന. കാല്ച്ചിലമ്പു.

തുലാക്കൂറു. ന. ചന്ദ്രൻ തുലാരാശിയിൽ നില്ക്കുന്ന സമയം.

തുലാക്കൊട്ട. ന. തുലായന്ത്രത്തേൽ കെട്ടി വെള്ളം കോരുന്ന ഒരു മരപ്പാത്രം.

തുലാഘടം. ന. ൧, തുഴ, തണ്ടു. ൨, തുലാസിന്റെ തട്ടു.

തുലാധാരം. ന. ൧, തുലാരാശി. ൨, നിറകോൽ ചരടു.

തുലാപുരുഷദാനം. ന. കൊടുക്കുന്ന ആളിന്റെ ഇടയൊപ്പിച്ചു തൂക്കി പൊന്നൊ മററൊ ദാനം ചെയ്ക, തുലാഭാരദാനം.

തുലാഭാരം. ന. ഒരാളിന്നു ശരിയായിട്ടു തൂക്കിയ വസ്തു.

തുലാമാസം. ന. ഏഴാമത്തെ മാസം.

തുലാം. ന. ൧, നൂറു പലം. ൨, തൂക്കുന്ന യന്ത്രം. ൩, കിണററിൽനിന്നു വെള്ളം കോരുന്ന യന്ത്രം.

തുലാരാശി. ന. ഏഴാമത്തെ രാശി.

തുലാസു; ത്രാസു. ന. തൂക്കി പലവുമ്മററും അറിയുന്നതിന്നുള്ള ഒരു യന്ത്രം.

തുലാസുപടി. ന. തൂക്കം അറിവാൻ തുലാസിൽ ഇടുന്ന ചെറിയ കട്ടി.

തുലാസൂത്രം. ന. നിറകോൽ ചരടു.

തുലിത. വി. (തൻ, താ, തം.) വി. ന. തുല്യമാക്കപ്പെട്ട.

തുലുക്കു. ന. ഭക്ഷ്ഭാഷ.

തുലുക്കൻ. മുഹമ്മദിയൻ.

തുലുക്കാണം. ന. ഭക്ഷരാജ്യം.

തുലെക്കുന്നു. ച്ചു. പ്പാൻ. (തുലെ.) സ. ക്രി. നിവൎത്തിക്കുന്നു.

തുലോം. അ. ഏററവും.

തുല്യ. വി. (ല്യൻ, ല്യാ, ല്യം.) വി. ന. സമമായുള്ള, ഒപ്പമായ. **തുല്യത.** ഗു. ന. സമത്വം.

തുല്യപാനം. ന. പലർ കൂടി കുടിക്ക.

തുല്യമാകുന്നു. യി. വാൻ. (തുല്യം.) അ. ക്രി. സമമാകുന്നു. **തുല്യമാക്കുന്നു.** സ. ക്രി.

തുല്യംചാൎത്തുന്നു. ൎത്തി. വാൻ. (തുല്യം.) സ. ക്രി. രാജാവു മുദ്രവെക്കുന്നു.

തുല്പു. ന. വിരോധം, തൎക്കം.

തുല്ലു. ന. ൧, കളിയിൽ പിഴ വരുമ്പോൾ പറയുന്ന ഒരു വാക്കു. ൨, നാശം, അവസാനം.

തുവര; തുമര. ന. ഒരുമാതിരി പയറു.

തുവരപ്പരിപ്പു. ന. തുവരകൊണ്ടുണ്ടാക്കിയ പരിപ്പു.

തുവര. വി. (രൻ, രീ, രം.) വി. ന. ചവൎപ്പുള്ള.

തുവരം. ന. ചവൎപ്പു.

തുവരിക. ന. തുവര.

തുവരുന്നു. ൎന്നു. വാൻ. (തുവർ.) അ. ക്രി. ഉണങ്ങുന്നു.

തുവൎച്ചിലക്കാരം. ന. ഒരു മാതിരി മരുന്നു.

തുവൎത്തുന്നു. ൎത്തി. വാൻ. (തുവർ.) സ. ക്രി. ൧, ഉണക്കുന്നു. ൨, കുളിച്ചാൽ വസ്ത്രംകൊണ്ടു ദേഹത്തിലെ വെള്ളം തുടെച്ചുകളയുന്നു.

തുവാല. ന. തുടെക്കുന്ന വസ്ത്രം.

തുവെക്കുന്നു. ച്ചു. പ്പാൻ. (തുവ.) സ. ക്രി. ഇരിമ്പൊ ഉരുക്കൊ കാച്ചി മുക്കി മയം വരുത്തുന്നു.

തുവെപ്പു. ന. ഇരിമ്പൊ ഉരുക്കൊ കാച്ചി മുക്കി മയം വരുത്തുക.

തുഷ. ന. ഉമി.

തുഷം. ന. താന്നിവൃക്ഷം.

തുഷാര. വി. (രൻ, രാ, രം.) വി. ന. തണുപ്പുള്ള.

തുഷാരം. ന. ൧, മഞ്ഞു. ൨, തണുപ്പു. ൩, ചാററമഴ.

തുഷാരാദ്രി. ന. ഹിമവാൻ പൎവ്വതം.

തുഷിതൻ. ന. ഒരു ദേവത.

തുഷ്ട. വി. (ഷ്ടൻ, ഷ്ടാ, ഷ്ടം.) വി. ന. സന്തോഷിച്ച.

തുഷ്ടി. ന. സന്തോഷം.

തുസ്ഥം. ന. പൊടി.

തുഹിനകരൻ. ന. ചന്ദ്രൻ.

തുഹിനകിരണൻ. ന. ചന്ദ്രൻ.

തുഹിനം. ന. ൧, മഞ്ഞു. ൨, നിലാവു.

തുഹിനാചലം. ന. ഹിമവാൻ പൎവ്വതം.

തുഹിനാംശു. ന. ചന്ദ്രൻ.

തുള. ന. ഓട്ട, ദ്വാരം.

തുളമാനം. ന. ൧, കുഴി, കുഴിയുടെയു മററും ദ്വാരം. ൨, ദ്വാരത്തിന്റെ വലിപ്പം. ൩, ദ്വാരമുണ്ടാക്കുക.

തുളയൻ. വി. ന. ഭോഷൻ.

തുളയുന്നു. ഞ്ഞു. വാൻ. (തുള.) അ. ക്രി. ഓട്ടയുണ്ടാകുന്നു.

തുളസി. ന. ഒരു സുഗന്ധച്ചെടി.

തുളി. ന. തുള്ളി.

തുളിക്കുന്നു. ച്ചു. പ്പാൻ. (തുളി.) സ. ക്രി. ൧, തുള്ളിയായി വീഴുന്നു. ൨, പാത്രത്തിന്റെ ഓട്ട അടെക്കുന്നു.

തുളിപ്പു. ന. ൧, തുള്ളിയായി വീഴുക. ൨, പാത്രത്തിന്റെ ഓട്ട അടെക്കുക. ൩, ഓട്ട അടെച്ച സ്ഥലം.

തുളു. ന. ൧, മലയാളത്തിന്റെ വടക്കെ അററത്തുള്ള ഒരു ദേശം. ൨, തുളുഭാഷ.

തുളുനമ്പി. ന. തുളുബ്രാഹ്മണൻ.

തുളുമ്പൽ. ന. അലച്ചിൽ.

തുളുമ്പുന്നു. മ്പി. വാൻ. (തുളുമ്പ.) അ. ക്രി. അലയുന്നു. **തുളുമ്പിക്കുന്നു.** സ. ക്രി.

തുളുമ്പെ. അ. തുകമാറു.

തുളുവൻ. ന. തുളുദേശക്കാരൻ.

തുള്ളൽ. ന. ൧, ഒരു മാതിരി ഓട്ടം തുള്ളൽ. ൨, തുള്ളുക. ൩, കോപം. ൪, വിറയൽ. ൫, നൃത്തം.

തുള്ളൽക്കാരൻ. ന. ൧, നൃത്തം ചെയ്യുന്നവൻ. ൨, പിശാചു ബാധിച്ചവൻ.

തുള്ളൽപ്പനി. ന. ഒരു ദീനം, വിറയലുള്ള പനി.

തുള്ളൽപ്പാട്ടു. ന. ഒരു മാതിരി പാട്ടു.

തുള്ളി. ന. ഇററു.

തുള്ളുന്നു. ള്ളി. വാൻ. (തുള്ളു.) അ. ക്രി. ൧, ചാടുന്നു. ൨, നൃത്തം ചെയ്യുന്നു. ൩, കൂത്താടുന്നു. **തുള്ളിക്കുന്നു.** സ. ക്രി.

തുഴ. ന. വള്ളം നടത്തുന്നതിന്നു മരം കൊണ്ടുണ്ടാക്കിയ വസ്തു, നമ്പു.

തുഴച്ചിൽ. ന. വള്ളം നടപ്പാൻ തക്കവണ്ണം തുഴകൊണ്ടു പ്രയോഗിക്ക.

തുഴയുന്നു. ഞ്ഞു. വാൻ. (തുഴ.) അ. ക്രി. വള്ളം നടപ്പാൻ തക്കവണ്ണം തുഴകൊണ്ടു പ്രയോഗിക്കുന്നു.

തുറ. ന. ൧, കപ്പൽ അടുക്കുന്ന സ്ഥലം. ൨, അടുക്കുന്ന സ്ഥലം. ൩, സങ്കേതം. ൪, തേച്ചുകഴുകുന്ന ഇഞ്ചയും മററും. ൫, കടവു. ൬, ഗൃഹം. ൭, നിലവിറ.

തുറക്കുന്നു. ന്നു. പ്പാൻ. (തുറ.) സ. ക്രി. ൧, താക്കോലുകൊണ്ടു പ്രവൃത്തിക്കുന്നു. ൨, കതകു വിടൎത്തുന്നു. **തുറപ്പിക്കുന്നു.** കാ. ക്രി.

തുറച്ചുങ്കം. ന. തുറമുഖത്തെ ചുങ്കം.

തുറട്ടു. ന. ൧, കൊളുത്തു. ൨, കുടുക്ക.

തുറട്ടുവല. ന. പ്രയാസമുള്ള വേല.

തുറപ്പു. അല്ലെങ്കിൽ, **തുടപ്പു.** ന. ചൂൽ.

തുറപ്പു. ന. ൧, തുറക്കുകയെന്നുള്ളതു. ൨, തുറന്നിരിക്കുന്ന സ്ഥിതി. ൩, ഭക്ഷിക്കുവാനുള്ള ആൎത്തി.

തുറമുഖം. ന. കപ്പൽ വന്നടുക്കുന്ന സ്ഥലം.

തുറവു. ന. തുറക്കുക.

തുറസ്സു. ന. മറവില്ലായ്മ.

തുറാവു. ന. ഒരുവക മത്സ്യം.

തുറികണ്ണു. ന. ഉന്തിയിരിക്കുന്ന കണ്ണു, വലിയ കണ്ണു.

തുറികണ്ണൻ. ന. ഉണ്ടക്കണ്ണൻ.

തുറികണ്ണി. ന. ഉണ്ടക്കണ്ണി.

തുറിക്കുന്നു. ച്ചു. പ്പാൻ. (തുറി.) സ. ക്രി. മിഴിക്കുന്നു.

തുറിപ്പു. ന. പുറത്തോട്ടുള്ള തള്ളൽ.

തുറു. ന. ൧, വയ്ക്കോൽ കുമ്പാരം. ൨, പുല്ലു വയ്ക്കോൽ കൂട്ടികിടക്കുന്ന സ്ഥലം.

തുറുക. ന. മേല്പറഞ്ഞ അൎത്ഥം.

തുറുങ്കു. ന. പാറാവു, കാരാഗൃഹം.

തുറുതുറെ; തുരുതുരെ. അ. ൧, മുറിഞ്ഞുമുറിഞ്ഞു വീഴുക. ൨, ധാരാളമായി.

തുറുത്തൽ. ന. കടത്തുക.

തുറുത്തുന്നു. ത്തി. വാൻ. (തുറുത്ത.) സ. ക്രി. അമുക്കി നിറെക്കുന്നു, തള്ളി കേററുന്നു.

തുറുന്നു. ററു. വാൻ. (തുർ.) അ. ക്രി. തിങ്ങി നിറയുന്നു.

തുറുപ്പു; തുരുപ്പു; തുരുപ്പു. ന. ൧ ചതിരപ്പട്ടാളത്തുകാരൻ. ൨, പ്രധാനി.

തുറുവിടുന്നു. ട്ടു. വാൻ. (തുറു.) അ. ക്രി. വയ്ക്കോൽ കൂട്ടിവെക്കുന്നു.

തുററ. വി. തിങ്ങിനിറഞ്ഞ.

തൂ

തൂ. (നാമപദങ്ങളുടെ മുമ്പിൽ ചേൎന്നവരുമ്പോൾ) വി. പ്രകാശമുള്ള, നല്ല. ഉ-ം. **തൂനഖം** (പ്രകാശമുള്ള നഖം). **തൂമണം** (നല്ല മണം).

തൂകൽ. ന. ചിതറുക.

തൂകുന്നു. കി. വാൻ. (തൂക.) സ. ക്രി. ചിതറുന്നു, ഇരിക്കുന്ന പാത്രം കവിഞ്ഞു താഴെ പോകുന്നു.

തൂക്കക്കാരൻ. ന. ൧, ഒരുകാളിയുടെ പ്രസാദം വരുത്തുവാൻ പുറത്തു രണ്ടു ചൂണ്ടൽ കോൎത്തു ചാട്ടുമ്മേൽ കെട്ടി തൂങ്ങി കിടന്നു കളിക്കുന്നവൻ. ൨, ആരാച്ചാര. ൩, വ്യഞ്ജനാദികളായവ തൂക്കുന്നവൻ.

തൂക്കച്ചാട്ടു. ന. ൧, ഉഴിഞ്ഞാലു. ൨, തൂക്കം കുത്തികെട്ടുന്ന വണ്ടി. ൩, കഴുമരം.

തൂക്കച്ചുണ്ട. ന. തൂക്കം കുത്തുന്നതിന്നുള്ള ഇരിമ്പു കൊളുത്തു.

തൂക്കപ്പയിററു. ന. തൂക്കക്കാരന്റെ കളി.

തൂക്കം. ന. ൧, തൂക്കുന്ന പടി. ൨, തൂക്കുക. ൩, ഭാരം. ൪, തൊലുക. ൫, തൂക്കംകളി. ൬, ഉറക്കം. ൭, മലയിറക്കം.

തൂക്കു. ന. ൧, തൂങ്ങിക്കിടക്കുന്നതു. ൨, കയ്യിൽ തൂക്കികൊണ്ടു പോകാവുന്നതു.

തൂക്കുന്നു. ക്കി. വാൻ. (തൂക്ക.) സ. ക്രി. ൧, ത്രാസിലും മററും വെച്ചു കനം അറിയുന്നു. ൨, കുററക്കാരനെ തൂക്കുന്നു. **തൂക്കിക്കുന്നു.** കാ. ക്രി.

തൂക്കുന്നു. ത്തു. പ്പാൻ. (തൂ.) സ. ക്രി. ൧, തുടെക്കുന്നു, അടിച്ചുവാരുന്നു. ൨, മായിക്കുന്നു.

തൂക്കുമഞ്ചം. ന. ഉഴിഞ്ഞാൽ കട്ടിൽ.

തൂക്കുമരം. ന. കഴു, കുററക്കാരെ തൂക്കുന്ന മരം.

തൂക്കുവിളക്കു. ന. തൂടർ വിളക്കു.

തൂങ്ങൽ. ന. തൊലുക.

തൂങ്ങുന്നു. ങ്ങി. വാൻ. (തൂങ്ങ.) അ. ക്രി. തൊലുന്നു, ഞാന്നു കിടക്കുന്നു. **തൂക്കുന്നു.** സ. ക്രി.

തൂൺ. ന. ഉരുന്നു, കാൽ.

തൂണം. ന. അമ്പുറ.

തൂണി. ന. അമ്പുറ, ഒരളവു.

തൂണിക്കൊട്ട. ന. അളവുകൊട്ട.

തൂണിയാങ്കം. ന. ഒരു മരുന്നു.

തൂണീരം. ന. അമ്പുറ.

തൂത. ന. ഒരു മാതിരി കുടം.

തൂത്തുവേള. ന. ഒരു മരുന്നു.

തൂപ്പു. ന. ഇലയില്ലാത്ത കൊമ്പു.

തൂബരൻ. ന. മീശ വരാത്തവൻ.

തൂബരം. ന. മോഴകാള, മോഴപ്പശു.

തൂമ. ന. ൧, പ്രകാശം, നന്മ. ൨, പൂൎണ്ണത.

തൂമരം. ന. ഒരു തൂവട കൂടിയതു.

തൂമൊഴി. ന. ൧, ഇഷ്ടവാക്കു. ൨, മുഖസ്തുതി.

തൂമ്പു. ന. ൧, ഓക, പാത്തി. ൨, വിത്ത പൊക്കിൾ.

തൂമ്പാ. ന. നിലം കിളെപ്പാനുള്ള ആയുധം.

തൂരിയാട്ടുന്നു. ടി. വാൻ. (തൂരി.) സ. ക്രി. അധിക വേല ചെയ്യുന്നു.

തൂരിയാട്ടം. ന. കഠിന വേല.

തൂരുന്നു. ന്നു. വാൻ. (തൂൎ.) അ. ക്രി. നികക്കുന്നു. തൂൎക്കുന്നു. സ. ക്രി.

തൂൎച്ച. ന. നികത്തൽ, നിരത്തൽ.

തൂൎണ്ണ. വി. (ൎണ്ണൻ, ൎണ്ണാ, ൎണ്ണം.) വി. ന. വേഗമുള്ള.

തൂൎണ്ണം. അ. വേഗത്തിൽ.

തൂമ്മ. ന. തുമ്മൽ.

തൂൎയ്യം. ന. പെരുമ്പറ.

തൂൎയ്യരവം. ന. പെരുമ്പറ നാദം.

തൂലം. ന. പഞ്ഞി, ഒരു മരം.

തൂലിക. ന. ൧, ചായമിടുന്നതിനുള്ള പുല്ലു. ൨, പഞ്ഞിമെത്ത.

തൂലികപ്പുല്ലു. ന. നിറപ്പൻ, ചായമിടുന്ന പുല്ലു.

തൂവട. ന. ഇരുപത്തുനാലു പെരുക്കം കൂടിയ തുക.

തൂവരം. ന. മോഴകാള, മോഴപ്പശു.

തൂവൽ. ന. ൧, പക്ഷികളുടെ ദേഹത്തുള്ള വലിയ പൂട. ൨, ചായമിടുന്ന പുല്ലു. ൩, കഴുത്താടിന്റെ ഇല.

തൂവാനപ്പലക. ന. പുരയുടെ കഴുക്കോലിന്റെ അററത്തു വെച്ചു തറെക്കുന്ന ഒരു പലക.

തൂവാനം. ന. കാററുകൊണ്ടു അടിച്ചു വരുന്ന മഴത്തുള്ളി.

തൂവുന്നു. വി. വാൻ. (തൂവി.) സ. ക്രി. തൂകുന്നു. തൂവൽ. ന.

തൂശൻ. വി. സൂചിപോലെ കൂൎത്ത അഗ്രമുള്ള.

തൂഷ്ണീക. വി. (കൻ, കാ, കം.) വി. ന. മൌനമായുള്ള.

തൂഷ്ണീം. അ. മൌനമായി.

തൂഷ്ണീംശീല. വി. (ലൻ, ലാ, ലം.) വി. ന. മിണ്ടാതിരിക്കുന്ന.

തൂറൽ. ന. അതിസാരം.

തൂറുന്നു. റി. വാൻ. (തൂറ.) അ. ക്രി. അതിസരിക്കുന്നു. തൂറിക്കുന്നു. സ. ക്രി.

തൂററൽ. ന. ൧, ചാററമഴ. ൨, അതിസാരം.

തൂററുന്നു. ററി. വാൻ. (തൂററ.) അ. ക്രി. ൧, ധാന്യം വീശുന്നു. ൨, കാററു പെടുത്തുന്നു. സ. ക്രി. അതിസരിക്കുന്നു.

തൃ

തൃക്കണ്ണു. ന. രാജാക്കന്മാരുടെയുംമററും കണ്ണിനെ ബഹുമാനിച്ചു പറയുന്ന ഒരു വാക്കു.

തൃക്കഴൽ. ന. കാലിനെ ബഹുമാനിച്ചു പറയുന്ന ഒരു വാക്കു.

തൃക്കാപ്പു. ന. ശ്രീകോവിലിന്റെ വാതിൽ.

തൃക്കാൽ. ന. കാലിനെ ബഹുമാനിച്ചു പറയുന്ന ഒരു വാക്കു.

തൃക്കേട്ട. ന. പതിനെട്ടാമത്തെ നക്ഷത്രം.

തൃക്കൈ. ന. കൈയെ ബഹുമാനിച്ചു പറയുന്ന ഒരു വാക്കു.

തൃക്കോവിൽ. ന. ക്ഷേത്രം.

തൃട്ടു. ന. വെള്ളം കുടിപ്പാനുള്ള ആഗ്രഹം, ദാഹം.

തൃണഗ്രാഹി. ന. വൈഡൂൎയ്യം.

തൃണഗുല്മം. ന. റേന്തു മുതലായ വൃക്ഷം.

തൃണധാന്യം. ന. ചാമ, തിന, വരകു മുതലായവ.

തൃണധ്വജം. ന. മുള.

തൃണപാദവം. ന. തൃണഗുല്മം.

തൃണപൂലി. ന. പായു്.

തൃണപ്രായ. വി. (യൻ, യാ, യം.) വി. ന. നിസ്സാരമായ.

തൃണം. ന. പുല്ലു.

തൃണരാജൻ. ന. പന.

തൃണവൽ. അ. തൃണംപോലെ.

തൃണശൃന്യം. ന. മുല്ല.

തൃണസാര. ന. വാഴ.

തൃണാഞ്ജനം. ന. ഓന്തു.

തൃണീകരിക്കുന്നു. സ. ക്രി. തൃണംപോലെ ഗണിക്കുന്നു.

തൃണ്യാ. ന. തൃണസമൂഹം.

തൃതിയ. വി. മൂന്നാമത്തു.

തൃതീയ. വി. (യൻ, യാ, യം.) വി. ന. മൂന്നാമത്തെ.

തൃതീയാപ്രകൃതി. ന. ൧, നപുംസകൻ. ൨, നപുംസകലിംഗം.

തൃത്താലിചാൎത്ത. ന. ക്ഷത്രിയരാജാക്കന്മാരുടെ വിവാഹം.

തൃത്താവു. ന. തുളസി.

തൃപ്ത. വി. (പ്തൻ, പ്താ, പ്തം.) വി. ന. മതിവന്ന, പൂൎണ്ണമായ.

തൃപ്തി. ന. പൂൎണ്ണത, സന്തോഷം.

തൃപ്പാപ്പൂസ്വരൂപം. ന. തിരുവിതാംകൂർ രാജ്യം.

തൃഷ. ന. ൧, ദാഹം. ൨, ഇച്ഛ.

തൃഷിത. വി. (തൻ, താ, തം.) വി. ന. ദാഹമുള്ള.

തൃഷ്ണ. ന. ൧, ദാഹം. ൨, ആശ.

തൃഷ്ണക്. ന. ൧, ദാഹമുള്ളവൻ. ൨, മോഹമുള്ളവൻ.

തൃഷ്ണത. ന. ൧, ദാഹം. ൨, ഇച്ഛ.

തെ

തെകിള. ന. ൧, ചതി, സംശയം. ൨, മീനിന്റെ ചെകിള.

തെക്കു. ന. ദിക്കുകൾ നാലിൽ ഒന്നു.

തെക്കൻ. ന. തെക്കെ ദിക്കിലുള്ളവൻ.

തെക്കൽ. ന. കഞ്ഞിപ്പശയുംമററും തെക്കി എടുക്ക.

തെക്കിനിപ്പുര. ന. നാലുകെട്ടായ ഭവനത്തിന്റെ തെക്കെക്കെട്ടു.

തെക്കുകഞ്ഞി. ന. തെക്കിയെടുത്ത കഞ്ഞി.

തെക്കുകിഴക്കു. ന. തെക്കും കിഴക്കും കൂടെ കൂടിയ സ്ഥലം.

തെക്കുംകൂർ. ന. തലമലമുതൽ പുറക്കാടുവരെ കിഴക്കുപടിഞ്ഞാറും കൈപ്പുഴ കടവുമുതൽ ചെത്തിത്തോട്ടു വഴിയമ്പലംവരെ തെക്കുവടക്കുമുള്ള രാജ്യം.

തെക്കുന്നു. ക്കി. വാൻ. (തെക്കു.) സ. ക്രി. തെക്കിയെടുക്കുന്നു, മുകളിൽ പൊ

ങ്ങിവരുന്നവയെ തെന്നിയെടുക്കുന്നു.

തെക്കുപടിഞ്ഞാറു. ന. തെക്കും പടിഞ്ഞാറും കൂടെ കൂടിയ സ്ഥലം.

തെക്കുഭാഗം. ന. തെക്കുവശം.

തെക്കുവടക്കു. വി. തെക്കു തുടങ്ങി വടക്കുവരെ.

തെക്കെ. അല്ലെങ്കിൽ. **തെക്കേതു.** വി. തെക്കുള്ള.

തെക്കോട്ടു. അല്ലെങ്കിൽ; **തെക്കോട്ടേക്കു.** അ. തെക്കെ ദിക്കിലേക്കു.

തെങ്ങു. ന. നാളികേര വൃക്ഷം.

തെങ്ങിൻകള്ളു. ന. തെങ്ങിൻകുലയിൽനിന്നു എടുക്കുന്ന കള്ളു.

തെങ്ങോല. ന. തെങ്ങിന്റെ ഓല.

തെങ്ങോലവരിയൻ. ന. ഒരു ദുഷ്ടമൃഗം, കടുവാ.

തെച്ചി. ന. ഒരു പൂച്ചെടി, ചെത്തി.

തെച്ചിപ്പട്ടു. ന. ചുവന്ന പട്ടു.

തെണ്ടൽ. ന. യാചന, ഇരക്കുക, ഉപജീവനത്തിനായി അലഞ്ഞു നടക്കുക.

തെണ്ടൽക്കാരൻ. ന. ൧, യാചകൻ. ൨, കരം പിരിക്കുന്നവൻ.

തെണ്ടൽക്കോൽ. ന. കരം പിരിക്കുന്നവന്റെ വടി.

തെണ്ടി. വി. ന. യാചകൻ, ഇരപ്പാളി.

തെണ്ടിക. ന. വിലങ്ങെ വെക്കുന്ന ഉത്തരം.

തെണ്ടിക്കോയിമ്മ. ന. അധികാരം ഇല്ലാത്തവൻ ഉണ്ടെന്നു നടിക്കുക.

തെണ്ടിത്തിന്നുന്നു. ന്നു. വാൻ. (തെണ്ടി.) അ. ക്രി. ഇരന്നു തിന്നുന്നു.

തെണ്ടിത്തീനി. വി. ന. യാചകൻ, ഇരന്നു തിന്നുന്നവൻ.

തെണ്ടുന്നു. ണ്ടി. വാൻ. (തെണ്ട.) സ. ക്രി. യാചിക്കുന്നു, ഭിക്ഷ ചോദിക്കുന്നു. **തെണ്ടിക്കുന്നു.** സ. ക്രി.

തെന്തനം. ന. താന്തോന്നിത്വം.

തെന്നൽ. ന. തെക്കൻകാററു.

തെന്നാട്ടു. ന. തെക്കൻനാട്ടു.

തെന്നി. വി. തെക്കെ, തെക്കുള്ള.

തെന്നിക്കാററു. ന. തെക്കൻകാററു.

തെന്നുന്നു. ന്നി. വാൻ. (തെന്ന.) അ. ക്രി. ൧, വഴുതുന്നു. ൨, തെററുന്നു.

തെമ്മാടി. വി. ന. ദുർമ്മാർഗ്ഗക്കാരൻ.

തെയ്യാട്ടം, തീയാട്ടു്. ന. ഭഗവതിപ്രീതിയ്ക്കായുള്ള ഒരു തരം കളി.

തെരിക; തിരിക. ന. പാത്രങ്ങൾ മറിഞ്ഞുപോകാതെ ഇരിക്കുന്നതിന്നായിട്ടു വട്ടത്തിൽ കെട്ടിയുണ്ടാക്കി കീഴെ വെക്കുന്ന വസ്തു.

തെരികട. വി. ഉപേക്ഷിക്കപ്പെട്ട.

തെരിക്കെന്നു. അ. വേഗത്തിൽ.

തെരിഞ്ഞെടുക്കുന്നു. ത്തു. പ്പാൻ. (തെരിഞ്ഞ.) സ. ക്രി. നോക്കിയെടുക്കുന്നു, വേറുതിരിച്ചെടുക്കുന്നു.

തെരിഞ്ഞെടുപ്പു. ന. വേറുതിരിച്ചു എടുക്കുക.

തെരിയുന്നു; തിരിയുന്നു. ഞ്ഞു. വാൻ. (തെരി.) സ. ക്രി. ശോധന ചെയ്യുന്നു, അന്വേഷിക്കുന്നു.

തെരിവു; തിരിവു. വി. ഉപേക്ഷിക്കപ്പെട്ട, തള്ളിയ.

തെരിവു. ന. ൧, ശോധനചെയ്യ. ൨, അന്വേഷിക്കുക.

തെരുതെരെ. അ. വേഗംവേഗം, വേഗത്തിൽ.

തെരുന്നനെ. അ. ഇടവിടാതെ, വേഗത്തിൽ.

തെരുവു. ന. രണ്ടു വശത്തും നിരത്തി വീടുകളുള്ള വഴി.

തെരുവീഥി. ന. മേലറഞ്ഞ അർത്ഥം.

തെലുങ്കു. ന. ൧, ഒരു ദേശം. ൨, തെലുങ്കുഭാഷ.

തെലുങ്കൻ. വി. ന. തിലുങ്കദേശക്കാരൻ.

തെല്ലു. വി. അല്പം, കുറെ.

തെല്ലു. ന. വക്കു.

തെല്ലത്തു. അ. വക്കത്തു.

തെല്ലിച്ച. അ. അല്പമല്പം.

തെളങ്ങുന്നു; തിളങ്ങുന്നു. ങ്ങി. വാൻ. (തെള; തിള.) അ. ക്രി. ശോഭിക്കുന്നു. **തെളക്കം; തിളക്കം.** ന.

തെളി. ന. ൧, ശുദ്ധി, വെടിപ്പു. ൨, പ്രസന്നത, തെളിവു.

തെളികണ്ണി. ന. ഒരു തൈ.

തെളിക്കുന്നു. ച്ചു. പ്പാൻ. (തെളി.) സ. ക്രി. ൧, തേർ നടത്തുന്നു. ൨, നാല്ക്കാലികളെ അടിക്കുന്നു, മേയിക്കുന്നു. ൩, പ്രകാശിപ്പിക്കുന്നു. ൪, നിർമ്മലമാക്കുന്നു.

തെളിച്ചം; തെളിച്ചിൽ. ന. തെളിവു.

തെളിതാര. ന. ഊററുക, വാററുക.

തെളിമ. ന. തെളിവു.

തെളിയുന്നു. ഞ്ഞു. വാൻ. (തെളി.) അ. ക്രി. ൧, പ്രകാശിക്കുന്നു. ൨, സന്തോഷിക്കുന്നു, പ്രസാദിക്കുന്നു. ൩, നിർമ്മലമാകുന്നു. **തെളിയിക്കുന്നു; തെളിയിപ്പിക്കുന്നു.** സ. ക്രി.

തെളിവു. ന. ൧, ദൃഷ്ടം, പ്രകാശം. ൨, പ്രസന്നത. ൩, അറിവു.

തെളുതാര. ന. അഭ്രം.

തെളുതെളെ. അ. അധികം വെണ്മയായിട്ടു.

തെള്ളൽ. ന. പൊടിയിൽനിന്നു തരി കളവാൻ മുറത്തിലിട്ടു കുലുക്കുക.

തെള്ളി. ന. ൧, ഒരു വക പശ, പയനിൻകറ. ൨, ഒരു വക മത്സ്യം.

തെള്ളുന്നു. ള്ളി. വാൻ. (തെള്ളു.) സ. ക്രി. മുറത്തിലിട്ടു കുലുക്കുന്നു. **തെള്ളിക്കുന്നു.** കാ. ക്രി.

തെറി. ന. നിന്ദ, ചീത്തവാക്കു.

തെറിക്കുന്നു. ച്ചു. പ്പാൻ. (തെറി.) അ. ക്രി. ചിതറുന്നു, ചിന്നുന്നു, പൊട്ടി ദൂരത്തു വീഴുന്നു. **തെറിപ്പിക്കുന്നു.** സ. ക്രി.

തെറിപ്പു. ന. ൧, ചിതറുക, ചിന്നുക, പൊട്ടി ദൂരത്തു വീഴുക. ൨, ഇളക്കം, അനക്കം.

തെറിയൻ. വി. ന. ചീത്തവാക്കു പറയുന്നവൻ, വഷളൻ.

തെറിവാക്കു. ന. നിന്ദവാക്കു, അസഭ്യം.

തെറുക്കുന്നു. ത്തു. പ്പാൻ.(തെറു.) സ. ക്രി. ചുരുട്ടുന്നു, ഉരുട്ടുന്നു. **തെറുപ്പിക്കുന്നു.** കാ. ക്രി.

തെറുപ്പു. ന. ഉരുട്ടുക, ചുരുട്ടുക.

തെററു. ന. ൧, പിഴ, ബുദ്ധിമോശം. ൨, കുററം, കുറവു. ൩, വഴക്കൽ. ൪, ലംഘനം. ൫, ലാക്കിൽനിന്നു മാറുക, മാററം. ൬, തെററാലിയിൽ കല്ലുമററും വെച്ചു പ്രയോഗിക്കു.

തെററൽ. ന. മേലറഞ്ഞ അർത്ഥം.

തെററാലി. ന. തെററുന്ന വില്ലു.

തെററുന്നു. ററി. വാൻ. (തെററ.) അ. ക്രി. ൧, പിഴെക്കുന്നു. ൨, വഴക്കുന്നു. ൩, ലംഘംവരുന്നു. ൪, തെററാലിയിൽ കല്ലുമററും വെച്ചു പ്രയോഗിക്കുന്നു. **തെററിക്കുന്നു.** സ. ക്രി.

തെററുവില്ലു. ന. ഉണ്ട വെച്ചു തെററുന്നതിന്നുള്ള ഒരു മാതിരി വില്ലു.

തെറെറന്നു. അ. പെട്ടെന്നു, തൽക്ഷണം, ഉടനെ.

തേ

തേകരാജം. ന. ഒരു പച്ചമരുന്നു, കയ്യുന്ന്യം.

തേകുന്നു. കി. വാൻ. (തേകി.) സ. ക്രി. വെള്ളം കോരികളയുന്നു, വെള്ളം കോരി ഒഴിക്കുന്നു.

തേക്ക. ന. ൧, ഒരു വക വൃക്ഷം. ൨, വെള്ളം കോരി ഒഴിക്കയൊ കളകയൊ.

തേക്കം. ന. ൧, തിരമാല കരെക്കു വന്നു അടിക്കുക, ൨, മനംമറിച്ചിൽ. ൩, അടങ്ങാത്ത കോപം. ൪, ഏങ്ങലിടിക്ക.

തേക്കിട. ന. ഒരു വക തൈ.

തേക്കുകൊട്ട. ന. വെള്ളം കോരിതേകുന്ന കൊട്ട, തേക്കൊട്ട.

തേക്കുതോണി. ന. കണ്ടത്തിൽ വെള്ളം കോരിത്തേകുന്ന തോണി.

തേക്കുന്നു. ച്ചു. പ്പാൻ. (തേ.) സ. ക്രി. ൧, വെടിപ്പാക്കുന്നു. ൨, മിനുസം വരുത്തുന്നു. ൩, മൂൎച്ചകൂട്ടുന്നു. ൪, പൂശുന്നു, പിരട്ടുന്നു. ൫, ഉരെക്കുന്നു.

തേക്കുഴൽ. ന. ഒരു മാതിരി പലഹാരം.

തേങ്ങൽ. ന. ൧, വെള്ളത്തിന്റെ ഓളം, തിരയടിപ്പ. ൨, മനംമറിച്ചിൽ, ഏങ്ങൽ.

തേങ്ങാ. ന. തെങ്ങിന്റെ കായ്, നാളികേരം.

തേങ്ങാക്കണ്ണു. ന. നാളികേരത്തിന്റെ ഒരററത്തു വട്ടത്തിലുള്ള മൂന്നടയാളം.

തേങ്ങാനൈ. ന. വെളിച്ചെണ്ണ.

തേങ്ങാപ്പാൽ. ന. തേങ്ങാ ചുരകി പിഴിഞ്ഞെടുക്കുന്ന ചാറു.

തേങ്ങാപ്പിണ്ണാക്ക. ന. തേങ്ങായാട്ടി വെളിച്ചെണ്ണ എടുക്കുമ്പോൾ ഉള്ള പിശിട.

തേങ്ങാപ്പിശിട. ന. തേങ്ങാ ചുരകി പിഴിഞ്ഞെടുക്കുമ്പോൾ വേർതിരിയുന്ന വസ്തു.

തേങ്ങാപ്പീര. ന. മേല്പറഞ്ഞ അൎത്ഥം.

തേങ്ങാമുറി. ന. ഒരു തേങ്ങായുടെ നേർപാതി.

തേങ്ങുന്നു. ങ്ങി. വാൻ. (തേങ്ങ.) അ. ക്രി. ൧, കരെക്കു തിര വന്നടിക്കുന്നു. ൨, മനംമറിയുന്നു. ൩, കോപിക്കുന്നു. ൪, നെട്ടവിപ്പിടുന്നു.

തേച്ചിരിക്കുന്നു. ന്നു. പ്പാൻ. (തേച്ച.) അ. ക്രി. ദേഹത്തേൽ എണ്ണ പിരട്ടിയിരിക്കുന്നു.

തേച്ചിൽ. ന. തേമാനം, പാത്രങ്ങൾക്കും മററും പെരുമാററം കൊണ്ടുണ്ടാകുന്ന അടയാളമോ കനക്കുറവോ.

തേച്ചുകഴുകുന്നു. കി. വാൻ. (തേച്ചു.) സ. ക്രി. വെള്ളംകൊണ്ടു കഴുകി ശുദ്ധി വരുത്തുന്നു, വെടിപ്പാക്കുന്നു.

തേച്ചുകളയുന്നു. ഞ്ഞു. വാൻ. (തേച്ചു.) സ. ക്രി. മായിച്ചുകളയുന്നു, ഉരെച്ചുകളയുന്നു.

തേച്ചുകുളി. ന. എണ്ണ പിരട്ടി കുളിക്കുക.

തേച്ചുകുളിക്കുന്നു. ച്ചു. പ്പാൻ. (തേച്ചു.) എണ്ണ പിരട്ടി കുളിക്കുന്നു.

തേജനകം. ന. അമ്പൊട്ടൽ.

തേജനം. ന. മുള, ഇല്ലി.

തേജനീ. ന. പെരുങ്കുരമ്പ.

തേജസ്വി. വി. (സ്വീ, സ്വിനി, സ്വി.) വി. ന. ൧, ശോഭയുള്ള. ൨, കീൎത്തിയുള്ള.

തേജസ്സ. ന. ൧, പ്രകാശം. ൨, കീൎത്തി. ൩, പ്രഭാവം. ൪, ബലം. ൫, ശുക്ലം. ൬, പൊന്നു. ൭, പിത്തം.

തേജിത. വി. (തൻ, താ, തം.) വി. ന. ൧, മൂൎച്ചയാക്കപ്പെട്ട. ൨, തേക്കപ്പെട്ട, മിനുസം വരുത്തപ്പെട്ട.

തേജോമയ. വി. (യൻ, യാ, യം.) വി. ന. ശോഭയുള്ള.

തേട്ട. ഒരു വക മത്സ്യം.

തേടുന്നു. ടി. വാൻ. (തേട.) സ. ക്രി. ൧, അന്വേഷിക്കുന്നു. ൨, സമ്പാദിക്കുന്നു. ൩, വേട്ട ചെയ്യുന്നു. **തേടിക്കുന്നു.** കാ. ക്രി.

തേട്ടം. ന. ൧, അന്വേഷണം. ൨, സമ്പാദ്യം. ൩, നായാട്ട.

തേനീച്ച. ന. തേൻ സമ്പാദിക്കുന്ന ൟച്ച.

തേൻ. ന. ൟച്ച പൂക്കളുടെ മധു ശേഖരിച്ചു വെക്കുന്നതു.

തേൻകട്ട. ന. ഉറച്ച തേൻ.

തേന്മാവു. ന. മധുരമുള്ള മാങ്ങാ കായ്ക്കുന്ന മാവു.

തേന്മൊഴി. ന. ൧, മധുരമുള്ള വാക്ക, പ്രശംസ. ൨, വാക്കിന്നു മാധുൎയ്യമുള്ള സ്ത്രീ.

തേപ്പ. ന. ൧, ഉരസൽ, ഉരെപ്പ. ൨, മിനുസം വരുത്തുക.

തേപ്പുകല്ലു. ന. രത്നങ്ങൾ ഉരെച്ചു നന്നാക്കുന്നതിന്നുള്ള കല്ലു, ഉരകല്ലു.

തേപ്പുകൂലി. ന. രത്നങ്ങൾ നന്നാക്കുന്നതിന്നുള്ള കൂലി.

തേപ്പുപലക. ന. ഉളി തേക്കുന്ന പലക.

തേപ്പുവൈരം. ന. ഉരെച്ചു മിനുസം വരുത്തിയ വൈരക്കല്ലു.

തേമനം. ന. ൧, നനെക്കുക. ൨, കറി.

തേമം. ന. നനവു.

തേമാനം. ന. ൧, പെരുമാററംകൊണ്ടു വരുന്ന കുറവു. ൨, ഉരെച്ചാൽ വരുന്ന കുറവു.

തേമ്പൽ. ന. മെലിച്ചിൽ.

തേമ്പാവു. ന. ഒരു വൃക്ഷം.

തേമ്പുന്നു. മ്പി. വാൻ. (തേമ്പ.) അ. ക്രി. മെലിയുന്നു, ശോഷിക്കുന്നു.

തേയില. ന. ഒരു വക ഇല.

തേയുന്നു. ഞ്ഞു. വാൻ. (തേ.) അ. ക്രി. പെരുമാററംകൊണ്ടൊ ഉരച്ചിൽകൊണ്ടൊ കുറവുണ്ടാകുന്നു, കുറവു വരുന്നു. **തേയിക്കുന്നു.** സ. ക്രി.

തേരു. ന. ൧, രാജാക്കന്മാർ യുദ്ധത്തിന്നും മററും പോകുമ്പോൾ കേറുന്ന ഒരു പ്രധാന വാഹനം, രഥം. ൨, കൊട്ടയുടെയും മുറത്തിന്റെയും വിളിമ്പിന്നു വെച്ചുകെട്ടുന്ന കോലു.

തേര. ന. ൧, ഒരുമാതിരി ശോഷിച്ച തവള. ൨, യാചകൻ.

തേരകത്തില. ന. തേരകം എന്ന വൃക്ഷത്തിന്റെ ഇല.

തേരകം. ന. ഒരുവക വൃക്ഷം.

തേരട്ട. ന. വളരെ കാലുകളുള്ള ഒരു വക ചുവന്ന പ്രാണി.

തേരത്തപ്പുല്ലു. ന. ഒരു വക പുല്ലു.

തേരാളി. ന. തേരിനെ നടത്തുന്നവൻ, സൂതൻ.

തേരുന്നു. ൎന്നു. വാൻ. (തേർ.) സ. ക്രി. പിന്നാലെ ചെല്ലുന്നു, അടുക്കുന്നു.

തേരുരുൾ. ന. തേരിന്റെ വണ്ടി.

തേരൊലി. ന. തേരിന്റെ ശബ്ദം.

തേരോട്ടം. ന. ൧, തേരിന്റെ സഞ്ചാരം. ൨, ചില ക്ഷേത്രങ്ങളിലുള്ള തേരോട്ടം.

തേർ. ന. രഥം, രാജാക്കന്മാർ പ്രധാനമായുള്ള ഒരു വാഹനം.

തേൎക്കിടാകുന്നു. യി. വാൻ. (തേർ.) സ. ക്രി. തേർ നടത്തുന്നു.

തേക്കുതിര. ന. തേരോടു കെട്ടുന്ന കുതിര.

തേക്കോപ്പു. ന. തേരിന്റെ ചമയം.

തേച്ചു. ന. ൧, പിഴുകച്ചു. ൨, വഴ്ചനവു, പുഷ്ടി.

തേച്ചക്രം. ന. തേരിന്റെ ഉരുൾ.

തേത്തടം. ന. തേരിലെ ഇരിപ്പിടം.

തേത്തട്ടു. ന. തേരിലെ ഇരിപ്പിടം.

തേവതാരം. ന. ഒരൌഷധിമരുന്നു; ഒരു വൃക്ഷം.

തേവർ. ന. ദൈവം.

തേവറ. ന. ചന്ദ്രന്റെ ക്ഷയം.

തേവാങ്കം. ന. ൧, മടി. ൨, ഏററവും പതുക്കെ സഞ്ചരിക്കുന്ന ഒരു മൃഗം.

തേവാരം. ന. ദേവപൂജ.

തേവാരി. ന. ദേവപൂജക്കാരൻ.

തേവാരിക്കുന്നു. ച്ചു. പ്പാൻ. (തേവാരി.) സ. ക്രി. ദേവപൂജ ചെയ്യുന്നു.

തേവിടിച്ചി. ന. വേശ്യാസ്ത്രീ.

തേവിടിച്ചിയാട്ടം. ന. തേവിടിച്ചികളുടെ ഒരുമാതിരി കളി.

തേൾ; തികൾ. ന. ൧, ഒരു ജന്തു. ൨, വൃശ്ചികം രാശി.

തേറു. ന. കള്ളു എടുക്കുന്നവരുടെ റീതിയുള്ള കത്തി.

തേറൽ. ന. ൧, വഴ്ചനം. ൨, പുഷ്ടി.

തേറുന്നു. റി. വാൻ. (തേറ.) അ. ക്രി. ൧, സൌഖ്യമാകുന്നു, നന്നാകുന്നു, ൨, വഴ്ചിക്കുന്നു. ൩, വണ്ണംവെക്കുന്നു. ൪, ആശ്വാസപ്പെടുന്നു. ൫, വിശ്വസിക്കുന്നു. ൬, വിചാരിക്കുന്നു.

തേററ. ന. ൧, പന്നിയുടെ ദംഷ്ട്ര. ൨, പിടിയാനയുടെ പുറത്തുകാണുന്നപല്ലു.

തേററം. ന. ൧, ബലംവരിക. ൨, വഴ്ചനവു. ൩, വണ്ണം. ൪, ആശ്വാസം. ൫, ധൈൎയ്യം.

തേററാമ്പരൽ. ന. വെള്ളം തെളിക്കുന്നതിനുള്ള ഒരുവക കുരു.

തേററുന്നു. ററി. വാൻ. (തേററ.) സ. ക്രി. ൧, ആശ്വസിപ്പിക്കുന്നു. ൨, ബലപ്പെടുത്തുന്നു. ൩, വെള്ളം തെളിക്കുന്നു.

തൈ

തൈ. ന. ൧, വൃക്ഷങ്ങളുടെ ഫലം മൂപ്പു ഉറാൽപാകമാകുന്നതിന്നിടയ്ൽ പറയുന്ന ഒരു പേരു. ൨, ചെറിയ തെങ്ങു.

തൈക്കുന്നു. ച്ചു. പ്പാൻ. (തൈ.) സ. ക്രി. ൧, തുന്നുന്നു. ൨, തല്ലുന്നു.

തൈക്കുറു. ന. തൈവെപ്പുകാരനു ചെല്ലേണ്ടുന്ന ഒരവകാശം.

തൈക്കൊങ്ക. ന. ചെറിയ മുല.

തൈജസ. വി. (സൻ, സാ, സം.) വി. ന. തേജസ്സിനെ സംബന്ധിച്ച, അഗ്നിയെ സംബന്ധിച്ച, ശോഭയുള്ള.

തൈജസം. ന. ൧, ഉരുക്കുനെയ്. ൨, സ്വൎണ്ണം മുതലായ ലോഹം.

തൈജസാവൎത്തിനീ. ന. മൂശ.

തൈതൽ. ന. ൧, മൂടമുണ്ടാക്കിയ വാതിൽ. ൨, മറ.

തൈത്തിരം. ന. തിത്തിരിപ്പക്ഷികളുടെ കൂട്ടം.

തൈത്തിൎയ്യം. ന. യജുൎവ്വേദം.

തൈപ്പു. ന. തുന്നൽ.

തൈർ. ന. പാൽ ഉറകൂട്ടിയതു.

തൈക്കടൽ. ന. തൈർ സമുദ്രം.

തൈക്കലം. ന. തൈർ ഇരിക്കുന്ന പാത്രം.

തൈലധാര. ന. എണ്ണകൊണ്ടു ധാരയിടുക, ഒരു ചികിത്സ.

തൈലപൎണ്ണികം. ന. വെളുത്ത ചന്ദനം.

തൈലപായിക. ന. ൧, പാററ. ൨, നരിച്ചീർ.

തൈലം. ന. ൧, എള്ളിൽനിന്നു എടുക്കുന്ന എണ്ണ. ൨, എന്തിൽനിന്നെങ്കിലും എടുക്കുന്ന എണ്ണ.

തൈലീനം. ന. എള്ളു വിളയുന്ന സ്ഥലം.

തൈവപ്പാല. ന. ഒരുവക വൃക്ഷം.

തൈഷം. ന. മകരമാസം.

തൈക്ഷ്ണ്യം. ന. തീക്ഷ്ണത.

തൊ

തൊങ്ങുന്നു. ങ്ങി. വാൻ. (തൊങ്ങ.) അ. ക്രി. വേഗത്തിലോടുന്നു.

തൊങ്ങൻ. ന. ൧, കള്ളൻ. ൨, അധോഗ്യൻ.

തൊങ്ങൽ. ന. ൧, അലങ്കാരത്തിന്നായിട്ടു വിസ്തരിച്ചു വെച്ചു കുത്തിയതു, വസ്ത്രത്തിന്റെ വിളിമ്പു.

തൊടൽ. ന. തൊടുക, സ്പൎശിക്കം.

തൊടുകം. ന. വേലിവളെച്ചു കെട്ടിയ തോട്ടം.

തൊടുകുറി. ന. ൧, തിലകം, നെററിയേൽ ചന്ദനംകൊണ്ടു ഇടുന്ന ഒരു കുറി. ൨, ശ്രേഷ്ഠം, പ്രധാനം.

തൊടുക്കാര. ന. ഒരു വൃക്ഷം.

തൊടുക്കാരം. ന. കൂട്ടിപ്പിണെച്ചിൽ.

തൊടുക്കുന്നു. ത്തു. പ്പാൻ. (തൊടു.) സ. ക്രി. ൧, ഒരുക്കുന്നു. ൨, അമ്പും ഞാണിന്മേൽ വെക്കുന്നു. ൩, തുടങ്ങുന്നു. ൪, ഒന്നിച്ചു വെക്കുന്നു.

തൊടുന്നു. ട്ടു. വാൻ. (തൊടു.) സ. ക്രി. ൧, സ്പൎശിക്കുന്നു. ൨, തൊട്ടറിയുന്നു. ൩, സംബന്ധിക്കുന്നു. ൪, പാമ്പുകടിക്കുന്നു. **തൊടുവിക്കുന്നു.** കാ. ക്രി.

തൊടുപ്പു. ന. ൧, ഉഴവിനുള്ള ഒരു ക്രമം. ൨, അമ്പും ഞാണമ്മേൽ തൊടുക, ഒന്നിച്ചു തൊടുത്തികൊണ്ടു നില്ലുന്നതു.

തൊട്ടു. അ. ൧, കുറിച്ചു്. ൨, അതുകൊണ്ടു. ൩, ആ സമയംമുതൽ.

തൊട്ടുകളി. ന. ഹീനജാതിക്കാരെ തൊടുന്നതിലുണ്ടാകുന്ന അശുദ്ധി തീൎപ്പാനുള്ള കളി.

തൊട്ടാലൊട്ടി. ന. ചെവിപ്പാമ്പു.

തൊട്ടാവാടി. ന. ഒരു പച്ചമരുന്നു.

തൊട്ടി. ന. ൧, പുൽക്കൂട. ൨, മരമൊ കല്ലൊകൊണ്ടുണ്ടാക്കിയ ഒരുമാതിരി പാത്രം. ൩, ഒരുമാതിരി ഊഞ്ഞാക്കട്ടിൽ. ൪, ഇടകലൎന്നു നിറഞ്ഞിരിക്കുന്ന പറമ്പു. ൫, കിണററിൽനിന്നും വെള്ളം കോരിയെടുക്കുന്നതിനുപയോഗിക്കുന്ന ലോഹപ്പാത്രം.

തൊട്ടിക്കട്ടിൽ. ന. പൈതങ്ങളെ കിടത്തുന്ന ആട്ടുകട്ടിൽ.

തൊട്ടിപ്പാഷാണം. ന. ഒരുമാതിരി വിഷമുള്ള കല്ലു, ഒരൌഷധിമരുന്നു.

തൊട്ടിയൻ. ന. വടക്കെ ദിക്കിലുള്ള ഒരു ജാതിക്കാരൻ.

തൊട്ടിയവിദ്യ. ന. ക്ഷുദ്രം, ആഭിചാരവിദ്യ.

തൊട്ടിൽ. ന. കുട്ടികളെ കിടത്തുന്ന ആട്ടുകട്ടിൽ.

തൊട്ടിൽപാട്ടു. ന. താലോലം, പൈതങ്ങളെ ഉറക്കുന്നതിന്നു പാടുന്ന പാട്ടു.

തൊണ്ടു. ന. ൧, രണ്ടു കയ്യാലെക്കും ഇടയിലുള്ള സ്ഥലം, കയ്യാലകെത്തിയ ക

ഴി. ൨, ചകിരി, നാളികേരത്തിന്റെ പുറത്തെ മടൽ. ൩, കന്നുകാലികൾ ഓടിപ്പോകാതെ ഇരിപ്പാൻ അതിന്റെ കഴുത്തേൽ കെട്ടിയിടുന്ന മുറിത്തടി.

തൊണ്ട. ന. കഴുത്തിന്നകം.

തൊണ്ടക്കനപ്പ. ന. തൊണ്ടയിലുണ്ടാകുന്ന ഒരു ചുവ.

തൊണ്ടക്കുഴി. ന. കഴുത്തിന്നകത്തെ ദ്വാരം.

തൊണ്ടൻ. വി. കനത്തതൊലിയുള്ള.

തൊണ്ടൻ. ന. ൧, വൃദ്ധൻ. ൨, ഭോഷൻ, നീചൻ.

തൊണ്ടയടപ്പ. ന. ഒച്ചയടപ്പ.

തൊണ്ടി. ന. ൧, ഒരുവക മരം. ൨, വൃദ്ധസ്ത്രീ. ൩, മോഷ്ടിച്ച വസ്തു.

തൊണ്ടിത്തേരകം. ന. പരുപരെയിരിക്കുന്ന ഇലകളുള്ള ഒരുമാതിരി മരം.

തൊണ്ണ. ന. മോണ.

തൊണ്ണൻ. ന. ൧, ഇളയ നാളികേരത്തിന്റെ ചകിരിയും ചെരട്ടയും കൂടിയിരിക്കുന്നതു. ൨, പല്ലില്ലാത്ത ആൾ.

തൊണ്ണൂറു. വി. പത്തുകറെ നൂറു.

തൊത്ത. (പദങ്ങളുടെ മുമ്പിൽ ചേൎന്നുവരുമ്പോൾ) വി. അംഗഭംഗമുള്ള. ഉ-ം. **തൊത്തക്കൈയ്യ്; തൊത്തക്കാല്.**

തൊത്തു. ന. ശിഖരത്തിന്മേലുള്ള പൂക്കുല.

തൊന്തരം; തൊന്തരവു. ന. കുഴപ്പം, ഉപദ്രവം.

തൊന്തി. വി. ന. കുടവയറൻ.

തൊന്തി. ന. കുടവയറു.

തൊന്തിവയറൻ. വി. ന. കുടവയറുള്ളവൻ.

തൊപ്പി. ന. ൧, തല മൂടുന്നതിന്നു ശീലകൊണ്ടും മററും തൈച്ചുണ്ടാക്കുന്ന വസ്തു. ൨, തലയോടിന്റെ മേലത്തെ ഭാഗം. ൩, വിത്തുകളുടെ തൊലി. ൪, ചില മൃഗങ്ങളിൽ ഉണ്ടാകുന്ന മടക്കം.

തൊപ്പിപ്പാള. ന. തലയിൽ ഇടുന്നതിന്നായിട്ടു അടെക്കാമരത്തിൻപാളകൊണ്ടു തൊപ്പിയുടെ ഭാഷയിൽ കുത്തിയുണ്ടാക്കുന്നതു.

തൊപ്പിമദ്ദളം. ന. ഒരുവക വാദ്യം.

തൊലി. ന. തോൽ, തൊക്കു.

തൊലിക്കൽ. ന. ഉരിപ്പു, തൊലി നീക്കുക.

തൊലിപ്പു. ന. തൊലി നിക്കുക, തൊലി ചെത്തുക.

തൊലിപ്പനരി. ന. അവെക്കാത്ത അരി, വെളുക്കാത്ത അരി.

തൊലിയുന്നു. ഞ്ഞു. വാൻ. (തൊലി.) അ. ക്രി. തൊലി നീങ്ങുന്നു, തോലുരിയുന്നു. **തൊലിക്കുന്നു.** സ. ക്രി.

തൊല്ല. ന. ൧, പ്രയാസം, വൈഷമ്യം. ൨, അസഹ്യമായുള്ള കാൎയ്യം. ൩, ആപത്തു.

തൊളി. ന. ൧, ചളു കെട്ടിയ സ്ഥലം. ൨, ഉപയോഗമില്ലാത്ത വസ്തു.

തൊളിക്കുന്നു. ച്ചു. ക്കുവാൻ. (തൊളി). സ. ക്രി. ൧, തൊളിയാക്കുന്നു. ൨, ഉപയോഗശൂന്യമാക്കുന്നു. **തൊളി; തൊളിപ്പു.** ന.

തൊള്ള. ന. ൧, വായ്. ൨, ഒച്ച, ആൎപ്പു. ൩, വലിയ ദ്വാരം.

തൊഴൽ. ന. വന്ദനം ചെയ്ക.

തൊഴി. ന. ൧, ചവിട്ടു. ൨, മുഖം കൊണ്ടു മാറത്തടിക്ക.

തൊഴിക്കുന്നു. ച്ചു. പ്പാൻ. (തൊഴി.) സ. ക്രി. ൧, ചവിട്ടുന്നു. ൨, മുഖം കൊണ്ടു മാറത്തടിക്കുന്നു.

തൊഴിലാളി. ന. ൧, പണിക്കാരൻ. ൨, വ്യാപാരി.

തൊഴിൽ. ന. ൧, പണി, വേല. ൨, വ്യാപാരം.

തൊഴുകൈ. ന. ൧, കൂപ്പുകൈ. ൨, ഒരു പച്ചമരുന്നു.

തൊഴുക്കണ്ണി. ന. ഒരു തൈ.

തൊഴുക്കുത്തുന്നു. ത്തി. വാൻ. (തൊഴു.) അ. ക്രി. തെളിഞ്ഞുകുത്തുന്നു.

തൊഴുത്തു. ന. കന്നുകാലിക്കൂട, മൃഗങ്ങളെ കെട്ടുന്ന സ്ഥലം.

തൊഴുത്തിൽ കുത്തു. ന. വീട്ടിനുള്ളിലുള്ളവർ തമ്മിൽ ഉണ്ടാകുന്ന കലഹവും അതു നിമിത്തം ഉണ്ടാകുന്ന നാശവും.

തൊഴുന്നു. തു. വാൻ. (തൊഴു.) സ. ക്രി. വന്ദിക്കുന്നു, കൈ കൂപ്പുന്നു.

തൊഴുവം. ന. കന്നുകാലിക്കൂട.

തോ

തോകം. വി. അല്പം.

തോകം. ന. പൈതൽ, കുട്ടി.

തോക്കു. ന. വെടിവെക്കുന്ന ആയുധം.

തോക്ക. നല്ലമുളകിന്റെ തിരി.

തോക്കുപുര. ന. തോക്കു വെക്കുന്ന പുര.

തോക്കുവെടി. ന. തോക്കുകൊണ്ടു വെടിവെക്ക.

തോഗ്മം. അല്ലെങ്കിൽ **തോക്മം.** ന. ൧, പച്ച യവം. ൨, പച്ചനിറം. ൩, ചെവിപ്പീ.

തോട്ടു. ന. ൧, ചെറുപുഴ. ൨, ചില കുരുക്കളുടെ പുറത്തെ തൊലിയൊതൊണ്ടൊ.

തോട. ന. കാതിലിടുന്ന ഒരാഭരണം.

തോടയം. ന. ആട്ടക്കഥയുടെ തുടക്കം.

തോടി. ന. ഒരു രാഗം.

തോട്ടക്കാരൻ. ന. പറമ്പിൽ വൃക്ഷൻ മുതലായ പല വസ്തുക്കളും വെച്ചുണ്ടാക്കുന്നവൻ.

തോട്ടപ്പുഴവു. ന. ഒരുവക കാട്ടു പുഴ, ഒരു കൃമി.

തോട്ടം. ന. പൂങ്കാവു, വൃക്ഷാദികൾ പലതും ഉള്ള ഒരു പറമ്പു.

തോട്ട. ന. ഒരു വെടിക്കു മരുന്നു ഇടുന്ന ചുരുൾ.

തോട്ടാപ്പെട്ടി. ന. വെടിമരുന്നു ചുരുൾ ഇരിക്കുന്ന പെട്ടി.

തോട്ടി. ന. ൧, അററത്തു കൊളുത്തുള്ള നീണ്ട കോൽ. ൨, ആനത്തോട്ടി.

തോട്ടിക്കോൽ. ന. അററത്തു കൊളുത്തുള്ള കോൽ.

തോണി. ന. ൧, വലിയ വള്ളം. ൨, കടത്തുവള്ളം. ൩, രോഗികൾക്കു ധാരയിടുന്ന ഒരു മരപ്പാത്രം, ധാരപ്പാത്തി. ൪, കണ്ടത്തിൽ വെള്ളം കേററുന്ന തേക്കുതോണി. ൫, മരത്തൊട്ടി.

തോണിക്കടവു. ന. വള്ളം അടുക്കുന്ന സ്ഥലം.

തോണിക്കാരൻ. ന. വള്ളക്കാരൻ, ഊന്നുന്നവൻ.

തോണിക്കൂലി. ന. വള്ളക്കൂലി.

തോണ്ടു. അല്ലെങ്കിൽ, **തോണ്ടൽ.** ന. ൧, കിളെച്ചു മണ്ണു കൂട്ടുക, കയ്യാല കുത്തുക, വരമ്പു കുത്തുക. ൨, കോൽകൊണ്ടു നീക്കുക. ൩, കുഴിയിൽനിന്നു മണ്ണു കളക. ൪, തോട്ടികൊണ്ടു പറിക്ക.

തോണ്ട. ന. ഒരു പച്ചമരുന്നു, ഒരുവക ആവണക്കു.

തോണ്ടുന്നു. ണ്ടി. വാൻ. (തോണ്ട.) സ. ക്രി. ൧, കിളെച്ചു മണ്ണു കൂട്ടുന്നു, കയ്യാല കുത്തുന്നു, വരമ്പു കുത്തുന്നു. ൨, കുഴിയിൽനിന്നു മണ്ണു കളയുന്നു. ൩, തോട്ടികൊണ്ടു പറിക്കുന്നു.

തോതു. ന. നീളം വീതി അളന്നു കുറിക്കുന്ന കോൽ.

തോത്രം. ന. ൧, ആനവടർ. ൨, മുടിങ്കോൽ, കന്നുകാലിയെ അടിക്കുന്നതിന്നുള്ള വടി.

തോദനം. ന. ൧, തോത്രം. ൨, വേദന, നോവു.

തോദം. ന. വേദന.

തോനെ. അ. വളരെ, അധികം.

തോന്നൽ. ന. വിചാരം, നിരൂപണം, ഊഹം.

തോന്നിയവാസം. ന. താന്തോന്നിത്വം.

തോന്നിയവാസി. വി. ന. താന്തോന്നി, മനസ്സുപോലെ നടക്കുന്നവൻ.

തോന്നുന്നു. ന്നി. വാൻ. (തോന്ന.) അ. ക്രി. ൧, നിരൂപിക്കുന്നു, ഊഹിക്കുന്നു. ൨, ഓക്കുന്നു. **തോന്നിക്കുന്നു.** സ. ക്രി.

തോപ്പു. ന. ഉപവനം, വൃക്ഷങ്ങൾ മുതലായ പല വസ്തുക്കൾ നട്ടുണ്ടാക്കുന്ന സ്ഥലം.

തോമരം. ന. ൧, ഇരിമ്പുപാര. ൨, വേൽ. ൩, പീലിക്കുന്തം. ൪, ചാട്ടുകുന്തം.

തോമ്പു. ന. പതിരും പൊടിയും കളയാതെയുള്ള നെല്ലു.

തോയജ. വി. (ജൻ, ജാ, ജം.) വി. ന. വെള്ളത്തിൽ ജനിച്ച.

തോയജം. ന. ആമ്പൽ താമര ഇത്യാദി.

തോയദ. വി. (ദൻ, ദാ, ദം.) വി. ന. വെള്ളത്തെകൊടുക്കുന്ന.

തോയദം. ന. ൧, മേഘം. ൨, മുത്തെങ്ങ. ൩, ഉരുക്കനൈ.

തോയപിപ്പലി. ന. നീർതിപ്പലി.

തോയാകരം. ന. വെള്ളം നില്ക്കുന്ന സ്ഥലം, കുളം.

തോയം. ന. ൧, വെള്ളം. ൨, ഇരുവേലി.

തോര. ന. ൧, ഒരുവക പയറു. ൨, നാണംമറെക്കുന്ന വസ്ത്രം, കോണകം.

തോരണം. ന. രാജധാനിയിലും മേ ചാല്യയങ്ങളിലുമുള്ള വഴികളിൽ രണ്ടുവശത്തും തൂണു നാട്ടി കയറു കെട്ടി കയററുമ്മേൽ ആലില മാവില മാല കുരുത്തോല പൂക്കുല മുതലായവകൊണ്ടു ഭംഗിയിൽ അലങ്കരിക്കുന്നതു.

തോരൻ; തുവരൻ. ന. ഒരു വക കറി.

തോരപ്പരിപ്പു. ന. ഉമി കുത്തിക്കളെഞ്ഞ തോരപ്പയറു.

തോരയിടുന്നു. ട്ടു. വാൻ. (തോര.) സ. ക്രി. വസ്ത്രവുംമററും ഉണങ്ങുവാൻ കാററത്തൊ വെയിലത്തൊ ഇടുന്നു.

തോരുന്നു. ന്നു. വാൻ. (തോർ.) അ. ക്രി. ഉണങ്ങുന്നു.

തോർച്ച; തുവർച്ച. ന. ൧, ഉണക്കു. ൨, വേനൽ.

തോർത്തൽ. ന. വസ്ത്രംകൊണ്ടു വെള്ളം തുടെക്കു.

തോർത്തുന്നു. ത്തി. വാൻ. (തോർത്ത.) സ. ക്രി. ൧, വസ്ത്രംകൊണ്ടു വെള്ളം തുടെക്കുന്നു. ൨, ഉണക്കുന്നു.

തോർത്തുമുണ്ടു. ന. ൧, വെള്ളം തുടെക്കുന്ന വസ്ത്രം. ൨, ഉടുക്കുന്ന ഒരുമാതിരി ചെറിയ മുണ്ടു.

തോർമ്മ. ന. തോർച്ച.

തോല. ന. പൊന്നിന്റെയൊ വെള്ളിയുടെയൊ ഒരു ഭാരം, ഒരു വെള്ളിരുപ്പികയുള്ള കനം.

തോലണ്ടി. ന. മൂക്കാത്ത മാങ്ങായണ്ടി.

തോലനം. ന. കനം, ഭാരം.

തോലൻ. ന. ചേരമാൻ പെരുമാൾ രാജാവിന്റെ ഒരു കാര്യസ്ഥന്റെ പേരു.

തോലി; തോല്പി; തോല്വ. ന. ൧, മടപ്പു, അപജയം. ൨, നഷ്ടം.

തോലിടുന്നു. ട്ടു. വാൻ. (തോൽ.) സ. ക്രി. തോൽകൊണ്ടു പൊതിയുന്നു.

തോലുണ്ടി. ന. തോൽകൊണ്ടുണ്ടാക്കിയ ഒരു നാണയം.

തോലുളി. ന. തോലു ചികയും മററും ചെയ്യുന്ന ഒരു ഉളി.

തോലുറ. ന. തോലുകൊണ്ടുള്ള ഉറ.

തോൽ. ന. ൧, മനുഷ്യന്റെയൊ മൃഗത്തിന്റെയൊ മരത്തിന്റെയൊ തൊലി, തൊകൽ. ൨, കായ്കളുടെ തൊണ്ടു. ൩, വൃക്ഷങ്ങൾക്കു വളമായിട്ടു ഇടുന്ന പച്ച ഇല.

തോൽക്കാശു. ന. തോൽകൊണ്ടുള്ള ഒരു നാണയം.

തോൽക്കുടം. ന. തോൽകൊണ്ടുള്ള കുടം.

തോൽക്കുന്നു. ററു. ല്പാൻ. (തോൽ.) അ. ക്രി. യുദ്ധത്തിലൊ മററൊ മടങ്ങുന്നു. **തോല്പിക്കുന്നു.** സ. ക്രി.

തോൽക്കൊമ്പു. ന. മൃഗങ്ങളുടെ ഇളംകൊമ്പു.

തോൽക്കൊല്ലൻ. ന. ചെമ്മാൻ, തോൽപ്പണിക്കാരൻ.

തോൽതോണി. ന. നദി കടക്കുന്നതിന്നു തോൽകൊണ്ടുണ്ടാക്കുന്ന വള്ളം.

തോൽപ്പടക്കം. ന. തോൽകൊണ്ടും വെടിമരുന്നുകൊണ്ടും ഉണ്ടാക്കുന്ന ഒരുമാതിരി പടക്കം.

തോൽപരിച. ന. ശത്രുക്കൾ പ്രയോഗിക്കുന്ന ആയുധങ്ങൾ കൊള്ളാതെ തടുക്കുന്നതിന്നു തോൽകൊണ്ടുണ്ടാക്കുന്ന വസ്തു.

തോല്പറ. ന. കുതിരയ്ക്കു തീററികൊടുക്കുന്ന സഞ്ചി.

തോല്പെട്ടി. ന. തോൽ പൊതിഞ്ഞ പെട്ടി.

തോൽമുട്ട. ന. ഓടു കൂടാതെ പക്ഷിപശു ഇരിക്കുന്ന മുട്ട.

തോൽവഞ്ചി. ന. നദി കടക്കുന്നതിന്നു തോൽകൊണ്ടുണ്ടാക്കുന്ന വള്ളം.

തോൽവാറു. ന. ൧, നിളത്തിൽ വാന്നു എടുത്ത തോൽ. ൨, തോൽകൊണ്ടുള്ള അരക്കെട്ടു.

തോൽസഞ്ചി. ന. തോലുകൊണ്ടുള്ള സഞ്ചി.

തോഷണം. ന. സന്തോഷം.

തോഷം. ന. സന്തോഷം.

തോഷിക്കുന്നു. ച്ചു. പ്പാൻ. (തോഷി.) അ. ക്രി. സന്തോഷിക്കുന്നു. **തോഷിപ്പിക്കുന്നു.** സ. ക്രി.

തോഷിത. വി. (തൻ, താ, തം.) വി. ന. സന്തോഷിപ്പിക്കപ്പെട്ട.

തോൾ. ന. ചുമൽ.

തോൾപ്പലക. ന. തോളിലെ എല്ലു.

തോൾപ്പൂട്ടു. ന. തോളിന്റെ ചേപ്പു.

തോൾമാല. ന. കഴുത്തിൽ ഇടുന്ന ഒരാഭരണം.

തോൾമാറാപ്പു. ന. തോളിൽ കൊണ്ടുനടക്കുന്ന ഒരു ഭാണ്ഡം.

തോൾമാററം. ന. ഒരു തോളിൽനിന്നു മറെറ തോളിലേക്കു നീക്കുക.

തോൾവള. ന. രാജാക്കന്മാരുംമററും തോളിൽ ധരിക്കുന്ന ഒരാഭരണം.

തോഴൻ. ന. കൂട്ടുകാരൻ, ചങ്ങാതി.

തോഴ്മ. ന. സഖിത്വം.

തോഴം. ന. സഖിത്വം.

തോഴി. ന. കൂട്ടുകാരി, സഖി.

തോറും. അ. ൧, ഓരോന്നിലും. ൨, പ്രത്യേകമായി. ൩, അനുസരിച്ചുള്ള ക്രമത്തിനു.

തോററക്കളം. ന. മണ്ണാന്മാരു ഭദ്രകാളിയെ സ്തുതിച്ചുപാടുന്ന ഒരു പാട്ടു.

തോററം. ന. ൧, ഭദ്രകാളിയെക്കുറിച്ചുള്ള ഒരുവക പാട്ടു. ൨, ജീവിപ്പിക്ക. ൩, പുറപ്പെടീക്ക. ൪, പൊരുപ്പിക്ക, സൌഖ്യംവരുത്തുക.

തോററ. വി. മടത്ത.

തോററുന്നു. ററി. വാൻ. (തോററ.) സ. ക്രി. ൧, ജീവനുണ്ടാക്കുന്നു. ൨, സൌഖ്യമാക്കുന്നു. ൩, ജനിപ്പിക്കുന്നു.

തൌ

തൌർയ്യത്രികം. ന. ആട്ടവും പാട്ടും കൊട്ടും കൂടിയതു.

തൌലികൻ. ന. ചിത്രമെഴുതുന്നവൻ, എഴുത്തുകാരൻ.

തൌലീ. തുലാംരാശി.

തൌക്ഷികം. ന. ധനുരാശി.

ത്യ

ത്യക്ത. വി. (ക്തൻ, ക്താ, ക്തം.) വി. ന. ഉപേക്ഷിക്കപ്പെട്ട.

ത്യജിക്കുന്നു. ച്ചു. പ്പാൻ. (ത്യജി.) സ. ക്രി. ഉപേക്ഷിക്കുന്നു.

ത്യാഗം. ന. ൧, ദാനം. ൨, ഔദാൎയ്യം. ൩, ഉപേക്ഷ.

ത്യാഗീ. വി. (ഗീ, ഗിനീ, ഗി.) വി. ന. ൧, ദാനശീലമുള്ള. ൨, ഉപേക്ഷിക്കശീലമുള്ള.

ത്യാജ്യ. വി. (ജ്യൻ, ജ്യാ, ജ്യം.) വി. ന. ൧, ഉപേക്ഷിക്കപ്പെടുവാൻ തക്ക. ൨, കൊടുക്കപ്പെടുവാൻ തക്ക.

ത്ര

ത്രപ. ന. ലജ്ജ.

ത്രപു. ന. ൧, തകരം. ൨, വെള്ളീയം.

ത്രപുലം. ന. വെള്ളീയം.

ത്രപുഷം. ന. വെള്ളീയം.

ത്രയം. വി. മൂന്നു.

ത്രയി. ന. മൂന്നു വേദം.

ത്രയീതനു. ന. ആദിത്യൻ.

ത്രയീധൎമ്മം. ന. വേദവിധി.

ത്രയോദശം. വി. പതിമൂന്നു.

ത്രയോദശി. ന. പതിമൂന്നാമത്തെ പക്കം.

ത്രസ. വി. (സൻ, സാ, സം.) വി. ന. ഇളക്കമുള്ള.

ത്രസരം. ന. നെയ്തിഞ്ചു, ഓടം.

ത്രസരേണു. ന. സൂൎയ്യരശ്മിയിൽ കാണുന്ന ഒരു പൊടി, പരമാണു മുപ്പതു കൂടിയതു.

ത്രസ്ത. വി. (സ്തൻ, സ്താ, സ്തം.) വി. ന. ഭയമുള്ള.

ത്രസ്നു. വി. (ത്രിഷു.) വി. ന. പേടിയുള്ള.

ത്രസിക്കുന്നു. ച്ചു. പ്പാൻ. (ത്രസി.) അ. ക്രി. ഭയപ്പെടുന്നു. ത്രസിപ്പിക്കുന്നു. സ. ക്രി.

ത്രാണനം. ന. രക്ഷ.

ത്രാണ. വി. (ണൻ, ണാ, ണം.) വി. ന. രക്ഷിക്കപ്പെട്ട.

ത്രാണം. ന. രക്ഷ.

ത്രാണി. ന. ശക്തി, പ്രാപ്തി.

ത്രാത. വി. (തൻ, താ, തം.) വി. ന. രക്ഷിക്കപ്പെട്ട.

ത്രാതൃ. വി. (താ, ത്രീ, തൃ.) വി. ന. രക്ഷിക്കുന്ന.

ത്രാപുഷം. വി. വെള്ളീയംകൊണ്ടുണ്ടാക്കപ്പെട്ട.

ത്രായന്തീ. ന. ബ്രഹ്മി.

ത്രായമാണ. ന. ബ്രഹ്മി.

ത്രാസു. ന. തുലാസു.

ത്രാസം. ന. ഭയം.

ത്രി. വി. (ത്രയഃ, തിസ്രഃ, ത്രീണി.) വി. ന. മൂന്നു.

ത്രികകുത്തു. ന. ത്രികൂട പൎവ്വതം.

ത്രികടു. ന. ചുക്കു, മുളകു, തിപ്പലി.

ത്രികം. ന. തണ്ടെല്ലിന്റെ താഴത്തെ ഭാഗം.

ത്രിക. ന. ൧, കൂടി. ൨, കിണററിന്റെ വായ്ക്കൽ മരംകൊണ്ടു പണിതുവെക്കുന്നതു. ൩, കിണററിന്റെ അടിയിൽ ഇടുന്ന നെല്ലിപ്പലക.

ത്രികാലജ്ഞ. വി. (ജ്ഞൻ, ജ്ഞാ, ജ്ഞം.) വി. ന. കഴിഞ്ഞതും വരുവാനുള്ളതും ഇപ്പോഴുള്ളതും ആയ മൂന്നു കാൎയ്യങ്ങളെ അറിയുന്ന.

ത്രികാലം. ന. കഴിഞ്ഞതും വരുവാനുള്ളതും ഇപ്പോഴുള്ളതുമായ ഒരം മൂന്നു കാലങ്ങൾ.

ത്രികൂടം. ന. ൧, ഹിന്തുദേശത്തുള്ള ഒരു മലയുടെ പേരു. ൨, മൂന്നു ശിഖരമുള്ള ഒരു മല.

ത്രികോണം. വി. മുക്കോണുള്ള.

ത്രികോണം. ന. മുക്കോണു.

ത്രികോല്പക്കൊന്ന. ന. ഒരു മരുന്നു.

ത്രിഗുണം. ന. ൧, സത്വ രജ സ്തമൊഗുണം. ൨, മൂന്നിരട്ടി.

ത്രിഗുണാകൃതം. ന. മുച്ചാലുഴുതനിലം.

ത്രിഗുണിതം. വി. ൧, മൂന്നുകൊണ്ടു പെരുക്കിയ. ൨, മൂന്നിരട്ടിച്ച.

ത്രിജഗത്തു. ന. സ്വൎഗ്ഗം ഭൂമി പാതാളം എന്നീ മൂന്നു ലോകങ്ങൾ.

ത്രിജാതം. ന. ഏലം, ഏലവൎങ്ങം, പച്ചില.

ത്രിജ്യ. ന. ൧, ൯൦ ഡിഗ്രി അകലമുള്ള ഒരു ശരിയായ കോണ്. ൨, ഒരു വൃത്തത്തിന്റെ മദ്ധ്യത്തുനിന്നും ചുററളവുവരെയുള്ള ഋജുരേഖ.

ത്രിതയ. വി. (യൻ, യാ, യം.) വി. ന. മൂന്നാമത്തെ.

ത്രിതക്ഷൻ. ന. മൂന്നു ആശാരിമാരുടെ ഒരു യോഗം.

ത്രിദണ്ഡീ. ന. സന്ന്യാസി.

ത്രിദശൻ. ന. ദേവൻ.

ത്രിദശാലയം. ന. സ്വൎഗ്ഗം.

ത്രിദിനം. ന. മൂന്നു ദിവസം.

ത്രിദിവം. ന. സ്വൎഗ്ഗം.

ത്രിദിവേശൻ. ന. ദേവൻ.

ത്രിദിവൌകസ്സ്. ന. ദേവൻ.

ത്രിദോഷം. ന. വാതം പിത്തം കഫം.

ത്രിദോഷകോപം. ന. വാത പിത്ത കഫങ്ങളുടെ ക്രമമല്ലാത്ത ഇളക്കം.

ത്രിധാ. അ. മൂന്നു പ്രകാരം.

ത്രിധാര. ന. ഒരു പച്ചമരുന്നു, ചതുരക്കള്ളി.

ത്രിനേത്ര. വി. (ത്രൻ, ത്രാ, ത്രം.) വി. ന. മൂന്നു കണ്ണുള്ള.

ത്രിനേത്രൻ. ന. ശിവൻ.

ത്രിപട. ന. ഒരു താളത്തിന്റെ പേരു.

ത്രിപഥഗ. ന. ഗംഗാനദി.

ത്രിപഥം. ന. മുക്കവലവഴി.

ത്രിപദ. വി. (ദൻ, ദാ, ദി, ദം.) വി. ന. മൂന്നു കാലുള്ള.

ത്രിപദീ. ന. ൧, ഒരു വള്ളി. ൨, ചെറുപ്പൂളടി.

ത്രിപൎണ്ണി. ന. കാട്ടുപരുത്തി.

ത്രിപക്ഷം. ന. നാല്പത്തഞ്ചു ദിവസം.

ത്രിപുട. ന. ൧, ഏലത്തരി. ൨, ത്രികോല്പക്കൊന്ന.

ത്രിപുണ്ഡ്രം. ന. ഭസ്മക്കുറി, മൂന്നു വര.

ത്രിപുടാ. ന. പാൎവ്വതി.

ത്രിപുരാന്തകൻ. ന. ശിവൻ.

ത്രിഫല. ന. കടുക്ക നെല്ലിക്ക താന്നിക്ക.

ത്രിഭണ്ഡീ. ന. ത്രികോല്പക്കൊന്ന.

ത്രിഭദ്രം. ന. സംഗം.

ത്രിഭുവനം. ന. സ്വൎഗ്ഗം ഭൂമി പാതാളം.

ത്രിമധുരം. ന. തേൻ പഞ്ചസാര കദളിപ്പഴം.

ത്രിമൂൎത്തി. ന. ബ്രഹ്മാവു വിഷ്ണു ശിവൻ.

ത്രിംശൽ. വി. മുപ്പതു.

ത്രിയാമാ. ന. രാത്രി.

ത്രിരാത്രം. ന. മൂന്നു രാത്രി.

ത്രിരേഖ. ന. മൂന്നുവരയുള്ള ശംഖു.

ത്രിലിംഗം. ന. പുല്ലിംഗം സ്ത്രീലിംഗം നപുംസകലിംഗം.

ത്രിലോകം. ന സ്വൎഗ്ഗം ഭൂമി പാതാളം.

ത്രിലോകി. ന. വിഷ്ണു.

ത്രിലോചനൻ. ന. ശിവൻ.

ത്രിവൎഗ്ഗം. ന. ൧, കാമം ധൎമ്മം അൎത്ഥം. ൨, വൎദ്ധന നില ക്ഷയം. ൩, ശുദ്ധത അസാരം വമ്പുള്ളതാം.

ത്രിവലി. ന. വയററത്തുള്ള മൂന്നു മടക്കുകൾ.

ത്രിവിക്രമൻ. ന. വിഷ്ണു.

ത്രിവിധ. വി. (ധൻ, ധാ, ധം.) വി. ന. മൂന്നുപ്രകാരമുള്ള.

ത്രിവിഷ്ടപം. ന. സ്വൎഗ്ഗം.

ത്രിവൃത. ന. ത്രികോല്പക്കൊന്ന.

ത്രിവൃത്തു. ന. മേല്പറഞ്ഞ അൎത്ഥം.

ത്രിവെണി. ന. ഗംഗ.

ത്രിശാല. ന. മൂന്നുകെട്ടുള്ള ഒരു ഭവനം, നാലുകെട്ടിൽ ഒരു ഭാഗം കുറഞ്ഞ പുര.

ത്രിശൂലം. ന. മൂന്നു മുനയുള്ള ഒരായുധം.

ത്രിസന്ധ്യം. ന. സന്ധ്യ മൂന്നും, പ്രഭാതം മദ്ധ്യാഹ്നം സായാഹ്നം.

ത്രിസീത്യം. ന. മൂച്ചാലുഴുത നിലം.

ത്രിസ്രോതസ്സു. ന. ഗംഗ.

ത്രിഹല്യം. ന. മുച്ചാലുഴുത നിലം.

ത്രിഹായണ. വി. (ണൻ, ണി, ണം.) വി. ന. മൂന്നു വയസ്സുചെന്ന.

ത്രിഹായണി. ന. മൂന്നുവയസ്സുള്ള പശു.

ത്രുടി. ന. ൧, ചിറേറലം. ൨, ക്ഷണനേരം.

ത്രുടിത. വി. മുറിച്ച, നശിപ്പിച്ച.

ത്രേത. ന. ൧, ത്രേതായുഗം. ൨, അഗ്നിത്രയം.

ത്രേതാഗ്നി. ന. അഗ്നിത്രയം.

ത്രേധാ. അ. മൂന്നു വിധം.

ത്രൈകാലിക. വി. (കൻ, കി, കം.) വി. ന. മൂന്നു കാലത്തെ സംബന്ധിച്ച.

ത്രൈഗുണ്യം. വി. മൂന്നു ഗുണങ്ങളോടുകൂടിയ, മൂന്നു നൂലുകളോടു കൂടിയ.

ത്രൈധ. അ. മൂന്നു വിധം.

ത്രൈമാസികം. വി. ൧, മൂന്നു മാസം പ്രായമായ. ൨, മൂമ്മൂന്നു മാസങ്ങൾ കൂടുമ്പോൾ ഉണ്ടാകുന്ന.

ത്രൈയംബിക. വി. ശിവന്റേതായ.

ത്രൈരാശികം. ന. ഗണിതശാസ്ത്രത്തിൽ ഒരു ക്രിയ.

ത്രൈലൊക്യനാഥൻ. ന. ൧, ദൈവം. ൨, ശിവൻ. ൩, വിഷ്ണു.

ത്രൈലൊക്യം. ന. മൂന്നു ലോകം.

ത്രൈവൎണ്ണികൻ;-കീ. ന. ബ്രഹ്മക്ഷത്രിയ വൈശ്യരെന്ന ആദ്യത്തെ മൂന്നു ജാതിയിൽ പെട്ടവൻ (-ൾ.)

ത്രൈവിക്രമ. വി. മഹാവിഷ്ണുവിനെ സംബന്ധിച്ചുള്ള.

ത്രോടകം. ന. ൧, ഒരു വക നാടകം. ൨, കോപത്തോടുകൂടിയ സംസാരം.

ത്രോടി. ന. കൊക്ക, പക്ഷിയുടെ ചുണ്ടു.

ത്ര്യംഗടം. ന. കാവടി.

ത്ര്യബ്ദ. ന. മൂന്നു വയസ്സുള്ള പശു.

ത്ര്യംബകൻ. ന. ശിവൻ.

ത്ര്യംബകസഖൻ. ന. വൈശ്രവണൻ.

ത്ര്യക്ഷൻ. ന. ശിവൻ.

ത്ര്യൂഷണം. ന. ത്രികടു.

ത്വ

ത്വക്. ന. ൧, തൊലി. ൨, ഏലവൎങ്ങത്തൊലി.

ത്വക്പത്രം. ന. ഏലവൎങ്ങം.

ത്വക്പുഷ്പം. ന. ൧, ഒരു മാതിരി ചിരങ്ങു, തഴുതണ്ണ. ൨, രോമാഞ്ചം.

ത്വക്പുഷ്പിക. ന. ചിരങ്ങു, തഴുതണ്ണ.

ത്വക്സാരം. ന. മുള.

ത്വൿക്ഷീര. ന. മുളവെണ്ണ.

ത്വഗിന്ദ്രിയം. ന. ത്വക്കാകുന്ന ഇന്ദ്രിയം, ദേഹത്തേലെ തൊലി.

ത്വഗ്രോഗം. ന. കുഷ്ഠരോഗം.

ത്വങ്മാംസം. ന. തൊലിയും മാംസവും.

ത്വചം. ന. ൧, തൊലി. ൨, ഏലവൎങ്ങം.

ത്വൽ. (പദങ്ങളുടെ മുമ്പിൽ ചേൎന്നു വരുമ്പോൾ) വി. നിന്റെ. ഉ-ം. ത്വദ്വംശം. (നിന്റെ വംശം).

ത്വദീയ. വി. നിന്റെ.

ത്വം. ന. പ. നീ.

ത്വര. ന. വേഗം.

ത്വരമാണൻ. ന. ഓടുന്നവൻ, വേഗമുള്ളവൻ.

ത്വരണം. ന. അതിവേഗം.

ത്വരിത. വി. (തൻ, താ, തം.) വി. ന. വേഗമുള്ള.

ത്വരിതം. അ. അതിവേഗത്തിൽ.

ത്വരിതോദിത. വി. (തൻ, താ, തം.) വി. ന. ഉഴറി പറയുന്ന.

ത്വഷ്ട. വി. (ഷ്ടൻ, ഷ്ടാ, ഷ്ടം.) വി. ന. ചെത്തി കനം കുറെക്കപ്പെട്ട.

ത്വഷ്ടാവു. ന. ൧, ആശാരി. ൨, വിശ്വകൎമ്മാവു. ൩, ആദിത്യൻ. ൪, ബ്രഹ്മാവു.

ത്വാദൃശ. വി. നിന്നെപ്പോലെയുള്ള.

ത്വിൾ; ത്വിട്ടു. ന. ൧, പ്രകാശം. ൨, ശോഭ.

ത്വിഷാംപതി. ന. ആദിത്യൻ.

ത്സരു. ന. വാൾപ്പിടി.

ഥ. ഹല്ലുകളിൽ പതിനേഴാം അക്ഷരം.

ഥകാരം. ന. ഥ എന്ന അക്ഷരം.

ദ. ഹല്ലുകളിൽ പതിനെട്ടാം അക്ഷരം.

ദകാരം. ന. ദ എന്ന അക്ഷരം.

ദഗ്ദ്ധ. വി. (ദ്ധൻ, ദ്ധാ, ദ്ധം.) വി. ന. ക, ദഹിക്കപ്പെട്ട. വ, കരിഞ്ഞ.

ദഗ്ദ്ധിക. ന. കരിഞ്ഞ ചോറു.

ദണ്ഡു. ന. ക, വടി. വ, നാലു കോൽ നീളമുള്ള ഒരളവു. മ, കൊടിമരത്തിന്മേൽ കൊടി തൂക്കുന്നതിന്ന തുക്കിച്ചു ചെലുത്തുന്ന ഒരു മരക്കഷണം. ര, പട്ടാളത്തിന്റെ ഒരു വരി. ഒ, സന്യാസിയുടെ വടി. ന, ശിക്ഷ.

ദണ്ഡകം. ന. ക, സംഗീതത്തിൽ ഒരു വക ഭേദം. വ, ഒരു വനം, കൊണ്ടാരണ്യം.

ദണ്ഡകാഷ്ഠം. ന. വടി.

ദണ്ഡധര. വി. (രൻ, രാ, രം.) വി. ന. വടിയെടുത്ത.

ദണ്ഡധാരൻ. ന. ക, യമൻ. വ, രാജാവു. മ, കുശവൻ. ര, വടി പിടിച്ചവൻ, സന്യാസി.

ദണ്ഡനമസ്കാരം. ന. ഷിഗ്ഷ്ടനമസ്കാരം.

ദണ്ഡനം. ന. ശിക്ഷിക്കുക.

ദണ്ഡനായകൻ. ന. ക, സേനാപതി. വ, ശിക്ഷിപ്പാൻ അധികാരമുള്ളവൻ.

ദണ്ഡനീതി. ന. നീതിശാസ്ത്രം.

ദണ്ഡപാണി. ന. ക, വടിക്കാരൻ. വ, യമൻ. മ, രാജാവു.

ദണ്ഡം. ന. ക, വടി. വ, നാലു മുഴം കൂടിയ ഒരളവു. മ, പ്രായശ്ചിത്തം. ര, പട്ടാളക്കാരുടെ നിര. ഒ, സൈന്യം. ന, കഷ്ടാനുഭവം. ൭, രോഗം. ൮, കടകോൽ.

ദണ്ഡയാത്ര. ന. ക, ദിഗ്ജയം. വ, കല്യാണയാത്ര. മ, അകമ്പടി കൂട്ടി നടക്ക.

ദണ്ഡയാമൻ. ന. യമൻ.

ദണ്ഡവൽപതിക്കുന്നു. അ. ക്രി. വടിപോലെ നിലത്തിൽ വിഴുന്നു, അപ്രകാരം വീണ നമസ്കരിക്കുന്നു.

ദണ്ഡവിധി. ന. ശിക്ഷാവിധി.

ദണ്ഡവിഷ്കംഭം. ന. കടകോലിന്റെ തണ്ടു.

ദണ്ഡാജിനം. ന. വഞ്ചന, ചതിവു.

ദണ്ഡാഹതം. ന. മോരു.

ദണ്ഡിക. ന. ഞുണിന്റെ കവരത്തിൽ വെക്കുന്ന ഇഴ.

ദണ്ഡിക്കുന്നു. ച്ചു. പ്പാൻ. (ദണ്ഡി.) അ. ക്രി. ക, അദ്ധ്വാനം ചെയ്യുന്നു. വ, ഞാണിന്മേൽ കളിക്കുന്നു. ദണ്ഡിപ്പിക്കുന്നു. സ. ക്രി.

ദണ്ഡിതം. വി. ശിക്ഷിക്കപ്പെട്ട.

ദണ്ഡിപ്പു. ന. ക, അദ്ധ്വാനം. വ, ഞാണിന്മേൽ കളി.

ദണ്ഡി. വി. (ണ്ഡി, ണ്ഡിനി, ണ്ഡി.) വി. ന. ദണ്ഡുള്ള.

ദണ്ഡി. ന. ക, കാവൽക്കാരൻ. വ, വടിക്കാരൻ. മ, ഒരു മഹാ കവി. ര, യമൻ.

ദണ്ഡ്യ. വി. (ണ്ഡ്യൻ, ണ്ഡ്യാ, ണ്ഡ്യം.) വി. ന. ശിക്ഷിക്കപ്പെടേണ്ടുന്ന.

ദത്തു. ന. പുത്രനില്ലാത്തവൻ മറെറാരുത്തന്റെ പുത്രനെ തന്റെ അവകാശി ആക്കി എടുക്കുക.

ദത്തുപുത്രൻ. ന. ദത്തെടുക്കപ്പെട്ട പുത്രൻ.

ദത്ത. വി. (ത്തൻ, ത്താ, ത്തം.) വി. ന. കൊടുക്കപ്പെട്ട.

ദത്തവകാശം. ന. ദത്തുകാരനുള്ള അവകാശം.

ദത്താക്കുന്നു. ക്കി. വാൻ. (ദത്ത.) സ. ക്രി. ദത്തെടുക്കുന്നു, ദത്തുവെക്കുന്നു.

ദത്താപഹാരം. ന. കൊടുത്തതിനെ തിരികെ വാങ്ങിക്ക.

ദത്താപഹാരി. വി. (രീ, രിണി, രി.) വി. ന. കൊടുത്തതിനെ തിരികെ വാങ്ങിക്കുന്ന.

ദത്തോല. ന. ദത്തവകാശത്തിന്ന എഴുതിയ ആധാരം.

ദദ്രു. ന. ഒരു രോഗം, ചുണങ്ങു.

ദദ്രുഘ്നം. ന. ഒരു ചെടി, തകര.

ദദ്രുണ. വി. (ണൻ, ണി, ണം.) വി. ന. ചുണങ്ങുള്ള.

ദദ്രുരോഗി. വി. (ഗീ, ഗിണി, ഗി.) വി. ന. ചുണങ്ങുള്ള.

ദധി. ന. തൈരു.

ദധിക്രായകൻ. ന. തൈരുകച്ചവടക്കാരൻ.

ദധിത്ഥം. ന. വിളാമരം.

ദധിഫലം. ന. വിളാമരം.

ദധിസക്തു. ന. തൈരു കൂട്ടിയ അരിമാവു.

ദധിസ്വേദം. ന. മോരു.

ദദ്ധ്യന്നം. ന. തൈരു കൂട്ടിയ ചോറു.

ദദ്ധ്യുദം. ന. തൈർക്കടൽ.

ദദ്ധ്യോദനം. ന. തൈരു കൂട്ടിയ ചോറു.

ദനു. അ. അസുരന്മാരുടെ അമ്മ.

ദനുജൻ. ന. അസുരൻ.

ദനുജാരി. ന. വിഷ്ണു.

ദന്തഛദം. ന. ചൊടി.

ദന്തധാവനം. ന. ക, പല്ലുതേപ്പു. വ, കരിങ്ങാലി വൃക്ഷം.

ദന്തപത്രം. ന. കാതിലോല.

ദന്തപുഷ്പം. ന. തേററാമ്പരൽ.

ദന്തഭാഗം. ന. ആനയുടെ മുൻവശം

ദന്തമലം. ന. പല്ലിന്റെ മലം, ചെത്തൽ.

ദന്തം. ന. ക, പല്ലു. വ, ആനക്കൊമ്പു.

ദന്തശഠം. ന. ക, നാരകം. വ, നാരെങ്ങാ. മ, വിളാമരത്തിന്റെ കായ്.

ദന്തശം. ന. ഒരു പച്ചമരുന്നു, പുളിയാരൽ.

ദന്തശാണം. ന. ക, ചെറുനാരെങ്ങാ. വ, പല്ലു തേപ്പാനുള്ള വസ്തു.

ദന്തശിരം. ന. പല്ലിന്റെ മോണ.

ദന്തഹർഷകം. ന. ചെറുനാരെങ്ങാ.

ദന്താലിക. ന. കടിഞ്ഞാൺ.

ദന്താവളം. ന. ആന.

ദന്തി. വി. (ന്തീ, ന്തിനി, ന്തി.) വി. ന. ദന്തമുള്ള, പല്ലുള്ള.

ദന്തി. ന. ആന.

ദന്തിക. ന. ഒരു പച്ചമരുന്നു, നാകദന്തി.

ദന്തിബീജം. ന. നീർവാളം.

ദന്തുര. വി. (രൻ, രാ, രം.) വി. ന. കൊന്ത്രമ്പല്ലുള്ള, താന്നും പൊങ്ങിയും ഇരിക്കുന്ന.

ദന്തുരിത. വി. ദന്തുരമാക്കിച്ചെയ്യപ്പെട്ട.

ദന്ത്യ. വി. (ന്ത്യൻ, ന്ത്യാ, ന്ത്യം.) വി. ന. പല്ലിനെപ്പററി ജനിച്ച. ത ഥ ദ ധ ന ഒരു അക്ഷരങ്ങൾക്ക ഒക്കെയും കൂടെയുള്ള ഒരു പേർ.

ദന്ദശൂക. വി. (കൻ, കാ, കം.) വി. ന. ഉപദ്രവിക്കുന്ന.

ദന്ദശൂകം. ന. സപ്പം, പാമ്പു.

ദഫേദാർ; ഡഫേദാർ. ന. ശിപാ യിമാരിൽ പ്രധാനി.

ദഭ്ര. വി. (ഭ്രൻ, ഭ്രാ, ഭ്രം.) വി. ന. അ ല്പമായ.

ദഭ്രം. ന. സമുദ്രം.

ദമഥം. ന. ക, അടക്കം, ക്ലേശം സഹി ക്ക. വ, ഒണ്ഡിപ്പിക്ക.

ദമനകൻ. ന. പഞ്ചതന്ത്രത്തിൽ പറ യുന്ന ഒരു കുറുക്കന്റെ പേർ.

ദമനൻ. ന. ശൂരൻ.

ദമനം. ന. ക, അടക്കം, ഇണക്കം. വ, ഒരു പൂവു.

ദമം. ന. ക, അടക്കം. വ, ദണ്ഡിപ്പിക്ക.

ദമയന്തി. ന. നളൻ എന്ന രാജാവി ന്റെ ഭാൎയ്യ.

ദമിക്കുന്നു. ച്ചു. പ്പാൻ. (ദമി.) അ. ക്രി. അടങ്ങുന്നു.

ദമിത. വി. (തൻ, താ, തം.) വി. ന. അടക്കപ്പെട്ട.

ദമി. വി. (മീ, മിനീ, മി.) വി. ന. അ ടക്കമുള്ള.

ദമുനസ്സ. ന. ക, അഗ്നി. വ, ശുക്രൻ.

ദമ്പടി. ന. ചില്ലിക്കാശു.

ദമ്പതികൾ. ന. ഭാൎയ്യാഭൎത്താക്കന്മാർ.

ദംഭം. ന. ക, അഹങ്കാരം. വ, പാപം. ന, വഞ്ചന, കപടം.

ദംഭോളി. ന. ഇന്ദ്രന്റെ ആയുധം, വജ്രം.

ദംഭോളിപാണി. ന. ഇന്ദ്രൻ.

ദമ്യ. വി. (മ്യൻ, മ്യാ, മ്യം.) വി. ന. ഇ ണക്കപ്പെടുവാൻ തക്ക.

ദമ്യം. ന. നുകം വെക്കുമാറായ കാള.

ദയ. ന. കരുണ.

ദയനീയ. വി. ദയ തോന്നിക്കത്തക്ക, ശോച്യമായ.

ദയാലു. ന. കരുണയുള്ളവൻ.

ദയിതാ. ന. ഭാൎയ്യ. (പു. **ദയിതഃ** ഭൎത്താവു.)

ദ. (ദൻ, ദാ, ദം.); **ദാതാവു്.** ദാനം ചെയ്യുന്ന എന്നൎത്ഥം വരുത്തുവാൻ പ ദാന്ത്യത്തിൽ ചേൎക്കുന്നു. ഉ-ം. **മോ ക്ഷദൻ** (മോക്ഷം തരുന്നവൻ, ഠരം ശ്വരൻ.) **അന്നദാതാവു** (ഭക്ഷണ ത്തിനു വകയുണ്ടാക്കിത്തരുന്ന ആൾ.)

ദംശകം. ന. കാട്ടീച്ച.

ദംശനം. ന. ക, കടി. വ, കവചം.

ദംശം. ന. ക, കാട്ടീച്ച. വ, കടിക്ക ക. ന, കവചം.

ദംശിക്കുന്നു. ച്ചു. പ്പാൻ. (ദംശി.) സ. ക്രി. കടിക്കുന്നു.

ദംശീ. ന. ക്രുവീച്ച.

ദംശേര. വി. (രൻ, രാ, രം.) വി. ന. ഉപദ്രവമുള്ള.

ദംഷ്ട്രം. ന. അണയിലുള്ള വലിയ വ ളഞ്ഞ പല്ലു, പന്നിയുടെയുമററും തേററ.

ദരം. ന. ക, കീറൽ. വ, ഭയം. അ. കു റച്ചു.

ദരി. ന. ഗുഹ.

ദരിതം. വി. ക, ഭയപ്പെട്ട. വ, ഭയമു ള്ള, ധൈൎയ്യമില്ലാത്ത. ന, ചിന്തപ്പെട്ട.

ദരിദ്രൻ. ന. പാവപ്പെട്ടവൻ, അ ഹോവൃത്തിക്കു മുട്ടുള്ളവൻ.

ദരിദ്രാണം. ന. ദാരിദ്ര്യം.

ദരിദ്രിതൻ. ന. ദാരിദ്ര്യമുള്ളവൻ.

ദരീമുഖം. ന. ഗുഹാദ്വാരം.

ദരോദരൻ. ന. ചൂതുകാരൻ.

ദരോദരം. ന. ചൂതു.

ദൎക്കാസ്തു. ന. അപേക്ഷ.

ദൎദ്ദുരം. ന. തവള.

ദൎപ്പകൻ. ന. കാമദേവൻ.

ദൎപ്പണം. ന. കണ്ണാടി.

ദൎപ്പണരേഖ. ന. ഇടത്തുട്ട എഴുതുന്ന ഒരുമാതിരി എഴുത്തു.

ദൎപ്പം. ന. അഹങ്കാരം.

ദൎപ്പിക്കുന്നു. ച്ചു. പ്പാൻ. (ദൎപ്പി.) അ. ക്രി. അഹങ്കരിക്കുന്നു.

ദൎപ്പിത. വി. (തൻ, താ, തം.) വി. ന. അഹങ്കാരമുള്ള.

ദൎബ്ബടൻ. ന. ക, ഒരുദ്യോഗസ്ഥൻ. വ, രക്ഷിക്കുന്നവൻ. ന, വാതിൽകാവ ല്ക്കാരൻ.

ദൎബ്ബൻ. ന. രാക്ഷസൻ.

ദൎബ്ബാർ; ഡൎബ്ബാർ. ന. രാജസഭ, ക്രു ടിക്കാഴ്ച.

ദൎഭ. ന. ഒരു മാതിരി പുല്ലു, ദൎഭപ്പുല്ലു.

ദൎഭടം. ന. വിജനമായുള്ള ഒരു വീട.

ദൎഭം. ന. ദൎഭപ്പുല്ലു.

ദൎഭേക്ഷു. ന. കരിവിക്കരിമ്പു.

ദൎവ്വി. അല്ലെങ്കിൽ, **ദൎബ്ബി.** ന. ക, ത വി, കയിൽ. വ, ചട്ടുകം. ന, പാമ്പി ന്റെ പത്തി.

ദൎവ്വീകരം. അല്ലെങ്കിൽ, **ദൎബ്ബീകരം.** ന. സപ്പം.

ദൎശ. വി. (കൻ, കാ, കം.) വി. ന. ദൎശിപ്പിക്കുന്ന.

ദൎശകൻ. ന. ക, കാവൽക്കാരൻ. വ, കാണിക്കുന്നവൻ. ന, വിദ്വാൻ.

ദൎശനം. ന. ക, കാഴ്ച. വ, കാണുക. ന, കാഴ്ചദ്രവ്യം. ര, വേദാന്തം മുത ലായ ആറു മതങ്ങളിൽ ഒന്നു. ഊ, പ്ര രയുടെ കാഴ്ചപ്പുറം.

ദൎശനീയ. വി. (യൻ, യാ, യം.) വി. ന. കാണേണ്ടുന്ന, ഭംഗിയുള്ള.

ദൎശം. ന. ക, കാഴ്ച. വ, കറുത്തവാവു. ന, കറുത്തവാവുതോറും ചെയ്യുന്ന ഒരു കൎമ്മം.

ദൎശയിതാവു. ന. ക, കാണിക്കുന്നവ ൻ. വ, കാവൽക്കാരൻ.

ദൎശിക്കുന്നു. ച്ചു. പ്പാൻ. (ദൎശി.) സ. ക്രി. കാണുന്നു. **ദൎശിപ്പിക്കുന്നു.** കാ. ക്രി.

ദൎശിത. വി. (തൻ, താ, തം.) വി. ന. കാണിക്കപ്പെട്ട.

ദലന. വി. (നൻ, നി, നം.) വി. ന. ഖണ്ഡിക്കുന്ന, പിളൎക്കുന്ന.

ദലനം. ന. ക, ഖണ്ഡനം. വ, പിളൎച്ച.

ദലം. അല്ലെങ്കിൽ, **ദളം.** ന. ക, ഇ ല. വ, ഇതൾ.

ദലിത. അല്ലെങ്കിൽ, **ദളിത.** വി. (തൻ, താ, തം.) വി. ന. ക, വിടൎന്ന. വ, ഖണ്ഡിക്കപ്പെട്ട.

ദല്ലാൾ; ദല്ലാലി. ന. ഇടനില നിന്നു ലാഭം എടുക്കുന്നവൻ.

ദവഥു. ന. വ്യാകുലത.

ദവം. ന. ക, കാട്ടുതീ. വ, കാട.

ദവാഗ്നി. ന. കാട്ടുതീ.

ദവിഷ്ഠ. വി. (ഷ്ഠൻ, ഷ്ഠാ, ഷ്ഠം.) വി. ന. അകന്ന.

ദവീയസ്സ. വി. (യാൻ, യസി, യസ്സ.) വി. ന. ഏററവും അകന്ന.

ദശ. വി. പത്തു.

ദശ. ന. ക, അവസ്ഥ. വ, മാംസം. ന, വിളക്കിൻതിരി. ര, വസ്ത്രത്തിന്റെ കര. ഊ, ഗ്രഹങ്ങളുടെ ഓരോരോ കാലം.

ദശക. വി. (കൻ, കാ, കം.) വി. ന. പത്തു സംഖ്യയായുള്ള.

ദശഗുണം. ന. പത്തിരട്ടി.

ദശഗ്രീവൻ. ന. ഒരു രാക്ഷസൻ, രാ വണൻ.

ദശദിക്കുകൾ. ന. പത്തു ദിക്കുകൾ.

ദശധാ. അ. പത്തു പ്രകാരം.

ദശനം. ന. പല്ലു.

ദശനവാസസ്സ. ന. ചൊടി.

ദശപുരം. ന. മാല്വവായിൽ ഒരു ദേശം.

ദശപ്പ. ന. മാംസം, പുഷ്ടി.

ദശബലൻ. ന. ബുദ്ധമുനി.

ദശഭാരം. ന. പത്തു ഭാരം.

ദശമ. വി. (മൻ, മി, മം.) വി. ന. പത്താമതുള്ള.

ദശമീ. ന. പത്താമത്തെ പക്കം.

ദശമി. വി. (മീ, മിനീ, മി.) വി. ന. ൧, അധികം വയസ്സുചെന്ന. ൨, പഴക്കമായുള്ള.

ദശമിസ്ഥ. വി. (സ്ഥൻ സ്ഥാ, സ്ഥം.) വി. ന. ൧, ക്ഷീണമുള്ള. ൨, വാൎദ്ധക്യമുള്ള, മരിപ്പാറായ.

ദശമുഖൻ. ന. രാവണൻ.

ദശമൂലം. ന. കുമ്പിൾ കൂവളം മുഞ്ഞ പാതിരി പലകപ്പയ്യാനി ഓരില മൂവില കറുത്തചുണ്ട വെളുത്തചുണ്ട ഞെരിഞ്ഞിൽ ഈ പത്തു മരുന്നുകൾക്കും കൂടെയുള്ള ഒരു പേർ.

ദശയോഗം. ന. ഒരു വൈദ്യഗ്രന്ഥം.

ദശരഥൻ. ന. പണ്ടുള്ള ഒരു രാജാവിന്റെ പേർ, ശ്രീരാമന്റെ അച്ഛൻ.

ദശവായു. ന. മനുഷ്യരുടെ ശരീരത്തിലുള്ള പത്തു വായുക്കൾക്കും കൂടെയുള്ള ഒരു പേർ.

ദശവെപ്പ. ന. സൂൎയ്യൻ മുതലായ നവഗ്രഹങ്ങൾക്കും അധീനമായിട്ടു പറയുന്ന കാലത്തിന്റെ അവസാനം.

ദശാന്ത്യം. ന. മേല്പറഞ്ഞ അൎത്ഥം.

ദശാംശം. ന. പത്തിലൊരു പങ്കു.

ദശാപഹാരം. ന. ഓരോരോ ഗ്രഹങ്ങളുടെ ദശകളിൽ അതാതിന്നു പ്രത്യേകം അംശിച്ചു വരുന്ന പങ്കു.

ദശാൎണ്ണം. ന. ഒരു രാജ്യം.

ദശാവതാരം. ന. വിഷ്ണുവിന്റെ പത്തു അവതാരം.

ദശാസന്ധി. ന. ഒരു ദശയുടെ അവസാനവും മറെറാരു ദശയുടെ ആരംഭവും തമ്മിൽ കൂടുന്ന സമയം.

ദശാസ്യൻ. ന. രാവണൻ.

ദശേന്ദ്രിയം. ന. വാക്കു മുതലായ കൎമ്മേന്ദ്രിയങ്ങൾ അഞ്ചും ചെവി മുതലായ ജ്ഞാനേന്ദ്രിയങ്ങൾ അഞ്ചും.

ദഷ്ട. വി. (ഷ്ടൻ, ഷ്ടാ, ഷ്ടം.) വി. ന. കടിക്കപ്പെട്ട.

ദസ്യു. ന. ൧, ശത്രു. ൨, കള്ളൻ.

ദസ്ര. ന. ഒന്നാമത്തെ നക്ഷത്രം, അശ്വതി.

ദസ്രന്മാർ. ന. അശ്വിനി ദേവന്മാർ.

ദഹനക്കേട. ന. ദീപനക്കുറവു, അജീൎണ്ണം.

ദഹനൻ. ന. ൧, ദഹിപ്പിക്കുന്നവൻ, അഗ്നി. ൨, ഒരു പച്ചമരുന്നു.

ദഹനം. ന. ദഹിക്കുക.

ദഹനോപലം. ന. സൂൎയ്യകാന്തക്കല്ലു.

ദഹിക്കുന്നു. ച്ചു. പ്പാൻ. (ദഹി.) അ. ക്രി. ൧, വെന്തുപോകുന്നു. ൨, ദഹിച്ച വസ്തു ജീൎണ്ണമാകുന്നു. **ദഹിപ്പിക്കുന്നു.** സ. ക്രി.

ദഹ്യമാന. വി. (നൻ, നാ, നം.) വി. ന. ദഹിക്കപ്പെടുന്ന.

ദളകൃത്തം. ന. ദളവാപ്പട്ടം.

ദളവാ. ന. തിരുവിതാംകൂറിലെയും കൊച്ചിയിലെയും ദിവാൻജിമാരുടെ മുൻകാലങ്ങളിലെ സ്ഥാനപ്പേരു.

ദക്ഷ. വി. (ക്ഷൻ, ക്ഷാ, ക്ഷം.) വി. ന. സാമൎത്ഥ്യമുള്ള. **ദക്ഷത.** ന.

ദക്ഷൻ. ന. ബ്രഹ്മാവിന്റെ ഒരു പുത്രൻ.

ദക്ഷപ്രജാപതി. ന. മേല്പറഞ്ഞ അൎത്ഥം.

ദക്ഷിണ. വി. (ണൻ, ണാ, ണം.) വി. ന. ൧, തെക്കുള്ള. ൨, വലത്തുള്ള. ൩, അനുകൂലമായ. ൪, സാമൎത്ഥ്യമുള്ള.

ദക്ഷിണ. ന. കൎമ്മങ്ങളുടെ അവസാനത്തിൽ ഗുരുവിന്നു മററും ചെയ്യുന്ന ദാനം.

ദക്ഷിണസ്ഥൻ. ന. തേർ നടത്തുന്നവൻ.

ദക്ഷിണാഗ്നി. ന. അഗ്നികൾ മൂന്നു പ്രകാരമുള്ളതിൽ ഒന്നു, തെക്കേതിൽ ഇടുന്ന ഹോമാഗ്നി.

ദക്ഷിണാത്യ. വി. തെക്കൻ ദിക്കിലുള്ള.

ദക്ഷിണാപഥം. ന. തെക്കൻ ഇൻഡ്യാ.

ദക്ഷിണാമൂൎത്തി. ന. ശിവൻ.

ദക്ഷിണായനം. ന. സൂൎയ്യൻ തെക്കോട്ടു നീങ്ങി സഞ്ചരിക്കുന്ന ആറു മാസം.

ദക്ഷിണാൎഹ. വി. (ൎഹൻ, ൎഹാ, ൎഹം.) വി. ന. ദക്ഷിണ വാങ്ങിക്കുന്നതിന്നു യോഗ്യതയുള്ള.

ദക്ഷിണീയ. വി. (യൻ, യാ, യം.) വി. ന. മേല്പറഞ്ഞ അൎത്ഥം.

ദക്ഷിണേതര. വി. (രൻ, രാ, രം.) വി. ന. ഇടത്തുള്ള, വിപരീതമായുള്ള.

ദക്ഷിണേൎമ്മാവു. ന. വലത്തുഭാഗം മുറിഞ്ഞ മൃഗം.

ദക്ഷിണോത്തരം. ന. തെക്കുവടക്കു.

ദക്ഷിണ്യ. വി. (ണ്യൻ, ണ്യാ, ണ്യം.) വി. ന. ദക്ഷിണ വാങ്ങിക്കുന്നതിന്നു യോഗ്യതയുള്ള.

ദാ

ദാഡിമം. ന. ഒരു പച്ചമരുന്നു, താളിമാതളം.

ദാഡിമപുഷ്പകം. ന. ഒരു വൃക്ഷം, ചെമ്മരം.

ദാഢിക. ന. മീശ.

ദാത. വി. (തൻ, താ, തം.) വി. ന. മുറിക്കപ്പെട്ട.

ദാതവ്യ. വി. (വ്യൻ, വ്യാ, വ്യം.) വി. ന. കൊടുക്കത്തക്ക.

ദാതാവു. ന. കൊടുക്കുന്നവൻ.

ദാതൃ. വി. (താ, ത്രീ, തൃ.) വി. ന. കൊടുക്കുന്ന.

ദാതൃഭോക്തൃ. വി. (ക്താ, ക്ത്രി, ക്തൃ.) വി. ന. കൊടുക്കയും അനുഭവിക്കയും ചെയ്യുന്ന.

ദാത്യൂഹം. ന. ഒരു പക്ഷി, നത്തു.

ദാത്രം. ന. അരിവാൾ.

ദാനകം. ന. നിന്ദ്യമായ സമ്മാനം.

ദാനപത്രം. ന. കൊടുക്കുന്നതിന്നുള്ള എഴുത്തു.

ദാനപ്രമാണം. ന. മേല്പറഞ്ഞ അൎത്ഥം.

ദാനം. ന. ൧, കൊടുക്കൽ. ൨, ആനയുടെ മദജലം.

ദാനവൻ. ന. അസുരൻ.

ദാനവാരി. ന. വിഷ്ണു.

ദാനവീ. ന. അസുരസ്ത്രീ.

ദാനവേന്ദ്രൻ. ന. അസുരരാജാവു.

ദാനശീല. വി. (ലൻ, ലാ, ലം.) വി. ന. കൊടുക്കുന്ന സ്വഭാവമുള്ള.

ദാനശൌണ്ഡ. വി. (ണ്ഡൻ, ണ്ഡാ, ണ്ഡം.) വി. ന. വളരെ കൊടുക്കുന്ന.

ദാനാർഹ. വി. (ഹൻ, ഹാ, ഹം.) വി. ന. കൊടുക്കുന്നതിന്നു യോഗ്യമായ.

ദാനി. വി. (നി, നിനി, നി.) വി. ന. കൊടുക്കുന്ന.

ദാനീയം. ന. സമ്മാനം.

ദാന്ത. വി. (ന്തൻ, ന്താ, ന്തം.) വി. ന. അടക്കമുള്ള.

ദാന്തി. ന. അടക്കം.

ദാമ്പത്യം. ന. വിവാഹം, ദമ്പതിമാരെന്നുള്ള സ്ഥിതി.

ദാപയിതൃ. വി. (താ, ത്രീ, തൃ.) വി. ന. കൊടുപ്പിക്കുന്ന.

ദാപിത. വി. (തൻ, താ, തം.) വി. ന. ഹ, കുററം ചുമത്തപ്പെട്ട. ദ, കീഴമത്തപ്പെട്ട. ന, കൊടുപ്പിക്കപ്പെട്ട.

ദാമനി. ന. പശുക്കയർ.

ദാമം. ന. കയർ.

ദാമോദരൻ. ന. വിഷ്ണു.

ദാംഭിക. വി. (കൻ, കീ, കം.) വി. ന. വ്യാജമുള്ള.

ദാംഭികൻ. ന. ഹ, കപടഭക്തിക്കാരൻ, ദ, ഒരുമാതിരി മലങ്കാക്ക.

ദായക; ദായി. ന. കൊടുക്കുന്നവൻ. കൊടുക്കുന്ന.

ദായഭാഗം. ന. കൊടുപ്പാനുള്ള പങ്കു.

ദായം. ന. സമ്മാനം, അവകാശം.

ദായാദൻ. ന. ഹ, പുത്രൻ. ദ, ബന്ധുക്കാരൻ.

ദായാദി. ന. പുത്രി. (മ.) സംബന്ധം, ഉടപ്പം.

ദായികാ; ദായിനി. ന. കൊടുക്കുന്നവൾ.

ദാരക. വി. (കൻ, കാ, കം.) വി. ന. ദാരണം ചെയ്യുന്ന, പിളൎക്കുന്ന.

ദാരകൻ. ന. ഹ, പുത്രൻ. ദ, പൈതൽ.

ദാരങ്ങൾ. ന. ഭാൎയ്യ.

ദാരണം. ന. ഹ, കീറുക. ദ, ഒരങ്ങാടിമരുന്നു, തേററാമ്പരൽ.

ദാരദം. ന. ഹ, ഒരുവക വിഷം. ദ, രസം. ന, ചാലിയം.

ദാരികാ. ന. ഹ, പുത്രി. ദ, വേശ്യ. ന, ചീന്തൽ, കീററൽ.

ദാരിത. വി. (തൻ, താ, തം.) വി. ന. കീറപ്പെട്ട.

ദാരിദ്ര്യം. ന. ക്ഷാമം.

ദാരിദ്ര്യവാസി. ന. ക്ഷാമം അനുഭവിക്കുന്നവൻ.

ദാരു. ന. ഹ, ഉണങ്ങിയ മരം. ദ, ദേവതാരവൃക്ഷം.

ദാരുക. ന. മരപ്പാവ.

ദാരുകൻ. ന. കൃഷ്ണന്റെ സാരഥി.

ദാരുഗൎഭ. ന. മരപ്പാവ.

ദാരുണ. വി. (ണൻ, ണാ, ണം.) വി. ന. ഭയങ്കരമായ.

ദാരുമൂലം. ന. വൃക്ഷച്ചുവടു.

ദാരുഹരിദ്ര. ന. ഒരങ്ങാടിമരുന്നു, മരമഞ്ഞൾ.

ദാരുഹസ്തകം. ന. മരത്തവി.

ദാരൈഷണ. ന. ഭാൎയ്യാസ്നേഹം.

ദാൎഢ്യം. ന. കഠിനം, ഉറപ്പു.

ദാൎവ്വാഘാടം. ന. മരംകൊത്തിപ്പക്ഷി.

ദാൎവ്വിക. ന. ഒരു പച്ചമരുന്നു.

ദാൎവ്വീ. ന. മരമഞ്ഞൾ.

ദാവം. ന. ഹ, കാടു. ദ, കാട്ടുതീ.

ദാവാഗ്നി. ന. കാട്ടുതീ.

ദാവാനലൻ. ന. കാട്ടുതീ.

ദാശൻ. ന. ഹ, മുക്കുവൻ. ദ, വേലക്കാരൻ.

ദാശപുരം. ന. കഴിമുത്തെങ്ങ.

ദാശരഥി. അല്ലെങ്കിൽ, **ദാശരഥൻ.** ന. ശ്രീരാമൻ.

ദാശാൎഹൻ. ന. കൃഷ്ണൻ.

ദാസൻ. ന. ഹ ഭൃത്യൻ. ദ, മുക്കുവൻ. ന, ശൂദ്രൻ. ദാസത്വം. ന.

ദാസി. ന. ഹ, വേലക്കാരത്തി. ദ, ശൂദ്രസ്ത്രീ. ന, ഒരു പൂച്ചെടി, നിലക്കുറിഞ്ഞി.

ദാസീസഭം. ന. ദാസികളുടെ കൂട്ടം.

ദാസേയ. വി. (യൻ, യി, യം.) വി. ന. ദാസനിൽനിന്നു ജനിച്ച.

ദാസേയൻ. ന. ദാസൻ, ഭൃത്യൻ.

ദാസേരകം. ന. ഒട്ടകം.

ദാസേര. വി. (രൻ, രി, രം.) വി. ന. ഭൃത്യനിൽനിന്നു ജനിച്ച.

ദാസേരൻ. ന. ഭൃത്യൻ.

ദാസ്യം. ന. അടിമ, ദാസ്യപ്രവൃത്തി.

ദാസ്യവൃത്തി. ന. അടിമയിൽ ഇരിക്ക.

ദാഹക. വി. (കൻ, കാ, കം.) വി. ന. ദഹിപ്പിക്കുന്ന.

ദാഹം. ന. ഹ, ദഹിക്ക, എരിയുക. ദ, ചൂടു. (മ.) തണ്ണീർദാഹം.

ദാഹിക്കുന്നു. ച്ചു. പ്പാൻ. (ദാഹി.) അ. ക്രി. തണ്ണീൎക്കു ദാഹിക്കുന്നു.

ദാക്ഷായിണി. ന. പാൎവ്വതി.

ദാക്ഷായ്യം. ന. കഴുകൻപക്ഷി.

ദാക്ഷിണാത്യ. വി. (ത്യൻ, ത്യാ, ത്യം.) വി. ന. തെക്കെ ദിക്കിലുണ്ടായ.

ദാക്ഷിണ്യ. വി. (ണ്യൻ, ണ്യാ, ണ്യം.) വി. ന. ദക്ഷിണെക്കു യോഗ്യമായ.

ദാക്ഷിണ്യം. ന. ഹ, ദയ. ദ, ഔദാൎയ്യം.

ദാക്ഷ്യം. ന. സാമൎത്ഥ്യം, കാൎയ്യശേഷി.

ദി

ദിക്കു. ന. ഹ, ദേശം. ദ, തെക്കു വടക്കു കിഴക്കു പടിഞ്ഞാറു, കോണുകളും മററും.

ദിക്കര. വി. (രൻ, രി, രം.) വി. ന. യുവാവായ.

ദിക്കരി. ന. ഹ, ലോകത്തിന്റെ എട്ടു ദിക്കിലുള്ള ആനകൾ എട്ടും. ദ, ഇളയ സ്ത്രീ.

ദിക്പാലന്മാർ. ന. ലോകപാലന്മാർ, ഇന്ദ്രൻ, അഗ്നി, അന്തകൻ, നിരൃതി, വരുണൻ, വായു, വൈശ്രവണൻ, രുദ്രൻ.

ദിഗന്തം. ന. ഹ, ദിക്കിന്റെ അവസാനം, ചക്രവാളം. ദ, ദിക്കിന്റെ നടുവു.

ദിഗന്തരം. ന. ദിക്കിന്റെ മദ്ധ്യം, ആകാശം.

ദിഗന്തരാളം. ന. ദിക്കിന്റെ നടുവു, ദിക്കിന്റെ ഇട.

ദിഗംബര. വി. (രൻ, രാ, രി, രം.) വി. ന. വസ്ത്രമുടുക്കാത്ത.

ദിഗംബരൻ. ന. ഹ, ശിവൻ. ദ, ഒരു ബുദ്ധസന്യാസി.

ദിഗ്ഗജം. ന. ലോകത്തിന്റെ എട്ടു ദിക്കിലുള്ള ആനകൾ എട്ടും.

ദിഗ്ജയം. ന. ദിക്കുകളെ ജയിക്ക.

ദിഗ്ധ. വി. (ഗ്ധൻ, ഗ്ധാ, ഗ്ധം.) വി. ന. പൂശപ്പെട്ട.

ദിഗ്ധം. ന. വിഷംതേച്ച അമ്പു.

ദിശഭവ. വി. (വൻ, വാ, വം.) വി. ന. ദിക്കിൽ ഉണ്ടായ.

ദിഗ്ഭ്രമം. ന. ദിക്ക മാറിത്തോന്നുക.

ദിഗ്വലയം. ന. ദിക്കിന്റെ മണ്ഡലം, ചക്രവാളം.

ദിഗ്വാസി. വി. (സി, സിനീ, സി.) വി. ന. ദിക്കിൽ പാൎക്കുന്ന.

ദിഗ്വിശേഷം. ന. ദിക്കുകൾ തമ്മിലുള്ള ഭേദം.

ദിങ്മുഖം. ന. ദിക്കിന്റെ നേൎക്കുള്ള വശം.

ദിത. വി. (തൻ, താ, തം.) വി. ന. മുറിക്കപ്പെട്ട.

ദിതി. ന. അസുരന്മാരുടെ അമ്മ.

ദിതിജൻ. ന. അസുരൻ.

ദിതിജാരി. ന. ഫ, വിഷ്ണു. വ, ഇന്ദ്രൻ.

ദിതിസുതൻ. ന. അസുരൻ.

ദിദൃക്ഷ. ന. കാണ്മാനുള്ള ആഗ്രഹം.

ദിദൃക്ഷു. വി. (ത്രിഷു.) വി. ന. കാണ്മാനാഗ്രഹമുള്ള.

ദിധിഷു. ന. രണ്ടാമത്തെ ഭൎത്താവു.

ദിധിഷൂ. ന. രണ്ടുവട്ടം വേൾക്കപ്പെട്ടവൾ.

ദിനകരൻ. ന. ആദിത്യൻ

ദിനചൎയ്യ. ന. ദിവസംതോറും ചെയ്യേണ്ടുന്ന മുറ.

ദിനപതി. ന. ആദിത്യൻ.

ദിനമണി. ന. ആദിത്യൻ.

ദിനം. ന. ഫ, ദിവസം. വ, പകൽ.

ദിനംപ്രതി. അ. ദിവസംതോറും.

ദിനാന്തം. ന. അസ്തമനസന്ധ്യ.

ദിനാവസാനം. ന. മേല്പറഞ്ഞ അൎത്ഥം.

ദിനേശൻ. ന. ആദിത്യൻ.

ദിനേശം. ന. ഒരു പൂച്ചെടി, എരിക്ക.

ദിനേശവല്ലി. ന. ഒരങ്ങാടിമരുന്നു, വേമ്പാട.

ദിലീപൻ. ന. സൂൎയ്യവംശത്തിലുള്ള ഒരു രാജാവു.

ദിവം. ന. ഫ, സ്വൎഗ്ഗം. വ, ആകാശം.

ദിവസകരൻ. ന. ആദിത്യൻ.

ദിവസം. ന. ഫ, പകൽ. വ, ഒരു പകലും ഒരു രാത്രിയും കൂടിയ സമയം.

ദിവസവൃത്തി. ന. നിത്യവൃത്തി.

ദിവസേശ്വരൻ. ന. ആദിത്യൻ.

ദിവസ്പതി. ന. ഇന്ദ്രൻ.

ദിവാ. അ. പകൽ.

ദിവാകരൻ. ന. ആദിത്യൻ.

ദിവാകീൎത്തി. ന. ഫ, ചണ്ഡാലൻ. വ, ക്ഷൌരക്കാരൻ.

ദിവാൻ. ന. ചില രാജ്യങ്ങളിലെ പ്രധാനമന്ത്രിക്കുള്ള സ്ഥാനപ്പേര.

ദിവാനിശം. അ. രാത്രിയും പകലും, എപ്പോഴും.

ദിവാഭീതൻ. ന. ഫ, മൂങ്ങ. വ, കള്ളൻ.

ദിവാമദ്ധ്യം. ന. ഉച്ചസമയം.

ദിവിജ. വി. (ജൻ, ജാ, ജം.) വി. ന. ആകാശത്തുണ്ടായ.

ദിവിഷൽ. ന. ദേവൻ.

ദിവിഷ്ഠ. വി. (ഷ്ഠൻ, ഷ്ഠാ, ഷ്ഠം.) വി. ന. സ്വൎഗ്ഗത്തിലിരിക്കുന്ന.

ദിവൌകസ്സ. ന. ഫ, ദേവൻ. വ, വേഴാമ്പൽപക്ഷി.

ദിവ്യജ്ഞാനം. ന. വിശേഷമായ അറിവു.

ദിവ്യചക്ഷുസ്സ. ന. ജ്ഞാനദൃഷ്ടി, ദിവ്യമാകുന്ന കണ്ണു.

ദിവ്യദ്രവ്യം. ന. വിശേഷവസ്തു.

ദിവ്യപഞ്ചാമൃതം. ന. നെയ്യ തൈർ പാൽ വെണ്ണ പഞ്ചസാര ഇവ അഞ്ചും കൂടിയതു.

ദിവ്യമാനുഷൻ. ന. വിശിഷ്ടതയുള്ള മനുഷ്യൻ.

ദിവ്യമൂൎത്തി. ന. ദിവ്യശരീരം.

ദിവ്യ. വി. (വ്യൻ, വ്യാ, വ്യം.) വി. ന. ഫ, ആകാശത്തോട ചേൎന്ന. വ, സ്വൎഗ്ഗത്തെ സംബന്ധിച്ച. ന, ദൈവത്തെയൊ ദേവകളെയൊ സംബന്ധിച്ച. ര, സൌന്ദൎയ്യമുള്ള. ല, വിശേഷമുള്ള. ള, സ്വഭാവത്തിന്നപ്പുറമുള്ള. ദിവ്യത്വം. ഗ്ര. ന. ദൈവസംബന്ധമായ അവസ്ഥ, മഹിമ.

ദിവ്യം. ന. യവം, ഒരു ധാന്യം.

ദിവ്യയാനം. ന. വിമാനം.

ദിവ്യരത്നം. ന. വിശേഷമായ രത്നം.

ദിവ്യരസം. ന. വിശേഷമായ ഒരു മരുന്നു, രസം.

ദിവ്യരൂപം. ന. വിശേഷമായ രൂപം.

ദിവ്യലോകം. ന. ദിവ്യമായ ലോകം.

ദിവ്യവൎഷം. ന. മുന്നൂറററുപത്തഞ്ചു മനുഷ്യസംവത്സരം കൂടിയതു.

ദിവ്യവസ്തു. ന. വിശേഷവസ്തു.

ദിവ്യവാക്ക. ന. അശരീര വാക്ക.

ദിവ്യവിഗ്രഹം. ന. ദിവ്യശരീരം.

ദിവ്യാദിവ്യം. വി. ദൈവസ്വഭാവവും മനുഷ്യസ്വഭാവവും കൂടെയുള്ള.

ദിവ്യാഭരണം. ന. വിശേഷമായ അലങ്കാരം.

ദിവ്യാസ്ത്രം. ന. ദേവസംബന്ധമായ ആയുധം, ബ്രഹ്മാസ്ത്രം മുതലായതു.

ദിവ്യോദകം. ന. മഴവെള്ളം, മഞ്ഞുവെള്ളം.

ദിവ്യോപദേശം. ന. ദിവ്യമായ ഉപദേശം.

ദിവ്യോപപാദുക. വി. (കൻ, കി, കം.) വി. ന. സ്വൎഗ്ഗത്തിന്നടുത്ത.

ദിശ്യ. വി. (ശ്യൻ, ശ്യാ, ശ്യം.) വി. ന. ദിക്കിൽ ഭവിച്ച.

ദിഷ്ട. വി. (ഷ്ടൻ, ഷ്ടാ, ഷ്ടം.) വി. ന. ഫ, കാണിക്കപ്പെട്ട. വ, ഉപദേശിക്കപ്പെട്ട.

ദിഷ്ടം. ന. ഫ, കാലം. വ, ഭാഗ്യം.

ദിഷ്ടാന്തം. ന. മരണം.

ദിഷ്ടി. ന. ആനന്ദം, സന്തോഷം.

ദിഷ്ട്യാ. അ. ഭാഗ്യംകൊണ്ടു ലഭിക്കുന്നതു.

ദിഹ്ന. വി. (ത്രിഷു.) വി. ന. മാനശീലമുള്ള.

ദീ

ദീദിവി. വി. (ത്രിഷു.) വി. ന. കേറിയ, എഴുന്നേററ.

ദീദിവി. ന. ഫ, ചോറു. വ, ബൃഹസ്പതി.

ദീധിതി. ന. രശ്മി.

ദീന. വി. (നൻ, നാ, നം.) വി. ന. ഫ, രോഗമുള്ള. വ, ദാരിദ്ര്യമുള്ള. ദീനത. ഗ്ര. ന. ദീനഭാവം.

ദീനാരം. ന. ഫ, ഒരുവക പൊൻനാണയം. വ, ഒരു പൊൻകണക്ക.

ദീപക. വി. (കൻ, കാ, കം.) വി. ന. ഫ, ശോഭിപ്പിക്കുന്ന. വ, ജ്വലിപ്പിക്കുന്ന.

ദീപകം. ന. ഫ, വിളക്ക, തിരിമേൽ കത്തിനില്ക്കുന്ന തീ. വ, അലങ്കാരശാസ്ത്രത്തിൽ പറയുന്ന ഒരു കവിതാഭംഗിയുടെ ലക്ഷണം. ന, സുഗന്ധമുള്ള ഒരു കുരു.

ദീപകിട്ടം. ന. വിളക്കമഷി.

ദീപധ്വജം. ന. ഫ, വിളക്കതണ്ടു. വ, വിളക്കമഷി.

ദീപന. വി. (നൻ, നാ, നം.) വി. ന. ൧, ജ്വലിപ്പിക്കുന്ന, പ്രകാശിപ്പിക്കുന്ന. ൨., ദഹിപ്പിക്കുന്ന.

ദീപനം. ന. ൧, ദഹിപ്പിക്കുക. ൨, ദഹനം.

ദീപനീ. വി. ദഹനശക്തിയുള്ള.

ദീപനി. ന. സുഗന്ധമുള്ള ഒരു കുരു.

ദീപം. ന. തിരിമേൽ കത്തിനില്ക്കുന്നതു, വിളക്കു.

ദീപയഷ്ടി. ന. ഒരുമാതിരി പന്തം, തിവട്ടി.

ദീപസ്തംഭം. ന. ൧, കൽവിളക്കു. ൨, വിളക്കുതൂൺ.

ദീപാരാധന. ന. ക്ഷേത്രങ്ങളിൽ ഒരു മാതിരി വിളക്കു കൊളുത്തി ഉഴിയുക.

ദീപാളി. ന. ൧, തുലാമാസത്തിലുള്ള ഒരു പുണ്യദിവസം. ൨, വിളക്കുകളുടെ കൂട്ടം.

ദീപിക. ന. ൧, വിളക്കു. ൨, കരിഞ്ജീരകം.

ദീപിക്കുന്നു. ച്ചു. പ്പാൻ. (ദീപി.) അ. ക്രി. ൧, ദഹിക്കുന്നു. ൨, കത്തുന്നു. ൩, പ്രകാശിക്കുന്നു.

ദീപിത. വി. (തൻ, താ, തം.) വി. ന. ൧, പ്രകാശിപ്പിക്കപ്പെട്ട. ൨, ജ്വലിപ്പിക്കപ്പെട്ട.

ദീപ്ത. വി. (പ്തൻ, പ്താ, പ്തം.) വി. ന. ൧, പ്രകാശിച്ച. ൨, ജ്വലിച്ച.

ദീപ്തി. ന. ൧, ശോഭ. ൨, തേജസ്സ്.

ദീപ്തോപലം. ന. സൂൎയ്യകാന്തക്കല്ലു.

ദീപ്യകം. അല്ലെങ്കിൽ, **ദീപ്യം.** ന. ൧, ൧, കരിഞ്ജീരകം. ൨, അയമോതകം.

ദീപ്യ. വി. (പ്യൻ, പ്യാ, പ്യം.) വി. ന. ദീപിപ്പിക്കപ്പെടുവാൻ തക്ക.

ദീപ്യമാന. വി. (നൻ, നാ, നം.) വി. ന. ശോഭിച്ചിരിക്കുന്ന.

ദീർഘ. വി. (ൎഘൻ, ൎഘാ, ൎഘം.) വി. ന. നീളമുള്ള. **ദീർഘത.** ഗു. ന. നീളം.

ദീർഘകാലം. ന. വളരെക്കാലം.

ദീർഘകോശിക. ന. ഒരുവക കക്കാ.

ദീർഘദർശനം. ന. വരുവാനുള്ള കാൎയ്യം മുൻപുകൂട്ടി കാണുക.

ദീർഘദർശി. വി. (ശീ, ശിനി ശി.) വി. ന. വരുവാനുള്ള കാൎയ്യം മുൻപുകൂട്ടി കാണുന്ന.

ദീർഘദൃശി. ന. കഴുകൻപക്ഷി.

ദീർഘദൃഷ്ടി. ന. ൧, അറിവും ബുദ്ധിയും വിവേകവുമുള്ളവൻ. ൨, ദൂരത്തിൽ കാഴ്ചയുള്ളവൻ. ൩, നീളമുള്ള കണ്ണു.

ദീർഘനിദ്ര. ന. മരണം.

ദീർഘപത്രം. ന. വെളുത്തുള്ളി.

ദീർഘപാത്ത്. ന. ഞാറപ്പക്ഷി.

ദീർഘപൃഷ്ഠം. ന. പാമ്പു.

ദീർഘമാകുന്നു. യി. വാൻ. (ദീർഘം.) അ. ക്രി. ൧, നീളുന്നു. ൨, താമസിക്കുന്നു. **ദീർഘമാക്കുന്നു.** സ. ക്രി.

ദീർഘമൂലം. ന. ൧, ഒരു വള്ളി. ൨, ഒരു തൈ, മൂവില.

ദീർഘവൃന്തം. ന. ഒരു വൃക്ഷം, പലകപ്പയ്യാനി.

ദീർഘശ്വാസം. ന. നെടുവീൎപ്പു.

ദീർഘസത്രം. ന. വളരെക്കാലംകൊണ്ടു അവസാനിക്കുന്ന യാഗം.

ദീർഘസൂത്ര. വി. (ത്രൻ, ത്രാ, ത്രം.) വി. ന. താമസിച്ചു ചെയ്യുന്ന.

ദീർഘസൂത്രം. ന. താമസപ്രവൃത്തി.

ദീർഘസ്നേഹം. ന. വളരെക്കാലമായുള്ള മമത.

ദീർഘാദ്ധ്വഗൻ. ന. ൧, അഞ്ചൽക്കാരൻ. ൨, ഒട്ടകം.

ദീർഘാദ്ധ്വാവു. ന. നീണ്ട വഴി, ദീൎഘ യാത്ര.

ദീർഘായുഷ്മൽ. വി. (ഷ്മാൻ, ഷ്മതി, ഷ്മൽ.) വി. ന. വളരെക്കാലം ജീവിച്ചിരിക്കുന്ന.

ദീർഘായുസ്സു. വി. (ത്രിഷു.) വി. ന. മേല്പറഞ്ഞ അൎത്ഥം.

ദീർഘിക. ന. ൧, വലുതായ കുളം. ൨, നെടുംകേണി.

ദീക്ഷ. ന. മരിച്ചവൎക്കുവേണ്ടി സംവത്സരം ചെയ്യുന്ന കൎമ്മം. ൨, യാഗം. ൩, വ്രതം.

ദീക്ഷാന്തം. ന. ൧, ദീക്ഷയുടെ അവസാനം. ൨, യാഗാവസാനം.

ദീക്ഷിക്കുന്നു. ച്ചു. പ്പാൻ. (ദീക്ഷി.) അ. ക്രി. ൧, മരിച്ചവൎക്കുവേണ്ടി സംവത്സരം കൎമ്മം ചെയ്യുന്നു. ൨, യാഗം ചെയ്യുന്നു.

ദീക്ഷിത. വി. (തൻ, താ, തം.) വി. ന. ദീക്ഷിച്ച.

ദീക്ഷിതൻ. ന. യാഗം ചെയ്യുവൻ.

ദു

ദുകൂലം. ന. വെളുത്ത വസ്ത്രം.

ദുഗ്ധം. ന. പാൽ.

ദുഗ്ധാബ്ധി. ന. പാല്ക്കടൽ.

ദുഗ്ധിക. ന. ഒരു പച്ചമരുന്നു, കിരുകിണ്ണിപ്പാല.

ദുഡുമം. ന. പച്ചിലയുള്ളി.

ദുനിയാവു. ന. രാജ്യം.

ദുന്ദുഭി. ന. ൧, ഒരു വാദ്യം, പെരുമ്പറ. ൨., ഇരട്ട. ൩, അറുപതിൽ ഒരു വൎഷം. ൪, കവറുകുന്നു.

ദുബാശി; ദ്വിഭാഷി. ന. പരിഭാഷകൻ.

ദുർ. അ. ഇതു ചില വാക്കുകളുടെ ആദിയിൽ വരുമ്പോൾ നിന്ദ്യം, പ്രയാസം, കഴിയാത്ത, ഇല്ലാത്ത ഇങ്ങനെയുള്ള അൎത്ഥങ്ങൾ വരും.

ദുര. ന. അത്യാശ.

ദുരത്യയ. വി. വേഗത്തിൽ കടന്നുകൂടാൻ പാടില്ലാത്ത.

ദുരദൃഷ്ടം. ന. ദുൎവ്വിധി.

ദുരദ്ധ്വം. ന. ചീത്തവഴി.

ദുരന്ത. വി. (ന്തൻ, ന്താ, ന്തം.) വി. ന. ൧, അവസാനത്തിൽ ചീത്തയായുള്ള. ൨, പാപമുള്ള. ൩, പ്രയാസമുള്ള.

ദുരാഗ്രഹം. ന. ൧, ചീത്ത ആഗ്രഹം. ൨, അത്യാഗ്രഹം.

ദുരാഗ്രഹി. ന. ൧, ചീത്തയാഗ്രഹമുള്ളവൻ. ൨, അത്യാഗ്രഹമുള്ളവൻ.

ദുരാചാര. വി. (രൻ, രാ, രം.) വി. ന. ചീത്ത പ്രവൃത്തിയുള്ള, ദുൎന്നടപ്പുള്ള.

ദുരാത്മ. വി. (ത്മാ, ത്മാ, ത്മ.) വി. ന. ൧, ദുൎബ്ബുദ്ധിയുള്ള. ൨, ചീത്ത സ്വഭാവമുള്ള.

ദുരാത്മാവു. ന. ദുഷ്ടൻ; വഞ്ചകൻ.

ദുരാപ. വി. (പൻ, പാ, പം.) വി. ന. ൧, പ്രാപിച്ചുകൂടാത്ത. ൨., ദുൎഘടമായി പ്രാപിക്കാകുന്ന. ൩, കിട്ടുവാൻ പ്രയാസമുള്ള. ൪, കിട്ടുകയില്ലാത്ത.

ദുരാലഭ. വി. (ഭൻ, ഭാ, ഭം.) വി. ന. ലഭിപ്പാൻ പ്രയാസമുള്ള.

ദുരാലഭ. ന. ഒരു പച്ചമരുന്നു, കൊടിത്തൂവ.

ദുരാലാപം. ന. ദുഷിവാക്കു.

ദുരാശയ. വി. (യൻ, യാ, യം.) വി. ന. ബുദ്ധിക്കുറപ്പില്ലാത്ത.

ദുരാസദ. വി. (ദൻ, ദാ, ദം.) വി. ന. പ്രാപിച്ചുകൂടാത്ത.

ദുരിതം. ന. പാപം.

ദുരിശം. ന. ക, ധൃതഗതി. ൨, ലോഭം.

ദുരുക്തി. ന. ചീത്ത വാക്കു.

ദുരൂഹ. വി. (ഹൻ, ഹാ, ഹം.) വി. ന. ഊഹിക്കപ്പെടുവാൻ പ്രയാസമുള്ള.

ദുരൂഹം. ന. ഉല്ലൂകം.

ദുരോദരൻ. ന. ചൂതു കളിക്കുന്നവൻ.

ദുരോദരം. ന. ക, ചൂതു. ൨, ചൂതുകളി.

ദുർഗ്ഗ. വി. (ഗ്ഗൻ, ഗ്ഗാ, ഗ്ഗം.) വി. ന. അടുത്തുകൂടാത്ത, അതിക്രമിച്ചുകൂടാത്ത.

ദുർഗ്ഗൻ. ന. ഒരസുരൻ.

ദുർഗ്ഗാ. ന. പാർവ്വതി.

ദുർഗ്ഗം. ന. കോട്ട.

ദുർഗ്ഗത. വി. (തൻ, താ, തം.) വി. ന. ദാരിദ്ര്യമുള്ള.

ദുർഗ്ഗതി. ന. നരകം.

ദുർഗ്ഗന്ധ. വി. (ന്ധൻ, ന്ധാ, ന്ധം.) വി. ന. ചീത്ത മണമുള്ള.

ദുർഗ്ഗന്ധം. ന. ചീത്ത മണം.

ദുർഗ്ഗന്ധി. വി. (ന്ധീ, ന്ധിനി, ന്ധി.) വി. ന. ചീത്ത മണമുള്ള.

ദുർഗ്ഗപഥം. ന. നടപ്പാൻ പ്രയാസമുള്ള വഴി.

ദുർഗ്ഗമ. വി. (മൻ, മാ, മം.) വി. ന. ക, ചെല്ലുവാൻ പ്രയാസമുള്ള. ൨, അറിവാൻ പ്രയാസമുള്ള.

ദുർഗ്ഗസഞ്ചാരം. ന. കടപ്പാൻ പ്രയാസമുള്ള സ്ഥലത്തിൽ നടക്കുക.

ദുർഗ്ഗ്രഹ. വി. മനസ്സിലാക്കുവാൻ പ്രയാസമുള്ള.

ദുർഘട. വി. (ടൻ, ടാ, ടം.) വി. ന. ക, ചേർക്കപ്പെടുവാൻ പ്രയാസമുള്ള. ൨, അപകടമുള്ള.

ദുർജ്ജനം. ന. ദുഷ്ടജനം.

ദുർജ്ജയ. വി. (യൻ, യാ, യം.) വി. ന. ജയിപ്പാൻ പ്രയാസമുള്ള.

ദുർജ്ജാത. വി. (തൻ, താ, തം.) വി. ന. ചീത്തയായിട്ടു ജനിച്ച.

ദുർജ്ഞേയ. വി. അറിവാൻ പ്രയാസമുള്ള.

ദുർണ്ണയം. ന. ന്യായകേട.

ദുർദ്ദശ. ന. ചീത്തയായ അവസ്ഥ.

ദുർദ്ദൃശ. വി. (ശൻ, ശാ, ശം.) വി. ന. നോക്കിക്കൂടാത്ത.

ദുർദ്ദിനം. ന. ക, മേഘംകൊണ്ടു മൂടിയ ദിവസം. ൨, ചീത്ത ദിവസം.

ദുർദ്രുഢൻ. ന. നാസ്തികൻ.

ദുർദ്ദൃഷ്ട. വി. (ഷ്ടൻ, ഷ്ടാ, ഷ്ടം.) വി. ന. നോക്കപ്പെടുവാൻ വഹിയാത്ത.

ദുർദ്ദേവത. ന. പിശാചു.

ദുർദ്ധര. വി. (രൻ, രാ, രം.) വി. ന. വഹിച്ചുകൂടാത്ത.

ദുർദ്ധർഷ. വി. (ഷൻ, ഷാ, ഷം.) വി. ന. അതിക്രമിച്ചുകൂടാത്ത.

ദുർന്നടപ്പു. ന. മുറ വിട്ടു നടക്കുക.

ദുർന്നയം. ന. അപനയം, അവിവേകം.

ദുർന്നാമ. ന. ഒരുവക ചെറിയ ജലജന്തു, ഞമഞ്ഞി.

ദുർന്നാമകം. ന. ഒരു ദീനം, അർശസ്സു.

ദുർന്നാമം. ന. മേല്ലറഞ്ഞ അർത്ഥം.

ദുർന്നിമിത്തം. ന. ലക്ഷണപ്പിഴ.

ദുർന്നിവാര. വി. (രൻ, രാ, രം.) വി. ന. തടുത്തുകൂടാത്ത.

ദുർന്നീരു. ന. ക, ചീത്ത വെള്ളം. ൨, ദേഹത്തിനുള്ളിൽ കെട്ടിയുണ്ടാകുന്ന ജലാംശം.

ദുർന്ന്യായം. ന. മര്യാദകേട.

ദുർബ്ബല. വി. (ലൻ, ലാ, ലം.) വി. ന. ബലമില്ലാത്ത.

ദുർബ്ബലൻ. ന. ചേല ചെയ്യപ്പെട്ടവൻ.

ദുർബ്ബീജം. ന. ക, ചീത്ത വിത്തു. ൨, മോശമുള്ള ഇന്ദ്രിയം, ദുസ്സന്തതി.

ദുർബ്ബുദ്ധി. വി. (ത്രിലി.) വി. ന. ചീത്ത ബുദ്ധിയുള്ള.

ദുർബ്ബുദ്ധി. ന. ചീത്ത ബുദ്ധി.

ദുർബ്ബോധനം. അല്ലെങ്കിൽ, ദുർബ്ബോധം. ന. തെറ്റായിട്ടുള്ള അറിവു.

ദുർഭഗ. ന. ഭർത്താവിന്നു സ്നേഹമില്ലാത്തവൾ, വിരൂപ.

ദുർഭഗൻ. ന. സൌന്ദൎയ്യമില്ലാത്തവൻ.

ദുർഭര. വി. (രൻ, രാ. രം.) വി. ന. എടുപ്പാൻ പ്രയാസമുള്ള.

ദുർഭാഗ്യം. ന. ഭാഗ്യമില്ലായ്മ.

ദുർഭാഷണം. ന. ശകാരം, ചീത്തവാക്കു പറക.

ദുർഭാഷി. വി. (ഷീ, ഷിണി, ഷി.) വി. ന. ചീത്തവാക്കു പറയുന്ന.

ദുർഭിക്ഷം. ന. ക്ഷാമം, പഞ്ഞം.

ദുർഭൂമി. ന. വിളയാത്ത ഭൂമി,

ദുർമ്മതി. വി. (ത്രിലി.) വി. ന. ചീത്ത ബുദ്ധിയുള്ള.

ദുർമ്മതി. ന. ചീത്ത ബുദ്ധി.

ദുർമ്മനസ്സ. വി. (ത്രിലി.) വി. ന. ദുഃഖമുള്ള.

ദുർമ്മന്ത്രവാദം. ന. ക്ഷുദ്രം, ആഭിചാര പ്രവൃത്തി.

ദുർമ്മരണം. ന. അപമൃത്യു.

ദുർമ്മാംസം. ന. ശരീരത്തിൽ അധികമായിട്ടുണ്ടാകുന്ന മാംസം, അധിമാംസം.

ദുർമ്മാർഗ്ഗം. ന. ക, ചീത്തവഴി. ൨, ദുർന്നടപ്പു.

ദുർമ്മാർഗ്ഗി. വി. ദുർന്നടപ്പുള്ള, മുറകേടായിട്ടു ചെയ്യുന്ന.

ദുർമ്മുഖ. വി. (ഖൻ, ഖാ, ഖി, ഖം.) വി. ന. ക, ചീത്തമുഖമുള്ള. ൨, മുഖപ്രസാദമില്ലാത്ത. ൩, അബദ്ധവാക്കു പറയുന്ന.

ദുർമ്മുഖൻ. ന. ക, രാമായണത്തിൽ പറയുന്ന ഒരു വാനരൻ. ൨, പ്രധാന നാഗങ്ങളിൽ ഒന്നു.

ദുർമ്മുഖം. ന. ചീത്ത മുഖം.

ദുർമ്മുഖി. ന. അറുപതിൽ ഒരു വർഷം.

ദുർമ്മൃതി. ന. അപമൃത്യു.

ദുർമ്മേധസ്സ. വി. (ത്രിലി.) വി. ന. ക, ചീത്ത ബുദ്ധിയുള്ള. ൨, അല്പബുദ്ധിയുള്ള.

ദുർമ്മോഹി. വി. (ഹീ, ഹിണി, ഹി.) വി. ന. ദുരാഗ്രഹമുള്ള.

ദുൎയ്യശസ്സ. ന. ദുഷ്കീർത്തി.

ദുൎയ്യുക്തി. ന. ചീത്ത വ്യവഹാരം.

ദുൎയ്യോഗം. ന. ക, ദുർവ്യാപാരം. ൨, ദുർവിചാരം. ൩, ദുർജ്ജനങ്ങളോടുള്ള ചേർച്ച. ൪, ഞെരുക്കം.

ദുൎയ്യോധനൻ. ന. ധൃതരാഷ്ട്രൻ എന്ന രാജാവിന്റെ മൂത്ത പുത്രൻ.

ദുർല്ലഭ. വി. (ഭൻ, ഭാ, ഭം.) വി. ന. കിട്ടുവാൻ പ്രയാസമുള്ള.

ദുർല്ലഭ. ന. ഒരു തൈ, കൊടിത്തൂവ.

ദുർല്ലഭ്യ. വി. (ഭ്യൻ, ഭ്യാ, ഭ്യം.) വി. ന. ലഭ്യമല്ലാത്ത.

ദുർല്ലക്ഷണം. ന. ചീത്തലക്ഷണം.

ദുർവ്വചനീയ; ദുർവ്വാച്യ. വി. പറയാൻ പാടില്ലാത്തവണ്ണം അത്യന്തം അസഭ്യമായ.

ദുർവ്വർണ്ണം. ന. വെള്ളി.

ദുർവ്വഹ. വി. (ഹൻ, ഹാ, ഹം.) വി. ന. ക, എടുപ്പാൻ പ്രയാസമുള്ള. ൨, എടുത്തുകൂടാത്ത.

ദുവ്വാദ. വി. (ദൻ, ദാ, ദം.) വി. ന. ചീത്തവാക്ക പറയുന്ന.

ദുവ്വാര. വി. (രൻ, രാ, രം.) വി. ന. തടുപ്പാൻ വഹിയാത്ത.

ദുവ്വാസം. ന. ൧, ദുഃഖത്തോടു കൂടെ യുള്ള പാപ്പ. ൨, ചീത്ത ഭവനം.

ദുവ്വാസാവു. ന. അത്രിപുത്രനായ ഒ രു മഹഷി.

ദുവ്വാസസ്സ. വി. (ത്രിഷ്ഠ.) വി. ന. ചീത്തയായിട്ടുടുത്ത.

ദുവ്വിധ. വി. (ധൻ, ധാ, ധം.) വി. ന. ൧, ദാരിദ്ര്യമുള്ള. ൨, ദുബ്ബുദ്ധിയുള്ള. ൩, ദുന്നടപ്പുള്ള.

ദുവ്വിധി. ന. ദുഃഖാനുഭവത്തിനിടയാ ക്കുന്ന വിധി.

ദുവ്വിനീത. വി. (തൻ, താ, തം.) വി. ന. അടക്കമില്ലാത്ത.

ദുവ്വിനീതൻ. ന. ഇണക്കം വരാത്ത കുതിര.

ദുവ്വിപാകം. ന. ദുവ്വിധി, അപകടം വരുത്തുക പതനം.

ദുവ്വൃത്തു. ന. ൧, അപമാനമായിട്ടു നി ത്യവൃത്തി കഴിക്കുക. ൨, ദുശ്ശീലം.

ദുവ്വൃത്ത. വി. (ത്തൻ, ത്താ, ത്തം.) വി. ന. ദുഷ്ടപ്രവൃത്തിയുള്ള.

ദുവ്വൃത്തി. ന. ൧, അപമാനമായിട്ടു നിത്യവൃത്തി കഴിക്കുക. ൨, ദുശ്ശീലം.

ദുവ്വ്യയം. ന. പാഴ ചെലവു, കൈ ക്കൂലി.

ദുവ്വ്യാപാരം. ന. ൧, ചീത്ത പ്രവൃത്തി. ൨, ആഭിചാരം. ൩, അന്യായക്കച്ച വടം. ൪, ദുന്നടപ്പ.

ദുവ്വ്യാപാരി. വി. (രി, രിണി, രി.) വി. ന. ൧, ചീത്ത പ്രവൃത്തിയുള്ള. ൨, ആഭിചാരം ചെയ്യുന്ന. ൩, അന്യായക്ക ച്ചവടം ചെയ്യുന്ന. ൪, ദുന്നടപ്പുള്ള.

ദുഹ്രുത്തു. ന. ശത്രു.

ദുശ്ചരിത. വി. (തൻ, താ, തം.) വി. ന. ചീത്തപ്രവൃത്തിയുള്ള.

ദുശ്ചരിതം. ന. ചീത്ത പ്രവൃത്തി, ദുന്ന ടപ്പ.

ദുശ്ച്യവനൻ. ന. ഇന്ദ്രൻ.

ദുശ്ശകുനം. ന. ചീത്തശ്ശകുനം.

ദുശ്ശീല. വി. (ലൻ, ലാ, ലം.) വി. ന. ചീത്ത സ്വഭാവമുള്ള.

ദുഷിക്കുന്നു. ച. പ്പാൻ. (ദുഷി.) സ. ക്രി. ൧, കുററംപറയുന്നു. ൨, നിന്ദി ക്കുന്നു. ൩, അശുദ്ധമാകുന്നു, ചീത്ത യാകുന്നു. ദുഷിപ്പിക്കുന്നു. കാ. ക്രി.

ദുഷിവാക്ക. ന. ചീത്ത വാക്ക.

ദുഷ്കര. വി. (രൻ, രാ, രം.) വി. ന. ചെയ്വാൻ പ്രയാസമുള്ള.

ദുഷ്കമ്മം. ന. ദോഷമുള്ള പ്രവൃത്തി.

ദുഷ്കവി. വി. (ത്രിഷ്ഠ.) വി. ന. ചീത്ത കവിതയുണ്ടാക്കുന്ന.

ദുഷ്കാലം. ന. ചീത്തക്കാലം.

ദുഷ്കീത്തി. ന. ദുഷ്കശസ്സ.

ദുഷ്കുറു. ന. ശത്രുപക്ഷം.

ദുഷ്കൃതം. ന. പാപം.

ദുഷ്കൃതി. വി. (തീ, തിനീ, തി.) വി. ന. പാപം ചെയ്യുന്ന.

ദുഷ്കോപം. ന. വിചാരം കൂടാതെയു ള്ള കോപം.

ദുഷ്കോപി. വി. (പീ, പിനീ, പി.) വി. ന. വിചാരം കൂടാതെ കോപി ക്കുന്ന.

ദുഷ്ക്രമം. ന. അതിക്രമം.

ദുഷ്ട. വി. ൧, ദോഷമുള്ള. ൨, ചീത്ത യായ. ൩, അഴക്കായ. ൪, നിന്ദ്യ മായ.

ദുഷ്ട. വി. (ഷ്ടൻ, ഷ്ടാ, ഷ്ടം.) വി. ന. ദോഷമുള്ള, ദുഷിപ്പിക്കപ്പെട്ട. ദുഷ്ടത. ഗു. ന. ദുഷ്ടസ്വഭാവം.

ദുഷ്ഠു. അ. ചീത്ത.

ദുഷ്പത്രം. ന. ഒരു തൈ, കാട്ടുകച്ചോ ലം.

ദുഷ്പാത്രം. വി. (ത്രിഷ്ഠ.) വി. ന. യോ ഗ്യതയില്ലാത്ത, പാത്രമല്ലാത്ത.

ദുഷ്പുത്രൻ. ന. ഗുണമില്ലാത്ത മകൻ.

ദുഷ്പുത്രി. ന. ഗുണമില്ലാത്ത മകൾ.

ദുഷ്പ്രേരു. ന. ദുഷ്കശസ്സ, അപവാദം.

ദുഷ്പ്രജ. ന. ചീത്തയായ സന്തതി.

ദുഷ്പ്രതിജ്ഞ. ന. സാധിപ്പാൻ പ്രയാ സമുള്ള കാൎയ്യത്തെക്കുറിച്ചു പറയുന്ന സത്യ വാക്ക.

ദുഷ്പ്രധഷിണി. ന. ഒരു പച്ചമരു ന്നു, ചെറുവഴുതിന.

ദുഷ്പ്രഭു. ന. ദുഷ്ടരാജാവു.

ദുഷ്പ്രയത്നം. ന. പാഴവേല.

ദുഷ്പ്രയോഗം. ന. ദോഷമുള്ള പ്രവൃ ത്തി.

ദുഷ്പ്രവാദം. ന. ദോഷാരോപണം, ദുഷ്കശസ്സ വരുത്തുക പറച്ചിൽ.

ദുഷ്പ്രവൃത്തി. ന. ചീത്ത വേല.

ദുഷ്പ്രാപ. വി. (പൻ, പാ, പം.) വി. ന. ൧, ലഭിപ്പാൻ പ്രയാസമുള്ള. ൨, ലഭിക്കാത്ത. ൩, ചെല്ലുവാൻ പ്രയാസ മുള്ള. ൪, ചെന്നുകൂടാത്ത.

ദുഷ്പ്രേക്ഷ്യ. വി. (ക്ഷ്യൻ, ക്ഷ്യാ, ക്ഷ്യം.) വി. ന. നോക്കിക്കൂടാത്ത.

ദുഷ്ഷമം. അ. നിന്ദ്യം.

ദുസ്തര. വി. (രൻ, രാ, രം.) വി. ന. കടപ്പാൻ വഹിയാത്ത.

ദുസ്തക്കം. ന. വെറുതെ തക്കം.

ദുസ്ത്യാജ്യം. ന. ഉപേക്ഷിക്കാൻ പാടി ല്ലാത്തതു.

ദുസ്ഥ. വി. (സ്ഥൻ, സ്ഥാ, സ്ഥം.) വി. ന. ദുഃഖത്തോടു കൂടെയിരിക്കുന്ന.

ദുസ്ഥിതി. ന. ദുഃഖത്തോടു കൂടെയുള്ള ഇരിപ്പ.

ദുസ്പശ. ന. ൧, കറുത്ത ചുണ്ട. ൨, കൊടിത്തൂവ.

ദുസ്സ്വപ്നം. ന. ചീത്തയായുള്ള സ്വപ്നം.

ദുസ്സ്വഭാവം. ന. ചീത്തശ്ശീലം.

ദുസ്സ്വഭാവി. വി. (വീ, വിനി, വി.) വി. ന. ചീത്തശ്ശീലമുള്ള.

ദുസ്സ്വാദു. ന. രുചി തോന്നിക്കാത്ത തു, മനസ്സിനു പിടിക്കാത്ത വിധമുള്ള തുവ.

ദുസ്സ. അ. ചീത്ത.

ദുസ്സമം. അ. നിന്ദ്യം.

ദുസ്സംഗം. ന. ചീത്തയോടുള്ള ചേച്ച.

ദുസ്സഹ. വി. (ഹൻ, ഹാ, ഹം.) വി. ന. സഹിപ്പാൻ കഴിയാത്ത. ദുസ്സ ഹത. ന.

ദുസ്സാദ്ധ്യം. വി. സാധിപ്പാൻ പ്രയാ സമുള്ള.

ദുസ്സാമത്ഥ്യം. ന. ദുന്നടപ്പ, വമ്പ ഉത്ഭവം.

ദുഃഖകര. വി. (രൻ, രീ, രം.) വി. ന. ദുഃഖത്തെയുണ്ടാക്കുന്ന.

ദുഃഖകണ്ഠാരം. ന. ഒരു രാഗം.

ദുഃഖകാലം. ന. സങ്കടമുള്ള സമയം.

ദുഃഖദോഹ്യ. ന. കറപ്പാൻ പ്രയാസ മുള്ള പശു.

ദുഃഖഭാജനം. ന. സങ്കടത്തിന്നു പാ ത്രം.

ദുഃഖം. ന. സങ്കടം.

ദുഃഖശാന്തി. ന. സങ്കടത്തിന്റെ അ ടക്കം.

ദുഃഖി. വി. (ഖീ, ഖിനി, ഖി.) വി. ന. സങ്കടമുള്ള.

ദുഃഖിക്കുന്നു. ച്ചു. ച്ചാൻ. (ദുഃഖി.) അ. ക്രി. സങ്കടപ്പെടുന്നു. **ദുഃഖിപ്പിക്കുന്നു.** സ. ക്രി.

ദുഃഖിത. വി. (തൻ, താ, തം.) വി. ന. സങ്കടപ്പെട്ട.

ദുഃഖോപശമനം. ന. സങ്കടത്തിന്റെ അടക്കം.

ദുഹിതാവു. ന. മകൾ.

ദുഹിതൃപതി. ന. മകളുടെ ഭർത്താവു.

ദൂളി. ന. ആമപ്പെട.

ദൂ

ദൂത്യ. ന. ഒരുത്തൻ പറഞ്ഞയച്ച വർത്തമാനം മറ്റൊരുത്തനോടു ചെന്നു പറക.

ദൂതകർമ്മം. ന. ദൂതന്റെ പ്രവൃത്തി.

ദൂത. വി. (തൻ, താ, തം.) വി. ന. ദൂതു പറയുന്ന.

ദൂതൻ. ന. ഒരുത്തൻ പറഞ്ഞയച്ച വർത്തമാനം മറ്റൊരുത്തനോടു ചെന്നു പറയുന്ന ഭൃത്യൻ.

ദൂതീ. ന. ദൂതു പറയുന്നവൾ.

ദൂതിക. ന. മേല്പറഞ്ഞ അർത്ഥം.

ദൂത്യം. ന. ൧, ദൂതന്റെ ഭാവം. ൨, ദൂതൻ മുഖാന്തരം അറിയിക്കുന്ന വർത്തമാനം.

ദൂന. വി. (നൻ, നാ, നം.) വി. ന. ദുഃഖിച്ച, വേദനയുള്ള. **ദൂനത്വം.**

ദൂരതഃ. അ. ദൂരെനിന്നും.

ദൂരദർശി. വി. (ശീ, ശിനി, ശി.) വി. ന. അകലെക്കാണുന്ന.

ദൂരദർശി ന. ൧, വിദ്വാൻ. ൨, കഴുകൻപക്ഷി.

ദൂരദൃക്. ന. ൧, വിദ്വാൻ. ൨, കഴുകൻപക്ഷി.

ദൂരദൃഷ്ടി. ന. ദൂരത്തു കാണുന്ന കാഴ്ച, മുൻകൂട്ടി കാണുക.

ദൂര. വി. (രൻ, രാ, രം.) വി. ന. അകലെയുള്ള.

ദൂരം. ന. ൧, അകലം. ൨, ഭേദം.

ദൂരവെ. അ. അകലെ.

ദൂരത്തു. അ. അകലെ.

ദൂരെ. അ. അകലെ.

ദൂരസ്ഥ. വി. (സ്ഥൻ, സ്ഥാ, സ്ഥം.) വി. ന. ദൂരദേശത്തിരിക്കുന്ന.

ദൂരാൽ. വി. ദൂരെനിന്നും.

ദൂരീകരിക്കുന്നു. സ. ക്രി. ദൂരെയാക്കുന്നു.

ദൂരീഭവിക്കുന്നു. അ. ക്രി. ദൂരെയായിതിരുന്നു.

ദൂരീകൃത. വി. (തൻ, താ, തം.) വി. ന. ദൂരത്താക്കപ്പെട്ട.

ദൂരേരിതേക്ഷണ. വി. (ണൻ, ണാ, ണം.) വി. ന. കോങ്കണ്ണുള്ള.

ദൂർവ്വ. ന. കറുകപ്പുല്ലു.

ദൂഷക. വി. (കൻ, കാ, കം.) വി. ന. ദുഷിപ്പിക്കുന്ന, ചീത്തയാക്കുന്ന.

ദൂഷണം. ന. ൧, ദോഷം, ഏഷണി. ൨, നുണ.

ദൂഷിക. ന. കണ്ണിൽപീള.

ദൂഷിതം. വി. ൧, ചീത്തയാക്കപ്പെട്ട. ൨, കേടുവന്ന. ൩, കുറ്റപ്പെടുത്തിയ.

ദൂഷ്യ. വി. (ഷ്യൻ, ഷ്യാ, ഷ്യം.) വി. ന. ദുഷിപ്പിക്കപ്പെടുവാന്തക്ക.

ദൂഷ്യ. ന. ആനയുടെ കച്ചക്കയർ.

ദൂഷ്യം. ന. ദൂഷണം, കുറ്റം. (സം.) കൂടാരം.

ദൃ

ദൃക്. ന. ൧, കണ്ണു. ൨, അറിവു. ൩, ഗണിതത്തിനുള്ള ഒരു പ്രമാണഗ്രന്ഥം.

ദൃഗ്ഗണിതം. വി. ദൃക്പ്രമാണമായി ഗണിക്കപ്പെട്ട.

ദൃഗ്രുജ. ന. കണ്ണിലെ ദീനം.

ദൃഢ. വി. (ഢൻ, ഢാ, ഢം.) വി. ന. ൧, അധികം. ൨, മുറുക്കമുള്ള. ൩, ബലമുള്ള. ൪, വണ്ണമുള്ള. ൫, വളർച്ചയുള്ള. ൬, നിശ്ചയമുള്ള. **ദൃഢത.** സ്ത്രീ. ന. ഉറപ്പു.

ദൃഢദംശകം. ന. സ്രാവു്.

ദൃഢമുഷ്ടി. വി. (ത്രിഷു.) വി. ന. ൧, പിശുക്കുള്ള. ൨, കൈ ചുരുട്ടിപ്പിടിച്ച.

ദൃഢമുഷ്ടി. ന. പിടിയുള്ള ആയുധം, വാൾ. വി. ലോഭസ്വഭാവമുള്ള.

ദൃഢമൂലം. ന. തെങ്ങുമരം.

ദൃഢസന്ധി. വി. (ത്രിഷു.) വി. ന. സന്ധികൾ തമ്മിൽ നന്നാ ചേർന്നുള്ള, ഉറപ്പുള്ള.

ദൃഢസൂത്രിക. ന. ചെറുകുരുമ്പവള്ളി.

ദൃഢീകരിക്കുന്നു. സ. ക്രി. ദൃഢമാക്കുന്നു, ഉറപ്പിക്കുന്നു.

ദൃതി. ന. ൧, തോൽത്തുരുത്തി. ൨, തോൽക്കുടം.

ദൃപ്ത. വി. (പ്തൻ, പ്താ, പ്തം.) വി. ന. അഹങ്കാരമുള്ള.

ദൃബ്ധ. വി. (ബ്ധൻ, ബ്ധാ, ബ്ധം.) വി. ന. ൧, കെട്ടപ്പെട്ട. ൨, മണ്ടിക്കപ്പെട്ട.

ദൃശ്യ. വി. (ശ്യൻ, ശ്യാ, ശ്യം.) വി. ന. കാണപ്പെടുവാന്തക്ക.

ദൃഷൽ. ന. കല്ലു, അരകല്ലു.

ദൃഷ്ടകർമ്മം. ന. കാണപ്പെട്ട പ്രവൃത്തി.

ദൃഷ്ട. വി. (ഷ്ടൻ, ഷ്ടാ, ഷ്ടം.) വി. ന. കാണപ്പെട്ട.

ദൃഷ്ടരജസ്സ്. ന. ഋതുവായവൾ, തെരണ്ടവൾ.

ദൃഷ്ടാന്തം. ന. ഉദാഹരണം, സാക്ഷി.

ദൃഷ്ടി. ന. ൧, കണ്ണു. ൨, കാഴ്ച. ൩, അറിവു.

ദൃഷ്ടിദോഷം. ന. കാണുകകൊണ്ടുണ്ടാകുന്ന ദോഷം, കൊതി.

ദൃഷ്ടിബാധ. ന. കാണുകകൊണ്ടുണ്ടാകുന്ന ഉപദ്രവം.

ദൃഷ്ടിവിക്ഷേപം. ന. കടാക്ഷം.

ദേ

ദേയ. വി. (യൻ, യാ, യം.) വി. ന. കൊടുക്കത്തക്ക.

ദേവകൻ. ന. കൃഷ്ണന്റെ അമ്മാത്തുമുത്തച്ഛൻ.

ദേവകാര്യം. ന. ദൈവസേവ.

ദേവകി. ന. കൃഷ്ണന്റെ അമ്മ.

ദേവകീർത്തനം. ന. സങ്കീർത്തനം.

ദേവകീനന്ദനൻ. ന. കൃഷ്ണൻ.

ദേവകുലം. ന. ൧, സ്വർഗ്ഗം. ൨, ദേവകളുടെ വംശം.

ദേവകുസുമം. ന. കരയാമ്പൂമരുന്നു.

ദേവകോപം. ന. ഈശ്വരകോപം.

ദേവഖാതകം. ന. കുഴിച്ചുണ്ടാക്കാത്ത കുളം.

ദേവഖാതം. ന. മേല്പറഞ്ഞ അർത്ഥം.

ദേവഗണം. ന. ദേവകളുടെ കൂട്ടം.

ദേവഗാന്ധാരം. ന. ഒരു രാഗം.

ദേവഗായകൻ. ന. ഗന്ധർവ്വൻ.

ദേവഗുരു. ന. വ്യാഴം.

ദേവച്ഛന്ദം. ന. നൂറു ചരടുള്ള മുത്തുമാല.

ദേവജഗ്ദ്ധകം. ന. ഒരു പച്ചമരുന്നു.

ദേവടൻ. ന. സൂത്രപ്പണിക്കാരൻ.

ദേവതരു. ന. ൧, കല്പകവൃക്ഷം. ൨, തേവതാരുവൃക്ഷം.

ദേവത. ന. ൧, ദേവൻ. ൨, പിശാചു മുതലായതു.

ദേവതാഗോഷ്ഠി. ന. പിശാചു ബാധിച്ച ഉരുക്ക.

ദേവതാരം. ന. തേവതാരം.

ദേവതാളം. ന. ഒരു മരുന്നു, പെരുമ്പീരം.

ദേവതാളി. ന. മേല്പറഞ്ഞ അൎത്ഥം.

ദേവത്വം. ന. ദൈവസ്വഭാവം.

ദേവദത്ത. വി. (ത്തൻ, ത്താ, ത്തം.) വി. ന. ദേവന്മാരാൽ കൊടുക്കപ്പെട്ട.

ദേവദത്തൻ. ന. ൧, ബുദ്ധമുനിയുടെ അനുജൻ. ൨, പത്തു വായുക്കളിൽ ഒന്നു.

ദേവദാരു. ന. തേവതാരം.

ദേവദാസൻ. ന. ദേവനെ ശുശ്രൂഷിക്കുന്നവൻ.

ദേവദാസി. ന. സ്വൎഗ്ഗത്തിലെ തേവിടിച്ചി, ഉൎവ്വശിയുമ്മറും. (മ.) ദേവനെ ശുശ്രൂഷിക്കുന്നവൾ.

ദേവദേവൻ. ന. ശിവൻ.

ദേവദ്ധ്രുഷ്. വി. (ധ്രുൿ, ദ്രീചി, ദ്രുക.) വി. ന. ൧, ദേവകളെ പ്രാപിക്കുന്ന. ൨, ദേവകളെ പൂജിക്കുന്ന.

ദേവനം ന. ൧, കളി. ൨, ചൂതുകളി. ൩, പകിട.

ദേവനാഗരം. ന. സംസ്കൃതാക്ഷരം.

ദേവനിതി. ന. ദേവസംബന്ധമായ നിതി.

ദേവൻ. ന. ൧, ദേവകളിൽ ആരെങ്കിലും ഒരുത്തൻ. ൨, രാജാവു. ൩, ഈശ്വരൻ.

ദേവപതി. ന. ഇന്ദ്രൻ.

ദേവപഥം. ന. ആകാശം, ദേവകളുടെ വഴി.

ദേവപൂജ. ന. ദൈവത്തെ പൂജിക്ക.

ദേവപ്രശ്നം. ന. ഒരംശപരപരീക്ഷ.

ദേവഭൂമി. ന. സ്വൎഗ്ഗം.

ദേവഭൂയം. ന. ദേവത്വം.

ദേവമണി. ന. കുതിരയുടെ ചുഴി.

ദേവമാതാവു. ന. ദേവകളുടെ അമ്മ, അദിതി.

ദേവമാതൃകം. ന. മഴകൊണ്ടു വിളയുന്ന ഭൂമി.

ദേവയജ്ഞം. ന. ഹോമം.

ദേവയാനം. ന. വിമാനം.

ദേവയാനി. ന. ശുക്രമഹൎഷിയുടെ മകൾ.

ദേവയോനി. ന. ദേവജാതി.

ദേവരൻ. ന. ഭൎത്താവിന്റെ അനുജൻ.

ദേവരാജൻ. ന. ഇന്ദ്രൻ.

ദേവർകോൻ. ന. ദേവേന്ദ്രൻ.

ദേവൎഷി. ന. ദേവകളിലുള്ള മഹൎഷി, നാരദനുമ്മറും.

ദേവലൻ. ന. ദേവപൂജകൊണ്ടു തന്നെ ജീവനം കഴിക്കുന്നവൻ.

ദേവലിംഗം. ന. ൧, ദേവന്റെ അടയാളം. ൨, ശിവലിംഗം.

ദേവലോകം. ന. സ്വൎഗ്ഗം.

ദേവവത്സരം. ന. മുന്നൂറററുപത്തഞ്ചു മനുഷ്യസംവത്സരം കൂടിയതു, ദിവ്യ സംവത്സരം.

ദേവവല്ലഭം. ന. പുന്നവൃക്ഷം.

ദേവവാഹിനി. ന. ൧, ദേവകളുടെ സൈന്യം. ൨, ഗംഗാനദി. ൩, ആകാശ ഗംഗ.

ദേവശത്രു. ന. അസുരൻ.

ദേവശില്പി. ന. ദേവകളുടെ ആശാരി, വിശ്വകൎമ്മാവു.

ദേവസഭാ. ന. ൧, ദേവകളുടെ സഭ. ൨, ദേവകളുടെ കൂട്ടം.

ദേവസ്വം. ന. ദേവന്റെ മുതൽ.

ദേവാജീവൻ. ന. ദേവപൂജകൊണ്ടു തന്നെ ജീവനം കഴിക്കുന്നവൻ.

ദേവാന്നം. ന. ദേവപൂജെക്കുള്ള ചോറു.

ദേവാംശം. ന. ൧, ദേവന്റെ ഒരു ഭാഗം. ൨, ദേവന്നു കൊടുക്കുന്ന പങ്കു.

ദേവാലയം. ന. ക്ഷേത്രം, ദേവഭവനം.

ദേവാവു. ന. ഭൎത്താവിന്റെ അനുജൻ.

ദേവാശ്വം. ന. ദേവകളുടെ കുതിര.

ദേവാസുരന്മാർ. ന. ദേവന്മാരും അസുരന്മാരും.

ദേവിക. ന. സഹ്യപൎവ്വതത്തിൽനിന്നു പുറപ്പെടുന്ന ഒരു നദി.

ദേവില. വി. (ലൻ, ലാ, ലം.) വി. ന. ൧, സുകൃതമുള്ള, നീതിയുള്ള. ൨, ദേവനെ സംബന്ധിച്ച.

ദേവി. ന. ൧, ദേവസ്ത്രീ. ൨, പട്ടംകെട്ടിയ രാജസ്ത്രീ. ൩, ശ്രേഷ്ഠതയുള്ള സ്ത്രീ. ൪, ചോണകപ്പുല്ലു. ൫, പെരുങ്കുരുമ്പ.

ദേവേന്ദ്രൻ. ന. ദേവകളുടെ രാജാവു, ഇന്ദ്രൻ.

ദേവോത്സവം. ന. ക്ഷേത്രങ്ങളിലെ കൊടിയേററു മുതലായ ഘോഷം.

ദേവോദ്യാനം. ന. ക്ഷേത്രത്തിലെ പൂന്തോട്ടം.

ദേശക. വി. (കൻ, കാ, കം.) വി. ന. കാണിച്ചുകൊടുക്കുന്ന, പറഞ്ഞുകൊടുക്കുന്ന.

ദേശകൻ. ന. ദേശാധികാരി.

ദേശകാലജ്ഞ. വി. (ജ്ഞൻ, ജ്ഞാ, ജ്ഞം.) വി. ന. അതാതു ദിക്കുകളുടെയും സമയങ്ങളുടെയും ഗുണദോഷങ്ങളെ അറിയുന്ന.

ദേശകാലോചിതം. ന. ദിക്കിന്നും സമയത്തിന്നും ചേരുന്ന വാക്കും പ്രവൃത്തിയും.

ദേശപ്രമാണി. ന. കരമേൽ മുഖ്യൻ.

ദേശഭാഷ. ന. അതാതു ദേശങ്ങളിലുള്ള ഭാഷ.

ദേശം. ന. ദിക്ക, കര.

ദേശരൂപം. ന. ദിക്കിന്റെ സ്വഭാവം.

ദേശവഴി. ന. ഇടപ്രഭുക്കന്മാൎക്കുള്ള ദേശം.

ദേശവാൎത്ത. ന. നാട്ടിലെ വൎത്തമാനം.

ദേശവാഴി. ന. ഇടപ്രഭു.

ദേശവിശേഷം. ന. ദിക്കിന്റെ ഭേദം, ദിക്കിലെ ഗുണം.

ദേശാധികാരി. ന. ദേശത്തെ അധികാരി.

ദേശാന്തരം. ന. അന്യദേശം.

ദേശാന്തരി. വി. (രി, രിണി, രി.) വി. ന. ദേശന്തോറും നടക്കുന്ന.

ദേശാക്ഷി. ന. ഒരു രാഗം.

ദേശികൻ. ന. ൧, ഗുരു. ൨, സഞ്ചാരി.

ദേശിനീ. ന. ചൂണ്ടാണി വിരൽ.

ദേശീയ. വി. ദേശത്തെ സംബന്ധിച്ച.

ദേശോചിതം. ന. അതാതു ദേശത്തേക്ക യുക്തം.

ദേശ്യ. വി. (ശ്യൻ, ശ്യാ, ശ്യം.) വി. ന. ദേശത്തിന്നടുത്ത.

ദേശ്യം. ന. ദേശഭാഷ.

ദേഷ്യം. ന. ദ്വേഷം.

ദേഹബന്ധം. ന. ൧, വേല, അദ്ധ്വാനം. ൨, അടുക്കൂ പ്രവൃത്തി.

ദേഹപ്രകൃതി. ന. ശരീരസ്വഭാവം.

ദേഹഭൃത്തു. ന. ജീവൻ.

ദേഹം. ന. ശരീരം.

ദേഹസ്വഭാവം. ന. ശരീരപ്രകൃതി.

ദേഹളി. ന. പുരയുടെ ചേററുപടി.

ദേഹാഭിമാനം. ന. തന്റെ ശരീരത്തെക്കുറിച്ചുള്ള അഹംഭാവം.

ദേഹാഭിമാനി. വി. (നീ, നിനി, നി.) വി. ന. ശരീരത്തെക്കുറിച്ച അഹംഭാവമുള്ള.

ദേഹി. വി. (ഹീ, ഹിനി, ഹി.) വി. ന. ദേഹമുള്ള, ശരീരമുള്ള.

ദേഹി. ന. ൧, ദേഹി. ൨, ആത്മാവു.

ദൈ

ദൈതേയൻ. ന. അസുരൻ.

ദൈത്യഗുരു. ന. ശുക്രമഹൎഷി.

ദൈത്യൻ. ന. അസുരൻ.

ദൈത്യാ. ന. ചിററിന്തൽ.

ദൈത്യാരി. ന. വിഷ്ണു.

ദൈന്യം. ന. ൧, അവമാനം. ൨, താഴ്ച. ൩, ക്ഷീണം. ൪, പരവശം. ൫, ലോഭം. ൬, ലജ്ജ.

ദൈൎഘ്യം; ദൈൎഘ്യ്യം; ദീൎഘത. ന. നീളം.

ദൈവകോവിദാ. ന. ലക്ഷണം പറയുന്നവൾ.

ദൈവകോവിദൻ. ന. ലക്ഷണം പറയുന്നവൻ.

ദൈവഗതി. ന. ദൈവത്തിന്റെ ഇഷ്ടം, വിധി.

ദൈവജ്ഞ. വി. (ജ്ഞൻ, ജ്ഞാ, ജ്ഞം.) വി. ന. ലക്ഷണം പറയുന്ന.

ദൈവത. ന. ൧, സമ്പത്തു. ൨, സൌഭാഗ്യം. ൩, ഗുണശീലം.

ദൈവതം. ന. ദൈവം.

ദൈവദൂതൻ. ന. ദൈവത്തിന്റെ ദൂതൻ.

ദൈവദോഷം. ന. ദൈവികമായുണ്ടാവുന്ന ദോഷം.

ദൈവപരീക്ഷ. ന. പ്രശ്നം നോക്കുക.

ദൈവപ്പാല. ന. ഒരു വൃക്ഷം, ഏഴിലമ്പാല.

ദൈവപ്രശ്നം. ന. ദൈവപരീക്ഷ.

ദൈവബലം. ന. ദൈവത്തിന്റെ ശക്തി.

ദൈവ. വി. (വൻ, വി, വം.) വി. ന. ദേവനെ സംബന്ധിച്ച.

ദൈവം. ന. ൧, ഈശ്വരൻ. ൨, ഭാഗ്യം.

ദൈവയുഗം. ന. പന്തീരായിരം ദിവ്യ സംവത്സരം.

ദൈവവിരോധം. ന. ദൈവത്തിന്റെ ഇഷ്ടക്കേടു.

ദൈവവിലാസം. ന. ദൈവത്തിന്റെ കളി.

ദൈവാധീന. വി. (നൻ, നാ, നം.) വി. ന. ദൈവത്തിന്റെ ഇഷ്ടത്തെ അനുസരിക്കുന്ന.

ദൈവിക. വി. (കൻ, കി, കം.) വി. ന. ദൈവത്തിൽനിന്നുണ്ടാകുന്ന.

ദൈവേച്ഛ. ന. ദൈവത്തിന്റെ ഇഷ്ടം.

ദൈവൈക്യം. ന. ദൈവവുമായുള്ള ചേൎച്ച, മോക്ഷം.

ദൈവോപാസന. ന. ഈശ്വരസേവ.

ദൈഹിക. വി. ദേഹത്തെ സംബന്ധിച്ചുള്ള.

ദോ

ദോട്ടിപ്പാഷാണം. ന. ഒരുമാതിരി കല്ലു.

ദോന്നാ; തൊന്ന; തുന്ന. ന. വാഴയില വാട്ടിക്കുത്തിയ കത്തില.

ദോരന്തരാളം. ന. തോളുകളുടെ മദ്ധ്യപ്രദേശം, നെഞ്ചു.

ദോൎബ്ബന്ധം. കൈത്തണ്ട.

ദോശ. ന. ഒരുമാതിരി പലഹാരം.

ദോശക്കല്ലു. ന. ദോശയുണ്ടാക്കുന്ന പാത്രം.

ദോഷജ്ഞ. വി. (ജ്ഞൻ, ജ്ഞാ, ജ്ഞം.) വി. ന. അറിവുള്ള.

ദോഷജ്ഞൻ. ന. ൧, വൈദ്യൻ. ൨, വിദ്വാൻ.

ദോഷപരിഹാരം. ന. ദോഷം തീരുവാനായിട്ടുള്ള പ്രായശ്ചിത്തം.

ദോഷപ്പെടുന്നു. ട്ടു. വാൻ. (ദോഷം.) അ. ക്രി. ൧, അശുദ്ധിയാകുന്നു. ൨, ജാതിക്കുറവു വരുന്നു. **ദോഷപ്പെടുത്തുന്നു.** സ. ക്രി.

ദോഷം. ന. ൧, കുററം. ൨, പാപം. ൩, വ്യഭിചാരം.

ദോഷവാൻ;-വതി. ന. ദോഷമുള്ളവൻ, ദുഷ്ടൻ (-ൾ).

ദോഷവിചാരം. ന. ബ്രാഹ്മണസ്ത്രീക്കു വ്യഭിചാരശങ്കയുണ്ടായാൽ അതിന്റെ നിശ്ചയം അറിവാനായിട്ടുള്ള വിചാരണ.

ദോഷാ. ന. രാത്രി.

ദോഷാകര. വി. (രൻ, രാ, രം.) വി. ന. കുററമുള്ള.

ദോഷാകരൻ. ന. ചന്ദ്രൻ.

ദോഷാരോപം. ന. ഗുണത്തിനു ദോഷമാക്കിത്തീൎക്കുക.

ദോഷാംശം. ന. ദോഷമുള്ള ഭാഗം.

ദോഷി. വി. (ഷീ, ഷിണീ, ഷി.) വി. ന. ദോഷമുള്ള.

ദോഷൈകദൃൿ. വി. (ദ്രിഷ.) വി. ന. ദോഷത്തെ മാത്രം കാണുന്ന.

ദോസ്സു. ന. കൈ.

ദോഹദം. ന. ൧, ആഗ്രഹം. ൨, ഗൎഭിണിയുടെ ആഗ്രഹം. ൩, അശോകവൃക്ഷം പൂക്കുന്നതിനായി കുലസ്ത്രീകൾ അതിന്റെ ചുവട്ടിൽ ചവുട്ടുകയെന്നുള്ളതു.

ദോഹദവതീ. ന. ൧, ആഗ്രഹമുള്ളവൾ. ൨, വ്യാക്കൂണുള്ളവൾ.

ദോഹനം. ന. കറക്കുക.

ദോഹം. ന. ൧, കറക്കുക. ൨, പാല്പൊഴ.

ദോഹളം. ന. ഇച്ഛ.

ദോള. ന. ൧, ഒരു ചെടി, അമരി. ൨, ഊഞ്ഞാൽ. ൩, പല്ലക്കു. ൪, സംശയം.

ദൌ

ദൌത്യം. ന. ദൂതന്റെ പ്രവൃത്തി.

ദൌൎഗ്ഗന്ധ്യം. ന. ദുൎഗ്ഗന്ധമുള്ള സ്ഥിതി.

ദൌൎല്ലിന്യം. ന. ദുൎദ്ദിനത്തിന്റെ ലക്ഷണം.

ദൌൎബ്ബല്യം. ന. ദുൎബ്ബലത.

ദൌരാത്മ്യം. ന. ദുശ്ശീലം.

ദൌവാരികൻ. ന. വാതിൽകാവൽക്കാരൻ.

ദൌവാരികി. ന. വാതിൽകാവൽകാരത്തി.

ദൌഷ്ട്യം. ന. ദുഷ്ടത.

ദൌലത്തു. ന. ധനം.

ദൌഹിത്രൻ. ന. മകളുടെ മകൻ.

ദൌഹിത്രി. ന. മകളുടെ മകൾ.

ദൌഹൃദ. ന. ഗർഭധാരണം.

ദൌഹൃദവതി ന. ഗർഭമുള്ളവൾ.

ദ്യ

ദ്യാവാപൃഥിവികൾ. ന. ആകാശവും ഭൂമിയും.

ദ്യാവാഭൂമികൾ. ന. മേല്പറഞ്ഞ അൎത്ഥം.

ദ്യുതി. ന. ശോഭ.

ദ്യുതിത. വി. (തൻ, താ, തം.) വി. ന. ശോഭിപ്പിക്കപ്പെട്ട.

ദ്യുമണി. ന. ആദിത്യൻ.

ദ്യുമ്നം. ന. ൧, ദ്രവ്യം. ൨, ശക്തി.

ദ്യൂതകാരൻ. ന. ചൂതുകളിക്കാരൻ.

ദ്യൂതകൃത്തു. ന. ചൂതുകളിക്കാരൻ.

ദ്യൂതം. ന. ചൂതു.

ദ്യൂനം. ന. ഏഴാമിടം.

ദ്യോതകം. ന. കാണിക്കുന്നതു, പ്രകാശിപ്പിക്കുന്നതു.

ദ്യോതനം. ന. ൧, വെയിൽ. ൨, പ്രകാശം.

ദ്യോതം. ന. ൧, വെയിൽ. ൨, പ്രകാശം.

ദ്യോതിത. വി. (തൻ, താ, തം.) വി. ന. ൧, പ്രകാശിപ്പിക്കപ്പെട്ട. ൨, പ്രകാശിച്ച.

ദ്യോവു. ന. ൧, സ്വൎഗ്ഗം. ൨, ആകാശം.

ദ്ര

ദ്രഢിമാവു. ന. ഉറപ്പു.

ദ്രഢിഷ്ഠ. വി. (ഷ്ഠൻ, ഷ്ഠാ, ഷ്ഠം.) വി. ന. ഉറപ്പുള്ള.

ദ്രപ്സം. ന. തൈർവെള്ളം.

ദ്രവണം. ന. ൧, പോക്ക. ൨, ഉരുകൽ.

ദ്രവന്തി. ന. ഒരു പച്ചമരുന്നു, എലിച്ചെവിയൻ.

ദ്രവന്തീ. ന. നദി.

ദ്രവം. ന. ൧, പോക്ക. ൨, ഓട്ടം. ൩, ക്രീഡ. ൪, സാരം. ൫, ഉരുകൽ. ൬, പശ.

ദ്രവിക്കുന്നു. ച്ചു. പ്പാൻ. (ദ്രവി.) അ. ക്രി. ൧, ഉരുകുന്നു. ൨, ഓടുന്നു. ദ്രവിപ്പിക്കുന്നു. സ. ക്രി.

ദ്രവിണം. ന. ൧, ധനം. ൨, ശക്തി.

ദ്രവ്യദണ്ഡം. ന. പ്രായശ്ചിത്തം നിശ്ചയിക്ക.

ദ്രവ്യനാശം. ന. മുതൽനഷ്ടം, ചേതം.

ദ്രവ്യ. വി. (വ്യൻ, വ്യാ, വ്യം.) വി. ന. തക്കതായ, ചേൎച്ചയുള്ള.

ദ്രവ്യം. ന. സമ്പത്തു, വസ്തു, സാധനം.

ദ്രവ്യകൻ. ന. ചുമട്ടുകാരൻ.

ദ്രവ്യശക്തി. ന. ധനപുഷ്ടി.

ദ്രവ്യസ്ഥൻ. ന. ധനവാൻ.

ദ്രവ്യാഗമം. ന. ധനലാഭം.

ദ്രഷ്ടാവു. ന. കാണുന്നവൻ, ആലോചിച്ചറിയുവാൻ ശേഷിയുള്ളയാൾ.

ദ്രാൿ. അ. വേഗത്തിൽ.

ദ്രാഘിഷ്ഠ. വി. (ഷ്ഠൻ, ഷ്ഠാ, ഷ്ഠം.) വി. ന. വളരെ നീളമുള്ള.

ദ്രാവ. ന. ജരപ്പാളി.

ദ്രാവകം. ന. ൧, ഉരുകി വെള്ളമായതു. ൨, ഇടിച്ചുപിഴിഞ്ഞെടുത്ത വെള്ളം, പശ.

ദ്രാവം. ന. ൧, ഓട്ടക, ഓട്ടം. ൨, പശ. ൩, വേഗം.

ദ്രാവിഡകം. ന. ഒരു മരുന്നു, കച്ചോലം.

ദ്രാവിഡൻ. ന. ദ്രാവിഡദേശത്തു ജനിച്ചവൻ.

ദ്രാവിഡം. ന. ദ്രാവിഡദേശം.

ദ്രാക്ഷാ. ന. മുന്തിരിങ്ങ.

ദ്രാക്ഷാരസം. ന. മുന്തിരിങ്ങച്ചാറായം.

ദ്രു. ന. വൃക്ഷം.

ദ്രുകിളിമം. ന. ദേവതാരവൃക്ഷം.

ദ്രുഘണം. ന. ൧, മുൾത്തടി. ൨, കോടാലി.

ദ്രുണം. ന. തേൾ.

ദ്രുണി. ന. ൧, ജലപാത്രം. ൨, ആമ.

ദ്രുതഗതി. വി. (ത്രിഷു.) വി. ന. വേഗത്തിൽ പോകുന്ന.

ദ്രുതഗതി. ന. വേഗത്തിലുള്ള നടപ്പു.

ദ്രുത. വി. (തൻ, താ, തം.) വി. ന. ൧, ഒഴുകിയ. ൨, ഉരുകിയ. ൩, അലിഞ്ഞ. ൪, ഓടിയ. ൫, ഉരുക്കപ്പെട്ട. ൬, അലിക്കപ്പെട്ട.

ദ്രുതം. അ. വേഗത്തിൽ.

ദ്രുമം. ന. വൃക്ഷം.

ദ്രുമാമയം. ന. ഒരുമാതിരി അരക്കു, കോലരക്കു.

ദ്രുമോല്പലം. ന. കൊങ്ങമന്ദാരം.

ദ്രുവയം. ന. അളവു.

ദ്രുഹിണൻ. ന. ബ്രഹ്മാവു.

ദ്രൂണം. ന. തേൾ.

ദ്രോണകാകൻ. ന. കാവതിക്കാക്ക.

ദ്രോണദുഘ. ന. പതിനാറിടങ്ങഴി പാൽ കറക്കുന്ന പശു.

ദ്രോണൻ. ന. പാണ്ഡവന്മാരുടെയും ദുൎയ്യോധനാദികളുടെയും ഗുരുവായ ഒരു ബ്രാഹ്മണൻ.

ദ്രോണപുഷ്പി. ന. ഒരു തൈ, തുമ്പ.

ദ്രോണം. ന. ൧, പതിനാറിടങ്ങഴി. ൨, കുടം. ൩, തുമ്പ. ൪, കാവതിക്കാക്ക.

ദ്രോണക്ഷീര. ന. പതിനാറിടങ്ങഴി പാൽ കറക്കുന്ന പശു.

ദ്രോണികാ. ന. ൧, അമരി. ൨, പതിനാറിടങ്ങഴി വിതെക്കുന്ന നിലം.

ദ്രോണി. ന. ൧, തോണി. ൨, അമരി. ൩, വെള്ളം നിറെപ്പാനുള്ള പാത്രം.

ദ്രോഹചിന്തനം. ന. ഉപദ്രവിക്കേണമെന്നുള്ള വിചാരം.

ദ്രോഹം. ന. ഉപദ്രവം, അനിഷ്ടവേല.

ദ്രോഹി. വി. (ഹീ, ഹിണി, ഹി.) വി. ന. ഉപദ്രവിക്കുന്ന.

ദ്രോഹി. ന. ഉപദ്രവം ചെയ്യുന്നവൻ.

ദ്രോഹിക്കുന്നു. ച്ചു. പ്പാൻ. (ദ്രോഹി.) സ. ക്രി. ഉപദ്രവിക്കുന്നു.

ദ്രൌണികം. ന. പതിനാറിടങ്ങഴി വിതെക്കുന്ന നിലം.

ദ്രൌപദി. ന. ദ്രുപദരാജാവിന്റെ പുത്രി, പാഞ്ചാലി.

ദ്വ

ദ്വന്ദ്വചരം. ന. സ്ത്രീയും പുരുഷനും ഓരോരുത്തു കൂടി ഒരുമിച്ചു സഞ്ചരിക്കുന്ന ജന്തു.

ദ്വന്ദ്വചാരി. ന. മേല്പറഞ്ഞ അൎത്ഥം.

ദ്വന്ദ്വഭാവം. ന. ൧, ദ്വന്ദ്വത്തിന്റെ അവസ്ഥ. ൨, കലഹം.

ദ്വന്ദ്വം. ന. ൧, രണ്ടു നാമം കൂട്ടിച്ചേൎത്ത വാക്കു. ൨, യുദ്ധം. ൩, ഇരട്ട.

ദ്വന്ദ്വയുദ്ധം. ന. രണ്ടുപേർ തമ്മിലുള്ള യുദ്ധം.

ദ്വന്ദ്വരാശി. ന. മിഥുനം രാശി.

ദ്വന്ദ്വസഹിഷ്ണു. ന. സുഖദുഃഖങ്ങളെ സഹിക്കുന്നവൻ, വിപരീതമായുള്ള രണ്ടിനെ സഹിക്കുന്നവൻ, വിപരീത കാൎയ്യങ്ങളിൽ സമബുദ്ധിയുള്ളവൻ.

ദ്വന്ദ്വഹീനൻ. ന. വിരോധവും അനുകൂലവുമില്ലാത്തവൻ, രണ്ടില്ലാത്തവൻ.

ദ്വയം. ന. രണ്ടു.

ദ്വയാതിഗൻ. ന. അധമത്തെയും മധ്യമത്തെയും അതിക്രമിച്ചവൻ, ഉത്തമൻ.

ദ്വയാൎത്ഥം. ന. ഒരു ഭാഗത്തിനു രണ്ടു അൎത്ഥം ഉണ്ടായിരിക്കയെന്നുള്ളതു.

ദ്വാത്രിംശൽ. വി. മുപ്പത്തുരണ്ടു.

ദ്വാദശം. വി. പന്ത്രണ്ടു.

ദ്വാദശാംഗുലം. ന. നെട്ടഞ്ചാൺ.

ദ്വാദശാത്മാവു. ന. ആദിത്യൻ.

ദ്വാദശി. ന. പന്ത്രണ്ടാമത്തെ തിഥി.

ദ്വാപരം. ന. ൧, മൂന്നാം യുഗം. ൨, മൂന്നാം യുഗത്തിന്റെ അധിപതി. ൩, സംശയം.

ദ്വാരക. ന. കൃഷ്ണന്റെ നഗരം.

ദ്വാരപാലൻ. ന. വാതിൽ കാവൽക്കാരൻ.

ദ്വാരം. ന. ൧, വാതിൽ. ൨, സുഷിരം.

ദ്വാരയന്ത്രം. ന. പൂട്ടു.

ദ്വാരസ്തംഭം. ന. പടിക്കാൽ.

ദ്വാരസ്ഥ. വി. (സ്ഥൻ, സ്ഥാ, സ്ഥം.) വി. ന. വാതില്ക്കൽ നില്ക്കുന്ന.

ദ്വാരസ്ഥൻ. ന. വാതിൽകാവൽക്കാരൻ.

ദ്വാരികൻ. ന. വാതിൽകാവല്ക്കാരൻ.

ദ്വാസ്ഥ. വി. (സ്ഥൻ, സ്ഥാ, സ്ഥം.) വി. ന. വാതില്ക്കൽ നില്ക്കുന്ന.

ദ്വാസ്ഥൻ. ന. വാതിൽ കാവൽക്കാരൻ.

ദ്വാസ്ഥിതൻ. ന. വാതിൽ കാവൽക്കാരൻ.

ദ്വി. വി. രണ്ടു മ[illegible] യ. ഉ-ം. ദ്വിരുക്തി (രണ്ടാമതു ആവൎത്തിച്ചുള്ള വാക്കു.)

ദ്വികം വി. രണ്ടു.

ദ്വിഗുണ. വി. (ണൻ, ണാ, ണം.) വി. ന. ഇരട്ടിയുള്ള, ഇരട്ടിച്ച.

ദ്വിഗുണാകൃതം. വി. ഇരുച്ചാലുഴുത.

ദ്വിഗുണിതം. വി. ഇരട്ടിക്കപ്പെട്ട.

ദ്വിഗുണീകൃതം. വി. മേല്പറഞ്ഞ അൎത്ഥം.

ദ്വിജ. ന. ഒരങ്ങാടിമരുന്നു, അരേണുകം.

ദ്വിജന്മാവു. ന. ൧, ബ്രാഹ്മണൻ. ൨, ക്ഷത്രിയൻ. ൩, വൈശ്യൻ. ൪, പല്ലു. ൫, മുട്ടയിൽനിന്നു ജനിക്കുന്ന ജന്തു.

ദ്വിജൻ. ന. ൧, ബ്രാഹ്മണൻ. ൨, ക്ഷത്രിയൻ. ൩, വൈശ്യൻ. ൪, ചന്ദ്രൻ.

ദ്വിജം. ന. ൧, മുട്ടയിൽനിന്നു ജനിന്ന ജന്തു. ൨, പല്ലു.

ദ്വിജരാജൻ. ന. ൧, ചന്ദ്രൻ. ൨, ബ്രാഹ്മണശ്രേഷ്ഠൻ. ൩, ഗരുഡൻ.

ദ്വിജാതി. ന. ബ്രാഹ്മണൻ.

ദ്വിജിഹ്വൻ. ന. ൧, പാമ്പു. ൨, കുരള പറയുന്നവൻ.

ദ്വിട്ടു. ന. ശത്രു.

ദ്വിതയം. വി. രണ്ടു.

ദ്വിതീയ. വി. (യൻ, യാ, യം.) വി. ന. രണ്ടാമത്തെ.

ദ്വിതീയ. ന. ൧, രണ്ടാം തിഥി, ൨, രണ്ടാം വിഭക്തി. ൩, ഭാൎയ്യ.

ദ്വിതീയവയസ്സു. ന. യൌവനം.

ദ്വിതീയാകൃതം. വി. ഇരുച്ചാലുഴുത.

ദ്വിത്രിരുക്തം. ന. രണ്ടുമൂന്നു വട്ടം പറക.

ദ്വിത്വം. ന. രണ്ടെന്നുള്ള ഭാവം.

ദ്വിധാ. അ. രണ്ടുപ്രകാരം.

ദ്വിപം. ന. ആന.

ദ്വിപാത്തു. വി. (ത്രിഷു.) വി. ന. രണ്ടു കാലുള്ള.

ദ്വിപദ. വി. (ദൻ, ദാ, ദം.) വി. ന. രണ്ടു കാലുള്ള.

ദ്വിപക്ഷം. ന. വിഷമപക്ഷം. ഒരേസമയത്തു, സൌകൎയ്യമില്ലാത്ത രണ്ടു പ്രവൃത്തികൾ ചെയ്യേണ്ടതത്യാവശ്യമായിരിക.

ദ്വിപാദ്യം. ന. ഇരട്ടിശ്ശിക്ഷ.

ദ്വിഭാഷി. ന. രണ്ടു ഭാഷ സംസാരിക്കുന്നവൻ.

ദ്വിമാതൃജൻ. ന. ൧, ഗണപതി. ൨, രണ്ടമ്മമകൻ.

ദ്വിരദം. ന. ആന.

ദ്വിരസനം. ന. പാമ്പു.

ദ്വിരുക്തം. വി. രണ്ടുവട്ടം പറയപ്പെട്ട.

ദ്വിരേഫം. ന. വണ്ടു.

ദ്വിവചനം. ന. രണ്ടു വാക്കു, രണ്ടാമത്തെ വചനം.

ദ്വിവിധം. വി. രണ്ടുപ്രകാരമുള്ള.

ദ്വിഷന്തപ. വി. (പൻ, പാ, പം.) വി. ന. ശത്രുവിനെ ദുഃഖിപ്പിക്കുന്ന.

ദ്വിഷൽ. ന. ശത്രു.

ദ്വിഷ്ട. വി. (ഷ്ടൻ, ഷ്ടാ, ഷ്ടം.) വി. ന. ദ്വേഷിക്കപ്പെട്ട.

ദ്വിഷ്ടം. ന. ചെമ്പു.

ദ്വിസപ്തതി. വി. എഴുപത്തുരണ്ടു.

ദ്വിസീത്യം. വി. ഇരുച്ചാലുഴുത.

ദ്വിഹല്യം. വി. ഇരുച്ചാലുഴുത.

ദ്വിഹായനി. ന. രണ്ടു വയസ്സു ചെന്ന പശു.

ദ്വീപം. ന. തുരുത്തു.

ദ്വീപവതി. ന. നദി.

ദ്വീപാന്തരം. ന. അന്യദ്വീപു.

ദ്വീപി. ന. ൧, കടുവാ, പുലി. ൨, ഒരു തൈ, ചെറുവഴുതിന.

ദ്വേധാ. അ. രണ്ടുപ്രകാരം.

ദ്വേഷണൻ. ന. ശത്രു.

ദ്വേഷണം. ന. ശത്രുത.

ദ്വേഷം. ന. വൈരം, ശത്രുത.

ദ്വേഷി. ന. ശത്രു.

ദ്വേഷിക്കുന്നു. ച്ചു. പ്പാൻ. (ദ്വേഷി.) സ. ക്രി. പകെക്കുന്നു, നിന്ദിക്കുന്നു.

ദ്വേഷ്ടാവു. ന. പകെക്കുന്നവൻ.

ദ്വേഷ്യ. വി. (ഷ്യൻ, ഷ്യാ, ഷ്യം.) വി. ന. ദ്വേഷിക്കപ്പെടുവാന്തക്ക.

ദ്വേഷ്യപ്പെടുന്നു ; ദ്വേഷ്യപ്പെട്ടുന്നു. ട്ടു. വാൻ. (ദ്വേഷ്യ.) അ. ക്രി. കോപിക്കുന്നു.

ദ്വൈഗുണ്യം. ന. ൧, ഇരട്ടിപ്പു. ൨, സത്വ രജസ്തമോ ഗുണങ്ങളിൽവച്ചു രണ്ടു ഗുണങ്ങളുണ്ടായിരിക്കുക.

ദ്വൈതം. ന. രണ്ടെന്നുള്ള ഭാവം.

ദ്വൈതീയിക. വി. (കൻ, കി, കം.) വി. ന. രണ്ടാമത്തെ.

ദ്വൈധ. വി. (ധൻ, ധി, ധം.) വി. ന. രണ്ടുപ്രകാരമായ.

ദ്വൈധം. ന. രണ്ടുപ്രകാരം.

ദ്വൈധീഭാവം. ന. രണ്ടെന്നുള്ള ഭാവം.

ദ്വൈപായനൻ. ന. വേദവ്യാസ മഹൎഷി.

ദ്വൈമാതുര. വി. (രൻ, രി, രം.) വി. ന. പെററമ്മയും വളൎത്തമ്മയും ഇങ്ങനെ രണ്ടമ്മമാരുള്ള.

ദ്വൈമാതുരൻ. ന. ഗണപതി.

ദ്വൈമാതൃകം. വി. മഴയാലും നദികളാലും പോഷിപ്പിക്കപ്പെട്ട (രാജ്യം.)

ദ്വൈമാത്രേയൻ. ന. രണ്ടമ്മമകൻ.

ദ്വൈരാജ്യം. ന. രണ്ടു രാജാക്കന്മാരാൽ വിഭാഗിച്ചെടുക്കപ്പെട്ട ഒരു രാജ്യം.

ദ്വൈവാൎഷികം. വി. രണ്ടു വൎഷങ്ങൾ കൂടുമ്പോളുണ്ടാകുന്ന.

ദ്വൈവിധ്യം. ന. രണ്ടുപ്രകാരമുള്ള ഭാവം.

ധ. ഹല്ലുകളിൽ പത്തൊൻപതാം അക്ഷരം.

ധടം. ന. തുലാസ്സ.

ധത്തൂരം. ന. ഒരു ചെടി, ഉമ്മത്തു.

ധനഞ്ജയൻ. ന. ൧, അഗ്നി. ൨, അൎജ്ജുനൻ. ൩, പത്തുവായുക്കളിൽ ഒന്നു.

ധനദ. വി. (ദൻ, ദാ, ദം.) വി. ന. ദ്രവ്യത്തെ കൊടുക്കുന്ന.

ധനദൻ. ന. വൈശ്രവണൻ.

ധനപതി. ന. ൧, വൈശ്രവണൻ. ൨, ധനവാൻ.

ധനപ്രിയ. വി. (യൻ, യാ, യം.) വി. ന. ധനത്തിൽ ആഗ്രഹമുള്ള.

ധനപ്രിയ. ന. ഒരുവക ചീര.

ധനം. ന. ദ്രവ്യം, സമ്പത്തു.

ധനവൽ. വി. (വാൻ, വതി, വൽ.) വി. ന. സമ്പത്തുള്ള.

ധനവൃദ്ധി. ന. ദ്രവ്യപുഷ്ടി.

ധനസ്ഥാനം. ന. രണ്ടാമിടം.

ധനഹര. വി. (രൻ, രാ, രീ, രം.) വി. ന. മോഷ്ടിക്കുന്ന.

ധനഹരി. ന. ഒരു തൈ, കാട്ടുകച്ചോലം.

ധനഹാരി. അല്ലെങ്കിൽ, **ധനഹരി.** വി. (രി, രിണി, രി.) വി. ന. ധനം കൈക്കലാക്കുന്ന, ധനത്തിന്നവകാശമുള്ള.

ധനക്ഷയം. ന. ദ്രവ്യനാശം.

ധനാഗമം. ന. ദ്രവ്യലാഭം.

ധനാഢ്യൻ. ന. ൧, ധനവാൻ. ൨, വൈശ്രവണൻ.

ധനാധിപൻ. ന. വൈശ്രവണൻ.

ധനാശി. ന. ഒരു രാഗം.

ധനിക. വി. (കൻ, കാ, കം.) വി. ന. ധനമുള്ള.

ധനികാ. ന. യൌവനമുള്ളവൾ.

ധനികം. ന. കൊത്തമ്പാലയരി.

ധനിഷ്ഠ. ന. ൧, അവിട്ടം. ൨, വി. വളരെ ധനമുള്ള.

ധനി. വി. (നി, നിനി, നി.) വി. ന. ധനമുള്ള, സമ്പത്തുള്ള.

ധനീ. ന. ധനവാൻ.

ധനീയകം. ന. കൊത്തമ്പാലയരി.

ധനു. ന. ധനുരാശി, ധനുമാസം.

ധനുൎക്കുറു. ന. മൂലവും പൂരാടവും ഉത്രാടത്തിൽ കാലും.

ധനുഞായർ. ന. ധനുമാസം.

ധനുമാസം. ന. ഒമ്പതാമത്തെ മാസം.

ധനുരാശി. ന. ഒമ്പതാമത്തെ രാശി.

ധനുൎഗ്രേഷ്ഠം. ന. ചെറുഞാണൊലി.

ധനുൎദ്ധരൻ. ന. വില്ലെടുത്തവൻ, വില്ലാളി.

ധനുൎഭൃൽ. ന. മേല്പറഞ്ഞ അൎത്ഥം.

ധനുൎവ്വേദം. ന. വില്ലഭ്യാസത്തിന്നുള്ള വിദ്യ.

ധനുൎവ്വേദി. ന. ധനുൎവ്വേദം അറിയാവുന്ന ആൾ.

ധനുഷ്പടം. ന. മുരൾവൃക്ഷം.

ധനുഷ്മാൻ. ന. വില്ലാളി.

ധനുസ്സ. ന. ൧, വില്ലു. ൨, ധനുരാശി.

ധനേയകം. ന. കൊത്തമ്പാലയരി.

ധനേശൻ. ന. വൈശ്രവണൻ.

ധന്യ. വി. (ന്യൻ, ന്യാ, ന്യം.) വി. ന. ഭാഗ്യമുള്ള.

ധന്യശീല. വി. (ലൻ, ലാ, ലം.) വി. ന. സുകൃതമുള്ള, നല്ലശീലമുള്ള.

ധന്യാകം. ന. കൊത്തമ്പാലയരി.

ധന്വന്തരി. ന. വിഷ്ണുവിന്റെ ഒരു അവതാര സ്വരൂപം.

ധന്വന്തരം. ന. തൊണ്ണൂററാറംഗുലം നീളം.

ധന്വയാസം. ന. ഒരു മരുന്നു, കൊടിത്തൂവ.

ധന്വാവു. ന. മരുഭൂമി.

ധന്വീ. ന. വില്ലാളി.

ധമകൻ. ന. കൊല്ലൻ.

ധമന. വി. (നൻ, നാ, നം.) വി. ന. ഊതുന്ന.

ധമനം. ന. ൧, വേഴം. ൨, ഊതുകാ ഊത്തു.

ധമനി. ന. ൧, ഞരമ്പു. ൨, കഴുത്തു. ൩, പവിഴക്കൊടി.

ധമിക്കുന്നു. ച്ചു. പ്പാൻ. (ധമി.) അ. ക്രി. ഊതുന്നു.

ധമ്മില്ലം. ന. കൊണ്ടകെട്ടു, കെട്ടിവച്ച തലമുടി.

ധര. വി. (രൻ, രാ, രി, രം.) വി. ന. ധരിച്ച.

ധരാ. ന. ഭൂമി.

ധരം. ന. പൎവ്വതം.

ധരണം. ന. എടുക്കുക.

ധരണി. ന. ഭൂമി.

ധരണിധരൻ. ന. ൧, വിഷ്ണു. ൨, പൎവ്വതം.

ധരണീകന്ദം. ന. വെങ്കായം.

ധരണീതലം. ന. ഭൂമി.

ധരണീപതി. ന. ൧, രാജാവു. ൨, വിഷ്ണു.

ധരണീശ്വരൻ. ന. ൧, രാജാവു. ൨, വിഷ്ണു.

ധരാതലം. ന ഭൂമി.

ധരാധരം. ന. പൎവ്വതം.

ധരിക്കുന്നു. ച്ചു. പ്പാൻ. (ധരി.) സ. ക്രി. ൧, വഹിക്കുന്നു, എടുക്കുന്നു. ൨, അറിയുന്നു. **ധരിപ്പിക്കുന്നു.** കാ. ക്രി.

ധരിത്രി. ന. ഭൂമി.

ധരിമ. ന. ആകൃതി.

ധരേന്ദ്രൻ. ന. ഹിമവാൻ, പൎവ്വതശ്രേഷ്ഠൻ.

ധൎത്തൂരം. ന. ഉമ്മം.

ധൎമ്മകൎത്താവു. ന. ധൎമ്മംചെയ്യുന്നവൻ.

ധൎമ്മകാൎയ്യം. ന. ഗുണത്തെ സംബന്ധിച്ചുള്ള പ്രവൃത്തി.

ധൎമ്മകീലം. ന. ഒരു ധൎമ്മാസനത്തിന്നു കീഴുള്ള രാജ്യം, ഒരു ന്യായവിചാര സ്ഥലത്തിന്റെ കീഴിലുള്ള ദിക്ക.

ധൎമ്മകൃത്തു. ന. ധൎമ്മകൎത്താവു.

ധൎമ്മക്കഞ്ഞി. ന. കഞ്ഞി വെച്ചു ധൎമ്മമായിട്ടു കൊടുക്കുക.

ധൎമ്മക്കാരൻ; (-രി.) ന. ഭിക്ഷ തെണ്ടി നടക്കുന്നവൻ (-വൾ.)

ധൎമ്മക്കൊള്ളി. ന. ശേഷക്കാരില്ലാത്തവൻ മരിച്ചാൽ മററു വല്ലവരും ശവത്തെ ദഹിപ്പിക്കുക.

ധൎമ്മചാരി. വി. (രി, രിണി, രി.) വി. ന. ധൎമ്മത്തെ ചെയ്യുന്ന.

ധൎമ്മചാരിണി. ന. സത്യ മൎയ്യാദപ്രകാരം ഇരിക്കുന്നവൾ.

ധൎമ്മചിന്ത. അല്ലെങ്കിൽ, **ധൎമ്മചിന്തനം.** ന. ധൎമ്മത്തെക്കുറിച്ചുള്ള വിചാരം.

ധൎമ്മജ്ഞ. വി. (ജ്ഞൻ, ജ്ഞാ, ജ്ഞം.) വി. ന. ധൎമ്മത്തെ അറിയുന്ന.

ധൎമ്മതത്വം. ന. ആചാരാദികളുടെ പരമാൎത്ഥം.

ധൎമ്മത്തോണി. ന. പരോപകാരത്തിന്നായിട്ടു ഇട്ടിരിക്കുന്നകടവുവള്ളം.

ധൎമ്മദാരങ്ങൾ. ന. വിവാഹംചെയ്തുണ്ടായ ഭാൎയ്യ.

ധൎമ്മദൈവം. ന. വംശപാരമ്പൎയ്യമായിട്ടു സേവിക്കപ്പെട്ടു വരുന്ന ഈശ്വരൻ.

ധൎമ്മദ്വേഷം. ന. ആചാരം മുതലായ ധൎമ്മങ്ങളെ നിന്ദിക്കുക.

ധൎമ്മധ്വജി. ന. കപടഭക്തിക്കാരൻ.

ധൎമ്മനന്ദനൻ. ന. ധൎമ്മരാജാവിന്റെ മകൻ.

ധൎമ്മനിഷ്ഠ. ന. ധൎമ്മത്തിങ്കലെ ഉറപ്പു, ധൎമ്മത്തിലുള്ള താല്പൎയ്യം.

ധൎമ്മന്യായം. ന. ധൎമ്മാചാരത്തോടു കൂടിയുള്ള മൎയ്യാദ.

ധൎമ്മൻ. ന. ൧, യമൻ. ൨, യാഗംചെയ്ത ബ്രാഹ്മണൻ.

ധൎമ്മപത്തനം. ന. കുരുമുളക.

ധൎമ്മപത്നി. ന. പ്രധാനഭാൎയ്യ, ഭാൎയ്യ.

ധൎമ്മപഥം. ന. സദാചാരത്തോടുകൂടിയ ജിവിതമാൎഗ്ഗം.

ധൎമ്മപാലനം. ന. ആചാര മൎയ്യാദകളെ രക്ഷിക്കുക.

ധൎമ്മപുത്രൻ. ന. ധൎമ്മരാജാവിന്റെ മകൻ, യുധിഷ്ഠിരൻ.

ധൎമ്മഫലം. ന. പുണ്യം ചെയ്താലുണ്ടാകുന്ന ഫലം.

ധൎമ്മബുദ്ധി. ന. ൧, ധൎമ്മത്തിങ്കലെ മനസ്സു. ൨, ധൎമ്മത്തിൽ മനസ്സുള്ളവൻ.

ധൎമ്മം. ന. ൧, പുണ്യം. ൨, ന്യായം. ൩, ആചാരം. ൪, സ്വഭാവം. ൫, വേദത്തിൽ പറഞ്ഞിട്ടുള്ള വിധി. ൬, ദാനം.

ധൎമ്മയുദ്ധം. ന. ചതിവുക്രൂടാതെ പറഞ്ഞു സമ്മതിച്ചു നേരെ ചെന്നു യുദ്ധം ചെയ്ക.

ധൎമ്മരഹസ്യം. ന. ധൎമ്മശാസ്ത്രങ്ങളുടെ സാരമായ അൎത്ഥം.

ധൎമ്മരാജൻ. ന. ൧, യമൻ. ൨, ബുദ്ധമുനി.

ധൎമ്മവൽ. വി. (വാൻ, വതി, വൽ.) വി. ന. ധൎമ്മമുള്ള.

ധൎമ്മവിചാരം. ന. ഗുണമായുള്ളതിനെക്കുറിച്ചുള്ള വിചാരം.

ധൎമ്മവിരുദ്ധ. വി. ന്യായമല്ലാതുള്ള.

ധൎമ്മവിൽ. ന. ധൎമ്മത്തെ അറിയുന്നവൻ.

ധൎമ്മശാല. ന. വഴിയമ്പലപ്പുര, വഴിയമ്പലം.

ധൎമ്മശാലി. വി. (ലി, ലിനി, ലി.) വി. ന. ധൎമ്മമുള്ള.

ധൎമ്മശാസ്ത്രം. ന. മൎയ്യാദയും ആചാരവും മററും അറിയുന്നതിന്നുള്ള ശാസ്ത്രം, രാജനീതി.

ധൎമ്മശീല. വി. (ലൻ, ലാ, ലം.) വി. ന. ധൎമ്മമുറകളെ പരിചയിച്ചിട്ടുള്ള, ധൎമ്മംകൊടുക്കുന്ന സ്വഭാവമുള്ള.

ധൎമ്മശീലം. ന. ധൎമ്മസ്വഭാവം.

ധൎമ്മസഭ. ന. ആസ്ഥാനമണ്ഡപം, രാജാവിന്റെ ന്യായംവിചാരിക്കുന്ന സ്ഥലം.

ധൎമ്മസംസ്കാരം. ന. ശേഷക്കാരില്ലാത്തവരുടെ ശവം ദഹിപ്പിക്ക.

ധൎമ്മസംഹിത. ന. മനു പരാശരൻ മുതലായവർ ഉണ്ടാക്കിട്ടുള്ള സ്മൃതിഗ്രന്ഥങ്ങൾ പതിനെട്ടും.

ധൎമ്മസാക്ഷി. ന. വിസ്താരങ്ങളിൽ നേരുള്ള സാക്ഷിക്കാരൻ.

ധൎമ്മസുതൻ. ന. ധൎമ്മപുത്രൻ.

ധൎമ്മസൂക്ഷ്മം. ന. ധൎമ്മശാസ്ത്രങ്ങളിൽ പറയുന്നതിന്റെ ചുരുക്കമായിട്ടുള്ള സാരം.

ധൎമ്മസ്ഥാപനം. ന. ധൎമ്മത്തെ ഉറപ്പിക്കുക.

ധൎമ്മസ്ഥിതി. ന. ധൎമ്മത്തിന്റെ ഉറപ്പു.

ധൎമ്മാത്മാവു. ന. ൧, ധൎമ്മബുദ്ധിയുള്ളവൻ. ൨, ധൎമ്മസ്വഭാവം.

ധൎമ്മാധൎമ്മങ്ങൾ. ന. ധൎമ്മവും അധൎമ്മവും.

ധൎമ്മാധികാരി. ന. ധൎമ്മം നടത്തേണ്ടവൻ, ന്യായാധിപതി.

ധൎമ്മാധിഷ്ഠാനം. ന. ന്യായം കേൾക്കുന്ന സ്ഥലം.

ധൎമ്മാസനം. ന. ന്യായസ്ഥലം.

ധൎമ്മി. വി. (ൎമ്മീ, ൎമ്മിണി, ൎമ്മി.) വി. ന. ധൎമ്മത്തെ അറിയുന്ന, ധൎമ്മം ചെയ്യുന്ന.

ധൎമ്മിണീ. ന. ധൎമ്മം ചെയ്യുന്നവൾ.

ധൎമ്മിഷ്ഠ. വി. (ഷ്ഠൻ, ഷ്ഠാ, ഷ്ഠം.) വി. ന. ധൎമ്മമുള്ള, സുകൃതവുമ്മററുമുള്ള.

ധൎമ്മോപദേശകൻ; ധൎമ്മോപദേഷ്ടാവു. ന. ആചാരാദികളെ ഗ്രഹിപ്പിക്കുന്നവൻ.

ധൎമ്മ്യ. വി. (ൎമ്മ്യൻ, ൎമ്മ്യാ, ൎമ്മ്യം.) വി. ന. ധൎമ്മസംബന്ധമായുള്ള, ധൎമ്മമായുള്ള.

ധൎഷണം. ന. ൧, പരിഭവം. ൨, അഹങ്കാരം.

ധൎഷണീ. ന. കാമചാരിണി, ദുൎന്നടപ്പുകാരത്തി.

ധൎഷൻ. ന. നപുംസകൻ.

ധൎഷം. ന. ൧, ഡംഭം. ൨, പരിഭവം.

ധൎഷി. വി. (ൎഷി, ൎഷിണി, ൎഷി.) വി. ന. നിഗളമുള്ള, അഹംഭാവമുള്ള.

ധൎഷിക്കുന്നു. ച്ചു. പ്പാൻ. (ധൎഷി.) അ. ക്രി. തന്റെ ധൈൎയ്യംകൊണ്ടൊ ബുദ്ധികൊണ്ടൊ മറെറാരുത്തന്റെധൈൎയ്യത്തിനെ അല്പമാക്കുന്നു, തന്റെ ധൈൎയ്യംകൊണ്ടു അതിഗംഭീരനായുള്ള ഒരുത്തന്റെ സമീപത്തു ചെല്ലുകയൊ വല്ലതും പ്രവൎത്തിക്കയൊ സ്വാധീനമാക്കുകയൊ ചെയ്യുന്നു.

ധൎഷിത. വി. (തൻ, താ, തം.) വി. ന. ധൎഷിക്കപ്പെട്ട.

ധവൻ. ന. ഭൎത്താവു.

ധവള. വി. (ളൻ, ളാ, ളീ, ളം.) വി. ന. വെളുത്ത.

ധവളം. ന. വെളുപ്പുനിറം.

ധവളി. ന. ൧, വെളുത്ത പശു. ൨, വെളുത്തവൾ.

ധവിത്രം. ന. വിശറി, ആലവട്ടം.

ധാ

ധാടി. ന. ഭയംകൂടാതെ ശത്രുവിൻെറ നേരെ ചെല്ലുക.

ധാതകം. ന. ഒരു മരുന്നു.

ധാതകി. ന. ഒരു മരുന്നു, താതിരി.

ധാതാവു. ന. ബ്രഹ്മാവു.

ധാതു. ന. ൧, വാതം, പിത്തം, കഫം. ൨, രസം, രക്തം, മാംസം, മേദസ്സു, അസ്ഥി, മജ്ജ, ശുക്ലം. ൩, ഭൂമി, വെള്ളം, അഗ്നി, വായു, ആകാശം. ൪, ശബ്ദം, രസം, രൂപം, സ്പൎശം, ഗന്ധം. ൫, ചെവി, നാവു, കണ്ണു, തൊലി, മൂക്കു. ൬, മനയോല മുതലായ ധാതുദ്രവ്യങ്ങൾ പലതും. ൭, ധാതുദ്രവ്യങ്ങൾ വിളയുന്ന സ്ഥലം. ൮, ക്രിയാപദങ്ങളുടെ മൂലം.

ധാതുദ്രവ്യം. ന. സ്വൎണ്ണം മുതലായതു.

ധാതുപുഷ്പിക. ന. താതിരിമരം.

ധാതുമാരിണി. ന. പൊൻകാരം.

ധാതുവാദി. ന. രസവാദി.

ധാതുവൈരി. ന. ഗന്ധകം.

ധാത്രീ. ന. ൧, ഭൂമി. ൨, വളൎത്തമ്മ. ൩, നെല്ലി, നെല്ലിക്ക.

ധാത്രീദേവൻ. ന. ബ്രാഹ്മണൻ.

ധാത്രീപതി. ന. രാജാവു.

ധാത്രീഫലം. ന. നെല്ലിക്ക.

ധാന. ന. ൧, ഊമൻമലർ. ൨, കൊത്തമ്പാലയരി.

ധാനാകം. ന. മേല്പറഞ്ഞ അൎത്ഥം.

ധാനുഷ്കൻ. ന. വില്ലാളി.

ധാന്യകം. ന. കൊത്തമ്പാലയരി.

ധാന്യകോഷ്ഠം. ന. ൧, കളപ്പുര. ൨, വല്ലം.

ധാന്യത്വക്കു. ന. ധാന്യങ്ങളുടെ തൊലി, ഉമി.

ധാന്യം. ന. ൧, നെല്ലു, ചാമ, പയറു മുതലായവ. ൨, കൊത്തമ്പാലയരി.

ധാന്യവൎദ്ധനം. ന. പൊലികടം.

ധാന്യവൃദ്ധി. ന. ൧, നിറം. ൨, പൊലികടം.

ധാന്യശൂകം. ന. നെല്ലിൻെറ ഓക.

ധാന്യസാരം. ന. മെതിച്ചെടുത്ത നെല്ലു.

ധാന്യാകം. ന. കൊത്തമ്പാലയരി.

ധാന്യാമ്ലം. ന. വെപ്പുകാടി.

ധാന്യാൎത്ഥം. ന. ധാന്യസമ്പത്തു.

ധാമം. ന. ൧, ഭവനം. ൨, ശരീരം. ൩, ശോഭ. ൪, പ്രഭാവം, കീൎത്തി. ൫, സ്ഥലം. ൬, ജനനം.

ധാമാൎഗ്ഗവം. ന. ൧, വലിയകടലാടി. ൨, പീരകം.

ധായ. വി. (യൻ, യാ, യം.) വി. ന. തനിക്കുള്ള, അവകാശമുള്ള.

ധാര. ന. ൧, വാളിൻെറ മൂൎച്ച. ൨, ഇടവിടാതെയുള്ള മഴ, ഒരു പാത്രത്തിൽകൂടെ വെള്ളം കുറഞ്ഞു ഇടവിടാതെ ചോരുക. ൩, ചില ദീനക്കാൎക്കു എണ്ണ മുതലായതുകൊണ്ടു ധാരചെയ്ക. ൪, കുതിരയുടെ നടപ്പു. ൫, കടം, വെള്ളം.

ധാരക്കിടാരം. ന. ധാര ചെയ്യുന്നതിനുള്ള ചെമ്പുപാത്രം.

ധാരച്ചട്ടി. ന. ധാര വീഴ്ത്തുന്നതിനുള്ള പാത്രം, ധാരക്കിടാരം.

ധാരണ. ന. ൧, നിലനില്പു. ൨, ധാരണാശക്തി, ധീരത. ൩, യോഗവിദ്യയുടെ ഒരു സമ്പ്രദായഭേദം. ൪, ഓൎമ്മ. ൫, കടം.

ധാരണകൻ. ന. കടക്കാരൻ, കടമുള്ളവൻ.

ധാരണം. ന. ധരിക്കുക, എടുക്കുക.

ധാരണാവാൻ. വി. (വാൻ, വതി, വൽ.) വി. ന. ധാരണയുള്ള.

ധാരത്തോണി. ന. ധാരചെയ്യുന്നതിന്നു കിടപ്പാനുള്ള തോണി.

ധാരപ്പാത്തി. ന. ധാരത്തോണി.

ധാരയിടുന്നു. ട്ടു. വാൻ. (ധാര.) സ. ക്രി. ധാര കോരുന്നു, ധാര വീഴ്ത്തുന്നു.

ധാരാധരം. ന. ൧, മേഘം. ൨, വാൾ.

ധാരാങ്കുരം. ന. ൧, ആലിപ്പഴം, കരകം. ൨, ചാററുമഴ.

ധാരായന്ത്രം. ന. വെള്ളം ഉയരെ കൊണ്ടുവന്നു താഴോട്ടു ചൊരിയിക്കുന്ന യന്ത്രം.

ധാരാസമ്പാതം. ന. പെരുമഴ.

ധാരാള. വി. (ളൻ, ളാ, ളം.) വി. ന. വെള്ളത്തോടു കൂടിയിരിക്കുന്ന.

ധാരാളം. ന. ഔദാൎയ്യം, ലോഭം കൂടാതെയുള്ളതു.

ധാരാളംവെക്കുന്നു. ച്ചു. പ്പാൻ. (ധാരാളം.) സ. ക്രി. മടികൂടാതെ മുതൽ ചിലവിടുന്നു.

ധാരി. വി. (രി, രിണി, രി.) വി. ന. ധരിക്കുന്ന.

ധാൎത്തരാഷ്ട്രം. ന. ഒരു മാതിരി അരയന്നപ്പക്ഷി.

ധാൎമ്മപത്തനം. ന. നല്ലമുളക, കൊടിമുളക.

ധാൎമ്മിക. വി. (കൻ, കാ, കം.) വിന. ധൎമ്മമുള്ള.

ധാൎയ്യ. വി. (ൎയ്യൻ, ൎയ്യാ, ൎയ്യം.) വി. ന. ധരിക്കപ്പെടേണ്ടുന്ന.

ധാൎഷ്ട്യം. ന. അറിവില്ലാത്തവൻ അധികം അറിവുണ്ടെന്നു ഭാവിക്ക, അല്പം അറിവൊ ശക്തിയൊ ഉണ്ടതിനെ അധികം തോന്നിക്ക.

ധാവതിചെയ്യുന്നു. യ്തു. യ്വാൻ. (ധാവതി.) അ. ക്രി. പോകുന്നു, ഓടുന്നു.

ധാവകൻ. ന. ൧, ഓടുന്നവൻ. ൨, വൃത്തിയാക്കുന്നവൻ.

ധാവനം. ന. ൧, ഓട്ടം. ൨, ശുദ്ധികരണം.

ധാവനി. ന. ഒരു ചെടി, ഓരില.

ധാവനിക. ന. ഒരു ചെടി, ചെറുവഴുതിന.

ധാവള്യം. ന. വെളുപ്പു.

ധാവിത. വി. (തൻ, താ, തം.) വി. ന. ശുദ്ധീകരിക്കപ്പെട്ട.

ധി

ധിൿ. അ. ൧, നിന്ദിക്കുക. ൨, കഷ്ടം.

ധിക്കരിക്കുന്നു. ച്ചു. പ്പാൻ. (ധിക്കരി.) സ. ക്രി. നിന്ദിക്കുന്നു.

ധിക്കാരം. ന. നിന്ദ.

ധിക്കാരി. ന. നിന്ദ കാട്ടുന്നവൻ.

ധിക്കൃത. വി. (തൻ, താ, തം.) വി. ന. നിന്ദിക്കപ്പെട്ട.

ധിക്കൃതി. ന. നിന്ദ.

ധിഷണ. ന. ബുദ്ധി.

ധിഷണൻ. ന. വ്യാഴം.

ധിഷ്ണ്യം. ന. ൧, ഭവനം. ൨, സ്ഥലം. ൩, നക്ഷത്രം. ൪, അഗ്നി.

ധീ

ധീ. ന. ബുദ്ധി.

ധീന്ദ്രിയം. ന. മനസ്സു മുതലായ ഇന്ദ്രിയങ്ങൾ.

ധീമൽ. വി. (മാൻ, മതി, മൽ.) വി. ന. ബുദ്ധിയുള്ള.

ധീരത. ന. ധൈൎയ്യം, ഉറപ്പു.

ധീര. വി. (രൻ, രാ, രം.) വി. ന. മനസ്സിന്നുറപ്പുള്ള, ബുദ്ധിയുള്ള.

ധീരം. ന. കുങ്കുമം.

ധീരോദാത്ത. വി. ധൈൎയ്യം ഉന്മേഷം മുതലായ സൽഗുണങ്ങൾ തികഞ്ഞിട്ടുള്ള, നായക ഗുണത്തോടു കൂടിയ.

ധീവരൻ. ന. മുക്കവൻ.

ധീവാ. ന. കന്നാൻ.

ധീശക്തി. ന. ബുദ്ധിശക്തി.

ധീസഖൻ. ന. മന്ത്രി.

ധീസചിവൻ. ന. മന്ത്രി.

ധു

ധുത. വി. (തൻ, താ, തം.) വി. ന. ൧, ഉപേക്ഷിക്കപ്പെട്ട. ൨, ഇളക്കപ്പെട്ട.

ധുനി. ന. നദി.

ധുരന്ധര. വി. (രൻ, രാ, രം.) വി. ന. ഭാരത്തെ വഹിക്കുന്ന, ഒരു കാൎയ്യത്തെ തനിച്ചു ഭരിക്കുന്ന.

ധുരന്ധൻ. ന. ഭാരം വഹിക്കുന്ന കാള.

ധുരം. ന. ൧, രഥത്തിന്റെ മുൻതണ്ടു. ൨, വിചാരം. ൩, ഭാരം, ചുമടു.

ധുരീണ. വി. (ണൻ, ണാ, ണം.) വി. ന. ഭാരത്തെ വഹിക്കുന്ന.

ധുരീണൻ. ന. ഭാരം വഹിക്കുന്നവൻ, പൊതികാള.

ധുത്തുരാ. ന. ഉമ്മത്തു.

ധുർധൂരം. ന. മേല്പറഞ്ഞ അൎത്ഥം.

ധുൎയ്യ. വി. (ൎയ്യൻ, ൎയ്യാ, ൎയ്യം.) വി. ന. ഭാരത്തെ വഹിക്കുന്ന.

ധുൎയ്യൻ. ന. ഭാരം വഹിക്കുന്നവൻ, പൊതികാള.

ധുർവ്വഹ. വി. (ഹൻ, ഹാ, ഹം.) വി. ന. ഭാരത്തെ വഹിക്കുന്ന.

ധുർവ്വഹൻ. ന. ഭാരം വഹിക്കുന്നവൻ, പൊതികാള.

ധുവിത്രം. ന. വിശറി, ആലവട്ടം.

ധുസ്തുരം. ന. ഉമ്മത്തു.

ധൂ

ധൂത. വി. (തൻ, താ, തം.) വി. ന. ൧, ഇളക്കപ്പെട്ട. ൨, നിന്ദിക്കപ്പെട്ട, ഉപേക്ഷിക്കപ്പെട്ട.

ധൂനനം. ന. ഇളക്കം, ഇളക്കുക.

ധൂപക്കാൽ. ന. ധൂപക്കുററി.

ധൂപക്കുററി. ന. ധൂപിക്കുന്നതിനുള്ള പാത്രം.

ധൂപനം. ന. കുന്തുരുക്കം.

ധൂപം. ന. സുഗന്ധദ്രവ്യങ്ങളിട്ടു പുകെക്കുക.

ധൂപവൎഗ്ഗം. ന. ധൂപിപ്പാനുള്ള വസ്തുക്കൾ.

ധൂപവൃക്ഷം. ന. ചരളം.

ധൂപായിത. വി. (തൻ, താ, തം.) വി. ന. ചൂടുപിടിപ്പിക്കപ്പെട്ട, ഉണ്ണിച്ച.

ധൂപാരാധന. ന. ധൂപംകൊണ്ടു പൂജിക്ക.

ധൂപിക്കുന്നു. ച്ചു. പ്പാൻ. (ധൂപി.) സ. ക്രി. പുകെക്കുന്നു.

ധൂപിത. വി. (തൻ, താ, തം.) വി. ന. ൧, ധൂപിക്കപ്പെട്ട. ൨, ഉണ്ണിച്ച.

ധൂമകേതു. ന. ൧, അഗ്നി. ൨, വാൽനക്ഷത്രം.

ധൂമം. ന. പുക.

ധൂമയോനി. ന. മേഘം.

ധൂമല. വി. (ളൻ, ളാ, ളം.) വി. ന. കറിഞ്ഞുവപ്പുനിറമുള്ള.

ധൂമലം. ന. കറുപ്പും ചുവപ്പും കൂടിയ നിറം.

ധൂമാഭ. വി. (ഭൻ, ഭാ, ഭം.) വി. ന. പുകയുടെ നിറംപോലെ നിറമുള്ള.

ധൂമാഭം. ന. പുകനിറം.

ധൂമാവലി. ന. പുകക്കൂട്ടം.

ധൂമിക. ന. ൧, ആവി. ൨, മഞ്ഞു. ൩, പുക.

ധൂമ്യ. ന. പുകക്കൂട്ടം.

ധൂമ്യാടം. ന. ചെറുകുരികിൽപക്ഷി.

ധൂമ്രകം. ന. ഒട്ടകം.

ധൂമ്ര. വി. (മ്രൻ, മ്രാ, മ്രം.) വി. ന. ധൂമ്രവൎണ്ണമുള്ള.

ധൂമ്രം. ന. കറുപ്പും ചുവപ്പും കൂടിയ നിറം.

ധൂമ്രവൎണ്ണ. വി. (ൎണ്ണൻ, ൎണ്ണാ, ൎണ്ണം.) വി. ന. മേല്പറഞ്ഞ നിറമുള്ള.

ധൂമ്രവൎണ്ണം. ന. കറുപ്പും ചുവപ്പും കൂടിയുള്ളോരു നിറം.

ധൂർ. ന. ചുമടു.

ധൂർജ്ജടി. ന. ശിവൻ.

ധൂൎത്ത. വി. (ൎത്തൻ, ൎത്താ, ൎത്തം) വി. ന. ചതിവുള്ള.

ധൂൎത്തൻ. ന. ൧, ചതിവൻ. ൨, ചൂതാളി. ൩, കള്ളൻ, താന്തോന്നി.

ധൂൎത്തം. ന. ഉമ്മത്തു.

ധൂർവ്വഹ. വി. (ഹൻ, ഹാ, ഹം.) വി. ന. ചുമടിനെ വഹിക്കുന്ന.

ധൂലകം. ന. വിഷം.

ധൂസര. വി. (രൻ, രാ, രം.) വി. ന. ഒട്ടു വെളുത്ത നിറമുള്ള.

ധൂസരം. ന. ഒട്ടു വെളുത്ത നിറം.

ധൂസരീ. ന. കിന്നരസ്ത്രീ.

ധൂസരിത. വി. (തൻ, താ, തം.) വി. ന. ധൂസരമാക്കപ്പെട്ട.

ധൂളി. ന. ൧, നേരിയ പൊടി. ൨, വ്യഭിചാരമുള്ള സ്ത്രീ. ൩, ഒരു മാതിരി പട്ടുണ്ടാക്കുവാനുള്ള പഞ്ഞി.

ധൂളിക. ന. മഞ്ഞു.

ധൂളികുട്ടിമം. ന. വാട.

ധൂളിക്കുന്നു. ച്ചു. പ്പാൻ. (ധൂളി.) സ. ക്രി. ൧, പറപ്പിക്കുന്നു. ൨, പൊടിക്കുന്നു.

ധൂളിതപം. ന. വ്യഭിചാരസ്വഭാവം.

ധൂളിപ്പെണ്ണു. ന. വ്യഭിചാരം ചെയ്യുന്ന സ്ത്രീ.

ധൂളിമാനം. ന. പൊടി.

ധൂളിമെത്ത. ന. അധികം മാൎദ്ദവമുള്ള മെത്ത.

ധൂളിയാക്കുന്നു. ക്കി. വാൻ. (ധൂളി.) സ. ക്രി. പൊടിയാക്കുന്നു.

ധൂളുന്നു. ളി. വാൻ. (ധൂള.) സ. ക്രി. പറപ്പിക്കുന്നു.

ധൃ

ധൃതരാഷ്ട്രൻ. ന. ൧, ചന്ദ്രവംശത്തിൽ ജനിച്ച കുരുടനായ ഒരു രാജാവു. ൨, പാത്ത.

ധൃത. വി. (തൻ, താ, തം.) വി. ന. ൧, പിടിക്കപ്പെട്ട. ൨, ധരിക്കപ്പെട്ട. ൩, അറിയപ്പെട്ട.

ധൃതഗതി. ന. അവിവേകമായ രീതി. ആലോചിക്കുവാനിടയാകാതെയുള്ള പോക്കു, ചുറുക്ക്.

ധൃതി. ന. ൧, വഹിക്കുക. ൨, ധൈൎയ്യം. ൩, സന്തോഷം. ൪, ജോതിശ്ശാസ്ത്രത്തിൽ പറയുന്ന യോഗങ്ങളിൽ ഒന്നു.

ധൃതി. (മ.) വേഗം, ബദ്ധതി.

ധൃതിമൽ. വി. (മാൻ, മതി, മൽ.) വി. ന. ധൃതിയുള്ള.

ധൃഷ്ട. വി. (ഷ്ടൻ, ഷ്ടാ, ഷ്ടം.) വി. ന. ധൈൎയ്യമുള്ള, ഉറപ്പുള്ള. **ധൃഷ്ടത.** സ്ത്രീ. ന. ധൈൎയ്യം, ഉറപ്പു.

ധൃഷ്ടൻ. ന. വിശ്വാസമില്ലാത്ത ഭൎത്താവു. **ധൃഷ്ടാ.** സ്ത്രീ.

ധൃഷ്ണി. ന. രശ്മി.

ധൃഷ്ണു. വി. (ത്രിഷു.) വി. ന. ധൈൎയ്യമുള്ള.

ധെ

ധേനു. ന. ൧, പശു. ൨, കറക്കുന്ന പശു.

ധേനുക. ന. ൧, പിടിയാന. ൨, കറക്കുന്ന പശു. ൩, ചുരിക.

ധേനുകൻ. ന. ഒരസുരൻ.

ധേനുമൽ. (മാൻ, മതി, മൽ.) വി. ന. പശുവുള്ള.

ധേനുഷ്യ. ന. കെട്ടിനില്ക്കുന്ന പശു.

ധൈ

ധൈനുകം. വി. പശുവിനെ സംബന്ധിച്ച.

ധൈനുകം. ന. പശുക്കൂട്ടം.

ധൈൎയ്യപ്പെടുത്തുന്നു. ത്തി. വാൻ. (ധൈൎയ്യ.) സ ക്രി. ഉറപ്പു വരുത്തുന്നു.

ധൈൎയ്യം. ന. ൧, ധീരത. ൨, ഉറപ്പു.

ധൈൎയ്യവൽ. വി. (വാൻ, വതി, വൽ.) വി. ന. ധീരതയുള്ള.

ധൈൎയ്യശാലി. വി. (ലീ, ലിനി, ലി.) വി. ന. ധൈൎയ്യമുള്ള.

ധൈവതം. ന. ആറാമത്തെ സ്വരം.

ധോ

ധോരണം. ന. ൧, വാഹനം. ൨, കുതിരയുടെ നടപ്പിൽ ഒരുമാതിരിഭേദം.

ധോരണി. ന. ൧, പാരമ്പൎയ്യന്യായം. ൨, പരിചയം. ൩, നിര. ൪, വഴി. ൫, ആരെയും ശങ്കിക്കായ്ക.

ധോരണിക്കാരൻ. ന. ധോരണിയുള്ളവൻ, ആരെയും കൂട്ടാക്കാതെ ഡംഭു കാട്ടി നടക്കുന്നവൻ.

ധൌ

ധൌതകൌശേയം. ന. വെളുത്തപട്ടു.

ധൌത. വി. (തൻ, താ, തം.) വി. ന. കഴുകപ്പെട്ട, ശുദ്ധികരിക്കപ്പെട്ട.

ധൌരിതകം. ന. കുതിരയുടെ ഒരു മാതിരി നടപ്പു.

ധൌരേയ. വി. (യൻ, യാ, യം.) വി. ന. ചുമടെടുക്കുന്ന.

ധൌരേയൻ. ന. ഭാരത്തെ വഹിക്കുന്നവൻ, പൊതിക്കാള.

ധ്മാത. വി. (തൻ, താ, തം.) വി. ന. ഊതപ്പെട്ട.

ധ്മാനം. ന. ഊത്തു.

ധ്യാ

ധ്യാത. വി. (തൻ, താ, തം.) വി. ന. ധ്യാനിക്കപ്പെട്ട.

ധ്യാനനിഷ്ഠ. വി. (ഷ്ഠൻ, ഷ്ഠാ, ഷ്ഠം.) വി. ന. വിചാരത്തിൽ നല്ല ഉറപ്പുള്ള.

ധ്യാനം. ന. ൧, വിചാരം. ൨, മനസ്സുകൊണ്ടുള്ള ആരാധന, മനസ്സു മറെറാരിടത്തു പോകാതെ ഒരംശ്വരന്റെ സ്വരൂപത്തെത്തന്നെ വിചാരിക്ക.

ധ്യാനമൂകൻ. ന. ഏകചിന്തയിൽ ഏൎപ്പെട്ടിരിക്കുക നിമിത്തം ഒന്നും മിണ്ടാതെ നാക്കില്ലാത്തവനെപ്പോലെ യിരിക്കുന്നവൻ.

ധ്യാനശക്തി. ന. ഓരോ സങ്കല്പങ്ങളെ മനസ്സിൽ ഉറപ്പിക്കുവാനുള്ള കരുത്തു.

ധ്യാനിക്കുന്നു. ച്ചു. പ്പാൻ. (ധ്യാനി.) സ. ക്രി. ൧, ഒരംശ്വരസ്വരൂപത്തെ മനസ്സുകൊണ്ടു കാണുന്നു. ൨, വിചാരിക്കുന്നു.

ധ്യാമം. ന. നാവുകപ്പുല്ലു.

ധ്യായമാന. വി. (നൻ, നാ, നം.) വി. ന. ധ്യാനിക്കുന്ന.

ധ്യേയ. വി. (യൻ, യാ, യം.) വി. ന. ധ്യാനിക്കപ്പെടേണ്ടുന്ന, വിചാരിക്കപ്പെടുവാനുള്ള.

ധ്രു

ധ്രുവ. വി. (വൻ, വാ, വം.) വി. ന. ൧, നിത്യമായുള്ള. ൨, ഇളക്കമില്ലാത്ത.

ധ്രുവ. ന. ൧, വൈയങ്കതകൊണ്ടുള്ള ഹോമപ്പാത്രം. ൨, ഓരില. ൩, മൂവില.

ധ്രുവൻ. ന. ൧, ഉത്താനപാദന്റെ പുത്രനായ ഒരു രാജാവു. ൨, ഇളക്കമില്ലാത്തതായിട്ടു വടക്കു കാണുന്ന ഒരു നക്ഷത്രം.

ധ്രുവം. ന. ൧, നിശ്ചയം. ൨, കററിനു, ഒരു താളം. ൩, രാഗം.

ധ്രുവങ്ങൾ. ന. ഭൂഗോളത്തിന്റെ തെക്കെ അററവും, വടക്കെ അററവും.

ധ്രുവാവൃക്ഷം. ന. വൈയങ്കതമരം.

ധ്വ

ധ്വജപ്രതിഷ്ഠ. ന. കൊടിമരം നിറുത്തുക.

ധ്വജമണ്ഡപം. ന. കൊടിമരത്തറ.

ധ്വജം. ന. ൧, കൊടി. ൨, കൊടിമരത്തിന്റെ മുകളിലുള്ള അടയാളം. ൩, അടയാളം.

ധ്വജദ്രുമം. ന. പന.

ധ്വജവൽ. വി. (വാൻ, വതി, വൽ.) വി. ന. ധ്വജമുള്ള, അടയാളമുള്ള.

ധ്വജവാൻ. ന. കൊടിക്കാരൻ.

ധ്വജിനി. ന. സേന.

ധ്വജി. വി. (ജി, ജിനി, ജി.) വി. ന. ധ്വജമുള്ള.

ധ്വജീ. ന. ൧, ബ്രാഹ്മണൻ. ൨, പൎവ്വതം. ൩, തൈരു വില്ക്കുന്നവൻ. ൪, മദ്യം വില്ക്കുന്നവൻ.

ധ്വനി. ന. ൧, ശബ്ദം. ൨, കവിതകളിലെ ഒരു അൎത്ഥവിശേഷം.

ധ്വനിക്കുന്നു. ച്ചു. പ്പാൻ. (ധ്വനി.) അ. ക്രി. ൧, ശബ്ദിക്കുന്നു. ൨, ഒരു കാൎയ്യം പറയുമ്പോൾ ഗൂഢമായി സാരമായിരിക്കുന്ന മറെറാരു അൎത്ഥം കൂടെ പൂൎണ്ണമായിട്ടു തോന്നുന്നു. **ധ്വനിപ്പിക്കുന്നു.** സ. ക്രി.

ധ്വനിത. വി. (തൻ, താ, തം.) വി. ന. ശബ്ദിക്കപ്പെട്ട, ശബ്ദിച്ച.

ധ്വംസനം. ന. നാശം.

ധ്വംസം. ന. മുടിവു, നാശം.

ധ്വംസിക്കുന്നു. ച്ചു. പ്പാൻ. (ധ്വംസി.) സ. ക്രി. നശിപ്പിക്കുന്നു, കൊല്ലുന്നു.

ധ്വസ്ത. വി. (സ്തൻ, സ്താ, സ്തം.) വി. ന. നശിപ്പിക്കപ്പെട്ട, നശിച്ച.

ധ്വാനം. ന. ഒച്ച, ശബ്ദം.

ധ്വാന്തം. ന. ഇരുട്ടു.

ധ്വാംക്ഷം. ന. ൧, കാക്ക. ൨, നിങ്കാക്ക. ൩, കൊക്കു.

ന. ഹല്ലുകളിൽ ഇരുപതാം അക്ഷരം.

ന. അ. ഇല്ല, അല്ല.

നക. ന. ക, രത്നം. വ, ആഭരണം.

നകാരം. ന. ന എന്നുള്ള അക്ഷരം.

നകുല. വി. (ലൻ, ലാ, ലം.) വി. ന. കുലത്തിൽനിന്ന തള്ളപ്പെട്ട.

നകുലൻ. ന. പാണ്ഡവന്മാരിൽ നാലാമൻ.

നകുലം. ന. കീരി.

നകുലി. ന. ഒരു വൃക്ഷം, പട്ടുപഞ്ഞിമരം, ജലവൃ.

നകുലേഷ്ടാ. ന. അമർപ്പൊരി, വണ്ടവാഴി, വിഷത്തിനുള്ള ഒരു മരുന്നു.

നക്കൽ. ന. ക, നക്കുക. വ, ഒന്നാമതു വിചാരിച്ച ചുരുക്കമായിട്ടൊ പിഴതിരാത്തതായിട്ടൊ എഴുതിയ വാചകം.

നക്കി. വി. ന. ക, തെണ്ടുന്നവൻ. വ, നക്കുന്നവൻ.

നക്കുന്നു. ക്രി. വാൻ. (നക്കു.) സ. ക്രി. നാക്കുകൊണ്ട നക്കി തുടെച്ചെടുക്കുന്നു. **നക്കിക്കുന്നു.** കാ. ക്രി.

നക്തകം. ന. പഴയ വസ്ത്രം.

നക്തഞ്ചര. വി. (രൻ, രീ, രം.) വി. ന. രാത്രിയിൽ സഞ്ചരിക്കുന്ന.

നക്തഞ്ചരൻ. ന. ക, രാക്ഷസൻ. വ, കള്ളൻ, ന, മൂങ്ങ.

നക്തഞ്ചരി. ന. രാക്ഷസി.

നക്തന്ദിവം. അ. രാപകൽ.

നക്തഭോജനം. ന. അത്താഴം.

നക്തമാലം. ന. പുങ്ങുമരം.

നക്തം. അ. രാത്രി.

നക്രം. ന. മുതല.

നഖച്ചുററു. ന. നഖത്തിന്നു ചുററി വരുന്ന ഖിനം, വിരച്ചുററു.

നഖം. ന. ക, നഖരം. വ, മുരൾ, മുരം.

നഖരായുധം. ന. ക, പൂച്ച, വ, വ്യാഘ്രം. ന, സിംഹം.

നഖരം. ന. വിരലിന്റെ അററത്തു നീണ്ട നില്ക്കുന്നതു.

നഖരേഖ. ന. നഖംകൊണ്ടുണ്ടാക്കിയ വര.

നഖവ്രണം. ന. നഖംകൊണ്ടുണ്ടായ വ്രണം.

നഖക്ഷതം. ന. നഖം കൊണ്ടു മുറിഞ്ഞതു്, ചോററൽ.

നഖി. വി. (ഖീ, ഖിനി, ഖി.) വി. ന. നഖമുള്ള.

നഖി. ന. ക, നഖം നീണ്ടുള്ളവൻ. വ, മുരൾ.

നഗം. ന. ക, പൎവ്വതം. വ, വൃക്ഷം.

നഗരം. ന. പട്ടണം.

നഗരവാസി. വി. (സീ, സിനി, സി.) വി. ന. നഗരത്തിൽ പാൎക്കുന്ന.

നഗരശോധന. ന. വല്ലതും അറിയുന്നതിന്നു പട്ടണത്തിൽ ശോധന കഴിക്കുക.

നഗരി. ന. ക, പട്ടണം. വ, രാജധാനി.

നഗൌകസ്സു. ന. ക, പക്ഷി. വ, സിംഹം.

നഗ്ന. വി. (ഗ്നൻ, ഗ്നാ, ഗ്നം.) വി. ന. വസ്ത്രമില്ലാത്ത. **നഗ്നത.** ഗു. ന. വസ്ത്രമില്ലായ്ക.

നഗ്നഹ്രൂ. ന. യവാദികളാൽ ഉണ്ടാക്കപ്പെടുന്ന ഒരു വക മദ്യം.

നഗ്നിക. ന. ക, വസ്ത്രമുടുക്കാത്ത സ്ത്രീ. വ, പത്തു വയസ്സിന്നു താഴെയുള്ള സ്ത്രീ.

നങ്കുരം. ന. കപ്പലിന്റെ ചിനി.

നങ്ങച്ചിപ്പുല്ലു. ന. ഒരു മാതിരി പുല്ലു.

നങ്ങപ്പിള്ള. ന. കല്യാണം കഴിയാത്ത ബ്രാഹ്മണ കന്യക.

നങ്ങിയാരു. ന. നംപ്യാരുടെ സ്ത്രീ.

നച്ചം. ന. പറയർ പശുവിനെകൊല്ലുന്നതിന്നു ചാണ്ടുന്ന വിഷമുള്ള ഒരു സൂചി.

നച്ചെലി. ന. ഒരു മാതിരി വല്യ മൂഷികൻ.

നഞ്ചു. ന. വിഷം.

നഞ്ചുകല്ലു. ന. കണ്ണെഴുതുന്നതിന്നു കൊള്ളുന്ന ഒരു നീലകല്ലു.

നഞ്ചറപ്പച്ച. ന. ഒരു പച്ചമരുന്നു.

നഞ്ചറമൂച്ചം. ന. ഒരു പച്ചമരുന്നു.

നഞ്ചുവൃക്ഷം. ന. ഒരുവക വിഷവൃക്ഷം.

നഞ്ഞു. ന. വിഷം.

നഞ്ഞനാടി. ന. നിലം കുഴിച്ചു ചുററും കല്ലുകൊണ്ടു കെട്ടി മണ്ണുകൊണ്ടു മൂടുക.

നട. ന. ക, ഭവനത്തിൽ കേറുന്നതിന്നുള്ള കല്പടു. വ, ക്ഷേത്രം. ന, ആററിലൊ കുളത്തിലൊ ഇറങ്ങുന്നതിന്നു കല്ലുകൊണ്ടു പണിതതു. ര, നടക്കുക, കാൎന്നട.

നടകാവൽ. ന. ക്ഷേത്രത്തിന്റെ നടയിൽ കാത്തു നില്ക്കു.

നടക്കല്ലു. ന. ഭവനവാതുക്കൽ ചവിട്ടി കേറുവാനുള്ള കല്ലു.

നടക്കാവു. ന. വഴിക്കു രണ്ടുഭാഗത്തും വച്ചു പിടിപ്പിക്കുന്ന വൃക്ഷക്കൂട്ടം.

നടക്കുന്നു. ന്നു. പ്പാൻ. (നട.) അ. ക്രി. ക, നടന്നുപോകുന്നു. വ, കാൎയ്യങ്ങൾ വീഴ്ചകൂടാതെ ആകുന്നു. ന, നാണിഭം എല്ലാവരും പെരുമാറുന്നു. ര, കപ്പൽ വള്ളം മുതലായതു സഞ്ചരിക്കുന്നു. **നടത്തുന്നു.** സ. ക്രി. **നടത്തിക്കുന്നു.** കാ. ക്രി.

നടത്തം. ന. ക, നടപ്പു. വ, കാൎയ്യവിചാരം.

നടത്തൽ. ന. ക, കാൎയ്യം വിചാരിക്കുക. വ, നടത്തുക.

നടത്തുചൊല്ലുന്നു. ല്ലി. വാൻ. (നടത്തു.) അ. ക്രി. യാത്രയുടെ ഘോഷത്തിന്നായിട്ട നടനടയോ എന്നു ഉറക്കെ ശബ്ദിക്കുന്നു.

നടനടെ; നടാടെ. അ. ക, മുൻപെ. വ, ആദിയിൽ.

നടനം. ന. നാട്യം, തുള്ളൽ, നൃത്തം, ആട്ടം.

നടൻ. ന. ചാക്യാരു, നാട്യവിദ്യക്കാരൻ, ആട്ടക്കാരൻ.

നടപടി. ന. നടപ്പു, അവസ്ഥ, കഴിച്ചിലിന്റെ ഭാവം.

നടപ്പു. ന. ക, നടക്കുക. വ, ശീലം. ന, പ്രവൃത്തി. ര, ക്രമനടപ്പു. ൫, നാണിഭ നടപ്പു. ൬, സമ്മതം ൭, യാത്ര.

നടപ്പന്തൽ. ന. നടയിലുള്ള പന്തൽ, നടപ്പുര.

നടപ്പാകുന്നു. യി. വാൻ. (നടപ്പു.) അ. ക്രി. പ്രസിദ്ധമാകുന്നു, സമ്മതമാകുന്നു. **നടപ്പാക്കുന്നു.** സ. ക്രി.

നടപ്പുകാരൻ. ന. ക, എല്ലാവക്കും അറിവുള്ളവൻ. വ, വഴരെ നടക്കുന്നവൻ.

നടപ്പുകേടു. ന. ദുൎന്നടപ്പു, പ്രവൃത്തിദോഷം.

നടപ്പുദീനം. ന. സാംക്രമിക രോഗം.

നടപ്പുദോഷം. ന. ചൎയ്യാക്രമത്തിലുള്ള ദോഷം.

നടപ്പുനിലം. ന. കൃഷിയിറക്കിയിരിക്കുന്ന വയൽ.

നടപ്പുഭാഷ. ന. അതാതു ദിക്കിൽ എല്ലാവരും അറിയുന്ന വാക്ക.

നടപ്പുര. ന. നടപ്പന്തൽ.

നടപ്പുവഴി. ന. നാട്ടുവാഴി, എല്ലാവരും അധികം നടക്കുന്ന വഴി.

നടമടക്കുന്നു. ക്കി. വാൻ. (നട.) അ. ക്രി. ആനയും മററും കാൽ മടക്കി നിലത്തു ചേരുന്നു.

നടമണ്ടനം. ന. പൊന്നരിതാരം.

നടമാടം. ന. നടപ്പു, സഞ്ചാരം.

നടമാടുന്നു. ടി. വാൻ. (നടം.) അ. ക്രി. ൧, സഞ്ചരിക്കുന്നു. ൨, നൃത്തം ചെയ്യുന്നു.

നടമാളി. ന. തെരുവു.

നടമിഴാവു. ന. ഒരു വക വാദ്യം.

നടമുഖം. ന. ക്ഷേത്രത്തിലും മററും കേറുവാനുള്ള പ്രധാന വാതിൽ.

നടം. ന. ൧, പലകപ്പയ്യാനി. ൨, ആട്ടം.

നടയൻ. വി. ന. നടപ്പിനു വിശേഷമുള്ള കുതിര.

നടയിട. അ. കാലുകളുടെ നടുവിലെ ഭാഗം.

നടയുമ്മരം. ന. നടവാതിൽ.

നടയ്ക്കുവെക്കുന്നു. ച്ചു. പ്പാൻ. (നട്ക്കു.) സ. ക്രി. ക്ഷേത്രത്തിലോ പള്ളിയിലോ നേൎച്ച വെക്കുന്നു.

നടവരമ്പു. ന. കെട്ടുവരമ്പു, നടപ്പാൻ തക്ക വരമ്പു.

നടവരവു. ന. നേൎച്ച വകയായിട്ടു നടയിൽ വരുന്ന പണവുമ്മററും.

നടവാതിൽ. ന. പുരയുടെ നേരെയുള്ള വാതിൽ.

നടവെടി. ന. രാജയാത്രയിങ്കലെയും മററുമുള്ള പീരങ്കി വെടി.

നടി. ന. ൧, നങ്ങ്യാരു, ആട്ടക്കാരി. ൨, പവിഴക്കൊടി.

നടിക്കുന്നു. ച്ചു. പ്പാൻ. (നടി.) സ. ക്രി. ഭാവിക്കുന്നു, നാട്യം കാട്ടുന്നു. **നടിപ്പിക്കുന്നു.** കാ. ക്രി.

നടിച്ചിൽ. ന. ൧, നടുക. ൨, നടിക്കുക.

നടിപ്പു. ന. ൧, ഭാവം. ൨, നാട്യം.

നടീലു. ന. നടുക.

നടുക്കൂറു. ന. വൃക്ഷം നട്ടുണ്ടാക്കിയവനുള്ള ഒരു അവകാശം.

നടുക്കടൽ. ന. സമുദ്രത്തിന്റെ മദ്ധ്യം.

നടുക്കം. ന. ഞെട്ടൽ.

നടുക്കെട്ടു. ന. ൧, അരയിലെ ഒരുമാതിരി കെട്ടു. ൨, വില്ലായുള്ള വാൾ. ൩, ഭവനത്തിന്റെ നടുവിലെ ഒരു പണി. ൪, മൂന്നാമനെ ഏല്പിക്കു.

നടുങ്ങൽ. ന. ഞെട്ടൽ, പേടി.

നടുങ്ങുന്നു. ങ്ങി. വാൻ. (നടുങ്ങ.) അ. ക്രി. ഞെട്ടുന്നു, പേടിക്കുന്നു. **നടുക്കുന്നു.** സ. ക്രി.

നടുതല. ന. നടുന്ന വസ്തു, ചേന കിഴങ്ങു മുതലായ കറിസ്സാധനം.

നടുതലപ്പണി. ന. നടുതല നടുന്നതിന്നു വേണ്ടിയുള്ള വേല.

നടുത്തരം. വി. നടുവിലത്തെ.

നടുത്തരം. ന. ഏടത്തരം, രണ്ടാന്തരം.

നടുത്തല. ന. ഉച്ചി, നിറുകൻതല.

നടുനായകം. ന. ആഭരണത്തിന്റെ നടുവിൽ പതിക്കുന്ന രത്നം.

നടുന്തൂണ. ന. നടുവിലത്തെ തൂണ.

നടുന്നു. ട്ടു. വാൻ. (നട.) സ. ക്രി. മുളെച്ചുവരുന്നതിന്നായിട്ടു കുഴിച്ചു വെക്കുന്നു. **നടുവിക്കുന്നു.** അല്ലെങ്കിൽ, **നടിയിക്കുന്നു.** സ. ക്രി.

നടുപ്പടവു. ന. ൧, ചുവരിന്റെ നടുഭാഗം. ൨, കണ്ടത്തിന്റെ നടുഭാഗം.

നടുപ്പാട്ടം. ന. നിലം പുരയിടങ്ങൾക്കു തൎക്കം വന്നാൽ മൂന്നാമനെ ഏല്പിക്കു.

നടുപ്പാതി. ന. നേൎപാതി.

നടുമയ്യം. ന മദ്ധ്യവര, ഒത്ത നടു.

നടുമുററം. ന. നാലുകെട്ടു പുരയുടെ നടുവിലെ മിററം.

നടുവു. ന. മദ്ധ്യപ്രദേശം.

നടുവൻ. ന. ൧, മദ്ധ്യസ്ഥൻ. ൨, ന്യായാധിപതി. ൩, പ്രധാനമായിട്ടു നടുവിൽ നില്ക്കുന്നവൻ. ൪, ചിട്ടി കൂടുന്നതിന്റെ മുന്നാൾ.

നടുവിരൽ. ന. കഴവിരൽ.

നടുവിരിക്കുന്നു. ച്ചു. പ്പാൻ. (നടുവ.) സ. ക്രി. പ്രസവിക്കുന്നവൾക്കു സഹായിച്ചു പുറകിൽ ചാരിയിരിക്കുന്നു.

നടുവിൽ. അ. മദ്ധ്യേ.

നടുവുകഴെപ്പു. ന. അരെക്കുമേൽ അടുത്തു പിൻഭാഗത്തുണ്ടാകുന്ന ഒരു വേദന.

നടുവെഴുത്തു. ന. ഊക്കണക്ക, മേശത്തെ ആധാരമെഴുത്തുകാരന്റെ വേല.

നടുവെ. അ. നടുവിൽകൂടെ.

നടുസ്ഥാനം. ന. മദ്ധ്യസ്ഥലം.

നടുനടെ. അ. പണ്ടുപണ്ടെ.

നടെ. അ. മുൻപെ, പണ്ടെ.

നട്ടപ്പാതിരാ. ന. അൎദ്ധരാത്രി.

നട്ടം. ന. നാശം.

നട്ടംകുത്തുന്നു. ത്തി. വാൻ. (നട്ടം.) അ. ക്രി. തലകുത്തി നില്ക്കുന്നു.

നട്ടംതിരിച്ചിൽ. ന. ൧, ചുററൽ. ൨, ബുദ്ധിമുട്ടു.

നട്ടംതിരിയുന്നു. ഞ്ഞു. വാൻ. (നട്ടം.) അ. ക്രി. ൧, ഉഴലുന്നു, അലെഞ്ഞു നടക്കുന്നു. ൨, ബുദ്ധിമുട്ടുന്നു.

നട്ടാണി. ന. തലയുടെ നടുവു.

നട്ടാമുട്ടി. ന. ഊഹിച്ചു ലക്ഷണം പറക.

നട്ടുച്ച. ന. ഉച്ചനേരം.

നട്ടുവൻ. ന. തേവിടിശ്ശി ആട്ടത്തിന്റെ ആശാൻ.

നഡപ്രായ. വി. (യൻ, യാ, യം.) വി. ന. വേഴംകൊണ്ടു നിറഞ്ഞ.

നഡം. ന. വേഴം, ഈററൽ.

നഡ്യാ. ന. വേഴക്കൂട്ടം.

നഡ്വലം. ന. വേഴമുള്ള സ്ഥലം.

നഡ്വൽ. വി. (ഡ്വാൻ, ഡ്വതി, ഡ്വത്.) വേഴംകൊണ്ടു നിറഞ്ഞ.

നണിച്ചു. അ. ൧, ഇപ്പോൾ. ൨, മുൻപെ.

നണ്ണുന്നു. ണ്ണി. വാൻ. (നണ്ണ.) സ. ക്രി. വിചാരിക്കുന്നു.

നത. വി. (തൻ, താ, തം.) വി. ന. നമസ്കരിച്ച, വളഞ്ഞ, കുനിഞ്ഞ.

നതനാസിക. വി. (കൻ, കാ, കം.) വി. ന. പതിമൂക്കുള്ള.

നതനാസികം. ന. പതിമൂക്ക.

നതം. ന. തകരം, ഒരങ്ങാടിമരുന്നു.

നതാംഗി. ന. സ്ത്രീ, സുന്ദരി.

നതി. ന. വണക്കം, കുനിച്ചിൽ.

നത്ത. ന. വെള്ളത്തിൽ ജീവിക്കുന്ന ഒരു ജന്തു.

നത്തക്കക്കാ. ന. മേൽപറഞ്ഞ ജന്തുവിന്റെ പുറമെയുള്ള കട്ടിത്തോട.

നത്തു. ന. ഒരു വക പക്ഷി.

നദം. ന. വലിയ ആറു്.

നദി. ന. ആറു, പുഴ.

നദിക്കുന്നു. ച്ചു. പ്പാൻ. (നദി.) അ. ക്രി. ശബ്ദിക്കുന്നു.

നദീതീരം. ന. ആററിന്റെ കര, ആററുവക്ക.

നദീതീൎത്ഥം. ന. ആററുവെള്ളം.

നദീതോയം. ന. ആററുവെള്ളം.

നദീമാതൃക. വി. (കൻ, കാ, കം.) വി. ന. ആററുവെള്ളംകൊണ്ടു നിറയുന്ന.

നദീസൎജ്ജം. ന. നീൎമരുതു.

നദ്യംബു. ന. ആററുവെള്ളം.

നദ്ധ. വി. (ദ്ധൻ, ദ്ധാ, ദ്ധം.) വി. ന. കെട്ടപ്പെട്ട.

നദ്ധ്രി. ന. തോൽവാറ.

നൽ; നൻ. (പദങ്ങളുടെ മുമ്പിൽ ചേൎന്നുവരുമ്പോൾ) വി. നല്ല. ഉ-ം. **നൽപവിഴം;** നന്മുത്തു. **നന്മേനി. നന്മറ** (നല്ല മറ).

നന. ന. നനെക്ക, വെള്ളം പിരളുക, വെള്ളം പുരട്ടുക.

നനച്ചിൽ. ന. നനവു, നനക.

നനന്ദാ. ന. നാത്തൂൻ.

നനപ്പുമുണ്ടു. ന. കുളിക്കുമ്പോൾ തോൎത്തുന്ന മുണ്ടു.

നനമുണ്ടു. ന. മേല്പറഞ്ഞ അൎത്ഥം.

നനയാശ്ശീല. ന. നനപ്പാൻ ആവശ്യമില്ലാത്ത വസ്ത്രം, ചായം കേററിയ പട്ടു മുതലായതു.

നനയുന്നു. ഞ്ഞു. വാൻ. (നന.) അ. ക്രി. ൧, മഴവെള്ളം മേൽവീഴുന്നു. ൨, ഈറനാകുന്നു. ൩, കുളിക്കുന്നു. **നനെക്കുന്നു.** സ. ക്രി.

നനവു. ന. നനച്ചിൽ.

നനാന്ദാ. ന. ഭൎത്താവിന്റെ പെങ്ങൾ, നാത്തൂൻ.

നനു. അല്ലെങ്കിൽ, **നനുച.** അ. വിരോധത്തിലും ചോദ്യത്തിലും എങ്ങിനെ എന്നു എന്നുള്ള അൎത്ഥങ്ങൾ വരും.

നനുനനെ. അ. കൊച്ചുകൊച്ചായി, നേൎമ്മയായി.

നന്തുണി. ന. ഒരുമാതിരി വീണ.

നന്ത്യാൎവ്വട്ടം. ന. ഒരു മാതിരി പൂച്ചെടി.

നന്ദ. പ്രഥമ, ഷഷ്ഠി, ഏകാദശി.

നന്ദകം. ന. വിഷ്ണുവിന്റെ വാൾ.

നന്ദനാ. ന. ൧, മകൾ. ൨, അറുപതിൽ ഒരു വൎഷം.

നന്ദനൻ. ന. പുത്രൻ.

നന്ദൻ. ന. ൧, ശ്രീകൃഷ്ണന്റെ വളൎത്തഛനായ നന്ദഗോപർ എന്ന രാജാവു. ൨, ഒരു രാജാവു.

നന്ദനം. ന. ഇന്ദ്രന്റെ പൂന്തോട്ടം.

നന്ദനവനം. ന. മേല്പറഞ്ഞ അൎത്ഥം.

നന്ദനോദ്യാനം. ന. നന്ദനവനം.

നന്ദി. ന. ൧, ഉപകാരസ്മരണം. ൨, സന്തോഷം. ൩, ശിവന്റെ കാള. ൪, മംഗലപാഠകൻ. ൫, കാള. ൬, പ്രിയം. ൭, ശിവന്റെ ഒരു ഭൃത്യൻ.

നന്ദികെട്ടവൻ. ന. ഉപകാരം ചെയ്തതിനെക്കുറിച്ചു സന്തോഷമില്ലാത്തവൻ.

നന്ദികേടു. ന. ഉപകാരസ്മരണം ഇല്ലായ്ക.

നന്ദികേശ്വരൻ. ന. ൧, ശിവന്റെ പാരിഷദന്മാരിൽ ഒരു പ്രധാനി. ൨, കാളശ്രേഷ്ഠൻ.

നന്ദിയുള്ളവൻ. ന. ഉപകാരസ്മരണയുള്ളവൻ.

നന്ദിക്കുന്നു. ച്ചു. പ്പാൻ. (നന്ദി.) അ. ക്രി. സന്തോഷിക്കുന്നു. **നന്ദിപ്പിക്കുന്നു.** സ. ക്രി.

നന്ദിത. വി. (തൻ, താ, തം.) വി. ന. ബഹുമാനിക്കപ്പെട്ട, കൈക്കൊള്ളപ്പെട്ട.

നന്ദിനി. ന. ൧, പുത്രി. ൨, കാമധേനുവിന്റെ പുത്രിയായ ഒരു പശു.

നന്ദിവൃക്ഷം. ന. പൂവരശു.

നന്ദ്യ. വി. (ന്ദ്യൻ, ന്ദ്യാ, ന്ദ്യം.) വി. ന. ബഹുമാനിക്കപ്പെടുവാൻ തക്ക.

നന്ദ്യാവൎത്തം. ന. ൧, ഒരു മാതിരി ഭവനപ്പണി. ൨, ക്രീഡാഭൂമി. ൩, നന്ത്യാൎവ്വട്ടം. ൪, ഒരുജാതി വല്യ സമുദ്രമത്സ്യം.

നന്നു. വി. നല്ല, കൊള്ളാകുന്ന.

നന്നാ. അ. അധികം, വളരെ.

നന്നാകുന്നു. യി. വാൻ. (നന്നു. അ. ക്രി. നല്ലതാകുന്നു, കുററം തീരുന്നു. **നന്നാക്കുന്നു.** സ. ക്രി.

നന്നാറി. ന. നറുനീണ്ടി.

നന്നി. ന. ചെറുചേൻ.

നന്നിലം. ന. നല്ല നിലം.

നന്മ. ന. ഗുണഭാവം, വിശേഷം.

നപുംസകം. ന. ആണും പെണ്ണും അല്ലാത്തതു, ശബ്ദങ്ങളിൽ സ്ത്രീലിംഗവും പുല്ലിംഗവും അല്ലാത്തതു.

നപ്താവു. ന. പൌത്രൻ, മകന്റെയൊ മകളുടെയൊ മകൻ.

നപ്ത്രി. ന. പൌത്രി, മകന്റെയൊ മകളുടെയൊ മകൾ.

നഭശ്ചര. വി. (രൻ, രീ, രം.) വി. ന. ആകാശത്തുകൂടി സഞ്ചരിക്കുന്ന.

നഭശ്ചരൻ. ന. ൧, ദേവത. ൨, മേഘം. ൩, കാററു. ൪, പക്ഷി മുതലായവ.

നഭസംഗമം. ന. പക്ഷി.

നഭസ്ഥലം. ന. ആകാശപ്രദേശം.

നഭസ്സ. ന. ൧, ആകാശം. ൨, ശ്രാവണമാസം, ചിങ്ങമാസം.

നഭസ്യം. ന. കന്നിമാസം.

നഭസ്വാൻ. ന. കാററു.

നഭോമണി. ന. ആദിത്യൻ.

നഭോരേണു. ന. മഞ്ഞു.

നമനം. ന. നമസ്കാരം, കുമ്പിടുക.

നമസ്സ. ന. നമസ്കാരം.

നമസിത. വി. (തൻ, താ, തം.) വി. ന. പൂജിക്കപ്പെട്ട, നമസ്കരിക്കപ്പെട്ട.

നമസ്കരിക്കുന്നു. ച്ചു. പ്പാൻ. (നമസ.) സ. ക്രി. വന്ദിക്കുന്നു.

നമസ്കാരം. ന. വന്ദനം.

നമസ്കാരി. ന. ൧, തൊട്ടാവാടി. ൨, പടച്ചുണ്ട.

നമസ്കൃതി. ന. നമസ്കാരം.

നമസ്യ. വി. (സ്യൻ, സ്യാ, സ്യം.) വി. ന. നമസ്കരിക്കപ്പെടുവാന്തക്ക.

നമസ്യാ. ന. നമസ്കാരം.

നമസ്യിത. വി. (തൻ, താ, തം.) വി. ന. നമസ്കരിക്കപ്പെട്ട.

നമിക്കുന്നു. ച്ചു. പ്പാൻ. (നമി.) സ. ക്രി. നമസ്കരിക്കുന്നു, കുനിയുന്നു.

നമിത. വി. (തൻ, താ, തം.) വി. ന. ൧, കുനിപ്പിക്കപ്പെട്ട, വളെക്കപ്പെട്ട. ൨, നമസ്കരിക്കപ്പെട്ട, നമസ്കരിച്ച.

നമുചി. ന. ഒരസുരൻ.

നമുചിസൂദനൻ. ന. ദേവേന്ദ്രൻ.

നൻപു. ന. ൧, തുഴ. ൨, വിണ്ട കിളുക്കുന്ന നെല്ലു.

നമ്പടി. ന. അമ്പലവാസികളിൽ ഒരു ജാതി.

നമ്പഷ്ഠാതിരി. ന. ക്ഷത്രിയരിൽ ഒരു ജാതിക്കാരുടെ സ്ത്രീ.

നമ്പി. ന. ബ്രാഹ്മണരിൽ ഒരു ജാതി.

നമ്പിയശ്ശൻ. ന. നമ്പിയുടെ ബഹുമാനപ്പേർ.

നമ്പുന്നു. ബി. വാൻ. (നമ്പ.) സ. ക്രി. ആശ്രയിക്കുന്നു, വിശ്വസിക്കുന്നു.

നമ്പൂതിരി. ന. മലയാളബ്രാഹ്മണരിൽ ഒരു ജാതി.

നമ്പൂതിരിപ്പാട്ടു. ന. നമ്പൂതിരിയിൽ പ്രധാനി.

നമ്പൂരി. ന. നമ്പൂതിരി.

നമ്പ്യാതിരി. ന. നമ്പൂരിയിൽ ഒരു വിശേഷപ്പേരു.

നമ്പ്യാൻ. ന. ഒരു ജാതിക്കാരൻ, നമ്പ്യാരു.

നമ്പ്യാരു. ന. ൧, നാട്യത്തൊഴിലിൽ ഏർപ്പെട്ടുവന്ന ഒരു ജാതിക്കാർ. ൨, പ്രഭുകജാതിക്കാരുടെ സ്ഥാനപ്പേരു.

നമ്യ. വി. (മ്യൻ, മ്യാ, മ്യം.) വി. ന. ൧, നമസ്കരിപ്പാൻ തക്ക. ൨, വളെക്കാൻതക്ക.

നമ്ര. വി. (മ്രൻ, മ്രാ, മ്രം.) വി. ന. വളെഞ്ഞ.

നയ. വി. (യൻ, യാ, യം.) വി. ന. ചേച്ചയുള്ള.

നയ. ന. മുതലയെയുമ്മറ്റും പിടിക്കുന്നതിനുള്ള ഒരുമാതിരി ചൂണ്ടലോടുകൂടിയ ജരം.

നയകോവിദ. വി. (ദൻ, ദാ, ദം.) വി. ന. നീതിയിൽ സാമൎത്ഥ്യമുള്ള.

നയജ്ഞ വി. (ജ്ഞൻ, ജ്ഞാ, ജ്ഞം.) വി. ന. നീതി അറിഞ്ഞ.

നയനം. ന. കണ്ണു.

നയനഗോചര. വി. (രൻ, രാ, രം.) വി. ന. കാണ്മാൻ തക്കവണ്ണമുള്ള.

നയനാ (നയനീ). ന. കണ്ണിന്റെ കൃഷ്ണമണി.

നയനാനന്ദം. ന. കണ്ണിന്റെ സന്തോഷം.

നയനാമൃത. വി. (തൻ, താ, തം.) വി. ന. കണ്ണിന്നു സന്തോഷമുണ്ടാക്കുന്ന.

നയം. വി. ൧, വിലകുറെഞ്ഞ. ൨, പ്രയോജനമുള്ള. ൩, സാവധാനമുള്ള.

നയം. ന. ൧, നടത്തൽ. ൨, യോഗ്യം. ൩, നീതി, ന്യായം. ൪, മയം. ൫, ഉപായം.

നയവു. ന. ൧, കൊപ്പാകുന്നുള. ൨, പ്രയോജനം, ലാഭം ൩, ദ്രവികം.

നയവാക്കു. ന. നല്ലവാക്കു, ഉദ്ദേവായവാക്കു.

നയശീല. വി. (ലൻ, ലാ, ലം.) വി. ന. ൧, സാവധാനശീലമുള്ള. ൨, നീതിയുള്ള.

നയശീലം. ന. കഠിനമില്ലാത്ത സ്വഭാവം.

നയിക്കുന്നു. ച്ചു. പ്പാൻ. (നയി.) സ. ക്രി. ൧, കഴിച്ചുകൂട്ടുന്നു. ൨, പ്രാപിപ്പിക്കുന്നു. **നയിപ്പിക്കുന്നു.** കാ. ക്രി.

നയോപായം. ന. ൧, നീതി, ന്യായം. ൨, ഒരു കൎമ്മായയോഗം.

നര. ന. രോമം വെളുക്കുക, നരെക്കുക.

നരകക്കുഴി. ന. പാപികളെ ഇടുന്ന സ്ഥലം.

നരകദേവത. ന. നിരൃതി എന്നുള്ള ഒരു ദേവത.

നരകൻ. ന. നരകാസുരൻ.

നരകം. ന. പാപികളെ ഇടുന്ന ഒരു ലോകം.

നരകാന്തകൻ. ന. വിഷ്ണു.

നരകാരി. ന. വിഷ്ണു.

നരകാസുരൻ. ന. നരകൻ എന്ന എന്ന അസുരൻ.

നരകിക്കുന്നു. ച്ചു. പ്പാൻ. (നരകി.) അ. ക്രി. അതിവേദന അനുഭവിക്കുന്നു.

നരച്ച. വി. നരയുള്ള.

നരജന്മം. ന. മനുഷ്യജന്മം.

നരദേവൻ. ന. രാജാവു.

നരനാരായണന്മാർ. ന. വിഷ്ണുവിന്റെ അവതാരങ്ങളായിട്ടു രണ്ടു മഹൎഷികൾ.

നരൻ. ന. ൧, മാനുഷൻ. ൨, നരമഹൎഷി. ൩, അൎജ്ജുനൻ.

നരപതി. ന. രാജാവു.

നരപാലൻ. ന. രാജാവു.

നരബലി. ന. മനുഷ്യനെ വെട്ടികൊന്നുള്ള ഒരു ബലിക്രിയ.

നരമേധം. ന. നരബലി.

നരയൻ. വി. ന. നരച്ചവൻ.

നരയാത്തതാച്ചി. ന. സ്ത്രീകളുടെ മുറിയിൽ വേല ചെയ്യുന്നവൾ.

നരവരൻ. ന. രാജാവു.

നരവാഹന. വി. (നൻ, നാ, നം.) വി. ന. മനുഷ്യരാൽ എടുക്കപ്പെടുന്ന.

നരവാഹനൻ. ന. വൈശ്രവണൻ.

നരവാഹ്യം. വി. മനുഷ്യരാൽ വഹിപ്പാൻ തക്ക.

നരവീരൻ. ന. രാജാവു.

നരസിംഹം. ന. ൧, വിഷ്ണുവിന്റെ ഒരു അവതാരം. ൨, മനുഷ്യശ്രേഷ്ഠൻ.

നരസ്തുതി. ന. മനുഷ്യനെ സ്തോത്രം ചെയ്യു.

നരഹരി. ന. നരസിംഹമൂൎത്തി.

നരാധമൻ. ന. മനുഷ്യരിൽ നിന്ദ്യൻ, ചീത്ത മനുഷ്യൻ.

നരാധാര. ന. ഭൂമി.

നരാധിപൻ. ന. രാജാവു.

നരാധീശൻ. ന. രാജാവു.

നരായണൻ. ന. വിഷ്ണു.

നരാവതാരം. ന. മനുഷ്യനായി ജനിക്കുക.

നരി. ന. ൧, കുറുക്കൻ. ൨, കടുവാ.

നരിക്കെന്നു. അ. വേഗത്തിൽ.

നരിച്ചീറു. ന. ഒരുമാതിരി പക്ഷി, ചെറിയ വാവൽ.

നരിത്തല. ന. കാലിന്റെ മുട്ടിൽ വരുന്ന ഒരു നീരു.

നരിത്തലവാതം. ന. മേല്പറഞ്ഞ അൎത്ഥം.

നരിപ്പച്ച. ന. ഒരുമാതിരി തൈ.

നരിമൂളി. ന. ശബ്ദംകൊണ്ടു ഭയപ്പെടുത്തി മൃഗങ്ങളെ ഓടിക്കുന്നതിനുള്ള ഒരു സൂത്രം.

നരിയാണി. ന. കാലിന്റെ കണ്ണു.

നരിവെങ്കായം. ന. കാട്ടുവെങ്കായം.

നരെക്കുന്നു. ച്ചു. പ്പാൻ. (നരെ.) അ. ക്രി. തലയിലും മറ്റും രോമം വെളുക്കുന്നു.

നരേന്ദ്രൻ. ന. ൧, രാജാവു. ൨, വിഷവൈദ്യൻ.

നരേശൻ. ന. രാജാവു.

നരോത്തമൻ. ന. മനുഷ്യരിൽ നല്ലവൻ.

നരോൽക്കരം. ന. മനുഷ്യരുടെ കൂട്ടം.

നൎത്തകൻ. ന. നൃത്തം ചെയ്യുന്നവൻ, ആട്ടക്കാരൻ, ചാക്യാർ.

നൎത്തകി. ന. ആട്ടക്കാരത്തി.

നൎത്തനം. ന. ആട്ടം, കൃത്തം.

നൎമ്മഠൻ. ന. നേരം പോക്കുകാരൻ, കളിവാക്കു പറയുന്നവൻ.

നൎമ്മദ. വി. (ദൻ, ദാ, ദം.) വി. ന. ൧, ധൎമ്മത്തെ കൊടുക്കുന്ന. ൨, ഉല്ലസിപ്പിക്കുന്ന.

നമ്മദ. ന. രേവാനദി.

നമ്മം. ന. നേരംപോക്കു, കളിവചനം.

നലം. അ. വേഗം.

നല്കുന്നു. ല്കി. വാൻ. (നല്കു.) സ. ക്രി. കൊടുക്കുന്നു.

നല്പ്. ന. നന്മ.

നല്ല. വി. നന്മയുള്ള.

നല്ലജാതി. ന. നല്ല വക.

നല്ലൻ. ന. നല്ലവൻ, ഗുണവാൻ, സമൎത്ഥൻ.

നല്ലപ്പോൾ. അ. ൧, നല്ല സമയത്തു. ൨, ഒന്നാമതു, മുൻപെ.

നല്ലമുളക. ന. കൊടിമുളക.

നല്ലവണ്ണം. അ. ശുദ്ധമായിട്ടു, ഉപേക്ഷ കൂടാതെ.

നല്ലവൻ. ന. ൧, സല്ഭാവഗുണമുള്ളവൻ. ൨, ഭംഗിയുള്ളവൻ.

നല്ലവഴി. ന. ഗുണമായി വരുവാനുള്ള ഒരു ആരംഭം, നല്ലനടപ്പു.

നല്ലാർ. ന. സ്ത്രീകൾ, നല്ല സ്ത്രീകൾ.

നല്ലിരിക്ക. ന. ഔഷധം സേവിച്ചു കഴിഞ്ഞാൽ പിന്നിടുള്ള പത്ഥ്യം.

നല്ലവാതിൽ. ന. കല്യാണം കഴിച്ചു വന്നാൽ ഭാൎയ്യാഭൎത്താക്കന്മാർ ഭാൎയ്യയുടെ ശേഷക്കാർ പാൎക്കുന്ന വീട്ടിൽ മുൻപെ ചെല്ലുന്നതു.

നല്ലെണ്ണ. ന. എള്ളാട്ടി എടുക്കുന്ന തൈലം.

നല്ലോർ. ന. നല്ല ആളുകൾ.

നല്പ്പം. ന. നാന്മുറുകോൽ നിളമുള്ള ഒരളവു.

നവ. വി. (വൻ, വാ, വം.) വി. ന. പുതിയ.

നവ. വി. ഒൻപതു.

നവകം. വി. ഒൻപതു സംഖ്യയുടെ ഒരു കൂട്ടം.

നവചന്ദ്രൻ. ന. കറുത്തവാവു കഴിഞ്ഞു അടുത്ത ദിവസങ്ങളിൽ കാണപ്പെടുന്ന ചന്ദ്രൻ, ചന്ദ്രകല.

നവഖണ്ഡം. ന. ഒൻപതു ഖണ്ഡം. ജംബുദ്വീപിലുള്ള ഭൂഖണ്ഡം ഒൻപതും.

നവഗ്രഹങ്ങൾ. ന. സൂൎയ്യൻ മുതലായ ഗ്രഹങ്ങൾ ഒൻപതും.

നവജ്വരം. ന. പനി തുടങ്ങിയാൽ പത്തു ദിവസത്തോളം പറയുന്ന ഒരു പേർ.

നവതി. വി. തൊണ്ണൂറു.

നവദളം. ന. താമരപ്പൂവിന്റെ അകത്തെ ഇതൾ.

നവദ്വാര. വി. (രൻ, രാ, രം.) വി. ന. ഒൻപതു ദ്വാരങ്ങളുള്ള.

നവദ്വാരം. ന. ചെവി മുതലായ ശരീര ദ്വാരങ്ങൾ ഒൻപതും.

നവധാ. അ. ഒൻപതു വിധം.

നവധാന്യം. ന. യവം മുതലായ ഒൻപതു വിത്തുകൾ, ധാന്യങ്ങൾ.

നവനിധി. ന. മഹാപത്മം മുതലായ വൈശ്രവണ നിക്ഷേപം ഒൻപതും.

നവനീതം. ന. പുതിയ വെണ്ണ.

നവഫലിക. ന. കല്യാണപ്പെണ്ണു.

നവംനവം. അ. പുത്തൻ പുത്തനായി.

നവമ. വി. (മൻ, മി, മം.) വി. ന. ഒൻപതാമത്തെ.

നവമല്ലിക. ന. മല്ലി.

നവമാലിക. ന. പിച്ചകം.

നവമി. ന. ഒൻപതാം തിഥി.

നവയൌവനം. ന. യൌവനകാലത്തിന്റെ ആദി.

നവയൌവനാ. ന. യൌവനം തുടങ്ങിയ സ്ത്രീ.

നവര. ന. ഒരു മാതിരി നെല്ലു.

നവരക്കിഴി. ന. വാതചികിത്സെക്കു വേണ്ടുന്ന ഒരുമാതിരി ചോറുകിഴി.

നവരത്നം. ന. പവിഴം മുതലായ ഒൻപതു തരം കല്ലു.

നവരസം. ന. ൧, ശൃംഗാരാദി രസങ്ങൾ ഒൻപതും. ൨, ഒരു രാഗം.

നവരാത്രം. അല്ലെങ്കിൽ, **നവരാത്രി.** ന. കന്നിമാസത്തിൽ കറുത്ത വാവു കഴിഞ്ഞു വരുന്ന പ്രതിപദം മുതൽ ഒൻപതു ദിവസം.

നവസാരം. ന. വാപ്പുപണിക്കാൎക്കു ഉറവും വേണ്ടുന്ന ഒരു വക ക്ഷാരം.

നവസൂതിക. ന. ൧, കടിഞ്ഞൂൽ പ്രസവിച്ചവൾ. ൨, പ്രസവിച്ചിട്ടു ഏറെനാൾ കഴിയാത്ത പശു.

നവാന്നം. ന. ൧, പുത്തരി. ൨, പുതിയതായ ഭക്ഷണവസ്തു.

നവാംബരം. ന. കോടിവസ്ത്രം.

നവീകരണം. ന. പുതുതാക്കുക.

നവീന. വി. (നൻ, നാ, നം.) വി. ന. പുതിയ.

നവോഢ. ന. വിവാഹം കഴിഞ്ഞിട്ടു ഏറെ നാൾ കഴിയാത്തവൾ.

നവോദ്ധൃതം. ന. വെണ്ണനെ.

നവ്യ. വി. (വ്യൻ, വ്യാ, വ്യം.) വി. ന. ൧, പുതിയ. ൨, ഭംഗിയ.

നവ്യം. ന. സ്തുതി.

നശിക്കുന്നു. ച്ചു. പ്പാൻ. (നശി). അ. ക്രി. ക്ഷയിക്കുന്നു. **നശിപ്പിക്കുന്നു.** സ. ക്രി.

നശിപ്പു. ന. നാശം, ക്ഷയം.

നശീകരണം. ന. നാശകരം, നശിപ്പിക്കുന്നതു.

നശീകരിക്കുന്നു. ച്ചു. പ്പാൻ. (നശി.) സ. ക്രി. നാശം വരുത്തുന്നു.

നശീകരം. വി. ന. നശിപ്പാൻ കാരണമായതു, നശീകരണം.

നശീകൃതം. ന. നശിപ്പിക്കപ്പെട്ടതു.

നശ്വൽ. വി. (ശ്വൻ, ശ്വന്തി, ശ്വൽ.) വി. ന. ക്രമേണ നശിക്കുന്ന.

നശ്വ. വി. (ശ്വൻ, ശ്വാ, ശ്വം.) വി. ന. നശിപ്പാൻ തക്ക.

നശ്വര. വി. (രൻ, രാ, രം.) വി. ന. നാശമുള്ള.

നഷ്ടചേഷ്ട. വി. (ഷ്ടൻ, ഷ്ടാ, ഷ്ടം.) വി. ന. ചേഷ്ടയില്ലാത്ത, മോഹാലസ്യമുള്ള, **നഷ്ടചേഷ്ടത.** ഗു. ന. മോഹാലസ്യം.

നഷ്ടജാതകം. ന. നല്ലവണ്ണം പഠിച്ചിട്ടുള്ള ജ്യോതിഷിയോടു ജാതകമുണ്ടാക്കണമെന്നു മാത്രം പറഞ്ഞാൽ പറയുന്നവൻ ജനിച്ച സംവത്സരവും മാസവും തിയതിയും ആയുസ്സും പക്കവും രാശി മുതലായതും ജനനം മുതൽ മരണം വരെയുള്ള അനുഭവ വിവരങ്ങളും എഴുതിയുണ്ടാക്കിയതു.

നഷ്ടദാരിദ്ര്യം. ന. അധികമായ ദാരിദ്ര്യം.

നഷ്ടദൃഷ്ടി. ന. പൊട്ടക്കണ്ണു.

നഷ്ടൻ. ന. ൧, ഒളിച്ചവൻ, നശിച്ചവൻ. ൨, ലക്ഷണം പറയുന്നവൻ, ജ്യോതിശ്ശാസ്ത്രക്കാരൻ.

നഷ്ടപ്രശ്നം. ന. മറഞ്ഞിരിക്കുന്നതിനെ ലക്ഷണം നോക്കിപ്പറക.

നഷ്ടപ്രായം. വി. നശിച്ചതിനു തുല്യമായി.

നഷ്ടമാകുന്നു. യി. വാൻ. (നഷ്ടം.) നശിക്കുന്നു. **നഷ്ടമാക്കുന്നു.** സ. ക്രി.

നഷ്ട. വി. (ഷ്ടൻ, ഷ്ടാ, ഷ്ടം.) വി. ന.

൧, മറെഞ്ഞ. ൨, നശിച്ച. **നഷ്ടത.** സ്ത്രീ. ന. നാശം.

നഷ്ടം. ന. ചേതം.

നഷ്ടംതിരിച്ചിൽ; നട്ടംതിരിച്ചിൽ. ന. നിവൃത്തിയില്ലാതെയുള്ള വലച്ചിൽ.

നഷ്ടസംഗ. വി. (ഗൻ, ഗാ, ഗം.) വി. ന. ലോകസംബന്ധമായുള്ളതൊക്കെയും ഉപേക്ഷിച്ച.

നഷ്ടാഗ്നി. ന. അഗ്നികൎമ്മം ഉപേക്ഷിച്ച ബ്രാഹ്മണൻ.

നഷ്ടാപ്തിസൂത്രം. ന. കവച്ച.

നഷ്ടി. ന. ൧, നഷ്ടം, നാശം. ൨, ചേതം.

നസ്തിതൻ. ന. മൂക്ക തുളെച്ച കാള.

നസ്യം. ന. കണ്ണിലൊ മൂക്കിലൊ ചെയ്യുന്ന ഒരു ചികിത്സ.

നസ്യോതൻ. ന. മൂക്ക തുളെക്കപ്പെട്ട കാള.

നസ്രാണി. ന. മലയാളത്തിലുള്ള സുറിയാനിക്കാരുടെ ഒരു പേർ.

നഹി. അ. ഇല്ല, അല്ല.

നളകൂബരൻ. ന. വൈശ്രവണന്റെ മകൻ.

നളദം. ന. ൧, രാമച്ചവേർ. ൨, ഒരു പൂന്തേൻ.

നളൻ. ന. ഒരു കീൎത്തിപെട്ട രാജാവു.

നളമീനം. ന. ചെമ്മീൻ.

നളം. ന. ൧, വേഴം. ൨, ആമ്പൽ.

നളീ. ന. പവിഴക്കൊടി.

നളിനബന്ധു. ന. ആദിത്യൻ.

നളിനം. ന. താമര.

നളിനശരൻ. ന. കാമൻ.

നളിനായുധൻ. ന. കാമൻ.

നളിനാസനൻ. ന. ബ്രഹ്മാവു.

നളിനാക്ഷ. വി. (ക്ഷൻ, ക്ഷാ, ക്ഷം.) വി. ന. താമരപ്പൂപോലെ കണ്ണുള്ള.

നളിനാക്ഷൻ. ന. വിഷ്ണു.

നളിനാക്ഷി. ന. സുന്ദരി.

നളിനീ. ന. ൧, താമരക്കൂട്ടം. ൨, താമരപ്പൊയ്ക.

നളിനോൽഭവൻ. ന. ബ്രഹ്മാവു.

നക്ഷത്രമണ്ഡലം. ന. ൧, നക്ഷത്രബിംബം. ൨, നക്ഷത്രമാൎഗ്ഗം. ൩, നക്ഷത്രക്കൂട്ടം.

നക്ഷത്രമാല. ന. ൧, ഇരുപത്തേഴു മുത്തു കോൎത്തമാല. ൨, നക്ഷത്രക്കൂട്ടം.

നക്ഷത്രം. ന. ൧, അശ്വതിമുതൽ ഇരുപത്തേഴു നാൾ. ൨, സപ്തൎഷി ധ്രുവൻ മുതലായതു.

നക്ഷത്രപതി. ന. ചന്ദ്രൻ.

നക്ഷത്രവീഥി. ന. നക്ഷത്ര ഗമനത്തിന്റെ വഴി.

നക്ഷത്രേശൻ. ന. ചന്ദ്രൻ.

നറു. വി. സൌരഭ്യമുള്ള, (പദാരംഭത്തിൽ ചേൎന്ന വരുമ്പോൾ) മായമില്ലാത്ത. ഉ-ം. നറുനെയ്യ്.

നറുക്ക. ന. ൧, വല്ലതും വെട്ടി എടുത്തതിന്റെ നുറുക്ക. ൨, എഴുതീട്ടുള്ള ചെറിയ ഓലയുംമററും.

നറുക്കില. ന. ചെറുതായി മുറിച്ച ഇല.

നറുക്കുന്നു. ക്രി. വാൻ. (നറുക്കും.) സ. ക്രി. ചെറുതാക്കി നുറുക്കുന്നു, കത്രികകൊണ്ടുംമററും കണ്ടിക്കുന്നു.

നറുഞ്ചണ്ണ. ന. ഒരുമാതിരി പൂവ.

നറുനീണ്ടി. ന. ഒരു പച്ചമരുന്നു.

നറുനൈ. ന. പശുവിന്റെ തൈർ കലക്കി എടുക്കുന്ന നൈ.

നറുന്തേൻ. ന. നല്ല ചെറുതേൻ.

നറുമ്പയ. ന. നറുമ്പശ, ഒരങ്ങാടി മരുന്നു.

നറുമ്പാണൽ. ന. ഒരു കാട്ടുതൈ.

നറുമ്പാൽ. ന. പശുവിൻ പാൽ.

നറുംപിച്ചകം. ന. ചെറുപിച്ചകം.

നറുവരി. ന. ഒരുമാതിരി ചെടി.

നാ

നാ. അല്ലെങ്കിൽ, **നരൻ.** ന. മനുഷ്യൻ.

നാ. അല്ലെങ്കിൽ, **നായ.** ന. ൧, പട്ടി. ൨, കഴുനാ, കടൽനാ.

നാകദന്തി. ന. ഒരു പച്ചമരുന്നു.

നാകപ്പൂവു. ന. ഒങ്ങാടിമരുന്നു.

നാകമണ്ണപ്പറവ. ന. ഒരുവക പക്ഷി.

നാകം. ന. ൧, ആകാശം, സ്വൎഗ്ഗം. ൨, ലോഹങ്ങളിൽ ഒന്നു.

നാകലോകം. ന. സ്വൎഗ്ഗലോകം.

നാകവാസി. വി. (സീ, സിനീ, സി.) വി. ന. ൧, നാകത്തിൽ വസിക്കുന്ന. ൨, സ്വൎഗ്ഗത്തിൽ പാൎക്കുന്ന. ൩, ആകാശത്തു പാൎക്കുന്ന.

നാകികൾ. ന. ദേവകൾ.

നാകു. ന. പുററു, പാമ്പിന്റെ ഇരിപ്പിടം.

നാകുണം. ന. ഒരു മരുന്നു.

നാകുലി. ന. ൧, അരത്ത. ൨, ചുവന്ന അമൽപൊരി.

നാകേശൻ. ന. ദേവേന്ദ്രൻ.

നാക്ക. ന. ൧, നാവു. ൨, ത്രാസിന്റെ മേലത്തെ സൂചിയും മണിനാക്കുമററും.

നാക്കില. ന. തുശനില.

നാക്കുമീൻ. ന. ഒരുമാതിരി മത്സ്യം.

നാഗകേസരം. ന. നാഗപ്പൂമരം.

നാഗച്ചെമ്പു. ന. പൊന്നും ചെമ്പും കൂട്ടിയുരുക്കിയതു, തമ്പാക്ക.

നാഗജിഹ്വിക. ന. മനയോല.

നാഗതാളി. ന. വിഷത്തിന്നുള്ള ഒരു മരുന്നു.

നാഗത്താൻ. ന. സൎപ്പത്താൻ, സൎപ്പം.

നാഗദന്തി. ന. ഒരു മരുന്നു, നാകദന്തി.

നാഗൻ. ന. പത്തു വായുക്കളിൽ ഒന്നു.

നാഗപടം. ന. ഒരുമാതിരി ആഭരണം.

നാഗപ്പച്ച. ന. വിലയേറിയ ഒരുമാതിരി രത്നം.

നാഗപട്ടണം. ന. കിഴക്കെ സമുദ്രതിരത്തുള്ള ഒരു രാജ്യം.

നാഗപാശം. ന. ൧, വരുണന്റെ ഒരു ആയുധം. ൨, നാഗാസ്ത്രം.

നാഗപുരം. ന. ഒരു നഗരം, ഹസ്തിനപുരം.

നാഗപുഷ്പം. ന. ൧, ചായമിടുന്നതിന്നുള്ള ഒരു വൃക്ഷം. ൨, നാഗപ്പൂവു.

നാഗപ്പുററു. ന. പാമ്പിരിക്കുന്ന പുററു.

നാഗപ്പൂവു. ന. ഒരങ്ങാടിമരുന്നു, നാഗമരത്തിന്റെ പൂവു.

നാഗപ്രതിഷ്ഠ. ന. സൎപ്പത്തിന്റെ രൂപമുണ്ടാക്കി ഇരുത്തുക.

നാഗബലം. ന. ആനക്കുറുന്തോട്ടി.

നാഗഭസ്മം. ന. നാഗം പുടംവെച്ചുള്ള ഭസ്മം.

നാഗഭൂഷണൻ. ന. ശിവൻ.

നാഗം. ന. ൧, പാമ്പു. ൨, ആന. ൩, നാഗവൃക്ഷം. ൪, ലോഹങ്ങളിൽ ഒന്നു.

നാഗരംഗം. ന. ആനപ്പന്നി, ആനവള്ളി.

നാഗരത്നം. ന. വിലയേറിയ ഒരു കല്ലു.

നാഗര. വി. (രൻ, രി, രം.) വി. ന. ൧, മിടുക്കുള്ള. ൨, നഗരത്തിൽ ഉണ്ടായ.

നാഗരം. ന. ൧, ചുക്കു. ൨, നാഗരയെഴുത്തു.

നാഗരാജൻ. ന. ൧, വാസുകി. ൨, സർപ്പശ്രേഷ്ഠൻ.

നാഗരികൻ. ന. ൧, നഗരപ്രമാണി. ൨, നഗരത്തിൽ പാൎക്കുന്നവൻ.

നാഗരികം. ന. ൧, മോടി. ൨, വിവേകം. **നാഗരികത്വം; നാഗരീകത്വം.** ഌ. ന.

നാഗവല്ലി. ന. വെററിലക്കൊടി.

നാഗശായി. ന. പത്മനാഭൻ.

നാഗസംഭവം ന. സിന്ദൂരം, ചില്ലരം.

നാഗസിന്ദൂരം. ന. നാഗം പുടംചെയ്യുന്ന ഒരു ഭസ്മം.

നാഗസ്വരം. ന. ഒരുമാതിരി ഊതുന്ന വാദ്യം.

നാഗാന്തകൻ. ന. ഗരുഡൻ.

നാഗാഭരണൻ. ന. ശിവൻ.

നാഗാരി. ന. ൧, ഗരുഡൻ. ൨, കീരിയും മയിലും മററും.

നാഗാശനൻ. ന. ഗരുഡൻ.

നാഗിനി. ന. കാമശാസ്ത്രത്തിൽ പറയുന്ന ലക്ഷണത്തിൽ ഒരു ലക്ഷണമുള്ള സ്ത്രീ.

നാങ്കു. വി. നാലു.

നാങ്കു. ന. ഒരു മരം.

നാജർ. ന. പരിശോധകൻ.

നാഞ്ചരപ്പച്ച. ന. ഒരു വിഷമുള്ള മരുന്നു.

നാഞ്ചരമൂച്ചം. ന. മേല്പറഞ്ഞ അൎത്ഥം.

നാഞ്ചിനാട്ടു. ന. നാഞ്ചനാട്ടു ദേശം.

നാട്ടു. ന. രാജ്യം, ദിക്കു.

നാടകമാടുന്നു. ടി. വാൻ. (നാടകം.) അ. ക്രി. നൃത്തംചെയ്യുന്നു.

നാടക. വി. (കൻ, കീ, കം.) വി. ന. നടിക്കുന്ന, നൃത്തം ചെയ്യുന്ന.

നാടകം. ന. ശാകുന്തളം മുതലായ കവിതകൾ.

നാടകശാല. ന. നാട്യപ്രയോഗസ്ഥലം.

നാടകശാലക്കാരി. ന. ഒരു മാതിരി തേവിടിശ്ശി.

നാടൻ. വി. നാട്ടു നടപ്പായിട്ടുള്ള, അതാതു നാട്ടിലുണ്ടായ.

നാടൻപുഴ. ന. മെരുവിൻ പുഴ.

നാട. ന. ആട്ടക്കാരുടെ തലയിൽ കെട്ടുന്ന ഒരു സാധനം.

നാടാൻ. ന. ചാന്നാന്മാരിലുള്ള ഒരു സ്ഥാനപ്പേർ.

നാടി. ന. ഒരു വക കാട്ടാളൻ, നായാടി.

നാടിപ്പറയുന്നു. ഞു. വാൻ. (നാടി.) സ. ക്രി. കൈ കാണിച്ചു പറയുന്നു.

നാട്ടുനീങ്ങുന്നു. ങ്ങി. ങ്ങുവാൻ. (നാട്ടുനീങ്ങ.) അ. ക്രി. മരിക്കുന്നു. (രാജാക്കന്മാരുടെയും മററും വിഷയത്തിൽ ഉപയോഗിക്കേണ്ട ഒരാചാരവാക്കു.)

നാട്ടുവാഴി. ന. ൧, രാജാവു. ൨, ഇടപ്രഭു.

നാട്ടുവാഴുന്നു. ണു. വാൻ. (നാട്ടു.) അ. ക്രി. രാജ്യം ഭരിക്കുന്നു.

നാട്ടുവാഴ്ച. ന. രാജ്യഭരണം.

നാടേയൻ. നാടേരൻ ന. നടിപുത്രൻ, ദേവദാസിയുടെ പുത്രൻ.

നാടോടി. വി. നാട്ടിൽ നടപ്പായുള്ള.

നാടോടിഭാഷ. ന. അതാതു ദിക്കിലെ സംസാരം.

നാടോടെ. അ. ദിക്കോടെ, രാജ്യത്തോടെ.

നാട്ട. ന. ഒരു രാഗം.

നാട്ടുകത്തിനില്ക്കുന്നു. ന്നു. ല്ലാൻ. (നാട്ടു.) അ. ക്രി. കുത്തിട്ടുനില്ക്കുന്നു.

നാട്ടക്കുറിഞ്ഞി. ന ഒരു രാഗം.

നാട്ടക്കോൽ. ന. സസ്യങ്ങൾക്കു സഹായമായിട്ടു നാട്ടുന്ന തുണ, ഊന്നു.

നാട്ടൽ. ന. വല്ലതും കുഴിച്ചു നാട്ടി നിൎത്തുക.

നാട്ടാചാരം. ന. നാട്ടിലെ മൎയ്യാദ.

നാട്ടാണ്മ. ന. പ്രഭുത്വം.

നാട്ടാണ്മക്കാരൻ. ന. പ്രഭു.

നാട്ടാന. ന. പിടിച്ചിണക്കിയ ആന.

നാട്ടാനടുതല. ന. ലക്ഷണസാധനക്രിയ.

നാട്ടാർ. ന. ലോകർ, ദിക്കുവാസികൾ.

നാട്ടുകാരൻ. ന. നാട്ടിലുള്ളവൻ.

നാട്ടുകൂട്ടം. ന. ജനങ്ങളുടെ കൂട്ടം.

നാട്ടുനടപ്പു. ന. രാജ്യത്തെ മൎയ്യാദ, ദേശമൎയ്യാദ.

നാട്ടുന്നു. ട്ടി. വാൻ. (നാട്ടു.) സ. ക്രി. കുഴിച്ചുനിൎത്തുന്നു.

നാട്ടുപടവലം. ന. ഒരു കൈപ്പുള്ള ഔഷധവള്ളി.

നാട്ടുപട്ടരു. ന. അമ്പലവാസികളിൽ ഒരു ജാതി.

നാട്ടുപന്നി. ന. പോൎക്കു.

നാട്ടുപോത്തു. ന. നാട്ടിലുള്ള കന്നു.

നാട്ടുപുറം; നാട്ടിമ്പുറം. ന. ൧, നാട്ടിനകത്തുള്ള ദേശം. ൨, ദേശത്തിനു പുറം, അന്യദിക്കു.

നാട്ടുബാലായ്മ ; നാട്ടുവാലായ്മ. ന. രാജാവു മരിച്ചാൽ പ്രജകളുടെ ഒരു ആചാര ശുദ്ധം.

നാട്ടുഭാഷ. ന. അതാതു ദേശത്തെ ഭാഷ.

നാട്ടുമട്ടം. ന. ഒരു മാതിരി കുതിര.

നാട്ടുമാവു. ന. സാമാന്യം മാവു.

നാട്ടുവഴി. ന. നിരത്തി ഉറപ്പിച്ച വഴി.

നാട്യക്കാരൻ. ന. ചാക്യാരും ആട്ടക്കാരും മററും.

നാട്യപ്രിയ. വി. (യൻ, യാ, യം.) വി. ന. നാട്യത്തിൽ താല്പൎയ്യമുള്ള.

നാട്യം. ന. ൧, കൂത്തു, ആട്ടം. ൨, ഭാവം, നടിപ്പു. ൩, നടനവിദ്യ.

നാഡി. ന. ൧, ഞരമ്പു. ൨, കുഴൽ. ൩, നാഴിക. ൪, നാഡിവ്രണം. ൫, താമരത്തണ്ടു.

നാഡിക. ന. നാഴിക.

നാഡീപരീക്ഷ. ന. രോഗികളുടെ നാഡിപിടിച്ചു നോക്കുക.

നാഡിന്ധമൻ. ന. തട്ടാൻ.

നാഡീവ്രണം. ന. ഉപാരം കുറെഞ്ഞുണ്ടാകുന്ന പുണ്ണു.

നാഡീസൂത്രം. ന. നാഴിക അറിവാനുള്ള യന്ത്രം. ൨, ഞരമ്പു.

നാണക്കേടു. ന. ലജ്ജ ഇല്ലായ്മ.

നാണം. ന. ലജ്ജ.

നാണംകുണുങ്ങി. ന. സഭാകമ്പമുള്ളവൻ, ലജ്ജാശീലൻ.

നാണയം. അല്ലെങ്കിൽ, **നാണിയം.** ന. ൧, രൂപാ പണം മുതലായതു.

൨, നടപ്പു, സമ്മതം. ൩, ബഹുമാനം. ൪, പ്രസിദ്ധം. ൫, നേര.

നാണിക്കുന്നു. ച്ചു. പ്പാൻ. (നാണി.) അ. ക്രി. നാണിക്കുന്നു, ലജ്ജിക്കുന്നു. **നാണിപ്പിക്കുന്നു.** സ. ക്രി.

നാണിയക്കാരൻ. ന. പരമാൎത്ഥി, വിശ്വസിക്കപ്പെടുവാൻ തക്കവൻ.

നാണിയക്കേടു. ന. മൎയ്യാദയല്ലാത്ത പ്രവൃത്തി.

നാണിയമാകുന്നു. യി. വാൻ. (നാണയം.) അ. ക്രി. നടപ്പാകുന്നു, പ്രസിദ്ധമാകുന്നു. **നാണയമാക്കുന്നു.** സ. ക്രി.

നാണുന്നു. ണി. വാൻ. (നാണ.) അ. ക്രി. ലജ്ജിക്കുന്നു.

നാത്തൂൻ. ന. ഭൎത്താവിന്റെ ഉടപ്പിറന്നവൾ.

നാഥ. ന. ൧, രക്ഷിക്കുന്നവൾ. ൨, ഭാൎയ്യ.

നാഥൻ. ന. ൧, രക്ഷിക്കുന്നവൻ. ൨, ഭൎത്താവു. ൩, രാജാവു.

നാഥരാമക്രി. ന. ഒരു രാഗം.

നാഥവൽ. വി. (വാൻ, വതി, വൽ.) വി. ന. നാഥനുള്ള, ആശ്രയിച്ചു പാൎക്കുന്ന.

നാദം. ന. ശബ്ദം.

നാദേയ. വി. (യൻ, യി, യം.) വി. ന. നദിയിലുണ്ടായ.

നാദേയം. ൧, ഉപ്പു. ൨, അഞ്ജനം.

നാദേയി. ന. ൧, നീൎവ്വഞ്ചി. ൨, നീലഞാവൽ. ൩, മധുരനാരകം.

നാനാ. അ. ൧, അനേകം. ൨, വേറെ. ൩, കൂടാതെ. ൪, ഇരട്ട.

നാനാധ്വനി. ന. പല മാതിരി ശബ്ദം.

നാനാപ്രകാരം. വി. പലവിധത്തിലുള്ള.

നാനാരൂപ. വി. (പൻ, പി, പം.) വി. ന. പല സ്വരൂപമുള്ള, ബഹുവിധമായ.

നാനാൎത്ഥം. വി. ൧, പല അൎത്ഥമുള്ള. ൨, അനേകം പ്രയോജനമുള്ള. ൩, അസംഖ്യം സമ്പത്തുള്ള. ൪, പല വസ്തുവുള്ള.

നാനാവൎണ്ണ. വി. (ൎണ്ണൻ, ൎണ്ണാ, ൎണ്ണം.) വി. ന. പല നിറമുള്ള.

നാനാവിധക്കാരൻ. ന. ൧, പല മാതിരിക്കാരൻ. ൨, ദുശ്ശീലക്കാരൻ.

നാനാവിധ. വി. (ധൻ, ധാ, ധം.) വി. ന. പല വിധമുള്ള. (മ.) ൧, ഉദ്ദാമത്വമുള്ള. ൨, വെടിപ്പില്ലാത്ത.

നാനാഴി. വി. ഒരിടങ്ങഴി.

നാനുഷ്ഠേയ. വി. (യൻ, യാ, യം.) വി. ന. ചെയ്യരുതാത്ത, മൎയ്യാദയല്ലാത്ത.

നാന്ദകം. ന. വിഷ്ണുവിന്റെ വാൾ.

നാന്ദി. ന. നാടകത്തിന്റെ ആരംഭത്തിലുള്ള പദ്യം, ആരംഭം.

നാന്ദീകരൻ. ന. നാടകത്തിന്റെയും മറ്റും ആദിയിൽ കഥയുടെ ആരംഭമിടുന്നവൻ.

നാന്ദീവാദീ. ന. മേല്പറഞ്ഞ അൎത്ഥം.

നാന്നാലു. വി. പതിനാറു.

നാന്മടങ്ങു. വി. നാലിരട്ടി.

നാന്മറ. ന. നാലുവേദം.

നാന്മുകപ്പുല്ലു. ന. ഒരു വക പുല്ലു.

നാന്മുഖൻ. ന. ബ്രഹ്മാവു.

നാപിതൻ. ന. ക്ഷൌരക്കാരൻ.

നാപിതശാല. ന. ക്ഷൌരപ്പുര.

നാഭി. ന. ൧, പൊക്കിൾ. ൨, കസ്തൂരി. ൩, തേർവണ്ടിയുടെ നടുഭാഗം. ൪, ഒരു രാജാവു.

നാഭികമലം. ന. പൊക്കിൾ.

നാഭിനാളം. ന. പൊക്കിൾക്കൊടി.

നാഭിസൂത്രം. ന. മേല്പറഞ്ഞ അൎത്ഥം.

നാഭിസ്ഥാനം. ന. നാഭിപ്രദേശം.

നാമ. അ. നിശ്ചയത്തിലും കോപത്തിലും, നിന്ദ, പ്രതിജ്ഞ, ഓൎമ്മ, ആശ്ചൎയ്യം ഇത്യാദികളിലും സംബന്ധിച്ചു വരും.

നാമകരണം. ന. പേരിടുക.

നാമകീൎത്തനം. ന. നാമം ചൊല്ലുക.

നാമജപം. ന. ഈശ്വരനാമങ്ങളെ പതുക്കെപ്പറക.

നാമധാരണം. ന. വിഷ്ണുവിന്റെ ചില അടയാളങ്ങളെ ധരിക്ക.

നാമധാരീ. ന. വിഷ്ണുവിന്റെ ചില അടയാളങ്ങളെ ധരിക്കുന്നവൻ.

നാമധേയം. ന. പേർ.

നാമഭാഷ. ന. പേരുകൊണ്ടുണ്ടാകിയിട്ടുള്ള ഒരു ഭാഷ.

നാമമാല. ന. അക്ഷരമാലപ്പുസ്തകം.

നാമം. ന. പേർ. (മ.) വിഷ്ണുവന്ദനക്കാരുടെ അടയാളം.

നാമശേഷ. വി. (ഷൻ, ഷാ, ഷം.) വി. ന. മരിച്ച.

നാമാവശേഷം. ന. പേരുമാത്രം ശേഷിച്ചിട്ടുള്ളതു, വാസ്തവത്തിൽ നശിച്ചതു.

നാമാവു. ന. ഇതു ഓരോ നാമങ്ങൾക്ക പിൻചേൎക്കുമ്പോൾ അതാതുപേരുള്ള എന്നു അൎത്ഥം വരും.

നാമാങ്കിത. വി. (തൻ, താ, തം.) വി. ന. പേരുകൊണ്ടു അടയാളമിട്ടിട്ടുള്ള.

നാമ്പില. ന. തളിരിനോടടുത്തുള്ള ഇല.

നാമ്പു. ന. ൧, തളിർ, കൂമ്പു. ൨, തീജ്വാലയുംമറ്റും. ൩, അഗ്രം.

നാം. ന. ഞാൻ, നമ്മൾ, ഞങ്ങൾ.

നായകക്കല്ലു. ന. മാലെക്കുംമറ്റും വെക്കുന്ന പ്രധാനകല്ലു.

നായകൻ. ന. ൧, സ്വാമി, രക്ഷിക്കുന്നവൻ, പ്രമാണി. ൨, ഭൎത്താവു. ൩, സൈന്യാധിപൻ. ൪, നാടകങ്ങളിലേയും കാവ്യങ്ങളിലേയും പ്രധാന പുരുഷൻ (സ്ത്രീ. **നായികാ.**)

നായകം. ന. മാലയുടെയുംമറ്റും നടുവിൽ വെക്കുന്ന കല്ലു.

നായം. ന. വഴികാണിക്ക.

നായവെണ്ണ. ന. ഒരു മരുന്നു തൈ.

നായർ. ന. ദ്രാവിഡവൎഗ്ഗക്കാരിൽപ്പെട്ട ഒരു പ്രത്യേക ജാതിക്കാർ.

നായാടി. ന. ൧, ഒരുവക കാട്ടാളജാതി. ൨, നായാട്ടുകാരൻ.

നായാടുന്നു. ടി. വാൻ. (നായാട.) അ. ക്രി. വേട്ടചെയ്യുന്നു, കാട്ടുമൃഗങ്ങളെ കൊല്ലുന്നു.

നായാട്ടു. ന. വേട്ട, കാട്ടുമൃഗങ്ങളെ കൊല്ലുക.

നായാട്ടുനാ. ന. നായാട്ടിന്നു സഹായിപ്പാൻ സാമൎത്ഥ്യമുള്ള പട്ടി.

നായാട്ടുപട്ടി. ന. വേട്ടപ്പട്ടി.

നായാട്ടുവല. ന. വേട്ടയിൽ മൃഗങ്ങളെ ചാടിപ്പാനുള്ള വല.

നായാട്ടുവിളി. ന. നായാട്ടുകാരുടെ വിളിച്ചുകൂവൽ.

നായ്; നായ്. ന. പട്ടി.

നായിക. ന. ൧, ഭാൎയ്യ. ൨, രക്ഷിക്കുന്നവൾ, പ്രമാണമായുള്ളവൾ.

നായിനാർ. ന. യജമാനൻ, നാഥൻ.

നായ്ക്കൻ. ന. ൧, കാരാഗൃഹത്തിൽ പ്രമാണി. ൨, ഒരു ജാതിക്കാരൻ

ന., പട്ടാഉത്തിൽ പത്തുപേക്കു യജമാനൻ.

നായ്ക്കരിമ്പു. ന. നായ്ക്കണ.

നായ്ക്കരുണ. ന. ഒരു ഔഷധവള്ളി.

നായ്ക്കുട്ടി. ന. കൊച്ചുപട്ടി.

നായ്ക്കണ. ന. നായ്ക്കരിമ്പു.

നാരു. ന. പനയുടെയോ വാഴയുടെയോ മററൊ നാരു.

നാരക. വി. (കൻ, കി, കം.) വി. ന. നരകത്തെ സംബന്ധിച്ച.

നാരകം. ന. ൧, ജോനനാരകം. ൨, വടുകപ്പുളിനാരകം. ൩, കൈപ്പൻനാരകം. ൪, മാതളനാരകം. ൫, മധുരനാരകം. ൬, ചെറുനാരകം. ൭, പമ്പിളിനാരകം. ൮, ഒരംളിനാരകം. ൯, വള്ളിനാരകം. ൧൦, നിലനാരകം. (സം.) നരകം.

നാരകീയ. വി. നരകത്തെ സംബന്ധിച്ച, നരകത്തിലുള്ള, ദുരിതകരമായ.

നാരങ്ങാ. ന. നാരകത്തിൻ കാ.

നാരദൻ. ന. ൧, ഒരു മഹൎഷി. ൨, മേഘം.

നാരദീയം. ന. പതിനെട്ടു പുരാണങ്ങളിൽ ഒന്നു.

നാരൻ. വി. നാരുള്ള.

നാരൻപട്ടു. ന. ഒരുമാതിരി പട്ടുവസ്ത്രം.

നാര. വി. (രൻ, രി, രം.) വി. ന. മനുഷ്യരെ സംബന്ധിച്ച.

നാരം. ന. ൧, ജനക്കൂട്ടം. ൨, വെള്ളം. ൩, കാളക്കുട്ടി.

നാരസിംഹം. ന. നരസിംഹത്തെ സംബന്ധിച്ചതു. ൨, ഒരു രസായനം. ൩, പുരാണങ്ങളിൽ ഒന്നു. ൪, ഉപനിഷത്തുകളിൽ ഒന്നു.

നാരാചം. ന. കോൽക്രൂടെ ഇരിമ്പായുള്ള അസ്ത്രം.

നാരാചി. ന. ൧, നാരായക്കോൽ. ൨, ത്രാസിൻെറ നാരായം.

നാരായക്കോൽ. ന. ത്രാസുകോൽ.

നാരായണൻ. ന. വിഷ്ണു.

നാരായണി. ന. ദുൎഗ്ഗാഭഗവതി.

നാരായണീയം. ന. ൧, നാരായണനെ സംബന്ധിച്ചതു. ൨, ഒരു ഗ്രന്ഥം.

നാരായപ്പടി. ന. നാരായത്തിനു മൂച്ച വരുത്തുവാനുള്ള മുഉവാരിമുറി.

നാരായം. ന. ൧, എഴുത്താണി. ൨, ഒരുവക അളവുസാധനം.

നാരി. ന. സ്ത്രീ.

നാരികേരം. ന. നാളികേരം.

നാരിയാൾ. ന. സ്ത്രീ.

നാരികേളം. ന. നാരികേരം.

നാരിമണി. ന. സൌന്ദൎയ്യമുള്ള സ്ത്രീ.

നാലംഗപ്പട. ന. ചതുരംഗപ്പട.

നാലംഗം. ന. ആന, കുതിര, തേർ, കാലാൾ.

നാലമ്പലം. ന. ശ്രീകോവിലിനു ചുററുമുള്ള അമ്പലം.

നാലാംനാൾ. ന. വരുവാനുള്ളതെങ്കിലും കഴിഞ്ഞതെങ്കിലും നാലാമത്തെ ദിവസം.

നാലാങ്കുളി. ന. കല്യാണം കഴിഞ്ഞ ദിവസം മുതൽ നാലാം ദിവസമുള്ള കുളി.

നാലാമ്പനി. ന. നാലാമ്മുറപ്പനി, നന്നാലുദിവസം കഴിയുമ്പോൾ വരുന്ന പനി.

നാലാമതു. അ. മൂന്നു കഴിഞ്ഞതിൻെറ ശേഷം.

നാലാമത്തെ. വി. മൂന്നിൻെറ ശേഷമുണ്ടായതു.

നാലാമൻ. വി. ന. നാലാമത്തെ ആൾ.

നാലാമിടം. ന. ൧, ഉദയരാശിയുടെ നാലാമത്തെ രാശി. ൨, വേനം.

നാലാശ്രമം. ന. ബ്രഹ്മചാരി, ഗൃഹസ്ഥൻ, വാനപ്രസ്ഥൻ, സന്യാസി.

നാലാശ്രമി. ന. ബ്രാഹ്മണൻ.

നാലിലക്കടങ്ങൽ. ന. ഒരു തൈ.

നാലുകറി. ന. എരിശ്ശേരി, പുളിശ്ശേരി, മധുരക്കറി, ഉപ്പേരി.

നാലുകുളി. ന. നാലാങ്കുളി.

നാലുകെട്ടു. ന. നാലുപുര കൂട്ടിക്കെട്ടി നടുവിൽ മുററമുള്ള ഒരു വേനം.

നാലുജാതി. ന. ബ്രാഹ്മണൻ, ക്ഷത്രിയൻ, വൈശ്യൻ, ശൂദ്രൻ.

നാലുദിക്കു. ന. കിഴക്കു, വടക്കു, പടിഞ്ഞാറു, തെക്കു.

നാലുപന്തി. ന. ശൂദ്രസ്ത്രീകളും മററും കഴുത്തിൽ കെട്ടുന്ന ഒരാഭരണം.

നാലുപാട്ടും. അ. നാലുവശവും.

നാലുപാദം. ന. ൧, ദീപപ്രദക്ഷിണം. ൨, നാലു കാലു്.

നാലുപായം. ന. സാമ ദാന ഭേദ ദണ്ഡങ്ങൾ.

നാലുവൎണ്ണം. ന. നാലു ജാതി.

നാലുവേദം. ന. ഋക്കു, യജുസ്സു, സാമം, അഥൎവ്വണം.

നാല്ക്കവലവഴി. ന. നാലു വഴികൾ ഒരുമിച്ചു കൂടുന്ന സ്ഥലം.

നാല്ക്കാലി. ന. പശുക്കൾ മുതലായ മൃഗജാതി.

നാല്ക്കൊമ്പനാന. ന. നാലു കൊമ്പുള്ള ആന, ഐരാവതം.

നാല്ക്കോണു. ന. നാലു കോണു്.

നാല്പ്പാപ്പക്കൊന്ന. ന. ഒരുജാതി മരുന്നു.

നാല്പാമരം. ന. അരയാൽ, പേരാൽ, അത്തി, ഇത്തി.

നാന്മുഖൻ. ന. ബ്രഹ്മാവു.

നാവു. ന. നാക്കു.

നാവടക്കം. ന. ഒരു ക്ഷുദ്രം.

നാവിക. വി. (കൻ, കീ, കം.) വി. ന. വള്ളത്തെ സംബന്ധിച്ച.

നാവികൻ. ന. തോണിയിൽ കടത്തുന്നവൻ, ഊന്നുകാരൻ.

നാവികബലം; നാവികസൈന്യം. ന. കപ്പൽപട.

നാവിൻദോഷം. ന. നാക്കിൻെറ ദോഷം, വാക്കു നിമിത്തമുണ്ടാകുന്ന ദീനമൊ കുററമൊ.

നാവിൻപാഠം. ന. കാണാപ്പാഠം.

നാവേറു. ന. കൊതി.

നാവ്യ. വി. (വ്യൻ, വ്യാ, വ്യം.) വി. ന. വള്ളത്തെ സംബന്ധിച്ച.

നാവ്യം. ന. പുതുമ.

നാശക. വി. (കൻ, കാ, കീ, കം.) വി. ന. നാശം വരുത്തുന്ന.

നാശകര. വി. (രൻ, രി, രം.) വി. ന. നശിപ്പിക്കുന്ന.

നാശന. വി. (നൻ, നാ, നം.) വി. ന. നശിപ്പിക്കുന്ന.

നാശം. ന. ൧, നശിപ്പു, ക്ഷയം, ഇല്ലാതെയാക. ൨, മരണം.

നാശരഹിത. വി. (തൻ, താ, തം.) വി. ന. ക്ഷയമില്ലാത്ത, മരിക്കാത്ത.

നാസത്യന്മാർ. ന. അശ്വിനി ദേവന്മാർ.

നാസാ. ന. ൧, മൂക്കു. ൨, പുരയുടെ ഒരു മേൽപടി.

നാസദ്വാരം. ന. മൂക്കിന്റെ ഓട്ട.

നാസാപുടം. ന. മൂക്കിന്റെ ദ്വാരം.

നാസാമണി. ന. മൂക്കുത്തി.

നാസാരന്ധ്രം. ന. മൂക്കിന്റെ ദ്വാരം.

നാസികാ. ന. മൂക്ക.

നാസികാചൂൎണ്ണം. ന. മൂക്കിൽ കേറുവാനുള്ള പൊടി.

നാസികാദ്വാരം. ന. മൂക്കിന്റെ തുള.

നാസികാമലം. ന. മൂക്കീര, മൂക്കിള.

നാസീരം. ന. സേനയുടെ ഒരു ഭാഗം.

നാസ്തി. അ. ഇല്ല.

നാസ്തികത. ന. കാണപ്പെടാത്തതൊന്നും ഇല്ലെന്നുള്ള ഭാവം.

നാസ്തികൻ. ന. കാണപ്പെടാത്തതിൽ വിശ്വസിക്കാത്ത ഒരു മതക്കാരൻ.

നാസ്തിക്യം. ന. നാസ്തികമതം, കാണപ്പെടാത്തതൊന്നും ഇല്ലെന്നുള്ള ഭാവം.

നാളതു. അ. മുൻപിൽ പറഞ്ഞ ദിവസം, അന്നു, അദ്ദിവസം.

നാളം. ന. താമര മുതലായവയുടെ തണ്ട.

നാളാഗമം. ന. ഓരോരു കാലത്തിലെ ചരിത്രം, ഗ്രന്ഥവരി.

നാളികം. ന. ൧, പോത്തു. ൨, താമര.

നാളികാ. ന. ൧. അകത്തു ദ്വാരമുള്ള തണ്ട. ൨, ആനക്കുന്തം.

നാളികേരം. ന. തെങ്ങ, തേങ്ങാ.

നാളി. ന. തണ്ട.

നാളീകനേത്രൻ. ന. വിഷ്ണു.

നാളീകബാണൻ. ന. കാമൻ.

നാളീകബാന്ധവൻ. ന. സൂൎയ്യൻ.

നാളീകം. ന. ൧, താമരപ്പൂ. ൨, അമ്പ. ൩, കുന്തം.

നാളികാസനൻ. ന. ബ്രഹ്മാവു.

നാളീവ്രണം. ന. വട്ടം കറെഞ്ഞു കഴിയേറിയ പുണ്ണ.

നാളെ. അല്ലെങ്കിൽ, **നാളേക്കു.** അ. ൧, അടുത്ത ദിവസം. ൨, പിന്നെ.

നാളേക്കുനാളെ. അ. മറെറന്നാൾ.

നാളോക്കം. ന. നാളും പക്കവും അറിവാനുള്ള കവിടിക്രിയ.

നാൾ. ന. ൧, അശ്വതി മുതലായവ. ൨, ദിവസം.

നാൾക്കുനാൾ. വി. ദിവസംതോറും.

നാൾനീക്കം. ന. അശ്വതി മുതലായ ദിവസങ്ങളുടെ ഏററക്കുറച്ചിൽ.

നാൾതോറും. അ. ദിവസംപ്രതി.

നാൾവഴി. ന. വരവിന്നും ചെലവിന്നും മററും ദിവസംപ്രതി എഴുതുന്ന കണക്ക.

നാക്ഷത്ര. വി. (ത്രൻ, ത്രീ, ത്രം.) വി. ന. നക്ഷത്രങ്ങളെ സംബന്ധിച്ച.

നാക്ഷത്രം. ന. ഇരുപത്തേഴ ദിവസമായിട്ടു പറഞ്ഞു വരുന്ന ഒരു മാസം.

നാഴി. ന. എടങ്ങഴിയിൽ നാലൊന്നു.

നാഴിക. ന. അറുപതു വിനാഴിക കൂടിയതു.

നാഴികമണി. ന. നേരം അറിവാനുള്ള ഒരു സൂത്രം.

നാഴികവട്ടക. ന. നടുവിലുള്ള ചെറിയ ദ്വാരത്തിൽകൂടെ വെള്ളം കേറി ഒരു നാഴികകൊണ്ടു മുങ്ങുന്ന ഒരു പാത്രം.

നാറാവുള്ളി. ന. മണമില്ലാത്ത ഒരു മാതിരി ഉള്ളി.

നാറുന്നു. റി. വാൻ. (നാറ.) അ. ക്രി. നാററം വരുന്നു. **നാററുന്നു.** സ. ക്രി. **നാററിക്കുന്നു.** കാ. ക്രി.

നാററം. ന. മണം, ഗന്ധം.

നി

നിഃ. അ. ഇതു പദങ്ങളിൽ ചേരുമ്പോൾ നിശ്ചയമായിട്ടു എങ്കിലും നിഷേധമായിട്ടെങ്കിലുമുള്ള അൎത്ഥത്തോടു കൂടി വരും.

നികക്കുന്നു; നികരുന്നു. ന്നു. ൎന്നു. പ്പാൻ. രുവാൻ. (നിക. നികർ.) അ. ക്രി. ൧. നിറെയുന്നു, നിറെഞ്ഞു തീരുന്നു. ൨, വെള്ളത്തിന്നു മീതെ വന്നു പൊങ്ങുന്നു, നീന്തി സഞ്ചരിക്കുന്നു. **നികത്തുന്നു.** സ. ക്രി.

നികട. വി. (ടൻ, ടാ, ടം.) വി. ന. സമീപത്തുള്ള.

നികടം. ന. സമീപം.

നികട്ടുന്നു; നകട്ടുന്നു. ട്ടി. ട്ടുവാൻ. (നിക. നക.) സ. ക്രി. വമ്പു പറയുന്നു.

നികപ്പു. ന. നിറവു, നിരപ്പായിത്തീരുക.

നികരം. ന. ൧, കൂട്ടം. ൨, സാരം. ൩, തുല്യത.

നികഷം. ന. ഉരകല്ലു, ചാണ.

നികഷാ. ന. ഒരു രാക്ഷസസ്ത്രീ, രാക്ഷസരിൽ ഒരു കൂട്ടക്കാരുടെ അമ്മ.

നികഷാ. അ. സമീപത്തു.

നികഷാത്മജൻ. ന. നികഷയുടെ പുത്രൻ.

നികഷിക്കുന്നു. ച്ചു. പ്പാൻ. (നികഷി.) സ. ക്രി. ഉരെക്കുന്നു.

നികഷണം. ന. ൧, നഗരത്തോടടുത്തു കളിക്കുന്നതിന്നുള്ള വെളിമ്പ്രദേശം. ൨, ഉഴവു.

നികളിക്കുന്നു. ച്ചു. ക്കുവാൻ. (നികളി.) അ. ക്രി. അഹംകരിക്കുന്നു, ആത്മപ്രശംസയാൽ ഉയരുന്നു.

നികളം. ന. അഹംഭാവം.

നികാമം. അ. ൧, ഏററവും. ൨, മനസ്സോടെ.

നികായം ന. ൧, സമൂഹം, യോഗം. ൨, ഭവനം.

നികായ്യം. ന. ഭവനം.

നികാരണം. ന. കൊല, വധം.

നികാരം. ന. ൧, പൊലി, പതിരു പിടിക്കം. ൨, ഉപദ്രവം, ദ്വേഷം. ൩, ചതിവു.

നികാശ. വി. (ശൻ, ശാ, ശം.) വി. ന. തുല്യമായുള്ള.

നികുഞ്ചകം. ന. ഉഴക്ക.

നികുഞ്ജം. ന. ൧, വള്ളിക്കുടിൽ. ൨, മലയിലെ ഗുഹ.

നികുംഭൻ. ന. കുംഭകൎണ്ണന്റെ പുത്രൻ, ഒരു രാക്ഷസൻ.

നികുംഭം. ന. നാകദന്തി.

നികുംഭില. ന. രാവണന്റെ പുത്രനായ ഇന്ദ്രജിത്തു എന്ന രാക്ഷസൻ ഹോമം കഴിച്ച ഗുഹാസ്ഥലം.

നികുരുംബം. ന. കൂട്ടം.

നികൃത. വി. (തൻ, താ, തം.) വി. ന. ൧, ശഠതയുള്ള. ൨, നീക്കപ്പെട്ട. ൩, വഞ്ചിക്കപ്പെട്ട. ൪, നിന്ദ്യമായ.

നികൃതി. ന. ൧, ശാഠ്യം. ൨, നീക്കം. ൩, നിന്ദ. ൪, ചതിവു.

നികൃത്ത. വി. (ത്തൻ, ത്താ, ത്തം.) വി. ന. ഛേദിക്കപ്പെട്ട, മുറിക്കപ്പെട്ട.

നികൃന്തനം. ന. ഛേദനം.

നികൃഷ്ടകമ്മം. ന. ക്ഷുദ്രവൃത്തി.

നികൃഷ്ട. വി. (ഷ്ടൻ, ഷ്ടാ, ഷ്ടം.) വി. ന. ഹീനമായ. **നികൃഷ്ടത.** ഗു. ന. ഹീനത.

നികേതനം. ന. ഭവനം.

നികേതം. ന. ഭവനം.

നികോചകം. ന. അങ്കോലമരം.

നിക്വണം. ന. ഒച്ച.

നിക്വാണം. ന. ഒച്ച.

നിഖനനം. ന. ക, കുഴിക്കുക. ഖ, നാട്ടുക, തറെക്കുക.

നിഖർവ്വ. വി. (ർവ്വൻ, ർവ്വാ, ർവ്വം.) വി. ന. നീളം കുറെഞ്ഞ.

നിഖർവ്വം. ന. വെള്ളം പത്തു കൂടിയതു, പന്ത്രണ്ടാം സ്ഥാനം.

നിഖാതം. വി. ക, കുഴിക്കപ്പെട്ട. ഖ, നാട്ടിയ. ഗ, കുഴിച്ചിടപ്പെട്ട.

നിഖില. വി. (ലൻ, ലാ, ലം.) വി. ന. മുഴുവനായ, എല്ലാം, സകല.

നിഗഡം. ന. ആനത്തുടർ.

നിഗദം. ന. വാക്ക, പറക.

നിഗദിക്കുന്നു. ച്ചു. പ്രാൻ. (നിഗദി.) സ. ക്രി. പറയുന്നു.

നിഗമനം. ന. യാത്ര.

നിഗമം. ന. ക, വേദം. ഖ, നഗരം. ഗ, ചന്ത. ഘ, പെരുവഴി. ങ, കച്ചവടം. ച, നിശ്ചയം.

നിഗരണം. ന. ക, വിഴങ്ങൽ. ഖ, തൊണ്ട.

നിഗളം. ന. അഹംഭാവം. (സം.) വിലങ്ങ, ചങ്ങല.

നിഗളിക്കുന്നു. ച്ചു. പ്രാൻ. (നിഗളി.) അ. ക്രി. അഹങ്കരിക്കുന്നു.

നിഗാദം. ന. പറയുക, സംസാരം.

നിഗാരം. ന. വിഴങ്ങൽ.

നിഗാളം. ന. കുതിരയുടെ കഴുത്തിന്റെ താഴത്തെ ഭാഗം.

നിഗീൎണ്ണം. വി. ക, വിഴുങ്ങിയ. ഖ, മറയ്ക്കപ്പെട്ട.

നിഗൂഢ. വി. (ഢൻ, ഢാ, ഢം.) വി. ന. ക, മറെക്കപ്പെട്ട. ഖ, ഒളിക്കപ്പെട്ട.

നിഗ്രഹനം. ന. ഒളിപ്പു.

നിഗൃഹീതം. വി. ക, പിടിക്കപ്പെട്ട. ഖ, തടുക്കപ്പെട്ട. ഗ, എതിക്കപ്പെട്ട. ഘ, വാദത്തിൽ തോല്പിക്കപ്പെട്ട.

നിഗ്രഹം. ന. ക, കല. ഖ, ശിക്ഷ. ഗ, അനിഷ്ടം.

നിഗ്രഹിക്കുന്നു. ച്ചു. പ്രാൻ. (നിഗ്രഹി.) സ. ക്രി. ക, കൊല്ലുന്നു. ഖ, ശിക്ഷിക്കുന്നു.

നിഘണ്ടു. ന. അഭിധാനഗ്രന്ഥം.

നിഘം. ന. ക, ഉണ്ട. ഖ, വട്ടം.

നിഘസം. ന. ഭക്ഷണം, ഭക്ഷണസാധനങ്ങൾ.

നിഘർഷണം. ന. ഉരച്ചിൽ.

നിഘ്ന. വി. (ഘ്നൻ, ഘ്നാ, ഘ്നം.) വി. ന. അധീനമായുള്ള.

നിഘാതം. ന. ഇടി, അടി.

നിങ്ങൾ. ന. പ. ക, ആരോടു പറയുന്നുവോ അയാൾ ഒരാൾ മാത്രമെ ഉള്ളു എങ്കിൽ അയാളെ ബഹുമാനപുരസ്സരം നിർദ്ദേശിക്കുന്ന സർവ്വനാമം. ഖ, ആരോടു പറയുന്നുവോ അവർ ഒന്നിലധികം പേരായിരുന്നാൽ അവരെഒക്കെ നിർദ്ദേശിക്കുന്നസർവ്വനാമം.

നിചയം. ന. കൂട്ടം.

നിചിത. വി. (തൻ, താ, തം.) വി. ന. ക, പൂരിക്കപ്പെട്ട. ഖ, മൂടപ്പെട്ട.

നിചുളം. ന. നീർപ്പരുത്തി, നീർക്കടമ്പു.

നിചോളകം. ന. മൂടുവസ്ത്രം, മുഴുക്കുപ്പായം.

നിചോളം. ന. മേല്പറഞ്ഞ അർത്ഥം.

നിച്ചം. അ. നിത്യം, ദിവസംപ്രതി.

നിച്ചാത്തം. ന. ദിവസംപ്രതിയുള്ള ശ്രാദ്ധം.

നിജ. വി. (ജൻ, ജാ, ജം.) വി. ന. ക, തന്നെ സംബന്ധിച്ച. ഖ, നിശ്ചയമായുള്ള. ഗ, നിത്യമായുള്ള.

നിജാധീന. വി. (നൻ, നാ, നം.) വി. ന. സ്വാധീനമായുള്ള.

നിജാവന്തി. ന. ഒരു രാഗം.

നിടലക്കുഴി. ന. തൊണ്ടക്കുഴി.

നിടിലതടം. ന. നെററി.

നിടിലം. ന. നെററി.

നിടിലാക്ഷൻ. ന. ശിവൻ.

നിണമണിയുന്നു. ഞ്ഞു. വാൻ. (നിണം.) സ. ക്രി. നിണംകൊണ്ടു അലങ്കരിക്കുന്നു.

നിണം. ന. ക, ചോര. ഖ, മഞ്ഞളും അരിയും കൂട്ടി അരച്ചു കലക്കി ചുണ്ണാമ്പും കൂട്ടിക്കുറുക്കി ചോരപോലെ ഉണ്ടാക്കിയതു.

നിതംബം. ന. ക, കടിപ്രദേശം. ഖ, സ്ത്രീകളുടെ അരയുടെ പിൻഭാഗം. ഗ, മലച്ചരിവിന്റെ നടുപ്രദേശം.

നിതംബിനി. ന. സുന്ദരി.

നിതരാം. അ. ഏററവും.

നിതലം. ന. കീഴ്ലോകങ്ങളിൽ ഒന്നു.

നിതാന്തം. വി. (ന്തൻ, ന്താ, ന്തം.) വി. ന. പെരുകിയ.

നിതാന്തം. അ. ഏററവും.

നിത്യകമ്മം. ന. ദിവസംപ്രതി ചെയ്യേണ്ടുന്ന കമ്മം.

നിത്യകല്യാണൻ. ന. ദൈവം.

നിത്യകൃത്യം. ന. നിത്യകമ്മം.

നിത്യച്ചാത്തം. ന. ദിവസംപ്രതിയുള്ള ശ്രാദ്ധം.

നിത്യച്ചിലവു. ന. ദിവസംപ്രതിയുള്ള ചിലവു.

നിത്യദാ. അ. എന്നും.

നിത്യദാനം. ന. ദിവസവും ചെയ്യുന്ന ദാനം.

നിത്യ. വി. (ത്യൻ, ത്യാ, ത്യം.) വി. ന. ക, എപ്പോഴുമുള്ള, നിത്യമായുള്ള. ഖ, സ്ഥിരതയുള്ള. **നിത്യത.** അല്ലെങ്കിൽ, **നിത്യത്വം.** ഗു. ന. ദൈവത്വം, ശാശ്വതത്വം.

നിത്യൻ. ന. സമുദ്രം.

നിത്യമുക്ത. വി. (ക്തൻ, ക്താ, ക്തം.) വി. ന. എന്നും മുക്തിയുള്ള.

നിത്യം. അ. ക, എന്നും. ഖ, ദിവസംപ്രതി. ഗ, എപ്പോഴും.

നിത്യയോഗം. ന. ജ്യോതിശ്ശാസ്ത്രത്തിൽ പറയുന്ന ചില യോഗങ്ങൾ.

നിത്യവഴതിന. ന. എന്നും കായിക്കുന്ന ഒരുമാതിരി വഴുതിന, ചുണ്ട വഴുതിന.

നിത്യവും. അ. ദിവസംപ്രതി.

നിത്യവൃത്തി. ന. ദിവസവൃത്തി, കഴിച്ചിൽ.

നിത്യശ്രാദ്ധം. ന. നിച്ചാത്തം.

നിത്യസാന്നിദ്ധ്യം. ന. എപ്പോഴുമുള്ള അടുപ്പം. (മ.) ദൈവത്തിന്റെ ഇരിപ്പു.

നിത്യസ്വരൂപ. വി. (പൻ, പാ, പം.) വി. ന. സ്ഥിരരൂപമുള്ള.

നിത്യസ്വരൂപി. വി. (പീ, പിണി, പി.) വി. ന. മേല്പറഞ്ഞ അർത്ഥം.

നിത്യാനിത്യം. ന. നിത്യവും അനിത്യവും.

നിത്യാനിത്യവിവേകം. ന. നിത്യത്തിൻെറയും അനിത്യത്തിൻെറയും തിരിച്ചറിവു.

നിത്യാനന്ദൻ. വി. (ന്ദൻ, ന്ദാ, ന്ദം.) വി. ന. എന്നും സന്തോഷമുള്ള.

നിത്യാനന്ദം. ന. നിത്യ സന്തോഷം.

നിദൎശനം. ന. കാണിച്ചുകൊടുക്കുക യെന്നുള്ളതു. **നിദൎശന.** സാഹിത്യ ശാസ്ത്രത്തിൽ ഒരു അലംകാരത്തിൻെറ പേരു.

നിദാഘം. ന. ൧, ഉഷ്ണം. ൨, വിയൎപ്പു. ൩, വേനൽ.

നിദാനമാക്കുന്നു. ക്കി. വാൻ. (നിദാനം.) സ. ക്രി. ൧, കാരണമാക്കുന്നു. ൨, തീൎച്ച വരുത്തുന്നു.

നിദാനം. ന. ൧, ആദ്യമുള്ള കാരണം. ൨, വൈദ്യശാസ്ത്രത്തിൽ ഒരു ഭാഗം.

നിദാനവൃത്തി. ന. നിത്യവൃത്തി, ദിവസംപ്രതിയുള്ള കഴിച്ചിൽ.

നിദാനിക്കുന്നു. ച്ചു. പ്പാൻ. (നിദാനി.) സ. ക്രി. തീൎച്ചയാക്കുന്നു.

നിദിഗ്ദ്ധ. വി. (ഗ്ദ്ധൻ, ഗ്ദ്ധാ, ഗ്ദ്ധം.) വി. ന. പൂചപ്പെട്ട, തേക്കപ്പെട്ട.

നിദിഗ്ദ്ധം. ന. ചിറേറലം.

നിദിഗ്ദ്ധിക. ന. ചെറുവഴുതിന, കണ്ടകാരിച്ചുണ്ട.

നിദിദ്ധ്യാസനം. ന. ഊന്നിവിചാരം.

നിദേശം. ന. കല്പന, ശാസന.

നിദേശിക്കുന്നു. ച്ചു. ക്കുവാൻ. (നിദേശി.) സ. ക്രി. കല്പിക്കുന്നു, ആജ്ഞാപിക്കുന്നു.

നിദ്ര. ന. ഉറക്കം.

നിദ്രാഗൃഹം. ന. ഉറങ്ങുവാനുള്ള പുര, കിടക്കപ്പുര.

നിദ്രാണ. വി. (ണൻ, ണാ, ണം.) വി. ന. ഉറങ്ങുന്ന, ഉറങ്ങിയ.

നിദ്രാമയക്കം. ന. ഉറക്കം.

നിദ്രാവതാം. ന. ഉറക്കം.

നിദ്രാല. വി. (ത്രിഷു.) വി. ന. അധികം ഉറക്കമുള്ള.

നിധനം. ന. ൧, വംശം. ൨, നാശം, മരണം.

നിധാനം. ന. ൧ നിക്ഷേപം. ൨, വെപ്പു.

നിധി. ന. നിക്ഷേപം.

നിധിപതി. ന. നിക്ഷേപം രക്ഷിക്കുന്നവൻ, ധനവാൻ.

നിധീശൻ. ന. വൈശ്രവണൻ.

നിധുവനം. ന. സ്ത്രീസംഗം.

നിധ്യാനം. ന. കാഴ്ച.

നിധ്യാനം. ന. കാഴ്ച.

നിൻ. (മ.) മദ്ധ്യമപുരുഷനിലുള്ള സൎവനാമശബ്ദം. (പരാമൎശത്തിൽ) നിൻെറ. ഉ-ം. **നിന്തിരുവടി. നി** ങ്കാൎയ്യം.

നിനച്ചിരിയാതെ. അ. നിരൂപിച്ചിരിക്കാതെ.

നിനദം. ന. ശബ്ദം.

നിനദിക്കുന്നു. ച്ചു. പ്പാൻ. (നിനദി.) അ. ക്രി. ശബ്ദിക്കുന്നു.

നിനവു. ന. ഓൎമ്മ, വിചാരം, അഭിപ്രായം, ഓൎമ്മെക്കുള്ള ഒരു എഴുത്തു.

നിനവുകേടു. ന. ഓൎമ്മക്കുറവു, വിചാരക്കേടു, മറവി.

നിനവുകൊടുക്കുന്നു. ത്തു. പ്പാൻ. (നിനവു.) അ. ക്രി. ൧, ഭാഷിക്കുന്നു. ൨, ഓൎമ്മെക്കായിട്ടു ഒരു എഴുത്തു കൊടുക്കുന്നു.

നിനാദം. ന. ഒച്ച.

നിനെക്കാതെ. അ. ഓൎക്കാതെ, വിചാരിക്കാതെ.

നിനെക്കുന്നു. ച്ചു. പ്പാൻ. (നിനെ.) സ. ക്രി. വിചാരിക്കുന്നു.

നിന്ദ. ന. ൧, നിന്ദിച്ചുപറക. ൨, അപമാനിക.

നിന്ദാവചനം. ന. ധിക്കാരവാക്ക.

നിന്ദാവാക്ക. ന. നിന്ദിച്ചുള്ള വചനം.

നിന്ദാശീല. വി. (ലൻ, ലാ, ലം.) വി. ന. ധിക്കാരസ്വഭാവമുള്ള.

നിന്ദാസ്തുതി. ന. വിചാരിച്ചാൽ ബഹുമാനിച്ചു. പറഞ്ഞതായിട്ടു അൎത്ഥവും കേൾക്കുമ്പോൾ നിന്ദിച്ചു പറഞ്ഞതായിട്ടും തോന്നുന്ന വാക്ക.

നിന്ദിക്കുന്നു. ച്ചു. പ്പാൻ. (നിന്ദി.) സ. ക്രി. അപമാനിക്കുന്നു. **നിന്ദിപ്പിക്കുന്നു.** കാ. ക്രി.

നിന്ദിത. വി. (തൻ, താ, തം.) വി. ന. ധിക്കരിക്കപ്പെട്ട.

നിന്ദ്യ. വി. (ന്ദ്യൻ, ന്ദ്യ, ന്ദ്യം.) വി. ന. നിന്ദിക്കപ്പെടേണ്ടുന്ന.

നിപഠം. ന. പാഠം, വായന.

നിപതനം. ന. വീഴ്ച.

നിപതിക്കുന്നു. ച്ചു. പ്പാൻ. (നിപതി.) അ. ക്രി. ൧, വീഴുന്നു. ൨, മറയുന്നു.

നിപം. ന. കുടം.

നിപാഠം. ന. വായന, പാഠം.

നിപാതനം. ന. ൧, വീഴിപ്പിക്കുക. ൨, വീഴ്ച.

നിപാതം. ന. ൧, വീഴ്ച. ൨, മരണം.

നിപാനം. ന. കിണററുകരെയുള്ള കൽത്തൊട്ടി.

നിപീഡനം. ന. ഞെക്കുക, പിഴിക.

നിപുണ. വി. (ണൻ, ണാ, ണം.) വി. ന. സാമൎത്ഥ്യമുള്ള. **നിപുണത.** ഗു. ന. സാമൎത്ഥ്യം.

നിബദ്ധ. വി. (ദ്ധൻ, ദ്ധാ, ദ്ധം.) വി. ന. കെട്ടപ്പെട്ട, കവിത കെട്ടപ്പെട്ട.

നിബന്ധനം. ന. ൧, കെട്ടു. ൨, തടവു. ൩, വീണയുടെ കമ്പി കെട്ടുന്നിടം.

നിബന്ധം. ന. കെട്ടു, കവിത.

നിബന്ധിക്കുന്നു. ച്ചു. പ്പാൻ. (നിബന്ധി.) സ. ക്രി. കെട്ടുന്നു.

നിബൎഹണം. ന. കുല, വധം.

നിബിഡ; നിബിഡീശ; നിബിഡിസ. വി. ഇടതിങ്ങിയ.

നിബിഡിത. വി. (തൻ, താ, തം.) വി. ന. ഇട തിങ്ങപ്പെട്ട.

നിബിരം. ന. പടക്കുടി.

നിഭ. വി. (ഭൻ, ഭാ, ഭം.) വി. ന. തുല്യമായ.

നിഭം. ന. വ്യാജം.

നിഭൃത. വി. (തൻ, താ, തം.) വി. ന. ശബ്ദമില്ലാത്ത, അടക്കമുള്ള.

നിമഗ്ന. വി. (ഗ്നൻ, ഗ്നാ, ഗ്നം.) വി. ന. മുങ്ങിയ.

നിമജ്ജനം. ന. ൧, മുങ്ങൽ. ൨, കുളി.

നിമന്ത്രണം. ന. ൧, ക്ഷണിക്ക. ൨, ആജ്ഞാപിച്ചുവരുത്തുക.

നിമഥനം. ന. ൧, കലക്കുക. ൨, കൊല്ലുക.

നിമം. ന. ആണി, കററി.

നിമയം. ന. മാററം.

നിമി. ന. ഒരു രാജാവു.

നിമിത്തകാരണം. ന. കാൎയ്യങ്ങൾക്കു മൂന്നു കാരണങ്ങൾ ഉള്ളതിൽ ഒന്നു.

നിമിത്തജ്ഞ. വി. (ജ്ഞൻ, ജ്ഞാ,

ജ്ഞം.) വി. ന. കാരണത്തെ അറിയുന്ന.

നിമിത്തജ്ഞാനം. ന. കാരണത്തെ അറിക.

നിമിത്തം. ന. ൧, കാരണം. ൨, ലാക്ക. ൩, ലക്ഷണം.

നിമിത്തമായിട്ടു. അ. കാരണമായിട്ടു.

നിമിഷം. ന. ഇമച്ചമിഴി.

നിമീലനം. ന. ൧, മരണം. ൨, കണ്ണിമെപ്പു, കണ്ണടെപ്പു.

നിമീലിക. ന. ൧, കണ്ണിമ. ൨, വ്യാജം.

നിമീലിത. വി. (തൻ, താ, തം.) വി. ന. നിമീതനം ചെയ്യു.

നിമീലിതാക്ഷ. വി. (ക്ഷൻ, ക്ഷാ, ക്ഷം.) വി. ന. അടഞ്ഞ കണ്ണുള്ള.

നിമേയം. ന. കൈമാററം, ഒന്നു കൊടുത്തു മററൊന്നു വാങ്ങിക്ക.

നിമേഷം. ന. ൧, കണ്ണിമെക്കുക. ൨, കണ്ണിമെക്കുന്നെടത്തോളം സമയം.

നിമ്നഗ. വി. (ഗൻ, ഗാ, ഗം.) വി. ന. ആഴത്തിലേക്ക പോകുന്ന.

നിമ്നഗ. ന. നദി, ആറു.

നിമ്ന. വി. (മ്നൻ, മ്നാ, മ്നം.) വി. ന. ആഴമുള്ള, താഴ്ചയുള്ള. **നിമ്നത.** ഗു. ന.

നിമ്നോന്നത. വി. (തൻ, താ, തം.) വി. ന. ഉയൎന്നും താണുമുള്ള.

നിംബതരു. ന. മുൾമുരിക്ക.

നിംബം. ന. വേപ്പുവൃക്ഷം.

നിംബബീജം. ന. വേപ്പിൻകുരു.

നിയത. വി. (തൻ, താ, തം.) വി. ന. ൧, കീഴാക്കപ്പെട്ട. ൨, നിശ്ചയിക്കപ്പെട്ട.

നിയതം. അ. ഇടവിടാതെ, സദാ.

നിയതി. ന. ഭാഗ്യം.

നിയന്തൃ. വി. (ന്താ, ന്ത്രീ, ന്തൃ.) വി. ന. നടത്തുന്ന.

നിയന്താവു. വി. ന. ൧, തേർതെളിക്കുന്നവൻ. ൨, രക്ഷിതാവു, നാഥൻ.

നിയന്ത്രണം. ന. ൧, ബന്ധനം. ൨, പത്ഥ്യമിരിക്ക.

നിയന്ത്രിത. വി. (തൻ, താ, തം.) വി. ന. അടക്കപ്പെട്ട, ഭരിക്കപ്പെട്ട, കെട്ടപ്പെട്ട.

നിയമനിഷ്ഠ. ന. നിയമങ്ങളിലെ ഉറപ്പു.

നിയമം. ന. ൧, സന്തോഷം ശൌചം തപസ്സ നിത്യകൎമ്മം ഈശ്വരസേവ ഇവ അഞ്ചും. ൨, പ്രതിജ്ഞ. ൩, നിശ്ചയം. ൪, പതിവായിട്ടുള്ളതു.

നിയമവിധി. ന. നിയമങ്ങളുടെ മുറ.

നിയമവെടി. ന. പതിവായിട്ടുള്ള വെടി.

നിയമിക്കുന്നു. ച്ചു. പ്പാൻ. (നിയമി.) സ. ക്രി. നടത്തുന്നു, ഭരിക്കുന്നു. **നിയമനം.** ന.

നിയമിത. വി. (തൻ, താ, തം.) വി. ന. നിയമിക്കപ്പെട്ട, ക്രമമാക്കപ്പെട്ട, അടക്കപ്പെട്ട, ഭരിക്കപ്പെട്ട, കെട്ടപ്പെട്ട.

നിയാമക. വി. (കൻ, കാ, കം.) വി. ന. നടത്തുന്ന, ഭരിക്കുന്ന, നിയന്തൃ.

നിയാമകൻ. ന. കപ്പലുമററും നടത്തുന്നവൻ.

നിയുക്ത. വി. (ക്തൻ, ക്താ, ക്തം.) വി. ന. പറഞ്ഞയക്കപ്പെട്ട.

നിയുതം. വി. നൂറായിരം ലക്ഷം.

നിയുദ്ധം. ന. ബാഹുയുദ്ധം, കൈകൊണ്ടുള്ള യുദ്ധം.

നിയോഗം. ന. കല്പന.

നിയോഗിക്കുന്നു. ച്ചു. പ്പാൻ. (നിയോഗി.) സ. ക്രി. കല്പിക്കുന്നു, കല്പിച്ചയെക്കുന്നു.

നിയോജനം. ന. കല്പന.

നിയോജ്യ. വി. (ജ്യൻ, ജ്യാ, ജ്യം.) വി. ന. പറഞ്ഞയക്കപ്പെടേണ്ടുന്ന.

നിയോജ്യൻ. ന. ശിഷ്യൻ, ഭൃത്യൻ.

നിർ; നിഃ. അ. ൧, നിശ്ചയം. ൨, നിഷേധം.

നിര. ന. ൧, പന്തി. ൨, പുരയ്ക്കു പലകകൊണ്ടുള്ള ഭിത്തി. ൩, സൈന്യങ്ങളുടെ അണി.

നിരക്കു. ന. ചില ചരക്കുകൾക്ക നടപ്പായിട്ടുള്ള വില.

നിരക്കം. ന. ഇരിക്കുന്ന സ്ഥിതിയിൽ മാറുക, പന്തി കുത്തിയിരുന്നു നിരങ്ങുക, നിരങ്ങുക.

നിരക്കവെ. അ. ൧, അണിയായി, വരിയായി. ൨, നേരെ.

നിരക്കുന്നു. ന്നു. പ്പാൻ. (നിര.) അ. ക്രി. ൧, നിരന്നുനില്ക്കയും മററും ചെയ്യുന്നു. ൨, സമ്മതമാകുന്നു. ൩, സമമാകുന്നു. **നിരത്തുന്നു.** സ. ക്രി.

നിരക്കുവയ്യോല. ന. ചരക്കുകളുടെ അന്നന്നു വില്ക്കുന്ന വിലെക്ക വിവരം എഴുതിയ കണക്ക.

നിരങ്കുശ. വി. (ശൻ, ശാ, ശം.) വി. ന. തടവില്ലാത്ത, സ്വാതന്ത്ര്യമുള്ള.

നിരങ്കുശത്വം. ഗു. ന. തടവില്ലായ്ക.

നിരങ്ങൽ. ന. പന്തി കുത്തിയിരുന്നു നീങ്ങുക.

നിരങ്ങുന്നു. ങ്ങി. വാൻ. (നിരങ്ങ.) അ. ക്രി. ൧, ഇരിക്കുന്ന സ്ഥിതിയിൽ മാറുന്നു, ഇരുന്നു നിരങ്ങുന്നു. **നിരക്കുന്നു.** സ. ക്രി.

നിരച്ചിൽ. ന. പുരയുടെ നിര തൊടുക്കുക, നിരയ്ക്ക.

നിരഞ്ജന. വി. (നൻ, നാ, നം.) വി. ന. നിൎമ്മലതയുള്ള, തെളിവുള്ള.

നിരഞ്ജനൻ. ന. ദൈവം.

നിരട്ടു. ന. ൧, കെട്ടു. ൨, വസ്തുത്തിത്തിന്റെ തൈരട്ടു.

നിരത. വി. (തൻ, താ, തം.) വി. ന. താല്പൎയ്യമുള്ള.

നിരത്തൽ. ന. സമമാക്കുക.

നിരത്തു. ന. രാജവീഥി, നടയ്ക്കാവു.

നിരനിരപ്പു. ന. തുല്യത.

നിരന്ത; നിരന്തക. വി. (കൻ, കി, കം.) വി. ന. അന്തകനില്ലാത്ത, നാശമില്ലാത്ത.

നിരന്തര. വി. (രൻ, രാ, രം.) വി. ന. ൧, നിറഞ്ഞിരിക്കുന്ന, ഇടക്കൂടാതെ തിങ്ങിയ. ൨, ഇടവിടാതെ, എപ്പോഴുമുള്ള. ൩, മറവില്ലാത്ത. ൪, ഭേദമില്ലാത്ത.

നിരപത്രപ. വി. (പൻ, പാ, പം.) വി. ന. ൧, ലജ്ജയില്ലാത്ത. ൨, ധൈൎയ്യമുള്ള.

നിരപരാധം. ന. കുററമില്ലായ്ക.

നിരപലക. ന. പുരെക്കും മററും നിര പണിയുന്നതിന്നായിട്ടും പണിതതായിട്ടുമുള്ള മരപ്പലക.

നിരപ്പു. ന. സമം, ഒപ്പം, ചേൎച്ച.

നിരപ്പാകുന്നു. യി. വാൻ. (നിരപ്പ.) അ. ക്രി. സമമാകുന്നു, മിനുസമാകുന്നു. തമ്മിൽ ചേൎച്ചയാകുന്നു. **നിരപ്പാക്കുന്നു.** സ. ക്രി.

നിരപ്പുകേടു. ന. ഒപ്പമില്ലായ്മ, തമ്മിൽ സമ്മതക്കേടു, നീരസം.

നിരപ്പെ. അ. നടപ്പായിട്ടു, എല്ലാടവും.

നിരയം ന. നരകം.

നിരയുന്നു. ഞ്ഞു. വാൻ. (നിര.) സ. ക്രി. നിര തൊടുക്കുന്നു, **നിരെക്കുന്നു.** **നിരെപ്പിക്കുന്നു.** കാ. ക്രി.

നിരൎഗ്ഗള. വി. (ളൻ, ളാ, ളം.) വി.

ന. ൧, തടവില്ലാത്ത. ൨, സാക്ഷായില്ലാത്ത.

നിരത്ഥ; നിരത്ഥക. വി. (കൻ, കാ, കി, കം.) വി. ന. അത്ഥമില്ലാത്ത, പ്രയോജനമില്ലാത്ത.

നിരവഗ്രഹ. വി. (ഹൻ, ഹാ, ഹം.) വി. ന. ൧, തന്നിഷ്ടമായുള്ള. ൨, സ്വഛിക്കമായുള്ള.

നിരവധി. വി. (ത്രിക്കു.) വി. ന. അവധിയില്ലാത്ത.

നിരവശേഷം. വി. ശേഷിപ്പില്ലാതെ, ഒട്ടുക്ക, മുഴുവനും.

നിരസന. വി. (നൻ, നാ, നം.) വി. ന. നിരസിക്കുന്ന, തള്ളിക്കളയുന്ന.

നിരസനം. ന. നിഷേധം, തള്ളൽ, നിന്ദ.

നിരസിക്കുന്നു. ച്ചു. പ്പാൻ. (നിരസി.) സ. ക്രി. നിഷേധിക്കുന്നു, നിന്ദിക്കുന്നു, തള്ളുന്നു.

നിരസ്ത. വി. (സ്തൻ, സ്താ, സ്തം.) വി. ന. ൧, നിരസിക്കപ്പെട്ട. ൨, എറിയപ്പെട്ട. ൩, എയ്യപ്പെട്ട. ൪, ഉഴറിപ്പാടപ്പെട്ട.

നിരഹങ്കാരം. ന. അഹങ്കാരമില്ലാഴിക.

നിരാകരണം. ന. ധിക്കാരം, ഉപേക്ഷ.

നിരാകരിക്കുന്നു. ച്ചു. പ്പാൻ. (നിരാകരി.) സ. ക്രി. ഉപേക്ഷിക്കുന്നു, നിരസിക്കുന്നു.

നിരാകരിഷ്ണു. വി. (ത്രിക്കു.) വി. ന. നിരാകരിക്കുന്ന.

നിരാകാര. വി. (രൻ, രാ, രം.) വി. ന. ആകൃതിയില്ലാത്ത.

നിരാകാരൻ. ന. ദൈവം.

നിരാകാരം. ന. ഉള്ളൽ, ആക്ഷേപം.

നിരാകുല. വി. (ലൻ, ലാ, ലം.) വി. ന. ആകുലം കൂടാത്ത.

നിരാകൃത. വി. (തൻ, താ, തം.) വി. ന. ൧, തള്ളപ്പെട്ട. ൨, നിന്ദിക്കപ്പെട്ട. ൩, കളയപ്പെട്ട.

നിരാകൃതി. വി. (ത്രിക്കു.) വി. ന. ൧, വേദം നല്ലവണ്ണം പഠിച്ചിട്ടില്ലാത്ത. ൨, ആകൃതിയില്ലാത്ത, രൂപമില്ലാത്ത.

നിരാകൃതി. ന. ഉപേക്ഷ, നിന്ദ.

നിരാഗ. വി. രാഗമില്ലാത്ത, വികാരശൂന്യമായ.

നിരാഘാട. വി. (ടൻ, ടാ, ടം.) വി. ന. അതൃത്തിയില്ലാത്ത.

നിരാചാര. വി. (രൻ, രാ, രം.) വി. ന. ആചാരമില്ലാത്ത.

നിരാതങ്ക. വി. (ങ്കൻ, ങ്കാ, ങ്കം.) വി. ന. ൧, ഭയമില്ലാത്ത. ൨, രോഗമില്ലാത്ത.

നിരാദര. വി. (രൻ, രാ, രം.) വി. ന. ആദരവില്ലാത്ത.

നിരാദിക. വി. ആദിയില്ലാത്ത, ഈശ്വരത്വമുള്ള.

നിരാധാര. വി. (രൻ, രാ, രം.) വി. ന. ആധാരമില്ലാത്ത, അടിയിൽ താങ്ങില്ലാത്ത.

നിരാമയ. വി. ദുഃഖമില്ലാത്ത, പരിശുദ്ധമായ.

നിരാശ. വി. (ശൻ, ശാ, ശം.) വി. ന. ആശയില്ലാത്ത, ആഗ്രഹമില്ലാത്ത.

നിരാശ്രയ. വി. (യൻ, യാ, യം.) വി. ന. സഹായമില്ലാത്ത.

നിരാസം. ന. നിരസനം.

നിരാഹാര. വി. (രൻ, രാ, രം.) വി. ന. ഭക്ഷിക്കാത്ത.

നിരീശ്വര. വി. ഈശ്വരൻ ഇല്ലെന്നുള്ള, നാസ്തികമായ.

നിരീഷം. ന. കൊഴു.

നിരീഹ. വി. (ഹൻ, ഹാ, ഹം.) വി. ന. ഇച്ഛയില്ലാത്ത, ആഗ്രഹമില്ലാത്ത.

നിരീഹത. ഗു. ന. ആഗ്രഹമില്ലായ്മ.

നിരീക്ഷണം. ന. നല്ലവണ്ണമുള്ള നോട്ടം.

നിരീക്ഷിക്കുന്നു. ച്ചു. പ്പാൻ. (നിരീക്ഷി.) സ. ക്രി. നല്ലവണ്ണം നോക്കുന്നു.

നിരീക്ഷിത. വി. (തൻ, താ, തം.) വി. ന. നോക്കപ്പെട്ട, കാണപ്പെട്ട.

നിരുക്ത. വി. (ക്തൻ, ക്താ, ക്തം.) വി. ന. പറയപ്പെട്ട, വിസ്തരിച്ചു പറയപ്പെട്ട.

നിരുക്തം. ന. ആറു ശാസ്ത്രങ്ങളിൽ ഒന്നു.

നിരുക്തി. ന. വേദാംഗം.

നിരുത്തര. വി. (രൻ, രാ, രം.) വി. ന. ഉത്തരമില്ലാത്ത.

നിരുത്സുക. വി. പ്രതിപത്തിയില്ലാത്ത.

നിരുദ്ധ. വി. (ദ്ധൻ, ദ്ധാ, ദ്ധം.) വി. ന. ൧, തടുക്കപ്പെട്ട. ൨, പാറാവിലാക്കപ്പെട്ട.

നിരുദ്യോഗ. വി. (ഗൻ, ഗീ, ഗം.) വി. ന. കാരണമില്ലാത്ത.

നിരുപദ്രവ. വി. (വൻ, വാ, വം.) വി. ന. ഉപദ്രവമില്ലാത്ത.

നിരുപമ. വി. (മൻ, മാ, മം.) വി. ന. തുല്യമില്ലാത്ത.

നിരുപപ്ലവ. വി. (വൻ, വാ, വം.) വി. ന. നാശമില്ലാത്ത.

നിരുത്സാഹ. വി. (ഹൻ, ഹാ, ഹം.) വി. ന. ഉത്സാഹമില്ലാത്ത.

നിരൂഢ. വി. സ്വായത്തമായുള്ള, അന്തർഭവിച്ചു നില്ക്കുന്ന.

നിരൂപണം. ന. ൧, വിചാരം. ൨, നിശ്ചയം. ൩, കാഴ്ച.

നിരൂപിക്കുന്നു. ച്ചു. പ്പാൻ. (നിരൂപി.) സ. ക്രി. വിചാരിക്കുന്നു.

നിരൂപിത. വി. (തൻ, താ, തം.) വി. ന. വിചാരിക്കപ്പെട്ട.

നിരൂഹണം. ന. ൧, നിർണ്ണയം. ൨, എണ്ണകൂടാത്ത വസ്തിപ്രയോഗം.

നിരൃതി. ന. ൧, ലോകത്തിന്റെ തെക്കുപടിഞ്ഞാറെ കോണിലുള്ള ദിക്കപാലകൻ. ൨, ജിഹ്മത, നാശം. ൩, ആപത്തു. ൪, ശാപം.

നിരൃതികോണം. ന. തെക്കുപടിഞ്ഞാറെ ദിക്ക.

നിരോധം. ന. തടവു, വിരോധം.

നിരോധിക്കുന്നു. ച്ചു. പ്പാൻ. (നിരോധി.) സ. ക്രി. തടുക്കുന്നു, നഗരത്തിനുമ്മറവും ചുററും സൈന്യങ്ങൾ വളയുന്നു.

നിർഗ്ഗത. വി. (തൻ, താ, തം.) വി. ന. പുറപ്പെട്ട.

നിർഗ്ഗതി. വി. ഗതിയില്ലാത്ത. ന. ദാരിദ്ര്യം.

നിർഗ്ഗന്ധനം. ന. കൊല, ഹിംസ.

നിർഗ്ഗന്ധ. വി. (ന്ധൻ, ന്ധാ, ന്ധം.) വി. ന. മണമില്ലാത്ത.

നിർഗ്ഗന്ധപുഷ്പി. ന. ഇലവു.

നിർഗ്ഗമനം. ന. പുറപ്പാടു.

നിർഗ്ഗമം. ന. പുറപ്പാടു.

നിർഗ്ഗമിക്കുന്നു. ച്ചു. പ്പാൻ. (നിർഗ്ഗമി.) അ. ക്രി. പുറപ്പെടുന്നു.

നിർഗ്ഗുണ. വി. (ണൻ, ണാ, ണം.) വി. ന. ഗുണമില്ലാത്ത. **നിർഗ്ഗുണത്വം.** ഗു. ന. ഗുണമില്ലായ്മ.

നിർഗ്ഗുണൻ. ന. ദൈവം.

നിൎഗ്ഗുണി. ന. ൧, കരിനൊച്ചി. ൨, ചേമന്തി.

നിൎഗ്രന്ഥനം. ന. കൊല, ഹിംസ.

നിൎഗ്ഘടം. ന. കൂട്ടം, സൂചീപത്രം.

നിൎഗ്ഘൃണ. വി. ൧, ദയയില്ലാത്ത. ൨, സ്മരണയില്ലാത്ത, നന്ദികെട്ട. **നിൎഗ്ഘൃണത.** ന.

നിൎഘാതം. ന. ഇടിമുഴക്കം.

നിൎഘോഷം. ന. ഒച്ച.

നിൎജ്ജനദേശം. ന. മനുഷ്യരില്ലാത്ത ദിക്കു.

നിൎജ്ജനം. വി. ജനമില്ലാത്ത.

നിൎജ്ജയം. ന. തോല്പി.

നിൎജ്ജരൻ. ന. ദേവൻ.

നിൎജ്ജരാരി. ന. അസുരൻ.

നിൎജ്ജരേന്ദ്രൻ. ന. ദേവേന്ദ്രൻ.

നിൎജ്ജരൌഘം. ന. ദേവക്കൂട്ടം.

നിൎജ്ജലം. വി. വെള്ളമില്ലാത്ത.

നിൎജ്ജാതം. വി. കാണപ്പെട്ട, വന്ന.

നിൎജ്ജിത. വി. (തൻ, താ, തം.) വി. ന. ജയിക്കപ്പെട്ട.

നിൎജ്ജിതേന്ദ്രിയ. വി. (യൻ, യാ, യം.) വി. ന. ഇന്ദ്രിയങ്ങളെ ജയിച്ച.

നിൎജ്ജീവ. വി. (വൻ, വാ, വം.) വി. ന. ചത്ത, മോഹാലസ്യംകൊണ്ടൊ ഭയംകൊണ്ടൊ ചത്തപോലെ കിടക്കുന്ന.

നിൎഝരം. ന. അരുവിയാറു, ഉറവ.

നിൎഝരി, നിൎഝരിണി. ന. അരുവിയാറു.

നിൎണ്ണയനം. ന. നിശ്ചയം.

നിൎണ്ണയം. ന. നിശ്ചയം.

നിൎണ്ണയിക്കുന്നു. ച്ചു. പ്രാൻ. (നിൎണ്ണയി.) സ. ക്രി. നിശ്ചയിക്കുന്നു.

നിൎണ്ണിക്തം. വി. തെളിയിക്കപ്പെട്ട.

നിൎണ്ണീത. വി. (തൻ, താ, തം.) വി. ന. നിശ്ചയിക്കപ്പെട്ട.

നിൎണ്ണേജകൻ. ന. അലക്കുകാരൻ.

നിൎണ്ണേജനം. ന. അലക്കു.

നിൎദ്ദഗ്ധ. വി. (ഗ്ധൻ, ഗ്ധാ, ഗ്ധം.) വി. ന. മറിച്ച, ദഹിപ്പിക്കപ്പെട്ട.

നിൎദ്ദയ. വി. (യൻ, യാ, യം.) വി. ന. കരുണയില്ലാത്ത.

നിൎദ്ദാരിതം. വി. ൧, ചീന്തപ്പെട്ട. ൨, പിളൎക്കപ്പെട്ട.

നിൎദ്ദിഗ്ധ. വി. പുഷ്ടിയുള്ള.

നിൎദ്ദിഷ്ട. വി. (ഷ്ടൻ, ഷ്ടാ, ഷ്ടം.) വി. ന. ൧, കല്പിച്ചയക്കപ്പെട്ട. ൨, ചൂണ്ടിക്കാണിക്കപ്പെട്ട.

നിൎദ്ദേവതം. ന. ദേവന്മാർ ഇല്ലാതെയുള്ള സ്ഥിതി.

നിൎദ്ദേശം. ന. ൧, കല്പന. ൨, ചൂണ്ടിക്കാണിക്ക. ൩, ഉപദേശം.

നിൎദ്ദേശിക്കുന്നു. ച്ചു. പ്രാൻ. (നിൎദ്ദേശി.) സ. ക്രി. കല്പിക്കുന്നു, പ്രത്യേകമായിട്ടു ചൂണ്ടിക്കാണിക്കയൊ പറകയൊ ചെയ്യുന്നു.

നിൎദ്ദേഷ്ടാവു. ന. കാണിക്കുന്നവൻ, നിൎദ്ദേശിക്കുന്നവൻ.

നിൎദ്ദോഷ. വി. (ഷൻ, ഷാ, ഷം.) വി. ന. കുററമില്ലാത്ത, ദോഷമില്ലാത്ത.

നിൎദ്ദോഷി; (-ഷിണി.) ന. ദോഷമില്ലാത്തവൻ (-വൾ.)

നിൎദ്ധന. വി. (നൻ, നാ, നം.) വി. ന. ധനമില്ലാത്ത.

നിൎദ്ധാരണം. ന. നിശ്ചയം.

നിൎദ്ധാരം. ന. നിശ്ചയം.

നിൎദ്ധാരിത. വി. (തൻ, താ, തം.) വി. ന. തിരിച്ചറിയപ്പെട്ട.

നിൎദ്ധാൎയ്യ. വി. (ൎയ്യൻ, ൎയ്യാ, ൎയ്യം.) വി. ന. ൧, ധീരതയുള്ള. ൨, ഉത്സാഹമുള്ള.

നിൎദ്ധൂത. വി. (തൻ, താ, തം.) വി. ന. ൧, ത്യജിക്കപ്പെട്ട. ൨, കുടയപ്പെട്ട, ഇളക്കപ്പെട്ട.

നിൎദ്ധൂമം. വി. പുകയില്ലാത്ത.

നിൎദ്ധൂളി. വി. പൊടിയായ.

നിൎദ്ധൌത. വി. (തൻ, താ, തം.) വി. ന. ൧, നന്നായി വെളുപ്പിക്കപ്പെട്ട. ൨, കഴുകപ്പെട്ട.

നിൎബ്ബന്ധം. ന. കൂടിയെ കഴിയു എന്നു ഞെരുങ്ങിപ്പറക.

നിൎബ്ബന്ധിക്കുന്നു. ച്ചു. പ്രാൻ. (നിൎബ്ബന്ധി.) സ. ക്രി. ഞെരുങ്ങിപ്പറയുന്നു, സിദ്ധാന്തിക്കുന്നു.

നിൎബ്ബന്ധിതം. ന. നിൎബ്ബന്ധിക്കപ്പെട്ടതു.

നിൎബ്ബാധ. വി. ഉപദ്രവം കൂടാത്ത.

നിൎഭഗ്ന. വി. ഒടിച്ച, തകൎത്ത.

നിൎഭട. വി. ഉറപ്പുള്ള.

നിൎഭയ. വി. ഭയമില്ലാത്ത.

നിൎഭര. വി. (രൻ, രാ, രം.) വി. ന. അധികമായ, പെരുകിയ.

നിൎഭരം. അ. ഏററവും.

നിൎഭത്സനം. ന. ൧, ചീത്ത വാക്കു, നിന്ദിച്ചുപറക, നിന്ദ.

നിൎഭത്സിക്കുന്നു. ച്ചു. പ്രാൻ. (നിൎഭത്സി.) സ. ക്രി. ശകാരിക്കുന്നു, നിന്ദിക്കുന്നു.

നിൎഭത്സിത. വി. (തൻ, താ, തം.) വി. ന. നിന്ദിക്കപ്പെട്ട.

നിൎഭാസൻ. ന. ശോഭിക്കുന്നവൻ.

നിൎഭാഗ്യ. വി. (ഗ്യൻ, ഗ്യാ, ഗ്യം.) വി. ന. ഭാഗ്യമില്ലാത്ത.

നിൎഭിന്ന; നിൎഭഗ്ന. വി. ഒടിക്കപ്പെട്ട, നാശമാക്കപ്പെട്ട, തുളയ്ക്കപ്പെട്ട.

നിൎഭേദം. വി. ഭേദമില്ലാതെ, നിഷ്പക്ഷപാതമായി.

നിൎമ്മദ. വി. (ദൻ, ദാ, ദം.) വി. ന. അഹങ്കാരമില്ലാത്ത.

നിൎമ്മദൻ. ന. ൧, മദം അടങ്ങിയ ആന. ൨, മദമില്ലാത്തവൻ.

നിൎമ്മന്ഥദാരു. ന. അരണി.

നിൎമ്മമ. വി. (മൻ, മാ, മം.) വി. ന. ഒന്നിന്നും ആഗ്രഹമില്ലാത്ത.

നിൎമ്മൎയ്യാദ. ന. അപമൎയ്യാദ, ക്രമക്കേടു.

നിൎമ്മൎയ്യാദം. ന. മേല്പറഞ്ഞ അൎത്ഥം.

നിൎമ്മല. വി. (ലൻ, ലാ, ലം.) വി. ന. ൧, ദോഷമില്ലാത്ത. ൨, ചെളിയില്ലാത്ത. ൩, പാപമില്ലാത്ത. ൪, തെളിഞ്ഞ. **നിൎമ്മലത.** ശ്ര. ന. ൧, ദോഷമില്ലായ്മ. ൨, പാപമില്ലായ്മ. ൩, തെളിവു.

നിൎമ്മലൻ. ന. അലക്കുന്നവൻ.

നിൎമ്മലം. ന. നിൎമ്മാല്യം.

നിൎമ്മത്സരം. വി. തമ്മിൽ മത്സരമില്ലാതെ. **നിൎമ്മത്സരത.** ന.

നിൎമ്മാണം. ന. സൃഷ്ടി, ഉണ്ടാക്കുക.

നിൎമ്മാതാ. ന. ഉണ്ടാക്കുന്നവൻ.

നിൎമ്മാജ്ജനം. ന. തുത്തും തുടെച്ചും വൃത്തിയാക്കുക.

നിൎമ്മായ. വി. (യൻ, യാ, യം.) വി. ന. വ്യാജമില്ലാത്ത.

നിൎമ്മാല്യം ന. പൂജിച്ച പൂവുമററും.

നിൎമ്മിക്കുന്നു. ച്ചു. പ്രാൻ. (നിൎമ്മി.) സ. ക്രി. ഉണ്ടാക്കുന്നു.

നിൎമ്മിത. വി. (തൻ, താ, തം.) വി. ന. ഉണ്ടാക്കപ്പെട്ട.

നിൎമ്മിതി. ന. ഉണ്ടാക്കുക.

നിൎമ്മുക്ത. വി. (ക്തൻ, ക്താ, ക്തം.)

വി. ന. ഃ, വിട്ടുവിക്കപ്പെട്ട. ൨, ഉപേക്ഷിക്കപ്പെട്ട.

നിൎമ്മുക്തൻ. ന. പടം കഴിച്ച പാമ്പു.

നിൎമ്മൂലനാശം. ന. വംശഛേദം, ചുവടെ നശിക്കുക.

നിൎമ്മൂല. വി. (ലൻ, ലാ, ലം.) വി. ന. ചുവടില്ലാത്ത, കാരണമില്ലാത്ത.

നിൎമ്മോകം. ന. പാമ്പിൻപടം.

നിൎയ്യാണം. ന. ഃ, ആനയുടെ കണ്ണിനടുത്ത ഒരു മൎമ്മം. ൨, മരണം. ൩, ഗമനം. ൪, മോക്ഷം.

നിൎയ്യാതനം. ന. ഃ, പകവീട്ടുക. ൨, ദാനം. ൩, നിക്ഷേപം കൊടുക്കുക. ൪, കടം വീട്ടുക. ൫, കൊല്ലുക.

നിൎയ്യാമൻ. ന. തോണിക്കാരൻ.

നിൎയ്യാസം. ന. ഃ, കഷായം. ൨, വൃക്ഷത്തിന്റെ എറിലും പശ.

നിൎയ്യൂഹം. ന. ഃ, മുടി, കിരീടം. ൨, കഷായം. ൩, വാതിൽ. ൪, വല്ലതും തൂക്കിയിടുന്നതിനായിട്ട ഭിത്തിയിൽ തറെക്കുന്ന സാധനം.

നിൎല്ലജ്ജ. വി. (ജ്ജൻ, ജ്ജാ, ജ്ജം.) വി. ന. ലജ്ജയില്ലാത്ത.

നിൎല്ലക്ഷണ. വി. (ണൻ, ണാ, ണം.) വി. ന. ലക്ഷണമില്ലാത്ത.

നിൎല്ലീന. വി. (നൻ, നാ, നം.) വി. ന. ഒന്നായിച്ചേൎന്ന. **നിൎല്ലീനത.** ഗു. ന. ചേൎച്ച.

നിൎല്ലൂനം. വി. മുറിക്കപ്പെട്ട.

നിൎല്ലേപ. വി. (പൻ, പാ, പം.) വി. ന. ഃ, പൂചിയ. ൨, രാഗാദിദോഷമില്ലാത്ത.

നിൎവ്വചനം. ന. ഃ, പഴഞ്ചൊല്ല. ൨, സൂചീപത്രം. ൩, ഉച്ചാരണം.

നിൎവ്വചിക്കുന്നു. ച്ചു. പ്പാൻ. (നിൎവ്വചി.) സ. ക്രി. പറയുന്നു.

നിൎവ്വപണം; നിൎവ്വാപണം; നിൎവ്വാപം. ന. ദാനം.

നിൎവ്വൎണ്ണനം. ന. കാഴ്ച.

നിൎവ്വഹണം. ന. ഃ, സമാപ്തി. ൨, വഹിക്കുക.

നിൎവ്വഹിക്കുന്നു. ച്ചു. പ്പാൻ. (നിൎവ്വഹി.) സ. ക്രി. സാധിക്കുന്നു.

നിൎവ്വാണ. വി. (ണൻ, ണാ, ണം.) വി. ന. ഃ, മരിച്ച. ൨, കെട്ട. ൩, പോയ.

നിൎവ്വാണം. ന. ഃ, മോക്ഷം. ൨, ആനയുടെ കുളി.

നിൎവ്വാത. വി. കാററില്ലാത്ത.

നിൎവ്വാതം. ന. ശാന്തത.

നിൎവ്വാദൻ. ന. മൂകൻ.

നിൎവ്വാദം. ന. ഃ, അപവാദം, ഇല്ലാത്ത ദോഷം പറക. ൨, തൎക്കമില്ലായ്മ.

നിൎവ്വാപണം. ന. ഃ, കെട്ടുത്തുക. ൨, കല, ഹിംസ.

നിൎവ്വാപം. ന. ഃ, പിതൃപൂജ. ൨, കെട്ടുത്തുക.

നിൎവ്വായ്യ. വി. (യ്യൻ, യ്യാ, യ്യം.) വി. ന. തടുത്തുകൂടാത്ത.

നിൎവ്വാസം. ന. അന്യദേശവാസം.

നിൎവ്വാസനം. ന. കൊല്ലുക, വധം.

നിൎവ്വാഹം. ന. ഒഴിച്ചിൽ, സാധിപ്പാനുള്ള വഴി.

നിൎവ്വികല്പ. വി. ഒരിക്കലും ഭേദം വന്നുപോകാത്ത, സംശയമററ.

നിൎവ്വികാര. വി. മാററമില്ലാത്ത, സനാതനമായുള്ള.

നിൎവ്വിഘ്നം. വി. തടസ്ഥമില്ലാത്ത.

നിൎവ്വിചാരം. വി. വിചാരമില്ലാത്ത.

നിൎവ്വിണ്ണ. വി. (ണ്ണൻ, ണ്ണാ, ണ്ണം.) വി. ന. ബുദ്ധിക്ഷയമുള്ള, വിരക്തിയുള്ള.

നിൎവ്വിവാദം. വി. തൎക്കമില്ലാത്ത.

നിൎവ്വിശേഷം. അ. വിശേഷഗതിയില്ലാതെ, ഒരുപോലെ. ഉ-ം. പുത്രനിൎവ്വിശേഷം (പുത്രനെപ്പോലെതന്നെ.)

നിൎവ്വിഷ. ന. മഞ്ഞക്കൂവ, കസ്തൂരിമഞ്ഞൾ.

നിൎവ്വിഷ്ടം. വി. ഃ, അനുഭവിച്ച, പ്രാപിച്ച, പരിചയിച്ച. ൨, കൂലിയായിട്ട ലഭിച്ച. ൩, വിവാഹംചെയ്യപ്പെട്ട.

നിൎവ്വീൎയ്യ. വി. (ൎയ്യൻ, ൎയ്യാ, ൎയ്യം.) വി. ന. വീൎയ്യമില്ലാത്ത.

നിൎവ്വൃത. വി. (തൻ, താ, തം.) വി. ന. സുഖമുള്ള.

നിൎവ്വൃതി. ന. ഃ, ആനന്ദം, സുഖം. ൨, മരണം. ൩, പുറപ്പാട്ട.

നിൎവ്വൃത്ത. വി. (ത്തൻ, ത്താ, ത്തം.) വി. ന. അവസാനിച്ച.

നിൎവ്വേദം. ന. ഃ, വിനയം. ൨, ആലസ്യം. ൩, വെറുപ്പ, സുഖക്കേട.

നിൎവ്വേശം. ന. ഃ, അനുഭവം. ൨, ശമ്പളം.

നിൎവ്യഥനം. ന. ഃ, ദ്വാരം, സുഷിരം. ൨, നൊമ്പരമില്ലായ്മ.

നിൎവ്യസനം. വി. ദുഃഖംകൂടാത്ത.

നിൎവ്യളീക. വി. അവ്യാജം, ചതിവില്ലാത്ത.

നിൎവ്യാജ. വി. (ജൻ, ജാ, ജം.) വി. ന. വ്യാജംകൂടാത്ത.

നിൎവ്യാജം. ന. പരമാൎത്ഥം.

നിൎവ്യൂഢ. വി. (ഢൻ, ഢാ, ഢം.) വി. ന. ഃ, ഉപേക്ഷിക്കപ്പെട്ട. ൨, നിൎവ്വഹിക്കപ്പെട്ട.

നിൎഹരിക്കുന്നു. ച്ചു. പ്പാൻ. (നിൎഹരി.) സ. ക്രി. ഃ, പുറത്തു കളയുന്നു. ൨, മലമൂത്രാദികളെക്കളയുന്നു.

നിൎഹാരം. ന. മലമൂത്രാദികളെക്കളക.

നിൎഹാരി. വി. (രീ, രിണി, രി.) വി. ന. ഃ, നിൎഹരിക്കുന്ന. ൨, പലവക മണമുള്ള.

നില. ന. ഃ, നില്ക്കുക, നില്പ. ൨, ആററിലുമററും ഒരുത്തൻ ഇറങ്ങി നിന്നാൽ അവനെ മൂടുവാൻ മാത്രം വെള്ളമില്ലാതെ ഇരിക്കുക. ൩, നില്ക്കുന്ന സ്ഥലം. ൪, മട്ടാള. ൫, സ്ഥിരത. ൬, കട്ടിളക്കാൽ. ൭, ഒരാളും കയ്യും കൂടിയ പൊക്കം. ൮, ആയുധാഭ്യാസികളുടെ നില്പിന്റെ ഭാവം. ൯, തമ്മിൽ ഏകമനസ്സ. ൧൦, വഴിയിൽ ഒളിച്ചിരിക്കുന്ന സ്ഥലം. ൧൧, പാൎക്കുന്ന സ്ഥലം. ൧൨, പ്രമാണം. ൧൩, മാളിക. ൧൪, കാൎയ്യസ്ഥത. ൧൫, അടക്കം.

നിലകെട്ടവൻ. വി. ന. അസ്ഥിരൻ, ഓടിനടക്കുന്നവൻ, നിലയില്ലാത്തവൻ, ധൈൎയ്യമില്ലാത്തവൻ.

നിലകേട. ന. ക്ഷമയില്ലായ്മ, പരിഭ്രമം, ചപലത.

നിലക്കരി. ന. ഒരുതരം കല്ക്കരി.

നിലക്കുഴി. ന. ഃ, ഉരലിട്ടുണ്ടായ കുഴി. ൨, നിലത്തുള്ള കുഴി, കണ്ടത്തിലെ കുഴി.

നിലക്കൂറ. ന. ഃ, നില്ക്കുന്ന സ്ഥലം. ൨, നിലത്തിന്റെ സ്വഭാവം.

നിലച്ചീര. ന. ഒരുമാതിരി ഇലക്കറി സാധനം.

നിലഞാവൽ. ന. ഒരു പച്ചമരുന്നു.

നിലത്തെഴുത്ത. ന. എഴുത്തു പഠിപ്പാനായിട്ട മണലിൽ എഴുതുക.

നിരനാരകം. ന. ഒരു പച്ചമരുന്നു.

നിലനിരപ്പ. ന. നിലത്തോട സമം, സമഭൂമി.

നിലനിൎത്തുന്നു. ത്തി. വാൻ. (നില.) സ. ക്രി. അടക്കം വരുത്തുന്നു.

നിലനില്ക്കുന്നു. ന്നു. ല്പാൻ. (നില.)

അ. ക്രി. ൧, ഇളകാതെ നില്ക്കുന്നു. ൨, ഏറെക്കാലം നില്ക്കുന്നു.

നിലനില്പ്പ്. ന. ഉറെച്ചു നില്ക്കുക.

നിലനോക്കുന്നു. ക്കി. വാൻ. (നില.) അ. ക്രി. ൧, ആററിൽ ഇറങ്ങിക്കയറുന്നതിന്നു വെള്ളം എത്രയുണ്ടെന്നു നോക്കുന്നു. ൨, വല്പതിന്റെയും ഭാവവും മററും നോക്കുന്നു.

നിലന്തല്ലി. ന. പുരത്തറയുമ്മററും അടിച്ചുറപ്പിക്കുന്നതിന്നായിട്ടു മരം കൊണ്ടുണ്ടാക്കുന്ന സാധനം.

നിലപാടു. ന. നില.

നിലപുല്ലു. ന. ഒരുമാതിരി തൈ.

നിലപ്പന. ന. ഒരു പച്ചമരുന്നു.

നിലപ്പുഴ. ന. ഭവനത്തിൽ തറയിൽ ഉണ്ടാകുന്ന ഒരുവക ചെറിയപ്രാണി.

നിലമരം. ന. നില്ക്കുന്ന മരം.

നിലമരി. ന. വയറിളക്കുന്ന ഒരു മരുന്നു.

നിലമാടം. ന. കൃഷിസ്ഥലങ്ങളിൽ കാവൽ കിടക്കുന്നതിന്നുണ്ടാക്കുന്ന ചെറിയ കുടിൽ.

നിലമാറാൻ. ന. ഒരുമാതിരി ചൊറിയുന്ന കിഴങ്ങുള്ളതായ തൈ.

നിലം. ന. ൧, ഭവനത്തിന്റെ അകത്തും മററും തല്ലി നിരത്തി നന്നാക്കിയിട്ടുള്ള സ്ഥലം. ൨, കണ്ടം. ൩, ഭൂമി.

നിലംകൃഷി. ന. കണ്ടത്തിൽ ഉഴുതു വിത്തു വിതെക്കുയും മററും.

നിലംപരിചു. വി. ഭൂമിയോടുചേൎന്ന, നിലനിരപ്പുള്ള.

നിലംപണ. ന. നെല്ലുകുത്തുന്നതിന്നും ഉരലിടുന്നതിന്നുമായിട്ടു ഉറപ്പിച്ചുണ്ടാക്കീട്ടുള്ള സ്ഥലം.

നിലംപരണ്ട. ന. ൧, മുമ്മൂന്നു കൊച്ചുങ്ങളിലയുള്ളതായി നിലത്തു പററിയുണ്ടാകുന്ന ഒരു പച്ചമരുന്നു. ൨, നിലമ്പാല.

നിലംപാല. ന. ൧, മക്കിപ്പൂ. ൨, ഒരു തൈ.

നിലംപൂച്ച. ന. മണ്ണിന്റെ അടിവഴി തുരന്നു സഞ്ചരിക്കുന്ന ഒരു ചെറിയ പ്രാണി.

നിലംപൊത്തുന്നു. ത്തി. വാൻ. (നിലം.) അ. ക്രി. താണജാതിക്കാർ ഉയൎന്നജാതിക്കാരോടു കിടക്കുന്നു എന്നൎത്ഥത്തിൽ ഉരിയാടുന്നു എന്നും പറയുന്ന ഒരാചാരവാക്കു.

നിലയങ്കി. ന. കാലിന്റെ അടിവരെയും എത്തുന്ന മുഴക്കുപ്പായം.

നിലയനം. ന. ഭവനം.

നിലയം. ന. ഭവനം.

നിലയാകുന്നു. യി. വാൻ. (നില.) അ. ക്രി. ൨, വരവുനില്ക്കുന്നു. ൩, അവസാനിക്കുന്നു.

നിലവു. ന. ചിലവുമിച്ചം.

നിലവരം. ന. ൧, വ്യവസ്ഥ. ൨, ഉറപ്പു. ൩, തിട്ടം.

നിലവറ. ന. പുരമുറിയിൽ താഴെ തട്ടുള്ളതിന്റെ അടിയിലുള്ള സ്ഥലം.

നിലവാക. ന. ൧, ഒരുമാതിരി താളി. ൨, ഒരു പച്ചമരുന്നു.

നിലവാട്ടുതറ. ന. ക്ഷേത്രങ്ങളിൽ ബിംബം ആനപ്പുറത്തെഴുന്നെള്ളിച്ചു നിൎത്തുവാനുള്ള സ്ഥലം.

നിലവിടുന്നു. ട്ടു. ടുവാൻ. (നിലവിട്ടു.) അ. ക്രി. അവനവൻ നില്ക്കേണ്ട നിലയിൽനിന്നും മാറുന്നു, വിവേകശക്തിയില്ലാതെ തെററിപ്പോകുന്നു.

നിലവിളക്കു. ന. ഒരുമാതിരി ഓട്ടുവിളക്കു.

നിലവിളി. ന. വലിയ വേദനയൊ ഭയമൊ ഉണ്ടാകുമ്പോൾ ഉറെച്ചു പുറപ്പെടുവിക്കുന്ന ശബ്ദം.

നിലവിളിക്കുന്നു. ച്ചു. പ്പാൻ. (നിലവിളി.) അ. ക്രി. ൧, കരയുന്നു. ൨, ഉറക്കെക്കരയുന്നു. ൩, ആവലായിടുന്നു. **നിലവിളിപ്പിക്കുന്നു.** സ. ക്രി.

നിലവെപ്പു. ന. ചട്ടം നിശ്ചയിക്ക.

നിലവേപ്പു. ന. ൧, ഒരു പച്ചമരുന്നു. ൨, പുത്തരിച്ചുണ്ട.

നിലവേമ്പു. ന. മേല്പറഞ്ഞ അൎത്ഥം.

നിലാത്തിരി. ന. തീ കൊളുത്തുമ്പോൾ നിലാവുപോലെ പ്രകാശിക്കുന്ന വെടിമരുന്നുകൊണ്ടുള്ള ഒരുമാതിരി തിരി.

നിലാമുററം. ന. പെരുളിമാടം.

നിലാവു. ന. ചന്ദ്രന്റെ പ്രഭ.

നിലാവെളിച്ചം. ന. ചന്ദ്രപ്രഭകൊണ്ടുള്ള ദിക്കുതെളിവു.

നിലിമ്പർ. ന. ദേവകൾ.

നിലീന. വി. (നൻ, നാ, നം.) വി. ന. ൧, ചേൎന്നുപററിയ. ൨, മറെഞ്ഞ. ൩, ഒളിച്ച.

നിലെക്കുന്നു. ച്ചു. പ്പാൻ. (നില.) അ. ക്രി. ൧, ഇല്ലാതെയാകുന്നു. ൨, അവസാനിക്കുന്നു. ൩, നില്ക്കുമാറാകുന്നു.

നിലെപ്പു. ന. നില.

നില്ക്കവെ. അല്ലെങ്കിൽ, **നില്ക്കെ.** അ. നില്ക്കുന്ന സമയത്തു.

നില്ക്കുന. വി. ൧, എഴുന്നേററ. ൨, പാൎക്കുന്ന, സ്ഥിതി ചെയ്യുന്ന. ൩, അവസാനിക്കുന്ന. ൪, ഉള്ള. ൫, ഇളകാത്ത.

നില്ക്കുന്നു. ന്നു. ല്പാൻ. (നിൽ.) അ. ക്രി. ൧. പാൎക്കുന്നു, സ്ഥിതി ചെയ്യുന്നു. ൨, അവസാനിക്കുന്നു. ൩, ഇളകാതെ ആകുന്നു. ൪, താമസിക്കുന്നു. ൫, നടക്കാതെ താമസിക്കുന്നു.

നില്പു. ന. നില, അവസാനം, പാൎപ്പു, താമസം.

നില്ലാ. വി. നില്പയില്ലാത്ത, മാററമുള്ള.

നിവൎത്തനം. ന. ൧, തിരികെപ്പോരിക, പിന്തിരിച്ചിൽ. ൨, നിവൃത്തി.

നിവൎത്തിക്കുന്നു. ച്ചു. പ്പാൻ. (നിവൎത്തി.) അ. ക്രി. ൧, തിരികെപ്പോരുന്നു, മടങ്ങിപ്പോരുന്നു. ൨, നിവൃത്തി വരുത്തുന്നു.

നിവൎന്ന. വി. നേരെ ആയ, ചുളിവു തീൎന്ന.

നിവസതി. ന. ഭവനം.

നിവസഥം. ന. ഗ്രാമം.

നിവസനം. ന. ഭവനം.

നിവസിക്കുന്നു. ച്ചു. പ്പാൻ. (നിവസി.) അ. ക്രി. പാൎക്കുന്നു.

നിവഹം. ന. കൂട്ടം.

നിവൎഹണം. ന. കൊല, നാശം.

നിവാത. വി. (തൻ, താ, തം.) വി. ന. കാററു കേറാത്ത.

നിവാപം. ന. ൧, പിതൃപൂജ. ൨, വെള്ളംകൊണ്ടുള്ള ഒരു കൎമ്മം.

നിവാരണം; നിവാരം. ന. തടുക്കുക, തടവു.

നിവാരിത. വി. (തൻ, താ, തം.) വി. ന. തടുക്കപ്പെട്ട.

നിവാസം. ന. ഭവനം.

നിവിരീശം; നിബിരീശം; നിവിരിസം. വി. ഇടതിങ്ങിയതു, നിബിഡം.

നിവിരുന്നു. ൎന്നു. വാൻ. (നിവിർ.) അ. ക്രി. ൧, നേരെ ആകുന്നു. ൨, മേല്പോട്ടു നില്ക്കുന്നു. **നിവിൎത്തുന്നു.** **നിവിൎക്കുന്നു.** സ. ക്രി.

നിവിരെ. അ. നേരെ.

നിവിച്ച. ന. നിവിരുക.

നിവിഷ്ട. വി. (ഷ്ടൻ, ഷ്ടാ, ഷ്ടം.) വി. ന. ൧, വെക്കപ്പെട്ട, വെച്ചു. ൨, നിവേശിക്കപ്പെട്ട, ചേരപ്പെട്ട. ൩, ഇരുന്ന.

നിവീതം. ന. നേരെ ഇട്ട പൂണുനൂൽ.

നിവൃത. വി. (തൻ, താ, തം.) വി. ന. ചുററപ്പെട്ട.

നിവൃതം. ന മൂടപ്പുടവ, മറശ്ശീല.

നിവൃത്ത. വി. (ത്തൻ, ത്താ, ത്തം.) വി. ന. ൧, നിവൎത്തിച്ചു. ൨, തിരിച്ചുപോന്ന. ൩, മതിയാക്കിയ, നിൎത്തിയ.

നിവൃത്തി. ന. ൧, തീൎച്ച. ൨, അവസാനം. ൩, സാധിപ്പു. ൪, പിന്തിരിവു.

നിവൃത്തിക്കുന്നു. ച്ചു. പ്പാൻ. (നിവൃത്തി.) സ. ക്രി. ൧, തീൎച്ചവരുത്തുന്നു. ൨, അവസാനിപ്പിക്കുന്നു. ൩, സാധിക്കുന്നു. ൪, പിൻതിരിയുന്നു.

നിവേദനം. ന. അറിയിക്കുക, എല്പിക്കുക. (മ.) ഭക്ഷണവസ്തുക്കളെ ദൈവത്തിന്റെ മുൻപിൽ വെച്ചു കൈകൊണ്ടു കാട്ടുക.

നിവേദിക്കുന്നു. ച്ചു. പ്പാൻ. (നിവേദി.) സ. ക്രി. അറിയിക്കുന്നു. എല്പിക്കുന്നു. (മ.) ഭക്ഷണവസ്തുക്കൾ ദൈവത്തിന്റെ മുൻപിൽ വെച്ചു കൈ കാട്ടുന്നു.

നിവേദിത. വി. (തൻ, താ, തം.) വി. ന. ൧, അറിയിക്കപ്പെട്ട, പറയപ്പെട്ട. ൨, എല്പിക്കപ്പെട്ട.

നിവേദ്യം. ന. ദൈവത്തിന്നായിട്ടുള്ള ഭക്ഷണവസ്തു.

നിവേശനം. ന. ൧, ഭവനം. ൨, വെക്കുക, ചെലുത്തുക.

നിവേശം. ന. ൧, സൈന്യങ്ങളുടെ വാസസ്ഥലം. ൨, ഭവനം. ൩, പ്രവേശനം. ൪, വെക്കുക, ചെല്ലുക.

നിവേശിക്കുന്നു. ച്ചു. പ്പാൻ. (നിവേശി.) സ. ക്രി. ൧, വെക്കുന്നു. ൨, പ്രവേശിക്കുന്നു, കേറുന്നു.

നിവേഷ്ടിത. വി. ചുററപ്പെട്ട.

നിശ. ന. ൧, രാത്രി. ൨, മഞ്ഞൾ. ൩, മരമഞ്ഞൾ.

നിശമനം. ന. ൧, കേൾവി. ൨, കാഴ്ച.

നിശാകരൻ. ന. ൧, ചന്ദ്രൻ. ൨, പൂവൻകോഴി.

നിശാഖ്യ. ന. ൧, മഞ്ഞൾ. ൨, മരമഞ്ഞൾ.

നിശാചര. വി. (രൻ, രാ, രീ, രം.) വി. ന. രാത്രിയിൽ സഞ്ചരിക്കുന്ന.

നിശാചരൻ. ന. ൧, രാക്ഷസൻ. ൨, മൂങ്ങ. ൩, കള്ളൻ.

നിശാചരീ. ന. രാക്ഷസി.

നിശാജലം. ന. മഞ്ഞു.

നിശാടനൻ. ന. ൧, രാക്ഷസൻ. ൨, മൂങ്ങ.

നിശാത. വി. (തൻ, താ, തം.) വി. ന. മൂൎച്ചകൂട്ടപ്പെട്ട.

നിശാനാഥൻ. ന. ചന്ദ്രൻ.

നിശാന്ത. വി. (ന്തൻ, ന്താ, ന്തം.) വി. ന. ശാന്തമായ.

നിശാന്തം. ന. ൧, രാത്രിയുടെ അവസാന സമയം. ൨, ഭവനം.

നിശാപതി. ന. ചന്ദ്രൻ.

നിശാമണി. ന. ചന്ദ്രൻ.

നിശാമനം. ന. ൧, കേൾവി. ൨, കാഴ്ച.

നിശാരണൻ. ന. കുലപാതകൻ.

നിശാരണം. ന. ൧, കൊല്ലുക. ൨, രാത്രിയിലെ യുദ്ധം.

നിശിചര. വി. (രൻ, രീ, രം.) വി. ന. രാത്രിയിൽ സഞ്ചരിക്കുന്ന.

നിശിചരൻ. ന. രാക്ഷസൻ.

നിശിചരീ. ന. രാക്ഷസി.

നിശിത. വി. (തൻ, താ, തം.) വി. ന. മൂൎച്ചകൂട്ടപ്പെട്ട.

നിശീഥം. ന. പാതിരാത്രി.

നിശീഥിനീ. ന. രാത്രി.

നിശ്ശൃംഖല. വി. (ലൻ, ലാ, ലം.) വി. ന. ഇളക്കമില്ലാത്ത.

നിശ്ചയം. ന. തിട്ടം, ഉറപ്പു.

നിശ്ചയിക്കുന്നു. ച്ചു. പ്പാൻ. (നിശ്ചയി.) സ. ക്രി. വിചാരിച്ചുറപ്പിക്കുന്നു.

നിശ്ചല. വി. (ലൻ, ലാ, ലം.) വി. ന. ഇളക്കമില്ലാത്ത.

നിശ്ചലം. ന. ഭൂമി.

നിശ്ചിത. വി. (തൻ, താ, തം.) വി. ന. നിശ്ചയിക്കപ്പെട്ട.

നിശ്ചിതം. ന. നിശ്ചയം.

നിശ്ചിന്ത. വി. (ന്തൻ, ന്താ, ന്തം.) വി. ന. വിചാരമില്ലാത്ത.

നിശ്ചേഷ്ട. വി. (ഷ്ടൻ, ഷ്ടാ, ഷ്ടം.) വി. ന. പ്രവൃത്തിയില്ലാത്ത, ബോധക്കേടുള്ള.

നിശ്രേണി. ന. കോവണി.

നിശ്രേയസം. ന. മോക്ഷം, സൌഖ്യം.

നിശ്വസനം. ന. ശ്വാസം വിടുക, നെടുവീപ്പു.

നിശ്വസിക്കുന്നു. ച്ചു. പ്പാൻ. (നിശ്വസി.) അ. ക്രി. ശ്വാസം വിടുന്നു.

നിശ്വസിത. വി. (തൻ, താ, തം.) വി. ന. ശ്വസിക്കുന്ന, ശ്വാസമുള്ള.

നിശ്വാസം. ന. നിശ്ശ്വാസം, നെടുവീപ്പു.

നിശ്ശങ്കം. അ. സംശയം കൂടാതെ.

നിശ്ശലാകം. ന. വിജന സ്ഥലം.

നിശ്ശേഷം. അ. അശേഷം, മുഴുവനും.

നിശ്ശോധ്യ. വി. (ധ്യൻ, ധ്യാ, ധ്യം.) വി. ന. ശോധനചെയ്യപ്പെടേണ്ടാത്ത.

നിഷംഗം. ന. ആവനാഴി.

നിഷംഗി. ന. ആവനാഴിയെ ധരിച്ചുള്ളവൻ, വില്ലാളി.

നിഷണ്ണ. വി. (ണ്ണൻ, ണ്ണാ, ണ്ണം.) വി. ന. ഇരുന്ന.

നിഷദിക്കുന്നു. ച്ചു. പ്പാൻ. (നിഷദി.) അ. ക്രി. ഇരിക്കുന്നു.

നിഷദ്യ. ന. ൧, തെരുവു, ചന്ത, പീടിക. ൨, മെത്ത.

നിഷദ്വരം. ന. ചെളി.

നിഷധൻ. ന. ഒരു രാജാവു.

നിഷധം. ന. ൧, ഹിമാലയത്തിന്നു വടക്കുള്ള ഒരു പൎവ്വതം. ൨, നിഷാദസ്വരം. ൩, ഒരു രാജ്യം.

നിഷാണം. ന. ഢക്ക, ഒരു വാദ്യം.

നിഷാദൻ. ന. ൧, ചണ്ഡാലൻ. ൨, മുക്കോൻ.

നിഷാദം. ന. സപ്തസ്വരങ്ങളിൽ ഒന്നു.

നിഷാദി. ന. ആനക്കാരൻ.

നിഷിക്ത. വി. (ക്തൻ, ക്താ, ക്തം.) വി. ന. നനെക്കപ്പെട്ട.

നിഷിദ്ധ. വി. (ദ്ധൻ, ദ്ധാ, ദ്ധം.) വി. ന. വിരോധിക്കപ്പെട്ട, വിലക്കപ്പെട്ട.

നിഷൂദന. വി. (നൻ, നി, നം.) വി. ന. കൊന്ന, കൊല്ലുന്ന.

നിഷൂദനം. ന. കുല, വധം.

നിഷേകം. ന. വിവാഹത്തിന്റെ പൂൎത്തിവരുത്തുന്ന ഒരു കൎമ്മം.

നിഷേധം. ന. വിരോധം, ധിക്കാരം.

നിഷേധി. ന. ധിക്കാരി.

നിഷേധിക്കുന്നു. ച്ചു. പ്പാൻ. (നിഷേധി.) സ. ക്രി. ധിക്കരിക്കുന്നു, വിലക്കുന്നു.

നിഷേവണം. ന. സേവ.

നിഷേവിത. വി. (തൻ, താ, തം.) വി. ന. സേവിക്കപ്പെട്ട.

നിഷേവ്യ. വി. സേവിക്കപ്പെടത്തക്ക.

നിഷ്കണ്ടക. വി. (കൻ, കാ, കം.) വി. ന. ൧, ശത്രുവില്ലാത്ത. ൨, മുള്ളില്ലാത്ത.

നിഷ്കണ്ടകൻ. ന. അതിക്രൂരൻ.

നിഷ്കപട. വി. കാപട്യമില്ലാത്ത.

നിഷ്കം. ന. ൧, കഴുത്തിൽ കെട്ടുന്ന ആഭരണം. ൨, പലം കഴഞ്ചു മുതലായ തൂക്കങ്ങൾക്കു പറയുന്ന പേർ.

നിഷ്കർഷ. ന. ശ്രദ്ധ, ജാഗ്രത.

നിഷ്കർഷം. ന. നിശ്ചയം.

നിഷ്കർഷിക്കുന്നു. ച്ചു. പ്പാൻ. (നിഷ്കർഷി.) സ. ക്രി. ശ്രദ്ധിക്കുന്നു, കഴിയുന്നിടത്തോളം ഓൎമ്മയും താല്പൎയ്യവും വെച്ചു പ്രവൃത്തിക്കുന്നു.

നിഷ്കല്മഷ. വി. പാപരഹിതമായ, കറയില്ലാത്ത.

നിഷ്കള. വി. (ളൻ, ളാ, ളം.) വി. ന. ൧, കുറഞ്ഞ. ൨, വിത്തില്ലാത്ത.

നിഷ്കളൻ. ന. ദൈവം.

നിഷ്കളാ. ന. ആൎത്തവം മാറിയ സ്ത്രീ.

നിഷ്കളങ്ക. വി. (ങ്കൻ, ങ്കാ, ങ്കം.) വി. ന. ൧, കളങ്കമില്ലാത്ത. ൨, കറയില്ലാത്ത. ൩, അപവാദമില്ലാത്ത. ൪, ചതിവില്ലാത്ത.

നിഷ്കാമ. വി. (മൻ, മാ, മം.) വി. ന. കാമമില്ലാത്ത.

നിഷ്കാമം. അ. ഇച്ഛകേടായി.

നിഷ്കാരണ. വി. (ണൻ, ണാ, ണം.) വി. ന. കാരണമില്ലാത്ത.

നിഷ്കാസിക്കുന്നു. ച്ചു. ക്കുവാൻ. (നിഷ്കാസി.) സ. ക്രി. ഓടിക്കുന്നു. **നിഷ്കാസനം.** ന.

നിഷ്കാസിത. വി. (തൻ, താ, തം.) വി. ന. ആട്ടിക്കളയപ്പെട്ട, നിന്ദിക്കപ്പെട്ട.

നിഷ്കിഞ്ചന. വി. (നൻ, നാ, നം.) വി. ന. ഒന്നുമില്ലാത്ത. **നിഷ്കിഞ്ചനത്വം.** ഗു. ന. ദാരിദ്ര്യം.

നിഷ്കുടം. ന. ൧, ഭവനത്തോടു ചേൎന്ന പൂന്തോട്ടം. ൨, വയൽ. ൩, വാതിൽ.

നിഷ്കുടി. ന. ഏലം.

നിഷ്കുഷിത. വി. (തൻ, താ, തം.) വി. ന. പുറത്താക്കപ്പെട്ട, വലിച്ചെടുക്കപ്പെട്ട.

നിഷ്കുഹം. ന. മരപ്പൊത്തു.

നിഷ്കൃത. വി. (തൻ, താ, തം.) വി. ന. ൧, ഉദാസീനതയുള്ള, കൂട്ടാക്കാത്ത. ൨, ക്ഷമിക്കപ്പെട്ട.

നിഷ്കൃതി. ന. ൧, പ്രത്യുപകാരം, പകരം ചെയ്ക, പ്രായശ്ചിത്തം. ൨, ക്ഷമ.

നിഷ്കൃഷ്ടം. വി. ൧, വലിച്ചെടുക്കപ്പെട്ട. ൨, ആകെത്തുകയാക്കപ്പെട്ട.

നിഷ്കൈതവം. വി. കളവില്ലാതെ, വാസ്തവമായി.

നിഷ്ക്രമം. ന. ൧, ബുദ്ധിശക്തി. ൨, പുറപ്പാടു.

നിഷ്ക്രമണം. ന. പുറത്തു പോക.

നിഷ്ക്രമിക്കുന്നു. ച്ചു. പ്പാൻ. (നിഷ്ക്രമി.) അ. ക്രി. പുറപ്പെടുന്നു.

നിഷ്ക്രയം. ന. കൂലി, ശമ്പളം.

നിഷ്ക്രാന്ത. വി. (ന്തൻ, ന്താ, ന്തം.) വി. ന. പുറപ്പെട്ട, പോയ.

നിഷ്ക്രാമണം. ന. പുറത്തു കൊണ്ടുപോക.

നിഷ്ക്രിയ. വി. (യൻ, യാ, യം.) വി. ന. ൧, ക്രിയയില്ലാത്ത. ൨, വേലയില്ലാത്ത.

നിഷ്ക്രിയൻ. ന. ബ്രഹ്മം.

നിഷ്ഠ. വി. (ഷ്ഠൻ, ഷ്ഠാ, ഷ്ഠം.) വി. ന. സ്ഥിതി ചെയ്യുന്ന.

നിഷ്ഠ. ന. ൧, നാടകങ്ങളുടെ അവസാനം. ൨, അവസാനം. ൩, നാശം. ൪, നിശ്ചയം. ൫, തൊഴിൽ. ൬, വ്രതങ്ങളുടെ ഉറപ്പു.

നിഷ്ഠാനം. ന. കറി.

നിഷ്ഠീവനം. ന. തുപ്പുക.

നിഷ്ഠീവം. ന. തുപ്പൽ.

നിഷ്ഠുര. വി. (രൻ, രാ, രം.) വി. ന. ക്രൂരമായ, പരുഷമായ. **നിഷ്ഠുരത.** ഗു. ന. വാക്കിന്റെ കടുപ്പം.

നിഷ്ഠേവനം. ന. തുപ്പൽ.

നിഷ്ഠ്യൂവം. ന. തുപ്പൽ.

നിഷ്ഠ്യൂത. വി. (തൻ, താ, തം.) വി. ന. ൧, ഇടപ്പെട്ട, അയക്കപ്പെട്ട. ൨, തുപ്പിയ.

നിഷ്ഠ്യൂതി. ന. തുപ്പുക.

നിഷ്ണാത. വി. (തൻ, താ, തം.) വി. ന. സാമൎത്ഥ്യമുള്ള, പഠിതമുള്ള.

നിഷ്പക്വ. വി. (ക്വൻ, ക്വാ, ക്വം). വി. ന. ൧, പാകം വന്ന. ൨, വെന്ത, തിളച്ചു കുറുകിയ.

നിഷ്പക്ഷപാതിത്വം. ന. രണ്ടു കക്ഷിക്കാരോടും ഒരുപോലെയുള്ള പെരുമാററം, സമഭാവന.

നിഷ്പത്തി. ന. ൧, അവസാനം. ൨, ഉത്ഭവം.

നിഷ്പന്ദ; നിസ്പന്ദ. വി. ഇളക്കമില്ലാത്ത, നിശ്ചലമായ.

നിഷ്പന്ന. വി. (ന്നൻ, ന്നാ, ന്നം.) വി. ന. ൧, തീൎന്ന. ൨, ഉണ്ടായ.

നിഷ്പാവ. വി. (വൻ, വാ, വം.) വി. ന. നിശ്ചയമുള്ള.

നിഷ്പാവം. ന. ൧, പതിർ പിടിത്തം. ൨, ധാന്യപ്പുട്ടിൽ.

നിഷ്പിഷ്ട. വി. (ഷ്ടൻ, ഷ്ടാ, ഷ്ടം.) വി. ന. ൧, അരെക്കപ്പെട്ട. ൨, ഞെക്കപ്പെട്ട. ൩, പൊടിക്കപ്പെട്ട.

നിഷ്പേഷണം. ന. ൧, അരെപ്പു, പൊടിപ്പു. ൨, ഞെക്കുക.

നിഷ്പ്രകാരകത്വം. ന. ഉള്ളിലുള്ളതു കളെ തിരിച്ചറിവാൻ പാടില്ലാത്ത സ്ഥിതി, നിൎവ്വികല്പസ്ഥിതി.

നിഷ്പ്രകാശം. വി. പ്രകാശമില്ലാതെ.

നിഷ്പ്രഭ. വി. (ഭൻ, ഭാ, ഭം.) വി. ന. ശോഭയില്ലാത്ത.

നിഷ്പ്രയത്നം. അ. പ്രയാസം കൂടാതെ.

നിഷ്പ്രയോജന. വി. (നൻ, നാ, നം.) വി. ന. പ്രയോജനമില്ലാത്ത.

നിഷ്പ്രവാണി. ന. അലക്കാത്ത വസ്ത്രം, കോടി വസ്ത്രം.

നിഷ്ഫല. വി. (ലൻ, ലാ, ലം) വി. ന. ൧, കായില്ലാത്ത. ൨, പ്രയോജനമില്ലാത്ത.

നിഷ്ഷമ. വി. (മൻ, മാ, മം.) വി. ന. നിന്ദ്യമായ.

നിസൎഗ്ഗം. ന. സ്വഭാവം.

നിസ്തംഭനം. ന. കൊല്ലുക.

നിസൂദനം. ന. കൊല്ലുക.

നിസൃഷ്ട. വി. (ഷ്ടൻ, ഷ്ടാ, ഷ്ടം.) വി. ന. വെക്കപ്പെട്ട.

നിസ്തന്ദ്ര. വി. മടിയില്ലാത്ത, പ്രസരിപ്പോടുകൂടിയ.

നിസ്തൎക്കം. വി. തൎക്കമററു്, നിസ്സംശയമായി.

നിസ്തരണം. ന. പുറപ്പാടു.

നിസ്തൎഹണം. ന. കൊല്ലുക.

നിസ്തല. വി. (ലൻ, ലാ, ലം.) വി. ന. ഉരുണ്ട, വട്ടത്തിലുള്ള.

നിസ്തുല. വി. (ലൻ, ലാ, ലം.) വി. ന. തുല്യമില്ലാത്ത.

നിസ്തുല്യ. വി. (ല്യൻ, ല്യാ, ല്യം.) വി. ന. തുല്യമില്ലാത്ത.

നിസ്തേജസ്സ. വി. (ത്രിക്കു.) വി. ന. തേജസ്സില്ലാത്ത.

നിസ്ത്രപൻ. ന. ലജ്ജയില്ലാത്തവൻ.

നിസ്ത്രിംശം. ന. വാൾ.

നിസ്പന്ദം. ന. വിറയൽ.

നിസ്സ്പൃഹ. വി. (ഹൻ, ഹാ, ഹം.) വി. ന. ഇച്ശയില്ലാത്ത.

നിസ്രാവം. ന. വാൎത്ത കഞ്ഞി.

നിസ്വനം; നിസ്വാനം; നിസ്വനിതം. ന. ൧, ശബ്ദം, ഒച്ച. ൨, അമ്പിന്റെ ശബ്ദം.

നിസ്സംഗ. വി. (ഗൻ, ഗാ, ഗം.) വി. ന. ഒന്നിനോടും സംബന്ധമില്ലാത്ത.

നിസ്സംജ്ഞൻ. ന. ബോധരഹിതൻ.

നിസ്സംശയം. അ. സംശയംകൂടാതെ.

നിസ്സരണം. ന. ൧, പുരയുടെ മുകെപ്പു. ൨, പുറപ്പാടു.

നിസ്സരിക്കുന്നു. ച്ചു. ക്കുവാൻ. (നിസ്സരി.) അ. ക്രി. വെളിയിലോട്ടു ഒഴുകുന്നു.

നിസ്സഹം. വി. ൧, സഹിപ്പാൻ വഹിയാത്ത, വഹിപ്പാൻ വഹിയാത്ത. ൨, തടുപ്പാൻ വഹിയാത്ത.

നിസ്സാര. വി. (രൻ, രാ, രം.) വി. ന. ൧, സാരമില്ലാത്ത, ഉറപ്പില്ലാത്ത. ൨, കാതലില്ലാത്ത. ൩, ഉപകാരമില്ലാത്ത. ൪, ബഹുമാനമില്ലാത്ത. ൫, ബലമില്ലാത്ത.

നിസ്സൃത. വി. (തൻ, താ, തം.) വി. ന. ൧, ഒഴുകിയ. ൨, പോയ.

നിസ്സൃതി. ന. ൧, ഒഴുക്കു. ൨, യാത്ര.

നിസ്സ്യന്ദ; നിഷ്യന്ദ. വി. ഇററിററു ചൊരിഞ്ഞുംകൊണ്ടിരിക്കുന്ന.

നിസ്സ്വൻ. ന. സ്വത്തില്ലാത്തവൻ, ദരിദ്രൻ.

നിസ്സീമം. അ. അതിരില്ലാതെ, വളരെ അധികം.

നിഹനനം. ന. ൧, അടി. ൨, കുല, വധം.

നിഹനിക്കുന്നു. ച്ചു. പ്പാൻ. (നിഹനി.) അ. ക്രി. ൧, കൊല്ലുന്നു. ൨, അടിക്കുന്നു. ൩, ഇല്ലാതെയാക്കുന്നു.

നിഹന്തൃ. വി. (ന്താ, ന്ത്രി, ന്തൃ.) വി. ന. ൧, കൊല്ലുന്ന. ൨, ഇല്ലാതെയാക്കുന്ന.

നിഹാക. ന. ഉടുമ്പു.

നിഹാരം. ന. മഞ്ഞു.

നിഹിത. വി. (തൻ, താ, തം.) വി. ന. വെക്കപ്പെട്ട.

നിഹിംസനം. ന. വധം, കുല.

നിഹീനൻ. ന. നീചൻ.

നിഹ്നവം. ന. ഉള്ളതിനെ മറെച്ചു പറക, വ്യാജം, ചതിവു.

നിഹ്നുതി. ന. മേല്പറഞ്ഞ അൎത്ഥം.

നിഹ്രാദം. ന. ശബ്ദം.

നിക്ഷിപ്ത. വി. (പ്തൻ, പ്താ, പ്തം.) വി. ന. ൧, വെക്കപ്പെട്ട. ൨, ഇടപ്പെട്ട.

നിക്ഷേപണം. ന. വെക്കുക.

നിക്ഷേപം. ന. ൧, ധനം ഭൂമിയിൽ കുഴിച്ചുവെച്ചതു. ൨, സൂക്ഷിച്ചുവെപ്പു.

നിക്ഷേപിക്കുന്നു. ച്ചു. പ്പാൻ. (നിക്ഷേപി.) സ. ക്രി. ൧, ധനം സൂക്ഷിച്ചുവെക്കുന്നു. ൨, ഇടുന്നു.

നിഴലാടുന്നു. ടി. വാൻ. (നിഴൽ.) അ. ക്രി. ഛായ വല്ലെടത്തും പതിയുന്നു.

നിഴലാട്ടം. ന. ഛായ കാണുക, നിഴലിപ്പു.

നിഴലിക്കുന്നു. ച്ചു. പ്പാൻ. (നിഴലി.) അ. ക്രി. പ്രതിബിംബിക്കുന്നു, പ്രത്യക്ഷത്തിൽ കാണത്തക്കവണ്ണം ലക്ഷ്യം തരുന്നു.

നിഴലിടുന്നു. ട്ടു. വാൻ. (നിഴൽ.) അ. ക്രി. ശരീരത്തിന്റെ ഛായ മറെറാന്നിൽ തട്ടിക്കുന്നു.

നിഴലുണക്കു. ന. തണലുള്ള സ്ഥലത്തു വച്ചുണക്കുക.

നിഴലുണക്കുന്നു. ക്കി. വാൻ. (നിഴൽ.) സ. ക്രി. തണലത്തു വച്ചുണക്കുന്നു.

നിഴൽ. ന. പ്രതിരൂപം, തണൽ, ഛായ.

നിഴെക്കുന്നു. ച്ചു. പ്പാൻ. (നിഴെ.) അ. ക്രി. അണെക്കുന്നു, കതെക്കുന്നു.

നിറ. ന. ൧, ഒരു ഉത്സവം. ൨, ക്ഷേത്രത്തിൽ മരുന്നും മററും ഇടുക. ൩, സ്ഥലമുള്ളിടത്തോളം കൊള്ളിക്ക. ൪, കൊയിത്തു കഴിഞ്ഞാൽ നല്ലസമയത്തു നെല്ലു കൊണ്ടുവന്നു പൂജിച്ചു അറയിൽ വെക്കുക. ൫, അമ്പു തൊടുക്ക.

നിറകുടം. ന. ൧, വെള്ളം നിറെച്ച കുടം. ൨, നൃത്തക്കാരുടെ തലയിൽ വെക്കുന്ന കുടം. ൩, രാജാവിനെ ബഹുമാനിച്ചു കാഴ്ചയായിട്ടു കൊണ്ടുപോകുന്ന കുടം.

നിറകോൽ. ന. ത്രാസു.

നിറകോല്പരടു. ന. ത്രാസിന്റെ കയറു.

നിറക്കേടു. ന. ൧, ചവളിപ്പു, മുഷിച്ചിൽ. ൨, അപമാനം.

നിറച്ചു. അ. ൧, സംപൂൎണ്ണമായി. ൨, വിശപ്പു മാറുവോളം.

നിറച്ചളവു. ന. വടിക്കാതെ അളക്കുക.

നിറഞ്ഞ. വി. അതാതിൽ കൊള്ളുന്നിടത്തോളം കൊണ്ട.

നിറനാഴി. ന. നിറെഞ്ഞ നാഴി.

നിറപറ. ന. ൧, പറയിൽ നിറെച്ച നെല്ലൊ അരിയൊ ഇട്ടു കല്യാണത്തിന്നും മററും വെക്കുന്നതു. ൨, പാട്ടുകാരൻ മുതലായുള്ളവർ ആണ്ടുതോറും കൊടുക്കുന്ന ഒരവകാശം.

നിറപാത്രം. ന. നിറെഞ്ഞ പാത്രം.

നിറപ്പു. ന. നിറെക്കുക.

നിറപ്പിഴ. ന. ൧, വൎണ്ണം മാറുക, ചവളിപ്പു. ൨, അപമാനം.

നിറപ്പൊലിമ. ന. ധാരാളത്വംകൊണ്ടുള്ള ഉല്ലാസം.

നിറമാല. ന. വളരെ മാല കെട്ടി ക്ഷേത്രത്തിൽ അലങ്കരിക്കുന്നതു.

നിറം. ന. ൧, ശോഭ. ൨, വൎണ്ണം. ൩, ചായം. ൪, തെളിവു. ൫, ബഹുമാനം. ൬, പാട്ടിന്റെ ഓരോ സ്വരഭേദം.

നിറുത്തുന്നു. ത്തി. ത്തുവാൻ. (നിറു.) **നിൎത്തുന്നു.** സ. ക്രി. ൧, എഴുതി അവസാനിപ്പിക്കുന്നു. ൨, വാക്യങ്ങളുടെ ഇടയ്ക്കുള്ള വിരാമം ഇടുന്നു. ൩, എന്തെങ്കിലും നിലയ്ക്കു നാട്ടുന്നു. ൪, കൂടെ വേലയ്ക്കു താമസിപ്പിക്കുന്നു. ൫, അവസാനിപ്പിക്കുന്നു. **നിറുത്തൽ; നിറുത്തു; നിൎത്തൽ; നിൎത്തു.** ന.

നീറെയ. അ. വേണ്ടുവോളം, പൂൎണ്ണമാകത്തക്കവണ്ണം.

നിറെയിടുന്നു. ട്ടു. വാൻ. (നിറെ.)

സ. ക്രി. തോക്കിൽ മരുന്നും മററും ഇടുന്നു.

നിറെയുന്നു. ഞ്ഞു. വാൻ. (നിറെ.) അ. ക്രി. പൂൎത്തിയാകുന്നു, തിങ്ങുന്നു. **നിറെക്കുന്നു.** സ. ക്രി.

നിറെവു; നിറവു. ന. പൂൎണ്ണമാക്കുക.

നീ

നീ. ന. താൻ, അങ്ങു.

നീകസാത്മജൻ. ന. രാക്ഷസൻ.

നീകാശ. വി. (ശൻ, ശാ, ശം.) വി. ന. തുല്യമായ.

നീക്കത്തുക്കം. ന. മാററം, വ്യത്യാസം.

നീക്കം. ന. ൧, മാററം. ൨, തള്ളുക. ൩, വ്യത്യാസം, ഭേദം.

നീക്കൽ. ന. ൧, മാററുക. ൨, വ്യത്യാസം വരുത്തുക. ൩, ഭ്രഷ്ടനാക്കുക.

നീക്കുനിര. ന. വാതിലിന്നു പകരം മാററുവാൻ തക്കതായ ഒരു മാതിരി പലകപ്പണി.

നീക്കുപോക്കു. ന. ഒഴികഴിവു, ഉപശാന്തി.

നീങ്ങൽ. ന. ൧, മാററം. ൨, ഒഴിവു.

നീങ്ങുന്നു. ങ്ങി. വാൻ. (നീങ്ങ.) അ. ക്രി. ൧, മാറുന്നു. ൨, ഒഴിയുന്നു. ൩, പോകുന്നു. **നീക്കുന്നു.** സ. ക്രി.

നീചക. വി. (കൻ, കാ, കം.) വി. ന. ൧, താണ. ൨, കുറിയ. ൩, നിന്ദ്യമായ.

നീചകൎമ്മം. ന. ൧, ക്ഷുദ്രവൃത്തി. ൨, താണ വേല.

നീചഗ്രഹം. ന. ശനി, ചൊവ്വാ, രാഹു, കേതു.

നീചജാതി. ന. ഹീനജാതി; ക്ഷുദ്രജാതി.

നീചധൎമ്മം. ന. ഹീനധൎമ്മം.

നീചബുദ്ധി. ന. അല്പബുദ്ധി, ദുൎബ്ബുദ്ധി.

നീച. വി. (ചൻ, ചാ, ചം.) വി. ന. താണ, നീളമില്ലാത്ത. **നീചത്വം.** ഗു. ന. ഹീനത, ദുഷ്ടത.

നീചരാശി. ന. ഉച്ചരാശിയുടെ ഏഴാം രാശി.

നീചവൃത്തി. ന. ൧, നിന്ദ്യമായുള്ള അവസ്ഥ. ൨, നിന്ദ്യമായ കഴിച്ചിൽ. ൩, ദുഷ്ടത.

നീചാശ്രയം. ന. ൧, ഹീനജാതിയെയൊ ദുഷ്ടനെയൊ സേവിക്കുക. ൨, താഴ്ചയുള്ള സ്ഥലത്തേക്കു ചെല്ലുക.

നീചൈഃ. അ. ൧, ഹീനമായി. ൨, അല്പമായി. ൩, പതുക്കെ.

നീടാൎന്ന. അ. നീളമായി.

നീട്ടു. ന. ൧, തിരുവിതാംകോട്ടു രാജാവിന്റെ തിരുവെഴുത്തു. ൨, കൈ ചുരുട്ടിയുള്ള ഒരു കുത്തു. ൩, നീളമാക്കുക.

നീട്ടം. ന. ൧, കൊട്ടപ്പാനായിട്ടൊ മറെറാ കൈ നിവിൎക്കുക. ൨, താമസം. ൩, നീളത്തിൽ ആക്കുക.

നീട്ടുന്നു. ട്ടി. വാൻ. (നീട്ട.) സ. ക്രി. ൧, അടിച്ചൊ വലിച്ചൊ നീളം വരുത്തുന്നു. ൨, കൈകാലുകളുടെ മടക്കുകൾ നിവിൎക്കുന്നു. ൩, വാങ്ങിപ്പാൻ കൈ നിവിൎത്തി നേരെ കാട്ടുന്നു. ൪, കൊട്ടപ്പാനായിട്ടു വല്ലതും എടുത്തു നേരെ കാണിക്കുന്നു. ൫, വായിക്കയും പറകയും മററും വളരെ സാവധാനത്തിൽ ചെയ്യുന്നു. ൬, കാലതാമസം ചെയ്യുന്നു. ൭, തിരിയും മററും പുറത്തോട്ടു നീക്കുന്നു. **നീട്ടൽ.** ന. **നീട്ടിക്കുന്നു.** കാ. ക്രി.

നീഡം. ന. ൧, പക്ഷിക്കൂട. ൨, ഇടം, സ്ഥലം.

നീഡോത്ഭവം. ന. പക്ഷി.

നീണാൾ. വി. വളരെനാൾ, അധിക കാലം.

നീണ്ട. വി. നീളമുള്ള.

നീത. വി. (തൻ, താ, തം.) വി. ന. ൧, കൊണ്ടുപോകപ്പെട്ട. ൨, പ്രാപിപ്പിക്കപ്പെട്ട.

നീതം. ന. ൧, സമ്പത്തു. ൨, ധാന്യം.

നീതി. ന. ൧, ധൎമ്മം. ൨, നേരു. ൩, നല്ലനടപ്പു. ൪, നീതിശാസ്ത്രം. ൫, സൎക്കാരിലേക്കുള്ള കരം. ൬, എല്ലാവൎക്കും സമ്മതം വരുത്തി തന്റെ കാൎയ്യം ഇഷ്ടംപോലെ സാധിപ്പാനുള്ള ഒരു കൌശലം.

നീതികേടു. ന. ൧, അപധൎമ്മം. ൨, അക്രമം, നേരില്ലായ്മ, ദുൎന്നടപ്പു.

നീതിജ്ഞ. വി. (ജ്ഞൻ, ജ്ഞാ, ജ്ഞം.) വി. ന. നീതിയെ അറിഞ്ഞ.

നീതിപര. വി. (രൻ, രാ, രം.) വി. ന. നീതികളിൽ താല്പൎയ്യമുള്ള.

നീതിപ്പണം. ന. സൎക്കാരിലേക്കു കൊടുക്കേണ്ടുന്ന പാട്ടം.

നീതിമൽ. വി. (മാൻ, മതി, മൽ.) വി. ന. നീതിയുള്ള.

നീതിമാൎഗ്ഗം. ന. നീതിയുടെ വഴി.

നീതിശാസ്ത്രം. ന. പഞ്ചതന്ത്രം മുതലായതു.

നീതിസാരം. ന. ൧, നീതികളുടെ മുഖ്യമായ അൎത്ഥം. ൨, നീതിശാസ്ത്രങ്ങളിൽ ഒരു ഗ്രന്ഥം.

നീതിഹീന. വി. (നൻ, നാ, നം.) വി. ന. നീതിയില്ലാത്ത, അപധൎമ്മമുള്ള.

നീതീകരണം. ന. ധൎമ്മപ്രകാരമാക്കുക.

നീതീകരിക്കുന്നു. ച്ചു. പ്പാൻ. (നീതീകരി.) സ. ക്രി. ധൎമ്മപ്രകാരമാക്കുന്നു, നല്ലവണ്ണം നടത്തുന്നു.

നീന്തൽ. ന. ൧, വെള്ളത്തിന്നു മീതെ കൈകാലുകൾകൊണ്ടു തുഴെഞ്ഞു സഞ്ചരിക്കുക. ൨, വെള്ളമുള്ള പ്രദേശത്തുകൂടി നടക്കുക. ൩, മനുഷ്യക്കുട്ടികൾ നടപ്പാറാകുന്നതിന്നു മുൻപിൽ ഇഴെഞ്ഞു സഞ്ചരിക്കുക.

നീന്തുന്നു. ന്തി. വാൻ. (നീന്ത.) അ. ക്രി. വെള്ളത്തിന്നു മീതെയും മററും സഞ്ചരിക്കുന്നു. **നീന്തിക്കുന്നു.** സ. ക്രി.

നീധ്രാ. ന. ൧, പുരയുടെ ഇറമ്പു. ൨, വനം. ൩, ചന്ദ്രൻ.

നീപം. ന. ൧, നീൎക്കടമ്പു. ൨, കടമ്പുമരം.

നീർ. ന. ൧, വെള്ളം. ൨, ചാർ. ൩, ശരീരത്തിലെ വീക്കം.

നീരജ. വി. (ജൻ, ജാ, ജം.) വി. ന. വെള്ളത്തിലുണ്ടാകുന്ന.

നീരജം. ന. ൧, താമര. ൨, കഴനായ.

നീരജസംഭവൻ. ന. ബ്രഹ്മാവു.

നീരടെപ്പു. ന. ഒരു ദീനം, മൂത്രമടെപ്പു.

നീരട്ടിപ്പേർ. ന. ഒരുമാതിരി വിലയാധാരം, നിലംപുരയിടം ജന്മമായിട്ടു എഴുതിക്കൊടുക്കുന്ന ഒരു മുറ.

നീരദ. വി. (ദൻ, ദാ, ദം.) വി. ന. പല്ലില്ലാത്ത.

നീരദം. ന. ൧, മേഘം. ൨, മുത്തെങ്ങ.

നീരധി; നീരനിധി. ന. സമുദ്രം.

നീരന്ധ്ര. വി. (ന്ധ്രൻ, ന്ധ്രാ, ന്ധ്രം.) വി. ന. ഇടയില്ലാത്ത, ഓട്ടയില്ലാത്ത, ഇടതിങ്ങിയ.

നീരം. ന. ൧, വെള്ളം. ൨, പിഴിഞ്ഞും മററും എടുക്കുന്ന ചാർ.

നീരസഭാവം. ന. ഇഷ്ടമില്ലാത്ത നോട്ടം, മുഷിച്ചൽ.

നീരസ. വി. (സൻ, സാ, സം.) വി. ൧, വെള്ളമില്ലാത്ത. ൨, രുചിയില്ലാത്ത. ൩, ഉണങ്ങിയ.

നീരസം. ന. മുഷിച്ചിൽ, തമ്മിൽ സ്നേഹ വിരോധം. (സം.) മാതളനാരകം.

നീരസികൻ. വി. ന. മടയൻ, മുഷ്ക്കൻ, രസമില്ലാത്തവൻ.

നീരാജനം. ന. ൧, ദേവന്മാൎക്കും മററും ചെയ്യുന്ന ഒരുമാതിരി ഉഴിച്ചിൽ. ൨, യുദ്ധത്തിന്നു പുറപ്പെടുന്നതിന്നു മുമ്പ അശ്വിനിമാസത്തിൽ ചെയ്യപ്പെടുന്ന ആയുധപൂജ. ൩, വിഗ്രഹങ്ങളുടെ മുമ്പിൽ ആരാധനയായിട്ടു ദീപംകൊണ്ടു ഉഴിയുക.

നീരാജനാവിധി. ന. ഉഴിച്ചിലിന്റെ മുറ.

നീരാടുന്നു. ടി. വാൻ. (നീർ.) അ. ക്രി. കുളിക്കുന്നു. **നീരാടിക്കുന്നു.** സ. ക്രി.

നീരാട്ടു. ന. അഭിഷേകം, കുളി.

നീരാട്ടം. ന. മേല്പറഞ്ഞ അൎത്ഥം.

നീരാട്ടുകുളി. ന. രാജാക്കന്മാരുടെയും മററും മാനമുള്ളവരുടെയും കുളി.

നീരാപ്പൊററ. ന. വെള്ളത്തിലുള്ള ഒരുമാതിരി തൈ.

നീരാമ്പൽ. ന. ൧, വെള്ളത്തിലുള്ള ഒരുമാതിരി പൂ. ൨, ഒരു മീനം.

നീരാരൽ. ന. വെള്ളത്തിലുണ്ടാകുന്ന ഒരു പച്ചമരുന്നു.

നീരാവി. ന. വായുരൂപത്തിലുള്ള വെള്ളത്തിന്റെ സ്ഥിതി.

നീരാളം. ന. ൧, പൊൻകമ്പികൊണ്ടൊ വെള്ളിക്കമ്പികൊണ്ടൊ ഉണ്ടാക്കുന്ന വസ്ത്രം. ൨, പൊൻപൂശിയതു.

നീരാളി. ന. ൧, നീൎപിശാചു. ൨, കുട്ടിച്ചാത്തൻ.

നീരാളിക്കുന്നു. ച്ചു. പ്പാൻ. (നീരാളി.) സ. ക്രി. ൧, പൊന്നു പൂശുന്നു. ൨, പൊൻതകിടുകൊണ്ടു പൊതിയുന്നു.

നീരാളിപ്പു. ന. ൧, പൊൻപൂച്ചു. ൨, പൊൻ പൊതിച്ചിൽ.

നീരാഴം. ന. അധികം താഴ്ചയുള്ള വെള്ളം, കയം.

നീരാഴി. ന. രാജാക്കന്മാരുടെയും മററും ഭവനത്തിന്നകത്തുള്ള കുളം.

നീരാഴിക്കെട്ടു. ന. നീരാഴിയുള്ള ഭവനം.

നീരിത്താർ. ന. താമര.

നീരിറക്കം. ന. ൧, വെള്ളം താഴ്ച. ൨, തലയിലെ നീർ അവയവങ്ങളിൽ ഇറങ്ങുക. ൩, വേലിയിറക്കം.

നീരിറങ്ങുന്നു. ങ്ങി. വാൻ. (നീർ.) അ. ക്രി. ൧, നീർവീക്കം ഉണ്ടാകുന്നു. ൨, വെള്ളം താഴുന്നു.

നീരുട്ടമ്പു. ന. ൧, ഒരുവക ചെറിയ ജലപ്രാണി. ൨, വലിയ മുതല.

നീരുള്ളി. ന. ഒരുതരം ഉള്ളി.

നീരുറവ. ന. കുളം മുതലായതിലെക്കു ദ്വാരങ്ങളിൽകൂടി പുറപ്പെടുന്ന വെള്ളം.

നീരുറെക്കുന്നു. ച്ചു. പ്പാൻ. (നീർ.) അ. ക്രി. ൧, വെള്ളം ഇളകാതെ ആകുന്നു. ൨, വെള്ളം ഇററിററായിട്ടു ഒഴിക്കുന്നു.

നീരൂരി. ന. വിഷം ശമിപ്പിക്കുന്നതിന്നുള്ള പച്ചമരുന്നു.

നീരേററം. ന. വെള്ളപ്പൊക്കം.

നീരോക. ന. വെള്ളം ഒഴുകുന്നതിന്നുള്ള ദ്വാരം.

നീരൊട്ടിക്കൊടുക്കുന്നു. ത്തു. പ്പാൻ. (നീരൊട്ടി.) സ. ക്രി. ഒരുത്തന്റെ വസ്തു മറെറാരുത്തന്നു വില തീൎത്തു കൊടുക്കുന്നു.

നീരൊഴിവു. ന. ഒരു ദീനം, പ്രമേഹം.

നീരൊഴുക്കു. ന. ൧, വെള്ളത്തിന്റെ ഒഴുക്കു. ൨, ഉറവു.

നീരോട്ടം. ന. മേല്പറഞ്ഞ അൎത്ഥം.

നീരോശ. ന. പാഞ്ഞുവരുന്ന വെള്ളത്തിന്റെ ശബ്ദം.

നീൎക്കടമ്പു. ന. ഒരു വൃക്ഷം.

നീൎക്കട്ടി. ന. മഞ്ഞുകട്ട.

നീൎക്കരയാമ്പു. ന. ഒരു മരുന്നു.

നീൎക്കാക്ക. ന. വെള്ളത്തിൽ സഞ്ചരിക്കുന്ന ഒരു പക്ഷി.

നീൎക്കാങ്കുഴി. ന. വെള്ളത്തിൽ ചുവട്ടിൽകൂടി സഞ്ചരിക്കുക.

നീൎക്കാപ്പു. ന. രാജാക്കന്മാൎക്കും മററും കുളിപ്പാനുള്ള വെള്ളം.

നീൎക്കാപ്പുപുര. ന. രാജാക്കന്മാൎക്കും മററും കുളിക്കുന്നതിന്നുള്ള പുര.

നീൎക്കിഴങ്ങു. ന. വെള്ളത്തിലുണ്ടാകുന്ന ഒരു തയ്യുടെ കിഴങ്ങു.

നീൎക്കമല. ന. വെള്ളത്തിലുണ്ടാകുന്ന കമല.

നീൎക്കെട്ടു. ന. നെഞ്ചിനുള്ളിൽ നീരു കൊണ്ടിട്ടുണ്ടാകുന്ന ഒരു സുഖക്കേടു.

നീൎക്കോത്തൻപാൽ. ന. ഒരുവക വൃക്ഷം.

നീൎക്കൊമ്പൻ. ന. പെടലിതട്ടൻ, നടപ്പുദീനം.

നീൎക്കൊള്ളുന്നു. ണ്ടു. വാൻ. (നീർ.) അ. ക്രി. ൧, വസൂരിക്കും മററും അകത്തു വെള്ളം വെക്കുന്നു. ൨, നീർകൊണ്ടു വീങ്ങുന്നു.

നീൎക്കൊള്ളുവാൻ. ന. പിത്തമസൂരി, പൊങ്ങൻപനി.

നീൎക്കോലി. ന. വെള്ളത്തിലെ പാമ്പു.

നീൎക്കോളു. ന. ൧, ശരീരത്തിൽ ഉണ്ടാകുന്ന വീക്കം. ൨, ഒഴുക്കിന്റെ പോക്കു.

നീൎച്ചാലു. ന. വെള്ളം പോകുവാനുള്ള വഴി, ചാൽ.

നീൎച്ചീര. ന. ഒരുമാതിരി ചീര.

നീൎച്ചുള്ളി. ന. മുള്ളുള്ള ഒരുമാതിരി തൈ.

നീൎച്ചുഴി. ന. വെള്ളത്തിലെ ഒഴുക്കിലുണ്ടാകുന്ന ചുററൽ.

നീൎച്ചേമ്പു. ന. നനചേമ്പു.

നീൎച്ചോറു. ന. തലേനാൾ വെള്ളത്തിലിട്ടു വച്ചിരിക്കുന്ന ചോർ, പഴഞ്ചോറു.

നീൎത്തിപ്പലി. ന. ഒരങ്ങാടിമരുന്നു.

നീൎത്തിരിപ്പു. ന. നടപ്പുദീനംപോലെയുള്ള ഒരു ദീനം.

നീൎത്തുള്ളി. ന. വെള്ളത്തുള്ളി.

നീൎദ്ദോഷം. ന. ജലദോഷം എന്ന സുഖക്കേടു.

നീൎന്നാ. ന. വെള്ളത്തിലെ പട്ടി, കഴുനാ.

നീൎന്നൊച്ചി. ന. വെള്ളം സമീപിച്ചുണ്ടാകുന്ന ഒരുവക വൃക്ഷം.

നീൎപ്പഞ്ഞി. ന. ഒരു മാതിരി മാൎദ്ദവമുള്ള വസ്തു, നിരൊപ്പി.

നീൎപ്പുല്ലു. ന. വെള്ളത്തിലെ പുല്ലു.

നീൎപ്പുള്ളടി. ന. ഒർ തൈ.

നീൎപ്പൂച്ച. ന. ഒരു വക ജലജന്തു, കഴുനാ.

നീൎപ്പൊങ്ങല്യം. ന. വെള്ളത്തിന്നു സമീപിച്ചുള്ള ഒരു മാതിരി വൃക്ഷം.

നീൎപ്പോള. ന. വെള്ളത്തിലെ കുമള.

നീൎമ്മരുതു. ന. ഒരു വൃക്ഷം, വെണ്ടകം.

നിമ്മാതളം. ന. വെള്ളം സമീപിച്ചുണ്ടാകുന്ന ഒരു വക മരം.

നിമ്മാമ്പഴം. ന. ഉപ്പുവെള്ളത്തിലിട്ട മാമ്പഴം.

നീമ്മോരു. ന. സംഭാരം, മോരുവെള്ളം.

നിവ്വഞ്ഞി. ന. ആററുവഞ്ചിമരം.

നീവ്വാച്ച. ന. ൧, വെള്ളം വാലുക. ൨, മൂത്രം ഒഴിവു.

നീവ്വാളം. ന. നഞ്ചുവൃക്ഷം.

നീവ്വീഴ്ച. ന. ജലദോഷവും മററും.

നില. വി. (ലൻ, ലാ, ലം.) വി. ന. നീലവണ്ണമുള്ള.

നീലൻ. ന. രാമായണത്തിൽ പറയുന്ന ഒരു വാനരൻ.

നീലാ. ന. ഒരു മാതിരി ശംഖു.

നീലം. ന. ൧, നീലനിറം. ൨, ഒരു കറുത്ത ചായം.

നീലകണ്ഠൻ. ന. ൧, ശിവൻ. ൨, മയിൽ. ൩, ഊക്കിരികിൽ.

നീലക്കടുമ്പു. ന. ഒരു കാട്ടുമരം.

നീലക്കരിമ്പു. ന. വണ്ണം കുറഞ്ഞതായ ഒരു മാതിരി കരിമ്പു.

നീലക്കല്ലു. ന. നീലരത്നം, ഇന്ദ്രനീലം.

നീലക്കുറിഞ്ഞി. ന. കരിങ്കുറിഞ്ഞി.

നീലക്കൊട്ടുവേലി. ന. കൊട്ടുവേലിപ്പച്ചമരുന്നു മൂന്നു തരമുള്ളതിൽ കറുത്ത വക.

നീലഗിരി. ന. പ്രസിദ്ധമായ ഒരു മല.

നീലച്ഛായം. ന. കറുപ്പുനിറം വരുത്തുവാനുള്ള തുരിശും മററും.

നീലച്ചുണ്ട. ന. കറുത്ത ചുണ്ട.

നീലച്ചേന. ന. ഒരു മാതിരിക്കിഴങ്ങു.

നീലച്ചേമ്പു. ന. ൧, വെട്ടുചേമ്പു. ൨, കറുത്തകണ്ണൻ.

നീലനിറം. ന. കറുത്ത വണ്ണം, കറുപ്പുനിറം.

നീലപുഷ്പം. ന. ൧, കായാവു. ൨, കറുത്ത പൂവു.

നീലപുഷ്പി. ന. കറുത്ത പൂവുള്ള ഒരു തൈ.

നീലമണി. ന. ഇന്ദ്രനീലരത്നം.

നീലമക്ഷികാ. ന. മണിയനീച്ച.

നീലമാമല. ന. നീലഗിരി.

നീലമേഘം. ന. കാർമ്മേഘം, മഴക്കാർ.

നീലംഗു. ന. ഒരു പ്രാണി, കണിയട്ട.

നീലയുമ്മത്തു. ന. കറുത്ത ഉമ്മം.

നീലലോഹം. ന. ഉരുക്കു.

നീലലോഹിതൻ. ന. ശിവൻ.

നീലവണ്ണ. വി. (ണ്ണൻ, ണ്ണാ, ണ്ണം.) വി. ന. നീലനിറമുള്ള.

നീലവണ്ണം. ന. കറുത്തനിറം, നീലനിറം.

നീലവസ്ത്ര. വി. (സ്ത്രൻ, സ്ത്രാ, സ്ത്രം.) വി. ന. നീലവസ്ത്രമുള്ള.

നീലവസ്ത്രൻ. ന. ൧, ബലഭദ്രൻ. ൨, ശനി.

നീലവസ്ത്രം. ന. കറുത്ത വസ്ത്രം.

നീലവഴുതിന. ന. നീലനിറത്തിൽ കായുണ്ടാകുന്ന വഴുതിന.

നീലവേണി. ന. ൧, കറുത്ത തലമുടി. ൨, കറുത്തതലമുടിയുള്ളവൾ, സുന്ദരി.

നീലാഞ്ജനം. ന. തുരിശു.

നീലാമ്പാല. ന. പാലമരം പല തരമുള്ളതിൽ ഒരു വക കറുത്ത പാല.

നീലാംബര. വി. (രൻ, രാ, രം.) വി. ന. നീലവസ്ത്രം ധരിച്ച.

നീലാംബരൻ. ന. ൧, ബലഭദ്രൻ. ൨, ശനി.

നീലാംബരി. ന. ഒരു രാഗം.

നീലാംബുജന്മ. ന. കരിങ്കുവളം.

നീലാംബുജം. ന. കരിങ്കുവളം.

നീലിക. ന. ൧, അമരി. ൨, കറുത്ത ചേമന്തി.

നീലിനീ. ന. അമരി.

നീലിമ. ന. കറുപ്പുനിറം.

നീലി. ന. ൧, നീലനിറമുള്ളവൾ. ൨, അമരി. ൩, പാർവ്വതി.

നീലേശ്വരം. ന. കോലത്തുനാട്ടിന്റെ വടക്കെ ഭാഗമായ ഒരു ദേശം, അവിടത്തെ ക്ഷേത്രം.

നീലോപലം. ന. നീലരത്നം.

നീലോല്പലം. ന. കരിങ്കുവളം.

നീവാകം. ന. ക്ഷാമം.

നീവാരം. ന. വരിനെല്ലു.

നീവി. ന. ൧, വസ്ത്രത്തിന്റെ കണക്കെട്ടു. ൨, മൂലധനം.

നീവീബന്ധം. ന. വസ്ത്രത്തിന്റെ കെട്ടു.

നീവൃൽ. ന. ദേശം, ജനങ്ങൾ പാൎക്കുന്ന ദേശം.

നീവ്രം. ന. പുരയുടെ ഇറമ്പു, നീധ്രം.

നീശാരം. ന. മഞ്ഞും കാററും തടുപ്പാനുള്ള വസ്ത്രം, പച്ചവടം, പുതെപ്പു.

നീഹാരപൎവ്വതം. ന. ഹിമവാൻ.

നീഹാരം. ന. മഞ്ഞു, ഹിമം, വിസൎജ്ജനം.

നീളത്തിൽ. അ. ദീൎഘമായി.

നീളം. ന. ദീൎഘം.

നീളൽ. ന. നീളുക.

നീളവെ. അ. പരക്കെ, എല്ലാ ദിക്കിലും.

നീളുന്നു. ണ്ടു. വാൻ. (നീളു.) അ. ക്രി. നീളത്തിലാകുന്നു. **നീട്ടുന്നു.** സ. ക്രി.

നീളെ. അല്ലെങ്കിൽ, **നീളവെ.** അ. നീളത്തിൽ, എല്ലാടവും പ്രസിദ്ധമായി.

നീറു. ന. ഒരു വക വലിയ ഉറുമ്പു.

നീറുന്നു. റി. വാൻ. (നീറ.) അ. ക്രി. ൧, എരിവു തോന്നുന്നു. ൨, വ്രണങ്ങളിലും മററും ഒരു മാതിരി വേദനയുണ്ടാകുന്നു. ൩, കക്കായും മററും വെള്ളചാരമാകുന്നു. ൪, മനസ്സിൽ അതിദുഃഖമുണ്ടാകുന്നു. **നീററുന്നു.** സ. ക്രി.

നീററൽ. ന. ൧, എരിവു. ൨, വേദന. ൩, വേവു. ൪, ദുഃഖം. ൫, നീറുക.

നീററിരിപ്പു. ന. ഒരു മാതിരി നടപ്പുദീനം.

നീറെറട്ടപ്പു. ന. ഒരു വക ദീനം.

നു

നുകക്കഴി. ന. നുകത്തടിമേൽ കൊളുത്തിപ്പിടിക്കുന്ന പിടി.

നുകത്തടി. ന. നുകം.

നുകത്തുള. ന. കാളക്കഴുത്തിൽ വെച്ചു മുറുക്കുന്നതിന്നായിട്ടു നുകത്തേലുണ്ടാക്കുന്ന തുള.

നുകം. ന. ഉഴവാനായിട്ടു രണ്ടു കാളയുടെ കഴുത്തിൽകൂടെ വെച്ചുകെട്ടുന്നതു.

നുകരുന്നു. ൎന്നു. വാൻ. (നുകർ.) സ. ക്രി. ൧, തിന്നുന്നു. ൨, കുടിക്കുന്നു. ൩, സന്തോഷത്തോടെ അനുഭവിക്കുന്നു.

നുകൎച്ച. ന. പാനഭക്ഷണം മുതലായ അനുഭവം.

നുണ. ന. ഏഷണി, കള്ളം, കരള, ലക്ഷ്യത്തിന്നായിട്ടു വ്യാജം പറക.

നുണെച്ചി. ന. വ്യാജം പറയുന്നവൾ.

നുണെച്ചിൽ. ന. പല്ലുകൂടാതെ ചൊടിയും നാവും കൊണ്ടു ഭക്ഷിക്ക.

നുണത്തം. ന. വ്യാജം പറയുന്ന സ്വഭാവം.

നുണത്തരം. ന. വ്യാജം പറയുന്നവന്റെ സ്വഭാവം.

നുണയൻ. ന. വ്യാജം പറയുന്നവൻ.

നുണയുന്നു. ഞ്ഞു. വാൻ. (നുണ.) സ. ക്രി. നുണഞ്ഞു തിന്നുന്നു.

നുണിൽ; ഞൊണൽ. ന. ചെറിയ മാതിരി ചിരങ്ങ, ചൊറി.

നുണെക്കുന്നു. ച്ചു. പ്പാൻ. (നുണെ.) അ. ക്രി. നുണ പറയുന്നു.

നുത. വി. (തൻ, താ, തം.) വി. ന. സ്തുതിക്കപ്പെട്ട.

നുതി. ന. സ്തുതി.

നുത്ത. വി. (ത്തൻ, ത്താ, ത്തം.) വി. ന. അയക്കപ്പെട്ട, നീക്കപ്പെട്ട.

നുന്ന. വി. (ന്നൻ, ന്നാ, ന്നം.) വി. ന. അയെക്കപ്പെട്ട, നീക്കപ്പെട്ട.

നുര. ന. വെള്ളത്തിലെ പത, ചെറിയ കുമളകൾ.

നുരച്ചിൽ. ന. പതയുടെ വരവു.

നുരെയുന്നു. ഞ്ഞു. വാൻ. (നുരെ.) അ. ക്രി. പതയുന്നു, നുര വരുന്നു.

നുരി. ന. ചെറിയ വെള്ളക്കുമള.

നുരിക്കുന്നു. ച്ചു. പ്പാൻ. (നുരി.) അ. ക്രി. ചെറിയ കുമള വരുന്നു, പത വരുന്നു.

നുരുമ്പ. ന. ൧, പ്രാണികൾ മരങ്ങളെ ച്ചും മററുമുണ്ടായ പൊടി. ൨, ഇരിമ്പിന്റെ തുരുമ്പ.

നുരുമ്പൽ. ന. പഴകിയിട്ടുള്ള പൊടിവു. ൨, തുരുമ്പുപിടിത്തം.

നുരുമ്പിക്കുന്നു. ച്ചു. പ്പാൻ. (നുരുമ്പി.) അ. ക്രി. പഴകിപ്പൊടിയുന്നു.

നുരുമ്പുന്നു. മ്പി. വാൻ. (നുരുമ്പ.) അ. ക്രി. പഴകിപ്പൊടിയുന്നു, കുശിമ്പിക്കുന്നു.

നുലെച്ചിൽ. ന. അവിച്ചിൽ, പശിമ വരുത്തൽ.

നുലെയുന്നു. ഞ്ഞു. വാൻ. (നുലെ.) അ. ക്രി. മൃദുതപമുള്ളതായിത്തിരുന്നു, അലിയുന്നു. **നുലെക്കുന്നു.** സ. ക്രി.

നുള്ള. ന. ൧, രണ്ടു വിരൽകൊണ്ടു പിടിച്ചു നഖംകൊണ്ടു വേദനപ്പെടുത്തുക. ൨, രണ്ടു വിരലുകളെക്കൊണ്ടു എടുത്ത വസ്തു.

നുള്ളൽ. ന. മേല്പറഞ്ഞ അൎത്ഥം.

നുള്ളുന്നു. ള്ളി. വാൻ. (നുള്ള.) സ. ക്രി. ൧, നഖംകൊണ്ടു നോവിക്കുന്നു. ൨, നഖംകൊണ്ടു പെററിലയുമ്മററും പറിച്ചെടുക്കുന്നു. ൩, രണ്ടൊ മൂന്നൊ വിരൽ കൂട്ടി കറച്ചെടുക്കുന്നു. **നുള്ളിക്കുന്നു.** കാ. ക്രി.

നുഴവാതൽ. ന. ചെറിയ വാതൽ.

നുറുക്ക. ന. ൧, കഷണം. ൨, കഷണം ആക്കുക.

നുറുക്കലരി. ന. താവലരി.

നുറുങ്ങ. ന. ശകലം, നുറുക്ക.

നുറുങ്ങരി. ന. പൊടിയരി.

നുറുങ്ങൽ. ന. പൊട്ടിത്തകരുക.

നുറുങ്ങുന്നു. ങ്ങി. വാൻ. (നുറുങ്ങ.) അ. ക്രി. കഷണങ്ങളായിത്തിരുന്നു. **നുറുക്കുന്നു.** സ. ക്രി.

നൂ

നൂണാമരം. ന. കടപ്പിലാവു.

നൂതന. വി. (നൻ, നാ, നം.) വി. ന. ൧, പുതിയ. ൨, ഭംഗിയ.

നൂത്തു. ന. ഇടുക്കുവഴി.

നൂത്ന. വി. (ത്നൻ, ത്നാ, ത്നം.) വി. ന. പുതിയ.

നൂദം. ന. ചെറുകമുക.

നൂനം. അ. ഊഹിക്കുക, ഉൽപ്രേക്ഷിക്കുക, നിശ്ചയിക്ക ഇങ്ങിനെയുള്ള അൎത്ഥങ്ങൾ വരും.

നൂപുരം. ന. കാൽചിലമ്പു.

നൂൽ. ന. പഞ്ഞി നൂററ നിൎമ്മത്തിൽ ഉണ്ടാക്കുന്ന വസ്തു.

നൂലാമാല. ന. ൧, എട്ടുകാലി വല. ൨, കുടുക്കുകൾ. ൩, ഉപായം.

നൂല്ക്കൽ. അല്ലെങ്കിൽ, **നൂററൽ.** ന. നൂലുണ്ടാക്കുക.

നൂല്ക്കുന്നു. ററു. പ്പാൻ. (നൂൽ.) സ. ക്രി. നൂലുണ്ടാക്കുന്നു.

നൂല്ച്ചെട്ടി. ന. ചാലിയൻ.

നൂല്ത്താരു. ന. റാട്ടിൽ ചുററിയ നൂലു.

നൂല്ത്താര. ന. അറുക്കുന്നതിന്നും മററും ചൊവ്വറിയുന്നതിന്നായിട്ടു ഇടുന്ന അടയാളം, വര.

നൂൽതുണി. ന. പഞ്ഞിനൂൽകൊണ്ടുണ്ടാക്കിയ വസ്ത്രം.

നൂൽപരുത്തി. ന. നൂല്പഞ്ഞിയുണ്ടാകുന്ന മരം.

നൂൽപശ. ന. നൂലിന്നു കട്ടി വരുത്തുവാനുള്ള കഞ്ഞിയും മററും.

നൂൽവള്ളി. ന. നൂവെടുക്കുന്നതിന്നുള്ള ഒരുമാതിരി പടർ.

നൂഴൽ. ന. വള്ളുതിന്റെയും അടിയിൽക്കൂടെ കുനിഞ്ഞുപോക.

നൂഴുന്നു; നുഴയുന്നു. ണു. വാൻ. (നൂഴ.) അ. ക്രി. അടിയിൽകൂടി കുനിഞ്ഞു പോകുന്നു. **നൂഴിക്കുന്നു; നുഴയിക്കുന്നു.** സ. ക്രി.

നൂറ. ന. ൧, കൂവയുടെയും മററും സാരാംശം. ൨, ചുണ്ണാമ്പു. ൩, പത്തുപത്തു കൂടിയ ഒരു തുക.

നൂറാമത്തു. അ. തൊണ്ണൂററൊൻപതു കഴിഞ്ഞു കൂടിയ ഒരു തുക.

നൂറാമത്തെ. വി. തൊണ്ണൂററൊമ്പതു കഴിഞ്ഞാൽ വരുന്നതു.

നൂറാം. വി. നൂറാമത്തെ.

നൂറായിരം. ന. ലക്ഷം.

നൂറോൻ. ന. ഒരുമാതിരി കാട്ടുകാച്ചിൽവള്ളി.

നൂററ. ന. നൂറോൻ.

നൂററാണ്ട. ന. ൧, വളരെക്കാലം. ൨, നൂറുവൎഷം.

നൂറുകുടം. ന. ചുണ്ണാമ്പു സൂക്ഷിക്കുന്നതിന്നുള്ള ഒരുതരം പാത്രം.

നൃ

നൃജന്മാവു. ന. മനുഷ്യജന്മമുള്ളവൻ.

നൃത്തം. ന. കൂത്തു ആട്ടം തുള്ളൽ മുതലായവ.

നൃത്യൽ. ന. തുള്ളുന്നതു.

നൃത്യം. ന. നൃത്തം.

നൃപചിഹ്നം. ന. രാജാവിന്നുള്ള അടയാളം.

നൃപതി. ന. രാജാവു.

നൃപൻ. ന. നൃപതി, രാജാവു.

നൃപലക്ഷണം. ന. രാജാവിന്നുള്ള അടയാളം.

നൃപലക്ഷ്മാവു. ന. മേല്പറഞ്ഞ അൎത്ഥം.

നൃപസഭ. ന. രാജാവിന്റെ സഭ, ആസ്ഥാന മണ്ഡപം.

നൃപസ്ത്രീ. ന. രാജസ്ത്രീ.

നൃപാസനം. ന. രാജസിംഹാസനം.

നൃപോചിത. വി. (തൻ, താ, തം.) വി. ന. രാജാവിനോടു ചേരുന്ന.

നൃമാനം. ന. രോഷം കയ്യൊപ്പവും ഉള്ളതു.

നൃവരൻ. ന. രാജാവു.

നൃശംസ. വി. (സൻ, സാ, സം.) വി. ന. ക്രൂരതയുള്ള. **നൃശംസത്വം.** ഗു. ന.

നൃസേനം. ന. പടജ്ജനം.

നെ

നെഞ്ചു. അല്ലെങ്കിൽ, **നെഞ്ഞു.** ന. ൧, മാറിടം. ൨, ഹൃദയം.

നെഞ്ചകം. ന. ഹൃദയം.

നെഞ്ചടെക്കുന്നു. ച്ചു. പ്പാൻ. (നെഞ്ചു.) അ. ക്രി. ശ്വാസംമുട്ടുന്നു.

നെഞ്ചടെപ്പു. ന. ശ്വാസംമുട്ടുക.

നെഞ്ചം. ന. ഹൃദയം, മാറിടം.

നെഞ്ചുകുഴി. ന. മാറ്റത്തു നടുവെയുള്ള താഴ്ച.

നെഞ്ചുപുകെച്ചിൽ. ന. നെഞ്ചിന്നകത്തെ എരിച്ചിൽ.

നെഞ്ചുവേവു. ന. നെഞ്ചെരിച്ചിൽ.

നെഞ്ചുറെപ്പു. ന. ധൈര്യം, നെഞ്ചിന്റെ കട്ടി.

നെഞ്ചുററം. ന. ൧, നെഞ്ചിന്റെ പരപ്പു. ൨, ശക്തി.

നെഞ്ചെരിച്ചിൽ. ന. നെഞ്ചുപുകെച്ചിൽ.

നെടിയ. വി. നീളമുള്ള, വലിയ, പൊക്കമുള്ള.

നെടിയകുട. ന. വലിയ കുട, കാൽ നീളമുള്ള കുട.

നെടിയരി. ന. മുഴുത്തയരി, കൊട്ടണത്തരി.

നെടിയവൻ. വി. ന. നീളമധികമുള്ളവൻ, ദീൎഘൻ.

നെടിയില. ന. നീളമുള്ള ഇല.

നെടു. വി. ൧, നീളമുള്ള. ൨, പൊക്കമുള്ള.

നെടുകെ. അ. നീളത്തിൽ, നീണ്ട്.

നെടുക്കം. ന. നീളം, പൊക്കം.

നെടുങ്കൻ. വി. ന. നീളമുള്ളവൻ, നെടിയവൻ.

നെടുങ്കയം. ന. നീളം അധികമായി താഴ്ചയുള്ള ജലസ്ഥലം.

നെടുങ്കാലം. ന. ഏറിയ വത്സരം, വളരെ സമയം.

നെടുങ്കേണി. ന. വലുതായുള്ള ജലസ്ഥലം, വലിയ ചിറ.

നെടുങ്കൊട്ടിൽ. ന. നെടുമ്പുര, വിശേഷാലുള്ള ആവശ്യത്തിന്നായിട്ടു വലുതായിട്ടു കെട്ടിയുണ്ടാക്കുന്ന പുര.

നെടുങ്കോണി. ന. നീളമധികമായ കോവണി.

നെടുങ്ങാടി. ന. സാമന്തന്മാൎക്കു ഒരു ദേശത്തു പറയുന്ന പേർ.

നെടുഞ്ചാൺ. ന. ചെറുവിരലും പെരുവിരലും കൂടിയ അളവു.

നെടുഞ്ചുഴിക. ന. ചുവരന്മേൽ ചേൎത്തു പണിയുന്ന ഒരു പലക.

നെടുഞ്ചെത്തു. ന. ഒരു തൈ.

നെടുതു. വി. നീളമുള്ള, പൊക്കമുള്ള.

നെടുതാകുന്നു. യി. വാൻ. (നെടു.) അ. ക്രി. നീളുന്നു. **നെടുതാക്കുന്നു.** സ. ക്രി.

നെടുദൂരം. ന. അധികം അകലം.

നെടുനാൾ. അ. വളരെ ദിവസം.

നെടുനീളം. ന. നീളത്തോടുനീളം, വളവുകൂടാതെ, ഇടവിടാതെ, അധികനീളം.

നെടുംതരിശു. ന. കൃഷികൂടാതെ കാടും പുല്ലും പിടിച്ചു ഏറിയകാലമായിട്ടു കിടക്കുന്ന കണ്ടം.

നെടുന്തുടി. ന. ഒരു വാദ്യം.

നെടുപ്പു. ന. ൧, നീളം. ൨, ഉയരം.

നെടുന്നനെ. അ. ചൊവ്വെ, നീളത്തിൽ.

നെടുമ്പക. ന. പണ്ടുപണ്ടെയുള്ള വൈരം.

നെടുമ്പാച്ചിൽ. ന. നെട്ടോട്ടം.

നെടുമ്പുര. ന. നെടുങ്കൊട്ടിൽ.

നെടുമംഗല്യം. ന. ഭൎത്താവിനോടും കൂടി ഏറിയകാലം ജീവിച്ചിരിക്കുന്ന സ്ത്രീയുടെ അവസ്ഥ.

നെടുമുളം. ന. നടുവിരൽ കൂട്ടി അളന്ന മുഴം.

നെടുവട്ടം. ന. ദീൎഘവൃത്തം, മൊട്ടയുടെ ആകൃതി.

നെടുവരിയൻ. ന. ഒരു കാട്ടുമൃഗം, കടുവാ.

നെടുവിരിപ്പുസ്വരൂപം. ന. കോഴിക്കോട്ടുരാജാവിന്റെ വംശത്തിന്നു പറഞ്ഞുവരുന്ന ഒരു സ്ഥാനപേർ.

നെടുവിളിയാൻ. ന. ഒരുവക പക്ഷി.

നെടുവീൎപ്പു. ന. ദീൎഘശ്വാസം.

നെട്ട. വി. നീളമുള്ള, പൊക്കമുള്ള.

നെട്ടൻ. ന. നീളമുള്ളവൻ.

നെട്ടാണി. ന. നെറുക, ഉച്ചി, നട്ടാണി.

നെട്ടാന്തൊട്ടി. വി. നീണ്ടു കനംകുറഞ്ഞ.

നെട്ടായം. ന. ആറുകളിലും മററും വളവില്ലാത്ത ഭാഗം.

നെട്ടിത്തൊട്ടാവാടി. ന. വെള്ളത്തിലുള്ള ഒരുമാതിരി തൈ.

നെട്ടോട്ടം. ന. നീളത്തിൽ നേരെ ഓട്ടുക.

നെന്മണി. ന. അരിയുള്ള നെല്ലു.

നെന്മാണിക്യം. ന. നെല്ലിൽ വിളയുന്ന ഒരുമാതിരി രത്നം.

നെന്മേനിവാക. ന. ഒരുവക വൃക്ഷം.

നെയ്യു. ന. ൧, പാൽ കാച്ചി ഉറച്ച തൈരു കലക്കി എടുത്ത വെണ്ണ ഉരുക്കിയതു. ൨, വെണ്ണനൈ. ൩, മീൻനൈ. ൪, പന്നിനെയ്യും മററും. ൫, തേങ്ങാനൈ.

നെയ്യാട്ടം. ന. പശുവിൻ നൈകൊണ്ടു അഭിഷേകം ചെയ്യു.

നെയ്യാമ്പൽ. ന. ഒരുമാതിരി വെള്ളത്തിലുണ്ടാകുന്ന തൈ.

നെയ്ക്കുററി. ന. നെയ്യൊഴിച്ചു വെക്കുന്നതിന്നുള്ള ഒരുവക പാത്രം.

നെയിത്തു. ന. വസ്ത്രവും മററും നെയിതുണ്ടാക്കുക.

നെയിത്തുതറി. ന. നെയ്യുന്നതിന്നുള്ള യന്ത്രം.

നെയ്യപ്പം. ന. നെയ്യിൽ വറുത്തെടുക്കുന്ന ഒരുതരം പലഹാരം.

നെയ്യുണ്ണി. ന. ഒരുമാതിരി വള്ളി.

നെയ്യുറുമ്പു. ന. ഒരുവക ചെറിയ ഉറുമ്പു.

നെയ്യൂലം. ന. നൈ ഒഴിച്ചു വല്ലതും വറുക്കുന്നതിന്നുള്ള പാത്രം.

നെയ്യൽ. ന. നെയ്യാമ്പൽ.

നെയ്യുകോൽ. ന. നെയ്യുന്നതിന്നുള്ള കോൽ.

നെയ്മീൻ. ന. ഒരുവക മത്സ്യം.

നെയ്യുന്നു. യ്തു. വാൻ. (നെയ്യു.) സ. ക്രി. വസ്ത്രവും മററും ഉണ്ടാക്കുന്നു.

നെരുപ്പോട്ട. ന. തീച്ചട്ടി.

നെല്ലുച്ചി. ന. നെല്ലിന്റെ പിലി, വല്ലോർ.

നെല്ലൂതിർ. ന. നെല്ലിന്റെ കല.

നെല ണ്ട. ന. നെല്ലിന്റെ തണ്ട.

നെല്ലട്ട. ന. നെല്ല ചുമക്കുന്നതിന്നായിട്ട ഒരുമാതിരി നാരുകൊണ്ടുണ്ടാക്കുന്ന ഒരു പാത്രം.

നെല്പതിർ. ന. നെല്ലിന്റെ പതിർ

നെല്പലിശ. ന. കടം വാങ്ങിച്ച നെല്ലിന്ന കൂട്ടികൊടുക്കുന്ന നെല്ല.

നെല്പുര. ന. നെല്ല സൂക്ഷിക്കുന്നതിന്നുള്ള ഭവനം.

നെല്ല. ന. പ്രധാനമായ ഒരു ധാന്യവും അതിന്റെ ചെടിയും.

നെല്ലരി. ന. നെല്ലിന്നകത്തെക്കുരു, അരി.

നെല്ലറ. ന. നെല്ലിടുന്നതായ പ്രധാനപ്പുരമുറി.

നെല്ലി. ന. ഒരുവക വൃക്ഷം.

നെല്ലിക്കാ. ന. നെല്ലിമരത്തിന്റെ കാ.

നെല്ലിക്കാഗന്ധകം. ന. ഗന്ധകക്കല്ലുകൾ പലമാതിരിയുള്ളതിൽ ഒന്നു.

നെല്ലിട. ന. ൧, ഒരു നെല്ലിന്റെ കനം. ൨, ഒരു നെല്ല വെപ്പാനമാത്രമുള്ള സ്ഥലം.

നെല്ലിത്താളി. ന. ഒരു വൃക്ഷം.

നെല്ലിപ്പടി. ന. നെല്ലിപ്പലക.

നെല്ലിപ്പലക. ന. കിണററിൽ എല്ലായ്പോഴും വെള്ളം നന്നായി കിടക്കുന്നതിന്നുവേണ്ടി നെല്ലിമരത്തിന്റെ പലക വെള്ളത്തിന്റെ ചുവട്ടിൽ ഇടുന്നതു.

നെല്ലിപ്പുളി. ന. ഒരു ചെറിയ മാതിരി വൃക്ഷം.

നെല്ലിപ്പൂ. ന. നെല്ലിമരത്തിന്റെ പൂ.

നെല്ലുകുത്തു. ന. ഉലക്കകൊണ്ട ഇടിച്ചു തൊലിച്ചു നെല്ലിലെ അരി എടുക്കുക.

നെല്ലുമി. ന. നെല്ലിന്റെ അരി എടുക്കുമ്പോൾ വേർതിരിയുന്ന തൊലി, ഉമി.

നെല്ലുളി. ന. ചിത്രംകൊത്തുപണിക്കു വേണ്ടുന്നതായ ഒരുമാതിരി ഉളി.

നെല്ലോക. ന. നെന്മണിയുടെ അററത്തെ കനം കുറഞ്ഞു നീണ്ട സൂചി പോലെ നില്ക്കുന്നതു.

നെറി. ന. മാനം, മാനം കാരണമായുണ്ടാകുന്ന ലജ്ജ.

നെറികെട്ടവൻ. വി. ന. മാനവും നാണവുമില്ലാത്തവൻ.

നെറികേട. ന. മാനക്കേട.

നെറിവു. ന. മാനം. മാനം കാരണമായുണ്ടാകുന്ന ലജ്ജ.

നെറുക. ന. തലയുടെ നടുവു.

നെറുകന്തല. ന. മേല്പറഞ്ഞ അർത്ഥം.

നെററി. ന. കണ്ണുകളുടെ മുകൾഭാഗം.

നെററിക്കുറുനിര. ന. നെററിയുടെ മുകളിൽ നിരന്നു ഭംഗിയിൽ നില്ക്കുന്ന ചെറിയ തലമുടി.

നെററിച്ചുളിച്ചിൽ. ന. കോപത്തിങ്കലും മററും ഭാവഭേദത്തെ തോന്നിക്കുന്നതായിട്ട നെററിമേലുണ്ടാകുന്ന ചുളിവു.

നെററിച്ചുളുക്കു. ന. നെററിമേൽ ഉള്ള ഞൊറിവു.

നെററിത്തടം. ന. നെററി.

നെററിപ്പട്ടം. ന. നെററിമേൽ കെട്ടുന്ന ഒരാഭരണം.

നെററിപ്പുറം. ന. മേല്പുരയുടെ കറിയ വശം.

നേ

നേഞ്ഞിൽ. ന. കലപ്പപ്പിടി.

നേടുന്നു. ടി. വാൻ. (നേട.) സ. ക്രി. സമ്പാദിക്കുന്നു, ഉണ്ടാക്കി സൂക്ഷിക്കുന്നു.

നേട്ടം. ന. സമ്പാദിച്ച മുതൽ.

നേതൃ. വി. (താ, ത്രീ, തൃ.) വി. ന. നയിക്കുന്ന. **നേതൃത്വം.** ന.

നേതാവു. ന. നായകൻ, ഉടയക്കാരൻ.

നേത്രഗോചര. വി. (രൻ, രാ, രം.) വി. ന. കാണ്മാൻ തക്കവണ്ണം നില്ക്കുന്ന.

നേത്രച്ഛദം. ന. കണ്ണിന്റെ പോള, കണ്ണിലി.

നേത്രദോഷം. ന. ൧, കണ്ണിന്റെ കുററം. ൨, കണ്ണിലെ ദീനം.

നേത്രനിമീലനം. ന. കണ്ണടെപ്പു.

നേത്രപഥം. ന. നോട്ടമെത്തുന്ന വഴി, കണ്ണിനു നേർക്കുള്ള ദിക്കു.

നേത്രമലം. ന. കണ്ണിലെ മലം, പീള.

നേത്രം. ന. ൧, കണ്ണു. ൨, പട്ടുശില. ൩, വൃക്ഷത്തിന്റെ വീട്ടുവേർ.

നേത്രരോഗം. ന. കണ്ണിലുണ്ടാകുന്ന രോഗം.

നേത്രസംജ്ഞ. ന. പറയുന്നതിന്നു പകരം കണ്ണുകൊണ്ട കാണിക്കുക.

നേത്രസാഫല്യം. ന. കണ്ണിനുള്ള സന്തുഷ്ടി.

നേത്രാന്തം. ന. കണ്ണിന്റെ അററം, കടക്കണ്ണു.

നേത്രാന്തസംജ്ഞ. ന. പറയുന്നതിന്നു പകരം കണ്ണുകൊണ്ട കാണിക്കുക.

നേത്രാംബു. ന. കണ്ണുനീർ.

നേത്രാംബുജം. ന. കണ്ണു, കണ്ണാകുന്ന താമരപ്പൂ, താമരപ്പൂപോലെ ഉള്ള കണ്ണു.

നേത്രേന്ദ്രിയം. ന. കണ്ണു.

നേത്രോന്മീലനം. ന. കണ്ണു മിഴിക്കുക.

നേത്രോല്പലം. ന. കരിംകുവള പൂപോലെയുള്ള കണ്ണു, ഭംഗിയുള്ള കണ്ണു.

നേദിഷ്ഠ. വി. (ഷ്ഠൻ, ഷ്ഠാ, ഷ്ഠം.) വി. ന. ഏററവും അടുത്ത.

നേദിഷ്ഠം. ന. ഏററവും അടുത്ത സ്ഥലം.

നേന്ത്രക്കാ. ന. ഒരു മാതിരി വലിയ വാഴയുടെ കായ്, ഏത്തക്കാ.

നേന്ത്രവാഴ. ന. ഏത്തവാഴ.

നേപഥ്യം. ന. ൧, ആഭരണം. ൨, വേഷം കെട്ടുന്ന സ്ഥലം, അണിയറ.

നേപാളം. ന. ഹിമവാന്റെ തെക്കു വശത്തുള്ള ഒരു രാജ്യം.

നേമം. ന. ൧, സമയം. ൨, കാലം. ൩, അതിരു.

നേമവെടി. ന. സമയത്തിന്നുള്ള വെടി, നിയമവെടി.

നേമി. ന. ൧, തേർവണ്ടിയുടെ വിളുമ്പു. ൨, തേരുരുൾ. ൩, തൊട്ടുകാരം. ൪, തുടി. ൫, നെല്ലിപ്പലക.

നേമിക്കുന്നു. ച്ചു. പ്പാൻ. (നേമി.) സ. ക്രി. നിയമിക്കുന്നു.

നേരു. ന. ൧, സത്യം. ൨, വളവില്ലായ്മ, ചൊവ്വു. ൩, പരമാർത്ഥം.

നേർ. 'പോലെ' യെന്നുള്ള അർത്ഥത്തിൽ പദങ്ങളിൽ ചേർത്തു പ്രയോഗിക്കപ്പെടുന്നു. ഉ-ം. മതിനേർമുഖി

(ചന്ദ്രനെപോലെയുള്ള മുഖത്തോടുകൂടിയവൾ.)

നേരത്തു. അ. ൧, ഉച്ചെക്കു മുൻപിൽ. ൨, പ്രഭാതകാലത്തു, സൂൎയ്യൻ ഉദിച്ച സമയത്തു. ൩, സമയത്തു.

നേരത്തെ. അ. ൧, ഉച്ചെക്കു മുൻപെ. ൨, കാലത്തെ, വെളിച്ചമായ ഉടനെ.

നേരം. ന. സമയം.

നേരംപോക്കു. ന. ൧, സന്തോഷമായിട്ടു സമയം കഴിക്കുന്നതിനുള്ള പാട്ടൊ കളിയൊ എന്തെങ്കിലും. ൨, കാണുകയൊ കേൾക്കയൊ ചെയ്യുമ്പോൾ ചിരി വരുവാൻ തക്കതായ വല്ലതും. ൩, വ്യാജമായുള്ള കളിവചനം.

നേരലർ. ന. ശത്രുക്കൾ.

നേരസ്ഥൻ. വി. ന. നേരുള്ളവൻ.

നേരാകുന്നു. യി. വാൻ. (നേർ.) അ. ക്രി. ൧, പരമാൎത്ഥം തെളിയുന്നു. ൨, നേരെയാകുന്നു. **നേരാക്കുന്നു.** സ. ക്രി.

നേരാംവണ്ണം. അ. നല്ലപോലെ, വേണ്ടുംപ്രകാരം, മൎയ്യാദപ്രകാരം.

നേരിടുന്നു. ട്ടു. വാൻ. (നേർ.) സ. ക്രി. നേരെ ചെല്ലുന്നു, എതൃക്കുന്നു, തടുക്കുന്നു.

നേരിയ. വി. കനം കുറഞ്ഞ, നേൎമ്മയുള്ള, കട്ടിയില്ലാത്ത.

നേരിയതു. ന. ൧, കട്ടി കുറഞ്ഞ ഒരു മാതിരി മുണ്ടു. ൨, നേൎത്തതു.

നേരുകാരൻ. വി. ന. സത്യമുള്ളവൻ, നേരസ്ഥൻ.

നേരുകേടു. ന. അസത്യം, നേരില്ലായ്ക.

നേരുന്നു. ൎന്നു. വാൻ. (നേർ.) സ. ക്രി. ക്ഷേത്രങ്ങളിലേക്കും മററും വല്ലതും വഴിപാടായിട്ടു കൊടുക്കാമെന്നു നിശ്ചയമായിട്ടു പറയുന്നു.

നേരെ. അ. ൧, വളവില്ലാതെ. ൨, ചെരിവു കൂടാതെ. ൩, കോട്ടം വരാതെ. ൪, ചാഞ്ഞുപോകാതെ. ൫, നേരിട്ടു. ൬, മൎയ്യാദയായിട്ടു. ൭, സംശയംകൂടാതെ. ൮, പ്രത്യക്ഷമായിട്ടു.

നേരേജ്യേഷ്ഠൻ. ന. ഒരമ്മയിൽനിന്നുണ്ടായ മൂത്ത സഹോദരൻ.

നേരേമറിച്ചു. അ. പറഞ്ഞതിനൊ ചെയ്തതിനൊ വിപരീതമായിട്ടു.

നേരേയനുജൻ. ന. അടുത്ത ഇളയ സഹോദരൻ.

നേരേവിരോധം. ന. പ്രത്യക്ഷമായുള്ള വൈരം.

നേരൊത്ത. വി. ൧, നേരായ. ൨, തുല്യമായ.

നേൎക്കാററു. ന. നേരെ വരുന്ന കാററു, എതൃത്തുള്ള കാററു.

നേൎക്കുനേരെ. അ. ഒന്നിന്നു നേരെ നോക്കി മറെറാന്നു.

നേൎക്കുന്നു. ൎത്തു. പ്പാൻ. (നേർ.) അ. ക്രി. ൧, കനം കുറയുന്നു. ൨, കൊഴുപ്പു കുറയുന്നു. ൩, കുറഞ്ഞൊന്നു അടക്കം വരുന്നു. ൪, പൊടിഞ്ഞും മററും തരി കൂടാതെ ആകുന്നു. ൫, നേരെ വരുന്നു, നേരിട്ടു തടുക്കുന്നു. **നേൎപ്പിക്കുന്നു.** സ. ക്രി.

നേൎച്ച. ന. വഴിപാടു, ക്ഷേത്രങ്ങളിലേക്കും മററും കൊടുപ്പാൻ നിശ്ചയിച്ചിരിക്കുന്നതു.

നേൎച്ചക്കാരൻ. ന. നേൎന്നവൻ, നേൎച്ച കഴിക്കുന്നവൻ.

നേൎത്ത. വി. ൧, നേൎമ്മയുള്ള. ൨, കനം കുറഞ്ഞ. ൩, എതിൎത്ത. ൪, തരിയില്ലാതെ പൊടിഞ്ഞ.

നേൎപടം. വി. കനം കുറവുള്ള, നേൎമ്മയുള്ള.

നേൎപലിശ. ന. മൎയ്യാദപ്രകാരമുള്ള പലിശ.

നേൎപാട്ടച്ചീട്ടു. ന. നിലം പുരയിടം മുതലായതു കുടിയാനവന്മാരെ പാട്ടത്തിന്നേല്പിക്കുമ്പോൾ എഴുതി കൊടുക്കുന്ന ആധാരം.

നേപ്പാട്ടം. ന. പുരയിടത്തിന്റെയും മററും മൎയ്യാദയായിട്ടുള്ള കരം, കണ്ടപാട്ടം.

നേപ്പാട്ടയോല. ന. നേപ്പാട്ടച്ചീട്ടു.

നേപ്പാതി. ന. ഒരുപോലെ രണ്ടായി പകുത്തതു.

നേപ്പെടുന്നു. ട്ടു. വാൻ. (നേർ.) സ. ക്രി. ൧, ജന്മിയോടു നേരെ ആധാരംഎഴുതി വാങ്ങിക്കുന്നു. ൨, നേരിടുന്നു.

നേൎപ്പു. ന. ൧, നേൎക്കുക. ൨, വെളുമാക. ൩, നേൎമ്മ, മിനുസം.

നേൎമ്മ. ന. ൧, കട്ടിയില്ലായ്ക. ൨, മാൎദ്ദവം.

നേൎവട്ടം. ന. ഒന്നിന്നു പകുതി വീതമുള്ള വിളവു.

നേൎവ്വഴി. ന. ൧, നേരെയുള്ള വഴി. ൨, നന്നായിട്ടു നടപ്പാനുള്ള ഒരു ക്രമം. ൩, വ്യാജമില്ലാത്ത ഒരു ഉപദേശം.

നേൎവ്വാട്ടു. ന. പൊളിച്ചെഴുത്തു.

നേൎവ്വാളം. ന. ൧, ഒരു തൈ, നഞ്ചു. ൨, നഞ്ചിൻ കുരു.

നേൎവ്വാൾ. ന. വളവില്ലാത്തതായ വാൾ.

നേൎവ്വി. ന. ഒരുത്തന്റെ പറമ്പിൽ മറെറാരുത്തൻ വൃക്ഷം വെക്കുകയും മററും ചെയ്താൽ ഭേദഗണിച്ചു വന്നു കൊടുക്കുന്ന അനുഭവം.

നേൎവ്വില. ന. നേരെ കാണുന്ന വില.

നൈ

നൈകഭേദ. വി. (ൻ, മാ, മം.) വി. ന. പല വിധമായുള്ള.

നൈഗമൻ. ന. ൧, കച്ചവടക്കാരൻ. ൨, നഗരവാസി.

നൈഗമം. ന. ൧, നടത്തുക. ൨, വഴി.

നൈചികം. ന. കാളത്തല.

നൈചികി. ന. ലക്ഷണമുള്ള പശു, നല്ല പശു.

നൈത്തിയാർ. ന. കൊച്ചിയിൽ രാജാവിന്റെ ഭാൎയ്യെക്കു പറയുന്ന ഒരു പേർ.

നൈപാള; നേപാള. വി. (ൻ, ളി, ം.) വി. ന. നേപാളരാജ്യത്തുണ്ടായ.

നൈപാളി. ന. ൧, പിച്ചകം. ൨, മനയോല. ൩, ചേമന്തി. ൪, അമരി.

നൈപുണ്യം. അല്ലെങ്കിൽ, **നൈപുണം.** ന. നിപുണത, സാമൎത്ഥ്യം, മിടുക്കു.

നൈമിത്തിക. വി. (കൻ, കി, കം.) വി. ന. കാരണംകൊണ്ടുണ്ടാകുന്ന.

നൈമിത്തികം. ന. കാരണത്താൽ ഉണ്ടാകുന്നതു.

നൈമിശം; നൈമിഷം. ന. ഒരു വനം.

നൈമേയം. ന. ഒന്നു കൊടുത്തു മറെറാന്നു മാറുക.

നൈയഗ്രോധം. ന. പേരാൽകുരു.

നൈയായികൻ. ന. ഒരു മതകാരൻ, തൎക്കശാസ്ത്രക്കാരൻ.

നൈരന്തൎയ്യം. ന. അന്തരമില്ലായ്ക, ഇടതിങ്ങൽ.

നൈരാശ്യക്കാരൻ. ന. ആശയില്ലാത്ത സ്വഭാവക്കാരൻ.

നൈരാശ്യം. ന. ആശയില്ലായ്മ, ആഗ്രഹമില്ലായ്മകൊണ്ടു ഒരു നിശ്ചയമായുള്ള ഭാവം.

നൈരൃത. വി. നിരൃതിയെ സംബന്ധിച്ച.

നൈരൃതൻ. ന. രാക്ഷസൻ.

നൈരൃതി. ന. തെക്കപടിഞ്ഞാറെ കോണു.

നൈൎഗ്ഗുണ്യം. ന. ഗുണമില്ലായ്മ.

നൈൎമ്മല്യം. ന. ൧, സ്വഛത, മലമില്ലായ്മ, തെളിവു. ൨, പാപമില്ലായ്മ. ൩, ദോഷമില്ലായ്മ.

നൈവല. ന. ചില നാല്ക്കാലി മൃഗങ്ങളുടെയും മറ്റും ഉള്ളിൽ നൈ ഇരിക്കുന്നതായി പാടപോലെ ഇരിക്കുന്ന വസ്തു, ചവ്വു.

നൈവിലാമ്പൽ. ന. ഒരു വക ചെറിയ ആമ്പൽ.

നൈവേദ്യം. ന. ദേവന്മാൎക്ക നിവേദിക്കുന്നതിന്നുള്ള ചോറും പഴവും മറ്റും.

നൈശ. വി. (ശൻ, ശീ, ശം.) വി. ന. നിശയെ സംബന്ധിച്ച, രാത്രിയോടു ചേൎന്ന, രാത്രിയെ സംബന്ധിച്ച.

നൈഷധ. വി. (ധൻ, ധീ, ധം.) വി. ന. നിഷധനെ സംബന്ധിച്ച.

നൈഷധൻ. ന. നിഷധദേശത്തെ രാജാവു, നളൻ.

നൈഷധം. ന. ഒരു കാവ്യപുസ്തകം.

നൈഷാദൻ. ന. നിഷാദജാതിയിൽപെട്ടവൻ, ചണ്ഡാലൻ.

നൈഷ്ഠിക. വി. (കൻ, കീ, കം.) വി. ന. വിലെക്ക വാങ്ങിക്കപ്പെട്ട.

നൈഷ്ഠികൻ. ന. കമ്മട്ട വിചാരക്കാരൻ.

നൈഷ്ഠിക. വി. (കൻ, കീ, കം.) വി. ന. ൧, നിഷ്ഠയെ സംബന്ധിച്ച. ൨, നിശ്ചയമുള്ള. ൩, വ്രതങ്ങളിലും മറ്റും സ്ഥിരമുള്ള.

നൈഷ്ഠികൻ. ന. ഗുരുഭൂതനോടു കൂടി നടന്നു വേദം പഠിക്കുന്ന ഒരു ബ്രാഹ്മണൻ.

നൈസൎഗ്ഗികം. വി. സ്വാഭാവികമായ.

നൈസ്ത്രിംശികൻ. ന. വാൾ എടുത്തവൻ.

നൊ

നൊക്കുന്നു. ത്തു. വാൻ. (നൊക്ക.) സ. ക്രി. തെരുങ്ങി മറുപുറം കടക്കുന്നു.

നൊങ്ങ്; ഞൊങ്ങ്. ന. കിളിച്ച തേങ്ങായുടെ ഉള്ളിൽ തിങ്ങിക്കാണുന്ന മാൎദ്ദവമുള്ള സാധനം.

നൊങ്ങണംപുല്ലു. ന. ഒരു പുല്ലു.

നൊച്ചൻ. ന. ഒരു വക എലി.

നൊച്ചി. ന. ൧, കരിനൊച്ചി. ൨, വെള്ളനൊച്ചി.

നൊച്ചെലി. ന. ഒരു വക എലി.

നൊടി; ഞൊടി. ന. കയ്യുടെ പെരുവിരലും നടുവിരലും കൂട്ടി ഉണ്ടാക്കുന്ന ശബ്ദം.

നൊടിക്കുന്നു; ഞൊടിക്കുന്നു. ച്ചു. പ്പാൻ. (നൊടി.) അ. ക്രി. പെരുവിരലും കഴവിരലും തമ്മിൽ കൂട്ടി ശബ്ദിപ്പിക്കുന്നു.

നൊടിപ്പു. ന. നൊടി.

നൊടിയളവു. ന. ഒരു നൊടിയുടെ സമയം.

നൊടിയിട. ന. ഒരു നൊടിയുടെ സമയം.

നൊട്ട; ഞൊട്ട. ന. കൈകാലുകളുടെ സന്ധിയിൽനിന്നുള്ള ശബ്ദം.

നൊട്ടൽ. ന. പ്രവൃത്തി.

നൊട്ടുന്നു; ഞെട്ടുന്നു. ട്ടു. വാൻ. (നൊട്ട.) സ. ക്രി. ചെയ്യുന്നു.

നൊട്ടെങ്ങാ. ന. ഒരു വക തൈ.

നൊണ്ടൽ. ന. മുടന്തൽ.

നൊണ്ടി. ന. മുടന്തി നടക്കുന്നവൻ.

നൊണ്ടിനാടകം. ന. പാണ്ടിക്കാരുടെ ഒരു കഥപ്പാട്ടു.

നൊണ്ടുന്നു. ണ്ടി. വാൻ. (നൊണ്ട.) അ. ക്രി. മുടന്തി നടക്കുന്നു, ഭംഗികൂടാതെ നടക്കുന്നു.

നൊത്തുന്നു. ത്തു. വാൻ. (നൊത്ത.) അ. ക്രി. സ. ക്രി. തുളയിൽ കൂടെയൊ തുളെഞ്ഞൊ മറുപ്പുറത്തു കടക്കുന്നു.

നൊമ്പരം; നൊമ്പലം. ന. ൧, വേദന. ൨, ദുഃഖം.

നഃ. അ. ഇല്ല, അല്ല.

നോ

നോക്ക. ന. ൧, കാഴ്ച. ൨, കണ്ണു.

നോക്കം. ന. ൧, ഭംഗി. ൨, കണ്ണു. ൩, നോക്കുക, സൂക്ഷിക്കുക.

നോക്കുന്നു. ക്കി. വാൻ. (നോക്ക.) അ. ക്രി. ൧, വല്ലതും കാണുന്നതിന്നായിട്ടു നേരെ കണ്ണു തുറക്കുന്നു. ൨, അന്വേഷിക്കുന്നു, സൂക്ഷിക്കുന്നു.

നോക്കുമരം. ന. കേറി കുഴൽകണ്ണാടി വച്ചു നോക്കുവാനായിട്ടു നാട്ടിയ മരം.

നോക്കുവിദ്യ. ന. ഒരു മാതിരി കാഴ്ച വിദ്യ.

നോട്ടക്കഴിപ്പു. ന. നോക്കിത്തള്ളപ്പെട്ടതു.

നോട്ടക്കാരൻ. വി. ന. ൧, നോക്കുന്നവൻ. ൨, പണം നോക്കുന്നതിന്നും മറ്റും വശമുള്ളവൻ.

നോട്ടക്കുറവു. ന. നോക്കിയതിന്റെ തെറ്റ, വിചാരക്കുറവു.

നോട്ടമുള്ളവൻ. ന. ൧, പണം നോട്ടം മഷിനോട്ടം മുതലായതിൽ ശീലമുള്ളവൻ. ൨, ബുദ്ധിവിസ്താരമുള്ളവൻ.

നോട്ടം. ന. ൧, കാഴ്ച. ൨, പണം നോക്കുകയും മറ്റും.

നോണാമരം. ന. ഒരു വൃക്ഷം.

നോണ്ടൽ; ഞോണ്ടൽ. ന. നോടുക, കിഴക്കുക, പിച്ചുക.

നോണ്ടുന്നു; ഞോണ്ടുന്നു. ണ്ടി. വാൻ. (നോണ്ട.) സ. ക്രി. കിഴക്കുന്നു, നുള്ളുന്നു, നോടുന്നു.

നോം. ന. പ. ഞാൻ.

നോമ്പു. ന. ഏകാദശിവ്രതം മുതലായ ഉപവാസം.

നോമ്പുകാരൻ. ന. നോമ്പുള്ളവൻ.

നോല്ക്കുന്നു. റ്റു. ല്പാൻ. (നോൽ.) സ. ക്രി. ഉപവസിച്ചിരിക്കുന്നു. **നോല്പിക്കുന്നു.** കാ. ക്രി.

നോവു. ന. ൧, വേദന. ൨, പ്രസവത്തിന്റെയും മറ്റും വേദന.

നോവാളി. ന. ദീനക്കാരൻ.

നോവുന്നു. നൊന്തു. നോവാൻ. അ. ക്രി. വേദനയുണ്ടാകുന്നു. **നോവിക്കുന്നു.** സ. ക്രി.

നൌ

നൌ. ന. തോണി, വഞ്ചി.

നൌക. ന. മേല്പറഞ്ഞ അൎത്ഥം.

നൌകാദണ്ഡം. ന. തോണിക്കുഴക്കോൽ, തുഴ.

നൌതാൎയ്യം. ന. പുഴക്കടവു.

ന്യ

ന്യൿ. വി. ൧, കുറിയ. ൨, നിന്ദ്യമായ.

ന്യക്കാരം. ന. നിന്ദ.

ന്യഗ്രോധം. ന. ൧, പേരാൽ. ൨, ഒരു മാറളവു.

ന്യഗ്രോധി. ന. എലിച്ചെവിയൻ.

ന്യങ്കു. ന. കരിമാൻ.

ന്യസനം. ന. ൧, പണയം. ൨, വെക്കുക. ൩, ഉപേക്ഷിക്കുക.

ന്യസിക്കുന്നു. ച്ചു. പ്പാൻ. (ന്യസി.) സ. ക്രി. ൧, വെക്കുന്നു. ൨, തൊടുന്നു.

ന്യസ്തം. വി. വെക്കപ്പെട്ട.

ന്യക്ഷ. വി. (ക്ഷൻ, ക്ഷാ, ക്ഷം.) വി. ന. ൧, ആസകലം, എല്ലാം. ൨, നികൃഷ്ടമായ.

ന്യാദം. ന. ഭക്ഷണം.

ന്യായക്കേടു. ന. അപമൎയ്യാദ, മുറകേടു, ക്രമത്തെററു.

ന്യായപ്രമാണം. ന. ൧, നീതിയെ സംബന്ധിച്ചുള്ള ഒരു പരിച്ഛേദം. ൨, ചട്ടത്തെക്കുറിച്ചുള്ള ഒരു ഗ്രന്ഥം. ൩, നേരിന്റെയും നല്ലനടപ്പിന്റെയും മറവും ഒരു സാക്ഷിപുസ്തകം.

ന്യായമാൎഗ്ഗം. ന. ന്യായമായുള്ള വഴി.

ന്യായം. ന. ൧, സത്യം. ൨, നല്ലനടപ്പു. ൩, മൎയ്യാദ, ചട്ടംവെപ്പു. ൪, നീതി. ൫, ക്രമം. ൬, ശാസ്ത്രങ്ങളിൽ പറയുന്ന ഓരോ മുറ. സംസ്കൃതഭാഷയിലുള്ള പഴമൊഴി. ഉ-ം:—

൧. **അന്ധചടകന്യായം.** കണ്ണുപൊട്ടൻ പക്ഷിയെപ്പിടിക്കുവാൻ ഇടയാകുന്നപോലെയുള്ള യാദൃഛികത്വം.

൨. **അന്ധപരമ്പരാന്യായം** പൊട്ടക്കണ്ണൻ വഴികാട്ടുന്ന സമ്പ്രദായം.

൩. **അശോകവനികാന്യായം.** അകാരണമായിട്ടുള്ള തിരഞ്ഞെടുപ്പു.

൪. **കാകദന്തഗവേഷണന്യായം.** സാധിക്കാത്ത കാൎയ്യത്തിലുള്ള ശ്രമം.

൫. **കാകാക്ഷിഗോളകന്യായം.** പല അൎത്ഥം യോജിക്കത്തക്ക പദപ്രയോഗം.

൬. **കൂപയന്ത്രഘടികാന്യായം.** ലോകസുഖങ്ങളുടെ നശ്വരസ്ഥിതിയും അവസ്ഥ കൂടെക്കൂടെ ഉണ്ടാകുന്ന മാററവും.

൭. **ഘട്ടകുടീപ്രഭാതന്യായം.** ഏതൊരാപത്തു ഒഴിയണമെന്നുദ്ദേശിച്ചുവോ ആ ആപത്തു തന്നെ വന്നു സംഭവിയ്ക്കുക.

൮. **ദണ്ഡാപൂപന്യായം.** നിസ്സംശയമായ കാൎയ്യനിവൃത്തി (അപ്പം കോൎത്തിട്ടിരുന്ന കോലുപോലും കാണാതെപോയ സ്ഥിതിക്കു അപ്പത്തിന്റെ കാൎയ്യത്തെപ്പററി പ്രത്യേകിച്ചു പറയേണ്ടിയിരിക്കുന്നില്ലെന്നൎത്ഥം.)

൯. **ദേഹലീദീപന്യായം.** രണ്ടു കാൎയ്യങ്ങളെ ഒരേസമയത്തു നിൎവ്വഹിക്കത്തക്ക പ്രവൃത്തി.

൧൦. **നൃപനാപിതപുത്രന്യായം.** എത്ര വിരൂപമായിരുന്നാലും അവനവന്റെ കുട്ടികൾ അവരവൎക്കു നയനാനന്ദകരമായി കാണപ്പെടുന്നു എന്നുള്ള ലോകപ്രകൃതി.

൧൧. **പങ്കപ്രക്ഷാളനന്യായം.** ഒരു പങ്കത്തിൽനിന്നും ഒഴിയുവാനുള്ള ബദ്ധപ്പാടുകൾ അനുഭവിക്കുന്നതിനെക്കാൾ ആ അപകടം വരാതെ മുൻകൂട്ടി കരുതുക തന്നെ നല്ലതു.

൧൨. **പിഷ്ടപേഷണന്യായം.** ആവശ്യമില്ലാത്ത ആവൎത്തനം.

൧൩. **ബീജാങ്കുരന്യായം.** ബീജം അങ്കുരത്തിനും അങ്കുരം ബീജത്തിനും കാരണമാകുന്നപോലെയുള്ള പരസ്പരഹേതുത്വം.

൧൪. **ലോഹചുംബകന്യായം.** ഇരുമ്പും കാന്തവും തമ്മിലുള്ളതുപോലെയുള്ള പരസ്പരാകൎഷണം.

൧൫. **വഹ്നിധൂമന്യായം.** ഒരിക്കലും വിട്ടുപിരിയാതെയുള്ള ലക്ഷണസാന്നിദ്ധ്യം.

൧൬. **വിഷകൃമിന്യായം.** സാധാരണക്കാൎക്കു ബാധകരമായിട്ടുള്ളതു അതിൽ പഴകിയിട്ടുള്ളവൎക്കു സുഖകരമായിരിക്കും.

൧൭. **വിഷവൃക്ഷന്യായം.** താൻ നട്ടു വളൎത്തിയ വൃക്ഷം മുറിക്കുന്നതിനു താന്താങ്ങൾക്കു വൈമനസ്യം തോന്നുന്നതാണ്.

൧൮. **സിംഹാവലോകനന്യായം.** മുമ്പോട്ടും പിമ്പോട്ടും ഉള്ള നോട്ടം, ഗൌരവമായ കരുതൽ.

൧൯. **സൂചികടാഹന്യായം.** പ്രയാസം കുറഞ്ഞ പ്രവൃത്തി ആദ്യം ചെയ്കയെന്നതു.

൨൦. **സ്ഥാലീപുലാകന്യായം.** ഒരു സംഗതിയിൽനിന്നും പലസംഗതികൾ അനുമാനിക്കാറുന്ന സ്ഥിതി.

ന്യായവിധി. ന. ന്യായത്തെ വിചാരിച്ചു നിശ്ചയിക്കുന്ന കല്പന, തീൎപ്പു.

ന്യായവിരോധം. ന. മൎയ്യാദയുടെയും മറവും തെററു.

ന്യായവിസ്താരം. ന. ന്യായസ്ഥലത്തെ ചോദ്യോത്തരം മുതലായതു, നേരൊ മൎയ്യാദയൊ മുറയൊ അറിയുന്നതിനു വേണ്ടി ചെയ്യുന്ന വ്യവഹാരം.

ന്യായശാസ്ത്രം. ന. ന്യായം അറിയുന്നതിനു വേണ്ടിയുള്ള തൎക്കശാസ്ത്രം നീതിശാസ്ത്രം മുതലായതു.

ന്യായശാസ്ത്രി. ന. ൧, ന്യായശാസ്ത്രം അറിഞ്ഞവൻ. ൨, ന്യായസ്ഥലത്തെ ശാസ്ത്രി, കോൎട്ടിൽ ശാസ്ത്രി.

ന്യായസ്ഥലം. ന. കോൎട്ടു കച്ചേരി മുതലായ സ്ഥലം.

ന്യായാധിപതി. ന. ന്യായസ്ഥലത്തെ പ്രമാണി, ജഡ്ജി മുതലായ ഉദ്യോഗസ്ഥന്മാരിൽ ആരെങ്കിലും.

ന്യായാസനം. ന. വിചാരകരുടെ ഇരിപ്പിന്നുള്ള സ്ഥാനം.

ന്യായ്യം. വി. നേരായുള്ള, യോഗ്യമായുള്ള.

ന്യാസം. ന. ൧, പണയം. ൨, വെക്കുക. ൩, ഉപേക്ഷിക്ക.

ന്യൂംഖം. വി. ഇഷ്ടമുള്ള.

ന്യൂംഖം. ന, സാമവേദം.

ന്യുബ്ജ. വി. (ബ്ജൻ, ബ്ജാ, ബ്ജം.) വി. ന. ൧, കൂനുള്ള. ൨, വളവുള്ള.

ന്യൂന. വി. (നൻ, നാ, നം.) വി. ന. കുറവുള്ള, നിന്ദ്യമായ. **ന്യൂനത.** സ്ത്രീ. ന. കുറവു.

ന്യസ്ഥിമാലി. ന. ശിവൻ.

പ. ഹല്ലുകളിൽ ഇരുപത്തൊന്നാം അക്ഷരം.

പക. ന. ൧, വൈരം. ൨, വിരോധം. ൩, ഭിന്നത.

പകപ്പു. ന. ൧, വിരോധം. ൨, ഭിന്നത. ൩, ശത്രുത.

പകയൻ; (-ർ). ന. ശത്രു; (-ക്കൾ.)

പകർം. ന. ഒന്നിന്നു മറ്റൊന്നു.

പകരി. ന. ഒരു മത്സ്യം.

പകരുന്നു. ന്നു. വാൻ. (പകർ.) സ. ക്രി. ഒന്നിൽനിന്നു മറ്റൊന്നിലേക്കാക്കുന്നു. അ. ക്രി. ൧, ഭാവഭേദം വരുന്നു. ൨, ചില രോഗങ്ങൾ ഒരുത്തനിൽനിന്നു മറ്റൊരുത്തനിലേക്കാകുന്നു, മാറുന്നു.

പകച്ച്. ന. പകരുക.

പകച്ചക്കാരൻ. ന. ചോറുംമറ്റും പകൎന്നു കൊടുക്കുന്നവനും മേടിക്കുന്നവനും.

പകത്തൽ. ന. പേരെഴുതുക.

പകത്തുന്നു. ത്തി. വാൻ. (പകത്ത.) സ. ക്രി. പേരെഴുതുന്നു. പകപ്പിക്കുന്നു. കാ. ക്രി.

പകപ്പ്. ന. പേപ്പ്.

പകലാമ്മാർ. അ. പകലെ.

പകലെ. അ. പകൽസമയത്തു.

പകലോൻ. ന. ആദിത്യൻ.

പകൽ. ന. ആദിത്യന്റെ ഉദയം മുതൽ അസ്തമനം വരെയുള്ള സമയം.

പകഴി. ന. അമ്പ്, ബാണം.

പകവീഴ്ച. ന. മുൻപിലെയുള്ള വൈരം തീൎക്ക.

പകാരം. ന. പ എന്ന അക്ഷരം.

പകിട. ന. ചൂതുകളിയിൽ ഉരുട്ടിക്കളിക്കുന്ന വസ്തു.

പകിടകളി. ന. പകിടകൊണ്ടുള്ള കളി.

പകിടി. ന. ഉപായം, വഞ്ചന.

പകിട്ടു. ന. ഉപായം, വഞ്ചന.

പകിട്ടുന്നു. ട്ടി. വാൻ. (പകിട്ട.) സ. ക്രി. ൧, വഞ്ചിക്കുന്നു. ൨, ഇണങ്ങിയും പിണങ്ങിയും സ്വാധീനപ്പെടുത്തുന്നു.

പകുക്കുന്നു. ത്തു. പ്പാൻ. (പകു.) സ. ക്രി പങ്കിടുന്നു. പകുപ്പിക്കുന്നു. കാ. ക്രി.

പകുതി. ന. പങ്കു, മാഹരി.

പകുപ്പ്. ന. പങ്കിടുക.

പകെക്കുന്നു. ച്ചു. പ്പാൻ. (പകെ.) സ. ക്രി. വെറുക്കുന്നു.

പക്ക. ന. വശം, പുറം.

പക്കക്കാരൻ. ന. ഭൃത്യൻ, പക്കത്തു ഊണു കഴിക്കുന്നവൻ.

പക്കക്കാളൻ. ന. രാജാവിന്റെ ഭൃത്യന്മാൎക്ക ഉണ്ടാക്കുന്ന കറി, പക്കത്തിലെ കറി.

പക്കച്ചൊല്ല്. ന. യദൃഛയാ കേൾക്കാറിടയാകുന്ന വാക്ക.

പക്കച്ചോറു. ന. രാജാവിന്റെ ഭൃത്യന്മാൎക്കുള്ള ചോറു, പക്കത്തിലെ ചോറു.

പക്കണം. ന. കാട്ടാളപ്പുര.

പക്കത്തുഭക്ഷണം. ന. പക്കത്തിലുള്ള ഭക്ഷണം.

പക്കം. ന. ൧, തിഥി. ൨, രാജാവിന്റെ സേവകന്മാൎക്ക ഭക്ഷണം കൊടുക്കുന്ന സ്ഥലം.

പക്കൽ. അ. അടുക്കൽ.

പക്കാളി. ന. വെള്ളം സൂക്ഷിക്കുവാനുള്ള തോൽസഞ്ചി.

പക്കി. ന. നന്നാച്ചെറിയ ഇറകലുള്ള ചെറിയ ജന്തു.

പക്കീരി. ന. മഹമ്മദുകാരിൽ ഭിക്ഷയെടുത്തു നടക്കുന്നവൻ.

പക്തി. ന. പാകം ചെയ്ക, വേവിക്ക.

പക്വമാകുന്നു. യി. വാൻ. (പക്വം.) അ. ക്രി. ൧, പഴുക്കുന്നു. ൨, വേവുന്നു, പാകം വരുന്നു, പക്വമാക്കുന്നു. സ. ക്രി.

പക്വ. വി. (ക്വൻ, ക്വാ, ക്വം.) വി. ന. പാകം വന്ന, പഴുത്ത.

പക്വാശയം. ന. അടിവയറു.

പങ്കജബന്ധു. ന. ആദിത്യൻ.

പങ്കജം. ന. താമര.

പങ്കജയോനി. ന. ബ്രഹ്മാവു.

പങ്കജശരൻ. ന. കാമദേവൻ.

പങ്കജസംഭവൻ. ന. ബ്രഹ്മാവു.

പങ്കജാക്ഷ. വി. (ക്ഷൻ, ക്ഷി, ക്ഷം.) വി. ന. താമരപ്പൂപോലെ കണ്ണുള്ള.

പങ്കജാക്ഷൻ. ന. വിഷ്ണു.

പങ്കജേക്ഷണ. വി. (ണൻ, ണാ, ണം.) വി. ന. താമരപ്പൂപോലെ കണ്ണുള്ള.

പങ്കജേക്ഷണൻ. ന. വിഷ്ണു.

പങ്കജോത്ഭവൻ. ന. ബ്രഹ്മാവു.

പങ്കപ്പാട്ടു. ന. ദേഹദുഃഖം.

പങ്കം. ന. ൧, ചളി. ൨, പാപം.

പങ്ക. ന. മുകളിൽ കെട്ടിതൂക്കത്തക്കതും വീശി കാററു വരുത്തുവാൻ ഉപകരിക്കുന്നതും ആയ യന്ത്രം.

പങ്കാൻ. ന. ഋഴ.

പങ്കായം. ന. തുഴ.

പങ്കിടൽ. ന. ഓഹരിവെക്ക.

പങ്കില. വി. (ലൻ, ലാ, ലം.) വി. ന. ചളിയുള്ള.

പങ്കിലം. ന. തോണി.

പങ്കു. ന. ഓഹരി.

പങ്കുവീതം. ന. ഓരോ ഓഹരി.

പങ്കേരുഹം. ന. താമര.

പങ്ക്തി. ന. ൧, വരി. ൨, പത്തക്ഷരം കൂടി നാലുവരിയുള്ള ശ്ലോകം. ൩, കൂട്ടം. ൪, പത്തു.

പങ്ക്തികണ്ഠൻ. ന. രാവണൻ.

പംഗു. വി. (ത്രിഷു.) വി. ന. രണ്ടുകാൽക്കും മുടന്തുള്ള.

പംഗു. ന. ശനി.

പച. വി. (ചൻ, ചാ, ചം.) വി. ന. പചിക്കുന്ന, വേവിക്കുന്ന.

പചം. ന. പാകം ചെയ്ക.

പചന. വി. (നൻ, നാ, നി, നം.) വി. ന. പാകം ചെയ്യുന്ന, വേവിക്കുന്ന.

പചനൻ. ന. അഗ്നി, തീ.

പചനം. ന. പാകം.

പചംപച. ന. ഒരങ്ങാടിമരുന്നു, മരമഞ്ഞൾ.

പചിക്കുന്നു. ച്ചു. പ്പാൻ. (പചി.) സ. ക്രി. പാകംചെയ്യുന്നു. പചിപ്പിക്കുന്നു. കാ. ക്രി.

പചേളിമ. വി. തനിയെ പഴുക്കാറായ.

പചേളിമൻ. ന. സൂൎയ്യൻ, അഗ്നി.

പച്ച. വി. ൧, പഴുക്കാത്ത. ൨, ഈറയ. ൩, പുതിയ. ൪, വേവിക്കാത്ത.

പച്ച. ന. ൧, പച്ചനിറം. ൨, മരതകക്കല്ലു. ൩, ഒരുമാതിരി തുളസി.

പച്ചകുത്തു. ന. ദേഹത്തു തൊലിയുള്ളിൽ പച്ചനിറം കുത്തിവെക്കുന്നതു.

പച്ചക്കപ്പൂരം. ന. ഒരങ്ങാടിമരുന്നു.

പച്ചക്കലം. ന. ചുടാത്ത കലം.

പച്ചക്കല്ലു. ന. മരതകക്കല്ലു.

പച്ചക്കാ. ന. പഴുക്കാത്ത കായ്.

പച്ചച്ഛായം. ന. പച്ചനിറമുള്ള ചായം.

പച്ചച്ചെമ്പു. ന. കറയില്ലാത്ത ചെമ്പു.

പച്ചടി. ന. ഒരു കറി.

പച്ചനിറം. വി. മരതക നിറമുള്ള.

പച്ചനിറം. ന. മരതക നിറം.

പച്ചപിടിക്കുന്നു. അ. ക്രി. ക്ഷീണാവസ്ഥ വിട്ടു ദേഹം ക്രമേണ നന്നായ്വരുന്നു.

പച്ചപ്പട്ടു. ന. പച്ചനിറമുള്ള പട്ടു.

പച്ചപ്പയർ. ന. ചെറുപയർ.

പച്ചപ്പരമാൎത്ഥി. ന. ൧, അധികം നേരുകാരൻ. ൨, ഭോഷൻ.

പച്ചപ്പല്ലൻ. ന. വെററില മുറുക്കി പല്ലു ചുവപ്പിക്കാത്തവൻ.

പച്ചപ്പാൽ. ന. കാച്ചാത്ത പാൽ.

പച്ചപ്പുല്ലു. ന. ഉണങ്ങാത്ത പുല്ലു, ഇളമ്പുല്ലു.

പച്ചപ്പുഴ. ന. ബരികിൻ പുഴ.

പച്ചപ്പൊട്ടു. ന. നെററിയിൽ പച്ചനിറമായി തൊടുന്ന തിലകം.

പച്ചപ്രാവു. ന. ഒരു വക പക്ഷി.

പച്ചമണ്ണു. ന. പുതുമണ്ണു.

പച്ചമത്സ്യം. അല്ലെങ്കിൽ, **പച്ചമീൻ.** ന. ഉണങ്ങാത്ത മത്സ്യം.

പച്ചമാങ്ങാ. ന. പഴുക്കാത്ത മാങ്ങാ.

പച്ചമാംസം. ന. വേവിക്കാത്ത ഇറച്ചി.

പച്ചയിറച്ചി. ന. വേവിക്കാത്ത ഇറച്ചി.

പച്ചരി. ന. ൧, ഉണക്കലരി. ൨, വേവിക്കാത്ത അരി.

പച്ചവടം. അല്ലെങ്കിൽ, **പച്ചോടം.** ന. ൧, ഒരു മാതിരി കമ്പിളി. ൨, പുറങ്കുപ്പായം. ൩, ഇണപ്പുടവ.

പച്ചവെള്ളം. ന. വേവിക്കാത്ത വെള്ളം.

പച്ചശരീരം. ന. സ്ത്രീ പ്രസവിച്ചാൽ ഇരുപത്തെട്ടു ദിവസത്തിനു മുൻപുള്ള ശരീരം.

പച്ചിരിമ്പു. ന. പണിയാത്ത ഇരിമ്പു.

പച്ചില. ന. ൧, ഒരു പച്ചമരുന്നു. ൨, തമാല വൃക്ഷം.

പച്ചിലനിറമുള്ളി. ന. ഒരുമാതിരി ഉള്ളി.

പച്ചിലപ്പാമ്പു; പച്ചോലപ്പാമ്പു; പച്ചിളപ്പാമ്പു. ന. പച്ചനിറമുള്ള ഒരു മാതിരി പാമ്പു.

പച്ചിലപ്പെരുമാൾ. ന. ഒരു പച്ചമരുന്നു.

പച്ചിലമരം. ന. തമാലവൃക്ഷം.

പച്ചിലവൃക്ഷം. ന. തമാലവൃക്ഷം.

പച്ചോന്തു. ന. പച്ചനിറമുള്ള ഒരു മാതിരി ഓന്തു.

പഞ്ച. വി. അഞ്ചു.

പഞ്ച. ന. കണ്ടം.

പഞ്ചക. വി. (കൻ, കാ, കം.) വി. ന. അഞ്ചു, അഞ്ചിനെ സംബന്ധിച്ച.

പഞ്ചകം. ന. ൧, യുദ്ധഭൂമി, അഞ്ചു സംഖ്യയായുള്ള ഒരു കൂട്ടം.

പഞ്ചകോണം. ന. അഞ്ചുകോണായി വരെച്ച ചക്രം, അഞ്ചുപട്ടം.

പഞ്ചകോലം. ന. കാട്ടുതിപ്പലി കാട്ടുമുളക കൊടുവേലി ചുക്കു തിപ്പലി ഇവ അഞ്ചിന്നും കൂടെപ്പറയുന്ന ഒരു പേർ.

പഞ്ചകോശം. ന. ൧, അന്നമയകോശം. ൨, പ്രാണമയകോശം. ൩, മനോമയകോശം. ൪, വിജ്ഞാനമയകോശം. ൫, ആനന്ദമയകോശം.

പഞ്ചഗവ്യം. ന. പശുവിന്റെ പാലും തൈരും നെയ്യും മൂത്രവും ചാണകവും കൂടിയതു.

പഞ്ചഗ്രാഹം. ന. ഒരു ജലജന്തു, ആമ.

പഞ്ചജനൻ. ന. മനുഷ്യൻ.

പഞ്ചത. ന. മരണം.

പഞ്ചതന്ത്രം. ന. ഒരു നീതിശാസ്ത്ര ഗ്രന്ഥം.

പഞ്ചത്വം. ന. മരണം.

പഞ്ചദശ. വി. പതിനഞ്ചു.

പഞ്ചദശി. ന. ൧, വെളുത്തവാവു. ൨, കറുത്തവാവു.

പഞ്ചധാ. അ. അഞ്ചുപ്രകാരം.

പഞ്ചനഖം. ന. ൧, കടുവാ. ൨, ആന. ൩, ആമ. ൪, ഉടുമ്പു. ൫, മുയൽ.

പഞ്ചനിംബം. ന. വേപ്പിന്റെ സമൂലം.

പഞ്ചപാണ്ഡവന്മാർ. ന. പാണ്ഡുപുത്രന്മാരായ അഞ്ചു രാജാക്കന്മാർ.

പഞ്ചപാതകം. ന. കൊല, മോഷണം, മദ്യപാനം, വ്യഭിചാരം, ദ്രോഹം.

പഞ്ചപാത്രം. ന. ശ്രാദ്ധത്തിന്നു പ്രത്യേകം വേണ്ടുന്ന പാത്രങ്ങൾ അഞ്ചും. (൨.) ഒരു കൊച്ചു ലോഹപാത്രം.

പഞ്ചപാപി. വി. ന. മഹാ ദുഷ്ടൻ.

പഞ്ചപുഛം. ന. ശരീരത്തിന്റെ അഞ്ചു ഭാഗം.

പഞ്ചപുഛമടക്കുന്നു ക്രി. വാൻ. (പഞ്ചപുഛം.) അ. ക്രി. വായുമ്മറവും പൊത്തിപ്പിടിച്ചു ബഹുമാനിച്ചൊതുങ്ങി നില്ക്കുന്നു.

പഞ്ചപ്രാണൻ. ന. ശരീരത്തിലെ വായുക്കൾ അഞ്ചും.

പഞ്ചപ്പാട്ടു. ന. പഞ്ഞപ്പാട്ടു.

പഞ്ചബാണൻ. ന. കാമദേവൻ.

പഞ്ചഭദ്രൻ. ന. അഞ്ചു ലക്ഷണമുള്ള കുതിര.

പഞ്ചഭൂതം. ന. ഭൂമി, വെള്ളം, അഗ്നി, വായു, ആകാശം.

പഞ്ചഭൂതാത്മകം. ന. ശരീരം.

പഞ്ചമ. വി. (മൻ, മീ, മം.) വി. ന. അഞ്ചാമത്തെ.

പഞ്ചമം. ന. ഏഴ സ്വരങ്ങളിൽ ഒന്നു, പഞ്ചമസ്വരം.

പഞ്ചമമ്പഴക്ക. ന. ഒരങ്ങാടിമരുന്നു.

പഞ്ചമരാഗം. ന. അഞ്ചാമത്തെ സ്വരം.

പഞ്ചമഹാപാതകൻ. വി. ന. മഹാദുഷ്ടൻ.

പഞ്ചമഹാപാതകം. ന. കൊല, മോഷണം, മദ്യപാനം, വ്യഭിചാരം, ദ്രോഹം.

പഞ്ചമഹാപാപി. വി. ന. മഹാ ദുഷ്ടൻ.

പഞ്ചമഹായജ്ഞം. ന. ൧, ബ്രഹ്മയജ്ഞം, പാഠം. ൨, ദേവയജ്ഞം, ഹോമം. ൩, മനുഷ്യയജ്ഞം, വഴിപോക്കരെ പൂജിക്ക. ൪, പിതൃയജ്ഞം, തൎപ്പണം. ൫, ഭൂതയജ്ഞം, ബലി.

പഞ്ചമി. ന. അഞ്ചാമത്തെ പക്കം.

പഞ്ചമൂലം. ന. അഞ്ചു വേരുമരുന്നു കൂടിയ ഒരു യോഗം.

പഞ്ചം. ന. പഞ്ഞം.

പഞ്ചരത്നം. ന. വജ്രം വിദ്രുമം വൈഡൂൎയ്യം മുതലായ അഞ്ചു കല്ലുകൾ.

പഞ്ചരപ്പു. ന. പാത്രം.

പഞ്ചലവണം. ന. അഞ്ചു മാതിരി ഉപ്പു.

പഞ്ചലക്ഷണം. ന. പുരാണം.

പഞ്ചലോഹം. ന. പൊൻ, വെള്ളി, ചെമ്പു, ഇരിമ്പു, ൟയം.

പഞ്ചവക്ത്രൻ. ന. ൧, ശിവൻ. ൨, സിംഹം.

പഞ്ചവൎണ്ണം. ന. കറുപ്പു, വെളുപ്പു, ചുവപ്പു, പച്ച, മഞ്ഞ.

പഞ്ചവാദ്യം. ന. അഞ്ചുതരം വാദ്യം.

പഞ്ചവിംശതി. വി. ഇരുപത്തഞ്ചു.

പഞ്ചശരൻ. ന. കാമദേവൻ.

പഞ്ചശാഖ. ന. കൈ.

പഞ്ചശിഖൻ. ന. ൧, സിംഹം. ൨, ഒരു മുനി.

പഞ്ചസാര. ന. കരിമ്പിൻ നീരു കുറുക്കിയുണ്ടാക്കുന്ന ഒരു മധുരദ്രവ്യം, പഞ്ചാര, സിത.

പഞ്ചസാക്ഷികം. ന. അഞ്ചു ഇന്ദ്രിയങ്ങളാകുന്ന സാക്ഷികളോടു കൂടിയതു.

പഞ്ചസുഗന്ധം. ന. കരയാമ്പൂ ജാതിക്കാ കൎപ്പൂരം മുതലായ അഞ്ചു സുഗന്ധ വസ്തുക്കൾ കൂടിയതു.

പഞ്ചസ്നേഹം. ന. നല്ലെണ്ണ, ആവണക്കെണ്ണ, വേപ്പെണ്ണ, പശുവിന്റെ നൈ, പന്നിനൈ.

പഞ്ചാഗ്നി. ന. നാലുപുറത്തും തീയും മുകളിൽ ആദിത്യനും കൂടിയതു.

പഞ്ചാംഗ. വി. (ഗൻ, ഗി, ഗം.) വി. ന. അഞ്ചു അവയവങ്ങളോടു കൂടിയ.

പഞ്ചാംഗൻ. ന. ൧, ആമ. ൨, കുതിര.

പഞ്ചാംഗം. ന. നാൾ അറിയുന്നതിനുള്ള ഒരു കണക്ക.

പഞ്ചാംഗുല. വി. (ലൻ, ലീ, ലം.) വി. ന. അഞ്ചുവിരൽ അളവുള്ള.

പഞ്ചാംഗുലം. ന. ഒരു പച്ചമരുന്നു, ആവണക്ക.

പഞ്ചാനനൻ. ന. സിംഹം.

പഞ്ചാങ്കുരം. ന. വെട്ടിത്തളിർ, ഞാറത്തളിർ, പാച്ചോററിത്തളിർ, ചെത്തിമൊട്ടു, കറുകനാമ്പു.

പഞ്ചാമൃതം. ന. പാൽ, തൈർ, നൈ, തേൻ, ശൎക്കര.

പഞ്ചായക്കാരൻ. ന. മദ്ധ്യസ്ഥനായിട്ടു കാൎയ്യം വിസ്തരിക്കുന്നവൻ.

പഞ്ചായത്തു. അല്ലെങ്കിൽ, **പഞ്ചായം.** ന. പഞ്ചായക്കാരുടെ കൂട്ടം.

പഞ്ചായവിധി. ന. മദ്ധ്യസ്ഥന്മാർ നിശ്ചയിച്ച തീൎപ്പു.

പഞ്ചായവിസ്താരം. ന. പഞ്ചായക്കാർ തമ്മിലുള്ള വ്യവഹാരം.

പഞ്ചായുധൻ. ന. കാമദേവൻ.

പഞ്ചാരാധിതപത്രം. ന. കടം കൊടുക്കുന്നവനും വാങ്ങുന്നവനും രണ്ടു സാക്ഷിക്കാരും എഴുത്തുകാരനും ഇങ്ങനെ അഞ്ചുപേരാൽ സമ്മതിക്കപ്പെട്ടു എഴുതിയ എഴുത്തു, ആധാരം.

പഞ്ചാശൽ. വി. അൻപതു.

പഞ്ചാസ്യൻ. ന. സിംഹം.

പഞ്ചാക്ഷരം. ന. അഞ്ചു അക്ഷരങ്ങൾ അടങ്ങിയിട്ടുള്ള ഒരു ഉത്തമമന്ത്രം.

പഞ്ചിക. ന. ഒരു വ്യാഖ്യാനഗ്രന്ഥം.

പഞ്ചീകരണം. ന. അഞ്ചാക്കിച്ചെയ്ക.

പഞ്ചേന്ദ്രിയം. ന. കണ്ണു, ചെവി, മൂക്ക, നാക്ക, തൊലി.

പഞ്ജരം. ന. ൧, പക്ഷിക്കൂടു. ൨, ശരീരം. ൩, വാരിയെല്ലു. ൪, അസ്ഥിക്കൂടു. ൫, കലിയുഗം.

പഞ്ജിക. ന. സംസ്കൃതപുസ്തകങ്ങൾക്കുള്ള ഒരു വ്യാഖ്യാനം.

പഞ്ഞപ്പാട്ടു. ന. ഇരപ്പാളിപ്പാട്ടു, മാരയ്യക്കാരുടെ ഒരുമാതിരി പാട്ടു, സാരമില്ലാത്ത പാട്ടു.

പഞ്ഞപ്പുല്ലു. ന. കൂരം എന്ന ഒരുവക ധാന്യം.

പഞ്ഞം. ന. ക്ഷാമം, ദാരിദ്ര്യം.

പഞ്ഞി. ന. ൧, കിടക്കപ്പഞ്ഞി. ൨, നൂൽപ്പഞ്ഞി.

പഞ്ഞിക്കാ. ന. ൧, പഞ്ഞിമരത്തിന്റെ കാ, പരത്തിക്കായ്. ൨, ജലവിൻകായ്.

പഞ്ഞിക്കുരു. ന. പഞ്ഞിക്കായുടെ കുരു.

പഞ്ഞിനൂൽ. ന. പഞ്ഞി നൂററിയുണ്ടാക്കിയ നൂൽ.

പഞ്ഞിപ്പാളി. ന. മെത്തയിൽ പഞ്ഞിയിട്ടുവാൻ തിരിച്ചുകുത്തിയ അറ.

പഞ്ഞിമരം. ന. പഞ്ഞിക്കായുണ്ടാകുന്ന വൃക്ഷം.

പട. ന. ൧, യുദ്ധം. ൨, സൈന്യം. ൩, വഴക്ക. ൪, കൎത്തരി. ൫, ചോറു പടച്ചതു.

പടകം. ന. പാളയം.

പടകാരൻ. ന. ൧, വസ്ത്രനെയ്ത്തുകാരൻ. ൨, ചായമിടുന്നവൻ.

പടകുടി. ന. തുണികൊണ്ടുണ്ടാക്കിയ വീടു, കൂടാരം. (മ.) സൈന്യങ്ങൾ പാൎക്കുന്ന സ്ഥലം, പടവീടു.

പടകൂടുന്നു. ടി. വാൻ. (പട.) അ. ക്രി. യുദ്ധത്തിൽ ചേരുന്നു, യുദ്ധംചെയ്യുന്നു.

പടക്കുട്ടി. ന. ഒരുമാതിരി പാമ്പു.

പടക്കൂട്ടുന്നു. ട്ടി. വാൻ. (പട.) സ. ക്രി. യുദ്ധം ചെയ്യിക്കുന്നു, സൈന്യത്തെ നടത്തുന്നു.

പടകേററം. ന. പടകേറുക.

പടക്കപ്പൽ. ന. യുദ്ധത്തിന്നുള്ള കപ്പൽ.

പടക്കം. ന. ൧, വെടിപൊട്ടിക്കുന്നതിന്നുള്ള ഒരു ചെറിയ വസ്തു. ൨, തോല്പടക്കം.

പടക്കളം. ന. യുദ്ധഭൂമി.

പടക്കുതിര. ന. യുദ്ധത്തിന്നുള്ള കുതിര.

പടക്കന്തം. ന. യുദ്ധത്തിന്നുള്ള കന്തം.

പടക്കൂട്ടം. ന. സൈന്യങ്ങളുടെ കൂട്ടം.

പടക്കൊടി. ന. യുദ്ധത്തിലെ കൊടിക്കൂറ.

പടക്കോട്ടു. ന. യുദ്ധത്തിന്നുള്ള കോട്ടു.

പടക്കോപ്പു. ന. യുദ്ധത്തിന്നുള്ള ഉപകരണം.

പടങ്ങു. ന. കൈക്കോൽ.

പടങ്ങുതടി. ന. കൈക്കോൽ.

പടച്ചട്ട. ന. യുദ്ധത്തിൽ ധരിക്കുന്ന ചട്ട.

പടച്ചരം. ന. പഴയ വസ്ത്രം.

പടച്ചിലവു. ന. യുദ്ധത്തിന്നുള്ള ചിലവു.

പടജ്ജനം. ന. സൈന്യം.

പടത്തരം. ന. യുദ്ധത്തിന്നുള്ള തരം.

പടത്തഞ്ചം. ന. യുദ്ധത്തിൽ സൈന്യങ്ങളുടെ നില.

പടത്തലവൻ. ന. സേനാപതി.

പടത്തൊപ്പി. ന. യുദ്ധത്തിൽ ധരിക്കുന്ന തൊപ്പി.

പടന. ന. ഉപ്പു വിളയുന്ന സ്ഥലം.

പടനയുപ്പു. ന. പടനയിൽ വിളഞ്ഞ ഉപ്പു.

പടനായകൻ. ന. സേനാപതി.

പടനായർ. ന. സേനാപതി.

പടനിരക്കൽ. ന. സൈന്യം നിരക്കുക.

പടനിരക്കുന്നു. ന്നു. പ്പാൻ. (പട.) അ. ക്രി. സൈന്യം നിരക്കുന്നു. **പടനിരത്തുന്നു.** സ. ക്രി.

പടനിൎത്തൽ. ന. ൧, യുദ്ധത്തിന്നു സൈന്യത്തെ നിൎത്തുക. ൨, യുദ്ധം അവസാനിപ്പിക്കുക.

പടനിൎത്തുന്നു. ൎത്തി. വാൻ. (പട.) സ. ക്രി. ൧, യുദ്ധത്തിന്നു സൈന്യത്തെ നിൎത്തുന്നു. ൨, യുദ്ധത്തെ അവസാനിപ്പിക്കുന്നു.

പടനിലം. ന. യുദ്ധഭൂമി.

പടപട. ന. കടന്തായിൽ എന്തെങ്കിലും മറിഞ്ഞുവിഴുന്ന ശബ്ദം, വെടിയുടെ ശബ്ദം.

പടപറയുന്നു. ഞ്ഞു. വാൻ. (പട.) അ. ക്രി. വെറുതെ വമ്പുകൾ പറയുന്നു.

പടപ്പുതടി. ന. വസ്ത്രംനെയ്യുന്നകാർ ഉപകരിക്കുന്ന ഒരു തടി.

പടപ്പരിച. ന. യുദ്ധത്തിന്നുള്ള പരിച.

പടഭണ്ഡാരം. ന. ൧, പടക്കോപ്പു വെക്കുന്ന സ്ഥലം. ൨, പടക്കോപ്പു.

പടമണ്ഡപം. ന. കൂടാരം.

പടം. ന. ൧, വസ്ത്രം. ൨, അച്ചടിച്ചശീല. (മ.) ൧, പറപ്പിക്കുന്ന കടലാസു. ൨, പാമ്പിന്റെ തൊലി. ൩, കാലിന്റെയൊ കയ്യുടെയൊ അകം.

പടയണി. ന. സൈന്യത്തിന്റെ നിരപ്പു.

പടയാളി. ന. പട്ടാളക്കാരൻ, യോദ്ധാവു.

പടയോട്ടം. ന. ൧, യുദ്ധത്തിൽ തോററോടുക. ൨, യുദ്ധത്തെ കേട്ടു ഭയന്നു ഓടുക.

പടരുന്നു. ന്നു. വാൻ. (പടർ.) അ. ക്രി. പരക്കുന്നു. ൧, വൃക്ഷങ്ങൾക്കു നാലുവശത്തോട്ടും നീണ്ട കൊമ്പുകളുണ്ടാകുന്നു. ൨, വള്ളികൾ വൃക്ഷത്തിലും മററും പരക്കുന്നു. ൩, ചൊറിക്കുടിയും മററും ശരീരത്തിൽ പരക്കുന്നു.

പടക്കാ. ന. പടററുവാഴയുടെ കായ്.

പടച്ചു. ന. പടരുക.

പടത്തുന്നു. ത്തി. വാൻ. (പടത്ത.) സ. ക്രി. പരന്നുവരുവാന്തക്കവണ്ണം ആക്കുന്നു.

പടപ്പു. ന. ൧, പടച്ചു. ൨, കുറുങ്കാടു.

പടല. ന. പത്തും പന്ത്രണ്ടും കായായിട്ടു വാഴക്കുലയിൽ നില്ക്കുന്ന ഓരോ കൂട്ടം.

പടലപ്രാന്തം. ന. പുരയുടെ ഇറമ്പു.

പടലം. ന. ൧, കണ്ണിലുണ്ടാകുന്ന ഒരു ദീനം. ൨, മേയുവാനുള്ളതു. ൩, സമൂഹം. ൪, ചില പുസ്തകങ്ങളിലെ അദ്ധ്യായം.

പടലവിരിയുന്നു. ഞ്ഞു. വാൻ. (പടല.) അ. ക്രി. വാഴച്ചുണ്ടിന്റെ പോള പൊളിഞ്ഞു കായ് പുറത്തുവരുന്നു.

പടലി. ന. കൂട്ടം.

പടവു. ന. ൧, ചെറിയ കപ്പൽ. ൨, തളിരമിടുക. ൩, തളിരം. ൪, കല്ലടുക്കുക.

പടവലം. ന. ഒരു മരുന്നുവള്ളി.

പടവാക്ക. ന. പട പറക.

പടവാദ്യം. ന. പടയിൽ കൊട്ടുന്ന വാദ്യം, തമ്പേറും മററും.

പടവായൻ. വി. ന. വമ്പുകൾ പറയുന്നവൻ.

പടവാസകം. ന. സുഗന്ധപ്പൊടി.

പടവാസം. ന. ൧, അരച്ചുപ്പൂടം. ൨, കൂടാരം. ൩, സുഗന്ധപ്പൊടി.

പടവില്ലു. ന. യുദ്ധത്തിന്നുള്ള വില്ലു.

പടവീടു. ന. സൈന്യങ്ങൾ പാക്കുന്ന സ്ഥലം, കൂടാരം.

പടവീരൻ. ന. യുദ്ധസാമർത്ഥ്യമുള്ളവൻ.

പടവെട്ടു. ന. യുദ്ധം.

പടസേന. ന. യുദ്ധത്തിന്നുള്ള സൈന്യം.

പടഹധ്വനി. ന. പെരുമ്പറ കൊട്ടുന്ന ശബ്ദം.

പടഹം. ന. ൧, പെരുമ്പറ. ൨, കല. ൩, കലഹം.

പടററി. ന. ഒരുമാതിരി വാഴ.

പടററിക്കാ. ന. പടററിവാഴയുടെ കായ്.

പടാകം. ന. ഒരു പക്ഷി.

പടാച്ചി. ന. ൧, മൂദേവസ്തുതി. ൨, ഭീഷണിവാക്ക.

പടി. ന. ൧, കോവണി. ൨, ഒരളവു. ൩, പൊന്നും മററും തൂക്കുന്നതിന്നിടയിടുന്ന കട്ടി. ൪, കട്ടിളയുടെ പൂഴിപ്പടി. ൫, വഴിച്ചെലവു. ൬, പടിവാതിൽ. ൭, വങ്കമ്മററും. ൮, വള്ളപ്പടി. ൯, എട്ടുപടി. ൧൦, നാരായപ്പടി. ൧൧, ആഭരണത്തിന്റെ പടി. ൧൨, റാന്തപ്പടി. ൧൩, നിരപ്പടി. (സം.) ൧, വസ്ത്രം. ൨, വെള്ളത്തിലുണ്ടാകുന്ന ഒരു തൈ.

പടിക്കം. ന. കോളാമ്പി.

പടിക്കൽ. അ. വേനത്തിന്നു ചുററുമുള്ള വേലിയുടെയും മററും വാതിലുക്കൽ, പടിവാതില്ക്കൽ.

പടിക്കാരം. ന. ഒരങ്ങാടിമരുന്നു.

പടിക്കാൽ. ന. പടിവാതില്ക്കലുമ്മററും നിർത്തുന്ന കാലു.

പടിക്കുപാതി. ന. നേർപാതി.

പടിഞ്ഞാറു. ന. ആദിത്യൻ അസ്തമിക്കുന്ന ദിക്ക.

പടിഞ്ഞാറൻകാററു. ന. പടിഞ്ഞാറുനിന്നു വരുന്ന കാററു.

പടിഞ്ഞാറെ. അല്ലെങ്കിൽ, **പടിഞ്ഞാറെറ.** വി. പടിഞ്ഞാറുള്ള.

പടിഞ്ഞാറോട്ടു. അല്ലെങ്കിൽ, **പടിഞ്ഞാട്ടു.** അ. പടിഞ്ഞാറെ ദിക്കിലേക്ക.

പടിത്തം. ന. അഭ്യാസം.

പടിത്തരം. ന. പതിവു, ചട്ടം, നടപ്പു.

പടിപ്പുര. ന. പടിക്കലെ പുര, പടിവാതിൽ.

പടിയരഞ്ഞാൾ. അല്ലെങ്കിൽ, **പടിയരഞ്ഞാൺ.** ന. സ്ത്രീകൾ അരയിൽ കെട്ടുന്ന വീതിയുള്ള ഒരു മാതിരി അരഞ്ഞാണം.

പടിയളക്കുന്നു. ന്നു. പ്പാൻ. (പടി.) സ. ക്രി. ദിവസംപ്രതിയുള്ള ചെലവിന്നു നെല്ലു അളന്നുകൊടുക്കുന്നു.

പടിയളവു. ന. ദിവസംപ്രതിയുള്ള ചെലവിന്നു നെല്ലു അളന്നു കൊടുക്ക.

പടിയിക്കുന്നു. ച്ചു. പ്പാൻ. (പടി.) സ. ക്രി. കിടത്തുന്നു.

പടിയുന്നു. ഞ്ഞു. വാൻ. (പടി.) അ. ക്രി. ൧, ശീലംവരുന്നു. ൨, ക്രമേണ കൊണ്ടുവരുന്നു. ൩, ആനയെപ്പോലെ കിടക്കുന്നു. ൪, ആന ചരിയുന്നു. ൫, പടിഞ്ഞിരിക്കുന്നു.

പടിയേററം. ന. തിരുവിതാംകൂർ രാജാവു തിരുമുപ്പേല്ക്ക.

പടിയോല. ന. ചട്ടം നിശ്ചയിച്ചു എഴുതിവെച്ച ഓല.

പടിവാതിൽ. ന. പടിക്കലുള്ള വാതിൽ.

പടീ. ന. പരുക്കൻ വസ്ത്രം.

പടീയസ്സ. വി. (യാൻ, യാസീ, യസ്സ.) വി. ന. എററവും സാമർത്ഥ്യമുള്ള.

പടീരം. ന. ചന്ദനം.

പടു. വി. (ടുഃ, ടീ, ടു.) വി. ന. ൧, സാമർത്ഥ്യമുള്ള. ൨, ജാഗ്രതയുള്ള. ൩, ചൊടിപ്പുള്ള. ൪, സുഖമുള്ള. ൫, വിടിരപ്പെട്ട. ൬, ദയയില്ലാത്ത. **പടുത;** പടുത്വം. ഗു. ന. സാമർത്ഥ്യം.

പടു. ന. ൧, ഉപ്പു. ൨, പടവലം. ൩, കൂൺ.

പടുകിണർ. ന. പൊട്ടക്കിണർ.

പടുകുഴി. ന. ആനക്കുഴി.

പട്ടക്ക. ന. കിടക്കുന്ന സ്ഥലം, അതിനുള്ള വിരിപ്പു.

പടുക്കുന്നു. ത്തു. പ്പാൻ. (പടു.) അ. ക്രി. കല്ലുകൊണ്ടു കയ്യാല വെക്കുന്നു.

പടുതാ; പടുതചം. ന. ൧, സാമൎത്ഥ്യം, മിടുക്ക്. ൨, കൎമ്മ സാമൎത്ഥ്യം.

പടുതാമര. ന. ഒരു മാതിരി പുഴക്കടി.

പടുതി. ന. സ്വഭാവം, അവസ്ഥ, നടപ്പു.

പടുതീ. ന. കാട്ടുതീ, എഴുന്തീ.

പടുന്നു. ട്ടു. വാൻ. (പടു.) അ. ക്രി. ൧, സഹിക്കുന്നു. ൨, മരിക്കുന്നു. ൩, കുടുങ്ങുന്നു. ൪, കുരുക്കിൽ ആകുന്നു. ൫, സംഭവിക്കുന്നു. ൬, ആകുന്നു. ൭, ലഭിക്കുന്നു.

പടുപണ്ണി. ന. ഒരു മരുന്നു, എരുമക്കള്ളി.

പടുമൻ. ന. ഭോഷൻ.

പടുമപ്പണി. ന. ഭോഷന്റെ വേല.

പടുമുട്ടു. ന. ക്രുക്ക മുതലായ ചില നട്ടുതലകൾ പറിച്ചാൽ അതിന്റെ ചുവട്ടിൽനിന്നും മറ്റും പിന്നത്തെയാണ്ടിൽ കിളുക്കുന്നതു.

പടുവൻ. ന. ഒരു മീനം.

പടുവൻനീരു. ന. ഒരുമാതിരി നീരു.

പടുവിത്തു. ന. താനെ വിണുകിളുത്ത വിത്തു.

പടെക്കുന്നു. ച്ചു. പ്പാൻ. (പടെ.) സ. ക്രി. കോരികകൊണ്ടു ചോറു അളന്നു പങ്കിടുന്നു.

പടെപ്പു. ന. കോരികകൊണ്ടു ചോറു അളന്നു പങ്കിടുക.

പടേണി. ന. ഒരു മാതിരി കളി.

പടോലം. ന. ൧, ഒരു പച്ചമരുന്നു, പടവലം. ൨, അച്ചടിശ്ശീല.

പടോലകം. ന. മുത്തി.

പടോലിക. അല്ലെങ്കിൽ, **പടോലി.** ന. ൧, ചെറുകുമ്മട്ടി. ൨, പീച്ചി.

പട്ടു. ന. വീരവാളി മുതലായ വിശേഷ വസ്ത്രം.

പട്ട. ന. ൧, വസ്ത്രങ്ങളുടെ ഒരു മാതിരി കര. ൨, ശിപായിമാരുടെ വില്ലാ. ൩, തെങ്ങിന്റെയും മറ്റും ഓലമടൽ. ൪, മരത്തിന്റെ തൊലി.

പട്ടക്കാരൻ. ന. ൧, പട്ടം ഏറ്റവൻ, ക്രിസ്ത്യാനികളുടെ വൈദികൻ. ൨, വില്ലായുള്ള ശിപായി.

പട്ടച്ചാരായം. ന. പലതരം പട്ടകൾ വാററിയുണ്ടാക്കുന്ന ഒരു തരം ചാരായം.

പട്ടച്ചാവൽ. ന. ഒരു മാതിരി പക്ഷി.

പട്ടച്ചോമാതിരി. ന. ബ്രാഹ്മണരിൽ ഒരു ന്യായാധിപതി.

പട്ടട. ന. ൧, ശവം ചുടുന്ന സ്ഥലം. ൨, ശവം കുഴിച്ചിടുന്ന സ്ഥലം. ൩, ശവം ചുടുന്ന തീ.

പട്ടണക്കാരൻ. ന. നഗരത്തിൽ പാൎക്കുന്നവൻ.

പട്ടണം. ന. നഗരം, ശ്രീരംഗപട്ടണവും മററും.

പട്ടണവാസി. ന. നഗരത്തിൽ പാൎക്കുന്നവൻ.

പട്ടത്താനം. ന. ൧, മലയാളത്തിൽ ചില രാജാക്കന്മാരാൽ കഴിക്കപ്പെടുന്ന ഒരു പ്രായശ്ചിത്ത കൎമ്മം. ൨, ചില രാജാക്കന്മാർ ശ്രാദ്ധദിവസം കഴിപ്പിക്കുന്ന ഒരു സദ്യയും മററും.

പട്ടപ്പേർ. ന. മാനിച്ചു കൊടുക്കുന്ന ഒരു പേർ.

പട്ടം. ന. ൧, വസ്ത്രം. ൨, പട്ടു. ൩, തലപ്പാവു. ൪, പട്ടണം. ൫, രാജാക്കന്മാർ ചെമ്പുതകട്ടേൽ എഴുതികൊടുക്കുന്ന ഉടമ്പടി. ൬, പരിച. ൭, നാല്കവല വഴി. (൮.) രാജാക്കന്മാൎക്കും പ്രധാന മന്ത്രികൾക്കും ക്രിസ്ത്യാനിവൈദികന്മാൎക്കും ഉള്ള സ്ഥാനം.

പട്ടമഹിഷി. ന. രാജ്ഞിയെന്ന പട്ടം ലഭിച്ചിട്ടുള്ള രാജവല്ലഭ.

പട്ടയം. ന. നിലം പുരയിടങ്ങൾക്കു സൎക്കാരിൽനിന്നു കൊടുക്കുന്ന ഒരാധാരം.

പട്ടർ. അല്ലെങ്കിൽ, **പട്ടൻ.** ന. ൧, തമിഴ് ബ്രാഹ്മണൻ. ൨, ചോഴിയൻ. ൩, മുക്കാണിയൻ. ൪, ആയ്യപ്പട്ടർ.

പട്ടാങ്ങ. ന. സത്യം.

പട്ടാണി. ന. മഹമ്മദുകാരിൽ ഒരു ജാതി.

പട്ടാപ്പകൽ. ന. നട്ടുച്ച.

പട്ടാഭിഷിക്തം. വി. (ക്തൻ, ക്താ, ക്തം.) വി. ന. പട്ടത്തിന്നായിട്ടു അഭിഷേകം ചെയ്യപ്പെട്ട.

പട്ടാഭിഷേകം. ന. രാജാക്കന്മാൎക്കു മുപ്പു വെക്കുന്ന നാൾ ചെയ്യുന്ന അഭിഷേകം.

പട്ടാംബരം. ന. പട്ടുവസ്ത്രം.

പട്ടാളക്കാരൻ. ന. പട്ടാളത്തിലുള്ള ശിപായി, കുഞ്ഞു കൂട്ടക്കാരൻ.

പട്ടാളം. ന. യുദ്ധത്തിന്നുള്ള ശിപായിമാരുടെ കൂട്ടം.

പട്ടി. വി. ൧, ബലമില്ലാത്ത. ൨, ശൌൎയ്യമില്ലാത്ത.

പട്ടി. ന. ൧, നായ്. ൨, തൊഴുത്തു. ൩, കൃഷിസ്ഥലം.

പട്ടിക. ന. ൧, ഓടുമ്മേറവും മേയുന്നതിന്നു കനം കുറച്ചു അറുത്തു കഴക്കോലിൽ തറെക്കുന്ന മരം. ൨, ഒരാധാരം. ൩, പേരെഴുതിയ കണക്കു. ൪, മാനനഷ്ടം.

പട്ടികയാണി. ന. പട്ടിക തറെക്കുന്ന ആണി.

പട്ടികയോടു. ന. പട്ടികയിൽ മേയുന്ന ഓടു.

പട്ടിക്കുതിര. ന. ഒരുവക ചെറിയ കുതിര, ചിത്തക്കുതിര.

പട്ടിച്ചെവി. ന. ഒരു പച്ചമരുന്നു.

പട്ടിണി. ന. ഉപവാസം, ഭക്ഷിക്കായ്കു.

പട്ടിപ്പടി. ന. തൊഴുത്തിന്റെ വാതിൽ.

പട്ടിപ്പുലി. ന. വള്ളിപ്പുലി, ചെറിയ മാതിരി പുലി.

പട്ടിലൻ. ന. ക്ഷൌരക്കാരൻ.

പട്ടിൽ. ന. ൧, മുള. ൨, മുളക്കൂട്ടം.

പട്ടുകച്ച. ന. ൧, അരയിൽ കെട്ടുന്ന വീതികുറഞ്ഞ ഒരുമാതിരി വസ്ത്രം.

പട്ടുകട. ന. പട്ടുകൊണ്ടുള്ള കട.

പട്ടുകോസടി. ന. കിടക്കുന്നതിന്നായിട്ടു പട്ടുകൊണ്ടു കുത്തി പഞ്ഞി നിറച്ചതു, പട്ടുമെത്ത.

പട്ടുചരടു. ന. പട്ടുനൂൽകൊണ്ടു പിരിച്ച ചരടു.

പട്ടുചേല. ന. പട്ടുവസ്ത്രം, പട്ടു.

പട്ടുട. ന. ൧, ഉടുക്കുന്ന പട്ടുവസ്ത്രം. ൨, പട്ടുടുക്കുക.

പട്ടുടയാട. ന. ഉടുക്കുന്നതിന്നുള്ള പട്ടു.

പട്ടുതലയിണ. ന. പട്ടുകൊണ്ടുള്ള തലയിണ.

പട്ടുനൂൽ. ന. ൧, പട്ടു നെയ്യുന്നതിന്നുള്ള നൂൽ. ൨, നേൎത്ത നൂൽ.

പട്ടുനൂല്ക്കാരൻ. ന. ൧, പട്ടുനൂലുണ്ടാക്കുന്നവൻ. ൨, ഒരുമാതിരി നേൎത്ത വസ്ത്രം.

പട്ടുനൂല്പണം. ന. പട്ടുനൂലുണ്ടാക്കുന്നതിന്നുള്ള ഒരുമാതിരി പണം.

പട്ടുനൂൽപാവു. ന. ൧, പട്ടുനൂൽ ചുററിയ റാട്ടു. ൨, നേൎത്ത വസ്ത്രം.

പട്ടെക്കുന്നു. ച്ചു. പ്പാൻ. (പട്ടെ.) അ. ക്രി, അധിക വരംകൊണ്ടു നെല്ലി

ൻെറയുമ്മററും തണ്ടു കനത്തു നിണ്ട ഫലം കുറഞ്ഞതായിത്തിരുന്നു.

പട്ടേരി. ന. മലയാളബ്രാഹ്മണരിൽ പഠിത്വമുള്ളവൻ, നമ്പൂതിരിമാരിൽ ചില തറവാട്ടുകാൎക്കുള്ള ഒരു പേർ.

പട്ടോല. ന. ൧, പതിവുകണക്കു. ൨, തിരട്ടു.

പട്ടോലക്കാരൻ. ന. കണക്കെഴുത്തുകാരൻ.

പട്ടോലമേനവൻ. ന. കണക്കെഴുത്തുകാരൻ.

പട്ടോലിക. ന. പട്ടയം.

പഠനം. ന. വായിക്കുക, പറക.

പഠിക്കുന്നു. ച്ചു. പ്പാൻ. (പഠി.) സ. ക്രി. വായിക്കുന്നു, പറയുന്നു. **പഠിപ്പിക്കുന്നു.** കാ. ക്രി.

പഠിത. വി. (തൻ, താ, തം.) വി. ന. വായിപ്പിക്കപ്പെട്ട, പറയപ്പെട്ട.

പണത്തൂക്കം. ന. ഒരു പൊൻപണത്തിൻെറ ഇട, ഒരു ചക്രത്തിൻെറഇട.

പണത്തോളം. അ. ഒരു പണത്തിൻെറ വലിപ്പത്തോളമൊ, തൂക്കത്തോളമൊ.

പണനം. ന. ൧, വില്ക്കുക. ൨, വാങ്ങുക.

പണപരം. ന. ഉദയരാശിയുടെ രണ്ടാമത്തെയും അഞ്ചാമത്തെയും എട്ടാമത്തെയും പതിനൊന്നാമത്തെയും രാശികൾ.

പണപ്പലക. ന. പണവും മററും എണ്ണുന്ന കഴിപ്പലക.

പണപ്രിയം. ന. പണത്തിലുള്ള ആഗ്രഹം.

പണമാത്രം. അ. പണത്തോളം.

പണമാല. ന. പൊൻപണത്തേൽ കുഴവെച്ചു മാലയാക്കിയതു.

പണമിട. ന. പണത്തൂക്കം.

പണം. ന. ൧, പൊന്നുകൊണ്ടൊ വെള്ളികൊണ്ടൊ ഉള്ള, നാണയം, പൊൻപണം, വെള്ളിപ്പണം. ൨, ദ്രവ്യം. ൩, ശമ്പളം. ൪, പറയായം. ൫, കളി. ൬, പകിടകളി. ൭, സമ്പത്തു. ൮, വില.

പണയച്ചീട്ടു. ന. പണയം എഴുത്തു.

പണയക്കാരൻ. ന. ൧, പണയം കൊടുത്തവൻ. ൨, പണയം വാങ്ങിച്ചവൻ.

പണയപ്പാട്ടു. ന. പണയമായി വെച്ച വസ്തു.

പണയം. ന. വാങ്ങിക്കുന്ന മുതലിൻെറ ഉറപ്പിന്നായിട്ടു മുതലുടയക്കാരന്നു കൊടുക്കുന്ന വസ്തു.

പണവക. വി. പണത്തെ സംബന്ധിച്ച.

പണവം. ന. ഒരു വാദ്യം, മിഴാവു.

പണായ. ന. ൧, തനതു ജോലികാൎയ്യങ്ങളുമ്മററും. ൨, ചന്തസ്ഥലം.

പണായിത. വി. (തൻ, താ, തം.) വി. ന. ൧, സ്തുതിക്കപ്പെട്ട. ൨, നിന്ദിക്കപ്പെട്ട.

പണാപ്പണം. ന. ഉടമ്പടി.

പണി. ന. ൧, വേല. ൨, ഉദ്യോഗം. ൩, പ്രവൃത്തി. ൪, കാൎയ്യം. ൫, കൌശലം. ൬, പ്രയോജനം. ൭, അവസ്ഥ. ൮, നടപ്പു. ൯, ഉപായം. ൧൦, പ്രയാസം. ൧൧, ദുഃഖം. ൧൨, ജീവനം.

പണികയറുന്നു. അ. ക്രി. വേല കഴിഞ്ഞു പോകുന്നു.

പണിക്കത്തി. ന. കമ്മാളസ്ത്രീ.

പണിക്കൻ. ന. ൧, കമ്മാളൻ. ൨, ചോകോന്മാൎക്കു കൊടുക്കുന്ന ഒരു സ്ഥാനപ്പേർ.

പണിക്കർ. ന. ൧, ശൂദ്രൎക്കുള്ള ഒരു സ്ഥാനപ്പേർ. ൨, ജ്യോതിഷക്കാരൻ. ൩, ക്ഷുദ്രക്കാരൻ.

പണിക്കാരൻ. ന. ൧, വേലക്കാരൻ. ൨, ഭൃത്യൻ. ൩, സൂത്രപ്പണിക്കാരൻ. ൪, ഉപായി.

പണിക്കുററം. ന. വേലയുടെ തെററു.

പണിക്കുറ. ന. വേല മുഴുവനാകായ്ക.

പണിക്കൂലി. ന. വേലക്കൂലി.

പണിക്കൊട്ടിൽ (–ല്ലു്). ന. വേല ചെയ്യുന്നതിനായി കെട്ടിയുണ്ടാക്കിയിട്ടുള്ള സ്ഥലം.

പണിക്കോപ്പു. ന. അതാതു വേലെക്ക വേണ്ടുന്ന ഉപകരണം.

പണിത. വി. (തൻ, താ, തം.) വി. ന. സ്തുതിക്കപ്പെട്ട.

പണിതവ്യ. വി. (വ്യൻ, വ്യാ, വ്യം.) വി. ന. വില്പാനുള്ള.

പണിത്തരം. ന. ൧, പണിതുണ്ടാക്കിയ വസ്തു. ൨, നല്ലവേല. ൩, വേലയുടെ മാതിരി. ൪, വേലയുടെ ഉപായം. ൫, വഞ്ചന.

പണിത്തല. ന. വേല ചെയ്തുവരുന്ന സ്ഥലം.

പണിപ്പാട്ടു. ന. ൧, പണിതുണ്ടാക്കിയ വസ്തു. ൨, വേല.

പണിപ്പുര. ന. വേല ചെയ്വാനുണ്ടാക്കിയ പുര.

പണിപ്പെടുന്നു. ട്ടു. വാൻ. (പണി.) അ. ക്രി. ൧, പ്രയാസപ്പെടുന്നു. ൨, ദുഃഖിക്കുന്നു.

പണിപ്പെൺ. ന. വീട്ടുവേലക്കാരത്തി.

പണിപ്പൊന്നു. ന. ആഭരണങ്ങൾ തിൎക്കുന്നതിന്നുള്ള പൊന്നു.

പണിയുന്നു. തു. വാൻ. (പണി.) അ. ക്രി. വേല ചെയ്യുന്നു. സ. ക്രി. വണങ്ങുന്നു. **പണിയിക്കുന്നു.** കാ. ക്രി.

പണിവിചാരിപ്പു. ന. വേലക്കാരിലുള്ള അധികാരം.

പണിസ്ഥലം. ന. വേലസ്ഥലം.

പണ്ടു. അ. തുലോം മുൻപു, കഴിഞ്ഞ കാലത്തു.

പണ്ടകശാല. അങ്ങാടിയിൽ, പണ്ടികശാല. ന. സൎക്കാരുവകയും മററും ചരക്കുകൾ ശേഖരിച്ചു വെക്കുന്ന സ്ഥലം.

പണ്ടപ്പരപ്പു. ന. വിസ്താരമായിട്ടുണ്ടാക്കിയതു.

പണ്ടം. ന. ൧, ലക്ഷണവസ്തു. ൨, ആഭരണം. ൩, ചരക്കു. ൪, പാത്രങ്ങളുമ്മററും. ൫, വയറു. ൬, കാൎയ്യസാരം.

പണ്ടാരക്കരം. ന. കടിയാനവന്മാർ സൎക്കാരിന്നൊടുക്കേണ്ട കരം.

പണ്ടാരക്കാൎയ്യം. ന. സൎക്കാരുകാൎയ്യം.

പണ്ടാരക്കുററി. പള്ളിവകയ്ക്കുള്ള കാണിക്കയിടുവാനായി സ്ഥാപിച്ചിട്ടുള്ള കുററി.

പണ്ടാരത്തി. ന. പണ്ടാരത്തിൻെറ സ്ത്രീ.

പണ്ടാരം. ന. ൧, ഭിക്ഷ യാചിച്ചു നടക്കുന്ന ഒരു ജാതി. ൨, ഭണ്ഡാരം. ൩, വസൂരികൊണ്ടുള്ള മരണം. ൪, വസൂരി വന്ന ചത്ത ശവം.

പണ്ടാരവക. ന. സൎക്കാരുവക.

പണ്ടാരി. ന. ശൂദ്രരിൽ ഒരു താണ ജാതിക്കാരൻ.

പണ്ടാല. ന. സാമന്തൎക്കുള്ളതിൽ ഒരു പേർ.

പണ്ടി. ന. ൧, വയറു, കീഴ്വയറു. ൨, കുടവയറു.

പണ്ടിക. ന. ഉത്സവം, സദ്യ.

പണ്ടിവയറൻ. വി. ന. കുടവയറുള്ളവൻ.

പണ്ടുപണ്ടെ. അ. മുൻപിനാലെ.

പണ്ടുള്ളവർ. ന. വൃദ്ധന്മാർ.

പണ്ടെ. അ. മുൻപെ, മുൻപിനാലെ.

പണ്ടെയുള്ള. അല്ലെങ്കിൽ, **പണ്ടത്തെ.** വി. മുൻപെയുള്ള, മുൻപിനാലെയുള്ള.

പണ്ടെപ്പോലെ. അ. മുൻപെ കഴിഞ്ഞ കാലത്തെപ്പോലെ.

പണ്ഡ. ന. ൧, ജ്ഞാനം. ൨, വിദ്യ.

പണ്ഡൻ. ന. ആണും പെണ്ണുമല്ലാത്തവൻ.

പണ്ഡിതൻ. ന. വിദ്വാൻ.

പണ്ഡിതമ്മന്യൻ; പണ്ഡിതമാനിക; പണ്ഡിതമാനി. ന. വിദ്വാനെന്നു നടിക്കുന്നവൻ.

പണ്യ. വി. (ണ്യൻ, ണ്യാ, ണ്യം.) വി. ന. വില്ക്കപ്പെടേണ്ടുന്ന.

പണ്യവീഥി. ന. കച്ചവടസ്ഥലം, തെരുവു.

പണ്യവീഥിക. ന. ൧, പീടിക. ൨, തെരുവു.

പണ്യശാല. ന. ൧, കച്ചവടസ്ഥലം, തെരുവു. ൨, പീടിക.

പണ്യാംഗന. ന. തേവിടിച്ചി.

പണ്യാജീവൻ. ന. കച്ചവടക്കാരൻ.

പണ്യാജീവം. ന. തെരുവു.

പത. വി. (തൻ, താ, തം.) വി. ന. പാലിക്കപ്പെട്ട, രക്ഷിക്കപ്പെട്ട.

പതം. ന. വീഴ്ച. (മ.) ൧, കൊയിത്തുകാക്കു കൊടുക്കുന്ന അവകാശം. ൨, സമയം. ൩, സാവധാനം. ൪, താണതു, മയം. ൫, അവസ്ഥ. ൬, ക്ഷീണം. ൭, ക്രമം. ൮, നിൎവ്വാഹം. ൯, ഒപ്പം.

പത. ന. നുര.

പതക. വി. (കൻ, കാ, കം.) വി. ന. പതിക്കുന്ന, വീഴുന്ന.

പതകം. ന. ഗണിത ശാസ്ത്രത്തിലെ ഒരു മാതിരി കണക്കു. (മ.) ൧, നിന്ദ. ൨, വിവാദം.

പതകരി. ന. ഒരുവക കണ്ണുരോഗം.

പതകിക്കുന്നു. ച്ചു. പ്പാൻ. (പതകി.) സ. ക്രി. ൧, നിന്ദിക്കുന്നു. ൨, വിവദിക്കുന്നു.

പതക്കു. ന. അരക്കുട, ഏമി.

പതക്കം. ന. കല്ലുവെച്ച ഒരു മാതിരി ആഭരണം.

പതഗം. ന. പക്ഷി.

പതംഗൻ. ന. ആദിത്യൻ.

പതംഗം. ന. ൧, പക്ഷി. ൨, പാററാ. ൩, രസം. ൪, ഒരു മാതിരി ചന്ദനം.

പതംഗിക. ന. ഒരു വക തേനീച്ച.

പതച്ചിൽ. നുര വരിക.

പതഞ്ജലി. ന. ഒരു മഹൎഷി.

പതൽ. വി. (തൻ, തന്തീ, തൽ.) വി. ന. പതിക്കുന്ന, വീഴുന്ന.

പതൽ. ന. പക്ഷി.

പതത്രം. ന. ചിറകു.

പതത്രി. ന. പക്ഷി.

പതദ്ഗ്രഹം. ന. ൧, കോളാമ്പി. ൨, സൈന്യത്തിന്റെ പിൻപു.

പതന. വി. (നൻ, നാ, നം.) വി. ന. പതിക്കുന്ന, വീഴുന്ന.

പതനം. ന. ൧, വീഴ്ച. ൨, ആളൊടി. ൩, നടക്കല്ലു.

പതപ്പു. ന. ഉച്ചി.

പതമ്പു. ന. കൊയിത്തുകാക്കു കൊടുക്കുന്ന പതം.

പതയൽ. ന. നുര വരിക.

പതയാലു. വി. (ത്രിക്കു.) വി. ന. വീഴുന്ന.

പതയുന്നു. ഞ്ഞു. വാൻ. (പത.) അ. ക്രി. നുരവരുന്നു, പതയുള്ളതായി തീരുന്നു.

പതച്ച. ന. ൧. ബലപ്പാടു, ൨, ചിന്നിപ്പു. ൩, ചേച്ചകേടു.

പതറൽ. ന. ൧, ബലപ്പാടു. ൨, ചിന്നിപ്പു. ൩, ചേച്ചകേടു.

പതറുന്നു. റി. വാൻ. (പതർ.) അ. ക്രി. ൧, ബലപ്പെടുന്നു. ൨, ചിന്നുന്നു.

പതാക. ന. കൊടിക്കൂറ, വലിയ ഉപകടം.

പതാകീ. ന. കൊടിക്കൂറക്കാരൻ.

പതാകിനീ. ന. സൈന്യം.

പതി. ന. ൧, ഉടയക്കാരൻ. ൨, ഭൎത്താവു. ൩, പ്രഭു. ൪, ഒളിപ്പു. ൫, മലകളിൽ പാൎപ്പാനുള്ള സ്ഥലം. ൬, നഗരം. ൭, കടിയിരിപ്പു.

പതിക്കുന്നു. ച്ചു. പ്പാൻ. (പതി.) അ. ക്രി. വീഴുന്നു. സ. ക്രി. ൧, കണക്കിൽ എഴുതുന്നു. ൨, അച്ചിൽ ഒട്ടിക്കുന്നു. ൩, ഉറപ്പിക്കുന്നു. **പതിപ്പിക്കുന്നു.** കാ. ക്രി.

പതിച്ചിൽ. ന. ൧, പതിയുക, ഒട്ടിച്ചേരുകയും മററും. ൨, അച്ചിൽ ഒട്ടിക്ക. ൩, കണക്കിൽ എഴുതുക.

പതിഞ്ഞ. വി. ൧, സാവധാനമുള്ള, താണയുള്ള. ൨, ഒട്ടിച്ചേൎന്ന.

പതിഞ്ഞനില. ന. സാവധാനം.

പതിഞ്ഞപാകം. ന. സാവധാനം.

പതിത. വി. (തൻ, താ, തം.) വി. ന. ൧, വിഴപ്പെട്ട, ൨, തോല്ക്കപ്പെട്ട. ൩, ഭ്രഷ്ടായ. **പതിതത്വം.** ഗു. ന. വിഴ്ച.

പതിത്വം. ന. അധികാരം.

പതിനഞ്ചു. വി. പത്തും അഞ്ചും കൂടിയ തുക.

പതിനായിരം. വി. പത്തു ആയിരം കൂടിയ തുക.

പതിനാറു. വി. പത്തും ആറും കൂടിയ തുക.

പതിനാഴി. ന. അഗ്രശാലപ്പറ, വലിയ ഇടങ്ങഴിക്കു പത്തിടങ്ങഴി കൊള്ളുന്ന പറ.

പതിനാഴിപ്പറ. ന. അഗ്രശാലപ്പറ.

പതിനെട്ടു. വി. പത്തും എട്ടും കൂടിയ തുക.

പതിനെണ്ണായിരം. വി. പതിനെട്ടു ആയിരം കൂടിയ തുക.

പതിനേഴു. വി. പത്തും ഏഴും കൂടിയ തുക.

പതിനൊന്നു. വി. പത്തും ഒന്നും കൂടിയ തുക.

പതിന്നാങ്കു. ന. പതിന്നാലാമത്തെ പക്കം.

പതിന്നാലു. വി. പത്തും നാലും കൂടിയ തുക.

പതിമ്പറ. ന. പത്തു പറ.

പതിമ്മടങ്ങു. വി. പത്തിരട്ടിച്ചു്.

പതിപത്നിമാർ. ന. ഭൎത്താവും ഭാൎയ്യയും.

പതിപ്പു. ന. ൧, പതിക്കുക. ൨, വീഴ്ച.

പതിമുഖം; പതിമുകം. ന. കരുതിക്കൂട്ടി മറച്ചു വെച്ചിരുന്ന അപകടം.

പതിമുക്കഴഞ്ചു. ന. പതിമൂന്നു കഴഞ്ചു.

പതിമൂക്കു. ന. പതിഞ്ഞ മൂക്കു.

പതിമൂക്കൻ. വി. ന. പതിഞ്ഞ മൂക്കുള്ളവൻ, സ്ത്രീ. **പതിമൂക്കി.**

പതിമ്മൂന്നു. പത്തും മൂന്നും കൂടിയ തുക.

പതിംവരാ. തനിക്കൊത്ത ഭൎത്താവിനെ താനെന്നെ വരിക്കുന്നവൾ.

പതിയൻ. ന. ൧, സാവധാനക്കാരൻ. ൨, ഒരു മാതിരി ശക്കര.

പതിയൻശക്കര. ന. ഒരു മാതിരി ശക്കര, പതിയുന്ന ശക്കര.

പതിയാൻ. ന. പരവൻ.

പതിയിരിക്കുന്നു. ന്നു. പ്പാൻ. (പതി.) അ. ക്രി. ഒളിച്ചിരിക്കുന്നു, പാൎത്തിരിക്കുന്നു. **പതിയിരുത്തുന്നു.** സ. ക്രി.

പതിയിരിപ്പു. ന. ഒളിച്ചിരിപ്പു, പാൎത്തിരിപ്പു.

പതിയുന്നു. ഞ്ഞു. വാൻ. (പതി.) അ. ക്രി. ൧, ചേൎന്നുപററുന്നു. ൨, കണക്കിലുൾപ്പെടുന്നു. ൩, ഉറപ്പാകുന്നു. **പതിക്കുന്നു.** സ. ക്രി.

പതിർ. വി. കൊള്ളരുതാത്ത.

പതിർ. ന. അരിവെക്കാത്ത നെല്ലു.

പതിർപിടിത്തം. ന. നെല്ലിലെ പതിരു കളക.

പതിവു. ന. ൧, നിലംപുരയിടങ്ങൾക്കു സൎക്കാരിൽനിന്നും കൊടുക്കുന്ന ഒരാധാരം. ൨, ചട്ടം.

പതിപത്നി. ന. ഭൎത്താവിനോടു ഒരുമിച്ചിരിക്കുന്നവൾ.

പതിവയിട്ടു. അ. ദിവസംപ്രതി.

പതിവുകാരൻ. അ. ദിവസന്തോറും വേല ചെയ്യുന്നവനും മററും.

പതിവ്രത. ന. പാതിവ്രത്യമുള്ളവൾ.

പതുക്കം. ന. ൧, അമച്ചു. ൨, ഒളിപ്പു. ൩, മറെക്കൽ.

പതുക്കവെ. അല്ലെങ്കിൽ, **പതുക്കെ.** അ. സാവധാനമായി.

പതുങ്ങൽ. ന. ൧, അമപ്പു. ൨, ഒളിപ്പു. ൩, മറെക്കൽ.

പതുങ്ങുന്നു. ങ്ങി. വാൻ. (പതുങ്ങ.) അ. ക്രി. ൧, അമരുന്നു. ൨, ഒളിക്കുന്നു. ൩, മറയുന്നു. **പതുക്കുന്നു.** സ. ക്രി.

പതുപതുപ്പു. ന. മാൎദ്ദവം.

പതുപതെ. അ. മാൎദ്ദവമായി.

പതുപ്പു. ന. മാൎദ്ദവം.

പതുപ്പുത്തു. വി. പതുവിതമായ.

പതുപ്പിക്കുന്നു. ച്ചു. പ്പാൻ. (പതുപ്പി.) സ. ക്രി. മാൎദ്ദവം വരുത്തുന്നു.

പതുമുകം. ന. ഒരുങ്ങാടിമരുന്നു.

പതെക്കുന്നു. ച്ചു. പ്പാൻ. (പതെ.) സ. ക്രി. ൧, നുരവരുത്തുന്നു. ൨, നീറ്റുന്നു.

പതെപ്പു. ന. നുരയുണ്ടാക്കുക.

പത്തു. വി. രണ്ടു അഞ്ചു കൂടിയ തുക.

പത്തനം. ന. ൧, ഭവനം. ൨, പട്ടണം, നഗരി.

പത്തൽ. ന. വേലി കെട്ടുവാൻ കുഴിച്ചു നാട്ടുന്ന കോൽ.

പത്താക്കു. ന. ഒരുവക നാണയം. ൧, പൊൻപത്താക്കു. ൨, വെള്ളിപ്പത്താക്കു. ൩, തടിപ്പത്താക്കു. ൪, തലപ്പത്താക്കു.

പത്താമതു. അ. പത്താമത്തെ.

പത്താം. അല്ലെങ്കിൽ, **പത്താമത്തെ.** വി. ഒൻപതാമത്തെ കഴിഞ്ഞാൽ വരുന്ന.

പത്തായം; പത്താഴം. ന. ധാന്യങ്ങളും മററും ശേഖരിക്കുന്നതിന്നുള്ള മരക്കൂട.

പത്തായക്കെട്ടു. ന. പല പത്തായങ്ങൾ ഒരുമിച്ചു ചേൎത്തു പണിതതു.

പത്തായപ്പുര. ന. പല പത്തായങ്ങളുള്ള പുര, നെല്പുര.

പത്തി. ന. ൧, കാലാളു. ൨, നടപ്പു. ൩, സേനാഭേദം. (മ.) ൧, പാമ്പിന്റെ ഫണം. ൨, കൈത്തലം.

പത്തിക്കാൽ. ന. നിരക്കാൽ.

പത്തിക്കീററു. ന. സുഗന്ധവസ്തുക്കളെക്കൊണ്ടുള്ള അലങ്കാരം.

പത്തിരട്ടി. വി. പതിന്മടങ്ങു.

പത്തിരി. ന. ഒരുമാതിരി അപ്പം.

പത്തിവാൾ. ന. ഒരായുധം.

പത്തിസംഹതി. ന. കാലാൾക്കൂട്ടം.

പത്തേമാരി. ന. കടലിൽകൂടി അടുത്ത പ്രദേശങ്ങളിൽ സാമാനം കയററിക്കൊണ്ടുപോകുവാനുള്ള വലിയ തോണി.

പത്നി. ന. ഭാൎയ്യ.

പത്മകം. ന. ൧, ആനയുടെ പതകരി. ൨, ഒരങ്ങാടിമരുന്നു, പത്മൂകം.

പത്മകേസരം. ന. താമരയല്ലി.

പത്മഗൎഭം. ന. പുണ്യലാഭത്തിന്നായി രാജാക്കന്മാർ കഴിക്കുന്ന ഒരു അടിയന്തിരം, താമരയിൽ കൂടിയുള്ള രണ്ടാമത്തെ ജനനം.

പത്മചാരിണി. ന. കരത്താമര.

പത്മജൻ. ന. ബ്രഹ്മാവു.

പത്മനാഭൻ. അല്ലെങ്കിൽ, **പത്മനാഭി.** ന. വിഷ്ണു.

പത്മനാളം. ന. താമരത്തണ്ടു.

പത്മൻ. ന. ൧, അഷ്ടനാഗങ്ങളിൽ ഒന്നു. ൨, ചക്രവൎത്തികളിൽ ഒന്നു. ൩, രാമൻ.

പത്മപത്രം. ന. ഒരു മരുന്നു, പുഷ്കരമൂലം.

പത്മപൎണ്ണം. ന. മേല്പറഞ്ഞ അൎത്ഥം.

പത്മം. ന. ൧, താമര. ൨, വൈശ്രവണന്റെ നിധികളിൽ ഒന്നു. ൩, ആനയുടെ പതകരി, പത്മകം. ൪, ഒരു മരുന്നു.

പത്മയോനി. ന. ബ്രഹ്മാവു.

പത്മരാഗം. ന. ചുവന്ന രത്നം.

പത്മസംഭവൻ. ന. ബ്രഹ്മാവു.

പത്മാ. ന. ൧, ലക്ഷ്മി. ൨, ചെറുതേക്കു. ൩, ഓരിലത്താമര.

പത്മാകരം. ന. താമരപ്പൊയ്ക.

പത്മാടം. ന. ഒരു തൈ, തകര.

പത്മാലയാ. ന. ലക്ഷ്മി.

പത്മാസനം. ന. യോഗികൾ ധ്യാനിക്കുമ്പോഴും മററും ഇരിക്കുന്ന ഒരു മാതിരി ഇരിപ്പു.

പത്മാക്ഷൻ. ന. വിഷ്ണു.

പത്മാക്ഷം. ന. താമരക്കുരു.

പത്മി. ന. ആന.

പത്മിനി. ന. ൧, താമരപ്പൊയ്ക. ൨, സ്ത്രീകൾ നാലുതരമുള്ളതിൽ ഒന്നാമത്തവൾ.

പത്മിനീവല്ലഭൻ. ന. ആദിത്യൻ.

പത്ര്യംഗം. ന. സേനയുടെ പകുതി.

പത്രകം. ന. ൧, ഇല. ൨, ലവങ്ഗമരത്തിന്റെ ഇല. ൩, പത്തിക്കീററു.

പത്രദാരകം. ന. അറപ്പുവാൾ.

പത്രപരശു. ന. ഒരു മാതിരി ചെറിയ അരം, പൊടിവെട്ടിക്കത്രിക.

പത്രപാലം. ന. കത്തി.

പത്രപാലി. ന. കത്രിക.

പത്രപാശ്യ. ന. നെററിപ്പട്ടം.

പത്രപിശാചിക. ന. ഇലകൊണ്ടുള്ള തൊപ്പി.

പത്രപുഷ്പം. ന. തുളസി.

പത്രപുഷ്പാ. ന. തുളസി.

പത്രബാലം. ന. തുഴ, അടനമ്പു.

പത്രഭംഗം. അല്ലെങ്കിൽ, **പത്രഭംഗി.** ന. പത്തിക്കീററു.

പത്രമാനം. ന. ൧, ഒപ്പനിരപ്പു. ൨, അടിസ്ഥാനം.

പത്രം. ന. ൧, ഇല. ൨, ചിറകു. ൩, അമ്പിൻതൂവൽ. ൪, വാഹനം. ൫, ഇ

ലവങ്ങ വൃക്ഷത്തിന്റെ ഇല. ന്ദ, തൊട്ടുകറി. ൭, എഴുത്തു.

പത്രരഥം. ന. പക്ഷി.

പത്രലേഖ. ന. പത്തിക്കീററു.

പത്രലേഖനം ന. ഓലയിലും മററും എഴുതുക.

പത്രാംഗം. ന. ചുവന്ന ചന്ദനം.

പത്രാംഗുലി. ന. പത്തിക്കീററു.

പത്രാസ്സു. ന. പകിട്ടു, ആഡംബരം.
പത്രാസ്സുകാരൻ. (ശൃംഗാരി.)

പത്രി. വി. (ത്രി, ത്രിണി, ത്രി.) വി. ന. ചിറകുള്ള. ൨, ഇലവുള്ള.

പത്രി. ന. ൧, പക്ഷി. ൨, പരുന്തു. ൩, അമ്പു.

പത്രിക. ന. ൧, എഴുത്തു. ൨, ഇല.

പത്രികാവാഹകൻ. ന. എഴുത്തു കൊണ്ടുപോകുന്ന ആൾ.

പത്രികാവാദം. ന. എഴുത്തു മുഖാന്തരമായ വ്യവഹാരം.

പത്രോൎണ്ണം. ന. ൧, പലകപ്പയ്യാനി. ൨, നെയ്യപ്പെടുത്ത പട്ടു.

പഥം. ന. വഴി.

പഥിക. വി. (കൻ, കാ, കീ, കം.) വി. ന. വഴിനടക്കുന്ന, വഴിയറിയുന്ന.

പഥികൻ. ന. വഴിപോക്കൻ.

പഥിലൻ. ന. വഴിപോക്കൻ.

പത്ഥ്യ. ന. കടുക്ക.

പത്ഥ്യക്കാരൻ. ന. വിരോധമായിട്ടുള്ള പ്രവൃത്തികൾ ഒന്നും കൂടാതെയിരിക്കുന്നവൻ.

പത്ഥ്യക്കേടു. ന. അപത്ഥ്യം.

പത്ഥ്യപ്പിഴ. ന. പാകപ്പിഴ.

പത്ഥ്യ. വി. (ത്ഥ്യൻ, ത്ഥ്യാ, ത്ഥ്യം.) വി. ന. യോഗ്യമുള്ള, ഇഷ്ടമായ.

പത്ഥ്യം. ന. ൧, ഇഷ്ടം. ൨, യോഗ്യത. ൩, വിരോധമായിട്ടുള്ള പ്രവൃത്തികൾ ഒന്നും കൂടാതെയുള്ള ഇരിപ്പു.

പദകമലം. ന. ഭംഗിയുള്ള കാൽച്ചുവടു, കാൽച്ചുവടിനെ മാനിച്ചു പറയുന്ന ഒരു പേർ.

പദകരി. ന. ദേഹത്തു ഒരുതരം വെളുപ്പു വരുത്തുന്ന കുഷ്ഠരോഗത്തിന്റെ വകഭേദം.

പദക്രമം. ന. കാൽച്ചുവടു വെക്കുക, നടപ്പു.

പദഗ. വി. (ഗൻ, ഗാ, ഗം.) വി. ന. കാൽനടയായി സഞ്ചരിക്കുന്ന.

പദഗൻ. ന. നടക്കുന്ന യോദ്ധാവു, കാലാൾ.

പദചാരകൻ. ന. കാൽനടയായി പോകുന്നവൻ.

പദച്ഛേദം. ന. ശ്ലോകങ്ങളിലെ പദം മുറിക്ക.

പദതളിർ. ന. തളിരുപോലെ മൃദുതരമുള്ള കാൽച്ചുവടു, കാൽച്ചുവടിന്നു ബഹുമാനത്തിൽ പറയുന്ന ഒരു പേർ.

പദതാർ. ന. പുഷ്പം പോലെ ഭംഗിയുള്ള കാൽച്ചുവടു.

പദത്രാണം. ന. ചെരിപ്പു.

പദഭഞ്ജിക. ന. പഞ്ചാംഗം.

പദം. ന. ൧, കാൽച്ചുവടു. ൨, കാലുവെച്ച അടയാളം. ൩, വാക്കു, മൊഴി. ൪, വസ്തു. ൫, രക്ഷ. ൬, സ്ഥാനം. ൭, അടയാളം. ൮, വ്യാജം. ൯, രശ്മി.

പദവിന്യാസം. ന. കാൽച്ചുവടു വെക്ക, നടപ്പു.

പദവി. ന. ൧, വഴി. ൨, സ്ഥാനം.

പദാജി. ന. കാലാൾ.

പദാതി. ന. കാലാൾ.

പദാംബുജം. ന. കാലടി, പദതാർ.

പദാൎത്ഥദീപിക. ന. ചില കാവ്യങ്ങളുടെ വ്യാഖ്യാനത്തിന്നു പറയുന്ന ഒരു പേർ.

പദാൎത്ഥം. ന. ൧, പദത്തിന്റെ അൎത്ഥം. ൨, വസ്തു.

പദിക. വി. (കൻ, കീ, കം.) വി. ന. കാൽനടയായി നടക്കുന്ന.

പദികൻ. ന. കാലാൾ.

പദ്ഗൻ. ന. കാലാൾ.

പദ്ധതി. ന. ൧, വഴി. ൨, വരി. ൩, കൎമ്മക്രമം.

പദ്യക്കാരൻ. ന. ശ്ലോകം ഉണ്ടാക്കുന്നവൻ.

പദ്രു. വി. (ദ്രൻ, ദ്രാ, ദ്രം.) വി. ന. പാദത്തെ മുട്ടുകയൊ ഉപദ്രവിക്കയൊ ചെയ്യുന്ന.

പദ്ദ്രൻ. ന. ശൂദ്രൻ.

പദ്യാ. ന. ൧, വഴി. ൨, കീൎത്തി.

പദ്യം. ന. ൧, ശ്ലോകം. ൨, കീൎത്തി. ൩, ശ്ലോകം.

പന. ന. കരിമ്പന കുടപ്പന ചൂണ്ടപ്പന മുതലായവ.

പനങ്കല്ക്കണ്ടം. ന. കരിമ്പനക്കള്ളു കുറുക്കിയുണ്ടാക്കിയ കല്ക്കണ്ടം.

പനങ്കള്ളു. ന. പനങ്കുല ചെത്തിയെടുത്ത കള്ളു.

പനങ്കാ. ന. പനയുടെ കായ്.

പനങ്കുരണ്ടി. ന. പനമ്പഴം.

പനങ്കുരു. ന. പനങ്കായ്.

പനങ്കുല. ന. പനയുടെ കുല.

പനങ്ങുമ്പു. ന. പനയുടെ നാമ്പു.

പനച്ചകം. ന. ഒരു വൃക്ഷം.

പനച്ചി. അല്ലെങ്കിൽ **പനഞ്ചി.** ന. ഒരു വൃക്ഷം.

പനഞ്ചക്കര. ന. പനങ്കള്ളു കുറുക്കിയുണ്ടാക്കിയ ചക്കര.

പനഞ്ഞിൽ. ന. മത്സ്യത്തിന്റെ അകത്തിരിക്കുന്ന മൊട്ടയുടെ കൂട്ടം.

പനട്ടൽ. ന. കോഴി മൊട്ടയിടാറാകുമ്പോൾ പുറപ്പെടുവിക്കുന്ന ഒരുമാതിരി ശബ്ദം.

പനട്ടുന്നു. ട്ടി. വാൻ. (പനട്ട.) അ. ക്രി. പിടക്കോഴി മൊട്ടയിടുന്നതിന്നുള്ള സമയം അടുക്കുമ്പോൾ ഒരുമാതിരിയായിട്ടു ശബ്ദിക്കുന്നു.

പനനാർ. ന. പനയുടെ നാരു.

പനനൂർ. ന. പനയുടെ അകത്തെ പൊടി.

പനന്തേങ്ങ. ന. കരിമ്പനയുടെ ഫലം.

പനമ്പഴം. ന. പനയുടെ പഴം.

പനമ്പാത്തി. ന. പനയുടെ തടി നടുവെ പിളൎന്നു ചെത്തിയുണ്ടാക്കിയതു.

പനമ്പുവള്ളി. ന. ഒരുമാതിരി വള്ളി.

പനമ്പൂ. ന. പനയുടെ പൂവു.

പനയൻ. ന. ഒരു മാതിരി വലിയ പാമ്പു.

പനയോല. ന. പനയുടെ ഇല.

പനവാഴക്കാ. ന. ആൺപനയുടെ കായ്.

പനവിരൽ. ന. പനവാഴക്കാ.

പനവെരി. ന. ൧, ഒരുവക വസൂരി. ൨, ചൈവരി.

പനസൻ. ന. രാമായണത്തിൽ പറയുന്ന ഒരു കുരങ്ങു.

പനസം. ന. ൧, പ്ലാവു. ൨, ചക്ക.

പനി. ന. ൧, ജ്വരം. ൨, മഞ്ഞു.

പനിക്കട്ടി. ന. മഞ്ഞുകട്ടി.

പനിക്കുന്നു. ച്ചു. പ്പാൻ. (പനി.) സ. ക്രി. ജ്വരിക്കുന്നു, പനിയുണ്ടാകുന്നു.

പനിക്കുക്ക. ന. ഒരു പച്ചമരുന്നു.

പനിനീർ. ന. ഒരു മാതിരി സുഗന്ധമുള്ള വെള്ളം.

പനിനീർചെമ്പകം. ന. പനിനീരിന്റെ മണമുള്ള ഒരു മാതിരി വെളുത്ത പൂവുണ്ടാകുന്ന ഒരു വൃക്ഷം.

പനിനീർപ്പൂ. ന. ഒരുമാതിരി സുഗന്ധമുള്ള പൂവു.

പനിമതി. ന. ചന്ദ്രൻ.

പനിമല. ന. ഹിമവാൻ പൎവ്വതം.

പനെക്കുന്നു. ച്ചു. പ്പാൻ. (പനെ.) അ. ക്രി. കാലുന്നു.

പന്തു. ന. ഫ, കളിപ്പാനുള്ള ഒരു ഉരുണ്ട വസ്തു. ൨, ന്തലുണ്ട. ൩, വഞ്ചന.

പന്തക്കുഴാ. ന. പന്തം ഇട്ടുറപ്പിക്കുന്നതിന്നായിട്ടു ഓടുകൊണ്ടു വാൎത്തുണ്ടാക്കിയ ഒരുമാതിരി കുഴൽ.

പന്തക്കുററി. ന. പന്തക്കുഴായിൽ എണ്ണ ഒഴിക്കുന്ന പാത്രം.

പന്തം. ന. ഫ, കോലേൽ തുണി ചുററി തീ കൊളുത്തിയതു. ൨, കീൽ.

പന്തയം. ന. പണയം.

പന്തലിക്കുന്നു. ച്ചു. പ്പാൻ. (പന്തലി.) അ. ക്രി. വൃക്ഷത്തിന്റെ കൊമ്പുകൾ പടൎന്നു നില്ക്കുന്നു.

പന്തൽ. ന. വെയിൽ കൊള്ളാതെയിരിപ്പാനായിട്ടു കെട്ടിയുണ്ടാക്കുന്നതു.

പന്തക്കാൽ. ന. പന്തലിന്റെ തൂണ.

പന്താട്ടം. ന. പന്തുകളി.

പന്തി. ന. ഫ, ക്രമം, വരി. ൨, ഭക്ഷിപ്പാനുള്ളവരുടെ നിരന്നിരിപ്പു. ൩, കുതിരയുടെ അണി. ൪, വഴി. ൫, വെടിപ്പു, ചേൎച്ച. ൬, ആശ്രയം.

പന്തികേടു. ന. ഫ, ക്രമമില്ലായ്മ. ൨, ഭംഗിയില്ലായ്മ. ൩, വരവു.

പന്തിക്കാർ. ന. ഒരു പന്തിയിലിരുന്നു ഊണു കഴിക്കുന്നവർ.

പന്തിപിടിക്കുന്നു. ച്ചു. പ്പാൻ. (പന്തി.) അ. ക്രി. ഓരോരോ വരിയായിട്ടു ഭക്ഷിപ്പാനിരിക്കുന്നു.

പന്തിപ്പലക. ന. ഭക്ഷിക്കുന്നവൎക്കു ഇരിപ്പാൻ പന്തിയിൽ നിരത്തിലിട്ടിരിക്കുന്ന പലക.

പന്തിഭോജനം. ന. ഒരുമിച്ചുള്ള ഭക്ഷണം, കൂടിഭക്ഷണം.

പന്തിരണ്ടു. അല്ലെങ്കിൽ, പന്ത്രണ്ടു. വി. പത്തും രണ്ടും കൂടിയ.

പന്തീരടി. ന. അഞ്ചുനാഴികപ്പകലെ വിടിരുന്ന ഒരു മാതിരി പൂവു.

പന്തീരാണ്ടു. ന. പന്ത്രണ്ടു വൎഷം.

പന്തുകളി. ന. പന്തുകൊണ്ടുള്ള കളി.

പന്തുവരാടി. ന. ഒരു രാഗം.

പന്ഥാനക്കെട്ടു. ന. താഴെപ്പറയുന്ന അൎത്ഥം.

പന്ഥാനക്കോപ്പു. ന. ഭാൎയ്യയും പുത്രന്മാരും ഭവനവും മററും, കുടുംബം.

പന്ഥാനങ്ങൾ. ന. മേല്പറഞ്ഞ അൎത്ഥം.

പന്ഥാവു. ന. വഴി.

പന്ന. വി. (ന്നൻ, ന്നാ, ന്നം.) വി. ന. ഫ, വീണുപോയ. ൨, പ്രാപിച്ച.

പന്നം. ന. വിഴ്ച, ഇറങ്ങുക.

പന്ന. ന. ഒരുമാതിരി വള്ളി, തിപ്പന്ന.

പന്നകം. ന. ഫ, വള്ളത്തിന്റെ മൂടി. ൨, പല്ലക്കിന്റെ മൂടി.

പന്നക്കിഴങ്ങു. ന. ഒരു മാതിരി തൈ.

പന്നഗം. ന. പാമ്പു.

പന്നഗലോകം. ന. പാതാളം.

പന്നഗവൈരി. ന. ഗരുഡൻ.

പന്നഗശായി. ന. വിഷ്ണു.

പന്നഗാഭരണൻ. ന. ശിവൻ.

പന്നഗാശനൻ. ന. ഗരുഡൻ.

പന്നഗേശ്വരൻ. ന. അനന്തൻ.

പന്നത്തല. ന. പപ്പരത്തല.

പന്നദ്ധ്രീ. ന. ചെരിപ്പു.

പന്നവള്ളി. ന. പന്ന, തിപ്പന്ന.

പന്നാട. ന. ഒരു മാതിരിച്ചുക്കിലി.

പന്നി. ന. ഒരു കാട്ടുമൃഗം.

പന്നിക്കാച്ചിൽ. ന. ഒരു മാതിരിക്കിഴങ്ങു.

പന്നിക്കുഞ്ചം. ന. പന്നിയുടെ രോമം.

പന്നിക്കുട്ടി. ന. പന്നിയുടെ കുഞ്ഞു.

പന്നിക്കുഴി. ന. പന്നിയെ പിടിക്കുന്നതിന്നുള്ള കുഴി.

പന്നിക്കൂടു. ന. പന്നിയുടെ കൂടു.

പന്നിത്തേററ. ന. പന്നിയുടെ ദംഷ്ട്രം.

പന്നിപ്പുല്ലു. ന. ഒരുമാതിരി പുല്ലു.

പന്നിമീൻ. ന. ഒരു മത്സ്യം.

പന്നിയിറച്ചി. ന. പന്നിയുടെ മാംസം.

പന്നിയെലി. ന. പെരിച്ചാഴി.

പധിതി. ന. തുല്യപാനം, ഒരുമിച്ചിരുന്നു കുടിക്ക.

പപ്പു. ന. തൂവൽ.

പപ്പാതി. അല്ലെങ്കിൽ, പപ്പാതിച്ചു. വി. പാതിപാതിയായുള്ള.

പഫണം. ന. ഒരു വൃക്ഷം, പാവട്ട.

പമ്പു. ന. സത്യക്കുറി, തിളെച്ചു കിടക്കുന്ന നെയ്യിൽ കൈ മുക്കി സത്യം ചെയ്യാൻ സമ്മതമുള്ളവൎക്കു രാജാവിങ്കൽ നിന്നു കൊടുക്കുന്ന എഴുത്തു.

പമ്പരം. ന. ചുററിച്ചു കളിപ്പാൻ മരം കൊണ്ടുണ്ടാക്കുന്ന കളിസ്സാധനം. ഫ, ഏറുപമ്പരം. ൨, വട്ടപ്പമ്പരം.

പമ്പാ. ന. ഫ, ഒരു നദി. ൨, ഒരു നഗരം.

പമ്പിരി. ന. ഫ, ലഹരി, ചൊരുക്ക. ൨, വളരെ അധികം.

പമ്പിളിവയറൻ. വി. ന. കുടവയറൻ.

പമ്മാട്ടു. ന. വഞ്ചന.

പയനു. ന. ഒരു വൃക്ഷം.

പയൽ. ന. പുലയൻ പറയൻ മുതലായ ഹീനജാതിക്കാരെ വിളിക്കുന്ന തിരുപയോഗിക്കുന്ന വാക്ക.

പയൽമാൻ; ഫയിൽമാൻ. ന. ഫ, ഗുസ്തിപിടിത്തം അഭ്യസിച്ചിട്ടുള്ളവൻ. ൨, ബലവാൻ.

പയൻ. ന. പശ, കറ.

പയസ്യ. വി. (സ്യൻ, സ്യാ, സ്യം.) വി. ന. പാലിൽനിന്നുണ്ടായ.

പയസ്യാ. ന. ഫ, ഒരു പച്ചമരുന്നു, അടകൊതിയൻ. ൨, ക്ഷീരകാകോളി.

പയസ്വല. വി. വളരെ പാലുള്ള.

പയസ്വിനീ. ന. ഫ, കറക്കുന്ന പശു. ൨, ഒരാറു. ൩, രാത്രി. ൪, പെണ്ണാടു.

പയസ്സു. ന. ഫ, വെള്ളം. ൨, പാൽ.

പയർ. ന. ഒരുവക ധാന്യം, ചെറുപയർ, പെരുമ്പയർ മുതലായവ.

പയററു. ന. ഫ, ആയുധാഭ്യാസം. ൨, വഞ്ചന.

പയററപ്പം. ന. പയറുകൊണ്ടുണ്ടാക്കിയ പലഹാരം.

പയററുന്നു. ററി. വാൻ. (പയററ.) അ. ക്രി. ആയുധവിദ്യ പഠിക്കുന്നു.

പയററിക്കുന്നു. ച്ചു. പ്പാൻ. (പയററി.) സ. ക്രി. ഫ, വഞ്ചിക്കുന്നു. ൨, ആയുധവിദ്യ പഠിപ്പിക്കുന്നു.

പയററുപാട്ട. ന. മുട്ടങ്ങഴി പയറു വിതെക്കുന്ന സ്ഥലം.

പയററുപാട്ടം. ന. പയറുവിതെക്കു ള്ള കരം.

പയിക്കം. വി. ൧, വിശപ്പുള്ള. ൨, ഹീനമായ.

പയിണ്ണച്ചുള്ള. ന. ഒരു തൈ.

പയിർ. ന. പച്ചധാന്യം.

പയോഘനം. ന. ആലിപ്പഴം.

പയോജം. ന. താമരപ്പൂ.

പയോദം. ന. ൧, മേഘം. ൨, മുത്തെങ്ങ.

പയോധരം. ന. ൧, മേഘം. ൨, നാളികേരം. ൩, മുല.

പയോധി. ന. സമുദ്രം.

പയോനിധി. ന. സമുദ്രം.

പയോവാഹം. ന. മേഘം.

പയ്യൻ. ന. ആൺകുട്ടി, പൈതലാൻ.

പയ്യവൻ. ന. ബ്രഹ്മാവു.

പയ്യവെ. അ. പതുക്കെ.

പയ്യാനി. ന. ഒരു വൃക്ഷം.

പയ്യാനിപ്പുളവൻ. ന. ഒരു പാമ്പു.

പയ്യാനിമൂക്കൻ. ന. ഒരു പാമ്പു.

പരകായപ്രവേശം. ന. ഒരുത്തന്റെ ആത്മാവു മറെറാരുത്തന്റെ ശരീരത്തിൽ പ്രവേശിക്ക.

പരകാര്യം. ന. പരന്റെ കാര്യം.

പരകീയ. വി. (യൻ, യാ, യം.) വി. ന. മറെറാരുത്തന്റെ, മറെറാരുത്തനെ സംബന്ധിച്ച.

പരക്കം. ന. പരുങ്ങൽ.

പരക്കവെ. അല്ലെങ്കിൽ, **പരക്കെ.** അ. എല്ലാവരുമറികെ, വിസ്താരമായി, നടപ്പായി.

പരക്കഴി. വി. കൂട്ടത്തിൽനിന്നു തള്ളപ്പെട്ട.

പരക്കുന്നു. ന്നു. പ്പാൻ. (പര.) അ. ക്രി. ൧, വിസ്താരമാകുന്നു, നിരക്കുന്നു. ൨, പ്രസിദ്ധമാകുന്നു. ൩, ചിന്നുന്നു. **പരത്തുന്നു.** സ. ക്രി.

പരഗതി. ന. ൧, മോക്ഷപ്രാപ്തി. ൨, സ്വർഗ്ഗപ്രാപ്തി.

പരചക്രം. ന. പരന്റെ ചക്രം, അന്യ രാജാവും മററും.

പരഛന്ദ. വി. (ന്ദൻ, ന്ദാ, ന്ദം.) വി. ന. മറെറാരുത്തന്നധീനമായ.

പരജനം. ന. മററുള്ളവർ.

പരജന്മം. ന. മറെറാരു ജന്മം.

പരജാത. വി. (തൻ, താ, തം.) വി. ന. മറെറാരുത്തനു ജനിച്ച.

പരജാതി. ന. മറെറാരു ജാതിക്കാരൻ, പുറജാതിക്കാരൻ.

പരണ. ന. ൧, അട്ടത്തിന്നു മീതെ കെട്ടിയുണ്ടാക്കുന്ന ചേരു. ൨, മേത്തട്ട.

പരണി. ന. ഒരു വക മണ്പാത്രം.

പരണിക്കിണ്ണം. ന. പിഞ്ഞാണം.

പരണ്ടൽ. ന. ൧, മാന്തൽ. ൨, കർൾച്ച.

പരണ്ടുന്നു. ണ്ടി. വാൻ. (പരണ്ട.) സ. ക്രി. ൧, മാന്തുന്നു. ൨, കാരുന്നു.

പരതന്ത്ര. വി. (ന്ത്രൻ, ന്ത്രാ, ന്ത്രം.) വി. ന. മറെറരുത്തന്നധീനമായ.

പരതര. വി. (രൻ, രാ, രം.) വി. ന. ഏററവും അധികമായ.

പരതരുണി. ന. ൧, അന്യസ്ത്രീ. ൨, ശത്രുവിന്റെ ഭാര്യ.

പരതീരം. ന. ആററിന്റെയും മററും മറുകര, അക്കര.

പരതുന്നു. തി. തുവാൻ. (പരതു.) സം. ക്രി. ൧, തപ്പുന്നു. ൨, മീതെ കിടക്കുന്നവയെ കൈകൊണ്ടു തടഞ്ഞെടുക്കുന്നു.

പരതുഷ്ടി. ന. മററുള്ളവരുടെ സന്തോഷം.

പരത്തൽ. ന. വിസ്താരമാക്കുക.

പരത്തി. ന. പരവന്റെ സ്ത്രീ.

പരത്രാണനം. ന. അന്യരെ രക്ഷിക്കയെന്നുള്ളതു.

പരദാരം. ന. മറെറാരുത്തന്റെ ഭാര്യ.

പരദുഃഖം. ന. മറെറാരുത്തന്റെ ദുഃഖം.

പരദൂഷണം. ന. മറെറാരുത്തന്റെ ദൂഷണം, ഏഷണി, അപവാദം, കുററം.

പരദേവത. ന. കുഡുംബദൈവം.

പരദേശം. ന. അന്യദിക്കു.

പരദേശി. വി. (ശീ, ശിനി, ശി.) വി. ന. അന്യദേശത്തുള്ള.

പരദൈവം. ന. കുഡുംബദൈവം.

പരദോഷം. ന. മറെറാരുത്തന്റെ കുററം.

പരദ്രവ്യം. ന. മറെറാരുത്തന്റെ ധനം.

പരദ്രോഹം. ന. പരോപദ്രവം.

പരദ്വേഷി. വി. (ഷീ, ഷിനീ, ഷി.) വി. ന. മററുള്ളവരെ പകെക്കുന്ന.

പരധനം. ന. മറെറാരുത്തന്റെ ദ്രവ്യം.

പരനാരീ. ന. മറെറാരുത്തന്റെ സ്ത്രീ.

പരന്തപ. വി. (പൻ, പാ, പം.) വി. ന. ശത്രുക്കളെ ദുഃഖിപ്പിക്കുന്ന.

പരന്തപൻ. ന. ജയശാലി.

പര. വി. (രൻ, രാ, രം.) വി. ന. ൧, അകലെയുള്ള. ൨, മറെറാന്നായ. ൩, വിശേഷമായ. ൪, പിന്നാലെയുള്ള. ൫, അധികമായ. **പരതപം.** ഗു. ന. വ്യത്യാസം, വേറൊന്നു.

പരൻ. ന. ൧, ശത്രു. ൨, അന്യൻ. ൩, ദൂരത്തുള്ളവൻ. ൪, ശ്രേഷ്ഠൻ. ൫, ദൈവമെന്നുള്ള ഭാവം.

പരൻപുമാൻ. ന. ദൈവം.

പരൻപുരാൻ. ന. ദൈവം.

പരൻപുരുഷൻ. ന. ദൈവം.

പരപിണ്ഡം. ന. മറെറാരുത്തൻ കൊടുക്കുന്ന അന്നം.

പരപിണ്ഡാദ. വി. (ദൻ, ദാ, ദം.) വി. ന. മറെറാരുത്തന്റെ അന്നം വാങ്ങിച്ചു ഭക്ഷിക്കുന്ന.

പരപീഡ. ന. മറെറാരുത്തന്റെ ദുഃഖം.

പരപുരുഷൻ. ന. ൧, മറെറാരു മനുഷ്യൻ. ൨, വിഷ്ണു.

പരപുഷ്ട. വി. (ഷ്ടൻ, ഷ്ടാ, ഷ്ടം.) വി. ന. അന്യനാൽ പോഷിക്കപ്പെട്ട.

പരപുഷ്ടം. ന. ഒരു പക്ഷി, കുയിൽ.

പരപ്പു. ന. ൧, വിസ്താരം. ൨, വീതി.

പരപ്പൻ. വി. പരന്ന.

പരപ്പൻ. ന. അവിലു.

പരപ്പിൽ. അ. വിസ്താരമായി.

പരബലം. ന. ൧, അന്യ ശക്തി. ൨, ശത്രുബലം.

പരബാധ. ന. പരപീഡ.

പരബോധം. ന. മററുള്ളവരുടെ സമ്മതം.

പരബ്രഹ്മമൂർത്തി. ന. സത്യദൈവം.

പരബ്രഹ്മം. ന. സത്യദൈവം.

പരഭാഗം. ന. ൧, വേറൊന്നിന്റെ പങ്കു. ൨, കൂടുതലായ യോഗ്യത. ൩, ഒന്നിന്റെ കുറവു മറെറാന്നിൽ തീക്കുക.

പരഭാൎയ്യ. ന. ൧, അന്യഭാൎയ്യ, അന്യന്റെ ഭാൎയ്യ. ൨, ശത്രുഭാൎയ്യ.

പരഭൃത. വി. (തൻ, താ, തം.) വി. ന. അന്യനാൽ രക്ഷിക്കപ്പെട്ട.

പരഭൃതം. ന. കുയിൽ.

പരഭൃത്തു. ന. കാക്ക.

പരമകാഷ്ഠ. ന. ൧, അങ്ങേ അററത്തേ അവസ്ഥ, ശ്രേഷ്ഠത. ൨, ആധിക്യം.

പരമഗതി. ന. മോക്ഷം.

പരമഗുരു. ന. പ്രധാന ഗുരു.

പരമണ്ഡലം. ന. അന്യപ്രദേശം, അന്യരാജ്യം.

പരമദ്രുഷ്ട. വി. (ഷ്ടൻ, ഷ്ടാ, ഷ്ടം.) വി. ന. ഏററവും ദോഷമുള്ള.

പരമ. വി. (മൻ, മാ, മം.) വി. ന. ൧, മഹാ നല്ല. ൨, പ്രധാനമായ.

പരമം. അ. അനുവാദത്തിങ്കൽ പറയുന്ന ഒരു വാക്ക.

പരമരഹസ്യം. ന. ഏററവും ഗൂഢമായുള്ളതു.

പരമാണു. ന. ത്രസരേണുവിൽ മുപ്പതിൽ ഒരു പങ്കു.

പരമാണുജീവി. ന. പരമാണുപ്രായത്തിൽ ജീവിക്കുന്ന ജന്തു.

പരമാത്മാവു. ന. ദൈവം, പ്രധാനമായ ആത്മാവു.

പരമാനന്ദമൂൎത്തി. ന. ആനന്ദസ്വരൂപം, ദൈവം.

പരമാനന്ദം. ന. ൧, മഹാ സന്തോഷം, ഭാഗ്യം. ൨, ദൈവം.

പരമാനന്ദിക്കുന്നു. ച്ചു. ച്ചാൻ. (പരമാനന്ദി.) സ. ക്രി. അധികം സന്തോഷിക്കുന്നു.

പരമാന്നം. ന. പായസം.

പരമാൎത്ഥജ്ഞാനം. ന. നേരിനെ അറിക.

പരമാൎത്ഥബോധം. ന. മെല്ലറഞ്ഞ അൎത്ഥം.

പരമാൎത്ഥം. ന. സത്യം, നേരു.

പരമാൎത്ഥവസ്തു. ന. സത്യമായ വസ്തു, ദൈവം.

പരമാൎത്ഥി. വി. ന. സത്യമുള്ളവൻ, നേരുള്ളവൻ.

പരമേശ്വരൻ. ന. ശിവൻ, ദൈവം.

പരമേശ്വരി. ന. പാൎവ്വതി.

പരമേഷ്ഠി. ന. ൧, ബ്രഹ്മാവു. ൨, വിഷ്ണു. ൩, ശിവൻ.

പരമോപദേശം. ന. സാരമായ ഉപദേശം.

പരമ്പു. ന. നെല്ലു ചിക്കുവാനായിട്ടു ഓട്ടല്യ കീറി നെയ്യുണ്ടാക്കിയ വസ്തു.

പരമ്പദം. ന. എല്ലാററിലും മീതേയുള്ള സ്ഥാനം, വൈകുണ്ഠം.

പരമ്പര. വി. (രൻ, രാ, രം.) വി. ന. തുടൎന്നു തുടൎന്നുള്ള, തലമുറ തലമുറയായുള്ള.

പരമ്പരൻ. ന. ൧, വംശത്തിലുള്ളവൻ. ൨, മാൻ.

പരമ്പര. ന. ൧, പാരമ്പൎയ്യം. ൨, സന്തതി. ൩, തലമുറ. ൪, ക്രമം.

പരമ്പരാകം. ന. യാഗത്തിന്നായിട്ടു പശുവിനെക്കൊല്ലുക.

പരമ്പരോപദേശം. ന. പാരമ്പൎയ്യോപദേശം.

പരയുവതി. ന. മറെറാരുത്തന്റെ ഭാൎയ്യ.

പരരാജ്യം. ന. അന്യരാജ്യം.

പരലോകപ്രാപ്തി. ന. മറെറാരു ലോകത്തു ചെല്ലുക.

പരലോകം. ന. അന്യലോകം, സ്വൎഗ്ഗവും മററും.

പരലോകവാസം. ന. അന്യലോകത്തിൽ പാൎക്കുക.

പരൽ. ന. ൧, കവടി. ൨, ഒരുവക മത്സ്യം. ൩, ചരൽ.

പരല്പേരു. അല്ലെങ്കിൽ, പരല്പേരു. ന. അക്ഷരങ്ങൾകൊണ്ടു സംഖ്യ യറിയുന്നതിന്നുള്ള ഒരു കണക്ക.

പരവ. ന. ഒരുവക മത്സ്യം.

പരവതാനി. ന. ഒരുവക രത്നകമ്പിളി.

പരവൽ. വി. (വാൻ, വതീ, വൽ.) വി. ന. മറെറാരുത്തന്നധീനമായ, നാഥനുള്ള.

പരവൻ. ന. ഒരു താണജാതിക്കാരൻ.

പരവശ. വി. (ശൻ, ശാ, ശം.) വി. ന. മറെറാരുത്തന്നധീനമായ, ആശ്രയിച്ചു ജീവിക്കുന്ന. (മ.) ൧, ക്ഷീണിച്ച. ൨, പ്രയാസപ്പെടുന്ന. ൩, ദീനംപിടിച്ച. ൪, ദരിദ്രനായ. **പരവശത.** സ്ത്രീ. ന. ൧, പാരവശ്യം. ൨, ക്ഷീണത. ൩, പ്രയാസം. ൪, ദീനം. ൫, ദാരിദ്ര്യം.

പരവശപ്പെടുന്നു. ട്ടു. വാൻ. (പരവശ.) അ. ക്രി. ൧, ഞെരുങ്ങുന്നു. ൨, ക്ഷീണിക്കുന്നു.

പരശാസ്ത്രം. ന. അന്യശാസ്ത്രം.

പരശു. ന. വെണ്മഴു.

പരശുധരൻ. ന. ഒരു മഹൎഷി.

പരശുരാമൻ. ന. ജമദഗ്നി മഹൎഷിയുടെ പുത്രൻ, പരശുധരൻ.

പരശ്രീ. ന. അന്യസമ്പത്തു.

പരശ്വധം. ന. വെണ്മഴു, കോടാലി.

പരശ്വഃ. അ. മറെറന്നാൾ.

പരശ്ശതം. വി. നൂററിൽ അധികമുള്ള.

പരസ്സഹസ്രം. വി. ആയിരത്തിലധികമുള്ള.

പരസ്പര. വി. (രൻ, രാ, രം.) വി. ന. അന്യോന്യമായുള്ള.

പരസ്യപ്പെടുത്തുന്നു. ത്തി. വാൻ. (പരസ്യ.) സ. ക്രി. പ്രസിദ്ധപ്പെടുത്തുന്നു.

പരസ്യം. ന. ൧, പ്രസിദ്ധം. ൨, വിളംബരം.

പരസ്ത്രീ. ന. മറെറാരുത്തന്റെ സ്ത്രീ.

പരസ്ത്രീസംഗം. ന. മറെറാരുത്തന്റെ സ്ത്രീയെ പ്രാപിക്ക.

പരസ്വം. ന. മറെറാരുത്തന്റെ മുതൽ.

പരഹിത. വി. (തൻ, താ, തം.) വി. ന. മററുള്ളവൎക്ക ഹിതമായ.

പരഹിതം. ന. ഒരുമാതിരി ഗണിതം.

പരാ. അ. ഇതു ചില സംസ്കൃതപദങ്ങളുടെ ആദിയിൽ വരുമ്പോൾ പ്രാധാന്യം, അതിക്രമം, മടക്കം ഇങ്ങനെ പല അൎത്ഥങ്ങൾ വരും.

പരാക്ക. അ. വഴിഞ്ഞു.

പരാകം. ന. യാഗകൎമ്മം.

പരാക്രമം. ന. ശക്തി.

പരാക്രമി. വി. ന. ശക്തിയുള്ളവൻ.

പരാഗം. ന. ൧, പൂവിലപ്പൊടി. ൨, പൊടി. ൩, കുളിച്ചാൽ ശരീരത്തേൽ തേക്കുന്ന ഒരു സുഗന്ധപ്പൊടി.

പരാങ്മുഖ. വി. (ഖൻ, ഖീ, ഖം.) വി. ന. പിന്തിരിഞ്ഞ.

പരാചിത. വി. (തൻ, താ, തം.) വി. ന. അന്യനാൽ രക്ഷിക്കപ്പെട്ട.

പരാചീന. വി. (നൻ, നാ, നം.) വി. ന. പിന്തിരിഞ്ഞ.

പരാജയം. ന. തോലി, മടക്കം.

പരാജിത. വി. (തൻ, താ, തം.) വി.

ന. ൧, ജയിക്കപ്പെട്ട. ൨, തോല്പ്പെട്ട.

പരാതി. ന. അപവാദം, ദൂഷണം.

പരാധിന. വി. (നൻ, നാ, നം.) വി. ന. ൧, മറെറാരുത്തനെ സേവിക്കുന്ന. ൨, പ്രയാസപ്പെടുന്ന.

പരാധീനം. ന. ൧, ആശ്രയം. ൨, പ്രയാസം.

പരാധീനപ്പെടുന്നു. ട്ടു. വാൻ. (പരാധീന.) അ. ക്രി. പ്രയാസപ്പെടുന്നു.

പരാനന്ദം. ന. അതിസന്തോഷം.

പരാനുകൂലം. ന. മറെറാരുത്തന്റെ അനുകൂലം.

പരാന്നഭോജി. വി. (ജി, ജിനി, ജി.) വി. ന. മറെറാരുത്തന്റെ അന്നംകൊണ്ടു ജീവിക്കുന്ന.

പരാന്ന. വി. (ന്നൻ, ന്നാ, ന്നം.) വി. ന. മേല്പറഞ്ഞ അൎത്ഥം.

പരാന്നം. ന. മറെറാരുത്തൻ കൊടുക്കുന്ന ചോറു.

പരാപര. വി. (രൻ, രാ, രം.) വി. ന. നല്ലതും ചീത്തയുമായ, ആദിയും അന്തവുമായ.

പരാപരവസ്തു. ന. ആദ്യന്തമായ വസ്തു, ദൈവം.

പരാപഹാസം. ന. പരനിന്ദ.

പരാപേക്ഷ. ന. മറെറാരുത്തനെ ആശ്രയിക്ക.

പരാഭവം. ന. ൧, മടക്കം. ൨, അവമാനം. ൩, നാശം.

പരാഭൃത. വി. (തൻ, താ, തം.) വി. ന. തോല്പ്പെട്ട.

പരാമൎശിക്കുന്നു. ച്ചു. ക്കുവാൻ. (പരാമൎശി.) അ. ക്രി. പ്രധാനസംഗതികളെപ്പററി പ്രസ്താവിച്ചു, മൊത്തത്തിൽ ചിന്തിക്കുന്നു. **പരാമൎശനം; പരാമൎശം.** ന.

പരാമൎശം. ന. ൧, വിചാരം. ൨, സൂക്ഷ്മം.

പരാമൎഷം. ന. മേല്പറഞ്ഞ അൎത്ഥം.

പരായണ. വി. (ണൻ, ണാ, ണം.) വി. ന. ആസക്തിയുള്ള, താല്പൎയ്യമുള്ള.

പരായണം. ന. മതസംബന്ധമായുള്ള ക്രമം.

പരായുതം. വി. പതിനായിരത്തിലധികമുള്ള.

പരാരി. അ. രണ്ടാമാണ്ടു.

പരാൎദ്ധം. ന. ഒരു വലിയ തുക, പതിനെട്ടാമത്തെ സ്ഥാനം.

പരാൎദ്ധ്യ. വി. (ൎദ്ധ്യൻ, ൎദ്ധ്യാ, ൎദ്ധ്യം.) വി. ന. ശ്രേഷ്ഠതയുള്ള.

പരാൎദ്ധ്യം. ന. പരാൎദ്ധം.

പരാവൎത്തനം. ന. അതേ സംഗതിയെത്തന്നെ വേറൊരു വിധത്തിൽ പ്രസ്താവിക്കുകയെന്നതു.

പരാവൃത്ത. വി. (ത്തൻ, ത്താ, ത്തം.) വി. ന. ൧, ഓടിപ്പോയ. ൨, തിരിച്ചുവന്ന.

പരാശ്രയ. വി. (യൻ, യാ, യം.) വി. ന. മറെറാരുത്തനെ ആശ്രയിക്കുന്ന.

പരാശ്രയം. ന. മറെറാരുത്തനെ ആശ്രയിക്കുക.

പരാശ്രയാ. ന. ഒരു തൈ.

പരാസനം. ന. കൊല, വധം.

പരാസു. വി. (ത്രിക്കു.) വി. ന. മരിച്ച. **പരാസുത. പരാസുത്വം.** ദ്ര. ന. മരണം.

പരാസ്കന്ദി. ന. കള്ളൻ.

പരാഹത. വി. (തൻ, താ, തം.) വി. ന. ൧, ആക്രമിക്കപ്പെട്ട. ൨, അടിക്കപ്പെട്ട.

പരാഹ്നം. ന. ഉച്ചയ്ക്കു പിന്നീടുള്ള ദിവസം, ഉച്ച തിരിഞ്ഞിട്ടുള്ള പകൽ ഭാഗം.

പരി. അ. ചില മൊഴികളോടു ചേരുമ്പോൾ, ചുററും, പക്ഷം, വിട്ടൊഴിവു, അവസാനം, ദീനം, ബലം, വിഭാഗം, ആലിംഗനം, ക്ഷമചോദിക്ക, സല്ക്കാരം, തള്ളിക്കളക, ആഭരണം, വിസ്താരം, അടയാളം, ദുഃഖം, തടവു, സത്യം ഇങ്ങനെ പല അൎത്ഥങ്ങൾ വരും.

പരികഥ. ന. കള്ളക്കഥ.

പരികമ്പം. ന. ൧, ഭയം. ൨, വിറയൽ.

പരികമ്പിത. വി. (തൻ, താ, തം.) വി. ന. ഇളക്കപ്പെട്ട.

പരികര. വി. (രൻ, രീ, രം.) വി. ന. സഹായിക്കുന്ന.

പരികരം. ന. ൧, മെത്ത. ൨, ആശ്രിതന്മാരുടെ കൂട്ടം. ൩, പുരുഷാരം. ൪, ആരംഭം. ൫, സാഹിത്യശാസ്ത്രത്തിൽ ഒരലങ്കാരത്തിന്റെ പേരു.

പരികൎത്തനം. ന. ൧, മുറിയ്ക്കു, കണ്ടിയ്ക്കു. ൨, വൃത്തത്തിൽ കണ്ടിയ്ക്കു. ൩, സൂചികൊണ്ടു കുത്തുന്നപോലെയുള്ള വേദന.

പരികൎമ്മം. ന. ആഭരണങ്ങൾകൊണ്ടും മററും ദേഹത്തെ അലങ്കരിക്കുക.

പരികൎമ്മാവു. ന. ഭൃത്യൻ.

പരികൎമ്മി. വി. (ൎമ്മീ, ൎമ്മിണി, ൎമ്മി.) വി. ന. അലങ്കരിക്കുന്ന.

പരികൎമ്മി. ന. അടിമക്കാരൻ, വേലക്കാരൻ.

പരികല്പിതം. വി. ൧, നിശ്ചയിക്കപ്പെട്ട. ൨, ഉണ്ടാക്കപ്പെട്ട.

പരികാംക്ഷിതൻ. ന. സന്യാസി.

പരികീൎത്തിതം. വി. ൧, പ്രസിദ്ധിപ്പെടുത്തിയ. ൨, വമ്പുപറഞ്ഞ. ൩, പറയപ്പെട്ട, അറിയിക്കപ്പെട്ട.

പരികീൎണ്ണം. വി. ൧, പരന്ന, ചിതറപ്പെട്ട. ൨, ചുററുമുള്ള, തിങ്ങിയ, നിറഞ്ഞ.

പരിക്കു. ന. ൧, ഒരു വൃക്ഷം. ൨, മുറിവു.

പരിക്ക. ന. ഇന്നപ്പോൾ പണം കൊടുക്കാമെന്നു ഒരു സൎക്കാരുദ്യോഗസ്ഥന്റെ മുൻപാകെ ഒരു ഉടമ്പടിചെയ്യു.

പരിക്രമണം. അല്ലെങ്കിൽ, **പരിക്രമം.** ന. ൧, ചുററും നടക്ക. ൨, നടക്കുക.

പരിക്രമിക്കുന്നു. ച്ചു. പ്പാൻ. (പരിക്രമി.) അ. ക്രി. ചുററും നടക്കുന്നു.

പരിക്രാന്ത. വി. ചുററും നടക്കപ്പെട്ട.

പരിക്രിയ. ന. വീണ്ടെടുപ്പു.

പരിഖ. ന. കിടങ്ങുകുഴി.

പരിഖേദം. ന. ദുഃഖം.

പരിഖ്യാതി. ന. കീൎത്തി.

പരിഗണനം. ന. പൂൎണ്ണമായി തിട്ടപ്പെടുത്തുക.

പരിഗമം. ന. ൧, ചുററും നടക്ക. ൨, അന്വേഷിച്ചു നടക്കുക. ൩, അറിക, നിശ്ചയപ്പെടുത്തുക.

പരിഗൎജ്ജിക്കുന്നു. ച്ചു. ക്കുവാൻ. (പരിഗൎജ്ജി.) സ. ക്രി. മുഴക്കുന്നു, ചുററും ശബ്ദംകൊണ്ടു നിറയ്ക്കുന്നു. **പരിഗൎജ്ജനം.** ന.

പരിഗ്രഹ്യ. വി. (ഹ്യൻ, ഹ്യാ, ഹ്യം.) വി. ന. കൈക്കൊള്ളപ്പെടുവാന്തക്ക.

പരിഗ്രഹ്യ. ന. വിവാഹം ചെയ്യപ്പെട്ട സ്ത്രീ.

പരിഗ്രഹം. ന. ൧, കൈക്കൊള്ളുക. ൨, കുടുംബം. ൩, ശാപം, ആണ. ൪, ഭാൎയ്യ. ൫, പേർ.

പരിഗ്രഹിക്കുന്നു. ച്ചു. പ്പാൻ. (പരിഗ്രഹി.) സ. ക്രി. കൈക്കൊള്ളുന്നു.

പരിഘം. ന. ൧, ഇരിമ്പുലക്ക. ൨, കുല. ൩, സാക്ഷി.

പരിഘാതനം. ന. ൧, ഇരിമ്പുലക്ക. ൨, വധം.

പരിഘാതം. ന. വധം, കുല.

പരിഘോഷം. ന. ൧, ശബ്ദം. ൨, മുഴക്കം. ൩, നിന്ദാവാക്ക.

പരിച. ന. വെട്ടുമറവും തടുപ്പാൻ തോലുകൊണ്ടുണ്ടാക്കുന്ന ഒരു വസ്തു.

പരിചയം. ന. ശീലം.

പരിചയിക്കുന്നു. ച്ചു. പ്പാൻ. (പരിചയി.) സ. ക്രി. ശീലിക്കുന്നു.

പരിചരണം. ന. ശുശ്രൂഷ.

പരിചരൻ. ന. ൧, അകമ്പടിക്കാരൻ. ൨, ശുശ്രൂഷക്കാരൻ.

പരിചരിക്കുന്നു. ച്ചു. പ്പാൻ. (പരിചരി.) സ. ക്രി. ശുശ്രൂഷിക്കുന്നു.

പരിചൎയ്യ. ന. ശുശ്രൂഷ.

പരിചാരകൻ. ന. ശുശ്രൂഷക്കാരൻ, ഭൃത്യൻ.

പരിചാരിക. ന. ശുശ്രൂഷക്കാരി.

പരിചാൎയ്യ. വി. (ൎയ്യൻ, ൎയ്യാ, ൎയ്യം.) വി. ന. ശുശ്രൂഷിപ്പാൻതക്ക, വന്ദിപ്പാന്തക്ക.

പരിചിത. വി. (തൻ, താ, തം.) വി. ന. പരിചയിക്കപ്പെട്ട, അറിയപ്പെട്ട.

പരിച്ച. അ. ൧, യുക്തമായി. ൨, തുല്യമായി.

പരിച്ഛദം. ന. ൧, അകമ്പടിക്കാരുമ്മറും, പരിജനം. ൨, കുടുംബം.

പരിച്ഛന്നം. വി. ൧, മൂടപ്പെട്ട, വസ്തം ധരിക്കപ്പെട്ട. ൨, പടന്ന. ൩, പരിവാരത്താൽ ചുററപ്പെട്ട. ൪, ഒളിക്കപ്പെട്ട.

പരിച്ഛേത്താവു. വി. ന. ൧, മുറിക്കുന്നവൻ. ൨, നിശ്ചയിക്കുന്നവൻ.

പരിച്ഛേദം. ന. ൧, ചില പുസ്തകങ്ങളിലെ വകുപ്പു. ൨, മുറിക്ക. ൩, നിശ്ചയം.

പരിച്ഛേദിക്കുന്നു. ച്ചു. പ്പാൻ. (പരിച്ഛേദി.) സ. ക്രി. ൧, വിഭാഗിക്കുന്നു. ൨, മുറിക്കുന്നു. ൩, നിശ്ചയിക്കുന്നു.

പരിച്ഛേദ്യ. വി. (ദ്യൻ, ദ്യാ, ദ്യം.) വി. ന. ൧, മുറിക്കപ്പെടുവാൻതക്ക. ൨, നിശ്ചയിക്കപ്പെടുവാന്തക്ക.

പരിജനം. ന. ഭൃത്യക്കൂട്ടം.

പരിജ്ഞാത. വി. (തൻ, താ, തം.) വി. ന. അറിയപ്പെട്ട.

പരിജ്ഞാനം. ന. പരിചയം, അറിവു.

പരിണമിക്കുന്നു. ച്ചു. ക്കുവാൻ. (പരിണമി.) അ. ക്രി. അവസാനിക്കുന്നു.

പരിണമിപ്പിക്കുന്നു. കാ. ക്രി.

പരിണമനം; പരിണാമം. ന.

പരിണത. വി. (തൻ, താ, തം.) വി. ന. ൧, പഴുത്ത, പാകംവന്ന. ൨, പഴയ. ൩, വളഞ്ഞ.

പരിണതം. ന. ൧, കുത്തുവാനായിട്ടു കുനിയുന്ന ആന. ൨, മൂലധനം.

പരിണയം. അല്ലെങ്കിൽ, **പരിണയനം.** ന. വിവാഹം.

പരിണയിക്കുന്നു. ച്ചു. പ്പാൻ. (പരിണയി.) സ. ക്രി. വിവാഹം കഴിക്കുന്നു.

പരിണാമം. ന. ൧, അവസ്ഥാഭേദം. ൨, പാകത. ൩, അവസാനം.

പരിണായം. ന. ൧, ചൂതുപോർ. ൨, ചുററി നടത്തിക്കുക.

പരിണാഹം. ന. വീതി, വിസ്താരം.

പരിണീതം. വി. വിവാഹം ചെയ്യപ്പെട്ട.

പരിണീതാ. ന. വിവാഹം ചെയ്യപ്പെട്ട സ്ത്രീ.

പരിണേതാവു്. ന. ഭൎത്താവു്.

പരിതപിക്കുന്നു. ച്ചു. പ്പാൻ. (പരിതപി.) അ. ക്രി. ദുഃഖിക്കുന്നു.

പരിതപ്ത. വി. (പ്തൻ, പ്താ, പ്തം.) വി. ന. ൧, ദുഃഖിച്ച. ൨, ചൂടുപിടിപ്പിക്കപ്പെട്ട.

പരിതസ്സ്. അ. ചുററും.

പരിതാപം. ന. ൧, ദുഃഖം, സങ്കടം. ൨, ചൂട.

പരിതുഷ്ട. വി. (ഷ്ടൻ, ഷ്ടാ, ഷ്ടം.) വി. ന. സന്തോഷിച്ച.

പരിതുഷ്ടി. ന. സന്തോഷം.

പരിതോഷം. ന. സന്തോഷം.

പരിത്തി. ന. ൧, നൂല്പഞ്ഞിമരം. ൨, നൂല്പഞ്ഞി.

പരിത്തിക്കുരു. ന. നൂല്പഞ്ഞിക്കുരു.

പരിത്തിനൂൽ. ന. പഞ്ഞിനൂൽ.

പരിത്യക്ത. വി. (ക്തൻ, ക്താ, ക്തം.) വി. ന. ഉപേക്ഷിക്കപ്പെട്ട.

പരിത്യജിക്കുന്നു. ച്ചു. പ്പാൻ. (പരിത്യജി.) സ. ക്രി. ഉപേക്ഷിക്കുന്നു.

പരിത്യാഗം. ന. ഉപേക്ഷിക്കുക.

പരിത്യാഗി. വി. (ഗീ, ഗിനി, ഗി.) വി. ന. ഉപേക്ഷിക്കുന്ന.

പരിത്യാജ്യ. വി. (ജ്യൻ, ജ്യാ, ജ്യം.) വി. ന. ഉപേക്ഷിക്കപ്പെടുവാന്തക്ക.

പരിത്രസ്ത. വി. (സ്തൻ, സ്താ, സ്തം.) വി. ന. ഭയപ്പെട്ട.

പരിത്രാണം. ന. രക്ഷ.

പരിത്രാതൃ. വി. (താ, ത്രീ, തൃ.) വി. ന. രക്ഷിക്കുന്ന.

പരിദാനം. ന. കൈമാററം.

പരിദേവനം. ന. കരച്ചിൽ, വിലാപം.

പരിധാനം. ന. ഉടുക്കുന്ന വസ്ത്രം.

പരിധി. ന. ൧, പരിവേഷം, ഗോളത്തിനു ചുററുമുള്ള വൃത്തം. ൨, പരിധിവെക്കുന്ന ചമത.

പരിധിച്ചമത. ന. പരിധിവെക്കുന്ന ചമത.

പരിധിസ്ഥൻ. ന. അകമ്പടിക്കാരൻ.

പരിധൃത. വി. ധരിക്കപ്പെട്ട, സഹിച്ച.

പരിന്നു; പരുന്തു. ന. ഒരു പക്ഷി.

പരിപക്വ. വി. (ക്വൻ, ക്വാ, ക്വം.) വി. ന. ൧, നല്ലവണ്ണം പാകം വന്ന. ൨, നല്ലവണ്ണം വെന്ത, ദഹിച്ച, പഴുത്ത. **പരിപക്വത.** സ്ത്രീ. ന. പാകം, വേവു.

പരിപണം. ന. മൂലദ്രവ്യം, മുതൽ.

പരിപതനം. ന. വീഴ്ച.

പരിപന്ഥി. ന. ശത്രു.

പരിപാണ്ഡു. വി. നല്ലപോലെ വെളുത്ത.

പരിപാകം. ന. ൧, പക്വത, പാകം. ൨, അടക്കം. ൩, പൂൎണ്ണത.

പരിപാടി. ന. ക്രമം, അനുക്രമം.

പരിപാതം. ന. വീഴ്ച.

പരിപാലക. വി. (കൻ, കാ, കം.) വി. ന. ൧, രക്ഷിക്കുന്ന. ൨, ഭരിക്കുന്ന. ൩, സൂക്ഷിക്കുന്ന.

പരിപാലനം. ന. ൧, രക്ഷ. ൨, ഭരണം.

പരിപാലിക്കുന്നു. ച്ചു. പ്പാൻ. (പരിപാലി.) സ. ക്രി. ൧, രക്ഷിക്കുന്നു. ൨, ഭരിക്കുന്നു. ൩, കാക്കുന്നു.

പരിപാലിത. വി. (തൻ, താ, തം.) വി. ന. ൧, രക്ഷിക്കപ്പെട്ട. ൨, ഭരിക്കപ്പെട്ട. ൩, കാത്തു സൂക്ഷിക്കപ്പെട്ട.

പരിപീഡനം. ന. ഉപദ്രവിക്കുക.

പരിപീഡിത. വി. (തൻ, താ, തം.) വി. ന. ഉപദ്രവിക്കപ്പെട്ട.

പരിപീത. വി. (തൻ, താ, തം.) വി.

ന. ᅟ൧, കുടിക്കപ്പെട്ട. ൨, മഞ്ഞ നിറമായ.

പരിപൂതം. വി. ൧, ശുദ്ധിയാക്കപ്പെട്ട. ൨, പതിരശേഷം കളഞ്ഞ.

പരിപൂൎണ്ണ. വി. (ൎണ്ണൻ, ൎണ്ണാ, ൎണ്ണം.) വി. ന. നിറഞ്ഞ, തികഞ്ഞ. **പരിപൂൎണ്ണത.** ഗു. ന. നിറവു, തികവു.

പരിപൂൎത്തി. ന. നിറവു, തൃപ്തി.

പരിപൂരിത. വി. പരിപൂൎണ്ണ.

പരിപേലവം. അല്ലെങ്കിൽ, **പരിപേലം.** ന. ഒരു മരുന്നു, കഴിമുത്തെങ്ങ.

പരിപ്പു. ന. ൧, തൊലികളഞ്ഞ പയറു. ൨, അതുകൊണ്ടുണ്ടാക്കിയ ഒരു കറി.

പരിപ്പുകാരൻ. ന. ഊട്ടുപുരയിൽ വിചാരക്കാരൻ.

പരിപ്ലവ. വി. (വൻ, വാ, വം.) വി. ന. ൧, ഇളക്കമുള്ള. ൨, സ്ഥിരമില്ലാത്ത.

പരിപ്ലവം. ന. ൧, കുളി. ൨, ഞെരുക്കം, ക്രൂരത.

പരിപ്ലുത. വി. (തൻ, താ, തം.) വി. ന. ഇളക്കപ്പെട്ട.

പരിപ്ലുഷ്ട. വി. (ഷ്ടൻ, ഷ്ടാ, ഷ്ടം.) വി. ന. ചുടപ്പെട്ട.

പരിബൎഹം. ന. ൧, പരിജനം. ൨, ജചിഹ്നം.

പരിഭവം. ന. ൧, അവമാനം. ൨, നിന്ദ.

പരഭവിക്കുന്നു. ച്ചു. പ്പാൻ. (പരിഭവി.) സ. ക്രി. ൧, അവമാനിക്കുന്നു. ൨, നിന്ദിക്കുന്നു.

പരിഭാവം. ന. ൧, അവമാനം. ൨, നിന്ദ.

പരിഭാഷ. ന. പൊരുൾതിരിപ്പു.

പരിഭാഷണം. ന. ൧, ധിക്കാരം. ൨, സംസാരം, സംഭാഷണം. ൩, നിയമം, ഉടമ്പടി. ൪, ചട്ടം.

പരിഭാഷിക്കുന്നു. ച്ചു. പ്പാൻ. (പരിഭാഷി.) സ. ക്രി. ൧, സംസാരിക്കുന്നു. ൨, ധിക്കരിക്കുന്നു.

പരിഭാഷിത. വി. (തൻ, താ, തം.) വി. ന. ൧, പറയപ്പെട്ട, സംസാരിക്കപ്പെട്ട. ൨, ധിക്കരിക്കപ്പെട്ട. ൩, പൊരുൾ തിരിക്കപ്പെട്ട.

പരിഭുക്ത. വി. (ക്തൻ, ക്താ, ക്തം.) വി. ന. ൧, പഴയ. ൨, പെരുമാറിയ.

പരിഭൂത. വി. (തൻ, താ, തം.) വി. ന. നിന്ദിക്കപ്പെട്ട.

പരിഭൂഷണം. ന. ഒരു രാജ്യത്തെ നികുതി മുഴവൻ കൊടുത്തിട്ടു കിട്ടുന്ന സമാധാനം.

പരിഭൂഷിത. വി. (തൻ, താ, തം.) വി. ന. അലങ്കരിക്കപ്പെട്ട.

പരിഭോക്തൃ. വി. (ക്താ, ക്ത്രീ, ക്തൃ.) വി. ന. ഭക്ഷിക്കുന്ന, അനുഭവിക്കുന്ന.

പരിഭോഗം. ന. ൧, അനുഭവം. ൨, സംഭോഗം.

പരിഭ്രമം. ന. ൧, ആകുലം, ഉഴൽച, കുഴപ്പം. ൨, തിട്ടുക്കം. ൩, ഭയം.(സം.) ചുററി സഞ്ചരിക്കുക.

പരിഭ്രമിക്കുന്നു. ച്ചു. പ്പാൻ. (പരിഭ്രമി.) അ. ക്രി. ൧, ആകുലപ്പെടുന്നു, ഉഴലുന്നു. ൨, തിട്ടുക്കപ്പെടുന്നു. ൩, ഭയപ്പെടുന്നു. (സം.) ചുററിസഞ്ചരിക്കുന്നു.

പരിഭ്രംശം. ന. വിഘ്നം.

പരിഭ്രഷ്ട. വി. (ഷ്ടൻ, ഷ്ടാ, ഷ്ടം.) വി. ന. ൧, വീണുപോയ. ൨, ജാതിയിൽനിന്നു പോയ.

പരിഭ്രാജിത. വി. നല്ലവണ്ണം ശോഭിക്കുന്ന.

പരിഭ്രാന്തി. ന. ൧, അറിവില്ലായ്മ. ൨, ചുററും നടക്ക. ൩, ഒന്നിനെ മറെറാന്നായിട്ടു വിചാരിക്ക.

പരിമഗ്ന. വി. (ഗ്നൻ, ഗ്നാ, ഗ്നം.) വി. ന. മുങ്ങിയ.

പരിമണ്ഡലം. ന. വൃത്തം, ഉരുണ്ട വസ്തു.

പരിമൎദ്ദനം. ന. ൧, തിരുമ്മൽ, പൊടിക്ക. ൨, ആലിംഗനം ചെയ്ക. ൩, ഞെരുക്കുക.

പരിമൎദ്ദിക്കുന്നു. ച്ചു. പ്പാൻ. (പരിമൎദ്ദി.) സ. ക്രി. ൧, അരെക്കുന്നു. ൨, തിരുമുകയുമററും ചെയ്യുന്നു.

പരിമളക്കുഴമ്പു. ന. സുഗന്ധമുള്ള കുഴമ്പു.

പരിമളത്തൈലം. ന. പരിമളമുള്ള തൈലം, നല്ല മണമുള്ള എണ്ണ.

പരിമളം. ന. മൎദ്ദനത്തിങ്കൽനിന്നുണ്ടാകുന്ന സുഗന്ധം.

പരിമളിക്കുന്നു. ച്ചു. പ്പാൻ. (പരിമളി.) അ. ക്രി. സൌരഭ്യമുണ്ടാകുന്നു.

പരിമാണം. ന. അളവു.

പരിമാറുന്നു. റി. വാൻ. (പരിമാറ.) സ. ക്രി. പ്രയോഗിക്കുന്നു.

പരിമാററം. ന. പ്രയോഗം.

പരിമാൎജ്ജനം. ന. ശുദ്ധിയാക്കുക, വെടിപ്പാക്കുക.

പരിമി. ന. ഒരു മാതിരി വലിയ കൊട്ട.

പരിമിത. വി. (തൻ, താ, തം.) വി. ന. ൧, ചേൎക്കപ്പെട്ട. ൨, അളക്കപ്പെട്ട.

പരിമിതി. ന. അളവു.

പരിമിളിത. വി. (തൻ, താ, തം.) വി. ന. നല്ലവണ്ണം ചേൎന്ന, തമ്മിൽ കൂടിയ.

പരിമൃജ്യ. വി. (ജ്യൻ, ജ്യാ, ജ്യം.) വി. ന. ൧, വെടിപ്പാക്കപ്പെടേണ്ടുന്ന. ൨, തൊടുവാനുള്ള.

പരിമ്ലാനം. വി. വാടിയ.

പരിയപ്പാട്ടു. ന. ബ്രാഹ്മണന്റെ അടിമവേലക്കാരനായ ശൂദ്രന്റെ അവസ്ഥ.

പരിയപ്പെടുന്നു. ട്ടു. വാൻ. (പരിയ.) അ. ക്രി. അടിമപ്പെടുന്നു.

പരിയപ്പെട്ടവൻ. വി. ന. അടിമപ്പെട്ടവൻ.

പരിയം. ന. വീട്ടിന്റെ പുറത്തെ സ്ഥലം.

പരിരംഭണം. ന. ആലിംഗനം.

പരിരംഭം. ന. ആലിംഗനം.

പരിരംഭിക്കുന്നു. ച്ചു. പ്പാൻ. (പരിരംഭി.) സ. ക്രി. ആലിംഗനംചെയ്യുന്നു.

പരിരക്ഷണം. ന. രക്ഷ.

പരിലസിത. വി. ൧, ശോഭിച്ച. ൨, ചുററപ്പെട്ട.

പരിലാളനം. ന. വാത്സല്യത്തോടെ വളൎത്തുക.

പരിലാളിക്കുന്നു. ച്ചു. പ്പാൻ. (പരിലാളി.) സ. ക്രി. വാത്സല്യത്തോടെ വളൎത്തുന്നു.

പരിലേഖം. ന. വര.

പരിവട്ടം. ന. ൧, ചില രാജാക്കന്മാർ ഉടുക്കുന്ന വസ്ത്രത്തിന്നു പറയുന്ന ബഹുമാനപ്പേർ. ൨, തലപ്പാവു. ൩, നൂൽ ചുററുന്ന റാട്ട

പരിവൎജ്ജനം. ന. ൧, വധം, കൊല. ൨, ഉപേക്ഷിക്ക.

പരിവൎജ്ജിത. വി. (തൻ, താ, തം.) വി. ന. ൧, ഉപേക്ഷിക്കപ്പെട്ട.

പരിവൎത്തനം. ന. ൧, തമ്മിൽ മാററം. ൨, ചുററിത്തിരിക. ൩, പിൻതിരിക.

പരിവൎത്തം. ന. ൧, തമ്മിൽ മാററം. ൨, തോറേറാടുക. ൩, ലോകനാശം. ൪, ചുററിത്തിരിക.

പരിവത്തിക്കുന്നു. ച്ചു. പ്പാൻ. (പരിവത്തി.) സ. ക്രി. ൧, തമ്മിൽ മാറുന്നു. ൨, തോറേറാടുന്നു. ൩, ചുററി നടക്കുന്നു.

പരിവാദകൻ. ന. ൧, ആവലാധിക്കാരൻ. ൨, അപവാദം പറയുന്നവൻ.

പരിവാദം. ന. ൧, നിന്ദാവാക്ക. ൨, അപവാദം. ൩, വീണയുടെ കമ്പി.

പരിവാദിനി. ന. ഏഴ കമ്പിയുള്ള വീണ.

പരിവാപനം. ന. ക്ഷൌരം

പരിവാപം. ന. ൧, ക്ഷൌരം. ൨, കുളം. ൩, പരിജനം.

പരിവപിത. വി. (തൻ, താ, തം.) വി. ന. ക്ഷൌരം ചെയ്യപ്പെട്ട.

പരിവാരം. ന. ദാസൻ ദാസി അകമ്പടിക്കാരൻ സേവകൻ മുതലായ ജനം.

പരിവാഹം. ന. ൧, ഒഴുക്ക, വെള്ളം കവിച്ചിൽ. ൨, വെള്ളം കൊണ്ടുപോകുന്നതിനുള്ള കൈവഴി.

പരിവിത്തി. ന. അനുജൻ വേട്ടിട്ടും താൻ വേൾക്കാത്ത ജ്യേഷ്ഠൻ.

പരിവിതം. വി. ചുററും വളയപ്പെട്ട.

പരിവൃഢൻ. ന. അധിപൻ.

പരിവൃത. വി. (തൻ, താ, തം.) വി. ന. ൧, ചുററും വളയപ്പെട്ട. ൨, മുഴുവനും ലഭിച്ച.

പരിവൃത്തി. ന. ൧, ഒന്നു കൊടുത്തു മറെറാന്നു വാങ്ങിക്ക. ൨, ചുററിലും വളയുക. ൩, അവസാനം. ൪, അനുജൻ വേട്ടിട്ടും താൻ വേൾക്കാത്ത ജ്യേഷ്ഠൻ.

പരിവേത്താവു. ന. ജ്യേഷ്ഠനെക്കാൾ മുൻപിൽ വേട്ട അനുജൻ.

പരിവേദനം. ന. ൧, അതിവേദന. ൨, വിവാഹം. ൩, വിവാദം.

പരിവേദം. ന. പൂണ്ണമായ ജ്ഞാനം.

പരിവേദി. വി. (ദീ, ദിനി, ദി.) വി. ന. ൧, നൊമ്പരം സഹിക്കുന്ന. ൨, അറിയുന്ന.

പരിവേദനി. ന. ജ്യേഷ്ഠനെക്കാൾ മുൻപിൽ വേട്ടവന്റെ ഭാൎയ്യ.

പരിവേഷം. ന. ൧, ചന്ദ്രന്റെ എങ്കിലും സൂൎയ്യന്റെ എങ്കിലും ചുററും ചിലപ്പോൾ വട്ടത്തിൽ കാണുന്ന ഒരു വളയം. ൨, വൃത്തത്തെച്ചുററുക. ൩, ചോറു കറി മുതലായവ വിളമ്പുക.

പരിവേഷണം. ന. ചുററുക.

പരിവേഷ്ടിക്കുന്നു. ച്ചു. പ്പാൻ. (പരിവേഷ്ടി.) സ. ക്രി. ചുററുന്നു.

പരിവേഷ്ടിത. വി. (തൻ, താ, തം.) വി. ന. ചുററപ്പെട്ട.

പരിവ്യാധം. ന. ൧, കൊങ്ങവൃക്ഷം. ൨, ആററുവഞ്ചിവൃക്ഷം.

പരിവ്യാപ്ത. വി. (പ്തൻ, പ്താ, പ്തം.) വി. ന. വ്യാപിക്കപ്പെട്ട, പരക്കപ്പെട്ട.

പരിവ്രജ്യ. ന. സന്ന്യാസിയുടെ അവസ്ഥ.

പരിവ്രാജകൻ. ന. സന്ന്യാസി.

പരിവ്രാജികാ. ന. സന്ന്യാസിനി.

പരിവ്രാട്ടു. ന. സന്ന്യാസി.

പരിശിഷ്ട. വി. (ഷ്ടൻ, ഷ്ടാ, ഷ്ടം.) വി. ന. ശേഷിക്കപ്പെട്ട.

പരിശിഷ്ടം. ന. ഒടുക്കം കൂട്ടിയതു.

പരിശീലനം. ന. ശീലിക്കുക.

പരിശുദ്ധ. വി. (ദ്ധൻ, ദ്ധാ, ദ്ധം.) വി. ന. ൧, ശുദ്ധമുള്ള. ൨, കുററമില്ലാത്ത.

പരിശുദ്ധാത്മാവു. ന. പുണ്യാത്മാവു.

പരിശുദ്ധി. ന. ൧, പുണ്യം. ൨, കുററമില്ലായ്മ.

പരിശുഷ്ക. വി. (ഷ്കൻ, ഷ്കാ, ഷ്കം.) വി. ന. നന്നാ ഉണങ്ങിയ.

പരിശുഷ്കം. ന. നെയ്യിൽ വറുത്ത മാംസം.

പരിശേഷം. ന. ശിഷ്ടം കൂട്ടിയതു, പരിശിഷ്ടം.

പരിശോധനം. ന. ശോധനചെയ്ക.

പരിശോധിക്കുന്നു. ച്ചു. പ്പാൻ. (പരിശോധി.) സ. ക്രി. ൧, ശോധന ചെയ്യുന്നു. ൨, നന്നാക്കുന്നു.

പരിശോഷം. ന. ഉണങ്ങുക.

പരിശോഷിത. വി. (തൻ, താ, തം.) വി. ന. ഉണക്കപ്പെട്ട.

പരിശ്രമം. ന. ൧, അദ്ധ്വാനം. ൨, ക്ഷീണം.

പരിശ്രമിക്കുന്നു. ച്ചു. പ്പാൻ. (പരിശ്രമി.) അ. ക്രി. ൧, അദ്ധ്വാനിക്കുന്നു. ൨, ക്ഷീണിക്കുന്നു.

പരിശ്രയം. ന. ൧, ആശ്രയം, സ്ഥലം. ൨, കൂട്ടം.

പരിശ്രാന്ത. വി. (ന്തൻ, ന്താ, ന്തം.) വി. ന. തളൎന്ന, വാടിയ.

പരിശ്രാന്തി. ന. ൧, അദ്ധ്വാനം. ൨, തളൎച്ച.

പരിശ്രാവ്യ. വി. (വ്യൻ, വ്യാ, വ്യം.) വി. ന. കേൾക്കപ്പെടുവാൻ തക്ക.

പരിശ്രുത. വി. (തൻ, താ, തം.) വി. ന. കേൾക്കപ്പെട്ട.

പരിശ്ലിഷ്ട. വി. (ഷ്ടൻ, ഷ്ടാ, ഷ്ടം.) വി. ന. ആലിംഗനം ചെയ്യപ്പെട്ട.

പരിഷ. ന. ജനസമൂഹം, കൂട്ടം.

പരിഷൽ. ന. ൧, സഭ. ൨, കൂട്ടം.

പരിഷദൻ; പരിഷദ്യൻ; പരിഷദ്ബലൻ. ന. സഭാവാസി.

പരിഷധൻ. ന. കൂട്ടത്തിൽ ഒരുത്തൻ.

പരിഷ്കരിക്കുന്നു. ച്ചു. പ്പാൻ. (പരിഷ്കരി. സ. ക്രി. ൧, അലങ്കരിക്കുന്നു. ൨, മിനുസമാക്കുന്നു. ൩, വെടിപ്പാക്കുന്നു.

പരിഷ്കാരം. ന. ൧, അലങ്കാരം. ൨, മിനുക്കുക, തെളിവാക്കുക. ൩, ശുദ്ധിയാക്കുക.

പരിഷ്കൃത. വി. (തൻ, താ, തം.) വി. ന. അലങ്കരിക്കപ്പെട്ട.

പരിഷ്കൃതി. ന. അലങ്കാരം.

പരിഷ്വംഗം. ന. ആലിംഗനം.

പരിഷ്വജിക്കുന്നു. ച്ചു. പ്പാൻ. (പരിഷ്വജി.) സ. ക്രി. ആലിംഗനം ചെയ്യുന്നു.

പരിസരം. ന. ൧, ആറുകൾക്കും മലകൾക്കും അടുത്ത സ്ഥലം. ൨, മരണം.

പരിസപ്പം. ന. ൧, ചുററിനടക്കുക. ൨, ഗമനം. ൩, ഒഴുകുക, പിന്നാലെ പോക.

പരിസൎയ്യ. ന. ൧, എല്ലാടത്തും നടക്കുക. ൨, അടുത്ത വരവു.

പരിസംഖ്യ. ന. കണക്കുകൂട്ടുക.

പരിസ്കന്ദൻ. ന. അന്യനാൽ വളൎത്തപ്പെട്ടവൻ.

പരിസ്കന്ദം. ന. ചുററിനടക്ക.

പരിസ്തോമം. ന. ആനപ്പുറത്തു വിരിക്കുന്ന വസ്ത്രം, ചെമ്പാരിപ്പടം.

പരിസ്പന്ദം. ന. ൧, കുലുക്കം. ൨, പുച്ചുടുക.

പരിസ്പന്ദിക്കുന്നു. ച്ചു. പ്പാൻ. (പരിസ്പന്ദി.) അ. ക്രി. ൧, കുലുക്കുന്നു. ൨, പൂച്ചൂടുന്നു.

പരിസ്രുത. വി. (തൻ, താ, തം.) വി. ന. ഇററു വീഴുന്ന, ഒഴുകുന്ന.

പരിസ്രുത. ന. വാററിയെടുത്ത മദ്യം.

പരിസ്രുൽ. ന. ൧, ഒരു വക മദ്യം. ൨, തുള്ളിയായിട്ടു വീഴുക.

പരിഹരണം. ന. ൧, പ്രതിക്രിയ. ൨, നീക്കിക്കളക.

പരിഹരിക്കുന്നു. ച്ചു. പ്പാൻ. (പരിഹരി.) സ. ക്രി. ൧, നീക്കിക്കളയുന്നു. ൨, സൌഖ്യമാക്കുന്നു.

പരിഹസിക്കുന്നു. ച്ചു. പ്പാൻ. (പരിഹസി.) സ. ക്രി. ൧, നിന്ദിക്കുന്നു. ൨, ചിരിക്കുന്നു, സന്തോഷിക്കുന്നു.

പരിഹസിത. വി. (തൻ, മാ, തം.) വി. ന. ൧, നിന്ദിക്കപ്പെട്ട. ൨, ചിരിക്കപ്പെട്ട.

പരിഹാരം. ന. ൧, പ്രായശ്ചിത്തം ൨, നീക്കപോക്ക. ൩, തള്ളിക്കളക.

പരിഹാൎയ്യ. വി. (ൎയ്യൻ, ൎയ്യാ, ൎയ്യം.) വി. ന. പരിഹരിക്കപ്പെടുവാന്തക്ക.

പരിഹാൎയ്യം. ന. പൊൻവള.

പരിഹാസം. ന. നിന്ദ. (സം.) ചിരി, സന്തോഷം, ഉല്ലാസം, നേരംപോക്ക.

പരിക്ഷിപ്ത. വി. (പ്തൻ, പ്താ, പ്തം.) വി. ന. ചുററപ്പെട്ട.

പരീത. വി. (തൻ, താ, തം.) വി. ന. ചുററപ്പെട്ട.

പരീഭാവം. ന. ൧, ധിക്കാരം. ൨, നിന്ദ.

പരീവൎത്തം. ന. തമ്മിൽ മാററം.

പരീവാദം. ന. ൧, ആക്ഷേപം. ൨, അപവാദം പറക.

പരീവാരം. ന. ൧, വാളുറ. ൨, പരിജനം.

പരീവാഹം. ന. ൧, വെള്ളംകവിച്ചിൽ. ൨, ഒഴുക്ക, പരിവാഹം.

പരീസാരം. ന. ൧, ചുററിനടപ്പു. ൨, അടുത്ത വരവു.

പരീഹാസം. ന. ഉല്ലാസം, സന്തോഷം, കളിക്കുക.

പരീക്ഷ. ന. പരിതാപവും മററും ശോധന ചെയ്ക.

പരീക്ഷക. വി. (കൻ, കാ, കം.) വി. ന. പരീക്ഷിക്കുന്ന.

പരീക്ഷകൻ. ന. ശോധന ചെയ്യുന്നവൻ.

പരീക്ഷണം. ന. ശോധന.

പരീക്ഷിക്കുന്നു. ച്ചു. പ്പാൻ. (പരീക്ഷി.) സ. ക്രി. ശോധന ചെയ്യുന്നു.

പരീക്ഷിത. വി. (തൻ, താ, തം.) വി. ന. ശോധന ചെയ്യപ്പെട്ട.

പരീക്ഷിതൻ. അല്ലെങ്കിൽ, **പരീക്ഷിത്തു.** അൎജ്ജുനന്റെ പൌത്രന്റെ പുത്രൻ.

പരു. ന. ശരീരത്തിൽ ഉരുണ്ടുക്രുടി പൊട്ടുന്ന ഒരു കിനം. (സം.) ൧, കരിമ്പു ചൂരൽ മുതലായവയുടെ മുട്ടു. ൨, സമുദ്രം. ൩, പൎവ്വതം.

പരുക്ക. ന. തഴമ്പു.

പരുങ്ങൽ. ന. ൧, ഇന്നതു ചെയ്യേണമെന്നറിയാതെ വ്യസനിക്കുക. ൨, പുല്ലു പറിക്ക.

പരുങ്ങുന്നു. ങ്ങി. വാൻ. (പരുങ്ങ.) അ. ക്രി. ൧, ഇന്നതു ചെയ്യേണമെന്നറിയാതെ വ്യസനിക്കുന്നു. ൨, പുല്ലു പറിക്കുന്നു.

പരുത്ത. വി. വലിയ.

പരുത്തി. ന. പഞ്ഞി.

പരുൽ. അ. കീഴാണ്ടു.

പരുന്നു. ന. ഒരു പക്ഷി, പരുന്തു.

പരുന്തു. ന. മേല്പറഞ്ഞ പക്ഷി.

പരുപരെ. അ. മിനുസമില്ലാതെ.

പരുപരുക്കുന്നു. ത്തു. പ്പാൻ. (പരുപരു.) അ. ക്രി. മിനുസമില്ലാതാകുന്നു.

പരുപരുപ്പ. ന. മിനുസമില്ലായ്മ.

പരുമ്പുടവ. ന. പരുപരുപ്പുള്ള പുടവ.

പരുവ. ന. ൧, ഒരുവക വള്ളി. ൨, ഒരുവക വൃക്ഷം. ൩, ഇല്ലിക്കൂട്ടം.

പരുവക്കിഴങ്ങു. ന. പരുവവള്ളിയുടെ കിഴങ്ങു.

പരുവം. ന. ൧, അവസരം. ൨, പാകം. ൩, പഴപ്പു. ൪, യൌവനം. ൫, വയസ്സു.

പരുഷ. വി. (ഷൻ, ഷാ, ഷം.) വി. ന. ൧, കഠിനമായ. ൨, പലനിറമുള്ള.

പരുഷം. ന. ൧, കഠിനവാക്ക. ൨, ഒരു വൃക്ഷം.

പരുഷവാക്ക. ന. കഠിനവാക്ക.

പരുസ. ന. കരിമ്പു മുതലായവയുടെ മുട്ടു.

പരൂഷകം. അല്ലെങ്കിൽ, **പരൂഷം.** ചിററിന്തവൃക്ഷം.

പരേങ്ഗിതജ്ഞൻ. ന. അന്യാഭിപ്രായം അറിയുന്നവൻ.

പരേത. വി. (തൻ, താ, തം.) വി. ന. മരിച്ച.

പരേതം. ന. മരിച്ചവന്റെ ആത്മാവു.

പരേതരാട്ടു. ന. അന്തകൻ.

പരേദ്യവി. അ. പിറെറന്നാൾ.

പരേദ്യുസ്സ്. അ. പിറെറന്നാൾ.

പരേഷ്ടുക. ന. വളരെ പ്രസവിച്ച പശു.

പരൈധിത. വി. (തൻ, താ, തം.) വി. ന. അന്യനാൽ വളൎത്തപ്പെട്ട.

പരൈധിതം. ന. ഒരു പക്ഷി, കുയിൽ.

പരോപകാരം. ന. അന്യന്മാൎക്ക ചെയ്തുകൊടുക്കുന്ന ഉപകാരം.

പരോപകാരി. വി. (രി, രിണി, രി.) വി. ന. പരോപകാരം ചെയ്യുന്ന.

പരോപദ്രവം. ന. പരന്മാരെ ഉപദ്രവിക്ക.

പരോഷ്ണി. ന. ൧, നരിച്ചീർ. ൨, പാററ.

പരോക്ഷജ്ഞാനം. ന. അപ്രത്യക്ഷജ്ഞാനം.

പരോക്ഷ. വി. (ക്ഷൻ, ക്ഷാ, ക്ഷം.) വി. ന. അപ്രത്യക്ഷമായ. ന. കാണ്മാൻ വഹിയായ്ക, മറവു.

പരോക്ഷൻ. ന. സന്യാസി.

പൎക്കടി. ന. ഒരു വൃക്ഷം, ചിററാൽ.

പൎജ്ജനി. ന. ഒരങ്ങാടിമരുന്നു, മരമഞ്ഞൾ.

പൎജ്ജന്യൻ. ന. ഇന്ദ്രൻ.

പൎജ്ജന്യം. ന. ൧, മുഴങ്ങുന്ന മേഘം. ൨, മേഘശബ്ദം. ൩, മേഘം.

പൎണ്ണം. ന. ൧, ഇല. ൨, ചിറകു. ൩, അസ്ത്രത്തിന്നു കെട്ടുന്ന തൂവൽ. ൪, പ്ലാശുവൃക്ഷം.

പൎണ്ണശാല. ന. ഇലക്കുടിലിൽ, മഹൎഷിമാരുടെ പുര.

പൎണ്ണാസം. ന. തുളസി.

പൎപ്പടകപ്പുല്ലു. ന. ഒരു പച്ചമരുന്നു.

പൎപ്പടകം; പൎപ്പടം. ന. ഉഴുന്നു പൊടിച്ചു കാരവും ഉപ്പും കൂട്ടിയുണ്ടാക്കുന്ന ഒരു ഭക്ഷണവസ്തു.

പൎപ്പടകക്കാരം. ന. പൎപ്പടകത്തിന്നു കൂട്ടുന്ന കാരം.

പൎപ്പടപ്പിട്ടു. ന. ഉഴുന്നു പൊടിച്ചു കുഴച്ചു ഇടിച്ചുണ്ടാക്കുന്ന വസ്തു.

പൎപ്പടകം. ന. പൎപ്പടകപ്പുല്ലു. (മ.) പൎപ്പടകം.

പൎയ്യങ്കം. ന. മെത്ത.

പൎയ്യടനം. ന. സഞ്ചാരം.

പൎയ്യന്തഭൂ. ന. ആറുകൾക്കും മലകൾക്കും അടുത്തുള്ള സ്ഥലം.

പൎയ്യന്തം. ന. ൧, അരുത്തി. ൨, അവസാനം. ൩, ദൂരം.

പൎയ്യയം. ന. ൧, ആചാരഭംഗം. ൨, പരിയം.

പൎയ്യവസാനം. ന. അവസാനം.

പൎയ്യവസ്ഥ. ന. വിരോധം.

പൎയ്യസ്ത. വി. ചുററപ്പെട്ട, ചിതറിയ, നശിച്ച.

പൎയ്യസ്തിക. ന. കിടക്ക.

പൎയ്യാകുലം. വി. ൧, കലങ്ങിയ. ൨, ഭയപ്പെട്ട. ൩, നിറഞ്ഞ.

പൎയ്യാണം. ന. ജീനി.

പൎയ്യാപ്ത. വി. (പൂൻ, പ്പാ, പ്പം.) വി. ന. ൧, പ്രാപിച്ച. ൨, ത്രാണിയുള്ള, ശക്തിയുള്ള. ൩, തികെഞ്ഞ.

പൎയ്യാപ്തം. അ. ൧, വേഗത്തിൽ. ൨, തൃപ്തിയായി. ൩, ശക്തിയായി. ൪, മതിയായി.

പൎയ്യാപ്തി. ന. ൧, ലഭിക്കുക. ൨, തികവു. ൩, തൃപ്തി.

പൎയ്യായം. ന. ൧, ക്രമം. ൨, വിധം. ൩, അവസരം. ൪, ഉണ്ടാക്കുക. ൫, ഗുണം. ൬, ഒരു വാക്കിന്നു പകരമായുള്ള വാക്ക.

പൎയ്യായശയനം. ന. തവണവെച്ചു മാറി മാറി ഉറങ്ങുക.

പൎയ്യാഹാരം. ന. ൧, കാവടി. ൨, ചുമട.

പൎയ്യുദഞ്ചനം. ന. കടം.

പൎയ്യുപ്ത. വി. (പൂൻ, പ്പാ, പ്പം.) വി. ന. ൧, വിത്തു വിതെക്കപ്പെട്ട. ൨, രത്നം പതിക്കപ്പെട്ട.

പൎയ്യുത്സുക. വി. ൧, ദുഃഖമുള്ള. ൨, ഏററവും ആഗ്രഹമുള്ള. ൩, മനസ്സിളകിയ.

പൎയ്യേഷണ. ന. അന്വേഷണം.

പൎവ്വതകന്യക. ന. പാൎവ്വതി.

പൎവ്വതകാകൻ. ന. മലങ്കാക്ക.

പൎവ്വതപക്ഷച്ഛിത്തു. ന. ഇന്ദ്രൻ.

പൎവ്വതപുത്രി. ന. പാൎവ്വതി.

പൎവ്വതൻ. ന. നാരദന്റെ മസ്സ്നേഹിതനായ ഒരു ഋഷി.

പൎവ്വതം. ന. ൧, മല. ൨, ഒരു ചീര. ൩, ഒരുവക മീൻ.

പൎവ്വതാരി. ന. ഇന്ദ്രൻ.

പൎവ്വം. ന. ൧, മുട്ടു. ൨, വാവു. ൩, വിഷുവുമ്മററും. ൪, അയനസംക്രമം, സംക്രമം. ൫, ഉത്സവം. ൬, അവസരം. ൭, അദ്ധ്യായം, ഭാരതത്തിലെ ഓരോ ഭാഗങ്ങൾ. ൮, ക്ഷണം. ൯, ഭാരതം കിളിപ്പാട്ടു.

പൎവ്വസന്ധി. ന. വാവും പ്രതിപദവും കൂട്ടുന്ന സന്ധി.

പൎശുക. ന. ഒരു ചെറിയ ഭസ്മ.

പല. വി. വളരെ, അനേകം.

പലക. ന. ൧, കനം കുറെച്ചു വീതിയിൽ അറുത്ത മരം. ൨, ഇരിക്കുന്നതിന്നുള്ള ചെറിയ പലക, കരണ്ടി. ൩, പരിച.

പലകനാക്ക. ന. ചക്കാൻ.

പലകപ്പയ്യാനി. ന. ഒരു വൃക്ഷം.

പലഗണ്ഡൻ. ന. കല്ലാശാരി.

പലതു. വി. അനേകം.

പലപല. വി. അനേകം.

പലപ്പോഴും. അ. കൂടെക്കൂടെ.

പലം. ന. ൧, ഇരുപത്തൊന്നു കഴഞ്ചു കൂടിയതു. ൨, മാംസം.

പലങ്കഷ. ന. ൧, ഒരു മരുന്നു, ഞെരിഞ്ഞിൽ. ൨, ഒരു വൃക്ഷം, കമ്പിൾ.

പലർ. അല്ലെങ്കിൽ, **പലരും.** വി. അനേകംപേർ.

പലലം. ന. മാംസം.

പലലാശയം. ന. ഒരു ദീനം, തൊണ്ട വീക്കം.

പലവക. വി. പലമാതിരി.

പലവിധം. വി. പലപ്രകാരമുള്ള.

പലവും. അ. പലതും.

പലവുരു. അ. പല പ്രാവശ്യം.

പലവൂട്ടു. അ. പല പ്രാവശ്യം.

പലവൂക്കധിപൻ. ന. പല ദേശത്തിന്നധികാരി.

പലവൂഴം. വി. പല പ്രാവശ്യവും.

പലവ്യഞ്ജനം. ന. കടുകു ജീരകം ഉലുവാ മുതലായതു.

പലഹാരം. ന. അപ്പം അട റൊട്ടി മുതലായ ഭക്ഷണവസ്തു.

പലാഗ്നി. ന. പിത്തം.

പലാണ്ഡു. ന. ഒരെങ്കാടിമരുന്നു, ഉള്ളി.

പലായനം. ന. ഓടിപ്പോക്ക.

പലാലം. ന. വയ്ക്കോൽ.

പലാശൻ. ന. രാക്ഷസൻ.

പലാശ. വി. (ശൻ, ശി, ശം.) വി. ന. ൧, പച്ചനിറമായ. ൨, ക്രൂരതയുള്ള.

പലാശം. ന. ൧, ഇല. ൨, പ്ലാശുവൃക്ഷം. ൩, ചെറുകച്ചോലം.

പലാശി. ന. ൧, വൃക്ഷം, മരം. ൨, രാക്ഷസൻ.

പലിക്നി. ന. നരച്ചവൾ.

പലിത. വി. (തൻ, താ, തം.) വി. ന. നരച്ച.

പലിതം. ന. ൧, നര. ൨, അലങ്കരിച്ച തലമുടി.

പലിശ. ന. നെല്ലൊ പണമൊ വായിപ്പ കൊടുത്താൽ കൂട്ടികിട്ടുന്നതു.

പലേടത്തു. അല്ലെങ്കിൽ, **പലേടവും.** അ. പല സ്ഥലത്തും.

പല്ലു. ന. ൧, അറപ്പവാളിന്റെയും മററും പല്ലു, ചിരവനാക്ക. ൨, താക്കോല്പല്ലു.

പല്യങ്കം. ന. കട്ടിൽ.

പല്ലു. ന. ൧, വായിൽ രണ്ടു വരിയായിട്ടു നില്ക്കുന്ന കടുത്ത സാധനം. ൨, ചിരവയുടെയും അറപ്പവാളിന്റെയുമ്മററും കൂൎത്ത ഭാഗങ്ങൾ.

പല്ലക്ക. ന. മാനമുള്ള ചില ആളുകൾ കേറി സഞ്ചരിക്കുന്നതിന്നുള്ള ഒരുമാതിരി വാഹനം.

പല്ലക്കകാരൻ. ന. പല്ലക്ക ചുമക്കുന്നവൻ, ചോണ്ടൻ.

പല്ലൻ. വി. ന. വലിയ നീണ്ട പല്ലുള്ളവൻ.

പല്ലരണ. ന. പല്ലു സംബന്ധിച്ചുണ്ടാകുന്ന ഒരു ദീനം.

പല്ലവകൻ. ന. വിടൻ.

പല്ലവം. ന. തളിർ.

പല്ലവിത. വി. (തൻ, താ, തം.) വി. ന. ൧, തളിരുള്ള. ൨, തളിൎക്കപ്പെട്ട.

പല്ലവിതം. ന. കോലരക്ക.

പല്ലാങ്കുഴി. ന. പതിന്നാലു കുഴിയുള്ള ഒരുമാതിരി കളിപ്പലക.

പല്ലി. ന. ൧, ഗൌളി. ൨, നഗരം. ൩, ഇറച്ചി കത്തിയെടുക്കുന്ന ഉളേ. ൪, വണ്ടി.

പല്ലിത്തടി. ന. മരംകൊണ്ടൊ ഇരിമ്പുകൊണ്ടൊ പല്ലുപോലെ നിരത്തി തറച്ചുണ്ടാക്കിയ മരമോ ഇരിമ്പോ, പരണ്ടി.

പല്ലിറുമ്മൽ. ന. പല്ലുകൾ തമ്മിൽ കൂട്ടിക്കടിക്ക.

പല്ലിറുമ്മുന്നു. മ്മി. വാൻ. (പല്ലിറുമ്മ.) അ. ക്രി. ചിലർ കോപിക്കുമ്പോഴൊ ഉറങ്ങുമ്പോഴൊ പല്ലുകൾ കൂട്ടി കടിക്കുന്നു.

പല്ലിളി. ന. പല്ലു കാട്ടുക.

പല്ലിളിക്കുന്നു. ച്ചു. പ്പാൻ. (പല്ലിളി.) അ. ക്രി. പല്ലു കാട്ടുന്നു.

പല്ലുകടി. ന. പല്ലു കൂട്ടിക്കടിക്ക, പല്ലിറുമ്മൽ.

പല്ലുകുത്തു. ന. പല്ലിന്റെ ചുവട്ടില്ലുണ്ടാകുന്ന ഒരു വേദന.

പല്ലുളി. ന. പല്ലുകുത്തി.

പല്ലേരി. ന. മോണ.

പലപലം. ന. പൊയ്യു.

പവന. വി. (നൻ, നാ, നം.) വി. ന. സ്വച്ശതയുള്ള, വെടിപ്പുള്ള.

പവനൻ. ന. വായു, കാററു.

പവനം. ന. ൧, പതിർപിടിത്തം. ൨, ശുദ്ധിയാക്കുക. ൩, കശവന്റെ ആല. ൪, വെള്ളം.

പവനാശനൻ. ന. പാമ്പു.

പവമാന. വി. (നൻ, നാ, നം.) വി. ന. വായു.

പവമാനൻ. ന. വായു.

പവൻ. ന. പതിനഞ്ചു ബ്രിട്ടിഷുരൂപാ വിലയുള്ള ഒരു സ്വൎണ്ണനാണയം.

പവം. ന. ൧, പതിർപിടിത്തം. ൨, ശുദ്ധി.

പവി. ന. ഇന്ദ്രന്റെ ഒരായുധം, വജ്രം.

പവിത്രകം. ന. ൧, മീൻകൂട. ൨, വല.

പവിത്രമോതിരം. ന. കൎമ്മശുദ്ധിക്കായിട്ടു കയ്യിൽ ഇടുന്ന മോതിരം.

പവിത്ര. വി. (ത്രൻ, ത്രാ, ത്രം.) വി. ന. ശുദ്ധമുള്ള.

പവിത്രം. ന. ൧, കുശ. ൨, വെള്ളം. ൩, ചെമ്പു. ൪, അൎഘ്യപാത്രം. ൫, പൂണനൂൽ.

പവിത്രവിരൽ. ന. അണിവിരൽ.

പവിത്രസ്ഥലം. ന. ശുദ്ധസ്ഥലം.

പവിഴക്കൊടി. ന. ഒരു പച്ചമരുന്നു.

പവിഴക്കൊമ്പു. ന. നിറത്തിലുള്ള പവിഴം.

പവിഴപ്പുററു. ന. ഒരുഞാടിമരുന്നു, ഒരുമാതിരി പുററു.

പവിഴമണി. ന. പവിഴമെന്നു പേർ ഉള്ള രത്നം, പവിഴം ശോധനചെയ്തു രുട്ടിയതു.

പവിഴമാല. ന. പവിഴംകൊണ്ടുള്ള മാല.

പവിഴം. ന. ഒരുവക രത്നം.

പവിഴാദ്രി; പവിഴമല. ന. കിഴക്കൻപൎവ്വതനിര.

പശ. ന. ൧, ഒട്ടുന്ന വസ്തു. ൨, ലാഭം.

പശകൻ. ന. ചെറുക്കൻ.

പശമണ്ണു. ന. ചെളി.

പശി. ന. വിശപ്പു.

പശിമ. ന. മാൎദ്ദവം.

പശു. ന. ൧, ഗോക്കളിൽ സ്ത്രീ. ൨, ജീവൻ. ൩, യാഗത്തിന്നു കൊല്ലുന്ന ആട്ടമ്മററും, ഛാഗൻ.

പശുക്കയറു. ന. പശുവിനെ കെട്ടുന്ന കയറു.

പശുക്കൂട്ടു. ന. പശുത്തൊഴുത്തു.

പശുക്കൂട്ടം. ന. പശുക്കളുടെ കൂട്ടം.

പശുദാനം. ന. പശുവിനെ ദാനം ചെയ്യു.

പശുപതി. ന. ശിവൻ.

പശുപൻ. ന. ഇടയൻ.

പശുപാലൻ. ന. ഇടയൻ.

പശുപാശം. ന. പശുവിന്റെ പാശം.

പശുപാശി. ന. ഒരുവക മരുന്നു.

പശുപ്രായ. വി. (യൻ, യാ, യം.) വി. ന. മൃഗസ്വഭാവമുള്ള, പശുവിനോടു തുല്യമായ.

പശുപ്രേരണം. ന. പശുവിനെ അടിക്ക.

പശുബന്ധം. ന. പശുവിനെ ബന്ധിക്ക.

പശുരജ്ജു. ന. പശുക്കയറു.

പശുവത്സൻ. ന. പശുക്കിടാവു.

പശ്ചാത്താപം. ന. അനുതാപം. താൻ ചെയ്ത ദോഷത്തെ വിചാരിച്ചു പിന്നീടുണ്ടാകുന്ന ദുഃഖം.

പശ്ചാൽ. അ. ൧, പിൻപുറം. ൨, ശേഷം. ൩, പിന്നെ. ൪, പടിഞ്ഞാറു.

പശ്ചാൽഭാഗം. അ. ൧, പിൻപുറം. ൨, പടിഞ്ഞാറു.

പശ്ചിമ. വി. (മൻ, മാ, മം.) വി. ന. ൧, പടിഞ്ഞാറുള്ള. ൨, പുറകേയുള്ള.

പശ്ചിമദിക്കു. ന. പടിഞ്ഞാറെ ദിക്കു.

പശ്ചിമഭാഗം. ന. പടിഞ്ഞാറുഭാഗം.

പശ്ചിമം. ന. ൧, പടിഞ്ഞാറു. ൨, പിൻപു.

പശ്ചിമോത്തരം. ന. പടിഞ്ഞാറു വടക്കു.

പശ്യൽ. വി. (ശ്യൻ, ശ്യന്തി, ശ്യൽ.) വി. ന. ൧, നോക്കുന്ന. ൨, കാണുന്ന.

പഷ്ഠൗഹീ. ന. ൧, കടിഞ്ഞൂൽചനയുള്ള പശു. ൨, ചെറുപ്പത്തിലേ ചനയേററ പശു.

പളുങ്കു. ന. സ്ഫടികവൃക്ഷമററും.

പള്ള. ന. ൧, വയറു. ൨, വാരിപ്പുറം. ൩, വലിയ പോതു. ൪, ആഴമുള്ള കുഴി. ൫, വലിയ കാടു.

പള്ളം. ന. ൧, നമ്രം. ൨, കുഴി.

പള്ളാട്ടു; പള്ളയാട്ടു. ന. ഒരു തരം ആട്ടു.

പള്ളി. ന. ൧, ക്രിസ്ത്യാനികൾ മുതലായവരുടെ ദേവാലയത്തിന്നു പറയുന്ന പേർ. ൨, എഴുത്തുകളരി. ൩, രാജാക്കന്മാരെയും ബ്രാഹ്മണരെയും ദൈവത്തെയും സംബന്ധിച്ചു പറയുന്ന വാക്കുകളുടെ മുൻപെ ബഹുമാനത്തിന്നായിട്ടു ചേൎത്തു പറയുന്ന ഒരു വാക്കു.

പള്ളിക്കട്ടിൽ. ന. രാജാവിന്റെ കട്ടിൽ.

പള്ളിക്കുട. ന. രാജാവിന്റെ കുട.

പള്ളിക്കുറിപ്പു. ന. രാജാക്കന്മാരുടെ ഉറക്കം.

പള്ളിക്കൂടം. ന. പാഠകശാല.

പള്ളിക്കെട്ടു. ന. രാജസ്ത്രീകളുടെ വിവാഹം.

പള്ളിച്ചാൻ. ന. പോണ്ടൻ, കേരളത്തിൽ ഒരു ജാതിക്കാരുടെ പേരു.

പള്ളിച്ചീയാൻ. ന. പോണ്ടൻ.

പള്ളിഞായൽ. ന. പാക്കനിലം.

പള്ളിത്തണ്ടു. ന. രാജാക്കന്മാരുടെ പല്ലക്കു.

പള്ളിത്തേവാരം. ന. രാജാക്കന്മാരുടെ നിത്യകൎമ്മം.

പള്ളിപ്പലക. ന. രാജാക്കന്മാർ ഇരിക്കുന്ന പലക.

പള്ളിപ്പേച്ചു. ന. ക്ഷുദ്രപ്രയോഗം മാററുന്നതിന്നു ക്ഷേത്രങ്ങളിൽ ചെയ്യുന്ന ഒരു കൎമ്മം.

പള്ളിമാടമ്പു. ന. രാജകുമാരന്മാർ പൂണനൂലിടുന്ന കൎമ്മം.

പള്ളിമാളിക. ന. പള്ളിയുടെ മുകൾതട്ടു.

പള്ളിമെത്ത. ന. രാജാക്കന്മാരുടെ മെത്ത.

പള്ളിയറ. ന. രാജാക്കന്മാർ കിടക്കുന്ന മുറി.

പള്ളിയറക്കാരൻ. ന. പള്ളിയറയിലെ വേലക്കാരൻ.

പള്ളിയുറക്കം. ന. രാജാക്കന്മാരുടെ ഉറക്കം.

പള്ളിവായന. ന. രാജാക്കന്മാരുടെ വിദ്യാഭ്യാസം.

പള്ളിവിളക്ക. ന. രാജാക്കന്മാരുടെ വിളക്ക.

പള്ളിവേട്ട. ന. ൧, രാജാക്കന്മാരുടെ നായാട്ട. ൨, ക്ഷേത്രങ്ങളിൽ ഉത്സവം തുടങ്ങിയാൽ ആറാട്ടിന്റെ തലെദിവസമുള്ള ഒരടിയന്തിരം.

പക്ഷകം. ന. പിൻപുറത്തെ വാതിൽ.

പക്ഷതി. ന. ൧, പ്രതിപദം. ൨, ചിറകിന്റെ മൂലം.

പക്ഷദ്വാരം. ന. പിൻപുറത്തെ വാതിൽ.

പക്ഷപാതം. ന. ഒത്താശ.

പക്ഷപാതി. ന. ഒത്താശക്കാരൻ.

പക്ഷഭാഗം. ന. രണ്ട വശവും.

പക്ഷഭേദം. ന. വ്യത്യാസം.

പക്ഷമൂലം. ന. ചിറകിന്റെ ചുവട.

പക്ഷം. ന. ൧, പ്രതിപദം തുടങ്ങി വാവുവരെയുമുള്ള പതിനഞ്ചുദിവസം. ൨, ചിറക. ൩, അമ്പിന്റെ തൂവൽ. ൪, രണ്ട വശവും. ൫, ചേൎച്ച. ൬, കൂട്ടം. ൭, ഇഷ്ടം. ൮, ഒയ. ൯, സ്നേഹം.

പക്ഷവാതം. ന. ശരീരത്തിന്റെ ഒരു വശം മുഴുവൻ തളൎന്നുപോകുന്ന ഒരു മാതിരി വാതരോഗം.

പക്ഷവാദം. ന. ഒത്താശ പറക.

പക്ഷവാദി. വി. ന. പക്ഷം പോലെ പറയുന്നവൻ.

പക്ഷവാഹനൻ. ന. പക്ഷി.

പക്ഷാഘാതം. ന. ഒരു ദീനം, പക്ഷവാതം.

പക്ഷാന്തം. ന. വാവ.

പക്ഷാന്തരം. ന. മറെറാരു പ്രകാരം. ൨, മറെറപ്പക്ഷം.

പക്ഷി. ന. പക്ഷമുള്ളത, പറന്ന സഞ്ചരിക്കുന്ന ജന്തു.

പക്ഷിണി. ന. ൧, പെടപ്പക്ഷി. ൨, ഒരു രാവും രണ്ട പകലും കൂടിയത. ൩, അമ്പ.

പക്ഷിബാധ. ന. കൊച്ചുപൈതങ്ങൾക്കുണ്ടാകുന്ന ഒരു ദീനം.

പക്ഷിരാജൻ. ന. ഗരുഡൻ.

പക്ഷിവേട്ട. ന. പക്ഷിപിടിക്ക.

പക്ഷിശാല. ന. പക്ഷിക്കൂട.

പക്ഷീയ. (പദാന്ത്യത്തിൽ) വി. വശത്തുള്ള, കക്ഷിയിൽപെട്ട.

പക്ഷെ. അ. സംശയത്തിനെ സൂചിപ്പിക്കുന്ന ഒരു വാക്ക, അല്ലെങ്കിൽ.

പക്ഷ്മം. ന. ൧, കണ്ണിന്റെ രോമം. ൨, പൂവിന്റെ അല്ലി. ൩, നൂലിന്റെ തുമ്പ.

പക്ഷ്മള. വി. (ൻ, ാ, ം.) വി. ന. പക്ഷ്മമുള്ള.

പക്ഷ്യമാണ. വി. വശംചേൎന്ന, കക്ഷി പിടിച്ച.

പഴകൽ. ന. പഴകുക.

പഴകുന്നു. കി. വാൻ. (പഴക.) അ. ക്രി. ൧, കുറെക്കാലം കഴിയുന്നു. ൨, പഴയതായിത്തീരുന്നു. ൩, പരിചയിക്കുന്നു.

പഴക്കം. വി. ൧, വളരെക്കാലം മുൻപെയുള്ള, പഴയതായ. ൨, പരിചയിച്ച.

പഴക്കാ. ന. പഴത്തിനുള്ള വാഴെക്കാ.

പഴനിലം. ന. കൃഷി ചെയ്യാത്ത നിലം, കൃഷിനടപ്പുള്ള നിലം ചിലകാലം കൃഷിചെയ്യാതെ ഇരുന്നാൽ അതിന്ന പറയുന്ന പേർ.

പഴനെല്ല. ന. പഴകിയ നെല്ല.

പഴപ്രഥമൻ. ന. നേന്ത്രപ്പഴംകൊണ്ടുണ്ടാക്കിയ ഒരു മധുരക്കറി.

പഴമ. ന. ൧, പഴക്കം. ൨, വൃദ്ധത. ൩, പണ്ടത്തെ അറിവ.

പഴമക്കാരൻ. ന. ൧, വയസ്സുചെന്നവൻ, വൃദ്ധൻ. ൨, പണ്ടത്തെ പല കാൎയ്യങ്ങൾ അറിഞ്ഞിട്ടുള്ളവൻ.

പഴമുണ്ണാല. ന. ഒരു വൃക്ഷം.

പഴമൂട. ന. പറിക്കാതെ കിടന്ന പിന്നത്തെ ആണ്ടിൽ കിളുൎത്ത ചേമ്പ കിഴങ്ങ മുതലായവ.

പഴം. ന. വാഴയുടെ കായും മററും പഴുത്തത.

പഴങ്കഞ്ഞി. ന. തലേദിവസത്തേ കഞ്ഞി.

പഴയ. വി. ൧, പഴകിയ. ൨, പണ്ടെയുള്ള.

പഴയരി. ന. പഴനെല്ലിന്റെ അരി, പുഴുക്കലരി രണ്ട തരമായി പറഞ്ഞുവരുന്നതിൽ ചെറിയ മാതിരി അരി.

പഴവൻ. ന. ഹീനജാതികൾ കാരണവനെ പറയുന്ന പേര.

പഴി. ന. ൧, കുററം. ൨, അപവാദം. ൩, നിന്ദ. ൪, ദൂഷ്യം.

പഴിക്കുന്നു. ച്ചു. പ്പാൻ. (പഴി.) സ. ക്രി. നിന്ദിച്ചു പറയുന്നു.

പഴിദോഷം. ന. ൧, നുണ, കുരള. ൨, കുററം.

പഴിവാക്ക. ന. അസത്യവാക്ക, നിന്ദാവാക്ക, ഇല്ലാത്ത ദോഷത്തെ പറക.

പഴുക്കാ. ന. പഴുത്ത അടെക്കാ.

പഴുക്കാപ്പുളി. ന. ഒരുവക കാട്ടുമൃഗം, പുളി പലതരമുള്ളതിൽ അല്പം ചുവപ്പുനിറമുള്ള പുളി.

പഴുക്കുന്നു. ച്ചു. പ്പാൻ. (പഴു.) അ. ക്രി. ൧, പഴമായിത്തീരുന്നു. ൨, ചലവിക്കുന്നു. **പഴുപ്പിക്കുന്നു.** സ. ക്രി.

പഴുത. ന. ൧, ദ്വാരം. ൨, തക്കം. ൩, സമയം. ൪, ഒഴികഴിവ.

പഴുതാകുന്നു. യി. വാൻ. (പഴുത.) അ. ക്രി. ഫലമില്ലാതാകുന്നു. **പഴുതാക്കുന്നു.** സ. ക്രി.

പഴുതാര. ന. വളരെക്കാലും വിഷവുമുള്ള ഒരു ചെറിയ ഇഴജന്തു.

പഴുതിൽ. അല്ലെങ്കിൽ, പഴുതെ. അ. വെറുതെ.

പഴുപ്പ. ന. പാകം, പഴുക്കുക.

പറ. ന. ൧, പത്തിടങ്ങഴി കൊള്ളുന്ന ഒരളവുപാത്രം. ൨, ഒരു വാദ്യം.

പറക്കൽ. ന. പറന്നുപോക.

പറക്കള്ളി. ന. പറയന്റെ സ്ത്രീ.

പറക്കുടി. ന. പറമാടം.

പറക്കുന്നു. ന്നു. പ്പാൻ. (പറ.) അ. ക്രി. പക്ഷി പഞ്ഞി മുതലായവ ആകാശത്തുകൂടി സഞ്ചരിക്കുന്നു, പറന്നുപോകുന്നു. **പറത്തുന്നു. പറപ്പിക്കുന്നു.** സ. ക്രി.

പറക്കുംകൂത്ത. ന. ഒരു നാടകക്കൂത്തിലുള്ളതിൽ ഒരു കഥ, വേഷംകെട്ടിപ്പറക്കുന്ന ഒരു കൂത്ത.

പറകൊട്ട. ന. ഒരു പറ കൊള്ളുന്ന കൊട്ട.

പറങ്കി. ന. പോൎത്തുഗാൽ ദേശക്കാരൻ.

പറങ്കിച്ചക്ക. ന. കൈതച്ചക്ക.

പറങ്കിത്താഴ്. ന. ഒരു മാതിരി ഉരുണ്ട താഴ്.

പറങ്കിപ്പാഷാണം. ന. പാഷാണം പലമാതിരിയുള്ളതിൽ ഒന്നു.

പറങ്കിപ്പുണ്ണ. ന. ഒരു ദീനം.

പറങ്കിപ്പൂട്ടു. ന. പറങ്കിത്താഴ്.

പറങ്കിമാവു. ന. പറങ്കികൾ അവരുടെ ദേശത്തുനിന്നു കൊണ്ടുവന്നു നട്ടുണ്ടാക്കിയ ഒരുവക മാവു, കപ്പൽമാവു.

പറങ്കിമുളകു. ന. പറങ്കികൾ കപ്പലിൽ കൊണ്ടുവന്നുണ്ടാക്കിയ ഒരുമാതിരി മുളകു, കപ്പൽമുളകു.

പറങ്കിയണ്ടി. ന. പറങ്കിമാങ്ങായുടെ അണ്ടി, കപ്പലണ്ടി.

പറങ്കിവാക്കു. ന. പറങ്കിഭാഷ.

പറങ്കിവേർ. ന. ചീനപ്പാവു.

പറങ്കിസ്സാമ്പ്രാണി. ന. കുന്തുരുക്കം, സാമ്പ്രാണി.

പറച്ചി. ന. പറക്കുട്ടി.

പറച്ചുണ്ട. ന. ഒരു തൈ.

പറച്ചേരി. ന. പറക്കുടി.

പറട്ട. വി, മ്ലേച്ഛതയുള്ള.

പറണ്ട. ന. ഇരണ്ടപ്പക്ഷി.

പറമാടം. ന. പറക്കുടി.

പറമ്പു. ന. പുര വെക്കുന്നതിന്നും മററും വേണ്ടി വെട്ടിത്തിരിച്ച സ്ഥലം.

പറമ്പുപാട്ടം. ന. പറമ്പിന്നു കൊടുക്കുന്ന പാട്ടം, കരം.

പറയൻ. ന. ഒരു മഹാ നീചജാതി, ചണ്ഡാലൻ.

പറയി. ന. പറക്കുട്ടി, പറയൻെറ സ്ത്രീ.

പറയുന്നു. ഞ്ഞു. വാൻ. (പറ.) സ. ക്രി. വാക്കുകൊണ്ടറിയിക്കുന്നു.

പറയോന്തു. ന. പറക്കുന്ന ഓന്തു.

പറവ. ന. പക്ഷി.

പറവജാതി. ന. പറക്കുന്ന ജന്തു.

പറവാശി. ന. ഒത്ത പറകൊണ്ടളന്നാൽ വരുന്ന ഏറക്കുറച്ചിൽ.

പറിപ്പു. ന. പറിക.

പറിയുന്നു. ഞ്ഞു. വാൻ. (പറി.) അ. ക്രി. ൧, ഫലങ്ങളും മററും വൃക്ഷങ്ങൾ മുതലായവയിൽനിന്നു വേർപെടുന്നു. ൨, പിഴുന്നു. ൩, കയറൊ മററൊ പൊട്ടുന്നു, വേർപെടുന്നു. **പറിക്കുന്നു.** സ. ക്രി. **പറിപ്പിക്കുന്നു.** കാ. ക്രി.

പറുപറെ. അ. തുണി വലിച്ചു കീറുമ്പോഴത്തെ ശബ്ദംപോലെ, മയമില്ലാതെ.

പററു. ന. ൧, സ്നേഹം. ൨, ആഗ്രഹം. ൩, ചേർച്ച. ൪, കാര്യം. ൫, ചേർന്നിരിപ്പു. ൬, വാങ്ങിക. ൭, മൂർച്ച. ൮, പററുപടി. ൯, വരവു. ൰, കൊള്ളുക. ൰൧, പുരൾച്ച. ൰൨, ലഹരിപിടിത്തം. ൰൩, മുഖപരിചയം. ൰൪, താല്പര്യം. ൰൫, വശ്യം.

പററപ്പെറെ. അ. കഷ്ടിച്ചു.

പററലർ. ന. ശത്രുക്കൾ.

പററാണി. ന. രണ്ടററത്തും കൂർച്ചയുള്ള ആണി.

പററി. അ. കുറിച്ചു, സംബന്ധിച്ചു.

പററിക്കുന്നു. ച്ചു. പ്പാൻ. (പററി). സ. ക്രി. ൧, കൂട്ടിച്ചേർക്കുന്നു. ൨, ഒട്ടിക്കുന്നു. ൩, തീ കത്തിക്കുന്നു.

പററിരിമ്പു. ന. കൊടിൽ.

പററിൽ. അ. പക്കൽ.

പററുകടുക്കൻ. ന. പുരുഷന്മാരുടെ കാതിലിടുന്ന ഒരാഭരണം.

പററുകൊടിൽ. ന. പൊൻപണിക്കു ഉപകരിക്കുന്ന ഒരുമാതിരി കൊടിൽ.

പററുചീട്ടി. ന. കരവുമ്മററും ഒടുക്കിച്ചുംകൊണ്ടു കൊടുക്കുന്ന ഒരെഴുത്തു.

പററുതല. ന. വാഴ്വല.

പററുതാഴ്. ന. ആമത്താഴ്.

പററുന്നു. ററി. വാൻ. (പററ.) അ. ക്രി. ൧, ചേരുന്നു. ൨, ഒട്ടുന്നു. ൩, ലഹരിപിടിക്കുന്നു. ൪, വശ്യിക്കുന്നു. ൫, താല്പര്യപ്പെടുന്നു. ൬, തികയുന്നു. ൭, മൂർച്ചകൂട്ടുന്നു. സ. ക്രി. ൧, വാങ്ങിക്കുന്നു. ൨, തീ പിടിക്കുന്നു. ൩, കാര്യം സാധിക്കുന്നു. ൪, ലഭിക്കുന്നു. ൫, ചെന്നെത്തുന്നു. ൬, കൊള്ളുന്നു. ൭, അറിയുന്നു. **പററൽ;** പററു. ന.

പററുപടി. ന. വാങ്ങിച്ചതിന്നുള്ള കണക്കു.

പററുമാനം. ന. ൧, പററുപടി. ൨, സ്നേഹം.

പാ

പാ. കിടക്കുന്നതിന്നുംമററും തഴ പുല്ലു മുതലായവകൊണ്ടു നെയ്തുണ്ടാക്കുന്ന വസ്തു.

പാകക്കേടു. ന. ൧, പാകമില്ലായ്മ. ൨, പാകമല്ലായ്മ.

പാക്ത. ന പാകമുള്ള അവസ്ഥ.

പാകൻ. ന. ഒരസുരൻ.

പാകപ്പിഴ. ന. പാകക്കേടു.

പാകഭാജനം. ന. പാകം ചെയ്യുന്ന പാത്രം.

പാകം. ന. ൧, തുല്യം. ൨, ശീലം. ൩, അടുക്കം. ൪, ക്രമം. ൫, പത്ഥ്യം. ൬, ഇഷ്ടം. ൭, വേവു.

പാകംചെയ്യുന്നു. യ്തു. വാൻ. (പാകം.) സ. ക്രി. പചിക്കുന്നു, വേവിക്കുന്നു.

പാകല. വി. (ലൻ, ലാ, ലം.) വി. ന. പാകം വരുത്തുന്ന.

പാകലം. ന. ൧, ആനയ്ക്കുള്ള പനി. ൨, കൊട്ടം.

പാകശാല. ന. അടുക്കളപ്പുര.

പാകശാസനൻ. ന. ഇന്ദ്രൻ.

പാകശാസനി. ന. ഇന്ദ്രൻെറ പുത്രൻ, ജയന്തൻ.

പാകശീലൻ. ന. ൧, അടുക്കളക്കാരൻ. ൨, സാവധാനശീലമുള്ളവൻ.

പാകസ്ഥാനം. ന. അടുക്കള.

പാകാരി. ന. ഇന്ദ്രൻ.

പാകുന്നു. കി. വാൻ. (പാക.) സ. ക്രി. ൧, പറിച്ചു നടുന്നതിന്നായിട്ടു വിത്തു അടപ്പിച്ചു വിതെക്കുന്നു. ൨, വസ്ത്രം നെയ്യുന്നതിന്നു നീളത്തിൽ നൂലിടുന്നു, നൂലുപാകുന്നു.

പാക്കു. ന. ൧, അടെക്ക. ൨, പാകികിളുത്ത നെല്ലു.

പാക്കനാർ. ന. കേൾവിപ്പെട്ട ഒരു പറയൻ.

പാക്കാൽ. ന. കഞ്ഞിപ്പശയിൽ മുക്കിയ നൂൽ.

പാക്കുഞാറു. ന. പാകികിളുപ്പിച്ച ധാന്യങ്ങളുടെ തൈ.

പാക്കുനിലം. ന. വിത്തു പാകുന്ന നിലം.

പാക്കുവെട്ടി. ന. അടെക്കാക്കത്തി.

പാക്കുഴ. ന. പാല്പാത്രം.

പാക്യ. വി. (ക്യൻ, ക്യാ, ക്യം.) വി. ന. പാകം ചെയ്യപ്പെടുവാനുള്ള.

പാക്യം. ന. ൧, ചമെച്ച ഉപ്പു. ൨, കഷായം.

പാങ്ങു. ന. ൧, നിർവ്വാഹം. ൨, അവസരം. ൩, വഴി. ൪, പക്ഷം. ൫, സഹായം. ൬, ഒഴികഴിവു. ൭, സ്വാധീനം.

പാങ്ങാകുന്നു. യി. വാൻ. (പാങ്ങ.)

അ. ക്രി. ഹ, തരത്തിലാകുന്നു, ചേലാകുന്നു. വ, അവസരമാകുന്നു.

പാങ്ങുകേട്. ന. ഹ, നിൎവ്വാഹക്കേട്. വ, അവസരക്കേട്.

പാചക. വി. (കൻ, കാ, കം.) വി. ന. പാകം വരുത്തുന്ന, പചിക്കുന്ന.

പാചകൻ. ന. ഹ, അടുക്കളക്കാരൻ, വെപ്പുകാരൻ. വ, അഗ്നി.

പാചകം. ന. പിത്തം.

പാചന. വി. (നൻ, നി, നം.) വി. ന. പചിക്കുന്ന.

പാചനൻ ന. അഗ്നി.

പാചനം. ന. ഹ, കഷായം. വ, ദഹനം. ന, പുളിരസം.

പാച്ചിൽ. ന. ഹ, അതിവേഗമായുള്ള ഓട്ടം. വ, കയ്യേററം.

പാച്ചോററി. ന. ഒരു വൃക്ഷം.

പാഞ്ചജന്യം. ന. ഹ, വിഷ്ണുവിന്റെ ശംഖു. വ, ശംഖു. ന, അഗ്നി.

പാഞ്ചാലൻ. ന. ഒരു രാജാവു.

പാഞ്ചാലം. ന. ഹ, ഒരു രാജ്യം. വ, സൂത്രപ്പണിക്കാരുടെ കൂട്ടം.

പാഞ്ചാലി. ന. പാണ്ഡവന്മാരുടെ ഭാൎയ്യ.

പാഞ്ചാലിക. ന. പാവ.

പാഞ്ചി. അഞ്ചു ഉറുപ്പിക വിലയുള്ള ഒരു നാണയം.

പാട്ട. ആദരവു കാണിക്കുവാനായി ചേൎക്കുന്ന ഒരു സ്ഥാനപ്പേര. ഉ-ം. കാരണവപ്പാട്ട, നമ്പൂരിപ്പാട്ട.

പാട്ട. ന. ഹ, കഷ്ടാനുഭവം, ദൈന്യം, ആപത്തു. വ, വേല. ന, മൎയ്യാദ. ര, പക്ഷം. ഌ, വശം. ൡ, അവസരം. ഐ, സ്വാധീനം, ഥ, വട്ടക. ൻ, തഴമ്പു. ൺ, മറിപ്പു. ൾ, ക്രമം. ൿ, അതിരു. ൽ, പ്രാപ്തി. ർ, നിൎബ്ബന്ധം. ൟ, നിൎവ്വാഹം.

പാട. ന. ഹ, നര. വ, ഒരു മരുന്നുവള്ളി. ന, ചക്കക്കുരുവിന്റെയുംമററും പുറത്തെ തൊലി.

പാടകം. ന. ഒരു വാദ്യവിശേഷം.

പാടക്കിഴങ്ങു. ന. ഒരു പച്ചമരുന്നു.

പാടച്ചരൻ. ന. കള്ളൻ.

പാടനം. ന. പിളൎപ്പു.

പാടം. ന. ഹ, കണ്ടം. വ, കോടിവസ്ത്രം അടിച്ചു മിനുസം വരുത്തുക. (സം.) വീതി, വിസ്താരം.

പാടല. വി. (ലൻ, ലാ, ലം.) വി. ന. വെളുപ്പുചുവപ്പുനിറമായ.

പാടലം. ന. വെളുപ്പുചുവപ്പുനിറം, ശ്വേതരക്തം.

പാടല. ന. ഒരു മാതിരി വൃക്ഷം, പാതിരി മരം.

പാടലവൎണ്ണ. വി. (ൎണ്ണൻ, ൎണ്ണാ, ൎണ്ണം.) വി. ന. വെളുപ്പുചുവപ്പുനിറമുള്ള.

പാടലവൎണ്ണം. ന. ചുവപ്പുനിറം, പാടലം.

പാടലി. ന. ഒരു വൃക്ഷം, വെണ്പാതിരി.

പാടവ. വി. (വൻ, വീ, വം.) വി. ന. സാമൎത്ഥ്യമുള്ള.

പാടവം. ന. ഹ, സാമൎത്ഥ്യം. വ, വാക്സാമൎത്ഥ്യം. ന, ആരോഗ്യം.

പാടവിക. വി. (കൻ, കീ, കം.) വി. ന. സാമൎത്ഥ്യമുള്ള.

പാടി. ന. ഒരു രാഗം.

പാടിച്ച. വി. നിരപ്പു വരുത്തിയ.

പാടിത. വി. (തൻ, താ, തം.) വി. ന. പിളൎക്കപ്പെട്ട.

പാടി. ന. ഒരു മത്സ്യം.

പാടീരം. ന. ഹ, ചന്ദനക്കുട്ടം. വ, കണ്ടം. ന, ചള്ളട.

പാടുകേട. ന. അദ്ധ്വാനം.

പാടുന്നു. ടി. വാൻ. (പാട.) സ. ക്രി. പാട്ടു ചൊല്ലുന്നു. പാടിക്കുന്നു. കാ. ക്രി.

പാടുപെടുന്നു. ട്ടു. വാൻ. (പാട.) അ. ക്രി. അദ്ധ്വാനപ്പെടുന്നു. പാടുപെടുത്തുന്നു. സ. ക്രി.

പാടെ. അ. മുഴുവനെ, ചൊവ്വെ.

പാട്ട. ന. ഹ, പാടുന്നതിന്നായിട്ടുണ്ടാക്കിയ കവിത. വ, പാട്ടക.

പാട്ട. വി. ന. പത്തു ഒരു പ്രാവശ്യം ഇടുന്ന ചാണകത്തിന്നു ചേൎത്തു പറയുന്ന പേര.

പാട്ടക്കണ്ടം. ന. ദ്രവ്യം കൊടുക്കാതെ എഴുതി വാങ്ങിച്ച നിലം.

പാട്ടക്കാണം. ന. കൊഴുവൻ മുതലായുള്ള കൊടുക്കുന്ന കരം.

പാട്ടക്കാരൻ. ന. മറെറാരുത്തന്റെ കണ്ടമൊ പറമ്പൊ പാട്ടത്തിന്നായിട്ടു എഴുതി വാങ്ങിച്ചവൻ.

പാട്ടക്കുടിശ്ശിക. ന. ആണ്ടുതോറും കൊടുപ്പാനുള്ള പാട്ടം മുഴുവനും കൊടുക്കാതെ കിടക്കുന്ന മുതൽ.

പാട്ടക്കുറി. ന. പാട്ടച്ചീട്ടു.

പാട്ടച്ചീട്ടു. ന. പാട്ടം നിശ്ചയിച്ചു എഴുതിക്കൊടുക്കുന്ന എഴുത്തു.

പാട്ടനിലം. ന. പാട്ടക്കണ്ടം.

പാട്ടനെല്ലു. ന. പാട്ടക്കാരൻ മുതലായുള്ളവർ കൊടുക്കുന്ന നെല്ലു.

പാട്ടപ്പറ. ന. പതിമ്മൂന്നിടങ്ങഴി കൊള്ളുന്ന പറ.

പാട്ടപ്പറമ്പു. ന. പാട്ടം കൊടുത്തുകൊള്ളുത്തക്കവണ്ണം സമ്മതിച്ചു എഴുതി വാങ്ങിച്ചിട്ടുള്ള പറമ്പു.

പാട്ടപ്രവൃത്തി. ന. ക്ഷേത്രത്തിലെ കരം പിരിക്കുന്ന ഒരു അധികാരി.

പാട്ടൻ. ന. മുത്തശ്ശൻ, ബന്ധുവായ വയസ്സൻ.

പാട്ടം. ന. ഹ, കുടിയാൻ സൎക്കാരിലേക്കുംമററും കൊടുക്കേണ്ടുന്ന കരം. വ, കുലി. ന, ഉടമ്പടി.

പാട്ടയോല. ന. പാട്ടച്ചീട്ടു.

പാട്ടയോലക്കരണം. ന. മേല്പറഞ്ഞ അൎത്ഥം.

പാട്ടാളി. ന. ചില ക്ഷേത്രത്തിലെ ഒരധികാരി.

പാട്ടി. ന. ഹ, തയ്യക്കാരന്റെ സ്ത്രീ. വ, ബന്ധുവായ വൃദ്ധസ്ത്രീ. ന, പ്രസവമെടുക്കുന്നവൾ.

പാട്ടിൽ. അ. കീഴിൽ.

പാട്ടുകാരൻ. ന. പാട്ടു പഠിച്ചവൻ, പാടുന്നവൻ.

പാഠകക്കാരൻ. അല്ലെങ്കിൽ, **പാഠവക്കാരൻ.** ന. നല്ല വസ്ത്രമുടുത്തു തലയിൽ കെട്ടി ജനങ്ങളുടെ നടുവിൽനിന്നു ശ്ലോകം ചൊല്ലി കഥ പറയുന്നവൻ.

പാഠകക്കൈ. ന. കഥ പറയുമ്പോൾ കാട്ടുന്ന കൈ.

പാഠകൻ. ന. കഥ പറയുന്നവൻ.

പാഠകം. ന. കഥ.

പാഠകശാല. ന. എഴുത്തുപള്ളി, അക്ഷരവിദ്യ അഭ്യസിക്കുന്നതിന്നുള്ള സ്ഥലം.

പാഠമാക്കുന്നു. ക്കി. വാൻ. (പാഠം.) സ. ക്രി. ചൊല്ലിപ്പഠിക്കുന്നു.

പാഠം. ന. ഹ, ബ്രഹ്മയജ്ഞം. വ, വേദാഭ്യാസം. ന, പഠിക്ക. ര, ക്രിസ്ത്യാനികളുടെ ദിവ്യാരാധനയിൽ വായിക്കുന്ന വിശുദ്ധവേദഭാഗം.

പാഠാ. ന. ഒരു പച്ചമരുന്നു, പാടക്കിഴങ്ങു.

പാഠി. ന. ഒരു പച്ചമരുന്നു, കൊട്ട വേലി.

പാഠീനം. ന. ഏട്ടമീൻ.

പാണത്തി. ന. പാണന്റെ സ്ത്രീ.

പാണൻ. ന. തയ്യൽവേല ചെയ്യുന്ന ഒരു ജാതിക്കാരൻ.

പാണം. ന. ൧, കച്ചവടം; ൨, സ്തുതി. ൩, കൈ.

പാണൽ. ന. ഒരു പച്ചമരുന്നു.

പാണി. ന. കൈ.

പാണിക. ന. ൧, തവി. ൨, ഉഴ.

പാണിഗ്രഹണം. ന. വിവാഹം.

പാണിഗൃഹീതി. ന. ഭാൎയ്യ.

പാണിഘൻ. ന. കൈത്താളക്കാരൻ.

പാണിതലം. ന. ഉള്ളങ്കൈ.

പാണിനി. ന. ഒരു വലിയ വിദ്വാൻ, ഒരു മഹൎഷി.

പാണിനീയ. വി. (യൻ, യാ, യം.) വി. ന. പാണിനിയെ സംബന്ധിച്ച.

പാണിനീയസൂത്രം. ന. പാണിനി ഉണ്ടാക്കിയ വ്യാകരണം, ഇപ്പോൾ നടപ്പായി കാണുന്ന സംസ്കൃതവ്യാകരണ പുസ്തകങ്ങൾക്കൊക്കെയും മൂലമായിരിക്കുന്ന ചെറിയ പുസ്തകം.

പാണിന്ധമ. വി. (മൻ, മാ, മം.) വി. ന. ൧, കൈകൊണ്ടു വിശുന്ന. ൨, കൈകൊട്ടുന്ന.

പാണിപാദം. ന. കയ്യും കാലും.

പാണിപിടിക്കുന്നു. ച്ചു. പ്പാൻ. (പാണി.) സ. ക്രി. വിവാഹം ചെയ്യുന്നു, കൈപിടിക്കുന്നു.

പാണിപീഡനം. ന. വിവാഹം.

പാണിവാദൻ. ന. കൈത്താളക്കാരൻ, നാടകം ആടുന്നതിന്നു കൊട്ടുന്ന ഒരു ജാതിക്കാരൻ, നമ്പ്യാരു.

പാണ്ട. ന. ഒരു വക ദീനം.

പാണ്ടൻ. ന. പാണ്ടുള്ളവൻ.

പാണ്ടി. ന. ൧, പാണ്ടിരാജ്യം. ൨, പാണ്ടുള്ളവൻ.

പാണ്ടിപ്പടവലം. ന. നിളത്തിൽ കായുണ്ടാകുന്ന ഒരു വക കറിസ്സാധനവള്ളി.

പാണ്ടിപ്പാവൽ. ന. ഒരു മാതിരി പാവൽ.

പാണ്ടിയൻ. ന. ൧, പാണ്ടിരാജാവു. ൨, പാണ്ടിക്കാരൻ.

പാണ്ടിയാൻ. ന. മേല്പറഞ്ഞ അൎത്ഥം.

പാണ്ടിയാവണക്കു. ന. ഒരുമാതിരി ആവണക്കു.

പാണ്ടിവാദ്യം. ന. നാഗസ്വരം, അതിന്റെ ശ്രുതി, തകിൽ, കിടുപിടി, കൈമണി ഇവ അഞ്ചിന്നും കൂടെപ്പറയുന്ന പേർ.

പാണ്ഡര. വി. (രൻ, രാ, രം.) വി. ന. വെളുത്ത നിറമുള്ള.

പാണ്ഡരം. ന. വെളുപ്പു.

പാണ്ഡവൻ. ന. പാണ്ഡു എന്ന രാജാവിന്റെ പുത്രൻ.

പാണ്ഡവാബ്ദം. ന. പാണ്ഡവന്മാരുണ്ടായ സംവത്സരം.

പാണ്ഡിത്യം. ന. വിദ്യ.

പാണ്ഡു. വി. (ത്രിഷു.) വി. ന. വെളുനിറമായ.

പാണ്ഡു. ന. ൧, വെളുപ്പുനിറം. ൨, ഒരു ദീനം. ൩, പണ്ടുണ്ടായിരുന്ന ഒരു രാജാവു.

പാണ്ഡുകംബലം. ന. വെള്ളകമ്പിളി.

പാണ്ഡുകംബലി. ന. വെള്ളകമ്പിളികൊണ്ടു മൂടിയ രഥം.

പാണ്ഡുമൃത്തിക. ന. ഒരു രത്നം.

പാണ്ഡുമൃൽ. ന. വെള്ളമണ്ണ.

പാണ്ഡുര. വി. (രൻ, രാ, രം.) വി. ന. വെളുത്ത നിറമുള്ള.

പാണ്ഡുരം. ന. വെളുപ്പു.

പാണ്ഡ്യൻ. ന. പാണ്ടിരാജാവു.

പാതക. വി. നശിപ്പിക്കുന്ന.

പാതകം. ന. പാപം.

പാതകി; (—കിനി.) ന. പാപമുള്ളവൻ; (—വൾ.)

പാത. വി. (തൻ, താ, തം.) വി. ന. രക്ഷിക്കപ്പെട്ട.

പാതം. ന. ൧, വിഴ്ച. ൨, രാഹു.

പാതാളഗ്രഹണം. ന. ഭൂമിയിൽ കാണപ്പെടാത്ത ഗ്രഹണം.

പാതാളം. ന. കീഴലോകം.

പാതാളലോകം. ന. കിഴലോകം.

പാതാളവാസി. വി. (സീ, സിനി, സി.) വി. ന. പാതാളത്തിൽ പാൎക്കുന്ന.

പാതി. ന. ഒന്നുകൊണ്ടു തുല്യങ്ങളാക്കി രണ്ടായിട്ടു പകുത്താലുള്ള ഒരു പങ്കു.

പാതിക്കാരൻ. ന. ഒരു വസ്തുവിന്റെ പാതിക്കു അവകാശമുള്ളവൻ.

പാതിക്കുററുകാരൻ. ന. മേല്പറഞ്ഞ അൎത്ഥം.

പാതിത. വി. താഴ്ത്തപ്പെട്ട, തോല്പിക്കപ്പെട്ട.

പാതിത്യം. ന. ൧, വിഴ്ച. ൨, ഭ്രഷ്ട്.

പാതിപ്പങ്കു. ന. രണ്ടാക്കിപ്പകുത്തതിൽ ഒരോഹരി.

പാതിപ്പാട്ടു. ന. നേൎപാതി.

പാതിരാ. അല്ലെങ്കിൽ, **പാതിരാത്രി.** ന. അൎദ്ധരാത്രി.

പാതിരി. ന. ഒരു വൃക്ഷം.

പാതിവാരച്ചീട്ടു. ന. കാണുന്ന വിളവിൽ പാതി കൊടുക്കുന്നതിന്നു നിശ്ചയിച്ചു എഴുതിയ ചീട്ടു.

പാതിവാരം. ന. കാണുന്ന വിളവിൽ പാതി കൊടുക്ക.

പാതിവ്രത്യം. ന. ഭൎത്താവിൽ അല്ലാതെ മററൊരുത്തരിലും മനസ്സ ചെല്ലുകയില്ലെന്നുള്ള ഒരു നല്ലയുറപ്പു.

പാത്തുകം. വി. (കൻ, കി, കം.) വി. ന. വിഴുന്ന.

പാത്തുക. ന. മലയുടെ ചരിവു.

പാത്ത. ന. ഒരു പക്ഷി.

പാത്തി. ന. ൧, ഓക്, വെള്ളച്ചാല്. ൨, ധാരത്തോണി.

പാത്തിക്കോരിക. ന. ഒരുമാതിരി മരത്തവി.

പാത്തിമരവി. ന. ഒരു മരപ്പാത്രം.

പാത്രം. വി. യോഗ്യതയുള്ള, യോഗ്യനായ, യോഗ്യയായ. **പാത്രത; പാത്രതം.** ഗു. ന. യോഗ്യത.

പാത്രം. ന. ൧, യോഗ്യം. ൨, ഭാജനം. ൩, രണ്ടു കരയുടെയും നടുവു. ൪, ശരീരം. ൫, മന്ത്രി.

പാത്രപ്രവേശനം. ന. നാടകമാടുമ്പോൾ വേഷക്കാരുടെ വരവു.

പാത്രശുദ്ധി. ന. ൧, പാത്രങ്ങളുടെ ശുദ്ധി. ൨, അമ്മയുടെ ചാരിത്രശുദ്ധി.

പാത്രാപാത്രവിശേഷം. ന. യോഗ്യമായതിന്റെയും അയോഗ്യമായുള്ളതിന്റെയും തമ്മിലുള്ള ഭേദം.

പാത്രി. ന. നെരുപ്പോട്ട.

പാത്രേസമിതൻ. ന. നല്ല ഊണുകാരൻ.

പാഥം. ന. വെള്ളം.

പാഥസ്സ. ന. വെള്ളം.

പാഥേയം. ന. വഴിക്കൂരി, വഴിയിൽ

ചെലവിന്നും മററും ഉപകരിക്കുന്ന വസ്തു.

പാഥേയവൽ. വി. (വാൻ, വതി, വൽ.) വി. ന. പാഥേയമുള്ള.

പാഥോജം. ന. താമര, ശംഖു.

പാഥോധി. ന. സമുദ്രം.

പാഥോനിധി. ന. സമുദ്രം.

പാദകടകം. ന. കാൽച്ചിലമ്പു.

പാദകം. ന. അടിസ്ഥാനം.

പാദകുരടു. ന. മരച്ചെരിപ്പു.

പാദഗ്രഹണം. ന. ൧, കാൽപിടിക്ക. ൨, പാദത്തുങ്കൽ വന്ദിക്ക.

പാദചാരം. ന. കാൽനട.

പാദചാരി. ന. കാലാൾ.

പാദജൻ. ന. ശൂദ്രൻ.

പാദതീൎത്ഥം. ന. മഹൎഷിമാർ സന്ന്യാസികൾ മുതലായ മഹാത്മാക്കൾ കാൽ കഴുകിയാൽ ഒഴുകുന്ന വെള്ളം.

പാദത്രാണം. ന. ചെരിപ്പു.

പാദനിഷ്പീഡനം. ന. കാൽപിടിക്ക, കാൽ തിരുമ്മുക.

പാദപത്മം. ന. താമരപ്പൂപോലെ ഭംഗിയുള്ള കാൽച്ചുവടു.

പാദപം ന. വൃക്ഷം.

പാദപാംസു. ന. കാലിലെ പൊടി.

പാദപാശം. ന. നാല്ക്കാലികളുടെ കാലിൽ കെട്ടുന്ന കയറു.

പാദപീഠം. ന. ഇരിക്കുമ്പോൾ ചവിട്ടുന്നതിനുള്ള ചെറിയ പീഠം.

പാദപൂജനം. ന. കാലിന്റെ ചുവട്ടിൽ പൂജിക്കയുമ്മററും.

പാദപൂരണം. ന. ശ്ലോകത്തിനുമററും പോരാത്ത അക്ഷരമൊ പദമൊ തികെക്ക.

പാദപ്രപാതം. ന. ൧, കാലുകൊണ്ടുള്ള തൊഴി. ൨, തൊഴി നിമിത്തമുണ്ടായ വീഴ്ച. ൩, ചുവട്ടിൽ ചെന്നു വീഴുകയെന്നുള്ളതു.

പാദപ്രഹാരം. ന. കാൽകൊണ്ടു പ്രഹരിക്ക, തൊഴിക്കുക.

പാദപ്രക്ഷാളനം. ന. കാൽ കഴുകുക.

പാദബന്ധനം. ന. നാല്ക്കാലി സമ്പത്തു.

പാദമൎദ്ദനം. ന. ൧, കാൽകൊണ്ടു മൎദ്ദിക്കുക. ൨, കാലിൽ തിരുമ്മുക.

പാദമൂലം. ന. കാൽച്ചുവടു.

പാദം. ന. ൧, കാൽ. ൨, നാലിൽ ഒരു പങ്കു. ൩, പൎവ്വന്തപൎവ്വതം. ൪, രശ്മി. ൫, തൂണിന്റെ ചുവടു. ൬, പൎവ്വതത്തിന്റെ അടിവാരം. ൭, വൃക്ഷത്തിന്റെ ചുവടു. ൮, ശ്ലോകത്തിന്റെ നാലു പങ്കുകളിൽ ഒന്നു.

പാദയുഗ്മം. ന. രണ്ടു കാൽ.

പാദരഥം. ന. ചെരിപ്പു.

പാദരക്ഷ. ന. ചെരിപ്പു.

പാദപത്മികം. ന. ഒരു മീനം, പെരുമാൽ.

പാദവികൻ. ന. വഴിപോക്കൻ.

പാദവ്യഥ. ന. കാൽനൊമ്പരം.

പാദശബ്ദം. ന. കാലൊശ.

പാദശാഖ. ന. കാൽവിരൽ.

പാദശുശ്രൂഷ. ന. പരിചാരക പ്രവൃത്തി.

പാദസാരം. ന. കാലിൽ അണിയുന്ന ഒരു കിലുക്കാഭരണം.

പാദസേവ. ന. മേല്പറഞ്ഞ അൎത്ഥം.

പാദസ്ഫോടം. ന. കാൽ വിള്ളുന്ന ഒരു മീനം.

പാദക്ഷാളനം. ന. കാൽ കഴുകുക.

പാദാഗ്രം. ന. കാലിന്റെ പുറവടി.

പാദാംഗദം. ന. കാൽച്ചിലമ്പു.

പാദാംഗുലി. ന. കാൽവിരൽ.

പാദാംഗുഷ്ഠം. ന. കാലിന്റെ പെരുവിരൽ.

പാദാതൻ. ന. കാലാൾ.

പാദാതം. ന. കാലാൾക്കൂട്ടം.

പാദാദികേശം. അ. അടി മുതൽ മുടിവരെ മുഴുവനും.

പാദാന്തികം. ന. സാമീപ്യം, ചുവടിന്നടുത്തുള്ള സ്ഥലം.

പാദുക. ന. ചെരിപ്പു, പാദകുരടു.

പാദുകം. ന. മേല്പറഞ്ഞ അൎത്ഥം.

പാദുകാകാരൻ. ന. ചെരിപ്പുകുത്തി.

പാദുകാകൃത്തു. ന. ചെരിപ്പുകുത്തി.

പാദു. ന. ചെരിപ്പു.

പാദുകൃത്തു. ന. ചെരിപ്പുകുത്തി.

പാദോദകം. ന. കാൽ കഴുകിയ വെള്ളം.

പാദ്യ. വി. (ദ്യൻ, ദ്യാ, ദ്യം.) വി. ന. കാലിനെ സംബന്ധിച്ച.

പാദ്യം. ന. കാൽ കഴുകുവാനുള്ള വെള്ളം.

പാന. ന. ൧, ഒരുമാതിരി മണ്പാത്രം. ൨, ഒരുമാതിരി പാട്ടു. ൩, ഒരുവക തുള്ളൽ.

പാനകം. ന. കുടിപ്പാനായിട്ടു ശൎക്കര കലക്കിയ വെള്ളം.

പാനക്കാരൻ. ന. പാന തുള്ളുന്നവൻ.

പാനക്കൊമ്പു. ന. പാനക്കാരൻ കയ്യിൽ പിടിക്കുന്ന കൊമ്പു.

പാനഗോഷ്ഠി. ന. മദ്യപാനം ചെയ്യുന്ന സ്ഥലം.

പാനപാത്രം. ന. മദ്യപാനത്തിന്നുള്ള ഒരു പാത്രം.

പാനപ്പറ. ന. പാനെക്കു കൊട്ടുന്ന വാദ്യം.

പാനഭാജനം. ന. വട്ടക, പാനപാത്രം.

പാനമത്ത. വി. (ത്തൻ, ത്താ, ത്തം.) വി. ന. മദ്യപാനം ചെയ്തു മദിച്ച.

പാനം. ന. ൧, കുടിക്കുക. ൨, മദ്യപാനം ചെയ്ക.

പാനസക്ത. വി. (ക്തൻ, ക്താ, ക്തം.) വി. ന. കുടിപ്പാനത്യാഗ്രഹമുള്ള.

പാനി. ന. ൧, കലം. ൨, കുടിയൻ. ൩, കള്ളു കുറുക്കിയുണ്ടാക്കിയ വസ്തു.

പാനീയ. വി. (യൻ, യാ, യം.) വി. ന. ൧, കുടിപ്പാൻ തക്ക. ൨, കുടിക്കേണ്ടുന്ന.

പാനീയം. ന. വെള്ളം.

പാനീയശാലിക. ന. തണ്ണീർപ്പന്തൽ.

പാന്തൽ. ന. ചളിയുള്ള സ്ഥലം.

പാന്തൽചേറു. ന. ഒരംറന്നിലം, ചളിക്കുഴി.

പാന്ഥൻ. ന. വഴിപോക്കൻ.

പാപകൎമ്മം. ന. ദുഷ്ടപ്രവൃത്തി.

പാപകാരി. വി. (രീ, രിണി, രി.) വി. ന. പാപം ചെയ്യുന്ന.

പാപകൃത്തു. ന. പാപം ചെയ്യുന്നവൻ.

പാപഗ്രഹം. ന. സൂൎയ്യൻ, ചൊവ്വാ, ശനി, രാഹു, കേതു, ക്ഷീണിച്ച ചന്ദ്രൻ.

പാപചേലി. ന. പാടവള്ളി.

പാപജാലം. ന. പാപത്തിന്റെ കൂട്ടം.

പാപനാശനം. ന. പാപഹരം.

പാപനാശി. വി. (ശി, ശിനീ, ശി.) വി. ന. പാപത്തെ നശിപ്പിക്കുന്ന.

പാപനിവാരണം. ന. പാപത്തെ തടുക്കുക.

പാപനിവൃത്തി. ന. പാപത്തെ മാററുക.

പാപ. വി. (പൻ, പാ, പം.) വി. ന. ദുഷ്ടതയുള്ള, ദോഷം ചെയ്യുന്ന.

പാപൻ. ന. പാപമുള്ളവൻ.

പാപം. ന. ൧, ദോഷം, ദൈവത്തിന്നിഷ്ടമില്ലാത്ത പ്രവൃത്തി, ഹിംസ മുതലായവ. ൨, കുററം.

പാപപതി. ന. വിടൻ.

പാപപരിഹാരം. ന. പാപനിവൃത്തി.

പാപഫലം. ന. പാപം ചെയ്തിട്ടു വരുന്ന അനുഭവം.

പാപബന്ധം. ന. പാപത്തിന്റെ സംബന്ധം.

പാപഭയം. ന. പാപത്തിങ്കലുള്ള ഭയം.

പാപഭീരു. വി. (ത്രിഷു.) വി. ന. പാപത്തെക്കുറിച്ചു ഭയമുള്ള.

പാപമോചനം. ന. പാപത്തിൽനിന്നൊഴിക, പാപം പോക.

പാപരോഗം. ന. വസൂരി, അൎശസ്സു, കുഷ്ഠം.

പാപൎദ്ധി. ന. നായാട്ടു.

പാപശാന്തി. ന. പാപശമനം.

പാപശീല. വി. (ലൻ, ലാ, ലം.) വി. ന. പാപമുള്ള.

പാപശേഷം. ന. ൧, വ്യാധി. ൨, ദാരിദ്ര്യം.

പാപഹര. വി. (രൻ, രാ, രം.) വി. ന. പാപത്തെക്കളയുന്ന.

പാപാത്മാവു. ന. ൧, കാട്ടാളൻ. ൨, ദുഷ്ടൻ.

പാപി. (പീ, പിനീ, പി.) വി. ന. ൧, പാപമുള്ള. ൨, കുററമുള്ള.

പാപിഷ്ഠ. വി. (ഷ്ഠൻ, ഷ്ഠാ, ഷ്ഠം.) വി. ന. പാപത്തിൽ ഇരിക്കുന്ന.

പാപോദയം. ന. പാപാഗ്രഹങ്ങൾ ഉദിക.

പാപ്പാ. ന. റോമൻകത്തോലിക്ക ക്രിസ്ത്യാനികളുടെ ശ്രേഷ്ഠ മേലദ്ധ്യക്ഷൻ.

പാപ്പാൻ. ന. ൧, ബ്രാഹ്മണരെ ചില ആളുകൾ പറയുന്ന ഒരു പേർ. ൨, ബ്രാഹ്മണ വേഷമായിട്ടു യാചിച്ചു നടക്കുന്നവൻ.

പാപ്പാസ്സു. ന. ചെരിപ്പു.

പാപ്മാവു. ന. പാപം.

പാമന. വി. (നൻ, നാ, നം.) വി. ന. ചിരങ്ങുള്ള.

പാമം. ന. ചിരങ്ങു.

പാമര. വി. (രൻ, രാ, രം.) വി. ന. ൧, ഹീനമായ. ൨, മൂഢതയുള്ള.

പാമരം. ന. കപ്പലിന്റെ കൊടിമരം.

പാമാ. ന. ചിരങ്ങു.

പാംസന. വി. (നൻ, നാ, നം.) വി. ന. ദോഷമുള്ള, പാപമുള്ള.

പാംസു. ന. ൧, പൊടി. ൨, വളം.

പാംസുല. വി. (ലൻ, ലാ, ലം.) വി. ന. പൊടിയണിഞ്ഞ, മലിനം.

പാംസുലൻ. ന. ശിവൻ.

പാംസുലാ. ന. ൧, പാതിവ്രത്യമില്ലാതെ ഇഷ്ടംപോലെ പ്രവൃത്തിക്കുന്നവൾ. ൨, ഋതുവായ സ്ത്രീ. ൩, ഭൂമി.

പാമ്പു. ന. സൎപ്പം.

പാമ്പാട. ന. ഒരു മത്സ്യം.

പാമ്പാടുന്നു. ടി. വാൻ. (പാമ്പ.) അ. ക്രി. പാമ്പു കളിക്കുന്നു. **പാമ്പാടിക്കുന്നു.** സ. ക്രി.

പാമ്പാട്ടം. ന. പാമ്പിന്റെ കളി.

പാമ്പാട്ടി. ന. പാമ്പിനെ കളിപ്പിക്കുന്നവൻ.

പാമ്പിൻകാവു. ന. സൎപ്പക്കാവു.

പാമ്പുവിരൽ. ന. നടുവിരൽ, കഴവിരൽ.

പാമ്പൂരി. അല്ലെങ്കിൽ, **പാമ്പുവരി.** ന. കിണററിന്റെ അരഞ്ഞാണം.

പായണ്ടി. ന. ൧, ജാമ്യം. ൨, പകടശാല കാക്കുന്നവൻ.

പായ്യ. വി. (യ്യൻ, യ്യാ, യ്യം.) വി. ന. താണ, ഹീനമായ.

പായ്യം. ന. ൧, അളവുകോൽ. ൨, വെള്ളം.

പായൽ. ന. വെള്ളത്തിലെ ചണ്ടി.

പായസം. ന. ൧, പാല്പായസം. ൨, ശൎക്കരപ്പായസം. ൩, ഒരു മാതിരി എണ്ണ.

പായു. ന. മലദ്വാരം.

പായുന്നു. ഞ്ഞു. വാൻ. (പാ.) അ. ക്രി. ഓടുന്നു. **പായിക്കുന്നു.** സ. ക്രി.

പാരു. ന. ലോകം.

പാര. ന. ഇരിമ്പുകൊണ്ടും മററും അററം കൂൎപ്പിച്ചു വലുതായിട്ടുണ്ടാക്കുന്ന സാധനം. ൧, ഇരിമ്പുപാര. ൨, കട്ടപ്പാര. ന., പാരക്കോൽ. (സം.) ഒരാറു.

പാരകൂലം. ന. മറുകര.

പാരഗ; പാരംഗത വി. മറുകര കടക്കുന്ന.

പാരണ. ന. വ്രതാവസാനത്തിങ്കലുള്ള ഭക്ഷണം.

പാരതന്ത്ര്യം. ന. മറെറാരുത്തന്റെ ഇഷ്ടപ്രകാരമിരിക്കുന്ന അവസ്ഥ, അസ്വാധീനത.

പാരതം. ന. മഹാരസങ്ങളിൽ ഒന്നു, സൂതം.

പാരത്രികം. വി. ഇനിയത്തെ ലോകത്തെ സംബന്ധിച്ച.

പാരത്ര്യം. ന. പരലോകത്തിൽ ലഭിക്കുന്ന ഭാഗ്യം.

പാരദാരികൻ. ന. വ്യഭിചാരം ചെയ്യുന്നവൻ.

പാരദൃക്ക്. ന. മറുകര കണ്ടവൻ.

പാരപക്ഷ്യം. ന. പക്ഷപാതസ്വഭാവം, ഒരു കക്ഷി പിടിച്ചുള്ള നില.

പാരമാൎത്ഥിക. വി. (കൻ, കി, കം.) വി. ന. നേരുള്ള.

പാരമേഷ്ഠ്യം. ന. ബ്രഹ്മത്വം, ശ്രേഷ്ഠത്വം.

പാരം. ന. ൧, മറുകര. ൨, അററം. ൩, രസം.

പാരമ്പൎയ്യന്യായം. ന. കീഴമൎയ്യാദപ്രകാരമുള്ള നടപ്പു.

പാരമ്പൎയ്യം. ന. പണ്ടുപണ്ടേയുള്ള പിതാക്കന്മാരിൽനിന്നൊ ഗുരുക്കന്മാരിൽനിന്നൊ ഗ്രഹിച്ചു ക്രമേണ നടന്നു വരുന്ന ഒരു മുറ.

പാരമ്പൎയ്യോപദേശം. ന. കീഴമൎയ്യാദകളെ പഠിപ്പിക്ക, പാരമ്പൎയ്യത്തെ പഠിപ്പിക്ക.

പാരലൌകിക. വി. (കൻ, കി, കം.) വി. ന. പരലോകസംബന്ധമുള്ള.

പാരവശ്യം. ന. പരവശത.

പാരശവ. വി. (വൻ, വീ, വം.) വി. ന. പരശുവിൽനിന്നുണ്ടായ.

പാരശവൻ. ന. ശൂദ്രസ്ത്രീയിൽ ബ്രാഹ്മണന്നു ജനിച്ച പുത്രൻ, വാൎദ്ധുഷ്യൻ.

പാരശവം. ന. വെണ്മഴു.

പാരശ്വധം. ന. വെണ്മഴു.

പാരശ്വധികൻ. ന. വെണ്മഴു ധരിപ്പവൻ.

പാരസീകൻ. ന. പാരസിരാജ്യത്തുള്ളവൻ.

പാരസീകം. ന. ൧, പാരസിരാജ്യത്തെ കുതിര. ൨, പാരസിരാജ്യം.

പാരസ്ത്രൈണേയൻ. ന. പരസ്ത്രീപുത്രൻ, മററൊരുത്തന്റെ സ്ത്രീയിൽ ജനിച്ച പുത്രൻ.

പാരസ്പൎയ്യം. ന. തമ്മിൽ തമ്മിലുള്ള ഭാവം.

പാരാതെ. അ. വേഗം.

പാരാവാരം. ന. ൧, സമുദ്രം. ൨, ആററിന്റെ രണ്ടു കര.

പാരായണം. ന. ൧, പാഠം. ൨, മുഴവൻ. ൩, വേദാഭ്യാസം.

പാരായണികൻ. ന. ശിഷ്യൻ.

പാരാവതം. ന. ഒരു പക്ഷി, പ്രാവു.

പാരാവതാംഘ്രി. ന. ഒരു മരുന്നു, പാലുഴവം.

പാരാവാരം. ന. സമുദ്രം.

പാരാശരി. ന. സന്ന്യാസി.

പാരാശൎയ്യൻ. ന. വേദവ്യാസൻ.

പാരി. ന. പാല്ക്കുഴ.

പാരികാംക്ഷി. ന. മഹൎഷി.

പാരിക്കുന്നു. ച്ചു. പ്പാൻ. (പാരി.) അ. ക്രി. വൎദ്ധിക്കുന്നു, വളരുന്നു.

പാരിജാതകം. അല്ലെങ്കിൽ, **പാരിജാതം.** ന. ൧, കല്പകവൃക്ഷം. ൨, മുൾമുരിക്കു്.

പാരിടം. ന. ഭൂമി.

പാരിതത്ഥ്യ. ന. നെററിമേൽ കെട്ടുന്ന ഒരാഭരണം.

പാരിതോഷികം. ന. അഭിനന്ദിച്ചു കൊടുക്കുന്ന സമ്മാനം.

പാരിപന്ഥികൻ. ന. ൧, ശത്രു. ൨, കള്ളൻ.

പാരിപാൎശ്വികൻ. ന. കൂടെ നടക്കുന്നവൻ.

പാരിപ്ലവ. വി. (വൻ, വാ, വം.) വി. ന. ഇളക്കമുള്ള.

പാരിഭദ്രകം. അല്ലെങ്കിൽ, **പാരിഭദ്രം.** ന. ൧, ദേവതാരവൃക്ഷം. ൨, മുൾമുരിക്കു്. ൩, വേപ്പു.

പാരിഭാവ്യം. ന. ഒരു മരുന്നു, ജാതി.

പാരിഭാഷികം. ന. പരിഭാഷപ്പെടുത്തിയതു, വ്യാഖ്യാനരൂപത്തിലുള്ളതു.

പാരിയാത്രകം. അല്ലെങ്കിൽ, **പാരിയാത്രം.** ന. ഒരു പൎവ്വതം.

പാരിരക്ഷകൻ. ന. മഹൎഷി.

പാരിഷദ. വി. (ദൻ, ദി, ദം.) വി. ന. സമൂഹത്തോടു ചേൎന്ന.

പാരിഷദൻ. ന. പരിജനം.

പാരിഹാരിക. വി. (കൻ, കി, കം.) വി. ന. പരിഹരിക്കുന്ന, പിടിക്കുന്ന.

പാരിഹാരികൻ. ന. വളയുണ്ടാക്കുന്നവൻ.

പാരിഹാൎയ്യം. ന. സ്ത്രീകൾ ഇടുന്ന വള.

പാരീന്ദ്രൻ. ന. ൧, സിംഹം. ൨, പെരുമ്പാമ്പു.

പാരുഷ്യം. ന. ൧, വാക്കിന്റെയും മററും ക്രൂരത, വാക്കുപാരുഷ്യം. ൨, ദണ്ഡപാരുഷ്യം.

പാൎക്കുന്നു. ത്തു. പ്പാൻ. (പാൎ.) അ. ക്രി. ൧, വസിക്കുന്നു. ൨, താമസിക്കുന്നു. സ. ക്രി. ൧, കാണുന്നു. ൨, വിചാരിക്കുന്നു. ൩, സഹിക്കുന്നു. ൪, ശ്രദ്ധിക്കുന്നു.

പാൎത്ഥലം. ന. ഭൂമി.

പാൎത്ഥൻ. ന. ൧, പ്രഥയുടെ പുത്രൻ, അൎജ്ജുനൻ. ൨, രാജാവു. ൩, നീൎമരുതുവൃക്ഷം.

പാൎത്ഥവം. ന. വലിപ്പം.

പാൎത്ഥിവ. വി. (വൻ, വാ, വീ, വം.) വി. ന. ഭൂമിയെ സംബന്ധിച്ച.

പാൎത്ഥിവൻ. ന. രാജാവു.

പാൎത്ഥിവീ. ന. സീത.

പാൎത്ഥോനം. ന. കന്നിരാശി.

പാൎപ്പു. ന. ൧, വാസം. ൨, താമസം. ൩, വിചാരം. ൪, ശ്രദ്ധ. ൫, ഒരുവക മീൻകൂട്ടം, മത്സ്യക്കൂട്ടി.

പാൎപ്പിക്കുന്നു. ച്ചു. പ്പാൻ. (പാൎപ്പി.) സ. ക്രി. ൧, വസിപ്പിക്കുന്നു. ൨, താമസിപ്പിക്കുന്നു. ൩, ഒളിപ്പിക്കുന്നു. ൪, തടവിലാക്കുന്നു.

പാൎവ്വണേന്ദു. ന. പൂൎണ്ണചന്ദ്രൻ.

പാൎവ്വത. വി. (തൻ, തി, തം.) വി. ന. പൎവ്വതത്തിൽനിന്നുണ്ടായ.

പാൎവ്വതീ. ന. ശിവന്റെ ഭാൎയ്യ.

പാൎവ്വതീനന്ദനൻ. ന. സുബ്രഹ്മണ്യൻ.

പാൎവ്വതീശൻ. ന. ശിവൻ.

പാൎവ്വതേയ. വി. (യൻ, യി, യം.) വി. ന. പൎവ്വതത്തെ സംബന്ധിച്ച.

പാൎവ്വതേയം. ന. അഞ്ജനം.

പാൎവ്വത്യകാരൻ. ന. പ്രവൃത്തിയിൽ കാൎയ്യം വിചാരിക്കുന്നവൻ, ഒരു സൎക്കാരുദ്യോഗസ്ഥൻ.

പാൎവ്വത്യം. ന. പാൎവ്വത്യകാരന്റെ അധികാരം.

പാൎശ്വം. ന. മുഗൾചക്രവൎത്തി.

പാൎശ്വകൻ. ന. വഞ്ചകൻ.

പാൎശ്വകം. ന. വാരിയെല്ലു.

പാൎശ്വഗത. വി. (തൻ, താ, തം.) വി. ന. അടുത്തുള്ള.

പാൎശ്വഗ. വി. (ഗൻ, ഗാ, ഗം.) വി. ന. കൂടെ നടക്കുന്ന.

പാൎശ്വതഃ. അ. സമീപത്തു.

പാൎശ്വഭാഗം. ന. മനുഷ്യരുടെയും മററും കൈകൾക്കു താഴെയുള്ള ശരീരഭാഗം, ആറാംവാരി, വിലാപ്പുറം.

പാൎശ്വം. ന. ൧, വിലാപ്പുറം. ൨, ഭാഗം. ൩, പക്ഷം. ൪, വഞ്ചന. ൫, സമീപം.

പാൎശ്വവൎത്തി. വി. (ൎത്തി, ൎത്തിനി, ൎത്തി.) വി. ന. സമീപത്തിരിക്കുന്ന, അടുക്കൽ നില്ക്കുന്ന.

പാൎശ്വസ്ഥ. വി. (സ്ഥൻ, സ്ഥാ, സ്ഥം.) വി. ന. സമീപത്തു നില്ക്കയൊ ഇരിക്കയൊ ചെയ്യുന്ന.

പാൎശ്വസ്ഥലം. ന. ൧, പാൎശ്വഭാഗം, ൨, സമീപത്തുള്ള സ്ഥലം.

പാൎശ്വാസ്ഥി. ന. വാരിയെല്ലു.

പാൎശ്വക. വി. (കൻ, കീ, കം.) വി. ന. പാൎശ്വത്തോടു സംബന്ധിച്ച.

പാൎശ്വികൻ. ന. ൧, കൂട്ടുകാരൻ. ൨, കൂട്ടുകാരൻ.

പാൎഷതൻ. ന. പാഞ്ചാലരാജാവു.

പാൎഷതി. ന. പാഞ്ചാലപുത്രി, പാഞ്ചാലി.

പാൎഷദൻ. ന. ൧, സഭയിൽ ഒരുത്തൻ. ൨, ശിവന്റെ ഭൃത്യന്മാരിൽ ഒരുത്തൻ.

പാൎഷ്ണി. ന. ൧, കുതികാൽ. ൨, പിൻപട. ൩, പുറം.

പാൎഷ്ണിഗ്രാഹൻ. ന. ൧, പിൻപടയെ ഹരിക്കുന്നവൻ. ൨, പിൻപടയിൽ ശേവു.

പാല. വി. (ലൻ, ലീ, ലം.) വി. ന. രക്ഷിക്കുന്ന.

പാലൻ. ന. രക്ഷിക്കുന്നവൻ.

പാല. ന. ൧, ബോട്ടു. ൨, ഒരു വൃക്ഷം.

പാലക. വി. (കൻ, കാ, കം.) വി. ന. പാലിക്കുന്ന.

പാലകൻ. ന. ൧, രക്ഷിക്കുന്നവൻ. ൨, കതിരക്കാരൻ.

പാലകാവ്യൻ. ന. ൧, ഒരു മഹൎഷി. ൨, ധന്വന്തരമൂൎത്തി.

പാലക്കാട്ട. ന. ഒരു ദേശം.

പാലക്കാട്ടശ്ശേരി. ന. ഒരു നഗരം.

പാലക്കാമോതിരം. ന. പെൺകുഞ്ഞുങ്ങളുടെ കഴുത്തിൽ കെട്ടുന്ന ഒരാഭരണം.

പാലഘ്നം. ന. ക്രൂൺ.

പാലങ്കം. ന. കുന്തുരുക്കമരം.

പാലങ്ക്യം. ന. കുന്തുരുക്കം.

പാലനം. ന. രക്ഷ.

പാലം. ന. ൧, ആറ്റിലും തോട്ടിലും അക്കരയിക്കര കടക്കുന്നതിന്നു കല്ലു കൊണ്ടൊ മരംകൊണ്ടൊ പണിതുണ്ടാക്കിയതു. ൨, മൂക്കിന്റെ പാലം. ൩, കിണറ്റിന്റെ വക്കോട്ട ചേൎത്തിടുന്ന തടിയൊ കല്ലൊ.

പാലട. ന. ൧, ഒരു ഭക്ഷണസാധനം. ൨, പാലൊ തൈരൊ കലക്കുമ്പോൾ അടസ്സുന്ന ഒരു പലക.

പാലറ. ന. പാൽപുര.

പാലാശ. വി. (ശൻ, ശീ, ശം.) വി. ന. ൧, പച്ചനിറമുള്ള. ൨, പ്ലാശുവൃക്ഷത്തെ സംബന്ധിച്ച.

പാലാശം. ന. പച്ചനിറം.

പാലാഴി. ന. പാൽക്കടൽ.

പാലി. ന. സംസ്കൃതത്തിന്റെ ഒരു തത്ഭവഭാഷ, ബുദ്ധമതക്കാരുടെ ഒരു വൈദികഭാഷ.

പാലിക. ന. ൧, ആയുധത്തിന്റെ വായ്ത്തല. ൨, ഒരു മാതിരി തവി. ൩, ഒരു മാതിരി ചെറിയ പാത്രം.

പാലിക്കുന്നു. ച്ചു. പ്പാൻ. (പാലി.) സ. ക്രി. രക്ഷിക്കുന്നു.

പാലിത. വി. (തൻ, താ, തം.) വി. ന. രക്ഷിക്കപ്പെട്ട.

പാലിതം. ന. ഒരു വൃക്ഷം.

പാലിത്യം. ന. വാൎദ്ധക്യംകൊണ്ടുള്ള നര.

പാലിന്ദി. ന. ൧, നാല്പാമരക്കൊന്ന. ൨, കരിന്തുവര.

പാലീയം. ന. ഒരങ്ങാടിമരുന്നു, തകരം.

പാലുണ്ണി. ന. ദേഹത്തിലുണ്ടാകുന്ന ഒരുതരം കുരു.

പാലുഴവം. ന. ഒരു മരുന്നു.

പാലൂരി. ന. ഒരു വക വസൂരിദീനം.

പാൽ. ന. ൧, മുലയിൽനിന്നു പിഴിഞ്ഞെടുക്കുന്ന ഒരു വിശേഷമായ വെളുത്ത വെള്ളം. ൨, വൃക്ഷങ്ങളുടെ കറ. ൩, തേങ്ങാ ചുരകിപ്പിഴിഞ്ഞതു. ൪, മഞ്ഞൾ ചതച്ചു പിഴിഞ്ഞ വെള്ളം.

പാല്ക്കഞ്ഞി. ന. പാലു ചേൎത്തുണ്ടാക്കിയ കഞ്ഞി.

പാല്ക്കടൽ. ന. പാൽസമുദ്രം.

പാല്ക്കലം. അല്ലെങ്കിൽ, പാക്കലം. ന. പാലു കാച്ചുന്ന പാത്രം.

പാല്ക്കാരൻ. ന. പാൽ കറക്കുന്നവൻ, പാൽ വില്ക്കുന്നവൻ.

പാല്ക്കാരി. ന. പാൽ കറക്കുകയും മറ്റും ചെയ്യുന്നവൾ.

പാല്ക്കുരു. അല്ലെങ്കിൽ, പാക്കുരു. ന. ൧, പാലുണ്ണി. ൨, കുട്ടികളുടെ ദേഹത്തേലുണ്ടാകുന്ന ഒരു മാതിരി കുരു.

പാല്ക്കുറ്റി. ന. പാൽ കറക്കുന്ന പാത്രം.

പാല്ക്കുഴ. അല്ലെങ്കിൽ, പാക്കുഴ. ന. മേല്പറഞ്ഞ അൎത്ഥം.

പാല്ക്കുഴമ്പു. ന. പാലു കുറുക്കി കുഴമ്പാക്കിയതു.

പാല്ഗന്ധകം. ന. ഒരു മരുന്നു, ഗന്ധകം പലതരമുള്ളതിൽ ഒന്നു.

പാല്ഗുരുഡപ്പച്ച. ന. വിഷചികിത്സെക്കു കൊള്ളുന്ന ഒരു കല്ലു.

പാല്ച്ചിറാക. അല്ലെങ്കിൽ, പാച്ചിറാക. ന. ഒരു മത്സ്യം.

പാല്ച്ചുണങ്ങു. അല്ലെങ്കിൽ, പാച്ചുണങ്ങു. ന. വെളുത്ത ചുണങ്ങു.

പാല്ച്ചുണ്ട. അല്ലെങ്കിൽ, പാച്ചുണ്ട. ന. വെളുത്ത ചുണ്ട.

പാല്ച്ചുര. അല്ലെങ്കിൽ, പാച്ചുര. ന. ഒരു വക വള്ളി.

പാല്ച്ചോറു. അല്ലെങ്കിൽ, പാച്ചോറു. ന. പാൽ ചേൎത്തു വെച്ചുണ്ടാക്കിയ ചോറു.

പാല്ച്ചോറ്റി. അല്ലെങ്കിൽ, പാച്ചോറ്റി. ന. ഒരു വൃക്ഷം.

പാല്ത്തഥം. ന. ഒരു വക മരുന്നു.

പാല്ത്രുത. ന. പാല്ക്കുടം.

പാല്പശു. ന. കറക്കുന്ന പശു.

പാല്പാട. ന. പാലിന്റെ പാട.

പാല്പായസം. ന. പാലിൽ അരിയിട്ടു വേവിച്ചുണ്ടാക്കിയ പായസം.

പാല്പ്പുര. ന. പാലു സൂക്ഷിക്കുന്ന മുറി.

പാല്പ്പൊടി. ന. പാലു കുറുക്കി പൊടിയാക്കിയതു.

പാൽമരം. ന. പാലുള്ള മരം.

പാൽമുതക്കു. ന. ഒരു പച്ചമരുന്നു, വെണ്മുതക്കു.

പാൽവള്ളി. ന. ഒരു പച്ചമരുന്നു.

പാൽവെള്ളി. ന. കറയില്ലാത്ത വെള്ളി.

പാവു. ന. ൧, ഒരങ്ങാടിമരുന്നു. ൨, നൂൽ ചുറ്റുന്ന റാട്ട. ൩, നേൎത്ത വസ്ത്രം. ൪, ശൎക്കര ഉരുക്കിയതു. ൫, ആനയെ ഇണക്കുന്ന ഒരുപായം.

പാവ. ന. മരം കല്ലു ലോഹം ഇവകൊണ്ടുണ്ടാക്കിയ രൂപം.

പാവക. വി. (കൻ, കി, കം) വി. ന. ശുദ്ധി വരുത്തുന്ന.

പാവകൻ. ന. ൧, അഗ്നി. ൨, കൊടുവേലി. ൩, ചേരുവൃക്ഷം. ൪, വിഴാൽവൃക്ഷം.

പാവകളി. ന. പാവയെക്കൊണ്ടു കളിപ്പിക്കു.

പാവട്ട. ന. ഒരു വൃക്ഷം.

പാവട്ടി. ന. തഴകൊണ്ടു നെയ്തുണ്ടാക്കിയ പാത്രം.

പാവന. വി. (നൻ, നാ, നം.) വി. ന. ശുദ്ധമുള്ള.

പാവനൻ. ന. ൧, വേദവ്യാസൻ. ൨, അഗ്നി.

പാവനം. ന. ൧, വെള്ളം. ൨, ശുദ്ധീകരണം. ൩, പ്രായശ്ചിത്തം. ൪, ചാണകം.

പാവനി. ന. ൧, ഒരു മരുന്നു. ൨, പശു. ൩, ഗംഗ. ൪, തുളസി.

പാവലപൂല. ന. ഒരു മാതിരി മുണ്ടു.

പാവൽ. ന. ഒരു മാതിരി കറിസ്സാധനവള്ളി.

പാവാട. ന. രാജാക്കന്മാരുമറ്റും വരുമ്പോൾ ബഹുമാനത്തിന്നായിട്ടു വഴിയിൽ വിരിക്കുന്ന വസ്ത്രം.

പാവാൻ. ന. ആനക്കാരൻ.

പാവാറ്റി. ന. നെയ്ത്തുകാർ പാവിടുന്ന നൂൽ നിരത്തുന്ന ഒരു വസ്തു, നിരപ്പൻ.

പാവിടുന്നു; പാവോട്ടുന്നു. അ. ക്രി. മുണ്ടു നെയ്യുവാൻ വഴിയാംവണ്ണം നൂലിടുന്നു.

പാവുപലക. ന. നൂലുനൂല്ക്കുന്നവർ ഉപകരിക്കുന്ന ഒരു പലക.

പാവുമുണ്ടു. ന. ഒരു മാതിരി നേൎത്ത വസ്ത്രം.

പാശ. പദങ്ങളുടെ അന്ത്യത്തിൽ ചേൎന്നുവരുമ്പോൾ മുൻ പദാൎത്ഥത്തിന്റെ ഗുണത്തെകെടുത്തുന്ന അൎത്ഥം വരുത്തുന്നു. ഉ-ം. **യദുപാശൻ** (യദുക്കളിൽവെച്ചു നീചനായിട്ടുള്ളവൻ). **ഭിഷക്പാശൻ** (നടിച്ചു നടക്കുന്ന വൈദ്യൻ).

പാശകൻ. ന. ചെറുക്കൻ.

പാശകം. ന. പകിട.

പാശബന്ധം. ന. കയറുകൊണ്ടുള്ള കെട്ടു, ഊരാംചുരുക്കു കണി വല മുതലായവ.

പാശം. ന. ൧, കയറു. ൨, കണി. ൩, ബന്ധം.

പാശനം. ന. കുരുക്കു.

പാശി. ന. ൧, വരുണൻ. ൨, വേട്ടക്കാരൻ. ൩, പായൽ. ൪, ഉവൈതങ്ങളുടെ കഴുത്തിൽ കെട്ടുന്ന ഒരു മാതിരി പരുക്കു.

പാശാർ. ന. പാശി, പായൽക്കൂട്ടം.

പാശികിൻ. ന. പക്ഷികളെ പിടിക്കുന്നവൻ.

പാശിത. വി. (തൻ, താ, തം.) വി. ന. കെട്ടപ്പെട്ട.

പാശുപതം. ന. ൧, ശിവന്റെ ഒരസ്ത്രം. ൨, വെള്ളെരിക്കു.

പാശുപതാസ്ത്രം. ന. ശിവന്റെ ഒരസ്ത്രം.

പാശുപതി. ന. ൧, ശിവന്റെ ഒരു ഭൃത്യൻ. ൨, വെള്ളെരിക്കു.

പാശുപാല്യം. ന. പശുരക്ഷ.

പാശ്ചാത്യ. വി. (ത്യൻ, ത്യാ, ത്യം.) വി. ന. ൧, പിൻപുള്ള. ൨, ഒടുക്കത്തെ. ൩, പടിഞ്ഞാറുള്ള.

പാശ്യാ. ന. കയർക്കൂട്ടം.

പാഷണ്ഡകൻ. അല്ലെങ്കിൽ, **പാഷണ്ഡൻ**. ന. വേദവിരോധിയായ മതക്കാരൻ.

പാഷണ്ഡം. ന. മതവിശ്വാസമില്ലാത്ത മട്ടു, മതവിരുദ്ധമായ അഭിപ്രായഗതി.

പാഷണ്ഡി. ന. പാഷണ്ഡകൻ.

പാഷണ്ഡിമതം. ന. ബ്രാഹ്മണരുടെ വേദത്തിന്നു വിപരീതമായ മതം.

പാഷാണദാരണം. ന. കല്ലുളി, മഴു.

പാഷാണം. ന. ൧, കല്ലു. ൨, ഒരു വക വിഷമുള്ള മരുന്നു, എലിപ്പാഷാണവും മററും.

പാള. ന. കവുങ്ങിന്റെ പോള.

പാളം. ന. ഇരിമ്പു തല്ലിനീട്ടിയതു.

പാളയം. ന. ൧, പട്ടാളക്കാരുടെ കൂട്ടം, സൈന്യം. ൨, നഗരം. ൩, കൂടാരം.

പാളൽ. ന. തെന്നൽ, തെറിപ്പു.

പാളി. ന. ൧, മുച്ച. ൨, മുന. ൩, മേല്പാളു. ൪, വരി, കൂട്ടം. ൫, അടയാളം. ൬, പേൻ. ൭, അതിരു. ൮, കോണു. ൯, മീശയുള്ള സ്ത്രീ. ൧൦, ചിററ. (മ.) വസ്ത്രത്തിന്റെയുമ്മററും ഒരു പങ്കു.

പാളിക. ന. കത്തിയുടെ മടക്കു.

പാളിപ്പു. ന. തെന്നിപ്പു, തെറിപ്പു.

പാളുന്നു. ഇ. വാൻ. (പാളു.) അ. ക്രി. തെന്നുന്നു, തെറിക്കുന്നു. **പാളിക്കുന്നു**. സ. ക്രി.

പാഴ. വി. ൧, വെറുതെ. ൨, തരിശായുള്ള. ൩, ഉപകാരമില്ലാത്ത.

പാഴൻ. വി. ന. ഉപകാരമില്ലാത്തവൻ.

പാഴാകുന്നു. യി. വാൻ. (പാഴ.) അ. ക്രി. വെറുതെയാകുന്നു. **പാഴാക്കുന്നു**. സ. ക്രി.

പാഴായ്മ. ന. പാഴായുള്ള സ്ഥിതി.

പാഴിയാരം. ന. എരപ്പാളിയുടെപാട്ടു.

പാഴിൽ. അല്ലെങ്കിൽ, പാഴെ. അ. വെറുതെ.

പാഴിടി. ന. ൧, ഒരു മോഷവും വരുത്താത്ത ഉച്ചത്തിലുള്ള ഇടി. ൨, കാൎയ്യഗുണമില്ലാത്ത വെറും ശബ്ദം.

പാഴ്ചിലവു. ന. വെറുതേയുള്ള ചിലവു.

പാഴ്നിലം. ന. കൃഷി ചെയ്യപ്പെടാത്ത ഭൂമി, തരിശുനിലം.

പാഴ്പണി. ന. വെറുതേയുള്ള വേല.

പാഴ്മരം. ന. കാട്ടുമരം, വേങ്ങ കമ്പകം മുതലായ ചില മരങ്ങൾക്കു പറയുന്ന പേർ.

പാഴ്വാക്കു. ന. ഉപകാരമില്ലാത്ത വാക്കു.

പാഴ്വിചാരം. ന. ഉപകാരമില്ലാത്ത വിചാരം.

പാഴ്വെടി. ഉണ്ടയിടാത്ത വെടി.

പാഴ്വേല. ന. ഉപകാരമില്ലാത്ത വേല.

പാറു. ന. സമുദ്രത്തിലെ ഒരു മാതിരി തോണി.

പാറ. ന. ൧, ഉറപ്പുള്ള കല്ലു, വലിയ കല്ലു. ൨, വെള്ളാരൻ കല്ലു. ൩, ചിങ്ങണ്ണിപ്പാറ.

പാറകം. ന. ഒരു വൃക്ഷം, തേരകം.

പാറക്കല്ലു. ന. കട്ടപ്പമുള്ള കല്ലു, പാറ.

പാറങ്കി. ന. മുശ, വാസനയുള്ള ഒരു പശം.

പാറപ്പുന്ന. ന. പാറയിൽ ഉണ്ടാകുന്ന ഒരു തൈ.

പാറയാത്തൻ. ന. ചിറകില്ലാതെ പറക്കുന്നതുപോലെ ചാടുന്ന ഒരു ജന്തു.

പാറയാൻ; പാറാടൻ. ന. മേല്പറഞ്ഞ അൎത്ഥം.

പാറൽ. ന. ൧, പാറു. ൨, പറക്കുക. ൩, ചാററമഴ.

പാറാക്കാരൻ. ന. ഢണാശ്ശിപായി, കാവല്ക്കാരൻ.

പാറാപ്പുര. ന. ഢാണാവു, കാരാഗൃഹം.

പാറാപ്പുള്ളി. ന. പാറാവിൽ കിടക്കുന്നവൻ.

പാറാവു. ന. ഢാണാവു, കാരാഗൃഹം.

പാറാവളയം. ന. അഭ്യാസികൾക്കു അകത്തുകൂടെ ചാടുവാനായിട്ടു ചൂരൽ വട്ടത്തിൽ കെട്ടിയുണ്ടാക്കുന്ന ഒരു വളയം.

പാറുന്നു. റി. വാൻ. (പാറ.) അ. ക്രി. ൧, നിരുന്നു. ൨, പറക്കുന്നു. ൩, മഴപോലെ ചാറുന്നു.

പാററാ. ന. ൧, പറക്കുന്ന ഒരു വക ചെറിയ പ്രാണി. ൨, ശലഭം. ൩, കൊന്നത്തെങ്ങു.

പാററൽ. ന. ൧, മഴപൊഴിക. ൨, പേററുക.

പാററുന്നു. ററി. വാൻ. (പാററ.) സ. ക്രി. അരിയുമ്മററും മുറത്തിലിട്ടു കടയുന്നു, പേററുന്നു.

പി

പികം. ന. ഒരു പക്ഷി, കുയിൽ.

പിംഗ. വി. (ഗൻ, ഗാ, ഗം.) വി. ന. ഗോരോചനനിറമുള്ള.

പിംഗ. ന. ൧, ഗോരോചന. ൨, കായം. ൩, നാഡി. ൪, ഉഗ്ര. ൫, ലഞ്ഞൾ.

പിംഗം. ന. മഞ്ഞയും ചുവപ്പും കൂടിയ നിറം.

പിംഗല. വി. (ലൻ, ലാ, ലം.) വി. ന. ഗോരോചനനിറമുള്ള.

പിംഗലൻ. ന. ൧, ആദിത്യൻ. ൨, അഗ്നി. ൩, കുരങ്ങ. ൪, ശിവൻ.

പിംഗലാ. ന. ൧, ലോകത്തിൽ തെക്കെ ദിക്കിന്റെ ആനയുടെ പിടി. ൨, പൊൻനിറമുള്ളവൾ. ൩, ഒരു നാഡി.

പിംഗലം. ന. ൧, വൈശ്രവണന്റെ നിധികളിൽ ഒന്ന. ൨, നത്ത. ൩, പിച്ചള. ൪, മനയോല.

പിംഗലവൎണ്ണം ന. പൊൻനിറം.

പിംഗാക്ഷ. വി. (ക്ഷൻ, ക്ഷാ, ക്ഷം.) വി. ന. പിംഗനിറമായ കണ്ണുള്ള.

പിംഗാക്ഷൻ. ന. ൧, ശനി. ൨, ശിവൻ.

പിചണ്ഡം. അല്ലെങ്കിൽ, **പിചിണ്ഡം.** ന. വയറ.

പിചണ്ഡില. അല്ലെങ്കിൽ, **പിചിണ്ഡില.** വി. (ലൻ, ലാ, ലം.) വി. ന. കുടവയറുള്ള.

പിചു. ന. ൧, പഞ്ഞി. ൨, ഒരു കുഷ്ഠം. ൩, മൂന്ന കഴഞ്ച കൂടിയത. ൪, ഭൈരവന്റെ എട്ട മുഖങ്ങളിൽ ഒരു മുഖത്തിന്റെ പേർ.

പിചുമന്ദം. ന. വേപ്പവൃക്ഷം.

പിചുമൎദ്ദം. ന. വേപ്പവൃക്ഷം.

പിചുലം. ന. ൧, പഞ്ഞി. ൨, ഒരുവക കടൽകാക്ക.

പിച്ച. ന. ൧, അല്പമായ ഭ്രാന്ത. ൨, നരുൽ.

പിച്ച. ന. ഇരക്കുന്നവന്ന കൊടുക്കുന്ന വസ്തു.

പിച്ചകം. ന. ൧, സുഗന്ധപുഷ്പം ഉണ്ടാകുന്ന ഒരു വള്ളി. ൨, മരുന്നിന്ന കൊള്ളിക്കുന്ന ഒരു മാതിരി പിച്ചകം.

പിച്ചക്കാരൻ. ന. ഇരക്കുന്നവൻ.

പിച്ചച്ചട്ടി. ന. ഇരക്കുന്നവന്റെ പാത്രം.

പിച്ചച്ചിരട്ട. ന. ഇരക്കുന്നവന്റെ ചിരട്ട.

പിച്ചച്ചോറ. ന. ഇരന്ന വാങ്ങിക്കുന്ന ചോറ.

പിച്ചൻ. ന. ഭ്രാന്തൻ, ബുദ്ധിയില്ലാത്തവൻ.

പിച്ചപ്പിഴപ്പ. ന. ഇരന്ന കാലം കഴിപ്പ.

പിച്ചൽ. ന. നരുൽ.

പിച്ചള. ന. ചെമ്പും നാകവും കൂട്ടിയുണ്ടാക്കിയ ഒരു മാതിരി ലോഹം.

പിച്ചാങ്കത്തി. ന. ഒരു മാതിരി ചെറിയ കത്തി.

പിച്ചി. ന. പിച്ചകം.

പിച്ചിലി. ന. ഒരു പക്ഷി.

പിച്ചുന്നു. ച്ചി. വാൻ. (പിച്ച.) സ. ക്രി. നുള്ളുന്നു.

പിച്ഛ. ന. ൧, ഇലവിൻപശ. ൨, കഞ്ഞിത്തെളി. ൩, വരി. ൪, പാമ്പിന്റെ വിഷജലം. ൫, വാഴപ്പഴം.

പിച്ഛം. ന. ൧, മയിൽപീലി. ൨, വല്ലതിന്റെയും അററം, പുച്ഛം.

പിച്ഛടം. ന. ൧, വെള്ളീയം. ൨, കാരീയം.

പിച്ഛില. വി. (ലൻ, ലാ, ലം.) വി. ന. ൧, പശയുള്ള. ൨, പാലുള്ള.

പിച്ഛില. ന. ൧, ഇലവുവൃക്ഷം. ൨, ഒരാറ.

പിച്ഛിലം. ന. ചാറുള്ള കറി.

പിഞ്ചു. വി. മൂക്കാത്ത.

പിഞ്ചു. ന. മൂക്കാത്ത ഫലം.

പിഞ്ഛ. അല്ലെങ്കിൽ, **പിഞ്ഛ.** വി. ചിഞ്ഞ, ചിത്രയായ.

പിഞ്ഛചൂഡൻ. ന. കൃഷ്ണൻ.

പിഞ്ഛം. ന. മയിൽപീലി.

പിഞ്ജ. വി. (ഞൻ, ഞാ, ഞം.) വി. ന. മനോവ്യസനമുള്ള.

പിഞ്ജ. ന. ൧, ഉപദ്രവം. ൨, പഞ്ഞി. ൩, മഞ്ഞൾ. ൪, കോൽ. ൫, വടി.

പിഞ്ജം. ന. ൧, കല. ൨, ശക്തി.

പിഞ്ജര. വി. (രൻ, രാ, രം.) വി. ന. ഗോരോചനനിറമുള്ള.

പിഞ്ജരം. ന. ൧, അരിതാരം. ൨, ഗോരോചനനിറം. ൩, പൊന്ന. ൪, പക്ഷിക്കൂട.

പിഞ്ജുല. വി. (ലൻ, ലാ, ലം.) വി. ന. ഭയന്ന.

പിഞ്ജുല. ന. ൧, ഭയപ്പെട്ട സേന. ൨, ഒരു വക പുല്ല, കുശ.

പിഞ്ജികാ. ന. നൂൽ നൂല്ക്കുന്നതിന്ന ഉണ്ടയായി വച്ചിരിക്കുന്ന പഞ്ഞി.

പിഞ്ഞാണം. ന. ഒരു മാതിരി ചെറിയ കപ്പിപ്പാത്രം.

പിഞ്ഞാണി. ന. മേല്പറഞ്ഞ അൎത്ഥം.

പിട. ന. ൧, പക്ഷികളിൽ സ്ത്രീ. ൨, മാനിന്റെ സ്ത്രീ. ൩, കോൽകൊണ്ടുള്ള അടി.

പിടകം. ന. ൧, കൊട്ട. ൨, കൂട. ൩, പരുവു, കുരുവു.

പിടച്ചിൽ. ന. മരണവേദനകൊണ്ടുള്ള ഉരുൾച്ച.

പിടത്തൽ. ന. വേരോടെ തള്ളി വീഴിക്ക.

പിടം. ന. ൧, കൊട്ട. ൨, കൂട.

പിടമാൻ. ന. മാനിൽ സ്ത്രീ.

പിടയുന്നു. ഞ്ഞു. വാൻ. (പിട.) അ. ക്രി. മരണവേദനകൊണ്ടുരുളുന്നു.

പിടരുന്നു. ൎന്നു. വാൻ. (പിടർ.) അ. ക്രി. വേരോടെ വീഴുന്നു. **പിടൎത്തുന്നു.** സ. ക്രി.

പിടലി. ന. കഴുത്തിന്റെ പിൻഭാഗം.

പിടലിഞരമ്പ. ന. കഴുത്തിന്റെ പിന്നിലെ ഞരമ്പ.

പിടാക. ന. ൧, സ്നേഹം. ൨, ഒരു ദേശം.

പിടി. ന. ൧, കയ്യിലടങ്ങിയ വസ്തു. ൨, മുഷ്ടി. ൩, പിടിത്തം. ൪, ആയുധങ്ങളുടെ പിടിക്കുന്ന സ്ഥലം. ൫, ആനയുടെയുമ്മററും സ്ത്രീ.

പിടിക്കിഴങ്ങ. ന. ഒരു മാതിരി കിഴങ്ങ.

പിടിക്കുന്നു. ച്ചു. പ്പാൻ. (പിടി.) സ. ക്രി. ൧, കൈകൊണ്ട ഗ്രഹിക്കുന്നു. ൨, കൈക്കലാക്കുന്നു, സ്വീകരിക്കുന്നു. ൩, പററുന്നു. ഇതു കിനം ചൂട തണുപ്പ മഴ മഞ്ഞ പഞ്ഞം മുതലായവയോട ചേരുമ്പോൾ അവ ഉണ്ടാകുന്നു, തുടങ്ങുന്നു എന്നൎത്ഥം വരും. തഴമ്പ തുരുമ്പ പൂപ്പ മുതലായവയോട ചേരുമ്പോൾ അവ ഉണ്ടാകുന്നു. കട്ട മണി പച്ച മുതലായവയോട ചേരുമ്പോൾ അവ ആകുന്നു. ചുവട മലം മുതലായവയോട ചേരുമ്പോൾ അവ ഉറെക്കുന്നു. തീ പുക മുതലായവയോട ചേരുമ്പോൾ അവ പററുന്നു. പുലി പൂച്ച മുതലായവയോട ചേരുമ്പോൾ അവ കടിക്കുന്നു. കര പന്തി മുതലായവയോട ചേരുമ്പോൾ അവിടെ ചെന്ന ചേരുന്നു. പറമ്പ കണ്ടം മുതലായവയോട ചേരുമ്പോൾ അവയെ ഏല്ക്കുന്നു. ചായത്തോടുമ്മററും ചേരുമ്പോൾ തേക്കുന്നു. ശമ്പളത്തോട ചേരുമ്പോൾ കൊടുക്കാതെയിരിക്കുന്നു. **പിടിപ്പിക്കുന്നു.** കാ. ക്രി.

പിടിത്തം. ന. പിടിക്ക.

പിടിത്താൾ. ന. ഇരുമണി ചെറുകിയ കററ.

പിടിപാട. ന. സൎക്കാരിൽനിന്നും ഉദ്യോഗത്തിന്ന നിശ്ചയിച്ചാക്കുമ്പോൾ കൊടുക്കുന്ന ഒരെഴുത്ത.

പിടിപാട്ടനിനവു. ന. സക്കാരിൽ നിന്നു ചോകോന്മാൎക്ക കൊടുക്കുന്ന ഒരെഴുത്തു.

പിടിപെടുന്നു. ട്ടു. വാൻ. (പിടി.) സ. ക്രി. പിടിത്തത്തിൽ അകപ്പെടുന്നു, പിടിക്കപ്പെടുന്നു.

പിടിപ്പു. ന. ൧, പ്രാപ്തി. ൨, തികവു.

പിടിപ്പതു. അ. മതിയാകെ.

പിടിപ്പതം. ന. കൊയിത്തുകാൎക്ക കൊടുക്കുന്ന ഒരവകാശം

പിടിപ്പന്നി. ന. പെണ്ണന്നി.

പിടിപ്പിക്കുന്നു. ച്ചു. പ്പാൻ. (പിടിപ്പി.) സ. ക്രി. ൧, പിടിക്കുമാറാക്കുന്നു. ൨, ചായം തേക്കയുമററും ചെയ്യുന്നു.

പിടിപ്പുകേടു. ന. പ്രാപ്തികേടു, പോരായ്മ, ദോഷതം.

പിടിപ്പുള്ളവൻ. ന. സമൎത്ഥൻ.

പിടിമാനം. ന. ൧, അധികാരം, ശക്തി. ൨, രക്ഷണം.

പിടിമുളം. ന. കൈ ചുരുട്ടിപ്പിടിച്ചു അളുന്ന ഒരളവു.

പിടിമുറുക്കം. ന. പിടിത്തത്തിന്റെ മുറുക്കം.

പിടിമൊന്ത. ന. ഒരു മാതിരി ജലപാത്രം.

പിടിയരി. ന. പതിവുചെലവിൽനിന്നു അല്പാല്പമായി എടുത്തു ചിലർ സൂക്ഷിക്കുന്ന അരി.

പിടിയാത്തവൻ. ന. ദോഷൻ.

പിടിയാന. ന. ആനയിൽ പെണ്ണു.

പിടിവള്ളി. ന. പിടിച്ചു തൂങ്ങുന്നതിന്നായിട്ടു കെട്ടിയ വള്ളി.

പിടുങ്ങൽ. ന. ൧, വലിച്ചുപറിക്കു. ൨, വേരോടെ പറിക്കു. ൩, കൈക്കലാക്കുക.

പിടുങ്ങുന്നു. ങ്ങി. വാൻ.(പിടുങ്ങ.)സ. ക്രി. ൧, വേരോടെ പറിക്കുന്നു, പിഴുന്നു. ൨, കൈക്കലാക്കുന്നു.

പിടുപിടുക്കുന്നു. ത്തു. പ്പാൻ. (പിടുപിടു.) അ. ക്രി. പിടുപിടെ ശബ്ദിക്കുന്നു. **പിടുപിടുപ്പിക്കുന്നു.** സ. ക്രി.

പിടുപിടെ. അ. ൧, ഒരു മാതിരി ശബ്ദത്തോടു കൂടെ. ൨, അധികം കൊഴുത്തു്.

പിടെക്കുന്നു. ച്ചു. പ്പാൻ. (പിടെ.) അ. ക്രി. വേദനകൊണ്ടും മററും ഉരുളുന്നു.

പിട്ടൽ; പുട്ടിൽ. ന. ധാന്യങ്ങളുടെ പുറംതോടു്, ഉമി.

പിട്ടു. ന. ൧, ഒരു പലഹാരം. ൨, അരിമാവുമ്മററും കുഴെച്ചതു. ൩, കള്ളം പറഞ്ഞു ഭയപ്പെടുത്തുകയുമ്മററും.

പിഠരം. ന. കലം.

പിഠരി. ന. കലം.

പിണ. ന. ൧, നുകത്തിൽ ചേൎത്തു കെട്ടിയ കാള. ൨, കൃഷിക്കുള്ള കരുത്തരങ്ങൾ ചേൎത്തു വെക്കുക. ൩, രണ്ടുവസ്തുക്കളെ ചേൎത്തു വെക്കുന്നതു. ൪, ചേച്ച. ൫, ജാമ്യം. ൬, ഇണ്ടാക്കം. ൭, ഏല്പാടു. ൮, തെററു.

പിണക്കം. ന. ൧, മത്സരം. ൨, തൎക്കം. ൩, യോജ്യതയില്ലായ്ക. ൪, വൈരം. ൫, തെററു. ൬, എഴുത്തിലൊ മറെറാ വരുന്ന പിഴ. ൭, കലഹം.

പിണങ്ങുന്നു. ങ്ങി. വാൻ. (പിണങ്ങ.) അ. ക്രി. ൧, മത്സരിക്കുന്നു. ൨, തൎക്കിക്കുന്നു. ൩, യോജ്യതയില്ലാതാകുന്നു. ൪, വൈരപ്പെടുന്നു. ൫, കീഴടങ്ങാതാകുന്നു. ൬, തെററുന്നു. ൭, പിഴെക്കുന്നു. **പിണക്കുന്നു.** സ. ക്രി.

പിണച്ചിൽ. ന. ൧, നുകത്തിൽ കാളയെ ചേൎത്തുകെട്ടുക. ൨, കുരുക്കു. ൩, ഇണചേരുക.

പിണം. ന. ശവം.

പിണയുന്നു. ഞ്ഞു. വാൻ. (പിണ.) അ. ക്രി. ൧, ഇണചേരുന്നു. ൨, കുരുക്കിലാകുന്നു. ൩, ഏല്പെടുന്നു.

പിണർ. ന. ൧, മിന്നൽ. ൨, കൂട്ടിക്കെട്ടു. ൩, കട്ടയാക.

പിണരിടുന്നു. ട്ടു. വാൻ. (പിണർ.) സ. ക്രി. നുകത്തിൽ ചേൎത്തുകെട്ടുന്നു.

പിണക്കുന്നു. ത്തു. പ്പാൻ. (പിണർ.) അ. ക്രി. കട്ടയാകുന്നു.

പിണപ്പു. ന. കൊഴപ്പു.

പിണമ്പുളി. ന. ഒരു വക പുളി.

പിണാത്തി. അല്ലെങ്കിൽ, **പിണാപ്പെൺ.** ന. ദാസി.

പിണാവു. ന. അടിമവേല.

പിണി. ന. ൧, പിശാചുബാധകൊണ്ടുണ്ടാകുന്ന ഒരു ദീനം. ൨, ഒരു പിശാചു.

പിണിയാൾ. ന. പിശാചുബാധിച്ചവനെ തുള്ളിക്കുന്നതിന്നും മററും അവന്നു പകരമായി നില്ക്കുന്നവൻ, ആൾപേർ.

പിൺപിണക്കുന്നു. ത്തു. പ്പാൻ. (പിൺപിണ.) അ. ക്രി. കൊഴുത്തു കട്ടയാകുന്നു.

പിണപിണെ. അ. കൊഴുത്തുകൊഴുത്തു.

പിണെക്കുന്നു. ച്ചു. പ്പാൻ. (പിണെ.) സ. ക്രി. ൧, ഇണചേൎക്കുന്നു. ൨, കുരുക്കിലാക്കുന്നു.

പിണ്ടം. ന. ഉരുള, പിണ്ഡം.

പിണ്ടി. ന. ൧, വാഴയുടെ അകത്തെ തടി. ൨, പിര, ചാറെടുത്ത വസ്തു. ൩, ആനയുടെ മലം.

പിണ്ഡകം. ന. ൧, കുന്തുരുക്കം. ൨, പിശാചു.

പിണ്ഡക്കാരൻ. ന. തടിച്ചവൻ.

പിണ്ഡഗോസ. ന. നറുമ്പശ.

പിണ്ഡദാനം. ന. പിതൃക്രിയയിൽ ചെയ്യുന്ന ഒരു ദാനം.

പിണ്ഡം. ന. ൧, കൂട്ടം, കട്ട. ൨, ഉണ്ട. ൩, ഉരുള. ൪, പിതൃക്രിയയ്ക്കു ഉരുട്ടിവെക്കുന്ന ചോറു. ൫, ശരീരം. ൬, ഭക്ഷണം. ൭, മാംസം. ൮, ഗൎഭപിണ്ഡം. ൯, ആനത്തലയിലെ മുഴ. ൧൦, ഉപജീവനം. ൧൧, ഇരിമ്പു. ൧൨, നറുമ്പശ. ൧൩, സാമ്പ്രാണി. ൧൪, വെണ്ണ. ൧൫, ശമ്പളം.

പിണ്ഡാകാര. വി. (രൻ, രാ, രം.) വി. ന. ഉരുണ്ട.

പിണ്ഡിക. ന. ൧, വണ്ടിയുടെ നടു. ൨, ഉണ്ണുംകാൽ.

പിണ്ഡിത. വി. (തൻ, താ, തം.) വി. ന. ൧, കൂട്ടപ്പെട്ടു. ൨, ഉരുട്ടപ്പെട്ടു.

പിണ്ഡിലൻ. ന. ജ്യോതിശ്ശാസ്ത്രക്കാരൻ.

പിണ്ഡീകൃത. വി. (തൻ, താ, തം.) വി. ന. ഉണ്ടയാക്കപ്പെട്ടു.

പിണ്ഡീതകം. ന. മലങ്കാര.

പിണ്ണാക്കു. ന. എള്ളു മുതലായവ ചക്കിലിട്ടാട്ടി എണ്ണ എടുത്ത പിശിട്ടു.

പിണ്യാകം. ന. ൧, പിണ്ണാക്കു. ൨, കായം. ൩, കുന്തുരുക്കം.

പിതാക്കന്മാർ. ന. അമ്മയും അച്ഛനും.

പിതാമഹൻ. ന. അച്ഛന്റെ അച്ഛൻ, മുത്തച്ഛൻ.

പിതാമഹി. ന. അച്ഛന്റെ അമ്മ, മുത്തശ്ശി.

പിതാവു. ന. അച്ഛൻ.

പിതൃങ്ങൽ. ന. അമരുക, ഞെങ്ങുക

പിതുങ്ങുന്നു. ങി. വാൻ. (പിതുങ്ങ.) അ. ക്രി. ഞെങ്ങുന്നു, അമരുന്നു. **പിതുക്കുന്നു.** സ. ക്രി.

പിതൃകർമ്മം. ന. ചാത്തവുമ്മററും.

പിതൃക്കൾ. ന. ൧, മരിച്ചുപോയ കാരണവന്മാർ. ൨, അച്ഛമാവു മുതലായ പിതൃകൾ.

പിതൃക്രിയ. ന. ചാത്തവുമ്മററും.

പിതൃതൎപ്പണം. ന. ൧, ചാത്തം. ൨, പിതൃക്കൾക്കായിട്ടു വെള്ളംകൊണ്ടു ചെയ്യുന്ന ഒരു കൎമ്മം.

പിതൃതിഥി. ന. കറുത്തവാവു, പിതൃക്കൾക്കായിട്ടു കൎമ്മം ചെയ്യേണ്ടുന്ന ദിവസം.

പിതൃദാനം. ന. പിതൃക്കൾക്കുവേണ്ടി ചെയ്യുന്ന ഒരു കൎമ്മം.

പിതൃധനം. ന. അച്ഛന്റെ മുതൽ.

പിതൃപതി. ന. യമൻ.

പിതൃപിതാവു. ന. അച്ഛന്റെ അച്ഛൻ, മുത്തച്ഛൻ.

പിതൃപ്രസൂ. ന. ൧, സന്ധ്യ. ൨, അച്ഛന്റെ അമ്മ.

പിതൃഭ്രാതാവു. ന. അച്ഛന്റെ ജ്യേഷ്ഠനും അനുജനും.

പിതൃയജ്ഞം. ന. പിതൃപൂജ.

പിതൃവനം. ന. ചുടലക്കാടു, ശവം ഇടുന്ന സ്ഥലം.

പിതൃവഴി. ന. മക്കത്തായം.

പിതൃവ്യൻ. ന. അച്ഛന്റെ അനുജൻ, അപ്പൻ.

പിതൃശാപം. ന. ൧, അച്ഛന്റെയുമ്മററും ശാപം. ൨, പിതൃക്കളുടെ ശാപം.

പിതൃഷ്വസാവു. ന. അച്ഛൻ പെങ്ങൾ.

പിതൃസന്നിഭ. വി. (ഭൻ, ഭാ, ഭം.) വി. ന. അച്ഛനെപ്പോലെയുള്ള.

പിതൃഹത്യ. ന. അച്ഛനെക്കൊന്നാലുള്ള പാപം.

പിത്തകാമല. ന. ഒരു ദീനം.

പിത്തകാസം. ന. പിത്തംകൊണ്ടുണ്ടാകുന്ന ചുമ.

പിത്തകോപം. ന. പിത്തവൎദ്ധന.

പിത്തഘ്നമം. ന. ഒരു ദീനം.

പിത്തഗ്രഹണി. ന. ഒരു ദീനം.

പിത്തജ്വരം. ന. പിത്തംകൊണ്ടുണ്ടായ പനി.

പിത്തനാഡി. ന. പിത്തഞരമ്പു.

പിത്തപാണ്ഡു. ന. ഒരു ദീനം.

പിത്തപ്പുണ്ണു. ന. ഗുഹ്യരോഗം.

പിത്തം. ന. ത്രിദോഷങ്ങളിൽ ഒന്നു.

പിത്തരക്തം. ന. ഒരു ദീനം.

പിത്തരോഗം. ന. പിത്തംകൊണ്ടുണ്ടാകുന്ന ദീനം.

പിത്തശോണിതം. ന. പിത്തരക്തം.

പിത്തശോഫം. ന. പിത്തനീരു.

പിത്തള. വി. (ളൻ, ളാ, ളം.) വി. ന. പിത്തത്തെ ഉണ്ടാക്കുന്ന.

പിത്തളം. ന. പിച്ചള.

പിത്തക്ഷോഭം. ന. പിത്തത്തിന്റെ ഇളക്കം.

പിത്താസ്രം. ന. പിത്തരക്തം.

പിത്ര്യ. വി. (ത്ര്യൻ, ത്ര്യാ, ത്ര്യം.) വി. ന. ൧, അച്ഛനെ സംബന്ധിച്ച. ൨, പിതൃക്കളെ സംബന്ധിച്ച.

പിത്ര്യൻ. ന. അച്ഛന്റെ ജ്യേഷ്ഠൻ.

പിത്സത്തു. ന. പക്ഷി.

പിധാനം. ന. ൧, മറ. ൨, മൂടി. ൩, പുതപ്പു. ൪, ഉറ.

പിനദ്ധ. വി. (ദ്ധൻ, ദ്ധാ, ദ്ധം.) വി, ന. കവചമിട്ട.

പിനയുന്നു. ഞ്ഞു. യുവാൻ. അ. ക്രി. തമ്മിൽ ചുററുന്നു, മുടയുന്നു. **പിനയ്ക്കുന്നു.** കാ. ക്രി. **പിനച്ചിൽ.** ന.

പിനാകം. ന. ശിവന്റെ വില്ലു.

പിനാകി. ന. ശിവൻ.

പിൻ. അ. പുറകു, പിൻപു.

പിങ്കാൽ. ന. ൧, കാലിന്റെ പിൻഭാഗം, കുതികാൽ. ൨, മൃഗങ്ങളുടെ പുറകിലെ കാൽ.

പിങ്കുടുമ. ന. പുറകിൽ കുടുമ.

പിങ്കെട്ടു. ന. ൧, പുറകിലെ കെട്ടു. ൨, കപ്പലിന്റെ പിൻപു.

പിൻഗാമി. ന. പിന്നാലെ പോകുന്നവൻ, പിൻവാഴ്ചക്കാരൻ.

പിഞ്ചരട്ടു. ന. പുറകിൽ കെട്ടുന്ന ചരടു.

പിഞ്ചൊട്ടു. ന. വണ്ടിയുടെ പിൻഭാഗം.

പിഞ്ചെല്ലൽ. ന. പുറകെ ചെല്ലുക, അനുയാത്ര.

പിന്തല. ന. ൧, തലയുടെ പിൻഭാഗം. ൨, കപ്പലിന്റെയുമ്മററും അമരം.

പിന്താങ്ങുന്നു. സ. ക്രി. അഭിപ്രായത്തിൽ യോജിക്കുന്നു.

പിന്താരം. ന. പടം.

പിന്തിരിച്ചിൽ. ന. പുറകോട്ടു തിരിക, തിരികെപ്പോക.

പിന്തിരിയുന്നു. ഞ്ഞു. വാൻ. (പിൻ.) അ. ക്രി. പുറകോട്ടു തിരിയുന്നു, തിരികെപ്പോകുന്നു. **പിന്തിരിക്കുന്നു.** സ. ക്രി.

പിന്തിരിവു. ന. പിന്തിരിച്ചിൽ.

പിന്തുട. ന. തുടയുടെ പിൻഭാഗം.

പിന്തുടൎച്ച. ന. കൂടെത്തുടങ്ങുക.

പിന്തുടരുന്നു. ൎന്നു. വാൻ. (പിൻ.) സ. ക്രി. കൂടെത്തുടങ്ങുന്നു.

പിന്തുണ. ന. ൧, സഹായം. ൨, താങ്ങു.

പിന്തുണെക്കുന്നു. ച്ചു. പ്പാൻ. (പിൻ.) അ. ക്രി. സഹായിക്കുന്നു.

പിന്തേരുന്നു. ൎന്നു. വാൻ. (പിൻ.) സ. ക്രി. കൂടെത്തുടരുന്നു.

പിന്തേൎച്ച. ന. കൂടെത്തുടങ്ങുക.

പിന്ത്രാണം. ന. പിൻപട, പിന്നിലുള്ള രക്ഷ.

പിന്നു. അ. പുറകു.

പിന്നൽ. ന. മുടച്ചിൽ.

പിന്നാലെ. അ. പുറകെ.

പിന്നിടുന്നു. ട്ടു. വാൻ. (പിൻ.) സ. ക്രി. പുറകിലാക്കുന്നു.

പിന്നിൽ. അ. പുറകിൽ.

പിന്നീടു. അ. പിന്നെ.

പിന്നുന്നു. ന്നി. വാൻ. (പിന്ന.) സ. ക്രി. മുടയുന്നു, പിരിക്കുന്നു.

പിന്നെ. അ. താമസിച്ചു, അതിന്റെ ശേഷം, ഇനി.

പിന്നെത്തെ. വി. ഇനിയത്തെ, അതിന്റെ ശേഷമുണ്ടായ.

പിന്നെത്തേതിൽ. അ. അതിന്റെ ശേഷം.

പിന്നെപ്പിന്നെ. അ. കുറെക്കഴിഞ്ഞിട്ടു, ക്രമത്തിനു.

പിന്നെയും. അ. വീണ്ടും, പിന്നിട്ടും

പിന്നെയൊ. അ. ൧, എന്നിട്ടൊ. ൨, ഉണ്ടെന്നും വേണമെന്നുമ്മററുമുള്ള വാക്കുകളെ സമൎത്ഥിക്കുന്നതായ ഒരു വാക്കു. ൩, സംശയിച്ചു ചോദിക്കുന്ന കാൎയ്യത്തെ നിശ്ചയമായിട്ടു അനുസരിക്കു.

പിന്നോററുതടി. ന. യുദ്ധത്തിൽ സൈന്യങ്ങൾ പുറകോട്ടുപോകാതെ തടുത്തുനിൎത്തുന്നതിന്നു പുറകിൽ വെക്കുന്ന തടി.

പിന്നോക്കം. അ. ൧, പുറകോട്ടു. ൨, മടിയായിട്ടു.

പിന്നോട്ടു. അ. പുറകോട്ടു.

പിൻപു. അ. പുറകു.

പിൻപട. ന. സൈന്യത്തിന്റെ പിൻഭാഗം.

പിൻപണി. ന. പിന്നെച്ചെയ്യുന്ന വേല.

പിൻപിൽ. അ. പുറകിൽ.

പിൻപുമറിയുന്നു. ഞ്ഞു. വാൻ. (പിൻപു.) അ. ക്രി. പുറകോട്ടു മറിയുന്നു.

പിൻപുറം. ന. പിൻഭാഗം.

പിൻപെടുന്നു. ട്ടു. വാൻ. (പിൻ.) അ. ക്രി. ൧, പുറകിലാകുന്നു. ൨, താമസിക്കുന്നു.

പിൻപെ. അ. പുറകെ, പിന്നാലെ.

പിൻബുദ്ധി. ന. പിന്നീടുള്ള ആലോചന.

പിൻഭാഗം. ന. പിൻപുറം.

പിന്മാറുന്നു. റി. വാൻ. (പിൻ.) അ. ക്രി. ൧, പുറകോട്ടു മാറുന്നു. ൨, തിരികെ പോകുന്നു. ൩, മടങ്ങുന്നു.

പിന്മാററം. ന. ൧, പുറകോട്ടു പോക. ൨, തിരികെ പോക. ൩, മടക്കം.

പിൻവാങ്ങുന്നു. ങ്ങി. വാൻ. (പിൻ.) അ. ക്രി. പിന്മാറുന്നു.

പിപാസ. ന. വെള്ളം കുടിപ്പാനുള്ള ആഗ്രഹം.

പിപാസിത. വി. (തൻ, താ, തം.) വി. ന. വെള്ളം കുടിപ്പാനാഗ്രഹമുള്ള.

പിപാസു. വി. (ത്രിഷു.) വി. ന. മേല്പറഞ്ഞ അൎത്ഥം.

പിപീലിക. അല്ലെങ്കിൽ, പിപീലകം. ന. ഉറുമ്പു.

പിപ്പലം. ന. ഒരു വൃക്ഷം, അരയാൽ.

പിപ്പൊലി. ന. ഒരൌഷധിമരുന്നു, തിപ്പലി.

പിപ്പൊലിമൂലം. ന. ഒരു പച്ചമരുന്നു, കാട്ടുതിപ്പലി വേർ.

പില്ലു. ന. മറുക.

പിരട്ടു. ന. ൧, ചതി. ൨, കള്ളം.

പിരട്ടൻ. ന. ൧, ചതിയൻ. ൨, കള്ളൻ.

പിരട്ടുന്നു. ട്ടി. വാൻ. (പിരട്ടു.) സ. ക്രി. ൧, ഉരുട്ടുന്നു. ൨, ചതിക്കുന്നു. ൩, എണ്ണയുമ്മററും തേക്കുന്നു. അ. ക്രി. മനമ്മറിയുന്നു.

പിരളി. ന. കലഹം.

പിരളുന്നു. ണ്ടു. വാൻ. (പിരൾ.) അ. ക്രി. ൧, ഉരുളുന്നു. ൨, പിരളുന്നു.

പിരൾച. ന. ൧, ഉരുൾച. ൨, പററൽ.

പിരി. ന. കയറുമ്മററും പിരിക്ക, ചുററിച്ചു മുറുക്കം വരുത്തുക.

പിരിക്കുന്നു. ച്ചു. പ്പാൻ. (പിരി.) സ. ക്രി. ൧, വേറാക്കുന്നു. ൨, കയറുമ്മററും ഉണ്ടാക്കുന്നു. ൩, തികെട്ടുക്കുന്നു. ൪, വിഭാഗിക്കുന്നു. ൫, പറിക്കുന്നു.

പിരിച്ചിൽ. ന. ൧, വേൎതിരിവു. ൨, കയറിന്റെയുമ്മററും പിരിവു. ൩, പാൽ കട്ടയും വെള്ളവുമായിത്തിരുക.

പിരിപ്പു. ന. ഒരു തൈ.

പിരിയൻ. വി. ൧, പിരിവുള്ള. ൨, വികടമുള്ള.

പിരിയുന്നു. ഞ്ഞു. വാൻ. (പിരി.) അ. ക്രി. ൧, വേൎപെടുന്നു. ൨, കൂടിപ്പിരിയുന്നു. ൩, പിരയും വെള്ളവുമാകുന്നു. ൪, വിററുതിരുന്നു.

പിരിവു. ന. പിരിച്ചിൽ, വളവു.

പിരിവള. ന. പിരിഞ്ഞ വള.

പിരുപിരുക്കുന്നു. ത്തു. പ്പാൻ. (പിരുപിരു.) അ. ക്രി. ക്രിമികളെപ്പോലെ അനങ്ങുന്നു, ഇളകുന്നു.

പിരുപിരുപ്പു. ന. ചെറിയ അനക്കം, ഇളക്കം.

പിരുപിരെ. അ. ൧, പിരയും വെള്ളവുമായി. ൨, കൊച്ചുകൊച്ചായിട്ടു വളരെ.

പിലയൻ. ന. അധികം തീണ്ടലുള്ള ഒരു നീചജാതി.

പിലാവു. ന. ചക്കയുണ്ടാകുന്ന വൃക്ഷം.

പിലാവില. ന. പിലാവിന്റെ ഇല.

പിലാശു. ന. ഒരു വൃക്ഷം, പ്ലാശു.

പില്ലണയം; പിമ്പണയം. ന. വീണ്ടും പണയപ്പെടുത്തുകയെന്നതു.

പില്പാടു. അ. പിന്നെ.

പില്ല. വി. (ല്ലൻ, ല്ലാ, ല്ലം.) വി. ന. ചിമ്പകണ്ണുള്ള.

പില്ലം. ന. ചിമ്പകണ്ണു.

പിശകുന്നു. കി. വാൻ. (പിശക.) സ. ക്രി. അധികം വേണമെന്നു നിൎബ്ബന്ധിക്കുന്നു.

പിശക. ന. ൧, തൎക്കം, വഴക്കു. ൨, കുറെക്കൂടെ വേണമെന്നു നിൎബ്ബന്ധിക്ക.

പിശംഗ. വി. (ഗൻ, ഗീ, ഗം.) വി. ന. ഗോരോചന നിറമുള്ള.

പിശംഗം. ന. ഗോരോചന നിറം.

പിശാചു. ന. ദുൎദ്ദേവത.

പിശാചൻ. ന. ദേവയോനികളിൽ ഒരു ജാതി.

പിശാചി. ന. പിശാച സ്ത്രീ.

പിശിതം. ന. മാംസം.

പിശിതാശന. വി. (നൻ, നാ, നം.) വി. ന. മാംസം തിന്നുന്ന.

പിശിതാശനൻ. ന. മാംസം ഭക്ഷിക്കുന്നവൻ, രാക്ഷസൻ.

പിശിതാശി; (–ശിനി). ന. മാംസം ഭക്ഷിക്കുന്നവൻ; (–വൾ.)

പിശുക്കൽ; പിശുക്ക. ന. ചെലവിടുന്നതിനുള്ള മടി, ലുബ്ധു.

പിശുക്കൻ. അല്ലെങ്കിൽ, പിശുക്കൻ. ന. ലുബ്ധൻ.

പിശുന. വി. (നൻ, നാ, നം.) വി. ന. ൧, ക്രൂരതയുള്ള. ൨, നിന്ദ്യമായ.

പിശുനത. ഗു. ന. ക്രൂരത.

പിശുനൻ. ന. ൧, ക്രൂരൻ, ദുഷ്ടൻ. ൨, ഒററുകാരൻ. ൩, കരളക്കാരൻ, നുണയൻ. ൪, കാക്ക.

പിശുനാ. ന. ജോനകപ്പുല്ലു.

പിശുനം. ന. ൧, കുങ്കുമം. ൨, പഞ്ഞി.

പിഷാരകൻ. ന. ഒരമ്പലവാസി.

പിഷാരം. ന. പിഷാരകന്റെ ഭവനം.

പിഷാരവടി; പിഷാരടി. ന. പിഷാരകൻ.

പിഷ്ടകം. ന. ൧, അപ്പം. ൨, ഒരു മാതിരി കണ്ണിൽ ദീനം, പൂളം.

പിഷ്ടപചനം. ന. പലഹാരമുണ്ടാക്കുന്ന പാത്രം.

പിഷ്ട. വി. (ഷ്ടൻ, ഷ്ടാ, ഷ്ടം.) വി. ന. പൊടിക്കപ്പെട്ട, അരെക്കപ്പെട്ട.

പിഷ്ടം. ന. ൧, അരച്ചുരുട്ടിയ അരിയുമ്മററും. ൨, ഈയം.

പിഷ്ടാതം. ന. വസ്ത്രത്തിൽ മണം പിടിപ്പിക്കുന്ന പൊടി.

പിസ്താരി. ന. പീച്ചാങ്കുഴൽ.

പിഹിത. വി. (തൻ, താ, തം.) വി. ന. മറെക്കപ്പെട്ട.

പിളരുന്നു. ൎന്നു. പ്പാൻ. (പിളർ.) സ. ക്രി. കീറുന്നു, ചീന്തുന്നു.

പിളൎച്ച. ന. ൧, കീറൽ. ൨, വിള്ളൽ.

പിളൎപ്പു. ന. പൊട്ടൽ.

പിളരുന്നു. ന്നു. വാൻ. (പിളർ.) സ. ക്രി. കീറുന്നു. അ. ക്രി. തന്നേ കീറുന്നു.

പിളുത്തുന്നു. ത്തി. ത്തുവാൻ. (പിളു.) സ. ക്രി. പിളൎക്കുന്നു, തുറക്കുന്നു.

പിള്ള. ന. ൧, ചെറിയ പൈതൽ. ൨, മൃഗങ്ങളുടെ കുട്ടി. ൩, അണ്ണിക്കുട്ടി. ൪, കണക്കെഴുത്തുകാരനു പറയുന്ന ഒരു പേർ. ൫, ശൂദ്രരിൽ ചിലൎക്കുള്ള ഒരു സ്ഥാനപ്പേർ.

പിള്ളക്കട്ടിൽ. ന. പൈതങ്ങളെ കിടത്തുന്ന കട്ടിൽ, തൊട്ടിക്കട്ടിൽ.

പിള്ളക്കര. ന. വസ്ത്രത്തിന്റെ കൊച്ചുകര.

പിള്ളക്കാൽ. ന. കട്ടിളയുടെ ചുവട്ടിൽ വെക്കുന്ന ഒരു മരയാണി.

പിള്ളക്കിണർ. ന. കിണററിനകത്തുള്ള പാളക്കുഴി.

പിള്ളക്കോൽ. ന. നെയ്ത്തുകാരുടെ പാലത്തിൽനിന്നും തൂങ്ങിക്കിടക്കുന്ന ചെറിയ കോലുകൾ.

പിള്ളത്തുണി. ന. പിള്ളമുണ്ടു.

പിള്ളത്തൊട്ടി. ന. പൈതങ്ങളെ കിടത്തുന്ന കട്ടിൽ.

പിള്ളപ്പെട്ടി. ന. പെട്ടിയുടെ അകത്തുള്ള കൊച്ചുമുറി.

പിള്ളമുണ്ടു. ന. പൈതങ്ങളുടെ മുണ്ടു.

പിള്ളമുറി. ന. പിള്ളപ്പെട്ടി.

പിള്ളയരഞ്ഞാൺ. ന. പൈതങ്ങളുടെ അരയിൽ കെട്ടുന്ന ആഭരണം.

പിള്ളയാർ. ന. ഗണപതി.

പിള്ളയൂണു. ന. പൈതങ്ങൾക്കു ആദ്യം ചോറു കൊടുക്ക, ചോറൂണ്.

പിള്ളവള. ന. പൈതങ്ങളുടെ കയ്യിൽ ഇടുന്ന വള.

പിള്ളവാതിൽ. ന. കിളിവാതിൽ, ചില കതകിന്റെ അകത്തു ചേൎത്തു പണിയുന്ന ഒരു മാതിരി കൊച്ചുകതകു.

പിഴ. ന. ൧, കുററം, അപരാധം, തെററു. ൨, പ്രായശ്ചിത്തം. ൩, വ്യഭിചാരം.

പിഴയാളി. ന. കുററക്കാരൻ.

പിഴപ്പു. ന. നിത്യച്ചെലവു കഴിക്കുന്നതിനുള്ള വേലയും മററും, കഴിച്ചിൽ.

പിഴപ്പിക്കുന്നു. ച്ചു. പ്പാൻ. (പിഴപ്പി.) സ. ക്രി. ൧, തെററിക്കുന്നു, പിഴയുണ്ടാക്കിത്തീൎക്കുന്നു. ൨, കുററക്കാരനാക്കുന്നു. ൩, പാതിവ്രത്യമുള്ള സ്ത്രീക്കു ജാതിക്കുറവു വരുത്തുന്നു.

പിഴവഴി. ന. തെററുവഴി.

പിഴിച്ചിൽ. ന. മുക്കിയ വസ്ത്രവും മരുന്നുകളുംമററും പിരിച്ചും ഞെക്കിയും വെള്ളം പുറപ്പെടുവിക്ക.

പിഴിയുന്നു. ഞ്ഞു. വാൻ. (പിഴി.) സ. ക്രി. ൧, മുക്കിയ വസ്ത്രവും മററും ഏതു വിധമെങ്കിലും ഞെക്കി വെള്ളം വേർതിരിക്കുന്നു.

പിഴകൽ. ന. ൧, തെററൽ. ൨, മുടക്കം. ൩, മടക്കം.

പിഴകുന്നു. കി. വാൻ. (പിഴക.) അ. ക്രി. ൧, തെററുന്നു. ൨, മുടങ്ങുന്നു. ൩, മടങ്ങുന്നു. ൪, വഞ്ചിക്കപ്പെടുന്നു. **പിഴക്കുന്നു; പിഴകിക്കുന്നു.** സ. ക്രി.

പിഴക്കൽ. ന. പിഴകിക്കുക.

പിഴുന്നു. തു. വാൻ. (പിഴു.) സ. ക്രി. വേരോടെ പറിക്കുന്നു.

പിഴെക്കുന്നു. ച്ചു. പ്പാൻ. (പിഴെ.) അ. ക്രി. ൧, എഴുത്തിലും മററും തെററുന്നു. ൨, കുററക്കാരനാകുന്നു. ൩, വ്യഭിചാരം ചെയ്തു ജാതിയിൽനിന്നു തള്ളപ്പെടുന്നു. ൪, ഉപജീവനം കഴിക്കുന്നു.

പിറക്കുന്നു. ന്നു. പ്പാൻ. (പിറ.) അ. ക്രി. ജനിക്കുന്നു, പുറപ്പെടുന്നു.

പിറന്നാൾ. ന. ജനിച്ച ദിവസം.

പിറപ്പു. ന. ജനനം.

പിറപ്പുമയിർ. ന. ജനിക്കുമ്പോഴുള്ള രോമം.

പിറവി. ന. ജനനം.

പിറുക്കു. ന. ൧, കൊതുകു. ൨, തവള.

പിറുപിറുക്കുന്നു. ത്തു. പ്പാൻ. (പിറുപിറു.) സ. ക്രി. പതുക്കെപ്പറയുന്നു. **പിറുപിറുപ്പു.** ന. പതുക്കെപ്പറക.

പിറെറ. വി. പിന്നത്തെ.

പിറെറന്നാൾ. അ. പിന്നത്തെ ദിവസം.

പിറേറദിവസം. അ. മേല്പറഞ്ഞ അൎത്ഥം.

പീ

പീ. ന. ൧, ചാണകം. ൨, മലം.

പീച്ചകം. ന. പീച്ചിവള്ളി.

പീച്ചൻ. വി. മൂക്കാത്ത, പിഞ്ചു.

പീച്ചൽ. ന. പീച്ചുക, കുഴലിൽ വെള്ളവും മററും കേററി അച്ചുകോൽകൊണ്ടു ഞെക്കി പുറപ്പെടുവിക്ക.

പീച്ചാങ്കത്തി. ന. ചെറിയ കത്തി.

പീച്ചാങ്കുഴൽ. ന. വസ്തി പിടിക്കുന്ന കുഴൽ, പീച്ചുന്നതിനുള്ള കുഴൽ.

പീച്ചി. ന. പീച്ചിങ്ങാവള്ളി, ഒരു കറിസാധനവള്ളി.

പീച്ചിക്കാ. ന. ൧, പീച്ചിവള്ളിയുടെ കാ, പീച്ചിങ്ങ. ൨, മൂക്കാത്ത കായ്.

പീച്ചിങ്ങാ. ന. പീച്ചിയിലുണ്ടാകുന്ന കായ്.

പീച്ചുന്നു. ച്ചു. വാൻ. (പീച്ചു.) സ. ക്രി. വസ്തിപിടിക്കുന്നു, കുഴലിൽ വെള്ളവും മററും കേററി ഞെക്കിപ്പുറപ്പെടുവിക്കുന്നു.

പീഞ്ഞാണം. ന. ഒരു കുപ്പിപ്പാത്രം, പിഞ്ഞാണം.

പീഞ്ഞാണി. ന. മേല്പറഞ്ഞ അൎത്ഥം.

പീഞ്ഞാവള്ളി. ന. ഒരു മാതിരി വള്ളി.

പീട്ടു. ന. ൧, പിശിട്ടു. ൨, പിണ്ണാക്കു.

പീടിക. ന. കച്ചവടപ്പുര.

പീടികച്ചരക്കു. ന. പീടികയിൽ കച്ചവടത്തിനുള്ള വസ്തുക്കൾ.

പീഠം. ന. ഇരിപ്പാനുള്ള സാധനം, സിംഹാസനവും മററും.

പീഠാഗ്രതഃ. അ. പീഠത്തിൽനിന്നും.

പീഠിക. ന. ൧, കഥകളുടെയും മററും ആദിയിൽ പറഞ്ഞു തുടങ്ങുന്ന കാൎയ്യം, മുഖവുര. ൨, ഇരിപ്പിടം.

പീഡ. ന. ദുഃഖം, ഉപദ്രവം.

പീഡനം. ന. ൧, ഉപദ്രവം. ൨, നൊമ്പരം. ൩, നാശം.

പീഡാകര. വി. (രൻ, രാ, രം.) വി. ന. ഉപദ്രവത്തെ ഉണ്ടാക്കുന്ന.

പീഡിക്കുന്നു. ച്ചു. പ്പാൻ. (പീഡി.) അ. ക്രി. ദുഃഖിക്കുന്നു. **പീഡിപ്പിക്കുന്നു.** സ. ക്രി.

പീഡിത. വി. (തൻ, താ, തം.) വി. ന. ദുഃഖിക്കപ്പെട്ട, ദുഃഖിപ്പിക്കപ്പെട്ട.

പീഡ്യമാന. വി. (നൻ, നാ, നം.) വി. ന. ദുഃഖിപ്പിക്കപ്പെട്ട.

പീത. വി. (തൻ, താ, തം.) വി. ന. ൧, മഞ്ഞൾ നിറമായ. ൨, കുടിക്കപ്പെട്ട.

പീതാ. ന. ൧, മഞ്ഞൾ. ൨, ചെങ്കറുമൊഴി.

പീതം. ന. ക, മഞ്ഞനിറം. വ, കുങ്കുമം. മ, പുഷ്പരാഗം. ര, കുടിക്കുക.

പീതകം. ന. ക, പൊന്നരിതാരം. വ, കുങ്കുമം. മ, പുഷ്പരാഗം. ര, മഞ്ഞൾനിറം. ത, പൊന്നു.

പീതദാരു. ന. ക, തേവതാരം. വ, ചരളം.

പീതദ്രു. ന. ക, മരമഞ്ഞൾ. വ, ചരളം.

പീതനം. ന. ക, അമ്പഴം. വ, കുങ്കുമം. മ, പൊന്നരിതാരം.

പീതർമണി. ന. ഒരങ്ങാടിമരുന്നു.

പീതരോഹിണി. ന. ഒരങ്ങാടിമരുന്നു.

പീതവൎണ്ണ. വി. (ൎണ്ണൻ, ൎണ്ണാ, ൎണ്ണം). വി. ന. മഞ്ഞനിറമുള്ള.

പീതവൎണ്ണം. ന. മഞ്ഞനിറം.

പീതവസ്ത്രം. ന. മഞ്ഞൾനിറമായ വസ്ത്രം.

പീതസാരകം. ന. ക, വേങ്ങവൃക്ഷം. വ, ഒരു രത്നം. മ, മഞ്ഞച്ചന്ദനം.

പീതസാരം. ന. ക, പുഷ്പരാഗം. വ, ഹരിചന്ദനം.

പീതസ്ഫടികം. ന. പുഷ്പരാഗം.

പീതാംബര. വി. (രൻ, രാ, രം.) വി. ന. മഞ്ഞവസ്ത്രം ധരിച്ച.

പീതാംബരൻ. ന. ക, വിഷ്ണു. വ, കൃഷ്ണൻ.

പീതാംബരം. ന. മഞ്ഞപ്പട്ടു.

പീതി. ന. ക, കുതിര. വ, പാനം. മ, പാനസ്ഥലം.

പീതിക. ന. ക, മഞ്ഞൾ. വ, ചെങ്കുറുമൊഴി.

പീത്ത. വി. ക, മിന്ന. വ, കീറിയ.

പീന. വി. (നൻ, നാ, നം.) വി. ന. തടിച്ച.

പീനസം. ന. ഒരു ദീനം, മൂക്കടപ്പുള്ള ദീനം.

പീനാഹം. ന. കിണററിന്റെ വാക്കുല്ല.

പീനാറിമരം. ന. ഒരു വൃക്ഷം.

പീനാററുമരം. ന. മേല്പറഞ്ഞ അൎത്ഥം.

പീനോദ്ധ്നി. ന. അകിടു വലിയ പശു.

പീപ്പ. അല്ലെങ്കിൽ, **പീപ്പക്കുററി.** ന. മരംകൊണ്ടുണ്ടാക്കിയ ഒരു വലിയ പാത്രം.

പീപ്പന്നി. ന. നാട്ടുപന്നി.

പീയൂഷം. ന. ക, അമൃതു, ദേവകളുടെ ഒരു ഭക്ഷണവസ്തു. വ, പുതിയ പാൽ.

പീര. ന. ക, തേങ്ങാ പിഴിഞ്ഞ പിശിട്. വ, വല്ലതും പിഴിഞ്ഞെടുത്ത ചണ്ടി.

പീരകം. ന. ഒരു വള്ളി.

പീരക്കാ. ന. പീരകത്തിന്റെ കായ്.

പീരങ്കി. ന. വലിയ തോക്കു.

പീരപ്പെട്ടി. ന. ഒരു വള്ളി.

പീരപ്പിണ്ണാക്കു. ന. തേങ്ങാപ്പിണ്ണാക്കു.

പീലി. ന. ക, മയില്പീലി. വ, കണ്ണിന്റെ രോമം. മ, വസ്ത്രാൽ. ര, സ്ത്രീകൾ കാലിൽ ഇടുന്ന മോതിരം.

പീലിക്കണ്ണു. ന. മയില്പീലിയുടെ കണ്ണു.

പീലിക്കുട. ന. മയില്പീലികൊണ്ടുണ്ടാക്കിയ കുട.

പീലിക്കുന്തം. ന. ഒരുമാതിരി വലിയ ആയുധം.

പീലിക്കുന്നു. ന. മയില്പീലിയുടെ ചുവടു.

പീലിയാൻ. ന. മയിൽ.

പീലു. ന. ക, ഉകവൃക്ഷം. വ, ആന. മ, അമ്പു. ര, റൂവു. ത, അണു.

പീലുകം. ന. ഉറുമ്പ്.

പീലുപൎണ്ണി. ന. ക, പെരുങ്കുരുമ്പ. വ, കോവൽ.

പീവട്ടി. ന. ഒരുമാതിരി പൂവു.

പീവര. വി. (രൻ, രാ, രം.) വി. ന. തടിച്ച.

പീവരസ്തനി. ന. ക, അകിടു വലിയ പശു. വ, തടിച്ച മുലയുള്ളവൾ.

പീവാ. ന. വെള്ളം.

പീള. ന. കണ്ണിലെ മലം.

പീളക്കുഴി. ന. കണ്ണുഴി.

പിറ. വി. മിത്ത.

പു

പുക. ന. ധൂമം, തീ കത്തുന്നതിന്നു മുൻപിൽ പുറപ്പെടുന്ന ആവി.

പുകക്കൂട്ടു. ന. പുക പോകുന്നതിന്നായിട്ടുണ്ടാക്കുന്ന വഴി.

പുകച്ചിൽ. ന. ക, പുകയുക, നീറൽ. വ, തെളിവില്ലായ്മ. മ, ആവി. ര, ഉഷ്ണം. ത, നീറിപ്പിഴ.

പുകച്ചുററു. ന. പുകയിൽ അകപ്പെട്ടു ദിക്കറിയാതെ വീൎപ്പുമുട്ടുകയും മററും.

പുകനിറം. ന. പുകയുടെ നിറം.

പുകയറ. ന. ഇല്ലറക്കരി.

പുകയില. ന. ലഹരിയുള്ള ഒരു വക ഇല.

പുകയിലക്കുഴൽ. ന. പുകയില സേവിക്കുന്നതിന്നുള്ള കുഴൽ.

പുകയിലച്ചുരുൾ. ന. പുകയില തെറുത്തതു.

പുകയിലപ്പൊടി. ന. പുകയില ഉണക്കിപ്പൊടിച്ച പൊടി.

പുകയുന്നു. ഞ്ഞു. വാൻ. (പുക.) അ. ക്രി. ക, പുകയുണ്ടാകുന്നു. വ, അധികമായി ഉഷ്ണിക്കുന്നു, നീറുന്നു. പുകെക്കുന്നു. സ. ക്രി.

പുകര. ന. ആനയുടെ പതകരി.

പുകവണ്ടി. ന. ആവിയുടെ ശക്തികൊണ്ടു ഓടിക്കുന്ന വണ്ടി.

പുകൾ; പുകഴ്. ന. സ്തുതി, കീൎത്തി.

പുകഴുന്നു. ഴ്ന്നു. വാൻ. (പുകഴ.) സ. ക്രി. സ്തുതിക്കുന്നു.

പുകഴ്ച. ന. സ്തുതി.

പുകഴ്ത്തുന്നു. ഴ്ത്തി. വാൻ. (പുകഴ്ത്ത.) സ. ക്രി. സ്തുതിക്കുന്നു.

പുകിൽ. ന. ക, ആശ്ച. വ, ഘോഷം. മ, കലഹം.

പുക്ക. വി. പ്രവേശിച്ച.

പുക്കചീട്ടു. ന. കടം വീട്ടിയവൻ മററവനോടു എഴുതിവാങ്ങിക്കുന്ന ചീട്ടു.

പുക്കുമറി. ന. മേല്പറഞ്ഞ അൎത്ഥം.

പുക്കുപാച്ചിൽ. ന. ക, വ്യത്യാസം. വ, ഏററക്കുറച്ചിലുള്ള ഭുക്കം. മ, ഇടപാടു.

പുങ്കൻ. വി. ന. ഭോന്മൻ.

പുംഖം. ന. അമ്പിന്റെ കട.

പുംഗം. ന. കൂട്ടം.

പുംഗവൻ. ന. ക, കാള. വ, ശ്രേഷ്ഠൻ.

പുങ്ങ. ന. ഒരു വൃക്ഷം.

പുച്ഛഭാഗം. ന. വാൽഭാഗം.

പുച്ഛം. ന. വാൽ. (മ.) നിന്ദ.

പുച്ഛിക്കുന്നു. ച്ചു. പ്പാൻ. (പുച്ഛി.) സ. ക്രി. നിന്ദിക്കുന്നു.

പുഞ്ച. ന. മേടമാസത്തിൽ കൊയ്യുന്ന നെല്ലു.

പുഞ്ചക്കൃഷി. ന. മേടമാസത്തിലെ കൃഷി.

പുഞ്ചനിലം. അല്ലെങ്കിൽ, **പുഞ്ചപ്പാടം.** ന. പുഞ്ചനെല്ലു വിതെക്കുന്ന നിലം.

പുഞ്ചിരി. ന. മന്ദസ്മിതം, ഒച്ചകേൾക്കാത്ത നല്ല ചിരി.

പുഞ്ജം. ന. ൧, ക്രമ്പാരം. ൨, ക്രട്ടം.

പുഞ്ജീകരണം. ന. ക്രമ്പാരം ക്രട്ടുക.

പുഞ്ജീകരിക്കുന്നു. ച്ചു. പ്പാൻ. (പുഞ്ജീ.) സ. ക്രി. ക്രമ്പാരം ക്രട്ടുന്നു.

പുഞ്ജീകൃത. വി. (തൻ, താ, തം.) വി. ന. ക്രട്ടപ്പെട്ട.

പുടപാകം. ന. ലോഹാദികൾ പുടത്തിൽവെച്ചു പാകം ചെയ്യു.

പുടപുഴക്കം. ന. പ്രതിശബ്ദം, മാറെറാലി.

പുടഭേദനം. ന. ൧, ഭവനം. ൨, നഗരം.

പുടമുറി. ന. ചില നായന്മാരുടെ വിവാഹത്തിന്നു പറയുന്ന ഒരു പേർ.

പുടം. ന. ൧, ഒരു മാതിരി മൂടി. ൨, കത്തില. ൩, ലോഹാദികൾ ഭസ്മമാക്കുന്നതിന്നുമറെറാരുള്ള ഒരു പ്രവൃത്തി, കക്കട പുടവുമററും.

പുടവ. ന. സ്ത്രീകൾ ഉടുക്കുന്ന വസ്ത്രം.

പുടവക്കഞ്ഞി. ന. വസ്ത്രം മുക്കിപ്പിഴിയുന്നതിന്നുള്ള കഞ്ഞി.

പുടിക. ന. ഒരങ്ങാടി മരുന്നു, ഏലത്തരി.

പുടിത. വി. (തൻ, താ, തം.) വി. ന. ൧, ക്രട്ടപ്പെട്ട. ൨, ക്രമ്പിയ. ൩, മുട്ടിയ. ൪, അരെക്കപ്പെട്ട. ൫, പുടംചെയ്യപ്പെട്ട.

പുടിതം. ന. രണ്ടു കയ്യും മലത്തിക്കഴിച്ചു ക്രട്ടുക.

പുട്ട. ന. കുറുക്കൻ.

പുട്ടൽപീരം. ന. ഒരു വള്ളി.

പുട്ടിൽ. ന. ൧, ധാന്യങ്ങളുടെ പുറമെയുള്ള തൊലിയൊ തോടൊ. ൨, മഴയത്തു ചൂടുന്നതിന്നു തഴകൊണ്ടു നെയ്യുണ്ടാക്കുന്ന ഒരു വസ്തു.

പുണരുന്നു. ന്നു. വാൻ. (പുണർ.) സ. ക്രി. ആലിംഗനം ചെയ്യുന്നു, കെട്ടിപ്പിടിക്കുന്നു.

പുണർ. ന. ഏഴാമത്തെ നക്ഷത്രം, പുണർതം.

പുണച്ചു. ന. ആലിംഗനം.

പുണർതം. ന. ഏഴാമത്തെ നക്ഷത്രം.

പുണ്ഡരീകം. ന. ൧, വെൺതാമര. ൨, അഗ്നികോണിലെ ആന. ൩, പുലി. ൪, വെണ്കൊററക്കുട. ൫, ഒരുവക കരിമ്പു. ൬, താമര. ൭, പട്ടുനൂൽപ്പുഴ. ൮, കഴകൻ. ൯, വണ്ടു. ൧൦, ഒരു പച്ചമരുന്നു.

പുണ്ഡരീകാക്ഷൻ. ന. വിഷ്ണു.

പുണ്ഡരീകോത്ഭവൻ. ന. ബ്രഹ്മാവു.

പുണ്ഡ്രകം. ന. കുരുക്കത്തിമുല്ല. ൨, ഒരു മാതിരി കരിമ്പു.

പുണ്ഡ്രം. ന. ൧, നിലക്കരിമ്പു. ൨, കുറി. ൩, വെൺതാമര.

പുണ്ണ. ന. വ്രണം.

പുണ്ണൻ. വി. ന. വ്രണമുള്ളവൻ.

പുണ്യകൎമ്മ. വി. (ൎമ്മൻ, ൎമ്മാ, ൎമ്മം.) വി. ന. നല്ല കൎമ്മമുള്ള, സൽകൎമ്മമുള്ള.

പുണ്യകാലം. ന. ശുഭമുള്ള സമയം, പുണ്യസമയം.

പുണ്യകൃത്തു. ന. സുകൃതം ചെയ്യുന്നവൻ.

പുണ്യജനം. ന. ൧, രാക്ഷസൻ. ൨, യക്ഷൻ.

പുണ്യജനേശ്വരൻ. ന. വൈശ്രവണൻ.

പുണ്യതീൎത്ഥം. ന. മോക്ഷയാത്രയ്ക്കുള്ള സ്ഥലം, കാശിയിലെ ഗംഗയുമററും.

പുണ്യദിനം. ന. ശുഭദിവസം.

പുണ്യനദി. ന. ഗംഗ മുതലായ ആറു.

പുണ്യപുരുഷൻ. ന. സുകൃതമുള്ള പുരുഷൻ.

പുണ്യഫലം. ന. ൧, സൽകൎമ്മത്തിൻെറ ഫലം. ൨, പൂന്തോട്ടം.

പുണ്യഭൂമി. ന. ഹിമവാൻെറയും വിന്ധ്യൻെറയും നടുവിലുള്ള ഭൂമി.

പുണ്യം. ന. സുകൃതം, ശുഭം.

പുണ്യലോകം. ന. സ്വൎഗ്ഗം.

പുണ്യവൽ. വി. (വാൻ, വതി, വൽ.) വി. ന. സുകൃതമുള്ള, ഭാഗ്യമുള്ള.

പുണ്യശാലി. വി, (ലീ, ലിനീ, ലി.) വി. ന. സുകൃതമുള്ള.

പുണ്യശ്ലോകൻ. ന. സൽകീൎത്തിയുള്ളവൻ.

പുണ്യസ്ഥലം. ന. പുണ്യഭൂമി.

പുണ്യസ്ഥാനം. ന. മേല്പറഞ്ഞ അൎത്ഥം.

പുണ്യക്ഷേത്രം. ന. ഗോകൎണ്ണം മുതലായ ക്ഷേത്രം.

പുണ്യാ. ന. ൧, തുളസി. ൨, പാലുഴവം.

പുണ്യാത്മാവു. വി. (ത്മാ.) വി. ന. ശുഭാത്മാവുള്ള.

പുണ്യാഹം. ന. ശുഭമാക്കപ്പെട്ട വെള്ളം. (സം.) ശുഭദിവസം.

പുൺവാ. ന. മുറിവു, കോൽവാ.

പുത. ന. ൧, വസ്ത്രംകൊണ്ടു ദേഹം മൂടുക. ൨, തൈകളുടെ ചുവട്ടിൽ ഇടുന്ന ചവറു.

പുതപ്പു. ന. പുതെക്കുന്ന വസ്ത്രം.

പുതയൻ. ന. ഒരംററുനിലം.

പുതയുന്നു. ഞ്ഞു. വാൻ. (പുത.) അ. ക്രി. പുതെക്കപ്പെട്ടതായിത്തീരുന്നു.

പുതിയ. വി. പുത്തനായ.

പുതിയപണം. അല്ലെങ്കിൽ, **പുതുപ്പണം.** ന. ഒരു വക പൊൻനാണയം.

പുതു. വി. പുത്തനായുള്ള.

പുതുക്കം. വി. ൧, ആശ്ചൎയ്യമായ. ൨, പുതിയതായ.

പുതുക്കലം. ന. പുത്തൻ കലം.

പുതുക്കടി. ന. മുതൽക്കടി.

പുതുക്കുന്നു. ത്തു. പ്പാൻ. (പുതു.) സ. ക്രി. പുത്തനാക്കുന്നു.

പുതുത. വി. പുത്തനായുള്ള.

പുതുമ. വി. പുതുക്കം.

പുതുമഴ. ന. ആദ്യം പെയ്യുന്ന മഴ.

പുതുമാരി. ന. പുതുമഴ.

പുതുവൽ. ന. പുത്തനായിട്ടു കൃഷി ചെയ്യുന്ന സ്ഥലം.

പുതുവൽപ്പാട്ടം. ന. പുതുവൽ നിലത്തിൻെറ കരം.

പുതുവെണ്ണ. ന. പുത്തൻ വെണ്ണ.

പുതുവെള്ളം. ന. പുതുമഴ പെയ്തുണ്ടാകുന്ന വെള്ളം.

പുതെക്കുന്നു. ച്ചു. പ്പാൻ. (പുതെ.) സ. ക്രി. പുതപ്പുകൊണ്ടു ശരീരം മൂടുന്നു.

പുത്തൻ. വി. പുതിയതായുള്ള.

പുത്തൻ. ന. കൊച്ചിയിൽ നടപ്പുള്ള ഒരു നാണയം.

പുത്തരി. ന. പുന്നെല്ലിൻെറ അരി. ൨, പുത്തരിയുണ്ണ്.

പുത്തരിച്ചുണ്ട. ന. ഒരു പച്ചമരുന്നു.

പുത്തരിയുണ്ണ്. ന. പുന്നെല്ലിൻെറ അരിവെച്ചുണ്ണുക.

പുത്തലി; പുത്തലിക. ന. ൧, വി ഗ്രഹം. ൨, പാവ.

പുത്തിക. ന. ഒരുമാതിരി തേനീച്ച.

പുത്തിലഞ്ഞി. ന. ഒരു വൃക്ഷം.

പുത്തോട്ടു. ന. പുതിയ ഓട്ടു.

പുത്തോല. ന. പുതിയ ഓല.

പുത്രകാമേഷ്ടി. ന. പുത്രനുണ്ടാകുവാൻ ചെയ്യുന്ന ഒരു യാഗം.

പുത്രജീവം. ന. പുത്തിലഞ്ഞിവൃക്ഷം.

പുത്രൻ; പുത്രകൻ. ന. മകൻ.

പുത്രഭാൎയ്യ. ന. മകന്റെ ഭാൎയ്യ.

പുത്രസമ്പത്തു. ന. സന്തതി.

പുത്രസ്വീകാരം. ന. ൧, പുത്രനെ എടുക്ക. ൨, മറ്റൊരുത്തനെ പുത്രനാക്കി എടുക്ക, ദത്തെടുക്ക.

പുത്രഹീന. വി. (നൻ, നാ, നം.) വി. ന. പുത്രനില്ലാത്ത.

പുത്രി. ന. മകൾ.

പുത്രിക. ന. ൧, പാവ. ൨, മകൾ.

പുത്രീകരിക്കുന്നു. സ. ക്രി. ദത്തെടുക്കുന്നു.

പുത്രേഷണ. ന. പുത്രസ്നേഹം.

പുത്രോല്പത്തി. ന. പുത്രജനനം.

പുദലം. ന. അണുക്കൾ ചേൎന്നുള്ള പിണ്ഡം.

പുനം. ന. ൧, പോതു. ൨, വനം.

പുനരപി. അ. വീണ്ടും.

പുനരാഗമനം. ന. തിരിച്ചുവരവു.

പുനരാവൎത്തി. വി. (ൎത്തി, ൎത്തിനി, ൎത്തി.) വി. ന. ൧, തിരിച്ചുവരുന്ന. ൨, വിണ്ടും ജനിക്കുന്ന.

പുനരുക്തി. ന. പിന്നെയും പറക.

പുനർ. അ. ൧, പിന്നെ. ൨, നിശ്ചയം. ൩, എന്നാൽ.

പുനൎജ്ജന്മ. വി. (ന്മാ, ന്മാ, ന്മം.) വി. ന. പിന്നെയും ജനിക്കുന്ന.

പുനൎജ്ജന്മം. ന. പിന്നത്തെ ജനനം.

പുനൎന്നവ. ന. ഒരു പച്ചമരുന്നു, തമിഴാമ.

പുനൎഭവ. വി. (വൻ, വാ, വം.) വി. ന. വീണ്ടും ജനിക്കുന്ന.

പുനൎഭവം. ന. ൧, നഖം. ൨, വീണ്ടും ജനനം.

പുനൎഭൂ. വി. (ത്രിഷു.) വി. ന. വീണ്ടും ജനിച്ച.

പുനൎഭൂ. ന. രണ്ടു പ്രാവശ്യം വേൾക്കപ്പെട്ടവൾ.

പുനൎവ്വസു. ന. പുണർതം നക്ഷത്രം.

പുനൎവ്വിചാരം. ന. വീണ്ടുവിചാരം.

പുനൽ. ന. ൧, നദി. ൨, വെള്ളം.

പുനശ്ച. അ. വീണ്ടും.

പുനസ്സംസ്കാരം. ന. ശവത്തിന്നു പകരം പിലാശിലകൊണ്ടു കെട്ടിയുണ്ടാക്കിച്ചുടുക.

പുനസ്സൃഷ്ടി. ന. അസത്യം, കള്ളം.

പുനഃപുനർ. അ. പിന്നെയും പിന്നെയും.

പുനാ. ന. മഹാരാഷ്ട്രദേശത്തുള്ള ഒരു നഗരം.

പുന്ന. ന. ഒരു വൃക്ഷം.

പുന്നരകം. ന. 'പും' എന്നു പേരായ നരകത്തിലെ ദുഃഖാനുഭവം.

പുന്നാഗം. ന. ഒരു വൃക്ഷം.

പുന്നാഗവരാളി. ന. ഒരു രാഗം.

പുന്നാമനരകം. ന. പുൽ എന്നു പേരായ ഒരു നരകം.

പുമപത്യം. ന. ആൺകുട്ടി.

പുമൎത്ഥം. ന. പുരുഷാൎത്ഥം, മനുഷ്യന്റെ ജിവിതോദ്ദേശം.

പുമാൻ. ന. പുരുഷൻ, ആൺ.

പുംഭാവം. ന. ആണത്വം.

പുംശ്ചലി. ന. ഇഷ്ടംപോലെ പുരുഷന്മാരെ അംഗീകരിക്കുന്നവൾ, സൈപരിണീ.

പുംസവനം. ന. ബ്രാഹ്മണസ്ത്രീക്കു ഗൎഭമുണ്ടായാൽ ചെയ്യുന്ന ഒരു കൎമ്മം.

പുംസ്ത്വം. ന. പുരുഷഭാവം.

പുര. ന. വീടു.

പുരക്കൂട്ടു. ന. ഒരു പുര വെക്കുന്നതിന്നു മരംകൊണ്ടുണ്ടാക്കിയ ഉത്തരം മുതലായവ.

പുരതഃ. അ. മുൻപെ.

പുരത്തറ. ന. ഭവനം വെക്കുന്നതിന്നുണ്ടാക്കുന്ന തറ.

പുരദ്വാരം. ന. രാജധാനിയുടെയും മററും ചുററുമുള്ള മതിലകത്തേക്കു കടക്കുന്നതിന്നുള്ള വാതിൽ, ഗോപുരം.

പുരന്ദരൻ. ന. ഇന്ദ്രൻ.

പുരന്ധ്രീ. ന. പാതിവ്രത്യമുള്ള സ്ത്രീ.

പുരപാലകൻ. ന. ഭവനം രക്ഷിക്കുന്നതിന്നായിട്ടു വാതുക്കൽ കാത്തു നില്ക്കുന്നവൻ, ഗോപുരത്തുങ്കലെ കാവല്ക്കാരൻ.

പുരപ്പുറം. ന. പുരമേച്ചിലിന്റെ പുറം, വീട്ടിന്റെ മുകളിലത്തെ വെളിവശം.

പുരമഥനൻ. ന. ശിവൻ.

പുരമുറി. ന. അറ, ഭവനത്തിന്നകത്തുള്ള ഓരോ വിഭാഗങ്ങൾ, അകം.

പുരം. ന. ൧. ഭവനം. ൨, നഗരം. ൩, ശരീരം.

പുരമ്പു. അല്ലെങ്കിൽ, **പുനമ്പു.** ന. ചൂരൽ, ചൂരൽവടി.

പുരമ്പൻ. അല്ലെങ്കിൽ, **പുനമ്പൻ.** ന. ചോകോന്മാരുടെ പ്രമാണി.

പുരയിടം. ന. ൧, പുര വെക്കുന്നതിന്നായിട്ടു അതിരു തിരിച്ചെടുത്ത സ്ഥലം, തോട്ടം, പറമ്പു.

പുരരിപു. ന. ശിവൻ.

പുരവാസി. വി. (സീ, സിനി, സി.) വി. ന. പുരത്തിൽ പാൎക്കുന്ന, നഗരത്തിൽ പാൎക്കുന്ന.

പുരശരം. ന. മുലക്കണ്ണു.

പുരസ്സ്. അ. അന്യം.

പുരസ്കരിക്കുന്നു. ച്ചു. പ്പാൻ. (പുരസ.) സ. ക്രി. ൧, വന്ദിക്കുന്നു. ൨, മുൻപിലാക്കി ചെയ്യുന്നു. ൩, തളിക്കുന്നു, അഭിഷേകം ചെയ്യുന്നു.

പുരസ്കാരം. ന. ൧, വന്ദനം. ൨, മുൻപിലാക്കിചെയ്യു. ൩, അഭിഷേകം.

പുരസ്ക്രിയാ. ന. ൧, ബഹുമാനം, ആദരവു. ൨, സല്ക്കാരത്തോടു കൈക്കൊൾക.

പുരസ്കൃത. വി. (തൻ, താ, തം.) വി. ന. ൧, വന്ദിക്കപ്പെട്ട. ൨, മുൻപിലാക്കി ചെയ്യപ്പെട്ട.

പുരസ്താൽ. അ. ൧, മുൻപു, മുൻപിൽ. ൨, കിഴക്കു. ൩, പണ്ടു.

പുരസ്ഥൻ; പുരസ്ഥിതൻ. വി. (തൻ, താ, തം.) വി. ന. ൧, മുൻപിൽ നില്ക്കുന്ന. ൨, ഭവനത്തിലിരിക്കുന്ന. ൩, കിഴക്കു നില്ക്കുന്ന.

പുരസ്സര. വി. (രൻ, രാ, രം.) വി. ന. ൧, മുൻപിൽ നടക്കുന്ന. ൨, ശ്രേഷ്ഠതയുള്ള.

പുരഹരൻ. ന. ശിവൻ.

പുരാ. അ. ൧, പണ്ടു. ൨, പുരാണം.

പുരാണകൎത്താവു. ന. പുരാണമുണ്ടാക്കിയവൻ, വ്യാസൻ.

പുരാണകിട്ടം. ന. പഴയ ഇരിമ്പുകിട്ടം.

പുരാണപുരുഷൻ. ന. വിഷ്ണു.

പുരാണം. ന. ൧, ബ്രാഹ്മം പാദ്മം വൈഷ്ണവം നാരദിയം മാൎക്കണ്ഡെയം ബ്രഹ്മാണ്ഡം ആഗ്നെയം ശൈവം മുതലായവ പതിനെട്ടു. ൨, ഉപപുരാണം പതിനെട്ടു.

പുരാതന. വി. (നൻ, നാ, നം.) വി. ന. പഴയ, പണ്ടുള്ള.

പുരാന്തകൻ. ന. ശിവൻ.

പുരാരാതി. ന. ശിവൻ.

പുരാരാത്രി. ന. തലേന്നു രാത്രി.

പുരാരി. ന. ശിവൻ.

പുരാവരം ; പുരാപരം. ന. പഴങ്കഥകൾ.

പുരാവൃത്തം. ന. പണ്ടുണ്ടായ ചില വിശിഷ്ട കഥകൾ, ഭാരതവും മററും, ഇതിഹാസം.

പുരി. ന. ൧, രാജധാനി, ഭവനം. ൨, നഗരം. ൩, ഒരാറു.

പുരികക്കൂട്ടു. ന. മൂക്കിന്റെ മേലത്തെ ഭാഗം, പുരികം രണ്ടിന്റെയും മദ്ധ്യപ്രദേശം.

പുരികക്കൊടി. ന. പുരികം.

പുരികം. ന. കണ്ണോളകൾക്കു മുകളിൽ നെററിയുടെ താഴെ പന്തിയായിട്ടു വളഞ്ഞു നില്ക്കുന്ന രോമക്കൂട്ടം.

പുരികുഴൽ. ന. തലമുടി.

പുരിശംഖു. ന. ചെറിയ ഒരുമാതിരി ശംഖു.

പുരീതൽ. ന. കുടൽ.

പുരീഷം. ന. വയററിൽനിന്നൊഴിയുന്ന മലം.

പുരു. വി. (ത്രിക്കു.) വി. ന. വളരെയുള്ള.

പുരു. ന. ൧, സോമവംശത്തിൽ ഉണ്ടായ ആറാമത്തെ രാജാവു. ൨, ഒരാറു. ൩, ഭൂമിയിൽനിന്നു വേറെ ഒരു ലോകം.

പുരുകുത്സൻ. ന. സൂൎയ്യവംശത്തിലുള്ള ഒരു രാജാവു.

പുരുഭൂതി. ന. അധികമായ ഐശ്വൎയ്യം.

പുരുഷകുഞ്ജരൻ. ന. ശ്രേഷ്ഠതയുള്ളവൻ.

പുരുഷത. അല്ലെങ്കിൽ, **പുരുഷത്വം.** ന. പുരുഷന്റെ അവസ്ഥ.

പുരുഷദഘ്നയസ്സ്. വി. (സൻ, സി, സം.) വി. ന. ഒരാൾപൊക്കമുള്ള. അ. പുരുഷപ്രമാണം.

പുരുഷൻ. ന. ൧, മനുഷ്യൻ. ൨, ആൺ. ൩, ദൈവം. ൪, വിഷ്ണു. ൫, ബ്രഹ്മാവു. ൬, ആത്മാവു, ജീവൻ. ൭, അരചൻ. ൮, സാംഖ്യമതക്കാരൻ. ൯, ഭൎത്താവ്.

പുരുഷം. ന. ൧, മേരുപൎവ്വതം. ൨, പുന്നാഗമരം.

പുരുഷപുംഗവൻ. ന. ശ്രേഷ്ഠതയുള്ളവൻ.

പുരുഷപ്രമാണം. ന. ഒരാൾ അളവു.

പുരുഷരത്നം. ന. പുരുഷശ്രേഷ്ഠൻ.

പുരുഷലക്ഷണം. ന. മനുഷ്യന്റെ അടയാളം, ആണിന്റെ അടയാളം.

പുരുഷവ്യാഘ്രൻ. ന. ൧, ശ്രേഷ്ഠതയുള്ളവൻ. ൨, കഴുകൻ.

പുരുഷശാൎദ്ദൂലൻ. ന. ശ്രേഷ്ഠതയുള്ളവൻ.

പുരുഷൎഷഭൻ. ന. ശ്രേഷ്ഠതയുള്ളവൻ.

പുരുഷസിംഹൻ. ന. ശ്രേഷ്ഠതയുള്ളവൻ.

പുരുഷസൂക്തം. ന. ഋഗ്വേദത്തിൽ ലോകോല്പത്തിയെപ്പററി വിവരിക്കുന്ന ഒരു ഭാഗം.

പുരുഷാകാരം. ന. മനുഷ്യരൂപം.

പുരുഷാകൃതി. മനുഷ്യന്റെ ആകൃതി.

പുരുഷാഗ്രേസരൻ. ന. പുരുഷശ്രേഷ്ഠൻ.

പുരുഷാദൻ. ന. മനുഷ്യമാംസം ഭക്ഷിക്കുന്നവൻ.

പുരുഷാന്തരം. ന. നൂറുവൎഷം കാലം, ഒരു മനുഷ്യൻ ജീവിച്ചിരിക്കുന്ന കാലം.

പുരുഷായുസ്സ്. ന. ഒരു മനുഷ്യന്റെ ജീവനകാലം, നൂററിരുപതു വയസ്സു, നൂറുവയസ്സു.

പുരുഷാരം. ന. ജനക്കൂട്ടം.

പുരുഷാൎത്ഥം. ന. ധൎമ്മം അൎത്ഥം കാമം മോക്ഷം ഇവ നാലിനും കൂടെ പറയുന്ന പേർ.

പുരുഷോത്തമൻ. ന. വിഷ്ണു.

പുരുഹ. വി. (ഹൻ, ഹാ, ഹം.) വി. ന. വളരെയുള്ള.

പുരുഹൂതൻ. ന. ഇന്ദ്രൻ.

പുരൂരവസ്സ്. ന. സോമവംശത്തിലെ രണ്ടാമത്തെ രാജാവു.

പുരോഗ. വി. (ഗൻ, ഗാ, ഗം.) വി. ന. മുൻപിൽ നടക്കുന്ന, ശ്രേഷ്ഠതയുള്ള, പ്രധാനമായ.

പുരോഗത. വി. (തൻ, താ, തം.) വി. ന. മുൻപെ പോയ.

പുരോഗമ. വി. (മൻ, മാ, മം.) വി. ന. മുൻപെ സഞ്ചരിക്കുന്ന.

പുരോഗാമി. വി. (മീ, മിനീ, മി.) വി. ന. മേല്പറഞ്ഞ അൎത്ഥം.

പുരോഡാശം. ന. ൧, ഹോമദ്രവ്യം. ൨, ഹോമശേഷം. ൩, ഇന്ദ്രൻ.

പുരോധസ്സ്. ന. പുരോഹിതൻ, കൎമ്മങ്ങളെ ചെയ്യിപ്പിക്കുന്ന ആചാൎയ്യൻ.

പുരോധാനം. ന. ൧, മുമ്പിൽ വെക്കുക. ൨, ആചാൎയ്യനാൽ ശുശ്രൂഷിക്കപ്പെടുക.

പുരോഭാഗം. അ. മുൻപിലെ ഭാഗം.

പുരോഭാഗി. വി. (ഗീ, ഗിനി, ഗി.) വി. ന. ദുൎമ്മനസ്സുള്ള, ദോഷത്തെ മാത്രം കാണുന്ന.

പുരോഹിതൻ. ന. യാഗാദികൎമ്മങ്ങളെ പറഞ്ഞു ചെയ്യിക്കുന്നവൻ.

പുല. വി. (ലൻ, ലാ, ലം.) വി. ന. വിസ്താരമുള്ള, പരന്ന.

പുല. ന. സംബന്ധത്തിൽ ഒരുത്തൻ മരിച്ചാൽ പത്തു ദിവസമുള്ള അശുദ്ധി. (സം.) കുതിരയുടെ ഒരുമാതിരിനടപ്പു.

പുലം. ന. ദേഹത്തിലെ രോമം വളൎത്തുക. (മ.) കന്നുകാലികളെ തിററുന്ന സ്ഥലം.

പുലകുളി. ന. പുലകഴിഞ്ഞാലുള്ള കുളി.

പുലക്കള്ളി. ന. പുലയന്റെ സ്ത്രീ, ചണ്ഡാലി.

പുലക്കുഴിയൻ. ന. പുലക്കിടാത്തൻ.

പുലക്കൊട്ടിൽ. ന. പുലമാടം, പുലയന്റെ പുര.

പുലച്ചണ്ഡാളം. ന. പുലയരുടെ ദൈവം.

പുലയാൾ. ന. പുലയൻ.

പുലച്ചി. ന. പുലക്കള്ളി.

പുലപ്പതി. ന. പുലയരുടെ ശവം അടക്കുന്ന സ്ഥലം.

പുലബന്ധം. ന. മരിച്ചാൽ പുലകൊള്ളത്തക്കവണ്ണമുള്ള പരസ്പര സംബന്ധം.

പുലമാടം. ന. പുലയരുടെ പുര.

പുലമാരണം. ന. പുലയരുടെ ചാവു, പുലയരു സേവിക്കുന്ന ഒരു ദുൎമ്മൂൎത്തി.

പുലമ്പൽ. ന. പറഞ്ഞുംകൊണ്ടു കരകയും മററും.

പുലമ്പുന്നു. മ്പി. വാൻ. (പുലമ്പ.) സ. ക്രി. ൧, ശബ്ദിക്കുന്നു. ൨, വിലാപിക്കുന്നു, വിഷാദത്തോടെ കരകയും പറകയും ചെയ്യുന്നു.

പുലയൻ. ന. അധികം തീണ്ടലുള്ള ഒരു നീചജാതി.

പുലയാടി. ന. വ്യഭിചാരംചെയ്യുന്ന സ്ത്രീ.

പുലയാട്ടു. ന. വ്യഭിചാരം.

പുലയാൾ. ന. പുലയൻ.

പുലയി. ന. പുലക്കള്ളി, പുലയന്റെ സ്ത്രീ.

പുലർ. ന. ഉഷസ്സ്, സൂൎയ്യോദയസമയം.

പുലരുന്നു. ൎന്നു. വാൻ. (പുലർ.) അ. ക്രി. ൧, നേരംവെളുക്കുന്നു. ൨, ഉപജീവിക്കുന്നു.

പുലരെ. അ. കാലത്തെ, പകൽ തുടങ്ങിയ ഉടനെ.

പുലൎകാലെ. അ. അധികം കാലത്തെ, ആദിത്യനുദിച്ച ഉടനെ.

പുലൎച്ച. ന. ൧, നേരം വെളുക്കൽ. ൨, ഉപജീവനം, ദിവസവൃത്തി കഴിക്കുക.

പുലൎത്തൽ. ന. രക്ഷിപ്പാനും മററും കൊടുത്തു രക്ഷിക്കുക.

പുലൎത്തുന്നു. ൎത്തി. വാൻ. (പുലർ.) സ. ക്രി. രക്ഷിക്കുന്നു, പോററുന്നു.

പുലസ്ത്യൻ. ന. ഒരു മഹൎഷി.

പുലഹൻ. ന. ഒരു മഹൎഷി.

പുലാകം. ന. ൧, പതിർ. ൨, കഞ്ഞിത്തെളി. ൩, കട്ടച്ചോറു. ൪, ചുരുക്കുക.

പുലി. ന. ഒരു കാട്ടുമൃഗം.

പുലിച്ചുവടി. ന. ഒരു പച്ചമരുന്നു.

പുലിത്തോൽ. ന. പുലിയുടെ തൊകൽ.

പുലിനഖം. ന. പുലിയുടെ നഖം.

പുലിപ്പല്ലു. ന. പുലിയുടെ പല്ലു.

പുലിമുഖം. ന. അററുവക്കു ഇടിഞ്ഞു പോകാതിരിപ്പാൻ കെട്ടുന്ന മുട്ടു.

പുലിമുട്ടു. ന. മേല്പറഞ്ഞ അൎത്ഥം.

പുലിയങ്കം. ന. വലിയ അഭ്യാസികൾ പുലിയുമായിട്ടു ചെയ്യുന്ന യുദ്ധം.

പുലോമജാ. ന. പുലോമാവിന്റെ പുത്രി, ഇന്ദ്രാണി.

പുലോമാവു. ന. ഒരു മഹൎഷി.

പുൽ. ന. ൧, ദൎഭ കുശ കറുക മേഖല മുതലായ ചില പുല്ലുകൾക്കു പറയുന്ന ഒരു പേർ. ൨, കുഴലിന്റെയും മററും ഊതുന്ന അററത്തു വെക്കുന്ന ഒരു വസ്തു. ൩, പഞ്ഞപ്പുല്ലു. ൪, സാരമില്ലാത്തതു. (സം.) പുത്രരില്ലാത്തവരെ ശിക്ഷിക്കുന്ന ഒരു നരകം.

പുല്ക്കട്ടി. ന. കട്ടയായിട്ടു വെട്ടിയെടുത്ത പുല്ലു.

പുല്ക്കസൻ. ന. പറയൻ.

പുല്കുന്നു. കി. വാൻ. (പുല്കു.) സ. ക്രി. ആലിംഗനം ചെയ്യുന്നു.

പുല്ക്കൂട്ടം. ന. പുല്ലിന്റെ കൂട്ടം.

പുല്ക്കെട്ടു. ന. കെട്ടിയ പുല്ലു.

പുല്ക്കോടി. ന. പുല്ലു.

പുല്ലണ്ടം. ന. പശുക്കളുടെ ആമാശയം.

പുല്ലു. ന. ആററിലെത്തുരുത്തു, മണൽതിട്ടു.

പുല്പാ. അല്ലെങ്കിൽ, പുല്ലുപാ. ന. ഒരുമാതിരി പുല്ലുകൊണ്ടു നെയ്തുണ്ടാക്കിയ പായ്.

പുല്പോന്തു. ന. ൧, ഒരുവക പക്ഷി. ൨, ചാടുന്ന ഒരു ചെറിയ പ്രാണി.

പുല്ലട. ന. പഞ്ഞപ്പുല്ലുകൊണ്ടുണ്ടാക്കിയ ഒരു പലഹാരം.

പുല്ലൻ. ന. ൧, ഒരു മത്സ്യം. ൨, കൊള്ളരുതാത്തവൻ. ൩, ഒരു മാതിരി പാമ്പു.

പുല്ലങ്കടി. ന. ഒരു വക കുന്നിൽ ദീനം.

പുല്ലരി. ന. പഞ്ഞപ്പുല്ലിന്റെ അരി.

പുല്ലാങ്കുഴൽ. ന. വേയക്കോലുകൊണ്ടുണ്ടാകുന്ന കുഴൽ.

പുല്ലായനിമൂൎക്കൻ. ന. ഒരു പാമ്പു.

പുല്ലായനി. ന. ഒരു കാട്ടുചെടി.

പുല്ലിംഗം. ന. ൧, പുരുഷലിംഗം, ലിംഗം മൂന്നുള്ളതിൽ ഒന്നാമത്തേതു. ൨, പുരുഷന്റെ അടയാളം.

പുല്ലുവട്ടി. ന. ൧, പുല്ലുകൊണ്ടു നെയ്തുണ്ടാക്കിയ ഒരു പാത്രം. ൨, പശുവിന്നു തിന്മാൻ പുല്ലിട്ടുകൊടുക്കുന്ന വട്ടി.

പുല്ലൂരി. ന. കാലിന്റെ മുട്ടിന്നു താഴെ നീളത്തിലുള്ള മുൻഭാഗം.

പുവ്വത്തു. ന. ഒരങ്ങാടിമരുന്നു.

പുവ്വത്തെണ്ണ. ന. പൂവക്കുരുവിൽനിന്നെടുക്കുന്ന എണ്ണ.

പുവ്വം. ന. ഒരു വൃക്ഷം.

പുവ്വാങ്കുരുന്തൽ. ന. ഒരുപച്ചമരുന്നു.

പുഷിത. വി. (തൻ, താ, തം.) വി. ന. വളൎക്കപ്പെട്ട.

പുഷ്കം. ന. പോഷിപ്പിക്കുന്നതു.

പുഷ്കരൻ. ന. ൧, ഒരു രാജാവു. ൨, വരുണന്റെ പുത്രൻ.

പുഷ്കരമൂലം. ന. ഒരു പച്ചമരുന്നു.

പുഷ്കരം. ന. ൧, ആകാശം. ൨, വെള്ളം. ൩, ആനത്തുമ്പിക്കയ്യുടെ പുറം. ൪, വാദ്യത്തിൽ കൊട്ടുന്ന ഭാഗം. ൫, ഒരു സ്ഥലത്തിന്റെ പേർ. ൬, വാൾ. ൭, ഒരു ദിക്കു. ൮, അമ്പു. ൯, കൂട. ൧൦, താമര. ൧൧, ഒരു മരുന്നു.

പുഷ്കരാഹ്വം. ന. പണ്ടാരം, കോഴി.

പുഷ്കരാക്ഷ. വി. (ക്ഷൻ, ക്ഷി, ക്ഷം.) വി. ന. താമരപ്പൂപോലെ കണ്ണുള്ള.

പുഷ്കരണി. ന. ഒരു മാതിരി കുളം, കൊക്കരണി.

പുഷ്കല. വി. (ലൻ, ലാ, ലം.) വി. ന. ൧, പ്രധാനമായ. ൨, വളരെയുള്ള. ൩, പൂൎണ്ണമായ.

പുഷ്ട. വി. (ഷ്ടൻ, ഷ്ടാ, ഷ്ടം.) വി. ന. വളൎക്കപ്പെട്ട.

പുഷ്ടമോദം. അ. അധികസന്തോഷത്തോടെ.

പുഷ്ടി. ന. ൧, കരേററം. ൨, വണ്ണം. ൩, ശക്തി. ൪, സംപത്തു.

പുഷ്ടീകരിക്കുന്നു. സ. ക്രി. പുഷ്ടിപ്പെടുത്തുന്നു, ബലപ്പെടുത്തുന്നു.

പുഷ്പകൻ. ന. ഒരു അമ്പലവാസി.

പുഷ്പകം. ന. ൧, രത്നവലയം. ൨, വൈശ്രവണന്റെ വിമാനം. ൩, കണ്ണിലുണ്ടാകുന്ന ഒരു ദീനം. ൪, പിച്ചള്ളപാവു. ൫, കുസുമാഞ്ജനം.

പുഷ്പകേതു. ന. കാമദേവൻ. ൨, പിച്ചളയിൽ സംബന്ധിച്ചുണ്ടാകുന്ന ഒരഞ്ജനം, പൌഷ്പകം.

പുഷ്പഗന്ധം. ന. പൂവിന്റെ മണം.

പുഷ്പതല്പം. ന. പൂക്കൾകൊണ്ടു മെത്തപോലെ വിരിച്ചതു.

പുഷ്പദന്തൻ. ന. വായുകോണിലെ ആന.

പുഷ്പദ്രവം. ന. പനിനീർ.

പുഷ്പധന്വാവു. ന. കാമദേവൻ.

പുഷ്പപുരം. ന. ഒരു രാജധാനി.

പുഷ്പഫലം. ന. പ്ലാവു വൃക്ഷം.

പുഷ്പബാണൻ. ന. കാമദേവൻ.

പുഷ്പം. ന. ൧, പൂവു. ൨, സ്ത്രീകളുടെ ആൎത്തവം. ൩, ഇണ്ണിയാങ്കം. ൪, വിടിച്ച. ൫, കണ്ണിൽ ഉണ്ടാകുന്ന ഒരു ദീനം.

പുഷ്പരഥം. ന. ഒരു മാതിരി തേരു.

പുഷ്പരസം. ന. പൂന്തേൻ.

പുഷ്പരാഗം. ന. ഒരു രത്നം, പുഷ്യരാഗം.

പുഷ്പരേണു. ന. പൂമ്പൊടി.

പുഷ്പലാവൻ. ന. പൂ പറിക്കയും മാല കെട്ടുകയും ചെയ്യുന്നവൻ.

പുഷ്പലീട്ടു. ന. വണ്ടു.

പുഷ്പവൽ. വി. (വാൻ, വതി, വൽ.) വി. ന. പുഷ്പമുള്ള.

പുഷ്പവതി. ന. തീണ്ടായിരുന്നവൾ.

പുഷ്പവത്തുക്കൾ. ന. ആദിത്യനും ചന്ദ്രനും കൂടെ പറയുന്ന ഒരു പേർ.

പുഷ്പവാനം. ന. പൂങ്കാവു.

പുഷ്പവാടി. ന. ൧, പൂത്തറ. ൨, പൂന്തോട്ടം.

പുഷ്പവൃഷ്ടി. ന. പൂകൊണ്ടു മഴ പോലെ ചൊരികെ.

പുഷ്പശയ്യ. ന. പൂകൊണ്ടു മെത്തപോലെയുണ്ടാക്കിയതു.

പുഷ്പശരൻ. ന. കാമദേവൻ.

പുഷ്പസമയം. ന. വസന്തകാലം.

പുഷ്പസാരം. ന. പൂന്തേൻ.

പുഷ്പാജീവൻ. ന. മാലകെട്ടുന്നവൻ.

പുഷ്പാഞ്ജനം. ന. അഞ്ജനം പലവകയുള്ളതിൽ ഒന്നു, കുസുമാഞ്ജനം.

പുഷ്പാഞ്ജലി. ന. പൂകൊണ്ടാരാധിക്ക.

പുഷ്പിക്കുന്നു. ച്ചു. പ്പാൻ. (പുഷ്പി.) അ. ക്രി. പൂക്കുന്നു.

പുഷ്പിണി. ന. പുഷ്പകന്റെ സ്ത്രീ.

പുഷ്പിത. വി. (തൻ, താ, തം.) വി. ന. പൂക്കപ്പെട്ട.

പുഷ്യം. ന. ൧, പൂയം. ൨, കലിയുഗം.

പുഷ്യരഥം. ന. ഒരു മാതിരി തേരു.

പുഷ്യരാഗം. ന. ചുവപ്പു രത്നം.

പുസ്തകം. അല്ലെങ്കിൽ, **പുസ്തകി.** ന. ഗ്രന്ഥവുമററും.

പുസ്ത. വി. (സ്തൻ, സ്താ, സ്തം.) വി. ന. ൧, നിറെക്കപ്പെട്ട. ൨, മൂടപ്പെട്ട.

പുസ്തം. ന. ൧, തേക്കുക, പൂശുക, പുരട്ടുക. ൨, ലോഹമൊ മണ്ണൊ മരമൊ കൊണ്ടുണ്ടാക്കിയ വസ്തു. ൩, പുസ്തകം.

പുസ്തി. ന. പുസ്തകം.

പുളകം. ന. ൧, രോമാഞ്ചം. ൨, കമ്പിളിപ്പുഴ. ൩, പൊന്നരിതാരം. ൪, രത്നത്തിന്റെ പൊട്ടു.

പുളകിത. വി. (തൻ, താ, തം.) വി. ന. കോൾമയിർ കൊള്ളപ്പെട്ട.

പുളച്ചിൽ. ന. വളഞ്ഞു തിരിയുക.

പുളയുന്നു. ഞ്ഞു. വാൻ. (പുള.) അ. ക്രി. വളഞ്ഞു തിരിയുന്നു.

പുളവൻ; പൊളവൻ. ന. ൧, ഒരു മാതിരി പാമ്പു. ൨, വലിയ നിക്കോലി.

പുളി. ന. ൧, മധുരം മുതലായ രസങ്ങൾ ആറുള്ളതിൽ ഒന്നു, പുളിരസം. ൨, വാളൻപുളി. ൩, കുടമ്പുളിയും മററും.

പുളികുടി. ന. ൧, പുളി കുടിക്ക. ൨, സ്ത്രീകൾക്കു ഗൎഭമുണ്ടായാൽ ഒൻപതാമ്മാസത്തിൽ ചെയ്യുന്ന ഒരു കൎമ്മം.

പുളിക്കുന്നു. ച്ചു. പ്പാൻ. (പുളി.) അ. ക്രി. പുളിരസമുണ്ടാകുന്നു. **പുളിപ്പിക്കുന്നു.** സ. ക്രി.

പുളിങ്കറി. ന. പുളിക്കൂട്ടി വെക്കുന്ന കറി.

പുളിങ്കുരു. ന. പുളിയുടെ കുരുവു.

പുളിങ്ങ, ന. ൧, അച്ചിങ്ങാപ്പുളി. ൨, ഇടച്ചുരുക. ൩, ശൂദ്രസ്ത്രീകൾ കഴുത്തിൽ കെട്ടുന്നതിൽ ഒരു വക ആഭരണം.

പുളിച്ചമാവു ന. പുളിപ്പിച്ച അരിമാവു.

പുളിച്ചുതികട്ടുന്നു. ട്ടി. വാൻ. (പുളി.) സ. ക്രി. ദഹനക്കേടുകൊണ്ടു വയററിൽനിന്നു മേല്പോട്ടു പുളിരസത്തോടു കൂടെ വരുന്ന ഒരു ശ്വാസം.

പുളിച്ചുനാറുന്നു. റി. വാൻ. (പുളി.) സ. ക്രി. പുളിച്ചു മണം ഉണ്ടാകുന്നു.

പുളിഞ്ഞരമ്പു. ന. പുളിയുടെ ഞരമ്പു, വാളൻപുളിമരത്തിന്റെ ഇലയിലും കായിലും ഉള്ള ഞരമ്പു.

പുളിഞ്ചാണ. ന. പുളി കുരുവു കളഞ്ഞു ഇടിച്ചു കൂട്ടിയതു.

പുളിഞ്ചാറു. ന. പുളി കലക്കി ഉപ്പും മുളകും കായവും ചേൎത്തു തിളപ്പിച്ചുണ്ടാക്കിയതു.

പുളിഞ്ചി. ന. ഒരു വൃക്ഷം.

പുളിഞ്ചിക്കാ. ന. പുളിഞ്ചിമരത്തിന്റെ കായ്.

പുളിനം. ന. മണൽത്തിട്ട, ആററിലും മററും വെള്ളത്തിൽ ചില സ്ഥലത്തു പൊങ്ങിക്കാണുന്ന മണൽത്തിട്ടം.

പുളിന്ദൻ. ന. കാട്ടാളൻ.

പുളിന്ദി. ന. കാട്ടാളസ്ത്രീ.

പുളിപ്പു. ന. പുളിരസം.

പുളിമണം. ന. പുളിച്ചാലുണ്ടാകുന്ന ഒരു മണം.

പുളിമാങ്ങാ. ന. പുളിയുള്ള മാങ്ങാ.

പുളിമാവു. ന. പുളിയൻമാവു.

പുളിമ്പശ. ന. പുളിങ്കുരുവുകൊണ്ടുണ്ടാക്കിയ പശ.

പുളിയൻ. വി. പുളിയുള്ള.

പുളിയാരലിങ്കിഴങ്ങു. ന. ഒരു മരുന്നു, പുളിയാരലിന്റെ കിഴങ്ങു.

പുളിയാരൽ. ന. ഒരു പച്ചമരുന്നു.

പുളിയിഞ്ചി. ന. ഒരു കറി.

പുളിരസം. ന. പുളിപ്പു, പുളി.

പുളിശ്ശേരി. ന. മോരുകൂട്ടിയുണ്ടാക്കുന്ന ഒരു കറി.

പുളെക്കുന്നു. ച്ചു. പ്പാൻ. (പുളെ.) അ. ക്രി. അഹങ്കരിക്കുന്നു.

പുളെപ്പു. ന. അഹങ്കാരം.

പുള്ളു. ന. ഒരു പക്ഷി.

പുള്ളടി. ന. ൧, വെള്ളിക്കോലിൽ അഞ്ചു പത്തു മുതലായ സംഖ്യകൾ അറിയുന്നതിന്നുണ്ടാക്കുന്ന അടയാളം. ൨, ഗ്രന്ഥങ്ങളിൽ ഇടുന്ന അടയാളം. ൩, ഒരു തൈ.

പുള്ളി. ന. ൧, അടയാളം. ൨, ബിന്ദു. ൩, ൦. ൪, വിലമതിപ്പു. ൫, വസ്ത്രങ്ങളിൽ ഇടുന്ന നമ്പരു. ൬, കുത്തു. ൭, കേൾവിപ്പെട്ടവൻ. ൮, ആൾ. ൯, സൈന്യങ്ങളുടെ ഒരു കൂട്ടം.

പുള്ളിക്കേഴമാൻ. ന. ഒരുവക മാൻ.

പുള്ളിത്താപ്പു. ന. വസ്ത്രത്തിന്റെ ശുദ്ധമായ വില.

പുള്ളിപ്പുലി. ന. പുള്ളിയുള്ള പുലി.

പുള്ളിമാൻ. ന. ഒരുവക മൃഗം, പുള്ളിയുള്ള മാൻ.

പുള്ളിവിളക്കം. ന. കുടിയാനവന്മാരുടെ പററുചീട്ടും സൎക്കാരുവക കണക്കും കൂടെ ഒത്തുനോക്കുക.

പുള്ളിവിളങ്ങുന്നു. ങ്ങി. വാൻ. (പുള്ളി.) അ. ക്രി. പററുചീട്ടും കണക്കും കൂടെ ഒത്തുനോക്കുന്നു.

പുള്ളുബാധ. ന. പുള്ളിൽനിന്നുണ്ടാകുന്ന ഉപദ്രവം, ഏററവും ചെറിയ

കന്നുകൾക്കുണ്ടാകുന്ന ഒരുമാതിരി ദീനം.

പുള്ളുവൻ. ന. ഒരു താണ ജാതിക്കാരൻ.

പുള്ളേറ. ന. പുള്ളുബാധ.

പുള്ളേറാമരം. ന. ഒരു വൃക്ഷം.

പുഴ. ന. ൧, ആറു. ൨, ഇടിഞ്ഞ കയ്യാലയൊ, പൊളിഞ്ഞ വേലിയൊ.

പുഴക്കടവു. ന. ആററുകടവു.

പുഴക്കം. ന. മുഴക്കം, മാറെറാലി.

പുഴക്കൈയ്യ്. ന. നദിയുടെ ശാഖ, കൈത്തോടു.

പുഴങ്ങുന്നു. ങ്ങി. വാൻ. (പുഴങ്ങ.) അ. ക്രി. മുഴങ്ങുന്നു, മാറെറാലി കൊള്ളുന്നു.

പുഴു. ന. കൃമി.

പുഴുകു. ന. മെരുകു എന്ന മൃഗത്തിൽ നിന്നുണ്ടാകുന്ന ഒരു സുഗന്ധ വസ്തു.

പുഴുകൽ. ന. ഉഷ്ണം.

പുഴുകുന്നു. കി. വാൻ. (പുഴുക.) അ. ക്രി. ഉഷ്ണിക്കുന്നു.

പുഴുക്കു. ന. ഒരു കറി.

പുഴുക്കടി. ന. ശരീരത്തിൽ തൊലിമേലുണ്ടാകുന്ന ഒരു ദീനം.

പുഴുക്കലരി. ന. നെല്ലു പുഴുങ്ങിയുണങ്ങി കുത്തിയെടുത്ത അരി.

പുഴുക്കൽ. ന. ൧, പുഴുങ്ങിയ നെല്ലു. ൨, പുഴുങ്ങിയ നെല്ലിൻെറ അരി.

പുഴുക്കുത്തു. ന. പുഴുവു തിന്നാ തുളച്ചോ ഉണ്ടാക്കിയ കേടു, പുഴുവു തുളച്ച ദ്വാരം.

പുഴുക്കുന്നു. ത്തു. പ്പാൻ. (പുഴു.) അ. ക്രി. മാംസങ്ങളും മററും പുഴുവോടു കൂടിയതായിത്തിരുന്നു, കൃമിക്കുന്നു.

പുഴുക്കൂടു. ന. പുഴുവിൻെറ കൂടു.

പുഴുക്കേടു. ന. പുഴു തിന്നു കേടു വന്നതു.

പുഴുക്കൊല്ലി. ന. ഒരു മരുന്നു.

പുഴുങ്ങലരി. ന. പുഴുക്കലരി.

പുഴുങ്ങൽ. ന. ൧, പുഴുങ്ങുക. ൨, പുഴുക്കലരി.

പുഴുങ്ങുന്നു. ങ്ങി. വാൻ. (പുഴുങ്ങ.) സ. ക്രി. വെള്ളവും മററും കൂട്ടി വേവിക്കുന്നു.

പുഴുനൂൽ. ന. ഒരുമാതിരി പുഴുവിൽ നിന്നെടുക്കുന്ന നൂല്, പട്ടുനൂൽ.

പുഴുപ്പല്ലു. ന. പുഴുക്കേടുള്ള പല്ലു.

പുറകു. ന. പിൻപു, പിൻപുറം, പിൻഭാഗം.

പുറകിൽ; പുറക്കൽ. അ. പിൻപിൽ, പിന്നിൽ.

പുറകെ. അ. പിൻപെ, പിന്നാലെ.

പുറകോട്ടു. അ. പിൻപോട്ടു, പുറകിലെ ഭാഗത്തോട്ടു.

പുറക്കടൽ. ന. കരയിൽനിന്നു അധികം അകലെയുള്ള സമുദ്രം.

പുറക്കാട്ടു. ന. ഒരു ദിക്കു.

പുറങ്കാൽ. ന. കാലിൻെറ പുറം.

പുറച്ചിലവു. ന. പുറമെയുള്ള ചെലവു, വേലക്കാൎക്കും മററും കൊടുത്തു ചെലവായതു.

പുറച്ചിറ. ന. തോട്ടിനോടടുത്തുള്ള കണ്ടത്തിൻെറ വലിയ വരമ്പു.

പുറത്തു. അ. ൧, വെളിയിൽ. ൨, ശരീരത്തിൻെറ പിൻഭാഗത്തിൽ.

പുറത്താകുന്നു. യി. വാൻ. (പുറത്ത.) അ. ക്രി. ൧, ഭവനത്തിൻെറയും മററും വെളിയിലാകുന്നു. ൨, സ്ത്രീകൾ തീണ്ടായിരിക്കുന്നു.

പുറത്താക്കുന്നു. ക്കി. വാൻ. (പുറത്ത.) സ. ക്രി. തള്ളിക്കളയുന്നു, വെളിയിലാക്കുന്നു.

പുറത്തൂട്ടു. അ. പുറത്തു.

പുറത്തോട്ടു. അ. പുറത്തേക്കു.

പുറനിരു. ന. ഒരു രാഗം.

പുറപ്പാടു. ന. പുറപ്പെടുക, യാത്രയും മററും.

പുറപ്പെടുന്നു. ട്ടു. വാൻ. (പുറ.) അ. ക്രി. ൧, യാത്രയാകുന്നു. ൨, പുറത്താകുന്നു. ൩, ശ്രമിക്കുന്നു. ൪, കിളുക്കുന്നു. ൫, ഉണ്ടാകുന്നു.

പുറമതിൽ. ന. പുറമെയുള്ള മതിൽ.

പുറമെ. അ. ൧, പുറത്തുകൂടെ. ൨, കൂടുതലായിട്ടു. ൩, വ്യാജമായിട്ടു. ൪, വേറെ. ൫, പിന്നാലെ.

പുറമേനി. അല്ലെങ്കിൽ, **പുറമോടി.** ന. ൧, പുറമെ കാണിക്കുന്ന അലങ്കാരവും മററും. ൨, ജനങ്ങളെ ബോധം വരുത്തുന്നതിന്നു വേണ്ടി പുറമെ ഭാവിക്കുന്ന ലൌകിക സദാചാരവും മററും.

പുറം. ന. ൧, ശരീരത്തിൻെറ പിൻഭാഗം, അകത്തിൻെറ മറുവശം. ൨, മുൻവശത്തിൻെറ മറുവശം.

പുറന്തട. ന. പുറച്ചിറ.

പുറന്തിണ്ണ. ന. ഇറയകം.

പുറമ്പട. ന. പുറമേ പുരട്ടുന്ന മരുന്നു.

പുറമ്പാട്ടം. ന. പണപ്പലിശക്കു പകരമുള്ള പാട്ടം.

പുറമ്പോക്കു. ന. ൧, വെളിയിൽ പോക, പുറപ്പെടുക. ൨, പ്രസിദ്ധമാക്കുക. ൩, വിശേഷച്ചെലവു.

പുറമ്പോള. ന. പുറമെയുള്ള ചെപ്പു.

പുറലക്കം. ന. പുറമെയുള്ള ലക്കം.

പുറവക. ന. ൧, പുറച്ചെലവു. ൨, പുറമെ വന്ന ലാഭം.

പുറവട. ന. വരവും ചെലവും വിവരമായിട്ടു എഴുതിയ കണക്കു.

പുറവടി. ന. കാലിൻെറ പുറം.

പുറവരമ്പു. ന. കണ്ടത്തിന്നു പുറമെയുള്ള ചിറ.

പുറവരവു. ന. വിശേഷാലുള്ള വരവു.

പുറവാതിൽ. ന. പുറത്തെ വാതിൽ.

പുറവായ്പ. ന. ആധാരത്തിൽ ഉൾപ്പെടാതെ വേറെ വാങ്ങിച്ച ദ്രവ്യം.

പുറവാരം. ന. അറെക്കു ചുററുമുള്ള പുരമുറി.

പുറവാശി. ന. വിശേഷാലുള്ള ചേതമോ ലാഭമോ.

പുറവെട്ടു. ന. ഉരുണ്ടതടിയുടെ നാലു ഭാഗവും അറുത്തെടുത്തതു.

പുറവേലി. ന. ൧, പുറംചിറ. ൨, പുറമെ കെട്ടിയ വേലി.

പുററു. ന. ൧, ഒരുമാതിരി ചിതൽമണ്ണു. ൨, ഉണങ്ങിയ ചലം.

പുററൻ. വി. ന. തടിയൻ.

പുററുമണ്ണു. ന. ചിതൽമണ്ണു, പുററു.

പൂ

പൂ; പൂവ്. ന. ൧, പിച്ചകം ചെമ്പകം മുതലായവയിൽ സൌരഭ്യത്തോടു കൂടെ ഉണ്ടാകുന്ന വസ്തു, പുഷ്പം. ൨, വിടിച്ചു. ൩, കണ്ണിലുണ്ടാകുന്ന ഒരു ദീനം. ൪, ഒരു തുക.

പൂ. പദാരംഭത്തിൽ ചേൎത്തു പ്രയോഗിക്കുമ്പോൾ 'നല്ല' എന്ന അൎത്ഥവും സിദ്ധിക്കുന്നു. ഉ-ം. പൂനിലാവു; പൂന്തുകിൽ (നല്ല നിലാവു; നല്ല വസ്ത്രം).

പൂകൽ. ന. പോകുക, ചെല്ലുക.

പൂകുന്നു. കി. വാൻ. (പൂകി.) സ. ക്രി. പ്രവേശിക്കുന്നു.

പൂക്കണ്ണൻ. വി. ന. കണ്ണിൽ പൂവുള്ളവൻ.

പൂക്കണ്ണി. ന. ൧, കണ്ണിൽ പൂവുള്ളവൾ. ൨, പൂക്കുന്ന തണ്ടു.

പൂക്കണ്ടൻ. ന. ഒരു തൈ.

പൂക്കൽ. ന. ൧, പൂവുണ്ടാക. ൨, പൂപ്പുണ്ടാക.

പൂക്കുന്നു. ത്തു. പ്പാൻ. (പൂ.) അ. ക്രി. ൧, പൂവുണ്ടാകുന്നു. ൨, വിടരുന്നു. ൩, സ്ത്രീകൾ തീണ്ടായിരിക്കുന്നു. ൪, പൂപ്പുപിടിക്കുന്നു.

പൂക്കുരൽ. ന. പൂക്കുന്ന തണ്ടു.

പൂക്കുല. ന. പൂവിന്റെ കുല.

പൂക്കുററി. ന. ഒരുതരം കരിമരുന്നു പ്രയോഗം.

പൂഗം. ന. ൧, കമുകുമരം. ൨, കൂട്ടം.

പൂഗീഫലം. ന. അടെക്കാ.

പൂങ്കാവു. ന. പൂന്തോട്ടം.

പൂങ്കാവനം. ന. പൂന്തോട്ടം.

പൂങ്കുരൽ. ന. ൧, പൂക്കുല. ൨, പൂക്കുന്ന തണ്ടു.

പൂങ്കുല. ന. പൂക്കുല.

പൂങ്കുഴലാൾ. ന. നല്ല തലമുടിയുള്ള സ്ത്രീ.

പൂങ്കുഴൽ. ന. നല്ല തലമുടി

പൂചൽ. ന. ൧, തേപ്പു. ൨, കുമ്മായം. ചന്ദനം മുതലായവകൊണ്ടു മുഴുവനും തേക്കുക. ൩, അഭിഷേകം ചെയ്ക. ൪, ചായമിടുക.

പൂചുന്നു. ചി. വാൻ. (പൂചി.) സ. ക്രി. ൧, തേക്കുന്നു. ൨, കുമ്മായമിടുന്നു. ൩, അഭിഷേകം ചെയ്യുന്നു. ൪, ചായമിടുന്നു, സ്വൎണ്ണംകൊണ്ടും മററും കനം കുറച്ചു പുറമെ തേച്ചു നിറംമാററം വരുത്തുന്നു.

പൂച്ചു. ന. ൧, തേപ്പു. ൨, പൊന്നുംമററും പൂചിയ വസ്തു. ൩, ചതി.

പൂച്ച. ന. ൧, ഒരു ജന്തു. ൨, ഒരു തൈ.

പൂച്ചക്കുരു. ന. ഒരു തൈയുടെ കായ്.

പൂച്ചട്ടി. ന. പൂത്തൈകളുംമററും നട്ടുണ്ടാക്കുന്ന ഒരു പാത്രം.

പൂച്ചപ്പയർ. ന. ഒരു മാതിരി പയർ.

പൂച്ചമയക്കി. ന. ഒരു മരുന്നു.

പൂച്ചി. ന. ഈച്ചോളം ചെറിയ ജീവി.

പൂജ. ന. ൧, പുഷ്പംമററും കൊണ്ടു ദേവന്മാരെയും മററും ആരാധിക്ക. ൨, വന്ദിക്ക. ൩, വന്ദനം. ൪, ബഹുമാനം. (മ.) അടിക്കുക, തല്ലുക.

പൂജക. വി. (കൻ, കാ, കം.) വി. ന. പൂജിക്കുന്ന.

പൂജനം. ന. പൂജ.

പൂജനീയ. വി. (യൻ, യാ, യം.) വി. ന. പൂജിക്കത്തക്ക.

പൂജയെടുപ്പു. ന. കന്നിമാസത്തിൽ ഒരു വിശേഷ ദിവസം ചെയ്യുന്ന കൎമ്മം, പൂജിപ്പാനായിട്ടു വച്ചിരിക്കുന്ന പുസ്തകങ്ങളെ എടുക്കുക.

പൂജവെപ്പു. ന. പൂജിപ്പാനായിട്ടു ഗ്രന്ഥങ്ങൾ വെക്കുക.

പൂജാപാത്രം. ന. പൂജെക്കുള്ള പാത്രം.

പൂജാരി; പൂജാകാരി. ന. താണ ജാതിക്കാരുടെ ഇടയിലുള്ള പുരോഹിതൻ.

പൂജാൎഹ. വി. (ൎഹൻ, ൎഹാ, ൎഹം.) വി. ന. പൂജിക്കപ്പെടുവാന്തക്ക.

പൂജാസാധനം. ന. പൂജെക്കുള്ള വസ്തു.

പൂജിക്കുന്നു. ച്ചു. പ്പാൻ. (പൂജി.) സ. ക്രി. ൧, ആരാധിക്കുന്നു. ൨, വന്ദിക്കുന്നു. ൩, ബഹുമാനിക്കുന്നു. ൪, അടിക്കുന്നു.

പൂജിത. വി. (തൻ, താ, തം.) വി. ന. പൂജിക്കപ്പെട്ട.

പൂജ്യ. വി. (ജ്യൻ, ജ്യാ, ജ്യം.) വി. ന. പൂജിക്കപ്പെടത്തക്ക. **പൂജ്യത.** ഗു. ന. പൂജ്യന്റെ അവസ്ഥ.

പൂജ്യം. ന. ൧, കാൎയ്യസാദ്ധ്യത്തിന്നു വേണ്ടിയും മററും വെറുതെ പറയുന്ന ബഹുമാനവാക്കു. ൨, ഗണിക്കുമ്പോഴും മററും സംഖ്യകൾ വരാത്ത സ്ഥാനത്തു ശൂന്യം എന്നു കാണിക്കുന്ന ഒരടയാളം.

പൂഞ്ചായൽ. ന. നല്ല തലമുടി.

പൂഞ്ചേല. ന. നല്ല വസ്ത്രം.

പൂഞ്ചോല. ന. പൂങ്കാവു.

പൂഞ്ഞുകുററി. ന. കാളയുടെ കഴുത്തിന്നടുത്തുള്ള മുഴ, ഉപ്പുചുമല്ലു.

പൂഞ്ഞു. ന. ഉപ്പുചുമല്ലു്.

പൂട. ന. ൧, പക്ഷികളുടെ രോമം. ൨, രോമം.

പൂട്ടു. ന. ൧, താഴ്. ൨, ഉഴവു. ൩, ശൂമ. ൪, ആലിംഗനം. ൫, ഒരു പലഹാരം. ൬, പൂട്ടുക.

പൂട്ടുന്നു. ട്ടി. വാൻ. (പൂട്ട.) സ. ക്രി. ൧, താക്കോൽ കൂടാതെ തുറക്കുവാൻ വഹിയാത്തവണ്ണമാക്കുന്നു, താഴുകൊണ്ടു പൂട്ടുന്നു. ൨, ഉഴവു ചെയ്യുന്നു. ൩, കാളകളെ നുകംവെച്ചു നിലമുഴുന്നു. ൪, ആലിംഗനം ചെയ്യുന്നു.

പൂണ്. ന. ഉലക്കയുടെ അററത്തിടുന്ന ഇരിമ്പു ചുററു്.

പൂണാൻ. ന. വഴക്കമില്ലാത്ത കാള.

പൂണാഞ്ചി. ന. ൧, എത്താപ്പിടുന്ന വസ്ത്രം. ൨, പൂണാനൂൽ.

പൂണി. ന. ൧, ഉഴവുകൂലി. ൨, അമ്പറ.

പൂണുനൂൽ. ന. ബ്രാഹ്മണരുംമററും കഴുത്തിലിടുന്ന നൂൽ.

പൂണുനൂൽകല്യാണം. ന. പാണ്ടി ബ്രാഹ്മണരുടെ ഉപനയനം.

പൂണുനൂൽപരിച്ചു. അ. പൂണുനൂലിടുന്ന ഭാഷയിൽ.

പൂണുന്നു. ണ്ടു. വാൻ. (പൂൺ.) സ. ക്രി. ൧, രത്നങ്ങളെ ധരിക്കുന്നു. ൨, ആഭരണമിടുന്നു. ൩, അനുഭവിക്കുന്നു. ൪, കൈക്കൊള്ളുന്നു.

പൂണെല്ലു. ന. കഴുത്തിലെ എല്ലു.

പൂത. വി. (തൻ, താ, തം.) വി. ന. ശുദ്ധമുള്ള.

പൂത. ന. ഒരുമാതിരി ചെറിയ ജന്തു.

പൂതച്ചിടയൻ. ന. ഒരു തൈ.

പൂതണക്കു. ന. ൧, ഒരു പുല്ലു. ൨, ഒരു വൃക്ഷം.

പൂതന. ന. ൧, കടുക്കാമരം. ൨, കടുക്കാ. ൩, ഒരു പിശാചസ്ത്രീ. ൪, ഒരു ദീനം.

പൂതലിക്കുന്നു. ച്ചു. പ്പാൻ. (പൂതലി.) അ. ക്രി. വിക്കുന്നു.

പൂതലിപ്പു. ന. വിക്കുക.

പൂതി. ന. ൧, ശുദ്ധി. ൨, ദുൎഗ്ഗന്ധം.

പൂതികം. ന. ആവിമരം.

പൂതികരഞ്ജം. ന. ആവിമരം.

പൂതികാഷ്ഠം. ന. ഒരങ്ങാടി മരുന്നു, ചരളം.

പൂതിഗന്ധ. വി. (ന്ധൻ, ന്ധാ, ന്ധം.) വി. ന. ദുൎഗ്ഗന്ധമുള്ള.

പൂതിഗന്ധം. ന. ൧, ദുൎഗ്ഗന്ധം. ൨, ഗന്ധകം.

പൂതിഫലി. ന. കാർകോകിൽ വൃക്ഷം.

പൂതിമണത്തി. ന. പീനാറി.

പൂതിയുണത്തി. ന. പീനാറി.

പൂത്തട്ടം. ന. പൂ വെക്കുന്ന പാത്രം.

പൂത്തൽ. ന. മണ്ണിൽ ഒളിക്കുക.

പൂത്താലി. ന. ചില സ്ത്രീകൾ കഴുത്തിൽ കെട്ടുന്ന ആഭരണം.

പൂത്തുന്നു. ത്തി. വാൻ. (പൂത്ത.) സ. ക്രി. മണ്ണിൽ ഒളിക്കുന്നു.

പൂത്തുമ്പ. ന. ഒരു തൈ.

പൂനീർ. ന. പനിനീർ.

പൂന്തൽ. ന. മണ്ണുകൊണ്ടു മൂടുക.

പൂന്തുകിൽ. ന. നല്ല വസ്ത്രം.

പൂന്തുന്നു. ന്തി. വാൻ. (പൂന്ത.) സ. ക്രി. മണ്ണുകൊണ്ടു മൂടുന്നു.

പൂന്തെങ്ങാ. ന. ഒരു വലിയ തെങ്ങിന്റെ കായ്.

പൂന്തേൻ. ന. പൂക്കളുടെ തേൻ.

പൂന്തോത്തു. ന. പൂക്കുല.

പൂന്തോട്ടം. ന. പൂങ്കാവു.

പൂപം. ന. അപ്പം.

പൂപ്പു; പൂപ്പൽ; പൂതൽ. ന. ൧, ചില വസ്തുക്കൾ ഇരുന്നു പഴകിയാലുണ്ടാകുന്ന മണമൊ നിറഭേദമൊ.

പൂപ്പു. ന. കൊയിത്തു സമയം.

പൂപ്പട. ന. പൂക്കൾ കൊണ്ടുള്ള ശ്രൃംഗാരം.

പൂപ്പന്തൽ. ന. പൂക്കളെക്കൊണ്ടു അലങ്കരിച്ച പന്തൽ.

പൂപ്പരുത്തി. ന. ചെമ്പരുത്തി.

പൂപ്പാതിരി. ന. ഒരു വൃക്ഷം.

പൂപ്പാലിക. ന. പൂത്തട്ടം.

പൂപ്പാൽവള്ളി. ന. ഒരു ചെടി.

പൂമകൾ. ന. ലക്ഷ്മി.

പൂമണം. ന. പൂക്കളുടെ സൌരഭ്യം.

പൂമരം. ന. പൂവുണ്ടാകുന്ന വൃക്ഷം.

പൂമലർ. ന. വിടൎന്ന പൂ.

പൂമഴ. ന. പൂകൊണ്ടു മഴപോലെ വൎഷിക്കുക.

പൂമാതു. ന. ലക്ഷ്മി.

പൂമാരി. ന. പൂമഴ.

പൂമാല. ന. പൂക്കൾകൊണ്ടുള്ള മാല.

പൂമീൻ. ന. ഒരു മത്സ്യം.

പൂമുഖം. ന. വീടിന്റെ മുന്നാമത്തിൽ ലംഘിക്കും സഭാവാസത്തിന്നും ആയി കെട്ടിയുണ്ടാക്കിയിട്ടുള്ള ഭാഗം.

പൂമെയ്യ്. ന. നല്ല ദേഹം.

പൂമേനി. ന. മാൎദ്ദവമുള്ള ശരീരം.

പൂമൊട്ടു. ന. പൂവുണ്ടാകുന്നതിന്നുള്ള മൊട്ടു.

പൂമ്പൊടി. ന. പൂവിൽ ഇരിക്കുന്ന പൊടി.

പൂയം. ന. എട്ടാം നക്ഷത്രം. (സം.) ചലം.

പൂഃ. ന. ൧, ഭവനം. ൨, നഗരം. ൩, രാജ്യം.

പൂരക. വി. (കൻ, കാ, കം.) വി. ന. നിറയ്ക്കുന്ന.

പൂരകം. ന. വലത്തെ മൂക്കു അടെച്ചും കൊണ്ടു ഇടത്തേതിൽ കൂടെ ശ്വാസം കരേറുക.

പൂരണ. വി. (ണൻ, ണാ, ണം.) വി. ന. നിറെക്കുന്ന.

പൂരണം. ന. ൧, നിറെക്കുക. ൨, പാലം. ൩, സമുദ്രം. ൪, ഒരു വൃക്ഷം ....

പൂരണി. ന. ൧, ഇലവു. ൨, ഉഴുന്നുല.

പൂരം. ന. ൧, കയം. ൨, പുഴയിന്റെ ഒഴുക്കം. ൩, ഒരു പലഹാരം. ൪, ഉത്സവം. ൫, പതിനൊന്നാം നക്ഷത്രം.

പൂരാടം. ന. ഇരുപതാം നക്ഷത്രം.

പൂരാണി. ന. തുണി നെയ്യുന്നതിന്നു ഉപയോഗിക്കുന്ന മരപ്പലക.

പൂരാച്ചി. ന. പൂരിപ്പിക്കുവാനുള്ള വെറും വാക്കു, കാൎയ്യമില്ലാത്ത പറച്ചിൽ.

പൂരായം. ന. താല്പൎയ്യം, ശോധന.

പൂരാവു. ന. അടമഴ, മുഴവനും. **പൂരാവള്ളം.** മുഴവനും ഒന്നായി കുഴിച്ചു പിടിപ്പിച്ചിട്ടുള്ള വള്ളം.

പൂരി. ന. ഒരു പലഹാരം.

പൂരിക. ന. മേല്പുറത്തെ അത്ഥം.

പൂരിക്കുന്നു. ച്ചു. പ്പാൻ. (പൂരി.) അ. ക്രി. ൧, നിറെക്കുന്നു. ൨, തികയുന്നു. **പൂരിപ്പിക്കുന്നു.** സ. ക്രി.

പൂരിത. വി. (തൻ, താ, തം.) വി. ന. നിറെക്കപ്പെട്ട.

പൂരുഷൻ. ന. ൧, മനുഷ്യൻ. ൨, ആത്മാവ്.

പൂരുരുട്ടാതി. ന. ഇരുപത്തഞ്ചാം നക്ഷത്രം.

പൂരേണ. ന. പൂമ്പൊടി.

പൂൎണ്ണ. വി. (ൎണ്ണൻ, ൎണ്ണാ, ൎണ്ണം.) വി. ന. ൧, നിറഞ്ഞ, നിറെക്കപ്പെട്ട. ൨, മുഴുവനായ. ന., മൊത്തമുള്ള. **പൂൎണ്ണത.** സ്ത്രീ. ന. തികവു.

പൂൎണ്ണ. ന. ൧, പഞ്ചമി ദശമി വാവു ഇവ മൂന്നും. ൨, വെളുത്തവാവു.

പൂൎണ്ണകലശം. ന. നിറകുടം.

പൂൎണ്ണകുംഭം. ന. നിറകുടം.

പൂൎണ്ണഗൎഭം. ന. തികെഞ്ഞ ഗൎഭം.

പൂൎണ്ണചന്ദ്രൻ. ന. മുഴുച്ചന്ദ്രൻ.

പൂൎണ്ണപാത്രം. ന. നിറെഞ്ഞ പാത്രം.

പൂൎണ്ണമാകുന്നു. യി. വാൻ. (പൂൎണ്ണം.) അ. ക്രി. നിറയുന്നു, തികയുന്നു. **പൂൎണ്ണമാക്കുന്നു.** സ. ക്രി.

പൂൎണ്ണമാസം. ന. വെളുത്തവാവുദിവസം കഴിക്കുന്ന ഒരു ബലി.

പൂൎണ്ണമാസി. ന. കറുത്തവാവു.

പൂൎണ്ണസന്തോഷം. ന. സന്തോഷത്തോടുകൂടെ.

പൂൎണ്ണാനന്ദം. ന. മേല്പറഞ്ഞ അത്ഥം.

പൂൎണ്ണായുസ്സ. ന. തികെഞ്ഞ ആയുസ്സ.

പൂൎണ്ണിമാ. ന. വെളുത്ത വാവു.

പൂൎത്ത. വി. (ൎത്തൻ, ൎത്താ, ൎത്തം.) വി. ന. ൧, നിറയപ്പെട്ട. ൨, മൂടപ്പെട്ട.

പൂൎത്തം. ന. ൧, കിണറു കുളം നടകാവു ദേവാലയം മുതലായവയെ ഉണ്ടാക്കുന്നതായ സല്ക്കൎമ്മം. ൨, പോററുക.

പൂൎത്തി. ന. നിറവു, തികവു.

പൂൎവ്വകൎമ്മം. ന. മുൻപേ ചെയ്ത കൎമ്മം.

പൂൎവ്വക. വി. (കൻ, കാ, കം.) വി. ന. മുൻപുള്ള.

പൂൎവ്വകാലം. ന. മുൻപിലത്തെ കാലം.

പൂൎവ്വഗംഗ. ന. നൎമ്മദാ നദി.

പൂൎവ്വജ. വി. (ജൻ, ജാ, ജം.) മുൻപിൽ ജനിച്ച.

പൂൎവ്വജൻ. ന. ജ്യേഷ്ഠൻ.

പൂൎവ്വജന്മം. ന. മുൻപിലത്തെ ജന്മം.

പൂൎവ്വജ്ഞാനം. ന. മുന്നറിവു.

പൂൎവ്വദിക്കു. ന. കിഴക്കെ ദിക്കു.

പൂൎവ്വദേവൻ. ന. അസുരൻ.

പൂൎവ്വധനം. ന. മുൻപിനാലെയുള്ള സമ്പത്തു.

പൂൎവ്വനിയമം. ന. പണ്ടത്തെ പതിവു.

പൂൎവ്വന്മാർ. ന. ൧, കാരണവന്മാർ. ൨, പണ്ടുള്ളവർ.

പൂൎവ്വപദം. ന. ൧, പണ്ടത്തെ സ്ഥലം. ൨, പല സംസ്കൃത വചനങ്ങൾ കൂട്ടി ചേൎത്തുള്ള വാക്കുകളിൽ മുൻപേ ഇരിക്കുന്ന പദം.

പൂൎവ്വപൎവ്വതം. ന. ഉദയ പൎവ്വതം, കിഴക്കുള്ള ഒരു പൎവ്വതം.

പൂൎവ്വപക്ഷം. ന. വെളുത്തപക്ഷം.

പൂൎവ്വപുണ്യം. ന. മുൻപിൽ ചെയ്ത സുകൃതം.

പൂൎവ്വഭാഗം. ന. മുൻഭാഗവുമ്മററും.

പൂൎവ്വമീമാംസ. ന. മീമാംസയിൽ ഒന്നാമത്തെ ഭാഗം.

പൂൎവ്വരംഗം. ന. തോടയം, നാടകം ആടുന്നതിന്നു മറവുള്ള ആരംഭം.

പൂൎവ്വ. വി. (ൎവ്വൻ, ൎവ്വി, ൎവ്വം.) വി. ന. ൧, ആദ്യമുള്ള. ൨, പണ്ടുള്ള. ൩, മുൻപിലുള്ള. ൪, കിഴക്കുള്ള.

പൂൎവ്വം. ന. പണ്ടത്തെപ്രാരമ്പ്യം (പദാന്ത്യത്തിൽ ചേൎന്നുവരുമ്പോൾ) മുൻപദാൎത്ഥത്തോടു കൂടിയതെന്നു അൎത്ഥം വരുത്തുന്നു. ഉ-ം. ഭക്തിപൂൎവ്വം (ഭക്തിയോടു കൂടി.)

പൂൎവ്വവൽ. അ. മുമ്പിലത്തേപ്പോലെ.

പൂൎവ്വാ. ന. കിഴക്കു.

പൂൎവ്വവാസന. ന. മുൻപിലത്തെ വാസന.

പൂൎവ്വവൃത്താന്തം. ന. പണ്ടുണ്ടായ വൎത്തമാനം.

പൂൎവ്വവൈരം. ന. പണ്ടേയുള്ള ശത്രുത.

പൂൎവ്വശിഖ. ന. മുൻകുടുമ.

പൂൎവ്വസന്ധ്യ. ന. ആദിത്യനുദിക്കുന്ന സമയം.

പൂൎവ്വസ്നേഹം. ന. ൧, പണ്ടേയുള്ള മമത. ൨, പൂൎവ്വന്മാരോടുള്ള സ്നേഹം.

പൂൎവ്വസ്മരണം. ന. കഴിഞ്ഞ കാൎയ്യങ്ങളുടെയും മററും ഓൎമ്മ.

പൂൎവ്വാംഗം. ന. മുഖം, മുൻഭാഗം.

പൂൎവ്വാചാരം. ന. പണ്ടുള്ള മൎയ്യാദ.

പൂൎവ്വാചാൎയ്യന്മാർ. ന. പണ്ടുണ്ടായിരുന്ന ആചാൎയ്യന്മാർ.

പൂൎവ്വാപര. വി. (രൻ, രാ, രം.) വി. ന. ആദിയിലുമൊടുക്കവുമുള്ള, മുൻപും പിൻപുമുള്ള.

പൂൎവ്വാപരം. ന. സാക്ഷിയും സാക്ഷിബോധം വരുത്തുവാനുള്ള കാൎയ്യവും.

പൂൎവ്വാപരവിരോധം. ന. മുൻപിലത്തേതും പിന്നത്തേതും തമ്മിലുള്ള വിരോധം.

പൂൎവ്വാൎജ്ജിതം. ന. പൂൎവ്വികന്മാരാൽ സമ്പാദിക്കപ്പെട്ടതു.

പൂൎവ്വാൎദ്ധം. ന. ൧, മുൻപിലത്തെ പാതി. ൨, കിഴക്കെപ്പാതി.

പൂൎവ്വാഷാഢം. ന. പൂരാടം.

പൂൎവ്വാഹ്നം. ന. ൧, ഉദിച്ചു പത്തു നാഴിക പുലരുന്നതു വരെയുള്ള സമയം, ൨, പകലിന്റെ മൂന്നിലൊരു ഭാഗം.

പൂൎവ്വേദ്യുഃ. അ. മുൻപിലത്തെ ദിവസം, ഇന്നലെ.

പൂൎവ്വോത്തരം. ന. ൧, മുൻപിലത്തേതും പിന്നത്തേതും. ൨, കിഴക്കും വടക്കും.

പൂവത്തു. ന. ഒരങ്ങാടിമരുന്നു.

പൂവത്തെണ്ണ. ന. പൂവക്കുരുവിന്റെ എണ്ണ.

പൂവൻ. ന. ൧, പക്ഷികളിൽ ആണു. ൨, ഒരു മാതിരി വാഴ. ൩, ഒരു വക കഞ്ചാവു.

പൂവമ്പൻ. ന. കാമദേവൻ.

പൂവം. ന. ഒരു വൃക്ഷം.

പൂവരശു. ന. ഒരു വൃക്ഷം.

പൂവലംഗം. ന. മാറ്റുവരുള്ള ശരീരം.

പൂവൽ. ന. ൧, പൂവോടുകൂടിയിരിക്കുന്ന കായ്, പിഞ്ചു. ൨, ൦ൎ൦൦. ൩, ചില ധാന്യങ്ങളുടെ പതിർ.

പൂവള്ളി. ന. പൂവുള്ള വള്ളി.

പൂവാച്ചെത്തി. ന. ഒരു പൂച്ചെടി.

പൂവാത്തെച്ചി. ന. മേല്പറഞ്ഞ അൎത്ഥം.

പൂവാങ്കുറുന്തൽ. ന. ഒരു പച്ചമരുന്നു.

പൂവാളി. ന. പൂവമ്പൻ.

പൂവേണി. ന. ൧, നല്ല തലമുടി. ൨, നല്ലതലമുടിയുള്ളവൾ.

പൂവെണ്ണ. ന. മണമുള്ള ഒരു മാതിരി എണ്ണ.

പൂഷാവു. ന. ആദിത്യൻ.

പൂളു. ന. കഷണം. ൧, തേങ്ങായൊ മാങ്ങായൊ പൂളിയതു. ൨, മരത്തിന്റെ കഷണവും മററും.

പൂള. ന. ഒരു വൃക്ഷം, ഇലവു.

പൂളക്കിഴങ്ങു. ന. ഒരുമാതിരി കിഴങ്ങു.

പൂളപ്പഞ്ഞി. ന. ഇലവിൻപഞ്ഞി.

പൂളുന്നു. ളി. വാൻ. (പൂള.) സ. ക്രി. തേങ്ങായും മററും നീളത്തിൽ കീറിയെടുക്കുന്നു, ചെത്തുന്നു.

പൂഴാൻ. ന. ഒരു മത്സ്യം.

പൂഴി. ന. ൧, മണ്ണു. ൨, ഇരുമ്പു.

പൂഴിക്കല്ലു. ന. ഉപ്പു.

പൂഴിക്കാപ്പുഞ്ഞു. ന. കുന്നിലുള്ള ഒരു മാതിരി പുഴവു.

പൂഴിക്കൊല്ലൻ. ന. കല്ലാശാരി.

പൂഴിത്തറ. ന. മൺതറ.

പൂഴിപ്പടി. ന. കട്ടളയുടെ ചുവട്ടിലെ പടി.

പൂഴിപ്പിടയൻ. ന. ഒരുമാതിരി പാമ്പു.

പൂഴിമാതു. ന. ഭൂമിദേവി.

പൂഴിയാശാരി. ന. കല്ലാശാരി.

പൂഴുന്നു. ണ്ടു. ഴവാൻ. (പൂഴ.) അ. ക്രി. അടിയിലാകുന്നു, മുഴുകുന്നു.

പൃ

പൃക്ക. ന. ഒരു മരുന്നു, ജോനകപ്പുല്ലു.

പൃക്ത. വി. (ക്തൻ, ക്താ, ക്തം.) വി. ന. തൊടപ്പെട്ട, സംബന്ധിക്കപ്പെട്ട.

പൃക്തം. ന. സമ്പത്തു.

പൃക്തി. ന. തൊടുക.

പൃച്ഛ. ന. ചോദ്യം.

പൃച്ഛിക്കുന്നു. ച്ചു. പ്പാൻ. (പൃച്ഛി.) സ. ക്രി. ചോദിക്കുന്നു.

പൃതന. ന. ൧, സേന. ൨, സേനയിൽ ഒരു ഭാഗം.

പൃഥാ. ന. പാണ്ഡവന്മാരുടെ അമ്മ, കുന്തിദേവി.

പൃഥൿ. അ. ഒഴികെ, വേറെ വേറെ.

പൃഥക്പൎണ്ണി. ന. ഓരില.

പൃഥഗാത്മ. വി. (ത്മൻ, ത്മാ, ത്മം.) വി. ന. വെവ്വേറെ ആത്മാവുള്ള.

പൃഥഗാത്മത. ഗു. ന. പ്രത്യേകമുള്ള ആത്മാവിന്റെ അവസ്ഥ, വ്യക്തി.

പൃഥഗാത്മികാ. ന. പ്രത്യേകമുള്ള അവസ്ഥ.

പൃഥഗ്ജനൻ. ന. ൧, അധമൻ. ൨, മൂഢൻ. ൩, മൂഢൻ.

പൃഥഗ്വിധ. വി. (ധൻ, ധാ, ധം.) വി. ന. പല രൂപമുള്ള, പലപ്രകാരമുള്ള.

പൃഥിവീ. ന. ഭൂമി.

പൃഥിവീധരം. ന. പൎവ്വതം.

പൃഥിവീപതി. ന. രാജാവു.

പൃഥിവീപാലൻ. ന. രാജാവു.

പൃഥിവീശൻ. ന. രാജാവു.

പൃഥു. വി. (ഥുഃ, ഥു, ഥ്വീ, ഥു.) വി. ന. ൧, വലിയ. ൨, തടിച്ച. ൩, മിടുക്കുള്ള.

പൃഥു. ന. ൧, പണ്ടുള്ള ഒരു രാജാവു. ൨, കരിഞ്ചീരകം. ൩, പെരുങ്കായം. ൪, കറുപ്പു.

പൃഥുകൻ. ന. ശിശു.

പൃഥുകം. ന. അവിൽ.

പൃഥുരോമാവു. ന. ഒരു മത്സ്യം.

പൃഥുല. ന. പെരുങ്കായം.

പൃഥുല. വി. (ലൻ, ലാ, ലം.) വി. ന. തടിച്ച.

പൃഥ്വീ. ന. ൧, ഭൂമി. ൨, കരിഞ്ചീരകം. ൩, പെരുങ്കായം.

പൃഥ്വീക. ന. ൧, ഏലം. ൨, ചിററേലം.

പൃഥ്വീപതി. ന. രാജാവു.

പൃഥ്വീശൻ. ന. രാജാവു.

പൃദാകു. ന. ൧, പാമ്പു. ൨, തേൾ.

പൃശ്നി. വി. (ശ്നിഃ) വി. ന. ദേഹം ചെറുതായ.

പൃശ്നി. ന. ൧, രശ്മി. ൨, മുണ്ടൻ.

പൃശ്നിപർണ്ണി. ന. ഓരില.

പൃഷതം. ന. ൧, ഒരു തുള്ളി. ൨, ഉഴമാൻ.

പൃഷൽ. വി. (ഷൻ, ഷന്തി, ഷൽ.) വി. ന. തളിക്കുന്ന.

പൃഷൽക്കം. ന. അമ്പു.

പൃഷത്തു. ന. ഒരു തുള്ളി.

പൃഷദശ്വൻ. ന. വായു.

പൃഷദാജ്യം. ന. തൈരുകൂട്ടിയ നൈ.

പൃഷിതം. ന. ഒരു തുള്ളി വെള്ളം.

പൃഷ്ട. വി. (ഷ്ടൻ, ഷ്ടാ, ഷ്ടം.) വി. ന. ചോദിക്കപ്പെട്ട.

പൃഷ്ഠതഃ. അ. പുറകെ.

പൃഷ്ഠഭാഗം. ന. പിൻഭാഗം.

പൃഷ്ഠം. ന. ൧, പുറം. ൨, പിൻപു. ൩, മലമുകൾ.

പൃഷ്ഠവംശം. ന. തണ്ടെല്ലു.

പൃഷ്ഠവാട്; പൃഷ്ഠവാഹ്യൻ. ന. പൊതിക്കാള.

പൃഷ്ഠാസ്ഥി. ന. തണ്ടെല്ലു.

പൃഷ്യൻ. ന. ചമട്ടുകുതിര.

പൃഷ്ഠ്യം. ന. ൧, പൂണെല്ലിൻകൂട്ടം. ൨, ചമട്ടുകുതിര.

പൃഷ്ണി. ന. ൧, കാലിന്റെ പുറവടി. ൨, രശ്മി.

പെ

പെങ്ങൾ. ന. ഉടപ്പിറന്നവൾ, സഹോദരി.

പെടുക്കുന്നു. ത്തു. പ്പാൻ. (പെടു.) സ. ക്രി. ൧, പ്രവേശിപ്പിക്കുന്നു. ൨, മൂത്രം വിത്തുന്നു.

പെടുന്നു. ട്ടു. വാൻ. (പെടു.) സ. ക്രി. ൧, ഉൾപ്പെടുന്നു. ൨, ചാകുന്നു. ൩, കൎമ്മത്തിൽ ക്രിയകളാകുന്ന സംസ്കൃതവാക്കുകളെ മലയാണ്മയാക്കിപ്പറയുമ്പോൾ ചേൎക്കുന്ന ഒരു വാക്കു. ൪, മററു ചില വാക്കുകളോടു ചേൎക്കുമ്പോൾ 'ആകുന്നു, ഉണ്ടാകുന്നു' എന്നും മററും അൎത്ഥം വരും.

പെട്ട. വി. രണ്ടുകൂടിയ, ഇരട്ട.

പെട്ട. ന. ഇണ, ഇരട്ട.

പെട്ടകം. ന. അടെച്ചു പൂട്ടുവാൻ തക്കവണ്ണം മരംകൊണ്ടും മററുമുണ്ടാക്കുന്ന സാധനം, പെട്ടി. ൧, മുണ്ടുപെട്ടി. ൨, ചൂരൽപ്പെട്ടിയും മററും.

പെട്ടി. ന. ദ്രവ്യവുംമററും വെച്ചു പൂട്ടുന്ന പാത്രം.

പെട്ടിപ്രമാണങ്ങൾ. ന. നിലംപുരയിടങ്ങളെ സംബന്ധിച്ചെഴുതിയിട്ടുള്ള ആധാരമുതലായ വസ്തുക്കൾ.

പെട്ടെന്നു. അ. വേഗേന, ഉടനെ.

പെണർവള്ളി. ന. ഒരുമാതിരിവള്ളി.

പെൺ. ന. ൧, സ്ത്രീ. ൨, കന്യക.

പെൺകിടാവു. ന. കന്യക.

പെണ്ണൊത്തു. ന. പെൺപൈതൽ.

പെൺകൊല. ന. സ്ത്രീഹത്യ.

പെൺകുട്ടി. ന. ചെറിയ പെണ്ണു.

പെണ്ണുകെട്ടു. ന. ൧, വിവാഹം, കല്യാണം. ൨, ഒരുമാതിരി കെട്ടു.

പെണ്ണുകൊട. ന. വിവാഹത്തിന്നു പെണ്ണിനെ കൊടുക്കു.

പെണ്ണുകൊടി. ന. യൌവനം തുടങ്ങിയിട്ടുള്ള സ്ത്രീ.

പെൺജാതി. ന. ൧, ഭാൎയ്യ. ൨, സ്ത്രീ.

പെണ്ടാട്ടി. ന. ഭാൎയ്യ.

പെൺനാൾ. ന. നാളുകളിൽ ചിലതിന്നു പറയുന്ന പേർ.

പെണ്ണാലി. ന. സ്ത്രീസ്വഭാവമുള്ള പുരുഷൻ.

പെണ്ണാൾ. ന. പുലക്കള്ളി.

പെണ്ണമ്പിള്ള. ന. ൧, സ്ത്രീ. ൨, ഭാൎയ്യ.

പെണ്ണാട്ടി. ന. പട്ടിച്ചി.

പെണ്ണൂറ. ന. തേങ്ങായുണ്ടാകുന്ന കരിമ്പന.

പെണ്ണന്നി. ന. പന്നിയിൽ പെണ്ണു.

പെണ്ണിള്ള. ന. ൧, പെണ്പൈതൽ. ൨, സ്ത്രീ.

പെണ്ണിറന്നവർ. ന. സ്ത്രീ.

പെണ്പൈതൽ. ന. പെൺകുഞ്ഞു.

പെൺപൂ. ന. കായിക്കാത്ത പൂ.

പെണ്മറി. ന. തേങ്ങാ ഉടച്ചാൽ കണ്ണുള്ള മുറി.

പെണ്മൂപ്പു. ന. ൧, രാജസ്ത്രീകളിൽ വെച്ചു അധികം വയസ്സുള്ളവരുടെ അവസ്ഥ. ൨, രാജാവില്ലെങ്കിൽ രാജസ്ത്രീ രാജ്യം ഭരിക്കുക.

പെൺവഴി. ന. സ്ത്രീകളിൽകൂടി മാത്രമുള്ള അവകാശക്രമം.

പെൺവാഴ്ച. ന. സ്ത്രീകളുടെ ഭരണം.

പെനത്തുന്നു. ത്തി. വാൻ. (പെനത്തു.) അ. ക്രി. പനട്ടുന്നു.

പെയ്ത്തു. ന. ആകാശത്തുനിന്നു വെള്ളം വിഴുക, മഴ.

പെയ്യുന്നു. യ്തു. വാൻ. (പെയ്യു.) അ. ക്രി. മേഘങ്ങളിൽനിന്നു വെള്ളം വിഴുന്നു, വൎഷിക്കുന്നു. **പെയ്യിക്കുന്നു.** സ. ക്രി.

പെരമ്പു; പുരമ്പു. ന. ചെറിയ വടി, ചൂരൽവടി.

പെരികെ. അ. വളരെ, ഏററവും.

പെരിയ. വി. വളരെ.

പെരുങ്കാക്കവള്ളി. ന. ഒരുമാതിരി വലിയ വള്ളി.

പെരുങ്കാര. ന. ഒരു വൃക്ഷം.

പെരുങ്കാൽ. ന. ഒരു മീനം, പെരുംകാൽ.

പെരുങ്കുരികിൽ. ന. ൧, ഒരു കാട്ടുചെടി. ൨, ഒരുവക പരുന്തു.

പെരുച്ചാഴി. ന. പന്നിയെലി, ഇടച്ചൻ.

പെരുച്ചെവിമാൻ. ന. ഒരു വക മാൻ.

പെരുഞ്ചീരകം. ന. ഒരങ്ങാടി മരുന്നു.

പെരുന്തുത്തി. ന. ഒരു തൈ.

പെരുന്നീരുരി. ന. ഒരു പച്ചമരുന്നു.

പെരുംപാച്ചോററി. ന. ഒരു വൃക്ഷം.

പെരുംപാണൽ. ന. ഒരു ചെടി.

പെരു. വി. വലിയ.

പെരുക. ന. ഒരു തൈ.

പെരുകുന്നു. ക്രി. വാൻ. (പെരുക.) അ. ക്രി. വൎദ്ധിക്കുന്നു, വളരെയുണ്ടാകുന്നു. **പെരുപ്പിക്കുന്നു.** സ. ക്രി.

പെരുക്കം. ന. വൎദ്ധന.

പെരുക്കാൽ. ന. കാലിൻ നീരുണ്ടാകുന്ന ഒരു ദീനം, മന്തുകാൽ.

പെരുക്കുന്നു. ത്തു. വാൻ. (പെരു). അ. ക്രി. നെയ്യുമററും ഉറച്ചു കട്ടയാകുന്നു, തണുപ്പുകൊണ്ടൊ മററൊ ദേഹം മരെക്കുന്നു.

പെരുക്കുന്നു. ക്കി. വാൻ. (പെരുക.) സ. ക്രി. ഒരു സംഖ്യയെ മററൊരു സംഖ്യകൊണ്ടു വൎദ്ധിപ്പിക്കുന്നു.

പെരുങ്കടൽ. ന. വലിയ സമുദ്രം.

പെരുങ്കളയം. ന. ഒരു മീനം.

പെരുങ്കാട്ടു. ന. വലിയ കാടു.

പെരുങ്കാണം. ന. ഒരുമാതിരിപയറു.

പെരുങ്കായം. ന. ഒരങ്ങാടിമരുന്നു.

പെരുങ്കായ്മരം. ന. പെരുങ്കായമുണ്ടാകുന്ന വൃക്ഷം.

പെരുങ്കാര. ന. ഒരുമാതിരി മുള്ളുള്ള വൃക്ഷം.

പെരുങ്കാററു. ന. അധികം ശക്തിയുള്ള കാററു.

പെരുങ്കടൽ. ന. വലിയ കടൽ.

പെരുങ്കുമിൽ. ന. ഒരു വൃക്ഷം.

പെരുങ്കുരുമ്പ. ന. ഒരു മരുന്നുവള്ളി.

പെരുങ്കുറാവിൽ. ന. ഒരു വൃക്ഷം.

പെരുങ്കുററൻ. ന. വലിയ കാള.

പെരുങ്കൊല്ലൻ. ന. കൊല്ലന്മാരിൽ പ്രമാണി.

പെരുങ്കോര. ന. ഒരുമാതിരി പുല്ലു.

പെരുഞരമ്പു. ന. വലിയ ഞരമ്പു.

പെരുഞ്ചക്ക. ന. വലിയ ചക്ക.

പെരുഞ്ചീനി. ന. ഒരു വൃക്ഷം.

പെരുഞ്ചീര. ന. ഒരുമാതിരി ചീര.

പെരുതു; പെരുത്തു. വി. വളരെ, വലിയ.

പെരുത്തലമീൻ. ന. ഒരു മത്സ്യം.

പെരുനാൾ. ന. സുറിയാനിക്കാർ മുതലായവരുടെ ഒരു വിശേഷദിവസത്തിന്നു പറയുന്ന ഒരു പേർ.

പെരുനാഴി. ന. വലിയ നാഴി.

പെരുന്തച്ചൻ. ന. ആശാരികളിൽ ഒരു പ്രമാണി.

പെരുന്താളി. ന. ഒരു വള്ളി.

പെരുന്തി. ന. വലിയ തി.

പെരുന്തീൻ. ന. വലിയ ഭക്ഷണം.

പെരുന്തുടലി. ന. ഒരുവക മുൾച്ചെടി.

പെരുന്തുളസി. ന. ഒരു മാതിരി തുളസിച്ചെടി.

പെരുന്തേൻ. ന. വൻതേൻ.

പെരുന്തേരകം. ന. ഒരു വൃക്ഷം.

പെരുന്തേരട്ട. ന. വളരെക്കാലുള്ള ഒരുവക വലിയ അട്ട.

പെരുന്തൊലി. ന. കുമ്പിൾവൃക്ഷം.

പെരുപ്പം. ന. ൧, വൎദ്ധനവു. ൨, കനം. ൩, ശ്രേഷ്ഠത.

പെരുമ. ന. ൧ ശ്രേഷ്ഠത. ൨, ബഹുത്വം.

പെരുമണ്ണാൻ. ന. പരവൻ.

പെരുമന്താര. ന. ഒരു വൃക്ഷം.

പെരുമരം. ന. ഒരു വൃക്ഷം.

പെരുമരുതു. ന. ഒരു വൃക്ഷം.

പെരുമരുന്നു. ന. ൧, കടലിവേഗം. ൨, അണലിവേഗം.

പെരുമഴ. ന. വലിയ മഴ.

പെരുമാൻ. ന. ൧, വലിയ മാൻ. ൨, കൊല്ലൻ.

പെരുമാററം. ന. പരിമാററം, വസ്തുക്കൾകൊണ്ടൊ മറേറാ പ്രകാരത്തിൽ കൈകാൎയ്യം ചെയ്യു, പെരുമാറുക.

പെരുമാൾ. ന. ൧, വിഷ്ണു. ൨, തിരുവനന്തപുരത്തു രാജാവിന്റെ ഒരു സ്ഥാനപ്പേർ.

പെരുമീൻ. ന. ൧, വെളുപ്പാൻകാലത്തുദിക്കുന്ന ഒരു നക്ഷത്രം. ൨, ഒരു മത്സ്യം.

പെരുമുഖം. ന. ആനയുടെ നെററി.

പെരുമുഞ്ഞ. ന. ഒരു വൃക്ഷം.

പെരുമുട്ടു. ന. കാലിന്റെ മുട്ടിൽ ഉണ്ടാകുന്ന ഒരു ദീനം.

പെരുമ്പട. ന. ൧, വലിയ യുദ്ധം. ൨, വലിയ സൈന്യം.

പെരുമ്പടപ്പു. ന. കൊച്ചിരാജ്യം.

പെരുമ്പടപ്പുസ്വരൂപം. ന. പെരുമ്പടപ്പു രാജാക്കന്മാരുടെ വംശത്തെക്കുറിച്ചു പറയുന്ന ഒരു പേർ.

പെരുമ്പടി. വി. പരപ്പുള്ള, കട്ടിയുള്ള.

പെരുമ്പനി. ന. ഒരു വക വലിയ പനി.

പെരുമ്പയറു. ന. ഒരുവക വലിയ പയറു.

പെരുമ്പരമ്പു. ന. വലിയ പരമ്പു.

പെരുമ്പരുന്തു. ന. ഒരുവക വലിയ പരുന്തു.

പെരുമ്പറ. ന. ഒരു വാദ്യം.

പെരുമ്പാ. ന. വലിയ പായ്.

പെരുമ്പാമ്പു. ന. ഒരുവക വലിയ പാമ്പു.

പെരുമ്പാവൽ. ന. പാണ്ടിപ്പാവൽ.

പെരുമ്പിടി. ന. പിടിച്ചുപറി.

പെരുമ്പുടവ. ന. കട്ടിയുള്ള ഒരുമാതിരി പുടവ.

പെരുമ്പുള്ളു. ന. ഒരു പക്ഷി.

പെരുമ്പൊടി. ന. തരിയുള്ള പൊടി.

പെരുമ്പൊതി. ന. പയറു.

പെരുവയറു. ന. വലിയ വയറു.

പെരുവയറൻ. വി. ന. ൧, വലിയ വയറുള്ളവൻ. ൨, വളരെത്തിന്നുന്നവൻ.

പെരുവള്ളിക്കിഴങ്ങു. ന. ഒരുമാതിരിക്കിഴങ്ങു.

പെരുവഴി. ന. നാട്ടുവഴി.

പെരുവഴിക്കാരൻ. ന. വഴിപോക്കൻ.

പെരുവാഴ. ന. ഒരുമാതിരി നെല്ലു.

പെരുവിരൽ. ന. കയ്യുടെയും കാലിന്റെയും വണ്ണമധികമുള്ള വിരൽ, തള്ളവിരൽ.

പെരുവിലയൻ. വി. അധികം വിലയുള്ള.

പെരുവെള്ളം. ന. വെള്ളപ്പൊക്കം.

പെസഹ. മിസ്രയിമിലുള്ള ആദ്യജാതന്മാരെ കൊന്നപ്പോൾ യിസ്രയേല്യൎക്കു വിടുതൽ കൊടുത്തതിന്റെ ഓൎമ്മയായി യെഹൂദന്മാർ ആണ്ടുതോറും ആചരിക്കുന്ന പെരുനാൾ. ൨, ക്രിസ്തുവിന്റെ മരണത്തിന്റെ തലേദിവസത്തിന്നു ചില ക്രിസ്ത്യാനികൾ കൊടുത്തിരിക്കുന്ന പേരു. ൩, ക്രിസ്തുവിന്റെ പുനരുത്ഥാനദിവസം.

പെറുക്കുന്നു. ക്കി. വാൻ. (പെറുക.) സ. ക്രി. ഓരോന്നായിട്ടു തള്ളിയെടുക്കുന്നു.

പെറുന്നു. ററു. വാൻ. (പെറു.) സ. ക്രി. പ്രസവിക്കുന്നു.

പെറുവാൾ. ന. ഒരു കണ്ണകിന്റെ [illegible] ല ദിക്കുകളിൽ പറയുന്ന ഒരു പേർ.

പെററക്കന്നു. ന. കാട്ടകന്നു.

പെററൻ. വി. ശക്തിയുള്ള.

പെററം. ന. കാട്ട.

പെററവൾ. വി. ന. പ്രസവിച്ചവൾ.

പേ

പേ. വി. ചിത്തയായ.

പേ. ന. ൧, പിശാചു. ൨, ഭ്രാന്ത. ൩, ചിത്തഭ്രമം.

പേക്കഞ്ഞുണ്ണി. ന. ഒരു മരുന്നു.

പേക്കത്തവള. ന. വലിയ തവള.

പേക്കാളം. ന. ഒരുമാതിരി വലിയ ഊത്തുകുഴൽ.

പേക്കാററു. ന. കിഴക്കൻകാററു.

പേക്കതിര. ന. ചിത്തക്കതിര.

പേക്കമ്മട്ടി. ന. ഒരുമാതിരി കുമ്മട്ടി വള്ളി.

പേക്കല. ന. തെങ്ങിന്റെയൊ മററൊ കായിക്കാത്ത കല.

പേക്കുറുക്കൻ. ന. വിടനരി.

പേക്കൂൺ. ന. ഒരുമാതിരി കൂൺ.

പേക്കൂത്തു. ന. ൧, ക്രമക്കേടു, നാനാവിധം. ൨, ചിത്തകളി.

പേക്രാന്തൻ. ന. ഭ്രാന്തൻ.

പേക്രാന്തം. ന. ൧, ഭ്രാന്ത. ൨, ക്രമക്കേട, ഭംഗിയില്ലായ്ക.

പേക്കോലം. ന. ൧, ചിത്തക്കാഴ്ച. ൨, മുറത്തേലുമ്മററും എഴുതിവെക്കുന്ന രൂപം.

പേചകം. ന. ൧, മൂങ്ങ. ൨, ആനയുടെ വാലിന്റെ ചുവട. ൩, ആനവാലിന്റെ അററം. ൪, മേഘം.

പേചകാരൻ. ന. വേട്ടാവളിയൻ.

പേചകി. ന. ആന.

പേച്ചു. ന. ഭാഷ, വാക്ക.

പേച്ചുക്കാൽ. അല്ലെങ്കിൽ, **പേക്കാൽ.** ന. വളഞ്ഞ കാൽ.

പേച്ചി. ന. ൧, പിശാചി. ൨, ബുദ്ധിയില്ലാത്ത സ്ത്രീ.

പേച്ചുര. ന. കയ്പൻചുര.

പേച്ചുററു. ന. കയ്പുകാലം, കഴപ്പം.

പേച്ചൊട്ട. ന. തെങ്ങിന്റെ കായിക്കാത്ത കല.

പേട്ട. വി. ചിത്തയായ, സാരമില്ലാത്ത.

പേടകം. ന. ൧, പെട്ടകം. ൨, സമൂഹം.

പേടമാൻ. ന. മാൻപേട.

പേടം. ന. ൧, കൊട്ട. ൨, ഭണ്ഡാരം.

പേടാ. ന. ൧, കൊട്ട. ൨, പെട്ടകം. ൩, മൃഗങ്ങളിൽ പെണ്ണു.

പേടി. ന. ൧, രാജാവിനെയും മററും കാണുമ്പോൾ കുററക്കാരന്റെ ഉള്ളിലുണ്ടാകുന്ന അവസ്ഥ. ൨, ദുഷ്ടന്മാരെയും പിശാചുകളെയും മററും വിചാരിക്കുമ്പോൾ തോന്നുന്ന ഒരു വ്യസനം. ൩, വല്ലതും ചേതം വരുമെന്നും മററുമുള്ള ശങ്ക.

പേടിക്കുന്നു. ച്ചു. പ്പാൻ. (പേടി.) അ. ക്രി. ഭയപ്പെടുന്നു. **പേടിപ്പിക്കുന്നു.** സ. ക്രി.

പേടിപ്പൊണ്ണൻ. ന. വളരെ പേടിയുള്ളവൻ.

പേടീ. ന. ൧, കൊട്ട. ൨, പെട്ടകം.

പേട്ട. ന. ചില അങ്ങാടിക്ക പറയുന്ന പേര.

പേണ. ന. ആപ്പ.

പേണാഴി. അല്ലെങ്കിൽ, **പേണാത്തുള.** ന. തടിവലിപ്പാൻ കയറു കോക്കുന്നതിന്നു തടിയേലുണ്ടാക്കുന്ന തുള, വള്ളിത്തുള.

പേണി. ന. കന്നുകാലികളുടെ കുളമ്പിന്നു മേലെ ഒരു ഭാഗം.

പേത്തക്കാളി. ന. ഒരു തൈ.

പേത്തന്തലകൊട്ടി. ന. ഒരു തൈ.

പേത്തല. ന. മത്ത കുമ്പളം മുതലായ വള്ളികളുടെ മുരണ്ട തല.

പേത്താൻ. അ. വീണ്ടും, ആവത്തിച്ച്.

പേനരി. ന. വിഷമുള്ള ഒരുമാതിരി കുറുക്കൻ, ഭ്രാന്തുള്ള നരി.

പേനാ. ന. വിഷമുള്ള പട്ടി, ഭ്രാന്തുപിടിച്ച പട്ടി.

പേൻ. ന. മനുഷ്യരുടെ തലമുടിയിലും മററുമുണ്ടാകുന്ന ഒരു മാതിരി ചെറിയ ജന്തു.

പേപ്പടോലം. ന. ഒരു വള്ളി.

പേപ്പട്ടി. ന. ഭ്രാന്തുപിടിച്ച പട്ടി, പേനാ.

പേപ്പിടി. ന. ഭയപ്പെടുത്തുവാനായി പറയുന്ന കള്ളവാക്ക.

പേമഴ. ന. വലിയ മഴ.

പേയ. റി. (യൻ, യാ, യം.) വി. ന. കുടിപ്പാൻ തക്ക.

പേയ. ന. കഞ്ഞി.

പേയം. ന. ൧, വെള്ളം. ൨, പാൽ.

പേയമുള്ളു. ന. കാട്ടമുള്ളു.

പേയാകുന്നു. കി. വാൻ. (പേ.) സ. ക്രി. ൧, വഷളാകുന്നു. ൨, നശിപ്പിക്കുന്നു. ൩, സമ്മിശ്രമാകുന്നു.

പേയിഞ്ച. ന. മേൽ തേച്ചാൽ എണ്ണ കളവാൻ കൊള്ളരുതാത്ത ഇഞ്ച.

പേയുന്നു. ത്തു. വാൻ. (പേ.) സ. ക്രി. വഷളാകുന്നു.

പേര. ന. ഒരു വൃക്ഷം.

പേരകം. ന. ഒരു വൃക്ഷം.

പേരക്കാ. ന. പേരവൃക്ഷത്തിന്റെ കാ.

പേരക്കിടാവു. ന. മകന്റെ മകൻ.

പേരപ്പൻ. ന. അച്ഛന്റെ ജ്യേഷ്ഠൻ.

പേരമ്മ. ന. അമ്മയുടെ ജ്യേഷ്ഠത്തി.

പേരാമ്പററു. ന. ഒരു ദേവന്നു ആണ്ടുതോറും കഴിക്കുന്ന ഒരു ബലി.

പേരാൽ. ന. ഒരു വൃക്ഷം.

പേരാറു. ന. പൊന്നാനി ആറു.

പേരിടീൽ. ന. പൈതലിന്നു പേരു വിളിക്കുന്ന ഒരു കമ്മം.

പേരിടുന്നു. ട്ടു. വാൻ. (പേർ.) അ. ക്രി. പൈതലിന്നു ഒന്നാമതു ഒരു പേരുവിളിക്കുന്നു.

പേരീന്തൽ. ന. ഒരു വൃക്ഷം.

പേരുകെട്ടുന്നു. ട്ടി. വാൻ. (പേര.) അ. ക്രി. പേരുവിളിക്കുന്നു.

പേരുന്നു. ന്നു. വാൻ. (പേർ.) സ. ക്രി. വേരോടെ പറിക്കുന്നു.

പേരുമാറാട്ടം. ന. അറിഞ്ഞും അറിയാതെയും ഒരുത്തന്റെ പേരിന്നു പകരം മറെറാരുത്തന്റെ പേരു വച്ചെഴുതുകയും മററും.

പേരുവഴി. അല്ലെങ്കിൽ, **പേർവഴി.** ന. ഓരോരുത്തന്റെ പേരുവച്ചു പ്രത്യേകമായെഴുതിയ കണക്ക.

പേരേലം. ന. ഏലത്തരി രണ്ടുതരമുള്ളതിൽ വലിയതു.

പേരൊലി. ന. വിളിക്കുന്ന ശബ്ദം.

പേരു; പേർ. ന. ൧, നാമം. ൨, ആൾ. ൩, കീൎത്തി.

പേൎക്ക. അ. ൧, വേണ്ടി. ൨, പകരം.

പേൎക്കുന്നു. ൎത്തു. ൎപ്പാൻ. (പേർ.) സ. ക്രി. മറെറാന്നിൽനിന്നു വേറാക്കിയെടുക്കുന്നു, പകുക്കുന്നു. **പേൎപ്പിക്കുന്നു.** കാ. ക്രി.

പേൎച്ച. ന. ഒഴികഴിവു.

പേത്തും. അല്ലെങ്കിൽ, **പേത്തു.** അ. പിന്നെയും.

പേൎപ്പു. ന. പകൎത്തി എഴുതി എടുത്ത എഴുത്തു.

പേർവിളി. ന. പേരിടുക.

പേലവ. വി. (വൻ, വാ, വം.) വി. ന. മാൎദ്ദവമുള്ള, നേൎമ്മയുള്ള.

പേവാക്ക. ന. ചീത്തവാക്ക.

പേശല. വി. (ലൻ, ലാ, ലം.) വി. ന. ൧, മിടുക്കുള്ള. ൨, സൌന്ദൎയ്യമുള്ള. ൩, മൃദുവായുള്ള.

പേശലാംഗീ. ന. സൌന്ദൎയ്യമുള്ളവൾ.

പേശി. ന. ൧, മൊട്ടു. ൨, മേഘനാദം, ഇടി.

പേശുന്നു. ശി. വാൻ. (പേശ.) സ. ക്രി. സംസാരിക്കുന്നു.

പേഷണം. ന. ൧, അരെക്കുക. ൨, അരെക്കുന്ന കല്ലു, അമ്മിപ്പിള്ള.

പേഷണി. ന. അരകല്ലു.

പേഷിക്കുന്നു. ച്ചു. പ്പാൻ. (പേഷി.) സ. ക്രി. അരെക്കുന്നു.

പേഷ്കാർ. ന. ൧, നായകൻ. ൨, ൨വന്യ കാൎയ്യങ്ങളുടെ അദ്ധ്യക്ഷൻ.

പേഴ. ന. ഒരു മാതിരി കൊട്ട.

പേഴു. ന. ഒരു വൃക്ഷം.

പേറു. ന. പ്രസവം.

പേറുന്നു. റി. വാൻ. (പേറ.) സ. ക്രി. എടുക്കുന്നു, ചുമക്കുന്നു.

പേറുതിങ്ങൾ. ന. പെറുന്നമാസം.

പേററുനോവു. ന. പ്രസവ വേദന.

പേററുപുര. ന. ഒരംററപ്പുര, പ്രസവിക്കുന്നതിന്നുള്ള പുര.

പേററുമരുന്നു. ന. പ്രസവിച്ചാൽ പിന്നെ സേവിക്കുന്ന മരുന്നു.

പൈ

പൈ. വി. പച്ച.

പൈ. ന. ൧, വിശപ്പു. ൨, പശു. ൩, സഞ്ചി.

പൈക്കം. ന. ൧, ക്ഷാമം, പഞ്ചം. ൨, ഹീനത. ൩, ധൎമ്മം.

പൈക്കിടാവു. ന. പശുക്കുട്ടി.

പൈക്കുന്നു. ച്ചു. പ്പാൻ. (പൈ.) അ. ക്രി. വിശക്കുന്നു.

പൈക്കൂട്ട. ന. പശുക്കൂട്ട.

പൈക്കൂറ. ന. ഒരുമാതിരി സഞ്ചി.

പൈങ്കിളി. ന. ഒരു പക്ഷി, തത്ത.

പൈങ്ങ; പയിങ്ങ. ന. ക്രമ്പടെക്കാ.

പൈഠര. വി. (രൻ, രി, രം.) വി. ന. കലത്തിൽ പാകം ചെയ്യുന്ന.

പൈതലാൾ. ന. കുട്ടി, കുഞ്ഞു.

പൈതൽ. ന. കുഞ്ഞു.

പൈതലാൻ. ന. ആൺകുട്ടി.

പൈതാമഹ. വി. (ഹൻ, ഹീ, ഹം.) വി. ന. മുത്തച്ശനെ സംബന്ധിച്ചുള്ള.

പൈതൃക. വി. (കൻ, കി, കം.) വി. ന. അച്ശനെ സംബന്ധിച്ചുള്ള.

പൈതൃഷ്വസേയൻ. ന. അച്ശന്റെ മരുമകൻ.

പൈതൃഷ്വസേയി. ന. അച്ശന്റെ മരുമകൾ.

പൈതൃഷ്വസ്രീയൻ. ന. അച്ശന്റെ മരുമകൻ.

പൈത്ത. വി. (ത്തൻ, ത്തി, ത്തം.) വി. ന. പിത്തമുള്ള.

പൈത്തുമ്പൽ. ന. ഗോരോചന.

പൈത്തൊഴുത്തു. ന. പശുക്കൂട്ട.

പൈത്ത്യം. ന. ൧, ഭ്രാന്തു. ൨, ദോഷത്വം. ൩, പിത്തം.

പൈത്ര. വി. (ത്രൻ, ത്രി, ത്രം.) വി. ന. പിതൃക്കൾക്കുള്ള.

പൈദാഹം. ന. വിശപ്പും ദാഹവും.

പൈന്തേൻ. ന. നല്ല തേൻ.

പൈപ്പരുവ. ന. ഒരു വൃക്ഷം.

പൈപ്പുല്ലു. ന. ഒരുവക പുല്ലു.

പൈശാച. വി. (ചൻ, ചി, ചം.) വി. ന. പിശാചിനെ സംബന്ധിച്ച.

പൈശാചം. ന. ഒരു മാതിരി വിവാഹം.

പൈശുന്യം. ന. അസൂയ പറക.

പൈഷ്ട. വി. (ഷ്ടൻ, ഷ്ടീ, ഷ്ടം.) വി. ന. പിഷ്ടത്തെ സംബന്ധിച്ച, പലഹാരമാക്കിയ.

പൈഷ്ടി. ന. ഒരു മദ്യം.

പൈസാ. ന. കാശു, പണം.

പൊ

പൊകുട. ന. പൂട, രോമം.

പൊക്കട്ട. വി. ചീത്ത.

പൊക്കണം. ന. ഭാണ്ഡം, സഞ്ചി.

പൊക്കണംതൂക്കി. ന. ഭാണ്ഡക്കാരൻ.

പൊക്കപ്പല്ലു. ന. പൊങ്ങിയ പല്ലു.

പൊക്കപ്പല്ലൻ. ന. പൊങ്ങിയ പല്ലുള്ളവൻ.

പൊക്കം. വി. പൊങ്ങിയ.

പൊക്കം. ന. ഉയരം.

പൊക്കം. അ. ഇല്ല.

പൊക്കർ. ന. ഒരു താണ ജാതി.

പൊക്കാളി. ന. ഒരു വക നെല്ലു.

പൊക്കിൾ. ന. നാഭിക്കുമേൽ വയററത്തു വട്ടത്തിൽ ഉള്ള ഒരടയാളം.

പൊക്കിൾക്കൊടി. ന. മാശുവള്ളി.

പൊങ്കാലം. ന. ഒരു വൃക്ഷം.

പൊങ്ങു. ന. ൧, തേങ്ങായുടെ അകത്തുള്ള മുള. ൨, പൊങ്ങുതടി. ൩, ഒരു മാതിരി പഞ്ഞിമരം. ൪, ഒരുവക വൃക്ഷം.

പൊങ്ങ. ന. ആററരികെയുള്ള ഒരു മാതിരി വൃക്ഷം.

പൊങ്ങത്തു. ന. ഒരു വൃക്ഷം.

പൊങ്ങൻ. ന. കരിമ്പിന്നിരു കുറുക്കുമ്പോൾ തിളെച്ചു പൊങ്ങുന്നതു.

പൊങ്ങമ്പനി. ന. അഞ്ചാമ്പനി.

പൊങ്ങല്യം. ന. ഒരു വൃക്ഷം.

പൊങ്ങൽ. ന. ൧, അരിയും കറിയും വെക്കു. ൨, മുളെക്ക. ൩, വെള്ളത്തിൽ താഴാതെ കിടക്കുക, പൊങ്ങുക. ൪, തിളെക്ക.

പൊങ്ങൽപുര. ന. അടുക്കളപ്പുര.

പൊങ്ങുതടി. ന. ൧, സമുദ്രത്തിൽ സഞ്ചരിക്കുന്നതിന്നുള്ള തടി. ൨, വെള്ളത്തിൽ പൊങ്ങിക്കിടക്കുന്ന തടി.

പൊങ്ങുന്നു. ങ്ങി. വാൻ. (പൊങ്ങ.) അ. ക്രി. ൧, ഉയരുന്നു. ൨, നിഗളിക്കുന്നു. ൩, സ്ഥാനത്തുനിന്നു നീങ്ങുന്നു. ൪, പ്രസിദ്ധപ്പെടുന്നു. **പൊക്കുന്നു.** സ. ക്രി.

പൊച്ചം. ഒരുമാതിരി ചകിരിക്കയറു.

പൊടവക്കിഴങ്ങു. ന. ഒരു മാതിരി കിഴങ്ങു.

പൊടി. ന. ൧, പൊട്ടിയായ വസ്തു. ൨, പൊടിച്ച മരുന്നു. ൩, രത്നം.

പൊടിക്കല്ലു. ന. പൊട്ടിത്തകൎന്ന കല്ലു.

പൊടിക്കുന്നു. ച്ചു. പ്പാൻ. (പൊടി.) സ. ക്രി. ൧, പൊടിയാക്കുന്നു. ൨, ത്ര

ൻപില്ലാതെ കരയുന്നു. അ. ക്രി. ൧, മുളെക്കുന്നു. ൨, വെള്ളം നനെക്കുന്നു.

പൊടിക്കൈ. ന. ൧, വിരൽകൊണ്ടു മട്ടളം കൊട്ടുക. ൨, ഒരു കൌശലം.

പൊടിച്ചിൽ. ന. ൧, പൊടിയുക. ൨, പനച്ചു വരിക. ൩, മുളെക്ക.

പൊടിത്തൂവൽ. ന. ഒരു കറി.

പൊടിപെടുന്നു. ട്ടു. വാൻ. (പൊടി.) അ. ക്രി. പൊടിയുന്നു.

പൊടിപ്പു. ന. തുരണത്തിന്റെ ചരടിന്റെ അററത്തും മററും നൂലു കൊണ്ടു കെട്ടിയുണ്ടാക്കുന്ന സാധനം.

പൊടിമഴ. ന. ചാററമഴ.

പൊടിമാനം. ന. ൧, പൊടിക്ക. ൨, ഉറെച്ചുള്ള ശബ്ദം. ൩, കളിക്ക.

പൊടിയുന്നു. ഞ്ഞു. വാൻ. (പൊടി.) അ. ക്രി. തകരുന്നു, പൊടിയാകുന്നു.

പൊടിവിത. അ. നിലം ഉഴുതു പൊടിയാക്കി വിതെക്ക.

പൊടിവെട്ടി. ന. പൊൻപണിക്കാരുടെ ഒരുമാതിരി കത്രിക.

പൊട്ടക്കനെ; പൊട്ടന്നനെ. വി. പെട്ടെന്നു, വേഗത്തിൽ.

പൊട്ടുപൊടെ. അ. പൊട്ടിപ്പൊട്ടി.

പൊട്ട. വി. ൧, വിരിഞ്ഞ. ൨, പൊട്ടിയ. ൩, ഭോഷത്വമുള്ള.

പൊട്ട. ന. ൧, പൊട്ടിയ വസ്തു. ൨, ഒരു തൈ.

പൊട്ടു. ന. ൧, വിരിച്ചിൽ. ൨, നെററിമേൽ തൊടുന്ന ഒരു കുറി. ൩, മൂക്കാത്ത കായ്.

പൊട്ടക്കണ്ണു. അല്ലെങ്കിൽ, **പൊടികണ്ണു.** ന. പൊടിഞ്ഞ കണ്ണു, രോഗംകൊണ്ടും മററും കാഴ്ചയില്ലാതായ കണ്ണു.

പൊട്ടക്കണ്ണൻ. അല്ലെങ്കിൽ, **പൊടികണ്ണൻ.** വി. ന. പൊടിഞ്ഞ കണ്ണുള്ളവൻ.

പൊട്ടക്കണ്ണി. അല്ലെങ്കിൽ, **പൊടികണ്ണി.** ന. പൊടിഞ്ഞ കണ്ണുള്ളവൾ.

പൊട്ടക്കലം. ന. പൊട്ടിയ കലം.

പൊട്ടക്കാവളം. ന. ഒരു വൃക്ഷം

പൊട്ടക്കിണറു. ന. ൧, വെള്ളമില്ലാത്ത കിണറു. ൨, കല്ലിടിഞ്ഞു വീണും കാടുപിടിച്ചും വെള്ളം കോരാതെയും കിടക്കുന്ന കിണറു.

പൊട്ടക്കുളം. ന. ൧, വെള്ളമില്ലാത്ത കുളം. ൨, ചീത്ത വെള്ളമുള്ള കുളം.

പൊട്ടച്ചെവിയൻ. ന. ചെവി കേൾക്കാത്തവൻ.

പൊട്ടത്തരം. ന. ഭോഷത്വം.

പൊട്ടൻ. വി. ന. ൧, ഭോഷൻ. ൨, ചെകിടൻ.

പൊട്ടപ്പുല്ലു. ന. ഒരുമാതിരി പുല്ലു.

പൊട്ടഭാഗ്യം. ന. വിചാരിച്ചിരിക്കാതെ വന്നുകൂടിയ ചെറിയ ഭാഗ്യം.

പൊട്ടി. ന. ൧, ഭോഷത്വമുള്ളവൾ. ൨, ചെവി കേൾക്കാത്തവൾ.

പൊട്ടിക്കരയുന്നു. ഞ്ഞു. വാൻ. (പൊട്ടി.) ഓർത്തോർത്തുറക്കെ കരയുന്നു.

പൊട്ടിച്ചിരിക്കുന്നു. ച്ചു. പ്പാൻ. (പൊട്ടി.) അ. ക്രി. ഉറക്കെച്ചിരിക്കുന്നു.

പൊട്ടുകാ. ന. പിഞ്ചുകായ്, മൂക്കാത്ത വാഴെക്കായുമ്മററും.

പൊട്ടുകല. ന. മൂക്കാത്ത വാഴക്കലയും മററും, പിഞ്ചുകല.

പൊട്ടുന്നു. ട്ടി. വാൻ. (പൊട്ടു.) അ. ക്രി. ൧, ഉടയുന്നു, പിളരുന്നു, തകരുന്നു. ൨, മുളെക്കുന്നു. ൩, ചിന്നെക്കുന്നു.

പൊട്ടിക്കുന്നു. സ. ക്രി. **പൊട്ടൽ; പൊട്ടു.** ന.

പൊട്ടുബുദ്ധി. ന. ഭോഷത്തരം.

പൊട്ടുമണ്ടി. ന. വെള്ളത്തിന്നടുക്കൽ സഞ്ചരിക്കുന്ന ഒരു പക്ഷി.

പൊട്ടുവിദ്യ. ന. ഭോഷവിദ്യ.

പൊട്ടോടുന്നു. ടി. വാൻ. (പൊട്ടു.) അ. ക്രി. വാടിപ്പോകുന്നു, പൊള്ളായിരിക്കുന്നു.

പൊണ്ണ. വി. വലിയ.

പൊണ്ണത്തം. ന. ൧, ഭോഷത്വം. ൨, വലിപ്പം.

പൊണ്ണത്തരം. ന. ഭോഷന്റെ സ്വഭാവം.

പൊണ്ണൻ. ന. ൧, വലിയവൻ. ൨, ഭോഷൻ.

പൊണ്ണി. ന. ൧, വലിയവൾ. ൨, ഭോഷി.

പൊതി. ന. ൧, പൊതിഞ്ഞു കെട്ടിയ വസ്തു. ൨, കാളപ്പുറത്തു കേററിക്കൊണ്ടു പോകുന്ന ചുമടു. ൩, ചില വസ്തുക്കൾക്കു പറയുന്ന ഒരു കണക്ക.

പൊതിക്കാള. ന. ചുമട്ടുകാള.

പൊതിക്കുന്നു. ച്ചു. പ്പാൻ. (പൊതി.) സ. ക്രി. ൧, തേങ്ങായുടെ തൊണ്ടു അടർക്കുന്നു. ൨, കൈച്ചുരുട്ടികുത്തുന്നു.

പൊതിക്കെട്ടു. ന. പൊതിഞ്ഞുകെട്ടപ്പെട്ടതു, പൊതി.

പൊതിച്ചോറു. ന. പൊതിഞ്ഞുകെട്ടിയ ചോറു.

പൊതിച്ചിൽ. ന. പൊതിയുക.

പൊതിപിടിക്കുന്നു. ച്ചു. പ്പാൻ. (പൊതി.) സ. ക്രി. കാളപ്പുറത്തു ചുമടു കൊണ്ടുപോകുന്നു.

പൊതിയുന്നു. ഞ്ഞു. വാൻ. (പൊതി.) സ. ക്രി. മൂടുന്നു.

പൊതിരു. ന. കേടു, ചിച്ചിൽ.

പൊതിരെ. അ. അധികമായി.

പൊതു. വി. പൊതുവിലുള്ള, സാമാന്യമായുള്ള.

പൊതുക്കുന്നു. ക്കി. വാൻ. (പൊതുക്ക.) സ. ക്രി. ചിറയുമ്മററും കുത്തിയുറപ്പിക്കുന്നു.

പൊതുപ്പൊതെ. അ. ഒരു മാതിരി ശബ്ദം കേൾക്കുമ്പോൾ പറയുന്ന വാക്ക.

പൊതുവൻ. ന. പുലതളിക്കുന്നവൻ.

പൊതുവാൾ. ന. ൧, മൂത്തതു. ൨, മാരാൻ.

പൊതുവിൽ. അ. സാമാന്യമായി.

പൊതുവെ. അ. മുഴുവനെ.

പൊത്തു. വി. ഒരു കൈയിൽ കൊള്ളുന്ന. (ഇതു എണ്ണുന്നതു മാത്രം ചേരും.)

പൊത്തു. ന. ൧, നിലത്തുള്ള ദ്വാരം ൨, മരത്തിന്റെ ദ്വാരം. ൩, തെങ്ങിൽ കള്ളന്മാർ കയറാതെയിരിപ്പാനായിട്ടു വെച്ചുകെട്ടുന്ന മുള്ളുമ്മററും. ൪, കൈകൊണ്ടു കാട്ടുന്ന ഒരു നിന്ദാസൂചകം. ൫, നില്പവറക്കുഴി.

പൊത്തിക്കെട്ടുന്നു. ട്ടി. വാൻ. (പൊത്തി.) സ. ക്രി. പൊത്തുകെട്ടുന്നു.

പൊത്തിപ്പിടിക്കുന്നു. ച്ചു. പ്പാൻ. (പൊത്തി.) സ. ക്രി. ൧, കൈകൊണ്ടു അടച്ചുപിടിക്കുന്നു. ൨, അമർത്തിപ്പിടിക്കുന്നു.

പൊത്തിപ്പിടിത്തം. ന. ൧, അമർത്തിപിടിക്ക. ൨, കൈകൊണ്ടടെച്ചു പിടിക്ക.

പൊത്തുന്നു. ത്തി. വാൻ. (പൊത്തു.) സ. ക്രി. ൧, കൈകൊണ്ടു അടെക്കുന്നു. ൨, കൈകൊണ്ടു ഒരു നിന്ദ കാട്ടുന്നു.

പൊത്തുവരുത്തം. അ. നല്ലവണ്ണം മതിയാവാൻ മാത്രമില്ലാതെ.

പൊത്തൊടിയമുള. ന. കാററുകൊണ്ടു ഞെരിയുന്ന മുള, പൊള്ളുമുള.

പൊൻ. വി. ശംഗിയുള്ള.

പൊൻ. ന. സ്വൎണ്ണം.

പൊൻകട്ടി. ന. സ്വൎണ്ണക്കട്ട.

പൊൻകമ്പി. ന. പൊന്നുകൊണ്ടുണ്ടാക്കിയ നൂൽ.

പൊൻകലം. ന. പൊന്നുകൊണ്ടുള്ള കലം.

പൊൻകസവു. ന. പൊന്നുകൊണ്ടുള്ള കസവു.

പൊൻകാരം. ന. ഒരങ്ങാടിമരുന്നു.

പൊൻകിണ്ടി. ന. പൊന്നുകൊണ്ടുള്ള കിണ്ടി.

പൊൻകുരണ്ടി. ന. ഒരു പച്ചമരുന്നു.

പൊൻതകടു. ന. അടിച്ചുപരത്തിയ പൊന്നു.

പൊൻതാവടം. ന. കഴുത്തിൽ കെട്ടുന്ന ഒരാഭരണം.

പൊൻതുടർ. ന. പൊന്നരഞ്ഞാണം.

പൊന്ത. ന. പുല്ലുപിടിച്ച സ്ഥലം.

പൊന്തൻ. ന. ൧, ഉപകാരമില്ലാത്ത ഒരു വക വാഴ. ൨, പൊണ്ണത്തടിയനായ മനുഷ്യൻ.

പൊന്തം. വി. തടിച്ച, കനത്ത.

പൊന്തൽ. ന. പൊങ്ങൽ.

പൊന്തി. ന. കുറുവടി.

പൊന്തിപ്പയററു. ന. പൊന്തി എടുത്തുള്ള ഒരഭ്യാസം.

പൊന്തിയടവു. ന. പൊന്തികൊണ്ടുള്ള പ്രയോഗം.

പൊന്തിവാൾ. ന. ൧, മരവാൾ. ൨, ഒരു മാതിരി കുന്തം.

പൊന്തുന്നു. ന്തി. വാൻ. (പൊന്ത.) അ. ക്രി. പൊങ്ങുന്നു. **പൊന്തിക്കുന്നു.** സ. ക്രി.

പൊന്നങ്ങാണി. ന. ഒരു പച്ചമരുന്നു.

പൊന്നരഞ്ഞാണം. ന. പൊന്നുകൊണ്ടുള്ള അരഞ്ഞാണം.

പൊന്നരിതാരം. ന. ഒരങ്ങാടി മരുന്നു.

പൊന്നരിപ്പു. ന. മണ്ണിൽനിന്നു പൊന്നെടുക്കുന്ന ഒരു വേല.

പൊന്നാണിക്കൂട്ടം. ന. പൊന്നു മാററു നോക്കുന്നതിന്നായിട്ടു പലതരത്തിൽ പൊന്നുകൊണ്ടുള്ള ആണിക്കൂട്ടം.

പൊന്നാണിഭം. ന. പൊൻപണ്ടവ്യാപാരം.

പൊന്നാനി. ന. പാട്ടുകാരിൽ പ്രമാണി.

പൊന്നാനിവാ. ന. ഒരു ദിക്കു.

പൊന്നാന്തകര. ന. ഒരു പച്ചമരുന്നു, പൊന്നാവീരം.

പൊന്നാന്തുമ്പി. ന. ഒരു പ്രാണി.

പൊന്നാഭരണം. ന. പൊന്നുകൊണ്ടുള്ള ആഭരണം.

പൊന്നാമര. ന. ഒരു പച്ചമരുന്നു, പൊന്നാരവീരം.

പൊന്നാമ്പൂ. ന. ഒരു ചെടി.

പൊന്നാരം. ന. മുക്കുറ്റി.

പൊന്നാരിയൻ. ന. ഒരു നെല്ലു.

പൊന്നാരിവീരൻ. ന. ഒരു പച്ചമരുന്നു, പൊന്നാവീരം.

പൊന്നാവീരം. ന. മേല്പറഞ്ഞ അൎത്ഥം.

പൊന്നിട്ടുകാരായു. ന. കാരായ്മ തേടിയ വസ്തു.

പൊന്നിറം. ന. പൊന്നിന്റെ നിറം.

പൊന്നിറംകുറിഞ്ഞി. ന. ഒരു പൂച്ചെടി.

പൊന്നിരാളം. ന. പൊന്നുകൊണ്ടുള്ള വസ്ത്രം.

പൊന്നുട്ടമ്പു. ന. ഒരു ജന്തു, ഒരു വക ഉടമ്പു.

പൊന്നുമ്മത്തു. ന. പൊൻനിറമായി പുഷ്പമുണ്ടാകുന്ന ഉമ്മത്തു.

പൊന്നുനൂൽ. ന. പൊന്നുകൊണ്ടുണ്ടാക്കിയ നൂൽ.

പൊന്നുരുപ്പിക. ന. താമ്രപാത്രം.

പൊന്നോല. ന. സ്ത്രീകൾ കാതിലിടുന്ന ഒരാഭരണം.

പൊൻപണം. ന. ഒരു പൊന്നാണയം.

പൊൻപണി. ന. പൊന്നുകൊണ്ടുള്ള പണി.

പൊൻപണിക്കാരൻ. ന. തട്ടാൻ.

പൊൻപണ്ടം. ന. പൊന്നുകൊണ്ടുണ്ടാക്കിയ വസ്തു.

പൊൻപത്താക്ക. ന. ഒരു വക പൊന്നാണയം.

പൊൻപാത്രം. ന. പൊന്നുകൊണ്ടുള്ള പാത്രം.

പൊൻപൂച്ചു. ന. പൊന്നു പൂശുക.

പൊന്മ. ന. ഒരു പക്ഷി, പൊന്മാൻ.

പൊന്മണി. ന. പൊന്നുകൊണ്ടുള്ള മണി.

പൊന്മല. ന. മഹാമേരുപൎവ്വതം.

പൊന്മാൻ. ന. ഒരു പക്ഷി.

പൊന്മീൻ. ന. ഒരു മത്സ്യം.

പൊന്മുടി. ന. പൊന്നിൻകിരീടം.

പൊന്മെഴുകു. ന. പൊന്നുരച്ചു ഒട്ടിച്ചെടുക്കുന്ന മെഴുകു.

പൊൻവണ്ടു. ന. ഒരു മാതിരി വണ്ടു.

പൊൻവള. ന. പൊന്നുകൊണ്ടുള്ള കൈവള.

പൊൻവളയം. ന. ൧, പൊൻവള. ൨, പൊന്നുകൊണ്ടുള്ള വളയം.

പൊൻവാണിഭക്കാരൻ. ന. പൊന്നു കച്ചവടക്കാരൻ.

പൊൻവാണിഭം. ന. പൊൻകച്ചവടം.

പൊൻവാളം. ന. അടിച്ചുനീട്ടിയ പൊന്നു.

പൊൻശലാക. ന. പൊൻകമ്പി.

പൊയി. ന. വ്യാജം, അസത്യം.

പൊയ്ക. ന. താമരയും മററുമുള്ള ഒരു മാതിരി വലിയ കുളം, പത്മാകരം.

പൊയ്ക്കാൽ. ന. തെങ്ങിൽ കേറുവാനായിട്ടു വെട്ടുന്ന കൊത.

പൊയ്ക്കാൽ. ന. ചില കളിക്കാർ മുള കൊണ്ടുണ്ടാക്കുന്ന ഒരു മാതിരി കാൽ.

പൊയ്ത്ത. വി. ചുരുക്കമുള്ള, കുറുതായ.

പൊയ്ത്തവഴി. ന. കുറുക്കുവഴി.

പൊരി. ന. ൧, തീപ്പൊരി. ൨, ഒരു മാതിരി അവില്. ൩, വറ. ൪, ശരീരത്തിലുണ്ടാകുന്ന ചൂരി.

പൊരികാരം. ന. ഒരങ്ങാടിമരുന്നു.

പൊരിക്കുന്നു. ച്ചു. പ്പാൻ. (പൊരി.) സ. ക്രി. വറക്കുന്നു.

പൊരിച്ചിൽ. ന. ൧, വറവു. ൨, അത്യുഷ്ണം. ൩, ദാഹം. ൪, ദ്രവ്യാഗ്രഹം.

പൊരിച്ചുണങ്ങു. ന. ഒരു മാതിരി ചുണങ്ങു, ചുരിച്ചുണങ്ങു.

പൊരിപ്പൻ. ന. വറകലം.

പൊരിയൻ. വി. ന. മുറിയുള്ളവൻ.

പൊരിയവിൽ. ന. ഒരു മാതിരി അവിൽ.

പൊരിയുന്നു. ഞ്ഞു. വാൻ. (പൊരി.) അ. ക്രി. ൧, ഉണങ്ങുന്നു. ൨, പൊട്ടുന്നു. ൩, വറക്കുന്നു. **പൊരിക്കുന്നു.** സ. ക്രി. പൊരി; പൊരിയൻ; പൊരിപ്പു. ന.

പൊരുതുന്നു; പൊയ്യുന്നു; പൊയ്യുന്നു. തി. വാൻ. (പൊരുത.) അ. ക്രി. ഃ, യുദ്ധംചെയ്യുന്നു. ൨, ചൂതാടുന്നു. **പോരു; പൊരിൽ; പൊയ്യു.** ന.

പൊരുത്തു. ന. ഃ, കൃത്തിന്റെ പിൻപുറം. ൨, ക്രട്ടിച്ചേൎച്ച.

പൊരുത്തം. ന. ചേൎച്ച.

പൊരുത്തുകാരൻ. ന. മദ്ധ്യസ്ഥൻ.

പൊരുത്തുന്നു. ത്തി. വാൻ. (പൊരുത.) സ. ക്രി. ഃ, യുദ്ധം ചെയ്യുന്നു. മദ്ധ്യസ്ഥത പറഞ്ഞു നടത്തുന്നു.

പൊരുന്നൽ. ന. ഃ, പൊരുന്നയിരിപ്പു. ൨, സമ്മതം. ൩, സന്തോഷം. ൪, ചേൎച്ച. ൫, ഒരുമിച്ചിരിപ്പു.

പൊരുന്നവെക്കുന്നു. ച്ചു. പ്പാൻ. (പൊരുന്ന.) സ. ക്രി. കൊത്തിവിരിപ്പാനായിട്ടു കോഴിയെ പിടിച്ചു മൊട്ടമേൽ വെക്കുന്നു.

പൊരുന്നു. ു. വാൻ. (പൊരു.) അ. ക്രി. യുദ്ധം ചെയ്യുന്നു.

പൊരുന്നുന്നു. ന്നി. വാൻ. (പൊരുന്നു.) അ. ക്രി. ഃ, മൊട്ടമേൽ ഇരുന്നു കൊത്തിവിരിക്കുന്നു. ൨, ചേരുന്നു.

പൊരുപൊരുക്കുന്നു. ത്തു. പ്പാൻ. (പൊരു.) അ. ക്രി. പൊരുപൊരെ പൊരിയുന്നു.

പൊരുപൊരെ. അ. പൊരിയുന്ന ശബ്ദം.

പൊരുവിളങ്ങാ. ന. ഒരു പലഹാരം.

പൊരുൾ. ന. ഃ, അൎത്ഥം, ഭാവം. ൨, ദ്രവ്യം. ൩, കാൎയ്യം. ൪, സത്യം.

പൊരുൾതിരിപ്പു. ന. ഒരു ഭാഷയിലുള്ള വാചകങ്ങളും മറ്റും മറെറാരു ഭാഷയിൽ ആക്കുക.

പൊലി. ന. മെതിച്ചു ക്രട്ടിയ നെല്ലു.

പൊലികടം. ന. കൊട്ടക്കൾവാങ്ങൽ.

പൊലിക്കററ. ന. നിലമുടമസ്ഥന്നു ചെല്ലേണ്ടു കൊഴുവന്റെ കററ.

പൊലിക്കാണം. ന. സ്ത്രീധനം.

പൊലിക്കുന്നു. ച്ചു. പ്പാൻ. (പൊലി.) സ. ക്രി. ഃ, തീ കെടുക്കുന്നു. ൨, ആട്ടും കല്യാണം മുതലായവയിൽ പലരും ക്രടെ അവരവരുടെ മനസ്സുപോലെ പണവും മുണ്ടും മററും സമ്മാനിക്കുന്നു. അ. ക്രി. വൎദ്ധിപ്പിക്കുന്നു, പെരുകുന്നു. **പൊലിപ്പിക്കുന്നു.** കാ. ക്രി.

പൊലിച്ചിലവു; പൊരുൾചിലവു. ന. ചിലവിട്ട ദ്രവ്യത്തിന്റെ വിവരം.

പൊലിച്ചിൽ. ന. ഃ, വൎദ്ധനവു. ൨, നാശം, പൊലിക്കുക.

പൊലിപ്പു. ന. ഃ, വൎദ്ധനവു. ൨, നാശം.

പൊലിമ. ന. ഃ, വൎദ്ധനവു. ൨, ഭംഗി. ൩, നാശം.

പൊലിയാവിളക്കു. ന. വാടവിളക്കു, നിശ്ചയിച്ചിരിക്കുന്ന സമയംവരെ കെട്ടുക്കാതെ ഇരിക്കുന്ന വിളക്കു.

പൊലിയുന്നു. ഞ്ഞു. വാൻ. (പൊലി.) അ. ക്രി. ഃ, കെടുന്നു, നശിക്കുന്നു. ൨, വൎദ്ധിക്കുന്നു, ക്രമപ്രാരമായി ക്രടുന്നു.

പൊലിവു. ന. ഃ, കെടൽ, നാശം. ൨, ആട്ടത്തിന്നും മററും പൊലിക്ക. ൩, വൎദ്ധനവു. ൪, ശേഖരിക്കുക.

പൊലിശ. ന. പലിശ, കടം കൊട്ടത്താൽ കൊടുത്ത മുതൽ ക്രടാതെ അധികം കിട്ടുന്ന ദ്രവ്യം.

പൊൽ. അ. ഇതു മററുചില മൊഴികളോടു ചേരുമ്പോൾ പൊന്നുകൊണ്ടുള്ള എന്നൎത്ഥം.

പൊൽകലശം. ന. പൊൻകുടം.

പൊൽതാമര. ന. പൊൻതാമര.

പൊൽതാർ. ന. പൊന്നുംപൂവു, പൊൻതാമര.

പൊൽതാർമാനിനീ. ന. ലക്ഷ്മി.

പൊൽപൂമാനിനീ. ന. ലക്ഷ്മി.

പൊല്ലാത്ത. വി. ചീത്തയായ.

പൊല്ലാപ്പു. ന. മോശം, തിന്മ.

പൊല്ലായ്മ. ന. മോശം, തിന്മ.

പൊല്ലുന്നു. ന്നു. വാൻ. (പൊൽ.) അ. ക്രി. കീറിയ പായുംമററും നന്നാക്കുന്നു. **പൊല്ലിക്കുന്നു.** സ. ക്രി.

പൊളി. ന. ഃ, അസത്യവാക്ക, വ്യാജം. ൨, കീററു.

പൊളിക്കുന്നു. ച്ചു. പ്പാൻ. (പൊളി.) സ. ക്രി. തോട്ട ഇളക്കുന്നു, വീടിന്റെയൊ മറെറാ മേൽഭാഗം ഇളക്കുന്നു. **പൊളിപ്പിക്കുന്നു.** കാ. ക്രി.

പൊളിച്ചിൽ. ന. ഃ, പൊളിക്കുക. ൨, കീറുക. ൩, ഒരു മാതിരി വേദന.

പൊളിച്ചെഴുത്തു. ന. ആധാരം മാറിയെഴുതുകയെന്നുള്ളതു.

പൊളിപ്പു. ന. പിളൎപ്പു, കീററു.

പൊളിയുന്നു. ഞ്ഞു. വാൻ. (പൊളി.) അ. ക്രി. ഃ, പിളരുന്നു, പൊട്ടുന്നു. ൨, പൊട്ടി വേറാകുന്നു. ൩, വേദനപ്പെടുന്നു. **പൊളിക്കുന്നു.** സ. ക്രി.

പൊളുകം. ന. ഃ, തിപ്പൊലൂർ. ൨, ഒരു മാതിരി ചെറിയ പരുവു.

പൊളുകുന്നു. കി. വാൻ. (പൊളുക.) അ. ക്രി. ഃ, പൊട്ടുന്നു. ൨, രണ്ടാമതുഴുന്നു.

പൊള്ളു. ന. ഃ, വ്യാജവാക്ക. ൨, പ്രശംസ.

ഢപൊള്ള. വി. ഃ, പൊള്ളയായ. ൨, ഉണങ്ങിയ, അകത്തു സാരിരം അധികമുള്ള.

പൊള്ള. ന. ഃ, തൊണ്ട. ൨, ഒരു വള്ളി.

പൊള്ളക്കുരു. അല്ലെങ്കിൽ, **പൊള്ളക്കാ.** ന. ഒരു മാതിരി വിഷമുള്ള കായ്.

പൊള്ളച്ചീര. ന. ഒരു മാതിരി ചീര.

പൊള്ളമുള. ന. ഒരു വക മുള, അകത്തു ഭാരമധികമുള്ള മുള.

പൊള്ളം. ന. ഃ, പൊള്ളൽ. ൨, നീർക്കുമള.

പൊള്ളൽ. ന. ഃ, പൊള്ളുക. ൨, നീർക്കുമള.

പൊള്ളുന്നു. ള്ളി. വാൻ. (പൊള്ളു.) അ. ക്രി. ഃ, കുമളെക്കുന്നു. ൨, തീയുടെയൊ മരുന്നിന്റെയൊ സംബന്ധത്താൽ കുമളെക്കുന്നു. **പൊള്ളിക്കുന്നു.** സ. ക്രി.

പൊള്ളെക്കുന്നു. ച്ചു. പ്പാൻ. (പൊള്ളു.) അ. ക്രി. ഃ, കുമളെക്കുന്നു. ൨, വിങ്ങുന്നു.

പൊഴി. ന. ഃ, വെട്ടുമട. ൨, ചാരം. ൩, ചെറിയ ആററുവാ.

പൊഴിക്കുന്നു. ച്ചു. പ്പാൻ (പൊഴി.) സ. ക്രി. ഃ, പൊഴിയിടുന്നു. ൨, ചാരുണ്ടാക്കുന്നു. ൩, വൎഷിക്കുന്നു.

പൊഴിച്ചിൽ. ന. ഃ, പൊഴിയിടുക. ൨, വൎഷിക്ക. ൩, കാലുക, വീഴുക.

പൊഴിപ്പു. ന. ഃ, വെട്ടുമട. ൨, പൊഴിയിടുക, പൊഴിക്കുക.

പൊഴിയുന്നു. ഞ്ഞു. വാൻ. (പൊഴി.) അ. ക്രി. ഃ, വീഴുന്നു. ൨, പെയ്യുന്നു. ൩, കാലുന്നു.

പൊഴിവു. ന. ഃ, പൊഴിയിടുക. ൨, വൎഷിക്ക. ൩, കാലുക. ൪, മാങ്ങായും മററും വളരെ വീഴുക.

പൊഴുതു. ന. ഃ, കാലം. ൨, ദിവസം. ൩, അല്പനേരം.

പൊറാട്ടു. ന. ഭാവം നടിപ്പു, ഒരു മാതിരി കളി, നേരംപോക്കു.

പൊറായ്മ. ന. ൧, സഹിച്ചുകൂടായ്മ. ൨, അസൂയ. ൩, ശീലത്തിന്റെ കടപ്പം.

പൊറുക്കുന്നു. ത്തു. പ്പാൻ. (പൊറു.) അ. ക്രി. ൧, ശമിക്കുന്നു. ൨, താമസിക്കുന്നു. ൩, കുടിയിരിക്കുന്നു. സ. ക്രി. ക്ഷമിക്കുന്നു, സഹിക്കുന്നു.

പൊറുതി. ന. ൧, ക്ഷമ. ൨, സഹനം. ൩, പാപ്പു. ൪, ജീവനത്തിന്നുള്ള വ്യവൃത്തി. ൫, മീനവും മററും ശമിക്കുക.

പൊറുതികേടു. ന. ൧, കുടുംബനാശം. ൨, ജനങ്ങൾക്കു അധികാരികളാൽ ഉണ്ടാകുന്ന ഉപദ്രവം. ൩, അസഹ്യം. ൪, ഉപജീവനനാശം.

പൊറുതിമുട്ടു. ന. ൧, ഉപജീവനനാശം. ൨, കുടിയുപദ്രവം, പാപ്പാൻ പ്രയാസപ്പെടുക.

പൊറുപ്പു; പൊറുപ്പം. ന. ൧, രോഗശമനം. ൨, ക്ഷമ. ൩, രക്ഷ. ൪, ആശ്വാസം.

പൊറുപ്പിക്കുന്നു. ച്ചു. പ്പാൻ. (പൊറുപ്പി.) സ. ക്രി. ൧, രോഗശാന്തി വരുത്തുന്നു. ൨, രക്ഷിക്കുന്നു. ൩, പാപ്പിക്കുന്നു.

പൊററ. അല്ലെങ്കിൽ, **പൊററൻ.** വ്രണങ്ങളിൽ ചലവും ചോരയും ഉണങ്ങിയുണ്ടാകുന്നതു.

പോ

പോകായ്മ. ന. ൧, പോകാതിരിക്കുക, വഹിയായ്മ.

പോക്കഞ്ചാൽ. ന. ൧, ഒഴികഴിവു. ൨, വഴി.

പോകുടി. ന. വീടിനെ ഉപേക്ഷിച്ചു പോയവർ.

പോകുന്നു. യി. വാൻ. (പോ.) അ. ക്രി. ൧, ഒരു സ്ഥലത്തുനിന്നു മറെറാരു സ്ഥലത്തേക്കു ചെല്ലുന്നു. ൨, ഇല്ലാതാകുന്നു. (ഇതു മററു ചില വാക്കിനോടു ചേരുമ്പോൾ, തുടങ്ങുന്നു, കഴിയുന്നു, തീരുന്നു, ആകുന്നു എന്നും മററും അൎത്ഥം വരും.)

പോക്കു. ന. ൧, പോകുക. ൨, നടപ്പു. ൩, നിൎവ്വാഹം, ഒഴികഴിവു. ൪, ജീവനത്തിന്നുള്ള വഴി. ൫, ദ്രവ്യം. ൬, വിചാരം. ൭, നാശം. ൮, അവസാനം. ൯, അതിസാരം. ൧൦, മരണം.

പോക്കണം. ന. ൧, മാനം. ൨, ലജ്ജ.

പോക്കണംകെട്ടവൻ. ന. ൧, ഭോഷൻ. ൨, ലജ്ജയില്ലാത്തവൻ. ൩, നിന്ദ്യൻ.

പോക്കണംകേടു. ന. ൧, ഭോഷത്വം. ൨, അപമാനം. ൩, നാണക്കേടു.

പോക്കൻ. ന. ചുററി നടക്കുന്നവൻ, പോകുന്നവൻ.

പോക്കൽ. ന. ൧, പോക്കുക, കളക, ഉപേക്ഷിക്ക. ൨, കുറെക്ക. ൩, നേരം പോക്കുക.

പോക്കൽനിന്നു. അ. ഇതു സംസ്കൃത വാക്കിൽ പഞ്ചമിയുടെ അൎത്ഥം മലയാഴ്മയിൽ പറയുമ്പോൾ ചേൎക്കുന്ന ഒരു വാക്കു.

പോക്കാൻ. ന. കാട്ടുപൂച്ച.

പോക്കിടം. ന. പോകുവാനുള്ള മാൎഗ്ഗം, ഗതി, നിവൃത്തി.

പോക്കിരി. ന. തെമ്മാടി, സാരമില്ലാത്ത മുട്ടാളൻ.

പോക്കുകെട്ടവൻ. ന. ൧, പോക്കില്ലാത്തവൻ. ൨, എരപ്പാളി.

പോക്കുന്നു. ക്കി. വാൻ. (പോക്കു.) സ. ക്രി. ഉപേക്ഷിക്കുന്നു, കളയുന്നു. (ഇതു മററു ചിലതിനോടു ചേരുമ്പോൾ, വീട്ടുന്നു, തീൎക്കുന്നു ഇങ്ങിനെ ഓരോ അൎത്ഥങ്ങൾ വരും.)

പോക്കുമുട്ടുന്നു. ട്ടി. വാൻ. (പോക്കു.) അ. ക്രി. ൧, വഴി അടയുന്നു. ൨, നിക്കപോക്കില്ലാതാകുന്നു.

പോക്കുവരവു. ന. ൧, പോകയും വരികയും. ൨, ചിലവും വരവും.

പോക്കുവരുത്തു. ന. പോകയും വരികയും.

പോക്കുള്ളവൻ. ന. ധനവാൻ.

പോച്ച. ന. അൎത്ഥമില്ലാത്ത വാക്കു, നേരംപോക്കിലുള്ള സംഭാഷണം.

പോഗണ്ഡ. വി. (ണ്ഡൻ, ണ്ഡാ, ണ്ഡം.) വി. ന. അംഗഹീനതയുള്ള.

പോഗണ്ഡൻ. ന. അഞ്ചു വയസ്സുമുതൽ പതിനാറു വയസ്സുവരെയുള്ള ബാലകൻ.

പോട്ടു. ന. ൧, ഉപദ്രവം. ൨, അടി, തല്ലുക.

പോട. ന. ൧, ദീശയുള്ള സ്ത്രീ. ൨, ദാസി. (മ.) കൊക്കെന്ന പക്ഷി.

പോടം. ന. ൧, ഭവനത്തിന്റെ അടിസ്ഥാനവും മററും. ൨, കൃഷിയോജിപ്പിക്ക, കലൎത്തുക.

പോടഗളം. ന. ൧, നായിൎണ്ണ. ൨, ഒരുവക പുല്ലു. ൩, ഒരു മത്സ്യം.

പോടാ. പോ എടാ.

പോടി. ന. ഒരുമാതിരി വലിയ ? തല.

പോടീ. പോ എടീ.

പോട്ടുന്നു. ടി. വാൻ. (പോടു.) സ. ക്രി. അടിക്കുന്നു, തല്ലുന്നു.

പോട്ട. ന. ഒരുമാതിരി പുല്ലു.

പോണീ; പൂണി. ന. വെള്ളം ഒഴിച്ചു ഉപയോഗിക്കുവാനുള്ള പാത്രം.

പോണ്ടൻ. ന. പല്ലക്കു ചുമക്കുന്നവൻ.

പോണ്ടി. ന. ൧, വാഴപ്പോള. ൨, കഞ്ഞി കുടിക്കുന്ന തട. ൩, ചക്കക്കുരുവിന്റെ പുറമെയുള്ള ഒരു തൊലി.

പോത്തു. ന. ൧, മണ്ണിലൊ മരത്തിലൊ എലിയൊ മറെറാ ഉണ്ടാക്കുന്ന തുള. ൨, പ്പാന്തടിയിലും മററും താനെയുണ്ടാകുന്ന ഒരു കേടു.

പോതം. അല്ലെങ്കിൽ, **പോതി.** ന. ൧, മൃഗക്കുട്ടി. ൨, പത്തു വയസ്സു പ്രായമുള്ള ആന. ൩, കപ്പൽ. ൪, തോണി.

പോതവണിക്കു. ന. കപ്പലിലുള്ള കച്ചവടക്കാരൻ.

പോതവാഹൻ. ന. ൧, തോണിക്കാരൻ. ൨, കപ്പൽക്കാരൻ.

പോതാധാനം. ന. മത്സ്യക്കുട്ടികളുടെ കൂട്ടം, പാപ്പു.

പോതിക. ന. ഒരു ചീര. (മ.) തൂണിന്റെ മുകളിൽ മരംകൊണ്ടു പണിതു വെക്കുന്ന ഒരു പണി.

പോത്തു. ന. ൧, ആണ്പന്നി. ൨, ഒരു പക്ഷി, ചെമ്പോത്തു, ഉപ്പൻ.

പോത്തിൻകൊമ്പു. ന. കന്നിൻ കൊമ്പു.

പോത്രം. ന. ൧, പന്നിയുടെ മോന്ത. ൨, കൊഴു.

പോത്രി. ന. പന്നി.

പോന്നവൻ. വി. ന. ൧, പ്രാപ്തിയുള്ളവൻ. ൨, യോഗ്യൻ.

പോം. അ. ഇതു മററു ചില വാക്കുകളോടു ചേരുമ്പോൾ മതിയാകും പ്രാപ്തിയാകും അറിയും ഇങ്ങിനെ അൎത്ഥങ്ങൾ വരും.

പോംവഴി. ന. ഒഴികഴിവു, നിൎവ്വാഹം.

പോരാടുന്നു. ടി. വാൻ. (പോർ.) അ. ക്രി. യുദ്ധം ചെയ്യുന്നു, ശണ്ഠയിടുന്നു.

പോരാട്ടം; പോരടിപ്പു. ന. യുദ്ധം, ശണ്ഠ.

പോരാത്ത. വി. ൧, തികയാത്ത, കുറവുള്ള. ൨, അനുചിതമായുള്ള. ൩, കൊള്ളരുതാത്ത.

പോരായ്മ; പോരാഴിക. ൧, തികയായ്മ. ൨, പ്രാപ്തികേട. ൩, അവമാനം.

പോരാളി. ന. യുദ്ധസാമൎത്ഥ്യമുള്ളവൻ.

പോരിടുന്നു. ട്ടു. വാൻ. (പോർ.) അ. ക്രി. യുദ്ധം ചെയ്യുന്നു, കലഹിക്കുന്നു.

പോരിമ. ന. ശക്തി, ബലം.

പോരുകാരൻ. ന. ൧, യുദ്ധംചെയ്യുന്നവൻ. ൨, മിടുക്കൻ. ൩, സാമൎത്ഥ്യമുള്ള ചൂതാളി.

പോരുന്നു. ന്നു. വാൻ. (പോ.) അ. ക്രി. കൂടെ വരുന്നു, വരുന്നു.

പോരും. വി. പോരുന്ന, മതിയാകുന്ന.

പോരും. അ. മതി.

പോരു; പോർ. ന. ൧, യുദ്ധം, കലഹം. ൨, ചൂതു ചതുരംഗങ്ങളിലെ സാമൎത്ഥ്യം.

പോക്ക. ന. വളൎത്തുന്ന പന്നി.

പോക്കതക. ന. രണ്ടു പാളിയായുള്ള കതക.

പോക്കളം. ന. പടനില, യുദ്ധഭൂമി.

പോക്കാൽ. ന. മുട്ടുതുടങ്ങി നരിയാണിവരെയുള്ള കാൽ.

പോക്കവിളി. ന. യുദ്ധത്തിന്നു വിളിക.

പോമ്മുല. ന. യൌവ്വനമുള്ളവളുടെ നല്ല മുല.

പോല്ലം. അ. ൧, തന്നെയും. ൨, വൎത്തമാനം പറയുന്നവൻ എനിക്ക നല്ല നിശ്ചയം വന്നിട്ടില്ല എന്നു തോന്നിക്കുന്ന വാക്ക.

പോലെ. അ. ഇതു മററു ചില വാക്കിനോടു ചേരുമ്പോൾ ൧, തുല്യം, സമം. ൨, പ്രകാരം, വണ്ണം, ഇങ്ങനെ അൎത്ഥം.

പോൽ. അ. പറഞ്ഞുകേട്ടിട്ടുള്ളതല്ലാതെ ആകാശ്ശം എനിക്ക നിശ്ചയമില്ല എന്നു തോന്നിക്കുന്ന വാക്ക. വി. പോലെ.

പോഷകം. ന. പോഷിപ്പിക്കുന്നതു്.

പോഷണം. ന. ൧, രക്ഷണം. ൨, വൎദ്ധന. ൩, വളൎത്തൽ.

പോഷിക്കുന്നു. ച്ചു. പ്പാൻ. (പോഷി.) സ. ക്രി. ൧, രക്ഷിക്കുന്നു. ൨, വളൎത്തുന്നു. **പോഷിപ്പിക്കുന്നു.** കാ. ക്രി.

പോഷ്ടു. വി. (ഷ്ടാ, ഷ്ട്രീ, ഷ്ടം.) വി. ന. രക്ഷിക്കുന്ന, വളൎത്തുന്ന.

പോഷ്യ. വി. (ഷ്യൻ, ഷ്യാ, ഷ്യം.) വി. ന. പോഷിപ്പിക്കപ്പെടുവാൻ തക്ക.

പോഷ്ടാവു. ന. രക്ഷിക്കുന്നവൻ.

പോൾ; പൊഴുതു. ക്രിയാപദങ്ങളുടെ അന്ത്യത്തിൽ ചേൎന്നുവരുമ്പോൾ സമയത്തെക്കുറിക്കുന്നതു. ഉ-ം. വരും **പോൾ** (വരും സമയത്തിൽ.)

പോള. ന. ൧, കണ്ണിനെ മൂടുന്ന തൊലികൾ. ൨, വാഴയുടെ തൊലി. ൩, ഇരിമ്പുകൊണ്ടും മററും അടിച്ചുണ്ടാക്കിയ ഒരുമാതിരി തകിടു. ൪, ചില ചെറിയ തൈകൾ.

പോളത്താളി. ന. ഒരുമാതിരി തൈ.

പോളം. ന. ൧, തീപ്പൊള്ളൽ. ൨, ഒരു വക ചെറിയ പരു. ൩, ഒരങ്ങാടിമരുന്നു.

പോളി. ന. ൧, ഒരു പലഹാരം. ൨, ഒരു പക്ഷി, കൊക്ക.

പോററ. വി. ന. ൧, ഭോഷൻ. ൨, അധികം ഭക്ഷിക്കുന്നവൻ.

പോററ. ന. കൊതി.

പോററൽ. ന. നഖം പിശ്ശാങ്കത്തി മുതലായവകൊണ്ടു ശരീരത്തിലും മററുമുണ്ടാകുന്ന വര.

പോററുന്നു. റി. വാൻ. (പോററ.) അ. ക്രി. മേല്പറഞ്ഞപ്രകാരം വരയുണ്ടാകുന്നു.

പോററൽ. ന. വളൎത്തൽ, രക്ഷണം.

പോററി. വി. ന. പോററുന്നവൻ.

പോററി. ന. ബ്രാഹ്മണരിൽ ഒരു ജാതിക്കാരൻ.

പോററുന്നു. ററി. വാൻ. (പോററ.) സ. ക്രി. വളൎത്തുന്നു, രക്ഷിക്കുന്നു.

പൌ

പൌണ്ഡ്യം. ന. ൧, ഒരു വള്ളി. ൨, ഒരങ്ങാടിമരുന്നു.

പൌണ്ഡ്രം. ന. ൧, ഒരു രാജ്യം. ൨, ഒരുവകക്കരിമ്പു.

പൌതവം. ന. നാഴി ഇടങ്ങഴി മുതലായവകൊണ്ടുള്ള അളവു.

പൌത്രൻ. ന. മകന്റെ മകൻ.

പൌത്രി. ന. മകന്റെ മകൾ.

പൌനൎഭവ. വി. (വൻ, വീ, വം.) വി. ന. പുനൎഭവത്തെ സംബന്ധിച്ച, പിന്നെയും ചെയ്ത.

പൌനൎഭവൻ. ന. പുനൎഭൂവിന്റെ പുത്രൻ.

പൌനരുക്ത്യം. ന. പിന്നെയും പിന്നെയും പറക.

പൌര. വി. (രൻ, രി, രം.) വി. ന. ൧, പുരത്തെസ്സംബന്ധിച്ചുള്ള, പുരത്തിലുണ്ടായ, രാജധാനിയിലുള്ള.

പൌരവൻ. ന. പൂരുവിന്റെ വംശത്തിലുള്ളവൻ.

പൌരം. ന. സുഗന്ധമുള്ള ഒരു പുല്ലു, ചുണ്ടപ്പുല്ലു.

പൌരസ്ത്യ. വി. (സ്ത്യൻ, സ്ത്യാ, സ്ത്യം.) വി. ന. മുൻപിലത്തെ.

പൌരൻ. ന. ൧, പുരവാസി. ൨, പട്ടണവാസി.

പൌരാണിക. വി. (കൻ, കീ, കം.) വി. ന. പുരാണത്തോടു സംബന്ധിച്ച.

പൌരാണികൻ. ന. ൧, പുരാണം. ൨, പുരാണത്തിൽ നല്ലവണ്ണം പഠിത്തമുള്ള ബ്രാഹ്മണൻ.

പൌരുഷം. ന. ൧, ഒരാളും കയ്യോപ്പവും ഉള്ള അളവു. ൨, പുരുഷന്റെ അവസ്ഥ. ൩, പുരുഷധൎമ്മം. ൪, ശുക്ലം. ൫, പുരുഷന്റെ പ്രവൃത്തി.

പൌരുഷേയ. വി. (യൻ, യീ, യം.) വി. ന. പുരുഷനിൽനിന്നുണ്ടായ.

പൌരുഷേയം. ന. ആൾക്കൂട്ടം.

പൌരോഗവൻ. ന. അട്ടക്കളക്കാരിൽ പ്രമാണി.

പൌരോഭാഗ്യം. ന. അസൂയ.

പൌരോഹിത്യം. ന. പുരോഹിതന്റെ കൎമ്മം.

പൌൎണ്ണമാസം. ന. വെളുത്തവാവുന്നാൾ ചെയ്യുന്ന ഒരു കൎമ്മം.

പൌൎണ്ണമാസി. ന. വെളുത്തവാവു.

പൌൎണ്ണിമാവു. ന. വെളുത്തവാവുദിവസം.

പൌലസ്തി. ന. ശൂൎപ്പണഖ, രാവണന്റെ പെങ്ങൾ.

പൌലസ്ത്യൻ. ന. ൧, പുലസ്ത്യന്റെ പുത്രൻ, വൈശ്രവണൻ. ൨, രാവണൻ.

പൌലോമി. ന. ഇന്ദ്രാണി.

പൌവേലം. ന. ഒരു മരം.

പൌഷം. ന. ധനുമാസം.

പൌഷി. ന. ധനുമാസത്തിലെ വെളുത്തവാവു.

പൌഷ്കര. വി. (രൻ, രീ, രം.) വി. ന. പുഷ്കരത്തെ സംബന്ധിച്ച, വെള്ളത്തെയും താമരയെയും മററും സംബന്ധിച്ച.

പൌഷ്ടികം. വി. ൧, പുഷ്ടിവരുത്തുന്ന. ൨, ബലമുണ്ടാക്കുന്ന.

പൌഷ്ണ. ന. രേവതി നക്ഷത്രം.

പൌഷ്പ. വി. (ഷ്പൻ, ഷ്പീ, ഷ്പം.) വി. ന. പൂക്കളെ സംബന്ധിച്ച, പുഷ്പംകൊണ്ടുണ്ടാക്കിയ.

പൌഷ്പകം. ന. കുസുമാഞ്ജനം.

പൌളി. ന. പൊളി.

പ്യാ

പ്യാ. ന. ശിവന്റെ ജട.

പ്ര്യാ

പ്ര്യാൾ. അ. ഹെ, അല്ലയൊ.

പ്ര

പ്ര. അ. ഒരുപസൎഗ്ഗം. ഇതു ഓരോ സംസ്കൃതവാക്കുകളുടെ ആദിയിൽ വരുമ്പോൾ ഏററം നല്ലവണ്ണം എന്നും മററും പല അൎത്ഥങ്ങൾ വരും.

പ്രകട. വി. (ടൻ, ടീ, ടം.) വി. ന. പ്രകാശിച്ച, വെളിപ്പെട്ട.

പ്രകടനം. ന. പ്രകടിപ്പിക്കയെന്നുള്ളതു.

പ്രകടിക്കുന്നു. ച്ചു. പ്പാൻ. (പ്രകടി.) സ. ക്രി. പ്രസിദ്ധമാക്കുന്നു.

പ്രകടിത. വി. (തൻ, താ, തം.) വി. ന. വിടൎക്കപ്പെട്ട, പ്രകാശിപ്പിക്കപ്പെട്ട.

പ്രകമ്പം. അല്ലെങ്കിൽ, **പ്രകമ്പനം.** ന. വലിയ ഇളക്കം.

പ്രകമ്പന. വി. (നൻ, നാ, നം.) വി. ന. ഇളക്കുന്ന.

പ്രകമ്പനൻ. ന. ൧, വായുവ്, കാററു. ൨, ഒരു നരകം.

പ്രകരണം. ന. ൧, കവിതകെട്ടു. ൨, അദ്ധ്യായം. ൩, ഓരോ സംഗതിയെപ്പററി വൎണ്ണിച്ചെഴുതുന്ന പുസ്തകം.

പ്രകര. വി. (രൻ, രീ, രം.) വി. ന. അധികം ചെയ്യുന്ന.

പ്രകരം. ന. ൧, കൂട്ടം. ൨, സഹായം.

പ്രകരി; പ്രകരികാ. ന. കഥയെ വൎദ്ധിതാക്കുന്ന വൎണ്ണന.

പ്രകൎഷം. ന. ൧, ശ്രേഷ്ഠത. ൨, ആധിക്യം.

പ്രകല്പിത. വി. (തൻ, താ, തം.) വി. ന. ഉണ്ടാക്കപ്പെട്ട, ചെയ്യപ്പെട്ട.

പ്രകാണ്ഡം. ന. ൧, വൃക്ഷത്തിന്റെ തടി. ൨, ശ്രേഷ്ഠത.

പ്രകാമം. അ. ൧, മനസ്സോടെ. ൨, തൃപ്തിയോടെ.

പ്രകാരം. ന. ൧, വ്യത്യാസം. ൨, സാദൃശ്യം. അ. ശരിയായി, മുറ, ക്രമം.

പ്രകാശ. വി. (ശൻ, ശി, ശം.) വി. ന. ൧, തുല്യമായ. ൨, തെളിവുള്ള. ൩, കീൎത്തിയുള്ള. ൪, പ്രസിദ്ധിയുള്ള. **പ്രകാശത.** ഗു. ന. തെളിവു.

പ്രകാശം. ന. ൧, വെയിൽ. ൨, തെളിവു, ശോഭ. ൩, ചിരിക്കുക. ൪, ഒരു മാതിരി ലോഹം. അ. പരസ്യമായി.

പ്രകാശക. വി. (കൻ, കാ, കം.) വി. ന. പ്രകാശിപ്പിക്കുന്ന, ശോഭിപ്പിക്കുന്ന, തെളിയിക്കുന്ന.

പ്രകാശകൻ. ന. തെളിച്ചു പറയുന്നവൻ, വിസ്തരിച്ചു പറയുന്നവൻ.

പ്രകാശനം. ന. പ്രകാശിപ്പിക്കുക.

പ്രകാശമാന. വി. പ്രകാശിച്ചുംകൊണ്ടിരിക്കുന്ന.

പ്രകാശസമയം. ന. ആദിത്യനുദിക്കാറായ സമയം.

പ്രകാശിക്കുന്നു. ച്ചു. പ്പാൻ. (പ്രകാശി.) അ. ക്രി. ശോഭിക്കുന്നു. **പ്രകാശിപ്പിക്കുന്നു.** സ. ക്രി.

പ്രകാശിത. വി. (തൻ, താ, തം.) വി. ന. ൧, ശോഭിപ്പിക്കപ്പെട്ട. ൨, പ്രസിദ്ധപ്പെടുത്തിയ.

പ്രകീൎണ്ണ. വി. (ൎണ്ണൻ, ൎണ്ണാ, ൎണ്ണം.) വി. ന. ൧, പരത്തപ്പെട്ട, ചിതറിയ. ൨, പ്രസിദ്ധമാക്കപ്പെട്ട. ൩, വിടൎത്തപ്പെട്ട.

പ്രകീൎണ്ണം. അല്ലെങ്കിൽ, **പ്രകീൎണ്ണകം.** ന. ൧, കവടി. ൨, ചമരിവാൽ, വെഞ്ചാമര. ൩, ഒരു പുസ്തകത്തിലെ വിഭാഗം.

പ്രകീൎത്തി. ന. യശസ്സു, നല്ല കീൎത്തി.

പ്രകീൎത്തിത. വി. (തൻ, താ, തം.) വി. ന. വിസ്തരിച്ചു പറയപ്പെട്ട.

പ്രകീൎയ്യ. വി. (ൎയ്യൻ, ൎയ്യാ, ൎയ്യം.) വി. ന. പ്രസിദ്ധമാക്കപ്പെടുവാൻ തക്ക, പരത്തപ്പെടുവാൻ തക്ക.

പ്രകീൎയ്യം. ന. ആവിൽവൃക്ഷം.

പ്രകുഞ്ചം. ന. പലം.

പ്രകൃത. വി. (തൻ, താ, തം.) വി. ന. ൧, ഉണ്ടാക്കപ്പെട്ട, ചെയ്യപ്പെട്ട, നിവൃത്തിക്കപ്പെട്ട. ൨, ആരംഭിക്കപ്പെട്ട. ൩, ആഗ്രഹിക്കപ്പെട്ട. ൪, സാരമായ.

പ്രകൃതി. ന. ൧, മായാദേവി. ൨, സ്വഭാവം. ൩, സംസ്കൃതപദങ്ങൾക്കു പ്രത്യയം ചേരുന്നതിനു മുൻപിലത്തെ അവസ്ഥ. ൪, സ്ത്രീപുരുഷന്മാരുടെ ഗുഹ്യസ്ഥലം. ൫, രാജ്യാംഗങ്ങൾ എട്ടും. ൬, ദൈവശക്തി. ൭, കാരണം. ൮, പഞ്ചഭൂതം.

പ്രകൃഷ്ട. വി. (ഷ്ടൻ, ഷ്ടാ, ഷ്ടം.) വി. ന. ൧, പ്രധാനമായുള്ള. ൨, ഉല്ലോംഘരത്തുള്ള. **പ്രകൃഷ്ടത്വം.** ഗു. ന. ശ്രേഷ്ഠത.

പ്രകോഷ്ഠം. ന. ൧, കൈത്തണ്ട. ൨, കെട്ടിടയുടെ ഒരു ഭാഗം.

പ്രക്രമം. ന. ൧, ആരംഭം. ൨, സഞ്ചരിക്കുക. ൩, അവസരം.

പ്രക്രമിക്കുന്നു. ച്ചു. പ്പാൻ. (പ്രക്രമി.) അ. ക്രി. ൧, പോകുന്നു. ൨, ആരംഭിക്കുന്നു.

പ്രക്രിയ. ന. ൧, രാജാവിൽനിന്നു കിട്ടിയ മുദ്ര ധരിക്ക, അധികാരം. ൨, വ്യാകരണത്തിൽ ഒരു ഭാഗം.

പ്രക്വണം. ന. വീണയുടെ ശബ്ദം.

പ്രക്വാണം. ന. മേല്പറഞ്ഞ അൎത്ഥം.

പ്രഖ്യാത. വി. (തൻ, താ, തം.) വി. ന. പ്രസിദ്ധപ്പെട്ട, കീൎത്തിക്കപ്പെട്ട.

പ്രഖ്യാതി. ന. ൧, കീൎത്തി. ൨, സ്തുതി.

പ്രഗണ്ഡം. ന. മുഴങ്കൈക്കു മേലേടം.

പ്രഗണ്ഡി. ന. കോട്ട, മതിൽ.

പ്രഗത. വി. (തൻ, താ, തം.) വി. ന. വേൎപിരിഞ്ഞ, പോയ.

പ്രഗതജാനുക. വി. (കൻ, കി, കം.) വി. ന. കാലിന്റെ മുട്ട അകന്നുള്ള.

പ്രഗത്ഭ. വി. (ത്ഭൻ, ത്ഭാ, ത്ഭം.) വി. ന. ബുദ്ധിയുറപ്പും തെളിവുമുള്ള. **പ്രഗത്ഭത.** ഗു. ന. മനസ്സിന്റെ ശക്തി, ബുദ്ധിശക്തി.

പ്രഗത്ഭം. ന. ഒരു കുട്ടി ജനിക്കുമ്പോൾ കഴിക്കുന്ന ഹോമത്തിനുള്ള തീ.

പ്രഗാഢ. വി. (ഢൻ, ഢാ, ഢം.) വി. ന. ൧, പ്രയാസമുള്ള. ൨, കടുപ്പമുള്ള. ൩, അധികമുള്ള.

പ്രഗാഢം. അ. അധികമായി.

പ്രഗുണ. വി. (ണൻ, ണാ, ണം.) വി. ന. ൧, നേരെയുള്ള. ൨, പരമാൎത്ഥമുള്ള.

പ്രഗുണ്യ. വി. (ണ്യൻ, ണ്യാ, ണ്യം.)

വി. ന. ൧, അധികമുള്ള. ൨, വിശേഷമുള്ള.

പ്രഗെ. അ. പ്രഭാതം.

പ്രഗ്രഹം. ന. ൧, പടിക്കുടുക്ക. ൨, പാറാവിലിടുക. ൩, തുലാസിൻെറ ചരട. ൪, കനിവു. ൫, രശ്മി. ൬, വാക്കുകയറ.

പ്രഗ്രാഹം. ന. തുലാസിൻെറ ചരട.

പ്രഗ്രീവം. ന. ൧, കിളിവാതിൽ. ൨, ചെണ്ട. ൩, കിരാതി. ൪, കുതിരലായം. ൫, വൃക്ഷത്തിൻെറ അഗ്രം. ൬, മഠിച്ച തൂണ.

പ്രഗൃഹ്യം. ന. ൧, സന്ധി പ്രമാണത്തെ അനുസരിക്കാതെ വേറിട്ടു നില്ക്കുന്ന അച്ച്. ൨, ഓൎമ്മ.

പ്രഘണം. ന. പുറന്തിണ്ണ.

പ്രഘാണം. ന. പുറന്തിണ്ണ.

പ്രചക്രം. ന. സൈന്യത്തിൻെറ ഇളക്കം.

പ്രചണ്ഡ. (ണ്ഡൻ, ണ്ഡാ, ണ്ഡം.) വി. ന. ൧, അധികം ചൂടുള്ള. ൨, കോപമുള്ള. ൩, അതിശക്തിയുള്ള.

പ്രചണ്ഡം. ന. വെളുത്ത പൂവുള്ള ഒരു ചെടി.

പ്രചയം. ന. കൂമ്പാരം, കൂട്ടം.

പ്രചരണം. ന. നടക്ക.

പ്രചലായിത. വി. (തൻ, താ, തം.) വി. ന. ഉരുളുന്ന.

പ്രചാരം. ന. ൧, സഞ്ചാരം. ൨, നടപ്പായുള്ളത്.

പ്രചുര. വി. (രൻ, രാ, രം.) വി. ന. വളരെയുള്ള, പെരുകിയ.

പ്രചുരിമ. ന. ധാരാളത്വം, ആധിക്യം.

പ്രചേതസ്സ്. ന. വരുണൻ.

പ്രചോദിതൻ. ന. ഉത്സാഹിപ്പിക്കപ്പെട്ടവൻ.

പ്രചോദിനി. ന. ഒരു മാതിരി ചുണ്ട, കണ്ടകാരി.

പ്രചോദിപ്പിക്ക. ക്രി. സ. ഉത്സാഹിപ്പിക്ക.

പ്രച്ഛദപടം. ന. ൧, മൂടുപുടവ. ൨, മറെക്കുന്നതിനുള്ള ഒരു മാതിരി വസ്ത്രം.

പ്രച്ഛദം. ന. പുതപ്പ.

പ്രച്ഛനം; പ്രച്ഛനാ. ന. ചോദ്യം, അന്വേഷണം.

പ്രച്ഛന്ന. വി. (ന്നൻ, ന്നാ, ന്നം.) വി. ന. മറെഞ്ഞ.

പ്രച്ഛന്നം. ന. ൧, രഹസ്യമായ വാതിൽ. ൨, കിളിവാതിൽ.

പ്രച്ഛൎദ്ദിക. ന. ഛൎദ്ദി.

പ്രച്ഛാദനം. ന. ൧, ഉത്തരീയം. ൨, മറവു.

പ്രച്ഛായം. ന. നല്ല തണൽ.

പ്രജ. ന. ൧, സന്തതി. ൨, ജനം.

പ്രജനം. ന. ൧, ചന. ൨, ജന്തുക്കൾക്കുടെ ഉല്പാദനകാലം.

പ്രജവം. ന. അതിവേഗം.

പ്രജവി. വി. (വി, വിനി, വി.) വി. ന. അതിവേഗമുള്ള.

പ്രജവി. ന. ഓട്ടക്കാരൻ.

പ്രജാഗരം. ന. ഉണൎന്നിരിക്കുക.

പ്രജാതാ. ന. അമ്മ.

പ്രജാപതി. ന. ൧, ബ്രഹ്മാവു. ൨, രാജാവു. ൩, വിശ്വകൎമ്മാവു. ൪, മകളുടെ ഭൎത്താവു. ൫, പുല്ലിംഗം. ൬, മരിചി മുതലായ ബ്രഹ്മാവിൻെറ പുത്രന്മാർ.

പ്രജ്ഞ. വി. (ജ്ഞൻ, ജ്ഞാ, ജ്ഞം.) വി. ന. ബുദ്ധിയുള്ള, പഠിത്തമുള്ള.

പ്രജ്ഞാ. ന. ൧, ബുദ്ധി. ൨, ബുദ്ധിയുള്ള സ്ത്രീ.

പ്രജ്ഞാന. വി. (നൻ, നാ, നം.) വി. ന. ബുദ്ധിയുള്ള, പഠിത്തമുള്ള.

പ്രജ്ഞാനം. ന. ൧, അറിവു. ൨, അടയാളം.

പ്രജ്ഞാവാൻ. ന. അറിവുള്ളവൻ.

പ്രജ്ഞു. വി. (ത്രിഷു.) വി. ന. കാലിൻെറ മുട്ടു അകന്നുള്ള.

പ്രജ്വലിത. വി. (തൻ, താ, തം.) വി. ന. ജ്വലിച്ച.

പ്രഡീനം. ന. പക്ഷികളുടെ സഞ്ചാരം, പറക്കുക.

പ്രണത. വി. (തൻ, താ, തം.) വി. ന. ൧, നമസ്കരിക്കപ്പെട്ട. ൨, സാമൎത്ഥ്യമുള്ള.

പ്രണതി. ന. നമസ്കാരം, വന്ദനം.

പ്രണമിക്കുന്നു. ച്ചു. പ്പാൻ. (പ്രണമി.) സ. ക്രി. നമസ്കരിക്കുന്നു, കുമ്പിടുന്നു.

പ്രണയകലഹം. ന. സ്നേഹത്തോടു കൂടിയ ശണ്ഠ.

പ്രണയനം. ന. സ്നേഹം.

പ്രണയം. ന. ൧, സ്നേഹം. ൨, പരിചയം. ൩, യാചന. ൪, വിശ്വാസം.

പ്രണയി. വി. (യി, യിനി, യി.) വി. ന. പ്രണയമുള്ള.

പ്രണയി. ന. ഭൎത്താവു.

പ്രണയിനീ. ന. ഭാൎയ്യ.

പ്രണവം. ന. ഓംകാരം.

പ്രണവാത്മകൻ. വി. ന. പ്രണവസ്വരൂപമായുള്ള.

പ്രണാദം. ന. ൧, ഉറച്ചശബ്ദം. ൨, സ്നേഹം അധികമാകയാൽ ഒരു സ്വരഭേദത്തോടെ തടഞ്ഞു സാവധാനത്തിൽ പറയുന്ന വാക്ക. ൩, ചെവിയിലുണ്ടാകുന്ന ഒരു രോഗം, കൎണ്ണനാദം.

പ്രണാമം. ന. നമസ്കാരം.

പ്രണാളി. ന. വെള്ളം ഒഴുകുന്ന വഴി.

പ്രണിധാനം. ന. ൧, അതിപ്രയത്നം. ൨, ശക്തിയോടു കൂടിയ ഒരു ധ്യാനം. ൩, പ്രവേശനം.

പ്രണിധി. ന. ൧, ഒറ്റുകാരൻ. ൨, യാചന. ൩, പ്രതിജ്ഞ.

പ്രണിപതിക്കുന്നു. ച്ചു. പ്പാൻ. (പ്രണി.) സ. ക്രി. നമസ്കരിക്കുന്നു.

പ്രണിപാതം. ന. നമസ്കാരം.

പ്രണിഹിത. വി. (തൻ, താ, തം.) വി. ന. ൧, ഏല്പിക്കപ്പെട്ട. ൨, വെക്കപ്പെട്ട. ൩, ചെയ്യപ്പെട്ട.

പ്രണീത. വി. (തൻ, താ, തം.) വി. ന. ൧, പാകംചെയ്യപ്പെട്ട. ൨, ചെയ്യപ്പെട്ട. ൩, എറിഞ്ഞുകളയപ്പെട്ട. ൪, പ്രവേശിപ്പിക്കപ്പെട്ട. ൫, എഴുതിയുണ്ടാക്കപ്പെട്ട (ഗ്രന്ഥം, പുസ്തകം). ൬, പഠിപ്പിക്കപ്പെട്ട.

പ്രണീതൻ. ന. ശുദ്ധിചെയ്യപ്പെട്ട അഗ്നി.

പ്രണീത. ന. ചെറിയ കുഴികിണ്ണം.

പ്രണുത. വി. (തൻ, താ, തം.) വി. ന. സ്തുതിക്കപ്പെട്ട.

പ്രണേയ. വി. (യൻ, യാ, യം.) വി. ന. കീഴ്വഴക്കമുള്ള.

പ്രതതി. ന. ൧, വല്ലി. ൨, പരപ്പു.

പ്രതന. വി. (നൻ, നാ, നം.) വി. ന. പണ്ടുള്ള.

പ്രതനു. വി. ൧, വളരെ നേരിയ, ഏററവും ചെറിയ, മെലിഞ്ഞ. ൨, വണ്ണം കുറഞ്ഞ, ക്ഷീണിച്ച. ൩, സാരമില്ലാത്ത.

പ്രതപ്ത. വി. (പ്തൻ, പ്താ, പ്തം.) വി. ന. ൧, ഏററവും ചൂടുപിടിച്ച. ൨, തീയിലിട്ടു പഴുപ്പിക്കപ്പെട്ട. ൩, ഉരുകിച്ച.

പ്രതമകം. ന. കാസശ്വാസം.

പ്രതൎക്കനം. ന. ൧, തൎക്കം, ഊഹം. ൨, തൎക്കശാസ്ത്രം.

പ്രതൎക്കിത. വി. തൎക്കിക്കപ്പെട്ട, സന്ദേഹിച്ച.

പ്രതലം. ന. പരത്തിപ്പിടിച്ച ഒരു കൈ.

പ്രതാനം. ന. ൧, ഇളയ കമ്പു. ൨, വള്ളി.

പ്രതാനി. വി. (നി, നിനി, നി). വി. ന. പ്രതാനമുള്ള, പരപ്പുള്ള.

പ്രതാനിനി. ന. ൧, വള്ളി. ൨, പരപ്പു.

പ്രതാപം. ന. ൧, സമ്പത്തുകൊണ്ടും ശക്തികൊണ്ടുമുണ്ടാകുന്ന ഒരു മഹത്വം. ൨, ചൂടു.

പ്രതാപവൽ. വി. (വാൻ, വതി, വൽ.) വി. ന. പ്രതാപമുള്ള.

പ്രതാപസം. ന. ഒരു പൂച്ചെടി, വെള്ളെരിക്ക.

പ്രതാപി. വി. (പി, പിനി, പി.) വി. ന. പ്രതാപമുള്ള.

പ്രതാരണം. ന. വഞ്ചന, ചതിവു.

പ്രതാരിത. വി. (തൻ, താ, തം.) വി. ന. വഞ്ചിക്കപ്പെട്ട.

പ്രതി. അ. ൧, പകരം. ൨, പല. ൩, നിയമം. ൪, സംബന്ധം. ൫, മാററം. ൬, സാദൃശ്യം. ൭, അല്പവൃത്തി. ൮, തോറും.

പ്രതി. ന. ൧, പേൎപ്പു. ൨, ഒരുത്തൻ സങ്കടം വെച്ചാൽ അതിന്നുത്തരം പറയേണ്ടുന്നവൻ, പ്രതിവാദി, പ്രതിക്കാരൻ. ൩, ഒന്നിൽ നോക്കിപ്പേൎത്തെഴുതിയ എഴുത്തു.

പ്രതികടം. ന. ചോദ്യത്തിന്നു ശരിയല്ലാതെ തെററായിട്ടു പറയുന്ന ഉത്തരം.

പ്രതികൎമ്മം. ന. അലങ്കാരം.

പ്രതികാരം. ൧, പ്രതിക്രിയ. ൨, ഉപശാന്തി.

പ്രതികാശം. ന. ൧, പ്രതിബിംബം. ൨, ആകൃതി.

പ്രതികൂല. വി. (ലൻ, ലാ, ലം.) വി. ന. വിരോധമുള്ള. **പ്രതികൂലത.** ദ്ര. ന. വിരോധം.

പ്രതിക്രമം. വി. ക്രമത്തിന്നു വിപരീതമായ.

പ്രതികൃതി. ന. ഒന്നിന്നു പകരമായുണ്ടാക്കിയ ശരീരം.

പ്രതിക്കാരൻ. ന. പ്രതിവാദി, ശത്രു.

പ്രതിക്രിയ. ന. പകരംവീട്ടൽ, പ്രതിശാന്തി.

പ്രതിഖ്യാതി. ന. പ്രസിദ്ധി.

പ്രതിഗതം. വി. ൧, മുമ്പോട്ടും പിമ്പോട്ടും പറന്നുകൊണ്ടിരിക്കുന്ന. ൨, ചുററി സഞ്ചരിക്കുന്ന.

പ്രതിഗമനം. ന. തിരിച്ചുവരിക, മടങ്ങിവരിക.

പ്രതിഗ്രഹണം. ന. കയ്യേല്ക്കൽ.

പ്രതിഗ്രഹം. ന. ൧, സ്വീകാരം. ൨, ദാനം വാങ്ങുക. ൩, പിൻപട.

പ്രതിഗ്രാഹം. ന. ൧, കോളാമ്പി. ൨, സമ്മാനം വാങ്ങിക.

പ്രതിഗ്രാഹ്യം. വി. സ്വീകരിപ്പാൻ യോഗ്യമായ, സമ്മതിക്കാകുന്ന.

പ്രതിഘ. വി. (ഘൻ, ഘാ, ഘം.) വി. ന. വിപരീതമുള്ള.

പ്രതിഘം. ന. ൧, കോപം. ൨, ഭദ്രായുദ്ധം. ൩, തടുപ്പു. ൪, ശത്രു.

പ്രതിഘാതനം. ന. വധം, കൊല.

പ്രതിചിന്തനം. ന. ധ്യാനം.

പ്രതിച്ഛേദം. ന. തടസ്ഥം.

പ്രതിച്ഛന്ദം. ന. പ്രതിബിംബം.

പ്രതിച്ഛായ. ന. ൧, പ്രതിരൂപം. ൨, നിഴൽ.

പ്രതിജല്പം. ന. മറുപടി, ഉത്തരം.

പ്രതിജാഗരം. ന. സൂക്ഷ്മണം.

പ്രതിജിഹ്വ. ന. അണ്ണാക്കു.

പ്രതിജീവനം. ന. രണ്ടാമതു ജീവിക്ക, മരിച്ചശേഷം ജീവിക്ക.

പ്രതിജ്ഞ. ന. ൧, ഞാൻ ഇന്നപ്രകാരം ചെയ്യുമെന്നു സത്യമായിപ്പറക. ശപഥം. ൨, ആജ്ഞ. ൩, നിശ്ചയം.

പ്രതിജ്ഞാത. വി. (തൻ, താ, തം.) വി. ന. പ്രതിജ്ഞ ചെയ്യപ്പെട്ട.

പ്രതിജ്ഞാനം. ന. വാഗ്ദത്തം, ഉടമ്പടി.

പ്രതിജ്ഞാപത്രകം. ന. ഉടമ്പടിച്ചീട്ടു.

പ്രതിജ്ഞേയ. വി. (യൻ, യാ, യം.) വി. ന. പ്രതിജ്ഞ ചെയ്യപ്പെടുവാന്തക്ക.

പ്രതിജ്ഞേയൻ. ന. മംഗലസ്തുതി പാടുന്നവൻ.

പ്രതിദത്തം. വി. തിരിയെ കൊടുത്ത.

പ്രതിദാനം. ന. വാങ്ങിച്ചതിനെ തിരിച്ചുകൊടുക്ക.

പ്രതിദാരണം. ന. യുദ്ധം.

പ്രതിദിനം. അ. ദിവസംപ്രതി.

പ്രതിദേയ. വി. (യൻ, യാ, യം.) വി. ന. തിരികെ കൊടുപ്പാന്തക്ക.

പ്രതിദേയം. ന. പണയം.

പ്രതിധ്വനി. ന. മാറെറാലി.

പ്രതിധ്വാനം. ന. മാറെറാലി.

പ്രതിദ്രവ്യം. ന. പകരം കിട്ടിയ മുതൽ.

പ്രതിദണ്ഡി. ന. പ്രതികൂലി, ശത്രു.

പ്രതിനന്ദിക്ക. ക്രി. സ. ൧, സ്വാഗതം പറക. ൨, നന്ദി പറക. ൩, മറെറാരുവന്റെ അഭിവൃദ്ധിയെക്കുറിച്ചു സന്തോഷം പറക.

പ്രതിനവ. വി. (വൻ, വാ, വം.) വി. ന. പുതുതായ, പുത്തനായ.

പ്രതിനിധി. ന. ൧, പ്രതിബിംബം. ൨, പണയം. ൩, പകരംനില്ക്കുന്നവൻ.

പ്രതിനിവൃത്തിക്കുന്നു. അ. ക്രി. തിരിച്ചുവരുന്നു, വീണ്ടും നിവൃത്തിക്കുന്നു.

പ്രതിന്യാസം. ന. പകരത്തിന്നു പകരം പരസ്പരമായി സൂക്ഷിച്ചുവെച്ചിട്ടുള്ള പണയം.

പ്രതിപൽ. ന. ൧, പ്രതിപദം. ൨, ബുദ്ധി.

പ്രതിപച്ചന്ദ്രൻ. ന. കറുത്ത വാവു കഴിഞ്ഞു അടുത്ത രാത്രി ഉദിക്കുന്ന ചന്ദ്രൻ.

പ്രതിപത്തി. ന. ൧, കീൎത്തി. ൨, സമ്പാദ്യം. ൩, പ്രതികൎമ്മം. ൪, ധീരത. ൫, അറിവു. ൬, ഉയൎച്ച. ൭, സമ്മതം. ൮, സ്നേഹം. ൯, വിശ്വാസം. ൧൦, ശ്രദ്ധ.

പ്രതിപദം. ന. ഒന്നാമത്തെ പക്കം. ൧, വെളുത്ത പ്രതിപദം. ൨, കറുത്ത പ്രതിപദം.

പ്രതിപദം. അ. കൂടക്കൂടെ, പദന്തോറും.

പ്രതിപന്ന. വി. (ന്നൻ, ന്നാ, ന്നം.) വി. ന. ൧, അറിയപ്പെട്ട. ൨, പ്രതിജ്ഞ ചെയ്യപ്പെട്ട. ൩, ജയിക്കപ്പെട്ട.

പ്രതിപക്ഷം. ന. ശത്രുപക്ഷം.

പ്രതിപക്ഷി. ന. ശത്രുവിന്റെ പക്ഷത്തിൽ നില്ക്കുന്നവൻ, ശത്രു.

പ്രതിപാദകം. ന. പ്രതിപാദിക്കുന്നതു, വിവരിക്കുന്നതു.

പ്രതിപാദനം. ന. ൧, ദാനം. ൨, അറിയിക്ക. ൩, പ്രവൃത്തി.

പ്രതിപാദിക്കുന്നു. ച്ചു. പ്പാൻ. (പ്ര തി.) സ. ക്രി. ക, നിശ്ചയിക്കുന്നു. വ, കൈക്കൊള്ളുന്നു.

പ്രതിപാദ്യ. വി. പ്രതിപാദിക്കത്തക്ക.

പ്രതിപാലനം. ന. സൂക്ഷിപ്പു.

പ്രതിപ്രസ്ഥാനം. ന. മറുപക്ഷത്തു ചേരുക, ശത്രുപക്ഷത്തു ചേരുക.

പ്രതിഫലം. ന. ക, പ്രതിബിംബം, ഛായ. റ., പകരമായ അനുഭവം.

പ്രതിഫലിക്കുന്നു. ച്ചു. പ്പാൻ. (പ്ര തി.) സ. ക്രി. പ്രതിബിംബിക്കുന്നു.

പ്രതിഫലിത. വി. (തൻ, താ, തം.) വി. ന. പ്രതിബിംബിക്കപ്പെട്ട.

പ്രതിബദ്ധ. വി. (ദ്ധൻ, ദ്ധാ, ദ്ധം.) വി. ന. ക, വിരോധിക്കപ്പെട്ട. റ., ഇ ഛാപംഗം വരുത്തപ്പെട്ട. ന, കെട്ട പ്പെട്ട. ര, സംബന്ധിക്കപ്പെട്ട.

പ്രതിബന്ധക. വി. (കൻ, കാ, കം.) വി. ന. വിരോധിക്കുന്ന, തടുക്കുന്ന.

പ്രതിബന്ധകം. ക, മരത്തിന്റെ കൊമ്പു. റ., തടവു.

പ്രതിബന്ധം. ന. ക, തടവു. വ, നി ബ്ബന്ധം.

പ്രതിബല. വി. (ലൻ, ലാ, ലം.) വി. ന. ക, തുല്യബലമുള്ള. വ, ശക്തി യുള്ള.

പ്രതിബിംബം. ന. ഛായ, നിഴൽ.

പ്രതിബിംബിക്കുന്നു. ച്ചു. പ്പാൻ. (പ്രതി.) സ. ക്രി. നിഴലിക്കുന്നു.

പ്രതിബിംബിത. വി. (തൻ, താ, തം.) വി. ന. നിഴലിക്കപ്പെട്ട.

പ്രതിബോധം. ന. ക, ഉണച്ചു. വ, തിരിച്ചറിവു, അറിവു. ന, ബുദ്ധി. ര, ഓർമ്മ.

പ്രതിഭ. ന. ക, ബുദ്ധി. വ, ശോഭ. ന, ധീരത.

പ്രതിഭയ. വി. (യൻ, യാ, യം.) വി. ന. ഭയങ്കരത്തെ ഉണ്ടാക്കുന്ന.

പ്രതിഭയം. ന. ഭയം.

പ്രതിഭാനം. ന. ക, വെളിച്ചം, പ്ര കാശം. വ, ബുദ്ധിശക്തി. ന, വി ശ്വാസം.

പ്രതിഭാന്വിത. വി. (തൻ, താ, തം.) വി. ന. പ്രതിഭയുള്ള.

പ്രതിഭാമുഖ. വി. (ഖൻ, ഖീ, ഖം.) വി. ന. ബുദ്ധിക്കു തെളിവുള്ള, ധൃഷ്ട മുള്ള.

പ്രതിഭാസം. ന. ക, വെളിച്ചത്തിൽ തോന്നുന്നതു, തോന്നൽ. റ., ബാ ഹ്യാകൃതി.

പ്രതിഭൂ. ന. മദ്ധ്യസ്ഥൻ, സഹായി.

പ്രതിമ. വി. (മൻ, മാ, മം.) വി. ന. തുല്യതയുള്ള. **പ്രതിമത.** ഗു. ന. സാദൃശ്യം.

പ്രതിമ. ന. പ്രതിശരീരം.

പ്രതിമാനം. ന. ക, പ്രതിമ, സാദൃ ശ്യം. വ, ആനയുടെ പെരുമുഖം. ന, പകരമുണ്ടാക്കിയ സ്വരൂപം.

പ്രതിമുക്ത. വി. (ക്തൻ, ക്താ, ക്തം.) വി. ന. കവചമിട്ട.

പ്രതിയത്ത. വി (ത്തൻ, ത്താ, ത്തം.) വി. ന. ചൊടിപ്പുള്ള, ധൈര്യമുള്ള.

പ്രതിയത്നം. ന. ക, ആഗ്രഹം. റ., അ ടിമപ്പെടുത്തുക. ന, അറിവു. ര, പ്ര തികാരം. ൫, പൂർത്തിയാക്കുക.

പ്രതിയാതനം. ന. പകരം വീട്ടുക.

പ്രതിയാതന. ന. പ്രതിശരീരം.

പ്രതിയാനം. ന. മടക്കം.

പ്രതിയോഗം. ന. വൈരം.

പ്രതിയോഗി. വി. (ഗി, ഗിനി, ഗി.) വി. ന. വിരോധിക്കുന്ന, എതിക്കുന്ന.

പ്രതിയോഗിത. ഗു. ന. വിരോധം, ശത്രുത.

പ്രതിയോഗി. ന. ക, ശത്രു. വ, പ്ര തിവാദി.

പ്രതിരുദ്ധ. വി. (ദ്ധൻ, ദ്ധാ, ദ്ധം.) വി. ന. വിരോധിക്കപ്പെട്ട, തടുക്ക പ്പെട്ട.

പ്രതിരൂപം. ന. പ്രതിബിംബം.

പ്രതിരോധം. ന. തടവു, വിരോധം.

പ്രതിരോധി. വി. (ധി, ധിനി, ധി.) വി. ന. പ്രതിരോധിക്കുന്ന, വിരോ ധിക്കുന്ന.

പ്രതിരോധി. ന. കള്ളൻ.

പ്രതിലോമ. വി. (മൻ, മാ, മം.) വി. ന. ക, ഇടതുള്ള. വ, വിപരീതമായ ന, ഹീനമായ.

പ്രതിവചനം. ന. ഉത്തരം.

പ്രതിവാക്യ. വി. (ക്യൻ, ക്യാ, ക്യം.) വി. ന. ഉത്തരം പറയേണ്ടുന്ന. ന. ഉത്തരം.

പ്രതിവാണി. ഉത്തരം.

പ്രതിവാദനം. ന. ഉത്തരം പറക.

പ്രതിവാദം. ന. ക, ഉത്തരം പറക. റ., വിവാദം.

പ്രതിവാദി. ന. ഉത്തരം പറയുന്ന വൻ.

പ്രതിവാദിക്കുന്നു. ച്ചു. പ്പാൻ. (പ്ര തി.) സ. ക്രി. ക, ഉത്തരം പറയുന്നു. വ, തൎക്കിക്കുന്നു.

പ്രതിവാരം. അ. ആഴ്ചതോറും.

പ്രതിവാരണം. ന. തടുക്കുക.

പ്രതിവാസരം. അ. ദിവസന്തോറും

പ്രതിവാസി. വി. (സീ, സിനി, സി.) വി. ന. അടുത്ത ഭവനത്തു പാൎക്കുന്ന.

പ്രതിവിധാനം. ന. ക, നിരോധം. വ, പരിഹാരപ്രവൃത്തി.

പ്രതിവിധി. ന. പ്രായശ്ചിത്തം, ഏ ന്തിനെങ്കിലും പകരമായി പിന്നിട്ട ചെയ്യുന്ന കൎമ്മം.

പ്രതിവിംബം. ന. പ്രതിബിംബം.

പ്രതിവിഷ. ന. ഒരഞ്ഞാടിമരുന്നു, അ തിവിടയം.

പ്രതിവേശം. ന. അയൽപക്കം.

പ്രതിവേശി. വി. (ശി, ശിനി, ശി.) വി. ന. അയൽപക്കത്തുള്ള.

പ്രതിശബ്ദം. ന. മാറെറാലി.

പ്രതിശാന്തി. ന. ക, പ്രായശ്ചിത്തം. വ, ഒഴികഴിവു. ന, ഉപശാന്തി.

പ്രതിശാസനം. ന. നിയോഗം.

പ്രതിശിഷ്ട. വി. (ഷ്ടൻ, ഷ്ടാ, ഷ്ടം.) വി. ന. ക, കീൎത്തിപ്പെട്ട. വ, അയ ക്കപ്പെട്ട.

പ്രതിശ്യായം. അപ്ലെഢിൻ, **പ്രതി ശ്യാ.** ന. മൂക്കുവാലിച്ച.

പ്രതിശ്രയം. ന. ക, സഭ. വ, യാഗ ശാല. ന, ആശ്രയസ്ഥാനം. ര, ഭ വനം.

പ്രതിശ്രവം. ന. പ്രതിജ്ഞ.

പ്രതിശ്രുത. വി. (തൻ, താ, തം.) വി. ന. പ്രതിജ്ഞ ചെയ്യപ്പെട്ട.

പ്രതിശ്രുൽ. ന. മാറെറാലി.

പ്രതിഷിദ്ധ. വി. (ദ്ധൻ, ദ്ധാ, ദ്ധം.) വി. ന. വിലക്കപ്പെട്ട, നിഷേധിക്ക പ്പെട്ട.

പ്രതിഷേധം. ന. ക, വിലക്കു. വ, വിരോധം.

പ്രതിഷ്ടംഭം. ന. ക, തടവു. വ, വി രോധം.

പ്രതിഷ്ഠ. വി. (ഷ്ഠൻ, ഷ്ഠാ, ഷ്ഠം.) വി. ന. കീൎത്തിയുള്ള.

പ്രതിഷ്ഠ. ന. ക, കീൎത്തി. വ, ബിംബ

വുമ്മററും ശുദ്ധിചെയ്തിരുത്തുക. ൩, ജരിപ്പു. ൪, സ്ഥലം. ൫, താമസിക്കം. ൬, നിവൃത്തി. ൭, ഭൂമി.

പ്രതിഷ്ഠാപകൻ; (–പികാ; -പകം.) വി. ന. പ്രതിഷ്ഠിക്കുന്നവൻ; (–വൾ; –ന്നതു.)

പ്രതിഷ്ഠിക്കുന്നു. ച്ചു. പ്പാൻ. (പ്രതിഷ്ഠി.) സ. ക്രി. ബിംബവുമ്മററും ശുദ്ധിചെയ്തിരുത്തുന്നു.

പ്രതിഷ്ഠിത. വി. (തൻ, താ, തം.) വി. ന. ൧, പ്രതിഷ്ഠിക്കപ്പെട്ട. ൨, കീൎത്തിക്കപ്പെട്ട.

പ്രതിസര. വി. (രൻ, രാ, രം.) വി. ന. ആശ്രയിച്ച.

പ്രതിസരം. ന. ൧, സൈന്യത്തിൽ ഒരു ഭാഗം, പിൻപട. ൨, കൈവള. ൩, കല്യാണത്തിന്നു കയ്യേൽ കെട്ടുന്ന ഒരു ചരട.

പ്രതിസരസൂത്രം. ന. വിവാഹത്തിന്നു കയ്യേൽ കെട്ടുന്ന ചരട, കാപ്പു.

പ്രതിസൎഗ്ഗം. ന. ലോകത്തിന്റെ സൃഷ്ടിനാശങ്ങളെക്കുറിച്ചു പറയുന്ന പുരാണത്തിന്റെ ഒരു ഭാഗം.

പ്രതിസവ്യ. വി. (വ്യൻ, വ്യാ, വ്യം.) വി. ന. ൧, ഇടത്തുട. ൨, വിപരീതമായ.

പ്രതിസീര. ന. ൧, തിരശ്ശീല. ൨, മറ.

പ്രതിസൂൎയ്യകം. ന. ഗൌളി.

പ്രതിസ്പൎദ്ധ. ന. അസൂയ.

പ്രതിസ്വനം. ന. പ്രതിധ്വനി.

പ്രതിഹത. വി. (തൻ, താ, തം.) വി. ന. ൧, അഭിപ്രായഭംഗം വന്ന. ൨, തടവു വന്ന. ൩, നേരിട്ട. ൪, കളയപ്പെട്ട. ൫, കൊല്ലപ്പെട്ട. ൬, വീണുപോയ.

പ്രതിഹാരകൻ. ന. മന്ത്രവാദി.

പ്രതിഹാരം. ന. വാതിൽ.

പ്രതിഹാസം. ന. ഒരു മരുന്നു, കണവീരം.

പ്രതിക്ഷണം. ന. ക്ഷണംപ്രതി, ഉടനെ ഉടനെ.

പ്രതിക്ഷയൻ. ന. കാവൽക്കാരൻ.

പ്രതിക്ഷിപ്ത. വി. (പ്തൻ, പ്താ, പ്തം.) വി. ന. ൧, കളയപ്പെട്ട. ൨, അയെക്കപ്പെട്ട. ൩, വിരോധിക്കപ്പെട്ട. ൪, അപവാദപ്പെട്ട.

പ്രതിക്ഷേപിക്കുന്നു. സ. ക്രി. ൧, നിരസിക്കുന്നു, നിന്ദിക്കുന്നു. ൨, ഉപദ്രവിക്കുന്നു. **പ്രതിക്ഷേപം; പ്രതിക്ഷേപണം.** ന.

പ്രതീക. വി. (കൻ, കാ, കം.) വി. ന. ൧, വിരോധമായുള്ള. ൨, വേൎതിരിയപ്പെട്ട.

പ്രതീകം. ന. ൧, ശരീരം, അവയവം. ൨, ഓഹരി.

പ്രതീകാരം. ന. ൧, പകരംവീഴ്ച. ൨, പ്രതിശാന്തി.

പ്രതീകാശ. വി. (ശൻ, ശാ, ശം.) വി. ന. തുല്യമായ.

പ്രതീചി. ന. പടിഞ്ഞാറു.

പ്രതീചീന. വി. (നൻ, നാ, നം.) വി. ന. ൧, പടിഞ്ഞാറുള്ള. ൨, പുതിയ.

പ്രതീച്യ. വി. പടിഞ്ഞാറൻ.

പ്രതീത. വി. (തൻ, താ, തം.) വി. ന. ൧, പ്രസിദ്ധമായ. ൨, അറിയപ്പെട്ട. ൩, സന്തോഷിക്കപ്പെട്ട. ൪, വണക്കമുള്ള. ൫, പോയ.

പ്രതീതി. ന. ൧, തോന്നൽ. ൨, അറിവു, കീൎത്തി. ൩, ബഹുമാനം. ൪, സന്തോഷം.

പ്രതീപദൎശിനീ. ന. സൌന്ദൎയ്യമുള്ള സ്ത്രീ.

പ്രതീപ. വി. (പൻ, പാ, പം.) വി. ന. ൧, പിന്തിരിഞ്ഞ. ൨, പ്രതികൂലതയുള്ള.

പ്രതീപൻ. ന. ഒരു രാജാവു, ശന്തനുവിന്റെ അച്ഛൻ.

പ്രതീപം. ന. ഒരലങ്കാരം, പ്രതീപാലങ്കാരം.

പ്രതീരം. ന. സമുദ്രത്തിന്റെയുമ്മററും തടപ്രദേശം.

പ്രതീവേശം. ന. ൧, സമീപം. ൨, അയൽപക്കം.

പ്രതീഹാരം. ന. വാതിൽ.

പ്രതീഹാരീ. ന. കാവൽക്കാരൻ.

പ്രതീക്ഷ. ന. കാത്തിരിക്കയെന്നുള്ളതു, സംഭവിക്കുന്നതിലുള്ള ആശ.

പ്രതീക്ഷിതം. വി. ൧, കാത്തിരുന്ന. ൨, വിചാരിക്കപ്പെട്ട. ൩, ബഹുമാനിക്കപ്പെട്ട.

പ്രതീക്ഷ്യ. വി. (ക്ഷ്യൻ, ക്ഷ്യാ, ക്ഷ്യം.) വി. ന. പൂജ്യനായ.

പ്രതോളി. ന. തെരുവു.

പ്രത്ന. വി. (ത്നൻ, ത്നാ, ത്നം.) വി. ന. പണ്ടെയുള്ള, പഴയതായ.

പ്രത്യക്. അ. ൧, പിന്നത്തെ. ൨, പടിഞ്ഞാറെ.

പ്രത്യക്ശ്രേണി. ന. ൧, നാകദന്തി. ൨, എലിച്ചെവിയൻ.

പ്രത്യക്പൎണ്ണി. ന. വലിയ കടലാടി.

പ്രത്യഗ്ര. വി. (ഗ്രൻ, ഗ്രാ, ഗ്രം.) വി. ന. പുതിയ.

പ്രത്യംഗം. ന. ൧, ജ്ഞാനേന്ദ്രിയങ്ങളിൽ ഒന്നു. ൨, താടി മൂക്കു ചെവി മുതലായ ചെറിയ അംഗങ്ങൾക്കു പറയുന്ന ഒരു പേർ.

പ്രത്യങ്മുഖ. വി. (ഖൻ, ഖി, ഖം.) വി. ന. പിന്തിരിഞ്ഞ മുഖത്തോട കൂടിയ.

പ്രത്യക്. വി. (ത്യങ്, തീചീ, ത്യക്.) വി. ന. ൧, പിന്നാലെയുള്ള. ൨, പടിഞ്ഞാറുള്ള. ൩, കൂടിക്കലരാത്ത.

പ്രത്യന്ത. വി. (ന്തൻ, ന്താ, ന്തം.) വി. ന. തൊട്ടിരിക്കുന്ന.

പ്രത്യന്തം. ന. മ്ലേച്ഛരാജ്യം.

പ്രത്യപഹാരം. ന. തിരിയെപ്പോക, പിന്തിരിയുക.

പ്രത്യഭിജ്ഞാനം. ന. തിരിച്ചറിവു.

പ്രത്യഭിയോഗം. ന. വാദിയുടെ പേരിൽ പ്രതിവാദി ബോധിപ്പിക്കുന്ന സങ്കടം.

പ്രത്യയം. ന. ൧, ജ്ഞാനം, ൨, വിശ്വാസം. ൩, ശപഥം. ൪, കാരണം. ൫, ആചാരം. ൬, ശ്രുതി. ൭, നിശ്ചയം. ൮, അധീനം. ൯, യന്ത്രം.

പ്രത്യയിത. വി. (തൻ, താ, തം.) വി. ന. വിശ്വസിക്കപ്പെട്ട.

പ്രത്യരം. ന. ഓരോരുത്തൻ ജനിച്ച നാളിന്റെ അഞ്ചാമത്തെ നാൾ.

പ്രത്യൎത്ഥം. ന. പ്രത്യുത്തരം.

പ്രത്യൎത്ഥി. വി. (ൎത്ഥി, ൎത്ഥിനി, ൎത്ഥി.) വി. ന. ശത്രുതയുള്ള.

പ്രത്യൎത്ഥി. ന. ൧, ശത്രു. ൨, പ്രതിവാദി.

പ്രത്യൎപ്പണം. ന. തിരിച്ചുകൊടുക്കു.

പ്രത്യൎപ്പിക്കുന്നു. ച്ചു. പ്പാൻ. (പ്രത്യ.) സ. ക്രി. തിരിച്ചുകൊടുക്കുന്നു.

പ്രത്യൎപ്പിത. വി. (തൻ, താ, തം.) വി. ന. തിരിച്ചുകൊടുക്കപ്പെട്ട.

പ്രത്യവസിത. വി. (തൻ, താ, തം.) വി. ന. ഭക്ഷിക്കപ്പെട്ട.

പ്രത്യവായം. ന. ൧, വേൎപാട. ൨, കുററം, പാപം. ൩, ഇച്ഛാഭംഗം.

പ്രത്യസ്ത്രം. ന. പകരം പ്രയോഗിക്കുന്ന അമ്പു.

പ്രത്യഹം. അ. ദിവസന്തോറും.

പ്രത്യക്ഷ. വി. (ക്ഷൻ, ക്ഷാ, ക്ഷം.) വി. ന. കാണാകുന്ന. **പ്രത്യക്ഷത.** ഗു. ന. കാഴ്ച.

പ്രത്യക്ഷീകരിക്കുന്നു. ച്ചു. പ്പാൻ. (പ്രത്യ.) സ. ക്രി. വെളിപ്പെടുത്തുന്നു. **പ്രത്യക്ഷീകരണം.** ന.

പ്രത്യാഖ്യാത. വി. (തൻ, താ, തം.) വി. ന. ൧, നീക്കപ്പെട്ട. ൨, അറിവിക്കപ്പെട്ട. ൩, വിരോധിക്കപ്പെട്ട, നിഷേധിക്കപ്പെട്ട. ൪, ശ്രുതിപ്പെട്ട.

പ്രത്യാഖ്യാനം. ന. നിഷേധം.

പ്രത്യാഖ്യാനിക്കുന്നു. ച്ചു. പ്പാൻ. (പ്രത്യ.) സ. ക്രി. നിഷേധിക്കുന്നു.

പ്രത്യാഗമം. ന. തിരിച്ചുവരവു.

പ്രത്യാദിഷ്ട. വി. (ഷ്ടൻ, ഷ്ടാ, ഷ്ടം.) വി. ന. നിഷേധിക്കപ്പെട്ട.

പ്രത്യാദേശം. ന. ൧, നിഷേധം. ൨, നിരാകരിക്ക. ൩, കല്പന.

പ്രത്യാലീഢ. വി. (ഢൻ, ഢാ, ഢം.) വി. ന. ഭക്ഷിക്കപ്പെട്ട.

പ്രത്യാലീഢം. ന. എയ്ത്തുകാരന്റെ ഒരു നില.

പ്രത്യാശ. ന. വിശ്വാസം.

പ്രത്യാസത്തി. ന. സമീപം.

പ്രത്യാസന്ന. വി.(ന്നൻ, ന്നാ, ന്നം.) വി. ന. സമീപമായുള്ള.

പ്രത്യാസാരം. ന. ൧, പിൻപട. ൨, അണിഭേദം.

പ്രത്യാഹതം. വി. പിന്നോക്കം പോയ.

പ്രത്യാഹാരം. ന. ൧, ചുരുക്കുക. ൨, ഇന്ദ്രിയങ്ങളെ അടക്കുക. ൩, വ്യാകരണത്തിൽ ചുരുക്കിപ്പറഞ്ഞതിന്നു ചില അക്ഷരങ്ങൾ കൂട്ടിത്തികെക്കുക.

പ്രത്യാഹരണം. ന. വിഘ്നം.

പ്രത്യുക്തി. ന. ഉത്തരം.

പ്രത്യുൽക്രമം. ന. പ്രേരണം.

പ്രത്യുച്ചാരം; പ്രത്യുച്ചാരണം. ന. ആവൎത്തിച്ചു പറക.

പ്രത്യുജ്ജീവനം. ന. വീണ്ടും ജീവിക്ക.

പ്രത്യുത. അ. നേരെമറിച്ച്.

പ്രത്യുത്തരം. ന. പ്രതിവാക്യം, ഉത്തരത്തിന്നുത്തരം.

പ്രത്യുത്ഥാനം. ന. ഒരാൾ വരുമ്പോൾ ബഹുമാനിച്ച് എഴുന്നേററു എതിരേല്ക്കുക.

പ്രത്യുദാഹരണം. ന. ഉദാഹരണത്തിന്നു വിപരീതമായ ഉദാഹരണം.

പ്രത്യുല്പന്ന. വി. (ന്നൻ, ന്നാ, ന്നം.) വി. ന. ൧, ഒരുങ്ങിയിരിക്കുന്ന. ൨, മറുജന്മം ജനിച്ച.

പ്രത്യുല്പന്നം. ന. ഒരു തുകയെ മറെറാരു തുകകൊണ്ടു പെരുക്കുക.

പ്രത്യുല്പന്നമതി. വി. (ത്രികു.) വി. ന. ധൈൎയ്യമുള്ള, ബുദ്ധിശക്തിയുള്ള.

പ്രത്യുൽഗമനീയ. വി. (യൻ, യാ, യം.) വി. ന. എഴുന്നേററു ബഹുമാനിക്കപ്പെടുവാൻ തക്ക.

പ്രത്യുൽഗമനീയം. ന. ഉത്തരീയം, രണ്ടാംവസ്ത്രം.

പ്രത്യുൽഗമനം. ന. ൧, ഒരാൾ വരുമ്പോൾ ബഹുമാനിച്ചു ഇരുന്നെടത്തുനിന്നു എഴുന്നേല്ക്കുക. ൨, ബഹുമാനിച്ചു ചെന്നു എതിരേല്ക്കുക.

പ്രത്യുപകാരം. ന. പകരംചെയ്യുന്ന ഉപകാരം.

പ്രത്യുപകാരി. വി. (രീ, രിണി, രി.) വി. ന. പകരം ഉപകാരം ചെയ്യുന്ന.

പ്രത്യുപാഖ്യാനം. ന. ൧, ഉപന്യാസം. ൨, മറുപടിയാഴ്പറയുന്ന വാക്ക.

പ്രത്യുപ്തം. വി. പതിക്കപ്പെട്ട.

പ്രത്യുഷസ്സ. അല്ലെങ്കിൽ, **പ്രത്യുഷം.** ന. പ്രഭാതകാലം.

പ്രത്യൂഷം. ന. പ്രഭാതം.

പ്രത്യൂഹം. ന. തടവു, വിഘ്നം.

പ്രത്യേകം. അ. വെവ്വേറെ, വെവ്വേററുവഴി.

പ്രത്യേകിച്ചു. വി. വിശേഷിച്ചു.

പ്രത്യൌഷധം. വി. ദോഷം തീക്കുന്ന മരുന്നു.

പ്രഥ. ന. കീൎത്തി.

പ്രഥനം. ന. യുദ്ധം.

പ്രഥമ. വി. (മൻ, മാ, മം.) വി. ന. ൧, മുൻപുള്ള. ൨, ആദ്യമുള്ള.

പ്രഥമപുരുഷൻ. (വ്യാകരണത്തിൽ) ഒന്നാമത്തെ ക്രിയാപദം.

പ്രഥമൻ. ന. അടപ്രഥമൻ പഴപ്രഥമൻ മുതലായ ചില മധുരക്കറികൾ.

പ്രഥിത. വി. (തൻ, താ, തം.) വി. ന. ൧, കീൎത്തിയുള്ള. ൨, അറിയപ്പെട്ട.

പ്രഥിമ. ന. മഹത്വം.

പ്രഥിവി. ന. ഭൂമി.

പ്രദത്ത. വി. (ത്തൻ, ത്താ, ത്തം.) വി. ന. കൊടുക്കപ്പെട്ട.

പ്രദ. വി.(ദൻ, ദാ, ദം.) വി. ന. കൊടുക്കുന്ന.

പ്രദാ. ന. ദാനം.

പ്രദരം. ന. ൧, പിളൎപ്പു. ൨, ഉടവു. ൩, സ്ത്രീകൾക്കുണ്ടാകുന്ന ഒരു ദീനം.

പ്രദൎശനം. ന. ൧, കാഴ്ച. ൨, പഠിപ്പിക്ക, വ്യക്തമാക്കുക. ൩, ഉദാഹരണം.

പ്രദൎശിക്കുന്നു. സ. ക്രി. നല്ലവണ്ണം കാണുന്നു. അ. ക്രി. കാണപ്പെടുന്നു. **പ്രദൎശിപ്പിക്കുന്നു.** കാ. ക്രി.

പ്രദക്ഷിണ. വി. (ണന്, ണാ, ണം.) വി. ന. വലത്തുഭാഗത്തുള്ള.

പ്രദക്ഷിണം. ന. വലത്തൂടെ ചുററി സഞ്ചരിക്ക.

പ്രദാകു. ന. പാമ്പു.

പ്രദാതൃ. വി. (താ, ത്രി, തൃ.) വി. ന. കൊടുക്കുന്ന.

പ്രദ. പദാന്ത്യത്തിൽ ചേൎന്നു വരുമ്പോൾ 'കൊടുക്കുന്ന' എന്നൎത്ഥം വരുത്തുന്ന വിശേഷണം. ഉ—ം. **സന്തോഷപ്രദം** (സന്തോഷത്തെ കൊടുക്കുന്നതു.)

പ്രദാനം. ന. കൊടുക്കുക.

പ്രദായി; (–യിനി). സാധാരണ പദാന്ത്യത്തിൽ ചേൎന്നുവരുന്ന വിശേഷണം. കൊടുക്കുന്നവൻ; (–വൾ) എന്നൎത്ഥം.

പ്രദീപന. വി. (നൻ, നി, നം.) വി. ന. ജ്വലിപ്പിക്കുന്ന, ദഹിപ്പിക്കുന്ന.

പ്രദീപനം. ന. ൧, ഒരു മാതിരി വിഷം. ൨, ജ്വലിപ്പിക്കുക.

പ്രദീപം. ന. വിളക്ക, ഒരലങ്കാരം.

പ്രദീപക. വി. തെളിച്ചു കാട്ടുന്ന.

പ്രദീപിക്കുന്നു. ച്ചു. പ്പാൻ. (പ്രദീപി.) അ. ക്രി. ശോഭിക്കുന്നു, ജ്വലിക്കുന്നു.

പ്രദീപ്ത. വി. (പ്തൻ, പ്താ, പ്തം.) വി. ന. ശോഭിക്കപ്പെട്ട, ജ്വലിച്ച.

പ്രദേയം. ന. ദാനം.

പ്രദേശനം. ന. സമ്മാനം, കാഴ്ച.

പ്രദേശം. ന. ദിക്ക.

പ്രദേശിനി. ന. ചൂണ്ടാണിവിരൽ.

പ്രദോഷം. ന. ൧, അസ്തമനസന്ധ്യ. ൨, ഒരു പുണ്യദിവസം.

പ്രദ്യുമ്നൻ. ന. കാമദേവൻ, ശ്രീകൃഷ്ണന്റെ പുത്രൻ.

പ്രദ്യോതനൻ. ന. ആദിത്യൻ.

പ്രദ്യോതനം. ന. പ്രകാശിപ്പിക്കുക.

പ്രദ്രാവം. ന. ഓട്ടം.

പ്രധനം. ന. യുദ്ധം.

പ്രധാന. വി. (ത്രിഷു.) വി. ന. പ്രധാനമായുള്ള, മുഖ്യതയുള്ള. **പ്രധാനത.** ഗു. ന. പ്രാധാന്യം.

പ്രധാനൻ. അല്ലെങ്കിൽ, **പ്രധാനി.** ന. മന്ത്രി, നായകൻ.

പ്രധാനം. ന. ൧, പ്രകൃതി. ൨, പരമാത്മാവു. ദൈവം. ൩, ജ്ഞാനം. ൪, ശ്രേഷ്ഠം, മുഖ്യം. ൫, നപുംസകൻ.

പ്രധി. ന. തേർവണ്ടിയുടെ വിളുമ്പു.

പ്രധ്വംസം. ന. നാശം, നഷ്ടം.

പ്രനാളം. ന. തോടു, ചാലു.

പ്രപഞ്ചം. ന. ൧, ലോകം. ൨, പരപ്പു, വിസ്താരം. ൩, കൂമ്പാരം. ൪, ഉപായം, വഞ്ചന.

പ്രപഞ്ചിക്കുന്നു. ച്ചു. പ്പാൻ. (പ്രപഞ്ചി.) സ. ക്രി. ൧, വിസ്തരിച്ചു പറയുന്നു. ൨, പരത്തുന്നു.

പ്രപഞ്ചിത. വി. പ്രസിദ്ധമായ.

പ്രപദം. ന. കാലിന്റെ അറ്റം, കാൽചുവടിന്റെ പുറം.

പ്രപന്ന. വി. (ന്നൻ, ന്നാ, ന്നം.) വി. ന. പ്രാപിച്ച.

പ്രപ. ന. തണ്ണീർപന്തൽ.

പ്രപാടനം. ന. പിളൎപ്പു, കീറൽ.

പ്രപാതം. ന. ൧, മലയുടെ ചരിവു. ൨, അരുവിയാറു. ൩, തിരം.

പ്രപാഥം. ന. വഴി.

പ്രപിതാമഹൻ. ന. മുത്തച്ഛന്റെ അച്ഛൻ.

പ്രപിതാമഹി. ന. മുത്തശ്ശിയുടെ അമ്മ.

പ്രപുന്നാടം. ന. ഒരു തൈ, തകര.

പ്രപൌണ്ഡരീകം. ന. ഒരു പച്ചമരുന്നു, പെരുമ്പുണ്ഡരീകം.

പ്രപൌത്രൻ. ന. പൌത്രന്റെ പുത്രൻ.

പ്രഫുല്ല. വി. (ല്ലൻ, ല്ലാ, ല്ലം.) വി. ന. ൧, വികസിച്ച, വിടൎന്ന, ൨, ശോഭിച്ച.

പ്രബന്ധ. വി. ൧, വഴിയാംവണ്ണം ബന്ധിക്കപ്പെട്ട. ൨, നിറുത്തിയ. ൩, തടുത്ത.

പ്രബന്ധകല്പന. ന. കവിതയായിട്ടുണ്ടാക്കുന്ന ഒരു മാതിരി കഥ.

പ്രബന്ധം. ന. ഉണ്ടാക്കപ്പെട്ട കഥ, ഗദ്യങ്ങളും പദ്യങ്ങളും ഇടകലൎന്നുണ്ടാക്കിയ കഥ.

പ്രബർഹ. വി. (ൎഹൻ, ൎഹാ, ൎഹം.) വി. ന. ശ്രേഷ്ഠതയുള്ള.

പ്രബല. വി. (ലൻ, ലാ, ലം.) വി. ന. ൧, ശക്തിയുള്ള. ൨, കീൎത്തിയുള്ള. **പ്രബലത.** ഗു. ന. ൧, ശക്തി, ബലം. ൨, കീൎത്തി.

പ്രബലം. ന. കൂമ്പു, മുള.

പ്രബലപ്പെടുന്നു. ട്ടു. വാൻ. (പ്രബല.) അ. ക്രി. ൧, ശക്തിപ്പെടുന്നു. ൨, കീൎത്തിപ്പെടുന്നു. **പ്രബലപ്പെടുത്തുന്നു.** സ. ക്രി.

പ്രബലിക്കുന്നു. ച്ചു. പ്പാൻ. (പ്രബലി.) അ. ക്രി. ൧, ശക്തിപ്പെടുന്നു. ൨, കീൎത്തിയും മറ്റുമുള്ളതായിത്തീരുന്നു.

പ്രബുദ്ധ. വി. ഉണൎന്ന.

പ്രബോധം. ന. ൧, ഉണൎത്തൽ. ൨, വാടകെട്ടുക, സുഗന്ധിപ്പിക്കുക.

പ്രബോധകൻ. ന. പാട്ടു പാടി രാജാക്കന്മാരെ ഉണൎത്തുന്നവൻ.

പ്രബോധനം. ന. ൧, ഉണൎച്ച. ൨, അറിവു. ൩, ബുദ്ധി.

പ്രഭ. ന. ശോഭ.

പ്രഭഞ്ജന. വി. (നൻ, നാ, നം.) വി. ന. ഓടിക്കുന്ന, നശിപ്പിക്കുന്ന.

പ്രഭഞ്ജനൻ. ന. വായു.

പ്രഭവ. വി. (വൻ, വാ, വം.) വി. ന. ൧, ജനിച്ച. ൨, മേലധികാരമുള്ള.

പ്രഭവ. ന. അറുപതിൽ ഒന്നാമത്തെ വൎഷം.

പ്രഭവം. ന. ൧, ഉത്ഭവം. ൨, ഉത്ഭവകാരണം. ൩, ഉത്ഭവസ്ഥലം. ൪, ജനനം. ൫, ശക്തി.

പ്രഭവിഷ്ണു. വി. (ത്രിഷു.) വി. ന. ൧, പ്രഭുവായി ഭവിക്കുന്ന. ൨, ഉത്ഭവിക്കുന്ന.

പ്രഭാകരൻ. ന. ൧, ആദിത്യൻ. ൨, അഗ്നി. ൩, ചന്ദ്രൻ. ൪, സമുദ്രം.

പ്രഭാകീടം. ന. മിന്നാമിനുങ്ങ.

പ്രഭാതകാലം. ന. ആദിത്യനുദിക്കാറായ സമയം.

പ്രഭാതം. ന. പ്രഭാതകാലം.

പ്രഭാവം. ന. സമ്പത്തിന്റെ ആധിക്യംകൊണ്ടും മറ്റും മഹാരാജാക്കന്മാൎക്കുണ്ടാകുന്ന ഒരു മഹത്വം.

പ്രഭാസം. ന. ഒരു പുണ്യതീൎത്ഥം.

പ്രഭിന്ന. വി. (ന്നൻ, ന്നാ, ന്നം.) വി. ന. ൧, നല്ലവണ്ണം മുറിക്കപ്പെട്ട. ൨, വേൎതിരിക്കപ്പെട്ട.

പ്രഭിന്നം. ന. മദംപൊട്ട ആന.

പ്രഭു. വി. (ഭു, ഭ്വീ, ഭു.) വി. ന. മേലധികാരമുള്ള. **പ്രഭുത; പ്രഭുത്വം.** ഗു. ന. പ്രഭുവിന്റെ അവസ്ഥ, മേലധികാരം, ആധിപത്യം.

പ്രഭു. ന. അധിപൻ, രാജാവു.

പ്രഭുശക്തി. ന. ശക്തികൾ മൂന്നുള്ളതിൽ ഒന്നു.

പ്രഭൃത. വി. (തൻ, താ, തം.) വി. ന. ൧, വളരെയുള്ള ൨, വൎദ്ധിച്ച. ൩, ഉത്ഭവിച്ച.

പ്രഭൃതി. ന. ൧, വിധം. ൨, മുതലായവ.

പ്രഭേദം. ന. വിധം, വ്യത്യാസം.

പ്രഭ്രഷ്ട. വി. നശിച്ച, നിഷ്ഫലമായ. **പ്രഭ്രഷ്ടലക്ഷം** (ലാക്കു തെറ്റിയ).

പ്രഭ്രഷ്ടകം. ന. കുടുമയിൽ കെട്ടുന്ന മാല.

പ്രമത്ത. വി. (ത്തൻ, ത്താ, ത്തം.) വി. ന. മദിച്ച.

പ്രമഥനം. ന. വധം.

പ്രമഥൻ. ന. ൧, ശിവന്റെ പാരിഷദൻ. ൨, കുതിര.

പ്രമഥ. ന. ൧, ഒരു മരുന്നു. ൨, വ്യസനം.

പ്രമഥാധിപൻ. ന. ശിവൻ.

പ്രമദ. വി. (ദൻ, ദാ, ദം.) വി. ന. ൧, മദമുള്ള. ൨, ഭ്രാന്തുള്ള.

പ്രമദാ. ന. സ്ത്രീ.

പ്രമദം. ന. സന്തോഷം.

പ്രമദവനം. അല്ലെങ്കിൽ, **പ്രമദാവനം.** ന. പൂങ്കാവു.

പ്രമനസ്സ്. വി. (ത്രിഷു.) വി. ന. മനസ്സിൽ സന്തോഷമുള്ള.

പ്രമയം. ന. വധം.

പ്രമാ. ന. ൧, പരമാൎത്ഥ ജ്ഞാനം. ൨, നേരായുള്ള അറിവു.

പ്രമാണം. ന. ൧, ഹേതു. ൨, അതൃത്തി. ൩, ഉപ്പാന്തം. ൪, വേദം. ൫, അളവു. ൬, സത്യം. ൭, നിത്യം. ൮,

ആധാരം കുറി മുതലായതു. ൻ, വി ശ്വാസം. ഫ, സാക്ഷി. ഫ്ഫ, നിശ്ച യം. ഫ്വ, ആചാരം, ബഹുമാനം.

പ്രമാണി. ന. ഫ, തലവൻ, കാൎയ്യസ്ഥ ൻ. വ, പ്രധാനി.

പ്രമാണിക്കുന്നു. ച്ചു. പ്പാൻ. (പ്രമാ ണി.) സ. ക്രി. ഫ, വിചാരിക്കുന്നു. വ, വിലമതിക്കുന്നു. ന്ദ, അളവു കുറിക്കു ന്നു. ര, മാനിക്കുന്നു. ൫, വിശ്വസി ക്കുന്നു.

പ്രമാണീകരിക്കുന്നു. സ. ക്രി. പ്രമാ ണമാക്കിച്ചെയ്യുന്നു, പ്രധാനമാക്കുന്നു.

പ്രമാതാമഹൻ. ന. അമ്മാത്തുമുത്ത ച്ഛന്റെ അച്ഛൻ, അമ്മയുടെ അച്ഛ ന്റെ അച്ഛൻ.

പ്രമാതാമഹി. ന. അമ്മാത്തു മുത്ത ശ്ശിയുടെ അമ്മ, അമ്മയുടെ അമ്മയു ടെ അമ്മ.

പ്രമാദം. ന. ഫ, ഓൎമ്മകേടു. വ, മൂ ഢത.

പ്രമാദി. വി. (ദി, ദിനീ, ദി.) വി. ന. പ്രമാദമുള്ള. ന. അറുപതിൽ പ തിമൂന്നാമത്തെ വൎഷം.

പ്രമാദീച. ന. അറുപതിൽ നാല്പ ത്തേഴാമത്തെ വൎഷം.

പ്രമാപണം. ന. വധം.

പ്രമിതി. ന. പ്രമാണം, നിശ്ചയമായ അറിവു.

പ്രമീത. വി. (തൻ, താ, തം.) വി. ന. മരിച്ച.

പ്രമീള. ന. മടി, ആലസ്യം.

പ്രമീളനം. ന. മരണം.

പ്രമുഖ. വി. (ഖൻ, ഖാ, ഖം.) വി. ന. ഫ, പ്രധാനമായ. വ, ഒന്നാമത്തെ.

പ്രമുഖൻ. ന. ശ്രേഷ്ഠതയുള്ളവൻ, പ്ര ധാനൻ.

പ്രമുദിത. വി. (തൻ, താ, തം.) വി. ന. സന്തോഷമുള്ള.

പ്രമൃഗ്യ. വി. അന്വേഷിക്കത്തക്ക.

പ്രമൃത. വി. (തൻ, താ, തം.) വി. ന. മറെക്കപ്പെട്ട.

പ്രമൃതം. ന. കൃഷി.

പ്രമേയ. വി. (യൻ, യാ, യം.) വി. ന. ഫ, പ്രമാണിപ്പാൻ തക്ക. വ, അ ളക്കത്തക്ക, എണ്ണത്തക്ക.

പ്രമേയം. ന. പ്രമാണിപ്പാനുള്ള കാൎയ്യം.

പ്രമേഹം. ന. വെള്ളമൊ മൂത്രം ഒഴിയു ന്ന ഒരുവക ദീനം.

പ്രമോദം. ന. സന്തോഷം.

പ്രമോദിക്കുന്നു. ച്ചു. പ്പാൻ. (പ്രമോ ദി.) അ. ക്രി. സന്തോഷിക്കുന്നു.

പ്രയത. വി. (തൻ, താ, തം.) വി. ന. ശുദ്ധിയുള്ള.

പ്രയത്നം. ന. ഫ, അദ്ധ്വാനം, വേല. വ, പ്രവൃത്തി. ന്ദ, പ്രയാസം.

പ്രയസ്സ. വി. (സ്സൻ, സ്സാ, സ്സം.) വി. ന. നല്ലവണ്ണം ചമെക്കപ്പെട്ട.

പ്രയാണം. ന. യാത്ര.

പ്രയാമം. ന. ഒഴിക്കം, പഞ്ഞം.

പ്രയാസപ്പെടുന്നു. ട്ടു. വാൻ. (പ്ര യാസം.) അ. ക്രി. അദ്ധ്വാനം ചെ യ്യുന്നു.

പ്രയാസം. ന. ഫ, ഞെരുക്കം, അ ദ്ധ്വാനം. വ, തിടുക്കം. ന്ദ, കഴിയായ്ക.

പ്രയുക്ത. വി. (ക്തൻ, ക്താ, ക്തം.) വി. ന. പ്രയോഗിക്കപ്പെട്ട.

പ്രയുക്തി. ന. പ്രയോഗം.

പ്രയുതം. ന. പത്തുലക്ഷം.

പ്രയോക്തൃ. വി. (ക്താ, ക്ത്രി, ക്തൃ.) വി. ന. കടം കൊടുക്കുന്ന, പ്രയോഗി ക്കുന്നവൻ.

പ്രയോഗം. ന. ഫ, ഫലം. വ, ക്ഷുദ്രം ചെയ്യൽ. ന്ദ, ദൃഷ്ടാന്തം. ര, പ്രയത്നം. ൫, പ്രവൃത്തി. ൬, വചനപ്രമാണം. ൭, ചികിത്സ. ൮, അമ്പെയ്ത്തു. ൯, ഉപായം. ൧൦, കടംകൊടുക്ക.

പ്രയോഗാൎത്ഥം. ന. സാദൃശ്യത്തെ സംബന്ധിച്ചുള്ള പ്രവൃത്തി.

പ്രയോഗിക്കുന്നു. ച്ചു. പ്പാൻ. (പ്ര യോഗി.) സ. ക്രി. ഫ, ഉപകരിക്കുന്നു. വ, ചെയ്യുന്നു.

പ്രയോജക. വി. (കൻ, കി, കം.) വി. ന. പ്രയോഗിക്കുന്ന.

പ്രയോജകൻ. ന. ഏതു കൎമ്മത്തി ന്റെയും ആദ്യകാരണൻ.

പ്രയോജനം. ന. ഫ, ഉപകാരം. വ, ലാഭം. ന്ദ, കാരണം. ര, പ്രവൃത്തി.

പ്രയോജ്യ. വി. (ജ്യൻ, ജ്യാ, ജ്യം.) വി. ന. പ്രയോഗിക്കപ്പെടത്തക്ക.

പ്രയോജ്യൻ. ന. വേലക്കാരൻ.

പ്രയോജ്യം. ന. മുതൽ, മൂലദ്രവ്യം.

പ്രരോഹം. ന. മുള, തളിർ.

പ്രരോഹിക്കുന്നു. ച്ചു. പ്പാൻ. (പ്ര രോഹി.) അ. ക്രി. മുളെക്കുന്നു.

പ്രലംബ. വി. (ബൻ, ബാ, ബം.) വി. ന. തൂങ്ങിക്കിടക്കുന്ന, തൂങ്ങിയ.

പ്രലംബം. ന. ഫ, സ്ത്രീകളുടെ മുല. വ, പൂമാല. ന്ദ, തൂങ്ങുക.

പ്രലംബഘ്നൻ. ന. ബലഭദ്രൻ.

പ്രലാപം. ന. നിരൎത്ഥവാക്ക.

പ്രലാപസന്നി. ന. ഒരു ദീനം, സ ന്നിപാതജ്വരം പലതരമുള്ളതിൽ ഒ ന്നു.

പ്രലാപിക്കുന്നു. ച്ചു. പ്പാൻ. (പ്രലാ പി.) അ. ക്രി. അൎത്ഥമില്ലാത്ത വാക്ക പറയുന്നു.

പ്രലോഭം; പ്രലോഭനം. ന. ഫ, അത്യാഗ്രഹം. വ, വശീകരണം.

പ്രലോഭ്യം. വി. ആഗ്രഹിക്കത്തക്ക, ആഗ്രഹം ജനിപ്പിക്കുന്ന.

പ്രവക്താവു. ന. പ്രവചിക്കുന്ന ആൾ.

പ്രവചനം. ന. ഫ, നല്ലവാക്കു. വ, വേദം.

പ്രവചിക്കുന്നു. സ. ക്രി. നല്ലവണ്ണം പറയുന്നു.

പ്രവണ. വി. (ണൻ, ണാ, ണം.) വി. ന. ഫ, ചരിവുള്ള. വ, കുനിഞ്ഞ. ന്ദ, വളഞ്ഞ. **പ്രവണത; പ്രാവ ണ്യം.** ന.

പ്രവണം. ന. നാല്ക്കവലവഴി.

പ്രവയസ്സ. ന. വൃദ്ധൻ.

പ്രവര. വി. (രൻ, രാ, രം.) വി. ന. ശ്രേഷ്ഠതയുള്ള.

പ്രവരം. ന. ഫ, സന്തതി. വ, വംശം.

പ്രവൎത്തക. വി. (കൻ, കാ, കം.) വി. ന. പ്രവൃത്തിക്കുന്ന.

പ്രവൎത്തകൻ. ന. ഫ, പ്രവൃത്തിക്കുന്ന വൻ. വ, സ്ഥാപിക്കുന്നവൻ, കാരണ ഭൂതൻ.

പ്രവൎത്തകം. ന. നാട്യങ്ങളിൽ കഥ യെ സംബന്ധിച്ചുവരുന്ന ഒന്നാമ ത്തെ വേഷം.

പ്രവൎത്തനം. ന. പ്രവൃത്തിക്ക.

പ്രവൎത്തന. ന. കല്പന, അനുവാദം.

പ്രവൎദ്ധന. വി. (നൻ, നി, നം.) വി. ന. വൎദ്ധിപ്പിക്കുന്ന.

പ്രവൎദ്ധനം. ന. വൎദ്ധന.

പ്രവൎദ്ധിത. വി. (തൻ, താ, തം.) വി. ന. ഫ, വൎദ്ധിപ്പിക്കപ്പെട്ട. വ, വളൎത്ത പ്പെട്ട.

പ്രവൎഹ. വി. (ഹൻ, ഹാ, ഹം.) വി. ന. ശ്രേഷ്ഠമായ, പ്രധാനമായ.

പ്രവഹണം. ന. സ്ത്രീകൾ കരേറുന്ന ഒരുമാതിരി തേര.

പ്രവഹൻ. ന. ഗ്രഹനക്ഷത്രാദികളെ തിരിക്കുന്ന ഒരു കാററു.

പ്രവഹിക്കുന്നു. അ. ക്രി. ഒഴുകുന്നു. **പ്രവഹിപ്പിക്കുന്നു.** സ. ക്രി.

പ്രവല്ഹിക. ന. കളിയായിട്ടുണ്ടാക്കുന്ന ഒരുമാതിരി കഥ.

പ്രവാൿ. വി. (ത്രിഷു.) വി. ന. വാഗ്വൈഭവമുള്ള.

പ്രവാചക. വി. ൧, വിസ്തരിച്ചു പറയുന്ന. ൨, വാചാലതയുള്ള.

പ്രവാചകം. ന. ദിവ്യദൃഷ്ടിയിൽ കണ്ടു പറയുന്ന കാൎയ്യം.

പ്രവാദം. ന. നടപ്പായിപ്പറയുന്ന വൎത്തമാനം, കേട്ടുകേൾവി.

പ്രവാരണം. ന. ൧, ഇഷ്ടമുള്ള ദാനം. ൨, വിരോധം.

പ്രവാരം. ന. മറ.

പ്രവാസനം. ന. ൧, വധം. ൨, അന്യസ്ഥലത്തുള്ള പാൎപ്പു.

പ്രവാസം. ന. വീടു വിട്ടുള്ള പാൎപ്പു, വീടു വിട്ടു പോകുക.

പ്രവാസി. വി. (സീ, സിനി, സി.) വി. ന. അന്യദിക്കിൽ ചെന്നു പാൎക്കുന്ന.

പ്രവാഹം. ന. ൧, ഒഴുക്കു. ൨, വ്യാപാരം. ൩, വേഗമുള്ള കുതിര.

പ്രവാഹക. വി. (കൻ, കാ, കം.) വി. ന. നല്ലവണ്ണം വഹിക്കുന്ന.

പ്രവാഹികൻ. ന. രാക്ഷസൻ.

പ്രവാഹികാ. ന. ഒരുമാതിരി വയററിൽ ദീനം, ഗ്രഹണി.

പ്രവാഹിക്കുന്നു. ച്ചു. പ്പാൻ. (പ്രവാഹി.) അ. ക്രി. ഒഴുകുന്നു.

പ്രവാളം. ന. ൧, പവിഴം. ൨, തളിർ. ൩, വീണയുടെ തണ്ടു. ൪, ഒരു ഉഗം.

പ്രവിഖ്യാതി. ന. കീൎത്തി.

പ്രവിദാരണം. ന. ൧, യുദ്ധം, കലഹം. ൨, പിളൎപ്പു.

പ്രവിശ്ലേഷം. ന. വേർപാടു.

പ്രവിഷ്ട. വി. (ഷ്ടൻ, ഷ്ടാ, ഷ്ടം.) വി. ന. പ്രവേശിച്ച, പ്രവേശിപ്പിക്കപ്പെട്ട.

പ്രവീണ. വി. (ണൻ, ണാ, ണം.) വി. ന. സാമൎത്ഥ്യമുള്ള. **പ്രവീണത.** ഷ്ടം. ന. സാമൎത്ഥ്യം.

പ്രവീര. വി. (രൻ, രാ, രം.) വി. ന. വിശേഷമുള്ള, ശ്രേഷ്ഠതയുള്ള.

പ്രവീരൻ. ന. ശൂരൻ, പരാക്രമമുള്ളവൻ.

പ്രവൃത്ത. വി. (ത്തൻ, ത്താ, ത്തം.) വി. ന. ൧, പ്രവൃത്തിച്ച. ൨, തുടങ്ങിയ. ൩, സ്ഥാപിക്കപ്പെട്ട.

പ്രവൃത്തി. ന. ൧, വേല. ൨, വൎത്തമാനം. (മ.) ൧, ഒരു പാൎവ്വത്തികാരൻെറ അധികാരത്തിൽ ഉൾപ്പെട്ട സ്ഥലം. ൨, നടപ്പു. ൩, ക്രിയാപ്രയോഗം.

പ്രവൃത്തികാരൻ. ന. ഒരു സൎക്കാരുദ്യോഗസ്ഥൻ, അധികാരി.

പ്രവൃത്തിക്കുന്നു. ച്ചു. പ്പാൻ. (പ്രവൃത്തി.) സ. ക്രി. ൧, ചെയ്യുന്നു. ൨, അഭ്യാസിക്കുന്നു. ൩, തുടങ്ങുന്നു.

പ്രവൃത്തിപ്പിള്ള. ന. പാൎവ്വത്തികാരൻെറ ഗുമസ്തൻ.

പ്രവൃത്തിമാൎഗ്ഗം. ന. ഐഹലോക കാൎയ്യങ്ങളെ വൎദ്ധിപ്പിക്കുന്നതിനുള്ള വഴി.

പ്രവൃദ്ധ. വി. (ദ്ധൻ, ദ്ധാ, ദ്ധം.) വി. ന. ൧, വൎദ്ധിച്ച. ൨, വളൎന്ന, മൂത്തിന്ന.

പ്രവേക. വി. (കൻ, കാ, കം.) വി. ന. പ്രധാനമായ, ശ്രേഷ്ഠമായ.

പ്രവേണി. ന. ൧, നന്നാക്കിപ്പിരിച്ച തലമുടി. ൨, ആനപ്പുറത്തു വിരിക്കുന്ന വസ്ത്രം.

പ്രവേശക. വി. (കൻ, കാ, കം.) വി. ന. പ്രവേശിപ്പിക്കുന്ന.

പ്രവേശകൻ. ന. പ്രധാനവേഷം വരുന്നതിനു മുൻപിൽ അതിന്നു കാരണമായിട്ടു വരുന്ന ഒരു ചെറിയ വേഷം.

പ്രവേശനം. ന. ൧, അകംപൂക, ചെല്ലുക. ൨, ഉമ്മരം.

പ്രവേശം. ന. അകംപൂക.

പ്രവേശിക്കുന്നു. ച്ചു. പ്പാൻ. (പ്രവേശി.) സ. ക്രി. അകം പൂകുന്നു. **പ്രവേശിപ്പിക്കുന്നു.** കാ. ക്രി.

പ്രവേഷ്ടം. ന. കൈ.

പ്രവ്യക്ത. വി. (ക്തൻ, ക്താ, ക്തം.) വി. ന. സ്പഷ്ടമായുള്ള.

പ്രവ്രാജകൻ. ന. സന്ന്യാസിയായ ഭിക്ഷക്കാരൻ.

പ്രശമനം. ന. ൧, ശമിക്കുക. ൨, വധം. ൩, നാശം.

പ്രശമം. ന. മെല്ലറഞ്ഞ അൎത്ഥം.

പ്രശമിത. വി. (തൻ, താ, തം.) വി. ന. ൧, ശമിപ്പിക്കപ്പെട്ട. ൨, നശിപ്പിക്കപ്പെട്ട.

പ്രശംസ. ന. പുകഴ്ച, സ്തുതി.

പ്രശംസനം. ന. പുകഴ്ച, സ്തുതിക്കുക.

പ്രശംസിക്കുന്നു. ച്ചു. പ്പാൻ. (പ്രശംസി.) സ. ക്രി. പുകഴ്ത്തുന്നു, സ്തുതിക്കുന്നു.

പ്രശസ്ത. വി. (സ്തൻ, സ്താ, സ്തം.) വി. ന. ൧, ശ്രേഷ്ഠമായുള്ള. ൨, നല്ല.

പ്രശസ്തി. ന. ൧, ശ്രേഷ്ഠത. ൨, സ്തുതി.

പ്രശസ്യ. വി. (സ്യൻ, സ്യാ, സ്യം.) വി. ന. സ്തുതിക്കത്തക്ക.

പ്രശാന്ത. വി. (ന്തൻ, ന്താ, ന്തം.) വി. ന. അടക്കമുള്ള, ശമിച്ച.

പ്രശ്നക്കാരൻ. ന. പ്രശ്നം പറയുന്നവൻ.

പ്രശ്നദൂതി. ന. കടംകഥ.

പ്രശ്നം. ന. ൧, ചോദ്യം. ൨, ശകുനം.

പ്രശ്രയം. ന. ൧, സ്നേഹം. ൨, നല്ല ശീലം, വിനയം. ൩, മൎയ്യാദ, ഉപചാരം.

പ്രശ്രവണം. ന. ൧, ഉറവ. ൨, ഒഴുക്കു. ൩, പടിഞ്ഞാറെ പൎവ്വത നിരയിൽ ഒരു ഭാഗം.

പ്രശ്രിത. വി. (തൻ, താ, തം.) വി. ന. അടക്കമുള്ള, വിനയമുള്ള.

പ്രശ്രുത. അല്ലെങ്കിൽ, **പ്രസ്രുത.** വി. (തൻ, താ, തം.) വി. ന. ഒഴുകിയ.

പ്രഷ്ടാവു. ന. ചോദിക്കുന്ന ആൾ.

പ്രഷ്ഠൻ. ന. ൧, മുൻപെ നടക്കുന്നവൻ. ൨, നായകൻ, ശ്രേഷ്ഠൻ.

പ്രഷ്ഠവാൾ. ന. ചുഴിനുകം വെച്ച കാള.

പ്രഷ്ഠൌഹി. ന. കടിഞ്ഞൂൽചനയുള്ള പശു.

പ്രസക്ത. വി. (ക്തൻ, ക്താ, ക്തം.) വി. ന. ൧, നിത്യമായുള്ള. ൨, വിടൎന്ന. ൩, ലഭിച്ച. ൪, അധികതാല്പൎയ്യമുള്ള. ൫, കൂട്ടിച്ചേൎന്ന.

പ്രസക്തി. ന. ൧, സംബന്ധം, ചേൎച്ച. ൨, സ്നേഹം, താല്പൎയ്യം.

പ്രസംഗം. ന. ഒരു സംഗതിയെപ്പററി പറയുമ്പോൾ അതിനെ സംബന്ധിച്ചു മററു ചില കഥകളൊ വൎത്തമാനങ്ങളൊ ഉണ്ടായിത്തീരുക, അതിനെപ്പററി ചേൎത്തു പറയുന്ന വാക്കുകളും യുക്തികളും.

പ്രസംഗസ്ഥലം. ന. പ്രസംഗിക്കുന്ന സ്ഥലം.

പ്രസംഗി. ന. പ്രസംഗിക്കുന്നവൻ.

പ്രസംഗിക്കുന്നു. ച്ചു. പ്പാൻ. (പ്രസം

ഗി.) സ. ക്രി. ഒരു പ്രധാന സംഗതിയെപ്പററി മററു പല കഥകളൊ യുക്തികളൊ മറെറാ പറയുന്നു.

പ്രസന്ന. വി. (ന്നൻ, ന്നാ, ന്നം.) വി. ന. ഃ, പ്രസാദമുള്ള. ൨, തെളിവുള്ള. ൩, ദയയുള്ള. **പ്രസന്നത.** ഗു. ന. ഃ, തെളിവു. ൨, ദയ. ൩, പ്രസാദം.

പ്രസന്ന. ന. ഒരുമാതിരി മദ്യം.

പ്രസഭം. അ. ബലാല്ക്കാരം.

പ്രസര. വി. (രൻ, രാ, രം.) വി. ന. പ്രസരിക്കുന്ന, പോകുന്ന.

പ്രസരം. ന. ഃ, പരക്കുക. ൨, വേഗം. ൩, ജരിമ്പുകൊണ്ടുള്ള അമ്പു. ൪, യുദ്ധം. ൫, ക്രട്ടം. ൬, സമയം.

പ്രസരണം. ന. ഃ, ശത്രുവിനെ വളയുക. ൨, പോകുക. ൩, പരക്കുക, വ്യാപിക്കുക.

പ്രസരണി. ന. ശത്രുവിനെ വളയുക.

പ്രസരിക്കുന്നു. ച്ചു. പ്പാൻ. (പ്രസരി.) അ. ക്രി. ഃ, പരക്കുന്നു. ൨, ഉത്സാഹിക്കുന്നു.

പ്രസരിപ്പു. ന. ഃ, ഉത്സാഹം. ൨, പരക്കുക.

പ്രസർപ്പണം. ന. ചുററിസഞ്ചരിക്ക.

പ്രസവബന്ധനം. ന. പൂവിന്റെ ഞെട്ടു.

പ്രസവം. ന. ഃ, പേറു. ൨, ഉല്പാദനം. ൩, സന്തതി. ൪, പൂവു. ൫, കായ്.

പ്രസവവേദന. ന. പ്രസവസമയത്തുണ്ടാകുന്ന നോവു.

പ്രസവിക്കുന്നു. ച്ചു. പ്പാൻ. (പ്രസവി.) അ. ക്രി. പെറുന്നു.

പ്രസവ്യ. വി. (വ്യൻ, വ്യാ, വ്യം.) വി. ന. വിപരീതമായുള്ള.

പ്രസാദനം. ന. ഃ, ചോറു. ൨, തെളിക്കുക.

പ്രസാദം. ന. ഃ, തെളിവു. ൨, ദയ. ൩, സന്തോഷം. ൪, ദേവോച്ഛിഷ്ടം.

പ്രസാദിക്കുന്നു. ച്ചു. പ്പാൻ. (പ്രസാദി.) അ. ക്രി. ഃ, സന്തോഷിക്കുന്നു. ൨, തെളിയുന്നു. **പ്രസാദിപ്പിക്കുന്നു.** സ. ക്രി.

പ്രസാധനം. ന. അലങ്കാരം.

പ്രസാധനി. ന. ചീപ്പു, കങ്കതികാ.

പ്രസാധിത. വി. (തൻ, താ, തം.) വി. ന. ഃ, അലങ്കരിക്കപ്പെട്ട. ൨, തികെക്കപ്പെട്ട.

പ്രസാരണം. ന. സഞ്ചാരം.

പ്രസാരം. ന. സഞ്ചാരം.

പ്രസാരി. വി. (രീ, രണി, രി.) വി. ന. പ്രസരിക്കുന്ന, നീളുന്ന, പരക്കുന്ന.

പ്രസാരിണീ. ന. ഒരു മരുന്നു.

പ്രസാരിത. വി. (തൻ, താ, തം.) വി. ന. ഃ, നീട്ടപ്പെട്ട. ൨, പരത്തപ്പെട്ട.

പ്രസിത. വി. (തൻ, താ, തം.) വി. ന. ഃ, താല്പൎയ്യമുള്ള. ൨, കെട്ടപ്പെട്ട.

പ്രസിതം. ന. ചലം, പൂയം.

പ്രസിതി. ന. ബന്ധനം.

പ്രസിദ്ധ. വി. (ദ്ധൻ, ദ്ധാ, ദ്ധം.) വി. ന. കേൾവിപ്പെട്ട.

പ്രസിദ്ധപ്പെടുന്നു. ട്ടു. വാൻ. (പ്രസിദ്ധ.) അ. ക്രി. കേൾവിപ്പെടുന്നു. **പ്രസിദ്ധപ്പെടുത്തുന്നു.** സ. ക്രി.

പ്രസിദ്ധി. ന. കേൾവി.

പ്രസുപ്ത. വി. (പ്തൻ, പ്താ, പ്തം.) വി. ന. ഉറങ്ങുന്ന.

പ്രസൂ. ന. ഃ, അമ്മ. ൨, പെണ്കുതിര.

പ്രസൂത. വി. (തൻ, താ, തം.) വി. ന. ജനിച്ച, പ്രസവിക്കപ്പെട്ട.

പ്രസൂതാ. ന. പ്രസവിച്ചവൾ.

പ്രസൂതം. ന. പൂവു.

പ്രസൂതി. ന. ഃ, പ്രസവം. ൨, സന്തതി.

പ്രസൂതികാ. ന. പ്രസവിച്ചവൾ.

പ്രസൂതിജം. ന. അതിവേദന.

പ്രസൂന. വി. (നൻ നാ, നം.) വി. ന. ജനിച്ച.

പ്രസൂനം. ന. ഃ, പുഷ്പം. ൨, കായ്.

പ്രസൃത. വി. (തൻ, താ, തം.) വി. ന. ഃ, പരന്ന. ൨, നീണ്ട. ൩, വേഗമുള്ള. ൪, പോയ. ൫, താല്പൎയ്യമുള്ള.

പ്രസൃത. ന. കാൽ, കണങ്കാൽ.

പ്രസൃതം. ന. വെള്ളം കൊള്ളുന്നതിന്നു വണ്ണം പിടിച്ച കൈ.

പ്രസൃതി. ന. മേല്പറഞ്ഞ അൎത്ഥം.

പ്രസേവകം. ന. വീണയുടെ ചുരം.

പ്രസേവം. ന. ഃ, ചാക്കു. ൨, കൊട്ട.

പ്രസ്തരം. ന. ഃ, കല്ലു. ൨, രത്നം. ൩, പൂമെത്ത.

പ്രസ്താരം. ന. ഃ, ചവറു, കാട്ടു. ൨, പുല്പരപ്പു.

പ്രസ്താവന. ന. ഃ, ആരംഭം. ൨, നാട്യാരംഭം. ൩, പറച്ചിൽ.

പ്രസ്താവം. ന. പറച്ചിൽ.

പ്രസ്തുത. വി. (തൻ, താ, തം.) വി. ന. ഃ, അറിയിക്കപ്പെട്ട. ൨, സ്തുതിക്കപ്പെട്ട.

പ്രസ്തുതം. ന. ഃ, പ്രകൃതം. ൨, ആലോചിക്കപ്പെടുന്ന കാൎയ്യം.

പ്രസ്ഥ. വി. (സ്ഥൻ, സ്ഥാ, സ്ഥം.) വി. ന. ഃ, പരക്കുന്ന. ൨, ഉറെപ്പായിട്ടിരിക്കുന്ന.

പ്രസ്ഥം. ന. ഃ, ഒരളവു, ഇടങ്ങഴി. ൨, മലയുടെ മദ്ധ്യേയുള്ള ഒരു പരപ്പു.

പ്രസ്ഥപുഷ്പം. ന. ഒരു മാതിരി തുളസി.

പ്രസ്ഥാനം. ന. യാത്ര, പുറപ്പാടു.

പ്രസ്ഥാനവിഘ്നം. ന. യാത്ര മുടങ്ങുക.

പ്രസ്ഥാപനം. ന. ഃ, അറിയിക്കുക. ൨, സംസ്ഥാപനം.

പ്രസ്ഥാപിക്കുന്നു. ച്ചു. പ്പാൻ. (പ്രസ്ഥാപി.) സ. ക്രി. അറിയിക്കുന്നു.

പ്രസ്ഥാപിത. വി. (തൻ, താ, തം.) വി. ന. ഃ, അറിയിക്കപ്പെട്ട. ൨, അയക്കപ്പെട്ട.

പ്രസ്ഥിത. വി. (തൻ, താ, തം.) വി. ന. പുറപ്പെട്ട.

പ്രസ്നവം. ന. ചുരന്ന പാൽ.

പ്രസ്പുട. വി. (ടൻ, ടാ, ടം.) വി. ന. വിടരപ്പെട്ട.

പ്രസ്ഫുരമാണ. വി. വിറച്ചുംകൊണ്ടിരിക്കുന്ന, വലുതാകുന്ന.

പ്രസ്ഫുരിക്കുന്നു. അ. ക്രി. വിറയ്ക്കുന്നു, വലുതാകുന്നു. **പ്രസ്ഫുരണം.** ന.

പ്രസ്ഫുരിത. വി. (തൻ, താ, തം.) വി. ന. ഃ, ഇളക്കപ്പെട്ട. ൨, വിറെക്കുന്ന.

പ്രസ്ഫോടനം. ന. ഃ, അരിപ്പുകൊട്ട. ൨, അടിക്കുക. ൩, വിടൎക്കുക.

പ്രസ്മൃതി. ന. മറവി.

പ്രസ്രവം. ന. ഃ, ഒഴുക്കു. ൨, മൂത്രം. ൩, തികന്നു തൂകുന്ന കഞ്ഞിപ്പത.

പ്രസ്രവണം. ന. ഃ, മൂത്രമൊഴിക്ക. ൨, കാലുക. ൩, മാല്യവാൻ പൎവ്വതം.

പ്രസ്രാവം. ന. മൂത്രം.

പ്രസ്വാപം. ന. ഃ, ഉറക്കം. ൨, സ്വപ്നം.

പ്രഹത. വി. (തൻ, താ, തം.) വി. ന. ഃ, അടിക്കപ്പെട്ട, കൊല്ലപ്പെട്ട. ൨, വിടൎത്തപ്പെട്ട. ൩, കെട്ടപ്പെട്ട.

പ്രഹരണം. ന. ൧, ആയുധം. ൨, അടി. ൩, യുദ്ധം.

പ്രഹരം. ന. ൧, അടി. ൨, യാമം. ൩, അസ്ത്രപ്രയോഗം.

പ്രഹരിക്കുന്നു. ച്ചു. പ്പാൻ. (പ്രഹരി.) സ. ക്രി. ൧, അടിക്കുന്നു, ഇടിക്കുന്നു. ൨, ആയുധങ്ങളെ ഒട്ടത്തു മറെറാരുത്തന്റെ മേൽ പ്രയോഗിക്കുന്നു.

പ്രഹർഷം. ന. സന്തോഷം.

പ്രഹസനം. ന. ൧, ഉറെച്ചു ചിരിക്കം. ൨, പരിഹാസിക്കം.

പ്രഹസ്തം. ന. ഒരു കൈ പരത്തുക.

പ്രഹാരം. ന. ൧, അടി. ൨, വധം.

പ്രഹാസം. ന. ൧, ഉറെച്ചു ചിരിക്കം. ൨, ഗോഷ്ഠി.

പ്രഹാസി. വി. (സീ, സിനീ, സി.) വി. ന. ഗോഷ്ഠി കാട്ടുന്ന.

പ്രഹി. ന. കിണറു.

പ്രഹിത. വി. (തൻ, താ, തം.) വി. ന. ൧, അയക്കപ്പെട്ട. ൨, നിശ്ചയിക്കപ്പെട്ട. ൩, വെക്കപ്പെട്ട. ൪, ഹിതമായ.

പ്രഹിതം. ന. ചാറു.

പ്രഹൃഷ്ടം. വി. സന്തോഷിച്ചു, അതിസന്തോഷമുള്ള.

പ്രഹേണകം. ന. സദ്യ.

പ്രഹേളിക. ന. കടങ്കഥ.

പ്രഹ്ലന്ന. വി. (ന്നൻ, ന്നാ, ന്നം.) വി. ന. സന്തോഷമുള്ള.

പ്രഹ്ലന്നി. ന. സന്തോഷം.

പ്രഹ്ലാദൻ. ന. ഹിരണ്യകശിപുവിന്റെ പുത്രൻ, ഒരസുരൻ.

പ്രഹ്ലാദം. ന. ൧, അട്ടഹാസം. ൨, സന്തോഷം.

പ്രഹ്വ. വി. (ഹ്വൻ, ഹ്വാ, ഹ്വം.) വി. ന. ൧, കുനിഞ്ഞ. ൨, താല്പൎയ്യമുള്ള.

പ്രളയം. ന. ൧, ജലപ്രളയം. ൨, മോഹാലസ്യം. ൩, മരണം.

പ്രളയാന്തം. ന. പ്രളയത്തിന്റെ അവസാനം.

പ്രക്ഷാളനം. ന. കഴുകൽ, ക്ഷാളനം.

പ്രക്ഷാളിത. വി. (തൻ, താ, തം.) വി. ന. കഴുകപ്പെട്ട.

പ്രക്ഷിപ്ത. വി. (പ്തൻ, പ്താ, പ്തം.) വി. ന. എറിയപ്പെട്ട.

പ്രക്ഷേപണം. ന. ൧, എറിക. ൨, നിശ്ചയിക്ക.

പ്രക്ഷേപം. ന. ൧, ഏറു. ൨, നിശ്ചയം.

പ്രക്ഷേപിക്കുന്നു. ച്ചു. പ്പാൻ. (പ്രക്ഷേപി.) സ. ക്രി. ൧, എറിയുന്നു. ൨, നിശ്ചയിക്കുന്നു.

പ്രക്ഷോഭം. ന. ഇളക്കം.

പ്രക്ഷ്വേഡനം. ന. മുഴുവനിരിമ്പായ അമ്പു.

പ്രാകാമ്യം. ന. അഷ്ടൈശ്വൎയ്യങ്ങളിൽ ഒന്നു, തന്റെ ഇഷ്ടംപോലെ പ്രവൃത്തിക്കുന്ന അവസ്ഥ.

പ്രാകാരം. ന. മതിൽ.

പ്രാകാശ്യം. ന. അഷ്ടൈശ്വൎയ്യങ്ങളിൽ ഒന്നു.

പ്രാകുന്നു. കി. വാൻ. (പ്രാക.) സ. ക്രി. ശപിക്കുന്നു.

പ്രാകൃത. വി. (തൻ, താ, തം.) വി ന. ൧, നീചതയുള്ള. ൨, സ്വഭാവത്തെ സംബന്ധിച്ച.

പ്രാകൃതൻ. ന. നീചൻ.

പ്രാകൃതം. ന. ൧, പ്രാകൃതശാസ്ത്രം. ൨, പ്രാകൃതഭാഷ.

പ്രാക്. വി. (പ്രാങ്, പ്രാചി, പ്രാക്.) വി. ന. ൧, കിഴക്കുള്ള. ൨, മുൻപേയുള്ള. ൩, മുകളിലുള്ള.

പ്രാക്. അ. ൧, മുൻപു. ൨, കിഴക്ക. ൩, കഴിഞ്ഞ.

പ്രാക്ക്; പ്രാക്കൽ; പിരാക്ക്. ന. നിചമായ ശാപം.

പ്രാക്കൂട്ട. ന. പ്രാവിന്റെ കൂട.

പ്രാക്കൂട്ടം. ന. പ്രാക്കളുടെ കൂട്ടം.

പ്രാക്തന. വി. (നൻ, നാ, നം.) വി. ന. ഏററവും പണ്ടേയുള്ള.

പ്രാക്തനകൎമ്മം. ന. മുൻപിലത്തെ കൎമ്മം.

പ്രാക്ഫല്ഗുനി. ന. പൂരം നക്ഷത്രം.

പ്രാഗഭാവം. ന. തൎക്കശാസ്ത്രത്തിൽ പറയുന്ന ഒരു ലക്ഷണം.

പ്രാഗത്ഭ്യം. ന. ൧, ധൈൎയ്യം. ൨, അഹമ്മതി.

പ്രാഗുദീചി. ന. വടക്കുകിഴക്ക.

പ്രാഗ്ജ്യോതിഷം. ന. ഒരു രാജ്യം.

പ്രാഗ്ദക്ഷിണം. ന. തെക്കുകിഴക്ക.

പ്രാഗ്ഭവ. വി. (വൻ, വാ, വം.) വി. ന. ൧, കിഴക്കുണ്ടായ. ൨, മുൻപിലുണ്ടായ.

പ്രാഗ്ഭാഗം. ന. ൧, മുൻപിലത്തെ ഭാഗം. ൨, കിഴക്കെ ഭാഗം.

പ്രാഗ്ര. വി. (ഗ്രൻ, ഗ്രാ, ഗ്രം.) വി. ന. ശ്രേഷ്ഠമായ, പ്രധാനമായ.

പ്രാഗ്രഹര. വി. (രൻ, രാ, രം.) വി. ന. പ്രധാനമായ.

പ്രാഗ്ര്യ. വി. (ഗ്ര്യൻ, ഗ്ര്യാ, ഗ്ര്യം.) വി. ന. പ്രധാനമായ.

പ്രാഗ്വംശം. ന. യാഗശാലെക്കു നേരെ കിഴക്കുണ്ടാക്കുന്ന പുര.

പ്രാഘാതം. ന. യുദ്ധം.

പ്രാഘാരം. ന. ഇററുവീഴുക, ഊറുക, കാലുക.

പ്രാചിക. ന. ൧, ഒരു വക ഒരംച്ച. ൨, പെണ്ണുരുള.

പ്രാചി. ന. കിഴക്ക.

പ്രാചിന. വി. (നൻ, നാ, നം.) വി. ന. ൧, കിഴക്കുള്ള. ൨, പണ്ടുള്ള.

പ്രാചീന. ന. ൧, പാടവള്ളി. ൨, വേലി.

പ്രാചീനം. ന. വേലി.

പ്രാചീനാവീതം. ന. ഇടത്തുട്ടിട്ട പൂണുനൂൽ.

പ്രാചീരം. ന. വേലി.

പ്രാചുൎയ്യം. ന. ൧, സമൃദ്ധി. ൨, കൂട്ടം, സംഘം.

പ്രാചേതസൻ. ന. വാല്മീകി മഹൎഷി.

പ്രാച്യ. വി. (ച്യൻ, ച്യാ, ച്യം.) വി. ന. കിഴക്കുള്ള.

പ്രാജകൻ. ന. മേയിക്കുന്നവൻ.

പ്രാജനം. ന. കന്നുകാലികളെ അടിക്കുന്ന ഒരു വടി.

പ്രാജാപത്യം. ന. ൧, വിവാഹം എട്ടുപ്രകാരമുള്ളതിൽ ഒന്നു. ൨, പാപനിവൃത്തിക്കുള്ള ഒരു വ്രതം. ൩, ഒരുത്തിയെ മകളെടുക്കുമ്പോൾ കഴിക്കുന്ന ഒരു കൎമ്മം.

പ്രാജാപത്യാ. ന. സന്ന്യസിപ്പാൻ പോകുന്നതിന്നു മുൻപിൽ തനിക്കുള്ള തൊക്കെയും ഉപേക്ഷിക്ക.

പ്രാജ്ഞ. വി. (ജ്ഞൻ, ജ്ഞാ, ജ്ഞം.) വി. ന. ൧, ബുദ്ധിയുള്ള. ൨, വിദ്യയുള്ള, അടക്കമുള്ള.

പ്രാഞ്ജലി. വി. കൈ കൂപ്പിയ.

പ്രാഞ്ജലി. ന. കൂപ്പു കൈപ്പു്, തൊഴുവാനായി കൈ കൂട്ടി നമിച്ചു കൂപ്പുക.

പ്രാജ്ഞൻ. ന. വിദ്വാൻ.

പ്രാജ്ഞാ. ന. ബുദ്ധിയുള്ളവൾ.

പ്രാജ്ഞി. ന. ബുദ്ധിയുള്ളവൾ.

പ്രാജ്യ. വി. (ജ്യൻ, ജ്യാ, ജ്യം.) വി. ന. വളരെയുള്ള, പെരുകിയ.

പ്രാഞ്ചുന്നു. ഞ്ചി. വാൻ. (പ്രാഞ്ച.) അ. ക്രി. ക്ഷീണംകൊണ്ടു തളൎന്നു പതുക്കെ നടക്കുന്നു, പ്രാഞ്ചിനടക്കുന്നു.

പ്രാഡ്വിപാകൻ. ന. ജഡ്ജി.

പ്രാണ. വി. (ണൻ, ണാ, ണം.) വി. ന. നിറെഞ്ഞ.

പ്രാണൻ. ന. ൧, ജീവൻ. ൨, ശ്വാസം. ൩, വായുവു. ൪, ശക്തി. ൫, ശരീരവായുക്കൾ അഞ്ചുള്ളതിൽ ഒന്നു.

പ്രാണം. ന. നറുമ്പശ.

പ്രാണത്യാഗം. ന. ജീവനെക്കളക, തന്നത്താൻ കൊല്ലുക.

പ്രാണധാരണം. ന. സ്വജീവരക്ഷണം.

പ്രാണനാഡി. ന. ജീവവായു സഞ്ചരിക്കുന്ന ഞരമ്പു.

പ്രാണനാഥൻ. ന. ഭൎത്താവു.

പ്രാണനാഥാ. ന. ഭാൎയ്യ.

പ്രാണനായകൻ. ന. ഭൎത്താവു.

പ്രാണനാശം. ന. മരണം.

പ്രാണനം. ന. ൧, ശ്വാസം വലിക്ക. ൨, ജീവൻ.

പ്രാണപ്രതിഷ്ഠ. ന. വിഗ്രഹങ്ങളിൽ ഈശ്വരചൈതന്യമുണ്ടാക്കുന്ന ഒരു കൎമ്മം.

പ്രാണപ്രയാണം. ന. പ്രാണൻ പോകുക.

പ്രാണബന്ധു. ന. പ്രാണനെപ്പോലെ സ്നേഹിക്കുന്ന മിത്രം.

പ്രാണഭയം. ന. പ്രാണൻ പോയെങ്കിലൊ എന്നുള്ള ഭയം.

പ്രാണമയ. വി. (യൻ, യി, യം.) വി. ന. പ്രാണനെക്കൊണ്ടു വ്യാപിക്കപ്പെട്ട.

പ്രാണവായു. ന. ജീവവായു.

പ്രാണവേദന. ന. മരണവേദന പ്രാണനുണ്ടാകുന്ന സങ്കടം.

പ്രാണസങ്കടം. ന. മേൽപറഞ്ഞ അൎത്ഥം.

പ്രാണസഞ്ചാരം. ന. പ്രാണനുണ്ടാകുന്ന അതിവേദന.

പ്രാണസ്നേഹം. ന. പ്രാണനെപ്പോലെയുള്ള സ്നേഹം, അധികസ്നേഹം.

പ്രാണസ്നേഹിതൻ. ന. ഉറ്റസഖി.

പ്രാണഹാനി. ന. ജീവനാശം.

പ്രാണാന്തം. ന. മരണം.

പ്രാണാന്തിക. വി. (കൻ, കി, കം.) വി. ന. ജീവനെ നശിപ്പിക്കുന്ന.

പ്രാണായാമം. ന. യോഗികൾ ധ്യാനത്തിങ്കലുമ്മറ്റും ശ്വാസം അടക്കുകയും മൂക്കിൽകൂടെ കളകയും ചെയ്യുന്ന ഒരു മുറ.

പ്രാണാവസാനം. ന. ജീവനാശം.

പ്രാണി. വി. (ണി, ണിനി, ണി.) വി. ന. ജീവനുള്ള.

പ്രാണി. ന. ജന്തു.

പ്രാണിദ്യൂതം. ന. കോഴികളെക്കൊണ്ടുമ്മറ്റും തമ്മിൽ വിവാദ പറഞ്ഞു പൊരുതിക്ക.

പ്രാണിപ്രപഞ്ചം. ന. ജീവജന്തുക്കളുടെ കൂട്ടം.

പ്രാണിഹിംസ. ന. ജീവികളെ കൊല്ലുകയോ പീഡിപ്പിക്കയോ ചെയ്യുന്നതു.

പ്രാണേശൻ. ന. ഭൎത്താവു.

പ്രാണേശാ. ന. ഭാൎയ്യ.

പ്രാണോപകാരി. ന. ക്ഷൌരകൻ.

പ്രാതരാശം. ന. പ്രാതൽ, പകലിൽ ഒന്നാമത്തെ ഭക്ഷണം.

പ്രാതൽ. ന. മേല്പറഞ്ഞ അൎത്ഥം.

പ്രാതർ. അ. പ്രഭാതകാലം.

പ്രാതൎഭോജനം. ന. പ്രാതൽ ഉണ്ണുക.

പ്രാതഃകാലം. ന. ആദിത്യൻ ഉദിക്കുന്ന സമയം.

പ്രാതിപദികം. ന. നാമത്തിന്റെ പ്രകൃതി.

പ്രാതിഭാവ്യം. ന. ജാമ്യം.

പ്രാതിലോമ്യം. ന. വിപരീതം, പ്രതികൂലത.

പ്രാതിഹാരകൻ. ന. ഇന്ദ്രജാലക്കാരൻ.

പ്രാതിഹാരികൻ. ന. മേല്പറഞ്ഞ അൎത്ഥം.

പ്രാഥമകല്പികൻ. ന. അദ്ധ്യയനം തുടങ്ങിയ ശിഷ്യൻ.

പ്രാഥമികം. വി. ൧, ആദ്യമായ. ൨, മുമ്പുള്ള. ൩, ആദ്യമായി സംഭവിക്കുന്നു.

പ്രാഥമ്യം. ന. ഒന്നാമത്തേതെന്നുള്ള നില, മുഖ്യപ്രഥമത.

പ്രാദക്ഷിണ്യം. ന. പ്രദക്ഷിണം.

പ്രാദുർ; പ്രാദുസ്സ്. അ. മുമ്പിൽ.

പ്രാദുർഭവിക്കുന്നു. ച്ചു. പ്പാൻ. (പ്രാദുർ.) അ. ക്രി. പ്രത്യക്ഷമാകുന്നു.

പ്രാദുർഭാവം. ന. പ്രത്യക്ഷത.

പ്രാദുർഭൂത. വി. (തൻ, താ, തം.) വി. ന. പ്രത്യക്ഷമായി ഭവിച്ച.

പ്രാദേശനം. ന. ദാനം.

പ്രാദേശം. ന. ചൊട്ടച്ചാൺ.

പ്രാദ്ധ്വ. വി. (ദ്ധ്വൻ, ദ്ധ്വാ, ദ്ധ്വം.) വി. ന. ൧, ദൂരമുള്ള. ൨, കുനിഞ്ഞ. ൩, കെട്ടപ്പെട്ട.

പ്രാദ്ധ്വം. ന. വണ്ടി.

പ്രാദ്ധ്വ. അ. ൧, അനുകൂലമായി, തുല്യമായി. ൨, വളവായി.

പ്രാധാന്യം. ന. ശ്രേഷ്ഠത.

പ്രാന്തദുൎഗ്ഗം. ന. ൧, അതിരിങ്കൽ ഉള്ള കോട്ട. ൨, ഉപഗ്രാമം, പേട്ട.

പ്രാന്തം. ന. ൧, വക്കു. ൨, അററം. ൩, സമീപം.

പ്രാന്തരം. ന. ൧, കുടികളില്ലാതെ ദൂരമായുള്ള വഴി. ൨, കാട്ടുപ്രദേശം. ൩, വൃക്ഷത്തിന്റെ പോതു.

പ്രാപകം. ന. പ്രാപിപ്പിക്കുന്നതു, ലഭിക്കുവാനുള്ള വഴി.

പ്രാപിക്കുന്നു. ച്ചു. പ്പാൻ. (പ്രാപി.) സ. ക്രി. ൧, ചെല്ലുന്നു. ൨, ലഭിക്കുന്നു. ൩, സമീപിക്കുന്നു. ൪, പ്രവേശിക്കുന്നു, ൫, അനുഭവിക്കുന്നു. **പ്രാപിപ്പിക്കുന്നു.** കാ. ക്രി. **പ്രാപണം.** ന.

പ്രാപ്ത. വി. (പ്തൻ, പ്താ, പ്തം.) വി. ന. ൧, പ്രാപിക്കപ്പെട്ട, പ്രാപിച്ച, ലഭിച്ച. ൨, ചെന്ന. ൩, ലഭിക്കപ്പെട്ട.

പ്രാപ്തൻ. വി. ന. പ്രാപ്തിയുള്ളവൻ, സാമൎത്ഥ്യമുള്ളവൻ.

പ്രാപ്തരൂപൻ. ന. ൧, വിദ്വാൻ. ൨, സുന്ദരൻ.

പ്രാപ്തി. ന. ൧, ലാഭം. ൨, പ്രവേശം. ൩, അഷ്ടൈശ്വൎയ്യങ്ങളിൽ ഒന്നു. ൪, സാമൎത്ഥ്യം.

പ്രാപ്തികേടു. ന. പിടിപ്പില്ലായ്മ, സാമൎത്ഥ്യക്കുറവു.

പ്രാപ്യ. വി. (പ്യൻ, പ്യാ, പ്യം.) വി. ന. ൧, പ്രാപിക്കത്തക്ക, ചൊല്ലപ്പെടുവാൻ തക്ക. ൨, ലഭിപ്പാൻ തക്ക.

പ്രാബല്യം. ന. ൧, പ്രബലന്റെ അവസ്ഥ, ശക്തിയുമ്മറ്റും.

പ്രാഭവം. ന. പ്രഭുവിന്റെ അവസ്ഥ, സമ്പത്തും ശക്തിയും മററും.

പ്രാഭൃതം. ന. കാഴ്ചദ്രവ്യം.

പ്രാമാണിക. വി. (കൻ, കി, കം.) വി. ന. പ്രമാണത്തെ സംബന്ധിച്ച.

പ്രാമാണികൻ. ന. ൧, തലവൻ. ൨, വിദ്വാൻ.

പ്രാമാണ്യം. ന. പ്രമാണം.

പ്രാംണി; പ്രാമ്മണി. ന. കേരള ത്തിൽ നായർവൎഗ്ഗക്കാരുടെ കല്യാണ ത്തിനും മററും ഒരു തരം പാട്ട പാ ടുന്ന പുഷ്പക സ്ത്രീവൎഗ്ഗം, ബ്രാഹ്മച്ചി (ബ്രാഹ്മണി.)

പ്രാംശു. വി. (ത്രിഷു.) വി. ന. ദീൎഘമു ള്ള, നെടിയ.

പ്രായ. വി. (യൻ, യാ, യം.) വി. ന. ൧, തുല്യമായ. ൨, അധികമുള്ള.

പ്രായഃ. അല്ലെങ്കിൽ, **പ്രായശഃ.** അ. മിക്കവാറും, വളരെ.

പ്രായം. ന. ൧, മരിപ്പാനായിട്ടുള്ള ഉ പവാസം. ൨, ജീവാവസ്ഥ. ൩, വയ സ്സ. ൪, വലിപ്പം. ൫, മരണം. വി. തു ല്യമായ.

പ്രായശ്ചിത്തം. അല്ലെങ്കിൽ, **പ്രായ ശ്ചിത്തി.** ന. തന്റെ പേരിലുള്ള കുററമൊ പാപമൊ തിരുന്നതിന്നാ യിട്ട ചെയ്യുന്ന പ്രവൃത്തി.

പ്രായാധിക്യം. ന. പ്രായത്തിന്റെ കൂടുതൽ, വാൎദ്ധക്യം.

പ്രായേണ. അ. മിക്കവാറും.

പ്രായോപവേശം; പ്രായോപ വേശനം. ന. ആഹാരം ഉപേക്ഷി ച്ചു മരിപ്പാൻ തയാറായിരിക്കുക.

പ്രാരബ്ധ. വി. (ബ്ധൻ, ബ്ധാ, ബ്ധം.) വി. ന. ആരംഭിക്കപ്പെട്ട, തുടങ്ങപ്പെട്ട.

പ്രാരബ്ധകൎമ്മം. ന. തുടങ്ങപ്പെട്ട പ്ര വൃത്തി.

പ്രാരംഭം. ന. ആരംഭം, തുടക്കം.

പ്രാരംഭിക്കുന്നു. ച്ചു. പ്പാൻ. (പ്രാരം ഭി.) സ. ക്രി. ആരംഭിക്കുന്നു.

പ്രാൎത്ഥന. അല്ലെങ്കിൽ, **പ്രാൎത്ഥനം.** ന. ൧, അപേക്ഷ. ൨, യാചന.

പ്രാൎത്ഥിക്കുന്നു. ച്ചു. പ്പാൻ. (പ്രാൎത്ഥി.) സ. ക്രി. ൧, അപേക്ഷിക്കുന്നു, ആഗ്ര ഹിച്ചു ചോദിക്കുന്നു. ൨, യാചിക്കുന്നു.

പ്രാൎത്ഥിത. വി. (തൻ, താ, തം.) വി. ന. ൧, അപേക്ഷിക്കപ്പെട്ട. ൨, യാചി ക്കപ്പെട്ട.

പ്രാലംബം. ന. കഴുത്തോളം ഇടുന്ന ഒരു മാതിരി മാല.

പ്രാലംബിക. ന. ഒരു മാതിരി സ്വ ൎണ്ണമാല.

പ്രാലേയം. ന. മഞ്ഞു.

പ്രാലേയാദ്രി. ന. ഹിമവാൻ പ ൎവ്വതം.

പ്രാവണ്യം. ന. പ്രവണത, മനസ്സി ന്നുണ്ടാകുന്ന ചാച്ചിൽ, ഭാവാനുബന്ധം.

പ്രാവു. ന. ഒരുമാതിരി പക്ഷി. ൧, മാ ടപ്രാവു. ൨, ചുളപ്രാവു.

പ്രാവരണം. ന. പുതപ്പു.

പ്രാവശ്യം. ന. തവണ.

പ്രാവാരകീടം. ന. കൂറപ്പേൻ.

പ്രാവാരം. ന. ഉത്തരീയവസ്ത്രം.

പ്രാവൃട്ട്; പ്രാവൃൾ. ന. വൎഷകാലം.

പ്രാവൃത. വി. (തൻ, താ, തം.) വി. ന. മൂടപ്പെട്ട, ചുററപ്പെട്ട.

പ്രാവൃതി. ന. ചുററുമുള്ള വേലി.

പ്രാവൃഷായണി. ന. ഒരു പച്ചമരു ന്നു, നാസ്സൂരണ.

പ്രാവൃഷജ. വി. (ജൻ, ജാ, ജം.) വി. ന. മഴക്കാലത്തുണ്ടായ.

പ്രാവൃഷേണ്യ. വി. (ണ്യൻ, ണ്യാ, ണ്യം.) വി. ന. വൎഷകാലത്തുണ്ടായ.

പ്രാവൃഷേണ്യം. ന. കടമ്പുവൃക്ഷം.

പ്രാവേശനം. ന. പണിപ്പുര.

പ്രാശനം. ന. ഭക്ഷണം.

പ്രാശിത. വി. (തൻ, താ, തം.) വി. ന. ഭക്ഷിക്കപ്പെട്ട.

പ്രാശിതം. ന. ചാത്തം.

പ്രാശ്നികൻ. ന. ചോദിക്കുന്നവൻ, സഭയിങ്കൽ സഹായിക്കുന്ന ഒരുത്തൻ.

പ്രാസംഗം. ന. നുകം.

പ്രാസംഗ്യം. ന. നുകം ചുമക്കുന്ന കാള.

പ്രാസം. ന. ൧, കുന്തം. ൨, കവിതയു ടെ ഒരു മാതിരി അക്ഷരച്ചേൎച്ച.

പ്രാസാദം. ന. ദൈവാലയത്തിന്റെ യൊ രാജധാനിയുടെയൊ മാളിക.

പ്രാസികൻ. ന. കുന്തക്കാരൻ.

പ്രാസ്ഥിക. വി. (കൻ, കീ, കം.) വി. ന. പ്രസ്ഥത്തെ സംബന്ധിച്ച, ഇടങ്ങ ഴിയെ സംബന്ധിച്ച.

പ്രാഹ്ണകാലം. ന. പകലിന്റെ ആ ദിയിലെ പത്തു നാഴിക.

പ്രാഹ്ണം. ന. മേല്പറഞ്ഞ അൎത്ഥം.

പ്രാളേയം. ന. മഞ്ഞു.

പ്രിയ. വി. (യൻ, യാ, യം.) വി. ന. ഇഷ്ടമുള്ള. **പ്രിയത.** ഗു. ന. സ്നേഹം.

പ്രിയൻ. ന. ഭൎത്താവു.

പ്രിയാ. ന. ഭാൎയ്യ.

പ്രിയകം. ന. ൧, ഞാഴൽ. ൨, നീർകട മ്പു. ൩, ഒരു വക മാൻ. ൪, വേങ്ങ വൃക്ഷം. ൫, തേനീച്ച.

പ്രിയങ്കര. വി. (രൻ, രി, രം.) വി. ന. ഇഷ്ടത്തെ ചെയ്യുന്ന.

പ്രിയംഗു. ന. ൧, ഞാഴൽ. ൨, തിന. ൩, കറുത്ത കടുക.

പ്രിയതമ. വി. (മൻ, മാ, മം.) വി. ന. ഏററവും ഇഷ്ടമുള്ള.

പ്രിയതമൻ. ന. ഭൎത്താവു.

പ്രിയതമ. ന. ഭാൎയ്യ.

പ്രിയതമം. ന. ഒരു വൃക്ഷം.

പ്രിയതര. വി. (രൻ, രാ, രം.) വി. ന. ഏററവും സ്നേഹമുള്ള.

പ്രിയദൎശന. വി. (നൻ, നീ, നം.) വി. ന. കാണ്മാൻ ഭംഗിയുള്ള.

പ്രിയപ്പെടുന്നു. ട്ടു. വാൻ. (പ്രിയ.) അ. ക്രി. ഇഷ്ടപ്പെടുന്നു, സ്നേഹിക്കുന്നു.

പ്രിയഭാഷണം. ന. ഇഷ്ടവാക്ക.

പ്രിയംവദ. വി. (ദൻ, ദാ, ദം.) വി. ന. നല്ലവാക്ക പറയുന്ന.

പ്രിയംവദൻ. ന. ഒരു വിദ്യാധരൻ.

പ്രിയവാദി. വി. (ദീ, ദിനീ, ദി.) വി. ന. നല്ലവാക്ക പറയുന്ന.

പ്രിയാളം. ന. ഒരു വൃക്ഷം, മുരൽ.

പ്രീണനം. ന. സന്തോഷം, തൃപ്തി.

പ്രീണിക്കുന്നു. ച്ചു. ക്കുവാൻ. (പ്രീ ണി.) അ. ക്രി. സന്തോഷിക്കുന്നു. **പ്രീണിപ്പിക്കുന്നു.** സ. ക്രി.

പ്രീത. വി. (തൻ, താ, തം.) വി. ന. സന്തോഷമുള്ള.

പ്രീതി. ന. ൧, സന്തോഷം, സ്നേഹം. ൨, കാമദേവന്റെ ഭാൎയ്യയുടെ ഒരു പേർ.

പ്രീതികര. വി. (രൻ, രി, രം.) വി. ന. സന്തോഷത്തെ ഉണ്ടാക്കുന്ന.

പ്രീതിമൽ. വി. (മാൻ, മതി, മൽ.) വി. ന. സന്തോഷമുള്ള.

പ്രുഷ്ട. വി. (ഷ്ടൻ, ഷ്ടാ, ഷ്ടം.) വി. ന. ചുടപ്പെട്ട, ദഹിപ്പിക്കപ്പെട്ട.

പ്രുഷ്ഠം. ന. ൧, രണ്ടുമാസം കൂടിയ കാലം, ഋതു. ൨, ആദിത്യൻ.

പ്രുഷ്ഠാ. ന. നീൎത്തുള്ളി.

പ്രേംഖ. ന. ൧, ഊഞ്ഞാൽ. ൨, സഞ്ചാരം. ൩, നാട്യം.

പ്രേംഖിത. വി. (തൻ, താ, തം.) വി. ന. ൧, ഇളക്കപ്പെട്ട. ൨, ആടിക്കപ്പെട്ട.

പ്രേതഗൃഹം. ന. ചുടലക്കാട.

പ്രേതനാഥൻ. ന. അന്തകൻ.

പ്രേതപ്പെട്ടി. ന. ശവം വെക്കുന്ന പെട്ടി.

പ്രേതബാധ. ന. ദേവതാപീഡ.

പ്രേതമഞ്ചം. ന. ശവക്കട്ടിൽ.

പ്രേത. വി. (തൻ, താ, തം.) വി. ന. മരിച്ച.

പ്രേതം. ന. മരിച്ചവരുടെ ജീവൻ, ദേവത. (മ.) ജീവൻ പോയ ദേഹം.

പ്രേതവനം. ന. ചുടലക്കാട.

പ്രേതസംസ്കാരം. ന. ശവം ചുടുക.

പ്രേതാധിപൻ. ന. അന്തകൻ.

പ്രേതാലങ്കാരം. ന. ശവത്തെ അലങ്കരിക്ക.

പ്രേതാലയം. ന. പ്രേതങ്ങളെ മറെക്കുന്ന സ്ഥലം.

പ്രേമകലഹം. ന. സ്നേഹംകൊണ്ടുള്ള ശണ്ഠ.

പ്രേമം. ന. സ്നേഹം.

പ്രേയസ്. വി. (യാൻ, യസീ, യസ്.) വി. ന. ഏററവും പ്രിയമുള്ള.

പ്രേയസി. ന. ഭാൎയ്യ.

പ്രേരണം. ന. ൧, വിടുക. ൨, പറഞ്ഞയെക്ക. ൩, ഇന്ദ്രിയങ്ങളുടെ ഒരു പ്രവൃത്തി.

പ്രേരിത. വി. (തൻ, താ, തം.) വി. ന. അയെക്കപ്പെട്ട.

പ്രേരിപ്പിക്കുന്നു. ച്ചു. ക്കുവാൻ. സ. ക്രി. ഉത്സാഹിപ്പിക്കുന്നു, പ്രവൎത്തിക്കുവാൻ പറഞ്ഞുവിടുന്നു.

പ്രേഷകൻ. ന. ദൂതൻ.

പ്രേഷകപ്രേഷകൻ. ന. ദൂതന്റെ ദൂതൻ.

പ്രേഷണം. ന. പറഞ്ഞയക്കുക.

പ്രേഷിത. വി. (തൻ, താ, തം.) വി. ന. അയെക്കപ്പെട്ട.

പ്രേഷ്ഠ. വി. (ഷ്ഠൻ, ഷ്ഠാ, ഷ്ഠം.) വി. ന. ഏററവും പ്രിയമായ.

പ്രേഷ്ഠാ. ന. ൧, ഭാൎയ്യ. ൨, കാലു.

പ്രേഷ്യ. ന. ദാസി.

പ്രേഷ്യൻ. ന. ദാസൻ, ഭൃത്യൻ. **പ്രേഷ്യത്വം.** ഗു. ന.

പ്രേക്ഷ. ന. ൧, ബുദ്ധി. ൨, ആട്ടം, കൂത്തു. ൩, കാഴ്ച. ൪, വൃക്ഷത്തിന്റെ കൊമ്പു.

പ്രേക്ഷകൻ. ന. നോട്ടക്കാരൻ, ദീൎഘദൎശി.

പ്രൈഷ്യൻ. ന. ദാസൻ, ഭൃത്യൻ.

പ്രോക്ത. വി. (ക്തൻ, ക്താ, ക്തം.) വി. ന. പറയപ്പെട്ട.

പ്രോത. വി. (തൻ, താ, തം.) വി. ന. ൧, തുന്നപ്പെട്ട. ൨, കോൎക്കപ്പെട്ട.

പ്രോത്സാഹകൻ. ന. ഉത്സാഹിപ്പിക്കുന്നവൻ.

പ്രോത്സാഹം. ന. ഉത്സാഹം.

പ്രോത്സാഹിത. വി. (തൻ, താ, തം.) വി. ന. ഉത്സാഹിപ്പിക്കപ്പെട്ട.

പ്രോഥ. വി. (ഥൻ, ഥാ, ഥം.) വി. ന. ൧, യാത്രപോകുന്ന. ൨, കീൎത്തിയുള്ള. ൩, സ്ഥാപിച്ച.

പ്രോഥം. ന. ൧, കുതിരയുടെ മോന്ത. ൨, അരയുടെ പിൻഭാഗം.

പ്രോദ്ധൃത. വി. (തൻ, താ, തം.) വി. ന. ധരിക്കപ്പെട്ട, ഉയൎത്തപ്പെട്ട.

പ്രോഷിത. വി. (തൻ, താ, തം.) വി. ന. വീട വിട്ടു പോയ.

പ്രോഷ്ഠപദ. ന. പൂരുരുട്ടാതി നക്ഷത്രം.

പ്രോഷ്ഠീ. ന. വരിമീൻ.

പ്രോക്ഷണം. ന. ൧, തളിക്ക. ൨, യാഗത്തിന്നു ആടിനെ കൊല്ലുക. ൩, വധം.

പ്രോക്ഷിക്കുന്നു. ച്ചു. പ്പാൻ. (പ്രോക്ഷി). സ. ക്രി. തളിക്കയും മററും ചെയ്യുന്നു.

പ്രോക്ഷിത. വി. (തൻ, താ, തം.) വി. ന. ൧, പ്രോക്ഷിക്കപ്പെട്ട, തളിക്കപ്പെട്ട. ൨, കൊല്ലപ്പെട്ട.

പ്രൌഢ. വി. (ഢൻ, ഢാ, ഢം.) വി. ന. ൧, വളൎന്ന. ൨, ധൈൎയ്യമുള്ള, അഹമ്മതിയുള്ള. ൩, വിവാഹംകഴിക്കപ്പെട്ട. ൪, കനത്ത. **പ്രൌഢത.** ഗു. ന. ൧, സാമൎത്ഥ്യം. ൨, ധീരത. ൩, അഹമ്മതി.

പ്രൌഢ. ന. മുപ്പതു വയസ്സിന്നു മേൽ അൻപത്തഞ്ചു വയസ്സിന്നു താഴെയുള്ള സ്ത്രീ.

പ്രൌഢി. ന. ൧, ധീരത, സാമൎത്ഥ്യം. ൨, അഹമ്മതി. ൩, തൎക്കം.

പ്ല

പ്ലവ. വി. (വൻ, വാ, വം.) വി. ന. ചാടുന്ന.

പ്ലവൻ. ന. ൧, ചണ്ഡാലൻ. ൨, ചാടുന്നവൻ.

പ്ലവ. ന. അറുപതിൽ മുപ്പത്തഞ്ചാം വൎഷം.

പ്ലവം. ന. ൧, ചാടുക. ൨, തവള. ൩, കുരങ്ങു. ൪, ആടു. ൫, ഒരു പക്ഷി. ൬, പൊങ്ങുതടി. ൭, കാക്കപ്പനച്ചി. ൮, കഴിമുത്തെങ്ങാ. ൯, ഒരു പുല്ലു. ൧൦, ഇത്തിമരം. ൧൧, ശത്രു.

പ്ലവകം. ന. ൧, തവള. ൨, കുരങ്ങു.

പ്ലവകൻ. ന. തോണൽമേൽ കളിക്കാരൻ. ൨, ഭ്രഷ്ടൻ.

പ്ലവഗം. ന. ൧, കുരങ്ങു. ൨, തവള. ൩, സൂൎയ്യന്റെ സാരഥി. ൪, ഒരു പക്ഷി.

പ്ലവംഗ. ന. അറുപതിൽ നാല്പതാം വൎഷം.

പ്ലവംഗമം. ന. ൧, കുരങ്ങു. ൨, തവള.

പ്ലവംഗം. ന. ൧, കുരങ്ങു. ൨, മാൻ.

പ്ലവനം. ന. ൧, ചാട്ടം. ൨, വെള്ളപ്പൊക്കം. ൩, വെള്ളത്തിന്നു മീതെ നീന്തുക. ൪, കുളിക്ക. ൫, പറക്കുക. ൬, കുതിരയുടെ ഒരുവക ഗമനം.

പ്ലവാക. ന. തോണി, പൊങ്ങുതടി.

പ്ലവിക്കുന്നു. ച്ചു. പ്പാൻ. (പ്ലവി.) അ. ക്രി. ൧, ചാടുന്നു. ൨, നീന്തുന്നു. ൩, ഇളകുന്നു.

പ്ലക്ഷം. ന. ൧, ഇത്തിവൃക്ഷം. ൨, ഏഴു ദ്വീപുകളിൽ ഒന്നു.

പ്ലാക്കാ. ന. ചക്ക.

പ്ലാത്തി. ന. കാട്ടുചാമ്പ.

പ്ലാവു. ന. ചക്കയുണ്ടാകുന്ന മരം.

പ്ലാശു. ന. ഒരു വക വൃക്ഷം.

പ്ലാശിൻദണ്ഡു. ന. ചമതക്കോൽ.

പ്ലാക്ഷം. ന. ഇത്തിക്കുരു.

പ്ലീഹ. ന. ൧, വയററിന്നകത്തുള്ള ഒരു ഭാഗം. ൨, ആ ഭാഗത്തുനിന്നുണ്ടാകുന്ന ദീനം.

പ്ലീഹശത്രു. ന. ചെമ്മരം.

പ്ലീഹോദരം. ന. ഒരു ദീനം.

പ്ലുത. വി. (തൻ, താ, തം.) വി. ന. ൧, ചാടിയ. ൨, എറിയപ്പെട്ട.

പ്ലുതം. ന. ൧, കുതിരയുടെ ഒരു ഗതിഭേദം. ൨, മൂന്നു മാത്ര, ഹ്രസ്വം മൂന്നു കൂടിയതു.

പ്ലുഷം. ന. ചുട്ടുക, ദഹിപ്പിക്കുക

പ്ലുഷ്ട. വി. (ഷ്ടൻ, ഷ്ടാ, ഷ്ടം.) വി. ന. ചുടപ്പെട്ട.

പ്ലോഷം. ന. ചുട്ടുക, ദഹിപ്പിക്കുക.

പ്ഷ

പ്ഷാരം. ന. ഒരു അമ്പലവാസിയുടെ ഭവനം.

പ്ഷാരോടി. ന. ഒരു അമ്പലവാസി.

പ്സ

പ്സാത. വി. (തൻ, താ, തം.) വി. ന. ഭക്ഷിക്കപ്പെട്ട.

പ്സാനം. ന. ഭക്ഷണം.

ഫ. ഹല്ലുകളിൽ ഇരുപത്തുരണ്ടാം അക്ഷരം.

ഫണ. അല്ലെങ്കിൽ, ഫണം. പാമ്പിന്റെ പത്തി.

ഫണി. ന. സൎപ്പം, പാമ്പ.

ഫണിസ്ഥ. വി. പത്തിയിൽ ഇരിക്കുന്ന.

ഫണിജ്ജകം. ന. ഒരു മാതിരി തുളസി.

ഫണീന്ദ്രൻ. ന. സൎപ്പങ്ങളുടെ രാജാവ, അനന്തൻ.

ഫയൽ. ന. രജിസ്റ്റർ.

ഫയലാകുന്നു. അ. ക്രി. നമ്പരു പതിയുന്നു. ഫയലാക്കുന്നു. സ. ക്രി. കോടതിയിൽ ഹാജരാക്കുന്നു.

ഫലകപാണി. ന. പരിചക്കാരൻ.

ഫലകം. ന. ൧, പരിച. ൨, നെററിയുടെ അസ്ഥി. ൩, പലക. ൪, അരയുടെ പിൻഭാഗം, ചന്തി.

ഫലകേസരം. ന. നാളികേരവൃക്ഷം.

ഫലത്രയം. ന. കടുക്ക നെല്ലിക്ക താന്നിക്കാ, ത്രിഫല.

ഫലത്രികം. ന. മേല്പറഞ്ഞ അൎത്ഥം.

ഫലപാകാന്തം. ന. കാ മൂക്കുമ്പോൾ നശിക്കുന്നവ, നെല്ലു ചാമ മുതലായവ, ഓഷധി.

ഫലപൂരം. ന. വള്ളിനാരകം.

ഫലപ്രദം. വി. ഫലം നല്കുന്ന.

ഫലപ്രാപ്തി. ന. ഫലത്തിനെ ലഭിക്കുക, കാൎയ്യലാഭം.

ഫലമൂലങ്ങൾ. ന. കാകളും കിഴങ്ങുകളും.

ഫലമൂലാശി. വി. (ശീ, ശിനീ, ശി.) വി. ന. കാകളും കിഴങ്ങുകളും ഭക്ഷിക്കുന്ന.

ഫലം. ന. ൧, കായ്. ൨, സാദ്ധ്യം. ൩, പുണ്യം. ൪, ലാഭം. ൫, പരിച. ൬, വാളിന്റെ മൂൎച്ച. ൭, ഒരു മരുന്നു. ൮, ജാതിക്കാ. ൯, ത്രിഫല. ൧൦, കൊഴുവ.

ഫലവത്തു; ഫലവൽ. വി. (വാൻ, വതി, വൽ.) വി. ന. ഫലമുള്ള, കായുള്ള.

ഫലശ്രുതി. ന. ഒരു ശുഭ കഥകളും മററും പറഞ്ഞാൽ അതിന്റെ മഹത്വത്തെക്കുറിച്ചു പിന്നീടു പറയുന്ന ശ്ലോകം.

ഫലസിദ്ധി. ന. ഫലപ്രാപ്തി.

ഫലാഫലം. ന. ജയവും തോൽവിയും.

ഫലാദ്ധ്യക്ഷം. ന. ഒരു വൃക്ഷം, പഴമുണ്ടാല.

ഫലാനുമേയ. വി. (യൻ, യാ, യം.) വി. ന. ഫലംകൊണ്ടു ഊഹിക്കപ്പെടുവാൻ തക്ക.

ഫലാന്തം. ന. മുള, ഇല്ലി.

ഫലാശനം. ന. കിളി.

ഫലാശി. വി. (ശീ, ശിനീ, ശി.) വി. ന. ഫലത്തെ മാത്രം ഭക്ഷിക്കുന്ന.

ഫലാഹാരം. ന. കാകളെ ഭക്ഷിക്കുക.

ഫലിക്കുന്നു. ച്ചു. പ്പാൻ. (ഫലി.) അ. ക്രി. ൧, കായിക്കുന്നു. ൨, കാൎയ്യം സാധിക്കുന്നു. ൩, സാദ്ധ്യമാകുന്നു. ഫലിപ്പിക്കുന്നു. സ. ക്രി.

ഫലിതക്കാരൻ. ന. ചിരിക്കത്തക്ക വാക്കു പറയുന്നവൻ.

ഫലിത. വി. (തൻ, താ, തം.) വി. ന. ഫലമുള്ള, കായിച്ച.

ഫലിതം. ന. ഒരു വൃക്ഷം (മ.) കളിവാക്ക.

ഫലിതാൎത്ഥം. ന. ൧, ഫലത്തോടുകൂടിയ അൎത്ഥം. ൨, ഫലമുള്ള വസ്തു.

ഫലി. വി. (ലീ, ലിനീ, ലി.) വി. ന. കായുള്ള.

ഫലീ. ന. ഒരു മാതിരി മത്സ്യം.

ഫലിനീ. ന. ഞാഴൽ.

ഫലേഗ്രഹി. വി. (ത്രിഷു.) വി. ന. കായിക്കുന്ന.

ഫലേരുഹ. ന. പാതിരി വൃക്ഷം.

ഫലോദയം. ന. ൧, ലാഭം. ൨, സ്വൎഗ്ഗം. ൩, ആനന്ദം.

ഫല്ഗു. വി. (ത്രിഷു.) വി. ന. നിസ്സാരമായുള്ള.

ഫല്ഗു. ന. ൧, പേയത്തി. ൨, അസത്യവാക്ക.

ഫല്ഗുനൻ. ന. അൎജ്ജുനൻ.

ഫല്ഗുനി. ന. പൂരം എന്ന നക്ഷത്രം.

ഫസലി. ന. ൧, അറബികൾവൎഷം. ൨, കൊയ്ത്തുസമയം.

ഫാ

ഫാണിതം. ന. മുറിയൻശൎക്കര.

ഫാണ്ട. വി. (ണ്ടൻ, ണ്ടാ, ണ്ടം.) വി. ന. ഒരുങ്ങിയ.

ഫാണ്ടം. ന. അനു വെച്ച കഷായം.

ഫാല. വി. (ലൻ, ലി, ലം.) വി. ന. ഫലത്തിൽനിന്നുണ്ടായ, പഞ്ഞികൊണ്ടുണ്ടാക്കിയ.

ഫാലം. ന. ൧, കൊഴുവ. ൨, നെററി

ഫാലലോചനൻ. ന. ശിവൻ.

ഫാല്ഗുനം. ന. മീനമാസം.

ഫാല്ഗുനി. ന. ൧, ഫാല്ഗുനിമാസത്തിൽ വെളുത്തവാവു. ൨, മീനമാസം.

ഫാല്ഗുനികം. ന. മീനമാസം.

ഫു

ഫു. അ. ഒരു ശകാരം, നിന്ദാവാക്ക.

ഫുടം. വിരിഞ്ഞ പത്തി.

ഫുല്ല. വി. (ല്ലൻ, ല്ലാ, ല്ലം.) വി. ന. വികസിച്ച.

ഫൂ

ഫൂല്ക്കാരം. ന. ഊത്ത.

ഫേ

ഫേനം. ന. ൧, നുര. ൨, കടൽനാക്ക.

ഫേനല. വി. (ലൻ, ലാ, ലം.) വി. ന. നുരയുള്ള.

ഫേനാഗ്രം. ന. നീർക്കുമിള.

ഫേനില. വി. (ലൻ, ലാ, ലം.) വി. ന. പതയുള്ള.

ഫേനിലം. ന. ൧, പൂവിഞ്ഞി. ൨, ഇലന്തക്കുരു.

ഫേരണ്ഡം. ന. കുറുക്കൻ.

ഫേരവ. വി. (വൻ, വാ, വം.) വി. ന. ഉപായമുള്ള.

ഫേരവം. ന. കുറുക്കൻ.

ഫേരു. ന. കുറുക്കൻ.

ഫേല. ന. ഉച്ഛിഷ്ടം.

ഫേലകം. ന. ഉച്ഛിഷ്ടം, എച്ചിൽ.

ഫേലി. ന. ഉച്ഛിഷ്ടം.

ഫൌജദാരി; ഫൌസ്സുദാരി. ന. ഉദ്യോഗസ്ഥന്മാരുടെ കുററത്തെ സംബന്ധിച്ച മേൽനോട്ടക്കാരൻ. -വി. കുററസംബന്ധമായുള്ള.

ബ. ഹല്ലുകളിൽ ഇരുപത്തുമൂന്നാം അക്ഷരം.

ബകം. ന. ഒരു പക്ഷി, കൊക്കു.

ബകാരം. ന. ബ എന്ന അക്ഷരം.

ബകുളം; ബകുലം. ന. ഇലഞ്ഞി വൃക്ഷം.

ബഡവ. ന. ൧, പെൺകുതിര. ൨, അശ്വിനി.

ബഡവാഗ്നി. ന. സമുദ്രാഗ്നി, ഭൂഗോളത്തിൻെറ തെക്കെ മുനയിൽ സമുദ്രത്തിൽ ചുററിയിരിക്കുന്ന ഒരഗ്നി.

ബഡവാനലൻ. ന. മേല്പറഞ്ഞ അർത്ഥം.

ബഡവാമുഖാഗ്നി. ന. സമുദ്രാഗ്നി.

ബജ്ജാർ. ന. അങ്ങാടിത്തെരുവു, വലിയ കച്ചവടസ്ഥലം.

ബത. അ. വിഷാദത്തിലും ദയയിലും സന്തോഷത്തിലും വിസ്മയത്തിലും ചോദ്യത്തിലും പറയുന്ന ഒരു വാക്കു.

ബദൽ. ന. പകരം ചെയ്യുക, മറുപടി.

ബദരം. ന. ൧, ഇലന്ത. ൨, ഇലന്തക്കുരു. ൩, പഞ്ഞിക്കുരു.

ബദരി. ന. ൧, ഇലന്ത. ൨, പഞ്ഞി. ൩, ബ്രഹ്മി.

ബദാം. ന. ഒരുവക വൃക്ഷം.

ബദ്ധ. വി. (ദ്ധൻ, ദ്ധാ, ദ്ധം.) വി. ന. ൧, കെട്ടപ്പെട്ട. ൨, അമർത്തപ്പെട്ട. ൩, പദാരംഭത്തിൽ ചേർന്നുവരുമ്പോൾ 'പിൻപദാർത്ഥത്തോടുകൂടിയ' എന്ന അർത്ഥം വരുത്തുന്നു. ഉ-ം. ബദ്ധമോദം (മോദത്തോടുകൂടി.)

ബദ്ധപ്പാടു. ന. വേഗം, ധൃതി, ജോലി, അടിയന്തിരം.

ബദ്ധപ്പെടുന്നു. ട്ടു. വാൻ. (ബദ്ധ.) അ. ക്രി. ഊററുന്നു, തിടുക്കപ്പെടുന്നു. **ബദ്ധപ്പെടുത്തുന്നു.** സ. ക്രി.

ബദ്ധവൈരം. ന. വലിയ നീരസം.

ബദ്ധശ്രദ്ധ. വി. ശ്രദ്ധയോടുകൂടിയ.

ബദ്ധസന്ദേഹം. അ. സംശയത്തോടുകൂടുംവണ്ണം.

ബദ്ധാഞ്ജലി. വി. (ത്രിക്കു.) വി. ന. കൈകൂപ്പിയ.

ബദ്ധാദരം. അ. ആദരവോടുകൂടും വണ്ണം.

ബദ്ധാമോദം. അ. സന്തോഷത്തോടുകൂടുംവണ്ണം.

ബദ്ധാവലേപ. വി. അഹങ്കാരത്തോടുകൂടിയ.

ബദ്ധോദ്യമ. വി. (മൻ, മാ, മം.) വി. ന. ഉത്സാഹത്തോടുകൂടിയ.

ബധിര. വി. (രൻ, രാ, രം.) വി. ന. ചെവികേൾക്കാത്ത.

ബന്തർ. ന. തുറമുഖം.

ബന്തോവസ്ത്; ബന്തോവസ്തു. ന. സൂക്ഷിപ്പു.

ബന്ധകം. ന. ൧, കൈമാററം. ൨, കെട്ടു. ൩, തടവു. ൪, ഏല്പാടു. ൫, അടിമ. ൬, പണയപ്പാടു.

ബന്ധകീ. ന. വേശ്യാസ്ത്രീ, അസതി.

ബന്ധതന്ത്രം. ന. ചതുരംഗബലം.

ബന്ധനം. ന. ൧, കെട്ടു. ൨, പശുക്കയറു. ൩, വധം. ൪, കെട്ടുന്നതിനുള്ള വസ്തു, ചങ്ങലയും മററും.

ബന്ധനാലയം. ന. കാരാഗൃഹം.

ബന്ധമോചനം. ന. കെട്ടിൽനിന്നു വിടുക, അഴിച്ചുവിടുക.

ബന്ധം. ന. ൧, കെട്ടു, ചേർച്ച. ൨, കാരണം. (മ.) ൩, ഭവനത്തിൻെറ മേൽപുരയിൽ ഉള്ള ഒരു പണി. ൪, തടവു. ൫, ദേഹദേഹികളുടെ ചേർച്ച. ൬, ശരീരം.

ബന്ധസ്തംഭം. ന. ആനയെ കെട്ടുന്ന കുററി.

ബന്ധിക്കുന്നു. ച്ചു. പ്പാൻ. (ബന്ധി.) സ. ക്രി. ൧, കെട്ടുന്നു. ൨, തടവിലാക്കുന്നു. **ബന്ധിപ്പിക്കുന്നു.** കാ. ക്രി.

ബന്ധു. ന. ൧, ചാർച്ചക്കാരൻ. ൨, സ്നേഹിതൻ. ൩, സ്വജാതിക്കാരൻ. ൪, ചങ്ങാതിയുമ്മററും.

ബന്ധുകൃത്യം. ന. സംബന്ധമുറ.

ബന്ധുക്കാരൻ. ന. ചാർച്ചക്കാരൻ.

ബന്ധുക്കെട്ടു. ന. ബന്ധുത്വംകൊണ്ടുള്ള സംബന്ധം.

ബന്ധുജീവകം. ന. ഉച്ചമലരി.

ബന്ധുത. ന. ബന്ധുക്കാരുടെ കൂട്ടം.

ബന്ധുത്വം. ന. ബന്ധുവിൻെറ അവസ്ഥ.

ബന്ധുദത്ത. വി. (ത്തൻ, ത്താ, ത്തം.) വി. ന. ബന്ധുക്കളാൽ കൊടുക്കപ്പെട്ടു.

ബന്ധുദത്തം. ന. സ്ത്രീധനം.

ബന്ധുഭാവം. ന. ബന്ധുത്വം.

ബന്ധുമൽ. വി. (മാൻ, മതി, മൽ.) വി. ന. ബന്ധുക്കളോടു കൂടിയിരിക്കുന്ന.

ബന്ധുര. വി. (രൻ, രാ, രം.) വി. ന. ൧, താണും ഉയർന്നുമുള്ള. ൨, വളഞ്ഞ, കുനിഞ്ഞ. ൩, ചന്തമുള്ള. ൪, ചെവികേൾക്കാത്ത. ൫, ഉപദ്രവമുള്ള.

ബന്ധുരം. ന. ൧, പാത്ത. ൨, ഒരു പൂവു. ൩, ഒരു കിരീടം.

ബന്ധുലം. വി. ൧, വളഞ്ഞ. ൨, മോഹനമായ.

ബന്ധുവത്സല. വി. (ലൻ, ലാ, ലം.) വി. ന. ബന്ധുക്കളിൽ സ്നേഹമുള്ള.

ബന്ധുശത്രു. ന. ബന്ധുവെന്നുള്ള നാട്യത്തിലിരുന്നുംകൊണ്ടു വിരോധം പ്രവർത്തിക്കുന്നവൻ. **ബന്ധുശത്രുക്കൾ.** ബന്ധുക്കളും ശത്രുക്കളും (എന്ന അർത്ഥവും വരാം.)

ബന്ധുസല്ക്കാരം. ന. ചാർച്ചക്കാർക്ക് കൊടുക്കുന്ന വിരുന്നുമ്മററും.

ബന്ധുസഹായം. ന. ചാർച്ചക്കാരുടെയുമ്മററും സഹായം.

ബന്ധുസ്നേഹം. ന. ബന്ധുക്കളിലുള്ള സ്നേഹം.

ബന്ധൂകപുഷ്പം. ന. ൧, വേങ്ങ. ൨, ഉച്ചമലരി.

ബന്ധൂകം. ന. ൧, ഉച്ചമലരി. ൨, വേങ്ങ.

ബന്ധൂര. വി. (രൻ, രാ, രം.) വി. ന. ൧, സമമല്ലാത്ത. ൨, വളഞ്ഞ. ൩, ചന്തമുള്ള.

ബന്ധുലൻ. ന. വ്യഭിചാരം ചെയ്യുന്നവരുടെ പുത്രൻ.

ബന്ധ്യ. വി. (ന്ധ്യൻ, ന്ധ്യാ, ന്ധ്യം.) വി. ന. ൧, കായ്ക്കാത്ത. ൨, തടുക്കപ്പെട്ട.

ബന്ധ്യ. ന. ൧, പ്രസവിക്കാത്തവൾ. ൨, മച്ചിപ്പശു.

ബഭ്രു. വി. (ത്രിപു.) വി. ന. ൧, വലിയ. ൨, കരാൾനിറമുള്ള.

ബഭ്രു. ന. ൧, വിഷ്ണു. ൨, ശിവൻ. ൩, അഗ്നി. ൪, കീരി. ൫, കരാൾനിറം.

ബംഹിഷ്ഠം. വി. (ഷ്ഠൻ, ഷ്ഠാ, ഷ്ഠം.) വി. ന. വളരെയുള്ള.

ബക്കരം. ന. ൧, നാല്പാലിക്കഞ്ഞു. ൨, കഞ്ഞാട്ട. ൩, നേരംപോക്ക.

ബർബ്ബരൻ. വി. ന. നീചൻ, ഭ്രഷ്ടൻ.

ബർബ്ബരദേശം. ന. ഒരു ദേശം.

ബർബ്ബരം. ന. ൧, ചെറുതേക്ക. ൨, നായർവെണ്ണ. ൩, ഒരുവക തുളസി.

ബർച്ചകം. ന. ചെറുതേക്ക.

ബർഹം. ന. ൧, മയില്പീലി. ൨, തുണിയാങ്കം. ൩, ജല. ൪, ചിറക.

ബർഹി. ന. ൧, മയിൽ. ൨, കശ.

ബർഹിണം. ന. മയിൽ.

ബർഹിർമ്മുഖൻ. ന. ദേവൻ.

ബർഹിഷ്ഠം. ന. ഇരുവേലി.

ബർഹിസ്സ. ന. ൧, അഗ്നി. ൨, ശോഭ.

ബറാബർ; ബരാവർ. ന. ശരിക്കുള്ള, നല്ലസ്ഥിതി.

ബല. വി. (ലൻ, ലാ, ലം.) വി. ന. ബലമുള്ള, ശക്തിയുള്ള.

ബലൻ. ന. ൧, ബലഭദ്രൻ. ൨, കാക്ക.

ബലാ. ന. കുറുന്തോട്ടി.

ബലം. ന. ൧, തടിപ്പ, പുഷ്ടി. ൨, ശക്തി. ൩, സൈന്യം. ൪, ശുക്ലം. ൫, ശരീരം. ൬, ഉറെപ്പ.

ബലകര. വി. (രൻ, രാ, രം.) വി. ന. ബലത്തെയുണ്ടാക്കുന്ന.

ബലക്കുറവ. ന. ൧, ഉറപ്പില്ലായ്ക. ൨, ശക്തിയില്ലായ്ക. ൩, വണ്ണമില്ലായ്ക. ൪, സാമൎത്ഥ്യമില്ലായ്ക.

ബലക്കേട. ന. ബലക്കുറവ.

ബലജ. ന. സുന്ദരി.

ബലജം. ന. ൧, നഗരവാതിൽ. ൨, കൃഷിനിലം.

ബലദേവൻ. ന. ബലഭദ്രൻ.

ബലപ്പെടുന്നു. ട്ടു. വാൻ. (ബല.) അ. ക്രി. ൧, ശക്തി ഉണ്ടാകുന്നു. ൨, സ്ഥിരമാകുന്നു.

ബലബന്ധം. ന. ശക്തി.

ബലഭദ്രൻ. ന. ബലദേവൻ.

ബലഭദ്രിക. ന. ത്രായമാണി, ഒരു പച്ചമരുന്നു.

ബലരാമൻ. ന. ബലഭദ്രൻ.

ബലവൽ. വി. (വാൻ, വതി, വൽ.) വി. ന. ബലമുള്ള. **ബലവത്തു.** ഗു. ന.

ബലവിക്കുന്നു. ച്ചു. പ്പാൻ. (ബലവി.) സ. ക്രി. ൧, ശക്തികാട്ടുന്നു. ൨, തടവുചെയ്യുന്നു.

ബലവിന്യാസം. ന. അണിനിരത്തുക.

ബലവൃദ്ധി. ന. ബലങ്ങളുടെ വൎദ്ധനം.

ബലശാലി. വി. (ലീ, ലിനി, ലി.) വി. ന. ബലമുള്ള.

ബലഹരി. ന. ഒരു രാഗം.

ബലഹാനി. ന. ശക്തിക്ഷയം.

ബലഹീന. വി. (നൻ, നാ, നം.) വി. ന. ശക്തിയില്ലാത്ത. **ബലഹീനത.** ഗു. ന. ബലക്കുറവ.

ബലക്ഷയം. ന. ശക്തിയുടെയുംമററും കുറവ.

ബലാൽ. അ. ബലത്തോടെ, ശക്തിയോടെ.

ബലാല്ക്കാരം. ന. അടിക്കയും പിടിച്ചു പറിക്കയും മററും, ശക്തിയുള്ളതിനാൽ ആരോടെങ്കിലും മുറകേടായി ചെയ്യുന്ന പ്രവൃത്തി.

ബലി. വി. (ലീ, ലിനി, ലി.) വി. ന. ബലമുള്ള.

ബലി. ന. ൧, മഹാബലി എന്ന അസുര രാജാവ. ൨, കരം, കപ്പം. ൩, പഞ്ചയജ്ഞങ്ങളിൽ ഒന്നു. ൪, ചാമരത്തിന്റെ പിടി. ൫, അന്നദാനം. ൬, ബലിക്കുള്ള മൃഗം. ൭, ചാത്തം. ൮, മൃഗങ്ങളെ കൊന്നു ഭദ്രകാളിക്കുംമററും കഴിക്കുന്ന ഒരു കൎമ്മം.

ബലികൎമ്മം. ന. ബലികഴിക്കുക.

ബലികുസുമം. ന. ബലിയടിയന്തിരത്തിന്നു വേണ്ട പുഷ്പം.

ബലിക്കുററി. ന. ബലിപൂജയ്ക്കായി സൌകൎയ്യപ്പെടുത്തിയിട്ടുള്ള ഉയൎന്ന തറ.

ബലിക്കല്ലു. ന. ബലിയിടുന്ന കല്ലു.

ബലിക്കറുക. ന. ബലിക്കുള്ള കറുകപ്പുല്ലു.

ബലിക്കളം. ന. ബലി കഴിക്കുന്ന സ്ഥലം.

ബലിക്കൊട. ന. ബലി കൊടുക്കുക.

ബലിധ്വംസി. ന. വിഷ്ണു.

ബലിപീഠം. ന. ബലി കഴിക്കുന്ന പീഠം.

ബലിപുഷ്ടം. ന. കാക്ക.

ബലിഭുൿ. ന. കാക്ക.

ബലിഭോക്താവ. ന. കാക്ക.

ബലിശിഷ്ടം. ന. ബലികഴിഞ്ഞു ശേഷിച്ച ചോറുംമററും.

ബലിഷ്ഠ. വി. (ഷ്ഠൻ, ഷ്ഠാ, ഷ്ഠം.) വി. ന. അതിശക്തിയുള്ള.

ബലിസത്മം. ന. ഭൂമിക്കു തെക്കുള്ള ഒരു പാതാളലോകം.

ബലീമുഖം. ന. കുരങ്ങ.

ബലീയസ്സ. വി. (യാൻ, യസി, യസ്സ.) വി. ന. അതിശക്തിയുള്ള.

ബലീവൎദ്ദം. ന. കാള.

ബല്വജം. ന. ആററുമട്ട.

ബല്യ. വി. (ല്യൻ, ല്യാ, ല്യം.) വി. ന. ദേഹത്തിന്നു ബലമുണ്ടാക്കുന്ന.

ബസ്സാദ; പസാദ. ന. ഏഷണി, വെറുംവാക്ക.

ബഷ്കയണി. ന. വളരെപ്പെററപശു.

ബസ്തം. ന. ൧, വെള്ളാട. ൨, ഭവനം.

ബഹള. വി. (ളൻ, ളാ, ളം.) വി. ന. പെരുകിയ.

ബഹളം. ന. ൧, ബഹുത്വം. ൨, അരിക്കാടി. ൩, പൂനാൽ മുരിങ്ങ.

ബഹാദർ; ബഹദൂർ. ന. നായകൻ, പ്രഭു.

ബഹിൎഗ്ഗമനം. ന. പുറത്തു പോക, പുറപ്പാട.

ബഹിൎദ്വാരം. ന. പുറത്തെ വാതിൽ.

ബഹിൎഭാഗം. ന. പുറത്തുഭാഗം.

ബഹിഷ്കരണം. ന. പുറത്താക്കുക.

ബഹിഷ്കരിക്കുന്നു. ച്ചു. പ്പാൻ. (ബഹിഷ്കരി.) സ. ക്രി. പുറത്താക്കുന്നു.

ബഹിഷ്കാരം. ന. പുറത്താക്കൽ.

ബഹിഷ്കൃത. വി. പുറത്താക്കപ്പെട്ട.

ബഹിസ്സ്. അ. പുറത്തു.

ബഹു. വി. (ഹു, ഹു, ഹ്വീ, ഹു.) വി. ന. ൧, വളരെ. ൨, വലിയ. **ബഹുത്വം.** ഗു. ന. പെരുപ്പം.

ബഹുകര. വി. (രൻ, രാ, രി, രം.) വി. ന. ൧, അടിച്ചുവാരുന്ന. ൨, വ ളരെ പ്രവൃത്തിക്കുന്ന.

ബഹുകരീ. ന. ചൂല്.

ബഹുകരൻ. ന. ഒട്ടകം.

ബഹുകാലം. ന. വളരെക്കാലം.

ബഹുഗർഹ്യവാൿ. ന. അതിനിന്ദാ വാക്ക.

ബഹുതമ. വി. (മൻ, മാ, മം.) വി. ന. ഏററവും വളരെയുള്ള.

ബഹുതര. വി. (രൻ, രാ, രം.) വി. ന. ഏററവും വളരെയുള്ള. (മ.) പല മാതിരി.

ബഹുതിഥ. വി. (ഥൻ, ഥീ, ഥം.) വി. ന. വളരെയുള്ള, പെരുകിയ.

ബഹുധാ. അ. വളരെ പ്രകാരം.

ബഹുനായക. വി. (കൻ, കാ, കം.) വി. ന. പല പ്രമാണികൾ കൂടി ഭരി ക്കുന്ന. **ബഹുനായകത്വം.** ഗു. ന. പല പ്രമാണികൾ കൂടെ നടത്തുന്ന അധികാരം.

ബഹുപത്ര. വി. (ത്രൻ, ത്രീ, ത്രം.) വി. ന. വളരെ ഇലയുള്ള.

ബഹുപത്രം. ന. ൧, ഉള്ളി. ൨, അ ഭ്രകം.

ബഹുപത്രി. ന. ഒരങ്ങാടിമരുന്നു.

ബഹുപാത്തു. അല്ലെങ്കിൽ, **ബഹു പാദം.** ന. പേരാൽ.

ബഹുപുത്ര. വി. (ത്രൻ, ത്രീ, ത്രം.) വി. ന. വളരെ മക്കളുള്ള.

ബഹുപുത്രം. ന. ഒരു വൃക്ഷം.

ബഹുപുത്രി. ന. ശതാവരി.

ബഹുപ്രദ. വി. (ദൻ, ദാ, ദം.) വി. ന. വളരെ കൊടുക്കുന്ന.

ബഹുഭക്ഷക. വി. (കൻ, കാ, കം.) വി. ന. വളരെ ഭക്ഷിക്കുന്ന.

ബഹുഭക്ഷണം. ന. വളരെ ഭക്ഷിക്ക.

ബഹുമതി. ന. ബഹുമാനം.

ബഹുമാനം. ന. രാജാക്കന്മാർ വിദ്വാ ന്മാർ മുതലായവരെക്കണ്ടാൽ ചെയ്യു ന്ന ഓരോ ആചാരങ്ങളും മററും, മാനിക്കുക.

ബഹുമാനിക്കുന്നു. ച്ചു. പ്പാൻ. (ബ ഹുമാനി.) സ. ക്രി. മഹത്വമൊ ശ്രേഷ്ഠ ഹാമൊ ഉള്ളവരെക്കണ്ടാൽ ആദരവോ ടെ അവരെ സന്തോഷിപ്പിക്കുന്നു.

ബഹുമാന്യ; ബഹുമന്തവ്യ. വി. ബഹുമാനിക്കത്തക്ക, യോഗ്യമായ.

ബഹുമൂല്യ. വി. (ല്യൻ, ല്യാ, ല്യം.) വി. ന. വിലയേറിയ.

ബഹുരൂപ. വി. (പൻ, പി, പം.) വി. ന. പലരൂപമുള്ള.

ബഹുരൂപൻ. ന. ൧, ബ്രഹ്മാവു. ൨, വിഷ്ണു. ൩, ശിവൻ. ൪, ജിനന്മാരിൽ ഒരുത്തൻ. ൫, കാമൻ.

ബഹുരൂപം. ന. ൧, ചെഞ്ചെല്യം. ൨, ഓളു. ൩, തലമുടി.

ബഹുരേഖ. ന. ൧, ചുളിപ്പു. ൨, ഉഴ വുചാൽ.

ബഹുരേതസ്സ്. ന. ബ്രഹ്മാവു.

ബഹുല. വി. (ലൻ, ലാ, ലം.) വി.ന. ൧, വളരെയുള്ള. ൨, കറുത്ത. **ബഹു ലത്വം.** ഗു. ന. പരിപൂർണ്ണത.

ബഹുലൻ. ന. അഗ്നി.

ബഹുലം. ന. ൧, കറുത്തപക്ഷം. ൨, ആകാശം.

ബഹുല. ന. ൧, കാർത്തിക. ൨, ഏലം. ൩, പശു. ൪, നീലം.

ബഹുലീകൃത. വി. (തൻ, താ, തം.) വി. ന. പതിർ കളഞ്ഞ.

ബഹുവചനം. ന. സംസ്കൃത പദത്തി ൽ മൂന്നാമത്തെ വചന

ബഹുവാക്ക. ന. വളരെപ്പറക.

ബഹുവാരകം. ന. നറുവരി.

ബഹുവിധ. വി. (ധൻ, ധാ, ധം.) വി. ന. പലവിധമായുള്ള.

ബഹുവേതസം. വി. ന. വഞ്ചിവൃ ക്ഷം വളരെയുള്ള സ്ഥലം.

ബഹുവ്യാപാരി. വി. (രി, രിണി, രി.) വി. ന. വളരെ വ്യാപാരമുള്ള.

ബഹുവ്രീഹി. ന. സംസ്കൃതത്തിന്റെ സമാസങ്ങളിൽ ഒന്നു.

ബഹുശഃ. അ. വളരെ.

ബഹുസന്തതി. വി. (ത്രിഷു.) വി. ന. വളരെ മക്കളുള്ള.

ബഹുസാക്ഷി. വി. (ക്ഷീ, ക്ഷിണി, ക്ഷി.) വി. ന. വളരെ സാക്ഷിയുള്ള.

ബഹുസുത. ന. ശതാവരി.

ബഹുസൂതി. ന. പല പേറു പെറു ന്ന പശു.

ബഹ്വാശി. വി. (ശീ, ശിനീ, ശി.) വി. ന. അധികം ഭക്ഷിക്കുന്ന.

ബളിശം. ന. ചൂണ്ടൽ.

ബാ

ബാക. വി. (കൻ, കീ, കം.) വി. ന. ബകത്തെസ്സംബന്ധിച്ച, കൊക്കിനെ സംബന്ധിച്ച.

ബാകം. ന. ബകങ്ങളുടെ കൂട്ടം.

ബാക്കി. ന. ശേഷിപ്പുള്ളതു.

ബാഡവൻ. ന. ബ്രാഹ്മണൻ.

ബാഡവം. ന. ൧, സമുദ്രാഗ്നി. ൨, പെൺകുതിരക്കൂട്ടം.

ബാഡവാഗ്നി. ന. ബഡവാഗ്നി.

ബാഡവ്യം. ന. ൧, പെൺകുതിരക്കൂ ട്ടം. ൨, ബ്രാഹ്മണരുടെ കൂട്ടം.

ബാഢ. വി. (ഢൻ, ഢാ, ഢം.) വി. ന. ൧, അധികതയുള്ള, പെരുകിയ. ൨, കഠിനമായുള്ള.

ബാഢം. അ. പെരികെ.

ബാണ. ന ൧, നീലക്കുറിഞ്ഞി. ൨, അ മ്പിന്റെ ചുവടു, പുംഖം.

ബാണകൂടം. ന. അമ്പുകൾകൊണ്ടു ണ്ടാക്കിയിട്ടുള്ള കുടില്

ബാണൻ. ന. ൧, ബലിപുത്രൻ. ൨, കാവ്യത്തിന്റെ സാരമറിയാതെ ഓട്ട ന്ന ഭൂതനെപ്പറയുന്ന ഒരു പരിഹാ സ പേർ.

ബാണപുംഖം. ന. ൧, അമ്പിന്റെ കട. ൨, കൊഴിഞ്ഞിൽ.

ബാണം. ന. അമ്പു.

ബാണാസനം. ന. വില്ലു.

ബാണി. അല്ലെങ്കിൽ, **വാണി.** ന. ൧, വാക്ക. ൨, സരസ്വതി.

ബാണിജൻ. ന. കച്ചവടക്കാരൻ.

ബാണിജ്യം. ന. കച്ചവടം.

ബാത്തു; പാത്ത. ന. ഒരു തരം കോഴി.

ബാദര. വി. (രൻ, രീ, രം.) വി. ന. പഞ്ഞികൊണ്ടുണ്ടാക്കപ്പെട്ട.

ബാദരായണൻ. ന. വ്യാസൻ.

ബാദാംകൊട്ട; ബദാം. ന. വളരെ പോഷണഗുണമുള്ള ഒരുതരം കായ്.

ബാധ്യം. ന. വിരോധിക്കുന്നതു.

ബാധ. ന. ൧, രോഗം, ദുഃഖം. ൨, ത ടവു, വിരോധം. ൩, ഉപദ്രവം. ൪, ചില ദുർദ്ദേവതകൾക്കു പറയുന്ന പേർ.

ബാധക. വി. (കൻ, കാ, കം.) വി. ന. ൧, ബാധിക്കുന്ന. ൨, പീഡിപ്പി ക്കുന്ന, വിരോധിക്കുന്ന.

ബാധകാധിപൻ; ബാധനാഥൻ; ബാധേശൻ. ന. ഉപദ്രവത്തിനു കാരണഭൂതമായ പ്രധാന മൂൎത്തി.

ബാധപിടിത്തം. ന. ദേവതകളെ മാററുക.

ബാധിക്കുന്നു. ച്ചു. പ്പാൻ. (ബാധി.) സ. ക്രി. ക, ഉപദ്രവിക്കുന്നു. വ, വിരോധിക്കുന്നു.

ബാധിത. വി. (തൻ, താ, തം.) വി. ന. ബാധിക്കപ്പെട്ട.

ബാധ്യത. ന. കടമ.

ബാധ്യസ്ഥത. ന. ബാധ്യത.

ബാന്ധകിനേയൻ. ന. അസതിപുത്രൻ.

ബാന്ധവൻ; ബാന്ധവക്കാരൻ. ന. സംബന്ധക്കാരൻ, ബന്ധു, സ്നേഹിതൻ.

ബാന്ധവം. ന. വസ്തും കൊടുത്തു ഭാൎയ്യയാക്കുക, ബന്ധുത്വം.

ബാന്ധവിക്കുന്നു. സ. ക്രി. ഭാൎയ്യയാക്കുന്നു.

ബാപ്പ; വാപ്പ. ന. അച്ഛൻ, പിതാവു.

ബാഹതം. ന. ബൃഹതിയുടെ കായ്, വഴതിനെങ്ങാ.

ബാല. വി. (ലൻ, ലാ, ലം,) വി. ന. ക, അറിവില്ലാത്ത. വ, ചെറുപ്പമായ. **ബാലഭാവം.** ഗു. ന. ശിശുത്വം.

ബാലൻ. ന. ക, പൈതൽ. വ, അഞ്ചു വയസ്സുള്ള ആന. ന, ഒരു മത്സ്യം. ര, ആനവാൽ, കുതിരവാലും മററും. **ബാലത; ബാലത്വം.** ഗു. ന.

ബാല. ന. ക, ചിറേറലം. വ, സ്ത്രീ. ന, ചെന്നിനായകം. ര, തെങ്ങ. ൫, മഞ്ഞൾ. ൬, ഒരു മുല്ല. ൭, ഒരു പൂവു.

ബാലം. ന. ക, ഇരുവേലി. വ, തലമുടി. ന, വാല്.

ബാലകൻ. ന. ക, ബാലൻ, ആണ്പൈതൽ. വ, ഭോഷൻ. ന, വിഷ്ണു.

ബാലകൃമി. ന. പേൻ.

ബാലകേതു. ന. വാൽനക്ഷത്രങ്ങളിൽ ഒന്നു.

ബാലക്രീഡ. ന. പൈതങ്ങളുടെ കളി.

ബാലഖില്യൻ. ന. ഒരുമാതിരി യോഗിസംഘത്തിലുള്ളവൻ.

ബാലഗൎഭിണി. ന. കടിഞ്ഞൂൽഗൎഭമുള്ള പശു.

ബാലചന്ദ്രൻ. ന. പ്രതിപദം മുതൽ പഞ്ചമിവരെ ഉദിക്കുന്ന ചന്ദ്രൻ.

ബാലചാപല്യം. ന. പൈതലിന്റെ അസ്ഥിരത.

ബാലതനയം. ന. കരിങ്ങാലി.

ബാലതന്ത്രം. ന. പ്രസവിക്കുന്ന സമയത്തു ആ സ്ത്രീയെ ശുശ്രൂഷിക്ക.

ബലതൃണം. ന. ഇളമ്പുല്ലു.

ബാലധി. ന. വാൽ.

ബാലപാശ്യ. ന. മയിർ പട്ടം.

ബാലപീഡ. ന. പൈതങ്ങൾക്കുണ്ടാകുന്ന പല വക ദീനം.

ബാലബുദ്ധി. ന. അറിയായ്മ, ബാലന്മാരുടെ ബുദ്ധി.

ബാലമക്ഷിക. ന. ഒരംച്ചക്കുട്ടി.

ബാലമൂഷിക. ന. ചുണ്ടെലി.

ബാലവത്സം. ന. പ്രാവു.

ബാലവാതം. ന. ക, ഇളങ്കാററു. വ, കുഞ്ഞുങ്ങൾക്കുണ്ടാവുന്ന വാതദീനത്തിന്റെ വകഭേദം.

ബാലവ്യജനം. ന. ചമരിമൃഗത്തിന്റെ വാൽ.

ബാലഹത്യ. ന. പൈതലിനെ കൊന്ന പാപം.

ബാലഹസ്തം. ന. കുതിരയുടെ വാൽ.

ബാലാചലം. ന. ചെറിയ കുന്നു.

ബാലാതപം. ന. ഇളവെയിൽ, ആദിത്യനുദിച്ചാലുടനെയുള്ള ചൂടുകുറഞ്ഞ വെയിൽ.

ബാലാരിഷ്ടം. ന. ബാലപീഡ, ചെറിയ പൈതങ്ങൾക്കുണ്ടാകുന്ന പല മാതിരി രോഗങ്ങൾ.

ബാലാൎക്കൻ. ന. ഉദിച്ച ഉടനെ കാണുന്ന ആദിത്യൻ.

ബാലാശനം. ന. കുഞ്ഞുങ്ങളുടെ ചോറൂണ്.

ബാലി. ന. ക, ഇന്ദ്രന്റെ പുത്രനായ ഒരു വാനര രാജാവു. വ, നീണ്ട കരവഴി.

ബാലിക. ന. ചെറിയ പെണ്ണു.

ബാലിശ. വി. (ശൻ, ശാ, ശം.) വി. ന. ക, ചെറുപ്പമായ. വ, അറിവില്ലാത്ത. ന, ശ്രദ്ധയില്ലാത്ത.

ബാലിശം. ന. തലയിണ.

ബാലുക. ന. മണൽ, ചരൽ.

ബാലുകം. ന. ഒരു മരുന്നു.

ബാലുകായന്ത്രം. ന. ഔഷധങ്ങൾ പുടംവെക്കുന്ന ഒരു സമ്പ്രദായം.

ബാലേയ. വി. (യൻ, യീ, യം.) വി. ന. ക, മാൎദ്ദവമുള്ള, ഉതവായ. വ, പൈതലിന്നു ചേരുന്ന.

ബാലേയൻ. ന. ഒരു ദൈത്യൻ.

ബാലേയം. ന. ക, കഴുത. വ, ചെറുതേക്ക.

ബാലേയശാകം. ന. ചെറുതേക്ക.

ബാല്യകാലം. ന. ചെറുപ്പകാലം.

ബാല്യക്കാരൻ; വാല്യക്കാരൻ. ന. ക, ചെറുപ്പക്കാരൻ. വ, ഭൃത്യൻ.

ബാല്യദുഃഖം. ന. ചെറുപ്പകാലത്തുണ്ടായ ദുഃഖം.

ബാല്യം. ന. വയസ്സു കുറഞ്ഞിരിക്കുമ്പോഴത്തെ അവസ്ഥ, ശൈശവം.

ബാല്യാവസ്ഥ. ന. ബാല്യമെന്നുള്ള അവസ്ഥ.

ബാഹ്ലികം. ന. ക, കുങ്കുമം. വ, കായം. ന, കാശ്മീര ദേശം. ര, അവിടത്തെ കുതിര.

ബാഷ്പം. ന. ക, കണ്ണുനീർ. വ, വെള്ളത്തിൽ കാണുന്ന പുക. ന, ഇരിമ്പു.

ബാഷ്പിക. ന. പെരുങ്കായ മരം.

ബാഷ്പീകരണം. ന. കണ്ണുനീർ വരുത്തുകയെന്നതു, ആവിയാക്കുക.

ബാഷ്പോദകം. അല്ലെങ്കിൽ, **ബാഷ്പോദം.** ന. കണ്ണിലെ വെള്ളം, കണ്ണീർ, കണ്ണുനീർ.

ബാഹു. ന. കൈ.

ബാഹുക. വി. ക, കൈകൾകൊണ്ടു വെള്ളത്തിൽ നീന്തുന്ന. വ, ആശ്രയിച്ച, ദാസ്യമായ.

ബാഹുകൻ. ന. ക, കുരങ്ങു. വ, കാൎക്കോടകനാൽ വാമനരൂപനാക്കപ്പെട്ടപ്പോൾ നളൻ സ്വീകരിച്ച പേർ.

ബാഹുജൻ. ന. ക്ഷത്രിയൻ.

ബാഹുദാ. ന. നമ്മദാനദി.

ബാഹുദണ്ഡം. ന. വലിയ കൈ.

ബാഹുബലം. ന. കയ്യുകളുടെ ശക്തി.

ബാഹുഭൂഷ. ന. കൈവള.

ബാഹുമൂലം. ന. കക്ഷം.

ബാഹുയുദ്ധം. ന. ആയുധം കൂടാതെ കൈകൊണ്ടുള്ള യുദ്ധം.

ബാഹുലം. ന. ക, കാൎത്തികമാസം. വ, കരത്രാണം.

ബാഹുലേയൻ. ന. സുബ്രഹ്മണ്യൻ.

ബാഹുല്യം. ന. സമൃദ്ധി, ബഹുത്വം.

ബാഹുവീൎയ്യം. ന. ബാഹുബലം.

ബാഹുശക്തി. ന. മേല്പറഞ്ഞ അൎത്ഥം.

ബാഹ്യ. വി. (ഹ്യൻ, ഹ്യാ, ഹ്യം.) വി. ന. ൧, വഹിക്കപ്പെട്ടവൻ തന്നെ. ൨, പുറമേയുള്ള.

ബാഹ്യം. ന. ൧, ഒരു മാതിരി വാഹനം, വണ്ടി. ൨, പ്രമട്ടുകാരും മററും.

ബാഹ്യാഘാതം. ന. ഉൾക്കേടു വരുത്താതെ പുറമേ മാത്രം ഉണ്ടായിട്ടുള്ള മുറിവു.

ബാഹ്യേന്ദ്രിയം; ബഹിരിന്ദ്രിയം. ന. പുറമേയുള്ള ഇന്ദ്രിയങ്ങൾ. ൧, കമ്മേന്ദ്രിയം. ൨, ജ്ഞാനേന്ദ്രിയങ്ങൾ.

ബാഹ്യേന്ദ്രിയനിരോധം. ന. ബാഹ്യങ്ങളായിരിക്കുന്ന ഇന്ദ്രിയങ്ങളുടെ നിരോധം, കണ്ണു ചെവി മുതലായവയെ അനാവശ്യങ്ങളിൽ പ്രവൃത്തിക്കാതെ തടുത്തു നിറുത്തുക.

ബി

ബിഡാലം. ന. ൧, പൂച്ച. ൨, കണ്ണിന്റെ കൃഷ്ണമണി.

ബിന്ദു. വി. (ത്രിഷു.) വി. ന. അറിവുള്ള.

ബിന്ദു. ന. ൧, നീർത്തുള്ളി. ൨, എഴുത്തുകളിൽ ഇടുന്ന ഒരടയാളം, (ം) ന., പല്ലു കൊണ്ട പാടു. ൪, പുരികങ്ങൾ രണ്ടിന്റെയും നടുവിലുള്ള സ്ഥലം. ൫, ആനയുടെ പമ്മസരി.

ബിബ്ബോകം ; ബിവ്വോകം ; വിവ്വോകം. പ്രണയത്തെ ആസ്സമമാക്കിയുള്ള കലഹം മുതലായ ചേഷ്ടകൾക്കുള്ള പേരു.

ബിംബം. ന. ൧, ചന്ദ്രാദിത്യന്മാരുടെയും മററും മണ്ഡലം ൨, പ്രതിശരീരഛായ. ൩, കോവൽപഴം.

ബിംബാ. ന. കോവൽ.

ബിംബി. ന. കോവൽ.

ബിംബിക. ന. കോവൽവള്ളി.

ബിംബിക്കുന്നു. ച്ചു. പ്പാൻ. (ബിംബി.) സ. ക്രി. ഒന്നിന്റെ രൂപം മറെറാന്നിൽ കാണാറാകുന്നു, നിഴലിക്കുന്നു, പ്രതിഫലിക്കുന്നു.

ബിംബിത. വി. (തൻ, താ, തം.) വി. ന. നിഴലിക്കപ്പെട്ട.

ബിരുദ്. ന. വിരുതു, പരസമ്മതം ലഭിച്ചിട്ടുള്ള സ്ഥാനം.

ബിസം. ന. താമരവളയം.

ബിലിമ്പി. ന. ഒരുവക വൃക്ഷം.

ബീ

ബീജകോശം. ന. താമരപ്പൂവിനകത്തെ കായ്.

ബീജപൂരം. ന. വള്ളിനാരകം.

ബീജം. ന. ൧, കാരണം, ൨, വിത്തു. ൩, ശുക്ലം. ൪, സത്യം. ൫, മന്ത്രത്തിൽ ചില പ്രധാന അക്ഷരങ്ങൾ.

ബീജവാപം. ന. വിത.

ബീജസത്വം. ന. ൧, വൎദ്ധിപ്പിക്കുന്ന ജീവി. ൨, വൎദ്ധനെക്കു ഹേതുവായ ജന്തു.

ബീജാകൃത. വി. (തൻ, താ, തം) വി. ന. വിതെച്ചുടിച്ച.

ബീജാക്ഷരം. ന. മന്ത്രത്തിലെ ചിലയക്ഷരം.

ബീജ്യ. വി. (ജ്യൻ, ജ്യാ, ജ്യം.) വി. ന. ൧, ചില കുടുംബത്തിൽനിന്നുണ്ടായ. ൨, വിത്തിൽനിന്നു മുളെച്ച.

ബീഭത്സ. വി. (ത്സൻ, ത്സാ, ത്സം.) വി. ന. അറെപ്പുള്ള, ക്രൂരതയുള്ള.

ബീഭത്സം. ന. നവരസങ്ങളിൽ ഒന്നു.

ബീഭത്സരസം. ന. അറെപ്പു തോന്നിക്കുന്ന ഒരു ഭാവം, ബീഭത്സം.

ബീഭത്സിക്കുന്നു. ച്ചു. പ്പാൻ. (ബീഭത്സി.) അ. ക്രി. അറെക്കുന്നു.

ബീഭത്സു. ന. പാണ്ഡവന്മാരിൽ അൎജ്ജുനന്റെ പേർ.

ബു

ബുദ്ധഗയ. ന. ഒരു തീൎത്ഥസ്ഥലം.

ബുദ്ധമതം. ന. ബുദ്ധമുനിയുടെ മാൎഗ്ഗം.

ബുദ്ധ. വി. (ദ്ധൻ, ദ്ധാ, ദ്ധം.) വി. ന. അറിയപ്പെട്ട.

ബുദ്ധൻ. ന. ബുദ്ധമതക്കാരുടെ ഒരു പ്രധാന ഗുരുവു.

ബുദ്ധി. ന. അകത്തുള്ള ഇന്ദ്രിയങ്ങൾ നാലുള്ളതിൽ ഒന്നു, തിരിച്ചറിവിന്നുള്ള ഇന്ദ്രിയം.

ബുദ്ധിക്രമത. ന. ബുദ്ധിയുടെ ഒരു ശക്തി, ബുദ്ധിയുടെ ക്രമം.

ബുദ്ധികെട്ടവൻ. ന. ബുദ്ധിയില്ലാത്തവൻ, ഭോഷൻ.

ബുദ്ധികേടു. ന. ബുദ്ധിക്കുറവു, ബുദ്ധിയുടെ കുററം.

ബുദ്ധിപൂൎവ്വം. അ. ബുദ്ധിയോടുകൂടി, കരുതലോടുകൂടി.

ബുദ്ധിമഹത്വം. ന. ബുദ്ധിയുടെ വലിപ്പം.

ബുദ്ധിമൽ. വി. (മാൻ, മതി, മൽ.) വി. ന. ബുദ്ധിയുള്ള.

ബുദ്ധിമാന്ദ്യം. ന. ൧, ബുദ്ധിയുടെ സാവധാനം. ൨, ബുദ്ധിയുടെ അല്പത്വം.

ബുദ്ധിമുട്ടു. ന. ൧, വിചാരിച്ചാൽ ഒരുപായം തോന്നായ്ക. ൨, ദാരിദ്ര്യം, ഞെരുക്കം. ൩, പ്രയാസം.

ബുദ്ധിമുട്ടുന്നു. ട്ടി. വാൻ. (ബുദ്ധി.) അ. ക്രി. ൧. ദാരിദ്ര്യം അനുഭവിക്കയും മററും ചെയ്യുന്നു. ൨, പ്രയാസപ്പെടുന്നു. **ബുദ്ധിമുട്ടിക്കുന്നു.** സ. ക്രി.

ബുദ്ധിമോശം. ന. മഠത്തരം, ബുദ്ധിക്ഷയം.

ബുദ്ധിശക്തി. ന. ബുദ്ധിയുടെ ബലം.

ബുദ്ധിശാലി. വി. (ലി, ലിനി, ലി.) വി. ന. ബുദ്ധിയുള്ള.

ബുദ്ധിസചിവൻ. ന. ആലോചനെക്കുള്ള മന്ത്രി.

ബുദ്ധിസഹായൻ. ന. മേല്പറഞ്ഞ അൎത്ഥം.

ബുദ്ധിസാമൎത്ഥ്യം. ന. ബുദ്ധിയുടെ സാമൎത്ഥ്യം.

ബുദ്ധിഹീന. വി. (നൻ, നാ, നം.) വി. ന. ബുദ്ധിയില്ലാത്ത. **ബുദ്ധിഹീനത; ബുദ്ധിഹീനത്വം.** ഗു. ന. ബുദ്ധിയില്ലായ്ക.

ബുദ്ബുദം. ന. നീർക്കുമള.

ബുധനാഴ്ച. ന. നാലാമത്തെ ആഴ്ച.

ബുധൻ. ന. ൧, ചന്ദ്രന്റെ പുത്രൻ. ൨, വിദ്വാൻ. ൩, ദേവൻ.

ബുധവാരം. ന. ബുധനാഴ്ച.

ബുധിത. വി. (തൻ, താ, തം.) വി. ന. അറിയപ്പെട്ട.

ബുധ്നം. ന. വൃക്ഷത്തിന്റെ ചുവടു.

ബുഭുക്ഷ. ന. വിശപ്പു.

ബുഭുക്ഷിത. വി. (തൻ, താ, തം.) വി. ന. വിശപ്പുള്ള.

ബുഭുക്ഷു. വി. (ത്രിഷു.) വി. ന. ഭക്ഷണാഗ്രഹമുള്ള.

ബുസം. ന. ൧, പതിരു, ഉമി. ൨, തൈക്കട്ട.

ബൃസ്ഥം. ന. വറുത്ത മാംസഖണ്ഡം.

ബൃ

ബൃംഹണ. വി. (ണൻ, ണാ, ണി, ണം.) വി. ന. തടിപ്പിക്കുന്ന.

ബൃംഹണം. ന. പഞ്ചസാര പാൽ മുതലായവ ക്രട്ടി നെയ്യിൽ ഉണ്ടാക്കിയ ഒരു പലഹാരം.

ബൃംഹിത. വി. (തൻ, താ, തം.) വി. ന. തടിപ്പിക്കപ്പെട്ട.

ബൃംഹിതം. ന. ആനയുടെ അലച്ച.

ബൃഹത്തു; ബൃഹൽ. വി. (ഹൻ, ഹതി, ഹൽ.) വി. ന. വലുതായ.

ബൃഹതി. ന. ൧, ചെറുവഴുതിന. ൨, കണ്ടകാരിച്ചുണ്ട. ൩, വലിയ വീണ. ൪, ഒരു ശ്ലോകത്തിനുള്ള ഒരു വൃത്തം. ൫, മേല്പുടവ. ൬, ചിറക്കുളം. ൭, തടിച്ചവൾ.

ബൃഹതിക. ന. ൧, മേല്പുടവ, ഉത്തരീയവസ്ത്രം. ൨, ചെറുവഴുതിന.

ബൃഹൽകഥ. ന. ഏകദേശം ഭാരതത്തോട തുല്യമാവാൻ തക്കവണ്ണം വിചാരിച്ചു ഭൊണകവിയാൽ ഉണ്ടാക്കപ്പെട്ടിരിക്കുന്ന ഒരു വലിയ നല്ല കഥ.

ബൃഹൽകുക്ഷി. വി. (ക്ഷിഃ.) വി. ന. വലിയ വയറുള്ള, കുടവയറുള്ള.

ബൃഹൽഭാനു. ന. അഗ്നി.

ബൃഹദ്രഥൻ. ന. ഇന്ദ്രൻ.

ബൃഹദ്രഥി. ന. ഒരാറു.

ബൃഹസ്പതി. ന. വ്യാഴം.

ബോ

ബോധകൻ. ന. ൧, ബോധിപ്പിക്കുന്നവൻ. ൨, അഭ്യസിപ്പിക്കുന്നവൻ. ൩, ശ്രദ്ധമായിച്ചെയ്യുന്ന വൎത്തമാനമറിയുന്നവൻ.

ബോധകര. വി. (രൻ, രീ, രം.) വി. ന. ൧, ബോധിപ്പിക്കുന്ന. ൨, പഠിപ്പിക്കുന്ന. ൩, ഉണൎത്തുന്ന.

ബോധകരൻ. ന. പാടിയുണൎത്തുന്നവൻ.

ബോധക്കേട. ന. ൧, മോഹാലസ്യം. ൨, അറിവില്ലായ്മ.

ബോധനൻ. ന. ബുധൻ എന്ന ഗ്രഹം.

ബോധനം. ന. ൧, അറിവു. ൨, പഠിപ്പിക്കുക. ൩, ഉണൎത്തുക.

ബോധനി. ന. തിപ്പലി.

ബോധനീയ. വി. (യൻ, യാ, യം.) വി. ന. അറിയിക്കേണ്ടുന്ന.

ബോധം. ന. ൧, ജ്ഞാനം, അറിവു. ൨, വിചാരം. ൩, ഉണൎച്ച.

ബോധസ്വരൂപി. വി. (പീ, പിണി, പി.) വി. ന. ബോധം തന്നെ സ്വരൂപമായിട്ടുള്ള.

ബോധഹീന. വി. (നൻ, നാ, നം.) വി. ന. അറിവില്ലാത്ത.

ബോധാത്മക. വി. (കൻ, ത്മികാ, കം.) വി. ന. ബോധമാകുന്ന ആത്മാവോടുക്രടിയ.

ബോധിക്കുന്നു. ച്ചു. പ്പാൻ. (ബോധി.) അ. ക്രി. ൧, അറിയുന്നു. ൨, സമ്മതിക്കുന്നു. ൩, ഉണരുന്നു. **ബോധിപ്പിക്കുന്നു.** സ. ക്രി.

ബോധിത. വി. അറിയിച്ച.

ബോധിദ്രുമം. ന. അരയാൽ.

ബോധ്യ. വി. അറിയത്തക്ക.

ബോളം. ന. നറുമ്പശ.

ബോളി. ന. ഒരു പലഹാരം.

ബോമ്മ. ന. ഗോതമ്പുറൊട്ടിയുണ്ടാക്കുന്ന സ്ഥലം.

ബൌ

ബൌദ്ധൻ. ന. ബുദ്ധമതക്കാരൻ.

ബ്ര

ബ്രധ്നൻ. ന. ആദിത്യൻ.

ബ്രഹ്മകല്പം. ന. ബ്രഹ്മാവിൻെറ ഒരു രാപ്പകൽ.

ബ്രഹ്മകല്പിതം. ന. ദൈവവിധി.

ബ്രഹ്മഘ്നൻ. ന. ബ്രാഹ്മണനെക്കൊന്നവൻ.

ബ്രഹ്മചൎയ്യം. ന. വിവാഹം ചെയ്യാത്ത അവസ്ഥ, ബ്രഹ്മചാരിയുടെ അവസ്ഥ.

ബ്രഹ്മചാരി. ന. പൂണുനൂൽ ഇട്ടു വേദം അഭ്യസിക്കുന്ന ബ്രാഹ്മണകുമാരൻ.

ബ്രഹ്മചാരിണി. ന. പാതിവ്രത്യമുള്ള ഒരു സ്ത്രീ.

ബ്രഹ്മചിന്ത. ന. ബ്രഹ്മാവിനെയും വേദത്തെയും മററും വിചാരിക്കുക.

ബ്രഹ്മജ്ഞൻ. ന. ബ്രഹ്മത്തെ അറിയുന്നവൻ, യോഗി.

ബ്രഹ്മജ്ഞാനം. ന. ബ്രഹ്മത്തെപ്പററിയുള്ള അറിവു.

ബ്രഹ്മണ്യ. വി. (ണ്യൻ, ണ്യാ, ണ്യം.) വി. ന. ൧, ബ്രാഹ്മണനെ സംബന്ധിച്ച. ൨, ബ്രഹ്മാവിനെ സംബന്ധിച്ച.

ബ്രഹ്മണ്യം. ന. ഒരു മരം, ചെറുകമുകു.

ബ്രഹ്മത്വം. ന. ബ്രഹ്മാവിൻെറ ഭാവം, ദൈവത്തിൻെറ അവസ്ഥ.

ബ്രഹ്മദണ്ഡം. ന. ൧, ഒരുമാതിരി ചെടി. ൨, ശാപം.

ബ്രഹ്മദൎഭ. ന. അയമോദകം.

ബ്രഹ്മദാരു. ന. ചെറുകമുകു.

ബ്രഹ്മദ്രുമം. ന. പ്ലാശു.

ബ്രഹ്മനാഡി. ന. ദേഹത്തിലുള്ളതിൽ ഒരു പ്രധാന ഞരമ്പു.

ബ്രഹ്മനാഭൻ. ന. വിഷ്ണു.

ബ്രഹ്മപുത്ര. ന. ഒരു നദി.

ബ്രഹ്മപുത്രം. ന. വിഷം.

ബ്രഹ്മപുത്രി. ന. ൧, സരസ്വതിദേവി. ൨, സരസ്വതി എന്ന ആറു.

ബ്രഹ്മപ്രളയം. ന. ഒരു ബ്രഹ്മാവിൻെറ കാലം കഴിയുമ്പോളുണ്ടാകുന്ന പ്രളയം.

ബ്രഹ്മബന്ധു. ന. പേരിനുമാത്രം ബ്രാഹ്മണനായുള്ള, കുലാചാരത്തിൽ നിഷ്ഠയില്ലാത്ത ബ്രാഹ്മണജാതിക്കാരൻ.

ബ്രഹ്മഭൂയം. ന. ബ്രഹ്മത്തിൻെറ അവസ്ഥ, ബ്രഹ്മത്വം.

ബ്രഹ്മമയ. വി. (യൻ, യാ, യം.) വി. ന. ബ്രഹ്മസ്വരൂപമായ.

ബ്രഹ്മം. ന. ൧, ബ്രഹ്മാവു. ൨, ബ്രാഹ്മണൻ. ൩, സകലത്തിനും കാരണമായ വസ്തു. ൪, തപസ്സു. ൫, വേദം. ൬, പരമാൎത്ഥജ്ഞാനം. ൭, ജ്യോതിശാസ്ത്രത്തിൽ പറയുന്ന ഒരു യോഗം.

ബ്രഹ്മയജ്ഞം. ന. വേദം പഠിക്കുക, ബ്രാഹ്മണരുടെ ഒരു കൎമ്മം.

ബ്രഹ്മരന്ധ്രം. ന. മൂൎദ്ധാവിനുള്ളിൽ ഒരു ഭാഗം.

ബ്രഹ്മവൎച്ചസം. ന. വേദം പഠിച്ചു അതിനെ പ്രമാണിക്കുന്നതിനാലുണ്ടാകുന്ന ശുദ്ധത.

ബ്രഹ്മവാദം. ന. വേദം ചൊല്ലുകയും മററും.

ബ്രഹ്മവാദി. ന. ൧, വേദാന്തി. ൨, ബ്രഹ്മചാരി.

ബ്രഹ്മവിൽ; ബ്രഹ്മവിത്തു. ന. ബ്രഹ്മത്തെ അറിഞ്ഞവൻ, ഒരു യോഗി.

ബ്രഹ്മവിന്ദു. ന. വേദം ചൊല്ലുമ്പോൾ തെറിക്കുന്ന ദ്രപ്സം.

ബ്രഹ്മവൃക്ഷം. ന. പ്ലാശു.

ബ്രഹ്മവേദി. വി. (ദി, ദിനീ, ദി.) വി. ന. ബ്രഹ്മത്തെ അറിയുന്ന.

ബ്രഹ്മവേദം. ന. ൧, ബ്രഹ്മത്തെ അറിക. ൨, വേദത്തെ അറിക.

ബ്രഹ്മശാസനം. ന. ബ്രാഹ്മണനുള്ള ഒരു കല്പന.

ബ്രഹ്മസായുജ്യം. ന. ബ്രഹ്മത്വം.

ബ്രഹ്മസു. ന. അനിരുദ്ധൻ.

ബ്രഹ്മസൂത്രം. ന. ൧, വേദാന്തശാസ്ത്രത്തിൽ ഒരു പുസ്തകം. ൨, പൂണുനൂൽ.

ബ്രഹ്മസ്വം. ന. ബ്രാഹ്മണൻെറ മുതൽ.

ബ്രഹ്മഹത്യ. ന. ബ്രാഹ്മണനെ കൊല്ലുക.

ബ്രഹ്മഹാവു; ബ്രഹ്മഹന്താവു്. ന. ബ്രാഹ്മണനെ കൊന്നവൻ.

ബ്രഹ്മാവു. ന. ത്രിമൂൎത്തികളിൽ ഒന്നു, ലോകങ്ങളെ സൃഷ്ടിക്കുന്നതിന്നായിട്ടു വിഷ്ണുവിങ്കൽനിന്നുണ്ടായ ദേവൻ, സ്രഷ്ടാവു.

ബ്രഹ്മാഞ്ജലി. ന. അദ്ധ്യകംപിടിക്കുക.

ബ്രഹ്മാണി. ന. ൧, സരസ്വതി. ൨, അരേണുകം.

ബ്രഹ്മാണ്ഡകടാഹം. ന. എല്ലാലോകങ്ങളും കൂടെ ഒരു കുടത്തിൻെറ ഭാഷയാക്കി കല്പിച്ചു ചിലർ പറയുന്ന ഒരു പേർ.

ബ്രഹ്മാണ്ഡകോശം. ന. ലോകം മുഴുവനുംകൂടെ പറയുന്ന പേർ.

ബ്രഹ്മാണ്ഡം. ന. ഒരു സൂൎയ്യൻെറ വെളിച്ചത്തിൽ ഉൾപ്പെട്ടിരിക്കുന്ന ലോകങ്ങൾ എല്ലാം കൂടിയ ഒരു ഗോളം.

ബ്രഹ്മാനന്ദം. ന. പരബ്രഹ്മത്തെ ധ്യാനിച്ചുണ്ടാകുന്ന ഒരു വലുതായുള്ള ആനന്ദം.

ബ്രഹ്മാലയം. ന. ൧, ബ്രഹ്മാവിരിക്കുന്ന ലോകം. ൨, ബ്രാഹ്മണഭവനം.

ബ്രഹ്മാസനം. ന. ധ്യാനത്തിങ്കലെ ഇരിപ്പു.

ബ്രഹ്മാസ്ത്രം. ന. ദിവ്യാസ്ത്രങ്ങളിൽ ഒന്നു, ബ്രഹ്മാവിനെ ധ്യാനിച്ചുകൊണ്ടു പ്രയോഗിക്കപ്പെടുന്ന ഒരസ്ത്രം.

ബ്രഹ്മി. ന. ഒരു പച്ചമരുന്നു.

ബ്രഹ്മോപദേശം. ന. പരബ്രഹ്മത്തെപ്പററിയുള്ള ഉപദേശം.

ബ്രാഹ്മകല്പം. ന. ബ്രഹ്മാവിൻെറ ഒരു ദിവസം.

ബ്രാഹ്മച്ചി. ന. പുസ്തകവൎഗ്ഗത്തിലുള്ള പ്രാമ്മണിപ്പാട്ടുകാരുടെ സ്ത്രീവൎഗ്ഗം.

ബ്രാഹ്മണം. ന. ൧, ബ്രാഹ്മണരുടെ സംഘം. ൨, വേദത്തിൽ യാഗസൂക്തങ്ങളെ സംബന്ധിച്ചുള്ള പ്രമാണങ്ങളെ പറയുന്ന ഭാഗം.

ബ്രാഹ്മണൻ. ന. ബ്രഹ്മാവിൻെറ സൃഷ്ടികളിൽ മനുഷ്യരെ നാലുജാതികളായി സൃഷ്ടിച്ചതിൽ ഒന്നാമത്തെ ജാതിക്കാരൻ.

ബ്രാഹ്മണബ്രുവൻ. ന. പാപ്പാൻ, ബ്രാഹ്മണനു വേണ്ടുന്ന മുറകളൊന്നും അറിയാതെയും ചെയ്യാതെയും ബ്രാഹ്മണൻ എന്ന പേരു മാത്രം പറഞ്ഞു ഉപജീവനം കഴിച്ചുകൂട്ടുന്നവൻ.

ബ്രാഹ്മണയഷ്ടിക. ന. ചെറുതേക്കു.

ബ്രാഹ്മണി. ന. ൧, ബ്രാഹ്മണസ്ത്രീ. ൨, വേട്ടാവളിയൻ. ൩, ഒരുമാതിരി ഉറുമ്പു. ൪, ചെറുതേക്കു. (മ.) പ്രാമ്മണി.

ബ്രാഹ്മണിപാട്ടു. ന. പ്രാമ്മണിയുടെ പാട്ടു.

ബ്രാഹ്മണ്യം. ന. ൧, ബ്രാഹ്മണരുടെ കൂട്ടം. ൨, ബ്രാഹ്മണൻെറ അവസ്ഥ.

ബ്രാഹ്മ. വി. (ഹ്മൻ, ഹ്മി ഹ്മം.) വി. ന. ബ്രഹ്മാവിനെയും വേദത്തെയും മററും സംബന്ധിച്ച.

ബ്രാഹ്മം. ന. ൧, ബ്രാഹ്മതൎപ്പണം. ൨, ഒരു മാതിരി വിവാഹം.

ബ്രാഹ്മീ. ന. ൧, എട്ടു മാതൃക്കളിൽ ഒന്നു. ൨, ശക്തി. ൩, സരസ്വതി. ൪, വാക്കു. ൫, ഒരു മാതിരി ചീർ. ൬, ബ്രഹ്മി. ൭, ബ്രാഹ്മണൻെറ ഭാൎയ്യ.

ബ്രാഹ്മ്യം. ന. ൧, ആശ്ചൎയ്യം. ൨, ബ്രാഹ്മണ പൂജ.

ഭ. ഹല്ലുകളിൽ ഇരുപത്തുനാലാം അക്ഷരം.

ഭക്തനിരോധം. ന. ചോറു വേണ്ടായ്ക, ഒരു രോഗം.

ഭക്ത. വി. (ക്തൻ, ക്താ, ക്തം.) വി. ന. ഭക്തിയുള്ള.

ഭക്തൻ. ന. ഭജിക്കുന്നവൻ, സേവിക്കുന്നവൻ.

ഭക്തപരായണ. വി. (ണൻ, ണാ, ണം.) വി. ന. ഭക്തന്മാരിൽ താല്പൎയ്യമുള്ള.

ഭക്തപ്രിയ. വി. (യൻ, യാ, യം.) വി. ന. ൧, ഭക്തന്മാരെ കുറിച്ചിഷ്ടമുള്ള. ൨, ഭക്തത്തിൽ താല്പൎയ്യമുള്ള.

ഭക്തം. ന. അന്നം, ചോറു.

ഭക്തരോധം. ന. ചോറുചെല്ലുന്നതിന്നു തടവുണ്ടാകുന്ന ഒരു രോഗം.

ഭക്തവത്സല. വി. (ലൻ, ലാ, ലം.) വി. ന. ഭക്തന്മാരിൽ വാത്സല്യമുള്ള.

ഭക്തവാത്സല്യം. ന. ഭക്തന്മാരിലുള്ള സ്നേഹം.

ഭക്തി. ന. ൧, ദൈവം ഗുരുവു രാജാവു ഇങ്ങനെയുള്ളവരിൽ ബഹുമാനത്തോടുകൂടെത്തോന്നുന്ന സ്നേഹം. ൨, ഭജിക്ക, സേവിക്ക.

ഭക്തിമൽ. വി. (മാൻ, മതി, മൽ.) വി. ന. ഭക്തിയുള്ള.

ഭക്തിയുക്ത. വി. (ക്തൻ, ക്താ, ക്തം.) വി. ന. ഭക്തിയോടുകൂടിയ.

ഭക്തിയോഗം. ന. ഭക്തിവഴിയായി മോക്ഷം കിട്ടുവാനുള്ള മാൎഗ്ഗത്തെപ്പററി പ്രതിപാദിക്കുന്ന മതസിദ്ധാന്തം.

ഭക്തിവിശ്വാസം. ന. ഭക്തികാരണമുണ്ടായ വിശ്വാസം, ഭക്തിയോടുകൂടെയുള്ള ഒരു വിശ്വാസം.

ഭക്തിവൈരാഗ്യം. ന. ദൈവത്തോടുള്ള ഭക്തി നിമിത്തം ലോകകാൎയ്യത്തിങ്കലെ സ്നേഹമില്ലായ്ക.

ഭക്തിശാലി. വി. (ലീ, ലിനീ, ലി.) വി. ന. ഭക്തിയുള്ള.

ഭക്തിശ്രദ്ധ. ന. ഭക്തിയിങ്കലെ ശ്രദ്ധ.

ഭക്തിസാധന. വി. (നൻ. നാ, നം.) വി. ന. ഭക്തിയെ സാധിപ്പിക്കുന്ന, ഭക്തിയെ ഉണ്ടാക്കുന്ന.

ഭഗണം. ന. നക്ഷത്രക്കൂട്ടം.

ഭഗൻ. ന. ൧, ആദിത്യൻ. ൨, ഉത്രം നക്ഷത്രം.

ഭഗന്ദരം. ന. ഒരു രോഗം.

ഭഗം. ന. ൧, സ്ത്രീയുടെ ഗുഹ്യം, യോനി. ൨, ഭാഗ്യം. ൩, ശോഭ. ൪, ശ്രേഷ്ഠത. ൫, കാമം. ൬, ശക്തി. ൭, പ്രയത്നം. ൮, കീൎത്തി. ൯, ജ്ഞാനം. ൧൦, അടക്കം. ൧൧, സൎവ്വശക്തി.

ഭഗനീയ. വി. മനോഹരമായ, ഭാഗ്യമുള്ള, കീൎത്തിക്കത്തക്ക.

ഭഗവൽ. വി. (വാൻ, വതി, വൽ.) വി. ന. ഭഗമുള്ള.

ഭഗവാൻ. ന. ജിന മഹൎഷിയുടെ ഒരു പേർ.

ഭഗവതീ. ന. ദേവി.

ഭഗിനി. ന. ൧, സഹോദരി. ൨, സ്ത്രീ.

ഭഗിനീപതി. ന. ഉടപ്പിറന്നവളുടെ ഭൎത്താവു, അളിയൻ.

ഭഗീരഥപ്രയത്നം. ന. അസാമാന്യ പ്രയത്നം.

ഭഗീരഥൻ. ന. ആകാശഗംഗയെ ഭൂമിയിൽ കൊണ്ടുവന്ന സൂൎയ്യവംശരാജാവു.

ഭഗോളം. ന. നക്ഷത്രങ്ങളുളായിരിക്കുന്ന ഉരുള, നക്ഷത്രഗോളം.

ഭഗ്ന. വി. (ഗ്നൻ, ഗ്നാ, ഗ്നം.) വി. ന. ൧, ഒടിക്കപ്പെട്ട, മുറിക്കപ്പെട്ട. ൨, തോററ, മടങ്ങിയ.

ഭഗ്നാശയ. വി. നിരാശയുള്ള.

ഭഗ്നോത്സാഹി; (—ഹിനി.) ന. നശിച്ച ഉത്സാഹത്തോടു കൂടിയവൻ; (—വൾ).

ഭംഗ. ന. ക്ഷണം.

ഭംഗം. ന. ൧, തിരമാല. ൨, വിള്ളൽ. ൩, മടക്കം, ഒടിവു. ൪, ഭയം. ൫, ചതിവു. ൬, നാശം. ൭ തടവു.

ഭംഗപ്പാട്ടു. ന. ഉപദ്രവം.

ഭംഗസാത്ഥ. വി. (ത്ഥൻ, ത്ഥാ, ത്ഥം.) വി. ന. കൌശലമുള്ള.

ഭംഗി. ന. ൧, വിഭാഗം. ൨, ചതിവു, വേഷമ്മാററം. ൩, കോപ്പാപറക. ൪, തിരമാല. (മ.) ൧, ചേച്ച, ക്രമം. ൨, മുഖസ്തുതി.

ഭംഗുര. വി. (രൻ, രീ, രം.) വി. ന. ൧, വളഞ്ഞ. ൨, നാശമുള്ള.

ഭംഗുര. ന. ആററിന്റെ തിരിവു.

ഭജനപ്പുര. ന. ൧, തിരുവിതാംകൂറുളയ രാജാവു ഇരിക്കുന്ന രാജധാനി, ക്ഷേത്രത്തിൽ പാൎക്കുന്നതിനുള്ള ഒരു സ്ഥലം.

ഭജൻ. വി. (ജൻ, ജന്തി, ജൽ.) വി. ന. ഭജിക്കുന്ന, സേവിക്കുന്ന.

ഭജനം. ന. സേവ.

ഭജനീയ. വി. (യൻ, യാ, യം.) വി. ന. സേവിപ്പാൻ തക്ക.

ഭജമാന. വി. (നൻ, നാ, നം.) വി. ന. ൧, സേവിക്കുന്ന. ൨, വിഭാഗിക്കുന്ന.

ഭജിക്കുന്നു. ച്ചു. പ്പാൻ. (ഭജി.) സ. ക്രി. സേവിക്കുന്നു.

ഭഞ്ജൽ. വി. (ഞ്ജൻ, ഞ്ജന്തി, ഞ്ജൽ.) വി. ന. ൧, ഭഞ്ജിക്കുന്ന, ഒടിച്ചുകളയുന്ന. ൨, നശിപ്പിക്കുന്ന.

ഭഞ്ജനം. ന. നാശം.

ഭഞ്ജിക. ന. ചെറുതേക്കു.

ഭഞ്ജിക്കുന്നു. ച്ചു. പ്പാൻ. (ഭഞ്ജി.) സ. ക്രി. നശിപ്പിക്കുന്നു.

ഭടജനം. ന. ഭടന്മാരുടെ കൂട്ടം.

ഭടത്വം. ന. ൧, ഭടന്റെ അവസ്ഥ. ൨, അക്ഷരാഭ്യാസമില്ലാത്തവന്റെ വാക്കു.

ഭടൻ. ന. ൧, യുദ്ധംചെയ്യുന്നവൻ, കാലാൾ. ൨, അക്ഷരവിദ്യ പഠിക്കാത്ത മനുഷ്യൻ.

ഭടാചാരം. ന. ഭടന്മാരുടെ മൎയ്യാദ, ചീത്ത പ്രവൃത്തി.

ഭടിത്രം. ന. കോലിന്മേൽ കോൎത്തു ചുട്ട മാംസം.

ഭട്ടതിരി. ന. ൧, മലയാള ബ്രാഹ്മണരിൽ ചിലൎക്കുള്ള ഒരു പേരു, വിദ്യയുള്ള ബ്രാഹ്മണൻ.

ഭട്ടൻ. ന. ഭട്ടതിരി എന്നുള്ളതിന്നു പകരം ചില ദിക്കിൽ ബ്രാഹ്മണൎക്കു പറയുന്ന ഒരു ബഹുമാനപ്പേർ.

ഭട്ടവൃത്തി. ന. ഭട്ടതിരിയുടെയും ഭട്ടന്റെയും മുറ.

ഭട്ടസ്മാൎത്തൻ. ന. ബ്രാഹ്മണരിൽ ഉള്ള ഒരു ന്യായാധിപതി.

ഭട്ടാരക. വി. (കൻ, കാ, കം.) വി. ന. ബഹുമാനമുള്ള, ശ്രേഷ്ഠതയുള്ള.

ഭട്ടാരകൻ. ന. ൧, നാട്യത്തിൽ രാജാവിന്റെ പേർ. ൨, മുനി.

ഭട്ടി. ന. വിക്രമാദിത്യനെന്ന രാജാവിന്റെ സഹോദരനും മന്ത്രിയും.

ഭട്ടിനീ. ന. ൧, രാജസ്ത്രീ. ൨, ബ്രാഹ്മണസ്ത്രീ.

ഭണിത. വി. (തൻ, താ, തം.) വി. ന. പറയപ്പെട്ട.

ഭണിതി. ന. വാക്കു.

ഭണ്ഡകം. ന. വാലാട്ടിപ്പക്ഷി.

ഭണ്ഡനം. ന. ൧, കവചം. ൨, യുദ്ധം. ൩, ദോഷം.

ഭണ്ഡൻ. ന. പൊറാട്ടുകാരൻ, ഫലിതക്കളിക്കാരൻ.

ഭണ്ഡാകി. ന. ചെറുവഴുതിന.

ഭണ്ഡാരപ്പുര. ന. രാജധാനിയിലും മററും സ്വൎണ്ണം രത്നം മുതലായവ വച്ചു സൂക്ഷിക്കുന്നതിന്നുള്ള പുരമുറി.

ഭണ്ഡാരപ്പെട്ടി. ന. സ്വൎണ്ണരത്നാദികൾ വച്ചു പൂട്ടുന്നതിന്നുള്ള പെട്ടി.

ഭണ്ഡാരമുറി. ന. ഭണ്ഡാരപ്പുര.

ഭണ്ഡാരം. ന. ൧, രാജാക്കന്മാരുടെയൊ ക്ഷേത്രങ്ങളിലെയൊ സ്വൎണ്ണാഭരണങ്ങളും മററും. ൨, ഭണ്ഡാരപ്പുര.

ഭണ്ഡാരവിചാരക്കാരൻ. ന. ഭണ്ഡാരപ്പുരയിലെ അധികാരി, ഭണ്ഡാരം സൂക്ഷിക്കുന്നവൻ.

ഭണ്ഡി. ന. മഞ്ചട്ടി.

ഭണ്ഡില. വി. (ലൻ, ലാ, ലം.) വി. ന. ൧, ദൂതു പറയുന്ന. ൨, ഭാഗ്യമുള്ള.

ഭണ്ഡിലം. ന. നെന്മേനിവാക.

ഭണ്ഡീരി. ന. മഞ്ചട്ടി.

ഭത്തി. ന. ശമ്പളത്തിന്നു പുറമെ കിട്ടുന്ന പടി മുതലായ വരുമാനം.

ഭദ്ര. വി. (ദ്രൻ, ദ്രാ, ദ്രം.) വി. ന. ൧, ഭാഗ്യമുള്ള. ൨, ശ്രേഷ്ഠമായ, നന്മയുള്ള. ൩, ശുഭമുള്ള.

ഭദ്ര. ന. ൧, ദ്വിതീയ സപ്തമി ദ്വാദശി ഒരം മൂന്നു തിഥികൾക്കും കൂടെയുള്ള പേർ. ൨, ഭദ്രകാളി. ൩, കിരിക്കിഴങ്ങു, അരത്ത. ൪, അമരി.

ഭദ്രകൎമ്മം. ന. നല്ല കൃത്യം, സൽകൎമ്മം.

ഭദ്രൻ. ന. ൧, ശിവൻ. ൨, കാള.

ഭദ്രം. ന. ൧, ഭാഗ്യം. ൨, ഒരു സുഗന്ധപ്പുല്ലു. ൩, പൊൻ. ൪, ഇരിമ്പു, ഉരുക്കു. (മ.) സമുദ്രത്തിലെ ഒരു ചെറിയ കക്കാ.

ഭദ്രക. വി. (കൻ, കാ, കം.) വി. ന. പൌരുഷമുള്ള.

ഭദ്രകം. ന. ൧, പെരുങ്കോരപ്പുല്ലു. ൨, ദേവതാരം.

ഭദ്രകാളി. ന. കാളി.

ഭദ്രകുംഭം. ന. ശുദ്ധമുള്ള വെള്ളംകൊണ്ടു നിറെച്ച കുടം.

ഭദ്രദാരു. ന. ദേവതാരം.

ഭദ്രദീപം. ന. മകരമാസം ഒന്നാന്തിയതിയിലും കൎക്കടകമാസം ഒന്നാന്തിയതിയിലും തിരുവനന്തപുരത്തു ക്ഷേത്രത്തിൽ കഴിക്കുന്നു ഒരു പ്രധാനപ്പെട്ട കൎമ്മം.

ഭദ്രനാമ. ന. മരങ്കൊത്തിപ്പക്ഷി.

ഭദ്രപദ. ന. പൂരുരുട്ടാതി, ഉത്രട്ടാതി.

ഭദ്രപൎണ്ണി. ന. ൧, ഒരു വൃക്ഷം. ൨, പെരുങ്കുറവിൽ.

ഭദ്രപീഠം. ന. സിംഹാസനം.

ഭദ്രബല. ന. പ്രസാരണി.

ഭദ്രമുസ്തകം. ന. പെരുങ്കോരപ്പുല്ല്.

ഭദ്രയവം. ന. കുടകപ്പാലയരി.

ഭദ്രശ്രീ. ന. ചന്ദനം.

ഭദ്രാശ്വം. ന. ഭൂമിയുടെ ഒൻപതു ഖണ്ഡങ്ങളിൽ ഒരു ഖണ്ഡത്തിന്റെ പേര.

ഭദ്രാസനം. ന. ൧, സിംഹാസനം. ൨, യോഗാസനത്തിൽ ഒന്നു.

ഭദ്രാക്ഷം ന. രുദ്രാക്ഷത്തിന്റെ ആകൃതിയിലുള്ളതും അതിൽ ചെറിയ മുഴപ്പോട്ടുകൂടിയതും ആയ ഒരു തരം കായ്.

ഭൻ. ന. ശുക്രൻ.

ഭം. ന. ൧, നക്ഷത്രം, ഗ്രഹം. ൨, തേനിച്ച. ൩, തെററു.

ഭംഭം. ന. ൧, പുക. ൨, ഈച്ച.

ഭയങ്കര. വി. (രൻ, രാ, രം.) വി. ന. ഭയത്തെ ഉണ്ടാക്കുന്ന.

ഭയദ്രുത. വി. (തൻ, താ, തം.) വി. ന. പേട്ടിച്ചോടിയ.

ഭയപ്പാട. ന. പേടിക്കുക.

ഭയപ്പെടുന്നു. ട്ടു. വാൻ. (ഭയ.) അ. ക്രി. പേടിക്കുന്നു. **ഭയപ്പെടുത്തുന്നു.** സ. ക്രി.

ഭയം. ന. പേടി.

ഭയശീല. വി. (ലൻ, ലാ, ലം.) വി. ന. പേടിക്കുന്ന ശീലമുള്ള.

ഭയഹീന. വി. (നൻ, നാ, നം.) വി. ന. പേടിയില്ലാത്ത.

ഭയഹേതു. ന. ഭയത്തിന്റെ കാരണം.

ഭയാനക. വി. (കൻ, കീ, കം.) വി. ന. ഭയങ്കര.

ഭയാനകൻ. ന. ൧, രാഹു. ൨, കടുവാ.

ഭയാനകം. ന. ൧, ഭയം. ൨, ഭയപ്പെട്ടവന്റെ ഭാവം, പേടിക്കുക.

ഭയാപഹം. ന. ഭയത്തെ ഇല്ലാതെയാക്കുന്നത്.

ഭയാവഹം. ന. ഭയം ഉണ്ടാക്കുന്നതു.

ഭയാൎത്ത. വി. ഭയംകൊണ്ടു സങ്കടപ്പെട്ട.

ഭരടൻ. ന. കുശവൻ.

ഭരണം. ന. ൧, ഭരിക്കുക. ൨, ശമ്പളം, കൂലി. ൩, ചുമക്കുക.

ഭരണി. ന. രണ്ടാമത്തെ നാൾ. (മ.) ഒരുവക വലിയ ഉറപ്പുള്ള മൺപാത്രം.

ഭരണ്ഡൻ. ന. ൧, യജമാനൻ, നാഥൻ. ൨, ഭരിക്കുന്നവൻ, രാജാവു. ൩, കാള.

ഭരണ്യഭുക്. ന. കൂലിവേലക്കാരൻ.

ഭരണ്യ. വി. (ണ്യൻ, ണ്യാ, ണ്യം.) വി. ന. ഭരിക്കപ്പെടുവാനുള്ള.

ഭരണ്യം. ന. കൂലി, ശമ്പളം.

ഭരതൻ. ന. ൧, ശ്രീരാമന്റെ അനുജൻ. ൨, ദുഷ്യന്തന്റെ പുത്രൻ. ൩, നാട്യക്കാരൻ, നടൻ.

ഭരതശാസ്ത്രം. ന. നാട്യശാസ്ത്രം.

ഭരദ്വാജകം. ന. ഒരു പക്ഷി, ഭരദ്വാജം.

ഭരദ്വാജൻ. ന. ഒരു മഹൎഷി. ൨, ബൃഹസ്പതിയുടെ പുത്രൻ.

ഭരദ്വാജം. ന. ചെമ്പോത്തു എന്ന പക്ഷി.

ഭരമേല്ക്കുന്നു. ററു. ല്പാൻ. (ഭരം.) സ. ക്രി. കയ്യേല്ക്കുന്നു. **ഭരമേല്പിക്കുന്നു.** കാ. ക്രി.

ഭര. വി. (രൻ, രാ, രി, രം.) വി. ന. ഭരിക്കുന്ന, രക്ഷിക്കുന്ന, താങ്ങുന്ന.

ഭരം. അ. വരെ. ന. രണ്ടായിരം പലം കൂടിയതു, ഭാരം.

ഭരിക്കുന്നു. ച്ചു. പ്പാൻ. (ഭരി.) സ. ക്രി. ൧, രക്ഷിക്കുന്നു. ൨, ചുമക്കുന്നു.

ഭരിത. വി. (തൻ, താ, തീ, തം.) വി. ന. ൧, പച്ചനിറമായ. ൨, രക്ഷിക്കപ്പെട്ട. ൩, നിറഞ്ഞ.

ഭരിപ്പ. ന. ൧, ഊട്ടുപുരയിലെ അധികാരം. ൨, ഭരിക്കുക.

ഭരിപ്പുകാരൻ. ന. പരിപ്പുകാരൻ.

ഭൎഗ്ഗം. ന. ഉപായം, വഞ്ചന. (സം.) ൧, ശോഭ. ൨, വറക്കുക.

ഭൎഗ്ഗൻ. ന. ൧, ശിവൻ. ൨, ബ്രഹ്മാവു. (മ.) ഉപാധി.

ഭൎഗ്ഗിക്കുന്നു. ച്ചു. പ്പാൻ. (ഭൎഗ്ഗി.) സ. ക്രി. വഞ്ചിക്കുന്നു.

ഭൎജ്ജനം. ന. വറക്കുക.

ഭൎത്തവ്യ. വി. (വ്യൻ, വ്യാ, വ്യം.) വി. ന. ൧, രക്ഷിക്കത്തക്ക. ൨, വഹിക്കാകുന്ന, വഹിക്കേണ്ടുന്ന

ഭൎത്തൃ. വി. (ൎത്താ, ൎത്രീ, ൎത്തൃ.) വി. ന. ഭരിക്കുന്ന. ൧, രക്ഷിക്കുന്ന. ൨, ചുമക്കുന്ന. **ഭൎത്തൃത; ഭൎത്തൃത്വം.** ഗു. ന.

ഭൎത്താവു. ന. ൧, സ്ത്രീയെ വിവാഹം ചെയ്യുവൻ. ൨, യജമാനൻ. ൩, രക്ഷിക്കുന്നവൻ.

ഭൎത്തൃദാരകൻ. ന. നാടകത്തിലും മററും രാജകുമാരനെ സംബോധനം ചെയ്യുന്നതിനു ഉപയോഗിക്കുന്ന വാക്ക്.

ഭൎത്തൃദാരിക. ന. മേൽ പറഞ്ഞപ്രകാരം രാജകുമാരിയുടെ വിഷയത്തിൽ ഉപയോഗിക്കുന്ന വാക്ക്.

ഭൎത്തൃദുഃഖം. ന. ഭൎത്താവു മരിച്ചിട്ടുള്ള ദുഃഖം.

ഭൎത്തൃനാശം. ന. ഭൎത്താവു മരിക്കുക.

ഭൎത്തൃവിരഹം. ന. ഭൎത്താവിൽനിന്നു വേർപെടുക.

ഭൎത്തൃശുശ്രൂഷ. ന. ഭൎത്താവിനെ ശുശ്രൂഷിക്ക.

ഭൎത്തൃസൌഖ്യം. ന. ഭൎത്താവിനോടു കൂടെയുള്ള സൌഖ്യം.

ഭൎത്തൃഹരി. ന. വിക്രമാദിത്യനെന്ന രാജാവിന്റെ അനുജനും യോഗാഭ്യാസിയും ആയിരുന്ന ഒരു കവി.

ഭൎത്തൃഹീന. ന. ഭൎത്താവില്ലാത്തവൾ.

ഭത്സനം. ന. ൧, ഭീഷണിവാക്ക. ൨, നിന്ദാവാക്ക.

ഭത്സിക്കുന്നു. ച്ചു. പ്പാൻ. (ഭത്സി.) സ. ക്രി. നിന്ദിച്ചും ശാസിച്ചും പറയുന്നു.

ഭത്സിത. വി. (തൻ, താ, തം.) വി. ന. നിന്ദിക്കപ്പെട്ട.

ഭൎമ്മം. ന. ൧, ശമ്പളം. ൨, പൊന്നു. ൩, പൊക്കിൾ. ൪, ഒരു നാണയം.

ഭല്ലം. ന. ൧, കരടി. ൨, ഒരു മാതിരി അമ്പു.

ഭല്ലാതകം. ന. ൧, ചേക്കുരു. ൨, ചേർ വൃക്ഷം.

ഭല്ലാതകി. ന. ചേർമരം.

ഭല്ലുകം. അല്ലെങ്കിൽ, **ഭല്ലൂകം.** ന. കരടി.

ഭവതി. വി. സ്ത്രീകളെ നീയെന്നു പറയുന്നതിന്നു പകരം മാനിച്ചു പറയുന്ന ഒരു വാക്ക.

ഭവദീയ. വി. (യൻ, യാ, യം.) വി. ന. നിന്നെസ്സംബന്ധിച്ച.

ഭവനം. ന. വീടു, പാക്കുന്ന സ്ഥലം.

ഭവനീയം. വി. വരുവാനുള്ള.

ഭവൻ. ന. ശിവൻ.

ഭവൽ. വി. (വാൻ, വതി, വൽ.) വി. ന. നീ എന്നുള്ളതിന്നു പകരം ബഹുമാനപുരസ്സരം പറയുന്ന വാക്ക. പദങ്ങളുടെ മുമ്പിൽ ചേൎന്നുവരുമ്പോൾ 'അങ്ങേ സംബന്ധിച്ച' എന്നൎത്ഥം വ

രത്തുന്നു. ഉ-ം. ഭവദപാത്ത്. (അങ്ങേ സംബന്ധിച്ച വാത്ത). ഭവാദൃശന്മാർ. (അങ്ങേപ്പോലെയുള്ളവർ.)

ഭവൽ. വി. (വൻ, വന്തി, വൽ.) വി. ന. ഉള്ള.

ഭവന്തി. ന. വിഷം തേച്ച അമ്പു.

ഭവം. ന. ൧, ഉള്ളതു. ൨, ഉല്പാദനം, ജനനം. ൩, നേട്ടം. ൪, ലോകം. ൫, ശ്രേഷ്ഠത. ൬, ശുഭം. ൭, ഉല്പത്തികാരണം. ൮, അവസ്ഥ. ൯, സംസാരം, ജനനവും മരണവും. ൧൦, ഫലം.

ഭവാനി. ന. പാൎവ്വതി.

ഭവിക. വി. (കൻ, കാ, കം.) വി. ന. ശുഭമായുള്ള, ഭാഗ്യമുള്ള.

ഭവികം. ന. നന്മ, ഭാഗ്യം.

ഭവിക്കുന്നു. ച്ചു. പ്പാൻ. (ഭവി.) അ. ക്രി. ഉണ്ടാകുന്നു.

ഭവിത. വി. (തൻ, താ, തം.) വി. ന. ഉണ്ടായ.

ഭവിതവ്യ. വി. (വ്യൻ, വ്യാ, വ്യം.) വി. ന. ഉണ്ടാകുവാനുള്ള. **ഭവിതവ്യത.** ഗു. ന. ഉണ്ടാകുവാനുള്ളതിന്റെ അവസ്ഥ.

ഭവിതൃ. വി. (താ, ത്രി, തൃ.) വി. ന. ഭവിക്കുന്ന.

ഭവില. വി. (ലൻ, ലാ, ലം.) വി. ന. ഉള്ള.

ഭവിഷ്ണു. വി. (ത്രിക്കു.) വി. ന. ഭവിക്കുന്ന, ഉണ്ടാകുന്ന.

ഭവിഷ്യകാലം. ന. ഭവിഷ്യമായുള്ള കാലം.

ഭവിഷ്യ. വി. (ഷ്യൻ, ഷ്യാ, ഷ്യം.) വി. ന. ഭവിപ്പാനിരിക്കുന്ന, മേൽകാലത്തിൽ ഉണ്ടാകുവാനുള്ള.

ഭവിഷ്യൽ. വി. (ഷ്യൻ, ഷ്യന്തി, ഷ്യൽ.) വി. ന. മേലാൽ ഭവിപ്പാനുള്ള.

ഭവിഷ്യൽഫലം ന. വരുവാനിരിക്കുന്ന ഫലം.

ഭവിഷ്യവാദി. വി. (ദി, ദിനി, ദി.) വി. ന. ഭവിഷ്യത്തിനെപ്പറയുന്ന.

ഭവിഷ്യാവസ്ഥ. ന. മേലാലുണ്ടാകുന്ന അവസ്ഥ.

ഭവ്യ. വി. (വ്യൻ, വ്യാ, വ്യം.) വി. ന. ൧, ഭാഗ്യമുള്ള, ശുഭമായ. ൨, നല്ല, ശരിയായ. ൩, സത്യമുള്ള. ൪, ഭവിപ്പാനുള്ള.

ഭവ്യം. ന. ൧, ഒരു വൃക്ഷം. ൨, അസ്ഥിമ, സാദ്ധ്യം, ഫലം.

ഭവ്യ. ന. ൧, പാൎവ്വതി. ൨, തിപ്പലി.

ഭവ്യരാശി. ന. ഭാഗ്യനിധി.

ഭഷകൻ. ന. നായ്.

ഭസിതം. ന. ചാരം, ഭസ്മം.

ഭസ്ത്ര. ന. ഉലയിലൂതുന്നതിനുള്ള ഉകർ.

ഭസ്ത്രികൻ. ന. ഉലയിൽ തോൽകൊണ്ട ഊതുന്നവൻ.

ഭസ്മകാരൻ. ന. അലക്കുകാരൻ.

ഭസ്മക്കഞ്ഞി. ന. ഭസ്മം കലക്കിത്തെളിച്ചെടുത്ത വെള്ളത്തിൽ അരിയിട്ട വെന്ത കഞ്ഞി, ഒരു മരുന്നുകഞ്ഞി.

ഭസ്മക്കുറി. ന. ഭസ്മംകൊണ്ട നെററിയിലും മററും വരപോലെ തേക്കുക.

ഭസ്മഗന്ധിനി. ന. അരേണുകം.

ഭസ്മഗർഭം. ന. ഇരുമുള്ള എന്ന പേരായ ഒരു ഔഷധച്ചെടി.

ഭസ്മം. ന. ൧, ചാണകം ചുട്ട ചാരം. ൨, വെന്തു ചാരമായതു, ചാരം.

ഭസ്മലേപനം. ന. ഭസ്മം തേക്കു.

ഭസ്മീകരണം. ന. ഭസ്മമാക്കുക.

ഭസ്മീകരിക്കുന്നു. ച്ചു. പ്പാൻ. (ഭസ്മീകരി.) സ. ക്രി. ഭസ്മമാക്കുന്നു.

ഭസ്മീകൃത. വി. (തൻ, താ, തം.) വി. ന. ഭസ്മമാക്കപ്പെട്ട, നശിപ്പിക്കപ്പെട്ട.

ഭളഭളായമാന. വി. മിനുസവും ശോഭയും ഉള്ള.

ഭള്ള. ന. അഹംഭാവം.

ഭക്ഷക. വി. (കൻ, കാ, കം.) വി. ന. അധികം ഭക്ഷിക്കുന്ന.

ഭക്ഷകാരൻ. ന. പാചകൻ.

ഭക്ഷണമുറി. ന. ഊട്ടുപുര.

ഭക്ഷണം. ന. തീൻ, ഭക്ഷിക്കുക.

ഭക്ഷണശാല. ന. ഊട്ടുപുര.

ഭക്ഷിക്കുന്നു. ച്ചു. പ്പാൻ. (ഭക്ഷി.) സ. ക്രി. തിന്നുന്നു, ഉണ്ണുന്നു.

ഭക്ഷിത. വി. (തൻ, താ, തം.) വി. ന. ഭക്ഷിക്കപ്പെട്ട.

ഭക്ഷ്യകാരൻ. ന. പാചകൻ.

ഭക്ഷ്യ വി. (ക്ഷ്യൻ, ക്ഷ്യാ, ക്ഷ്യം.) വി. ന. ഭക്ഷിപ്പാൻതക്ക.

ഭക്ഷ്യം. ന. ഭക്ഷണവസ്തു.

ഭാ

ഭാ. ന. ൧, ശോഭ. ൨, സൌന്ദൎയ്യം.

ഭാക്ക്. വി. (ത്രിക്കു.) വി. ന. അനുഭവിക്കുന്ന.

ഭാക്തൻ. ന. ൧, ചോററുവേലക്കാരൻ, പിന്നാലെ നടക്കുന്നവൻ, ആശ്രിതൻ.

ഭാക്തം. ന. തീൻവസ്തു.

ഭാക്തിക. ന. ഭക്ഷണത്തിന്നായിട്ട സേവിക്കുന്ന ഭൃത്യൻ, ആശ്രിതൻ, ഭാക്തൻ.

ഭാഗധേയൻ. ന. അവകാശി.

ഭാഗധേയം. ന. ൧, ഭാഗ്യം. ൨, കരം.

ഭാഗനം. ന. കാലക്രമം.

ഭാഗം. ന. ൧, പങ്കു, ഓഹരി. ൨, വശം, പുറം. ൩, ഒരു കണക്കു. ൪, സ്ഥലം. ൫, ഒരുഭാഗം.

ഭാഗവതം. ന. പുരാണങ്ങൾ പതിനെട്ടുള്ളതിൽ ഒന്നു.

ഭാഗവതർ. ന. ൧, എല്ലായ്പ്പോഴും ഠരംശപാരജ്ഞനം ചെയ്യുന്നവൻ. ൨, സംഗീതകലയിൽ സമൎത്ഥൻ.

ഭാഗിക്കുന്നു. ച്ചു. പ്പാൻ. (ഭാഗി.) സ. ക്രി. പകിടുന്നു.

ഭാഗി. (ഭാഗിനി.) ന. പങ്കുള്ളവൻ; (പങ്കുള്ളവൾ.)

ഭാഗിനേയൻ. ന. പെങ്ങളുടെ മകൻ, മരുമകൻ.

ഭാഗീരഥി. ന. ഒരാറു, ഗംഗ.

ഭാഗ്യകാലം. ന. ഭാഗ്യമുള്ള കാലം, നല്ല കാലം.

ഭാഗ്യക്കുറി. ന. ഭാഗ്യം പരീക്ഷിക്കുന്നതിന്നു ചീട്ടിടുന്ന ഒരു ക്രമം.

ഭാഗ്യക്കേട്ട. ന. ഭാഗ്യമില്ലായ്മ.

ഭാഗ്യപരീക്ഷ. ന. ഭാഗ്യം ഉണ്ടോ ഇല്ലയോ എന്നു ശോധന ചെയ്തു നോക്കുക.

ഭാഗ്യ. വി. (ഗ്യൻ, ഗ്യാ, ഗ്യം.) വി. ന. ൧, ഭാഗം ചെയ്യപ്പെടുവാൻതക്ക. ൨, നന്മയുള്ള.

ഭാഗ്യം. ന. ദൈവത്തിങ്കൽനിന്നു ലഭിക്കുന്ന നന്മ.

ഭാഗ്യവൽ. വി. (വാൻ, വതി, വൽ.) വി. ന. ഭാഗ്യമുള്ള.

ഭാഗ്യവശാൽ. വി. ഭാഗ്യം നിമിത്തം.

ഭാഗ്യശാലി. വി. (ലീ, ലിനി, ലി.) വി. ന. ഭാഗ്യമുള്ള.

ഭാഗ്യഹീന. വി. (നൻ, നാ, നം.) വി. ന. ഭാഗ്യമില്ലാത്ത. **ഭാഗ്യഹീനത.** ഗു. ന. ഭാഗ്യമില്ലായ്മ.

ഭാഗ്യായത്തം. ന. ഭാഗ്യംകൊണ്ടു സിദ്ധിച്ചതു.

ഭാംഗീന. വി. (നൻ, നാ, നം.) വി. ന. ചണം ഉണ്ടാകുന്ന.

ഭാജകം. ന. ഹാരകം.

ഭാജനം. ന. പാത്രം.

ഭാജിത. വി. (തൻ, താ, തം.) വി. ന. ഭാഗിക്കപ്പെട്ട, പകിടപ്പെട്ട.

ഭാജ്യം. ന. ഹരിക്കപ്പെടുന്ന തുക.

ഭാടകം. ന. ൧, കൂലി. ൨, വില.

ഭാണം. ന. വിടന്റെ ഒരു ദിവസത്തെ കഥ.

ഭാണ്ഡക്കെട്ടു. ന. മാറാപ്പു.

ഭാണ്ഡം. ന. ൧, പാത്രം. ൨, മൂലധനം. ൩, വാദ്യം. ൪, കതിരക്കോപ്പു. ൫, വൃക്ഷം. (മ.) മാറാപ്പു.

ഭാണ്ഡാഗാരം. ന. ഭാണ്ഡങ്ങൾ വച്ചു സൂക്ഷിക്കുന്ന പുര.

ഭാദ്രപദം. അല്ലെങ്കിൽ, ഭാദ്രം. ന. കന്നിമാസം.

ഭാദ്രമാതുരൻ. ന. പാതിവ്രത്യവും സുകൃതവുമുള്ള ഭാൎയ്യയുടെ പുത്രൻ.

ഭാനു. ന. ൧, ആദിത്യൻ. ൨, പ്രകാശം. ൩, രശ്മി. ൪, സൌന്ദൎയ്യം. ൫, സൌന്ദൎയ്യമുള്ള സ്ത്രീ.

ഭാനുമണ്ഡലം. ന. ആദിത്യന്റെ മണ്ഡലം, ആദിത്യബിംബം.

ഭാനുമൽ. വി. (മാൻ, മതി, മൽ.) വി. ന. ൧, പ്രകാശമുള്ള. ൨, സൌന്ദൎയ്യമുള്ള.

ഭാനുമാൻ. ന. ആദിത്യൻ.

ഭാനുവാരം. ന. ഞായറാഴ്ച.

ഭാമൻ. ന. ൧, ആദിത്യൻ. ൨, സഹോദരിയുടെ ഭൎത്താവു.

ഭാമം. ന. ൧, കോപം. ൨, ശോഭ.

ഭാമാ. ന. ൧, കോപമുള്ളവൾ, ഭാമിനി. ൨, കൃഷ്ണന്റെ ഭാൎയ്യമാരിൽ ഒരുത്തി, സത്യഭാമാ.

ഭാമി. വി. (മി, മിനി, മി.) വി. ന. ഭാമമുള്ള, കോപമുള്ള.

ഭാമിനി. ന. കോപമുള്ളവൾ.

ഭാരക്കട്ടി. ന. ൧, ഇരുപതു തുലാം തൂക്കുന്ന കട്ടി. ൨, ഏററവും കനം.

ഭാരക്കല്ലു. ന. തുലായന്ത്രത്തിന്റെ പിഞ്ഞാണിക്കല്ലു.

ഭാരതഖണ്ഡം. ന. ഭൂമിയുടെ നവഖണ്ഡങ്ങളിൽ ഒന്നു, ഹിമവാനു തെക്കു സേതുവിന്നു വടക്കുള്ള ഭൂമി.

ഭാരതൻ. ന. ൧, ആട്ടക്കാരൻ. ൨, ഭരതന്റെ സന്തതി. ൩, അഗ്നി.

ഭാരതം. ന. ഇതിഹാസങ്ങളിൽ ഒന്നു.

ഭാരതവൎഷം. ന. ഭാരതഖണ്ഡം.

ഭാരതി. ന. ൧, വാക്കു. ൨, സരസ്വതി.

ഭാരത്തുലാം. ന. പുരയുടെ കട്ടിയുള്ള തുലാം.

ഭാരദ്വാജി. ന. കാട്ടുപരിത്തി.

ഭാരം. ന. ൧, കനം. ൨, ചുമടു. ൩, ഇരുപതു തുലാം. (മ.) ൧, ഉത്കണ്ഠയുള്ള വ്യസനം. ൨, കാൎയ്യത്തിന്റെ ചുമതല.

ഭാരയഷ്ടി. ന. ചുമടെടുക്കുന്നതിന്നു തോളത്തു വെക്കുന്നതിന്നുള്ള ഒരു വടി. കാവു.

ഭാരവാഹൻ. ന. ചുമട്ടുകാരൻ.

ഭാരി. വി. ൧, വലിയ, നീളമുള്ള. ൨, തടിച്ച. ൩, ഭാരമുള്ള.

ഭാരി. ന. ൧, സിംഹം. ൨, ചുമട്ടുകാരൻ.

ഭാരികൻ. ന. ചുമട്ടുകാരൻ.

ഭാൎഗ്ഗവൻ. ന. ൧, പരശുരാമൻ. ൨, ശുക്രൻ. ൩, വില്ലാളി.

ഭാൎഗ്ഗവി. ന. ൧, ലക്ഷ്മി. ൨, പാൎവ്വതി. ൩, കറുക.

ഭാൎങ്ഗി. ന. ഒരു പച്ചമരുന്നു, ചെറുതേക്കു.

ഭാൎയ്യ. ന. തന്നാൽ വിവാഹം ചെയ്യപ്പെട്ട സ്ത്രീ.

ഭാൎയ്യാപതികൾ. ന. ഭാൎയ്യയും ഭൎത്താവും.

ഭാൎയ്യാവാൻ. വി. ന. ഭാൎയ്യയുള്ളവൻ.

ഭാലം. ന. ൧, നെററി. ൨, ശോഭ.

ഭാവ. ന. അറുപതു വൎഷത്തിൽ എട്ടാമത്തെ വൎഷം.

ഭാവഗാംഭീൎയ്യം. ന. ഭാവത്തിന്റെ ഗാംഭീൎയ്യം.

ഭാവദൎശി. വി. (ശീ, ശിനീ, ശി.) വി. ന. ഭാവത്തെ നോക്കുന്ന.

ഭാവന. ന. ൧, ഓൎമ്മ. ൨, ധ്യാനം. ൩, ബഹുമാനം, ഭാവിക്കു.

ഭാവനം. ന. മേല്പറഞ്ഞ അൎത്ഥം.

ഭാവൻ. ന. നാട്യത്തിൽ വിദ്വാൻ എന്നതിന്നു പകരം പറയുന്ന ഒരു വാക്കു.

ഭാവബന്ധനം. ന. പരസ്പരം സ്നേഹം ഉല്പാദിക്കുകയെന്നതു.

ഭാവബോധകം. ന. മനോഗതത്തെ അറിയിക്ക, അനുഭാവം.

ഭാവഭേദം. ന. ഭാവത്തിന്റെ വ്യത്യാസം.

ഭാവം. ന. ൧, അവസ്ഥ. ൨, സ്വഭാവം. ൩, താല്പൎയ്യാൎത്ഥം. ൪, മനസ്സ്, അന്തൎഗ്ഗതം, ആത്മാവു. ൫, നാട്യസംബന്ധമായുള്ള സ്ഥായിഭാവം എട്ടും, വ്യഭിചരിഭാവം മുപ്പത്തുമൂന്നും. ൬, നാട്യം. ൭, ശരീരത്തിന്റെ പ്രവൃത്തികൊണ്ടറിയിക്ക. ൮, ഉത്ഭവം. ൯, ഉണ്ടെന്നുള്ള അവസ്ഥ. ൰, ഉദയം മുതൽ പന്ത്രണ്ടു രാശിക്കും പറയുന്ന ഒരു പേരു.

ഭാവവികാരം. ന. ഭാവഭേദം.

ഭാവശുദ്ധി. ന. സ്വഭാവമഹിമ.

ഭാവാനുകൂലം. അ. ഭാവത്തിന്നു സഹായമായിട്ടു.

ഭാവാന്തരം. ന. ഒന്നിൽനിന്നും മറെറാന്നിലേക്കുള്ള മാററം.

ഭാവാനുബന്ധം. ന. ഏതെങ്കിൽ ഒന്നിനോടുള്ള പ്രതിപത്തി, പ്രാവണ്യം.

ഭാവി. വി. (വി, വിനി, വി.) വി. ന. വിപ്പാനുള്ള.

ഭാവിനി. ന. ദുൎമ്മാൎഗ്ഗമായി നടക്കുന്നവൾ, ഒരുമാതിരി വേശ്യ.

ഭാവിക. വി. (കൻ, കി, കം.) വി. ന. ൧, വരുവാനുള്ള. ൨, സ്വഭാവേന യുള്ള.

ഭാവികം. ന. അലങ്കാര ശാസ്ത്രത്തിലെ ഒരലങ്കാരം.

ഭാവിക്കുന്നു. ച്ചു. പ്പാൻ. (ഭാവി.) സം. ക്രി. ൧, നിശ്ചയിക്കുന്നു. ൨, നിരൂപിക്കുന്നു. ൩, തുടങ്ങുന്നു.

ഭാവിത. വി. (തൻ, താ, തം.) വി. ന. ൧, വിചാരിക്കപ്പെട്ട. ൨, നിശ്ചയിക്കപ്പെട്ട. ൩, വീൎയ്യഭേദം വരുത്തുവാനായിട്ടു മരുന്നു വെള്ളത്തിലും മററും ഇടപ്പെട്ട.

ഭാവുക. വി. (കൻ, കീ, കം.) വി. ന. ഭാഗ്യമുള്ള, സുഖമുള്ള. ഇതു ചില നാമത്തോടു ചേരുമ്പോൾ 'ആയിത്തിരുന്നു' എന്നൎത്ഥം വരും.

ഭാവുകൻ. ന. മച്ചുനൻ എന്ന അൎത്ഥത്തിൽ നാടകങ്ങളിൽ സാധാരണ ഉപയോഗിച്ചു കാണുന്ന പദം.

ഭാവുകം. ന. ശുഭം.

ഭാഷ. ന. ൧, വാക്കു. ൨, സരസ്വതി. ൩, രൂപം. ൪, മാതിരി, സ്വഭാവം. ൫, നിവൃത്തി.

ഭാഷകേടു. ന. വിരൂപം, ചേച്ചകേടു.

ഭാഷക്കാരൻ. ന. ഒരു ഭാഷയിൽ

പറയുന്ന വാക്കിനെ മറെറാരു ഭാഷയിൽ പൊരുൾ തിരിച്ചു പറഞ്ഞു കേൾപ്പിക്കുന്നവൻ.

ഭാഷണം. ന. വാക്ക.

ഭാഷപ്പെട്ടുത്തുന്നു. ത്തി. വാൻ. (ഭാഷ.) സ. ക്രി. സംസ്കൃതശ്ലോകങ്ങളും മററും മലയാള ഭാഷയിലൊ മറെറാ പൊരുൾ തിരിച്ചെഴുതുന്നു.

ഭാഷാന്തരം. ന. ഒരു ഭാഷയിൽ പറഞ്ഞിരിക്കുന്ന അഭിപ്രായത്തെ മറെറാരു ഭാഷയിൽ പറയുക, തർജ്ജമ.

ഭാഷാഭേദം. ന. ൧, മാതിരിയുടെ വ്യത്യാസം. ൨, ഓരോ ജാതിക്കാരുടെ വാക്ക തമ്മിലുള്ള ഭേദം.

ഭാഷാവ്യാഖ്യാനം. ന. സംസ്കൃതഭാഷയിലുള്ള വ്യാഖ്യാനത്തിൽ നിന്നെടുത്തു മലയാള ഭാഷയിലെഴുതിയ വ്യാഖ്യാനം.

ഭാഷി (ഭാഷിണി). (സാധാരണയായി പദാന്ത്യത്തിൽ ചേൎന്നു വരുന്നതു.) ന. പറയുന്നവൻ (പറയുന്നവൾ.)

ഭാഷിക്കുന്നു. ച്ചു. പ്പാൻ. (ഭാഷി.) സ. ക്രി. ൧, പറയുന്നു. ൨, പരിഹസിക്കുന്നു.

ഭാഷിത. വി. (തൻ, താ, തം.) വി. ന. പറയപ്പെട്ട.

ഭാഷിതം. ന. വാക്ക.

ഭാഷ്യ. വി. (ഷ്യൻ, ഷ്യാ, ഷ്യം.) വി. ന. ഭാഷിക്കപ്പെടുവാൻ തക്ക, പറയേണ്ടുന്ന.

ഭാഷ്യം. ന. ൧, പാണിനിയ സൂത്രത്തിന്റെയും മററും വ്യാഖ്യാനം. ൨, ഒരു മാതിരി പണി.

ഭാഷ്യകാരൻ. ന. ഭാഷ്യം ഉണ്ടാക്കിയ ആൾ, പതഞ്ജലി.

ഭാസ്സ. ന. ൧, ശോഭ. ൨, രശ്മി.

ഭാസമാന. വി. (നൻ, നാ, നം.) വി. ന. ശോഭിക്കുന്ന.

ഭാസം. ന. ൧, ശോഭ. ൨, രശ്മി. ൩, പൂവൻകോഴി. ൪, കഴുത.

ഭാസുര. വി. (രൻ, രാ, രം.) വി. ന. ശോഭയുള്ള.

ഭാസുരൻ. ന. പരാക്രമമുള്ളവൻ.

ഭാസുരം. ന. സ്ഫടികം.

ഭാസ്കര. വി. (രൻ, രാ, രം.) വി. ന. ശോഭിക്കുന്ന.

ഭാസ്കരൻ. ന. ൧, ആദിത്യൻ. ൨, അഗ്നി. ൩, ഭാസുരൻ.

ഭാസ്കരം. ന. സ്വൎണ്ണം.

ഭാസ്വര. വി. (രൻ, രാ, രം.) വി. ന. ശോഭിക്കുന്ന.

ഭാസ്വരൻ. ന. ആദിത്യൻ.

ഭാസ്വൽ. വി. (സ്വാൻ, സ്വതി, സ്വൽ.) വി. ന. ശോഭിക്കുന്ന.

ഭാസ്വാൻ. ന. ആദിത്യൻ.

ഭി

ഭിണ്ഡിപാലം. ന. ഒരു തരം അമ്പ.

ഭിണ്ണ. വി. തടിച്ച.

ഭിത്തം. ന. അംശം.

ഭിത്തി; ഭിത്തിക. ന. ചുവര.

ഭിദ. ന. പിളൎപ്പ.

ഭിദുര. വി. (രൻ, രാ, രം.) വി. ന. ഭേദിക്കുന്ന, പിളൎക്കുന്ന.

ഭിദുരം. ന. വജ്രായുധം.

ഭിന്ദിപാലം. ന. ചാണ്ടുന്നതിന്നുള്ള ഒരായുധം.

ഭിന്ന. വി. (ന്നൻ, ന്നാ, ന്നം.) വി. ന. ൧, വേർപെട്ട. ൨, ഭേദിക്കപ്പെട്ട, പിളൎക്കപ്പെട്ട. **ഭിന്നത; ഭിന്നത്വം.** ന.

ഭിന്നം. ന. ൧, രത്നങ്ങളിലൊ മറെറാ ഉള്ള കേട. ൨, ശകലം, ഭാഗം.

ഭിന്നമതി. ന. ഭിന്നാഭിപ്രായം ഉള്ള ആൾ.

ഭിന്നിക്കുന്നു. ച്ചു. പ്പാൻ. (ഭിന്നി.) അ. ക്രി. ൧, പിളരുന്നു. ൨, വേർപെടുന്നു. ൩, പൊട്ടുന്നു. ൪, ശകലമായിത്തീരുന്നു. **ഭിന്നിപ്പിക്കുന്നു.** സ. ക്രി.

ഭിന്നിപ്പു. ന. ൧, പിളൎപ്പ, വേർപാട. ൨, തമ്മിലുള്ള അകലിച്ച.

ഭിന്നോദരൻ. ന. ചിററമ്മയിലോ പേരമ്മയിലോ ജനിച്ച ഭ്രാതാവ.

ഭിഷൿ. ന. വൈദ്യൻ.

ഭിസ്സ. ന. ചോറ.

ഭിസ്സട. ന. കരിഞ്ഞ ചോറ.

ഭിക്ഷ. ന. ൧, യാചന. ൨, യാചിക്കുന്നവന്നു കൊടുക്കുന്നതു, ഇരന്നിട്ടു കിട്ടിയ വസ്തു. ൩, സന്ന്യാസിയുടെ ഭക്ഷണം.

ഭിക്ഷക്കാരൻ. വി. ന. യാചകൻ, പിച്ചക്കാരൻ.

ഭിക്ഷക്കാരി. വി. ന. ഇരക്കുന്നവൾ.

ഭിക്ഷാടനം. ന. ഇരപ്പാനുള്ള നടപ്പ.

ഭിക്ഷാന്നം. ന. ഇരന്നു വാങ്ങിച്ച ചോറ.

ഭിക്ഷാൎത്ഥി. വി. (ൎത്ഥി, ൎത്ഥിനി, ൎത്ഥി.) വി. ന. ഭിക്ഷ വേണമെന്നു ചോദിക്കുന്ന.

ഭിക്ഷാശനം. ന. ഭിക്ഷ വാങ്ങിച്ചിട്ടുള്ള ഭക്ഷണം.

ഭിക്ഷാശി. വി. (ശി, ശിനി, ശി.) വി. ന. ഇരന്നുണ്ണുന്ന. **ഭിക്ഷാശിത്വം.** ഗു. ന. ഇരന്നുണ്ണ.

ഭിക്ഷു. ന. സന്ന്യാസി.

ഭിക്ഷുകൻ. ന. ഭിക്ഷ വാങ്ങിച്ചു ജീവിക്കുന്നവൻ, സന്ന്യാസി.

ഭീ

ഭീ. ന. ഭയം.

ഭീകരം. വി. ഭയങ്കരം.

ഭീത. വി. (തൻ, താ, തം.) വി. ന. ഭയപ്പെട്ട.

ഭീതി. ന. ഭയം.

ഭീതിപ്പെടുന്നു. ട്ടു. വാൻ. (ഭീതി.) അ. ക്രി. ഭയപ്പെടുന്നു.

ഭീമ. വി. (മൻ, മാ, മം.) വി. ന. ഭയത്തെത്തോന്നിക്കുന്ന, ഭയങ്കരം.

ഭീമം. ന. ഭയം.

ഭീമൻ. ന. ൧, ശിവൻ. ൨, ഭീമസേനൻ.

ഭീമാ. ന. ദുൎഗ്ഗയുടെ ഒരു പേർ.

ഭീമരം. ന. യുദ്ധം.

ഭീമസേനൻ. ന. പാണ്ഡവന്മാരിൽ രണ്ടാമൻ.

ഭീരു. വി. (ഭീരു.) വി. ന. ഭയമുള്ള, പേടിച്ച. **ഭീരുത; ഭീരുത്വം.** ഗു. ന. ഭയം.

ഭീരു. ന. പേടിസ്വഭാവമുള്ള സ്ത്രീ.

ഭീരുക. വി. (കൻ, കാ, കം.) വി. ന. ഭയമുള്ള.

ഭീരുകം. ന. ൧, മരക്കൂട്ടം, കാട. ൨, മൂങ്ങ. ൩, കരടി.

ഭീരുകൻ. ന. പേടിയുള്ളവൻ.

ഭീലുക. വി. (കൻ, കാ, കം.) വി. ന. പേടിയുള്ള.

ഭീലുകം. ന. കരടി.

ഭീഷണ. വി. (ണൻ, ണാ, ണം.) വി. ന. ഭയങ്കരത്വമുള്ള.

ഭീഷണൻ. ന. ശിവൻ.

ഭീഷണം. ന. ഭയം.

ഭീഷണി. ന. വ്യാജം പറഞ്ഞുംമററും ഭയപ്പെടുത്തുക.

ഭീഷണിക്കാരൻ. ന. ശക്തിയില്ലാതെ വ്യാജംകൊണ്ടും മററും ഭയപ്പെടുത്തുന്നവൻ.

ഭീഷിത. വി. (തൻ, താ, തം.) വി. ന. പേടിപ്പിക്കപ്പെട്ട.

ഭീഷ്മ. വി. (ഷ്മൻ, ഷ്മാ, ഷ്മം.) വി. ന. ഭയത്തെ ഉണ്ടാക്കുന്ന, ഭയങ്കര.

ഭീഷ്മം. ന. ഭയം.

ഭീഷ്മൻ. ന. ൧, ശിവൻ. ൨, ശന്തനു എന്ന രാജാവിൻെറ പുത്രൻ.

ഭീഷ്മസൂ. ന. ഗംഗ.

ഭു

ഭുക്ത. വി. (ക്തൻ, ക്താ, ക്തം.) വി. ന. ൧, ഭക്ഷിക്കപ്പെട്ട. ൨, അനുഭവിക്കപ്പെട്ട.

ഭുക്തം. ന. ചോറു.

ഭുക്തശേഷം. ന. ഉച്ഛിഷ്ടം.

ഭുക്തസമുജ്ഝിതം. ന. ഭക്ഷിച്ചു ശേഷിച്ചതു.

ഭുക്തി. ന. ൧, ഭക്ഷിക്ക. ൨, അനുഭവം.

ഭുഗ്ന. വി. (ഗ്നൻ, ഗ്നാ, ഗ്നം.) വി. ന. ൧, ക്രനുള്ള. ൨, വളഞ്ഞ. ൩, കുനിഞ്ഞ.

ഭുജഗം. ന. പാമ്പു.

ഭുജഗഭുൿ. ന. ൧, മയിൽ. ൨, ഗരുഡൻ.

ഭുജംഗമം. ന. പാമ്പു.

ഭുജംഗം. ന. പാമ്പു.

ഭുജംഗാക്ഷി. ന. ഒരു പച്ചമരുന്നു, വണ്ടവാഴി.

ഭുജപത്രം. ന. കടലാസുപോലെ തൊലിയുള്ള ഒരു വൃക്ഷം, പൂതണക്കവൃക്ഷം.

ഭുജബലം. ന. കയ്യൂക്കു.

ഭുജം. ന. കൈ.

ഭുജവീൎയ്യം. ന. കയ്യുടെ ശക്തി.

ഭുജശിരസ്സ. ന. തോൾ.

ഭുജാന്തരം. ന. മാറ്റിടം.

ഭുജാന്തരാളം. ന. മാറ്റിടം.

ഭുജിക്കുന്നു. ച്ചു. പ്പാൻ. (ഭുജി.) സ. ക്രി. ൧, ഭക്ഷിക്കുന്നു. ൨, അനുഭവിക്കുന്നു. ഭുജിപ്പിക്കുന്നു. കാ. ക്രി.

ഭുജിഷ്യ. ന. ദാസി.

ഭുജിഷ്യൻ. ന. ദാസൻ.

ഭുഞ്ജാന. വി. (നൻ, നാ, നം.) വി. ന. ൧, ഭക്ഷിക്കുന്ന. ൨, അനുഭവിക്കുന്ന.

ഭുവനപതി. ന. ലോകത്തിൻെറ നാഥൻ.

ഭുവനം. ന. ൧, ലോകം. ൨, വെള്ളം.

ഭുവനത. ന. രാജ്യം.

ഭുവനേശ്വരൻ. ന. ലോകങ്ങളുടെ നാഥൻ.

ഭുവർല്ലോകം. ന. ഭൂമിക്കു മീതെയുള്ള ഒരു ലോകം.

ഭൂ

ഭൂ. ന. ൧, ഭൂമി. ൨, സ്ഥലം.

ഭൂകമ്പം. ന. ഭൂമികുലുക്കം.

ഭൂഗൎഭശാസ്ത്രം. ന. ഭൂമിയ്ക്കുള്ളിലുള്ളവയെപ്പററി പ്രതിപാദിക്കുന്ന ശാസ്ത്രം.

ഭൂഗോളം. ന. ഭൂമി എന്നുള്ള ഉരുണ്ട വസ്തു.

ഭൂഗോളശാസ്ത്രം. ന. ഗോളത്തിനെ കുറിച്ചു പറയുന്ന പുസ്തകം.

ഭൂചക്രം. ന. ഭൂഗോളം.

ഭൂചര. വി. (രൻ, രീ, രം.) വി. ന. ഭൂമിയിൽ സഞ്ചരിക്കുന്ന.

ഭൂച്ഛായ. ന. ഭൂമിയുടെ നിഴൽ.

ഭൂജ. വി. (ജൻ, ജാ, ജം.) വി ന. ഭൂമിയിൽനിന്നു ജനിച്ച.

ഭൂജംബു. ന. നിലന്താവിൽ.

ഭൂജാത. വി. (തൻ, ത്, തം.) വി. ന. ഭൂമിയിൽ ജനിച്ച.

ഭൂജാനീശ്വരൻ. ന. ൧, ഭൂമിയാകുന്ന ഭാൎയ്യക്കു നാഥനായുള്ളവൻ, രാജാവു. ൨, രാജാക്കന്മാരിൽവെച്ചു ശ്രേഷ്ഠൻ, രാജാധിരാജൻ.

ഭൂതകാലം. ന. കഴിഞ്ഞ സമയം.

ഭൂതകേശം. ന. വയമ്പു.

ഭൂതക്കണ്ണാടി. ന. എത്രയും ചെറിയ ലോകസാധനങ്ങളെപ്പോലും വലിയ ആകൃതിയിൽ കാണിക്കുന്ന ഒരു തരം കണ്ണാടി.

ഭൂതത്താൻ. ന. ഒരു മാതിരി പിശാചു.

ഭൂതദയ. ന. എല്ലാ ജീവികളോടും തോന്നുന്ന അനുകമ്പ, എല്ലാററിനോടുമുള്ള സ്നേഹം.

ഭൂതധാത്രി. ന. ഭൂമി.

ഭൂതനാഥൻ. ന. ശിവൻ.

ഭൂതപൂൎവ്വം. ന. മുൻപിനാലെ.

ഭൂതബാധ. ന. ഭൂതത്തിനെക്കൊണ്ടുള്ള ഉപദ്രവം.

ഭൂത. വി. (തൻ, താ, തം.) വി. ന. ൧, ഉണ്ടായ. ൨, കഴിഞ്ഞ. ൩, ലഭിച്ച. ൪, സത്യമായ.

ഭൂതം. ന. ൧, പിശാചു. ൨, ദേവത. ൩, ബാധ. ൪, പഞ്ചഭൂതം. **ഭൂതവിദ്യ.** പിശാചുക്കളെപ്പററിയുള്ള ശാസ്ത്രം.

ഭൂതയജ്ഞം. ന. ചില ഭൂതങ്ങൾക്കായിട്ടു കഴിക്കുന്ന ഒരു ബലി.

ഭൂതലപോടക. ന. ഒരു വക മരുന്നു.

ഭൂതലം. ന. ഭൂമി.

ഭൂതവാക്കു. ന. ഭൂതങ്ങളിൽനിന്നുണ്ടായ ഒരു ശബ്ദം.

ഭൂതവേശി. ന. വെളുത്ത ചേമന്തി.

ഭൂതസഞ്ചാരം. ന. ഭൂതം ബാധിക്കുക.

ഭൂതസ്ഥാനം. ന. കാവു്.

ഭൂതവാസം. ന. താന്നിവൃക്ഷം.

ഭൂതാത്മാവു. ന. ൧, ബ്രഹ്മാവു. ൨, ശരീരം.

ഭൂതാവേശം. ന. ഭൂതസഞ്ചാരം.

ഭൂതി. ന. ൧, ഐശ്വൎയ്യം. ൨, ഭസ്മം. ൩, സൌഭാഗ്യം. ൪, സമ്പത്തു.

ഭൂതികം. ന. ൧, നിലവേപ്പു. ൨, കവടപ്പുല്ലു. ൩, പൂതണക്കപ്പുല്ലു.

ഭൂതേശൻ. ന. ശിവൻ.

ഭൂതോദയം. ന. കാരണം കൂടാതെ ഉണ്ടാകുന്ന ഒരു നിശ്ചയം.

ഭൂദാനം. ന. ൧, സന്ന്യാസിയുടെ ശവം കഴിച്ചിടുന്നതിന്നു പറയുന്ന പേർ. ൨, ഭൂമിദാനം.

ഭൂദാരം. ന. പന്നി.

ഭൂദേവൻ. ന. ബ്രാഹ്മണൻ.

ഭൂധരം. ന. പൎവ്വതം.

ഭൂധരൻ. ന. രാജാവു.

ഭൂനാഗം. ന. ഞാഞ്ഞൂൽ.

ഭൂനിംബം. ന. ൧, നിലവേപ്പു. ൨, പുത്തരിച്ചുണ്ട.

ഭൂപതി. ന. രാജാവു.

ഭൂപതി. ന. മല്ലം.

ഭൂപൻ; ഭൂമിപൻ. ന. രാജാവു.

ഭൂപാലൻ. ന. രാജാവു.

ഭൂപാളം. ന. ഒരു രാഗം.

ഭൂപ്രദക്ഷിണം. ന. ഭൂമിയുടെ അധികപ്രദേശം തന്റെ വലത്തു വശത്തായിട്ടിരിപ്പാൻ തക്കവണ്ണം ഭൂമിയെ ചുററിനടക്കുക.

ഭൂഭാരം. ന. ഭൂമിയുടെ കഷ്ടം, ദുഷ്ടന്മാർ വൎദ്ധിച്ചാൽ ഭൂമിക്കുണ്ടാകുന്ന കഷ്ടം.

ഭൂഭുക്. ന. രാജാവു.

ഭൂഭൃത്തു. ന. ൧, രാജാവു. ൨, പൎവ്വതം.

ഭൂമണ്ഡലം. ന. ഭൂമിക്കു മുഴുവനും കൂടെ പറയുന്ന ഒരു പേർ, ഭൂഗോളം.

ഭൂമ. വി. (ത്രിഷു.) വി. ന. വളരെയുള്ള, വൎദ്ധിച്ച.

ഭൂമി. ന. പഞ്ചഭൂതങ്ങളിൽ ഒന്നു, മനുഷ്യൎക്കു പ്രത്യേകമായുള്ള ഒരു ലോകസ്ഥലം.

ഭൂമിക. ന. നാട്യാലങ്കാരം, വേഷം.

ഭൂമിജ. വി. (ജൻ, ജാ, ജം.) വി. ന. ഭൂമിയിൽനിന്നുണ്ടായ.

ഭൂമിജൻ. ന. ചൊവ്വാ എന്ന ഗ്രഹം.

ഭൂമിജംബുക. ന. നിലഞാവൽ വൃക്ഷം.

ഭൂമിതാലം. ന. ഒരു മരുന്നു, നിലപ്പന.

ഭൂമിതൈലം. ന. മൺതൈലം.

ഭൂമിദേവൻ. ന. ബ്രാഹ്മണൻ.

ഭൂമിദേവി. ന. ഭൂമി, ഭൂമിയുടെ ദേവി.

ഭൂമിപാലകൻ. ന. രാജാവു.

ഭൂമിപാലനം. ന. ഭൂമിയെ രക്ഷിക്ക.

ഭൂമിഭൎത്താവു. ന. രാജാവു.

ഭൂമിസ്പൃക്കു. ന. ൧, വൈശ്യൻ. ൨, മനുഷ്യൻ.

ഭൂമീന്ദ്രൻ. ന. രാജാവു.

ഭൂയസ്സ്. വി. (യാൻ, യസ്സീ, യസ്സ്.) വി. ന. വളരെയുള്ള, പെരുകിയ.

ഭൂയസ്സ്. അ. കൂടക്കൂടെ, പിന്നെയും പിന്നെയും.

ഭൂയിഷ്ഠ. വി. (ഷ്ഠൻ, ഷ്ഠാ, ഷ്ഠം.) വി. ന. വളരെയുള്ള, ഭൂയസ്സ്.

ഭൂയോദൎശനം. ന. വീണ്ടുമുള്ള കാഴ്ച.

ഭൂരി. വി. (ത്രിഷു.) വി. ന. വളരെയുള്ള, പെരുകിയ.

ഭൂരി. ന. ൧, ബ്രഹ്മാവു. ൨, വിഷ്ണു. ൩, ശിവൻ. ൪, പൊൻ. അ. അധികമായി.

ഭൂരിതമം. ന. ഏററവും അധികമായുള്ള.

ഭൂരിപക്ഷം. ന. അധികമാളുകളുടെ അഭിപ്രായം.

ഭൂരിഫേന. ന. ഒരു തൈ, ചമ്മലന്ത.

ഭൂരിപ്രയോഗം. ന. സാധാരണയായ പ്രയോഗം.

ഭൂരിമായു. ന. കുറുക്കൻ.

ഭൂരുണ്ഡി. ന. ഒരു പച്ചമരുന്നു, വേനപ്പച്ച.

ഭൂരുഹം. ന. വൃക്ഷം.

ഭൂരേണു. ന. പൂഴി, ഭൂമിയിലെപ്പൊടി.

ഭൂൎജ്ജപത്രം. ന. പൂതണക്കുവൃക്ഷം.

ഭൂൎജ്ജം. ന. പൂതണക്കുവൃക്ഷം.

ഭൂലത. ന. ഞാഞ്ഞൂൽ.

ഭൂലോകം. ന. ഭൂമി.

ഭൂവലയം. ന. ഭൂമിയുടെ ചുററു.

ഭൂവാസികൾ. ന. മനുഷ്യർ.

ഭൂഷ. ന. ആഭരണം, അലങ്കാരം, മോതിരവുമ്മററും.

ഭൂഷണം. ന. മേല്പറഞ്ഞ അൎത്ഥം.

ഭൂഷിത. വി. (തൻ, താ, തം.) വി. ന. അലങ്കരിക്കപ്പെട്ട.

ഭൂഷ്ണു. വി. (ത്രിഷു.) വി. ന. ഭവിക്കുന്ന, ഉണ്ടാകുന്ന.

ഭൂസുതൻ. ന. ചൊവ്വാ, ഭൂമിയുടെ പുത്രൻ.

ഭൂസുതാ. ന. സീതാ.

ഭൂസുരൻ. ന. ബ്രാഹ്മണൻ.

ഭൂസ്തൃണം. ന. പൂതണക്കപ്പുല്ലു.

ഭൃ

ഭൃഗു. ന. ൧, ഒരു മഹൎഷി. ൨, ശിവൻ. ൩, ശുക്രൻ. ൪, പരശുരാമന്റെ അഛ്ശൻ, ജമദഗ്നി. ൫, മലയുടെ ചരിവിലുള്ള തടം. ൬, മലമുകൾ.

ഭൃംഗം. ന. ൧, വണ്ടു. ൨, ഏലവംഗം. ൩, ഒരു പക്ഷി. ൪, കയ്യുന്ന്യം. ൫, വേട്ടാവളിയൻ. ൬, പൊൻകിണ്ടി.

ഭൃംഗരാജം. ന. ൧, കയ്യുന്ന്യം. ൨, ഒരു പക്ഷി. ൩, വണ്ടു. ൪, ഒരു പ്രധാന ബലി.

ഭൃംഗാരം. ന. പൊൻകിണ്ടി.

ഭൃംഗാരി. ന. ചിവീടു.

ഭൃംഗി. ന. ശിവപാരിഷദന്മാരിൽ ഒരുത്തൻ.

ഭൃതകൻ. ന. വേലക്കാരൻ.

ഭൃത. വി. (തൻ, താ, തം.) വി. ന. ൧, കൂലിക്കു വാങ്ങിക്കപ്പെട്ട. ൨, താങ്ങപ്പെട്ട. ൩, നിറെക്കപ്പെട്ട.

ഭൃതൻ. ന. ൧, ഭൃത്യൻ. ൨, കൂലിവേലക്കാരൻ.

ഭൃതി. ന. ൧, കൂലി, ശമ്പളം. ൨, രക്ഷണം. ൩, മുതൽ, ദ്രവ്യം.

ഭൃതിഭുക്. ന. വേലക്കാരൻ.

ഭൃത്യ. വി. (ത്യൻ, ത്യാ, ത്യം.) വി. ന. ഭരിക്കപ്പെടുവാൻ തക്ക. ഭൃത്യതപം. ഗു. ന. ദാസവേല.

ഭൃത്യൻ. ന. ആശ്രിതൻ, ദാസൻ. ഭൃത്യതപം; ഭൃത്യത. ഗു. ന.

ഭൃത്യാ. ന. കൂലി, ശമ്പളം.

ഭൃത്യവൃത്തി. ന. ഭൃത്യന്റെ വേലയൊ അവസ്ഥയൊ.

ഭൃശ. വി. (ശൻ, ശാ, ശം.) വി. ന. അധികമായ, ഏറിയ.

ഭൃശം. അ. ഏററവും.

ഭൃഷ്ട. വി. (ഷ്ടൻ, ഷ്ടാ, ഷ്ടം.) വി. ന. വറുക്കപ്പെട്ട.

ഭേ

ഭേകവല്ലി. ന. കുടകൻ.

ഭേകം. ന. തവള.

ഭേകി. ന. പെൺതവള.

ഭേത്തൃ. വി. (ത്താ, ത്രീ, ത്തൃ.) വി. ന. ഭേദിപ്പിക്കുന്ന, വിഭാഗിക്കുന്ന.

ഭേത്താവു. ന. കലഹമുണ്ടാക്കുന്നവൻ, ഭേദിപ്പിക്കുന്നവൻ.

ഭേദഗതി. ന. തുല്യമല്ലാതെ ഉള്ള അവസ്ഥ, വ്യത്യാസം.

ഭേദനം. ന. ഭേദിപ്പിക്കുക, കലഹമുണ്ടാക്കുക.

ഭേദം. ന. ൧, വ്യത്യാസം. ൨, ചിന്തൽ, ൩, പകവെക്കു. ൪, ഭിന്നിപ്പു.

ഭേദാഭേദം. ന. വ്യത്യാസവും വ്യത്യാസമില്ലാഴികയും, ഉള്ളിലുള്ള സംഗതികളെ തരംതിരിച്ചറിയത്തക്ക സ്ഥിതി.

ഭേദിക്കുന്നു. ച്ചു. പ്പാൻ. (ഭേദി.) അ. ക്രി. ൧, വേർപിരിയുന്നു. ൨, പിളരുന്നു. ൩, വ്യത്യാസം വരുന്നു. ൪, അകലുന്നു.

ഭേദി. ന. ം, ഇളക്കുന്നതു, കലക്കുന്നതു. വ, മലശോധന.

ഭേദിത. വി. (തൻ, താ, തം.) വി. ന. ഭേദിപ്പിക്കപ്പെട്ട.

ഭേദ്യ. വി. (ദ്യൻ, ദ്യാ, ദ്യം.) വി. ന. ഭേദിപ്പിക്കപ്പെടുവാൻ തക്ക.

ഭേരി. ന. ഒരു വലിയ വാദ്യം, പെരുമ്പറ.

ഭേരുണ്ഡ. വി. (ണ്ഡൻ, ണ്ഡാ, ണ്ഡം.) വി. ന. ഭയങ്കരത്വമുള്ള.

ഭേരുണ്ഡൻ. ന. ശിവന്റെ ആകൃതിഭേദംകൊണ്ടുണ്ടായ ഒരു പേർ.

ഭേരുണ്ഡാ. ന. ദുർഗ്ഗയുടെ മാസികളിൽ ഒന്നു.

ഭേരുണ്ഡം. ന. ഉല്പാദനം.

ഭേഷജം. ന. ഔഷധം, മരുന്നു.

ഭേഷജാംഗം. ന. മരുന്നു കലക്കി സേവിക്കുന്നതിനുള്ള തേൻ പാൽ മുതലായ വെള്ളം.

ഭൈ

ഭൈരവ. വി. (വൻ, വീ, വം.) വി. ന. ഭയത്തെ ഉണ്ടാക്കുന്ന, ഭയങ്കര.

ഭൈരവം. ന. ഭയം.

ഭൈരവൻ. ന. ശിവൻ.

ഭൈരവീ. ന. ം, കാളിയുടെ ഒരു പേർ. വ, ഒരു രാഗം.

ഭൈഷജ്യം. ന. ഔഷധം.

ഭൈക്ഷം. ന. ഭിക്ഷാവസ്തു, ഇരന്നുകിട്ടിയ ഭക്ഷണ സാധനം.

ഭോ

ഭോ. അ. ഇതു എടൊ ഹെ എന്നുള്ള വസ്തു, പകരം ചേൎക്കുന്നതു.

ഭോക്തവ്യ. വി. (വ്യൻ, വ്യാ, വ്യം.) വി. ന. ം, അനുഭവിപ്പാനുള്ള. വ, ഭക്ഷിക്കപ്പെടുവാനുള്ള.

ഭോക്തൃ. വി. (ക്താ, ക്ത്രീ, ക്തൃ.) വി. ന. ം, ഭക്ഷിക്കുന്ന. വ, അനുഭവിക്കുന്ന. **ഭോക്തൃത്വം.** ദ്വ. ന. അനുഭവം.

ഭോക്താവു. ന. ഭൎത്താവു.

ഭോക്തുകാമ. വി. (മൻ, മാ, മം.) വി. ന. ം, ഭക്ഷിപ്പാനാഗ്രഹമുള്ള. വ, ഭുജിപ്പാനാഗ്രഹമുള്ള. ന, അനുഭവിപ്പാനാഗ്രഹമുള്ള.

ഭോഗം. ന. ം, സന്തോഷം, സുഖാനുഭവം. വ, സമ്പത്തു. ന, കൂലി. ര, പാമ്പിന്റെ പത്തി. ഉ, പാമ്പിന്റെ ഉടൽ. ന, അണിയായി നില്ക്കുന്ന സൈന്യം.

ഭോഗപാലൻ. ന. യൌവനമുള്ളവൻ, മണവാളൻ.

ഭോഗഭൂമി. ന. സ്വൎഗ്ഗം.

ഭോഗലാഭം. ന. ഫലിശ.

ഭോഗലോല. വി. (ലൻ, ലാ, ലം.) വി. ന. ഭോഗത്തിങ്കൽ താല്പൎയ്യമുള്ള.

ഭോഗലോലുപ. വി. (പൻ, പാ, പം.) വി. ന. സുഖത്തിങ്കൽ ആഗ്രഹമുള്ള.

ഭോഗവതി. ന. ം, നാഗങ്ങളുടെ നഗരം. വ, പാതാളനദി.

ഭോഗശീല. വി. (ലൻ, ലാ, ലം.) വി. ന. ഭോഗത്തിങ്കൽ ശീലമുള്ള, സുഖത്തിങ്കൽ ആഗ്രഹമുള്ള.

ഭോഗി. വി. (ഗീ, ഗിനീ, ഗി.) വി. ന. ഭോഗമുള്ള, അനുഭവിക്കുന്ന.

ഭോഗി. ന. ം, സൎപ്പം. വ, രാജാവു. ന, ക്ഷൌരക്കാരൻ. ര, ഗ്രാമത്തിൽ പ്രധാനി. (മ.) പോണ്ടൻ.

ഭോഗിക്കുന്നു. ച്ചു. പ്പാൻ. (ഭോഗി.) അ. ക്രി. സുഖം അനുഭവിക്കുന്നു.

ഭോഗിനി. ന. ം, രാജാവിന്റെ വെപ്പാട്ടി. വ, നാഗങ്ങളുടെ തലസ്ഥാനം.

ഭോഗേച്ഛ. ന. സുഖതല്പരത.

ഭോഗ്യ. വി. (ഗ്യൻ, ഗ്യാ, ഗം.) വി. ന. ഭോഗിപ്പാൻ തക്ക, അനുഭവിപ്പാൻ തക്ക.

ഭോഗ്യ. ന. വ്യഭിചാരിണി.

ഭോഗ്യം. ന. ം, സമ്പത്തു. വ, ധാന്യം.

ഭോജൻ. ന. മഹാവിദ്വാനായിട്ടു ഉജ്ജയിനിൽ പണ്ടുണ്ടായിരുന്ന ഒരു രാജാവു, ഭോജരാജൻ.

ഭോജനപ്രിയ. വി. (യൻ, യാ, യം.) വി. ന. ഭക്ഷണത്തിങ്കൽ അധികം ഇഷ്ടമുള്ള.

ഭോജനം. ന. ഭക്ഷണം.

ഭോജനസാധനം. ന. ഭക്ഷണവസ്തു.

ഭോജം. ന. ഭാരതഖണ്ഡത്തിൽ അൻപത്താറു മഹാരാജ്യങ്ങളുള്ളതിൽ ഒന്നു.

ഭോജി. വി. (ജി, ജിനി, ജി.) വി. ന. ഭുജിക്കുന്ന.

ഭോജ്യ. വി. (ജ്യൻ, ജ്യാ, ജ്യം.) വി. ന. ഭുജിക്കപ്പെടുവാൻ തക്ക.

ഭോജ്യം. ന. ഭക്ഷിപ്പാനുള്ള സാധനം.

ഭോജ്യസംഭവം. ന. ഭക്ഷിച്ച വസ്തുവിന്റെ സാരം.

ഭോഷത്തരം. ന. ഭോഷന്റെ അവസ്ഥ, ഭോഷത്വം, ബുദ്ധിക്കുറവും മറ്റും.

ഭോഷത്വം. ന. ഭോഷന്റെ സ്വഭാവം.

ഭോഷൻ. വി. ന. ബുദ്ധിയില്ലാത്തവൻ.

ഭോഷ്ക. ന. നുണ, അസത്യം, വ്യാജം.

ഭോഷ്കാരം. ന. കീൾശ്വാസം.

ഭോസ്സ്. അ. സംസ്കൃതത്തിൽ ഹെ, എടൊ, അല്ലയൊ എന്നും മറ്റും പറയെണ്ടുന്നതിനു പകരം കൂട്ടിപ്പറയുന്നതു.

ഭൌ

ഭൌതിക. വി. (കൻ, കാ, കം.) വി. ന. ഭൂതസംബന്ധമുള്ള, പിശാചാദികളെ സംബന്ധിച്ചുണ്ടായ.

ഭൌതികൻ. ന. ശിവൻ.

ഭൌമ. വി. (മൻ, മീ, മം.) വി. ന. ഭൂമിയെ സംബന്ധിച്ച.

ഭൌമൻ. ന. ചൊവ്വാ.

ഭൌമീ. ന. സീത.

ഭൌരികൻ. ന. സ്വൎണ്ണത്തെ സൂക്ഷിക്കുന്ന അധികാരി.

ഭ്ര

ഭ്രുകുടി. ന. കോട്ടുഞരമ്പു.

ഭ്രകുംശൻ. ന. സ്ത്രീവേഷക്കാരൻ.

ഭ്രമണം. ന. ചുഴല്ച, വട്ടത്തിൽ തിരിയുക.

ഭ്രമം. ന. ം, ചുഴലിച്ച. വ, അന്ധത, അറിവില്ലായ്കകൊണ്ടു തെററായി വിചാരിക്ക. ന, നീൎച്ചുഴിവു. ര, കുശവന്റെ ചക്രവും മററും.

ഭ്രമരകം. ന. ം, നെററിക്കുറുനിര. വ, വണ്ടു. ന, പമ്പരം. ര, നീൎച്ചുഴിവു.

ഭ്രമരകീടം. ന. ഒരു ചെറിയ പറക്കുന്ന പ്രാണി, വേട്ടാവളിയൻ.

ഭ്രമര. വി. (രൻ, രാ, രം.) വി. ന. ഭ്രമിക്കുന്ന, ചുററുന്ന.

ഭ്രമരം. ന. ൧, വണ്ട. ൨, ഒരു ദീനം, തലതിരിച്ചിൽ.

ഭ്രമാസക്തൻ. ന. കടച്ചിക്കൊല്ലൻ.

ഭ്രമി. വി. (മീ, മിണീ, മി.) വി. ന. ഭ്രമമുള്ള, ചുററിത്തിരിയുന്ന.

ഭ്രമി. ന. ൧, ചക്രംതിരിച്ചിൽ. ൨, തെററു.

ഭ്രമിക്കുന്നു. ച്ചു. പ്പാൻ. (ഭ്രമി.) അ. ക്രി. ൧, തെററുന്നു, മനസ്സിളകുന്നു. ൨, ഭ്രാന്തുപിടിക്കുന്നു. ൩, വിസ്മയിക്കുന്നു. ൪, മോഹിക്കുന്നു. **ഭ്രമിപ്പിക്കുന്നു.** സ. ക്രി.

ഭ്രംശം. ന. അതാതിൻെറ സ്ഥാനത്തുനിന്നു വീഴുകയൊ മാറുകയൊ ചെയ്ക, വിഴ്ച.

ഭ്രംശിക്കുന്നു. ച്ചു. പ്പാൻ. (ഭ്രംശി.) അ. ക്രി. തൻെറ സ്ഥാനത്തുനിന്നു മാററം വരുന്നു, വീഴുന്നു.

ഭ്രഷ്ട. വി. (ഷ്ടൻ, ഷ്ടാ, ഷ്ടം.) വി. ന. ഭ്രംശിച്ച, വീണുപോയ. **ഭ്രഷ്ടത.** ഗു. ന.

ഭ്രാജിഷ്ണു. വി. (ഷ്ണു.) വി. ന. ഭ്രാജിക്കുന്ന, ശോഭിക്കുന്ന.

ഭ്രാതാവു. ന. സഹോദരൻ, ജ്യേഷ്ഠൻ, അനുജൻ.

ഭ്രാതൃക. വി. (കൻ, കാ, കം.) വി. ന. സഹോദരസംബന്ധമുള്ള.

ഭ്രാതൃജൻ. ന. സഹോദരപുത്രൻ.

ഭ്രാതൃജായാ. ന. സഹോദരൻെറ ഭാൎയ്യ.

ഭ്രാതൃപത്നി. ന. സഹോദരഭാൎയ്യ.

ഭ്രാതൃഭഗിനികൾ. ന. സഹോദരനും സഹോദരിയും.

ഭ്രാതൃവ്യൻ. ന. ൧, സഹോദരപുത്രൻ. ൨, ശത്രു.

ഭ്രാതൃസ്നേഹം. ന. സഹോദരനോടുള്ള സ്നേഹം.

ഭ്രാത്രീയ. വി. (യൻ, യാ, യം,) വി. ന. സഹോദരനെ സംബന്ധിച്ച.

ഭ്രാത്രീയൻ. ന. സഹോദരപുത്രൻ.

ഭ്രാന്ത. വി. (ന്തൻ, ന്താ, ന്തം.) വി. ന. ചുററിത്തിരിഞ്ഞ, ഭ്രമിക്കുന്ന, ഭ്രമമുള്ള.

ഭ്രാന്തു. ന. ബുദ്ധിഭ്രമം.

ഭ്രാന്തൻ. ന. ൧, ബുദ്ധിഭ്രമമുള്ളവൻ. ൨, ഭോഷ്കൻ.

ഭ്രാന്തി. ന. ൧, ഒന്നിന്നൊന്നായിട്ടുഹിക്കുക. ൨, ബുദ്ധിഭ്രമം, ഭ്രാന്തു. ൩, ഭ്രമിക്കുക.

ഭ്രാന്തിമൽ. വി. (മാൻ, മതി, മൽ.) വി. ന. ഭ്രാന്തിയുള്ള.

ഭ്രാന്തിഹരൻ. ന. ആലോചനക്കാരൻ.

ഭ്രാമരം. ന. ൧, ഒരുവക തേൻ. ൨, ഒരുമാതിരി കളി.

ഭ്രാമരി. വി. (രീ, രിണീ, രി.) വി. ന. ൧, ഭ്രമിക്കുന്ന, ചുററുന്ന. ൨, ഭ്രമരത്തിൽ നിന്നുണ്ടായ.

ഭ്രാഷ്ട്ര. വി. (ഷ്ട്രൻ, ഷ്ട്രീ, ഷ്ട്രം.) വി. ന. കരണ്ടിയിൽ വറുത്ത.

ഭ്രാഷ്ട്രം. ന. വറുക്കുന്ന കരണ്ടിയും മററും.

ഭ്രുകുടി. ന. കോട്ടുഞരമ്പു, കോപം വരുമ്പോൾ നെററിമേലുണ്ടാകുന്ന ഒരടയാളം, ഭ്രുകുടി.

ഭ്രുകുംസൻ. ന. സ്ത്രീയുടെ വേഷം ധരിച്ചു നൃത്തം ചെയ്യുന്നവൻ.

ഭ്രൂ. ന. പുരികം.

ഭ്രൂകുടി. ന. കോട്ടുഞരമ്പു, ഭ്രുകുടി.

ഭ്രൂകുംസൻ. ന. സ്ത്രീയുടെ വേഷം ധരിച്ചു നൃത്തം ചെയ്യുന്നവൻ.

ഭ്രൂചലനം. ന. പുരികത്തിൻെറ ഇളക്കം.

ഭ്രൂണം. ന. ശിശു, ഗൎഭം.

ഭ്രൂണഹാ. ന. ഗൎഭം അലസിപ്പിക്കുന്നവൻ.

ഭ്രൂഭംഗം. ന. പുരികത്തിൻെറ ഇളക്കം.

ഭ്രൂമദ്ധ്യം. ന. പുരികത്തിൻെറ നടുവു.

ഭ്രൂവല്ലി. ന. പുരികം.

ഭ്രൂവിക്ഷേപം. ന. പുരികം ഇളക്കുക.

ഭ്രൂലത. ന. പുരികക്കൊടി.

ഭ്രൂസംജ്ഞ. ന. പുരികംകൊണ്ടറിയിക്ക.

ഭ്രേഷം. ന. ൧, സ്വസ്ഥാനത്തുനിന്നു വീഴുക. ൨, നടക്ക. ൩, ചേതം. ൪, ഒരുമാ എന്ന ഒരു കണക്ക.

മ. ഹല്ലുകളിൽ ഇരുപത്തഞ്ചാം അക്ഷരം.

മ. ന. ൧, ബ്രഹ്മാവു. ൨, ശിവൻ. ൩, വിഷ്ണു.

മകൻ. ന. പുത്രൻ.

മകം. ന. പത്താമത്തെ നക്ഷത്രം, ഇരുപത്തേഴ നാളുള്ളതിൽ പത്താമത്തേതു.

മകയിരം. ന. അഞ്ചാമത്തെ നക്ഷത്രം, അഞ്ചാമത്തെ നാൾ.

മകരകുണ്ഡലം. ന. വിഷ്ണുവിൻെറ ഒരാഭരണം.

മകരകേതനൻ. ന. കാമദേവൻ.

മകരച്ചിറാകു. ഒരു ജാതി സ്രാവു് മത്സ്യം.

മകരതോരണം. ന. കോലിൻെറ അററത്തു പൂവുംമററും കെട്ടിത്തൂക്കി അടയാളമായിട്ടു മുൻപിൽ കൊണ്ടുനടക്ക.

മകരത്തുറാവു. ന. കടലിലെ ഒരുവക മത്സ്യം.

മകരദ്ധ്വജൻ. ന. കാമദേവൻ.

മകരന്ദം. ന. പൂന്തേൻ.

മകരപ്പൂപ്പു. ന. മകരമാസത്തിൽ കൊയ്യുന്നതായ നെല്ലുകൃഷി.

മകരമത്സ്യം. ന. മത്സ്യത്തിൽ ഒരു വലിയ ജാതി.

മകരമാസം. ന. പത്താമത്തെ മാസം.

മകരം. ന. ൧, ഒരുവക മത്സ്യം, മകരമത്സ്യം. ൨, മേടം മുതൽ പത്താം രാശി. ൩, പത്താം മാസം. ൪, വൈശ്രവണൻെറ നിധികളിൽ ഒന്നു.

മകരംരാശി. ന. പത്താമത്തെ രാശി.

മകരസ്സംക്രാന്തി. ന. ധനുവിൽനിന്നു സൂൎയ്യൻ മകരത്തിലേക്കു കടക്കുന്ന സമയമൊ ദിവസമൊ.

മകരാങ്കൻ. ന. ൧, കാമദേവൻ. ൨, സമുദ്രം.

മകരാലയം. ന. സമുദ്രം.

മകരാശ്വരൻ. ന. വരുണൻ.

മകരി. ന. സമുദ്രം.

മകൾ. ന. പുത്രി.

മകുടം. ന. കിരീടം. (മ.) തൂണിൻെറയും മററും മുകളിലുള്ള ഒരു പണി.

മകുടമണി. ന. ൧, ശിരോലങ്കാരത്തിലേ രത്നം. ൨, ഏററവും ശ്രേഷ്ഠമായുള്ളതു.

മകുരം. ന. ൧, മുഖക്കണ്ണാടി. ൨, വിടിരാത്ത പുഷ്പം. ൩, കുശവൻെറ ചക്രത്തിൻെറ കോൽ. ൪, ഒരു വൃക്ഷം.

മകുഷ്ടകം. ന. കാട്ടുപയറു.

മക്കൾ. ന. പുത്രവൎഗ്ഗം.

മക്കത്തായം. ന. മക്കൾവഴി, മക്കൾക്കു മുതലവകാശമുള്ള ജാതിക്കാരുടെ മുറ.

മക്കിപ്പൂ. ന. ഒരു മരുന്നു.

മക്കപ്പണം; മക്കണം. ന. മുട്ട.

മഖം. ന. യാഗം.

മഖശാല. ന. യാഗശാല.

മഗധൻ. ന. ഫ, സ്തുതി പാടുന്ന കവിതക്കാരൻ. വ, മഗധദേശത്തുള്ളവൻ.

മഗധം. ന. ഒരു രാജ്യം.

മഗധാ. ന. തിപ്പലി.

മഗ്നമാകുന്നു. യി. വാൻ. (മഗ്നം.) അ. ക്രി. മുങ്ങുന്നു, താഴുന്നു.

മഗ്ന. വി. (ഗ്നൻ, ഗ്നാ, ഗ്നം.) വി. ന. മുങ്ങിയ.

മഘ. ന. പത്താമത്തെ നക്ഷത്രം, പത്താമത്തെ നാൾ.

മഘം. ന. ഫ, ലോകത്തിന്റെ വിഭാഗങ്ങളിൽ ഒന്നു, ഒരു ദ്വീപു. വ, ഒരു ഔഷധമരുന്നു. ബ, ഭാഗ്യം, സുഖം. ര, ഒരു പുഷ്പം.

മഘവാൻ. ന. ഇന്ദ്രൻ.

മങ്കു. ന. പതിർ.

മങ്ക. ന. സ്ത്രീ.

മങ്കലം; മൺകലം. ന. മണ്ണുകൊണ്ടുള്ള കലം.

മങ്കുടം; മൺകുടം. ന. മണ്ണുകൊണ്ടുള്ള കുടം.

മംഗല. വി. (ലൻ, ലാ, ലം.) വി. ന. ശുഭമായ, നല്ല.

മംഗലം. ന. ഭാഗ്യം.

മംഗലൻ. ന. ചൊവ്വാ.

മംഗല. ന. പാൎവ്വതി.

മംഗലദേവത. ന. ലക്ഷ്മിദേവി.

മംഗലപാഠകൻ. ന. സ്തുതി പാടുന്ന കവിതക്കാരൻ.

മംഗലവാദ്യം. ന. നല്ല വാദ്യം, ചെറിയ ശബ്ദമുള്ള ചില വാദ്യം.

മംഗലസ്തുതി. ന. നന്മയുള്ള സ്തോത്രം.

മംഗലാംഗ. വി. (ഗൻ, ഗീ, ഗം.) വി. ന. നല്ല ശരീരമുള്ള, സൌന്ദൎയ്യമുള്ള.

മംഗല്യകം. ന. വെള്ളത്തുവര.

മംഗല്യധാരണം. ന. മംഗല്യത്തെ ധരിക്കുക.

മംഗല്യ. വി. (ല്യൻ, ല്യാ, ല്യം.) വി. ന. ഫ, വിശേഷമുള്ള. വ, ഭംഗിയുള്ള. ബ, സൌഭാഗ്യമുള്ള.

മംഗല്യം. ന. ഫ, ഒരു മാതിരി അകിൽ. വ, പൊന്നു. ബ, വെള്ളത്തുവര.

മംഗല്യവാൻ; (—വതി.) ന. ഭാഗ്യമുള്ളവൻ; (—വൾ).

മംഗല്യസൂത്രം. ന. വിവാഹ കൎമ്മത്തിൽ സ്ത്രീകൾക്കുടെ കഴുത്തിൽ കെട്ടുന്ന ചരടു.

മംഗല്യസ്ത്രീ. ന. മംഗല്യമുള്ള സ്ത്രീ.

മംക്ഷു. അ. ഫ, വേഗം. വ, വളരെ.

മങ്ങലി. ന. ഒരു വലിയ മണ്പാത്രം.

മങ്ങൽ. ന. ഫ, ഇരുൾ. വ, വാട്ടൽ.

മങ്ങുന്നു. ങ്ങി. വാൻ. (മങ്ങ.) അ. ക്രി. ഫ, ഇരുളുന്നു. വ, വാടുന്നു.

മചർച്ചിക. 'ശ്രേഷ്ഠതയുള്ളതു' എന്നു അൎത്ഥം വരുത്തുവാനായി പദാന്ത്യത്തിൽ ചേൎക്കുന്ന പദം. ഉ—ം. ഗോമചർച്ചിക. (നല്ല കാളയോ പശുവോ എന്നു അൎത്ഥം.)

മച്ചു. ന. ഫ, തട്ടുപലക. വ, അറ. ബ, ഒരുമാതിരി വള്ളി.

മച്ചം. ന. ഫ, മാതിരി, വിധം. വ, മാററു നോക്കുന്നതിന്നുള്ള പൊന്നു.

മച്ചകം. ന. തട്ടിട്ട മുറി.

മച്ചമ്പി. ന. അളിയൻ എന്നതിന്നു പകരം ചില ജാതിക്കാർ പറയുന്ന വാക്കു.

മച്ചി. ന. പ്രസവിക്കാത്ത സ്ത്രീ.

മച്ചിങ്ങാ. ന. വാടി വിണ ഫലം.

മച്ചിനൻ. ന. പെങ്ങളെ കെട്ടിയവൻ, അളിയൻ.

മച്ചുപലക. ന. പുരെക്കകത്തു മുകളിലിടുന്ന പലക, തട്ടുപലക.

മച്ചുമ്പുറം. ന. തട്ടുമ്പുറം.

മജ്ജനം. ന. ഫ, കുളി. വ, മുങ്ങുക.

മജ്ജനശാല. ന. കുളിപ്പുര.

മജ്ജാ. ന. ഫ, കാതൽ. വ, ആറാമത്തെ ധാതു.

മജ്ജിക്കുന്നു. ച്ചു. പ്പാൻ. (മജ്ജി.) അ. ക്രി. കുളിക്കുന്നു, മുങ്ങുന്നു.

മഞ്ചകം. ന. കട്ടിൽ.

മഞ്ചകാശ്രയം. ന. ഒരുമാതിരി മൂട്ട.

മഞ്ചട്ടി. ന. ഒരു മരുന്നു.

മഞ്ചൽ; മഞ്ചല്. ന. ആളുകളെ വഹിച്ചുകൊണ്ടു പോവാനുള്ള ഒരുതരം സുഖവാഹനം.

മഞ്ചം. ന. ഫ, കട്ടിൽ. വ, മേട. ബ, മാടം.

മഞ്ചാടി. ന. ഫ, ഒരു വൃക്ഷം. വ, അതിന്റെ കുരുവു.

മഞ്ചാടിയിട. വി. ത്രാസിൽ തൂക്കിയാൽ ഒരു മഞ്ചാടികുരുവോടു സമം കനമുള്ള.

മഞ്ചിക. ന. വലിയ കൊട്ട.

മഞ്ജരി. ന. ഫ, പൂന്തോട്ടു, പൂങ്കുല. വ, തളിർ.

മഞ്ജിഷ്ഠ. ന. ഒരൌഷധമരുന്നു, മഞ്ചട്ടി.

മഞ്ജീരം. ന. കാൽച്ചിലമ്പു.

മഞ്ജീരിക. ന. ഒരുമാതിരി തുളസിയരി.

മഞ്ജു. വി. (ത്രിമു.) വി. ന. ഭംഗിയുള്ള, നല്ല.

മഞ്ജുവാണി. വി. (ത്രിഷു.) വി. ന. നല്ലവാക്കുള്ള.

മഞ്ജുള. വി. (ളൻ, ളാ, ളം.) വി. ന മനോഹരമായുള്ള, ഭംഗിയുള്ള.

മഞ്ജുളാംഗ. വി. (ഗൻ, ഗീ, ഗം.) വി. ന. നല്ല ശരീരമുള്ള, സൌന്ദൎയ്യമുള്ള.

മഞ്ജുളാംഗി. ന. സുന്ദരി.

മഞ്ജൂഷ. ന. വലിയ കൊട്ട, വലിയ പെട്ടി.

മഞ്ഞു. ന. പുകപോലെ കാണുന്നതായ ഒരുമാതിരി വെള്ളത്തുള്ളി കൂട്ടം, പനിവെള്ളം.

മഞ്ഞ. വി. മഞ്ഞളിന്റെ നിറംപോലെ നിറമുള്ള.

മഞ്ഞ. ന. ഫ, മഞ്ഞൾനിറം. വ, മഞ്ഞൾ.

മഞ്ഞക്കരു. ന. മൊട്ടയുടെ അകത്തു ചുവന്നുള്ള വസ്തു.

മഞ്ഞക്കാമില. ന. ഒരുമാതിരി ദീനം.

മഞ്ഞക്കുറിഞ്ഞി. ന. ഒരുവക പച്ചമരുന്നു.

മഞ്ഞക്കൂരി. ന. ഒരുവക മത്സ്യം.

മഞ്ഞക്കൂവ. ന. മഞ്ഞനിറമുള്ള കൂവ.

മഞ്ഞക്കോര. ന. ഒരുമാതിരി പുല്ലു.

മഞ്ഞച്ചേമന്തി. ന. ഒരുമാതിരി പൂച്ചെടി.

മഞ്ഞച്ചേര. ന. ഒരുമാതിരി വിഷമില്ലാത്ത പാമ്പു.

മഞ്ഞനിറം. ന. മഞ്ഞളിന്റെ നിറംപോലെയുള്ള നിറം.

മഞ്ഞപ്പട്ടു. ന. മഞ്ഞനിറമുള്ള പട്ടു.

മഞ്ഞപ്പിത്തം. ന. കണ്ണും മററും മഞ്ഞളിക്കുന്ന ഒരുവക പിത്തദീനം.

മഞ്ഞപ്പീരം. ന. ഒരുമാതിരി വള്ളി.

മഞ്ഞപ്പൂമരം. ന. മഞ്ഞമന്ദാരവും മററും.

മഞ്ഞപ്പൂന്തുകിൽ. മഞ്ഞപ്പൂവാട, മനോഹരമായ ഒരുതരം മഞ്ഞവസ്ത്രം.

മഞ്ഞപ്പൊടി. ന. മഞ്ഞൾ പൊടിച്ച പൊടി.

മഞ്ഞമന്ദാരം. ന. മഞ്ഞനിറത്തിൽ പൂവുള്ള മന്ദാരവൃക്ഷം.

മഞ്ഞയടെക്കാമണിയൻ. ന. ഒരു മാതിരി തൈ.

മഞ്ഞളിക്കുന്നു. ച്ചു. പ്പാൻ. (മഞ്ഞളി.) അ. ക്രി. മഞ്ഞനിറമാകുന്നു.

മഞ്ഞളിപ്പു. ന. മഞ്ഞനിറമുള്ളതായി തീരുക.

മഞ്ഞൾ. ന. ഏകദേശം പൊന്നുപോലെ നിറമുള്ള ഒരുമാതിരി കിഴങ്ങ, ആ കിഴങ്ങുണ്ടാകുന്ന തൈ.

മട. ന. ൧, ഓക. ൨, ഒരുമാതിരി വെള്ളച്ചാൽ. ൩, ചിറമുറി.

മടക്ക. ന. ൧, മടക്കുക. ൨, മടക്കിയിട്ടുണ്ടായ അടയാളം. ൩, മടക്കി വെച്ചിരിക്കുന്നതിന്റെ ഓരോ ഭാഗം. ൪, കയ്യുടെയും മററും മടക്കുന്നതിനുള്ള ഭാഗം.

മടക്കം. ന. ൧, മടങ്ങുക. ൨, തോലി, തിരികെ പോരുക.

മടക്കകത്തി. ന. ഒരുമാതിരി പിച്ചാങ്കത്തി, മടക്കപിച്ചാങ്കത്തി.

മടക്കുന്നു. ക്കി. വാൻ. (മടക്ക.) സ. ക്രി. വസ്ത്രം കടലാസു മുതലായവയെ മുറിക്കാതെയും ചുരുട്ടാതെയും ഭംഗിയിൽ ചെറുതാക്കുന്നു, മടക്ക വരുത്തി വെക്കുന്നു. ൨, നിവിൎന്നിരിക്കുന്ന കയ്യുടെയും മററും സന്ധിയിൽവെച്ചു ചുരുക്കുന്നു. ൩, തോല്പിക്കുന്നു.

മടക്കുവാതിൽ. ന. രണ്ടു പാളി കൂട്ടിച്ചേൎത്ത ഒരു മാതിരി വാതിൽ.

മടക്കോല. ന. ദൂതന്റെ പററിൽ കൊടുത്തയക്കുന്നതിന്നായിട്ടു എഴുതി മടക്കികെട്ടിയ ഓലയും മററും.

മടക്കോലക്കാരൻ. ന. വൎത്തമാനം അറിയിക്കുന്നതിന്നു എഴുതികൊടുത്തയക്കുന്ന എഴുത്തു കൊണ്ടുപോകുന്നവൻ, ദൂതൻ, ഭൃത്യൻ.

മടങ്ങ. ന. ൧, മടക്ക. ൨, സമയം. ൩, ഉഴവു.

മടങ്ങുന്നു. ങ്ങി. വാൻ. (മടങ്ങ.) അ. ക്രി. ൧, തോല്ക്കുന്നു. ൨, നിവിൎന്നിരിക്കുന്ന കയ്യും മററും സന്ധിയിൽവെച്ചു ഒരു വശത്തേക്കു വളയുന്നു. ൩, വസ്ത്രവും മററും മടക്കപ്പെട്ടതായിത്തീരുന്നു. ൪, വാളിന്റെയും മററും മൂൎച്ചയുള്ള ഭാഗം അല്പം പരുക്കുന്നു.

മടച്ചിൽ. ന. ൧, മടയുക. ൨, ഒരുമാതിരി നെയ്ത്തു, പിന്നൽ.

മടന്ത. ന. ഒരുവക കാട്ടുചേമ്പു.

മടമ്പു. ന. കുതികാൽ.

മടപ്പള്ളി. ന. രാജാക്കന്മാൎക്കവേണ്ടി ഭക്ഷണം തയാറാക്കുന്ന സ്ഥലം.

മടയൻ. വി. ന. ഭോഷൻ.

മടയുന്നു. ഞ്ഞു. വാൻ. (മട.) സ. ക്രി. തെങ്ങോല പുര കെട്ടുവാൻ തക്കവണ്ണം പിണെച്ചു ചേൎക്കുന്നു, ഒരു മാതിരിയിൽ പിണെച്ചു നെയ്യുന്നു.

മടൽ. ന. ൧, പനയുടെയും മററും തണ്ടു. ൨, തേങ്ങാ പൊതിച്ചാലുള്ള തോടു, തൊണ്ടു, ചകിരി, മടൽ.

മടൽതേങ്ങാ. ന. മടലോടു കൂടിയ തേങ്ങാ, പൊതിക്കാത്ത തേങ്ങാ.

മടൽപ്രായം. വി. മടലിനോടു തുല്യമായ, ഉറപ്പില്ലാത്ത, സാരമില്ലാത്ത.

മടവാർ. ന. സ്ത്രീ.

മടവാൾ. ന. മടലുകൊണ്ടു വാൾപോലെയുണ്ടാക്കിയതു.

മടി; മടിവു. ന. ൧, വേല ചെയ്യാൻ കഴികയില്ലെന്നുള്ള ഭാവം. ൨, മനസ്സുകേടു. ൩, തുട രണ്ടിന്റെയും മുൻഭാഗം. ൪, സംശയം, ലജ്ജ. ൫, വസ്ത്രം ഉടുത്താലുണ്ടാകുന്ന അററം.

മടിക്കുത്തു. ന. സ്ത്രീകൾ വസ്ത്രമുടുക്കുമ്പോൾ മുൻവശത്തുറപ്പിച്ചിരിക്കുന്നതു, കണക്കുത്തു.

മടിക്കുന്നു. ച്ചു. പ്പാൻ. (മടി.) അ. ക്രി. ൧, സംശയിക്കുന്നു. ൨, മനസ്സില്ലാതെയാകുന്നു. ൩, ലജ്ജിക്കുന്നു. ൪, ഭയപ്പെടുന്നു.

മടിച്ചിൽ. ന. മടിയുക.

മടിത്തോക്കു. ന. കൈത്തോക്കു, ഒരു മാതിരി ചെറിയ തോക്കു.

മടിപ്പു. ന. പിന്നൽ, പിണെച്ചു നെയ്യുക.

മടിയൻ. ന. മടിയുള്ളവൻ.

മടിയുന്നു. ഞ്ഞു. വാൻ. (മടി.) അ. ക്രി. ൧, ക്രമക്കേടായിട്ടു വളയുന്നു. ൨, ചുളുങ്ങിച്ചുരിയുന്നു.

മടിശ്ശീല. ന. ഒരുമാതിരി ചെറിയ സഞ്ചി.

മടുവു; മടു. ന. തേൻ.

മടുക്ക. ന. ഒരുമാതിരി മരം.

മടുക്കുന്നു. ത്തു. പ്പാൻ. (മടു.) സ. ക്രി. തോല്ക്കുന്നു. **മടുപ്പിക്കുന്നു.** കാ. ക്രി.

മടുപ്പു. ന. ൧, തോലി. ൨, വിലതാഴ്ച.

മടുമലർ. ന. തേനുള്ള പൂവു്.

മടുമൊഴി. ന. തേന്മൊഴി, മനോഹരയായ സ്ത്രീ.

മടെക്കുന്നു. ച്ചു. പ്പാൻ. (മടെ.) സ. ക്രി. അദ്ധ്വാനപ്പെടുന്നു, അധികം വേല ചെയ്യുന്നു.

മടെപ്പു. ന. മടെക്കുക.

മട്ട. വി. ൧, വളഞ്ഞ. ൨, ചെവി കേൾക്കാത്ത.

മട്ടു. ന. ൧, ഊറൽ. ൨, തേൻ. ൩, പ്രകൃതി, നടപ്പു. ൪, അതിരു.

മട്ടക്കതിര. ന. നല്ല നടപ്പുള്ള ഒരുമാതിരി കൊച്ചു കുതിര.

മട്ടക്കൊമ്പു. ന. പശുവിന്റെയും മററും വളഞ്ഞ കൊമ്പു.

മട്ടച്ചെകിടൻ. വി. ന. ഒട്ടും ചെവി കേൾക്കാത്തവൻ.

മട്ടച്ചേരുവ. ന. മട്ടം ചേൎന്നുള്ള പൊന്നു.

മട്ടത്തരം. ന. ദുസ്സാമൎത്ഥ്യം.

മട്ടപ്പണം. ന. ചേരുവയുള്ള ഒരുവക നാണയം, പൊൻപണം.

മട്ടം. ന. ൧, ആശാരിമാർ വച്ചു വരെക്കുന്ന ഒരു പലക. ൨, സ്വൎണ്ണത്തിൽ ചേൎക്കുന്ന ഒരു ചേരുവ. ൩, മട്ടക്കതിര.

മട്ടപ്പാവു്. ന. കെട്ടിടത്തിന്റെ മുൻവശത്തു പണിഞ്ഞു ചേൎത്തിട്ടുള്ള വിലാസസ്ഥലം.

മട്ടലർ. ന. തേനുള്ള പുഷ്പം. **മട്ടലർബാണൻ.** കാമദേവൻ.

മട്ടിപ്പാൽ. ന. ഒരുമാതിരി സുഗന്ധവസ്തു.

മട്ടെക്കുന്നു. ച്ചു. പ്പാൻ. (മട്ടെ.) അ. ക്രി. ലജ്ജിക്കുന്നു.

മട്ടേൽമിഴി; മട്ടോൽമിഴി. ന. സുന്ദരി. **മട്ടോലുംമൊഴി; മട്ടോലുംവാണി.** തേൻവാണി.

മഠപതി. ന. മഠത്തിൽ പാൎക്കുന്ന സന്യാസി.

മഠപ്പാടു. ന. മഠം.

മഠപ്പുറം. ന. മലയാളത്തിൽ സന്യാസിമാരുടെ ഭവനത്തിന്നു പറയുന്ന ഒരു ബഹുമാനപ്പേർ.

മഠം. ന. ൧, ബ്രാഹ്മണർ വേദം പഠിക്കുന്ന സ്ഥലം. ൨, ശിഷ്യന്മാരും ചില ബ്രാഹ്മണരും മററും പാക്കുന്നതിന്നായിട്ടുള്ള ഭവനം.

മഡ്ഡു. ന. നെടുമ്പടി.

മണക്കുന്നു. ത്തു. പ്പാൻ. (മണ.) സ. ക്രി. മണമുള്ള വസ്തുക്കളെ മൂക്കിനോട് അടുപ്പിക്കുന്നു. ൧, ഘ്രാണിക്കുന്നു. ൨, മണം പുറപ്പെടുന്നു. **മണപ്പിക്കുന്നു.** കാ. ക്രി.

മണങ്ങ്. ന. ഒരുവക മത്സ്യം.

മണത്തക്കാളി. ന. ഒരുമാതിരി തൈ.

മണത്തരി. ന. പൊടിമണൽ.

മണം. ന. പഞ്ചഭൂതങ്ങളിൽ ഭൂമിക്കു പ്രത്യേകമായുള്ള ഒരു ഗുണം, ഗന്ധം. ൧, സുഗന്ധം. ൨, ദുർഗ്ഗന്ധം.

മണലി. ന. ഒരുമാതിരി ചിര.

മണൽ. ന. ആററിലും കടപ്പുറത്തും മററും ഉള്ള ഒരുമാതിരി പൊടിമണ്ണു.

മണൽക്കുമ്മായം. ന. മണൽകൂട്ടിയ കുമ്മായം.

മണൽക്കൂറ. വി. മണലുള്ള. (ഇതു ഭൂമിയോടു ചേരും.)

മണൽതിട്ട. ന. മണപ്പുറം, ആററിന്റെ നടുവിലും മററും മണൽ കൂട്ടമായിപ്പൊങ്ങിക്കാണുന്നതു, സൈകതം.

മണൽവാരി. ന. അമ്മാംപനി.

മണൽവീഥി. വി. മണലുള്ള. (ഇതു ചില പ്രദേശത്തിന്നു ചേരും.)

മണവറ. ന. മണവാളപ്പുര.

മണവാട്ടി; മണാട്ടി. ന. കല്യാണം കഴിക്കപ്പെട്ട പെണ്ണ.

മണവാളൻ; മണാളൻ. ന. കല്യാണം കഴിച്ചാൽ അടുത്ത ദിവസങ്ങളിൽ ആ ഭത്താവിനു പറയുന്ന ഒരു പേർ.

മണി. ന. ൧, രത്നം. ൨, മുത്തു. ൩, കയ്യുടെ കുഴ. ൪, ആട്ടിന്റെ കഴുത്തിൽ തൂങ്ങിക്കിടക്കുന്ന വസ്തു. ൫, കിലുക്കുന്ന മണി. ൬, വിത്തു, കുരു. ൭, കണ്ണിലെ ഉണ്ണി. ൮, വലമണി. ൯, വൃഷണം. ൧൦, അരമണി. ൧൧, കാത്തുമണി; സമയം അറിയിക്കുന്ന ശബ്ദം; നല്ലതു.

മണികലശം. ന. നല്ല കുടം.

മണികണ്ണിക. ന. കാശിയിലെ ഒരു പുണ്യമുള്ള കുളം.

മണികണ്ഠം. ന. ഒരുമാതിരി പക്ഷി.

മണികം. ന. ൧, കുടം. ൨, മരുവി.

മണിക്കാരൻ. ന. ൧, രത്നങ്ങളെ പണിയുന്നവൻ. ൨, മണിയടിക്കുന്നവൻ. ൩, ഉദ്യോഗസ്ഥൻ, പാർവ്വത്യകാരനും മററും.

മണിക്കഞ്ചുകം. ന. ഒരുമാതിരി ഉടുപ്പ്.

മണിക്കണ്ടം. ന. മണിക്കെട്ടു, കയ്യുടെ കുഴ.

മണിക്കരിങ്ങാലി. ന. ഒരുമാതിരി മുളയുടെ വേര.

മണിക്കാതില. ന. രത്നം പതിച്ച കാതില.

മണിക്കാൽ. ന. കപ്പലിന്റെയും വള്ളത്തിന്റെയും മററും അകത്തുള്ള ഒരുമാതിരി പണി.

മണിക്കിണർ. ന. നല്ല വെള്ളമുള്ള കിണർ.

മണിക്കിരീടം. ന. രത്നങ്ങളെ പതിച്ച കിരീടം.

മണിക്കുന്തുരുക്കം. ന. ശുദ്ധിചെയ്ത കുന്തുരുക്കം.

മണിക്കൂറ. ന. രണ്ടരനാഴിക കൂടിയ സമയം.

മണിക്കെട്ടു. ന. കയ്യുടെ കുഴ.

മണിഗന്ധകം. ന. ശുദ്ധിചെയ്ത ഗന്ധകം.

മണിഘട്ടനം. ന. മണിയടിക്കു.

മണിത്തിരട്ടു. ന. ചെറുതായിട്ടുരുട്ടുക.

മണിത്തിരട്ടുന്നു. ട്ടി. വാൻ. (മണി.) സ. ക്രി. മണിപ്പിടിക്കുന്നു.

മണിധനുസ്സ. ന. മേഘവില്ലു.

മണിനാക്കു. ന. മണിയടിക്കുന്നതിന്നു അതിന്റെ ഉള്ളിൽ തൂക്കുന്ന വസ്തു.

മണിനാഗം. ന. ഒരുമാതിരി സപ്പം.

മണിനാദം. ന. മണിയുടെ ശബ്ദം.

മണിപൂരകം. ന. നാഭി, പൊക്കിൾ.

മണിപ്പാറ. ന. കരിങ്കല്ലു, ഒരുമാതിരി ഉരുണ്ട ചെറിയ കല്ലു.

മണിപ്പിടിത്തം. ന. ചെറിയ ഉരുളയാക്കുക.

മണിപ്പൊച്ചം. ന. മേനിയുള്ള ഒരുതരം ചെറിയ കയർ.

മണിപ്രഭ. വി. (ഭൻ, ഭാ, ഭം.) വി. ന. മണിപോലെ ശോഭയുള്ള.

മണിപ്രഭ. ന. രത്നത്തിന്റെ ശോഭ.

മണിപ്രവാളം. ന. ൧, രത്നത്തോടു ചേത്തുള്ള തളിര. ൨, മലയാളവും സംസ്കൃതവും കൂട്ടിയുണ്ടാക്കിയ ഒരുമാതിരി കവിത.

മണിപ്രാവു. ന. ഒരുമാതിരി പ്രാവു.

മണിബന്ധം. ന. മണിക്കെട്ടു.

മണിമയ. വി. (യൻ, യാ, യം.) വി. ന. രത്നംകൊണ്ടുള്ള.

മണിമാല. ന. രത്നമാല.

മണിമാളിക. ന. ൧, നാഴികമണിയും മററും വെക്കുന്നതിന്നു പൊക്കത്തിൽ പണിത ഒരു മാളിക. ൨, രത്നങ്ങളെകൊണ്ടുണ്ടാക്കിയ മാളിക.

മണിമുടി. ന. രത്നം പതിച്ച കിരീടം, രത്നംകൊണ്ടുള്ള കിരീടം.

മണിമേട. ന. രത്നങ്ങളെക്കൊണ്ടു അലങ്കരിച്ച മാളിക.

മണിയൻ. ന. ഒരുവക വലിയ ഗരംച്ച.

മണിയം. ന. അധികാരം, പാർവ്വത്യകാരന്റെ അധികാരവും മററും.

മണിയറ. ന. അലങ്കരിച്ച മുറി.

മണിയാക്കുന്നു. ക്കി. വാൻ. (മണി.) സ. ക്രി. മെതിക്കുന്നു.

മണിവിളക്കു. ന. ഒരുമാതിരി വിളക്കു.

മണമണപ്പു. ന. പുളിപ്പു, ഉപ്പിപ്പു.

മൺകട്ട; മണ്ണാങ്കട്ട. ന. മണ്ണിൻകട്ട.

മണ്ണുമ്മായം. ന. കല്ലൊടിയും മണലും കൂട്ടി കുഴെച്ച കുമ്മായം.

മണ്ണറ. ന. കല്ലും മണലും ഇല്ലാത്ത മാലിയും മററും.

മണ്കൊട്ട. ന. മണ്ണു ചുമക്കുന്നതിന്നുള്ള കൊട്ട, കയ്യാലക്കൊട്ട.

മണ്ണായില്യം. ന. മൺകുമ്മായം.

മണ്ട. ന. ൧, തലയോടു. ൨, മണ്ടാത്രം. ൩, തെങ്ങു കവുങ്ങു മുതലായ ചില വൃക്ഷത്തിന്റെ തലെക്കു പറയുന്ന പേർ.

മണ്ടൽ. ന. മണ്ടുക, ഓടുക, ഓട്ടം.

മണ്ടവത്തുംവാതിൽ. ന. മണ്ഡപത്തിൻ വാതിൽ.

മണ്ടുന്നു. ണ്ടി. വാൻ. (മണ്ട.) അ. ക്രി. ഓടുന്നു. **മണ്ടിക്കുന്നു.** സ. ക്രി.

മണ്ഡന. വി. (നൻ, നാ, നം.) വി. ന. അലങ്കരിക്കു ശീലമുള്ള.

മണ്ഡനം. ന. ആഭരണം, അലങ്കാരം.

മണ്ഡപത്തിൻവാതിൽ; മണ്ടവത്തുംവാതുക്കൽ (-വാതിൽ). ന. ൧, തിരുവിതാംകൂർ രാജ്യത്തിന്റെ ഓരോ അംശങ്ങൾക്കു പറഞ്ഞുവരുന്ന

തിൻ ഒരു പേർ. ൨, അവിടത്തെ അധികാരികൾ ഇരിക്കുന്ന ഒരു കച്ചേരി.

മണ്ഡപം. ന. ൧, ഇരിപ്പാനുള്ള സ്ഥലം. ൨, ക്ഷേത്രത്തിൽ ഒരു സ്ഥലം.

മണ്ഡം. ന. തെളി.

മണ്ഡലകൻ. ന. പട്ടി.

മണ്ഡലകം. ന. ൧, ഒരുമാതിരി കുഷ്ഠരോഗം. ൨, ഒരുമാതിരി മുഖക്കണ്ണാടി. ൩, അണിഭേദം.

മണ്ഡലം. ന. ൧, പരിവേഷം. ൨, മിഗാലയം. ൩, ഉണ്ട. ൪, വണ്ടി. ൫, നാല്പതു യോജന സമചതുരമുള്ള മിക്ക. ൬, ചക്രവത്തിരാജാവിന്റെ രാജ്യം. ൭, കൂട്ടം. ൮, പലഹാരം. ൯, നാല്പതുദിവസം. ൧൦, വില്ലാളിയുടെ നില. ൧൧, അണിഭേദം.

മണ്ഡലാകാര. വി. (രൻ, രാ, രം.) വി. ന. മണ്ഡലത്തിന്റെ ആകൃതിയുള്ള, വട്ടത്തിലുള്ള.

മണ്ഡലാഗ്രം. ന. വാൾ.

മണ്ഡലാധീശൻ. ന. മഹാരാജാവു.

മണ്ഡലായിതം. ന. ഉരുള.

മണ്ഡലി. വി. (ലീ, ലിനി, ലി.) വി. ന. മണ്ഡലമുള്ള.

മണ്ഡലി. ന. ൧, ഒരുവക പാമ്പു. ൨, പൂച്ച. ൩, കൂട്ടം.

മണ്ഡലേശ്വരൻ. ന. മഹാരാജാവു.

മണ്ഡഹാരകൻ. ന. ചാരായം വാററുന്നവൻ, ചോവൻ.

മണ്ഡിത. വി. (തൻ, താ, തം.) വി. ന. അലങ്കരിക്കപ്പെട്ട.

മണ്ഡിതൻ. ന. ജിനന്മാരിൻ ഒരു പ്രധാനി.

മണ്ഡൂക. ന. പെൺതവള.

മണ്ഡൂകപൎണ്ണം. ന. പലകപ്പയ്യാനി.

മണ്ഡൂകപൎണ്ണി. ന. ൧, മഞ്ചട്ടി. ൨, കടകൻ.

മണ്ഡൂകം. ന. തവള.

മണ്ഡൂകി. ന. പെൺതവള.

മണ്ഡൂരം. ന. ഇരിമ്പിൻകിട്ടം.

മണ്ണു. ന. ൧, നിലം. ൨, ചളി. ൩, ഉരുമ്പു. ൪, ചുവര, കയ്യാല.

മണ്ണട്ട. ന. ഒരുമാതിരി പ്രാണി.

മണ്ണത്താൻ. ന. ഒരു അലക്കുകാരൻ.

മണ്ണാത്തി. ന. ൧, അലക്കകാരന്റെ സ്ത്രീ. ൨, മണ്ണാത്തിപ്പുള്ളി.

മണ്ണാത്തിപ്പുള്ളി. ന. ഒരുവകപ്പക്ഷി.

മണ്ണാൻ. ന. ൧, അലക്കുകാരിൻ ഒരു ജാതിക്കാരൻ. ൨, ചിലന്നി. ഒരു ചെറിയ പ്രാണി.

മണ്ണാന്തുറ. ന. മണ്ണാൻ അലക്കുന്ന കടവു.

മണ്ണാശ. ന. നിലത്തിലുള്ള ആഗ്രഹം.

മണ്ണിൻകട്ട. ന. ൧, കട്ടമണ്ണു. ൨, ഉപകാരമില്ലാത്ത വസ്തു.

മണ്ണെണ്ണ. ന. മൺതൈലം.

മൺതൈലം. ന. മണ്ണിൽനിന്നെടുക്കുന്ന എണ്ണ.

മണ്ണേണി. ന. മണ്ണുകൊണ്ടുള്ള വേല.

മണ്ണേലക. ന. കട്ടളയുടെ മേല്പടിക്കും ചുവരിന്നും മദ്ധ്യെ വെക്കുന്ന പലക.

മണ്ണുവിഴം. ന. ഒരുമാതിരി പക്ഷി.

മണ്ണാത്രം. ന. മണ്ണുകൊണ്ടുണ്ടാക്കിയ പാത്രം.

മണ്ണുര. ന. മണ്ണുകൊണ്ടുണ്ടാക്കിയ വീട.

മൺവെട്ടി. ന. ഉമ്പാ.

മതക്കാരൻ. ന. ഏതെങ്കിലും ഒരു മതത്തെ അനുസരിച്ചു നടക്കുന്നവൻ.

മതത്യാഗം. ന. താൻ മുൻപിനാലെ അനുസരിച്ചു വന്ന മതത്തെ ഉപേക്ഷിക്ക.

മതത്യാഗി. ന. തന്റെ മതത്തെ ഉപേക്ഷിച്ചവൻ.

മതഭേദം. ന. ൧, മതത്തിന്റെ വ്യത്യാസം. ൨, പക്ഷഭേദം.

മതംഗം. ന. ൧, ആന. ൨, മേഘം.

മതംഗജം. ന. ആന.

മതംഗൻ. ന. ഒരു ഋഷി.

മത. വി. (തൻ, താ, തം.) വി. ന. ൧, അറിയപ്പെട്ട. ൨, സ്വീകരിക്കപ്പെട്ട. ൩, ബഹുമാനിക്കപ്പെട്ട.

മതം. ന. ൧, അഭിപ്രായം, അറിവു. ൨, ആഗ്രഹം.

മതയുദ്ധം. ന. മതക്കാർ തമ്മിൽ മതസംബന്ധമായ കാൎയ്യങ്ങളെക്കുറിച്ചു തക്കിക്കയും പിണങ്ങുകയും ചെയ്യുന്നതു.

മതല്ലിക. (പദാന്ത്യത്തിൽ) വി. ന. ൧, ശ്രേഷ്ഠതയുള്ള. ൨, ശ്രേഷ്ഠത.

മതവിപരീത. വി. (തൻ, താ, തം.) വി. ന. മതത്തിന്നു വിരോധമുള്ള.

മതസ്ഥാപനം. ന. മതത്തെ സ്ഥാപിക്ക.

മതാചാരം. ന. അതാതു മതക്കാരുടെ മൎയ്യാദ.

മതി. ന. ൧, ബുദ്ധി. ൨, ഇച്ഛ. ൩, ഭാവം. ൪, മാനം. ൫, വിലമതിപ്പു.

മതി. അ. ൧, വേണ്ട. ൨, തികഞ്ഞു. ൩, ശക്തനായിത്തീരും, സാധിക്കും.

മതികെട്ടവൻ. ന. ബുദ്ധിയില്ലാത്തവൻ.

മതികേടു. ന. ബുദ്ധിയുടെ കുറവു.

മതിക്കല. ന. ചന്ദ്രകല.

മതിക്കുന്നു. ച്ചു. പ്പാൻ. (മതി.) സ. ക്രി. ൧, വില നിശ്ചയിക്കുന്നു. ൨, വിചാരിക്കുന്നു. ൩, മാനിക്കുന്നു.

മതിനേർ. വി. ചന്ദ്രനെപ്പോലെ.

മതിപ്പു. ന. വിലനിശ്ചയിപ്പു.

മതിഭ്രമം. ന. ബുദ്ധിയുടെ ഭ്രമം, ഭ്രാന്തി, ഭ്രാന്തു.

മതിഭ്രാന്തി. ന. ബുദ്ധിഭ്രമം, ഭ്രാന്തു.

മതിമൽ. വി. (മാൻ, മതി, മൽ.) വി. ന. ബുദ്ധിയുള്ള.

മതിമറക്കുന്നു. അ. ക്രി. തന്റെ നില അറിയാതെ ബുദ്ധിക്ക ഇളക്കം തട്ടുന്നു.

മതിയം. ന. ൧, നട്ടവു. ൨, ചുഴിക്കുററി. ൩, കതകിന്റെ കുടുമ.

മതിയാകുന്നു. യി. വാൻ. (മതി.) അ. ക്രി. ൧, മതിവരുന്നു, തൃപ്തിയാകുന്നു. ൨, തികെയുന്നു. **മതിയാക്കുന്നു.** സ. ക്രി. **മതിയായ്മ.** ന.

മതിലകം. ന. മതിലിന്നകത്തുള്ള പ്രദേശം.

മതിലടി. ന. മതിലിന്റെ അടിസ്ഥാനം.

മതിൽ. ന. ക്ഷേത്രത്തിന്റെയും മററും ചുററിലും കല്ലുകൊണ്ടു പണിയപ്പെട്ട ചുവര.

മൽ. (പദങ്ങളുടെ മുമ്പിൽ ചേൎന്നുവരുമ്പോൾ) വി. എന്റെ. ഉ-ം. **മദ്വംശം** (എന്റെ വംശം).

മത്തു. ന. ൧, കടകോലിന്റെ ചുവട്ടിലെ ഭാഗം. ൨, കുമ്മായം കൂട്ടുന്നതിന്നു ഇടിക്കുന്ന തടി. ൩, ആനയെ പിടിക്കുന്നതിന്നുള്ള ഒരു യന്ത്രം. ൪, പിച്ച്.

മത്ത. ന. ഒരു മാതിരി കറിസ്സാധനവള്ളി.

മത്തകാശിനി. ന. ഉത്തമസ്ത്രീ.

മത്തഗജം. ന. മദമുള്ള ആന.

മത്തഗാമിനി. ന. ലക്ഷണമൊത്ത നടയോടു കൂടിയവൾ.

മത്തങ്ങാ. ന. മത്തവള്ളിയിൽ ഉണ്ടാകുന്ന കായ്.

മത്ത. വി. (ത്തൻ, ത്താ, ത്തം.) വി. ന. ൧, മദമുള്ള. ൨, സന്തോഷമുള്ള. **മത്തത.** ഗു. ന.

മത്തമതി. ന. മദിച്ച ബുദ്ധിയോടു കൂടിയവൻ.

മത്തൻ. ന. ൧, മദിച്ച ആന. ൨, പോത്തു. (മ.) മത്തങ്ങാ.

മത്താ. ന. ഒരു മദ്യം.

മത്തവാരണം. ന. മദയാന.

മത്തവിലാസം. ന. ഒരു കൂത്തു.

മത്താപ്പു. ന. നിലാത്തിരി.

മത്താമ്പു. അല്ലെങ്കിൽ, **മത്താമ്പുല്ലു.** ന. ഒരു മാതിരി പുല്ലു.

മത്താലംഭം. ന. ഒരു മാതിരി വേലിയോ, നടക്കാവോ.

മത്തി. ന. ഒരു വക മത്സ്യം.

മത്തിക്കുന്നു. ച്ചു. പ്പാൻ. (മത്തി.) അ. ക്രി. ഇഷ്ടമാകുന്നു, മധുരിക്കുന്നു.

മത്തിപ്പു. ന. മധുരം.

മത്തുകള്ളു. ന. കുടിക്കുന്നവൎക്കു ഭ്രാന്തു പിടിപ്പാൻ തക്കതായ ചില വസ്തുക്കൾ കലക്കിയ കള്ളു.

മത്തേഭം. ന. മദയാന, മത്തഗജം.

മത്സരക്കാരൻ. വി. ന. ൧, ജയിപ്പാൻ ഇച്ഛയുള്ളവൻ. ൨, അസൂയയുള്ളവൻ.

മത്സരം; മത്സരത. ന. ൧, ജയിപ്പാനുള്ള ഇച്ഛ. ൨, അസൂയ. ൩, ക്രോധം.

മത്സരി; (-രിണി.) ന. മത്സരമുള്ളവൻ; (-വൾ.)

മത്സരിക്കുന്നു. ച്ചു. പ്പാൻ. (മത്സരി.) സ. ക്രി. തോല്പിക്കുന്നതിന്നായിട്ടു വല്ലതും പ്രവൃത്തിക്കുന്നു, അസൂയ വിചാരിക്കുന്നു, തൎക്കിക്കുന്നു, എതിൎക്കുന്നു.

മത്സ്യഗന്ധാ. ന. മത്സ്യത്തിന്റെ നാററംപോലെ മണമുള്ള ഒരു തൈ.

മത്സ്യഘാതകൻ. ന. മുക്കുവൻ.

മത്സ്യണ്ഡി. ന. ൧, മീൻകണ്ടിശ്ശൎക്കര. ൨, ശുദ്ധിചെയ്യാത്ത ശൎക്കര.

മത്സ്യധാനി. ന. ൧, മീനിനെപ്പിടിക്കുന്ന കൊട്ട. ൨, മീൻകൂട.

മത്സ്യദ്ധ്വജൻ. ന. കാമദേവൻ.

മത്സ്യനാശകൻ. ന. ഒരു പക്ഷി.

മത്സ്യനാശനൻ. ന. മേല്പറഞ്ഞ അൎത്ഥം.

മത്സ്യപിത്ത. ന. കടുകരോഹിണി.

മത്സ്യം. ന. ൧, മീൻ. ൨, വിഷ്ണുവിന്റെ ഒന്നാമത്തെ അവതാരം. ൩, ഒരു രാജ്യത്തിന്റെ പേർ. ൪, മീനം രാശിയും മീനമാസവും. ൫, ഒരു പുരാണം.

മത്സ്യരേഖ. ന. മത്സ്യത്തിന്റെ ഭാഗ്യമായി ഭാഗ്യമുള്ളവരുടെ കയ്യിലൊ കാലിലൊ ഉണ്ടാകുന്ന ഒരടയാളം.

മത്സ്യവേധനം. ന. ചൂണ്ടൽ.

മത്സ്യസംഘാതം. ന. പാപ്പമത്സ്യം.

മത്സ്യാക്ഷി. ന. മീനങ്ങാണി.

മഥനം. ന. ൧, കലക്കുക. ൨, കൊല്ലുക. ൩, അരെക്കു. ൪, ഒരു വൃക്ഷം, പഞ്ഞി.

മഥിത. വി. (തൻ, താ, തം.) വി. ന. ൧, കലക്കപ്പെട്ട. ൨, മട്ടിക്കപ്പെട്ട.

മഥിതം. ന. നിൎക്കൂടാതെ കലക്കിയ മോര.

മഥുര. ന. അഗ്രായിൽ കൃഷ്ണൻ ജനിച്ചതായ ഒരു നഗരം.

മഥ്യമാന. വി. (നൻ, നാ, നം.) വി. ന. ൧, കലക്കപ്പെടുന്ന. ൨, മട്ടിക്കപ്പെടുന്ന.

മദകര. വി. (രൻ, രി, രം.) വി. ന. മദത്തെയുണ്ടാക്കുന്ന.

മദകരി. ന. മദയാന.

മദകള. വി. (ളൻ, ളാ, ളം.) വി. ന. മദമുള്ള.

മദകളം. ന. മദയാന.

മദഗജം. ന. മദിച്ച ആന.

മദജലം. ന. ആനയുടെ കവിൾ പൊട്ടി ഒഴുകുന്ന വെള്ളം.

മദനൻ. ന. കാമദേവൻ.

മദനപ്പു. ന. ഒരു വൃ, ഒരങ്ങാടിമരുന്നു.

മദനമണ്ഡലി. ന. ഒരു മാതിരി സൎപ്പം.

മദനം. ന. ൧, ഉന്മത്തം. ൨, മെഴുകു. ൩, മലങ്കാര.

മദമത്സരം. ന. ൧, മദംകൊണ്ടുള്ള മത്സരം. ൨, കോപം. ൩, ഡംഭം.

മദം. ന. ൧, സന്തോഷം. ൨, മദജലം. ൩, ലഹരിയുള്ള മദ്യം. ൪, മത്തത. ൫, ഡംഭം. ൬, ലഹരി. ൭, ഭ്രാന്തു. ൮, കോപം.

മദംപാടു. ന. മദം പിടിച്ച ആനയുടെ അവസ്ഥ.

മദംപെടുന്നു. ട്ടു. വാൻ. (മദം.) അ. ക്രി. മദമുണ്ടാകുന്നു.

മദംപെട്ടയാന. ന. മദയാന.

മദംപൊട്ടുന്നു. ട്ടി. വാൻ. (മദം.) അ. ക്രി. ആനയുടെ ചെന്നിയിൽ നിന്നു വന്നു പൊട്ടുന്നു.

മദയാന. ന. മദമുള്ളയാന, മദിച്ചയാന.

മദവാരണം. ന. മദയാന.

മദസ്ഥലം. അല്ലെങ്കിൽ, **മദസ്ഥാനം.** ന. മദ്യം വില്ക്കുന്ന സ്ഥലം.

മദാത്യയം. ന. ഒരു രോഗം.

മദാധിക. വി. (കൻ, കാ, കം.) വി. ന. അധികം മദമുള്ള.

മദാംബു. ന. മദജലം.

മദിക്കുന്നു. ച്ചു. പ്പാൻ. (മദി.) അ. ക്രി. ൧, അഹങ്കരിക്കുന്നു. ൨, മദമുണ്ടാകുന്നു. ൩, ലഹരി പിടിക്കുന്നു. ൪, ഡംഭം ഉണ്ടാകുന്നു. ൫, സന്തോഷിക്കുന്നു.

മദിര. ന. മദ്യം.

മദിരാഗൃഹം. ന. മദ്യംവില്ക്കുന്ന വീടു.

മദിരാപാനം. ന. മദ്യപാനം.

മദിരാക്ഷി. ന. മനോഹരമായ കണ്ണുകളുള്ളവൾ, സുന്ദരി.

മദീയം. വി. എന്റെ, എനിക്കുള്ള.

മദോല്ക്കട. വി. (ടൻ, ടാ, ടം.) വി. ന. മദം വൎദ്ധിച്ച.

മദോല്ക്കടം. ന. മദയാന.

മദോദ്ധത. വി. (തൻ, താ, തം) വി. ന. മദം വൎദ്ധിച്ച.

മദ്ഗു. ന. നീൎകാക്ക.

മദ്ഗുരം. ന. പെരുന്തലമീൻ.

മദ്ദളം. അല്ലെങ്കിൽ, **മദ്ദളം.** ന. ഒരു വക വാദ്യം.

മദ്യകുംഭം. ന. ൧, ചാരായക്കുടം. ൨, എല്ലായ്പ്പോഴും മദ്യം സേവിക്കുന്നവനെപ്പറയുന്ന പരിഹാസവാക്കു.

മദ്യപ. വി. (പൻ, പാ, പം.) വി. ന. മദ്യത്തെക്കുടിക്കുന്ന.

മദ്യപാത്രം. ന. മദ്യം കുടിക്കുന്നതിന്നുള്ള പാത്രം.

മദ്യപാനം. ന. കള്ളുകുടി.

മദ്യപാനി. വി. ന. കള്ളുകുടിക്കുന്നവൻ.

മദ്യപിക്കുന്നു. ച്ചു. ക്കുവാൻ. (മദ്യപി.) അ. ക്രി. കള്ളുകുടിക്കുന്നു.

മദ്യപുഷ്പി. ന. ഒരു ചെടി, മദ്യവാസിനി.

മദ്യഭാണ്ഡം. ന. ചാരായപ്പാത്രം.

മദ്യം. ന. ൧, തെങ്ങു കരിമ്പന ചൂണ്ടപ്പന ഇവയുടെ കുലയിൽനിന്നു എടുക്കുന്ന ഒരു വെള്ളം. ൨, മുന്തിരിങ്ങ മുതലായ വസ്തുക്കളിൽനിന്നു വാററി എടുക്കുന്ന വെള്ളം, ചാരായം, മദിര.

മദ്യവാസിനി. ന. ഒരു മാതിരി ചെടി.

മദ്യവീജം. ന. ചുത്തപ്പുളി.

മദ്യസന്ധാനം. ന. ചാരായം വാററുക.

മദ്യഹാരകൻ. ന. ചാരായം വാററുന്നവൻ.

മദ്രകാര. വി. (രൻ, രീ, രം.) വി. ന. സന്തോഷത്തെക്കൊടുക്കുന്ന.

മദ്രം. ന. ൧, സന്തോഷം. ൨, ഒരു രാജ്യം.

മദ്രേശൻ. ന, മദ്രരാജ്യത്തെ രാജാവു.

മദ്ധ്യകക്ഷ്യം. ന. നടുവിലെ കക്ഷ്യം.

മദ്ധ്യകാലം. ന. നടുവിലത്തെ കാലം.

മദ്ധ്യഖണ്ഡം. ന. നടുവിലത്തെ ഖണ്ഡം.

മദ്ധ്യഗ. വി. (ഗൻ, ഗാ, ഗം.) വി. ന. നടുവിലുള്ള.

മദ്ധ്യദേശം. ന. ൧, നടുപ്രദേശം. ൨, ഇണ്ട്യായിലെ ഒരു ഭാഗം, ആൎയ്യാവൎത്തം.

മദ്ധ്യപ്രദേശം. ന. നടുവു.

മദ്ധ്യഭാഗം. ന. നടുവു.

മദ്ധ്യമ. വി. (മൻ, മാ. മം.) വി. ന. ൧, നടുവിലുള്ള. ൨, ഇടത്തരമായ.

മദ്ധ്യമൻ. ന. സാമാന്യ മനുഷ്യൻ, നടുവിലുള്ളവൻ, ഉദാസീനൻ.

മദ്ധ്യമാ. ന. ൧, തിരണ്ടവൾ. ൨, കഴവിരൽ.

മദ്ധ്യമം. ന. ൧, സപ്തസ്വരങ്ങളിൽ ഒന്നു. ൨, ഇന്ത്യയിലെ പ്രധാനഭാഗം, പുണ്യഭൂമി.

മദ്ധ്യമപുരുഷൻ. ന. സംസ്കൃത ക്രിയാപദങ്ങളിൽ ഓരോ ലകാരങ്ങൾക്കു മുമ്മൂന്നു പുരുഷന്മാരുള്ളതിൽ രണ്ടാമത്തേതു.

മദ്ധ്യമലോകം. ന. ഭൂമി.

മദ്ധ്യമാദി. അല്ലെങ്കിൽ, **മദ്ധ്യമാ,** ന, ഒരു രാഗം.

മദ്ധ്യ. വി. (ദ്ധ്യൻ, ദ്ധ്യാ, ദ്ധ്യം.) വി. ന. ഇടത്തരമായ, നടുവിലുള്ള.

മദ്ധ്യം. ന. ൧, നടുവു. ൨, അര. ൩, ഇടത്തരം. ൪, താളത്തിന്റെ മാത്രാനിയമങ്ങളിൽ ഒന്നു. ൫, ഒരു വലിയ തുക. ൬, കുതിരയുടെ പാൎശ്വഭാഗം.

മദ്ധ്യരാത്രം. ന. അൎദ്ധരാത്രി.

മദ്ധ്യരാത്രി. ന. അൎദ്ധരാത്രി, പാതിരാത്രിയായ സമയം.

മദ്ധ്യവൃത്തം. ന. പൊക്കിൾ.

മദ്ധ്യസ്ഥ. വി. (സ്ഥൻ, സ്ഥാ, സ്ഥം.) വി. ന. ൧, നടുവിലിരിക്കുന്ന. ൨, ബന്ധുവും ശത്രുവുമല്ലാത്ത. **മദ്ധ്യസ്ഥത.** ഗു. ന. മദ്ധ്യസ്ഥന്റെ ഭാവം.

മദ്ധ്യസ്ഥൻ. ന. മൂന്നാമൻ.

മദ്ധ്യാഹ്നകാലം. ന. ഉച്ചസമയം.

മദ്ധ്യാഹ്നം. ന. ഉച്ച.

മദ്ധ്യാഹ്നസ്ഥാനം. ന. ഉച്ചയുടെ ഒരു സ്ഥലം.

മദ്ധ്യെ. അ. നടുവെ.

മദ്ധ്യെമാൎഗ്ഗം. അ. വഴിയുടെ നടുവിൽ.

മദ്ധ്യെസമുദ്രം. അ. സമുദ്രത്തിന്റെ നടുവിൽ.

മധു. വി. (ധു, ധ്വീ, ധു.) വി. ന. മധുരമുള്ള.

മധു. ന. ൧, മദ്യം. ൨, തേൻ. ൩, പൂന്തേൻ. ൪, വെള്ളം. ൫, പാൽ. ൬, ശൎക്കര. ൭, ചൈത്രമാസം. ൮, വസന്തം എന്നുള്ള ഒരു ഋതു. ൯, ഒരു രാക്ഷസൻ. ൧൦, ഒരു ദൈത്യൻ. ൧൧, അശോകവൃക്ഷം. ൧൨, ഇരട്ടിമധുരം.

മധുക. വി. (കൻ, കാ, കം.) വി. ന. മധുരമുള്ള.

മധുകൻ. ന. മുൻപിൽ നടന്നു വാഴ്ത്തുന്നവൻ.

മധുകാ. ന. ഒരു തൈ.

മധുകം. ന. ൧, ഇരട്ടിമധുരം. ൨, ഒരു പക്ഷി. ൩, ഒരു വൃക്ഷം. ൪, തകരം.

മധുകരം. ന. ൧, തേനീച്ച. ൨, വണ്ടു. ൩, തിരുനാമപ്പാല.

മധുകോശം. ന. തേൻകൂടു.

മധുക്രമം. ന. ൧, മദ്യപാനം. ൨, തേൻകൂടു.

മധുഘോഷം. ന. കുയിൽ.

മധുതൃണം. ന. കരിമ്പു.

മധുദ്രുമം. ന. ഇരിപ്പവൃക്ഷം.

മധുപൻ. ന. ൧, തേനീച്ച. ൨, വണ്ടു.

മധുപൎക്കം. ന. അതിഥികളെ സൽക്കരിക്കുവാൻ ഉപയോഗിക്കുന്ന ഒരു മധുരപദാൎത്ഥം.

മധുപൎണ്ണി. ന. ചിററമൃതു.

മധുപൎണ്ണിക. ന. ൧, അമരി. ൨, പെരുങ്കുറവിൽ.

മധുപാനം. ന. ൧, തേൻകുടിക്ക. ൨, മദ്യപാനം.

മധുപാളി. ന. ൧, തേനീച്ചക്കൂട്ടം. ൨, വണ്ടിൻകൂട്ടം.

മധുമക്ഷിക. ന. തേനീച്ച.

മധുമാളരി. ന. ഒരു തൈ.

മധുമൂലം. ന. ൧, ഇരട്ടിമധുരം. ൨, ഒരു മാതിരി കിഴങ്ങു.

മധുമൊഴി ; മധുരമൊഴി. ന. നല്ല വാക്കോടു കൂടിയവൾ, മനോഹരയായ സ്ത്രീ.

മധുയഷ്ടിക. ന. ഇരട്ടിമധുരം.

മധുര. വി. (രൻ, രാ, രം.) വി. ന. സ്വാദുള്ള, മധുരമുള്ള.

മധുര. ന. ൧, ഒരു മാതിരി ചതകുപ്പ. ൨, ഒരു ദേശം. ൩, കണ്ടിവെണ്ണ. ൪, തകരം.

മധുരകം. ന. തിരുനാമപ്പാല.

മധുരക്കറി. ന. ശൎക്കരയും തേങ്ങാപ്പാലും കൂട്ടിയുണ്ടാക്കുന്ന ചില ഭക്ഷണസാധനം, പ്രഥമൻ, പായസം.

മധുരക്കിഴങ്ങു. ന. മധുരമുള്ള ഒരു മാതിരി കിഴങ്ങു.

മധുരനാരകം. ന. ഒരു മാതിരി നാരകം.

മധുരനാരങ്ങാ. ന. മധുരമുള്ള നാരങ്ങാ.

മധുരസ. ന. ൧, മുന്തിരിങ്ങാപ്പഴം. ൨, പെരുങ്കുരുമ്പ.

മധുരിക. ന. കണ്ടിവെണ്ണ.

മധുരിക്കുന്നു. ച്ചു. പ്പാൻ. (മധുരി.) സ. ക്രി. മധുരമുണ്ടാകുന്നു, ഇഷ്ടമാകുന്നു.

മധുരിപു. ന. വിഷ്ണു.

മധുരിമ. ന. മധുരരസം, മധുരിക്കുക.

മധുലിൾ. ന. ൧, തേനീച്ച. ൨, വണ്ടു.

മധുവാരം. ന. കൂടക്കൂടെ മദ്യപാനം ചെയ്ക.

മധുവ്രതം. ന. ൧, തേനീച്ച. ൨, വണ്ടു.

മധുശിഗ്രു. ന. ചെമ്മുരിങ്ങ.

മധുശ്രേണി. ന. പെരുങ്കുരുമ്പ.

മധുഷ്ഠിലം. ന. ഇരിപ്പവൃക്ഷം.

മധുസ്രവ. ന. ഒരു പച്ചമരുന്നു, അടകൊതിയൻ.

മധൂകം. ന. ഇരിപ്പവൃക്ഷം.

മധൂഛിഷ്ടം. ന. മെഴുക.

മധൂലക. വി. (കൻ, കാ, കം.) വി. ന. മധുരമുള്ള.

മധൂലക. ന. മലയിരിപ്പ.

മധൂലിക. ന. പെരുങ്കുരുമ്പ.

മധ്വാസവം. ന. ഇരിപ്പപ്പൂകൊണ്ടുണ്ടാക്കിയ മദ്യം.

മന. ന. ചില ബ്രാഹ്മണഭവനത്തിന്നു പറയുന്ന ഒരു പേർ.

മനക്കരുത്തു. ന. ധൈൎയ്യം, ഉറ്റുറപ്പ.

മനക്കാമ്പു. ന. മനസ്സു.

മനക്കുട. ന. മലയാളത്തിലെ ബ്രാഹ്മണസ്ത്രീയുടെ കുട.

മനക്കുരുന്നു. ന. മനസ്സു.

മനച്ചിൽ. ന. ചില മണ്ണാത്രം ഉണ്ടാക്കുന്നതിന്നു പറയുന്ന പേർ.

മനനം. ന. വിചാരം, ഓൎമ്മ.

മനപ്പകൎച്ച. ന. മനസ്സിന്റെ ഭാവഭേദം.

മനം. ന. മനസ്സു.

മനംചൊല്ലു. ന. ഊഹം.

മനംമടിച്ചിൽ. ന. മടി തോന്നുക.

മനംമറിച്ചിൽ. ന. ഓക്കാനം, ഛൎദ്ദിക്കുന്നതിന്നുള്ള ഭാവം.

മനയൻ. ന. കുശവൻ, ഒരു ജാതി കൈത്തൊഴിലുകാരൻ.

മനയമ്മ. ന. മൂത്തതിന്റെ സ്ത്രീ.

മനയാട്ടി; മനയാളി. ന. മനയവൎഗ്ഗത്തിൽ പെട്ട സ്ത്രീ.

മനയുന്നു. ജ്ഞ. വാൻ. (മന.) സ. ക്രി. നിൎമ്മിക്കുന്നു, കലവുമ്മററും ഉണ്ടാക്കുന്നു. **മനയിക്കുന്നു.** കാ. ക്രി.

മനയോല. ന. മഞ്ഞൾനിറമായ ഒരു ധാതു, മനശ്ശില.

മനശ്ചലനം. ന. മനസ്സിന്റെ ഇളക്കം.

മനശ്ശില. ന. മനയോല.

മനശ്ശുദ്ധി. ന. മനസ്സിന്റെ ശുദ്ധി.

മനസിജ. വി. (ജൻ, ജാ, ജം.) വി. ന. മനസ്സിൽ ഉണ്ടാകുന്ന.

മനസിജൻ. ന. കാമദേവൻ.

മനസ്കൻ. (സാധാരണയായി പദാന്ത്യത്തിൽ ചേൎന്നുവരുന്നു.) മനസ്സോടുകൂടിയവൻ. ഉ—ം. ശുദ്ധമനസ്കൻ. (ശുദ്ധമനസ്സോടുകൂടിയവൻ).

മനസ്കരിക്കുന്നു. ച്ചു. പ്പാൻ. (മന.) അ. ക്രി. അറിഞ്ഞതിനെ മനസ്സിൽ ഉറപ്പിക്കുന്നു.

മനസ്കാരം. ന. അറിഞ്ഞതിനെ മനസ്സിൽ ഉറപ്പിക്ക.

മനസ്താപം. ന. മനസ്സിന്റെ ചൂടു, ദുഃഖം.

മനസ്വി. വി. (സ്വീ, സ്വിനി, സ്വി.) വി. ന. ൧, മനസ്സുറപ്പുള്ള. ൨, ബുദ്ധിശക്തിയുള്ള.

മനസ്സു. ന. ൧, അകത്തുള്ള ഇന്ദ്രിയങ്ങളിൽ ഒന്നു, ഏററവും വേഗമുള്ള ഇന്ദ്രിയം, മാനസം. ൨, ആഗ്രഹം. ൩, അറിവു.

മനസ്സുകേടു. ന. ഇഷ്ടക്കേടു.

മനസ്സുതിരിവു. ന. അറിവു, മനസ്സിന്റെ മാററം.

മനസ്സലിയുന്നു. ഞ്ഞു. വാൻ. (മനസ്സു.) അ. ക്രി. ദയയുണ്ടാകുന്നു.

മനസ്സലിവു. ന. മനസ്സിന്റെ കടുപ്പമില്ലായ്മ, ദയ, ആൎദ്രത.

മനസ്സാക്ഷി. ന. മനസ്സുമാത്രം സാക്ഷിയായിരിക്കുക.

മനസ്സുമുട്ടു. ന. ഞെരുക്കം, ജീവിച്ചിട്ടും മററുമുള്ള ദുഃഖം.

മനസ്സുമുട്ടുന്നു. ട്ടി. വാൻ. (മനസ്സു.) അ. ക്രി. ചിലവിന്നില്ലാഞ്ഞിട്ടും മററും വിഷാദിക്കുന്നു, ഞെരുങ്ങുന്നു.

മനസ്സുരുക്കം. ന. ദുഃഖത്താലുണ്ടാകുന്ന ചൂടുകൊണ്ടു മനസ്സുരുകുക. ൨, മനസ്സലിവു.

മനാൿ. അ. അല്പം.

മനിച്ചം. ന. വേലക്കാരൻ, അടിമക്കാരൻ.

മനിതം. വി. അറിയപ്പെട്ട.

മനിഷ്യം; മനുഷ്യം. ന. ഒരു വേലക്കാരൻ, ഒരുത്തന്നു പകരമായുള്ള മറെറാരുത്തൻ.

മനിഷ. ന. ബുദ്ധി.

മനീഷി. വി. (ഷീ, ഷിണി, ഷി.) വി. ന. ബുദ്ധിയുള്ള.

മനീഷി. ന. വിദ്വാൻ.

മനു. ന. ൧, സ്വായംഭുവൻ മനു തുടങ്ങിയുള്ള മനുക്കൾ പതിന്നാലു പേൎക്കും കൂടെ പ്രത്യേകം പറയുന്ന ഒരു പേർ. ൨, മന്ത്രം.

മനുകുലം. ന. മനുവിന്റെ വംശം.

മനുജൻ. ന. മനുഷ്യൻ.

മനുജാധിപൻ. ന. രാജാവു.

മനുജേശ്വരൻ. ന. രാജാവു.

മനുജേന്ദ്രൻ. ന. രാജാവു.

മനുനീതി. ന. മനുവിനാൽ നിശ്ചയിക്കപ്പെട്ട നീതിശാസ്ത്രം.

മനുപ്രളയം. ന. മനുവിന്റെ ജീവനകാലം.

മനുഷ്യജന്മം. ന. മനുഷ്യന്റെ ജനനം.

മനുഷ്യജാതി. ന. മനുഷ്യർ.

മനുഷ്യധൎമ്മാവു. ന. വൈശ്രവണൻ.

മനുഷ്യൻ. ന. മാനുഷൻ, പുരുഷൻ.

മനുഷ്യപ്പററു. ന. ജനരഞ്ജന.

മനുഷ്യയജ്ഞം. ന. വഴിപോക്കരെ സല്ക്കരിക്ക.

മനുഷ്യരൂപം. ന. മനുഷ്യന്റെ രൂപം.

മനുഷ്യവേഷം. ന. മനുഷ്യന്റെ വേഷം.

മനുഷ്യസ്വഭാവം. ന. മനുഷ്യന്റെ സ്വഭാവം.

മനുഷ്യാകൃതി. ന. മനുഷ്യന്റെ ആകൃതി.

മനുഷ്യാചാരം. ന. മനുഷ്യന്റെ ആചാരം.

മനുഷ്യാവതാരം. ന. മനുഷ്യനായി തീരുക.

മനുഷ്യാവസ്ഥ. ന. മനുഷ്യന്റെ അവസ്ഥ.

മനുഷ്യേശ്വരൻ. ന. രാജാവു.

മനുസ്മൃതി. ന. സ്മൃതി.

മനോഗുണം. ന. മനസ്സിന്റെ നന്മ.

മനോഗുപ്ത. വി. (പ്തൻ, പ്താ, പ്തം.) വി. ന. രഹസ്യമായി വിചാരിക്കപ്പെട്ട.

മനോഗുപ്ത. ന. മനയോല.

മനോജ. വി. (ജൻ, ജാ, ജം.) വി. ന. മനസ്സിൽനിന്നുണ്ടായ.

മനോജൻ. ന. കാമദേവൻ.

മനോജവ. വി. (വൻ, വാ, വം.) വി. ന. ൧, പിതൃസംബന്ധമായുള്ള. ൨, മനോവേഗമുള്ള.

മനോജവാ. ന. ഒരു തൈ, അഗ്നിജിഹ്വ.

മനോജവം. ന. മനോവേഗം.

മനോജവസ. വി. (സൻ, സാ, സം.) വി. ന. പിതൃസംബന്ധമായുള്ള.

മനോജ്ഞത. വി. (ജ്ഞൻ, ജ്ഞാ, ജ്ഞം.) വി. ന. സൌന്ദൎയ്യമുള്ള.

മനോജ്ഞ. ന. ൧, മനയോല. ൨, രാജപുത്രി. ൩, സുന്ദരി.

മനോദുഃഖം. ന. മനസ്സിലെ ദുഃഖം.

മനോധൎമ്മം. ന. പുതിയ കൃതികളെ രചിക്കുവാനുള്ള മനസ്സിന്റെ സ്വാതന്ത്ര്യ ശക്തി.

മനോധൈൎയ്യം. ന. മനസ്സുറപ്പ്.

മനോനിരോധം. ന. മനസ്സിനെ ത്തടുക്കുക.

മനോബലം. ന. മനസ്സിന്റെ ബലം, ധൈൎയ്യം.

മനോഭയം. ന. മനസ്സിലെ ഭയം.

മനോഭവൻ. ന. കാമദേവൻ.

മനോഭാവം. ന. മനസ്സിന്റെ ഭാവം.

മനോമയം. ന. പഞ്ചകോശങ്ങളിൽ ഒന്നു.

മനോരഞ്ജന. ന. മനസ്സുതെളിയുള്ള ചേച്ച്.

മനോരഥം. ന. ഇഛ.

മനോരമ. വി. (മൻ, മാ, മം.) വി. ന. ഭംഗിയുള്ള.

മനോരമാ. ന. ൧, ഒരു ദേവി. ൨, ഒരു വ്യാകരണ ഗ്രന്ഥം.

മനോരസം. ന. മനസ്സിന്റെ രസം.

മനോരാജ്യം. ന. ൧, വിചാരം. ൨, ഇഛ.

മനോല. ന. മനയോല.

മനോവഞ്ചന. ന. മനസ്സിലുള്ള ച തിവു.

മനോവികാരം. ന. മനസ്സിലുണ്ടായ വികാരം.

മനോവിചാരം. ന. മനസ്സിലെ വി ചാരം.

മനോവിശ്വാസം. ന. മനസ്സിലുള്ള വിശ്വാസം.

മനോവിഷാദം. ന. മനസ്സിലുണ്ടാക ന്ന വിഷാദം, ദുഃഖം.

മനോവൃത്തി. ന. മനസ്സിന്റെ അ വസ്ഥ.

മനോവേഗ. വി. (ഗൻ, ഗാ, ഗം.) വി. ന. ഏറ്റവും വേഗമുള്ള.

മനോവേഗം. ന. മനസ്സിന്റെ വേഗം.

മനോവ്യാപാരം. ന. മനസ്സിന്റെ പ്രവൃത്തി.

മനോഹത. വി. (തൻ, താ, തം.) വി. ന. ഇഛാഭംഗമുള്ള.

മനോഹര. വി. (രൻ, രാ, രം.) വി. ന. ൧, സൌന്ദൎയ്യമുള്ള. ൨, ഇഷ്ടമുള്ള, മനസ്സിനെ ഹരിക്കുന്ന, ഇഛ തോന്നി ക്കുന്ന.

മനോഹ്വാ. ന. മനയോല.

മനഃകലക്കം. ന. മനസ്സിന്റെ കലക്കം.

മനഃകല്പിത. വി. (തൻ, താ, തം.) വി. ന. മനസ്സുകൊണ്ടുണ്ടാക്കപ്പെട്ട, നിശ്ചയിക്കപ്പെട്ട.

മനഃകാഠിന്യം. ന. മനസ്സിന്റെ ഉ റപ്പ്.

മനഃപാഠം. ന. ഹൃദിസ്ഥമാക്കിപ്പഠിക്ക യെന്നുള്ളത്, കാണാതെ ചൊല്ലത്ത ക്കവണ്ണം പഠിച്ചിട്ടുള്ള ഭാഗം.

മനഃപീഡ. ന. മനസ്സിലുണ്ടാകുന്ന ദുഃഖം.

മനഃപിരിച്ചിൽ. ന. ചില ബ്രാഹ്മണ രുടെ വിവാഹത്തിന്നു ചിലർ പറയു ന്ന ഒരു പേർ.

മനഃപൂൎണ്ണം. അ. മനസ്സിൽ വിചാരി ച്ചുംകൊണ്ടു.

മനഃപൂൎവ്വം. അ. മേല്പറഞ്ഞ അൎത്ഥം.

മന്തു. ന. ൧, പെരുങ്കാൽ. ൨, തൈർ കലക്കുന്ന മത്തു. ൩, ഇടുതടി.

മന്തൻ. വി. ന. ൧, പെരുങ്കാലുള്ളവ ൻ. ൨, മടയൻ.

മന്തംമറിച്ചിൽ. ന. മറവി.

മന്തൽമീൻ. ന. ഒരുവക മത്സ്യം.

മന്തി. ന. കരിങ്കുരങ്ങു.

മന്തു. ന. കുററം.

മന്തുകാലൻ. വി. ന. മന്തുകാലുള്ള വൻ.

മന്തുകാൽ. ന. ഒരുമാതിരി നീരുള്ള കാൽ, പെരുങ്കാൽ.

മന്ത്രകാരൻ. ന. ൧, ആലോചനക്കാ രൻ. ൨, മന്ത്രവാദി.

മന്ത്രകൃൽ. ന. മന്ത്രി.

മന്ത്രകോടി. ന. കെട്ടുകല്യാണത്തി ന്നു ഉപയോഗിക്കുന്ന മഞ്ഞമുണ്ട്.

മന്ത്രജപം. ന. മന്ത്രം ചൊല്ലുക.

മന്ത്രജ. വി. (ജൻ, ജാ, ജം.) വി. ന. മന്ത്രത്തിൽനിന്നു ജനിച്ച.

മന്ത്രജ്ഞൻ. ന. ൧, ഗൃഢചാരന്മാൻ. ൨, മന്ത്രി. ൩, പുരോഹിതൻ.

മന്ത്രതന്ത്രങ്ങൾ. ന. മന്ത്രവും തന്ത്ര വും.

മന്ത്രം. ന. ൧, വേദങ്ങളിലുള്ള ഓരോ ഭാഗം. ൨, ആലോചന. ൩, വശീക രണം.

മന്ത്രവാദം. ന. മന്ത്രംകൊണ്ടു പിശാ ചിനെയും മററും മാററിക്കളയുന്ന ക ൎമ്മം.

മന്ത്രവാദി. ന. മന്ത്രവാദം ചെയ്യുന്ന വൻ.

മന്ത്രവ്യാഖ്യാകൃൽ. ന. വേദാൎത്ഥ ത്തെ ഗ്രഹിപ്പിക്കുന്നവൻ.

മന്ത്രശക്തി. ന. ൧, മന്ത്രങ്ങളുടെ ശ ക്തി. ൨, ആലോചന.

മന്ത്രശാസ്ത്രം. ന. മന്ത്രങ്ങളെ അറി യുന്നതിനുള്ള ശാസ്ത്രം.

മന്ത്രി. ന. ൧, ആലോചനക്കാരൻ. ൨, രാജമന്ത്രി. ൩, ചതുരംഗത്തിൽ പെ രുമാറുന്ന ഒരു ചൂതിന്റെ പേർ.

മന്ത്രിക്കുന്നു. ച്ചു. പ്പാൻ. (മന്ത്രി.) സ. ക്രി. ൧, മന്ത്രംചൊല്ലുന്നു. ൨, ആലോ ചന ചെയ്യുന്നു, പതുക്കെപ്പറയുന്നു.

മന്ത്രണം. ന.

മന്ത്രീന്ദ്രൻ. ന. പ്രധാനമന്ത്രി.

മന്ഥദണ്ഡകം. ന. കടകോൽ.

മന്ഥനം. ന. കലക്കുക.

മന്ഥനി. ന. തൈൎക്കലം.

മന്ഥൻ. ന. ആദിത്യൻ.

മന്ഥം. ന. കടകോൽ.

മന്ഥര. വി. (രൻ, രാ, രം.) വി. ന. ൧, മന്ദമായ. ൨, തടിച്ച. ൩, വള ഞ്ഞ. ൪, മൂഢതയുള്ള. ൫, പതുക്കെ ന ടക്കുന്ന. ൬, അല്പമായുള്ള.

മന്ഥരൻ. ന. ൧, പതിഞ്ഞു നടക്കുന്ന വൻ. ൨, ഒററുകാരൻ.

മന്ഥരം. ന. മന്ദരം പൎവ്വതം.

മന്ഥാനം. ന. കടകോൽ.

മന്ദഗതി. വി. (ത്രിലി.) വി. ന. പതു ക്കെ നടക്കുന്ന.

മന്ദഗതി. ന. ൧, പതിഞ്ഞ നടപ്പു. ൨, മന്ദബുദ്ധി.

മന്ദഗമന. വി. (നൻ, നാ, നം.) വി. ന. സാവധാനത്തിൽ പോകുന്ന.

മന്ദഗമനം. ന. പതിഞ്ഞ നടപ്പു.

മന്ദഗാമി. വി. (മീ, മിനി, മി.) വി. ന. പതുക്കെ നടക്കുന്ന.

മന്ദഗാമി. ന. പതുക്കെ നടക്കുന്ന ഭ ടൻ.

മന്ദഭാഗ്യ. വി. (ഗ്യൻ, ഗ്യാ, ഗ്യം.) വി. ന. ഭാഗ്യം കുറഞ്ഞ.

മന്ദമാരുതൻ. ന. ചെറിയ കാററു.

മന്ദ. വി. (ന്ദൻ, ന്ദാ, ന്ദം.) വി. ന. ൧, സാവധാനമുള്ള. ൨, മന്ദിച്ച. ൩, ഭോഷത്വമുള്ള. ൪, കൊഴുത്ത. ൫, ഹീനമായ. ൬, ഭാഗ്യമില്ലാത്ത. ൭, ദീനമുള്ള. ൮, മടിയുള്ള. ൯, മദ്യപാനം ചെയ്യ. ൧൦, ക്ഷീണിച്ച. ൧൧, കുഴിരമുള്ള. ൧൨, മറവിയുള്ള. **മന്ദത.** സ്ത്രീ. ന. ൧, സാവധാനത. ൨, മൂഢത. ൩, അജ്ഞാനം.

മന്ദമന്ദം. അ. വളരെ സാവധാനത്തിൽ.

മന്ദൻ. ന. ൧, മടിയൻ. ൨, മൂഢൻ. ൩, അല്പബുദ്ധി. ൪, ശനി.

മന്ദര. വി. (രൻ, രാ, രം.) വി. ന. ൧, വലിപ്പമുള്ള. ൨, സാവധാനമുള്ള.

മന്ദരം. ന. ൧, മന്ദരപർവ്വതം. ൨, സ്വർഗ്ഗം. ൩, മന്ദാരവൃക്ഷം. ൪, മുത്തുമാല.

മന്ദവായു. ന. ശക്തികുറഞ്ഞ കാററു, മന്ദമാരുതൻ.

മന്ദവാരം. ന. ശനിയാഴ്ച.

മന്ദസഞ്ചാരം. ന. പതിഞ്ഞ നടപ്പു.

മന്ദസ്മിതം. ന. പല്ലു കാട്ടാതെയുള്ള പുഞ്ചിരി.

മന്ദഹാസം. അല്ലെങ്കിൽ, **മന്ദഹാസ്യം.** ന. പുഞ്ചിരി.

മന്ദാകിനി. ന. ഗംഗ.

മന്ദാഗ്നി. ന. അല്പമായുള്ള അഗ്നി, ചൂടുകുറഞ്ഞ തീ.

മന്ദാരദാരു. ന. മന്ദാരവൃക്ഷത്തിന്റെ തടി.

മന്ദാരം. ന. ൧, കല്പവൃക്ഷങ്ങളിൽ ഒന്നു. ൨, മുരിക്കു. ൩, എരിക്കു.

മന്ദാക്ഷഭാവം. ന. ലജ്ജാഭാവം.

മന്ദാക്ഷം. ന. ലജ്ജ.

മന്ദിക്കുന്നു. ച്ചു. പ്പാൻ. (മന്ദി.) അ. ക്രി. ൧, ബുദ്ധിമാന്ദ്യം വരുന്നു. ൨, സാവധാനമാകുന്നു. ൩, ഭോഷനാകുന്നു. ൪, മടിക്കുന്നു. ൫, കുഴിരുന്നു. ൬, മങ്ങിക്കുത്തുന്നു. ൭, മഹനമേട്ട വരുന്നു.

മന്ദിരം. ന. ൧, ഭവനം. ൨, നഗരം. ൩, ദേവാലയം.

മന്ദുര. ന. കുതിരപ്പുര.

മന്ദേതരം. അ. വേഗത്തിൽ.

മന്ദോത്സാഹ. വി. (ഹൻ, ഹാ, ഹം.) വി. ന. ഉത്സാഹക്കുറവുള്ള.

മന്ദോഷ്ണ. വി. (ഷ്ണൻ, ഷ്ണാ, ഷ്ണം.) വി. ന. കുറെഞ്ഞ ചൂടുള്ള.

മന്ദോഷ്ണം. ന. കുറഞ്ഞ ചൂടു.

മന്ദ്രം. ന. ഗംഭീരശബ്ദം.

മന്നു. ന. ൧, ഭൂമി. ൨, മുപ്പതു റാത്തലുള്ള ഒരു തൂക്കം.

മന്നതപം. ന. ൧, വഞ്ചന. ൨, ഉപായം. ൩, പരിഹാരം. ൪, ഒഴിച്ചിലം. ൫, മോക്ഷണം.

മന്നൻ. ന. ൧, രാജാവു. ൨, പരിഹാസക്കാരൻ.

മന്നം. ന. ചാരായക്കട.

മന്നവൻ. ന. രാജാവു.

മന്നാടി; മന്നാടിയാർ. ന. നായർ വർഗ്ഗത്തിൽ ഉൾപ്പെട്ട, ഒരു ജാതിപ്പേരു.

മന്നിടം. ന. ഭൂമി.

മന്നിരവു. ന. ആഭരണങ്ങൾ വായിപ്പ വാങ്ങിക്ക.

മന്മഥൻ. ന. കാമദേവൻ.

മന്മഥം. ന. ൧, വിളാവു. ൨, കാമം, ആഗ്രഹം.

മന്മഥവർഷം. ന. അറുപതിൽ ഇരുപത്തൊൻപതാം വർഷം.

മന്യ. ന. പിൻകഴുത്തിലെ ഞരമ്പു.

മന്യു. ന. ൧, ദുഃഖം. ൨, അനർത്ഥം. ൩, കോപം. ൪, യാഗം. ൫, അഹങ്കാരം.

മന്വന്തരം. ന. ഒരു മനുവിന്റെ കാലം, ദേവകളുടെ എഴുപത്തൊന്നു യുഗം.

മമത. അല്ലെങ്കിൽ, **മമത്വം.** ന. ൧, സ്നേഹം. ൨, ഡംഭം.

മയക്കു. ന. ൧, സംശയം, നിശ്ചയമില്ലായ്മ. ൨, വ്യത്യാസം, മാററം.

മയക്കം ന. ൧, വഞ്ചന, ബുദ്ധിഭ്രമം. ൨, ഉറക്കം. ൩, തളർച്ച. ൪, ലഹരി പിടിത്തം. ൫, വശീകരണം. ൬, സന്ധ്യാസമയം.

മയങ്ങൽ. ന. ൧, ബുദ്ധിഭ്രമം. ൨, ഉറക്കം.

മയങ്ങുന്നു. ങ്ങി. വാൻ. (മയങ്ങ.) അ. ക്രി. ൧, ബുദ്ധിഭ്രമമുണ്ടാകുന്നു. ൨, ഉറങ്ങുന്നു. ൩, തളരുന്നു. ൪, വശീകരണത്തിൽ അകപ്പെടുന്നു. ൫, സന്ധ്യയാകുന്നു. **മയക്കുന്നു.** സ. ക്രി.

മയം. വി. മാർദ്ദവമുള്ള.

മയം. ന. ൧, മാർദ്ദവം. ൨, സമൃദ്ധി. (സം.) ൧, ഒട്ടകം. ൨, കോവർകഴുത.

മയൻ. ന. അസുരന്മാരുടെ ആശാരി.

മയിർ. ന. രോമം.

മയിർപ്പടം. ന. രോമംകൊണ്ടുണ്ടാക്കിയ വസ്ത്രം.

മയിർപ്പട്ടി. ന. ഒരു മരുന്നു.

മയിർപ്പട്ടം. ന. നെററിപ്പട്ടം.

മയില. ന. ൧, ഒരു വക വൃക്ഷം. ൨, വെളുപ്പും കറുപ്പും കൂടിയ നിറം.

മയിലാഞ്ചി. ന. ഒരു വൃക്ഷം.

മയിലാടൻ. ന. ഒരു തരം മഞ്ഞൾ.

മയിലാടി. ന. ഒരു ദേശം.

മയിലാട്ടം. ന. മയിലിന്റെ നൃത്തം.

മയിലാപ്പൂർ. ന. ഒരു ദിക്കിന്റെ പേർ.

മയിലാരം. ന. ഒരു തരം ചെറിയ ആഭരണം.

മയിലെള്ളു. ന. ഒരു വക വൃക്ഷം.

മയിലൊമ്പി. ന. ഒരു വക കാട്ടുചെടി.

മയിൽ. ന. ഒരു വക പക്ഷി, ഒരു വക കോഴി.

മയിൽത്തുത്തം. ന. തുരിശു.

മയിൽനാദം. ന. മയിലിന്റെ ശബ്ദം.

മയിൽപണം. ന. ഒരുവക നാണയം.

മയിൽപീലി. ന. മയിലിന്റെ വാൽ, മയിലിന്റെ വലിയ പൂട.

മയിൽപെട. ന. മയിലിന്റെ സ്ത്രീ.

മയിലെണ്ണ. ന. മയിലിന്റെ ഉള്ളിൽ നിന്നും എടുക്കുന്ന കൊഴുപ്പുരുക്കിയ നെയ്യ്.

മയു. ന. ൧, ഉപദേവന്മാരിൽ ഒരു വക, കിന്നരൻ. ൨, ഒരു വക മാൻ.

മയുഷ്ടകം. ന. കാട്ടുപയറു.

മയൂഖം. ന. ൧, പ്രകാശം. ൨, രശ്മി. ൩, അഗ്നിജ്വാല.

മയൂരകം. ന. ൧, വലിയ കടലാടി. ൨, തുരിശു.

മയൂരഗ്രീവാഞ്ജനം. ന. ഒരു മാതിരി അഞ്ജനം, തുരിശു.

മയൂരചൂഡ. ന. മയിലിന്റെ തലയിലെ പൂവു.

മയൂരം. ന. മയിൽ.

മയൂരശിഖ. ന. ൧, ഒരു വക പുല്ലു. ൨, മയിലിന്റെ തലയിൽ നില്ക്കുന്ന പൂട.

മയൂരി. ന. ൧, മയിൽപ്പെട. ൨, ചെഞ്ചിരം.

മയ്യൽ. ന. ഹ, ദുഃഖം. വ, കറുത്തനിറം. ന, മന്നി. ര, സന്ധ്യാസമയം.

മരക്കറി. ന. സസ്യാദികൾകൊണ്ടുണ്ടാക്കുന്ന കറി.

മരക്കയിൽ. ന. മരത്തവി.

മരക്കലനാവു. ന. ഒരു മാതിരി പക്ഷി.

മരക്കലം. ന. ഹ, കപ്പൽ. വ, തൈർ കലക്കുന്ന മരപ്പാത്രം.

മരക്കാതൽ. ന. മരത്തിൻെറ അകത്തെ സാരം.

മരക്കാൽ. ന. ഹ, വൃക്ഷം. വ, മുടന്തൻെറ വടി. ന, മരത്തൂൺ. ര, ഒരു ഉപ്പു.

മരക്കാൻ. ന. ഹ, ഒരു താണ ജാതിക്കാരൻ. വ, ചക്കാൻ പിടിക്കുന്നവൻ.

മരക്കാനൽ. ന. വൃക്ഷത്തിൻെറ തണൽ.

മരക്കിഴങ്ങു. ന. ഒരു മാതിരി കിഴങ്ങു.

മരക്കുത്തുമതി. ന. തടിക്കുത്തക.

മരക്കൂട്ടു. ന. മരംകൊണ്ട തീൎത്ത കൂടു.

മരക്കൂട്ടു. ന. പുരയുടെ ഉത്തരം കഴക്കോൽ മുതലായതു.

മരക്കൂട്ടം. ന. വൃക്ഷങ്ങളുടെ കൂട്ടം, നടക്കാവു.

മരക്കൂണു. ന. മരത്തിൽ ഉണ്ടാകുന്ന കൂൺ.

മരക്കൊട്ട. ന. ഒരു മാതിരി മരവി.

മരക്കൊമ്പു. ന. വൃക്ഷത്തിൻെറ കൊമ്പു.

മരച്ചെമ്പു. ന. ഒരു മാതിരി തൈ.

മരഞ്ചാടി. ന. കുരങ്ങു.

മരണകാലം. ന. മരിക്കുന്ന സമയം.

മരണഗോഷ്ഠി. ന. മരിക്കാറാകുമ്പോൾ കാണിക്കുന്ന ചില ചിത്ത ഭാവങ്ങളുമ്മറവും.

മരണപത്രിക. ന. മരിച്ചതിനെക്കുറിച്ചെഴുതുന്ന എഴുത്തു.

മരണഭയം. ന. മരിക്കുമെന്നോൎത്തുള്ള പേടി.

മരണഭീതി. ന. മരണത്തെക്കുറിച്ചുള്ള ഭയം.

മരണം. ന. ജീവനാശം, ചാകുക.

മരണലക്ഷണം. ന. മരണത്തിൻെറ അടയാളം.

മരണവായു. ന. മരിപ്പാറാകുമ്പോഴത്തെ ഒരു ശ്വാസം.

മരണവേദന. ന. മരിപ്പാറാകുമ്പോഴത്തെ ദുഃഖം.

മരണസങ്കടം. ന. മരണത്തിങ്കലുണ്ടാകുന്ന ദുഃഖം.

മരണാന്തം. അ. മരണം വരെയും.

മരണാവസ്ഥ. ന. മരിക്കുമ്പോഴത്തെ അവസ്ഥ.

മരതകം; മരതകപ്പച്ച. ന. വിലയേറിയ ഒരു മാതിരി പച്ചക്കല്ലു.

മരത്തച്ചൻ. ന. ആശാരിപ്പണിക്കൻ.

മരത്തവള. ന. മരത്തേലിരിക്കുന്ന ഒരു മാതിരി തവള.

മരത്തൊലി. ന. വൃക്ഷത്തിൻെറ തൊലി.

മരന്ദം. ന. പുഷ്പങ്ങളിൽനിന്നും ശേഖരിക്കാവുന്ന നീര.

മരനാ. ന. ഒരു ജന്തു, മരത്തെക്കേറുന്ന ഒരു മാതിരി പട്ടി.

മരപ്പട്ടി. ന. മരനാ.

മരപ്പണി. ന. മരംകൊണ്ടുള്ള വേല.

മരപ്പാത്തി. ന. വെള്ളം ഒഴുകുന്നതിന്ന മരംകൊണ്ടുണ്ടാക്കുന്ന ഒരു വസ്തു.

മരപ്പാത്രം. ന. മരംകൊണ്ടുള്ള പാത്രം, മരവിയും മററും.

മരപ്പാച്ചി; മരപ്പാവ. ന. മരംകൊണ്ടുണ്ടാക്കിയ രൂപം.

മരപ്പെട്ടി. ന. മരംകൊണ്ടുള്ള പെട്ടി.

മരപ്പൊത്തു. ന. മരത്തിൻെറ ദ്വാരം.

മരഫലം. ന. വൃക്ഷങ്ങളുടെ കായ്.

മരമുറി. ന. മരംകൊണ്ട പണിത പുരമുറി, ഭിത്തിക്ക പകരം മരപ്പലക കൊണ്ട പണിതുള്ള പുരമുറി, റെപ്പുര.

മരമഞ്ഞൾ. ന. ഒരുവക മരുന്നു.

മരം. ന. ഹ, തടി, വൃക്ഷം. വ, ഒരുവക വാദ്യം.

മരംകൊത്തി; മരക്കൊത്തൻ. ന. ഒരു മാതിരി പക്ഷി.

മരവാഴ. ന. ഒരു മാതിരി തൈ.

മരവി. ന. മരംകൊണ്ടുള്ള ചില പാത്രം.

മരവിക്കുന്നു. ച്ചു. പ്പാൻ. (മരവി.) അ. ക്രി. ശരീരം മരംപോലെയാകുന്നു.

മരവിരി. ന. വൃക്ഷത്തിൻെറ തൊലി കൊണ്ടുണ്ടാക്കിയ ഒരു മാതിരി വസ്ത്രം, വിരി.

മരവെട്ടി. ന. ഒരു വക വൃക്ഷം.

മരാമത്തു. ന. കെട്ടിടങ്ങൾ പണിയുക, അതിനു വേണ്ട സ്ഥലങ്ങൾ തോണ്ടിച്ചൊരിപ്പെടുത്തുക മുതലായ വേലകൾക്ക പൊതുവെയുള്ള പേര.

മരാമരം. ന. ഒരു വക വലിയ വൃക്ഷം.

മരാരം. ന. പത്തായപ്പുര.

മരാള. വി. (ഉൻ, ഊ, ഉം.) വി. ന. മാൎദ്ദവമുള്ള.

മരാളം. ന. ഹ, അരയന്നം. വ, വിളക്ക മഷി. ന, കുതിര. ര, മേഘം.

മരിക. ന. മരവി.

മരിക്കം; മരുക്കം. ന. ഇണക്കം.

മരിക്കുന്നു. ച്ചു. പ്പാൻ. (മരി.) അ. ക്രി. ചാകുന്നു.

മരിചം. അല്ലെങ്കിൽ, **മരീചം.** ന. കുരുമുളക.

മരീചി. ന. ഹ, ഒരു മഹൎഷി. വ, രശ്മി.

മരീചിക. ന. മൃഗതൃഷ്ണ.

മരു. ന. ഹ, ശൂന്യസ്ഥലം. വ, പൎവ്വതം.

മരുക്കൊഴുന്നു. ന. സുഗന്ധമുള്ള ഒരു തൈ.

മരുങ്ങു. ന. ഹ, ഇണക്കം, സ്നേഹം. വ, ഒരു വശം.

മരുങ്ങുന്നു. ങ്ങി. വാൻ. (മരുങ്ങ.) അ. ക്രി. ഇണങ്ങുന്നു. **മരുക്കുന്നു.** സ. ക്രി.

മരുതു. ന. ഒരു വക വൃക്ഷം.

മരുത്തു. ന. ഹ, വായു. വ, ദേവന്മാരിൽ ഒരു കൂട്ടം.

മരുതം. ന. ഒരു വൃക്ഷം.

മരുത്വാൻ. ന. ഹ, ഇന്ദ്രൻ. വ, ഹനുമാൻ. ന, മേഘം.

മരുൽപ്രസരം. ന. കാററടി.

മരുന്നു. ന. ഹ, ഔഷധം. വ, വെടിമരുന്നു. ന, ചാരായം.

മരുന്നുകട. ന. മരുന്നുകളിൽ ഏതെങ്കിലും വില്ക്കുന്ന സ്ഥലം.

മരുന്നുപെട്ടി. ന. മരുന്നുകൾ വെക്കുന്നതിന്നുള്ള പെട്ടി.

മരുന്മാല. ന. ജോനകപ്പുല്ലു.

മരുഭൂമി. ന. ശൂന്യസ്ഥലം, വിളയാത്ത ഭൂമി.

മരുമകൻ. ന. ഹ, സഹോദരിയുടെ പുത്രൻ. വ, ചില ജാതിക്കാൎക്ക മകളെ കെട്ടിയവൻ.

മരുമകൾ. ന. ഹ, സഹോദരിയുടെ പുത്രി. വ, മകൻ കെട്ടിയ സ്ത്രീ.

മരുമക്കത്തായം. ന. പെൺവഴി.

മരുവക. ന. ൧, മലന്താര. ൨, മണികണ്ഠകം.

മരുവലർ. ന. ശത്രുക്കൾ.

മരുവുന്നു. വി. വാൻ. (മരുവ.) അ. ക്രി. പാൎക്കുന്നു.

മരോട്ടി. ന. ഒരുവക വൃക്ഷം.

മൎക്കടകം. ന. ൧, ചിലന്നി. ൨, കുരങ്ങു. ൩, ഒരുമാതിരി കായ്.

മൎക്കടം. ന. ൧, കുരങ്ങു. ൨, ചിലന്നി. ൩, ഒരു വലിയ പക്ഷി, കൊക്കു. ൪, ഒരു വിഷം.

മൎക്കടി. ന. ൧, നായ്ക്കുരണ. ൨, കഴഞ്ചി. ൩, പെൺകുരങ്ങു.

മൎത്ത്യാ. ന. സ്ത്രീ.

മൎത്ത്യൻ. ന. മനുഷ്യൻ.

മൎത്ത്യഭോജി. വി. (ജീ, ജിനി, ജി.) വി. ന. മനുഷ്യനെ ഭക്ഷിക്കുന്ന.

മൎദ്ദനം. ന. ൧, തിരുമ്മുക. ൨, ഞെരുടുക, അരെക്കു, പൊടിക്കു. ൩, ഇടിക്കു. ൪, കലക്കുക.

മൎദ്ദളം. ന. ഒരുവക വാദ്യം.

മൎദ്ദിക്കുന്നു. ച്ചു. പ്പാൻ. (മൎദ്ദി.) സ. ക്രി. ൧, തിരുമ്മുന്നു. ൨, ഇടിക്കുന്നു. ൩, കലക്കുന്നു.

മൎദ്ദിത. വി. (തൻ, താ, തം.) വി. ന. മൎദ്ദിക്കപ്പെട്ട.

മൎമ്മഭേദി. വി. (ദി, ദിനി, ദി.) വി. ന. മൎമ്മത്തെ മുറിക്കുന്ന, അത്യന്തം വേദനിപ്പിക്കുന്ന.

മൎമ്മം. ന. എല്പു, ശരീരത്തിൽ ചില ഭാഗം, സാരമായ കാൎയ്യം.

മൎമ്മയിളക്കം. ന. മൎമ്മത്തിൽ മുറിഞ്ഞിട്ടുമ്മറവുമുള്ള ഒരു വേദന.

മൎമ്മരം. ന. വസ്ത്രങ്ങളുടെയും ഇലകളുടെയും ശബ്ദം.

മൎമ്മരീകൻ. ന. ദുരപ്പാളി.

മൎമ്മലക്ഷണം. ന. മൎമ്മങ്ങളെ അറിവാനുള്ള ഒരു ശാസ്ത്രം.

മൎമ്മവികാരം. ന. മൎമ്മത്തിൽ ഉണ്ടാകുന്ന വേദന.

മൎമ്മവേദന. ന. എല്പുകളിൽ ഉള്ള വേദന.

മൎമ്മവേധം. ന. മൎമ്മത്തിന്റെ മുറിവു.

മൎമ്മസ്ഥലം. അല്ലെങ്കിൽ, **മൎമ്മസ്ഥാനം.** ന. മൎമ്മം.

മൎമ്മസ്പൃക്. വി. (ത്രിലിം.) വി. ന. ദുഃഖിപ്പിക്കുന്നതായുള്ള.

മൎമ്മക്ഷോഭം. ന. മൎമ്മത്തിന്റെ ഇളക്കം.

മൎമ്മാണി. ന. മൎമ്മലക്ഷണം പറയുന്ന ഒരു ഗ്രന്ഥം.

മൎമ്മി. വി. (മ്മീ, മ്മിണി, മ്മി.) വി. ന. മൎമ്മമുള്ള.

മൎയ്യാദ. ന. ൧, നേരുള്ള നടപ്പു. ൨, അതിരു. ൩, തീരം. ൪, മാനം. ൫, ചട്ടം. ൬, വഴി.

മൎയ്യാദകേടു. ന. നേരുകേടും മററും.

മൎശനം. ന. ൧, സ്പൎശനം. ൨, പ്രതിപാദനം.

മൎഷണം. ന. ക്ഷമ.

മൎഷം ന. ക്ഷമ.

മൎഷിക്കുന്നു. ച്ചു. പ്പാൻ. (മൎഷി.) അ. ക്രി. ക്ഷമിക്കുന്നു.

മൎഷിത. വി. (തൻ, താ, തം.) വി. ന. ക്ഷമിച്ച.

മല. ന. പൎവ്വതം, കുന്നു.

മലക്കം. ന. മലച്ചു.

മലഗന്ധം. ന. മലങ്ങളുടെ ദുൎഗ്ഗന്ധം.

മലങ്കമുകു. ന. ഒരുവക കമുകു.

മലങ്കാക്ക. ന. ഒരുമാതിരി കാക്ക, കാട്ടുകാക്ക.

മലങ്കാര. ന. ഒരുവക മുള്ളുള്ള ചെടി.

മലങ്കുരികിൽ. ന. ഒരുവക പക്ഷി.

മലങ്കുവ. ന. മലയിലുണ്ടാകുന്ന ഒരു മാതിരി കൂവ.

മലങ്കൃഷി. ന. കരകൃഷി, മലകളിൽ ചെയ്യുന്ന കൃഷി.

മലങ്കൊളുമ്പു. ന. കൃഷിചെയ്യു താഴ്വര.

മലചരിവു. ന. മലയുടെ ചരിവുള്ള വശം.

മലജ. വി. (ജൻ, ജാ, ജം.) വി. ന. മലത്തിൽ ജനിച്ച.

മലജ്ജം. ന. ചലം.

മലഞ്ചരക്കു. ന. മലയിലുണ്ടാകുന്ന ചില കച്ചവട വസ്തുക്കൾ.

മലഞ്ചുഴി. ന. മലപ്രദേശങ്ങളിലുള്ള നീൎച്ചുഴി.

മലഞ്ചുള്ളി. ന. ഒരു തൈ.

മലഞ്ചേമ്പു. ന. ഒരുമാതിരി കിഴങ്ങു.

മലഞ്ചേരിക്കൽ. ന. കൃഷിചെയ്യുന്ന മല.

മലഞ്ചോല. ന. മലയിൽ വെള്ളമുള്ള ഒരുമാതിരി തടാകം.

മലതാങ്ങി. ന. ഒരു പച്ചമരുന്നു.

മലത്താമര. ന. ഒരു മാതിരി താമര, കൽത്താമര.

മലദൂഷിത. വി. (തൻ, താ, തം) വി. ന. മുഷിഞ്ഞ, ചെളിപററിയ.

മലദൈവം. ന. മലകളിലുള്ള ചില ദേവത.

മലദ്വാരം. ന. മലം ഒഴിയുന്ന ദ്വാരം, ഗുദം.

മലനാട്ടു. ന. മലംപ്രദേശം.

മലന്തകര. ന. ൧, ഒരുവക വൃക്ഷം ൨, ഒരു ചെടി.

മലന്തുമ്പ. ന. ഒരു വക തൈ.

മലന്തുടലി. ന. മുള്ളുള്ള ഒരുവക കാട്ടു,

മലപ്പൂ. ന. കാട്ടുത്തിമരം.

മലപ്പുറം. ന. മലയുടെ മുകൾഭാഗം.

മലപ്രദേശം. ന. മലംദിക്കു.

മലബന്ധം. ന. മലത്തിന്റെ തടവു്.

മലബാധ. ന. മലശോധന.

മലമകൾ. ന. പാൎവ്വതി.

മലമഞ്ഞൾ. ന. മലയിലുണ്ടാകുന്ന മഞ്ഞൾ.

മലമന്താരം. ന. മലയിലുണ്ടാകുന്ന മന്താരം.

മലമുരിങ്ങ. ന. ഒരുവക വൃക്ഷം.

മലം. ന. ൧, കണ്ണിൽപീള, ചെവിപ്പീള്ള മുതലായവ. ൨, പാപം. ൩, അഴുക്കു. ൪, മട്ടു. ൫, തുരുമ്പു.

മലമ്പണി. ന. മലയിലെ വേല.

മലമ്പതി. ന. മലയിൽ പാൎക്കുന്നതിനുള്ള ചില സ്ഥലം.

മലമ്പനി. ന. മലയിലേത്താമസത്താൽ ഉണ്ടാകുന്ന ഒരുതരം പനി.

മലമ്പള്ളം. ന. ൧, മലയുടെ അടിവാരത്തിന്നടുത്ത സ്ഥലം. ൨, മലയുടെ പാൎശ്വം.

മലമ്പാമ്പു. ന. മലയിലുള്ള ഒരുവക പാമ്പു.

മലമ്പുന്ന. ന. ഒരുവക വൃക്ഷം.

മലമ്പ്രാവു. ന. മലയിലുള്ള ഒരുവക പക്ഷി.

മലയജ്ജം. ന. ചന്ദനമരം.

മലയടി. അല്ലെങ്കിൽ, **മലയടിവാരം.** ന. മലയുടെ ചുവടു.

മലയണ്ണാൻ. ന. ഒരുമാതിരി വലിയ അണ്ണാൻ.

മലയത്തി. ന. ഒരു മാതിരി വൃക്ഷം, കാട്ടത്തി.

മലയൻ. ന. ൧, കടുവാ. ൨, മലയിൽ പാൎക്കുന്നവൻ.

മലയമാരുതൻ. ന. മലയപൎവ്വതത്തിൽനിന്നു വരുന്ന കാററു.

മലയം. ന. ൧, മലയപൎവ്വതം. ൨, ചന്ദനവൃക്ഷം അധികമുള്ള ഒരു പൎവ്വതം.

മലയരയൻ. ന. മലയിൽ പാൎക്കുന്ന ഒരു ജാതിക്കാരൻ.

മലയാട്ടു. ന. വരയാട്ടു.

മലയാത്തി. ന. ഒരുവക വൃക്ഷം.

മലയാവണക്കു. ന. ഒരു മാതിരി വൃക്ഷം.

മലയാളം. ന. കന്യാകുമാരിക്കും ഗോകൎണ്ണത്തിന്നും അകത്തുള്ള ഭൂമി.

മലയാളി. ന. ൧, മലയാളദേശക്കാരൻ. ൨, മലയിൽ പാൎക്കുന്നവൻ.

മലയാഴ്മ. ന. മലയാളത്തിലെ ഭാഷ, മലയാള വാക്കു.

മലയിഞ്ചി. ന. ഒരുവക വലിയ ഇഞ്ചി, കാട്ടിഞ്ചി.

മലയിടുക്കു. ന. രണ്ടു മലയുടെ ഇട.

മലയിരിപ്പ. ന. ഒരുവക വൃക്ഷം.

മലയിലഞ്ഞി. ന. ഒരുവക വൃക്ഷം.

മലയീന്ത. ന. ഒരുമാതിരി ഈന്ത.

മലയുക. ന. ഒരുമാതിരി വൃക്ഷത്തിന്റെ എണ്ണയുള്ള കുരു.

മലയൂ. ന. ഒരുമാതിരി അത്തിമരം, കാട്ടത്തി.

മലയെരിമ. ന. ഒരുവക മരുന്നു.

മലരമ്പൻ. ന. കാമദേവൻ.

മലരു. ന. ൧, നെല്ലു പൊരിച്ചുണ്ടാക്കിയ ഭക്ഷണസാധനം. ൨, ആന്നി തറെക്കുന്നതിന്നു ഇരിമ്പുകൊണ്ടു മററും ഉണ്ടാക്കുന്ന വസ്തു. ൩, വിടൎന്ന പുഷ്പം.

മലരഹിത. വി. (തൻ, താ, തം.) വി. ന. ൧, പാപമില്ലാത്ത. ൨, ചെളിയില്ലാത്ത, ശുദ്ധമുള്ള, കുററമില്ലാത്ത.

മലരുന്നു. ൎന്നു. വാൻ. (മലർ.) അ. ക്രി. ൧, പൊരിയുന്നു. ൨, മലൎന്നു കിടക്കുന്നു. ൩, വിടരുന്നു.

മലൎക്കുന്നു. അല്ലെങ്കിൽ, **മലൎത്തുന്നു.** ൎത്തു. ൎത്തി. വാൻ. (മലർ.) സ. ക്രി. ൧, പൊരിക്കുന്നു. ൨, മലൎത്തിവെക്കുന്നു, മലൎത്തികിടത്തുന്നു. അ. ക്രി. വിടരുന്നു.

മലൎച്ച. ന. ൧, പൊരിച്ചിൽ. ൨, മലരുക, മലൎന്നുകിടക്കു. ൩, വിടരുക.

മലൎപ്പ. ന. മേല്പറഞ്ഞ അൎത്ഥം.

മലൎപ്പവിത്തു. ന. പൊരിച്ചു മലരുണ്ടാക്കുന്നതിന്നുള്ള നെല്ലു.

മലൎപ്പൊടി. ന. മലരു പൊടിച്ച പൊടി.

മലൎമ്മകൾ. ന. ലക്ഷ്മിദേവി.

മലൎമ്മങ്ക. ന. ലക്ഷ്മി.

മലൎമ്മാതു. ന. ലക്ഷ്മി.

മലവരവു. ന. മലയിൽനിന്നുള്ള വരവു.

മലവഴി. ന. മലയിൽക്കൂടെയുള്ള വഴി.

മലവാരം. ന. മല വിതച്ചതിന്റെ കരം, മലവരവു.

മലവാഴ. ന. ഒരുമാതിരി വലിയ വാഴ.

മലവാഴി. ന. മലയിലെ ദേവത.

മലവിചാരം. ന. മലയിലുള്ള അധികാരം.

മലവിരിപ്പു. ന. മലയിൽ ചെയ്യുന്ന നെൽകൃഷി.

മലവെള്ളം. ന. മലയിൽനിന്നു വരുന്ന വെള്ളം.

മലവേപ്പു. ന. ഒരു മാതിരി വേപ്പു വൃക്ഷം.

മലവേലൻ. ന. മലയിൽ പാൎക്കുന്ന ഒരു ജാതിക്കാരൻ.

മലശുദ്ധി. ന. വയറിളക്കുക.

മലശോധന. ന. ൧, വയററിൽനിന്നു മലത്തെക്കളക. ൨, മലയിലെ വസ്തുക്കൾ ശോധന ചെയ്ക.

മലഹരി. ന. ഒരു രാഗം.

മലാക്ക. ന. ഒരു ദിക്കിന്റെ പേർ.

മലാക്കച്ചാമ്പ. ന. ഒരുവക വൃക്ഷം.

മലാക്കപ്പേര. ന. ഒരുമാതിരി വൃക്ഷം.

മലാക്കസാമ്പ്രാണി. ന. ഒരുമാതിരി സുഗന്ധവസ്തു.

മലായി. ന. മലാക്കയെന്ന ദേശത്തു പാൎക്കുന്നവൻ.

മലി. ന. ബുധൻ.

മലിനകാന്തി. വി. (ത്രിഷു.) വി. ന. തെളിവില്ലാത്ത.

മലിനതപ്പെടുന്നു. ട്ടു. വാൻ. (മലിനത.) അ. ക്രി. അശുദ്ധിയാകുന്നു.

മലിനമുഖ. വി. (ഖൻ, ഖി, ഖം.) വി. ന. ൧, ക്രൂരതയുള്ള. ൨, ചീത്തയായ.

മലിനമുഖൻ. ന. ൧, കരിമന്തി. ൨, അഗ്നി. ൩, ദുഷ്ടൻ. ൪, ക്രൂരൻ. ൫, പിശാചു.

മലിന. വി. (നൻ, നാ, നം.) വി. ന. ൧, മുഷിഞ്ഞ. ൨, കറുത്ത. ൩, ഹീനമായ. ൪, അഴുക്കുള്ള. ൫, പാപമുള്ള.

മലിനത. ഗു. ന. ൧, അഴുക്കു. ൨, കറുപ്പു. ൩, ഹീനത. ൪, പാപം.

മലിനം. ന. ൧, മോരു. ൨, കുററം. ൩, പൊൻകാരം.

മലിനാംബര. വി. (രൻ, രാ, രം.) വി. ന. മലിനമായ അംബരത്തോടു കൂടിയ.

മലിനാംബരം. ന. ൧, മുഷിഞ്ഞ വസ്ത്രം. ൨, തെളിവില്ലാത്ത ആകാശം.

മലിനാംബു. ന. മഷി.

മലിനീ. ന. തീണ്ടായിരുന്നവൾ.

മലിമ്ലുചൻ. ന. ൧, കള്ളൻ. ൨, കാററു.

മലീമസ. വി. (സൻ, സാ, സം.) വി. ന. മലിനമായുള്ള.

മലെക്കുന്നു. ച്ചു. പ്പാൻ. (മലെ.) അ. ക്രി. ൧, വ്യാകുലപ്പെടുന്നു. ൨, അതിശയിക്കുന്നു. ൩, മലൎന്നു കിടക്കുന്നു.

മലെപ്പു. ന. ൧, കലക്കം. ൨, ആശ്ചൎയ്യം. ൩, മലൎന്നു കിടക്കുക.

മല്പാൻ. ന. മതസംബന്ധമായ ഒരു ക്രിസ്തീയ സ്ഥാനപ്പേരു.

മല്പിടി. ന. ൧, പോരാട്ടം. ൨, ബലം പരീക്ഷിക്കുക.

മല്പിടിക്കുന്നു. ച്ചു. പ്പാൻ. (മൽ.) അ. ക്രി. മുഷ്ടിയുദ്ധം ചെയ്യുന്നു, തമ്മിൽ പിടിച്ചു യുദ്ധം ചെയ്യുന്നു.

മല്പിടിത്തം. ന. തമ്മിൽ പിടിച്ചും അടിച്ചും യുദ്ധം ചെയ്ക.

മല്മൽ. ന. നല്ല വെണ്മയും മിനുസവും ഉള്ള ഒരുതരം തുണി.

മല്ലു. ന. ൧, പോരാട്ടം. ൨, ബലം. ൩, മോന്തായം പിടിപ്പിക്കുന്ന തടി.

മല്ലകം. ന. ൧, എണ്ണക്കുടുക്ക. ൨, ഇടിഞ്ഞിൽ വിളക്കു.

മല്ലതൂൎയ്യം. ന. മല്ലന്മാരുടെ ഒരുവക വാദ്യം, പെരുമ്പറ.

മല്ലൻ. ന. ൧, മുഷ്ടിയുദ്ധം ചെയ്യുന്നവൻ. ൨, തടിച്ചു ബലമുള്ളവൻ.

മല്ലഭൂ. ന. മുഷ്ടിയുദ്ധം ചെയ്യുന്നസ്ഥലം.

മല്ലം. ന. ൧, മഷി. ൨, അഞ്ജനം.

മല്ലയാത്ര. ന. മുഷ്ടിയുദ്ധത്തിന്നുള്ള പുറപ്പാടു.

മല്ലയുദ്ധം. ന. മല്ലന്മാരുടെ യുദ്ധം.

മല്ലലോചന. വി. കറുത്ത കണ്ണോടു കൂടിയ, സൌന്ദൎയ്യമുള്ള.

മല്ലഴി. ന. വേലക്കാൎക്കു കേറിനിന്നു വേല ചെയ്വാൻ വെച്ചുകെട്ടിയ ചട്ടം മുതലായതു.

മല്ലാരി. ന. കൃഷ്ണൻ, വിഷ്ണു.

മല്ലാക്ഷി. ന. സുന്ദരി.

മല്ലി. ന. ൧, പഞ്ചിയുടെ പശ. ൨, മല്ലു.

മല്ലിക. ന. മല്ലു.

മല്ലികം. ന. ൧, ഒരുമാതിരി അരയന്നം. ൨, മാൎഗ്ഗമാസം.

മല്ലികാപുഷ്പം. ന. മല്ലപ്പൂ.

മല്ലികാക്ഷം. ന. ൧, ഒരു മാതിരി അരയന്നം. ൨, കണ്ണിന്നു ചുററും വെളുപ്പുള്ള കുതിര.

മല്ലിഗന്ധി. ന. മല്ലപ്പൂനാറിയകിൾ.

മല്ലിടുന്നു. ട്ടു. വാൻ. (മല്ലു.) സ. ക്രി. യുദ്ധം ചെയ്യുന്നു, കലഹിക്കുന്നു.

മല്ലിപത്രം. ന. കൂൺ.

മല്ലീവല്ലി. ന. മുല്ലവള്ളി.

മശകം. ന. കൊതുകു.

മശകി. ന. ൧, കൊതുകു. ൨, ഒരുവക വൃക്ഷം.

മശിഹാ. ന. ക്രിസ്തുവിന്റെ ഒരു പേർ.

മശ്രൂചി. ന. വസൂരി.

മശ്രൂചിക. ന. വസൂരി.

മഷി. ന. ൧, മിപത്തിൽനിന്നുണ്ടാകുന്ന കറുത്ത പൊടി. ൨, എഴുതുന്ന മഷി. ൩, അഞ്ജനം.

മഷിക്കാരൻ. ന. ൧, മഷിയുണ്ടാക്കുന്നവൻ. ൨, മറഞ്ഞിരിക്കുന്ന വസ്തുക്കളെ കാണിക്കുന്ന ഒരു വിദ്യക്കാരൻ.

മഷിക്കുപ്പി. ന. മഷിവെക്കുന്ന പാത്രം.

മഷിക്കോൽ. ന. ൧, എഴുതുന്ന തുവൽ. ൨, ചായമിടുന്നതിന്നുള്ള ഒരു വസ്തു.

മഷിനോട്ടക്കാരൻ. ന. അപ്രത്യക്ഷ വസ്തുക്കളെ മഷിനോക്കിപ്പറയുന്നവൻ.

മഷിനോട്ടം. ന. മഷിനോക്കിപ്പറയുന്ന ഒരു വിശേഷ വിദ്യ.

മഷിയിടുന്നു. ട്ടു. വാൻ. (മഷി.) സ. ക്രി. മഷി തേക്കുന്നു.

മസാരം. ന. മരതകം.

മസാല. ന. പലവ്യഞ്ജനം.

മസി. ന. മഷി.

മസികൂപി. ന. മഷിക്കുപ്പി.

മസിധാനം. ന. മഷിക്കുപ്പി.

മസിധാനി. ന. മഷിപ്പാത്രം.

മസൂരം. ന. വെളുത്ത അമര.

മസൂരവിദല. ന. നാല്ക്കോല്പക്കൊന്ന.

മസൂരിക. ന. വസൂരി.

മസൃണ. വി. (ണൻ, ണാ, ണം.) വി. ന. മൃദുത്വമുള്ള.

മസ്കരം. ന. മുള.

മസ്കരി. ന. സന്ന്യാസി.

മസ്തകഭാഗം. ന. മനുഷ്യരുടെയും മററും മൂൎദ്ധാവു.

മസ്തകമൂലകം. ന. കഴുത്തു.

മസ്തകം. ന. തലമണ്ട.

മസ്തസ്നേഹം. ന. തലയിലുള്ള എണ്ണ, തലയോടുള്ള സ്നേഹം.

മസ്തിഷ്കം. ന. തലച്ചോറു.

മസ്തു. ന. തൈരിൻവെള്ളം, മോർ.

മസ്തുലുംഗം. ന. തലച്ചോറു.

മസ്സാല; മസാല. ന. അരച്ചുചേൎത്ത കറിക്കൂട്ടു്.

മഹൽ. വി. (ഹാൻ, ഹതി, ഹൽ.) വി. ന. ൧, വലിയ. ൨, ഏററവും നല്ല.

മഹത്വം. ഗു. ന. വലിപ്പം, നന്മ.

മഹതി. ന. ൧, നാരദന്റെ വീണ. ൨, ഒരു തൈ.

മഹത്തു. ന. ൧, രാജ്യം. ൨, തത്വങ്ങളിൽ ഒന്നു.

മഹത്വക്കേടു. ന. വലിപ്പക്കുറവു, അപമാനം, ഇളപ്പം.

മഹത്വപ്പെടുന്നു. ട്ടു. വാൻ. (മഹത്വ.) അ. ക്രി. വലിപ്പമുണ്ടാകുന്നു.

മഹനീയ. വി. (യൻ, യാ, യം.) വി. ന. വന്ദിക്കപ്പെടുവാൻ തക്ക.

മഹമ്മദീയ. വി. മഹമ്മദ് എന്ന ആൾ സ്ഥാപിച്ച മതം അനുസരിക്കുന്ന; മഹമ്മദിനെ സംബന്ധിച്ച.

മഹം. ന. ഉത്സവം.

മഹല്ലോകം. ന. മേല്പെട്ടുള്ള ലോകങ്ങൾ ഏഴിൽ ഒന്നു.

മഹൎഷി. ന. വളരെ തപസ്സുചെയ്തവൻ, വസിഷ്ഠൻ മുതൽപേർ.

മഹസ്സു. ന. ൧, ഉത്സവം. ൨, തേജസ്സു. ൩, യാഗം. ൪, വലിപ്പം.

മഹാകന്ദം. ന. ൧, ഉള്ളി. ൨, ഒരുമാതിരി കിഴങ്ങു.

മഹാകല്പം. ന. ബ്രഹ്മപ്രളയം.

മഹാകവി. ന. വലിയ വിദ്വാൻ.

മഹാകാലൻ. ന. ൧, സംഹാരരുദ്രൻ. ൨, ശിവന്റെ വാതിൽ കാവല്ക്കാരൻ.

മഹാകാളി. ന. ഭദ്രകാളി.

മഹാകുല. വി. (ലൻ, ലാ, ലം.) വി. ന. ശ്രേഷ്ഠവംശത്തിലുള്ള, നല്ലവംശത്തിൽ ജനിച്ച.

മഹാകുലീന. വി. (നൻ, നാ, നം.) വി. ന. ഉത്തമകുലത്തിൽ ജനിച്ച.

മഹാകുല. വി. (ലൻ, ലാ, ലം.) വി. ന. മേല്പറഞ്ഞ അൎത്ഥം.

മഹാകോടി. ന. ഒരു വലിയ തുക.

മഹാഖൎവ്വം. ന. ഒരു വലിയ തുക.

മഹാഗ്രീവം. ന. ഒട്ടകം.

മഹാഗ്രീവി. ന. ഒട്ടകം.

മഹാംഗ. വി. (ഗൻ, ഗി, ഗം.) വി. ന. വലിയ ശരീരമുള്ള.

മഹാഗളം. ന. ഒട്ടകം.

മഹാജനം. ന. ൧, സജ്ജനം. ൨, വലിയ കച്ചവടക്കാരൻ.

മഹാജാലി. ന. മഞ്ഞപ്പീരം.

മഹാടവി. ന. വലിയ കാടു.

മഹാതിക്തകം. ന. ഒരു ഔഷധയോഗം.

മഹാതിക്ത. വി. (ക്തൻ, ക്താ, ക്തം.) വി. ന. ഏററവും കയ്പുള്ള.

മഹാതിക്തം. ന. വേപ്പുവൃക്ഷം.

മഹാതീക്ഷ്ണ. വി. (ക്ഷ്ണൻ, ക്ഷ്ണാ, ക്ഷ്ണം.) വി. ന. ൧, കഠിനമായ. ൨, ക്രൂരത.

മഹാതീക്ഷ്ണ. ന. ചേക്കുരു.

മഹാത്മാവു. വി. (ത്രിഷു.) വി. ന. ൧, ഏററവും ബുദ്ധിയുള്ള. ൨, വലിയ ശരീരമുള്ള, ധൈൎയ്യമുള്ള.

മഹാദേവൻ. ന. ശിവൻ.

മഹാദേവി. ന. പാൎവ്വതി.

മഹാദൈവം. ന. വലിയ ദൈവം.

മഹാധന. വി. (നൻ, നാ, നം.) വി. ന. ൧, അധികസമ്പത്തുള്ള. ൨, വിലയേറിയ.

മഹാധനം. ന. ൧, അധികം വിലയുള്ള വസ്തു. ൨, പൊൻ. ൩, വിലയേറിയ വസ്ത്രം. ൪, കൃഷി.

മഹാനന്ദം. ന. ൧, പരമാനന്ദം, മോക്ഷം. ൨, ഏററവും സന്തോഷം.

മഹാനവമി. ന. കന്നിമാസത്തിൽ

സരസ്വതിയെ സേവിക്കുന്ന ഒരു ദിവസം.

മഹാനസം. ന. അടുക്കള.

മഹാനിംബം. ന. മലവേപ്പു.

മഹാനിശ. ന. അൎദ്ധരാത്രി.

മഹാനീലം. ന. ഒരു രത്നം, നിലക്കല്ലു.

മഹാനുഭവ. വി. (വൻ, വാ, വം.) വി. ന. ശക്തിയും സമ്പത്തും ഭാഗ്യവുമുറവുമുള്ള.

മഹാനുഭവൻ. ന. പ, മഹാത്മാവു. ൨, ശ്രേഷ്ഠൻ.

മഹാൻ. ന. പ, വലിയവൻ. ൨, ഒട്ടകത്തെ അഞ്ചു വായുക്കളിൽ ഒന്നു.

മഹാപത്മൻ. ന. അഷ്ടനാഗങ്ങളിൽ ഒന്നു.

മഹാപത്മം. ന. പ, നവനിധികളിൽ ഒന്നു. ൨, ഒരു വലിയ തുക.

മഹാപാതകം. ന. വലിയ പാപം, ബ്രഹ്മഹത്യ മുതലായ മഹാ പാപങ്ങൾ അഞ്ചിന്നുംകൂടെയുള്ള പേർ.

മഹാപാതകി. ന. മഹാ പാതകമുള്ളവൻ.

മഹാപാപം. ന. വലിയ പാപം.

മഹാപാപി. വി. ന. വലിയ പാപം ചെയ്യുവൻ.

മഹാപ്രഭു. ന. പ, ഒരു ദൈവഭക്തൻ. ൨, രാജാവു. ൩, ഇന്ദ്രൻ. ൪, ശിവൻ.

മഹാപ്രയാസം. ന. വലിയ പ്രയാസം.

മഹാപ്രളയം. ന. ബ്രഹ്മാവിന്റെ അവസാനത്തിങ്കലെ പ്രളയം.

മഹാബല. വി. (ലൻ, ലാ, ലം.) വി. ന. അധികം ബലമുള്ള.

മഹാബലൻ. ന. പ, കാററു. ൨, ബുദ്ധമഹൎഷി.

മഹാബലാ. ന. ഒരുമാതിരി കുറുന്തോട്ടി.

മഹാബലം. ന. ൟയം.

മഹാബലി. ന. ഒരസുരരാജാവു.

മഹാബാഹു. വി. (ത്രിഷു.) വി. ന. നീണ്ട കൈകളുള്ള.

മഹാഭാഗ. വി. (ഗൻ, ഗാ, ഗം.) വി. ന. ഭാഗ്യവും മാഹാത്മ്യവുമുറവുമുള്ള.

മഹാഭാഗത. ഗു. ന. മഹത്വം.

മഹാഭാഗ്യ. വി. (ഗ്യൻ, ഗ്യാ, ഗ്യം.) വി. ന. വളരെ ഭാഗ്യമുള്ള.

മഹാഭുജ. വി. (ജൻ, ജാ, ജം.) വി. ന. മഹാബാഹു.

മഹാമതി. വി. (ത്രിഷു.) വി. ന. ബുദ്ധി അധികമുള്ള.

മഹാമനസ്സ. വി. (ത്രിഷു.) വി. ന. മഹാമതി.

മഹാമനസ്കത. ന. ഉദാരബുദ്ധിയോടുകൂടിയ സ്ഥിതി.

മഹാമാത്രൻ. ന. പ, പ്രധാനൻ. ൨, ധനവാൻ.

മഹാമായ. ന. പ, ദുൎഗ്ഗ, പാൎവ്വതി, ലക്ഷ്മി. ൨, ലോകമായ.

മഹാമാരി. ന. ദുൎഗ്ഗ.

മഹാമുനി. ന. മഹൎഷി.

മഹാമേരു. ന. ഒരു വലിയ പൎവ്വതം.

മഹായജ്ഞം. ന. വലിയ യാഗം.

മഹായശസ്സ. വി. (ത്രിഷു.) വി. ന. വളരെ കീൎത്തിയുള്ള.

മഹായശസ്സ. ന. ജിനന്മാരിൽ അഞ്ചാമത്തെ പ്രധാനി.

മഹായുഗം. ന. കൃത, ത്രേത, ദ്വാപര, കലി. ൟ നാലു യുഗവും കൂടിയതു.

മഹായോഗി. ന. യോഗശാസ്ത്രം പഠിച്ചു ശീലിച്ചവൻ.

മഹാരജതം. ന. സ്വൎണ്ണം.

മഹാരജനം. ന. പ, ഒരു പുഷ്പം, കുസുംഭം. ൨, സ്വൎണ്ണം.

മഹാരണ്യം. ന. കൊടുങ്കാടു.

മഹാരഥം. ന. വലിയ തേരു.

മഹാരഥൻ. ന. മഹാരാജാക്കന്മാരുടെ ഇടയിൽ ഒരു വലിയ സ്ഥാനമാനം സിദ്ധിച്ച രാജാവു.

മഹാരാജൻ. ന. രാജരാജൻ.

മഹാരാജികൻ. ന. ഗണദേവതമാരിൽ ഒരു കൂട്ടം.

മഹാരാഷ്ട്രം; മറാഷ്ടകം; മാറാട്ടി. ന. ഒരു രാജ്യം, ആ ദേശത്തെ ഭാഷ.

മഹാരോഗം. ന. വാതരോഗം മുതലായ ദീനങ്ങൾ എട്ടു.

മഹാരൌരവം. ന. ഒരു നരകം.

മഹാൎഹ. വി. വളരെ വിലമതിക്കത്തക്ക.

മഹാലോകർ. ന. മഹാജനങ്ങൾ, മഹത്വമുള്ള ആളുകൾ.

മഹാലോഹം. ന. കാന്തക്കല്ലു.

മഹാവ്യാധി. ന. മഹാ രോഗം.

മഹാശംഖം. ന. ഒരു വലിയ തുക.

മഹാശയ. വി. (യൻ, യാ, യം.) വി. ന. വലിയ ആശയമുള്ള.

മഹാശയൻ. ന. അതിബുദ്ധിമാൻ.

മഹാശല്കം. ന. ചെമ്മീൻ.

മഹാശാഖി. ന. വലിയ വൃക്ഷം.

മഹാശ്രുദ്ധി. ന. ജടച്ചി.

മഹാശോഫം. ന. ഒരു വലിയ നീരു.

മഹാശ്വേത. ന. വെണ്മുതക്ക.

മഹാസനം. ന. സിംഹാസനം, വലിയ ആസനം.

മഹാസഹ. ന. പ, വാടാമല്ലിക. ൨, പെരുമ്പാണം.

മഹാസേനൻ. ന. പ, സുബ്രഹ്മണ്യൻ. ൨, വലിയ സൈന്യത്തിന്നു നായകൻ.

മഹി. ന. ഭൂമി.

മഹിത. വി. (തൻ, താ, തം.) വി. ന. പ, യോഗ്യതയുള്ള, ൨, വന്ദിക്കപ്പെട്ട.

മഹിതം. ന. ശിവന്റെ ശൂലം.

മഹിമാ. ന. പ, വലിപ്പം, മഹത്വം. ൨, അഷ്ടൈശ്വൎയ്യങ്ങളിൽ ഒന്നു.

മഹിഷമൎദ്ദിനി. ന. ദുൎഗ്ഗയുടെ ഒരു പേർ.

മഹിഷൻ. ന. ഒരസുരൻ.

മഹിഷം. ന. പോത്തു.

മഹിഷി. ന. പ, എരുമ. ൨, പട്ടം കെട്ടിയ രാജഭാൎയ്യ.

മഹിളാ. ന. പ, സ്ത്രീ. ൨, ഞാഴൽ.

മഹിളാഹ്വയ. ന. ഞാഴൽ.

മഹീതലം. ന. ഭൂമി.

മഹീദേവൻ. ന. ബ്രാഹ്മണൻ.

മഹീധരം. ന. പൎവ്വതം.

മഹീധ്രം. ന. പൎവ്വതം.

മഹീപതി. ന. രാജാവു.

മഹീമണ്ഡലം. ന. മണ്ഡലാകാരമായുള്ള ഭൂമി, ഭൂഗോളം.

മഹീമയ. വി. (യൻ, യി, യം.) വി. ന. മണ്ണുകൊണ്ടുള്ള.

മഹീയസ്സ. വി. (യാൻ, യസി, യസ്സ.) വി. ന. ഏററവും മഹത്വമുള്ള, വലിപ്പമുള്ള.

മഹീരുഹം. ന. വൃക്ഷം.

മഹീലത. ന. ഞാഞ്ഞൂൽ.

മഹീശൻ. ന. രാജാവു.

മഹീസുതൻ. ന. ചൊവ്വാ.

മഹീക്ഷിത്തു. ന. രാജാവു.

മഹേച്ഛ. വി. (ച്ഛൻ, ച്ഛാ, ച്ഛം.) വി. ന. മഹാത്മാവു.

മഹേന്ദ്രജ്ജാലം. ന. ഒരു വലിയ വിദ്യ, ഒരുമാതിരി കണ്കെട്ടുവിദ്യ.

മഹേന്ദ്രൻ. ന. ഇന്ദ്രൻ.

മഹേരുണ. ന. മലയിന്തു.

മഹേശ്വരൻ. ന. ശിവൻ.

മഹേശ്വരി. ന. പാൎവ്വതി.

മഹേള. ന. സ്ത്രീ.

മഹോല്പലം. ന. താമരപ്പൂ, താമര.

മഹോത്സവം. ന. വലിയ ഉത്സവം.

മഹോത്സാഹ. വി. (ഹൻ, ഹാ, ഹം.) വി. ന. ഏററവും ഉത്സാഹമുള്ള.

മഹോത്സാഹം. ന. വലിയ ഉത്സാഹം.

മഹോദയം. ന. ൧, ഒരു നഗരം. ൨, ഉയൎച്ച. ൩, മോക്ഷം.

മഹോദരം. ന. വയറു വീക്കുന്ന ഒരു വക മീനം.

മഹോദ്യമ. വി. (മൻ, മാ, മം.) വി. ന. ഉത്സാഹമുള്ള.

മഹോക്ഷം. ന. വലിയ കാള.

മഹൌഷധം. ന. ൧, ഒരുമാതിരി ഉള്ളി. ൨, അതിവിടയം. ൩, ചുക്കു.

മഹൌഷധി. ന. ൧, ഉള്ളി. ൨, ഒരു തൈ. ൩, ചുക്കു.

മക്ഷികം. ന. ഈച്ച.

മഴ. ന. ആകാശത്തിൽനിന്നു തുള്ളിതുള്ളിയായി പൊഴിയുന്ന വെള്ളം.

മഴക്കൽ. ന. ൧, കഴക്കുക. ൨, വൃഥായുള്ള വാക്കു പറഞ്ഞു താമസിപ്പിക്കു.

മഴക്കാല്യ. ന. മഴവെള്ളം പോവാനുള്ള വഴി.

മഴക്കാലം. ന. വൎഷകാലം.

മഴക്കാറു. ന. മഴ പെയ്യുന്നതിന്നുള്ള കറുത്ത മേഘം.

മഴക്കുന്നു. ക്കി. വാൻ. (മഴക്ക.) സ. ക്രി. ൧, കഴകുന്നു. ൨, വൃഥായുള്ള വാക്കു പറഞ്ഞു താമസിപ്പിക്കുന്നു. **മഴപ്പു;** **മഴക്കൽ.** ന.

മഴക്കോൾ. ന. മഴക്കാർ ഉണ്ടാകുക.

മഴത്താര. ന. ഇടവിടാതെയുള്ള മഴ.

മഴത്തുള്ളി. ന. മഴയുടെ വെള്ളത്തുള്ളി.

മഴവെള്ളം. ന. മഴകൊണ്ടുണ്ടായ വെള്ളം, പെയിത്തുവെള്ളം.

മഴു. ന. ൧, ഒരുമാതിരി കോടാലി. ൨, കല്ലുവെട്ടുന്ന മഴു. ൩, വണ്മഴു.

മറ. ന. ൧, വേദം. ൨, ഓല ശീല മുതലായതുകൊണ്ടു മറെച്ചതു, തിര. ൩, രഹസ്യം. ൪, നിഴൽ.

മറക്കാതൽ. ന. വേമാത്മസഹൃഷി, ഒരംശ്വരൻ.

മറക്കുട. ന. ചില ബ്രാഹ്മണ സ്ത്രീകളുടെ കുട.

മറക്കുന്നു. ന്നു. പ്പാൻ. (മറ.) സ. ക്രി. ഓൎമ്മയില്ലാതാകുന്നു, ക്ഷമിക്കുന്നു, മനസ്സിൽനിന്നു വിട്ടുകളയുന്നു.

മറക്കുഴി. ന. ചുററും മറച്ചുകെട്ടിയിട്ടുള്ള കുഴി, മറപ്പുര.

മറതി. ന. ൧, മറവി. ൨, രഹസ്യം.

മറപൊരുൾ. ന. രഹസ്യകാൎയ്യം, തിരിച്ചറിവാൻ പ്രയാസമുള്ള കാൎയ്യം.

മറപ്പുര. ന. മറക്കുഴി, പുറത്തു പോകുന്നതിന്നുള്ള ഒരു പുര.

മറയത്തു. അ. കാണാത്ത സ്ഥലത്തു.

മറയത്താക്കുന്നു. ക്കി. വാൻ. (മറയത്ത.) സ. ക്രി. ആക്കിക്കളയുന്നു.

മറയവർ. ന. ബ്രാഹ്മണർ.

മറയുന്നു. ഞ്ഞു. വാൻ. (മറ.) അ. ക്രി. ൧, കാണാതെയാകുന്നു. ൨, ചാകുന്നു. ൩, ഒളിച്ചിരിക്കുന്നു. **മറെക്കുന്നു.** സ. ക്രി.

മറവു. ന. നിഴൽ, മറ, മറച്ചുചെയ്ക, ഒളിക്ക.

മറവൻ. ന. ദക്ഷിണ ഇൻഡ്യായിലെ പൂൎവ്വനിവാസികളായിരുന്ന ഒരു ജാതിക്കാർ.

മറവി. ന. ഓൎമ്മക്കേടു.

മറി. ന. ൧, കൊച്ചുമാൻ. ൨, കല. ൩, വഞ്ചന, മറിവു.

മറികടക്കുന്നു. ന്നു. പ്പാൻ. (മറി.) സ. ക്രി. മീതെ കൂടെ കവെച്ചുകടക്കുന്നു.

മറികണ്ണു. ന. ചരിഞ്ഞുനോക്കുന്ന കണ്ണു, കോങ്കണ്ണു.

മറികണ്ണൻ. ന. ഒരു വശത്തോട്ടു ചരിഞ്ഞു നോക്കുന്നവൻ, കോങ്കണ്ണൻ.

മറിക്കുന്നി. ന. ഒരുമാതിരി തൈ.

മറിക്കുന്നു. ച്ചു. പ്പാൻ. (മറി.) സ. ക്രി. ൧, കീഴ്മേലാക്കുന്നു. ൨, തിരിക്കുന്നു. ൩, മാററുന്നു. ൪, മറിപ്പിലാക്കുന്നു, തടയുന്നു.

മറിച്ചിൽ. ന. ൧, മാററം. ൨, രഹസ്യം. ൩, കഴക്കു. ൪, വഞ്ചന. ൫, തെറുക്കു. ൬, തിരിയുക. ൭, കീഴ്മേലാക്കുക. ൮, കരണംമറിക.

മറിച്ചുഴിവു. ന. ൧, നീൎച്ചുഴി. ൨, തലമുടിയുടെ ചുഴി. ൩, വട്ടംചുററൽ.

മറിപ്പു. ന. ൧, തടവു. ൨, പാറാവു, ഉപദ്രവം.

മറിപ്പൻ. ന. പിടലിതട്ടൻ, ഒരു പകരുന്ന മീനം.

മറിപ്പിലാക്കുന്നു. ക്കി. വാൻ. (മറിപ്പിൽ.) സ. ക്രി. പാറാവിലാക്കുന്നു, തടവിലാക്കുന്നു.

മറിമാൻ. ന. കഴുത്തു മറിച്ചു പുറകോട്ടു നോക്കുന്ന മാൻ, തിരിഞ്ഞുനോക്കുന്ന മാൻ.

മറിമായം. ന. വ്യാജം, ചതിവു.

മറിയുന്നു. ഞ്ഞു. വാൻ. (മറി.) അ. ക്രി. ൧, ഉരുളുന്നു. ൨, തിരിയുന്നു, മടങ്ങുന്നു. ൩, വശംതിരിയുന്നു. ൪, കരണം മറിയുന്നു. ൫, വീഴുന്നു. ൬, മാറുന്നു. ൭, വിപരീതമാകുന്നു. **മറിക്കുന്നു.** സ. ക്രി.

മറിവു. ന. മറിച്ചിൽ, തിരിച്ചിൽ.

മറിവാതിൽ. ന. ഒരുമാതിരി കൊച്ചുവാതിൽ, ഇടുകുഴിവാതിൽ.

മറു. വി. ൧, മറെറാരു. ൨, അടുത്ത, പിന്നത്തെ. അ. വീണ്ടും.

മറു. ന. ൧, ശരീരത്തിലുണ്ടാകുന്ന ഒരു മാതിരി കറുത്ത അടയാളം. ൨, കറ. ൩, വ്യാജം. ൪, വഞ്ചന. ൫, കറുപ്പു നിറം.

മറുകു. ന. ശരീരത്തിലുണ്ടാകുന്ന ഒരു മാതിരി കറുത്തോ ചുവന്നോ ഉള്ള അടയാളം.

മറുകടം. ന. ഒരുത്തന്റെ കടം തീൎപ്പാൻ മറെറാരുത്തനോടു വാങ്ങിക്കുന്ന കടം.

മറുകടിഞ്ഞൂൽ. ന. രണ്ടാമത്തെ പ്രസവം.

മറുകൽ. ന. പരിഭ്രമം.

മറുകര. ന. ൧, ആററിന്റെയുമ്മററും എതിൎക്കര. ൨, അടുത്ത ദേശം.

മറുകാൽ. ന. ൧, ഊന്നു. ൨, കൈത്തോടു.

മറുകുന്നു. കി. വാൻ. (മറുക.) അ. ക്രി. പരിഭ്രമിക്കുന്നു.

മറുകുരുവു. ന. വസൂരി വന്നു കുളിപ്പാറാകുന്നതിനു മുൻപിൽ കുളിച്ചാൽ പിന്നെയുണ്ടാകുന്ന കുരുവു.

മറുകൂട്ടം. ന. മറെറാരു കൂട്ടം.

മറുകൂട്ടംപിള്ള. ന. മറെറാരു കൂട്ടം എഴുതുന്ന എഴുത്തുകാരൻ.

മറുകൈ. ന. ക, പ്രതിക്രിയ, ഒന്നിന്നു പകരം ചെയ്യുന്ന പ്രവൃത്തി. വ, പ്രത്യൌഷധം.

മറുക്കാരെക്കാ. ന. ഒരു വക കായ്.

മറുക്കുന്നു. ത്തു. പ്രാൻ. (മറു.) സ. ക്രി. ക, വിരോധിക്കുന്നു. വ, വിരോധത്തെ അതിക്രമിച്ചു ചെയ്യുന്നു. ന്ദ, എതിൎക്കുന്നു. ര, നിഷേധിക്കുന്നു.

മറുചട്ടം. ന. ക, മറെറാരു ചട്ടം. വ, മറെറാരു പ്രമാണം.

മറുചാല്. ന. ക, രണ്ടാമതു ഉഴുക. വ, മറെറാരു തോട്.

മറുചെവി. ന. മറെറച്ചെവി, മറെറാരുത്തന്റെ ചെവി.

മറുജന്മം. ന. മറെറാരു ജനനം, പുനൎജ്ജന്മം.

മറുജാതി. ന. വേറെ ഒരു ജാതി.

മറുതല. ന. മറുപക്ഷക്കാരൻ, വിരോധി, ശത്രു.

മറുതാക്കോൽ. ന. ക, കള്ളത്താക്കോൽ. വ, വേറെയുള്ള താക്കോൽ.

മറുതാശിങ്കി. ന. ഒരു മരുന്നു.

മറുതായി. ന. ഘോരാകൃതിയിലുള്ള ഒരുതരം പിശാച്.

മറുദേശം. ന. അന്യദേശം, മറെറാരു ദിക്കു.

മറുനാൾ. ന. അടുത്ത ദിവസം.

മറുപടി. ന. എഴുത്തിന്റെ ഉത്തരമായുള്ള എഴുത്തു.

മറുപണയം. ന. പണയം തന്നിരിക്കുന്ന വസ്തു പണയം വെക്കുക.

മറുപത്ഥ്യം. ന. ചില മരുന്നു സേവിച്ചാൽ അതിന്റെ ഫലം വരുന്നതിന്നുവേണ്ടി കുറെ ദിവസം കാററും വെയിലും കൊള്ളാതെ സൂക്ഷിച്ചിരിക്കുക.

മറുപനി. ന. വീണ്ടും വന്ന പനി.

മറുപക്ഷം. ന. ക, മറെറാരു പക്ഷം. വ, ശത്രുപക്ഷം.

മറുപാട്. ന. മറുവശം, മറെറപ്പുറം.

മറുപാട്ടം. ന. നിലം പുരയിടങ്ങൾ ഒരുത്തന്നു എഴുതിക്കൊടുത്തു അവൻ അനുഭവിച്ചുവരുമ്പോൾ മറെറാരുത്തന്നു എഴുതിക്കൊടുക്കുക.

മറുപിരി. ന. ഒരു മാതിരി പിരിയാണി.

മറുപിള്ള. ന. പ്രസവിച്ചുവീണ പൈതലിന്റെ പൊക്കിൾക്കൊടിയുടെ അററത്തുള്ള ഒരു മാംസം, മാച്ചു.

മറുപുറം. ന. മറെറ വശം.

മറുപൊരുൾ. ന. മറെറാരൎത്ഥം.

മറുപോരു. ന. ഒരുത്തന്റെ ബുദ്ധികൊണ്ടു കാണുന്നതിനെ അറിഞ്ഞു അതിന്റെ പകരമായിട്ടു കാണുന്ന ഉപായം.

മറുപ്പു. ന. ക, വിരോധം, നേരിടുക, അതിക്രമിച്ചു ചെയ്യു. വ, നിഷേധം.

മറുഭാഗം. ന. ക, മറുവശം. വ, ശത്രുപക്ഷം.

മറുഭാഗി. ന. ശത്രു, വിരോധി.

മറുഭാഷ. ന. ക, അന്യഭാഷ. വ, മറെറാരു രൂപം.

മറുമരുന്നു. ന. പ്രത്യൌഷധം, ഒരു മരുന്നുകൊണ്ടുണ്ടായ ദോഷം തീരുന്നതിന്നു പിന്നെക്കൊടുക്കുന്ന മരുന്നു.

മറുമാസം. ന. കഴിഞ്ഞതൊ വരുവാനുള്ളതൊ ആയ മാസം.

മറുമുടി. ന. ചില സ്ത്രീകൾ തലമുടി പോരാഞ്ഞാൽ വെച്ചുകെട്ടുന്ന ചമരിമൃഗത്തിന്റെ വാൽ.

മറുരാജ്യം. ന. അന്യരാജ്യം.

മറുരൂപം. ന. മറെറാരു രൂപം.

മറെക്കുന്നു. ച്ചു. പ്രാൻ. (മറെ). സ. ക്രി. ക, ഒളിക്കുന്നു, മൂടുന്നു. വ, ശവവും മററും കുഴിച്ചിടുന്നു.

മററു. വി. വേറെ.

മററന്നാൾ. അ. നാളകഴിഞ്ഞു വരുന്ന ദിവസം.

മററം. ന. മേച്ചിൽസ്ഥലം, ആററിരികെയുമ്മററുമുള്ള ചില കണ്ടത്തിന്നു പറയുന്ന ഒരു പേർ.

മററവൻ. ന. ഒരു കൂട്ടത്തിൽ മുമ്പിൽ പറയപ്പെട്ടതല്ലാതെ പിന്നെയുള്ളവൻ, മറെറ അവൻ.

മററും. അ. വേറെയും.

മറേറതു. അ. ഇതല്ലാത്തതു.

മറെറാരു. വി. വേറൊരു.

മാ

മാ. ന. ക, ലക്ഷ്മി. വ, സമ്പത്തു.

മാ. അ. അരുതു, വേണ്ടാ.

മാകന്ദം. ന. തേന്മാവു.

മാക്കല്ലു. ന. കല്ലലക.

മാക്കാൻ. ന. കാട്ടുപൂച്ച.

മാക്കിറി. ന. ചാടുന്ന ഒരു മാതിരി ചെറിയ ജന്തു, തവള.

മാക്കീരക്കല്ലു. ന. ഒരു ഔഷധം, ഒരു വക കല്ലു.

മാഗധ. വി. (ധൻ, ധി, ധം.) വി. ന. മഗധരാജ്യത്തെ സംബന്ധിച്ച.

മാഗധൻ. ന. രാജാക്കന്മാരുടെ വംശത്തെക്കുറിച്ചു സ്തുതിച്ചു പാടുന്ന ഒരു ജാതിക്കാരൻ.

മാഗധി. ന. ക, തിപ്പലി. വ, കറുമൊഴി. ന്ദ, മഗധദേശത്തെ രാജസ്ത്രീ. ര, മഗധരാജാവിന്റെ പുത്രി. ൫, ഒരു ഭാഷ.

മാംഗല്യകം. ന. ഒരു വക പയർ.

മാഘപുരാണം. ന. ഒരു പുരാണഗ്രന്ഥം.

മാഘമാസം. ന. മകരമാസം.

മാഘം. ന. മകരമാസത്തിന്നും കുംഭമാസത്തിന്നും കൂടപ്പറയുന്ന ഒരു പേർ.

മാഘ്യം. ന. കുരുണപ്പൂവു.

മാങ്ങാ. ന. മാവിന്റെ കായ്.

മാങ്ങാനാറി. ന. ഒരു പച്ചമരുന്നു.

മാചലൻ. ന. വഴിയിൽ നിന്നു പിടിച്ചുപറിക്കുന്നവൻ.

മാചിക്ക. ന. ഒരങ്ങാടിമരുന്നു.

മാച്ചു. ന. ക, അഴുക്കു. വ, പാപം. ന്ദ, കുററം. ര, വഞ്ചന. ൫, മറുപിള്ള.

മാച്ചുവള്ളി. ന. മറുപിള്ളയെ ഗൎഭാശയവുമായി ബന്ധിക്കുന്ന ഞരമ്പുകെട്ടു.

മാച്ചാക്കുന്നു. ക്കി. വാൻ. (മാച്ചു.) സ. ക്രി. അഴുക്കാക്കുന്നു.

മാച്ചാങ്കളി. ന. ഒരുമാതിരി കളി.

മാച്ചിൽ. ന. ക, മായുക, തുത്തുകളക. വ, മറഞ്ഞിരിപ്പു. ന്ദ, മറവി.

മാഞ്ചി. ന. ഒരങ്ങാടിമരുന്നു.

മാഞ്ചെവി. ന. ഒരു തൈ, എരിമക്കള്ളി.

മാട്. ന. ക, കാള പശു മുതലായതു. വ, പൊങ്ങിയ സ്ഥലം. ന്ദ, പിച്ചാങ്കത്തിയുടെയുമ്മററും മൂൎച്ചയില്ലാത്ത വശം. ര, കയ്യാല, ഓരട്ടു.

മാട. ന. കൊമ്പു കീഴ്പോട്ടുള്ള പശു.

മാടൻ. ന. ഭോഷൻ.

മാടപ്രാവു. ന. ഒരു മാതിരി പ്രാവു.

മാടഭൂപതി. ന. കൊച്ചിരാജാവിന്റെ ഒരു പേർ.

മാടഭൂമി. ന. കൊച്ചിരാജ്യം.

മാടം. ന. ൧, ചെറിയ വീടു. ൨, പൂ ലക്കുടി. ൩, കാക്കുന്ന പുര. ൪, മാളിക. ൫, പിച്ചാത്തിയുടെയുമററും മൂ ച്ചയില്ലാത്ത വശം.

മാടമ്പി. ന. ജന്മപ്രഭു.

മാടമ്പു്. ന. മാടമ്പിയുടെ അതൃത്തിയിൽപെട്ട സ്ഥലം.

മാടണി. വി. കുന്നുപോലെ കട്ടിയും ഉയരവും ഉള്ള.

മാട്ടുന്നു. ടി. വാൻ. (മാട.) സ. ക്രി. കൈ കവിഴ്ത്തി ഉഴുന്നു, കയ്യാല കോരുന്നു, കൈകാട്ടി വിളിക്കുന്നു.

മാടോട്ടു. ന. പുര മേയുന്നതിന്നു മണ്ണുകൊണ്ടുണ്ടാക്കിയ ഒരു മാതിരി സാധനം, ഓട്ടു.

മാട്ടു. ന. ക്ഷുദ്രപ്രയോഗം.

മാട്ടം. ന. ൧, മങ്കൊട്ട. ൨, മൺചിറ. ൩, കൈകൊണ്ടടിക്ക. ൪, ചിറയിട്ട കയ്യുമററും. ൫, കള്ളുകുടം.

മാട്ടുന്നു. ട്ടി. വാൻ. (മാട്ട.) സ. ക്രി. ൧, ക്ഷുദ്രം ചെയ്യുന്നു. ൨, കള്ളെടുപ്പാൻ കുടം ത്തൂക്കുന്നു. ൩, ആമത്തിലിടുന്നു.

മാട്ടുബാധ. ന. ക്ഷുദ്രബാധ.

മാഠരൻ. ന. സൂൎയ്യന്റെ പാൎശ്വവൎത്തികളിൽ ഒരുത്തൻ.

മാഠാപത്യം. ന. മഠപതിയുടെ അവസ്ഥ.

മാഢി. ന. ൧, അങ്കുരം. ൨, ദൈന്യം.

മാണം. ന. വാഴക്കിഴങ്ങു.

മാണവകൻ. ന. ൧, ബാലകൻ. ൨, വേദം പഠിക്കുന്നവൻ. ൩, മൂഢൻ.

മാണവകം. ന. ഇരുപതു ചുററുള്ള മുത്തുമാല.

മാണവൻ. ന. ബാലകൻ.

മാണവം. ന. പതിനാറു ചുററുള്ള മാല.

മാണവീണ. വി. (ണൻ, ണാ, ണം.) വി. ന. മാണവനെ സംബന്ധിച്ച.

മാണവ്യം. ന. ൧, ബ്രഹ്മചാരിക്കൂട്ടം. ൨, ബാലത്വം.

മാണി. ന. ബ്രാഹ്മണബാലന്മാരിൽ ചിലൎക്ക് പറയുന്ന ഒരു പേർ.

മാണിക്യം. ന. ചുവപ്പുരത്നം, മാണിക്യക്കല്ലു.

മാണിക്യരത്നം. ന. ചുവപ്പുരത്നം, മാണിക്യക്കല്ലു.

മാണിമന്ഥം. ന. ഇന്തുപ്പു.

മാണ്ഡലിക. വി. (കൻ, കാ, കം.) വി. ന. മണ്ഡലത്തെ സംബന്ധിച്ച.

മാൺപു്. ന. മയക്കൽ, ഭംഗി.

മാതംഗൻ. ന. ൧, പറയൻ. ൨, കാട്ടാളൻ.

മാതംഗം. ന. ആന.

മാതംഗലീല. ന. ഒരു പുസ്തകം, ആനപ്പാപ്പു പഠിക്കുന്നതിന്നുള്ള ശാസ്ത്രം.

മാതംഗീ. ന. ഒരു ദേവി.

മാതരിശ്വാവു. ന. വായു, കാററു.

മാതലി. ന. ഇന്ദ്രന്റെ തേരാളി.

മാതളനാരകം. ന. ഒരുമാതിരി നാരകം.

മാതളനാരങ്ങാ. ന. മാതളനാരകത്തിന്റെ കായ്.

മാതളപ്പഴം. ന. പഴുത്ത മാതളനാരങ്ങാ.

മാതളം. ന. മാതളനാരകം.

മാതാപിതാക്കന്മാർ. ന. അമ്മെക്കും അച്ഛനും കൂടെയുള്ള പേർ.

മാതാമഹൻ. ന. അമ്മയുടെ അച്ഛൻ.

മാതാമഹി. ന. അമ്മയുടെ അമ്മ.

മാതാവു. ന. ൧, അമ്മ. ൨, പാൎവ്വതിയും മററു ദേവികളും.

മാതിരി. ന. മച്ചം, തരം, വക.

മാതുധാനൻ. ന. ഒരുമാതിരി പാമ്പു, മണ്ഡലി.

മാതുലൻ. ന. അമ്മാവൻ.

മാതുലപുത്രകം. ന. ഉമ്മത്തിൻകായ്.

മാതുലം. ന. ൧, ഉമ്മത്തം. ൨, ചെറുകുമ്പുനെല്ലു.

മാതുലാനി. ന. ൧, അമ്മാമന്റെ ഭാൎയ്യ. ൨, ചെറുകമ്പുനെല്ലു.

മാതുലാഹി. ന. മണ്ഡലി.

മാതുലി. ന. അമ്മാവന്റെ ഭാൎയ്യ.

മാതുലുംഗകം. ന. വള്ളിനാരകം.

മാതൃക. വി. (കൻ, കാ, കം.) വി. ന. മാതാവിനെ സംബന്ധിച്ച.

മാതൃകൻ. ന. അമ്മാമൻ.

മാതൃക. ന. ൧, അമ്മ. ൨, വളൎത്തമ്മ. ൩, അകാരാദ്യക്ഷരങ്ങൾ. ൪, ഒരു ദേവി.

മാതൃഘാതുകൻ. ന. ൧, അമ്മയെ കൊന്നവൻ. ൨, ഇന്ദ്രൻ.

മാതൃധനം. ന. അമ്മയുടെ മുതൽ.

മാതൃപാരമ്പൎയ്യം. ന. അമ്മയുടെ പാരമ്പൎയ്യം.

മാതൃവധം. ന. അമ്മയെക്കൊല്ലുക.

മാതൃവഴി. ന. അമ്മയുടെ പാരമ്പൎയ്യം.

മാതൃഷ്വസാവു. ന. ചിററമ്മ, പേരമ്മ.

മാതൃഷ്വസേയൻ. ന. ചിററമ്മയുടെയൊ പേരമ്മയുടെയൊ മകൻ.

മാതൃഷ്വസ്രീയൻ. ന. മേല്പറഞ്ഞ അൎത്ഥം.

മാതൃസോദരൻ. ന. അമ്മാമൻ.

മാതൃഹത്യ. ന. മാതാവിനെക്കൊന്ന പാപം.

മാതൃഹനനം. ന. മാതൃവധം.

മാതൃഹൻ. വി. (ഹാ, ഘ്നീ, ഹൻ.) വി. ന. അമ്മയെക്കൊന്ന.

മാത്ര. ന. ൧, അല്പം. ൨, അളവു. ൩, നിമിഷം. ൪, ഉപകരണം. ൫, കുണ്ഡലം. ൬, സമ്പത്തു. ൭, അല്പാച്ചു. ൮, കവിതാമാത്ര. ൯, ഗുളിക. ൧൦, ക്രമം.

മാത്രക്കോൽ. ന. ഒരുമാതിരി കളിക്കാൎക്ക് കയറിയിരുന്നു കളിപ്പാനുള്ള ഒരു യന്ത്രം.

മാത്രം. അ. ൧, തന്നേ. ൨, തനിച്ച. ന. മുഴവൻ.

മാത്രാശനം. ന. ഭക്ഷണവസ്തുവിന്റെയും സമയത്തിന്റെയും അവസ്ഥെക്കു തക്കവണ്ണം ഭക്ഷിക്കുക.

മാത്സര. വി. (രൻ, രീ, രം.) വി. ന. മറെറാരുത്തന്റെ സൌഖ്യത്തെക്കുറിച്ചു അസൂയയുള്ള.

മാത്സൎയ്യം. ന. മറെറാരുത്തന്റെ സൌഖ്യത്തെക്കുറിച്ചുള്ള അസൂയ, വൈരം.

മാത്സികൻ. ന. മത്സ്യം പിടിക്കുന്നവൻ.

മാദം; മാദനം. ന. ൧, മദം. ൨, അഹങ്കാരം. ൩, ആനന്ദം.

മാദകം. ന. മദം ഉണ്ടാക്കുന്നതു, സന്തോഷിപ്പിക്കുന്നതു.

മാദൃശ. വി. (ശൻ, ശീ, ശം.) വി. ന. എന്നെപ്പോലെയുള്ള.

മാദ്രീ. ന. മദ്രരാജാവിന്റെ പുത്രി, പാണ്ഡുവിന്റെ രണ്ടാമത്തെ ഭാൎയ്യ.

മാധവകം. ന. ഇരിപ്പവൃക്ഷത്തിന്റെ പൂവിൽനിന്നു ചമച്ച മദ്യം.

മാധവ. വി. (വൻ, വീ, വം.) വി. ന. തേൻകൊണ്ടുണ്ടാക്കിയ.

മാധവൻ. ന. വിഷ്ണു.

മാധവം. ന. ൧, ഇടവമാസം. ൨, ഒരു ഋതു, വസന്തകാലം. ൩, മധുരം.

മാധവീ. ന. ൧, ഒരുമാതിരി ശക്കര.

വ, കുരുക്കത്തിമുല്ല. ന, കൃഷ്ണന്റെ സോദരി. ര, ഒരു മദ്യം.

മാധവീലതാ. ന. കുരുക്കത്തിമുല്ല.

മാധുകരി. ന. ചില സന്ന്യാസികൾ അഞ്ചു സ്ഥലങ്ങളിൽനിന്നു വാങ്ങിക്കുന്ന ഭിക്ഷ.

മാധുരം. ന. ഒരുമാതിരി മുല്ല.

മാധുരി. ന. മദ്യം.

മാധുൎയ്യം. ന. മധുരത, രുചിയുടെയും സ്വഭാവത്തിന്റെയും ഒരു വിശേഷം.

മാധൂക. വി. (കൻ, കി, കം.) വി. ന. മധുരമുള്ള. (ഇതു വാക്കിനോടു മാത്രം ചേരും.)

മാധൂകരം. ന. യാചിതധനം.

മാദ്ധ്യന്ദിനം. ന. ഉച്ചസമയം.

മാദ്ധ്യസ്ഥം. ന. ക, പക്ഷഭേദമില്ലായ്മ. വ, ഉദാസീനത. ന, മദ്ധ്യസ്ഥത.

മാദ്ധ്യാഹ്നിക. വി. (കൻ, കീ, കം.) വി. ന. ക, മദ്ധ്യാഹ്നകാലത്തുള്ള. വ, ഉച്ചെക്കു വേണ്ടുന്ന.

മാധവൻ. ന. വിഷ്ണുമതക്കാരിൽ ഒരു പ്രധാനി.

മാധവം. ന. വിഷ്ണുമതം.

മാധവി. ന. മദ്യം.

മാധവീകം. ന. ഇരിപ്പപ്പൂവിൽനിന്നു ചമെച്ച മദ്യം.

മാനക്കേട്. ന. അപമാനം.

മാനഗ്രന്ഥി. ന. തെറ്റ.

മാനദണ്ഡം. ന. അളവുകോൽ.

മാനധാനികാ. ന. വെള്ളരിക്കായ്.

മാനനഷ്ടം. ന. മാനഹാനി, മാനക്കുറവു, അപമാനം.

മാനനം. ന. ബഹുമാനിക്കയെന്നുള്ളത്.

മാനനീയ. വി. (യൻ, യാ, യം.) വി. ന. മാനിക്കത്തക്ക.

മാനഭംഗം. ന. മാനത്തിന്റെ നാശം, അപമാനം.

മാനമദം. ന. അഹങ്കാരം, ഡംഭ്.

മാനൻ. ന. ആൽപ്ലേരു.

മാനം. ന. ക, അളവു. വ, അഹങ്കാരം. ന, സ്ത്രീകളുടെ ഒരുമാതിരി കോപം. (മ.) ക, കീൎത്തി. വ, ബഹുമാനം. ന, ആകാശം.

മാനംചാടി. ന. ഒരുവക മത്സ്യം.

മാനംപാടി. ന. ഒരുവക പക്ഷി.

മാനവൻ. ന. മനുഷ്യൻ.

മാനവൎജ്ജിത. വി. (തൻ, താ, തം.) വി. ന. മാനമില്ലാത്ത.

മാനവീ. ന. സ്ത്രീ.

മാനവിക്രമൻ. ന. കോഴിക്കോട്ടുരാജാവിന്റെ ഒരു സ്ഥാനപ്പേരു.

മാനവേദൻ. ന. കോഴിക്കോട്ടു ഇളയരാജാവിന്റെ സ്ഥാനപ്പേരു.

മാനശാലി. വി. (ലി, ലിനീ, ലി.) വി. ന. ക, മാനമുള്ള. വ, ഗൎവ്വമുള്ള.

മാനശീല. വി. (ലൻ, ലാ, ലം.) വി. ന. മാനശീലമുള്ള.

മാനസ. വി. (സൻ, സി, സം.) വി. ന. മനസ്സിനെ സംബന്ധിച്ച.

മാനസാന്തരം. ന. ദൈവത്തോടു പശ്ചാത്തപിച്ചു ക്ഷമായാചനം ചെയ്യുന്ന മനസ്സിന്റെ സ്ഥിതി.

മാനസം. ന. ക, മനസ്സു. വ, ദേവനദി. (മ.) വലിയ പന്തൽ.

മാനസിക. വി. മനസ്സിനെ സംബന്ധിച്ചുള്ള.

മാനസീ. ന. ക, ജിനന്മാരുടെ ഒരു പ്രധാന ദേവി. വ, ഒന്നാമത്തെ മനുവിന്റെ പുത്രി.

മാനസൌകസ്സ്. ന. അരയന്നം.

മാനഹാനി. ന. മാനത്തിന്റെ നാശം, അപമാനം.

മാനഹീന. വി. (നൻ, നാ, നം.) വി. ന. മാനമില്ലാത്ത.

മാനക്ഷയം. ന. മാനഹാനി.

മാനാൎഹക. വി. (കൻ, കാ, കം.) വി. ന. മാനത്തിന്നു വേണ്ടുന്ന.

മാനി. വി. (നി, നിനീ, നി.) വി. ന. മാനമുള്ള, ഗൎവ്വമേറുമുള്ള.

മാനിക്കുന്നു. ച്ചു. പ്പാൻ. (മാനി.) സ. ക്രി. ക, തൂക്കുന്നു, അളക്കുന്നു. വ, ബഹുമാനിക്കുന്നു. ന, അഹങ്കരിക്കുന്നു.

മാനിത. വി. ബഹുമാനിക്കപ്പെട്ട.

മാനിതവ്യ. വി. മാനിക്കുവാൻ യോഗ്യതയുള്ള.

മാനിനീ. ന. ക, സ്ത്രീ. വ, മാനമുള്ള സ്ത്രീ, ഈൎഷ്യയുണ്ടാകയാൽ ഭൎത്താവിനോടു കോപിച്ചിരിക്കുന്ന സ്ത്രീ.

മാനുഷ. വി. (ഷൻ, ഷീ, ഷം.) വി. ന. മനുഷ്യനെസ്സംബന്ധിച്ച.

മാനുഷത്വം. ന. ക, മനുഷ്യസ്വഭാവം. വ, പുരുഷത്വം.

മാനുഷൻ. ന. മനുഷ്യൻ.

മാനുഷീ. ന. സ്ത്രീ.

മാനുഷ്യകം. ന. മനുഷ്യരുടെ കൂട്ടം.

മാനുഷ്യം. ന. മനുഷ്യത്വം.

മാനോജ്ഞകം. ന. ഭംഗി.

മാൻ. ന. ക, ഒരുമാതിരി മൃഗം. വ, അഞ്ചാമത്തെ നക്ഷത്രം.

മാൻപെട. ന. മാനിൽ പെണ്ണു.

മാന്തൽ. ന. നഖംകൊണ്ടു അള്ളുക.

മാന്തളിപ്പട്ടു. ന. ഒരുമാതിരി പട്ടു.

മാന്താളിപ്പച്ച. ന. ഒരുമാതിരി പച്ചക്കല്ലു.

മാന്തുന്നു. ന്തി. വാൻ. (മാന്ത.) സ. ക്രി. നഖംകൊണ്ടു അള്ളുന്നു, കിളച്ചു തോണ്ടുന്നു.

മാന്ത്രികൻ. ന. മന്ത്രവാദി.

മാന്ദം. ന. പൈതങ്ങൾക്കുണ്ടാകുന്ന ഒരുമാതിരി ദീനം.

മാന്ദി. ന. ഗുളികൻ.

മാന്ദസന്നി. ന. പൈതങ്ങൾക്കുണ്ടാകുന്ന ഒരുമാതിരി സന്നി.

മാന്ദ്യം. ന. ക, ഏററവും സാവധാനശീലം, ജഡത്വം. വ, ഒരുമാതിരി ദീനം.

മാന്നി. ന. വാഴക്കുലയിൽ ഉണ്ടാകുന്ന അല്ലി.

മാന്നിക്കാ. ന. വാഴക്കുലയുടെ അററത്തെ കൊച്ചുകായ്.

മാമ്പഴം. ന. മാവിന്റെ പഴം.

മാന്യ. വി. (ന്യൻ, ന്യാ, ന്യം.) വി. ന. മാനിക്കപ്പെടത്തക്ക.

മാപനം. ന. ക, അളവു. വ, തുലാസ്സ്.

മാപ്പ്. ന. ക, ക്ഷമ. വ, ഒഴിവു.

മാപ്പിള്ള. ന. ക, മണവാളൻ. വ, ഭൎത്താവു. ന, മരുമകൻ. ര, സുറിയാനിക്കാരു മുതലായ ചില ജാതിക്കാൎക്ക പറയുന്ന ഒരു പേർ.

മാമക. വി. (കൻ, കാ, കം.) വി. ന. എനിക്കുള്ള.

മാമഘം. ന. കുംഭമാസത്തിൽ വെളുത്തവാവും വ്യാഴവും കൂടുന്ന ദിവസം.

മാമൻ; മാവൻ. ന. അമ്മാവൻ.

മാമല. ന. വലിയ പൎവ്വതം.

മാമറയോൻ. ന. ക, ബ്രാഹ്മണൻ. വ, ചന്ദ്രൻ.

മാമാങ്കം. ന. മാമഘം.

മാമുനി. ന. മഹൎഷി.

മാംസഗ്രന്ഥി. ന. മാംസത്തിലുണ്ടാകുന്ന മുഴ.

മാംസപിണ്ഡം. ന. മാംസത്തിന്റെ ഉരുള.

മാംസപുഷ്ടി. ന. മാംസത്തിന്റെ വണ്ണം.

മാംസഭോജി. വി. (ജീ, ജിനീ, ജി.) വി. ന. മാംസം ഭക്ഷിക്കുന്ന.

മാംസം. ന. ഇറച്ചി.

മാംസള. വി. (ളൻ, ളാ, ളം.) വി. ന. ൧, ബലമുള്ള. ൨, വണ്ണമുള്ള.

മാംസാശനം. ന. മാംസഭക്ഷണം.

മാംസാശി. വി. (ശി, ശിനി, ശി.) വി. ന. മാംസം ഭക്ഷിക്കുന്ന.

മാംസി. ന. മാഞ്ചി.

മാംസികൻ. ന. കണിവെച്ചു പക്ഷികളെ പിടിപ്പവൻ.

മാംസോത്തര. വി. (രൻ, രാ, രം.) വി. ന. മാംസം അധികമായിട്ടുള്ള.

മായ. ന. ൧, ചതിവു. ൨, കണ്കെട്ടുവിദ്യ. ൩, മിത്ഥ്യബുദ്ധി. ൪, മോഹം. ൫, സൃഷ്ടിപ്പു. ൬, ലക്ഷ്മി. ൭, ക്ഷുദ്രക്കാരി.

മായൻ. ന. ൧, ചെപ്പടിക്കാരൻ. ൨, ഒരസുരൻ.

മായം, അല്ലെങ്കിൽ, **മായത്തരം.** ന. ൧, വഞ്ചന, ചതിവു. ൨, കണ്കെട്ടുവിദ്യ.

മായവിദ്യ. ന. മായകൊണ്ടുള്ള ചില വിദ്യ.

മായക്കാരൻ. വി. ന. മായയുള്ളവൻ.

മായാകാരൻ. ന. ൧, മായയെ പ്രവൎത്തിപ്പിക്കുന്നവൻ, പരംപുരുഷൻ. ൨, മായക്കാരൻ.

മായാക്കു. ന. ഒരങ്ങാടിമരുന്നു.

മായാതീത. വി. മായയെ കടന്നിട്ടുള്ളവൻ, പരംപുരുഷപദം ലഭിച്ചവൻ.

മായാദേവീ. ന. ബുദ്ധന്റെ അമ്മ.

മായാദേവീസുതൻ. ന. ബുദ്ധൻ.

മായാമയ. വി. (യൻ, യി, യം.) വി. ന. മായാരൂപമുള്ള.

മായാമോഹം. ന. ദൈവത്തിന്റെ മായ കാരണത്താൽ ലോകത്തിലുണ്ടാകുന്ന മോഹങ്ങൾ.

മായാവി. ന. കണ്കെട്ടുകാരൻ, മായയുള്ളവൻ.

മായിക. വി. (കൻ, കി, കം.) വി. ന. മായയുള്ള.

മായികൻ. ന. മായാവി.

മായു. ന. പിത്തം.

മായുന്നു. ഞ്ഞു. വാൻ. (മാ.) അ. ക്രി. ഇല്ലാതാകുന്നു, നശിക്കുന്നു, മറയുന്നു. മായിക്കുന്നു. സ. ക്രി.

മായൂരം. ന. ൧, മയിലിന്റെ കൂട്ടം. ൨, വലിയ കടലാടി. ൩, ഒരു നഗരം.

മായൂരി. ന. വലിയ കടലാടി.

മായ്കൽ. ന. ൧, നാശം. ൨, ഇല്ലാതാക്കുക, മറയ്ക്കുക.

മായ്ച്ചിൽ. ന. മായുക.

മാരകൻ. ന. ൧, കൊല്ലുന്നവൻ. ൨, പുള്ളു.

മാരകം. ന. ൧, മരണംവരുത്തുന്നതു. ൨, പകരുന്ന വ്യാധി.

മാരജിത്തു. ന. ബുദ്ധൻ.

മാരണക്രിയ. ന. അഭിചാരത്തിലുള്ള ഒരു കൎമ്മം.

മാരണദേവത. ന. ഒരു കട്ടപ്പെട്ട പിശാചു.

മാരണം. ന. കൊല്ലുക.

മാരധനാശി. ന. ഒരു രാഗം.

മാരൻ. ന. കാമദേവൻ.

മാരബാണം. ന. മാരന്റെ അസ്ത്രം.

മാരമാൽ. ന. കാമവികാരം.

മാരാത്തി. ന. മാരാന്റെ സ്ത്രീ.

മാരാൻ. ന. ക്ഷേത്രങ്ങളിൽ വാദ്യം കൊട്ടുകയും പാടുകയും ചെയ്യുന്ന ഒരു ജാതിക്കാരൻ.

മാരായൻ. ന. മാരാൻ.

മാരാരി. ന. ശിവൻ.

മാരാൎത്തി. ന. മനസ്സിലുണ്ടാകുന്ന ഒരു ദുഃഖം, കാമവികാരം.

മാരി. ന. ൧, ഉഷ്ണം. ൨, പകരുന്നവ്യാധി. ൩, മഴ. ൪, ആപത്തു, നാശം.

മാരിഷൻ. ന. നാട്യത്തിൽ രണ്ടാമത്തെ പ്രധാന നടൻ.

മാരീചൻ. ന. സീതയെ അപഹരിക്കുന്നതിന്നു രാവണന്നു സഹായിച്ച ഒരു പിശാചു.

മാരുതൻ. ന. വായുവ്.

മാരുതാശനം. ന. ൧, വായുഭക്ഷണം. ൨, പാമ്പു.

മാരുതി. ന. ൧, ഹനുമാൻ. ൨, ഭീമൻ.

മാൎക്കണ്ഡൻ. ന. ഒരു മഹൎഷി.

മാൎക്കണ്ഡേയൻ. ന. ഒരു മഹൎഷി.

മാൎക്കണ്ഡേയം. ന. പതിനെട്ടു പുരാണങ്ങളിൽ ഒന്നു.

മാൎക്കവം. ന. കയ്യുണ്ണി, കയ്യന്ന്യം.

മാൎഗ്ഗകല്യാണം. ന. മഹമ്മദിയരുടെ ചേലാകൎമ്മം എന്ന ഛേദനകൃത്യം സംബന്ധിച്ച അടിയന്തിരം.

മാൎഗ്ഗക്കാരൻ. ന. മാൎഗ്ഗത്തിൽ അനുസരിച്ചു നടക്കുന്നവൻ.

മാൎഗ്ഗണകൻ. ന. ഇരക്കുന്നവൻ.

മാൎഗ്ഗണ. വി. (ണൻ, ണി, ണം.) വി. ന. ഭിക്ഷയാചിക്കുന്ന.

മാൎഗ്ഗണൻ. ന. ഇരക്കുന്നവൻ.

മാൎഗ്ഗണം. ന. ൧, അമ്പു. ൨, അന്വേഷണം. ൩, യാചന. ൪, സ്നേഹം.

മാൎഗ്ഗപ്പെടുത്തുന്നു. ത്തി. വാൻ. (മാൎഗ്ഗ.) സ. ക്രി. ചൊവ്വെ നടത്തുന്നു.

മാൎഗ്ഗഭ്രംശം. ന. മാൎഗ്ഗം പോകുക, വഴിയിൽ വിഴുക.

മാൎഗ്ഗം. ന. ൧, വഴി. ൨, ധനുമാസം. ൩, അന്വേഷണം. ൪, മൎയ്യാദ.

മാൎഗ്ഗംകളി. ന. സുറിയാനിക്കാരുടെ ഇടയിൽ കല്യാണത്തിന്നുമ്മറ്റും കളിക്കുന്ന ഒരുമാതിരി കളി.

മാൎഗ്ഗവിരോധം. ന. ൧, മാൎഗ്ഗത്തെ തടുക്കുക, വഴി അടെക്കുക. ൨, മതവിരോധം.

മാൎഗ്ഗശീൎഷം. ന. ൧, ധനുമാസം. ൨, മകയിരം നക്ഷത്രം.

മാൎഗ്ഗിത. വി. (തൻ, താ, തം.) വി. ന. അന്വേഷിക്കപ്പെട്ട.

മാൎജ്ജന. ന. ചെണ്ടയുടെ ശബ്ദം.

മാൎജ്ജനം. ന. ൧, ശുദ്ധിയാക്കുക, വെടിപ്പാക്കുക. ൨, ഒരു പച്ചമരുന്നു, പാച്ചോററി.

മാൎജ്ജനി. ന. ചൂൽ.

മാൎജ്ജാരൻ. ന. പൂച്ച.

മാൎജ്ജിക്കുന്നു. ച്ചു. പ്പാൻ. (മാൎജ്ജി.) സ. ക്രി. ൧, മേഹത്തെയുമ്മറ്റും വെടിപ്പാക്കുന്നു. ൨, അടിച്ചുവാരുന്നു. ൩, ഉത്തുകളയുന്നു.

മാൎജ്ജിത. വി. (തൻ, താ, തം.) വി. ന. ൧, വെടിപ്പാക്കപ്പെട്ട. ൨, അടിച്ചുവാരപ്പെട്ട, നന്നാക്കപ്പെട്ട.

മാൎജ്ജിത. ന. തൈരും തേനുമ്മറ്റും കൂട്ടിയ ഒരു കറി, രസാള.

മാൎത്താണ്ഡൻ. ന. ആദിത്യൻ.

മാൎത്തിക. വി. (കൻ, കി, കം.) വി.

ന. മണ്ണുകൊണ്ടുള്ള, മണ്ണുസംബന്ധമായുള്ള.

മാൎത്തിക. ന. കലത്തിന്റെ ഒരുമാതിരി അടെപ്പു.

മാൎദ്ദംഗികൻ. ന. മദ്ദളക്കാരൻ.

മാൎദ്ദവം. ന. മൃദുത്വം.

മാൎപ്പാപ്പാ. ന. റോമാക്രിസ്ത്യാനികളുടെ പ്രധാന മേലദ്ധ്യക്ഷൻ.

മാൎഷ്ടി. ന. ൧, ദേഹത്തെ വെടിപ്പാക്കുക. ൨, നന്നാക്കുക.

മാലൻ. ന. മനുഷ്യൻ.

മാല. ന. ൧, പുഷ്പങ്ങൾ നാരിന്മേൽ കോൎത്തുണ്ടാക്കിയതു, അല്ലെങ്കിൽ, നാരുകൊണ്ടു കെട്ടിയൊ പിരിച്ചൊ ഉണ്ടാക്കിയതു. ൨, രത്നങ്ങളും മററും കോൎത്തുണ്ടാക്കിയതു.

മാലവം. ന. ൧, വയൽ. ൨, പൎവ്വതം. ൩, ബംഗാളത്തിന്നു തെക്കുപടിഞ്ഞാറുള്ള ഒരു രാജ്യം.

മാലകം. ന. വേപ്പുവൃക്ഷം,

മാലക്കണ്ണു. ന. ഒരുമാതിരി കണ്ണിൽ ദീനം.

മാലക്കാററു. ന. കിഴക്കൻകാററു.

മാലതി. ന. ൧, പിച്ചകം. ൨, ഒരു നദി.

മാലവിളക്കു. ന. ഒരു തൂടരിന്മേൽ മാലപോലെയുണ്ടാക്കിയ വിളക്കു.

മാലാക. ന. മാല.

മാലാകാരൻ. ന. മാല കെട്ടുന്നവൻ, പുഷ്പകനുമ്മററും.

മാലാതൃണകം. ന. കണ്ടപ്പുല്ലു.

മാലാമതല്ലി. ന. നല്ല മാല.

മാലാമീൻ. ന. ഒരുമാതിരി മത്സ്യം.

മാലി. ന. ൧, മാലാകാരൻ. ൨, ഒരു രാക്ഷസൻ. ൩, മാല ധരിക്കുന്നവൻ. ൪, ആററിന്നടുത്ത ഭൂമി.

മാലിക. വി. (കൻ, കീ, കം.) വി. ന. മാലയെ സംബന്ധിച്ച.

മാലിക. ന. ൧, ഒരുമാതിരി മുല്ല. ൨, പുത്രി. ൩, കഴുത്തിൽ കെട്ടുന്ന ഒരാഭരണം. ൪, പുഷ്പമാല. ൫, ഒരാറു. ൬, മദ്യം. ൭, എള്ളു. ൮, രാജധാനി.

മാലികൻ. ന. മാല കെട്ടുന്നവൻ.

മാലിനീ. ന. ൧, ഒറ്റ്ഗ്ര. ൨, ആകാശഗംഗാ. ൩, മാലാകാരന്റെ സ്ത്രീ. ൪, ഒരു നഗരം. ൫, ശ്ലോകത്തിനുള്ള ഒരു വൃത്തം.

മാലിന്യം. ന. മലിനത.

മാലീസു. ന. കുതിരയെ പതിവായി തേക്കുന്നതിനുള്ള പേരു.

മാല്യധാനം. ന. മദനമണ്ഡലി.

മാല്യമി. ന. കപ്പലിന്റെയുമ്മററും അമരക്കാരൻ.

മാല്യമിശാസ്ത്രം. ന. കപ്പലോട്ടത്തിന്റെ വിദ്യ.

മാലൂരം. ന. കൂവളം.

മാലേയപങ്കം. ന. ചന്ദനക്കൂട്ടു.

മാലേയ. വി. (യൻ, യാ, യം.) വി. ന. മാലയെ സംബന്ധിച്ച.

മാലേയം. ന. ൧, ഏലത്തരി. ൨, ചന്ദനം.

മാലോകർ. ന. മഹാജനങ്ങൾ.

മാൽ. ന. ദുഃഖം.

മാല്യ. വി. (ല്യൻ, ല്യാ, ല്യം.) വി. ന. മാലെക്കു കൊള്ളാകുന്ന.

മാല്യം. ന. മാല.

മാല്യാ. ന. ഒരുമാതിരി പുല്ലു.

മാല്യവാൻ. ന. ൧, ഒരു പൎവ്വതം. ൨, ഒരു രാക്ഷസൻ.

മാവു. ന. ൧, മാങ്ങായുണ്ടാകുന്ന ഒരു വൃക്ഷം. ൨, അരിപ്പൊടി.

മാവുത്തൻ. ന. ആനക്കാരൻ.

മാശ്രു. ന. ൧, മരപ്പിള്ള. ൨, പൂക്കിൽ കൊടി.

മാശിക്കാ. ന. മായാക്കു.

മാഷപൎണ്ണി. ന. പെരുങ്കാണം.

മാഷം. അല്ലെങ്കിൽ, മാഷകം. ന. ൧, ഉഴുന്നു. ൨, ഒരു തൂക്കം. ൩, ഒരു ദീനം.

മാഷീണം. ന. ഉഴുന്നു വിളയുന്ന സ്ഥലം.

മാസപ്പടി. ന. ൧, മാസന്തോറുമുള്ള ശമ്പളം. ൨, ഒരുദ്യോഗം.

മാസപ്പടിക്കാരൻ. ന. ൧, മാസശമ്പളക്കാരൻ. ൨, ഒരു ശിപായി.

മാസം. ന. ൧, വത്സരത്തിന്റെ പന്ത്രണ്ടിൽ ഒരു ഭാഗം, മേടവുംമററും. ൨, മരിച്ചവൎക്കവേണ്ടി മാസന്തോറും കഴിക്കുന്ന ചാത്തം. ൩, പന്ത്രണ്ടാം മാസം.

മാസരം. ന. വാൎത്ത കഞ്ഞി.

മാസവിശേഷം. ന. മാസന്തോറുമുള്ള വിശേഷദിവസം.

മാസാന്തം. ന. മാസത്തിന്റെ ഒടുക്കം.

മാസാൎദ്ധം. ന. മാസത്തിൽ പാതി, പതിനഞ്ചു നാൾ.

മാസിക. വി. (കൻ, കാ, കം.) വി. ന. ൧, മാസത്തെ സംബന്ധിച്ച, മാസന്തോറുമുള്ള. ൨, ഒരു മാസത്തേക്കുള്ള കൂലിയും മററും.

മാസ്മ. അ. നിഷേധത്തിങ്കൽ പ്രയോഗിക്കുന്ന ഒരവ്യയം.

മാസ്യ. വി. (സ്യൻ, സ്യാ, സ്യം.) വി. ന. മാസസംബന്ധമായുള്ള, ഒരുമാസം പ്രായമുള്ള.

മാഹാ. ന. പശുക്കളിൽ നല്ലവ.

മാഹാണി; മാകാണി. ന. ഒന്നിന്റെ പതിനാറിലൊരംശം.

മാഹാത്മ്യം. ന. മഹാത്മാവിന്റെ അവസ്ഥയും ഭാവവും.

മാഹാരാജിക. വി. (കൻ, കി, കം.) വി. ന. മഹാരാജാവിനെ സംബന്ധിച്ച.

മാഹിനം. ന. രാജ്യം.

മാഹിഷ. വി. (ഷൻ, ഷീ, ഷം.) വി. ന. മഹിഷത്തെ സംബന്ധിച്ച.

മാഹിഷ്യൻ. ന. വൈശ്യസ്ത്രീയിൽ ക്ഷത്രിയനുല്പാദിച്ചവൻ.

മാഹേയ. വി. (യൻ, യീ, യം.) വി. ന. ഭൂമിയെ സംബന്ധിച്ച.

മാഹേയം. ന. പവിഴം.

മാഹേയീ. ന. പശു.

മാഹേശ്വരീ. ന. സപ്തമാതൃക്കളിൽ ഒന്നു.

മാളവി. ന. ഒരു രാഗം.

മാളം. ന. പാമ്പു മുതലായ ഇഴജന്തുക്കൾ ഇരിക്കുന്ന വിടവുസ്ഥലം.

മാളിക. ന. ൧, ഒരുമാതിരി രാജധാനി. ൨, ഭവനത്തിന്റെ മേൽമുറി.

മാക്ഷികം. ന. തേൻ.

മാഴ്കൽ. ന. മടി, ക്ഷീണം.

മാഴ്കുന്നു. ക്ലി. വാൻ. (മാഴ്കി.) അ. ക്രി. മടിക്കുന്നു, ക്ഷീണിക്കുന്നു.

മാറു. ന. ൧, നെഞ്ചു. ൨, കൈ രണ്ടും നിവിൎത്തുപിടിച്ചുള്ള ഒരളവു.

മാറടിക്കുന്നു. ച്ചു. പ്പാൻ. (മാറ.) അ. ക്രി. ൧, മാൎവ്വത്തിൽ അടിക്കുന്നു. ൨, വഴക്കടിക്കുന്നു.

മാറടിപ്പു. ന. ൧, വഴക്കു. ൨, നെഞ്ചിൽ അടിക്കു.

മാറളവു. ന. രണ്ടു കയ്യും പരത്തി അളക്കു.

മാറാട്ടുന്നു. ടി. വാൻ. (മാറ.) അ. ക്രി. ക, ക്രമക്കേടാകുന്നു. വ, മൃഗങ്ങൾ കൂടി പ്പിണെയുന്നു. ന, ചതിവു ചെയ്യുന്നു.

മാറാട്ടം. ന. ക, വഞ്ചന. വ, ക്രമക്കേ ടു. ന, ചില ജന്തുക്കൾ പിണ്ണെയുക.

മാറാൻ. ന. ഒരു മാതിരി ചൊറിയു ന്ന കിഴങ്ങ.

മാറാപ്പു. ന. വസ്ത്രംകൊണ്ടു കെട്ടിയ ഒരു മാതിരി കെട്ടു, ഭാണ്ഡം.

മാറാപ്പുകാരൻ. ന. മാറാപ്പുള്ളവൻ, ഭാണ്ഡക്കാരൻ.

മാറാല. ന. ചിലന്തിവല.

മാറിടം. ന. നെഞ്ചു.

മാറുന്നു. റി. വാൻ. (മാറ.) അ. ക്രി. ക, നീങ്ങുന്നു. വ, മറുരൂപമാകുന്നു. ന, ഒഴിയുന്നു. ര, ഇല്ലാതാകുന്നു. ൫, പൊറുക്കുന്നു. ൬, ഒളിച്ചുപോകുന്നു. ൭, അകന്നുപോകുന്നു. ൮, മാഞ്ഞു പോകുന്നു. സ. ക്രി. ക, ഒന്നുകൊടുത്തു മറെറാന്നിനെ വാങ്ങിക്കുന്നു. വ, വേ റെ വസ്ത്രം ധരിക്കുന്നു. ന, ഭാഷഭേദം വരുത്തുന്നു. ര, നടപ്പിന്നു വ്യത്യാസം വരുത്തുന്നു. ൫, വേറുതിരിക്കുന്നു.

മാറുപാട്ടു. ന. പ്രതികൂലം, കലക്കം.

മാററ. ന. ക, സ്വൎണ്ണത്തിന്റെയും മ റവും ഗുണം. വ, അലക്കുന്നവനോടു ഇരവലായിട്ടു വാങ്ങിക്കുന്ന വസ്ത്രം. ന, ബ്രാഹ്മണർ മുതലായ ജാതിക്കാരു ടെ സ്ത്രീകൾ ഋതുവായാൽ നാലാം ദിവസം ശുദ്ധിക്കായിട്ടു വാങ്ങിച്ചുടുക്ക ന്ന വസ്ത്രം. ര, പകരം വാങ്ങിക്കുന്ന വസ്തു.

മാററക്കാരൻ. ന. ക, ചെറിയ ക ച്ചവടക്കാരൻ. വ, മാററമുള്ളവൻ, സ്ഥിരമില്ലാത്തവൻ. ന, വഞ്ചകൻ, ചതിയൻ.

മാററം. ന. വ്യത്യാസം.

മാററലർ. ന. ശത്രുക്കൾ.

മാററാണി. ന. ഒരു മാതിരി ആപ്പു.

മാററാൻ. ന. ശത്രു.

മാററി. വി. ന. ചതിയൻ.

മാററിത്തം; മാററിത്വം. ന. ആ പത്തു.

മാററുകന്നു. ന. മാററിക്കെട്ടിയ കന്നു.

മാററുകാള. ന. മാററിക്കെട്ടിയ കാള.

മാററുന്നു. ററി. വാൻ. (മാററ.) സ. ക്രി. ക, വ്യത്യാസം വരുത്തുന്നു, വേർ തിരിക്കുന്നു. വ, നുകം വെച്ചുകെട്ടുന്നു. ന, വിടുന്നു. ര, മറുസ്ഥലത്താക്കുന്നു, ഒളിപ്പിക്കുന്നു.

മാററുവസ്ത്രം. ന. ക, മാറിയ വസ്ത്രം. വ, മാററായിട്ടു വാങ്ങിച്ച വസ്ത്രം.

മാറെറാലി. ന. പ്രതിശബ്ദം.

മി

മികവു. ന. ക, പരിപൂൎണ്ണത. വ, അ ധികത്വം.

മികക്കുന്നു. ച്ചു. പ്പാൻ. (മിക.) അ. ക്രി. ക, പരിപൂൎണ്ണമാകുന്നു. വ, വൎദ്ധി ക്കുന്നു.

മികച്ച. വി. വൎദ്ധിച്ച.

മിക്കതും. അ. പാതിയിൽ അധികം.

മിക്കവാറും. അ. മിക്കതും.

മിച്ചം. ന. ശേഷിപ്പു, ലാഭം.

മിച്ചവാരം. ന. കുടിയാൻ ദ്രവ്യം കൊ ടുത്തു എഴുതിവാങ്ങിച്ച നിലത്തിന്നു ആണ്ടുതോറും ജന്മിക്കു കൊടുപ്പാനുള്ള പാട്ടത്തിൽ കൊടുത്ത ദ്രവ്യത്തിന്റെ പലിശ നീക്കി കൊടുക്കുന്ന പാട്ടം.

മിഞ്ചൽ. ന. വൎദ്ധനവു, അധികത്വം.

മിഞ്ചുന്നു. ഞ്ചി. വാൻ. (മിഞ്ച.) അ. ക്രി. ക, അതിക്രമിക്കുന്നു. വ, വൎദ്ധി ക്കുന്നു. ന, ശേഷിക്കുന്നു, **മിഞ്ചിപ്പു; മിഞ്ചൽ.** ന.

മിടമൻ. ന. മിടുക്കൻ.

മിടല. ന. ഓലമറ.

മിടറ. ന. ക, തൊണ്ട. വ, വിഴുങ്ങുക.

മിടാവു. ന. മാളിക.

മിടി. ന. മിടിപ്പു.

മിടിക്കുന്നു. ച്ചു. പ്പാൻ. (മിടി.) സ. ക്രി. ക, തട്ടുന്നു. വ, നാഡി ഇളകുന്നു.

മിടിപ്പു. ന. ക, നാഡിയിളക്കം. വ, ത ട്ടുക.

മിടില. ന. ക, തൊണ്ട. വ, കുടിക്കു.

മിടുക്കു. ന. ക, സാമൎത്ഥ്യം. വ, ചൊടി പ്പു. ന, പ്രാപ്തി.

മിടുക്കൻ. വി. ന. ക, സമൎത്ഥൻ. വ, ചൊടിപ്പുള്ളവൻ.

മിടുക്കി. വി. ന. സാമൎത്ഥ്യമുള്ളവൾ.

മിട്ടാൽ. ന. ക, തീരം. വ, ചിറ.

മിട്ടാൽപ്രദേശം. ന. മേല്പറഞ്ഞ അ ൎത്ഥം.

മിണമിണക്കുന്നു. ത്തു. പ്പാൻ. (മിണ മിണ.) അ. ക്രി. കൊതി ഭാവിക്കുന്നു.

മിണമിണപ്പു. ന. കൊതി കാട്ടുക.

മിണ്ടാട്ടം. ന. സംസാരം, പറക.

മിണ്ണാണിമിണ്ണൻ. ന. അയോഗ്യൻ.

മിണ്ടാതെ. ന. പറയാതെ.

മിണ്ടുന്നു. ണ്ടി. വാൻ. (മിണ്ട.) അ. ക്രി. സംസാരിക്കുന്നു, പറയുന്നു.

മിതഭാഷണം. ന. അല്പഭാഷണം.

മിതമാകുന്നു. യി. വാൻ. (മിതം.) അ. ക്രി. അടങ്ങുന്നു, ശമിക്കുന്നു.

മിത. വി. (തൻ, താ, തം.) വി. ന. ക, അളക്കപ്പെട്ട. വ, അറിയപ്പെട്ട.

മിതംപച. വി. (ചൻ, ചാ, ചം.) വി. ന. ലുബ്ധുള്ള.

മിതാശന. വി. (നൻ, നാ, നം.) വി. ന. മിതമായി ഭക്ഷിക്കുന്ന.

മിതി. ന. ക, അളവു. വ, തൂക്കം. ന, അറിവു. ര, സാക്ഷി.

മിത്രത. ന. ബന്ധുത്വം.

മിത്രത്വം. ന. ബന്ധുത്വം.

മിത്രഭേദം. ന. ബന്ധുക്കളെ തമ്മിൽ അകലിപ്പിക്കുന്ന ഉപായം.

മിത്രൻ. ന. ക, ആദിത്യൻ. വ, ബന്ധു.

മിത്രം. ന. ബന്ധു.

മിത്രവാൻ; (-വതി). ന. ബന്ധുക്കളുള്ള വൻ; (-വൾ).

മിത്രീ. ന. സുമിത്ര.

മിഥസ്സ്. അ. ക, അന്യോന്യം. വ, ര ഹസ്യമായി.

മിഥുനമാസം. ന. മൂന്നാമത്തെ മാ സം.

മിഥുനം. ന. ക, ഒരു സ്ത്രീക്കും ഒരു പു രുഷന്നുംകൂടെ പറയുന്ന പേരു. വ, മിഥുനമാസം. ന, മിഥുനരാശി.

മിഥ്യാ. അ. അസത്യം.

മിഥ്യാദൃഷ്ടി. ന. നാസ്തികത്വം.

മിഥ്യാഭിയോഗം. ന. കാരണമില്ലാ ത്ത വ്യവഹാരം.

മിഥ്യാഭിശംസനം. ന. അപവാദം.

മിഥ്യാഭിശംസി. ന. അപവാദം പ റയുന്നവൻ.

മിഥ്യാമതി. ന. ഒന്നിനെ മറെറാന്നാ യിത്തോന്നുക, ഭ്രമം.

മിഥ്യാവാദം. ന. അപവാദം.

മിഥ്യാവാദി. വി. (ദി, ദിനി, ദി.) വി. ന. അപവാദം പറയുന്ന.

മിഥ്യാവികത്ഥനം. ന. വെറുതേ പ റക.

മിനക്കെടുന്നു. ട്ടു. വാൻ. (മിന.) അ. ക്രി. വേലകൂടാതെ ഇരിക്കുന്നു.

മിനക്കെട്ട്. വി. ക, വെറുതേയുള്ള. വ, മടിയുള്ള, കാൎയ്യമില്ലാത്ത.

മിനക്കേട്. ന. വേലയില്ലായ്മ.

മിനിഞ്ഞാന്നു. അല്ലെങ്കിൽ, മിനിയാന്നു. അ. ഇന്നലെക്ക മുമ്പേത്തെ ദിവസം.

മിനുക്കം. ന. ക, മിനുസം. വ, ശോഭ. ന, മാൎദ്ദവം, പരുപരുപ്പില്ലായ്മ.

മിനുക്കുകരുവു. ന. മിനുസം വരുത്തുന്ന ഒരായുധം, മിനുക്കുളി.

മിനുക്കുചാണ. ന. രത്നവും മററും മിനുസം വരുത്തുന്ന ഒരു മാതിരി ചാണ.

മിനുങ്ങൽ. ന. ക, മിനുസം. വ, മിന്നൽ.

മിനുങ്ങുന്നു. ങി. വാൻ. (മിനുങ്ങ.) അ. ക്രി. ക, മിനുസം വരുന്നു. വ, മിന്നുന്നു. ന, ശോഭിക്കുന്നു. മിനുക്കുന്നു. സ. ക്രി.

മിനുപ്പു. ന. മിനുങ്ങിയ വസ്തുവിന്റെ അവസ്ഥ.

മിനുമിനുപ്പു. ന. ക, തൊട്ടാൽ നല്ല മിനുസം തോന്നുന്ന വസ്തുവിന്റെ അവസ്ഥ. വ, ശോഭ.

മിനുമിനെ. അ. ക, പ്രകാശമായി. വ, മിനുസമായി.

മിനുസം. ന. ക, ശോഭ. വ, മിനുക്കം.

മിന്നു. ന. ശൂദ്രസ്ത്രീകൾ വിവാഹത്തിന്നു കഴുത്തിൽ കെട്ടുന്ന ഒരാഭരണം.

മിന്നൽ. ന. ക, പ്രകാശം. വ, ഉരുക്കം. ന, ഇടിവാൾ.

മിന്നൽക്കൊടി. ന. ഇടിവാൾ.

മിന്നൽപിണരു. ന. ഇടിവാൾ.

മിന്നാമിനുങ്ങു. ന. പൃഷ്ഠത്തിൽ വെളിച്ചമുള്ള ഒരു പറക്കുന്ന ജന്തു.

മിന്നാരം. ന. ക, ചെറിയ ഗോപുരം. വ, വിളക്കുമരം.

മിന്നി. ന. ചില പുരുഷന്മാർ കാതിലിടുന്ന ഒരുവക ആഭരണം.

മിന്നിക്കുന്നു. ച്ചു. പ്പാൻ. (മിന്നി.) സ. ക്രി. ക, പ്രകാശിപ്പിക്കുന്നു. വ, ആനയെ നടത്തുന്നു.

മിന്നിപ്പരിച. ന. ഒരുമാതിരി തകിടു പതിച്ചിട്ടുള്ള പരിച.

മിന്നിവാൾ. ന. മിനുക്കിയ വാൾ.

മിന്നുന്നു. ന്നി. വാൻ. (മിന്ന.) അ. ക്രി. ക, പ്രകാശിക്കുന്നു. വ, ഉരുക്കുന്നു.

മിശ്രണം. ന. കൂട്ടിക്കലച്ചു.

മിശ്രമാക്കുന്നു. ക്കി. വാൻ. (മിശ്രം.) സ. ക്രി. കൂട്ടിക്കലക്കുന്നു.

മിശ്ര. വി. (ശ്രൻ, ശ്രാ, ശ്രം.) വി. ന. കൂട്ടിക്കലന്ന.

മിശ്രം. ന. കൂട്ടിക്കലച്ചു.

മിശ്രിക്കുന്നു. ച്ചു. പ്പാൻ. (മിശ്രി.) സ. ക്രി. കൂട്ടിക്കലൎത്തുന്നു.

മിശ്രിത. വി. (തൻ, താ, തം.) വി. ന. ക, ബഹുമാനിക്കപ്പെട്ട. വ, കൂട്ടിക്കലൎത്തപ്പെട്ട.

മിശ്രേയ. ന. കണ്ടിവെണ്ണ.

മിഷം. ന. വ്യാജം.

മിഷ്ട. വി. (ഷ്ടൻ, ഷ്ടാ, ഷ്ടം.) വി. ന. ക, തളിക്കപ്പെട്ട, നനെഞ്ഞ. വ, മധുരമുള്ള.

മിഷ്ടം. ന. മധുരം കൂടിയ ഒരു പലഹാരം.

മിഷ്ടാന്നം. ന. ക, പായസം. വ, തൃപ്തിഭോജനം.

മിസി. ന. ക, കണ്ടിവെണ്ണ. വ, ശതകുപ്പ.

മിഹിക. ന. മഞ്ഞു.

മിഹിരൻ. ന. ആദിത്യൻ.

മിളനം. ന. ചേരുക.

മിളിത. വി. (തൻ, താ, തം.) വി. ന. കൂട്ടപ്പെട്ട.

മിഴാവു. ന. ക, ഒരുവക വാദ്യം. വ, ഒരുമാതിരി വലിയ കുടം.

മിഴാവച്ചൻ. ന. നമ്പിയാൎക്കു ചില ദിക്കിൽ പറയുന്ന ഒരു പേർ.

മിഴി. ന. ക, കണ്ണു. വ, കണ്ണിലെ ഉണ്ണി.

മിഴിക്കുന്നു. ച്ചു. പ്പാൻ. (മിഴി.) സ. ക്രി. ക, കണ്ണു തുറക്കുന്നു. വ, വ്യാകുലപ്പെടുന്നു.

മിറുക്കു. ന. കടിക്കു.

മിറുക്കൽ. ന. മോക്ഷ, സംസാരം.

മിറുമിറുപ്പു. ന. അസൂയകൊണ്ടും മററും പതുക്കെപ്പറക.

മിറുമിറുക്കുന്നു. ത്തു. പ്പാൻ. (മിറുമിറു.) സ. ക്രി. പിറുപിറുക്കുന്നു.

മീ

മീച്ചം. ന. പ്രാപ്തി.

മീട്ടൽ. ന. വീണയുടെ കമ്പിമേൽ ചെയ്യുന്ന പ്രവൃത്തി.

മീട്ടുന്നു. ട്ടി. വാൻ. (മീട്ടു.) സ. ക്രി. വീണവായിക്കുന്നു.

മീഢ. വി. (ഢൻ, ഢാ, ഢം.) വി. ന. മൂത്രം മുട്ടിയ.

മീതിൽ. അ. മീതെ.

മീതെ. അ. മേലെ.

മീത്തെ. അ. മീതെ.

മീനകേതനൻ. ന. കാമദേവൻ.

മീനങ്ങാണി. ന. ഒരുവക മരുന്നു.

മീനമാസം. ന. മേടം മുതൽ പന്ത്രണ്ടാമത്തെ മാസം.

മീനമൂല. ന. വടക്കുകിഴക്കെക്കോണ്.

മീനം. ന. ക, മീനമാസം, മീനംരാശി. വ, മത്സ്യം.

മീനരംഗം. ന. പൊന്മാൻ.

മീനാങ്കൻ. ന. കാമദേവൻ.

മീനാശി. വി. (ശി, ശിനീ, ശി.) വി. ന. മത്സ്യത്തിനെത്തിന്നുന്ന.

മീനാക്ഷി. ന. പാൎവ്വതി.

മീൻ. ന. ക, മത്സ്യം. വ, നക്ഷത്രം.

മീൻകിടാവു. ന. ചെറിയ മത്സ്യം.

മീൻകല. ന. മത്സ്യത്തെ കൊല്ലുക.

മീൻകൂടു. ന. മീൻ പിടിക്കുന്ന ഒരുമാതിരി കൂടു.

മീൻകൂട. ന. മീൻ പിടിച്ചിടുന്ന കൊട്ട.

മീൻചാറു. ന. മത്സ്യംകൊണ്ടുണ്ടാക്കുന്ന ഒരു കറി.

മീൻനെയ്യു. ന. മത്സ്യത്തിന്റെ എണ്ണ.

മീൻപിടിത്തം. ന. മത്സ്യത്തിനെ പിടിക്കുക.

മീമാംസ. ന. ശാസ്ത്രങ്ങൾ ആറുള്ളതിൽ ഒന്നു, പൂൎവ്വമീമാംസ, ഉത്തരമീമാംസ.

മീമാംസകൻ. ന. മീമാംസ പഠിച്ചിട്ടുള്ളവൻ.

മീലനം. ന. കണ്ണടെക്ക.

മീലിത. വി. (തൻ, താ, തം.) വി. ന. കണ്ണടെക്കപ്പെട്ട.

മീവര. വി. (രൻ, രീ, രം.) വി. ന. ഉപദ്രവിക്കുന്ന.

മീശ. ന. പുരുഷന്റെ മുഖത്തുള്ള രോമം.

മീളുന്നു. ണ്ടു. വാൻ. (മീൾ.) ന. ക്രി. ക, തിരികെ കൊടുക്കുന്നു. വ, ഉദ്ധാരണം ചെയ്യുന്നു.

മീൾ. ന. ക, ഉദ്ധാരണം. വ, തിരികെ കൊടുക.

മീറുന്നു. റി. വാൻ. (മീറ.) സ. ക്രി. ലംഘിക്കുന്നു.

മു

മുകക്കയറു. ന. നാല്കാലികളുടെ മോന്തെക്കിടുന്ന കയറു.

മുകട്ടു. ന. വസ്ത്രത്തിന്റെയും മററും മുഖവട്ടു.

മുകട്ടുവള്ള. ന. പുരകഴുക്കോലുകൾ ഇളകാതെയിരിപ്പാനായിട്ടു തുളെച്ചു കോക്കുന്ന മരം.

മുകപ്പു. ന. ഭവനത്തിന്റെ മുൻവശത്തുള്ളു ഒരു സ്ഥലം.

മുകരുന്നു. ൎന്നു. രുവാൻ. (മുക.) സ. ക്രി. വാസനിക്കുന്നു, ഉമ്മ വെക്കുന്നു.

മുകളിടുന്നു. ട്ടു. വാൻ. (മുകൾ.) സ. ക്രി. ഭവനത്തിന്റെ മുകൾ ഓലകൊണ്ടും മററും അടെക്കുന്നു.

മുകളെട്ടുപ്പു. ന. മേല്പുരയുടെ രണ്ടററത്തും ഭംഗിയായിട്ടു മരംകൊണ്ടു പണിതുവെക്കുന്ന ഒരു പണി.

മുകളോട്ടു. ന. പുരയുടെ മുകളിൽ മേയുന്ന ഓട്ടു.

മുകൾ. ന. മേൽഭാഗം, അഗ്രം.

മുകൾപരപ്പു. ന. പച്ചതത്തിന്റെ മുകളിൽ വിസ്താരമുള്ള സ്ഥലം.

മുകൾപ്പാട്ടു. ന. മേൽഭാഗം, മുകളിലെ സ്ഥലം.

മുകഴുന്നു. ന്നു. വാൻ. (മുകഴ) സ. ക്രി. മുകരുന്നു.

മുകഷ്ടു. ന. ൧, ചുംബനം. ൨, മണക്കുക.

മുകറു. ന. മുഖം, മുൻഭാഗം.

മുകിൽ. ന. കറുത്ത മേഘം.

മുകിൽവൎണ്ണൻ. ന. കൃഷ്ണൻ.

മുകിൽവൎണ്ണം. ന. കറുത്ത നിറം.

മുകിലൻ. ന. ൧, മുഗൾപ്രഭു. ൨, പ്രധാനി.

മുകിലൊലി. ന. ഇടിനാദം.

മുകുടം. ന. ൧, കിരീടം. ൨, പച്ചതശിഖരം.

മുകുന്ദൻ. ന. വിഷ്ണു.

മുകുന്ദം. ന. ൧, കുന്തുരുക്കം. ൨, വൈശ്രവണന്റെ ഒൻപതു നിധികളിൽ ഒന്നു.

മുകുരം. ന. ൧, മുഖക്കണ്ണാടി. ൨, കുരവന്റെ കലം മനയുന്ന യന്ത്രത്തിന്റെ പിടി. ൩, ഒരുവക വൃക്ഷം.

മുകുളം. ന. പൂമൊട്ടു.

മുകുളിത. വി. (തൻ, താ, തം.) വി. ന. കൂമ്പിയ, ഒട്ടു വിടൎന്ന.

മുക്കു. ന. ൧, പ്രയാസമായ കാൎയ്യം ചെയ്യുമ്പോൾ ഉണ്ടാകുന്ന ശബ്ദം. ൨, കോണു. ൩, വെള്ളത്തിൽ മുക്കുക. ൪, വിരൽ മുക്കി സത്യം ചെയ്കു.

മുക്കട്ടു. ന. ചുക്കു മുളകു തിപ്പലി

മുക്കണ്ണൻ. ന. ശിവൻ.

മുക്കണ്ണി. ന. ത്രികോണു.

മുക്കണ്ണിക്കുന്നു. ച്ചു. പ്പാൻ. (മുക്കണ്ണി.) അ. ക്രി. ത്രികോണാകുന്നു.

മുക്കൽ. ന. ൧, വെള്ളത്തിൽ മുക്കുക. ൨, ഒരുമാതിരി ശബ്ദം പുറപ്പെടുവിക്കുക.

മുക്കവക്കുടി. ന. മുക്കവന്മാർ പാൎക്കുന്ന സ്ഥലം.

മുക്കവത്തി. ന. മുക്കവന്റെ സ്ത്രീ.

മുക്കവൻ. ന. മീൻ പിടിക്കുന്ന ഒരു താണ ജാതിക്കാരൻ.

മുക്കവല. ന. മൂന്നു വഴി കൂടുന്ന സ്ഥലം.

മുക്കവലവഴി. ന. മൂന്നു വഴി കൂടിയതു.

മുക്കഴഞ്ചു. ന. മൂന്നു കഴഞ്ചു.

മുക്കാട്ടു. ന. തിരശ്ശീല.

മുക്കാടി. ന. മുക്കവക്കുടി.

മുക്കാണി. ന. ഒരു കീഴ്ക്കണക്കു.

മുക്കാണിയൻ. ന. മുൻപിൽ കുടുമയുള്ള പരദേശബ്രാഹ്മണരിൽ ഒരു ജാതിക്കാരൻ.

മുക്കാപ്പീരം. ന. ഒരു മാതിരി പച്ചമരുന്നു.

മുക്കാലം. ന. കഴിഞ്ഞതും വരുവാനുള്ളതും ഇപ്പോഴുള്ളതുമായ മൂന്നു കാലം.

മുക്കാലി. ന. ൧, മൂന്നു കാലുള്ള മേശ. ൨, കുററക്കാരെ ചേൎത്തു നിറുത്തി അടിക്കുന്നതിന്നായിട്ടുള്ള ഒരു സാധനം.

മുക്കാൽ. ന. ഒന്നുകൊണ്ടു നാലു പങ്കു വെച്ചാൽ അതിൽ ഒരു പങ്കു നീക്കി ശേഷമുള്ളതു.

മുക്കാൽവട്ടം. ന. ൧, ക്ഷേത്രം വകയായിട്ടുള്ള ദേശം. ൨, ചില ക്ഷേത്രങ്ങൾക്കു പറയുന്ന ഒരു പേർ.

മുക്കിടി; മുക്കുടി. ന. മരുന്നുകൾ മോരിൽ പുഴുങ്ങി അരെച്ചു കലക്കി തിളപ്പിച്ചുണ്ടാക്കുന്ന ഒരൌഷധം.

മുക്കിത്തെളിയുന്നു. ഞ്ഞു. വാൻ. (മുക്കി.) അ. ക്രി. തിളച്ചുകിടക്കുന്ന നെയ്യിൽ കൈ മുക്കിയാൽ പൊള്ളാതെ നേരു തെളിയുന്നു.

മുക്കിളിക്കുന്നു. ച്ചു. ക്കുവാൻ. (അ. ക്രി.) വെള്ളത്തിനടിയിൽകൂടി ഞൂണു കളിക്കുന്നു.

മുക്കിഴങ്ങു. ന. ഒരു മാതിരി വള്ളിയുടെ കിഴങ്ങു.

മുക്കുടം. ന. ൧, കിരീടം. ൨, മൂന്നു കുടം.

മുക്കുടിയൻ. ന. വലിയ കള്ളുകുടിയൻ.

മുക്കുടുമി. ന. മുൻപിലും പുറകിലും നടുവിലുമുള്ള കുടുമി.

മുക്കുന്നു. ക്കി. വാൻ. (മുക്കു.) സ. ക്രി. ൧, പ്രയാസമായ കാൎയ്യം ചെയ്യുമ്പോൾ ശബ്ദം പുറപ്പെടുവിക്കുന്നു. ൨, വെള്ളത്തിൽ താഴ്ത്തുന്നു. ൩, വിരൽ മുക്കുന്നു.

മുക്കുറ; മുക്രു. ന. കാളയുടെ ശബ്ദം.

മുക്കുററി. ന. ഒരു മാതിരി തൈ.

മുക്കൂട്ടു. ന. എണ്ണയും നെയ്യും ആവണക്കെണ്ണയും കൂടെ കൂടിയതു.

മുക്കോണു. ന. ൧, മൂന്നു കോൺ. ൨, മൂന്നു കോണുള്ള വസ്തു.

മുക്ത. വി. (ക്തൻ, ക്താ, ക്തം.) വി. ന. വിടപ്പെട്ട.

മുക്താ. ന. മുത്തു.

മുക്തകഞ്ചുകം. ന. പടം കഴിച്ച പാമ്പു.

മുക്തശങ്ക. വി. (ങ്കൻ, ങ്കാ, ങ്കം.) വി. ന. സംശയം കൂടാതെയുള്ള.

മുക്താകാര. വി. (രൻ, രാ, രം.) വി. ന. മുത്തുപോലെയിരിക്കുന്ന.

മുക്താഫലം. ന. മുത്തു.

മുക്താവലി. ന. മുത്തുമാല.

മുക്താസ്ഫോടം. ന. മുത്തുച്ചിപ്പി.

മുക്തി. ന. ൧, മോക്ഷം. ൨, ഉപേക്ഷിക്ക. ൩, വിടുക.

മുക്തിപടം. ന. ഒരുമാതിരി കളിക്കുന്നതിന്നുള്ള പടം.

മുക്തിമാൎഗ്ഗം. ന. ൧, മോക്ഷം ലഭിക്കുന്നതിന്നായിട്ടുള്ള വഴി. ൨, ജ്ഞാനം.

മുക്തിയാറു. ന. കോടതി കാൎയ്യങ്ങ

ളിൽ പ്രതിനിധിയായി നിന്നുകൊള്ളുവാൻ കിട്ടുന്ന അധികാരം.

മുഖക്കണ്ണാടി. ന. മുഖം നോക്കുന്നതിന്നുള്ള കണ്ണാടി.

മുഖക്കയറ. ന. കാളയുടെയും മററും മുഖത്തു ഭംഗിക്കു കെട്ടുന്ന ഒരു കയറു.

മുഖക്കുരുവു. ന. മുഖത്തുണ്ടാകുന്ന ചെറിയ കുരുവു.

മുഖച്ഛായ. ന. മുഖത്തിന്റെ ആകൃതി, മുഖത്തിന്റെ ഭാഷ.

മുഖജ്ഝാലം. ന. ഒരു മാതിരി പാട്ടു.

മുഖതാവു. ന. സമക്ഷം.

മുഖതാവിൽ. ന. മുഖത്തോടു മുഖം.

മുഖത്തു. അ. മുഖത്തിൽ.

മുഖദശ്നം. ന. ൧, മുഖം കാണുക, മുഖത്തോട്ടു നോക്കുക. ൨, അനുകൂലത.

മുഖദാക്ഷിണ്യം. ന. മുഖത്തു നോക്കുമ്പോൾ തോന്നുന്ന അനുകൂലത.

മുഖനിരീക്ഷകൻ. ന. ൧, മടിയുള്ളവൻ. ൨, അനുസരണമുള്ള വേലക്കാരൻ.

മുഖപടം. ന. ൧, മുഖം മൂടുന്ന വസ്ത്രം. ൨, ആനയുടെ മുമ്പിൽ ചാത്തുന്ന മനോഹരമായ തുണി.

മുഖപത്മം. ന. ഭംഗിയുള്ള മുഖം.

മുഖപരിചയം. ന. കണ്ടറിവു.

മുഖപാഠം. ന. പുസ്തകത്തിൽ നോക്കാതെ പറവാൻ തക്കവണ്ണം പഠിക്കുക.

മുഖപൂരണം. ന. വെള്ളംകൊണ്ടു വായിൽ നിറെക്കുക.

മുഖപ്പു. ന. ഭവനത്തിന്റെ ചെറിയ തളം, പൂമുഖം.

മുഖപ്രസാദം. ന. മുഖത്തിന്റെ തെളിവു, സന്തോഷം.

മുഖപ്രീതി. ന. മുഖംകൊണ്ടറിയിക്കുന്ന സന്തോഷം, മുഖത്തിന്റെ തെളിവു.

മുഖബന്ധനം. ന. കിണററിന്റെ വാശ്ശല്ലു.

മുഖഭാവം. ന. മുഖത്തെ ഭാവം.

മുഖഭൂഷണം. ന. വെററില തിന്നുക.

മുഖമണ്ഡപം. ന. ശ്രീകോവിലിന്റെ മുഖപ്പു.

മുഖ. വി. (ഖൻ, ഖാ, ഖം.) വി. ന. ഒന്നാമത്തെ.

മുഖം. ന. ൧, കഴുത്തിന്നു മുകളിൽ തലയുടെ മുൻഭാഗം. ൨, വായ്. ൩, ഭവനത്തിന്റെ മുൻഭാഗം. ൪, തുടസ്സം, ആരംഭം. ൫, നീക്കപോക്ക. ൬, പക്ഷിയുടെ ചുണ്ടു. (മ.) ൧, മുഖപരിചയം. ൨, രാജ്യത്തിന്റെ ഭാഗം.

മുഖനോട്ടം. ന. മുഖം നോക്കിച്ചെയ്യുന്ന പക്ഷഭേദം.

മുഖര. വി. (രൻ, രാ, രം.) വി. ന. ൧, ശബ്ദമുള്ള. ൨, പരിഹസിച്ചു പറയുന്ന.

മുഖരൻ. ന. നായകൻ.

മുഖര. ന. ൧, കാക്ക. ൨, ഒരു മാതിരി ശംഖു.

മുഖരിത. വി. (തൻ, താ, തം.) വി. ന. ശബ്ദിക്കപ്പെട്ട.

മുഖരൂപം. ന. മുഖത്തിന്റെ ഭാവം.

മുഖരോമം. ന. മീശ.

മുഖലക്ഷണം. ന. മുഖത്തിന്റെ അടയാളം.

മുഖവാരം. ന. ഭവനത്തിന്റെ മുൻഭാഗത്തുള്ള സ്ഥലം.

മുഖവാസനം. ന. മുഖസംസ്കാരത്തിന്നുള്ള കപ്പൂരം മുതലായതു.

മുഖവികാരം. ന. മുഖത്തെ ഭാവഭേദം.

മുഖവീണ. ന. ഒരു വാദ്യം.

മുഖവുര. ന. മുമ്പിൽ പറയുന്നതു്.

മുഖശുദ്ധി. ന. മുഖത്തിന്റെ ശുദ്ധി.

മുഖശോഭ. ന. മുഖത്തിന്റെ പ്രകാശം.

മുഖശ്രീ. ന. മുഖത്തിന്റെ ശോഭ.

മുഖഷ്ഠില. വി. (ലൻ, ലാ, ലം.) വി. ന. ചിത്ത മുഖമുള്ള.

മുഖസംസ്കാരം. ന. മുഖം നന്നാക്കുക.

മുഖസ്തുതി. ന. മുഖത്തു നോക്കി സ്തുതിച്ചു പറക, നേരെ നിന്നു പുകഴ്ത്തി പറക.

മുഖസ്ഥമാക്കുന്നു. ക്രി. വാൻ. (മുഖസ്ഥം.) സ. ക്രി. പഠിക്കുന്നു.

മുഖസ്ഥ. വി. (സ്ഥൻ, സ്ഥാ, സ്ഥം.) വി. ന. ൧, മുഖത്തിരിക്കുന്ന. ൨, കാണാപ്പാഠം പഠിച്ച.

മുഖസ്രാവം. ന. ഭേംത്താ, വായിൽനിന്നൊഴുകുന്ന വെള്ളം.

മുഖക്ഷാളനം. ന. മുഖം കഴുകുക.

മുഖാന്തരം. ന. സഹായം, ഒത്താശ. (സം.) മറെറാരു മുഖം.

മുഖാമുഖം. അ. മുഖത്തോടു മുഖമായി, നേരിട്ടു നിന്നു്.

മുഖാരി. ന. ഒരു രാഗം.

മുഖേര. ന. തുടസ്സം.

മുഖ്യതമ. വി. (മൻ, മാ, മം). വി. ന. ഏററവും മുഖ്യമായുള്ള.

മുഖ്യ. വി. (ഖ്യൻ, ഖ്യാ, ഖ്യം.) വി. ന. ൧, ശ്രേഷ്ഠമായ. ൨, ഒന്നാമത്തെ. **മുഖ്യത.** ഗു. ന. ശ്രേഷ്ഠത.

മുഖ്യം. ന. സാരമായുള്ള നിയമകമ്മം.

മുഖ്യസ്ഥൻ. ന. പ്രമാണി.

മുഗ്ധ. വി. (ഗ്ധൻ, ഗ്ധാ, ഗ്ധം.) വി. ന. ൧, ഭംഗിയുള്ള. ൨, മൂഢതയുള്ള. **മുഗ്ധത.** ഗു. ന. ഭംഗി.

മുഗ്ധാ. ന. സൌന്ദയ്യമുള്ള ചെറിയ സ്ത്രീ.

മുഗ്ധാക്ഷീ. വി. ന. നല്ല കണ്ണുള്ളവൾ, സുന്ദരി.

മുങ്ങൽ. ന. വെള്ളത്തിൽ താഴുക, മുങ്ങുക.

മുങ്ങുന്നു. ങി. വാൻ. (മുങ്ങ.) അ. ക്രി. വെള്ളത്തിൽ താഴുന്നു.

മുച്ചാൺവടി. ന. മൂന്നു ചാണുള്ള വടി.

മുച്ചിലിക്ക. ന. പിഴയററു എഴുതുന്ന ഒരെഴുത്തു.

മുച്ചിറി; മുച്ചുണ്ടു. ന. ചിറിയുടെ (ഓഷ്ഠത്തിന്റെ) ആകൃതിയിൽ വന്നിട്ടുള്ള വൈരൂപ്യം.

മുച്ചൂട്ടം. അ. മുഴവനെ, ഒട്ടുക്ക;

മുജ്ജന്മം. ന. മുൻപിലത്തെ ജന്മം, പൂവ്വജന്മം.

മുജ്ജന്മവാസന. ന. പൂവ്വജന്മത്തിൽ പ്രവൃത്തിച്ചിരുന്നതിന്റെ ചില അടയാളം.

മുഞ്ജം. ന. മേഖലപ്പുല്ലു.

മുഞ്ഞ. ന. ഒരു വൃക്ഷം.

മുഞ്ഞി. ന. മുഖം.

മുട. ന. അഴുക്ക.

മുടക്ക. ന. ൧, വിരോധം. ൨, മുടച്ചു.

മുടക്കചീട്ടു. ന. വിരോധിച്ചെഴുതുന്ന ഒരെഴുത്തു.

മുടക്കൻ. ന. കതകിലും മററും തറെക്കുന്ന ഒരുമാതിരി ഇരിമ്പുകൊളുത്തു.

മുടക്കം. ന. ൧, വിരോധം. ൨, ഉപേക്ഷ. ൩, മുടച്ചു.

മുടക്കോല. ന. മുടക്കുള്ള ഓല.

മുടങ്ങുന്നു. ങി. വാൻ. (മുടങ്ങ.) അ. ക്രി. വിഘ്നം വരുത്തുന്നു. **മുടക്കുന്നു.** സ. ക്രി.

മുടച്ചിൽ. ന. മടച്ചിൽ.

മുടന്തു. ന. കാലിന്റെ ഒരു അസ്വാധീനത, ഞൊണ്ടു.

മുടന്തൻ. വി. ന. മുടന്തുള്ളവൻ.

മുടന്തൽ. ന. നടക്കുമ്പോൾ കാലിനുള്ള അസ്വാധീനത, മുടന്തുക, ഞൊണ്ടൽ.

മുടന്തുന്നു. ന്തി. വാൻ. (മുടന്ത.) അ. ക്രി. മുടങ്ങികെട്ടായി നടക്കുന്നു.

മുടമ്പല്ലു. ന. ചൊവ്വെ അല്ലാത്ത പല്ലു.

മുടമ്പല്ലൻ. വി. ന. മുടമ്പല്ലുള്ളവൻ.

മുടയുന്നു. ഞ്ഞു. വാൻ. (മുട.) അ. ക്രി. മടയുന്നു, തെങ്ങോലയും മററും പിണെച്ചു ചേൎക്കുന്നു.

മുടവൻ. വി. ന. മുടന്തൻ.

മുടി. ന. ൧, കിരിടം. ൨, തലമുടി. ൩, ചില മൃഗങ്ങളുടെ കഴുത്തിലൊ തലയിലൊ ഉള്ള രോമം. ൪, തല. ൫, നാറു. ൬, ഓട്ടൻതുള്ളക്കാരുമററും തലയിൽ വെക്കുന്ന വസ്തു. ൭, കയറിന്റെ ഒരു കെട്ടു.

മുടികാലൻ. വി. ന. നശിപ്പിക്കുന്നവൻ.

മുടിക്കോൽ. ന. കന്നുകാലിയെ അടിക്കുന്ന വടി.

മുടിച്ചിൽ. ന. സഞ്ചി കെട്ടുക.

മുടിപ്പു. ന. സഞ്ചിയിൽ കെട്ടിയ പണം.

മുടിമണി. ന. കിരീടത്തിലൊ തലയിലൊ അലങ്കരിക്കുന്ന രത്നം.

മുടിമന്നൻ. ന. ശത്രുവിനെ ജയിപ്പാൻ ശക്തിയുള്ള രാജാവു.

മുടിമാല. ന. തലയിൽ കെട്ടുന്ന മാല.

മുടിയൻ. വി. ന. നശിപ്പിക്കുന്നവൻ.

മുടിയന്തരം. ന. നാശം.

മുടിയിഴ. ന. തലനാരു്.

മുടിയുന്നു. ഞ്ഞു. വാൻ. (മുടി.) അ. ക്രി. ൧, നശിക്കുന്നു. ൨, അവസാനിക്കുന്നു. **മുടിക്കുന്നു.** സ. ക്രി.

മുടിയേററു. ന. ൧, രാജാവിനെ കിരീടം ധരിപ്പിക്കു. ൨, ഒരുമാതിരി കളി.

മുടില്പു. ന. ൧, പല്ലടപ്പു. ൨, പാപ്പു, മത്സ്യത്തിന്റെ കുഞ്ഞു. ൩, തവളക്കുഞ്ഞു.

മുടിലാരം. ന. പല്ലടപ്പു.

മുടിവു. ന. നാശം, അവസാനം.

മുടുക. ന. ൧, ഒരുമാതിരി പൊൻവള. ൨, കരിമ്പുമററും കെട്ടുന്നതിനുള്ള വള്ളി.

മുടുക്കു. ന. ൧, കോൺ. ൨, ഇടുക്കുവഴി.

മുട്ടു. ന. ൧, കാലിന്റെയും കയ്യുടെയും നടുവിൽ മുഴച്ചിരിക്കുന്ന അസ്ഥി. ൨, കരിമ്പിന്റെ പോളനില്ക്കുന്ന സ്ഥലം. ൩, ആവശ്യം. ൪, തലയുമററും മുട്ടുക. ൫, ആടുകൾ തമ്മിലുള്ള ഇടി. ൬, വഴിയുടെ തടവു. ൭, വ്യാകുലം. ൮, ശ്വാസത്തിന്റെ തടവു. ൯, യുദ്ധത്തിൽ രണ്ടു പുറത്തുമുള്ള സൈന്യങ്ങൾ അടുത്തു മുട്ടുക. ൰, ഊന്നുകാൽ. ൧൧, പുലിമുട്ടു. ൧൨, നാശം. ൧൩, വാക്കുമുട്ടു. ൧൪, കൊട്ടുതടികൊണ്ടുള്ള അടി. ൧൫, നാരായത്തിന്റെ കൊട. ൧൬, മറിപ്പിരിക. ൧൭, ചിറ. ൧൮, തടവു.

മുട്ട. ന. പക്ഷികളുടെയുംമററും മുട്ട, കോഴിയുംമററും പ്രസവിക്കുന്ന സാധനം.

മുട്ടക്കരു. ന. മുട്ടയുടെ അകത്തുള്ള വസ്തു.

മുട്ടക്കുരണ്ടു. ന. ഒരുമാതിരി ഉരുണ്ട കുരണ്ടു.

മുട്ടക്കോഴി. ന. മുട്ടയിട്ടുംകൊണ്ടിരിക്കുന്ന കോഴി.

മുട്ടടെപ്പു. ന. ൧, കന്നുകാലികൾക്കുണ്ടാകുന്ന ഒരുമാതിരി ദീനം. ൨, ശ്വാസത്തിന്റെ തടവു.

മുട്ടത്തോടു. ന. മുട്ടയുടെ തോടു.

മുട്ടൻ. ന. ൧, മുട്ടാടു. ൨, ശരീരപുഷ്ടിയും ആരോഗ്യവുമുള്ളവൻ. ൩, ശഠൻ.

മുട്ടപ്പൊരി. ന. ഒരുവക പലഹാരം.

മുട്ടം. ന. മുട്ടുതടി, വെളിയാൻ കിറുവാൻ പ്രയാസമുള്ള തടി.

മുട്ടൽ. ന. ശ്വാസത്തിന്റെയുംമററും തടവു.

മുട്ടാക്കു. ന. ൧, തിരശ്ശില. ൨, മൂടി.

മുട്ടാടു. ന. ആണാടു, ആട്ടുകൊററൻ.

മുട്ടാളത്വം. ന. വഷളത്വം, ദുൎന്നസ്വഭാവം.

മുട്ടാളൻ. വി. ന. വഷളൻ, ഖലൻ.

മുട്ടാൾ. വി. ന. മുട്ടാളൻ.

മുട്ടാൾപ്പോക്കു. ന. മുട്ടാളന്റെ സ്വഭാവം.

മുട്ടാറു. ന. നിറഞ്ഞുകവിഞ്ഞ ആറു.

മുട്ടി. ന. ൧, കൊല്ലൻ ഇരിമ്പുകാച്ചി അടിക്കുന്ന ചുററിക. ൨, വിറകുതടി. ൩, കള്ളെടുക്കുന്ന ഒരു പാത്രം. ൪, ഉണ്ടക്കല്ലു.

മുട്ടിക. ന. കൊല്ലന്റെ പണിക്കോപ്പിൽ ഒന്നു, ഇരിമ്പു തല്ലിനീട്ടുന്ന സാധനം.

മുട്ടിക്കത്തി. ന. മൂച്ചയില്ലാത്ത ക്ഷൌരക്കത്തി.

മുട്ടിക്കാലൻ. വി. ന. വളകാലൻ.

മുട്ടിക്കാൽ. ന. വളഞ്ഞ കാൽ.

മുട്ടിക്കുന്നു. ച്ചു. പ്പാൻ. (മുട്ടി.) സ. ക്രി. ൧, വഴിയടെക്കുന്നു. ൨, പ്രയാസപ്പെടുത്തുന്നു. ൩, ആടുകളെ തമ്മിൽ ഇടിപ്പിക്കുന്നു. ൪, തലമുട്ടിക്കുന്നു. ൫, കൎമ്മങ്ങൾ മുടക്കുന്നു. ൬, ശ്വാസംമുട്ടിക്കുന്നു. ൭, കടക്കാരനെ ഞെരുക്കുന്നു. ൮, വാക്കുമുട്ടിക്കുന്നു. ൯, കൂട്ടിഅടിക്കുന്നു. ൰, കൂട്ടിത്തൊടിയിക്കുന്നു.

മുട്ടിക്കുരണ്ടി. ന. ഇരിക്കുന്നതിനുള്ള ഒരുമാതിരി പലക.

മുട്ടിത്തിരിച്ചിൽ. ന. ൧, വഴിയറിയാതെ ചുററുക. ൨, നിരുത്സാഹമില്ലാതെ വ്യാകുലപ്പെടുക.

മുട്ടിത്തിരിയുന്നു. ഞ്ഞു. വാൻ. (മുട്ടി.) അ. ക്രി. ൧, വഴിയറിയാതെ ചുററുന്നു. ൨, നിരുത്സാഹമില്ലാതെ വ്യാകുലപ്പെടുന്നു.

മുട്ടുതല്ലി; മുട്ടുതട്ടി. ന. നടക്കുമ്പോൾ മുട്ടുകൾ തമ്മിൽ തട്ടുന്നവൻ, കൊട്ടുകാലൻ.

മുട്ടുന്നു. ട്ടി. വാൻ. (മുട്ടു.) അ. ക്രി. ൧, ആവശ്യപ്പെടുന്നു. ൨, തടയുന്നു. ൩, വ്യാകുലപ്പെടുന്നു. ൪, ഉത്തരം ഇല്ലാതാകുന്നു. ൫, മടങ്ങുന്നു. ൬, ശ്വാസം തടയുന്നു. ൭, ഞെരുങ്ങുന്നു. ൮, തിടുക്കപ്പെടുന്നു. സ. ക്രി. ൧, കൂട്ടി അടിക്കുന്നു. ൨, ഇടിക്കുന്നു. ൩, കൊട്ടുപിടികൊണ്ടടിക്കുന്നു. ൪, കതകിൽ ഇടിക്കുന്നു. ൫, എത്തിത്തൊടുന്നു.

മുട്ടുപാടു. ന. മറിപ്പു, അത്യാവശ്യം.

മുട്ടുപാത്രം. ന. പണയംവെച്ച പാത്രം.

മുട്ടുമറിപ്പു. ന. മുട്ടുപാടു, നിൎബ്ബന്ധം.

മുട്ടുവായ്പു. ന. തല്ക്കാലമായിട്ടു വാങ്ങിച്ച കടം.

മുട്ടുശാന്തി. ന. ശാന്തി മുടങ്ങാതിരിക്കുവാനായി പൂജ കഴിക്കുക, അത്യാവശ്യത്തിനായി പകരം വഹിക്കുക.

മുട്ടെ. അ. കഴിയുന്നിടത്തോളം.

മുണ്ടു. ന. ൧, മലയാളത്തിൽ ആണുങ്ങൾ ഉടുക്കുന്ന വസ്ത്രം. ൨, ചില ദിക്കിൽ സ്ത്രീകളുടുക്കുന്ന വസ്ത്രം.

മുണ്ടകൻ. ന. ൧, ചില ദിക്കിൽ കന്നിമാസത്തിൽ വിതെക്കുന്ന നിലം. ൨, ഓകാലുള്ള ഒരുമാതിരി നെല്ലു.

മുണ്ടകം. ന. മകരമാസത്തിൽ കൊയ്യുന്ന ഒരുമാതിരി നെല്ലു.

മുണ്ടൻ. വി. ന. ൧, നീളമില്ലാത്തവൻ. ൨, കള്ളെടുക്കുന്ന തെങ്ങിൻകുല.

മുണ്ടൻകൊട്ടി. ന. കള്ളെടുക്കുന്ന ചേകവൻ.

മുണ്ടവള്ളി. ന. ഒരുമാതിരി വള്ളി.

മുണ്ടാണി. ന. മാഹാണിയുടെ മൂന്നിലൊരംശം.

മുണ്ടാറു. ന. നീളം കുറഞ്ഞ ആറു.

മുണ്ടി. ന. ൧, നീളം കുറഞ്ഞവൾ. ൨, ഒരുവക പക്ഷി. ൩, മുണ്ടിനീരു.

മുണ്ടിക്കുന്നു. ച്ചു. പ്പാൻ. (മുണ്ടി.) അ. ക്രി. പൊക്കം കുറയുന്നു.

മുണ്ടിനീരു. ന. താടിയിൽ ഉണ്ടാകുന്ന നീരു.

മുണ്ടിയൻ. ന. ഒരുവക വനദേവത.

മുണ്ടുപെട്ടി. ന. വസ്ത്രം സൂക്ഷിക്കുന്ന ഒരുമാതിരി പെട്ടി.

മുണ്ടുമുറി. ന. വീട്ടുസാമാനം.

മുണ്ഡ. വി. (ണ്ഡൻ, ണ്ഡാ, ണ്ഡം.) വി. ന. ക്ഷൌരം ചെയ്തു, തല ചിരച്ച.

മുണ്ഡൻ. ന. ക്ഷൌരക്കാരൻ.

മുണ്ഡാ. ന. ഒരു മരുന്നു, മഞ്ചട്ടി.

മുണ്ഡം. ന. ൧, തല. ൨, നെററി.

മുണ്ഡനം. ന. ചിരെക്കുക.

മുണ്ഡമാല. ന. തലയോടു കോൎത്ത മാല.

മുണ്ഡം. ന. തല.

മുണ്ഡി. ന. ൧, ക്ഷൌരക്കാരൻ. ൨, അടയ്ക്കാമണിയൻ.

മുണ്ഡിത. വി. (തൻ, താ, തം.) വി. ന. ചിരെക്കപ്പെട്ട.

മുതക്കു. ന. ൧, ഒരുവക ഔഷധവള്ളി. ൨, ചത്ത മൃഗം.

മുതല. ന. വെള്ളത്തിലുള്ള ഒരു വലിയ ജന്തു.

മുതലവകാശം. ന. ദ്രവ്യസംബന്ധം.

മുതലവകാശി. വി. ന. ദ്രവ്യസംബന്ധമുള്ളവൻ.

മുതലായ. അ. തുടങ്ങിയുള്ള.

മുതലാളൻ. ന. നിലവും പുരയിടവും പാട്ടത്തിന്നായിട്ടു കുടിയാന്മാരെ ഏല്പിക്കുന്നവൻ, ജന്മി.

മുതലാളി. ന. വലിയ കച്ചവടക്കാരൻ.

മുതലിക്കുന്നു. ച്ചു. ക്കുവാൻ. സ. ക്രി. ആരംഭിക്കുന്നു, ചിട്ടി മുതലായ ഏൎപ്പാടുകൾക്കായി മുതൽ ശേഖരിക്കുന്നു.

മുതലിയാർ. ന. ഒരു ജാതിക്കാരൻ.

മുതലെടുപ്പു. ന. ആണ്ടടക്കമുള്ള കരംപിരിവു.

മുതൽ. ന. ൧, തുടസ്സം. ൨, ദ്രവ്യം.

മുതൽ. അ. ഇതു മററു ചില വാക്കിന്റെ ഒടുക്കം ചേൎക്കുമ്പോൾ 'തുടങ്ങി' എന്നൎത്ഥം വരും.

മുതൽകാൎയ്യം. ന. വസ്തുവക.

മുതൽക്കൂട്ടു. ന. വരവിന്റെ കണക്കു.

മുതല്ക്കു. അ. തുടങ്ങി.

മുതൽചിലവു. ന. ദ്രവ്യം ചെലവിടുക.

മുതൽദ്രവ്യം. ന. മൂലധനം, പലിശെക്കും ലാഭത്തിന്നും കാരണമായുള്ള നെല്ലോ പണമൊ.

മുതൽപ്പട്ടിക. ന. മുതലിനെ സംബന്ധിച്ചെഴുതുന്ന ഒരു കണക്കു.

മുതൽപ്പലിശകൾ. ന. മുതലും പലിശയും.

മുതൽപ്പററു. ന. ചേകവന്മാരുടെ ഒരധികാരിയുടെ സ്ഥാനം.

മുതൽപ്പററുകാരൻ. ന. ചേകവന്മാരുടെ അധികാരി.

മുതൽപിടി. ന. ദ്രവ്യം ഏററു വാങ്ങിച്ചു സൂക്ഷിക്കുന്നവന്റെ ഉദ്യോഗം.

മുതൽപിടിക്കാരൻ. ന. ദ്രവ്യം ഏററുവാങ്ങിച്ചു സൂക്ഷിക്കുന്നവൻ.

മുതൽപ്പേരു. ന. ധാന്യാശിപായിമാരിൽ പ്രമാണി.

മുതിര. ന. ഒരുവക ധാന്യം.

മുതിരുന്നു. ൎന്നു. വാൻ. (മുതിർ.) അ. ക്രി. ൧, വളരുന്നു. ൨, തുനിയുന്നു.

മുതുക്കുന്നു. ത്തു. പ്പാൻ. (മുതു.) സ. ക്രി. പരിചയിപ്പിക്കുന്നു, ഉത്സാഹിപ്പിക്കുന്നു.

മുതുപ്പു; മുതിപ്പു; മുതിച്ചു; മുതുച്ചു. ന. ൧, വളച്ചു. ൨, വലുതാകുക. ൩, തുനിച്ചിൽ.

മുതു. വി. വയസ്സുചെന്ന.

മുതു. ന. മുതുകു, ദേഹത്തിന്റെ പിൻവശം.

മുതുകു. ന. ശരീരത്തിന്റെ പുറകുവശം.

മുതുകാള. ന. വയസ്സുചെന്ന കാള.

മുതുക്കൻ. വി. ന. വയസ്സധികമായവൻ, വൃദ്ധൻ.

മുതുക്കി. ന. വയസ്സുചെന്നവൾ.

മുതുചൊൽ. ന. പ്രായം അധികമായവർ പറഞ്ഞിട്ടുള്ള ചില വാക്കു, പഴഞ്ചൊല്ലു.

മുതുതല. ന. ചുവടു.

മുതുമുറി. ന. മരവും മററും പലതായി മുറിച്ചാൽ അതിൽ ചുവട്ടുമുറി.

മുതുമുത്തഛൻ. ന. അച്ഛന്റെ മുത്തച്ഛൻ.

മുതുമുത്തശ്ശി. ന. അമ്മയുടെ മുത്തശ്ശി.

മുത്തു. ന. ൧, നവരത്നങ്ങളിൽ ഒന്നു. ൨, അകത്തെക്കുരുവു. ൩, ചുംബനം. ൪, സന്തോഷം.

മുത്തങ്ങാ. ന. ഒരുവകപ്പുല്ലു.

മുത്തഛൻ. ന. ൧, അച്ഛന്റെ അച്ഛൻ. ൨, അമ്മയുടെ അച്ഛൻ.

മുത്തൻ. ന. വയസ്സൻ, വൃദ്ധൻ.

മുത്തപ്പൻ. ന. മുത്തച്ഛന്റെ അനുജൻ.

മുത്തം. ന. ചുംബനം.

മുത്തമ്മ. ന. അമ്മുമ്മ.

മുത്തമ്പി. അല്ലെങ്കിൽ, **മുസ്സമ്പി.** ന. ഒരു വൃക്ഷം.

മുത്തശ്ശി. ന. ൧, അമ്മുമ്മ, അമ്മയുടെ അമ്മ. ൨, അച്ഛന്റെ അമ്മ.

മുത്താഴം. ന. രണ്ടുനേരവും ഭക്ഷണമുള്ളതിൽ ഒന്നാമത്തെ ഭക്ഷണം.

മുത്താറി. ന. ഒരുവക ധാന്യം, പഞ്ഞപ്പുല്ലു.

മുത്തി. ന. വൃദ്ധസ്ത്രീ, അമ്മുമ്മ.

മുത്തുക്കുട. ന. അരികിന്നും മററും മുത്തു കോൎത്തുകെട്ടിയ ഒരുമാതിരി കുട.

മുത്തുച്ചമ്പാവു. ന. ഒരുമാതിരി നെല്ലു.

മുത്തുച്ചിപ്പി. ന. അകത്തു മുത്തു വിളയുന്ന ഒരുമാതിരി ജലജന്തു, മുത്തുക്കക്കാ.

മുത്തുത്താവടം. ന. മുത്തുമാല.

മുത്തുന്നു. ത്തി. വാൻ. (മുത്ത.) സ. ക്രി. ചുംബിക്കുന്നു.

മുത്തുപടം. ന. മുത്തുമാല.

മുത്തുമണി. ന. മുത്തു.

മുത്തുമാല. ന. മുത്തു കോൎത്ത മാല.

മുദിത. വി. (തൻ, താ, തം.) വി. ന. സന്തോഷിച്ച.

മുദിരം. ന. മേഘം.

മുദ്ഗപൎണ്ണി. ന. ൧, കാട്ടുപയറു. ൨, ചെറുപിടക്കോൽ.

മുൽഗം. ന. ചെറുപയറു.

മുൽഗരം. ന. ൧, മുൾത്തടി. ൨, ഇരിമ്പുലക്ക. ൩, ചുററിക.

മുദ്ര. ന. ൧, അടയാളം. ൨, അടയാളമുള്ള മോതിരം.

മുദ്രക്കടലാസു. ന. മുദ്രകുത്തിയ കടലാസു.

മുദ്രക്കാരൻ. ന. ൧, ശിപായി. ൨, മുദ്രയുള്ളവൻ.

മുദ്രക്കെട്ടു. ന. അടയാളക്കെട്ടു.

മുദ്രക്കോൽ. ന. മുദ്രയിടുന്ന അച്ചു.

മുദ്രണം. ന. ൧, മുദ്രവെക്കുക. ൨, അടയ്ക്കുക.

മുദ്രപ്പറ. ന. തോതു കണക്കാക്കി സൎക്കാരിൽനിന്നും അടയാളപ്പെടുത്തിക്കൊടുത്തിട്ടുള്ള പറ.

മുദ്രമോതിരം. ന. മുദ്രയിടുവാനുള്ള ഒരു മോതിരം.

മുദ്രയരക്കു. ന. മുദ്രയിടുവാനുള്ള ഒരു മാതിരി അരക്കു.

മുദ്രയോല. ന. അച്ചടിയോല.

മുദ്രവാൾ. ന. സ്ഥാനവലിപ്പത്തിന്നായിട്ടു കൊടുക്കുന്ന വാൾ.

മുദ്രശ്ശിപായി. ന. ബില്ലായുള്ള ശിപായി.

മുദ്രാങ്കിത. വി. (തൻ, താ, തം.) വി. ന. മുദ്രയിടപ്പെട്ട.

മുദ്രാധാരണം. ന. മുദ്ര ധരിക്കുക.

മുദ്രാധാരി. വി. (രീ, രിണീ, രി.) വി. ന. മുദ്ര ധരിച്ച.

മുദ്രാരാക്ഷസം. ന. ഒരു നാടകഗ്രന്ഥം.

മുദ്രാവാക്യം. ന. അടയാളമോ പ്രമാണമോ ആയി സ്വീകരിച്ചിരിക്കുന്ന വാക്യം.

മുദ്രിക. ന. ൧, മുദ്രയൊ അടയാളമൊ വെച്ച കടലാസു. ൨, ചെറിയ മുദ്ര.

മുദ്രിത. വി. (തൻ, താ, തം.) വി. ന. ൧, മുദ്രയിടപ്പെട്ട. ൨, വിടരാത്ത.

മുധാ. അ. വൃഥാ, വെറുതെ.

മുന. ന. ൧, വല്ല വസ്തുവിന്റെയും കൂൎത്ത അററം. ൨, കോമ്പുരത്തു. ൩, മൂച്ചു.

മുനക്കുരുവു. ന. ചിത്രം കൊത്തുന്നതിന്നും മററും ഉള്ള ചെറിയ കരുവു.

മുനമ്പു. ന. ൧, കോമ്പുരത്തു. ൨, ഉരസ്ഥലം.

മുനി. ന. ൧, ഋഷി. ൨, സന്ന്യാസി. ൩, ഒരു വൃക്ഷം.

മുനിച്ചിൽ. ന. കോപംകൊണ്ടും മററും മിണ്ടാതെയിരിക്കുക.

മുനിഞ്ഞാന്നു. അ. മിനിയാന്നു.

മുനിപത്നി. ന. മുനിയുടെ ഭാൎയ്യ.

മുനിയുന്നു. ഞ്ഞു. വാൻ. (മുനി.) അ. ക്രി. കോപിച്ചോ മറെറാ മിണ്ടാതെയിരിക്കുന്നു.

മുനിവു. ന. മുനിച്ചിൽ.

മുനിവാടം. ന. മുനിമാരുടെ ഭവനക്കൂട്ടം.

മുനിഷി. ന. ൧, ഭാഷ പഠിപ്പിക്കുന്നവൻ. ൨, എഴുത്തുകാരൻ.

മുനിസ്ഥാനം. ന. മുനി ഇരിക്കുന്ന സ്ഥലം.

മുനീന്ദ്രൻ. ന. ൧, ബുദ്ധമുനി. ൨, മുനിശ്രേഷ്ഠൻ.

മുൻ. അ. ൧, മുൻപെ. ൨, ഒന്നാമതു. ൩, പണ്ടെ.

മുൻകരം. ന. മുൻപേയുള്ള കരം, മുൻപാട്ടം.

മുൻകാൽ. ന. മൃഗങ്ങളുടെ മുൻപേത്തെ കാൽ.

മുൻകാഴ്ച. ന. മുൻപേ കാണുന്ന കാഴ്ച.

മുൻകുടുമ. ന. മുൻപിലെക്കുടുമ.

മുൻകൂറു. ഭി. മുൻകൂട്ടി, മുമ്പേറായി. ന. ഏതെങ്കിലും ഒരു ഏൎപ്പാടിനായി അതിനു മുമ്പിൽ കൂട്ടിത്തന്നേ കൊടുക്കുന്ന തുക.

മുൻകൈ. ന. കൈയുടെ മുട്ടു മുതൽ വിരലിന്റെ അററംവരെയുള്ള ഭാഗം.

മുൻകോപം. ന. ആദിയിലുണ്ടാകുന്ന കോപം.

മുൻകോപി. വി. ന. മുൻകോപമുള്ളവൻ, വേഗത്തിൽ കോപിക്കുന്നവൻ.

മുൻചൊൽ. ന. ൧, പഴഞ്ചൊല്ലു. ൨, മുൻപിലത്തെ വാക്കു.

മുന്തി. ന. ഉടുത്തിരിക്കുന്ന വസ്ത്രത്തിന്റെ മടി.

മുന്തിയ. വി. മുൻപിലത്തെ, മേത്തരമായ.

മുന്തിയറുക്കുന്നവൻ. വി. ന. കള്ളൻ.

മുന്തിരി. ന. ൧, മുന്തിരിങ്ങായുണ്ടാകുന്ന വള്ളി. ൨, ഒരു കീൎത്തനക്കു.

മുന്തിരിക. ന. ൧, ഒരു കീൎത്തനക്കു. ൨, മുന്തിരിവള്ളി.

മുന്തിരിങ്ങ. ന. മുന്തിരിമേലുണ്ടാകുന്ന കായ്.

മുന്തിരിങ്ങാവള്ളി. ന. മുന്തിരിവള്ളി.

മുന്തുന്നു. ന്തി. വാൻ. (മുന്ത.) അ. ക്രി. മുൻപാകുന്നു, മുൻപിലാകുന്നു.

മുന്ന. അ. മുൻപെ.

മുന്നട. ന. മുൻപിൽ നടക്കുക.

മുന്നടക്കുന്നവൻ. ന. മുൻപിൽ പോകുന്നവൻ.

മുന്നണി. ന. മുൻപിൽ നില്ക്കുന്ന അണി, മുൻപട.

മുന്നമെ. അ. പണ്ടെ, മുൻപേ തന്നെ.

മുന്നം. അ. പണ്ടു.

മുന്നരങ്ങു. ന. ആട്ടത്തിന്റെയും മററും തുടസ്സം.

മുന്നറിവു. ന. മുൻപേയുള്ള അറിവു.

മുന്നാഴി. ന. ഒരിടങ്ങഴികൊണ്ടു നാലായിപ്പകുത്തതിൽ മൂന്നു പങ്കു.

മുന്നാൾ. ന. ൧, പ്രധാനി. ൨, മൂന്നു ദിവസം.

മുന്നാളിൽ. അ. പണ്ടു.

മുന്നി. ന. കോമ്പുരത്തു, കടലിലൊ കായലിലൊ ഇറങ്ങിയിരിക്കുന്ന കരയുടെ മുന.

മുന്നിക്കുന്നു. ച്ചു. പ്പാൻ. (മുന്നി.) സ. ക്രി. ആനയെയും മററും നടത്തിക്കുന്നു.

മുന്നിടുന്നു. ട്ടു. വാൻ. (മുൻ.) അ. ക്രി. മുൻപിലാകുന്നു, മുൻപെ ചെല്ലുന്നു.

മുന്നിയമം. ന. പണ്ടത്തെ ചട്ടം.

മുന്നിരിപ്പു. ന. പണ്ടെയുള്ള ഇരിപ്പുമുതൽ.

മുന്നില. ന. ൧, മുൻപിലത്തെ അവസ്ഥ. ൨, ദേശത്തുള്ള ഒരു ചെറിയ അധികാരം.

മുന്നിലക്കാരൻ; മില്ലക്കാരൻ. ന. ദേശത്തിന്റെ ചെറിയ അധികാരി.

മുന്നിൽ. അ. മുൻപിൽ, മുൻഭാഗത്തു.

മുന്നുംപിന്നും. അ. മുൻപിലും പുറകിലും.

മുന്നൂൽ. ന. മൂന്നു നൂൽ കൂടിയതു.

മുന്നൂറു. വി. മൂന്നു നൂറു കൂടിയതു.

മുന്നെ. അ. ൧, മുൻപെ, പണ്ടെ. ൨, മുൻപിലെ ഭാഗത്തു.

മുന്നേതു. വി. മുൻപിലത്തെ.

മുന്നോക്കം. അ. മുൻപോട്ടു.

മുന്നോക്കി. അ. മുൻപോട്ടു.

മുന്നോട്ട. അ. മുൻപോട്ട.

മുമ്പു. അ. ൧, പണ്ട. ൨, മുൻഭാഗം. ൩, ആദി.

മുൻപട. ന. യുദ്ധത്തിന്നായിട്ട മുൻപെ നില്ക്കുന്ന സൈന്യം.

മുൻപൻ. ന. തലവൻ, ഒന്നാമൻ.

മുൻപല്ലു. ന. പല്ലുകളിൽ നടുവിലുള്ള പല്ലുകൾ.

മുൻപാകെ. അ. മുൻപിൽ, മുൻഭാഗത്തു.

മുൻപായ. വി. പ്രധാനമായുള്ള.

മുൻപായി. അ. ആദിയായി.

മുൻപിടുന്നു. ട്ടു. വാൻ. (മുൻപ.) അ. ക്രി. മുൻപിലാകുന്നു, ശേഷംപേരുടെ മുൻപിൽ കേറി നടക്കയും മറ്റും ചെയ്യുന്നു.

മുൻപിൽ. അ. ൧, പണ്ട. ൨, ആരുടെ എങ്കിലും നേരെയുള്ള ഭാഗത്തു.

മുൻപിനാലെ. അ. പണ്ടെതന്നെ.

മുൻപിലത്തെ. വി. പണ്ടത്തെ.

മുൻപുമറിയുന്നു. ഞ്ഞു. വാൻ. (മുൻപ.) അ. ക്രി. മുൻപോട്ട മറിയുന്നു.

മുൻപുറം. ന. മുൻഭാഗം.

മുൻപെ. അ. ൧, പണ്ടെ. ൨, മുൻപിൽ, മുൻഭാഗത്തു.

മുൻപെടൽ. ന. മുൻപെ ആക.

മുൻപെടുന്നു. ട്ടു. വാൻ. (മുൻ.) അ. ക്രി. മുൻപെ ആകുന്നു.

മുമ്പേറു. വി. മുൻകൂറായി. ന. മുൻകൂറായി കൊടുക്കുന്ന തുക.

മുൻപോക്കം. അ. മുൻപോട്ട.

മുൻപോട്ട. അ. മുൻപിലോട്ട.

മുൻഭാഗം. ന. മുൻപു, മുൻവശം.

മുൻവിചാരം. ന. മുൻപെയുള്ള വിചാരം.

മുൻസിഫ്; മുനസീപ്പ്. ന. സിവിൽവ്യവഹാരങ്ങളെ കേട്ടു തീൎക്കുന്ന ആദ്യത്തെ നീതിന്യായക്കോടതി.

മുപ്പതു. വി. മൂന്നു പത്തു കൂടിയതു.

മുപ്പല്ലി. ന. മൂന്നു മുനയുള്ള ഒരുമാതിരി വടി.

മുപ്പഴം. ന. മൂന്നു പഴം. ൧, വാഴപ്പഴം. ൨, ചക്കപ്പഴം. ൩, മാമ്പഴം.

മുപ്പറ. ന. മൂന്നുപറ, സൎക്കാരിലേക്കു കൊടുക്കുന്ന ഒരു കരം.

മുപ്പറക്കൊട്ട. ന. മൂന്നുപറ കൊള്ളുന്ന കൊട്ട.

മുപ്പാർ. ന. ഭൂമി പാതാളം സ്വൎഗ്ഗം, മൂന്നു ലോകം.

മുപ്പിരി. ന. കയറിന്നും മറ്റും മൂന്നിഴ കൂട്ടി പിരിച്ച പിരി.

മുപ്പുരം. ന. മൂന്നു ഭവനം.

മുപ്പൂ. ന. ഒരു ആണ്ടിൽ മൂന്നു തവണ വിളവെടുക്കുകയെന്നുള്ളതു്.

മുമുക്ഷു. വി. (ത്രിഷു.) വി. ന. മോക്ഷത്തിന്നാഗ്രഹമുള്ള.

മുമൂൎഷ. ന. മരിപ്പാനുള്ള ആഗ്രഹം.

മുമൂൎഷു. വി. മരിക്കാറായവൻ.

മുമ്മടങ്ങു. വി. മൂന്നിരട്ടി.

മുമ്മാ. ന. ഒരു കിഴങ്ങുണക്ക.

മുമ്മാമുക്കാണി. അല്ലെങ്കിൽ, മുണ്ടാണി. ന. ഒരു കിഴങ്ങുണക്ക.

മുമ്മാല. ന. സന്ധ്യ.

മുമ്മി. ന. ഒരു കിഴങ്ങുണക്ക.

മുമ്മുന. ന. മുപ്പല്ലി.

മുമ്മുല. മൂന്നു മുലയുള്ള പശു.

മുമ്മൂന്നു. വി. ൧, മൂന്നുമൂന്നായ. ൨, മൂന്നു വിതമുള്ള.

മുമ്മൂൎത്തി. ന. ത്രിമൂൎത്തികൾ, ബ്രഹ്മാവു, വിഷ്ണു, ശിവൻ.

മുയലി. ന. ഒരു ദീനം, പ്രലാപസന്നി.

മുയൽ. ന. ഒരു വക ചെറിയ കാട്ടുജന്തു.

മുയൽച്ചെവിയൻ. ന. ഒരു പച്ച മരുന്നു.

മുശ്ശു. ന. ഒരു വക മത്സ്യം.

മുശ്ശ. ന. ലോഹാദികൾ ഉരുക്കുന്ന പാത്രം, മൂശ.

മുശ്ശാലി. ന. മൂശാരി.

മൂര. ന. ചിററീന്തു.

മുരചു. ന. ഒരു വക വാദ്യം.

മുരച്ചിൽ. ന. ൧, പ്രയാസം. ൨, വലച്ചിൽ. ൩, ക്ഷീണം. ൪, ദുഃഖം.

മുരജം. ന. മിഴാവു.

മുരട്ട. ന. വൃക്ഷത്തിന്റെ ചുവട്ട.

മുരടൻ. വി. ന. ശാഠ്യക്കാരൻ. **മുരടത്വം.** ഗു. ന. ശാഠ്യം.

മുരട്ടുന്നു. ണ്ടു. വാൻ. (മുര.) അ. ക്രി. ചുരുങ്ങുന്നു.

മുരടിക്കുന്നു. ച്ചു. ക്കവാൻ. (മുരടി.) അ. ക്രി. കുറുകുന്നു, മുരണ്ടുപോകുന്നു.

മുരട്ടുതടി. ന. മുഴയുള്ള ഒരു മാതിരി വടി.

മുരട്ടുശീലം. ന. ശാഠ്യമുള്ള സ്വഭാവം.

മുരൻ. ന. ഒരസുരന്റെ പേരു.

മുരയുന്നു. ഞ്ഞു. വാൻ. (മുര.) അ. ക്രി. ദുഃഖിക്കുന്നു. **മുരയിക്കുന്നു.** സ. ക്രി. **മുരയൽ.** ന.

മുരരിപു. ന. വിഷ്ണു, കൃഷ്ണൻ.

മുരൽ. ന. ജലധാരം.

മുരവു. ന. അതിരു.

മുരവൈരി. ന. വിഷ്ണു.

മുരശാസനൻ. ന. വിഷ്ണു.

മുരളി. ന. ഓടക്കുഴൽ.

മുരളിക്കാരൻ. ന. മുരളി ഊതുന്നവൻ.

മുരളിയൂത്തു. ന. ഓടക്കുഴൽ വിളിക്കുക.

മുരളുന്നു. ണ്ടു. വാൻ. (മുരൾ.) അ. ക്രി. ൧, മുഴുങ്ങുന്നു. ൨, ചുരുങ്ങുന്നു.

മുരൾ. ന. ഒരു വക വൃക്ഷം.

മുരശ്ച. ന. ൧, മുളിച്ച. ൨, ചുരുങ്ങൽ.

മുരാന്തകൻ. ന. വിഷ്ണു.

മുരാരി. ന. വിഷ്ണു.

മുരിക്കു. ന. ഒരു വൃക്ഷം.

മുരിങ്ങ. ന. ഒരു വൃക്ഷം.

മുരിങ്ങു. ന. ഞമഞ്ഞി.

മുരുകൻ. ന. സുബ്രഹ്മണ്യൻ.

മുരുത്തു. ന. ൧, ചില ജന്തുക്കളുടെ പുറത്തെ എല്ലു. ൨, ചില വൃക്ഷങ്ങളുടെ തൊലി.

മുരുത്തോൻ. ന. ഒരു വൃക്ഷം.

മുരുത്തോൻനാരു. ന. ഒരു മാതിരി നാരു, മുരുത്തോന്റെ തൊലി ചതെച്ചുണ്ടാക്കിയ നാരു.

മുല. ന. മാറത്തുള്ള അവയവം.

മുലകുടി. ന. മുലപ്പാൽ കുടിക്ക.

മുലക്കച്ച. ന. സ്ത്രീകൾ മുല മൂടുന്ന വസ്ത്രം.

മുലക്കണ്ണു. ന. മുലയിൽനിന്നു പാലു വരുന്ന ദ്വാരം.

മുലക്കാമ്പു. ന. മുലയുടെ ഞെട്ട.

മുലപ്പടം. ന. മുലക്കച്ച.

മുലപ്പാലു. ന. മുലയിൽനിന്നു വരുന്ന പാൽ.

മുല്പാട്ട. വി. ആദ്യമായി തന്നേ, മുൻകൂറായി.

മുല്പെട്ട. അ. മുൻപിട്ട.

മല്ലു. ന. ഒരു മാതിരി സുഗന്ധ പുഷ്പമു ണ്ടാകുന്ന വല്ലി.

മല്ലപ്പുന്നാറിയകിൽ. ന. ഒരു മാതിരി അകിൽ വൃക്ഷം.

മല്ലബാണൻ. ന. കാമദേവൻ.

മല്ലബാണാരി. ന. ശിവൻ.

മശിട്ടു. ന. മേഹത്തിലുള്ള ചീത്ത നാററം.

മശിര. ന. മേല്പറഞ്ഞ അൎത്ഥം.

മശുമശുക്ക. ന. ഒരു മാതിരി തൈ.

മുഷിക്കുന്നു. ച്ചു. പ്പാൻ. (മുഷി.) സ. ക്രി. ചിത്തയാക്കുന്നു, അഴക്കാക്കുന്നു.

മുഷിച്ചിലാക്കുന്നു. ക്കി. വാൻ. (മുഷിച്ചിൽ.) സ. ക്രി. നീരസം വരുത്തുന്നു, ഉപദ്രവിക്കുന്നു.

മുഷിച്ചിൽ. ന. ക, നിരസം. വ, ഇഷ്ടക്കേടു. ന, അഴക്കാക്കൽ.

മുഷിഞ്ഞ. വി. ക, ഇഷ്ടക്കേടായ, നീരസമായ. വ, അഴക്കായ.

മുഷിത. വി. (തൻ, താ, തം.) വി. ന. മോഷ്ടിക്കപ്പെട്ട.

മുഷിപ്പിക്കുന്നു. ച്ചു. പ്പാൻ. (മുഷിപ്പി.) സ. ക്രി. അസഹ്യപ്പെടുത്തുന്നു.

മുഷിയുന്നു. ഞ്ഞു. വാൻ. (മുഷി.) അ. ക്രി. ക, വലയുന്നു. വ, നീരസമാകുന്നു. ന, അഴക്കാകുന്നു.

മുഷ്കു. ന. അതിക്രമം, ബലം.

മുഷ്കകം. ന. ഒരുമരം, വെൺപാതിരി.

മുഷ്കൻ. ന. അതിക്രമക്കാരൻ, ബലമുള്ളവൻ, ഗൎവ്വമുള്ളവൻ.

മുഷ്കാ. ന. വൃഷണം.

മുഷ്കരതപം. ന. മുഷ്കരന്റെ ഭാവം.

മുഷ്കരൻ. ന. മുഷ്കം വീൎത്തവൻ. (മ.) വൻപൻ, ബലവാൻ, തന്റേടക്കാരൻ.

മുഷ്കരം. ന. ബലം.

മുഷ്ടി. ന. ക, ചുരുട്ടിപ്പിടിച്ച കൈ. വ, വാളിന്റെയും മററും പിടി. ന, പിടിനെല്ലു. ര, മുഴം.

മുഷ്ടിബന്ധം. ന. കൈ ചുരുട്ടുക.

മുഷ്ടിമുഷ്ടി. അ. കൈ ചുരുട്ടിച്ചുരുട്ടി.

മുഷ്ടിയുദ്ധം. ന. തമ്മിൽ കൈകൊണ്ടിടിച്ചു ചെയ്യുന്ന യുദ്ധം.

മുഷ്ണൽ. വി. (ഷ്ണൻ, ഷ്ണന്തി, ഷ്ണൽ.) വി. ന. മോഷ്ടിക്കുന്ന.

മുസലം. ന. ഇരിമ്പുലക്ക.

മുസലി. ന. ക, നിലപ്പന. വ, ബലരാമൻ. ന, പല്ലി. ര, ഉലക്കയെടുത്തവൻ.

മുസല്യ. വി. (ല്യൻ, ല്യാ, ല്യം.) വി. ന. ഉലക്കകൊണ്ടു അടിച്ചു കൊല്ലപ്പെടുവാൻ യോഗ്യൻ.

മുസ്ത. ന. മുത്തെങ്ങാ.

മുസ്തകം. ന. മുത്തെങ്ങാ.

മുസ്ലിം. ന. മുഹമ്മദീയ മതം അല്ലെങ്കിൽ വൎഗ്ഗം.

മുസ്സാവരി. ന. വിശേഷീയ യാത്രക്കാരുടെ താല്ക്കാലികമായ താമസത്തിനു സൌകൎയ്യപ്പെടുത്തി പ്രധാന പട്ടണങ്ങളിൽ പണികഴിച്ചിട്ടുള്ള കെട്ടിടം.

മുഹിരത. ന. ഭോഷത്തരം.

മുഹിരൻ. ന. ഭോഷൻ.

മുഹിരം. ന. കാമം, സ്നേഹം.

മുഹുൎഭാഷ. ന. ആവൎത്തിച്ചു പറക.

മുഹുഃ. അ. പിന്നെ, പിന്നെയും പിന്നെയും.

മുഹൂൎത്തകാലം. ന. രണ്ടുനാഴികകൂടിയ സമയം.

മുഹൂൎത്തപദവി. ന. ജ്യോതിശാസ്ത്രം വകയിൽ ഒരു പുസ്തകം.

മുഹൂൎത്തം. ന. ക, നല്ലനേരം. വ, മുഹൂൎത്തകാലം.

മുഹൂൎത്തക്കാരൻ. ന. ഗണിതശാസ്ത്രക്കാരൻ.

മുള. ന. ക, കൂമ്പു, നാമ്പു. വ, ഇല്ലി. ന, കയ്യിലും കാലിലും ഉണ്ടാകുന്ന ഒരു വക ദീനം. ര, കിലം.

മുളകു. ന. ക, നല്ലമുളകു. വ, ചീനമുളകു. ന, കാന്താരി മുളകു. ര, വാൽമുളകു.

മുളകുകഷ്യം. ന. ഒരു മാതിരി കറി.

മുളകുകൊടി. ന. നല്ലമുളകുണ്ടാകുന്ന ഒരു വല്ലി.

മുളകുചാറു. ന. മുളകു ചേൎത്തുണ്ടാക്കുന്ന ഒരു ചാറു.

മുളകുതൂക്കു. ന. മുളകു ത്രാസിലോ വെള്ളിക്കോലിന്റെ തട്ടിലോ ഇട്ടു തൂക്കുക.

മുളകുപൊടി. ന. മുളകു പൊടിച്ച പൊടി.

മുളകുമടിശ്ശീല. ന. തിരുവിതാംകൂർ സംസ്ഥാനത്തുണ്ടായിരുന്ന ഒരു കച്ചേരി.

മുളകുസ്ഥലം. ന. മുൻപിൽ സൎക്കാരുവകയ്ക്കു നല്ലമുളകു ശേഖരിക്കുന്ന സ്ഥലം.

മുളകെട്ടുന്നു. ട്ടി. വാൻ. (മുള.) അ. ക്രി. മുളെക്കുന്നതിന്നു ധാന്യങ്ങൾ നനെച്ചു കെട്ടിവെക്കുന്നു.

മുളക്കമ്പു. ന. മുളയുടെ കമ്പു, ഇല്ലിയുടെ മുട്ടു.

മുളക്കാമ്പു. ന. മുളയുടെ നാമ്പു, ഇല്ലിക്കൂമ്പു.

മുളഞ്ഞ. ന. ചക്കയരക്കു.

മുളനെല്ലു. ന. മുളയുടെ കായ്.

മുളന്ദണ്ഡം. ന. മുളവടി.

മുളപ്പൊടി. ന. മുളെച്ച വിത്തു വറുത്തു പൊടിച്ചതു.

മുളം. ന. കയ്യുടെ മുട്ടും വിരലും കൂടി അളന്ന അളവു.

മുളയൻ. ന. പുലയൻ, പുലക്കുട്ടു.

മുളയരി. ന. മുളനെല്ലിന്റെ അരി.

മുളയലകു. ന. മുളവാരി.

മുളയിടുന്നു. ട്ടു. വാൻ. (മുളയിട.) അ. ക്രി. ധാന്യങ്ങൾ കിളുക്കുന്നതിന്നു നനച്ചു വെക്കുന്നു.

മുളയുന്നു. ഞ്ഞു. വാൻ. (മുള.) സ. ക്രി. ക, ഇഴഞ്ഞുകേറുന്നു. വ, ഉഴവു നിൎത്തുന്നു.

മുളത്തൊലി. ന. മുളപ്പിച്ച ധാന്യങ്ങളുടെ തൊലി.

മുളയില. ന. ഉണങ്ങിയ ഇല.

മുളെക്കുന്നു. ച്ചു. പ്പാൻ. (മുള.) അ. ക്രി. കിളുക്കുന്നു. **മുളപ്പിക്കുന്നു.** സ. ക്രി.

മുളെപ്പു. ന. കിളുപ്പു.

മുളെപ്പുവിത്തു ; മുളവിത്തു. ന. മുളവന്ന വിത്തു.

മുളെപ്പുമരുതു. ന. ഒരുവക വൃക്ഷം.

മുൾ. ന. ക, മുള്ളു. വ, സൂചി, ഇരുശി. ന, മത്സ്യത്തിന്റെ അസ്ഥി. ര, പൈതങ്ങളുടെയും മററും തൊണ്ടയിൽ വരുന്ന ഒരുവക ദീനം. ഉ, കുത്തുവാക്കു. ഋ, വസ്ത്രം അലക്കിയാൽ നന്നാക്കുന്ന ഒരുമാതിരി ചീപ്പു.

മുൾകൊളുത്തു. ന. ഇറച്ചിതൂക്കുന്ന കൊളുത്തു.

മുൾത്തടി. ന. ഒരായുധം.

മുൾപ്പടൎപ്പു. ന. മുള്ളും വള്ളിയും കൂടിയ കാടു.

മുൾമുടി. ന. തലയിൽ വെക്കുന്നതിന്നായിട്ടു മുള്ളുകൊണ്ടു മുടിപോലെയുണ്ടാക്കിയതു.

മുൾമുരിക്ക. ന. ഒരു മാതിരി മുള്ളുള്ള വൃക്ഷം.

മുള്ളു. ന. ൧, വൃക്ഷങ്ങളിലും മററും മുന കൂൎത്തുണ്ടാകുന്ന വസ്തു. ൨, മുള്ളുപോലെ കൂൎപ്പിച്ചുണ്ടാക്കുന്ന ചില വസ്തു. ൩, മുൾ.

മുള്ളഞ്ചീര. ന. ഒരുമാതിരി ചീര.

മുള്ളഞ്ചേന. ന. ഒരുമാതിരി കിഴങ്ങു.

മുള്ളൻ. ന. ഒരുവക കാട്ടുമൃഗം.

മുള്ളൻപന്നി. ന. മേല്പറഞ്ഞ അൎത്ഥം.

മുള്ളൻപായൽ. ന. വെള്ളത്തിലുള്ള ഒരുവക പായൽ.

മുള്ളമ്പുല്ലു. ന. മുള്ളുള്ള ഒരുവക പുല്ലു.

മുള്ളാണി. ന. ഒരുമാതിരി ചെറിയ ആണി.

മുള്ളി. ന. ൧, ഒരുമാതിരി ചുണ്ട. ൨, ഒരുവക മത്സ്യം.

മുള്ളിക്കാ. ന. ഒരുമാതിരി ചുണ്ടെക്കാ.

മുള്ളിലവം. ന. ഒരു മാതിരി പഞ്ഞിമരം.

മുള്ളുകുത്തി. ന. ൧, മുള്ളെടുക്കുന്ന സൂചി. ൨, കുള്ളകത്തു.

മുള്ളുവാക്കു. ന. ഇഷ്ടവാക്കു പറയുന്ന പ്രകാരം മാധുൎയ്യത്തോടെ ശകാരിക്കുന്ന വാക്കു, ഭംഗിയുള്ള നിന്ദാവാക്കു.

മുള്ളുവാള. ന. ഒരുവക മത്സ്യം.

മുഴ. ന. ൧, ശരീരത്തിൽ വീൎത്തുരുണ്ടു വേദനകൂടാതെ വരുന്ന ദീനം. ൨, വൃക്ഷത്തിന്നും മററുമുള്ള നിരപ്പില്ലായ്മ.

മുഴക്കം. ന. ശബ്ദം, പ്രതിശബ്ദം, ഇടിയുടെ ശബ്ദം.

മുഴക്കോൽ. ന. ഒരു മാതിരി അളവുകോൽ.

മുഴങ്കാൽ. ന. മുട്ടിന്നു താഴെയുള്ള കാൽ.

മുഴങ്കൈ. ന. കൈയുടെ മുട്ടിന്നു താഴേ ഭാഗം.

മുഴങ്ങുന്നു. ങി. വാൻ. (മുഴങ്ങ.) അ. ക്രി. ശബ്ദിക്കുന്നു. **മുഴക്കുന്നു**. സ. ക്രി. **മുഴക്കിക്കുന്നു**. കാ. ക്രി.

മുഴങ്ങൈ. ന. മുഴങ്കൈ.

മുഴന്തു. ന. വൃക്ഷത്തിന്റെ മുഴ.

മുഴം. ന. മുട്ടും വിരലും കൂട്ടി അളക്കുന്ന അളവു.

മുഴയൻ. വി. ന. മുഴയുള്ളുവൻ.

മുഴു. വി. ഇതു മററു ചിലതിനോടു ചേൎന്നാൽ വലിയ എന്നൎത്ഥം വരും.

മുഴുകൽ. ന. ൧, വെള്ളത്തിൽ താഴുക. ൨, മുങ്ങിക്കുളിക.

മുഴുകുന്നു. കി. വാൻ. (മുഴുക.) അ. ക്രി. ൧, വെള്ളത്തിൽ താഴുന്നു. ൨, മുങ്ങിക്കുളിക്കുന്നു.

മുഴുക്കുന്നു. ത്തു. പ്പാൻ. (മുഴു.) അ. ക്രി. ൧, തികെയുന്നു, ൨, വലുതാകുന്നു. ൩, തിരുന്നു. **മുഴുപ്പിക്കുന്നു**. സ. ക്രി.

മുഴുക്കപ്പായം. ന. നിലയങ്കി.

മുഴുക്കെ. അ. കനക്കെ, ലഉരെ.

മുഴുഗ്രഹണം. ന. ചന്ദ്രന്റെയൊ സൂൎയ്യന്റെയൊ മുഴുവനുള്ള ഗ്രഹണം.

മുഴുത്ത. വി. ൧, തടിച്ച, വലിയ. ൨, മുഴുവനായ, തിന്ന. ൩, തികെഞ്ഞ.

മുഴുപ്പു. ന. ൧, വണ്ണം. ൨, തിച്ച.

മുഴുമതി. ന. പൂൎണ്ണചന്ദ്രൻ.

മുഴുവനും. അ. അശേഷം, എല്ലാം.

മുഴുവൻ. വി. ആസകലം, ഒക്കയും.

മുഴുവാരം. അ. ശരീരം മുഴുവനും.

മുഴെക്കുന്നു. ച്ചു. പ്പാൻ. (മുഴെ.) അ. ക്രി. മുഴയുണ്ടാകുന്നു, നിഴലിപ്പിക്കുന്നു. **മുഴെപ്പിക്കുന്നു**. സ. ക്രി.

മുറ. ന. ൧, ചട്ടം. ൨, ആചാരം. ൩, മൎയ്യാദ. ൪, ക്രമം. ൫, നടപ്പു. ൬, നിലവിളി. ൭, പ്രമാണം.

മുറകേടു. ന. ൧, ക്രമക്കേടു. ൨, ചട്ടവിരോധം. ൩, തെററു.

മുറക്കാരൻ. ന. ൧, മുറയുള്ളവൻ. ൨, തവണപ്രകാരം ചെയ്യേണ്ടുന്നവൻ.

മുറക്കാരി. വി. ന. ൧, മുറയുള്ളവൾ. ൨, മുറപ്രകാരം പ്രവൃത്തിക്കേണ്ടുന്ന വേലക്കാരി.

മുറച്ചെവിയൻ. ന. ആന.

മുറജപം. ന. രാജ്യത്തിന്റെ ഐശ്വൎയ്യത്തിനായി രാജാക്കന്മാർ നടത്തുന്ന മാന്ത്രികമായ ഒരു വലിയ അടിയന്തിരം.

മുറണ്ടു. ന. ഒരുമാതിരി ചീത്ത സ്വഭാവം, ശാഠ്യം.

മുറണ്ടൻ. വി. ന. മുറണ്ടുള്ളവൻ.

മുറമുറയായി. അ. ൧, വിലാപത്തോടെ. ൨, ക്രമമായി.

മുറം. ന. നെല്ലു അരി മുതലായവയെ പേററിക്കൊഴിക്കുന്നതിന്നുള്ള പാത്രം.

മുറയിടുന്നു. ട്ടു. വാൻ. (മുറ.) അ. ക്രി. ൧, നിലവിളിക്കുന്നു. ൨, ചട്ടം നിശ്ചയിക്കുന്നു.

മുറവിളി. ന. നിലവിളി.

മുറവിളിക്കുന്നു. ച്ചു. പ്പാൻ. (മുറവിളി.) അ. ക്രി. നിലവിളിക്കുന്നു.

മുറൾ. ന. ഒരുമാതിരി സുഗന്ധവസ്തു.

മുറി. ന. ൧, മുറിവു. ൨, കഷണം, തുരുക്കു. ൩, ചീട്ടു. ൪, ചില ദിക്കിൽ സ്ത്രീ കളുടക്കുന്ന വസ്ത്രം. ൫, പുരമുറി. ൬, ദേശത്തിന്റെ ഒരു ഭാഗം. ൭, ചിട്ടി.

മുറികൂട്ടുന്നു. സ. ക്രി. മുറിഞ്ഞു അകന്നിരുന്നവയെ യഥാസ്ഥാനം ചേൎത്തു യോജിപ്പിക്കുന്നു.

മുറികൂട്ടി. ന. കറുത്ത ഇലയുള്ള ഒരുവക പച്ചമരുന്നു.

മുറിക്കാരൻ. വി. ന. ൧, കരക്കാരൻ, ദേശത്തുള്ളവൻ. ൨, മുറിയുള്ളവൻ.

മുറിച്ചിൽ. ന. ൧, മുറിക്കുക. ൨, മുറിവു.

മുറിച്ചുകുത്തു. ന. കുത്തിപ്പിരിക്കു, പിന്നൽ.

മുറിച്ചുകുത്തുന്നു. ത്തി. വാൻ. (മുറിച്ചു.) സ. ക്രി. കുത്തിപ്പിരിക്കുന്നു, പിന്നുന്നു.

മുറിത്തടി. ന. മരക്കഷണം.

മുറിത്തോണി. ന. വള്ളത്തിന്റെ പാതി.

മുറിപാടു. ന. ൧, മുറിഞ്ഞതുകൊണ്ടുണ്ടായ അടയാളം, മുറിവു. ൨, മുറിവു പൊറുത്തിട്ടുള്ള തഴമ്പു.

മുറിപ്പട്ടിണി. ന. ഭക്ഷണത്തിന്നു തികയായ്കയാൽ അല്പം ഭക്ഷിച്ചു വിശന്നിരിക്കുക.

മുറിപ്പരിത്തി. ന. ഒരുവക തൈ.

മുറിമൂക്കൻ. ന. മൂക്കുമുറിഞ്ഞുള്ളവൻ.

മുറിമൊഞ്ഞു. ന. ഫലമില്ലാത്ത കോപം.

മുറിമൊഞ്ഞൻ. ന. മുറിമൊഞ്ഞുള്ളവൻ.

മുറിയൻ. ന. മുരട്ടുശീലമുള്ളവൻ, പിടിയാത്തവൻ.

മുറിയൻശൎക്കര. ന. അലിഞ്ഞ ഒരു മാതിരി ശൎക്കര.

മുറിയുന്നു. ഞ്ഞു. വാൻ. (മുറി.) അ. ക്രി. ൧, വേർപെടുന്നു. ൨, മുറിവുണ്ടാകുന്നു. ൩, ഒടിഞ്ഞു വേർപെടുന്നു. **മുറിക്കുന്നു**. സ. ക്രി. **മുറിപ്പിക്കുന്നു**. കാ. ക്രി.

മുറിവു. ന. ൧, വാളു മുതലായ ആയുധങ്ങൾകൊണ്ടു ശരീരത്തിലും മററുമുണ്ടാകുന്ന അടയാളം. ൨, മുറിയുക.

മുറിവാ. ന. മുറിഞ്ഞിരിക്കുന്ന ഭാഗം, കോൎവാ.

മുറിവാക്കു. ന. സാരമില്ലാത്ത വാക്കു, തികയാത്ത വാക്കു.

മുറുകൽ. ന. ൧, തിട്ടുകം. ൨, കെട്ടും മററും മുറുകുക. ൩, കട്ടയാക.

മുറുകുന്നു. കി. വാൻ. (മുറുക.) അ. ക്രി. ൧, തിട്ടക്കമാകുന്നു. ൨, കെട്ടുംമററും മുറുകുന്നു. ൩, വെള്ളമായ വസ്തു കട്ടയാകുന്നു.

മുറുകെ. അ. ൧, മുറുക്കമായിട്ടു, മുറുകെ. ൨, വേഗത്തിൽ.

മുറുക്കു. ന. ൧, കെട്ടു. ൨, ഒരുമാതിരി പലഹാരം. ൩, വെററിലതീൻ.

മുറുക്കം. ന. കെട്ടിന്നും മററുമുണ്ടാകുന്ന ഉറെപ്പു, അമൎത്തൽ.

മുറുക്കാണി. ന. വീണയുടെ കമ്പിമുറുക്കുന്ന ആണി.

മുറുക്കുന്നു. കി. വാൻ. (മുറുക്കു.) സ. ക്രി. ൧, ഞെരുക്കി ഉറപ്പിക്കുന്നു. ൨, കെട്ടു മുറുക്കുന്നു. ൩, ബലമായി പിടിക്കുന്നു. ൪, ഉറപ്പിക്കുന്നു. ൫, എണ്ണകാച്ചുന്നു. ൬, വെററില തിന്നുന്നു.

മുറുക്കുപെട്ടി. ന. മുറുക്കുന്നതിന്നു വെററില പാക്കു മുതലായ വസ്തുക്കൾ വെക്കുന്നതിന്നുള്ള പെട്ടി.

മുറുക്കുസഞ്ചി. ന. മുറുക്കുന്നതിന്നു വെററിലയും മററും സൂക്ഷിക്കുന്നതിന്നുള്ള സഞ്ചി.

മുറുമുറുക്കുന്നു. ത്തു. പ്പാൻ. (മുറുമുറു.) സ. ക്രി. മുറുമുറെ ശബ്ദിക്കുന്നു, പിറുപിറുക്കുന്നു.

മുറുമുറുപ്പു. ന. ഒരുമാതിരി ശബ്ദം.

മുററ. വി. തിങ്ങിയ.

മുററം. ന. ഭവനത്തിന്റെ അടുത്ത ചുററുമുള്ള സ്ഥലം.

മുററാത. വി. ൧, വലുതാകാത്ത. ൨, തികയാത്ത.

മുററിമുറം. ന. ഒരുമാതിരി കൊച്ചു മുറം.

മുററുന്നു. ററി. വാൻ. (മുററ.) അ. ക്രി. ൧, തികയുന്നു. ൨, തീരുന്നു. ൩, വളരുന്നു. **മുററിക്കുന്നു.** സ. ക്രി.

മുററും. അ. ൧, അശേഷം. ൨, മാത്രം.

മൂ

മൂക. വി. (കൻ, കാ, കം.) വി. ന. സംസാരിപ്പാൻ വഹിയാത്ത.

മൂകൻ. ന. ൧, ഒരു ദേവൻ. ൨, ഒരു മത്സ്യം.

മൂക്കു. ന. ൧, കണ്ണുകൾക്കു മദ്ധ്യേ കീഴ്പോട്ടു നീണ്ടു ഉന്തി നില്ക്കുന്ന അവയവം. ൨, ചൂളപ്പാരം.

മൂക്കടെപ്പു. ന. ജലദോഷത്തിങ്കൽ മൂക്കിൽകൂടി ശ്വാസം പോകുന്നതിന്നുള്ള തടവു.

മൂക്കണാങ്കയർ. ന. കാളയുടെ മൂക്കു തുളെച്ചു കോൎക്കുന്ന കയറു.

മൂക്കൻ. ന. ൧, നീണ്ട മൂക്കുള്ളവൻ. ൨, ഒരുതരം പാമ്പു.

മൂക്കൻപാമ്പു. ന. വിഷമുള്ള ഒരുതരം പാമ്പു.

മൂക്കറ. വി. ന. മൂക്കു മുറിഞ്ഞുപോയവൻ.

മൂക്കറയൻ. ന. മൂക്കില്ലാത്തവൻ.

മൂക്കററം. അ. മൂക്കോളം.

മൂക്കിള. ന. മൂക്കിലെ മലം.

മൂക്കുകുത്തുന്നു. ത്തി. വാൻ. (മൂക്കു.) അ. ക്രി. ൧, മൂക്കു തുളെക്കുന്നു. ൨, മൂക്കുംകുത്തി വീഴുന്നു.

മൂക്കുത്തി. ന. സ്ത്രീകളുടെ മൂക്കിൽ ഇടുന്ന ഒരാഭരണം.

മൂക്കുനീരു. ന. മൂക്കിലെ വെള്ളം.

മൂക്കുന്നു. ത്തു. വാൻ. (മൂ.) അ. ക്രി. ൧, വിളയുന്നു. ൨, വളരുന്നു. ൩, പഴുച്ചുപൊങ്ങുന്നു. ൪, ഉലരുന്നു. ൫, അഹംഭാവം നടിക്കുന്നു.

മൂക്കുപാലം. ന. മൂക്കിന്റെ ദ്വാരങ്ങൾ രണ്ടിന്റെയും നടുവിലെ ഭാഗം.

മൂക്കുവാല്പു. ന. മൂക്കിൽകൂടെ വെള്ളം ഒഴുകുക.

മൂക്കുവിട്ടു. ന. മൂക്കിള.

മൂക്കൊഴുക്കു. ന. മൂക്കുവാല്പു.

മൂങ്ങാ. ന. ഊമൻപക്ഷി.

മൂട്. ന. ൧, വൃക്ഷം മുതലായതിന്റെ ചുവടു. ൨, ചിലതിന്റെ പേർ.

മൂട. ന. ൧, ധാന്യക്കുമ്പാരം. ൨, ചിപ്പം. ൩, മൂടക്കൂഞ്ഞു.

മൂടൽ. ന. ൧, മറവു. ൨, മഴക്കാറു. ൩, മങ്ങൽ. ൪, മന്ദത. ൫, വിസ്മിതാം.

മൂടൽമഞ്ഞു. ന. ഉറച്ച മഞ്ഞു.

മൂടാപ്പു, ന. തിര, മറ.

മൂടി. ന. ൧, പെട്ടകത്തിന്റെയുംമററും അടെപ്പു. ൨, മൂടുന്ന വസ്തു.

മൂടുന്നു. ടി. വാൻ. (മൂട.) അ. ക്രി. ൧, മറെക്കുന്നു. ൨, അടെക്കുന്നു. ൩, പുതെക്കുന്നു. ൪, അടക്കുന്നു. **മൂടിക്കുന്നു.** സ. ക്രി.

മൂടുപടം. ന. മൂടുന്ന വസ്ത്രം, പുതെപ്പു.

മൂടുപടലം. ന. കണ്ണിലുണ്ടാകുന്ന ഒരുമാതിരി ദീനം.

മൂടുപല്ലക്കു. ന. മൂടിയ പല്ലക്കു.

മൂടുപുടവ. ന. മൂടുന്നവസ്ത്രം, മൂടുപടം.

മൂടുശീല. ന. മൂടുന്നതിന്നുള്ള ശീല.

മൂട്ടു. ന. തുന്നൽ.

മൂട്ട. ന. പേൻ.

മൂട്ടൽ. ന. തുന്നൽ, കൂട്ടിത്തെയ്യു.

മൂട്ടുതുണി. ന. തുന്നിയ വസ്ത്രം.

മൂട്ടുന്നു. ട്ടി. വാൻ. (മൂട്ടു.) അ. ക്രി. തുന്നുന്നു, തയ്ക്കുന്നു.

മൂട്ടുപാ. ന. കൂട്ടിത്തയ്പാനുള്ള പാ.

മൂട്ടുമുറി. ന. വൃക്ഷത്തിന്റെയും മററും ചുവട്ടുമുറി.

മൂട്ടുശീല. ന. കൂട്ടിത്തയിച്ച വസ്ത്രം.

മൂഢ. വി. (ഢൻ, ഢാ, ഢം.) വി. ന. അറിവില്ലാത്ത, ഭോഷത്വമുള്ള. **മൂഢത, മൂഢത്വം.** ദ്ര. ന.

മൂഢൻ. ന. ൧, ഭോഷൻ. ൨, മടിയൻ.

മൂഢബുദ്ധി. ന. ഭോഷത്തരം.

മൂഢസൂത്രം. ന. പുസ്തകങ്ങളിൽ വെക്കുന്ന ഒരടയാളം.

മൂഢാത്മാവു. ന. യഥാൎത്ഥസ്ഥിതിയറിയാത്ത ആൾ, അജ്ഞാനി.

മൂണ; മോണ. ന. പല്ലിന്റെ മാംസം.

മൂണ്ടാണി. ന. മുണ്ടാണി എന്ന കിഴങ്ങു.

മൂത. വി. (തൻ, താ, തം.) വി. ന. കെട്ടപ്പെട്ട.

മൂത്ത. വി. ൧, വയസ്സേറിയ. ൨, വിളഞ്ഞ.

മൂത്തതു. ന. അമ്പലവാസികളിൽ പൂണുനൂലുള്ള ഒരു ജാതിക്കാരൻ.

മൂത്തമ്മ. സ്ത്രീ. പേരമ്മ.

മൂത്തയെരുതു. ന. വയസ്സു ചെന്ന കാള.

മൂത്തവൻ. ന. ൧, വയസ്സേറിയവൻ. ൨, ജ്യേഷ്ഠൻ.

മൂത്തവൾ. ന. ൧, വയസ്സേറിയവൾ. ൨, ജ്യേഷ്ഠത്തി.

മൂത്തവേളി. ന. മുൻപെ ബ്രാഹ്മണൻ വിവാഹംചെയ്ത ഭാൎയ്യ.

മൂത്താച്ചി. ന. വയസ്സുചെന്നവൾ.

മൂത്താൻ. ന. ൧, വയസ്സുചെന്ന ശൂദ്രൻ, മൂത്തവൻ. ൨, ഒരു ജാതിക്കാരൻ.

മൂത്താർ. ന. മൂത്ത നായര.

മൂത്രകൃഛ്രം. ന. മൂത്രം തടഞ്ഞു തുള്ളി തുള്ളിയായി പോകുന്ന ഒരുമാതിരി ദീനം.

മൂത്രകൃഛ്രീ. ന. മൂത്രകൃഛ്രമുള്ളവൻ.

മൂത്രച്ചൂട്ട. ന. മൂത്രം ഒഴിയുമ്പോൾ ചൂടുണ്ടാകുന്ന ഒരുവക ദീനം.

മൂത്രദോഷം. ന. അസ്ഥിസ്രാവുദീനം.

മൂത്രദ്വാരം. ന. മൂത്രം വരുന്ന വഴി.

മൂത്രമടെപ്പ്. ന. മൂത്രം പോകാതെയിരിക്കുന്ന ഒരുവക ദീനം.

മൂത്രം. ന. ശരീരത്തിൽനിന്നും മൂത്രദ്വാരത്തിൽകൂടെ ഒഴിയുന്ന ഒരു വെള്ളം.

മൂത്രവാൎച്ച. ന. മൂത്രമൊഴിവു.

മൂത്രളം. വി. മൂത്രത്തെ ഉണ്ടാക്കുന്ന.

മൂത്രാഘാതം. ന. മൂത്രമടപ്പു.

മൂത്രാശയം. ന. ശരീരത്തിന്നകത്തുള്ള ഒരവയവം.

മൂത്രിക്കുന്നു. ച്ചു. പ്പാൻ. (മൂത്രി.) അ. ക്രി. മൂത്രം വീഴ്ത്തുന്നു.

മൂത്രിത. വി. (തൻ, താ, തം.) വി. ന. മൂത്രമൊഴിക്കപ്പെട്ട.

മൂത്രമൊഴിവു. ന. മൂത്രവാൎച്ച.

മൂതേവി; മൂദേവി; മൂധേവി. ന. മൂത്തദേവി, നാശത്തിന്റെ ഇരിപ്പിടമായ ദേവത, ജ്യേഷ്ഠാദേവി.

മൂന്നു. വി. രണ്ടും ഒന്നും കൂടിയ തുക.

മൂന്നാമതു. അ. മൂന്നാം പ്രാവശ്യം.

മൂന്നാമൻ. ന. ൧, മൂന്നാമത്തവൻ. ൨, മദ്ധ്യസ്ഥൻ.

മൂന്നാമവൻ. ന. മൂന്നാമത്തവൻ.

മൂന്നാമസ്ഥാനം. ന. മദ്ധ്യസ്ഥന്റെ സ്ഥാനം.

മൂന്നാം. വി. മൂന്നാമത്തെ.

മൂന്നിലൊന്നു. വി. മൂന്നിൽ ഒരു പങ്കു.

മൂപ്പു. ന. ൧, വയസ്സിന്റെ അധികത. ൨, വിളച്ചിൽ. ൩, കാരണവസ്ഥാനം.

മൂപ്പത്തി. ന. ൧, വയസ്സുചെന്ന സ്ത്രീ. ൨, കന്നാത്തി, തട്ടാത്തി.

മൂപ്പൻ. ന. ൧, വയസ്സുചെന്നവൻ. ൨, തലവൻ. ൩, മഹമ്മദുകാരിൽ ഒരു പ്രമാണി.

മൂപ്പരു. ന. ചിലയാളുകൾ കന്നാന്മാരെയും തട്ടാന്മാരെയും പറയുന്ന ഒരു പേർ.

മൂപ്പിക്കുന്നു. ച്ചു. പ്പാൻ. (മൂപ്പി.) സ. ക്രി. ൧, വളൎത്തുന്നു. ൨, പഴക്കാറാക്കുന്നു. ൩, നെയ്യുമറ്റും മൂക്കുന്നു.

മൂപ്പിറക്കുന്നു. ക്കി. വാൻ. (മൂപ്പ.) സ. ക്രി. പാട്ടക്കാരൻ പുരയിടം ഒഴിയുമ്പോൾ തേങ്ങാ മുതലായ മൂത്ത ഫലങ്ങൾ എടുക്കുന്നു.

മൂപ്പീന്നു. ന. വയസ്സധികമുള്ളവരിൽ ചിലരെപ്പറയുന്ന ഒരു ബഹുമാനപ്പേർ.

മൂയേട്ട; മൂചേട്ട. ന. മൂതേവി.

മൂരൽ. ന. മുറിക്കു, കൊയ്യുക, അറുക്കു.

മൂരാത്ത. വി. മൂൎച്ചയില്ലാത്ത.

മൂരി. ന. ൧, കാളക്കുട്ടി. ൨, വലിയ തിരമാല. ൩, കയ്യും കാലും നിവിൎത്തു ശ്വാസം കളക.

മൂരിക്കുന്നു. ച്ചു. പ്പാൻ. (മൂരി.) അ. ക്രി. ൧, ചോറു ചീത്തയാകുന്നു. ൨, വഴക്കമില്ലതാകുന്നു.

മൂരിപ്പു. ന. ൧, ചോറധികം തണുത്തു ചീത്തയാക. ൨, വഴക്കമില്ലായ്ക.

മൂരുന്ന. വി. പറരുന്ന, മൂൎച്ചയുള്ള.

മൂരുന്നവൻ. വി. ന. കൊയ്യുന്നവൻ, മുറിക്കുന്നവൻ.

മൂരുന്നു. ൎന്നു. വാൻ. (മൂർ.) സ. ക്രി. കൊയ്യുന്നു, അറുക്കുന്നു.

മൂഖൻ. ന. ൧, അറിവില്ലാത്തവൻ, മുട്ടാളൻ. ൨, ഒരു വക പാമ്പു. മൂഖ്ത; മൂഖ്ത്വം. ന.

മൂഖ്മതി. ന. അറിവില്ലാത്തവൻ, ശഠൻ.

മൂൎക്ക്വ. വി. (ക്ക്വൻ, ക്ക്വാ, ക്ക്വം.) വി. ന. മൂഢ. മൂൎക്ക്വത. ഗു. ന.

മൂൎക്ക്വൻ. ന. ൧, അറിവില്ലാത്തവൻ. ൨, മുട്ടാളൻ. ൩, ക്രൂരൻ.

മൂൎക്ക്വൻപാമ്പു. ന. ഒരു മാതിരി വിഷമുള്ള പാമ്പു.

മൂൎക്ക്വഭാവം. ന. മൂൎക്ക്വന്റെ സ്വഭാവം.

മൂൎച്ച. ന. വായിത്തല.

മൂൎച്ഛ. ന. ബോധക്കേട.

മൂൎച്ഛനം. ന. ൧, ബോധക്കേട. ൨, സംഗീതത്തിലെ ഒരു സ്വരഭേദം.

മൂൎച്ഛാല. വി. (ലൻ, ല്ലാ, ലം.) വി. ന. ബോധംകെട്ട, മോഹാലസ്യമായ.

മൂൎച്ഛിക്കുന്നു. ച്ചു. പ്പാൻ. (മൂൎച്ഛി.) അ. ക്രി. ബോധംകെടുന്നു.

മൂൎച്ഛിത. വി. (തൻ, താ, തം.) വി. ന. ൧, ബോധക്കേടുള്ള. ൨, മൂഢതയുള്ള. ൩, ഉന്നതമായുള്ള.

മൂൎത്ത. വി. (ൎത്തൻ, ൎത്താ, ൎത്തം.) വി. ന. ൧, ബോധക്കേടുള്ള. ൨, ആകൃതിയുള്ള. (മ.) ൧, മൂൎച്ചയുള്ള. ൨, ഉളയുന്ന.

മൂൎത്തി. ന. ൧, ശരീരം. ൨, രൂപം. ൩, ക്രൂരത. ൪, പിശാചു. ൫, വസ്തു.

മൂൎത്തിതുള്ളൽ. ന. പിശാചു ബാധിച്ചു തുള്ളുക.

മൂൎത്തിത്വം. ന. അവതാരം, ശരീരധാരണം, വസ്തുവായി ഭവിക്കു.

മൂൎത്തിമൽ. ഡി. (മാൻ, മതി, മൽ.) വി. ന. ആകൃതിയുള്ള.

മൂൎത്തിയാട്ടം. ന. പിശാചു ബാധിച്ചു തുള്ളുക.

മൂൎത്തീകരിക്കുന്നു. ച്ചു. പ്പാൻ. (മൂൎത്തി.) സ. ക്രി. ആകൃതിപ്പെടുത്തുന്നു.

മൂൎദ്ധജം. ന. തലമുടി.

മൂൎദ്ധന്ന്യ; മൂൎദ്ധനീയ. വി. ൧, മൂൎദ്ധാവിനെ സംബന്ധിച്ച. ൨, ഋ, ൠ, ട, ഠ, ഡ, ഢ, ണ, ര, ഷ, എന്നീ അക്ഷരങ്ങൾക്കു വ്യാകരണത്തിൽ പറയുന്ന പേർ. ൩, മുഖ്യമായ, ശ്രേഷ്ഠമായ.

മൂൎദ്ധവേഷ്ടനം. ന. തലപ്പാവു.

മൂൎദ്ധാഭിഷിക്തൻ. ന. ൧, രാജാവു. ൨, ക്ഷത്രിയൻ.

മൂൎദ്ധാവു. ന. തല.

മൂൎവ്വ. ന. മൂൎച്ച.

മൂൎവ്വിക്കുന്നു. ച്ചു. പ്പാൻ. (മൂൎവ്വി.) സ. ക്രി. മൂൎച്ചകൂട്ടുന്നു.

മൂൎവ്വ്. ന. പെരുങ്കുരുമ്പ.

മൂല. ന. ൧, കോണു. ൨, ഗുഢസ്ഥലം.

മൂലകം. ന. ൧, ഒരു തൈ, കനകവാഴ. ൨, ഒരു മാതിരി വിഷം.

മൂലകൎമ്മം. ന. ഒരു വക മന്ത്രവാദപ്രവൃത്തി.

മൂലക്കല്ലു. ന. കോണക്കല്ലു.

മൂലക്കുരുവു. ന. ഭഗന്ദരക്കുരുവു.

മൂലഘാതി. ന. ആകപ്പാടെ നശിപ്പിക്കുന്നതു.

മൂലച്ഛേദം. ന. വേരോടു കൂടി നശിപ്പിക്കയെന്നതു.

മൂലദ്രവ്യം. ന. പൂൎവ്വധനം.

മൂലധനം. ന. മേല്പറഞ്ഞ അൎത്ഥം.

മൂലനഗരം. ന. പ്രധാനപട്ടണം.

മൂലനാശം. ന. കാരണത്തിന്റെയുമ്മറ്റും നാശം.

മൂലപ്രകൃതി. ന. ലോകസൃഷ്ടിക്കു ആദ്യനിദാനമായ ശക്തി.

മൂലബലം. ന. പ്രധാനസൈന്യം.

മൂലബിംബം. ന. പ്രധാന ബിംബം.

മൂലഭാഷ. ന. പണ്ടേയുള്ള ഭാഷ.

മൂലമന്ത്രം. ന. പ്രധാന മന്ത്രം.

മൂലം. ന. ൧, വേർ. ൨, ഇടസ്സം. ൩, മുതൽ ദ്രവ്യം. ൪, ആളിസാക്ഷി. ൫, മൂലം നക്ഷത്രം. ൬, കാരണം, ഹേതു. ൭, ഇന്ദ്രജാലം. ൮, സമീപത. ൯, കിഴങ്ങു.

മൂലരോഗം. ന. അർശസ്സ്.

മൂലരോഗി. വി. ന. അർശസ്സുള്ളവൻ.

മൂലസ്ഥാനം. ന. ൧, രാജധാനി. ൨, പ്രത്യേകമുള്ള വാസസ്ഥലം. ൩, ശ്രീകോവിൽ. (സം.) ൧, ദൈവം. ൨, ആകാശം.

മൂലാഗ്നി. ന. വയററിലുള്ള തീ.

മൂലാതണ്ടു. ന. പുറത്തെ എല്ലു.

മൂലാധാരം. ന. ശരീരത്തിന്നുള്ളിൽ പ്രധാനമായ ഒരു സ്ഥാനം.

മൂലാശനം. ന. മൂലഭക്ഷണം.

മൂലാശി. വി. (ശീ, ശിനീ, ശി.) വി. ന. മൂലം ഭക്ഷിക്കുന്ന.

മൂലിക. വി. (കൻ, കീ, കം.) വി. ന. മൂലത്തെ സംബന്ധിച്ച.

മൂലികൻ. ന. മൂലത്തെ ഭക്ഷിക്കുന്ന സന്യാസി.

മൂലിക്കുന്നു. ച്ചു. പ്പാൻ. (മൂലി.) സ. ക്രി. പങ്കിടുന്നു.

മൂലോപദംശം. ന. മൂലങ്ങളെക്കൊണ്ടുള്ള കറി.

മൂലോപദേശം. ന. ആദിയിലെയുള്ള ഉപദേശം, പ്രത്യേകമായ ഉപദേശം.

മൂല്യ. വി. (ല്യൻ, ല്യാ, ല്യം.) വി. ന. മൂലിക്കേണ്ടുന്ന, വേരോടെ പറിക്കേണ്ടുന്ന.

മൂല്യം. ന. ൧, വില. ൨, ശമ്പളം. ൩, വിലെക്ക വാങ്ങിച്ച വസ്തു.

മൂവഞ്ചു. വി. പതിനഞ്ചു.

മൂവന്തി. ന പ്രഭാതകാലം ഉച്ച അസ്തമനസമയം ഇവ മൂന്നിന്നും കൂടെയുള്ള ഒരു പേർ.

മൂവർ. ന. മൂന്നു പേർ.

മൂവാറു. വി. പതിനെട്ടു.

മൂവില. ന. ഒരു പച്ചമരുന്നു.

മൂവെട്ടു. വി. ഇരുപത്തുനാലു.

മൂവേഴ. വി. ഇരുപത്തൊന്നു.

മൂവൊൻപതു. വി. ഇരുപത്തേഴ.

മൂവൊന്നു. വി. മൂന്നു.

മൂശ. ന. ലോഹങ്ങൾ ഉരുക്കുന്നതിന്നുള്ള ഒരു പാത്രം.

മൂശാലി. അല്ലെങ്കിൽ, **മൂശാരി.** ന. ഓട്ടുരുക്കി പാത്രമുണ്ടാക്കുന്നവൻ.

മൂശേട്ട. ന. വൃത്തികേടു.

മൂഷ. ന. ൧, മൂശ. ൨, എലി. ൩, ഒരു പുഴു.

മൂഷികൻ. ന. ൧, എലി. ൨, കള്ളൻ.

മൂഷികം. ന. ൧, ഒരു വൃക്ഷം. ൨, മൂഷികരാജ്യം.

മൂഷികപർണ്ണി. ന. ഒരു പച്ചമരുന്നു, എലിച്ചെവിയൻ.

മൂഷികപാഷാണം. ന. എലിപ്പാഷാണം.

മൂഷികരാജ്യം. ന. കൊല്ലത്തിന്നും കന്യാകുമാരിക്കും മദ്ധ്യേയുള്ള രാജ്യം.

മൂഷികവാഹനൻ. ന. ഗണപതി.

മൂഷിത. വി. (തൻ, താ, തം.) വി. ന. മോഷ്ടിക്കപ്പെട്ട.

മൂസ്സതു. ന. ബ്രാഹ്മണരിൽ ചിലർ വയസ്സു മൂപ്പുള്ളവരെ മാനിച്ച പറയുന്ന ഒരു പേർ.

മൂള. ന. തലച്ചോറു.

മൂളക്കം. ന. ൧, മൂളിച്ച. ൨, തോക്കിൽനിന്നു പുറപ്പെടുന്ന ഉണ്ടയുടെയു മററും ശബ്ദം.

മൂളൽ. ന. മൂളുക. ൧, ഞരക്കം. ൨, അനുസരണത്തിങ്കൽ പുറപ്പെടുവിക്കുന്ന ഒരു ശബ്ദം.

മൂളി. ന. ൧, ഒരു ചെവിയില്ലാത്തവൻ. ൨, കഴുത്തുപോയ കുപ്പിയുമററും.

മൂളിച്ച. ന. മൂളൽ.

മൂളുന്നു. ളി. വാൻ. (മൂള.) അ. ക്രി. ൧, ഞരങ്ങുന്നു. ൨, പല്ലക്കക്കാർ മൂളുന്നു. ൩, അനുവദിക്കുന്നു. **മൂളിക്കുന്നു.** സ. ക്രി. **മൂളിപ്പിക്കുന്നു.** കാ. ക്രി.

മൂഴക്കു. ന. ഒരു നാഴിയിൽ നാലുപങ്കിൽ മൂന്നു പങ്കു കൂടിയതു.

മൃ

മൃഗചർമ്മം. ന. ൧, മാൻതോൽ. ൨, മൃഗങ്ങളുടെ തോൽ.

മൃഗണ. ന. അന്വേഷണം.

മൃഗതൃഷ. ന. മൃഗതൃഷ്ണ.

മൃഗതൃഷ്ണ. ന. വനങ്ങളിൽനിന്നൊ മണപ്പുറത്തുനിന്നൊ പുറപ്പെട്ടു ദൂരെ വെള്ളംപോലെ കാണുന്ന ഒരു ആവി.

മൃഗതൃഷ്ണിക. ന. മൃഗതൃഷ്ണ.

മൃഗദംശകൻ. ന. നായ്.

മൃഗധൂർത്തകൻ. ന. കുറുക്കൻ.

മൃഗനാഭി. ന. കസ്തൂരി.

മൃഗനാഭിജം. ന. കസ്തൂരി.

മൃഗപതി. ന. സിംഹം.

മൃഗപാളിക. ന. കസ്തൂരിമാൻ.

മൃഗപൂഗം. ന. മൃഗക്കൂട്ടം.

മൃഗപ്രായ. വി. (യൻ, യാ, യം.) വി. ന. ൧, മൃഗത്തോടു തുല്യതയുള്ള, മൃഗസ്വഭാവമുള്ള.

മൃഗബന്ധിനി. ന. നായാട്ടുവല.

മൃഗമദം. ന. കസ്തൂരി.

മൃഗം. ന. ൧, മാൻ. ൨, പശുക്കളും മററും. ൩, അന്വേഷണം. ൪, മകയിരം.

മൃഗയാ. ന. നായാട്ടു.

മൃഗയാകുശല. വി. (ലൻ, ലാ, ലം.) വി. ന. നായാട്ടിന്നു സാമർത്ഥ്യമുള്ള.

മൃഗയു. ന. ൧, നായാടി. ൨, കുറുക്കൻ. ൩, ബ്രഹ്മാവു.

മൃഗരാജൻ. ന. സിംഹം.

മൃഗരോമജ. വി. (ജൻ, ജാ, ജം.) വി. ന. മൃഗരോമം കൊണ്ടുണ്ടാക്കിയ.

മൃഗവധം. ന. മൃഗത്തെക്കൊല്ലുക.

മൃഗവധാജീവ. വി. (വൻ, വാ, വം.) വി. ന. മൃഗത്തിനെക്കൊന്നു ദിവസവൃത്തി കഴിക്കുന്ന.

മൃഗവാഹനൻ. ന. വായുവു.

മൃഗവ്യം. ന. ൧, നായാട്ടു. ൨, ലക്ഷ്യം.

മൃഗശാബം. ന. ൧, മാൻകുട്ടി. ൨, മൃഗത്തിന്റെ കുട്ടി.

മൃഗശിരസ്സു. ന. മകയിരനക്ഷത്രം.

മൃഗശീർഷം. ന. മകയിരനക്ഷത്രം.

മൃഗശീല. വി. (ലൻ, ലാ, ലം.) വി. ന. മൃഗസ്വഭാവമുള്ള.

മൃഗശീലം. ന. മൃഗസ്വഭാവം.

മൃഗസ്വഭാവം. ന. മൃഗശീലം.

മൃഗാങ്കൻ. ന. ചന്ദ്രൻ.

മൃഗാജീവൻ. ന. ൧, നായാട്ടുകാരൻ. ൨, ഒരു മൃഗം, ചെന്നായ്.

മൃഗാജീവം. ന. ചെന്നായ്.

മൃഗാദനൻ. ന. ൧, ചെന്നായ്. ൨, പുലി.

മൃഗാദനി. ന. ചെന്നായിൽ പെണ്ണ.

മൃഗാധിപൻ. ന. സിംഹം.

മൃഗീ. ന. പെടമാൻ.

മൃഗാക്ഷി. ന. സുന്ദരി.

മൃഗിത. വി. (തൻ, താ, തം.) വി. ന. അന്വേഷിക്കപ്പെട്ട.

മൃഗേന്ദ്രൻ. ന. സിംഹം.

മൃഗ്യ. വി. (ഗ്യൻ, ഗ്യാ, ഗ്യം.) വി. ന. അന്വേഷിക്കപ്പെടേണ്ടുന്ന.

മൃജ. ന. ൧, ദേഹശുദ്ധി. ൨, വെടിപ്പാക്കുക.

മൃഡൻ. ന. ശിവൻ.

മൃഡാനി. ന. പാൎവ്വതി.

മൃണാളം. ന. താമരവളയം.

മൃണാളതന്തു. ന. താമരയുടെ നൂൽ.

മൃണാളശാകം. ന. ഒരു ചീര.

മൃണാളസൂത്രം. ന. താമരനൂൽ.

മൃണാളി. ന. താമര.

മൃത. വി. (തൻ, താ, തം.) വി. ന. ൧, മരിച്ച. ൨, ലോഹങ്ങൾ ഔഷധങ്ങൾകൊണ്ട ശക്തി കുറെക്കപ്പെട്ട.

മൃതം. ന. ഇരന്നു വാങ്ങിച്ച ധൎമ്മം.

മൃതപ്രായം. വി. മരിച്ചവണ്ണമുള്ള ഭാവത്തിൽ, ജീവനില്ലാത്ത മട്ടിൽ.

മൃതസഞ്ജീവനി. ന. മരിച്ചവരെ ജീവിപ്പിക്കുന്ന ഒരു മന്ത്രവും മരുന്നും.

മൃതസ്നാത. വി. (തൻ, താ, തം.) വി. ന. ഉദിച്ചതിന്റെ ശേഷം കുളിച്ച.

മൃതാലകം. ന. സുഗന്ധമണ്ണ.

മൃതി. ന. മരണം.

മൃത്തു. ന. ൧, മണ്ണ. ൨, ഉവര.

മൃത്തിക. ന. ൧, മണ്ണ. ൨, സുഗന്ധമണ്ണ.

മൃല്പിണ്ഡം. ന. മണ്ണുരുള.

മൃത്യു. ന. ൧, മരണം, ൨, കാലൻ.

മൃത്യുഞ്ജയൻ. ന. ശിവൻ.

മൃത്യുഞ്ജയം. ന. ഒരുമാതിരി ഹോമകൎമ്മം.

മൃത്യുപുഷ്പം. ന. കരിമ്പ.

മൃത്യുഫല. ന. വാഴ.

മൃത്യുലോകം. ന. തെക്കെ ദിക്ക.

മൃത്യുശാസനൻ. ന. ശിവൻ.

മൃത്യുസൂതി. ന. ഞണ്ട.

മൃത്സ. ന. നല്ല മണ്ണ.

മൃത്സ്നാ. ന. ൧, നല്ല മണ്ണ. ൨, ഉവര. ൩, സുഗന്ധമണ്ണ.

മൃദംഗം. ന. മിഴാവ.

മൃദിതം. വി. ൧, ഞെക്കിയ. ൨, ചതച്ച, കൊല്ലപ്പെട്ട. ൩, ഉത്തുകളയപ്പെട്ട.

മൃദു. വി. (ദുഃ, ദ്വീ, ദു.) വി. ന. ൧, മാൎദ്ദവമുള്ള. ൨, സാവധാനമുള്ള. ൩, മൂൎച്ചയില്ലാത്ത. **മൃദുത്വം; മൃദുത.** ഗു. ന. ൧, മാൎദ്ദവം. ൨, ശാന്തത.

മൃദുതര. വി. (രൻ, രാ, രം.) വി. ന. ഏററവും മൃദുവായുള്ള.

മൃദുത്വക്ക. ന. ഒരു വൃക്ഷം.

മൃദുഭാഷണം. ന. മൃദുവായ വാക്ക.

മൃദുല. വി. (ലൻ, ലാ, ലം.) വി. ന. മൃദുവായുള്ള. **മൃദുലത.** ഗു. ന. മാൎദ്ദവം.

മൃദുലോമകം. ന. മുയൽ.

മൃദുവാതം. ന. മന്ദവായു.

മൃദുശീല. വി. (ലൻ, ലാ, ലം.) വി. ന. മാൎദ്ദവ സ്വഭാവമുള്ള.

മൃദുഹാസം. ന. പുഞ്ചിരി.

മൃദ്വള. വി. (ളൻ, ളാ, ളം.) വി. ന. മൃദുവായുള്ള.

മൃദ്വീക. ന. മുന്തിരിങ്ങ.

മൃധം. ന. യുദ്ധം.

മൃന്മയ. വി. (യൻ, യാ, യം.) വി. ന. മണ്ണുകൊണ്ടുള്ള.

മൃഷാ. അ. ൧, അസത്യമായി. ൨, വെറുതെ.

മൃഷാൎത്ഥകം. ന. അൎത്ഥമില്ലാത്ത വാക്ക.

മൃഷാവാദം. ന. നിന്ദാസ്തുതി, അസത്യവാക്ക.

മൃഷാവാദി. വി. (ദീ, ദിനി, ദി.) വി. ന. അസത്യം പറയുന്ന.

മൃഷാവാദി. ന. അസത്യം പറയുന്നവൻ.

മൃഷ്ട. വി. (ഷ്ടൻ, ഷ്ടാ, ഷ്ടം.) വി. ന. ൧, ശുദ്ധിയാക്കപ്പെട്ട, വെടിപ്പായ. ൨, തൊടീപ്പെട്ട.

മൃഷ്ടഭോജനം. ന. വെടിപ്പായ ഭക്ഷണം.

മൃഷ്ടാന്നം. ന. മെല്ലിറഞ്ഞ അൎത്ഥം.

മൃഷ്ടാശനം. അല്ലെങ്കിൽ, **മൃഷ്ടാഷ്ടി.** ന. വെടിപ്പായ ഭക്ഷണം.

മൃഷ്ടി. ന. ൧, വെടിപ്പാക്കുക. ൨, തൊടുക. ൩, ഭക്ഷണത്തിന്നൊരുക്കുക.

മെ

മെച്ചം. ന. മേത്തരം.

മെതി. ന. ൧, ചവുട്ടുക. ൨, ധാന്യങ്ങൾ ചവുട്ടി ഉതിൎക്ക. ൩, കിണററിന്റെ അരികിൽ ഇടുന്ന പലക. ൪, നെയിത്തുകാരന്റെ ചവുട്ടുതടി.

മെതിക്കുന്നു. ച്ചു. പ്പാൻ. (മെതി.) സ. ക്രി. ൧, ചവുട്ടുന്നു. ൨, ധാന്യങ്ങൾ ചവുട്ടി ഉതിക്കുന്നു.

മെതിക്കല്ല. ന. ചവിട്ടിക്കയറുവാനുള്ള കല്ല.

മെതിപാവൽ. ന. ഒരുമാതിരി പാവൽ വള്ളി.

മെതിയടി. ന. പാദകുരട.

മെത്ത. ന. കിടക്കുന്നതിന്നായിട്ട ശിലകൊണ്ട തച്ചുണ്ടാക്കി പഞ്ഞിയിട്ട വസ്തു.

മെത്തപ്പായ. ന. രണ്ടുപായ് കൂടെ തച്ചുണ്ടാക്കിയ ഒരു മാതിരി നല്ല പായ്.

മെത്തശ്ശീല. ന. മെത്തയുണ്ടാക്കുന്ന ശില.

മെത്താരണ. ന. കട്ടിലിന്റെ കാലും തലെക്കലുമുള്ള ക്രാതി.

മെത്തുന്നു. ത്തി. ത്തുവാൻ. അ. ക്രി. ൧, ഉയരുന്നു. ൨, ചാടുന്നു. ൩, ചേരുന്നു.

മെത്രാൻ. ന. സുറിയാനിക്രിസ്ത്യാനികൾ അവരുടെ സഭാമേലദ്ധ്യക്ഷനെ വിളിക്കുന്ന പേർ.

മെത്രാപ്പൊലീത്താ. ന. ഒരു സംസ്ഥാനത്തുള്ള ക്രിസ്തീയ സഭാമേലദ്ധ്യക്ഷന്മാരിൽ പ്രധാനി.

മെയ്യ്. ന. ൧, ശരീരം. ൨, സത്യം.

മെയ്ക്കടം. ന. ൧, പണയത്തിന്മേലോ ഒരംടിന്മേലോ അല്ലാതെ പണം കടം വാങ്ങിക്കയെന്നതു.

മെയ്ക്കാവൽ. ന. ശരിരത്തെ കാത്തു സൂക്ഷിക്ക.

മെയ്ത്തല. അ. മീതെ, മേൽ, ശരീരത്തിന്മേൽ.

മെയ്ത്തോക്ക്. ന. ചെറിയ തോക്ക.

മെയ്പിടിത്തം. ന. ശരീരത്തിൽ എണ്ണ തേച്ചു തിരുമ്മുക.

മെയ്യറക്കുന്നു. ന്നു. പ്പാൻ. (മെയ്.) സ. ക്രി. ൧, ശരീരം സൂക്ഷിക്കാതെയിരിക്കുന്നു. ൨, സത്യം മറക്കുന്നു.

മെയ്യങ്ക. ന. ൧, അടക്കം, ഒതുക്കം. ൨, മൎയ്യാദ.

മെയ്യാക്കം. ന. ദേഹബലം.

മെയ്യോളക്കം. ന. ദേഹബലം.

മെരുക; വെരു. ന. ഒരുമാതിരി കസ്തൂരിമൃഗം.

മെരുകിൻചട്ടം. ന. മെരുകിന്റെ പുഴുവുണ്ടാകുന്ന സ്ഥലം.

മെലിച്ചിൽ. ന. ശരീരത്തിന്റെ വണ്ണം കുറക.

മെലിയുന്നു. ഞ്ഞു. വാൻ. (മെലി.) അ. ക്രി. വണ്ണം കുറയുന്നു.

മെലിവു. ന. വണ്ണംകുറച്ചിൽ.

മെല്ലവെ. അ. പതുക്കെ.

മെല്ലിക്കുന്നു. ച്ചു. പ്പാൻ. (മെല്ലി.) അ. ക്രി. മെലിയുന്നു.

മെല്ലെ. അ. പതുക്കെ.

മെഴു. അല്ലെങ്കിൽ, മെഴുകു. ന. തേനിന്റെ കിടൻ, അരക്കു.

മെഴുകുതിരി. ന. ൧, മെഴുകുകൊണ്ടുണ്ടാക്കുന്ന തിരി. ൨, വിളക്കു വെപ്പാനായിട്ടു വെളിച്ചെണ്ണകൊണ്ടുണ്ടാക്കുന്ന തിരി.

മെഴുകുന്നു. കി. വാൻ. (മെഴുക.) സ. ക്രി. ചാണകം വെള്ളത്തിൽ കലക്കി നിലത്തു തേക്കുന്നു. **മെഴുക്കൽ.** ന. മെഴുകിയിട്ടിരിക്കുന്ന സ്ഥലം എന്നും അൎത്ഥം ഉണ്ടു.

മെഴുകുശീല. ന. മെഴുകു പൂശിയ വസ്ത്രം.

മെഴുക്കു. ന. ൧, എണ്ണ. ൨, മെഴുകുക.

മെഴുക്കുന്നു. ത്തു. പ്പാൻ. (മെഴു.) അ. ക്രി. തടിക്കുന്നു.

മെഴുക്കെ. അ. കനക്കെ.

മെഴുക്കനെ. അ. മിനുക്കെ.

മെഴുപ്പു. ന. തടിപ്പു.

മെഴുമെഴെ. അ. തെററിത്തെററി.

മെഴുത്ത. വി. തടിച്ച.

മേ

മേകലകന്യക. ന. വിന്ധ്യമലിൽനിന്നൊഴുകുന്ന നദി, നൎമ്മ.

മേക്കലം. ന. മീതെ വെക്കുന്ന കലം.

മേക്കാതു. ന. കാതിന്റെ മുകൾ.

മേക്കാമോതിരം. ന. മേക്കാതിലിടുന്ന ഒരാഭരണം, കുണുക്കു.

മേക്കാരൻ. ന. ഇടയൻ.

മേക്കുണുക്കു. ന. മേക്കാതിലിടുന്ന ഒരാഭരണം.

മേക്കട്ടി. ന. കിടക്കുന്നതിന്നു മേൽഭാഗത്തുമററും ശീലകൾ കൊണ്ടുണ്ടാക്കുന്ന സാധനം.

മേഖല. ന. ൧, സ്ത്രീകളുടെ അരഞ്ഞാണം. ൨, വാൾക്കച്ച. ൩, പൎവ്വതത്തിന്റെ ചുററുമുള്ള ഭൂമി. ൪, ബ്രാഹ്മണരുമ്മററും അരയിൽ കെട്ടുന്ന പുല്ലു.

മേഖലപ്പുല്ലു. ന. മേഖല പിരിക്കുന്നതിന്നുള്ള പുല്ലു.

മേഘക്കൂട്ടം. ന. മേഘങ്ങളുടെ കൂട്ടം.

മേഘഛന്ന. വി. (ന്നൻ, ന്നാ, ന്നം.) വി. ന. മേഘത്താൽ മറെക്കപ്പെട്ട.

മേഘഛായ. ന. മേഘത്തിന്റെ നിഴൽ.

മേഘജാലം. ന. മേഘത്തിന്റെ കൂട്ടം.

മേഘജ്യോതിസ്സ. ന. മിന്നൽ.

മേഘതിമിരം. ന. മഴക്കാറു.

മേഘത്തൂണു. ന. തൂണുപോലെ നില്ക്കുന്ന മേഘം.

മേഘദീപം. ന. മിന്നൽ.

മേഘനാദൻ. ന. ൧, ഇന്ദ്രജിത്തു. ൨, വരുണൻ.

മേഘനാദം. ന. ൧, ഇടിമുഴക്കം. ൨, പ്ലാശുവൃക്ഷം.

മേഘനാദാനുലാസി. ന. മയിൽ.

മേഘനാമാവു. ന. മുത്തെങ്ങാ.

മേഘനിൎഘോഷം. ന. ഇടിമുഴക്കം.

മേഘപുഷ്പം. ന. വെള്ളം.

മേഘഭവ. വി. (വൻ, വാ, വം.) വി. ന. മേഘത്തിൽനിന്നുണ്ടായ.

മേഘമണ്ഡലം. ന. മേഘങ്ങൾ സഞ്ചരിക്കുന്ന പ്രദേശം.

മേഘമാല. ന. മേഘക്കൂട്ടം.

മേഘം. ന. ൧, മഴക്കാറു. ൨, മുത്തെങ്ങാ.

മേഘരാഗം. ന. സ്വരങ്ങളിൽ ഒന്നു.

മേഘവൎണ്ണം. ന. അമരി.

മേഘവാഹനൻ. ന. ഇന്ദ്രൻ.

മേഘാന്തം. ന. ശരൽക്കാലം.

മേഘാരി. ന. കാററു.

മേഘാസ്ഥി. ന. ആലിപ്പഴം.

മേചക. വി. (കൻ, കാ, കം.) വി. ന. കറുത്ത.

മേചകം. ന. ൧, പീലിക്കണ്ണു. ൨, കറുത്ത നിറം. ൩, കാരുപ്പു.

മേച്ചിലോടു. ന. പുര മേയുന്ന ഓടു.

മേച്ചിൽ. ന. ൧, പുര മേയുക. ൨, മൃഗങ്ങളെ തിററുക. ൩, തീൻ തേടി നടക്കുക.

മേച്ചില്ക്കാരൻ. ന. പുര മേയുന്നവൻ.

മേച്ചില്പുറം. ന. ൧, മേഞ്ഞ പുര. ൨, മേച്ചിൽസ്ഥലം.

മേച്ചിൽസ്ഥലം. ന. ൧, ഓടു മേഞ്ഞ സ്ഥലം. ൨, മൃഗങ്ങളെ തീററുന്ന സ്ഥലം.

മേടു. ന. ൧, മലമുകൾ. ൨, ഉയൎന്ന സ്ഥലം.

മേട. ന. ഒരുമാതിരി മാളിക.

മേടമാസം. ന. മാസങ്ങൾ പന്ത്രണ്ടുള്ളതിൽ ഒന്നാമത്തെ മാസം.

മേടം. ന. മേടമാസം.

മേടവിഷു. ന. ആണ്ടുപിറക്കുന്ന ദിവസം, മേടമാസം ഒന്നാം തിയതി.

മേടിക്കുന്നു. ച്ചു. പ്പാൻ. (മേടി.) സ. ക്രി. ൧, വാങ്ങിക്കുന്നു. ൨, കൊള്ളുന്നു.

മേട്ടി. ന. ഭക്ഷണവസ്തു പാകംചെയ്യു ശേഷം എടുത്തുകൊടുക്കുന്ന ഒരു വേലക്കാരൻ.

മേട്ടുവഴി. ന. മലയിൽ കൂടിയുള്ള വഴി.

മേഢ്രം. ന. ൧, ലിംഗം. ൨, മുട്ടാടു.

മേത്തു. അ. മേലെ.

മേത്തട്ടു. ന. ഭവനത്തിന്റെ മുകളിലെ തട്ടു.

മേത്തൻ. ന. തുലുക്കന്മാരിൽ ചിലൎക്കു പറയുന്ന ഒരു പേർ.

മേത്തരം. വി. വിശേഷമായുള്ള.

മേത്തോന്നി. ന. ഒരു പച്ചമരുന്നു, മേന്തോന്നി.

മേദകം. ന. ഒരു മദ്യം.

മേദസ്സ. ന. മാംസത്തിന്റെ അകത്തിരിക്കുന്ന നൈ.

മേദിനീ. ന. ഭൂമി.

മേദിനീപതി. ന. രാജാവു.

മേദുര. വി. (രൻ, രാ, രം.) വി. ന. തടിച്ച.

മേധ. ന. ധാരണയുള്ള ബുദ്ധി.

മേധം. ന. യാഗം.

മേധാവി. വി. (വീ, വിനി, വി.) വി. ന. ധാരണാബുദ്ധിയുള്ള.

മേധി. ന. കളത്തിൽ നെല്ലു മെതിപ്പാൻ കാളയെ കെട്ടുന്ന കുററി.

മേധ്യ. വി. (ധ്യൻ, ധ്യാ, ധ്യം.) വി.ന. ൧, ശുദ്ധമായുള്ള. ൨, യാഗത്തിന്നു കൊള്ളാകുന്ന.

മേധ്യാ. ന. വയമ്പു.

മേധ്യാജിനം. ന. യാഗത്തിന്നു വേണ്ട മാൻതോല്.

മേധ്യം. ന. ൧, യവം. ൨, ആടു.

മേനകാ. ന. ൧, അപ്സരസ്ത്രീകളിൽ ഒരുത്തി. ൨, ഹിമവാന്റെ ഭാൎയ്യ.

മേനകാത്മജാ. ന. പാൎവ്വതി.

മേനവൻ. ന. ൧, കണക്കെഴുത്തുകാരന്നു ചില ദിക്കിൽ പറയുന്ന പേർ. ൨, ചില രാജാക്കന്മാർ നായന്മാൎക്കു കൊടുക്കുന്ന ഒരു സ്ഥാനപ്പേർ.

മേനാ. ന. ഹിമവാന്റെ ഭാൎയ്യ, മേനകാ.

മേനാവു. ന. ഒരു മാതിരി വാഹനം.

മേനി. ന. ൧, ശരീരം. ൨, ഭംഗി. ൩, നിറം. ൪, ശ്രേഷ്ഠത. ൫, നന്മ. ൬, മാതിരി. ൭, തൊഴുത്തു. ൮, മാറ്റം. ൯, മുഖസ്തുതി. ൰, വൻപു പറക.

മേനിക്കാരൻ. ന. ൧, മേനിയുള്ളവൻ. ൨, അഹംഭാവമുള്ളവൻ.

മേനിപ്പാട്ടം. ന. വസ്തുക്കളിൽ നിന്നും പല പൂവുകളിലായി കിട്ടുന്ന ആദായങ്ങളെ കണക്കാക്കി ഒരാണ്ടത്തേക്കു ക്ലിപ്തപ്പെടുത്തിയിട്ടുള്ള ശരാശരി പ്പാട്ടം.

മേനിപ്പൊറുതി. ന. സുഖമായിട്ടുള്ള പാൎപ്പു.

മേക്കൈ. ന. അധികാരം.

മേങ്കോയിമ്മ. ന. മേലധികാരം.

മേങ്കോയിമ്മസ്ഥാനം. ന. മേലധികാരിയുടെ അവസ്ഥ.

മേന്തടി. ന. മീതെയുള്ള തടി.

മേന്തോന്നി. ന. ഒരു പച്ചമരുന്നു.

മേനോക്കി. ന. നായന്മാരുടെ ഒരു സ്ഥാനപ്പേരു.

മേമ്പൊടി; മേമ്പടി. ന. ൧, കഷായങ്ങൾക്കു മുകളിൽ ചിതറുവാനുള്ള പൊടി. ൨, സ്വല്പമായി ചേൎക്കേണ്ട നല്ല സാധനം.

മേന്മ. ന. ഉല്കൎഷം.

മേന്മേൽ. വി. മേലാൽ.

മേന്മീശ. ന. മൂക്കിന്നു താഴെ ചുണ്ടിന്നു മീതെ നില്ക്കുന്ന മീശ.

മേല്പടി. വി. മുൻപറഞ്ഞ വിധം.

മേല്പരവു. ന. ഉയൎന്ന തട്ട്.

മേല്പലം. ന. മേച്ചിൽസ്ഥലം.

മേയ. വി. അളക്കത്തക്ക.

മേയിക്കൽ. ന. കന്നുകാലിയെ തീററുക.

മേയിക്കുന്നു; മേയ്ക്കുന്നു. ച്ചു. പ്പാൻ. (മേയി.) സ. ക്രി. കന്നുകാലിയെ തീററുന്നു. **മേയ്പിക്കുന്നു.** കാ. ക്രി.

മേയുന്നു. ഞ്ഞു. വാൻ. (മേ.) അ. ക്രി. കന്നുകാലികൾ നടന്നു തിന്നുന്നു. സ. ക്രി. പുരകെട്ടുന്നു.

മേയ്ക്കൂലി. ന. ൧, ഇടയന്റെ കൂലി, എരുത്താന്ത്യം. ൨, പുരകെട്ടുകാരന്റെ കൂലി.

മേയ്പുകാരൻ. ന. കന്നുകാലിത്തീററുകാരൻ.

മേരു. ന. ഒരു പൎവ്വതം, മഹാമേരു.

മേരുധന്വാവു. ന. ശിവൻ.

മേരുസാവൎണ്ണി. വി. മേരുവിനോടൊപ്പം നിറമുള്ള.

മേലടി. ന. ൧, കടിയാൻ മുതലായുന്നു സല്ക്കാരമായി കൊടുക്കുന്ന വസ്തുക്കൾ. ൨, കന്നുകാലികളെ സൂക്ഷിക്കുന്നതിന്നു ഏല്പിക്ക.

മേലധികാരം. ന. മേൽവിചാരം.

മേലധികാരി. ന. മേൽവിചാരിപ്പുകാരൻ.

മേലാ. അ. വഹിയാ.

മേലാക്കം. ന. കരേററം.

മേലാട. ന. മേൽമുണ്ടു.

മേലാപ്പു. ന. മേല്ക്കെട്ടി.

മേലായ്ക. ന. ൧, വഹിയായ്ക. ൨, ക്ഷീണത.

മേലാരു. ന. ഉയൎന്ന ജാതിക്കാരെ ചില തീണ്ടലുള്ള ജാതിക്കാർ പറയുന്ന ഒരു പേർ.

മേലാൽ. അ. വരുംകാലം, ഇനി.

മേലാൾ; മേലാവു. ന. ൧, മേലധികാരി. ൨, പ്രമാണി.

മേലിൽ. അ. വരുംകാലത്തിൽ.

മേലും. അ. വിശേഷിച്ചും, കൂടാതെയും.

മേലുര. ന. ഉരകല്ലിൽ പൊന്നുരെച്ച മേലത്തെ പാടു.

മേലെരി. ന. ഹോമത്തിന്നുള്ള വിറകു.

മേലെഴുത്തു. ന. മേലെഴുത്തുകാരന്റെ ഉദ്യോഗം.

മേലെഴുത്തുകച്ചേരി. ന. തിരുവിതാംകൂർ രാജ്യത്തെ ഒരു കച്ചേരി.

മേലെഴുത്തുപിള്ള. ന. മേലെഴുത്തു കച്ചേരിയിൽ പ്രധാനമായ ഒരുദ്യോഗസ്ഥൻ.

മേലെ. അ. മീതെ.

മേലേക്കുറുമ്പടി. ന. കട്ടിളയുടെ മേല്പടി.

മേലേടം. ന. ഭാവികാലം.

മേലേത്തു. ന. മീതെയുള്ളതു.

മേലോട്ടു. അ. മുകളിലോട്ടു.

മേൽ. അ. മീതെ.

മേൽക്കച്ച. ന. ഉടുപ്പിന്നു മീതെ അരയിൽ കെട്ടുന്ന ഒരു കച്ച.

മേൽക്കച്ചവടം. ന. വലിയ കച്ചവടം.

മേൽക്കണക്കു. ന. പ്രധാനമായ കണക്കു.

മേല്ക്കരം. ന. മേലാലുള്ള പാട്ടം.

മേല്ക്കാച്ചിൽ. ന. ൧, കാച്ചിലിന്റെ വള്ളിയിൽ ഉണ്ടാകുന്ന ചെറിയ കാച്ചിൽ. ൨, ശരീരത്തിലെ ചൂടു.

മേല്ക്കാണം. ന. പണയം എഴുതിയ വസ്തുവിന്മേൽ പിന്നെയും വാങ്ങിക്കുന്ന ദ്രവ്യം, പുറവായ്പ.

മേല്ക്കാതു. ന. കാതിന്റെ മുകൾഭാഗം.

മേല്കീഴ. ന. തലകീഴായി.

മേല്ക്കുമേൽ. അ. മീതെ മീതെ.

മേല്ക്കൂട്ടു. ന. പുരയുടെ ഭിത്തിക്കു മീതെ പണിയുന്ന ഉത്തരവുമ്മററും.

മേല്ക്കെട്ടു. ന. പൂട്ടിയ താഴിന്മേൽ കെട്ടിയ ചരടു.

മേല്ക്കെട്ടി. ന. പൊടിയും മററും വീഴാതെയിരിപ്പാനായിട്ടു മുറിയിൽ മച്ചിന്നു താഴെ കെട്ടുന്ന വസ്ത്രം.

മേല്ക്കൊമ്പു. ന. മുകളിലെ കൊമ്പു.

മേല്ക്കോയിമ്മ. ന. മേങ്കോയിമ്മ, മേലധികാരം.

മേൽചീട്ടു. ന. മേൽവിലാസം.

മേൽചുങ്കം. ന. പ്രധാനമായ ചുങ്കസ്ഥലം.

മേൽത്തട്ടു. ന. ൧, പുരമുറിക്കകത്തു മുകളിൽ തുലാത്തിന്മേൽ ഇടുന്ന പലക, മച്ചു. ൨, മാളിക. ൩, കപ്പലിന്റെ മേൽഭാഗം. ൪, തേരിന്റെയും മററും മേൽഭാഗം.

മേല്ത്താഴ. ന. പൂട്ടിയതിന്നു മീതെ ഇട്ടു പൂട്ടിയ താഴ, മേൽപ്പൂട്ടു.

മേല്പണ്ടായം. ന. കാൎയ്യങ്ങൾ കേട്ടു

തിച്ചു വരുത്തുന്ന ഒരു ആലോചന ക്കാരുടെ കൂട്ടം.

മേല്പട. ന. വരുവാനുള്ള സൈന്യം.

മേല്പടി. വി. മുൻപറഞ്ഞ.

മേല്പട്ടക്കാരൻ. ന. വലിയ പട്ടക്കാരൻ, ബിഷോപ്പു, മെത്രാനും മററും.

മേല്പട്ടം. ന. വലിയ പട്ടക്കാരന്റെ സ്ഥാനം.

മേല്പാട്ടു. ന. മുകൾവശം.

മേല്പാടം. ന. ൧, പുരാതനമായ എഴുത്തു. ൨, ഉയൎച്ചയുള്ള കണ്ടം.

മേല്പുടവ. ന. ഉത്തരീയം.

മേല്പുര. ന. പുരയുടെ മുകളിൽ മേഞ്ഞിരിക്കുന്ന ഓലയും മററും.

മേല്പൂട്ടു. ന. പുറംപൂട്ടു, മേല്താഴ.

മേല്പോട്ടു. അ. മുകളിലോട്ടു.

മേല്പൊടി. അ. കഷായത്തിൽ ഇടുന്ന പൊടി, മേമ്പടി.

മേല്പടി. അ. മേപ്പടി.

മേല്ഫലം. ന. മുകളിലുള്ള തേങ്ങായുമ്മററും, മേലിൽ വരുന്ന ഫലം.

മേല്ബലം. ന. ൧, മുൻപട. ൨, സഹായിക്കുന്ന സൈന്യം.

മേല്ഭാഗം. ന. മുകളിലെ പ്രദേശം, ആകാശം.

മേല്ഭാരം. ന. മുകളിൽ കയററപ്പെട്ട ഭാരം.

മേല്മണിയം. ന. മേലധികാരം.

മേല്മണ്ഡലം. ന. ആകാശത്തുള്ള ചന്ദ്രമണ്ഡലവും മററും.

മേല്മയിർ. ന. ശരീരത്തിലെ രോമം.

മേൽമുണ്ടു. ന. മിതെയുടുക്കുന്ന വസ്ത്രം.

മേൽലാഭം. ന. അധികമായുണ്ടാകുന്ന ലാഭം.

മേൽലോകം. ന. മേൽഭാഗത്തുള്ള ലോകം, സ്വൎഗ്ഗവും മററും.

മേൽവയറു. ന. പൊക്കിളിന്റെ മീതെയുള്ള വയറു.

മേൽവരവു. ന. ൧, ക്രമപ്രകാരമുള്ളതു കൂടാതെ അധികമായുണ്ടാകുന്ന ദ്രവ്യലാഭം. ൨, വൎദ്ധന.

മേൽവാ. ന. അണ്ണാക്കു.

മേൽവാചകം. ന. ൧, തലവാചകം. ൨, മേൽവിലാസം.

മേൽവായിപ്പു. ന. പുറവായിപ്പു.

മേൽവാരം. ന. ഉടമസ്ഥനുള്ള മററും കൊടുക്കുന്ന കരം.

മേൽവാഴി. ന. മേന്മേൽ വാഴിച്ചു ഭരിക്കുന്നവൻ.

മേൽവിചാരക്കാരൻ. ന. മേലധികാരി.

മേൽവിചാരം. ന. മേലധികാരം.

മേൽവിത്തു. ന. ഒരുത്തൻ വിതെച്ച നിലത്തിൽ പിണങ്ങി മറെറാരുത്തൻ പിന്നെയും വിതെക്കുന്ന വിത്തു.

മേൽവിരിപ്പു. ന. മേല്ക്കട്ടി.

മേൽവിലാസം. ന. കൊടുത്തയക്കുന്ന എഴുത്തു ഇന്ന സ്ഥലത്തേക്കെന്നും മററും പുറമെ എഴുതുന്ന വാചകം.

മേൽവെള്ളച്ചാട്ടം. ന. പുതുവെള്ളത്തിന്റെ ഒഴുക്കു.

മേൽവെള്ളം. ന. പുതുവെള്ളം.

മേൽശാന്തി. ന. ൧, ക്ഷേത്രത്തിലെ പ്രധാന ശാന്തിക്കാരൻ. ൨, പ്രവൃത്തി, ദേവനെ പൂജിക്കയും മററും.

മേവലർ. ന. ശത്രുക്കൾ.

മേവൽ. ന. ൧, യോജിപ്പു. ൨, ആഗ്രഹം. ൩, സ്നേഹം. ൪, ഭരിക്കൽ. ൫, സ്ഥിരപ്പെടുത്തുക. ൬, പാൎക്കുക.

മേവിക്കൊടുക്കുന്നു. ച്ചു. പ്പാൻ. (മേവി.) സ. ക്രി. യോജിക്കുന്നു.

മേവീടുന്നു. വി. വാൻ. (മേവ.) അ. ക്രി. പാൎക്കുന്നു.

മേവുന്നു. വി. വാൻ. (മേവ.) അ. ക്രി. ൧, യോജിക്കുന്നു. ൨, ആഗ്രഹിക്കുന്നു. ൩, ഭരിക്കുന്നു. ൪, സ്ഥിരപ്പെടുത്തുന്നു. ൫, പാൎക്കുന്നു. ൬, സ്നേഹിക്കുന്നു.

മേശ. ന. ഒരു വലിയ നാല്കാലിപ്പലക.

മേഷ. ന. ൧, തടവു. ൨, പ്രയാസം. ൩, മരങ്ങളിലുണ്ടാകുന്ന ഒരുമാതിരി വിരിച്ചിൽ. ൪, കുററം.

മേഷകംബളം. ന. കംബളി.

മേഷം. ന. ൧, മുട്ടാട്ടു. ൨, മേടം.

മേഷാ. ന. ചിറേറലം.

മേഷി. ന. പെണ്ണാട്ടു.

മേഷിക. ന. പെണ്ണാട്ടു.

മേസ്തിരി. ന. പണിനടത്തുവാൻ ഏററിരിക്കുന്ന ആൾ, പ്രധാനിയായ പണിക്കാരൻ.

മേഹനം. ന. ൧, മൂത്രമാൎഗം. ൨, മൂത്രം. ൩, മൂത്രമൊഴിവു.

മേഹം. ന. മൂത്രമൊഴിവു, പ്രമേഹം.

മേള. ന. മഷി.

മേളക്കാരൻ. ന. വാദ്യക്കാരൻ.

മേളക്കൊഴുപ്പു. ന. കൊമ്പു കുഴൽ വാദ്യം മുതലായതിന്റെ ശബ്ദംകൊണ്ടുള്ള യോജിപ്പു.

മേളതാളം. ന. മേളക്കാരുടെ താളം.

മേളനം. ന. കൂട്ടം, ഒരുമിപ്പു.

മേളപ്പണം. ന. വാദ്യക്കാൎക്കു കൊടുക്കുന്ന കൂലി.

മേളം. ന. ൧, വാദ്യക്കാരുടെ കൂട്ടം. ൨, ആട്ടക്കൊട്ടു. ൩, സന്തോഷം.

മേളാങ്കം. ന. ഉല്ലാസം, സന്തോഷം.

മേളിക്കുന്നു. ച്ചു. പ്പാൻ. (മേളി.) അ. ക്രി. ൧, യോജിക്കുന്നു. ൨, സന്തോഷിക്കുന്നു.

മേളിത. വി. (തൻ, താ, തം.) വി. ന. യോജിപ്പിക്കപ്പെട്ട.

മേളിപ്പു. ന. ൧, യോജിപ്പു. ൨, സന്തോഷം.

മൈ

മൈ. ന. ൧, മഷി. ൨, കറുത്തനിറം.

മൈക്കണ്ണി. ന. സ്ത്രീ.

മൈതാനനിലം. ന. ഒപ്പനിരപ്പുള്ള നിലം.

മൈതാനം. ന. ഒപ്പനിരപ്പു.

മൈത്തൽ. ന. അദ്ധ്വാനം, മിടുക്കു, ജാഗ്രത, വേല.

മൈത്തുന്നു. ത്തി. വാൻ. (മൈത്ത.) അ. ക്രി. അദ്ധ്വാനപ്പെടുന്നു.

മൈത്ര. വി. (ത്രൻ, ത്രി, ത്രം.) വി. ന. മിത്രത്തെ സംബന്ധിച്ച.

മൈത്രൻ. ന. ബ്രാഹ്മണൻ.

മൈത്രം. ന. ൧, അനിഴം. ൨, ബന്ധുത്വം.

മൈത്രാവരുണി. ന. അഗസ്ത്യൻ.

മൈത്രി. ന. സ്നേഹം.

മൈത്ര്യം. ന. സ്നേഹം.

മൈഥില. വി. (ലൻ, ലീ, ലം.) വി. ന. മിഥിലയെ സംബന്ധിച്ച.

മൈഥിലി. ന. സീതാ.

മൈഥുനം. ന. സ്ത്രീയും പുരുഷനുംകൂടിയുള്ള ചേൎച്ച.

മൈനാകം. ന. ൧, ഒരു പൎവ്വതം. ൨, ഒരുവക പക്ഷി.

മൈനാത്തു. ന. അലക്കുകാരനു ചില ദിക്കിൽ പറയുന്ന ഒരു പേർ.

മൈരെയം. ന. ഒരുവക മദ്യം.

മൈല. ന. ൧, ഒരുവക വൃക്ഷം. ൨, വെളുപ്പും കറുപ്പും കൂടിയ നിറം.

മൈലാടമഞ്ഞൾ. ന. ഒരുമാതിരി നല്ല മഞ്ഞൾ.

മൈലെള്ള്. ന. ഒരുവക വൃക്ഷം.

മൈലൊമ്പി. ന. ഒരുവക ചെടി.

മൈസൂർ. ന. ഒരു രാജ്യം.

മൊ

മൊക്കണി; മുകക്കണി. ന. കുതിരക്കു തിററിയിട്ടുകൊടുക്കുവാനുള്ള ചാക്കുസഞ്ചി.

മൊച്ച. ന. ൧, കരിങ്കുരങ്ങു. ൨, ഒരുമാതിരി തൈ.

മൊച്ചക്കൊട്ട. ന. മേല്പറഞ്ഞ തൈയുടെ കായ്.

മൊഞ്ച്. ന. കോപം.

മൊഞ്ചൻ. വി. ന. വേഗത്തിൽ കോപിക്കുന്നവൻ.

മൊട്ട്. ന. വിടരാത്ത പൂവു.

മൊട്ട; മുട്ട. ന. ൧, പക്ഷികളും മററും പ്രസവിച്ച സാധനം. ൨, ചിരെച്ച തല. ൩, കഷണ്ടിത്തല.

മൊട്ടക്കുന്നു. ന. കാടില്ലാത്ത ചെറിയ കുന്നു.

മൊട്ടത്തല. ന. ൧, കഷണ്ടിത്തല. ൨, ചിരെച്ച തല.

മൊട്ടത്തലയൻ. ന. ൧, കഷണ്ടിത്തലയൻ. ൨, തല ചിരെച്ചവൻ.

മൊട്ടപ്പശ. ന. മൊട്ടയുടെ വെള്ളം കൂട്ടിയുണ്ടാക്കിയ പശ.

മൊട്ടമ്പു. ന. മൂർച്ചയില്ലാത്ത ഒരുമാതിരി അമ്പു.

മൊട്ടയിടുന്നു. ട്ടു. വാൻ. (മൊട്ട.) അ. ക്രി. ൧, ചിരെക്കുന്നു. ൨, പക്ഷി പാമ്പു മുതലായ ചില ജന്തുക്കൾ പ്രസവിക്കുന്നു.

മൊട്ടസൂചി. ന. കുഴയില്ലാത്ത ഒരു മാതിരി സൂചി.

മൊത്തം. ന. മുഴുവൻ.

മൊത്തുന്നു. ത്തി. വാൻ. (മൊത്ത.) അ. ക്രി. പാത്രം ചൊടിയിൽ വെച്ചു വലിച്ചു കുടിക്കുന്നു.

മൊന്ത. ന. പിച്ചള, ചെമ്പു മുതലായവ കൊണ്ടുണ്ടാക്കിയ ഒരുമാതിരി ചെറിയ കുടം.

മൊരള്ള്. ന. മുരൾ.

മൊരി. ന. ൧, വൃക്ഷത്തിൻെറ ഉണങ്ങിയ തൊലി. ൨, ദേഹത്തേലുണ്ടാകുന്ന ഒരുണക്ക.

മൊരിച്ചിൽ. ന. ൧, വൃക്ഷത്തിൻെറയും മററും തൊലിയുടെ ഉണക്ക. ൨, ഉണങ്ങിയ തൊലി.

മൊരിച്ചുണങ്ങു. ന. ദേഹത്തിലുണ്ടാകുന്ന ഒരുമാതിരി ചുണങ്ങു.

മൊരിയൻ. വി. ന. ശരീരത്തിൽ മൊരിയുള്ളവൻ.

മൊരിയുന്നു. ഞ്ഞു. വാൻ. (മൊരി.) അ. ക്രി. തൊലിയിൽ ഉണക്കുണ്ടാകുന്നു.

മൊളി. ന. ൧, വൃക്ഷത്തിൻെറ കരിന്തൊലി. ൨, തൊലികളിലും മററുമുണ്ടാകുന്ന ഉണക്ക, മൊരി.

മൊളിച്ചിൽ. ന. മൊരിച്ചിൽ.

മൊളിയില. ന. കരിക്കില.

മൊള്ളു. ന. മൂത്രം.

മൊള്ളുന്നു. ള്ളി. വാൻ. (മൊള്ളു.) അ. ക്രി. മൂത്രം വീഴ്ത്തുന്നു.

മൊഴി. ന. വാക്കു.

മൊഴിമടക്കം. ന. വാക്കുമുട്ടു.

മൊഴിമാത്. ന. സരസ്വതി.

മൊഴിമാററം. ന. വാക്കുവ്യത്യാസം.

മൊഴിയുന്നു. ഞ്ഞു. വാൻ. (മൊഴി.) അ. ക്രി. പറയുന്നു.

മോ

മോക്താ. വി. (ക്താ, ക്ത്രി, ക്തൃ.) വി. ന. ൧, മോചിക്കുന്ന, ഉപേക്ഷിക്കുന്ന. ൨, അയെക്കുന്ന. ൩, അഴിച്ചുവിടുന്ന.

മോഘ. വി. (ഘൻ, ഘാ, ഘം.) വി. ന. ൧, വ്യർത്ഥമായ. ൨, വിടപ്പെട്ട.

മോചാ. ന. ൧, ഇലവു. ൨, വാഴ.

മോചം. ന. ൧, ഒരു വൃക്ഷം. ൨, വാഴപ്പഴം.

മോചകൻ. ന. ൧, ഒരു വൃക്ഷം. ൨, വാഴ. ൩, ഒരു സന്ന്യാസി.

മോചകം. ന. മുരിങ്ങ.

മോചനം. ന. വിടുക.

മോചിക്കുന്നു. ച്ചു. പ്പാൻ. (മോചി.) സ. ക്രി. വിടുന്നു, ഉപേക്ഷിക്കുന്നു.

മോടകം. ന. ഒരുമാതിരി വള്ളി.

മോടി. ന. ൧, ഭംഗി. ൨, വെടിപ്പു. ൩, ഉല്ലാസം. ൪, കണ്കെട്ടുവിദ്യ.

മോടിക്കാരൻ. ന. ൧, ഭംഗിക്കാരൻ. ൨, ഉല്ലാസക്കാരൻ. ൩, മോടിവിദ്യക്കാരൻ.

മോടിയാകുന്നു. യി. വാൻ. (മോടി.) അ. ക്രി. ഭംഗിയാകുന്നു. **മോടിയാക്കുന്നു.** സ. ക്രി.

മോടിവിദ്യ. ന. ഒരുമാതിരി ചെപ്പടിവിദ്യ, കണ്കെട്ടുവിദ്യ.

മോട്ടു. ന. മുകളിലെ ഭാഗം.

മോണ. ന. പല്ലിൻെറ ചുവട്ടിലെ മാംസം.

മോതിരക്കണ്ണി. ന. ൧, ഒരുമാതിരി തൈ. ൨, ഇരിമ്പുകൊണ്ടും മററുമുള്ള ചെറിയ വളയം.

മോതിരം. ന. വിരലിൽ ഇടുന്ന ഒരാഭരണം.

മോതിരവള്ളി. ന. ഒരുമാതിരിവള്ളി.

മോതിരവിരൽ. ന. അണിവിരൽ.

മോദകം. ന. ൧, അട. ൨, ഒരു വക വൃക്ഷം.

മോദം. ന. സന്തോഷം.

മോദിക്കുന്നു. ച്ചു. പ്പാൻ. (മോദി.) അ. ക്രി. സന്തോഷിക്കുന്നു. **മോദിപ്പിക്കുന്നു.** സ. ക്രി.

മോദിത. വി. (തൻ, താ, തം.) വി. ന. സന്തോഷിപ്പിക്കപ്പെട്ട.

മോന്ത. ന. മുഖം.

മോന്തൽ. ന. പാത്രം മുഖത്തു ചേർത്തു വലിച്ചു കുടിക്കുക.

മോന്തായം. ന. പുരയുടെ കഴക്കോൽ പിടിപ്പിക്കുന്ന ഒരു നീളമുള്ള തടി.

മോന്തുന്നു. ന്തി. വാൻ. (മോന്ത.) സ. ക്രി. പാത്രം എടുത്തു വായിൽ തൊടിച്ചു വലിച്ചു കുടിക്കുന്നു.

മോരു. ന. വെണ്ണ എടുത്ത തൈര.

മോരടം. ന. കരിമ്പിൻവേർ.

മോരടാ. ന. പെരുങ്കുരുമ്പ.

മോർക്കഞ്ഞി. ന. മോരൊഴിച്ചു വെച്ച കഞ്ഞി.

മോക്കാളൻ. ന. മോരൊഴിച്ചുണ്ടാക്കുന്ന ഒരു കറി.

മോർവഴന. ന. ഒരു മാതിരി വഴന വൃക്ഷം.

മോശക്കാരൻ. ന. ൧, ഭോഷൻ. ൨, ഹീനൻ. ൩, ദരിദ്രൻ.

മോശം. ന. ൧, ചേതം. ൨, അപകടം. ൩, മൂഢത്വം. ൪, ദാരിദ്ര്യം. ൫, കുററം.

മോഷകൻ. ന. കള്ളൻ.

മോഷണം. ന. കളവു.

മോഷ്ടാവു. ന. കള്ളൻ.

മോഷ്ടിക്കുന്നു. ച്ചു. ഷ്ടാൻ. (മോഷ്ടി.) സ. ക്രി. മോഷണം ചെയ്യുന്നു.

മോഹനമാല. ന. പൊന്മാല.

മോഹന. വി. (നൻ, നാ, നീ, നം.) വി. ന. മോഹിപ്പിക്കുന്ന, വശീകരിക്കുന്ന.

മോഹന. ന. ഒരുമാതിരി മുല്ല.

മോഹനം. ന. ക, വശീകരണം. വ, സംയോഗം. ന, കാമദേവന്റെ ഒരസ്ത്രം.

മോഹനീയ. വി. മോഹിപ്പിക്കത്തക്ക.

മോഹം. ന. ക, മോഹാലസ്യം. വ, അറിവില്ലായ്മ, ഭോഷത്വം. ന, നൊമ്പരം, ദുഃഖം. ര, തെററു, പിഴ. ൽ, വലിയ ആഗ്രഹം.

മോഹർ; മോഹറാവു. ന. ഒരു സ്വൎണ്ണനാണയം.

മോഹാലസ്യം. ന. ബോധക്കേടു.

മോഹി. ന. വിടൻ, അത്യാഗ്രഹക്കാരൻ.

മോഹിക്കുന്നു. ച്ചു. ച്ചാൻ. (മോഹി.) സ. ക്രി. ക, ആഗ്രഹിക്കുന്നു. വ, ബോധം കെടുന്നു. **മോഹിപ്പിക്കുന്നു.** കാ. ക്രി.

മോഹിത. വി. (തൻ, താ, തം.) വി. ന. ക, മോഹിപ്പിക്കപ്പെട്ട. വ, ബോധംകെട്ട.

മോഹിനി. ന. തേവിടിശ്ശി, സുന്ദരി.

മോഹിനിയാട്ടം. ന. തേവിടിശ്ശിയാട്ടംപോലെ കളിക്കുന്ന ഒരു കളി.

മോക്ഷക. വി. (കൻ, കാ, കം.) വി. ന. വിടുവിക്കുന്ന.

മോക്ഷണം. ന. വിടുതൽ.

മോക്ഷപ്രാപ്തി. ന. മോക്ഷം ലഭിക്ക.

മോക്ഷമാൎഗ്ഗം. ന. മോക്ഷത്തിനുള്ള വഴി.

മോക്ഷം. ന. ക, ബ്രഹ്മാനന്ദം. വ, മരണം. ന, ഒരു വൃക്ഷം, പാടലി.

മോക്ഷേഛ. ന. മോക്ഷം ലഭിപ്പാനുള്ള ആഗ്രഹം.

മോക്ഷോപദേശം. ന. മോക്ഷമാൎഗ്ഗത്തെ ഉപദേശിക്ക.

മോഴ. ന. ക, ഭോഷത്വം. വ, കൊമ്പില്ലാത്ത കാളയൊ പശുവൊ.

മോഴപിരട്ടുന്നു. ട്ടി. വാൻ. (മോഴ.) സ. ക്രി. വഞ്ചിക്കുന്നു.

മോറൽ. ന. കഴുകുക.

മോറു. ന. മുഖം.

മോറുന്നു. റി. വാൻ. (മോറ.) സ. ക്രി. വെടിപ്പാക്കുന്നു, കഴുകുന്നു.

മൌ

മൌക്തികപ്രസവ. ന. മുത്തുച്ചിപ്പി.

മൌക്തികം. ന. മുത്തുമണി.

മൌക്തികശുക്തി. ന. മുത്തുച്ചിപ്പി.

മൌഖൎയ്യം. ന. നിന്ദ.

മൌഞ്ജി. ന. ബ്രഹ്മചാരിയുടെ അരയിൽ കെട്ടുന്ന ഒരു ചരടു.

മൌഢ്യം. ന. മൂഢത.

മൌദ്ഗീനം. വി. ന. ചെറുപയറു വിളയുന്ന സ്ഥലം.

മൌനബുദ്ധി. ന. മാന്ദ്യബുദ്ധി.

മൌനം. ന. മിണ്ടാതെയിരിക്ക.

മൌനവ്രതം. ന. മിണ്ടാതെയിരുന്നു അനുഷ്ഠിക്കുന്ന വ്രതം.

മൌനാനുവാദം. ന. മനസ്സില്ലാത്ത അനുവാദം, അനുവാദത്തിന്നു പകരം മിണ്ടാതിരിക്കുക.

മൌനി. വി. (നി, നിനി, നി.) വി. ന. മിണ്ടാതെയിരിക്കുന്ന.

മൌനി. ന. സന്യാസി, മഹൎഷി.

മൌരജികൻ. ന. വാദ്യക്കാരൻ.

മൌഖ്യം; മൌൎഖ്യം. ന. മൂഢത്വം.

മൌൎവ്വി. ന. വില്ലിന്റെ ഞാണു.

മൌല. വി. (ലൻ, ലീ, ലം.) വി. ന. മൂലത്തിൽനിന്നുണ്ടായ, വേരിൽനിന്നുണ്ടായ.

മൌലി. ന. ക, കിരീടം. വ, ശിരസ്സു. ന, കുടുമ. ര, കെട്ടിയ തലമുടി. ൽ, ഭൂമി.

മൌലിമാല. ന. മൌലിയിൽ അലങ്കരിക്കുന്ന മാല.

മൌഷ്ട. ന. മുഷ്ടിയുദ്ധം.

മൌഹൂൎത്തൻ. ന. ജ്യോതിഷക്കാരൻ.

മൌഹൂൎത്തികൻ. ന. മേല്പറഞ്ഞ അൎത്ഥം.

മ്രി

മ്രിയാൽ. ന. ക, പാകുന്ന സ്ഥലം. വ, മഴകൊണ്ടു നനയുന്ന സ്ഥലം.

മ്ല

മ്ലാൽ. ന. ഒരുമാതിരി പേരാൽവൃക്ഷം.

മ്ലിശ. ന. നേരംപോക്ക.

മ്ല

മ്ലാന. വി. (നൻ, നാ, നം.) വി. ന. ക, വാടിയ. വ, മലിനമായ.

മ്ലാനി. ന. ക, ക്ഷീണം. വ, മലിനത. ന, വാട്ടം, ഉണക്കം.

മ്ലാവു. ന. ഒരുവക കാട്ടുമൃഗം.

മ്ലിഷ്ട. വി. (ഷ്ടൻ, ഷ്ടാ, ഷ്ടം.) വി. ന. ക, വ്യക്തമില്ലാത്ത. വ, ആലസ്യമുള്ള.

മ്ലിഷ്ടം. ന. വ്യക്തമില്ലാത്ത വാക്ക.

മ്ലേഛജാതി. ന. മ്ലേഛദേശത്തു പാൎക്കുന്ന പല ജാതിക്കാർ.

മ്ലേഛത. ന. ഹീനത, വെറുപ്പു.

മ്ലേഛദേശം. ന. ഇന്ത്യക്കു തെക്കും വടക്കുമുള്ള ദേശം, പ്രത്യന്തം.

മ്ലേഛൻ. ന. ക, സംസ്കൃതമൊഴികെ മററു ഭാഷ പറയുന്ന ചില ജാതിക്കാൎക്കു പറയുന്ന പേർ. വ, പാപി, കുററക്കാരൻ.

മ്ലേഛമുഖം. ന. ചെമ്പു.

മ്ലേഛം. ന. ചായില്യം.

മ്ലേഛസ്ഥലം. ന. ചീത്ത സ്ഥലം.

യ. ഹല്ലുകളിൽ ഇരുപത്താറാം അക്ഷരം.

യകൃത്തു. ന. കരൾ.

യജനം. ന. ക, യാഗം. വ, പൂജ.

യജമാന. വി. (നൻ, നാ, നം.) വി. ന. ക, യാഗം ചെയ്യുന്ന. വ, പൂജിക്കുന്ന.

യജമാനൻ. ന. യാഗം ചെയ്യുന്നവൻ. (മ.) ക, നാഥൻ. വ, ഭൎത്താവു. ന, ഉടയക്കാരൻ.

യജമാനസ്ഥാനം. ന. അധികാരസ്ഥലം.

യജിക്കുന്നു. ച്ചു. ച്ചാൻ. (യജി.) സ. ക്രി. യാഗം ചെയ്യുന്നു.

യജുൎവ്വേദവിത്തു. വി. ന. യജുൎവ്വേദം പഠിച്ചവൻ.

യജുൎവ്വേദം. ന. നാലു വേദങ്ങളിൽ ഒന്നു.

യജുസ്സ. ന. ൧, യജുൎവ്വേദം. ൨, യാഗത്തെ സംബന്ധിച്ച പ്രാൎത്ഥന. ൩, യാഗസമയത്തു ഉച്ചരിക്കപ്പെടുന്ന ഗദ്യമന്ത്രങ്ങൾ.

യജ്ഞകൎത്താവ. ന. യാഗം ചെയ്യുന്നവൻ.

യജ്ഞപാത്രം. ന. യാഗത്തിന്നുള്ള പാത്രം.

യജ്ഞവല്ലി. ന. സോമമെന്ന ചെടി.

യജ്ഞവാടം. ന. യാഗസ്ഥലം.

യജ്ഞം. ന. യാഗം.

യജ്ഞശേഷം. ന. യാഗത്തിൽ ശേഷിച്ചതു.

യജ്ഞസൂത്രം. ന. പൂണുനൂൽ.

യജ്ഞസേനൻ. ന. പാഞ്ചാല രാജാവു.

യജ്ഞസ്തംഭം. ന. യാഗശാലയിൽ നാട്ടുന്ന തൂണ.

യജ്ഞാംഗം. ന. ൧, അത്തിവൃക്ഷം. ൨, യാഗത്തിന്റെ ഒരു ഭാഗം.

യജ്ഞാന്തം. ന. യാഗാവസാനം.

യജ്ഞാന്തസ്നാനം. ന. യാഗം കഴിഞ്ഞാലുള്ള കുളി.

യജ്ഞിയ. വി. (യൻ, യാ, യം.) വി. ന. യാഗത്തിന്നു കൊള്ളാകുന്ന.

യജ്ഞിയം. ന. മൂന്നാമത്തെ യുഗം, ദ്വാപരയുഗം.

യജ്ഞിയശാല. ന. യാഗശാല.

യജ്വാവു. ന. യാഗം ചെയ്യുന്നവൻ.

യതനം. ന. പ്രയത്നം, ഉത്സാഹം.

യത. വി. (തൻ, താ, തം.) വി. ന. അടക്കപ്പെട്ട.

യതസ്സ. അ. യാതൊന്നു ഹേതുവായിട്ടു.

യതാത്മാവു. ന. നിയന്ത്രണ ശക്തിയുള്ളവൻ.

യതി. ന. സന്ന്യാസി.

യൽ. അ. യാതൊന്നു ഹേതുവായിട്ടു.

യത്നം. ന. പ്രയത്നം, അദ്ധ്വാനം, ഉത്സാഹം.

യത്നവാൻ. വി. (വാൻ, വതി, വൽ.) വി. ന. ഉത്സാഹമുള്ള.

യഥാ, അ. യാതൊരുപ്രകാരം, പോലെ. പദാരംഭത്തിൽ ചേൎന്നുവരുമ്പോൾ പിൻപദാൎത്ഥംപോലെയെന്നുള്ള അൎത്ഥം വരുത്തുന്നു. ഉ-ം. യഥാന്യായം (ന്യായംപോലെ); യഥാപൂൎവ്വം (പണ്ടേപ്പോലെ); യഥാരുചി (ആഗ്രഹംപോലെ.)

യഥാകാമം. അ. ഇഷ്ടത്തിന്നു തക്കവണ്ണം.

യഥാക്രമം. അ. ക്രമത്തിന്നു തക്കവണ്ണം.

യഥാഗുണം. അ. ഗുണത്തിന്നു തക്കവണ്ണം.

യഥാജാത. വി. (തൻ, താ, തം.) വി. ന. ഭോഷത്വമുള്ള.

യഥാതഥ്യം. അ. സത്യമാകുംവണ്ണം.

യഥാതഥ. വി. (ഥൻ, ഥാ, ഥം.) വി. ന. നേരായുള്ള.

യഥാതഥം. ന. ചരിത്രം. അ. ഉചിതമായി.

യഥാപൂൎവ്വം. അ. മുൻപിലത്തെ പ്രകാരം.

യഥാബലം. അ. ബലത്തിന്നു തക്കവണ്ണം.

യഥാമുഖീന. വി. (നൻ, നാ, നം.) വി. ന. തുല്യമായ.

യഥായഥം. അ. പോലെ.

യഥായോഗ്യം. അ. യോഗ്യതെക്കു തക്കവണ്ണം.

യഥാൎത്ഥ. വി. (ൎത്ഥൻ, ൎത്ഥാ, ൎത്ഥം.) വി. ന. സത്യമുള്ള, സംഭവിച്ച.

യഥാൎത്ഥം. അ. സത്യമായിട്ടു.

യഥാൎഹ. വി. (ൎഹൻ, ൎഹാ, ൎഹം.) വി. ന. യോഗ്യതെക്കു തക്കവണ്ണമുള്ള.

യഥാൎഹം. അ. യോഗ്യതപോലെ, യുക്തംപോലെ.

യഥാൎഹവൎണ്ണൻ. ന. ഒററുകാരൻ.

യഥാവസരം. അ. അവസരം പോലെ.

യഥാവൽ. അ. ൧, തക്കവണ്ണം. ൨, മുൻപിലത്തെപ്പോലെ.

യഥാവിധി. അ. വിധിപോലെ.

യഥാശക്തി. അ. ബലത്തിന്നു തക്കവണ്ണം.

യഥാശാസ്ത്രം. അ. ശാസ്ത്രപ്രകാരം.

യഥാസംഖ്യം. അ. കണക്കുപോലെ.

യഥാസുഖം. അ. സുഖത്തിന്നു തക്കവണ്ണം.

യഥാസ്ഥാനം. അ. മുൻപിലത്തെ അവസ്ഥ.

യഥാസ്ഥിത. വി. (തൻ, താ, തം.) വി. ന. നേരുള്ള.

യഥാസ്ഥിതം. അ. ആയിരുന്നതു പോലെ.

യഥാസ്വം. അ. അവനവന്നു തക്കവണ്ണം, പ്രത്യേകംപ്രത്യേകമായി.

യഥേപ്സിത. വി. (തൻ, താ, തം). വി. ന. ഇച്ഛിക്കപ്പെട്ട, ആഗ്രഹിക്കപ്പെട്ട.

യഥേപ്സിതം. അ. ഇച്ഛയ്ക്കു തക്കവണ്ണം.

യഥേഷ്ടം. അ. ഇഷ്ടംപോലെ.

യഥോചിത. വി. (തൻ, താ, തം.) വി. ന. ഉചിതത്തിന്നു തക്കവണ്ണമുള്ള.

യഥോചിതം. അ. ഉചിതത്തിന്നു തക്കവണ്ണം.

യദാ. അ. യാതൊരിക്കൽ.

യദി. അ. എങ്കിൽ.

യദു. ന. യയാതിയെന്ന രാജാവിന്റെ മൂത്ത പുത്രൻ.

യദൃച്ഛ. അ. വിചാരിക്കാതെ. യദൃച്ഛയാ. വിചാരിച്ചിരിക്കാതെ, യദൃച്ഛയായിട്ടു.

യദ്വാ. അ. യാതൊരു പ്രകാരമോ.

യന്തൃ. വി. (ന്താ, ന്ത്രീ, ന്തൃ.) വി. ന. വിരോധിക്കുന്ന, അടക്കുന്ന.

യന്താവു. ന. ൧, തേർനടത്തുന്നവൻ. ൨, ആനക്കാരൻ.

യന്ത്രകം. ന. ൧, തിരികല്ലു. ൨, കശവന്റെ ചക്രം. ൩, ചാട്ട.

യന്ത്രകാ. ന. ഭാൎയ്യയുടെ അനുജത്തി.

യന്ത്രപ്പണി. ന. ൧, സൂത്രപ്പണി. ൨, കൌശലപ്പണി.

യന്ത്രപ്പലം. ന. ഊരുപാലം.

യന്ത്രപ്പാവ. ന. സൂത്രപ്പാവ.

യന്ത്രപ്പേഷണി. ന. തിരികല്ലു.

യന്ത്രപ്രയോഗം. ന. ൧, സൂത്രപ്പണി ചെയ്യു. ൨, മന്ത്രവാദികൾ എഴുതിയ ചില തകിടുകൊണ്ടുള്ള പ്രയോഗം.

യന്ത്രണ. ന. മുട്ടുക, അടക്കുക, നിൎത്തുക.

യന്ത്രം. ന. ൧, സൂത്രപ്പണി. ൨, മന്ത്രവും മററും എഴുതിയ ചില തകിടു. (മ.) ൧, ചില സ്ത്രീകൾ കഴുത്തിൽ കെട്ടുന്ന ഒരാഭരണം. ൨, ഉപായം, കൌശലം.

യന്ത്രി. വി. (ന്ത്രീ, ന്ത്രിണി, ന്ത്രി.) വി. ന. യന്ത്രമുള്ള, സൂത്രപ്പണിയും മററുമുള്ള.

യന്ത്രിക്കുന്നു, ച്ചു. പ്പാൻ. (യന്ത്രി.) സം-

ക്രി. ൧, സൂത്രങ്ങൾ ഉണ്ടാക്കുന്നു. ൨, ഉപായം വിചാരിക്കുന്നു.

യന്ത്രിത. വി. (തൻ, താ, തം.) വി. ന. ൧, കെട്ടപ്പെട്ട. ൨, അടക്കപ്പെട്ട.

യമക. വി. (കൻ. കാ, കം.) വി. ന. ഇരട്ടയായ, ഇരട്ട പിറന്ന.

യമകം. ന. ശ്ലോകത്തിലെ ഒരുവക യലങ്കാരം.

യമതാട. ന. ഒരായുധം.

യമദണ്ഡം. ന. അന്തകന്റെ ആയുധം. (മ.) അതിവേദന.

യമദിക്ക. ന. തെക്കേ ദിക്ക.

യമദൂതൻ. ന. അന്തകന്റെ ഭൃത്യൻ.

യമദൂതി. ന. പാമ്പിന്റെ വിഷപ്പല്ലുകളിൽ ഒന്നു.

യമനം. ന. ൧, ബന്ധിക്ക. ൨, അടക്കുക.

യമ. വി. (മൻ, മാ, മം.) വി. ന. ഇരട്ടയായ.

യമൻ. ന. കാലൻ, അന്തകൻ.

യമം. ന. അടക്കുക, ഒരിക്കുക.

യമപുരം. ന. യമന്റെ ഭവനം.

യമപുരി. ന. യമന്റെ നഗരം, അന്തകന്റെ ഭവനം.

യമഭടൻ. ന. അന്തകന്റെ ഭൃത്യൻ.

യമരാജൻ. ന. കാലൻ.

യമലോകം. ന. അന്തകന്റെ ലോകം.

യമശാലി. ന. അടക്കം നല്ലവണ്ണം ഉള്ള ആൾ, സന്ന്യാസി.

യമളം. ന. ഇണ, ഇരട്ട.

യമി. വി. (മി, മിനി, മി.) വി. ന. അടക്കുന്ന.

യമി. ന. യമുനാനദി.

യമി. ന. സന്ന്യാസി, മഹൎഷി.

യമിത. വി. (തൻ, താ, തം.) വി. ന. ൧, അടക്കപ്പെട്ട. ൨, ഇണചേൎക്കപ്പെട്ട

യമുന. ന. കാളിന്ദി എന്ന നദി.

യമുനാഭ്രാതാവു. ന. അന്തകൻ.

യയാതി. ന. സോമവംശത്തിലുണ്ടായിരുന്ന ഒരു രാജാവു.

യവകം. ന. ഒരു ധാന്യം, യവം.

യവക്യം. ന. കോതമ്പുവിളെയുന്നെടം.

യവനൻ. ന. ഗ്രേക്ക രാജ്യക്കാരൻ.

യവനം. ന. ഒരു രാജ്യം, ഗ്രേക്ക.

യവനാഹി. ന. യവന ഭാഷയുടെ അക്ഷരങ്ങൾ.

യവനിക. ന. ൧, തിരശ്ശീല, മറ. ൨, യവനസ്ത്രീ, മുഹമ്മദീയ സ്ത്രീ.

യവഫലം. ന. ൧, മുള. ൨, ജടാമാഞ്ചി. ൩, കുടകപ്പാല.

യവം. ന. ഒരു ധാന്യം.

യവസം. ന. പൈപ്പുല്ലു.

യവസുരം. ന. യവത്തിൽനിന്നെടുക്കുന്ന മദ്യം.

യവക്ഷാരം. ന. ഒരു മരുന്നു, ചവല്ക്കാരം.

യവക്ഷോദം. ന. യവം പൊടിച്ചു കഴച്ച മാവു.

യവാഗ്ര. ന. കഞ്ഞി.

യവാഗ്രജം. ന. യവത്തിന്റെ ഓകുചട്ടുണ്ടാക്കുന്ന ഒരുപ്പു.

യവാനി. ന. ജീരകം.

യവാനിക. ന. ൧, ജീരകം. ൨, അയമോതകം.

യവാഷം. ന. ഒരു പച്ചമരുന്നു, കൊടിത്തൂവ.

യവീയസ്സ. വി. (യാൻ, യസീ, യസ്സം.) വി. ന. എല്ലാവരിലും ഇളയ.

യവീയസ്സ. ന. അനുജൻ.

യവ്യം. ന. യവം വിളയുന്നെടം.

യശസ്വൽ. വി. (സ്വാൻ, സ്വതീ, സ്വൽ.) വി. ന. കീൎത്തിയുള്ള.

യശസ്വി. വി. (സ്വി, സ്വിനി, സ്വി.) വി. ന. കീൎത്തിയുള്ള.

യശസ്സ. ന. കീൎത്തി.

യശസ്സൻ. ന. യശസ്സുള്ളവൻ.

യശഃപടഹം. ന. ഒരു വാദ്യം, മദ്ദളം.

യഷ്ടാവു. ന. യാഗംചെയ്യുന്നവൻ.

യഷ്ടി. ന. ൧, തടി. ൨, ഗദ. ൩, മാല. ൪, മുത്തുമാല. ൫, ഇരട്ടിമധുരം.

യഷ്ടികം. ന. ഒരു പക്ഷി.

യഷ്ടിതൈലം. ന. വഷഉതലം.

യഷ്ടിമധു. ന. മരഞ്ഞാടിമരുന്നു, ഇരട്ടിമധുരം.

യഷ്ടിഹേതികൻ. ന. ദംഷ്ട്രികാരൻ.

യക്ഷകൎദ്ദമം. ന. കറിക്കൂട്ട.

യക്ഷധൂപം. ന. ചെഞ്ചെല്യം.

യക്ഷൻ. ന. ഉപദേവകളിൽ ഒരു ജാതിക്കാരൻ.

യക്ഷരാജൻ. അല്ലെങ്കിൽ, **യക്ഷരാട്ട.** ന. വൈശ്രവണൻ.

യക്ഷി. ന. യക്ഷന്റെ സ്ത്രീ.

യക്ഷിണി. ന. മേല്പറഞ്ഞ അൎത്ഥം.

യക്ഷിപീഡ. ന. യക്ഷിയുടെ ഉപദ്രവം.

യക്ഷ്മാവു. ന. ക്ഷയരോഗം.

യാ

യാഗകൎമ്മം. ന. ദേവകൾ പ്രസാദിപ്പാനായിട്ട ചെയ്യുന്ന ഒരു കൎമ്മം.

യാഗപാത്രം. ന. യാഗത്തിന്നു വേണ്ടുന്ന പാത്രം.

യാഗം. ന. ദേവകൾ പ്രസാദിപ്പാനായിട്ട ചെയ്യുന്ന ഒരു കൎമ്മം.

യാഗശാല. ന. യാഗം ചെയ്വാനായിട്ട കെട്ടിയുണ്ടാക്കുന്ന പുര.

യാചക. വി. (കൻ, കി, കം.) വി. ന. ഇരക്കുന്ന, ചോദിക്കുന്ന.

യാചകവൃത്തി. ന. ഇരന്നു ഭക്ഷിക്ക.

യാചന. ന. ഇരക്കുക, ചോദിക്ക.

യാചനക. വി. (കൻ, കാ, കം.) വി. ന. യാചിക്കുന്ന, ഇരക്കുന്ന, ചോദിക്കുന്ന.

യാചിക്കുന്നു. ച്ചു. പ്പാൻ. (യാചി.) സ. ക്രി. ഇരക്കുന്നു, ചോദിക്കുന്നു.

യാചിതകം. ന. ഇരവൽ.

യാചിത. വി. (തൻ, താ, തം.) വി. ന. ഇരക്കപ്പെട്ട, ചോദിക്കപ്പെട്ട.

യാച്ഞ. ന. ഇരക്കുക.

യാജകൻ. ന. യാഗം ചെയ്യുന്നവൻ.

യാജി. ന. ൧, യാഗം കഴിക്കുന്ന ആൾ. ൨, യാഗം.

യാജനം. ന. യാഗം ചെയ്ക.

യാജ്യ. വി. (ജ്യൻ, ജ്യാ, ജ്യം.) വി. ന. യാഗം ചെയ്യപ്പെടുവാൻ തക്ക, പൂജിപ്പാൻ തക്ക.

യാജ്യൻ. ന. പൂജയെ എല്ലാൻ യോഗ്യൻ.

യാജ്യം. ന. യാഗത്തിൽ കിട്ടുന്ന ദാനം.

യാജ്ഞവല്ക്യൻ. ന. ഒരു മഹൎഷി.

യാജ്ഞസേനി. ന. പാഞ്ചാലി.

യാജ്ഞികൻ. ന. യാഗം ചെയ്യുന്നവൻ.

യാതനാ. ന. ൧, വേദന, ദുഃഖം. ൨, നരകശിക്ഷ.

യാത. വി. (തൻ, താ, തം.) വി. ന. ൧, പോയ. ൨, ലഭിച്ച.

യാതം. ന. ആനയെ നടത്തിക.

യാതയാമ. വി. (മൻ, മാ, മം.) വി. ന. ൧, പഴയ. ൨, പെരുമാറിയ. ൩, ത്യജിക്കപ്പെട്ട.

യാതാവു. ന. ഭൎത്താവിന്റെ സഹോദരന്റെ ഭാൎയ്യ.

യാതു. വി. (ത്രിക്കു.) വി. ന. പോകുന്ന.

യാതു. ന. രാക്ഷസൻ.

യാതുധാനൻ. ന. രാക്ഷസൻ.

യാതൊന്നു. അ. അതെന്നു പറയുന്ന വാക്കിനെ സംബന്ധിച്ചു വരുന്നതു.

യാതൊരളവു. അ. ൧, യാതൊരു സമയം. ൨, എത്രത്തോളം.

യാതൊരിക്കൽ. അ. യാതൊരു സമയത്തിൽ.

യാതൊരുത്തൻ. ന. പു. മുൻപിൽ പറയപ്പെട്ടവൻ.

യാതൊരുത്തി. ന. പ. മുൻപിൽ പറയപ്പെട്ടവൾ.

യാത്ര. ന. പുറപ്പാടു, സഞ്ചാരം, പോക.

യാത്രയോഗം. ന. യാത്രപോകുന്നതിന്നുള്ള നല്ലനേരം.

യാഥാൎത്ഥ്യം. ഋ. ന. യഥാൎത്ഥത, വാസ്തവം.

യാദസാംപതി. ന. വരുണൻ, സമുദ്രം.

യാദസ്പതി. ന. സമുദ്രം.

യാദസ്സു. ന. ജലജന്തു.

യാദാസ്തു. ന. കാൎയ്യവിവരം കുറിച്ചിട്ടുള്ള എഴുത്തു.

യാദൃച്ഛിക. വി. യദൃച്ഛയായുള്ള.

യാദൃശ. വി. (ശൻ, ശി, ശം.) വി. ന. യാതൊരു പ്രകാരമുള്ള.

യാദോനിധി. ന. സമുദ്രം.

യാനകം. ന. വാഹനം.

യാനപാത്രം. ന. കപ്പൽ, സമുദ്രത്തിലെ വലിയവള്ളമററും.

യാനം. ന. ആന തേർ മുതലായ വാഹനം.

യാനമുഖം. ന. തേരിന്റെ മുൻഭാഗം.

യാപനം. ന. ൧, കാലം കഴിക്ക. ൨, ജരിപ്പു. ൩, അയെച്ചുകളക.

യാപിക്കുന്നു. ച്ചു. പ്പാൻ. (യാപി.) അ. ക്രി. ഉപജീവനം കഴിക്കുന്നു.

യാപ്യ. വി. (പ്യൻ, പ്യാ, പ്യം.) വി. ന. ൧, ഹീനമായ, നിന്ദ്യമായ. ൨, കാലം കഴിക്കപ്പെടുവാൻ തക്ക.

യാപ്യയാനം. ന. ഒരു മാതിരി പല്ലക്ക.

യാഭം. ന. സ്ത്രീയും പുരുഷനും തമ്മിലുള്ള ക്രീഡ.

യാമ. വി. (മൻ, മാ, മം.) വി. ന. യമനെ സംബന്ധിച്ച.

യാമം. ന. ൧, ഏഴര നാഴിക കൂടിയ സമയം. ൨, അടക്കം, ക്ഷമ.

യാമക്കോഴി. ന. ഏഴര നാഴിക വെളുപ്പിനു കണിശമായി കൂവുന്ന കോഴി.

യാമാൎദ്ധം. ന. യാമത്തിൽ പാതി, മൂന്നേമുക്കാൽ നാഴിക.

യാമി. ന. ൧, സഹോദരി. ൨, സ്ത്രീ. ൩, രാത്രി.

യാമികൻ. ന. യാമത്തിന്റെ മുറെക്കു കാക്കുന്ന കാവല്ക്കാരൻ.

യാമിനീ. ന. രാത്രി.

യാമിനീചര. വി. (രൻ, രാ, രം.) വി. ന. രാത്രിയിൽ സഞ്ചരിക്കുന്ന.

യാമിനീചരൻ. ന. രാക്ഷസനുമററും.

യാമീ. ന. ൧, സഹോദരി. ൨, സുകൃതമുള്ള സ്ത്രീ. ൩, രാത്രി. ൪, തെക്കു. ൫, പുത്രി. ൬, പുത്രന്റെ ഭാൎയ്യ.

യായജൂകൻ. ന. കൂടക്കൂടെ യാഗം ചെയ്യുന്നവൻ.

യാവകം. ന. ൧, യവം. ൨, ഒരു മാതിരി പയറു.

യാവജ്ജീവം. അ. ജീവപൎയ്യന്തം.

യാവന. വി. (നൻ, നാ, നം.) വി. ന. യവനനെ സംബന്ധിച്ച.

യാവന. ന. ദിവസവൃത്തി കഴിച്ചിൽ.

യാവനം. ന. കുന്തുരുക്കം.

യാവ. വി. (വൻ, വീ, വം.) വി. ന. യവത്തെ സംബന്ധിച്ച.

യാവം. ന. കോലരക്ക.

യാവൽ. വി. (വാൻ, വതീ, വൽ.) വി. ന. യാതൊരിടത്തോളമുള്ള.

യാവൽ. അ. ൧, യാതൊരിക്കൽ. ൨, അത്രത്തോളം. ൩, അത്ര നാളോളം.

യാവസം. ന. ഒരുമാതിരി പുല്ലിന്റെ കൂമ്പാരം.

യാഷം. ന. ഒരു പച്ചമരുന്നു, കൊടിത്തൂവ.

യാഷ്ടികൻ. ന. യഷ്ടിയുള്ള ഒരു യോദ്ധാവു, ദണ്ഡികാരൻ.

യി

യിയക്ഷു. വി. (ത്രിക്കു.) വി. ന. യാഗം ചെയ്വാനാഗ്രഹമുള്ള.

യിയാസ. ന. പോവാനുള്ള ആഗ്രഹം.

യിയാസു. പോവാനാഗ്രഹമുള്ള ആൾ.

യു

യുക്ത. വി. (ക്തൻ, ക്താ, ക്തം.) വി. ന. ൧, യോജിക്കപ്പെട്ട. ൨, ശരിയായ, തക്ക.

യുക്തൻ. ന. രാഗാദികളെ അടക്കിയിരിക്കുന്ന മഹൎഷി.

യുക്താ. ന. ഒരു പച്ചമരുന്നു.

യുക്തം. ന. നാലുമുഴം കൂടിയ ഒരളവു.

യുക്തരസ. ന. ഒരങ്ങാടിമരുന്നു, ചിററരത്ത.

യുക്തി. ന. ൧, യോഗ്യത. ൨, ചേൎച്ച. ൩, മൎയ്യാദ. (മ.) ഉത്തരമായി പറയുന്ന വാക്ക.

യുക്തിഭംഗം. ന. ൧, യുക്തിയില്ലായ്മ. ൨, ചേൎച്ചകേടു.

യുക്തിഭേദം. ന. യുക്തികൾ തമ്മിലുള്ള വ്യത്യാസം.

യുക്തിമൽ. വി. (മാൻ, മതി, മൽ.) വി. ന. യുക്തിയുള്ള.

യുക്തിയുക്ത. വി. (ക്തൻ, ക്താ, ക്തം.) വി. ന. യുക്തിയോടു ചേൎന്ന.

യുക്. ന. ഇരട്ട.

യുക്. അ. ചിന്തയായി.

യുഗകീലകം. ന. നുകക്കഴി.

യുഗന്ധരം. ന. തേരിന്റെ മേലത്തെ നുകം.

യുഗപത്രകം. ന. ഒരു വൃക്ഷം.

യുഗപൽ. അ. ഒരുമിച്ചു.

യുഗപാൎശ്വഗൻ. ന. പൂട്ടിത്തെളിഞ്ഞ കാള.

യുഗപ്രളയം. ന. യുഗാവസാനത്തിലുള്ള ചെറിയ പ്രളയം.

യുഗം. ന. ൧, ഇരട്ട. ൨, നുകം. ൩, കാലം, കൃതയുഗം, ത്രേതായുഗം, ദ്വാപരയുഗം, കലിയുഗം.

യുഗളം. ന. ഇരട്ട.

യുഗാദിപണ്ടിക. പുതിയ ആണ്ടു തുടങ്ങുന്ന നാളിൽ കൊണ്ടാടുന്ന ഉത്സവം.

യുഗാന്തം. ന. യുഗത്തിന്റെ അവസാനം.

യുഗ്മം. ന. ഇരട്ട, രണ്ടു.

യുഗ്മരാശി. ന. മിഥുനം കന്നി ധനു മീനം ഈ നാലു രാശികൾക്കും കൂടെയുള്ള പേർ.

യുഗ്യം. ന. ൧, തേരിൽ കെട്ടുന്ന കുതിര മുതലായവ. ൨, വാഹനം.

യുഞ്ജാന. വി. (നൻ, നാ, നം.) വി. ന. യോജിക്കുന്ന.

യുഞ്ജാനൻ. ന. ൧, തേർ നടത്തുന്നവൻ. ൨, യോഗാഭ്യാസമുള്ള ബ്രാഹ്മണൻ.

യുത. വി. (തൻ, താ, തം.) വി. ന. ൧, കൂടിയ. ൨, ചേൎന്നിരിക്കുന്ന.

യുതം. ന. നാലുമുഴം കൂടിയ ഒരളവു.

യുത്തു. ന. യുദ്ധം.

യുദ്ധക്കളം. ന. പടനിലം.

യുദ്ധകോലാഹലം. ന. യുദ്ധത്തിങ്കലുള്ള വലിയ ശബ്ദം.

യുദ്ധഘോഷം. ന. മേല്പറഞ്ഞ അൎത്ഥം.

യുദ്ധനാദം. ന. യുദ്ധത്തിങ്കലുള്ള ശബ്ദം.

യുദ്ധനിലം. ന. പടനിലം.

യുദ്ധനിവൃത്ത. വി. (ത്തൻ, ത്താ, ത്തം.) വി. ന. യുദ്ധത്തിൽനിന്നു നിവൃത്തിച്ച.

യുദ്ധനിവൃത്തി. ന. ൧, യുദ്ധത്തിന്റെ അവസാനം. ൨, യുദ്ധത്തിങ്കൽനിന്നുള്ള നിവൃത്തി.

യുദ്ധഭൂമി. ന. പടനിലം.

യുദ്ധഭേരീ. ന. യുദ്ധത്തിനു മുമ്പെയും പിമ്പെയും മുഴക്കുന്ന ഒരു വാദ്യധ്വനി.

യുദ്ധം. ന. പട, കലഹം.

യുദ്ധയാത്ര. ന. യുദ്ധത്തിന്നായിട്ടുള്ള പുറപ്പാടു, പട പുറപ്പാടു.

യുദ്ധവൃദ്ധൻ. ന. യുദ്ധംചെയ്തു നല്ല തഴക്കമുള്ളവൻ.

യുദ്ധവേഷം. ന. യുദ്ധത്തിന്നുള്ള വേഷം.

യുദ്ധവൈദഗ്ദ്ധ്യം. ന. യുദ്ധസാമൎത്ഥ്യം.

യുദ്ധസന്നദ്ധ. വി. (ദ്ധൻ, ദ്ധാ, ദ്ധം.) വി. ന. യുദ്ധത്തിന്നൊരുമ്പെട്ട.

യുദ്ധസന്നാഹം. ന. യുദ്ധത്തിന്നുള്ള ഒരുമ്പാടു.

യുദ്ധസാമൎത്ഥ്യം. ന. യുദ്ധം ചെയ്വാനുള്ള മിടുക്കു.

യുദ്ധാങ്കണം. ന. പടനിലം.

യുദ്ധാരംഭം. ന. യുദ്ധത്തിന്റെ തുടക്കം.

യുദ്ധോദ്യമം. ന. യുദ്ധത്തിന്നായിട്ടുള്ള ഉത്സാഹം.

യുധിഷ്ഠിരൻ. ന. ധൎമ്മപുത്രനെന്ന രാജാവു.

യുയുത്സു. വി. (ത്സു.) വി. ന. യുദ്ധം ചെയ്വാനാഗ്രഹമുള്ള.

യുയുത്സു. ന. പോരാളി.

യുവ. വി. (വാൻ, വതി, വതി, യൂനി. വ.) വി. ന. ൧, യൌവനമുള്ള. ൨, ശ്രേഷ്ഠതയുള്ള.

യുവ. ന. അറുപതിൽ ഒൻപതാമത്തെ വൎഷം.

യുവതി. അല്ലെങ്കിൽ, **യൂനി.** ന. പതിനാറു വയസ്സിന്നു മേൽ നാല്പതു വയസ്സിന്നു താഴെയുള്ള സ്ത്രീ.

യുവരാജൻ. ന. ഇളയരാജാവു.

യുവാവു. ന. പതിനാറുവയസ്സു കഴിഞ്ഞവൻ, വൃദ്ധനാകാത്തവൻ.

യുഷ്മൽ. നിങ്ങളുടെയെന്നുള്ള അൎത്ഥത്തിൽ പദങ്ങളുടെ മുമ്പിൽ ചേൎത്തു പ്രയോഗിക്കുന്നു. ഉ—ം. **യുഷ്മാദൃശന്മാർ.** (നിങ്ങളെപ്പോലെയുള്ളവർ) **യുഷ്മദ്വംശം.** (നിങ്ങളുടെ വംശം).

യൂ

യൂക. ന. പേൻ.

യൂഥനാഥൻ. ന. ആനത്തലവൻ.

യൂഥപൻ. ന. ആനത്തലവൻ.

യൂഥം. ന. മൃഗങ്ങളുടെയും പക്ഷികളുടെയും കൂട്ടം.

യൂഥിക. ന. ഒരു തൈ, കുറുമൊഴി.

യൂദൻ. യൂതവംശത്തിലുള്ളവൻ.

യൂപകടകം. ന. യജ്ഞസ്തംഭത്തിന്റെ മേലെ വളയം.

യൂപം. ന. യജ്ഞസ്തംഭം.

യൂപാഗ്രം. ന. യജ്ഞസ്തംഭത്തിന്റെ മുകൾ.

യൂഷം. ന. ൧, ഒരു കറി, പരിപ്പു. ൨, ഒരു വൃക്ഷം.

യേ

യേശു. ക്രിസ്തുവിന്റെ ഒരു പേർ.

യോ

യോക്ത്രം. ന. നുകത്തടിയിന്മേൽ കെട്ടുന്ന കയറു, അമിക്കയറു.

യോഗജ്ഞ. വി. (ജ്ഞൻ, ജ്ഞാ, ജ്ഞം.) വി. ന. യോഗത്തെ അറിഞ്ഞ.

യോഗദണ്ഡു. ന. യോഗാഭ്യാസപരിശീലനത്തിനു വേണ്ട വടി.

യോഗനിദ്ര. ന. ആത്മധ്യാനത്തിൽ മുഴുകിയിട്ടു ചുററും നടക്കുന്ന സംഗതികളെ തീരെ അറിയാതെയിരിക്കുന്ന സ്ഥിതി.

യോഗപീഠം. ന. യോഗികൾ ഇരിക്കുന്ന ആസനം.

യോഗബലം. ന. ൧, കൂട്ടുകാരെക്കൊണ്ടുള്ള ബലം. ൨, സൌഭാഗ്യം.

യോഗം. ന. ൧, സംബന്ധം, ചേൎച്ച. ൨, ഒരുമ്പാടു. ൩, കൂട്ടം. ൪, ധ്യാനം. ൫, നാലുപായങ്ങളിൽ ഒന്നു. ൬, ആയുധവൎഗ്ഗം. ൭, സന്നാഹം. ൮, യുക്തി, ഭാഗ്യം. ൯, ഇന്ദ്രിയങ്ങളെ അടക്കി ശരീരം ഇളകാതെയിരിക്ക. ൰, ഇരുപത്തേഴ നക്ഷത്രങ്ങൾക്കും കൂടെയുള്ള ഒരു പേർ. ൰൧, അവസാനം. ൰൨, ഔഷധം. ൰൩, കാൎയ്യം. ൰൪, മന്ത്രവാദം. ൰൫, യോഗ്യത. ൰൬, വഞ്ചന. ൰൭, സംപത്തു. ൰൮, കവിത. ൰൯, പക്ഷം. ൨൰, തമ്മിൽചേൎച്ച. ൨൰൧, ബ്രഹ്മധ്യാനം.

യോഗപടം. ന. യോഗാഭ്യാസത്തിങ്കൽ യോഗികൾ കെട്ടുന്ന ഒരു വസ്ത്രം.

യോഗവിഷം. ന. വിഷസംബന്ധമായ വ്രണം.

യോഗശക്തി. ന. കൂട്ടുകാരെക്കൊണ്ടുള്ള ബലം.

യോഗശാലി. വി. (ലി, ലിനീ, ലി.) വി. ന. യോഗമുള്ള.

യോഗശാസ്ത്രം. ന. യോഗാഭ്യാസത്തിന്റെ മുറകൾ അടങ്ങിയിരിക്കുന്ന ഒരു ഗ്രന്ഥം.

യോഗക്ഷേമം. ന. ശരീരസൌഖ്യം.

യോഗാഭ്യാസം. ന. യോഗങ്ങളെ അഭ്യസിക്ക.

യോഗാഗ്നി. ന. യോഗശക്തികൊണ്ടു തന്നത്താനെ സൃഷ്ടിക്കാവുന്ന അഗ്നി.

യോഗാൎത്ഥം. ന. (വ്യാകരണത്തിൽ) ധാതുവൎത്ഥം.

യോഗാസനം. ന. യോഗികൾ ഇരിക്കുന്ന ഇരിപ്പു.

യോഗി. വി. (ഗി, ഗിനി, ഗി.) വി. ന. യോഗമുള്ള.

യോഗി. ന. ഒ, യോഗാഭ്യാസമുള്ളവൻ. ൨, സന്യാസി. ൩, ഇന്ദ്രജാലക്കാരൻ.

യോഗിനീ. ന. ദുൎഗ്ഗയാൽ സൃഷ്ടിക്കപ്പെട്ട എട്ടു യോഗിനികൾ.

യോഗീശ്വരൻ. ന. ഒ, യോഗികളിൽ പ്രധാനി. ൨, ശിവൻ.

യോഗേശൻ. ന. ഒ, ശിവൻ. ൨, യാജ്ഞവല്ക്യൻ. ൩, യോഗികളിൽ പ്രധാനി.

യോഗേശ. ന. ബ്രഹ്മാവിന്റെ നഗരം.

യോഗേഷ്ടം. ന. ൦രംയം.

യോഗ്യ. വി. (ഗ്യൻ, ഗ്യാ, ഗ്യം.) വി. ന. ഒ, സാമൎത്ഥ്യമുള്ള. ൨, യോഗത്തിന്നു കൊള്ളാകുന്ന. ൩, ശക്തിയുള്ള, ശ്രേഷ്ഠിയുള്ള. ൪, ചേൎച്ചയുള്ള. **യോഗ്യത.** ഗു. ന. ഒ, സാമൎത്ഥ്യം. ൨, ചേൎച്ച.

യോഗ്യം. ന. ഒ, ഒരു പച്ചമരുന്നു, കാട്ടുമുതിര. ൨, ഒരു പലഹാരം. ൩, ഒരു വാഹനം. ൪, ചന്ദനം.

യോഗ്യത. ന. ഒ, ശ്രേഷ്ഠി. ൨, ചേൎച്ച, യോജിപ്പു.

യോഗ്യഭാഗ്യം. ന. യോഗ്യമായ ഭാഗ്യം.

യോജന. ന. പത്തുനാഴിക അകലം.

യോജന; യോജനം. ന. ഒ, നാലു ക്രോശം, എട്ടു നാഴികയകലം. ൨, ചിത്തസാമഗ്ര്യം. ൩, യോജിപ്പു, തകത്തിൽ പൂട്ടുക.

യോജനഗന്ധ. ന. ഒ, കസ്തൂരി. ൨, സീതാദേവി. ൩, സത്യവതി.

യോജനവല്ലി. ന. ഒരങ്ങാടിമരുന്നു, മഞ്ചട്ടി.

യോജനീയ. വി. (യൻ, യാ, യം.) വി. ന. ചേൎക്കത്തക്ക.

യോജിക്കുന്നു. ച്ചു. പ്പാൻ. (യോജി.) അ. ക്രി. ചേരുന്നു. **യോജിപ്പിക്കുന്നു.** സ. ക്രി.

യോജിപ്പു. ന. ഒ, ചേൎച്ച. ൨, അന്യോന്യം, സ്നേഹം.

യോജ്യത. ന. ഒ, ചേൎച്ച. ൨, ഇണക്കം.

യോത്രം. ന. അമിക്കയറു.

യോദ്ധാവു. ന. യുദ്ധം ചെയ്യുന്നവൻ.

യോധൻ. ന. മേല്പറഞ്ഞ അൎത്ഥം.

യോധസംരാവം. ന. പോൎക്കുവിളി.

യോനി. ന. ഉല്പത്തിസ്ഥാനം.

യോനിരഞ്ജനം. ന. ആൎത്തവം.

യോന്യൎശസ്സു. ന. ഒരു ദീനം.

യോഷാ. ന. സ്ത്രീ.

യോഷിത്തു. ന. സ്ത്രീ.

യൌ

യൌതകം. ന. സ്ത്രീധനം.

യൌവതം. ന. യൌവനമുള്ള സ്ത്രീകളുടെ കൂട്ടം.

യൌവനകണ്ടകം. ന. മുഖക്കുരു.

യൌവനം. ന. ബാല്യം കഴിഞ്ഞു വാൎദ്ധക്യത്തിന്നു മുമ്പുള്ള സമയം.

യൌവനലക്ഷണം. ന. യൌവനത്തിന്റെ അടയാളം.

യൌവരാജ്യം. ന. യുവരാജാവിന്റെ സ്ഥാനം.

ര. ഹല്ലുകളിൽ ഇരുപത്തേഴാം അക്ഷരം.

രക്തകം. ന. ഒ, ഉച്ചമലരി. ൨, ചുവന്ന വസ്ത്രം.

രക്തചന്ദനം. ന. ഒ, ചുവന്ന ചന്ദനം. ൨, കുങ്കുമം.

രക്തച്ചൊരിച്ചിൽ. ന. ചോര പോക.

രക്തധാതു. ന. ഒ, കാവിമണ്ണു. ൨, ചെമ്പു.

രക്ത. വി. (ക്തൻ, ക്താ, ക്തം.) വി. ന. ഒ, രാഗമുള്ള, സ്നേഹമുള്ള. ൨, ചുവപ്പുള്ള. ൩, ശുദ്ധമുള്ള.

രക്താ. ന. ഒ, ഒരു തൈ. ൨, കോലരക്ക.

രക്തം. ന. ഒ, ചോര. ൨, കുങ്കുമം. ൩, ചെമ്പു. ൪, ചായില്യം.

രക്തപ. വി. (പൻ, പാ, പം.) വി. ന. രക്തത്തെ കുടിക്കുന്ന.

രക്തപൻ. ന. രാക്ഷസൻ.

രക്തപാ. ന. ഒ, വെള്ളത്തിലെ അട്ട. ൨, രാക്ഷസി.

രക്തപാരദം. ന. ചായില്യം.

രക്തപിത്തം. ന. ഒരു ദീനം.

രക്തപുഷ്പി. ന. ഒരു വൃക്ഷം.

രക്തപുഷ്പം. ന. കണവീരം.

രക്തപ്പക. ന. വെട്ടിയോ കുത്തിയോ കൊന്നതു നിമിത്തമുണ്ടായ ദ്വേഷം.

രക്തപ്രസാദന. വി. (നൻ, നി, നം.) വി. ന. രക്തത്തെത്തെളിക്കുന്ന.

രക്തപ്രസാദം. ന. രക്തത്തിന്റെ തെളിവു.

രക്തപ്രിയ. വി. (യൻ, യാ, യം.) വി. ന. രക്തത്തിൽ ആഗ്രഹമുള്ള.

രക്തഫല. ന. കോവൽവള്ളി.

രക്തബീജൻ. ന. ഒരസുരൻ.

രക്തബീജം. ന. മാതളനാരങ്ങ.

രക്തമണ്ഡലി. ന. ഒരു പാമ്പു.

രക്തമന്ദാരം. ന. ചുവന്ന മന്ദാരം.

രക്തമാല്യം. ന. ചുവന്ന പൂക്കളെ കൊണ്ടു കെട്ടിയ മാല.

രക്തമോക്ഷണം. ന. ചോര കളക.

രക്തവസ്ത്രം. ന. ചുവന്ന വസ്ത്രം.

രക്തവാൎച്ച. ന. ചോര പോക.

രക്തവിന്ദു. ന. ചോരത്തുള്ളി.

രക്തസങ്കോചം. ന. കുങ്കുമം.

രക്തസന്ധ്യകം. ന. ചെന്താമര.

രക്തസംബന്ധം. ന. ചോരച്ചാൎച്ച, ഉടപ്പം.

രക്തസരോരുഹം. ന. ചെന്താമര.

രക്തസ്രാവം. ന. ഒരു ദീനം.

രക്തക്ഷയം. ന. രക്തനാശം.

രക്താംഗൻ. ന. ചൊവ്വാ എന്ന ഗ്രഹം.

രക്താംഗം. ന. ഒ, പവിഴം. ൨, കമ്പിപ്പാല. ൩, മൂട്ട. ൪, കുങ്കുമം.

രക്താംഗി. ന. കമ്പിപ്പാല.

രക്താംബര. വി. (രൻ, രാ, രം.) വി. ന. ചുവന്ന വസ്ത്രം ധരിച്ച.

രക്താംബരൻ. ന. ചുവന്ന വസ്ത്രം ധരിച്ചു ഭിക്ഷെക്കു നടക്കുന്ന സന്യാസി.

രക്താൎശസ്സു. ന. ഒരു ദീനം.

രക്താക്ഷ. വി. (ക്ഷൻ, ക്ഷി, ക്ഷം.) വി. ന. ചുവന്ന കണ്ണുള്ള.

രക്താക്ഷം. ന. ൧, പോത്തു. ൨, പ്രാവു.

രക്തി. ന. ൧. സ്നേഹം. ൨, ചേൎച്ച.

രക്തോല്പലം. ന. ചെന്താമര.

രഘു. ന. സൂൎയ്യവംശത്തിലുള്ള ഒരു രാജാവു.

രഘുവംശം. ന. ൧, രഘുരാജാവിന്റെ കുലം. ൨, ഒരു കാവ്യഗ്രന്ഥം.

രങ്കു. വി. (ങ്കൻ, ങ്കാ, ങ്കം.) വി. ന. ൧, ലോഭമുള്ള. ൨, മന്ദതയുള്ള.

രങ്കു. ന. ഒരുവക മാൻ.

രംഗം. ന. ൧, നാടകശാല. ൨, യുദ്ധഭൂമി. ൩, തകരം. ൪, ചായം. ൫, ദേവാലയം.

രംഗനാഥൻ. ന. വിഷ്ണു.

രംഗസ്ഥലം. ന. കാഴ്ച കാണ്മാനുള്ള സ്ഥലം.

രംഗാജീവൻ. ന. ൧, ചിത്രമെഴുതുന്നവൻ. ൨, വേഷക്കാരൻ.

രചന. ന. ൧, ഉണ്ടാക്കുക. ൨, എഴുതുക. ൩, തലമുടി വിടുത്തു കെട്ടി അലങ്കരിക്ക.

രചിക്കുന്നു. ച്ചു. പ്പാൻ. (രചി.) സ. ക്രി. ൧, ഉണ്ടാക്കുന്നു. ൨, എഴുതുന്നു,

രചിത. വി. (തൻ, താ, തം.) വി. ന. ൧, ഉണ്ടാക്കപ്പെട്ട. ൨, എഴുതപ്പെട്ട.

രജകൻ. ന. അലക്കുന്നവൻ, വെളുത്തേടൻ.

രജകീ. ന. വെളുത്തേടത്തി.

രജത. വി. (തൻ, താ, തം.) വി. ന. വെളുത്ത.

രജതം. ന. ൧, മാല. ൨, വെള്ളി. ൩, പൊന്നു. ൪, വെളുപ്പു. ൫, ഒരു പൎവ്വതം.

രജനം. ന. ചായമിടുക.

രജനീ. ന. ൧, രാത്രി. ൨, മഞ്ഞൾ. ൩, മരമഞ്ഞൾ.

രജനീകരൻ. ന. ചന്ദ്രൻ.

രജനീചരൻ. ന. രാക്ഷസൻ.

രജനീചരി. ന. രാക്ഷസി.

രജനീനാഥൻ. ന. ചന്ദ്രൻ.

രജനീമുഖം. ന. സന്ധ്യാസമയം.

രജസ്വലാ. ന. തീണ്ടായിരിക്കുന്നവൾ.

രജസ്സ. ന. ൧, രജോഗുണം. ൨, ആൎത്തവം, യോനിരക്തം. ൩, പൊടി. ൪, പൂമ്പൊടി.

രജോഗുണം. ന. മൂന്നു ഗുണങ്ങളിൽ ഒന്നു.

രജ്ജു. ന. കയറു.

രഞ്ജക. വി. (കൻ, കാ, കം.) വി. ന. ൧, രഞ്ജിപ്പിക്കുന്ന, ചേൎക്കുന്ന. ൨, ചായമിടുന്ന.

രഞ്ജകൻ. ന. ചായമിടുന്നവൻ.

രഞ്ജനം ന. ൧, ചായമിടുക. ൨, അന്യോന്യമുള്ള മനസ്സിന്റെ ചേൎച്ച. ൩, രക്തചന്ദനം.

രഞ്ജനി. ന. ൧, അമരി, നീലം. ൨, ഒരു പുഷ്പം.

രഞ്ജിക്കുന്നു. ച്ചു. പ്പാൻ. (രഞ്ജ.) അ. ക്രി. ചേരുന്നു. **രഞ്ജിപ്പിക്കുന്നു.** സ. ക്രി.

രഞ്ജിത. വി. (തൻ, താ, തം.) വി. ന. ൧, ചേരപ്പെട്ട. ൨, ചായമിടപ്പെട്ട.

രഞ്ജിപ്പു. ന. ഐകമത്യം, ചേൎച്ച.

രടനം. ന. ശബ്ദം.

രടിത. വി. (തൻ, താ, തം.) വി. ന. ശബ്ദിച്ച.

രടിതം. ന. ജ്വാലയുടെ ശബ്ദം.

രട്ടു. ന. ഒരു മാതിരി കട്ടിയുള്ള ശില.

രട്ടു. വി. ഇരട്ട.

രണനിപുണ. വി. (ണൻ, ണാ, ണം.) വി. ന. യുദ്ധസാമൎത്ഥ്യമുള്ള.

രണഭൂമി. ന. പടനിലം.

രണം. ന. ൧, യുദ്ധം. ൨, ശബ്ദം.

രണരണകം. അല്ലെങ്കിൽ, **രണരണം.** ന. ൧, ആകുലം. ൨, ഇഛ.

രണശൂരൻ. ന. യുദ്ധത്തിൽ ശൌൎയ്യമുള്ളവൻ.

രണസങ്കുലം. ന. ഇടകലൎന്ന യുദ്ധം.

രണിത. വി. (തൻ, താ, തം.) വി. ന. ശബ്ദിച്ച.

രണ്ടു. വി. ഒന്നിരട്ടിച്ചു വരുന്ന സംഖ്യ.

രണ്ടാകുന്നു. യി. വാൻ. (രണ്ടാക.) അ. ക്രി. ഒന്നായിരുന്നതു രണ്ടായി തീരുന്നു. **രണ്ടാക്കുന്നു.** സ. ക്രി.

രണ്ടാന്തരം. വി. ഒന്നാന്തരം കഴിഞ്ഞാൽ പിന്നത്തെ മാതിരി.

രണ്ടാമതു. അ. ഒന്നാമതുണ്ടായതിൽ പിന്നെ, രണ്ടാം പ്രാവശ്യം, വീണ്ടും.

രണ്ടാമത്തെ. വി. പിന്നത്തെ.

രണ്ടാമൻ. വി. ന. ൧, രണ്ടാമതുണ്ടായവൻ. ൨, കൂട്ടുകാരൻ, സഹായക്കാരൻ.

രണ്ടാം. വി. രണ്ടാമത്തെ.

രണ്ടാംചോറു. ന. വിലക്കുകോരിക.

രണ്ടാമ്മുഹൂൎത്തം. ന. വിവാഹം കഴിഞ്ഞാൽ ഭൎത്താവു ഭാൎയ്യയെ ആദ്യം പ്രാപിക്കുന്നതിന്നുള്ള മുഹൂൎത്തം.

രണ്ടാംവേളി. ന. ൧, രണ്ടാമതു ചെയ്യുന്ന വിവാഹം. ൨, രണ്ടാമത്തെ ഭാൎയ്യ.

രണ്ടിക്കുന്നു. ച്ചു. പ്പാൻ (രണ്ടി.) അ. ക്രി. രണ്ടായിത്തീരുന്നു. **രണ്ടാക്കിത്തീക്കുന്നു; രണ്ടാക്കുന്നു.** സ. ക്രി.

രണ്ടിലൊന്നു. ന. രണ്ടുള്ളതിൽ ഒന്നു.

രണ്ടുനേരം. അ. ൧, രണ്ടു പ്രാവശ്യം. ൨, കാലത്തും വൈകീട്ടും.

രണ്ടുപക്ഷം. ന. ൧, രണ്ടുഭാഗം, ഇടത്തും വലത്തും. ൨, ശത്രുപക്ഷവും ബന്ധുപക്ഷവും. ൩, കറുത്ത പക്ഷവും വെളുത്ത പക്ഷവും. ൪, സംശയം.

രണ്ടുപ്രാവശ്യം. അ. രണ്ടുനേരം, രണ്ടു തവണ.

രണ്ടുംകെട്ടനേരം. ന. സന്ധ്യ, അസ്തമന സമയം.

രണ്ടുംകെട്ടവൻ. ന. പുരുഷത്വവും സ്ത്രീത്വവുമില്ലാത്തവൻ, ഭോഷൻ.

രണ്ടുവട്ടം. അ. രണ്ടു പ്രാവശ്യം.

രണ്ടൂടെ. അ. രണ്ടുപ്രാവശ്യം.

രണ്ഡാ. ന. ൧, വിധവ. ൨, ഒരു പച്ചമരുന്നു, എലിച്ചെവിയൻ.

രത. വി. (തൻ, താ, തം.) വി. ന. താല്പൎയ്യമുള്ള.

രതം. ന. സംയോഗം, ക്രീഡ.

രതി. ന. ൧, ക്രീഡ. ൨, കാമന്റെ ഭാൎയ്യ. ൩, അനുഗ്രഹം.

രതിപതി. ന. കാമദേവൻ,

രത്നക്കമ്പിളി. ന. ഒരു മാതിരി ചുവന്ന കമ്പിളി.

രത്നക്കിരീടം. ന. രത്നം പതിച്ച കിരീടം.

രത്നകുണ്ഡലം. ന. രത്നം പതിച്ച കാതില.

രത്നഗൎഭ. ന. ഭൂമി.

രത്നപരീക്ഷ. ന. രത്നങ്ങളുടെ ശോധന.

രത്നപ്രഭ. ന. രത്നങ്ങളുടെ ശോഭ.

രത്നം. ന. ൧, മാണിക്യം വൈഡൂര്യം പുഷ്യരാഗം മുതലായ കല്ലുകൾക്കു പറയുന്ന പേർ. ൨, 'പലങ്ങളുടെ കൂട്ടവിൽ ചേർന്നുവരുമ്പോൾ മുൻ പദാർത്ഥജാതിയിൽ ശ്രേഷ്ഠതയുള്ളതു' എന്നു അർത്ഥം വരുത്തുന്നു. ഉ-ം. **അശ്വരത്നം** (ഏററവും നല്ല കുതിര.)

രത്നസാനു. ന. മഹാമേരു പർവ്വതം.

രത്നാകരം. ന. ൧, രത്നങ്ങൾ വിളയുന്ന സ്ഥലം. ൨, സമുദ്രം.

രത്നാവലി. ന. മാല.

രത്നാംഗുലീയകം. ന. രത്നം പതിച്ച മോതിരം.

രത്നി. ന. ൧, മുഴം. ൨, മുഷ്ടി.

രഥകഡ്യ. ന. തേർക്കൂട്ടം.

രഥകാരൻ. ന. തേരുണ്ടാക്കുന്നവൻ.

രഥകുഡുംബി. ന. തേർ നടത്തുന്നവൻ.

രഥഗുപ്തി. ന. തേരു മറെക്കുന്ന മറ.

രഥഘോഷം. ന. രഥം പോകുമ്പോഴത്തെ ശബ്ദവും മുഴക്കവും.

രഥദ്രു. ന. തൊട്ടുകാര.

രഥപാദം. ന. തേരുരുൾ.

രഥപുംഗവൻ. ന. കീർത്തിപ്പെട്ട യോദ്ധാവു, മുഖ്യനായ യോദ്ധാവു.

രഥം. ന. തേർ.

രഥവീഥി. ന. പ്രധാന വഴി.

രഥവ്രജം. ന. തേർക്കൂട്ടം.

രഥക്ഷോഭം. ന. വണ്ടിയുടെ ഇളക്കം.

രഥാശ്വം. ന. വണ്ടിക്കു കെട്ടുന്ന കുതിര.

രഥാംഗം. ന. ൧, തേരുരുൾ. ൨, വിഷ്ണുവിന്റെ ചക്രം.

രഥികൻ. ന. തേർക്കാരൻ.

രഥിര. വി. തേരുള്ള, തേരിൽ കയറിപ്പോകുന്ന.

രഥീ. ന. തേരാളി.

രഥോത്സവം. ന. തേരോട്ടം.

രഥ്യ. ന. ൧, തേർക്കൂട്ടം. ൨, തേർവീഥി. ൩, വഴി.

രഥ്യം. ന. തേർക്കുതിര.

രദനഛദം. ന. ചുണ്ടു, ചൊടി.

രദനം. ന. ൧, പല്ലു. ൨, തേററാ.

രദം. ന. ൧, പല്ലു. ൨, കീറുക.

രന്തുകാമ. വി. (മൻ, മാ, മം.) വി. ന. ക്രീഡിപ്പാനാഗ്രഹമുള്ള.

രന്ധ്രം. ന. ൧, സുഷിരം, ദ്വാരം. ൨, കുററം. ൩, സമയം. ൪, യോജ്യതകേട്.

രഭസം. ന. വേഗം. **രഭസാൽ.** വേഗത്തിൽ.

രമകൻ. ന. സ്നേഹിതൻ.

രമണ. വി. (ണൻ, ണാ, ണം.) വി. ന. രമിപ്പിക്കുന്ന, സന്തോഷിപ്പിക്കുന്ന.

രമണൻ. ന. ൧, കാമദേവൻ. ൨, ഭർത്താവു. ൩, സ്നേഹിതൻ. ൪, കഴുത.

രമണാ. അല്ലെങ്കിൽ, **രമണീ.** ന. ൧, നല്ല സ്ത്രീ, ഭാര്യ. ൨, ശ്ലോകത്തിന്റെ ഒരു വൃത്തഭേദം.

രമണപ്പൂ. ന. പൂമരം.

രമണം. ന. ൧, ക്രീഡ, കളി. ൨, രമിക്കുക, സ്ത്രീയുമായുള്ള ക്രീഡ.

രമണീയ. വി. (യൻ, യാ, യം.) വി. ന. സൌന്ദര്യമുള്ള, മനസ്സിനെ വശീകരിക്കുന്ന.

രമണ്യം. ന. ക്രീഡ, കളി.

രമാ. ന. ൧, ലക്ഷ്മി. ൨, ഭാര്യ.

രമാപതി. ന. വിഷ്ണു.

രമാവരൻ. ന. വിഷ്ണു.

രമാവല്ലഭൻ. ന. വിഷ്ണു.

രമിക്കുന്നു. ച്ചു. പ്പാൻ. (രമി.) അ. ക്രി. കളിക്കുന്നു, ക്രീഡിക്കുന്നു. **രമിപ്പിക്കുന്നു.** സ. ക്രി.

രമേശൻ. ന. വിഷ്ണു.

രമ്യ. വി. (മ്യൻ, മ്യാ, മ്യം.) വി. ന. ൧, മനോഹരത്വമുള്ള. ൨, സൌന്ദര്യമുള്ള.

രമ്യത. ഗു. ന. മനോഹരത്വം.

രമ്യാ. ന. രാത്രി.

രമ്യം. ന. ൧, ഒരു മാതിരി വെള്ളരിയുടെ പേർ. ൨, ശുക്ലം, രേതസ്സു.

രംഭ. ന. ൧, വാഴ. ൨, അപ്സരസ്ത്രീകളിൽ ഒരുത്തി.

രഭൻ. ന. രാമായണത്തിൽ പറയുന്ന ഒരു കുരങ്ങു.

രംഭ. ന. മുള.

രയം. ന. ൧, വേഗം. ൨, ഒഴുക്കു.

രംഹസ്. ന. ൧, വേഗത. ൨, അത്യാശ, ബലാല്ക്കാരം.

രല്ലകം. ന. ൧, കമ്പിളി. ൨, ഒരു വക മാൻ.

രവണ. വി. (ണൻ, ണാ, ണം.) വി. ന. ൧, ശബ്ദിക്കുന്ന. ൨, ചൂടുള്ള. ൩, സ്ഥിരമില്ലാത്ത.

രവണം. ന. ൧, ഒട്ടകം. ൨, കുയിൽ. ൩, ചെമ്പുമീയവും കൂട്ടിയതു, ഓട്.

രവം. ന. ശബ്ദം.

രവാ. ന. ൧, ചുങ്കസ്ഥലം. ൨, രക്താരി.

രവി. ന. ആദിത്യൻ.

രവികാന്തം. ന. സൂര്യകാന്തക്കല്ലു.

രവിവാസരം. ന. ഞായറാഴ്ച.

രശന. ന. ൧, അരഞ്ഞാൺ. ൨, നാവു.

രശ്മി. ന. ൧, ശോഭ. ൨, കയറു. ൩, കടിഞ്ഞാൺ.

രസകർപ്പൂരം. ന. പുടം വെച്ചെടുക്കുന്ന ഒരുമാതിരി ഭസ്മം.

രസക്കേടു. ന. ൧, ഇഷ്ടക്കേടു. ൨, രുചിയില്ലായ്ക.

രസഗന്ധം. ന. നറുമ്പശ.

രസഗർഭം. ന. ചായില്യം.

രസഗുളിക. ന. രസം ചേർത്തുണ്ടാക്കിയ ഗുളിക.

രസജ്ഞ. വി. (ജ്ഞൻ, ജ്ഞാ, ജ്ഞം.) വി. ന. രസത്തെ അറിയുന്ന. **രസജ്ഞത.** ഗു. ന. രസജ്ഞത്വം.

രസജ്ഞൻ. ന. ൧, ശൃംഗാരാദി രസങ്ങളെയും മററും അറിഞ്ഞു പുസ്തകമെഴുതിയ ഒരു വിദ്വാൻ. ൨, രസവാദി. ൩, രസംകൊണ്ടു ചികിത്സിക്കുന്ന വൈദ്യൻ.

രസധാതു. ന. ഏഴ ധാതുക്കളിൽ ഒന്നാമത്തെ ധാതു, ത്വക്.

രസന. ന. നാവു.

രസനേന്ദ്രിയം. ന. നാവിലുള്ള ഒരു ശക്തി.

രസഭംഗം. ന. ൧, ഇഷ്ടക്കേടു. ൨, രുചിയില്ലായ്ക. ൩, നീരില്ലായ്ക.

രസഭസ്മം. ന. രസം പുടംവെച്ച ഭസ്മമാക്കിയതു.

രസമണി. ന. രസം ഉരുക്കി ഉണ്ടാക്കിയ മണി.

രസം. ന. ൧, നീർ, വെള്ളം, ചാറു. ൨, വിഷമുള്ള ഒരു മരുന്നു. ൩, രുചി, ഇഷ്ടം. ൪, ശൃംഗാരം മുതലായ രസങ്ങൾ ഒൻപതും. ൫, സ്നേഹം. ൬, വിഷം. ൭, നറുമ്പശ. ൮, മരുന്നുകളിൽ ഇരിക്കുന്ന വീര്യം.

രസവൽ. വി. (വാൻ, വതി, വൽ.) വി. ന. രസമുള്ള.

രസവതി. ന. അടുക്കള.

രസവാദം. ന. രസം ഗന്ധകം മുതലായ വസ്തുക്കളും ചില ഔഷധങ്ങളും കൂട്ടി ലോഹങ്ങളോടു ചേൎത്തു ഒരു മാതിരി സ്വൎണ്ണവും വെള്ളിയും ഉണ്ടാക്കുകയും മറ്റും ചെയ്യുന്നതിന്നുള്ള ഉപായങ്ങളെ പറയുന്ന ശാസ്ത്രം.

രസവാദി. ന. രസവാദം അറിഞ്ഞിരിക്കുന്നവൻ.

രസസിദ്ധൻ. ന. രസസിദ്ധിയുള്ളവൻ, രസവാദി.

രസസിദ്ധി. ന. രസവാദശാസ്ത്രത്തിന്റെ അറിവു.

രസസിന്ദൂരം. രസം പുടംവെച്ചു എടുത്ത പൊടി.

രസക്ഷയം. ന. രസത്തിന്റെ ക്ഷയം, ഇഷ്ടക്കേടു മറ്റും.

രസാ. ന. ഫ, ഭൂമി. വ, നാവു. മ, പാടവള്ളി. ര, ഒരംന്തമരം.

രസാഞ്ജനം. ന. കണ്ണിൽ തേക്കുന്ന ഒരു മരുന്നു.

രസാതലം. ന. പാതാളലോകങ്ങളിൽ ഒന്നു.

രസാദാനം. ന. രസത്തെ വലിച്ചെടുക്ക, മുല കുടിക്കയും മറ്റും.

രസാഭാസം. ന. മനസ്സിലുള്ള വിചാരത്തെ മറെക്ക.

രസായനൻ. ന. ഫ, ഗരുഡൻ. വ, രസവാദി. മ, ഒരങ്ങാടിമരുന്നു.

രസായനം. ന. ഫ, രസവാദശാസ്ത്രം. വ, രസവും ഔഷധവും കൂട്ടിയുള്ള പ്രയോഗം. മ, രോഗങ്ങളെ ശമിപ്പിച്ചു ആയുസ്സിനെ വൎദ്ധിപ്പിക്കുന്ന ഒരുമാതിരി മരുന്നു. ര, മോര. ഒ, വിഷം.

രസാലം. ന. ഫ, കരിമ്പു. വ, മാവു വൃക്ഷം. മ, പ്ലാവു. ര, കോതമ്പു. ഒ, കുന്തുരുക്കം. ന്ന, ഒരു പശ, മൂരു.

രസാലസ. ന. ഞരമ്പു.

രസാവഹ. വി. രസമുള്ള, രുചിപ്രദമായ.

രസാഹ്വം. ന. പയിനെണ്ണ.

രസാള. ന. തൈരിൽ നല്ലമുളകും പഞ്ചസാരയും ചുക്കും ജിരകവും ചേൎത്തുണ്ടാക്കുന്ന ഒരു കറി.

രസാളം. ന രസാലം.

രസിക. വി. (കൻ, കാ, കി, കം.) വി. ന. ഫ, രസിപ്പിക്കുന്ന, രസമുള്ള. വ, രുചിയുണ്ടാക്കുന്ന.

രസിക. ന. ഫ, കുതിര. വ, ആന. മ, താന്തോന്നി. (മ.) സന്തോഷം വരുത്തുക വാക്കുകളെ പറയുന്നവൻ.

രസികാ. ന. ഫ, കരിമ്പിന്നീർ. വ, രസാളകറി. മ, നാവു. ര, സ്ത്രീയുടെ അരഞ്ഞാണം.

രസിക്കുന്നു. ച്ചു. പ്പാൻ. (രസി.) അ. ക്രി. ഫ, ഇഷ്ടപ്പെടുന്നു. വ, രുചിക്കുന്നു. **രസിപ്പിക്കുന്നു.** സ. ക്രി.

രസിത. വി. (തൻ, താ, തം.) വി. ന. പൊന്നമ്മറ്റും പൂചപ്പെട്ട.

രസിതം. ന. ഫ, ശബ്ദം. വ, ഇടിമുഴക്കം.

രസോനകം. ന. ഒരങ്ങാടിമരുന്നു, ഉള്ളി.

രസോനം. ന. ഉള്ളി.

രഹദാരി. ന. തടിയുംമറ്റും കാവൽസ്ഥലങ്ങളിൽ തടയാതെ ഇരിക്കുന്നതിന്നായിട്ടു സൎക്കാരിൽനിന്നു കൊടുക്കുന്ന ഒരു എഴുത്തു.

രഹസ്യ. വി. (സ്യൻ, സ്യാ, സ്യം.) വി. ന. ഗൂഢമായുള്ള.

രഹസ്യം. ന. ഗൂഢകാൎയ്യം.

രഹസ്സ്. ന. ഒരാറു.

രഹസ്സു. ന. വിജനസ്ഥലം.

രഹസ്സു. അ. ഗൂഢമായി.

രഹിത. വി. (തൻ, താ, തം.) വി. ന. ഉപേക്ഷിക്കപ്പെട്ട.

രക്ഷ. ന. ഫ, രക്ഷിക്കുക, പാലനം. വ, പിശാചുക്കളും മറ്റും ഉപദ്രവിക്കാതെ ഇരിക്കുന്നതിന്നായിട്ടു മന്ത്രവാദികൾ എഴുതിയ ഒരു മാതിരി ചെമ്പുതകിടും മറ്റും.

രക്ഷക. വി. (കൻ, കാ, കം.) വി. ന. രക്ഷിക്കുന്ന.

രക്ഷകേടു. ന. രക്ഷയില്ലായ്മ.

രക്ഷണം. ന. രക്ഷ.

രക്ഷണീയ. വി. (യൻ, യാ, യം.) വി. ന. രക്ഷിക്കപ്പെടത്തക്ക.

രക്ഷതപം. ന. രാക്ഷസന്റെ പ്രവൃത്തി.

രക്ഷസ്സു. ന. രാക്ഷസൻ.

രക്ഷസ്സഭം. ന. രാക്ഷസന്മാരുടെ സഭ.

രക്ഷാകര. വി. (രൻ, രീ, രം.) വി. ന. രക്ഷിക്കുന്ന.

രക്ഷാകൎത്തൃ. വി. (ൎത്താവു, ൎത്രി, ൎത്തൃ.) വി. ന. രക്ഷ ചെയ്യുന്ന.

രക്ഷാഗൃഹം. ന. രക്ഷിക്കുന്നതിന്നുള്ള ഭവനം.

രക്ഷാപര. വി. (രൻ, രാ, രം.) വി. ന. രക്ഷിപ്പാൻ താല്പൎയ്യമുള്ള.

രക്ഷാഭോഗം. ന. രക്ഷിക്കുന്നവന്നു കൊടുക്കുന്ന ദ്രവ്യം.

രക്ഷാശിക്ഷകൾ. ന. രക്ഷയും ശിക്ഷയും.

രക്ഷി. വി. (ക്ഷീ, ക്ഷിണി, ക്ഷി.) വി. ന. രക്ഷിക്കുന്ന.

രക്ഷിക്കുന്നു. ച്ചു. പ്പാൻ. (രക്ഷി.) സ. ക്രി. കാത്തുസൂക്ഷിക്കുന്നു, പാലിക്കുന്നു. **രക്ഷിപ്പിക്കുന്നു.**

രക്ഷിത. വി. (തൻ, താ, തം.) വി. ന. രക്ഷിക്കപ്പെട്ട.

രക്ഷിതാവു. ന. രക്ഷിക്കുന്നവൻ.

രക്ഷിവൎഗ്ഗം. ന. രാജധാനിയിലും മറ്റുമുള്ള കാവല്ക്കാരൻ.

രക്ഷോവരൻ. ന. രാക്ഷസന്മാരിൽ ശ്രേഷ്ഠൻ, രാവണനും മറ്റും.

രക്ഷ്ണം. ന. പാലനം.

രക്ഷ്യ. വി. രക്ഷയ്ക്കു യോഗ്യമായ.

രാ

രാ. ന. രാത്രി.

രാക. ന. ഫ, പൂൎണ്ണചന്ദ്രനുള്ള വെളുത്തവാവു. വ, തിണ്ടായിരുന്നവൾ.

രാകാനിശാകരൻ. ന. പൂൎണ്ണചന്ദ്രൻ.

രാകുന്നു. കി. വാൻ. (രാകു.) സ. ക്രി. അരംകൊണ്ടു അറുക്കുന്നു.

രാക്കണ്ണു. ന. ഇരുട്ടു.

രാക്കു. ന. അരംകൊണ്ടു അറുക്കുക.

രാക്കുപണി. ന. രാക്കുവേല.

രാക്കുപൊടി. ന. രാകിപ്പൊടിച്ച പൊടി.

രാക്കുറു. ന. രാത്രി.

രാകേന്ദു. ന. വെളുത്തവാവുന്നാൾ രാത്രിയിലുദിക്കുന്ന ചന്ദ്രൻ.

രാഗദ്വേഷം. ന. രാഗംകൊണ്ടുണ്ടായ ദ്വേഷം, വൈരം.

രാഗൻ. ന. ഒരു രാജാവു.

രാഗവാൻ. ന. സ്നേഹമുള്ളവൻ.

രാഗം. ന. ഫ, ചുവപ്പും മറ്റും നിറം. വ, സ്നേഹം. മ, മനസ്സിലുണ്ടാകുന്ന ഒരു ഭാവഭേദം. ര, സംഗീതശാസ്ത്ര

ത്തിൽ പറയുന്നപ്രകാരം, ഏഴ രാഗ ങ്ങൾക്കുകൂടെ പറയുന്ന ഒരു പേർ. ര, അസൂയ.

രാഗാദി. ന. രാഗം, ദ്വേഷം, ലോഭം, മോഹം, മദം, മാത്സൎയ്യം.

രാഗി. വി. (ഗി, ഗിണി, ഗി.) വി. ന. രാഗമുള്ള.

രാഗി. ന. മഞ്ഞപ്പുല്ല.

രാഗിണി. ന. അനുരാഗമുള്ള സ്ത്രീ.

രാഘവൻ. ന. ശ്രീരാമൻ.

രാങ്കവം. വി. മാനിന്റെ രോമംകൊണ്ടുണ്ടാക്കിയ.

രാങ്കവം. ന. മയിൽപ്പടം.

രാജക. വി. (കൻ, കാ, കം.) വി. ന. രാജാവുള്ള.

രാജകം. ന. രാജാക്കന്മാരുടെ കൂട്ടം.

രാജകരം. ന. രാജാവിന്നു കൊടുക്കേണ്ടുന്ന കരം.

രാജകല്പന. ന. രാജാവിന്റെ കല്പന.

രാജകശേരു. ന. ഒരു മരുന്നു, കഴിമുത്തെങ്ങാ.

രാജകാൎയ്യം. ന. രാജാവിന്റെ കാൎയ്യം.

രാജകുഞ്ജരൻ. ന. രാജശ്രേഷ്ഠൻ.

രാജകുമാരൻ. ന. രാജപുത്രൻ.

രാജകുമാരി. ന. രാജപുത്രി.

രാജകുലം. ന. രാജവംശം.

രാജകോപം. ന. രാജാവിന്റെ കോപം.

രാജക്കുരു. ന. പുളവ എന്നു പേരായ വലിയ പരുവ്.

രാജഗുരു. ന. രാജാവിന്റെ ഗുരു.

രാജഗൃഹം. ന. രാജധാനി.

രാജചിഹ്നം. ന. രാജാവിന്റെ അടയാളം.

രാജചോദ്യം. ന. രാജാവിന്റെ ചോദ്യം.

രാജതം. വി. (തൻ, തി, തം.) വി. ന. വെള്ളികൊണ്ടുള്ള.

രാജതപം. ന. രാജാവിന്റെ അവസ്ഥ.

രാജദ്രോഹം. ന. രാജാവിനോടുള്ള വിരോധം.

രാജദ്രോഹി. ന. രാജാവിനോടു വിരോധം ചെയ്യുന്നവൻ.

രാജദ്വാരം. ന. രാജധാനിയുടെ പടിവാതിൽ.

രാജദ്വേഷം. ന. രാജാവിനോടുള്ള വൈരം.

രാജധനം. ന. രാജാവിന്റെ ധനം.

രാജധൎമ്മം. ന. രാജാവിന്റെ മുറ, രാജാവു ചെയ്യേണ്ടുന്ന മൎയ്യാദ.

രാജധാനി. ന. രാജാവിന്റെഭവനം.

രാജനന്ദനൻ. ന. രാജാവിന്റെ പുത്രൻ.

രാജനയം. ന. തന്ത്രത്തോടുകൂടിയ രാജ്യഭരണവഴി.

രാജനിന്ദ. ന. രാജാവിനെക്കുറിച്ചുള്ള നിന്ദ.

രാജൻ. ന. ഇതു മററു ചില വാക്കുകളുടെ ഒടുക്കം ചേൎക്കുമ്പോൾ രാജാവു എന്നൎത്ഥം വരും.

രാജന്യകം. ന. ക്ഷത്രിയന്മാരുടെ കൂട്ടം.

രാജന്യൻ. ന. ക്ഷത്രിയൻ.

രാജന്വൽ. വി. (ന്വാൻ, ന്വതി, ന്വൽ.) വി. ന. ഘ, രാജാവിനോടു കൂടിയ. വ, രാജാവുള്ള.

രാജപത്നി. ന. രാജഭാൎയ്യ.

രാജപഥം. ന. രാജവഴി.

രാജപദവി. ന. ഘ, രാജവഴി. വ, രാജാവിന്റെ ഐശ്വൎയ്യം.

രാജപുംഗവൻ. ന. രാജശ്രേഷ്ഠൻ.

രാജപുത്രൻ. ന. രാജാവിന്റെമകൻ.

രാജപുത്രി. ന. രാജാവിന്റെ മകൾ.

രാജപുരുഷൻ. ന. രാജാവിന്റെ ആള് അല്ലെങ്കിൽ ഭൃത്യൻ.

രാജപുരോഹിതൻ. ന. രാജാവിന്റെ പുരോഹിതൻ.

രാജപ്പട്ടം. ന. രാജാവെന്നുള്ള സ്ഥാനമാനം.

രാജബല. ന. ഒരു പച്ചമരുന്നു.

രാജബുദ്ധി. ന. ഘ, രാജാവിന്റെ ബുദ്ധി. വ, വലിപ്പമുള്ള ബുദ്ധിക്കു പറയുന്ന ഒരു പേർ.

രാജഭണ്ഡാരം. ന. രാജദ്രവ്യം.

രാജഭയം. ന. രാജാവിങ്കൽനിന്നുള്ള ഭയം.

രാജഭവനം. ന. രാജധാനി.

രാജഭാരം. ന. രാജാവിന്റെ ഭാരം, രാജ്യാധികാരം.

രാജഭാൎയ്യ. ന. രാജാവിന്റെ ഭാൎയ്യ.

രാജഭൃത്യൻ. ന. രാജാവിന്റെ ഭൃത്യൻ.

രാജഭോഗം. ന. രാജാവിന്നു കൊടുക്കുന്ന കരം.

രാജമത്സരം. ന. രാജദ്രോഹം.

രാജമന്ത്രി. ന. രാജാവിന്റെ മന്ത്രി.

രാജമന്ദിരം. ന. രാജധാനി.

രാജമല്ലിക. ന. ഒരു പൂമരം.

രാജമാന്യ. വി. രാജാവിനെപ്പോലെ മാനിക്കത്തക്ക, ബഹുമാനം കാണിക്കുവാൻ ആളുകളുടെ പേരിനു മുമ്പിൽ ചേൎത്തെഴുതുന്നതു. ഉ–ം. 'രാജമാന്യ രാജശ്രീ ചൂഴമേനവനവൎകൾ.' ചിലപ്പോൾ മഹാരാജമാന്യ എന്നും എഴുതാറുണ്ടു. ഇവയുടെ ആദ്യക്ഷരങ്ങളായ മാ, രാ, രാ അല്ലെങ്കിൽ, രാ, രാ, ശ്രീ എന്നുമാത്രം പേരിനുമുമ്പു ചേൎത്തെഴുതുകയുമാവാം.

രാജമാൎഗ്ഗം. ന. രാജവഴി.

രാജമാഷം. ന. പെരുമ്പയറു.

രാജമുടി. ന. രാജാവിന്റെ കിരീടം.

രാജമുദ്ര. ന. രാജചിഹ്നം.

രാജയക്ഷ്മാവു. ന. ഒരു ദീനം.

രാജയോഗം. ന. രാജാവാകുന്നതിനുള്ള ഒരു യോഗം.

രാജയോഗ്യ. വി. (ഗ്യൻ, ഗ്യാ, ഗ്യം.) വി. ന. രാജാവിന്നു കൊള്ളാകുന്ന.

രാജരത്നം. ന. രാജശ്രേഷ്ഠൻ.

രാജരക്ഷണം. ന. രാജാവിന്റെ പാലനം, രാജാവു രക്ഷിക്കുക.

രാജരാജൻ. ന. ഘ, വൈശ്രവണൻ. വ, ചക്രവൎത്തി.

രാജൎഷഭൻ. ന. രാജപുംഗവൻ.

രാജൎഷി. ന. ഋഷികൾ ഏഴുതരമുള്ളതിൽ ഒരുമാതിരി ഋഷി.

രാജൎഷി. ന. ഭക്തിയും തപസ്സും കൊണ്ടു ഋഷിക്കു തുല്യനായ രാജാവു.

രാജവംശം. ന. രാജകുലം.

രാജവംശ്യ. വി. (ശ്യൻ, ശ്യാ, ശ്യം.) വി. ന. രാജവംശത്തിലുള്ള.

രാജവള്ളി. ന. ഒരുമാതിരിച്ചുരം.

രാജവഴി. ന. പെരുവഴി.

രാജവൽ. വി. (വാൻ, വതി, വൽ.) വി. ന. രാജാവുള്ള.

രാജവി. ന. ഒരു പക്ഷി.

രാജവിരൽ. ന. നടുവിലത്തെ വിരൽ.

രാജവിരോധം. ന. രാജാവിനോടുള്ള വിരോധം.

രാജവീഥി. ന. രാജവഴി.

രാജവൃക്ഷം. ന. കൊന്നമരം.

രാജവേശ്മം. ന. രാജധാനി.

രാജവേഷം. ന. രാജാവിന്റെ വേഷം.

രാജവൈദ്യൻ. ന. രാജാവിന്റെ വൈദ്യൻ.

രാജശക്തി. ന. രാജാവിന്റെ ശക്തി.

രാജശാസനം. ന. രാജകല്പന.

രാജശിക്ഷ. ന. രാജാവു ശിക്ഷിക്കുക.

രാജശ്രീ. ന. ൧, രാജാവിന്റെ ശോഭ. ൨, രാജാവിന്റെ സമ്പത്തു.

രാജശ്രേഷ്ഠൻ. ന. വലിയ രാജാവു.

രാജസദനം. ന. രാജധാനി.

രാജസഭ. ന. ആസ്ഥാനമണ്ഡപം.

രാജസമൂഹം. ന. രാജാക്കന്മാരുടെ കൂട്ടം.

രാജസ. വി. (സൻ, സി, സം.) വ. ന. രജോഗുണത്തെ സംബന്ധിച്ച.

രാജസക്കാരൻ. ന. രസികനെന്നു നടിച്ചു നടക്കുന്നവൻ.

രാജസി. ന. ഒരു ദേവി.

രാജസമ്മാനം. ന. രാജാവു കൊടുക്കുന്ന സമ്മാനം.

രാജസൎപ്പം. ന. സൎപ്പങ്ങളിൽ പ്രമാണി.

രാജസിംഹം. ന. രാജാക്കന്മാരിൽ ശ്രേഷ്ഠൻ, മഹാരാജാവു.

രാജസിംഹാസനം. ന. രാജാക്കന്മാർ ഇരിക്കുന്ന പീഠം.

രാജസൂയം. ന. ഒരു വലിയ യാഗം.

രാജസേവ. ന. രാജാക്കന്മാരെ സേവിക്ക.

രാജസേവകൻ. ന. രാജാവിന്റെ ഭൃത്യൻ.

രാജസൈന്യം. ന. രാജാക്കന്മാരുടെ സൈന്യം.

രാജസ്ത്രീ. ന. ൧, രാജവംശത്തിൽ ജനിച്ചവൾ. ൨, രാജഭാൎയ്യ.

രാജസ്ഥാനം. ന. ൧, രാജധാനി. ൨, രാജസഭ. ൩, രാജത്വം.

രാജസ്നേഹം. ന. രാജാവിന്റെ സ്നേഹം.

രാജഹത്യ. ന. രാജാവിനെക്കൊല്ലുക.

രാജഹംസം. ന. അരയന്നപ്പക്ഷി.

രാജക്ഷോഭം. ന. രാജകോപം.

രാജാഗ്നി. ന. രാജകോപം.

രാജാവു. ന. ൧, രാജ്യം രക്ഷിക്കുന്നവൻ. ൨, ക്ഷത്രിയൻ. ൩, ചന്ദ്രൻ.

രാജാദനം. ന. ഒരു വൃക്ഷം, പഴമ്പാല.

രാജാധികാരം. ന. രാജാവിന്റെ അധികാരം.

രാജാധിരാജൻ. ന. മഹാരാജാവു.

രാജാന്നം. ന. രാജാവിന്റെ കല്പനപ്രകാരം കിട്ടുന്ന ശമ്പളം.

രാജാഭിഷേകം. ന. രാജാവിനെ അഭിഷേകം ചെയ്ക.

രാജാൎഹ. വി. (ൎഹൻ, ൎഹാ, ൎഹം.) വി. ന. രാജാവിന്നു യോഗ്യമായുള്ള.

രാജാൎഹം. ന. ചെന്നിനായകമരം.

രാജാസനം. ന. സിംഹാസനം.

രാജാവൎത്തം. ന. ഒരു രത്നം.

രാജി. ന. ൧, മുറിയാത്തുള്ള വര, വരി. ൨, ശരീരത്തിന്നകത്തുള്ള ഒരു ചെറിയ പാത്രം. (മ.) ഉടമ്പടിയോല.

രാജിക്കുന്നു. ച്ചു. ക്കുവാൻ. (രാജി.) അ. ക്രി. ശോഭിക്കുന്നു.

രാജിക. ന. ൧, കറുത്ത കടുകു. ൨, ഒരു ധാന്യം.

രാജിത. വി. (തൻ, താ, തം.) വി. ന. ശോഭിക്കപ്പെട്ട.

രാജിലം. ന. ഒരു പാമ്പു.

രാജീവം. ന. നീലത്താമര.

രാജേന്ദ്രൻ. ന. രാജശ്രേഷ്ഠൻ.

രാജ്ഞി. ന. ൧, രാജസ്ത്രീ, രാജഭാൎയ്യ. ൨, വെള്ളോട്ട, പിച്ചള.

രാജ്യഭാരം. ന. രാജ്യത്തെ രക്ഷിക്കുക.

രാജ്യം. ന. നാട്ട, ഒരു രാജാവിന്റെ അധികാരത്തിലുള്ള ഭൂമി.

രാജ്യക്കാർ. ന. രാജ്യത്തു അധിവസിക്കുന്നവർ.

രാജ്യപരിവൎത്തനം. ന. അന്തഃഛിദ്രമോ ക്ഷോഭമോ നിമിത്തം ഒരു രാജ്യത്തുണ്ടാകുന്ന മാററം.

രാജ്യവാസികൾ. ന. രാജ്യത്തുള്ള ജനങ്ങൾ.

രാജ്യവിചാരം. ന. രാജ്യകാൎയ്യങ്ങളെക്കുറിച്ചുള്ള വിചാരം.

രാജ്യാധികാരം. ന. രാജ്യാധിപത്യം.

രാജ്യാംഗം. ന. രാജാവു മന്ത്രി ബന്ധു ഭണ്ഡാരം രാജ്യം കോട്ട സൈന്യം പുരവാസികൾ ഗുരുവു ഇവ ഒൻപതും കൂടിയതു.

രാൾ; രാട്ട്. ന. രാജാവു.

രാതി. ന. ബന്ധു.

രാത്രകൻ. ന. ഒരു വത്സരം വേശ്യാഗൃഹത്തിൽ പാൎക്കുന്നവൻ.

രാത്രകം. ന. അഞ്ചുരാത്രി കൂടിയതു.

രാത്രി. ന. ൧, ആദിത്യൻ അസ്തമിച്ചാൽ ഉദിക്കുന്നതുവരെയുമുള്ള സമയം. ൨, മഞ്ഞൾ. ൩, മരമഞ്ഞൾ.

രാത്രിജ. വി. (ജൻ, ജാ, ജം.) വി. ന. രാത്രിയിലുണ്ടായ.

രാത്രിജം. ന. നക്ഷത്രം.

രാത്രിജാഗര. വി. (രൻ, രാ, രം.) വി. ന. രാത്രിയിൽ കാത്തു സൂക്ഷിക്കുന്ന.

രാത്രിജാഗരം. ന. പട്ടി.

രാത്രിഞ്ചരൻ. അല്ലെങ്കിൽ, **രാത്രിചരൻ.** ന. ൧, രാക്ഷസൻ. ൨, കള്ളൻ.

രാത്രിന്ദിവം. അ. രാത്രിയും പകലും ഇടവിടാതെ.

രാദ്ധ. വി. സന്തോഷിപ്പിക്കപ്പെട്ട, തൃപ്തിവരുത്തിയ.

രാദ്ധാന്തം. ന. നിശ്ചയം.

രാധ. ന. ൧, വിശാഖനക്ഷത്രം. ൨, ഒരു ഗോപസ്ത്രീ. ൩, മിന്നൽ.

രാധം. ന. ഇടവമാസം.

രാധേയൻ. ന. കൎണ്ണൻ എന്ന രാജാവു.

രാപ്പകൽ. അ. രാവും പകലും.

രാഭോജനം. ന. രാത്രിഭക്ഷണം, അത്താഴം.

രാമ. വി. (മൻ, മാ, മം.) വി. ന. ൧, കറുത്ത. ൨, വെളുത്ത. ൩, ഭംഗിയുള്ള.

രാമൻ. ന. ൧, ശ്രീരാമൻ. ൨, പരശുരാമൻ. ൩, ബലരാമൻ. ൪, വരുണൻ.

രാമാ. ന. ൧, സൌന്ദൎയ്യമുള്ള സ്ത്രീ. ൨, ഒരു നദി.

രാമം. ന. ൧, കതിര. ൨, ഒരുവക മാൻ. ൩, കായം.

രാമണീയക. വി. മനോഹരമായ. സന്തോഷിപ്പിക്കത്തക്ക. **രാമണീയകത;-ത്വം.** ന.

രാമചന്ദ്രൻ. ന. ശ്രീരാമൻ.

രാമച്ചം. ന. ഒരുഞാടിമരുന്നു.

രാമഠം. ന. പെരുംകായം.

രാമാനം. ന. രാത്രി.

രാമായണം. ന. രാമന്റെ കഥ.

രാമേശ്വരം. ന. ഒരു പുണ്യക്ഷേത്രം.

രാംഭം. ന. സന്യാസികളുടെ മുളന്തണ്ടു.

രായം. ന. ൧, പൊൻ. ൨, ധനം.

രായർ; റാവു. ന. ഒരുജാതി ബ്രാഹ്മണരുടെ സ്ഥാനപ്പേര.

രായസക്കാരൻ. ന. ചില കച്ചേരികളിലെ എഴുത്തുകാരന്നു പറയുന്ന ഒരു പേർ.

രായസം. ന. കച്ചേരിയിലെ എഴുത്തുവേല.

രാവണൻ. ന. ഒരു രാക്ഷസരാജാവു.

രാവണി. ന. രാവണന്റെ മകൻ.

രാവപ്പൂ. ന. ഒരുവക മുല്ല.

രാവിലെ. അ. സൂൎയ്യനുദിച്ച ഉടനെ, നേരത്തു.

രാവു. ന. രാത്രി.

രാവുറക്കം. ന. രാത്രിയിൽ പതിവിൻപ്രകാരമുള്ള ഉറക്കം.

രാശി. ന. ൧, കൂട്ടം, കൂമ്പാരം. ൨, മേടം ആദിയായിട്ടുള്ളവ പന്ത്രണ്ടും. ൩, സമൂഹം. (മ.) പരശുരാമൻ അടിപ്പിച്ച ഒരു നാണയം.

രാശിചക്രം. ന. മേടം മുതലായ പന്ത്രണ്ടു രാശികൾ ഇരിക്കുന്ന ചക്രം.

രാശിസ്ഥാനം. ന. രാശികൾ ഇരിക്കുന്ന സ്ഥലം.

രാശീകരിക്കുന്നു. സ. ക്രി. കൂട്ടമാക്കിച്ചെയ്യുന്നു.

രാശീശ്വരൻ. ന. അതാതു രാശികൾക്കു പ്രത്യേകമുള്ള നാഥൻ.

രാഷ്ട്രം. ന. രാജ്യം.

രാഷ്ട്രിക. വി. (കൻ, കി, കം.) വി. ന. രാജ്യത്തെ സംബന്ധിച്ച.

രാഷ്ട്രിക. ന. ഒരു പച്ചമരുന്നു, കണ്ടകാരി.

രാഷ്ട്രിയ. വി. (യൻ, യാ, യം.) വി. ന. രാജ്യത്തെ സംബന്ധിച്ച.

രാഷ്ട്രിയൻ. ന. രാജാവിന്റെ അളിയന്നു നാട്യത്തിൽ പറയുന്ന ഒരു പേർ.

രാസഭം. ന. കഴുത.

രാസ്നം. ന. ഒരങ്ങാടിമരുന്നു, അരത്ത.

രാഹിത്യം. ന. വേർതിരിച്ചിൽ.

രാഹു. ന. നവഗ്രഹങ്ങളിൽ ഒന്നു.

രാഹുഗ്രഹസ്തൻ. ന. രാഹുവിനാൽ മറെക്കപ്പെട്ട ചന്ദ്രൻ.

രാഹുഗ്രാഹം. ന. ഗ്രഹണം.

രാഹുവേള. ന. ഗ്രഹണം.

രാളം. ന. ഒരങ്ങാടിമരുന്നു, ചെഞ്ചെല്യം.

രാക്ഷസ. വി. (സൻ, സീ, സം.) വി. ന. രാക്ഷസനെ സംബന്ധിച്ച.

രാക്ഷസൻ. ന. മനുഷ്യരെ ഭക്ഷിക്കുന്ന ഒരു ജാതിക്കാരൻ.

രാക്ഷസീ. ന. ൧, രാക്ഷസസ്ത്രീ. ൨, ഒരുമാതിരി വലിയ പല്ലു, തേററയുമ്മററം. ൩, ഒരു സുഗന്ധമുള്ള മരുന്നു.

രാക്ഷസ്സീ. ന. ൧, അസുരസ്ത്രീ. ൨, കാട്ടുകച്ചോലം.

രാക്ഷസേന്ദ്രൻ. ന. രാക്ഷസശ്രേഷ്ഠൻ.

രാക്ഷാ. ന. അരക്കു.

രി

രിക്ത. ന. ചതുൎത്ഥി നവമി പതിന്നാലു ഇവ മൂന്നിന്നും കൂടെയുള്ള പേർ.

രിക്തക. വി. (കൻ, കാ, കം.) വി. ന. ൧, ഒന്നുമില്ലാത്ത, ഒഴിഞ്ഞ, ശൂന്യതയുള്ള. ൨, പാവപ്പെട്ട. ൩, ഭാരമില്ലാത്ത. ൪, വയററിളക്കപ്പെട്ട. **രിക്തതം.** ഗു. ന. ഒന്നുമില്ലായ്മ.

രിക്തപാത്രം. ന. ഒഴിഞ്ഞ പാത്രം.

രിക്തം. ന. ൧, നടക്കാവു. ൨, ഒഴിവു.

രിക്തഹസ്ത. വി. (സ്തൻ, സ്താ, സ്തം.) വി. ന. കൈയിൽ ഒന്നുമില്ലാത്ത.

രിക്ഥം. ന. സമ്പത്തു.

രിക്ഥഹാരി. വി. (രി, രിണീ, രി.) വി. ന. സമ്പത്തിനെ അനുഭവിക്കുന്ന.

രിക്ഥഹാരി. ന. മരിച്ചവന്റെ സമ്പത്തിന്നവകാശമുള്ളവൻ.

രിംഖണം. ന. ഇടച്ചൽ, തെററിവീഴകയുമ്മററം.

രിടി. ന. ജ്വാലയുടെ ശബ്ദം.

രിപു. ന. ശത്രു.

രിപുതാ. ന. ശത്രുത.

രിഷ്പം. ന. പന്ത്രണ്ടാമത്തെ രാശി, മീനം രാശി.

രിഷി. ന. മഹൎഷി.

രിഷ്ട. വി. (ഷ്ടൻ, ഷ്ടാ, ഷ്ടം.) വി. ന. ൧, ഉപദ്രവിക്കപ്പെട്ട. ൨, ഭാഗ്യമുള്ള. ൩, നിൎഭാഗ്യമുള്ള.

രിഷ്ടം. ന. ൧, ശുഭം. ൨, ഭാഗ്യം. ൩, നിൎഭാഗ്യം. ൪, നാശം. ൫, പുളിഞ്ചി.

രിഷ്ടി. ന. ൧, വാൾ. ൨, ഭാഗ്യം.

രീ

രീഢ. ന. നിന്ദ.

രീഢകം. ന. തണ്ടെല്ലു.

രീണ. വി. (ണൻ, ണാ, ണം.) വി. ന. ഒഴുകിയ.

രീതി. ന. ൧, പ്രകാരം, വിധം. ൨, നടപ്പു. ൩, രൂപം, ആകൃതി. ൪, ഒഴുകുക. ൫, പിച്ചള. ൬, സ്വഭാവഗുണം.

രീതിപുഷ്പം. ന. പിച്ചളഭസ്മം.

രീതിപ്പെടുത്തുന്നു. ത്തി. വാൻ. (രീതി.) സ. ക്രി. ക്രമപ്പെടുത്തുന്നു.

രു

രുക്കു. ന. ൧, വേദന. ൨, രോഗം. ൩, ശോഭ.

രുക്ക്രിയ. ന. ചികിത്സ.

രുക്മകാരൻ. ന. പൊൻപണിക്കാരൻ.

രുക്മം. ന. പൊൻ.

രുഗ്ണ. വി. (ഗ്ണൻ, ഗ്ണാ, ഗ്ണം.) വി. ന. വളഞ്ഞ.

രുചകം. ന. ൧, മാതളനാരകം. ൨, ഒരാഭരണം. ൩, ഒരു വക ഉപ്പു. ൪, വയറു.

രുചി. ന. ൧, സ്വാദു. ൨, ആഗ്രഹം. ൩, ശോഭ. ൪, ഭംഗി. ൫, താല്പൎയ്യം.

രുചികര. വി. (രൻ, രാ, രം.) വി. ന. രുചിയെ ഉണ്ടാക്കുന്ന.

രുചിക്കുന്നു. ച്ചു. പ്പാൻ. (രുചി.) അ. ക്രി. ൧, സ്വാദു തോന്നുന്നു. ൨, ആഗ്രഹിക്കുന്നു.

രുചിത. വി. (തൻ, താ, തം.) വി. ന. ൧, മധുരമുള്ള. ൨, ആഗ്രഹമുള്ള.

രുചിര. വി. (രൻ, രാ, രം.) വി. ന. ൧, ഭംഗിയുള്ള. ൨, മധുരമുള്ള. ൩, ദഹനത്തിന്നു കൊള്ളാകുന്ന.

രുച്യ. വി. (ച്യൻ, ച്യാ, ച്യം.) വി

ന. ൧, ഭംഗിയുള്ള. ൨, രുചിയുണ്ടാക്കുന്ന.

രുജ. ന. ൧, രോഗം. ൨, നാശം.

രുട്ടു. ന. കോപം.

രുതം. ന. പക്ഷികളുടെ ശബ്ദം.

രുദിത. വി. (തൻ, താ, തം.) വി. ന. കരയിപ്പിക്കപ്പെട്ട.

രുദിതം. ന. കരച്ചിൽ.

രുദ്ധ. വി. (ദ്ധൻ, ദ്ധാ, ദ്ധം.) വി. ന. ൧, വളയപ്പെട്ട. ൨, ഉറപ്പാക്കപ്പെട്ട. ൩, അടെക്കപ്പെട്ട. ൪, തടുക്കപ്പെട്ട.

രുദ്ധം. വി. തടുക്കപ്പെട്ട.

രുദ്ധാ. ന. സൈന്യം വന്നു ചുററുക.

രുദ്ര. ന. തിരുവാതിര നക്ഷത്രം.

രുദ്രൻ. ന. ശിവൻ.

രുദ്രപുഷ്പം. ന. ചെമ്പരത്തിപ്പൂ.

രുദ്രപൂജ. ന. ശിവപൂജ.

രുദ്രഭൂ. ന. ചുടലക്കളം.

രുദ്രാണി. ന. പാൎവ്വതി.

രുദ്രാക്ഷക്കാ. ന. രുദ്രാക്ഷമരത്തിന്റെ കായ്.

രുദ്രാക്ഷമാല. ന. രുദ്രാക്ഷക്കുരുവു കോൎത്ത മാല.

രുദ്രാക്ഷം. ന. രുദ്രാക്ഷമരം, രുദ്രാക്ഷമരത്തിന്റെ കുരുവു.

രുധിരൻ. ന. ചൊവ്വാ എന്ന ഗ്രഹം.

രുധിരം. ന. ചോര.

രുമ. ന. ൧, ഉപ്പുപടനം. ൨, സുഗ്രീവന്റെ ഭാൎയ്യ.

രുരു. ന. ഒരു വക മാൻ.

രുശതി. ന. ചീത്തവാക്കു.

രുഷ. ന. കോപം.

രുഷിത. വി. (തൻ, താ, തം.) വി. ന. കോപിച്ച.

രുഷ്ട. വി. (ഷ്ടൻ, ഷ്ടാ, ഷ്ടം.) വി. ന. കോപിച്ച.

രുഹ. വി. (ഹൻ, ഹാ, ഹം.) വി. ന. ൧, മുളെക്കുന്ന. ൨, കരേറുന്ന.

രുഹ. ന. ഒരു പുല്ലു, കറുക.

രൂ

രൂഢ. വി. (ഢൻ, ഢാ, ഢം.) വി. ന. ൧, നിശ്ചയമുള്ള. ൨, പ്രസിദ്ധമായ. ൩, മുളെക്കപ്പെട്ട. ൪, ജനിച്ച. ൫. പാരമ്പൎയ്യന്യായമായുള്ള.

രൂഢി. ന. ൧, പ്രസിദ്ധം. ൨, പരിചയം. ൩, വാക്കുകൾക്കു പതിവായി പറഞ്ഞു വരുന്ന അൎത്ഥം.

രൂപകം. ന. ൧, നാട്യജാതിയിൽപെട്ട ഒരുതരം കൃതികളുടെ പേർ. ൨, സാരൂപം. ൩, ഒരലങ്കാരം.

രൂപക്കേട. ന. ൧, വിരൂപം. ൨, അറിവില്ലായ്മ. ൩, ക്രമക്കേട.

രൂപഗുണം. ന. സൌന്ദൎയ്യം.

രൂപ. വി. (പൻ, പാ, പം.) വി. ന. തുല്യതയുള്ള.

രൂപം. ന. ൧, ശോഭ, ആകൃതി. ൨, വിഗ്രഹം. ൩, പ്രത്യക്ഷത. ൪, ഭംഗി. ൫, അറിവു. ൬, കളി.

രൂപംകെട്ടവൻ. ന. ൧, അറിവില്ലാത്തവൻ, ഭോഷൻ. ൨, ഭംഗിയില്ലാത്തവൻ.

രൂപലാവണ്യം. ന. സൌന്ദൎയ്യം.

രൂപവൽ. വി. (വാൻ, വതി, വൽ.) വി. ന. രൂപമുള്ള, സൌന്ദൎയ്യവുമേറുമുള്ള.

രൂപസൌന്ദൎയ്യം. ന. രൂപത്തിന്റെ ഭംഗി.

രൂപാ. ന. ൧, വെള്ളിരൂപാ. ൨, പൊന്നുരുപ്പിക.

രൂപാജീവാ. ന. വേശ്യ.

രൂപാന്തരം. ന. വേറൊരു രൂപം, ആകൃതി ഭേദം.

രൂപിക. ന. രൂപാ.

രൂപിക്കുന്നു. ച്ചു. പ്പാൻ. (രൂപി.) സ. ക്രി. ൧, രൂപമാക്കുന്നു. ൨, കണ്ടറിയുന്നു.

രൂപി. വി. (പി, പിണി, പി.) വി. ന. സൌന്ദൎയ്യമുള്ള.

രൂപീകരിക്കുന്നു. സ. ക്രി. നല്ല ആകൃതി വരുത്തുന്നു.

രൂപ്യ. വി. (പ്യൻ, പ്യാ, പ്യം.) വി. ന. ൧, വെള്ളികൊണ്ടുള്ള. ൨, ഭംഗിയുള്ള.

രൂപ്യം. ന. ൧, വെള്ളി. ൨, പണിചെയ്യ വെള്ളി. ൩, പണിത പൊന്നു.

രൂപ്യാദ്ധ്യക്ഷൻ. ന. വെള്ളിവകെക്കുള്ള വിചാരിപ്പുകാരൻ.

രൂഷിത. വി. (തൻ, താ, തം.) വി. ന. ൧, പൊടിക്കപ്പെട്ട. ൨, മൂടപ്പെട്ട. ൩, അലങ്കരിക്കപ്പെട്ട.

രൂക്ഷ. വി. (ക്ഷൻ, ക്ഷാ, ക്ഷം.) വി. ന. ൧, കടുപ്പമുള്ള. ൨, പരുഷമായ. ൩, ചവൎപ്പുള്ള. **രൂക്ഷത**. ഗു. ന. ൧, കടുപ്പം. ൨, പരുഷം. ൩, ചവൎപ്പു.

രൂക്ഷം. ന. വൃക്ഷം.

രേ

രേ. സമന്മാരെ വിളിക്കുന്നതിനു ഉപയോഗിക്കുന്ന ഒരു വ്യാക്ഷേപകപദം.

രേഖ. ന. ൧, വരി, വര. ൨, ചതിവു. ൩, പരിപൂൎണ്ണത.

രേചക. വി. (കൻ, കി, കം.) വി. ന. വയറിളക്കുന്നതിന്നുള്ള.

രേചകം. ന. ൧, ഒരു മാതിരിയുപ്പു. ൨, ഒരു തൈ. ൩, വയറിളക്കുക.

രേചകി. ന. ഒരു മരുന്നു, കടുക്കാ.

രേചന. ന. ഒരു മരുന്നു.

രേചനം. ന. വയറിളക്കം.

രേചനി. ന. ഒരു മരുന്നു, ത്രികോല്പക്കൊന്ന.

രേചിത. വി. (തൻ, താ, തം.) വി. ന. ശുദ്ധിയാക്കപ്പെട്ട, വിരേചനം വരുത്തപ്പെട്ട.

രേണു. ന. ൧, പൊടി. ൨, ഒരു മരുന്നു.

രേണുക. ന. ൧, ഒരു മരുന്നു, അരേണുകം. ൨, പരശുരാമന്റെ അമ്മ.

രേതസ്സ. ന. ബീജം, ശുക്ലം.

രേഫ. വി. (ഫൻ, ഫാ, ഫം.) വി. ന. ൧, നിന്ദ്യതയുള്ള. ൨, അവശ്രുതിയുള്ള.

രേഫം. ന. ൧, ര എന്ന അക്ഷരം. ൨, രാഗം, ആഗ്രഹം.

രേവ. ന. നൎമ്മദാനദി.

രേവതീ. ന. ൧, ഇരുപത്തേഴാമത്തെ നക്ഷത്രം. ൨, ബലഭദ്രന്റെ ഭാൎയ്യ.

രേവതീരമണൻ. ന. ബലഭദ്രൻ.

രേഷണം. ന. അലൎച്ച, ശബ്ദം.

രൈ

രൈവതകം. ന. ഒരു പൎവ്വതം.

രൈവതൻ. ന. ൧, ശിവൻ. ൨, ഒരസുരൻ.

രൊ

രൊക്കം. വി. ഉടൻതന്നേ കൊടുക്കുന്ന.

രൊക്കവില. ന. ഉടൻതന്നെ കൊടുക്കുന്ന വില.

രോ

രോകം. ന. ൧, പ്രകാരം. ൨, വള്ളം. ൩, മാററം. ൪, രൊക്കം.

രോക്ക. ന. മിന്നസം വരുത്തുന്ന ഒരു മാതിരി ഉളി.

രോഗം. ന. ദീനം.

രോഗലക്ഷണം. ന. ദീനത്തിന്നുള്ള അടയാളം.

രോഗശാന്തി. ന. ദീനത്തിന്റെ ശമനം.

രോഗഹാരി. വി. (രി, രിണി, രി.) വി. ന. രോഗത്തെക്കളയുന്ന.

രോഗഹാരി. ന. വൈദ്യൻ.

രോഗി. വി. (ഗി, ഗിണി, ഗി.) വി. ന. രോഗമുള്ള.

രോഗേതര. വി. രോഗമില്ലാത്ത, സുഖമായ.

രോചക. വി. (കൻ, കാ, കം.) വി. ന. രുചിയുണ്ടാക്കുന്ന, ഇഷ്ടമുണ്ടാക്കുന്ന.

രോചകം. ന. ൧, വിശപ്പ, രുചി. ൨, വാഴപ്പഴം. ൩, ഒരു മാതിരി ഉപ്പ.

രോചന. വി. (നൻ, നാ, നി, നം.) വി. ന. ൧, വിശേഷമുള്ള, ഭംഗിയുള്ള. ൨, രുചിയുണ്ടാക്കുന്ന.

രോചന. ന. ഒരു ചെടി.

രോചനി. ന. ൧, ഗോരോചന. ൨, മുളയുടെ അരി. ൩, ശ്രേഷ്ഠതയുള്ള സ്ത്രീ. ൪, ചെന്താമര.

രോചനം. ന. ൧, പഞ്ഞിമരം. ൨, ഒരു വൃക്ഷം. ൩, ജോനകനാരകം. ൪, കടുകപ്പുളിനാരകം. ൫, രുചി.

രോചമാന. വി. (നൻ, നാ, നം.) വി. ന. ൧, ഭംഗിയുള്ള, ശോഭയുള്ള. ൨, രുചിയുണ്ടാക്കുന്ന.

രോചമാനം. ന. കുതിരയുടെ കുഞ്ചിരോമം.

രോചിത. വി. (തൻ, താ, തം.) വി. ന. രുചിയുണ്ടാക്കപ്പെട്ട.

രോചിഷ്ണു. വി. (ഷ്ണു) വി. ന. ൧, അലങ്കരിക്കപ്പെട്ട. ൨, ശോഭയുള്ള.

രോചിസ്സ്. ന. ശോഭ.

രോദനം. ന. കരച്ചിൽ, നിലവിളി.

രോദനി. ന. ഒരു പച്ചമരുന്നു, കൊടിത്തൂവ.

രോദസ്സ്. ന. ആകാശവും ഭൂമിയും.

രോദസി. ന. മേല്പറഞ്ഞ അൎത്ഥം.

രോദിക്കുന്നു. ച്ചു. പ്പാൻ. (രോദി.) അ. ക്രി. കരയുന്നു.

രോധന. വി. (നൻ, നി, നം.) വി. ന. ന. രോധിക്കുന്ന, തടവുണ്ടാക്കുന്ന.

രോധനൻ. ന. ബുധൻ എന്ന ഗ്രഹം.

രോധനം. ന. തടവു, വിരോധം.

രോധം. ന. തീരപ്രദേശം.

രോധസ്സ്. ന. തീരം.

രോധിക്കുന്നു. ച്ചു. പ്പാൻ. (രോധി.) സ. ക്രി. തടയുന്നു.

രോധി; (-നി.) ന. തടുക്കുന്നവൻ; (-വൾ).

രോപണം. ന. ൧, ഒന്നിൽ വെക്കുക. ൨, നടുക. ൩, ഉയൎത്തുക. ൪, ബുദ്ധിയുടെ ഒരു ഭ്രമം.

രോപം. ന. ൧, അമ്പു. ൨, ബുദ്ധിയുടെ ഒരു കലക്കം. ൩, പ്രകാരം.

രോമകൺകം. ന. ഒരു മൃഗം, മുയൽ.

രോമകൂപം. ന. രോമത്തിന്റെ ചുവട്ടിലുള്ള കുഴി.

രോമക്കാൽ. ന. രോമദ്വാരം.

രോമക്കുത്തു. ന. രോമത്തിന്റെ ചുവട്ടിലെക്കുഴി.

രോമന്ഥം. ന. അയറുക.

രോമം. ന. മയിർ.

രോമവികാരം. ന. രോമാഞ്ചം.

രോമശ. വി. ധാരാളം രോമം ഉള്ള.

രോമഹൎഷണം. ന. രോമാഞ്ചം.

രോമാഞ്ചം. ന. കോൾമയിർ, രോമം എഴുന്നു നില്ക്കുക.

രോമാഞ്ചിത. വി. (തൻ, താ, തം.) വി. ന. രോമാഞ്ചമുള്ള.

രോമാവലി. ന. രോമക്കൂട്ടം.

രോമാളി. ന. രോമക്കൂട്ടം.

രോമോൽഗമം. ന. രോമാഞ്ചം.

രോഷം. ന. കോപം.

രോഷിക്കുന്നു. ച്ചു. പ്പാൻ. (രോഷി.) അ. ക്രി. കോപിക്കുന്നു.

രോഷിത. വി. (തൻ, താ, തം.) വി. ന. കോപിപ്പിക്കപ്പെട്ട.

രോഹക. വി. (കൻ, കാ, കം.) വി. ന. രോഹിക്കുന്ന, രോഹിച്ച, കരേറിയ.

രോഹകൻ. ന. പിശാചു.

രോഹകം. ന. കരേറുക.

രോഹണം. ന. ൧, ബീജം, ശുക്ലം. ൨, കരേററം. ൩, വളൎച്ച. ൪, ഒരു പൎവ്വതം.

രോഹം. ന. ൧, മൊട്ടു, തളിർ. ൨, കരേററം.

രോഹി. ന. ഒരു വൃക്ഷം.

രോഹിണീ. ന. ൧, നാലാമത്തെ നക്ഷത്രം. ൨, ബലഭദ്രന്റെ അമ്മ. ൩, ഒൻപതു വയസ്സുചെന്ന പെണ്ണു. ൪, നല്ല പശു. ൫, ചുവന്ന നിറമുള്ള പെണ്ണു. ൬, കടുകരോഹിണി. ൭, ഒരു ചെടി.

രോഹിതകം. ന. ഒരു വൃക്ഷം, ചെമ്മരം.

രോഹിത. വി. (തൻ, താ, ഹിണി, തം.) വി. ന. ചുവപ്പുനിറമുള്ള, ചുവന്ന.

രോഹിതം. ന. ൧, ചുവപ്പു. ൨, ഒരു മത്സ്യം. ൩, ഒരു വക മാൻ. ൪, ഒരു വൃക്ഷം. ൫, ഇന്ദ്രന്റെ വില്ലു. ൬, രക്തം.

രോഹിതശ്വൻ. ന. അഗ്നി.

രൌ

രൌദ്ര. വി. (ദ്രൻ, ദ്രി, ദ്രം.) വി. ന. ൧, രുദ്രനെ സംബന്ധിച്ച. ൨, ഭയങ്കരമായുള്ള. ൩, തീക്ഷ്ണതയുള്ള. ൪, ക്രൂരമായുള്ള. രൌദ്രത. ഗു. ന. ക്രൂരത.

രൌദ്രൻ. ന. യമൻ.

രൌദ്രം. ന. ൧, കോപം. ൨, ഉഷ്ണം.

രൌദ്രി. ന. പാൎവ്വതി.

രൌമകം. ന. ഒരു വക ഉപ്പു.

രൌരവ. വി. (വൻ, വി, വം.) വി. ന. ൧, ഭയങ്കരമായുള്ള. ൨, വ്യാജമുള്ള. ൩, വഴുതലുള്ള.

രൌരവൻ. ന. മുഷ്കൻ, ക്രൂരൻ.

രൌരവം. ന. ഒരു നരകം.

രൌഷ്യം. ന. കോപം.

രൌഹിണേയൻ. ന. ൧, ബുധൻ. ൨, ബലഭദ്രൻ.

രൌഹിഷം. ന. ഒരു വക മാൻ.

ല. ഹല്ലുകളിൽ ഇരുപത്തെട്ടാം അക്ഷരം.

ലകാരം. ന. ല എന്ന അക്ഷരം.

ലകുചം. ന. ഒരു വൃക്ഷം, ആയിനി.

ലക്ക. ന. ൧, തക്കതായ സമയം. ൨, ലാക്ക.

ലക്കം. ന. അക്കം.

ലക്കോട്ടു. ന. മടക്കിയ എഴുത്തു, എഴുത്തു അടക്കം ചെയ്യാനുള്ള കൂട.

ലക്തകം. ന. കീററുതുണി.

ലഗാൻ. ന. കതിരവാറു, വള്ളി.

ലഗുഡം. ന. വടി, കുറുവടി.

ലഗ്നകൻ. ന. ജാമ്യക്കാരൻ, മദ്ധ്യസ്ഥൻ.

ലഗ്ന. വി. (ഗ്നൻ, ഗ്നാ, ഗ്നം.) വി. ന. ചേൎന്നിരിക്കുന്ന.

ലഗ്നം. ന. ഉദയരാശി.

ലഗ്നാധിപൻ. ന. ഉദയരാശിയുടെ നാഥൻ.

ലഗ്നിക. ന. പത്തു വയസ്സു ചെന്ന പെൺ.

ലഘിമാവു. ന. ഏററവും ലഘുത്വം.

ലഘിഷ്ഠ. വി. ഏററവും ലഘുവായ.

ലഘു. വി. (ഘു, ഘു, ഘ്വി, ഘു.) വി. ന. ൧, ഭാരമില്ലാത്ത. ൨, നിമിഷമുള്ള. ൩, സാരമില്ലാത്ത. ൪, സൌന്ദൎയ്യമുള്ള. ൫, ചെറിയ. ൬, ഹീനമായ. ൭, ക്ഷിണമുള്ള. ൮, വെടിപ്പുള്ള. ൯, ഹ്രസ്വമായ. **ലഘുത്വം.** ഗു. ന. ഭാരമില്ലായ്മ.

ലഘു. ന. ൧, കാരകിൽ വൃക്ഷം. ൨, രാമച്ചം. ൩, ഒരു തൈ.

ലഘുത്വം. ന. കനക്കുറവു.

ലഘ്വീ. ന. ൧, സാരമില്ലാത്ത സ്ത്രീ. ൨, കനമില്ലാത്ത ഒരു വാഹനം, ഒരു മാതിരി വണ്ടി.

ലഘുലയം. ന. ഒരുജാതിമരുന്നു, രാമച്ചം.

ലങ്ക. ന. ൧, രാവണൻ പാൎത്തിരുന്ന സ്ഥലം. ൨, പാതിവ്രത്യമില്ലാത്ത സ്ത്രീ.

ലങ്കർ. ന. നങ്കൂരം.

ലംഘനം. ന. ൧, ഉപവാസം. ൨, അതിക്രമം. ൩, അപ്പുറത്തേക്കു കടക്കുക. ൪, കുതിരയുടെ ഒരുമാതിരി നടപ്പു.

ലംഘിക്കുന്നു. ച്ചു. പ്പാൻ. (ലംഘി.) സ. ക്രി. ൧, അതിക്രമിക്കുന്നു. ൨, നിഷേധിക്കുന്നു.

ലംഘിത. വി. (തൻ, താ, തം.) വി. ന. ൧, ലംഘിക്കപ്പെട്ട. ൨, അതിക്രമിക്കപ്പെട്ട.

ലംഘ്യ; ലംഘനീയ. വി. ലംഘിക്കത്തക്ക.

ലഞ്ജം. ന. ൧, അടിവാരം. ൨, വാൽ.

ലഞ്ജിക. ന. തേവിടിച്ചി.

ലജ്ജ. ന. നാണം.

ലജ്ജകേടു. ന. നാണക്കേടു.

ലജ്ജാകര. വി. (രൻ, രാ, രി, രം.) ലജ്ജയെ ജനിപ്പിക്കത്തക്ക.

ലജ്ജാശീല. വി. (ലൻ, ലാ, ലം.) വി. ന. നാണമുള്ള.

ലജ്ജിക്കുന്നു. ച്ചു. പ്പാൻ. (ലജ്ജി.) അ. ക്രി. നാണിക്കുന്നു. **ലജ്ജിപ്പിക്കുന്നു.** സ. ക്രി.

ലജ്ജിത. വി. (തൻ, താ, തം.) വി. ന. നാണിച്ച.

ലടഭാ. ന. ൧, ഒരുമാതിരി കുരികിൽ. ൨, പാതിവ്രത്യമില്ലാത്ത സ്ത്രീ.

ലഡ്ഡു; ലഡ്ഡുകം. ന. നെയ്യപ്പം, ഒരു പലഹാരം.

ലത. ന. ൧, വള്ളി. ൨, ഒരു തൈ. ൩, ഒരു പയർ.

ലതാഗൃഹം. ന. വള്ളിക്കുടിൽ, വള്ളിപ്പടപ്പു.

ലതാംഗി. ന. സുന്ദരി.

ലതാന്തം. ന. പുഷ്പം.

ലതാപ്രതാനിനീ. ന. വള്ളിപ്പടപ്പു.

ലതാക്കം. ന. പച്ചനിറമുള്ള.

ലതിക. ന. വള്ളി.

ലന്ത. ന. ൧, ഒരു വൃക്ഷം. ൨, യൂറോപ്പിലുള്ളതിൽ ഒരു ദിക്കുകാൎക്കു പറയപ്പെട്ട ഒരു പേർ.

ലന്തക്കുരുവു. ന. ലന്തവൃക്ഷത്തിന്റെ കുരുവു.

ലപനം. ന. ൧, മുഖം. ൨, വാക്കു.

ലപിത. വി. (തൻ, താ, തം.) വി. ന. പറയപ്പെട്ട.

ലപിതം. ന. വാക്കു.

ലബ്ധ. വി. (ബ്ധൻ, ബ്ധാ, ബ്ധം.) വി. ന. ലഭിക്കപ്പെട്ട, ലഭിച്ച.

ലബ്ധാ. ന. വിശ്വസിപ്പാൻ വഹിയാത്ത ഒത്താവുള്ളവൾ.

ലബ്ധവൎണ്ണ. വി. (ൎണ്ണൻ, ൎണ്ണാ, ൎണ്ണം.) വി. ന. വിദ്യയുള്ള.

ലബ്ധി. ന. ലാഭം.

ലഭിക്കുന്നു. ച്ചു. പ്പാൻ. (ലഭി.) സ. ക്രി. കിട്ടുന്നു.

ലഭ്യ. വി. (ഭ്യൻ, ഭ്യാ, ഭ്യം.) വി. ന. ലഭിക്കപ്പെടുവാന്തക്ക.

ലംപടൻ. ന. സ്ത്രീകളിൽ അധികം ആഗ്രഹമുള്ളവൻ.

ലംബനം. ന. ൧, തൂങ്ങുക, ഞാന്നുകിടക്കുക. ൨, കഴുത്തിലിടുന്ന ഒരുമാതിരി മാല.

ലംബ. വി. (ബൻ, ബാ, ബം.) വി. ന. ൧, നീളമുള്ള, വിസ്താരമുള്ള. ൨, തൂങ്ങിയ.

ലംബമാന. വി. തൂങ്ങിക്കിടക്കുന്ന, ആശ്രയിക്കുന്ന.

ലംബാ. ന. ൧, ലക്ഷ്മി. ൨, പേച്ചുര.

ലംബം. ന. ൧, കൈക്കൂലി. ൨, തൂക്കം, ഞാലുക.

ലംബിക. ന. അണ്ണാക്കു.

ലംബിക്കുന്നു. ച്ചു. പ്പാൻ. (ലംബി.) അ. ക്രി. ഞാന്നുകിടക്കുന്നു.

ലംബിത. വി. (തൻ, താ, തം.) വി. ന. ലംബിക്കപ്പെട്ട, ആശ്രയിക്കപ്പെട്ട.

ലംബോദരൻ. ന. ൧, ഗണപതി. ൨, കുടവയറുള്ളവൻ.

ലംഭനം. ന. ൧, ശകാരം. ൨, നിന്ദ. ൩, ലാഭം.

ലംഭിത. വി. (തൻ, താ, തം.) വി. ന. ലഭിക്കപ്പെട്ട, കൊടുക്കപ്പെട്ട.

ലയപുത്രി. ന. നൃത്തം ചെയ്യുന്നവൾ.

ലയം. ന. ൧, നാശം. ൨, ദ്രാവണം. ൩, രാമച്ചം. ൪, നൃത്തഗീതാദികൾ ഒരുമിച്ചു പ്രയോഗിക്കു. ൫, മുറുകെപ്പിടിക്കുക. ൬, ഉല്ലാസം. ൭, ഭവനം.

ലയാലംബൻ. ന. നൃത്തം ചെയ്യുന്നവൻ.

ലയിക്കുന്നു. ച്ചു. പ്പാൻ. (ലയി.) അ. ക്രി. ൧, നശിക്കുന്നു. ൨, ദ്രവിക്കുന്നു. ൩, ഉല്ലസിക്കുന്നു. **ലയിപ്പിക്കുന്നു.** സ. ക്രി.

ലലനം. ന. ൧, ഉല്ലാസം. ൨, നാവു നീട്ടുക.

ലലനാ. ന. ൧, സ്ത്രീ. ൨, കാമമുള്ള സ്ത്രീ. ൩, നാവു.

ലലന്തികാ. ന. ൧, കഴുത്തിൽ നീണ്ടു കിടക്കുന്ന മാല. ൨, പല്ലി, ഗൌളി.

ലലാടം. ന. നെററി.

ലലാടാസ്ഥി. ന. നെററിയിലെ അസ്ഥി.

ലലാടിക. ന. ൧, നെററിയിലെ ആഭരണം. ൨, തൊടുകുറി.

ലലാമ. വി. (മൻ, മാ, മം.) വി. ന. ഭംഗിയുള്ള, കൌതുകം തോന്നിപ്പിക്കുന്ന.

ലലാമം. ന. ൧, അടയാളം. ൨, കൊടി. ൩, തൊടുകുറി. ൪, വാൽ. ൫, പ്രധാനത. ൬, പ്രമാണം. ൭, കുതിരയുടെ ആഭരണം. ൮, ആഭരണം.

ലലാമകം. ന. പൂമാല.

ലലിത. വി. (തൻ, താ, തം.) വി. ന. ആഗ്രഹിക്കപ്പെട്ട, സൌന്ദൎയ്യമുള്ള.

ലലിതം. ന. സുന്ദരിമാരുടെ ചില ശൃംഗാര ഭാവം.

ലവങ്കം. ന. ഒരു വൃക്ഷം, ദേവകുസുമം.

ലവങ്ഗം. ന. ജലവങ്ഗം.

ലവണ. വി. (ണൻ, ണാ, ണം.) വി. ന. ൧, ഉപ്പുരസമുള്ള. ൨, സൌന്ദൎയ്യമുള്ള.

ലവണൻ. ന. ഒരസുരൻ.

ലവണാ. ന. ൧, ശോഭ. ൨, ഒരാറു.

ലവണം. ന. ൧, ഉപ്പുരസം. ൨, ഉപ്പ.

ലവണസമുദ്രം. ന. ഉപ്പുകടൽ.

ലവണാകരം. ന. ഉപ്പു വിളയുന്ന സ്ഥലം.

ലവണോദം. ന. ഉപ്പുവെള്ളം.

ലവനം. ന. ൧, കൊയിത്തു. ൨, കണ്ടിക്കുക.

ലവൻ. ന. രാമചന്ദ്രന്റെ പുത്രന്മാരിൽ ഒരുത്തൻ.

ലവം. ന. ൧, അറുക്കുക, മുറിക്ക. ൨, കൊയ്ത്തു. ൩, നാശം. ൪, അല്പമായ ഒരു സമയം, നിമിഷം. ൫, അല്പം. ൬, ജാതിക്കാ. ൭, കരയാമ്പൂവു.

ലവംഗം. ന. കരയാമ്പൂ വൃക്ഷം.

ലവാണകം. ന. അരിവാൾ.

ലവിത്രം. ന. അരിവാൾ.

ലശുനം. ന. ഒരൌഷധിമരുന്നു, വെള്ളുള്ളി.

ലസൽ. വി. (സൻ, സന്തി, സൽ.) വി. ന. ൧, ഉല്ലസിക്കുന്ന. ൨, ശോഭിക്കുന്ന.

ലസാ. ന. മഞ്ഞൾ.

ലസിക. ന. വായിലെ നീർ.

ലസിക്കുന്നു. ച്ചു. പ്പാൻ. (ലസി.) അ. ക്രി. ശോഭിക്കുന്നു. **ലസിപ്പിക്കുന്നു.** സ. ക്രി. **ലസനം.** ന.

ലസ്തകം. ന. വില്ലിന്റെ നടുവു.

ലസ്ത. ക്രി. (സ്തൻ, സ്താ, സ്തം.) വി. ന. ൧, പിടിക്കപ്പെട്ട. ൨, സാമൎത്ഥ്യമുള്ള.

ലസ്തകീ. ന. വില്ലു.

ലഹരി. ന. ഒരുമാതിരി വലിയ തിരമാല. (മ.) മദംപിടിക്ക.

ലഹരിദ്രവ്യം. ന. മദമുള്ള വസ്തു.

ലഹള. ന. കൂട്ടംകൂടിയുള്ള കലഹം.

ലളിത. വി. (തൻ, താ, തം.) വി. ന. ൧, ആഗ്രഹിക്കപ്പെട്ട. ൨, സൌന്ദൎയ്യമുള്ള.

ലളിതം. ന. സുന്ദരിമാരുടെ ചില ശൃംഗാരഭാവം.

ലളിതാ. ന. ൧, സൌന്ദൎയ്യമുള്ളവൾ. ൨, വേശ്യ.

ലക്ഷണക്കേടു; ലക്ഷണപ്പിഴ. ന. ആരംഭത്തിൽ കാണുന്ന ദോഷം, ഭാവിയിൽ ദോഷമുണ്ടാകുമെന്നറിയിക്കുന്ന ലക്ഷ്യം.

ലക്ഷണാ. ന. ഒരുമാതിരി പക്ഷിയിൽ പിട.

ലക്ഷണം. ന. ൧, അടയാളം. ൨, രൂപം. ൩, പ്രമാണം. ൪, ഗുണം. ൫, മൎമ്മം.

ലക്ഷണഹീന. വി. (നൻ, നാ, നം.) വി. ന. ലക്ഷണത്തോടു കൂടാത്ത.

ലക്ഷദീപം. ന. തിരുവനന്തപുരത്തു ക്ഷേത്രത്തിലെ ഒരു വലിയ വിശേഷമായ ദീപോത്സവം.

ലക്ഷം. അല്ലെങ്കിൽ, **ലക്ഷ.** ന. ൧, നൂറായിരം. ൨, ചതിവു. ൩, അടയാളം, ലാക്ക, ശരവും മററും പ്രയോഗിച്ചാൽ കൊള്ളേണ്ടുന്ന സ്ഥലം.

ലക്ഷാധികാരി. ന. ലക്ഷം ആളുകൾക്കു മേൽവിചാരക്കാരൻ.

ലക്ഷിക്കുന്നു. ച്ചു. പ്പാൻ. (ലക്ഷി.) സ. ക്രി. നോക്കുന്നു.

ലക്ഷിത. വി. (തൻ, താ, തം.) വി. ന. ൧, കാണപ്പെട്ട. ൨, അടയാളമിടപ്പെട്ട.

ലക്ഷീകരിക്കുന്നു. സ. ക്രി. ലക്ഷ്യമാക്കിത്തീൎക്കുന്നു, ഉന്നുന്നു.

ലക്ഷീഭവിക്കുന്നു. അ. ക്രി. ലക്ഷ്യമായി ഭവിക്കുന്നു, ലാക്ക (ഉന്നം) ആയിത്തീരുന്നു.

ലക്ഷോപലക്ഷം. വി. വളരെ അധികം, അനവധി.

ലക്ഷ്മണ. വി. (ണൻ, ണാ, ണം.) വി. ന. ൧, ലക്ഷണമുള്ള. ൨, ശ്രീയുള്ള.

ലക്ഷ്മണൻ. ന. ൧, ശ്രീരാമന്റെ അനുജൻ. ൨, വണ്ടാരംകോഴി.

ലക്ഷ്മണാ. ന. ഒരുതരം കോഴിപ്പിട.

ലക്ഷ്മാവു. ന. അടയാളം.

ലക്ഷ്മീ. ന. ൧, വിഷ്ണുവിന്റെ ഭാൎയ്യ, ശ്രീ. ൨, സമ്പത്തു. ൩, ശോഭ. ൪, തിരുതാളി. ൫, മഞ്ഞൾ.

ലക്ഷ്മീപതി. ന. വിഷ്ണു.

ലക്ഷ്മീവല്ലഭൻ. ന. വിഷ്ണു.

ലക്ഷ്മീവൽ. വി. (വാൻ, വതി, വൽ.) വി. ന. ലക്ഷ്മിയുള്ള.

ലക്ഷ്യ. വി. (ക്ഷ്യൻ, ക്ഷ്യാ, ക്ഷ്യം.) വി. ന. ൧, കാണപ്പെടുവാൻ തക്ക. ൨, അറിയപ്പെടുവാൻ തക്ക.

ലക്ഷ്യം. ന. ൧, അടയാളം. ൨, ലാക്ക. ൩, നൂറായിരം. ൪, വഞ്ചന.

ലക്ഷ്യജ്ഞ. വി. ലക്ഷ്യത്തെപ്പററിയെല്ലാം അറിയാവുന്നവൻ, അസ്ത്രപ്രയോഗത്തിൽ സമൎത്ഥൻ. **ലക്ഷ്യജ്ഞത്വം.** ന.

ലാ

ലാക്ക. ന. ൧, അടയാളം. ൨, ലക്ഷ്യം.

ലാഘവം. ന. ൧, ശരീരസൌഖ്യം. ൨, ലഘുത്വം, കനമില്ലായ്ക, സാരമില്ലായ്ക.

ലാംഗലദണ്ഡം. ന. കലപ്പയുടെ പിടി.

ലാംഗലപദ്ധതി. ന. ഉഴപ്പൊളി.

ലാംഗലം. ന. ൧, കലപ്പ. ൨, ഒരു മാതിരി പനവൃക്ഷം.

ലാംഗലികീ. ന. ൧, കറുംകാട്ട. ൨, ഒരു വൃക്ഷം.

ലാംഗലി. ന. ൧, നിൎത്തിപ്പലി. ൨, തെങ്ങു.

ലാംഗൂലം. ന. ൧, വാൽ. ൨, ലിംഗം.

ലാജം. ന. ൧, മലർ. ൨, നനെച്ച ധാന്യം.

ലാഞ്ഛുന്നു. ഞ്ഛി. ഞ്ഛുവാൻ. (ലാഞ്ഛു.) സ. ക്രി. വെള്ളത്തിൽ ഇട്ടുലച്ചു കഴുകുന്നു.

ലാഞ്ഛനം. ന. അടയാളം.

ലാഞ്ഛിത. വി. (തൻ, താ, തം.) വി. ന. അടയാളപ്പെട്ട.

ലാട. വി. (ടൻ, ടാ, ടം.) വി. ന. ൧, പഴതായ. ൨, ശിശുത്വമുള്ള.

ലാടൻ. ന. ൧, ഒരു ദിക്കു. ൨, അവിടെയുള്ള മനുഷ്യൻ.

ലാടം. ന. കുതിരയുടെ കാലിൽ വെച്ചു തറെക്കുന്ന ഇരിമ്പുപോള. (സം.) ൧, വസ്ത്രം. ൨, കുററം.

ലാത്തുന്നു. ത്തി. ത്തുവാൻ. (ലാത്തു.) അ. ക്രി. സാവധാനത്തിൽ അങ്ങോട്ടും ഇങ്ങോട്ടും നടക്കുന്നു. **ലാത്തൽ; ലാത്തു.** ന.

ലാപം. ന. സംസാരം.

ലാഭം. ന. വരവു, നേട്ടം, ലബ്ധി.

ലാമജ്ജകം. ന. രാമച്ചം.

ലായം. ന. കുതിരപ്പന്തി.

ലാല. ന. വായിലെ വെള്ളം.

ലാലസ. ന. ൧, ആഗ്രഹം. ൨, യാചന. ൩, വ്യാകുലത. ൪, ഉല്ലാസം.

ലാലസീക. ന. ചാറു.

ലാലാടിക. വി. (കൻ, കീ, കം.) വി. ന. ൧, ലലാടത്തെ സംബന്ധിച്ച, നെററിയോടു ചേർന്ന. ൨, ഹീനമായ. ൩, ദൈവകല്പിതത്തെ സംബന്ധിച്ച.

ലാലാടികൻ. ന. ൧, യജമാനന്റെ മനസ്സിലുള്ളതിനെ മുഖഭാവം നോക്കി അറിയുന്ന ഭൃത്യൻ. ൨, മടിയൻ, കാര്യങ്ങൾക്കു പ്രാപ്തിയില്ലാത്തവൻ.

ലാലിക്കുന്നു. ച്ചു. പ്പാൻ. (ലാലി.) സ. ക്രി. ലാളിക്കുന്നു.

ലാവണം. ന. സ്ഥിരമായുള്ള പണി (ഉദ്യോഗം).

ലാവണ്യം. ന. ൧, സൌന്ദര്യം. ൨, ഉപ്പുരസം.

ലാവണ്യാർജ്ജിതം. ന. സ്ത്രീധനമായി കൊടുക്കപ്പെട്ട മുതൽ.

ലാവം. ന. ൧, കാടപ്പക്ഷി. ൨, വെട്ടിയിടുക, മുറിക്ക.

ലാവ. ന. കാടപ്പക്ഷിപ്പിട.

ലാവുന്നു; ലാകുന്നു. അ. ക്രി. ലാത്തുന്നു.

ലാസകൻ. ന. ആട്ടക്കാരൻ.

ലാസം. ന. ആട്ടം.

ലാസികാ. അല്ലെങ്കിൽ, **ലാസികീ.** ന. ആടുന്നവൾ.

ലാസ്യം. ന. ൧, ആട്ടം. ൨, കൊട്ടും പാട്ടും നൃത്തവും കൂടിയതു.

ലാളനം. ന. ലാളിക്കുക.

ലാളിക്കുന്നു. ച്ചു. പ്പാൻ. (ലാളി.) സ. ക്രി. വാത്സല്യത്തോടെ രക്ഷിക്കുന്നു.

ലാളിത. വി. (തൻ, താ, തം.) വി. ന. ലാളിക്കപ്പെട്ട.

ലാളിത്യം. ന. ഏവരുടേയും വാത്സല്യത്തിനു പാത്രീഭവിപ്പിക്കത്തക്ക ഗുണം, മനോഹര പ്രകൃതി.

ലാക്ഷാ. ന. കോലരക്കു.

ലാക്ഷാതരു. ന. പ്ലാശുവൃക്ഷം.

ലാക്ഷാപ്രസാദനം. ന. മലങ്കുരുക.

ലാക്ഷാരസം. ന. കോലരക്കിൽനിന്നെടുക്കുന്ന ചുവന്ന ചായം.

ലി

ലികുചം. ന. ഒരു വൃക്ഷം.

ലിഖിത. വി. (തൻ, താ, തം.) വി. ന. ൧, എഴുതപ്പെട്ട. ൨, വരെക്കപ്പെട്ട. ൩, വർണ്ണിക്കപ്പെട്ട.

ലിഖിതം. ന. എഴുത്തു.

ലിഖ്യപ്രകരണം. ന. എഴുത്തുകുത്തു ചെയ്യേണ്ട നിയമങ്ങൾ അടങ്ങിയിട്ടുള്ള ഗ്രന്ഥം.

ലിംഗധാരി. ന. ലിംഗം ധരിച്ചവൻ.

ലിംഗം. ന. ൧, അടയാളം. ൨, ശിവലിംഗം. ൩, രൂപം. ൪, പ്രകൃതി. ൫, പുരുഷന്റെ അടയാളം, മേഢ്രം. ൬, സംസ്കൃത ശബ്ദത്തിന്റെ പുല്ലിംഗവും മററും. ൭, രോഗലക്ഷണം.

ലിംഗധാരി. ന. ൧, ശിവഭക്തന്മാരുടെ ഇടയിലുള്ള ഒരു വർഗ്ഗത്തിന്റെ പേരു. ൨, പ്രത്യേകമുദ്രയെ ധരിച്ചിട്ടുള്ളവൻ.

ലിംഗവൃത്തി. ന. കപടഭക്തികൊണ്ടു പജ്ജീവിപ്പാനായിട്ടു സന്ന്യാസിവേഷം ധരിച്ചു നടക്കുന്നവൻ.

ലിപി. ന. ൧, അക്ഷരം, എഴുത്തു. ൨, ചിത്രമെഴുത്തു.

ലിപികാരൻ. ന. എഴുത്തുകാരൻ.

ലിപ്തകം. ന. വിഷം തേക്കപ്പെട്ട അമ്പു.

ലിപ്ത. വി. (പ്തൻ, പ്താ, പ്തം.) വി. ന. ൧, പൂചപ്പെട്ട. ൨, തിന്ന. ൩, ആലിംഗനം ചെയ്യപ്പെട്ട. ൪, വിഷത്താൽ തേക്കപ്പെട്ട. ൫, അശുദ്ധിയാക്കപ്പെട്ട.

ലിപ്സാ. ന. ആഗ്രഹം.

ലിക്ഷാ. ന. ഈരു.

ലീ

ലീഢ. വി. (ഢൻ, ഢാ, ഢം.) വി. ന. ൧, നക്കപ്പെട്ട. ൨, ഭക്ഷിക്കപ്പെട്ട.

ലീന. വി. (നൻ, നാ, നം.) വി. ന. ലയിച്ച, ചേർന്ന.

ലീല. ന. ൧, ക്രീഡ. ൨, കളി. ൩, വേഷം. ൪, ഉല്ലാസം.

ലീലാഗാരം. ന. ക്രീഡാഗൃഹം.

ലീലായമാന. വി. കളിയോടുകൂടിയ.

ലീലാവതി. ന. ൧, ലീലയുള്ള സ്ത്രീ. ൨, ഒരു കണക്കുപുസ്തകം.

ലീലാവിലാസം. ന. ഉല്ലാസം.

ലു

ലുഞ്ചിതകേശൻ. ന. തല ചിരച്ചവൻ.

ലുഞ്ചിത. വി. (തൻ, താ, തം.) വി. ന. ചിരെക്കപ്പെട്ട.

ലുഠനം. ന. ൧, പിരളുക. ൨, ഉരുളുക.

ലുഠിത. വി. (തൻ, താ, തം.) വി. ന. ൧, പിരളുന്ന. ൨, ഉരുളുന്ന.

ലുണ്ടകൻ. ന. കള്ളൻ.

ലുപ്ത. വി. (പ്തൻ, പ്താ, പ്തം.) വി. ന. ൧, നശിപ്പിക്കപ്പെട്ട, നശിച്ച. ൨, തള്ളപ്പെട്ട. **ലുപ്തത.** ശ്ശ. ന. നാശം.

ലുപ്തം. ന. കൊള്ള, കവർച്ച.

ലുബ്ധ. വി. (ബ്ധൻ, ബ്ധാ, ബ്ധം.) വി. ന. ലോഭമുള്ള, പിശുക്കുള്ള. **ലുബ്ധത.** ശ്ശ. ന. പിശുക്കു.

ലുബ്ധൻ. അല്ലെങ്കിൽ **ലുബ്ധകൻ.** ന. ൧, നായാടി. ൨, പിശുക്കൻ.

ലുബ്ധം. ന. പിശുക്കു.

ലുലാപം. ന. പോത്തു.

ലുളിത. വി. (തൻ, താ, തം.) വി. ന. ഇളകപ്പെട്ട.

ലൂ

ലൂത. ന. ൧, ചിലന്നി. ൨, ഉറുമ്പു.

ലൂന. വി. (നൻ, നാ, നം.) വി. ന. മുറിക്കപ്പെട്ട.

ലൂനി. ന. കൊയ്ത്തു.

ലൂമം. ന. വാൽ.

ലേ

ലേഖ. ന. രേഖ.

ലേഖം. ന. എഴുത്തു.

ലേഖകൻ. ന. എഴുത്തുകാരൻ.

ലേഖനതൂലിക. ന. എഴുതുന്ന തൂവലും മററും.

ലേഖനം. ന. എഴുത്തു.

ലേഖനി. ന. എഴുത്തുകോൽ.

ലേഖനികൻ. ന. അഞ്ചൽക്കാരൻ.

ലേഖൻ. ന. ദേവൻ.

ലേഖഋഷഭൻ ന. ഇന്ദ്രൻ.

ലേഖ്യചൂൎണ്ണിക. ന. എഴുതുന്ന ഇരുവൽ.

ലേഖ്യ. വി. (ഖ്യൻ, ഖ്യാ, ഖ്യം.) വി. ന. എഴുതപ്പെടുവാൻ തക്ക.

ലേഖ്യം. ന. ൧, എഴുതിയ ഓലയും മററും. ൨, എഴുത്തു.

ലേഖ്യസ്ഥാനം. ന. എഴുതുന്നതിന്നു ള്ള സ്ഥാനം.

ലേഞ്ചി. ന. തലയിൽ കെട്ടുന്ന ചില ചെറിയ വസ്ത്രങ്ങൾക്കു പറയുന്ന ഒരു പേർ, ലേസു.

ലേപകൻ. ന. പൂചുന്നവൻ.

ലേപനം. ന. പൂചൽ, തേക്കുക.

ലേപം. ന. ൧, ചുണ്ണാമ്പു. ൨, കുമ്മായംതേക്കുക. ൩, ഭക്ഷിക്കുക.

ലേപ്യ. വി. (പ്യൻ, പ്യാ, പ്യം.) വി. ന. തേക്കപ്പെടുവാൻ തക്ക.

ലേപ്യം. ന. പൂചുക, തേക്കുക, ലേപനം.

ലേലം. ന. പരസ്യമായി കൂടുതൽവിലയ്ക്കു കൊടുക്കുന്ന ഏൎപ്പാടു.

ലേശം. ന. അല്പം.

ലേഷ്ടു. ന. മങ്കട്ട.

ലേസു. ന. തലയിൽ കെട്ടുന്നതിന്നു സമചതുരത്തിലുള്ള ചില വസ്ത്രം.

ലേഹനം. ന. നക്കുക.

ലേഹം. ന. ൧, ഭക്ഷണം. ൨, നക്കുക. (മ.) നക്കുവാൻ തക്ക ഒരു മരുന്നു.

ലേഹ്യ. വി. (ഹ്യൻ, ഹ്യാ, ഹ്യം.) വി. ന. നക്കപ്പെടുവാൻ തക്ക.

ലേഹം ന. ദേവന്മാരുടെ ഒരു ഭക്ഷണം, അമൃതു, നക്കിത്തിന്മാൻ തക്ക ഒരുമാതിരി മരുന്നു, ലേഹം.

ലോ

ലോകകാൎയ്യം. ന. ഈ ലോകത്തെ സംബന്ധിച്ചുള്ള കാൎയ്യം.

ലോകജനനീ. ന. ൧, പാൎവ്വതി. ൨, ലക്ഷ്മി.

ലോകജിത്തു. ന. ബുദ്ധമുനി.

ലോകത. ന. ലോകമൎയ്യാദ.

ലോകതത്വം. ന. ഈ ലോകത്തിൽ യഥാൎത്ഥമായികാണുന്ന പ്രമാണം, ലോകപ്രകൃതി.

ലോകനാഥൻ. ന. ൧, ലോകത്തെ രക്ഷിക്കുന്നവൻ, രാജാവു. ൨, ഒരു ബുദ്ധമുനി.

ലോകനായകൻ. ന. മേല്പറഞ്ഞ അൎത്ഥം.

ലോകനാശം. ന. ലോകാവസാനം.

ലോകനീതി. ന. ലോകമൎയ്യാദ.

ലോകപ്രകൃതി. ന. ൧, ഈലോകത്തിൽ കാണുന്ന എല്ലാററിന്റെയും സ്ഥിതി. ൨, സാധാരണമായുള്ള മനുഷ്യസ്വഭാവം.

ലോകപാലൻ. ന. ലോകത്തെ രക്ഷിക്കുന്നവൻ, രാജാവു. ഇതു ഇന്ദ്രൻ അഗ്നി മുതലായ ചില ദേവന്മാൎക്കു പറയും.

ലോകപീഡ. ന. ലോകങ്ങളെ ഉപദ്രവിക്കുക, ജനങ്ങളെ ഉപദ്രവിക്കുക.

ലോകബാന്ധവൻ. ന. ആദിത്യൻ.

ലോകമാതാവു. ന. പാൎവ്വതി, ലക്ഷ്മി.

ലോകം. ന. ൧, ഭുവനം. ൨, ജനം. ൩, കാഴ്ച. ൪, ജനക്കൂട്ടം. ൫, ഭൂമി, പാതാളം, സ്വൎഗ്ഗവുമ്മററും.

ലോകർ. ന. ജനങ്ങൾ.

ലോകരൂഢി. ന. ലോകപ്രസിദ്ധം.

ലോകവാദം. ന. ജനവാദം.

ലോകവാൎത്ത. ന. ലോകത്തിലെ വൎത്തമാനം.

ലോകവാസം. ന. ലോകത്തിലെ ഇരിപ്പു.

ലോകസക്തി. ന. വിഷയസുഖത്തിലുള്ള താല്പൎയ്യം.

ലോകാചാരം. ന. ലോകമൎയ്യാദ.

ലോകാന്തരം. ന. വേറൊരു ലോകം, വരുവാനുള്ള ലോകം, വരുവാനുള്ള ജീവിതം.

ലോകാന്തം. ന. ലോകാവസാനം.

ലോകാപവാദം. ന. ദുഷ്കീൎത്തി.

ലോകായതം. ന. ചാൎവ്വാകനാൽ പഠിപ്പിക്കപ്പെട്ട ഒരു മതം, ഈശ്വരനില്ലെന്നുള്ള ഒരു പ്രമാണം.

ലോകായതികൻ. ന. ചാൎവ്വാകമതത്തെ അനുസരിക്കുന്നവൻ, നാസ്തികൻ.

ലോകാലോകം. ന. സമുദ്രങ്ങളെ ഏഴിനെയും ചുററിയുള്ള ഒരു പൎവ്വതം.

ലോകാവസാനം. ന. ലോകനാശം.

ലോകേശൻ. ന. ബ്രഹ്മാവു.

ലോകോക്തി. ന. ൧, ലോകതത്വത്തെയോ ലോകപ്രകൃതിയെയോ വിവരിക്കുന്ന വാക്കു. ൨, ആളുകളുടെ സാധാരണമായുള്ള പറച്ചിൽ, പഴഞ്ചൊല്ലു.

ലോകോത്തര. വി. (രൻ, രാ, രം.) വി. ന. ലോകത്തിൽ ശ്രേഷ്ഠതയുള്ള.

ലോകോപകാരം. ന. ൧, ജനങ്ങൾക്കുചെയ്യുന്ന ഉപകാരം. ൨, ജനങ്ങൾ ചെയ്യുന്ന ഉപകാരം.

ലോകോപദ്രവം. ന. ൧, ലോകരെ ഉപദ്രവിക്ക. ൨, ജനങ്ങളുപദ്രവിക്ക.

ലോചകം. ന. ൧, മാംസഖണ്ഡം. ൨, ൨, കണ്ണിലെ ഉണ്ണി. ൩, വിളക്കുമഷി. ൪, നെററിപ്പട്ടം. ൫, നിലവസ്ത്രം. ൬, കുണ്ഡലം. ൭, വാഴ. ൮, വില്ലിന്റെ ഞാൺ. ൯, പൂരികം.

ലോചന. ന. യവനന്മാരുടെ ദേവി.

ലോചനം. ന. കണ്ണു.

ലോചനാമയം. ന. കണ്ണിൽദീനം.

ലോചമസ്തകം. ന. ൧, കരിഞ്ചീരകം. ൨, ഒരു പുഷ്പം.

ലോതം. ന. ൧, കവച്ച. ൨, കണ്ണുനീരു.

ലോദ്ധ്രം. ന. ഒരു പച്ചമരുന്നു, പാച്ചോററി.

ലോപം. ന. ൧, ഛേദനം. ൨, നാശം.

ലോപാമുദ്ര. ന. അഗസ്ത്യമഹൎഷിയുടെ ഭാൎയ്യ.

ലോപിക്കുന്നു. ച്ചു. പ്പാൻ. (ലോപി.) സ. ക്രി. ൧, ഛേദിക്കുന്നു. ൨, നശിപ്പിക്കുന്നു.

ലോപ്ത്രം. അല്ലെങ്കിൽ, **ലോത്രം.** ന. കൊള്ളയിട്ടെടുത്ത വസ്തു.

ലോഭം. ന. ൧, അത്യാഗ്രഹം. ൨, പിശുക്കു.

ലോഭി. വി. (ഭീ, ഭിനി, ഭി.) വി. ന. ലോഭമുള്ള.

ലോഭിക്കുന്നു. ച്ചു. പ്പാൻ. (ലോഭി.) സ. ക്രി. ലോഭത്തെ കാണിക്കുന്നു, ദ്രവ്യം ചിലവിടാതെയും മററും സൂക്ഷിക്കുന്നു.

ലോമം. ന. ൧, വാൽ. ൨, രോമം.

ലോമശ. വി. (ശൻ, ശാ, ശം.) വി. ന. രോമംകൊണ്ടു മൂടിയിരിക്കുന്ന.

ലോമശൻ. ന. ൧, ഒരു മഹൎഷി. ൨, മുട്ടാട.

ലോമശ. ന. ഒരു മരുന്നു.

ലോമഹൎഷണം. ന. രോമാഞ്ചം.

ലോല. വി. (ലൻ, ലാ, ലം.) വി. ന. ൧, ആഗ്രഹമുള്ള. ൨, ഇളക്കമുള്ള, വിറെക്കുന്ന. **ലോലത.** ന.

ലോല. ന. ൧, നാക്കു. ൨, ലക്ഷ്മിദേവി.

ലോലിത. വി. ഇളക്കപ്പെട്ട, മാറുന്ന.

ലോലുപ. വി. (പൻ, പാ, പം.) വി. ന. അത്യാഗ്രഹമുള്ള.

ലോലുഭ. വി. (ഭൻ, ഭാ, ഭം.) വി. ന. അത്യാഗ്രഹമുള്ള.

ലോഷ്ടഭേദനം. ന. കട്ടയുടെക്കുന്നതിന്നുള്ള തടി, പല്ലിത്തടി.

ലോഷ്ടം. ന. ൧, മങ്കട്ട. ൨, ഇരിമ്പുകിട്ടം.

ലോഷ്ടു. ന. മങ്കട്ട.

ലോഹ. വി. ൧, ചുവപ്പുനിറമുള്ള. ൨, ലോഹംകൊണ്ടുണ്ടാക്കിയിട്ടുള്ള.

ലോഹകാന്തം. ന. കാന്തക്കല്ലു, അയസ്കാന്തം.

ലോഹകാരകൻ. ന. കൊല്ലൻ.

ലോഹകിട്ടം. ന. ഇരിമ്പുകിടൻ.

ലോഹജിത്തു. ന. വജ്രം.

ലോഹദ്രാവി. ന. പൊൻകാരം.

ലോഹനാഡി. ന. രക്തഞരമ്പു.

ലോഹപാത്രം. ന. ലോഹംകൊണ്ടുള്ള പാത്രം.

ലോഹപൃഷ്ഠം. ന. ഞാറപ്പക്ഷി.

ലോഹപ്രതിമ. ന. ൧, ലോഹംകൊണ്ടുള്ള രൂപം. ൨, അടകല്ലു.

ലോഹമയ. വി. (യൻ, യി, യം.) വി. ന. ലോഹംകൊണ്ടുള്ള.

ലോഹം. ന. ൧, ഇരിമ്പു. ൨, ഉരുക്കു. ൩, ഇരിമ്പു ചെമ്പു മുതലായവ. ൪, രക്തം.

ലോഹല. വി. (ലൻ, ലാ, ലം.) വി. ന. തെളിവില്ലാതെ സംസാരിക്കുന്ന, കൊഞ്ഞ പറയുന്ന.

ലോഹലം. ന. ഇരിമ്പുചങ്ങലയുടെ വലിയ വളയം.

ലോഹാഭിസാരം. ന. ൧, ആയുധങ്ങളെ ശോഭ വരുത്തുക. ൨, രാജാക്കന്മാർ യുദ്ധത്തിന്നു പുറപ്പെടുവാനുള്ള സമയത്തു ചെയ്യുന്ന ഒരു കൎമ്മം.

ലോഹാഭിഹാരം. ന. ലോഹാഭിസാരം.

ലോഹിത. വി. (തൻ, താ, തി, തം.) വി. ന. ചുവന്ന.

ലോഹിതൻ. ന. ചൊവ്വാ എന്ന ഗ്രഹം.

ലോഹിതാ. ന. ൧, കോപംകൊണ്ടൊ സ്നേഹംകൊണ്ടൊ ചുവന്നവൾ. ൨, ഒരു വള്ളി.

ലോഹിതം. ന. ൧, രക്തം. ൨, ചുവപ്പു. ൩, ചുവന്ന അകിൽ. ൪, യുദ്ധം. ൫, കുങ്കുമം. ൬, ഒരു മത്സ്യം.

ലോഹിതക. വി. (കൻ, കാ, കം.) വി. ന. ചുവന്ന.

ലോഹിതകം. ന. ൧, ചുവപ്പുകല്ലു. ൨, ചൊവ്വാ.

ലോഹിതചന്ദനം. ന. രക്തചന്ദനം.

ലോഹിതാംഗൻ. ന. ചൊവ്വാ.

ലോഹിതാശ്വൻ. ന. അഗ്നി.

ലോഹിതികാ. ന. രാഗംകൊണ്ടൊ കോപംകൊണ്ടൊ ചുവന്നവൾ.

ലോഹിനീ. ന. ചുവന്നവൾ.

ലോഹിനികി. ന. രാഗംകൊണ്ടൊ കോപംകൊണ്ടൊ ചുവന്നവൾ.

ലൌ

ലൌകായതികൻ. ന. ബുദ്ധമുനി, ചാൎവ്വാകമതക്കാരൻ.

ലൌകിക. വി. (കൻ, കീ, കം.) വി. ന. ലോകത്തെ സംബന്ധിച്ച.

ലൌഹിതിക. വി. (കൻ, കാ, കം.) വി. ന. ചുവപ്പുനിറമുള്ള.

ലൌഹിത്യം. ന. ചുവപ്പു.

വ. ഹല്ലുകളിൽ ഇരുപത്തൊൻപതാം അക്ഷരം.

വക. ന. ൧, സമ്പത്തു. ൨, തനതു. ൩, കാരണം. ൪, ജാതി. ൫, വീതം. ൬, മാതിരി. ൭, സംബന്ധം.

വകക്കാരൻ. ന. ൧, ശേഷക്കാരൻ. ൨, സമ്പത്തുള്ളവൻ.

വകക്കാരി. ന. ശേഷക്കാരി.

വകച്ചിൽ. ന. ൧, മണ്ണിളക്കിത്തടമാക്കുക. ൨, ചില കവിതകൾ എഴുതിയുണ്ടാക്കുക.

വകതിരിക്കുന്നു. ച്ചു. പ്പാൻ. (വക.) സ. ക്രി. കൂടിക്കലൎന്ന വസ്തുക്കളെ വേൎതിരിക്കുന്നു.

വകതിരിവു. ന. കാലദേശാവസ്ഥകളെയും യോഗ്യായോഗ്യങ്ങളെയും തിരിച്ചറിയുന്ന ബുദ്ധി.

വകപൃഷ്ഠം. ന. ൧, ഒരു വൃക്ഷം. ൨, വകവൃക്ഷത്തിന്റെ പൂവു.

വകഭേദം. ന. ൧, ഒരു ജാതിയിൽ തന്നെയുള്ള പല വസ്തുക്കൾ തമ്മിൽ ഉള്ള വ്യത്യാസം. ൨, വേറൊരു തരത്തിലുള്ള അവാന്തരജാതി.

വകമാററം. ന. ഒന്നിനൊന്നു മാറിച്ചിലവിടുക.

വകൾ. ന. ൧, ഒരു പക്ഷി, കൊക്കു. ൨, ഒരു വൃക്ഷം.

വകയാക്കുന്നു. ക്കി. വാൻ. (വക.) സ. ക്രി. ൧, ചിലവിന്നായിട്ടു സമ്പാദിക്കുന്നു. ൨, ചിലവിടുന്നു.

വകയിടുന്നു. ട്ടു. വാൻ. (വക.) അ. ക്രി. ൧, പലിശകൊണ്ടു ചിലവു കഴിവാനുക്കവണ്ണം നിലം പുരയിടങ്ങൾ പണയമായിട്ടു എഴുതി വാങ്ങിച്ചും കൊണ്ടു പണം കൊടുക്കുന്നു. ൨, വിഭാഗിക്കുന്നു.

വകയുന്നു. ഞ്ഞു. വാൻ. (വക.) സ. ക്രി. ൧, കവിതയുണ്ടാക്കുന്നു. ൨, വൃക്ഷങ്ങൾക്കു തടമുണ്ടാക്കുന്നു,

വകവെയ്ക്കുന്നു. സ. ക്രി. ആദരിക്കുന്നു, ഗവനിക്കുന്നു.

വകുക്കുന്നു. ത്തു. പ്പാൻ. (വകു.) സ. ക്രി. ൧, വിഭാഗിക്കുന്നു, പകുക്കുന്നു. ൨, തരംതിരിക്കുന്നു.

വകുപ്പു. ന. പകുപ്പു, പങ്കു.

വകുളം. ന. ഒരു വൃക്ഷം, ഇലഞ്ഞി.

വക്കു. ന. ൧, ഒരു തൈ, ചണം. ൨, വിളുമ്പു.

വക്ക. ന. ആനയെക്കൊണ്ടു തടിപിടിപ്പിക്കുന്നതിന്നുള്ള കയറൊ വള്ളിയൊ.

വക്കയിടുന്നു. ട്ടു. വാൻ. (വക്ക.) അ. ക്രി. വക്ക കോൎത്തുകെട്ടുന്നു.

വക്കത്തഴമ്പു. ന. വക്ക പിടിച്ചാൽ ആനയുടെ തുമ്പിക്കയ്യിലുമ്മറവുമുണ്ടാകുന്ന തഴമ്പു.

വക്കനാരു. ന. ചണനാരു.

വക്കൽ. ന. തീയുടെ ജ്വാലകൊണ്ടുണ്ടാകുന്ന കരിവു.

വക്കാണം. ന. ൧, വഴക്കു, വ്യവഹാരം. ൨, യുദ്ധം.

വക്കാണിക്കുന്നു. ച്ചു. പ്പാൻ. (വക്കാണി.) സ. ക്രി. ൧, വ്യവഹരിക്കുന്നു. ൨, യുദ്ധം ചെയ്യുന്നു.

വക്കാലത്തു. ന. അധികാരപത്രം, പ്രതിനിധിയായി വ്യവഹാരം നടത്തുവാനുള്ള അധികാരം.

വക്കീൽ. ന. ആൾപ്പേരായിട്ടു വ്യവഹാരം പറയുന്നവൻ.

വക്കീൽമൎയ്യാദ. ന. വക്കീലിന്നു കൊടുക്കുന്ന ശമ്പളം.

വക്കുന്നു. കി. വാൻ. (വക്ക.) സ. ക്രി. തീയുടെ ജ്വാലകൊണ്ടു കരിയുന്നു.

വക്തവ്യ. വി. (വ്യൻ, വ്യാ, വ്യം.) വി. ന. ൧, പറയപ്പെടുവാൻ യോഗ്യമായുള്ള. ൨, നിന്ദിക്കത്തക്ക. ൩, അധീനമായുള്ള.

വക്തവ്യം. ന. ൧, ചട്ടം, പ്രമാണം. ൨, വാക്ക.

വക്തൃ. വി. (ക്താ, ക്ത്രീ, ക്തൃ.) വി. ന. ൧, പറയുന്ന. ൨, വാക്സാമൎത്ഥ്യമുള്ള, ബുദ്ധിയുള്ള.

വക്താവു. ന. ൧, പറയുന്നവൻ. ൨, വാക്സാമൎത്ഥ്യമുള്ളവൻ.

വക്ത്രം. ന. മുഖം.

വക്ര. വി. (ക്രൻ, ക്രാ, ക്രം.) വി. ന. ൧, വളഞ്ഞ. ൨, ക്രൂരതയുള്ള. ൩, ചതിവുള്ള. **വക്രത.** ഗു. ന. വളവു.

വക്രൻ. ന. ൧, ചൊവ്വാ. ൨, ശനി. ൩, ശിവൻ. ൪, ഒരസുരൻ.

വക്രം. ന. ആററിന്റെയുമ്മററും വളവു.

വക്രഗതി. ന. ൧. വളഞ്ഞുള്ള നടപ്പു. ൨, ഗ്രഹങ്ങൾക്ക ചില സമയത്തുണ്ടാകുന്ന വിപരീത ഗമനം.

വക്രഗ്രീവം. ന. ഒരു മൃഗം, ഒട്ടകം.

വക്രത; വക്രത്വം. ന. ൧, വളവു. ൨, വളഞ്ഞ ഗമനം. ൩, നേരില്ലായ്മ.

വക്രമം. ന. തിരിഞ്ഞുപോക.

വക്രാംഗം. ന. ഒരു മാതിരി അരയന്നം.

വക്രി. വി. (ത്രിഷു.) വി. ന. വ്യാജം പറയുന്ന.

വക്രി. വി. (ക്രീ, ക്രിണീ, ക്രി.) വി. ന. ൧, വളവുള്ള. ൨, ചതിവുള്ള. ൩, വ്യാജമുള്ള.

വക്രിക്കുന്നു. ച്ചു. പ്പാൻ. (വക്രി.) അ. ക്രി. ൧, വളയുന്നു. ൨, തിരിച്ചു പോകുന്നു.

വക്രോക്തി. ന. കവിതകളിലുമ്മററും ഒരു വാക്കിന്നു മറെറാരു ശ്രദ്ധാൎത്ഥം കൂടെ വിചാരിച്ചുംകൊണ്ടു പറയുന്ന ഒരു പ്രയോഗം.

വക്ഷ്വചഞ്ചു. ന. തത്ത.

വക്ഷ്വദൃഷ്ടി. വി. ൧, കോങ്കണ്ണുള്ള. ൨, അസൂയയുള്ള.

വക്ഷ്വനാസിക. ന. മൂങ്ങാ.

വക്ഷ്വപുച്ഛിക. ന. പട്ടി, നായ്.

വക്ഷ്വഭാവം. ന. വഞ്ചന.

വങ്ക. ന. ൧, വിളമ്പ. ൨, ഇരിക്കുന്നതിന്നായിട്ടു മരംകൊണ്ടുണ്ടാക്കിയ ഒരു സാധനം.

വങ്കട. ന. ഒരുവക മത്സ്യം.

വങ്കണ; വക്കണ. ന. ൧, കാട. ൨, അന്ധകാരം. ൩, വക്കാണം.

വങ്കൻ. ന. ൧, ഏട്ട്യൻ, മൂഢൻ. ൨, തടിയൻ.

വങ്കം. ന. ൧, വളവു. ൨, ആററിന്റെ വളവു. (മ.) രംയം.

വങ്കസിന്ദൂരം. ന. രംയം പുടംവെച്ചെടുത്ത ഭസ്മം.

വങ്കാള. വി. ൧, ബംഗാൾരാജ്യസംബന്ധമായ. ൨, വലിയ.

വംഗം. ന. ൧, വെളുത്തീയം. ൨, കറുത്തീയം. ൩, ഒരു ദേശം, വങ്കാളം. ൪, പഞ്ഞി.

വങ്ങൽ. ന. ൧, തീയുടെ ജ്വാലകൊണ്ടു കരിയുക. ൨, ചെറിയ കാട്ടുകളുമ്മററും വെട്ടുക.

വങ്ങുന്നു. ങ്ങി. വാൻ. (വങ്ങ.) അ. ക്രി. ൧, ചെറിയ കാട്ടുകളുമ്മററും വെട്ടുന്നു. ൨, തീയുടെ ജ്വാലകൊണ്ടു കരിയുന്നു.

വച. ന. ഒരങ്ങാടി മരുന്നു, വയമ്പു.

വചനം. ന. വാക്ക.

വചനീയ. വി. (യൻ, യാ, യം.) വി. ന. ൧, പറയപ്പെടേണ്ടുന്ന. ൨, കുററപ്പെടുത്തേണ്ടുന്ന.

വചനേസ്ഥിത. വി. (തൻ, താ, തം.) വി. ന. പറഞ്ഞതിനെക്കേട്ടനുസരിച്ചുനില്ക്കുന്ന.

വചസ്സ. ന. വാക്ക.

വചിക്കുന്നു. ച്ചു. പ്പാൻ. (വചി.) സ. ക്രി. പറയുന്നു.

വജ്രകണ്ടകം. ന. ചതുരക്കള്ളി.

വജ്രകീലം. ന. ഇടിവാൾ.

വജ്രകൂടം. ന. വജ്രപൎവ്വതം.

വജ്രദ്രു. ന. ചതുരക്കളി.

വജ്രനിഷ്പേഷം ന. ഇടിവെട്ടുക.

വജ്രപാണി. ന. ദേവേന്ദ്രൻ.

വജ്രപുഷ്പം. ന. എള്ളിൻപൂവു.

വജ്ര. വി. (ജ്രൻ, ജ്രാ, ജ്രം.) വി. ന. കട്ടപ്പമുള്ള, ഉറപ്പുള്ള.

വജ്രണാഭം. ന. കൃഷ്ണന്റെ സുദൎശനചക്രം.

വജ്രം. ന. ൧, ഇന്ദ്രന്റെ ഒരായുധം. ൨, വൈരക്കല്ലു. ൩, ജ്യോതിശ്ശാസ്ത്രത്തിൽ പറയുന്ന യോഗങ്ങളിൽ ഒന്നു. ൪, എള്ളിൻപൂവു.

വജ്രലോഹകം. ന. കാന്തം.

വജ്രവല്ലി. ന. ഒരു വള്ളി, ചങ്ങലംപരണ്ട.

വജ്രസാരം. ന. വജ്രത്തെപോലെ കട്ടപ്പമുള്ള, ഇടിവാളുപോലെ ശക്തിയുള്ള.

വജ്രസൂചി. ന. വജ്രംകൊണ്ടുണ്ടാക്കപ്പെട്ട സൂചി.

വജ്രഹാരം. ന. വൈരക്കല്ലു വെച്ച രത്നമാല.

വജ്രഹൃദയം. ന. കഠിനഹൃദയം.

വജ്രക്ഷാരം. ന. ഒർ മാതിരി കാരം.

വജ്രാകാരം. ന. വൈരക്കല്ലെടുക്കപ്പെടുന്ന കുഴി.

വജ്രാംഗം. ന. ഒരു പാമ്പു.

വജ്രി. ന. ദേവേന്ദ്രൻ.

വഞ്ചക. വി. (കൻ, കാ, കം.) വി. ന. ചതിവുള്ള, വ്യാജമുള്ള.

വഞ്ചകൻ. ന. കുറുക്കൻ.

വഞ്ചനം. ന. ചതിവു.

വഞ്ചന. ന. ചതിവു.

വഞ്ചി. ന. ൧, ഒരു വൃക്ഷം. ൨, വള്ളം. ൩, ഒരു ദേശം.

വഞ്ചിക ന. ദേവാലയങ്ങളിൽ നടവരവായിട്ടു വരുന്ന പണം സൂക്ഷിക്കുന്ന ഒരു പാത്രം.

വഞ്ചിക്കുന്നു. ച്ചു. പ്പാൻ. (വഞ്ചി.) സ. ക്രി. ചതിക്കുന്നു.

വഞ്ചിത. വി. (തൻ, താ, തം.) വി. ന. ചതിക്കപ്പെട്ട.

വഞ്ചിനാഗം. ന. ഒരു മാതിരി പച്ചപ്പാമ്പു.

വഞ്ചിപ്പാട്ടു. ന. വള്ളപ്പാട്ടു.

വഞ്ചിപ്പുര. ന. വള്ളപ്പുര.

വഞ്ചിഭൂപതി. ന. തിരുവിതാംകൂർ മഹാരാജാവു.

വഞ്ചിഭൂമി. ന. തിരുവിതാംകൂർ രാജ്യം.

വഞ്ചിവിരുത്തി. ന. വള്ളം കടത്തുന്ന വകെക്ക സൎക്കാരിൽനിന്നും കരമൊഴിഞ്ഞു കൊടുത്ത നിലം.

വഞ്ചിക്ഷ്മാ. ന. തിരുവിതാംകൂർ രാജ്യം.

വഞ്ചീശൻ. ന. തിരുവിതാംകൂർ മഹാരാജാവു.

വഞ്ചുളദ്വാദശി. ന. ബുധനാഴ്ചയും തിരുവോണവും ദ്വാദശിയും കൂടിവരുന്ന ദിവസം.

വഞ്ചുളം. ന. ൧, തൊട്ടുകാര. ൨, വഞ്ചിവൃക്ഷം. ൩, അശോക വൃക്ഷം.

വഞ്ഞി. ന. നാഴ്ക്കണപ്പുല്ലു.

വട. ന. ഒരു പലഹാരം.

വടകം. ന. ൧, ഒരു പലഹാരം, വട. ൨, എട്ടു മാഷം കൂടിയ തൂക്കം.

വടകിഴക്ക. ന. വടക്കുകിഴക്കായ ഭാഗം.

വടക്ക. ന. വടക്കേ ദിക്ക.

വടക്കൻ. വി. ന. ൧, വടക്കേ ദിക്കിലുണ്ടായവൻ. ൨, വടക്കുനിന്നു വരുന്നവൻ.

വടക്കിനി. ന. നാലുകെട്ടുള്ള പുരയുടെ വടക്കേക്കെട്ടു.

വടക്കിനേത്തു. ന. വടക്കിനി.

വടക്കുനോക്കി. ന. എല്ലായ്പോഴും വടക്കോട്ടു തന്നേ മുന തിരിഞ്ഞു നില്ക്കുന്ന ഒരു യന്ത്രം.

വടക്കേ. വി. വടക്കുവശത്തുള്ള.

വടക്കേദിക്ക. ന. വടക്കുള്ള ദിക്ക.

വടക്കോട്ടു. അ. വടക്കേ ദിക്കിലോട്ടു.

വടതി. വി. വടക്കുനിന്നു വരുന്ന. (ഇതു കാററിനോടു മാത്രം ചേരും.)

വടം. ന. ൧, പേരാൽവൃക്ഷം. ൨, കയറു. ൩, ഉരുണ്ട സാധനം, ഉരുള. ൪, ഒരു പലഹാരം. ൫, കവടി.

വടമൂലം. ന. പേരാൽവൃക്ഷത്തിന്റെ ചുവടു.

വടവൃക്ഷം. ന. പേരാൽമരം.

വടശൃംഗം. ന. പേരാൽമൊട്ടു.

വടാകരം. ന. കയറു, ചരടു.

വടി. ന. അടിപ്പാനും കുത്തിനടപ്പാനും ഉപകരിക്കുന്ന സാധനം.

വടിക. ന. ഗുളിക.

വടിക്കാരൻ. ന. വടിയുള്ളവൻ.

വടിക്കുന്നു. ച്ചു. പ്പാൻ. (വടി.) സ. ക്രി. ൧, പറയിൽ നെല്ലിട്ടു പുറക്കോൽകൊണ്ടു നിരത്തുന്നു. ൨, കത്തികൊണ്ടു തലമുടി കളയുന്നു. ൩, നിലത്തുള്ള ചളിയുംമററും നീക്കികളയുന്നു. **വടിപ്പിക്കുന്നു.** കാ. ക്രി.

വടിപ്പു. ന. വടിക്കുക.

വടിപ്പൻ. ന. ൧, വടിപറ. ൨, വടിക്കുന്ന കോൽ.

വടിപ്പയററു. ന. വടികൊണ്ടുള്ള അഭ്യാസം.

വടിയുന്നു. ഞ്ഞു. വാൻ. (വടി.) അ. ക്രി. ൧, നിറഞ്ഞു വക്കിന്നു സമമാകുന്നു. ൨, കവിഞ്ഞൊഴുകുന്നു.

വടിവു. ന. ൧, ഭംഗി. ൨, കയ്യക്ഷരത്തിന്റെ തരഭേദം. ൩, ആകൃതി.

വടു; വടുവ്. ന. ൧, ബ്രഹ്മചാരി. ൨, ബ്രാഹ്മണകുമാരൻ. (മ.) തഴമ്പു.

വടുക. ന. അടികൊണ്ടൊ വ്രണംകൊണ്ടൊ ശരീരത്തിലുണ്ടാകുന്ന പാടു, തഴമ്പു.

വടുകത്തി. ന. വടുകന്റെ സ്ത്രീ.

വടുകൻ. ന. ൧, മാഗ്ദത്തിൽ കൂടുന്നവരിൽ ചിലൎക്ക പറയുന്ന ഒരു പേർ. ൨, ജോനകൻ.

വട്ടു. ന. ൧, വണ്ടിയുടെ ചുററു. ൨, തെററാലിയുടെ ഞാണ വലിച്ചുവെക്കുന്ന സ്ഥലം. ൩, ഒരു മാതിരി വലിയ പാത്രം.

വട്ട. ന. ഒരു വൃക്ഷം.

വട്ടക. ന. വട്ടത്തിലുള്ള ഒരു മാതിരി പാത്രം.

വട്ടക്കണ്ണി. ന. ൧, വളയം. ൨, ഒരു വക മത്സ്യം.

വട്ടക്കറ. ന. വട്ടവൃക്ഷത്തിന്റെ കറ.

വട്ടക്കാക്കക്കൊടി. ന. ഒരു തൈ.

വട്ടച്ചാണായി. ന. ഒരു മാതിരി പയർ.

വട്ടച്ചോറിയണം. ന. തൊട്ടാൽ ചൊറിയുന്ന ഒരു കാടു.

വട്ടൻ. ന. പശുവിന്റെയുംമററും മേൽ ഇരിക്കുന്ന ഒരു പ്രാണി.

വട്ടൻകൊത്തി. ന. വട്ടനെ കൊത്തിത്തിന്നുന്ന ഒരു പക്ഷി.

വട്ടപ്പണം. ന. കച്ചവടക്കാർ തമ്മിൽ ലാഭം വൎദ്ധിപ്പിക്കുവാനായി ചുമത്തുന്ന ഒരു തരം പ്രായശ്ചിത്ത തുക.

വട്ടപ്പാലം. ന. പൈതങ്ങൾ വട്ടത്തിൽ ചുററികളിക്കുന്ന ഒരു കളി, കണ്ണാംപൊത്തി.

വട്ടപ്പുണ്ണ. ന. വട്ടത്തിലുള്ള വ്രണം.

വട്ടപ്പൂത്താളി. ന. ഒരു പച്ചമരുന്നു.

വട്ടമോതിരം. ന. ൧, മുദ്രമോതിരം. ൨, ഇരിമ്പുവളയം.

വട്ടം. ന. ൧, വൃത്തം. ൨, ആരംഭം. ൩, ഭാവം. ൪, കോപ്പുകൾ. ൫, വാദ്യങ്ങളുടെ തോൽ പററിക്കുന്ന വളയം. ൬, ഉപകരണം. ൭, ഒരു താളത്തിന്റെ സമയം. ൮, പൊൻവിലെക്ക പറയുന്ന ഒരു പേർ. ൯, കുശവന്റെ ഒരുപകരണം. ൰, പണം പലിശക്കു കൊടുക്കുമ്പോഴ മററൊ മുൻകൂട്ടി എടുക്കുന്ന ഒരു ക്ലിപ്തകാലത്തിലെ പലിശ. ൰൧, മല്ലാലായി എടുക്കുന്ന തുക.

വട്ടംതിരിച്ചിൽ. ന. വട്ടം ചുററുക.

വട്ടംതിരിയുന്നു. ഞ്ഞു. വാൻ. (വട്ടം.) അ. ക്രി. വട്ടത്തിൽ ചുററുന്നു.

വട്ടവര. ന. വട്ടത്തിലുള്ള വര.

വട്ടവാശി. ന. നാണയങ്ങളുടെ പതിവായുള്ള വിലയിൽ ഏററക്കുറച്ചിൽ.

വട്ടി. ന. ൧, തഴകൊണ്ടൊ പുല്ലുകൊണ്ടൊ നെയ്തുണ്ടാക്കുന്ന ഒരു പാത്രം. ൨, പലിശ.

വട്ടിപ്പണം. ന. പലിശക്കിട്ടിരിക്കുന്ന പണം.

വട്ടിപ്പുല്ലു. ന. വട്ടി നെയ്യുന്നതിന്നുള്ള പുല്ലു.

വട്ടിവയറു. ന. വലിയ വയറു.

വട്ടിളം. ന. ഒരു മാതിരി വലിയ ഓട്ടുപാത്രം, വാപ്പു.

വട്ടുകളി. ന. പൂഴുകളി.

വട്ടെഴുത്തു. ന. പഴയ കാലങ്ങളിൽ തമിഴും മലയാളവും എഴുതി വന്ന സമ്പ്രദായത്തിനുള്ള പേരു. **കോലെഴുത്തു.** ഓലകളുടെ പില്ക്കാലത്തെ എഴുത്തു സമ്പ്രദായം.

വഢഭി. ന. പുരയുടെ മുകൾപ്പലക.

വഢിശി. ന. ചൂണ്ടൽ.

വഡ്രു. വി. (ഡ്രൻ, ഡ്രാ, ഡ്രം.) വി. ന. വലിയ.

വഡ്രേലം. ന. ഒരു മരുന്നു, വലിയ ഏലത്തരി.

വണക്കം. ന. ൧, വന്ദനം. ൨, അടക്കം, താഴ്മ, വിനയം.

വണങ്ങുന്നു. ങ്ങി. വാൻ. (വണങ്ങ.) സ. ക്രി. വന്ദിക്കുന്നു. അ. ക്രി. കുനിയുന്നു.

വണിക്ക. ന. ൧, കച്ചവടക്കാരൻ, ചെട്ടി. ൨, തുലാംരാശി.

വണിക്പഥം. ന. കച്ചവടത്തെരുവു.

വണിജ്യം. ന. കച്ചവടം.

വണ്ടു. ന. പൂക്കളുടെ തേൻ കുടിച്ചുകൊണ്ടു പറന്നു സഞ്ചരിക്കുന്ന ഒരു കറുത്തുള്ള ജന്തു.

വണ്ടുകെട്ടുന്നു. സ. ക്രി. പാത്രങ്ങളുടെ വൃത്താകാരമായ വക്കിൽ തുണി കെട്ടുന്നു.

വണ്ടകം. ന. അംശം, പങ്കു.

വണ്ടത്താൻ. ന. വണ്ടു.

വണ്ടൽ. ന. അഴുക്കു, വെള്ളത്തിനുണ്ടാകുന്ന ചിത്തതാപം.

വണ്ടുവാഴി. ന. ഒരങ്ങാടി മരുന്നു, ഒരു മാതിരി അരത്ത.

വണ്ടാരംകോഴി. ന. ഒരു പക്ഷി.

വണ്ടാർ. വി. വണ്ടിനെപ്പോലെ കറുത്ത.

വണ്ടാർകുഴൽ. ന. വണ്ടിനെപ്പോലെ കറുത്ത തലമുടി.

വണ്ടാർകുഴലി. ന. കറുത്ത തലമുടിയുള്ളവൾ, സുന്ദരി.

വണ്ടി. ന. ൧, ചക്രം, ഉരുൾ. ൨, ചാടു.

വണ്ടിക്കടുക്കൻ. ന. പുരുഷന്മാർ കാതിലിടുന്ന ഒരാഭരണം.

വണ്ടിക്കയറു. ന. വണ്ടിയിൽ ഇട്ടു വലിക്കുന്ന കയറു.

വണ്ടിക്കാരൻ. ന. ൧, വണ്ടി നടത്തുന്നവൻ. ൨, ഊട്ടുപുരകളിലുമ്മററും വിറകു കീറുകയും പാത്രങ്ങൾ തേക്കയും ചെയ്യുന്ന ഒരു വേലക്കാരൻ.

വണ്ടിക്കാള. ന. വണ്ടിയിൽ കെട്ടുന്ന കാള.

വണ്ടിക്കുതിര. ന. വണ്ടിയിൽ കെട്ടുന്ന കുതിര.

വണ്ടിത്താര; വണ്ടിച്ചാലു. ന. വണ്ടിച്ചക്രത്തിന്റെ പാടു.

വണ്ടിപ്രവൃത്തി. ന. വണ്ടിക്കാരന്റെ വേല.

വണ്ടോടു. ന. വണ്ടിന്റെ പുറത്തെ ഓടു.

വണ്ണ. ന. മുഴങ്കാലിന്റെ പിൻഭാഗം.

വണ്ണക്കാരൻ. വി. ന. വണ്ണമുള്ളവൻ, തടിയൻ.

വണ്ണത്താൻ. ന. വെളുത്തേടൻ, അലക്കുകാരൻ.

വണ്ണൻ. ന. ഒരു മാതിരി വാഴ.

വണ്ണൻപഴം. ന. വണ്ണന്റെ പഴം, ഒരു മാതിരി വാഴപ്പഴം.

വണ്ണാൻ. ന. താണജാതിക്കാരുടെ മുണ്ടലക്കുന്ന ഒരു ജാതിയിൽപെട്ടവൻ. **വണ്ണാത്തി.** ഠരം വൎഗ്ഗത്തിലുള്ള സ്ത്രീ.

വണ്ണം. അ. ഇതു ചില വാക്കുകളുടെ ഒടുക്കം വരുമ്പോൾ പ്രകാരമെന്നുള്ള അൎത്ഥം വരും.

വണ്ണം. ന. തടിപ്പു, പുഷ്ടി.

വണ്ണിക്കുന്നു. ച്ചു. പ്പാൻ. (വണ്ണി.) അ. ക്രി. തടിക്കുന്നു.

വതംസം. ന. ൧, തലയിലെ ഒരാഭരണം. ൨, ചെവിയിലെ ഒരാഭരണം, കുണ്ഡലം.

വൽ. അ. ചില വാക്കുകളുടെ ഒടുക്കം വരുമ്പോൾ പോലെയെന്നുള്ള അൎത്ഥം വരും.

വത്സകം. ന. ൧, പശുവിന്റെ കിടാവു. ൨, പൈതൽ. ൩, ഒരു വൃക്ഷം, കുടകപ്പാല.

വത്സതരം. ന. മുലകുടിമാറിയ പശുക്കിടാവു.

വത്സനാഭം. ന. വിഷമുള്ള ഒരു മരുന്നു.

വത്സനാഭി. ന. മേല്പറഞ്ഞ അൎത്ഥം.

വത്സൻ. ന. ൧, കുഞ്ഞു, ആണ്പൈതൽ. ൨, പശുക്കിടാവു.

വത്സം. ന. ൧, നെഞ്ചു. ൨, സംവത്സരം. ൩, കിടാവു.

വത്സരം. ന. മുന്നൂറററുപത്തഞ്ചു ദിവസം കൂടിയതു, സംവത്സരം.

വത്സല. വി. (ലൻ, ലാ, ലം.) വി. ന. സ്നേഹമുള്ള. **വത്സലത.** സ്ത്രീ. ന. വാത്സല്യം.

വത്സാദനി. ന. ഒരു പച്ചമരുന്നു, ചിററമൃതു.

വദ. വി. (ദൻ, ദാ, ദം.) വി. ന. പറയുന്ന.

വദൽ. വി. (ദൻ, ദന്തി, ദൽ.) വി. ന. പറയുന്ന.

വദനം. ന. ൧, മുഖം, വായ്. ൨, മുക്കോണിന്റെ മുകളിലെ മൂല.

വദന്യ. അല്ലെങ്കിൽ, **വദാന്യ.** വി. (ന്യൻ, ന്യാ, ന്യം.) വി. ന. ൧, വാക്കിന്നു സാമൎത്ഥ്യമുള്ള. ൨, കൊടുക്കുന്ന.

വദാവദ. വി. (ദൻ, ദാ, ദം.) വി. ന. നല്ലവണ്ണം പറയുന്ന.

വദിക്കുന്നു. ച്ചു. പ്പാൻ. (വദി.) സ. ക്രി. പറയുന്നു. **വദിപ്പിക്കുന്നു.** കാ. ക്രി.

വധം. ന. കൊല്ലുക, കുല.

വധസ്ഥലി. ന. കൊല്ലുന്നതിന്നുള്ള സ്ഥലം, കുലനിലം.

വധാഹ. വി. (ഹൻ, ഹാ, ഹം.) വി. ന. കൊല്ലേണ്ടുന്ന.

വധിക്കുന്നു. ച്ചു. പ്പാൻ. (വധി.) സ. ക്രി. കൊല്ലുന്നു. **വധിപ്പിക്കുന്നു.** കാ. ക്രി.

വധൂ. ന. ൧, ഭാൎയ്യ. ൨, പുത്രന്റെ ഭാൎയ്യ. ൩, സ്ത്രീ. ൪, ജോനകപ്പുല്ലു.

വധൂജനം. ന. സ്ത്രീ, സ്ത്രീജനം.

വധൂടി. ന. ൧, പുത്രന്റെ ഭാൎയ്യ. ൨, സ്ത്രീ.

വധൂവരന്മാർ. ന. ഭാൎയ്യയും ഭൎത്താവും, ദമ്പതിമാർ.

വധോദ്യമം. ന. കൊല്ലുവാനുള്ള ഉത്സാഹം.

വധ്യ. വി. (ധ്യൻ, ധ്യാ, ധ്യം) വി. ന. കൊല്ലേണ്ടുന്ന.

വനകരി. ന. കാട്ടാന.

വനചരൻ. ന. കാട്ടാളൻ.

വനചരം. ന. ൧, കാട്ടാന. ൨, കരടി.

വനചാരി. വി. (രീ, രിണി, രി.) വി. ന. കാട്ടിൽ നടക്കുന്ന, കാട്ടിൽ പാൎക്കുന്ന.

വനജ. വി. (ജൻ, ജാ, ജം.) വി. ന. ൧, കാട്ടിലുണ്ടായ. ൨, വെള്ളത്തിലുണ്ടായ.

വനജം. ന. ൧, താമര. ൨, മുത്തെങ്ങാ. ൩, ആന.

വനതിക്തക. ന. പാടവള്ളി.

വനദീപം. ന. ഒരു പൂവു.

വനദേവത. ന. കാട്ടിലെ ദൈവം.

വനദ്വിപം. ന. കാട്ടാന.

വനപ്രമാണം; വനപ്രായം; വനവൽ. അ. വനംപോലെ.

വനപ്രിയം. ന. കുയിൽ.

വനമല്ലിക. ന. ഒരു വള്ളി, കാട്ടുമല്ലു.

വനമക്ഷിക. ന. കാട്ടീച്ച.

വനമാല. ന. വിഷ്ണുവിന്റെ ഒരു മാല.

വനമാലി. ന. വിഷ്ണു.

വനമുദ്ഗം. ന. കാട്ടുപയർ.

വനം. ന. ൧, കാട. ൨, വെള്ളം.

വനവാസം. ന. കാട്ടിൽ പാൎക്കുക.

വനവാസി. വി. (സീ, സിനി, സി) വി. ന. കാട്ടിൽ പാൎക്കുന്ന.

വനവാസി. ന. ൧, മഹൎഷി. ൨, കാട്ടാളൻ.

വനശൃംഗാടം. ന. ഒരുഞാടിമരുന്നു, ഞെരിഞ്ഞിൽ.

വനസമൂഹം. ന. കാടുകളുടെ കൂട്ടം.

വനസ്ഥ. വി. (സ്ഥൻ, സ്ഥാ, സ്ഥം.) വി. ന. കാട്ടിൽ പാൎക്കുന്ന.

വനസ്ഥൻ. ന. കാട്ടിൽ പാൎക്കുന്നവൻ, വാനപ്രസ്ഥൻ.

വനസ്ഥലീ. ന. കാട്ടുപ്രദേശം.

വനസ്പതി. ന. പൂക്കാതെ കായ്ക്കുന്ന മരം, അത്തിയും മററും.

വനാന്തരം. ന. വനത്തിന്റെ അന്തരം, മറെറാരു വനം.

വനാന്തം. ന. ൧, വനത്തിന്റെ അതിര്. ൨, വനപ്രദേശം.

വനായു. ന. ഒരു ദേശം.

വനായുജം. ന. വനായുദേശത്തുണ്ടാകുന്ന കുതിര.

വനി. വി. വനത്തിൽ അധിവസിക്കുന്ന. ന. ൧, വൃക്ഷം. ൨, വാനപ്രസ്ഥനായ ബ്രാഹ്മണൻ.

വനിത. വി. (തൻ, താ, തം.) വി. ന. ൧, ചോദിക്കപ്പെട്ട. ൨, യാചിക്കപ്പെട്ട.

വനിതാ. ന. ൧, സ്ത്രീ. ൨, അധികസ്നേഹമുള്ള സ്ത്രീ.

വനീപകൻ. അല്ലെങ്കിൽ, **വനീയകൻ.** ന. ഇരക്കുന്നവൻ.

വനേചര. വി. (രൻ, രാ, രി, രം.) വി. ന. കാട്ടിൽ പാൎക്കുന്ന.

വനേചരൻ. ന. കാട്ടാളൻ, വേടൻ.

വനോത്ഭവ. വി. (വൻ, വാ, വം.) വി. ന. കാട്ടിലുണ്ടായ.

വനോത്ഭവ. ന. കാട്ടുപരുത്തി.

വനൌകസ്സ. ന. കുരങ്ങു.

വൻകരിമാൻ. ന. കറുത്ത വലിയതായ ഒരുവക മാൻ.

വന്തി. ന. കൊടുത്ത മുതൽ കിട്ടാഞ്ഞാൽ അതിന്നു പകരം മറെറാന്നു കൈക്കലാക്കുക.

വന്ദ. അല്ലെങ്കിൽ, **വന്ദക.** ന. ഇത്തിൾക്കണ്ണി.

വന്ദന. ന. നമസ്കാരം, നമസ്കരിക്ക, തൊഴുക.

വന്ദനമാല. ന. അലങ്കരിച്ചിട്ടുള്ള വളെച്ചുവാതിൽ.

വന്ദനം. ന. നമസ്കാരം, വണക്കം.

വന്ദനീയ. വി. (യൻ, യാ, യം.) വി. ന. വന്ദിക്കപ്പെടേണ്ടുന്ന.

വന്ദനീയ. ന. ഗോരോചന.

വന്ദാരു. വി. (ത്രിഷു.) വി. ന. വന്ദിക്ക ശീലമായുള്ള.

വന്ദാരു. ന. സ്തുതിപാടുന്ന ഒരു ജാതിക്കാരൻ, വന്ദി.

വന്ദി. ന. ൧, രാജാക്കന്മാരുടെ സ്തുതികളെ പാടുന്നവൻ. ൨, സ്തുതിക്കുന്നവൻ. ൩, അടിമയാക്കപ്പെട്ട ആളൊ മൃഗമൊ.

വന്ദിക്കുന്നു. ച്ചു. പ്പാൻ. (വന്ദി.) സ. ക്രി. ൧, നമസ്കരിക്കുന്നു, തൊഴുന്നു. ൨, പൂജിക്കുന്നു.

വന്ദിത. വി. (തൻ, താ, തം.) വി. ന. വന്ദിക്കപ്പെട്ട.

വന്ദ്യ. വി. (ന്ദ്യൻ, ന്ദ്യാ, ന്ദ്യം.) വി. ന. വന്ദിക്കപ്പെടേണ്ടുന്ന.

വന്ദ്യ. ന. ഇത്തിൾക്കണ്ണി.

വന്ധകീ. ന. വേശ്യാസ്ത്രീ.

വന്ധ്യ. വി. (ന്ധ്യൻ, ന്ധ്യാ, ന്ധ്യം.) വി. ന. ൧, കായിക്കാത്ത. ൨, ഫലമില്ലാത്ത, സാദ്ധ്യമില്ലാത്ത.

വന്ധ്യാ. ന. പ്രസവിക്കാത്ത സ്ത്രീ, മച്ചി.

വൻ. വി. ഇതു ചില വാക്കുകളുടെ ആദിയിൽ വരുമ്പോൾ 'വലിയ, ബലമുള്ള' ഇങ്ങനെത്ത അൎത്ഥം വരും. ഉ-ം. വൻകടൽ, വൻകാറ്റു, വൻകുന്നു. (ഇവിടെയെല്ലാം വൻ = വലിയ.)

വൻകാററു. ന. വലിയ കാററു, കൊടുങ്കാററു.

വന്നി. ന. ഒരു വൃക്ഷം.

വൻതേൻ. ന. വലിയ തേനീച്ചകൾ സമ്പാദിക്കുന്ന തേൻ.

വൻപു. ന. വലിപ്പം, ഊററം.

വൻപട. ന. വലിയ സൈന്യം.

വൻപൻ. ന. ൧, വലിയവൻ. ൨, ബലമുള്ളവൻ. ൩, ധനവാൻ. ൪, ബുദ്ധിയും വിദ്യയുമുള്ളവൻ.

വൻപിക്കുന്നു. ച്ചു. പ്പാൻ. (വൻപി.) അ. ക്രി. വൻപനാകുന്നു.

വൻപുലി. ന. വലിയ കടുവാ.

വമ്പേ. അ. ആശ്ചൎയ്യമോ അസൂയയോ തോന്നുമ്പോൾ പറയുന്ന ഒരു ശബ്ദം.

വന്മദം. ന. വലിയ അഹംകാരം, അടക്കമില്ലായ്മ.

വന്മരം. ന. വലിയ വൃക്ഷം.

വന്മഴ. ന. പെരുമഴ.

വന്മീകം. ന. ചിതല്പററു.

വന്മോഹം. ന. അധികമായിട്ടുള്ള ആഗ്രഹം.

വന്യ. വി. (ന്യൻ, ന്യാ, ന്യം.) വി. ന. കാട്ടിലുണ്ടാകുന്ന.

വന്യ. ന. കാട്ടുക്കൂട്ടം.

വന്യഭോജനം. ന. കാട്ടുകനികൾ കൊണ്ടുള്ള ഭക്ഷണം.

വന്യഭോജ്യം. ന. കാട്ടുകനി.

വന്യാശനൻ. വി. ന. (നൻ, നാ, നി, നം.) വി. ന. കാട്ടുകനികളെ ഭക്ഷിക്കുന്ന.

വപ. ന. ൧, മാംസത്തിന്നകത്തുള്ള നെയ്. ൨, പോതു, പൊത്തു.

വപനം. ന. ൧, വിത. ൨, ക്ഷൌരം. ൩, ശുക്ലം, രേതസ്സ.

വപുസ്സ. ന. ശരീരം.

വപ്താവ്. ന. വിതെക്കുന്ന ആൾ, കൎഷകൻ.

വപ്പ്. ന. താഴത്തെ ചൊടി.

വപ്പുകടി. ന. മുകളിലത്തെപ്പല്ലുകൊണ്ടു താഴത്തെ ചൊടിയിൽ കടിക്കുക.

വപ്പി. ന. പല്ലില്ലാത്തവൻ, പല്ലുപോയവൻ.

വപ്രക്രീഡ. ന. മൃഗങ്ങൾ തമ്മിൽ ഇടിക്കയുമ്മററും.

വപ്രൻ. ന. അച്ഛൻ.

വപ്രം. ന. ൧, വയൽ. ൨, മൺകോട്ട. ൩, അടിസ്ഥാനം. ൪, ഗോപുരവാതിൽ. ൫, മണ്ണുന്നു. ൬, രൈയം.

വമഥു. ന. ൧, ഛൎദ്ദി. ൨, ആനതുമ്പിക്കയ്യിലെ വെള്ളത്തുള്ളി.

വമനം. അല്ലെങ്കിൽ, **വമം.** ന. ഛൎദ്ദി.

വമി. ന. ഛൎദ്ദി.

വമിക്കുന്നു. ച്ചു. പ്പാൻ. (വമി.) സ. ക്രി. ഛൎദ്ദിക്കുന്നു.

വമിത. വി. (തൻ, താ, തം.) വി. ന. ഛൎദ്ദിച്ച.

വംശക്കാരൻ. ന. വംശത്തിലുള്ളവൻ. **വംശക്കാരി; -രത്തി.** വംശത്തിലുള്ളവൾ.

വംശക്രമം. ന. കുടുംബവഴി.

വംശചരിത്രം. ന. വംശക്കാരുടെ കഥ.

വംശപരമ്പര. ന. വംശത്തിനുള്ള തലമുറ.

വംശപാരമ്പര്യം. ന. ക്രമേണയുള്ള കുലസംബന്ധവഴി.

വംശം. ന. ൧, കുലം. ൨, കൂട്ടം. ൩, മുള, ഇല്ലി. ൪, ഊതുന്ന വാദ്യം.

വംശരോചന. ന. മുളയുടെ അകത്തുണ്ടാകുന്ന ഒരു മരുന്നു, മുളവെണ്ണ.

വംശവഴി. ന. വംശപാരമ്പര്യം.

വംശവാൻ; —വതി. ന. വംശമുള്ളവൻ; (—വൾ.)

വംശസ്ഥിതി. ന. വംശത്തെ നിലനിൎത്തുക.

വംശാങ്കുരം. ന. മുളക്കൂമ്പു, ഇല്ലിക്കൂമ്പു.

വംശാനുക്രമം. ന. മേല്പറഞ്ഞ അൎത്ഥം.

വംശാവലി. ന. ഒരു വംശത്തിലെ ആളുകളുടെ കുലസംബന്ധവഴി.

വംശി. ന. ൧, ഓടക്കുഴൽ, കുഴൽ. ൨, ഞരമ്പു.

വംശിക. വി. (കൻ, കി, കം.) വി. ന. വംശത്തെ സംബന്ധിച്ച.

വംശികം. ന. ഒരു വൃക്ഷം, അഗുരു, അകിൽ.

വംശോദ്ഭവ. വി. വംശത്തിലുണ്ടായ.

വംശ്യ. വി. (ശ്യൻ, ശ്യാ, ശ്യം.) വി. ന. വംശത്തിലുണ്ടായ, കുലത്തിൽ ജനിച്ച.

വയനാ. ന. ഒരുവക മരം.

വയനാവടി. ന. വയനാമരം കൊണ്ടുണ്ടാക്കിയ വടി.

വയനാട്ടു. ന. ഒരു ദേശം.

വയമ്പു. ന. ൧, ഒരങ്ങാടിമരുന്നു. ൨, ഒരു മത്സ്യം.

വയൽ. ന. കണ്ടം.

വയച്ചുള്ളി. ന. ഒരു പച്ചമരുന്നു.

വയസ്കു. വി. (പദാന്ത്യത്തിൽ) വയസ്സുള്ളവൻ. ഉ—ം. മദ്ധ്യവയസ്കൻ.

വയസ്ഥ. വി. (സ്ഥൻ, സ്ഥാ, സ്ഥം.) വി. ന. യൌവനമുള്ള.

വയസ്ഥൻ. ന. സ്നേഹമുള്ള ചെങ്ങാതി.

വയസ്ഥ. ന. ൧, മീനാങ്ങാണി. ൨, നെല്ലി. ൩, കടുക്കാമരം.

വയസ്യ. വി. (സ്യൻ, സ്യാ, സ്യം.) വി. ന. വയസ്സിനെ സംബന്ധിച്ച, വയസ്സധികമുള്ള.

വയസൻ. ന. വയസ്ഥൻ, സമവയസ്സുള്ളവൻ, സ്നേഹിതൻ.

വയസ്യാ. ന. സ്ത്രീയുടെ സഖിയായ സ്ത്രീ.

വയസ്സു. ന. ൧, ജീവിച്ചിരിക്കുന്ന കാലം. ൨, പക്ഷി.

വയറു. ന. നാഭിക്കു മേൽ നെഞ്ചിന്നു താഴെയുള്ള സ്ഥലം.

വയറ. ന. ഒരു മാതിരി വള്ളി.

വയറൻ. ന. ൧, വലിയ വയറുള്ളവൻ. ൨, വളരെ ഭക്ഷിക്കുന്നവൻ.

വയറി. ന. ൧, വയറു വലിയവൾ. ൨, വളരെ ഭക്ഷിക്കുന്നവൾ.

വയറിളക്കം. ന. വയററിൽനിന്നു മലം ഇളകി ഒഴിഞ്ഞുപോക.

വയററാട്ടി. ന. പ്രസവിക്കുന്ന സമയത്തു അടുക്കലിരുന്നു ശുശ്രൂഷിക്കുന്നവൾ.

വയററുനോവു. ന. വയററിൽ വേദനയുണ്ടാക്കുന്ന ഒരു ദീനം.

വയോധിക. വി. (കൻ, കാ, കം.) വി. ന. അധികം വയസ്സുചെന്ന.

വയോബലം. ന. വയസ്സുകൊണ്ടുള്ള ബലം.

വയോവൃദ്ധ. വി. (ദ്ധൻ, ദ്ധാ, ദ്ധം.) വി. ന. മേല്പറഞ്ഞ അൎത്ഥം.

വയ്ക്കോൽ. ന. നെല്ലിൻെറയുംമററും പീലി.

വയ്ക്കോൽത്തുറുവു. ന. വൃക്ഷത്തിലുംമററും ക്രമ്പാരമായിച്ചുററിയ പീലി.

വയ്ക്കോൽപിരി. ന. വയ്ക്കോൽ കൂട്ടിപ്പിരിച്ചതു.

വയ്ക്കോൽപുര. ന. പീലികൊണ്ടു മേഞ്ഞ പുര.

വയ്ക്കോൽപുറ. ന. വയ്ക്കോൽ ക്രമ്പാരം.

വയ്യങ്കതക. ന. മുള്ളുള്ള ഒരു വക വൃക്ഷം.

വയ്യാവേലി. ന. വെറുതെയുള്ള ഉപദ്രവങ്ങൾ, കുണ്ടാമണ്ടി.

വര. വി. (രൻ, രാ, രം.) വി. ന. ശ്രേഷ്ഠതയുള്ള, വലുതായുള്ള.

വരൻ. ന. ൧, ഭൎത്താവു. ൨, ശിവൻ.

വര. ന. ത്രിഫല. (മ.) ൧, രേഖ. ൨, കണ്ണുകളുടെയുംമററും അകത്തുള്ള രേഖ. ൩, ചതുരംഗഖണ്ഡവുംമററും. ൪, കയ്യക്ഷരം നന്നാക്കുന്നതിന്നു എഴുതുന്ന എഴുത്തു. ൫, ഉഴപ്പൊളി.

വരം. ന. ദൈവത്തിൽനിന്നുംമററും ലഭിക്കുന്ന അനുഗ്രഹം.

വരകു. ന. ഒരുവക ധാന്യം.

വരകരി. ന. വരകിൻെറ അരി.

വരകോൽ. ന. വരെക്കുമ്പോൾ വെക്കുന്ന കോൽ.

വരച്ചിൽ. ന. ൧, വരെക്കുക. ൨, വിളക്കുക.

വരട്ടു. വി. ഉണങ്ങിയ.

വരട. ന. ൧, അരയന്നപ്പിട. ൨, കടന്നൽ.

വരട ന. പടിത്തവും മററുമില്ലാത്ത ഒരു മാതിരി മൂഢജാതിക്കാരൻ.

വരടം. ന. ഒരുമാതിരി അരയന്നത്തിൽ ആൺ. ൨, ഒരുമാതിരി കടന്നൽ. ൩, വളരെവൃപ്പുണ്ടാകുന്ന ഒരു മാതിരി മുല്ല.

വരടി. ന. ൧, അരയന്നപ്പിട. ൨, കടന്നൽ.

വരട്ടുകാ. ന. ഉണങ്ങിയ കായ്.

വരട്ടുചാണകം. ന. ഉണങ്ങിയ ചാണകം.

വരട്ടുതേങ്ങാ. ന. ഉണക്കത്തേങ്ങാ.

വരട്ടുന്നു. സ. ക്രി. ഉണക്കുന്നു, പാകത്തിൽ വറുത്തെടുക്കുന്നു.

വരട്ടുപിത്തം. ന. ഒരു ദീനം.

വരട്ടുമഞ്ഞൾ. ന. പുഴുങ്ങിയുണങ്ങിയ മഞ്ഞൾ.

വരണ. ന. ഒരു വൃക്ഷം, നീർമാതളം.

വരണം. ന. ൧, നീർമാതളം. ൨, മതിൽ. ൩, വരിക്കുക.

വരണസി. ന. കാശി.

വരണ്ടുന്നു. ണ്ടി. വാൻ. (വരണ്ട.) സ. ക്രി. പുല്ലു കരടു കരിയില മുതലായവയെ കൈകൊണ്ടു തട്ടത്തു കൂട്ടുന്നു.

വരണ്ഡം. ന. ൧, മുഖക്കുരുവു. ൨, വയ്ക്കോൽത്തുറുവു.

വരതനു. ന. സൌന്ദൎയ്യമുള്ള സ്ത്രീ.

വരത്തൻ. വി. ന. തെണ്ടി.

വരത്തടിപ്പലക. ന. ചതുരംഗപ്പലക.

വരത്ര. ന. ൧, ആനയുടെ കച്ചക്കയറു, കയറു. ൨, ഒരുമാതിരി കയറു.

വരദ. വി. (ദൻ, ദാ, ദം.) വി. ന. വരത്തെക്കൊടുക്കുന്ന.

വരദൻ. ന. ൧, ഉപകാരം ചെയ്യുന്നവൻ. ൨, ഹോമത്തിന്നുള്ള തിക്ക പറയുന്ന ഒരു പേർ.

വരദ. ന. കന്യക.

വരദാനം. ന. വരത്തെക്കൊടുക്കുക.

വര. വി. ശ്രേഷ്ഠതയുള്ള.

വരമൊഴി. ന. എഴുതുവാനുപയോഗിക്കുന്ന ഭാഷ.

വരമ്പു. ന. ഓരോരോ കണ്ടങ്ങൾക്കു വെവ്വേറെയുള്ള അതിര.

വരയാട്ട. ന. ഒരുമാതിരിയാട്ട.

വരയുന്നു. ഞ്ഞു. യുവാൻ. (വര.) സ. ക്രി. എതിന്മേലെങ്കിലും പോറലുകൾ വരുത്തുന്നു, വരകളുടെ ആകൃതിയിൽ പോറുന്നു. **വരയിക്കുന്നു.** കാ. ക്രി.

വരരുചി. ന. മഹാ വിദ്വാനായിട്ട പണ്ടുണ്ടായിരുന്ന ഒരു ബ്രാഹ്മണൻ.

വരവു. ന. ൧, വരിക. ൨, ലാഭം.

വരവുചിലവു. ന. കിട്ടുകയും ചിലവാകയും, ലാഭവും ചേതവും.

വരവൎണ്ണിനി. ന. ൧, ഉത്തമസ്ത്രീ. ൨, മഞ്ഞൾ. ൩, ഗോരോചനം.

വരളി. ന. പരത്തിയുണങ്ങിയ ചാണകം.

വരളുന്നു. ണ്ടു. വാൻ. (വരൾ.) അ. ക്രി. ൧, ഉണങ്ങുന്നു. ൨, ഉലരുന്നു. ൩, ഉണങ്ങി വെള്ളം വലിയുന്നു. **വരട്ടുന്നു.** സ. ക്രി.

വരാംഗകം. ന. ഇലവങ്ഗവൃക്ഷം.

വരാംഗന. ന. ഉത്തമസ്ത്രീ.

വരാംഗം. ന. ൧, തല. ൨, ഗുഹ്യപ്രദേശം.

വരാംഗരൂപോപേത. വി. (തൻ, താ, തം.) വി. ന. സൌന്ദൎയ്യമുള്ള.

വരാംഗി. ന. സുന്ദരി.

വരാടം; വരാടകം. ന. ൧, കവിടി. ൨, താമരപ്പൂവിന്റെ അകത്തെ മൊട്ടു, താമരക്കുരുവു.

വരാടി. ന. കവിടി.

വരാടിക. ന. കവിടി.

വരാരോഹരൻ. ന. ആനക്കാരൻ.

വരാരോഹ. ന. ഉത്തമസ്ത്രീ, സുന്ദരി.

വരാൽ. ന. ഒരു മത്സ്യം.

വരാന്ത. ന. വീട്ടിന്റെ പുറവും വിലാസമായുള്ള തിണ്ണ.

വരാസനം. ന. ശ്രേഷ്ഠമായ ഇരിപ്പിടം.

വരാസി. ന. കട്ടിയുള്ള വസ്ത്രം.

വരാഹൻ. ന. ൧, ഒരു പൊന്നാണയം. ൨, വിഷ്ണു.

വരാഹമിഹിരൻ. ന. ഒരാചാൎയ്യബ്രാഹ്മണൻ.

വരാഹമൂൎത്തി. ന. വിഷ്ണുവിന്റെ ഒരവതാരം.

വരാഹം. ന. ൧, പന്നി. ൨, വിഷ്ണുവിന്റെ മൂന്നാമത്തെ അവതാരം. ൩, പൎവ്വതം. ൪, മുത്തെങ്ങ. ൫, ഒരുമാതിരി അളവു. ൬, പതിനെട്ടു ചെറിയ ദ്വീപുകളിലൊന്നിൽ ഒന്നു.

വരാളി. ന. ഒരു രാഗം.

വരി. ന. ൧, പുസ്തകമുതലായതിലെ അക്ഷരങ്ങളുടെ പന്തി. ൨, നിര, ക്രമം, പന്തി. ൩, ഒരാവശ്യത്തിന്നു പലരുംകൂടെ മുതലെടുക്കുന്നതിന്റെ ഒരു മുറ. ൪, കാളയുടെ വൃഷണം. ൫, വരിനെല്ലു.

വരിക്ക. വി. ന. നല്ല ഫലമുണ്ടാകുന്ന. (ഇതു മാവു പ്ലാവു മുതലായ ചില വൃക്ഷങ്ങളോടു മാത്രം ചേരും.)

വരിക്കണ്ണി. ന. ഒരുമാതിരി മുള്ളുള്ള വള്ളി.

വരിക്കമാങ്ങാ. ന. വരിക്കമാവിന്മേലുണ്ടാകുന്ന മാങ്ങാ.

വരിക്കുന്നു. ച്ചു. പ്പാൻ. (വരി.) സ. ക്രി. ൧, അപേക്ഷിക്കുന്നു. ൨, ഭൎത്താവാക്കി സ്വീകരിക്കുന്നു.

വരിച്ചിൽ. ന. ൧, പുരയുടെ പുറത്തു മുറവും വാരി വെച്ചു കയറുകൊണ്ടു കെട്ടുക. ൨, ചുററിക്കെട്ടുക. ൩, വരിയാനുള്ള വാരിയോ, കോലോ.

വരിനെല്ലു. ന. വിതെക്കാതെ താനേ കിളുത്തുണ്ടാകുന്ന ഒരുവക ധാന്യം.

വരിപ്പു. ന. ചില വസ്തുക്കളുടെ ഒരു മാതിരി വക്ക.

വരിപ്പണം. ന. നിശ്ചയിച്ചിരിക്കുന്ന പ്രകാരം വീതംവെച്ചു എടുക്കുന്ന പണം.

വരിപ്പുലി. ന. വരിയുള്ള പുലി.

വരിമാൻ. ന. ഒരുമാതിരി മാൻ.

വരിമീൻ. ന. ഒരുവക മത്സ്യം.

വരിയൻ. വി. വരിയുള്ള.

വരിയൻപുലി. ന. വരിയുള്ള പുലി.

വരിയാത്തക്കിഴങ്ങു. ന. ഒരുമാതിരി കാട്ടുകിഴങ്ങു.

വരിയുന്നു. ഞ്ഞു. വാൻ. (വരി.) സ. ക്രി. വാരിവെച്ചു കെട്ടുന്നു, ചുററി കെട്ടുന്നു.

വരിയോല. ന. പലക്കം കൊട്ടുകൊണ്ട കരിപ്പട്ടികളിൽ ഒന്നു.

വരിവസിത. വി. (തൻ, താ, തം.) വി. ന. ൧, ആദരിക്കപ്പെട്ട. ൨, വന്ദിക്കപ്പെട്ട. ൩, സേവിക്കപ്പെട്ട.

വരിവസ്യ. ന. ൧, ആദരം. ൨, വന്ദനം, സേവ. ൩, ബഹുമാനം.

വരിവെള്ളം. ന. മഴപെയ്തൊഴുകുന്ന വെള്ളം.

വരിഷകാലം. ന. മഴക്കാലം.

വരിഷം. ന. ൧, മഴ. ൨, സംവത്സരം. ൩, ഭൂമിയുടെ ഓരോ ഖണ്ഡം.

വരിഷിക്കുന്നു. ച്ചു. പ്പാൻ. (വൎഷി.) സ. ക്രി. ൧, മഴ പെയ്യുന്നു. ൨, മഴപോലെ പൊഴിക്കുന്നു.

വരിഷ്ഠ. വി. (ഷ്ഠൻ, ഷ്ഠാ, ഷ്ഠം.) വി. ന. ഏററവും ശ്രേഷ്ഠതയുള്ള, മഹത്വമുള്ള.

വരിഷ്ഠം. ന. ൧, ചെമ്പു. ൨, നല്ലമുളക.

വരീയസ്സു. വി. (യാൻ, യസീ, യസ്സു.) വി. ന. ഏററവും വലിയ.

വരീയാൻ. ന. ജ്യോതിശ്ശാസ്ത്രത്തിൽ പറയുന്ന യോഗങ്ങളിൽ പതിനെട്ടാമത്തേതു.

വരിവട്ടം. ന. കാള, മൂരി.

വരുണൻ. ന. സമുദ്രത്തിന്റെ ദൈവം.

വരുതി. ന. കല്പന.

വരുത്തം. ന. വരിപ്പു.

വരുന്നു. ന്നു. വാൻ. (വരു.) അ. ക്രി. ൧, സമീപത്താകുന്നു. ൨, ഉണ്ടാകുന്നു. ൩, മുളെക്കുന്നു. **വരുത്തുന്നു.** സ. ക്രി. **വരുത്തിക്കുന്നു.** കാ. ക്രി.

വരുങ്കാലം. ന. വരുവാനുള്ള സമയം.

വരുങ്കൊല്ലം. ന. വരുവാനുള്ള സംവത്സരം.

വരുംഫലം. ന. വരുവാനുള്ള അനുഭവം.

വരുംവഴി. അ. വരുമ്പോൾ.

വരൂഥം. ന. തേരിനെ മൂടുന്ന ശീല.

വരൂഥിനി. ന. സൈന്യം.

വരെ. അ. ഇതു ചില വാക്കുകളുടെ ഒടുക്കം വരുമ്പോൾ 'ഓളം' എന്നുള്ള അൎത്ഥം വരും.

വരെക്കേ. അ. മേല്പറഞ്ഞ അൎത്ഥം.

വരെക്കുന്നു. ച്ചു. പ്പാൻ. (വരെ.) സ. ക്രി. ൧, വരയുണ്ടാക്കുന്നു. ൨, രൂപമു ണ്ടാക്കുന്നു. ൩, അക്ഷരം വരെക്കുന്നു.

വരെയും. അ. വരെ, ഓളം.

വരേണ്യ. വി. (ണ്യൻ, ണ്യാ, ണ്യം.) വി. ന. അധികം ശ്രേഷ്ഠതയുള്ള.

വൎക്കരം. ന. യൌവനമുള്ള മൃഗം.

വൎക്ക്രൂ. ന. ഗുണം, നന്മ, വെടിപ്പു.

വൎഗ്ഗണ. ന. സംഖ്യകൾ തമ്മിൽ പെരുക്കുക.

വൎഗ്ഗശഃ. അ. കൂട്ടംകൂട്ടമായി.

വൎഗ്ഗം. ന. ൧, കൂട്ടം. ൨, അദ്ധ്യായം. ൩, തുല്യവസ്തുക്കളുടെ കൂട്ടം.

വൎഗ്ഗിക്കുന്നു. ച്ചു. പ്പാൻ. (വൎഗ്ഗി.) സ. ക്രി. കണക്കിൽ പെരുക്കുന്നു.

വൎഗ്ഗ്യം. വി. ഒരു വൎഗ്ഗത്തിലുള്ള.

വൎഗ്ഗ്യൻ. ന. ഒരുമിച്ചു പഠിച്ചവൻ.

വൎച്ചസ്സ. ന. ൧, ആകൃതി. ൨, തേജസ്സ. ൩, മലം.

വൎജ്ജനം. ന. ൧, ഉപേക്ഷിക്ക. ൨, കൊല്ലുക. ൩, ഉപദ്രവിക്ക.

വൎജ്ജനി. ന. മരമഞ്ഞൾ.

വൎജ്ജനീയ. വി. (യൻ, യാ, യം.) വി. ന. ഉപേക്ഷിക്കത്തക്ക.

വൎജ്ജിക്കുന്നു. ച്ചു. പ്പാൻ. (വൎജ്ജി.) സ. ക്രി. കളയുന്നു, ഉപേക്ഷിക്കുന്നു.

വൎജ്ജിത. വി. (തൻ, താ, തം.) വി. ന. ഉപേക്ഷിക്കപ്പെട്ട.

വൎജ്യ. വി. (ജ്യൻ, ജ്യാ, ജ്യം.) വി. ന. ഉപേക്ഷിക്കത്തക്ക.

വൎണ്ണക. വി. (കൻ, കാ, കം.) വി. ന. സ്തുതിക്കുന്ന.

വൎണ്ണകം. ന. ൧, ചായം. ൨, മാററു, നിറം.

വൎണ്ണകം. ന. ചന്ദനം, കറിക്കൂട്ട.

വൎണ്ണതൂലിക. ന. ചായമിടുന്ന തൂവൽ, ചായമിടുന്ന പല്ല്യ.

വൎണ്ണനം. ന. പറക, വിസ്തരിച്ചു പറക, സ്തുതിക്ക.

വൎണ്ണനീയ. വി. (യൻ, യാ, യം.) വി. ന. വൎണ്ണിക്കപ്പെടുവാന്തക്ക.

വൎണ്ണപത്രം. ന. വൎണ്ണമുള്ള കിടക്ക, മെത്ത.

വൎണ്ണം. ന. ൧, നിറം. ൨, അക്ഷരം. ൩, ജാതി. ൪, ചെമ്പാരിപ്പടം. ൫, സ്തുതി. ൬, ഗുണം. ൭, ശ്രുതി. ൮, ആകൃതി.

വൎണ്ണസങ്കരം. ന. പല വൎണ്ണമൊ പല ജാതിയൊ കൂടിക്കലരുക.

വൎണ്ണഹീനൻ. ന. ജാതിഭ്രഷ്ടൻ.

വൎണ്ണാചാരം. ന. ജാത്യാചാരം.

വൎണ്ണാശ്രമം. ന. ബ്രാഹ്മക്ഷത്രിയാദി നാലു ജാതികൾ, ബ്രഹ്മചൎയ്യം മുതലായ നാലു സ്ഥിതികൾ.

വൎണ്ണി. ന. ബ്രഹ്മചാരി.

വൎണ്ണികൻ. ന. എഴുത്തുകാരൻ.

വൎണ്ണിക്കുന്നു. ച്ചു. പ്പാൻ. (വൎണ്ണി.) സ. ക്രി. ൧, പറയുന്നു, വിസ്തരിച്ചു പറയുന്നു. ൨, സ്തുതിക്കുന്നു.

വൎണ്ണിത. വി. (തൻ, താ, തം.) വി. ന. വൎണ്ണിക്കപ്പെട്ട.

വൎണ്ണിനി. ന. ൧, ചതുൎവ്വൎണ്ണങ്ങളിലൊന്നിലുള്ള ഒരു സ്ത്രീ. ൨, സ്ത്രീ.

വൎണ്ണ്യം. വി. വൎണ്ണിപ്പാനുള്ള.

വൎത്തക. വി. (കൻ, കാ, കം.) വി. ന. വൎത്തിക്കുന്ന, ജീവിക്കുന്ന, പാൎക്കുന്ന.

വൎത്തകൻ. ന. ൧, ദ്രവ്യമുള്ളവൻ. ൨, വലിയ കച്ചവടക്കാരൻ.

വൎത്തകം. ന. ൧, കുതിരക്കുളമ്പു. ൨, ഒരു പക്ഷി. ൩, വെള്ളോട്ട. (മ.) കച്ചവടം.

വൎത്തന. വി. (നൻ, നാ, നം.) വി. ന. വൎത്തിക്കുന്ന, സ്ഥിരതയോടിരിക്കുന്ന.

വൎത്തനം. ന. ൧, ഇരിപ്പു. ൨, പ്രവൃത്തി. ൩, വഴി. ൪, തൂല്പാനുള്ള പഞ്ഞി.

വൎത്തനി. ന. ൧, വഴി. ൨, കിഴക്കേ ദിക്ക.

വൎത്തമാന. വി. (നൻ, നാ, നം.) വി. ന. ൧, വൎത്തിക്കുന്ന. ൨, ഇപ്പോഴുള്ള. **വൎത്തമാനത.** ഗു. ന.

വൎത്തമാനം. ന. അന്നന്നുണ്ടാകുന്ന വിശേഷം. (സം.) വ്യാകരണപ്രകാരം ഇപ്പോഴത്തെക്കാലത്തിന്നു പറയുന്ന പേർ.

വൎത്തി. വി. (ൎത്തീ, ൎത്തിനി, ൎത്തി.) വി. ന. ഇരിക്കുന്ന, പാൎക്കുന്ന.

വൎത്തി. ന. ൧, തിരി, വിളക്കിലെ തിരി. ൨, ഒരുവക അഞ്ജനം. ൩, വരി. ൪, ചന്ദനക്കൂട്ട.

വൎത്തികാ. ന. ൧, ഒരു പക്ഷി. ൨, ചായമിടുന്നതിന്നുള്ള കോൽ. ൩, വിളക്കിന്റെ തിരി. ൪, കാട.

വൎത്തിക്കുന്നു. ച്ചു. പ്പാൻ. (വൎത്തി.) സ. ക്രി. പാൎക്കുന്നു, ഇരിക്കുന്നു.

വൎത്തിഷ്ണു. വി. (ത്രിഷു.) വി. ന. വൎത്തിക്കുന്ന.

വൎത്തുള. വി. (ളൻ, ളാ, ളം.) വി. ന. വട്ടത്തിലുള്ള.

വൎത്തുള. ന. നൂല്ക്കുന്ന നൂല്ക്കുന്നതിന്നും മററും വട്ടത്തിൽ തിരിയുന്നതിന്നുവേണ്ടി വെക്കുന്ന മണ്ണുണ്ട.

വൎത്തുളം. ന. ൧, ഒരുമാതിരി പയറു. ൨, ഒരുമാതിരി ഉരുള.

വൎത്മാവു. ന. ൧, വഴി. ൨, കണ്ണിന്റെ പോള.

വൎദ്ധക. വി. (കൻ, കാ, കം.) വി. ന. വൎദ്ധിച്ചുവരുന്ന, വൎദ്ധിപ്പിക്കുന്ന.

വൎദ്ധകം. ന. ഒരു തൈ.

വൎദ്ധകി. ന. ആശാരി, തച്ചൻ.

വൎദ്ധന. വി. (നൻ, നീ, നം.) വി. ന. വൎദ്ധിപ്പിക്കുന്ന.

വൎദ്ധനം. ന. ൧, വളൎച്ച. ൨, മുറിക്ക, വിഭാഗിക്ക. (മ.) ദ്രവ്യപുഷ്ടി.

വൎദ്ധനി. ന. ൧, ചെറുകുടം. ൨, ചൂൽ.

വൎദ്ധമാന. വി. (നൻ, നാ, നം.) വി. ന. വൎദ്ധിക്കുന്ന, വളരുന്ന.

വൎദ്ധമാനൻ. ന. ൧, വിഷ്ണു. ൨, ജിനന്മാരിൽ ഒരു പ്രധാനി.

വൎദ്ധമാനം. ന. ൧, ആവണക്ക. ൨, ചില ജലപാത്രത്തിന്റെ മൂടി.

വൎദ്ധിക്കുന്നു. ച്ചു. പ്പാൻ. (വൎദ്ധി.) അ. ക്രി. ൧, വളരുന്നു. ൨, പെരുകുന്നു. ൩, മുറിക്കുന്നു. **വൎദ്ധിപ്പിക്കുന്നു.** സ. ക്രി.

വൎദ്ധിത. വി. (തൻ, താ, തം.) വി. ന. ൧, വൎദ്ധിപ്പിക്കപ്പെട്ട, വളൎന്ന. ൨, മുറിക്കപ്പെട്ട. ൩, നിറെഞ്ഞ.

വൎദ്ധി; വൎദ്ധിനി. (പദാന്ത്യത്തിൽ ചേൎന്ന സാധാരണയായി പ്രയോഗിക്കപ്പെടുന്നു.) ന. വൎദ്ധിപ്പിക്കുന്നവൻ; (-വൾ).

വൎദ്ധിഷ്ണു. വി. (ത്രിഷു.) വി. ന. വൎദ്ധിക്കുന്ന.

വൎദ്ധ്രീ. ന. തോൽവാറു.

വൎമ്മൻ. ന. ചില ക്ഷത്രിയന്മാരുടെ പേരിന്റെ ഒടുക്കം ചേൎത്തു പറയുന്ന ഒരു വാക്ക.

വൎമ്മം. ന. ഒരുമാതിരി ചട്ട, പടച്ചട്ട.

വൎമ്മിത. വി. (തൻ, താ, തം.) വി. ന. ചട്ടയിട്ട.

വൎഷ്യ. വി. (ഷ്യൻ, ഷ്യാ, ഷ്യം.) വി. ന. ശ്രേഷ്ഠതയുള്ള.

വൎയ്യൻ. ന. കാമദേവൻ.

വൎയ്യാ. ന. താന്തന്നേ നിശ്ചയിച്ചു ഭ ൎത്താവിനെ കൈക്കൊള്ളുന്നവൾ.

വൎവ്വരൻ. ന. ഒരു ഹീനജാതിക്കാരൻ.

വൎവ്വരം. ന. ൧, ഒരു തൈ, തുളസി. ൨, ഒരു രാജ്യം, വൎവ്വരൻ പാൎക്കുന്ന ദിക്കു.

വൎവ്വരി. ന. ൧, ഒരു മാതിരി ചീര. ൨, തേനിച്ച.

വൎഷ. ന. വൎഷകാലം.

വൎഷകരി. ന. ഒരു വക കൊച്ചു പ്രാ ണി.

വൎഷകാലം. ന. മഴയുള്ള സമയം.

വൎഷണം. ന. മഴ.

വൎഷപ്രതിബന്ധം. ന. മഴയ്ക്കു തട വു, മഴയില്ലായ്ക.

വൎഷം. ന. ൧, വൎഷകാലം. ൨, മഴ. ൩, സംവത്സരം. ൪, ഭൂമിയുടെ ഒൻപ തു ഖണ്ഡങ്ങൾക്കും പറയുന്ന ഒരു പേ രു. ൫, മഴപോലെ പൊഴിയുന്നതു.

വൎഷന്തോറും. അ. ആണ്ടുതോറും, സംവത്സരന്തോറും.

വൎഷത്തു. ന. ചിങ്ങവും കന്നിയും ര ണ്ടു മാസം.

വൎഷവരൻ. ന. ആണും പെണ്ണുമല്ലാ ത്തവൻ, നപുംസകൻ.

വൎഷാഗമം. ന. മഴയുടെ വരവു.

വൎഷാഭ്രു. ന. ൧, തവള. ൨, ഒരു പച്ച മരുന്നു, തമിഴാമ.

വൎഷാഭ്വി. ന. ൧, പെൺതവള. ൨, തമിഴാമ.

വൎഷാരംഭം. ന. മഴയുടെ തുടക്കം.

വൎഷാശനം. ന. അടിയന്തരം.

വൎഷിക്കുന്നു. ച്ചു. പ്പാൻ. (വൎഷി.) സ. ക്രി. പൊഴിക്കുന്നു, ചൊരിയുന്നു. വ ൎഷിപ്പിക്കുന്നു. കാ. ക്രി.

വൎഷിഷ്ഠ. വി. (ഷ്ഠൻ, ഷ്ഠാ, ഷ്ഠം.) വി. ന. അധികം വയസ്സുചെന്ന.

വൎഷീയസ്സ. വി. (യാൻ, യസ്സീ, യസ്സു.) വി. ന. അധികം വയസ്സുചെന്ന.

വൎഷുക. വി. (കൻ, കീ, കം.) വി. ന. വൎഷിക്കുന്ന.

വൎഷുകാബ്ദം. ന. മഴ പെയ്യിക്കുന്ന മേഘം.

വൎഷോപലം. ന. ആലിപ്പഴം.

വൎഷ്മാവു. ന. ൧, ശരീരം. ൨, ഒരളവു. ൩, ഉയരം. ൪, ഭംഗി.

വല. ന. ൧, പക്ഷി മൃഗം മത്സ്യം മുത ലായവയെ പിടിക്കുന്നതിന്നു നൂല്ചരടു കൊണ്ടും മററും കെട്ടിയുണ്ടാക്കുന്ന ഒരു കൌശലപ്പണി. ൨, ചുക്കിലിവല.

വലകെട്ടു. ന. ൧, വലയുണ്ടാക്കുക. ൨, മൃഗങ്ങളെയും മററും പിടിക്കുന്നതി ന്നു വലവെച്ചുറപ്പിക്കുക. ൩, ചുക്കിലി വലയുണ്ടാക്കുക.

വലക്കണ്ണു. ന. വലയുടെ ദ്വാരങ്ങൾ.

വലക്കാരൻ. ന. വല വീശുന്നവൻ, മുക്കുവൻ.

വലച്ചിൽ. ന. ൧, ആലസ്യം, ക്ഷീ ണം. ൨, ബുദ്ധിമുട്ടു, ദാരിദ്ര്യം. ൩, വ സ്ത്രങ്ങളുടെ നൂൽ അങ്ങുമിങ്ങും നീ ങ്ങുക.

വലജ. വി. (ജൻ, ജാ, ജം.) വി. ന. ബലജ.

വലജ. ന. സുന്ദരി.

വലജം. ന. ൧, ക്ഷേത്രം. ൨, ഭവന വാതിൽ.

വലത്തു. അ. കിഴക്കോട്ടു നോക്കിയി രിക്കുമ്പോൾ തെക്കുവശം.

വലങ്കൈ; വലത്തുകൈ. ന. വല ത്തുവശത്തെ കൈ.

വലത്തുഭാഗം. ന. വലത്തുവശം.

വലത്തൂടു. അ. വലത്തുവശത്തുകൂടെ.

വലത്തെ. അ. വലത്തുവശത്തെ.

വലൻ. ന. ഒരസുരൻ.

വലമ്പിരി. വി. വലത്തോട്ടു പിരിവു ള്ളതു.

വലപ്പാടു. ന. ൧, ഒരു വല നിവി ൎത്താവുന്ന സ്ഥലം. ൨, മുക്കോൎക്കടി. ൩, വലത്തുപാടു.

വലഭാഗം. ന. വലത്തു വശം.

വലമണി. ന. വലയിൽ കെട്ടുന്ന ഒരം യക്കട്ടി.

വലമഥനൻ. ന. ദേവേന്ദ്രൻ.

വലം. ന. സൈന്യം. (മ.) പ്രദക്ഷി ണം, വലത്തുഭാഗം.

വലയഗ്രഹണം. ന. ഒരു ഗ്രഹണം.

വലയം. ന. കൈവള.

വലയിത. വി. (തൻ, താ, തം.) വി. ന. ചുററപ്പെട്ട.

വലയുന്നു. ഞ്ഞു. വാൻ. (വല.) അ. ക്രി. ൧, ദുഃഖിക്കുന്നു. ൨, ക്ഷീണിക്കു ന്നു. വലയ്ക്കുന്നു. സ. ക്രി.

വലരിപു. ന. ദേവേന്ദ്രൻ.

വലവരി. ന. മുക്കോന്മാർ കൊടുക്കുന്ന കരം.

വലശാസനൻ; വലശാസൻ. ന. ദേവേന്ദ്രൻ.

വലാകാ. ന. ഒരു പക്ഷി, വെള്ളപ്പ ക്ഷി.

വലാരാതി. ന. ദേവേന്ദ്രൻ.

വലാഹകം. ന. ൧, മേഘം. ൨, പൎവ്വ തം. ൩, മുത്തങ്ങ.

വലി. ന. ൧, ബലി. ൨, കരം. ൩, ബ ലിക്രിയ. ൪, ശരീരത്തിൽ ഉണ്ടാകുന്ന ചുളിവു. ൫, വയററിൻെറ മടക്കു. (മ.) വലിക്കു.

വലികം. ന. ഇറമ്പു.

വലിക്കുന്നു. ച്ചു. പ്പാൻ. (വലി.) സ. ക്രി. ൧, തടിയും മററും വക്കയിട്ടു പി ടിച്ചു കൊണ്ടുപോകുന്നു. ൨, പൊന്നു മുതലായ ചില ലോഹങ്ങൾ യന്ത്രത്തി ലിട്ടു പിടിച്ചു കമ്പിയാക്കുന്നു. ൩, ശ്വാസം വലിക്കുന്നു. ൪, പുകവലിക്കു ന്നു, പൊടി വലിക്കുന്നു. വലിപ്പി ക്കുന്നു. കാ. ക്രി.

വലിച്ചിൽ. ന. അയവില്ലായ്ക, പിടി ത്തം, മുറുക്കം, ചുളിവു.

വലിത്രയം. ന. മുലെക്കു താഴെയുള്ള മൂന്നു വരകൾ.

വലിത. വി. (തൻ, താ, തം.) വി. ന. ശരീരത്തിലെ തൊലി ഞൊറിഞ്ഞ.

വലിപ്പം. ന. ൧, പുഷ്ടി, വണ്ണം. ൨, പൊക്കം, നീളം. ൩, പ്രഭാവം, മഹ ത്വം.

വലിഭ. വി. (ഭൻ, ഭാ, ഭം.) വി. ന. ശ രീരത്തിലെത്തൊലി ഞൊറിഞ്ഞ.

വലിമ. ന. ൧, മഹത്വം. ൨, വലിപ്പം. ൩, ശക്തി.

വലിയ. വി. ന. ൧, ചെറുതല്ലാത്ത. ൨, ശക്തിയുള്ള. ൩, സമ്പത്തും കീൎത്തി യുമുള്ള.

വലിയച്ഛൻ. ന. അച്ഛൻെറ ജ്യേഷ്ഠൻ.

വലിയതു. വി. ന. ൧, വലിപ്പമുള്ളതു. ൨, മഹത്വമുള്ളതു.

വലിയതോക്കു. ന. പീരങ്കി.

വലിയപ്പൻ. ന. അപ്പൻെറ ജ്യേഷ്ഠൻ

വലിയമ്മ. ന. ൧, അമ്മയുടെ ജ്യേഷ്ഠ ത്തി. ൨, വയസ്സധികമുള്ള സ്ത്രീ.

വലിയമ്മാവൻ. ന. അമ്മയുടെ മൂ ത്ത സഹോദരൻ, അമ്മാവന്മാരിൽ വയസ്സധികമുള്ള ആൾ.

വലിയവൻ. ന. ബുദ്ധിയും ബലവും സമ്പത്തും കീൎത്തിയും അധികമുള്ള വൻ.

വലിയവെടി. ന. വലിയതോക്കിലെ വെടി.

വലിയവെടിപ്പുള്ളി. ന. വലിയതോക്കുകൊണ്ടു വെടിവെക്കുന്ന പട്ടാളക്കാർ.

വലിയുന്നു. ഞ്ഞു. വാൻ. (വലി.) അ. ക്രി. ൧, ഇഴയുന്നു. ൨, നീളുന്നു. ൩, അയവില്ലാതാകുന്നു.

വലിയെ. അ. ഞെരുങ്ങി, നിർബ്ബന്ധത്തോടെ.

വലിര. വി. (രൻ, രാ, രം.) വി. ന. കോങ്കണ്ണുള്ള.

വലിവു. ന. ൧, വലിച്ചിൽ. ൨, വലിയുക. ൩, ശ്വാസം മുട്ടൽ.

വലികം. ന. ഇറമ്പ.

വലീമുഖം. ന. കുരങ്ങു.

വലീവർദ്ദം. ന. കാള.

വലുതു. വി. ന. ചെറുതല്ലാത്ത, വലിപ്പമുള്ള.

വലുതായുള്ള. ന. മുഴത്ത, വലിപ്പമുള്ള.

വലെക്കുന്നു. ച്ചു. പ്പാൻ. (വലെ.) സ. ക്രി. ൧, ഞെരുക്കുന്നു, ഉപദ്രവിക്കുന്നു. ൨, പണയം വെക്കുന്നു. ൩, അലക്കുകാരുടെ മോശത്താൽ വസ്ത്രം വലപോലെ ആക്കുന്നു.

വല്കം. ന. ൧, മരത്തിന്റെ തൊലി. ൨, മത്സ്യത്തിന്റെ ചെതുമ്പൽ.

വല്കലം. ന. ൧, മരത്തിന്റെ തൊലി. ൨, മരത്തൊലികൊണ്ടുണ്ടാക്കിയ വസ്ത്രം.

വല്ഗ. ന. കടിഞാൺ.

വല്ഗൽ. വി. (ല്ഗൻ, ല്ഗന്തി, ല്ഗൽ.) വി. ന. പതിഞ്ഞുനടക്കുന്ന.

വല്ഗനം. ന. കുതിരയെ ചാടിക്കയെന്നുള്ളതു, ചാട്ടം.

വല്ഗിത. വി. (തൻ, താ, തം.) വി. ന. ചാടിയ.

വല്ഗിതം. ന. ൧, ഓട്ടം, ചാട്ടം. ൨, കുതിരയുടെ ഒരു മാതിരി ഓട്ടം.

വല്ഗു. വി. (ത്രിഷു.) വി. ന. ഭംഗിയുള്ള.

വല്ഗു. ന. മുട്ടാട.

വല്ഗുക. വി. (കൻ, കാ, കം.) വി. ന. ഭംഗിയുള്ള.

വല്ഗുകം. ന. ൧, ചന്ദനം. ൨, വില.

വല്ഗുദർശന. വി. (നൻ, നാ, നം.) വി. ന. ഭംഗിയിൽ നോട്ടമുള്ള.

വല്ഗുഹാസം. ന. ഭംഗിയുള്ള ചിരി.

വല്മീകം. ന. ചിതൽപ്പുറ്റ.

വല്ല. വി. ഏതെങ്കിലും.

വല്ലകി. ന. വീണ.

വല്ലജ്ജാതിയും. അ. ഏതുപ്രകാരമെങ്കിലും.

വല്ലതും. അ. ഏതെങ്കിലും, എന്തെങ്കിലും.

വല്ലന്തി. ന. ആപത്തു, ദോഷം.

വല്ലപ്പാട്ട. ന. കണ്ടത്തിൽ വെള്ളം കേററി വിടുന്ന ഒരു വഴി.

വല്ലപ്പോഴും. അ. എപ്പോഴെങ്കിലും.

വല്ലഭ. വി. (ഭൻ, ഭാ, ഭം.) വി. ന. ൧, ഇഷ്ടമുള്ള. ൨, അധികാരമുള്ള.

വല്ലഭൻ. ന. ഭർത്താവു.

വല്ലഭ. ന. ഭാര്യ.

വല്ലം. ന. ഒരു മാതിരി വലിയ കൊട്ട.

വല്ലരി. ന. ൧, വള്ളി. ൨, പൂക്കുല.

വല്ലവട്ടി. ന. ഭക്ഷണവസ്തുക്കൾ സൂക്ഷിക്കുന്ന ഒരു മാതിരി പുല്ലുവട്ടി.

വല്ലവനും. വി. ന. ആരെങ്കിലും.

വല്ലവൻ. ന. ൧, ഭക്ഷണവസ്തുക്കളെ പാകം ചെയ്യുന്നവൻ. ൨, ഇടയൻ. ൩, ഭീമസേനന്റെ ഒരു പേർ.

വല്ലവി. ന. ഇടച്ചി.

വല്ലവിധത്തിലും. അ. ഏതുപ്രകാരവും.

വല്ലാതെ. അ. ക്രമക്കേടായി, ചീത്തയായിട്ടു.

വല്ലാത്ത. വി. ൧, ചീത്തശ്ശീലമുള്ള. ൨, ദോഷമുള്ള.

വല്ലായ്മ. ന. ൧, ക്രമക്കേടു. ൨, ദോഷം. ൩, ദുഷ്ടത, ൪, അഭംഗി.

വല്ലി. ന. വള്ളി. (മ.) പുലയർക്കും മററും കൊടുക്കുന്ന കൂലി.

വല്ലിജം. ന. കൊടിമുളക.

വല്ലിയാൾ. ന. പുലയൻ.

വല്ലൂരം. ന. വള്ളിക്കുടിൽ.

വല്ലുവോൻ. അല്ലെങ്കിൽ, **വല്ലോൻ.** ന. ആരാനും.

വല്ലൂരം. ന. ൧, ഉണക്കുമാംസം. ൨, പന്നിയുടെ മാംസം. ൩, തരിശുനിലം. ൪, പടപ്പുകാട.

വല്ലേടത്തും. അ. എങ്ങാനും, എവിടെയെങ്കിലും.

വല്ലോനും. അ. ഏവനെങ്കിലും, ആരാനും.

വശ. വി. (ശൻ, ശാ, ശം.) വി. ന. ൧, സ്വാധീനത്തിലുള്ള. ൨, കിഴടങ്ങിയ. ൩, ക്ഷുദ്രപ്രയോഗംകൊണ്ടു വശീകരിച്ച. **വശത.** ഗു. ന. ൧, സ്വാധീനത. ൨, കൌശലം.

വശ. ന. ൧, ഭർത്താവിന്റെ സഹോദരി. ൨, ഭാര്യ. ൩, പിടിയാന. ൪, മച്ചിപ്പശു. ൫, സ്ത്രീ.

വശം. ന. ൧, ഇഛ, ആഗ്രഹം. ൨, അധികാരം. ൩, കിഴടക്കം. ൪, ജനനം. ൫, വേശ്യാഭവനം. (മ.) ശീലം, പരിചയം, പടിപ്പു.

വശംകെട്ടുന്നു. അ. ക്രി. ക്ഷീണിക്കുന്നു, നിവൃത്തിയില്ലാത്ത പതനത്തിലാകുന്നു.

വശംവദ. വി. അനുസരണമുള്ള.

വശക്കേട. ന. ൧, ക്ഷീണം. ൨, അസ്വാധീനം. ൩, പാട്ടമാററം.

വശഗ. വി. വശം പ്രാപിച്ച, അനുസരണമുള്ള.

വശക്രിയ. ന. മരുന്നും മന്ത്രവുംകൊണ്ടു വശീകരിക്ക, സ്വാധീനമാക്കുക.

വശവർത്തി. വി. (ർത്തീ, ർത്തിനീ, ർത്തി.) വി. ന. ഇഷ്ടമനുസരിച്ചു നില്ക്കുന്ന.

വശള. അല്ലെങ്കിൽ, **വശളച്ചീര.** ന. ഒരുമാതിരി വള്ളി.

വശാൽ. അ. ൧, കാരണത്താൽ. ൨, പെട്ടെന്നു.

വശി. വി. (ശീ, ശിനി, ശി.) വി. ന. കിഴടക്കുന്ന, ഇന്ദ്രിയജയമുള്ള. **വശിത്വം.** അല്ലെങ്കിൽ, **വശിത.** ഗു. ന. വശിയുടെ അവസ്ഥ.

വശി. ന. ഇന്ദ്രിയങ്ങളെ കിഴടക്കിയിരിക്കുന്ന മഹർഷിയുമററും.

വശിനീ. ന. ൧, ഒരു വൃക്ഷം, ശമി. ൨, ഇത്തിക്കണ്ണി.

വശിക. വി. (കൻ, കാ, കം.) വി. ന. അകത്തൊന്നുമില്ലാത്ത, രിക്ത.

വശിക. ന. ഒരു മരം, ചെന്നിനായകം.

വശിത്വം. ന. എട്ടു ഐശ്വര്യങ്ങളിൽ ഒന്നു.

വശീകരണം. ന. സ്വാധീനമാക്കുക.

വശീകരം. ന. സ്വാധീനമാക്കുവാനുള്ള പ്രവൃത്തി.

വശീകരിക്കുന്നു. ച്ചു. പ്പാൻ. (വശീ.) സ. ക്രി. സ്വാധീനമാക്കുന്നു.

വശീകൃത. വി. (തൻ, താ, തം.) വി. ന. സ്വാധീനമാക്കപ്പെട്ട.

വശ്യ. വി. (ശ്യൻ, ശ്യാ, ശ്യം.) വി. ന. ൧, അനുസരണമുള്ള. ൨, ഇണക്കമുള്ള.

വശ്യ. ന. ആശ്രിതൻ, അടിമക്കാരൻ.

വശ്യാ. ന. അനുസരണമുള്ള ഭാൎയ്യ.

വശ്യം. ന. കരയാമ്പൂവു.

വശ്യപ്രയോഗം. ന. വശീകരിക്കുന്നതിനുള്ള ചില പ്രയോഗം.

വഷളത്വം ന. ചീത്തത്വം.

വഷളൻ. വി. ന. കൊള്ളരുതാത്തവൻ.

വഷൾ. വി. ചീത്ത.

വഷൾ. അ. ഹോമബലി കഴിക്കുമ്പോൾ പറയുന്ന ഒരു ശബ്ദം.

വഷൾക്കാരം. ന. ഹോമം.

വഷൾകൃത. വി. (തൻ, താ, തം.) വി. ന. ഹോമിക്കപ്പെട്ട.

വസ. ന. മേദസ്സു.

വസതി. ന. ൧, ഭവനം. ൨, ഇരിപ്പു. ൩, രാത്രി.

വസനം. ന. ൧, വസ്ത്രം. ൨, മറെപ്പാനുള്ള സാധനം.

വസന്ത. ന. പകരുന്ന വ്യാധി.

വസന്തൻ. ന. വിദൂഷകൻ.

വസന്തകാലം. ന. ഋതുക്കൾ ആറുള്ളതിൽ ഒന്നാമത്തെ ഋതു, പൂക്കളുണ്ടാകുന്ന സമയം, മേടമാസവും ഇടവമാസവും കൂടിയ സമയം.

വസന്തഘോഷി. ന. കുയിൽ.

വസന്തജ്വരം. ന. ൧, പകരുന്ന പനി. ൨, വസന്തകാലത്തുണ്ടാകുന്ന ഒരു പനി.

വസന്തഭൈരവി. ന. ഒരു രാഗം.

വസന്തം. ന. വസന്തകാലം.

വസന്തൎത്തു. ന. വസന്തകാലം.

വസിക്കുന്നു. ച്ചു. പ്പാൻ. (വസി.) അ. ക്രി. പാൎക്കുന്നു, ഇരിക്കുന്നു. **വസിപ്പിക്കുന്നു.** സ. ക്രി.

വസിത. വി. (തൻ, താ, തം.) വി. ന. ൧, ശേഖരിക്കപ്പെട്ട. ൨, ധരിക്കപ്പെട്ട. ൩, പാൎക്കുന്ന.

വസിതം. ന. പാൎക്കുന്ന സ്ഥലം.

വസിരം. ന. ൧, കടലുപ്പു. ൨, അത്തിത്തിപ്പലി.

വസിഷ്ഠൻ. ന. ഏഴു മഹൎഷിമാരിൽ ഒരുവൻ.

വസു. വി. (ത്രിപു.) വി. ന. ൧, മധുരമുള്ള. ൨, ഉണങ്ങിയ.

വസു. ന. ൧, ഗണദേവന്മാരിൽ വസുക്കൾ എട്ടുപേൎക്കും കൂടെ പറയുന്ന ഒരു പേർ. ൨, രശ്മി. ൩, ധനം. ൪, അഗ്നി. ൫, രത്നം. ൬, പൊന്നു. ൭, വെള്ളം.

വസുകം. ന. ൧, ഒരുവക ഉപ്പു. ൨, എരിക്ക.

വസുകീടൻ. ന. ഇരക്കുന്നവൻ.

വസുദേവൻ. ന. ശ്രീകൃഷ്ണന്റെ അച്ഛൻ.

വസുധ. ന. ഭൂമി.

വസുന്ധര. ന. ഭൂമി.

വസുമതി. ന. ഭൂമി.

വസൂരി. ന. ഒരു വക വല്ലാത്ത ദീനം.

വസൂരിക. ന. മേല്പറഞ്ഞ അൎത്ഥം.

വസൂരിക്കല. ന. വസൂരിവന്നു പൊരുത്ത വടുക്കൾ.

വസൂലാകുന്നു; വസുവലാകുന്നു. അ. ക്രി. കൈവശം വന്നു ചേരുന്നു. ൦രംടാകുന്നു, **വസൂൽ (വസുവൽ)** ആക്കുന്നു. സ. ക്രി.

വസ്തം. ന. ൧, വെള്ളാടു. ൨, ഭവനം.

വസ്തവ്യ. വി. വസിക്കുവാൻ യോഗ്യമായ.

വസ്തി. ന. ൧, നാഭിക്കു താഴെ മൂത്രമിരിക്കുന്ന ഒരു സ്ഥലം, മൂത്രാശയം. ൨, ഒരു ചികിത്സ, വസ്തികൎമ്മം. ൩, വസ്തി ചെയ്യുന്ന ഒരു കുഴൽ, വസ്തിയന്ത്രം.

വസ്തു. ന. ൧, എന്തെങ്കിലും ഒരു സാധനം. ൨, പ്രകൃതിയാലുള്ള ശീലം. ൩, കാമ്പു, കാതൽ.

വസ്തുത. ന. പരമാൎത്ഥം.

വസ്തുവക. ന. പൊൻ വെള്ളി വെങ്കലപാത്രം ഭരണി നിലംപുരയിടം മുതലായവ.

വസ്തുവൃത്തം. ന. വൎത്തമാനം, കാൎയ്യം.

വസ്ത്യം. ന. ഭവനം.

വസ്ത്രകുട്ടിമം. ന. കുട.

വസ്ത്രപുത്രിക. ന. പാവ.

വസ്ത്രപുഷ്ടി. ന. വസ്ത്രത്തിന്റെ വലിപ്പം.

വസ്ത്രം. ന. നൂൽകൊണ്ടു നെയ്തുണ്ടാക്കിയ വസ്തു, തുണി.

വസ്ത്രയോനി. ന. ൧, വസ്ത്രമുണ്ടാക്കുന്ന പദാൎത്ഥം. ൨, ചില മരത്തിന്റെ തൊലി. ൩, ഒരുമാതിരി പുഴു. ൪, പഞ്ഞിയുണ്ടാകുന്ന ഒരുമാതിരി കായ്, പരുത്തിക്കായ്. ൫, ചില മൃഗങ്ങളുടെ രോമം.

വസ്ത്രവേശ്മം. ന. വസ്ത്രംകൊണ്ടുണ്ടാക്കുന്ന ഒരുമാതിരി ഭവനം.

വസ്ത്രഹീന. വി. (നൻ, നാ, നം.) വി. ന. വസ്ത്രമില്ലാത്ത.

വസ്നകം. ന. ഒരുമാതിരി ഉപ്പു.

വസ്നം. ന. ൧, വില. ൨, കൂലി, ശമ്പളം. ൩, വസ്ത്രം. ൪, സമ്പത്തു.

വസ്നസ. ന. ജീവവായുവു സഞ്ചരിക്കുന്ന വലിയ ഞരമ്പു.

വസ്വൗകസാര. ന. ൧, ഇന്ദ്രന്റെ നഗരം, അമരാവതി. ൨, അളകാപുരി. ൩, അമരാവതിയിലുള്ള ഒരു തടാകം. ൪, അളകാപുരിയിലെ തടാകം.

വഹനം. ന. ൧, ചുമക്കുക. ൨, ഒഴുകുക. ൩, വാഹനങ്ങളിൽ ഏതെങ്കിലും.

വഹനീയ. വി. വഹിക്കത്തക്ക, കൊണ്ടുപോകാൻ സൌകൎയ്യമുള്ള.

വഹം. ന. ൧, ചുമക്കുക. ൨, വാഹനം. ൩, കാളയുടെ ഉപ്പുചുമൽ. ൪, കാററു. ൫, പെരുവഴി. ൬, ആണാറു. ൭, അറുപത്തുനാലിടങ്ങഴി.

വഹൽ. വി. (ഹൻ, ഹന്തി, ഹൽ.) വി. ന. ചുമക്കുന്ന.

വഹാ. ന. ആറു, നദി.

വഹിക്കുന്നു. ച്ചു. പ്പാൻ. (വഹി.) സ. ക്രി. ൧, ഭരിക്കുന്നു. ൨, ചുമക്കുന്നു.

വഹിത്രം. ന. തോണി, ചെങ്ങാടം, പൊങ്ങുതടി.

വഹിയാ. അ. മേലാ, ചെയ്വാൻ കഴികയില്ല.

വഹിയായ്ക. ന. മേലായ്ക, അരുതായ്ക.

വഹിസ്സ്. അ. പുറത്തു, വെളിയിൽ.

വഹ്നി. ന. ൧, അഗ്നി, തീ. ൨, കൊടുവേലി. ൩, ഒരു വൃക്ഷം. ൪, വയററിലെ അഗ്നി.

വഹ്നികോണു. ന. കിഴക്കു തെക്കേ മൂല.

വഹ്നിഗൎഭം. ന. ൧, മുള. ൨, അരണി വൃക്ഷം.

വഹ്നിച്ചുമത. ന. വഹ്നിമരത്തിന്റെ ചെറിയ കൊമ്പു മുറിച്ചതു.

വഹ്നിമണ്ഡലം. ന. തീകൊണ്ടുള്ള ഒരു വളയം.

വഹ്നിശിഖം. ന. കൊയ്യുമ്പൂ.

വഹ്നിസംജ്ഞകം. ന. അഗ്നിയുടെ പേരുള്ളതു, കൊടുവേലിയുംമററും.

വഹ്യം. ന. ൧, വാഹനം. ൨, വണ്ടി ചാടു മുതലായ വാഹനം.

വള. ന. ൧, കയ്യേലിടുന്ന ആഭരണം, മുടകുംമററും. ൨, പുരയുടെ കഴക്കോൽ തുളെച്ചു ചെലുത്തുന്നതിന്നു ചതുരമായിട്ടു തീൎക്കുന്ന മരം.

വളകഴിപ്പൻ. ന. ഒരുമാതിരിപ്പാമ്പു.

വളങ്കടി. ന. ഒരംപ്പുമുള്ള മണ്ണിലുംമററും ചവിട്ടിയാൽ കാലിന്റെ വിരലിന്നിടയിൽ ചൊറിഞ്ഞുണ്ടാകുന്ന ഒരു ദീനം.

വളച്ചിൽ. ന. ൧, വളവു. ൨, ചുററൽ.

വളഞ്ഞ. വി. വളവുള്ള.

വളപുര. ന. വള്ളത്തേൽ വെക്കുന്നതിന്നു കെട്ടിയുണ്ടാക്കുന്ന പുര.

വളപ്പു. ന. ൧, വളവു. ൨, പറമ്പു.

വളപ്പുഴവു. ന. ഒരുവക ചെറിയ പുഴവു.

വളഭി. ന. പുരയുടെ മുഖപ്പലക, മുകളെടുപ്പു.

വളം. ന. ൧, സസ്യാദികൾ തഴെച്ചു വരുന്നതിന്നു അവയുടെ ചുവട്ടിൽ വെക്കുന്ന ചവറുംമററും. ൨, ഒരുമാതിരി ചെറിയ പുഴവു.

വളയം. ന. ഇരിമ്പു, ഓടു മുതലായ ലോഹങ്ങൾകൊണ്ടു വട്ടത്തിൽ പണിതൊ വാൎത്തൊ ഉണ്ടാക്കിയ വസ്തു.

വളയുപ്പു. ന. ഒരുമാതിരി ഉപ്പു.

വളയൎവട്ടക. ന. ഒരുമാതിരി പാത്രം.

വളയുന്നു. ഞ്ഞു. വാൻ. (വള.) അ. ക്രി. കുനിയുന്നു, ക്രുന്നു: വളെക്കുന്നു. സ. ക്രി.

വളരു. ന. ൧, ആനവണങ്കി. ൨, കല്ലുകൊണ്ടു പുറത്തറയിൽ പണിയുന്നതിൽ ഒന്നിന്റെ പേർ. ൩, മരംകൊണ്ടു മേൽപുരയിൽ പണിയുന്നതിൽ ഒന്നിന്റെ പേർ,

വളരുന്നു. ൎന്നു. വാൻ. (വളർ.) അ. ക്രി. വൎദ്ധിക്കുന്നു, വലിയതാകുന്നു. വളൎക്കുന്നു, വളൎത്തുന്നു. സ. ക്രി.

വളരെ. അ. അനവധി, പെരുത്തു.

വളർ. ന. ആനവണങ്കി, വളൎച്ചടി.

വളൎക്കുന്നു. ൎത്തു. പ്പാൻ. (വളർ.) സ. ക്രി. രക്ഷിക്കുന്നു.

വളൎച്ച. ന. വളരുക.

വളൎത്തൽ. ന. വളൎത്തുക.

വളമ്മ. ന. വളച്ചു.

വളവട്ടക. ന. കോളാമ്പി.

വളക്ഷ. വി. (ക്ഷൻ, ക്ഷാ, ക്ഷം.) വി. ന. വെളുത്തനിറമുള്ള.

വളക്ഷം. ന. വെളുപ്പുനിറം.

വളവു. ന. ചൊവ്വില്ലായ്മ, ക്രുനു. വി. വളവുള്ള.

വളവുതടി. ന. വളവുള്ള മരം.

വളവുപടി. ന. വളവുള്ള പടി.

വളി. ന. അധോവായുവു, കീഴ്ശ്വാസം.

വളിക്കുന്നു. ച്ചു. പ്പാൻ. (വളി.) അ. ക്രി. ചോറു കറി മുതലായവ ആറിത്തണുത്താൽ ദുൎഗ്ഗന്ധവും ദുസ്സ്വാദും ഉണ്ടാകുന്നു.

വളിച്ചി. ന. സ്ത്രീകളെപ്പറയുന്ന ഒരു ശകാരവാക്കു.

വളിപ്പു. ന. വളിച്ചാലുള്ള അവസ്ഥ.

വളുസം. ന. ഇഷ്ടത്തിന്നായിട്ടു പറയുന്ന ദുണവാക്കു.

വളെക്കുന്നു. ച്ചു. പ്പാൻ. (വളെ.) സ. ക്രി. ൧, ചൊവ്വല്ലാതെയാക്കുന്നു, കുനിക്കുന്നു. ൨, നേൎവഴി വിട്ടു ചുററിനടക്കുന്നു.

വള്ളക്കാരൻ. ന. തോണിയിൽ ഊന്നുന്നവൻ.

വള്ളത്തടി. ന. വള്ളത്തിന്നുള്ള തടി.

വള്ളത്തുടൽ. ന. വള്ളം പൂട്ടുന്ന ചങ്ങല.

വള്ളപ്പടി. ന. വള്ളത്തിന്നകത്തു ഇരുന്നു തുഴയുന്നതിന്നും മററും ഉള്ള പടി.

വള്ളപ്പലക. ന. വള്ളത്തിന്നകത്തിട്ടിരിക്കുന്ന പലക.

വള്ളപ്പാട്ടു. ന. വള്ളം കളിക്കുമ്പോൾ പാടുന്ന ഒരുമാതിരി പാട്ടു.

വള്ളം. ന. വെള്ളത്തിന്നു മീതെ സഞ്ചരിക്കുന്നതിന്നായിട്ടു മരം വെട്ടിക്കഴിച്ചുണ്ടാക്കിയ ഒരു സാധനം, തോണി, വഞ്ചി.

വള്ളൽ. ന. ലുബ്ധമില്ലായ്മ.

വള്ളി. ന. മുളെച്ചു പടരുന്ന വസ്തു.

വള്ളിക്കാഞ്ഞിരം. ന. ഒരു വൃക്ഷം.

വള്ളിക്കാണം. ന. കന്നുകാലികളെ വിലെക്കു വാങ്ങിക്കുമ്പോൾ ഉടയക്കാരൻ അവയുടെ കഴുത്തിൽ കയറിട്ടു തരുന്നതിന്നായിട്ടു വിലയിൽ കൂടാതെ കൊടുക്കുന്ന അല്പം ദ്രവ്യം.

വള്ളിക്കാതു. ന. ചെവിയുടെ അടിവശം.

വള്ളിക്കിഴങ്ങു. ന. ഒരുമാതിരി കിഴങ്ങു.

വള്ളിക്കുടിൽ. ന. വള്ളിക്കെട്ടു.

വള്ളിക്കെട്ടു. ന. വള്ളി ചുററിപ്പടൎന്നു പുരപോലെയായതു, വള്ളിക്കുടിൽ.

വള്ളിക്കൊട്ട. ന. വള്ളികൊണ്ടുണ്ടാക്കിയ കൊട്ട, കയ്യാലക്കൊട്ട.

വള്ളിത്തുള. ന. വക്കുകോൎത്തു കെട്ടുന്നതിന്നു തടിമേൽ തുളെച്ച ദ്വാരം.

വള്ളിത്തേർകം. ന. ഒരു വൃക്ഷം.

വള്ളിനാരകം. ന. ഒരുവക നാരകം.

വള്ളിനാരെങ്ങ. ന. വള്ളിനാരകത്തിന്റെ ഫലം.

വള്ളിപ്പുലി. ന. ഒരുമാതിരി ചെറിയ പുലി.

വള്ളിമോടകം. ന. ഒരു വള്ളി.

വള്ളിവഴുതിന. ന. ഒരുമാതിരി കറിസ്സാധനവള്ളി.

വള്ളിവക്കോനാതിരി. ന. വെള്ളാട്ടുകരെ രാജാവു.

വള്ളിവനാട്ടു. ന. വെള്ളാട്ടുകര രാജ്യം.

വള്ളുവൻ. ന. പുലയൎക്കു കൊടുക്കുന്ന ഒരു സ്ഥാനപ്പേർ.

വള്ളൂരം. ന. ഉണങ്ങിയ മീൻ അല്ലെങ്കിൽ ഇറച്ചി.

വള്ളോടി. ന. സാമന്തൎക്കു വെള്ളാട്ടുകരെപ്പറയുന്ന ഒരു പേർ.

വക്ഷസ്സു. ന. മാൎവ്വിടം.

വക്ഷസ്ഥലം. ന. മാൎവ്വിടം.

വക്ഷോജം. ന. മുല.

വക്ഷോരുഹം. ന. മുല.

വക്ഷ്യമാണ. വി. (ണൻ, ണാ, ണം.) വി. ന. പറയപ്പെടുവാനിരിക്കുന്ന.

വഴക്കു. ന. വ്യവഹാരം.

വഴക്കം. ന. ൧, വണക്കം. ൨, ഒതുക്കം. ൩, ശങ്ക. ൪, വിനയം. ൫, കീഴടക്കം. ൬, വളയത്തക്കവണ്ണമുള്ള മൃദുത്വം.

വഴക്കാളി. ന. വഴക്കു കൂട്ടുന്നതിൽ താല്പൎയ്യമുള്ള ആൾ.

വഴക്കുകാരൻ; —കാരി. ന. വഴക്കു പറയുന്നതിലും കലഹിക്കുന്നതിലും സന്തോഷമുള്ളവൻ; (—വൾ).

വഴങ്ങൽ. ന. വഴക്കം.

വഴങ്ങില. ന. വാടിയ ഇല.

വഴങ്ങുന്നു. ങ്ങി. വാൻ. (വഴങ്ങ.) അ. ക്രി. ൧, വളയുന്നു. ൨, കുനിയുന്നു. ൩, കീഴിലടങ്ങുന്നു. വഴക്കുന്നു. സ. ക്രി.

വഴന. ന. ഒരു വൃക്ഷം.

വഴല. ന. ഒരുതരം പാമ്പു.

വഴി. ന. ൧, എല്ലാവരും നടക്കുന്നതിന്നായിട്ടുള്ള സ്ഥലം, പോകയും വരികയും ചെയ്യുന്ന സ്ഥലം. ൨, കാരണം. ൩, മുറ, ക്രമം. ൪, ഉപായം. ൫, നിൎവ്വാഹം. ൬, വംശപാരമ്പൎയ്യം.

വഴികാട്ടി. ന. വഴി കാണിക്കുന്നവൻ.

വഴികേടു. ന. മുറകേടു.

വഴിക്കരി. ന. വഴിച്ചെലവിന്നുള്ള അരി.

വഴിക്കാരൻ. ന. വഴിപോക്കൻ.

വഴിച്ചിലവു. ന. ഒരു ദിക്കിൽനിന്നു പുറപ്പെട്ടാൽ മറെറാരു ദിക്കിൽ എത്തുന്നതുവരെക്കുമുള്ള ചിലവു.

വഴിച്ചിൽ. ന. പാത്രങ്ങളിലും മററും നിറെഞ്ഞു കവിയുക.

വഴിച്ചേരി. ന. തിരുവിതാംകൂർരാജ്യത്തിൽ മുൻപിൽ ഉണ്ടായിരുന്ന തിരുവസ്ഥലങ്ങളിൽ ഉൾപ്പെട്ടിരുന്ന ചെറിയ അധികാരങ്ങൾ.

വഴിച്ചോറു. ന. ദൂരദിക്കിലേക്കു പോകുന്നവർ വഴിയിൽ ഭക്ഷിക്കുന്നതിന്നു പൊതി കെട്ടി കൊണ്ടുപോകുന്ന ചോറു.

വഴിതെററു. ന. വഴി പിഴെക്ക.

വഴിത്തടവു. ന. വഴിമുട്ടു.

വഴിത്തല. ന. പല വഴികൾ കൂടുന്നതിന്നടുത്ത സ്ഥലം.

വഴിത്താരു. ന. വഴിയിൽ ആളുകൾ നടന്നുണ്ടായ അടയാളം.

വഴിത്തിരി. ന. കമ്പവെടിക്കും മററും പടക്കങ്ങളിൽ തി ചെല്ലുന്നതിന്നുള്ള വെടിമരുന്നു തിരി.

വഴിത്തിരിച്ചിൽ. ന. ൧, വഴിമാററം. ൨, തിരിച്ചറിവു.

വഴിത്തുണ. ന. വഴിക്കുള്ള സഹായം.

വഴിനടപ്പു. ന. വഴിയിൽ നടക്കുക.

വഴിപാടു. ന. ക്ഷേത്രങ്ങളിൽ കൊടുക്കുന്ന നേൎച്ച.

വഴിപാടുകാരൻ. ന. നേൎച്ച കഴിക്കുന്നവൻ.

വഴിപോക്കൻ. ന. ഒരു ദിക്കിൽനിന്നു മറെറാരു ദിക്കിലേക്കു പോകുന്നവൻ, വഴികാരൻ.

വഴിമരുന്നു. ന. കതിനായ്ക്കും മററും തി പിടിപ്പിക്കുന്നതിന്നു പുറമേയിടുന്ന വെടിമരുന്നു.

വഴിമാററം. ന. ൧, വഴിയിൽനിന്നു മാറുക. ൨, വഴി പിഴെക്കുക. ൩, ക്രമത്തെററു.

വഴിയമ്പലം. ന. വഴിക്കാൎക്കു വെള്ളം കൊടുക്കുന്ന സ്ഥലം, തണ്ണീൎപ്പന്തൽ.

വഴിയാകുന്നു. യി. വാൻ. (വഴി.) അ. ക്രി. നിൎവ്വാഹമുണ്ടാകുന്നു. **വഴിയാക്കുന്നു.** സ. ക്രി.

വഴിയുന്നു. ഞ്ഞു. വാൻ. (വഴി.) സ. ക്രി. നിറെഞ്ഞു കവിയുന്നു. **വഴിയ്ക്കുന്നു.** കാ ക്രി.

വഴിയൂട്ടു. ന. വഴിക്കാൎക്കു കൊടുക്കുന്ന ഭക്ഷണം.

വഴിയേ. അ. ൧, വഴിയിൽകൂടെ. ൨, മുറെക്കു. ൩, മൎയ്യാദപ്രകാരം. ൪, പിന്നാലെ.

വഴിയോട്ടു. അ. പുറകോട്ടു.

വഴുക. ന. തെങ്ങിൻമടലിൻെറ അകത്തുനിന്നു കിറിയെടുക്കുന്ന നാരു.

വഴുക്ക. ന. ഇളനീരിൻെറ അകത്തുള്ള വസ്തു.

വഴുക്കൽ. ന. ചില മത്സ്യത്തിൻെറ മേത്തും മററുമുള്ള അവസ്ഥ, തെററൽ.

വഴുക്കുന്നു. ക്കി. വാൻ. (വഴുക.) സ. ക്രി. തെററുന്നു, കാലു തെററി വീഴുവാൻ തുടങ്ങുന്നു.

വഴുതൽ. ന. ക്ഷമ, ഉപേക്ഷ.

വഴുതിന. ന. ഒരു വക കറിസ്സാധനമുണ്ടാകുന്ന തൈ.

വഴുതിനെങ്ങ. ന. വഴുതിനയുടെ കായ്.

വഴുതുന്നു. തി. വാൻ. (വഴു.) സ. ക്രി. ക്ഷമിക്കുന്നു.

വഴുത്തി. ന. ഒരു തൈ, ചെറുവഴുതിന, കറുത്തചുണ്ട, പുണ്യാഹച്ചുണ്ട.

വഴുപ്പു. ന. ചില പശയൊ ചെളിയൊ കൊണ്ടുണ്ടാകുന്ന ഒരു തെററൽ.

വഴുവഴുപ്പു. ന. അധികമായുള്ള തെററൽ.

വഴുവഴെ. അ. തെററിത്തെററി.

വറ. ന. ൧, വറുത്തുപൊടിച്ച വസ്തു. ൨, വറുക്കുക.

വറകലം. ന. വറുക്കുന്ന പാത്രം.

വറകോഴി. ന. ഒരു പക്ഷി.

വറടി. ന. മച്ചി, മലടി.

വറളുന്നു. ണ്ടു. ളുവാൻ. (വറൾ.) അ. ക്രി. ഉണങ്ങുന്നു, വെള്ളം വററുന്നു. **വറട്ടുന്നു.** സ. ക്രി.

വറവു. ന. ൧, വറുക്കുക. ൨, പഞ്ഞം, ക്ഷാമം. ൩, ഉണക്കുകാലം, അധികം വെയിലുള്ള സമയം.

വറളി. ന. പരത്തി ഉണക്കിയ ചാണകം.

വറൾച. ന. വരണ്ടതിൻെറ അവസ്ഥ.

വറുക്കുന്നു. ത്തു. പ്പാൻ. (വറു.) സ. ക്രി. പൊരിക്കുന്നു. ൧, ധാന്യം മുതലായവ കലത്തിലും മററും ഇട്ടു വെള്ളം കൂട്ടാതെ വേവിക്കുന്നു. ൨, ഉപ്പേരിക്കുപ്പേണവും മററും വെളിച്ചെണ്ണയിലോ നെയ്യിലോ ഇട്ടു വേവിക്കുന്നു.

വറുതി; വറുമ. ന. ക്ഷാമം.

വറുത്തൽ. ന വറവു.

വറുത്തുപ്പേരി. ന. ചേന വാഴെക്കാ മുതലായവ നുറുക്കി ഉപ്പു പുരട്ടി വെളിച്ചെണ്ണയിലോ നെയ്യിലോ വറുത്തതു.

വറുത്തെരിശ്ശേരി. ന. ഒരു കറി.

വററു. ന. ൧, ചോറു. ൨, ചോററിന്നുള്ള അരുചി.

വററൽ. ന. ൧, ഉണക്കുകൊണ്ടു വെള്ളം വലിയുക. ൨, തേകുന്നതിനാലുണ്ടാകുന്ന വെള്ളക്കുറവു.

വററൽച്ചുണ്ട. ന. പുത്തരിച്ചുണ്ട.

വററൽമുളകു. ന. ഉണങ്ങിയ മുളകു.

വററുന്നു. ററി. വാൻ. (വററ.) അ. ക്രി. ൧, വെയിൽകൊണ്ടോ തീകൊണ്ടോ തേകുകകൊണ്ടോ വെള്ളം കുറെയുന്നു. ൨, വെയിൽകൊണ്ടും മററും വെള്ളം ഒട്ടുമില്ലാതാകുന്നു. ൩, നീരു പൊറുക്കുന്നു. **വററിക്കുന്നു.** സ. ക്രി.

വാ

വാ. അ. സംശയം, മാത്രം, നിശ്ചയം ഇപ്രകാരമുള്ള അൎത്ഥങ്ങൾ വരും.

വാ. ന. ൧, മുഖത്തുള്ളതിൽ ഭക്ഷിക്കുന്ന ദ്വാരം. ൨, സഞ്ചി കുടം മുതലായ വസ്തുക്കളുടെ അകത്തേക്കുള്ള വഴി, ചില ആയുധങ്ങളുടെ മൂൎച്ചയുള്ള ഭാഗം.

വാക. ന. ഒരു വൃക്ഷം.

വാകുചി. ന. ഒരങ്ങാടിമരുന്നു, കാൎപ്പോകിലരി.

വാക്ക. ന. വചനം.

വാക്കത്തി. ന. ഒരു മാതിരി വെട്ടുകത്തി.

വാക്കിലേററം. ന. മുറകേടായിപ്പറയുക, ശകാരം.

വാക്കെട്ടു. ന. വായടെച്ചു കെട്ടുക.

വാക്കേററം. ന. വാക്കിലേററം, ശകാരം.

വാക്ചാതുൎയ്യം. ന. വാക്കിന്റെ സാമൎത്ഥ്യം.

വാക്ഛലം. ന. വാക്കിന്റെ വ്യാജം.

വാക്തൎക്കം. ന. വഴക്ക പറയുക.

വാക്ശക്തി. വി. (ത്രിക്കു.) വി. ന. വാഗ്വൈഭവമുള്ള.

വാക്പതി. ന. വ്യാഴം.

വാക്പാരുഷ്യം. ന. വാക്കിന്റെ കടുപ്പം.

വാക്യം. ന. ൧, വാക്ക. ൨, വാചകം. ൩, ഒരു ജ്യോതിശ്ശാസ്ത്ര ഗ്രന്ഥം.

വാക്യാൎത്ഥം. ന. വാക്യങ്ങളുടെ പൊരുൾ.

വാഗീശ. വി. (ശൻ, ശാ, ശം.) വി. ന. വാഗ്വൈഭവമുള്ള.

വാഗീശൻ. ന. ൧, പറവാൻ സാമൎത്ഥ്യമുള്ളവൻ, വിദ്വാൻ. ൨, ബ്രഹ്മാവു.

വാഗീശ്വരൻ. ന. ൧, വാഗ്വൈഭവമുള്ളവൻ, വിദ്വാൻ. ൨, ബൌദ്ധന്മാരുടെ ഒരു ദേവൻ. ൩, ബ്രഹ്മാവു.

വാഗീശ്വരി. ന. സരസ്വതി.

വാഗുര. ന. നായാട്ടുവല.

വാഗുരികൻ. ന. വല വെച്ചു മൃഗങ്ങളെ പിടിക്കുന്നവൻ.

വാഗ്ദത്ത. വി. (ത്തൻ, ത്താ, ത്തം.). വി. ന. വാക്കകൊണ്ടു കൊടുക്കപ്പെട്ട.

വാഗ്ദത്താ. ന. കൊടുക്കാമെന്നു പറയപ്പെട്ട കന്യക.

വാഗ്ദാനം. ന. പ്രതിജ്ഞ, വാക്കകൊടുക്കുകയെന്നതു.

വാഗ്ദുഷ്ട. വി. (ഷ്ടൻ, ഷ്ടാ, ഷ്ടം.) വി. ന. വാക്കകൊണ്ടു ചീത്തയാക്കപ്പെട്ട.

വാഗ്ദുഷ്ടൻ. ന. ചെയ്യേണ്ടുന്ന പ്രായം കഴിഞ്ഞിട്ടു ഉപനയനവും മററും കഴിക്കപ്പെടാത്ത ബ്രാഹ്മണൻ.

വാഗ്ദേവി. ന. സരസ്വതി.

വാഗ്ദോഷം. ന. ൧, ചീത്തവാക്ക, ശകാരം. ൨, അപശബ്ദം.

വാഗ്ധോരണി. ന. വാക്കുകളുടെ ധാരാളത്വം, വളരെ വാക്കുകളുടെ പ്രയോഗം.

വാഗ്മി. വി. (ഗ്മി, ഗ്മിനി, ഗ്മി.) വി. ന. വാഗ്വൈഭവമുള്ള.

വാഗ്മി. ന. ൧, വാക്കിന്നു സാമൎത്ഥ്യമുള്ളവൻ. ൨, വ്യാഴം.

വാഗ്വാദം. ന. വാക്കുതൎക്കം.

വാഗ്വിഭവം. ന. വാക്കുസാമൎത്ഥ്യം.

വാഗ്വിശേഷം. ന. വാക്കിന്റെ ഒരു തരഭേദം.

വാഗ്വൈഭവം. ന. വാക്കുസാമൎത്ഥ്യം.

വാങ്ങൽ. ന. ൧, മേടിക്കം. ൨, പുറകോട്ടു മാററം. ൩, നിങ്ങുക. ൪, അടുപ്പത്തുനിന്നു നീക്കുക.

വാങ്ങിക്കുന്നു. ച്ചു. പ്പാൻ. (വാങ്ങി.) സ. ക്രി. മേടിക്കുന്നു. **വാങ്ങിപ്പിക്കുന്നു.** കാ. ക്രി.

വാങ്ങിയം. അല്ലെങ്കിൽ, **വാങ്ങ്യം.** ന. പുരയ്ക്കു വിസ്താരം കൂട്ടുന്നതിന്നു വെക്കുന്ന വാരയുത്തരം.

വാങ്ങുന്നു. ങ്ങി. വാൻ. (വാങ്ങ.) സ. ക്രി. ൧, വില കൊടുത്തും മററും മേടിക്കുന്നു. ൨, അടുപ്പത്തുനിന്നു നീക്കുന്നു. ൩, പുറകോട്ടു മാറുന്നു. ൪, മരത്തിന്റെ രണ്ടരികും അറുത്തുകളയുന്നു. ൫, പൂവും മററും എടുത്തുഴിഞ്ഞു ചിലർ ദേവതയെ മാററിക്കളയുന്നു.

വാങ്മനക്കായകൎമ്മങ്ങൾ. ന. വാക്കകൊണ്ടും മനസ്സുകൊണ്ടും ദേഹംകൊണ്ടും ഉള്ള പ്രവൃത്തികൾ.

വാങ്മയ. വി. (യൻ, യി, യം.) വി. ന. വാക്കകൊണ്ടുള്ള.

വാങ്മയം. ന. വാക്കിന്റെ സ്വരൂപം.

വാങ്മാധുൎയ്യം. ന. വാക്കിന്റെ ഭംഗി.

വാങ്മുഖം. ന. വാക്കിന്റെ ആരംഭം.

വാങ്മൂലം. ന. ൧, വാക്കിന്റെ കാരണം. ൨, വാക്കനിമിത്തം.

വാചകം. ന. ശാസ്ത്രത്തിലെ ശബ്ദം, അൎത്ഥബോധത്തിന്നുവേണ്ടിപ്പറയുന്ന വാക്കുകളുടെ കൂട്ടം.

വാചകൻ. ന. നല്ല വാഗ്മി.

വാചംയമൻ. ന. വാക്കിനെ അടക്കുന്നവൻ, മഹൎഷി.

വാചസ്പതി. ന. വ്യാഴം.

വാചാട. വി. (ടൻ, ടാ, ടം.) വി. ന. വളരെ ചീത്തവാക്ക പറയുന്ന.

വാചാല. വി. (ലൻ, ലാ, ലം.) വി. ന. ഏററവും സംസാരിക്കശീലമുള്ള.

വാചി. (പദാന്ത്യത്തിൽ ചേൎന്നുവരുന്നു.) വി. പറയുന്ന. ഉ—ം. മംഗളവാചി (മംഗളം ഉരയ്ക്കുന്ന).

വാചികപത്രം. ന. ദൂതന്മാരുടെ പക്കൽ കൊടുത്തയക്കുന്ന എഴുത്തു.

വാചിക. വി. (കൻ, കി, കം.) വി. ന. വാക്കകൊണ്ടുള്ള, വാക്ക മൂലമായുള്ള.

വാചികം. ന. പറഞ്ഞയക്കപ്പെട്ട വൎത്തമാനം.

വാചികഹാരകൻ. ന. ദൂതൻ.

വാചോയുക്തി. വി. (ത്രിക്കു.) വി. ന. വാക്കിന്റെ യുക്തി, നല്ലവണ്ണം സംസാരിക്കുക.

വാചോയുക്തിപടു. വി. (ടു, ടുഃ. ട്വീ, ടു.) വി. ന. വാഗ്വൈഭവമുള്ള.

വാച്ചി. ന. വള്ളവും മററും ചെത്തുന്ന ഒരുമാതിരി ഉളി.

വാച്ചിപ്പുറം. ന. മിററത്തിന്നു ചുററുമുള്ള സ്ഥലം, പരിയമ്പുറം.

വാച്ചിൽ. ന. മേല്പറഞ്ഞ അൎത്ഥം.

വാച്ചൊൽ. ന. രണ്ടുപേരു കൂടെ ഒരു കാൎയ്യത്തെക്കുറിച്ചു സംസാരിക്കുമ്പോൾ വിചാരിച്ചിരിക്കാതെ മറെറാരുത്തൻ അതിന്നു ചേരുന്നതായ വാക്ക പറക.

വാച്യ. വി. (ച്യൻ, ച്യാ, ച്യം.) വി, ന. ൧, പറയപ്പെടുവാൻ തക്ക. ൨. കുററം പറയപ്പെടത്തക്ക.

വാച്യലിംഗം. ന. മൂന്നു ലിംഗത്തിലും പറയപ്പെടാകുന്ന പദം.

വാച്യാൎത്ഥം. ന. സ്പഷ്ടമായി പറഞ്ഞിരിക്കുന്നതിന്റെ അൎത്ഥം.

വാജപേയം. ന. ഒരു യാഗം.

വാജം. ന. ൧, അമ്പിന്റെ തൂവൽ. ൨, വേഗം. ൩, ശബ്ദം. ൪, നെയ്.

വാജി. ന. ൧, കുതിര. ൨, പക്ഷി. ൩, അമ്പു. ൪, ആടലോടകം.

വാജിദന്തകം. ന. ഒരു പച്ചമരുന്നു, ആടലോടകം.

വാജിമേധം. ന. അശ്വമേധയാഗം.

വാജിശാല. ന. കുതിരപ്പുര.

വാജീകരണം. ന. ഔഷധങ്ങളെക്കൊണ്ടു രേതസ്സിനെ വൎദ്ധിപ്പിക്കുക.

വാജീകരം. ന. കലശലായ കാമവികാരം.

വാഞ്ഛ; വാഞ്ഛനം. ന. ആഗ്രഹം.

വാഞ്ഛിക്കുന്നു. ച്ചു. പ്പാൻ. (വാഞ്ഛി.) സ. ക്രി. ആഗ്രഹിക്കുന്നു.

വാഞ്ഛിത. വി. (തൻ, താ, തം.) വി. ന. ആഗ്രഹിക്കപ്പെട്ട.

വാട. വി. (ടൻ, ടീ, ടം.) വി. ന. വടവൃക്ഷംകൊണ്ടുണ്ടാക്കിയ, വടത്തെ സംബന്ധിച്ച.

വാടം. ന. ൧, വേലി, വേലിക്കകം. ൨, വഴി. ൩, മഞ്ചൊട്ട. ൪, ഒരു ധാന്യം.

വാട. ന. ൧, മഞ്ചൊട്ട. ൨, മണം. വി. വാടിയ.

വാടക. ന. കാട്ടുക്കൂലി.

വാടക്കിടങ്ങ. അല്ലെങ്കിൽ, **വാടക്കുഴി.** ന. മഞ്ചൊട്ടയുടെ ചുററുമുള്ള കുഴി.

വാടതിരുവി. ന. വില്ലുസ്സ.

വാടൽ. ന. ൧, വാട്ടം. ൨, മൂക്കാതെ പഴുത്ത ഫലം.

വാടാങ്കുറിഞ്ഞി. ന. ഒരു പച്ചമരുന്നു.

വാടാമഞ്ഞൾ. ന. ഒരു പച്ചമരുന്നു.

വാടാമല്ലിക. ന. ഒരു പൂച്ചെടി.

വാടാവിളക്ക. ന. രാവും പകലും ഇടവിടാതെ നിന്നെരിയുന്ന വിളക്ക.

വാടി. ന. വേലിയ്ക്കകമായുള്ള സ്ഥലം, വെച്ചിനകം. ൨, ഭവനം. ൩, ഒരു ധാന്യം.

വാടിക. ന. ൧, വീടിരിക്കുന്ന സ്ഥലം. ൨, വാട്ട്യാലകം. ൩, തോട്ടം, പൂങ്കാവനം.

വാടുന്നു. ടി. വാൻ. (വാട.) അ. ക്രി. ൧, തീയൊ വെയിലൊ കൊണ്ടു വാടിയതായിത്തീരുന്നു, വഴങ്ങുന്നു. ൨, തളരുന്നു. ൩, ക്ഷീണിക്കുന്നു. **വാട്ടുന്നു; വാടിക്കുന്നു.** സ. ക്രി.

വാട്ടം. ന. ൧, തളൎച്ച. ൨, ക്ഷീണം. ൩, വഴക്കം. ൪, ശങ്ക.

വാട്ട്യാലകം. ന. ഒരു പച്ചമരുന്നു, കുറുന്തോട്ടി.

വാഢ. വി. (ഢൻ, ഢാ, ഢം.) വി. ന. ൧, അധികമായ. ൨, ഉറപ്പുള്ള.

വാഢം. അ. വളരെ, അധികം, നന്നായി, നല്ലവണ്ണം.

വാണക്കുററി. ന. വാണം എരിച്ചുവിടുന്നതിന്നു വെടിമരുന്നിട്ടിരിക്കുന്ന മുളംകുററി.

വാണക്കോൽ. ന. വാണക്കുററിമേൽ വെച്ചു മുറുക്കുന്ന അലകുവടി.

വാണൻ. ന. ൧, മഹാബലിയുടെ പുത്രൻ. ൨, ഒരു വലിയ വിമാനം.

വാണം. ന. ൧, അമ്പ. ൨, അഗ്നിയുടെ ഒരു പേർ. (മ.) വെടിമരുന്നു കൊണ്ടുള്ള ഒരു പ്രയോഗം.

വാണി. വി. (ണി, ണിനീ, ണി.) വി. ന. ബാണമുള്ള, അമ്പുള്ള.

വാണി. ന. ൧, സരസ്വതി. ൨, വാക്ക. ൩, നെയ്ത്തു.

വാണിജൻ. ന. ചെട്ടി.

വാണിജം; വാണിജ്യം. ന. കച്ചവടം.

വാണിനി. ന. ൧, തുള്ളുന്നവൾ, നൎത്തകി. ൨, മദിച്ചവൾ.

വാണിഭക്കാരൻ. ന. കച്ചവടക്കാരൻ.

വാണിഭച്ചരക്ക. ന. കച്ചവടത്തിന്നുള്ള വസ്തുക്കൾ.

വാണിഭം. ന. കച്ചവടം.

വാണിയൻ. ന. എണ്ണയുള്ള വസ്തുക്കൾ ആട്ടുന്ന ഒരു ജാതിക്കാരൻ.

വാണിയം. ന. കച്ചവടം.

വാണീഭഗവതി; വാണിമാതു. ന. സരസ്വതി.

വാണീവിലാസം. ന. ൧, വാക്കിന്റെ ശോഭ. ൨, വാക്കസാമൎത്ഥ്യം.

വാതു. ന. പന്തയം, പന്തായം, ചൂതുപൊരുതുമ്പോഴും മററും ജയിക്കുന്ന വനു മടങ്ങുന്നവൻ കൊടുക്കാമെന്നു പറയുന്ന വസ്തു.

വാതകം. ന. ഒരു ചെടി.

വാതകി. വി. (കി, കിനീ, കി.) വി. ന. വാതരോഗമുള്ള.

വാതകോപം. ന. വാതത്തിന്റെ കോപം.

വാതക്കാരൻ. ന. വാതരോഗമുള്ളവൻ.

വാതക്കുരുവ. ന. ഒരു മാതിരി പരുവ.

വാതക്കുറു. ന. വാതദിനത്തിന്റെ ബിജം കലൎന്നിട്ടുള്ള ദേഹപ്രകൃതി.

വാതക്കൊടി. ന. ഒരു പച്ചമരുന്നു.

വാതനാഡി. ന. വാതം സഞ്ചരിക്കുന്ന ഞരമ്പ.

വാതനീര. ന. ഒരു ദിനം.

വാതപോഥം. അല്ലെങ്കിൽ, **വാതപോഥകം.** ന. പ്ലാശുവൃക്ഷം.

വാതപ്പനി. ന. വാതംകൊണ്ടുണ്ടാകുന്ന പനി.

വാതപ്രമി. ന. പെരുമാൻ.

വാതപ്പുല്ലാന്ത്രം. ന. വാതംകൊണ്ടുണ്ടാകുന്ന ഒരു രോഗം.

വാതമണ്ഡലി. ന. ചുഴലിക്കാററു.

വാതമൃഗം. ന. ഒരു മൃഗം, പെരുമാൻ.

വാതം. ന. ൧, കാററു. ൨, ത്രിദോഷങ്ങളിൽ ഒന്നു. ൩, വാതരോഗം.

വാതംകൊല്ലി. ന. ഒരു പച്ചമരുന്നു.

വാതരക്തം. ന. ഒരു ദിനം.

വാതരോഗം. ന. വാതംകൊണ്ടുണ്ടാകുന്ന ദിനം.

വാതരോഗി. വി. (ഗീ, ഗിണീ, ഗി.) വി. ന. വാതരോഗമുള്ള.

വാതവൽ. വി. (വാൻ, വതി, വൽ.) വി. ന. ൧, കാററുള്ള. ൨, വാതരോഗമുള്ള.

വാതശോണിതം. ന. ഒരു ദിനം, വാതരക്തം.

വാതസാരഥി. ന. അഗ്നി.

വാതസ്കന്ധം. ന. ആകാശത്തിന്റെ വായുസഞ്ചാരത്തിന്നു പ്രധാനമായ ഭാഗം, വായുമണ്ഡലം.

വാതാമയം. ന. വായുകോപത്താലുള്ള സുഖക്കേട, കാററടിയേററിട്ടുള്ള പീഡ.

വാതായനം. ന. ൧, കിളിവാതിൽ. ൨, കാററു കൊള്ളുന്നതിന്നിരിക്കുന്ന മണ്ഡപമോ ക്രൂടാരമോ.

വാതായു. ന. മാൻ.

വാതാശനൻ. ന. സൎപ്പം.

വാതാളി. ന. ചുഴലിക്കാററു.

വാതിൽ. ന. ൧, ഭവനം മുതലായതിൽ കേറുവാനും മററുമുള്ള വഴി. ൨, കതക.

വാതിൽപ്പടി. ന. വാതിലിന്റെ പടി.

വാതിൽമാടം. ന. ക്ഷേത്രത്തിന്നകത്തുള്ള ഒരു സ്ഥലം.

വാതുല. വി. (ലൻ, ലാ, ലം.) വി. ന. ൧, വാതരോഗമുള്ള. ൨, ഭ്രാന്തുള്ള.

വാതുലം. ന. ചുഴലിക്കാററു.

വാത്യ. ന. ചുഴലിക്കാററു.

വാത്സകം. ന. പൈതങ്ങളുടെ കൂട്ടം.

വാത്സല്യം. ന. പുത്രന്മാരെയും മററും കുറിച്ചുള്ള സ്നേഹം.

വാത്സല്ലിക്കുന്നു. ച്ചു. പ്പാൻ. (വാത്സല്ലി.) സ. ക്രി. സ്നേഹിക്കുന്നു.

വാത്സ്യായനൻ. ന. ഒരു മഹൎഷി.

വാത്സ്യായനം. ന. വാത്സ്യായന മഹൎഷിയുണ്ടാക്കിയ ഒരു ഗ്രന്ഥം.

വാദനം. ന. ശബ്ദിപ്പിക്ക.

വാദം. ന. ൧, പറക. ൨, വ്യവഹാരം.

വാദലം. ന. ഒരങ്ങാടിമരുന്നു, രക്തിമധുരം.

വാദസൌഹിത്യം. ന. തൎക്കിച്ചു തൃപ്തി വന്ന സ്ഥിതി, തൎക്കിക്കുന്നതില്ലുള്ള പ്രതിപത്തി.

വാദാലം. ന. ഒരു മത്സ്യം.

വാദി. വി. (ദീ, ദിനീ, ദി.) വി. ന. പറയുന്ന.

വാദി. ന. ൧, വാദിക്കുന്നവൻ, വിദ്വാൻ. ൨, ആവലാധിക്കാരൻ.

വാദിക്കുന്നു. ച്ചു. പ്പാൻ. (വാദി.) സ. ക്രി. ൧, പറയുന്നു. ൨, വ്യവഹരിക്കുന്നു.

വാദിത്രം. ന. നാലുപ്രകാരമുള്ള വാദ്യങ്ങൾ. ൧, വീണമുതലായവ. ൨, മിഴാവു മുതലായവ. ൩, കൊമ്പു കുഴൽ മുതലായവ. ൪, കൈമണി മുതലായവ.

വാദിപ്രതിവാദികൾ. ന. ആവലാധിക്കാരനും അതിന്നുത്തരം പറയുന്നവനും.

വാദിസാക്ഷി. ന. ആവലാധിക്കാരൻ ബോധിപ്പിച്ചിട്ടുള്ള സാക്ഷി.

വാദ്യക്കാരൻ. ന. വാദ്യം കൊട്ടുന്നവൻ.

വാദ്യഘോഷം. ന. പല വാദ്യങ്ങളുടെ ശബ്ദം.

വാദ്യധ്വനി. ന. മേളുറഞ്ഞ അൎത്ഥം.

വാദ്യപ്രയോഗം. ന. വാദ്യങ്ങളെ ശബ്ദിപ്പിക്ക.

വാദ്യഭാണ്ഡം. ന. വാദ്യങ്ങളുടെ കൂട്ടം.

വാദ്യം. ന. ൧, വീണ മിഴാവു കുഴൽ കൈമണി മുതലായവ. ൨, വാദ്യശബ്ദം.

വാദ്ധ്യായൻ. ന. ഗുരു, വേദം പഠിപ്പിക്കുന്ന ഗുരു.

വാദ്ധ്യായപ്രവൃത്തി. ന. ഗുരുവിന്റെ മുറ.

വാനം. ന. ൧, ഉണങ്ങിയ മരം. ൨, ഉണങ്ങിയ കായ്. ൩, ആകാശം.

വാനപ്രസ്ഥൻ. ന. കാട്ടിൽ ചെന്നു തപസ്സു ചെയ്യുന്നവൻ, മൂന്നാം ആശ്രമി.

വാനപ്രസ്ഥം. ന. ൧, ഇരിപ്പവൃക്ഷം. ൨, പ്ലാശുവൃക്ഷം. ൩, മൂന്നാം ആശ്രമം.

വാനമല്ലിക. ന. ഒരുമാതിരി മുല്ല.

വാന. വി. (നൻ, നാ, നം.) വി. ന. ൧, ഉണങ്ങിയ. ൨, ജീവിക്കുന്ന. ൩, പോകുന്ന.

വാനം. ന. ൧, ഉണങ്ങിയ കായ്. ൨, ഒരുമാതിരി പായ്. ൩, വെള്ളത്തിന്റെ ഇരെപ്പു. (മ.) അടിസ്ഥാനം കെട്ടുന്നതിന്നു തോടുപോലെ കുഴിച്ച കുഴി. (ത.) ആകാശം.

വാനമ്പാടി. ന. ഒരു പക്ഷി.

വാനരൻ. ന. കുരങ്ങു.

വാനവർ. ന. ദേവകൾ.

വാനവർകോൻ. ന. ദേവേന്ദ്രൻ.

വാനസ്പത്യം. ന. പൂത്തുകായ്ക്കുന്നമരം.

വാനാററം. ന. വായിലെ ദുൎഗ്ഗന്ധം.

വാനിടം; വാനുലകം. ന. സ്വൎഗ്ഗലോകം.

വാനീർ. ന. ഇപ്പൽ.

വാനീരം. ന. ആററുവഞ്ചിമരം.

വാനോർ. ന. ദേവകൾ.

വാന്ത. വി. (ന്തൻ, ന്താ, ന്തം.) വി. ന. ഛൎദ്ദിക്കപ്പെട്ട.

വാന്താന്നം. ന. ഛൎദ്ദിക്കപ്പെട്ട അന്നം.

വാന്തി. ന. ഛൎദ്ദി.

വാപദണ്ഡം. ന. നെയിത്തുകാരന്റെ ഒരു തടി.

വാപം. ന. ൧, വിത. ൨, ക്ഷൌരം. ൩, നെയിത്തു.

വാപി. ന. വലിയ കുളം, പൊയ്ക.

വാപിത. വി. (തൻ, താ, തം.) വി. ന. ൧, വിതെക്കപ്പെട്ട. ൨, ക്ഷൌരം ചെയ്യപ്പെട്ട.

വാപീതടം. ന. പൊയ്കയുടെ തീരം, കുളത്തിന്റെ വക്ക.

വാപ്പാ. ന. തകപ്പൻ.

വാപ്പിരട്ടി. ന. നിന്ദാവാക്കു, ശകാരം.

വാപ്പുണ്ണ. ന. വായിലുണ്ടാകുന്ന വ്രണം.

വാപ്യ. വി. (പ്യൻ, പ്യാ, പ്യം.) വി. ന. വിതെക്കപ്പെടുവാൻ തക്ക, വിതെക്കേണ്ടുന്ന.

വാപ്യം. ന. ഒരങ്ങാടിമരുന്നു, കൊട്ടം.

വാമ. വി. (മൻ, മാ, മം.) വി. ന. ൧, ഇടത്തെ. ൨, വിപരീതത്വമുള്ള. ൩, സൌന്ദൎയ്യമുള്ള. ൪, ശ്രേഷ്ഠതയുള്ള. ൫, നിഉംകുറെഞ്ഞ. ൬, വളഞ്ഞ. **വാമത.** ഗു. ന.

വാമൻ. ന. ൧, ശിവൻ. ൨, കാമദേവൻ.

വാമാ. ന. ൧, സുന്ദരി, സ്ത്രീ. ൨, ഗൌരി. ൩, ലക്ഷ്മി. ൪, സരസ്വതി.

വാമം. ന. മുലയുടെ സ്ഥാനം, അകിട്ട.

വാമദേവൻ. ന. ൧, ശിവൻ. ൨, ഒരു മഹൎഷി.

വാമധ. വി. (നൻ, നാ, നം.) വി. ന. ൧, നീളംകുറെഞ്ഞ. ൨, നിചത്വമുള്ള.

വാമനൻ. ന. ൧, മുണ്ടൻ. ൨, വിഷ്ണുവിന്റെ ഒരവതാരം. ൩, ലോകത്തിന്റെ തെക്കെക്കോണിലെ ആന.

വാമനം. ന. ൧, പുരാണം. ൨, ഒരു വൃക്ഷം.

വാമനീ. ന. പൊക്കം കുറെഞ്ഞ സ്ത്രീ.

വാമഭാഗം. ന. ഇടത്തുവശം.

വാമനമൂൎത്തി. ന. വിഷ്ണുവിന്റെ അഞ്ചാമത്തെ അവതാരം.

വാമലൂരം. ന. പുററു.

വാമലോചന. വി. (നൻ, നാ, നം.) വി. ന. നല്ല കണ്ണോടുകൂടിയ.

വാമലോചനാ. ന. സുന്ദരി.

വാമി. ന. ൧, പെൺകുതിര. ൨, പെണ്കഴുത. ൩, പിടിയാനക്കുട്ടി. ൪, പെൺനരി.

വാമുള്ള. ന. പൈതങ്ങളുടെ വായിൽ ഉണ്ടാകുന്ന ഒരു ദീനം.

വാമൊഴി. ന. സൎക്കാരുദ്യോഗസ്ഥന്മാർ ചോദിക്കുന്നതിന്നു വാദിപ്രതികൾ എഴുതിവെക്കുന്ന ഉത്തരം, സംഭാഷണം ചെയ്യുന്നതിനു ഉപയോഗിച്ചുവരുന്ന ഭാഷ.

വാമോതിരം. ന. ചില ആഭരണങ്ങളുടെ കുഴയിൽ വെച്ചു വിളക്കുന്നസ്വൎണ്ണക്കമ്പിയൊ വെള്ളിക്കമ്പിയൊ.

വാംശി. ന. മുളന്നൂറു, മുളവെണ്ണ.

വാംശികൻ. ന. ഓടക്കുഴൽ വിളിക്കുന്നവൻ.

വായദണ്ഡം. ന. നെയിത്തുകോൽ.

വായകൻ. ന. നെയ്ത്തുകാരൻ.

വായങ്കം. ന. വാക്കലഹം, തൎക്കം.

വായന. ന. ൧, എഴുത്തുകൾ നോക്കി ക്രമത്തിന്നു ചൊല്ലുക. ൨, വീണ മുതലായ ചില വാദ്യങ്ങൾ ശബ്ദിപ്പിക്ക.

വായനക്കാരൻ. ന. വായിക്കുന്നവൻ.

വായനക്കോൽ. ന. വീണ വായിക്കുന്ന വില്ല, മീട്ടുകോൽ.

വായനം. ന. ചലഹാരം.

വായസം. ന. ഹ, കാക്ക. വ, തിരുവട്ടപ്പയർ.

വായസി. ന. ഹ, കാക്കപ്പെൺ. വ, കരിന്തകാളി.

വായസാരാതി. ന. ഒരു പക്ഷി, മൂങ്ങ.

വായസോളി. ന. ഒരു മരുന്നു, കാകോളി.

വായാടി. വി. ന. വളരെ സംസാരിക്കുന്നവൻ.

വായാളി. ന. മേല്പറഞ്ഞ അൎത്ഥം.

വായിക്കുന്നു. ച്ചു. പ്പാൻ. (വായി.) സ. ക്രി. ഹ, എഴുത്തുകൾ നോക്കി ക്രമത്തിന്നു ചൊല്ലുന്നു. വ, വീണ മുതലായ ചില വാദ്യങ്ങളെ ശബ്ദിപ്പിക്കുന്നു. **വായിപ്പിക്കുന്നു**. കാ. ക്രി.

വായുവു. ന. ഹ, കാററു. വ, ശരീരത്തിലുള്ള പ്രാണൻ മുതലായവ അഞ്ചും.

വായുകോണം. ന. പടിഞ്ഞാറു വടക്കേ മൂല.

വായുകോപം. ന. വായുവിൻെറ അധികമായ ഇളക്കം.

വായുഗന്ധം. ന. ഏമ്പക്കേട്ട, അജീൎണ്ണത.

വായുഗുല്മം. ന. ഹ, ഒരു മാതിരി കാററു, ചുഴലിക്കാററു. വ, ഒരു വയറുനോവു.

വായുഗുളിക. ന. കസ്തൂരി മുതലായ ചില മരുന്നുകൾ ഒക്കെക്കൂടെ അരച്ചുകൂട്ടിയുണക്കിയതു.

വായുപുത്രൻ. ന. വായുവിൻെറ മകൻ. ഹ, ഹനുമാൻ. വ, ഭീമസേനൻ.

വായുമണ്ഡലം. ന. ആകാശത്തിൽ കാററിൻെറ സഞ്ചാരമുള്ള സ്ഥലം, ആകാശം.

വായുമാൎഗ്ഗം. ന. മേല്പറഞ്ഞ അൎത്ഥം.

വായുമുട്ടൽ. ന. ശ്വാസത്തിൻെറ തടവു കൊണ്ടുണ്ടാകുന്ന ഒരു ദീനം, കുര.

വായുരോഗം. ന. വാതത്തിൽനിന്നുണ്ടാകുന്ന രോഗം.

വായുസഖൻ. ന. അഗ്നി.

വായുസ്തംഭനം. ന. ഹ, കാററിൻെറ ഇളക്കമില്ലായ്മ. വ, ഭൂമിയിൽ തൊടാതെയിരിക്കുന്ന ഒരു കണ്കെട്ടുവിദ്യ.

വായുക്ഷോഭം. ന. ഹ, ഒരു ദീനം. വ, കാററിൻെറ ഇളക്കം.

വായോല. ന. നിലമൊ പറമ്പൊ ഒഴിഞ്ഞപ്രകാരം എഴുതികൊടുക്കുന്ന എഴുത്തു.

വായ്ക്കര. ന. സമുദ്രം നദി മുതലായവയുടെ തിരപ്രദേശം.

വായ്ക്കരി. ന. മരിച്ചവരെ അടക്കുംപോൾ ശവത്തിൻെറ വായിലിടുന്ന അരി.

വായ്ക്കല്ലു. ന. കിണററിൻെറ വക്കത്തു പണിയുന്ന കല്ലു.

വായ്ക്കുരൽ. ന. ഊതുന്ന കുഴൽ, മുരളി.

വായ്ക്കൊല്ലു. ന. അടുത്തു എവിടെനിന്നെങ്കിലും പെട്ടെന്നു കേൾക്കുവാനിടയാകുന്ന വാക്കു, പക്ഷവാക്കു.

വായ്ക്കുന്നു. ച്ചു. പ്പാൻ. (വായ.) അ. ക്രി. വൎദ്ധിക്കുന്നു, വളരുന്നു.

വായ്ത്തല. ന. ആയുധങ്ങളുടെ മൂൎച്ചയുള്ള ഭാഗം.

വായ്ത്താരി. ന. ആട്ടു.

വായ്ത്താളം. ന. ഹ, വാകൊണ്ടു ചൊല്ലുന്ന താളം. വ, വെറുതെ പറയുന്ന വാക്കു.

വായ്പ്പു. ന. ധാന്യങ്ങളുടെയും മററും വളൎച്ച.

വായ്പ്പുണ്ണു. ന. വായ്ക്കുള്ളിലുണ്ടാകുന്ന വ്രണം.

വായ്പ്പു. ന. കടം.

വായ്പട. ന. ഊററവാക്കു.

വായ്പാടം. ന. പുസ്തകം നോക്കാതെ ചൊല്ലുക.

വാർ. ന. വെള്ളം. (മ.) വാനിന്റെടത്തിട്ടുള്ള തോലുമ്മററും. വ, നന്മ, 'ഭൈഷ്യം. ന, പദങ്ങളുടെ മുമ്പിൽ ചേൎന്നുവരുമ്പോൾ 'നല്ല' എന്നൎത്ഥമുള്ള വിശേഷണം. ഉ-ം. **വാൎത്തിങ്കൾ; വാൎക്കൊങ്കു**.

വാരണതുണ്ഡൻ. ന. ഗണപതി.

വാരണബുഷ. ന. വാഴ.

വാരണമുഖൻ. ന. ഗണപതി.

വാരണം. ന. ഹ, തടവു. വ, തടുക്കുക. സൂക്ഷിക്കുക. ന, പടച്ചട്ട. ര, ആന.

വാരണവദനൻ. ന. ഗണപതി.

വാരനാരി. ന. വേശ്യ.

വാരൻ. ന. ശിവൻ.

വാരമുഖ്യ. ന. വേശ്യമാരിൽ പ്രധാനയായവൾ.

വാരം. ന. ഹ, കൂട്ടം. വ, ആഴ്ച. ന, സമയം. ര, പടിവാതിൽ. ല, മദ്യംവെക്കുന്ന ഒരു പാത്രം. (മ.) ഹ, ക്ഷേത്രങ്ങളിൽവച്ചു കഴിക്കുന്ന ഒരടിയന്തിരം. ഒരു ബ്രാഹ്മണഭോജനം. വ, ചേമ്പും മററും നടുന്നതിന്നു കിളെച്ചുണ്ടാക്കുന്ന സ്ഥലം. ന, കുടിയാന്മാർ മുതലാളന്മാൎക്കും മററും വിളവിൽനിന്നു കൊടുക്കുന്ന ഒരു ഭാഗം. ര, ഭവനങ്ങളിൽ ചേൎത്തു ചായിച്ചു പണിയുന്ന ഒരു മുറി.

വാരം. അ. കൂടക്കൂടെ.

വാരംവാരം. അ. പിന്നെയും പിന്നെയും, പലപ്പോഴും.

വാരൽ. ന. ധാന്യങ്ങളും മററും രണ്ടു കയ്യും കൂട്ടി എടുക്കുക.

വാരവധു. ന. വേശ്യ.

വാരാണസി. ന. കാശിയിലെ ക്ഷേത്രവും നഗരവും.

വാരാന്നിധി. ന. സമുദ്രം.

വാരാഹ. വി. (ഹൻ, ഹീ, ഹം.) വി. ന. പന്നിയെ സംബന്ധിച്ച.

വാരാഹി. ന. ഹ, ഏഴു മാതൃക്കളിൽ ഒന്നു. വ, നിലപ്പന. ന, ഒരുവു. ര, ഭൂമി. ല, വെണ്ണന്നി.

വാരാന്; വാരാളം. വി. ശക്തിയുള്ള.

വാരി. ന. ഹ, വെള്ളം. വ, സുഗന്ധമുള്ള ഒരു ദ്രൈ. ന, സരസ്വതി. ര, ആനയെ കെട്ടുന്ന സ്ഥലം. ല, ആനയെ കെട്ടുന്ന കയറു. ന്ദ, ആനയെപ്പിടിക്കുന്ന കുഴി. ൭, അടിമ. വ്വ, വെള്ളം കോരുന്ന കുടം. (മ.) ഹ, കവുങ്ങു പന മുതലായവ കിറിയതു. വ, ആറാം വാരി.

വാരിയെല്ലു. ന. ശരീരത്തിൽ ഇടത്തുഭാഗത്തും വലത്തുഭാഗത്തും ഉള്ള ആറാറെല്ലുകൾ.

വാരികണം. ന. വെള്ളത്തുള്ളി.

വാരിചര. വി. (രൻ, രാ, രീ, രം.) വി. ന. വെള്ളത്തിൽ സഞ്ചരിക്കുന്ന.

വാരിചരം. ന. മത്സ്യം.

വാരിജ. വി. (ജൻ, ജാ, ജം.) വി. ന. വെള്ളത്തിൽനിന്നുണ്ടായ.

വാരിജം. ന. ഹ, ഒരുമാതിരി ശംഖു. വ, താമര. ന, ഉപ്പു.

വാരിജസംഭവൻ. ന. ബ്രഹ്മാവു.

വാരിദ. വി. (ദൻ, ദാ, ദം.) വി. ന. വെള്ളത്തെ കൊടുക്കുന്ന.

വാരിദം. ന. ഹ, മേഘം. വ, മുത്തെങ്ങാ,

വാരിധാര. ന. വാരികൊണ്ടുള്ള ധാ ര, ജലധാര.

വാരിധി. അല്ലെങ്കിൽ, **വാരിനിധി.** ന. സമുദ്രം.

വാരിപൎണ്ണി. ന. നീൎച്ചീര.

വാരിപ്പുറം. ന. ൧, പുള്ളുപ്പുറം. ൨, പുരയിൽ വാരി വെച്ചുകെട്ടിയതി ന്റെ പുറം.

വാരിപൂരം. ന. പ്രളയം.

വാരിപ്രവാഹം. ന. വെള്ളത്തിന്റെ ഒഴുക്ക.

വാരിയൻ. ന. അമ്പലവാസികളിൽ ഒരു ജാതിക്കാരൻ.

വാരിരാശി. ന. സമുദ്രം.

വാരിവാഹം. ന. മേഘം.

വാരിയസ്യാരു. ന. വാൎയ്യരുടെ സ്ത്രീ.

വാരിയെല്ലു. ന. വശത്തുള്ള എല്ലു.

വാരുണം. ന. ഒരു പുരാണം.

വാരുണി. ന. ൧, അഗസ്ത്യൻ. ൨, മ ദ്യം. ൩, പടിഞ്ഞാറെ ദിക്ക. ൪, ചത യം നക്ഷത്രം.

വാരുണി. ന. ഒരുവക മദ്യം. ൨, വ രുണന്റെ ഭാൎയ്യ. ൩, ഒരുതരം പുല്ലു.

വാരുന്നു. രി. വാൻ. (വാര.) സ. ക്രി. ധാന്യങ്ങളും മററും രണ്ടുകയ്യും കൂട്ടി യെടുക്കുന്നു, ധാന്യങ്ങളും മററും പാ ത്രങ്ങളിലാക്കുന്നു. **വാരിക്കുന്നു.**

വാരുന്നു. ൎന്നു. വാൻ. (വാർ.) സ. ക്രി. പിച്ചാംകത്തികൊണ്ടു നേരേ കീറു ന്നു.

വാരുററ. വി. ഉറെപ്പുള്ള.

വാൎക്കലമാൻ. ന. ഒരുമാതിരി മാൻ.

വാൎക്കാരൻ. ന. വാറുള്ളവൻ, പട്ടാ ളത്തിൽ ശിപായിയും മററും.

വാൎക്കുന്നു. ൎത്തു. ൎപ്പാൻ. (വാർ.) സ. ക്രി. ൧, ചോററിൽനിന്നു കഞ്ഞി ഊ റുന്നു. ൨, ചില ഓട്ടുപാത്രങ്ങളും മററും തീൎക്കുന്നതിന്നു ഓട്ടു മുതലായ വ ഉരുക്കി ഒഴിക്കുന്നു. **വാൎപ്പിക്കുന്നു.** സ. ക്രി.

വാൎച്ച. ന. ൧, ഒഴുക്ക. ൨, ചോൎച്ച.

വാൎത്ത. വി. (ത്തൻ, ത്താ, ത്തം.) വി. ന. ൧, രോഗമില്ലാത്ത. ൨, വേലക ൾ ചെയ്യുകൊണ്ടിരിക്കുന്ന.

വാൎത്ത. ന. ൧, വൎത്തമാനം. ൨, വിശേ ഷവൎത്തമാനം, കേൾവി. ൩, ജീവ സവൃത്തി, വേല. ൪, കച്ചവടം കൃഷി മുതലായ തൊഴിലുകൾ.

വാൎത്തകഞ്ഞി. ന. ചോററിൽനിന്നു ററിയ കഞ്ഞിവെള്ളം.

വാൎത്തം. ന. ൧, സൌഖ്യം. ൨, പ തിരു.

വാൎത്താകം. ന. ഒരുമാതിരി വഴുതിന, ചെറുവഴുതിന.

വാൎത്താകി. ന. വാൎത്താകം.

വാൎത്തായനൻ. ന. ൧, ഒററുകാരൻ, ചാരൻ. ൨, സ്ഥാനാപതി.

വാൎത്താവഹൻ. ന. ൧, മെഴുകുതിരി യുണ്ടാക്കുകയും മററും ചെയ്യുന്നവൻ. ൨, ദൂതൻ.

വാൎത്തിക. വി. (കൻ, കീ, കം.) വി. ന. വാൎത്തയെ സംബന്ധിച്ച. ൨, വൃ ത്തിയെ സംബന്ധിച്ച, അൎത്ഥത്തെ തെളിയിക്കുന്ന.

വാൎത്തികൻ. ന. ൧, വൎത്തമാനത്തെ അറിയിക്കുന്നവൻ. ൨, വൈശ്യൻ.

വാൎത്തിക. ന. വ്യാകരണത്തോടുകൂടി യ ഒരു വ്യാഖ്യാനം.

വാൎത്തികാ. ന. കാടപ്പക്ഷി.

വാൎദ്ധകം. ന. ൧, വൃദ്ധന്മാരുടെ കൂട്ടം. ൨, വൃദ്ധന്റെ അവസ്ഥ, വാൎദ്ധക്യം, വൃദ്ധത.

വാൎദ്ധക്യം. ന. വൃദ്ധത.

വാൎദ്ധുഷി. ന. പലിശെക്കു കൊടുക്കു ന്നവൻ.

വാൎദ്ധുഷികൻ. ന. മേല്പറഞ്ഞ അ ൎത്ഥം.

വാൎദ്ധുഷ്യം. ന. പലിശ.

വാൎപ്പട്ടാളം. ന. വാറുള്ള ശിപായിമാ ർ ആയിരംകൂടിയ ഒരു കൂട്ടം.

വാൎപ്പു. ന. കാതുള്ള ഒരുമാതിരി ഓട്ടു പാത്രം.

വാൎപ്പുപണി. ന. മൂശാരിയുടെ വേല, ഓട്ടം മററും ഉരുക്കി പാത്രങ്ങൾ വാ ൎക്കുക.

വാൎമ്മണം. ന. പടക്കുപ്പായമിട്ടുവരു ടെ കൂട്ടം.

വാൎഷിക. വി. (കൻ, കി, കം.) വി. ന. ൧, ആണ്ടുതോറുമുള്ള. ൨, വൎഷ കാലത്തിൽ വളരുകയും മുളെക്കുകയും ചെയ്യുന്ന.

വാൎഷികം. ന. ഒരു പച്ചമരുന്നു, ബ്ര ഹ്മി.

വാൎഹതം. ന. ഒരുമാതിരി വഴുതി നങ്ങ.

വാലധി; ബാലധി. ന. രോമം ധാ രാളമുള്ള വാൽ.

വാലാക്കുഴ. ന. രാജാക്കന്മാൎക്ക അക മ്പടിയായിട്ടു അലങ്കരിച്ചുകൊണ്ടു ന ടക്കുന്ന ഒരുമാതിരി മരക്കുന്തം.

വാലാട്ടിപ്പക്ഷി. ന. ഒരുമാതിരി പ ക്ഷി.

വാലായ്മ. ന. മരണം സംബന്ധിച്ചു ണ്ടാകുന്നതിനെക്കാൾ കുറഞ്ഞ അ ശുദ്ധി.

വാലിക. ന. കാതിലിടുന്ന ഒരാഭര ണം.

വാലുകാ. ന. ൧, മണൽ, ചരൽ. ൨, കൎപ്പൂരം.

വാലുകം. ന. ൧, ഒരങ്ങാടിമരുന്നു. ൨, മണൽ.

വാലുന്നു. ന്നു. വാൻ. (വാൽ.) അ. ക്രി. ൧, അല്പമായിട്ടൊലിക്കുന്നു. ൨, കിഴങ്ങും മററും വളരുന്നു.

വാൽ. ന. ൧, നാല്ക്കാലികളുടെ പുറ കിൽ നീണ്ടുകിടക്കുന്നതു. ൨, ആട്ടുകാ രുടെ ഒരുമാതിരി ഉടുപ്പു.

വാല്ക്ക. വി. (ല്കൻ, ല്കി, ല്കം.) വി. ന. മരത്തൊലികൊണ്ടുള്ള.

വാല്കാണം. ന. മൃഗങ്ങൾക്കുള്ള കരം.

വാല്കുടം. ന. വാലിന്റെ അററത്തു ള്ള തൊങ്ങൽ.

വാല്കൊഞ്ചു. ന. കുതിരയുടെയും മ ററും രോമം അധികമുള്ള വാൽ.

വാൽക്കോതമ്പു. ന. ഒരുമാതിരി യവം.

വാൽനക്ഷത്രം. ന. ധൂമകേതു.

വാല്മീകി. അല്ലെങ്കിൽ, **വാന്മീകി.** ന. രാമായണം സംസ്കൃതഭാഷയിൽ ഇരുപത്തുനാലായിരം ഗ്രന്ഥമായിട്ടു ഒരു കാവ്യം ഉണ്ടാക്കിയ മഹൎഷി.

വാല്മീകൻ. ന. വാന്മീകി.

വാല്മീൻ. ന. വാൽനക്ഷത്രം.

വാല്മുളക. ന. ഒരങ്ങാടിമരുന്നു.

വാവു. ന. പതിനഞ്ചാമത്തെപ്പക്കം. ൧, വെളുത്തവാവു. ൨, കറുത്തവാവു.

വാവട. ന. ൧, പുരയുടെ കഴുക്കോലു കളുടെ താഴത്തെ അററത്തും മേലെ വശത്തും വെച്ചുതറെക്കുന്ന മരം. ൨, വാവുന്നാൾ ഭക്ഷിക്കുന്നതിന്നായിട്ടു ണ്ടാക്കുന്ന ഒരു പലഹാരം.

വാവടയോടു. ന. വാവടയുടെ പുറ ത്തു മേയുന്നതിന്നുള്ള ഒരുമാതിരി മാ ടോടു.

വാവദൂക. വി. (കൻ, കാ, കം.) വി. ന. അധികം സംസാരിക്കുന്ന.

വാവൽ. ന. തല കീഴപ്പോട്ടായിട്ടു മരത്തിൽ തൂങ്ങുന്ന ഒരുമാതിരി പക്ഷി.

വാവലയം. ന. വാമോതിരം.

വാവിടാജന്തു. ന. മിണ്ടാപ്രാണി.

വാവിഷ്ഠാണം. ന. ശകാരം.

വാവൃത്തം. വി. (ത്തൻ, ത്താ, ത്തം.) വി. ന. വരിക്കപ്പെട്ടു.

വാശ്. ന. ഒരു പച്ചമരുന്നു, ആടലോടകം.

വാശകം. ന. മേല്പറഞ്ഞ അൎത്ഥം.

വാശി. ന. അഗ്നി. (മ.) ൧, ശാഠ്യം. ൨, മറിച്ചുഊന്നാൽ ഉണ്ടാകുന്ന ക്രൂരത ലോ കുറവോ. ൩, ദിനത്തിന്റെ അടക്കം.

വാശിക. ന. ആടലോടകം.

വാശിക്കാരൻ. വി. ന. ശാഠ്യക്കാരൻ.

വാശിത. വി. (തൻ, താ, തം.) വി. ന. സുഗന്ധിപ്പിക്കപ്പെട്ടു.

വാശിതാ. ന. ൧, സ്ത്രീ. ൨, പിടിയാന.

വാശിതം. ന. പക്ഷികളുടെ ശബ്ദം.

വാശ്ശൂതും. അ. വല്ലതും.

വാശ്ശര. ന. രാത്രി.

വാഷ്പം. ന. ൧, വെള്ളത്തിലെ ആവി, ആവി. ൨, കണ്ണുനീരു. ൩, ഇരിമ്പു.

വാസഃകുടി. ന. വസ്ത്രംകൊണ്ടുള്ള ഭവനം, കൂടാരം.

വാസക. (സ്ത്രീ. സിക.) വി. ൧, വാസനയുണ്ടാക്കുന്ന. ൨, വസിക്കുമാറാക്കുന്ന, കുടിയേറുന്ന.

വാസകം. ന. വസ്ത്രം.

വാസഗൃഹം. ന. ഭവനത്തിന്നകത്തെ മുറി.

വാസതേയി. ന. ഭവനം.

വാസന. വി. (നൻ, നാ, നം.) വി. ന. ൧, വസ്തുത്തിന്നു കൊള്ളാകുന്ന, വസിപ്പിക്കുന്ന.

വാസനം. ന. ൧, സുഗന്ധിപ്പിക്കുക. ൨, വസ്ത്രം ൩, പാൎക്കുക. ൪, അറിവു.

വാസന. ന. മുൻപിലത്തെ പരിചയംകൊണ്ടുണ്ടാകുന്ന അറിവും സ്വഭാവവും. ൨, നല്ലമണം.

വാസനക്കാരൻ. വി. ന. പ്രവൃത്തികൾ എളുപ്പത്തിൽ ഭംഗിയായിട്ടു ചെയ്യുന്നവൻ.

വാസനപ്പൊടി ന. സൌരഭ്യം വരുത്തുന്നതിന്നായിട്ടു പൊടിച്ചു വിതറുന്ന സുഗന്ധദ്രവ്യപ്പൊടി.

വാസനാബലം. ന. വാസനയുടെ ശക്തി.

വാസനാവ്യത്യാസം. ന. വാസനയുടെ ഭേദം.

വാസന്ത. വി. (ന്തൻ, ന്തി, ന്തം.) വി. ന. വസന്തകാലത്തെ സംബന്ധിച്ച.

വാസന്ത. ന. ൧, ഒട്ടകം. ൨, മൈല്യം. ൩, മൃഗക്കുട്ടി. ൪, തെക്കൻകാററു.

വാസന്തി. ന. ൧, ഒരുമാതിരി മുല്ല. ൨, തിപ്പലി. ൩, ചിത്രമാസത്തിൽ കാമദേവന്റെ പേൎക്കു കഴിക്കുന്ന ഉത്സവം.

വാസന്തിക. വി. (കൻ, കീ, കം.) വി. ന. വസന്തകാലത്തുണ്ടാകുന്ന.

വാസം. ന. ൧, ഭവനം. ൨, ഇരിപ്പു, പാൎപ്പു. ൩, വസ്ത്രം. ൪, നല്ലമണം.

വാസയോഗം. ന. സുഗന്ധദ്രവ്യം.

വാസയോഗ്യ. വി. (ഗ്യൻ, ഗ്യാ, ഗ്യം.) വി. ന. പാൎക്കുന്നതിന്നു കൊള്ളാകുന്ന.

വാസരം. ന. ൧, ദിവസം. ൨, പകൽ.

വാസരാധിശൻ. ന. സൂൎയ്യൻ.

വാസരാന്തം. ന. വാസരത്തിന്റെ അവസാനം.

വാസവൻ. ന. ദേവേന്ദ്രൻ.

വാസവി. ന. വാസവന്റെ പുത്രൻ. ൧, ജയന്തൻ. ൨, ബാലി. ൩, അൎജ്ജുനൻ.

വാസകസജ്ജാ. അല്ലെങ്കിൽ, **വാസകസജ്ജാഃ.** ന. സ്ത്രീപുരുഷന്മാരുടെ ലക്ഷണമറിവാനുള്ള ശാസ്ത്രത്തിൽ പറയുന്ന നായികമാരിൽ ഒരുത്തി.

വാസസ്സ്. ന. വസ്ത്രം.

വാസി; വാസിനി. ന. (പദാന്ത്യത്തിൽ ചേൎന്നുവരുന്നതു.) അധിവസിക്കുന്നവൻ; (-വൾ).

വാസിത. വി. (തൻ, താ, തം.) വി. ന. ൧, സുഗന്ധിപ്പിക്കപ്പെട്ടു. ൨, ഉടുപ്പിക്കപ്പെട്ടു. ൩, പാൎപ്പിക്കപ്പെട്ടു.

വാസിതാ. ന. ൧, സ്ത്രീ. ൨, പിടിയാന.

വാസിതം. ന. ൧, പക്ഷിയുടെ ശബ്ദം. ൨, ശബ്ദം. ൩, അറിവു.

വാസിഷ്ഠ. വി. (ഷ്ഠൻ, ഷ്ഠാ, ഷ്ഠം.) വി. ന. വസിക്കുന്നാലുണ്ടാക്കപ്പെട്ടു.

വാസു. ന. ൧, വിഷ്ണു. ൨, ലോകങ്ങളുടെ ആത്മാവു.

വാസുകി. ന. സൎപ്പരാജാവു.

വാസുദേവൻ. ന. വസുദേവന്റെ പുത്രൻ, ശ്രീകൃഷ്ണൻ.

വാസൂഃ. ന. നാട്യത്തിൽ ബാലസ്ത്രീക്കു പറയുന്ന ഒരു പേർ.

വാസോചിത. വി. (തൻ, താ, തം.) വി. ന. പാൎക്കുന്നതിന്നു കൊള്ളാകുന്ന.

വാസ്തവ. വി. (വൻ, വാ, വം.) വി. ന. ൧, നിശ്ചയിച്ച. ൨, സ്ഥാപിച്ച. ൩, യഥാൎത്ഥമായുള്ള, വസ്തുതയായ.

വാസ്തവം. ന. നിശ്ചയം. (മ.) വൎത്തമാനം.

വാസ്തവ്യ. വി. (വ്യൻ, വ്യാ, വ്യം.) വി. ന. ൧, പാൎക്കുന്നതിന്നു തക്ക. ൨, സൂക്ഷിച്ചാൻതക്ക. ൩, രക്ഷിപ്പാൻ തക്ക.

വാസ്തവ്യൻ. ന. ചാൎച്ചക്കാരൻ.

വാസ്തു. ന. ൧, ഭവനത്തിന്റെ ഇരിപ്പു. ൨, ഭവനം.

വാസ്തുകം. ന. ഒരുമാതിരി ഇലക്കറിസ്സാധനം.

വാസ്തുച്ചീര. ന. മേല്പറഞ്ഞ അൎത്ഥം.

വാസ്തുദേവത. ന. ഭവനത്തിന്റെ ദേവത.

വാസ്തുബലി. ന. ഭവനദേവതെക്കായിട്ടു ചെയ്യുന്ന ഒരു കൎമ്മം.

വാസ്തോഷ്പതി. ന. ദേവേന്ദ്രൻ.

വാസ്ത്ര. വി. (സ്ത്രൻ, സ്ത്രീ, സ്ത്രം.) വി. ന. വസ്ത്രംകൊണ്ടുള്ള.

വാഹകൻ. ന. ൧, കുതിരക്കാരനുമ്മററും. ൨, ചുമക്കുന്നവൻ.

വാഹടൻ. ന. അഷ്ടാംഗഹൃദയം എന്ന വൈദ്യശാസ്ത്രം ഉണ്ടാക്കിയ ആചാൎയ്യൻ.

വാഹടാചാൎയ്യൻ. ന. മേല്പറഞ്ഞ അൎത്ഥം.

വാഹദ്വിഷൽ. ന. പോത്തു.

വാഹനം. ന. ൧, കേറിനടക്കുന്നതിന്നുള്ളതു, ആന കുതിര മുതലായവയും, പല്ലക്കു മേനാവു മുതലായവയും, തേരു കപ്പൽ തോണി മുതലായവയും. ൨, സിംഹം മുതലായ ചില മൃഗങ്ങളുടെയും മയിൽ മുതലായ ചില പക്ഷികളുടെയും രൂപത്തെ ഓട്ടുകൊണ്ടോ മരംകൊണ്ടോ ഉണ്ടാക്കി കൊടിമരത്തിന്റെ മുകളിൽ വെക്കുന്നതു.

വാഹം. ന. ൧, കുതിര. ൨, കാള. ൩, വായുവു. ൪, സേന. ൫, പോത്തു. ൬, വാഹനം.

വാഹസം. ന. പെരുമ്പാമ്പു.

വാഹികം. ന. ൧, ഒരു വാദ്യം. ൨, കാ ള വലിക്കുന്ന വണ്ടിയുമ്മററും.

വാഹിത്ഥം. ന. ആനയുടെ മസ്തക ത്തിന്നു താഴത്തേടം.

വാഹി. വി. (ഹീ, ഹിനീ, ഹി.) വി. ന. വഹിക്കുന്ന.

വാഹിനീ. ന. ൧, നദി. ൨, സേന.

വാഹിനീപതി. ന. സേനാപതി.

വാല്ധ്ധടം. ന. ചില നാല്കാലിമൃഗങ്ങ ളുടെ വാലിന്റെ താഴത്തെ അററം.

വാലികം. ന. ൧, കുങ്കുമം. ൨, കായം.

വാള. ന. ഒരു മത്സ്യം.

വാളകം. ന. ൧, കൈവള. ൨, കൈ മോതിരം. ൩, ഒരു മരുന്നു, ഇരുവേ ലി.

വാളൻ. ന. മരം അറുക്കുന്ന ഒരു ജാ തിക്കാരൻ.

വാളൻപുളി. ന. ഒരുമാതിരി പുളി മരം.

വാളമര. ന. ഒരുമാതിരി അമര.

വാളം. ന. ൧, ഇരിമ്പു അടിച്ചുനീട്ടി യതു. ൨, ഇരുവേലി.

വാളലക്. ന. വാളിന്റെ അലക്, വാളായിട്ട തീൎത്ത ഇരിമ്പു.

വാളി. അല്ലെങ്കിൽ, **വാളികം.** ന. സ്ത്രീ റിയാനിസ്ത്രീകൾ കാതിലിടുന്ന ഒരാ ഭരണം.

വാളുന്നു. ളി. വാൻ. (വാള.) സ. ക്രി. വിതെക്കുന്നു.

വാളുറ. ന. വാളിടുവാനുള്ള സാധനം.

വാളേറു. ന. വാളെറിഞ്ഞു പിടിക്ക ന്ന ഒരു കളി.

വാൾ. ന. ൧, യുദ്ധത്തിലുമ്മററും വെ ട്ടുവാനുള്ള ഒരായുധം. ൨, മരം അറു ക്കുന്നതിന്നുള്ള സാധനം, അറപ്പു വാൾ.

വാൾക്കാരൻ. ന. വാളുള്ളവൻ.

വാൾപ്പാടു. ന. വാളുകൊണ്ടു വെട്ടി യാൽ എത്തുവാൻ തക്ക അകലം.

വാൾപ്പുലി. ന. കാണ്ടാമൃഗം.

വാൾമീൻ. ന. ഒരു മത്സ്യം.

വാഴ. ന. ൧, കദളിവാഴ. ൨, പൂവൻ വാഴ. ൩, ചിങ്ങൻവാഴ. ൪, ഏത്തവാ ഴ, നേന്ത്രവാഴ. ൫, കണ്ണൻവാഴ. ൬, കാളിവാഴ, പടററിവാഴ. ൭, കരി ങ്കദളിവാഴ. ൮, രക്തകദളിവാഴ. ൯, ഞാലിപ്പൂവൻവാഴ. ൧൦, പാളയങ്കോ ട്ടു കണ്ണൻവാഴ. (ഇനിയും അല്പാല്പം ഭേദമായിട്ടു പല മാതിരിയുണ്ടു.)

വാഴക്കാ. ന. വാഴയുടെ കായ്.

വാഴക്കാച്ചിൽ. ന. വാഴത്തോപ്പുകളി ൽ നടുന്ന ഒരുമാതിരി കിഴങ്ങു.

വാഴക്കാലാ. ന. വാഴവെച്ചു കുല വെട്ടി കഴിഞ്ഞ സ്ഥലം.

വാഴക്കുല. ന. വാഴയുടെ കുല.

വാഴച്ചീപ്പു. ന. വാഴക്കുലയിലുള്ള പ ടല.

വാഴത്തുട്ടപ്പു. ന. വാഴയിലയുടെ ത ണ്ടു.

വാഴപ്പഴം. ന. പഴുത്ത വാഴക്കായ്.

വാഴപ്പിണ്ടി. ന. ൧, കുലച്ച വാഴയു ടെ അകത്തുള്ളതു. ൨, വാഴത്തടി.

വാഴപ്പോള. ന. വാഴയുടെ പോള.

വാഴമാണം. ന. വാഴയുടെ കിഴങ്ങു.

വാഴയില. ന. വാഴയുടെ ഇല.

വാഴാനിലം. ന. കൃഷി ചെയ്യാത്ത ഭൂമി.

വാഴീ. ന. വാഴുന്നവൻ, ഭരിക്കുന്നവൻ.

വാഴുന്നു. ണു. വാൻ. (വാ.) സ. ക്രി. ൧, പാൎക്കുന്നു. ൨, ഭരിക്കുന്നു. ൩, നില ത്തിൽ കൃഷിചെയ്യുന്നു. **വാഴിക്കുന്നു.** കാ. ക്രി.

വാഴ്ച. ന. ൧, പാൎപ്പു. ൨, ഭരിക്ക. ൩, നിലത്തിൽ കൃഷിചെയ്ക.

വാഴ്ത്തൽ. ന. സ്തുതിച്ചു പറക.

വാഴ്ത്തുന്നു. ത്തി. വാൻ. (വാഴ്ത്ത.) സ. ക്രി. ൧, സ്തുതിക്കുന്നു. ൨, വൎദ്ധിപ്പിക്കു ന്നു. ൩, അനുഗ്രഹിക്കുന്നു.

വാഴ്വു. ന. ൧, വാഴ്ചവു. ൨, ശരീര സൌഖ്യം. ൩, ആശീൎവ്വാദം.

വാറണ്ടു. ന. പിടിച്ച പിടിയാലേ കോടതിയിൽ ഹാജരാക്കേണ്ടതിന്നു ള്ള അധികാരപത്രം.

വാറു; വാറേ. (പദാന്ത്യത്തിൽ ചേൎന്നു വരുന്നതു) അപ്പോൾ, ആ മട്ടിൽ. ഉ-ം. **ചെയ്യുവാർ** (ചെയ്യുപ്പോൾ).

വാറു. ന. ൧, തോൽവാറു. ൨, ശിപാ യിമാരുടെ കഴുത്തിലിടുന്ന തോൽവാ റു. ൩, വാണ്ണേട്ടത്ത മാംസം. ൪, ക രിമ്പനയോല വാണ്ണേട്ടതു. ൫, ഒ രു വക മത്സ്യം.

വാറിട. ന. കരിമ്പനയോല വാണ്ണേട്ട തു.

വാറുമീൻ. ന. ഒരു മത്സ്യം.

വാറോല. ന. മററൊരുത്തൻ ചെയ്യു തെങ്കിലും ചെയ്യാത്തതെങ്കിലുമുള്ള ദോ ഷത്തെ താൻ ഒരുത്തനോടും പറയാ തെ പ്രസിദ്ധമാക്കുന്നതിന്നു വേണ്ടി ആരും അറിയാതെ എഴുതി സഭാസ്ഥ ലങ്ങൾക്കു മുൻപാകെ തൂക്കുന്ന ഓല യുമ്മററും.

വാററു. ന. അരിച്ചോ ഊററിയോ എടുക്ക.

വാററൽ. ന. അരിച്ചെടുക്ക, ഊററുക.

വാററുന്നു. ററി. വാൻ. (വാററ.) സ. ക്രി. അരിക്കുന്നു, ഊററുന്നു.

വി

വി. ഒരുപസൎഗ്ഗം. (ഇതു ക്രിയാപദങ്ങ ൾക്കുമ്മററും മുൻപെ വെക്കുമ്പോൾ വിശേഷമൊന്നും ഇല്ലയെന്നും നിശ്ച യമെന്നും അൎത്ഥങ്ങൾ വരും.)

വി. ന. പക്ഷി.

വികങ്കതം. ന. വയ്യങ്കതവൃക്ഷം.

വികച. വി. (ചൻ, ചാ, ചം.) വി. ന. ൧, വിടൎന്ന. ൨, തലമുടിയില്ലാത്ത.

വികചൻ. ന. ൧, ബുദ്ധന്മാരിൽ സ ന്യാസി. ൨, കേതു എന്ന ഗ്രഹം.

വികട. വി. (ടൻ, ടാ, ടം.) വി. ന. ൧, വലുതായുള്ള. ൨, ഭയങ്കരമായുള്ള. ൩, നീണ്ടപല്ലുള്ള. ൪, സൌന്ദൎയ്യമുള്ള. ൫, വേഷമ്മാററമുള്ള. ൬, തെളിവി ല്ലാത്ത.

വികടൻ. ന. വിപരീതമായി പറക യൊ പ്രവൃത്തിക്കയൊ ചെയ്യുന്നവൻ.

വികടാ. ന. ബുദ്ധമതക്കാരുടെ ഒരു ദേവി.

വികടം. ന. വിരോധം, അപകടം, ഉഗ്രകടം. (സം.) വിത്തം.

വികടസരസ്വതി. ന. ൧, വികട വാക്കു. ൨, വികടം പറയുന്നവൻ.

വികടിക്കുന്നു. ച്ചു. പ്പാൻ. (വികടി.) അ. ക്രി. ഇടയുന്നു, പിണങ്ങുന്നു, വ ല്ലാതെയാകുന്നു.

വികടിപ്പു. ന. വിരോധം, ഇടച്ചിൽ.

വികത്ഥനം. ന. വെറുതെ പറക.

വികമ്പിത. വി. (തൻ, താ, തം.) വി. ന. നല്ലവണ്ണം ഇളകുന്ന.

വികരം. ന. ദീനം, വ്യാധി.

വികൎത്തനൻ. ന. ൧, ആദിത്യൻ. ൨, പിതാവിന്റെ രാജ്യത്തെ അപഹരി ക്കുന്നവൻ.

വികൎഷണം. ന. വലിക്കുക.

വികല. വി. (ലൻ, ലാ, ലം.) വി. ന.

൧, ഊനമുള്ള. ൨, ജുഗുപ്സയുള്ള, ജുഗു കിയ.

വികലാ. ന. ഋതുകാലം കഴിഞ്ഞ സ്ത്രീ, വൃദ്ധസ്ത്രീ.

വികലം. ന. ഒരു കലയിൽ അറുപതിൽ ഒരു പങ്കു.

വികലാംഗ. വി. (ഗൻ, ഗാ, ഗം.) വി. ന. അംഗഹീനതയുള്ള.

വികല്പം. ന. ൧, തെററ. ൨, മാററം. ൩, സംശയം.

വികല്പിത. വി. (തൻ, താ, തം.) വി. ന. സംശയിക്കപ്പെട്ട, മറെറാരു പ്രകാരത്തിൽകൂടെ നിശ്ചയിക്കപ്പെട്ട.

വികസ. ന. ഒരങ്ങാടിമരുന്നു, മഞ്ചട്ടി.

വികസിക്കുന്നു. ച്ചു. പ്പാൻ. (വികസി.) അ. ക്രി. വിടരുന്നു. **വികസിപ്പിക്കുന്നു.** സ. ക്രി.

വികസിത. വി. (തൻ, താ, തം.) വി. ന. വിടൎന്ന.

വികസ്വര. വി. (രൻ, രാ, രം.) വി. ന. വിടരുന്ന.

വികാരം. ന. ൧, മനസ്സിനുണ്ടാകുന്ന ഒരു ഭാവഭേദം. ൨, രൂപമാററം, വികൃതി. ൩, രോഗം.

വികാരി. വി. (രീ, രിണീ, രി.) വി. ന. വികാരമുള്ള.

വികാരി. ന, അറുപതിൽ മുപ്പത്തിമൂന്നാം വൎഷം.

വികാശനം. ന. വിടൎച്ച.

വികാശം. ന. ൧, താൻ തന്നേ ഒരു സ്ഥലത്തിരിക്കുക. ൨, വിടൎച്ച. ൩, സുഖാനുഭവം. ൪, ആകാശം.

വികാസം. ന. വിടൎച്ച.

വികാസി. വി. (സീ, സിനീ, സി.) വി. ന. വിടരുന്ന.

വികിരം. ന. പക്ഷി.

വികിരണം. ന. ഒരു പൂച്ചെടി, എരിക്കു.

വികീൎണ്ണം. വി. ൧, ചിതറിക്കപ്പെട്ട. ൨, കലൎത്തിയ.

വികുൎവ്വാണ. വി. (ണൻ, ണാ, ണം.) വി. ന. സന്തോഷമുള്ള.

വികൃത. വി. (തൻ, താ, തം.) വി. ന. ൧, രോഗമുള്ള. ൨, വികാരമുള്ള.

വികൃതം. ന. വിരൂപം.

വികൃതി. ന. ൧, സ്വഭാവത്തിന്റെയുമ്മാററുമ്മാററം. ൨, രോഗം. ൩, പേടി. ൪, ഗോഷ്ഠി. ൫, ദുൎബ്ബുദ്ധി. ൬, ദുൎബ്ബുദ്ധിയുള്ളവൻ. ൭, അറുപതിൽ ഇരുപത്തുനാലാം വൎഷം. ൮, മരണലക്ഷണം.

വികൃതിതപം. ന. വക്രഉതപം.

വികൃഷ്ടം. വി. ൧, വലിച്ചെടുക്കപ്പെട്ട. ൨, അങ്ങോട്ടുമിങ്ങോട്ടും വലിക്കപ്പെട്ട. ൩, നീട്ടപ്പെട്ട. ൪, ശബ്ദമുണ്ടാക്കുന്ന.

വികോഷ. വി. (ഷൻ, ഷാ, ഷം.) വി. ന. മൂടപ്പെടാത്ത, ഊരിയ.

വിക്ക. ന. വാക്കിനുണ്ടാകുന്ന ഒരു തടവു.

വിക്കൻ. ന. വിക്കുള്ളവൻ.

വിക്കൽ. ന. വിക്ക.

വിക്കുന്നു. ക്കി. വാൻ. (വിക്ക.) അ. ക്രി. ൧, വിക്കിപ്പറയുന്നു. ൨, വെള്ളവുമ്മററും കുടിക്കുമ്പോൾ ചില സമയത്തു തൊണ്ടതിങ്ങി മേല്പോട്ടു തെറിക്കുന്നു.

വിക്രമ. ന. അറുപതിൽ പതിന്നാലാം വൎഷം.

വിക്രമൻ. ന. വിക്രമാദിത്യനെന്ന രാജാവു.

വിക്രമം. ന. ൧, അതിബലമുള്ളവന്റെ ഭാവം. ൨, യുദ്ധസാമൎത്ഥ്യം. ൩, കാലടി. ൪, നടക്കുക.

വിക്രമവാൻ; (-വതി.) ന. വിക്രമമുള്ളവൻ; (—വൾ).

വിക്രമശാലി. വി. (ലീ, ലിനീ, ലി.) വി. ന. വിക്രമമുള്ള.

വിക്രമാദിത്യൻ. ന. ഉജ്ജയിനീപട്ടണത്തിലുണ്ടായിരുന്ന ഒരു മഹാരാജാവു.

വിക്രമാബ്ദം. ന. വിക്രമാദിത്യന്റെ കാലംമുതൽ നിശ്ചയിക്കപ്പെട്ടിട്ടുള്ള സംവത്സരം.

വിക്രമാൎക്കൻ. ന. വിക്രമാദിത്യൻ.

വിക്രമി. ന. ൧, വിക്രമമുള്ളവൻ, ശക്തൻ. ൨, സിംഹം.

വിക്രയം. ന. വില്ക്കുക.

വിക്രയി. അല്ലെങ്കിൽ, **വിക്രയികൻ.** ന. വില്ക്കുന്നവൻ.

വിക്രാന്ത. വി. (ന്തൻ, ന്താ, ന്തം.) വി. ന. ൧, വിക്രമമുള്ള, ശക്തിയുള്ള. ൨, ജയിച്ച.

വിക്രാന്തൻ. ന. വീരൻ, ശക്തിയുള്ള യോദ്ധാവു.

വിക്രാന്തം. ന. ൧, പരാക്രമം. ൨, സിംഹം.

വിക്രാന്തി. ന. ൧, കുതിരയുടെ കുതിപ്പു. ൨, ശക്തി, മഹാബലം.

വിക്രായകൻ. ന. വില്ക്കുന്നവൻ, കച്ചവടക്കാരൻ.

വിക്രിയ. ന. മനസ്സിന്റെയും രൂപത്തിന്റെയും മാററം, വികാരം.

വിക്രീത. വി. (തൻ, താ, തം.) വി. ന. വില്ക്കപ്പെട്ട.

വിക്രുഷ്ടം. വി. വിളിച്ചുപറയപ്പെട്ട.

വിക്രേതാവു. വി. (ത്രിക്കു.) വി. ന. വില്ക്കുന്ന.

വിക്രേയ. വി. (യൻ, യാ, യം.) വി. ന. വില്ക്കേണ്ടുന്ന.

വിക്ലവ. വി. (വൻ, വാ, വം.) വി. ന. പാരവശ്യമുള്ള.

വിക്ലിന്നം. വി. ൧, വളരെ നനഞ്ഞ, അശേഷം നനഞ്ഞ. ൨, ജീൎണ്ണിച്ച, ഉണങ്ങിയ. ൩, വാൎദ്ധക്യമായ.

വിക്ലിഷ്ടം. വി. ൧, വളരെ ഭയപ്പെട്ട. ൨, കേടുവരുത്തിയ, നശിപ്പിക്കപ്പെട്ട.

വിഖ്യാത. വി. (തൻ, താ, തം.) വി. ന. പ്രസിദ്ധമുള്ള.

വിഖ്യാതി. ന. കീൎത്തി.

വിഗണനം. ന. ൧, കണക്കുകൂട്ടുക. ൨, വിചാരിക്ക, ആലോചിക്ക. ൩, കടം വീട്ടുക.

വിഗതനാസിക. വി. (കൻ, കാ, കം.) വി. ന. മൂക്കു പോയ.

വിഗത. വി. (തൻ, താ, തം.) വി. ന. ൧, പോയ. ൨, വേൎപെട്ട. ൩, ഒഴിവായ. ൪, ഇല്ലാത്ത.

വിഗതാൎത്തവാ. വി. ന. തീണ്ടായിരി മാറിയവൾ.

വിഗതി. ന. പിന്നോക്കം പോക.

വിഗൎഹണം. ന. നിന്ദ.

വിഗൎഹിത. വി. (തൻ, താ, തം.) വി. ന. നിന്ദിക്കപ്പെട്ട.

വിഗളത്തു്. വി. തുള്ളിതുള്ളിയായി വീഴുന്ന, ഒഴുകുന്ന, ഉരുകുന്ന.

വിഗളിതം. വി. ൧, ഒഴുകിയ. ൨, അഴിഞ്ഞ. ൩, വീണുപോയ.

വിഗാനം. ന. നിന്ദ.

വിഗുണം. വി. ഗുണമില്ലാത്ത.

വിഗ്ര. വി. (ഗ്രൻ, ഗ്രാ, ഗ്രം.) വി. ന. മൂക്കില്ലാത്ത.

വിഗ്രഹം. ന. ൧, ശരീരം. ൨, വിസ്താരം. ൩, ഒരു ഭാഗം. ൪, ആകൃതി. ൫, വ്യാകരണപ്രകാരം സമാസപദത്തെ വേൎതിരിക്ക. ൬, യുദ്ധം. ൭, എതിൎപ്പു.

വിഗ്രഹാരാധന. ന. ബിംബത്തെ പൂജിക്ക.

വിഘട്ടനം. ന. ഫ, ഉരച്ചിൽ. വ, വേർതിരിക്ക, അഴിക്ക.

വിഘസം. ന. ഭക്ഷണത്തിന്റെ ശേഷം.

വിഘാതം. ന. ഫ, തടവു. വ, നാശം.

വിഘ്നം. ന. മുടക്കം, തടവു.

വിഘ്നരാജൻ. ന. ഗണപതി.

വിഘ്നേശൻ. ന. ഗണപതി.

വിങ്ങൽ. ന. ഒരുമാതിരി വേദന, ചുളുചുളുപ്പു.

വിങ്ങുന്നു. ങി. വാൻ. (വിങ്ങ.) അ. ക്രി. ചുളുചുളുക്കുന്നു.

വിചകിലം. ന. ഒരുമാതിരി നല്ല മുല്ല.

വിചയം. അല്ലെങ്കിൽ, **വിചയനം.** ന. അന്വേഷണം.

വിചർച്ചിക. ന. ഒരുമാതിരിച്ചൊറി.

വിചല. വി. (ലൻ, ലാ, ലം.) വി.ന. ഇളക്കമുള്ള.

വിചക്ഷണ. വി. (ണൻ, ണാ, ണം.) വി. ന. അറിവുള്ള.

വിചാരണ. ന. കാൎയ്യാകാൎയ്യങ്ങളെ തിരക്കി അറിക, ആലോചന, നിരൂപണ.

വിചാരം. ന. ഫ, ഓൎമ്മ. വ, രാജ്യഭാരം. മ, ഒരുദ്യോഗം. ര, വിഷാദം.

വിചാരിക്കുന്നു. ച്ചു. പ്പാൻ. (വിചാരി.) സ. ക്രി. ഫ, ഓൎക്കുന്നു. വ, രാജ്യം ഭരിക്കുന്നു. മ, വിഷാദിക്കുന്നു. **വിചാരിപ്പിക്കുന്നു.** കാ. ക്രി.

വിചാരിത. വി. (തൻ, താ, തം.) വി. ന. വിചാരിക്കപ്പെട്ട.

വിചാരിപ്പു. ന. മേലധികാരം.

വിചാരിപ്പുകാരൻ. ന. മേലധികാരമുള്ളവൻ.

വിചാൎയ്യ. വി. (ൎയ്യൻ, ൎയ്യാ, ൎയ്യം.) വി. ന. വിചാരിക്കപ്പെടുവാൻ തക്ക.

വിചികിത്സ. ന. സംശയം.

വിചികീൎഷ. ന. ചെയ്യാനുള്ള ആഗ്രഹം.

വിചിത്ര. വി. (ത്രൻ, ത്രാ, ത്രം.) വി. ന. അധികം ഭംഗിയുള്ള.

വിചിത്രം. ന. ഏററവും ആശ്ചൎയ്യം.

വിചേതന. വി. ഫ, ബോധമില്ലാത്ത. വ, മരിച്ച.

വിചേഷ്ടിതം. ന. പ്രവൃത്തി, പരിശ്രമം.

വിച്ച. ന. ഫ, ആശ്ചൎയ്യം. വ, കൊച്ചു പൈതങ്ങളുടെ ഒരു കളി.

വിച്ചുക്കളി; പിച്ചുക്കളി. ന. കൊച്ചു പൈതങ്ങളുടെ ഒരു കളി.

വിച്ഛന്ദകം. ന. ഒരുമാതിരി രാജഭവനം.

വിച്ഛായം. ന. പക്ഷികളുടെ നിഴൽ.

വിച്ഛിത്തി. ന. ഫ, മുറിക്കുക. വ, വേർതിരിക്ക. മ, നാശം. ര, ഭവനത്തിന്റെ അതൃത്തി. ഌ, (നിറത്തിന്നായി) ദേഹത്തിൽ പൂചപ്പെടുന്ന കുറിക്കൂട്ടു.

വിച്ഛിന്ന. വി. (ന്നൻ, ന്നാ, ന്നം.) വി. ന. ഫ, മുറിക്കപ്പെട്ട. വ, ഇടവിടപ്പെട്ട.

വിച്ഛുരിതം. വി. ഫ, മൂടപ്പെട്ട. വ, പതിക്കപ്പെട്ട. മ, പൂചപ്പെട്ട.

വിച്ഛേദം. ന. ഫ, മുറിവു. വ, മുറിഞ്ഞ ശകലം. മ, നാശം. ര, കാണ്ഡം.

വിജനനം. ന. ജനനം.

വിജന. വി. (നൻ, നാ, നം.) വി.ന. ജനമില്ലാത്ത.

വിജനപ്രദേശം. ന. ആരുമില്ലാത്ത സ്ഥലം.

വിജയ. ന. ഫ, അറുപതിൽ ഇരുപത്തേഴാം വൎഷം. വ, തൃതിയ അഷ്ടമി ത്രയോദശി ഈ മൂന്നു പക്കങ്ങൾക്കും കൂടെ പറയുന്ന ഒരു പേർ. മ, തുലാമാസത്തിൽ വെളുത്ത വാവു. ര, കഞ്ചാവു. ഌ, ശ്രീപാൎവ്വതിയുടെ ഒരു ശുശ്രൂഷക്കാരത്തി.

വിജയച്ഛന്ദം. ന. അഞ്ഞൂററുനാലു ചുററുള്ള ഒരു മുത്തുമാല.

വിജയദശമി. ന. കന്നിമാസത്തിൽ കറുത്തവാവു കഴിഞ്ഞു വരുന്ന വെളുത്ത ദശമി.

വിജയനഗരം. ന. വിശാഖപട്ടണത്തിലുള്ള ഒരു നഗരം.

വിജയൻ. ന. ഫ, അൎജ്ജുനൻ. വ, വിഷ്ണുവിന്റെ ഗോപുര പാലകന്മാരിൽ ഒരുത്തൻ.

വിജയം. ന. ജയിക്കുക.

വിജയി. വി. (യി, യിനി, യി.) വി. ന. ജയിക്കുന്ന.

വിജയിക്കുന്നു. ച്ചു. പ്പാൻ. (വിജയി.) സ. ക്രി. തോല്പിക്കുന്നു.

വിജാതീയ. വി. ഫ, വേറെ വിധത്തിലൊ ജാതിയിലൊ ഉള്ള, വ്യത്യാസപ്പെട്ട. വ, അന്യ ജാതിയിലൊ വൎഗ്ഗത്തിലൊ ഉള്ള. മ, കൂട്ടുകൂടിയ (ജാതി).

വിജാനൽ. വി. (നൻ, നന്തി, നൽ.) വി. ന. അറിഞ്ഞ.

വിജിഗീഷ. ന. ജയിപ്പാനുള്ള ആഗ്രഹം.

വിജിഗീഷു. ന. ജയിപ്പാനാഗ്രഹമുള്ളയാൾ.

വിജിത. വി. (തൻ, താ, തം.) വി. ന. ജയിക്കപ്പെട്ട.

വിജില. വി. (ലൻ, ലാ, ലം.) വി.ന. കഞ്ഞിയോടുകൂടെ ചേൎക്കപ്പെട്ട.

വിജേതാവു. ന. ജയിച്ചവൻ.

വിജൃംഭണം. ന. ഫ, സ്ത്രീകളുമായുള്ള ചില നേരംപോക്കു. വ, പൂക്കുക, വിടരുക. മ, കോട്ടുവാ. ര, മൂരിനിവിരുക.

വിജൃംഭിക്കുന്നു. ച്ചു. പ്പാൻ. (വിജൃംഭി.) അ. ക്രി. ഫ, വളരുന്നു. വ, വിടരുന്നു.

വിജൃംഭിത. വി. (തൻ, താ, തം.) വി. ന. ഫ, പൂത്ത, വിടൎന്ന. വ, കോട്ടുവായിട്ട. മ, സ്ത്രീകളുമായി സന്തോഷിച്ച.

വിജൃംഭിതം. ന. ഫ, ആഗ്രഹം. വ, നേരംപോക്കു.

വിജ്ഞപ്തി. ന. ഫ, അറിയിപ്പിക്ക. വ, യാചന.

വിജ്ഞ. വി. (ജ്ഞൻ, ജ്ഞാ, ജ്ഞം.) വി. ന. അറിവുള്ള. **വിജ്ഞത; (—തം.)** ന.

വിജ്ഞാത. വി. (തൻ, താ, തം.) വി. ന. അറിയപ്പെട്ട.

വിജ്ഞാനം. ന. നല്ല അറിവു.

വിജ്ഞാനിക. വി. (കൻ, കി, കം.) വി. ന. മിടുക്കുള്ള.

വിജ്ഞാപനം; വിജ്ഞാപനാ. ന. ഫ, യാചന. വ, അറിവു. മ, അറിയിപ്പു.

വിജ്ഞാപിക്കുന്നു. ച്ചു. പ്പാൻ. (വിജ്ഞാപി.) സ. ക്രി. അറിയിക്കുന്നു.

വിജ്ഞാപിത. വി. (തൻ, താ, തം.) വി. ന. അറിയിക്കപ്പെട്ട.

വിജ്ഞേയ. വി. (യൻ, യാ, യം.) വി. ന. അറിയപ്പെടേണ്ടുന്ന.

വിട. ന. പോകുന്നതിന്നായിട്ടു വലിയവരോടു വാങ്ങിക്കുന്ന അനുവാദം.

വിടകൊള്ളുന്നു. ണ്ടു. വാൻ. (വിട.) അ. ക്രി. പോകുന്നു എന്നു പറയുന്നതിന്നു പകരം താണ ജാതികൾ വലിയവരോടു പറയുന്ന ഒരാചാര വാക്കു.

വിടക്ക. ന. ൧, മൃഗങ്ങളുടെ ശവം, ചാമ്പു. ൨, അളിഞ്ഞ വസ്തു.

വിടങ്കം. ന. പ്രാക്കൂട, പക്ഷിക്കൂട.

വിടൻ. ന. വേശ്യാസ്ത്രീകളെ ആഗ്രഹിച്ചു അന്വേഷിച്ചു നടക്കുന്നവൻ.

വിടപം. ന. ൧, മരത്തിന്റെ കൊമ്പു. ൨, പരപ്പു. ൩, കരുത്തുവൻ. ൪, മരക്കൂട്ടം.

വിടപി. ന. ൧, വൃക്ഷം. ൨, പേരാൽ വൃക്ഷം.

വിടരുന്നു. ന്നു. വാൻ. (വിടർ.) അ. ക്രി. മലരുന്നു, വികസിക്കുന്നു. **വിടക്കുന്നു; വിടത്തുന്നു.** സ. ക്രി.

വിടച്ചു. ന. വിരിവു, മലച്ചു.

വിടപ്പു. ന. മേല്പറഞ്ഞ അൎത്ഥം.

വിടവ്വു. ന. വിടച്ചു.

വിടല; വെടല. ന. മൂക്കാത്ത തേങ്ങ, മന്നെങ്ങ.

വിടവു. ന. പൊട്ടിയുണ്ടാകുന്ന അകലിച്ച.

വിടവഴക്കം. ന. ഭൃത്യന്മാരുമ്മററും പൊയ്ക്കൊള്ളാമെന്നനുസരിക്ക.

വിടവഴങ്ങുന്നു. ങ്ങി. വാൻ. (വിട.) സ. ക്രി. പോകുന്നതിന്നനുവാദം വാങ്ങിക്കുന്നു.

വിടവിക്കുന്നു. ച്ചു. പ്പാൻ. (വിടവി.) അ. ക്രി. പൊട്ടിയകലുന്നു, വിള്ളുന്നു.

വിടാതെ. അ. ഇടമുറിയാതെ, മുറുകെ.

വിടുക്കുന്നു. ത്തു. പ്പാൻ. (വിടു.) സ. ക്രി. ൧, വികസിപ്പിക്കുന്നു. ൨, നിവിൎക്കുന്നു.

വിടുതൽ. ന. ൧, അയെപ്പു. ൨, സ്വാതന്ത്ര്യമാക്കുക.

വിടുകയ്യൻ. ന. സൂക്ഷ്മം കൂടാതെ മുതൽ ചിലവിടുന്നവൻ.

വിടുതി. ന. അന്യരികിൽ ചെന്നു പാൎത്തു പതിവായിട്ടു ഭക്ഷിക്കുന്നതിന്നു പണം കൊടുത്തു ചട്ടംകെട്ടുക.

വിടുതിക്കാരൻ. ന. വിടുതി പിടിച്ചു പാൎക്കുന്നവൻ.

വിടുതിസ്ഥലം. ന. വിടുതി പിടിച്ചു പാൎക്കുന്ന ഭവനം.

വിടുത്തുന്നു. ത്തി. വാൻ. (വിടുത്ത.) സ. ക്രി. വിടുക്കുന്നു.

വിടുധൂൎത്തൻ. ന. ഏററവും ചതിവൻ.

വിടുന്നു. ട്ടു. വാൻ. (വിടു.) സ. ക്രി. ൧, അയെക്കുന്നു. ൨, ഉപേക്ഷിക്കുന്നു. ൩, മറക്കുന്നു. ൪, വേർപെടുന്നു. ൫, പറിയുന്നു. ൬, പൊട്ടുന്നു. ൭, തുളയുന്നു.

വിട്ടു. ചിലത്തു, അങ്ങേ അററമായ, ഏററം അൎത്ഥം വരത്തക്കവണ്ണം പദാരംഭത്തിൽ ചേൎത്തു പ്രയോഗിക്കുന്നു.

വിട്ടുപണി. ന. നികൃഷ്ടമായുള്ള ഭൃത്യപ്രവൃത്തി.

വിട്ടുഭോഷൻ. ന. വലിയ വിഡ്ഢി.

വിട്ടുവാക്കു. ന. സാരമില്ലാത്ത വാക്കു.

വിട്ടുവായൻ. ന. സാരമില്ലാത്ത വാക്കു പറയുന്നവൻ.

വിട്ടുവിഡ്ഢി. വി. ന. ഒട്ടും അറിവില്ലാത്തവൻ.

വിട്ടുവേർ. ന. പേരാലിന്നുമ്മററും കീഴ്പോട്ടു തൂങ്ങുന്ന വേർ.

വിട്ടം. ന. വളബന്ധം.

വിട്ടിൽ. ന. ഒരു തരം ചെറിയ ജന്തു.

വിഡം. ന. ഒരു മാതിരി ഉപ്പു.

വിഡംഗം. ന. ൧, വിഴാൽ വൃക്ഷം. ൨, വിഴാലരി.

വിഡംബനം. ന. ൧, അനുകരണം. ൨, പരിഹാസം.

വിഡൌജസ്സു. ന. ദേവേന്ദ്രൻ.

വിഡ്വരാഹം. ന. നാട്ടുപന്നി.

വിഡ്ഢി. ന. ഭോഷൻ, അറിവില്ലാത്തവൻ.

വിഡ്ഢിത്വം. ന. ഭോഷത്വം.

വിണ്ണു. ന. ആകാശം.

വിണ്ണ. ന. വലിയ കൊതി.

വിണ്ണവർ. ന. ദേവകൾ.

വിണ്ണവർകോൻ. ന. ദേവേന്ദ്രൻ.

വിത. ന. കൃഷിക്കായിട്ടു വിത്തുകൾ വാരി നിലത്തിൽ വിതറുക.

വിതച്ചടി. ന. വിതച്ചിട്ടു കിളെക്ക.

വിതണ്ഡം. ന. ൧, മൂന്നു പൂട്ടുള്ള താഴ. ൨, ആന.

വിതണ്ഡ. ന. ൧, മററൊരുത്തന്റെ അഭിപ്രായത്തെ തള്ളി തന്റെ അഭിപ്രായത്തെ സ്ഥിരപ്പെടുത്തുക. ൨, ഒരു മാതിരികിഴങ്ങു. ൩, സാമ്പ്രാണി. ൪, ഒരു തൈ.

വിതത. വി. (തൻ, താ, തം.) വി. ന. പരത്തപ്പെട്ട, പരന്ന.

വിതതി. ന. ൧, കൂട്ടം. ൨, പരപ്പു.

വിതഥ. വി. (ഥൻ, ഥാ, ഥം.) വി. ന. വ്യാജമുള്ള. (ഇതു വാക്കിനോടു മാത്രം ചേരും.)

വിതംസം. ന. കൂട, പക്ഷിക്കൂട.

വിതരണം. ന. ൧, കൊടുക്ക. ൨, മടക്കുക. ൩, വിട്ടൊഴിക.

വിതൎക്കം. ന. ഊഹം, സംശയവിചാരം.

വിതൎദ്ദി. ന. രാജധാനിയിലുമ്മററും ഇരിപ്പാനായിട്ടു ചതുരത്തിലുണ്ടാക്കുന്ന തറ.

വിതറൽ. ന. വിതെക്കുക, തൂകുക.

വിതറുന്നു. റി. വാൻ. (വിതറ.) സ. ക്രി. വിതെക്കുന്നു, തൂകുന്നു.

വിതസ്തി. ന. പന്ത്രണ്ടു വിരൽ നീളം.

വിതാന. വി. (നൻ, നാ, നം.) വി. ന. ൧, സാരമില്ലാത്ത. ൨, ഒന്നുമില്ലാത്ത. ൩, ബുദ്ധിയില്ലാത്ത.

വിതാനം. ന. ൧, മേല്കട്ടി മുതലായ അലങ്കാരം. ൨, മേത്തട്ടു. ൩, വിസ്താരം. ൪, യാഗം.

വിതാനിക്കുന്നു. ച്ചു. പ്പാൻ. (വിതാനി.) സ. ക്രി. മേല്കട്ടിയുമ്മററുംകൊണ്ടലങ്കരിക്കുന്നു.

വിതുന്നം. ന. ൧, നീരാരൽ. ൨, താതിരി.

വിതുന്നകം. ന. ൧, താലീസപത്രം. ൨, കൊത്തമ്പാലയരി. ൩, തുരശു.

വിതുമ്പൽ. ന. ൧, തിള, തികത്തുക. ൨, കരച്ചിലിന്റെ ആരംഭത്തിങ്കൽ ചൊടിക്കുണ്ടാകുന്ന ഒരു ഭാവഭേദം.

വിതുമ്പുന്നു. മ്പി. വാൻ. (വിതുമ്പ.) അ. ക്രി. ൧, തീയിൽവെച്ചു തികത്തുന്നു. ൨, കരവാൻ തുടങ്ങുന്നു.

വിതെക്കുന്നു. ച്ചു. പ്പാൻ. (വിതെ.) സ. ക്രി. കൃഷിക്കായിട്ടു വിത്തുകൾ വാരി നിലത്തു വിതറുന്നു. **വിതെപ്പിക്കുന്നു.** കാ. ക്രി.

വിൽ. ന. വില്ലു.

വിത്തു. ന. ബീജം. ൧, വിതെപ്പാനുള്ള ധാന്യം. ൨, മുളപ്പിക്കുന്നതിന്നുള്ള കുരുവു. ൩, ചീരയുടെയുമ്മററും അരി. ൪, വാഴക്കന്നു. ൫, ചേമ്പിന്റെ തടമേൽ പൊട്ടിയുണ്ടാകുന്ന ചെറിയ കിഴങ്ങു.

വിത്തു. (സം.) പദാന്ത്യത്തിൽ ചേൎന്നു വരുംപോൾ 'അറിയുന്നവൻ' എന്നൎത്ഥം വരുത്തുന്നു. ഉ-ം. **വേദവിൽ;** (-ത്തു). വേദങ്ങളിൽ പഠിപ്പുള്ളവൻ.

വിത്തനാഥൻ. ന. വൈശ്രവണൻ.

വിത്ത. വി. (ത്തൻ, ത്താ, ത്തം.) വി. ന. ൧, ശോധന കഴിക്കപ്പെട്ട. ൨, അറിയപ്പെട്ട. ൩, കീൎത്തിയുള്ള. ൪, സമ്പാദിക്കപ്പെട്ട.

വിത്തം. ന. സംപത്തു, ധനം.

വിത്തി. ന. ൧, വിവേകം. ൨, അറിവു. ൩, സംപാദ്യം, ലാഭം. ൪, സങ്കല്പിച്ചിരിക്കുന്ന ഒരോൎമ്മ.

വിത്തുകാൽ. ന. വിതെച്ച വിത്തിൽ നാലിലൊരു പങ്കു കൊടുക്കുന്ന കരം.

വിത്തുകെട്ടൽ. ന. വിത്തു മുളപ്പിക്കുന്നതിന്നായിട്ടു കൊട്ടയിലിട്ടു വെള്ളത്തിൽ മുക്കിവെക്ക.

വിത്തുകൊട്ട. ന. വിത്തു കെട്ടുന്നതിന്നുള്ള കൊട്ട.

വിത്തുപാടു. ന. വിതെക്കുന്ന നിലത്തിന്റെ വലിപ്പം.

വിത്തുപാട്ടം. ന. വിത്തോടുമുള്ള കരം.

വിത്തുപാതി. ന. വിത്തുകൊടുത്തു പങ്കായിട്ടു കൃഷിചെയ്യുന്നതിന്നു പറയുന്ന പേർ.

വിത്തുമാററം. ന. പള്ളികെട്ടി അടിക്ക.

വിത്തേററി. ന. മരംകൊണ്ടുള്ള ഒരു വസ്തു.

വിത്തേശൻ. ന. വൈശ്രവണൻ.

വിത്രസ്ത. വി. (സ്തൻ, സ്താ, സ്തം.) വി. ന. ഭയപ്പെട്ട.

വിത്രാസം. ന. പേടി.

വിത്സനം. ന. കാള.

വിദഗ്ദ്ധ. വി. (ഗ്ദ്ധൻ, ഗ്ദ്ധാ, ഗ്ദ്ധം.) വി. ന. സാമൎത്ഥ്യമുള്ള. **വിദഗ്ദ്ധത.** ഗു. ന. സാമൎത്ഥ്യം.

വിദഗ്ദ്ധൻ. ന. ൧, സ്വാതന്ത്ര്യശീലമുള്ളവൻ. ൨, സമൎത്ഥൻ, വിദ്വാൻ.

വിദഗ്ദ്ധാ. ന. ബുദ്ധിശക്തിയുള്ള സ്ത്രീ.

വിദരം. ന. ൧, പിളൎക്ക. ൨, ജലകള്ളി.

വിദൎഭം. ന. ൧, ഒരു രാജ്യം. ൨, മരുഭൂമി.

വിദല. വി. (ലൻ, ലാ, ലം.) വി. ന. ൧, വിടൎന്ന. ൨, കീറിയ.

വിദലം. ന. ൧, മുളകൊണ്ടുണ്ടാക്കിയ കൊട്ട, ധാന്യപാത്രം. ൨, മുളകെട്ടിയ പയറു. ൩, മാതളനാരകത്തിൻ തൊലി. ൪, കീററു.

വിദാരകൻ. ന. വിഭാഗിക്കുന്നവൻ, കീറുന്നവൻ.

വിദാരകം. ന. ൧, ഒഴുക്കിന്റെ മദ്ധ്യെയുള്ള കല്ലൊ മരമൊ. ൨, മണലിൽ കുഴിച്ച കുഴി.

വിദാരണം. ന. ൧, പിളൎക്ക, ചീന്തുക. ൨, വേദനപ്പെടുത്തുക. ൩, വധം.

വിദാരി. ന. ൧, വെണ്ണുതക്ക. ൨, ഒരു തൈ.

വിദാരിക. ന. ഒരു തൈ.

വിദാരിഗന്ധ. ന. ഒരു പച്ചമരുന്നു, ലിഷ്മൂല.

വിദാഹം. ന. ൧, കത്തൽ. ൨, വലിയ ഉഷ്ണം, നീക്കെട്ടൽ. ൩, എരിവു, മൂച്ച്.

വിദാഹീ. വി. ഉഷ്ണത്തെയുണ്ടാക്കുന്ന.

വിദിത. വി. (തൻ, താ, തം.) വി. ന. ൧, അറിയപ്പെട്ട. ൨, പ്രതിജ്ഞ ചെയ്യപ്പെട്ട.

വിദിക്ക്. ന. പ്രധാനദിക്കുകളുടെ കോണിലെ ദിക്കു.

വിദു. ന. ആനയുടെ മസ്തകത്തിന്റെ മദ്ധ്യം.

വിദുര. വി. (രൻ, രാ, രം.) വി. ന. അറിവുള്ള.

വിദുരൻ. ന. വേദവ്യാസന്റെ പുത്രനായ ഒരു ശൂദ്രൻ.

വിദുലം. ന. ആററുപഞ്ഞി വൃക്ഷം.

വിദുഷി. ന. അറിവുള്ളവൾ. (വിദ്വാൻ എന്ന പദത്തിന്റെ സ്ത്രീലിംഗരൂപം.)

വിദൂര. വി. (രൻ, രാ, രം.) വി. ന. ഏററവും ദൂരമുള്ള.

വിദൂഷക. വി. (കൻ, ഷികാ, കം.) വി. ന. ൧, സാമൎത്ഥ്യമുള്ള. ൨, കുററപ്പെടുത്തുക ശീലമുള്ള.

വിദൂഷകൻ. ന. നാട്യത്തിൽ പറയുന്ന ഒരു വേഷക്കാരന്റെ പേർ.

വിദൂഷണം. ന. നിന്ദ.

വിദേശം. ന. അന്യദേശം.

വിദേഹ. വി. (ഹൻ, ഹാ, ഹം.) വി. ന. ദേഹമില്ലാത്ത.

വിദേഹൻ. ന. മിഥിലയിലുണ്ടായിരുന്ന ഒരു രാജാവു,

വിദേഹം. ന. മിഥിലാരാജ്യം.

വിദ്ധകൎണ്ണ. വി. (ൎണ്ണൻ, ൎണ്ണാ, ൎണ്ണം.) വി. ന. ചെവി തുളെച്ച, ചെവി തുളെഞ്ഞ.

വിദ്ധകൎണ്ണം. ന. പാടവള്ളി.

വിദ്ധ. വി. (ദ്ധൻ, ദ്ധാ, ദ്ധം.) വി. ന. ൧, തുളെക്കപ്പെട്ട. ൨, അയെക്കപ്പെട്ട. ൩, സമമായുള്ള. ൪, വിരോധിക്കപ്പെട്ട. ൫, അടിക്കപ്പെട്ട.

വിദ്ധം. ന. ഒരു വൃക്ഷം.

വിദ്യ. ന. ൧, അറിവു. ൨, പഠിത്തം.

വിദ്യമാന. വി. (നൻ, നാ, നം.) വി. ന. ഉള്ള, ഇരിക്കുന്ന.

വിദ്യാധനം. ന. വിദ്യകൊണ്ടുണ്ടായ ധനം.

വിദ്യാധരൻ. ന. ഉപദേവന്മാരിൽ ഒരു ജാതിക്കാരൻ.

വിദ്യാഭ്യാസം. ന. വിദ്യ പഠിക്ക.

വിദ്യാൎത്ഥി. വി. (ൎത്ഥീ, ൎത്ഥിനി, ൎത്ഥി.) വി. ന. വിദ്യ പഠിപ്പാനാഗ്രഹമുള്ള.

വിദ്യാൎത്ഥി. ന. ശിഷ്യൻ.

വിദ്യാലയം. ന. പള്ളിക്കൂടം.

വിദ്യുച്ഛക്തി. ന. മിന്നലിന്നും ഇടിക്കും കാരണമായ ശക്തി.

വിദ്യുജ്ജിഹ്വൻ. ന. രാവണന്റെ അളിയനായ ഒരു രാക്ഷസൻ.

വിദ്യുത്തു. ന. മിന്നൽപിണർ, ഇടിവാൾ.

വിദ്യുന്മാല. ന. മിന്നൽപിണരിന്റെ കൂട്ടം.

വിദ്യോതിത. വി. (തൻ, താ, തം.) വി. ന. പ്രകാശിപ്പിക്കപ്പെട്ട.

വിദ്രധി. ന. ഒരു ദീനം, ഒരു മാതിരി പരുവു.

വിദ്രവം. ന. ൧, ഓടിപ്പോക്ക. ൨, ഭയം. ൩, ബുദ്ധി. ൪, നിന്ദ. ൫, അലിച്ചിൽ.

വിദ്രാവണം. ന. ൧, ദ്രവിപ്പിക്ക. ൨, ഓടിക്ക.

വിദ്രാവിത. വി. ഓടിക്കപ്പെട്ട, ചിതറിയ, ഉരുകിയ.

വിദ്രുത. വി. (തൻ, താ, തം.) വി. ന. ൧, ഉരുകിയ. ൨, ഓടിയ.

വിദ്രുമം. ന. ൧, പവിഴം. ൨, വിലയേറിയ രത്നങ്ങൾ കായ്ക്കുന്ന വൃക്ഷം. ൩, മുള, കൂമ്പു.

വിദ്രുമലത. ന. പവിഴക്കൊടി.

വിദ്വാൻ. അല്ലെങ്കിൽ, **വിദ്വസ്.** വി. (ദ്വാൻ, ദുഷി, ദ്വൽ.) വി. ന. വിദ്യയുള്ള.

വിദ്വാൻ. ന. ൧, ഒരു മഹൎഷി. ൨,

ദൈവത്തിൻെറയും ആത്മാവിൻെറയും സാക്ഷാൽ ലക്ഷണത്തെ അറിയുന്നവൻ.

വിദ്വിഷത്തു. ന. ശത്രു.

വിദ്വേഷം. ന. വൈരം.

വിദ്വേഷണം. ന. ദ്വേഷിക്ക, നിന്ദിക്ക.

വിദ്വേഷി. വി. (ഷീ, ഷിണി, ഷി.) വി. ന. വൈരമുള്ള.

വിദ്വേഷി. ന. ശത്രു.

വിധം. അല്ലെങ്കിൽ, **വിധാ**. ന. ൧, പ്രകാരം. ൨, മാതിരി.

വിധൎമ്മം. ന. ന്യായക്കേട്, മതവിരുദ്ധത.

വിധവാ. ന. ഭൎത്താവു മരിച്ചവൾ.

വിധവാപുത്രൻ. ന. വിധവയുടെ മകൻ.

വിധാതാവു. ന. ബ്രഹ്മാവു.

വിധാനം. ന. ൧, പ്രവൃത്തി. ൨, ചട്ടം. ൩, ലഹരിയുണ്ടാകുവാനായി ആനെക്കു കൊടുക്കപ്പെടുന്ന ഭക്ഷണം. ൪, മാതിരി. ൫, പറഞ്ഞയെക്ക. ൬, സമ്പത്തു. ൭, വന്ദിക്ക.

വിധായക. വി. ൧, ക്രമപ്പെടുത്തുന്ന. ൨, ഉണ്ടാക്കുന്ന.

വിധി. ന. ൧, വേദവിധി. ൨, ചട്ടം. ൩, ദൈവകല്പിതം. ൪, ബ്രഹ്മാവു. ൫, സമയം. ൬, വിഷ്ണു.

വിധികൎത്താവു. ന. വിധിക്കുന്നവൻ.

വിധിക്കുന്നു. ച്ചു. പ്പാൻ. (വിധി.) സ. ക്രി. മേലാൽ നടക്കേണ്ടുന്നതിനെ മുൻപെതന്നേ നിശ്ചയിക്കുന്നു, ഇന്നപ്രകാരം ന്യായമെന്നു നിശ്ചയിച്ചു തീൎപ്പെഴുതുകയുമ്മററും ചെയ്യുന്നു.

വിധിദൎശി. ന. വിധികളെ കണ്ടറിയുന്നവൻ, സഭയിൽ പ്രധാനി.

വിധിപ്പേച്ചു. ന. കോൎട്ടുകളിലുമ്മററും നിശ്ചയിച്ച തീൎപ്പിൻെറ പേച്ചു.

വിധിവൽ. അ. വിധിപ്രകാരം, വഴിയാംവണ്ണം.

വിധിവശ. വി. (ശൻ, ശാ, ശം.) വി. ന. ദൈവത്തിൻെറ ആധീനത്തിലുള്ള, ദൈവത്തിന്നു കീഴടങ്ങിയ.

വിധിവിഹിത. വി. (തൻ, താ, തം.) വി. ന ബ്രഹ്മാവിനാൽ വിധിക്കപ്പെട്ട.

വിധു. ന. ൧, ചന്ദ്രൻ. ൨, വിഷ്ണു. ൩, കൎപ്പൂരം. ൪, ബ്രഹ്മാവു. ൫, രാക്ഷസൻ. ൬, പാപഹരമായ ഒരു കൎമ്മം.

വിധുത. വി. (തൻ, താ, തം.) വി. ന. ൧, ഉപേക്ഷിക്കപ്പെട്ട, വിടപ്പെട്ട. ൨, ഇളകപ്പെട്ട.

വിധുന്തുദൻ. ന. രാഹു.

വിധുര. വി. (രൻ, രാ, രം.) വി. ന. പരിഭ്രമിച്ച.

വിധുര. ന. ഒരു കറി, രസാള.

വിധുരം. ന. ൧, വേൎപാടു. ൨, പരിഭ്രമം. **വിധുരം; വിധുരത**. ഗു. ന.

വിധുവനം. ന. വിറയൽ, ഇളക്കം.

വിധൂത. വി. (തൻ, താ, തം.) വി. ന. ൧, ഇളക്കപ്പെട്ട. ൨, ഉപേക്ഷിക്കപ്പെട്ട, കൈവിടപ്പെട്ട.

വിധൂനനം. ന. വിറയൽ, ഇളക്കം.

വിധൃത. വി. (തൻ. താ, തം.) വി. ന. ൧, ധരിക്കപ്പെട്ട. ൨, പിടിക്കപ്പെട്ട.

വിധൃതം. ന. തൃപ്തികേടു.

വിധേയ. വി. (യൻ, യാ, യം.) വി. ന. ൧, ഭരിക്കപ്പെടുവാൻ തക്ക. ൨, ചെയ്യപ്പെടുവാൻ തക്ക.

വിധൌ. അ. പോൾ, സമയത്തിൽ.

വിധ്വംസം. ന. ൧, നാശം. ൨, വിരോധം.

വിധ്വസ്ത. വി. ൧, നശിപ്പിക്കപ്പെട്ട. ൨, ചിതറിക്കപ്പെട്ട. ൩, മങ്ങിയ, ഇരുണ്ട.

വിനത. വി. (തൻ, താ, തം.) വി. ന. ൧, കുനിഞ്ഞ, വളഞ്ഞ. ൨, അടക്കമുള്ള.

വിനതാ. ന. ഗരുഡൻെറ അമ്മ.

വിനയഗ്രാഹി. വി. (ഹീ, ഹിണി, ഹി.) വി. ന. വണക്കമുള്ള.

വിനയം. ന. ൧, അടക്കം. ൨, ആചാരം.

വിനയി. വി. (യീ, യിനീ, യി.) വി. ന. വിനയമുള്ള.

വിനശനം. ന. ൧, നശിപ്പിക്കുക, നാശം. ൨, കുരുക്ഷേത്രമെന്ന ദേശം.

വിനാ. അ. കൂടാതെ.

വിനാഡി. അല്ലെങ്കിൽ, **വിനാഡിക**. ന. വിനാഴിക.

വിനായകൻ. ന. ൧, ഗണപതി. ൨, ബുദ്ധമുനി. ൩, ഗരുഡൻ.

വിനാശക. വി. (കൻ, കാ, കം.) വി. ന. നശിപ്പിക്കുന്ന.

വിനാശം. ന. നാശം.

വിനാശനം. ന. നശിപ്പിക്ക.

വിനാശി. വി. (ശീ, ശിനീ, ശി.) വി. ന. നാശകരമായ, നശിപ്പിക്കപ്പെട്ട.

വിനാശോന്മുഖ. വി. (ഖൻ, ഖാ, ഖം.) വി. ന. പഴുത്ത, പാകംവന്ന.

വിനാഴിക. ന. ഒരു നാഴികയുടെ അറുപതിലൊരു പങ്കു.

വിനിദ്ര. വി. (ദ്രൻ, ദ്രാ, ദ്രം.) വി. ന. ൧, ഉറക്കമില്ലായ്മ. ൨, വിടൎന്ന. **വിനിദ്രത**. അല്ലെങ്കിൽ, **വിനിദ്രത്വം**. ഗു. ന. ഉറക്കമില്ലായ്മ.

വിനിപാതം. ന. ൧, വീഴ്ച. ൨, നഷ്ടം, നാശം, ആപത്തു. ൩, ജീൎണ്ണം, മരണം. ൪, നരകം. ൫, സംഭവം. ൬, വേദന, ബുദ്ധിമുട്ടു. ൭, അപമാനം.

വിനിമയം. ന. തമ്മിൽ മാറുക.

വിനിയോഗം. ന. ൧, ഒരു സങ്കല്പം. ൨, ഉപേക്ഷിക്ക, വിടുക. ൩, വേൎപാടു. ൪, ഉദ്യോഗത്തിന്നുമ്മററും നിയമിക്ക.

വിനിവൃത്ത. വി. (ത്തൻ, ത്താ, ത്തം.) വി. ന. നിവൃത്തിച്ച, അവസാനിപ്പിച്ച.

വിനിവൃത്തി. ന. നിവൃത്തി, അവസാനം.

വിനിഹത. വി. (തൻ, താ, തം.) വി. ന. ൧, ഹനിക്കപ്പെട്ട, അടിക്കപ്പെട്ട. ൨, കൊല്ലപ്പെട്ട.

വിനിഹതം. ന. ൧, ദുല്ലക്ഷണം. ൨, ആപൽസൂചകമായ ലക്ഷണം.

വിനീത. വി. (തൻ, താ, തം.) വി. ന. ൧, വിനയമുള്ള, അടക്കമുള്ള, താണമയുള്ള. ൨, ഇണങ്ങിയ.

വിനീതൻ. ന. കച്ചവടക്കാരൻ.

വിനീതം. ന. ഇണങ്ങിയ മൃഗം, കുതിരയുമ്മററും.

വിനീതി. ന. വിനയം.

വിനുത. വി. (തൻ, താ, തം.) വി. ന. സ്തുതിക്കപ്പെട്ട.

വിനേതാവു. ന. വിനയിപ്പിക്കുന്നവൻ, വേണ്ടുംപ്രകാരം ശാസിക്കയും രക്ഷിക്കയും ചെയ്യുന്നവൻ.

വിനോദം. ന. ൧, കളി. ൨, ഉപേക്ഷിക്ക.

വിനോദിക്കുന്നു. ച്ചു. പ്പാൻ. (വിനോദി.) അ. ക്രി. കളിക്കുന്നു. **വിനോദിപ്പിക്കുന്നു**. സ. ക്രി.

വിന്തു. ന. ഒരുമാതിരി കൊതുക.

വിന്ദു. വി. (ത്രിഷു.) വി. ന. അറിവുള്ള.

വിന്ദു. ന. ൧, തുള്ളി. ൨, പാണ്ടു.

വിന്ദുജാലം. ന. ആനയുടെ പള്ള സരി.

വിന്ധ്യം. ന. ഒരു പൎവ്വതം.

വിന്ന. വി. (ന്നൻ, ന്നാ, ന്നം.) വി. ന. ൧, ലഭിച്ച. ൨, നിശ്ചയിക്കപ്പെട്ട. ൩, സ്ഥാപിക്കപ്പെട്ട. ൪, അറിയപ്പെട്ട. ൫, വിവാഹം കഴിക്കപ്പെട്ട.

വിന്യാസം. ന. വെക്കുക.

വിപഞ്ചി; വിപഞ്ചിക. ന. ഒരുമാതിരി വീണ.

വിപണം. ന. വില്ക്കുക.

വിപണി. ന. ൧, പീടിക. ൨, ചന്തസ്ഥലം. ൩, തെരുവീഥി. ൪, കച്ചവടത്തിനുള്ള വസ്തു.

വിപത്തു. ന. ആപത്തു.

വിപത്തി. ന. ൧, ആപത്തു. ൨, വേദന. ൩, മരണം.

വിപഥം. ന. ചീത്തവഴി.

വിപന്ന. വി. (ന്നൻ, ന്നാ, ന്നം.) വി. ന. ൧, ആപത്തിലകപ്പെട്ട. ൨, നശിക്കപ്പെട്ട.

വിപന്നം. ന. പാമ്പു.

വിപരീത. വി. (തൻ, താ, തം.) വി. ന. വിരോധമുള്ള.

വിപരീതം. ന. വിരോധം.

വിപൎയ്യയം. ന. വിപരീതം.

വിപൎയ്യാസം. ന. വിപരീതം.

വിപശ്ചിത്തു. ന. വിദ്വാൻ.

വിപക്ഷത; വിപക്ഷതാ. ന. ശത്രുത, വിരോധം.

വിപക്ഷൻ. ന. ശത്രു.

വിപാകം. ന. പാകം.

വിപാദിക. ന. ൧, കാലിന്മേൽ ഉണ്ടാകുന്ന ഒരു ദീനം. ൨, കടങ്കഥ.

വിപാശ. ന. ഒരു നദി.

വിപിനചര. വി. (രൻ, രാ, രം.) വി. ന. വനത്തിൽ സഞ്ചരിക്കുന്ന.

വിപിനതലം. ന. വനം.

വിപിനം. ന. വനം.

വിപുല. വി. (ലൻ, ലാ, ലം.) വി. ന. ൧, വലിയ. ൨, ആഴമുള്ള. **വിപുലത.** ള. ന. ൧, വലിപ്പം. ൨, ആഴം.

വിപുലാ. ന. ഭൂമി.

വിപ്രകാരം. ന. ൧, നിന്ദ. ൨, ദുഷ്ടത.

വിപ്രകീൎണ്ണം. വി. ൧, വിടൎത്തപ്പെട്ട, ചിതറിക്കപ്പെട്ട. ൨, അഴിഞ്ഞ (തലമുടി.) ൩, വിതിയുള്ള.

വിപ്രകൃത. വി. (തൻ, താ, തം.) വി. ന. ൧, നിന്ദിക്കപ്പെട്ട. ൨, ഉപദ്രവിക്കപ്പെട്ട.

വിപ്രകൃഷ്ട. വി. (ഷ്ടൻ, ഷ്ടാ, ഷ്ടം.) വി. ന. ദൂരമുള്ള, അകലയുള്ള.

വിപ്രതിപത്തി. ന. ൧, അന്യോന്യവിരോധം. ൨, സമ്മതമില്ലായ്മ. ൩, അന്യോന്യസംബന്ധം.

വിപ്രതീസാരം. ന. അനുതാപം.

വിപ്രൻ. ന. ബ്രാഹ്മണൻ.

വിപ്രയുക്തം. വി. വേർപെട്ട.

വിപ്രയോഗം. ന. ൧, വേർപാടു. ൨, ബ്രാഹ്മണരുടെ കൂട്ടം.

വിപ്രലബ്ധ. വി. (ബ്ധൻ, ബ്ധാ, ബ്ധം.) വി. ന. വഞ്ചിക്കപ്പെട്ട.

വിപ്രലംഭം. ന. ൧, വഞ്ചന. ൨, സ്ത്രീപുരുഷന്മാരുടെ വേർപാടു. ൩, വഴക്കു.

വിപ്രലാപം. ന. ൧, വാക്കുതൎക്കം. ൨, വ്യൎത്ഥമായ സംസാരം.

വിപ്രശ്നികാ. ന. പ്രശ്നം പറയുന്നവൾ.

വിപ്രാലയം. ന. ബ്രാഹ്മണന്റെ ഭവനം.

വിപ്രിയ. വി. (യൻ, യാ, യം.) വി. ന. അനിഷ്ടമായുള്ള.

വിപ്രിയം. ന. അനിഷ്ടം.

വിപ്രുൾ. ന. ൧, നീൎത്തുള്ളി. ൨, അടയാളം.

വിപ്ലവം. ന. ൧, കലഹം, ഉപദ്രവം. ൨, ആപത്തു. ൩, പാപം. ൪, ക്രമമില്ലാത്ത യുദ്ധം.

വിപ്ലുത. വി. (തൻ, താ, തം.) വി. ന. ൧, ദുഷ്ടതയുള്ള. ൨, വിരോധമുള്ള. ൩, മുക്കിയ.

വിഫല. വി. (ലൻ, ലാ, ലം.) വി. ന. ൧, ഫലമില്ലാത്ത. ൨, കായില്ലാത്ത.

വിബന്ധം. ന. തടവു.

വിബുധനദി. ന. ദേവലോകത്തെ ആറു, ഗംഗാനദി.

വിബുധൻ. ന. ദേവൻ.

വിബുധേന്ദ്രൻ. ന. ദേവേന്ദ്രൻ.

വിബോധം. ന. ൧, ഉണൎവ്വു. ൨, ബുദ്ധി.

വിഭാ. ന. ൧, ശോഭ. ൨, രശ്മി.

വിഭക്ത. വി. (ക്തൻ, ക്താ, ക്തം.) വി. ന. ൧, പകുക്കപ്പെട്ട. ൨, വേർപെടുക്കപ്പെട്ട.

വിഭക്തി. ന. ൧, പകുതി. ൨, വ്യാകരണത്തിൽ പറയുന്ന പ്രഥമ മുതലായ ഏഴു വിഭക്തികൾ.

വിഭജിക്കുന്നു. ച്ചു. പ്പാൻ. (വിഭജി.) സ. ക്രി. പങ്കുവെക്കുന്നു.

വിഭവം. ന. ൧, സംപത്തു. ൨, പൂൎണ്ണശക്തി. ൩, മഹാമോഹം, അത്യാഗ്രഹം.

വിഭാകരൻ. ന. ൧, ആദിത്യൻ. ൨, അഗ്നി.

വിഭാഗതഃ. അ. പങ്കുപങ്കായിട്ടു.

വിഭാഗം. ന. ൧, പങ്കു. ൨, പ്രദേശം.

വിഭാഗിക്കുന്നു. ച്ചു. പ്പാൻ. (വിഭാഗി.) സ. ക്രി. പകുക്കുന്നു.

വിഭാജ്യ. വി. (ജ്യൻ, ജ്യാ, ജ്യം.) വി. ന. പകുക്കപ്പെടുവാൻ തക്ക.

വിഭാവം. ന. (അലങ്കാരശാസ്ത്രത്തിൽ) ശരീരത്തിന്നൊ മനസ്സിന്നൊ പ്രത്യേകഭാവഭേദം വരുത്തുകയോ ഭാവഭേദത്തെ വൎദ്ധിപ്പിക്കയോ ചെയ്യുന്ന സ്ഥിതി.

വിഭാവകം. വി. ൧, തെളിവായിക്കാണിക്കുന്ന. ൨, വ്യവഹരിക്കുന്ന.

വിഭാവന. ന. ൧, ശോധന ചെയ്തു നിശ്ചയിക്ക. ൨, തിരിച്ചറിവു.

വിഭാവനം; വിഭാവനാ. ന. ൧, തിരിച്ചറിവു. ൨, വ്യവഹാരം, ശോധന. ൩, സങ്കല്പം.

വിഭാവരീ. ന. ൧, രാത്രി. ൨, മഞ്ഞൾ.

വിഭാവസു. ന. ൧, ആദിത്യൻ. ൨, അഗ്നി.

വിഭാവൻ. ന. സ്നേഹിതൻ.

വിഭാവിത. വി. (തൻ, താ, തം.) വി. ന. ൧, ഗ്രഹിക്കപ്പെട്ട. ൨, നിശ്ചയിക്കപ്പെട്ട.

വിഭാഷിതം. ന. വികല്പം.

വിഭിന്ന. വി. (ന്നൻ, ന്നാ, ന്നം.) വി. ന. ൧, തുളെക്കപ്പെട്ട. ൨, ഉടെക്കപ്പെട്ട. ൩, ചിതറപ്പെട്ട. ൪, കലൎത്തപ്പെട്ട.

വിഭിന്നത. ള. ന. വേർപാടു.

വിഭീതകം. ന. താന്നിവൃക്ഷം.

വിഭീഷണ. വി. (ണൻ, ണാ, ണം.) വി. ന. ഭയങ്കരമായ.

വിഭീഷണൻ. ന. രാവണന്റെ അനുജൻ.

വിഭു. വി. (ഭു, ഭ്വീ, ഭു.) വി. ന. ൧, സൎവ്വവ്യാപിയായുള്ള. ൨, ഉറപ്പുള്ള. ൩, നിത്യമായുള്ള. **വിഭുത; വിഭുത്വം.** ഗു. ന. വിഭുവിന്റെ അവസ്ഥ.

വിഭു. ന. ൧, പ്രഭു, നാഥൻ. ൨, ശിവൻ. ൩, വിഷ്ണു. ൪, ബ്രഹ്മാവു. ൫, ഭൃത്യൻ. ൬, മിക്ക. ൭, കാലം. ൮, ആത്മാവു. ൯, ആകാശം.

വിഭൃതം. വി. ൧, ഉണ്ടായ. ൨, കാണപ്പെട്ട.

വിഭൂതി. ന. ൧, ഐശ്വൎയ്യം. ൨, ഭസ്മം.

വിഭൂഷണം. ന. ആഭരണം.

വിഭൂഷിത. വി. (തൻ, താ, തം.) വി. ന. അലങ്കരിക്കപ്പെട്ട.

വിഭ്രമം. ന. ൧, സ്ത്രീകളുടെ ചില ശൃംഗാരചേഷ്ട. ൨, തെററു. ൩, തിട്ടക്കം. ൪, സംശയം. ൫, സൌന്ദൎയ്യം. ൬, ചുററിത്തിരിക.

വിഭ്രമിക്കുന്നു. ച്ചു. പ്പാൻ. (വിഭ്രമി.) അ. ക്രി. പരിഭ്രമിക്കുന്നു.

വിഭ്രംശം. ന. ൧, വീഴ്ച. ൨, അധോഗതി, നാശം.

വിഭ്രാൾ. വി. (ത്രിലിം.) വി. ന. ശോഭയുള്ള.

വിഭ്രാണ. വി. (ണൻ, ണാ, ണം.) വി. ന. ൧, ധരിച്ച. ൨, അനുഭവിക്കുന്ന.

വിഭ്രാന്ത. വി. (ന്തൻ, ന്താ, ന്തം.) വി. ന. പരിഭ്രമിച്ച.

വിഭ്രാന്തി. ന. പരിഭ്രമം.

വിമത. വി. (തൻ, താ, തം.) വി. ന. അനിഷ്ടമായ.

വിമതൻ. ന. ശത്രു.

വിമതേന്ദ്രിയൻ. ന. ക്ഷയിച്ച ഇന്ദ്രിയശക്തിയോടുകൂടിയവൻ.

വിമഥൻ. ന. നശിപ്പിക്കുന്നവൻ.

വിമനസ്സു. വി. (ത്രിലിം.) വി. ന. മനോദുഃഖമുള്ള.

വിമനസ്ക. വി. (സ്കൻ, സ്കാ, സ്കം.) വി. ന. മേല്പറഞ്ഞ അൎത്ഥം.

വിമന്യു. വി. ൧, കോപമില്ലാത്ത. ൨, ദുഃഖമില്ലാത്ത.

വിമൎദ്ദനം. ന. ൧, മൎദ്ദിക്ക. ൨, നശിപ്പിക്ക.

വിമൎശം. ന. വിചാരം.

വിമൎശനം. ന. വിചാരിക്ക.

വിമല. വി. (ലൻ, ലാ, ലം.) വി. ന. ൧, വെടിപ്പുള്ള, മലമില്ലാത്ത. ൨, വെളുത്ത. **വിമലത.** ഗു. ന. മലമില്ലായ്ക, വെടിപ്പു.

വിമലൻ. ന. ജിനമഹൎഷി.

വിമലാ. ന. ൧, ഒരു തൈ. ൨, കണ്ണിൽ മീനത്തിനുള്ള ഒരു ഗുളിക.

വിമലം. ന. വെള്ളിപ്പുച്ചു.

വിമൎഷ. ന. ൧, വിചാരം, ആലോചന. ൨, ക്ഷമയില്ലായ്മ. ൩, തൃപ്തികേടു.

വിമളം. ന. മാകിരക്കല്ലു.

വിമാതാവു. ന. ഇളയമ്മ.

വിമാതൃജൻ. ന. രണ്ടാമത്തെ അമ്മയുടെ മകൻ.

വിമാനം. ന. ൧, ദേവരഥം. ൨, രഥം. ൩, കുതിര. ൪, രാജധാനി. ൫, അപമാനം. ൬, അളവു.

വിമാംസം. ന. അശുദ്ധിയുള്ള മാംസം.

വിമാൎഗ്ഗം. ന. ൧, ചൂൽ. ൨, ചീത്തവഴി. ൩, തെററായുള്ള വഴി.

വിമുക്ത. വി. (ക്തൻ, ക്താ, ക്തം.) വി. ന. ൧, മോചിക്കപ്പെട്ട, ഉപേക്ഷിക്കപ്പെട്ട. ൨, എറിയപ്പെട്ട.

വിമുക്തി. ന. ൧, മോചനം, മോക്ഷം. ൨, വേൎപാടു.

വിമുഖ. വി. (ഖൻ, ഖാ, ഖി, ഖം.) വി. ന. ൧, മുഖംതിരിച്ച. ൨, വിരോധമുള്ള, മനസ്സില്ലാത്ത.

വിമുഖത. ഗു. ന. അഭിമുഖമല്ലായ്ക.

വിമുഗ്ദ്ധ. വി. മനംകലങ്ങിയ.

വിമൂഢ. വി. (ഢൻ, ഢാ, ഢം.) വി. ന. ൧, അറിവില്ലാത്ത. ൨, അറിവുള്ള.

വിമോചനം. ന. ഉപേക്ഷിക്ക.

വിമോചിക്കുന്നു. ച്ചു. പ്പാൻ. (വിമോചി.) സ. ക്രി. ഉപേക്ഷിക്കുന്നു.

വിമോഹന. വി. (നൻ, നാ, നം.) വി. ന. മനസ്സിനെ ഇളക്കുന്ന, മോഹിപ്പിക്കുന്ന.

വിമോഹനം. ന. മനസ്സിന്റെ ഇളക്കം.

വിമോഹം. ന. ൧, ആഗ്രഹം. ൨, ഓൎമ്മകേടുമററും.

വിമോക്ഷണം. ന. ഉപേക്ഷിക്ക.

വിംബം. ന. ൧, ചന്ദ്രാദിത്യന്മാരുടെ രൂപം. ൨, കല്ലു മരം മുതലായവകൊണ്ടുണ്ടാക്കിയ രൂപം. ൩, പ്രതിശരീരം. ൪, കോവൽപഴം.

വിംബിക. ന. കോവൽവള്ളി.

വിമ്മല്യനാട്ടു. ന. തെക്കുംകൂറുരാജ്യം.

വിമ്മല്യാധീശൻ. ന. തെക്കുംകൂറുരാജാവു.

വിമ്മാരം; മുന്നാരം. ന. വായുടെ മുൻഭാഗം, ഉമ്മാരം.

വിമ്മിഷ്ടം. ന. സങ്കടം, ബുദ്ധിമുട്ടു.

വിമ്മുന്നു. മ്മി. മ്മുവാൻ. (വിമ്മു.) അ. ക്രി. ഏങ്ങുന്നു, വിമ്മിഷ്ടപ്പെടുന്നു. **വിമ്മൽ.** ന.

വിമ്മംകടിക്കുന്നു. അ. വല്ലഭകടിക്കുന്നു.

വിംശതി. ന. ഇരുപതു.

വിയൽ. അല്ലെങ്കിൽ **വിയത്തു.** ന. ആകാശം.

വിയൽഗംഗ. ന. ആകാശഗംഗ, ഗംഗാനദി.

വിയമം. ന. ൧, ക്ഷമ, അടക്കം. ൨, തടവു, നിൎത്തൽ. ൩, സുഖക്കേടു.

വിയൎക്കുന്നു. ത്തു. പ്പാൻ. (വിയർ.) അ. ക്രി. ഉഷ്ണംകൊണ്ടു ശരീരത്തിലുള്ളററും നിന്നു ഒരുമാതിരി വെള്ളം പുറപ്പെടുന്നു.

വിയൎപ്പുതുള്ളി. ന. മേല്പറഞ്ഞപ്രകാരമുണ്ടാകുന്ന വെള്ളത്തിന്റെ തുള്ളി.

വിയാത. വി. (തൻ, താ, തം.) വി. ന. ൧, നാണമില്ലാത്ത. ൨, ധൈൎയ്യമില്ലാത്ത. **വൈയാത്യം.** ഗു. ന. ൧, നാണമില്ലായ്ക. ൨, ധൈൎയ്യമില്ലായ്ക.

വിയാമം. ന. ൧, ക്ഷമ, അടക്കം. ൨, തടവു, നിൎത്തൽ. ൩, സുഖക്കേടു.

വിയുക്ത. വി. (ക്തൻ, ക്താ, ക്തം.) വി. ന. വേൎപെട്ട.

വിയോഗം. ന. ൧, വേൎപാടു. ൨, സ്നേഹമുള്ളവർ തമ്മിൽ കാണാതെ അകന്നിരിക്ക, വിരഹം.

വിയോഗി. വി. (ഗീ, ഗിനീ, ഗി.) വി. ന. വിയോഗമുള്ള.

വിയോഗി. ന. ഒരു മാതിരി അരയന്നം.

വിര. ന. ൧, ഒരു മാതിരി പുഴു. ൨, വിത്തു.

വിരകൽ. ന. കൂട്ടിപ്പിശകൽ.

വിരകുന്നു. കി. വാൻ. (വിരക.) സ. ക്രി. കൂട്ടിപ്പിശകുന്നു, കുഴെക്കുന്നു.

വിരക്ത. വി. (ക്തൻ, ക്താ, ക്തം.) വി. ന. ഒന്നിലും ആഗ്രഹമില്ലാത്ത.

വിരക്തി. ന. വെറുപ്പു, ഇഷ്ടമില്ലായ്ക.

വിരചിത. വി. (തൻ, താ, തം.) വി. ന. ഉണ്ടാക്കപ്പെട്ട.

വിരട്ടുന്നു. ട്ടി. വാൻ. (വിരട്ട.) സ. ക്രി. ഭയപ്പെടുത്തുന്നു.

വിരതി. ന. ഇളവു, നിൎത്തു.

വിരപ്പാടു. ന. വിത്തുപാടു.

വിരമിക്കുന്നു. ച്ചു. പ്പാൻ. (വിരമി.) അ. ക്രി. അടങ്ങുന്നു, ഇളെക്കുന്നു.

വിരയുന്നു. ഞ്ഞു. യുവാൻ. (വിര.) അ. ക്രി. ആഗ്രഹിക്കുന്നു, ധൃതിവെയ്ക്കുന്നു. സ. ക്രി. അന്വേഷിക്കുന്നു.

വിരയെ. വി. വേഗത്തിൽ.

വിരലളവു. ന. വിരൽകൊണ്ടുള്ള അളവു.

വിരലായം. ന. വിരലിന്റെ നീളം.

വിരലിട. ന. ൧, വിരലുകളുടെ ഇട. ൨, ഒരു വിരൽ വീതി.

വിരൽ. ന. കൈകളുടെയും കാലുകളുടെയും അററത്തു അയ്യഞ്ചു ശാഖകൾ, അംഗുലി.

വിരൽച്ചുററു. ന. വിരലിൽ ഉണ്ടാകുന്ന ഒരു ദീനം.

വിരൽമോതിരം. ന. വിരലിൽ ഇടുന്ന ഒരാഭരണം.

വിരവു. അ. വേഗം.

വിരവിൽ. അ. വേഗത്തിൽ.

വിരവോടെ. ക്രി. വി. വേഗത്തോടെ.

വിരസ. വി. (സൻ, സാ, സം.) വി. ന. രസമില്ലാത്ത. **വിരസത.** സ്ത്രീ. ന. രസമില്ലായ്മ.

വിരസം. ന. രസക്കേടു.

വിരഹം. ന. വേർപാടു, ഭാൎയ്യാഭൎത്താക്കന്മാർ തമ്മിലുള്ള വേർപാടു, വിയോഗം.

വിരഹി. വി. (ഹീ, ഹിണി, ഹി.) വി. ന. വിരഹമുള്ള, വേർപെട്ട.

വിരഹിണി. ന. ൧, ഭൎത്താവിൽനിന്നു പിരിഞ്ഞിരിക്കുന്ന സ്ത്രീ. ൨, ശമ്പളം, കൂലി.

വിരഹിത. വി. വേർപിരിഞ്ഞ.

വിരഹോൽക്കണ്ഠിതാ. ന. ഭൎത്താവിനോടു വേർപെട്ടവൾ.

വിരള. വി. (ളൻ, ളാ, ളം.) വി. ന. ൧, ഏററവും കൃശമായ, കനഞ്ഞ. ൨, ദൂരത്തുള്ള.

വിരളം. വി. ൧, ഇടകളുള്ള. ൨, നേൎമ്മയ, ലോലമായ. ൩, അയഞ്ഞ. ൪, അപൂൎവ്വമായ.

വിരളി; വെരുളി. ന. ഭയം. വി. വിരളുന്ന പ്രകൃതിയോടു കൂടിയ.

വിരളുന്നു; വെരുളുന്നു. ണ്ടു. വാൻ. (വിരൾ.) അ. ക്രി. ഭയപ്പെടുന്നു.

വിരൾച്ച. ന. ഭയം.

വിരാഗം. ന. ഇഷ്ടക്കേടു.

വിരാഗി. വി. (ഗീ, ഗിണി, ഗി.) വി. ന. വിരക്തിയുള്ള.

വിരാജൽ. വി. (ജൻ, ജന്തി, ജൽ.) വി. ന. ശോഭിക്കുന്ന.

വിരാജിത. വി. (തൻ, താ, തം.) വി. ന. ശോഭിക്കപ്പെട്ട.

വിരാടം. ന. "ബീറാർ" എന്ന രാജ്യം.

വിരാട്ടു. ന. ൧, ദൈവം. ൨, ക്ഷത്രിയൻ. ൩, ശോഭ.

വിരാമം. ന. ൧, നിൎത്തു. ൨, അവസാനം. ൩, സ്വസ്ഥത.

വിരാവം. ന. ശബ്ദം.

വിരാൾപുരുഷൻ. ന. സത്യദൈവം.

വിരി. ന. ൧, ജീനി. ൨, മൂടി. ൩, മറ. ൪, നറുവരി.

വിരിക്കുന്നു. ച്ചു. പ്പാൻ. (വിരി.) സ. ക്രി. ൧, പരത്തുന്നു. ൨, പക്ഷികൾ മൊട്ടയിൽനിന്നു കുഞ്ഞിനെ കൊത്തി വിരിക്കുന്നു.

വിരിച്ചിൽ. ന. ൧, പരത്തൽ. ൨, വിള്ളൽ. ൩, പ്രകാശം. ൪, പക്ഷികളുടെയുംമററും മൊട്ടയിൽനിന്നു കുഞ്ഞു വേർതിരിക.

വിരിഞ്ചൻ. ന. ബ്രഹ്മാവു.

വിരിഞ്ചി. ന. ൧, ബ്രഹ്മാവു. ൨, വിഷ്ണു. ൩, ശിവൻ.

വിരിപന്തൽ. ന. വെയിൽ കൊള്ളാതെയിരിപ്പാനായിട്ടുണ്ടാക്കുന്ന ഒരു പണി.

വിരിപ്പു. ന. ൧, മെത്ത മുതലായതു. ൨, കന്നിമാസത്തിൽ കൊയ്യുന്ന നെല്ലു.

വിരിപ്പാവു. ന. ഒരു മാതിരി വിശേഷ വസ്ത്രം.

വിരിയമ്പാമ്പു. ന. ഒരു മാതിരി പാമ്പു, അണലി.

വിരിയം. ന. ൧, ഒരു പക്ഷി. ൨, പന്നി.

വിരിയുന്നു. ഞ്ഞു. വാൻ. (വിരി.) അ. ക്രി. ൧, വിടരുന്നു. ൨, പിളരുന്നു, ൩, പ്രകാശിക്കുന്നു. ൪, മൊട്ടയിൽനിന്നു കുഞ്ഞു പുറത്തു വരുന്നു.

വിരിയെ. അ. വേഗത്തിൽ.

വിരിയോല. ന. മഴ നനയാതെയിരിപ്പാൻ ചിലർ തലയിൽ വെക്കുന്ന പനയോല.

വിരിവു. ന. ൧, വിടൎച്ച. ൨, വിള്ളൽ.

വിരിശ്രു. ന. ഒരു വൃക്ഷം.

വിരുതൻ. ന. വിരുതുള്ളവൻ, സമൎത്ഥൻ.

വിരുതു. ന. ൧, സമ്മാനം. ൨, ജയത്തിന്നുള്ള അടയാളം. ൩, തിരിച്ചറിവാനുള്ള അടയാളം. ൪, സാമൎത്ഥ്യം.

വിരുതുകൊടി. ന. തിരിച്ചറിയിക്കുന്ന കൊടി.

വിരുത്തി. ന. വേലക്കൂലിക്കായിട്ടു സൎക്കാരിൽനിന്നും കരമൊഴിവായിട്ടു ചില കുടിയാനവന്മാൎക്കു കൊടുത്തിരിക്കുന്ന നിലമൊ പുരയിടമൊ.

വിരുത്തിക്കാരൻ. ന. വിരുത്തിയുള്ളവൻ.

വിരുദ്ധ. വി. (ദ്ധൻ, ദ്ധാ, ദ്ധം.) വി, ന. വിരോധിക്കപ്പെട്ട.

വിരുദ്ധം. ന. വിരോധം, തടവു.

വിരുന്നു; വിരുന്തു. ന. മാനമുള്ളവരെ ക്ഷണിച്ചു വരുത്തി കൊടുക്കുന്ന ഭക്ഷണം, യദൃച്ഛയാൽ ഭവനത്തിൽ വരുന്നവൎക്കു ആദരവോടെ കൊടുക്കുന്ന ഭക്ഷണം.

വിരുന്നുകാരൻ. ന. ഭക്ഷണത്തിന്നായിട്ടു ക്ഷണിക്കയാൽ വന്നവൻ, യദൃച്ഛയാൽ ഭവനത്തിൽ വന്നവൻ.

വിരുന്നുക്ഷണം. ന. വിരുന്നിന്നു വിളിക്ക.

വിരുന്നുവരവു. ന. വിരുന്നിന്നു വരിക.

വിരുന്നുവിളി. ന. വിരുന്നിന്നു വിളിക്ക.

വിരുന്നൂട്ടു. ന. വിരുന്നുകാൎക്കു ഭക്ഷണം കൊടുക്ക.

വിരുന്നൂണു. ന. വിരുന്നിന്നു വിളിക്കുന്നവരുടെ ഭവനത്തിൽ ചെന്നുള്ള ഭക്ഷണം.

വിരുന്നൂണി. ന. വിരുന്നുണ്ടു നടക്കുന്നവൻ.

വിരൂഢം. വി. ൧, മുളച്ചുണ്ടായ. ൨, ജനിച്ച. ൩, വളൎന്ന, വൎദ്ധിച്ച. ൪, പൂവുണ്ടായ. ൫, കയറിയ, കരേറിയ.

വിരൂപ. വി. (പൻ, പാ, പം.) വി. ന. ഭംഗിയില്ലാത്ത. **വൈരൂപ്യം.** സ്ത്രീ. ന. ഭംഗിയില്ലായ്മ.

വിരൂപാ. ന. യമന്റെ ഭാൎയ്യ.

വിരൂപം. ന. അഭംഗി.

വിരൂപാക്ഷൻ. ന. ൧, ശിവൻ. ൨, രാവണന്റെ ഭൃത്യനായ ഒരു രാക്ഷസൻ.

വിരൂക്ഷകൻ. ന. കോപവാക്കുകൾ പറയുന്നവൻ.

വിരൂക്ഷണ. വി. (ണൻ, ണാ, ണം.) വി. ന. രൂക്ഷതയുള്ള.

വിരൂക്ഷണം. ന. ൧, നിന്ദ. ൨, ആണ, സത്യം.

വിരേചനം; വിരേകം. ന. വയറിളക്കം,

വിരേചിക്കുന്നു. ച്ചു. പ്പാൻ. (വിരേചി.) അ. ക്രി. വയറിളകുന്നു. **വിരേചിപ്പിക്കുന്നു.** സ. ക്രി.

വിരോചനൻ. ന. ൧, ആദിത്യൻ. ൨, ചന്ദ്രൻ. ൩, അഗ്നി. ൪, പ്രഹ്ലാദന്റെ പുത്രനായ ഒരസുരൻ.

വിരോചനസുതൻ. ന. മഹാബലി.

വിരോധക്കാരൻ. ന. ശത്രു.

വിരോധം. ന. ൧, ദ്വേഷം. ൨, വിപരീതം. ൩, തടവു. ൪, യുദ്ധം. ൫, ആപത്തു.

വിരോധി. വി. (ധീ, ധിനീ, ധി.) വി. ന. വിരോധമുള്ള.

വിരോധി. ന. ൧, ശത്രു. ൨, അറുപതിൽ ഇരുപത്തുമൂന്നാം സംവത്സരം.

വിരോധികൃൽ. ന. അറുപതിൽ നാല്പത്തഞ്ചാം സംവത്സരം.

വിരോധിക്കുന്നു. ച്ചു. പ്പാൻ. (വിരോധി.) സ. ക്രി. തടുക്കുന്നു, മുടക്കുന്നു.

വിരോധോക്തി. ന. അനുസരണം കൂടാതെയുള്ള വാക്കു.

വില. ന. വില്ക്കുന്ന വസ്തുകൾ വിററാൽ അതിന്നു പകരം കിട്ടുന്ന ദ്രവ്യം.

വിലക്കു. ന. ൧, വിരോധം, തടവു. ൨, വിരോധിച്ചെഴുതുന്ന എഴുത്തു.

വിലക്കം. ന. ഒരു മീനം.

വിലക്കുകോരിക. ന. രണ്ടാമതു വിളമ്പുന്ന ചോറു.

വിലക്കുന്നു. ക്കി. വാൻ. (വിലക്കം.) സ. ക്രി. വിരോധിക്കുന്നു, തടുക്കുന്നു. **കിലക്കിക്കുന്നു.** കാ. ക്രി.

വിലക്കുറവു. ന. വിലയുടെ കുറവു.

വിലങ്ങു. ന. കുററക്കാരുടെ കാല്ക്കും കൈക്കും ഇരിമ്പുകൊണ്ടുമററും ഉണ്ടാക്കുന്ന വസ്തു.

വിലങ്ങൻ. അല്ലെങ്കിൽ, **വിലങ്ങുകാരൻ.** ന. വിലങ്ങിൽ കിടക്കുന്നവൻ.

വിലങ്ങുന്നു. ങ്ങി. വാൻ. (വിലങ്ങ.) സ. ക്രി. ൧, വിലങ്ങത്തിലാകുന്നു. ൨, വിലങ്ങത്തിൽ പോകുന്നു. ൩, തോണിയിൽ കേററി മറുകരയിൽ ഇറക്കുന്നു. **വിലങ്ങൽ.** ന.

വിലങ്ങെ. അ. വിലങ്ങത്തിൽ.

വിലച്ചരക്കു. ന. വിലെക്കു കൊടുപ്പാനുള്ള വസ്തു, വിലയേറിയ വസ്തു.

വിലച്ചേതം. ന. വിലയിലുണ്ടായ ചേതം.

വിലജ്ജ. വി. (ജ്ജൻ, ജ്ജാ, ജ്ജം.) വി. ന. ലജ്ജയില്ലാത്ത.

വിലജ്ജിത. വി. നാണിച്ച.

വിലതീർപ്പു. വി. വില തീൎന്നിരിക്കുന്ന പ്രകാരം എഴുതികൊടുക്കുന്ന ഓല.

വിലത്തരം. ന. നിശ്ചയിച്ച വില.

വിലദ്വാരം. ന. ഗുഹയുടെ വാതിൽ.

വിലനയം. ന. വിലയിലുണ്ടാകുന്ന ഗുണം.

വിലപിക്കുന്നു. ച്ചു. ക്കുവാൻ. (വിലപി.) അ. ക്രി. കരയുന്നു. **വിലപനം; വിലാപം; വിലപിതം.** ന.

വിലപെറുന്ന. വി. വിലയുള്ള.

വിലമകൾ. ന. തേവിടിച്ചി.

വിലമതിക്കുന്നു. ച്ചു. പ്പാൻ. (വില.) സ. ക്രി. വില നിശ്ചയിക്കുന്നു.

വിലമതിപ്പു. ന. വില നിശ്ചയിക്ക.

വിലമരുന്നു. ന. വിലയേറിയ മരുന്നു.

വിലം. ന. ഗുഹ, ദ്വാരം.

വിലംഭം. ന. ദാനം.

വിലയം. ന. നാശം.

വിലയിടിയുന്നു. ഞ്ഞു. വാൻ. (വില.) അ. ക്രി. വില താഴുന്നു.

വിലയിടിവു. ന. വിലതാഴ്ച.

വിലവാശി. ന. വിലയുടെ വ്യത്യാസം.

വിലസൽ. വി. (സൻ, സന്തീ, സൽ.) വി. ന. ശോഭിച്ച.

വിലസഹായം. ന. അല്പവില കൊടുത്താൽ അധികം കിട്ടുക.

വിലസിത. വി. (തൻ, താ, തം.) വി. ന. വിലാസമുള്ള, സന്തോഷവും കളിയുമുള്ള.

വിലസിതം. ന. നേരമ്പോക്കു, കളി.

വിലസുന്നു. സി. വാൻ. (വിലസ.) അ. ക്രി. ൧, ശോഭിക്കുന്നു. ൨, ഉല്ലാസമായി നടക്കുന്നു.

വിലക്ഷണ. വി. (ണൻ, ണാ, ണം.) വി. ന. ലക്ഷണമില്ലാത്ത.

വിലക്ഷണം. ന. വികൃതി.

വിലക്ഷ. വി. (ക്ഷൻ, ക്ഷാ, ക്ഷം.) വി. ന. ൧, അത്ഭുതമായ. ൨, ലജ്ജിച്ച. ൩, ലാക്കില്ലാത്ത.

വില്വം. ന. ദ്വാരം.

വിലാപം. ന. കരച്ചിൽ.

വിലാപിക്കുന്നു. ച്ചു. പ്പാൻ. (വിലാപി.) അ. ക്രി. കരയുന്നു.

വിലാപ്പുറം. ന. ശരീരത്തിന്റെ ഇടത്തും വലത്തുമുള്ള ഭാഗം, പാൎശ്വഭാഗം.

വിലാവു. ന. മേല്പറഞ്ഞ അൎത്ഥം.

വിലാസം. ന. ൧, സ്ത്രീകളുടെ ലജ്ജാശീലവുമററും. ൨, നേരമ്പോക്കു.

വിലാസി. വി. (സീ, സിനീ, സി.) വി. ന. വിലാസമുള്ള, സന്തോഷവും കളിയുമുള്ള.

വിലാസി. ന. ൧, വിഷ്ണു. ൨, ചന്ദ്രൻ. ൩, അഗ്നി. ൪, പാമ്പു. ൫, ശിവൻ. ൬, കൃഷ്ണൻ. ൭, കാമദേവൻ.

വിലാസിനീ. ന. ൧, സ്ത്രീ. ൨, വ്യഭിചാരിണി.

വിലാളം. ന. ൧, പൂച്ച. ൨, യന്ത്രം.

വിലീന. വി. (നൻ, നാ, നം.) വി. ന. ൧, ലയിച്ച, ചേൎന്ന. ൨, ഉരുകിയ.

വിലുണ്ഠനം. ന. മോഷണം, കൊള്ള.

വിലുളിത. വി. (തൻ, താ, തം.) വി. ന. ഇളക്കപ്പെട്ട.

വിലേഖനം. ന. ൧, തോണ്ടൽ. ൨, കീറുക. ൩, വരെക്കുക.

വിലേപനം. ന. ൧, പൂചുക. ൨, കറിക്കൂട്ടു.

വിലേപം. ന. ൧, പരിമളം, ൨, കസ്തൂരിയപ്പശ. ൩, പൂചുക.

വിലേപിനീ. ന. ൧, സുഗന്ധം പൂചിയ സ്ത്രീ. ൨, കഞ്ഞി.

വിലേപീ. ന. കഞ്ഞി.

വിലേശയം. ന. എലി പാമ്പു മുയൽ മുതലായ പൊത്തിലിരിക്കുന്ന മൃഗം.

വിലോകനം. ന. കാഴ്ച.

വിലോചനം. ന. കണ്ണു.

വിലോഡനം. ന. ഇളക്കുക, കടകോൽകൊണ്ടു കടയുക.

വിലോപം; വിലോപനം. ന. അപഹരണം, നാശം.

വിലോഭനം. ന. മോഹം, വശീകരണം.

വിലോമ. വി. (മൻ, മാ, മം.) വി. ന. മറുപാട്ടുള്ള, ക്രമത്തിന്നു വിപരീതമായുള്ള.

വിലോമൻ. ന. വരുണൻ.

വിലോമം. ന. ൧, വിപരീതമായ വഴി. ൨, പാമ്പു. ൩, പട്ടി. ൪, വെള്ളം കൊണ്ടുപോകുന്ന ഒരു സൂത്രം.

വിലോല. വി. (ലൻ, ലാ, ലം.) വി. ന. ഇളക്കമുള്ള.

വിലോളനം. ന. ഇളക്കം.

വിലോളിത. വി. (തൻ, താ, തം.) വി. ന. ഇളകപ്പെട്ട.

വില്ക്കഴന്നു. ന. വില്ലിന്റെ അററം.

വില്ക്കാശു. ന. ഒരുവക പൊൻനാണയം.

വില്ക്കുന്നു.ററു. ല്പാൻ. (വിൽ.) സ. ക്രി. വില വാങ്ങിച്ചുംകൊണ്ടു കൊടുക്കുന്നു. **വില്പിക്കുന്നു.** കാ. ക്രി.

വില്ക്കുറുപ്പു. ന. വില്ലുണ്ടാക്കുന്ന ഒരു ജാതിക്കാരൻ.

വില്പന. ന. വില്ക്കുകയെന്നതു, ക്രയവിക്രയം.

വില്പാടു. ന. ഒരു വില്ലിന്റെ അകലം.

വില്ല. ന. ശിപായിമാർ അടയാളമായി ധരിക്കുന്ന ലോഹത്തകിടു്

വില്ല്. ന. ൧, വളെച്ചു രണ്ടററത്തും കൂടെ ഒരു ചരടുകൊണ്ടു കെട്ടിയിട്ടുള്ള ഒരായുധം. ൨, ധനുമാസം. ൩, ധനുരാശി.

വില്ലങ്കക്കാരൻ. ന. ൧, വില്ലുകൊണ്ടു യുദ്ധം ചെയ്യുന്നവൻ. ൨, പ്രയാസപ്പെടുന്നവൻ. ൩, വഴക്കു പറയുന്നവൻ.

വില്ലങ്കം. ന. ൧, വില്ലുകൊണ്ടുള്ള യുദ്ധം. ൨, പ്രയാസം. ൩, വഴക്കു.

വില്ലങ്കിക്കുന്നു. ച്ചു. പ്പാൻ. (വില്ലങ്കി.) സ. ക്രി. ൧, പ്രയാസപ്പെടുന്നു. ൨, വഴക്കു പറയുന്നു.

വില്ലൻ. ന. വില്ലുകൊണ്ടു യുദ്ധം ചെയ്യുന്നവൻ, വില്ലാളി.

വില്ലാട്ടം. ന. ചലനം.

വില്ലാളി. ന. വില്ലുകൊണ്ടു യുദ്ധം ചെയ്വാൻ സാമൎത്ഥ്യമുള്ളവൻ.

വില്ലിക്കുന്നു. ച്ചു. പ്പാൻ. (വില്ലി.) അ. ക്രി. ലഹരിപിടിക്കുന്നു.

വില്ലിട. ന. വില്പാടു.

വില്ലുകാരൻ. ന. വില്ലെയ്യുവൻ.

വില്ലുവലി. ന. വില്ലുവലിക്ക.

വില്ലുവല്ലോൻ. ന. സാമൎത്ഥ്യമുള്ള വില്ലാളി.

വില്ലുവിദ്യ. ന. വില്ലുകൊണ്ടു യുദ്ധം ചെയ്യാനുള്ള അഭ്യാസം.

വില്ലൂന്നി. ന. ഒരു പാമ്പു.

വില്ലൂസ്. ന. സൂക്ഷ്മപടത്തുണി.

വില്ലേവു. ന. വില്ലിൽ അമ്പുതൊടുത്തു തെററുക.

വില്ലൊലി. ന. വില്ലിന്റെ ഞാണു വലിക്കുംപോഴുള്ള ശബ്ദം.

വിലപം. ന. ൧, ക്രവഉഘ്വക്ഷം. ൨, ക്രവളക്കായ്.

വിവധം. ന. ൧, പെരുവഴി. ൨, കാവടി. ൩, ചുമടു.

വിവത്സ. വി. വത്സം (ശിശു) ഇല്ലാതെയുള്ള, സന്താപമുള്ള.

വിവരണം. ന. ൧, വിസ്തരിച്ചുപറക, വ്യാഖ്യാനപുസ്തകം. ൨, പരിഭാഷ.

വിവരപ്പെടുത്തുന്നു. ത്തി. വാൻ. (വിവര.) സ. ക്രി. വിസ്തരിച്ചു പറയുന്നു, വ്യാഖ്യാനിക്കുന്നു.

വിവരം. ന. ൧, വിസ്താരം. ൨, പൊത്തു, ഭാരം. ൩, പൊരുൾതിരിപ്പു. ൪, കാൎയ്യം. ൫, കാരണം.

വിവരിക്കുന്നു. ച്ചു. പ്പാൻ. (വിവരി.) സ. ക്രി. വിസ്തരിച്ചുപറയുന്നു.

വിവൎണ്ണ. വി. (ൎണ്ണൻ, ൎണ്ണാ, ൎണ്ണം.) വി. ന. ൧, ഹീനതയുള്ള. ൨, ചീത്ത നിറമായ. ൩, നിറം പോരാത്ത. ൪, നിറംമാററമുള്ള.

വിവൎണ്ണൻ. ന. ഹീനജാതിക്കാരൻ, നീചൻ.

വിവൎത്തനം. ന. പ്രദക്ഷിണം.

വിവശ. വി. (ശൻ, ശാ, ശം.) വി. ന. ൧, പരവശതയുള്ള. ൨, സുഖക്കേടുള്ള. ൩, സ്വാധീനമില്ലാത്ത. **വിവശത.** സ്ത്രീ. ന. പരവശത.

വിവസ്വാൻ. ന. ൧, ദേവൻ. ൨, ആദിത്യൻ. ൩, അരുണൻ.

വിവക്ഷ. ന. ൧, പറവാനുള്ള ആഗ്രഹം. ൨, ആഗ്രഹം.

വിവക്ഷിക്കുന്നു. ച്ചു. പ്പാൻ. (വിവക്ഷി.) സ. ക്രി. ആഗ്രഹിക്കുന്നു.

വിവക്ഷിത. വി. (തൻ, താ, തം.) വി. ന. ൧, ആഗ്രഹിക്കപ്പെട്ട. ൨, ഭാവിക്കപ്പെട്ട.

വിവക്ഷിതാ. ന. പറവാനുള്ള ആഗ്രഹം.

വിവക്ഷിതം. ന. ആഗ്രഹിച്ച കാൎയ്യം.

വിവക്ഷു. വി. (ക്ഷുക്കു.) വി. ന. പറവാനാഗ്രഹമുള്ള.

വിവാദം. ന. തൎക്കം, വ്യവഹാരം.

വിവാദി. ന. തൎക്കിക്കുന്ന ആൾ.

വിവാദിക്കുന്നു. ച്ചു. പ്പാൻ. (വിവാദി.) സ. ക്രി. വ്യവഹരിക്കുന്നു.

വിവാരം. ന. ൧, വിരിവു. ൨, തൊണ്ട തുറന്നക്ഷരങ്ങളെ ശബ്ദിക്കുക.

വിവാസം; വിവാസനം. ന. നാടുകടത്തുക.

വിവാഹം. ന. പെണ്ണുകെട്ടു, വേളി, കല്യാണം.

വിവാഹ്യൻ. ന. ൧, മകളുടെ ഭൎത്താവു. ൨, മണവാളൻ.

വിവിക്ത. വി. (ക്തൻ, ക്താ, ക്തം.) വി. ന. ൧, ജനമില്ലാത്ത. ൨, ശുദ്ധമുള്ള.

വിവിധ. വി. (ധൻ, ധാ, ധം.) വി. ന. പലപ്രകാരമുള്ള. **വിവിധത്വം.** ന.

വിവൃത. വി. (തൻ, താ, തം.) വി. ന. ൧, വിസ്താരമുള്ള. ൨, പ്രകാശിക്കപ്പെട്ട.

വിവേകം. ന. വിചാരിച്ചറിയുന്ന സ്വഭാവം, സാവധാനതയുള്ള ബുദ്ധി.

വിവേകാവസ്ഥ. ന. അറിവുള്ള അവസ്ഥ.

വിവേകി. വി. (ക്കി, കിനീ, കി.) വി. ന. വിവേകമുള്ള.

വിവേകി. ന. നല്ലവിചാരവും ബുദ്ധിയും അറിവുമുള്ളവൻ.

വിവേചനം. ന. തിരിച്ചറിവു.

വിവ്വോകം. ന. മയ.

വിശക്കുന്നു. ന്നു. പ്പാൻ. (വിശ.) അ. ക്രി. വിശപ്പുണ്ടാകുന്നു.

വിശങ്ക. വി. (ങ്കൻ, ങ്കാ, ങ്കം.) വി. ന. ശങ്കയില്ലാത്ത.

വിശങ്കട. വി. (ടൻ, ടീ, ടം.) വി. ന. വലിയ.

വിശദ. വി. (ദൻ, ദാ, ദം.) വി. ന. ൧, വെളുത്ത. ൨, വ്യക്തമായ.

വിശദം. ന. വെളുപ്പുനിറം.

വിശല്പം. ന. ഭക്ഷിച്ചതു ദഹിക്കുംപോൾ വയററിലുണ്ടാകുന്ന ഒരവസ്ഥ.

വിശം. ന. ൧, താമരവളയം. ൨, നിത്യച്ചിലവു.

വിശകലിത. വി. ചെറുതാക്കപ്പെട്ട, വിഭജിക്കപ്പെട്ട.

വിശയം. ന. ൧, സംശയം. ൨, ശരണം.

വിശരം. ന. കുല, വധം.

വിശല്യ. വി. (ല്യൻ, ല്യാ, ല്യം.) വി. ന. ൧, മുള്ളില്ലാത്ത. ൨, പ്രയാസമില്ലാത്ത.

വിശല്യ. ന. ൧, ചിററമൃതു. ൨, ഒരു വകച്ചീര. ൩, നാകമന്തി. ൪, മേന്തോന്നി. ൫, ത്രികോല്പക്കൊന്ന.

വിശല്യകരണി. ന. മുറിവുകളിൽനിന്നു അമ്പിൻ മുനകൾ വലിച്ചെടുക്കുന്നതിനുപകരിക്കുന്ന ഔഷധി.

വിശസനം. ന. കുല, വധം.

വിശരി. ന. വീശി കാററുവരുത്തുന്ന ഒരു സാധനം.

വിശാഖ. വി. (ഖൻ, ഖാ, ഖം.) വി. ന. കൊമ്പില്ലാത്ത. (ഇതു വൃക്ഷത്തോടു ചേരും.)

വിശാഖൻ. ന. ൧, സുബ്രഹ്മണ്യൻ. ൨, യാചകൻ.

വിശാഖാ. ന. പതിനാറാം നക്ഷത്രം.

വിശാഖം. ന. ൧, എയ്യുന്നവൻെറ ഒരു നില. ൨, റാട്ടുസൂചി. ൩, പതിനാറാം നക്ഷത്രം.

വിശാഖപട്ടണം. ന. ഒരു നഗരം.

വിശാഗരി. ന. ഇരിമ്പുകൊണ്ടുള്ള ചേപ്പു.

വിശാമ്പതി. ന. രാജാവു.

വിശായം. ന. മാറി മാറി ഉറങ്ങുക.

വിശാരദ. വി. (ദൻ, ദാ, ദം.) വി. ന. ൧, വിദ്യയുള്ള. ൨, ധൈൎയ്യമുള്ള. ൩, കീൎത്തിയുള്ള.

വിശാല. വി. (ലൻ, ലാ, ലം.) വി. ന. ൧, വലിയ. ൨, വിസ്താരമുള്ള. **വിശാലത.** ഗു. ന. വലിപ്പം.

വിശാല. ന. ൧, ഒരു നഗരം. ൨, കമ്മട്ടി. ൩, കാട്ടുവെള്ളരി.

വിശാലം. ന. ൧, ഒരു മാതിരി മാൻ. ൨, ഒരു പക്ഷി.

വിശാലത്വക്ക. ന. ഏഴിലമ്പാലവൃക്ഷം.

വിശിഖ. ന. ൧, ഒരു വഴി. ൨, തുമ്പു.

വിശിഖം. ന. ൧, അമ്പു. ൨, ഇരിമ്പുപാര.

വിശിഷ്ട. വി. (ഷ്ടൻ, ഷ്ടാ, ഷ്ടം.) വി. ന. വിശേഷമുള്ള. **വിശിഷ്ടത.** ഗു. ന. നന്മ.

വിശിഷ്യ. അ. വിശേഷിച്ചും.

വിശുദ്ധ. വി. (ദ്ധൻ, ദ്ധാ, ദ്ധം.) വി. ന. ശുദ്ധമുള്ള, വെടിപ്പുള്ള.

വിശുദ്ധി. ന. ശുദ്ധി.

വിശൃംഖല. വി. (ലൻ, ലാ, ലം.) വി. ന. തടവുകൂടാത്ത.

വിശേഷകം. ന. ൧, തിലകം, തൊടുകുറി. ൨, ലക്ഷണം.

വിശേഷജ്ഞ. വി. (ജ്ഞൻ, ജ്ഞാ, ജ്ഞം.) വി. ന. ഭേദങ്ങളെ അറിയുന്ന.

വിശേഷജ്ഞാനം. ന. ഗുണദോഷങ്ങളുടെ അറിവു.

വിശേഷണ. വി. (ണൻ, ണാ, ണം.) വി. ന. വിശേഷത്തെ അറിയിക്കുന്ന.

വിശേഷണം. ന. പ്രധാന നാമത്തിൻെറ വിശേഷത്തെ അറിയിക്കുന്നതിനുള്ള പദം.

വിശേഷദിവസം. ന. നല്ല ദിവസം.

വിശേഷബുദ്ധി. ന. നല്ല ബുദ്ധി.

വിശേഷവിധി. ന. പ്രത്യേകനിയമം.

വിശേഷം. വി. നല്ല.

വിശേഷം. ന. ൧, കാൎയ്യങ്ങൾക്കും വസ്തുക്കൾക്കും തമ്മിലുണ്ടാകുന്ന ഭേദം. ൨, ഓരോന്നിനെ തിരിച്ചറിയുന്നതിനുള്ള അടയാളം.

വിശേഷാൽ. അ. വിശേഷിച്ചു.

വിശേഷിക്കുന്നു. ച്ചു. പ്പാൻ. (വിശേഷി.) സ. ക്രി. നന്മയാകുന്നു.

വിശേഷിച്ചു. അ. പിന്നെയും പിന്നെയും; പ്രത്യേകമായി.

വിശേഷിച്ചും. അ. പിന്നെയും, മുൻപിൽ പറഞ്ഞതു കൂടാതെയും.

വിശേഷോക്തി. ന. കവിതകളിൽ പറയുന്ന ഒരലങ്കാരം.

വിശേഷ്യ. വി. (ഷ്യൻ, ഷ്യാ, ഷ്യം.) വി. ന. വ്യത്യാസം കാണിപ്പാനുള്ള.

വിശേഷ്യം. ന. പ്രധാന നാമം.

വിശോദ്ധ്യ. വി. (ദ്ധ്യൻ, ദ്ധ്യാ, ദ്ധ്യം.) വി. ന. ശോധന ചെയ്യത്തക്ക.

വിശോധനം. ന. ശോധന ചെയ്ക.

വിശ്രമം. ന. ക്ഷീണം തീൎക്ക, ആശ്വാസം.

വിശ്രമിക്കുന്നു. ച്ചു. പ്പാൻ. (വിശ്രമി.) അ. ക്രി. ആശ്വസിക്കുന്നു. **വിശ്രമിപ്പിക്കുന്നു.** സ. ക്രി.

വിശ്രവസ്സു. ന. രാവണൻെറ പിതാവു.

വിശ്രംഭം. ന. ൧, വിശ്വാസം. ൨, സ്നേഹം. ൩, കുശലം ചോദിക്ക. ൪, ആമോദം.

വിശ്രാണനം. ന. ദാനം.

വിശ്രാണിത. വി. (തൻ, താ, തം.) വി. ന. കൊടുക്കപ്പെട്ട.

വിശ്രാന്ത. വി. (ന്തൻ, ന്താ, ന്തം.) വി. ന. വിശ്രമിച്ച, ആശ്വസിച്ച.

വിശ്രാന്തി. ന. വിശ്രമം, ആശ്വാസം.

വിശ്രാമം. ന. വിശ്രമം.

വിശ്രാവം. ന. ൧, കേൾവി, കീൎത്തി. ൨, ഒഴുക്ക.

വിശ്രുത. വി. (തൻ, താ, തം.) വി. ന. കേൾവിപ്പെട്ട.

വിശ്രുതി. ന. കേൾവി, കീൎത്തി.

വിശ്ലേഷം. ന. വേൎപാടു.

വിശ്വ. വി. (ശ്വൻ, ശ്വാ, ശ്വം.) വി. ന. മുഴുവനായ.

വിശ്വൻ. ന. ദേവകളിൽ ഒരുത്തൻെറ പേർ.

വിശ്വാ. ന. ഒരു മരുന്നു.

വിശ്വം. ന. ൧, ലോകമുഴുവനും, പ്രപഞ്ചം. ൨, ചുക്ക.

വിശ്വകൃ. വി. (ത്രിഷു.) വി. ന. ഉണ്ടാക്കുന്ന.

വിശ്വകൃ. ന. ൧, നായാട്ടുപട്ടി. ൨, ശബ്ദം.

വിശ്വകൎത്താവു. ന. ബ്രഹ്മാവു.

വിശ്വകൎമ്മാവു. ന. ൧, ആദിത്യൻ. ൨, ദേവകളുടെ ആശാരി.

വിശ്വകേതു. ന. അനിരുദ്ധൻ.

വിശ്വജിത്തു. വി. (ത്രിഷു.) വി. ന. വിശ്വത്തെ ജയിക്കുന്ന.

വിശ്വജിത്തു. ന. ൧, ഒരു യാഗം. ൨, വരുണപാശം.

വിശ്വദേവകൾ. ന. ദേവകളിൽ ഒരു ജാതി.

വിശ്വനാഥൻ. ന. ശിവൻ.

വിശ്വനായകൻ. ന. ൧, ശിവൻ. ൨, വിഷ്ണു. ൩, ബ്രഹ്മാവു.

വിശ്വപാലകൻ. ന. പ്രപഞ്ചത്തെ രക്ഷിക്കുന്നവൻ, ദൈവം.

വിശ്വഭേഷജം. ന. ചുക്കു.

വിശ്വംഭര. വി. (രൻ, രാ, രം.) വി. ന. പ്രപഞ്ചത്തെ ഭരിക്കുന്ന.

വിശ്വംഭരൻ. ന. ൧, ശിവൻ. ൨, വിഷ്ണു. ൩, ഇന്ദ്രൻ.

വിശ്വംഭരാ. ന. ഭൂമി.

വിശ്വയോനി. ന. ൧, ബ്രഹ്മാവു്. ൨, വിഷ്ണു.

വിശ്വരൂപ. വി. (പൻ, പാ, പം.) വി. ന. പ്രപഞ്ചസ്വരൂപമായ.

വിശ്വരൂപൻ. ന. ൧, ശിവൻ. ൨, വിഷ്ണു.

വിശ്വസാരകം. ന. ഇലക്കള്ളി.

വിശ്വസാക്ഷി. ന. ദൈവം.

വിശ്വസിക്കുന്നു. ച്ചു. പ്പാൻ. (വിശ്വസി.) സ. ക്രി. വിചാരിച്ചുറപ്പിക്കുന്നു.

വിശ്വസിത. വി. (തൻ, താ, തം.) വി. ന. വിശ്വസിക്കപ്പെട്ട.

വിശ്വസൃക്ക. ന. ബ്രഹ്മാവു.

വിശ്വസൃഷ്ടി. ന. ലോകസൃഷ്ടി.

വിശ്വസ്ത. വി. (സ്തൻ, സ്താ, സ്തം.) വി. ന. വിശ്വാസമുള്ള, വിശ്വസിച്ച. **വിശ്വസ്തത.** ഗു. ന.

വിശ്വസ്താ. ന. വിധവ.

വിശ്വാത്മാവു. ന. ലോകത്തിന്റെ ആത്മാവു, ബ്രഹ്മം, ദൈവം.

വിശ്വാമിത്രൻ. ന. ഒരു മഹൎഷി.

വിശ്വാവസു. ന. ൧, ഒരു ഗന്ധൎവ്വൻ. ൨, അറുപതിൽ ഒരു വൎഷം.

വിശ്വാസഘാതകൻ. ന. വിശ്വസിച്ചവനെ ചതിക്കുന്നവൻ.

വിശ്വാസഘാതകം. ന. വിശ്വസിച്ചവനെ ചതിച്ചാലുള്ള പാപം.

വിശ്വാസഘാതകി. അല്ലെങ്കിൽ, **വിശ്വാസഘാതകൻ.** ന. വിശ്വസിച്ചവനെ ചതിക്കയാൽ പാപമുള്ളവൻ.

വിശ്വാസഭക്തി. ന. വിശ്വാസം കൊണ്ടുള്ള ഭക്തി.

വിശ്വാസം. ന. രക്ഷിക്കയും മറ്റും ചെയ്യുമെന്നുള്ള ഒരു മനോനിശ്ചയം.

വിശ്വാസയോഗ്യ. വി. (ഗ്യൻ, ഗ്യാ, ഗ്യം.) വി. ന. വിശ്വസിപ്പാൻ കൊള്ളാകുന്ന.

വിശ്വാസവഞ്ചനം. ന. ചതിവു, വിശ്വസിച്ചവനെച്ചതിക്ക.

വിശ്വാസി. വി. (സീ, സിനി, സി.) വി. ന. വിശ്വാസമുള്ള.

വിശ്വാസ്യ. വി. (സ്യൻ, സ്യാ, സ്യം.) വി. ന. വിശ്വസിക്കപ്പെടുവാനുള്ള.

വിശ്വേശ്വരൻ. ന. ശിവൻ.

വിശ്വൈകനാഥൻ. ന. വിശ്വേശ്വരൻ.

വിഷ. ന. അതിവിടയം.

വിഷക്കല്ലു. ന. വിഷത്തെ പരീക്ഷിച്ചറിയുന്നതിന്നുള്ള ഒരുമാതിരിക്കല്ലു.

വിഷക്തം. വി. അടുത്തിരിക്കുന്ന, ചേൎന്നിരിക്കുന്ന.

വിഷഖണ്ഡചൂഡാമണി. ന. വിഷമിറക്കുന്നതിന്നുള്ള ഒരു മരുന്നു.

വിഷഘ്നം. വി. വിഷത്തെ ശമിപ്പിക്കുന്ന.

വിഷജ്വാല. ന. വിഷത്തിന്റെ ഉഷ്ണാവു.

വിഷണ്ഡ. വി. (ണ്ഡൻ, ണ്ഡാ, ണ്ഡം.) വി. ന. വിഷാദമുള്ള. **വിഷണ്ഡത.** ഗു. ന. വിഷാദം.

വിഷദന്തം. ന. വിഷപ്പല്ലു.

വിഷദ. വി. (ദൻ, ദാ, ദം.) വി. ന. ൧, വിഷത്തെക്കൊടുക്കുന്ന. ൨, വെള്ളത്തെക്കൊടുക്കുന്ന.

വിഷദം. ന. ൧, മേഘം. ൨, പച്ചത്തുരിശു.

വിഷദംഷ്ട്രം. ന. ഒരു പച്ചമരുന്നു.

വിഷദിഗ്ദ്ധബാണം. ന. വിഷം തേച്ചിട്ടുള്ള അമ്പു.

വിഷധര. വി. (രൻ, രാ, രം.) വി. ന. വിഷമുള്ള.

വിഷധരൻ. ന. സൎപ്പം.

വിഷധൎമ്മ. ന. ഒരു തൈ.

വിഷനരി. ന. ചേനരി.

വിഷപ്പട്ടി. ന. പേപ്പട്ടി.

വിഷപ്പല്ലു. ന. വിഷമുള്ള പല്ലു.

വിഷഭയം. ന. വിഷംകൊണ്ടുണ്ടാകുന്ന ഭയം.

വിഷഭുക്തി. ന. വിഷം ഭക്ഷിക്ക.

വിഷമഛദം. ന. ഏഴിലമ്പാല വൃക്ഷം.

വിഷമ. വി. (മൻ, മാ, മം.) വി. ന. ൧, സമമല്ലാത്ത. ൨, പ്രയാസമുള്ള, ഗ്രഹിപ്പാൻ പ്രയാസമുള്ള. ൩, ഭയങ്കരമായ. ൪, ക്രൂരതയുള്ള.

വിഷമം. ന. ൧, സമമല്ലായ്കു. ൨, പ്രയാസം.

വിഷമന്ത്രക്കാരൻ. ന. മന്ത്രംകൊണ്ടു പാമ്പിനെപ്പിടിക്കയും വിഷമിറക്കുകയും ചെയ്യുന്നവൻ, വിഷവൈദ്യൻ.

വിഷമന്ത്രം. ന. വിഷമിറക്കുന്നതിന്നുള്ള മന്ത്രം.

വിഷമിക്കുന്നു. ച്ചു. പ്പാൻ. (വിഷമി.) അ. ക്രി. പ്രയാസപ്പെടുന്നു.

വിഷം. ന. ൧, പാമ്പിന്റെയുംമറ്റും വായിലിരിക്കുന്ന തീക്ഷ്ണതയുള്ള വസ്തു. ൨, വത്സനാഭി മുതലായവ. ൩, വെള്ളം.

വിഷന്തീണ്ടൽ. ന. പാമ്പുകടിക്കുക.

വിഷന്തീണ്ടുന്നു. ണ്ടി. വാൻ. (വിഷം.) സ. ക്രി. പാമ്പുകടിക്കുന്നു.

വിഷയൻ. ന. ഭൎത്താവു.

വിഷയം. ന. ഇന്ദ്രിയങ്ങളെക്കൊണ്ടറിയാകുന്നതു. ൧, ശബ്ദം. ൨, രൂപം. ൩, മണം. ൪, രസം. ൫, സ്പൎശം. ൬, ദേശം. ൭, വേനം. ൮, ഗോളം. ൯, സങ്കേതം. (മ.) സുഖം.

വിഷയി. വി. (യീ, യിണി, യി.) വി. ന. വിഷയമുള്ള, ലോകകാൎയ്യത്തിൽ ശ്രദ്ധയുള്ള.

വിഷയി. ന. ൧, ഇന്ദ്രിയം. ൨, രാജാവു. ൩, കാമദേവൻ. ൪, ഇന്ദ്രിയങ്ങളെക്കൊണ്ടറിഞ്ഞിട്ടില്ലാത്തതൊക്കെയും ഇല്ലാത്തതെന്നു വിശ്വസിക്കുന്നവൻ.

വിഷയീഭവിക്കുന്നു. അ. ക്രി. വിഷയമായി തീരുന്നു.

വിഷവൃക്ഷം. ന. വിഷമുള്ള വൃക്ഷം.

വിഷവൈദ്യൻ. ന. വിഷം ഇറക്കുന്നവൻ.

വിഷവൈദ്യം; വിഷവിദ്യ. ന. വിഷചികിത്സ.

വിഷസൂചകം. ന. ചെമ്പോത്തു.

വിഷഹര. വി. (രൻ, രീ, രം.) വി. ന. വിഷത്തെക്കളയുന്ന.

വിഷഹരി. ന. വാസുകിയുടെ സഹോദരി.

വിഷഹാരി. ന. വിഷവൈദ്യൻ.

വിഷാക്തത. വി. (ക്തൻ, ക്താ, ക്തം.) വി. ന. വിഷം തേച്ച.

വിഷാണം. ന. ൧, പശു ആന മുതലായ നാല്ക്കാലിമൃഗങ്ങളുടെ കൊമ്പു. ൨, കൊട്ടം.

വിഷാണി. ന. ഒരു പച്ചമരുന്നു, ആടുതൊടാപ്പാല.

വിഷാണിക. ന. ആടുതൊടാപ്പാല.

വിഷാദം. ന. ദുഃഖം.

വിഷാദി. വി. (ദി, ദിനീ, ദി.) വി. ന. വിഷാദമുള്ള.

വിഷാദിക്കുന്നു. ച്ചു. പ്പാൻ. (വിഷാദി.) അ. ക്രി. ദുഃഖിക്കുന്നു.

വിഷു. ന. ൧, മേടമാസം ഒന്നാം തിയതി. ൨, അറുപതിൽ പതിനഞ്ചാം വൎഷം.

വിഷുക്കണി. ന. വിഷുദിവസം കാഴ്ച കാണുന്ന വസ്തു.

വിഷുക്കൈനേട്ടം. ന. വിഷുദിവസം കാലത്തു വാങ്ങിക്കുന്ന സമ്മാനം.

വിഷുഫലം. ന. വിഷുദിവസത്തെ ഗ്രഹസ്ഥിതികൊണ്ടും മററും അറിവാനുള്ള ഫലം.

വിഷുവത്തു. ന. തുലാമാസം ഒന്നാന്തിയതി.

വിഷുവം. ന. മേല്പറഞ്ഞ അൎത്ഥം.

വിഷുസംക്രാന്തി. ന. മീനംരാശിയിൽനിന്നു മേടംരാശിയിലേക്കു ആദിത്യൻ കടക്കുന്ന ദിവസം.

വിഷൂചി. അല്ലെങ്കിൽ, **വിഷൂചിക.** ന നടപ്പുദീനം.

വിഷ്കംഭം. ന. ൧, ഇരുപത്തേഴു യോഗങ്ങളിൽ ഒന്നാമത്തെ യോഗം. ൨, തടവു. ൩, പരപ്പു. ൪, യോഗികളുടെ ഒരു നില, നാടകത്തിലെ പൂൎവ്വാംഗം.

വിഷ്കിരം. ന. പക്ഷി.

വിഷ്ട. വി. (ഷ്ടൻ, ഷ്ടാ, ഷ്ടം.) വി. ന. പ്രവേശിക്കപ്പെട്ട.

വിഷ്ടപം. ന. ലോകം.

വിഷ്ടപേശൻ. ന. രാജാവു.

വിഷ്ടംഭം. ന. നിറുത്തൽ, തടസ്ഥം.

വിഷ്ടംഭി; (–ഭിനി.) ന. നിറുത്തുന്നവൻ; (–വൾ).

വിഷ്ടരം. ന. ൧, പീഠം. ൨, കുശപ്പുല്ലുകൊണ്ടു കെട്ടിയുണ്ടാക്കിയ പീഠം. ൩, വൃക്ഷം.

വിഷ്ടരശ്രവസ്സു. ന. വിഷ്ണു.

വിഷ്ടി. വി. (ഷ്ടിഃ.) വി. ന. വേല ചെയ്യുന്ന.

വിഷ്ടി. ന. ൧, നരകത്തിലിടുക. ൨, കൂലിയില്ലാത്ത വേല. ൩, പ്രവൃത്തി. ൪, ശമ്പളം. ൫, എഴുത്തുകരണങ്ങളിൽ ഒന്നു.

വിഷ്ഠ. ന. മലം, ഭക്ഷിച്ച വസ്തു, ഒഴിച്ചുണ്ടായ മലം.

വിഷ്ഠിക്കുന്നു. ച്ചു. പ്പാൻ. (വിഷ്ഠി.) സ. ക്രി. മലമിടുന്നു.

വിഷ്ണു. ന. ൧, ത്രിമൂൎത്തികളിൽ ഒന്നു. ൨, അഷ്ടവസുക്കളിൽ ഒന്നു. ൩, അഗ്നി. ൪, വേദവ്യാസൻ.

വിഷ്ണുകല. ന. വിഷ്ണുവിന്റെ അംശം.

വിഷ്ണുക്രാന്ത. ന. ൧, ഒരു പച്ചമരുന്നു. ൨, ഒരു പൂവു.

വിഷ്ണുക്രാന്തി. മേല്പറഞ്ഞ അൎത്ഥം.

വിഷ്ണുഗുപ്തൻ. ന. ചാണക്യൻ.

വിഷ്ണുദയിതാ. ന. വിഷ്ണുക്രാന്തി.

വിഷ്ണുപദം. ന. ആകാശം.

വിഷ്ണുപദി. ന. ഗംഗാനദി.

വിഷ്ണുരഥം. ന. ഗരുഡൻ.

വിഷ്ഫാരം. ന. ഞാണൊലി.

വിഷ്യ. വി. (ഷ്യൻ, ഷ്യാ, ഷ്യം.) വി. ന. വിഷം കൊടുത്തു കൊല്ലേണ്ടുന്ന.

വിഷ്വക്കു. അ. എല്ലാടവും.

വിഷ്വക്സേന. ന. ഞാഴൽവൃക്ഷം.

വിഷ്വക്സേനൻ. ന. വിഷ്ണു.

വിഷ്വക്സേനപ്രിയ. ന. ഒരു പച്ചമരുന്നു.

വിഷ്വദ്ര്യക്. വി. (ദ്ര്യാങ്, ദ്രീചീ, ദ്ര്യക്.) വി. ന. എല്ലാടവും നടക്കുന്ന.

വിസകണ്ഠിക. ന. വെള്ളിപ്പക്ഷി.

വിസപ്രസൂനം. ന. താമരപ്പൂവു.

വിസം. ന. താമരവളയം.

വിസമ്മതം. ന. സമ്മതക്കേടു, ഇഷ്ടക്കേടു.

വിസംവാദം. ന. വിരോധവാക്കു.

വിസരണം. ന. നിവിൎത്തുക, വിരിക്കുക.

വിസരം. ന. കൂട്ടം.

വിസൎഗ്ഗം. ന. ൧, വിടുക. ൨, വയറിളക്കുക. ൩, ചില സംസ്കൃതവാക്കുകളുടെ ഒടുക്കം വെക്കുന്ന ഒരടയാളം (ഃ). ൪, ദക്ഷിണായനം.

വിസൎജ്ജനം. ന. ൧, ദാനം. ൨, ഉപേക്ഷിക്കുക. ൩, അയക്കുക.

വിസൎജ്ജനീയ. വി. (യൻ, യാ, യം.) വി. ന. ഉപേക്ഷിക്കപ്പെടത്തക്ക.

വിസൎജ്ജിക്കുന്നു. ച്ചു. പ്പാൻ. (വിസൎജ്ജി.) സ. ക്രി. ഉപേക്ഷിക്കുന്നു.

വിസൎപ്പം. ന. പരക്കുക.

വിസൎപ്പണം. ന. ൧, പരത്തുക. ൨, പളുക്കെസ്സ്ഞരിക്കം.

വിസാരം. ന. ൧, മത്സ്യം. ൨, ഇഴഞ്ഞു നടക്കുക, ഒഴുകുക.

വിസാരി. വി. (രി, രിണി, രി.) വി. ന. ൧, ഒഴുകുന്ന. ൨, പരക്കുന്ന.

വിസാരി. ന. മത്സ്യം.

വിസാരിത. വി. (തൻ, താ, തം.) വി. ന. ൧, പരത്തപ്പെട്ട. ൨, സാധിച്ച.

വിസിനീ. ന. താമരപ്പൊയ്ക.

വിസൃത. വി. (തൻ, താ, തം.) വി. ന. പരത്തപ്പെട്ട.

വിസൃത്വര. വി. (രൻ, രീ, രം.) വി. ന. ൧, സാവധാനത്തിൽ ഇഴഞ്ഞു പോകുന്ന. ൨, പരക്കുന്ന. ൩, ഒഴുകുന്ന.

വിസൃമര. വി. (രൻ, രാ, രം.) വി. ന. ഒഴുകുന്ന, ഇഴയുന്ന.

വിസ്തം. ന. പൊൻതൂക്കം.

വിസ്തരം. ന. വിസ്തരിക്കുക, പരത്തുക.

വിസ്തരിക്കുന്നു. ച്ചു. പ്പാൻ. (വിസ്തരി.) സ. ക്രി. പരത്തുന്നു. **വിസ്തരണം** ന. **വിസ്തരിപ്പിക്കുന്നു.** കാ. ക്രി.

വിസ്താരം. ന. ൧, പരപ്പു. ൨, അകലം. ൩, വിതി. ൪, വിചാരണ.

വിസ്തീൎണ്ണ. വി. (ൎണ്ണൻ, ൎണ്ണാ, ൎണ്ണം.) വി. ന. വിസ്താരമുള്ള, പരപ്പുള്ള. **വിസ്തീൎണ്ണത.** ഗു. ന. വിസ്താരം, പരപ്പു.

വിസ്തൃതകരം. ന. വിടൎത്തുപിടിച്ച കൈ.

വിസ്തൃത. വി. (തൻ, താ, തം.) വി. ന. ൧, നിവൃത്തപ്പെട്ട. ൨, പരന്ന.

വിസ്ഫാരം. ന. ഞാണൊലി.

വിസ്ഫോടം. ന. പരുവു, കുരുവു.

വിസ്മയം. ന. അത്ഭുതം.

വിസ്മയാന്വിത. വി. (തൻ, താ, തം.) വി. ന. അത്ഭുതത്തോടു കൂടിയ.

വിസ്മയിക്കുന്നു. ച്ചു. പ്പാൻ. (വിസ്മയി.) അ. ക്രി. അതിശയിക്കുന്നു.

വിസ്മരിക്കുന്നു. ച്ചു. പ്പാൻ. സ. ക്രി. മറക്കുന്നു. **വിസ്മരണം.** ന.

വിസ്മാപനം. ന. ൧, വഞ്ചന. ൨, വ

ശിഖരമുള്ള മിക്ക. ൩, ഗന്ധപ്പുനഗരം. ൪, അതിശയം തോന്നുന്നതു.

വിസ്മിത. വി. (തൻ, താ, തം.) വി. ന. വിസ്മയിച്ച.

വിസ്മൃത. വി. (തൻ, താ, തം.) വി. ന. മറക്കപ്പെട്ട.

വിസ്മൃതി. ന. മറവി.

വിസ്രഗന്ധം. ന. ദുർഗ്ഗന്ധം.

വിസ്രഗന്ധി. ന. മനയോല.

വിസ്രബ്ധ. വി. (ബ്ധൻ, ബ്ധാ, ബ്ധം.) വി. ന. ൧, വിശ്വസിക്കപ്പെട്ട. ൨, സ്നേഹിക്കപ്പെട്ട. ൩, ഇണക്കമുള്ള. ൪, ജാഗ്രതയുള്ള.

വിസ്രംഭം; വിശ്രംഭം. ന. വിശ്വാസം.

വിസ്രംസനം. ന. ൧, വിഴ്ച. ൨, ഒഴുക്ക.

വിസ്രസാ. ന. വാൎദ്ധക്യം.

വിസ്രവണം. ന. പ്രവാഹം.

വിസ്രാവം. ന. ഒഴുകുക.

വിസൃഷ്ടം. വി. ൧, പുറപ്പെടുവിച്ച. ൨, സൃഷ്ടിക്കപ്പെട്ട. ൩, അയക്കപ്പെട്ട. ൪, കൊടുക്കപ്പെട്ട. ൫, ഉപേക്ഷിക്കപ്പെട്ട.

വിസ്സ്. ന. ൧, പക്ഷി. ൨, കുതിര.

വിഹഗം. ന. ൧, പക്ഷി. ൨, അമ്പു. ൩, മേഘം. ൪, ആദിത്യൻ. ൫, ചന്ദ്രൻ.

വിഹംഗമം. ന. പക്ഷി.

വിഹംഗ. വി. (ഗൻ, ഗാ, ഗം.) വി. ന. വേഗത്തിൽ പറന്നുപോകുന്ന.

വിഹംഗം. ന. പക്ഷി.

വിഹംഗിക. ന. കാവടി.

വിഹത. വി. (തൻ, താ, തം.) വി. ന. ൧, വിരോധിക്കപ്പെട്ട. ൨, കൊല്ലപ്പെട്ട.

വിഹതി. ന. താഡനം.

വിഹനനം. ന. ൧, വിരോധം. ൨, കൊല്ലുക.

വിഹരണം. ന. ൧, കളി. ൨, ശുദ്ധിയാക്കുക.

വിഹരിക്കുന്നു. ച്ചു. പ്പാൻ. (വിഹരി.) അ. ക്രി. ൧, കളിക്കുന്നു. ൨, ശുദ്ധിയാക്കുന്നു.

വിഹസനം. ന. പുഞ്ചിരി.

വിഹസിതം. ന. പുഞ്ചിരി.

വിഹസ്ത. വി. (സ്തൻ, സ്താ, സ്തം.) വി. ന. ഭ്രമിക്കപ്പെട്ട. **വിഹസ്തത.** ഗു. ന. ഭ്രമം.

വിഹാവിത. വി. (തൻ, താ. തം.) വി. ന. കൊടുക്കപ്പെട്ട.

വിഹാവിതം. ന. മാനം.

വിഹായസ്സ്. ന. ൧, ആകാശം. ൨, പക്ഷി.

വിഹാരം. ന. ൧, കളി. ൨, സഞ്ചാരം. ൩, ജയിനരുടെയൊ ബുദ്ധമതക്കാരുടെയൊ സന്ന്യാസിമഠം.

വിഹിത. വി. (തൻ, താ, തം.) വി. ന. ചെയ്യപ്പെട്ട.

വിഹീന. വി. (നൻ, നാ, നം.) വി. ന. ൧, വേർപെട്ട. ൨, ഉപേക്ഷിക്കപ്പെട്ട.

വിഹൃത. വി. (തൻ, താ, തം.) വി. ന. ൧, വിഹരിച്ച. ൨, പരത്തപ്പെട്ട.

വിഹൃതം. ന. സ്ത്രീകളുടെ ചില കളി, വിലാസം.

വിഹൃതി. ന. ൧, വിടൎച്ച. ൨, വിഹരിക്കുക, കളിക്കുക.

വിഹ്വല. വി. (ലൻ, ലാ, ലം.) വി. ന. പരിഭ്രമിക്കപ്പെട്ട. **വിഹ്വലത.** ഗു. ന. പരിഭ്രമം.

വിള. ന. ൧, ധാന്യത്തിന്റെ വിളവു. ൨, ചിലതിന്റെ കായ്. ൩, വിളഭൂമി.

വിളക്ക. ന. വെളിച്ചം കാണ്മാനായിട്ടു എണ്ണയും തിരിയും ഇട്ടു തീ കൊളുത്തുന്നതിനു ഓടുകൊണ്ടും മററുമുണ്ടാക്കുന്ന വസ്തു. ൧, കളിവിളക്ക. ൨, നിലവിളക്ക. ൩, ആലുവിളക്ക. ൪, കോലുവിളക്ക ൫, കമ്പവിളക്ക. ൬, കവരവിളക്ക. ൭, തൂക്കവിളക്ക, തൂടലുവിളക്ക. ൮, കുത്തുവിളക്ക. ൯, കൊടിവിളക്ക. ൧൦, ചങ്ങലവിളക്ക. ൧൧, മാടമ്പിവിളക്ക, കുപ്പിവിളക്കംമററും.

വിളക്കുകൂട്ടു. ന. വിളക്കിന്റെ കൂടു.

വിളക്കത്തലയൻ. ന. ക്ഷൌരക്കാരൻ.

വിളക്കം. ന. ൧, ശോഭ. ൨, മിനുസം. ൩, വെടിപ്പു. ൪, ലോഹങ്ങൾ ഉരുക്കിച്ചേൎക്ക. ൫, കുടിയാനവന്മാരുടെ പറച്ചിട്ടിയും സൎക്കാരിലെയുംമററും കണക്കുംകൂടെ ഒത്തുനോക്കിപ്പതിക്കുക.

വിളക്കുന്നു. ക്കി. വാൻ. (വിളക്കം.) സ. ക്രി. ലോഹങ്ങൾ ഉരുക്കിച്ചേൎത്തു നന്നാക്കുന്നു.

വിളക്കുമാടം. ന. ക്ഷേത്രത്തിന്നു പുറമെ ചുററും വിളക്ക വെക്കുന്നതിന്നുള്ള പുര.

വിളക്കുമാനം. ന. ൧, ശോഭ. ൨, വെടിപ്പു.

വിളക്കുവെക്കുന്നു. ച്ചു. പ്പാൻ. (വിളക്ക.) സ. ക്രി. വിളക്കിൽ എണ്ണ പകൎന്നു തിരി കത്തിച്ചു വെക്കുന്നു.

വിളക്കുവെപ്പു. ന. വിളക്കിൽ എണ്ണയും തിരിയും ഇട്ടു തീ കൊളുത്തുക.

വിളക്കെണ്ണ. ന. വിളക്കിൽ ഒഴിക്കുന്ന എണ്ണ, വെളിച്ചെണ്ണ.

വിളക്കേണി. ന. കേറിനിന്നു വിളക്ക കൊളുത്തുന്നതിന്നുള്ള കോവേണി.

വിളക്കേറു. ന. വസൂരിവന്നു ചത്തവരെ അടക്കുമ്പോൾ കഴിക്കുന്ന ഒരു കൎമ്മം.

വിളംഗം. ന. വിഴാൽവൃക്ഷം.

വിളംഗസാരം. ന. വിഴാലരി.

വിളങ്ങൽ. ന. പ്രകാശം.

വിളങ്ങിക്കൂട്ടുതൽ. ന. കൂട്ടിവെച്ച കരം.

വിളങ്ങിപ്പേർ. ന. പേരുവഴി എഴുതിയ കണക്ക.

വിളങ്ങുന്നു. ങ്ങി. വാൻ. (വിളങ്ങ.) അ. ക്രി. ൧, പ്രകാശിക്കുന്നു, തെളിയുന്നു. ൨, ലോഹങ്ങൾ തമ്മിൽ ഉരുകിച്ചേരുന്നു. ൩, പേർവഴി കണക്കിൽ പതിക്കുന്നു.

വിളച്ചിൽ. ന. ൧, ധാന്യങ്ങളുണ്ടാക. ൨, ധാന്യങ്ങൾ പഴുക്ക. ൩, ഉപ്പുവിളയുക. ൪, പൈതങ്ങളുടെ അഹങ്കാരം.

വിളച്ചിൽകേടു. ന. ൧, വിളഞ്ഞിട്ടു കൊയ്യാൻ താമസിച്ചാൽ വരുന്ന ചേതം. ൨, നല്ലവണ്ണം വിളയായ്ക.

വിളനിലം. ന. കൃഷി ചെയ്യുന്ന സ്ഥലം, വയൽ.

വിളഭൂമി. ന. മേല്പറഞ്ഞ അൎത്ഥം.

വിളമ്പൻ. ന. ഊട്ടുവിചാരക്കാരന്നു ചില ദിക്കിൽ പറയുന്ന ഒരുപേർ.

വിളമ്പരം. ന. പരസ്യം.

വിളമ്പൽ. ന. സദ്യക്കുംമററും ചോറു കറി മുതലായവയെ ഭക്ഷിപ്പാനിരിക്കുന്നവരുടെ മുൻപിൽ കൊണ്ടുചെന്നു കൊടുക്ക.

വിളമ്പുകാരൻ. ന. വിളമ്പുന്നവൻ.

വിളമ്പുന്നു. മ്പി. വാൻ. (വിളമ്പ.) സ. ക്രി. ഭക്ഷിപ്പാനിരിക്കുന്നവൎക്കു ചോറും കറിയും കൊടുക്കുന്നു. **വിളമ്പിക്കുന്നു.** കാ. ക്രി.

വിളംബനം. ന. താമസം.

വിളംബം. ന. ൧, താമസം. ൨, ഇളക്കൽ.

വിളംബി. ന. അറുപതിൽ മുപ്പത്തുരണ്ടാം സംവത്സരം.

വിളംബിത. വി. (തൻ, താ, തം.) വി. ന. ൧, താമസിച്ച. ൨, ഇളകിയ.

വിളയച്ചേതം. ന. വിളവുചേതം.

വിളയാടുന്നു. ടി. വാൻ. (വിളയാട.) അ. ക്രി. കളിക്കുന്നു. **വിളയാടിക്കുന്നു.** സ. ക്രി.

വിളയാട്ടം. ന. കളി.

വിളയുന്നു. ഞ്ഞു. വാൻ. (വിള.) അ. ക്രി. ൧, മൂക്കുന്നു. ൨, ഉണ്ടാകുന്നു. ൩, പടനകളിൽ ഉപ്പു ക്രമ്പൽ ക്രമ്പലായിട്ടുണ്ടാകുന്നു. **വിളയിക്കുന്നു.** സ. ക്രി.

വിളയുപ്പ്. ന. ഒരു മാതിരിയുപ്പ്.

വിളരക്ഷ. ന. വിളവു സൂക്ഷിക്കു.

വിളർക്കുന്നു. ത്തു. പ്പാൻ. (വിളർ.) അ. ക്രി. വെളുത്ത നിറമാകുന്നു.

വിളർച്ച. ന. ശരീരത്തിൽ ദീനംകൊണ്ടുണ്ടാകുന്ന ഒരു നിറഭേദം.

വിളർപ്പ്. ന. വിളർച്ച.

വിളവ്. ന. ൧, ധാന്യങ്ങളുടെയും മററും മൂപ്പ്. ൨, വിളഞ്ഞു നില്ക്കുന്ന ധാന്യം.

വിളവിടുന്നു. ട്ടു. വാൻ. (വിളവു.) സ. ക്രി. നിലത്തിൽ കൃഷി ചെയ്യുന്നു, വിതെക്കുന്നു, നടുന്നു.

വിളവുകല്ല്. ന. താനേ വിളയുന്ന രത്നം.

വിളവുകേട്. ന. ൧, നല്ലവണ്ണം വിളയായ്ക, മൂക്കായ്ക. ൨, പതിവിൻപ്രകാരമുള്ള വിളവിൽ കുറവു.

വിളവെടുക്കുന്നു. ത്തു. പ്പാൻ. (വിളവു.) സ. ക്രി. കൊയ്യുന്നു, നട്ടതലയുമററും പറിച്ചെടുക്കുന്നു.

വിളവോടെ. അ. വിളഞ്ഞു നില്ക്കുന്ന ധാന്യത്തോടുകൂടെ.

വിളറുന്നു. റി. വാൻ. (വിളർ.) അ. ക്രി. വെളുത്ത നിറമാകുന്നു.

വിളാകം. ന. തോട്ടം.

വിളാമ്പശ. ന. ഒരങ്ങാടിമരുന്നു, വിളാമരത്തിന്റെ കറ.

വിളാമ്പഴം. ന. വിളാമരത്തിന്റെ പഴം.

വിളാവു. ന. ഒരു വൃക്ഷം.

വിളി. ന. വിളിക്കു. ൧, ആരെയെങ്കിലും പറയെണമെന്നു വിചാരിച്ചാൽ അവന്റെ പേരിനെപ്പറക. ൨, കാണപ്പെടേണ്ടുന്നവൻ ദൂരത്തായിരുന്നാൽ അവന്റെ പേരിനെ ഉച്ചത്തിൽ പറക. ൩, എന്റെ ഭവനത്തിൽ വരേണമെന്നു അവന്റെ വീട്ടിലൊ മറെറാ ചെന്നു പറക, ക്ഷണിക്ക. ൪, കൊമ്പു കുഴൽ മുതലായ ചില വാദ്യങ്ങളിൽ ഊതി ശബ്ദിപ്പിക്കുക.

വിളിക്കുന്നു. ച്ചു. പ്പാൻ. (വിളി.) സ. ക്രി. ൧, ഒരുത്തനെ നോക്കി അവന്റെ പേരു പറയുന്നു. ൨, ദൂരത്തൊ മറഞ്ഞൊ നില്ക്കുന്നവന്റെ പേരിനെ ഉച്ചത്തിൽ പറയുന്നു. ൩, ക്ഷണിക്കയും മററും ചെയ്യുന്നു. **വിളിപ്പിക്കുന്നു.** കാ. ക്രി.

വിളികൊള്ളുന്നു. ണ്ടു. വാൻ. (വിളി.) അ. ക്രി. പ്രസിദ്ധമാകുന്നു.

വിളിപ്പാട്. ന. വിളിച്ചാൽ കേൾക്കുന്ന അകലം.

വിളുമ്പ്. ന. അരിക്, വക്ക.

വിൽ. അല്ലെങ്കിൽ, **വിട്ടു.** ന. ൧, വൈശ്യൻ. ൨, മനുഷ്യൻ. ൩, മലം.

വിൽഖദിരം. ന. വെളുത്തകരിങ്ങാലി.

വിൽചരം. ന. നാട്ടുപന്നി.

വിള്ള. ന. പൊട്ടൽ, വിണ്ടിട്ടുള്ള അടയാളം.

വിള്ളൽ. ന. മേല്പറഞ്ഞ അർത്ഥം.

വിള്ളിച്ച. ന. വിള്ളൽ.

വിള്ളുന്നു. ണ്ടു. വാൻ. (വിൾ.) അ. ക്രി. ചില വസ്തുക്കൾക്കു വെയിലുകൊണ്ടും മററും അല്പമായിട്ടു ഒരു മാതിരി പൊട്ടുണ്ടാകുന്നു.

വിക്ഷത. വി. (തൻ, താ, തം.) വി. ന. മുറിയപ്പെട്ട.

വിക്ഷവം. ന. ഒരു ദീനം, ചുമ.

വിക്ഷിപ്ത. വി. (പ്തൻ, പ്താ, പ്തം.) വി. ന. ൧, എറിയപ്പെട്ട. ൨, ചിതറപ്പെട്ട.

വിക്ഷേപണം. അല്ലെങ്കിൽ, **വിക്ഷേപം.** ന. ഏറു.

വിക്ഷേപിക്കുന്നു. ച്ചു. പ്പാൻ. (വിക്ഷേപി.) സ. ക്രി. എറിയുന്നു.

വിക്ഷോഭം. ന. ൧, ഇളക്കം, ൨, മനക്കലക്കം.

വിഴാലരി. ന. ഒരങ്ങാടിമരുന്നു.

വിഴാൽ. ന. ഒരു വൃക്ഷം.

വിഴക്കുന്നു. ത്തു. പ്പാൻ. (വിഴ.) സ. ക്രി. അഴുക്കാക്കുന്നു.

വിഴങ്ങൽ. ന. വായിലിട്ടു കടിക്കാതെ ഇറക്കുക.

വിഴുങ്ങുന്നു; മിഴുങ്ങുന്നു. ങ്ങി. വാൻ. (വിഴുങ്ങു.) സ. ക്രി. വായിലിട്ടു കടിക്കാതെ ഇറക്കുന്നു.

വിഴുത്തിടുന്നു. ട്ടു. വാൻ. (വിഴുത്ത.) സ. ക്രി. വസ്ത്രം മാറുന്നു.

വിഴുപ്പു. വി. ന. ൧, ഉടുത്തു മുഷിഞ്ഞ വസ്ത്രം. ൨, അഴുക്കു വസ്ത്രം.

വിഴുപ്പുവസ്ത്രം. ന. ഉടുത്തിട്ടു അഴിച്ചുവച്ച വസ്ത്രം, അഴുക്കു തുണി.

വിറ. ന. വിറയൽ, വിറെക്കുക.

വിറകു. ന. തീ കത്തിപ്പാൻ ചെറുതായിട്ടു കീറിയ മരം.

വിറങ്ങലിക്കുന്നു. ച്ചു. പ്പാൻ. (വിറങ്ങലി.) അ. ക്രി. തണുത്തു മരവിക്കുന്നു.

വിറങ്ങലിപ്പു. ന. തണുത്തു മരവിക്ക.

വിറപ്പിക്കുന്നു. ച്ചു. പ്പാൻ. (വിറ.) സ. ക്രി. കുലുക്കുന്നു.

വിറയൻ. വി. ന. ൧, ഭയമുള്ളവൻ. ൨, വിറെക്കുന്നവൻ.

വിറയൽ. ന. കുലുക്കം, ഇളക്കം.

വിറയുന്നു. ഞ്ഞു. വാൻ. (വിറ.) അ. ക്രി. അത്യാഗ്രഹമുണ്ടാകുന്നു.

വിറവാതം. ന. ഒരു ദീനം.

വിറുമ. ന. മരം തുളെക്കുന്ന ഉളി.

വിറെക്കുന്നു. ച്ചു. പ്പാൻ. (വിറ.) അ. ക്രി. ൧, കുളിരുകൊണ്ടും മററും ശരീരം ഇളകുന്നു. ൨, ഇളകുന്നു, കുലുങ്ങുന്നു. **വിറെപ്പിക്കുന്നു.** സ. ക്രി.

വിററുതീനി. വി. ന. തന്റെ പാത്രങ്ങളെയും മററും വിററു നിത്യച്ചെലവു കഴിക്കുന്നവൻ.

വിററുമുതൽ. ന. വിററു സമ്പാദിച്ച മുതൽ.

വീ

വീകാശം. ന. ൧, രഹസ്യസ്ഥലം. ൨, പ്രകാശിപ്പിക്ക; വെളിപ്പെടുത്തുക.

വീക്ക. ന. ൧, കുത്തു, ഇടി, അടി. ൨, ആണി. ൩, ഒരു വലിയ വാദ്യം.

വീക്കം. ന. നീരു, ഒരുമാതിരി ദീനം.

വീക്കാണി. ന. ഒരുമാതിരി വലിയ ആണി.

വീക്കുന്നു. ക്കി. വാൻ. (വീക്ക.) സ. ക്രി. അടിക്കുന്നു, തല്ലുന്നു. **വിക്കിക്കുന്നു.** കാ. ക്രി.

വീങ്കൻ. വി. ന. തടിയൻ.

വീങ്ങൽ. ന. വീക്കം.

വീങ്ങുന്നു. ങ്ങി. വാൻ. (വീങ്ങ.) അ. ക്രി. വീക്കുന്നു.

വീചി; വീചിക. ന. ൧, തിരമാല. ൨, ഓളം, ചെറിയ തിര. ൩, സന്തോഷം. ൪, അവസരം. ൫, രശ്മി.

വീചിമാല. ന. തിരമാല.

വീചുന്നു. ചി. വാൻ. (വീച.) സ. ക്രി. വലയിടുന്നു.

വീച്ചി. ന. വിശറി.

വീച്ച്. ന. വലയിടുക.

വീച്ചുപാള. ന. പാളവിശറി.

വീച്ചുവല. ന. മീൻപിടിക്കുന്ന വല.

വീജകോശം. ന. താമരക്കായ്.

വീജനസാധനം. ന. വിശറി.

വീജനം. ന. വിശറി.

വീജം. ന. ൧, കാരണം. ൨, വിത്തു. ൩, ശുക്ലം. ൪, കലവറ. ൫, തത്വം.

വീജാകൃത. വി. (തൻ, താ, തം.) വി. ന. വിതെച്ചടിക്കപ്പെട്ട. (ഇതു കൃഷിസ്ഥലത്തോടു ചേരും.)

വീജി. വി. (ജി, ജിനീ, ജി.) വി. ന. ബീജമുള്ള, വിത്തുള്ള.

വീജ്യ. വി. (ജ്യൻ, ജ്യാ, ജ്യം.) വി. ന. കുലത്തിൽ ജനിച്ച.

വീഞ്ഞു. ന. മുന്തിരിങ്ങാച്ചാരായം.

വീട്ടു. ന. ഭവനം.

വീടൻ. ന. വിട്ടുവച്ചു പാൎക്കുന്നവൻ.

വീടാന്തോറും. വി. വീടുകൾതോറും.

വീടാരം. ന. വീട്ടു.

വീടി; ബീഡി; പീടി. ന. പുകവലിക്കുവാനുള്ള ഒരുതരം പുകയിലച്ചുരുൾ.

വീടിക. ന. ൧, വെററിലക്കൊടി. ൨, വെററിലച്ചുരുൾ.

വീടുന്നു. ടി. വാൻ. (വീട.) അ. ക്രി. ൧, കടം തിരുന്നു. ൨, പകരം തീരുന്നു. ൩, നോൻപു വീടുന്നു. **വീട്ടുന്നു.** സ. ക്രി.

വീട്ടി. ന. ഒരു വൃക്ഷം.

വീട്ടിപ്പെണ്ണു. ന. വീട്ടുവേലക്കാരത്തി, ദാസി.

വീട്ടുകാരൻ. ന. വീട്ടിന്റെ ഉടയവൻ.

വീട്ടുകാർ; വീട്ടാർ. ന. വീട്ടിലുള്ള സ്ത്രീകളും മററും.

വീട്ടുകാരി. ന. വീട്ടുടയക്കാരത്തി.

വീട്ടുകാൎയ്യം. ന. ഭവനകാൎയ്യം.

വീട്ടുടയവൻ. ന. വീട്ടിന്റെ ഉടയക്കാരൻ.

വീട്ടുമിടുക്കു. ന. വീട്ടിലിരിക്കുമ്പോഴുള്ള സാമൎത്ഥ്യം.

വീട്ടുമുതൽ. ന. തറവാട്ടുമുതൽ.

വീട്ടുമുറി. ന. ൧, ഭവനത്തിലെ മുറി. ൨, കടം തീൎത്തതിന്നുള്ള ഒരെഴുത്തു.

വീട്ടുവേല. ന. വീട്ടിലെ വേല.

വീട്ടുവേലക്കാരൻ. ന. ഭൃത്യൻ.

വീട്ടുവേലക്കാരി. ന. ദാസി.

വീൺ. വി. വെറുതേയുള്ള, പാഴായ.

വീണ. വി. ശൎക്കരയും മററും ഉണ്ടാക്കുമ്പോൾ പാകം പിഴച്ച.

വീണ. ന. കമ്പിയുള്ള ഒരുവക വാദ്യം.

വീണക്കമ്പി. ന. വീണയിൽ കെട്ടുന്ന കമ്പി.

വീണക്കാരൻ. ന. വീണ വായിക്കുന്നവൻ.

വീണത്തരം. ന. വഷളത്വം.

വീണൻ. ന. വഷളത്വമുള്ളവൻ.

വീണവായന. ന. വീണ മീട്ടുക.

വീണശ്ശൎക്കര. ന. കരിമ്പുനീർ കുറുക്കുമ്പോൾ പാകം പിഴെക്കയാൽ ചീത്തയായ ഒരുമാതിരി ശൎക്കര.

വീണാദണ്ഡം. ന. വീണയുടെതണ്ടു.

വീണാധരൻ. ന. ൧, നാരദമഹൎഷി. ൨, വീണയെ ധരിച്ചവൻ.

വീണാവാദൻ. ന. വീണ വായിക്കുന്നവൻ.

വീണ്ടു. അ. ആവൎത്തിച്ചു.

വീണ്ടുചവെക്കുന്നു. ച്ചു. പ്പാൻ. (വീണ്ടു.) സ. ക്രി. അയവൎക്കുന്നു, പശുവും മററും പുല്ലു തിന്നാൽ അതിനെ പിന്നിട്ടു ചവെക്കുന്നു.

വീണ്ടും. അ. പിന്നെയും.

വീണ്ടുവരവു. ന. തിരിച്ചുവരവു.

വീണ്ടുവിചാരം. ന. പിന്നീടുള്ള വിചാരം.

വീണ്ടുവിചാരിക്കുന്നു. ച്ചു. പ്പാൻ. (വീണ്ടു.) സ. ക്രി. പിന്നെയും വിചാരിക്കുന്നു.

വീണ്ടുവിടുന്നു. ട്ടു. വാൻ. (വീണ്ടു.) സ. ക്രി. രക്ഷിക്കുന്നു, ആപത്തിൽനിന്നു രക്ഷിക്കുന്നു.

വീണ്ടെടുക്കുന്നു. ത്തു. പ്പാൻ. (വീണ്ടു.) സ. ക്രി. പോയ വസ്തുവിനെയും മററും പിന്നെയും വരുത്തുന്നു.

വീണ്ടെടുപ്പു. ന. ൧, രക്ഷ. ൨, പോയതിനെ പിന്നീടും വരുത്തുക.

വീതകാരൻ. ന. പങ്കുകാരൻ.

വീത. വി. (തൻ, താ, തം.) വി. ന. ൧, പോയ, ഇല്ലാത്ത. ൨, ഒഴിയപ്പെട്ട.

വീതം. ന. ൧, യുദ്ധപരിചയമില്ലാത്ത കുതിരയെങ്കിലും ആനയെങ്കിലും. (മ.) ൧, പങ്കു. ൨, മാററം.

വീതശങ്ക. വി. (ങ്കൻ, ങ്കാ, ങ്കം.) വി. ന. ശങ്കയില്ലാത്ത, ഭയമില്ലാത്ത.

വീതസന്ദേഹം. അ. സംശയംകൂടാതെ.

വീതാഘം. വി. പാപരഹിതമായ.

വീതി. ന. ൧, ഇളക്കം, മാററം. ൨, തിന്നുക. ൩, ഉണ്ടാക്കി, ശുദ്ധിവരുത്തുക. ൪, പ്രകാശം, രശ്മി. (മ.) ൧, വിസ്താരം. ൨, അകലം.

വീതിക്കുന്നു. ച്ചു. പ്പാൻ. (വീതി.) സ. ക്രി. പങ്കുവെക്കുന്നു.

വീതിഹോത്രൻ. ന. ൧, അഗ്നി. ൨, ആദിത്യൻ.

വീതുളി. ന. ആശാരിമാരുടെ വലിയ ഉളി.

വീഥി. ന. ൧, വഴി. ൨, തെരുവു. ൩, പന്തി.

വീധ്ര. വി. (ധ്രൻ, ധ്രാ, ധ്രം.) വി. ന. വെടിപ്പുള്ള.

വീപ്പു. അല്ലെങ്കിൽ, **വീപ്പക്കുററി.** ന. ഒരുമാതിരി വലിയ മരപ്പാത്രം.

വീമ്പു. ന. നന്ദി.

വീമ്പുകെട്ടവൻ. വി. ന. നന്ദികെട്ടവൻ.

വീമ്പുകേടു. ന. ഉപകാരം ചെയ്തവരോടു സ്നേഹമില്ലായ്മ.

വീയൽ. ന. വീശുക.

വീയുന്നു. യി. വാൻ. (വീയ.) അ. ക്രി. വീശുന്നു. **വീയിക്കുന്നു.** സ. ക്രി.

വീര. വി. (രൻ, രാ, രം.) വി. ന. ൧, ശക്തിയുള്ള, ബലമുള്ള. ൨, ശ്രേഷ്ഠതയുള്ള. **വീരത്വം.** ഗു. ന. വീരന്റെ അവസ്ഥ.

വീരൻ. ന. ൧, യോദ്ധാവു. ൨, നാട്ടുകാരൻ.

വീരാ. ന. ൧, വയസ്സുചെന്ന ഒരു സ്ത്രീ. ൨, കോവൽ. ൩, വാഴ.

വീരം. ന. ൧, നാസ്ഥണം. ൨, ഇഞ്ചി. ൩, കുരുമുളകു.

വീരകേരളൻ. ന. കൊച്ചിയിൽ മൂന്നാംകൂറു രാജാവു.

വീരചങ്ങല. ന. രാജാക്കന്മാർ കല്പിച്ചു ബഹുമാനിച്ചു കൊടുക്കുന്നതിൽ സ്വൎണ്ണംകൊണ്ടു തുടലായിട്ടുള്ള കയ്യേലിടുന്ന ഒരാഭരണം.

വീരണം. ന. രാമച്ചം.

വീരതരം. ന. രാമച്ചം.

വീരതരു. ന. ൧, നീർമരുതു. ൨, വയച്ചുള്ളി.

വീരതൃണം. ന. രാമച്ചം.

വീരനാദം. ന. പടവിളി.

വീരപത്നീ. ന. വീരന്റെ ഭാൎയ്യ.

വീരപാനം. ന. യുദ്ധത്തിന്നു പോവാൻനേരത്തൊ പോയിവന്നാലൊ യോദ്ധാക്കൾ ചെയ്യുന്ന മദ്യപാനം.

വീരപുണ്ഡരീകം. ന. ഒരുമാതിരി മരുന്നു.

വീരപ്രസു. ന. ധൈൎയ്യശാലിയായ പുത്രനെ പ്രസവിക്കുന്നവൾ.

വീരഭദ്രൻ. ന. ശിവന്റെ ഒരവതാരം.

വീരഭാൎയ്യാ. ന. വീരന്റെ ഭാൎയ്യ.

വീരമദ്ദളം. ന. പെരുമ്പറ.

വീരമാതാവു. ന. വീരന്റെ അമ്മ.

വീരമാനി. ന. വീരനാണെന്നു തന്നെത്താൻ നടിക്കുന്നവൻ.

വീരമാൎത്താണ്ഡൻ. ന. പണ്ടുള്ള ഒരു രാജാവിന്റെ പേർ.

വീരമുദ്രിക. ന. കാലിന്റെ നടുവിലെ വിരലിലിടുന്ന ഒരു മോതിരം.

വീരയുദ്ധം. ന. വീരന്മാർ തമ്മിലുള്ള യുദ്ധം.

വീരരസം. ന. നവരസങ്ങളിൽ ഒന്നു.

വീരരായൻ. ന. ഒരു മാതിരി പൊൻപണം.

വീരവാദം. ന. വീരന്മാർ ധൈൎയ്യത്തോടുകൂടെ പറയുന്ന ചില വാക്കു.

വീരവാദ്യം. ന. പെരുമ്പറ.

വീരവാളിപ്പട്ടു. ന. ഒരുമാതിരി വിശേഷമായ പട്ടു.

വീരവൃക്ഷം. ന. ചേരുമരം.

വീരശൃംഖല. ന. വീരചങ്ങല.

വീരസൂ. ന. വീരന്റെ അമ്മ.

വീരസേനജൻ. ന. നിഷധരാജാവു, നളൻ.

വീരസേനൻ. ന. നളന്റെ അച്ഛൻ.

വീരഹത്യ. ന. വീരനെക്കൊല്ലുക.

വീരഹത്യാദോഷം. ന. വീരന്മാരെ കൊന്നിട്ടുള്ള ദോഷം.

വീരഹൻ. ന. അഗ്നിത്യാഗം ചെയ്ത ബ്രാഹ്മണൻ.

വീരഹാവു. ന. വീരനെ കൊന്നവൻ.

വീരാശംസനം. ന. യുദ്ധത്തിൽ വിഷമസ്ഥലം.

വീരാസനം. ന. ൧, വീരന്മാരിരിക്കുന്ന ഒരു സിംഹാസനം. ൨, യോഗികളുടെ ഒരിരിപ്പു. ൩, യുദ്ധഭൂമി. ൪, മുട്ടുകുത്തിയിരിക്കുന്ന ഒരിരിപ്പു.

വീരാസനസ്ഥൻ. ന. വീരാസനത്തിന്മേലിരിക്കുന്നവൻ.

വീരാളി. വി. പലനിറമുള്ള.

വീരാളിപ്പാ. ന. പലനിറമുള്ള പായ്.

വീരുധാ. ന. ൧, പടരുന്ന വള്ളി. ൨, ശാഖ, ഇളയ കമ്പു.

വീരുൽ. അല്ലെങ്കിൽ, **വീരുത്തു.** ന. വള്ളി.

വീരേശ്വരൻ. ന. ൧, ഒരു പരാക്രമി. ൨, വീരഭദ്രൻ.

വീക്കുന്നു. ത്തു. പ്പാൻ. (വീർ.) അ. ക്രി. ൧, ശ്വാസം വിടുന്നു. ൨, തടിക്കുന്നു. ൩, ഉഷ്ണിക്കുന്നു.

വീൎപ്പു. ന. ൧, ശ്വാസം വിടുക. ൨, തടിക്കു. ൩, ഉഷ്ണം.

വീൎപ്പിക്കുന്നു. ച്ചു. പ്പാൻ. (വീൎപ്പി.) സ. ക്രി. തടിപ്പിക്കുന്നു.

വീൎപ്പുമാത്രം. അ. ശ്വാസമാത്രം.

വീൎപ്പുമുട്ടു. അല്ലെങ്കിൽ, **മുട്ടൽ.** ന. ശ്വാസത്തിന്റെ തടവു.

വീൎയ്യപരാക്രമം. ന. ശൂരത.

വീൎയ്യപുരുഷൻ. ന. വീൎയ്യവാൻ.

വീൎയ്യം. ന. ൧, പരാക്രമം. ൨, സാരം. ൩, ബീജം. ൪, ശക്തി, ബലം.

വീൎയ്യവൽ. വി. (വാൻ. വതി, വൽ.) വി. ന. ൧, വീൎയ്യമുള്ള. ൨, ശക്തിയുള്ള.

വീൎയ്യശാലി. വി. (ലീ, ലിനീ, ലി.) വി. ന. വീൎയ്യമുള്ള, അതിശക്തിയുള്ള.

വീൎയ്യസ്തംഭനം. ന. ഇന്ദ്രിയസ്രാവത്തെ തടയുകയെന്നുള്ളതു്.

വീൎയ്യസ്വൎഗ്ഗം. ന. യുദ്ധംചെയ്തു മരിക്കുന്നവൎക്കു കിട്ടുന്ന സ്വൎഗ്ഗം.

വീവധം. ന. ൧, കാവടി. ൨, ചുമടു. ൩, മൂടക്കൂട്ടുക. ൪, വഴി.

വീശക്കണക്കു. ന. കീഴ്ക്കണക്കു.

വീശൽ. ന. ൧, വിശറിയുമ്മറ്റും കൊണ്ടു കാറ്റു വരുവാന്തക്കവണ്ണം ചെയ്ക. ൨, മത്സ്യത്തിനെ പിടിപ്പാനും മറ്റും വലയിടുക. ൩, കൈകാൽ മുതലായവ ആട്ടിക.

വീശം. ന. അല്പം, ഒരു നെല്ലിട.

വീശുന്നു. ശി. വാൻ. (വീശ.) അ. ക്രി. വിശറിയുമ്മറ്റും കൊണ്ടു കാറ്റു വരുവാന്തക്കവണ്ണം ചെയ്യുന്നു. **വീശിക്കുന്നു.** കാ. ക്രി.

വീഹാരം. ന. വിഹാരം.

വീളാപ്പോരു. ന. പകരം വീട്ടാൻ സാധിക്കാത്ത യുദ്ധം.

വീളി. വി. ന. വഷളൻ.

വീളിതരം. അല്ലെങ്കിൽ, **വീളിത്തരം.** ന. വഷളത്തരം.

വീളുന്നു. ളി. വാൻ. (വീള.) സ. ക്രി. പകരം വീട്ടുന്നു.

വീളുന്നു. ണ്ടു. വാൻ. (വീൾ.) സ. ക്രി. കൈക്കൊള്ളുന്നു.

വീക്ഷ. ന. കാഴ്ച.

വീക്ഷണം. ന. കാഴ്ച, നോട്ടം.

വീക്ഷം. ന. ൧, കാഴ്ച, ൨, അത്ഭുതമായതു.

വീക്ഷിക്കുന്നു. ച്ചു. പ്പാൻ. (വീക്ഷി.) സ. ക്രി. കാണുന്നു, നോക്കുന്നു.

വീക്ഷിത. വി. (തൻ, താ, തം.) വി. ന. വീക്ഷിക്കപ്പെട്ട, കാണപ്പെട്ട.

വീക്ഷ്യമാണ. വി. (ണൻ, ണാ, ണം.) വി. ന. കാണുന്ന.

വീക്ഷ്യ. വി. (ക്ഷ്യൻ, ക്ഷ്യാ, ക്ഷ്യം.) വി. ന. കാണപ്പെടത്തക്ക.

വീക്ഷ്യൻ. ന. നാട്യക്കാരൻ, നടൻ.

വീക്ഷ്യം. ന. ൧, കാഴ്ച. ൨, അത്ഭുതമായതു. ൩, കുതിര.

വീഴക്ഷരം. ന. തെറ്റായി വന്നുപോയ അക്ഷരം, അനക്ഷരം.

വീഴക്ഷരക്കുക്ഷി. ന. വീഴക്ഷരം പ്രയോഗിക്ക പതിവുള്ള ആൾ.

വീഴില്ലം. ന. അധിക്ഷേപം, ദൂഷണം.

വീഴുന്നു. ണു. വാൻ. (വീ.) അ. ക്രി. ൧, താഴെയാകുന്നു. ൨, നശിക്കുന്നു. ൩, മുടങ്ങുന്നു. **വീഴിക്കുന്നു.** സ. ക്രി.

വിക്കാട്ട. ന. നഷ്ടം, കറവു.

വീഴ്ച. ന. ൧, വിഴുക. ൨, നാശം. ൩, മുടക്കം.

വീഴ്ചയാകുന്നു. യി. വാൻ. (വീഴ്ച.) അ. ക്രി. മുടങ്ങുന്നു. **വീഴ്ചയാക്കുന്നു.** സ. ക്രി.

വീഴ്ചവരുന്നു. ന്നു. വാൻ. (വീഴ്ച.) അ. ക്രി. മുടങ്ങുന്നു. **വീഴ്ച വരുത്തുന്നു.** സ. ക്രി.

വീഴ്ത്തൽ. ന. വിഴ്ത്തുക.

വീഴ്ത്തുന്നു. ഴ്ത്തി. വാൻ. (വീഴ്ത്ത.) സ. ക്രി. വീഴിക്കുന്നു.

വീറ. ന. ൧, ശക്തി. ൨, വെറുപ്പ. ൩, നിഗ്രഹം. ൪, വാശി.

വീറുന്നു. റി. വാൻ. (വീറ.) അ. ക്രി. ചീക്കുന്നു.

വു

വുങ്ങ. ന. ഒരു വൃക്ഷം, പുങ്ങ.

വൃ

വൃകധൂപം. ന. ഒരങ്ങാടിമരുന്നു, തിരുവട്ടപ്പയൻ.

വൃകം. ന. ൧, ചെന്നായ്. ൨, കാക്ക.

വൃകോദരൻ. ന. ൧, ബ്രഹ്മാവു. ൨, ഭീമൻ.

വൃക്ണ. വി. (ക്ണൻ, ക്ണാ, ക്ണം.) വി. ന. മുറിക്കപ്പെട്ട.

വൃക്ക. ന. മൂത്രാശയം.

വൃജിന. വി. (നൻ, നാ, നം.) വി. ന. ൧, വളഞ്ഞ. ൨, കുടിലതയുള്ള.

വൃജിനം. ന. ൧, ദോഷം. ൨, ചുവന്ന തോൽ. ൩, ദുഃഖം. ൪, തലമുടി.

വൃണം. ന. പുണ്ണ, മുറിവു.

വൃത. വി. (തൻ, താ, തം.) വി. ന. ൧, തിരഞ്ഞെടുക്കപ്പെട്ട. ൨, സമ്മതിക്കപ്പെട്ട. ൩, മറക്കപ്പെട്ട. ൪, സേവിക്കപ്പെട്ട.

വൃതി. ന. ൧, തിരഞ്ഞെടുപ്പ, അന്വേഷണം. ൨, മറവു. ൩, വേലി.

വൃത്തഭേദം. ന. വൃത്തത്തിന്റെ വ്യത്യാസം.

വൃത്ത. വി. (ത്തൻ, ത്താ, ത്തം.) വി. ന. ൧, തിരഞ്ഞെടുക്കപ്പെട്ട. ൨, നിവൃത്തിച്ച. ൩, പോയ. ൪, മരിച്ച. ൫, വായിച്ചു പഠിച്ച. ൬, മറെക്കപ്പെട്ട. ൭, ഉരുണ്ട, വട്ടത്തിലുള്ള. ൮, ഉറപ്പുള്ള, കട്ടിയുള്ള. ൯, തടയില്ലാത്ത. ൧൦, കീൎത്തിയുള്ള.

വൃത്തം. ന. ൧, ശ്ലോകക്രമം. ൨, വൎത്തമാനം. ൩, ഉപജീവനം വൃത്തി ലഭിക്കുന്നതിനുള്ള വേല. ൪, വട്ടം. ൫, ആമ. (മ.) പപ്പടം.

വൃത്തരത്നാകരം. ന. ഒരു ഗ്രന്ഥം.

വൃത്തവൽ. വി. (വാൻ, വതി, വൽ.) വി. ന. വൃത്തമുള്ള, ജാതിമൎയ്യാദപ്രകാരമുള്ള, നല്ല മുറകളെ ചെയ്യുന്ന.

വൃത്താകാർ. വി. (രൻ, രാ, രം.) വി. ന. വട്ടത്തിലാകൃതിയുള്ള.

വൃത്താന്തം. ന. ൧, വൎത്തമാനം. ൨, വിധം, പ്രകാരം. ൩, മുഴവൻ. ൪, സമയം. ൫, കാൎയ്യം. ൬, കഥ. ൭, സംഗതി. ൮, ഗുണം.

വൃത്താദ്ധ്യയനൎദ്ധി. ന. ആചാരം കൊണ്ടും വേദാഭ്യാസംകൊണ്ടും ഉള്ള തേജസ്സ.

വൃത്തി. ന. ൧, ജീവിതം. ൨, ഉപജീവനം. ൩, വെടിപ്പ. ൪, വ്യാഖ്യാനം. ൫, ഇരിപ്പ. ൬, പിടിത്തം.

വൃത്തികെട്ടവൻ. ന. വെടിപ്പില്ലാത്തവൻ.

വൃത്തികേട. ന. വെടിപ്പില്ലായ്മ.

വൃത്തിസാധനം. ന. ഉപജീവനത്തിനു വേണ്ട സമ്പത്തു.

വൃത്തിഹീന. വി. (നൻ, നാ, നം.) വി. ന. വൃത്തിയില്ലാത്ത.

വൃത്ത്യൎത്ഥം. അ. വൃത്തിക്കായിട്ട.

വൃത്രൻ. ന. ൧, ശത്രു. ൨, ഇരുട്ട. ൩, ഒരസുരൻ.

വൃത്രഹാവു. ന. ദേവേന്ദ്രൻ.

വൃത്രാരി. ന. ദേവേന്ദ്രൻ.

വൃഥാ. അ. വെറുതെ.

വൃഥാദാനം. ന. വേണ്ടാത്തകൊട, വെറുതെ കൊടുക്ക, വേശ്യമാൎക്കും മറ്റും കൊടുക്ക.

വൃഥാലാപം. ന. പാഴ്വാക്ക.

വൃഥാവൽ. അ. വെറുതെ.

വൃഥാവാദം. ന. പാഴ്വാക്ക.

വൃദ്ധ. വി. (ദ്ധൻ, ദ്ധാ, ദ്ധം.) വി. ന. ൧, വൎദ്ധിച്ച, വളൎന്ന. ൨, പഴകിയ. ൩, ബുദ്ധിയുള്ള. **വൃദ്ധത.** അല്ലെങ്കിൽ, **വൃദ്ധത്വം.** ഗു. ന. വാൎദ്ധക്യം.

വൃദ്ധൻ. ന. എഴുപതിനുമേൽ വയസ്സ ചെന്നവൻ, മൂത്തവൻ. ൨, ഒരു മഹൎഷി.

വൃദ്ധാ. ന. വയസ്സുചെന്നവൾ, മുത്തശ്ശി, പ്രസവം നിന്നു നരച്ചവൾ.

വൃദ്ധം. ന. സാമ്പ്രാണി.

വൃദ്ധദാരകം. ന. ഒരു മരുന്നു, മറിക്കുന്നി.

വൃദ്ധനാഭി. വി. (ത്രിക്കു.) വി. ന. കുടവയറുള്ള.

വൃദ്ധശ്രവസ്സ. ന. ദേവേന്ദ്രൻ.

വൃദ്ധസംഘം. ന. വൃദ്ധന്മാരുടെ കൂട്ടം.

വൃദ്ധി. ന. ൧, വൎദ്ധന. ൨, കരേറ്റം. ൩, ശുഭം. ൪, ഒരു പച്ചമരുന്നു. ൫, ജ്യോതിശ്ശാസ്ത്രത്തിൽ പറയുന്ന യോഗങ്ങളിൽ ഒന്നു. ൬, വേലിയേറ്റം. ൭, പലിശ. ൮, വൃഷണം വീൎക്കുന്നതായ ഒരു ദീനം. ൯, സുഖം. ൧൦, സമ്പത്തു.

വൃദ്ധിജ്ജീവിക. ന. പലിശെക്ക കൊടുക്കുക.

വൃദ്ധിമൽ. വി. (മാൻ, മതി, മൽ.) വി. ന. വൎദ്ധനയുള്ള.

വൃദ്ധിവീക്കം. ന. വൃഷണം വീക്കുക.

വൃദ്ധോക്ഷം. ന. മൂത്തകാള.

വൃദ്ധ്യാജ്ജീവൻ. ന. പലിശകൊണ്ടു ജീവനം കഴിക്കുന്നവൻ.

വൃന്തം. ന. ൧, ഞെട്ടപ്പ. ൨, മുലക്കണ്ണ. ൩, തിരിക.

വൃന്ദം. ന. കൂട്ടം.

വൃന്ദാരകതമ. വി. (മൻ, മാ, മം.) വി. ന. ൧, ഏറ്റവും സൌന്ദൎയ്യമുള്ള. ൨, ഏറ്റവും പ്രധാനമായുള്ള. ൩, ശ്രേഷ്ഠമായുള്ള.

വൃന്ദാരക. വി. (കൻ, കാ, കം.) വി. ന. ൧, സൌന്ദൎയ്യമുള്ള. ൨, പ്രധാനമായുള്ള. ൩, ശ്രേഷ്ഠമായുള്ള.

വൃന്ദാരകൻ. ന. ൧, ദേവൻ. ൨, തലവൻ.

വൃന്ദാരകാരാതി. ന. അസുരൻ.

വൃന്ദാര. വി. (രൻ, രാ, രം.) വി. ന. ൧, സൌന്ദൎയ്യമുള്ള. ൨, പ്രധാനമായുള്ള. ൩, ശ്രേഷ്ഠമായുള്ള.

വൃന്ദാവനം. ന. കാളിന്ദിനദിയുടെ അടുക്കലുള്ള ഒരു വനം.

വൃന്ദിഷ്ഠ. വി. (ഷ്ഠൻ, ഷ്ഠാ, ഷ്ഠം.) വി. ന. ൧, ഏറ്റവും സൌന്ദൎയ്യമുള്ള. ൨, പ്രധാനമായുള്ള.

വൃശ്ചികമാസം. ന. എട്ടാമത്തെ മാസം.

വൃശ്ചികം. ന. ൧, തേൾ. ൨, എട്ടാമ

ത്തെ മാസം. ൩, എട്ടാമത്തെ രാശി. ൪, ഞണ്ട്. ൫, ചാണകത്തിലെ വണ്ട്. ൬, ഒരു മുൾച്ചെടി.

വൃശ്ചീവം. ന. ഒരു പച്ചമരുന്നു, തമിഴാമ.

വൃഷകേതു. ന. ൧, ശിവൻ. ൨, പൂച്ച.

വൃഷണം. ന. അണ്ഡം.

വൃഷണാശ്വസ്സ്. ന. ഇന്ദ്രന്റെ ഭണ്ഡാരം.

വൃഷദംശകം. ന. പൂച്ച.

വൃഷധ്വജൻ. ന. ൧, ശിവൻ. ൨, ഗണപതി.

വൃഷൻ. ന. ൧, കാള. ൨, രാശിചക്രത്തിൽ ഒരു ഭാഗം. ൩, സുകൃതം. ൪, എലി. ൫, കൃഷ്ണൻ. ൬, വിഷ്ണു. ൭, ശത്രു. ൮, കാമൻ. ൯, ശങ്കരൻ. ൰, ശ്രേഷ്ഠതയുള്ളവനിൽ ചേരുന്ന ഒരു വാക്ക. ൧൧, നാലുപ്രകാരമുള്ള മനുഷ്യരിൽ രണ്ടാമത്തവൻ.

വൃഷഭം. ന. ൧, കാള. ൨, ഇടവകം, ഒരു മരുന്നു. ൩, ഇടവം രാശി. ൪, ശ്രേഷ്ഠവാചകം.

വൃഷം. ന. ൧, മൈപ്പീലി. ൨, ആടലോടകം.

വൃഷലൻ. ന. ൧, ശൂദ്രൻ. ൨, ചന്ദ്രഗുപ്തൻ. ൩, പാപി, ദുഷ്ടൻ.

വൃഷലം. ന. ൧, കുതിര. ൨, വെള്ളുള്ളി.

വൃഷലീ. ന. ൧, വിവാഹത്തിനു പ്രായമായി പിതൃഗൃഹത്തിൽ അധിവസിക്കുന്ന യുവതി. ൨, ശൂദ്രസ്ത്രീ.

വൃഷവാഹനൻ. ന. ശിവൻ.

വൃഷസ്യന്തി. ന. മൈഥുനേച്ഛയുള്ളവൾ.

വൃഷാവു. ന. ൧, ഇന്ദ്രൻ. ൨, കണ്ണൻ. ൩, മേഘം. ൪, കാള. ൫, കുതിര.

വൃഷാകപായീ. ന. ൧, ലക്ഷ്മി. ൨, ഗൌരി. ൩, ഇന്ദ്രാണി. ൪, സ്വാഹ.

വൃഷാകപി. ന. ൧, വിഷ്ണു. ൨, ശിവൻ. ൩, ഇന്ദ്രൻ. ൪, അഗ്നി.

വൃഷാങ്കൻ. ന. ശിവൻ.

വൃഷി. ന. കുശകൊണ്ടുള്ള ആസനം.

വൃഷ്ടി. ന. മഴ.

വൃഷ്ണിവംശം. ന. യാദവംശം.

വൃഷ്യ. വി. (ഷ്യൻ, ഷ്യാ, ഷ്യം.) വി. ന. ശുക്ലത്തെ വർദ്ധിപ്പിക്കുന്ന, ശരീരപുഷ്ടിയും മററുമുണ്ടാക്കുന്ന.

വൃസി. ന. കുശപ്പുല്ലുകൊണ്ടു ചമച്ച ആസനം.

വൃഹൽ. വി. (ഹൽ, ഹതീ, ഹൽ.) വി. ന. വലിയ.

വൃഹതി. ന. ൧, ചുണ്ട. ൨, ചെറുവഴുതിന. ൩, വീണ. ൪, ശ്ലോകത്തിന്റെ ഒരു വൃത്തം. ൫, ഒരു പുതപ്പ്.

വൃഹതിക. ൧, ഉത്തരീയം. ൨, ചെറുവഴുതിന.

വൃക്ഷകം. ന. തൈമരം.

വൃക്ഷഛായ. അല്ലെങ്കിൽ, **വൃക്ഷഛായം.** ന. വൃക്ഷത്തിന്റെ നിഴൽ, തണൽ.

വൃക്ഷഭേദി. ന. ൧, ഉളി. ൨, മഴു.

വൃക്ഷമൂലം. ന. മരത്തിന്റെ ചുവട്.

വൃക്ഷം. ന. മരം.

വൃക്ഷരുഹ. ന. ഇത്തിൾക്കണ്ണി.

വൃക്ഷവാടിക. ന. മന്ത്രികളുടെയൊ വേശ്യമാരുടെയൊ ഭവനത്തിന്നടുത്തുള്ള പൂന്തോട്ടം.

വൃക്ഷാദനം. ന. ൧, ഉളി. ൨, മഴു. ൩, പേരാൽ.

വൃക്ഷാദനി. ന. ഇത്തിൾക്കണ്ണി.

വൃക്ഷാമ്ലം. ന. അമ്പഴം.

വൃക്ഷാവലി. ന. മരക്കൂട്ടം.

വെ

വെക്ക. ന. ചൂട്, അനച്ച.

വെക്കം. അ. വേഗം, നിമിഷം.

വെക്കൽ. ന. ൧, വെക്കുക. ൨, ചൂട്, അനച്ച.

വെക്കുന്നു. ക്കി. വാൻ. (വെക്ക.) സ. ക്രി. ൧, വേവിക്കുന്നു, ചൂടുപിടിപ്പിക്കുന്നു. ൨, എന്തൊരു വസ്തു എങ്കിലും ഒരു സ്ഥലത്തിൽ ചേർക്കുന്നു. വെപ്പിക്കുന്നു. കാ. ക്രി.

വെക്കുന്നു. ച്ചു. പ്പാൻ. (വെ.) സ. ക്രി. ൧, സ്ഥാപിക്കുന്നു. ൨, വേവിക്കുന്നു. ൩, നടുന്നു.

വെങ്കതലി. ന. ഒരുമാതിരി തൈ.

വെങ്കലം. ന. നാകവും ചെമ്പും കൂട്ടിയുരുക്കിയുള്ള.

വെങ്കളി. ന. വെള്ളക്കളിമായം.

വെങ്കായം. ന. ഒരുഞാടിമരുന്നു, വെള്ളുള്ളി.

വെങ്കാറു. ന. വെളുത്ത മേഘം.

വെങ്കീരി. ന. വെളുത്ത കീരി.

വെങ്കുട. ന. വെള്ളക്കുട.

വെങ്കൊററക്കുട. ന. രാജാക്കന്മാരുടെ ഒരു മാതിരി വെള്ളക്കുട.

വെങ്ങൽ. ന. ൧, പോക. ൨, അടുക്കുക. ൩, മുൻപിൽ കാണുക.

വെങ്ങുന്നു. ങ്ങി. വാൻ. (വെങ്ങ.) അ. ക്രി. ൧, പോകുന്നു. ൨, അടുക്കുന്നു. ൩, മുൻപിൽ കാണുന്നു.

വെച്ചു. അ. വിഭക്തികളിൽ ഷഷ്ഠിയിലൊ സപ്തമിയിലൊ ചേരുന്നതു.

വെച്ചിങ്ങ. ന. തെങ്ങിൻ പൂക്കുലയിൽ ഉണ്ടാകുന്ന ചെറിയ കായ്, വെള്ളക്കാ.

വെഞ്ചെത്തി. ന. വെളുത്ത ചെത്തി.

വെടി. ന. ൧, വെടിമരുന്നുകൊണ്ടുള്ള ഒരു പ്രയോഗം. ൨, നേരംപോക്കു സംസാരം. ൩, കമ്പവെടി, കതിനാവെടിയുമ്മററും.

വെടിക്കയറു. ന. വെടിത്തിരി, വഴിത്തിരി.

വെടിക്കാരൻ. ന. ൧, വെടിവെക്കുന്നവൻ. ൨, നേരംപോക്കുപറയുന്നവൻ.

വെടിക്കുന്നു. ച്ചു. പ്പാൻ. (വെടി.) അ. ക്രി. വിള്ളുന്നു, പൊട്ടുന്നു.

വെടിക്കുഴൽ. ന. ൧, തോക്കിന്റെ കുന്നക്കുഴൽ. ൨, വെടിക്കുഴ.

വെടിക്കുഴ. ന. പൈതങ്ങൾ ചില കുരുക്കളിട്ടു വെടി വെച്ചു കളിക്കുന്ന ഒരു മാതിരി ഒട്ടക്കുഴൽ.

വെടിക്കെട്ടു. ന. കരിമരുന്നുകൊണ്ടുള്ള പ്രയോഗം.

വെടിഗ്ഗന്ധകം. ന. വെടിമരുന്നുണ്ടാക്കുന്നതിന്നുള്ള ഒരു മാതിരി ഗന്ധകം.

വെടിച്ചിൽ. ന. ൧, വിള്ളുക, പൊട്ടുക. ൨, ഉപേക്ഷിക്കുക.

വെടിത്തിരി. ന. വഴിത്തിരി.

വെടിപ്പു. ന. ൧, നന്മ. ൨, കുററമില്ലായ്മ.

വെടിപ്പുഴുതു. ന. ൧, വെടിവെപ്പാനായിട്ടു കോട്ടയുടെ മുകളിൽ ഉണ്ടാക്കുന്ന ദ്വാരം. ൨, വെടികൊണ്ടു തുളെഞ്ഞ ദ്വാരം.

വെടിപ്പാകുന്നു. യി. വാൻ. (വെടിപ്പ.) അ. ക്രി. ൧, വൃത്തിയാകുന്നു, നന്നാകുന്നു. ൨, മിനുസമാകുന്നു. വെടിപ്പാക്കുന്നു. സ. ക്രി.

വെടിപ്പാടു. ന. ൧, വെടി വെച്ചാൽ ഉണ്ട ചെന്നു വീഴുന്ന അകലം. ൨, ഉണ്ട കൊണ്ട വടുക.

വെടിപ്പുര. ന. വെടിമരുന്നുമററും സൂക്ഷിക്കുന്ന ഭവനം.

വെടിമരുന്നു. ന. വെടിയുപ്പും ഗന്ധകവും കരിയും കൂട്ടിയുണ്ടാക്കുന്ന വസ്തു, കരിമരുന്നു.

വെടിമുഴക്കം. ന. വെടി പൊട്ടുമ്പോൾ ഉണ്ടാകുന്ന ശബ്ദം.

വെടിമ്പു. ന. ൧, വിള്ളുക, പൊട്ടുക. ൨, ഉപേക്ഷിക്ക.

വെടിയൽ. ന. മേല്പറഞ്ഞ അൎത്ഥം.

വെടിയുണ്ട. ന. വെടിവെക്കുന്നതിന്നു ഗോളാകാരമായി ഇരിമ്പുകൊണ്ടും മററും വാൎത്തുണ്ടാക്കുന്ന വസ്തു.

വെടിയുന്നു. ഞ്ഞു. വാൻ. (വെടി.) സ. ക്രി. ൧, ഉപേക്ഷിക്കുന്നു. ൨, വിള്ളുന്നു, പൊട്ടുന്നു.

വെടിയുപ്പു. ന. വെടിമരുന്നുണ്ടാക്കുന്നതിന്നുള്ള ഉപ്പു.

വെട്ടു. ന. ൧, വാൾ മഴു കോടാലി മുതലായ ആയുധങ്ങളെക്കൊണ്ടുള്ള പ്രയോഗം. ൨, വെട്ടുകൊണ്ടാലുണ്ടാകുന്ന മുറിവു.

വെട്ടൻ. വി. ന. വെട്ടുന്ന പോത്തു.

വെട്ടം. ന. വെളിച്ചം.

വെട്ടരുവാൾ. ന. കാട്ടുമററും വെട്ടുന്നതിന്നുള്ള അരുവാൾ.

വെട്ടൽ. ന. ൧, വെട്ടുക. ൨, ശരീരത്തിലുണ്ടാകുന്ന ഒരു വേദന, മിന്നൽ.

വെട്ടി. ന. ഒരു വൃക്ഷം.

വെട്ടിത്താളി. ന. ൧, വെട്ടിവൃക്ഷത്തിന്റെ ഇല. ൨, വെട്ടിയില ചതെച്ചു പിഴിഞ്ഞ ചാർ.

വെട്ടിമരിച്ചവൻ. ന. വെട്ടുകൊണ്ടു ചത്തവൻ.

വെട്ടിവാളാൻ. ന. ഒരു മാതിരി കടന്നൽ.

വെട്ടുകത്തി. ന. ഒരായുധം, വെട്ടുന്നതിന്നുള്ള ഒരു മാതിരി വലിയ പിച്ചാത്തി.

വെട്ടുന്നു. ട്ടി. വാൻ. (വെട്ടു.) സ. ക്രി. ൧, വാൾ മഴു മുതലായ ആയുധങ്ങളെക്കൊണ്ടു പ്രയോഗിക്കുന്നു. ൨, കിണർ കുളം മുതലായവയെ കുഴിക്കുന്നു.

വെട്ടുകല്ലു. ന. മണ്ണിന്റെ അടിയിൽനിന്നും വെട്ടിയെടുക്കുന്ന ചുവന്ന കല്ലു.

വെട്ടുപന. ന. കുടപ്പന.

വെട്ടുപാടു. ന. വെട്ടുകൊണ്ടുണ്ടായ മുറിവു.

വെട്ടുവഴി. ന. വിതിയുള്ള നല്ല നാട്ടുവഴി.

വെട്ടേ. അ. വെളിച്ചത്തു, പരസ്യമായിട്ടു.

വെണ്കൊത്തകം. ന. വെളുത്ത തുളസി.

വെണ്കട്ടമ്പു. ന. ഒരു മാതിരി കട്ടമ്പുമരം.

വെണ്കടുകു. ന. വെളുത്ത കടുകു.

വെണ്കനലി. ന. ഒരു വൃക്ഷം.

വെണ്കരിങ്ങാലി. ന. വെളുത്ത കരിങ്ങാലി വൃക്ഷം.

വെണ്കല്ലു. ന. വെളുത്ത കല്ലു.

വെണ്കളാവു. ന. വെള്ളക്കുമ്മായം തേച്ചിട്ടുള്ള ഒരു മാതിരി വലിയ ഭവനം.

വെണ്കളിമാടം. ന. വെണ്കളി തേച്ചിട്ടുള്ള മാളിക.

വെണ്കറുക. ന. ഒരു മാതിരിപ്പുല്ലു.

വെണ്കററക്കുട; വെണ്കൊററക്കുട. ന. രാജചിഹ്നമായ വെൺപട്ടുക്കുട.

വെണ്കാമരം. ന. ഒരു വൃക്ഷം.

വെണ്കായൽ. ന. വലിയ കായൽ.

വെണ്കാര. ന. ഒരു മുൾച്ചെടി.

വെണ്കാരം. ന. കാരം പലതരമുള്ളതിൽ ഒന്നു.

വെണ്കുന്നി. ന. വെളുത്ത കുന്നി.

വെണ്കുമുദം. ന. വെള്ളാമ്പൽ.

വെണ്കുറിഞ്ഞി. ന. ഒരുപച്ചമരുന്നു.

വെണ്കുരുന്തോട്ടി. ന. കുരുന്തോട്ടി മൂന്നു തരമുള്ളതിൽ വെളുത്തതു.

വെണ്ച്ചാണായി. ന. വെളുത്തയമരം.

വെണ്ച്ചന്ദനം. ന. വെളുത്ത ചന്ദനം.

വെണ്ച്ചമരി. ന. ഒരു വക മാൻ.

വെണ്ച്ചമരിമാൻ. ന. മേല്പറഞ്ഞ അൎത്ഥം.

വെണ്ച്ചാമരം. ന. വെണ്ച്ചമരിമാനിന്റെ വാൽ, വെണ്ച്ചമരിമാനിന്റെ വാലിന്നു വെള്ളിയൊ പൊന്നൊകൊണ്ടു പിടിയിട്ടു വീശുന്നതിന്നായിട്ടുണ്ടാക്കുന്ന സാധനം.

വെണ്ട. ന. ൧, ഓട്ടുകൊണ്ടു വാൎത്തുണ്ടാക്കിയ ഒരു മാതിരി ചെറിയ മണി. ൨, ഒരു വക ചീരം.

വെണ്ടകം. ന. ഒരു വൃക്ഷം, നീൎമരുതു.

വെണ്ടക്കാ. ന. വെണ്ടയുടെ കായ്.

വെണ്ടെല്ലു. ന. പഴക്കം ചെന്ന അസ്ഥിക്കു ചില ദിക്കിൽ പറയുന്ന ഒരു പേർ.

വെണ്ണ. ന. തൈരു കലക്കിയെടുത്ത നൈ.

വെണ്ണക്കല്ലു. ന. ഒരുമാതിരി ചുണ്ണാമ്പുകല്ലു.

വെണ്ണനൈ. ന. ഉരുക്കാത്ത നൈ.

വെണ്ണിലം. ന. മണൽപ്രദേശം.

വെണ്ണീറു. ന. ചാരം, ഭസ്മം.

വെണ്ണെഞ്ചു. ന. മൃഗങ്ങളുടെ നെഞ്ചിന്നു ചില ദിക്കിൽ പറയുന്ന പേർ.

വെണ്ണെല്ലു. ന. ൧, വെണ്ടെല്ലു. ൨, ഒരു മാതിരി വെളുത്ത നെല്ലു.

വെണ്ത്തകര. ന. ഒരു തൈ.

വെണ്ത്തലകൊട്ടി. ന. ഒരു പച്ചമരുന്നു.

വെണ്ത്തഴ. ന. വെളുത്ത ശിലകൊണ്ടുണ്ടാക്കിയ തഴ.

വെണ്ത്താമര. ന. വെളുത്ത താമര.

വെണ്ണുടാവു. ന. തോൽകൊണ്ടുള്ള കുടം, തോല്ക്കുടം.

വെണ്ണട്ടു. ന. വെള്ളപ്പട്ടു.

വെണ്ണറമ്പു. ന. കൃഷിചെയ്യാതെ കിടക്കുന്ന പുരയിടം.

വെണ്ണാട്ടം. ന. ദ്രവ്യം കൊടുക്കാതെ മുതലാളനോടു എഴുതി വാങ്ങിച്ച നിലമൊ പുരയിടമൊ.

വെണ്ണാതിരി. ന. ഒരു വൃക്ഷം.

വെണ്ണാല. ന. വെളുത്ത പാല.

വെണ്മ. ന. വെളുപ്പു.

വെണ്മട്ടം. ന. ചിത്രമില്ലാതെയുള്ള മിനുസപ്പണി.

വെണ്മണൽ. ന. വെളുത്ത മണൽ.

വെണ്മതി. ന. ചന്ദ്രൻ.

വെണ്മഴ. ന. ഒരായുധം.

വെണ്മാടം. ന. കല്ലുകൊണ്ടൊ ഇഷ്ടികകൊണ്ടൊ ഉണ്ടാക്കിയ ഭവനം.

വെണ്മുത്ത. ന. വെളുത്ത മുത്തമരം.

വെണ്മുതക്കു. ന. വെളുത്ത മുതക്കു.

വെണ്മരിക്കു. ന. ഒരു വൃക്ഷം.

വെതുപ്പു. ന. അനത്തുക, ചൂടപിടിക്ക.

വെതുപ്പുന്നു. പ്പി. വാൻ. (വെതുപ്പു.) അ. ക്രി. അനത്തുന്നു, ചൂടുപിടിക്കുന്നു. വെതുപ്പിക്കുന്നു. സ. ക്രി.

വെതുമ്പൽ. ന. അനങ്ങുക, ചൂടുപിടിപ്പിക്ക.

വെതുമ്പുന്നു. മി. വാൻ. (വെതുമ്പ.) അ. ക്രി. അനരുന്നു, ചൂടുപിടിക്കുന്നു. **വെതുമ്പിക്കുന്നു.** സ. ക്രി.

വെന്തയം. ന. ഉലുവാ.

വെന്തല. ന. തലമണ്ട, തലയോടു.

വെന്തിങ്ങൾ. ന. പൂൎണ്ണചന്ദ്രൻ.

വെന്തിങ്ങ. ന. റോമാക്കാർ കഴുത്തിൽ ധരിക്കുന്ന സാധനം.

വെന്തിരുതാളി. ന. ഒരു മാതിരി വള്ളി.

വെന്തുമ്പ. ന. വെളുത്ത തുമ്പ.

വെന്തേക്കു. ന. ഒരു വൃക്ഷം.

വെന്നി. ന. കഞ്ഞിക്കു കൂട്ടുന്ന ഒരു കറി.

വെന്നിപ്പറ. ന. പെരുമ്പറ.

വെന്നിലാവു. ന. ശോഭയുള്ള നിലാവു.

വെന്നീർ. ന. തെളിഞ്ഞ വെള്ളം.

വെന്നൊച്ചി. ന. ഒരു പച്ചമരുന്നു.

വെപ്പൻ. ന. അരിയും മററും പാകം ചെയ്യുന്നവൻ, വെക്കുന്നവൻ.

വെപ്പു. ന. ൧, വെക്കുക. ൨, നിക്ഷേപം. ൩, അടുക്കളവേല ചെയ്ക. ൪, നടക. ൫, സിന്ദൂരിക.

വെപ്പാട്ടി. ന. വിവാഹം ചെയ്യാതെ എടുത്ത ഭാൎയ്യ.

വെപ്പുകാടി. ന. വാതരോഗചികിത്സയിൽ പറഞ്ഞിരിക്കുന്നപ്രകാരം അരി അവിൽ മലർ മുതലായ ചില വസ്തുക്കൾ ഒരു കുടത്തിലിട്ടു വെള്ളവും നിറെച്ചു തീയിൽ വെച്ചു പാകം ചെയ്യപ്പെടുക്കുന്ന ഒരു വക ഔഷധവെള്ളം, ധാന്യാമ്ലം.

വെപ്പുകാരൻ. ന. വെക്കുന്നവൻ.

വെപ്പുപുര. ന. അടുക്കളപ്പുര.

വെപ്പുപൊടി. ന. ചില സിന്ദൂരപ്പൊടി.

വെപ്പുവള്ളം. ന. ഒരു മാതിരി വലിയ വള്ളം.

വെപ്പുവെള്ളം. ന. ചില മരുന്നുകൾ ഇട്ടുവെച്ചുണ്ടാക്കുന്ന വെള്ളം.

വെമ്പടാവു. ന. ശോഭയുള്ള നിലാവു.

വെമ്പൽ. ന. ൧, വ്യാകുലത. ൨, തിടുക്കം. ൩, ഭയം.

വെമ്പറമ്പു. ന. കൃഷിചെയ്യാതെ കിടക്കുന്ന പറമ്പു.

വെമ്പാടം. ന. വയൽ.

വെമ്പുന്നു. മി. വാൻ. (വെമ്പ.) അ. ക്രി. ൧, വ്യാകുലപ്പെടുന്നു. ൨, തിടുക്കപ്പെടുന്നു. ൩, ഭയപ്പെടുന്നു.

വെയിൽ. ന. ആദിത്യരശ്മി.

വെയിൽക്കേടു. ന. വെയിലുകൊണ്ടുണ്ടായ കേടു.

വെരകൽ. ന. അയവു വരുവാനായിട്ടു കൈകൊണ്ടു മട്ടിക്ക.

വെരുക. ന. ഒരു ചെറിയ മൃഗം. (അതിന്റെ ഗുഹ്യത്തിൽനിന്നു പച്ചപ്പുഴു എന്ന ഒരു സുഗന്ധവസ്തു ഉണ്ടാകും.)

വെമ്മ. ന. മരം തുളെക്കുന്നതിന്നുള്ള ഒരു മാതിരി ഉളി.

വെലി. ന. ശ്രാദ്ധത്തിന്നും മററും പറയുന്ന ഒരു പേർ.

വെലിക്കൽ. അല്ലെങ്കിൽ, **വെലിക്കല്ലു.** ന. ക്ഷേത്രങ്ങളിൽ ബലി തൂകുന്നതിന്നുള്ള സ്ഥലത്തെ കല്ലു.

വെലിക്കൽപുര. ന. ചില വെലിക്കല്ലു വെക്കുന്നതിന്നുള്ള പുര.

വെല്കൽ. ന. വെല്ലുക, ജയിക്ക.

വെല്ലക്കട്ടി. ന. ശൎക്കരയുണ്ട.

വെല്ലം. ന. ശൎക്കര.

വെല്ലൽ. ന. ജയിക്ക.

വെല്ലുന്നു. ന്നു. ല്വാൻ. (വെൽ.) സ. ക്രി. ജയിക്കുന്നു.

വെല്ലുവിളി. ന. പോൎവ്വിളി.

വെവ്വേറെ. അ. ഓരോന്നോരോന്നായിട്ടു, വേറെ വേറെ.

വെവ്വേറുവഴി. അ. ഓരോന്നിന്നു പ്രത്യേകമായിട്ടു.

വെളി. ന. ൧, ആകാശം. ൨, വെറും ഭൂമി. ൩, പ്രത്യക്ഷം. ൪, ഭവനത്തിന്നു പുറം. ൫, വെളിഞ്ചേമ്പു.

വെളിച്ചപ്പാടു. ന. ദൈവത്തിന്റെ അധിവാസംകൊണ്ടു തുള്ളി ദൈവകല്പനയായി പറയുന്നവൻ.

വെളിച്ചപ്പെടുന്നു. ട്ടു. വാൻ. (വെളിച്ച.) അ. ക്രി. ൧, പ്രത്യക്ഷമാകുന്നു. ൨, പ്രസിദ്ധമാകുന്നു. ൩, ദൈവത്തിന്റെ അധിവാസമുണ്ടായി തുള്ളുന്നു.

വെളിച്ചമാകുന്നു. യി. വാൻ. (വെളിച്ചം.) അ. ക്രി. പ്രകാശമുണ്ടാകുന്നു.

വെളിച്ചം. ന. ൧, പ്രകാശം. ൨, പ്രത്യക്ഷം.

വെളിച്ചിമരം. ന. ഒരു വൃക്ഷം, എരിമരം.

വെളിച്ചെണ്ണ. ന. തേങ്ങായിൽനിന്നെടുക്കുന്ന എണ്ണ, തേങ്ങാനെയ്.

വെളിന്താള. ന. വെളിഞ്ചേമ്പിന്റെ തണ്ടു.

വെളിപാടു. ന. ൧, പ്രത്യക്ഷത. ൨, വെളിച്ചപ്പാടു തുള്ളുക.

വെളിപ്പെടുന്നു. ട്ടു. വാൻ. (വെളി.) അ. ക്രി. ൧, പ്രത്യക്ഷമാകുന്നു. ൨, പ്രസിദ്ധമാകുന്നു. **വെളിപ്പെടുത്തുന്നു.** സ. ക്രി.

വെളിമ്പറമ്പു. ന. കൃഷി ചെയ്യാതെ കിടക്കുന്ന പറമ്പു.

വെളിയം. ന. വെളിപ്രദേശം.

വെളിയട. ന. വെളിയിലുള്ള അടപ്പു അല്ലെങ്കിൽ വാതിൽ.

വെളിർ. ന. ഒരു മാതിരി വെളുത്ത പക്ഷി.

വെളിവു. ന. ൧, പ്രകാശം. ൨, സുബോധം.

വെളിവാതിൽ. ന. ൧, കിളിവാതിൽ. ൨, വെളിയിലേക്കുള്ള വാതിൽ.

വെളിവുകെടുന്നു. ട്ടു. വാൻ. (വെളിവു.) അ. ക്രി. ബോധംകെടുന്നു, മോഹാലസ്യമുണ്ടാകുന്നു.

വെളിവുകെട്ടവൻ. ന. കള്ളു കുടിച്ചിട്ടും മററും ബോധം മറന്നവൻ.

വെളിവുകേടു. ന. ൧, മോഹാലസ്യം, ബോധമില്ലായ്മ. ൨, ബുദ്ധിഭ്രമം.

വെളുക്കുന്നു. ത്തു. പ്പാൻ. (വെളു.) അ. ക്രി. ൧, വെളുത്ത നിറമാകുന്നു. ൨, വെളിച്ചമാകുന്നു. ൩, നശിക്കുന്നു. **വെളുപ്പിക്കുന്നു.** സ. ക്രി.

വെളുക്കെ. അ. വെളുക്കത്തക്കവണ്ണം.

വെളുത്തഅടെക്കാമണിയൻ. ന. ഒരു പച്ചമരുന്നു.

വെളുത്തഅമൽപൊരി. ന. ഒരു പച്ചമരുന്നു.

വെളുത്തകരവീരം. ന. ഒരു തൈ.

വെളുത്തകാക്കക്കൊടി. ന. ഒരു മരുന്നു.

വെളുത്തചെമ്പകം. ന. ഒരു വൃക്ഷം.

വെളുത്തചെമ്പരുത്തി. ന. ഒരു പൂമരം.

വെളുത്തചേമന്തി. അല്ലെങ്കിൽ, **വെള്ളച്ചേമന്തി.** ന. ഒരു പൂച്ചെടി.

വെളുത്തതുളസി. ന. ഒരു തൈ.

വെളുത്തപക്ഷം. ന. കറുത്തവാവു കഴിഞ്ഞാൽ വെളുത്തവാവു വരെയുള്ള ദിവസങ്ങൾ പതിനഞ്ചും.

വെളുത്തമന്താരം. അല്ലെങ്കിൽ, **വെള്ളമന്താരം.** ന. ഒരു പൂമരം.

വെളുത്തവാടാമല്ലിക. ന. ഒരു പൂച്ചെടി.

വെളുത്തവാവു. ന. പൂൎണ്ണചന്ദ്രൻ ഉദിക്കുന്ന ദിവസം.

വെളുത്തശംഖപുഷ്പം. ന. വെളുത്ത പൂവുണ്ടാകുന്ന ഒരു വള്ളി.

വെളുത്തശീല. അല്ലെങ്കിൽ, **വെള്ളശ്ശീല.** ന. വെള്ളവസ്ത്രം.

വെളുത്തീയം. ന. ഈയം രണ്ടുതരമുള്ളതിൽ ഒന്നു.

വെളുത്തുപ്പു. ന. ഒരുമാതിരി ഉപ്പു.

വെളുത്തേടൻ. ന. അലക്കുന്നവരിൽ ഒരു ജാതിക്കാരൻ.

വെളുപ്പു. ന. ൧, വെളുത്തനിറം. ൨, ഒരുമാതിരി കുഷ്ഠരോഗം.

വെളുപ്പുവ്യാധി. ന. കുഷ്ഠരോഗം.

വെളുമ്പൻ. വി. ന. വെളുത്തവൻ.

വെളുമ്പി. വി. ന. വെളുത്തവൾ.

വെളുവെളെ. അ. അധികം വെള്ളയായി.

വെൾവയമ്പു. ന. ഒരൌഷധിമരുന്നു.

വെള്ള. വി. വെളുത്ത.

വെള്ള. ന. ൧, വെളുത്തനിറം. ൨, കുമ്മായം. ൩, വെളുത്ത വസ്ത്രം. ൪, വൃക്ഷങ്ങളുടെ തൊലിക്കകത്തു കാതലിന്റെ പുറമെയുള്ള ഭാഗം. ൫, വെളുത്ത കൊടിക്കൂറ. ൬, മീൻ പിടിപ്പാനുള്ള ഒരു സൂത്രം. ൭, സത്യം.

വെള്ളക്കരിമ്പു. ന. വെളുത്ത കരിമ്പു.

വെള്ളക്കമ്പിളി. ന. വെളുത്ത കമ്പിളി.

വെള്ളക്കരു. ന. കോഴിമൊട്ടയുടെ മഞ്ഞയും അകത്തുള്ള ഒരു വസ്തു.

വെള്ളക്കല്ലു. ന. വെളുത്ത കല്ലു.

വെള്ളക്കള്ളൻ. ന. ജനങ്ങളെ സമ്മതിപ്പിക്കുന്നതിന്നായിട്ടു നേരുകാരനെപ്പോലെ ഭാവിക്കയും വ്യാജം പ്രവൃത്തിക്കയും ചെയ്യുന്നവൻ.

വെള്ളക്കാച്ചിൽ. ന. ഒരുമാതിരി കിഴങ്ങു.

വെള്ളക്കാട്ടു. ന. വളരെ വെള്ളമുള്ള സ്ഥലത്തിന്നു ചിലരു പറയുന്ന പേർ.

വെള്ളക്കാരൻ. ന. ൧, വെളുത്ത മനുഷ്യൻ. ൨, വെള്ളം ചുമക്കുന്നവൻ.

വെള്ളക്കാൽ. ന. ൧, അരുണോദയസമയം. ൨, ഉറവുകണ്ണു.

വെള്ളക്കിണ്ടി. ന. വെള്ളം കുടിക്കുന്നതിന്നു വാലുള്ളതായ ഒരു ജലപാത്രം.

വെള്ളക്കുട. ന. വെളുത്ത കുട.

വെള്ളക്കുതിര. ന. വെളുത്ത കുതിര.

വെള്ളക്കുറവു. ന. വെള്ളമില്ലായ്മ.

വെള്ളക്കൂവ. ന. ൧, വെളുത്ത കൂവ. ൨, കൂവനൂറു.

വെള്ളക്കേടു. ന. വെള്ളത്താലുണ്ടാകുന്ന നാശം.

വെള്ളക്കൊടി. ന. വെളുത്ത കൊടിക്കൂറ.

വെള്ളക്കൊപ്പര. ന. നല്ല കൊപ്രാ.

വെള്ളച്ചായം. ന. വെളുത്ത ചായം.

വെള്ളച്ചീര. ന. വെളുത്ത ചീര.

വെള്ളച്ചേമന്തി. ന. വെളുത്ത ചേമന്തി.

വെള്ളച്ചോറു. ന. വെള്ളത്തിലിട്ടു വെച്ചിരുന്ന ചോറു.

വെള്ളട്ടമ്പു. ന. ഒരു മരുന്നുവള്ളി.

വെള്ളത്തുത്തു. ന. പാൽതുത്തു.

വെള്ളൻ. ന. നേരുള്ളവൻ.

വെള്ളപ്പട്ടു. ന. വെളുത്ത പട്ടു.

വെള്ളപ്പാഷാണം. ന. ഒരു വക പാഷാണം.

വെള്ളപ്പോള. ന. ൧, നീൎക്കുമള. ൨, ഒരു തൈ.

വെള്ളപ്രാവു. ന. വെളുത്ത പ്രാവു.

വെള്ളം. ന. ൧, ജലം. ൨, നീർ. ൩, ഒരു വലിയ തുക.

വെള്ളംകുടി. ന. ൧, വെള്ളം കുടിക്ക. ൨, ഒരു വിരുന്നു ഭക്ഷണം.

വെള്ളംകുടിക്കുന്നു. ച്ചു. പ്പാൻ. (വെള്ളം.) അ. ക്രി. വെള്ളം വായിലൊഴിച്ചിറക്കുന്നു. **വെള്ളംകുടിപ്പിക്കുന്നു.** സ. ക്രി.

വെള്ളംകൊടുക്കുന്നു. ത്തു. പ്പാൻ. (വെള്ളം.) അ. ക്രി. കുടിപ്പാൻ കൊടുക്കുന്നു.

വെള്ളരി. ന. ഒരു കറിസ്സാധനമുണ്ടാകുന്ന വള്ളി.

വെള്ളവസ്ത്രം. ന. വെളുത്ത വസ്ത്രം.

വെള്ളവിരിക്കുന്നു. ച്ചു. പ്പാൻ. (വെള്ള.) അ. ക്രി. വെളുത്ത വസ്ത്രം വിരിക്കുന്നു.

വെള്ളവീശുന്നു. ശി. വാൻ. (വെള്ള.) അ. ക്രി. ൧, ആദിത്യരശ്മി പ്രകാശിച്ചു തുടങ്ങുന്നു. ൨, യുദ്ധത്തിൽ സമാധാനത്തിന്നായിട്ടു വെളുത്ത കൊടി തൂക്കുന്നു.

വെള്ളവെങ്കായം. ന. വെളുത്ത ഉള്ളി.

വെള്ളാടു. ന. വെളുത്ത ആടു.

വെള്ളാട്ടി. ന. ദാസി.

വെള്ളാന. ന. വെളുത്ത ആന.

വെള്ളാമ. ന. വെളുത്ത ആമ.

വെള്ളാമ്പൽ. ന. വെളുത്ത ആമ്പൽ.

വെള്ളായ്മ. ന. കൃഷി.

വെള്ളായ്മക്കാരൻ. ന. കൃഷിക്കാരൻ.

വെള്ളാരങ്കല്ലു. ന. വെളുത്ത പാറക്കല്ലു.

വെള്ളാരമ്പാറ. ന. മേല്പറഞ്ഞ അൎത്ഥം.

വെള്ളാളൻ. ന. ചെട്ടികളിൽ ഒരു നല്ല ജാതി.

വെള്ളി. ന. ൧, ഒരു ലോഹം. ൨, ശുക്രൻ. ൩, വെള്ളിയാഴ്ച. ൪, കണ്ണിലുണ്ടാകുന്ന ഒരു ദീനം, ശുക്ലം. ൫, ഒരു വെള്ളിനാണയം.

വെള്ളിക്കച്ചുപ്പുറം. ന. വെള്ളികൊണ്ടുള്ള പടിയരഞ്ഞാൺ.

വെള്ളിക്കമ്പി. ന. വെള്ളിനൂൽ.

വെള്ളിക്കസവു. ന. വെള്ളികൊണ്ടുള്ള കസവു.

വെള്ളിക്കാറ. ന. വെള്ളികൊണ്ടുള്ള ഒരാഭരണം.

വെള്ളിക്കാശു. ന. ഒരു നാണയം.

വെള്ളിക്കോൽ. ന. ഒരു തുലാം വരെയും തൂക്കുന്നതിന്നുള്ള കോൽ.

വെള്ളിത്തകിടു. ന. വെള്ളി കനംകുറച്ചു അടിച്ചു പരത്തിയതു.

വെള്ളിത്തടി. ന. ൧, വെള്ളിവടി. ൨, വെള്ളിവടിയെടുത്തു സേവിക്കുന്ന ഉദ്യോഗം.

വെള്ളിത്തടിക്കാരൻ. ന. ൧, വെ

ള്ളിവടികാരൻ. ൨, വെള്ളിവടിയെടുത്തു സേവിക്കുന്ന ഒരുദ്യോഗസ്ഥൻ.

വെള്ളിനാണയം. ന. വെള്ളികൊണ്ടുള്ള രൂപായും ചക്രവും മറ്റും.

വെള്ളിനൂൽ. ന. വെള്ളികൊണ്ടുള്ള നൂൽ.

വെള്ളിപ്പണം. ന. വെള്ളികൊണ്ടുള്ള ഒരു ചെറിയ നാണയം.

വെള്ളിപ്പത്താക്ക. ന. ഒരു വക വലിയ വെള്ളിനാണയം.

വെള്ളിപ്പക്ഷി. ന. ഒരു മാതിരി വെളുത്ത പക്ഷി.

വെള്ളിപ്പാത്രം. ന. വെള്ളികൊണ്ടുള്ള പാത്രം.

വെള്ളിയരഞ്ഞാണം. ന. വെള്ളികൊണ്ടുള്ള അരഞ്ഞാൺ.

വെള്ളിയാഴ്ച. ന. ആറാമത്തെ ആഴ്ച.

വെള്ളിരൂപാ. ന. ഒരു നാണയം, വെള്ളികൊണ്ടുള്ള രൂപാ.

വെള്ളില. ന. വെളുത്ത ചില ഇലയുണ്ടാകുന്ന ഒരു തൈ. ൨, ഉണങ്ങിയ ഇല.

വെള്ളിലാവു. ന. ഒരു വൃക്ഷം.

വെള്ളീയം. ന. വെളുത്തീയം.

വെള്ളുള്ളി. ന. വെളുത്ത ഉള്ളി.

വെള്ളൂരകം. അല്ലെങ്കിൽ, **വെള്ളൂരൽ.** ന. വെള്ളുപ്പു, വെളുത്ത ഉപ്പു.

വെള്ളെരിക്ക. ന. വെളുത്ത എരിക്ക, ഒരു ചെടി.

വെള്ളെലി. ന. വെളുത്ത എലി.

വെള്ളെഴുത്തു. ന. മനുഷ്യൎക്കു നാല്പതു വയസ്സു മുതൽ അൻപതു വയസ്സുവരെയും കണ്ണിന്നുണ്ടാകുന്ന ഒരു കാഴ്ചക്കുറവു.

വെള്ളെഴുത്തുകാൽ. ന. ഉത്തരത്തിന്റെ മേൽവശത്തു നിറുത്തി നാട്ടിനിറുത്തുന്ന മരക്കഷണം.

വെള്ളോട്ടു. ന. ചെമ്പും വെളുത്തീയവും കൂട്ടിയുരുക്കിയ ഒരു ലോഹം.

വെള്ളോപരം. ന. ഒരു വള്ളി.

വെറി. ന. ൧, മദ്യപാനം. ൨, കലഹം, കോപം. ൩, പരിഹാസം. ൪, ഇളക്കം.

വെറിപ്പെടുന്നു. ട്ടു. വാൻ. (വെറി.) അ. ക്രി. ൧, കള്ളുകുടിച്ചു മറിക്കുന്നു. ൨, കലഹിക്കുന്നു, കോപിക്കുന്നു.

വെറിയൻ. ന. ൧, കള്ളുകുടിക്കുന്നവൻ. ൨, കോപി. ൩, ഭ്രാന്തൻ.

വെറിയാകുന്നു. യി. വാൻ. (വെറി.) അ. ക്രി. ൧, കള്ളുകുടിച്ചു മദമുണ്ടാകുന്നു. ൨, വശമല്ലാതാകുന്നു. **വെറിയാക്കുന്നു.** സ. ക്രി.

വെറുക്കുന്നു. ത്തു. പ്പാൻ. (വെറു.) സ. ക്രി. ൧, അനിഷ്ടമുണ്ടാകുന്നു, കോപിക്കുന്നു. ൨, അറെക്കുന്നു.

വെറുതെ. അ. ൧, ഉപകാരം കൂടാതെ. ൨, സൌജന്യമായി.

വെറുപ്പു. ന. ൧, അനിഷ്ടം, കോപം. ൨, അറെപ്പു.

വെറുപ്പാകുന്നു. യി. വാൻ. (വെറുപ്പു.) അ. ക്രി. അനിഷ്ടപ്പെടുന്നു, അറെപ്പു തോന്നുന്നു. **വെറുപ്പാക്കുന്നു.** സ. ക്രി.

വെറുമ. ന. ഒന്നുമില്ലായ്മ, ഒഴിഞ്ഞിരിക്ക.

വെറും. വി. ഒന്നുമില്ലാത്ത, ഒഴിഞ്ഞ.

വെറുംകാൽ. ന. പാദരക്ഷയില്ലാതെയിട്ടു ഒന്നും ധരിച്ചിരിക്കാത്ത കാൽ.

വെറുമ്പാട്ടച്ചീട്ടു. ന. ദ്രവ്യം കൊടുക്കാതെ നിലംപുരയിടങ്ങൾക്കു മുതലാളിയോടു ഉടമ്പടിയായിട്ടു എഴുതിവാങ്ങിച്ച എഴുത്തു.

വെറുംപാട്ടം ന. മേല്പറഞ്ഞപ്രകാരം എഴുതി വാങ്ങിച്ച നിലംപുരയിടങ്ങൾക്കുള്ള കരം.

വെറുംപാത്രം. ന. ഒന്നുമില്ലാത്ത പാത്രം, ഒഴിഞ്ഞ പാത്രം.

വെറുംപോക്കിരി. ന. ഇരപ്പാളി.

വെറുംവയറു. ന. ആഹാരപദാൎത്ഥം ഒന്നും അന്നേത്തിയതി കഴിച്ചിട്ടില്ലാത്ത സ്ഥിതി.

വെറുവെറെ. അ. ഒന്നോടൊന്നു പറ്റാതെ.

വെററത്തരം. ന. ഭോഷത്വം.

വെററൻ. ന. ഭ്രമിഷ്ഠൻ.

വെററൻകട്ടി. ന. ഇരപ്പാളിക്കഞ്ഞു.

വെററില. ന. അടെക്കായും ചുണ്ണാമ്പും കൂട്ടിത്തിന്നുന്ന ഒരുമാതിരിയില.

വെററിലക്കൊടി. ന. വെററിലയുണ്ടാകുന്ന വള്ളി.

വേ

വേകടം. ന. ഒരു രാഗം.

വേകടൻ. ന. ൧, പൈതൽ. ൨, രത്നങ്ങൾ വില്ക്കുന്നവൻ. ൩, മുട്ടുകാരൻ.

വേകൽ. ന. വേകുക.

വേകുന്നു. ന്തു. വാൻ. (വേ.) അ. ക്രി. ൧, തീകൊണ്ടു പാകം വരുന്നു. ൨, ഉഷ്ണിക്കുന്നു.

വേച്ചുന്നു. ച്ചു. പ്പാൻ. (വേ.) അ. ക്രി. കാലിന്റെ ശക്തിക്കുറവുകൊണ്ടു വിഴുവാൻ തുടങ്ങുന്നു.

വേക്കരം; വേവുരം. ന. കോപം, കലശലായ വികാരം.

വേഗം. ന. ൧, നിമിഷം. ൨, വെള്ളങ്ങൾക്കുടെ ഒഴുക്കു. ൩, മലമൂത്രാദി.

വേഗവാൽ. വി. (വാൻ, വതി, വൽ.) വി. ന. വേഗമുള്ള.

വേഗസരം. ന. കോവർകഴുത.

വേഗി. വി. (ഗി, ഗിനീ, ഗി.) വി. ന. വേഗമുള്ള.

വേഗേന. അ. ചുറുക്കെ.

വേങ്ങ. ന. ഒരു വൃക്ഷം.

വേങ്ങപ്പുലി. ന. ഒരുമാതിരി വലിയ പുലി.

വേട്ടു. ന. ചില മരത്തിന്റെ കൊമ്പിൽനിന്നു പുറപ്പെടുന്ന വേർ.

വേടത്തി. ന. വേടന്റെ സ്ത്രീ.

വേടൻ. ന. മൃഗങ്ങളെക്കൊന്നു തിന്നുന്ന ഒരു ജാതിക്കാരൻ.

വേട്ടുന്നു. ടി. വാൻ. (വേട.) അ. ക്രി. മുട്ടികകൊണ്ടടിക്കുന്നു.

വേട്ട. ന. നായാട്ടു.

വേട്ടകാട്ടുന്നു. ട്ടി. വാൻ. (വേട്ട.) സ. ക്രി. നായാടിപ്പിടിച്ച മൃഗത്തിനെ നഗരങ്ങളിൽ കൊണ്ടുനടന്നു ജനങ്ങളെക്കാണിക്കുന്നു.

വേട്ടകോലുന്നു. ണ്ടു. വാൻ. (വേട്ട.) അ. ക്രി. നായാടുന്നു.

വേട്ടക്കാരൻ. ന. നായാട്ടുകാരൻ.

വേട്ടക്കളം. ന. നായാട്ടുകളം.

വേട്ടക്കൊരുമകൻ. ന. ശിവന്റെ ഒരു പുത്രൻ.

വേട്ടവൻ. ന. വിവാഹംചെയ്യുവൻ, ഭൎത്താവു.

വേട്ടവൾ. ന. വിവാഹം ചെയ്യപ്പെട്ടവൾ, ഭാൎയ്യ.

വേട്ടവിളി. ന. നായാട്ടുവിളി.

വേട്ടാവളയൻ. ന. പറക്കുന്നതായ ഒരുവക ചെറിയ ജന്തു.

വേട്ടാളൻ. ന. മേല്പറഞ്ഞ ജന്തു.

വേട്ടുവൻ. ന. കാട്ടുമനുഷ്യരിൽ ഒരു ജാതിക്കാരൻ.

വേണം. അ. ക്രി. ആവശ്യമുണ്ട.

വേണാട്ട. ന. തിരുവിതാംകൂറുരാജ്യം.

വേണാട്ടുകര. ന. മേല്പറഞ്ഞ അൎത്ഥം.

വേണാട്ടുരാജാവു. ന. തിരുവിതാംകൂറുമഹാരാജാവു.

വേണി. ന. ൧, തലമുടി. ൨, ഇരുപ്പിരിയൻ മുടി. ൩, ഒരു പച്ചമരുന്നു. ൪, ഒഴുക്കു. ൫, വെള്ളക്കൂട്ടം.

വേണു. ന. ൧, മുള. ൨, ഓടക്കുഴൽ. ൩, ഒരു രാജാവിന്റെ പേർ.

വേണുകം. ന. ആനവടി.

വേണുഗാനം. ന. ഓടക്കുഴലൂതുക.

വേണുധ്മൻ. ന. ൧, ഓടക്കുഴലൂതുന്നവൻ. ൨, തട്ടാൻ.

വേണുനാദം. ന. ഓടക്കുഴലിന്റെ ശബ്ദം.

വേണുന്ധമൻ. ന. ഓടക്കുഴലൂതുന്നവൻ.

വേണുന്നു. അ. വേണ്ടുന്നു.

വേണ്ട. അ. ക്രി. ആവശ്യമില്ല.

വേണ്ടതു. അ. ആവശ്യമുള്ളതു.

വേണ്ടതതക്കവൻ. ന. കൊള്ളാകുന്നവൻ.

വേണ്ടാതനം ; വേണ്ടാസനം. ന. തെററായ പ്രവൃത്തി, കുസൃതി.

വേണ്ടാത്ത. വി. ആവശ്യമില്ലാത്ത.

വേണ്ടാത്തരം. ന. വഷളത്വം.

വേണ്ടായ്ക. അ. ആവശ്യമില്ലായ്ക.

വേണ്ടാസനക്കാരൻ. ന. വഷളത്വമുള്ളവൻ.

വേണ്ടി. അ. ക്രി. ആവശ്യമായിട്ടു.

വേണ്ടിക. ന. ൧, ഉപകാരം. ൨, ചേൎച്ച.

വേണ്ടില്ല. അല്ലെങ്കിൽ, **വേണ്ടപതില്ല.** അ. ൧, കൊള്ളാം. ൨, ആകട്ടെ.

വേണ്ടുന്ന. വി. ആവശ്യമുള്ള.

വേണ്ടും. വി. മേല്പറഞ്ഞ അൎത്ഥം.

വേണ്ടുംപ്രകാരം. അല്ലെങ്കിൽ, **വേണ്ടുംവണ്ണം.** അ. വേണ്ടതുപോലെ.

വേണ്ടുവോളം. അ. മതിയാകുന്നതുവരെയും.

വേതു. ന. പ്രസവിച്ച സ്ത്രീകളെയും ദീനക്കാരെയും കുളിപ്പിക്കുന്നതിന്നു വെക്കുന്ന വെള്ളത്തിലിടുന്ന ഇലകൾ.

വേതനം. ന. ൧, ശമ്പളം. ൨, കൂലി. ൩, വൃത്തി. ൪, വെള്ളി.

വേതസം. ന. ആററുവഞ്ചിവൃക്ഷം.

വേതസപാൻ. ന. വഞ്ചിവൃക്ഷം വളരെയുള്ള ഭൂമി.

വേതാട്ടം. ന. വേതിന്നുള്ള ഇലകളിട്ടു തിളപ്പിച്ച വെള്ളംകൊണ്ടു കുളിക്കുക.

വേതാട്ടുകഴി. ന. വേതാടികുളിക്കുന്ന വെള്ളം കിടക്കുന്ന കുഴി.

വേതാളം. ന. പിശാചു.

വേതാളൻ. ന. ൧, ഒരു പിശാചു. ൨, വാതിൽകാവല്ക്കാരൻ.

വേതുവെള്ളം. ന. പ്രസവശുശ്രൂഷെക്കുവേണ്ടി മരുന്നിട്ടു തിളപ്പിച്ച വെള്ളം.

വേത്തൃ. വി. (ത്താ, ത്രീ, ത്തൃ.) വി. ന. അറിയുന്ന.

വേത്താ. ന. ൧, ഒരു സന്ന്യാസി. ൨, ഭൎത്താവു.

വേത്രധരൻ. ന. ൧, കാവല്ക്കാരൻ. ൨, വെള്ളിത്തടിക്കാരൻ.

വേത്രം. ന. ൧, പഞ്ഞി. ൨, ചൂരൽ, പുരമ്പു.

വേത്രയഷ്ടി. ന. ചൂരൽവടി.

വേത്രവതീ. ന. ൧, വടക്കുള്ള ഒരാറു. ൨, വാതിൽകാവല്ക്കാരത്തി.

വേത്രി. ന. ൧, കാവല്ക്കാരൻ. ൨, വെള്ളിത്തടിക്കാരൻ.

വേദക്കാരൻ. ന. വേദത്തെ അനുസരിച്ചു നടക്കുന്നവൻ.

വേദജപം. ന. വേദം ചൊല്ലുക.

വേദജ്ഞൻ. ന. വേദത്തെ അറിയുന്നവൻ.

വേദന. ന. നൊമ്പരം, നോവു, ഉപദ്രവം.

വേദനപ്പെടുന്നു. ട്ടു. വാൻ. (വേദന.) അ. ക്രി. നൊമ്പരപ്പെടുന്നു, ഉപദ്രവപ്പെടുന്നു. **വേദനപ്പെടുത്തുന്നു.** സ. ക്രി.

വേദനം. ന. പറച്ചിൽ.

വേദനിന്ദകൻ. ന. വേദത്തെ നിന്ദിക്കുന്നവൻ, മ്ലേച്ഛൻ.

വേദപാഠകൻ. ന. ൧, വേദത്തെ പഠിക്കുന്നവൻ. ൨, വേദത്തെച്ചൊല്ലുന്നവൻ.

വേദപാരഗൻ. ന. വേദത്തെ മുഴുവനും പഠിച്ചവൻ.

വേദപാരായണം. ന. വേദത്തെ പഠിക്ക.

വേദപുസ്തകം. ന. ചില മാൎഗ്ഗക്കാരുടെ ഒരു മാതിരി പുസ്തകം, ന്യായപ്രമാണവും മററും.

വേദമന്ത്രം. ന. വേദത്തിലുള്ള മന്ത്രം.

വേദമാതാവു. ന. ഒരു മന്ത്രം.

വേദൻ. ന. വിഷ്ണു.

വേദം. ന. ൧, ദൈവവചനം, ഋഗ്വേദം, യജുൎവ്വേദം, സാമവേദം, അഥൎവ്വവേദം. ൨, അറിവു. ൩, വ്യാഖ്യാനം. (മ.) ക്രിസ്ത്യാനിക്കാരുടെയും മററും ചില പുസ്തകം.

വേദവാക്യം. ന. വേദവാക്കു.

വേദവിൽ. അല്ലെങ്കിൽ, **വേദവിത്തു.** ന. വേദത്തെ അറിയുന്നവൻ.

വേദവിധി. ന. വേദങ്ങളിലുള്ള ശാസനങ്ങൾ.

വേദവിപരീത. വി. (തൻ, താ, തം.) വി. ന. വേദത്തിന്നു വിരോധമുള്ള.

വേദവിരുദ്ധ. വി. (ദ്ധൻ, ദ്ധാ, ദ്ധം.) വി. ന. വേദത്താൽ വിരോധിക്കപ്പെട്ട.

വേദവിരോധം. ന. വേദത്തെക്കുറിച്ചുള്ള വൈരം.

വേദവിരോധി. വി. (ധീ, ധിനി, ധി.) വി. ന. വേദത്തെക്കുറിച്ചു വൈരമുള്ള.

വേദവിഹിത. വി. (തൻ, താ, തം.) വി. ന. വേദത്താൽ വിധിക്കപ്പെട്ട.

വേദവ്യാസൻ. ന. വേദത്തെ നാലാക്കിപ്പകുത്ത ഒരു മഹൎഷി.

വേദസാരം. ന. വേദാന്തം.

വേദസിദ്ധാന്തം. ന. മേല്പറഞ്ഞ അൎത്ഥം.

വേദാംഗം. ന. വേദത്തിന്നുള്ള അവയവങ്ങൾ ആറും. ശിക്ഷ, കല്പം, വ്യാകരണം, ഛന്ദസ്സു, ജ്യോതിശ്ശാസ്ത്രം, നിരുക്തം.

വേദാത്മക. വി. (കൻ, കാ, കം.) വി. ന. വെറും ആത്മാവായുള്ള.

വേദാദിവൎണ്ണൻ. ന. ദൈവം.

വേദാന്തക്കാരൻ. ന. വേദാന്തം പഠിച്ചവൻ.

വേദാന്തം. ന. വേദസാരം, വേദത്തിന്റെ ഒരു ഭാഗം.

വേദാന്തസംഗ്രഹം. ന. ഒരു പുസ്തകം.

വേദാന്തി. ന. വേദസാരത്തെ പഠിച്ചവൻ.

വേദാഭ്യാസം. ന. വേദത്തെ പഠിക്ക.

വേദി. ന. ൧, രാജധാനിയുടെയുമ്മറവും നടുമുററത്തു സമചതുരമായുണ്ടാക്കി അലങ്കരിച്ചിട്ടുള്ള തറ. ൨, ബലികഴിക്കുന്നതിന്നുള്ള തറ. ൩, പണ്ഡിതൻ, അറിവുള്ളവൻ. ൪, സരസ്വതി. ൫, മുദ്രമോതിരം.

വേദിക. ന. ൧, തറ. ൨, ക്ഷേത്രത്തിന്റെ പുറമെ ഭിത്തിയോടു ചേൎത്തു വിളക്കു തറെപ്പാനായിട്ടു മരംകൊണ്ടുണ്ടാക്കുന്ന ഒരു പണി.

വേദിക്കുന്നു. ച്ച. പ്പാൻ. (വേദി.) സ. ക്രി. അറിയുന്നു.

വേദിയൻ. ന. ബ്രാഹ്മണൻ.

വേദോക്ത. വി. (ക്തൻ, ക്താ, ക്തം.) വി. ന. വേദത്തിൽ പറഞ്ഞിരിക്കുന്ന.

വേദ്യ; വേദനീയ. വി. (ദ്യൻ, ദ്യാ, ദ്യം.) വി. ന. അറിയത്തക്ക, അറിയപ്പെടേണ്ടുന്ന.

വേധകൻ. ന. തുളയ്ക്കുന്നവൻ.

വേധനം. ന. തുളെക്ക.

വേധനി. അല്ലെങ്കിൽ, **വേധനിക.** ന. രത്നങ്ങൾ തുളെക്കുന്ന സൂചി.

വേധമുഖ്യകം. ന. ഒരു മരുന്നു, ചെറുകച്ചോലം.

വേധം. ന. തുളെക്ക.

വേധസ്സ്. ന. ൧, ബ്രഹ്മാവു. ൨, വിഷ്ണു.

വേധാവു. ന. ബ്രഹ്മാവു.

വേധിക്കുന്നു. ച്ച. പ്പാൻ. (വേധി.) സ. ക്രി. തുളെക്കുന്നു.

വേധിത. വി. (തൻ, താ, തം.) വി. ന. തുളെക്കപ്പെട്ട.

വേധി. വി. (ധി, ധിനി, ധി.) വി. ന. വേധിക്കുന്ന.

വേധിനി. ന. അട്ട.

വേധ്യ. വി. (ധ്യൻ, ധ്യാ, ധ്യം.) വി. ന. തുളെക്കത്തക്ക.

വേധ്യം. ന. ലാക്ക.

വേനപ്പച്ച. ന. ഒരു പച്ചമരുന്നു.

വേനൽ. ന. മഴ കുറയുന്ന കാലം, വൃശ്ചികം മുതൽ ആറു മാസം.

വേനൽചെരി. ന. ചെരിപന്തൽ.

വേൻ. ന. ത്രാസിന്നുണ്ടാകുന്ന ഒരു വ്യത്യാസം, കുത്തുത്രാസിന്റെ അവസ്ഥ.

വേന്തിരൻ. ന. ഒരു വക പാമ്പു.

വേപഥു. ന. വിറയൽ.

വേപനം. ന. വിറയൽ.

വേപിക്കുന്നു. ച്ച. പ്പാൻ. (വേപി.) അ. ക്രി. വിറെക്കുന്നു.

വേപിത. വി. (തൻ, താ, തം.) വി. ന. വിറെക്കുന്ന.

വേപ്പ്. ന. ഒരു വൃക്ഷം.

വേപ്പൽ. ന. വേക്കുക.

വേപ്പില. ന. വേപ്പുവൃക്ഷത്തിന്റെ ഇല.

വേപ്പിലക്കട്ടി. ന. വേപ്പിലയും കരുവേപ്പിലയും മററും കൂട്ടിയുണ്ടാകുന്ന ഒരു ചമ്മന്തിക്കറി, ഉപ്പും വററൽമുളകും കൂടെ കൂട്ടി പൊടിച്ചുണ്ടാക്കിയ ഒരു ചമ്മന്തിക്കറി.

വേപ്പെണ്ണ. ന. വേപ്പിൻകുരുവിൽനിന്നെടുത്ത എണ്ണ.

വേമാവു. ന. നെയിത്തുകോൽ.

വേമ്പു. ന. ഒരങ്ങാടിമരുന്നു.

വേമ്പാട. ന. ഒരങ്ങാടിമരുന്നു.

വേര. ന. ഒരു പക്ഷി.

വേർ. ന. വൃക്ഷങ്ങളുടെയും മററും ചുവട്ടിൽ മണ്ണിൽ താന്നിരിക്കുന്ന ഭാഗം, വേരു.

വേർതിരിയുന്നു. ഞ്ഞു. വാൻ. (വേർ.) അ. ക്രി. വേർപെടുന്നു. **വേർതിരിക്കുന്നു.** സ. ക്രി.

വേർതിരിവു. ന. ൧, വേർപെടുക, ഒരുമിച്ചിരിക്കുന്ന വസ്തു രണ്ടായിട്ടൊ പലതായിട്ടൊ തീരുക. ൨, സമീപിച്ചിരിക്കുന്നവരിൽ ആരെങ്കിലും അകലെപ്പോകുക.

വേർപാടു. ന. വേറെ ആയിത്തീരുക.

വേർപിരിയുന്നു. ഞ്ഞു. വാൻ. (വേർ.) അ. ക്രി. വേർപെടുന്നു. **വേർപിരിക്കുന്നു.** സ. ക്രി.

വേർപെടുന്നു. ട്ടു. വാൻ. (വേർ.) അ. ക്രി. വേറെ ആകുന്നു. **വേർപെടുക്കുന്നു; വേർപെടുത്തുന്നു.** സ. ക്രി.

വേർവിടുന്നു. ട്ടു. വാൻ. (വേർ.) അ. ക്രി. മേല്പറഞ്ഞ അൎത്ഥം. **വേർവിടുക്കുന്നു; വേർവിടുത്തുന്നു.** സ. ക്രി.

വേല. ന. ൧, സമയം. ൨, ആറാമട്ടു. ൩, അരിക. ൪, സമുദ്രം. ൫, സമുദ്രതീരം. ൬, അവസരം. (മ.) ൧, അദ്ധ്വാനം. ൨, പ്രയത്നം. ൩, പ്രയാസം.

വേലകം. ന. വലിയ തടിയുള്ള ഒരു തരം വൃക്ഷം.

വേലക്കാരൻ. ന. വേല ചെയ്യുന്നവൻ, ദാസൻ.

വേലക്കാരി. ന. ദാസി.

വേലതുള്ളൽ. ന. ഒരു മാതിരി കളി.

വേലത്തി. ന. വേലന്റെ സ്ത്രീ.

വേലൻ. ന. ചുണ്ണാമ്പുണ്ടാക്കുന്നവൻ.

വേലപ്പാടു. ന. പ്രയത്നം.

വേലപ്പെണ്ണ. ന. ദാസി.

വേലയിറക്കം. ന. ൧, വേലിയിറക്കം. ൨, വേലതുള്ളൽ ആരംഭിക്ക.

വേലയേററം. ന. ൧, വേലിയേററം. ൨, വേല തുള്ളിക്കേറുക.

വേലായുധൻ. ന. സുബ്രഹ്മണ്യൻ.

വേലാതടം. ന. സമുദ്രതീരം.

വേലാവിലങ്ഘി. ന. സമുദ്രത്തെ ലംഘിക്കുന്നതു, ധാരാളമായുള്ളതു.

വേലി. ന. ൧, ഒഴുക്ക. ൨, വിളവിൽ കന്നുകാലികൾ കടക്കാതെയിരിപ്പാൻ ചുററും പത്തൽ നാട്ടി വാരുകൊണ്ടും മററും മുടഞ്ഞുണ്ടാക്കുന്നതു.

വേലിക്കടമ്പ. ന. വേലി കടപ്പാനുള്ള ഒരു പണി.

വേലിക്കഴാ. ന. ൧, നിക്കുവാതിൽ. ൨, ഉഴാൻപടി.

വേലിക്കിഴങ്ങ. ന. ഒരു തൈ.

വേലിപ്പരുത്തി. ന. ഒരു വള്ളി.

വേലിപ്പുഴ. ന. വേലി പൊളിഞ്ഞ സ്ഥലം.

വേലിയിറക്കം. ന. സമുദ്രത്തിന്റെ ഇറക്കം, വലിച്ചിൽ.

വേലിയേററം. ന. ചന്ദ്രോദയത്തുങ്കൽ ഉണ്ടാകുന്ന സമുദ്രത്തിലെ ഒരു ജലവൎദ്ധന.

വേൽ. ന. ഒരായുധം.

വേൽക്കാരൻ. ന. വേലുള്ളവൻ.

വേല്ലജം. ന. കൊടിമുളക.

വേല്ലം. ന. വിഴാൽവൃക്ഷം, വിഴാലരി.

വേല്ലിത. വി. (തൻ, താ, തം.) വി. ന. ൧, ഇളക്കപ്പെട്ട. ൨, ഇളക്കുന്ന. ൩, വളഞ്ഞ.

വേവു. ന. ൧, ഉഷ്ണം. ൨, അഗ്നികൊണ്ടുണ്ടാകുന്ന പാകം.

വേവലാധി. ന. ൧, പരിഭ്രമം. ൨, വ്യാകുലം, തിടുക്കം.

വേവുന്നു. ന്തു. വാൻ. (വേ.) അ. ക്രി.

തികൊണ്ടു പാകം വരുന്നു. വേവിക്കുന്നു. സ. ക്രി.

വേവുപടി. ന. ഉത്തരത്തിന്നു താഴെ പണിതു വെക്കുന്ന ഒരു പലക.

വേവെട്ടുക്കുന്നു. ത്തു. ട്ടാൻ. (വേവു.) അ. ക്രി. ഉഷ്ണിക്കുന്നു.

വേശ. ന. മറ.

വേശന്തം. ന. അല്പസരസ്സ, ചെറിയ കുളം.

വേശം. ന. ൧, അലങ്കാരം. ൨, വേശ്യാഭവനം. ൩, ഭവനം. ൪, പ്രവേശനം.

വേശഭ്രവു. ന. പുരയുടെ മുററം.

വേശ്മം. ന. ഭവനം.

വേശ്യാ. ന. തേവിടിച്ചി.

വേശ്യാപതി. ന. വിടൻ.

വേശ്യാപുത്രൻ. ന. വേശ്യയുടെ മകൻ.

വേശ്യാവൃത്തി. ന. വേശ്യമാരുടെ ആചാരം.

വേശ്യാസംഗം. ന. വ്യഭിചാരം.

വേഷണം. ന. പ്രവേശനം.

വേഷധാരി. അല്ലെങ്കിൽ, **വേഷധൃക്കു.** ന. മറുവേഷം ചമഞ്ഞു നടക്കുന്നവൻ.

വേഷം. ന. ൧, ആഭരണം. ൨, അലങ്കരിക്കം. ൩, മറുവേഷം.

വേഷവാരം. ന. ഒരുമാതിരി കറി.

വേഷ്ടക. വി. (കൻ, കാ, കം.) വി. ന. ചുററുന്നു.

വേഷ്ടകം. ന. ൧, പശ. ൨, തലപ്പാവു. ൩, വേലി. ൪, മത്തെങ്ങ.

വേഷ്ടനം. ന. ൧, ചുററൽ. ൨, തലപ്പാവു. ൩, വേലി.

വേഷ്ടം. ന. ൧, ചുററൽ. ൨, തലപ്പാവു. ൩, വേലി. ൪, പശ.

വേഷ്ടി. ന. അംഗവസ്ത്രം, ഉത്തരീയം.

വേഷ്ടിക്കുന്നു. ച്ചു. പ്പാൻ. (വേഷ്ടി.) സ. ക്രി. ചുററുന്നു.

വേഷ്ടിത. വി. (തൻ, താ, തം.) വി. ന. ചുററപ്പെട്ട.

വേഷ്ടിതം. ന. ചുററുക.

വേസ്ഥ. ന. ഉറപ്പു.

വേഹൽ. ന. ഇടുകിടാവിട്ട പശു.

വേള. ന. ഒരു തൈ. (സം.) അവസരം.

വേളാൻ. ന. കശവൻ.

വേളി. ന. ൧, ചില ബ്രാഹ്മണർക്കു മാത്രം വിവാഹത്തിന്നു പറയുന്ന ഒരു പേർ. ൨, വിവാഹം ചെയ്യപ്പെട്ട ഭാൎയ്യ.

വേളിക്കുട്ടുന്നു. ടി. വാൻ. (വേളി.) അ. ക്രി. ജന്തുക്കൾ തമ്മിൽ ഭേദരുന്നു.

വേൾക്കുന്നു. ട്ടു. ട്ടാൻ. (വേൾ.) സ. ക്രി. ബ്രാഹ്മണൻ വിവാഹം ചെയ്യുന്നു. **വേൾപ്പിക്കുന്നു.** കാ. ക്രി.

വേറാകുന്നു. യി. വാൻ. (വേറു.) അ. ക്രി. വേർപെടുന്നു. **വേറാക്കുന്നു.** സ. ക്രി.

വേറിടുന്നു. ട്ടു. വാൻ. (വേർ.) അ. ക്രി. വേർപെടുന്നു. **വേറിടീക്കുന്നു.** സ. ക്രി.

വേറു. വി. വേറെയുള്ള.

വേറുക്കുറു. ന. ൧, മറെറാരു പക്ഷം. ൨, മറുപക്ഷം.

വേർതിരിയുന്നു. ഞ്ഞു. വാൻ. (വേർ.) അ. ക്രി. വേറെയാകുന്നു. **വേർതിരിക്കുന്നു.** സ. ക്രി.

വേറെ. വി. മറെറ. അ. വേറായി.

വേറൊരുത്തൻ. ന. മറെറാരുത്തൻ.

വേറൊരുത്തി. ന. മറെറാരുത്തി.

വേററുര. ന. ൧, വേലൻെറ ഓത്തു. ൨, വെറുപ്പോടുകൂടിയ വാക്കു.

വേഴം. ന. ഒരു മാതിരി വലിയ പുല്ലു.

വേഴാമ്പൽ. ന. ഒരു പക്ഷി.

വേഴ്ച. ന. സ്നേഹം.

വൈ

വൈ. അ. പാദപൂരണത്തിന്നുംമററും പ്രയോഗിക്കുന്ന ഒരവ്യയം.

വൈകടികൻ. ന. രത്നങ്ങളെ തേച്ചു നന്നാക്കുന്നവൻ.

വൈകല്യം. ന. ൧, കുറവു. ൨, അംഗഹീനത, മുടന്തു. ൩, ശേഷിയില്ലായ്മ.

വൈകക്ഷകം. അല്ലെങ്കിൽ, **വൈകക്ഷ്യകം.** ന. പൂണനൂൽപോലെയായിൽ ഇടുന്ന മാല.

വൈകത്തനൻ. ന. സൂൎയ്യൻെറ പുത്രൻ. **വൈകത്തനാലശബ്ദ.** യമപുരി.

വൈകാതെ. അ. താമസിക്കാതെ, വേഗത്തിൽ.

വൈകാൎയ്യം. ന. മാററം.

വൈകാശി. ന. വൈശാഖമാസം.

വൈകീടാതെ. അ. വേഗത്തിൽ.

വൈകുണ്ഠൻ. ന. ൧, വിഷ്ണു. ൨, ഇന്ദ്രൻ.

വൈകുണ്ഠം. ന. വിഷ്ണുലോകം.

വൈകുന്നു. കി. വാൻ. (വൈക.) അ. ക്രി. താമസിക്കുന്നു. **വൈകിക്കുന്നു.** സ. ക്രി.

വൈകുന്നേരം. അ. അസ്തമന സന്ധ്യാസമയം.

വൈകൃത. വി. (തൻ, താ, തം.) വി. ന. മാററപ്പെട്ട.

വൈകൃതം. ന. നീരസം.

വൈകൃത്യ. വി. (ത്യൻ, ത്യാ, ത്യം.) വി. ന. ആകൃതികൊണ്ടോ മനസ്സുകൊണ്ടോ മാററം വന്ന.

വൈകൃത്യം. ന. ൧, നീരസം. ൨, മാററം.

വൈക്രാന്തം. ന. ഒരുവക രത്നം.

വൈഖരി. ന. വാക്കിൻെറ ഒരു പുറപ്പാടു.

വൈഖാനസൻ. ന. വാനപ്രസ്ഥൻ.

വൈഗുണ്യം. ന. ഗുണമില്ലായ്മ.

വൈചിത്ര്യം. ന. ൧, ഭംഗികലൎന്നുകൊണ്ടുള്ള ഒരു ഭംഗി, വിചിത്രതാഭാവം. ൨, അത്ഭുതം.

വൈജനനം. ന. പ്രസവമാസം.

വൈജയന്തം. ന. ൧, ഇന്ദ്രൻെറ മാളിക. ൨, ഇന്ദ്രൻെറ കൊടി.

വൈജയന്തി. ന. ൧, കൊടിക്കൂറ. ൨, ഒരഭിധാനഗ്രന്ഥം. ൩, ഒരു വൃക്ഷം.

വൈജയന്തികൻ. ന. കൊടിക്കൂറക്കാരൻ.

വൈജയന്തികം. ന. കൊടി.

വൈജാത്യം. ന. ൧, സാമാന്യമായുള്ള സ്വഭാവത്തിൽനിന്നുണ്ടാകുന്ന വ്യത്യാസം. ൨, ജാതിവ്യത്യാസം. ൩, അഭിമതി, ഉന്നടപ്പു.

വൈജ്ഞാനിക. വി. (കൻ, കാ, കം.) വി. ന. സാമൎത്ഥ്യമുള്ള.

വൈഡാലവ്രതികൻ. ന. കപടഭക്തിയുള്ളവൻ.

വൈഡൂൎയ്യം. ന. നവരത്നങ്ങളിൽ ഒന്നു.

വൈണവ. വി. (വൻ, വീ, വം.) വി. ന. ൧, മുളയെസ്സംബന്ധിച്ച, വേണുവിനെസ്സംബന്ധിച്ച.

വൈണവം. ന. മുത്തുമ്പു, മുളയ്ക്കുരി.

വൈണിവികൻ. ന. കുഴൽ വിളി ക്കുന്നവൻ.

വൈണികൻ. ന. വീണവായിക്കുന്ന വൻ.

വൈണുകം. ന. ആനത്തോട്ടി.

വൈതനികൻ. ന. സേവിക്കുന്ന വൻ.

വൈതംസികൻ. ന. ക, കണിവെച്ചു പക്ഷിമൃഗങ്ങളെ പിടിക്കുന്നവൻ. വ, മാംസം തിന്നുന്നവൻ.

വൈതരണി. ന. ക, നരകത്തിലുള്ള ഒരു നദി. വ, രാക്ഷസജാതിയുടെ അമ്മ. (മ.) ഉഗ്രശക്തസ്ഥലം.

വൈതാണ്ഡം. ന. ആനക്കൂട്ടം.

വൈതാന. വി, (നൻ, നീ, നം.) വി. ന. യാഗസംബന്ധമായുള്ള, ശുദ്ധമുള്ള.

വൈതാനം. ന. ക, മേല്പട്ടി. വ, വേദി. മ, വിസ്താരം.

വൈതാളികൻ. ന. ക, രാജാക്കന്മാരെ പാടിയുണൎത്തുന്നവൻ. വ, ക്ഷുദ്രക്കാരൻ. മ, വേതാളത്തിന്റെ ദാസൻ.

വൈത്യൻ. ന. വേലൻ.

വൈദഗ്ദ്ധ്യം. ന. ക, സാമൎത്ഥ്യം. വ, നിമിഷം. മ, ബുദ്ധി.

വൈദ. വി. (ദൻ, ദി, ദം.) വി. ന. വിദ്വാനെ സംബന്ധിച്ച.

വൈദൎഭൻ. ന. വിദൎഭരാജാവു.

വൈദൎഭം. ന. ഉപായവാക്കു.

വൈദൎഭി. ന. ക, വിദൎഭരാജാവിന്റെ ഒരു പ്രമാണം. വ, അഗസ്ത്യന്റെ ഭാൎയ്യ. മ, നളന്റെ ഭാൎയ്യ. ര, രുഗ്മിണി.

വൈദിക. വി. (കൻ, കി, കം.) വി. ന. വേദസംബന്ധമായുള്ള. **വൈദികത്വം.** ഗു. ന. വൈദികന്റെ അവസ്ഥ.

വൈദികൻ. ന. ക, വേദത്തെ നല്ലവണ്ണം പഠിച്ച ബ്രാഹ്മണൻ. വ, മലയാളബ്രാഹ്മണർ വിധി നിഷേധിക്കുന്ന ആറു ബ്രാഹ്മണൎക്കും കൂടെപ്പറയുന്ന ഒരു പേർ.

വൈദുഷ്യം. ന. അറിവു.

വൈദേശികൻ. ന. അന്യദേശക്കാരൻ.

വൈദേഹകൻ. ന. ക, ചെട്ടി, കച്ചവടക്കാരൻ. വ, വൈശ്യൻ.

വൈദേഹി. ന. ക, ശ്രീരാമന്റെ ഭാൎയ്യ, സീത. വ, വൈശ്യസ്ത്രീ. മ, തിപ്പലി.

വൈദ്യ. വി. (ദ്യൻ, ദി, ദ്യം.) വി. ന. ക, വേദസംബന്ധമായുള്ള. വ, ഔഷധത്തെ സംബന്ധിച്ച, വൈദ്യസംബന്ധമായുള്ള.

വൈദ്യൻ. ന. ക, വിദ്വാൻ. വ, ചികിത്സക്കാരൻ. മ, വേദത്തെ അനുസരിച്ചു നടക്കുന്നവൻ.

വൈദ്യാ. ന. ഒരു മരുന്നു, കാട്ടകാളി.

വൈദ്യം. ചികിത്സ.

വൈദ്യക്കാരൻ. ന. ചികിത്സക്കാരൻ.

വൈദ്യഗ്രന്ഥം. ന. അഷ്ടാംഗഹൃദയം ചിന്താമണി മുതലായ പുസ്തകം.

വൈദ്യചിന്താമണി. ന. ഒരു വൈദ്യഗ്രന്ഥം.

വൈദ്യനാഥൻ. ന. ക, ശിവൻ. വ, ധന്വന്തരി.

വൈദ്യമാതാവു. ന. ഒരു പച്ചമരുന്നു, ആടലോടകം.

വൈദ്യശാസ്ത്രം. അഷ്ടാംഗഹൃദയമുതലായവ.

വൈദ്യുതം. വി. ഇടിവാളിനെ സംബന്ധിച്ച.

വൈദ്യുതി. ന. വിദ്യുത്തിൽനിന്നും (മിന്നലിൽനിന്നും) ഉണ്ടാകുന്നതു.

വൈധൎമ്മ്യം. ന. ക, വ്യത്യാസം. വ, ഗുണവ്യത്യാസം. മ, ധൎമ്മവ്യത്യാസം. ര, മൎയ്യാദകേടു.

വൈധവ്യം. ന. വിധവയുടെ അവസ്ഥ.

വൈധാത്രൻ. ന. സനൽകുമാരൻ എന്ന മഹൎഷി.

വൈധൃതയോഗം; വൈധൃതി. ന. ഭൂതാനുഭവത്തിനു കാരണമാകത്തക്കവണ്ണമുള്ള സൂൎയ്യചന്ദ്രന്മാരുടെ നില.

വൈധേയ. വി. (യൻ, യാ, യം.) വി. ന. ക, മൂഢതയുള്ള. വ, വിധിയനുസരിച്ച.

വൈധേയൻ. ന. മൂഢൻ.

വൈനതേയൻ. ന. വിനതയുടെ പുത്രൻ. ക, അരുണൻ. വ, ഗരുഡൻ.

വൈനാശികൻ. ന. ക, ദാസൻ. വ, ചിലന്തി. മ, ജ്യോതിഷക്കാരൻ.

വൈനീതകം. ന. വാഹനം.

വൈപരീത്യം. ന. വിപരീതം.

വൈഭവം. ന. ക, പ്രാപ്തി, സാമൎത്ഥ്യം. വ, സമ്പത്തു. മ, ഭാഗ്യം.

വൈഭോഗം. ന. ഭോഗം, സുഖാനുഭവം.

വൈമനസ്യം. ന. ക, മനസ്സിന്റെ ക്ഷീണത, ദുഃഖം. വ, രോഗം.

വൈമല്യം. ന. നിൎമ്മലത, തെളിവു.

വൈമാത്രേയൻ. ന. രണ്ടാമ്മകൻ.

വൈമാനിക. വി. (കൻ, കി, കം.) വി. ന. വിമാനത്തെ സംബന്ധിച്ച.

വൈമുഖ്യ. വി. (ഖൻ, ഖാ, ഖം.) വി. ന. ഉപേക്ഷിക്കപ്പെട്ട.

വൈരൂപ്യം. ന. നീരസഭാവം.

വൈമേയം. ന. തമ്മിൽ മാററം.

വൈയകം. ന. ഭൂലോകം.

വൈയങ്കത. ന. ഒരു വൃക്ഷം.

വൈയ്യങ്കൻ; വൈയ്യോൻ. ന. സൂൎയ്യൻ.

വൈയാകരണ. വി. (ണൻ, ണി, ണം.) വി. ന. ക, വ്യാകരണത്തെ പഠിച്ച. വ, വ്യാകരണത്തെ സംബന്ധിച്ച.

വൈയാകരണൻ. ന. വ്യാകരണം പഠിച്ചവൻ.

വൈയാഘ്ര. വി. (ഘ്രൻ, ഘ്രീ, ഘ്രം.) വി. ന. പുലിത്തോൽകൊണ്ടു പൊതിഞ്ഞ.

വൈയാസിക. വി. വ്യാസനെ സംബന്ധിച്ച.

വൈരക്കല്ലു. ന. ഒരു മാതിരി രത്നം.

വൈരക്കള്ളി. ന. ഒരു പച്ചമരുന്നു.

വൈരച്ചാണ. ന. രത്നങ്ങൾ ഉരെച്ചു നന്നാക്കുന്നതിന്നുള്ള കല്ലു.

വൈരത്തുശി. ന. വൈരംകൊണ്ടുള്ള സൂചി, രത്നങ്ങൾ തുളെക്കുന്ന സൂചി.

വൈരനിൎയ്യാതനം. ന. ഉപദ്രവിച്ചതിന്നു പകരം ഉപദ്രവിക്കുക, പകവീട്ടുക.

വൈരപ്പൊടി. ന. വൈരക്കല്ലിന്റെ ശകലം.

വൈരപ്രതിക്രിയ. ന. പകരം ചെയ്യു ശത്രുത പോക്കുക, പകവീട്ടുക.

വൈരമിന്നു. ന. കഴുത്തിൽ കെട്ടുന്നതിന്നുള്ള ഒരാഭരണം.

വൈരം. ന. ക, ശത്രു, വിരോധം. വ, ഒരു രത്നം.

വൈരശുദ്ധി. ന. പകവീട്ടുക.

വൈരസൂചി. ന. രത്നങ്ങൾ തുളെക്കുന്ന സൂചി.

വൈരസേനി. ന. പണ്ടുള്ള ഒരു രാജാവ, നളൻ.

വൈരസ്യം. ന. നിരസഭാവം.

വൈരാകരം. ന. ഭൂമിയിൽനിന്നും വൈരക്കല്ല കുഴിച്ചെടുക്കുന്ന സ്ഥലം.

വൈരാജ. വി. വിരാട്ടിനെ (രാജാവിനെ) സംബന്ധിച്ച.

വൈരാഗി. ന. ഒന്നിനെക്കുറിച്ചും സ്നേഹവും ആഗ്രഹവും ഇല്ലാത്തവൻ, സന്ന്യാസി.

വൈരാഗ്യക്കാരൻ. ന. വൈരാഗ്യമുള്ളവൻ.

വൈരാഗ്യശതകം. ന. ഭർത്തൃഹരിയുണ്ടാക്കിയ ഒരു ഗ്രന്ഥം.

വൈരാഗ്യം. ന. ഒന്നിനെക്കുറിച്ചും സ്നേഹവും ആഗ്രഹവും ഇല്ലായ്ക.

വൈരി. വി. (രി, രിണി, രി.) വി. ന. വൈരമുള്ള. **വൈരിത.** ഗു. ന. വൈരിയുടെ അവസ്ഥ.

വൈരി. ന. ശത്രു.

വൈരിഞ്ച. വി. (ഞ്ചൻ, ഞ്ചാ, ഞ്ചം.) വി. ന. വിരിഞ്ചനെ സംബന്ധിച്ച, ബ്രഹ്മാവിനെ സംബന്ധിച്ച.

വൈരിഞ്ചി. ബ്രഹ്മാവിന്റെ പുത്രൻ.

വൈരൂപ്യം. ന. വിരൂപത.

വൈരോചനൻ. ന. മഹാബലി.

വൈരോചനി. ന. ഫ, ബുദ്ധൻ. വ, മഹാബലി. ന്ദ, സൂൎയ്യന്റെ പുത്രൻ.

വൈവധികൻ. ന. എണ്ണയുമ്മററും വില്ക്കുന്നവൻ.

വൈവൎണ്ണ്യം. ന. ഫ, നിറംമാററം. വ, ജാതിഹീനത്വം.

വൈവസ്വതൻ. ന. ഫ, അന്തകൻ. വ, ഏഴാമത്തെ മനു. ന്ദ, രുദ്രന്മാരിൽ ഒരുത്തൻ.

വൈവാഹ; വൈവാഹിക. വി. വിവാഹം സംബന്ധിച്ച.

വൈശദ്യം. ന. വെളുപ്പുനിറം.

വൈശാഖമാസം. ന. ഇടവമാസം.

വൈശാഖം. ന. ഫ, ഇടവമാസം. വ, കടകോൽ. ന്ദ, എയ്യുകാരന്റെ ഒരു നില.

വൈശാഖസ്നാനം. ന. പുണ്യത്തിന്നായിട്ടു വൈശാഖമാസം മുഴുവനും നേരത്തെയുള്ള കുളി.

വൈശിഷ്ട്യം. ന. വിശേഷത.

വൈശിഷ്ട്യം. ന. വിശിഷ്ടത.

വൈശേഷികൻ. ന. വൈശേഷികമതക്കാരൻ.

വൈശേഷികം. ന. വൈശേഷികമതം.

വൈശ്യൻ. ന. കൃഷിവാണിജ്യമുതലായവയെ ചെയ്യുന്ന ഒരു ജാതിക്കാരൻ.

വൈശ്യപ്രവൃത്തി. ന. കൃഷിവാണിജ്യമുതലായവ.

വൈവശ്യം. ഗു. ന. വിവശത, ക്ഷീണം.

വൈശ്യാ. ന. വൈശ്യസ്ത്രീ.

വൈശ്രവണൻ. ന. വടക്കെ ദിക്പാലകൻ, കുബേരൻ.

വൈശ്വദേവ. വി. (വൻ, വീ, വം.) വി. ന. വിശ്വദേവന്മാരെ സംബന്ധിച്ച.

വൈശ്വദേവം. ന. ബ്രാഹ്മണരുടെ ഒരു കൎമ്മം.

വൈശ്വാനരൻ. ന. അഗ്നി.

വൈശ്വാനരം. ന. ഫ, ജനങ്ങളില്ലാത്ത ദിക്ക. വ, ക്ഷാമമുള്ള ദിക്ക.

വൈശ്വി. ന. ഉത്രാടം നക്ഷത്രം.

വൈഷമ്മിക്കുന്നു. ച്ചു. പ്പാൻ. (വൈഷമ്മി.) അ. ക്രി. ഫ, സമമല്ലാതെയാകുന്നു. വ, പ്രയാസപ്പെടുന്നു. ന്ദ, മരിക്കുന്നു.

വൈഷമ്യം. ന. ഫ, സമമല്ലായ്ക. വ, പ്രയാസം. ന്ദ, മരണം.

വൈഷയികൻ. ന. ലോകത്തുള്ള ഇമ്പങ്ങളിൽ താല്പൎയ്യമുള്ളവൻ.

വൈഷ്ടം. ന. ഒരു ലോകം.

വൈഷ്ണവ. വി. (വൻ, വി, വം.) വി. ന. വിഷ്ണുവിനെ സംബന്ധിച്ച.

വൈഷ്ണവൻ. ന. വിഷ്ണുമതക്കാരൻ.

വൈഷ്ണവീ. ന. ഫ, ഏഴു മാതൃക്കളിൽ ഒന്നു. വ, ഒരു പച്ചമരുന്നു, ശംഖുപുഷ്പി.

വൈസാരിണം. ന. മത്സ്യം.

വൈഹാസികൻ. ന. നേരംപോക്കുകാരൻ.

വോ

വോഢാവു. ന. ഫ, ചുമക്കുന്നവൻ. വ, തേർനടത്തുന്നവൻ. ന്ദ, വഴികാണിക്കുന്നവൻ. ര, മണവാളൻ, ഭൎത്താവു.

വോളം. ന. നറുംപശ.

വൌ

വൌഷൾ. അ. ദേവകൾക്കൊ പിതൃക്കൾക്കൊ ബലികഴിക്കുമ്പോൾ പറയുന്ന ഒരു വാക്കു.

വ്യ

വ്യക്ത. വി. (ക്തൻ, ക്താ, ക്തം.) വി. ന. ഫ, സ്പഷ്ടമായുള്ള. വ, വിദ്യയുള്ള. ന്ദ, പ്രത്യേകമായുള്ള. **വ്യക്തത. വ്യക്തത്വം.** ഗു. ന. സ്പഷ്ടത.

വ്യക്തമാകുന്നു. യി. വാൻ. (വ്യക്ത.) അ. ക്രി. സ്പഷ്ടമാകുന്നു, തെളിയുന്നു. **വ്യക്തമാക്കുന്നു.** സ. ക്രി.

വ്യക്തി. ന. തെളിവു, സ്പഷ്ടത.

വ്യഗ്ര. വി. (ഗ്രൻ, ഗ്രാ, ഗ്രം.) വി. ന. ഭ്രമിച്ച, വ്യാകുലപ്പെട്ട. **വ്യഗ്രത.** ഗു. ന. വ്യാകുലം.

വ്യഗ്രപ്പെടുന്നു. ട്ടു. വാൻ. (വ്യഗ്ര.) അ. ക്രി. വ്യാകുലപ്പെടുന്നു.

വ്യംഗ. വി. (ഗൻ, ഗീ, ഗം.) വി. ന. അംഗത്തിന്നു കുറവുള്ള.

വ്യംഗൻ. ന. കാൽമുടവൻ.

വ്യംഗം. ന. ഫ, തവള. വ, മറുക. ന്ദ, മുഖത്തുള്ള നിറഭേദം.

വ്യംഗ്യം. ന. വാചകങ്ങളിൽ സൂചിപ്പിക്കപ്പെടുന്ന അൎത്ഥം.

വ്യജനം. ന. വിശറി, ആലവട്ടം.

വ്യഞ്ജകം. ന. കൈക്രിയ.

വ്യഞ്ജനപ്പുര. ന. കലവറപ്പുര.

വ്യഞ്ജനം. ന. ഫ, കറി. വ, അടയാളം. ന്ദ, മുഖരോമം. ര, കകാരാദ്യക്ഷരം.

വ്യഡംബകം. ന. ഒരു പച്ചമരുന്നു, ആവണക്കു, വ്യഡംബകം.

വ്യതികര. വി. (രൻ, രാ, രം.) വി. ന. തമ്മിൽ തമ്മിലുള്ള, പരസ്പരമുള്ള.

വ്യതികരം. ന. ഫ, നിൎഭാഗ്യം, ആപത്തു. വ, പരസ്പരമുള്ള മാററം.

വ്യതിക്രമം. ന. ഫ, പ്രതിലോമം, മറുപാടു. വ, വിപരീതം.

വ്യതിരിക്ത. വി. (ക്തൻ, ക്താ ക്തം.) വി. ന. വേർപെട്ട.

വ്യതിരേകം. ന. ഫ, വ്യത്യാസം. വ, കവിതകളിൽ പറയുന്ന ഒരലങ്കാരം.

വ്യതീപാതം. ന. ൧, ആപത്തു. ൨, ധിക്കാരം. ൩, ജ്യോതിശ്ശാസ്ത്രപ്രകാരമുള്ള യോഗങ്ങളിൽ ഒന്നു.

വ്യത്യയം. ന. വിപരീതം.

വ്യതിയാനം. ന. മാററം, വേറൊരു വഴിയിൽക്കൂടിയുള്ള പോക്കു.

വ്യത്യസ്ത. വി. (സ്തൻ, സ്താ, സ്തം.) വി. ന. ൧, ഭേദമുള്ള. ൨, വിപരീതമായ.

വ്യത്യാസം. ന. ൧, ഭേദം. ൨, വിപരീതം.

വ്യഥ. ന. വേദന.

വ്യഥിത. വി. (തൻ, താ, തം.) വി. ന. വേദനപ്പെട്ട.

വ്യധം. ന. തുളെക്കു.

വ്യധ്യ. വി. (ധ്യൻ, ധ്യാ, ധ്യം.) വി. ന. മുറിക്കപ്പെടുവാന്തക്ക, തുളെക്കപ്പെടുവാന്തക്ക.

വ്യധ്യം. ന. ലാക്കു.

വ്യധ്വം. ന. ചീത്തവഴി.

വ്യപദേശം. ന. ൧, മുന്നറിവു. ൨, പേർപറക. ൩, പേർ, സ്ഥാനപ്പേർ. ൪, കുടുംബം, വർഗ്ഗം. ൫, കീർത്തി. ൬, കൌശലം, ഉപായം. ൭, വഞ്ചന. ൮, ഒളിച്ചുവെക്കുക.

വ്യഭിചാരം. ന. ൧, വേശ്യാസംഗം. ൨, തെററു.

വ്യഭിചാരി. വി. (രീ, രിണി, രി.) വി. ന. വ്യഭിചാരം ചെയ്യുന്ന.

വ്യയം. ന. ൧, ചെലവു. ൨, നാശം. ൩, നാട്യത്തിൽ വരുന്ന ഭാവഭേദങ്ങൾ മുപ്പത്തുരണ്ടും.

വ്യയിത. വി. (തൻ, താ, തം.) വി. ന. ചെലവാക്കപ്പെട്ട, നശിപ്പിക്കപ്പെട്ട.

വ്യയീകൃത. വി. (തൻ, താ, തം.) വി. ന. ചെലവുചെയ്യപ്പെട്ട.

വ്യർത്ഥ. വി. (ർത്ഥൻ, ർത്ഥാ, ർത്ഥം.) വി. ന. പ്രയോജനമില്ലാത്ത. വ്യർത്ഥത. ഗു. ന.

വ്യർത്ഥക. വി. (കൻ, കാ, കം.) വി. ന. വെറുതെയുള്ള.

വ്യവകലനം; വ്യവകലിതം. ന. കൂടുതൽസംഖ്യയിൽനിന്നു കുറഞ്ഞ സംഖ്യയെ തട്ടിക്കഴിക്കയെന്നുള്ളതു.

വ്യവധ. ന. ൧, മറ, മൂടി. ൨, മറവു.

വ്യവധാനം. ന. ൧, മറ. ൨, മറവു.

വ്യവധായക. വി. (കൻ, കാ, കം.) വി. ന. ൧, മറെക്കുന്ന. ൨, മദ്ധ്യസ്ഥമായ.

വ്യവസായം. ന. ൧, അദ്ധ്വാനം. ൨, ഒരുമ്പാടു. ൩, കൃഷി. ൪, ഉപായം.

വ്യവസായി. വി. (യീ, യിനി, യി.) വി. ന. വ്യവസായമുള്ള, ഉത്സാഹമുള്ള.

വ്യവസിത. വി. (തൻ, താ, തം.) വി. ന. ൧, വഞ്ചിക്കപ്പെട്ട. ൨, നിശ്ചയിക്കപ്പെട്ട. ൩, ഉത്സാഹമുള്ള.

വ്യവസിതം. ന. നിശ്ചയം.

വ്യവസ്ഥ. ന. നിശ്ചയം, ഉറപ്പു.

വ്യവസ്ഥിത. വി. (തൻ, താ, തം.) വി. ന. നിശ്ചയിക്കപ്പെട്ട, ഉറപ്പാക്കപ്പെട്ട.

വ്യവസ്ഥിതി. ന. നിശ്ചയം.

വ്യവഹരിക്കുന്നു. ച്ചു. പ്പാൻ. (വ്യവഹരി.) സ. ക്രി. വാദിക്കുന്നു, തർക്കിക്കുന്നു.

വ്യവഹർത്താവു. ന. വ്യവഹരിക്കുന്നവൻ.

വ്യവഹാരജ്ഞൻ. വി. ന. വ്യവഹാരത്തെ അറിയുന്നവൻ.

വ്യവഹാരദർശനം. ന. വിചാരണ ചെയ്ക.

വ്യവഹാരപദം. ന. വ്യവഹരിക്കുന്നതിന്നുള്ള സ്ഥാനം.

വ്യവഹാരപാദം. ന. ൧, വാദി. ൨, പ്രതി. ൩, സാക്ഷി. ൪, വിധി, തീർപ്പു.

വ്യവഹാരമാതൃക. ന. വ്യവഹാരത്തിന്റെ ഒരു മുറ.

വ്യവഹാരമാർഗ്ഗം. ന. വ്യവഹാരത്തിന്റെ വഴി.

വ്യവഹാരമാല. ന. വ്യവഹാരത്തെ അറിവാനുള്ള ഒരു ഗ്രന്ഥം.

വ്യവഹാരം. ന. തർക്കം, വഴക്കു.

വ്യവഹാരവിധി. ന. തീർപ്പു.

വ്യവഹാരവിഷയം. ന. ൧, ഋണദാനം. ൨, നിക്ഷേപം. ൩, അസ്വാമിവിക്രയം. ൪, സംഭൂയസമുത്ഥാനം. ൫, ദത്താപ്രദാനികം. ൬, വേതനാദാനം. ൭, സംവിദവ്യതിക്രമം. ൮, ക്രയവിക്രയാനുശയം. ൯, സ്വാമിപാലയോർവ്വിവാദം. ൰, സീമവിവാദം. ൰൧, വാക്പാരുഷ്യം. ൰൨, ദണ്ഡപാരുഷ്യം. ൰൩, സ്തേയം. ൰൪, സാഹസം. ൰൫, സ്ത്രീസംഗ്രഹണം. ൰൬, സ്ത്രീപുംസധർമ്മം. ൰൭, വിഭാഗം. ൰൮, ദ്യൂതം.

വ്യവഹാരസഭ. അല്ലെങ്കിൽ, വ്യവഹാരസ്ഥലം. ന. വ്യവഹരിപ്പാനുള്ള സ്ഥലം, ന്യായസ്ഥലം.

വ്യവഹാരസ്ഥാനം. ന. ന്യായസ്ഥലം.

വ്യാവഹാരിക. വി. (കൻ, കി, കം.) വി. ന. ൧, മര്യാദയുള്ള. ൨, മര്യാദയിൽ ഉൾപ്പെട്ട. ൩, വ്യവഹാരത്തെ സംബന്ധിച്ച.

വ്യാവഹാരികം. ന. ൧, ആചാരം. ൨, ചൂൽ.

വ്യവഹാരി. വി. (രി, രിണി, രി.) വി. ന. വ്യവഹാരമുള്ള.

വ്യവഹിത. വി. (തൻ, താ, തം.) വി. ന. ൧, ചേൎന്ന. ൨, ഉൾപ്പെട്ട. ൩, മറെക്കപ്പെട്ട.

വ്യവായം. ന. ൧, സംയോഗം. ൨, മറവു.

വ്യഷ്ടി; വ്യക്തി. ന. ൧, ഒരു ജാതിയിൽപെട്ട ഓരോ പ്രത്യേക എണ്ണം. ൨, പ്രത്യേകത.

വ്യസനപ്പെടുന്നു. ട്ടു. വാൻ. (വ്യസന.) അ. ക്രി. ദുഃഖിക്കുന്നു, വേദനപ്പെടുന്നു.

വ്യസനം. ന. ൧, ആപത്തു. ൨, കാമംകൊണ്ടോ കോപംകൊണ്ടോ ഉണ്ടായ ദോഷം.

വ്യസനാർത്ത. വി. (ർത്തൻ, ർത്താ, ർത്തം.) വി. ന. ദുഃഖിക്കുന്ന, വ്യസനി.

വ്യസനി. വി. (നീ, നിനീ, നി.) വി. ന. വ്യസനമുള്ള.

വ്യസ്ത. വി. (സ്തൻ, സ്താ, സ്തം.) വി. ന. വേർതിരിക്കപ്പെട്ട.

വ്യസ്തപദം. ന. തെളിവുകുറഞ്ഞ വ്യവഹാരം.

വ്യളീക. വി. (കൻ, കാ, കം.) വി. ന. ൧, ഇഷ്ടക്കേടുള്ള. ൨, യോഗ്യമല്ലാത്ത. ൩, അപൂൎവ്വമായ.

വ്യളീകം. ന. ൧, വ്യസനം. ൨, വഞ്ചന. ൩, കുററം. ൪, ഇഷ്ടക്കേടുള്ള വസ്തു. ൫, മര്യാദയില്ലാത്ത പ്രവൃത്തി.

വ്യാകരണക്കാരൻ. ന. ൧, വ്യാകരണമുണ്ടാക്കിയവൻ. ൨, വ്യാകരണം പഠിച്ചവൻ.

വ്യാകരണം. ന. ആറു ശാസ്ത്രങ്ങളിൽ ഒന്നു, ശബ്ദശാസ്ത്രം.

വ്യാകരിക്കുന്നു. ച്ചു. ക്കുവാൻ. (വ്യാകരി.) സ. ക്രി. ൧, സ്പഷ്ടമാക്കുന്നു. ൨, പിരിക്കുന്നു. ൩, വ്യാകരണപ്രകാരം ഒരു വാക്യത്തിലെ പദങ്ങൾക്കു ശബ്ദനിൎണ്ണയം ചെയ്യുന്നു.

വ്യാകുല. വി. (ലൻ, ലാ, ലം.) വി. ന. ഉഴറിക്കുന്ന, ഭയമുള്ള. വ്യാകുലത. ഗു. ന.

വ്യാകുലപ്പെടുന്നു. ട്ടു. വാൻ. (വ്യാകുല.) അ. ക്രി. ഉഴറിക്കുന്നു.

വ്യാകൂതി. ന. വഞ്ചന.

വ്യാകൃതി. ന. രൂപത്തിനു വന്നുകൂടുന്ന മാററം, ആകൃതിയുടെ മാററം.

വ്യാകോശ. വി. (ശൻ, ശാ, ശം.) വി. ന. വിടൎന്ന.

വ്യാക്രുഷ്ടൻ. ന. ഗൎഭമുള്ള സ്ത്രീകൾക്കു ഭക്ഷണവസ്തുക്കളിലുണ്ടാകുന്ന കൊതി.

വ്യാഖ്യ. ന. വ്യാഖ്യാനം.

വ്യാഖ്യാത. വി. (തൻ, താ, തം.) വി. ന. ൧, വ്യാഖ്യാനിക്കപ്പെട്ട, വിസ്തരിച്ചു പറയപ്പെട്ട. ൨, വിസ്തരിക്കപ്പെട്ട.

വ്യാഖ്യാതാവു. ന. വ്യാഖ്യാനത്തെയുണ്ടാക്കിയവൻ.

വ്യാഖ്യാനം. ന. സംസ്കൃതകവിതകളുടെ അൎത്ഥങ്ങളെ തെളിയിച്ചു പറയുന്ന ഗ്രന്ഥം.

വ്യാഖ്യാനിക്കുന്നു. ച്ചു. പ്പാൻ. (വ്യാഖ്യാനി.) സ. ക്രി. വ്യാഖ്യാനത്തെ ഉണ്ടാക്കുന്നു.

വ്യാഘാതം. ന. ൧, തടവു. ൨, അടി. ൩, ജ്യോതിശ്ശാസ്ത്രത്തിൽ പറയുന്ന യോഗങ്ങളിൽ ഒന്നു. ൪, കൊന്നവൃക്ഷം.

വ്യാഘ്രചൎമ്മം. ന. കടുവാത്തോൽ.

വ്യാഘ്രനഖം. ന. ഒരു മരുന്നു, പുലിച്ചുവടി.

വ്യാഘ്രപാൽ. അല്ലെങ്കിൽ, വ്യാഘ്രപാത്തു. ന. വയ്യങ്കതവൃക്ഷം.

വ്യാഘ്രപാദം. ന. വയ്യങ്കതവൃക്ഷം.

വ്യാഘ്രപുഛം. ന. ഒരു മരുന്നു, ആവണക്കു.

വ്യാഘ്രം. ന. ൧, കടുവാ. ൨, ആവണക്കു.

വ്യാഘ്രാടം. ന. വാനമ്പാടിപ്പക്ഷി.

വ്യാഘ്രി. ന. ചെറുവഴുതിന.

വ്യാജക്കാരൻ. ന. ൧, കള്ളൻ. ൨, കള്ളം പറയുന്നവൻ.

വ്യാജച്ചരക്കു. ന. കള്ളച്ചരക്കു.

വ്യാജനിന്ദ. ന. കവിതയിലെ ഒരലങ്കാരം, സ്തുതിക്കുന്ന ഭാവത്തിൽ നിന്ദിക്കു.

വ്യാജം. ന. ൧, കള്ളം. ൨, വഞ്ചന. വ്യാജത്വം. ഗു. ന.

വ്യാജവൃത്തി. ന. കള്ളപ്രവൃത്തി.

വ്യാജസ്തുതി. ന. നിന്ദാസ്തുതി.

വ്യാജോക്തി. ന. കള്ളവാക്കു.

വ്യാജ്യം. ന. കോടതിയിൽ നടത്തുന്ന വ്യവഹാരം.

വ്യാഡൻ. ന. ൧, ഇന്ദ്രൻ. ൨, കള്ളൻ.

വ്യാഡം. ന. ൧, പാമ്പു. ൨, വന്യമൃഗം.

വ്യാധൻ. ന. കാട്ടാളൻ.

വ്യാധി. ന. ദീനം.

വ്യാധിക്കാരൻ. ന. ദീനക്കാരൻ.

വ്യാധിഘാതം. ന. കൊന്നവൃക്ഷം.

വ്യാധിത. വി. (തൻ, താ, തം.) വി. ന. വ്യാധിയുള്ള, ദീനമുള്ള.

വ്യാധുത. വി. (തൻ, താ, തം.) വി. ന. ഇളക്കമുള്ള.

വ്യാനൻ. ന. ശരീരത്തിൽ അഞ്ചു വായുക്കളിൽ ഉരുവിൽ ഒന്നു.

വ്യാപക. വി. (കൻ, കാ, കം.) വി. ന. വ്യാപിച്ചിരിക്കുന്ന, പരന്ന.

വ്യാപത്തി. ന. മരണം.

വ്യാപനം. ന. വ്യാപിക്കുക, പരക്കുക.

വ്യാപന്ന. വി. (ന്നൻ, ന്നാ, ന്നം.) വി. ന. ൧, മരിച്ച. ൨, കൊല്ലപ്പെട്ട.

വ്യാപരിക്കുന്നു. ച്ചു. പ്പാൻ. (വ്യാപരി.) സ. ക്രി. പ്രവൃത്തിക്കുന്നു.

വ്യാപാദനം. ന. കൊല്ലുക.

വ്യാപാദം. ന. ഉപദ്രവിപ്പാനുള്ള മനസ്സു.

വ്യാപാരം. ന. പ്രവൃത്തി. (മ.) ൧, കച്ചവടം. ൨, കച്ചോടം.

വ്യാപാരശക്തി. ന. വ്യാപാരത്തിനുള്ള സാമൎത്ഥ്യം, പ്രവൃത്തിക്കുന്നതിനുള്ള മിടുക്കു.

വ്യാപാരശീല. വി. (ലൻ, ലാ, ലം.) വി. ന. കച്ചവടത്തിനുള്ള ശീലം ചെയ്യുന്ന.

വ്യാപാരി. വി. (രി, രിണി, രി.) വി. ന. വ്യാപാരമുള്ള.

വ്യാപാരി. ന. കച്ചവടക്കാരൻ.

വ്യാപി. വി. (പീ, പിനി, പി.) വി. ന. വ്യാപിക്കുന്ന, പരക്കുന്ന.

വ്യാപിക്കുന്നു. ച്ചു. പ്പാൻ. (വ്യാപി.) സ. ക്രി. പരക്കുന്നു. വ്യാപിപ്പിക്കുന്നു. കാ. ക്രി.

വ്യാപൃതി. ന. വ്യാപാരം.

വ്യാപ്ത. വി. (പ്തൻ, പ്താ, പ്തം.) വി. ന. പരക്കപ്പെട്ട.

വ്യാപ്തി. ന. വ്യാപിക്കുക, പരക്കുക. (മ.) വ്യാജം.

വ്യാപ്യ. വി. (പ്യൻ, പ്യാ, പ്യം.) വി. ന. പരത്തപ്പെടുവാൻ തക്ക. വ്യാപ്യത്വം. ഗു. ന.

വ്യാപ്യം. ന. കൊട്ടം.

വ്യാമം. ന. ഒരു മാറളവു.

വ്യാമിശ്ര. വി. (ശ്രൻ, ശ്രാ, ശ്രം.) വി. ന. ഇടകലൎന്ന.

വ്യാമോഹം. ന. മോഹം, അന്ധാളിപ്പു.

വ്യായത. വി. (തൻ, താ, തം.) വി. ന. ൧, ബലപ്പാടുള്ള. ൨, നീളമുള്ള. ൩, ഉറപ്പുള്ള.

വ്യായാമം. ന. ൧, അദ്ധ്വാനം. ൨, കച്ചകെട്ടു. ൩, പുരുഷത്വം.

വ്യാവക്രോശി. ന. തമ്മിൽ ശപിക്കു.

വ്യാവഹാരിക. വി. (കൻ, കി, കം.) വി. ന. ൧, വ്യവഹാരത്തെസ്സംബന്ധിച്ച. ൨, മൎയ്യാദയുള്ള.

വ്യാവഹാരികൻ. ന. മന്ത്രി.

വ്യാവഹാസി. ന. തമ്മിൽ ചിരിക്കു.

വ്യാവൃത്ത. വി. (ത്തൻ, ത്താ, ത്തം.) വി. ന. ൧, തെരിഞ്ഞെടുക്കപ്പെട്ട. ൨, വളയപ്പെട്ട. ൩, മാററപ്പെട്ട. ൪, സ്തുതിക്കപ്പെട്ട.

വ്യാവൎത്തനം; വ്യാവൃത്തി. ന. ൧, സ്തുതി. ൨, തെരിഞ്ഞെടുപ്പു. ൩, തടുക്കൽ.

വ്യാസക്ത. വി. (ക്തൻ, ക്താ, ക്തം.) വി. ന. ൧, ആകുലതയുള്ള. ൨, ചേൎന്നിരിക്കുന്ന. ൩, വേൎപെട്ട.

വ്യാസൻ. ന. ഒരു മഹാൎഷി, വേദവ്യാസൻ.

വ്യാസം. ന. ൧, വിസ്താരം. ൨, വേൎതിരിവു. ൩, ഒരളവു.

വ്യാസിദ്ധ. വി. (ദ്ധൻ, ദ്ധാ, ദ്ധം.) വി. ന. ൧, വിരോധിക്കപ്പെട്ട. ൨, അനുവദിക്കപ്പെടാത്ത.

വ്യാഹരിക്കുന്നു. ച്ചു. പ്പാൻ. (വ്യാഹരി.) സ. ക്രി. പറയുന്നു.

വ്യാഹാരം. ന. ൧, വാക്കു, ശബ്ദം. ൨, ഹാസ്യവാക്കു.

വ്യാഹൃത. വി. (തൻ, താ, തം.) വി. ന. പറയപ്പെട്ട.

വ്യാഹൃതി. ന. ൧, വാക്ക. ൨, ശബ്ദം.

വ്യാളഗ്രാഹി. ന. പാമ്പിനെ പിടിക്കുന്നവൻ.

വ്യാളം. ന. ൧, പാമ്പു. ൨, സിംഹം, ൩, കടുവാ, പുലി. ൪, മദയാന.

വ്യാളായുധം. ന. ഒരു പച്ചമരുന്നു, പുലിച്ചുവടി.

വ്യാഴം. ന. ൧, നവഗ്രഹങ്ങളിൽ ഒന്നു. ൨, വ്യാഴാഴ്ച.

വ്യാഴാഴ്ച. ന. അഞ്ചാമത്തെ ആഴ്ച.

വ്യാക്ഷേപം. ന. ൧, പ്രതിബന്ധം. ൨, എളുപ്പ. ൩, കാലവിളംബം.

വ്യാക്ഷേപകം. (വ്യാകരണത്തിൽ) സ്വാതന്ത്ര്യമായിനിന്നുംകൊണ്ടു വാക്യാർത്ഥത്തെ വ്യഞ്ജിപ്പിക്കുന്ന പദം. ഉ-ം. **ഉവ്വ്; അയ്യോ.** മുതലായവ.

വ്യുത്ഥാനം. ന. ൧, സ്വാതന്ത്ര്യം. ൨, വിരോധം. ൩, സമാധിനിവൃത്തി.

വ്യുൽക്കട. വി. വളരെ അധികമായ, ശ്രേഷ്ഠതയുള്ള.

വ്യുല്പത്തി. ന. വിദ്യ.

വ്യുഷ്ട. വി. (ഷ്ടൻ, ഷ്ടാ, ഷ്ടം.) വി. ന. ൧, കഴിച്ച. ൨, ഉദിച്ച.

വ്യുഷ്ടം. ന. ൧, പ്രഭാതകാലം. ൨, ഫലം, സാദ്ധ്യം.

വ്യുഷ്ടി. ന. ൧, ഫലം. ൨, വല്പനവു. ൩, സ്തുതി.

വ്യൂഢ. വി. (ഢൻ, ഢാ, ഢം.) വി. ന. ൧, അണിനിരത്തപ്പെട്ട. ൨, നന്നായോജിച്ച.

വ്യൂഢകങ്കടൻ. ന. കവചമിട്ടവൻ.

വ്യൂഢി. ന. അണിനിരപ്പു.

വ്യൂത. വി. (തൻ, താ, തം.) വി. ന. നെയ്യപ്പെട്ട.

വ്യൂതി. ന. നെയ്യുക.

വ്യൂഹപാർഷ്ണി. ന. പിമ്പട.

വ്യൂഹം. ന. യുദ്ധത്തിങ്കൽ സൈന്യങ്ങളെ ഉറപ്പിച്ചു നിറുത്തുന്നതിൻെറ മാരോ ക്രമം. ൧, ദണ്ഡവ്യൂഹം, ഭോഗവ്യൂഹം, മണ്ഡലവ്യൂഹം, അസംഹതവ്യൂഹവും മററും. (ബലവിന്യാസം.) ൨, സമൂഹം.

വ്യോകാരൻ. ന. കൊല്ലൻ.

വ്യോമകടാഹം. ന. ഗോളാകൃതിയിലുള്ള ആകാശമണ്ഡലം.

വ്യോമകേശൻ. ന. ശിവൻ.

വ്യോമദേശം. ന. ആകാശപ്രദേശം, ആകാശം.

വ്യോമമാർഗ്ഗം. ന. ആകാശവഴി, ആകാശം.

വ്യോമം. ന. ൧, ആകാശം. ൨, വെള്ളം.

വ്യോമയാനം. ന. വിമാനം.

വ്യോഷം. ന. ചുക്ക മുളക തിപ്പലി, (ത്രികടു.)

വ്ര

വ്രജുകൻ. ന. ഭിക്ഷയ്ക്കു നടക്കുന്ന സന്ന്യാസി.

വ്രജൽ. വി. (ജൻ, ജന്തി, ജൽ.) വി. ന. സഞ്ചരിക്കുന്ന.

വ്രജനം. ന. സഞ്ചരിക്ക.

വ്രജം. ന. ൧, അമ്പാടി, പശുത്തൊഴുത്തു. ൨, വഴി. ൩, കൂട്ടം.

വ്രജിക്കുന്നു. ച്യ. ക്കുവാൻ. (വ്രജി.) സ. ക്രി. പ്രാപിക്കുന്നു. അ. ക്രി. പോകുന്നു.

വ്രജ്യ. ന. ൧, തീർത്ഥയാത്ര. ൨, യുദ്ധയാത്രയുംമററും.

വ്രണകാരി. വി. (രി, രിണി, രി.) വി. ന. വ്രണത്തെ ഉണ്ടാക്കുന്ന.

വ്രണം. ന. ശരീരത്തിൽ പൊട്ടി അളിഞ്ഞുള്ള ഭിന്നം, മുറിവുംമററും.

വ്രതതി. ന. ൧, വള്ളി. ൨, പടപ്പു.

വ്രതം. ന. ഉപവാസം, നോൻപു.

വ്രതീ. വി. (തി, തിനി, തി.) വി. ന. വ്രതമുള്ള.

വ്രതി. ന. ഉപവസിക്കുന്നവൻ.

വ്രശ്ചനം. ന. ൧, അരം. ൨, കഠിനം.

വ്രാജിതാവു. ന. തേർനടത്തുന്നവൻ.

വ്രാതം. ന. കൂട്ടം.

വ്രാത്യൻ. ന. ജാതിമര്യാദപ്രകാരമുള്ള കർമ്മങ്ങൾ ഒന്നും ചെയ്യപ്പെടാത്ത ബ്രാഹ്മണൻ.

വ്രീഡ. ന. ലജ്ജ.

വ്രീഹി. ന. ധാന്യങ്ങളിൽ നെല്ലും മററു ചിലതും.

വ്രീഹിഭേദം. ന. ഒരു വക നെല്ലു.

വ്രീള. ന. ലജ്ജ, നാണം.

വ്രീളാവൽ. വി. (വാൻ, വതി, വൽ.) വി. ന. ലജ്ജയുള്ള.

വ്രൈഹേയ. വി. (യൻ, യി, യം.) വി. ന. വ്രീഹി വിളയുന്ന.

ശ. ഹല്ലുകളിൽ മുപ്പതാമത്തെ അക്ഷരം.

ശകടം. ന. വണ്ടി, ചാട്ട.

ശകടാക്ഷം. ന. വണ്ടിയുടെ അച്ചുതണ്ടു.

ശകൻ. ന. ഒരു രാജാവു, ശാലിവാഹൻ.

ശകലം. ന. ൧, അംശം. ൨, നുറുക്ക.

ശകലിക്കുന്നു. ച്ചു. പ്പാൻ. (ശകലി.) സ. ക്രി. ഉടെക്കുന്നു, മുറിക്കുന്നു.

ശകലിത. വി. (തൻ, താ, തം.) വി. ന. ഉടെക്കപ്പെട്ട, നുറുക്കപ്പെട്ട.

ശകാബ്ദം. ന. ശാലിവാഹൻെറ സംവത്സരം.

ശകാന്തകൻ. ന. ൧, വിക്രമാദിത്യരാജാവു. ൨, ശാലിവാഹൻ.

ശകാരം. ന. അധിക്ഷേപവാക്ക.

ശകാരി. ന. വിക്രമാദിത്യൻ.

ശകാരിക്കുന്നു. ച്ചു. പ്പാൻ. (ശകാരി.) സ. ക്രി. അധിക്ഷേപവാക്ക പറയുന്നു.

ശകുനപ്പിഴ. ന. ഒരു കാര്യത്തിനു പുറപ്പെടുമ്പോൾ കാണുന്ന ലക്ഷണപ്പിഴ.

ശകുനം. ന. ൧, പക്ഷി. ൨, പ്രശ്നം. ൩, ഒരു മാതിരി പാട്ടു.

ശകുനി. ന. ൧, പക്ഷി. ൨, ദുര്യോധനൻെറ അമ്മാവൻ.

ശകുന്തം. ന. ൧, പക്ഷി. ൨, കഴുകൻ.

ശകുന്തി. ന. പക്ഷി.

ശകുലം. ന. മീൻ.

ശകുലാദനി. ന. ഒരങ്ങാടിമരുന്നു, കടുകരോഹിണി.

ശകുലാർഭകം. ന. ഒരു വക മത്സ്യം.

ശകുലാക്ഷകം. ന. വയമ്പുപുല്ലു.

ശകുലി. ന. മത്സ്യം.

ശകൃൽ. ന. വിഷ്ഠ.

ശകൃൽക്കരി. ന. പശുക്കിടാവു.

ശക്ത. വി. (ക്തൻ, ക്താ, ക്തം.) വി. ന. ൧, ബലമുള്ള. ൨, ത്രാണിയുള്ള.

ശക്തി. ന. ൧, ബലം. ൨, പാർവ്വതി. ൩, ലക്ഷ്മി.

ശക്തിധരൻ. ന. ൧, സുബ്രഹ്മണ്യൻ. ൨, ശക്തിയുള്ളവൻ. ൩, വേല്ക്കാരൻ.

ശക്തിപൂജ. ന. ദേവിയെ പൂജിക്കുന്ന പൂജ.

ശക്തിമൽ. വി. (മാൻ, മതി, മൽ.) വി. ന. ബലമുള്ള, ശക്തിയുള്ള.

ശക്തിഹേതികൻ. ന. വേല്ക്കാരൻ.

ശക്ലം. വി. (ക്ലിഷ്ടം) വി. ന. മയയായിട്ടു സംസാരിക്കുന്ന.

ശക്യ. വി. (ക്യൻ, ക്യാ, ക്യം.) വി. ന. സാധിക്കപ്പെടാകുന്ന. **ശക്യത.** ഗു. ന.

ശക്രധനുസ്സ്. ന. മേഘവില്ലു.

ശക്രൻ. ന. ൧, ഇന്ദ്രൻ. ൨, കുടകപ്പാല.

ശക്രപാദപം. ന. ഒരു വൃക്ഷം.

ശക്രപുഷ്പി. ന. ഒരു മാതിരി ചീര.

ശക്രഭവനം. ന. ഇന്ദ്രന്റെ വാസസ്ഥലം, സ്വൎഗ്ഗം.

ശക്രവല്ലി. ന. ഒരു പച്ചമരുന്നു, ഉഴിഞ്ഞ.

ശക്ലം. വി. (ക്ലൻ, ക്ലാ, ക്ലം.) വി. ന. പ്രിയം പറയുന്ന.

ശകപരം. ന. കാള.

ശങ്ക. ന. ൧, ഭയം. ൨, സംശയം. ൩, ലജ്ജ, വണക്കം.

ശങ്കകേടു. ന. ഭയമില്ലായ്മ, ലജ്ജയില്ലായ്മ.

ശങ്കര. വി. (രൻ, രാ, രം.) വി. ന. സുഖത്തെച്ചെയ്യുന്ന.

ശങ്കരൻ. ന. ൧, ശിവൻ. ൨, വേദാന്തം പഠിപ്പിക്കുന്നവൻ.

ശങ്കരീ. ന. പാൎവ്വതി.

ശങ്കാവിഷം. ന. സംശയിപ്പാനിടയില്ലാത്ത കാൎയ്യത്തിലെ ഒരു സംശയം.

ശങ്കാവിഹീനം; ശങ്കാഹീനം. വി. ശങ്കയില്ലാതെ.

ശങ്കിക്കുന്നു. ച്ചു. പ്പാൻ. (ശങ്കി.) അ. ക്രി. ൧, ഭയപ്പെടുന്നു. ൨, സംശയിക്കുന്നു. ൩, മാനിക്കുന്നു. ൪, ലജ്ജപ്പെടുന്നു.

ശങ്കിടി. ന. പ്രധാന പാട്ടുകാരന്റെ കൂടെ പാടുക.

ശങ്കിടിക്കാരൻ. ന. കൂടെപ്പാടുന്നവൻ, ഏററുപാടുന്നവൻ.

ശങ്കിത. വി. (തൻ, താ, തം.) വി. ന. ൧, ഭയപ്പെട്ട. ൨, സംശയമുള്ള. ൩, സ്ഥിരമില്ലാത്ത.

ശങ്കു. ന. ൧, കുററി, തടി. ൨, ഒരു വക മത്സ്യം. ൩, കുന്തം. ൪, ശിവൻ. ൫, ഇലയുടെ ഞരമ്പു. ൬, നാഴികമണിയുടെ സൂചി. ൭, ഛയം.

ശങ്കുകൎണ്ണം. ന. കഴുത.

ശങ്കുല. ന. പാക്കുവെട്ടി.

ശംഖു. ന. ൧, ഒരു ജലജന്തു. ൨, നവനിധികളിൽ ഒന്നു. ൩, മനുഷ്യന്റെ ശരീരത്തിൽ ഉള്ള ഒരു മൎമ്മം. ൪, ഒരു വലിയ തുക.

ശംഖധവള. വി. (ളൻ, ളാ, ളം.) വി. ന. ശംഖിന്റെ വെളുപ്പുപോലെ വെളുപ്പുള്ള.

ശംഖധ്മാനം. ന. ശംഖു ഊതുക.

ശംഖനഖം. ന. ഞമഞ്ഞി.

ശംഖനാദം. ന. ശംഖിന്റെ ശബ്ദം.

ശംഖപാലൻ. ന. ൧, ആദിത്യൻ. ൨, ഒരു സൎപ്പം.

ശംഖപുഷ്പം. ന. ഒരുമാതിരി പുഷ്പം. ൧, കറുത്ത ശംഖുപുഷ്പം. ൨, വെളുത്ത ശംഖുപുഷ്പം.

ശംഖപുഷ്പി. ന. ശംഖുപുഷ്പം.

ശംഖം. ന. ൧, ഒരു വക ജലജന്തു, ശംഖു. ൨, വൈശ്രവണന്റെ നിധികളിൽ ഒന്നു. ൩, മനുഷ്യന്റെ നെററിയിൽ ഉള്ള ഒരു മൎമ്മം. ൪, ഒരു വലിയ തുക.

ശംഖസ്വനം. ന. ശംഖിന്റെ ശബ്ദം.

ശംഖിനീ. ന ൧, നാലുവക സ്ത്രീകളിൽ മൂന്നാമത്തവൾ. ൨, ഒരു പച്ചമരുന്നു, ചണ്ഡ.

ശംഖുപിരി; ശംഖുതിരി. ന. ഒരു മാതിരി പിരിയാണി.

ശംഖുവിളി. ന. ശംഖിൽ ഊതി ശബ്ദിപ്പിക്കുക.

ശചീ. ന. ൧, ഇന്ദ്രാണി. ൨, കരണം. ൩, വിഷ്ണി. ൪, ശതാവരി.

ശചീപതി. ന. ഇന്ദ്രൻ.

ശടി. ന. കച്ചോലം.

ശഠ. വി. (ഠൻ, ഠാ, ഠം.) വി. ന. ശാഠ്യമുള്ള. **ശഠത.** ഗു. ന. ശാഠ്യം.

ശഠിക്കുന്നു. ച്ചു. ക്കുവാൻ. (ശഠി.) അ. ക്രി. ശാഠ്യംപിടിക്കുന്നു, തൎക്കിച്ചു പറയുന്നു.

ശണം. ന. ഒരു മാതിരി ചെടി.

ശണപുഷ്പിക. ന. ഒരു വക മരുന്നു. ഞണ്ടോരവ.

ശണസൂത്രം. ന. ചണത്തിന്റെ നൂലുകൊണ്ടുണ്ടാക്കിയ വല.

ശണ്ഡ. ന. കലഹം.

ശണ്ഠി. ന. ഷണ്ഡൻ, വികൃതി.

ശതക. വി. (കൻ, കാ, കം.) വി. ന. നൂറു എന്നുള്ള സംഖ്യ.

ശതകം. ന. ൧, നൂറു സംവത്സരം. ൨, നൂറു ശ്ലോകം കൂടിയ ഒരു കവിത.

ശതകുപ്പ. ന. ഒരു വക അങ്ങാടിമരുന്നു.

ശതകോടി. ന. വജ്രായുധം.

ശതക്രതു. ന. ഇന്ദ്രൻ.

ശതഘ്നി. ന. ൧, ഒരായുധം. ൨, വെൺതേർ. ൩, തൊണ്ടയിൽ ഉണ്ടാകുന്ന ഒരു ദീനം.

ശതദ്രു. ന. ഒരു നദി.

ശതധാ. അ. നൂറു പ്രകാരം.

ശതപത്രകം. ന. മരംകൊത്തി.

ശതപത്രം. ന. ൧, താമര. ൨, മയിൽ. ൩, കിളി.

ശതപത്രോദ്ഭവൻ. ന. ബ്രഹ്മാവു.

ശതപദി. ന. പഴുതാര.

ശതപൎവ്വ. ന. ൧, മുള. ൨, കറുക. ൩, വയമ്പു. ൪, ശുക്രന്റെ ഭാൎയ്യ. ൫, തുലാമാസത്തിലെ വെളുത്തവാവു.

ശതപൎവ്വിക. ന. ൧, കറുക. ൨, വയമ്പു. ൩, യവം.

ശതപൎവ്വേശൻ. ന. ശുക്രൻ.

ശതപുഷ്പ. ന. ചതകുപ്പ.

ശതപ്രാസം. ന. കണവീരം.

ശതഭിഷക്ക. ന. ചതയംനക്ഷത്രം.

ശതഭീരു. ന. ഒരു വക മുല്ല.

ശതമഖൻ. ന. ഇന്ദ്രൻ.

ശതമന്യു. ന. ഇന്ദ്രൻ.

ശതമാൎജ്ജൻ. ന. ആയുധം നന്നാക്കുന്നവൻ.

ശതമാനം. ന. ൧, ഒരു പലം വെള്ളി. ൨, നാലിടങ്ങഴി.

ശതമൂലി. ന. ഒരു പച്ചമരുന്നു, ശതാവരി.

ശതം. ന. നൂറു.

ശതയഷ്ടിക. ന. നൂറുചരടുള്ള മാല.

ശതയോഗം. ന. ഒരു വൈദ്യഗ്രന്ഥം.

ശതവീൎയ്യ. ന. വെണ്കറുക.

ശതവേധി. ന. പുളിയാരൽ.

ശതശഃ. അ. പലപ്രകാരം, നൂറുപ്രകാരം.

ശതഹ്രദ. ന. മിന്നൽപിണർ, ഇടിവാൾ.

ശതഹ്രാസം. ന. കണവീരം.

ശതാംഗം. ന. രഥം, തേരു.

ശതാനന്ദൻ. ന. ൧, ബ്രഹ്മാവു. ൨, ഒരു മഹൎഷി.

ശതാനീകൻ. ന. ൧, വൃദ്ധൻ. ൨, ഒരു രാജാവു. ൩, ഒരു മഹൎഷി.

ശതാബ്ദം. ന. നൂറു സംവത്സരം.

ശതാവരി. ന. ഒരു വക പച്ചമരുന്നു, ശതമൂലി.

ശത്രു. ന. വൈരി.

ശത്രുഘ്നൻ. ന. ശ്രീരാമന്റെ അനുജന്മാരിൽ ഒരുത്തൻ.

ശത്രുജയം. ന. ശത്രുക്കളെ ജയിക്ക.

ശത്രുത. ന. വൈരം, അസൂയ.

ശത്രുത്വം. ന. ശത്രുത.

ശത്രുദോഷം. ന. മന്ത്രവാദംനിമിത്തം ശത്രുക്കളിൽനിന്നു ഉണ്ടാകുന്ന ദോഷം.

ശത്രുനാശം. ന. ശത്രുക്കൾ്ടെ നാശം.

ശത്രുപക്ഷം. ന. ശത്രുവിന്നു സഹായം.

ശത്രുപീഡ. ന. ശത്രുക്കളെക്കൊണ്ടുള്ള ഉപദ്രവം.

ശത്രുബലം. ന. ശത്രുവിന്റെ ബലം.

ശത്രുഭയം. ന. ശത്രുവിൽനിന്നുള്ള പേടി.

ശത്രുവ്യാപാരം. ന. ശത്രുവിന്റെ പ്രവൃത്തി. (മ.) ക്ഷുദ്രപ്രയോഗം.

ശത്രുസംഹാരം. ന. ശത്രുവിന്റെ സംഹാരം.

ശത്രുഹരം. ന. ശത്രുനാശം.

ശദ്രി. ന. ൧, മേഘം. ൨, അൎജ്ജുനൻ. ൩, ആന.

ശനി. ന. ൧, നവഗ്രഹങ്ങളിൽ ഒന്നു. ൨, ശനിയാഴ്ച.

ശനിയൻ. ന. കൊള്ളരുതാത്തവൻ, ദുൎഗ്ഗുണമുള്ളവൻ.

ശനിപ്പിഴ. ന. താൻ ജനിച്ച രാശിയുടെ പന്ത്രണ്ടാം രാശിയിലുമ്മറ്റും ശനി കടക്കുക.

ശനിപ്രിയം. ന. മരതകരത്നം.

ശനിയാഴ്ച. ന. ഏഴാം ആഴ്ച.

ശനിഭഗവാൻ. ന. ശനി.

ശനിവാരം. ന. ശനിയാഴ്ച.

ശനൈശ്ചരൻ. ന. ശനി.

ശനൈസ്സു. അവ്യയം, ശനകൈസ്സു. അ. പതുക്കെ.

ശപഥം. ന. ആണ, സത്യം, ഞാൻ ഇന്നപ്രകാരം ചെയ്യും ചെയ്തില്ലെങ്കിൽ അഗ്നിയിൽ ചാടി മരിച്ചുകളയുമെന്നും മററും നിശ്ചയമായിപ്പറക.

ശപനം. ന. ശപഥം.

ശപം. ന. ൧, ശവം. ൨, ശാപം. ൩, ആണ.

ശപിക്കുന്നു. ച്ചു. പ്പാൻ. (ശപി.) സ. ക്രി. പ്രാകുന്നു, നിന്ദിക്കുന്നു.

ശഫം. ന. ൧, കുളമ്പു. ൨, കതിരയുടെ കുളമ്പു.

ശഫരം. ന. ഒരു വക ചെറിയ മത്സ്യം.

ശഫരി. ന. നരിമീൻ.

ശബരൻ. ന. കാട്ടാളൻ.

ശബരാലയം. ന. കാട്ടാളന്റെ വീടു.

ശബരി. ന. കാട്ടാളത്തി.

ശബള. വി. (ളൻ, ളാ, ളം.) വി. ന. പലവൎണ്ണമുള്ള. **ശബളത.** ഗു. ന. പലവൎണ്ണം.

ശബളം. ന. ൧, പലവൎണ്ണം. ൨, വെള്ളം.

ശബളി. ന. പലവൎണ്ണമുള്ള പശു.

ശബ്ദഗ്രഹം. ന. ചെവി.

ശബ്ദന. വി. (നൻ, നാ, നം.) വി. ന. ശബ്ദിക്കുന്ന.

ശബ്ദനം. ന. ശബ്ദം.

ശബ്ദബ്രഹ്മം. ന. ദൈവം തോന്നിച്ചിട്ടു എഴുതിയ എഴുത്തു.

ശബ്ദം. ന. ൧, ഒച്ച, സ്വനം. ൨, സംസ്കൃതവാക്ക.

ശബ്ദയോനി. ന. വാക്കിന്റെ മൂലം, ഭൂതത്തായാം ഏധവൃദ്ധൌ എന്നു തുടങ്ങിയുള്ളവ, ധാതു.

ശബ്ദശാസ്ത്രം. ന. ആറു ശാസ്ത്രങ്ങളിൽ ഒന്നു, വ്യാകരണം.

ശബ്ദാൎത്ഥം. ന. വാക്കിന്റെ അൎത്ഥം.

ശബ്ദിക്കുന്നു. ച്ചു. പ്പാൻ. (ശബ്ദി.) സ. ക്രി. ൧, പറകയും ചൊല്ലുകയും മററും ചെയ്യുന്നു. ൨, ഒച്ച പുറപ്പെടുവിക്കുന്നു. **ശബ്ദിപ്പിക്കുന്നു.** കാ. ക്രി.

ശബ്ദോല്പത്തി. ന. ശബ്ദമുണ്ടാകുക.

ശമക. വി. (കൻ, കാ, കം.) വി. ന. സമാധാനം വരുത്തുന്ന.

ശമഥം. ന. ശമനം.

ശമനത. ന. ശമനം.

ശമനൻ. ന. ൧, യമൻ. ൨, മാൻ.

ശമനം. ന. അടക്കം.

ശമനസ്വസാവു. ന. യമുനാനദി.

ശമനി. ന. രാത്രി.

ശമം. ന. അടക്കം.

ശമലം. ന. വിഷ്ഠ.

ശമാദിഷൾക്കം. ന. ശമം മുതലായ ആറു ഗുണങ്ങൾ. ശമം ദമം ഉപരതി തിതിക്ഷ സമാധാനം ശ്രദ്ധ ഇവയാണു് ഈ ആറു ഗുണങ്ങൾ.

ശമിക്കുന്നു. ച്ചു. പ്പാൻ. (ശമി.) അ. ക്രി. അടങ്ങുന്നു, സാവധാനമാകുന്നു. **ശമിപ്പിക്കുന്നു.** സ. ക്രി.

ശമിത. വി. (തൻ, താ, തം.) വി. ന. ശമിപ്പിക്കപ്പെട്ട.

ശമീ. ന. ൧, ഒരുമാതിരി വൃക്ഷം. ൨, വന്നിവൃക്ഷം.

ശമീധാന്യം. ന. പയറുമ്മററും.

ശമീരം. ന. ചെറുവന്നിവൃക്ഷം.

ശം. അ. സുഖം.

ശമ്പ. ന. മിന്നൽപിണരു.

ശമ്പളം. ന. കൂലി.

ശംബം. ന. ൧, വജ്രായുധം. ൨, ഉലക്കപ്പൂണ. ൩, അരയ്ക്കുവെച്ചു കെട്ടുന്ന ഇരിമ്പുചങ്ങല.

ശംബരം. ന. ൧, വെള്ളം. ൨, സമ്പത്തു. ൩, യുദ്ധം. ൪, ഒരുവക മാൻ. ൫, മാൎഗ്ഗമൃഗം.

ശംബരാരി. ന. കാമദേവൻ.

ശംബരി. ന. ഒരു പച്ചമരുന്നു, എലിച്ചെവിയൻ.

ശംബലം. ന. ൧, വഴിച്ചോറു. ൨, കര. ൩, അസൂയ.

ശംബാകൃത. വി. (തൻ, താ, തം.) വി. ന. ഇരുച്ചാലുഴുത.

ശംബൂകം. ന. ശമഞ്ഞി.

ശംഭം. ന. വജ്രായുധം.

ശംഭളീ. ന. വേശ്യ.

ശംഭു. ന. ൧, ബ്രഹ്മാവു. ൨, ശിവൻ. ൩, വിഷ്ണു. ൪, യവനന്മാരിൽ പ്രമാണി.

ശമ്മല. ന. പ്രയാസം, വ്യാകുലം.

ശമ്യ. ന. നുകക്കുഴി.

ശമ്യാകം. ന. കൊന്നവൃക്ഷം.

ശംവം. ന. ൧, വജ്രായുധം. ൨, ഉലക്കപ്പണം.

ശംവരം. ന. വെള്ളം.

ശംസ. ന. ൧, വാക്ക. ൨, ആഗ്രഹം. ൩, സ്തുതി.

ശംസനം. ന. വാക്ക.

ശംസിക്കുന്നു. ച്ചു. ക്കുവാൻ. (ശംസി.) സ. ക്രി. സ്തുതിക്കുന്നു, പറയുന്നു. **ശംസിപ്പിക്കുന്നു.** കാ. ക്രി.

ശംസിത. വി. (തൻ, താ, തം.) വി. ന. ൧, നിശ്ചയമുള്ള. ൨, അപവാദപ്പെട്ട. ൩, പറയപ്പെട്ട. ൪, സ്തുതിക്കപ്പെട്ട. ൫, ആഗ്രഹിക്കപ്പെട്ട.

ശസ്താവു. ന. സ്തുതിക്കുന്നവൻ.

ശയനഗൃഹം. ന. ഉറങ്ങുവാനുള്ള മുറി, കിടക്കുന്ന മുറി.

ശയനപ്രദക്ഷിണം. ന. കിടന്നുരണ്ട ക്ഷേത്രത്തിന്നു ചുററി വലംവെക്ക.

ശയനം. ന. ൧, കിടക്കുക. ൨, മെത്ത. ൩, കട്ടിൽ. ൪, സംയോഗം.

ശയനീയ. വി. (യൻ, യാ, യം.) വി. ന. ഉറങ്ങുവാൻ കൊള്ളാകുന്ന.

ശയനീയം. ന. മെത്ത.

ശയം. ന. ൧, കൈ. ൨, പെരുമ്പാമ്പു. ൩, ഉറക്കം. ൪, മെത്ത.

ശയാന. വി. (നൻ, നാ, നം.) വി. ന. ൧, ഉറങ്ങുന്ന. ൨, കിടക്കുന്ന.

ശയാലു. വി. (ത്രിലി.) വി. ന. ൧, ഉറങ്ങുവാനാഗ്രഹമുള്ള. ൨, കിടപ്പാനാഗ്രഹമുള്ള.

ശയാലു. ന. പെരുമ്പാമ്പു.

ശയിക്കുന്നു. ച്ചു. പ്പാൻ. (ശയി.) അ. ക്രി. കിടക്കുന്നു.

ശയിത. വി. (തൻ, താ, തം.) വി. ന. ൧, ഉറങ്ങുന്ന. ൨, കിടക്കുന്ന.

ശയിതം. ന. ഉറക്കം.

ശയു. ന. പെരുമ്പാമ്പു.

ശയ്യ. ന. മെത്ത, (സാഹിത്യത്തിൽ) രീതിഗുണം.

ശരക്കൂടം. ന. അമ്പിൻക്കൂട്ടം, അമ്പുകൊണ്ടുണ്ടാക്കിയ ഒരു മാതിരി ഭവനം.

ശരക്കോൽ. ന. ൧, അമ്പിന്റെ തണ്ട. ൨, അമ്പപ്പുല്ലിന്റെ തണ്ട.

ശരച്ചന്ദ്രൻ. ന. ശരൽകാലത്തെ ചന്ദ്രൻ.

ശരചക്രം. ന. അമ്പറ.

ശരജം. ന. വെണ്ണ.

ശരജന്മാവു. ന. സുബ്രഹ്മണ്യൻ.

ശരണം. ന. ൧, ആശ്രയം. ൨, രക്ഷിതാവു. ൩, ഭവനം.

ശരണാഗത. വി. (തൻ, താ, തം.) വി. ന. രക്ഷയ്ക്കായിട്ടു വന്ന.

ശരണാൎത്ഥി. വി. (ൎത്ഥീ, ൎത്ഥിനീ, ൎത്ഥി.) വി. ന. രക്ഷെക്ക ആഗ്രഹമുള്ള.

ശരണോന്മുഖൻ. ന. ശരണത്തെ ചോദിക്കുന്നവൻ.

ശരണ്യ. വി. (ണ്യൻ, ണ്യാ, ണ്യം.) വി. ന. രക്ഷിക്കത്തക്ക.

ശരണ്യം. ന. ൧, രക്ഷ. ൨, ഭവനം.

ശരദൃതു. ന. ശരൽകാലം, നാലാമത്തെ ഋതു.

ശരധി. ന. അമ്പറ.

ശരപുംഖാ. ന. ൧, ഒരു മരം. ൨, തൂവൽ വച്ചുകെട്ടിയിട്ടുള്ള അമ്പിന്റെ അറ്റം.

ശരപ്പാട്ട. ന. അമ്പു എയ്യുമ്പോൾ ചെന്നു വീഴുന്ന അകലം.

ശരപ്രയോഗം. ന. അമ്പുകൊണ്ടുള്ള പ്രയോഗം.

ശരഭം. ന. ൧, എട്ടടിമാൻ. ൨, വരയാട.

ശരം. ന. ൧, അമ്പു. ൨, അമ്പപ്പുല്ലു. ൩, വെള്ളം. ൪, ഉപദ്രവം.

ശരത്തു. ന. ൧, ശരൽകാലം. ൨, ഒരു സംവത്സരം.

ശരൽകാമി. ന. പട്ടി.

ശരൽകാലം. ന. കന്നിയും തുലാവും രണ്ടുമാസം.

ശരവനം; ശരവണം. ന. ഞാങ്ങണക്കാട.

ശരവൃഷ്ടി. ന. അസംഖ്യം ശരങ്ങൾ വന്നു വീഴുക.

ശരവ്യം. ന. ലാക്ക.

ശരശയ്യ. ന. അമ്പു നിവിൎത്തുവെച്ചുണ്ടാക്കിയിട്ടുള്ള കിടക്ക.

ശരസന്ധാനം. ന. അമ്പുകൊണ്ടു ലാക്ക നോക്കുക.

ശരറാന്തൽ. ന. ചുററും മുനയോടുകൂടിയ കണ്ണാടിച്ചില്ലുകൾ തൂക്കിയിട്ടിട്ടുള്ള ഒരുതരം വിളക്ക.

ശരാഭ്യാസം. ന. അമ്പുകൊണ്ടുള്ള പ്രയോഗം പഠിക്ക.

ശരാരി. ന. വെള്ളിപ്പക്ഷി.

ശരാരു. വി. (ത്രിലി.) വി. ന. കൊല്ലുന്ന.

ശരാലി. ന. വെള്ളിപ്പക്ഷി.

ശരാവതി. ന. ഒരാറ.

ശരാവം. ന. മൂടി, ഒരുമാതിരി ചെറിയ പാത്രം.

ശരാശരി. അ. തുല്യം.

ശരാശ്രയം. ന. അമ്പറ.

ശരാസനം. ന. വില്ലു.

ശരി. അ. തുല്യം, സൂക്ഷം, നിരപ്പ.

ശരിയിടുന്നു. ട്ടു. വാൻ. (ശരി.) സ. ക്രി. ൧, ശരിയാക്കുന്നു. ൨, പകരം വീട്ടുന്നു.

ശരിയ്ക്കു; ശരിവരെ. വി. ൧, മറയ്ക്കു. ൨, യാതൊരു കുറവും കൂടാതെ.

ശരീരഖേദം. ന. ദേഹവ്യസനം.

ശരീരതുല്യം. വി. തന്നെപ്പോലെ തന്നെ സ്നേഹിക്കപ്പെടുന്ന.

ശരീരദണ്ഡം. ന. ൧, ശരീരത്തേൽ ചെയ്യപ്പെടുന്ന ശിക്ഷ. ൨, തപസ്സുകൊണ്ടു ശരീരത്തെ മന്നുഷ്യന്നു കീഴ്പ്പെടുത്തുക.

ശരീരദുഃഖം. ന. ദേഹത്തിന്നുള്ള ഉപദ്രവം.

ശരീരധൎമ്മം. ന. ശരീരത്തിന്റെ സ്വഭാവം.

ശരീരനാശം. ന. മരണം.

ശരീരപുഷ്ടി. ന. ദേഹത്തിന്റെ തടിപ്പ.

ശരീരം. ന. ഏതുവസ്തുവിന്റെയും രൂപം, മനുഷ്യരുടെ ദേഹവും മററും.

ശരീരയാത്ര. ന. ഉപജീവനത്തിന്നുള്ള മാൎഗ്ഗം.

ശരീരരക്ഷ. ന. ദേഹരക്ഷ.

ശരീരവാൻ; (—വതി). ന. ശരീരമുള്ളവൻ; (—വൾ).

ശരീരവൃത്തി. ന. ൧, ദേഹത്തിന്റെ വെടിപ്പ. ൨, ഉപജീവനം.

ശരീരസുഖം. ന. ദേഹസൌഖ്യം.

ശരീരസംസ്കാരം. ന. ശരീരത്തെ നന്നാക്കുക.

ശരീരസാദം. ന. ദേഹത്തിന്റെ തളൎച്ച.

ശരീരസൌഖ്യം. ന. ദേഹസുഖം.

ശരീരസ്ഥിതി. ന. ൧, ഉപജീവനത്തിന്നുള്ള മാൎഗ്ഗം. ൨, ഭക്ഷണം കഴിക്ക.

ശരീരാവസ്ഥ. ന. ദേഹാവസ്ഥ.

ശരീരി. വി. (രീ, രിണി, രി.) വി. ന. ശരീരമുള്ള.

ശരീരീ. ന. ശരീരമുള്ളവൻ, മനുഷ്യൻ, പ്രാണി, ജീവൻ, ആത്മ.

ശരു. ന. ൧, കോപം. ൨, വജ്രായുധം. ൩, അമ്പു.

ശൎക്കര. ന. ൧, കരിമ്പിന്നീരു കുറുക്കിയുണ്ടാക്കിയ വസ്തു. ൨, പഞ്ചാര. ൩, ചരൽ. ൪, ഓട്ടുനുറുക്ക. ൫, കല്ലടപ്പെന്ന രോഗം.

ശൎക്കരപ്പായസം. ന. ശൎക്കരച്ചോറു.

ശൎക്കരപ്പാവു. ന. ശൎക്കര ഉരുക്കിയതു.

ശൎക്കരയുപ്പേരി. ന. ശൎക്കര പിരട്ടിയ ഉപ്പേരി.

ശൎക്കരവാക്ക. ന. സ്തുതിവാക്ക, നല്ലവാക്ക.

ശൎക്കരാവതി. ന. മണൽപ്രദേശം, ചരൽപ്രദേശം.

ശൎക്കരില. വി. (ലൻ, ലാ, ലം.) വി. ന. ചരലുള്ള.

ശൎമ്മ. വി. (ൎമ്മൻ, ൎമ്മാ, ൎമ്മം.) വി. ന. സന്തോഷമുള്ള.

ശൎമ്മൻ. ന. ബ്രാഹ്മണൎക്കു ഒരു പേരു.

ശൎമ്മം. ന. സുഖം.

ശൎവ്വൻ. ന. ശിവൻ.

ശൎവ്വരി. ന. ൧, രാത്രി. ൨, സ്ത്രീ. ൩, മഞ്ഞൾ.

ശൎവ്വരീനാഥൻ. ന. ചന്ദ്രൻ.

ശൎവ്വരീശൻ. ന. ചന്ദ്രൻ.

ശൎവ്വാണി. ന. പാൎവ്വതി.

ശലകം. ന. എട്ടുകാലി.

ശലഭം. ന. ൧, വെട്ടുക്കിളി. ൨, പാററാ, ഒരംശപ്പ.

ശലം. ന. എയ്യൻ പന്നിയുടെ മുള്ളു.

ശലലി. ന. മെല്ലേറഞ്ഞ അൎത്ഥം.

ശലാക. ന. ൧, കമ്പാ. ൨, അമ്പു. ൩, സൂചി. ൪, ശ്ലാക. ൫, വൈദ്യന്റെ കഠാരം. ൬, കുടയുടെ ഞൊറകോലി. ൭, അസ്ഥി. ൮, മദനകാര.

ശലാടു. ന. പച്ചക്കായ്.

ശല്ക്കം. ന. ൧, ഖണ്ഡം. ൨, തൊലി. ൩, ചെതുമ്പല്.

ശല്മലി. ന. മുള്ളിലവു.

ശല്മലീവേഷ്ടം. ന. എലവിൻപശ.

ശല്യൻ. ന. ഒരു മദ്രരാജാവു.

ശല്യം. ന. ൧, മലയാര. ൨, മുള്ളൻ. ൩, ഒരുമാതിരി അമ്പു. ൪, കുന്തം. ൫, ഇരിമ്പപാര. ൬, അമ്പിന്റെ അററം. ൭, കുററി. ൮, പ്രയാസം. ൯, നിന്ദ. ൧൦, ഉപദ്രവം.

ശല്ലകം. ന. ൧, ഒരു വക തൈ. ൨, തൊലി.

ശല്ലകി. ന. മുള്ളൻ.

ശല്ലാവു. ന. നേരിയ വസ്ത്രം.

ശവക്കുഴി. ന. ശവകല്ലറ.

ശവദാഹം. ന. ശവം ചുടുക.

ശവപ്രായ. വി. (യൻ, യാ, യം.) വി. ന. ശവംപോലെ അനാമമില്ലാത്ത.

ശവം. ന. മരിച്ച ദേഹം.

ശവരൻ. ന. കാട്ടാളൻ.

ശവസംസ്കാരം. ന. ശവദാഹം.

ശശധരൻ. ന. ചന്ദ്രൻ.

ശശൻ. ന. പുരുഷന്മാർ നാലുവകയുള്ളതിൽ ഒന്നാമത്തവൻ.

ശശം. ന. ൧, മുയൽ. ൨, ഒരുവക വൃക്ഷം.

ശശലോമം. ന. മുയലിന്റെ രോമം.

ശശാങ്കചൂഡൻ. ന. ശിവൻ.

ശശാങ്കധവള. വി. (ളൻ, ളാ, ളം.) വി. ന. ചന്ദ്രനെപ്പോലെ വെളുത്ത.

ശശാങ്കൻ. ന. ചന്ദ്രൻ.

ശശാങ്കമൂൎത്തി. ന. ചന്ദ്രൻ.

ശശാങ്കശേഖരൻ. ന. ശിവൻ.

ശശാദനം. ന. ഒരുമാതിരി പരുന്തു.

ശശി. ന. ൧, ചന്ദ്രൻ. ൨, പച്ചകൎപ്പൂരം. ൩, മകയിര നക്ഷത്രം.

ശശികല. ന. ചന്ദ്രകല.

ശശിഖണ്ഡം. ന. ചന്ദ്രകല.

ശശിചൂഡൻ. ന. ശിവൻ.

ശശിധരൻ. ന. ശിവൻ.

ശശിപ്രഭ. ന. നിലാവു.

ശശിമണി. ന. ചന്ദ്രകാന്തം.

ശശിമണിശില. ന. ചന്ദ്രകാന്തക്കല്ലു.

ശശിശകലം. ന. ചന്ദ്രകല.

ശശിശേഖരൻ. ന. ശിവൻ.

ശശോൎണ്ണം. ന. മുയലിന്റെ രോമം.

ശശ്വൽ. അ. എല്ലായ്പോഴും.

ശഷ്കുലി. ന. ചെവിയുടെ അകത്തെ തടു.

ശഷ്പം. ന. ൧, പൈപ്പുല്ലു. ൨, അല്പം.

ശസ്ത. വി. (സ്തൻ, സ്താ, സ്തം.) വി. ന. ൧, സുഖമുള്ള. ൨, ശ്രേഷ്ഠതയുള്ള. ൩, സ്തുതിക്കപ്പെട്ട.

ശസ്തം. ന. സുഖം.

ശസ്യമഞ്ജരി. ന. നെല്ലിന്റെയും മററും കതിരു.

ശസ്യ. വി. (സ്യൻ, സ്യാ, സ്യം.) വി. ന. ശ്രേഷ്ഠതയുള്ള, മനോജ്ഞമുള്ള, നല്ല.

ശസ്യം. ന. സസ്യം.

ശസ്യശൂകം. ന. ധാന്യങ്ങളുടെ ഓക.

ശസ്ത്രകം. ന. ഇരിമ്പു, ഉരുക്ക.

ശസ്ത്രഗ്രഹണം. ന. യുദ്ധം.

ശസ്ത്രജീവി. ന. ആയുധക്കാരൻ.

ശസ്ത്രധരൻ; ശസ്ത്രധാരി; ശസ്ത്രവാൻ. ന. യോദ്ധാവു.

ശസ്ത്രപ്രയോഗം. ന. ആയുധമെടുത്തു പ്രയോഗിക്കുക.

ശസ്ത്രമാൎജ്ജൻ. ന. ആയുധത്തെ നന്നാക്കുന്നവൻ.

ശസ്ത്രം. ന. ൧, ആയുധം. ൨, ഇരിമ്പു.

ശസ്ത്രവൈദ്യൻ. ന. പരുവും മററും ക്ലേശിക്കുന്ന വൈദ്യൻ.

ശസ്ത്രശാല. ന. ആയുധശാല.

ശസ്ത്രഹസ്തൻ. ന. ആയുധം ധരിച്ചവൻ.

ശസ്ത്രാജീവൻ. ന. ആയുധക്കാരൻ.

ശസ്ത്രാഭ്യാസം. ന. ആയുധാഭ്യാസം.

ശസ്ത്രാസ്ത്രവിദ്യ. ന. യുദ്ധവിദ്യ.

ശസ്ത്രി. വി. (സ്ത്രീ, സ്ത്രിണി, സ്ത്രി.) വി. ന. ശസ്ത്രമുള്ള.

ശാ

ശാകട. വി. (ടൻ, ടാ, ടി, ടം.) വി. ന. ശകടത്തോടു സംബന്ധിച്ച.

ശാകടം. ന. വണ്ടിയിൽ കെട്ടുന്ന കാള.

ശാകം. ന. ൧, ചീരയും മററും. ൨, ഒരു ദ്വീപു. ൩, ശക്തി. ൪, ശിരീഷവൃക്ഷം. ൫, തേക്ക.

ശാകുനിക. വി. (കൻ, കീ, കം.) വി. ന. പക്ഷികളെ സംബന്ധിച്ച.

ശാകുനികൻ. ന. പക്ഷിപിടിക്കുന്നവൻ.

ശാകുനികം. ന. ശകുനങ്ങളുടെയും മററും അൎത്ഥം പറയുക.

ശാകോപദംശം. ന. ൧, മീരക്കൂട്ടാൻ. ൨, മലക്കറികൊണ്ടുള്ള കൂട്ടാൻ.

ശാക്തികൻ. ന. ൧, ശക്തിയെ വന്ദിക്കുന്നവൻ. ൨, കുന്തക്കാരൻ.

ശാക്തേയം. ന. ശക്തിയെ വന്ദിക്കുന്ന കൂട്ടം.

ശാക്യൻ. ന. ബുദ്ധമുനി.

ശാക്യമുനി. ന. ബുദ്ധമുനി.

ശാക്യസിംഹൻ. ന. ബുദ്ധമുനി.

ശാക്യം. ന. ബുദ്ധമതം.

ശാഖ. ന. ൧, വൃക്ഷത്തിന്റെ കൊമ്പു. ൨, വേദത്തിന്റെ ഒരു ഭാഗം. ൩, കൈ. ൪, ഭിന്നം.

ശാഖക്കാരൻ. ന. ഒരു താവഴിയിലുള്ളവൻ.

ശാഖം. ന. ഒരുവക തൈ.

ശാഖാനഗരം. ന. ഉപഗ്രാമം.

ശാഖാമൃഗം. ന. കുരങ്ങു.

ശാഖാശിഫ. ന. വിടുവേരു.

ശാഖി. വി. (ഖി, ഖിനീ, ഖി.) വി. ന. ശാഖയുള്ള.

ശാഖി. ന. ൧, വൃക്ഷം. ൨, വേദം.

ശാഖോപശാഖ. ന. ശാഖകളും ഉപശാഖകളും.

ശാങ്കര. വി. ശങ്കരനെ സംബന്ധിച്ച. **ശാങ്കരം.** ന. കാള.

ശാംഖികൻ. ന. ശംഖു കടയുന്നവൻ.

ശാടകം. ന. സാല്പവസ്ത്രം.

ശാടി. ന. വസ്ത്രം.

ശാഠ്യം. ന. ശഠന്റെ സ്വഭാവം, കസൃതി.

ശാഡ്വലം. ന. പുല്ലുള്ള സ്ഥലം.

ശാണം. ന. ഉരകല്ലു, ചാണ.

ശാണി. ന. ഉരകല്ലു, ചാണ.

ശാണ്ഡില്യം. ന. കൂവളവൃക്ഷം.

ശാതകുംഭം. ന. ൧, പൊന്നു. ൨, കണവീരം.

ശാത. വി. (തൻ, താ, തം.) വി. ന. മൂൎച്ചയുള്ള.

ശാതശിഖ. വി. കൂൎത്ത അഗ്രത്തോടുകൂടിയ.

ശാതം. ന. സന്തോഷം, സുഖം.

ശാതോദരി. ന. നല്ലവയറുള്ളവൾ, സുന്ദരി.

ശാത്രവൻ. ന. ശത്രു.

ശാത്രവം. ന. ശത്രുത.

ശാദം. ന. ൧, ചേറു. ൨, പച്ചപ്പുല്ലു.

ശാദഹരിതം. ന. പച്ചപ്പുല്ലുള്ള.

ശാദ്വലം. വി. (ലൻ, ലാ, ലം.) വി. ന. പുല്ലുള്ള.

ശാനം. ന. ഉരകല്ലു, ചാണ.

ശാന്തതപ്പെടുന്നു. ട്ടു. വാൻ. (ശാന്തത.) അ. ക്രി. അടങ്ങുന്നു, സാവധാനമാകുന്നു.

ശാന്ത. വി. (ന്തൻ, ന്താ, ന്തം.) വി. ന. അടക്കമുള്ള, അടങ്ങിയ. **ശാന്തത.** ഗു. ന. അടക്കം.

ശാന്തശീലം. ന. സാവധാനശീലം.

ശാന്തി. ന. ൧, ശാന്തത. ൨, സൎവ്വസംഗനിവൃത്തി. ൩, ഭാഗ്യം. ൪, ആശ്വാസം. ൫, പൂജാകൎമ്മം.

ശാന്തിക്കാരൻ. ന. ക്ഷേത്രത്തിൽ പൂജ കഴിക്കുന്നവൻ.

ശാന്തിവിരുത്തി. ന. ശാന്തിക്കാരന്റെ ശമ്പളം.

ശാന്തിവൃത്തി. ന. ശാന്തികൊണ്ടുള്ള ഉപജീവനം.

ശാന്ത്വം. ന. ൧, സാമം. ൨, ആശ്വാസം.

ശാപമോക്ഷം. ന. ശാപത്തിൽനിന്നു ഒഴിക.

ശാപം. ന. ൧, പിരാക്കു. ൨, ആണ.

ശാപഗ്രസ്തൻ. ന. ശാപത്തിന്നു പാത്രമായി തീൎന്നവൻ.

ശാപ്പാട്ട്. ന. ഊണു, ഭക്ഷണം.

ശാബകം. ന. മൃഗക്കുട്ടി.

ശാബം. ന. മൃഗക്കുട്ടി.

ശാബരം. ന. ൧, പാച്ചോററി. ൨, കുററം. ൩, പാപം.

ശാംബരി. ന. ഇന്ദ്രജാലം.

ശാംബരികൻ. ന. ൧, ഇന്ദ്രജാലക്കാരൻ. ൨, ശംഖു കടയുന്നവൻ.

ശാംഭവൻ. ന. ശിവമതക്കാരൻ.

ശാംഭവം. ന. ഒരു വക വിഷം.

ശാംഭവീ. ന. പാൎവ്വതി.

ശാമം. ന. ൧, അടക്കം. ൨, സാമം.

ശാമിത്രം. ന. ൧, ബലികഴിക്ക. ൨, നാല്കാലികളെ കെട്ടുക.

ശാര. വി. (രൻ, രീ, രം.) വി. ന. പലനിറമുള്ള.

ശാര. ന. ഒരു വക നെല്ലു.

ശാരി. ന. ൧, ചതുരംഗത്തിന്നും മററുമുള്ള ചില കരുവു, ചൂതു. ൨, കിളി.

ശാരദ. വി. (ദൻ, ദാ, ദം.) വി. ന. ൧, പുതിയ. ൨, ശരല്കാലത്തുണ്ടായ.

ശാരദാ. ന. സരസ്വതി.

ശാരദം. ന. ൧, ഏഴിലമ്പാല. ൨, ശരല്കാലത്തെ വെയിൽ.

ശാരദി. ന. ൧, ഏഴിലമ്പാല. ൨, നീൎത്തിപ്പലി.

ശാരൻ. ന. ൧, വായു. ൨, ചതുരംഗത്തിന്റെ കാലാൾ.

ശാരിക. ന. ഒരു മാതിരി കിളി.

ശാരിഫലം. ന. ചൂതുപലക.

ശാരിബ. ന. ഒരു മരുന്നു, നറുനീണ്ടി.

ശാരിയാവു; സാരി. ന. നിറം കാച്ചിയ ഉത്തരീയം, ചുവന്ന മേൽമുണ്ടു.

ശാരീര. വി. (രൻ, രീ, രം.) വി. ന. ശരീരത്തെ സംബന്ധിച്ച.

ശാൎക്കര. വി. (രൻ, രീ, രം.) വി. ന. ചരലുള്ള.

ശാൎങ്ഗധന്വാവു. ന. വിഷ്ണു.

ശാൎങ്ഗൻ. ന. വില്ലു ധരിക്കുന്നവൻ.

ശാൎങ്ഗപാണി. ന. വിഷ്ണു.

ശാൎങ്ഗം. ന. വിഷ്ണുവിന്റെ വില്ലു.

ശാൎങ്ഗി. ന. വിഷ്ണു.

ശാൎദ്ദൂലം. ന. വ്യാഘ്രം.

ശാൎവ്വര. വി. (രൻ, രീ, രം.) വി. ന. ക്രൂരതയുള്ള.

ശാൎവ്വരം. ന. ഇരുട്ടു.

ശാൎവ്വരി. ന. രാത്രി.

ശാല. ന. ൧, രംഗസ്ഥലം. ൨, വലിയ മുറി. ൩, വീടു. ൪, വൃക്ഷത്തിന്റെ വലിയ കൊമ്പു.

ശാലം. ന. ഒരു വക മത്സ്യം.

ശാലി. ന. ഒരു വക ധാന്യം.

ശാലിനി. ന. നെല്ലു.

ശാലിവാഹനൻ. ന. മലയാളത്തിലെ ഒരു രാജാവു.

ശാലീന. വി. (നൻ, നാ, നം.) വി. ന. ലജ്ജയുള്ള. **ശാലീനത.** ഗു. ന. ലജ്ജാഭാവം.

ശാല്യകം. ന. ആമ്പൽകിഴങ്ങു.

ശാല്യൂരം. ന. തവള.

ശാലേയ. വി. (യൻ, യി, യം.) വി. ന. ശാലി വിളയുന്ന.

ശാലേയം. ന. കന്മതിവെണ്ണ.

ശാല്മലി. ന. ൧, ഇലവു. ൨, സപ്ത ദ്വീപുകളിൽ ഒന്നു.

ശാല്മലിവേഷ്ടം. ന. ഇലവിൻപശ.

ശാല്യന്നം. ന. ശാലിയുടെ അരികൊണ്ടുണ്ടാക്കിയ ചോറു.

ശാല്യം. ന. ശാലി വിളയുന്ന സ്ഥലം.

ശാവ. വി. (വൻ, വി, വം.) വി. ന. കുരാൽനിറമുള്ള.

ശാവകം. ന. ജീവജന്തുക്കളുടെ കുഞ്ഞുങ്ങൾ.

ശാവം. ന. ൧, കുരാൽനിറം. ൨, പുല.

ശാശ്വത. വി. (തൻ, താ, തം.) വി. ന. നിത്യമായുള്ള, എന്നുമുള്ള.

ശാശ്വതൻ. ന. ൧, വ്യാസൻ. ൨, ശിവൻ. ൩, ആദിത്യൻ.

ശാശ്വത. ന. ഭൂമി.

ശാശ്വതം. ന. ആകാശം, നിത്യത്വം.

ശാഷ്കുല. വി. (ലൻ, ലി, ലം.) വി. ന. മാംസം ഭക്ഷിക്കുന്ന.

ശാഷ്കുലികം. ന. ഇറച്ചി ചേൎത്തുണ്ടാക്കിയ പലഹാരം.

ശാസനം. ന. ൧, കല്പന. ൨, രാജപത്രം. ൩, ഉടമ്പടി. ൪, ശിക്ഷ. ൫, രക്ഷിക്ക, ഭരിക്ക.

ശാസനൻ. ന. ൧, ശിക്ഷിക്കുന്നവൻ. ൨, കൊല്ലുന്നവൻ.

ശാസന. ന. ൧, കല്പന. ൨, രാജപത്രം. ൩, ഉടമ്പടി. ൪, ശിക്ഷ. ൫, ഭരിക്ക.

ശാസിക്കുന്നു. ച്ചു. പ്പാൻ. (ശാസി.) സ. ക്രി. ൧, കല്പിക്കുന്നു. ൨, ശിക്ഷിക്കുന്നു. ൩, രക്ഷിക്കുന്നു.

ശാസിത. വി. (തൻ, താ, തം.) വി. ന. ൧, കല്പിക്കപ്പെട്ട. ൨, ഭരിക്കപ്പെട്ട. ൩, ശിക്ഷിക്കപ്പെട്ട.

ശാസിതൃ. വി. (താവു, ത്രി, തൃ.) വി. ന. ശാസിക്കുന്ന.

ശാസ്തൃ. വി. (സ്താ, സ്ത്രീ, സ്തൃ.) വി. ന. ശാസിക്കുന്ന.

ശാസ്താവു. ന. ഒരു ദേവൻ.

ശാസ്തി. ന. ൧, ശാസന, ആജ്ഞ. ൨, അധികാരം. ൩, ശിക്ഷ.

ശാസ്ത്രകൎത്താൽ. ന. ശാസ്ത്രമുണ്ടാക്കിയ മഹൎഷിമാരും മററും.

ശാസ്ത്രജ്ഞ. വി. (ജ്ഞൻ, ജ്ഞാ, ജ്ഞം.) വി. ന. ശാസ്ത്രത്തെ അറിയുന്ന.

ശാസ്ത്രം. ന. നിരുക്തം, വ്യാകരണം, തൎക്കം, മീമാംസ, ജ്യോതിശ്ശാസ്ത്രം, വേദാന്തശാസ്ത്രം, ധൎമ്മശാസ്ത്രം, ശില്പിശാസ്ത്രം, കാമശാസ്ത്രം മുതലായവ.

ശാസ്ത്രവിൽ. വി. (ത്രിഷു.) വി. ന. ശാസ്ത്രത്തെ അറിയുന്ന.

ശാസ്ത്രവിദ്യ. ന. ശാസ്ത്രമാകുന്ന വിദ്യ.

ശാസ്ത്രാംഗം. ന. ജ്യോതിശ്ശാസ്ത്രം, ഗണിതശാസ്ത്രം.

ശാസ്ത്രി. ന. ശാസ്ത്രം പഠിച്ചവൻ.

ശാസ്ത്രീയ. വി. ശാസ്ത്രസംബന്ധമായ.

ശാസ്ത്രോക്തം. ന. ശാസ്ത്രങ്ങളിൽ വിധിക്കപ്പെട്ടതു.

ശാസ്യ. വി. (സ്യൻ, സ്യാ, സ്യം.) വി. ന. ശാസിക്കത്തക്ക.

ശി

ശിക്യം. ന. ൧, ഉറി. ൨, തുലാസിന്റെ ചരടു. ൩, ഉറി കെട്ടിക്കൊണ്ടുപോകുന്ന ചുമടു.

ശിക്യത. വി. (തൻ, താ, തം.) വി. ന. ഉറിയിൽ ചുമക്കപ്പെട്ട.

ശിക്കാർ. ന. നായാട്ടു.

ശിഖണ്ഡകം. ന. ൧, പിറപ്പുമയിർ. ൨, കുടുമ. ൩, മയില്പീലി.

ശിഖണ്ഡം. ന. ൧, മയില്പീലി. ൨, കുടുമ.

ശിഖണ്ഡി. ന. ൧, മയിൽ. ൨, ദ്രുപദരാജാവിന്റെ ഒരു പുത്രൻ.

ശിഖരം. ന. ൧, കൊടുമുടി. ൨, വൃക്ഷത്തിന്റെ അഗ്രം.

ശിഖരി. ന. ൧, പൎവ്വതം. ൨, വൃക്ഷം. ൩, വലിയ കടലാടി.

ശിഖരണി. ന. ൧, ഉത്തമസ്ത്രീ. ൨, കവിതയിൽ ഒരു വൃത്തം.

ശിഖാ. ന. ൧, അഗ്രം. ൨, കിരീടം. ൩, മയിൽകുടുമ. ൪, കുടുമ. ൫, ജ്വാല. ൬, രശ്മി. ൭, വിടുവേരുള്ള കൊമ്പു. ൮, കൊമ്പു. ൯, പ്രധാനം.

ശിഖാലംബി. വി. (ബീ, ബിനീ, ബി.) വി. ന. ശിഖയിൽ തൂങ്ങുന്ന.

ശിഖാവലം. ന. മയിൽ.

ശിഖാവാൻ. ന. അഗ്നി.

ശിഖി. വി. (ഖീ, ഖിനീ, ഖി.) വി. ന. ശിഖയുള്ള.

ശിഖി. ന. ൧, മയിൽ. ൨, അഗ്നി. ൩, കാള. ൪, അമ്പു. ൫, വൃക്ഷം. ൬, കേതു.

ശിഖിഗ്രീവം. ന. ൧, മയൂരഗ്രീവവൎണ്ണമായ ജന്തു. ൨, തുരിശു.

ശിഖിപിഞ്ഛം. ന. മയിൽപീലി.

ശിഖിപിഞ്ഛശേഖരൻ. ന. കൃഷ്ണൻ.

ശിഖിവാഹനൻ. ന. സുബ്രഹ്മണ്യൻ.

ശിഗ്രു. ന. ൧, മുരിങ്ങ. ൨, ചീര.

ശിഗ്രുജം. ന. മുരിങ്ങക്കാ.

ശിഗ്രുപത്രം. ന. മുരിങ്ങയില.

ശിഗ്രുപല്ലവം. ന. മുരിങ്ങത്തളിര.

ശിഗ്രുമൂലം. ന. മുരിങ്ങവേര.

ശിങ്ക. ന. പതിര.

ശിങ്കാരം; ചിങ്കാരം. ന. അലങ്കാരം.

ശിങ്കിളം. ന. ൧, ലാഭം. ൨, ശിങ്കിളമാന. ൩, ഒരുമാതിരി കുരങ്ങു.

ശിങ്കി. ന. ഒരുവക ജാതിക്കാർ.

ശിങ്കികളി. ന. കാക്കാലന്മാരുടെ ഒരു മാതിരി കളി.

ശിഞ്ജിതം. ന. ആഭരണങ്ങളുടെ ശബ്ദം.

ശിഞ്ജി. വി. (ഞ്ജീ, ഞ്ജിനീ, ഞ്ജി.) വി. ന. കിലുങ്ങുന്ന, ചിലമ്പുന്ന.

ശിഞ്ജിനി. ന. ൧, ഞാൺ. ൨, കാല്ചിലമ്പ.

ശിതദ്രു. ന. ഒരാറു.

ശിത. വി. (തൻ, താ, തം.) വി. ന. ൧, കൂൎപ്പിച്ച. ൨, കൃശമായ. ൩, ക്ഷീണതയുള്ള.

ശിതി. വി. (ത്രിഷു.) വി. ന. ൧, കറുപ്പു നിറമുള്ള. ൨, വെളുത്ത.

ശിതി. ന. ൧, കറുപ്പു. ൨, വെളുപ്പു.

ശിതികണ്ഠൻ. ന. ശിവൻ.

ശിതിസാരകം. ന. പനിച്ചി.

ശിഥില. വി. (ലൻ, ലാ, ലം.) വി. ന. ൧, അയഞ്ഞ. ൨, പഴകിയ. ൩, ബലക്ഷയമുള്ള. ൪, നിസ്സാരമായുള്ള.

ശിഥിലത. ഗു. ന. ൧, അയവു. ൨, ബലക്ഷയം. ൩, നിസ്സാരം.

ശിപാശി; ശുപാശ്. ന. അന്യനുവേണ്ടി കാൎയ്യം സാധിക്കുവാനായി അനുകൂലിച്ചുപറയുകയെന്നതു.

ശിപിവിഷ്ടൻ. ന. ൧, കഷണ്ടിത്തലയൻ. ൨, താമ്രരോഗി. ൩, ശിവൻ.

ശിപ്പി. ന. മുത്തുശിപ്പി.

ശിഫ. ന. താമരക്കിഴങ്ങു.

ശിഫം. ന. വിട്ടവേരുള്ള കൊമ്പു.

ശിഫാകന്ദം. ന. താമരക്കിഴങ്ങു.

ശിബി. ന. ഒരു രാജാവിന്റെ പേരു.

ശിബിക. ന. പല്ലക്കു.

ശിബിരം. ന. ൧, പടക്കുടി. ൨, രാജപാളയം. ൩, കാവൽ.

ശിംബ. ന. ധാന്യപ്പുട്ടിൽ.

ശിംബി. ന. ഒരുവക ധാന്യം.

ശിംശപ. ന. ഇരിവിള്ള മരം.

ശിംശുമാരം. ന. കടലാന.

ശിര. ന. ഞരമ്പു, സിര.

ശിരച്ഛേദം. ന. തല വെട്ടുക.

ശിരജം. ന. തലമുടി.

ശിരം. ന. തല.

ശിരഃകമ്പനം. ന. തലകുലുക്കൽ, സമ്മതം.

ശിരസ്സു. ന. ൧, തല. ൨, വൃക്ഷത്തിന്റെ അഗ്രം. ൩, മുൻപട. ൪, പ്രമാണി.

ശിരസ്ത്രം. ന. ൧, തലക്കോരിക. ൨, തൊപ്പി. ൩, തലപ്പാവു.

ശിരസ്ത്രാണം. ന. ൧, തലക്കോരിക. ൨, തലപ്പാവു.

ശിരസ്തോദം. ന. തലവേദന, തലകുത്തു.

ശിരസ്ഥ. ന. ഒരുദ്യോഗത്തിന്റെ പേരു.

ശിരസ്ഥദാർ. ന. ഒരുദ്യോഗസ്ഥന്റെ പേരു.

ശിരസ്ഥൻ: ന. കണക്കെഴുത്തുകാരിൽ ഒരു പ്രമാണി.

ശിരസ്യം. ന. വിടുത്തു നന്നാക്കിയ തലമുടി.

ശിരി. ന. ൧, വാൾ. ൨, അമ്പു. ൩, കൊല്ലുന്നവൻ.

ശിരീഷം. ന. നെന്മേനിവാകമരം.

ശിരോഗൃഹം. ന. മാളിക.

ശിരോധരം. ന. കഴുത്തു.

ശിരോധി. ന. കഴുത്തു.

ശിരോമണി. ന. തലയിലലങ്കരിക്കുന്ന രത്നം, മുടിമണി.

ശിരോരത്നം. ന. ശിരോമണി.

ശിരോരുക്കു. ന. തലക്കുത്തു, ശിരോരോഗം.

ശിരോരുഹം. ന. തലമുടി.

ശിരോരോഗം. ന. തലയിലുണ്ടാകുന്ന ദീനം.

ശിരോലംകാരം. ന. തലയിൽ അലങ്കരിക്കുന്ന മാലയും മററും.

ശിരോലിഖിതം; ശിരസിലിഖിതം. ന. തലയിലെഴുത്തു, വിധിബലം.

ശിരോവല്ലി. ന. മയിൽകുടുമ.

ശിരോവേഷ്ടനം. ന. തലപ്പാവു.

ശിരോവേഷ്ടം. ന. ൧, തലപ്പാവു. ൨, തൊപ്പി.

ശിരോവേഷ്ടി. ന. തൊപ്പി.

ശിരോസ്ഥി. ന. തലയോടു.

ശില. ന. കല്ലു, ചാണ.

ശിലം. ന. കാലാപെറുക്കുക.

ശിലാചയം. ന. കല്ലുകളുടെ കൂട്ടം.

ശിലാജതു. ന. കന്മദം.

ശിലാജിൽ. ന. മെല്ലറഞ്ഞ അത്ഥം.

ശിലാത്മജം. ന. ഇരിമ്പു.

ശിലാപുഷ്പം. ന. കുന്തുരുക്കമരം.

ശിലാമയ. വി. (യൻ, യി, യം.) വി. ന. കല്ലുകൊണ്ടുള്ള, കല്ലുകൊണ്ടു ചമെച്ച.

ശിലാരസം. ന. കുന്തുരുക്കം.

ശിലാലേഖനം. ന. കല്ലിന്മേൽ കൊത്തിയിട്ടുള്ള എഴുത്തു.

ശിലീ. ന. ൧, കട്ടള. ൨, കട്ടളയുടെ മേല്പടി. ൩, ഞാഞ്ഞൂൽ.

ശിലീന്ധ്രം. ന. ൧, കൂൺ. ൨, വാഴയുടെ പൂവു.

ശിലീമുഖം. ന. ൧, വണ്ടു. ൨, അമ്പു.

ശിലേയ. വി. (യൻ, യി, യം.) വി. ന. കല്ലുപോലെയുള്ള.

ശിലേയം. ന. ൧, കുന്തുരുക്കമരം. ൨, ചേലേയകം.

ശിലോച്ചയം. ന. പൎവ്വതം.

ശില്പകാരൻ. ന. സൂത്രപ്പണിക്കാരൻ.

ശില്പകാരികാ. ന. സൂത്രപ്പണിയുള്ളവൾ.

ശില്പം. ന. ൧, സന്തോഷം. ൨, സൂത്രപ്പണി.

ശില്പവേല. ന. സൂത്രപ്പണിക്കാരന്റെ വേല.

ശില്പശാല. അല്ലെങ്കിൽ, ശില്പിശാല. ന. പണിപ്പുര.

ശില്പാശാരി. ന. കൌശലപ്പണി നല്ലവണ്ണം വശമുള്ള ആശാരിയൊ തട്ടാനൊ മററൊ.

ശില്പി. ന. തച്ചൻ.

ശില്പിശാസ്ത്രം. ന. തച്ചുശാസ്ത്രം.

ശില്പിശാസ്ത്രീ. ന. തച്ചുശാസ്ത്രക്കാരൻ.

ശിവ. വി. (വൻ, വാ, വം.) വി. ന. ശുഭത്തോടുള്ള. ന. പശുവിനെ കെട്ടുന്ന കുററി.

ശിവൻ. ന. പരമേശ്വരൻ.

ശിവാ. ന. ൧, പാൎവ്വതി. ൨, ഒരുവക വൃക്ഷം. ൩, കടുക്കാ. ൪, കുറുക്കൻ. ൫, നെല്ലിക്കാ. ൬, ഇരുപത്തുരണ്ടാമത്തെ യവനന്റെ അമ്മ.

ശിവം. ന. ൧, ശുഭം. ൨, സന്തോഷം. ൩, ഭാഗ്യം. ൪, മുക്തി. ൫, യോഗങ്ങളിൽ ഒന്നു. ൬, ശിവലിംഗം. ൭, വെള്ളം. ൮, രസം. ൯, പൊന്മാരം.

ശിവകം. ന. കെട്ടുകുററി.

ശിവങ്കര. വി. (രൻ, രാ, രം.) വി. ന. ശുഭത്തെച്ചെയ്യുന്ന.

ശിവധാതു. ന. ഒരുവക കല്ലു.

ശിവപുരം. ന. ൧, ശിവന്റെ പ്രധാന നഗരം. ൨, ശിവക്ഷേത്രം.

ശിവപുരാണം. ന. പതിനെട്ടു പുരാണങ്ങളിൽ ഒന്നു.

ശിവപുരി. ന. കാശി.

ശിവപേരൂർ. ന. തൃശ്ശിവപേരൂർ, തൃശ്ശൂർ.

ശിവഭക്ത. വി. (ക്തൻ, ക്താ, ക്തം.) വി. ന. ശിവനെ വന്ദിക്കുന്ന.

ശിവമതക്കാരൻ. ന. ശിവനെ സേവിക്കുന്നവൻ.

ശിവമതം. ന. ശിവനെ വന്ദിക്കുന്നവരുടെ മതം.

ശിവമയ. വി. ആനന്ദംകൊണ്ടു നിറയപ്പെട്ട, ശിവചൈതന്യത്താൽ നിറയപ്പെട്ട.

ശിവമല്ലി. ന. വെളുത്ത എരിക്കു.

ശിവരാത്രി. ന. കുംഭമാസത്തിൽ കറുത്ത പതിന്നാലു.

ശിവലോകം. ന. ശിവന്റെ ലോകം.

ശിവവിപ്രൻ. ന. ശിവമതക്കാരനായ ബ്രാഹ്മണൻ.

ശിവക്ഷേത്രം. ന. ശിവന്റെ അമ്പലം.

ശിവിക. ന. പല്ലക്ക.

ശിശിരകരൻ. ന. ചന്ദ്രൻ.

ശിശിരകാലം. ന. മഞ്ഞുള്ള കാലം.

ശിശിര. വി. (രൻ, രാ, രം.) വി. ന. തണുപ്പുള്ള.

ശിശിരം. ന. ൧, തണുപ്പ. ൨, മഞ്ഞ.

ശിശിരത്തു. ന. മഞ്ഞുകാലം.

ശിശു. ന. ൧, പൈതൽ. ൨, മൃഗക്കുട്ടി. ൩, ബാലകൻ.

ശിശുകം. ന. ൧, കൊഴമീൻ. ൨, കുട്ടി.

ശിശുകലലം. ന. ശിശു കിടക്കുന്ന ഗർഭാശയം.

ശിശുക്രന്ദീയം. ന. ഒരു ഗ്രന്ഥത്തിന്റെ പേർ.

ശിശുത്വം. ന. ചെറുപ്രായം, ശൈശവം.

ശിശുനായകത്വം. ന. പൈതൽ പ്രമാണിയായിരിക്കുന്ന സ്ഥലത്തെ അവസ്ഥ.

ശിശുപാലൻ. ന. ചേദിരാജ്യത്തുണ്ടായിരുന്ന ഒരു രാജാവു.

ശിശുമാരം. ന. ൧, കൊഴമീൻ. ൨, വിഷ്ണു.

ശിശ്നം. ന. പുരുഷന്റെ രഹസ്യാംഗം, ലിംഗം.

ശിശ്വിദാന. വി. (നൻ, നാ, നം.) വി. ന. ൧, സുകൃതമുള്ള. ൨, കുററമില്ലാത്ത. ൩, കുററമുള്ള.

ശിഷ്ടജനം. ന. ൧, നല്ലജനം. ൨, ശേഷമുള്ള ആളുകൾ.

ശിഷ്ട. വി. (ഷ്ടൻ, ഷ്ടാ, ഷ്ടം.) വി. ന. ൧, അനുസരണമുള്ള. ൨, നല്ല. ൩, ശേഷിച്ച.

ശിഷ്ടൻ. ന. നല്ലവൻ.

ശിഷ്ടം. ന. ശേഷിപ്പു.

ശിഷ്ടി. ന. ആജ്ഞ.

ശിഷ്ടിക്കുന്നു. ച്ചു. പ്പാൻ. (ശിഷ്ടി.) അ. ക്രി. ശേഷിക്കുന്നു.

ശിഷ്ടിപ്പു. ന. ശേഷിപ്പു.

ശിഷ്യത്വം. ന. ശിഷ്യന്റെ ഭാവം.

ശിഷ്യൻ. ന. ൧, പഠിക്കുന്നവൻ. ൨, വേലക്കാരൻ.

ശിഷ്യപ്രവൃത്തി. ന. ശിഷ്യവേല.

ശിക്ഷ. ന. ൧, അഭ്യാസം. ൨, കുററവിധി. ൩, കല. ൪, ആറു വേദാംഗങ്ങളിൽ ഒന്നു.

ശിക്ഷകൻ. ന. ൧, വിദ്യാഭ്യാസി. ൨, പഠിപ്പിക്കുന്നവൻ.

ശിക്ഷയാകുന്നു. യി. വാൻ. (ശിക്ഷ.) അ. ക്രി. ഒരുങ്ങുന്നു, വെടിപ്പാകുന്നു. **ശിക്ഷയാക്കുന്നു.** സ. ക്രി.

ശിക്ഷാരക്ഷ. ന. ശിക്ഷയും രക്ഷയും.

ശിക്ഷിക്കുന്നു. ച്ചു. പ്പാൻ. (ശിക്ഷി.) സ. ക്രി. ൧, പഠിപ്പിക്കുന്നു. ൨, അടിക്കുന്നു. ൩, കൊല്ലുന്നു.

ശിക്ഷിത. വി. (തൻ, താ, തം.) വി. ന. ൧, വിനയമുള്ള. ൨, ഗുണങ്ങിയ. ൩, പഠിച്ച. ൪, ശിക്ഷിച്ച.

ശിക്ഷിതാവു. ന. ശിക്ഷിക്കുന്നവൻ, ശാസിതാവു്, പഠിപ്പിക്കുന്നവൻ.

ശീ

ശീകരം. ന. ചാററൽമഴ, വെള്ളത്തുള്ളി.

ശീഘ്രഗതി. വി. (ത്രികൂ.) വി. ന. വേഗത്തിൽ ഗമിക്കുന്ന.

ശീഘ്രഗതി. ന. വേഗംപോക.

ശീഘ്രഗാമി. വി. (മി, മിനി, മി.) വി. ന. വേഗത്തിൽ പോകുന്ന.

ശീഘ്ര. വി. (ഘ്രൻ, ഘ്രാ, ഘ്രം.) വി. ന. വേഗമുള്ള. **ശീഘ്രത.** ഗു. ന. വേഗം.

ശീഘ്രപാദ. വി. വേഗം നടക്കുന്ന.

ശീഘ്രം. ന. വേഗം.

ശീഘ്രം. അ. വേഗത്തിൽ.

ശീട്ടു. ന. ചീട്ടു. ൧, ചില ഉദ്യോഗസ്ഥന്മാർ എഴുതികൊടുത്തയെക്കുന്ന ഒരു മാതിരി എഴുത്തു. ൨, ചെറിയ കടലാസുകളിൽ രൂപം വരച്ചുണ്ടാക്കുന്ന കളിസ്സാധനം.

ശീതകൻ. ന. ൧, മടിയൻ. ൨, വിചാരമില്ലാത്തവൻ.

ശീതകം. ന. തണുപ്പുകാലം.

ശീതജ. വി. (ജൻ, ജാ, ജം.) വി. ന. ശീതത്തിൽനിന്നുണ്ടായ.

ശീതജ്വരം. ന. കുളിർപ്പനി.

ശീതബാധ. ന. തണുപ്പുകൊണ്ടുള്ള ഉപദ്രവം.

ശീതഭീരു. ന. മുല്ല.

ശീത. വി. (തൻ, താ, തം.) വി. ന. ൧, തണുപ്പുള്ള. ൨, മടിയുള്ള. ൩, മന്ദതയുള്ള. ൪, കാച്ചിത്തണുത്ത.

ശീതം. ന. ൧, തണുപ്പു. ൨, വെള്ളം. ൩, മഞ്ഞുകാലം. ൪, നച്ചുരി. ൫, ചന്ദനമരം.

ശീതരശ്മി. ന. ചന്ദ്രൻ.

ശീതശിവം. ന. ൧, കറുപ്പുരക്കം. ൨, ഇന്തുപ്പ. ൩, ശതകുപ്പ. ൪, ചേലേയകം.

ശീതള. വി. (ളൻ, ളാ, ളം.) വി. ന. തണുപ്പുള്ള. **ശീതളത.** ഗു. ന. തണുപ്പു.

ശീതലം; ശീതളം. ന. ൧, തണുപ്പു. ൨, മയിർത്തുത്തം. ൩, ഒരുവക പശ. ൪, ചന്ദനം. ൫, വെള്ളചന്ദനം. ൬, താമര. ൭, മുത്തു. ൮, രാമച്ചം. ൯, ഒരുവക തൈ. ൧൦, ചന്ദ്രൻ. ൧൧, നറുവരി. ൧൨, കപ്പൂരം. ൧൩, ചെമ്പകം.

ശീതാംശു. ന. ൧, ചന്ദ്രൻ. ൨, കപ്പൂരം.

ശീതാലു. വി. (ത്രികൂ.) വി. ന. ൧, കുളിരുള്ള. ൨, മടിയുള്ള.

ശീതോപചാരം. ന. തണുത്ത പദാർത്ഥങ്ങളെക്കൊണ്ടു ശുശ്രൂഷിക്കയെന്നതു.

ശീതോഷ്ണാവസ്ഥ. ന. തണുപ്പിന്റെയും ചൂടിന്റെയും സ്ഥിതി.

ശീഥി. ന. ക്ഷൌരകൻ.

ശീധു. ന. ശർക്കരയിൽനിന്നു വാററിയെടുക്കുന്ന മദ്യം.

ശീമ. ന. ൧, ദിക്കിന്റെ അവസാനം, സീമ. ൨, ദ്വീപു.

ശീർണ്ണ. വി. (ർണ്ണൻ, ർണ്ണാ, ർണ്ണം.) വി. ന. ലോലമായുള്ള, ശുഷ്കിച്ച.

ശീർഷകം. ന. ൧, തലക്കോരിക. ൨, തലയോടു. ൩, തീർപ്പു.

ശീർഷഛേദ്യ. വി. (ദ്യൻ, ദ്യാ, ദ്യം.) വി. ന. തല വെട്ടി കൊല്ലപ്പെടേണ്ടുന്ന.

ശീർഷണ്യം. ന. ൧, തലക്കോരിക. ൨, വിടൎത്ത തലമുടി.

ശീർഷം. ന. തല.

ശീല. ന. ൧, വസ്ത്രം. ൨, കൈക്കോണകം.

ശീലക്കേടു. ന. ൧, ദുസ്സ്വഭാവം. ൨, പരിചയമില്ലായ്മ.

ശീലഗുണം. ന. ൧, ശീലത്തിന്റെ ഗുണം. ൨, ശീലയുടെ ഗുണം.

ശീലത്തരം. ന. പലമാതിരിയിലുള്ള വസ്ത്രം.

ശീലദോഷം. ന. ചീത്ത ശീലം.

ശീലനിധി. ന. നല്ലശീലത്തോടുകൂടിയവൻ.

ശീലപ്പേൻ. ന. ക്രൂരപ്പേൻ.

ശീലഭേദം. ന. സ്വഭാവത്തിന്റെ മാതിരി.

ശീലം. ന. ൧, സ്വഭാവം. ൨, പരിചയം. ൩, കാൎയ്യബോധം.

ശീലവൽ. വി. (വാൻ, വതി, വൽ.) വി. ന. നല്ലശീലമുള്ള.

ശീലായ്മ. ന. സുഖക്കേട്. (ആചാരവാക്ക).

ശീലിക്കുന്നു. ച്ചു. പ്പാൻ. (ശീലി.) സ. ക്രി. ൧, അഭ്യസിക്കുന്നു, പഠിക്കുന്നു. ൨, പരിചയിക്കുന്നു.

ശീലിത. വി. (തൻ, താ, തം.) വി. ന. ശീലിക്കപ്പെട്ട.

ശീല്യ. ന. പാട്ടുകളിലെ ചില ചെറിയ നിറുത്ത്.

ശു

ശുകതരുണി. ന. പെൺകിളി.

ശുകനാസം. ന. പലകപ്പയ്യാനി.

ശുകൻ. ന. ൧, വ്യാസന്റെ പുത്രൻ. ൨, രാവണന്റെ പരിചാരകൻ.

ശുകം. ന. ൧, കിളി. ൨, നെന്മേനിവാകമരം. ൩, ഒരുമാതിരി തൈ. ൪, ഒരുവക അങ്ങാടിമരുന്നു. ൫, വസ്ത്രം. ൬, വസ്ത്രത്തിന്റെ കരം. ൭, തലപ്പാവു. ൮, ഒരു വൃക്ഷം.

ശുക്. ന. ദുഃഖം.

ശുക്തം. ന. ൧, കാടി, പുളിപ്പ. ൨, ചവൎപ്പ.

ശുക്തി. ന. ൧, മുത്തുച്ചിപ്പി. ൨, മെഞ്ഞിക്ക. ൩, ചെറിയ കക്കാ.

ശുക്തിക. ന. മുത്തുച്ചിപ്പി.

ശുക്തിജം. ന. മുത്ത.

ശുക്തിമാൻ. ന. പ്രധാനപ്പെട്ട ഏഴു മലകളിൽ ഒന്നു.

ശുക്രക്കണ്ണ. ന. കോങ്കണ്ണ.

ശുക്രക്കണ്ണി. ന. കോങ്കണ്ണി.

ശുക്രൻ. ന. ൧, നവഗ്രഹങ്ങളിൽ ഒന്നു. ൨, ഭൃഗുപുത്രൻ. ൩, മിഥുനമാസം. ൪, അഗ്നി.

ശുക്രം. ന. ൧, ബീജം. ൨, ഒരുമാതിരി കണ്ണിൽദീനം.

ശുക്രവാരം. ന. വെള്ളിയാഴ്ച.

ശുക്രല; ശുക്രിയ. വി. ശുക്ലത്തെ സംബന്ധിച്ച, ശുക്ലവൎദ്ധകമായ.

ശുക്രശിഷ്യൻ. ന. അസുരൻ.

ശുക്ല. വി. (ക്ലൻ, ക്ലാ, ക്ലം.) വി. ന. വെളുത്ത.

ശുക്ലകൂപം. ന. ഒരു നരകത്തിന്റെ പേര.

ശുക്ലാ. ന. ൧, ഉണ്ടശൎക്കര. ൨, പഞ്ചസാര. ൩, സരസ്വതി. ൪, അറുപതിൽ മൂന്നാമത്തെ സംവത്സരം. ൫, വെളുത്ത വയമ്പ.

ശുക്ലം. ന. ൧, വെളുപ്പ. ൨, നിത്യയോഗങ്ങളിൽ ഒന്നു. ൩, ഒരു മാതിരി കണ്ണിൽ ദീനം. ൪, വെള്ളി. ൫, ബീജം, രേതസ്സ.

ശുക്ലപക്ഷം. ന. വെളുത്തപക്ഷം.

ശുക്ലപുഷ്പം. ന. ൧, വെളുത്ത വാടാമല്ലിക. ൨, ഒരു മാതിരി മുല്ല.

ശുക്ലവൎണ്ണം. ന. വെളുപ്പുനിറം.

ശുക്ലസ്രാവം. ന. ശുക്ലം സ്രവിക്കുന്ന ഒരു ദീനം.

ശുക്ലക്ഷയം. ന. ഒരു വക ദീനം, ശുക്ലധാതുവിന്റെ ക്ഷയം.

ശുക്ലാംബരം. ന. വെളുത്ത വസ്ത്രം.

ശുക്ലാംശുരേഖ. ന. പൂൎണ്ണചന്ദ്രന്റെ പ്രകാശം.

ശുചി. വി. (ത്രിഷു.) വി. ന. ൧, വെടിപ്പുള്ള. ൨, വെളുത്ത. ൩, ശുദ്ധിയുള്ള. ൪, കറയില്ലാത്ത. ൫, ശോഭയുള്ള.

ശുചി. ന. ൧, ശുദ്ധി. ൨, വെളുപ്പ. ൩, അഗ്നി. ൪, സുകൃതം, നന്മ, വെടിപ്പ. ൫, ശൃംഗാരരസം. ൬, മിഥുനമാസം. ൭, വിശ്വാസമുള്ള സ്നേഹിതൻ.

ശുചികര. വി. (രൻ, രീ, രം.) വി. ന. ശുദ്ധിയാക്കുന്ന.

ശുചീകരിക്കുന്നു. ച്ചു. പ്പാൻ. (ശുചീ.) സ. ക്രി. ശുദ്ധമാക്കുന്നു.

ശുണ്ഠി. ന. ൧, ചുക്ക. ൨, കോപം.

ശുണ്ഠിക്കാരൻ. ന. കോപമുള്ളവൻ.

ശുണ്ഡ. ന. ൧, മദ്യംവില്ക്കുന്ന സ്ഥലം. ൨, മദ്യം. ൩, കടലാന. ൪, തുമ്പിക്കൈ. ൫, ആനയുടെ സേചജലം.

ശുണ്ഡദണ്ഡം. ന. ആനയുടെ തുമ്പിക്കൈയ്യ്.

ശുണ്ഡം. ന. ൧, തുമ്പിക്കൈ. ൨, പൊടി.

ശുദ്ധകൎമ്മം. ന. ശുദ്ധമായ പ്രവൃത്തി.

ശുദ്ധജലം. ന. നല്ല വെള്ളം.

ശുദ്ധ. വി. (ദ്ധൻ, ദ്ധാ, ദ്ധം.) വി. ന. ൧, ശുദ്ധിയുള്ള, കറയില്ലാത്ത. ൨, ദോഷമില്ലാത്ത. ൩, അല്പബുദ്ധിയുള്ള. **ശുദ്ധത.** ഗു. ന. ശുദ്ധി.

ശുദ്ധം. ന. ശുദ്ധി.

ശുദ്ധബുദ്ധി. വി. (ത്രിഷു.) വി. ന. ബുദ്ധിക്കു തെളിവുള്ള, നേരുള്ള.

ശുദ്ധഭൂമി. ന. ശുദ്ധമുള്ള ഭൂമി, ശുദ്ധസ്ഥലം.

ശുദ്ധഭോഷ്ക. ന. തീരെക്കള്ളം.

ശുദ്ധമനസ്സ. ന. ദോഷമില്ലാത്ത മനസ്സ.

ശുദ്ധമാകുന്നു. യി. വാൻ. (ശുദ്ധം.) അ. ക്രി. നിൎമ്മലമാകുന്നു. **ശുദ്ധമാക്കുന്നു.** സ. ക്രി.

ശുദ്ധമേ. വി. വെറും, മുഴുവനും.

ശുദ്ധവൃത്തം. ന. കുറ്റമില്ലാത്ത വൃത്തം.

ശുദ്ധശൂന്യം. ന. തീരെ നാശം.

ശുദ്ധാത്മാവ. ന. നിഷ്കളങ്കഹൃദയമുള്ളവൻ.

ശുദ്ധാനുമാനം. ന. വാക്കചാതുൎയ്യം.

ശുദ്ധാന്തം. ന. ൧, രാജസ്ത്രീകൾ ഇരിക്കുന്ന മുറി. ൨, രാജഭാൎയ്യ.

ശുദ്ധി. ന. ൧, നിൎമ്മലത. ൨, വിരേചനം.

ശുദ്ധികര. വി. (രൻ, രാ, രം.) വി. ന. ശുദ്ധിയാക്കുന്ന.

ശുദ്ധിമൽ. വി. (മാൻ, മതി, മൽ.) വി. ന. ശുദ്ധിയോടു കൂടിയ.

ശുദ്ധീകരണം. ന. ശുദ്ധിയാക്കിച്ചെയ്ക.

ശുദ്ധീകരിക്കുന്നു. ച്ചു. പ്പാൻ. (ശുദ്ധി.) സ. ക്രി. ശുദ്ധിയാക്കുന്നു.

ശുദ്ധോദനൻ. ന. ശകവംശത്തിൽ ഒരു പ്രധാനി, ശാക്യമുനിയുടെ പിതാവ.

ശുദ്ധോദം. ന. ശുദ്ധവെള്ളം.

ശുദ്ധ്യുഷ്ടി. ന. ശുദ്ധി വരുത്തുവാനുള്ള ഊട്ട്.

ശുനകൻ. ന. നായ്, പട്ടി.

ശുനാസീരൻ. ന. ഇന്ദ്രൻ.

ശുനീ. ന. പെണ്ണട്ടി, പട്ടിച്ചി.

ശുഭകൎമ്മം. ന. മംഗലകൎമ്മം.

ശുഭകൃത്തു. ന. അറുപതിൽ മുപ്പത്താറാം സംവത്സരം.

ശുഭഗം. വി. ൧, ഭംഗിയുള്ള. ൨, ഭാഗ്യമുള്ള.

ശുഭഗതി. ന. ൧, നല്ലനടപ്പു. ൨, നല്ലഗതി.

ശുഭഗ്രഹം. ന. ൧, വ്യാഴം. ൨, ശുക്രൻ. ൩, ബുധൻ. ൪, പാപനോടു കൂടാത്ത ചന്ദ്രൻ.

ശുഭദതീ. ന. വായുകോണിലെ പിടിയാന.

ശുഭദ. വി. നല്ലതിനു കാരണമാകുന്ന.

ശുഭദിനം. ന. നല്ല ദിവസം.

ശുഭ. വി. (ഭൻ, ഭാ, ഭം.) വി. ന. ൧, ഭാഗ്യമുള്ള. ൨, മംഗലമുള്ള. ൩. ഭംഗിയുള്ള.

ശുഭം. ന. ൧, മംഗലം, നന്മ. ൨, മംഗലകൎമ്മം. ൩, നിത്യയോഗങ്ങളിൽ ഒന്നു. ൪, സൌഖ്യം.

ശുഭംയു. വി. (ത്രിപ്പ.) വി. ന. ശുഭത്തോടു കൂടിയ.

ശുഭവാക്കു. ന. നല്ല വാക്കു.

ശുഭസ്ഥാനം. ന. ൧, നല്ല സ്ഥലം. ൨, ശുഭഗ്രഹങ്ങളുടെ രാശി, ധനുവും മററും.

ശുഭാത്മിക. വി. (കൻ, കാ, കം.) വി. ന. നന്മയുള്ള.

ശുഭാന്വിത. വി. (തൻ, താ, തം.) വി. ന. ശുഭത്തോടുകൂടിയ.

ശുഭാവഹ. വി. (ഹൻ, ഹാ, ഹം.) വി. ന. ശുഭമുള്ള, ശുഭത്തെയുണ്ടാക്കുന്ന.

ശുഭാശുഭ. വി. (ഭൻ, ഭാ, ഭം.) വി. ന. ശുഭവും അശുഭവുമുള്ള.

ശുഭാശുഭം. ന. നന്മതിന്മ.

ശുഭ്രദന്തി. ന. ഒരു തൈ.

ശുഭ്ര. വി. (ഭ്രൻ, ഭ്രാ, ഭ്രം.) വി. ന. ൧, തേജസ്സുള്ള. ൨, വെളുത്ത. ൩, ശുദ്ധിയുള്ള.

ശുഭ്രം. ന. ൧, വെളുപ്പു. ൨, ശുദ്ധി. ൩, ചന്ദനം. ൪, അഭ്രം. ൫, വെള്ളി.

ശുഭ്രവസ്ത്രം. ന. വെളുത്ത വസ്ത്രം.

ശുഭ്രാംശു. ന. ൧, ചന്ദ്രൻ. ൨, കൎപ്പൂരം.

ശുല്കം. ന. ൧, ചുങ്കം. ൨, കന്യകയെ കൊടുത്തു വാങ്ങിക്കുന്ന ദ്രവ്യം. ൩, സ്ത്രീധനം.

ശുല്ബഭസ്മം. ന. ചെമ്പുഭസ്മം.

ശുല്ബം; ശുല്വം. ന. ൧, ചെമ്പു. ൨, കയറു. ൩, ബലികൎമ്മം.

ശുശ്രൂഷ. ന. ൧, ഭൃത്യവൃത്തി, പരിചൎയ്യ. ൨, പക്ഷികളിൽ കഴിക്കുന്ന ദിവ്യാരാധന.

ശുശ്രൂഷക്കാരൻ. ന. ശുശ്രൂഷിക്കുന്നവൻ.

ശുശ്രൂഷിക്കുന്നു. ച്ചു. പ്പാൻ. (ശുശ്രൂഷി.) സ. ക്രി. ഭൃത്യവൃത്തി ചെയ്യുന്നു, പരിചരിക്കുന്നു. **ശുശ്രൂഷണം.** ന.

ശുഷി. ന. ൧, ചുഴിപ്പു. ൨, ഉണക്കം. ൩, പാമ്പിന്റെ വിഷസഞ്ചിക്കകത്തുള്ള വാച്ചാൽ.

ശുഷ്കകാഷ്ഠം. ന. ഉണക്കുവിറക.

ശുഷ്കതരു. ന. ഉണങ്ങിയ വൃക്ഷം.

ശുഷ്കപത്രം. ന. ഉണക്കില, കരികില.

ശുഷ്കമാംസം. ന. ഉണക്കിറച്ചി.

ശുഷ്ക. വി. (ഷ്കൻ, ഷ്കാ, ഷ്കം.) വി. ന. ഉണങ്ങിയ.

ശുഷ്കവ്രണം. ന. ഉണങ്ങിയ വ്രണം.

ശുഷ്കാന്തി. ന. താല്പൎയ്യം, ശ്രദ്ധ.

ശുഷ്കാന്തിക്കുന്നു. ച്ചു. പ്പാൻ. (ശുഷ്കാന്തി.) അ. ക്രി. താല്പൎയ്യപ്പെടുന്നു.

ശുഷ്കിക്കുന്നു. ച്ചു. പ്പാൻ. (ശുഷ്കി.) അ. ക്രി. ൧, മെലിയുന്നു. ൨, ഉണങ്ങുന്നു.

ശുഷ്മാ. ന. ൧, അഗ്നി. ൨, ബലം. ൩, ശോഭ.

ശുഷ്മി. ന. ൧, കാററു. ൨, അഗ്നി.

ശൂ

ശൂകകം. ന. ൧, യവം. ൨, ഓകുള്ള ധാന്യം.

ശൂകകീടം. ന. ൧, പുഴുവു. ൨, തേൾ.

ശൂകധാന്യം. ന. ഓകുള്ള ധാന്യം.

ശൂകം. ന. ൧, നെല്ലിന്റെ ഓക. ൨, കരുണ.

ശൂകരം. ന. പന്നി.

ശൂകശിംബി. ന. നായ്ക്കുരണ.

ശൂദ്രധൎമ്മം. ന. ബ്രാഹ്മണശുശ്രൂഷ.

ശൂദ്രൻ. ന. നാലാമത്തെ ജാതിക്കാരൻ.

ശൂദ്രാ. ന. ശൂദ്രസ്ത്രീ.

ശൂദ്രീ. ന. ശൂദ്രന്റെ ഭാൎയ്യ.

ശൂന. വി. വീൎത്തുള്ള.

ശൂന്യഗൃഹം. ന. ഒഴിഞ്ഞ ഭവനം.

ശൂന്യപ്രദേശം. ന. കാട്ടുപ്രദേശം, മനുഷ്യരില്ലാത്ത സ്ഥലം.

ശൂന്യമന്ദിരം. ന. ശൂന്യഗൃഹം.

ശൂന്യമാകുന്നു. യി. വാൻ. (ശൂന്യം.) അ. ക്രി. നശിക്കുന്നു. **ശൂന്യമാക്കുന്നു.** സ. ക്രി.

ശൂന്യ. വി. (ന്യൻ, ന്യാ, ന്യം.) വി. ന്യം. ഒഴിഞ്ഞ, നശിച്ച. **ശൂന്യത.** ഗു. ന. നാശം.

ശൂന്യാ. ന. അകം പൊള്ളയായ വേഴക്കോൽ.

ശൂന്യം. ന. ൧, ഇല്ലായ്മ. ൨, ഒഴിഞ്ഞിരിക്ക. ൩, നാശം. ൪, ആകാശം. ൫, ബിന്ദു. ൬, ക്ഷുദ്രം.

ശൂന്യവാദി. ന. നാസ്തികൻ.

ശൂരാ. ന. ധൈൎയ്യമുള്ളവൾ.

ശൂരണം. ന. ൧, ചേന. ൨, പലകപ്പയ്യാനി.

ശൂരത. ന. ധീരത.

ശൂരൻ. ന. ൧, ധീരൻ. ൨, മല്ലൻ. ൩, സിംഹം. ൪, ആണ്പന്നി.

ശൂൎപ്പകൻ. ന. ഒരസുരൻ.

ശൂൎപ്പകാരാതി. ന. കാമദേവൻ.

ശൂൎപ്പണഖാ. ന. രാവണന്റെ സഹോദരി.

ശൂൎപ്പം. ന. മുറം.

ശൂൎമ്മി. ന. ൧, ഇരിമ്പുകൊണ്ടുള്ള ബിംബം. ൨, അടകല്ലു.

ശൂല. ന. ൧, ഒരു മാതിരി ദീനം, വയററുനോവു. ൨, കഴുമരം.

ശൂലനോവു. ന. വയററുനോവു.

ശൂലപാണി. ന. ശിവൻ.

ശൂലം. ന. ൧, വേദന ഭേദം, വയററുനോവു. ൨, കൊടിക്കുന്തം. ൩, നിത്യയോഗങ്ങളിൽ ഒന്നു. ൪, മൂന്നു മനയുള്ള ഒരായുധം. ൫, കഴു.

ശൂലരോഗം. ന. ഒരു വക ദീനം.

ശൂലരോഗി. വി. (ഗീ, ഗിണി, ഗി.) വി. ന. ശൂലരോഗമുള്ള.

ശൂലാകൃത. വി. (തൻ, താ, തം.) വി. ന. ഇരിമ്പുകോലിന്മേൽ കോൎത്തു ചുട്ട.

ശൂലാരോപണം. ന. ശൂലത്തേൽ കേററുക.

ശ്രൂലാരോഹണം. ന. ശ്രൂലത്തേൽ ഇട്ടു കൊല്ലുക.

ശ്രൂലി. വി. (ലി, ലിനി, ലി.) വി. ന. ശ്രൂലമുള്ള.

ശ്രൂലീ. ന. ൧, ശിവൻ. ൨, കാമദേവൻ.

ശ്രൂല്ക്കാരം. ന. ചീററുക.

ശ്രൂല്യ. വി. (ല്യൻ, ല്യാ, ല്യം.) വി. ന. ൧, കോലിന്മേൽ കോൎത്തു ചുട്ട. ൨, കഴവേററത്തക്ക.

ശ്രൂല്യം. ന. ശ്രൂലത്തിന്മേൽ കോൎത്തു ചുട്ട മാംസം.

ശൃ

ശൃഗാലൻ. ന. കുറുക്കൻ, നരി.

ശൃഗാലം. ന. ൧, കുറുക്കൻ. ൨, ഒരു പിശാചു.

ശൃംഖല. ന. പുരുഷന്റെ അരഞ്ഞാണ, ചങ്ങല.

ശൃംഖലകം. ന. ഒട്ടകക്കുട്ടി.

ശൃംഖലിത. വി. (തൻ, താ, തം.) വി. ന. ചങ്ങലകൊണ്ടു ബന്ധിക്കപ്പെട്ട.

ശൃംഗം. ന. ൧, കൊമ്പു. ൨, കുഴൽ. ൩, അടയാളം. ൪, കൊടുമുടി. ൫, വമ്പു. ൬, പ്രഭുത്വം. ൭, ശ്രേഷ്ഠത. ൮, കൊമ്പുള്ള മൃഗം. ൯, അതിവിടയം. ൧൦, പെരുന്തലമീൻ.

ശൃംഗാടകം. ന. നാല്കവല വഴി.

ശൃംഗാരം. ന. ൧, നവരസങ്ങളിൽ ഒന്നു. ൨, ശൃംഗാരരസം. ൩, അലങ്കാരം. ൪, സൌന്ദൎയ്യം. ൫, ചേൎച്ച. ൬, ആനയുടെ തലയിലും തുമ്പിക്കയ്യിലും ഭംഗിയായി വരെച്ച വര. ൭, കരയാമ്പൂ. ൮, സുഗന്ധപ്പൊടി.

ശൃംഗാരയോനി. ന. കാമദേവൻ.

ശൃംഗാരരസം. ന. നവരസങ്ങളിൽ ഒന്നു.

ശൃംഗാരവേഷം. ന. അലങ്കാരം.

ശൃംഗാരി. വി. (രി, രണി, രി.) വി. ന. ശൃംഗാരമുള്ള, സൌന്ദൎയ്യമുള്ള.

ശൃംഗാരി. ന. ൧, ശൃംഗാരമുള്ളവൻ. ൨, ആന.

ശൃംഗാരിക്കുന്നു. ച്ചു. പ്പാൻ. (ശൃംഗാരി.) അ. ക്രി. അലങ്കരിക്കുന്നു.

ശൃംഗി. വി. (ഗി, ഗിണി, ഗി.) വി. ന. ശൃംഗമുള്ള.

ശൃംഗി. ന. ൧, ഒരു മരുന്നു, ഇടവകം. ൨, പൎവ്വതം. ൩, വൃക്ഷം. ൪, ആന.

ശൃംഗിണി. ന. നല്ലവക പശു.

ശൃംഗിവേരം. ന. ഇഞ്ചി, ചുക്കു.

ശൃംഗികനകം. ന. ആഭരണങ്ങൾക്കുള്ള പൊന്നു.

ശൃതജലം. ന. വെന്ത വെള്ളം.

ശൃത. വി. (തൻ, താ, തം.) വി. ന. വെന്ത, കാച്ചിക്കുറുക്കപ്പെട്ട.

ശൃതാംഭസ്സ്. ന. വെന്ത വെള്ളം.

ശേ

ശേഖരം. ന. ശിരോലങ്കാരം.

ശേഖരിക്കുന്നു. ച്ചു. പ്പാൻ. (ശേഖരി.) സ. ക്രി. കൂട്ടം കൂട്ടുന്നു, വട്ടം കൂട്ടുന്നു.

ശേഖരിപ്പു. ന. ഒന്നിച്ചു കൂട്ടുക, ഒരു ഭണ്ഡാരം.

ശേഖരിപ്പുമുതൽപിടി. ന. ഭണ്ഡാരം സൂക്ഷിക്കുന്നവൻ.

ശേഫസ്സ്. ന. ലിംഗം.

ശേഫാലിക. ന. ഒരു പൂവു.

ശേമുഷി. ന. ബുദ്ധി.

ശേർ. ന. എട്ടു പലം കൂടിയ തൂക്കം.

ശേലു. ന. നറുവരി.

ശേവധി. ന. വൈശ്രവണന്റെ നിധികളിൽ ഒന്നു.

ശേഷക്കാരൻ. ന. തന്റെ തറവാട്ടിലുള്ളവൻ, സംബന്ധക്കാരൻ.

ശേഷക്കാരി. ന. തന്റെ തറവാട്ടിലുള്ളവൾ.

ശേഷക്കാർ. ന. തന്റെ ജ്യേഷ്ഠാനുജൻ മുതലായവർ.

ശേഷക്രിയ. ന. ശവസംസ്കാരം മുതലായ കൎമ്മം.

ശേഷദശ. ന. വാൎദ്ധക്യം.

ശേഷൻ. ന. അനന്തൻ.

ശേഷം. അ. ശിഷ്ടം.

ശേഷം. അ. ശേഷിപ്പു, ശേഷിച്ചതു.

ശേഷി. ന. ൧, പ്രാപ്തി. ൨, പ്രാപ്തിയുള്ളവൻ.

ശേഷിക്കുന്നു. ച്ചു. പ്പാൻ. (ശേഷി.) അ. ക്രി. ശിഷ്ടമുണ്ടാകുന്നു.

ശേഷിപ്പു. ന. ശിഷ്ടം.

ശേഷിയാകുന്നു. യി. വാൻ. (ശേഷി.) അ. ക്രി. പ്രാപ്തിയാകുന്നു.

ശൈ

ശൈഖരികം. ന. വലിയ കടലാടി.

ശൈത്യം. ന. തണുപ്പു.

ശൈഥില്യം. ന. അയവു, ക്ഷീണത.

ശൈലകന്യാ. ന. പാൎവ്വതി.

ശൈലകം. ന. ൧, മലയിരുവേലി. ൨, സുഗന്ധമുള്ള ഒരുവക പശ, സാമ്പ്രാണി.

ശൈല. വി. (ലൻ, ലീ, ലം.) വി. ന. ശിലയെ സംബന്ധിച്ച, പാറയെ സംബന്ധിച്ച.

ശൈലം. ന. ൧, പൎവ്വതം. ൨, സാമ്പ്രാണി. ൩, വെള്ളമണ്ണു.

ശൈലനന്ദിനീ. ന. പാൎവ്വതി.

ശൈലാടൻ. ന. ൧, സിംഹം. ൨, കാട്ടാളൻ.

ശൈലാലി. ന. ചാക്യാര.

ശൈലീഭവിക്കുന്നു. അ. ക്രി. കല്ലായിത്തീരുന്നു, കട്ടിപിടിക്കുന്നു.

ശൈലൂഷൻ. ന. ൧, നടൻ. ൨, വഞ്ചകൻ. ൩, താളം പിടിക്കുന്നവൻ.

ശൈലൂഷം. ന. നാട്യം.

ശൈലേയ. വി. (യൻ, യാ, യം.) വി. ന. പൎവ്വതത്തെ സംബന്ധിച്ച.

ശൈലേയം. ന. ൧, സാമ്പ്രാണി. ൨, മുരം, ഒരു മരുന്നു.

ശൈലേയി. ന. പാൎവ്വതി.

ശൈല്യം. ന. കട്ടപ്പം.

ശൈവക്കാരൻ. ന. ശിവമതക്കാരൻ.

ശൈവ. വി. (വൻ, വീ, വം.) വി. ന. ശിവനെ സംബന്ധിച്ച.

ശൈവൻ. ന. ശിവമതക്കാരൻ.

ശൈവം. ന. ൧, പതിനെട്ടു പുരാണങ്ങളിൽ ഒന്നു. ൨, ശിവമതം.

ശൈവലം. ന. ഒരു മാതിരി പായൽ.

ശൈവലിനി. ന. നദി.

ശൈവാലം. ന. പായൽ.

ശൈശവം. ന. ചെറുപ്പം.

ശൈക്ഷ്യോപാദ്ധ്യായിക. ന. അദ്ധ്യാപിക.

ശൈക്ഷൻ. ന. ചെറിയ ബ്രാഹ്മണൻ.

ശോ

ശോകം. ന. ദുഃഖം.

ശോകസ്ഥാനം. ന. ദുഃഖത്തിന്റെ കാരണം.

ശോകിക്കുന്നു. ച്ചു. പ്പാൻ. (ശോകി.) അ. ക്രി. ദുഃഖിക്കുന്നു.

ശോചന. വി. (നൻ, നാ, നം.) വി. ന. ദുഃഖമുള്ള.

ശോചനം. ന. ദുഃഖം.

ശോചിഷ്കേശൻ. ന. അഗ്നി.

ശോചിസ്സു. ന. ശോഭ, രശ്മി, ജ്വാല.

ശോച്യം. വി. (ച്യൻ, ച്യാ, ച്യം.) വി. ന. ൧, ശുദ്ധതയുള്ള. ൨, ദയ ചെയ്യപ്പെടേണ്ടുന്ന.

ശോഠൻ. ന. ൧, മൂഢൻ. ൨, മടിയൻ. ൩, വഞ്ചകൻ. ൪, ഹീനൻ. ൫, ധൂൎത്തൻ.

ശോണ. വി. (ണൻ, ണാ, ണി, ണം.) വി. ന. ചുവപ്പുനിറമുള്ള, കടുഞ്ചുവപ്പുള്ള.

ശോണം. ന. ൧, കടുഞ്ചുവപ്പു. ൨, ആണാറു. ൩, ഒരു മാതിരി പൂവു. ൪, ചെങ്കരിമ്പു. ൫, രക്തം.

ശോണരത്നം. ന. ചുവന്ന രത്നം.

ശോണവൎണ്ണ. വി. (ൎണ്ണൻ, ൎണ്ണാ, ൎണ്ണം.) വി. ന. ചുവന്ന നിറമുള്ള.

ശോണകം. ന. ഒരുവക വൃക്ഷം.

ശോണിത. വി. (തൻ, താ, തം.) വി. ന. ചുവപ്പുള്ള.

ശോണിതം. ന. ൧, രക്തം. ൨, ചുവപ്പു. ൩, കുങ്കുമം.

ശോണിമ. ന. ചുവപ്പുനിറം.

ശോഥഘ്ന. വി. (ഘ്നൻ, ഘ്നീ, ഘ്നം.) വി. ന. ശോഥത്തെ കളയുന്ന, നീരിനെ കളയുന്ന.

ശോഥഘ്നി. ന. തമിഴാമ.

ശോഥം. ന. വീക്കം, ദേഹത്തിലുണ്ടാകുന്ന നീരു.

ശോധന. വി. (നൻ, നാ, നം.) വി. ന. ശുദ്ധിവരുത്തുന്ന.

ശോധന. ന. ൧, അന്വേഷണം. ൨, ശുദ്ധി. ൩, നന്നാക്കുക. ൪, ലോഹാദികൾ ശുദ്ധിവരുത്തുക. ൫, പരീക്ഷ. ൬, വയറൊഴിക.

ശോധനക്കാരൻ. ന. ശോധന ചെയ്യുന്നവൻ.

ശോധനക്കോൽ. ന. മുറിവുകളിൽ കടത്തി ശോധന ചെയ്യുന്ന കരുവു.

ശോധനി. ന. ചൂല്.

ശോധനീയ. വി. (യൻ, യാ, യം.) വി. ന. ശോധന ചെയ്യപ്പെടേണ്ടുന്ന.

ശോധിത. വി. (തൻ, താ, തം.) വി. ന. ശോധന ചെയ്യപ്പെട്ട.

ശോധ്യ. വി. (ധ്യൻ, ധ്യാ, ധ്യം.) വി. ശോധന ചെയ്യാനുള്ള.

ശോഫഘ്നി. ന. തമിഴാമ.

ശോഫം. ന. വീക്കം, ദേഹത്തിലുണ്ടായ നീരു.

ശോഭ. ന. പ്രകാശം, രശ്മി, ജ്വാല, ഭംഗി.

ശോഭകൃൽ. ന. അറുപതിൽ മുപ്പത്താറാം സംവത്സരം.

ശോഭകേടു. ന. പ്രകാശമില്ലായ്മ, ഭംഗിയില്ലായ്മ, മാനക്കേടു.

ശോഭന. വി. (നൻ, നാ, നം.) വി. ന. ശോഭിച്ച.

ശോഭനം. ന. ൧, പ്രകാശം. ൨, ഭംഗി. ൩, നിത്യയോഗങ്ങളിൽ ഒന്നു.

ശോഭാഞ്ജനം. ന. മുരിങ്ങവൃക്ഷം.

ശോഭായമാന. വി. ശോഭിച്ചുംകൊണ്ടിരിക്കുന്ന.

ശോഭാരഹിത. വി. (തൻ, താ, തം.) വി. ന. ശോഭയില്ലാത്ത.

ശോഭിക്കുന്നു. ച്ചു. പ്പാൻ. (ശോഭി.) അ. ക്രി. പ്രകാശിക്കുന്നു.

ശോഭിത. വി. (തൻ, താ, തം.) വി. ന. ശോഭയില്ലാത്ത.

ശോമാരി. ന. മടിയൻ.

ശോഷണം. ന. ൧, മെലിച്ചിൽ. ൨, ചപ്പൽ.

ശോഷം. ന. ൧, രാജയക്ഷ്മാവു. ൨, മെലിച്ചിൽ. ൩, ഉണക്ക.

ശോഷിക്കുന്നു. ച്ചു. പ്പാൻ. (ശോഷി.) അ. ക്രി. ൧, ഉണങ്ങുന്നു. ൨, മെലിയുന്നു.

ശോഷിത. വി. (തൻ, താ, തം.) വി. ന. ശോഷിപ്പിക്കപ്പെട്ട, ഉണക്കപ്പെട്ട.

ശോഷ്യ. വി. (ഷ്യൻ, ഷ്യാ, ഷ്യം.) വി. ന. ശോഷിപ്പിക്കേണ്ടുന്ന.

ശൌ

ശൌകം. ന. കിളിക്കൂട്ടം.

ശൌക്ലികേയം. ന. ഒരുവക വിഷം.

ശൌക്ല്യം. ന. വെളുപ്പു.

ശൌചം. ന. ശുദ്ധി.

ശൌചിക്കുന്നു. ച്ചു. ക്കുവാൻ. (ശൌചി.) അ. ക്രി. ശുദ്ധിയാക്കുന്നു, വൃത്തിയാക്കുന്നു.

ശൌണ്ഡ. വി. (ണ്ഡൻ, ണ്ഡി, ണ്ഡം.) വി. ന. ലഹരിപിടിച്ച.

ശൌണ്ഡി. ന. ഠരംഴവൻ.

ശൌണ്ഡികൻ. ന. ചാരായം വാററുന്നവൻ.

ശൌണ്ഡീ. ന. തിപ്പലി.

ശൌദ്ധോദനി. ന. ബുദ്ധമുനി.

ശൌനികൻ. ന. ൧, മൃഗങ്ങളെ കൊന്നു മാംസം വില്ക്കുന്നവൻ. ൨, പക്ഷികളെ പിടിക്കുന്നവൻ, നായാട്ടുകാരൻ.

ശൌരസേനി. ന. പ്രാകൃതഭാഷ.

ശൌരി. ന. ൧, വിഷ്ണു. ൨, ശനി, സൌരി.

ശൌൎയ്യം. ന. പരാക്രമം.

ശൌൎയ്യവൽ. വി. (വാൻ, വതി, വൽ.) വി. ന. ശൌൎയ്യമുള്ള.

ശൌല്ക. വി. (ല്കൻ, ല്കീ, ല്കം.) വി. ന. ശുല്കത്തെ സംബന്ധിച്ച.

ശൌല്കൻ. ന. ചുങ്കം വിചാരിപ്പുകാരൻ.

ശൌല്കികേയം. ന. ഒരുവക വിഷം.

ശൌല്കികൻ. ന. ചെമ്പുകൊട്ടി.

ശ്ച്യുതിത. വി. ഒഴുകിയ, ഇററിററു വീഴുന്ന.

ശ്ച്യോതം. ന. ഒഴിക്ക.

ശ്മ

ശ്മശാനക്കുഴി. ന. ചുടലക്കളത്തിലെ കുഴി.

ശ്മശാനഭൂമി. ന. ശവമിടുന്ന സ്ഥലം.

ശ്മശാനം. ന. ചുടലക്കളം, ശവം ദഹിപ്പിക്കുന്ന സ്ഥലം.

ശ്മശ്രു. ന. പുരുഷന്റെ മുഖത്തെ രോമം.

ശ്മശ്രുനികൃന്തനൻ. ന. ക്ഷൗരകൻ.

ശ്യാ

ശ്യാമ. വി. (മൻ, മാ, മം.) വി. ന. കറുത്ത.

ശ്യാമാ. ന. ൧, യൌവനസ്ത്രീ. ൨, രാത്രി. ൩, നാഭ്യേച്ചാല്പക്ഷൊന്ന. ൪, ചാമ. ൫, നറുനിണ്ടി.

ശ്യാമം. ന. ൧, കറുപ്പനിറം. ൨, പച്ചനിറം. ൩, മേഘം. ൪, കയിൽ. ൫, ഉമ്മത്തു.

ശ്യാമവൎണ്ണ. വി. (ൎണ്ണൻ, ൎണ്ണാ, ൎണ്ണം.) വി. ന. കറുത്ത.

ശ്യാമവൎണ്ണം. ന. കറുത്ത നിറം.

ശ്യാമള. വി. (ളൻ, ളാ, ളം.) വി. ന. കറുത്ത. **ശ്യാമളത.** ഗു. ന. കറുപ്പ

ശ്യാമളാ. ന. പാൎവ്വതി.

ശ്യാമളം. ന. കറുപ്പനിറം.

ശ്യാമാകം. ന. ചാമ.

ശ്യാമിക. ന. കറുപ്പനിറം, കറ, പാപം.

ശ്യാലൻ. ന. അളിയൻ.

ശ്യാലി. ന. ഭാൎയ്യയുടെ സഹോദരി.

ശ്യാവ. വി. (വൻ, വാ, വം.) വി. ന. മാന്തളിപ്പു നിറമുള്ള.

ശ്യാവം. ന. മാന്തളിപ്പു നിറം.

ശ്യേത. വി. (തൻ, താ, തം.) വി. ന. വെളുത്ത.

ശ്യേതം. ന. വെള്ളനിറം.

ശ്യേനം. ന. ൧, പരിന്തു. ൨, വെളുപ്പനിറം.

ശ്യേനി. ന. ൧, പെണ്പരിന്തു. ൨, വെളുത്ത സ്ത്രീ.

ശ്യോനാകം. ന. പലകപ്പയ്യാനി.

ശ്ര

ശ്രദ്ധ. ന. ൧, താല്പൎയ്യം. ൨, വിശ്വാസം. ൩, ഇഛ.

ശ്രദ്ധായുക്ത. വി. (ക്തൻ, ക്താ, ക്തം.) വി. ന. ശ്രദ്ധയുള്ള.

ശ്രദ്ധാലു. വി. (ത്രിഷു.) വി. ന. ശ്രദ്ധയുള്ള.

ശ്രദ്ധാലു. ന. വ്യാക്കുണ്ണുള്ളവൾ.

ശ്രദ്ധാവൽ. വി. (വാൻ, വതി, വൽ.) വി. ന. ൧, ശ്രദ്ധയുള്ള, താല്പൎയ്യമുള്ള. ൨, വിശ്വാസമുള്ള.

ശ്രദ്ധിക്കുന്നു. ൧. ൨ാൻ. (ശ്രദ്ധി.) സ. ക്രി. ആഗ്രഹിക്കുന്നു, വിശ്വസിക്കുന്നു.—

ശ്രന്ഥനം. ന. ൧, വൃദ്ധോക്ക. ൨, കെട്ടുക. ൩, അഴിക്ക.

ശ്രമക്കാരൻ. ന. ൧, ശ്രമമുള്ളവൻ. ൨, സഭ്യന്മ വിളമ്പുന്നവൻ. ൩, അദ്ധ്വാനക്കാരൻ.

ശ്രമണൻ. ന. ൧, തപസ്വി. ൨, ഭിക്ഷു.

ശ്രമദക്ഷിണ. ന. സദ്യെക്ക വെക്കയും വിളമ്പുകയും ചെയ്യുന്നവൎക്കു കൊടുക്കുന്ന സമ്മാനം.

ശ്രമഭീതി. ന. വളരെ ശ്രമിക്കേണ്ടിയിരിക്കുന്നു എന്നുള്ള ഭയം.

ശ്രമസാദ്ധ്യ. വി. എളുപ്പത്തിൽ സാധിപ്പാനിടയില്ലാത്ത.

ശ്രമസിദ്ധം. ന. വളരെ ശ്രമിച്ചിട്ടു കിട്ടിയതു.

ശ്രമം. ന. ൧, അദ്ധ്വാനം. ൨, തളൎച്ച. ൩, പ്രയാസം. ൪, ആയുധാഭ്യാസം. (മ.) മേഹമ്പടിക്കാൎക്ക സഹായമായിട്ടു സദ്യെക്ക വിളമ്പുകയും മററും ചെയ്ക.

ശ്രമി. വി. (മി, മിനി, മി.) വി. ന. ശ്രമമുള്ള.

ശ്രമിക്കുന്നു. ച്ചു. പ്പാൻ. (ശ്രമി.) സ. ക്രി. ൧, ഉത്സാഹിക്കുന്നു, അദ്ധ്വാനപ്പെടുന്നു. ൨, ക്ഷീണിക്കുന്നു. ൩, സദ്യെക്ക ചോറു വിളമ്പുകയും മററും ചെയ്യുന്നു.

ശ്രയണം. ന. അഭയസ്ഥാനം.

ശ്രവണദ്വാദശി. ന. തിരുവോണവും ദ്വാദശിയും കൂടിവരുന്ന ഒരു പുണ്യ ദിവസം.

ശ്രവണപാശം. ന. ഭംഗിയുള്ള ചെവി.

ശ്രവണപുടം. ന. ചെവി.

ശ്രവണം. ന. ൧, ചെവി. ൨, കേൾക്കുക. ൩, ഒലിക്കുക. ൪, ഓണം.

ശ്രവണേന്ദ്രിയം. ന. ചെവിയുടെ കേൾവിക്കുള്ള ശക്തി.

ശ്രവം. ന. ൧, ചെവി. ൨, ഒലിക്കുക.

ശ്രവസ്സ. ന. ചെവി.

ശ്രവിക്കുന്നു. ച്ചു. പ്പാൻ. (ശ്രവി.) സ. ക്രി. കേൾക്കുന്നു. **ശ്രവിപ്പിക്കുന്നു.** കാ. ക്രി.

ശ്രവിഷ്ഠ. ന. അവിട്ടം നക്ഷത്രം.

ശ്രാണ. ന. അരിക്കഞ്ഞി.

ശ്രാദ്ധദേവൻ. ന. അന്തകൻ.

ശ്രാദ്ധം. വി. താല്പൎയ്യമുള്ള.

ശ്രാദ്ധം. ന. ചാത്തം.

ശ്രാന്ത. വി. (ന്തൻ, ന്താ, ന്തം.) വി. ന. തളൎന്ന, ക്ഷീണമുള്ള.

ശ്രാന്തസംവാഹനം. ന. ക്ഷീണിച്ചവരെ ആശ്വസിപ്പിക്ക.

ശ്രാന്തി. ന. തളൎച്ച, ക്ഷീണം.

ശ്രാമ്പി. ന. ഒരു മാതിരി മാളികയുടെ പേരു.

ശ്രാമം. ന. ൧, സമയം. ൨, മാസം. ൩, തല്ക്കാല വാസത്തിന്നായുള്ള കുടില്.

ശ്രായം. ന. ആശ്രയം.

ശ്രാവണം. ന. ചിങ്ങമാസം.

ശ്രാവണികം. ന. ചിങ്ങമാസം.

ശ്രാവണി. ന. ൧, ചിങ്ങമാസത്തിലെ വെളുത്ത വാവു. ൨, ആണ്ടുതോറും പൂണുനൂൽ പുതുക്കപ്പെടുമ്പോൾ ചെയ്യപ്പെടുന്ന കൎമ്മം.

ശ്രാവ്യ. വി. (വ്യൻ, വ്യാ, വ്യം.) വി. ന. കേൾപ്പാന്തക്ക.

ശ്രിത. വി. (തൻ, താ, തം.) വി. ന. ആശ്രയിക്കപ്പെട്ട.

ശ്രീ. ന. ൧, ലക്ഷ്മി. ൨, ശ്രേയസ്സു. ൩, ധനം. ൪, ശോഭ. ൫, സമ്പത്തു. ൬, സരസ്വതി. ൭, പാൎവ്വതി. ൮, പ്രകാശം. ൯, ശ്രുതി. ൧൦, കരയാമ്പൂ.

ശ്രീകണ്ഠൻ. ന. ശിവൻ.

ശ്രീകണം. ന. ഒരു മീക്ക.

ശ്രീകണ്ഠ്യ. ന. ഒരു രാഗം.

ശ്രീകര. വി. (രൻ, രാ, രം.) വി. ന. ശ്രീയെയുണ്ടാക്കുന്ന.

ശ്രീകരണം. ന. എഴുത്തുകോൽ.

ശ്രീകാന്തൻ. ന. വിഷ്ണു.

ശ്രീകാൎയ്യക്കാരൻ. ന. രാജാവു ചില ക്ഷേത്രത്തിലെ മേൽവിചാരത്തിന്നായിട്ടു നിശ്ചയിച്ചയക്കുന്ന ഒരധികാരി.

ശ്രീകാൎയ്യം. ന. ക്ഷേത്രത്തിലെ മേല്പറഞ്ഞ അധികാരം.

ശ്രീകൃഷ്ണൻ. ന. വിഷ്ണുവിന്റെ ദശാവതാരങ്ങളിൽ ഒന്നു, കൃഷ്ണൻ.

ശ്രീകൃഷ്ണവിലാസം. ന. ഒരു കാവ്യം.

ശ്രീകോവിൽ. ന. ക്ഷേത്രത്തിന്നകത്തുള്ള ഒരു സ്ഥലം.

ശ്രീഖണ്ഡം. ന. ചന്ദനം.

ശ്രീഫലനം. ന. പുളിച്ച തയിർ.

ശ്രീഘനൻ. ന. ബുദ്ധൻ.

ശ്രീചക്രം. ന. ൧, മന്ത്രവാദികളുടെ ഒരു യന്ത്രം. ൨, തൎക്കശാസ്ത്രത്തിൽ ഒരു ഭാഗം. ൩, ഇന്ദ്രന്റെ തേർവണ്ടി. ൪, ഭൂഗോളത്തിന്റെ വട്ടം.

ശ്രീജൻ. ന. കാമദേവൻ.

ശ്രീതപം. ന. ൧, സമ്പത്തു. ൨, ശോഭ.

ശ്രീദ. വി. (ൻ, ദാ, ദം.) വി. ന. ശ്രീയെക്കൊടുക്കുന്ന.

ശ്രീദൻ. ന. വൈശ്രവണൻ.

ശ്രീദേവി. ന. ലക്ഷ്മി.

ശ്രീധരൻ. ന. വിഷ്ണു.

ശ്രീനന്ദനൻ. ന. കാമദേവൻ.

ശ്രീനാരായണൻ. ന. വിഷ്ണു.

ശ്രീനിവാസൻ. ന. വിഷ്ണു.

ശ്രീപതി. ന. ൧, വിഷ്ണു. ൨, രാജാവു.

ശ്രീപത്മനാഭൻ. ന. വിഷ്ണു.

ശ്രീപഥം. ന. പെരുവഴി.

ശ്രീപൎണ്ണം. ന. ൧, താമരപ്പൂ. ൨, മുഞ്ഞ.

ശ്രീപൎണ്ണി. ന. ൧, പെരുംകുമിൾ. ൨, ഇലവു. ൩, ഒരു വക ചെടി.

ശ്രീപൎണ്ണിക. ന. ൧, ഒരു വക പൂച്ചെടി. ൨, കായാമ്പൂല.

ശ്രീപാദം. ന. കാൽചുവട്ടിന്നു ബഹുമാനിച്ചു പറയുന്ന വാക്കു.

ശ്രീപീഠം. ന. പീഠത്തിന്നു മാനിച്ചു പറയുന്ന വാക്കു.

ശ്രീപുത്രൻ. ന. ൧, കാമദേവൻ. ൨, കുതിര.

ശ്രീഫലം. ന. ഒരു വക വൃക്ഷം, കൂവളം.

ശ്രീഫലി. ന. ൧, അമരി. ൨, നെല്ലി.

ശ്രീഭഗവതി. ന. ലക്ഷ്മി.

ശ്രീഭണ്ഡാരം. ന. ക്ഷേത്രത്തിലെയുമ്മറവും ഭണ്ഡാരം.

ശ്രീഭൂതബലി. ന. ക്ഷേത്രത്തിൽ ചെയ്യുന്ന ഒരു ബലികൎമ്മം.

ശ്രീമതി. ന. സംപത്തുള്ളവൾ, ശ്രീമാൻ എന്നതിന്റെ സ്ത്രീലിംഗരൂപം, ബഹുമതി കാണിക്കുവാനായി സ്ത്രീകളുടെ പേരിന്നു മുമ്പിലായിട്ടു ചേൎക്കപ്പെടുന്നു.

ശ്രീമത്തു. വി. ശോഭയുള്ള.

ശ്രീമദം. ന. ഐശ്വൎയ്യംകൊണ്ടുള്ള അഹങ്കാരം.

ശ്രീമഹാദേവൻ. ന. ശിവൻ.

ശ്രീമൽ. വി. (മാൻ, മതി, മൽ.) വി. ന. ശ്രീയുള്ള.

ശ്രീമാൻ. ന. ൧, ഒരു വൃക്ഷം, മൈലെള്ളു. ൨, പുരുഷന്മാരുടെ പേരിന്നു മുമ്പേ ബഹുമാനസൂചകമായി ചേൎക്കപ്പെടുന്നു.

ശ്രീമുഖം. ന. അറുപതിൽ ഏഴാം സംവത്സരം.

ശ്രീയുക്ത. വി. (ക്തൻ, ക്താ, ക്തം.) വി. ന. ൧, ശ്രീതിയുള്ള. ൨, സംപത്തുള്ള.

ശ്രീരംഗപട്ടണം. ന. ഒരു പട്ടണം.

ശ്രീരംഗം. ന. ശ്രീരംഗപട്ടണം.

ശ്രീരാഗം. ന. ഒരു രാഗം.

ശ്രീരാമൻ. ന. വിഷ്ണുവിന്റെ ദശാവതാരങ്ങളിൽ ഒന്നു, ദശരഥന്റെ പുത്രൻ.

ശ്രീരാമോദന്തം. ന. ശ്രീരാമന്റെ കഥ.

ശ്രീല. വി. (ലൻ, ലാ, ലം.) വി. ന. ശ്രീയുള്ള, സംപത്തുള്ള.

ശ്രീവത്സകി. ന. നല്ല കുതിര.

ശ്രീവത്സം. ന. വിഷ്ണുവിന്റെ ഒരു മറുക. ൨, തുരങ്കം.

ശ്രീവത്സലാഞ്ഛനൻ. ന. വിഷ്ണു.

ശ്രീവത്സാങ്കിതൻ. വി. ന. ശ്രീവത്സംകൊണ്ടു അടയാളപ്പെട്ടവൻ.

ശ്രീവാസം. ന. ൧, തിരുവട്ടപ്പയൻ. ൨, താമര.

ശ്രീവൃക്ഷം. ന. അരയാൽ.

ശ്രീവേഷ്ടം. ന. തിരുവട്ടപ്പയൻ.

ശ്രീശൻ. ന. വിഷ്ണു.

ശ്രീശുകൻ. ന. വേദവ്യാസന്റെ പുത്രനായ ഒരു മഹൎഷി.

ശ്രീശൈലം. ന. ഒരു ക്ഷേത്രം.

ശ്രീസംജ്ഞം. ന. ഇലവംഗം.

ശ്രീഹസ്തിനി. ന. ഒരു പച്ചമരുന്നു, ആനച്ചെവിയൻ.

ശ്രീഹാനി. ന. ശ്രീയുടെ നാശം.

ശ്രുത. വി. (തൻ, താ, തം.) വി. ന. കേൾക്കപ്പെട്ട, അറിയപ്പെട്ട.

ശ്രുതം. ന. ശാസ്ത്രം.

ശ്രുതി. ന. ൧, വേദം. ൨, ചെവി. ൩, കേൾക്കുക. ൪, കീൎത്തി. ൫, ശ്രുതിപിടിക്ക. ൬, ഒരുമാതിരി കുഴൽ. ൭, കാണം.

ശ്രുതികേട്ടു. ന. ദുഷ്കീൎത്തി.

ശ്രുതിക്കാരൻ. ന. ശ്രുതി ഊതുന്നവൻ.

ശ്രുതിപുടം. ന. ചെവി.

ശ്രുതിപ്പെടുത്തുന്നു. ത്തി. വാൻ. (ശ്രുതി.) സ. ക്രി. പ്രസിദ്ധിപ്പെടുത്തുന്നു.

ശ്രുതിവേധം. ന. കാതു കുത്തുക.

ശ്രേണി. ന. ൧, വരി. ൨, തെരുവു. ൩, ഒരുമിച്ചു പണിയുന്ന തച്ചൻ. ൪, ഒരു സാധനം തന്നേ വില്ക്കുന്ന കച്ചവടക്കാരൻ. ൫, ഏത്ത കൊട്ട. ൬, സമൂഹം.

ശ്രേണിക. ന. കൂടാരം.

ശ്രേയസ്സു. വി. (യാൻ, യസീ, യസ്സു.) വി. ന. ശ്രേഷ്ഠതയുള്ള.

ശ്രേയസി. ന. ൧, അത്തിത്തിപ്പലി. ൨, പാടവള്ളി. ൩, കടുക്കാ.

ശ്രേയസ്സു. ന. ൧, യശസ്സു. ൨, ഗുണം. ൩, മോക്ഷം. ൪, ശുഭം.

ശ്രേയസ്കര. വി. (രൻ, രാ, രം.) വി. ന. കീൎത്തിയെയുണ്ടാക്കുന്ന.

ശ്രേഷ്ഠ. വി. (ഷ്ഠൻ, ഷ്ഠാ, ഷ്ഠം.) വി. ന. പ്രാധാന്യമുള്ള. **ശ്രേഷ്ഠത.** ഗു. ന. മുഖ്യത.

ശ്രേഷ്ഠൻ. ന. ൧, വൈശ്രവണൻ. ൨, രാജാവു. ൩, ബ്രാഹ്മണൻ.

ശ്രേഷ്ഠം. ന. പശുവിൻപാൽ.

ശ്രേഷ്ഠാശ്രമം. ന. ഗൃഹസ്ഥാശ്രമം.

ശ്രേഷ്ഠി. വി. (ഷ്ഠി, ഷ്ഠിനി, ഷ്ഠി.) വി. ന. ശ്രേഷ്ഠമായ.

ശ്രേഷ്ഠി. ന. കേൾവിപ്പെട്ട സ്വൎണ്ണപ്പണിക്കാരൻ.

ശ്രൈഷ്ഠ്യം. ന. ശ്രേഷ്ഠത.

ശ്രോണ. വി. (ണൻ, ണാ, ണം.) വി. ന. പാകം ചെയ്യപ്പെട്ട, പാകമായ.

ശ്രോണൻ. ന. ഇരുകാൽ മുടവൻ.

ശ്രോണാ. ന. ൧, തിരുവോണം നക്ഷത്രം. ൨, കഞ്ഞി.

ശ്രോണി. ന. ൧, കറക. ൨, വഴി.

ശ്രോണിഫലകം. ന. ൧, കറക. ൨, ഒരാക്കുട്ടിലെ അസ്ഥി.

ശ്രോതവ്യ. വി. കേൾക്കുവാൻ യോഗ്യതയുള്ള.

ശ്രോതസ്സു. ന. ൧, ചെവി. ൨, ഇന്ദ്രിയം.

ശ്രോതൃ. വി. (താവു, ത്രീ, തൃ.) വി. ന. കേൾക്കുന്ന.

ശ്രോത്രപുടം. ന. ചെവി.

ശ്രോത്രമലം. ന. ചെവിപ്പീ.

ശ്രോത്രം. ന. ചെവി.

ശ്രോത്രരോധം. ന. ചെവിയടെപ്പ.

ശ്രോത്രാമൃതം. വി. ന. ചെവിക്ക സന്തോഷം വരുത്തുന്നതു.

ശ്രോത്രിയ. വി. (യൻ, യാ, യം.) വി. ന. നല്ലശീലമുള്ള.

ശ്രോത്രിയൻ. ന. ക, വേദജ്ഞൻ. വ, സാധുശീലൻ.

ശ്രോത്രേന്ദ്രിയം. ന. ചെവി എന്നുള്ള ഇന്ദ്രിയം, കേൾക്കുന്നതിന്നുള്ള ഒരു ശക്തി.

ശ്രൌത്രം. ന. ക, വേദാഭ്യാസം. വ, ചെവി.

ശ്രൌഷൾ. അ. ഖിലർ ഹോമം കഴിക്കുമ്പോൾ ചൊല്ലുന്ന ഒരു മന്ത്രം.

ശ്ല

ശ്ലഥ. വി. (ഥൻ, ഥാ, ഥം.) വി. ന. അയഞ്ഞ, മുറുക്കമില്ലാത്ത.

ശ്ലക്ഷ്ണ. വി. (ക്ഷ്ണൻ, ക്ഷ്ണാ, ക്ഷ്ണം.) വി. ന. ക, നേരിത്. വ, മൃദുവായുള്ള. മ, പരമാൎത്ഥമായുള്ള.

ശ്ലാഘ. ന. പ്രശംസ, സ്തുതി.

ശ്ലാഘനീയ. വി. (യൻ, യാ, യം.) വി. ന. സ്തുതിക്കത്തക്ക.

ശ്ലാഘിക്കുന്നു. ച്ചു. പ്പാൻ. (ശ്ലാഘി.) സ. ക്രി. സ്തുതിക്കുന്നു, പ്രശംസിക്കുന്നു, വമ്പു പറയുന്നു.

ശ്ലാഘിത. വി. (തൻ, താ, തം.) വി. ന. സ്തുതിക്കപ്പെട്ട.

ശ്ലാഘ്യ. വി. (ഘ്യൻ, ഘ്യാ, ഘ്യം.) വി. ന. സ്തുതിക്കത്തക്ക.

ശ്ലാഘ്യ. ന. ക, മാനം. വ, പദവി.

ശ്ലിഷ. ന. ആലിംഗനം.

ശ്ലിഷ്ട. വി. ക, ചേൎന്നുനില്ക്കുന്ന. വ, ശ്ലേഷാൎത്ഥമുള്ള.

ശ്ലീപദം. ന. മന്തുകാൽ.

ശ്ലീഹാ. ന. ദൈവവാക്യം പ്രചരിപ്പിക്കുവാൻ യേശുക്രിസ്തു അധികാരപ്പെടുത്തിയിട്ടുള്ള ശിഷ്യന്മാരിലോരോരുത്തരും.

ശ്ലേഷ. ന. ക, ചേൎച്ച. വ, സഹവാസം. മ, ആലിംഗനം. ര, തമ്മിൽ ചേൎച്ച. ൫, ഇരട്ടി അൎത്ഥം തോന്നത്തക്കവണ്ണമുള്ള വാക്ക.

ശ്ലേഷ്മ. അശ്ലേഷ്മിൾ, ശ്ലേഷ്മം. ന. കഫം.

ശ്ലേഷ്മജ്വരം. ന. കഫജ്വരം.

ശ്ലേഷ്മകോപം. ന. കഫം കോപിക്കുക.

ശ്ലേഷ്മണ. വി. (ണൻ, ണാ, ണം.) വി. ന. കഫം അധികമുള്ള.

ശ്ലേഷ്മണാ. ന. ഒരു തൈ.

ശ്ലേഷ്മധാതു. ന. ശ്ലേഷ്മമെന്നുള്ള ധാതു, കഫം.

ശ്ലേഷ്മനാഡി. ന. കഫം സഞ്ചരിക്കുന്ന ഞരമ്പു.

ശ്ലേഷ്മരോഗി. വി. (ഗീ, ഗിണി, ഗി.) വി. ന. കഫകോപത്താൽ രോഗമുണ്ടായ.

ശ്ലേഷ്മവൃദ്ധി. ന. കഫവൎദ്ധന.

ശ്ലേഷ്മവ്യാധി. ന. കഫത്തിൽനിന്നുണ്ടായ രോഗം.

ശ്ലേഷ്മള. വി. (ളൻ, ളാ, ളം.) വി. ന. കഫമുള്ള.

ശ്ലേഷ്മള. ന. ഒരു തൈ.

ശ്ലേഷ്മാതകം. ന. നറുവരി.

ശ്ലോകം. ന. ക, നാലു പാദമായിട്ടുണ്ടാക്കുന്ന കവിത, അനുഷ്ടുപ്പും മറ്റും. വ, കീൎത്തി.

ശ്ലോകാൎത്ഥം. ന. ശ്ലോകത്തിന്റെ പൊരുൾ.

ശ്വ

ശ്വഗണം. ന. നായാട്ടുപട്ടികൾകൂട്ടം.

ശ്വദംഷ്ട്രാ. ന. ഞെരിഞ്ഞിൽ.

ശ്വനിശം. ന. നാ കരെക്കുന്ന രാത്രി.

ശ്വപചൻ. ന. പട്ടിയെ വേവിച്ചു തിന്നുന്ന ഒരു നീചജാതിക്കാരൻ.

ശ്വപാകൻ. ന. ശ്വപചൻ.

ശ്വഭ്രം. ന. പോതു, സുഷിരം.

ശ്വമാംസം. ന. പട്ടിയുടെ മാംസം.

ശ്വയഥു. ന. വീക്കം, നീരു.

ശ്വവൃത്തി. ന. സേവ.

ശ്വശുരൻ. ന. ക, ഭാൎയ്യയുടെ പിതാവു. വ, മാനമുള്ളവൻ.

ശ്വശ്രൂൎയ്യൻ. ന. അളിയൻ.

ശ്വശ്രൂ. ന. ഭൎത്താവിന്റെ അമ്മ.

ശ്വസനൻ. ന. ക, വായുവു. വ, മറുകാറു.

ശ്വസനം. ന. ക, ശ്വാസം. വ, ജീവശ്വാസം.

ശ്വസിക്കുന്നു. ച്ചു. പ്പാൻ. (ശ്വസി.) അ. ക്രി. ക, ശ്വാസം വിടുന്നു. വ, ജീവിക്കുന്നു. മ, വീൎക്കുന്നു.

ശ്വസിത. വി. (തൻ, താ, തം.) വി. ന. ശ്വസിക്കപ്പെട്ട, ശ്വാസം വിടപ്പെട്ട.

ശ്വസിതം. ന. നിശ്വാസം.

ശ്വഃ. അ. നാളെ.

ശ്വസ്തനം. വി. നാളേക്കുള്ള.

ശ്വാനൻ; ശ്വാവ്. ന. പട്ടി.

ശ്വാനി. ന. പെണ്ണുട്ടി.

ശ്വാപദം. ന. മുള്ളൻപന്നി.

ശ്വാവിൽ. ന. മുള്ളൻ.

ശ്വാസവേഗം. ന. ശ്വാസത്തിന്റെ വേഗം.

ശ്വാസം. ന. ക, വീൎപ്പു, പ്രാണൻ. വ, വായുവു.

ശ്വാസംവലി. ന. മരണം അടുക്കുമ്പോഴും മറ്റും ശ്വാസം തടഞ്ഞുപോകുകയും ശ്വാസം തെരുതെരെ പോകുകയും മറ്റും.

ശ്വിത്രം. ന. പാണ്ടു.

ശ്വേതഗരുൽ. ന. ക, പാത്ത. വ, അരയന്നം.

ശ്വേതമരിചം. ന. മുരിങ്ങക്കുരുവു.

ശ്വേത. വി. (തൻ, താ, തം.) വി. ന. വെളുത്ത.

ശ്വേതം. ന. ക, വെളുപ്പു. വ, വെള്ളി. മ, ശുക്രൻ.

ശ്വേതരക്തം. ന. പാടലവൎണ്ണം.

ശ്വേതവാഹനൻ. ന. അൎജ്ജുനൻ.

ശ്വേതസുരസ. ന. വെളുത്ത ചേമന്തി.

ഷ

ഷ. ഹല്ലുകളിൽ മുപ്പത്തൊന്നാമത്തെ അക്ഷരം.

ഷൾ. അ. ആറാമത്തെ എണ്ണം.

ഷൾക്കം. വി. ആറു, ആറിരട്ടി.

ഷൾക്കൎമ്മം. ന. ബ്രാഹ്മണൎക്കുള്ള ആറു കൎമ്മം.

ഷൾക്കൎമ്മി. വി. (മ്മീ, മ്മിണി, മ്മി.) വി. ന. ഷൾക്കൎമ്മമുള്ള.

ഷൾപദം. ന. വണ്ടു.

ഷൾപലം. ന. കാട്ടുതിപ്പലി കാട്ടുമു ളക കൊട്ടവേലി ചുക്ക തിപ്പലി ഇ ന്തുപ്പ, ഇവ ആറും കൂടിയതു.

ഷഡംഗം. ന. ൧, ശരീരത്തിന്റെ ആ റു അവയവങ്ങൾ. ൨, വേദത്തിന്റെ ആറു ഭാഗങ്ങൾ. ൩, പനിക്കുള്ള ഒരു കഷായ യോഗം.

ഷഡംഗുലം. ന. ആറുവിരൽ അളവു.

ഷഡഭിജ്ഞൻ. ന. ബുദ്ധമുനി.

ഷഡാധാരം. ന. മനുഷ്യന്റെ ദേഹ ത്തിലെ ആറു സ്ഥലങ്ങൾ.

ഷഡാനനൻ. ന. സുബ്രഹ്മണ്യൻ.

ഷഡൂഷണം. ന. ഷൾപലം.

ഷഡൂൎമ്മികൾ; ഷഡ്രിപു; ഷഡ്വൎഗ്ഗ. മനുഷ്യജീവിതത്തിൽ നാശം വ രുത്തുന്ന ആറു കാൎയ്യങ്ങൾ. ൧, കാമം, ൨, ക്രോധം. ൩, ലോഭം. ൪, മദം. ൫, മോഹം, ൬, മത്സരം. ഇവ ആറും.

ഷൾഗ്രന്ഥ. ന. വയമ്പു.

ഷൾഗ്രന്ഥം. ന. വയമ്പു.

ഷൾഗ്രന്ഥിക. ന. ഒരു ചെടിയുടെ പേരു.

ഷഡ്ജം. ന. സപ്തസ്വരങ്ങളിൽ ഒന്നാ മത്തെ സ്വരം.

ഷഡ്ഭാഗം. ന. ൧, ആറിലൊരുഭാഗം. ൨, ആറാമത്തെ ഭാഗം.

ഷഡ്രസം. ന. ആറു രസം, മധുരം പുളി ഉപ്പ കൈപ്പ ചവൎപ്പ എരിവു.

ഷണ്ഡത. ന. നപുംസകത്വം.

ഷണ്ഡൻ. ന. ൧, നപുംസകൻ. ൨, വരി ഉടെച്ച കാള.

ഷണ്ഡം. ന. താമര മുതലായതിന്റെ കൂട്ടം, കൂട്ടം.

ഷണ്ണയം. ന. ആറു നയം, സന്ധി വിഗ്രഹം യാനം ആസനം ദ്വൈധീ ഭാവം സമാശ്രയം.

ഷണ്മുഖൻ. ന. സുബ്രഹ്മണ്യൻ.

ഷഷ്ടി. ന. അറുപതു.

ഷഷ്ടികം. ന. നവരനെല്ലു.

ഷഷ്ടിക്യം. ന. നവര വിളെയുന്ന സ്ഥലം.

ഷഷ്ടിതമം. വി. അറുപതാമത്തെ.

ഷഷ്ടിപൂൎത്തി. ന. ആറാമത്തെ തിഥി യുടെ അവസാനം.

ഷഷ്ഠി. ന. ആറാമത്തെ തിഥി.

ഷ്ഠീവനം. ന. ഉമ്പൽ.

ഷാ

ഷാണ്മാതുരൻ. ന. സുബ്രഹ്മണ്യൻ.

ഷി

ഷിൽഗൻ. ന. കാമുകൻ, വിടൻ.

ഷോ

ഷോഡശ. വി. പതിനാറാമത്തെ.

ഷോഡശി. വി. പതിനാറു.

സ. ഹല്ലുകളിൽ മുപ്പത്തുരണ്ടാം അക്ഷരം.

സഃ. ന. പ. അവൻ.

സ. പദാരംഭത്തിൽ ചേൎന്നുവരുമ്പോൾ പിൻപദാൎത്ഥത്തോടു കൂടിയതെന്നു അൎത്ഥം വരുത്തുന്നു. ഉ-ം. സഹൎഷം (സന്തോഷത്തോടു കൂടി.)

സകൎമ്മകം. വി. (വ്യാകരണത്തിൽ) കൎമ്മമുള്ള.

സകല. വി. (ലൻ, ലാ, ലം.) വി. ന. മുഴുവനായ.

സകലമാനം. ന. എല്ലാം.

സകലേശൻ. ന. മുഴുവന്റെയും ഒരീ ശൻ.

സകാമം. ന. ൧, കാമത്തോടു കൂടെ. ൨, ആഗ്രഹത്തോടു കൂടെ.

സകാരം. ന. സ എന്ന അക്ഷരം.

സകാശം. ന. സമീപം, അടുക്കൽ.

സകുല. വി. (ലൻ, ലാ, ലം.) വി. ന. കുലത്തോടുകൂടിയ, ഒരു കുടുംബത്തി ലുള്ള.

സകുല്യൻ. ന. ൧, ചാൎച്ചക്കാരൻ. ൨, സംബന്ധക്കാരൻ.

സകുക്ഷി. വി. ഒരമ്മയിൽനിന്നു ജ നിച്ച.

സക്കൽ. അ. ഒരിക്കൽ.

സക്രമന്തു. സത്യകൎമ്മം, കുറുബാന.

സക്ത. വി. (ക്തൻ, ക്താ, ക്തം.) വി. ന. ൧, ചേൎന്നിരിക്കുന്ന. ൨, താല്പൎയ്യ മുള്ള.

സക്തി. ന. ൧, ചേൎച്ച. ൨, സ്നേഹം.

സക്തുഫല. ന. വന്നിവൃക്ഷം.

സക്ഥി. ന. തുട.

സഖാവു; സഖൻ. ന. മിത്രം, ബ ന്ധു.

സഖി. ന. ചങ്ങാതിയായ സ്ത്രീ.

സഖിത്വം. ന. ചങ്ങാതിത്വം.

സഖ്യത. ന. ചങ്ങാതിത്വം.

സഖ്യം. ന. ചങ്ങാതിത്വം.

സഗന്ധ. വി. ഒരേവിധത്തിലുള്ള, ത മ്മിൽ ബന്ധമുള്ള.

സഗരൻ. ന. ഒരു രാജാവു.

സഗൎഭ്യൻ. ന. ൧, ജ്യേഷ്ഠൻ. ൨, അ നുജൻ, സഹജൻ.

സഗോത്ര. വി. (ത്രൻ, ത്രാ, ത്രം.) വി. ന. ഒരു വംശത്തിലുള്ള.

സഗോത്രൻ. ന. വംശത്തിലുള്ളവൻ.

സഗോത്രം. ന. വംശം.

സഗ്ധി. ന. സഹഭക്ഷണം.

സങ്കടക്കാരൻ. ന. ആവലാധിക്കാ രൻ.

സങ്കടപ്പെടുന്നു. ട്ടു. വാൻ. (സങ്കട.) അ. ക്രി. ദുഃഖിക്കുന്നു. **സങ്കടപ്പെടു ത്തുന്നു.** സ. ക്രി.

സങ്കട. വി. (ടൻ, ടാ, ടം.) വി. ന. ൧, ഇടുക്കമുള്ള. ൨, കൂട്ടംകൂടിയ.

സങ്കടം. ന. ൧, ആവലാധി. ൨, പ്ര യാസം. ൩, ആപത്തു. ൪, ദുഃഖം.

സങ്കടവൎയ്യോല. ന. ആവലാധി എ ഴുതിവെക്കുന്ന ഓല.

സങ്കരം. ന. ൧, ചവറു. ൨, കഴക്കൽ. ൩, രണ്ടു കൂടിയതു.

സങ്കൎഷണൻ. ന. ബലഭദ്രൻ.

സങ്കൎഷണം. ന. ൧, ആകൎഷണം. ൨, ഉഴവു.

സങ്കലനം. ന. ൧, ചേൎച്ച. ൨, കൂട്ടി കലൎച്ച.

സങ്കലിത. വി. (തൻ, താ, തം.) വി. ന. ൧, ക്രമപ്രകാരം കൂട്ടിയ. ൨, ഒന്നിച്ചു ചേൎത്ത.

സങ്കലിതം. ന. കണക്കു കൂട്ടുന്നതി ന്റെ ഒരു വഴി.

സങ്കല്പജ. വി. (ജൻ, ജാ, ജം.) വി. ന. സങ്കല്പത്തിങ്കൽനിന്നു ജനിച്ച.

സങ്കല്പജൻ. ന. കാമദേവൻ.

സങ്കല്പനം. അല്ലെങ്കിൽ **സങ്കല്പം.** ന. ൧, ധ്യാനം. ൨, വിചാരം. ൩, നേൎച്ച.

സങ്കല്പിക്കുന്നു. ച്ചു. പ്പാൻ. (സങ്കല്പി.) സ. ക്രി. ധ്യാനിക്കുന്നു, വിചാരിക്കുന്നു.

സങ്കസുക. വി. (കൻ, കാ, കം.) വി. ന. ൧, ഉറപ്പില്ലാത്ത, മാററമുള്ള. ൨, സംശയമുള്ള. ൩, ക്ഷീണതയുള്ള.

സങ്കാശ. വി. (ശൻ, ശാ, ശം.) വി. ന. തുല്യമായ. അ. സമീപം.

സങ്കീൎണ്ണ. വി. (ൎണ്ണൻ, ൎണ്ണാ, ൎണ്ണം.) വി. ന. ൧, കൂട്ടംകൂടിയ. ൨, പലവിധത്തിലുള്ള. ൩, ശുദ്ധമില്ലാത്ത. ൪, കലൎന്ന. ൫, ഇടുങ്ങിയ. ൬, പരന്ന.

സങ്കീൎത്തനം. ന. സ്തോത്രം, സ്തുതി.

സങ്കുചിത. വി. (തൻ, താ, തം.) വി. ന. ൧, കൂമ്പിയ. ൨, വിടിരാത്ത.

സങ്കുലക്ലിഷ്ടം. വി. ൧, കലൎന്ന. ൨, യോജ്യതയില്ലാത്ത.

സങ്കുല. വി. (ലൻ, ലാ, ലം.) വി. ന. മിശ്രമായ, തിങ്ങിയ.

സങ്കുലം. ന. കൂട്ടം.

സങ്കേതം. ന. രക്ഷാസ്ഥലം, സ്വാധീനമായി നിശ്ചയിക്കപ്പെട്ട സ്ഥലം.

സങ്കേതസ്ഥാനം. ന. രക്ഷാസ്ഥലം.

സങ്കോചം. ന. ൧, കൂമ്പൽ. ൨, സംശയം. ൩, ലജ്ജ. ൪, കുങ്കുമം.

സങ്കോചിക്കുന്നു. ച്ചു. പ്പാൻ. (സങ്കോചി.) അ. ക്രി. ൧, കൂമ്പുന്നു. ൨, സംശയിക്കുന്നു.

സങ്ക്രന്ദനൻ. ന. ഇന്ദ്രൻ.

സങ്ക്രമണം. ന. കടക്കുക.

സങ്ക്രമം. ന. കടക്കുക.

സങ്ക്രമിക്കുന്നു. ച്ചു. പ്പാൻ. (സങ്ക്രമി.) അ. ക്രി. കടക്കുന്നു.

സങ്ക്രാന്ത. വി. (ന്തൻ, ന്താ, ന്തം.) വി. ന. കടക്കപ്പെട്ട.

സങ്ക്രാന്തി. ന. ആദിത്യൻ ഒരു രാശിയിൽനിന്നു മറെറാരു രാശിയിലേക്കു കടക്കുന്ന സമയം.

സങ്ക്രീഡ; സങ്ക്രീഡനം. ന. ഒരുമിച്ചുള്ള കളി.

സംഖ്യ. ന. എണ്ണം, ഗണനം.

സംഖ്യാത. വി. (തൻ, താ, തം.) വി. ന. എണ്ണപ്പെട്ട.

സംഖ്യാവൽ. വി. (വാൻ, വതി, വൽ.) വി. ന. സംഖ്യയുള്ള.

സംഖ്യാവാൻ. ന. സമൎത്ഥൻ.

സംഖ്യേയ. വി. (യൻ, യി, യം.) വി. ന. എണ്ണപ്പെടത്തക്ക.

സംഗതജ്ഞാനക. വി. (കൻ, കാ, കം.) വി. ന. കോട്ടുകാലുള്ള.

സംഗത. വി. (തൻ, താ, തം.) വി. ന. സംഗമിച്ച, ചേൎന്ന.

സംഗതം. ന. ചേൎച്ച.

സംഗതി. ന. ൧, ചേൎച്ച, സംബന്ധം. ൨, കാൎയ്യം. ൩, കാരണം.

സംഗമം. ന. ൧, ചേൎച്ച. ൨, ആററിന്റെ ചേൎച്ച.

സംഗമിക്കുന്നു. ച്ചു. പ്പാൻ. (സംഗമി.) അ. ക്രി. ചേരുന്നു.

സംഗം. ന. ചേൎച്ച.

സംഗരം. ന. ൧, യുദ്ധം. ൨, പ്രതിജ്ഞ. ൩, ആപത്തു. ൪, ഉടമ്പടി.

സംഗി; (-നി.) ന. ചേൎന്നവൻ; (-വൾ).

സംഗീതക്കാരൻ. ന. പാട്ടുകാരൻ.

സംഗീതക്കാരി. ന. പാട്ടുകാരത്തി.

സംഗീതം. ന. പാട്ടു.

സംഗീതവിദ്യ. ന. സംഗീതമെന്നുള്ള വിദ്യ.

സംഗൃഢ. വി. (ഢൻ, ഢാ, ഢം.) വി. ന. ൧, മറെക്കപ്പെട്ട. ൨, ചുരുക്കപ്പെട്ട. ൩, ചേൎക്കപ്പെട്ട. ൪, കൂട്ടപ്പെട്ട.

സംഗൃഹിത. വി. (തൻ, താ, തം.) വി. ന. ൧, എടുക്കപ്പെട്ട. ൨, കൂട്ടപ്പെട്ട. ൩, സംക്ഷേപിക്കപ്പെട്ട.

സംഗ്രഹം. ന. ൧, സംക്ഷേപം. ൨, കൂട്ടർ. ൩, എടുക്ക. ൪, പ്രതിജ്ഞ. ൫, ഉയൎച്ച. ൬, മുഷ്ടി. ൭, പ്രയത്നം.

സംഗ്രഹിക്കുന്നു. ച്ചു. പ്പാൻ. (സംഗ്രഹി.) സ. ക്രി. ൧, എടുക്കുന്നു. ൨, കൂട്ടി വെക്കുന്നു. ൩, കരുതുന്നു.

സംഗ്രാമപടഹം. ന. യുദ്ധത്തിന്നു പുറപ്പെടുമ്പോഴുള്ള വാദ്യഘോഷം.

സംഗ്രാമം. ന. യുദ്ധം.

സംഗ്രാഹം. ന. ൧ കൈനാട. ൨, മുഷ്ടി. ൩, കൈകൊട്ടുക.

സംഘക്കാർ. ന. കൂട്ടക്കാർ, യോഗക്കാർ.

സംഘടിക്കുന്നു. ച്ചു. പ്പാൻ. (സംഘടി.) അ. ക്രി. ചേരുന്നു, കൂട്ടിമുട്ടുന്നു.
സംഘടിപ്പിക്കുന്നു. സ. ക്രി.

സംഘടിത. വി. (തൻ, താ, തം.) വി. ന. നല്ലവണ്ണം ചേൎക്കപ്പെട്ട.

സംഘട്ടനം. ന. ചേൎച്ച, കൂട്ടിമുട്ടുക.

സംഘം. ന. സമൂഹം, യോഗം.

സംഘൎഷം. ന. ൧, സ്പൎദ്ധ. ൨, അരെക്കുക. ൩, ഉലിക്കുക.

സംഘാതം. ന. ൧, കൂട്ടം. ൨, ഒരു നരകം.

സചിവൻ. ന. മന്ത്രി.

സചി. ന. ൧, സ്നേഹിതൻ. ൨, ഇന്ദ്രന്റെ ഭാൎയ്യ.

സചിത്രം. ന. ൧, ചായമിട്ട. ൨, പല നിറമുള്ള.

സചേതന. വി. ൧, ചേതസ്സുള്ള. ൨, ബോധമുള്ള.

സചേതസ്സ. വി. വിശേഷബുദ്ധിയുള്ള.

സചേലസ്നാനം. ന. വസ്ത്രം മുക്കിക്കുളിക്ക.

സച്ചിദാനന്ദൻ. ന. ദൈവത്തിനെ പറയുന്ന ഒരു പേർ.

സച്ചിദാനന്ദം. ന. സത്തും ചിത്തും ആനന്ദവും.

സച്ചിത്സ്വരൂപൻ. ന. ദൈവത്തിനെ സ്തുതിക്കുമ്പോൾ പറയുന്ന ഒരു പേർ.

സച്ചിന്മയൻ. ന. സച്ചിത്സ്വരൂപൻ, ദൈവം.

സജനൻ. ന. ഒരു കുടുംബത്തിലുള്ളവൻ, ചാൎച്ചക്കാരൻ.

സജംബാല. വി. (ലൻ, ലാ, ലം.) വി. ന. ചേറോടു കൂടിയ, ചേറുള്ള.

സജാതം. വി. ഒരുമിച്ചു ജനിച്ച.

സജാതി. വി. (ത്രിലിം.) വി. ന. ഒരു വംശത്തിൽ ജനിച്ച.

സജാതീയ. വി. (യൻ, യാ, യം.) വി. ന. ഒരു വംശത്തിൽ ജനിച്ച.

സജ്ജ. ന. ൧, അലങ്കാരം. ൨, കവചം.

സജ്ജനം. ന. ൧, ആനയുടെ അലങ്കാരം. ൨, അലങ്കാരം.

സജ്ജനം. ന. നല്ല ജനം.

സജ്ജനസമ്പൎക്കം. ന. നല്ല ജനങ്ങളോടുള്ള ചേൎച്ച.

സജ്ജനസംസൎഗ്ഗം. ന. മേല്പറഞ്ഞ അൎത്ഥം.

സജ്ജ. വി. (ജ്ജൻ, ജ്ജാ, ജ്ജം.) വി. ന. ൧, കവചമിടപ്പെട്ട. ൨, ഒരുക്കപ്പെട്ട. ൩, അലങ്കരിക്കപ്പെട്ട. ൪, മൂടപ്പെട്ട.

സജ്ജൻ. ന. സന്നദ്ധൻ, ഒരുങ്ങിയവൻ.

സജ്ജിത. വി. (തൻ, താ, തം.) വി.

ന. ൨, കവചമിടപ്പെട്ട. ൩, അലങ്കരിക്കപ്പെട്ട. ൪, ഒരുക്കപ്പെട്ട.

സജ്ജീകരിക്കുന്നു. ച്ചു. ക്കുവാൻ. (സജ്ജീകരി.) സ. ക്രി. തയ്യാറാക്കുന്നു.

സജ്ജീകരണം. ന.

സംജ്ഞ. ന. ൨, ബോധം. ൩, അറിവ്. ൪, ബുദ്ധി, മനസ്സ്. ൫, സൂചനം. ൬, പേർ.

സംജ്ഞാപനം. ന. ൨, അറിവുകൊടുക്കുകയെന്നതു, പഠിപ്പിക്കുക. ൩, കൊല, വധം.

സജ്യ. വി. (ജ്യൻ, ജ്യാ, ജ്യം.) വി. ന. ഞാണു വലിച്ചുകെട്ടിയ.

സജ്യം. ന. കുലെച്ച വില്ലു.

സജ്വരം. ന. ൨, ഉഷ്ണം, ചൂടു. ൩, എരിച്ചിൽ.

സഞ്ചയനം. ന. ൨, ഒരുമിച്ചു ചേൎക്ക. ൩, അസ്ഥി പെറുക്കി സ്ഥാപിക്കുന്ന ഒരു കൎമ്മം.

സഞ്ചയം. ന. ൨, ഒരുമിച്ചു കൂട്ടുക. ൩, സമൂഹം, കൂട്ടം.

സഞ്ചാരം. ന. ൨, അശുദ്ധി. ൩, ഉൾക്കടമായ വഴി.

സഞ്ചരണം. ന. നടപ്പ.

സഞ്ചരിക്കുന്നു. ച്ചു. പ്പാൻ. (സഞ്ചരി.) അ. ക്രി. നടക്കുന്നു.

സഞ്ചലനം. ന. ഇളക്കം.

സഞ്ചായം. ന. പുറവരവു.

സഞ്ചാരജീവി. (വീ, വിനീ, വി.) വി. ന. സഹായം കൂടാതെ വലയുന്ന.

സഞ്ചാരം. ന. ൨, നടപ്പു. ൩, പ്രയാസപ്പെട്ട വഴി. ൪, പ്രയാസം.

സഞ്ചാരി. വി. (രീ, രിണീ, രി.) വി. ന. ൨, ഇളക്കമുള്ള. ൩, നടക്കുന്ന. ൪, പ്രയാസമുള്ള.

സഞ്ചാരി. ന. ൨, നടക്കുന്നവൻ. ൩, വായുവു.

സഞ്ചാരികാ. ന. ദൂതി.

സഞ്ചി. ന. ഉറപ്പ, മടിശ്ശീല.

സഞ്ചിത. വി. (തൻ, താ, തം.) വി. ന. ൨, ചേൎക്കപ്പെട്ട. ൩, സമ്പാദിക്കപ്പെട്ട.

സഞ്ചിന്തനം. ന. ധ്യാനം, വിചാരം.

സഞ്ചോദനം. ന. പറഞ്ഞയെക്കു, നടത്തുക.

സഞ്ജുവനം. ന. നാലുകെട്ടുംപുര.

സഞ്ജാത. വി. (തൻ, താ, തം.) വി. ന. ജനിച്ച.

സഞ്ജീവനം. ന. നാലുകെട്ടുംപുര.

സട. ന. ൨, ജട. ൩, കിരീടം. ൪, നാട.

സണ്ഡീനം. ന. പക്ഷിയുടെ ഗമനം.

സതത. വി. (തൻ, താ, തം.) വി. ന. നിത്യമായുള്ള.

സതതം. അ. നിത്യം.

സതി. ന. ൨, പാതിവ്രത്യമുള്ള സ്ത്രീ. ൩, ശിവന്റെ ഭാൎയ്യ.

സതീനം. ന. ഒരുവക പയറു.

സതീൎത്ഥ്യൻ. ന. ഒരു ഗുരുവിങ്കൽനിന്നു പഠിച്ചവൻ.

സതിലകം. ന. ഒരു പയറു.

സൽ. വി. (സൻ, സതീ, സൽ.) വി. ന. ൨, സത്യമുള്ള. ൩, സുകൃതമുള്ള. ൪, ശ്രേഷ്ഠതയുള്ള. ൫, മാനമുള്ള. ൬, ബുദ്ധിയുള്ള. ൭, സ്ഥിരതയുള്ള. ൮, കൊള്ളാകുന്ന, നല്ല. (ഒരു അൎത്ഥത്തിൽ മററു പദങ്ങളുടെ മുമ്പിൽ ചേൎത്തു പ്രയോഗിക്കുന്നു).

സത്തു. ന. എല്ലാടത്തും എല്ലായ്പോഴും വ്യാപിച്ചിരിക്കുന്ന വസ്തു, സത്യ ദൈവം. ൩, ചാറു. ൪, സാരകാൎയ്യം, ശക്തി.

സൽകഥ. ന. നല്ല കഥ.

സൽകരിക്കുന്നു. ച്ചു. പ്പാൻ. (സൽകരി.) സ. ക്രി. ൨, പൂജിക്കുന്നു. ൩, മാനിക്കുന്നു.

സൽക്കൎമ്മം. ന. നല്ല പ്രവൃത്തി.

സൽക്കാരം. ന. ബഹുമാനം.

സൽക്കീൎത്തി. ന. നല്ല കീൎത്തി.

സൽക്കുലം. ന. നല്ല വംശം.

സൽകൃത. വി. (തൻ, താ, തം.) വി. ന. ൨, പൂജിക്കപ്പെട്ട. ൩, ബഹുമാനിക്കപ്പെട്ട.

സൽകൃതി. ന. ൨, സുകൃതം. ൩, നല്ല പ്രവൃത്തി.

സൽക്രിയ. ന. നല്ല പ്രവൃത്തി.

സൽഗതി. ന. ൨, നല്ല ഗതി. ൩, മോക്ഷം.

സൽഗുണം. ന. നല്ല ഗുണം, നന്മ.

സൽഗുണരഹിത. വി. (തൻ, താ, തം.) വി. ന. നന്മയില്ലാത്ത.

സൽഗുരു. ന. നല്ല ഗുരു.

സത്ത. ന. ൨, ഇരിക്ക. ൩, നന്മ. ൪, ശ്രേഷ്ഠത.

സത്തമ. വി. (മൻ, മാ, മം.) വി. ന. സുകൃതമുള്ള, ശ്രേഷ്ഠതയുള്ള.

സത്തുക്കൾ. ന. നല്ല ജനങ്ങൾ.

സൽപഥം. ന. നല്ല വഴി.

സൽപാത്രം. ന. ൨, നല്ല പാത്രം. ൩, യോഗ്യൻ.

സൽപുത്രൻ. ന. നല്ല പുത്രൻ.

സൽപുമാൻ. ന. നല്ല മനുഷ്യൻ.

സൽപുരുഷൻ. ന. നല്ല മനുഷ്യൻ.

സൽഫലം. ന. ൨, നല്ല ഗുണം. ൩, മാതളനാരങ്ങ.

സൽബുദ്ധി. ന. നല്ല ബുദ്ധി.

സൽഭക്തി. ന. ഒരംശഭക്തി.

സൽഭാവം. ന. നല്ല ഭാവം. (മ.) അഹംഭാവം, നിന്ദ.

സൽഭാവി. വി. (വീ, വിനീ, വി.) വി. ന. സൽഭാവമുള്ള, അഹംഭാവമുള്ള.

സൽഭാജനം. ന. നല്ല പാത്രം.

സത്മം. ന. ഭവനം.

സത്യ. വി. (ത്യൻ, ത്യാ, ത്യം.) വി. ന. പരമാൎത്ഥമായുള്ള, നേരായുള്ള.

സത്യൻ. ന. ശ്രീരാമൻ.

സത്യാ. ന. ൨, സീത. ൩, വ്യാസന്റെ അമ്മ.

സത്യം. ന. ൨, പരമാൎത്ഥം. ൩, ആണ. ൪, കൃതയുഗം. ൫, ബ്രഹ്മാവിന്റെ ലോകം.

സത്യക. വി. (കൻ, കാ, കം.) വി. ന. സത്യമുള്ള, നേരുള്ള.

സത്യകം. ന. അച്ചാരം, ഉടമ്പടി.

സത്യകൎമ്മം. ന. ൨, നേരുള്ള പ്രവൃത്തി. ൩, കുറുബാന.

സത്യക്കുറി. ന. ൨, ഉടമ്പടി. ൩, സത്യം ചെയ്യത്തക്കവണ്ണം തീൎപ്പു നിശ്ചയിച്ചു കോടതിയിൽനിന്നെഴുതുന്ന ഒരെഴുത്തു.

സത്യകാരം. ന. അച്ചാരം വെക്ക.

സത്യജ്ഞ. വി. (ജ്ഞൻ, ജ്ഞാ, ജ്ഞം.) വി. ന. സത്യത്തെ അറിഞ്ഞ.

സത്യപ്രമാണം. ന. നേരായ പ്രമാണം.

സത്യഭംഗം. ന. നേരുകേടു.

സത്യയുഗം. ന. കൃതയുഗം.

സത്യലോകം. ന. ബ്രഹ്മാവിന്റെ ലോകം.

സത്യവചനം. ന. നേരുവാക്ക.

സത്യവചസ്സ്. ന. ൧, നേരുവാക്ക. ൨, ഋഷി.

സത്യവൽ. വി. (വാൻ, വതീ, വൽ.) വി. ന. സത്യമുള്ള.

സത്യവാൻ. ന. ഒരു രാജാവു.

സത്യവതീ. ന. ൧, വ്യാസന്റെ അമ്മ. ൨, നാരദന്റെ ഭാൎയ്യ. ൩, ഋഷീകന്റെ ഭാൎയ്യ.

സത്യവതീസുതൻ. ന. വ്യാസൻ.

സത്യവാക്ക. വി. (ത്രിഷു.) വി. ന. സത്യം പറയുന്ന.

സത്യവാക്ക. ന. ൧, നേരുവാക്ക. ൨, മഹൎഷി.

സത്യവാചകം. ന. നേരുവാക്ക.

സത്യവാദി. വി. (ദി, ദിനീ, ദി.) വി. ന. സത്യംപറയുന്ന.

സത്യവൃത്തു. വി. സത്യം പറയുന്ന.

സത്യവേദം. ന. സത്യമായ വേദം.

സത്യവ്രത. വി. (തൻ, താ, തം.) വി. ന. സത്യത്തെ പാലിക്കുന്ന.

സത്യവ്രതൻ. ന. പണ്ടുണ്ടായിരുന്ന ഒരു രാജാവു.

സത്യശീല. വി. (ലൻ, ലാ, ലം.) വി. ന. സത്യമുള്ള.

സത്യസങ്കല്പ. വി. (ല്പൻ, ല്പാ, ല്പം.) വി. ന. സത്യമായി വിചാരിക്കുന്ന.

സത്യസങ്കാശ. വി. (ശൻ, ശാ, ശം.) വി. ന. സത്യംപോലെയുള്ള.

സത്യസന്ധ. വി. (ന്ധൻ, ന്ധാ, ന്ധം.) വി. ന. സത്യത്തെ പാലിക്കുന്ന.

സത്യസന്ധൻ. ന. ൧, രാമന്റെ അനുജനായ ഭരതൻ. ൨, ജനമേജയൻ എന്ന രാജാവു.

സത്യസന്ധാ. ന. പാഞ്ചാലി.

സത്യസ്വരൂപൻ. ന. ദൈവം.

സത്യഹീന. വി. (നൻ, നാ, നം.) വി. ന. നേരില്ലാത്ത.

സത്യാകൃതി. ന. അച്ചാരം.

സത്യാനൃതം. ന. കച്ചവടം.

സത്യാപാനം. ന. അച്ചാരം.

സത്രപ. വി. (പൻ, പാ, പം.) വി. ന. ലജ്ജയുള്ള.

സത്രപ്പെടുന്നു ട്ടു. വാൻ. (സത്രം.) അ. ക്രി. തിടുക്കപ്പെടുന്നു.

സത്രം. ന. ൧, യാഗം. ൨, ദാനം. ൩, മറവു. ൪, ചതിവു. ൫, കൊട്ടക്കാടു. ൬, സംപത്തു. ൭, ഭവനം. ൮, വഴിയമ്പലം. ൯, തിടുക്കം.

സത്രശാല. ന. ൧, യാഗശാല. ൨, ഊട്ടുപുര.

സത്രാ. അ. കൂടെ.

സത്രി. ന. ൧, ധൎമ്മിഷ്ഠൻ. ൨, സ്ഥാനാപതി. ൩, യാഗംകഴിക്കുന്ന ആചാൎയ്യൻ. ൪, ഗ്രഹസ്ഥൻ.

സത്വഗുണം. ന. മൂന്നു ഗുണങ്ങളുള്ളതിൽ ഒന്നാമത്തേതു, നല്ല ഗുണം.

സത്വം. ന. ൧, മൂന്നു ഗുണങ്ങളിൽ ഒന്നു. ൨, വസ്തു. ൩, ബുദ്ധി. ൪, സ്വഭാവം. ൫, ബലം. ൬, ധൈൎയ്യം. ൭, സാരകാൎയ്യം. ൮, പ്രാണൻ. ൯, സംപത്തു. ൧൦, നിശ്ചയം. ൧൧, ജീവൻ. ൧൨, നാമപദം. ൧൩, പ്രാണി.

സത്വരം. അ. വേഗത്തിൽ.

സത്വസംപത്തു. ന. സത്വമെന്നുള്ള സംപത്തു, ബലം, വീൎയ്യം.

സത്വസംപന്ന. വി. (ന്നൻ, ന്നാ, ന്നം.) വി. ന. അധികം സംപത്തുള്ള.

സത്സംഗം. ന. നല്ല ജനങ്ങളോടുള്ള ചേൎച്ച.

സത്സേവിത. വി. (തൻ, താ, തം.) വി. ന. സത്തുക്കളാൽ സേവിക്കപ്പെട്ട.

സദനം. ന. ഭവനം.

സദയം. അ. ദയയോടെ.

സദസ്സ. ന. സഭ.

സദസ്യൻ. ന. യാഗശാലയിലുള്ള ആചാൎയ്യന്മാരിൽ ഒരുത്തൻ.

സദാ. അ. എല്ലാപ്പോഴും.

സദാകാലം. അ. എല്ലാസമയത്തും.

സദാഗതി. ന. വായുവു.

സദാചാരം. ന. നല്ല ആചാരം, മൎയ്യാദ.

സദാതന. വി. (നൻ, നാ, നം.) വി. ന. നിത്യമായുള്ള.

സദാതനൻ. ന. നിത്യൻ.

സദാത്മാവ. ന. എന്നും നിലനില്പുള്ള ആത്മാവു.

സദാനന്ദൻ. ന. ദൈവം.

സദാനന്ദം. ന. നിത്യാനന്ദം.

സദാനീര. ന. ഒരാറു.

സദാനേരവും. അ. എല്ലാപ്പോഴും.

സദാഫലം. ന. അത്തിവൃക്ഷം.

സദാരൻ. ന. ഭാൎയ്യയോടു കൂടിയവൻ.

സദാശിവൻ. ന. പരബ്രഹ്മം, ശിവൻ.

സദൃശ. വി. (ശൻ, ശാ, ശി, ശം.) വി. ന. തുല്യമായ. **സദൃശത.** സ്ത്രീ. ന. തുല്യത.

സദൃശിക്കുന്നു. ച്ചു. പ്പാൻ. (സദൃശി.) സ. ക്രി. തുല്യമാക്കുന്നു.

സദൃശീകരിക്കുന്നു. ച്ചു. പ്പാൻ. (സദൃശി.) സ. ക്രി. തുല്യമാക്കിച്ചെയ്യുന്നു.

സദൃക്ഷ. വി. (ക്ഷൻ, ക്ഷാ, ക്ഷം.) വി. ന. തുല്യമായുള്ള.

സദേശ. വി. (ശൻ, ശാ, ശം.) വി. ന. അടുത്തുള്ള.

സദ്മം. ന. ഭവനം.

സദ്രി. ന. ഊട്ടു.

സദ്യസ്സ. അ. വേഗം, ഇപ്പോൾ.

സദ്യോജാതൻ. ന. ശിവൻ.

സദ്യഃഫല. വി. (ലൻ, ലാ, ലം.) വി. ന. വേഗത്തിൽ ഫലം വരുന്ന.

സദ്വൎത്തമാനം. ന. നല്ല വൎത്തമാനം.

സദ്വസഥം. ന. ഗ്രാമം.

സദ്വിനിയോഗം. ന. നല്ല കാൎയ്യത്തിൽ ഏൎപ്പെടുകയെന്നുള്ളതു.

സദ്വൃത്ത. വി. (ത്തൻ, ത്താ, ത്തം.) വി. ന. നല്ല ശീലമുള്ള.

സദ്വൃത്തം. ന. നല്ല സ്വഭാവം, നല്ല പ്രവൃത്തി.

സദ്വൃത്തി. ന. നല്ലതായ വൃത്തി.

സധൎമ്മ. വി. (ൎമ്മൻ, ൎമ്മാ, ൎമ്മം.) വി. ന. തുല്യമായുള്ള.

സധൎമ്മി. വി. (ൎമ്മി, ൎമ്മിണി, ൎമ്മി.) വി. ന. മുറയെ അനുസരിക്കുന്ന.

സധൎമ്മിണി. ന. വിവാഹം ചെയ്ത ഭാൎയ്യ.

സധ്ര്യക്ക. വി. (ധ്ര്യങ്ങ, ധ്രീചി, ധ്ര്യക്ക.) വി. ന. കൂടെ പോകുന്ന, അനുഗമിക്കുന്ന.

സനൽകുമാരൻ. ന. ഒരു മഹൎഷി.

സനം. ന. ൧, ആനയുടെ ചെവികൊണ്ടുള്ള അടി. ൨, ഒരു തൈ. ൩, ഒരു വൃക്ഷം.

സനാതന. വി. (നൻ, നി, നം.) വി. ന. ൧, നിത്യമായുള്ള. ൨, സ്ഥിരതയുള്ള.

സനാതനൻ. ന. ൧, ബ്രഹ്മാവു. ൨, വിഷ്ണു. ൩, ശിവൻ.

സനാതനീ. ന. ൧, ലക്ഷ്മി. ൨, പാൎവ്വതി. ൩, സരസ്വതി.

സനാഥാ. ന. ഭർത്താവുള്ളവൾ.

സനാഭി. വി. (ഭിഃ, ഭിഃ, ഭി.) വി. ന. ൧, സദൃശമായുള്ള. ൨, പ്രിയമുള്ള.

സനാശി. ന. ഒരു രാഗം.

സനി. ന. ൧, വന്ദനം. ൨, അപേക്ഷ. ൩, ദിക്ക.

സനിഷ്ഠീവം. അല്ലെങ്കിൽ, **സനിഷ്ഠേവം.** ന. തുപ്പൽ തെറിക്കുന്ന വാക്ക.

സനീ. ന. ൧, പ്രാപ്തി. ൨, പ്രകാരം.

സനീഡം. അ. സമീപം.

സന്തത. വി. (തൻ, താ, തം.) വി. ന. എല്ലായ്പോഴുമുള്ള.

സന്തതം. ന. എല്ലായ്പോഴും.

സന്തതി. ന. ൧, വംശം. ൨, പുത്രനും പുത്രിയും.

സന്തപ്ത. വി. (പ്തൻ, പ്താ, പ്തം.) വി. ന. ൧, ചുട്ടുപഴുത്ത. ൨, ദുഃഖിച്ച.

സന്തമസം. ന. കൂരിരുട്ട.

സന്തരിക്കുന്നു. ച്ചു. ക്കുവാൻ. (സന്തരി.) സ. ക്രി. കടക്കുന്നു. **സന്തരിപ്പിക്കുന്നു.** കാ. ക്രി. **സന്തരണം.** ന.

സന്തർജ്ജിത. വി. ഭയപ്പെടുത്തപ്പെട്ട.

സന്തർപ്പണം. ന. തൃപ്തിയാക, മതിയാക.

സന്താനം. ന. ൧, വംശം. ൨, സന്തതി. ൩, കല്പകവൃക്ഷം. ൪, പരപ്പ.

സന്താനിക. ന. ൧, പാലിന്റെ പാട. ൨, ചിലന്തിവല. ൩, വാളല, മൂർച്ച. ൪, പത, നുര.

സന്താപനം. ന. ൧, ചൂട. ൨, ദുഃഖം. ൩, വേദന. ൪, കാമദേവന്റെ ശരസ്സം.

സന്താപം. ന. ൧, ചൂട. ൨, ദുഃഖം. ൩, വേദന.

സന്താപിക്കുന്നു. ച്ചു. പ്പാൻ. (സന്താപി.) അ. ക്രി. ൧, ദുഃഖിക്കുന്നു. ൨, ഉഷ്ണിക്കുന്നു.

സന്താപിത. വി. (തൻ, താ, തം.) വി. ന. ൧, ചൂടുപിടിക്കപ്പെട്ട. ൨, ദുഃഖിപ്പിക്കപ്പെട്ട.

സന്തി. ന. ൧, അവസാനം. ൨, ദാനം.

സന്തുഷ്ട. വി. (ഷ്ടൻ, ഷ്ടാ, ഷ്ടം.) വി. ന. സന്തോഷിച്ച.

സന്തുഷ്ടി. ന. ൧, സന്തോഷം. ൨, തൃപ്തി.

സന്തൃപ്തി. ന. നല്ല തൃപ്തി.

സന്തോഷക്കേട. ന. സന്തോഷമില്ലായ്മ, അനിഷ്ടം.

സന്തോഷം. ന. പ്രീതി, പ്രസാദം.

സന്തോഷിക്കുന്നു. ച്ചു. പ്പാൻ. (സന്തോഷി.) അ. ക്രി. പ്രസാദിക്കുന്നു. **സന്തോഷിപ്പിക്കുന്നു.** സ. ക്രി.

സന്തോഷിത. വി. (തൻ, താ, തം.) വി. ന. പ്രസാദിപ്പിക്കപ്പെട്ട.

സന്ത്യജിക്കുന്നു. ച്ചു. ക്കുവാൻ. (സന്ത്യജി.) സ. ക്രി. ഉപേക്ഷിക്കുന്നു. **സന്ത്യജിപ്പിക്കുന്നു.** കാ. ക്രി.

സന്ദംശം. ന. ചവണ.

സന്ദർഭം. ന. ൧, പൂമാലയും മററും കോർക്കുക. ൨, കോർക്കുക.

സന്ദർശനം. ന. കാണുക, നോക്കുക.

സന്ദാനം. ന. ൧, പശുക്കയറു. ൨, മസ്തകഭാഗം.

സന്ദാനിത. വി. (തൻ, താ, തം.) വി. ന. കെട്ടപ്പെട്ട.

സന്ദാവം. ന. പുറകോട്ട തിരിച്ചോടുക.

സന്ദിഗ്ദ്ധമതി. ന. താൻ ചെയ്യുന്ന കാൎയ്യങ്ങളെക്കുറിച്ച നല്ല വിശ്വാസമില്ലാത്തവൻ.

സന്ദിഗ്ദ്ധം. വി. സംശയിക്കപ്പെട്ട.

സന്ദിഗ്ദ്ധ. വി. (ഗ്ദ്ധൻ, ഗ്ദ്ധാ, ഗ്ദ്ധം.) വി. ന. സംശയിക്കപ്പെട്ട, സ്ഥിരപ്പെടാത്ത.

സന്ദിഗ്ദ്ധാൎത്ഥം. ന. ൧, തൎക്കമുള്ള കടം. ൨, സംശയമുള്ള പൊരുൾ.

സന്ദിത. വി. (തൻ, താ, തം.) വി. ന. കെട്ടപ്പെട്ട.

സന്ദിഷ്ട. വി. (ഷ്ടൻ, ഷ്ടാ, ഷ്ടം.) വി. ന. ൧, വൎത്തമാനം പറയപ്പെട്ട, അറിയിക്കപ്പെട്ട. ൨, വാഗ്ദത്തം ചെയ്യപ്പെട്ട, സമ്മതിക്കപ്പെട്ട.

സന്ദിഷ്ടം. ന. വൎത്തമാനം.

സന്ദിഷ്ടാൎത്ഥൻ. ന. വൎത്തമാനം പറഞ്ഞേയക്കപ്പെട്ട ദൂതൻ.

സന്ദേശപത്രം. ന. വൎത്തമാനക്കുറി.

സന്ദേശം. ന. വൎത്തമാനം.

സന്ദേശവാക്ക. ന. വൎത്തമാനത്തിനുള്ള എഴുത്തു, വാചകം.

സന്ദേശഹരൻ. ന. സന്ദേശം കൊണ്ടുപോകുന്നവൻ, ദൂതൻ.

സന്ദേശഹാരകൻ. ന. ദൂതൻ.

സന്ദേഹം. ന. സംശയം.

സന്ദേഹിക്കുന്നു. ച്ചു. പ്പാൻ. (സന്ദേഹി.) സ. ക്രി. സംശയിക്കുന്നു.

സന്ദോഹം. ന. കൂട്ടം.

സന്ദ്രാവം. ന. ഓട്ടം, സന്ദാപം.

സന്ധ. വി. കൂടിയ, ചേൎന്ന.

സന്ധാ. ന. ൧, പ്രതിജ്ഞ. ൨, അവസ്ഥ. ൩, ഉറപ്പ. ൪, സ്ഥിരത. ൫, സന്ധ്യ.

സന്ധാനം. ന. ൧, മദ്യം വാററുക. ൨, ചേൎച്ച. ൩, ചമ്മന്തിക്കറി. ൪, പുളിച്ച കഞ്ഞി. ൫, ചാരായം. ൬, താങ്ങുക. ൭, കൂട്ടം. ൮, കെട്ടുക.

സന്ധാനി. ന. ലോഹാദികൾ വാൎക്കുന്ന സ്ഥലം.

സന്ധാനിത. വി. (തൻ, താ, തം.) വി. ന. ൧, കെട്ടപ്പെട്ട. ൨, കോൎക്കപ്പെട്ട.

സന്ധാരണം. ന. ൧, രക്ഷ. ൨, നിവൃത്തി. ൩, ദുഃഖാനുഭവം.

സന്ധി. ന. ൧, ചേൎച്ച. ൨, സമാധാനം. ൩, ഭേദം. ൪, ദ്വാരം. ൫, നിൎയ്യ. ൬, യുഗാവസാനം.

സന്ധിക്കുന്നു. ച്ചു. പ്പാൻ. (സന്ധി.) അ. ക്രി. ചേരുന്നു. സ. ക്രി. ചേൎക്കുന്നു. **സന്ധിപ്പിക്കുന്നു.** കാ. ക്രി.

സന്ധിത. വി. (തൻ, താ, തം.) വി. ന. ൧, കെട്ടപ്പെട്ട, കോൎക്കപ്പെട്ട. ൨, ചേൎക്കപ്പെട്ട.

സന്ധിതം. ന. ഉപ്പിലിട്ട ഫലം.

സന്ധിനി. ന. ചനയേററ പശു.

സന്ധിപ്പ. ന. ചേൎപ്പ.

സന്ധിബന്ധനം. ന. ൧, ഞരമ്പ. ൨, കെട്ട, ഏപ്പ, ചേൎപ്പ.

സന്ധിബന്ധം. ന. ഒരു പൂപ്പം.

സന്ധിവേല. ന. ദിവസത്തിന്റെയും രാത്രിയുടെയും പക്ഷത്തിന്റെയും മററും തമ്മിൽ ചേരുന്ന സമയം.

സന്ധു. ന. സംശയം.

സന്ധ്യ. ന. ൧, അസ്തമിക്കുന്ന സമയം. ൨, ഉദിക്കുന്ന സമയം. ൩, ഉച്ചയും അൎദ്ധരാത്രിയും. ൪, അതിര. ൫, ഒരു യുഗം കഴിഞ്ഞു മറെറ യുഗം തുടങ്ങുന്നതിന്നിടയിലുള്ള സമയം. ൬, സന്ധ്യാവന്ദനം. ൭, ഒരു പുഷ്പം. ൮, ഒരാറു.

സന്ധ്യാംശം. ന. ൧, അസ്തമന സമയം. ൨, യുഗാവസാനം.

സന്ധ്യാവന്ദനം. ന. സന്ധ്യകളിൽ ചെയ്യേണ്ടുന്ന കൎമ്മം.

സന്ധ്രി; (-ണി.) ന. നിവനിരുത്തുന്നവൻ; (-വൾ).

സന്നകദ്രു. ന. മുരൾവൃക്ഷം.

സന്നത. വി. (തൻ, താ, തം.) വി. ന. നമസ്കരിച്ച, വഴങ്ങിയ.

സന്നതി. ന. ൧, വണക്കം, വന്ദനം, താഴ്മ.

സന്നദ്; സന്നത്. ന. സൎക്കാരിൽനിന്നും വിശ്വസ്ത വസ്തു വിലെക്ക വാങ്ങിക്കുന്നവന്നു കൊടുക്കുന്ന ഒരെഴുത്ത.

സന്നദ്ധ. വി. (ദ്ധൻ, ദ്ധാ, ദ്ധം.) വി. ന. ൧, ആയുധം ധരിച്ച. ൨, യുദ്ധത്തിന്നായിട്ടൊരുങ്ങിയ. ൩, കൊല്ലുന്നതിന്നൊരുങ്ങിയ, പടച്ചട്ടധരിച്ച. ൪, സമീപത്തുള്ള.

സന്നമനം. ന. വണക്കം, നമനം.

സന്നമിക്കുന്നു. ച്ചു. പ്പാൻ. (സന്നമി.) സ. ക്രി. ൧, വണങ്ങുന്നു, നമസ്കരിക്കുന്നു. ൨, കുനിയുന്നു.

സന്ന. വി. (ന്നൻ, ന്നാ, ന്നം.) വി. ന. ൧, കനം കുറെഞ്ഞ. ൨, കളഞ്ഞുപോയ. ൩, അനക്കമില്ലാത്ത. ൪, ആത്മാവില്ലാത്ത. ൫, പമാരംഭത്തിൽ ചേൎന്നവരുമ്പോൾ പിൻപരാൎത്ഥത്തിന്റെ അഭാവത്തെക്കാണിക്കുന്നു. ഉ-ം. **സന്നമതി** (നഷ്ടമതി, ബുദ്ധിശക്തിയില്ലാതെയായ); **സന്നധൈൎയ്യം** (ധൈൎയ്യമില്ലാതെയായ).

സന്നം. ന. അല്പം കുറവു.

സന്നയം. ന. ൧, സംഘം. ൨, പിൻപട.

സന്നഹനം. ന. ഒരുമ്പാട.

സന്നാഹം. ന. ൧, യുദ്ധത്തിന്നുള്ള കവചവും ആയുധക്കോപ്പും മററും. ൨, ഒരുമ്പാട.

സന്നി. ന. ഒരു മീനം.

സന്നികൎഷണം. ന. സമീപം.

സന്നികൃഷ്ട. വി. (ഷ്ടൻ, ഷ്ടാ, ഷ്ടം). വി. ന. അടുക്കലുള്ള, അണെഞ്ഞ.

സന്നിധാനം. ന. സമീപം.

സന്നിധി. ന. സമീപം.

സന്നിപാതം. ന. ൧, കൂട്ടം. ൨, ചേൎച്ച, കൂട്ടക. ൩, കൂട്ടിക്കലൎച്ച. (മ.) സന്നി.

സന്നിബദ്ധ. വി. (ദ്ധൻ, ദ്ധാ, ദ്ധം.) വി. ന. മുറുക്കെകെട്ടിയ.

സന്നിബന്ധനം. ന. മുറുക്കെക്കെട്ടുക.

സന്നിഭ. വി. (ഭൻ, ഭാ, ഭം.) വി. ന. തുല്യമായ.

സന്നിവേശം. ന. ൧, വെളിമ്പ്രദേശം. ൨, സമീപം.

സന്നിഹിത. വി. (തൻ, താ, തം). വി. ന. ൧, അടുത്ത, അണെഞ്ഞ. ൨, വെക്കപ്പെട്ട.

സന്മാൎഗ്ഗം. ന. ൧, നല്ലവഴി. ൨, സൽകൃതം. ൩, സത്യമതം.

സന്മാൎഗ്ഗി. വി. ന. നല്ല നടപ്പുകാരൻ, മൎയ്യാദക്കാരൻ.

സന്ന്യസിക്കുന്നു. ച്ചു. പ്പാൻ. (സന്ന്യസി.) അ. ക്രി. സന്ന്യാസിയായി തിരുന്നു.

സന്ന്യസ്ത. വി. ഉപേക്ഷിക്കപ്പെട്ട.

സന്ന്യാസം. ന. ൧, ലോകകാൎയ്യങ്ങളെ ഉപേക്ഷിക്കുക. ൨, സകലവുമുപേക്ഷിച്ചുള്ള ഇരിപ്പ, ബ്രഹ്മധ്യാനം. ൩, ഒരു വക മരുന്നു. ൪, ഒരു മീനം.

സന്ന്യാസി. ന. സന്ന്യസിച്ചവൻ, നാലാമത്തെ ആശ്രമം ധരിച്ച ബ്രാഹ്മണൻ.

സപത്നൻ. ന. ശത്രു.

സപത്നി. ന. തന്റെ ഭൎത്താവിന്റെ അന്യ ഭാൎയ്യ.

സപത്നീകൻ. ന. ഭാൎയ്യയുള്ളവൻ.

സപദി. അ. തൽക്ഷണം, വേഗം.

സപൎയ്യ. ന. വന്ദനം, പൂജ.

സപക്ഷ. വി. (ക്ഷൻ, ക്ഷാ, ക്ഷം.) വി. ന. ൧, ചിറകുള്ള. ൨, ചെങ്ങാത്തമുള്ള.

സപക്ഷൻ. ന. പക്ഷക്കാരൻ, കൂട്ടുകാരൻ, ചെങ്ങാതി.

സപിണ്ഡൻ. ന. പിണ്ഡത്തിന്നധികാരമുള്ള ചാൎച്ചക്കാരൻ.

സപിണ്ഡി. ന. മരിച്ചവൎക്കുവേണ്ടി ചെയ്യുന്ന ഒരു കൎമ്മം.

സപീതി. ന. കൂടിക്കുടിക്കുക.

സപ്ത. വി. ഏഴ.

സപ്തക. വി. (കൻ, കാ, കീ, കം.) വി. ന. ൧, ഏഴായുള്ള. ൨, ഏഴാമത്തെ. ൩, വേദത്തിൽ ഒരു ഭാഗം.

സപ്തകി. ന. സ്ത്രീയുടെ അരയിലിടുന്ന ഒരാഭരണം.

സപ്തഛദം. ന. ഏഴിലമ്പാല.

സപ്തതന്തു. ന. യാഗം.

സപ്തതന്ത്രി. ന. വീണ.

സപ്തതി. വി. ഏഴുപതു.

സപ്തദശ. വി. (ശൻ, ശീ, ശം.) വി. ന. പതിനേഴാമത്തെ.

സപ്തദശം. വി. പതിനേഴ.

സപ്തദ്വീപാ. ന. ഭൂമി.

സപ്തധാ. അ. ഏഴുപ്രകാരം.

സപ്തധാതു. ന. ഏഴ ധാതുക്കൾ, രസം രക്തം മാംസം മേദസ്സ അസ്ഥി മജ്ജ ശുക്ലം.

സപ്തപദി. ന. വിവാഹസമയത്തു ഭൎത്താവും ഭാൎയ്യയുംകൂടെ ഒരുമിച്ചു ഏഴടി നടക്കുക എന്നുള്ള അടിയന്തിരം.

സപ്തപൎണ്ണം. ന. ഏഴിലമ്പാല.

സപ്തപ്രകൃതികൾ; സപ്തവൎഗ്ഗം. ന. രാജ്യഭരണത്തിന്നു അവശ്യം വേണ്ട ഏഴുപകരണങ്ങൾ: ൧, രാജാവു. ൨, മന്ത്രി. ൩, ബന്ധുബലം. ൪, ഭണ്ഡാരം. ൫, രാജ്യം. ൬, കോട്ടകൾ. ൭, സൈന്യം. ഇവയാണ് സപ്തപ്രകൃതികൾ.

സപ്തമ. വി. (മൻ, മീ, മം.) വി. ന. ഏഴാമത്തെ.

സപ്തമി. ന. ഏഴാമത്തെ തിഥി.

സപ്തമാതൃക്കൾ. ന. ബ്രാഹ്മി മാഹേശ്വരി മുതലായ ഏഴ ദേവികൾ.

സപ്തൎഷികൾ. ന. ഏഴ മഹൎഷിമാർ, മരീചി അത്രി അംഗിരസ്സ പുലഹൻ പുലസ്ത്യൻ ക്രതു വസിഷ്ഠൻ.

സപ്തല. ന. ൧, പിച്ചകം. ൨, ഒരു തൈ. ൩, ഒരു പുല്ലു.

സപ്തസമുദ്രങ്ങൾ. ന. ഏഴ സമുദ്രങ്ങൾ.

സപ്തസപ്തി. ന. സൂൎയ്യൻ.

സപ്തസാഗരം. ന. സപ്തസമുദ്രം.

സപ്തസ്വരം. ന. സംഗീതശാസ്ത്രപ്രകാരമുള്ള ആദ്യത്തെ ഏഴ സ്വരങ്ങൾ.

സപ്താൎച്ചിസ്സ. ന. ൧, അഗ്നി. ൨, ശനി.

സപ്താശീതി. ന. എണ്പത്തേഴ.

സപ്താശ്വൻ. ന. ആദിത്യൻ.

സപ്തി. ന. കുതിര.

സപ്രത്യയം. വി. വിശ്വാസമുള്ള.

സപ്രസവം. വി. ഒരിടത്തുനിന്നുത്ഭവിച്ച.

സഫല. വി. (ലൻ, ലാ, ലി, ലം.) വി. ന. ഫലമുള്ള, കായിക്കുന്ന.

സബ്രഹ്മചാരി. ന. ഒരുമിച്ചു പഠിച്ചവൻ.

സഭ. ന. ൧, സമൂഹം. ൨, ഭവനം. ൩, സഭാവാസികൾ. ൪, രംഗസ്ഥലം. (മ.) ക്രിടിവിചാരിക്കുന്ന സ്ഥലം, പള്ളി.

സഭക്കാർ. ന. സഭയിലുള്ളവർ.

സഭർത്തൃക. ന. ഭർത്താവുള്ള സ്ത്രീ.

സഭാകമ്പം. ന. സഭയിൽ പറവാനുള്ള ലജ്ജ.

സഭാജനം. ന. ആദരവു, ബഹുമാനിക്കുക.

സഭാപതി. ന. സഭയിൽ പ്രധാനി.

സഭാവാസി. വി. (സീ, സിനി, സി.) വി. ന. സഭയിൽ ഇരിക്കുന്ന.

സഭാസത്ത. ന. സഭയിലൊരുത്തൻ.

സഭാസ്താരൻ. ന. സഭയിലൊരു പ്രമാണി.

സഭികൻ. ന. സഭയിലൊരുവൻ, സഭാസ്താരൻ.

സഭ്യ. വി. (ഭ്യൻ, ഭ്യാ, ഭ്യം.) വി. ന. കൂട്ടത്തിലുള്ള.

സഭ്യൻ. ന. ൧, സഭയിലൊരുത്തൻ, സഭയിൽ പ്രമാണി. ൨, സഭയിൽ ചേരുന്നതിന്നു യോഗ്യൻ.

സമ. വി. (മൻ, മാ, മം.) വി. ന. ൧, ആസകലമായ. ൨, ഉല്യതയുള്ള. ൩, നല്ല. **സമത.** ഗു. ന. സമത്വം.

സമ. ന. സംവത്സരം.

സമം. ന. അലങ്കാര ശാസ്ത്രത്തിലൊരു അലങ്കാരം.

സമം. അ. കൂടെ.

സമഗ്ര. വി. (ഗ്രൻ, ഗ്രാ, ഗ്രം.) വി. ന. പൂൎണ്ണമായ, തികഞ്ഞ.

സമംഗ. ന. ൧, മഞ്ചട്ടി. ൨, പടക്ഷ്വണ്ട.

സമചതുരം. ന. നീളവും വീതിയും ഒരുപോലെയുള്ള ഒരു ചതുരശ്രം.

സമചിത്തൻ. ന. സമഭാവന വന്ന മനോഗതിയുള്ളവൻ.

സമജം. ന. ൧, മൃഗക്കൂട്ടം. ൨, മൂഢക്കൂട്ടം. ൩, കൊട്ടുകാട്ടു.

സമജ്ഞ. ന. ൧, കീൎത്തി. ൨, പേർ.

സമജ്യ. ന. ൧, കൂട്ടം. ൨, കീൎത്തി.

സമഞ്ജസ. വി. (സൻ, സാ, സം.) വി. ന. ൧, യോഗ്യമായ. ൨, കുററമില്ലാത്ത.

സമഞ്ജസം. ന. യോഗ്യത.

സമഭൃൿ. ന. എല്ലാ ജീവികളോടും ഒരുപോലെ പെരുമാറുന്നവൻ.

സമധിക. വി. (കൻ, കാ, കം.) വി. ന. ഏററവും അധികതയുള്ള, വൎദ്ധിച്ച.

സമനില. ന. ഒരുമ.

സമനിലം. ന. നിരപ്പുള്ള നിലം.

സമന്തതഃ. അ. ൧, ചുററും, എല്ലാടവും. ൨, ആസകലവും.

സമന്തദുഗ്ധ. ന. ചതുരക്കള്ളി.

സമന്തഭദ്രൻ. ന. ബുദ്ധൻ.

സമന്തം; സമന്താൽ. അ. ചുററും.

സമപാദം. ന. എയ്യുകാരൻ നില്ക്കുന്ന നില.

സമഭാവ. വി. (വൻ, വാ, വം.) വി. ന. ഒരുപോലെ ഭാവമുള്ള.

സമഭാവം. ന. തുല്യഭാവം, ശരി, തുല്യത.

സമഭൂമി. ന. സമനിലം.

സമമാകുന്നു. യി. വാൻ. (സമം.) അ. ക്രി. ൧, തുല്യമാകുന്നു. ൨, നിരപ്പാകുന്നു. **സമമാക്കുന്നു.** സ. ക്രി.

സമയക്കേടു. ന. അവസരമില്ലായ്മ.

സമയം. ന. ൧, കാലം. ൨, അവസരം. ൩, നേരം. ൪, തുണ. ൫, ഉടമ്പടി. ൬, കല്പന. ൭, ആചാരം. ൮, സിദ്ധാന്തം.

സമയാ. അ. ൧, മദ്ധ്യം, നടുവു. ൨, സമയത്തു. ൩, അന്തികം, സമീപം.

സമരഭീരു. ന. യുദ്ധത്തിൽ ഭയമുള്ളവൻ.

സമരം. ന. യുദ്ധം.

സമൎത്ഥകം. ന. അകിൽവൃക്ഷം.

സമൎത്ഥനം. ന. വിചാരണ ചെയ്യു, തെളിവാക്കുക.

സമൎത്ഥ. വി. (ൎത്ഥൻ, ൎത്ഥാ, ൎത്ഥം.) വി. ന. ൧, ബലമുള്ള, ശക്തിയുള്ള. ൨, ബുദ്ധിയുള്ള. ൩, സാമൎത്ഥ്യമുള്ള. ൪, യോഗ്യതയുള്ള, കൊള്ളാകുന്ന. **സമൎത്ഥത.** ഗു. ന. സാമൎത്ഥ്യം.

സമൎത്ഥം. ന. വാക്കുകളെ കൂട്ടിച്ചേൎക്ക.

സമൎദ്ധക. വി. (കൻ, കാ, കം.) വി. ന. ധൎമ്മം കൊടുക്കുന്ന.

സമൎപ്പണം. ന. ദാനം, വിട്ടുകൊടുക്കുക.

സമൎപ്പിക്കുന്നു. ച്ചു. പ്പാൻ. (സമൎപ്പി.) സ. ക്രി. കൊടുക്കുന്നു.

സമൎപ്പിത. വി. (തൻ, താ, തം.) വി. ന. കൊടുക്കപ്പെട്ട.

സമൎയ്യാദ. വി. (ദൻ, ദാ, ദം.) വി. ന. ൧, സമീപത്തുള്ള. ൨, അതിർ തിരിച്ച.

സമവൎത്തി. ന. കാലൻ.

സമവായം. ന. കൂട്ടം.

സമവായസംബന്ധം. ന. കൂട്ടത്തോടുള്ള ചേൎച്ച, വേർതിരിയാത്ത സംബന്ധം.

സമവേത. വി. (തൻ, താ, തം.) വി. ന. കൂടിയ, ചേൎന്ന.

സമഷ്ടി. ന. സംക്ഷേപം.

സമഷ്ഠീല. ന. ഒരുമാതിരി ചീര.

സമസനം. ന. കുറുക്കൽ, കൂട്ടിച്ചേൎപ്പു.

സമസ്യാപ്തി. ന. കല്പാവസാനം, ലോകാവസാനം.

സമസ്യഷ്ടം. ന. സഹജീവിവൎഗ്ഗം.

സമസ്യഷ്ടി. ന. ലോകത്തിലുള്ള പ്രാണിവൎഗ്ഗവും സസ്യവൎഗ്ഗവും.

സമസ്ത. വി. (സ്തൻ, സ്താ, സ്തം.) വി. ന. മുഴുവനായുള്ള, എല്ലാം.

സമസ്തം. ന. മുഴുവനും.

സമസ്താധാര. വി. (രൻ, രാ, രം.) വി. ന. എല്ലാത്തിന്നുമാധാരമായ.

സമസ്ഥ. വി. (സ്ഥൻ, സ്ഥാ, സ്ഥം.) വി. ന. സമമായുള്ള, ശരിയായ.

സമസ്ഥാനം. ന. രാജ്യം.

സമസ്യ. വി. (സ്യൻ, സ്യാ, സ്യം.) വി. ന. സമാസിപ്പാൻ തക്ക, ചുരുക്കുവാൻ തക്ക.

സമസ്യ. ന. പൂരിപ്പിക്കുവാൻതക്ക കവിത.

സമസ്യാൎത്ഥ. ന. ശ്ലോകത്തിൽ തികെക്കേണ്ടുന്ന ഭാഗം.

സമക്ഷ. വി. (ക്ഷൻ, ക്ഷാ, ക്ഷം.) വി. ന. മുൻപാകെയുള്ള, പ്രത്യക്ഷതയുള്ള.

സമക്ഷം. അല്ലെങ്കിൽ, **സമക്ഷമം.** ന. മുൻപിൽ. അ. മുൻപാകെ.

സമാകൎഷി. വി. (ഷി, ഷിണി, ഷി.) വി. ന. അധിക സുഗന്ധമുള്ള.

സമാഖ്യ. ന. കീൎത്തി.

സമാഗത. വി. (തൻ, താ, തം.) വി. ന. ൧, അടുത്ത. ൨, ചേൎന്ന. ൩, വന്ന.

സമാഗതി. ന. അടുക്കുക, ചേരുക, വരിക.

സമാഗമം. ന. ൧, ചേൎച്ച. ൨, വരവു.

സമാഘാതം. ന. ൧, യുദ്ധം. ൨, അടിക്കുക, കൊല്ലുക.

സമാചാര. വി. (രൻ, രാ, രം.) വി. ന. നല്ലനടപ്പുള്ള, നല്ലമൎയ്യാദയുള്ള.

സമാചാരം. ന. ൧, നല്ലനടപ്പു. ൨, വൎത്തമാനം.

സമാജ്ഞം. ന. ൧, കൂട്ടം. ൨, സംഘം. ൩, ആന.

സമാധാനം. ന. ൧, മനസ്സിൻെറ അടക്കം, ധ്യാനം. ൨, അറിയിക്കുക, വാഗ്ദത്തം ചെയ്ക.

സമാധി. ന. ൧, ഉറപ്പുള്ള ധ്യാനം. ൨, അടക്കം. ൩, മൌനം. ൪, പ്രതിജ്ഞ. ൫, യോജിപ്പിക്ക.

സമാന. വി. (നൻ, നാ, നം.) വി. ന. തുല്യമായ. **സമാനത.** ഗു. ന.

സമാനകാലീന. വി. ഒരേകാലത്തു ജീവിച്ചിരിക്കുന്ന അല്ലെങ്കിൽ ജീവിച്ചിരുന്ന.

സമാനൻ. ന. ൧, തുല്യൻ. ൨, അഞ്ചു വായുക്കളിൽ ഒന്നു, സമാ.

സമാനോദൎയ്യൻ. ന. സോദരൻ.

സമാന്തരം. ന. ഒരുപോലെയുള്ള അകല്ച.

സമാപനം. ന. ൧, അവസാനം. ൨, വധം. ൩, ധ്യാനം. ൪, ലാഭം. ൫, അദ്ധ്യായം.

സമാപന്ന. വി. (ന്നൻ, ന്നാ, ന്നം.) വി. ന. ൧, തീൎച്ചവരുത്തിയ. ൨, ലഭിച്ച.

സമാപിക്കുന്നു. ച്ചു. ക്കുവാൻ. (സമാപി.) സ. ക്രി. അവസാനിപ്പിക്കുന്നു.

സമാപ്തം. വി. (പ്തൻ, പ്താ, പ്തം.) വി. ന. അവസാനിച്ച.

സമാപ്തി. ന. അവസാനം.

സമാംശ. വി. (ശൻ, ശാ, ശം.) വി. ന. ഒരുപോലെ പങ്കുള്ള.

സമാംശം. ന. തുല്യമായ പങ്കു.

സമാംശി. വി. (ശീ, ശിനീ, ശി.) വി. ന. ഒരുപോലെ പങ്കുള്ള, അവകാശമുള്ള.

സമാംസമീന. ന. ആണ്ടുതോറും പെറുന്ന പശു.

സമായുത. വി. (തൻ, താ, തം.) വി. ന. ൧, ചേൎക്കപ്പെട്ട, ചേൎന്ന. ൨, അലങ്കരിക്കപ്പെട്ട.

സമായോഗം. ന. ൧, ചേൎച്ച, തമ്മിലടുക്കുക. ൨, കൂട്ടം, കൂമ്പാരം. ൩, കാരണം, ആന്തരം.

സമാരംഭം. ന. തുടക്കം.

സമാരംഭിക്കുന്നു. ച്ചു. പ്പാൻ. (സമാരംഭി.) സ. ക്രി. തുടങ്ങുന്നു.

സമാത്മക. വി. (കൻ, കാ, കം.) വി. ന. തുല്യാത്മമുള്ള.

സമാലംഭം. ന. കളഭം തേക്കുക.

സമാലോകം. ന. നോട്ടം, കാഴ്ച.

സമാവൎത്തനം. ന. ബ്രാഹ്മണരുടെ ഒരു കൎമ്മം.

സമാവൎത്തം. ന. സമാവൎത്തനം.

സമാവൃത്തൻ. ന. പഠിത്വം തികഞ്ഞു പോന്നവൻ.

സമാശ്രയം. ന. ആശ്രയ സ്ഥലം.

സമാശ്രിത. വി. (തൻ, താ, തം.) വി. ന. ആശ്രയിക്കപ്പെട്ട.

സമാസം. ന. സംക്ഷേപം.

സമാസദ. വി. അടുത്തുവരുന്ന, സമ്പാദിക്കുന്ന.

സമാസാദിത. വി. (തൻ, താ, തം.) വി. ന. ൧, പ്രാപിക്കപ്പെട്ട. ൨, സമ്പാദിക്കപ്പെട്ട.

സമാസാദ്യ. വി. (ദ്യൻ, ദ്യാ, ദ്യം.) വി. ന. ൧, പ്രാപിക്കത്തക്ക. ൨, സമ്പാദിക്കത്തക്ക.

സമാസാൎത്ഥ. ന, ശ്ലോകത്തിൽ തികെക്കേണ്ടുന്ന ഭാഗം.

സമാസിക്കുന്നു. ച്ചു. പ്പാൻ. (സമാസി.) സ. ക്രി. ൧, സംക്ഷേപിക്കുന്നു. ൨, പല സംസ്കൃതവാക്കുകളെ വിഭക്തിലോപിച്ചു കൂട്ടിച്ചേൎക്കുന്നു.

സമാസീന. വി. (നൻ, നാ, നം.) വി. ന. ഇരുന്ന.

സമാഹത. വി. (തൻ, താ, തം.) വി. ന. കൊല്ലപ്പെട്ട.

സമാഹരണം. ന. പദങ്ങളെ കൂട്ടിച്ചേൎക്ക.

സമാഹരിക്കുന്നു. ച്ചു. പ്പാൻ. (സമാഹരി.) സ. ക്രി. കൂട്ടിച്ചേൎക്കുന്നു.

സമാഹാരം. ന. ൧, പോരാത്ത പദങ്ങളുടെ കൂട്ടിച്ചേൎപ്പു. ൨, ചുരുക്കം.

സമാഹിത. വി. (തൻ, താ, തം.) വി. ന. ൧, സമ്മതിച്ച. ൨, വാഗ്ദത്തം ചെയ്ത. ൩, അടക്കം വന്ന. ൪, അവസാനിച്ച. ൫, അടങ്ങിയ. ൬, സ്ഥാപിച്ച. ൭, ശമിച്ച. ൮, ഒരുമിച്ചുകൂടിയ. ൯, സ്ഥിരമായ.

സമാഹൃത. വി. (തൻ, താ, തം.) വി. ന. ൧, എടുക്കപ്പെട്ട. ൨, കൂട്ടിച്ചേൎക്കപ്പെട്ട.

സമാഹൃതി. ന. സംക്ഷേപിക്ക, ശാസ്ത്രങ്ങളുടെയും മററും സാരത്തെച്ചുരുക്കമായിട്ടെടുക്കുക.

സമാഹ്വയം. ന. ൧, കോഴിപ്പോരു മുതലായതു. ൨, വിളി. ൩, യുദ്ധം.

സമിതി. ന. ൧, യുദ്ധം. ൨, സഭ. ൩, സഖ്യക്കൂട്ടുക. ൪, സമത്വം.

സമിത്തു. ന. ൧, വിറകു. ൨, യുദ്ധം.

സമീകം. ന. ൧, യുദ്ധം. ൨, കുന്തം.

സമീകരിക്കുന്നു. ച്ചു. ക്കുവാൻ. സ. ക്രി. സമമാക്കിച്ചെയ്യുന്നു. **സമീകരണം.** ന.

സമീകൃത. വി. (തൻ, താ, തം.) വി. ന. ൧, തുല്യമാക്കപ്പെട്ട. ൨, തുലാസിൽ തൂക്കപ്പെട്ട.

സമീചീത. വി. നല്ല, യോഗ്യമായ. **സമീചീനം.** ന. നന്മ, യോഗ്യത, സത്യം.

സമീപ. വി. (പൻ, പാ, പം.) വി. ന. അടുത്തുള്ള. **സമീപത.** ഗു. ന. അടുപ്പം.

സമീപസ്ഥ. വി. (സ്ഥൻ, സ്ഥാ, സ്ഥം.) വി. ന. സമീപത്തിരിക്കുന്ന.

സമീപിക്കുന്നു. ച്ചു. പ്പാൻ. (സമീപി.) സ. ക്രി. അടുക്കുന്നു, അടുക്കൽ ചെല്ലുന്നു.

സമീരഗുളിക. ന. വായുഗുളികെക്കു പകരമായിട്ടു ചിലർ പറയുന്ന ഒരു പേർ.

സമീരണൻ. ന. ൧, വായു. ൨, വഴിപോക്കൻ.

സമീരണം. ന. ൧, ഒരു തൈ, മരുവകം. ൨, എറിക.

സമീരൻ. ന. വായു, കാററു.

സമീഹിത. വി. ആഗ്രഹിക്കപ്പെട്ട.

സമീക്ഷ. ന. ൧, സാംഖ്യത്തിൽ ഒരു ഭാഗം. ൨, തിരിച്ചറിവു. ൩, നോട്ടം. ൪, അന്വേഷണം. ൫, കൎമ്മങ്ങൾ കഴിക്കുന്നതിനെക്കുറിച്ചു പറയുന്ന ഒരു പുസ്തകം.

സമീക്ഷണം. ന. ൧, നോട്ടം, അന്വേഷണം, പരീക്ഷ, ശോധന. ൨, കാഴ്ച.

സമീക്ഷം. ന. വിജ്ഞാനശാസ്ത്രത്തിൻെറ ഒരു ഭാഗം, സാംഖ്യം.

സമുഖ വി. (ഖൻ, ഖാ, ഖം.) വി. ന. ന. വാക്കുസാമൎത്ഥ്യമുള്ള.

സമുചിത. വി. (തൻ, താ, തം.) വി. ന. യോഗ്യമായ, ചേൎച്ചയുള്ള.

സമുച്ചയം. ന. ൧, കൂട്ടുക. ൨, വാക്കുകളെയും മററും പലതിനെ അടുപ്പിച്ചു പറയുമ്പോൾ പറയുന്ന ഒരു പേർ.

സമുച്ഛ്രയം. ന. ൧, ഉന്നതി, പൊക്കം. ൨, വിരോധം, ശത്രുത.

സമുചിത. വി. (തൻ, താ, തം.) വി. ന. ഉയൎന്ന.

സമുജ്ഝിത. വി. (തൻ, താ, തം.) വി. ന. ഉപേക്ഷിക്കപ്പെട്ട.

സമുത്ഥ. വി. (ത്ഥൻ, ത്ഥാ, ത്ഥം.) വി. ന. ൧, ഉയൎന്ന. ൨, ഉത്ഭവിച്ച.

സമുത്ഥാനം. ന. ൧, എഴുന്നേല്പ്, പുറപ്പാട്. ൨, രോഗത്തിന്റെ പുറപ്പാട്. ൩, വളൎച്ച.

സമുല്പന്ന. വി. (ന്നൻ, ന്നാ, ന്നം.) വി. ന. ഉല്ലാസിച്ച.

സമുല്പിഞ്ജ. വി. (ഞ്ജൻ, ഞ്ജാ, ഞ്ജം.) വി. ന. തിരെ നാനാവിധമായ.

സമുല്പിഞ്ജം. ന. നാനാവിധമായ സൈന്യം.

സമുത്സാരണം. ന. ഓടിച്ചുകളക.

സമുത്സുക. വി. (കൻ, കാ, കം.) വി. ന. ൧, ആഗ്രഹത്തോടുകൂടിയ. ൨, മനസ്സിന്നു സുഖമില്ലാത്ത. ൩, ഉത്സുകമുള്ള.

സമുദ്യുക്ത. വി. (ക്തൻ, ക്താ, ക്തം.) വി. ന. ഉയൎത്തപ്പെട്ട, വിലക്കപ്പെട്ട.

സമുദയം. ന. ൧, കൂട്ടം. ൨, യുദ്ധം. ൩, ഉയൎച്ച. ൪, ഉത്സാഹം.

സമുദായം. ന. ൧, കൂട്ടം. ൨, യുദ്ധം.

സമുദിത. വി. (തൻ, താ, തം.) വി. ന. ഉദിച്ച, കരേറിയ.

സമുദ്ഗകം. അല്ലെങ്കിൽ, **സമുൽഗകം.** ന. ൧, ചെപ്പ്. ൨, ഒരുമാതിരി യമകമായിട്ടുള്ള ശ്ലോകം.

സമുദ്ഗമം. ന. ൧, ഉയൎച്ച. ൨, ഉത്ഭവം.

സമുദ്ഗിൎണ്ണ. വി. (ൎണ്ണൻ, ൎണ്ണാ, ൎണ്ണം.) വി. ന. ൧, ഛൎദ്ദിക്കപ്പെട്ട. ൨, ഉയൎത്തപ്പെട്ട.

സമുദ്ധത. വി. (തൻ, താ, തം.) വി. ന. ൧, ഉന്നതപ്പെട്ട. ൨, ഗൎവ്വമുള്ള.

സമുദ്ധരണം. ന. ൧, ഛൎദ്ദിച്ച ചോറുമററും. ൨, പൊക്കുക, വലിച്ചു പൊക്കുക.

സമുദ്രകഫം. ന. കടൽനാക്ക്.

സമുദ്രകര. ന. സമുദ്രതീരം.

സമുദ്രതീരം. ന. കടലരികിലുള്ള സ്ഥലം.

സമുദ്രം. ന. കടൽ.

സമുദ്രപ്പച്ച. ന. ഒരൌഷധം.

സമുദ്രലവണം. ന. കടലുപ്പ്.

സമുദ്രാന്ത. ന. ഒരു മരുന്നു, ചോനകപ്പുല്ല്.

സമുദ്രിയ. വി. (യൻ, യാ, യം.) വി. ന. സമുദ്രസംബന്ധമുള്ള.

സമുന്ദനം. ന. നനവ്.

സമുന്നത. വി. (തൻ, താ, തം.) വി. ന. ഉയൎന്ന.

സമുന്നതി. ന. ഉയൎച്ച.

സമുന്നദ്ധ. വി. (ദ്ധൻ, ദ്ധാ, ദ്ധം.) വി. ന. ൧, ഡംഭമുള്ള. ൨, വിദ്വാനെന്നു ഭാവമുള്ള. ൩, ഉത്ഭവിച്ച. ൪, കെട്ടപ്പെട്ട.

സമുന്ന. വി. (ന്നൻ, ന്നാ, ന്നം.) വി. ന. നനഞ്ഞ.

സമുന്നയം. ന. ഉയൎത്തുക.

സമുപജോഷം. അ. സന്തോഷത്തോടെ.

സമൂഢം. വി. ഒന്നിച്ചുകൂടിയ, ക്രമ്പാരമായി കൂട്ടിയ.

സമൂരു. ന. ഒരുവക മാൻ.

സമൂലം. വി. ൧, വേരോടുകൂടി. ൨, അശേഷം, മുഴുവനും.

സമൂഹക്കാർ. ന. കൂട്ടക്കാർ, യോഗക്കാർ.

സമൂഹം. ന. കൂട്ടം, യോഗം.

സമൂഹിക്കുന്നു. ച്ചു. പ്പാൻ. (സമൂഹി.) സ. ക്രി. കൂട്ടുന്നു.

സമൂഹ്യ. വി. (ഹ്യൻ, ഹ്യാ, ഹ്യം.) വി. ന. കൂട്ടപ്പെടുവാൻ തക്ക.

സമൂഹ്യം. ന. യാഗത്തിനുള്ള അഗ്നി.

സമൃദ്ധ. വി. (ദ്ധൻ, ദ്ധാ, ദ്ധം.) വി. ന. ൧, പുഷ്ടിയുള്ള. ൨, വളൎന്ന.

സമൃദ്ധി. ന. വൎദ്ധന.

സമൃദ്ധിയാകുന്നു. യി. വാൻ. (സമൃദ്ധി.) അ. ക്രി. വൎദ്ധിക്കുന്നു. വളരെയുണ്ടാകുന്നു. **സമൃദ്ധിയാക്കുന്നു.** സ. ക്രി.

സമേത. വി. (തൻ, താ, തം.) വി. ന. അടുത്ത, കൂടിയ.

സം. അ. ൧, ചേൎച്ച. ൨, കൂട്ടം. ൩, ഒരു ഉപസൎഗ്ഗം. ഇതു ചില വാക്കുകളുടെ ആദിയിൽ ചേൎക്കുമ്പോൾ ആ വാക്കിന്നു ചേൎച്ച നല്ലവണ്ണം എന്നും മററും അൎത്ഥങ്ങൾകൂടി വരും.

സമ്പൎക്കം. ന. ൧, ചേൎച്ച, സ്പൎശനം. ൨, കൂട്ട്. ൩, സമ്മോഹം.

സമ്പതനം; സമ്പാതം. ന. ഒരുമിച്ചുചേരുകയെന്നുള്ളതു.

സമ്പൽ. ന. ൧, ശുഭം. ൨, ശ്രേഷ്ഠത. ൩, സമ്പത്തു.

സമ്പൽക്കരി. ന. ൧, ലക്ഷ്മി. ൨, വൈശ്രവണന്റെ ഭാൎയ്യ.

സമ്പത്തു. ന. ധനം, ദ്രവ്യം.

സമ്പത്തി. ന. ശുഭം, ദ്രവ്യവൎദ്ധന, ഭാഗ്യം.

സമ്പദാകരം. ന. സമ്പത്തു വൎദ്ധിക്കുവാനുള്ളവഴി, മുതൽവൎദ്ധിപ്പിക്കുന്നതു.

സമ്പന്ന. വി. (ന്നൻ, ന്നാ, ന്നം.) വി. ന. ൧, മികച്ച, പൂൎണ്ണമായ. ൨, ധനമുള്ള.

സമ്പന്നൻ. ന. ധനവാൻ.

സമ്പന്നാ. ന. ധനമുള്ളവൾ.

സമ്പരായകം. ന. യുദ്ധം.

സമ്പരായം. ന. ൧, അനൎത്ഥം. ൨, യുദ്ധം.

സമ്പാക. (കൻ, കാ, കം.) വി. ന. ൧, തൎക്കശാസ്ത്രം പഠിച്ച. ൨, നാണമില്ലാത്ത. ൩, ഹീനമായ.

സമ്പാകം. ന. ഒരുമാതിരി വൃക്ഷം.

സമ്പാതം. ന. വീഴ്ച.

സമ്പാതി. ന. രാമായണത്തിൽ പറയപ്പെട്ടിരിക്കുന്ന ഒരു പക്ഷി.

സമ്പാദനം. ന. സമ്പാദിക്ക.

സമ്പാദിക്കുന്നു. ച്ചു. പ്പാൻ. (സമ്പാദി.) അ. ക്രി. ദ്രവ്യം സൂക്ഷിക്കുന്നു.

സമ്പാദിത. വി. (തൻ, താ, തം.) വി. ന. സമ്പാദിക്കപ്പെട്ട.

സമ്പാദ്യ. വി. (ദ്യൻ, ദ്യാ, ദ്യം.) വി. ന. സമ്പാദിക്കത്തക്ക.

സമ്പുടകം. ന. മൂടിയുള്ള ഒരുമാതിരി പെട്ടി.

സമ്പൂൎണ്ണ. വി. (ൎണ്ണൻ, ൎണ്ണാ, ൎണ്ണം.) വി. ന. തികഞ്ഞ, മുഴുവനായ.

സമ്പൃക്തം. വി. ൧, കൂട്ടിച്ചേൎക്കപ്പെട്ട. ൨, നിത്യസംബന്ധമുള്ള.

സമ്പ്രതി. അ. അപ്പോൾ.

സമ്പ്രതി. ന. ൧, കണക്കെഴുത്തുകാ

രിൽ ഒരു പ്രമാണി. ൨, അവൻെറ വേല.

സമ്പ്രതിക്കണക്ക. ന. സമ്പ്രതിപ്പിള്ളയുടെ വേല.

സമ്പ്രതിക്കാരൻ. ന. സമ്പ്രതിപ്പിള്ള.

സമ്പ്രതിപ്പിള്ള. ന. കണക്കെഴുത്തുകാരിൽ പ്രമാണി, സമ്പ്രതി.

സമ്പ്രതിരോധകം. ന. തടവു, പാറാവു.

സമ്പ്രതീതി. ന. ശ്രുതി, കേൾവി.

സമ്പ്രദാനം. ന. ൧, അശേഷമായി കൊടുക്ക. ൨, ദാനം. ൩, വിവാഹമായി കൊടുക്ക. ൪, ചതുൎത്ഥി വിഭക്തിയുടെ പ്രയോഗം.

സമ്പ്രദായക്കാരൻ. ന. ൧, സമൎത്ഥൻ. ൨, പാരമ്പൎയ്യമായിട്ടു ഒരു വിദ്യയുള്ളവൻ.

സമ്പ്രദായം. ന. ൧, പാരമ്പൎയ്യന്യായം. ൨, സാമൎത്ഥ്യം.

സമ്പ്രദായി. വി. ന. ൧, സമൎത്ഥൻ. ൨, പാരമ്പൎയ്യക്കാരൻ.

സമ്പ്രധാരണം. ന. നിശ്ചയം.

സമ്പ്രപന്ന. വി. വന്നിട്ടുള്ള, പ്രാപിച്ച, സിദ്ധിച്ച.

സമ്പ്രയോഗം. ന. ൧, ചേൎച്ച. ൨, സുരതം. ൩, ചട്ടം. ൪, കണ്കെട്ടുവിദ്യ.

സമ്പ്രസാരണം. ന. (വ്യാകരണത്തിൽ) യ്, വ്, ര്, ല്, എന്നീ അക്ഷരങ്ങൾ ഇ, ഉ, ഋ, ഌ, എന്നായി തീരുക.

സമ്പ്രഹാരം. ന, ൧, യുദ്ധം, ൨, വധം. ൩, അടി.

സമ്പ്രാപ്ത. വി. (പ്തൻ, പ്താ, പ്തം.) വി. ന. ൧, ലഭിച്ച. ൨, പ്രാപിച്ച.

സമ്പ്രാപ്തി. ന. ൧, ലാഭം. ൨, പ്രാപിക്ക.

സമ്പ്രീതി. ന. ൧, സ്നേഹം. ൨, സന്തോഷം.

സംഫുല്ല. വി. (ല്ലൻ, ല്ലാ, ല്ലം.) വി. ന. വിടൎന്ന.

സംബദ്ധ. വി. (ദ്ധൻ, ദ്ധാ, ദ്ധം.) വി. ന. ൧, പ്രാപ്തിയുള്ള, ശേഷിപ്പുള്ള. ൨, സംബന്ധമുള്ള, ചേൎച്ചയുള്ള. ൩, യോഗ്യതയുള്ള.

സംബന്ധം. ന. ൧, ചേൎച്ച, ഉടമ്പടി. ൨, ശുഭത.

സംബന്ധി. വി. (ന്ധീ, ന്ധിനി, ന്ധി.) വി. ന. സംബന്ധമുള്ള.

സംബന്ധിക്കുന്നു. ച്ചു. പ്പാൻ. (സംബന്ധി.) അ. ക്രി. ചേരുന്നു.

സംബന്ധിച്ച്. അ. കുറിച്ച്, പററി.

സംബരൻ. ന. ഒരസുരൻ.

സംബരം. ന. വെള്ളം.

സംബൎഹണം. ന. ൧, വൎദ്ധന. ൨, ഗജ്ജനം.

സംബളം. ന. ൧, വഴിച്ചെലവിന്നുള്ള സാധനം. ൨, വെള്ളം.

സംബാകൃത. വി. (തൻ, താ, തം.) വി. ന. ഇരുച്ചാലുഴുത.

സംബാധം. ന. ഇടുക്കമുള്ളതു.

സംബുദ്ധി. ന. ൧, നല്ല ബുദ്ധി, നല്ല അറിവു. ൨, പൂൎണ്ണബോധം. ൩, വിളി. ൪, (വ്യാകരണത്തിൽ) സംബോധനവിഭക്തി.

സംബോധനം. ന. വിളി.

സംബോധം. ന. അറിവു, തെളിവു.

സംഭക്ത. വി. ൧, വിഭാഗിക്കപ്പെട്ട. ൨, കൈവശമുള്ള. ൩, വിശ്വാസ്യതയുള്ള.

സംഭഗ്ന. വി. ൧, പൊളിഞ്ഞ, ഉടഞ്ഞ. ൨, ചിതറിക്കപ്പെട്ട.

സംഭരിക്കുന്നു. ച്ചു. പ്പാൻ. (സംഭരി.) സ. ക്രി. സമ്പാദിക്കുന്നു, ശേഖരിക്കുന്നു.

സംഭവം. ന. ൧, ജനനം, ഉത്ഭവം. ൨, കാരണം.

സംഭവിക്കുന്നു. ച്ചു. പ്പാൻ. (സംഭവി.) സ. ക്രി. ഉണ്ടാകുന്നു.

സംഭാരം. ന. ൧, വട്ടംകൂട്ടുക. ൨, കൂമ്പാരം, കൂട്ടം. ൩, പൂൎണ്ണത. ൪, രക്ഷിക്ക. (മ.) അധികം വെള്ളം കൂട്ടിയ മോരു.

സംഭാവന. ന. ബഹുമാനം, വന്ദനം.

സംഭാവനം; സംഭാവം. ന. വന്ദിക്ക, ബഹുമാനിക്ക.

സംഭാവിത. വി. (തൻ, താ, തം.) വി. ന. വന്ദിക്കപ്പെട്ട, മാനിക്കപ്പെട്ട.

സംഭാഷ. ന. ൧, സംഭാഷണം. ൨, പടവിളി.

സംഭാഷണം. ന. ൧, സംസാരം, വൎത്തമാനം പറക. ൨, പടവിളി.

സംഭാഷിത. വി. (തൻ, താ, തം.) വി. ന. വൎത്തമാനം പറയപ്പെട്ട.

സംഭിന്ന. വി. (ന്നൻ, ന്നാ, ന്നം.) വി. ന. ൧, വേർപെട്ട. ൨, ഇളകപ്പെട്ട.

സംഭൃത. വി. (തൻ, താ, തം.) വി. ന. സംഭവിച്ച, ജനിച്ച.

സംഭൂതി. ന. ഉല്പത്തി.

സംഭൂയസമുത്ഥാനം. ന. പങ്കുകച്ചോടം.

സംഭൃത. വി. (തൻ, താ, തം.) വി. ന. ൧, ഒരുങ്ങിയ. ൨, സമ്പാദിക്കപ്പെട്ട. ൩, ശേഖരിക്കപ്പെട്ട. ൪, നിറഞ്ഞ. ൫, രക്ഷിക്കപ്പെട്ട.

സംഭൃതി. ന. ൧, പോഷണം. ൨, അധികത. ൩, ഒരുക്കുക.

സംഭേദം. ന. ൧, രണ്ടു ആറു കൂടെ കൂടുന്ന സ്ഥലം. ൨, ആററവാ. ൩, ചേൎച്ച. ൪, വിള്ളു.

സംഭോഗം. ന. ൧, സുഖാനുഭവം. ൨, കൂട്ടിച്ചേൎച്ച. ൩, പ്രയോഗം.

സംഭോഗി. വി. (ഗീ, ഗിനി, ഗി.) വി. ന. സംഭോഗമുള്ള.

സംഭ്രമം. ന. ൧, ഭയം. ൨, ധൃതി. ൩, കുഴപ്പം. ൪, ബഹുമാനം. ൫, ചുററിത്തിരിച്ചിൽ.

സംഭ്രമിക്കുന്നു. ച്ചു. പ്പാൻ. (സംഭ്രമി.) അ. ക്രി. ൧, കുഴപ്പുന്നു. ൨, ചുററിത്തിരിയുന്നു.

സംഭ്രാന്തി. ന. ഭ്രമം.

സമ്മതക്കച്ചീട്ടു. ന. ഉടമ്പടിക്കച്ചീട്ടു.

സമ്മതക്കാരൻ. ന. കൊള്ളാകുന്നവൻ.

സമ്മത. വി. (തൻ, താ, തം.) വി. ന. സമ്മതിക്കപ്പെട്ട, അനുവദിക്കപ്പെട്ട.

സമ്മതം. ന. അനുസരണം.

സമ്മതം. അല്ലെങ്കിൽ, **സമ്മതി.** ന. ൧, അനുസരണം. ൨, ഇഷ്ടം. ൩, ഇച്ഛ, ആഗ്രഹം. ൪, കല്പന. ൫, അനുവാദം. ൬, സ്നേഹം. ൭, വണക്കം. ൮, ബോധം.

സമ്മതിക്കുന്നു. ച്ചു. പ്പാൻ. (സമ്മതി.) സ. ക്രി. അനുവദിക്കുന്നു, ബോധിക്കുന്നു.

സമ്മദ. വി. (ദൻ, ദാ, ദം.) വി. ന. സന്തോഷമുള്ള.

സമ്മദം. ന. സന്തോഷം.

സമ്മൎദ്ദനം. ന. നല്ലവണ്ണം മൎദ്ദിക്ക.

സമ്മൎദ്ദിക്കുന്നു. ച്ചു. പ്പാൻ. (സമ്മൎദ്ദി.) അ. ക്രി. തിക്കുന്നു.

സമ്മൎദ്ദിത. വി. (തൻ, താ, തം.) വി. ന. മൎദ്ദിക്കപ്പെട്ട.

സമ്മാനം. ന. ൧, മാനം. ൨, ബഹുമാനം.

സമ്മാനവാക്ക. ന. സ്തുതി.

സമ്മാനിക്കുന്നു. ച്ചു. പ്പാൻ. (സമ്മാനി.) സ. ക്രി. ബഹുമാനിക്കുന്നു, മാനം ചെയ്യുന്നു.

സമ്മാൎജ്ജനം. ന. വെടിപ്പാക്കുക.

സമ്മാൎജ്ജിനി. ന. ചൂൽ.

സമ്മിത. വി. (തൻ, താ, തം.) വി. ന. കൂടിയ.

സമ്മിശ്ര. വി. (ശ്രൻ, ശ്രാ, ശ്രം. വി. ന. ചേൎക്കപ്പെട്ട, കൂടികലൎന്ന.

സമ്മീല(ല)നം. ന. ൧, (കണ്ണു) അടെക്ക, (പുഷ്പം) അടെയുക. ൨, മൂടുക.

സമ്മുഖ. വി. (ഖൻ, ഖാ, ഖം.) വി. ന. എതിരിട്ട, നേരെ വന്ന.

സമ്മുഗ്ധ. വി. (ഗ്ധൻ, ഗ്ധാ, ഗ്ധം.) വി. ന. ൧, ഭംഗിയുള്ള. ൨, മുഗ്ധതയുള്ള.

സമ്മൂൎച്ഛനം. ന. ൧, സൎവ്വത്രവ്യാപ്തി. ൨, ഉയൎച്ച. ൩, മോഹാലസ്യം.

സമ്മൃഷ്ട. വി. (ഷ്ടൻ, ഷ്ടാ, ഷ്ടം.) വി. ന. ൧, അരിക്കപ്പെട്ട. ൨, ശുദ്ധിയാക്കപ്പെട്ട.

സമ്മേളനം. ന. ചേൎച്ച, മേളനം.

സമ്മോദം. ന. സന്തോഷം.

സമ്മോഹന. വി. (നൻ, നാ, നം.) വി. ന. മോഹിപ്പിക്കുന്ന.

സമ്മോഹനാസ്ത്രം. ന. മോഹിപ്പിക്കുന്ന അമ്പ, കാമന്റെ ശരം.

സമ്മോഹം. ന. ഇച്ശ.

സമ്യച്ച്. വി. (മൃങ്ങ, മീചീ, മൃക്.) വി. ന. ൧, സത്യം. ൨, കൂടെപ്പോകുന്ന. ൩, വഴിപോലെ. ൪, എല്ലാം.

സമ്യൿ. അ. അശേഷമായി, മുഴുവനും, വഴിപോലെ.

സമ്രാജ്; സമ്രാൾ. ന. ചക്രവൎത്തി, രാജസൂയം കഴിച്ച രാജാവു.

സംയത. വി. (തൻ, താ, തം.) വി. ന. കെട്ടപ്പെട്ട.

സംയൽ. ന. യുദ്ധം.

സംയമനം. ന. ബന്ധനം, അടക്കം.

സംയമം. ന. അടക്കം.

സംയമിക്കുന്നു. ച്ചു. പ്പാൻ. (സംയമി.) സ. ക്രി. അടക്കുന്നു.

സംയാത്ര. ന. കടൽസഞ്ചാരം.

സംയാനം. ന. ൧, കൂടെപ്പോക. ൨, ഉത്തരീയം.

സംയാമം. ന. അടക്കം.

സംയുൿ. വി. ന. നല്ല ലക്ഷണങ്ങളോട കൂടിയതു.

സംയുക്ത. വി. (ക്തൻ, ക്താ, ക്തം.) വി. ന. കൂടിയ.

സംയുഗം. ന. യുദ്ധം.

സംയുത. വി. (തൻ, താ, തം.) വി. ന. കൂടിയ, ചേൎന്ന.

സംയോഗം. ന. ചേൎച്ച.

സംയോഗിക്കുന്നു. ച്ചു. പ്പാൻ. (സംയോഗി.) അ. ക്രി. ചേരുന്നു.

സംയോജനം. ന. ചേൎച്ച.

സംയോജിത. വി. (തൻ, താ, തം.) വി. ന. ചേൎക്കപ്പെട്ട.

സംയോജിക്കുന്നു. ച്ചു. പ്പാൻ. (സംയോജി.) അ. ക്രി. ചേരുന്നു. **സംയോജിപ്പിക്കുന്നു.** സ. ക്രി.

സംരംഭം. ന. ൧, കോപം. ൨, അഹംഭാവം.

സംരക്ത. വി. ൧, ചല നിറമുള്ള, ചുവന്ന. ൨, മോഹമുള്ള. ൩, കോപിച്ച. ൪, അനുരാഗമുള്ള.

സംരക്ഷണ. അല്ലെങ്കിൽ, **സംരക്ഷണം.** ന. രക്ഷിക്ക.

സംരാവം. ന. ഒച്ച.

സംരൂഢ. വി. (ഢൻ, ഢാ, ഢം.) വി. ന. ൧, വിശ്വാസമുള്ള. ൨, പുഷ്പിച്ച.

സംരോധം. ന. വിരോധം.

സംരോധിക്കുന്നു. ച്ചു. പ്പാൻ. (സംരോധി.) സ. ക്രി. വിരോധിക്കുന്നു.

സംലാപം. ന. സംഭാഷണം.

സംവൽ. ന. വിക്രമാദിത്യന്റെ ആണ്ട, സംവത്സരം.

സംവത്സരം. ന. ആണ്ട.

സംവദനം. ന. ൧, വശീകരിക്ക. ൨, വശീകരം.

സംവനനം. ന. മേല്പറഞ്ഞ അൎത്ഥം.

സംവരണം. ന. ഒരു നാടകം.

സംവൎത്തകൻ. ന. ബലഭദ്രൻ.

സംവൎത്തകി. ന. ബലഭദ്രൻ.

സംവൎത്തകം. ന. ബലഭദ്രന്റെ ആയുധമായ കലപ്പ.

സംവൎത്തം. ന. ൧, പ്രളയം. ൨, മേഘം.

സംവൎത്തിക. ന. താമരപ്പൂവിന്റെ അകത്തെ ഇതൾ.

സംവൎദ്ധക. വി. (കൻ, കാ, കം.) വി. ന. വൎദ്ധിപ്പിക്കുന്ന.

സംവസഥം. ന. ഗ്രാമം.

സംവസിക്കുന്നു. ച്ചു. പ്പാൻ. (സംവസി.) അ. ക്രി. പാൎക്കുന്നു.

സംവഹനം. ന. ചുമക്കുക.

സംവഹിക്കുന്നു. ച്ചു. പ്പാൻ. (സംവഹി.) സ. ക്രി. ൧, ചുമക്കുന്നു. ൨, തിരുമ്മുന്നു.

സംവാദം. ന. സംഭാഷണം.

സംവാസം. ന. വീട്ട, പാൎക്കുന്ന സ്ഥലം.

സംവാഹകൻ. ന. കാല്തിരുമ്മുന്നവൻ, പരിചാരകൻ.

സംവാഹനം. ന. ൧, കാല്തിരുമ്മുക. ൨, ചുമക്കുക.

സംവിൽ. ന. ൧, ബുദ്ധി. ൨, സമരം. ൩, ഉടമ്പടി. ൪, അറിവു. ൫, പടവിളി. ൬, യുദ്ധം. ൭, പേർ. ൮, കൊടി, അടയാളം. ൯, ആചാരം.

സംവിദിത. വി. (തൻ, താ, തം.) വി. ന. അറിയപ്പെട്ട.

സംവിധാനം. ന. ചെയ്ക.

സംവിഷ്ട. വി. ൧, കിടക്കുന്ന, ഉറങ്ങുന്ന. ൨, ഒന്നിച്ചു പ്രവേശിച്ച. ൩, ഒന്നിച്ചിരുന്ന. ൪, വസ്ത്രം ധരിച്ച.

സംവീത. വി. (തൻ, താ, തം.) വി. ന. ചുററപ്പെട്ട.

സംവീക്ഷണം. ന. അന്വേഷണം.

സംവൃത. വി. ൧, മൂടപ്പെട്ട. ൨, മറെക്കപ്പെട്ട. ൩, അടെക്കപ്പെട്ട. ൪, ചുരുക്കിയ. ൫, ചുററപ്പെട്ട.

സംവൃതം. ന. ൧, രഹസ്യസ്ഥലം, രഹസ്യം. ൨, ഒരുവിധ ഉച്ചാരണം.

സംവൃത്ത. വി. (ത്തൻ, ത്താ, ത്തം.) വി. ന. ൧, മറെക്കപ്പെട്ട. ൨, നിവൎത്തിക്കപ്പെട്ട, തീൎക്കപ്പെട്ട, ൩, ആയ, തീൎന്ന, കഴിഞ്ഞ.

സംവൃത്തൻ. ന. വരുണൻ.

സംവൃത്തി. ന. ൧, മറവു. ൨, മൂടി, അടപ്പ. ൩, അനുഭവം. ൪, രഹസ്യകാൎയ്യം.

സംവേഗം. ന. സംഭ്രമം, തിടുക്കം.

സംവേദം. ന. ൧, അറിവു. ൨, വേദന.

സംവേശം. ന. ൧, ഉറക്കം. ൨, സ്വ

വ്യം. ൩, ഇരിക്കുന്നതിന്നുള്ള സാധനം. ൪, സ്ത്രീപുരുഷന്മാരുടെ തമ്മിലുള്ള ചേൎച്ച.

സംവ്യാനം. ന. ൧, ഉത്തരീയം. ൨, വസ്ത്രം. ൩, മൂടി.

സംശപ്തകൻ. ന. പിന്തിരിയാതെ നിന്നു യുദ്ധം ചെയ്യുന്നവൻ.

സംശയം. ന. സന്ദേഹം, നിശ്ചയമില്ലായ്മ.

സംശയാപന്നമാനസ. വി. (സൻ, സാ, സം.) വി. ന. മനസ്സിൽ സംശയമുള്ള.

സംശയാലു. വി. (ത്രിക്ഷ.) വി. ന. സംശയമുള്ള.

സംശയിക്കുന്നു. ച്ചു. പ്പാൻ. (സംശയി.) അ. ക്രി. സന്ദേഹിക്കുന്നു.

സംശയിതൃ. വി. (താ, ത്രീ, തൃ.) വി. ന. സംശയിക്കുന്ന.

സംശരണം. ന. യുദ്ധത്തിന്റെ ആരംഭം.

സംശിത. വി. (തൻ, താ, തം.) വി. ന. ൧, നിശ്ചയമുള്ള. ൨, നിവൎത്തിച്ച.

സംശുദ്ധി. ന. ശുദ്ധി.

സംശോധനം. ന. വെടിപ്പാക്കുക.

സംശ്രയം. ന. ആശ്രയം.

സംശ്രവം. ന. പ്രതിജ്ഞ, ആണയിടുക.

സംശ്രിത. വി. (തൻ, താ, തം.) വി. ന. ആശ്രയിച്ച.

സംശ്രിതൻ ന. ആശ്രിതൻ, സേവകൻ.

സംശ്രുത. വി. (തൻ, താ, തം.) വി. ന. പ്രതിജ്ഞ ചെയ്യപ്പെട്ട.

സംശ്ലേഷം. ന. തഴുകൽ.

സംസക്ത. വി. (ക്തൻ, ക്താ, ക്തം.) വി. ന. ൧, അടുത്ത. ൨, ചേൎന്ന, തമ്മിൽ പററിയ. ൩, കെട്ടപ്പെട്ട.

സംസക്തി. ന. ൧, സമീപത, അടുപ്പം. ൨, ചേൎച്ച, സംഗം. ൩, പരിചയം, സ്നേഹം. ൪, ഭക്തി. ൫, കെട്ടു.

സംസൽ. ന. കൂട്ടം, സമൂഹം.

സംസരണം. ന. ൧, രാജവഴി. ൨, പടയുടെ തടവുകൂടാതെയുള്ള ഗമനം. ൩, യുദ്ധത്തിന്റെ ആരംഭം. ൪, ലോകം. ൫, ജന്തുക്കളുടെ ജനനം. ൬, ഗമനം. ൭, സത്രം.

സംസൎഗ്ഗം. ന. ൧, അന്യോന്യത. ൨, സംബന്ധം.

സംസപ്പണം. ന. ൧, ഇഴഞ്ഞുനടക്കു. ൨, നിനെച്ചിരിയാത്തപ്പോൾ എതിൎക്കുക.

സംസാരം. ന. ൧, ജനനവും മരണവും. ൨, ലോകം. (മ.) സംഭാഷണം.

സംസാരി. വി. (രീ, രിണി, രി.) വി. ന. സംസാരമുള്ള, ലോകസംബന്ധമുള്ള.

സംസാരി. ന. ജീവനുള്ള ജന്തു. (മ.) വ്യവഹാരക്കാരൻ.

സംസാരിക്കുന്നു. ച്ചു. പ്പാൻ. (സംസാരി.) അ. ക്രി. സംഭാഷണം ചെയ്യുന്നു.

സംസിക്ത. വി. തളിക്കപ്പെട്ട, നനച്ച.

സംസിദ്ധി. ന. ൧, ശീലം. ൨, സ്വഭാവം. ൩, തികച്ച, നിവൃത്തി.

സംസേവനം. ന. ആശ്രയിച്ചു നില്ക്കുക, പ്രതീക്ഷിക്കുക.

സംസൃതി. ന. ൧, ലോകം. ൨, ഒഴുക്കു.

സംസൃഷ്ട. വി. (ഷ്ടൻ, ഷ്ടാ, ഷ്ടം.) വി. ന. ൧, ചേൎക്കപ്പെട്ട. ൨, വിശേഷവസ്ത്രം ധരിക്കപ്പെട്ട. **സംസൃഷ്ടത്വം.** ഗു. ന. ചേൎച്ച.

സംസൃഷ്ടി. ന. മുതലവകാശി.

സംസ്കരിക്കുന്നു. ച്ചു. പ്പാൻ. (സംസ്കരി.) സ. ക്രി. ൧, ശുദ്ധീകരിക്കുന്നു. ൨, പൂൎണ്ണമാക്കുന്നു.

സംസ്കാരം. ന. ൧, തികെക്കു. ൨, പൂൎണ്ണമാക്കുക. ൩, അലങ്കാരം. ൪, ശുദ്ധീകരണം. ൫, പുടംവെക്കുക. ൬, ശവം അടക്കുക. ൭, ഏതു വസ്തുവിന്റെയും കറതീൎക്കുക.

സംസ്കാരഹീനൻ. ന. ഉപനിക്കാത്ത ബ്രാഹ്മണൻ.

സംസ്കൃത .വി. (തൻ, താ, തം.) വി. ന. ൧, സംസ്കരിക്കപ്പെട്ട. ൨, അലങ്കരിക്കപ്പെട്ട. ൩, ശുദ്ധീകരിക്കപ്പെട്ട. ൪, നിവൎത്തിക്കപ്പെട്ട.

സംസ്കൃതൻ. ന. മൎയ്യാദപ്രകാരം കൎമ്മങ്ങളൊക്കെയും ചെയ്യപ്പെട്ട ബ്രാഹ്മണൻ.

സംസ്കൃതം. ന. സംസ്കൃതഭാഷ.

സംസ്ക്രിയ. ന. ൧, ശവസംസ്കാരകൎമ്മം. ൨, സംസ്കാരം.

സംസ്തരം. ന. ൧, കിടക്കുന്നതിന്നുള്ള സാധനം, കട്ടിൽ, മെത്ത. ൨, യാഗം.

സംസ്തവം. ന. പരിചയം.

സംസ്താവം. ന. യാഗമണ്ഡപം.

സംസ്ത്യായം. ന. ൧, കൂട്ടം. ൨, സമീപം. ൩, ഭവനം. ൪, പരപ്പു.

സംസ്ഥ. വി. (സ്ഥൻ, സ്ഥാ, സ്ഥം.) വി. ന. സ്ഥിതിചെയ്യുന്ന, നില്ക്കുന്ന, ഇരിക്കുന്ന.

സംസ്ഥൻ. ന. ൧, ഒററുകാരൻ. ൨, അയല്ക്കാരൻ.

സംസ്ഥ. ന. ൧, നല്ലനടപ്പു. ൨, നില്പു. ൩, ജീവാവസ്ഥ. ൪, രാജചട്ടം. ൫, മരണം. ൬, നാശം. ൭, സാദൃശ്യം.

സംസ്ഥാന. വി. (നൻ, നാ, നം.) വി. ന. ശരിയായ, തുല്യതയുള്ള.

സംസ്ഥാനം. ന. ൧, ആകൃതി, രൂപം. ൨, നാല്ക്കവല. ൩, മരണം. ൪, വാസസ്ഥലം. (മ.) രാജ്യം.

സംസ്ഥാപനം. ന. ൧, സ്ഥാപിക്കു. ൨, ഉറപ്പിക്കു, നിവൃത്തിക്കു.

സംസ്ഥിത. വി. (തൻ, താ, തം.) വി. ന. ൧, മരിച്ച. ൨, അവസാനിച്ച. ൩, നില്ക്കുന്ന. ൪, വെക്കപ്പെട്ട.

സംസ്ഥിതി. ന. ൧, മരണം. ൨, വാസം. ൩, ഇരിപ്പു.

സംസ്പൎശ. ന. ൧, തൊടുക. ൨, വിചാരം.

സംസ്പൎശ. ന. കച്ചോലം.

സംസ്ഫോടം. ന. യുദ്ധം.

സംസ്മരണം. ന. ഓൎക്കുക.

സംസ്മൃതി. ന. ഓൎമ്മ.

സംസ്രവം; സംസ്രാവം. ന. ൧, ഒഴുക്കു, തുള്ളികളായി വീഴുക, ഒലിക്കു. ൨, നദി.

സംഹതജാനുക. വി. (കൻ, കി, കം.) വി. ന. കാൽ കൂട്ടിമുട്ടുന്ന.

സംഹത. വി. (തൻ, താ, തം.) വി. ന. ൧, ശക്തിയുള്ള. ൨, അടെക്കപ്പെട്ട. ൩, കൂട്ടപ്പെട്ട. ൪, കൊല്ലപ്പെട്ട.

സംഹതി. ന. ൧, സമൂഹം. ൨, കൂട്ടിച്ചേരുക. ൩, ചേൎച്ച.

സംഹനനം. ന. ദേഹം.

സംഹനിക്കുന്നു. ച്ചു. പ്പാൻ. (സംഹനി.) സ. ക്രി. ൧, കൊല്ലുന്നു. ൨, തിരുമ്മുന്നു.

സംഹരണം. ന. ൧, നശിപ്പിക്കുക. ൨, കൊല്ലുക. ൩, തടങ്ങൽ ചെയ്യു.

സംഹരിക്കുന്നു. ച്ചു. പ്പാൻ. (സംഹരി.) സ. ക്രി. നശിപ്പിക്കുന്നു, കൊല്ലുന്നു.

സംഹാരം. ന. ൧, നശിപ്പു. ൨, ലോ

കാവസാനം. ൩, നരകഭേദം. ൪, ചുരുക്കുക. ൫, കൂട്ടം. ൬, മിടുക്ക.

സംഹാരരുദ്രൻ. ന. ശിവന്റെ ഒരു പേർ.

സംഹാരി. ന. (രീ, രിണീ, രി.) വി. ന. സംഹരിക്കുന്ന, നശിപ്പിക്കുന്ന.

സംഹിത. വി. (തൻ, താ, തം.) വി. ന. ൧, ചേൎന്ന. ൨, കൂട്ടപ്പെട്ട. ൩, ഉറപ്പിക്കപ്പെട്ട.

സംഹിത. ന. ൧, വേദങ്ങളിൽനിന്നെടുത്തുണ്ടാക്കിയ ഒരു പുസ്തകം. ൨, പദസന്ധി.

സംഹ്രുതി. ന. പലർ കൂടി വിളിക്കുക, ആൎപ്പ.

സംഹൃത. വി. (തൻ, താ, തം.) വി. ന. ൧, പിടിക്കപ്പെട്ട. ൨, വിതറപ്പെട്ട. ൩, സംഹരിക്കപ്പെട്ട, ചുരുക്കപ്പെട്ട.

സംക്ഷയം. ന. ൧, ലോകനാശം. ൨, നാശം.

സംക്ഷിപ്ത. വി. (പ്തൻ, പ്താ, പ്തം.) വി. ന. ൧, സംക്ഷേപിക്കപ്പെട്ട. ൨, ചുരുക്കപ്പെട്ട. ൩, എറിയപ്പെട്ട. ൪, അയക്കപ്പെട്ട.

സംക്ഷേപണം. ന. ൧, ചുരുക്കൽ. ൨, അയെക്ക. ൩, എറിക.

സംക്ഷേപം. ന. ൧, ചുരുക്കം. ൨, അയെക്കുക. ൩, എറിക.

സംക്ഷേപിക്കുന്നു. ച്ചു. പ്പാൻ. (സംക്ഷേപി.) സ. ക്രി. ചുരുക്കുകയും മറ്റും ചെയ്യുന്നു.

സംക്ഷോഭം. ന. ൧, മറിച്ചിൽ. ൨, വിറയൽ, ഇളക്കം. ൩, അഹംഭാവം.

സരഘ. ന. തേനീച്ച.

സരടം. ന. ഓന്ത, ഉടുമ്പു.

സരണം. ന. ൧, പോക്ക, ഒഴിച്ചിൽ. ൨, ഇരിമ്പിന്റെ തുരുമ്പു.

സരണി. ന. ൧, വഴി. ൨, ചൊവ്വെയുള്ള വര. ൩, തൊണ്ടയിലുള്ള ഒരു ദീനം.

സരഭസം. അ. വേഗത്തിൽ.

സരമ. ന. ൧, പെൺപട്ടി. ൨, വിഭീഷണന്റെ ഭാൎയ്യ.

സര. വി. (രൻ, രാ, രം.) വി. ന. പോകുന്ന.

സരം. ന. ൧, ചിറ. ൨, പൊയ്ക, വെള്ളം.

സരപ്പൊളി. ന. ഒരുതരം മാല.

സരയു. ന. ൧, ഒരു നദി. ൨, വായു, കാററു.

സരസ. വി. (സൻ, സാ, സം.) വി. ന. ൧, രസമുള്ള, വെള്ളമുള്ള. ൨, രുചിയുള്ള.

സരസ. ന. ഒരു തൈ, സരള.

സരസം. ന. പൊയ്ക.

സരസി. ന. ചിറ.

സരസിജം. ന. താമരപ്പൂ.

സരസീരുഹം. ന. താമരപ്പൂ.

സരസ്സ. ന. പൊയ്ക.

സരസ്വൽ. വി. (സ്വാൻ, സ്വതി, സ്വൽ.) വി. ന. നീരുള്ള, വെള്ളമുള്ള.

സരസ്വാൻ. ന. ൧, സമുദ്രം. ൨, ഒരാറു. ൩, പോത്ത.

സരസ്വതി. ന. ൧, ബ്രഹ്മാവിന്റെ ഭാൎയ്യ. ൨, വാക്ക. ൩, ഒരു നദി.

സരള. വി. (ളൻ, ളീ, ളം.) വി. ന. ബഹുമാനമുള്ള, ഭംഗിയുള്ള.

സരള. ന. ത്രികോല്പക്കൊന്ന.

സരളം. ന. ഒരു മാതിരി പയിനു വൃക്ഷം, ചരളം.

സരളദ്രവം. ന. തിരുവട്ടപ്പയൻ, സരളവൃക്ഷത്തിന്റെ പശ.

സരളദ്രുമം. ന. ചരളവൃക്ഷം.

സരാവം. ന. ഇടിഞ്ഞിൽ.

സരിത്ത. ന. ൧, ആറു. ൨, നൂൽ, ചരട.

സരിദ്വര. ന. ഗംഗാനദി.

സരിൽപതി. ന. സമുദ്രം.

സരിസൃപം. ന. പാമ്പു.

സരോജം. ന. താമര, താമരപ്പൂവു.

സരോരുഹാസനൻ. ന. ബ്രഹ്മാവു.

സരോരുഹം. ന. താമരപ്പൂവു.

സൎക്കാരു. ന. ൧, രാജസംബന്ധമായിട്ടുള്ള സകലത്തിന്നും കൂടിച്ചേൎത്തു പറയുന്ന ഒരു വാക്ക, പണ്ടാരവക കോയ്മ. ൨, രാജാവു.

സൎക്കാരുവക. ന. രാജാവിന്റെ വക, രാജാവിനെ സംബന്ധിച്ചുള്ളതു.

സൎഗ്ഗബന്ധം. ന. ഒരു കവിത.

സൎഗ്ഗം. ന. ൧, ശീലം. ൨, വിട്ടക. ൩, നിശ്ചയം. ൪, കാണ്ഡം. ൫, സൃഷ്ടി. ൬, പ്രയത്നം. ൭, സമ്മതം. ൮, മലശോധന.

സൎജ്ജകം. ന. ൧, മുളമ്പുമരുതു, സാലവൃക്ഷം. ൨, വേങ്ങമരം.

സൎജ്ജനം. ന. ൧, വിട്ടക. ൨, പുറകിലെ സൈന്യം. ൩, മലശോധന. ൪, സൃഷ്ടിക്ക.

സൎജ്ജം. ന. ൧, മുളമ്പുമരുതു, സാലവൃക്ഷം. ൨, വേങ്ങമരം. ൩, പയിനിൻപശ.

സൎജ്ജരസം. ന. ചെഞ്ചല്യം, പയിനിന്റെ പശ.

സൎജ്ജിക. ന. ഒരുവക കാരം.

സൎജ്ജികാക്ഷാരം. ന. മേല്പറഞ്ഞ അൎത്ഥം.

സൎജ്ജിക്കുന്നു. ച്ചു. പ്പാൻ. (സൎജ്ജി.) അ. ക്രി. ൧, വിടുന്നു. ൨, മലമിടുന്നു. ൩, സൃഷ്ടിക്കുന്നു.

സൎദാർ. ന. പ്രധാനിയുടെ സ്ഥാനപ്പേര്.

സൎപ്പകഞ്ചുകം. ന. പാമ്പിന്റെ പടം.

സൎപ്പക്കല്ല. ന. സൎപ്പത്തിന്നു പകരമുണ്ടാക്കിവെച്ച വിഗ്രഹം.

സൎപ്പക്കാവു. ന. സൎപ്പങ്ങൾ ഇരിക്കുന്ന സ്ഥലത്തുള്ള മരക്കൂട്ടം.

സൎപ്പദംശം. ന. പാമ്പിൻ കടി.

സൎപ്പംതുള്ളൽ. ന. പാമ്പിന്റെ കാവിലുള്ള ഒരു മാതിരി കളി.

സൎപ്പബലി. ന. സൎപ്പത്തിനെ പൂജിക്കുന്ന ഒരു കൎമ്മം.

സൎപ്പഭൂഷണൻ. ന. ശിവൻ.

സൎപ്പമണി. ന. മാണിക്കക്കല്ല.

സൎപ്പം. ന. ൧, പാമ്പു. ൨, ഇഴയുക.

സൎപ്പംപാട്ടു. ന. സൎപ്പക്കാവിൽ പാടുന്ന ഒരു പാട്ടു.

സൎപ്പരാജൻ അല്ലെങ്കിൽ, **സൎപ്പരാജാവു.** ന. വാസുകി.

സൎപ്പശാപം. ന. സൎപ്പത്തിനെക്കൊന്നാലുണ്ടാകുന്ന പാപം.

സൎപ്പശായി. ന. വിഷ്ണു.

സൎപ്പിസ്സ. ന. നെയ്യ.

സൎപ്പേന്ദ്രൻ. ന. ൧, വാസുകി. ൨, അനന്തൻ.

സൎവ്വകലാശാല. ന. ഉത്തമ കലകളെ അഭ്യസിപ്പിക്കുന്ന സ്ഥാപനം.

സൎവ്വകാരണൻ. വി. ന. എല്ലാററിന്നും കാരണമായവൻ, ദൈവം.

സൎവ്വങ്കഷ. വി. ൧, സകലത്തെയും നശിപ്പിക്കുന്ന, സൎവ്വശക്തിയുള്ള. ൨, വഞ്ചകൻ, ദ്രോഹി.

സൎവ്വഗ. വി. (ഗൻ, ഗാ, ഗം.) വി. ന. എല്ലാടത്തും വ്യാപിക്കുന്ന.

സൎവ്വഗൻ. ന. ൧, വിഷ്ണു. ൨, ശിവൻ. ൩, ആത്മാവു.

സൎവ്വഗാ. ന. ഒരു തൈ, പ്രിയംഗു.

സൎവ്വഗം. ന. വെള്ളം.

സൎവ്വജിൽ. ന. ൧, എല്ലാററിനെയും ജയിക്കുന്നവൻ. ൨, അറുപതിൽ ഇരുപത്തൊന്നാം വൎഷം.

സൎവ്വജ്ഞ. വി. (ജ്ഞൻ, ജ്ഞാ, ജ്ഞം.) വി. ന. സകലത്തെയും അറിയുന്ന.

സൎവ്വജ്ഞൻ. ന. ൧, ദൈവം, ശിവൻ. ൨, ബുദ്ധമുനി.

സൎവ്വതസ്സു. അ. ൧, ചുററും. ൨, മുഴുവനും.

സൎവ്വതാപനൻ. ന. കാമദേവൻ.

സൎവ്വതോഭദ്ര. ന. (ദ്രൻ, ദ്രാ, ദ്രം.) വി. ന. എല്ലാടത്തും നന്നായുള്ള.

സൎവ്വതോഭദ്രാ. ന. ൧, പെരുംകുമിൾ. ൨, ആട്ടക്കാരത്തി.

സൎവ്വതോഭദ്രം. ന. ൧, ചതുരശ്രമായി നാലുപുറത്തും വാതിലുള്ള അമ്പലമൊ രാജധാനിയൊ. ൨, വേപ്പുവൃക്ഷം. ൩, വിഷ്ണുവിന്റെ രഥം. ൪, അഗ്നിഭേദം. ൫, ശ്രദ്ധാൎത്ഥവാക്ക. ൬, മുള, ഇല്ലി.

സൎവ്വതോമുഖൻ ന. ൧, ശിവൻ. ൨, ബ്രഹ്മാവു. ൩, ബ്രാഹ്മണൻ. ൪, ആത്മാവു.

സൎവ്വതോമുഖം. ന. ൧, വെള്ളം. ൨, ആകാശം. ൩, സ്വൎഗ്ഗം. വി. എല്ലാവശത്തുംകൂടിയും.

സൎവ്വത്ര. അ. ൧, എല്ലാടവും. ൨, എല്ലായ്പോഴും.

സൎവ്വഥാ. അ. ൧, എല്ലാപ്രകാരത്തിലും. ൨, എല്ലായ്പോഴും. ൩, ഏററവും.

സൎവ്വദാ. അ. എല്ലായ്പോഴും.

സൎവ്വദൃക്ക. വി. (ദൃിക്കു.) വി. ന. എല്ലാം കാണുന്ന.

സൎവ്വധാരി. ന. അറുപതിൽ ഇരുപത്തുരണ്ടാം സംവത്സരം.

സൎവ്വധുരാവഹൻ. ന. വണ്ടിവലിക്കയുംമററും ചെയ്യുന്ന കാള.

സൎവ്വധുരീണൻ. ന. മേല്പറഞ്ഞ അൎത്ഥം.

സൎവ്വ. വി. (ൎവ്വൻ, ൎവ്വാ, ൎവ്വം.) വി. ന. മുഴുവനായ, എല്ലാം.

സൎവ്വൻ. ന. ൧, ശിവൻ. ൨, വിഷ്ണു.

സൎവ്വഭക്ഷ. വി. (ക്ഷൻ, ക്ഷാ, ക്ഷം.) വി. ന. എല്ലാററിനെയും ഭക്ഷിക്കുന്ന.

സൎവ്വഭക്ഷാ. ന. പെണ്ണാടു.

സൎവ്വമംഗലാ. ന. പാൎവ്വതി.

സൎവ്വമയ. വി. (യൻ, യാ, യം.) വി. ന. എല്ലാടവും നിറഞ്ഞ.

സൎവ്വമാന്യം. ന. കരമൊഴിവായ വസ്തു.

സൎവ്വംസഹാ. ന. ഭൂമി.

സൎവ്വരസൻ. ന. സമൎത്ഥൻ, വിദ്വാൻ.

സൎവ്വരസം. ന. ൧, ഉപ്പു. ൨, ഉപ്പുരസം. ൩, ചെഞ്ചല്യം.

സൎവ്വല. ന. ഇരിമ്പുപാര.

സൎവ്വലിംഗി. ന. സത്യമതവിപരീതക്കാരൻ, പാഷണ്ഡൻ.

സൎവ്വവല്ലഭൻ. ന. എല്ലാത്തരത്തിലും സമൎത്ഥനായുള്ളരക്ഷകൻ, ഠംഭചരൻ.

സൎവ്വവല്ലഭാ. ന. വേശ്യാസ്ത്രീ.

സൎവ്വവ്യാപി. വി. (പീ, പിനീ, പി.) വി. ന. എല്ലാടവും വ്യാപിച്ച.

സൎവ്വശഃ. അ. എല്ലാപ്രകാരത്തിലും, പരക്കെ.

സൎവ്വസന്നാഹം. ന. പൂൎണ്ണസേനയെ കൂട്ടുക.

സൎവ്വസ്വാദ്ധ്യ. വി. (ദ്ധ്യൻ, ദ്ധ്യാ, ദ്ധ്യം.) വി. ന. എല്ലാ സമ്പത്തുകളുമുള്ള.

സൎവ്വസാക്ഷി. വി. (ക്ഷി, ക്ഷിണി, ക്ഷി.) വി. ന. എല്ലാററിനും സാക്ഷിയായ.

സൎവ്വസ്വം. ന. ൧, ഒരുത്തന്റെ വസ്തുവക മുഴുവനും, എന്തിന്റെ എങ്കിലും സാരം.

സൎവ്വാംഗം. ന. ൧, ശരീരം മുഴുവനും. ൨, എല്ലാ അംഗങ്ങളും.

സൎവ്വാംഗസുന്ദര. വി. (രൻ, രി, രം.) വി. ന. എല്ലാ അവയവങ്ങൾക്കും സൌന്ദൎയ്യമുള്ള.

സൎവ്വാണി. ന. പാൎവ്വതി, ശൎവ്വാണി, (മ.) ൧, ബ്രാഹ്മണൎക്കെല്ലാവൎക്കും പണം കൊടുക്കുക. ൨, ഇരപ്പാളികൾക്കു കൊടുക്കുന്ന സദ്യ.

സൎവ്വാത്മനാ. പൂൎണ്ണമനസ്സോടുകൂടി.

സൎവ്വാധികാരി. ന. എല്ലാററിനും അധികാരമുള്ളവൻ.

സൎവ്വാധികാൎയ്യക്കാർ. ന. പ്രധാനപ്പെട്ട ഒരുദ്യോഗസ്ഥൻ.

സൎവ്വാധികാൎയ്യം. ന. സൎവ്വാധികാൎയ്യക്കാരന്റെ ഉദ്യോഗം.

സൎവ്വാധിപത്യം. ന. സകലത്തിന്റെയും അധിപതിയുടെ അവസ്ഥ.

സൎവ്വാദ്ധ്യക്ഷൻ. ന. സൎവ്വാധികാൎയ്യക്കാരൻ.

സൎവ്വാദ്ധ്യക്ഷം. ന. സൎവ്വാധികാൎയ്യക്കാരന്റെ അധികാരം.

സൎവ്വാനുഭൂതി. ന. ത്രികോല്പകൊന്ന.

സൎവ്വാന്തൎയ്യാമി. ന. സൎവ്വവ്യാപി.

സൎവ്വാന്നഭക്ഷക. വി. (കൻ, കാ, കം.) വി. ന. എല്ലാ മാതിരി ഭക്ഷണ വസ്തുക്കളെയും ഭക്ഷിക്കുന്ന.

സൎവ്വാന്നഭോജി. വി. (ജീ, ജിനീ, ജി.) വി. ന. മേല്പറഞ്ഞ അൎത്ഥം.

സൎവ്വാന്നീന. വി. (നൻ, നാ, നം.) വി. ന. എല്ലാ മാതിരി ഭക്ഷണവസ്തുക്കളെയും ഭക്ഷിക്കുന്ന.

സൎവ്വാഭിസന്ധി. ന. മായസ്സന്യാസി.

സൎവ്വാഭിസാരൻ. ന. പൂൎണ്ണസേനയെ കൂട്ടുന്നവൻ.

സൎവ്വാഭിസാരം. ന. പൂൎണ്ണസേനയെ കൂട്ടുക.

സൎവ്വാൎത്ഥസിദ്ധൻ. ന. ബുദ്ധമുനി.

സൎവ്വാൎത്ഥസിദ്ധി. ന. ഒരു രാജാവു.

സൎവ്വേശ്വരൻ. ന. ശിവൻ, ദൈവം.

സൎവ്വേശ്വരി. ന. പാൎവ്വതി.

സൎവ്വൌഘൻ. ന. പൂൎണ്ണസേനയെ കൂട്ടുന്നവൻ.

സൎവ്വൌഘം. ന. ൧, പൂൎണ്ണസേനയെ കൂട്ടുക. ൨, അതിവേഗം.

സൎവ്വോപരി. അ. എല്ലാററിനും മുമ്പായി.

സൎവ്വോപാധി. ന. എല്ലാരൂപങ്ങളും.

സൎവ്വോന്മുഖ. വി. പല മുഖങ്ങളുള്ള.

സൎഷപം. ന. ൧, ചെറുകടുക. ൨, ഒരു വക വിഷം.

സല. ന. ആകത്തുക.

സലക്ഷണ. വി. (ണൻ, ണാ, ണം.) വി. ന. ലക്ഷണത്തോടുകൂടിയ.

സലാം. ന. ൧, സമാധാനം. ൨, വന്ദനം.

സലിലനിധി. ന. സമുദ്രം.

സലിലം. ന. വെള്ളം.

സലീലം. അ. കളിയായിട്ടു, പ്രയാസം കൂടാതെ.

സല്ലകി. ന. ഒരുന്തവൃക്ഷം.

സല്ലാപം. ന. സംഭാഷണം.

സല്ലാപിക്കുന്നു. ച്ചു. പ്പാൻ. (സല്ലാപി.) അ. ക്രി. നല്ല വൎത്തമാനം പറയുന്നു.

സല്ലീന. വി. ൧, നല്ലതിൽ ചേൎന്നിട്ടുള്ള. ൨, നല്ലപോലെ ചേൎന്ന.

സവനം. ന. ൧, കുളി. ൨, പുഴികുടി. ൩, പ്രസവം. ൪, യാഗം.

സവം. ന. ൧, യാഗം. ൨, സന്തതി. ൩, വെള്ളം. ൪, പൂന്തേൻ.

സവയസ്സ്. വി. (ത്രിലി.) വി. ന. തുല്യ വയസ്സുള്ള.

സവയസ്സ്. ന. സ്നേഹിതൻ, ചങ്ങാതി.

സവൎണ്ണ. വി. ഒരേ നിറത്തിലൊ ജാതിയിലൊ ഉള്ള.

സവിതാവു. ന. ആദിത്യൻ.

സവിത്രീ. ന. ൧, അമ്മ. ൨, പശു.

സവിധ. വി. (ധൻ, ധാ, ധം.) വി. ന. ൧, അടുത്തുള്ള. ൨, തുല്യജാതിയായുള്ള.

സവിധം. ന. സമീപം.

സവിസ്മരം. അ. വിസ്മരിച്ച്.

സവിസ്മയ. വി. (യൻ, യാ, യം.) വി. ന. അത്ഭുതത്തോടു കൂടിയ.

സവേശ. വി. (ശൻ, ശാ, ശം.) വി. ന. ൧, സമീപത്തുള്ള. ൨, അലങ്കരിച്ച.

സവ്യ. വി. (വ്യൻ, വ്യാ, വ്യം.) വി. ന. ഇടത്തെ, ഇടത്തുള്ള.

സവ്യൻ. ന. വിഷ്ണു.

സവ്യം. ന. ഇടത്തുകൈ.

സവ്യസാചി. ന. അൎജ്ജുനൻ.

സവ്യാനം. ന. ഉത്തരീയം.

സവ്യേഷ്ഠാവു. അല്ലെങ്കിൽ, **സവ്യേഷ്ഠൻ.** ന. തേർ നടത്തുന്നവൻ.

സശ്രദ്ധ. വി. (ദ്ധൻ, ദ്ധാ, ദ്ധം.) വി. ന. ശ്രദ്ധയുള്ള.

സസ്യമഞ്ജരി. ന. നെല്ലിന്റെ ഓക.

സസ്യം. ന. ൧, വൃക്ഷങ്ങളുടെ ഫലം. ൨, ധാന്യം. ൩, ചെടികൾ.

സസ്യസംവരം. ന. മരുതുവൃക്ഷം.

സഹ. വി. (ഹൻ, ഹാ, ഹം.) വി. ന. സഹിക്കുന്ന, ക്ഷമയുള്ള.

സഹാ. ന. ൧, ഭൂമി. ൨, ചെറുകുറിഞ്ഞി. ൩, കാട്ടുപയറു.

സഹം. ന. ൧, ധനുമാസം. ൨, ബലം.

സഹ. അ. കൂടെ.

സഹകാരം. ന. തേന്മാവു.

സഹകാരി; (—രിണി). ന. ഒത്താശ ചെയ്യുന്നവൻ; (—വൾ).

സഹഗമനം. ന. ൧, കൂടെ പോക. ൨, ഉടന്തടി.

സഹചര. വി. (രൻ, രി, രം.) വി. ന. കൂടെ സഞ്ചരിക്കുന്ന.

സഹചരൻ. ന. കൂട്ടുകാരൻ.

സഹചരം. ന. കരിങ്കുറിഞ്ഞി.

സഹചരീ. ന. ൧, ഭാൎയ്യ. ൨, തോഴി. ൩, ചെറുകുറിഞ്ഞി.

സഹചാരി. വി. (രീ, രിണി, രി.) വി. ന. കൂടെനടക്കുന്ന.

സഹജ. വി. (ജൻ, ജാ, ജം.) വി. ന. കൂടെജനിച്ച.

സഹജൻ. ന. അനുജൻ.

സഹജാ. ന. അനുജത്തി.

സഹജാരി. ന. സ്വഭാവേനയുള്ള ശത്രു.

സഹദേവൻ. ന. പാണ്ഡവന്മാരിൽ അഞ്ചാമൻ.

സഹദേവി. ന. ഒരു പച്ചമരുന്നു, പൂവാങ്കുറുന്തൽ.

സഹധൎമ്മം. ന. വിവാഹം.

സഹധൎമ്മിണി. ന. ഭാൎയ്യ.

സഹന. വി. (നൻ, നാ, നം.) വി. ന. ക്ഷമയുള്ള. **സഹനത.** ഗു. ന. ക്ഷമ.

സഹനം. ന. ക്ഷമ.

സഹപാഠി. ന. കൂടെ പഠിക്കുന്ന ആൾ.

സഹപാനം. ന. കൂടെക്കുടിക്ക.

സഹഭാവി. ന. കൂട്ടുകാരൻ.

സഹഭോജനം. ന. കൂടെ ഭക്ഷിക്ക.

സഹയാനം. ന. കൂടെപ്പോക.

സഹവാസം. ന. കൂടെപ്പാൎക്ക.

സഹസ്സ്. ന. ൧, ധനുമാസം. ൨, ബലം. ൩, പ്രകാശം.

സഹസാ. അ. ൧, വേഗം. ൨, വിചാരിക്കാതെ. ൩, ബലത്തോടെ. ൪, പെട്ടന്നു. ൫, പുഞ്ചിരിയോടുകൂടി.

സഹസ്യം. ന. ധനുമാസം.

സഹസ്രകിരണൻ. ന. ആദിത്യൻ.

സഹസ്രദംഷ്ട്രം. ന. ഒരുവക മത്സ്യം.

സഹസ്രനാമം. ന. വിഷ്ണുവിന്റെയൊ ശിവന്റെയൊ ആയിരം നാമം.

സഹസ്രനേത്രൻ. ന. ഇന്ദ്രൻ.

സഹസ്രപത്രം. ന. താമര.

സഹസ്രഭോജനം. ന. ആയിരം പേൎക്കു കൊടുക്കുന്ന ഭക്ഷണം.

സഹസ്രം. ന. ആയിരം.

സഹസ്രരശ്മി. ന. ആദിത്യൻ.

സഹസ്രലോചനൻ. ന. ഇന്ദ്രൻ.

സഹസ്രവീൎയ്യ. ന. കറുക.

സഹസ്രവേധി. ന. ൧, സഹസ്രവേധികുപ്പ. ൨, പെരുങ്കായം. ൩, പുളിയാരൽ.

സഹസ്രാംശു. ന. ആദിത്യൻ.

സഹസ്രാക്ഷൻ. ന. ഇന്ദ്രൻ.

സഹസ്രി. വി. (സ്രീ, സ്രിണി, സ്രി.) വി. ന. ആയിരമുള്ള.

സഹസ്രി. ന. ൧, ആയിരം പേരുകൂടിയ ഒരു പട്ടാളം. ൨, ആയിരം പേൎക്കു യജമാനൻ.

സഹസ്രേക്ഷണൻ. ന. ഇന്ദ്രൻ.

സഹായത. ന. ൧, സഹായക്കാരുടെ കൂട്ടം. ൨, സഹായഭാവം.

സഹായത്വം. ന. സഹായഭാവം.

സഹായൻ. ന. കൂട്ടുകാരൻ.

സഹായം. ന. ൧, തുണ. ൨, ഉപകാരം. ൩, കൃപ. ൪, വിലക്കാവു. ൫, രക്ഷണം.

സഹായവൽ. വി. (വാൻ, വതി, വൽ.) വി. ന. സഹായമുള്ള.

സഹായി. ന. കൂട്ടുകാരൻ.

സഹായിക്കുന്നു. ച്ചു. പ്പാൻ. (സഹായി.) അ. ക്രി. തുണെക്കുന്നു.

സഹാരം. ന. ൧, മാവു. ൨, മാങ്ങ.

സഹിക്കുന്നു. ച്ചു. പ്പാൻ. (സഹി.) സ. ക്രി. ൧, അനുഭവിക്കുന്നു. ൨, ക്ഷമിക്കുന്നു.

സഹിത. വി. (തൻ, താ, തം.) വി. ന. കൂടിയ, കൂടെയുള്ള.

സഹിത്രം. ന. ക്ഷമ.

സഹിയാൎയ്യ. ന. സഹിച്ചുകൂടായ്ക.

സഹിഷ്ണു. വി. (ത്രിലി.) വി. ന. ക്ഷമയുള്ള. **സഹിഷ്ണുത.** ഗു. ന. ക്ഷമ.

സഹൂരി. ന. ആദിത്യൻ.

സഹൃദയ. വി. (യൻ, യാ, യം.) വി. ന. ൧, ദയയുള്ള. ൨, വിദ്യയുള്ള.

സഹൃദയൻ. ന. വിദ്വാൻ.

സഹോക്തി. ന. ഒരലങ്കാരം.

സഹോദരൻ. ന. ൧, ജ്യേഷ്ഠൻ. ൨, അനുജൻ.

സഹോദരി. ന. ൧, ജ്യേഷ്ഠത്തി. ൨, അനുജത്തി.

സഹോരൻ. ന. ഭക്തിയുള്ളവൻ, ശ്രേഷ്ഠൻ.

സഹ്യ; സഹനീയ. വി. (ഹ്യൻ, ഹ്യാ, ഹ്യം.) വി. ന. ⁂, സഹിക്കപ്പെടുവാൻ തക്ക. ⁂, സമമാക്കപ്പെടുവാൻ തക്ക. ⁂, ക്രട്ടപ്പെടുവാൻ തക്ക. ⁂, ചേരുവാൻ തക്ക.

സഹ്യം. ന. ഒരു പൎവ്വതം.

സക്ഷത. വി. മുറിവേററ.

സാ

സാ. ന. പ. അവൾ.

സാ. ന. ⁂, ലക്ഷ്മി. ⁂, പാൎവ്വതി.

സാകം. അ. കൂടെ.

സാകല്യം. ന. മുഴുവൻ.

സാകലം. അ. ആകുലഭാവത്തോടു കൂടി.

സാക്കൂതം. അ. ⁂, ഉദ്ദേശ്യത്തോടുകൂടി. ⁂, ശ്രദ്ധയോടുകൂടി. ⁂, വിലാസത്തോടുകൂടി.

സാകേതം. ന. ഒരു രാജ്യം, അയോദ്ധ്യ.

സാങ്കൎയ്യം. ന. സമ്മിശ്രത, കുഴപ്പം.

സാങ്കേതിക. വി. ⁂, അടയാളത്തോടുകൂടിയ. ⁂, കൈത്തൊഴിൽ സംബന്ധിച്ച.

സാങ്ക്രമികരോഗം. ന. പകരുന്ന ദീനം.

സാഗരം. ന. ⁂, സമുദ്രം. ⁂, ഒരുവക മാൻ.

സാംഖ്യ. വി. (ഖ്യൻ, ഖ്യാ, ഖ്യം.) വി. ന. എണ്ണപ്പെടുവാൻ തക്ക.

സാംഖ്യം. ന. ഒരു മതം, ഒരു യോഗശാസ്ത്രം.

സാംഗ. വി. (ഗൻ, ഗാ, ഗം.) വി. ന. അംഗത്തോടുകൂടിയ.

സാംഗോപാംഗ. വി. അംഗങ്ങളും ഉപാംഗങ്ങളും ഉള്ള. സാംഗോപാംഗൻ. ന. വേദസ്വരൂപൻ, മഹാവിഷ്ണു.

സാംഗ്രാമിക. വി. (കൻ, കീ, കം.) വി. ന. യുദ്ധസാമൎത്ഥ്യമുള്ള.

സാംഗ്രാമികൻ. ന. സേനാപതി.

സാംയാത്രികൻ. ന. കടൽകച്ചവടക്കാരൻ.

സാചി. അ. വളഞ്ഞ.

സാചിവ്യം. ന. ⁂, ശുശ്രൂഷ. ⁂, സ്നേഹം.

സാചീകൃത. വി. (തൻ, താ, തം.) വി. ന. ⁂, വളച്ചുണ്ടാക്കപ്പെട്ട. ⁂, വക്രത്തിരിക്കുന്ന.

സാചീകൃതം. ന. മനസ്സിന്റെ വിപരീതത, പക്ഷഭേദം.

സാടോപം. അ. ഡംഭോടുകൂടി, ഗൌരവഭാവത്തിൽ.

സാൽ. പദാന്ത്യത്തിൽ ചേൎക്കുന്ന ഒരു തദ്ധിതപ്രത്യയം. മുൻപദാൎത്ഥമായിത്തീൎന്ന എന്ന അൎത്ഥംസിദ്ധിപ്പിക്കുന്നു. ഉ—ം. ഭസ്മസാൽകൃതം (ഭസ്മമാക്കിത്തീൎത്തതു).

സാത. വി. (തൻ, താ, തം.) വി. ന. ⁂, കൊടുക്കപ്പെട്ട. ⁂, നശിക്കപ്പെട്ട.

സാതം. ന. സന്തോഷം, സുഖം.

സാതത്യം. വി. മുടങ്ങാതെയുള്ള.

സാതല. ന. ഒരു മരുന്നു, ചൎമ്മലന്ത.

സാതി. ന. ⁂, അവസാനം. ⁂, ദാനം. ⁂, നാശം. ⁂, അതിവേദന.

സാതിസാര. വി. (രൻ, രാ, രം.) വി. ന. അതിസാരമുള്ള.

സാത്വിക. വി. (കൻ, കാ, കം.) വി. ന. ⁂, താനേയുള്ള, നിശ്ചയമുള്ള. ⁂, സത്വഗുണത്തെ സംബന്ധിച്ച.

സാത്വികൻ. ന. ⁂, ബ്രഹ്മാവു. ⁂, നാട്യത്തിൽ പറയുന്ന ഒരു ഭാവഭേദം.

സാദം. ന. ⁂, ശുദ്ധി. ⁂, തളൎച്ച, ആലസ്യം. ⁂, നാശം.

സാദരം. അ. ആദരവോടുകൂടി.

സാദി. ന. ⁂, തേരാളി. ⁂, കുതിരക്കാരൻ. ⁂, ആനക്കാരൻ. ⁂, യുദ്ധശാലി.

സാദൃശ്. വി. (ശ്യൻ, ശ്യാ, ശ്യം.) വി. ന. തുല്യമായ.

സാദൃശ്യം. ന. തുല്യം.

സാധക. വി. (കൻ, കാ, കം.) വി. ന. സാധിക്കുന്ന, നിവൃത്തിക്കുന്ന.

സാധനദൂഷണം. ന. വസ്തുക്കളുടെ കുററം.

സാധനം. ന. ⁂, കാൎയ്യനിവൃത്തി. ⁂, വസ്തു. ⁂, ആയുധം. ⁂, കാരണം. ⁂, ലിംഗം. ⁂, ഗമനം. ⁂, അനുചരണം. ⁂, വധം. ⁂, ശേഷക്രിയ. ⁂, ഒരു മരുന്നു. ⁂, ദ്രവ്യം. ⁂, സേന. ⁂, സ്നേഹം. ⁂, രസം കൊല്ലുക. (മ.) ചെറിയ ഉദ്യോഗസ്ഥന്മാർ വലിയ ഉദ്യോഗസ്ഥന്മാൎക്കു എഴുതുന്ന എഴുത്തു.

സാധാരണ. വി. (ണൻ, ണാ, ണീ, ണം.) വി. ന. സാമാന്യമായുള്ള.

സാധാരണ. ന. അറുപതിൽ നാല്പത്തുനാലാം സംവത്സരം.

സാധാരണി. ന. ഒരു മാതിരി ഓടാമ്പൽ.

സാധാരണം. ന. നടപ്പുള്ള ചട്ടം.

സാധാരണധൎമ്മം. ന. നടപ്പുള്ള ആചാരം.

സാധാരണ്യം. ന. ⁂, സാധാരണസ്ഥിതി. ⁂, പൊതുക്കാൎയ്യം. ⁂, ഏവൎക്കുമുള്ള അവകാശം.

സാധിക്കുന്നു. ച്ചു. പ്പാൻ. (സാധി.) സ. ക്രി. ⁂, ലഭിക്കുന്നു. ⁂, തീരുന്നു. സാധിപ്പിക്കുന്നു. കാ. ക്രി.

സാധിത. വി. (തൻ, താ, തം.) വി. ന. ⁂, സാധിപ്പിക്കപ്പെട്ട. ⁂, ലഭിപ്പിക്കപ്പെട്ട. ⁂, നിവൃത്തിക്കപ്പെട്ട.

സാധിപ്പു. ന. നിവൃത്തിപ്പു.

സാധിഷ്ഠ. വി. (ഷ്ഠൻ, ഷ്ഠാ, ഷ്ഠം.) വി. ന ⁂, ഏററവും കടുപ്പമുള്ള. ⁂, യോഗ്യമായുള്ള.

സാധീയസ്സ. വി. (യാൻ, യസീ, യസ്സ.) വി. ന. മേല്പറഞ്ഞ അൎത്ഥം.

സാധു. (ധുഃ, ധുഃ, ധ്വീ, ധു.) വി. ന. ⁂, ബഹുമാനമുള്ള. ⁂, സുകൃതമുള്ള. ⁂, നേരുള്ള. ⁂, യോഗ്യമായുള്ള. ⁂, ശ്രേഷ്ഠതയുള്ള. ⁂, ഭംഗിയുള്ള. ⁂, നല്ല. സാധുത്വം. ഗു. ന. സാധുസ്വഭാവം.

സാധു. ന. മുനി, സന്ന്യാസി.

സാധുവാഹി. ന. ഇണങ്ങിയ കുതിര.

സാധുവൃത്തി. വി. (ത്രിഷു.) വി. ന. സുകൃതമുള്ള.

സാധുവൃത്തി. ന. ഭാരതഖണ്ഡത്തിലെ ആചാരം.

സാധുശീല. വി. (ലൻ, ലാ, ലം.) വി. ന. നല്ലശീലമുള്ള.

സാദ്ധ്യനാമം. ന. സാദ്ധ്യന്റെ പേർ.

സാദ്ധ്യ. വി. (ദ്ധ്യൻ, ദ്ധ്യാ, ദ്ധ്യം.) വി. ന. ⁂, സാധിക്കപ്പെടേണ്ടുന്ന. ⁂, നിവൃത്തിക്കത്തക്ക.

സാദ്ധ്യൻ. ന. ഉപദേവന്മാരിൽ ഒരു ജാതി.

സാദ്ധ്യം. ന. ⁂, കാൎയ്യം. ⁂, നിവൃത്തി. ⁂, നിത്യയോഗങ്ങളിൽ ഒന്നു.

സാദ്ധ്യസിദ്ധി. ന. നിവൃത്തി, അവസാനം.

സാദ്ധ്യസിദ്ധിപാഠം. ന. അവലാധി വിസ്തരിച്ചുണ്ടാക്കിയ തീൎപ്പു, വിധി.

സാദ്ധ്വസം. ന. ഭയം.

സാദ്ധ്വീ. ന. പാതിവ്രത്യമുള്ളവൾ.

സാനന്ദ. വി. (ന്ദൻ, ന്ദാ, ന്ദം.) വി. ന. ആനന്ദമുള്ള.

സാനന്ദം. അ. ആനന്ദത്തോടെ.

സാനസി. ന. പൊൻ.

സാനു. ന. ൧, പൎവ്വതശിഖരം. ൨, പൎവ്വതത്തിന്റെ മുകളിലുള്ള പരന്ന പ്രദേശം. ൩, കൊട്ടുകാററു. ൪, വിദ്വാൻ. ൫, സൂൎയ്യൻ.

സാനുജ. വി. (ജൻ, ജാ, ജം.) വി. ന. അനുജനോടൊ അനുജത്തിയോടൊ കൂടിയ.

സാനുമാൻ. ന. പൎവ്വതം.

സാന്തപനം. ന. പാപം കളയുന്നതിനുള്ള ഒരു വ്രതം.

സാന്ത്വനം. ന. നല്ലവാക്കുകൊണ്ടുള്ള യോജിപ്പ.

സാന്ത്വം. ന. ൧, തമ്മിൽ യോജിപ്പ, ഇണക്കം. ൨, സാമവാക്ക. ൩, സാമൎത്ഥ്യം.

സാന്ദൃഷ്ടികം. ന. തല്ക്കാലഫലം.

സാന്ദ്ര. വി. (ന്ദ്രൻ, ന്ദ്രാ, ന്ദ്രം.) വി. ന. ൧, കട്ടിയുള്ള. ൨, തിങ്ങിയ. ൩, ഉജ്വലമുള്ള. ൪, പരിപൂൎണ്ണതയുള്ള. ൫, കൊഴുത്ത, തടിച്ച.

സാന്ദ്രസ്നിഗ്ധ. വി. (ഗ്ധൻ, ഗ്ധാ, ഗ്ധം.) വി. ന. ഇടതിങ്ങി മിനുങ്ങിയുള്ള, കൊഴുത്ത.

സാന്നഹനിക. വി. (കൻ, കാ, കം.) വി. ന. പടവിളിക്കുന്ന, ആക്കുന്ന.

സാന്നഹനികൻ. ന. ആയുധം ധരിച്ചു പുറപ്പെടുന്നവൻ.

സാന്നായ്യം. ന. ഹോമത്തിന്നായിട്ടുള്ള നൈ.

സാന്നിധ്യം. ന. സമീപത.

സാന്നിപാതിക. വി. (കൻ, കീ, കം.) വി. ന. ൧, വാതപിത്ത കഫങ്ങൾ ഒരുമിച്ചു കോപിക്കുകൊണ്ടുണ്ടായ. ൨, പലതും ഒരുമിച്ചു കൂടിയുണ്ടായ.

സാപത്ന്യൻ. ന. ശത്രു.

സാപത്ന്യം. ന. സപത്നി സമൂഹം.

സാപ്തപദീനം. ന. ചങ്ങാതിത്വം.

സാഫല്യം. ന. ഫലിക്കുക.

സാമഗ്രീ. ന. ൧, സാമാനങ്ങളുടെ കൂട്ടം. ൨, വസ്തുവകകൾ.

സാമഗ്ര്യം. ന. ൧, തികവു, പൂൎണ്ണത. ൨, പരിവാരം.

സാമജ. വി. (ജൻ, ജാ, ജം.) വി. ന. സാമവേദത്തിൽനിന്ന ജനിച്ച.

സാമജം. ന. ആന.

സാമന്ത. വി. (ന്തൻ, ന്താ, ന്തം.) വി. ന. അതിരുള്ള.

സാമന്തൻ. ന. ൧, ഇടപ്രഭു. ൨, അയല്പ്പക്കാരൻ. ൩, അയല്പ്പക്കാരനായ രാജാവ.

സാമം. ന. ൧, മൂന്നാമത്തെ വേദം. ൨, ഒന്നാമത്തെ ഉപായം. ൩, സാവധാനത്തിലുള്ള സംസാരം.

സാമയിക. വി. (കൻ, കീ, കം.) വി. ന. സമയത്തിന്നു ചേൎന്ന.

സാമൎത്ഥ്യം. ന. മിടുക്ക.

സാമവായികൻ. ന. പ്രധാനമന്ത്രി.

സാമവേദജ്ഞ. വി. (ജ്ഞൻ, ജ്ഞാ, ജ്ഞം.) വി. ന. സാമവേദം പഠിച്ച.

സാമവേദം. ന. മൂന്നാമത്തെ വേദം.

സാമവേദവിൽ. വി. (ത്രിഷു.) വി. ന. സാമവേദം പഠിച്ച.

സാമവേദി. വി. (ദീ, ദിനി, ദി.) വി. ന. സാമവേദമുള്ള.

സാമശേഷം. ന. സാമം ഒഴിച്ചുള്ള ഉപായങ്ങൾ.

സാമാജികൻ. ന. സഭയിൽ കൂടിനടക്കുന്നവൻ.

സാമാൻ. അല്ലെങ്കിൽ, **സാമാനം**. ന. വസ്തു.

സാമാന്യ. വി. (ന്യൻ, ന്യാ, ന്യം.) വി. ന. സാധാരണമായുള്ള, നടപ്പായുള്ള.

സാമാന്യം. ന. ൧, മാതിരി, തരം. ൨, നടപ്പായുള്ളതു. ൩, ഒരലങ്കാരം.

സാമാന്യശാസനം. ന. പൊതുവിലുള്ള കല്പന.

സാമാന്യേന. അ. പൊതുവായി, നടപ്പായി.

സാമി. അ. ൧, അൎദ്ധം, പാതി. ൨, നിന്ദയോടെ.

സാമിധേനി. ന. യാഗാഗ്നിയിൽ ചമതയിടുമ്പോൾ ചൊല്ലുന്ന ഒരു മന്ത്രം.

സാമീപ്യം. ന. സമീപത.

സാമുഖ്യം. ന. സാന്നിധ്യം.

സാമുദ്ര. വി. (ദ്രൻ, ദ്രാ, ദ്രം.) വി. ന. സമുദ്രത്തിൽനിന്നുണ്ടായ.

സാമുദ്രം. ന. ൧, മറുക. ൨, ഉപ്പ. ൩, കടൽനാക്ക.

സാമുദ്രിക. വി. (കൻ, കീ, കം.) വി. ന. മറുകോടു സംബന്ധിച്ച.

സാമുദ്രികൻ. ന. ലക്ഷണം പറയുന്നവൻ.

സാമുദ്രികം. ന. ൧, ദേഹത്തേലുള്ള മറുകൊ വരയൊ നോക്കി ലക്ഷണം പറയുക. ൨, ഒരു ഗ്രന്ഥം.

സാമുദ്രികാലക്ഷണം. ന. ഒരു ശാസ്ത്രഗ്രന്ഥം.

സാമോദ. വി. (ദൻ, ദാ, ദം.) വി. ന. സന്തോഷമുള്ള.

സാമോദം. അ. സന്തോഷത്തോടു കൂടെ.

സാമോപായം. ന. ഉപായം നാലുള്ളതിൽ ഒന്നാമത്തതു.

സാമ്പരായം. ന. ൧, ആപത്തു. ൨, യുദ്ധം. ൩, ഉത്തരകാലം.

സാമ്പരായിക. വി. (കൻ, കാ, കം.) വി. ന. ൧, പാരത്രികമായ. ൨, ആപത്തായ.

സാമ്പരായികം. ന. യുദ്ധം.

സാമ്പ്രതം. അ. ൧, ഇപ്പോൾ. ൨, യുക്തമായി.

സാമ്പ്രദായിക. വി. പരമ്പരന്യായാനുസരണമായ.

സാമ്പ്രാണി. ന. സുഗന്ധമുള്ള ഒരു പശ.

സാമ്പ്രാണിത്തൈലം. ന. സാമ്പ്രാണിയിൽനിന്നെടുക്കുന്ന എണ്ണ.

സാമ്പ്രാണിധൂപം. ന. സാമ്പ്രാണി കൊണ്ടു പുകെക്കുക.

സാമ്യം. ന. തുല്യം, സമത്വം.

സാമ്രാജ്യം. ന. വലിയ രാജ്യാധികാരം.

സായകം. ന. ൧, അമ്പു. ൨, വാൾ.

സായം. ന. അസ്തമനസന്ധ്യ.

സായങ്കാലം. ന. അസ്തമനസന്ധ്യ.

സായന്തന. വി. അസ്തമനസന്ധ്യാ, അസ്തമനസന്ധ്യയെ സംബന്ധിച്ച.

സായാഹ്നം. ന. സന്ധ്യാസമയം.

സായൂജ്യം. ന. ൧, വേൎപെടാത്ത ചേൎച്ച, ദൈവത്തോടു ചേൎന്നൊന്നാക. (നാലു മുക്തികളിലൊന്നു). ൨, തുല്യത.

സാഷ്യൂ. ന. ൧, ഇംഗ്ലണ്ടിലുമ്മററുമുള്ള ചില കീഴ്ക്കുളിലെ മാനമുള്ളവൎക്കു പറയുന്ന പേർ. ൨, പട്ടാണികളുടെ ഒരു സ്ഥാനപ്പേർ.

സാരംഗ. വി, (ഗൻ, ഗീ, ഗം.) വി. ന. പലനിറമുള്ള.

സാരംഗം. ന. ൧, പക്ഷി. ൨, മാൻ. ൩, ആന. ൪, കട. ൫, പലനിറം. ൬, വസ്ത്രം. ൭, മേഘം. ൮, മയിൽ. ൯, പൊൻ. ൧൦, രത്നം. ൧൧, കർപ്പൂരം. ൧൨, ഒരു പൂവു. ൧൩, കയിൽ.

സാരംഗി. ന. ഒരുവക വീണ.

സാരജ്ഞ. വി. (ജ്ഞൻ, ജ്ഞാ, ജ്ഞം.) വി. ന. സാരത്തെ അറിഞ്ഞ.

സാരണം. ന. ഒരു മീനം, അതിസാരം.

സാരണൻ. ന. രാവണന്റെ ഒരു ദൂത്യൻ.

സാരണി. ന. ൧, ചെറിയ പുഴ, തോട്ട. ൨, ഒരു പച്ചമരുന്നു.

സാരണ്ഡം. ന. സപ്പത്തിന്റെ മുട്ട.

സാരഥി. ന. സൂതൻ, തേർ നടത്തുന്നവൻ.

സാര. വി.(രൻ, രാ, രം.) വി. ന. ശ്രേഷ്ഠതയുള്ള, വിശേഷമായ. **സാരത.** ശ്ശ. ന. സാരം.

സാരം. ന. ൧, കാതൽ. ൨, ശക്തി. ൩, കാട്ടുസാരം. ൪, കൊഴുപ്പ. ൫, ഉറപ്പ. ൬, തൈരിന്റെ പാട. ൭, ശൌര്യം. ൮, സംപത്തു. ൯, വെള്ളം.

സാരമേയം. ന. പട്ടി.

സാരരഹിത. വി. (തൻ, താ, തം.) വി. ന. സാരമില്ലാത്ത.

സാരവ വി. (വൻ, വി, വം.) വി. ന. സരയുനദിയിലുണ്ടായ.

സാരസനം. ന. ഉടഞാൺ.

സാരസം. ന. ൧, ആമ്പൽ. ൨, വണ്ടാരക്കോഴി. ൩, ഉടഞാൺ.

സാരസി. ന. ഒരുമാതിരി വസ്ത്രം.

സാരസ്വതി. ന. നന്ദി.

സാരസ്യം. ന. സരസന്റെ അവസ്ഥ.

സാരസ്വത. വി. (തൻ, താ, തം.) വി. ന. ൧, സാരസ്വത ദേശത്തെ സംബന്ധിച്ച. ൨, വാഗ്മിത്വമുള്ള. ൩, സരസ്വതിയെ സംബന്ധിച്ച.

സാരസ്വതം. ന. ഡില്ഹിയുടെ വടക്കുപടിഞ്ഞാറെ ഭാഗം.

സാരാംശം. ന. നല്ലഭാഗം.

സാരി. ന. ചതുരംഗക്കളിയിലെക്കാലാൾ.

സാരിക. ന. കിളി, ശാരിക.

സാരൂപ്യം. ന. ൧, ദൈവസാരൂപ്യത്തെ പ്രാപിക്ക. ൨, തുല്യത.

സാരോപദേശം. ന. നല്ല ഉപദേശം, സാരമുള്ള ഉപദേശം.

സാൎത്ഥ. വി. (ത്ഥൻ, ത്ഥാ, ത്ഥം.) വി. ന. അൎത്ഥത്തോടു കൂടിയ.

സാൎത്ഥനാമം. ന. അൎത്ഥമുള്ള പേര. **സാൎത്ഥനാമാവു.** അപ്രകാരമുള്ള പേരോടുകൂടിയവൻ.

സാൎത്ഥം. ന. ജന്തുക്കളുടെ കൂട്ടം, കച്ചവടസംഘം.

സാൎത്ഥവാഹൻ. ന. കച്ചവടക്കാരൻ, ചെട്ടി.

സാൎദ്ര. വി. (ദ്രൻ, ദ്രാ, ദ്രം.) വി. ന. നനഞ്ഞ.

സാൎദ്ധ. വി. (ദ്ധൻ, ദ്ധാ, ദ്ധം.) വി. ന. അൎദ്ധത്തോടുകൂടിയ.

സാൎദ്ധം. അ. കൂടെ.

സാൎവ്വകാലികം. വി. (കൻ, കീ, കം.) വി. ന. സൎവ്വകാലവുമുള്ള, എല്ലാപ്പോഴുമുള്ള.

സാൎവ്വത്രികം. വി. സാധാരണയായ, എല്ലാ സന്ദൎഭങ്ങൾക്കുമുതകിയ.

സാൎവ്വഭൌമ. വി. (മൻ, മീ, മം.) വി. ന. ഭൂലോകത്തെസ്സംബന്ധിച്ച.

സാൎവ്വഭൌമൻ. ന. ൧, വൈശ്രവണന്റെ ആന. ൨, ചക്രവൎത്തിരാജാവു.

സാൎവ്വവേദ്യൻ. ന. വേദങ്ങളിൽ പാരംഗതൻ.

സാലഗ്രാമം. ന. ഗണ്ഡകനദിയിലുള്ള ഒരുമാതിരി കല്ല.

സാലപൎണ്ണി. ന. ൧, ഒരു പൂച്ചെടി. ൨, നൃത്യരത്തി.

സാലഭഞ്ജിക. ന. കൊത്തിയുണ്ടാക്കിയ രൂപം, പാവ.

സാലം. ന. ൧, മതിൽ. ൨, മരുതു. ൩, വൃക്ഷം.

സാലവാഹനൻ. ന. ശാലിവാഹനൻ എന്ന രാജാവു.

സാലശൃംഗം. ന. മതിലിന്റെ മുകൾഭാഗം.

സാലാവൃകം. ന. ൧, പട്ടി. ൨, ചെന്നായ്. ൩, കുറുക്കൻ.

സാലുവ. ന. രോമംകൊണ്ടുണ്ടാക്കുന്ന ഒരു വിശേഷ വസ്ത്രം.

സാലോക്യം. ന. ദൈവത്തിന്റെ ലോകത്തുള്ളകൂടെ പാൎക്ക.

സാല്വ. വി. (ല്വൻ, ല്വാ, ല്വം.) വി. ന. സാല്വരാജ്യത്തുള്ള.

സാല്വം. ന. ഒരു രാജ്യം.

സാവക. വി. (കൻ, കാ, കം.) വി. ന. ൧, ജനിപ്പിക്കുന്ന, ഉല്പാദിപ്പിക്കുന്ന. ൨, പ്രസവവേദനയുള്ള.

സാവകാശം. അ. അവകാശത്തോടുകൂടെ, ഇടയുള്ളപ്പോൾ, സാവധാനമായി.

സാവജ്ഞം. അ. നിന്ദയോടു കൂടും വണ്ണം.

സാവധാന. വി. (നൻ, നാ, നം.) വി. ന. സാവധാനമുള്ള, തിടുക്കമില്ലാത്ത, ശ്രദ്ധയുള്ള.

സാവധാനം. ന. ൧, ശ്രദ്ധ. ൨, ശാന്തത. ൩, താമസം.

സാവധാനശീലൻ. വി. ന. തിടുക്കമില്ലാത്തവൻ, താമസിച്ചു ചെയ്യുന്നവൻ.

സാവധാരണം. അ. ശ്രദ്ധയോടുകൂടുംവണ്ണം.

സാവന. വി. (നൻ, നീ, നം.) വി. ന. സൂൎയ്യോദയത്തെ സംബന്ധിച്ചുള്ള.

സാവനം. ന. ൧, ഹോമാവസാനം. ൨, മുപ്പതു ദിവസമുള്ള മാസം.

സാവശേഷത. ന. ശേഷിയ്ക്കുകയെന്നുള്ളതു.

സാവികാ. ന. വയററാട്ടി.

സാവിത്രൻ. ന. ൧, ബ്രാഹ്മണൻ. ൨, ശിവൻ. ൩, വാസുദേവൻ. ൪, ആദിത്യൻ.

സാവിത്രം. ന. ൧, പൂണുനൂൽ. ൨, ഗൎഭപിണ്ഡം.

സാവിത്രി. ന. ൧, പാൎവ്വതി. ൨, വേദത്തിലെ ഒരു വാക്യം.

സാവേശം. അ. ആൎത്തിയോടുകൂടും വണ്ണം.

സാശ്വാസം. അ. ആശ്വാസത്തോടുകൂടുംവണ്ണം.

സാഷ്ടാംഗം. അ. എട്ടു അവയവങ്ങളോടും കൂടി.

സാസ്ന. ന. കാളയുടെ താട.

സാഹചൎയ്യം. ന. ൧, ഒരുമിച്ചു സഞ്ചരിക്കുന്ന അവസ്ഥ. ൨, അടുക്കലുള്ളതിന്റെ അവസ്ഥ.

സാഹജിക. വി. സഹജമായുള്ളതിനെ സംബന്ധിച്ച.

സാഹസപ്രവൃത്തി. ന. സാഹസത്തോടുകൂടെയുള്ള പ്രവൃത്തി.

സാഹസം. ന. ൧, വിചാരമില്ലായ്മ. ൨, ക്ഷമയില്ലായ്മ.

സാഹസി. വി. (സി, സിനി, സി.) വി. ന. സാഹസമുള്ള, ക്ഷമയില്ലാത്ത, വിചാരമില്ലാത്ത.

സാഹസിക. വി. ൧, സാഹസം പ്രവൎത്തിക്കുന്ന. ൨, സാഹസത്തെ സംബന്ധിച്ച.

സാഹസ്ര. വി. (സ്രൻ, സ്രീ, സ്രം.) വി. ന. ൧, ആയിരം കൊടുത്തു വാങ്ങിച്ച. ൨, ആയിരത്തോടു സംബന്ധിച്ചുള്ള.

സാഹസ്രം. ന. ആയിരം പേരു കൂടിയ ഒരു സൈന്യം.

സാഹായ്യം; സാഹ്യം. ന. സഹായപ്രവൃത്തി, സഹായം ചെയ്യുന്നതു.

സാഹിത്യം. ന. ൧, കൂട്ടം, ഒരുമ്പാടു. ൨, ശ്ലോകങ്ങളുടെ കൂട്ടം.

സാക്ഷാ. ന. തഴുതു.

സാക്ഷാൽ. അ. ൧, സത്യമായി. ൨, തെളിവായി. ൩, തുല്യമായി.

സാക്ഷാൽക്കരിക്കുന്നു. ച്ചു. ച്ചാൻ. (സാക്ഷാൽ.) അ. ക്രി. പ്രത്യക്ഷമാകുന്നു.

സാക്ഷാൽക്കാരം. ന. പ്രത്യക്ഷമാകുക.

സാക്ഷി. വി. (ക്ഷി, ക്ഷിണി, ക്ഷി.) വി. ന. കണ്ടോ കേട്ടോ അറിഞ്ഞിട്ടുള്ള, കൂടെയുണ്ടായിരുന്ന.

സാക്ഷി. ന. തെളിവിനുള്ള പ്രമാണം.

സാക്ഷിക്കാണം. ന. ചില ആധാരമെഴുതുന്ന സമയത്തു സാക്ഷിക്കാരന്നു കൊടുക്കുന്ന ഒരവകാശം.

സാക്ഷിക്കാരൻ. ന. കണ്ടുനില്ക്കുന്നവൻ.

സാക്ഷിത്വം. ന. സാക്ഷിക്കാരന്റെ അവസ്ഥ.

സാക്ഷിപ്പട്ടിക. ന. സാക്ഷിക്കാരുടെ കാൎയ്യത്തെക്കുറിച്ചു കോട്ടിൽ ബോധിപ്പിക്കുന്ന ഒരു ഹൎജ്ജി.

സാക്ഷിഭൂത. വി. (തൻ, താ, തം.) വി. ന. സാക്ഷിയായിത്തീൎന്ന.

സാക്ഷിഭോജനം. ന. രാജാക്കന്മാരോടുകൂടെയുള്ള ഭക്ഷണം.

സാക്ഷിമരണം. ന. ദൈവത്തെ സാക്ഷിപ്പെടുത്തിയുള്ള മരണം.

സാക്ഷിവിസ്താരം. ന. കോടതിയിൽവെച്ചു സാക്ഷികളുടെ മൊഴി, ചോദ്യോത്തരരൂപത്തിൽ വാങ്ങിയ്ക്കുക.

സാക്ഷ്യം. ന. ൧, സാക്ഷിസ്ഥാനം. ൨, തെളിയിക്കുന്ന ലക്ഷ്യം.

സാറട്ടു. ന. തുറക്കാവുന്ന മൂടിയുള്ള ഒരുതരം കുതിരവണ്ടി.

സി

സികത. ന. ൧, മണൽപ്രദേശം. ൨, മണൽ. ൩, മൂത്രമടെപ്പു.

സികതാമയ. വി. (യൻ, യി, യം.) വി. ന. മണൽകൊണ്ടുള്ള.

സികതാമയം. ന. മണൽത്തിട്ട.

സികതാവൽ. വി. (വാൻ, വതി, വൽ.) വി. ന. മണലുള്ള.

സിക്ത. വി. (ക്തൻ, ക്താ, ക്തം.) വി. ന. നനെക്കപ്പെട്ട.

സിക്ഥകം. ന. മെഴുകു.

സിക്ഥം. ന. ൧, മെഴുകു. ൨, വെന്തചോറു. ൩, ഉരുളച്ചോറു.

സിചയം. ന. വസ്ത്രം.

സിഞ്ജിതം. ന. ആഭരണങ്ങളുടെ കിലുക്കം, വസ്തുക്കളിൽനിന്നും ലോഹങ്ങളിൽനിന്നുമുണ്ടാകുന്ന ശബ്ദം.

സിത. വി. (തൻ, താ, തം.) വി. ന. ൧, വെളുത്ത. ൨, കെട്ടപ്പെട്ട. ൩, അവസാനിച്ച, നശിച്ച. ൪, പൂൎണ്ണമായ, മുഴുവനായ. ൫, അറിയപ്പെട്ട.

സിതൻ. ന. ശുക്രൻ.

സിതാ. ന. ൧, പഞ്ചസാര. ൨, മല്ലിക, ഒരു മാതിരി പുല്ലു. ൩, നിലാവു. ൫, സുന്ദരി. ൬, ഒരു മദ്യം.

സിതം. ന. ൧, വെളുനിറം. ൨, അസ്ത്രം, അമ്പു. ൩, വെള്ളി. ൪, ചന്ദനം.

സിതഛത്രം. ന. വെൺകൊററക്കുട.

സിതഛത്രി. ന. ൧, ശതകുപ്പ. ൨, കുൺ.

സിതപക്ഷം. ന. വെളുത്തപക്ഷം.

സിതശിവം. ന. കല്ലുപ്പു.

സിതശൂകം. ന. യവം.

സിതാഭ്രം. ന. കൎപ്പൂരം.

സിതാംഭോജം. ന. വെളുത്ത താമര.

സിദ്ധ. വി. (ദ്ധൻ, ദ്ധാ, ദ്ധം.) വി. ന. ൧, സാധിച്ച, തിൎന്ന. ൨, നിശ്ചയമായുള്ള. ൩, പ്രസിദ്ധിയുള്ള. ൪, പാകംചെയ്യപ്പെട്ട. ൫, നിവൃത്തിക്കപ്പെട്ട.

സിദ്ധദീപിക. ന. വേദാന്തതത്വങ്ങൾ അടങ്ങിട്ടുള്ള ഒരു കൃതി.

സിദ്ധൻ. ന. ൧, അശുദ്ധശീലമില്ലാത്ത ഒരു ദിവ്യൻ. ൨, ഒരു ദേവൻ. ൩, ഒരു ദിവ്യമുനി. ൪, ജ്യോതിശാസ്ത്രത്തിൽ പറയുന്ന യോഗങ്ങളിൽ ഒന്നു. ൫, ക്ഷുദ്രക്കാരൻ. ൬, ഒരു തപസ്വി.

സിദ്ധാ. ന. ഒരു മരുന്നു, ഋദ്ധി.

സിദ്ധം. ന. കടലുപ്പു.

സിദ്ധധാതു. ന. രസം, പാരതം, പാരദം.

സിദ്ധരസ. വി. (സൻ, സാ, സം.) വി. ന. ലോഹത്തെ സംബന്ധിച്ചുള്ള.

സിദ്ധരസം. ന. രസം, പാരദം.

സിദ്ധരൂപം. സംസ്കൃതഭാഷയിലുള്ള പദരൂപങ്ങളെ കാണിക്കുന്ന ഒരു വ്യാകരണഗ്രന്ഥം.

സിദ്ധാന്തകൌമുദി. ന. ഒരു വ്യാകരണഗ്രന്ഥം.

സിദ്ധാന്തം. ന. ൧, താല്പൎയ്യം. ൨, ഏതിന്റെയെങ്കിലും സാരമായി നേരായിട്ടൊത്ത കാൎയ്യം, സൂക്ഷ്മമായ പ്രമാണം. (മ.) ൧, നിൎബ്ബന്ധം. ൨, ശാഠ്യം.

സിദ്ധാന്തി. ന. ൧, മീമാംസശാസ്ത്രത്തെ അനുസരിച്ചു നടക്കുന്നവൻ. ൨, ശാഠ്യമുള്ളവൻ.

സിദ്ധാന്തിക്കുന്നു. ച്ചു. ച്ചാൻ. (സിദ്ധാന്തി.) അ. ക്രി. ൧, ശാഠ്യംപിടിക്കുന്നു, നിൎബ്ബന്ധിക്കുന്നു. ൨, താല്പൎയ്യപ്പെടുന്നു.

സിദ്ധാൎത്ഥ. വി. (ൎത്ഥൻ, ൎത്ഥാ, ൎത്ഥം.) വി. ന. കാൎയ്യസാദ്ധ്യം വന്ന, ജയം വന്ന.

സിദ്ധാൎത്ഥൻ. ന. ഒരം യുഗത്തിലുണ്ടായ ബുദ്ധാചാൎയ്യന്റെ പിതാവു.

സിദ്ധാൎത്ഥാ. ന. നാലാം ജിനന്റെ മാതാവു.

സിദ്ധാൎത്ഥം. ന. വെളുത്ത കടുകു.

സിദ്ധാൎത്ഥി. ന. അറുപതിൽ അൻപത്തുമൂന്നാം സംവത്സരം.

സിദ്ധി. ന. ൧, നിവൃത്തി. ൨, സാദ്ധ്യം. ൩, ജയം. ൪, നന്മ, ശുദ്ധം. ൫, ജ്യോതിശാസ്ത്രത്തിൽ പറയുന്ന യോഗങ്ങളിൽ ഒന്നു.

സിദ്ധിക്കുന്നു. ച്ചു. ച്ചാൻ. (സിദ്ധി.) സ. ക്രി. സാധിക്കുന്നു, ലഭിക്കുന്നു.

സിദ്ധൌഷധം. ന. സമ്മതിച്ചിരിക്കുന്ന നല്ല മരുന്നു.

സിദ്ധന്തി. ന. സേവകൻ, സാദ്ധ്യജ്ഞോലിക്ക നിയമിക്കപ്പെട്ടിട്ടുള്ളവൻ.

സിദ്ധ്മം. ന. ചുണങ്ങ.

സിദ്ധ്മല. വി. (ലൻ, ലാ, ലം.) വി. ന. ചുണങ്ങുള്ള.

സിദ്ധ്മല. ന. ൧, ഉണക്കമീൻ. ൨, ചുണങ്ങ. ൩, ഒരുവക കുഷ്ഠം.

സിദ്ധ്മള. വി. (ളൻ, ളാ, ളം.) വി. ന. ചുണങ്ങുള്ള.

സിദ്ധ്യം. ന. പൂയം.

സിധ്രകം. ന. ഒരു തൈ, കവറുകണ്ണ.

സിനീവാലി. അല്ലെങ്കിൽ, **സിനീബാലി.** ന. ൧, ഉമിച്ചു പതിന്നാലുള്ള വാവു. ൨, പാൎവ്വതി.

സിന്ദുകം. ന. കരിനൊച്ചി.

സിന്ദുവാരം. ന. കരിനൊച്ചി.

സിന്ദൂരം. ന. ചില ലോഹങ്ങൾ പുടംവെച്ചെടുത്ത ചുവന്ന സാധനം.

സിന്ദൂരിക്കുന്നു. ച്ചു. പ്പാൻ. (സിന്ദൂരി.) സ. ക്രി. പുടത്തിൽ വെച്ചു സിന്ദൂരമാക്കുന്നു.

സിന്ധു. ന. ൧, സമുദ്രം. ൨, ഒരു നദി. ൩, ഒരു ദേശം.

സിന്ധുജ. വി. (ജൻ, ജാ, ജം.) വി. ന. ൧, സമുദ്രത്തിൽനിന്നു ജനിച്ച. ൨, സിന്ധുദേശത്തിൽ ജനിച്ച.

സിന്ധുജാ. ന. ലക്ഷ്മി.

സിന്ധുജം. ന. ൧, ഇന്തുപ്പു. ൨, കുതിര.

സിന്ധുദേശം. ന. ഒരു രാജ്യം.

സിന്ധുരം. ന. ആന.

സിന്ധുവാരം. ന. നല്ലജാതി കുതിര.

സിന്ധുവാരി. ന. ൧, സിന്ധുരാജ്യത്തുള്ള നല്ല കുതിര. ൨, ഒരു വൃക്ഷം.

സിന്ധുസംഗമം. ന. നദി സമുദ്രത്തിൽ ചേരുന്ന സ്ഥലം.

സിപ്രാ. ന. ൧, ഉജ്ജയിനിക്കരികെയുള്ള ഒരു നദി. ൨, സ്ത്രീകളുടെ അരഞ്ഞാണം. ൩, എരുമ.

സിപ്രം. ന. ൧, വിയൎപ്പ. ൨, ചന്ദ്രൻ.

സിമം ന. ആസകലം.

സിംഹക്കുട്ടി. ന. കൊച്ചുസിംഹം.

സിംഹകേശരം. ന. ൧, സിംഹത്തിന്റെ കഞ്ചിരോമം. ൨, ഒരു തൈ.

സിംഹതലം. ന. ഉള്ളകൈ രണ്ടുംകൂടെ ചേൎക്കപ്പെട്ടത.

സിംഹനാദം. ന. ൧, അട്ടഹാസം. ൨, സിംഹത്തിന്റെ അലച്ച.

സിംഹപ്പല്ല. ന. ൧, തേററാ. ൨, വലിയ പല്ല. ൩, സിംഹത്തിന്റെ പല്ല.

സിംഹപുഛി. ന. ഒരു തൈ, ഓരില.

സിംഹമാസം. ന. ചിങ്ങമാസം.

സിംഹം. ന. ൧, ഒരു വലിയ കാട്ടുമൃഗം. ൨, ചിങ്ങംരാശി. ൩, ചിങ്ങമാസം. ൪, മററു പദങ്ങളോടെ ഒട്ടക്കം ചേരുമ്പോൾ ശ്രേഷ്ഠമെന്നുള്ള അൎത്ഥം.

സിംഹയാനാ. ന. ഭഗ്ഗ.

സിംഹരഥാ. ന. ഭഗ്ഗ.

സിംഹസംഹനന. വി. (നൻ, നാ, നം.) വി. ന. ഭംഗിയുള്ള, നല്ലരൂപമുള്ള.

സിംഹളം. ന. ൧, വെള്ളീയം. ൨, പിച്ചള. ൩, എലവങ്ങത്തൊലി. ൪, സിലോൻ എന്ന രാജ്യം.

സിംഹള. ന. സിലോൺരാജ്യം.

സിംഹാനം. ന. ൧, ഇരിമ്പിൻകിട്ടം. ൨, മൂക്കിള.

സിംഹാസനം. ന. രാജപീഠം.

സിംഹാസ്യം. ന. ആടലോടകം.

സിംഹിക. വി. ൧, സിംഹത്തെ സംബന്ധിച്ച. ൨, രാജകീയമായ.

സിംഹീ. ന. ൧, ചെറുവഴുതിന. ൨, രാഹുവിന്റെ അമ്മ. ൩, പെൺസിംഹം.

സിംഹുണ്ഡം. ന. ചതുരക്കള്ളി.

സിര. ന. ൧, ഞരമ്പു. ൨, തേകുന്ന പാത്രം, കൊട്ടക്കോരിക.

സിരം. ന. കാട്ടുതിപ്പലിവേര.

സിസൃക്ഷ. ന. സൃഷ്ടിക്കുവാനുള്ള ആഗ്രഹം.

സിഹ്ലകം. ന. കസ്തൂരകം.

സീ

സീതാ. ന. ൧, ഉഴപ്പൊലി. ൨, ശ്രീരാമന്റെ ഭാൎയ്യ. ൩, ഗംഗ മേരുപൎവ്വതത്തിൽനിന്നു നാലു കൈവഴിയായിട്ടു ഒഴുകുന്ന വഴിയിൽ ഒന്നു. ൪, ലക്ഷ്മി. ൫, പാൎവ്വതി.

സീത്യ. വി. (ത്യൻ, ത്യാ, ത്യം.) വി. ന. ഉഴപ്പെട്ടു, കൃഷിക്കായിട്ടു കിളെച്ച.

സീത്യം. ന. ധാന്യം, നെല്ലും മററും.

സീൽക്കാരം. ന. അധികം കുളിരുമ്പോഴും മററും പുറപ്പെടുവിക്കുന്ന ഒരു ശബ്ദം.

സീമ. ന. ൧, അതിരു, എല്ലുക. ൨, വയൽ, പറമ്പു. ൩, പിടലി. ൪, വൃഷണം. (മ.) സീമ, ദ്വീപു.

സീമച്ചുണ്ണാമ്പു. ന. ഒരു മാതിരി കൽച്ചുണ്ണാമ്പു.

സീമന്തം. ന. ൧, തലയുടെ നടുവെ ഒരു വര കാണത്തക്കവണ്ണം ഇരുപുറവും പകുത്തിട്ട തലമുടി. ൨, ചില ജാതിക്കാരുടെ സ്ത്രീകൾക്ക ഗൎഭമുണ്ടായ എട്ടാമ്മാസത്തിൽ കഴിക്കുന്ന ഒരു കൎമ്മം.

സീമന്തോന്നയനം. ന. മേല്പറഞ്ഞതിൽ രണ്ടാമൎത്ഥം.

സീമന്തനീ. ന. സ്ത്രീ.

സീമാതിത. വി. അതിരു കടന്ന, അത്യധികമായ.

സീമാവു. ന. ൧, അതിരു, എല്ലുക. ൨, പിടലി. ൩, വൃഷണം.

സീരപാണി. ന. ബലഭദ്രൻ.

സീരം. ന. കലപ്പ.

സീരി. ന. ബലഭദ്രൻ.

സീവനം. ന. തൈയൽ, കൂട്ടിത്തുന്നുക, തൈത്തു.

സീസകം. ന. കാരീയം.

സീസം. ന. ൦രുയം.

സീഹുണ്ഡം. ന. ചതുരക്കള്ളി.

സു

സു. അ. ഒരുപസൎഗ്ഗം. ഇതു ചില വാക്കുകളുടെ ആദിയിൽ ചേരുമ്പോൾ അതിന്നു നല്ല എന്നും മററും അൎത്ഥം വരും.

സുകന്ദകം. ന. വെള്ളുള്ളി.

സുകര. വി. (രൻ, രാ, രി, രം,) വി. ന. എളുപ്പത്തിൽ ചെയ്യപ്പെടാകുന്ന.

സുകര. ന. ഇണക്കമുള്ള പശു.

സുകരം. ന. നന്മചെയ്ക, ഗുണംചെയ്ക.

സുകൎമ്മ. വി. (ൎമ്മാ.) വി. ന. ൧, നല്ല പ്രവൃത്തിയുള്ള. ൨, പ്രവൃത്തിക്കുന്നതിന്നു ശ്രദ്ധയുള്ള.

സുകൎമ്മാവു. ന. ൧, വിശ്വകൎമ്മാവു. ൨, സുകൃതമുള്ളവൻ. ൩, സമൎത്ഥൻ.

സുകല. വി. (ലൻ, ലാ, ലം.) വി. ന. കൊടുക്കയും അനുഭവിക്കയും ചെയ്യുന്ന, ഔദാൎയ്യമുള്ള.

സുകുമാര. വി. (രൻ, രാ, രീ, രം.) വി. ന. ൧, മൃദുത്വമുള്ള. ൨, യൌവനമുള്ള, സൌന്ദൎയ്യമുള്ള.

സുകമാര. ന. ൧, ഒരുമാതിരി മുല്ല. ൨, വാഴ. ൩, ഒരാറു.

സുകുമാരം. ന. ൧, ഒരുമാതിരി കരിമ്പു. ൨, ഒരു വക ധാന്യം. ൩, ഒരു വക ചെമ്പകം.

സുകൃത. വി. (തൻ, താ, തം.) വി. ന. ൧, പുണ്യമുള്ള, പുണ്യംചെയ്യുന്ന. ൨, നന്നായിട്ടു ചെയ്യുന്ന.

സുകൃതം. ന. ൧, പുണ്യം, ഗുണം. ൨, നന്നായിട്ടു ചെയ്യുക. ൩, ദയ.

സുകൃതി. വി. (തി, തിനീ, തി.) വി. ന. ൧, പുണ്യമുള്ള. ൨, ഭാഗ്യമുള്ള.

സുകൃതി. ന. നല്ല പ്രവൃത്തി.

സുകൃൽ. വി. (ത്രിലിം.) വി. ന. നന്നായിട്ടു ചെയ്യുന്ന.

സുഖകര. വി. (രൻ, രാ, രം.) വി. ന. ൧, സുഖത്തെ ചെയ്യുന്ന. ൨, വേഗത്തിൽ ചെയ്യുന്ന.

സുഖക്കേട്ടു. ന. സൌഖ്യമില്ലായ്മ.

സുഖം. ന. സൌഖ്യം, ദുഃഖമില്ലായ്മ.

സുഖദ. വി. സുഖം തരുന്ന.

സുഖവൎച്ചകം. അല്ലെങ്കിൽ, **സുഖവൎച്ചലം.** ന. ഒരു മരുന്നു, തുവൎച്ചിലക്കാരം.

സുഖവിരോധം. ന. സുഖക്കേടു.

സുഖവൃത്തി. ന. സൌഖ്യമുള്ള കഴിച്ചിൽ.

സുഖസന്ദോഹ്യ. ന. ഇണക്കമുള്ള പശു.

സുഖസന്നി. ന. ഒരു മാതിരി പനി.

സുഖാധാരം. ന. സ്വൎഗ്ഗം, ഇന്ദ്രലോകം.

സുഖാപഹ. വി. സുഖത്തെ ഇല്ലാതാക്കുന്ന.

സുഖിക്കുന്നു. ച്ചു. പ്പാൻ. (സുഖി.) അ. ക്രി. സൌഖ്യം അനുഭവിക്കുന്നു.

സുഖിയൻ. ന. ഒരു മാതിരി പലഹാരം.

സുഖി. വി. (ഖീ, ഖിനീ, ഖി.) വി. ന. സുഖമുള്ള.

സുഖേന. അ. സൌഖ്യമായിട്ടു.

സുഗതൻ. ന. ബുദ്ധമുനി.

സുഗതവാക്യം. ന. പഴമൊഴി, സാധാരണമായ വാക്കു.

സുഗതി. ന. സൽഗതി, ഐശ്വൎയ്യം.

സുഗന്ധ. വി. (ന്ധൻ, ന്ധാ, ന്ധം.) വി. ന. നല്ല മണമുള്ള.

സുഗന്ധ. ന. ൧, ഒരു മരുന്നു. ൨, ഒരു വക പുല്ലു.

സുഗന്ധം. ന. ൧, നല്ല മണം, സൌരഭ്യം. ൨, മണമുള്ള ഒരു വക പുല്ലു. ൩, ചെറുകട്ടുക. ൪, ഗന്ധകം. ൫, ചന്ദനം.

സുഗന്ധവൎഗ്ഗം. ന. നല്ല മണമുള്ള വസ്തുക്കളുടെ കൂട്ടം.

സുഗന്ധി. വി. (ത്രിലിം.) വി. ന. ൧, നല്ല മണമുള്ള. ൨, സുകൃതമുള്ള. **സുഗന്ധിത.** ഗു. ന. സുഗന്ധം.

സുഗന്ധി. ന. ൧, നല്ല മണം. ൨, സുഗന്ധമുള്ള ഒരു വക പുല്ലു. ൩, ഒരങ്ങാടിമരുന്നു, ഏലാവാലുകം. ൪, തിപ്പലി വേർ.

സുഗമ. വി. (മൻ, മാ, മം.) വി. ന. ൧, നല്ലവണ്ണം നടക്കാകുന്ന. ൨, അടുത്തു ചെല്ലാകുന്ന. ൩, എളുപ്പമുള്ള.

സുഗഹന. വി. (നൻ, നാ, നം.) വി. ന. ൧, ഏററവും കട്ടിയുള്ള. ൨, പ്രവേശിക്കപ്പെടുവാൻ വഹിയാത്ത.

സുഗ്രീവൻ. ന. രാമായണത്തിൽ പറയുന്ന വാനരന്മാരുടെ രാജാവു.

സുചരിത; സുചരിത്ര. ന. പാതിവ്രത്യമുള്ള സ്ത്രീ.

സുചിരം. അ. വളരെക്കാലം.

സുചേലകം. ന. നല്ല വസ്ത്രം.

സുജന. വി. (നൻ, നാ, നം.) വി. ന. ൧, പുണ്യമുള്ള, നന്മയുള്ള. ൨, ദയയുള്ള. **സുജനത്വം.** ഗു. ന. നന്മ.

സുജന്യൻ. ന. ഇന്ദ്രന്റെ തേരാളി.

സുജാതി. വി. (ത്രിലിം.) വി. ന. നല്ല ജാതി.

സുത. ന. ൧, പുത്രി. ൨, രാജപുത്രി.

സുതൻ. ന. ൧, പുത്രൻ. ൨, രാജപുത്രൻ.

സുതരാം. അ. ഏററവും.

സുതലം. ന. പാതാള ലോകങ്ങളിൽ ഒന്നു.

സുതവാൻ; (–വതി). ന. പുത്രനുള്ളവൻ; (–വൾ).

സുതശ്രേണി. ന. ഒരു മരുന്നു, എലിച്ചെവി.

സുതാത്മജൻ. ന. പുത്രന്റെയൊ പുത്രിയുടെയൊ പുത്രൻ.

സുതാത്മജ. ന. പുത്രന്റെയൊ പുത്രിയുടെയൊ പുത്രി.

സുതിനീ. ന. അമ്മ.

സുത്യ. ന. കൎമ്മാവസാനത്തിലുള്ള ഒരു കുളി.

സുത്രാമാവു. ന. ഇന്ദ്രൻ.

സുത്വാ. ന. യാഗത്തിന്നായിട്ടു സോമവള്ളി പിഴിഞ്ഞവൻ.

സുദതി. ന. നല്ല പല്ലുള്ളവൾ, സുന്ദരി.

സുദന്തി. ന. ലോകത്തിന്റെ വടക്കു പടിഞ്ഞാറെ ഭാഗത്തെ പിടിയാന.

സുദൎശന. വി. (നൻ, നാ, നീ, നം.) വി. ന. ഭംഗിയുള്ള, കാണുന്നതിന്നു നന്നായുള്ള.

സുദൎശനൻ. ന. ജിനന്മാരിൽ ഒരു പ്രധാനി.

സുദൎശനാ. ന. ൧, ഒരങ്ങാടിമരുന്നു. ൨, കല്പന. ൩, ഒരു തൈ. ൪, സൌന്ദൎയ്യമുള്ള സ്ത്രീ.

സുദശനീ. ന. ഇന്ദ്രന്റെ പുരം.

സുദൎശനം. ന. ൧, വിഷ്ണുവിന്റെ ആയുധം. ൨, മേരുപൎവ്വതം. ൩, കഴുകൻചക്കി.

സുദാമാവു. ന. ൧, മേഘം. ൨, പൎവ്വതം. ൩, ഇന്ദ്രഗജം. ൪, ഒരു ഗോപൻ.

സുദായം. ന. സ്ത്രീധനം.

സുദിനം. ന. നല്ല ദിവസം, മഴക്കാറും മററുമില്ലാത്ത ദിവസം, തെളിഞ്ഞ ദിവസം.

സുദീൎഘ. വി. (ൎഘൻ, ൎഘാ, ൎഘം.) വി. ന. ഏററവും നീളമുള്ള, അകലമുള്ള.

സുദുൎല്ലഭ. വി. (ഭൻ, ഭാ, ഭം.) വി. ന. ലഭിപ്പാൻ പ്രയാസമുള്ള, കിട്ടുകയില്ലാത്ത.

സുദുശ്ചര. വി. (രൻ, രീ, രം.) വി. ന. ചെയ്വാൻ പ്രയാസമുള്ള.

സുദുഷ്കര. വി. ഏററവും പ്രയാസമേറിയ.

സുദൂര. വി. (രൻ, രാ, രം.) വി. ന. ഏററവും ദൂരമുള്ള.

സുദൃഢ. വി. (ഢൻ, ഢാ, ഢം.) വി. ന. ഏററവും കട്ടപ്പമുള്ള, ഉറെപ്പുള്ള.

സുദൃഢം. ന. നല്ല ഉറപ്പു.

സുധൎമ്മ. ന. ദേവകളുടെ സഭ.

സുധൎമ്മാവു. ന. തന്റെ കുടുംബത്തെ നല്ലവണ്ണം രക്ഷിക്കുന്നവൻ.

സുധാ. ന. ൧, അമൃതു. ൨, വെണ്കളി.

൩, ജലകപ്പി. ൪, ചാറു. ൫, വെള്ളം. ൬, മിന്നൽ.

സുധാകരൻ. ന. ചന്ദ്രൻ.

സുധാജീവി. ന. കല്ലാശാരി.

സുധാപാണി. ന. ധന്വന്തരമൂൎത്തി.

സുധാംശു. ന. ചന്ദ്രൻ.

സുധാംശുതൈലം. ന. കൎപ്പൂരതൈലം.

സുധീ. ന. ൧, പണ്ഡിതൻ, വിദ്വാൻ. ൨, നല്ല ബുദ്ധിയുള്ളവൻ.

സുനയനം. ന. മാൻ.

സുനാസീരൻ. ന. ഇന്ദ്രൻ.

സുനിഷണ്ഡകം. ന. ഒരു മരുന്നു, നിരാരൽ.

സുനീതി. ന. ൧, നല്ല നീതി, നല്ല നയം, മൎയ്യാദ. ൨, ധ്രുവന്റെ അമ്മ.

സുന്നം; ശൂന്യം. ന. പൂജ്യം, ശൂന്യമായെ കാണിക്കുവാൻ ചെറിയ വൃത്താകാരത്തിലുള്ള അടയാളം.

സുന്ദര. വി. (രൻ, രാ, രീ, രം.) വി. ന. ഭംഗിയുള്ള, സൌന്ദൎയ്യമുള്ള.

സുന്ദരൻ. ന. കാമദേവൻ.

സുന്ദരി. ന. ൧, സൌന്ദൎയ്യമുള്ള സ്ത്രീ. ൨, മഞ്ഞൾ.

സുന്ദരാംഗൻ. ന. ഭംഗിയുള്ളവൻ.

സുന്ദരാംഗി. ന. ഭംഗിയുള്ളവൾ.

സുപന്ഥാവു. ന. നല്ലവഴി.

സുപൎണ്ണൻ. ന. ഗരുഡൻ.

സുപൎണ്ണ. ന. ൧, ഒരു വൃക്ഷം. ൨, പൂവൻകോഴി.

സുപൎവ്വാവു. ന. ൧, ദേവൻ. ൨, കറുത്തവാവു.

സുപാത്രം. ന. ൧, നല്ല ഗുണവും പ്രാപ്തിയുമുള്ളവൻ. ൨, നല്ലപാത്രം.

സുപാന. വി. (നൻ, നാ, നം.) വി. ന. നല്ലവണ്ണം കുടിക്കുന്ന.

സുപാശ്ചകം. ന. ഒരു വൃക്ഷം, കല്ലാൽ.

സുപാവനി. ന. ൧, പശു. ൨, ഗംഗ. ൩, ശുദ്ധമാക്കുന്നവൾ.

സുപീഡനം. ന. കാലു തിരുമ്മുക.

സുപ്തജ്ഞാനം. ന. സ്വപ്നം കാണുക.

സുപ്ത. വി. (പ്തൻ, പ്താ, പ്തം.) വി. ന. ൧, ഉറങ്ങുന്ന. ൨, ബുദ്ധിമന്ദതയുള്ള.

സുപ്തം. ന. ഉറക്കം.

സുപ്തി. ന. ൧, ഉറക്കം. ൨, മരവിപ്പു. ൩, ബോധക്ഷയം.

സുപ്രതീക. വി. (കൻ, കാ, കം.) വി. ന. നല്ല ശരീരമുള്ള.

സുപ്രതീകൻ. ന. ൧, വടക്കുകിഴക്കെ മൂക്കിലെ ആന. ൨, കാമദേവൻ. ൩, ശിവൻ.

സുപ്രയുക്ത. വി. (ക്തൻ, ക്താ, ക്തം.) വി. ന. ൧, ചേൎന്ന. ൨, അന്യോന്യംകൊണ്ടുംമററും പ്രയോഗിക്കപ്പെട്ട.

സുപ്രയോഗം. ന. ൧, നല്ല പ്രയോഗം, സാമൎത്ഥ്യം. ൨, ചേൎച്ച.

സുപ്രയോഗവിശിഖൻ. ന. നല്ല എയ്ത്തുകാരൻ.

സുപ്രലാപം. ന. നല്ല വാക്ക.

സുപ്രസന്ന. വി. (ന്നൻ, ന്നാ, ന്നം.) വി. ന. ഏററവും സന്തോഷിച്ച.

സുബന്തം. ന. സംസ്കൃതശബ്ദത്തിൽ അകാരാന്താദിയായ നാമപദം.

സുബുദ്ധി. വി. (ത്രിഷു.) വി. ന. നല്ല ബുദ്ധിയുള്ള.

സുബെദാർ. ന. പട്ടാളത്തിൽ ഒരു ഉദ്യോഗസ്ഥൻ.

സുബോധ. വി. (ധൻ, ധാ, ധം.) വി. ന. ൧, നല്ല ബുദ്ധിയുള്ള, നല്ലവണ്ണം പഠിച്ച. ൨, ഉണൎച്ചയുള്ള.

സുബോധം. ന. ൧, ഉണൎച്ച. ൨, അറിവു.

സുബ്രഹ്മണ്യൻ. ന. ശിവന്റെ പുത്രനായ ഒരു ദൈവം.

സുഭഗ. വി. (ഗൻ, ഗാ, ഗം.) വി. ന. ൧, സൌന്ദൎയ്യമുള്ള. ൨, പ്രിയമുള്ള. ൩, ഭാഗ്യമുള്ള. **സുഭഗത്വം.** ഗു. ന. സൌന്ദൎയ്യം.

സുഭഗാ. ന. ൧, ഭൎത്താവിനു ഇഷ്ടമുള്ള സ്ത്രീ. ൨, ഒരു നല്ല അമ്മ. ൩, ഒരു മാതിരി മുല്ല. ൪, മഞ്ഞൾ. ൫, ഒരു തുളസി.

സുഭഗം. ന. ൧, പൊൻകാരം. ൨, അശോകവൃക്ഷം.

സുഭഗാസുതൻ. ന. സുഭഗയുടെ പുത്രൻ.

സുഭദ്ര. വി. (ദ്രൻ, ദ്രാ, ദ്രം.) വി. ന. നന്മയുള്ള, ഭാഗ്യമുള്ള.

സുഭദ്രൻ. ന. കൃഷ്ണൻ.

സുഭദ്രാ. ന. കൃഷ്ണന്റെ സോദരി.

സുഭാഷിത. വി. (തൻ, താ, തം.) വി. ന. നല്ലവണ്ണം പറയപ്പെട്ട, നല്ലവണ്ണം പറഞ്ഞ.

സുഭാഷിതം. ന. നല്ല വാക്ക.

സുഭിക്ഷ. ന. താതിരിമരം.

സുഭിക്ഷം. വി. ന. ധാരാളമായുള്ള വസ്തു.

സുഭ്രൂവാൻ. ന. ഒരു രാജാവു, കാന്തവിരൻ.

സുഭ്രു. ന. സ്ത്രീ.

സുമത. വി. (തൻ, താ, തം.) വി. ന. സ്നേഹമുള്ള.

സുമതി. ന. സ്നേഹം.

സുമന. വി. (നൻ, നാ, നം.) വി. ന. ഭംഗിയുള്ള.

സുമന. ന. ഒരു മുല്ല.

സുമനം. ന. ൧, കോതമ്പു. ൨, ഉമ്മത്തു.

സുമനസ്സു. ന. ൧, ദേവൻ. ൨, പുഷ്പം. ൩, പണ്ഡിതൻ.

സുമനോരജസ്സു. ന. പൂവിൻപൊടി.

സുമറു. അ. ൧, ഉദ്ദേശത്തിൽ, ഏകദേശം. ൨, കണിശമായി. ന. കണ്ടതിപ്പു.

സുമം. ന. പൂവു, കുസുമം.

സുമംഗല. വി. (ലൻ, ലാ, ലം.) വി. ന. ശുഭമായ.

സുമംഗല. ന. ഒരു തൈ.

സുമിത്രാ. ന. ദശരഥന്റെ ഭാൎയ്യമാരിൽ ഒരുത്തി.

സുമുഖ. വി. (ഖൻ, ഖാ, ഖീ, ഖം.) വി. ന. നല്ല മുഖമുള്ള, സൌന്ദൎയ്യമുള്ള. **സുമുഖത.** ഗു. ന. സന്തോഷഭാവം.

സുമുഖൻ. ന. ൧, നല്ല മുഖമുള്ളവൻ. ൨, ഗരുഡന്റെ പുത്രൻ. ൩, പാതാളത്തിലുള്ള സൎപ്പങ്ങളിൽ ഒന്നു. ൪, ഒരു പണ്ഡിതൻ. ൫, ഗണപതി. ൬, ഗരുഡൻ.

സുമുഖി. ന. ൧, നല്ല മുഖമുള്ളവൾ. ൨, ഒരു രാഗം. ൩, മുഖക്കണ്ണാടി.

സുമുഖം. ന. ൧, നല്ല മുഖം. ൨, നഖംകൊണ്ടു മാന്തിയ പാടു. ൩, ഒരുമാതിരി ചിര.

സുമുഹൂൎത്തം. ന. നല്ല മുഹൂൎത്തം.

സുമേധസ്സു. വി. (ത്രിഷു.) വി. ന. നല്ല ബുദ്ധിയുള്ള.

സുമേരു. വി. (ത്രിഷു.) വി. ന. വിശേഷമായുള്ള.

സുമേരു. ന. ൧, മഹാമേരു പൎവ്വതം. ൨, ശിവൻ.

സുയോധനൻ. ന. കുരുവംശത്തിലു ള്ള ഒരു രാജാവു, ദുര്യോധനൻ.

സുരക്ത. വി. (ക്തൻ, ക്താ, ക്തം.) വി. ന. ൧, നല്ലവണ്ണം ചായമിടപ്പെ ട്ട. ൨, കട്ടഞ്ചുവപ്പുള്ള. ൩, നല്ലവണ്ണം ചേൎന്ന.

സുരകുലം. ന. ദേവവംശം.

സുര. ന. ൧, മദ്യം. ൨, പാനപാത്രം. ൩, സൎപ്പം.

സുരഗണം. ന. ദേവകളുടെ കൂട്ടം.

സുരഗുരു. ന. വ്യാഴം, ബ്രഹസ്പതി.

സുരംഗം. ന. ൧, മാതളനാരെങ്ങാ. ൨, ചുവന്ന ചായം. ൩, ചായില്യം. ൪, ചെമ്മരം.

സുരംഗ. ന. ചുവരു തുരന്നുണ്ടാക്കിയ ദ്വാരം.

സുരജ്യേഷ്ഠൻ. ന. ബ്രഹ്മാവു.

സുരത. വി. (തൻ, താ, തം.) വി. ന. മനസ്സലിവുള്ള.

സുരത. ന. ദൈവതം.

സുരതം. ന. ക്രീഡ.

സുരദാരു. ന. ദേവതാര വൃക്ഷം.

സുരദീൎഘിക. ന. ആകാശഗംഗ.

സുരദ്വിട്ടു. ന. അസുരൻ.

സുരധനുസ്സു. ന. മേഘവില്ലു.

സുരനദി. ന. ആകാശഗംഗ.

സുരനിമ്നഗാ. ന. ഗംഗാനദി.

സുരനിവഹം. ന. ദേവകളുടെ കൂട്ടം.

സുരൻ. ന. ൧, ദേവൻ. ൨, ആദിത്യ ൻ. ൩, വിദ്വാൻ.

സുരപൎണം. ന. ഒരു മരുന്നു, മക്കി പ്പൂവു.

സുരപതി. ന. ഇന്ദ്രൻ.

സുരപുരി. ന. സ്വൎഗ്ഗം.

സുരഭി. വി. (ഭിഃ, ഭിഃ, ഭി, ഭി.) വി. ന. ൧, സൌരഭ്യമുള്ള. ൨, ഇഷ്ടമുള്ള. ൩, സ്നേഹമുള്ള. ൪, കേൾവിപ്പെട്ട. ൫, പണ്ഡിതമുള്ള. ൬, സൌന്ദൎയ്യമുള്ള. ൭, നല്ല, സുകൃതമുള്ള.

സുരഭി. ന. ൧, സുഗന്ധം. ൨, ചാമ്പ ഞ്ഞാ. ൩, ജാതിക്കാ. ൪, വസന്തകാലം. ൫, ഒരു പശു. ൬, മുര. ൭, പശു, കാ മധേനു. ൮, മദ്യം. ൯, ഭൂമി. ൰, എ ല്ലാത്തരം മല്ലയും. ൰൧, തുളസി. ൰൨, പൊന്നു. ൰൩, ഗന്ധകം.

സുരഭില. വി. സുരഭി.

സുരലോകം. ന. സ്വൎഗ്ഗം.

സുരവരൻ. ന. ഇന്ദ്രൻ.

സുരവൎത്മാവു. ന. ആകാശം, സ്വൎഗ്ഗം.

സുരൎഷി. ന. നാരദമുനിയും മററും.

സുരസ. വി. (സൻ, സാ, സം.) വി. ന. ൧, രസമുള്ള, മധുരമുള്ള. ൨, നല്ല രുചിയുള്ള.

സുരസാ. ന. ൧, നാഗമാതാവു. ൨, തുത്താവു.

സുരസം. ന. ൧, നല്ല രസം, മധുരം. ൨, തുളസി. ൩, മുര. ൪, ജലവൎണ്ണ ത്തൊലി. ൫, മണമുള്ള ഒരു പുല്ലു.

സുരക്ഷിത. വി. (തൻ, താ, തം.) വി. ന. നല്ലവണ്ണം രക്ഷിക്കപ്പെട്ട.

സുരാചാൎയ്യൻ. ന. വ്യാഴം.

സുരാപാത്രം. ന. മദ്യപാത്രം.

സുരാപാനം. ന. മദ്യപാനം.

സുരാപായി. വി. (യീ, യിനീ, യി.) വി. ന. മദ്യപാനം ചെയ്യുന്ന.

സുരാഭാജനം. ന. മദ്യപാത്രം.

സുരാരി. ന. അസുരൻ.

സുരാലയം. ന. സ്വൎഗ്ഗം.

സുരാഷ്ട്രജം. ന. ൧, സൌരഭ്യമുള്ള മ ണ്ണു. ൨, ഒരുമാതിരി പയർ.

സുരാഷ്ട്രം. ന. ഇന്ത്യായുടെ പടിഞ്ഞാ റുവശത്തുള്ള ഒരു ദേശം.

സുരുംഗ. ന. ൧, തുരങ്കം. ൨, മരിങ്ങ വൃക്ഷം.

സുരുംഗാഹി. ന. തുരങ്കമിട്ടു മോഷ്ടി ക്കുന്നവൻ.

സുരുചിര. വി. (രൻ, രാ, രം.) വി. ന. ഭംഗിയുള്ള, മനസ്സിന്നിണങ്ങിയ.

സുരൂപ. വി. (പൻ, പാ, പീ, പം.) വി. ന. ൧, നല്ല രൂപമുള്ള, സൌന്ദ ൎയ്യമുള്ള. ൨, ബുദ്ധിയുള്ള, വിദ്യയുള്ള.

സുരേന്ദ്രൻ. ന. ദേവേന്ദ്രൻ.

സുരേശൻ. ന. ഇന്ദ്രൻ.

സുരേശ്വരൻ. ന. ശിവൻ.

സുരോധം. ന. മദ്യക്കടൽ.

സുലഭ. വി. (ഭൻ, ഭാ, ഭം.) വി. ന. പ്രയാസം കൂടാത്ത, കിട്ടുവാൻ പ്രയാ സമില്ലാത്ത, സാധിക്കാകുന്ന.

സുലളിത. വി. (തൻ, താ, തം.) വി. ന. മനസ്സിന്നിണങ്ങിയ, ഭംഗിയുള്ള.

സുലോചന. വി. (നൻ, നാ, നം.) വി. ന. നല്ല കണ്ണുള്ള.

സുലോചനൻ. ന. ദുര്യോധനൻ.

സുലോചനാ. ന. സൌന്ദൎയ്യമുള്ള സ്ത്രീ.

സുലോചനം. ന. മാൻ.

സുല്ത്താൻ. ന. മഹമ്മദിയ രാജാവി ൻെറ സ്ഥാനപ്പേരു.

സുവചനം. ന. നല്ല വാക്കു.

സുവചസ്സു. വി. (ത്രിക്കു.) വി. ന. അ ധികമായും ഭംഗിയായും സംസാരി ക്കുന്ന.

സുവൎണ്ണകം. ന. കൊന്നവൃക്ഷം.

സുവൎണ്ണ. വി. (ൎണ്ണൻ, ൎണ്ണാ, ൎണ്ണം.) വി. ന. ൧, നല്ല ജാതിയിലുള്ള. ൨, ശോഭയുള്ള. ൩, നല്ല നിറമുള്ള.

സുവൎണ്ണം. ന. ൧, പൊന്നു. ൨, പൊ ന്നിൻെറ ഒരു തൂക്കം. ൩, ചന്ദനം. ൪, ഒരുമാതിരി ചുവന്ന കൽച്ചുണ്ണാ മ്പു. ൫, ഐശ്വൎയ്യം, സമ്പത്തു. ൬, കൊന്നവൃക്ഷം.

സുവല്ലി. ന. കാർകോകിൽ.

സുവഹ. വി. (ഹൻ, ഹാ, ഹം.) വി. ന. ൧, നല്ലവണ്ണം ചുമക്കുന്ന. ൨, ചു മപ്പാൻ പ്രയാസമില്ലാത്ത. ൩, ക്ഷമ യുള്ള.

സുവഹ. ന. ൧, ഒരു പൂവു. ൨, ഒരു ചെടി. ൩, അരത്ത ൪, ഒരംന്തു.

സുവാസം. ന. ൧, നല്ല ജരിപ്പിടം. ൨, സുഗന്ധവാസന.

സുവാസി. വി. (സീ, സിനീ, സി) വി. ന. നല്ല ദേനത്തിൽ പാൎക്കുന്ന.

സുവാസിനീ. ന. യൌവ്വനം തുടങ്ങി യ സ്ത്രീ.

സുവിനീത. വി. (തൻ, താ, തം.) വി. ന. നല്ലവണ്ണം വളൎത്തപ്പെട്ട, നല്ലവ ണ്ണം പഠിപ്പിക്കപ്പെട്ട.

സുവിനീത. ന. ഇണക്കമുള്ള പശു.

സുവിശേഷം. ന. ൧, നല്ല വൎത്തമാ നം. ൨, ഒരു പുസ്തകം, ഏവൻഗേലി.

സുവേഷം. ന. നല്ല വേഷം.

സുവ്രത. വി. (തൻ, താ, തം.) വി. ന. സുകൃതമുള്ള, കണിശമുള്ള.

സുവ്രതാ. ന. ഇണക്കമുള്ള പശു.

സുശാസന. ന. നല്ല ശാസന.

സുശീതല. വി. (ലൻ, ലാ, ലം.) വി. ന. അധിക തണുപ്പുള്ള.

സുശീതലം. ന. സൌരഭ്യമുള്ള ഒരു പുല്ലു.

സുശീല. വി. (ലൻ, ലാ, ലം.) വി. ന. നല്ല ശീലമുള്ള. **സുശീലത.** സ്ത്രീ. ന. നല്ല ശീലം.

സുശീലാ. ന. യമൻെറ ഭാൎയ്യ.

സുഷമ. വി. (മൻ, മാ, മം.) വി. ന. ശോഭയുള്ള, ഭംഗിയുള്ള.

സുഷമാ. ന. ശോഭ.

സുഷവി. ന. ൧, പാൎവല്ലി. ൨, കരിഞ്ചീരകം. ൩, ചീരകം.

സുഷി. ന. പോതു.

സുഷിര. വി. (രൻ, രാ, രം.) വി. ന. തുളെക്കപ്പെട്ട.

സുഷിരം. ന. ൧, പോതു. ൨, കുഴൽ. ൩, അഗ്നി.

സുഷിരാ. ന. പവഴക്കൊടി.

സുഷിമ. വി. (മൻ, മാ, മം.) വി. ന. തണുപ്പുള്ള.

സുഷീമം. ന. ൧, തണുപ്പ. ൨, പാമ്പ. ൩, ചന്ദ്രകാന്തക്കല്ല.

സുഷുപ്ത. വി. (പ്തൻ, പ്താ, പ്തം.) വി. ന. ഉറങ്ങുന്ന.

സുഷുപ്തി. ന. ഗാഢനിദ്ര, നല്ല ഉറക്കം.

സുഷുമ്നാ. ന. ഒരു നാഡി.

സുഷേണൻ. ന. ൧, വിഷ്ണു. ൨, രാമായണത്തിൽ പറയുന്ന ഒരു വാനരൻ.

സുഷേണം. ന. ൧, പെരുങ്കിളാവ. ൨, ചൂരൽ.

സുഷേണിക. ന. ഒരു മരുന്നു, നാല്ക്കോപ്പക്കൊന്ന.

സുഷ്ഠു. അ. ൧, അധികം. ൨, നല്ല.

സുസംസ്കൃത. വി. (തൻ, താ, തം.) വി. ന. ൧, നല്ലവണ്ണം ഉണ്ടാക്കപ്പെട്ട. ൨, നല്ലവണ്ണം പാകം ചെയ്യപ്പെട്ട.

സുസഹ. വി. (ഹൻ, ഹാ, ഹം.) വി. ന. പ്രയാസം കൂടാതെ വഹിച്ച, നല്ലവണ്ണം സഹിക്കാകുന്ന.

സുസ്ഥ. വി. (സ്ഥൻ, സ്ഥാ, സ്ഥം.) വി. ന. നല്ലവണ്ണം ഇരിക്കുന്ന, സൌഖ്യമുള്ള. **സുസ്ഥത.** ഗു. ന. സൌഖ്യം.

സുസ്ഥിര. വി. (രൻ, രാ, രം.) വി. ന. ഏറ്റവും ഉറപ്പുള്ള, ഇളകാത്ത.

സുസ്നാത. വി. (തൻ, താ, തം.) വി. ന. നല്ലവണ്ണം കുളിച്ച.

സുസ്നാതൻ. ന. യാഗം കഴിച്ചവൻ.

സുസ്നിഗ്ധ. വി. (ഗ്ധൻ, ഗ്ധാ, ഗ്ധം.) വി. ന. ഏറ്റവും സ്നേഹമുള്ള.

സുസ്വരം. ന. നല്ല സ്വരം.

സുഹിത. വി. (തൻ, താ, തം.) വി. ന. ൧, പൂൎണ്ണമായ. ൨, തരമായ. ൩, മയമുള്ള.

സുഹൃത്തു. ന. ൧, സ്നേഹിതൻ. ൨, ബന്ധു.

സുഹൃദയ. വി. (യൻ, യാ, യം.) വി. ന. നല്ല ഹൃദയമുള്ള, ദയയുള്ള.

സൂ

സൂകരം. ന. പന്നി.

സൂക്തി. ന. നല്ല വാക്ക.

സൂക്തം. ന. വേദവാക്യം.

സൂചകൻ. ന. ൧, ഒറ്റുകാരൻ. ൨, ഗുരുവു. ൩, കുഴസൂചി. ൪, പട്ടി. ൫, കാക്ക. ൬, പൂച്ച. ൭, ഭടൻ. ൮, കൂട്ടത്തിൽ പ്രമാണി. ൯, ആംഗ്യംകൊണ്ടറിയിക്കുന്നവൻ.

സൂചകം. ന. ൧, ആംഗ്യംകൊണ്ടറിയിക്കുക. ൨, ഒറ്റു, ഗൂഢമായിത്തിരക്കിയറിക. ൩, ആരംഭം.

സൂചനം. ന. ൧, കാണിച്ചുകൊടുക്കുക. ൨, അറിയിക്കുക. ൩, പഠിപ്പിക്കുക.

സൂചന. ന. ൧, കുത്തിത്തുളെക്ക. ൨, ആംഗ്യംകൊണ്ടറിയിക്കുക. ൩, കാഴ്ച. ൪, ഉപദേശം.

സൂചി. ന. ൧, തയ്ക്കുന്നതിന്നായിട്ടു ഇരിമ്പു മുതലായ ലോഹങ്ങളെക്കൊണ്ടുണ്ടാക്കിയ ഒരുമാതിരി കുഴസൂചി. ൨, മൊട്ടുസൂചി. ൩, പുരയുടെ മുകൾ കുത്തി മുറുക്കുന്ന അലകുസൂചി. ൪, പനയോലയിൽ നാരു കോൎക്കുന്നതിന്നു കുത്തിത്തുളെക്കുന്ന അലകുസൂചി. ൫, രത്നങ്ങൾ തുളെക്കുന്ന സൂചി. ൬, മത്സ്യത്തെ കോൎക്കുന്ന സൂചി. ൭, ഒരു പുസ്തകത്തിലെ സംഗതിവിവരം.

സൂചിക്കാണം. ന. ചില ആധാരം എഴുതിക്കൊടുക്കുന്നതിന്നുള്ള ഒരു വകാരം.

സൂചികാന്തം. ന. അയസ്കാന്തം.

സൂചിക്കുന്നു. ച്ചു. പ്പാൻ. (സൂചി.) അ. ക്രി. ൧, ഒന്നുകൊണ്ടു മറ്റൊന്നിനെ ഊഹിപ്പാനുള്ള ലക്ഷണമുണ്ടാകുന്നു. ൨, തുടങ്ങുന്നു. **സൂചിപ്പിക്കുന്നു.** സ. ക്രി.

സൂചിക്കുഴ. ന. സൂചിയിൽ നൂലു കോൎക്കുന്ന ദ്വാരം.

സൂചിത. വി. (തൻ, താ, തം.) വി. ന. സൂചിപ്പിക്കപ്പെട്ട, അറിയിക്കപ്പെട്ട.

സൂചിപ്പണി. ന. തയ്യൽവേല.

സൂച്യഗ്രം. ന. സൂചിമുന.

സൂതകം. ന. ൧, ജനനം. ൨, പ്രസവിച്ചിട്ടുള്ള അശുദ്ധി, വാലായ്മ. ൩, പാരദം.

സൂത. വി. (തൻ, താ, തം.) വി. ന. ൧, ജനിച്ച. ൨, അയെക്കപ്പെട്ട. ൩, കടിക്കപ്പെട്ട.

സൂതൻ. ന. ൧, തേരാളി. ൨, ആശാരി. ൩, ബ്രാഹ്മണസ്ത്രീയിൽ ക്ഷത്രിയനു ജനിച്ചവൻ.

സൂതാ. ന. പെറ്റു കിടക്കുന്നവൾ.

സൂതം. ന. രസം, പാരതം.

സൂതി. ന. ൧, പ്രസവം. ൨, സന്തതി. ൩, തയ്യൽ.

സൂതികാ. ന. പ്രസവിച്ചിട്ടു ഏറെനാൾ ചെല്ലാത്തവൾ.

സൂതികാഗൃഹം. ന. ഈറ്റില്ലം, പേറ്റുപുര.

സൂതിമാസം. ന. പ്രസവിക്കേണ്ടുന്ന മാസം, പത്താമ്മാസം, വൈജനനം.

സൂത്ഥാന. വി. (നൻ, നാ, നം.) വി. ന. മിടുക്കുള്ള.

സൂത്രക്കാരൻ. ന. ൧, യന്ത്രപ്പണിക്കാരൻ. ൨, ഉപായക്കാരൻ.

സൂത്രചക്രം. ന. ചില സൂത്രപ്പണിയിലുള്ള ചക്രം.

സൂത്രണം. ന. നൂലുകൊണ്ടു കോൎക്കുക, ക്രമപ്പെടുത്തുക.

സൂത്രധാരൻ. ന. ൧, നാട്യത്തിൽ ഒന്നാമതു വരുന്നവൻ. ൨, മൎയാശാരി. ൩, ഇന്ദ്രൻ.

സൂത്രപട്ടിക. ന. പോക്കതകിന്റെ നടുവിൽ ചിത്രപ്പണി ചെയ്തു തറെക്കുന്ന ഒരു മരം.

സൂത്രപ്പണി. ന. നല്ല ബുദ്ധിമാന്മാരുടെ ചില കൌശലപ്പണി, നാഴികമണി വൎത്തമാനക്കമ്പി പുകവണ്ടി മുതലായതിന്റെ വേല, യന്ത്രപ്പണി.

സൂത്രപ്പണിക്കാരൻ. ന. യന്ത്രപ്പണി ചെയ്യുന്നവൻ.

സൂത്രഭാഷ്യം. ന. വ്യാകരണസൂത്രത്തിന്റെയും മറ്റും ഒന്നാമത്തെ വ്യാഖ്യാനം.

സൂത്രം. ന. ൧, ചരട. ൨, വ്യാകരണത്തിന്റെയും മറ്റും ചുരുക്കമായുള്ള ഒന്നാം പുസ്തകം. ൩, പൂണൂൽ. (മ.) ൧, രഹസ്യം. ൨, യന്ത്രപ്പണി. ൩, ഉപായം.

സൂത്രവാക്യം. ന. ചുരുക്കവാക്ക്, കാൎയ്യം ഓൎമ്മിപ്പിക്കുവാനുള്ള ചെറിയ വാചകങ്ങൾ.

സൂത്രവേഷ്ടനം. ന. നെയിത്തുകാരന്റെ ഒരു മാതിരി നൂൽ ചുററുന്ന സാധനം.

സൂത്രാമാവു. ന. ഇന്ദ്രൻ, സുത്രാമാവു.

സൂദന. വി. (നൻ, നീ, നം.) വി. ന. ൧, നാശത്തെ ചെയ്യുന്ന. ൨, പ്രിയമുള്ള.

സൂദനം. ന. കുല, വധിക്ക.

സൂദൻ. ന. അട്ടക്കുളക്കാരൻ, പാചകൻ.

സൂന. വി. (നൻ, നാ, നം.) വി. ന. ൧, വിടൎന്ന. ൨, ഒഴിവുള്ള. ൩, ജനിച്ച.

സൂനം. ന. ൧, പുഷ്പം. ൨, പ്രസവം.

സൂനി. ന. മൃഗങ്ങളെ കൊല്ലുന്നവൻ.

സൂനു. ന. ൧, പുത്രൻ. ൨, പുത്രി. ൩, അനുജൻ. ൪, സൂൎയ്യൻ. ൫, മകളുടെ മകൻ.

സൂനൃത. വി. (തൻ, താ, തം.) വി. ന. ൧, സത്യമുള്ള. ൨, ഭാഗ്യമുള്ള. ൩, ഇഷ്ടമുള്ള.

സൂനൃതം. ന. സത്യ പ്രിയവാക്ക.

സൂപകാരൻ. ന. പരിപ്പുകാരൻ, അട്ടുക്കളയിൽ അരികറി വെക്കുന്നവൻ, പാചകൻ.

സൂപധൂപനം. ന. ഒരങ്ങാടി മരുന്നു, കായം.

സൂപം. ന. ൧, പരിപ്പു. ൨, പാത്രം. ൩, അമ്പു.

സൂപ്യവല്ലി. അല്ലെങ്കിൽ, **സൂപവല്ലി.** ന. കാട്ടുപയറു.

സൂരണം. ന. ചേന.

സൂരത. വി. (തൻ, താ, തം.) വി. ന. ൧, ദയയുള്ള. ൨, ക്ഷമയുള്ള.

സൂരൻ. ന. ൧, സൂൎയ്യൻ. ൨, വിദ്വാൻ.

സൂരസൂതൻ. ന. അരുണൻ.

സൂരി. വി. (രീ, രിണീ, രി.) വി. ന. ബുദ്ധിയുള്ള, വിദ്യയുള്ള.

സൂരി. ന. ൧, വിദ്വാൻ. ൨, ആദിത്യൻ. ൩, കൃഷ്ണൻ.

സൂൎപ്പം. ന. മുറം.

സൂൎമ്മി. ന. ഇരിമ്പുകൊണ്ടുള്ള ബിംബം.

സൂൎയ്യ. ന. ആദിത്യന്റെ ഭാൎയ്യ.

സൂൎയ്യകാന്തം. ന. ൧, ഒരു രത്നം. ൨, ഒരു പൂവു.

സൂൎയ്യകാന്തി. ന. ൧, വെയിൽ. ൨, എള്ളിന്റെ പൂവു.

സൂൎയ്യകിരണം. ന. ആദിത്യരശ്മി, വെയിൽ.

സൂൎയ്യഗ്രഹണം. ന. ചന്ദ്രഛായകൊണ്ടു ആദിത്യബിംബത്തിന്നുണ്ടാകുന്ന മറവു.

സൂൎയ്യഛായ. ന. കേതുവിനെക്കൊണ്ടു ആദിത്യന്നുണ്ടാകുന്ന മറവു, വെയിലത്തുണ്ടാകുന്ന നിഴൽ.

സൂൎയ്യതനയ. ന. ഒരു നദി, യമുന.

സൂൎയ്യൻ. ന. ൧, ആദിത്യൻ. ൨, എരിക്ക.

സൂൎയ്യപടം. ന. ഒരു മാതിരി വിശേഷമുള്ള ശില, വിള്ളൂസ്സു.

സൂൎയ്യപുടം. ന. ചില മരുന്നുകൾ നീററുന്നതിന്നു വെയിലത്തു വെക്കുക.

സൂൎയ്യപുത്രൻ. ന. ൧, ശനി. ൨, യമൻ. ൩, സുഗ്രീവൻ. ൪, കൎണ്ണൻ. ൫, വൈവസ്വതൻമനു.

സൂൎയ്യപ്രഭ. ന. ആദിത്യന്റെ ശോഭ.

സൂൎയ്യബിംബം. ന. ആദിത്യബിംബം.

സൂൎയ്യമണ്ഡലം. ന. ആദിത്യബിംബം.

സൂൎയ്യവംശം. ന. ആദിത്യന്റെ കുലം.

സൂൎയ്യവാരം. ന. ഞായറാഴ്ച.

സൂൎയ്യവാസരം. ന. ഞായറാഴ്ച.

സൂൎയ്യശോഭ. ന. വെയിൽ.

സൂൎയ്യസാരഥി. ന. ആദിത്യന്റെ തേർ നടത്തുന്നവൻ, അരുണൻ.

സൂൎയ്യാസ്തമനം. ന. സൂൎയ്യന്റെ അസ്തമനം.

സൂൎയ്യേന്ദുസംഗമം. ന. കറുത്തവാവു.

സൂൎയ്യോദയം. ന. സൂൎയ്യൻ ഉദിക്കുക.

സൂൎയ്യോപരാഗം. ന. സൂൎയ്യഗ്രഹണം.

സൂക്ഷം. ന. ൧, വിചാരം, നോട്ടം. ൨, പരമാൎത്ഥം. ൩, ഒപ്പം.

സൂക്ഷിക്കുന്നു. ച്ചു. പ്പാൻ. (സൂക്ഷി.) സ. ക്രി. ൧, കാത്തുരക്ഷിക്കുന്നു. ൨, നോക്കുന്നു.

സൂക്ഷ്മ. വി. (ക്ഷ്മൻ, ക്ഷ്മാ, ക്ഷ്മം.) വി. ന. ൧, ചെറുതായ. ൨, ഏററവും ചെറിയ തരിയായ. ൩, നേരിയ. ൪, ബുദ്ധിശക്തിയുള്ള. **സൂക്ഷ്മത.** ഗു. ന.

സൂക്ഷ്മം. ന. ൧, തരി, ലേശം. ൨, ഒരു തൈ.

സൂക്ഷ്മ. ന. ൧, എല്ലാടവും നിറഞ്ഞു കാണ്മാൻ വഹിയാത്ത ആത്മാവു. ൨, ചതിവു, നേൎത്ത പൂവും മററും.

സൂക്ഷ്മാ. ന. ൧, ഒരു മൂല്ല. ൨, ചിററേലം. ൩, ഏലാവാലുകം.

സൂക്ഷ്മദൎശി. വി. (ൎശി, ൎശിനി, ൎശി.) വി. ന. ചെറുതായ വസ്തുക്കളെ വേഗത്തിൽ കാണുന്ന, ബുദ്ധിക്കൂൎപ്പുള്ള.

സൂക്ഷ്മദൃഷ്ടി. വി. (ദൃഷ്ടി.) വി. ന. മേല്പറഞ്ഞ അൎത്ഥം.

സൂക്ഷ്മദേഹം. ന. ജീവാത്മാവു.

സൃ

സൃക്ക്. ന. സ്രഷ്ടാവു.

സൃകണ്ടം. ന. കടവായ.

സൃഗാ. ന. ഒരുമാതിരി ചെറിയ അസ്ത്രം, കുഴലിൽവച്ചോ കൈകൊണ്ടു തന്നെയൊ പ്രയോഗിക്കുന്ന ഒരായുധം, ഭിണ്ടിപാലം, പിന്നെറവുതടി, സൃഗം.

സൃഗാലം. ന. ൧, കുറുക്കൻ. ൨, അസുരൻ.

സൃണി. ന. ആനത്തോട്ടി.

സൃണിക. ന. വായിൽനിന്നൊലിക്കുന്ന വെള്ളം, ഒരംത്താ.

സൃത. വി. (തൻ, താ, തം.) വി. ന. പോയ.

സൃതി. ന. ൧, വഴി. ൨, പോകുക. ൩, ഉപദ്രവിക്ക.

സൃപാടി. ന. ഒരുഉവു.

സൃപാടിക. ന. പക്ഷിയുടെ ചുണ്ടു, കൊക്ക.

സൃമര. വി. (രൻ, രാ, രം.) വി. ന. നിമിഷം പോകുന്ന.

സൃമരം. ന. ഒരുവക മാൻ.

സൃഷ്ട. വി. (ഷ്ടൻ, ഷ്ടാ, ഷ്ടം.) വി. ന. ൧, സൃഷ്ടിക്കപ്പെട്ട, നിൎമ്മിക്കപ്പെട്ട. ൨, വളരെയുള്ള. ൩, നിശ്ചയിക്കപ്പെട്ട. ൪, യോജിപ്പിക്കപ്പെട്ട. ൫, അലങ്കരിക്കപ്പെട്ട. ൬, വിടപ്പെട്ട.

സൃഷ്ടി. ന. ൧, നിൎമ്മിപ്പു. ൨, സ്വഭാവം. ൩, ലക്ഷണമില്ലാത്തതു. ൪, ലക്ഷണമുള്ളതു.

സൃഷ്ടികൎത്താവു. ന. സൃഷ്ടിക്കുന്ന ആൾ, ബ്രഹ്മാവു.

സൃഷ്ടിക്കുന്നു. ച്ചു. പ്പാൻ. (സൃഷ്ടി.) സ. ക്രി. നിൎമ്മിക്കുന്നു, ഉണ്ടാക്കുന്നു.

സൃഷ്ടിപ്പു. ന. നിൎമ്മിപ്പു.

സേ

സേകപാത്രം. ന. വെള്ളം തേകുന്ന തിന്നുള്ള പാത്രം.

സേകം. ന. തേകുക, തളിക്കുക, നനെക്കുക.

സേചകം. ന. മേഘം.

സേചനം. ന. വൃക്ഷത്തിന്റെ ചുവട്ടിലും മററും നനെക്കുക, തളിക്കുക.

സേതു. ന. ൧, ആററിലും മററും മറുകരെക്കു നടന്നുപോകുന്നതിന്നു മണ്ണും കല്ലുംകൊണ്ടുണ്ടാക്കുന്ന ചിറ. ൨, പാലം. ൩, ഒരു വൃക്ഷം, വരണം.

സേതുബന്ധം. ന. രാമേശ്വരത്തുനിന്നു ലങ്കയിലേക്കുള്ള ചിറ.

സേതുസ്നാനം. ന. രാമേശ്വരത്തേ സേതുവിങ്കൽ കുളിക്ക.

സേന. ന. ൧, സൈന്യം. ൨, കാൎത്തികേയന്റെ ഭാൎയ്യ. ൩, ഒരം യുഗത്തിങ്കലെ മൂന്നാമത്തെ ജിനാചാൎയ്യന്റെ അമ്മ.

സേനാഗൃഹം. ന. പടവീടു.

സേനാംഗം. ന. ആന കുതിര തേരു കാലാൾ.

സേനാധിപൻ. ന. പട്ടാളത്തിൽ പ്രമാണി.

സേനാനായകൻ. ന. മേല്പറഞ്ഞ അൎത്ഥം.

സേനാനി. ന. ൧, പട്ടാളത്തിൽ പ്രമാണി. ൨, സുബ്രഹ്മണ്യൻ.

സേനാപതി. ന. പട്ടാളത്തിൽ പ്രമാണി. **സേനാപത്യം.** ഗു. ന.

സേനാമുഖം. ന. സൈന്യത്തിന്റെ മുൻഭാഗം, മൂന്നുപത്തി കൂടിയതു.

സേനാരക്ഷൻ. ന. സൈന്യത്തെ രക്ഷിക്കുന്നവൻ.

സേവ. ന. ൧, ആശ്രയിച്ചു പാൎക്ക. ൨, ഭജനം.

സേവക. വി. (കൻ, കാ, കം.) വി. ന. സേവിക്കുന്ന.

സേവകൻ. ന. ഭൃത്യൻ.

സേവക. ന. ഒരുമാതിരി പലഹാരം.

സേവകനാഴി. ന. സേവകയുണ്ടാക്കുന്നതിന്നു വളരെ ഓാരമുള്ള ഒരു ഓട്ടുപാത്രം.

സേവകവൃത്തി. ന. സേവിച്ചു പാൎക്കുന്നവന്റെ പ്രവൃത്തി.

സേവധി. ന. വൈശ്രവണന്റെ ഒൻപതു നിധികളിൽ ഒന്നു, ശേവധി.

സേവനം. ന. ൧, തുന്നുക. ൨, സേവിക്കുക.

സേവനി. ന. സൂചി.

സേവാബലം. ന. സേവയുടെ ശക്തി.

സേവാമൂൎത്തി. ന. സേവിച്ചു സ്വാധീനമാക്കിയ ദേവത.

സേവാവൃത്തി. ന. ൧, സേവിച്ചു പാൎക്കുന്നവന്റെ പ്രവൃത്തി. ൨, സേവകൊണ്ടുള്ള കഴിച്ചിൽ.

സേവിക്കുന്നു. ച്ചു. പ്പാൻ. (സേവി.) സ ക്രി. ൧, ആശ്രയിച്ചു പാൎക്കുന്നു. ൨, ഭജിക്കുന്നു. ൩, കഷായവും മററും കുടിക്കുന്നു. ൪, ചില മരുന്നു തിന്നുന്നു.

സേവിത. വി. (തൻ, താ, തം.) വി. ന. സേവിക്കപ്പെട്ട.

സേവ്യ. വി. (വ്യൻ, വ്യാ, വ്യം.) വി. ന. സേവിക്കത്തക്ക.

സേവ്യം. ന. ൧, രാമച്ചം. ൨, ഇത്തിക്കണ്ണി.

സേവ്യമാന. വി. (നൻ, നാ, നം.) വി. ന. സേവിക്കുന്ന.

സൈ

സൈകത. വി. (തൻ, താ, തം.) വി. ന. മണൽകൊണ്ടുള്ള, മണലുള്ള.

സൈകതം. ന. മണൽതിട്ട.

സൈതവാഹിനി. ന. വിന്ധ്യങ്കൽനിന്നു പുറപ്പെടുന്ന ഒരു നദി, ബാഹുദാ.

സൈനിക. വി. (കൻ, കാ, കം.) വി. ന. സൈന്യത്തെ സംബന്ധിച്ച.

സൈനികൻ. ന. കാവൽക്കാരൻ.

സൈനികം. ന. സൈന്യം.

സൈന്ധവ. വി. (വൻ, വാ, വം.) വി. ന. ൧, സിന്ധുദേശത്തുണ്ടായ. ൨, സമുദ്രത്തിലൊ ആററിലൊ നിന്നുണ്ടായ.

സൈന്ധവം. ന. ൧, ഇന്തുപ്പു. ൨, കുതിര.

സൈന്യപൃഷ്ഠം. ന. സൈന്യത്തിന്റെ പിൻഭാഗം.

സൈന്യം. ന. സേന, പട്ടാളം.

സൈന്യാധിപൻ. ന. പട്ടാളത്തിൽ പ്രമാണി.

സൈന്യാവാസം. ന. പാളയം.

സൈരന്ധ്രി. ന. മററൊരുത്തന്റെ ഭവനത്തിൽ ചെന്നു തന്റെ ഇഷ്ടം പോലെ പാൎക്കുന്നവൾ.

സൈരിക. വി. (കൻ, കാ, കം.) വി. ന. ൧, കലപ്പയെ സംബന്ധിച്ച. ൨, ഉഴപ്പൊളിയുള്ള.

സൈരികൻ. ന. ൧, ഉഴവുകാരൻ. ൨, ഉഴവുകാള.

സൈരിഭം. ന. പോത്തു.

സൈരേയകം. ന. ചെറുകുറിഞ്ഞി.

സോ

സോഢ. വി. (ഢൻ, ഢാ, ഢം.) വി. ന. ൧, സഹിച്ച. ൨, ക്ഷമയുള്ള.

സോൽപ്രാശ. വി. (ശൻ, ശാ, ശം.). വി. ന. അധികമായ, അതി.

സോൽപ്രാശം. ന. ൧, നിന്ദാസ്തുതി. ൨, ഒരു പുഞ്ചിരി, മന്ദസ്മിതം.

സോദയ. വി. (യൻ, യാ, യം.) വി. ന. ഉദയത്തോടു കൂടിയ, ലാഭമുള്ള.

സോദരൻ. ന. അനുജൻ.

സോദരി. ന. അനുജത്തി.

സോദൎയ്യൻ. ന. അനുജൻ.

സോന്മാദ. വി. (ദൻ, ദാ, ദം.) വി. ന. ഉന്മദമുള്ള, ഭ്രാന്തുള്ള.

സോപകാര. വി. (രൻ, രി, രം.) വി. ന. ഉപകാരത്തോടുകൂടിയ.

സോപപ്ലവൻ. ന. ഗ്രഹണം പിടിച്ച ആദിത്യനും ചന്ദ്രനും.

സോപാനം. ന. ൧, കല്പടി. ൨, കോവണി.

സോമഗ്രഹണം. ന. ചന്ദ്രഗ്രഹണം.

സോമചൂഡൻ. ന. ശിവൻ.

സോമജൻ. ന. ചന്ദ്രന്റെ പുത്രൻ ബുധൻ.

സോമതീൎത്ഥം. ന. ഒരു പുണ്യതീൎത്ഥസ്ഥലം.

സോമദൈവതം. ന. ബുധൻ.

സോമൻ. ന. ൧, ചന്ദ്രൻ. ൨, വൈശ്രവണൻ. ൩, വായു. ൪, യമൻ. ൫, ശിവൻ.

സോമപൻ. ന. സോമയാഗം ചെയ്യുവൻ.

സോമപാനം. ന. സോമം പിഴിഞ്ഞ വെള്ളം കുടിക്ക.

സോമപീതി. ന. സോമപൻ.

സോമപുത്രൻ. ന. ബുധൻ.

സോമം. ന. ൧, ഒരു തൈ. ൨, അതിന്റെ വെള്ളം. ൩, അമൃതു. ൪, വെള്ളം. ൫, കഞ്ഞി. ൬, ആകാശം. ൭, കർപ്പൂരം.

സോമയാഗം. ന. ഒരു യാഗം.

സോമയാജി. ന. സോമയാഗം ചെയ്യുന്നവൻ.

സോമരാജി. ന. ഒരങ്ങാടിമരുന്നു, കാർപ്പോകിലരി.

സോമരായം. ന. ൧, ഒരു തൈ. ൨, കരുവേപ്പു.

സോമവംശം. ന. ചന്ദ്രവംശം.

സോമവല്ക്കം. ന. ൧, കരിങ്ങാരവൃക്ഷം. ൨, കായാമ്പാല.

സോമവല്ലരി. ന. മീനങ്ങാണി.

സോമവല്ലി. ന. ൧, ചിററമൃതു. ൨, കാർപ്പോകിൽ. ൩, മീനങ്ങാണി.

സോമവാരം. ന. തിങ്കളാഴ്ച.

സോമള. വി. മൃദുവായ.

സോമശേഖരൻ. ന. ശിവൻ.

സോമസിദ്ധാന്തി. ന. ശിവമതക്കാരൻ.

സോമസിദ്ധാന്തം. ന. ശിവമതക്കാർ പ്രമാണിച്ചുവരുന്ന ഒരു ശാസ്ത്രം.

സോമോത്ഭവ. ന. നൎമ്മദയെന്ന നദി.

സോമോപരാഗം. ന. ചന്ദ്രഗ്രഹണം.

സോല്ലുണ്ഠനം. ന. അകമെ നിന്ദയോടുകൂടെയുള്ള സ്തുതിവാക്ക.

സൌ

സൌകൎയ്യം. വി. ന. ൧, ചെയ്വാൻ ഉള്ള എളുപ്പം, സുകരത. ൨, പന്നിയുടെ സ്വഭാവം.

സൌകുമാൎയ്യം. ന. സുകുമാരന്റെ സ്ഥിതി.

സൌഖ്യം. ന. സുഖം.

സൌഗതൻ. ന. ൧, വേദത്തെ നിന്ദിക്കുന്ന ജാതിക്കാരൻ. ൨, ബുദ്ധമതക്കാരൻ.

സൌഗതികൻ. ന. ൧, ബുദ്ധമുനി. ൨, ഇരന്നുനടക്കുന്ന ബ്രാഹ്മണൻ. ൩, അവിശ്വാസി.

സൌഗന്ധികം. ന. ൧, ചെങ്ങഴിനീർപ്പൂവു. ൨, കവട്ടപ്പുല്ലു. ൩, ഗന്ധകം. ൪, ചുവപ്പുകല്ലു.

സൌചികൻ. ന. തുന്നക്കാരൻ, തയ്യല്ക്കാരൻ.

സൌചിത്ര്യം. ന. മനോഹരത.

സൌജന്യം. ന. സുജനത്തിന്റെ സ്വഭാവം. (മ.) സമ്മാനം.

സൌദാമിനി. ന. മിന്നൽപ്പിണർ.

സൌദായിക. വി. (കൻ, കി, കം.) വി. ന. സ്ത്രീധനമായി കൊടുക്കപ്പെടുന്ന.

സൌധം. ന. രാജഭവനം.

സൌനികൻ. ന. കശാപ്പുകാരൻ.

സൌന്ദൎയ്യം. ന. അഴകു, ഭംഗി.

സൌപ്തിക. വി. ഉറക്കം സംബന്ധിച്ച. **സൌപ്തികം.** രാത്രിയിലുള്ള യുദ്ധം.

സൌഭഗത്വം. ന. സൌന്ദൎയ്യം.

സൌഭഞ്ജനം. ന. മുരിങ്ങമരം.

സൌഭാഗിനേയൻ. ന. സുന്ദരിയുടെ പുത്രൻ.

സൌഭാഗ്യം. ന. ൧, സുഭഗന്റെ അവസ്ഥ, സൌന്ദൎയ്യം. ൨, ചായില്യം.

സൌഭ്രാത്രം. ന. സഹോദരസ്നേഹം.

സൌമിത്രൻ. ന. ലക്ഷ്മണൻ.

സൌമുഖ്യം. ന. സുമുഖത, സൌന്ദൎയ്യം.

സൌമേധികൻ. ന. വിശേഷജ്ഞാനമുള്ളവൻ.

സൌമ്യ. വി. (മ്യൻ, മ്യാ, മി, മ്യം.) വി. ന. ൧, സോമനെ സംബന്ധിച്ച. ൨, ഭംഗിയുള്ള. ൩, ശാന്തതയുള്ള, താഴ്മയുള്ള. **സൌമ്യത.** ശ്ല. ന. ശാന്തത.

സൌമ്യൻ. ന. ൧, ബുധൻ. ൨, സുഭഗൻ.

സൌമ്യ. ന. ൧, അറുപതിൽ നാല്പത്തുമൂന്നാം സംവത്സരം. ൨, ഒരു പൂച്ചെടി.

സൌരനാഡി. ന. ദേഹത്തിലെ ഒരുതരം ഞരമ്പു.

സൌരഭേയൻ. ന. കാള.

സൌരഭേയി. ന. നല്ല പശു.

സൌരഭ്യം. ന. സുഗന്ധം.

സൌരൻ. ന. ശനി.

സൌരാജ്യം. ന. നല്ല രാജ്യസ്ഥിതി.

സൌരം. ന. മുപ്പതു ദിവസംകൊണ്ടുള്ള ഒരു മാസം.

സൌരാഷ്ട്രം. ന. ൧, ഒരു രാജ്യം. ൨, വെള്ളോടു. ൩, ഒരു രാഗം.

സൌരാഷ്ട്രകം. ന. ഒരുവക വിഷം.

സൌരി. ന. ശനി.

സൌവൎച്ചലം. ന. തുവൎച്ചലക്കാരം.

സൌവൎണ്ണ. വി. (ൎണ്ണൻ, ൎണ്ണാ, ൎണ്ണം.) വി. ന. സ്വൎണ്ണംകൊണ്ടുള്ള.

സൌവാസ്തവ. വി. (വൻ, വി, വം.) വി. ന. നല്ല സ്ഥലത്തിൽ പണിതുവച്ച.

സൌവിദൻ. ന. സ്ത്രീകളുടെ ഗൃഹം കാക്കുന്നവൻ.

സൌവിദല്ലൻ. ന. മേല്പറഞ്ഞ അൎത്ഥം.

സൌവീരം. ന. ഒരുമാതിരി അഞ്ജനം.

സൌവീരാഞ്ജനം. ന. മേല്പറഞ്ഞ അൎത്ഥം.

സൌശിഷ്ട്യം. ന. നന്മ.

സൌശീല്യം. ന. നല്ലശീലം.

സൌശ്രീക. ന. ഒരു വിഷം.

സൌഷ്ഠവം. ന. ൧, അധികം. ൨, ശ്രേഷ്ഠത. ൩, സൌന്ദൎയ്യം.

സൌസ്നാതികൻ. ന. യാഗാവസരത്തിൽ കുളി ശുദ്ധമായോ എന്നു ചോദിക്കുന്ന ആൾ.

സൌക്ഷ്മ്യം. ന. സൂക്ഷ്മത.

സൌഹാൎദ്ദം. ന. സ്നേഹം.

സൌഹിത്യം. ന. പൂൎത്തിയാക, സമ്പൂൎണ്ണത.

സൌഹൃദയം. ന. ബന്ധുത്വം, സ്നേഹം.

സ്ക

സ്കന്ദനം. ന. ൧, മലശോധന. ൨, ഗമനം, മാററം.

സ്കന്ദൻ. ന. സുബ്രഹ്മണ്യൻ.

സ്കന്ധജ. വി. (ജൻ, ജാ, ജം.) വി. ന. തായിത്തടിയിൽനിന്നു മുളച്ച.

സ്കന്ധദേശം. ന. ൧, ആനക്കഴുത്തിൽ ഇരിക്കുന്ന സ്ഥലം. ൨, ചുമല്, തോൾ.

സ്കന്ധം. ന. ൧, കഴുത്തു, ചുമൽ. ൨, ശരീരം. ൩, വൃക്ഷത്തിന്റെ കവരം. ൪, സംഘം. ൫, യുദ്ധം. ൬, ചില പുസ്തകത്തിന്റെ ഭാഗം.

സ്കന്ധരോമം. ന. കഴുത്തിലെ രോമം.

സ്കന്ധവാഹം. ന. ചുമട്ടുകാള.

സ്കന്ധശാഖ. ന. വൃക്ഷത്തിന്റെ തായിക്കൊമ്പു.

സ്കന്ധസ്സു. ന. ൧, ചുമൽ. ൨, കുററിത്തടി, കവരം.

സ്കന്ധാഗ്നി. ന. തടി കടഞ്ഞു എടുക്കുന്ന തീ.

സ്കന്ധാവാരം. ന. ൧, പാളയം. ൨, സൈന്യം.

സ്കന്ന. വി. (ന്നൻ, ന്നാ, ന്നം.) വി. ന. സ്വസ്ഥാനത്തുനിന്നു വീണ, കാലുന്ന.

സ്കാന്ദം. ന. പതിനെട്ടു പുരാണങ്ങളിൽ ഒന്നു.

സ്ഖ

സ്ഖലനം. ന. ൧, ഇടച്ചു. ൨, തെററുക. ൩, ധൎമ്മത്തിൽനിന്നു തെററുക. ൪, കുട്ടിമുട്ടുക.

സ്ഖലിക്കുന്നു. ച്ചു. പ്പാൻ. (സ്ഖലി.) അ. ക്രി. ഇടറുന്നു.

സ്ഖലിത. വി. (തൻ, താ, തം.) വി. ന. ഇടറപ്പെട്ട, ഇടറുന്ന, പോയ, ഉറപ്പില്ലാത്ത.

സ്ഖലിതം. ന. ൧, ഉപായം. ൨, ഇടച്ചു. ൩, ധൎമ്മലംഘനം. ൪, ബിജമോക്ഷം.

സ്ത

സ്തനനം. ന. ൧, ശബ്ദം. ൨, മുഴക്കം, ഞരക്കം.

സ്തനന്ധയൻ. ന. മുലകുടിക്കുന്ന കുട്ടി.

സ്തനന്ധയി. ന. മേല്പറഞ്ഞ അൎത്ഥം.

സ്തനപ. വി. (പൻ, പാ, പം.) വി. ന. മുലകുടിക്കുന്ന.

സ്തനപ. ന. മുലകുടിക്കുന്ന ശിശു.

സ്തനപായി. വി. (യി, യിനീ, യി.) വി. ന. മേല്പറഞ്ഞ അൎത്ഥം.

സ്തനമുഖം. ന. മുലക്കണ്ണു.

സ്തനം. ന. മുല.

സ്തനയിത്നു. ന. ൧, മേഘം. ൨, ഇടിമുഴക്കം. ൩, രോഗം. ൪, മരണം.

സ്തനാന്തരം. ന. ൧, മുലകളുടെ നടുവിലെ ഭാഗം, നെഞ്ചു. ൨, വിധവയായിത്തീരുവാൻ നെഞ്ചത്തുള്ള ഒരടയാളം.

സ്തനിതം. ന. ൧, ഇടിമുഴക്കം. ൨, കൈകൊട്ടുന്ന ശബ്ദം.

സ്തന്യം. ന. മുലപ്പാൽ.

സ്തബകം. ന. പൂങ്കുല.

സ്തബരകം. ന. ൧, വേലി. ൨, തുൺ.

സ്തബ്ധ. വി. (ബ്ധൻ, ബ്ധാ, ബ്ധം.) വി. ന. ൧, സ്തംഭിച്ച, ഇളക്കമില്ലാതായ. ൨, മൂഢതയുള്ള.

സ്തബ്ധരോമാവു. ന. പന്നി.

സ്തംബകരി. ന. അരി.

സ്തംബഘ്നനം. ന. ൧, ചെറിയ തുമ്പാ. ൨, അരിവാൾ. ൩, ഒരുമാതിരി കൊട്ടു.

സ്തംബഘ്ന. വി. (ഘ്നൻ, ഘ്നി, ഘ്നം.) വി. ന. പുൽകട്ട പൊട്ടിക്കുന്നതിന്നുള്ള.

സ്തംബഘ്നം. ന. തുമ്പായും അരിവാളും മററും.

സ്തംബം. ന. ൧, തണ്ടുറപ്പു കുറയുന്നതായി മുളെച്ചുവരുന്ന ചില ചെറിയ തൈകൾ, പൂച്ചെടി. ൨, പുല്ക്കൂട്ടം. ൩, കററ. ൪, ആനയെത്തളെക്കുന്ന മരം. ൫, പൎവ്വതം, ൬, തുൺ. ൭, ബുദ്ധിയില്ലായ്മ.

സ്തംബഹനനം. ന. അരിവാൾ, കള പറിക്കുന്നതിന്നും മററുമുള്ള ആയുധം.

സ്തംബേരമം. ന. ആന.

സ്തംഭനം. ന. ൧, സ്തംഭിക്ക. ൨, മന്ത്രവാദികളുടെ ഒരു പ്രവൃത്തി.

സ്തംഭം. ന. ൧, തുൺ. ൨, ജഡത്വം. ൩, മരപ്പു. ൪, വിരോധം.

സ്തംഭിക്കുന്നു. ച്ചു. പ്പാൻ. (സ്തംഭി.) അ. ക്രി. മരവിക്കുന്നു, ഇളകാതാകുന്നു.

സ്തംഭിത. വി. സ്തംഭിക്കപ്പെട്ട.

സ്തരം. ന. പാളി, നിരന്നു കിടക്കുന്നതു.

സ്തവകൻ. ന. സ്തുതിപാഠകൻ.

സ്തവകം. ന. ൧, പൂങ്കുല. ൨, കൂട്ടം. ൩, സ്തുതി.

സ്തവം. ന. സ്തുതി.

സ്തിമിത. വി. (തൻ, താ, തം.) വി. ന. ൧, ഇളക്കമില്ലാത്ത. ൨, നനെഞ്ഞ.

സ്തീൎണ്ണ. വി. നിരന്ന.

സ്തുത. വി. (തൻ, താ, തം.) വി. ന. സ്തുതിക്കപ്പെട്ട.

സ്തുതിക്കുന്നു. ച്ചു. പ്പാൻ. (സ്തുതി.) സ. ക്രി. പുകഴ്ത്തുന്നു.

സ്തുതിപാഠകൻ. ന. രാജാക്കന്മാരുടെ അടുക്കലും മററും സ്തുതികളെ പാടുന്ന ഒരു കൂട്ടക്കാരു.

സ്തുതിപ്പു. ന. സ്തുതി.

സ്തുത്യ. വി. (ത്യൻ, ത്യാ, ത്യം.) വി. ന. സ്തുതിക്കത്തക്ക.

സ്തുത്യൎഹ. വി. സ്തുതിക്ക യോഗ്യതയുള്ള.

സ്തുഭൻ. ന. ആട്ടുകൊററൻ.

സ്തൂപം. ന. ൧, കയ്യാല. ൨, കുമ്പാരം. ൩, താഴികക്കുടം.

സ്തൂപിക. ന. ഓൎമ്മയെ നിലനിറുത്തുവാനായി പണി കഴിപ്പിക്കുന്ന സ്തംഭം.

സ്തൂയമാന. വി. (നൻ, നാ, നം.) വി. ന. സ്തുതിക്കപ്പെട്ട.

സ്തേനൻ. ന. കള്ളൻ.

സ്തേമം. ന. നനവു.

സ്തേയം. ന. മോഷണം.

സ്തേയി. ന. ൧, കള്ളൻ. ൨, തട്ടാൻ.

സ്തൈനൻ. ന. കള്ളൻ.

സ്തൈനം. ന. മോഷണം.

സ്തൈന്യൻ. ന. കള്ളൻ.

സ്തൈന്യം. ന. മോഷണം.

സ്തോകകം. ന. ഒരു പക്ഷി, വേഴാമ്പൽ.

സ്തോക. വി. (കൻ, കാ, കം.) വി. ന. അല്പമായ.

സ്തോകം. ന. ൧, ചാതകം. ൨, ഒരു തുള്ളി വെള്ളം.

സ്തോതൃ. വി. (താ, ത്രീ, തൃ.) വി. ന. സ്തുതിക്കുന്ന.

സ്തോത്രം. ന. സ്തുതി.

സ്തോഭം. ന. ൧, നിറുത്തു്. ൨, ചൈതന്യമില്ലാതെ ഭേവിയ്ക്ക. ൩, സ്തോത്രം.

സ്തോമം. ന. ൧, കൂട്ടം. ൨, സ്തുതി. ൩, ധനം. ൪, യാഗം. ൫, ധാന്യം.

സ്ത്രീ

സ്ത്രീ. ന. പെൺ.

സ്ത്രീചിഹ്നം. ന. സ്ത്രീയുടെ അടയാളം, യോനി.

സ്ത്രീചൌരൻ. ന. സ്ത്രീയെ മോഷ്ടിക്കുന്നവൻ.

സ്ത്രീജനപ്രിയൻ. ന. സ്ത്രീകളിൽ ഇഷ്ടമുള്ളവൻ.

സ്ത്രീജനം. ന. സ്ത്രീ.

സ്ത്രീജാതി. ന. പെൺജാതി.

സ്ത്രീജിതൻ. ന. സ്ത്രീയുടെ വശത്തിൽ ഇരിക്കുന്നവൻ.

സ്ത്രീണൻ. ന. സ്ത്രീവിഷയത്തിൽ അത്യന്താസക്തിയുള്ളവൻ.

സ്ത്രീത്വം. ന. സ്ത്രീയുടെ ഭാവം, സ്ത്രീയുടെ അവസ്ഥ.

സ്ത്രീധനം. ന. വിവാഹത്തിങ്കൽ പെണ്ണിന്റെ ശേഷക്കാരിൽനിന്നു ലഭിക്കുന്ന ദ്രവ്യം.

സ്ത്രീധൎമ്മം. ന. സ്ത്രീകൾക്കു മാസന്തോറും പ്രവൃത്തിക്കുന്ന രക്തം.

സ്ത്രീധൎമ്മിണീ. ന. തീണ്ടായിരുന്നവൾ.

സ്ത്രീനായകത്വം. ന. സ്ത്രീയുടെ പ്രഭുത്വം, സ്ത്രീയുടെ ആധിപത്യം.

സ്ത്രീപരൻ. ന. സ്ത്രീയെ താല്പൎയ്യമുള്ളവൻ.

സ്ത്രീപ്രജ. ന. പെൺകുട്ടി.

സ്ത്രീബുദ്ധി. ന. പെൺബുദ്ധി.

സ്ത്രീരഞ്ജനം. ന. വെററില.

സ്ത്രീരത്നം. ന. വിശേഷമുള്ള സ്ത്രീ.

സ്ത്രീലിംഗം. ന. ൧, വ്യാകരണത്തിൽ പറയുന്ന മൂന്നു ലിംഗങ്ങളിൽ രണ്ടാമത്തെ ലിംഗം. ൨, സ്ത്രീക്കുള്ള അടയാളം.

സ്ത്രീവേഷധാരി. ന. പെണ്ണിന്റെ വേഷം ചമഞ്ഞവൻ.

സ്ത്രീവേഷം. ന. പെണ്ണിന്റെ വേഷം.

സ്ത്രീവ്യഞ്ജനം. ന. സ്ത്രീയുടെ അടയാളം.

സ്ത്രീസഭ. ന. സ്ത്രീകളുടെ സഭ.

സ്ത്രീസേവ. ന. സ്ത്രീയെ ഭജിക്ക.

സ്ത്രീസ്വഭാവൻ. ന. സ്ത്രീയുടെ സ്വഭാവമുള്ളവൻ.

സ്ത്രീസ്വഭാവം. ന. സ്ത്രീയുടെ സ്വഭാവം.

സ്ത്ര്യാഗാരം. ന. അന്തഃപുരം, സ്ത്രീകൾ വസിക്കുന്ന വീട്ടിനകം.

സ്ത്രൈണ. വി. (ണൻ, ണീ, ണം.) വി. ന. ൧, സ്ത്രീകൾക്കു ചേൎന്ന. ൨, സ്ത്രീയെ സംബന്ധിച്ച. സ്ത്രൈണത;(-ത്വം.) ന.

സ്ഥ

സ്ഥ. പദങ്ങളുടെ അന്ത്യത്തിൽ ചേൎന്നുവരുമ്പോൾ മുൻ പദാൎത്ഥത്തിൽ സ്ഥിതി ചെയ്യുന്നതു എന്ന അൎത്ഥം വരുത്തുന്നു. ഉ-ം. കരസ്ഥം (കയ്യിൽ കിട്ടിയതു). ഹൃദിസ്ഥം (ഹൃദയത്തിലായ്ത്). 'ഉള്ള' എന്നും അൎത്ഥം വരുത്താറുണ്ടു. ഉ-ം. നേരസ്ഥൻ (നേരുള്ളവൻ).

സ്ഥഗ. വി. (ഗൻ, ഗാ, ഗം.) വി. ന. ൧, വഞ്ചനയുള്ള. ൨, മാനമില്ലാത്ത. ൩, ലജ്ജയില്ലാത്ത.

സ്ഥഗിത. വി. മൂടപ്പെട്ട, ഒളിയ്ക്കപ്പെട്ട.

സ്ഥണ്ഡിലം. ന. ൧, ചതുരശ്രഭൂമി. ൨, എല്ലുക.

സ്ഥണ്ഡിലശായി. ന. ചില വ്രതങ്ങളിൽ സ്ഥണ്ഡിലത്തിങ്കൽ കിടക്കുന്നവൻ, ഒരു മാതിരി തപസ്വി.

സ്ഥപതി. വി. (ത്രിഷു.) വി. ന. പ്രധാനമായ, നല്ല.

സ്ഥപതി. ന. ൧, ബ്രഹസ്പതിയാഗം ചെയ്യുവൻ. ൨, സ്ത്രീകളുടെ മുറിയിൽ സൂക്ഷിക്കുന്നവൻ. ൩, രാജാവു. ൪, തച്ചന്മാരിൽ പ്രമാണി. ൫, തച്ചൻ.

സ്ഥലം. ന. ൧, ഇരിക്കുന്ന ദിക്കു. ൨, ഉറെച്ച നിലം.

സ്ഥലി. ന. മേൽപറഞ്ഞ അൎത്ഥം.

സ്ഥവിര. വി. (രൻ, രാ, രം.) വി. ന. ൧, വൃദ്ധതയുള്ള, വയസ്സു ചെന്ന. ൨, സ്ഥിരതയുള്ള.

സ്ഥവിരൻ. ന. ൧, ബ്രഹ്മാവു. ൨, വൃദ്ധൻ.

സ്ഥവിഷ്ഠ. വി. (ഷ്ഠൻ, ഷ്ഠാ, ഷ്ഠം.) വി. ന. തടിച്ച.

സ്ഥാണു. വി. (ത്രിഷു.) വി. ന. സ്ഥിരതയുള്ള, ഉറപ്പുള്ള.

സ്ഥാണു. ന. ൧, ശിവൻ. ൨, കുററി. ൩, കന്തം. ൪, ഒരുമാതിരി ചിതൽപുററു. ൫, കൊമ്പു കളഞ്ഞു നിൎത്തിയ മരം.

സ്ഥാണ്ഡിലൻ. ന. സന്യാസി.

സ്ഥാതവ്യ. വി. സ്ഥാപിക്കത്തക്ക, നില്പാൻ യോഗ്യതയുള്ള.

സ്ഥാനപാലൻ. ന. കാവല്ക്കാരൻ.

സ്ഥാനഭ്രംശം. ന. ഇരിക്കുന്ന സ്ഥലത്തിൽനിന്നു താഴെപ്പോക.

സ്ഥാനഭ്രഷ്ടം. ന. മേൽപറഞ്ഞ അൎത്ഥം.

സ്ഥാനഭ്രഷ്ട. വി. (ഷ്ടൻ, ഷ്ടാ, ഷ്ടം.) വി. ന. ഇരിക്കുന്ന സ്ഥലത്തിൽനിന്നു താഴെപ്പോയ.

സ്ഥാനപ്പേരു. ന. പദവിയെക്കാണിക്കുവാനുള്ള പേരു.

സ്ഥാനമാനം. ന. സ്ഥാനവലിപ്പം കൊണ്ടുള്ള മാനം.

സ്ഥാനം. ന. ൧, സ്ഥലം. ൨, താരസം. ൩, ഉദ്യോഗം. ൪, ഭവനം. ൫, തുല്യത. ൬, നഗരം. ൭, അദ്ധ്യായം. (൮.) ൧, പദവി. ൨, അവകാശം.

സ്ഥാനാപതി. ന. ഒരു രാജാവിന്റെ എങ്കിലും പ്രഭുവിന്റെ എങ്കിലും ആൾപേരു.

സ്ഥാനാപത്യം. ന. സ്ഥാനാപതിയുടെ വേല.

സ്ഥാനി. വി. (നീ, നിനീ, നി.) വി. ന. സ്ഥാനമുള്ള, സ്ഥാനത്തിരിക്കുന്ന.

സ്ഥാനിക. വി. (കൻ, കാ, കം.) വി. ന. സ്ഥാനത്തെ സംബന്ധിച്ച.

സ്ഥാനികൻ. ന. അധിപൻ, നായകൻ.

സ്ഥാനികം. ന. ക്ഷേത്രാധികാരം, സമുദായസ്ഥാനം.

സ്ഥാനീയ. വി. (യൻ, യാ, യം.) വി. ന. സ്ഥാനത്തോടു സംബന്ധിച്ച.

സ്ഥാനീയം. ന. നഗരം.

സ്ഥാനെ. അ. ൧, യുക്തം, ശരിയായി. ൨, എന്നതുകൊണ്ടു. ൩, സത്യമായി. ൪, തുല്യമായി.

സ്ഥാപക. വി. (കൻ, കാ, കം.) വി ന. സ്ഥാപിക്കുന്ന, ഉറപ്പിക്കുന്ന.

സ്ഥാപകൻ. ന. രംഗസ്ഥലത്തിൽ ഒരു പ്രമാണി.

സ്ഥാപത്യൻ. ന. സ്ത്രീകളുടെ ഗൃഹം സൂക്ഷിക്കുന്നവൻ.

സ്ഥാപനം. ന. ൧, വെക്കുക. ൨, നടുക. ൩, നിധി വെക്കുക.

സ്ഥാപനി. ന. ഒരു തൈ.

സ്ഥാപിക്കുന്നു. ച്ചു. പ്പാൻ. (സ്ഥാപി.) സ. ക്രി. ൧, വെക്കുന്നു. ൨, നടുന്നു. ൩, നിധിവെക്കുന്നു.

സ്ഥാപിത. വി. (തൻ, താ, തം.) വി. ന. ൧, വെക്കപ്പെട്ട. ൨, നടപ്പെട്ട. ൩, നിധിവെക്കപ്പെട്ട.

സ്ഥായി. വി. (യി, യിനീ, യി.) വി. ന. സ്ഥിതിയുള്ള, ഇരിക്കുന്ന, ഉറപ്പുള്ള.

സ്ഥായി. ന. ൧, നാട്യത്തിലെ ഒരു രസഭേദം. ൨, സ്നേഹം, സ്ഥായിഭാവം.
സ്ഥായിഭാവം. ന. സ്ഥിരമായുള്ള ഭാവരസം.
സ്ഥായീരസം. ന. സ്നേഹമുള്ളവരുടെ ഒരു ഭാവം.
സ്ഥായുക. വി. (കൻ, കീ, കം.) വി. ന. സ്ഥിതി ചെയ്യുന്ന.
സ്ഥായുകൻ. ന. ഗ്രാമാധിപൻ.
സ്ഥാലം. ന. കട്ടകം.
സ്ഥാലി. ന. ൧, കലം, മൺകലം. ൨, ഒരു പൂവു.
സ്ഥാവര. വി. (രൻ, രാ, രം.) വി. ന. സ്ഥിതി ചെയ്യുന്ന, ഇളകാത്ത.
സ്ഥാവരം. ന. ൧, പൎവ്വതം. ൨, വൃക്ഷം. ൩, തൂണു.
സ്ഥാവിരം. ന. വാൎദ്ധക്യം.
സ്ഥാസകം. ന. ൧, ചന്ദനം പൂചുക. ൨, നിൎമ്മല.
സ്ഥാസ്നു. വി. (ത്രിലിം.) വി. ന. ൧, ഉറെച്ച. ൨, നിലനില്ക്കുന്ന.
സ്ഥിത. വി. (തൻ, താ, തം.) വി. ന. ഇരുന്ന, നിന്ന.
സ്ഥിതപ്രേമാവു. ന. മായമില്ലാത്ത സ്നേഹിതൻ.
സ്ഥിതി. ന. ൧, ഇരിപ്പു. ൨, നിശ്ചയം.
സ്ഥിര. വി. (രൻ, രാ, രം.) വി. ന. ഉറപ്പുള്ള, ഇളകാത്ത. **സ്ഥിരത.** ഗു. ന. ഉറപ്പു, ധൈൎയ്യം.
സ്ഥിര. ന. ൧, ഭൂമി. ൨, ഒരു തൈ.
സ്ഥിരഗന്ധം. അല്ലെങ്കിൽ, **സ്ഥിരപുഷ്പം.** ന. ചെമ്പകം.
സ്ഥിരതര. വി. (രൻ, രാ, രം.) വി. ന. ഏറ്റവും ഉറപ്പുള്ള.
സ്ഥിരനക്ഷത്രം. ന. ഇളക്കമില്ലാത്ത നക്ഷത്രം, ധ്രുവനും മറ്റും.
സ്ഥിരപ്പെടുന്നു. ട്ടു. വാൻ. (സ്ഥിര.) അ. ക്രി. ഉറപ്പാകുന്നു. **സ്ഥിരപ്പെടുത്തുന്നു.** സ. ക്രി.
സ്ഥിരായുസ്സു. ന. ഒരു വൃക്ഷം, ഇലവു.
സ്ഥിരീകരണം. ന. ഉറപ്പിക്ക.
സ്ഥിരീകരിക്കുന്നു. ച്ചു. പ്പാൻ. (സ്ഥിരി.) സ. ക്രി. ഉറപ്പിക്കുന്നു.
സ്ഥൂണ. ന. ൧, തൂണു. ൨, വാൎത്തുണ്ടാക്കിയ ഇരിമ്പു വിഗ്രഹം. ൩, അടകല്ലു. ൪, ഒരു ദീനം.
സ്ഥൂണം. ന. തൂണു.
സ്ഥൂലത. ന. തടിപ്പു.
സ്ഥൂലതമ. വി. (മൻ, മാ, മം.) വി. ന. ഏറ്റവും തടിച്ച.
സ്ഥൂലദേഹ. വി. (ഹൻ, ഹാ, ഹം.) വി. ന. തടിച്ച ശരീരമുള്ള.
സ്ഥൂലനാസ. വി. തടിച്ച മൂക്കോടുകൂടിയ. **സ്ഥൂലനാസം.** ന. പന്നി.
സ്ഥൂല. വി. (ലൻ, ലാ, ലം.) വി. ന. തടിച്ച. **സ്ഥൂലത.** ഗു. ന. തടിപ്പു.
സ്ഥൂലലക്ഷ. വി. (ക്ഷൻ, ക്ഷാ, ക്ഷം.) വി. ന. ൧, വളരെ കൊടുക്കുന്ന. ൨, വിദ്യയുള്ള. ൩, ഉപകാരത്തെയും ഉപദ്രവത്തെയും അറിവാൻ ബുദ്ധിയുള്ള. **സ്ഥൂലലക്ഷത.** ഗു. ന.
സ്ഥൂലലക്ഷ്യ. വി. (ക്ഷ്യൻ, ക്ഷ്യാ, ക്ഷ്യം.) വി. ന. സ്ഥൂലലക്ഷ.
സ്ഥൂലിക്കുന്നു. ച്ചു. പ്പാൻ. (സ്ഥൂലി.) അ. ക്രി. തടിക്കുന്നു.
സ്ഥൂലോച്ചയം. ന. ൧, പരിപൂൎണ്ണതയില്ലായ്മ. ൨, ആനയുടെ സാമാന്യമായുള്ള നടപ്പു. ൩, മുഖക്കുരുവു.
സ്ഥൂലോപലം. ന. വലിയ പാറ.
സ്ഥേയസ്സു. വി. (യാൻ, യസീ, യസ്സു.) വി. ന. ൧, സ്ഥിരതയുള്ള. ൨, നിത്യതയുള്ള.
സ്ഥൈൎയ്യം. ന. ഉറപ്പു.
സ്ഥൌണേയം. ന. ഒരു മരുന്നു, ഇണീയാകം.
സ്ഥൌരി. ന. ൧, ചുമടു കുതിര. ൨, ബലമുള്ള കുതിര.
സ്ഥൌല്യം. ന. സ്ഥൂലത.

സ്ന

സ്നപിത. വി. കുളിച്ച, തളിച്ച.
സ്നവം. ന. ഒലിപ്പു.
സ്നസ. ന. ൧, ഏപ്പു. ൨, പെരുഞരമ്പു.
സ്നാതകൻ. ന. വേദം മുഴുവനും പഠിച്ചു തികഞ്ഞു ഗൃഹത്തിൽ പാൎക്കുന്ന ബ്രാഹ്മണൻ.
സ്നാത. വി. (തൻ, താ, തം.) വി. ന. കുളിച്ച.
സ്നാതൻ. ന. സ്നാതകൻ, ഗൃഹസ്ഥൻ.
സ്നാനം. ന. കുളി.
സ്നാനീയ. വി. (യൻ, യാ, യം.) വി. ന. കുളിക്കുപകരിക്കുന്ന, കുളിയോടു ചേൎന്ന, കുളിപ്പാൻ കൊള്ളാകുന്ന.
സ്നാനീയം. ന. കുളിക്കുന്നതിന്നു വേണ്ടുന്ന വെള്ളവും മററും.
സ്നാപകൻ. ന. കുളിപ്പിക്കുകയൊ കുളിപ്പാൻ വെള്ളം കൊണ്ടുവരികയോ ചെയ്യുന്ന വേലക്കാരൻ.
സ്നായി. വി. (യീ, യിനീ, യി.) വി. ന. കുളിക്കുന്ന.
സ്നായു. ന. രക്തം സഞ്ചരിക്കുന്നതിന്നുള്ള വലിയ ഞരമ്പു.
സ്നിഗ്ദ്ധ. വി. (ദ്ധൻ, ദ്ധാ, ദ്ധം.) വി. ന. ൧, മിനുസമുള്ള, എണ്ണമയമുള്ള. ൨, സ്നേഹമുള്ള. ൩, ഇടതിങ്ങിയ. ൪, തണുപ്പുള്ള. **സ്നിഗ്ദ്ധത.** ഗു. ന. സ്നേഹം, മെഴുക്കമയം.
സ്നിഗ്ദ്ധൻ. ന. മമതക്കാരൻ, സ്നേഹിതൻ.
സ്നിഗ്ദ്ധാ. ന. മജ്ജ.
സ്നിഗ്ദ്ധം. ന. ൧, മെഴുകു. ൨, പ്രകാശം. ൩, കട്ടി, കനം.
സ്നു. ന. മുകൾപ്പരപ്പു.
സ്നുക്ക. ന. ചതുരക്കള്ളി.
സ്നുത. വി. (തൻ, താ, തം.) വി. ന. ൧, ഒഴുകിയ. ൨, വാലുന്ന, കാലുന്ന.
സ്നുഷാ. ന. പുത്രന്റെ ഭാൎയ്യ.
സ്നുഹ. ന. ചതുരക്കള്ളി.
സ്നുഹി. ന. ചതുരക്കള്ളി.
സ്നേഹപാത്രം. ന. ൧, എണ്ണപ്പാത്രം. ൨, സ്നേഹത്തിന്നു കൊള്ളാകുന്നവൻ.
സ്നേഹം. ന. ൧, മമത. ൨, എണ്ണ.
സ്നേഹവൽ. വി. (വാൻ, വതി, വൽ.) വി. ന. സ്നേഹമുള്ള.
സ്നേഹി. വി. (ഹീ, ഹിനീ, ഹി.) വി. ന. സ്നേഹമുള്ള.
സ്നേഹിക്കുന്നു. ച്ചു. പ്പാൻ. (സ്നേഹി.) സ. ക്രി. സ്നേഹത്തെ ചെയ്യുന്നു.
സ്നേഹിത. വി. (തൻ, താ, തം.) വി. ന. സ്നേഹിക്കപ്പെട്ട, സ്നേഹമുള്ള.
സ്നേഹിതൻ. ന. ചങ്ങാതി.

സ്പ

സ്പന്ദനം. ന. ഇളക്കം, വിറയൽ.
സ്പൎദ്ധ. ന. ൧, മത്സരം. ൨, അസൂയ.
സ്പൎദ്ധാലു. വി. (ത്രിലിം.) വി. ന. ൧, മത്സരമുള്ള. ൨, അസൂയയുള്ള.
സ്പൎദ്ധി; (സ്പൎദ്ധിനി.) ന. അസൂയയുള്ളവൻ; (അസൂയയുള്ളവൾ).

സ്പൎശാ. ന. വേശ്യ.

സ്പൎശനൻ. ന. വായുവു.

സ്പൎശനം. ന. ൧, തൊടുക. ൨, ദാനം.

സ്പൎശം. ന. തൊടുക.

സ്പൎശിക്കുന്നു. ച്ച. പ്പാൻ. (സ്പൎശി.) സ. ക്രി. ൧, തൊടുന്നു. ൨, കൊടുക്കുന്നു.

സ്പൎശൻ. ന. ൧, ഗൂഢപുരുഷൻ. ൨, യുദ്ധം.

സ്പഷ്ട. വി. (ഷ്ടൻ, ഷ്ടാ, ഷ്ടം.) വി. ന. തെളിവായുള്ള. **സ്പഷ്ടത.** ഗു. ന. തെളിവു.

സ്പൎശപുരുഷൻ. ന. ചാരൻ, വൎത്തമാനം അറിഞ്ഞു വരുവാൻ രഹസ്യമായി അയക്കപ്പെടുന്നവൻ.

സ്പൃക്. ന. തൊടുക.

സ്പൃക്ക. ന. ഒരുഞാടിമരുന്നു, ജോനകപ്പുല്ലു.

സ്പൃശി. ന. ഒരു പച്ചമരുന്നു, കണ്ടകാരി.

സ്പൃഷ്ടി. ന. തൊടുക.

സ്പൃഹ. ന. ആഗ്രഹം.

സ്പൃഹണീയ. വി. ആഗ്രഹിക്കത്തക്ക.

സ്പൃഹയാലു. വി. (ത്രിസ്പൃ.) വി. ന. ആഗ്രഹമുള്ള.

സ്പൃഷ്ട. വി. (ഷ്ടാ, ഷ്ട്രീ, ഷ്ടം.) വി. ന. തൊടുന്ന.

സ്പ്രഷ്ടാ. ന. അധികമായ ചൂടു.

സ്ഫ

സ്ഫടം. ന. പാമ്പിന്റെ പത്തി.

സ്ഫടികപാത്രം. ന. സ്ഫടികംകൊണ്ടുള്ള പാത്രം.

സ്ഫടികമണി. ന. ഉരുണ്ട ചെറിയ സ്ഫടികം.

സ്ഫടികമാല. ന. സ്ഫടികംകൊണ്ടുള്ള മാല.

സ്ഫടികം. ന. മണൽ ഉരുക്കി ഉണ്ടാക്കുന്ന ഒരു തെളിഞ്ഞ വസ്തു.

സ്ഫടികവൎണ്ണം. ന. സ്ഫടികത്തിന്റെ നിറം.

സ്ഫടികാവദാത. വി. സ്ഫടികാകൊണ്ടു ശോഭിക്കുന്നതു.

സ്ഫരണം. ന. ൧, വിറെച്ചൽ. ൨, വിറയൽ. ൩, ജ്വലനം.

സ്ഫാത. വി. (തൻ, താ, തം.) വി. ന. വിൎത്ത, വിങ്ങിയ.

സ്ഫാതി. ന. ൧, വൎദ്ധന. ൨, വികാരം.

സ്ഫായത്തു. വി. വൎദ്ധിക്കുന്ന.

സ്ഫാരണം. ന. വിറയൽ.

സ്ഫാര. വി. (രൻ, രാ, രം.) വി. ന. വലിയ.

സ്ഫാരം. ന. ൧, വിങ്ങൽ. ൨, വിറയൽ. ൩, കുമിഴ.

സ്ഫിക്. ന. ആസനം, തുടെക്കു മുകളിലെ പിൻഭാഗം.

സ്ഫിക്തടം. ന. ആസനം.

സ്ഫിര. വി. (രൻ, രാ, രം.) വി. ന. വളരെയുള്ള.

സ്ഫീത. വി. (തൻ, താ, തം.) വി. ന. ൧, വളരെയുള്ള. ൨, വീങ്ങിയ. ൩, ശുദ്ധമായ.

സ്ഫുട. വി. (ടൻ, ടാ, ടം.) വി. ന. ൧, വിടൎന്ന. ൨, തെളിവായ. **സ്ഫുടത.** ഗു. ന. തെളിവു, വ്യക്തത.

സ്ഫുട. ന. പാമ്പിന്റെ പത്തി.

സ്ഫുടനം. ന. ൧, വിടൎച്ച. ൨, വിളൎച്ച. ൩, പൊട്ടുക.

സ്ഫുടിക്കുന്നു. ച്ച. പ്പാൻ. (സ്ഫുടി.) അ. ക്രി. വിടരുന്നു, തെളിയുന്നു. **സ്ഫുടിപ്പിക്കുന്നു.** സ. ക്രി.

സ്ഫുടിത. വി. (തൻ, താ, തം.) വി. ന. ൧, പൊട്ടിയ. ൨, പിളൎന്ന. ൩, വിടൎന്ന.

സ്ഫുരണ. ന. താഴെ പറയുന്ന അൎത്ഥം.

സ്ഫുരണം. ന. ൧, സഞ്ചാരം. ൨, വിറെച്ചൽ.

സ്ഫുരൽ. വി. (രൻ, രന്തി, രൽ.) വി. ന. ൧, വ്യാപിക്കുന്ന. ൨, അനങ്ങുന്ന, ഇളകുന്ന. ൩, വീങ്ങുന്ന, വിറെക്കുന്ന.

സ്ഫുരിക്കുന്നു. ച്ച. പ്പാൻ. (സ്ഫുരി.) അ. ക്രി. ൧, വ്യാപിക്കുന്നു. ൨, അനങ്ങുന്നു, ഇളകുന്നു. ൩, വിടിരുന്നു.

സ്ഫുലിംഗം. ന. തിപ്പൊരി.

സ്ഫുൎജ്ജകം. ന. പനിച്ചിവൃക്ഷം.

സ്ഫുൎജ്ജഥു; സ്ഫൂൎജ്ജഥു. ന. ഇടിവെട്ടു.

സ്ഫൂൎത്തി. ന. ഇളക്കം, ഹൃദയത്തിന്റെ തുടിപ്പു, ക്ഷോഭം.

സ്ഫേഷ്ഠ. വി. (ഷ്ഠൻ, ഷ്ഠാ, ഷ്ഠം.) വി. ന. ഏറ്റവും വളരെയുള്ള, വൎദ്ധിച്ച.

സ്ഫോടം. ന. പാമ്പിന്റെ പത്തി.

സ്ഫോടകം. ന. പരുവു.

സ്ഫോടനം. ന. കീറൽ, പൊട്ടൽ.

സ്ഫോടനീ. ന. ശകനം.

സ്ഫോടം. ന. ൧, പരുവു. ൨, പൊട്ടുക.

സ്മ

സ്മ. അ. പാദപൂരണത്തിങ്കൽ പ്രയോഗിച്ചുവരുന്ന ഒരു അവ്യയപദം. ഒരം പദം വൎത്തമാന ക്രിയയോടു ചേൎന്നു വരുമ്പോൾ ആ ക്രിയ ഭൂതക്രിയ ആയിത്തീരും.

സ്മയം. ന. ൧, ഗൎവ്വം. ൨, അത്ഭുതം.

സ്മരകൂപകം. ന. യോനി.

സ്മരഗുരു. ന. വിഷ്ണു.

സ്മരഗൃഹം. ന. യോനി.

സ്മരഛത്രം. ന. കാമദേവന്റെ ഒരു കൊട.

സ്മരണ. ന. ഓൎമ്മ.

സ്മരധ്വജം. ന. ൧, സംഗീതവാദ്യങ്ങളിൽ ഒന്നു. ൨, ലിംഗം. ൩, മത്സ്യം. ൪, യോനി.

സ്മരൻ. ന. കാമദേവൻ.

സ്മരസഖൻ. ന. ചന്ദ്രൻ.

സ്മരഹരൻ. ന. ശിവൻ.

സ്മരിക്കുന്നു. ച്ച. പ്പാൻ. (സ്മരി.) സ. ക്രി. വിചാരിക്കുന്നു, ഓൎക്കുന്നു.

സ്മൎത്തവ്യ. വി. ഓൎക്കത്തക്കതു, എപ്പോഴും ഓൎത്തിരിക്കേണ്ടതു.

സ്മാൎത്ത. വി. (ൎത്തൻ, ൎത്തീ, ൎത്തം.) വി. ന. ൧, സ്മൃതിയെസ്സംബന്ധിച്ച. ൨, ന്യായമായുള്ള. ൩, പ്രമാണമായുള്ള. ൪, ഓൎമ്മയെ സംബന്ധിച്ച.

സ്മാൎത്തൻ. ന. ന്യായത്തെ അനുസരിച്ചു നടക്കുന്നവൻ, ബ്രാഹ്മണരിൽ ഒരു ന്യായാധിപതി.

സ്മാരകം. ന. ഒരാളിന്റെയൊ ഒരു സംഗതിയുടെയൊ ഓൎമ്മയെ നിലനിൎത്തുവാനായി ചെയ്യപ്പെടുന്നതു.

സ്മിത. വി. (തൻ, താ, തം.) വി. ന. ൧, ചിരിക്കുന്ന. ൨, വിടൎന്ന.

സ്മിതം. ന. പുഞ്ചിരി.

സ്മൃത. വി. (തൻ, താ, തം.) വി. ന. വിചാരിക്കപ്പെട്ട, ഓൎക്കപ്പെട്ട.

സ്മൃതി. ന. ൧, ഓൎമ്മ. ൨, ന്യായശാസ്ത്രം. ൩, ആഗ്രഹം. ൪, ബുദ്ധി.

സ്മൃതിമൽ. വി. (മാൻ, മതി, മൽ.) വി. ന. ൧, ഓൎമ്മയുള്ള. ൨, ന്യായശാസ്ത്രത്തെ പഠിച്ച.

സ്മൃതിവിരുദ്ധ. വി. (ദ്ധൻ, ദ്ധാ, ദ്ധം.)

വി. ന. ന്യായശാസ്ത്രത്തിന്നു വിരോധമായ.

സ്മൃതിശാസ്ത്രം. ന. ഒരു ന്യായശാസ്ത്രം.

സ്മൃതിഹേതു. ന. ഓൎമ്മെക്കുള്ള കാരണം.

സ്മേര. വി. (രൻ, രാ, രം.) വി. ന. ൧, വിടൎന്ന. ൨, ചിരിക്കുന്ന.

സ്മേരം. ന. ൧, പ്രകാശിപ്പു. ൨, വിടിരുക.

സ്യ

സ്യദം. ന. വേഗം.

സ്യന്ദന. വി. (നൻ, നാ, നം.) വി. ന. വേഗമുള്ള.

സ്യന്ദനം. ന. ൧, തേരു. ൨, ഒഴുകുക. ൩, വെള്ളം. ൪, വേഗം പോക. ൫, വായിലെ വെള്ളം.

സ്യന്ദനാരോഹൻ. ന. തേരാളി.

സ്യന്ദി. വി. (ദീ, ദിനി, ദി.) വി. ന. ൧, സ്രവിക്കുന്ന, ഒഴുകുന്ന. ൨, പോകുന്ന.

സ്യമന്തകം. ന. ഒരു ദിവ്യരത്നം.

സ്യന്ദിനി. ന. ൧, വായിലെ വെള്ളം. ൨, ഇരട്ടപെറുന്ന പശു.

സ്യന്ന. വി. (ന്നൻ, ന്നാ, ന്നം.) വി. ന. ഒഴുകിയ.

സ്യാനന്ദൂരം. ന. തിരുവനന്തപുരം.

സ്യാലൻ. ന. അളിയൻ.

സ്യൂത. വി. (തൻ, താ, തം.) വി. ന. തുന്നപ്പെട്ട.

സ്യൂതം. ന. ചാക്ക, ഒരുമാതിരി വലിയ സഞ്ചി.

സ്യൂതി. ന. ൧, തുന്നൽ. ൨, സന്തതി.

സ്യൂനൻ. ന. ആദിത്യൻ.

സ്യൂനം. ന. ചാക്ക, സ്യൂതം.

സ്യോനം. ന. ൧, ചാക്ക. ൨, രശ്മി.

സ്യോനാകം. ന. ഒരു വൃക്ഷം, പലകപ്പയ്യാനി.

സ്ര

സ്രക്. ന. മാല.

സ്രംസി. വി. (സീ, സിനി, സി.) വി. ന. പൊഴിയുന്ന, വിഴുന്ന.

സ്രംസി. ന. ഉകമരം.

സ്രവണം. ന. ൧, മൂത്രം. ൨, വിയൎപ്പ്. ൩, ഒഴുക്ക.

സ്രവന്തി. ന. നദി, ആറു.

സ്രവൽഗൎഭ. ന. ഗൎഭം അലസിയ പശു.

സ്രവം. ന. ൧, ഒഴുക്ക, വാൎച്ച. ൨, ഉറവ.

സ്രവിക്കുന്നു. ച്ചു. പ്പാൻ. (സ്രവി.) അ. ക്രി. ൧, ഒഴുകുന്നു, ഒലിക്കുന്നു. ൨, വാൎന്നു.

സ്രഷ്ടാവു. ന. ൧, ദൈവം. ൨, ബ്രഹ്മാവു. ൩, ശിവൻ.

സ്രസ്ത. വി. (സ്തൻ, സ്താ, സ്തം.) വി. ന. സ്ഥാനത്തുനിന്ന് വീണ, വേൎപെട്ട.

സ്രാക്. അ. വേഗം.

സ്രാങ്കു. ന. ചുക്കാൻ പിടിക്കുന്ന ആൾ.

സ്രാമ്പി. ന. ഒരു മാതിരി മാളിക.

സ്രാവം. ന. ഒലിക്കുക.

സ്രുക്. ന. ഹോമത്തിന്നുള്ള ഒരുപാത്രം.

സ്രുത. വി. (തൻ, താ, തം.) വി. ന. ഒലിക്കപ്പെട്ട.

സ്രുവ. ന. ഒരു മരുന്നു, പെരുങ്കുരുമ്പ.

സ്രുവം. ന. ഹോമത്തിന്നുള്ള ഒരു പാത്രം.

സ്രോതസ്സ്. ന. ൧, ഒഴുക്ക. ൨, നദി. ൩, ഞരമ്പു. ൪, വെള്ളം. ൫, ഉറവ.

സ്രോതസ്വിനി. ന. നദി.

സ്രോതോഞ്ജനം. ന. കണ്ണിൽ തേക്കുന്ന ഒരു മരുന്നു.

സ്വ

സ്വ. വി. (സ്വൻ, സ്വാ, സ്വം.) വി. ന. സ്വന്തമായുള്ള, തന്റേതായ എന്നുള്ള അൎത്ഥത്തിൽ സാധാരണ പ്രകാരത്തിൽ ചേൎന്നുവരുന്നു. ഉ—ം. സ്വപുത്രൻ (തന്റെ പുത്രൻ).

സ്വൻ. ന. ൧, ചാൎച്ചക്കാരൻ. ൨, ആത്മാവു.

സ്വം. ന. ൧, ഐശ്വൎയ്യം, വസ്തുവക. ൨, പ്രത്യേകമുള്ള അവസ്ഥ.

സ്വംഗം. ന. നല്ല അംഗം, അംഗസൌന്ദൎയ്യം.

സ്വക. വി. (കൻ, കാ, കം.) വി. ന. തന്റേതായുള്ള, തനിക്കുള്ള.

സ്വകൎമ്മകൃൽ. ന. തനതു വേലയെ ചെയ്യുന്നവൻ.

സ്വകൎമ്മം. ന. തനതു വേല.

സ്വകാൎയ്യം. ന. തനതുകാൎയ്യം.

സ്വകീയ. വി. (യൻ, യാ, യം.) വി. ന. തനിക്കുള്ള.

സ്വഗത. വി. (തൻ, താ, തം.) വി. ന. തന്റെ പററിൽ ഉള്ള, തങ്കലിരിക്കുന്ന.

സ്വഗതം. ന. നാടകങ്ങളുടെ മറയിൽ ഒരാൾ വിചാരിക്കുന്ന എന്നു പറയുന്നതിന്നു പകരമായിട്ടു പറഞ്ഞുവരുന്ന ഒരു വാക്കു, ആരും കേൾക്കാതെ തനിച്ചു പറക, വിചാരിക്ക, ആത്മഗതം എന്നും പറയും.

സ്വച്ഛന്ദചാരി. വി. (രീ, രിണി, രി.) വി. ന. തന്നിഷ്ടംപോലെ നടക്കുന്ന.

സ്വച്ഛന്ദ. വി. (ന്ദൻ, ന്ദാ, ന്ദം.) വി. ന. തന്നിഷ്ടപ്രകാരമുള്ള. സ്വച്ഛന്ദത. ദ്ര. ന. തന്നിഷ്ടം.

സ്വച്ഛ. വി. (ച്ഛൻ, ച്ഛാ, ച്ഛം.) വി. ന. ൧, ശുദ്ധമുള്ള, വെടിപ്പുള്ള. ൨, തെളിഞ്ഞ. ൩, വെളുത്ത. ൪, സുഖമുള്ള. സ്വച്ഛത. ദ്ര. ന. വെടിപ്പു, ശുദ്ധം.

സ്വജനദ്വേഷി. വി. (ഷീ, ഷിണി, ഷി.) വി. ന. കൂട്ടക്കാരെ ദ്വേഷിക്കുന്ന.

സ്വജനപ്രിയ. വി. (യൻ, യാ, യം.) വി. ന. കൂട്ടക്കാരിൽ പ്രിയമുള്ള.

സ്വജനം. ന. തന്റെ ജനം, തന്റെ ജാതിയിലുള്ളവൻ.

സ്വജ. വി. (ജൻ, ജാ, ജം.) വി. ന. തങ്കൽനിന്നുണ്ടായ.

സ്വജൻ. ന. പുത്രൻ.

സ്വജ. ന. പുത്രി.

സ്വജം. ന. ൧, രക്തം. ൨, വിയൎപ്പു.

സ്വജാതി. ന. ൧, തന്റെ ജാതിയിലുള്ളവൻ. ൨, തരത്തിലുള്ള വസ്തു.

സ്വതഃ. അ. താനെ തന്നേ.

സ്വതസ്സിദ്ധ. വി. താനെ തന്നേ കിട്ടിയിട്ടുള്ള, സഹജമായ.

സ്വതെ. ന. താനേ തന്നേ.

സ്വതന്ത്ര. വി. (ന്ത്രൻ, ന്ത്രാ, ന്ത്രം.) വി. ന. തന്നിഷ്ടം പ്രവൃത്തിക്കുന്ന, മറെറാരുത്തരുടെ കീഴടങ്ങാത്ത.

സ്വത്തു. ന. തനതുവക.

സ്വതാം. ന. തനിക്കു താൻ മതിയെന്നുള്ളയവസ്ഥ.

സ്വദേശജ. വി. (ജൻ, ജാ, ജം.) വി. ന. തന്റെ ദിക്കിൽ ഉണ്ടായ.

സ്വദേശം. ന. ൧, തന്റെ ദിക്ക. ൨, തന്റെ സ്ഥലം.

സ്വദേശി. വി. ന. തന്റെ ദിക്കിലുള്ളവൻ.

സ്വധാ. ന. പിതൃക്കൾക്ക കൊടുക്കുന്ന ഭക്ഷണം, ചിലർ പിതൃക്കൾക്ക ബലി കൎമ്മത്തിൽ പറയുന്ന ഒരു വാക്ക.

സ്വധ. ന. മായ.

സ്വധനം. ന. തന്റെ മുതൽ.

സ്വധൎമ്മം. ന. അതാതു ജാതിക്കുള്ള ടത്ത മുറ.

സ്വധിതി. ന. വെണ്മഴു.

സ്വനം. ന. ശബ്ദം, ഒച്ച.

സ്വനി. ന. ശബ്ദം.

സ്വനിത. വി. (തൻ, താ, തം.) വി. ന. ശബ്ദിക്കുന്ന.

സ്വനിത. ന. ഇടിമുഴക്കം.

സ്വന്തം. വി. തനിക്കുള്ള.

സ്വപനം. ന. ഉറക്കം.

സ്വപരചക്രജ. വി. (ജൻ, ജാ, ജം.) വി. ന. തന്റെ നാട്ടിലും മറുനാട്ടിലും നിന്നുണ്ടായ.

സ്വപക്ഷപ്രഭവ. വി. (വൻ, വാ, വം.) വി. ന. തന്റെ ജനങ്ങളിൽ നിന്നുണ്ടാകുന്ന.

സ്വപക്ഷ. വി. (ക്ഷൻ, ക്ഷാ, ക്ഷം.) വി. ന. തന്റെ പക്ഷമായുള്ള.

സ്വപിക്കുന്നു. ച്ചു. പ്പാൻ. (സ്വപി.) അ. ക്രി. ഉറങ്ങുന്നു.

സ്വപ്നക്. വി. (ത്രിക്കു.) വി. ന. നിദ്രാശീലമുള്ള.

സ്വപ്നപ്രായ. വി. (യൻ, യാ, യം.) വി. ന. സ്വപ്നത്തിൽ കാണുന്നതു പോലെയുള്ള.

സ്വപ്നം. ന. ൧, ഉറക്കം. ൨, ഉറക്കത്തിൽ തോന്നുന്ന ഓരോ അവസ്ഥകൾ.

സ്വബലം. ന. തന്റെ ബലം.

സ്വബുദ്ധി. ന. തന്റെ ബുദ്ധി.

സ്വബോധം. ന. തന്നെത്താനറിവു.

സ്വഭാവം. ന. മാതിരി, പ്രകൃതി, ശീലം.

സ്വഭാവതഃ. അ. സ്വഭാവംകൊണ്ടു തന്നേ, പ്രകൃത്യാ തന്നേ.

സ്വഭൂ. ന. ൧, വിഷ്ണു. ൨, ബ്രഹ്മാവു.

സ്വമേധ. ന. തന്റെ ബുദ്ധി തനി കൊണ്ടപോലെ.

സ്വ. വി. (സ്വൻ, സ്വാ, സ്വം.) വി. ന. തന്നെസ്സംബന്ധിച്ച, തനിക്കുള്ള.

സ്വം. ന. മുതൽ, സമ്പത്തു, ധനം.

സ്വയം. അ. തനിച്ച്.

സ്വയങ്കൃത. വി. (തൻ, താ, തം.) വി. ന. തന്നാൽ ഉണ്ടാക്കപ്പെട്ട.

സ്വയംബരം. ന. കന്യകയുടെ ഇഷ്ട പ്രകാരം ഭൎത്താവിനെ കൈക്കൊള്ളുന്ന ഒരുമാതിരി വിവാഹം.

സ്വയംഭൂ. ന. ൧, ബ്രഹ്മാവു. ൨, വിഷ്ണു. ൩, ശിവൻ. ൪, സ്നേഹം. ൫, സമയം.

സ്വയംവരാ. ന. ഭൎത്താവിനെ വരിക്കുന്നവൾ.

സ്വയംവരം. ന. ഭൎത്താവിനെ വരിക്കുക, വിവാഹം.

സ്വരപത്തനം. ന. സാമവേദം.

സ്വരമണ്ഡലിക. ന. ഒരുമാതിരി വീണ.

സ്വരം. ന. ൧, ശബ്ദം. ൨, രാഗം. ൩, അ മുതലായ അക്ഷരം പതിനാറും, അച്ചു. ൪, മൂക്കിൽകൂടി കളയുന്ന വായുവു.

സ്വരവാസന. ന. പാടുന്നതിനുള്ള വശത, പാട്ടിന്റെ മാധുൎയ്യം.

സ്വരസാദം. ന. ഒരു ദീനം, ഒച്ചയടപ്പു.

സ്വരംശം. ന. സംഗീതത്തിലെ സ്വരത്തിന്റെ ചില അംശത്തിന്നു പറയുന്ന പേർ.

സ്വരിത. വി. (തൻ, താ, തം.) വി. ന. ഉച്ചരിക്കപ്പെട്ട.

സ്വരിതം. ന. ഉദാത്തം മുതലായി മൂന്നു സ്വരങ്ങളുള്ളതിൽ ഒന്നു.

സ്വാരം. ന. അനുസ്വാരം.

സ്വരു. ന. ൧, ഇടിവാൾ. ൨, അമ്പു. ൩, യാഗം. ൪, യൂപത്തിന്റെ പൂള്. ൫, വെയിൽ.

സ്വരുചി. വി. (ത്രിക്കു.) വി. ന. തനിക്കിഷ്ടമുള്ള.

സ്വരുവം. ന. ൧, നായന്മാരിൽ ഒരു ജാതി.

സ്വരൂപ. വി. (പൻ, പാ, പീ, പം.) വി. ന. ൧, ബുദ്ധിയുള്ള, വിദ്യയുള്ള. ൨, ഇഷ്ടമുള്ള. ൩, തുല്യമായ. ൪, ഒരുപോലെ ശീലമുള്ള.

സ്വരൂപം. ന. ൧, സ്വഭാവം. ൨, മാതിരി. ൩, രാജ്യം.

സ്വരൂപിക്കുന്നു. ച്ചു. പ്പാൻ. (സ്വരൂപി.) സ. ക്രി. കൂട്ടുന്നു, സമ്പാദിക്കുന്നു.

സ്വർ. അ. ൧, സ്വൎഗ്ഗം. ൨, ആകാശം. ൩, സൌന്ദൎയ്യം, ശോഭ. ൪, സൂൎയ്യന്റെയും ധ്രുവന്റെയും മദ്ധ്യേയുള്ള സ്ഥലം.

സ്വൎഗ്ഗപ്രാപ്തി. ന. സ്വൎഗ്ഗം ലഭിക്ക.

സ്വൎഗ്ഗം. ന. ദേവകളുടെ ലോകം, ഇന്ദ്രന്റെ വാസസ്ഥലം.

സ്വൎഗ്ഗരാജ്യം. ന. സ്വൎഗ്ഗലോകം.

സ്വൎഗ്ഗലോകം. ന. സ്വൎഗ്ഗം.

സ്വൎഗ്ഗവാസി. വി. (സീ, സിനീ, സി.) വി. ന. സ്വൎഗ്ഗത്തിൽ പാൎക്കുന്ന.

സ്വൎഗ്ഗസ്ഥ. വി. (സ്ഥൻ, സ്ഥാ, സ്ഥം.) വി. ന. സ്വൎഗ്ഗത്തിലിരിക്കുന്ന.

സ്വൎഗ്ഗാനുഭവം. ന. സ്വൎഗ്ഗത്തിലുള്ള അനുഭവം.

സ്വൎഗ്ഗാനുഭൂതി. ന. മേല്പറഞ്ഞ അൎത്ഥം.

സ്വൎഗ്ഗാരോഹണം. ന. സ്വൎഗ്ഗത്തിലേക്കുള്ള കരേററം.

സ്വൎഗ്ഗ്യ; സ്വൎഗ്ഗീയ. വി. സ്വൎഗ്ഗത്തെ സംബന്ധിച്ച.

സ്വൎണ്ണക. വി. (കൻ, കാ, കം.) വി. ന. പൊന്നുകൊണ്ടുള്ള.

സ്വൎണ്ണകലശം. ന. പൊൻകുടം.

സ്വൎണ്ണകാരൻ. ന. തട്ടാൻ.

സ്വൎണ്ണകുംഭം. ന. പൊൻകുടം.

സ്വൎണ്ണച്ഛായ. ന. പൊൻനിറം.

സ്വൎണ്ണനിറം. ന. പൊൻനിറം.

സ്വൎണ്ണപുഷ്പം. ന. ഒരു പൂമരം, ചെമ്പകം.

സ്വൎണ്ണപീഠം. ന. പൊന്നുകൊണ്ടുള്ള പീഠം.

സ്വൎണ്ണപ്രഭ. ന. പൊന്നിന്റെ ശോഭ.

സ്വൎണ്ണമണി. ന. പൊന്മണി.

സ്വൎണ്ണമയ. വി. (യൻ, യി, യം.) വി. ന. പൊന്നുകൊണ്ടുള്ള.

സ്വൎണ്ണഭസ്മം. ന. പൊന്നു സിന്ദൂരിച്ചതു.

സ്വൎണ്ണമാല. ന. പൊന്മാല.

സ്വൎണ്ണം. ന. പൊന്നു.

സ്വൎണ്ണരേഖ. ന. പൊന്നുകൊണ്ടുള്ള വര.

സ്വൎണ്ണരേണു. ന. പൊൻപൊടി.

സ്വൎണ്ണഹരിതാരം. ന. പൊന്നരിതാരം.

സ്വൎണ്ണക്ഷീരി. ന. ഒരു മരുന്നു.

സ്വൎന്നദി. ന. ആകാശഗംഗ.

സ്വൎഭാനു. ന. രാഹു.

സ്വൎവ്വധൂ. ന. അപ്സരസ്ത്രീകൾ.

സ്വൎവ്വേശ്യാ. ന. അപ്സരസ്ത്രീ.

സ്വൎവ്വൈദ്യൻ. ന. സ്വൎഗ്ഗത്തിലെ വൈദ്യൻ, അശ്വിനീസുതൻ.

സ്വല്പ. വി. (ല്പൻ, ല്പാ, ല്പം.) വി. ന. ഏററവും കുറഞ്ഞ, അല്പമായ.

സ്വവശ. വി. (ശൻ, ശാ, ശം.) വി. ന. സ്വാതന്ത്ര്യമുള്ള.

സ്വവംശം. ന. തന്റെ കുലം.

സ്വസാവു. ന. സഹോദരി.

സ്വസ്രപുത്രൻ ; (–പുത്രി). ന. സോദരീപുത്രൻ; (–പുത്രി).

സ്വസ്തി. അ. ൧, ശുഭം, നന്മ. ൨, അനുഗ്രഹം പുണ്യം സുഖം ഇത്യാദിയിൽ പറയേണ്ടുന്നതു.

സ്വസ്തികം. ന. ൧, മുൻവശത്തു മണ്ഡപമുള്ള ഒരു വിശേഷപ്പെട്ട ക്ഷേത്രം. ൨, തരത്തിന്നു വരുന്ന കാൎയ്യം. ൩, നാല്പുവല വഴി. ൪, തെക്കും പടിഞ്ഞാറും വടക്കും മണ്ഡപവും കിഴക്കവാതിലുമുള്ള ഒരു രാജധാനി. ൫, വിശേഷപ്പെട്ട ഒരു അടയാളം. ൬, ഒരു മാതിരി പലഹാരം.

സ്വസ്തിവാചകം. ന. ബ്രാഹ്മണർ ചെയ്യുന്ന ഒരു കൎമ്മം.

സ്വസ്ഥത. ന. ൧, അവസരം. ൨, സൌഖ്യം.

സ്വസ്ഥനാൾ. ന. ഞായറാഴ്ചദിവസത്തിന്നു ക്രിസ്ത്യാനികൾ പറയുന്ന ഒരു പേർ.

സ്വസ്ഥ. വി. (സ്ഥൻ, സ്ഥാ, സ്ഥം.) വി. ന. ൧, ആശ്വസിച്ചിരിക്കുന്ന, സുഖമുള്ള, അവസരമുള്ള. ൨, ഉറപ്പുള്ള. (മ.) വേലയിൽനിന്നൊഴിഞ്ഞിരിക്കുന്ന.

സ്വസ്ഥബുദ്ധി. ന. യോഗ്യമായ നിലയ്ക്കു നില്ക്കുന്ന ബുദ്ധി.

സ്വസ്ഥമാകുന്നു. യി. വാൻ. (സ്വസ്ഥം.) അ. ക്രി. ൧, ആശ്വാസമാകുന്നു, അവസരമാകുന്നു. ൨, സൌഖ്യമാകുന്നു. **സ്വസ്ഥമാക്കുന്നു.** സ. ക്രി.

സ്വസ്ഥവൃത്തി. ന. ആശ്വാസം, സൌഖ്യം.

സ്വസ്ഥാനം. ന. സ്വന്ത ഇരിപ്പിടം, തന്റെ സ്ഥലം.

സ്വസ്ഥിതി. ന. തന്റെ ഇരിപ്പു.

സ്വസ്നേഹം. ന. തന്നെത്താൻ സ്നേഹം.

സ്വഹസ്താക്ഷരം. ന. സ്വന്തകൈപ്പടയിലുള്ള എഴുത്തു, കൈയ്യൊപ്പു.

സ്വക്ഷ. വി. (ക്ഷൻ, ക്ഷാ, ക്ഷി, ക്ഷം.) വി. ന. ൧, നല്ല കണ്ണുള്ള. ൨, സൂക്ഷ്മബുദ്ധിയുള്ള.

സ്വാകാംക്ഷ. ന. ൧, നല്ലകാൎയ്യത്തിലുള്ള ആഗ്രഹം. ൨, സ്വകാൎയ്യത്തിലുള്ള താല്പൎയ്യം.

സ്വാഗതം. ന. ൧, പ്രയാസംകൂടാതെ വന്നുചേരുക, സുഖത്തോടെ വന്നുചേരുക. ൨, അതിഥികൾ വരുമ്പോൾ പറയപ്പെടുന്ന മംഗലവാക്കു.

സ്വാഛന്ദ്യം. ന. സ്വഛന്ദത.

സ്വാതന്ത്ര്യം. ന. മറെറാരുത്തരുടെ കീഴിലടങ്ങാതെ തന്നിഷ്ടപ്രകാരം ഇരിക്കുന്നവരുടെ അവസ്ഥ.

സ്വാതി. ന. ചോതിനക്ഷത്രം.

സ്വാത്മാവു. ന. ൧, തന്റെ ആത്മാവു. ൨, നല്ല ആത്മാവു.

സ്വാദു. ന. ൧, രുചി, മധുരം. ൨, ഒരു മരുന്നു, ജീവകം. ൩, മുന്തിരിങ്ങ.

സ്വാദു. വി. (ദുഃ, ദുഃ, ദ്വീ, ദു.) വി. ന. ൧, മധുരമുള്ള. ൨, ഇഷ്ടമുള്ള. ൩, ഭംഗിയുള്ള. ൪, രുചിതോന്നത്തക്ക.

സ്വാദ്വീ. ന. മുന്തിരിങ്ങാപ്പഴം.

സ്വാദുകണ്ടകം. ന. ഒരു മരുന്നു, ഞെരിഞ്ഞിൽ.

സ്വാദുകര. വി. രുചിയുള്ള.

സ്വാദുരസ. ന. ൧, കാകോളി. ൨, മദ്യം. ൩, മുന്തിരിങ്ങാപ്പഴം. ൪, ശരംത്തപ്പഴം.

സ്വാധിഷ്ഠാനം. ന. ആറാധാരങ്ങളിൽ ഒന്നു.

സ്വാധീന. വി. (നൻ, നാ, നം.) വി. ന. ൧, തന്റെ ഇഷ്ടത്തിന്നു തക്കവണ്ണം ഉപകരിക്കുന്ന. ൨, തന്റെ അധികാരത്തിലുള്ള, തനിക്കുകൂടെ സഹായിക്കുന്ന.

സ്വാധീനം. ന. പാങ്ങു, എളുപ്പം.

സ്വാധീനപതികാ. ന. തന്റെ ഭൎത്താവിന്നു കീഴ്പെടാത്ത സ്ത്രീ.

സ്വാധീനപ്പെടുന്നു. ട്ടു. വാൻ. (സ്വാധീന.) അ. ക്രി. കീഴടങ്ങുന്നു, **സ്വാധീനപ്പെടുത്തുന്നു.** സ. ക്രി.

സ്വാധ്യായം. ന. ൧, വേദാഭ്യാസം ൨, വേദം.

സ്വാധ്യായവാൻ. ന. വേദം അഭ്യസിക്കുന്നവൻ.

സ്വാനം. ന. ശബ്ദം.

സ്വാന്ത. വി. (ന്തൻ, ന്താ, ന്തം.) വി. ന. ശബ്ദിക്കുന്ന.

സ്വാന്തം. ന. ൧, മനസ്സു. ൨, ഗുഹ.

സ്വാപതേയം. ന. ദ്രവ്യം.

സ്വാപം. ന. ൧, ഉറക്കം. ൨, മടി, മടിക്കുക. ൩, ഒരു ദീനം. ൪, അറിവില്ലായ്മ.

സ്വാഭാവിക. വി. (കൻ, കാ, കം.) വി. ന. സ്വഭാവത്തെ സംബന്ധിച്ചുള്ള.

സ്വാമി. (മീ, മിനി, മി.) വി. ന. ഉടയക്കാരനായ, അധികാരമുള്ള, രക്ഷിക്കുന്ന.

സ്വാമി. ന. ൧, യജമാനൻ. ൨, രാജാവു. ൩, ഭൎത്താവു. ൪, ഗുരുവു. ൫, വിദ്വാൻ. ൬, കാൎത്തികേയൻ. ൭, വിഷ്ണു. ൮, ശിവൻ. ൯, വാത്സ്യായനമുനി. ൰, ഗരുഡൻ.

സ്വാമിദ്രോഹം. ന. യജമാനനോടുള്ള വിരോധം.

സ്വാമിദ്രോഹി. വി. (ഹീ, ഹിണി, ഹി.) വി. ന. യജമാനനോടു വിരോധം ചെയ്യുന്ന.

സ്വാമിനീ. ന. ൧, യജമാനസ്ത്രീ. ൨, രാജസ്ത്രീ.

സ്വാമിഭക്തി. ന. ൧, യജമാനനെക്കുറിച്ചുള്ള ഭക്തി. ൨, രാജാവിനെക്കുറിച്ചുള്ള ഭക്തി.

സ്വാമിഭോഗം. ന. ജന്മിക്കുള്ള പങ്കു, ഉടമസ്ഥന്റെ ഭാഗം.

സ്വാമ്യം. ന. യജമാനത്വം.

സ്വാംഗഹോമം. ന. തന്റെ ദേഹത്തെ തന്നേ ഹോമിക്കയെന്നുള്ളതു.

സ്വായത്ത. വി. ൧, തന്റേതായി കിട്ടിയ. ൨, തന്റെ പ്രയത്നംകൊണ്ടു ലഭിച്ച.

സ്വാരസ്യം. ന. നല്ല രസമുള്ളതിന്റെ അവസ്ഥ.

സ്വാരാട്ടു. ന. ഇന്ദ്രൻ.

സ്വാൎത്ഥ. വി. (ൎത്ഥൻ, ൎത്ഥാ, ൎത്ഥം.) വി. ന. സ്വന്ത അൎത്ഥമുള്ള.

സ്വാൎത്ഥതല്പരത. ന. സ്വകാൎയ്യത്തിലുള്ള പ്രതിപത്തി.

സ്വാൎത്ഥപരത. ന. മേൽപറഞ്ഞ അൎത്ഥം.

സ്വാൎത്ഥം. ന. സ്വന്ത അൎത്ഥം, സമ്പത്തു.

സ്വാശ്രയം. ന. തന്നെത്തന്നേ ആശ്രയിക്കയെന്നുള്ളതു.

സ്വാസ്ഥ്യം. ന. സ്വസ്ഥത.

സ്വാഹാ. ന. അഗ്നിയുടെ ഭാൎയ്യ.

സ്വാഹാ. അ. ദേവന്മാൎക്കായികൊണ്ടുള്ള പ്രാൎത്ഥനയിൽ ഉപയോഗിക്കുന്ന വാക്കു.

സ്വിൽ. അ. ചോദ്യത്തിങ്കലും സംശയത്തിങ്കലും പ്രയോഗിക്കുന്ന ഒരവ്യയപദം.

സ്വിന്ന. വി. (ന്നൻ, ന്നാ, ന്നം.) വി. ന. ൧, തളൎന്ന, ക്ഷീണമുള്ള. ൨, വിയൎത്ത.

സ്വീകരണം. ന. ൧, കൈക്കൊള്ളുക. ൨, സമ്മതിക്ക, വാഗ്ദത്തം ചെയ്ക.

സ്വീകരിക്കുന്നു. ച്ചു. പ്പാൻ. (സ്വീകരി.) സ. ക്രി. ൧, കൈക്കൊള്ളുന്നു. ൨, സമ്മതിക്കുന്നു.

സ്വീകാരം. ന. ൧, കൈക്കൊള്ളുക. ൨, സമ്മതം.

സ്വീകാൎയ്യ. വി. (ൎയ്യൻ, ൎയ്യാ, ൎയ്യം.) വി. ന. കൈക്കൊള്ളത്തക്ക.

സ്വീകൃത. വി. സ്വീകരിക്കപ്പെട്ട.

സ്വീയ. വി. തന്റേതായ, തന്നെ സംബന്ധിച്ച.

സ്വേച്ഛ. ന. തന്നിഷ്ടം, സ്വന്ത ആഗ്രഹം.

സ്വേച്ഛാവൃത്തി. ന. തന്നിഷ്ടപ്രകാരം ചെയ്ക.

സ്വേദജ. വി. (ജൻ, ജാ, ജം.) വി. ന. വിയൎപ്പിൽനിന്നുണ്ടായ.

സ്വേദനി. ന. ഇരിമ്പു കരണ്ടി.

സ്വേദ. വി. (ദൻ, ദാ, ദം.) വി. ന. ചൂടുള്ള, വിയൎപ്പുള്ള.

സ്വേദം. ന. ൧, ചൂടു. ൨, വിയൎപ്പു. ൩, ആവി.

സ്വേദിക്കുന്നു. ച്ചു. പ്പാൻ. (സ്വേദി.) അ. ക്രി. വിയൎക്കുന്നു, ഉഷ്ണിക്കുന്നു. **സ്വേദിപ്പിക്കുന്നു.** സ. ക്രി.

സ്വൈര. വി. (രൻ, രീ, രം.) വി. ന. ൧, തന്നിഷ്ടമുള്ള, ബന്ധനമില്ലാത്ത. ൨, സാവധാനമുള്ള, മടിയുള്ള.

സ്വൈരത. സ്ത്രീ. ന. തന്നിഷ്ടം, ബന്ധനമില്ലായ്ക.

സ്വൈരഗാമി; (-മിനി). ന. സ്വേച്ഛപോലെ സഞ്ചരിക്കുന്നവൾ;(-വൻ).

സ്വൈരം. ന. സ്വന്ത ഇഷ്ടം, സുഖം

സ്വൈരി. വി. (രി, രിണീ, രി.) വി. ന. തന്നിഷ്ടപ്രകാരം നടക്കുന്ന.

സ്വൈരിത. സ്ത്രീ. ന. തന്നിഷ്ടം.

സ്വൈരിണീ. ന. വ്യഭിചാരം ചെയ്യുന്ന സ്ത്രീ, പാംസുലാ.

സ്വോദരപൂരക. വി. (കൻ, കാ, കം.) വി. ന. തന്റെ വയററിനെ മാത്രം നിറെക്കുന്ന, കുക്ഷിംഭരി.

ഹ. ഹല്ലുകളിൽ മുപ്പത്തുമൂന്നാം അക്ഷരം.

ഹ. അ. പാദപൂരണത്തിങ്കൽ പറയും.

ഹകാരം. ന. ഹ എന്ന അക്ഷരം.

ഹജ്ജൂർ. ന. രാജസന്നിധി, റവന്യൂ സംബന്ധമായ പ്രധാന കച്ചേരി.

ഹഞ്ജേ. അ. നാട്യത്തിൽ ചേടിയെ വിളിക്കുന്ന ഒരു വാക്കു.

ഹട്ടചോരകൻ. ന. ചന്തസ്ഥലത്തു മോഷ്ടിക്കുന്നവൻ.

ഹട്ടം. ന. ചന്തസ്ഥലം.

ഹട്ടവിലാസിനീ. ന. ൧, ഒരു മരുന്നു, ഹനു. ൨, വേശ്യാസ്ത്രീ.

ഹട്ടി. ന. ചന്ത.

ഹഠം. ന. ൧, ബലാല്ക്കാരം. ൨, കറുകപ്പുല്ലു. ൩, പായൽ.

ഹഠകാരം. ന. ബലാല്ക്കാരം.

ഹഠയോഗം. ന. രാജയോഗത്തെക്കാൾ വളരെ ശ്രമപ്പെട്ടു സാധിക്കേണ്ട ഒരുതരം യോഗാഭ്യാസക്രമം.

ഹഠാൎത്ഥക. വി. (കൻ, കാ, കം.) വി. ന. ഹഠ എന്നുള്ള ശബ്ദത്തിന്റെ അൎത്ഥത്തോടു കൂടിയ.

ഹഠാൽ. അ. ബലാല്ക്കാരമായി.

ഹണ്ഡേ. ന. നാട്യത്തിൽ നീചസ്ത്രീയെ വിളിക്കുന്ന ഒരു വാക്കു.

ഹതകൻ. ന. പേടിയുള്ളവൻ.

ഹത. വി. (തൻ, താ, തം.) വി. ന. ൧, അടിക്കപ്പെട്ട, കൊല്ലപ്പെട്ട. ൨, നശിപ്പിക്കപ്പെട്ട. ൩, വിട്ടുപോയ. ൪, അവസാനിക്കപ്പെട്ട. ൫, സ്ഥാനഭ്രഷ്ടാക്കപ്പെട്ട. ൬, ഇച്ഛാഭംഗം വന്ന. ൭, പെരുക്കപ്പെട്ട.

ഹതബോധൻ. ന. ബോധമില്ലാത്തവൻ.

ഹതം. ന. ൧, പെരുക്കൽ. ൨, കൊല്ലുക, ഉപദ്രവിക്ക.

ഹതാശ. വി. (ശൻ, ശാ, ശം.) വി. ന. ൧, ദയയില്ലാത്ത. ൨, ഇച്ഛാഭംഗം വന്ന. ൩, ഹീനമായ. ൪, ക്ഷീണിച്ച.

ഹതാശ. ന. മച്ചി.

ഹതി. ന. കൊല്ലുക, ഉപദ്രവിക്ക.

ഹത്യ. ന. കുല, വധം.

ഹഥൻ. ന. മനസ്സിടിഞ്ഞവൻ.

ഹനനൻ. ന. കൊല്ലുന്നവൻ.

ഹനനം. ന. ൧, കുല, വധം. ൨, അടി.

ഹനിക്കുന്നു. ച്ചു. പ്പാൻ. (ഹനി.) സ. ക്രി. ൧, കൊല്ലുന്നു. ൨, തല്ലുന്നു. ൩, നശിപ്പിക്കയും മററും ചെയ്യുന്നു.

ഹനു. ന. ൧, താടിയെല്ലു. ൨, പവഴക്കൊടി, ഹട്ടവിലാസിനി. ൩, ഒരായുധം. ൪, ദീനം. ൫, മരണം.

ഹനുമൻ. ന. വായുവിന്റെ പുത്രനായ ഒരു വാനരശ്രേഷ്ഠൻ.

ഹനുമാൻ. അല്ലെങ്കിൽ, **ഹനൂമാൻ.** ന. മേല്പറഞ്ഞ അൎത്ഥം.

ഹന്ത. അ. കഷ്ടം.

ഹന്തവ്യ. വി. (വ്യൻ, വ്യാ, വ്യം.) വി. ന. കൊല്ലപ്പെടേണ്ടുന്ന.

ഹന്താവു. ന. ൧, കൊല്ലുന്നവൻ, കൊന്നവൻ. ൨, ശത്രു.

ഹന്തുകാമ. വി. (മൻ, മാ, മം.) വി. ന. കൊല്ലുവാൻ ആഗ്രഹമുള്ള.

ഹന്തോക്തി. ന. ദയ.

ഹന്ന. വി. (ന്നൻ, ന്നാ, ന്നം.) വി. ന. ഒഴിഞ്ഞ, കടന്നുപോയ.

ഹം. അ. കോപത്തിങ്കലുംമററും പ്രയോഗിക്കുന്ന ഒരു ശബ്ദം.

ഹംസൻ. ന. ൧, ബ്രഹ്മാവു. ൨, വിഷ്ണു. ൩, ശിവൻ. ൪, ആദിത്യൻ. ൫, സ്വാതന്ത്ര്യമുള്ള രാജാവു.

ഹംസം. ന. ൧, അരയന്നപ്പക്ഷി. ൨, ഒരു മന്ത്രം. ൩, കുതിര. ൪, പ്രാണവായുക്കളിൽ ഒന്നു. ൫, അസൂയ. ൬, ശ്രേഷ്ഠം. ൭, മുൻപിൽ.

ഹംസകം. ന. കാൽച്ചിലമ്പു.

ഹംസകൂടം. ന. കാളയുടെ ഉപ്പൂഞ്ഞി, പൂഞ്ഞ.

ഹംസതൂലം. ന. അരയന്നത്തിന്റെ തൂവൽ.

ഹംസനാദം. ന. അരയന്നത്തിന്റെ ശബ്ദം.

ഹംസപാദം. ന. ചായില്യം.

ഹംസരഥൻ. ന. ബ്രഹ്മാവു.

ഹംഹോ. അ. വിളിയിങ്കലും നിന്ദയിങ്കലും പ്രയോഗിച്ചുവരുന്നു.

ഹയഗ്രീവൻ. ന. ബ്രാഹ്മണരുടെ വേദം മോഷ്ടിച്ച ഒരസുരൻ.

ഹയനം. ന. മൂടലുള്ള രഥം.

ഹയപുച്ഛി. ന. ഒരു മരുന്നു, പേരുങ്കാണം.

ഹയമാരകം. ന. ഒരു തൈ, കണവിരം.

ഹയമേധം. ന. അശ്വമേധം.

ഹയൻ. ന. ഇന്ദ്രൻ.

ഹയം. ന. ൧, കുതിര. ൨, ഏഴ.

ഹയവാഹനൻ. ന. ൧, വൈശ്രവണൻ. ൨, ആദിത്യന്റെ ഒരു പുത്രൻ.

ഹയ്യംഗവീനം. ന. പുതിയ വെണ്ണ.

ഹയോത്ഥം. ന. കുതിരനിമിത്തം ഉണ്ടായതു, (കിളുന്നതു).

ഹരകൻ. ന. ൧, കള്ളൻ. ൨, ശിവൻ. ൩, പിടിച്ചുപറിക്കുന്നവൻ. ൪, ഹാരകം.

ഹരജി; ഹജി. ന. നിയമപ്രകാരമുള്ള അപേക്ഷ.

ഹരണം. ന. ൧, മോഷണം, പിടിച്ചുപറി, സ്വീകാരം, എടുക്കൽ, കൈക്കൊള്ളൽ. ൨, സ്ത്രീധനം. ൩, കൈ. ൪, ബീജം. ൫, പൊന്നു. ൬, കവടി. ൭, ചൂടുവെള്ളം. ൮, കണക്കിൽ കിഴിക്ക.

ഹര. വി. (രൻ, രി, രം.) വി. ന. ൧, ഹരിക്കുന്ന, എടുക്കുന്ന, പിടിച്ചുപറിക്കുന്ന. ൨, കളയുന്ന.

ഹരൻ. ന. ൧, ശിവൻ. ൨, അഗ്നി. ൩, കഴുത. ൪, കണക്കിൽകിഴിപ്പൻ.

ഹരബീജം. ന. രസം.

ഹരി. വി. (ത്രിഷു.) വി. ന. ൧, പച്ചയായുള്ള. ൨, പിംഗലമായുള്ള. ൩, മഞ്ഞയായുള്ള.

ഹരി. ന. ൧, വിഷ്ണു, കൃഷ്ണൻ. ൨, യമൻ. ൩, വായുവു. ൪, ഇന്ദ്രൻ. ൫, ചന്ദ്രൻ. ൬, ആദിത്യൻ. ൭, സിംഹം. ൮, രശ്മി. ൯, കുതിര. ൧൦, കിളി. ൧൧, കുരങ്ങു. ൧൨, സർപ്പം. ൧൩, തവള. ൧൪, ശിവൻ. ൧൫, ഭൂമിയുടെ ഒൻപതു ഖണ്ഡങ്ങളിൽ ഒന്നു, ഹരിവർഷം. ൧൬, ബ്രഹ്മാവു. ൧൭, അഗ്നി. ൧൮, കയിൽ. ൧൯, അരയന്നം. ൨൦, മയിൽ. ൨൧, പച്ചനിറം. ൨൨, പിംഗലനിറം. ൨൩, സ്വർണ്ണവർണ്ണം.

ഹരികൻ. ന. ൧, മഞ്ഞനീലനിറങ്ങളുള്ള കുതിര. ൨, കള്ളൻ. ൩, ചൂതാളി.

ഹരികേശൻ. ന. ശിവൻ.

ഹരിക്കാരൻ; അരിക്കാരൻ. ന. ൧, രാജാധികാരചിഹ്നമുള്ള ശിപായി. ൨, ദൂതൻ.

ഹരിക്കുന്നു. ച്ചു. പ്പാൻ. (ഹരി.) സ. ക്രി. ൧, കളയുന്നു, എടുത്തുകൊണ്ടുപോകുന്നു, മാറ്റുന്നു, കണക്കിൽ കിഴിക്കുന്നു. ൨, അപഹരിക്കുന്നു. ൩, ധിക്കരിക്കുന്നു. ൪, കൊല്ലുന്നു.

ഹരിചന്ദനം. ന. ൧, കല്പവൃക്ഷങ്ങളിൽ ഒന്നു. ൨, കുങ്കുമം. ൩, നിലാവു.

ഹരിണ. വി. (ണൻ, ണി, ണം.) വി. ന. വെളുത്ത, മഞ്ഞവെള്ളനിറമായ.

ഹരിണൻ. ന. ൧, വിഷ്ണു. ൨, ശിവൻ. ൩, ആദിത്യൻ.

ഹരിണീ. ന. ൧, മാൻപേട. ൨, പൊന്നുകൊണ്ടുള്ള ഒരു ബിംബം. ൩, നാലു തരമുള്ള സ്ത്രീകളിൽ ചിത്രിണിയെന്നവൾ. ൪, പതിനേഴ അക്ഷരമായിട്ടു നാലു പദമുള്ള ശ്ലോകം. ൫, പച്ചനിറം. ൬, മഞ്ഞമുല്ല.

ഹരിണം. ന. ൧, മാൻ. ൨, വെള്ളനിറം.

ഹരിതകം. ന. ഒരു മാതിരിച്ചീര.

ഹരിതമഞ്ജരി. ന. കുപ്പമേനി.

ഹരിത. വി. (തൻ, താ, തം.) വി. ന. പച്ചനിറമുള്ള.

ഹരിത. ന. ൧, ഒരുമാതിരി പുല്ലു. ൨, മഞ്ഞൾ. ൩, ഒരുമാതിരി മുന്തിരിങ്ങ.

ഹരിതം. ന. ൧, പച്ചിലനിറം. ൨, സിംഹം.

ഹരിതാലകം. ന. ചുളപ്രാവു.

ഹരിതാലം. ന. അരിതാരം.

ഹരിൽ. ന. ൧, ദിക്ക. ൨, പച്ചിലനിറം.

ഹരിദശ്വൻ. ന. ആദിത്യൻ.

ഹരിദ്ര. ന. മഞ്ഞൾ.

ഹരിദ്രവം. ന. മരമഞ്ഞൾ, കാലേയകം.

ഹരിദ്രാഭ. വി. (ഭൻ, ഭാ, ഭം.) വി. ന. മഞ്ഞനിറമുള്ള.

ഹരിദ്രാഭം. ന. ൧, മഞ്ഞനിറം. ൨, ഒരു വൃക്ഷം.

ഹരിദ്രാരംഗ. വി. (ഗൻ, ഗാ, ഗം.) വി. ന. സ്ഥിരമില്ലാത്ത.

ഹരിദ്രു. ന. ൧, ഒരു തൈ. ൨, ഒരു വൃക്ഷം.

ഹരിപ്രിയ. വി. (യൻ, യാ, യം.) വി. ന. വിഷ്ണുവിനും മറ്റും ഇഷ്ടമുള്ള.

ഹരിപ്രിയൻ. ന. ൧, ശിവൻ. ൨, ഭോഷൻ.

ഹരിപ്രിയ. ന. ൧, ലക്ഷ്മി. ൨, തുളസി. ൩, ദ്വാദശി. ൪, ഭൂമി.

ഹരിപ്രിയം. ന. ൧, കടമ്പു മരം. ൨, ഒരു മാതിരി ചന്ദനം.

ഹരിമഞ്ജരി. ന. ഒരു തൈ.

ഹരിമന്ഥകം. ന. കടലെക്കാ.

ഹരിന്മണി. ന. മരതകം രത്നം.

ഹരിവാൻ. ന. ഇന്ദ്രൻ.

ഹരിവാല്യകം. ന. ഒരു മരുന്നു.

ഹരിശ്ചന്ദ്രൻ. ന. പണ്ടുള്ള ഒരു രാജാവു.

ഹരിശ്ചന്ദ്രപുരം. ന. ഹരിശ്ചന്ദ്രന്റെ നഗരം.

ഹരിഹയൻ. ന. ൧, ഇന്ദ്രൻ. ൨, ആദിത്യൻ. ൩, സുബ്രഹ്മണ്യൻ. ൪, ഗണപതി.

ഹരിഹരൻ. ന. വിഷ്ണുവും ശിവനും ഒന്നെന്നു സങ്കല്പിച്ചിട്ടുള്ള മൂർത്തി.

ഹരീതകി. ന. കടുക്കാ.

ഹരേണു. ന. ൧, അരേണുകം. ൨, വട്ടച്ചാണായി. ൩, ഉത്തമസ്ത്രീ.

ഹർമ്മ്യം. ന. മാളിക.

ഹര്യക്ഷൻ. ന. വൈശ്രവണൻ.

ഹര്യക്ഷം. ന. സിംഹം.

ഹർഷക. വി. (കൻ, കാ, കം.) വി. ന. സന്തോഷമുള്ള.

ഹർഷണം. ന. സന്തോഷിപ്പിക്കുക.

ഹർഷമാണ. വി. (ണൻ, ണാ, ണം.) വി. ന. സന്തോഷമുള്ള.

ഹർഷം. ന. സന്തോഷം.

ഹർഷദ. വി. സന്തോഷിപ്പിക്കുന്ന.

ഹർഷാശ്രു. ന. സന്തോഷംകൊണ്ടുണ്ടാകുന്ന കണ്ണുനീരു.

ഹർഷിക്കുന്നു. ച്ചു. പ്പാൻ. (ഹർഷി.) അ. ക്രി. സന്തോഷിക്കുന്നു.

ഹർഷിത. വി. (തൻ, താ, തം.) വി. ന. സന്തോഷിക്കപ്പെട്ട.

ഹലധര. വി. (രൻ, രാ, രി, രം.) വി. ന. കലപ്പയെ ധരിച്ച.

ഹലധരൻ. ന. ബലഭദ്രൻ.

ഹലഭൃതി. ന. കൃഷി.

ഹലം. ന. കലപ്പ.

ഹലായുധൻ. ന. ബലഭദ്രൻ.

ഹലാഹലം. ന. വിഷം.

ഹലി. ന. ഃ, ബലഭദ്രൻ. ൨, കൃഷിക്കാരൻ. ൩, ഉഴവുചാൽ. ൪, കൃഷി.

ഹലിപ്രിയ. ന. ഃ, മദ്യം. ൨, ഒരു വൃക്ഷം, കടമ്പു.

ഹല്യ. വി. (ല്യൻ, ല്യാ, ല്യം.) വി. ന. ഉഴുത.

ഹല്യാ. ന. കലപ്പയുടെ കൂട്ടം.

ഹല്യം. ന. ഉഴുക.

ഹല്ലകം. ന. ചെന്താമര.

ഹല്ലന്ത. അല്ലെങ്കിൽ, **ഹലന്ത.** വി. (ന്തൻ, ന്താ, ന്തം.) വി. ന. ഹല്ല അവസാനത്തിലുള്ള.

ഹല്ലീഷം. ന. സ്ത്രീകളും മററും പാട്ടു ചൊല്ലി വട്ടത്തിൽ നടന്നു കളിക്കുന്ന ഒരു കളി.

ഹല്ല. ന. ക മുതലായ അക്ഷരങ്ങൾ എല്ലാററിനും കൂടെ പറയുന്ന പേർ.

ഹവം; ഹവനം. ന. ഃ, യാഗം. ൨, വിളി. ൩, നിയോഗം. ൪, പോർവിളി.

ഹവാലത്തി. ന. ജാമ്യം.

ഹവാല്ദാർ. ന. പട്ടാളത്തിൽ ഒരുദ്യോഗസ്ഥൻ.

ഹവിസ്സ. ന. ഃ, ഹോമിപ്പാനായിട്ടുള്ള ദ്രവ്യം, ഹോമദ്രവ്യം. ൨, നെയ്.

ഹവിൎഭാഗം. ന. ഹോമിക്കപ്പെടുന്ന ദ്രവ്യാംശം.

ഹവ്യപാകം. ന. ദേവന്മാൎക്ക നിവേദ്യത്തിന്നായിട്ടുണ്ടാക്കിയ വസ്തു, ചരു.

ഹവ്യ. വി. (വ്യൻ, വ്യാ, വ്യം.) വി. ന. ഹോമിപ്പാൻ തക്ക.

ഹവ്യം. ന. ഃ, ഹോമം. ൨, നെയ്.

ഹവ്യാശൻ. ന. അഗ്നി.

ഹവ്യവാഹനൻ. ന. അഗ്നി.

ഹസനം. ന. ചിരി.

ഹസനി. ന. നെരുപ്പോടു, തിച്ചട്ടി.

ഹസന്തി. ന. മേല്പറഞ്ഞ അൎത്ഥം.

ഹസന്തിക. ന. നെരുപ്പോടു.

ഹസം. ന. ചിരി.

ഹസിക്കുന്നു. ച്ചു. പ്പാൻ. (ഹസി.) അ. ക്രി. ചിരിക്കുന്നു.

ഹസിത. വി. (തൻ, താ, തം.) വി. ന. ഃ, ചിരിക്കുന്ന. ൨, വിടൎന്ന.

ഹസിതം. ന. ഃ, ചിരി. ൨, കാമദേവന്റെ വില്ലു.

ഹസ്തകടകം. ന. ഒരുമാതിരി കൈവള.

ഹസ്തഗതം. ന. കയ്യിൽ കിട്ടിയതു.

ഹസ്തതലം. ന. ഉള്ളംകൈ.

ഹസ്തതാഡനം. ന. കൈകൊണ്ടടിക്കുക.

ഹസ്തദാനം. ന. കൈകൊടുപ്പു.

ഹസ്തധാരണം. ന. തടുക്കുക, ഹസ്തവാരണം.

ഹസ്തം. ന. ഃ, കൈ. ൨, തുമ്പിക്കൈ. ൩, അത്തം നക്ഷത്രം. ൪, തലമുടിയുള്ള തല. ൫, തുരുത്തി.

ഹസ്തവാരണം. ന. അടിപ്പാൻ വരുമ്പോഴും മററും കൈകൊണ്ടു തടുക്കു.

ഹസ്തസംജ്ഞ. ന. കൈക്രിയ.

ഹസ്തസൂത്രം. ന. കൈവള.

ഹസ്താന്തരം. ന. വേറൊരാളിന്റെ കൈവശം.

ഹസ്തി. ന. ആന.

ഹസ്തിനഖം. ന. കോട്ടെക്കകത്തേക്കുള്ള വാതില്ക്കലെ ഒരുമാതിരി വലിയ കല്ലട.

ഹസ്തിനാപുരം. ന. ഒരു രാജധാനി, ഹസ്തി എന്ന രാജാവിനാൽ ഗംഗാതീരത്തിൽ പണിയിക്കപ്പെട്ടിരുന്ന ഒരു പ്രധാന രാജധാനി, ഡെല്ഹി.

ഹസ്തിനി. ന. പിടിയാന.

ഹസ്തിപകൻ. ന. ആനക്കാരൻ.

ഹസ്തിമദം. ന. മദജലം.

ഹസ്തിശാല. ന. ആനക്കൂട.

ഹസ്തേകരണം. ന. വിവാഹം.

ഹസ്ത്യ. വി. (സ്ത്യൻ, സ്ത്യാ, സ്ത്യം.) വി. ന. ഃ, കൈകൊണ്ടു കൊടുക്കപ്പെട്ട. ൨, കൈകൊണ്ടു ചെയ്യുന്നതു, കൈപ്പാട്ടുള്ള.

ഹസ്ത്യാരോഹൻ. ന. ആനക്കാരൻ.

ഹസ്ര. വി. (സ്രൻ, സ്രാ, സ്രം.) വി. ന. മൂഢതയുള്ള.

ഹള. അ. നാട്യത്തിൽ സഖിയെ വിളിക്കുന്നതു.

ഹാ

ഹാ. അ. ക്ഷീണത്തിങ്കലും ദുഃഖത്തിങ്കലും സന്തോഷത്തിങ്കലും നിന്ദയിങ്കലും പ്രയോഗിച്ചുവരുന്നതു.

ഹാകഷ്ടം. അ. അയ്യോ കഷ്ടം.

ഹാജർ. ന. സാന്നിദ്ധ്യം.

ഹാടകം. ന. പൊന്നു.

ഹാനം. ന. ഃ, വിടുക. ൨, ശൌൎയ്യം.

ഹാനി. ന. ഃ, നാശം. ൨, ആപത്തു. ൩, വിടുക.

ഹായനം. ന. ഃ, സംവത്സരം. ൨, ഒരുവക ധാന്യം.

ഹാരകൻ. ന. കള്ളൻ.

ഹാരകം. ന. കണക്കിൽ കിഴിക്ക.

ഹാരഭേദം. ന. മുത്തുമാലയുടെ തരഭേദം.

ഹാരം. ന. ഃ, മുത്തു, മുത്തുമാല. ൨, യുദ്ധം.

ഹാരി. വി. (രി, രിണി, രി.) വി. ന. ഃ, ഭംഗിയുള്ള. ൨, എടുക്കുന്ന.

ഹാരി. വി. (ത്രിലിം.) വി. ന. ഭംഗിയുള്ള.

ഹാരി. ന. ഃ, തോലി. ൨, മുത്തു.

ഹാരീതം. ന. ഃ, പൂഉപ്രാവു. ൨, ഒരു മഹൎഷി. ൩, വ്യാജം, കള്ളക്കൌശലം.

ഹാൎദ്ദം. ന. സ്നേഹം.

ഹാൎയ്യ. വി. എടുക്കത്തക്ക.

ഹാൎയ്യം. ഹരിക്കപ്പെടുന്ന തുക.

ഹാലാ. ന. മദ്യം.

ഹാലൻ. ന. ഃ, ബലഭദ്രൻ. ൨, ശാലിവാഹനൻ.

ഹാലം. ന. കലപ്പ.

ഹാലാഹലം. ന. വിഷം.

ഹാലി. ന. ഭാൎയ്യയുടെ അനുജത്തി.

ഹാലിക. വി. (കൻ, കാ, കം.) വി. ന. കലപ്പയെസ്സംബന്ധിച്ച.

ഹാവം. ന. സ്ത്രീകളുടെ ശൃംഗാര ചേഷ്ടാ.

ഹാസം. ന. ചിരി.

ഹാസ്തികൻ. ന. ആനക്കാരൻ.

ഹാസ്തികം. ന. ആനക്കൂട്ടം.

ഹാസ്തിനപുരം. ന. പണ്ടുള്ള രാജധാനി, ഹസ്തിനാപുരം.

ഹാസ്യ. വി. (സ്യൻ, സ്യാ, സ്യം.) വി. ന. ചിരിക്കപ്പെടുവാൻ തക്ക, പരിഹസിക്കപ്പെടുവാൻ തക്ക.

ഹാസ്യം. ന. ചിരി.

ഹാസ്യരസം. ന. നവരസങ്ങളിൽ ഒന്നു, നിന്ദാഭാവം.

ഹാഹാ. അ. സന്തോഷം ഖേദം മുതലായവയിൽ പ്രയോഗിച്ചുവരുന്ന ഒരവ്യയം.

ഹാഹാവു. ന. ഒരു ഗന്ധൎവ്വൻ.

ഹി

ഹി. അ. കാരണം അവധാരണമുതലായവയിൽ പ്രയോഗിച്ചുവരുന്ന ഒരവ്യയം.

ഹിക്ക. ന. ഒരു ദീനം, എക്കിൾ.

ഹിംഗു. ന. പെരുങ്കായം.

ഹിംഗുനിൎയ്യാസം. ന. ൧, വേപ്പുമരം. ൨, കായം.

ഹിംഗുല. ന. ചായില്യം.

ഹിംഗുലി. ന. ചെറുവഴുതിന.

ഹിംഗുലു. ന. ചായില്യം.

ഹിജ്ജുളം. ന. ഒരു തൈ.

ഹിഡിംബ. ന. ഒരു രാക്ഷസി.

ഹിഡിംബജിൽ. ന. ഭീമൻ.

ഹിഡിംബൻ. ന. ഒരു രാക്ഷസൻ.

ഹിഡിംബാപതി. അല്ലെങ്കിൽ, **ഹിഡിംബാരമണൻ.** ന. ഭീമൻ.

ഹിണ്ഡികൻ. ന. ജ്യോതിഷക്കാരൻ.

ഹിണ്ഡീരം. ന. കടൽനാക്ക.

ഹിത. വി. (തൻ, താ, തം.) വി. ന. ൧, കൊള്ളാകുന്ന, യോഗ്യമായ. ൨, പോയ, പുറപ്പെട്ട. ൩, പിടിക്കപ്പെട്ട, വെക്കപ്പെട്ട. ൪, മേലാൽ ഗുണമായിട്ടു വരുന്നതിന്നു കാരണമായ. ൫, സ്നേഹമുള്ള, ദയയുള്ള. ൬, ഉപകാരമുള്ള.

ഹിതകാരി; (-രിണി). ന. ഹിതം ചെയ്യുന്നവൻ; (—വൾ).

ഹിതൻ. ന. ബന്ധു, ഇഷ്ടൻ.

ഹിതാ. ന. നടന്നുപോകുന്നതിന്നുള്ള ചിറ, വഴി.

ഹിതവാദി. വി. (ദി, ദിനീ, ദി.) വി. ന. ഹിതത്തെപ്പറയുന്ന, മേലാൽ ഗുണമായിട്ടു വരുവാനുള്ള കാൎയ്യങ്ങളെ പറഞ്ഞുകൊടുക്കുന്ന.

ഹിതവാദി. ന. ഗുണദോഷം പറഞ്ഞുകൊടുക്കുന്ന ബന്ധു.

ഹിതാശംസ. ന. ഇഷ്ടവാക്ക.

ഹിതാഹിതം. ന. വേണ്ടുന്നതും വേണ്ടാത്തതും.

ഹിതോക്തി. ന. ഇഷ്ടവാക്ക.

ഹിതോപദേശം. ന. ൧, ഇഷ്ടമായ ഉപദേശം. ൨, ഒരു പുസ്തകം.

ഹിന്താലം. ന. ഒരുതരം പന.

ഹിന്തു. ന. ൧, ഭാരതഖണ്ഡത്തിന്നു ചിലർ പറയുന്ന ഒരു പേർ. ൨, ഭാരതഖണ്ഡത്തിലുള്ള മനുഷ്യൎക്കു പറയുന്ന പേർ.

ഹിന്ദോളം. ന. ൧, ഒരു രാഗം. ൨, അന്തോളം.

ഹിമ. വി. (മൻ, മാ, മം.) വി. ന. തണുപ്പുള്ള, കുളിരുള്ള.

ഹിമൎത്തു. ന. മഞ്ഞുകാലം.

ഹിമാ. ന. ൧, ചിററേലം. ൨, അരേണുകം.

ഹിമം. ന. ൧, മഞ്ഞു. ൨, കുളിർ. ൩, ചന്ദനം. ൪, വെണ്ണനൈ. ൫, ഒരം യം. ൬, മുത്തു. ൭, താമര. ൮, ചന്ദ്രൻ. ൯, കൎപ്പൂരം. ൧൦, ഹിമവാൻ പൎവ്വതം.

ഹിമവാൻ. ന. ഭാരതഖണ്ഡത്തിന്റെ വടക്കെ അററത്തുള്ള ഒരു വലിയ പൎവ്വതം, ഹിമാലയൻ.

ഹിമവാലുക. ന. കൎപ്പൂരം.

ഹിമസംഹതി. ന. മഞ്ഞിൻ കൂട്ടം.

ഹിമാദ്രി. ന. ഹിമവാൻ പൎവ്വതം.

ഹിമാംശു. ന. ൧, ചന്ദ്രൻ. ൨, കൎപ്പൂരം.

ഹിമാലയൻ. ന. ഒരു പൎവ്വതം, ഹിമവാൻ.

ഹിമാവതി. ന. ഒരു മരുന്നു, മലയെരിമ.

ഹിംസ. ന. ൧, അടി. ൨, വധം, കുല.

ഹിംസാകൎമ്മം. ന. കുലപാതക പ്രവൃത്തി.

ഹിംസാലു. വി. (ഭിഷ്യു.) വി. ന. കൊല്ലുക ശീലമായുള്ള.

ഹിംസാലുക. വി. (കൻ, കാ, കം.) വി. ന. ഹിംസിക്കുന്ന, ഉപദ്രവിക്കുന്ന.

ഹിംസാലുകൻ. ന. കടിക്കുന്ന പട്ടി.

ഹിംസാശീല. വി. (ലൻ, ലാ, ലം.) വി. ന. കൊല്ലുക ശീലമായുള്ള.

ഹിംസിക്കുന്നു. ച്ച. പ്പാൻ. (ഹിംസി.) സ. ക്രി. കൊല്ലുന്നു.

ഹിംസിത. വി. കൊല്ലപ്പെട്ട.

ഹിംസീരൻ. ന. ഒരു ദുഷ്ടമൃഗം, കടുവാ.

ഹിംസ്രകം. ന. ഇര തേടുന്ന കാട്ടുമൃഗം, വ്യാഘ്രവുമ്മററും.

ഹിംസ്ര. വി. (സ്രൻ, സ്രാ, സ്രം.) വി. ന. ൧, ഭയങ്കരമായുള്ള. ൨, കൊല്ലുന്ന.

ഹിംസ്രം. ന. ൧, കാട്ടുമൃഗം. ൨, ശിവൻ. ൩, ഭീമൻ.

ഹിംസ്രാ. ന. ൧, ഒരുഞാടിമരുന്നു, ജടാമാഞ്ചി. ൨, ഒരു ഞരമ്പു.

ഹിരണ്മയ. വി. (യൻ, യാ, യം.) വി. ന. പൊന്നുകൊണ്ടുണ്ടാക്കപ്പെട്ട.

ഹിരണ്മയൻ. ന. ബ്രഹ്മാവു.

ഹിരണ്മയം. ന. ൧, ഭൂമിയുടെ ഒൻപതു ഖണ്ഡങ്ങളിൽ ഒന്നു. ൨, അറുപതിലൊരു സംവത്സരം.

ഹിരണ്യഗൎഭൻ. ന. ബ്രഹ്മാവു.

ഹിരണ്യഗൎഭം. ന. ചില രാജാക്കന്മാർ കഴിക്കുന്ന ഒരു വലിയ കൎമ്മം.

ഹിരണ്യം. ന. ൧, പൊന്നു. ൨, വിലയേറിയ വസ്തു. ൩, സമ്പത്തു. ൪, വെള്ളി. ൫, നശിച്ചുപോകാത്ത വസ്തു.

ഹിരണ്യനാഭം. ന. മൈനാക പൎവ്വതം.

ഹിരണ്യരേതസ്സ. ന. ൧, അഗ്നി. ൨, ആദിത്യൻ. ൩, ശിവൻ.

ഹിരണ്യവാഹ. ന. ഒരു നദി.

ഹിരുക്ക. അ. ൧, ഒഴികെ. ൨, ഇടയിൽ. ൩, സമീപെ.

ഹിലമോചിക. ന. ഒരു പച്ചമരുന്നു, കാനകവാഴ.

ഹിഹി. അ. ഉല്ലാസത്തിങ്കലൊ വിസ്മയത്തിങ്കലൊ പ്രയോഗിക്കുന്ന ഒരവ്യയം.

ഹീ

ഹീ. അ. അതിശയത്തിലും ക്ഷീണത്തിലും ദുഃഖത്തിലും കാരണത്തിലും പറഞ്ഞുവരുന്ന ഒരവ്യയം.

ഹീനജാതി. ന. താണജാതി.

ഹീന. വി. (നൻ, നാ, നം.) വി. ന. ൧, കുറവുള്ള. ൨, കുററമുള്ള, ചിതത്തയായ. ൩, താണ. ൪, ഉപേക്ഷിച്ച. ൫, കേട്ടുവന്ന, തേഞ്ഞ, ചേതം വന്ന.

ഹീനത. സ്ത്രീ. ന. കുറവു.

ഹീനം. ന. ൧, കുറവു. ൨, കുററം. ൩, നിന്ദ.

ഹീനാംഗ. വി. (ഗൻ, ഗാ, ഗീ, ഗം.) വി. ന. ൧, മുടന്തുള്ള. ൨, അവയവത്തിന്നു കുറവുള്ള, ഊനമുള്ള.

ഹീരാ. ന. ലക്ഷ്മി.

ഹീരൻ. ന. ൧, ശിവൻ. ൨, പാമ്പു. ൩, സിംഹം.

ഹീരം. ന. വൈരക്കല്ലു.

ഹീരാംഗം. ന. വജ്രായുധം.

ഹീഹി. അ. വിസ്മയത്തിങ്കൽ പ്രയോഗിക്കുന്ന ഒരവ്യയം.

ഹു

ഹുക്ക. ന. കഞ്ചാവു വലിക്കുവാനുള്ള കുഴൽ.

ഹുതഭുക്. ന. അഗ്നി.

ഹുതഭുക്പ്രിയ. ന. അഗ്നിയുടെ ഭാൎയ്യ, സ്വാഹ.

ഹുത. വി. (തൻ, താ, തം.) വി. ന. ൧, ഹോമിക്കപ്പെട്ട. ൨, വിളിക്കപ്പെട്ട.

ഹുതം. ന. ഹോമം.

ഹുതാശനൻ; ഹുതാശൻ; ഹുതവഹൻ. ന. അഗ്നി.

ഹും. അ. സംശയം ചോദ്യം അനുസരണം മുതലായവയിൽ പ്രയോഗിച്ചുവരുന്ന ഒരവ്യയം.

ഹുങ്കു. ന. ൧, ശക്തി, ബലം. ൨, അഹംഭാവം.

ഹുങ്കാരം. ന. അലൎച്ച.

ഹുങ്കൃതി. ന. അലൎച്ച.

ഹുണ്ടി; ഹുണ്ടിക; ഉണ്ടിയൽ. ന. കച്ചവടക്കാരുടെ സൌകൎയ്യത്തിന്നായി വെച്ചുമാററ സമ്പ്രദായത്തിൽ പണം കൊടുക്കൽവാങ്ങൽ ചെയ്യുന്ന ഏൎപ്പാടു.

ഹൂ

ഹൂ. അ. വിളി നിന്ദ ദുഃഖം മുതലായവയിൽ പ്രയോഗിച്ചുവരുന്ന ഒരവ്യയം.

ഹൂണൻ. ന. ൧, മ്ലേച്ഛൻ. ൨, പരദേശി.

ഹൂതി. ന. ൧, വിളിക്കുക. ൨, പോൎക്കുവിളി.

ഹൂം. അ. സംശയം ഓൎമ്മ ചോദ്യം മുതലായവയിൽ പ്രയോഗിച്ചുവരുന്ന ഒരവ്യയം.

ഹൂഹൂ. ന. ഒരു ഗന്ധൎവ്വൻ.

ഹൃ

ഹൃണീയ. ന. ൧, നിന്ദ. ൨, ലജ്ജ.

ഹൃത. വി. ഹരിക്കപ്പെട്ട.

ഹൃതശേഷം. ന. ൧, ഹരിച്ചതിൽ ബാക്കിവന്ന തുക. ൨, എടുത്തതിൽ പിന്നെയുള്ള ശേഷിപ്പു.

ഹൃത്തു. ന. ൧, നെഞ്ചു, ഹൃദയം, കരൾ. ൨, മനസ്സു, വിചാരത്തിന്റെ ഇരിപ്പിടം.

ഹൃദയകമലം. ന. മനസ്സു.

ഹൃദയഗ്രന്ഥി; ഹൃൽഗ്രന്ഥി. ന. മനസ്സിന്നു നേരിട്ടിരിക്കുന്ന വൈഷമ്യം.

ഹൃദയംഗമ. വി. (മൻ, മാ, മം.) വി. ന. ൧, യുക്തമായുള്ള. ൨, കേൾക്കുമ്പോൾ നന്നെന്നു തോന്നുവാൻ തക്ക. ൩, ഇഷ്ടം തോന്നുന്ന.

ഹൃദയം. ന. ൧, മനസ്സു, ബുദ്ധിയുടെ ഇരിപ്പിടം. ൨, നെഞ്ചു, കരൾ.

ഹൃദയസ്ഥാനം. ന. നെഞ്ചു.

ഹൃദയാലു. വി. (ത്രി.) വി. ന. നല്ല ഹൃദയമുള്ള, നല്ല മനസ്സോ വിചാരമോ ഉള്ള.

ഹൃദിസ്പൃക്. ന. ഹൃദയത്തെ സ്പൎശിക്കുന്നതു, ഇഷ്ടമുള്ളതു.

ഹൃദ്യ. വി. (ദ്യൻ, ദ്യാ, ദ്യം.) വി. ന. ൧, പ്രിയമുള്ള. ൨, നല്ല. ൩, ഹൃദയത്തിനെ സംബന്ധിച്ച.

ഹൃദ്യാ. ന. ഒരു മരുന്നു, വൃദ്ധി.

ഹൃദ്യം. ന. മനസ്സിനെ അടക്കം വരുത്തുന്നതിന്നുള്ള ഒരു മന്ത്രം.

ഹൃദ്രോഗം. ന. നെഞ്ചിന്നകത്തുണ്ടാകുന്ന ഒരു ദീനം.

ഹൃല്ലാസം. ന. നെഞ്ചെരിച്ചിൽ എന്ന വ്യാധിക്കേട്ടു.

ഹൃഷിത. വി. (തൻ, താ, തം.) വി. ന. ൧, അതിശയിച്ച. ൨, സന്തോഷിച്ച.

ഹൃഷീകം. ന. ഇന്ദ്രിയം.

ഹൃഷീകേശൻ. ന. വിഷ്ണു.

ഹൃഷ്ട. വി. (ഷ്ടൻ, ഷ്ടാ, ഷ്ടം.) വി. ന. സന്തോഷിച്ച, സന്തോഷമുള്ള.

ഹൃഷ്ടമാനസ. വി. (സൻ, സാ, സം.) വി. ന. സന്തോഷിച്ച, സന്തോഷമുള്ള.

ഹൃഷ്ടി. ന. സന്തോഷം.

ഹേ

ഹേ. അ. അല്ലയോ എന്നും മററും സംബോധനയിൽ ചേൎക്കുന്നതു.

ഹേതി. ന. ൧, ആയുധം. ൨, സൂൎയ്യരശ്മി. ൩, അഗ്നിജ്വാല.

ഹേതു. ന. കാരണം.

ഹേതുക. വി. (കൻ, കാ, കം.) വി. ന. കാരണമായ.

ഹേതുത. ന. കാരണമായിഭവിക്കയെന്നതു.

ഹേതുകം. ന. കാരണം.

ഹേതുഭൂത. വി. (തൻ, താ, തം.) വി. ന. കാരണമായിത്തീൎന്ന.

ഹേത്വന്തരേണ. അ. മറെറാരു കാരണത്താൽ.

ഹേമകൂടം. ന. ഒരു പൎവ്വതം.

ഹേമദുഗ്ദ്ധം. ന. അത്തിവൃക്ഷം.

ഹേമന്തകാലം. ന. ഋതുക്കൾ ആറുള്ളതിൽ ഒന്നു, തുലാമാസത്തിൽ വെളുത്ത പ്രതിപദം മുതൽ ധനുമാസത്തിൽ കറുത്തവാവു വരെയുള്ള കാലം.

ഹേമന്തം. ന. മേല്പറഞ്ഞ അൎത്ഥം.

ഹേമപുഷ്പകം. ന. ചെമ്പകം.

ഹേമപുഷ്പം. ന. ൧, അശോകവൃക്ഷം. ൨, ചെമ്പകം.

ഹേമപുഷ്പിക. ന. ൧, ചെമ്പകം. ൨, ചെങ്കുറുമൊഴി.

ഹേമം. ന. ൧, പൊന്നു. ൨, നിൎബ്ബന്ധം, ശക്തി.

ഹേമാ. ന. ൧, അപ്സരസ്ത്രീകളിൽ ഒന്നു. ൨, സൌന്ദൎയ്യമുള്ള സ്ത്രീ.

ഹേമാംഗൻ. ന. ൧, ഗരുഡൻ. ൨, ബ്രഹ്മാവു.

ഹേമാദ്രി. ന. മഹാമേരുപൎവ്വതം.

ഹേമാഭ. ന. ൧, പൊന്നു. ൨, ബുധൻ.

ഹേഷിക്കുന്നു. ച്ചു. പ്പാൻ. (ഹേഷി.) സ. ക്രി. നിൎബ്ബന്ധിക്കുന്നു, ബലവിക്കുന്നു.

ഹേയ. വി. (യൻ, യാ, യം.) വി. ന. ഉപേക്ഷിക്കത്തക്ക.

ഹേരംബൻ. ന. ൧, ഗണപതി. ൨,

പോത്തു. ന, അഹംഭാവമുള്ള പടയാളി.

ഹേല. ന. ക, ശൃംഗാരരസക്കാരുടെ ചില ഭാവഭേദം. വ, നിന്ദ. ന, നിലാവു.

ഹേലനം. ന. ക, നിന്ദ. വ, ശൃംഗാരഭാവത്തിൽനിന്നുണ്ടാകുന്ന രസഭേദം.

ഹേലി. ന. ക, ആദിത്യൻ. വ, ശൃംഗാരവിലാസം.

ഹേഷ. ന. കുതിരയുടെ കരച്ചിൽ.

ഹേഷാരവം. ന. മേല്പറഞ്ഞ അൎത്ഥം.

ഹേഷി. ന. കുതിര.

ഹേഹേ. അ. വിളിയിങ്കൽ ഉപകരിക്കുന്ന ഒരവ്യയം.

ഹൈ

ഹൈ. ന. മേല്പറഞ്ഞ അൎത്ഥം.

ഹൈമ. വി. (മൻ, മീ, മം.) വി. ന. ക, ഹേമത്തോടു ചേൎന്ന, സ്വൎണ്ണമായുള്ള. വ, ഹിമത്തോടു ചേൎന്ന, മഞ്ഞോടു ചേൎന്ന.

ഹൈമന. വി. (നൻ, നാ, നം.) വി. ന. ക, തണുപ്പുള്ള. വ, മഞ്ഞുകാലത്തുണ്ടാകുന്ന. ന, മഞ്ഞുകാലത്തോടു ചേൎന്ന.

ഹൈമനം. ന. ക, മകരമാസം. വ, മഞ്ഞുള്ള കാലം, ഹിമകാലം.

ഹൈമന്ത. വി. ഹേമന്തകാലം സംബന്ധിച്ച.

ഹൈമീ. ന. പൊൻനിറമുള്ള ഒരു വക മുല്ല.

ഹൈമം. ന. ഉറെച്ച മഞ്ഞു.

ഹൈമവതം. ന. ക, ഭാരതഖണ്ഡം. വ, ഒരു മാതിരി വിഷം.

ഹൈമവതീ. ന. ക, പാൎവ്വതി. വ, കടുക്ക. ന, വെളുത്ത വയമ്പു. ര, ഒരു തൈ, മലയെരിമ. ഉ, ഗംഗ.

ഹൊ

ഹൊ. അ. ചോദ്യത്തിങ്കലും വിളിയിങ്കലും ഉപകരിക്കുന്ന ഒരവ്യയം.

ഹോ

ഹോതവ്യ. ന. ഹോമിക്കുന്ന ആൾ.

ഹോത്രം. ന. ക, ഹോമബലിക്കായിട്ടു നിശ്ചയിച്ച വസ്തു, ഉരുക്കി അരിച്ച നെയ്യും മററും. വ, ഹോമം.

ഹോത്രീയൻ. ന. ഹോമിക്കുന്നആൾ.

ഹോത്രീയം. ന. ഹോമിക്കുന്ന സ്ഥലം.

ഹോമകുണ്ഡം. ന. ഹോമത്തിന്നു തീയിടുന്ന കുഴി.

ഹോമദ്രവ്യം. ന. ഹോമിപ്പാനുള്ള വസ്തു.

ഹോമം. ന. അഗ്നിയിൽ ചെയ്യുന്ന ഒരു കൎമ്മം.

ഹോമാഗ്നി. ന. ഹോമത്തിന്നുള്ള അഗ്നി.

ഹോമി. ന. ക, നൈ. വ, തീ. ന, വെള്ളം.

ഹോമി. ന. ഹോമിക്കുന്നവൻ.

ഹോമിക്കുന്നു. ച്ചു. പ്പാൻ. (ഹോമി.) സ. ക്രി. ഹോമത്തിന്റെ ക്രമപ്രകാരം തീയിലിട്ടു ദഹിപ്പിക്കുന്നു.

ഹോര. ന. ക, ഒരു ജ്യോതിശാസ്ത്ര ഗ്രന്ഥം. വ, രാശിചക്രത്തിന്റെ ഒരുദയാദിത്തിന്റെ ആരംഭം. ന, ഒരു ദിവസത്തിന്റെ ഇരുപത്തുനാലിലൊരു പങ്കു. ര, ഒരു വര.

ഹോശാന. ന. ക, ദൈവത്തിന്നു സ്തുതി. വ, ക്രിസ്തു യെറുശലേമിലേക്ക എഴുന്നെള്ളിയതിനെ കൊണ്ടാടുന്ന ദിവസം, പുനരുത്ഥാനത്തിന്റെ തലേ ഞായറാഴ്ച.

ഹോഹൌ. അ. വിളിയിങ്കലും നിന്ദയിങ്കലും ഉപകരിക്കുന്ന ഒരവ്യയം.

ഹൌ

ഹൌ. അ. നിന്ദയിങ്കലും ചോദ്യത്തിങ്കലും ഉപകരിക്കുന്ന ഒരവ്യയം.

ഹ്യ

ഹ്യ. അ. ഇന്നലെ.

ഹ്യസ്തന. വി. ഇന്നലത്തെ നാൾ സംബന്ധിച്ച.

ഹ്ര

ഹ്രദം. ന. ക, കയം. വ, രശ്മി.

ഹ്രദിനി. ന. ക, നദി. വ, മിന്നൽ.

ഹ്രസിമാവു. ന. നീളക്കുറവു.

ഹ്രസിഷ്ഠ. വി. (ഷ്ഠൻ, ഷ്ഠാ, ഷ്ഠം.) വി. ന. നീളം കുറഞ്ഞ.

ഹ്രസ്വഗവേധുക. ന. ആനക്കുറുന്തോട്ടി.

ഹ്രസ്വതമ. വി. (മൻ, മാ, മം.) വി. ന. ഏററവും നീളം കുറഞ്ഞ.

ഹ്രസ്വ. വി. (സ്വൻ, സ്വാ, സ്വം.) വി. ന. നീളമില്ലാത്ത, പൊക്കമില്ലാത്ത.

ഹ്രസ്വൻ. ന. മുണ്ടൻ.

ഹ്രസ്വശാഖ. ന. ചെറുതായ കൊമ്പു.

ഹ്രസ്വാംഗൻ. ന. നീളം കുറഞ്ഞവൻ, മുണ്ടൻ.

ഹ്രസ്വാംഗം. ന. ഒരു മരുന്നു.

ഹ്രാദി. വി. (ദീ, ദിനീ, ദി.) വി. ന. ശബ്ദിക്കുന്ന.

ഹ്രാദിനി. ന. ക, മിന്നൽ. വ, വജ്രായുധം. ന, ഒരംന്തമരം. ര, നദി.

ഹ്രാസം. ന. ശബ്ദം.

ഹ്രീ. ന. ലജ്ജ, നാണം.

ഹ്രീക. ന. ക, ലജ്ജ, അടക്കം. വ, ഭയം, പേടി.

ഹ്രീകു. വി. (ത്രീഷു.) വി. ന. ലജ്ജയുള്ള.

ഹ്രീകു. ന. ക, അരക്ക. വ, വെള്ളീയം.

ഹ്രീണ. വി. (ണൻ, ണാ, ണം.) വി. ന. ലജ്ജിച്ച.

ഹ്രീത. വി. (തൻ, താ, തം.) വി. ന. ലജ്ജിച്ച.

ഹ്രീബേരം. ന. ഒരങ്ങാടി മരുന്നു, ഇരുവേലി.

ഹ്രീള. ന. ലജ്ജ.

ഹ്രേഷ. ന. കുതിരയുടെ കരച്ചിൽ.

ഹ്ല

ഹ്ലാദം. ന. സന്തോഷം.

ഹ്ലാദി. വി. (ദീ, ദിനീ, ദി.) വി. ന. ഹ്ലാദമുള്ള, സന്തോഷമുള്ള.

ഹ്ലാദിനീ. ന. ഒരംന്തുവൃക്ഷം.

ഹ്വ

ഹ്വാനം. ന. വിളി.

ഹല്ലുകളിൽ മുപ്പത്തുനാലാം അക്ഷരം.

ക്ഷ. ഹല്ലുകളിൽ മുപ്പത്തഞ്ചാം അക്ഷരം.

ക്ഷണതു ന. മുറിവു, വ്രണം.

ക്ഷണദ. ന. ൧, രാത്രി. ൨, മഞ്ഞൾ.

ക്ഷണദൻ. ന. ജ്യോതിഷക്കാരൻ.

ക്ഷണദം. ന. വെള്ളം.

ക്ഷണനം. ന. സംഹാരം.

ക്ഷണപ്രഭ. ന. മിന്നൽപിണർ.

ക്ഷണമാത്രം. ന. അല്പനേരം.

ക്ഷണം. ന. ൧, അല്പനേരം. ൨, വേഗം. ൩, വിരുന്നു. ൪, അവസരം. ൫, വിരുന്നിനും മററും വിളിക.

ക്ഷണിക. വി. (കൻ, കാ, കീ, കം.) വി. ന. ക്ഷണനേരത്തേക്കുള്ള. ക്ഷണികത. ഗു. ന.

ക്ഷണിക്. ന. മിന്നൽ.

ക്ഷണിക്കുന്നു. ച്ചു. പ്പാൻ. (ക്ഷണി.) സ. ക്രി. വിരുന്നിനും മററും വിളിക്കുന്നു.

ക്ഷതജം. ന. ൧, രക്തം, ചോര. ൨, ചലം.

ക്ഷത. വി. (തൻ, താ, തം.) വി. ന. മുറിക്കപ്പെട്ട.

ക്ഷതം. ന. ൧, മുറിവു. ൨, വ്രണം.

ക്ഷതവ്രത. വി. (തൻ, താ, ത.) വി. ന. വ്രതത്തിന്നു ഭംഗം വന്ന, നോമ്പുമററും മുടക്കിയ.

ക്ഷതാംഗ. വി. മുറിവേററ അംഗങ്ങളോടു കൂടിയ.

ക്ഷതി. ന. ൧, നാശം. ൨, മുറിവ്.

ക്ഷത്തൃ. വി. (ത്താ, ത്രി, തൃ.) വി. ന. വേലചെയ്യുന്ന.

ക്ഷത്താവു. ന. ൧, തേർ നടത്തുന്നവൻ. ൨, വാതിൽ കാവല്ക്കാരൻ. ൩, ക്ഷത്രിയ സ്ത്രീയിൽ ശൂദ്രന്നുല്പാദിച്ച പുത്രൻ. ൪, വൈശ്യസ്ത്രീയിൽ ശൂദ്രന്നുല്പാദിച്ച പുത്രൻ. ൫, ബ്രഹ്മാവു.

ക്ഷത്രം. ന. ൧, രാജ്യഭരണം. ൨, ക്ഷത്രിയവംശം.

ക്ഷത്രബലം. ന. ക്ഷത്രിയന്റെ ശക്തി.

ക്ഷത്രിയീ. ന. ക്ഷത്രിയ സ്ത്രീ.

ക്ഷത്രിയൻ. ന. നാലു ജാതിക്കാരെ പ്രധാനമായിപ്പറയുന്നതിൽ രണ്ടാമത്തെ ജാതിക്കാരൻ, ബാഹുജൻ.

ക്ഷത്രിയാണി. ന. ക്ഷത്രിയ സ്ത്രീ.

ക്ഷത്രിയി. ന. ക്ഷത്രിയന്റെ ഭാൎയ്യ.

ക്ഷന്തവ്യ. വി. ക്ഷമിക്കത്തക്ക.

ക്ഷന്താവു. ന. ക്ഷമയുള്ളവൻ.

ക്ഷപ. ന. ൧, രാത്രി. ൨, ഒരു തൈ, കരിമ്പുമ്പ.

ക്ഷപണകൻ. ന. ൧, ബൌദ്ധമുനി. ൨, മതവിരോധക്കാരിൽ ബുദ്ധമതക്കാരൻ.

ക്ഷപണ. വി. (ണൻ, ണി, ണം.) വി. ന. നാണമില്ലാത്ത.

ക്ഷപണൻ. ന. ൧, നാണമില്ലാത്തവൻ. ൨, ജിനന്മാരിലൊരുത്തൻ.

ക്ഷപണം. ന. ൧, അശുദ്ധി, വൃത്തികേടു. ൨, നാശം.

ക്ഷപാകരൻ. ന. ചന്ദ്രൻ.

ക്ഷപാചരൻ. ന. രാത്രിഞ്ചരൻ.

ക്ഷപിത. വി. (തൻ, താ, തം.) വി. ന. കൊല്ലപ്പെട്ട, നശിപ്പിക്കപ്പെട്ട.

ക്ഷമ. വി. (മൻ, മാ, മം.) വി. ന. ൧, സഹിക്കുന്ന. ൨, വിട്ടുമാറുന്ന. ൩, ശക്തിയുള്ള. ൪, ശ്രദ്ധയുള്ള. ൫, ഉചിതമായുള്ള.

ക്ഷമാ. ന. ൧, സഹനം. ൨, ഭൂമി. ൩, രാത്രി. ൪, ഒന്നു.

ക്ഷമാപണം. ന. മാപ്പ ചോദിയ്ക്കയെന്നതു.

ക്ഷമം. ന. ഉചിതമായതു.

ക്ഷമാദേവി. ന. ഭൂമി.

ക്ഷമാവൽ. വി. (വാൻ, വതി, വൽ.) വി. ന. ക്ഷമയുള്ള, കോപമില്ലാത്ത.

ക്ഷമാശക്തി. ന. ക്ഷമിക്കുന്നതിന്നുള്ള ശക്തി.

ക്ഷമി; ക്ഷമാപരൻ; ക്ഷമാവാൻ. ന. ക്ഷമയുള്ളവൻ.

ക്ഷമിക്കുന്നു. ച്ചു. പ്പാൻ. (ക്ഷമി.) അ. ക്രി. സഹിക്കുന്നു, മാപ്പു കൊടുക്കുന്നു, കോപിക്കാതെയും മററും ഇരിക്കുന്നു.

ക്ഷമിതൃ. വി. (താ, ത്രീ, തൃ.) വി. ന. ക്ഷമയുള്ള.

ക്ഷയഥു. ന. ഒരു ദീനം, ചുമ, രാജയക്ഷ്മാവു.

ക്ഷയപക്ഷം. ന. കറുത്ത പക്ഷം.

ക്ഷയം. ന. ൧, നഷ്ടം, ചിലവു, നാശം. ൨, കുറച്ചിൽ. ൩, പ്രളയം. ൪, ഭവനം. ൫, രാജയക്ഷ്മാവു. ൬, സാമാന്യദിനം.

ക്ഷയരോഗം. ന. രാജയക്ഷ്മാവു.

ക്ഷയരോഗി. വി. (ഗീ, ഗിണി, ഗി.) വി. ന. ക്ഷയരോഗമുള്ള.

ക്ഷയിക്കുന്നു. ച്ചു. പ്പാൻ. (ക്ഷയി.) അ. ക്രി. കുറയുന്നു, നശിക്കുന്നു. ക്ഷയിപ്പിക്കുന്നു. സ. ക്രി.

ക്ഷയോന്മുഖ. വി. നാശം അടുത്തിരിക്കുന്ന, നഷ്ടം വരുത്തുന്ന.

ക്ഷരം. ന. ൧, വെള്ളം. ൨, മേഘം. ൩, നാശം.

ക്ഷരണം. ന. അലിഞ്ഞു പോവുക, ചലനം, നാശം ഭവിക്കുക.

ക്ഷവഥു. ന. ൧, തുമ്മൽ. ൨, ചുമ. ൩, തൊണ്ടയിലുള്ള കരുകരുപ്പു.

ക്ഷവം. ന. മേല്പറഞ്ഞ അൎത്ഥം. ൨, കറുത്ത കടുകു.

ക്ഷാ

ക്ഷാത്ര. വി. (ത്രൻ, ത്രാ, ത്രം.) വി. ന. ക്ഷത്രിയനെ സംബന്ധിച്ച.

ക്ഷാന്ത. വി. (ന്തൻ, ന്താ, ന്തം.) വി. ന. സഹിക്കുന്ന.

ക്ഷാന്തി. ന. ക്ഷമ, സഹിക്കുക.

ക്ഷാന്തൃ. വി. (ത്രിഷു.) വി. ന. സഹിക്കുന്ന, ക്ഷമിക്കുന്ന.

ക്ഷാമകാലം. ന. വേണ്ടുന്ന വസ്തുക്കൾ ഒന്നും ധാരാളമായിക്കിട്ടാത്ത സമയം, പഞ്ഞകാലം.

ക്ഷാമ. വി. (മൻ, മാ, മം.) വി. ന. ൧, മെലിഞ്ഞ. ൨, ക്ഷീണിച്ച.

ക്ഷാമം. ന. പഞ്ഞം, ഇല്ലായ്മ.

ക്ഷാമാമാന്ദ്യം. ന. ക്രമക്കേടായുള്ള ഭക്ഷണംകൊണ്ടുണ്ടാകുന്ന അപഥ്യം, രോഗത്തിന്നു വിപരീതമായുള്ളതു.

ക്ഷാരകം. ന. ൧, പൂമൊട്ടു. ൨, ചാറു, രസം. ൩, പക്ഷിയുടെയും മത്സ്യത്തിന്റെയും കൂടു.

ക്ഷാരദ്രു. ന. ഒരു വൃക്ഷം.

ക്ഷാരം. ന. ൧, ഉപ്പു. ൨, ചാമ്പൽ. ൩, കരുട്ടുകല്ലു, കണ്ണാടി. ൪, സാരം, ചാറു. ൫, നീർ, സത്തു. ൬, പൊൻകാരം, പപ്പടക്കാരം, ചവല്ക്കാരം, തുവച്ചിലക്കാരവും മററും.

ക്ഷാരമദ്ധ്യം. ന. വലിയ കടലാടി.

ക്ഷാരമൃത്തിക. ന. ഉവർമണ്ണു.

ക്ഷാരിക. ന. വിശപ്പ.

ക്ഷാരിത. വി. (തൻ, താ, തം.) വി. ന. ൧, കുററമുള്ള. ൨, അപകീൎത്തി പറഞ്ഞും മററും കുററം ചുമത്തപ്പെട്ട. ൩, ക്ഷാരമായിട്ടെടുക്കപ്പെട്ട. ൪, ഉപ്പും പുളിയും മററുമുള്ള വസ്തുക്കളിൽ നിന്നു വാററി എടുക്കപ്പെട്ട.

ക്ഷാളനം. ന. കഴുകുക.

ക്ഷാളിക്കുന്നു. ചു. പ്പാൻ. (ക്ഷാളി.) സ. ക്രി. കഴുകുന്നു.

ക്ഷാളിത. വി. (തൻ, താ, തം.) വി. ന. കഴുകപ്പെട്ട.

ക്ഷി

ക്ഷിതി. ന. ൧, ഭൂമി. ൨, ഭവനം. ൩, നാശം. ൪, പ്രളയകാലം. ൫, ഒരു മരുന്നു.

ക്ഷിതികണം. ന. പൂഴി.

ക്ഷിതിധരം. ന. പൎവ്വതം.

ക്ഷിതിപൻ; ക്ഷിതിപാലൻ; ക്ഷിതീശൻ. ന. രാജാവ്.

ക്ഷിതിവൎദ്ധനം. ന. ശവം.

ക്ഷിപകൻ. ന. യുദ്ധശാലി.

ക്ഷിപണം. ന. ൧, അയെക്കുക, എറിക. ൨, നിന്ദിക്കുക.

ക്ഷിപണി. ന. ൧, അമ്പു. ൨, വള്ളത്തിന്റെ തണ്ടു.

ക്ഷിപ്ത. അല്ലെങ്കിൽ, **ക്ഷിപ്നു** വി. (ത്രിഷു.) വി. ന. ക്ഷേപിക്കുന്ന, അയക്കുന്ന, എറിയുന്ന.

ക്ഷിപ്ത. വി. (പ്തൻ, പ്താ, പ്തം.) വി. ന. ൧, വിടപ്പെട്ട. ൨, അയക്കപ്പെട്ട. ൩, എറിയപ്പെട്ട.

ക്ഷിപ്രതമ. വി. (മൻ, മാ, മം.) വി. ന. ഏററവും വേഗമുള്ള.

ക്ഷിപ്ര. വി. (പ്രൻ, പ്രാ, പ്രം.) വി. ന. വേഗമുള്ള. അ. വേഗം.

ക്ഷിയ. ന. നാശം.

ക്ഷീ

ക്ഷീജനം. ന. ഓടക്കുഴലൂതുക.

ക്ഷീണ. വി. (ണൻ, ണാ, ണം.) വി. ന. ൧, തളൎച്ചയുള്ള. ൨, മെലിഞ്ഞ.

ക്ഷീണത. സ്ത്രീ. ന. ൧, തളൎച്ച. ൨, മെലിച്ചിൽ. ൩, ബലക്ഷയം.

ക്ഷീണം. ന. തളൎച്ച.

ക്ഷീണിക്കുന്നു. ച്ചു. പ്പാൻ. (ക്ഷീണി.) അ. ക്രി. ൧, തളരുന്നു, ൨, മെലിയുന്നു.

ക്ഷീബ. വി. (ബൻ, ബാ, ബം.) വി. ന. കുടിച്ചു മദിച്ച.

ക്ഷീരകണ്ഠൻ. ന. കൊച്ചുപൈതൽ.

ക്ഷീരകാകോളി. ന. ഒരു പച്ചമരുന്നു.

ക്ഷീരജം. ന. തൈർ.

ക്ഷീരദലം. ന. എരിക്കു.

ക്ഷീരനീരം. ന. ആലിംഗനം ചെയ്ക.

ക്ഷീരപാത്രം. ന. പാൽപാത്രം.

ക്ഷീരപാനം. ന. പാൽകുടി.

ക്ഷീരഭാജനം. ന. പാൽപാത്രം.

ക്ഷീരം. ന. ൧, പാൽ. ൨, വെള്ളം.

ക്ഷീരവികൃതി. ന. ഉടെച്ച തൈർ.

ക്ഷീരവിദാരി. ന. ഒരു പച്ചമരുന്നു, പാൽമുതക്കു.

ക്ഷീരവൃക്ഷം. ന. നാല്പാമരം.

ക്ഷീരശരം. ന. പാല്പാട.

ക്ഷീരശുക്ല. ന. ഒരു പച്ചമരുന്നു, പാൽമുതക്കു.

ക്ഷീരസാഗരകന്യകാ. ന. ലക്ഷ്മിദേവി.

ക്ഷീരസാഗരം. ന. പാൽക്കടൽ.

ക്ഷീരസ്ഫടിക. ന. ഒരു രത്നം.

ക്ഷീരാന്നം. ന. പാല്ചോറു.

ക്ഷീരാബ്ധി. ന. പാൽക്കടൽ.

ക്ഷീരാബ്ധിതനയാ. ന. ലക്ഷ്മിദേവി.

ക്ഷീരാംബുരാശി ന. പാൽക്കടൽ.

ക്ഷീരാവി. ന. ഒരു പച്ചമരുന്നു, കിരുകിണ്ണിപ്പാല.

ക്ഷീര. ന. ഒരു തൈ.

ക്ഷീരിക. ന. ൧, പഴമുണ്ണാല. ൨, ഒരുവക ചിര.

ക്ഷീരോദം. ന. ൧, പാൽക്കടൽ. ൨, ഉപ്പു.

ക്ഷീരോദതനയ. ന. ലക്ഷ്മിദേവി.

ക്ഷു

ക്ഷുണ്ണ. വി. (ണ്ണൻ, ണ്ണാ, ണ്ണം.) വി. ന. ൧, ചതെക്കപ്പെട്ട, പൊടിക്കപ്പെട്ട. ൨, പരിചയിക്കപ്പെട്ട, പിടിക്കപ്പെട്ട. ൩, തോല്പിക്കപ്പെട്ട.

ക്ഷുണ്ണം. ന. പുളിയിമരം.

ക്ഷുണ്ണൻ. ന. വേദത്തെ അഭ്യസിച്ചവനെങ്കിലും അതിനെ പഠിപ്പിപ്പാൻ പ്രാപ്തിയില്ലാത്തവൻ.

ക്ഷുതം. ന. ൧, തുമ്മൽ. ൨, ചുമ.

ക്ഷുതാഭിജനനം. ന. ഒരുങ്ങാടിമരുന്നു, കറുത്ത കടുക.

ക്ഷുത്തു. ന. ൧, വിശപ്പു, ക്ഷുധാ. ൨, തുമ്മൽ, ക്ഷുതം.

ക്ഷുദ്ര. വി. (ദ്രൻ, ദ്രാ, ദ്രം.) വി. ന. ൧, ചെറിയ. ൨, ഹീനമായ. ൩, ലുബ്ധുള്ള. ൪, ക്രൂരതയുള്ള.

ക്ഷുദ്ര. ന. ൧, ചെറിയവൾ. ൨, ഹീന. ൩, ലുബ്ധുള്ളവൾ. ൪, ക്രൂര. ൫, നാട്യക്കാരത്തി. ൬, വേശ്യ. ൭, ഒരംച്ച. ൮, തേനീച്ച. ൯, കൊതുക. ൰, കണ്ടകാരി. ൧൧, വഴുതിന. ൧൨, പുളിയാരൽ.

ക്ഷുദ്രം. ന. ൧, അല്പം. ൨, ക്രൂരത. ൩, കൂടപത്രം, ആഭിചാരം.

ക്ഷുദ്രകംബു. ന. പിരിയുള്ള ശംഖു.

ക്ഷുദ്രക്കാരൻ. ന. ആഭിചാരക്കാരൻ.

ക്ഷുദ്രഘണ്ടിക. ന. കിങ്കിണി.

ക്ഷുദ്രജന്തു. ന. ഒരു ചെറിയ ജന്തു. ൨, കൃമിയും മററും.

ക്ഷുദ്രതമ. വി. (മൻ, മാ, മം.) വി. ന. ഏററവും ക്ഷുദ്ര.

ക്ഷുദ്രനാസിക. വി. (കൻ, കാ, കം.) വി. ന. ചെറിയ മൂക്കുള്ള.

ക്ഷുദ്രപ്രയോഗം. ന. ആഭിചാരപ്രവൃത്തി.

ക്ഷുദ്രവാൎത്താകി. ന. ഒരു പച്ചമരുന്നു, ചെറുവഴുതിന.

ക്ഷുദ്രശംഖം. ന. പിരിയുള്ള ശംഖു.

ക്ഷുദ്രാണ്ഡം. ന. പാപ്പു മത്സ്യം.

ക്ഷുദ്രാമ്ല. ന. ഒരു പച്ചമരുന്നു, പുളിയാരൽ.

ക്ഷുധ. ന. വിശപ്പ.

ക്ഷുധാഭിജനനം. ന. ഒരുങ്ങാടിമരുന്നു, കറുത്ത കടുക, ക്ഷുതാഭിജനനം.

ക്ഷുധാന്വിത; ക്ഷുധാൎത്ത; ക്ഷുധിത. വി. വിശപ്പുള്ള.

ക്ഷുധിത. വി. (തൻ, താ, തം.) വി. ന. വിശപ്പുള്ള.

ക്ഷുധ്യുന്നൻ. ന. ദുഷ്ടൻ, മൂർഖൻ.

ക്ഷുന്നിവൃത്തി. ന. വിശപ്പു ശമിപ്പിക്കയെന്നതു്.

ക്ഷുപം. ന. ചെറിയ വൃക്ഷം, ചെറിയ കൊമ്പു.

ക്ഷുബ്ധ. വി. (ബ്ധൻ, ബ്ധാ, ബ്ധം.) വി. ന. ൧, ഇളകിയ, കലങ്ങിമറിഞ്ഞ. ൨, സങ്കടപ്പെട്ട.

ക്ഷുബ്ധം. ന. കടകോൽ.

ക്ഷുഭിത. വി. (തൻ, താ, തം.) വി. ന. ൧, ഇളകിയ, ഭയപ്പെട്ട. ൨, കലങ്ങിയ. ൩, കോപിച്ച.

ക്ഷുമ. ന. ൧, ചെറുചണം. ൨, ചണം. ൩, മുതിര. ൪, ഒരു തൈ, അമരി.

ക്ഷുരകൻ. ന. ക്ഷൌരക്കാരൻ.

ക്ഷുരകം. ന. ഞെരിഞ്ഞിൽ.

ക്ഷുരകി. ന. ക്ഷൌരക്കാരത്തി.

ക്ഷുരപ്രം. ന. കത്തിയമ്പു.

ക്ഷുരം. ന. ൧, ക്ഷൌരക്കത്തി. ൨, വയൽച്ചുള്ളി. ൩, ഞെരിഞ്ഞിൽ. ൪, കത്തിമുനയമ്പു. ൫, പശു മുതലായവയുടെ കുളമ്പു. ൬, കട്ടിലുകാലിന്റെ ചുവടു.

ക്ഷുരി. ന. ഒരുമാതിരിക്കത്തി.

ക്ഷുരിക. ന. ഒരായുധം, ചുരിക.

ക്ഷുല്ല. വി. (ല്ലൻ, ല്ലാ, ല്ലം.) വി. ന. ചെറിയ.

ക്ഷുല്ലക. വി. (കൻ, കാ, കം.) വി. ന. ൧, ചെറിയ. ൨, കടപ്പമുള്ള. ൩, മാത്സര്യമുള്ള. ൪, ഹീനമായ. ൫, ദുഷ്ടിച്ച. ൬, ഇളയ. ൭, വേദനപ്പെട്ട.

ക്ഷുല്ലകം. ന. കക്കാ.

ക്ഷുല്ലതാതകൻ. ന. ചിറ്റപ്പൻ.

ക്ഷേ

ക്ഷേത്രജ്ഞ. വി. (ജൻ, ജാ, ജം.) വി. ന. ൧, വിളഭൂമിയിൽനിന്നുണ്ടായ. ൨, ശരീരമുതലായവയിൽനിന്നു ജനിച്ച.

ക്ഷേത്രജ്ഞൻ. ന. ൧, പുത്രൻ. ൨, ഭർത്താവുള്ളപ്പോൾ അടുത്ത ചാർച്ചക്കാരനാൽ അവളിൽ ജനിപ്പിക്കപ്പെട്ട പുത്രൻ.

ക്ഷേത്രജ്ഞ. വി. (ജ്ഞൻ, ജ്ഞാ, ജ്ഞം.) വി. ന. ൧, മിടുക്കുള്ള. ൨, ക്ഷേത്രത്തെ അറിഞ്ഞ.

ക്ഷേത്രജ്ഞൻ. ന. ൧, ആത്മാവു. ൨, വേശ്യാസംഗം ചെയ്തു നടക്കുന്നവൻ. ൩, കൃഷിക്കാരനും മററും.

ക്ഷേത്രതന്ത്രം. ന. ക്ഷേത്രത്തിലെ പ്രധാന പൂജാവിധി.

ക്ഷേത്രപാലൻ. ന. അമ്പലം സൂക്ഷിപ്പുകാരൻ.

ക്ഷേത്രം. ന. ൧, വിളഭൂമി. ൨, ശരീരം. ൩, ഭാര്യ. ൪, പുണ്യസ്ഥലം, അമ്പലം.

ക്ഷേത്രസംബന്ധം. ന. അമ്പലത്തിലെ അവകാശം.

ക്ഷേത്രസംബന്ധി. ന. ൧, അമ്പലത്തിലെ വേലക്കാരും മററും. ൨, ക്ഷേത്രത്തിൽ സംബന്ധമുള്ളവൻ.

ക്ഷേത്രാജീവ. വി. (വൻ, വാ, വം.) വി. ന. കൃഷിചെയ്യുന്ന.

ക്ഷേത്രി. വി. (ത്രി, ത്രിണി, ത്രി.) വി. ന. കൃഷിചെയ്യുന്ന.

ക്ഷേത്രി. ന. ൧, കൃഷിക്കാരൻ. ൨, ഭർത്താവു.

ക്ഷേത്രിയം. ന. ൧, മേച്ചിൽസ്ഥലം. ൨, മരുന്നിന്റെ ശക്തികൂടെ ചേർത്തു കൊടുക്കുന്ന മരുന്നു. ൩, പൊറുക്കാത്ത ദീനം.

ക്ഷേപണം. ന. ൧, അയെക്കുക. ൨, നേരംപോക്ക. ൩, നിന്ദ.

ക്ഷേപണി. ന. ൧, കയ്യതാക്കോൽ. ൨, തണ്ടു. ൩, വല.

ക്ഷേപം. ന. ൧, അയെക്കുക. ൨, വിടുക. ൩, ഡംഭം. ൪, താമസം. ൫, നിന്ദ. ൬, നേരംപോക്ക. ൭, പുഷ്പസമൂഹം.

ക്ഷേപിക്കുന്നു. ച്ചു. പ്പാൻ. (ക്ഷേപി.) സ. ക്രി. ൧, അയെക്കുന്നു. ൨, എറിയുന്നു. ൩, താമസിപ്പിക്കുന്നു. ൪, നിന്ദിക്കുന്നു.

ക്ഷേപിഷ്ഠ. വി. (ഷ്ഠൻ, ഷ്ഠാ, ഷ്ഠം.) വി. ന. ഏററവും വേഗമുള്ള.

ക്ഷേമകര. അല്ലെങ്കിൽ, **ക്ഷേമകാര.** വി. (രൻ, രാ, രം.) വി. ന. ൧, നന്മയെ ചെയ്യുന്ന. ൨, സുഖത്തെ ചെയ്യുന്ന.

ക്ഷേമ. വി. (മൻ, മാ, മം.) വി. ന. ഭാഗ്യമുള്ള.

ക്ഷേമാ. ന. ഒറ്റ.

ക്ഷേമം. ന. ൧, സുഖം. ൨, നന്മ. ൩, നിത്യാനന്ദം.

ക്ഷേമി. ന. ക്ഷേമാവസ്ഥയിലിരിക്കുന്നവൻ.

ക്ഷൈ

ക്ഷൈത്രം. ന. വിളഭൂമിക്കൂട്ടം.

ക്ഷൈരേയി. ന. പാൽകഞ്ഞി.

ക്ഷോ

ക്ഷോണി. ന. ഭൂമി.

ക്ഷോണിപാലൻ. ന. രാജാവു.

ക്ഷോണീതലം. ന. ഭൂമി.

ക്ഷോണീപതി. ന. രാജാവു.

ക്ഷോദം. ന. ൧, പൊടി. ൨, കഴിയമ്മി. ൩, പൃഥി.

ക്ഷോദിത. വി. (തൻ, താ, തം.) വി. ന. പൊടിക്കപ്പെട്ട.

ക്ഷോദിതം. ന. പൊടി.

ക്ഷോദിമാവു. ന. അത്യല്പം.

ക്ഷോദിഷ്ഠ. വി. (ഷ്ഠൻ, ഷ്ഠാ, ഷ്ഠം.) വി. ന. ൧, നന്നായി പൊടിക്കപ്പെട്ട. ൨, അത്യല്പമായ.

ക്ഷോഭം. ന. ൧, മനസ്സിന്റെ ഇളക്കം, ഭയം. ൨, കലുക്കം, കലക്കം. ൩, കോപം.

ക്ഷോഭിക്കുന്നു. ച്ചു. പ്പാൻ. (ക്ഷോഭി.) അ. ക്രി. ൧, ഭയപ്പെടുന്നു. ൨, കോപംകൊണ്ടും മററും അധികം ഇളകുന്നു.

ക്ഷൌ

ക്ഷൌണി. ന. ഭൂമി.

ക്ഷൌണിപ്രാചീരം. ന. സമുദ്രം.

ക്ഷൌദ്രം. ന. ൧, തേൻ. ൨, വെള്ളം.

ക്ഷൌമ. വി. (മൻ, മാ, മം.) വി. ന. നേരിയ ശീലകൊണ്ടുള്ള, നേരിയ ശീലകൊണ്ടും മററും പൊതിഞ്ഞ.

ക്ഷൌമം. ന. ൧, ഒരുമാതിരി മാളിക, അട്ടം. ൨, നേരിയ വസ്ത്രം. ൩, പട്ടുനൂൽ.

ക്ഷൌമി. ന. ചണം.

ക്ഷൌരകൻ. ന. ക്ഷൌരക്കാരൻ.

ക്ഷൌരക്കത്തി. ന. ക്ഷൌരക്കാരന്റെ കത്തി.

ക്ഷൌരക്കാരൻ. ന. തലമുടി കളയുന്നവൻ, അമ്പട്ടൻ.

ക്ഷൌരക്കാരി. ന. ക്ഷൌരക്കാരന്റെ സ്ത്രീ.

ക്ഷൌരം. ന. തലമുടികളക.

ക്ഷൌരികൻ. ന. ക്ഷൌരക്കാരൻ.

ക്ഷുത. വി. (തൻ, താ, തം.) വി. ന. മുഷിഞ്ഞുപോയ്പെട്ട, തേജിത.

ക്ഷ്മ

ക്ഷ്മാ. ന. ഭൂമി.

ക്ഷ്മാപതി. ന. രാജാവു.

ക്ഷ്മാഭൃത്തു. ന. ക, രാജാവു. വ, പർവ്വതം.

ക്ഷ്വേഡ. വി. (ഡൻ, ഡാ, ഡം.) വി. ന. ക, വളഞ്ഞ, കുനിയം. വ, ദുഷ്ടതയുള്ള.

ക്ഷ്വേഡ. ന. ക, പടവിളി. വ, മുളവടി.

ക്ഷ്വേഡം. ന. അല്ലെങ്കിൽ, ക്ഷ്വേളം. ന. ക, വിഷം. വ, ശബ്ദം.

ക്ഷ്വേഡിതം. അല്ലെങ്കിൽ, ക്ഷ്വേളിതം. ന. പടവിളി, അട്ടഹാസം.

ഴ. സംസ്കൃതത്തിൽ ഇല്ലാത്തതായി മലയാണ്മയിൽ ഹല്ലുകളിൽ ചേൎത്തു പറഞ്ഞു വരുന്ന ഒരക്ഷരം.

റ. ഹല്ലുകളിൽ ഒരക്ഷരം.

റവ. ന. നന്നാ ചെറിയ ഉരുണ്ട സാധനം.

റാക്ക. ന. വെള്ളത്തിന്നു സമീപിച്ചു മുളെക്കുന്ന ഒരുമാതിരി തൈ.

റാക്കില. ന. റാക്കിന്റെ ഇല.

റാഞ്ചൻ. ന. ഒരു പക്ഷി.

റാഞ്ചുന്നു. ക്രി. വാൻ. (റാഞ്ചി,) സംക്രി. പരുന്തു മുതലായ പക്ഷികൾ ചെറിയ ജന്തുക്കളെ തക്കം നോക്കി പറന്നുവന്നു കാൽനഖത്തിൽ കൊത്തിക്കൊണ്ടു പോകുന്നു.

റാണ്ണു. ന. ക്ഷത്രിയന്മാരുടെ ഒരു സ്ഥാനപ്പേരു.

റാട്ടു. ന. നൂലു ചുററുന്ന ഒരു യന്ത്രം.

റാണി. ന. രാജ്യഭാരം ചെയ്യുന്ന രാജസ്ത്രീ.

റാത്തൽ. ന. ആറേകാൽ പലം.

റാൻ; ഇറാൻ. ആദരവോടുകൂടിയ സമ്മതത്തെ കാണിക്കുന്ന ഒരു വ്യാക്ഷേപക പദം.

റാവുത്താർ. മഹമ്മദീയരുടെ ഒരു സ്ഥാനപ്പേരു.

റിഗ്ഗുലേഷൻ. ന. അമാലവും പോലീസും ഇടപെട്ടുള്ള കാൎയ്യങ്ങൾ രാജ്യത്തു നടക്കേണ്ടുന്ന മുറകളെക്കുറിച്ചു രാജാവു നിശ്ചയിച്ചെഴുതി കോട്ടുകളിലും മററും സ്ഥിരപ്പെടുത്തിയിരിക്കുന്ന ഒരു പുസ്തകം.

രൂശ്യ. ന. വടക്കെ അററത്തുള്ള ഒരു വലിയ രാജ്യം.

റേന്ത. ന. വസ്ത്രങ്ങളുടെ അററത്തു തുന്നിപ്പിടിപ്പിക്കുന്ന ഒരു നേരിയതരം തുണിവേല.

റൊട്ടി. ന. ഒരു പലഹാരം.

റോപ്പ. ന. ഭൂമിയുടെ വലിയ പങ്കുകളിൽ ഒന്നു, യൂറോപ്പ.

റോമാ. ന. പഴയക്രൂററുകാരുടെ പ്രധാനമായുള്ള സ്ഥലം.

SANSKRIT ROOTS

ധാതുമഞ്ജരി

അക് to go, move tortuously like a serpent; as, അക.

അങ്ക to mark, stain; as, അങ്കം, അങ്കുരം, അങ്കുരം.

അംഗ് to walk, go round; as, അംഗനം, അംഗണം.

അംഗീകൃ to accept; as, അംഗീകാരം, അംഗീകരണം.

അജ് to go, to drive, lead; as, അജനം.

അഞ്ജ to anoint, be beautiful; as, അഞ്ജനം, അഭ്യംഗം, അഞ്ജനകേശി.

അട to wander about, travel; as, അടാട്യാ, അടനം, അടവി.

അത to go, be in constant motion; as, ആത്മം, ആത്മാവു.

അദ to eat; as, അന്നം, ക്രവ്യാദൻ, സസ്യാദൻ.

അന to breathe, live; as, അനിലൻ, അനിലോദ്ധതം, പ്രാണൻ.

അന്ധ grow blind; as, അന്ധൻ, അന്ധകാരം, അന്ധതമസ്സു.

അയ to go; as, പലായനം, അയനം, ഉത്തരായനം, ദക്ഷിണായനം, നാരായണൻ, അയസ്സു.

അർച്ച to worship, glorify; as, അർച്ചിതൻ, അർച്ചകൻ, അർച്ചിക്കുന്നു, അർച്ചനാ, അർച്ചാ.

അർത്ഥ to ask, beg; as, അർത്ഥനാ, അർത്ഥം, അർത്ഥി.

അർഹ to worship, be worthy, fit, proper; as, അർഹിതൻ, അർഹണ, അർഹൻ, അർഹത.

അല to adorn; as, അലങ്കാരം, അലങ്കാരശാസ്ത്രം, അലങ്കരിക്കുന്നു, വാട്ട്യാലകം.

അശ to eat, possess, enjoy; as, പലലാശി, അശനം, ആശിരൻ, ആമിഷാശി, യശസ്സു, കുഞ്ജരാശനം.

അംശ് to divide; as, അംശം, അംശനം.

അസ to be; as, സത്തു, സത്യം, സാത്വഗുണം, സാത്വികം.

അസ to cast, throw; as, അസ്ത്രം, നിരാസം, നിരാസനം, ന്യാസം, സന്ന്യാസം, സന്ന്യാസി.

അക്ഷ് to reach, to pass through; as, അക്ഷം.

ആപ to have, possess, obtain; as, പ്രാപ്തം, പ്രാപ്തി, വ്യാപ്തം, വ്യാപ്തി, പ്രാപിക്കുന്നു, വ്യാപിക്കുന്നു.

ആസ to sit; as, ആസനം, ന്യായാസനം.

ഇ to go over; as, ആയുസ്സ, with അധി prefixed, means, to study, get up by heart; as, അദ്ധ്യായം, അദ്ധ്യയനം, ഉപാദ്ധ്യായൻ.

ഇങ്ഗ് to move, shake; as, ഇംഗ, ഇംഗനം, ഇംഗിത.

ഇന്ധ to light, burn, kindle; as, ഇന്ധനം.

ഇല് to go, to move, to sleep; as, ഇലയ, ഇല, ഇലാ, ഇലികാ.

ഇഷ to desire; as, ഇച്ഛാ, ഇഷ്ടം, അനിഷ്ടം, അന്വേഷണം.

ഈഡ് to praise; as, ഈഡനം, ഈഡാ.

ഈര് to go, move, shake; as, ഈരണ, ഈരണം, ഈരിത, ഈർമ്മ.

ഈശ to rule; as, ഈശൻ, ഗിരീശൻ, ത്രിദിവേശൻ, ഈശിതവ്യം, ഗണേശൻ, കിന്നരേശൻ, ഈശ്വരൻ, ഐശ്വര്യം.

ഈക്ഷ to look; as, ഈക്ഷണം, അപേക്ഷ, ഈക്ഷിക്കുന്നു, വീക്ഷണം, വീക്ഷിതം, വീക്ഷിക്കുന്നു, നിരീക്ഷണം.

ഉച to collect; as, ഓകസ്സു, ഓഘം, ദിവൌകസ്സുകൾ, അനൌകസ്സു.

ഉന്ദ to make wet; as, ഉദകം, ഉദപാനം, ഉദധി, ഇന്ദു, ഓദനം, നാ ളികേരോദകം.

ഉഷ to burn; as, ഉഷ്ണം, ഉഷ്ണാവു, കോഷ്ണം, കവോഷ്ണം, മന്ദോഷ്ണം, കദുഷ്ണം.

ഉക്ഷ് to sprinkle; as, ഉക്ഷണം, ഉക്ഷാ.

ഊന to grow less; as, ഊനം, ന്യൂനതാ.

ഊഹ to reason, search, examine; as, ഊഹം, അപോഹം, വ്യൂഹം, സമൂഹം.

ഋച to praise; as, അർച്ചിതൻ, അർച്ചിക്കുന്നു, ഋഗ്വേദം.

ഋജ to go or attain; as, സ്വർഗ്ഗം.

ഋധ to increase, grow large; as, വർദ്ധനവു, വർദ്ധിക്കുന്നു, വൃദ്ധൻ, വാർദ്ധകം, വാർദ്ധക്യം.

ഏജ to shake; as, ഏജനം, ഏജിതം.

ഏധ to grow or increase; as, ഏധസ്സു, ഏധിതം, ഏധനീയം.

ഏഷ് to approach, to attack, to request, as, ഏഷ, ഏഷണ, ഏഷണി.

ഓജ be strong or powerful; as, ഓജസ്സ.

കച to shine, bind; as കാചം, കാചനം, കചം.

കട to go; as, കടാക്ഷം, കണ്ടകം.

കണ്ഡ to scratch; as, കണ്ഡൂയാ, കണ്ഡൂയനം.

കണ to go; as, കാണം, കണം.

കണ്ഠ് to mourn; as, കണ്ഠിതം.

കണ്ഡ് to unhusk; as, കണ്ഡനം.

കഥ to narrate, tell; as, കഥാ, കഥകൻ, അനുകഥനം.

കദ to kill, be confused; as, കദനം, കദംബം.

കർദ് to rumble (as the bowels); as, കർദ്ദനം.

കന to shine; as, കനകം, കനകമയം, കനകസൂത്രം, കനിഷ്ഠം, കനീയസ, കന്യാ.

കപ to shake; as, കമ്പം, അനുകമ്പാ, കമ്പനം, കമ്പ്രം.

കമ്പ് to shake; as, കമ്പനം.

കമ to desire; as, കാമം, കാമിക്കുന്നു, കാമൻ, കാന്താ, കാമുകൻ, കാമിനീ, കാമുകി.

കല to sound; as, കലം, കലകലം, കലകണ്ഠം.

കവ to tinge, be of varied hues, to describe; as, കവി, കാവ്യം, കവിത, കവോഷ്ണം, കാപോതം.

കശ to injure; as, കശ്മലൻ, കശാ.

കഷ to hurt or kill; as, കൃഷ്ണകഷം, കഷായം, കഷ്ടം.

കസ with വി prefixed, means, to expand as a flower; as, വികാസം, വികസിക്കുന്നു, വികസ്വരം.

കാച to shine, bind; as, കാചസ്ഥാലി, കാചലവണം, കാചഭാജനം.

കാഞ്ച് to shine; as, കാഞ്ചനം.

കാശ to shine, to hide; as, നികാശം, പ്രകാശം, പ്രാകാശ്യം.

കാസ to cough; as, കാസം, കാസി.

കാംക്ഷ to desire; as കാംക്ഷ, കാംക്ഷിക്കുന്നു.

കിട to go or approach, terrify; as, കിടി, കിടിഭം, കിട്ടം.

കിത to cure, give medicine; as, ചികിത്സാ, ചികിത്സിതം.

കിത to abide; as, കേതനം, നികേതനം.

കില to play, sport; as, കേളി, കേളകൻ.

കീട to colour or dye; as, കീടം, കിടന്ഘ്നം, കീടജം.

കീല to bind, stake, pin; as, കീലകം, കീലാലം.

കു make a particular noise; as, കവചം, കൂപം.

കുച sound high, straiten, contract, go, be restricted or confined &c; as, കുചം, സങ്കോചം.

കുട make crooked; as, കുടിലൻ, കുടിലത, അകുടിലത.

കുഠി to be idle; as, കുണ്ഠൻ.

കുഡ to confound, preserve, heat, heap, eat; as, കുണ്ഡൻ, അഗ്നികുണ്ഡം, കുണ്ഡലി, കുണ്ഡം, കുണ്ഡലം.

കുണ്ഠ് to be blunted or dulled; as, കുണ്ഠിതം, കുണ്ഠകൻ.

കുത്സ to despise; as, കുത്സനം, കുത്സിതം, കുത്സാ.

കുപ be angry; as, കോപം, കോപൻ, കോപനാ.

കുബി to hide, cover, conceal; as, കുബേരൻ.

കുമാര play as a child; as, കുമാരൻ, കുമാരി, കന്യാകുമാരി.

കൂജ് to sound, hum, warble; as, കൂജനം.

കൂല to cover, enclose, hide; as, കൂലം, കൂലകം, കൂലങ്കഷ.

കൃഞ to do, make; as, കൃതി, കാൎയ്യം, കൃത്രിമം, കാരണം, സുചകരം, കൎത്താവു, വികാരം, വികൃതി, കൃത്യം, കൎത്തവ്യം, ഭാസ്കരൻ, കൎമ്മം, അഹസ്കരൻ, പ്രഭാകരൻ, വിഭാകരൻ.

കൃത to cut or divide; as, വികൎത്തനൻ, ക്രൂരം, ക്രൂരതാ.

കൃപ (കല്പതി, കല്പയതി) form images in the mind, think, imagine; as, സങ്കല്പം, സങ്കല്പിക്കുന്നു, കല്പവൃക്ഷം.

കൃപ (കൃപതേ) to have pity; as, കൃപാ, കൃപാണം.

കൃശ make thin, or small; as, കൃശം, കൃശാംഗം, കൃശത, കൃശാനു, കൃശാനുരേതസ്സ്.

കൃഷ to draw, draw lines, plough; as കൃഷ്ടി, കൃഷി, ആകൎഷണം, പ്രകൎഷണം, പ്രകൎഷിതം.

കൃ to scatter; as, വികിരണം, കീൎണ്ണി, കിരണം.

കൃത to praise, celebrate; as, കീൎത്തി, സങ്കീൎത്തനം, കീൎത്തിക്കുന്നു, പ്രകീൎത്തിതം.

കേല to go, play; as, കേളി.

കൈ to sound; as, കാകൻ.

ക്രന്ദ to weep, shed tears; as, ക്രന്ദനം, ക്രന്ദിതം.

ക്രമ to go, step, walk; as, ക്രമം, അനുക്രമം, ആക്രമം, ആക്രാന്തം, വിക്രമം, വിക്രമൻ, ഉപക്രമം.

ക്രീ to buy, barter; as, ക്രയം, വിക്രയം, ക്രയ്യം.

ക്രീഡ to sport, play; as, ക്രീഡ, ക്രീഡിക്കുന്നു, സക്രീഡമാനൻ.

ക്രുധ be angry; as, ക്രോധം, ക്രുദ്ധൻ, ക്രോധനൻ.

ക്രുശ to call out; as, ക്രോഷ്ടാവു, ക്രോശം, ക്രോശയുഗം.

ക്ലിദ grow moist, damp, or wet; as, ക്ലിന്നാക്ഷം, ക്ലേദം.

ക്ലിശ suffer pain; as, ക്ലേശം, ക്ലിഷ്ടം.

ഖജ് to churn; as, ഖജ, ഖജക.

ഖഞ്ജ് to limp, halt; as, ഖഞ്ജ, ഖഞ്ജകം.

ഖഡ to divide; as, ഖഡ്ഗം, ഖഡ്ഗി, ഖണ്ഡം.

ഖന to dig; as, ഖനിജം, ഖനിത്രം, ആഖു, ആഖുഭുക്.

ഖാദ to eat; as, ഖാദനം, ഖാദ്യം, ഖാദിതം.

ഖിദ be distressed, suffer pain; as, ഖേദം, ഖിന്നം, ഖിന്നത.

ഖ്യാ to relate, recount; as, ആഖ്യാനം, വ്യാഖ്യാനം, ഖ്യാതി.

ഗജ to sound; as, ഗജം, ഗജകൎമ്മാശി.

ഗഡ to distil or drop; as, ഗഡകം, ഗഡുകം, ഗഡു, ഗണ്ഡം.

ഗണ to count, reckon, calculate; as, ഗണനം, ഗണിതം, ഗണിക്കുന്നു.

ഗദ to speak articulately, to be sick; as, ഗദ്യം, ഗദിതം, നിഗാദം, അഗദം, അഗദങ്കാരൻ.

ഗന്ധ to hurt, move, beg; as, ഗന്ധം, സുഗന്ധം, ഗന്ധകം, ഗന്ധകുടി, ഗന്ധകാളി, ഗന്ധകാഷ്ഠം, ഗാന്ധാരം, ഗാന്ധാരേയൻ, ഗാന്ധികം, ഗന്ധവ്വൻ.

ഗമ to go; as, ഗമനം, ഗമിക്കുന്നു, നഗം, അഗം, ഉരഗം, ഭുജംഗമം, മനോഗതം, ആഗമനം, ആശുഗൻ, വിഹംഗമം, ജഗൽ, ഗോവ, ഖഗം, നഗരം, നാഗം, പന്നഗം, ജിഹ്മഗം.

ഗൎജ to sound, roar; as, ഗൎജ്ജനം, ഗൎജ്ജിതം, ഗൎജ്ജിക്കുന്നു.

ഗൎദ്ദ to sound, roar; as, ഗൎദ്ദഭം, ഗൎദ്ദഭി.

ഗൎവ്വ be proud; as, ഗൎവ്വം, ഗൎവ്വിഷ്ഠൻ, ഗൎവ്വിതൻ.

ഗൎഹ് to blame; as, ഗൎഹാ, ഗൎഹണം.

ഗാധ to stand, stay, seek; as, ഗാധം, അഗാധം.

ഗില് to swallow; as, ഗില, ഗിലനം.

ഗുധ to surround, invest; as, ഗോധാ, ഗോധികാ, ഗോധികാത്മജൻ, ഗോധൂമം.

ഗുപ to hide or conceal; as, ഗോപനം, ഗോപനീയം, ഗോപ്യം, ഗുപ്തം.

ഗുഹ to cover, hide, wear; as, ഗുഹ, ഗുഹ്യം, ഗുഹൻ, ഗുഢം, ഗുഹ്യകൻ, ഗുഹ്യഗുരു.

ഗൃധ to covet, desire greedily; as, ഗൃദ്ധം, ഗൃദ്ധ്ര, ഗൃദ്ധ്നുതാ.

ഗ്രഹ to take, seize, receive; as, ഗ്രഹം, ഗ്രഹകരണം, ഗ്രഹകാൎയ്യം, ഗ്ര

ഹപതി, ഗ്രഹണം, ഗ്രഹം, ഗ്രാഹി, ഗ്രാഹ്യം, ഗൃഹിണി, ഗൃഹീതം.

ഗൃ to swallow, eat, sound, teach; as, ഗ്രഹണം, ഗിലിന്നി, ഗീരു, ഗർഭം, ഗരം, ഗരളം, ഗുരു, ഗുരുജനം.

ഗൈ to sound, sing; as, ഗാനം, ഗായകൻ, ഗായനൻ, ഗാഥകൻ, ഗീതം, സംഗീതം, സാമകൻ, കാഗൻ.

ഗ്രന്ഥ to string together, compose; as, ഗ്രന്ഥം, ഗ്രന്ഥി, ഗ്രന്ഥകർത്താവു, ഗ്രന്ഥികൻ, ഗ്രന്ഥകാരൻ, ഗ്രന്ഥിപൎണ്ണി.

ഗ്രസ to seize, devour; as, ഗ്രസിക്കുന്നു, ഗ്രാസം, രാഹുഗ്രസ്തൻ.

ഗ്രഹ to take, seize, receive, accept. With അനു prefixed, to favour, to shew kindness to. With അവ, to oppose. With ഉൽ, to deposit, to trust. With ഉപ, to provide, to favour. With നി, to take, to arrest, to punish, to restrian. With പരി, to lay hold of, to seize. With പ്രതി, to assent to, to receive as a precept or truth, to embrace, to comprehend, to subdue, to accept. With വി, to quarrel, to fight. With സം, to collect, toassemble; as, ഗ്രഹിക്കുന്നു, ഗ്രഹണം, അനുഗ്രഹം, അപഗ്രഹം, ഉൽഗ്രഹം, ഉപഗ്രഹം, നിഗ്രഹം, പരിഗ്രഹം, പ്രതിഗ്രഹം, വിഗ്രഹം, സംഗ്രഹം.

ഘട to act, unite or put together, endeavour, strive; as, ഘടം, ഘടകം, ഘടനം, ഘടിപ്പിക്കുന്നു, ഉൽഘടം.

ഘട്ട് to shake; as, ഘട്ടനം, ഘട്ടന.

ഘുട to kick, resist; as, ഘുടി, ഘുടം, ഘുടികം, ഘോടകം.

ഘുര be frightful; as, ഘോരം, ഘോരരൂപം, ഘൌരം.

ഘുഷ to proclaim; as, ഘോഷിക്കുന്നു, ഘോഷം, ഘുഷിതം, ഘുഷ്ടം, മേഘനിർഘോഷം, ഘോഷണം.

ഘൃ to sprinkle, shine; as, ഘൃണാ, ഘൃണി, ഘൃണിതം, ഘൃതം.

ഘ്രാ to smell; as, ഘ്രാണം, ഉജ്ജിഘ്രൻ.

ചഞ്ച് to shake; as, ചഞ്ചലം.

ചഡ be angry, wrathful; as, ചണ്ഡൻ, ചണ്ഡാലൻ.

ചത to seek, ask; as, ചതുരൻ.

ചദ to gladden, shine; as, ചന്ദ്രൻ, ചന്ദ്രികാ, ചന്ദനം.

ചപ to go, move; as, ചപലം, ചാപല്യം, ചപലത, ചാപം.

ചമ to sip as water; as, ആചമനം, ആചമിക്കുന്നു, ചമരി.

ചര to walk; as, ചരിക്കുന്നു, ചരാചരം. സഞ്ചാരി, സഞ്ചാരം, ചാരൻ, ആചാരം, രാത്രിഞ്ചരൻ, രാത്രിചരൻ, ആചാൎയ്യൻ, ആഭിചാരം, അനുചാരം, പരിചാരം, ചൎമ്മം, ഗോചരൻ, അഗോചരൻ.

ചല to move, shake, tremble; as, ചലനം, അചലാ, ചലാചലം, ചലദലം, ചലിതം.

ചക്ഷ to speak, tell, eat; as, ചക്ഷുസ്സ്, ചക്ഷസ്സ്, ചക്ഷുൎവ്വിഷയം, ചക്ഷുരോഗം.

ചിഞ to collect, gather together; as, അഗ്നിചിത്ത, സഞ്ചയം, ചയനം, സഞ്ചിതം, ചിതാഗ്നി.

ചിട be another's servant; as, ചേടി, ചേടികാഗേഹം.

ചിത be sensible, think or reflect on; as, ചേതസ്സ്, ചൈതന്യം, ചിന്താ, സഞ്ചിന്താ, ചിന്തിക്കുന്നു.

ചിത്ര to paint, delineate; as, ചിത്രഃ, വൈചിത്ര്യം, വിചിത്രത, വിചിത്രം, ചിത്രകണ്ഠം, ചിത്രകംബളം.

ചിന്ത് to think; as, ചിന്ത, ചിന്തനം.

ചില put on clothes; as, ചേല, ചേലികാ, ചൈലം, ചൈലാശുകം,

ചിഹ്ന to mark, spot, stamp; as, ചിഹ്നം, രാജചിഹ്നം.

ചിവ് to wear; as, ചിവരം.

ചൂഡ to divide, cleave; as, ചൂഡാ, ചൂഡാമണി.

ചുദ to send, ask, interrogate; as, ചോദ്യം, ചോദിതം, ചോദിക്കുന്നു, ചോദനാ.

ചുമ്പ to kiss; as, ചുംബനം, ചുംബകൻ, ചുംബിതം, ചുംബിക്കുന്നു.

ചുര to steal; as, ചോരൻ, ചോരണം.

ചൂൎണ്ണ to pound, powder; as, ചൂൎണ്ണനം, ചൂൎണ്ണിതം.

ചേഷ്ട to act or perform function, strive, be busy; as, ചേഷ്ടനം, ചേഷ്ടമാനൻ, ചേഷ്ടാ, ചേഷ്ടിതം, വിചേഷ്ടിതം.

ച്യു to drop, leak, waste; as, അച്യുതൻ, ച്യുതം, ച്യുതി.

ഛദ to cover, veil, clothe; as, ഛത്രം, ആഛാദനം, ആഛാദിക്കുന്നു. ഛന്നം, ഛദനം, ഛദപത്രം.

ഛന്ദ് to please, gratify; as, ഛന്ദ, ഛന്ദക, ഛന്ദസ്സ്.

ഛുര് to cut; as, ഛുരിക.

ഛിദ to divide, split, cut; as, ഛേദിക്കുന്നു, ഛേദനം, ഛിദ്രാ, ഛിന്നം, ഛിന്നരുഹാ.

ഛൃദ to vomit; as, ഛൎദ്ദി, ഛൎദ്ദനം, പ്രഛൎദ്ദികാ.

ഛേദ to cut, divide; as, ഛേദനം, ഛേദ്യം, ഛേദിക്കുന്നു, ഛേദിതം.

ഛോ to cut, mow, reap; as, കച്ഛം, കച്ഛപൻ.

ജട to clot, be entangled as hair; as, ജടാ, ജടാജൂടം, ജടാധരൻ, ജടായു, ജടി.

ജന or ജനി to be born or produced, to generate; as, ജനം, ജനനം, ജനാൎദ്ദനൻ, ദ്വിജൻ, മനസിജൻ, ആത്മജൻ, പങ്കജം, സരസിജം, മനുജൻ, അനുജൻ, ജനിക്കുന്നു, ജാതൻ, ബീജം.

ജപ to mutter, repeat in silence; as, ജപം, ജപിക്കുന്നു.

ജല to cover, hide, or veil, encompass; as, ജാലം, ജലം, ഇന്ദ്രജാലം.

ജല്പ to speak articulately, prattle; as, ജല്പിക്കുന്നു, ജല്പാകൻ, ജല്പൻ, ജല്പകൻ, ജല്പിതം.

ജക്ഷ് to eat; as, ജക്ഷണം, ജക്ഷി.

ജാഗ്ര to wake, be watchful; as, ജാഗരണം, അജാഗ്രത, ജാഗരൂകൻ, ജാഗ്രത.

ജി to conquer; as, ജയം, പരാജയം, മാരജിത്ത, ലോകജിത്ത, ജയ്യം, അജയ്യം, മൃത്യുഞ്ജയൻ, ജിഷ്ണു, താരകജിത്ത, ഇന്ദ്രജിത്ത, ജായു, ധനഞ്ജയൻ, കൈടഭജിത്ത, ജയന്തൻ.

ജിവ to live, exist; as, ജിവിക്കുന്നു, ജിവൻ, ജിവനം.

ജു to make haste, move quickly; as, ജവാനിലൻ, ജവനൻ, ജവിനി, ജവം.

ജുഷ് to be pleased; as, ജുഷ്യം, ജുഷ്ടം, ജോഷണം.

ജൃഭ to gape, yawn, fear; as, ജൃംഭിക്കുന്നു, ജൃംഭണം, ജൃംഭിതം, ജൃംഭികാ.

ജൃ to grow old, be decayed; as, ജരാനിജ്ജരൻ, ജീൎണ്ണം, ജരൻ.

ജ്ഞപ make know; as, ജ്ഞാപകം, അനുജ്ഞാപകൻ, അനുജ്ഞാപ്യ.

ജ്ഞാ to know; as, ജ്ഞാനം, ജ്ഞാനി, വിശേഷജ്ഞൻ, സൎവ്വജ്ഞൻ.

ജ്യാ to decay or become old; as, ജ്യാനി, ജീനൻ.

ജ്വര to be diseased, be feverish; as, ജ്വരം, ജ്വരാൎത്തം, ജ്വരാഗ്നി.

ജ്വല to shine, blaze, flame; as. ജ്വാല, ജ്വലനൻ, ജ്വലിക്കുന്നു, ജ്വലിതം.

ണീ to lead, conduct; as, നയം, നീതി, നയനം, നേത്രം, ആനായം, ഉന്നായം, വിനായകൻ, നായകൻ, വിനീതി, നായകർ.

തങ് to endure, to live in distress; as, തങ്കം, തങ്കനം.

തട to be elevated or high, rise; as, തടം, തടസ്ഥൻ, തടാകം.

തഡ to beat, strike; as, താഡനം, താഡിക്കുന്നു, താഡിതൻ, തഡിതപാൻ.

തന to draw out into length; as, തന്തു, തന്തുവായൻ, തനു, തനപംക്തി, തനയൻ, തന്താപം, തതം, സന്തതി, സന്താനം.

തന്ത്ര് to rule, govern; as, തന്ത്രണം, തന്ത്രത.

തപ be warm, to shine, heat; as, തപസ്സു, തപശ്ശക്തി, തപോപാവകൻ, തപസ്വി, തപോധനൻ, പശ്ചാത്താപം, അനുതാപം, സന്താപം, താപസകുമാരി.

തമ് to choke; as, തമക, തമനം.

തമ be dark, dull, gloom; as, തമസ്സു, താമസം, തമോഗുണം, തമിസ്രം, അന്ധതമസ്സു.

തൎക to reason, discuss; as, തൎക്കം, തൎക്കശാസ്ത്രം, താൎക്കികം.

തൎജ to blame, threaten; as, തൎജ്ജിക്കുന്നു, തൎജ്ജിതം, തൎജ്ജനം.

തല lay a foundation; as, തലം, തലാതലം, താലു, ഭൂതലം, അന്തഃസ്പൎശം, തലിതം, രസാതലം, താലവ്യം.

തക്ഷ make less by cutting; as, തക്ഷൻ, തക്ഷകൻ, തച്ചൻ.

തിജ to bear, sharpen, shine; as, തേജസ്സു, തിക്ഷ്ണത, തിക്തം, തിക്തകം, തിതിക്ഷാ.

തിമ to be wet, damp; as, തിമി, തിമിംഗലം, തിമിരം, തിമിതം.

തില to go, be unctuous or greasy, oil or anoint; as, തിലം, തൈലം, തിലകം, തിലപൎണ്ണി, തിലോത്തമാ.

തുഡ to tear, break; as, തുണ്ഡ, തുണ്ഡി, തുണ്ഡികേരി, തുണ്ഡിലൻ.

തുദ to vex, goad; as, തോത്രം, വിധുന്തുദൻ, തുന്ദം, തുന്ദി, തുന്ദിലൻ, തുന്നം.

തുര to go quick, be hurry; as, തുരഗം, തുരംഗം, തുരാഷാട്ട.

തുല to weigh or measure; as, തുലാ, തുലാസു, തുലാകോടി, തുലാധാരം.

തുഷ to rejoice, be glad; as, തുഷ്ടി, സന്തോഷം, സന്തോഷം, സന്തുഷ്ടി, സന്തോഷിക്കുന്നു.

തൂണ് to fill; as, തൂണീരം, തൂണം.

തൂല് to fill; as, തൂലം, തൂലകം, തൂലിക.

തൃണ to eat, graze; as, തൃണം, തൃണ്യം, തൃണരാജൻ, തൃണധ്വജം, തൃണദ്രുമം.

തൃപ to be pleased or satisfied; as, തൃപ്തി, തൎപ്പം, തൎപ്പണം.

തൃഷ to thirst; as, തൃഷാ, തൃഷാൎത്തം, തൃഷ്ണാ, തൃഷ്ണതാ, തൃഷിതോത്തരാ.

തൄ to traverse, cross, pass or float over; as, തീൎത്ഥം, തരണൻ, ദേശാന്തരി, രഥന്തരൻ, താരാ, തരംഗം, അവതാരം, അവതരണം, അവതരിക്കുന്നു.

ത്യജ to quit, leave; as, ത്യാജ്യം, ത്യാജ്യത, ത്യജിക്കുന്നു, ത്യാഗം, ത്യക്തം, ത്യക്തവ്യം.

ത്രപ to be modest or ashamed; as, ത്രപാ, ത്രപമാണം, ത്രപിതം, ത്രപു.

ത്രസ to fear, be afraid; as, ത്രസ്തൻ, ത്രാസകരം, ത്രാസം.

ത്രൈ to preserve; as, ത്രാതൻ, ത്രാണനം, ജീവപരിത്രാണനം, പുത്രൻ, പുത്രീ.

ത്വച to cover, clothe; as, ത്വക്, ത്വക്ശോഷം, ത്വചിസാരം.

ത്വര make haste; as, സത്വരം, ത്വരാ, ത്വരണം.

ദംഭ് to kill, destroy; as, ദംഭക, ദംഭനം.

ദംശ to bite, sting; as, ദംശനം, ദംശിക്കുന്നു, ഉപദംശസാധനം, ദംശിതം, ദംശകൻ.

ദണ്ഡ to punish; as, ദണ്ഡം, ദണ്ഡനം, ദണ്ഡിപ്പിക്കുന്നു, ദണ്ഡിജിതൻ, ദണ്ഡു.

ദമ to tame; as, അരിന്ദമൻ, ദമയന്തി, ദമകൻ, ദമനം.

ദയ to preserve, move; as; ദയാ, ദയാകൃതൻ, ദയാലു.

ദരിദ്രാ be poor or needy; as, ദാരിദ്ര്യം, ദരിദ്രത, ദരിദ്രൻ.

ദല് to expand; as, ദലം, ദലനം.

ദശി to bite or sting; as, ദശനം, ദംശിക്കുന്നു, ദംശിതം, ദംശകൻ, ഉപദംശസാധനം.

ദഹ to burn; as, ദഗ്ദ്ധം, ദഹനം, ദാഹം, ദഹനൻ, ഖാണ്ഡവദാഹം.

ദക്ഷ to grow or increase; as, ദക്ഷൻ, ദക്ഷപ്രജാപതി, ദക്ഷജാ, ദക്ഷിണാ, ദാക്ഷകം, ദാക്ഷായണി.

ദാ to give; as, ദത്തം, ദാനം, ആദാനം, ദായകൻ, ധനദൻ, ന്യായദാതാവു, ഗോദൻ, ദായാദി, വാഗ്ദത്തം, വാരിദം.

ദാസ to give, hurt or kill; as, ദാസൻ, ദാശൻ.

ദിവ to sport, play; as, ദിവം, ദിവസം, ദിവസ്പതി, ദേവൻ, ത്രിദിവം, ദ്യോവ, അക്ഷദ്യൂതൻ, ദിവാകരൻ, ദിവ്യം.

ദിശ to point, shew, direct; as, ഉപദേശം, ഉപദേശി, ഉപദേഷ്ടാവു, നിദ്ദേശം.

ദീ to waste, decay; as, ദീനം, ദീനൻ, ദീനമുഖൻ; ദീനചേതനം.

ദീപ to shine; as, ദീപ്തം, ദീപം, ദീപനം, ദീപിതം, ദീപമാല, ദൈവം, ദീപട്ടി, ദീപയഷ്ടി.

ദീക്ഷ് to consecrate; as, ദീക്ഷ, ദീക്ഷണം.

ദുഃഖ to give pain; as, ദുഃഖം, ദുഃഖകരം, ദുഃഖിതൻ.

ദുഷ to do or act improperly, be impure; as, ദുഷ്ടൻ, ദുഷ്ടത, ദുഷ്പ്രവൃത്തി, ദുഷ്കൃതം, ദോഷം, ദൂഷണം.

ദുഹ to milk; as, ഗോധുക്, ദുഹിതാ, ദുഹ്യം.

ദൂഷ to be or become bad; as, ദൂഷകം, ദൂഷണം, ദൂഷിതം, ദൂഷ്യം.

ദൃ to reverence, respect; as, ആദരം, ആദരവു, ദൃതം, ആദരണീയം, ആദൎത്തം, ആദരിക്കുന്നു.

ദൃപ to light, excite, inflame, as, ദൃപ്തം, ദൎപ്പകൻ, ദൎപ്പണം, കന്ദൎപ്പൻ.

ദൃശ to see; as, ദൃഷ്ടം, ദൃഷ്ടി, ദൂരദൎശി, ദിഗ്ദൎശി, സദൃശം, ദൃഷ്ടാന്തം, ദൎശനം, പശ്യ.

ദൄ to tear, rend; as, പുരന്ദരൻ, ദാരം, ഭഗന്ദരം, ദൎദ്ദുരം, ക്രൌഞ്ചദാരണൻ, ദാരങ്ങൾ, ദ്വാരം.

ദോല or ഭുല to swing; as, അന്ദോ ളം, അന്തോളം.

ദ്യുത to shine; as, ജ്യോതിസ്സ്, ദജ്യാ തിഷക്കാരൻ, ജ്യോതിഃ നം.

ദ്രു to run, move, drop, ooze; as, ദ്രുതം, ദ്രാവകം, ദ്രാവം, ശതദ്രു, ദ്ര വ്യം, ദ്രവിണം, ദ്രുമം.

ദ്രുഹ seek to hurt or injure; as, ദ്രോഹം, ദ്രോഹി, മിത്രദ്രുക്.

ദ്രൈ to sleep; as, നിദ്രാ, നിദ്രാണൻ, നിദ്രാഭംഗം.

ദ്വിഷ to hate; as, ദ്വിഷ്ടം, ദ്വേഷം, ദ്വേഷകൻ, ദ്വേഷിക്കുന്നു, സുരദ്വിട്ടു കൾ.

ധന to produce, yield; as, ധനം, ധാന്യം, ധനേശൻ, ധനദൻ, ധനാ ധിപൻ.

ധന to sound, cast as an arrow; as, ധനുസ്സ്, ധനുർദ്ധമം, പുഷ്പധന്വാ വു, ധനുർബ്ബാണം.

ധാ to hold or support, have or possess; as, അബ്ധി, ഹിതം, പരി ധി, വാരിധി, അന്തർദ്ധാ, അന്തർദ്ധി, അന്തർദ്ധാനം, ആധാനം, ആധേയം, വിധാതാവു, അംഭോനിധി, പയോ നിധി, വിധി, വേധസ്സ്, നിധാതാ വു, സന്നിധി.

ധാവ് to run; as, ധാവക, ധാവനം.

ധാവ to cleanse; as, ധാവകം, ദന്ത ധാവനം.

ധുർവ്വ to kill or hurt; as, ധൂർത്തൻ, ധൂ ർത്താ, ധൂർത്തകൻ.

ധൂ to shake, agitate; as, ധൂതം, ധൂത, കല്മഷം ധൂനനം, അനിലോ ദ്ധൂതം.

ധൂപ to heat, shine; as, ധൂപം, ധൂ പനം, ധൂപവൃക്ഷം, ധൂപകലശം, ധൂ പിതം.

ധൂമ to agitate; as, ധൂമം, ധൂമകേതു, ധൂമധ്വജം.

ധൃ to hold, stand fast, be firm; as, ധൃതം, ധൃതി, വസുന്ധരാ, വിദ്യാ ധരൻ, ധരാ, ധരിത്രി, ധരണി, ശ ക്തിധരൻ, ഖണ്ഡധരൻ, ഗംഗാധരൻ, ആധാരം, ധരിക്കുന്നു, ധാരണം.

ധൃഷ be proud or presumptuous; as, ധൃഷ്ടൻ, അധൃഷ്യം, അധൃഷ്ടൻ, ധൃഷ്ണു.

ധെ to drink; as, അമൃതാന്ധസ്സുകൾ, പുഷ്പന്ധയൻ, സ്തനന്ധയൻ, മാന്ധാ താവു.

ധ്യൈ to meditate; as, ധ്യാനം, ധ്യാ നയോഗം, ധീമാൻ.

ധ്രു be fixed or firm; as, ധ്രുവൻ, ധ്രുതി.

ധ്വംസ to fall down, reduce to powder; as, ധ്വംസം, ധ്വംസനം, ധ്വംസിതം, ബലിധ്വംസി, കുലധ്വം സി, കഥനകധ്വംസനം.

ധ്വന to sound; as, ധ്വനിതം, ധ്വ നി, ധ്വാനം, ധ്വനിക്കുന്നു.

ധ്വൃ to kill; as, അധ്വരം.

ധ്മാ to blow, breathe out; as, ധ്മാ പനം, ആധ്മാനം.

നഖ to move; as, നഖം, നഖീ.

നന്ദ് to delight; as, നന്ദനം.

നഗ be ashamed; as, നഗ്നം, നഗ്ന ൻ, നഗ്നത്വം, നഗ്നികാ.

നട to dance; as, നാടകം, നാട്യം, നടൻ.

നദ്ധ be thick or impervious; as, നദ്ധ്വാ, നദ്ധസംഹതി, നദ്ധ്വാൻ, ന ദ്ധ്വലം, നദ്ധപ്രായം.

നദ to speak or emit sound; as, നാദം, നദീ, നാദി, മേഘനാദം.

നർദ്ദ് to bellow, roar; as, നർദ്ദനം.

നന്ദി make glad, happy; as, നന്ദ നൻ, നന്ദിക്കുന്നു, അദിതിനന്ദനൻ.

നമ to bow, pay obeisance; as, നമഃ, നമസ്കാരം, പ്രണമിക്കുന്നു, നാ മം, നമിതൻ.

നല to shine; as, നളൻ, നളിനം, നളം.

നശ to perish; as, നാശം, നാശനം, ലബ്ധനാശം, നഷ്ടം, വിനാശം, നഷ്ട ചേഷ്ടത.

നഹ് to bind; as, പിനദ്ധം.

നാഥ be noble, bless; as, നാഥൻ, ജഗന്നാഥൻ.

നിദ to reproach, blame; as, നി ന്ദിതം, നിന്ദാ, നിന്ദനം, നിന്ദകൻ, നിന്ദ്യം.

നിസ്സ to come forth; as, നിസ്സാര ണം, നിസ്സാരം.

നിക്ഷിപ് to entrust; as, നിക്ഷേ പം.

നീ to lead; as, നീത, നീതി.

നീല to dye or tinge; as, നീലം, നീലകം, നീലകണ്ഠൻ, നീലജം, നീ ലാംബരൻ, നീലോല്പലം.

നു to praise; as, നുതം, നുതി.

നുദ to send; as, നോദ്യ, നാവ്യം, അ തിതനോദകൻ.

നൃത to dance; as, നൃത്തി, നൃത്തം, ന ർത്തകൻ.

നൃ to lead conduct; as, നരൻ, നൃ പതി, നൃപൻ, നൃക്കൾ, നാരി, സുന്ദ രൻ, സുന്ദരി, നാരകം, നരകം.

പച to cook, ripen; as, പക്വം, പാകം, പാചകൻ, പചിക്കുന്നു, പ ചനം, പാചനം.

പട to go, surround; as, പടം, ക്ഷു പടം, പടകം, പടമയം, പടച്ചരം, പടലം, പട്ടു.

പഠ to recite; read; as, പഠനം, പഠനീയം, പഠിതം, പഠിതവ്യം, പഠി ക്കുന്നു, പാഠകശാല.

പണ to sell, negotiate, transact business; as, പണ്യം, വിപണി, പണ്യവീഥികാ; പണിതം, പണിത വ്യം, പാണി, പണനം, പണയം, പണ്ഡാ, പണ്ഡിതൻ.

പത to move, fall; as, പതിതൻ, പതിക്കുന്നു, പത്രം, അധഃപതനം, പതഗം, പതംഗം, പന്നഗം.

പഥ to go; as, പന്ഥാവു, പഥികൻ, ക്ഷീരപന്ഥാവു.

പദ to go, move; as, പദം, പാദം, പദ്യം, പത്മം.

പയ to go; as, പയസ്സ്, പയസ്വിനി, പയസ്യം, പായസം, പയോധനം, പയോനിധി, പയോധരം.

പണ് to turn green; as, പര്ണ്ണം, ഗ്ര ന്ഥിപര്ണ്ണം.

പരികൃ to surround; as, പരികീർണ്ണം.

പരികൃത് to proclaim; as, പരികീ ർത്തനം.

പല to go move; as, പലം, പലലം, പലാശം, പലാശകം, പലക്ഷാരം, പലങ്കഷൻ, പലാണ്ഡു.

പല്ല to go; as, പല്ലം, പല്ലി; പല്ലി is also an affix to words forming the name of a town; as, തൃശ്ശി നാപ്പള്ളി.

പശ to bind, fetter; as, പശു, പാ ശം, പശുപതി, പാശവം.

പശ to touch; as, സ്പർശിക്കുന്നു, സ്പ ർശനം.

പക്ഷ take a part or side; as, പ ക്ഷം, പക്ഷവാദി, പക്ഷകൻ, പക്ഷ വാതം, പക്ഷപാതം, പക്ഷി, പക്ഷി രാജൻ.

പാ to drink; as, പീതം, പിതൃ,

പാനം, പാനീയം, പാത്രം, ഉപിപ
ൻ, പായം, പിപാസാ, ശംപാ.

പാ to cherish, protect, nourish; as, പതി, പത്നി, നൃപൻ, ഭൂപൻ, പിതാ, പിതൃകൎമ്മം, പൈതൃകഭൂമി, പൈതൃകസ്വാപസേയം.

പാല to guard, preserve, protect; as, പാലകൻ, പാലനം പാലിതം, പരിപാലനം, പാലക്ഷം, പരിപാലിക്കുന്നു.

പിഡ to accumulate, assemble, heap together; as, പിണ്ഡം, പിണ്ഡദാനം, പിണ്ഡഫലാ, പ്രജാപിണ്ഡം, പിണ്ഡിതം, പിണ്ഡിലം, പിണ്ഡിതകം.

പിണ്ഡ് to roll into a lump or ball; as, പിണ്ഡം.

പിഷ to grind, pound; as, പിഷ്ടം, പിഷ്ടകം, പിഷ്ടപചനം, പിഷ്ടമയം, പിഷ്ടികം.

പിഡ give pain, stir, agitate; as, പീഡിതം, പീഡാ, പീഡനം, പീഡിപ്പിക്കുന്നു.

പിവ് to be fat; as, പീവരം.

പുണ be pure or virtuous; as, പുണ്യം, പുണ്യകൎമ്മം, പുണ്യജനം, പുണ്യജനേശ്വരൻ, പുണ്യവാൻ.

പുര to precede, lead, go before; as, പുരം, പുരവാസി, പൌരൻ, പുരുഷൻ, പൌരുഷം.

പുഷ to cherish, nurture, rear; as, പുഷ്ടം, പുഷ്ടിതം, പോഷം, പോഷണം, പോഷിതവ്യം, പോഷിക്കുന്നു, പുഷ്കരം, പുഷ്കരാംഗം, പുഷ്ടി, ബലിപുഷ്ടൻ.

പുഷ്പ to flower blossom; as, പുഷ്പിതം, പുഷ്പം, പുഷ്പചയം, പുഷ്പസമയം, പുഷ്പിക്കുന്നു, പുഷ്പകം, പുഷ്പകൻ, പുഷ്പിണി.

പുസ്ത to respect, bind, smear; as, പുസ്തകം, പുസ്തകൎമ്മം.

പൂ to purify; as, പൂഗം, പവനൻ, പാവനം, പവിത്രം, പാവകൻ, പവനാശൻ.

പൂജ to worship; as, പൂജിതം, പൂജകൻ, പൂജനം, പൂജനീയം, പൂജാ, പൂജ്യം, പൂജ്യമാനൻ.

പൂര to satisfy, fill; as, പൂരകം, പൂരണം, പൂരക്രതം, പൂൎണ്ണം, പൂൎണ്ണതാ.

പൂൎവ്വ to fill, dwell, invite; as, പൂൎവ്വം, പൂൎവ്വന്മാർ, പൂൎവ്വകം, പൂൎവ്വകാലം, അപൂൎവ്വം, പൂൎവ്വപക്ഷം.

പൃ to fill, nourish, please, be busy or active, labour; as, പൃതനാ, പൃതനാസാള്ള, പൂൎത്തി, പൂൎത്തികരിക്കുന്നു, പൂരിക്കുന്നു, വ്യാപാരം, വ്യാപരിക്കുന്നു, വ്യാപാരി, വ്യാപൃതം.

പൃച to mix, associate, touch; as, സംപൎക്കം, സംപൃക്താ.

പൄ to fill, feed, nourish; as, പൂരിക്കുന്നു, പൂൎത്തി, പൂൎത്തം, പൂൎത്തികരം, പരുഷം, പാരുഷ്യം, വാൿപാരുഷ്യം.

പ്യൈ to grow or increase; as, പീനം, പീനസം.

പ്രച്ഛ to ask or inquire; as, പ്രഷ്ടം, പ്രശ്നം, പ്രച്ഛിക്കുന്നു,

പ്രസ to spread or diffuse; as, പ്രസ്തുതം, പ്രസൂം, പ്രസവം.

പ്രീ to please, delight, satisfy; as, പ്രീതം, പ്രീതി, പ്രീതികരം, പ്രിയൻ, പ്രിയം, പ്രിയവാദിനി, പ്രേമം.

പ്ലു to float, move, glide; as, പ്ലവം, പ്ലവകൻ, പ്ലവഗം, പ്ലവംഗം, പ്ലവനം.

ഫണ് to move; as, ഫണം, ഫണി.

ഫല bear or produce fruit; as, ഫലം, ഫലിക്കുന്നു, ഫലനം, ഫലഭാഗം, ഫലപാകാന്താ, ഫലസ്ഥ, ഫലത്രയം.

ബധ to bind, haste, despise; as, ബന്ധനം, ബന്ധു, ബധിരൻ, ബന്ധുതാ, ബിഭത്സം, പ്രബന്ധം, നിബന്ധനാ.

ബന്ധ to bind or tie; as, ബന്ധം, ബന്ധനം, ബന്ധു, ബന്ധുകം, ബന്ധ്യം, വന്ധ്യം, ബന്ധുതാ, അനുബന്ധം, ബധിരൻ, ബദ്ധൻ, സംബന്ധം.

ബല be strong, live, nourish, rear as a child; as, ബലം, പ്രബലൻ, പ്രാബല്യം, പ്രബലത, ബാലൻ, ബാലകൻ, ബാല്യം, ബാലകീയം.

ബാധ to resist, oppose, annoy, afflict; as, ബാധ, ബാധകൻ, ബാധിതം, ബാധിക്കുന്നു.

ബുധ to know understand; as, ബുധൻ, ബുദ്ധൻ, ബുദ്ധി, ബുദ്ധിമാൻ, ബോധം, പ്രബോധം, ബൌദ്ധൻ.

ഭജ (ഭക്ത) to serve, worship, possess, enjoy, give, dress, separate or divide; as, ഭക്തി, ഭജനം, ഭജിക്കുന്നു, ഭംഗം, ഭാഗം, വിഭാഗം, വിഭക്തം, വിഭജിക്കുന്നു, ഭാഗ്യം.

ഭഞ്ജ to break, destroy; as, ഭംഗം, ഭംഗം, ഇച്ഛാഭംഗം.

ഭട to cherish, maintain, hire; as, ഭടൻ, ഭട്ടൻ, ഭട്ടാരകൻ.

ഭക്ഷ to eat; as, ഭക്ഷണം, ഭക്ഷകൻ ഭക്ഷണീയം, ഭക്ഷ്യം, ഭക്ഷിക്കുന്നു.

ഭാ to shine; as, പ്രഭാ, ഭാസ്കരൻ, ഭാനു, ഭാസുരം, ഭാസ്വാൻ, സഭാ, അസഭ്യം.

ഭാജ് to divide; as, ഭാജകം, ഭാജനം.

ഭാഷ to speak; as, ഭാഷിതം, ഭാഷാ, ഭാഷ്യം, ഭാഷ്യകരൻ.

ഭാസ to shine; as, ഭാസന്തം, ഭാസ്കരൻ, ഭാസുരം, ഭാസു, ഭാസുരം.

ഭിദ to break, tear to pieces; as, ഭിന്നം, ഭിത്ത, ഭിദകം, ഭിദി, ഭിദ്, ഭിദുരം, ഭിദ്രം, ഭിന്നകം, ഭിന്നധനം, ഭേദിക്കുന്നു, ഭിന്നിക്കുന്നു, ഗോത്രഭിത്ത.

ഭിക്ഷ to beg, obtain; as, ഭിക്ഷാ, ഭിക്ഷാന്നം, ഭിക്ഷാകൻ, ഭിക്ഷു, ഭിക്ഷിതം.

ഭീ to dread, fear; as, ഭീതം, ഭീതി, ഭയം, ഭീ, ഭീഷണി, ഭീഷ്മം, ഭീഷ്മൻ, ഭീമം, ഭയങ്കരം, പ്രതിഭയം, വിഭീഷണൻ.

ഭുജ (ഭുക്ത) to feed, nourish, possess, enjoy, bend, save, protect; as, ഭുക്തി, ഭോജനം, ഭോക്താവു, ഭുജിക്കുന്നു, ഗൂഢഭുക്, ക്രതുഭുക്, ബുഭുക്ഷ, ഭോഗം, അനുഭോഗം, ഉപഭോഗം, ഭുജം, ഭുജംഗം, ഭുജംഗമം, ബലിഭുക്.

ഭൂ (ഭൂത) to be, exist; as ഭൂതം, ഭവനം, ഭാവം, ഭവ്യം, ഭവിഷ്യം, സ്വയംഭു, അദ്ഭുതം, ഭവിതവ്യം, ഭാവി, അഭാവി, ശംഭു, പ്രഭു, വിഭു, വക്ഷോഭൂ, വിഭൂതി, പുനൎഭൂ, ഭവിക്കുന്നു, ഉത്ഭവം, ഭൂതേശൻ.

ഭൂഷ to decorate, adorn; as, ഭൂഷിതം, ഭൂഷണം, ഭൂഷാ.

ഭൃ to support, nourish, fill; as, ഭൃതം, ഭൃത്യൻ, ഭാൎയ്യാ, ഭൎത്താവു, കപാലഭൃത്ത, വിശ്വംഭരൻ, രാജ്യഭാരം, ഭരിക്കുന്നു, അംബുഭൃത്ത.

ഭ്രശ or ഭ്രംശ to fall down; as, ഭ്രഷ്ടൻ, രാജ്യഭ്രഷ്ട, സ്ഥാനഭ്രഷ്ടൻ.

ഭൃ to nourish, support; as, ഭൃതം, ഭൃത്യൻ, ഭാൎയ്യാ, ഭൎത്താവു, കപാലഭൃത്ത, വിശ്വംഭരൻ.

ഭ്രമ to wander, roam, be unsteady; as, ഭ്രമം, ഭ്രമണം, ഭ്രമിക്കുന്നു, ഭ്രാന്തു, ഭ്രാന്തി, വിഭ്രമം, പരിഭ്രമം, വിസ്മയഭ്രാന്തു, സംഭ്രമം.

ഭ്രസ്ജ to broil, fry; as, ഭൃഷ്ടം, ഭൎഗ്ഗ, ഭ്രാഷ്ട്രവൻ.

ഭ്രാജ to shine; as, ഭ്രാജിഷ്ണു, ഭ്രാതാ, ഭ്രാതൃകം, ഭ്രാതൃജൻ, ഭ്രാതൃജായാ.

മഞ്ച് to hold; as, മഞ്ചം, മഞ്ചിക.

മഠ to dwell, inhabit; as, മഠം, മഠപ്പുറം, സന്ന്യാസിമഠം.

മണ to sound; as, മണി, മണികം, മണിമാണിക്കം, മണിബന്ധം.

മണ്ഡ് to adorne; as, മണ്ഡനം, മണ്ഡപം.

മന്ത്ര to mutter, consult in private; as, മന്ത്രം, മന്ത്രിക്കുന്നു, മന്ത്രി, മന്ത്രിതം, സുമന്ത്രർ.

മഥ to churn, agitate; as, മഥനം, മഥുരാ, മന്മഥൻ.

മദ grow mad; as, മദം, മദ്യം, മദനൻ, മത്തൻ, മദ്യപാനി, പ്രമദാ, മത്തദന്തി, മത്തകാശിനീ, ഉന്മാദം, ഉന്മത്തം, മദിരാ, മദിരാക്ഷി.

മദി to rest, sleep, be lazy; as, മന്ദിരം, മന്ദിരപശു, മന്ദം, മന്ദഹാസം, മന്ദബുദ്ധി.

മന to know, understand, regard, mind, think, honor; as, മതം, അഭിമതം, മനസ്സു, മനു, മനോഗതം, മുനി, മൌനം, മാന്യൻ, മാനിക്കുന്നു, മധു, മാധവൻ.

മന്ഥ to churn, agitate; as, മന്ഥനം, മന്ഥനഘടി, മന്ഥദണ്ഡകം, മന്ഥാനം, മന്ഥരം.

മക to go; as, മക്കടം, മക്കടകം.

മല to hold, wear, stick; as, മലം, മലജം, മലനം, മലയം, മല്ലകം, മലിനത.

മസ to weigh; as, മസൂരം, മസുരം, മസൂരി, മസി, മാഷകം.

മസ്ജ to immerge, dip, bathe; as, മഗ്നൻ, മഗ്നം.

മഹ to revere, worship, grow large; as, മഹാൻ, മഹി, മഹത്തരം, മഹത്വം, മഹർഷി, മഹാകന്ദം, മഹാകാളൻ, മഹാനന്ദം, മഹാത്മത, മാഹാത്മ്യം, മഹിമ്നം, മാഹിമ്നം, മഹാസേനൻ, മഹിഷി.

മാ to measure; as, മിതം, പരിമാണം, ആകമാനം, അപരിമിതം, പ്രമാണം, മിതങ്ങൾ, മിതി, മായ, മായാജീവി, മാസം.

മാന to investigate, seek knowledge, respect, worship; as, മിമാംസ, മാനം, അപമാനം, ബഹുമാനം, മാതാവു, മാന്യൻ, മാനിക്കുന്നു, മാനനീയൻ.

മാൎഗ്ഗ to make or prepare, make a road; as, മാൎഗ്ഗം, ധാമാൎഗ്ഗവം.

മാജ to cleanse; as, മാൎജ്ജൻ, മാൎജ്ജനം, മാൎജ്ജനീയം, മാൎജ്ജാരൻ, മാൎജ്ജിതം.

മി to scatter, diffuse; as, മായു.

മിഥ to injure, agitate, unite; as, മിഥിലാ, മിഥുനം, മൈഥുനം, മൈഥിലം.

മിദ be affectionate; as മിത്രം, മിത്രഭൃക്, മൈത്രം, മിത്രഭേദം, മേദസ്സ, മോദാ, മേദിനീ.

മിള് to join; as, മിളിതം, മേളനം.

മിശ്ര to mix; as, മിശ്രിതം, മിശ്രം, സമ്മിശ്രം, മിശ്രകൻ, മിശ്രേയാ, മിശ്രകം.

മിഷ to contend, dare, brave; as, മേഷം, ഉന്മേഷം, മേഷവിഷാണികാ, മേഷശൃംഗം.

മിഹ make water, sprinkle; as, മേഹം, മീഢം, പ്രമേഹം, മേഹനം, മേഘം, മേഘം, മേഘഗൎജ്ജനം, മേഘനാദൻ.

മില് to close; as, ഉന്മീലനം, മിലനം.

മുച (മുക്ത) be free, abandon, let loose; as, മോചനം, മോചിക്കുന്നു, മോക്ഷം, ശാപമോക്ഷം, മുക്തൻ, മുക്തി, മുക്തകം, മുക്തകഞ്ചുകം, ജീവന്മുക്തൻ, വിമോചനം, മോചാ, മോചകം.

മുഡ to shave or cut; as, മുണ്ഡൻ, മുണ്ഡിതശിരസ്സ, മുണ്ഡകൻ, മുണ്ഡി, മുണ്ഡനം.

മുദ to rejoice, be glad; as, മുദിതം, മുദാമ്പിതൻ, മോദം, ആമോദം, പ്രമോദം, മുദ്ഗം, കുമുദം, കൌമുദീ, മുത്തു.

മൂഛ to be faint; as, മൂൎച്ഛനം, മൂൎച്ഛിതം, മൂൎച്ഛാ, മൂൎത്തൻ, മൂൎത്തി.

മുഷ to steal, rob; as, മുഷിതം, മുഷ്ടം, മുഷ്കം, മോഷണം, മോഷ്ടാവു, മോഷ്ടിക്കുന്നു.

മുസ to break to pieces; as, മുസലം, മുസലീ.

മുഹ grow foolish, be incapable of judgment; as, മോഹം, മോഹാലസ്യം, മൂഢൻ, മൂഢത, മുഗ്ദ്ധബോധം, മുഗ്ദ്ധം, മുഗ്ദ്ധത, മൂഢൻ.

മൂത്ര make water; as, മൂത്രം, മൂത്രിക്കുന്നു, മൂത്രകൃച്ഛ്രം, മൂത്രിതം.

മൂല to stand, be rooted or firm; as, മൂലം, മൂലകം, മൂലജം, ഫലമൂലാദി, മൂലസ്ഥാനം, നിൎമ്മൂലം.

മൃ to die; as, മൃതം, അമരൻ, മരണം, മൎത്ത്യൻ, മൃതൻ, മൃത്യുഞ്ജയൻ, അമൎത്ത്യന്മാർ, മൎമ്മം, മാരണം, മാരി.

മൃഗ to seek, pursue, hunt; as, മൃഗം, മൃഗജീവനം, മൃഗണം, മാൎഗ്ഗണം, മാൎഗ്ഗിതം, മാൎഗ്ഗം.

മൃജ to wipe, clean, sweep; as, മാൎജ്ജൻ, മാൎജ്ജനം, മാൎജ്ജന്യയം, മാൎജ്ജാരൻ, മാൎജ്ജിതം, മൃഷ്ടം.

മൃശ് to touch; as, മൎശനം.

മൃഷ bear with, forgive; as, മൃഷാൎത്ഥകം, മൃഷാവാദി, അമൎഷണം.

മേധ to understand, associate, kill; as, മേധ, മേധ്യം, അമേധ്യം, അശ്വമേധം, അശ്വമേധികം.

മോക്ഷ് to release; as, മോക്ഷം.

മ്ലേച്ഛ speak incorrectly, use a provincial dialect; as, മ്ലേച്ഛിതം, മ്ലേച്ഛൻ, മ്ലേച്ഛദേശം.

മ്ലൈ to fade; as, മ്ലാനം, പരിമ്ലാനം.

യജ to worship; as, ഇഷ്ടം, ഇഷ്ടാ, ഇജ്യാ, യജമാനൻ, യാഗം, യജനം, യജത്രൻ, യജി, യജ്ഞപുരുഷം, യജ്ഞം.

യത to strive, labour; as, യത്നം, പ്രയത്നം.

യത്ര or യന്ത്ര to press, compress, squeeze; as, യന്ത്രം, യന്ത്രിക്കുന്നു, യന്ത്രപ്രയോഗം.

യമ to stop, cease, restrain; as, നിയമം, യമൻ, യമരാട്ട, യാമം, ആയതം, യമകം, യമദൂതൻ, യമനം, യമുന.

യസ take pains, endeavour; as, പ്രയാസം.

യക്ഷ് to honor, to worship; as, യക്ഷൻ.

യാ to go, obtain; as, യാനം, യാത്രാ, വ്യോമയാനം, അന്തയാനം, ആയാനം, ഉപയാനം, നിൎയ്യാണം, പ്രയാണം.

യാച to ask, beg, solicit; as, യാചിതം, യാചകൻ, യാചനാ, യാചനകൻ, യാചനീയം, യാചിക്കുന്നു.

യു to mix, associate; as, യുവാവു, യൌവനം, യൂനി, യുതി, യൂഥം, യോത്രം, യുതം, യോനി.

യുജ to meditate, bind, join, mix; as, യുക്തം, യുക്തി, യുക്തരസാ, യുഗം, യുഗപത്രം, യുഗ്മം, യുജം, യോഗം, യോഗനിദ്രാ, യോഗീ, യോഗാഭ്യാസം, യോഗ്യം, യോഗ്യതാ, യോ

ജനാ, യോജ്യത, പ്രയോഗം, ഉപയോഗം, യോജിക്കുന്നു.

യുധ to fight; as, യുദ്ധം, യുധിഷ്ഠിരൻ, യോധാവു, യോധി, ഉദ്യോധനൻ, സുയോധനൻ.

രച് to arrange, prepare, compose; as, രചനം, രചിതം, വിരചിതം.

രഞ്ജ to dye, tinge, attach; as, രജം, രജകൻ, രജതം, രജനം, രജനി, രജസ്സു, രജിതം, രഞ്ജകം, രഞ്ജനം, രഞ്ജിതം, അനുരഞ്ജനം, രാഗം, അനുരാഗം, വിരക്തി, രക്തം, രക്തകം, രക്തകന്ദം.

രണ് to sound; as, രണം.

രമ to sport, play; as, രതൻ, രാമൻ, രാമാ, രമാ, രമണൻ, രമണി, രമിക്കുന്നു, മനോരമ, രമണീയം, രമ്യം.

രസ to taste, relish; as, രസിതം, രസം, രസകം, രസകർപ്പൂരം, രസനം, രസാ, രസാതലം, രസായനം, രസകൻ, രസ്യം, സരസം, രസിക്കുന്നു.

രഹ to quit, leave, forsake; as, രഹണം, രഹസ്യം, വിരഹം, ലോഭവിരഹം, രാഹു, രഹിതം.

രക്ഷ to keep, preserve; as, രക്ഷാ, രക്ഷകൻ, രക്ഷണം, രക്ഷണീയം, രക്ഷസ്സു, രക്ഷിതം, രക്ഷിതാവു, രക്ഷ്യം, രാക്ഷസൻ, രക്ഷിക്കുന്നു.

രാജ to shine; as, രാജൻ, രാജകൻ, രാജാവു, രാജ്ഞി, രാജസം, രാജോഗുണം, രാജശ്രീ, രാജ്യം, രാജ്യാംഗം, രാജ്യാധികാരം.

രാധ to finish, effect, accomplish, complete; as, രാധാ, രാധനം, അപരാധം.

രിച to purge, go to stool; as, രിക്തം, വിരേചനം, രചകം, രേചനം, രേചിതം.

രു to sound; as, ആരവം, ആരാവം, സംരാവം, വിരാവം, രാവണൻ, രോമം.

രുച to please, be agreeable; as, രുചിതം, രുചി, രുചകം, രുചികരം, അഭിരുചി, രോചകം, രോചനം.

രുജ afflict with pain or disease; as, രുക്, രോഗം, രുജാ, നീരുക്, രുക്പ്രതിക്രിയ, ആരോഗ്യം, അരോഗി.

രുദ to weep; as, രോദനം, രോദിക്കുന്നു, രുദ്രൻ, രുദിതൻ, രുദ്രാക്ഷം.

രുധ to confine, stop, oppose, shut up; as, രുധിരൻ, രുധിരം, അഭിരോധം, സംരോധം, അവരോധം, ഉപരോധം, പ്രതിരോധം, വിരോധം, നിരോധനം, നിരോധിക്കുന്നു, അനിരുദ്ധൻ.

രുഷ be angry; as, രുഷിതൻ, രുഷ്ടൻ, രോഷം, രുട്ടു.

രുഹ to grow, mount, ascend; as, രുഹം, രുഹാ, മഹീരുഹം, ആരോഹം, ആരോഹണം, അശ്വാരൂഢാ, രൂഢം, രൂഢി.

രൂപ് to form, fashion; as, രൂപം.

ലംഘ് to go beyond, transgress; as, ലംഘനം, ലംഘിതം.

ലഗ് be with or near, attach, adhere; as, ലഗ്നം, ലഗ്നകൻ.

ലഘ be dry; as, ലഘു, ലഘുത്വം, ലാഘവം.

ലപ to speak; as, അനുലാപം, വിലാപം, പ്രലാപം, വിപ്രലാപം, സല്ലാപം, സുപ്രലാപം, അപലാപം, ആലാപം.

ലബ to hung, pend, depend, fall or tumble; as, ലംബിതം, ലംബം, ലംബാ, ലംബകം, ലംബനം, ലംബോദരൻ, അവലംബനം, അലംബനം, അവലംബിക്കുന്നു, ലംബരേഖാ, പ്രലംബഘ്നൻ, പ്രലംബൻ.

ലഭ to get, obtain; as, ലബ്ധം, ലാഭം, മിത്രലാഭം, ലബ്ധനാശം, ദുർല്ലഭം, ലഭിക്കുന്നു, ലഭ്യം.

ലല to sport, dally; as, ലാളിതം, ലളനം, ലലാമ, ലാളിക്കുന്നു, ലാളനം.

ലസ് to shine; as, വിലാസം, ലസിത.

ലഷ to desire, like, love; as, അഭിലാഷം, ഉരഭിലാഷം, അഭിലാഷുകൻ, അഭിലാസം.

ലജ്ജ to be modest or ashamed; as, ലജ്ജാ, ലജ്ജാതരം, ലജ്ജാന്വിതൻ, ലജ്ജാരഹിതൻ.

ലക്ഷ to mark, see; as, ലക്ഷണം, ലക്ഷിതം, ലക്ഷ്മണൻ, ലക്ഷ്യാ, ലക്ഷ്മി, അലക്ഷ്മി, ലാക്ഷണികൻ, ലാക്ഷണ്യം.

ലിഖ to write; as, ലിഖിതം, ലേഖനം, ശിരോലിഖിതം, ലേഖാ, ലേഖനി.

ലിഗ to go, paint, variegate; as, ലിംഗം, ശിവലിംഗം, ലിംഗനാശം, ലിംഗി, വർണ്ണിലിംഗി.

ലിപ to plaster, daub, smear; as, ലിപ്തം, ലിപികരൻ, ലിപികാരൻ, ലേപനം, അനുലേപനം.

ലിശ to grow less; as, ലേശം, ലേഷ്ടു.

ലിഹ to lick, taste; as, ലേഹനം, ലേഹി, ലേഹ്യം, വഹംലിഹം.

ലീ to join or adhere, melt, dissolve; as, ലീലാ, ലീനൻ, ലീലാവതി, ലയം, ലയിക്കുന്നു, പ്രലയം.

ലുപ to cut, lop off; as, ലുപ്തം, ലുപ്തതാ, ലുപ്തോപമാ, ലോപം, ലോപിക്കുന്നു.

ലുഭ to desire, covet; as, ലുബ്ധൻ, ലുബ്ധകൻ, ലുബ്ധ, ലോഭം, ലോഭിക്കുന്നു.

ലൂ to cut; as, ലൂതാ, ലൂതികാ, ലൂനി, ലോമം, ലവകൻ, ലവണം, ലാവണ്യം, ലാവണം.

ലോക to see; as, ലോകം, ആലോകനം, അവലോകനം, അവലോകിതം, അവലോകം, ആലോകിതം.

ലോച to look, see; as, ലോചകം, ലോചനം, വാമലോചനാ, ആലോചന, ത്രിലോചന, ആലോചിക്കുന്നു, ആലോചിതം.

വച (ഉക്ത) to speak; as, ഉക്തി, വചനം, വചസ്സു, വക്ഷസ്സു, വാക്യം, വാക്ക, അവാച്യം, സുവചസ്സു, വാചകം, വാഗ്ഭേദം, വാഗ്ദോഷം, വാഗ്ദത്തം.

വഞ്ച to deceive, delude; as, വഞ്ചിതം, വഞ്ചന, വഞ്ചകൻ, വഞ്ചുകൻ.

വദ to tell, salute with tokens of adoration; as, വദനം, അവദ്യം, വാദിത്രം, വാദം, വാദപാദം, അപവാദം, വാദിക്കുന്നു, വന്ദനം, വന്ദിക്കുന്നു, വന്ദ്യൻ, വിവാദം, പ്രതിവാദം.

വധ to kill, slay; as, വധ്യം, വധം, അവധ്യത്വം, വധകൻ, വധിക്കുന്നു, ഗോവധം.

വന to sound, serve, seek; as, വനം, വനമാലി, വനതിക്തം, വനപ്രിയൻ, വനിതാ.

വപ to sow, procreate, shave, weave; as, വപാ, വപനം, വപിലൻ, വപുസ്സു, അദ്ധ്യാപനം.

വമ to vomit; as, വമിതം, വമി, വമഥു, വമനം.

വയ to go; as, വയസ്സു, വയസ്സാധിക്യം, വയസ്ഥൻ, വയസ്യൻ, വയോധികൻ, വായസം.

വൎണ്ണ to colour, praise, send, describe; as, വൎണ്ണം, വൎണ്ണകം, വൎണ്ണനം, വൎണ്ണിക്കുന്നു, വൎണ്ണാചാരം, സവൎണ്ണം, സുവൎണ്ണം.

വൎഷ to be wet; as, വൎഷം, വൎഷകരം, വൎഷിക്കുന്നു, വൎഷ്മം, വൎഷാഭ്വു.

വല്ല to cover, move; as, വല്ലി, വല്ലി, വല്ലിജം.

വശ to desire, will; as, വശം, വശിതം, വശിതാ, വശ്യൻ, വശീകരം, വശീകൃതം, വശീകരിക്കുന്നു.

വസ to dwell, cover with dress; as, വസതി, വസനം, വസന്തം, വസാ, വസിതം, വസിഷ്ഠൻ, വസു, വസ്തി, വസ്തു, വസ്ത്രം, വാസം, വാസസ്ഥലം, വാസ്തുബലി, അമാവാസ്യാ, നിവാസാ, വാസതേയി, വസിക്കുന്നു, വാസനം, വാസനമണ്ട, അധിവാസം, ഉപവാസം, സഹവാസം.

വഹ to bear or carry, flow as stream; as, വഹം, വഹതി, വഹനം, വഹിതം, വഹ്നി, വഹ്യം, വാഹം, വാഹകൻ, വാഹപിഷ്ഠൻ, വാഹനം, വാഹിനി, പ്രവാഹം, അനഡ്വാഹം, ശിഖിവാഹനൻ, ഹവ്യവാഹനം, അഭ്യുഢാ, വഹിക്കുന്നു, വിവാഹം.

വാ to go or move, blow as the wind; as, വായു, വായവം, വായുസഖാ, വാതം, വാതൂല്ലം, വാതാപി, വാതായനം.

വാഞ്ഛ to wish to desire; as, വാഞ്ഛിതം, വാഞ്ഛനം, വാഞ്ഛാ.

വാസ് to scent, perfume; as, വാസ, വാസക, വാസന.

വികത്ഥ് to boast; as, വികത്ഥനം, വികത്ഥാ.

വികസ് to open; as, വികാസം, വികസിതം.

വികൃ to alter; as, വികാരം.

വിതൃ to cross or pass over; as, വിതരണം, വിതീൎണ്ണം.

വിച to differ, divide, discriminate, judge; as, വിവേകം, വിവേകി, വിവേചനം, വിവേകതാ.

വിദ to know, get; as, വിദിതം, വിദഗ്ദ്ധൻ, വിദഗ്ദ്ധതാ, വിദ്യാ, വിദ്യാഗമം, വിദ്യാധരൻ, വിദ്വാൻ, വേദി, വേദം, വേദാഭ്യാസം, വേദിതം, വൈദികൻ, വൈദ്യം, വൈദ്യശാസ്ത്രം, വിന്ദൻ, വിന്ദു, ഗോവിന്ദൻ, അരവിന്ദം.

വിദ to split; as, വിദാരണം.

വിധ to administer, govern, rule, ordain; as, വിധി, വേധസ്സു, വിധിചോദിതൻ, വിധം, വിധാതാവു.

വിപ്ലു to float about; as, വിപ്ലവ, വിപ്ലുതം.

വിഭജ് to divide; as, വിഭാഗം.

വിശ to enter, pervade; as, ആവേശനം, പ്രവേശനം, ഉപവേശനം, നിവേശനം, വേശം, വേശകം, വേശനം, വേശന്തം, വേശ്മം, വേശ്യാ, വിശാന്മാർ, പ്രവേശിക്കുന്നു, വിഷ്ണു.

വിഷ to pervade, separate from, sprinkle, extend through nature; as, വിഷം, വിഷമ്ലം, വിഷമം, വിഷധരൻ, വിഷമിഷിക, വേഷം.

വൃ to choose, select, prepare; as, വരം, വൎയ്യാ, വൎയ്യം, വരാഹം, പതിംവരാ.

വൃ to cover, screen, shield, defend, refrain; as, വാരിതം, വൎമ്മൻ, വാരണം, നിവാരണം, നിവാരണീയം, നിവാരം.

വൃജ to quit, abandon, shun; as, വൎജ്ജിതം, വൎജ്ജം, വൎജ്ജകം, വൎജ്ജനം, വൎജ്ജനീയം, വൎജ്ജിക്കുന്നു, വൎഗ്ഗം, വൎജ്ജ്യം.

വൃത to be, choose, serve, turn round; as, വൃത്തം, വൃത്താന്തം, വൃത്യം, വൃത്രൻ, പരിവൎത്തി, വൎത്തകൻ, വൎത്തനം, സമവൎത്തി.

വൃധ to increase; as, വൎദ്ധിതം, വൃദ്ധൻ, വാൎദ്ധകം, വാൎദ്ധക്യം, വൎദ്ധനം, വൎദ്ധിക്കുന്നു, വൃദ്ധി, വൃദ്ധശ്രവസ്സു.

വൃഷ to sprinkle; as, വൎഷം, വൃഷ്ടി, വൎഷിക്കുന്നു, വൃഷം.

വൃഹ to grow large; as, ബ്രഹ്മം, ബ്രഹ്മാവു, ബഹിസ്സു, പരിവൃഢൻ.

വൃക്ഷ to cover or shade; as, വൃക്ഷം.

വെ to weave; as, തന്തുവായൻ, വായദണ്ഡു.

വേപ to shake; as, വേപഥു, വേപനം.

വ്യഥ to suffer pain; as, വ്യഥകം, വ്യഥാ, വ്യഥനം, വ്യഥനീയം, വ്യഥിതം.

വ്യധ to beat, hunt, strike; as, വ്യാധൻ, വ്യാധഭീതം.

വ്യയ to expand, abandon wealth; as, വ്യയം, ഉദ്വ്യയം, വ്യയനം, വ്യയിതം.

വ്യെ to cover; as, വ്യോമം, വ്യോമകേശൻ, വ്യോമയാനം, വ്യോമധൂമം.

വ്രജ to go, travel; as, പരിവ്രാട്ടു, പരിവ്രാജകോത്തമൻ, വ്രജം, വ്രജ്യാ.

വ്രീഡ to be bashful; as, വ്രീഡാ, വ്രീഡനം.

ശംസ to praise, caluminate hurt; as, പ്രശംസ, ശംസാ, ശംസിതം, ആശിശംസനം, പ്രശംസനം, പ്രശസ്തം, പ്രശസ്തി, പാകശാസനൻ.

ശക to be able, endure, fear, suspect; as, ശകൻ, ശകടം, ശകലം, ശക്തൻ, ശക്തത, ശക്തി, ശക്തിധരൻ, ശക്തുഫലാ, ശച്യാ, ശക്യത, ശക്രൻ, ശാക്യൻ, ശാക്യമുനി, ശാക്കേയൻ, ശങ്ക, ശങ്കിതം, ശങ്ക, ശങ്കിക്കുന്നു, ഉല്ലങ്ക.

ശങ്ക് to doubt; as, ശങ്ക, ശങ്കിതം.

ശഠ to cheat, be wicked, leave, unfinished; as, ശഠൻ, ശഠതാ, ദുശ്ശാഠ്യം, ശാഠ്യം.

ശദ to fall out, throw down, go; as, ശത്രു, ശത്രുഘ്നൻ, ശത്രുത.

ശപ to curse, swear; as, ശപ്തം, ശപം, ശപഥം, ശപനം, ശാപം, ശാപമോക്ഷം, അന്തശ്ശാപം, ശപിക്കുന്നു.

ശബ്ദ to sound; as, ശബ്ദം, ശബ്ദനം, ശബ്ദശാസ്ത്രം, ശബ്ദാളി, ശബ്ദിതം.

ശമ to pacify, cam, be appeased, look; as, ശമിതം, ശമനം, ശമനസ്വസാ, ശമനൻ, ശമലം, ശംപാ, ശാന്തം, ശാന്തതാ.

ശംബ to go, accumulate, collect; as, ശംബരൻ, ശംബരം, ശംബരാരി, ശംബളി, ശംബളൻ.

ശല് to shake, stir, agitate; as, ശല, ശലക, ശലഭ.

ശവ to go, alter, change; as, ശവം, ശവവാഹം.

ശശ to jump, leap, move by springing; as, ശിശു, ശശം, ശശധരൻ, ശശാങ്കൻ.

ശസ to hurt, injure, kill, bless, as, ശസനം, ശസ്ത്രം, ശസ്ത്രപാണി, ശസ്തം.

ശാസ to instruct, order, direct, rule, govern, wish; as, ശാസിതം, ശാസനം, ശാസ്താവു, ശാസ്ത്രം, ശാസ്ത്രി, ശാസ്ത്രോക്തി, ശിഷ്യൻ, സുശാ

സിതൻ, വശിഷ്ടൻ, പാകശാസനൻ, ശാസിക്കുന്നു.

ശിഞ്ജ് to tinkle; as, ശിഞ്ജിതം, ശിഞ്ജിനീ.

ശില to be clever or skilled; as, ശില്പി, ശില്പകൎമ്മം, ശില്പകാരൻ, ശില്പശാല.

ശിഷ to hurt, leave a residue, excel; as, ശിഷ്ടൻ, ശിഷ്ടതാ, ശിഷ്ടാചാരം, ശിഷ്ടി, ശേഷം, ഉച്ഛിഷ്ടം, ഉച്ഛിഷ്ടഭോജനം, വിശേഷം, വിശേഷണം, വിശേഷ്യം.

ശിക്ഷ to learn, acquire science, as, ശിക്ഷിതം, ശിക്ഷകൻ, ശിക്ഷ, ശിക്ഷാകരൻ.

ശീങ to sleep; as, ശയനം, ശയ്യാ, ഗിരിശൻ, ശയാനം, ശയാലു, ശയിതാ, ശയിക്കുന്നു.

ശീല to meditate, adore, practise, repeat, wear, be endowed; as, ശീലം, ശീലത്വം, ശീലനം, ശീലിതം, ദുശ്ശീലം, സുശ്ശീലം, ശീലിക്കുന്നു.

ശുച to regret, be clean or pure; as, ശുക്, ശോകം, ശുചി, ശുചിതം, ശുചീകരം, ശൌചം, ശൌചേയൻ.

ശുധ to be or become pure or purified; as, ശുദ്ധം, ശുദ്ധി, ശുദ്ധീകരണം, അശുദ്ധം, അശുദ്ധി.

ശുഭ to shine; as, ശോഭിതം, ശോഭാ, ശോഭനം, ശോഭിക്കുന്നു.

ശുഷ to dry; as, ശുഷ്കം, ശുഷ്മിലം, ശുഷിരം, ശുഷ്കതാ, ശുഷ്കഗോമയം, ശോഷണം, ശോഷിക്കുന്നു.

ശൂര be valiant or powerful; as, ശൂരൻ, ശൂരതാ, ശൌൎയ്യം.

ശൂല് to be ill, pierce; as, ശൂല, ശൂലം.

ശൃ to injure, wound, kill; as, ശരൻ, ശാരുകം, പരശു, ശൃംഗം, ശൃംഗി.

ശോണ to be red; as, ശോണം, ശോണിതം, ശോണവൎണ്ണം.

ശ്രമ to perform acts of austere devotion, be wearied; as, ശ്രമം, ശ്രമണൻ, വിശ്രമം, ശ്രമിക്കുന്നു.

ശ്രി to serve, honour; as, ശ്രീ, സുശ്രീ, ആശ്രിതൻ, ശ്രിതൻ, ശിരസ്സ്, ആശ്രയിക്കുന്നു.

ശ്രു to hear, ooze, flow; as, ശ്രുതം, ശ്രുതി, ശ്രോത്രം, ശ്രോത്രി, വിശ്രവസ്സ്, വൃദ്ധശ്രവസ്സ്, വിശ്രുതൻ, ശ്രവിക്കുന്നു, അസ്ഥിശ്രാവം, ശ്രോതസ്സ്.

ശ്ലാഘ to praise, eulogise; as, ശ്ലാഘ, ശ്ലാഘ്യം, ശ്ലാഘ്യതാ.

ശ്ലിഷ to embrace; as, ശ്ലിഷ്ടൻ, ആശ്ലേഷം, ശ്ലേഷം, ശ്ലേഷ്മം.

ശ്ലോക to put together, compose as verses; as, ശ്ലോകം, ശ്ലോകതാ.

ശ്വസ to breathe; as, ശ്വസിതം, ശ്വസനൻ, ശ്വാസം, നിശ്വാസം, ശ്വസിക്കുന്നു, വിശ്വാസം.

ശ്വിത to be white; as, ശ്വേതം, ശ്വേതാശ്വം, ശ്വിത്രം, ശ്വേതകം.

ഷഞ്ജ to stick, fix, adhere, attach; as, സക്തൻ, ആസക്തി, സ്ത്രീസക്തൻ, സംഗം, പ്രസംഗം.

ഷദ to wither, be lowspirited, sorrowful; as, വിഷാദം, വിഷാദിക്കുന്നു.

ഷിഞ to bind; as, സിമ, സീമം, സേതു.

ഷിച to sprinkle, anoint; as, അഭിഷിക്തൻ, അഭിഷേകം, സേകപാത്രം, സേചനം.

ഷിധ to be perfect, be finished; as, സിദ്ധി, സിദ്ധാന്തം, സിദ്ധിക്കുന്നു.

ഷ്ടഭ to stop, hinder, be fixed as a post; as, സ്തംഭം, സ്തംഭിക്കുന്നു.

ഷ്ടു to praise; as, സ്തുതം, സ്തവം, സ്തോത്രം, സ്തുതി, സ്തുത്യം, സ്തുതിക്കുന്നു.

ഷ്വിദ to perspire, sweat; as, സ്വേദം, സ്വേദജം.

സംവൃ to cover; as, സംവരണം, സംവൃതം.

സംസൃ to move; as, സംസരണം, സംസാരം.

സംസ്കൃ to adorn, to refine; as, സംസ്കാരം, സംസ്കൃതം.

സംഹൃ to collect, to kill; as, സംഹരണം, സംഹാരം, സമാഹാരം.

സഹ to bear, suffer, be able; as, സഹാ, സഹം, സഹ്യം, അസഹ്യം, സാഢം, സഹാ, സഹിക്കുന്നു.

സാധ to accomplish, finish; as, സാധകം, സാധനം, സാധിതം, സാധു, സാധുത്വം, സാദ്ധ്യം, സാധിക്കുന്നു.

സാമ to conciliate, appease; as, സാമം.

സു or ഷു to bring forth as young; as, പ്രസവം, സൂതികാഗൃഹം, സൂതികാവായു, രാജസൂയം, സുതൻ, സുതാ, സൂതൻ, സൂതി.

സുഖ to make happy; as, സുഖം, സുഖകരം, സുഖാൎത്ഥം.

സുര to possess supreme power, shine; as, സുരൻ, ഭൂസുരൻ, സുരരിപുക്കൾ, സുരജ്യേഷ്ഠൻ, സുരകീകൾ.

സൂച to give information, espy as, സൂചകൻ, സൂചനാ, സൂചിപ്പിക്കുന്നു, സൂചി.

സൂത്ര to bind, thread, string; as, സൂത്രം, കടിസൂത്രം.

സൃ to go, move, flow as water; as, സൃതം, അനുസരണം, പ്രസരണം, സരിത്തു, അപ്സരസ്സുകൾ സരം, സൂൎയ്യൻ, പരിസരിക്കുന്നു, സ്മരം.

സൃജ to leave, quit, create; as, സ്രക്, സൃഷ്ടം, സൃഷ്ടി, സ്രഷ്ടാവു, വിശ്വസൃക്, സൃഷ്ടിക്കുന്നു, വിസൎഗ്ഗം, വിസൎജ്ജിക്കുന്നു.

സൃപ to go, move, glide; as, സൎപ്പം, വിസൎപ്പം, വിസൎപ്പണം, സരീസൃപം.

സേവ to serve; as, സേവിതൻ, സേവകൻ, സേവനം, സേവ, സേവ്യം, സേവിക്കുന്നു.

സോ to destroy; as, പിനാസം.

സ്തന to thunder; as, സ്തനിതം.

സ്തൃ to cover, spread over; as, വിസ്തൃതം, വിസ്തരം, വിസ്താരം, വിസ്തീൎണ്ണം, വിസ്തരിക്കുന്നു, പ്രസ്തരം, പ്രസ്താരം.

സ്ഥല to stand, be firm; as, സ്ഥലം, സ്ഥലീ, സ്ഥലജം.

സ്ഥാ or ഷ്ഠാ to stand; as, സ്ഥിതം, സ്ഥാനം, സ്ഥിതി, സ്ഥിരാ, സ്ഥിരത, സ്ഥാവരം, സ്ഥാപനം, ഉദ്യോഗസ്ഥൻ, ഗൃഹസ്ഥൻ, കാൎയ്യസ്ഥൻ, സ്ഥായിഭാവം.

സ്ഥൂല to increase, fatten, become big; as, സ്ഥൂലം, സ്ഥൂലകം, സ്ഥൂലതാ.

സ്നാ or ഷ്ണാ to bathe; as, സ്നാതൻ, സ്നാനം, സ്നാനശീലം, ജ്ഞാനസ്നാനം, സ്നാപകൻ, സ്നായു, ജലസ്നാനം.

സ്നിഹ or ഷ്ണിഹ be unctuous, oily, affectionate; as, സ്നിഗ്ദ്ധൻ, സ്നിഗ്ദ്ധതാ, സ്നേഹം, സ്നേഹനാ, സ്നേഹിക്കുന്നു, സ്നേഹിതൻ.

സ്പൎദ്ധ to vie, envy; as; സ്പൎദ്ധാ, സ്പൎദ്ധതാ, സ്പൎദ്ധിതം.

സ്പശ (സ്പഷ്ട) to make evident or clear; as, സ്പഷ്ടം, അവിസ്പഷ്ടം, സ്പഷ്ടാൎത്ഥം.

സ്പൃശ to touch, take with the hand; as, സ്പർശം, സ്പർശനം, സ്പർശകം, സ്പർശിക്കുന്നു, സ്പൃഷ്ടം.

സ്പൃഹ to wish, desire, long for; as, സ്പൃഹം, സ്പൃഹണീയം.

സ്ഫുട to blow, blossom, open as a flower; as, സ്ഫുടം, സ്ഫുടതാ,

സ്മി to smile; as, സ്മിതം, സ്മയം, വിസ്മയം, വിസ്മയിക്കുന്നു.

സ്മൃ to remember, recollect; as, സ്മൃതം, സ്മൃതി, സ്മൃതിശാസ്ത്രം, സ്മരൻ, സ്മരഹരൻ, സ്മരണം, സ്മാർത്തം, മാനവസ്മൃതി, സ്മരിക്കുന്നു, അപസ്മാരം.

സ്യന്ദ to sprinkle, drop, ooze, go; as, സിന്ധു, സിന്ദൂരം, സിന്ധുകഫം, സിന്ദൂരിതം, സിന്ദൂരിക്കുന്നു, സ്യന്ദനം.

സ്രു to go, move, flow, drop, ooze; as, സ്രുതം, സ്രവം, സ്രാവം, സ്രോതസ്സു, അസ്ത്രസ്രാവം, സ്രവിക്കുന്നു.

സ്വന to sound; as, സ്വനം, സ്വനിതം, സ്വനി, സ്വാനം, സ്വാന്തം, നിസ്വാനം, നിസ്വനം.

സ്വപ or **ഷ്വപ** to sleep; as, സ്വപനം, സ്വപ്നം, സ്വാപം, അസ്വപ്നന്മാർ.

സ്വര to sound; as, സ്വരം, സ്വരഭംഗം, സ്വരസാമം.

സ്വാദ to taste; as, സ്വാദു, സ്വാദനം, സ്വാദിതം, സ്വാദുകണ്ടകം, സ്വാദുരസാ.

സ്വൃ to sound; as, സ്വഃ, സ്വർല്ലോകം, സ്വർന്നദി, സ്വർവ്വൈദ്യൻ, സ്വർവ്വേശ്യാ.

ഹന to hurt, strike, kill; as, ഹനൻ, ഹനനം, ഹതൻ, ഹന്തവ്യം, ഗോഘ്നൻ, ബ്രഹ്മഘ്നൻ, വൃത്രഘ്നൻ, ഘാതകൻ, വരാഹം, ഹനിക്കുന്നു.

ഹയ് to go; as, ഹയം.

ഹല to plough; as, ഹലം, ഹലി, ഹലായുധൻ.

ഹസ to laugh; as, ഹസം, ഹസിതം, ഹസ്യം, ഹസ്തി, പരിഹാസം, ഹാസ്യം, ഹാസം, ഹാസിക്കുന്നു.

ഹാ to quit, leave, abandon; as, ഹീനൻ, ഹീനത്വം, ഹാനം, ഹാനി, ഹായനം.

ഹിംസ to hurt, injure; as, ഹിംസനം, ഹിംസാ, സിംഹം, ഹിംസിക്കുന്നു.

ഹു to sacrifice, offer in oblation; as, ഹുതം, ഹുതഭുക്, ഹവ്യവാഹനം, ഹോമം, ഹോത്രീ, ഹവിഷം, ഹോമിക്കുന്നു.

ഹൃ to take away; as, ഹരണം, ഹരിക്കു.

ഹൃഞ to convey, take, steal, destroy; as, അപഹാരം, ഹൃതം, ഹൃതാ, ഹൃത്ത, ഹൃദയം, ആഹാരം, വിഹാരം, അവഹാരം, സംഹാരം, നിഹാരം, പരിഹാരം, പ്രഹരിക്കുക, ഹരിക്കുന്നു, ഹാരം, ഹരൻ, സ്മരഹരൻ.

ഹൃഷ to rejoice, exult; as, ഹൃഷിതാ, ഹൃഷ്ടം, ഹൃഷ്ടപുഷ്ടാംഗൻ, ഹർഷിക്കുന്നു, ഹർഷം, ഹൃഷ്ടി.

ഹേഷ് to neigh; as, ഹേഷം, ഹേഷിതം, ഹേഷീ,

ഹ്രസ to be small or few; as, ഹ്രസ്വം, ഹ്രസിതം, ഹ്രസ്വാംഗം, ഹ്രസ്വാച്ചു.

ഹ്ലാദ to gladden, delight; as, പ്രഹ്ലാദൻ, ഹ്ലാദം, ഹ്ലാദനം, പ്രഹ്ലത്തി, ആഹ്ലാദം, ആഹ്ലാദിക്കുന്നു.

ഹ്വേ to call; as, ആഹ്വയം, മേഘനാമാഹ്വയം, ആഹ്വാനം.

ക്ഷപ to send or reject; as, ക്ഷപാ, ക്ഷപിതം, ക്ഷപാകരൻ.

ക്ഷമ to bear or endure; as, ക്ഷമാ, ക്ഷമിക്കുന്നു, ക്ഷാന്തി, അക്ഷാന്തി.

ക്ഷര to fall or drop; as, ക്ഷാരം, ക്ഷാരക, ക്ഷാരണം, ക്ഷാരരസം.

ക്ഷി to wane, decrease, dwell; as, ക്ഷിതം, ക്ഷയം, ക്ഷിതി, ക്ഷയിക്കുന്നു, അക്ഷയം, ക്ഷീണം, ക്ഷീണിക്കുന്നു, ക്ഷേത്രം.

ക്ഷിപ to throw or cast; direct,—abuse; as, ക്ഷിപ്തം, ക്ഷിപം, ക്ഷേപണം, ക്ഷിപ്രം, അധിക്ഷിപ്തം, അധിക്ഷേപം, ആക്ഷേപം, നിക്ഷേപം, സംക്ഷേപം.

ക്ഷുധ be hungry; as, ക്ഷുത്തു, ക്ഷുധാ.

ക്ഷുഭ to be agitated, stir; as, ക്ഷോഭം, ക്ഷുഭിതം.

ക്ഷുര to cut, scratch, make lines or furrows; as, ക്ഷുരം, ക്ഷൌരം, ക്ഷൌരികൻ.

ക്ഷൈ to wane, waste, decline; as, ക്ഷാമം.